ಸ್ವಸ್ಥ ಸಾರಸ್ವತ

ಸ್ವಪ್ನ ಸಾರಸ್ವತಕ್ಕೆ ಬಂದ ಪ್ರಶಸ್ತಿಗಳು

1. ದಿ. ಸೂರ್ಯನಾರಾಯಣ ಚಡಗ ಸಾಹಿತ್ಯ ಪ್ರಶಸ್ತಿ, 2010
2. ಡಾ. ಹೆಚ್. ಶಾಂತಾರಾಮ್ ಸಾಹಿತ್ಯ ಪ್ರಶಸ್ತಿ, 2010
3. ಕರ್ನಾಟಕ ಸಾಹಿತ್ಯ ಅಕಾಡೆಮಿ ಪ್ರಶಸ್ತಿ, 2011
4. ಕೇಂದ್ರ ಸಾಹಿತ್ಯ ಅಕಾಡೆಮಿ ಪ್ರಶಸ್ತಿ, 2011

ಕೇಂದ್ರ ಸಾಹಿತ್ಯ ಅಕಾಡೆಮಿ ಪುರಸ್ಕೃತ ಕೃತಿ

ಸ್ವಪ್ನ ಸಾರಸ್ವತ

(ಕಾದಂಬರಿ)

ಗೋಪಾಲಕೃಷ್ಣ ಪೈ

ಪ್ರಕಾಶಕರು:

ಹೇಮಂತ ಸಾಹಿತ್ಯ

53/1, ಕಾಟನ್‌ಪೇಟೆ ಮುಖ್ಯರಸ್ತೆ,

ಬೆಂಗಳೂರು – 560 053

SWAPNA SARASWATA - Novel by **Sri. Gopalakrishna Pai**, (09880141718, email : bgpai58@gmail.com), Published by **Hemantha Sahitya**, No. 53/1, Cottonpet Main Road, Bangalore - 560 053, Phone : 080-2670 2010

Pages : xx + 496

First Edition : October 2009
Second Edition : April 2010
Third Edition : January 2011
Fourth Edition : October 2011
Fifth Edition : January 2012
Sixth Edition : December 2013
Seventh Edition : September 2016
Eighth Edition : June 2019
Nineth Edition : October 2021
Tenth Edition : 2025

Cover Design : P.S. Kumar
1/8 Demy
70 GSM Weightless N.S. Maplitho

ISBN : 978-81-908179-2-9

Price : 550/-

DTP :

CHANDANA JAIKUMAR,

DATA SOLUTIONS,

Bangalore - 560019.

Cell : 98865 33972, 2650 0945.

Printed at :

KRL OFF SET PRINTERS

Bangalore-560 023.

Mobile : 99801 14081

ಅರ್ಪಣೆ

ಸಿದ್ದನ ವೆಂಕಟೇಶನ ವರ್ಗದ ಸಂತಾನ ಪರಂಪರೆಯಲ್ಲಿ ಮಂಜುನಾಥ ಪೈ ಎಂಬುವವರೊಬ್ಬರಿದ್ದರು. ಅವರಿಗೆ ಹತ್ತು ಗಂಡು ಮಕ್ಕಳು. ಆ ಹತ್ತು ಮಕ್ಕಳಿಗೂ ಹತ್ತು ಹತ್ತು ಮಕ್ಕಳು. ಅಂಥ ನೂರು ಮಕ್ಕಳಿಗೆ ತಂದ ಹೆಣ್ಣುಗಳೂ ಹೊರಗೆ ಕೊಟ್ಟ ಹೆಣ್ಣುಗಳೂ ವರ್ಷಕ್ಕೊಮ್ಮೆ ಈಯುವಾಗ ಬಾಣಂತನದ ಕೆಲಸಕ್ಕೆ ದೇಯಿ ಎಂಬ ಹೆಂಗುಸು ಬರುತ್ತಿದ್ದಳು. ಕುಟುಂಬದ ಆ ತಲೆಮಾರಿನ ಮಕ್ಕಳ ಸಂಖ್ಯೆ ಸಾವಿರವಾದರೆ ಅದರಲ್ಲಿ ನೆಲಕ್ಕೆ ಬೀಳದಂತೆ ದೇಯಿ ಕೈಯಾರ ಹಿಡಿದುಕೊಂಡ ಮಕ್ಕಳ ಸಂಖ್ಯೆ ಏನಿಲ್ಲವೆಂದರೂ ಐನೂರಕ್ಕೆ ಕಡಿಮೆಯಾಗಲಾರದು. ಗಂಡಾಗಲೀ ಹೆಣ್ಣಾಗಲೀ, ಪ್ರಸವದ ಕೋಣೆಯಿಂದ ಹೊರಗೆ ಬರುವಾಗ ಅವಳ ಮೋರೆಯ ಮೇಲೆ ಮೂಡುವ ಮುಗುಳ್ನಗೆಯನ್ನು ನೋಡಿಯೇ ತಿಳಿಯಬೇಕು. ಹುಟ್ಟಿದ ಮಗುವಿನ ದೇಖರೇಖಿ, ಅದರ ಕೊಳಕು ಬಟ್ಟೆಗಳ ಒಗೆಯುವಿಕೆ, ಬಾಣಂತಿಗೆ ಎಣ್ಣೆ ಪೂಸಿ ಸ್ನಾನ ಮಾಡಿಸುವುದು, ಮಗು ಅತ್ತರೆ, ತಾಯಿಗೆ ಜ್ವರ ಬಂದರೆ ಅವರ ಆರೈಕೆ, ಇವೆಲ್ಲ ದೇಯಿಯ ಕೆಲಸಗಳಲ್ಲಿ ಕೆಲವು. ಒಂದು ಬಾಣಂತನ ಮುಗಿದ ತಕ್ಷಣ ಇನ್ನೊಂದು. ಒಂದು ಮನೆಯಿಂದ ಇನ್ನೊಂದು ಮನೆಗೆ. ಒಮ್ಮೊಮ್ಮೆ ತಾಯಿ ಮಗಳ ಬಾಣಂತನಗಳು ಒಟ್ಟಿಗೇ. ಹುಟ್ಟಿದ ಮಗುವಿನ ಮುಖದ ಮೇಲೆ ಒಂದು ನಗು ಮೂಡಿತೋ ದೇಯಿ ಇನ್ನೊಬ್ಬಳ ಪ್ರಸವದಲ್ಲಿ ಪಾಲ್ಗೊಳ್ಳಲು ನಿಗೂಢದಂತೆ ಮಾಯವಾಗಿ ಬಿಡುತ್ತಿದ್ದಳು. ನಾನು ದೇಯಿಯನ್ನು ನೋಡುವಾಗ ಅವಳಿಗೆ ತುಂಬ ವಯಸ್ಸಾಗಿತ್ತಲ್ಲದೇ ನನ್ನಷ್ಟು ದೊಡ್ಡ ಮೊಮ್ಮಕ್ಕಳಿದ್ದರು. ಸ್ಥೂಲ ದೇಹ. ಅಗಲವಾದ ಮೋರೆ. ನೀರಸುಳಿಗಳಂತೆ ಸದಾ ಬೆಳಗುವ ಮುಗುಳ್ನಗೆ. ಗಜ್ಜುಗದಷ್ಟು ದೊಡ್ಡ ಕಣ್ಣುಗಳು. ಹುಟ್ಟಿದ ಮಗುವಿಗೆ ಬೆಚ್ಚನೆಯ ಆಸರೆ ಕೊಡುವ ದಪ್ಪನೆಯ ತೋಳುಗಳು. ಆಟ್ಟೆಕಾಲುಗಳು. ರವಿಕೆ ಇಲ್ಲದ ದಿನಗಳಲ್ಲಿ ನೀಲಿ ಕೈಮಗ್ಗದ ಸೀರೆಯೊಂದನ್ನು ಭುಜದ ಸುತ್ತ ಹೊದ್ದುಕೊಳ್ಳುತ್ತಿದ್ದಳು. ಸಿದ್ದನ ವೆಂಕಟೇಶನ ವರ್ಗದ ಸಮಸ್ತ ಕೌಟುಂಬಿಕರೂ ಈ ಪ್ರಸವಭಾಗಿಗೆ ಋಣಿಯಾಗಿರಬೇಕು.

ಅಂಥ ಆ ದೇಯಿಗೆ ಈ ಕೃತಿ.

ಇಲ್ಲಿ ಬಳಸಿದ ಕೊಂಕಣಿ ಹಾಡುಗಳು

ನಾಗ್ದೊಬೇತಾಳು, ಶೆತಾಂ ವತ್ತಾಲೊ।
ಶೆತ್ಕಾರಾಂಕ ಉದ್ದಾ ಪೀವ್ನೋನು।
ಘರಾಂ ವತ್ತಾಲೊ॥

(ನಗ್ನ ಬೇತಾಳ, ಗದ್ದೆಗೆ ಹೋಗುವವನೇ, ರೈತರಿಗೆ ನೀರನ್ನು ಕುಡಿಸಿ ಮನೆಗೆ ಹೋಗುವವನೇ-ಜಾನಪದ)

ರೋಡು ನಾಕ್ಕಾಗೋ ಬಾಯ್ಯೇ,ದೋಳೆ।
ಸೂಜು ನಾಕ್ಕಾಗೋ-ಪರ್ತೂನು
ಗೋಂಯಾ ವಚ್ಚಾ ಆಸ್ಸ।

(ಅಳಬೇಡವೇ ಮಗಳೇ, ಕಣ್ಣುಗಳನ್ನು ಊದಿಸಬೇಡವೇ-ಮರಳಿ ಗೋವೆಗೆ ಹೋಗಲುಂಟು-ಜಾನಪದ)

ಕಾಕ್ಕ ಮಾಮ್ಮಾ ತೂಂ ಗೋಂಯಾ ಗೆಲ್ಲಲ್‌ವೇ?
ಆಮ್ಗೆಲಾಮ್ಮುಣಿಲೆಂ ಬಾಮ್ಣಾ ದೆಕ್ಲಾವೇ?
ತೇ ಬಾಮ್ಣಾನ್‌ಕ ಏತ್ತಾಮ್ಹಳ್ಳಾವೇ?
ಅಮ್ಗೆಲಾಮ್ಮೂಣೂಕ ಎವ್ವಾ ಸಾಂಗ್ಲಾವೇ?

(ಕಾಗೆ ಮಾವ, ನೀನು ಗೋವೆಗೆ ಹೋಗಿದ್ದೀಯಾ? ನಮ್ಮ ಚಿನ್ನಾರಿ ಪುಟ್ಟಿಯ ಗಂಡನನ್ನು ಕಂಡಿದ್ದೀಯಾ? ಆ ಗಂಡ ಬರುತ್ತೇನೆ ಅಂತ ಹೇಳಿದ್ದಾನಾ? ನಮ್ಮ ಚಿನ್ನಾರಿ ಪುಟ್ಟಿಯನ್ನು ಬರಲು ಹೇಳಿದ್ದಾನಾ?-ಜಾನಪದ)

ಮುನ್ನುಡಿ
(ಮೊದಲ ಮುದ್ರಣದಿಂದ)

'ಸ್ವಪ್ನ ಸಾರಸ್ವತ' ಶ್ರೀ ಗೋಪಾಲಕೃಷ್ಣ ಪೈಯವರ ಮೊದಲ ಕಾದಂಬರಿ. ಈ ಕಾದಂಬರಿಯ ಭಾವ ಚಿತ್ರಗಳು ಈಗಾಗಲೇ ಅಲ್ಲಲ್ಲಿ ಅಷ್ಟಿಷ್ಟು ಪ್ರತ್ಯೇಕ ರೂಪಗಳಲ್ಲಿ ಅವರ ಕಥಾ ಸಂಕಲನಗಳಲ್ಲಿ ಮಿಂಚಿವೆ. 'ತಿರುವು', 'ಈ ಬೆರಳ ಗುರುತು' ಹಾಗೂ 'ಹಾರುವ ಹಕ್ಕಿಯ ಗೂಡಿನ ದಾರಿ' ಎಂಬ ಕಥಾ ಸಂಕಲನಗಳಲ್ಲದೇ 'ಆಧುನಿಕ ಚೀನೀ ಸಣ್ಣಕತೆಗಳು' ಎಂಬ ಅನುವಾದ ಕೃತಿಯನ್ನೂ ಅವರು ಕನ್ನಡಕ್ಕೆ ತಂದಿದ್ದಾರೆ. ಕವಿ ಗೋಪಾಲಕೃಷ್ಣ ಅಡಿಗರ ನಿಕಟವರ್ತಿಗಳಲ್ಲಿ ಒಬ್ಬರಾಗಿದ್ದ ಪೈಯವರು, ಅನುಭವದ ಆಳವಾದ ಶೋಧನೆಯಲ್ಲಿ ಆಸಕ್ತಿ ಉಳ್ಳವರು. ಈ ನಿರಂತರ ಶೋಧದ ಫಲವೇ ಕಳೆದ ನಾಲ್ಕುನೂರು ವರುಷಗಳಲ್ಲಿ ಹಾದು ಬಂದ ಸಾರಸ್ವತ ಸಮುದಾಯದ ಅನುಭವಗಳ ಮೂಲಕ ಚರಿತ್ರೆ ಹಾಗೂ ವರ್ತಮಾನ ಜೀವನದ ಪರಸ್ಪರ ಮುಖಾಮುಖಿಗಳನ್ನೂ ಸಂಬಂಧಗಳನ್ನೂ ವೈಯಕ್ತಿಕ ಅನುಭವದ ನೆಲೆಗಳಲ್ಲಿ ಕೌಟುಂಬಿಕ ಸಂದರ್ಭಗಳಲ್ಲಿಟ್ಟು ಪರೀಕ್ಷಿಸುತ್ತದೆ ಈ ಕಾದಂಬರಿ.

ನಾಲ್ಕುನೂರು ವರುಷಗಳ ಹಿಂದೆ ಗೋವಾದಲ್ಲಿ ಸಂತೃಪ್ತವಾಗಿದ್ದ ಸಾರಸ್ವತ ಬ್ರಾಹ್ಮಣ ಕುಟುಂಬಗಳು ಪೋರ್ಚುಗೀಸರ ಆಕ್ರಮಣದಿಂದ ತಮ್ಮ ನಂಬುಗೆ, ಧರ್ಮ ಹಾಗೂ ಜೀವಗಳನ್ನು ಉಳಿಸಿಕೊಳ್ಳಲು ದಕ್ಷಿಣಾಭಿಮುಖವಾಗಿ ವಲಸೆ ಬರುತ್ತಾರೆ. ಅವರಲ್ಲಿ ಕಾಸರಗೋಡಿನ ಸಮೀಪದ ಕುಂಬಳೆಯಲ್ಲಿ ನೆಲೆನಿಂತ ವಿಟ್ಠು ಪೈ ತನ್ನ ಕುಟುಂಬದ ಕತೆಯನ್ನು ಮೊಮ್ಮಗ ರಾಮಚಂದ್ರ ಪೈಗೆ ಹೇಳುವ ಮೂಲಕ ಇಲ್ಲಿ ಕಾದಂಬರಿ ಆರಂಭವಾಗುತ್ತದೆ.

ಗೋವಾ ಪ್ರಾಂತ್ಯದ ವೆರಣೆಯಲ್ಲಿ ಸಮೃದ್ಧವಾಗಿ ವ್ಯಾಪಾರ, ಕೃಷಿ ಆದಾಯ ಎರಡರಲ್ಲೂ ತೊಡಗಿಸಿಕೊಂಡು ದೊಡ್ಡ ಅನುಕೂಲದಲ್ಲಿ ಬದುಕುತ್ತಿದ್ದ ಸಾರಸ್ವತ ಕುಟುಂಬ ಮಾಳಶರ್ಮರ ಮಗ ನರಸಪ್ಪಯ್ಯನವರದು. ನರಸಪ್ಪಯ್ಯನವರ ಮೊಮ್ಮಗ ವಿಟ್ಠು ಪೈ ಜನಿಸಿದ್ದು ಶಾಲಿವಾಹನ ಶಕ 1464ರ ಶುಭಕೃತು ಸಂವತ್ಸರದಲ್ಲಿ, ಅಂದರೆ ಕ್ರಿ.ಶ. 1542 ರಲ್ಲಿ. ಅವನು ಹುಟ್ಟಿದ ದಿನವೇ ಪೋರ್ಚುಗೀಸರು ಗೋವಾದ ಮೇಲೆ ತಮ್ಮ ಆಡಳಿತಾಧಿಕಾರದ ಮೊದಲ ಕಾಲಿಟ್ಟದ್ದು. ಪ್ರಕೃತಿಯಲ್ಲಿ ವಸುಧೈವ ಕುಟುಂಬಕವಾಗಿ ಬದುಕಬೇಕಾದ ಮನುಷ್ಯ ತನ್ನ ಜೊತೆಯೇ ಇರುವ ಹಾವುಗಳ ವಿಭಿನ್ನ ಆವಶ್ಯಕತೆಗಳನ್ನು

ಅರಿಯದೆ ಆದ ಒಂದು ತಪ್ಪಿನಿಂದಾಗಿ ನಾಗಶಾಪವನ್ನು ಹುಟ್ಟಿನಿಂದಲೇ ಹೊತ್ತು ಭೂಮಿಗೆ ಬಂದವ ವಿಟ್ಠು ಪೈ.

ವಿಟ್ಠು ಪೈ ಯೌವನಕ್ಕೆ ಕಾಲಿಡುವಾಗ ಪೋರ್ಚುಗೀಸ್ ಆಡಳಿತ ಗೋವಾದಲ್ಲಿ ಬಲಿಷ್ಠವಾಗಿ ಬೇರೂರಿತು. ಹಿಂದೂಗಳ ಮತಾಂತರ, ಬ್ರಾಹ್ಮಣ ದೇವಸ್ಥಾನಗಳ ನಾಶ, ಪೋರ್ಚುಗೀಸರಿಂದಾಗಿ ಕಿರಿಸ್ತಾನರಾಗುವುದು ಅನಿವಾರ್ಯ ಎಂಬ ಸಂದರ್ಭ ಬಂದಾಗ- ದಿಗಂಬರ ಬೇತಾಳ ಸನ್ಯಾಸಿ, ಹಿಂದೂ ಸಮಾಜ ಪ್ರಜ್ಞೆಯ ಸಮೂಹ ಶಕ್ತಿಯ ಸಂಕೇತದಂತಿರುವ ನಾಗ್ದೊಬೇತಾಳನ ಸೂಚನೆಯಂತೆ ವಿಟ್ಠು ಪೈ ಹಾಗೂ ಇನ್ನೂ ಅನೇಕ ಕುಟುಂಬಗಳು ದಕ್ಷಿಣಾಭಿಮುಖವಾಗಿ ವಲಸೆ ಹೊರಡುತ್ತವೆ. ಹೀಗೆ ಹೊರಟ ಸಾರಸ್ವತ ಸಮುದಾಯ ಗೋವೆ ಬಿಡುವಾಗಿನವರೆಗೆ ಮೊದಲ ಭಾಗ ನಡೆಯುತ್ತದೆ.

ಎರಡನೆಯ ಭಾಗ ಅವರ ವಲಸೆಯ ಪ್ರಕ್ರಿಯೆಯನ್ನು ವಿವರವಿವರವಾಗಿ ಕೊಡುತ್ತಾ ಹೋಗುತ್ತದೆ. ಸಾರಸ್ವತರಲ್ಲಿ ಗಂಗೊಳ್ಳಿಯಲ್ಲಿ ಶೆಣಾವಿಗಳು; ನಾಯಕರು; ಉಡುಪಿಯಲ್ಲಿ ಪೈಗಳು; ಪಡಿಯಾರರು; ಪಾಂಗಾಳದಲ್ಲಿ ನಾಯಕರು; ಕಾರ್ಕಳದಲ್ಲಿ ಚೋಲ್ಪಾಡಿ ಕಾಮತರು; ಬಂಟವಾಳದಲ್ಲಿ ಬಾಳಿಗರು; ಮುಲ್ಕಿಯಲ್ಲಿ ಕಾಮತರು; ಮಂಗಳೂರಿನಲ್ಲಿ ಭಟ್ಟರು; ಪಾಣೆಮಂಗಳೂರಿನಲ್ಲಿ ಕುಡ್ವರು; ಉಳ್ಳಾಲದಲ್ಲಿ ಕಿಣಿಯವರು; ಮಲ್ಯರು; ಮಂಜೇಶ್ವರದಲ್ಲಿ ಶಾನುಭಾಗರು; ಕುಂಬಳೆಯಲ್ಲಿ ಭಕ್ತರು; ಕಾಸರಗೋಡಿನಲ್ಲಿ ಪಟ್ಟಣಶೆಟ್ಟರು; ನೀಲೇಶ್ವರದಲ್ಲಿ ಪೈಗಳು; ಪ್ರಭುಗಳು; ತಲಚೇರಿಯಲ್ಲಿ ಭಂಡಾರಿಗಳು; ಕೊಚ್ಚಿಯಲ್ಲಿ ಮಲ್ಯರು; ಆಲಪ್ಪಿಯಲ್ಲಿ ಪ್ರಭುಗಳು- ಹೀಗೆ ನೆಲೆ ನಿಲ್ಲುತ್ತಾ ಹೋಗುತ್ತಾರೆ. ಗೋವೆಯಿಂದ ವಲಸೆ ಹೊರಟ ಸಾರಸ್ವತ ಸಮುದಾಯದ ಒಂದು ಎಳೆಯಾದ ವಿಟ್ಠು ಪೈ ಅನಿವಾರ್ಯ ಕಾರಣವೊಂದರಿಂದ ಕುಂಬಳೆಯಲ್ಲಿ ನೆಲೆಯೂರುತ್ತಾನೆ.

ಮುಂದಿನ ಭಾಗದಲ್ಲಿ ವಿಟ್ಠು ಪೈಯ ಮೊಮ್ಮಗ ರಾಮಚಂದ್ರ ಪೈಯ ಮೂಲಕ ಸಾರಸ್ವತ ಸಮುದಾಯ ಪ್ರಜ್ಞೆಯಲ್ಲಿ ನಾಲ್ಕುನೂರು ವರುಷಗಳಿಂದ ಬೆಳೆದು ಬಂದ ಮನುಷ್ಯ ಕುಲದ ವಲಸೆ ಹಾಗೂ ನೆಲೆಗಳ ಪರಸ್ಪರ ಚರ ಹಾಗೂ ಅಚರ ಸಂಬಂಧಗಳ ಸಮೂಹ ಪ್ರಜ್ಞೆ ಮಂಡಿತವಾಗಿದೆ. ಕಾದಂಬರಿಯ ನಿರೂಪಣೆ ಪೌರಾಣಿಕ ಆವರ್ತನಗಳನ್ನೂ ಆಯಾಮಗಳನ್ನೂ ಪಡಕೊಂಡು ಬೆಳೆಯುತ್ತದೆ. ಕರಾವಳಿ ಕುಂಬಳೆಯಿಂದ ಒಳನಾಡಿನ ಬೇಳಕಟ್ಟೆಯನ್ನು ವ್ಯಾಪಾರ ಕೇಂದ್ರ ಮಾಡಿಕೊಂಡು ರಾಮಚಂದ್ರ ಪೈ ಯಶಸ್ವಿಯಾಗುತ್ತಾನೆ. ಅರಬಸ್ತಾನದ ತುರುಕರು, ಸ್ಥಳೀಯ ಮುಸಲ್ಮಾನರು, ಸಮುದ್ರ ವ್ಯಾಪಾರದಲ್ಲಿ ಮುಂದಿದ್ದ ಚರಿತ್ರೆಯ ಆ ಕಾಲದಲ್ಲಿ ಸ್ಥಳೀಯವಾಗಿ ಕೊಂಕಣಿ ಬ್ರಾಹ್ಮಣರು ವ್ಯಾಪಾರ ವ್ಯವಹಾರಗಳಲ್ಲಿ ನೆಲೆ ಊರುತ್ತಾ ಕೃಷಿಯಲ್ಲೂ ತೊಡಗಿಕೊಂಡರು. ರಾಮಚಂದ್ರ ಪೈ ಆ ಸಂದರ್ಭದಲ್ಲಿ ಬಳ್ಳಂಬೆಟ್ಟಿನಲ್ಲಿ 400 ಎಕರೆ ಭೂಮಿ ಖರೀದಿಸಿ, ವ್ಯಾಪಾರವನ್ನು ಕುಟುಂಬದ ಇತರರಿಗೆ ವಹಿಸಿ ಕೃಷಿಗೆ

ತೊಡಗುತ್ತಾನೆ. ಮಲ ತಮ್ಮಂದಿರಾದ ದೇವು ಪೈ ಹಾಗೂ ಶಿವಪ್ಪಯ್ಯನವರಿಗೂ ಸಮೀಪದ ಊರುಗಳಲ್ಲಿ ಕೃಷಿ ಆಸ್ತಿ ಮಾಡಿಕೊಡುತ್ತಾನೆ. ಕುಂಬಳೆ ಬಿಟ್ಟು ಬಳ್ಳಂಬೆಟ್ಟಿಗೆ ತನ್ನ ನೆಲೆ ಬದಲಾಯಿಸುವಲ್ಲಿಂದ ನಾಲ್ಕನೆಯ ಭಾಗ ಆರಂಭವಾಗುತ್ತದೆ.

ರಾಮಚಂದ್ರ ಪೈಯ ಮೂರು ಮಕ್ಕಳೂ ಬೆಳೆದಂತೆ ಮಗ ತಿಮ್ಮಪೈಯ ಕಾರಣದಿಂದ ವಿಷ ಘಳಿಗೆಯಲ್ಲಿ ಮಾತು ಬೆಳೆದು ರಾಮಚಂದ್ರ ಪೈಯ ತಮ್ಮಂದಿರು ದಾಯಾದಿ ಕಲಹಕ್ಕೆ ಬಲಿಯಾಗುತ್ತಾರೆ. ಒಬ್ಬೊಬ್ಬರದೇ ದುರಂತಮಯ ಸಾವುಗಳಾಗುತ್ತವೆ. ತಿಮ್ಮಪೈ ಹಾವು ಕಚ್ಚಿ ಸಾಯುತ್ತಾನೆ. ರಾಮಚಂದ್ರ ಪೈಯ ಉಳಿದ ಮಕ್ಕಳೂ ಸಾಯುತ್ತಾರೆ. ನಾಗಶಾಪ, ರಾಜಕೀಯ ಸ್ಥಿತ್ಯಂತರಗಳು, ಕುಟುಂಬದ ದಾಯಾದಿ ಕಲಹ, ನಿಯಂತ್ರಣದಲ್ಲಿರದ ಮನುಷ್ಯನ ದುರಾಸೆ, ಹಾಗೂ ದುರ್ಬಲ ಘಳಿಗೆಗಳು, ವ್ಯಕ್ತಿಯೊಬ್ಬ ಮಾಡುವ ತಪ್ಪುಗಳು, ಹಾಗೂ ಅಸಮರ್ಪಕ ನಿರ್ಣಯಗಳು - ಹೀಗೆ ಒಂದಕ್ಕೊಂದು ತಳಕು ಹಾಕಿಕೊಂಡು, ದುರಂತ ಘಟನಾವಳಿಗಳು ಒಂದನ್ನೊಂದು ಹಿಂಬಾಲಿಸುತ್ತವೆ. ಗ್ರೀಕ್ ದುರಂತ ಕತೆಗಳಲ್ಲಾಗುವ ತಾತ್ವಿಕ ಶೋಧದಂತೆ ಮನುಷ್ಯನ ಈ ಸಂಕಷ್ಟ, ಸಮಸ್ಯೆ, ದುರಂತಗಳಿಗೆ ಅವನೇ ಎಷ್ಟು ಕಾರಣ? ಮನುಷ್ಯನ ಹೊರಗಿನ ದೈವ (ನಾಗಶಾಪ), ಪ್ರಕೃತಿ ಇತ್ಯಾದಿಗಳ ಜವಾಬ್ದಾರಿ ಏನು? ಇವೆಲ್ಲಾ ಕೇವಲ ಚಾರಿತ್ರಿಕ ಸಂದರ್ಭದ ಶಿಶುಗಳೋ? ದೈವ ಲೀಲೆಯೋ? ಮನುಷ್ಯನ ಸ್ವಯಂಕೃತ ಅಪರಾಧಗಳೋ? ಈ ಪ್ರಶ್ನೆಗಳ ಹಿಂದಿನ ತಾತ್ವಿಕ ನೆಲೆಗಳನ್ನು ಪರೀಕ್ಷಿಸಲು ಕಾದಂಬರಿ ಪ್ರಯತ್ನಿಸುತ್ತದೆ.

ಅಂಜನ ಹಾಕುವವರು, ಮಾಟ ಮಾಡುವವರು, ಗಂಡ ತಿಮ್ಮಪೈ ತೀರಿದ ಬಳಿಕ ಬೀಡಿನ ಹಳೆಮನೆಯಲ್ಲಿ ಯಾರೊಡನೆ ಮಾತಿಲ್ಲದೆ ಪಿಶಾಚಿಯಂತೆ ಒಬ್ಬಳೇ ಬದುಕಿದ, ಕೊನೆಗೆ ತನ್ನ ಹಸಿವಿನಿಂದಾಗಿ ಮನುಷ್ಯನನ್ನೇ ತಿನ್ನುವ ಭೀಭತ್ಸಕ್ಕೆ ಇಳಿಯಬಲ್ಲ ಜಾಹ್ನವಿ- ಹೀಗೆ ಅನೇಕ ಪಾತ್ರಗಳ ವೈವಿಧ್ಯದಿಂದ ಕಾದಂಬರಿ ಬೆಳೆಯುತ್ತದೆ. ಗೋವಾದಿಂದ ಹೊರಟಾಗ ಆದಂತೆ, ಮನುಷ್ಯ ಪರಸ್ಪರ ಮನುಷ್ಯರನ್ನೇ ನಂಬಲು ಸಾಧ್ಯವಿಲ್ಲದಂಥ ವಾತಾವರಣ ಗೋವಾದಿಂದ ದೂರದ ಬಳ್ಳಂಬೆಟ್ಟಿನ ಸುತ್ತಲೂ ನಿರ್ಮಾಣವಾಗುತ್ತದೆ. ಆಗ ಕೊನೆಗೂ ಉಳಿಯುವುದು ಸಿದ್ಧುಪೈಯ ಮಗ ವೆಂಕಟೇಶ ಒಬ್ಬ ಮಾತ್ರ.

ತಮ್ಮದೇ ಭೂಮಿಯಾದರೂ ತಾವೆಲ್ಲ ಧರ್ಮಸ್ಥಳದ ಒಕ್ಕಲುಗಳು ಎಂಬ ಭಾವದಲ್ಲಿ ಭಕ್ತಿಯಲ್ಲಿ ನಿಜದಲ್ಲಿ ಬೆಳೆ ಕಾಣಿಕೆ ನೀಡುವ ರೂಪದಲ್ಲಿ ನಡಕೊಂಡವರು ರಾಮಚಂದ್ರ ಪೈಯ ಕುಟುಂಬ. ಅಲ್ಲಿನ ಸಿದ್ಧನ ವೆಂಕಟೇಶ ಎಂಬ ಉಳಿದ ಒಂದೇ ಒಂದು ಶಿಶುವನ್ನು ರಾಮಚಂದ್ರ ಪೈಗಳ ಕನಸಿನಲ್ಲೆಂಬಂತೆ, ಸಾರಸ್ವತ ಸಮುದಾಯದ ಚರ-ಅಚರ ಅನುಭವಗಳ ಸಾಕ್ಷಿ ಪ್ರಜ್ಞೆ ಎಂಬಂತೆ ಕಾದಂಬರಿಯ ಕೊನೆಯಲ್ಲಿ ಪುನಃ ಪ್ರತ್ಯಕ್ಷನಾಗುವ ನಾಗ್ದೊ ಬೇತಾಳ ಎತ್ತಿಕೊಳ್ಳುತ್ತಾನೆ. ತಲೆಮಾರುಗಳಿಂದ ಕಾದ ನಾಗ್ದೊ ಬೇತಾಳ ಅಭಯ ನೀಡುವಂತೆ ಕಾದಂಬರಿಯ ಕೊನೆಯಲ್ಲಿ ಸಿದ್ಧನ ವೆಂಕಟೇಶನನ್ನು ಧರ್ಮಸ್ಥಳದತ್ತ ಒಯ್ಯುತ್ತಾನೆ.

ಕಾದಂಬರಿ ವಾಸ್ತವವಾದಿ ನಿರೂಪಣೆಯಲ್ಲಿ ಪುರಾಣದ ವಿಸ್ತಾರವನ್ನೂ ಪ್ರಾಗ್ರೂಪವನ್ನೂ ನೆನಪಿಸುವಂತೆ ಸಾಗುತ್ತದೆ. ದಾಯಾದಿ ಕಲಹ ವಿಸ್ತರಿಸಿದಂತೆ ಓದುಗರ ಪ್ರಜ್ಞೆಯಲ್ಲಿ ಹುದುಗಿರುವ ಮಹಾಭಾರತದ ನೆನಪುಗಳನ್ನು ತಟ್ಟಿ ಎಬ್ಬಿಸುತ್ತದೆ. ಆದರೂ ಕಾದಂಬರಿ ನಿರಂತರವಾಗಿ ಚರಿತ್ರೆಯ ನೆನಪನ್ನು ಪುನರಪಿ ಮುನ್ನೆಲೆಗೆ ತರುತ್ತಾ ಇರುತ್ತದೆ.

ಪೋರ್ಚುಗೀಸರ ದಾಳಿಯಿಂದ ಕಿರಿಸ್ತಾನರಾಗಿ ಧರ್ಮ ನಂಬಿಕೆಗಳಿಗೆ ಏಟು ತಿಂದು ವಲಸೆ ಹೊರಟು ಒದ್ದಾಡುವ ಹಿಂದೂ ಬ್ರಾಹ್ಮಣ ಸಮುದಾಯದ ಕತೆ. ಅದರ ಜೊತೆಗೆ ಶಿವಾಜಿ ಮಹಾರಾಜ ಗೆದ್ದಾಗ ಅದೇ ಗೋವಾದಿಂದ ಕಿರಿಸ್ತಾನರಾದ ಮಾಜಿ ಹಿಂದೂಗಳೂ ಸೇರಿದಂತೆ ಅನೇಕರು ಪುನಃ ವಲಸೆ ಹೊರಡಬೇಕಾಗುತ್ತದೆ. ಹಿಂದೂ ನಂಬಿಕೆಗಳು ಕ್ರಿಶ್ಚಿಯನ್ ಪರವಾಗಿ ಪೋರ್ಚುಗೀಸರಿಂದ ದಾಳಿಗೆ ಒಳಗಾದಂತೆ, ನೆಲೆ ಊರುತ್ತಿದ್ದ ಕ್ರಿಶ್ಚಿಯನ್ ನಂಬಿಕೆಗಳೂ ಹಿಂದೂ ರಾಜನಿಂದ ದಾಳಿಗೆ ಒಳಗಾಗುತ್ತವೆ.

ಹೊರದೇಶದಿಂದ ಬಂದು ಇಲ್ಲಿ ದಾಳಿ ಮಾಡಿ ನೆಲೆ ಊರಲು ಹೊಂಚುತ್ತಿದ್ದ ವಿದೇಶೀಯರು. ನಮ್ಮವರಲ್ಲೇ ದೊಡ್ಡ ಸರದಾರನಾಗಿದ್ದ ಶಿವಾಜಿ, ಕನ್ನಡ ಕರಾವಳಿಯ ಮೇಲೆ ಹಿಡಿತ ಹೊಂದಿದ್ದ ಇಕ್ಕೇರಿಯ ನಾಯಕರು, ಹೀಗೆ ವಿಜಯನಗರದ ಆಳ್ವಿಕೆ ಮುಗಿದ ಬಳಿಕ ಜನ ಅನೇಕ ರಾಜಕೀಯ ಸ್ಥಿತ್ಯಂತರಗಳನ್ನು ಕಂಡರು. ಇಂತಹದರಲ್ಲಿ ಕನ್ನಡ ತೀರದ ಕೆಳಭಾಗಗಳಲ್ಲಿ ಹೆಜ್ಜೆಗೊಂದು ಹೊಳೆ; ಹೊಳೆಯ ಮಧ್ಯೆ ಊರು; ಊರಿಗೊಬ್ಬ ರಾಜ.

ಬಾರಕೂರು ಬಸರೂರುಗಳ ಒಡೆಯರು; ಕಟಪಾಡಿಯ ದೊರೆಗಳು; ಎರ್ಮಾಳ ಪಡುಬಿದ್ರೆಯ ಬಲ್ಲಾಳರು; ಮೂಲ್ಕಿಯ ಸಾವಂತರು; ಮೂಡಬಿದ್ರೆ ವೇಣೂರಿನ ಚೌಟರು; ನಂದಾವರದ ಬಂಗೇರರು; ಬೆಳತಂಗಡಿಯ ಮಲ್ಲರು; ಕಾರ್ಕಳದ ಭೈರರು; ವಿಟ್ಲದ ಹೆಗ್ಗಡೆಯರು; ಕುಂಬಳೆ ನೀಲೇಶ್ವರ ಕುತ್ಯಾರು ಸುರಾಲ ಎಂಬಲ್ಲಿಯ ಅರಸರು. ಹೀಗೆ ಅನೇಕರು ಸಾರಸ್ವತರಿಗೆ ಆಶ್ರಯ ಕೊಟ್ಟರು. ಪಡಿಕೊಟ್ಟು ಸಾಕಿದರು. ಪೋರ್ಚುಗೀಸರು ಬೆನ್ನಟ್ಟಿ ಬಂದರೆ ಹಾನಿಯಾದೀತೆಂದು ಮಂಜೇಶ್ವರ ಊರಿನಿಂದ ವರ್ಷಂಪ್ರತಿ ಏಳುನೂರು ಮುಡಿ ಅಕ್ಕಿ ಕೊಡುವುದೆಂದು ಕರಾರು ಆಯಿತು. ಇಕ್ಕೇರಿಯ ಅರಸರೂ ಬಂಗರಾಜರೂ ಆದಕ್ಕೊಪ್ಪಿಕೊಂಡರು. ಸಾರಸ್ವತ ಕುಲ ಉಳಿದ ಹಿನ್ನೆಲೆಯಲ್ಲಿ ಚರಿತ್ರೆಯ ಈ ಘಟನೆಗಳೂ ಸೇರಿವೆ.

ಚರಿತ್ರೆ ಎಂದರೆ ಕೇವಲ ಚಕ್ರವರ್ತಿಗಳ ಕತೆಯಲ್ಲ, ಸಾಮಾನ್ಯ ಜನ ಸ್ಥಳೀಯ ಆಡಳಿತದಲ್ಲಿ ಹೊಂದಿಕೊಂಡು ಬೆಳೆದ ಭಾಗವೂ ಚರಿತ್ರೆಯ ಅಂಗವೇ. ಪುರಾಣವನ್ನು ಚರಿತ್ರೆಗೆ ಮಾರ್ಪಡಿಸಿ ರಾಮ ಹುಟ್ಟಿದ್ದು ಇಂತಹ ವರುಷ, ಇಂತಹ ಜಾಗದಲ್ಲಿ ಎಂದು ಸಾಬೀತು ಮಾಡುತ್ತಿರುವ ಒತ್ತಡದಲ್ಲೀಗ ನಮ್ಮ ಸಮಾಜ ಇದೆ. ಸಾಹಿತ್ಯ ರಾಮ ಹುಟ್ಟುವುದು ಓದುಗನ/ಕೇಳುಗನ ಹೃದಯದಲ್ಲಿ ಎಂದು ನಂಬುತ್ತದೆ. ಧಾರ್ಮಿಕನಾದವನು ರಾಮನ ಹುಟ್ಟನ್ನು ತನ್ನ ನಂಬಿಕೆಯಲ್ಲಿ ಕಾಣುತ್ತಾನೆ. ಇಂದು ಈ

ರೀತಿಯ ಚರಿತ್ರೆಯ ವಾಸ್ತವ ಹಾಗೂ ಅನುಭವದ ಆಪ್ತತೆ ಒಂದಕ್ಕೊಂದು ಎದುರಾಗುತ್ತಿರುವ ಕಾಲದಲ್ಲಿ 'ಸ್ವಪ್ನ ಸಾರಸ್ವತ' ಬಂದಿದೆ.

ಈ ಕಾಲಘಟ್ಟದಲ್ಲಿ ಚರಿತ್ರೆಯ ನಾನಾ ಸಂಬಂಧಗಳನ್ನು ಜೀವನದ ಸಂದರ್ಭದಲ್ಲಿಟ್ಟು ಜೀವನ ಹಾಗೂ ಮನುಷ್ಯತ್ವ ಎಂದರೆ ಏನು ಎಂಬುದನ್ನು ಕಾದಂಬರಿ ಪರೀಕ್ಷಿಸಹೊರಡುತ್ತದೆ. ಧರ್ಮದ ನೆಲೆಗಟ್ಟುಗಳನ್ನು ಅಥವಾ ನಂಬುಗೆಗಳನ್ನು ಪ್ರಶ್ನಿಸುವುದರಲ್ಲಿ ಕಾದಂಬರಿಕಾರರಿಗೆ ಆಸಕ್ತಿ ಇಲ್ಲ. ಮನುಷ್ಯನ ವೈಯಕ್ತಿಕ ಹಾಗೂ ಸಾಮಾಜಿಕ ಸಂಬಂಧಗಳ ಹಿಂದಿನ ಪ್ರೇರಣೆಯಾಗಿ ಬಾಂಧವ್ಯ ಎಂಬುದು ಯಾವ ರೀತಿಯ ಜೀವಶಕ್ತಿಯಾಗಬಲ್ಲುದು ಎಂಬುವುದನ್ನು ಶೋಧಿಸುವುದರಲ್ಲಿ ಕಾದಂಬರಿ ನೈಜ ಆಸಕ್ತಿ ತಾಳುತ್ತದೆ. ಬಂಧುಗಳು ಯಾರು? ಅದರ ಹುಟ್ಟು ಬೆಳವಣಿಗೆಗಳ ರೀತಿ ಯಾವುದು? ಅಲ್ಲಿ ವ್ಯವಹರಿಸಬೇಕಾದ ಕ್ರಮಗಳೇನು? ಅದರ ಮೌಲ್ಯ ನಿಯಂತ್ರಣಗಳಾವುವು? ಯಾವ ಮಾನದಂಡದಿಂದ ಬಾಂಧವ್ಯ ಪರೀಕ್ಷೆಗೆ ಒಳಗಾಗಬೇಕು - ಇತ್ಯಾದಿ ಮನುಷ್ಯ ಇರುವಷ್ಟು ಕಾಲ ಉಳಿಯುವ ಪ್ರಶ್ನೆಯನ್ನು ಕಾದಂಬರಿ ಹೊಸದಾಗಿ ಪರೀಕ್ಷಿಸತೊಡಗುತ್ತದೆ.

ವ್ಯಾಪಾರ ಹಾಗೂ ಕೃಷಿಯಲ್ಲಿ ತೊಡಗಿದ್ದಾಗ ರಾಮಚಂದ್ರ ಪೈಗೆ ಕೊಂಕಣಿಗಳ ಜೊತೆ ಮಾತ್ರ ಆಪ್ತತೆಯಲ್ಲ. ಮಣಿಯಾಣಿ ಹಾಗೂ ಇನ್ನಿತರ ಹಿಂದೂ ವರ್ಗ, ಮುಸಲ್ಮಾನರು, ಹವ್ಯಕ ಮೊದಲಾದ ಬ್ರಾಹ್ಮಣ ವರ್ಗ ಮೊದಲಾದವರೊಡನೆ ಸಂಪರ್ಕ. ನಂಬುಗೆಯಲ್ಲೂ ಮ್ಹಾಳಶಿಮಾಂಯಿಯ ಜೊತೆ ಆರಾಧ್ಯ ದೈವವಾಗಿ ಸೇರುವ ಧರ್ಮಸ್ಥಳದ ಮಂಜುನಾಥ - ಹೀಗೆ ಬಂಧುತ್ವದ ಭಾವದಲ್ಲಿ ಬಾಂಧವ್ಯ ಬೆಳೆಯುತ್ತದೆ. ಗೋವಾದಿಂದ ಶಿವಾಜಿ ಮಹಾರಾಜರ ದಾಳಿ ಬಳಿಕ ದಕ್ಷಿಣಕ್ಕೆ ಓಡಿಸಲ್ಪಟ್ಟ ಮಂಗಳೂರು ತಲುಪಿದ ಬಡ ಕಿರಿಸ್ತಾನರನ್ನು ನೋಡುವುದಕ್ಕೂ ಒಮ್ಮೆ ರಾಮಚಂದ್ರ ಪೈ ಹೋಗುತ್ತಾನೆ. ಆ ಬಡ ಕಿರಿಸ್ತಾನರ ನಡುವೆ ತನ್ನ ಅಜ್ಜ ವಿಟ್ಠು ಪೈ ಅವರ ಪ್ರೇಯಸಿ ಆಗಿದ್ದ ಪೋರ್ಚುಗೀಸ್ ಹೆಂಗಸು ಅಲ್ವೀರಾ ಎಲ್ಲಾದರೂ ಕಾಣಬಹುದೋ ಎಂಬ ಒಳ ಆಸೆಯೂ ರಾಮಚಂದ್ರ ಪೈಗೆ ಇರುತ್ತದೆ.

ಪೋರ್ಚುಗೀಸರು ಸ್ವಾರ್ಥಿಗಳಾಗಿಯೂ ಕ್ರೂರಿಗಳಾಗಿಯೂ ಕಂಡರೂ- ಎಲ್ಲ ಪೋರ್ಚುಗೀಸರೂ ಒಂದೇ ಥರದವರಲ್ಲ. ಅಲ್ಲಿ ಕವಿ ಹೃದಯದ ಮೃದು ಮನಸ್ಸಿನ ಕೊಮಿನೋ ಇದ್ದಾನೆ. ಗೋಯೆಸ್ ಕಠಿಣನಾದರೂ ಅವನ ಮಗಳು ಅಲ್ವೀರಾ ಇದ್ದಾಳೆ. ಅವಳ ಜೊತೆ ಮತಾಂತರ, ಪೋರ್ಚುಗೀಸ್ ಆಕ್ರಮಣದ ಆ ಉರಿಯುವ ಬೆಂಕಿಯ ನಡುವೆಯೂ ವಿಟ್ಠು ಪೈಗೆ ಪ್ರೀತಿ ಹುಟ್ಟಿ ದೈಹಿಕ ಸಂಬಂಧವೂ ಬೆಳೆಯುತ್ತದೆ. ಅದು ಕೇವಲ ಒಂದು ಸಾಂಕೇತಿಕ ಘಟನೆಯಲ್ಲ. ಮನಸ್ಸು ದೇಹಗಳ ಸಂಬಂಧ. ಹಾಗಾಗಿ ಕಾದಂಬರಿಯಲ್ಲಿ ಚರಿತ್ರೆ, ಮತಾಂತರ ಇತ್ಯಾದಿ ಯಾವುದೇ ವಿಚಾರ ಬಂದರೂ ಅವಾವುವೂ ಕಪ್ಪು - ಬಿಳುಪು ರೀತಿಯಲ್ಲಿ ಚಿತ್ರಿತವಾಗಿಲ್ಲ. ಸಮಾಜ, ಧರ್ಮ, ನಂಬುಗೆ,

ರಾಜಕೀಯ ಸ್ಥಿತ್ಯಂತರಗಳು, ಚರಿತ್ರೆ, ಎಲ್ಲವೂ ಮನುಷ್ಯ ಸಂಬಂಧಗಳ ನೆಲೆಯಲ್ಲೇ ಜೀವನಾನುಭವವಾಗಿ ಶೋಧನೆಗೆ ಒಳಗಾಗುತ್ತವೆ. ಕಾದಂಬರಿ ಕೊನೆ ತಲುಪುತ್ತಾ ಹೋದಂತೆ ತೀವ್ರವಾಗುತ್ತಾ ಮನುಷ್ಯ ಸ್ಥಿತಿಯನ್ನೂ ಅದರ ಪುರುಷಾರ್ಥಗಳನ್ನೂ ಪ್ರಪಂಚದ ನಾನಾ ಸಾಧ್ಯತೆಗಳಲ್ಲಿ ಪರೀಕ್ಷಿಸುತ್ತಾ ಆಪ್ತವಾಗಿಸುತ್ತದೆ.

ಇಷ್ಟೆಲ್ಲಾ ಇದ್ದರೂ ಆಧುನಿಕ ಸಂವೇದನೆಯನ್ನು ಪಡೆದ ಇಂದಿನ ಓದುಗ ಇಂತಹ ಕಾದಂಬರಿಗೆ ಯಾವ ರೀತಿ ಪ್ರತಿಕ್ರಿಯಿಸಬೇಕು ಎಂಬ ಪ್ರಶ್ನೆ ಉದ್ಭವಿಸುತ್ತದೆ. ಶಾಸ್ತ್ರೀಯ ಮನಸ್ಸು ಪ್ರಪಂಚ ಇರಬೇಕಾದ್ದು ಹೇಗೆ ಎಂಬುದನ್ನು ಗ್ರಹಿಸಲು ಪ್ರಯತ್ನಿಸುತ್ತದೆ. ಆದರ್ಶ, ಮಾನವೀಯತೆಗಳು ಅದರ ಮೂಲ ಮೌಲ್ಯಗಳಲ್ಲಿ ಒಂದು. ಆಧುನಿಕ ಮನಸ್ಸು ಇರಬೇಕಾದ್ದು ಹೇಗೆ ಎಂಬುದರ ಬಗ್ಗೆ ಹೆಚ್ಚು ಯೋಚಿಸುವುದಿಲ್ಲ. ಇರುವುದು ಹೇಗೆ ಎಂಬುದನ್ನು ಗ್ರಹಿಸಲು ತೊಡಗುತ್ತದೆ. ಈಗ ಇದು ಹೇಗೆ ಇದೆ ಎಂಬ ಪ್ರಶ್ನೆ ಬಂದೊಡನೆ ಅನೇಕ ವಿಚಾರ, ಪ್ರಶ್ನೆ, ನಂಬುಗೆಗಳಿಗೆ ಮುಖಾಮುಖಿಯಾಗುತ್ತದೆ. ಹಾಗೆ ನೇರ ಮುಖಾಮುಖಿಯಲ್ಲಿ ಎದುರು ಬದುರಾಗಿ ಪರೀಕ್ಷಿಸುವುದು ಆಧುನಿಕರ ಕ್ರಮಗಳಲ್ಲಿ ಒಂದು. ಗೋಪಾಲಕೃಷ್ಣ ಪೈಯವರು ಚರಿತ್ರೆಯ ಅನುಭವ ವರ್ತಮಾನ ಬಾಂಧವ್ಯಕ್ಕೆ ಹೇಗೆ ನೆರವಾಗಬೇಕು ಎಂದು ಚಿಂತಿಸುವವರು.

ಇಲ್ಲೇ ನಾವು ಇನ್ನೊಂದು ಮಾತು ನೆನಪಿಡಬೇಕು. ನಾಗ್ಡೊ ಬೇತಾಳ ಕಾದಂಬರಿಯ ಮೊದಲಿಗೆ ಮಾತುಗಳಲ್ಲಿ ಕ್ರಿಯೆ ಸೂಚಿಸುವವನು. ಆಗ ಮಾತು ಅರ್ಥ ಪೂರ್ಣ ಪ್ರಭಾವ ಬೀರಿ ಇನ್ನೊಬ್ಬರಲ್ಲಿ ಕ್ರಿಯೆಯಾಗಿ ಮಾರ್ಪಡುತ್ತಿತ್ತು. ಮಾತು ಸಾಂಘಿಕ ಮೌಲ್ಯವಾಗಿ ಎಲ್ಲರಲ್ಲೂ ಬೆಳೆಯುತ್ತಿದ್ದ ಕಾಲವದು. ಮಾತೇ ಎಷ್ಟು ಪ್ರಧಾನ ಎಂದರೆ ತಾಳೆ ಎಲೆಗಳಲ್ಲಿ ಪ್ರತಿಮಾಡುವುದು ಕೆಲವರಿಗೆ ಮಾತ್ರ ಕಾಯಕವಾಗಿತ್ತು. ಮಾತು ಆತ್ಮ ಸಾಕ್ಷಿಯ ಪ್ರತಿರೂಪವಾಗಿದ್ದ ಕಾಲ. ಮಾತೇ ಸಂವಹನ ಮಾಧ್ಯಮವಾಗಿದ್ದ ಕಾಲ. ಮಾತೇ ಒಂದು ಒಪ್ಪಂದ. ಮಾತಿಗೆ ತನ್ನನ್ನೇ ಮನುಷ್ಯ ಅಮಾನತಾಗಿ ಕಾಣುವ ಮೌಲ್ಯವಿದ್ದ ಕಾಲಕ್ಕೆ ಗೋವಾಕ್ಕೆ ಮುದ್ರಣ ಯಂತ್ರಗಳು ಬರುತ್ತವೆ.

ಮಾತಿನ ಶಕ್ತಿಯನ್ನು ತಗ್ಗಿಸಬಲ್ಲ ಆಧುನಿಕ ಮುದ್ರಣ ಯಂತ್ರ ಪ್ರವೇಶವಾದ ಬಳಿಕ ಐದನೇ ತಲೆಮಾರಿನ ಮಗುವನ್ನು ಮಾತಿನ ಪ್ರತ್ಯಕ್ಷ ಶಕ್ತಿಯಾಗಿದ್ದ ನಾಗ್ಡೊ ಬೇತಾಳ ಪುನಃ ಎತ್ತಿಕೊಳ್ಳುತ್ತಾನೆ. ಆದರೆ ಈಗ ಮಾತು ಗೆಲ್ಲುವ ಆತ್ಮವಿಶ್ವಾಸ ಕಳೆದುಕೊಂಡಿದೆ. ಮಾತುಗಳಿಂದ ಕೇಡಾಗಿದೆ. ಕಾವೇರಮ್ಮನ ಬಾಯಿಯಲ್ಲಿ ಮಾತು ಶಾಪವಾಗಿದೆ. ಶಿವಪ್ಪಯ್ಯ ಸತ್ತ ಬಳಿಕ ಇಲ್ಲಿ ಈಗ ಇನ್ನೊಂದು ಮಾತು ಬೇಡ ಎಂಬ ಪರಿಸ್ಥಿತಿ ನಿರ್ಮಾಣವಾಗಿದೆ. ಮಾತಿನ ಶಕ್ತಿ ಹರಣವಾಗುತ್ತಿರುವ ಕಾಲದಲ್ಲಿ ನಾಗ್ಡೊ ಬೇತಾಳ ಪುನಃ ವಿಶ್ವಾಸದ ಚೈತನ್ಯ ರೂಪವಾಗಿ ಕನಸಿನಲ್ಲೆಂಬಂತೆ ಪ್ರತ್ಯಕ್ಷನಾಗುತ್ತಾನೆ. ಆದರೆ ಕ್ರಿಯೆಗೆ ಇಳಿಯುತ್ತಾನೆ. ಮಗುವನ್ನು 'ಎತ್ತುತ್ತಾನೆ'.

ಭವಿಷ್ಯದಂತೆ ನಾಗ್ಡೊ ಬೇತಾಳ ಕಾಣಿಸುವುದು ಅರ್ಥ ಕಳಕೊಳ್ಳಲಿರುವ

ಮಾತುಗಳನ್ನು, ಶಕ್ತಿ ಕಳಕೊಳ್ಳಲಿರುವ ಮಾತುಗಳನ್ನು, ಭವಿಷ್ಯದಲ್ಲಿ ಮಾತು ಅನುಭವಿಸಲಿರುವ ಆತಂಕಗಳನ್ನು, ಅಂತಹ ಅಸ್ಪಷ್ಟತೆಯಿಂದ ಮಾತು ಒಂದು ಕತೆಯಲ್ಲಿ ಹೇಗೆ ಸ್ಪಷ್ಟ ಅರ್ಥ ಪಡಕೊಳ್ಳಬಹುದು ಎಂಬುದನ್ನು ಹುಡುಕುವುದೇ ಇಲ್ಲಿ ಕಾದಂಬರಿಕಾರರಿಗೆ ಮುಖ್ಯ ಅನ್ನಿಸಿದೆ.

ಕಾದಂಬರಿ ಗೋವೆಯಲ್ಲಿ ಆರಂಭವಾದರೂ ದಕ್ಷಿಣ ಕನ್ನಡ ಜಿಲ್ಲೆಯ ಗುಡ್ಡ ಬೆಟ್ಟಗಳ, ನದಿಹೊಳೆಗಳ ಪ್ರಕೃತಿಯಲ್ಲಿ ಹೇಗೋ ಹೋರಾಡಿ ಜೀವ ಕಟ್ಟಿಕೊಳ್ಳುವ ಪರಿಸರ ಇಲ್ಲಿದೆ. ಇದು ಡಾ. ಶಿವರಾಮ ಕಾರಂತರು ಈಗಾಗಲೇ ಅನೇಕ ಸಲ ತಮ್ಮ ಕಾದಂಬರಿಗಳಲ್ಲಿ ಶೋಧಿಸಿದ ಪರಿಸರ. ದಕ್ಷಿಣ ಕನ್ನಡ ಜಿಲ್ಲೆಯ ಕೃಷಿ, ಸಾಗುವಳಿ, ವ್ಯಾಪಾರ ವ್ಯವಹಾರ, ರಾಜಕೀಯ, ಸ್ವಾತಂತ್ರ್ಯ ಹೋರಾಟ, ಕಾನೂನು, ವೈದ್ಯಕ, ಸಾಹಿತ್ಯ, ಕೈಗಾರಿಕೆ, ಪತ್ರಿಕೋದ್ಯಮ, ವಿದ್ಯಾಭ್ಯಾಸ, ಆಡಳಿತ – ಹೀಗೆ ಸಕಲ ಕ್ಷೇತ್ರಗಳಲ್ಲೂ ಮಹತ್ತರ ಕಾಣಿಕೆ ನೀಡಿದವರಲ್ಲಿ ಸಾರಸ್ವತರೂ ಬಹಳ ಮುಖ್ಯರು. ಸಾರಸ್ವತ ಅನುಭವ ಆಂಶಿಕವಾಗಿ ಕಾರಂತರ ಕಾದಂಬರಿಗಳಲ್ಲೂ ಇನ್ನಿತರ ದಕ್ಷಿಣ ಕನ್ನಡದ ಸಾರಸ್ವತರ ಬರಹಗಾರರ ಕೃತಿಗಳಲ್ಲೂ ಬಿಂಬಿತವಾಗಿದೆ. ಕಾರಂತರಂತೂ ಆನೆ ಹೋದದ್ದೇ ದಾರಿ ಎಂದು ಸಾಗಿದವರು. ಅಂತಹ ದಾರಿಯಲ್ಲಿ ಆಂಶಿಕವಾಗಿ ಕಂಡ ಸಾರಸ್ವತ ಲೋಕವನ್ನು ಒಂದು ಸಮಗ್ರ ಶೋಧನೆಗೆ ಒಳಪಡಿಸುವ ಪ್ರಯತ್ನ ಶ್ರೀ. ಗೋಪಾಲಕೃಷ್ಣ ಪೈ ಮಾಡಿದ್ದಾರೆ.

ಇಂತಹ ಒಂದು ದೀರ್ಘವಾದ ಕಾದಂಬರಿಯನ್ನು ವ್ರತವೆಂಬಂತೆ ತಿದ್ದುತ್ತಾ ಗೋಪಾಲಕೃಷ್ಣ ಪೈಯವರು ಬರೆದಿದ್ದಾರೆ. ಒಂದು ಪ್ರಾದೇಶಿಕ ಅನುಭವವನ್ನು ಕನ್ನಡದ ಎಲ್ಲರ ಅನುಭವವಾಗುವಂತೆ, ಭಾರತದ ಇಂದಿನ ಮನೋಸ್ಥಿತಿಯನ್ನು ಪರೋಕ್ಷವಾಗಿ ಪರೀಕ್ಷಿಸಿಕೊಳ್ಳಲು ಅನುಕೂಲವಾಗುವಂತೆ ಪೈಯವರು ಕೃತಿ ರಚಿಸಿದ್ದಾರೆ. ಕಾದಂಬರಿ ಉದ್ದಕ್ಕೂ ಅಡಿಗರು ಕಾವ್ಯದಲ್ಲಿ ಪ್ರತಿಪಾದಿಸುತ್ತಿದ್ದ 'ಸಾವಯವ ಶಿಲ್ಪದ ಸಮಗ್ರೀಕರಣ' ವಿನ್ಯಾಸದಲ್ಲಿ ಉಳಿಯುವಂತೆ ಕಾದಂಬರಿಯ ಸೃಜನ ಸೃಷ್ಟಿಯನ್ನು ಕಾಪಾಡಿಕೊಂಡಿದ್ದಾರೆ. ಅವರು ಕೇವಲ ಸ್ನೇಹ ಪ್ರೀತಿಯಿಂದ ಮುನ್ನುಡಿಯ ನಾಲ್ಕು ಮಾತುಗಳನ್ನು ಬರೆಯಲು ಕೇಳಿದ್ದರು. ಈ ನನ್ನ ಮಾತುಗಳು ಕಾದಂಬರಿಗೆ ಪ್ರವೇಶಿಕೆಯಾಗಲಿ ಎಂದು ಆಶಿಸುತ್ತೇನೆ. ಈ ಸಂದರ್ಭದಲ್ಲಿ ಓದುಗರ ಪರವಾಗಿ ಶ್ರೀ ಗೋಪಾಲಕೃಷ್ಣ ಪೈಯವರನ್ನು ಅಭಿನಂದಿಸುತ್ತೇನೆ.

ಎಸ್. ಆರ್. ವಿಜಯಶಂಕರ

ಸಿ. 2/103, ಓಂಕಾರ ಅಪಾರ್ಟ್‌ಮೆಂಟ್ಸ್,
8ನೇ ಮುಖ್ಯರಸ್ತೆ, 12ನೇ ಅಡ್ಡರಸ್ತೆ
ಮಲ್ಲೇಶ್ವರ, ಬೆಂಗಳೂರು 560 003
ಮೊಬೈಲ್ : 9880302450
email : srvshankar@yahoo.com

ಕೃತಜ್ಞತೆಗಳು

ಈ ಕೃತಿಯ ರಚನೆಗಾಗಿ ನಾನು ಭೇಟಿ ಕೊಟ್ಟ ಎಷ್ಟೋ ಗ್ರಂಥಾಲಯಗಳ ಅಧಿಕಾರಿಗಳಿಗೆ ಮತ್ತು ಅವರು ನನಗೊದಗಿಸಿದ ಗ್ರಂಥಗಳ ಲೇಖಕರಿಗೆ –

ನಾನು ಈ ಸಂಬಂಧ ಪತ್ರವ್ಯವಹಾರ ಮಾಡಿದಾಗ ಅದಕ್ಕೆ ತಕ್ಷಣ ಪ್ರತಿಕ್ರಿಯಿಸಿ, ಸಾಕಷ್ಟು ಮಾಹಿತಿ ಒದಗಿಸಿ, ನನ್ನ ಸಂದೇಹಗಳನ್ನು ದೂರ ಮಾಡಿದ ಕನ್ನಡದ ಅನೇಕ ಧೀಮಂತ ಮನಸ್ಸುಗಳಿಗೆ –

ಪ್ರಕಟನೆಗೆ ಮೊದಲೇ ಇದನ್ನೋದಿ ನನ್ನ ಜೊತೆ ತಾಸುಗಟ್ಟಲೆ ಚರ್ಚಿಸಿದ ಸಹಲೇಖಕರಿಗೆ–

ವಿಶೇಷವಾಗಿ ತಮ್ಮ ಅನಿಸಿಕೆಗಳನ್ನು ಬರೆದುಕೊಟ್ಟು, ಕೃತಿಯ ಹಿಂಭಾಗದ ರಕ್ಷಾಕವಚದ ಮೇಲೆ ಅದನ್ನು ಪ್ರಕಟಿಸಲು ಅನುಮತಿ ಕೊಟ್ಟ ಶ್ರೀಯುತರಾದ ಎಸ್. ದಿವಾಕರ್, ಅಶೋಕ ಹೆಗಡೆ, ಶ್ರೀನಿವಾಸ ವೈದ್ಯ, ಚ.ಹ. ರಘುನಾಥ, ಮಹಾಲಿಂಗ, ಕೆ. ಸತ್ಯನಾರಾಯಣ, ಇವರುಗಳಿಗೆ –

ಮುನ್ನುಡಿ ಬರೆದುಕೊಟ್ಟ ಶ್ರೀ ಎಸ್. ಆರ್. ವಿಜಯಶಂಕರ ಇವರಿಗೆ –

ಶ್ರೀಯುತರಾದ ಯು.ಆರ್. ಅನಂತಮೂರ್ತಿ, ಟಿ.ಪಿ. ಅಶೋಕ, ಕೆ.ವಿ.ಅಕ್ಷರ, ವಿವೇಕ ಶಾನಭಾಗ, ರಾಮಚಂದ್ರದೇವ, ಹೆಚ್.ಎಸ್.ರಾಘವೇಂದ್ರ ರಾವ್, ಮನು ಚಕ್ರವರ್ತಿ, ಮುಂತಾದವರೆಲ್ಲ ಇದನ್ನೋದಿ ನನ್ನ ಬೆನ್ನು ತಟ್ಟಿದ್ದಾರೆ. ಅವರೆಲ್ಲರಿಗೆ –

ಕನ್ನಡದ ಜನರು ಇದನ್ನು ತುಂಬು ಹೃದಯದಿಂದ ಸ್ವಾಗತಿಸಿದ್ದಾರೆ. ಕೆಲವರು ಲೇಖನಗಳನ್ನೂ ಬರೆದಿದ್ದಾರೆ. ಆ ಲೇಖನಗಳ ಕೆಲವು ಭಾಗಗಳನ್ನು ಕೊನೆಯಲ್ಲಿ ಉದ್ಧರಿಸಿದ್ದೇನೆ. ಅವರೆಲ್ಲರಿಗೆ –

ಕೃತಿ ಪ್ರಕಟವಾದ ದಿನದಿಂದ ಇದಕ್ಕೆ ಕೇಂದ್ರ ಸಾಹಿತ್ಯ ಅಕಾಡೆಮಿಯ ಪ್ರಶಸ್ತಿಯೂ ಸೇರಿದಂತೆ ಬೇರೆ ಬೇರೆ ಪ್ರಶಸ್ತಿಗಳೂ ಲಭಿಸಿವೆ. ಆ ಪ್ರಶಸ್ತಿ ನಿರ್ಣಾಯಕರಿಗೆ –

ಪ್ರಕಟಿಸುತ್ತಿರುವ ಭಾಗ್ಯಲಕ್ಷ್ಮಿ ಪ್ರಕಾಶನದ ಶ್ರೀ ಬಿ.ಕೆ.ನಂಜುಂಡಪ್ಪ ಇವರಿಗೆ –

ಮೊದಲ ಮುದ್ರಣಕ್ಕೆ ಶ್ರೀ ಅಪಾರ ಅವರು ಮುಖಚಿತ್ರದ ವಿನ್ಯಾಸ ಮಾಡಿದ್ದರು. ಅದು ಪೇಪರ್ ಬ್ಯಾಕ್ ಆವೃತ್ತಿಯಾಗಿತ್ತು. ಮುಂದಿನ ಮುದ್ರಣಗಳಲ್ಲಿ ಪ್ರಕಾಶಕರು ಕೇಸ್ ಬೈಂಡಿಂಗ್ ಮಾಡುವ ಯೋಚನೆ ಮಾಡಿದ್ದುದರಿಂದ ಹೆಚ್ಚು ಬಣ್ಣಗಳುಳ್ಳ ಮುಖಪುಟ ಬೇಕೆಂದು ಕರ್ನಾಟಕದ ಶ್ರೇಷ್ಠ ಕಲಾವಿದ ಶ್ರೀ ಚಂದ್ರನಾಥ ಆಚಾರ್ಯರು ಚಿತ್ರ ರಚಿಸಿ ಕೊಟ್ಟರು. ಶ್ರೀ ಅಪಾರ ಅವರಿಗೂ ಶ್ರೀ ಚಂದ್ರನಾಥ ಅವರಿಗೂ–

ಅತ್ಯಂತ ಶೀಘ್ರದಲ್ಲಿ ಡಿ.ಟಿ.ಪಿ ಮಾಡಿಕೊಟ್ಟ ಡೇಟಾ ಸೊಲ್ಯೂಷನ್ಸ್‌ನ ಚಂದನ ಜೈಕುಮಾರ ದಂಪತಿಗಳಿಗೆ –

ಗೆಳೆಯರಂತಿರುವ ಅಣ್ಣ ಉಮಾನಾಥ ಮತ್ತು ತಮ್ಮ ಸೀತಾರಾಮ ಇವರಿಗೆ –

ಎಂದಿನಂತೆ ಮಕ್ಕಳಾದ ಶ್ವೇತಾ, ಸ್ಮಿತಾ, ಮೊಮ್ಮಕ್ಕಳಾದ ಸೋನಿಯಾ ಮತ್ತು ವಿನಿಶಾ ಇವರಿಗೆ –

–ಲೇಖಕ

ಲೇಖಕನ ಮಾತುಗಳು

ಒಂಭತ್ತನೆಯ ಮುದ್ರಣಕ್ಕೆ

ಹನ್ನೆರಡು ವರ್ಷಗಳ ಹಿಂದೆ ಸ್ವಪ್ನ ಸಾರಸ್ವತ ಪ್ರಕಟಗೊಂಡಾಗ ಇಷ್ಟು ಮುದ್ರಣಗಳು ಹೊರಬರಬಹುದೆಂದು ನಾನು ನಿರೀಕ್ಷಿಸಿರಲಿಲ್ಲ. ಹೆಚ್ಚೆಂದರೆ ಎರಡನೆಯ ಮುದ್ರಣ ಕಾಣಬಹುದು ಎಂಬ ದೂರದ ಆಸೆಯಿಂದ ಇದ್ದೆ. ಕನ್ನಡಿಗರು ಈ ಕೃತಿಯನ್ನು ಮನಃಪೂರ್ವಕ ಸ್ವೀಕರಿಸಿದ್ದಾರೆ. ಈಗಲೂ ಇದಕ್ಕೆ ಬೇಡಿಕೆ ಇದೆ ಎಂದು ಪ್ರಕಾಶಕರು ತಿಳಿಸಿದ್ದಾರೆ. ಹಣಕೊಟ್ಟು ಕೊಂಡುಕೊಂಡ ಪ್ರತಿಯೊಬ್ಬರೂ ಇದನ್ನು ಓದಿದ್ದಾರೆ. ನನಗೆ ತಿಳಿಸಿದ್ದಾರ. ತಮ್ಮ ಸರೀಕರೊಡನೆ ತಮಗಾದ ಅನುಭೂತಿಯನ್ನು ಹಂಚಿಕೊಂಡಿದ್ದಾರೆ. ಅವರಿಗೆಲ್ಲ ನನ್ನ ಪ್ರಣಾಮಗಳು. ಈಗ, ಒಂಭತ್ತನೆಯ ಮುದ್ರಣ ಹೊರಬರಲು ಕಾರಣರಾದ ಹೇಮಂತ ಸಾಹಿತ್ಯದ ಮಾಲೀಕರಾದ ಶ್ರೀ ಎಂ. ವೆಂಕಟೇಶ್ ಅವರ ವಿಶ್ವಾಸಕ್ಕೆ ನಾನು ಕೃತಜ್ಞ.

ಬೆಂಗಳೂರು
ಅಕ್ಟೋಬರ್ 2021

ಗೋಪಾಲಕೃಷ್ಣ ಪೈ

ಸೂಚನೆ

ಗೋವಾ ರಾಜ್ಯದಲ್ಲಿ ಗೋವಾ ಎಂಬುದು ಒಂದು ಪಟ್ಟಣದ ಹೆಸರು. ಅದನ್ನೀಗ ಹಳೆಯ ಗೋವಾ Old Goa ಎಂದು ಕರೆಯುತ್ತಾರೆ. ಅಲ್ಲಿಯೇ ಸಂತ ಫ್ರಾನ್ಸಿಸ್ ಕ್ಷೇವಿಯರನ ದೇಹವನ್ನು ಸಂರಕ್ಷಿಸಿಟ್ಟಿದ್ದಾರೆ. ಒಂದು ಕಾಲದಲ್ಲಿ ಈ ಗೋವೆ ರಾಜ್ಯದ ಮುಖ್ಯ ಪಟ್ಟಣವಾಗಿತ್ತು. ಆದುದರಿಂದ ವೆರಣೆಯಿಂದ ಗೋವೆಗೆ ಹೋದ ಎಂದರೆ ಗೋವೆ ಪಟ್ಟಣಕ್ಕೆ ಹೋದ ಎನ್ನುವುದು ಅಭಿಮತ. ಆದರೆ ಗೋವಾ ಅನ್ನುವುದು ರಾಜ್ಯವೂ ಆಗಿರುವುದರಿಂದ ಸಂದರ್ಭಾನುಸಾರ ರಾಜ್ಯಕ್ಕೂ ಅನ್ವಯವಾಗುತ್ತದೆ.

ಗೋವಾ ರಾಜ್ಯದ ಕೆಲವು ಊರುಗಳ ಈಗಿನ ಹೆಸರುಗಳನ್ನು ಕೆಳಗೆ ಪಟ್ಟಿ ಮಾಡಿಕೊಡಲಾಗಿದೆ.

ಹಳೆ ಹೆಸರು	**ಈಗಿನ ಹೆಸರು**
ಪೆಡ್ನೆ	ಪೆರ್ನೆಂ Pernem
ಗೋವಾ	ವೆಲ್ಹಗೋವಾ Velha Goa
ಅಗಾಶಿ	ಅಗಾಶಿಯಂ Agassium
ಸಂಕ್ವಾಳಿ	ಸಾಂಕ್ವೆಲಿಮ್ Sanquellium
ಕುಟ್ಟಾಳಿ	ಕೋರ್ಟಲಿಂ Cortellium
ಲೋಟಲಿ	ಲೌಟೋಲಿಯಂ Loutollium
ಮಠಗ್ರಾಮ	ಮಡಗಾಂ Madgaom
ಕೇಳೋಶಿ	ಕಲೋಶಿಯಂ Calossium

1 Pedne
2 Talaigaon
3 Kalaigaon
4 Chonna
BARDEZ
TISWADI
5 Anturje
6 Goa
7 Agashi
8 Mardol
9 Priol
10 Sankvali
11 Kuttali
12 Keloshi
13 Bandoda
14 Kavale
15 PONDA
VERNE 16
17 Lotali
18 Navare
19 Racholi
20 Dudhsagar
SASASHTI
21 Matagrama
22 Nevali
23 Wade
24 Kukkali
25 Assolana
26 Bali
27 Betala Basadi
28 Kede
29 Chinchini
30 Nagorse
31 Partagali
CANACONA
32 Polem
33 Chilkude
Arabian Sea
N
W
E
S

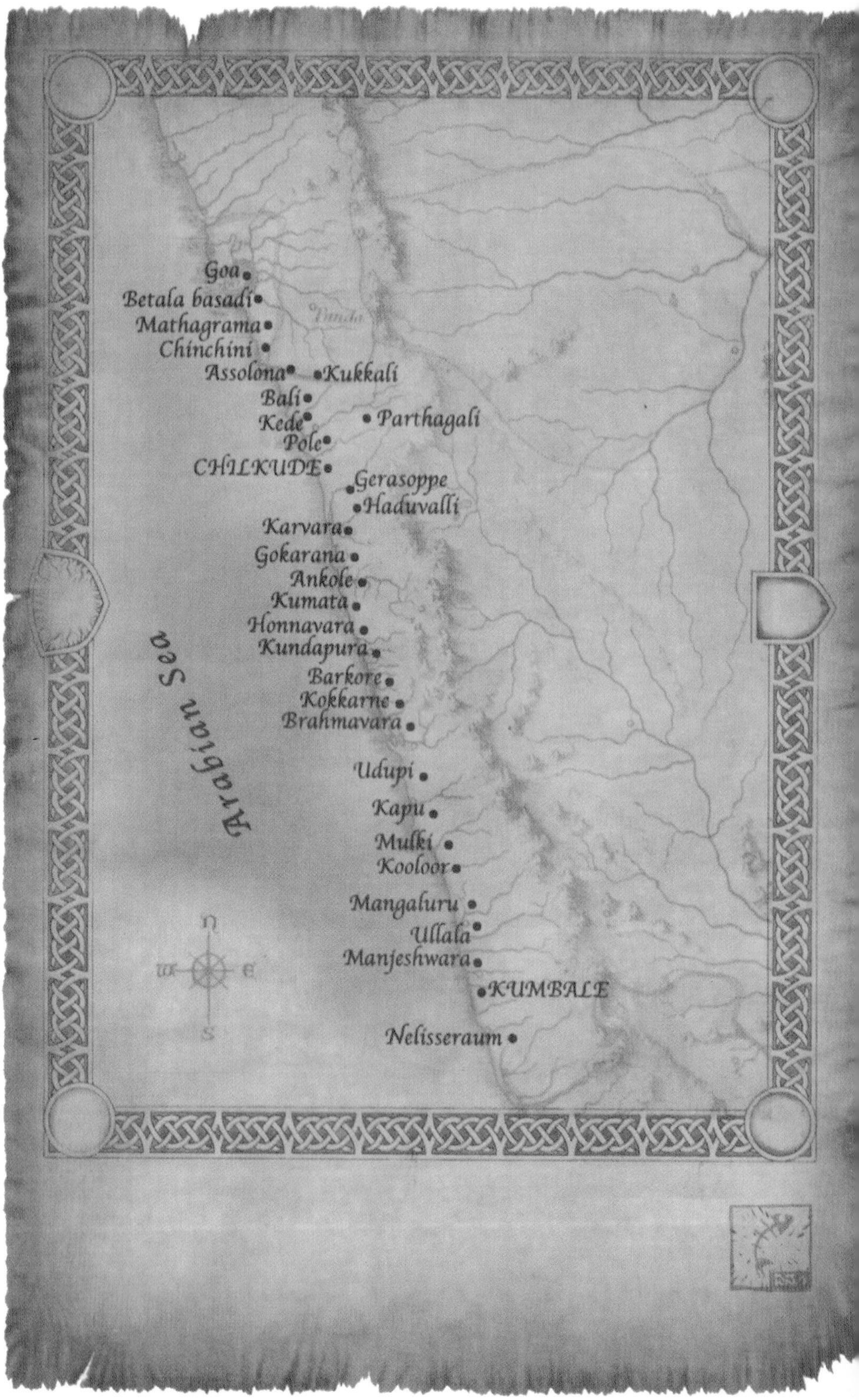
Goa
Betala basadi
Mathagrama
Chinchini
Assolona
Kukkali
Bali
Kede
Parthagali
Pole
CHILKUDE
Gerasoppe
Haduvalli
Karvara
Gokarana
Ankole
Kumata
Honnavara
Kundapura
Barkore
Kokkarne
Brahmavara
Arabian Sea
Udupi
Kapu
Mulki
Kooloor
Mangaluru
Ullala
Manjeshwara
KUMBALE
Nelisseraum

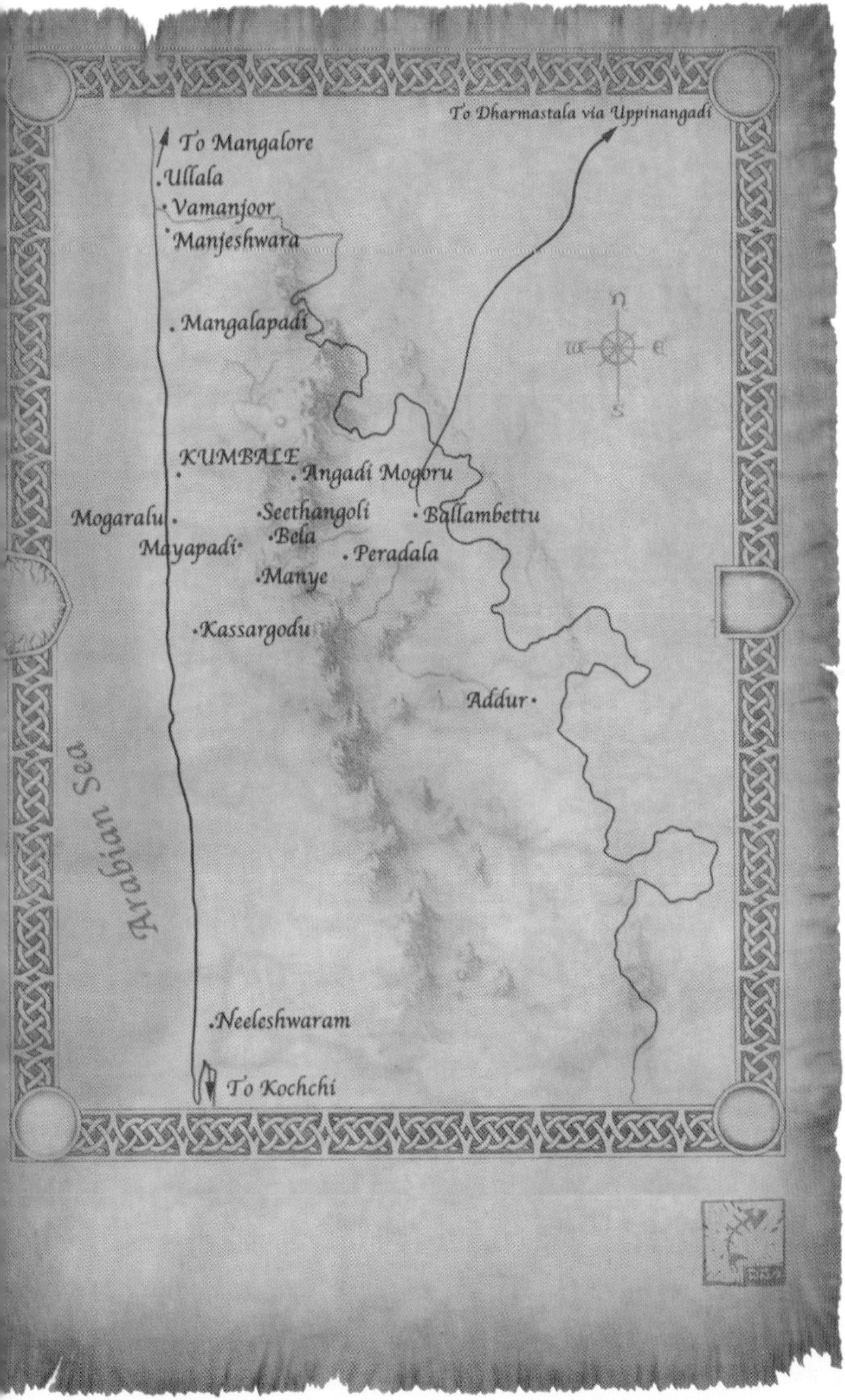
To Dharmastala via Uppinangadi
To Mangalore
Ullala
Vamanjoor
Manjeshwara
Mangalapadi
KUMBALE
Angadi Mogoru
Mogaralu
Seethangoli
Ballambettu
Mayapadi
Bela
Peradala
Manye
Kassargodu
Addur
Arabian Sea
Neeleshwaram
To Kochchi

1. Ballambettu
2. Ballala Beedu
3. Ballambettu
4. Karyadu
5. Kombraje
6. Ukkinadka
7. Dambemule
8. Berpinadka
9. Adyanadka
10. Vittala
11, Uppinangadi
12. Kangila
13. To Dharmasthala
14. Bedrampalla
15. Maniyarpade
16. To Kumbale
17 Peradala
18. To Kasaragod
19. Kangila Hills
20. Guttu Hills
21. Deyyendre
22. Puttrakkala
23. Kadaru

ಭಾಗ - ೧

ನಾಗ್ಡೊ ಬೇತಾಳು, ಶೆತಾಂ ವತ್ತಾಲೊ ।
ಶೆತ್ಕಾರಾಂಕ ಉದ್ದಾ ಪೀವೋನು ।
ಘರಾಂ ವತ್ತಾಲೊ ॥

೧

ಬಳ್ಳಂಬೀಡಿನ ನಾಲ್ಕುನೂರು ಎಕರೆ ಫಲವತ್ತಾದ ನೆಲವನ್ನು ಬಂಬ ಮಣಿಯಾಣಿಯಿಂದ ಖರೀದಿ ಮಾಡಿ ತನ್ನ ಸುಪರ್ದಿಗೆ ಪಡೆದ ದಿನ ಬೇಳಕಟ್ಟೆ ರಾಮಚಂದ್ರ ಪೈ ತನ್ನ ಅಜ್ಜ ವಿಟ್ಠು ಪೈಯನ್ನು ಬಹಳ ನೆನಪಿಸಿಕೊಂಡಿದ್ದ. ಈ ಕಡೆಯ ಭೂಭಾಗದಲ್ಲೆಲ್ಲಾದರೂ ಒಂದು ತುಂಡು ನೆಲವನ್ನು ತನ್ನದಾಗಿಸಿ ಕೊಳ್ಳಬೇಕೆಂದು ವಿಟ್ಠು ಪೈಗೆ ಬಹಳ ಆಸೆ ಇತ್ತು. ಆ ಆಸೆಯನ್ನು ತನ್ನ ಮೊಮ್ಮಗನಿಗೆ ಹೇಳುವಾಗೆಲ್ಲ ತನ್ನ ತಂದೆ ಮಾಳಪ್ಪಯ್ಯ, ಅಜ್ಜ ನರಸಪ್ಪಯ್ಯ ಇವರುಗಳು ಬಾಳಿ ಬದುಕಿದ ರೀತಿಯನ್ನು ವಿಟ್ಠು ಪೈ ವಿವರಿಸುತ್ತಿದ್ದ ಕ್ರಮವಿತ್ತು. ಆ ದುರ್ಭರ ದಿನಗಳ ಕಷ್ಟಕಾಲದಲ್ಲೂ ತನ್ನ ನೆಲ, ತನ್ನ ಜನ ಎಂದು ಅವರು ಪಟ್ಟು ಹಿಡಿದುದನ್ನು ವಿಟ್ಠು ಪೈ ಅರ್ಧ ಹೆಮ್ಮೆಯಿಂದ, ಅರ್ಧ ದುಃಖದಿಂದ ಹೇಳುತ್ತಿದ್ದ. ಯಾವಾಗಲೂ ಇಂತಹ ಕಥೆಗಳು, ತನ್ನ ಕಾಲಕ್ಕಾದಾಗ ಒದಗಿ ಬಂದ ದುರ್ಗತಿಯನ್ನು ಕುರಿತು ಮರುಗುವಲ್ಲಿಗೆ ಅಂತ್ಯವಾಗುತ್ತಿದ್ದುವು.

ವಿಟ್ಠು ಪೈಯ ಅಜ್ಜ ನರಸಪ್ಪಯ್ಯ ವರುಣಾಪುರದ ಸದ್ಗೃಹಸ್ಥರಲ್ಲಿ ಒಬ್ಬರೆಂದು ತುಂಬ ಹೆಸರುವಾಸಿ. ಅವರಿಲ್ಲದೇ ಸಾಸಷ್ಟಿಯ ಅರವತ್ತಾರು ಕುಟುಂಬಗಳಲ್ಲಿ ಯಾವುದೇ ಶುಭ ಸಮಾರಂಭಗಳೂ ನಡೆಯುತ್ತಿರಲಿಲ್ಲ ಅನ್ನುವುದು ಆಗಿನ ಹೇಳಿಕೆ. ವರುಣೆಯ ಅಗ್ರಹಾರದಲ್ಲಿ ನರಸಪ್ಪಯ್ಯನವರದು ದೊಡ್ಡ ಮನೆ. ಅಕ್ಕಿ, ಬೆಲ್ಲ, ತುಪ್ಪ, ಜೇನುತುಪ್ಪ ಎಣ್ಣೆ, ತೆಂಗಿನಕಾಯಿ, ತೆಂಗಿನ ನಾರಿನ ಜುಂಗು, ಅಳಲೇ ಕಾಯಿ, ಹುಣಿಸೇ ಹಣ್ಣು, ಮೇಣ, ಗಂಧ, ಕರಿಮೆಣಸು ಇವುಗಳ ವ್ಯಾಪಾರ ಅವರಿಗೆ. ಕಾಡಿನ ಕಡೆಯಿಂದ ಬರುವ ಕುಡುಂಬಿಯರು ತಾವು ಶೇಖರಿಸಿದ ವಸ್ತುಗಳನ್ನು ಅವರಿಗೆ ಮಾರುವುದು, ಅವರಿಗೆ ಬೇಕಾದ ವಸ್ತುಗಳನ್ನು ನರಸಪ್ಪಯ್ಯನವರು ಕೊಡುವುದು – ಹೀಗೆ ಅವರ ವ್ಯಾಪಾರ. ಜುವಾರಿ ನದಿಗೆ ಹೋಗಿ ಸೇರುವ ಅಗಲವಾದ ಹೊಳೆಯಲ್ಲಿ ಮಚ್ವೆಗಳನ್ನು ಹರಿಸಿಕೊಂಡು ಬರುತ್ತಿದ್ದ ಅರಬರ ಜೊತೆಯೂ ನರಸಪ್ಪಯ್ಯನವರಿಗೆ ವ್ಯಾಪಾರ. ವಿಜಯನಗರದ ಅರಸರ ಆಳ್ವಿಕೆಯ ಸಮಯ ಅವರದ್ದು ಊರ್ಜಿತಗೊಂಡ ವ್ಯಾಪಾರ. ಮನೆಯ ಹಜಾರದ ಒಂದು ಭಾಗವೇ ಅವರ ಮಳಿಗೆ. ನರಸಪ್ಪಯ್ಯ ಅಲ್ಲಿಯೇ ಚಕ್ಕಳ

ಮಕ್ಕಳ ಕುರಿತು ವ್ಯವಹಾರ ನಡೆಸುವುದು. ಅವರ ಮನಸ್ಸು ವಿಶಾಲವೂ, ಮೃದುವೂ ಆಗಿದ್ದುದರಿಂದ ದಾನಧರ್ಮಗಳೂ ಹೆಚ್ಚು.

ಚೌಕ ಮಹಲಿನ ಮನೆ. ಮನೆಯ ಎದುರಿನ ಅಂಗಳದಲ್ಲಿ ದಾಸವಾಳ, ಸಬ್ಜೆ, ರತ್ನಗಂಧಿ, ಪಚ್ಚೆತೆನೆ, ಅಗಸ್ತ್ಯಮಲ್ಲಿಗೆ, ಶಂಖಪುಷ್ಪ ಅನಂತ, ದೇವಕಣಗಿಲೆ ಮುಂತಾದ ಹೂಗಿಡಗಳೂ ಸುರಗಿ ರೆಂಜೆ ಸಂಪಿಗೆ ಅಂತ ಹೂವಿನ ಮರಗಳೂ ಧಾರಾಳ. ಮನೆಯ ಹಿಂದಣ ಹಿತ್ತಲಲ್ಲಿ ಹಲಸಿನ ಮಾವಿನ ತೆಂಗಿನ ಮರಗಳ ನೆರಳು. ಅದರಾಚೆಯ ಮೂಲೆಯಲ್ಲಿ ಸದಾ ತುಂಬಿರುವ ಸಿಹಿನೀರಿನ ಬಾವಿ. ವ್ಯಾಪಾರ ಭರಭರಾಟೆಯಿಂದ ನಡೆದಂತೆ ಮನೆಗೆ ಮಹಡಿ ಏರಿತ್ತು. ಸೂರು ವಿಶಾಲವಾಗಿತ್ತು. ಆದರೆ ಮನೆ ದೊಡ್ಡದಾದುದು ವ್ಯಾಪಾರ ನಡೆದುದರಿಂದಲ್ಲ, ಗುಡ್ಡದ ಮೇಲಿನ ಮಹಾಲಸಾ ನಾರಾಯಣೀ ದೇವಿಯ ಕೃಪೆಯಿಂದ ಅಂತ ನರಸಪ್ಪಯ್ಯನವರ ವಿನೀತ ನಂಬಿಕೆ.

ಪುರೋಹಿತ ರಂಗಶರ್ಮರು ಪೂಜೆ ಮಾಡುವ ಮಹಾಲಸ ದೇವಿಯ ವಿಗ್ರಹವು ಅತ್ಯಂತ ಶ್ರೇಷ್ಠವಾಗಿಯೂ ಪವಿತ್ರವಾಗಿಯೂ ಪುರಾತನವಾಗಿಯೂ ಇದ್ದು ನೋಡಲು ಬಹಳ ಸುಂದರವಾಗಿಯೂ ಇತ್ತು. ಅಂದವಾದ ಮುಖ, ನಾಲ್ಕು ಕೈಗಳು, ಕೊರಳಿನಿಂದ ಇಳಿದು ಮೊಲೆಗಳ ಮೇಲೆ ಹಾದ ಮಾಲೆ, ಬಿಳಿಯ ಶಿಲೆಯ ಮೇಲೆ ಸ್ಪಷ್ಟವಾದ ಕಣ್ಣು ಮೂಗುಗಳ ವಿನ್ಯಾಸ. ದೇವಿಯ ಮೇಲಿನ ಕೈಗಳಲ್ಲಿ ಒಂದರಲ್ಲಿ ತ್ರಿಶೂಲ, ಇನ್ನೊಂದರಲ್ಲಿ ಪಂಚಪಾತ್ರೆ, ಕೆಳಗಿನ ಕೈಗಳಲ್ಲಿ ಒಂದರಲ್ಲಿ ಖಡ್ಗ, ಇನ್ನೊಂದರಲ್ಲಿ ಅದೇ ತಾನೇ ಕಡಿದ ರಕ್ತ ಸುರಿಯುವ ರುಂಡ. ಸಿಂಹದ್ದೋ ಹುಲಿಯದ್ದೋ ಮುಖವನ್ನು ಹೋಲುವ ಮಾನವಾಕಾರದ ಒಂದು ಜೀವಿಯ ಮೇಲೆ ದೇವಿ ಕುಣಿಯುವ ಭಂಗಿಯಲ್ಲಿ ನಿಂತಿದ್ದಳು. ಕೊರಳಿಗೆ ಹಾಕಿದ ಮಾಲೆ ಯಾವುದರಿಂದ ಮಾಡಿದ್ದು ಎಂದು ಸ್ಪಷ್ಟವಾಗಿ ತಿಳಿಯದಿದ್ದರೂ ಬಹುಶಃ ರುಂಡಮಾಲೆಯೇ ಇರಬೇಕೆಂದು ರಂಗಶರ್ಮರ ಅಂಬೋಣ. ಆಕೆ ವಿಷ್ಣುವಿನ ಸ್ತ್ರೀರೂಪ ಎಂದು ಪುರಾಣಗಳು ಹೇಳುತ್ತಿದ್ದುದರಿಂದ ನಾರಾಯಣಿ ಎಂಬ ಉಪನಾಮವೂ ಆಕೆಗೆ ಸೇರಿತ್ತು. ಬೆಳಗಿನ ಹೊತ್ತು ಸರಸ್ವತಿಯಾಗಿಯೂ, ಮಧ್ಯಾಹ್ನ ಪಾರ್ವತಿಯಾಗಿಯೂ, ಸಂಜೆ ಲಕ್ಷ್ಮಿಯಾಗಿಯೂ ಆಕೆ ಕಾಣುತ್ತಾಳೆಂದು ಎಲ್ಲರೂ ಹೇಳುತ್ತಾರೆ. ಸುಮಾರು ಎಷ್ಟು ಸಂವತ್ಸರಗಳ ಹಿಂದೆ ದೇವಿಯ ಪ್ರತಿಷ್ಠಾಪನೆಯಾದದ್ದು - ಎಂದು ಸ್ವತಃ ನರಸಪ್ಪಯ್ಯನವರೇ ರಂಗಶರ್ಮರನ್ನು ಕೇಳಿದ್ದಿದೆ. ಚಂಡಿಕೆಗೆ ಗಂಟು ಹಾಕುತ್ತಾ, ಬಲಭಾಗದ ಅಂಡನ್ನೆತ್ತಿ ಹೂಸು ಬಿಡುತ್ತಾ ರಂಗಶರ್ಮರು ಎದುರು ಚಾಚಿದ ಹಲ್ಲುಗಳ ಮೇಲೆ ಬಲವಂತದಿಂದ ಮೇಲು ತುಟಿಯನ್ನು ಚಾಚಿ "ಎಷ್ಟು ಸಂವತ್ಸರಗಳ ಹಿಂದೆ ಅಂತ ಯಾರಿಗೆ ಗೊತ್ತು ನಚ್ಚಾ ? ಗೌಡ ದೇಶದಿಂದ ತಂದು ಇಲ್ಲಿ ಪ್ರತಿಷ್ಠಾಪನೆ ಮಾಡಿದ್ದು ಬೇತಾಳ ಸನ್ಯಾಸಿಯ ಮೂಲಕ ಪರಶುರಾಮನೇ ಅಂತೆ" ಎಂದು ಹೇಳಿದ್ದಿತ್ತು. ರಂಗಶರ್ಮರು ಸುಮ್ಮನೆ ಹೇಳಿದ್ದಲ್ಲ, ಹೇಳಿದ್ದರ ಬಗ್ಗೆ ಅವರಿಗೆ ಗಾಢವಾದ ನಂಬಿಕೆ. ಏನೇ ಇದ್ದರೂ ಸುತ್ತುಮುತ್ತಣ ಎಲ್ಲರೂ ಪ್ರೀತಿ ಭಕ್ತಿಗಳಿಂದ ದೇವಿಯನ್ನು ಮ್ಹಾಳಶಿ ಮಾಂಯಿ ಅಂತ ಕರೆಯುವುದು ಸುಳ್ಳಲ್ಲ.

ಬೆಳಗ್ಗೆ ಸಂಜೆ ಪೂಜೆ ಮುಗಿಸಿ ಮೊದಲು ಪ್ರಸಾದ ವಿನಿಯೋಗವಾಗುವುದು ನರಸಪ್ಪಯ್ಯನವರ ಮನೆಗೇ ಎಂಬುದು ಅನೂಚಾನವಾಗಿ ನಡೆದು ಬಂದ ಪದ್ಧತಿ. ಅಂದ ಮೇಲೆ ನರಸಪ್ಪಯ್ಯನವರ ಮನೆತನ ಮೊದಲಿನಿಂದಲೂ ಬಹಳ ಹಿರಿದೇ. ನರಸಪ್ಪಯ್ಯ ವ್ಯಾಪಾರದಲ್ಲಿ ಗೆಲುವು ಪಡೆದಾಗ ಮಹಾಲಸಾ ನಾರಾಯಣಿಯ ಗುಡಿಯ ಗೋಪುರದ ಕಲಶ, ಅಗ್ರಸಾಲೆ ಮತ್ತು ಗರ್ಭಗುಡಿಯ ದುರಸ್ತಿ ಮಾಡಿಸಿದ್ದರು. ದೇವಾಲಯದ ಬಲಭಾಗದಲ್ಲಿಯೇ ಪುರೋಹಿತ ರಂಗಶರ್ಮರಿಗೆ ಒಂದು ಮನೆ. ವಿಜಯನಗರದ ದೊರೆಗಳು ಆ ಕಡೆಗೊಮ್ಮೆ ಬಂದಿದ್ದಾಗ ಸ್ವತಃ ಬಿಜಯಗೈದು ದೇವಿಯ ದರ್ಶನ ಮಾಡಿ ಒಂದಿಷ್ಟು ಉಂಬಳಿ ಬಿಟ್ಟಿದ್ದುದರಿಂದ ಒಳ್ಳೆಯ ಆದಾಯ. ಅಗ್ರಸಾಲೆಯಲ್ಲಿ ನೂರು ಮಂದಿ ಕುಳಿತುಕೊಳ್ಳುವಷ್ಟು ಜಾಗ. ಅಲ್ಲಿಂದ ಗರ್ಭಗುಡಿಯ ತನಕ ಶಿಲೆಯ ಹಾಸುಕಲ್ಲುಗಳು. ಸದಾ ಎಂಣೆಯ ಜಿಗುಟು ಇರುವ ಗರ್ಭಗುಡಿಯ ಪಾವಟಿಗೆಗಳು. ಒಳಗಿನ ಕತ್ತಲಲ್ಲಿ ನಂದಾದೀಪದ ಮಬ್ಬು ಬೆಳಕು. ಮೊಳಕೈಯಷ್ಟು ಎತ್ತರ ನಿಂತ ದೇವಿ. ನರಸಪ್ಪಯ್ಯನವರು ದಿನಾ ಎರಡು ಸಲ ಗುಡ್ಡವೇರಿ ಬಂದು ಅಂಗಳದ ಶಿಲೆಯ ಹಾಸಿನ ಮೇಲೆ ಸಾಷ್ಟಾಂಗ ಬಿದ್ದು ನಮಸ್ಕರಿಸುವುದು ಪದ್ಧತಿ.

ಯವ್ವನವಿದ್ದಾಗಲೂ ನರಸಪ್ಪಯ್ಯ ಅಂತಹ ಭರ್ಜರಿ ಆಳಲ್ಲ. ಚೌಕಾಕಾರದ ಮುಖ, ಚೆನ್ನಾಗಿ ಕತ್ತರಿಸಿದ ಮೀಸೆ. ಕಿವಿಗಳಿಗೆ ವಜ್ರದ ಒಂಟಿ. ತೆಳ್ಳಗಿನ ದೇಹ. ಒಣಗಿದ ಎಲೆಯ ಮೈ ಬಣ್ಣ. ಅವರೆಂದೂ ಸೊಂಟದ ಮೇಲೆ ಉಡುಪು ತೊಟ್ಟವರಲ್ಲ. ಕಚ್ಚೆ ಹಾಕಿ ಉಡುವ ಪಂಚೆ. ಬೋಳುತಲೆಯ ಮೇಲೆ ಪೇಟ. ಹಣೆಯ ಮೇಲೆ, ಕಂಣುಗಳ ಕೊನೆಯಲ್ಲಿ, ರಟ್ಟೆಯ ಮೇಲೆ, ಎದೆ ಮತ್ತು ಹೊಟ್ಟೆಯ ಮೇಲೆ ಗೋಪಿಚಂದನದ ನಾಮಗಳು. ತಾಂಬೂಲ ಜಗಿಯುತ್ತಾ ಮನೆಯ ಹಜಾರದ ಮೇಲೆ ಕುಳಿತಿದ್ದರೆ ಅತ್ತಿತ್ತ ಹೋಗುವ ವೆರಣೆಯ ಜನ ಕಂಡು ಕೈ ಮುಗಿದಾರು. ನರಸಪ್ಪಯ್ಯ ಕುಳಿತಲ್ಲಿಂದಲೇ ಏನೋ, ಏನಯ್ಯಾ, ಏನಪ್ಪಾ ಎಂದು ವಿಚಾರಿಸಿಯಾರು. ಅವರಿಗೆ ಮದುವೆಯಾಗಿ ತುಂಬ ಸಂವತ್ಸರಗಳಾದರೂ ಮಕ್ಕಳಾಗಿರಲಿಲ್ಲ. ಅವರ ಹೆಂಡತಿ ತುಳಸೀಬಾಯಿ ಅಂತುರ್ಜೆಯ ವಾಸನಾಯ್ಕರ ಎರಡನೆಯ ಮಗಳು. ಆಕೆ ಬಸುರಿಯಾಗಿ ಒಂಭತ್ತನೆಯ ತಿಂಗಳಲ್ಲಿ ಒಂದು ಗಂಡು ಮಗುವಿಗೆ ಜನ್ಮವಿತ್ತಾಗ ಎಲ್ಲರಿಗೂ ಬಹಳ ಸಂತೋಷವಾಗಿತ್ತು. ಶಾಲಿವಾಹನ ಶಕ ಒಂದು ಸಾವಿರದ ನಾಲ್ಕುನೂರ ಮೂವತ್ತೆರಡನೆಯ ಸಂವತ್ಸರದ ಫಾಲ್ಗುಣ ಶುಕ್ಲಪಕ್ಷ ನಾಲ್ಕನೆಯ ತಿಥಿಗೆ ಗುರುವಾರದಂದು ಸಂಜೆ ಧನಿಷ್ಟ ನಕ್ಷತ್ರಕ್ಕೆ ಹೆರಿಗೆಯ ಕೋಣೆಯಲ್ಲಿ ಬಟ್ಟಲು ಬಡಿಯುವ ಶಬ್ಧ ಕೇಳಿ ಬಂದಾಗ ನರಸಪ್ಪಯ್ಯ ಹಜಾರದಲ್ಲಿಯೇ ಕೂತಿದ್ದರು. ತಾಯಿ ಮಗು ಹುಷಾರು ಅಂತ ಸೂಲಗಿತ್ತಿ ಕೂಗಿ ಹೇಳಿದಾಗ ಅವರಿಗೆ ಖುಷಿ. ಅಲ್ಲಿಯೇ ಎದುರು ತಾಳೆಯ ಗರಿಗಳ ಪಂಚಾಂಗ ಬಿಡಿಸಿ ಕಾದು ಕುಳಿತಿದ್ದ ಪುರೋಹಿತ ರಂಗಶರ್ಮರು ಗ್ರಹಗತಿಗಳನ್ನು ಲೆಕ್ಕ ಹಾಕಿ ನಕ್ಷತ್ರಗಳ ಪಾದ ಗುಣಿಸಿ ಜಾತಕ ಫಲ ಹೇಳಿದರು. ಮಗುವಿನ ಜಾತಕ ಚೆನ್ನು ಎಂದದ್ದಕ್ಕೆ ಅವರಿಗೆ ಹಾಲು ಫಲ ತಾಂಬೂಲಗಳು ಸಿಕ್ಕಿದವು.

ಮಗು ಮೈ ಕೈ ತುಂಬಿಕೊಂಡು ಮುದ್ದಾಗಿತ್ತು. ಅದನ್ನು ಸ್ನಾನ ಮಾಡಿಸಿ ಹತ್ತಿಯ ಅರಿವೆಯಲ್ಲಿ ಸುತ್ತಿ ತಲೆಯ ಕೆಳಗೆ ಹಾಸಿಗೆಯ ಅಡಿಯಲ್ಲಿ ಕಬ್ಬಿಣದ ಮೊಳೆಯೊಂದನ್ನಿಟ್ಟು ಮಲಗಿಸಿದರು. ತಾಮ್ರದ ಕಲಶವೊಂದರಲ್ಲಿ ತೀರ್ಥ ತುಂಬಿಸಿ ಮೂರು ಮಾವಿನ ಎಲೆಗಳ ಮೇಲೆ ತೆಂಗಿನಕಾಯಿಯನ್ನು ಕೂರಿಸಿದರು. ಕಾಯಿಗೆ ಎರಡು ಕುಂಕುಮದ ಬೊಟ್ಟು, ಮಗುವಿನ ಬಳಿಯಲ್ಲಿಯೇ ಮಣೆಯ ಮೇಲೆ ಇಡುವ ಕಲಶ. ಅದರ ಪಕ್ಕದಲ್ಲಿ ವೀಳೆಯದ ಎಲೆಗಳೂ, ಅಡಿಕೆಯ ಹೋಳುಗಳೂ, ಕಲ್ಲುಸಕ್ಕರೆಯ ತುಂಡುಗಳೂ. ಮುದುಕಿಯ ವೇಷದಲ್ಲಿ ಬ್ರಹ್ಮದೇವರು ಬಂದು ಮಗುವಿನ ಹಣೆಯ ಬರೆಹ ಬರೆಯುತ್ತಾನೆಂಬ ನಂಬಿಕೆಯಿಂದ ಅಳಲೇಕಾಯಿಯ ಶಾಯಿಯನ್ನೂ ಲೇಖಣಿಯನ್ನೂ ಇಟ್ಟು ಮನೆಯ ಹೆಣ್ಣುಮಕ್ಕಳೆಲ್ಲ ಜಾಗರಣೆ ಕೂತು ದೇವರ ನಾಮಗಳನ್ನು ಹಾಡಿದರು. ಹೆರಿಗೆ ಮಾಡಿಸಿದ ಕುಡುಂಬಿಯ ದ್ಯಾವಿಗೆ ಅಕ್ಕಿ ಬೆಲ್ಲ ಕಾಯಿ ಅರಿವೆ ಕೊಟ್ಟು ಸಂತೋಷಪಡಿಸಿದರು.

ಮಗು ಹುಟ್ಟಿದ್ದು ವೆರಣೆಯಲ್ಲಿಯೇ. ಮೊದಲ ಹೆರಿಗೆ ತಾಯಿಯ ಮನೆಯಲ್ಲಿ ಮಾಡುವುದು ವಾಡಿಕೆ. ಅಂತುರ್ಜೆ ವಾಸನಾಯ್ಕರು ತುಂಬು ಬಸಿರಿಯನ್ನು ಕರೆದುಕೊಂಡು ಹೋಗಲು ನಾಲ್ಕಾರು ಸಲ ಬಂದಿದ್ದರು. ಆದರೆ ಮನೆಯಲ್ಲಿ ನರಸಪ್ಪಯ್ಯನವರ ತಾಯಿ–ಮುದುಕಿ–ಒಬ್ಬರೇ. ಅವರು ಹಾಸಿಗೆ ಹಿಡಿದು ಅನೇಕ ಸಂವತ್ಸರಗಳೇ ಆಗಿದ್ದುವು. ಅವರನ್ನು ಬಿಟ್ಟುಹೋಗುವುದು ಮನೆಯ ಮುತ್ತೈದೆಗೆ ಸಾಧ್ಯವಿಲ್ಲದಿದ್ದುದರಿಂದ ನರಸಪ್ಪಯ್ಯ ಅತ್ತೆಯನ್ನೇ ವೆರಣೆಗೆ ಬರಹೇಳಿದ್ದರು. ಅಲ್ಲದೇ ಕುಡುಂಬಿಯರ ದ್ಯಾವಿ, ಹೊರಗೆಲಸಕ್ಕೆ ಆಳು. ಅಡಿಗೆಗೆ ರಂಗಶರ್ಮರ ವಿಧವೆ ತಂಗಿ. ಸಾಕಷ್ಟು ಅನುಕೂಲ. ಮಗು ಹುಟ್ಟಿದ ಹನ್ನೊಂದನೆಯ ದಿನ ಬೆಳಗ್ಗೆ ಸಟ್ಟಿಪೂಜೆ, ಹೋಮ ಹವನ ಇತ್ಯಾದಿ ಎಲ್ಲ ನಡೆದು, ವೆರಣೆಯಲ್ಲದೇ ಸುತ್ತುಮುತ್ತಲಿನ ಬಾಂಧವರು ಕೂಡಾ ಬಂದುದರಿಂದ ಅನ್ನದಾನವೂ ನಡೆಯಿತು. ಅಪರಾಹ್ನದ ಹೊತ್ತು ನರಸಪ್ಪಯ್ಯನವರ ದಾಯಾದಿಗಳ ಮನೆಯ ಮುತ್ತೈದೆಯೊಬ್ಬರೂ ವಾಸನಾಯ್ಕರ ಹೆಂಡತಿಯೂ ಸೇರಿ ಮಗುವನ್ನು ತೊಟ್ಟಿಲಿಗೆ ಹಾಕಿದರು.

ನರಸಪ್ಪಯ್ಯ ಮಗನಿಗೆ ಮಾಳಪ್ಪಯ್ಯ ಎಂದು ಹೆಸರಿಟ್ಟರು. ಅದು ಅವರ ಕುಲದೇವತೆಯ ನೆನಪಿಗಾಗಿ. ಅವರ ಕುಟುಂಬದ ಹಿರಿಯರ ಹೆಸರೂ ಅದೇ ಆಗಿತ್ತಲ್ಲದೇ ನರಸಪ್ಪಯ್ಯನವರ ತಂದೆಯೂ ಮಾಳಶರ್ಮ ಎಂದೇ ಪ್ರಸಿದ್ಧರು. ಹೆಚ್ಚುಕಮ್ಮಿ ಕಂಶ ಗೋತ್ರದ ಅವರ ವಂಶಾವಳಿ ತೆಗೆದು ನೋಡಿದಲ್ಲಿ ಪ್ರತಿ ಎರಡನೆಯ ತಲೆಮಾರಿನಲ್ಲಿ ಮಾಳಶರ್ಮ, ಮಾಳಪ್ಪಯ್ಯ ಎಂಬ ಹೆಸರು ಮತ್ತೆ ಮತ್ತೆ ಬರುವುದನ್ನು ಕಾಣಲು ಸಾಧ್ಯ. ತೊಟ್ಟಿಲಲ್ಲಿ ಹಾಕಿದ ಸುವಾಸಿನಿಯರು ಮಗುವಿನ ಕಿವಿಯಲ್ಲಿ ಐದುಬಾರಿ ಆ ಹೆಸರನ್ನುಚ್ಚರಿಸಿದರು. ವಾಸನಾಯ್ಕರು ಮಗುವಿಗೆ ಚಿನ್ನದ ಪಾಟಲಿ ಬಳೆಗಳನ್ನೂ ಸೊಂಟಕ್ಕೆ ಬೆಳ್ಳಿಯ ಉಡಿದಾರವನ್ನೂ ಉಡುಗೊರೆ ಕೊಟ್ಟರು. ಅಕ್ಷತೆಯನ್ನು ತಲೆಯ

ಮೇಲೆರಚಿದರು. ಬಂದ ಸಗೋತ್ರೀಯ ಮಕ್ಕಳು ಕುಂಡೆಯಿಂದ ತೊಟ್ಟಿಲನ್ನು ತೂಗಿದ ಮೇಲೆ ಎಲ್ಲರಿಗೂ ಸಿಹಿ ಅವಲಕ್ಕಿ ಹಂಚಿದರು.

★

ನರಸಪ್ಪಯ್ಯನವರಿಗೆ ಮಗು ಹುಟ್ಟುವ ಕೆಲವು ದಿನಗಳ ಮೊದಲು ತಿಂಮೋಜನೆಂಬ ಒಬ್ಬ ವ್ಯಕ್ತಿ ತಾನು ವಿಜಯನಗರದ ರಾಜನಿಂದ ನಿಯುಕ್ತನಾದವನೆಂದು ಹೇಳಿಕೊಂಡು ಹುಡುಕಿ ಬಂದಿದ್ದ. ನರಸಪ್ಪಯ್ಯ ತಿಂಮೋಜನ ಹೆಸರು ಕೇಳಿ ಬಲ್ಲರು. ಬಿಜಾಪುರದ ಬಹಮನಿ ಸುಲ್ತಾನನ ಆಡಳಿತದ ಹುಳುಕುಗಳಲ್ಲದೇ ಅತಿವೃಷ್ಟಿ ಅನಾವೃಷ್ಟಿಗಳಿಂದ ಉಂಟಾದ ಅಸಂತುಷ್ಟಿಗಳಿಗೆ ತಿಂಮೋಜ ಮಾತು ಕೊಡುತ್ತಿದ್ದಾನೆಂದು ಅವರ ಕಿವಿಗೆ ಬಿದ್ದಿತ್ತು. ದಕ್ಷಿಣದ ಗೆರಸೊಪ್ಪೆ ರಾಜನಿಗೂ ಅವನಿಗೂ ಬಹಳ ಬಹಳವೆಂಬ ಸುದ್ದಿಯನ್ನು ಅವರು ಕೇಳಿದ್ದರು. ಫುಲ್ಲಾ ನದಿಯಲ್ಲಿ ಮಚ್ವೆಗಳನ್ನು ನಡೆಸಿಕೊಂಡು ಬರುತ್ತಿದ್ದ ವ್ಯಾಪಾರೀ ಅರಬರು ಅವನೊಬ್ಬ ಕಡಲುಗಳ್ಳನೆಂದೂ ತಮ್ಮ ಅನೇಕ ಮಚ್ವೆಗಳನ್ನು ಅವನು ಲೂಟಿ ಮಾಡಿದ್ದಾನೆಂದೂ ಹೇಳುತ್ತಿದ್ದರು. ಆದುದರಿಂದ ನರಸಪ್ಪಯ್ಯನವರಿಗೆ ತಿಂಮೋಜನ ಬಗ್ಗೆ ಮಿಶ್ರ ಭಾವನೆಗಳು. ಅಂಥವನು ನಾಲ್ಕಾರು ಮಂದಿ ಕಟ್ಟುಮಸ್ತಾದ ತರುಣರೊಡನೆ ಕುದುರೆ ಏರಿ ತಮ್ಮನ್ನೇ ಹುಡುಕಿಕೊಂಡು ಬಂದುದು ಅವರಲ್ಲಿ ಹೆದರಿಕೆ ಹುಟ್ಟಿಸಿತು. ತಿಂಮೋಜ ತೆಳ್ಳಗಿನ ವ್ಯಕ್ತಿ. ಗಡ್ಡ ಮೀಸೆಗಳನ್ನು ವಿಪುಲವಾಗಿ ಬೆಳೆಸಿದ್ದ. ತಲೆಗೆ ರುಮಾಲು ಕಟ್ಟಿಕೊಂಡು ವೀರಗಾಸೆ ಬಿಗಿದಿದ್ದ. ಮೈಮೇಲೊಂದು ನಿಲುವಂಗಿ. ಕೆಂಪಗೆ ಕಣ್ಣುಗಳು – ಕುದುರೆಯಿಂದ ಇಳಿದವನೇ ಒಬ್ಬನೇ ನೇರವಾಗಿ ಹಜಾರದ ಮೆಟ್ಟಲು ಹತ್ತಿ "ನರಸಪ್ಪಯ್ಯನವರೆಂದರೆ ನೀವೇಯೋ" ಎಂದು ಕೇಳುತ್ತಾ ಎದುರು ಬಂದ. ದೊರಗಾದ ಗಂಡು ಕಂಠ; ಗಡುಸಾಗಿದ್ದರೂ ಆತ್ಮೀಯತೆಯನ್ನು ಗುರುತಿಸಿ ನರಸಪ್ಪಯ್ಯ "ಬನ್ನಿ" ಎಂದು ಚಾಪೆ ಹಾಸಿದರು. ಆದರೂ ಆಗಾಗ ಬಹಮನಿ ಸುಲ್ತಾನನ ಕಡೆಯ ಕಂದಾಯದ ಅಧಿಕಾರಿಗಳು ಇದೇ ರೀತಿ ಬಂದು ಸಿಕ್ಕಿದ್ದನ್ನು ದೋಚಿ ಕೊಂಡೊಯ್ಯುತ್ತಿದ್ದುದರ ಅನುಭವವಿದ್ದ ನರಸಪ್ಪಯ್ಯನವರಿಗೆ ಅಳುಕಾದುದು ಸ್ಪಷ್ಟ ಏನು ವಿಷಯ, ಎತ್ತಣಿಂದ ಬಂದುದು, ನನ್ನಿಂದ ಏನಾಗಲಿ ಎಂದು ಅವರು ಹೆದರುತ್ತಲೇ ಭಿನ್ನವಿಸಿಕೊಂಡರು. ತಿಂಮೋಜ ಬಂದುದು ತನ್ನ ಜ್ಞಾತಿಗಳಾದ ಗೆರಸೊಪ್ಪೆಯ ಅರಸರ ಕಡೆಯಿಂದ. "ಮುಸಲ್ಮಾನರ ಹಾವಳಿ ತುಂಬಿ ಹೋಗಿದೆ. ಅದಕ್ಕಾಗಿ ಪರದೇಶದಿಂದ ಸೈನ್ಯ ತರಿಸಿದ್ದೇನೆ. ಅವರು ಇಂದು ನಾಳೆಯಾಗಿ ಗೋವೆಯನ್ನು ಮುತ್ತುತ್ತಾರೆ. ಮುಸಲಮಾನರನ್ನು ಓಡಿಸುತ್ತಾರೆ. ಹಾಗೆ ಓಡಿಸಲು ನೀವು ಸಹಾಯ ಮಾಡಬೇಕು" ಎಂದ ತಿಂಮೋಜ ಕಳಕಳಿಯಿಂದ, ನೇರಮಾತಿನಲ್ಲಿ. ನರಸಪ್ಪಯ್ಯ ಕುಳಿತವರು ಅಂಡು ಬದಲಿಸಿ ಇನ್ನೊಂದರ ಮೇಲೆ ಭಾರ ಹಾಕಿ "ಓಹೋ" ಅಂದರು.

ನರಸಪ್ಪಯ್ಯ ತಿಂಮೋಜನ ಮಾತಿಗೆ ತಕ್ಷಣ ಒಪ್ಪಿಕೊಳ್ಳಲು ಮೂರು ನಾಲ್ಕು ಕಾರಣಗಳಿದ್ದುವು. ವ್ಯಾಪಾರದ ಸಲುವಾಗಿ ಆಗಾಗ ಗೋವೆಯ ಪಟ್ಟಣಕ್ಕೆ ಹೋಗುವುದು ಅವರ ಪರಿಪಾಠ. ಅಲ್ಲಿ ಅವರು ಮಹಮ್ಮದೀಯ ಸೈನಿಕರ ಕೆಲವು ದೌರ್ಜನ್ಯಗಳ ಬಗ್ಗೆ ಕೇಳಿದ್ದರು. ಒಂದೆರಡು ದುರ್ವರ್ತನೆಗಳನ್ನು ಕಣ್ಣಾರೆ ನೋಡಿದ್ದರು. ಸುಲ್ತಾನರ ಕಾಲದಲ್ಲಿ ಸಾಮಾನ್ಯರ ಬಾಳುವೆ ಕಷ್ಟಕರವಾಗಿತ್ತು. ತೆರಿಗೆಗಳು ಎರಡು ಪಟ್ಟಾಗಿದ್ದುವು. ಅಲ್ಲದೇ ನರಸಪ್ಪಯ್ಯನವರ ದೂರದ ಸಂಬಂಧಿ ಲಿಂಗಪ್ಪಯ್ಯ ಎನ್ನುವವರು ವಿಜಯನಗರದ ರಾಜರ ಆಸ್ಥಾನದಲ್ಲಿ ದೊಡ್ಡ ಹುದ್ದೆಯಲ್ಲಿದ್ದರು. ಆದುದರಿಂದ ಸಹಜವಾಗಿ ಅವರಿಗೆ ರಾಜರ ಬಗ್ಗೆ ಪ್ರೀತಿ ಗೌರವ. ಮೂರನೆಯದಾಗಿ ಅವರ ಷಡ್ಡಕರ ಅಗ್ರಹಾರವಾದ ತೀಸ್‌ವಾಡಿಯಲ್ಲಿ ಗೌಡಸಾರಸ್ವತ ಬ್ರಾಹ್ಮಣನೊಬ್ಬನನ್ನು ಮುಸಲ್ಮಾನರು ಮತಾಂತರ ಮಾಡಿದ್ದರ ಬಗ್ಗೆ ಅವರು ವರದಿ ಕೇಳಿದ್ದರು. ಅವನ ಬಾಯಿಗೆ ಬಲಾತ್ಕಾರದಿಂದ ಗೋಮಾಂಸ ತುರುಕಿ ಮ್ಲೇಚ್ಛನನ್ನಾಗಿ ಮಾಡಿದ್ದರಿಂದ ಅಲ್ಲಿಯ ಜನ ಸುಲ್ತಾನನ ಎದುರು ಸಿಟ್ಟಿಗೆದ್ದಿದ್ದರು. ಆ ಬ್ರಾಹ್ಮಣ ಅವಮಾನ ತಾಳಲಾರದೇ ಸಂಸಾರದ ಎಲ್ಲ ಸದಸ್ಯರ ಜೊತೆ ಆತ್ಮಹತ್ಯೆ ಮಾಡಿಕೊಂಡಿದ್ದ ಕಹಿನೆನಪು ಇನ್ನೂ ಹಸಿರಾಗಿತ್ತು. ನರಸಪ್ಪಯ್ಯನವರ ಎದೆಗೆ ನಾಟುವಂತೆ ತಿಂಮೋಜ "ನಿಮ್ಮ ದಾಯಾದಿಗಳಾದ ಮಾಧವ ಪೈಗಾಂವಕರರು ನಮ್ಮ ಕಡೆ ಒಲುಮೆಯಿಂದಿದ್ದಾರೆ. ಅವರು ಪೋರ್ಚುಗೀಸ ರಾಜನಿಗೆ ಒಂದು ಸನ್ನದ್ದು ಬರೆದು ಸೈನ್ಯ ಹಿಡಿದುಕೊಂಡು ಬಂದು ಈ ಮುಸಲಮಾನರನ್ನು ಸದೆ ಬಡಿಯಬೇಕೆಂದು ಕೇಳಿದ್ದಾರೆ. ಗೊತ್ತೇ ನಿಮಗೆ?" ಎಂದು ಹೇಳಿದ್ದ. ವೆರಣೆಯಲ್ಲಿ ಮಾಧವ ಪೈಗಾಂವಕರರದ್ದು ಇನ್ನೊಂದು ದೊಡ್ಡಮನೆ. ನರಸಪ್ಪಯ್ಯನವರಿಗೆ ಅವರು ವಾವೆಯಲ್ಲಿ ಚಿಗಪ್ಪ. ಒಂದು ರೀತಿಯ ಆತ್ಮೀಯತೆ. ಮಾಧವ ಪೈಗಾಂವಕರರದ್ದು ತುಸು ಆಡಳಿತಾಧಿಕಾರಿಗಳೊಡನೆ ಒಡನಾಟ, ವ್ಯವಹಾರ. ನೇರ ಹೋಗಿ ರಾಜರನ್ನೋ ಸುಲ್ತಾನರನ್ನೋ ಕಾಣಲೂ ಹೆದರದ ಜೀವ. ಇವೆಲ್ಲ ಅಲ್ಲದೇ ನರಸಪ್ಪಯ್ಯ ಒಪ್ಪಿಕೊಳ್ಳಲು ಇನ್ನೊಂದು ಪ್ರಬಲ ಕಾರಣವೆಂದರೆ ತಿಂಮೋಜ ನರಸಪ್ಪಯ್ಯನವರ ಕಿವಿಯಲ್ಲಿ ಗುಟ್ಟಾಗಿ "ನರಸಪ್ಪಯ್ಯ, ಮುಸಲ್ಮಾನರನ್ನು ಓಡಿಸಿದ ಮೇಲೆ ಗೋವೆಯನ್ನು ಆಳುವ ಹಕ್ಕು ನಮ್ಮ ಕೈಗೆ ಬರುತ್ತದೆ. ನಮ್ಮವರೇ ಆಳುವುದು ನಮಗೆ ಒಳ್ಳೆಯದಲ್ಲವೇ?" ಎಂದದ್ದು ! ನರಸಪ್ಪಯ್ಯ ಊರಿನ ಹತ್ತು ಸಮಸ್ತರನ್ನು ಕರೆದರು. ತಮ್ಮ ಹಜಾರದಲ್ಲಿಯೇ ಕುಳ್ಳಿರಿಸಿದರು. ತಿಂಮೋಜನ ಜೊತೆ ತಾವೂ ನಾಲ್ಕು ಮಾತಾಡಿದರು. ತಮ್ಮ ಮಳಿಗೆಯಿಂದಲೇ ಒಂದಷ್ಟು ಧನಧಾನ್ಯಗಳನ್ನು ಕೊಡುವುದಾಗಿ ಹೇಳಿದರು. ಕುಡುಂಬಿಯರೂ ಗೌಡಸಾರಸ್ವತರೂ ಸೇರಿದಂತೆ ಚೆನ್ನಾಗಿ ಬೆಳೆದ ಹಲವು ಯುವಕರನ್ನು ಆರಿಸಿ ತಿಂಮೋಜನ ಜೊತೆ ಕಳುಹಿಸಿಕೊಡಲು ಸಹಕರಿಸಿದರು. ಹಾಗಾಗಿ ತಿಂಮೋಜ ಬಂದ ಕೆಲಸ ಸುಲಭವಾಯಿತು. ಅವನು ಕೃತಜ್ಞತೆಯಿಂದ "ಮಠಗ್ರಾಮದಿಂದಲೂ ಕುಟ್ಠಾಳಿಯಿಂದಲೂ ಸೈನ್ಯ ಸಿದ್ಧವಾಗಿದೆ. ಅಗಾಶಿಯಲ್ಲೂ ಜನ ಸೇರಿದ್ದಾರೆ. ಪೋರ್ಚುಗೀಸರು ಸಮುದ್ರದ ಮೇಲಿನಿಂದ ಆಕ್ರಮಣ ಮಾಡುವಾಗ ನಾವು ನೆಲದ

ಮೇಲಿಂದ ಆಕ್ರಮಣ ಮಾಡಿ ಮುಸಲಮಾನರನ್ನು ನುಚ್ಚುನೂರು ಮಾಡುತ್ತೇವೆ" ಎಂದು ವೀರಭಾಷೆಯಿಂದ ನುಡಿದು ಎಲ್ಲರ ಮೈಯನ್ನು ರೋಮಾಂಚಗೊಳಿಸಿದ.

ನರಸಪ್ಪಯ್ಯನವರ ಮಗನನ್ನು ತೊಟ್ಟಿಲಿಗೆ ಹಾಕಿದ ದಿನವೇ ಸಂಜೆ ತೀಸ್‌ವಾಡಿಯಿಂದ ಬಂದ ಷಡ್ಡಕ ಸಾಂತಯ್ಯ ಮಲ್ಯ ಗೋವೆಯನ್ನು ಪೋರ್ಚುಗೀಸರು ಆಕ್ರಮಿಸಿ ಗೆದ್ದುಕೊಂಡ ಸುದ್ದಿ ಹೇಳಿದ – "ಗೋವೆಯ ಎಂಟು ಜನ ಹಿರಿಯರು ನಗರದ ಬೀಗದ ಕೈಗಳನ್ನು ಮಂಡಿಯೂರಿ ಫರಂಗಿಯ ಸೇನಾಧಿಪತಿಗೆ ಕೊಟ್ಟುದನ್ನು ನಾನೇ ನೋಡಿದ್ದೇನೆ." "ನರಸಪ್ಪಯ್ಯ, ಏನು ಬಣ್ಣ ಆ ಫರಂಗಿಗಳದ್ದು ಎನುತ್ತೇನೆ. ಏನು ಉಡುಪು ಅವರದ್ದು ಅನ್ನುತ್ತೇನೆ. ಇನ್ನೂ ಪ್ರಾಯ ಸಂದವನಲ್ಲ. ಕೆಂಪಕೆಂಪಗೆ ಹೊಳೆಯುತ್ತಾನೆ. ದೊಡ್ಡ ಸ್ವರದಲ್ಲಿ ಮಾತನಾಡುತ್ತಾನೆ. ಏನವನ ಹೆಸರು? ನನ್ನ ಬಾಯಿಗೆ ಬರಲೇವೊಲ್ಲದು. ಅಫೋನ್ಸೋ ದ ಅಲ್ಬುಕೆರ್ಕನಂತೆ. ದೊಡ್ಡ ಜೀವ, ಚಂದ ಮಾತು. ನನಗೆ ತಿಳಿಯಲಿಲ್ಲ ಬಿಡಿ." "ತಿಂಮೋಜನ ಕೈ ಹಿಡಿದು ಹೇಳಿದ್ದೇನು ಗೊತ್ತ ? ಮುಖ್ಯ ಠಾಣಾದಾರ, ನ್ಯಾಯಾಧೀಶ ಮತ್ತು ತೆರಿಗೆ ಕೆಲಸಗಳು ನಿಮ್ಮವು. ನಾನು ನಮ್ಮ ದೊರೆಯಿಂದ ನಿಮ್ಮನ್ನು ನೇಮಿಸುವ ಬಗ್ಗೆ ಅನುಮತಿ ಪಡೆದಿದ್ದೇನೆ" ಎಂದು.

ಸಾಂತಯ್ಯ ಮಲ್ಯನ ಮಾತು ಕೇಳಿದವರೆಲ್ಲ ಸಂತೋಷ ಪಟ್ಟರು. ಒಂದು ಬಾರಿ ಗೋವೆಗೆ ಹೋಗಿ ತಿಂಮೋಜನನ್ನು ಕಂಡು ಬರಬೇಕೆಂದೂ ತೀರ್ಮಾನಿಸಿದರು. ಆ ಸಂತೋಷದ ಹಿಂದೆ ಅನುಮಾನದ ಒಂದು ಬಿರುಕು ಬಿಟ್ಟದ್ದು ಶ್ರೀಧರ ಕಾಳೆಯವರ ಮಾತು. ವೆರಣೆಯಲ್ಲಿ ಒಂದಷ್ಟು ಆಯುರ್ವೇದ ತಿಳಿದ, ಊರವರ ಶುಶ್ರೂಷೆ ಮಾಡುವ ಶ್ರೀಧರ ಕಾಳೆಯವರು "ಅವನು ಅವನ ದೊರೆಯಿಂದ ಅನುಮತಿ ಪಡೆಯಬೇಕೇ ನಮ್ಮ ತಿಂಮೋಜನನ್ನು ರಾಜನನ್ನಾಗಿ ಮಾಡುವುದಕ್ಕೆ? ತಿಂಮೋಜ ಗೆದ್ದ ರಾಜ್ಯ. ಗೆಲ್ಲಲು ಸಹಾಯ ಮಾಡಿದ್ದಕ್ಕಾಗಿ ಆ ಸೇನಾಪತಿಗೆ ಇವನೇ ಸನ್ಮಾನ ಮಾಡುವುದು ಅಂದರೆ ಉಚಿತ. ಇದು ತಿರುಗಾಮುರುಗಾ ಆಗಿದೆಯಲ್ಲ?" ಎಂದರು.

★

ವ್ಯಾಪಾರದ ಭರಾಟೆಯಲ್ಲಿ ನರಸಪ್ಪಯ್ಯನವರಿಗೆ ಗೋವೆಗೆ ಹೋಗಿ ತಿಂಮೋಜನನ್ನು ಕಾಣುವುದು ಸಾಧ್ಯವಾಗಲೇ ಇಲ್ಲ. ಆದರೆ ಸೆಖೆ ಹೆಚ್ಚಾಗಿ ಉಬ್ಬೆ ಹಾಕಿದಂತಾದ ವಾತಾವರಣದಲ್ಲಿ ಇಬ್ರಾಹಿಂ ಆದಿಲ್‌ಶಾನ ಕಡೆಯವರು ಗೋವೆಯ ಮೇಲೆ ಮತ್ತೆ ದಾಳಿ ಮಾಡಿದರು. ಪೋರ್ಚುಗೀಸರಲ್ಲೇ ಕೆಲವರು ಆದಿಲ್‌ಶಾನ ಕಡೆ ಸೇರಿಕೊಂಡ ಕಾರಣ ಅವರು ಹಿಂದೆ ಸರಿಯುವುದು ಅನಿವಾರ್ಯವಾಯಿತು. ಜನರು ಆತಂಕದಿಂದ ಕುಳಿತಿರುವಾಗಲೇ ಮಳೆಗಾಲ ಆರಂಭವಾಯಿತು. ತಿಂಮೋಜನ ಸೈನ್ಯವೂ ಪೋರ್ಚುಗೀಸರ ಜೊತೆ ಹಡಗನ್ನೇರಿ ಸಮುದ್ರ ಸೇರಿತು. ಹಿಂದಿನ ಸಲ ಅಖಂಡ

ಮಳೆಗಾಲ ನೋಡಿದ ವರುಣೆಯ ಜನ ಈ ಬಾರಿ ಬಿರುಗಾಳಿಯ ಜೊತೆ ಮಳೆ ನೋಡುವಂತಾದರು. ಪೋರ್ಚುಗೀಸರು ಆ ಬಿರುಗಾಳಿಯ ಮಳೆಯಲ್ಲಿ ಏನೂ ಮಾಡಲಾಗದೇ ಸಮುದ್ರದ ಮೇಲೆ ದಿನ ಕಳೆಯಬೇಕಾಗಿ ಬಂತು. ಶ್ರಾವಣ ದಾಟುತ್ತಲೂ ಮತ್ತಷ್ಟು ಸೈನ್ಯ ತರಿಸಿ ಪೋರ್ಚುಗೀಸರು ಪುನಃ ದಾಳಿ ಮಾಡಿದರು. ಈಗ ಕಳೆದ ಸಲದ ಹಾಗೆ ಗೋವೆಯನ್ನು ಗೆಲ್ಲುವುದು ಸುಲಭವಾಗಲಿಲ್ಲ. ಮುಸಲಮಾನ ಸೈನ್ಯ ಭೀಕರವಾಗಿ ಕಾದಿತು. ಯುದ್ಧಕ್ಕೆ ಅಂತುರ್ಜೆಯ ವಾಸನಾಯ್ಕನ ತಮ್ಮ ಮಹಾ ನಾಯಕನೆಂಬವನು ತಿಂಮೋಜನ ಜೊತೆ ಹೋಗಿದ್ದ. ಅವನು ಇಪ್ಪತ್ತಾರರ ತರುಣ. ತುಳಸೀ ಬಾಯಿಯ ಚಿಕ್ಕಪ್ಪ. ಯುದ್ಧದಲ್ಲಿ ಅವನು ಸತ್ತುದನ್ನು ಕೇಳಿ ನರಸಪ್ಪಯ್ಯ ದುಃಖಿತರಾದರು. ಯುದ್ಧದಲ್ಲಿ ಅವನ ಶವ ಕೂಡಾ ಸಿಕ್ಕಲಿಲ್ಲ. ಅದಕ್ಕಾಗಿ ಅವರು ಒಂದೆರಡು ಬಾರಿ ಮಾವನ ಸಂಗಡ ಗೋವೆಗೆ ಹೋಗಿ ಬಂದರೂ ಯಾವ ಪ್ರಯೋಜನವೂ ಆಗಲಿಲ್ಲ. ಕೊನೆಗೆ ಪೋರ್ಚುಗೀಸರು ಗೆದ್ದಾಗ ಮಾತ್ರ ನರಸಪ್ಪಯ್ಯನವರ ಊಹೆಗೂ ಸಿಕ್ಕದಿದ್ದ ಸಂಗತಿಗಳು ನಡೆದು ಹೋದವು.

ಗೋವೆಯನ್ನು ಎರಡನೆಯ ಬಾರಿ ಗೆದ್ದಾಗ ಅಲ್ಬುಕೇರ್ಕನೂ ತಿಂಮೋಜನೂ ತುಂಬ ಬದಲಾಗಿದ್ದಾರೆಂದೂ ಬಹುಶಃ ಮಳೆಗಾಲದಲ್ಲಿ ಅವರು ಸಮುದ್ರದ ಮೇಲೆ ಬಿರುಗಾಳಿಗೆ ಕಳೆದ ದಿನಗಳು ಅವರನ್ನು ಆ ರೀತಿ ಮಾಡಿರಬೇಕೆಂದೂ ಜನರು ಮಾತಾಡಿಕೊಳ್ಳುತ್ತಿದ್ದರು. ಅಸಾಧ್ಯವಾದ ಬಿರುಗಾಳಿಯನ್ನು ಎದುರಿಸಿ ಬಂದಿದ್ದ ಅಲ್ಬುಕೇರ್ಕ ಮುಸಲಮಾನರ ಮೇಲೆ ಕೆಂಡಾಮಂಡಲ ಉರಿಯುತ್ತಿದ್ದ. ಗೋವೆಯನ್ನು ಗೆದ್ದ ತಕ್ಷಣ ಅವನು ಮಾಡಿದ್ದೆಂದರೆ ಹೆಂಗಸರು ಮಕ್ಕಳೆನ್ನದೇ ಎಲ್ಲ ಮಹಮ್ಮದೀಯರ ಕಗ್ಗೊಲೆ ಮಾಡಿದ್ದು. ಮೂರು ದಿನಗಳವರೆಗೆ ಈ ನರವಧೆ ನಡೆಯಿತು. ಒಟ್ಟು ಆರು ಸಹಸ್ರ ಜನರ ಕೊಲೆಯಾಯಿತು. ಗೋವೆಯ ಬೀದಿ ಬೀದಿಗಳಲ್ಲಿ ಹೆಣಗಳು ಬಿದ್ದುವು. ತನ್ನ ಕಡೆಯ ಹದಿನಾಲ್ಕು ಸೈನಿಕರು ಮಹಮ್ಮದೀಯರ ಕಡೆ ಸೇರಿದರೆಂದು ಅಲ್ಬುಕೇರ್ಕ ಅವರ ಮೂಗು ಕಿವಿ ಮತ್ತು ಹೆಬ್ಬೆಟ್ಟುಗಳನ್ನು ಕತ್ತರಿಸಿ ಬೀದಿಬೀದಿಗಳಲ್ಲಿ ಮೆರವಣಿಗೆ ಮಾಡಿಸಿದ. ವೆರಣೆಗೆ ಬಂದ ಜನ ನರಸಪ್ಪಯ್ಯನವರಿಗೆ ಈ ಸುದ್ದಿಯನ್ನು ವಿವರ ವಿವರವಾಗಿ ತಿಳಿಸಿದಾಗ ಅವರು ಸ್ಥಂಭೀಭೂತರಾಗಿ ಬಿಟ್ಟರು. ಇದೆಲ್ಲ ತಿಂಮೋಜ ಹೇಳಿಯೇ ಆಗಿರಬೇಕೆಂಬ ಗುಮಾನಿ ಅವರಿಗುಂಟಾಯಿತು. ಅವನಿಗೆ ಮೊದಲಿನಿಂದಲೂ ಮಹಮ್ಮದೀಯರನ್ನು ಕಂಡರೆ ಆಗುತ್ತಿರಲಿಲ್ಲ.

ಅಲ್ಲದೇ ಸ್ವಭಾವತಃ ಉದಾರಿಗಳೂ ಮೃದುಸ್ವಭಾವದವರೂ ದಯಾಳುಗಳೂ ದೈವಭಕ್ತರೂ ಆಗಿದ್ದ ನರಸಪ್ಪಯ್ಯನವರಿಗೆ ಸಿಡಿಲಿನಂತೆ ಇನ್ನೊಂದು ಕ್ರೂರ ಸುದ್ದಿ ತಲುಪಿತ್ತು. ಅದು ಪತ್ತಾನುಪತ್ತೆಯಾಗಿ ಅವರ ಕಿವಿಗೆ ಬಿದ್ದುದು ನಿಜ. ಆದರೆ ಅದರಲ್ಲಿ ತಥ್ಯವಿದ್ದುದನ್ನು ಅವರು ಬಲ್ಲರು. ಪೋರ್ಚುಗೀಸರ ಸೈನ್ಯ ಸಮುದ್ರದ ಮೇಲೆ ಮಳೆಗಾಲ ಕಳೆಯುತ್ತಿದ್ದಾಗ ತೀರದ ಒಂದು ಹಳ್ಳಿಯಿಂದ ತಮ್ಮ ಜಾತಿಯ ಇಬ್ಬರು ಹುಡುಗೆಯರನ್ನು

ಅಪಹರಿಸಿ ಹಡಗಿನಲ್ಲಿರಿಸಿಕೊಂಡಿದ್ದರಂತೆ. ಅವರನ್ನು ಬಿಟ್ಟುಕೊಡಬೇಕಾದರೆ ಒಂದು ಮಂಜಿಯ ತುಂಬ ಅಕ್ಕಿಯನ್ನೂ ಐವತ್ತು ಹಸುಗಳನ್ನೂ ಕೊಡಬೇಕೆಂದು ಶರ್ತ ಹಾಕಿದರಂತೆ. ತೀರದ ಜನರೆಲ್ಲ ಒಟ್ಟಾಗಿ ಶರ್ತ ಪೂರೈಸಿದ ಮೇಲೆಯೇ ಆ ಹುಡುಗೆಯರನ್ನು ಬಿಡಲಾಯಿತಂತೆ. ಈ ಕಾರ್ಯದಲ್ಲಿ ತಿಂಮೋಜನೂ ಶಾಮೀಲಾಗಿದ್ದನೆಂದು ಅಧಿಕೃತವಾಗಿ ತಿಳಿದು ಬಂದಾಗ ನರಸಪ್ಪಯ್ಯ ಸಿಟ್ಟಿಗೆದ್ದುದು ಸಹಜ. ಯುದ್ಧದ ಸಮಯ ಹೆಂಗಸರನ್ನು ಸೆರೆ ಹಿಡಿಯುವುದು ಮಾಮೂಲಿ ಮಾತು. ಆದರೆ ತಮ್ಮವರು ಪೋರ್ಚುಗೀಸರಿಗೆ ಸಹಾಯ ಮಾಡುತ್ತಿದ್ದಾಗಲೂ ಇಂತಹ ದೌರ್ಜನ್ಯವೇ? ಈ ಜನ ಏನು ಮಾಡಲೂ ಹೇಸುವವರಲ್ಲ ಎಂಬ ತೀರ್ಮಾನಕ್ಕೆ ಬಂದ ನರಸಪ್ಪಯ್ಯ ಇಂಥವರ ಸಹವಾಸವೇ ಬೇಡವೆಂದು ದೂರವೇ ಉಳಿದರು.

ಒಂದು ಸಣ್ಣ ನೌಕಾಪಡೆಯ ಸಹಾಯದಿಂದ ಗೋವೆಯನ್ನು ಗೆದ್ದು ಪೋರ್ಚುಗಲ್ಲಿನ ಹಿರಿಮೆಯನ್ನು ಎತ್ತಿ ಹಿಡಿದ ಅಲ್ಬುಕೇರ್ಕ ತನ್ನ ವಸಾಹತಿನ ಎಲ್ಲವನ್ನೂ ಹತೋಟಿಗೆ ತಂದಿದ್ದ. ಬುದ್ಧಿವಂತನೂ ಹಿರಿಯ ಮುತ್ಸದ್ದಿಯೂ ಆಗಿದ್ದ ಅಲ್ಬುಕೇರ್ಕನಿಗೆ ರಾಜನೀತಿಯಿಂದ ಹಿಡಿದು ತೀಸ್‌ವಾಡಿಯ ಯಾವುದೇ ಗ್ರಾಮದಲ್ಲಿ ನಡೆಯುವ ಸಂತೆಯಲ್ಲಿ ಸಿಗುವ ಕೋಳಿಯ ಬೆಲೆ ಕೂಡಾ ಗೊತ್ತಿದೆಯೆಂದು ಜನರು ಮಾತಾಡಿಕೊಳ್ಳುತ್ತಿದ್ದರು. ಅವನು ಅಶಿಸ್ತಿನ ಜನರ ಗುಂಪನ್ನು ಶಿಸ್ತಿನ ಸೈನ್ಯವಾಗಿ ಮಾಡಿದ. ಹಾಗೆ ಮಾಡಿ ಪೋರ್ಚುಗಲ್ ವಸಾಹತು ಸಾಮ್ರಾಜ್ಯವನ್ನು ಕಟ್ಟುವ ತನ್ನ ಕನಸನ್ನು ನನಸಾಗಿಸಿದ. ಮಹಮ್ಮದೀಯರ ಬಗ್ಗೆ ಮೊದಲು ಇಷ್ಟೊಂದು ಕ್ರೂರವಾಗಿ ನಡೆದುಕೊಂಡ ವ್ಯಕ್ತಿ ಇಷ್ಟು ಒಳ್ಳೆಯ ಕೆಲಸಗಳನ್ನು ಮಾಡಲು ಸಾಧ್ಯವೇ ಎಂದು ನರಸಪ್ಪಯ್ಯ ತಮ್ಮಲ್ಲೇ ಪ್ರಶ್ನಿಸಿ ಆಶ್ಚರ್ಯಚಕಿತರಾಗುತ್ತಿದ್ದರು. ತೆಂಕಣ ದೇಶದಲ್ಲಿ ಅವನು ಹಿಂದೂ ಜನರ ತಲೆ ಕೈಕಾಲುಗಳನ್ನು ಕತ್ತರಿಸಿ ದೋಣಿಯಲ್ಲಿ ತುಂಬಿಸಿ ತೀರದ ರಾಜನಿಗೆ ಕಳುಹಿಸಿ "ತನಗೆ ಅಡ್ಡಿ ಬಂದವರ ಗತಿ ಹೀಗಾಗುವುದು, ಎಚ್ಚರಿಕೆ" ಎಂದು ಚೀಟಿ ಲಗತ್ತಿಸಿ ದೊರೆ ಅವುಗಳ ಸಾರು ಮಾಡಿ ಉಣ್ಣಲಿ ಎಂದು ಹೇಳಿಕಳುಹಿಸಿದ್ದನಂತೆ ! ತೆಂಕ ನಾಡಿನ ಜನ ವ್ಯಾಪಾರಕ್ಕೆ ಬಂದವರು ಹೇಳುತ್ತಿದ್ದರು. ಅಂಥವನ ಕಣ್ಣಲ್ಲಿ ರಕ್ತವಿರಬಹುದೇ?

ಆದರೆ ಗೋವೆಯಲ್ಲಿ ಸ್ಥಿತ್ಯಂತರ ಆರಂಭವಾಗಿತ್ತು. ಪೋರ್ಚುಗಲ್ಲಿನಿಂದ ವರ್ಷೇವರ್ಷ ಎರಡೂವರೆಯಿಂದ ಮೂರು ಸಾವಿರ ಲುಚ್ಚಾ ಜನರು ಗೋವೆಗೆ ಬರತೊಡಗಿದ್ದರು. ಮೋಸ, ದಗ, ಜೂಜು, ಸೂಳೆಗಾರಿಕೆ, ವಂಚನೆ ಇವು ಹಾಗೆ ಬಂದ ಪೋರ್ಚುಗೀಸರ ಸಾಮಾನ್ಯ ನಡತೆಯಾಗಿ ಬಿಟ್ಟುವು. ಬಂದವರು ಗೋವೆಯ ಉದ್ದಗಲಗಳಲ್ಲೂ ತಳವೂರಿದರು. ತಮ್ಮ ಊರಿನಿಂದ ಆಮದು ಮಾಡಿಕೊಂಡ ಬಡಗಿ, ಕಲ್ಲುಕುಟಿಗ, ಗಾರೆ ಕೆಲಸದವರಿಂದ ಒಳ್ಳೊಳ್ಳೆಯ ಮನೆಗಳನ್ನು ಕಟ್ಟಿಸಿ ಐಷಾರಾಮದ ಜೀವನ ನಡೆಸತೊಡಗಿದ್ದರು. ಅದಕ್ಕೆ ತಳಹದಿಯನ್ನು ಅಲ್ಬುಕೇರ್ಕನೇ ಹಾಕಿದ್ದ. ಯುದ್ಧಗಳಲ್ಲಿ ಸೆರೆ ಸಿಕ್ಕಿದ ಹಿಂದೂ ಮತ್ತು ಮಹಮ್ಮದೀಯ ಹೆಂಗಸರ ಮತ ಪರಿವರ್ತನೆ ಮಾಡಿ ಅವರನ್ನು ಉನ್ನತ ದರ್ಜೆಯ ಪೋರ್ಚುಗೀಸರಿಗೆ ಮದುವೆ ಮಾಡಿಸಿದ. ಹಾಗೆ

ಮದುವೆಯಾಗಲು ಸಿದ್ಧವಿದ್ದ ಪೋರ್ಚುಗೀಸರಿಗೆ ವಿಶೇಷ ಸವಲತ್ತುಗಳನ್ನು ಕೊಡಿಸಿದ. ಭೂಮಿ ಕಾಣಿಗಳನ್ನು ಕೊಟ್ಟ. ಇಲ್ಲಿಯ ಹೆಂಗಸರನ್ನು ಮದುವೆಯಾದ ಪೋರ್ಚುಗೀಸ ಕಮ್ಮಾರರು, ಚಮ್ಮಾರರು ಮತ್ತು ವಿಶ್ರಾಂತಿ ಮಂದಿರಗಳನ್ನು ತೆರೆದವರು ವೀಳೆಯದೆಲೆ ಜಗಿಯುತ್ತಾ ಎಲ್ಲೆಂದರಲ್ಲಿ ಸ್ಥಳದವರಂತೆಯೇ ಬಟ್ಟೆ ತೊಟ್ಟು ಅಲೆಯತೊಡಗಿದರು.

ಅಲ್ಬುಕೇರ್ಕನ ನಂತರದ ವೈಸ್‌ರಾಯ್ ಸಪ್ಪೆ ಮನುಷ್ಯನಾಗಿದ್ದ. ಅಲ್ಬುಕೇರ್ಕನ ವಿಚಾರಪರತೆಯಾಗಲೀ ಮುತ್ಸದ್ದಿತನವಾಗಲೀ ಅವನಿಗಿರಲಿಲ್ಲ. ಅವನ ನಂತರದವ ಕೈ ತುಂಬ ದುಡ್ಡು ಮಾಡಿ ಪೋರ್ಚುಗಲ್ಲಿಗೆ ಹಿಂದಿರುಗಿದ. ಅವನ ನಂತರದವ ಶುದ್ಧ ಕಳ್ಳ ಮತ್ತು ಸ್ವೇಚ್ಛಾಚಾರಿಯಾಗಿದ್ದ. ಒಟ್ಟಿನಲ್ಲಿ ಆಡಳಿತ ಕೆಟ್ಟು ಹೋಯಿತು. ಐದಾರು ವರ್ಷಗಳಲ್ಲಿ ತೀಸ್‌ವಾಡಿಯ ತುಂಬ ಪೋರ್ಚುಗೀಸರು ತುಂಬಿದರು. ತುಂಬಿದ್ದಷ್ಟೇ ಅಲ್ಲ ಕೆಟ್ಟು ಗೊಬ್ಬರವಾದರು. ಅನೀತಿಗಳು ತಾಂಡವವಾಡಿದವು. ವರ್ತಕರು ಹಾಗೂ ನೌಕರರಲ್ಲಿ ಅನಾಚಾರಗಳು ತುಂಬಿಬಿಟ್ಟುವು. ಇಂಡಿಯಾಕ್ಕೆ ಸುಖ ಅರಸಿಕೊಂಡು ಬಂದ ಪ್ರತಿಯೊಬ್ಬ ಪೋರ್ಚುಗೀಸನೂ ತನ್ನನ್ನು ತಾನು ದಾಮ್ ಎಂದು ಕರೆದುಕೊಳ್ಳ ತೊಡಗಿದ. ಆ ಬಿರುದು ಪೋರ್ಚುಗಲ್ಲಿನಿಂದ ಬಂದ ಮೊಟ್ಟಮೊದಲ ಹಡಗಿನ ಅಧಿ ಕಾರಿಯೂ ಆ ಮೇಲಿನ ಗವರ್ನರನೂ ಆದ ವಾಸ್ಕೋ ದ ಗಾಮನಿಗೆ ಪೋರ್ಚುಗೀಸ ರಾಜನಾದ ದಾಮ್ ಮನ್ವೇಲನು ಕೊಟ್ಟ ಹೆಸರು. ಈಗ ಗೋವೆಯಲ್ಲಿ ಬಡಗಿಯಿಂದ ಹಿಡಿದು ಪ್ರತಿಯೊಬ್ಬ ಪೋರ್ಚುಗೀಸನೂ ತನ್ನನ್ನು ತಾನು ದಾಮ್ ಎಂದೇ ಕರೆದುಕೊಳ್ಳತೊಡಗಿದ. ಅವರಲ್ಲಿ ತುಸು ಅನುಕೂಲಸ್ಥರು ದೊಡ್ಡ ದೊಡ್ಡ ಮನೆಗಳನ್ನು ಬಾಡಿಗೆಗೆ ಪಡೆದು ಆಮದು ಮಾಡಿಕೊಂಡ ಹೆಂಡಂದಿರೊಡನೆ ಐಷಾರಾಮದ ಬದುಕು ನಡೆಸತೊಡಗಿದರು. ಸಾಮಾನ್ಯರು ಸಣ್ಣ ಸಣ್ಣ ಮನೆಗಳಲ್ಲಿ ಇದ್ದು ಸುಖ ಲೋಲುಪರಾದರು.

ಪೋರ್ಚುಗೀಸರ ನಾಡಿನಲ್ಲಿ ಜನರ ಸಂಖ್ಯೆ ಕಮ್ಮಿ. ಹಾಗಾಗಿ ವಸಾಹತುಗಳಲ್ಲೂ ಅವರ ಸಂಖ್ಯೆ ಕಮ್ಮಿಯೇ ಎಂದು ಅಲ್ಬುಕೇರ್ಕನು ಮಾಡಿದ ಸ್ಥಳೀಯ ಜನರೊಡನೆಯ ಸಂಪರ್ಕ ಈಗ ಬೃಹತ್ತಾಗಿ ಬೆಳೆಯಿತು. ನೋವೀಸ್ ಎಂದು ಕರೆಯಲ್ಪಡುತ್ತಿದ್ದ ಈ ಮಂದಿ ಸಂಜೆಯಾಗುತ್ತಾ ಬಂದಂತೆ ಊರಲ್ಲಿ ಕುದುರೆಗಾಡಿಗಳಲ್ಲಿ ಸವಾರಿ ಮಾಡುತ್ತಾ ಹೋಗುತ್ತಿದ್ದರು. ಝುಣಝುಣ ಎಂದು ಶಬ್ದ ಮಾಡುವ ಆ ಗಾಡಿಗಳ ಹಿಂದೆ ಗುಲಾಮರು ಕೊಡೆಗಳನ್ನೂ ಚಿತ್ರಾಲಂಕಾರದ ಆಯುಧಗಳನ್ನೂ ಹಿಡಿದುಕೊಂಡು ಓಡಬೇಕಿತ್ತು. ಈ ಸೊಗಸುಗಳಿಂದ ಅವರು ರಾಜರಂತೆ ಮೆರೆಯುತ್ತಿದ್ದರು. ರಾಜರಂತಿದ್ದುದರಿಂದ ಅವರಿಗೆ ಗುಲಾಮರೂ ಬೇಕು. ಗುಲಾಮರನ್ನು ಕೊಳ್ಳುವುದು, ಮಾರುವುದು, ಕೊಲ್ಲುವುದು ಎಲ್ಲ ನಡೆಯತೊಡಗಿದವು. ಊರ ಮಧ್ಯದ ಚೌಕಗಳಲ್ಲಿ ಗಂಡಸರನ್ನು ಹೆಂಗಸರನ್ನು ಬೆತ್ತಲೆ ನಿಲ್ಲಿಸಿ ಹ್ಹಹ್ಹಹ್ಹ ಎಂದು ಜೋರಾಗಿ ನಗುತ್ತಾ ರಾಜಾರೋಷದಿಂದ ಹರಾಜು ಹಾಕುವುದು ನಿತ್ಯದ ಮಾತು. ಕನ್ಯೆಯರ ಕನ್ಯತ್ವದ ಪರೀಕ್ಷೆ ನಡೆದ ಮೇಲೆ ಅವರನ್ನು ಕೊಳ್ಳುವುದು.

ಹೀಗಾಗಿ ಒಬ್ಬೊಬ್ಬ ಪೋರ್ಚುಗೀಸನ ಬಳಿಯೂ ಐದಾರು ಇಟ್ಟುಕೊಂಡ ಹೆಂಗಸರು. ಸಾಕಷ್ಟು ಸೋಮಾರಿತನ.

ನೌಕರ ಶಾಹಿಯಲ್ಲಿಯೂ ಪೋರ್ಚುಗೀಸರೇ ಹೆಚ್ಚು. ತೆರಿಗೆಗಳ ವಸೂಲಿಗೆ ಅವರೇ ಬರುವವರು. ಮಳೆಗಾಲದಲ್ಲಿ ಜೂಜಿನ ಮನೆಗಳಿಗೂ ವೇಶ್ಯೆಯರ ಗೃಹಗಳಿಗೂ ಭೇಟಿ. ತೀಸ್‌ವಾಡಿಯಲ್ಲಿ ಜೂಜಿನ ಮನೆಗಳು ಹೆಚ್ಚು. ತರಹೇವಾರಿ ಜನ. ಕುಣಿಯುವ ಹುಡುಗಿಯರು. ಶರಾಬು ಈಚಲ ಹೆಂಡ ಮತ್ತು ತೆಂಗಿನ ಹೆಂಡಗಳನ್ನು ಕುಡಿಯುತ್ತಾ ಮೋಜು. ಪಾಶ್ಚಾತ್ಯದೇಶದ ಹೆಂಗಸರು ಪೂರ್ವದೇಶದ ಹೆಂಗಸರಿಗಿಂತ ಗೋವೆಯಲ್ಲಿ ಹೆಚ್ಚು. ಯಾಕೆಂದರೆ ಇಲ್ಲಿ ಹಣಕ್ಕೆ ಏನನ್ನಾದರೂ ಕೊಳ್ಳಬಹುದು. ಕೊಳ್ಳಲು ಹಣವೂ ಸಿಗುತ್ತದೆ. ನೌಕರರು ಖಜಾನೆಯಿಂದ ಕೊಡಬೇಕಾದ ಹಣವನ್ನು ಕೊಡುತ್ತಿರಲಿಲ್ಲ. ಹಣ ಪಡೆಯಬೇಕಾದವರು ಅನಿವಾರ್ಯವಾಗಿ ಕಡಿಮೆ ಮೊತ್ತಕ್ಕೆ ರಾಜಿ ಮಾಡಿಕೊಳ್ಳುತ್ತಿದ್ದರು. ಉಳಿಸಿದ ಹಣ ಆ ಖದೀಮರ ಜೇಬಿಗೆ. ಸಾಮಾನ್ಯ ಜನರಲ್ಲೂ ಈ ಅನೀತಿ ಮುಗಿಲು ಮುಟ್ಟಿತು. ನಾವಿಕರೂ ಸಿಪಾಯಿಗಳೂ ಯಾವ ಹೊತ್ತಿನಲ್ಲಾದರೂ ಮದ್ಯದಂಗಡಿಗಳಲ್ಲಿ ಕುಳಿತು ಕುಡಿಯುವುದನ್ನೂ ಬೀದಿಗಳಲ್ಲಿ ಅಲೆಯುವುದನ್ನೂ ಕಾಣಬಹುದಿತ್ತು. ಕೊಳ್ಳೆ ಹೊಡೆದ ಹಣ ನೀರು ಚೆಲ್ಲಿದ ಹಾಗೆ ಚೆಲ್ಲುತ್ತಿದ್ದರು. ಕಿವಿಗಳಿಗೆ ಉಂಗುರ ಹಾಕಿಕೊಂಡು ಸೊಂಟಕ್ಕೆ ಕಠಾರಿಗಳನ್ನು ಸಿಕ್ಕಿಸಿ ಅವರು ಮಾಡುತ್ತಿದ್ದ ಅನಾಚಾರಗಳಿಗೆ ಮಿತಿ ಇರಲಿಲ್ಲ.

ಗುಲಾಮೀ ಹೆಂಗಸರಲ್ಲದೇ ಗೋವೆಯ ಸ್ಥಳೀಯ ಹೆಂಗಸರೂ ನಾ ಮುಂದು ತಾ ಮುಂದು ಎಂದು ಮುಂದೆ ನುಗ್ಗುತ್ತಿದ್ದರು. ಸಿಪಾಯಿಗಳೊಡನೆ ಚಕ್ಕಂದವಾಡುತ್ತಾ ಕುಡಿದು ಮತ್ತರಾಗಿ ಅವರು ಅಗ್ಗದ ಮನೆಗಳಲ್ಲಿ ವಾಸಿಸುತ್ತಿದ್ದರು. ಈಗ ಅವರಿಗೂ ಅಲ್ಪಸ್ವಲ್ಪ ಪೋರ್ಚುಗೀಸು ಭಾಷೆ ಬರುತ್ತಿತ್ತು. ಅದರಲ್ಲೇ ಅಷ್ಟಿಷ್ಟು ಮಾತನಾಡುವ, ಮಾತಿಗಿಂತ ಹೆಚ್ಚು ನಗುವ, ಸೊಗಸಾಗಿ ಹಾಡುವ ವಾರಾಂಗನೆಯರು ಮೆರೆಯತೊಡಗಿದರು. ಮನೆಯೊಳಗಿದ್ದ ಪೋರ್ಚುಗೀಸ ಹೆಣ್ಣುಮಕ್ಕಳು ಆಳುಕಾಳುಗಳ ಮೇಲೆ ದರ್ಬಾರು ಮಾಡಿದ್ದೇ ಮಾಡಿದ್ದು. ಕವಡೆಗಳಿಂದ ಮಾಡಿದ ಪರದೆಗಳ ಹಿಂದೆ ನಿಂತು ಅವುಗಳ ತೂತುಗಳ ಮೂಲಕ ಬೀದಿಯಲ್ಲಿ ಹೋಗುವ ಜನರನ್ನು ನೋಡುವುದು ಅವರ ಹವ್ಯಾಸ. ತೀಸ್‌ವಾಡಿಯ ಪೋರ್ಚುಗೀಸರು ಕಳ್ಳತನದಲ್ಲಿ ಪರಸ್ತ್ರೀಯರ ಸಹವಾಸ ಬೆಳೆಸುತ್ತಿದ್ದರೆ ಅವರ ಹೆಂಗಸರು ತಮ್ಮ ಗಂಡಂದಿರಿಗೆ ದತ್ತೂರದ ಬೀಜ ತಿನ್ನಿಸಿ ಮತ್ತರಾಗುವಂತೆ ಮಾಡಿ ವಿನೋದದಲ್ಲಿ ಕಾಲ ಕಳೆಯುತ್ತಿದ್ದರು. ಇದನ್ನು ಪತ್ತೆ ಹಚ್ಚಲು ಗಂಡಂದಿರು ಗುಪ್ತವಾಗಿ ಗುಲಾಮರನ್ನು ನೇಮಿಸುತ್ತಿದ್ದ ಕಾರಣ ಎರಡೂ ಕಡೆಗಳಿಂದಲೂ ಗುಲಾಮರಿಗೆ ಲಾಭವಾಗುವುದಿತ್ತು.

ಒಂದು ಬಾರಿ ನರಸಪ್ಪಯ್ಯ ಗೋವೆಯ ರಸ್ತೆಯಲ್ಲಿ ಹೋಗುತ್ತಿದ್ದಾಗ ನಾಲ್ಕಾರು ಮಂದಿ ಪೋರ್ಚುಗೀಸರು ಶರಾಬು ಕುಡಿದು ತೂರಾಡುತ್ತಾ "ನಿಮ್ಮ ದೇವರ ಮೂರ್ತಿಗಳನ್ನು ಸಮುದ್ರಕ್ಕೆಸೆಯಿರಿ. ನೀವು ಪೂಜಿಸುವ ಅವುಗಳಿಗೆ ಜೀವವಿಲ್ಲ.

ಯೇಸುವೇ ಸರ್ವಶಕ್ತನು. ಅವನನ್ನು ಆರಾಧಿಸೋಣ'' ಎಂದು ಕೂಗಾಡುತ್ತಿದ್ದುದನ್ನು ಕೇಳಿದರು. ಸುತ್ತ ದೊಡ್ಡದೊಂದು ಗುಂಪು. ಸ್ಥಳೀಯರಲ್ಲಿ ಕೆಲವರು ಅದನ್ನು ಪ್ರತಿಭಟಿಸಿದಾಗ ಆ ಪೋರ್ಚುಗೀಸ ಕಠಾರಿಯೆತ್ತಿ ತಿವಿದೇ ಬಿಟ್ಟ. ಜಿಲ್ಲೆಂದು ರಕ್ತ ಹರಿಯಿತು. ತೀಸ್‌ವಾಡಿಯಲ್ಲಿ ಅಲ್ಲಲ್ಲಿ ದೇವಸ್ಥಾನಗಳನ್ನು ಕೆಡವಿ ಚರ್ಚುಗಳನ್ನು ಕಟ್ಟಿದ್ದಾರೆಂದೂ ಬಲವಂತದಿಂದ ಸ್ಥಳೀಯರನ್ನು ಅಲ್ಲಿಗೆ ಕರೆದುಕೊಂಡು ಹೋಗುತ್ತಿದ್ದಾರೆಂದೂ ನರಸಪ್ಪಯ್ಯ ಕೇಳಿದ್ದರು. ನಮ್ಮ ಧರ್ಮದ ಸುದ್ದಿಗೆ ಅವರು ಯಾಕೆ ಬರಬೇಕು ಎಂದು ನರಸಪ್ಪಯ್ಯನವರ ಮಾತು. ವರುಣೆಯ ಅತ್ಯಂತ ಮುದುಕರಾದ ಆಯುರ್ವೇದ ಪಂಡಿತ ಶ್ರೀಧರ ಕಾಳೆಯವರು ''ನಿನಗೆ ತಿಳಿದಿದೆಯೋ ಇಲ್ಲವೋ ನಚ್ಚಾ, ಬೇತಾಳ ಸನ್ಯಾಸಿ ಮುನ್ನೂರು ಸಂವತ್ಸರಗಳ ಹಿಂದೆ ಭವಿಷ್ಯ ಹೇಳಿದ್ದನಂತೆ. ಗೋವೆಯನ್ನು ಕಡಲಾಚೆಯ ಜನರು ಬಂದು ಆಳುತ್ತಾರೆಂತ. ನಾನು ಬೇರೆಯವರು ಹೇಳಿದ್ದು ಕೇಳಿದ ಮಾತು. ಈಗ ಆ ಮಾತು ಸತ್ಯವಾಯಿತಲ್ಲ?'' ಎಂದಿದ್ದರು.

ಇಂತಹ ಪರಿಸರದಲ್ಲಿ ನರಸಪ್ಪಯ್ಯನವರ ಮಗ ಮಾಳಪ್ಪಯ್ಯ ಬೆಳೆದ. ಏಳನೆಯ ವರುಷದಲ್ಲಿ ಅವನಿಗೆ ಉಪನಯನವಾಯಿತು. ಪುರೋಹಿತ ರಂಗಶರ್ಮರೇ ಅವನ ನಾಲಿಗೆ ತಿದ್ದಿಸಿ ಅಕ್ಷರ ಪಾಠ ಮಾಡಿಸಿದರು. ಹದಿನಾರನೆಯ ವಯಸ್ಸಿನಲ್ಲಿ ಲೋಟಲಿ ಗ್ರಾಮದ ಬೇಟ ಕುಡಾವರ ಮಗಳು ರಾಧಾಬಾಯಿಯ ಜೊತೆ ಮಾಳಪ್ಪಯ್ಯನ ಮದುವೆಯಾಯಿತು. ರಾಧಾಬಾಯಿಗೆ ಆಗ ಒಂಭತ್ತರ ವಯಸ್ಸು. ಅವಳು ಮೈನೆರೆಯುವ ವಯಸ್ಸಿಗೆ ಬಂದಾಗ ಮಾಳಪ್ಪಯ್ಯ ಕಟ್ಟುಮಸ್ತಾದ ತರುಣ. ಮಾತುಗಾರ, ಚಾಣಾಕ್ಷ, ಚತುರ. ಕೆಟ್ಟು ಹೋದ ಗೋವೆಯ ಪರಿಸರದಲ್ಲಿ ಬೆಳೆದರೂ ನರಸಪ್ಪಯ್ಯನವರ ಶಿಸ್ತುಬದ್ಧದ ಶಿಕ್ಷೆಯಲ್ಲಿ ಒಳ್ಳೆಯ ಗುಣಗಳನ್ನು ಮೈಗೂಡಿಸಿಕೊಂಡವನು. ತಂದೆಯ ಜೊತೆ ವ್ಯಾಪಾರದಲ್ಲಿ ಭಾಗವಹಿಸುವವನು. ಆದರೆ ಅವನ ದುರಾದೃಷ್ಟ ವ್ಯಾಪಾರ ಇಳಿಮುಖ ಕಂಡಿತು. ತೆರಿಗೆ ವಸೂಲಿ ಅಧಿಕಾರಿಗಳಿಗೆ ಕೊಟ್ಟು ಕೊಟ್ಟು ನರಸಪ್ಪಯ್ಯ ಬೇಸತ್ತರು. ಅವರಿಗೆ ಪ್ರಾಯವೂ ಸಂದಿತ್ತು. ಹಾಗಾಗಿ ಅವರು ವ್ಯಾಪಾರವನ್ನೆಲ್ಲ ಮಗನಿಗೆ ವಹಿಸಿ ತಾವು ನಿರಾಳ ಇದ್ದು ಬಿಟ್ಟರು. ಆಗಾಗ ಮ್ಹಾಳಶಿಮಾಂಯಿಯ ದೇವಳಕ್ಕೆ ಹೋಗಿ ರಂಗಶರ್ಮರ ಜೊತೆ ಮಾತನಾಡುತ್ತಾ ಕೂರತೊಡಗಿದರು. ಎಂತಹ ಕಾಲ ಬಂತು ನೋಡಿ ಎನ್ನುವವರು. ಅವರಿಗೆ ಜೊತೆ ಕೊಡುವವರು ಶ್ರೀಧರ ಕಾಳೆ, ಮಾಧವ ಪೈಗಾಂವಕರ, ರಾಮಕ್ರಿಷ್ಣ ಗೋರೆ ಮತ್ತು ಪುರೋಹಿತ ರಂಗಶರ್ಮರು. ''ಬೇತಾಳ ಸನ್ಯಾಸಿ ಹೇಳಿದ ಮಾತು ಸತ್ಯವಾಯಿತೋ ಇಲ್ಲವೋ? ಕಡಲಾಚೆಯ ಜನರು ಆಳುತ್ತಾರೆ ಎಂದದ್ದು?'' ಕಾಳೆಯವರು ಕೇಳುತ್ತಿದ್ದರು. ರಂಗಶರ್ಮರು ತಲೆಯಲ್ಲಾಡಿಸುತ್ತಾ, ವಾಯು ಉಪದ್ರವದಿಂದ ಬಳಲುತ್ತಿದ್ದ ತಮ್ಮ ಹೊಟ್ಟೆಯನ್ನು ನೀವಿಕೊಳ್ಳುತ್ತಾ ''ಅವನು ಇನ್ನೊಂದು ಸಂಗತಿ ಹೇಳಿದ್ದಾನೆ ಕಾಳೆ. ಕಷ್ಟಕಾಲ ಬರುತ್ತದೆ. ಜನ ದೇಶಾಂತರ

ಹೋಗುತ್ತಾರೆ ಎಂದು. ಆ ದಿನಗಳೂ ಬರುತ್ತವೇನೋ?'' ಎಂದರು. ಕಾಳೆ ''ಬರಲೂ ಬಹುದು. ಈಗ ನಮ್ಮ ಹಣೆಯ ಮೇಲೆ ಹಾಗೆ ಇದೆಯೆಂದು ಬರೆದಿದ್ದರೆ ಊರನ್ನೇ ಬಿಡುವುದೂ ಅಗತ್ಯ'' ಎಂದರು.

ಮಾಳಪ್ಪಯ್ಯನವರಿಗೆ ಮೊದಲ ಮಗು ಗಂಡಾಯಿತು. ತದನಂತರ ಹೆಣ್ಣು ಹುಟ್ಟಿತು. ಆ ಮೇಲೆ ಒಂದು ಗಂಡು ಮಗುವಾಯಿತು. ಕೊನೆಯ ಮಗುವಿಗೆ ಒಂದೂವರೆ ವರುಷಗಳಾದಾಗ ರಾಧಾಬಾಯಿ ಮತ್ತೆ ಬಸುರಾದಳು. ಆ ಸಂವತ್ಸರದಲ್ಲಿ ಮಳೆಯೇ ಬರಲಿಲ್ಲ, ಕ್ಷಾಮದಿಂದ ಜನರು ನೀರಿಲ್ಲದೇ ಒದ್ದಾಡಿದರು. ''ನಾಡು ಈ ರೀತಿ ಕೆಟ್ಟು ಹೋದಾಗ ಮಳೆ ಹೇಗೆ ಬಂದೀತು?'' ಎಂದು ನರಸಪ್ಪಯ್ಯ ಮರುಗಿದರು. ಆಗಲೇ ರಾಧಾಬಾಯಿಗೆ ಆರನೆಯ ತಿಂಗಳಿನಲ್ಲಿ ಬಸಿರು ಸೋರಿಹೋಯಿತು. ಆಕೆ ಸ್ವಲ್ಪ ತೆಳ್ಳಗಾದಳು. ಮರುವರ್ಷ ಮತ್ತೆ ಬಸಿರು. ಶ್ರೀಧರ ಕಾಳೆಯವರಿಗೆ ಒಂದಷ್ಟು ಆಯುರ್ವೇದ ತಿಳಿದಿದ್ದುದರಿಂದ ಆಕೆಗೆ ಒಳ್ಳೆಯ ಆಹಾರವನ್ನೂ ಔಷಧಿಯನ್ನೂ ನಿಗದಿ ಮಾಡಿದರು. ಮಾಳಪ್ಪಯ್ಯ ಮಾತ್ರ ಆಕೆಯ ಆರೋಗ್ಯದ ಬಗ್ಗೆ ಅಂತಹ ಯೋಚನೆ ಮಾಡಿದರೆಂದು ಹೇಳಬರುವಂತಿಲ್ಲ. ಯಾಕೆಂದರೆ ಕಾಳೆಯವರು ಅವರೊಡನೆ ಅವಳ ಆರೋಗ್ಯದ ಬಗ್ಗೆ ಹೇಳಿದಾಗ ನಕ್ಕುಬಿಟ್ಟರು. ಏನಿದ್ದರೂ ರಾಧಾಬಾಯಿಯ ಬಸಿರು ಬೆಳೆದು ಒಂಭತ್ತು ತಿಂಗಳು ಒಂಭತ್ತು ದಿನಗಳಿಗೆ ಸರಿಯಾಗಿ ಅಂದರೆ ಶಾಲಿವಾಹನ ಶಕ 1464ರ ಶುಭಕೃತು ಸಂವತ್ಸರದ ವೈಶಾಖ ಶುದ್ಧ ಶುಕ್ಲ ಪಕ್ಷದ ಒಂದನೇ ತಿಥಿಗೆ ಆಕೆ ಒಂದು ಗಂಡುಮಗುವನ್ನು ಹೆತ್ತಳು.

ರಂಗಶರ್ಮರು ಮಗು ಹುಟ್ಟಿದ ಘಳಿಗೆ ಚೆನ್ನಾಗಿಲ್ಲವೆಂದರು. ಅದರಿಂದಾಗಿ ಒಂದು ಹೋಮವನ್ನೂ ಬ್ರಾಹ್ಮಣ ಸಂತರ್ಪಣೆಯನ್ನೂ ಮಾಡುವುದು ಅನಿವಾರ್ಯವಾಯಿತು. ಮಗುವನ್ನು ಸಗೋತ್ರೀಯನಲ್ಲದವನಿಗೆ ಒಂದು ಹಸುವಿನ ಕೆಳಗಿನಿಂದ ಕೊಡಬೇಕೆಂದೂ, ತಂದೆಯು ಮಗುವಿನ ಮುಖವನ್ನು ಮೊಟ್ಟ ಮೊದಲ ಬಾರಿಗೆ ನೇರವಾಗಿ ನೋಡಬಾರದೆಂದೂ ರಂಗಶರ್ಮರು ಅಪ್ಪಣೆ ಕೊಡಿಸಿದರು. ಹನ್ನೊಂದನೆಯ ದಿನ ಬೆಳಗ್ಗೆ ಹೋಮ ಹವನಗಳು ನಡೆದುವು. ಹನ್ನೆರಡು ಮಂದಿ ನೀಚ ಜಾತಿಯವರಿಗೆ ಊಟವಿಕ್ಕಿದರು. ಒಂದು ಶುಭ ಮುಹೂರ್ತದಲ್ಲಿ ಹಸುವಿನ ಹೊಟ್ಟೆಯ ಕೆಳಗಿನಿಂದ ಮಗುವನ್ನು ಇಟ್ಟಿಗೆ ಮಾಡುವ ನೀಚ ಜಾತಿಯವನಿಗೆ ದಾನ ಮಾಡಿದರು. ಅವನೂ ಅವನ ಹೆಂಡತಿಯೂ ಮಗುವನ್ನು ಎದೆಗೆ ಅವಚಿ, ನೆತ್ತಿಯನ್ನು ಮೂಸಿದರು. ಆಕೆ ಮೊಲೆ ಕುಡಿಸಿದಳು. ಕುಡಿ ಬಾಳೆಯ ಎಲೆಯ ಮೇಲಿಟ್ಟ ಅಕ್ಕಿಯ ರಾಶಿಯ ಮೇಲೆ ಆ ಮಗುವನ್ನಿಟ್ಟು ಅವರು ಹಿಂದೆ ಕೊಟ್ಟರು. ಆ ಮೇಲೆ ಮಗುವನ್ನು ಒಳಗೆ ಕೊಂಡೊಯ್ಯಲಾಯಿತು. ಅಕ್ಕಿ, ಬಾಳೆ ಎಲೆ, ವೀಳ್ಯದೆಲೆ, ಅಡಕೆಯ ಹೋಳು, ತೆಂಗಿನ ಕಾಯಿ, ಅರಿವೆಯನ್ನು ಆ ಇಟ್ಟಿಗೆ ಕೊಯ್ಯುವವನಿಗೇ ಕೊಟ್ಟು ರಂಗಶರ್ಮರು ಹಸುವನ್ನು ತಮ್ಮ ಮನೆಗೆ ಹೊಡೆದರು. ವಸ್ತ್ರವೊಂದನ್ನು ಅಡ್ಡಹಿಡಿದು ಬೆಳ್ಳಿಯ ತಟ್ಟೆಯಲ್ಲಿ ತುಪ್ಪ ಹಾಕಿ ಮಗುವನ್ನು ಅದರ ಬಳಿ

ಬಗ್ಗಿಸಿ ಮಾಳಪ್ಪಯ್ಯನವರಿಗೆ ಪ್ರತಿಬಿಂಬ ತೋರಿಸಲಾಯಿತು. ಮಗುವಿಗೆ ಪಂಡರಾಪುರದ ವಿಠೋಬನ ನೆನಪಿಗಾಗಿ ವಿಟ್ಠು ಪೈ ಎಂದು ನಾಮಕರಣ ಮಾಡಿದರು.

★

ಆಶ್ಚರ್ಯವೆಂಬಂತೆ ಬೇತಾಳ ಸನ್ಯಾಸಿ ಅದೇ ಹೊತ್ತಿಗೆ ನರಸಪ್ಪಯ್ಯನವರ ಮನೆಯ ಅಂಗಳಕ್ಕೆ ತಲುಪಿದ್ದ! ಕೈಯಲ್ಲಿದ್ದ ತಾಳದಂಡದಿಂದ ಶಬ್ದ ಮಾಡುತ್ತಾ, ಬಾಯಿಯಿಂದ ಕಾಲಭೈರವನ ಹೆಸರನ್ನುಚ್ಚರಿಸುತ್ತಾ ಅವನು ಅಂಗಳ ದಾಟಿ ಹಜಾರ ಹತ್ತಿದಾಗ ನರಸಪ್ಪಯ್ಯ ಆನಂದತುಂದಿಲರಾದರು. ನರಸಪ್ಪಯ್ಯ ತೀರ ಸಣ್ಣವರಿರುವಾಗ ನಾಗ್ಡೊ* ಬೇತಾಳನನ್ನು ನೋಡಿದ್ದಿತ್ತು. ಆಗ ನರಸಪ್ಪಯ್ಯನವರ ತಂದೆಯೂ ಬದುಕಿದ್ದರು. ಬೇತಾಳ ಸನ್ಯಾಸಿಯ ಜೊತೆ ಕುಳಿತು ಅವರ ಅಪ್ಪ ತುಂಬ ಮಾತನಾಡಿದ್ದರು. ಹುಡುಗ ನರಸಪ್ಪಯ್ಯನನ್ನು ಕರೆದು ಏನೋ ಹೇಳಿ ನಾಗ್ಡೊ ಬೇತಾಳ ನಕ್ಕಿದ್ದ. ಅವನ ಮಸುಕು ಮಸುಕಾದ ನೆನಪು ಅವರಿಗೆ. ಬೇತಾಳನಿಗೆ ಉದ್ದುದ್ದ ಕೂದಲುಗಳು. ಕಪ್ಪನೆಯ ಮುಖ. ವಿಶಾಲ ಕಣ್ಣುಗಳು. ದಪ್ಪ ಮೂಗು. ಆ ಉದ್ದುದ್ದ ಕೂದಲುಗಳು ಕಪ್ಪಗೆ ಹರಡಿಕೊಂಡಿರುತ್ತಿದ್ದವು. ಅವನ ಕಿವಿಗಳ ಮೇಲೆಯೂ ಕೂದಲುಗಳ ಉಂಗುರಗಳು. ಎದೆಯ ತನಕ ಬೆಳೆದ ಅವನ ಗುಂಗುರು ಗುಂಗುರು ಕಪ್ಪು ಗಡ್ಡ ಗಾಳಿಗೆ ಓಲಾಡುತ್ತಿತ್ತು. ಕೆಳತುಟಿಯ ಬಳಿ ಮಾತ್ರ ಸ್ವಲ್ಪ ಬೆಳ್ಳಗೆ. ಕೊರಳಿಗೆ ರುದ್ರಾಕ್ಷಿ, ಬರಿಗಾಲಿಗೆ ಗೆಜ್ಜೆ. ಹಣೆಯ ಮೇಲೆ ವಿಭೂತಿ. ಯಾವಾಗಲೂ ತಾಂಬೂಲ ಜಗಿಯುತ್ತಿದ್ದುದರಿಂದ ಅವನ ನಾಲಗೆಯೂ ತುಟಿಗಳೂ ರಕ್ತಗೆಂಪಾಗಿರುತ್ತಿತ್ತಲ್ಲದೇ ಹಲ್ಲುಗಳೂ ಮಣಕುಗಟ್ಟಿದ್ದುವು. ಬೇತಾಳ ಸನ್ಯಾಸಿ ಯಾವ ವಸ್ತ್ರವನ್ನೂ ಉಡುತ್ತಿರಲಿಲ್ಲವಾದುದರಿಂದ ನಾಗ್ಡೊ ಬೇತಾಳನೆಂದು ಹೆಸರೂ ಇತ್ತು.

ನರಸಪ್ಪಯ್ಯ ಚಿಕ್ಕಂದಿನಲ್ಲಿ ಅವನನ್ನು ಕಂಡು ತೀರ ಹೆದರಿದ್ದರು. ಆಗ ಅವನ ಕೂದಲುಗಳು ಇನ್ನೂ ಹೆಚ್ಚು ಬೆಳ್ಳಗಿದ್ದ ನೆನಪು ಅವರಿಗೆ. ದೇಹವೂ ಯವ್ವನದ ಕೊನೆಯ ಹಂತದಲ್ಲಿ ಇದ್ದಂತೆ. ಆದರೆ ಈಗ ನೋಡುವಾಗ ನಾಗ್ಡೊ ಬೇತಾಳ ಇನ್ನೂ ಹರೆಯದ ವಯಸ್ಸಿನವನಂತೆ ಕಂಡ. ಧಡೂತಿ ಮೈ. ದಪ್ಪದಪ್ಪ ತೋಳು ತೊಡೆಗಳು. ಮಿರಿಮಿರಿ ಹೊಳೆಯುವ ಎದೆಯ ರೋಣೆ. ಅವನು ಎಲ್ಲಿಂದ ಬರುತ್ತಾನೆ, ಎಲ್ಲಿಗೆ ಹೋಗುತ್ತಾನೆ, ಯಾವಾಗ ಬರುತ್ತಾನೆ ಎಂದು ಯಾರಿಗೂ ತಿಳಿಯದು. ಬಂದಾಗ ಎಲ್ಲಿಂದ ಎಂದೂ ಹೊರಟಾಗ ಎಲ್ಲಿಗೆ ಎಂದೂ ಕೇಳಬಾರದೆಂದು ಪ್ರತೀತಿ. ಹಾಗೆ ಕೇಳಬಾರದೆಂದು ಹಿರಿಯರು ಬಾಯಿ ಮುಚ್ಚಿಸುವುದು ನರಸಪ್ಪಯ್ಯನವರು ತಿಳಿದ ವಿಚಾರ. ಅದು ಅಪಶಕುನವಾಗುತ್ತದೆ ಎಂದು ಸಾಸಷ್ಟಿಯ ಜನರ ನಂಬಿಕೆ. ಈ ನಂಬಿಕೆ ಎಷ್ಟು ಗಾಢವಾಗಿತ್ತೆಂದರೆ ನಾಗ್ಡೊ ಬೇತಾಳನೇ ಅಲ್ಲ, ಮನೆಯವರು, ಬಂಧುಗಳು,

---

*ನಾಗ್ಡೊ = ನಗ್ನ

ಪರಿಚಯದವರು ಯಾರೇ ಎಲ್ಲಿಗಾದರೂ ಹೊರಟರೆ ಎಲ್ಲಿಗೆ ಎಂದು ಕೇಳಬಾರದು ಎಂದು ಅವರು ನಂಬಿದ್ದರು. ನಾಗ್ಡೊ ಬೇತಾಳ ಊರೂರು ತಿರುಗುವವನು. ಕಾಣಕೂನದ ಬಳಿ ಅವನ ನೆನಪಿಗೆಂದೇ ಒಂದು ಬೇತಾಳಬತ್ತಿ ಎಂಬ ಊರನ್ನು ಕಟ್ಟಿದ್ದರು. ಠಾಣೆಯ ಬಳಿ ಬೇತಾಳನದಿ ಎಂಬ ಹೊಳೆಗೂ ಅವನ ಹೆಸರು. ಕಷ್ಟದ ದಿನಗಳಲ್ಲಿಯೂ ಸುಖದ ದಿನಗಳಲ್ಲಿಯೂ ನಾಗ್ಡೊ ಬೇತಾಳ ಬರುತ್ತಾನೆಂಬ ನಂಬಿಕೆ. ಸಾಸಷ್ಟಿಯ ಜನ ತುಂಬ ಸಂತೋಷಗೊಂಡಾಗ ಅಥವಾ ತುಂಬಾ ಕಷ್ಟ ಬಂದಾಗ ಅವನನ್ನು ಕಾಯುತ್ತಿದ್ದರು.

ಜಗಲಿ ಹತ್ತಿದ ನಾಗ್ಡೊ ಬೇತಾಳ ನೇರ ಹೋಗಿ ಒಂದು ಕಡೆ ನೆಲದ ಮೇಲೆ ಚಕ್ಕಳಮಕ್ಕಳ ಹಾಕಿ ಕುಳಿತುಕೊಂಡ. ನರಸಪ್ಪಯ್ಯ ಲಗುಬಗೆಯಿಂದ ಅವನೆದುರು ವೀಳ್ಯದೆಲೆಯ ತಟ್ಟೆಯನ್ನಿಟ್ಟರು. ಮನೆಯ ಹಿಂದೆ ಗಳಕ್ಕೆ ತೂಗು ಹಾಕಿದ ಗಡಿಗೆಯಿಂದ ಹೊಚ್ಚಹೊಸ ಸುಣ್ಣವನ್ನು ತಂದರು. ನೀರಿಗೆ ಹಾಕಿ ಕೊಳೆಸಿದ ಅಡಿಕೆಯ ಸಿಪ್ಪೆ ತೆಗೆದು ಹೋಳು ಮಾಡಿ ಎದುರಿಟ್ಟರು. ಮಲೆಯಿಂದ ತಂದ ಏಲಕ್ಕಿಯನ್ನೂ ಮಚ್ವೆಗಳಲ್ಲಿ ಬಂದ ಲವಂಗವನ್ನೂ ಎದುರಿಟ್ಟು "ಮನೆಯಲ್ಲಿ ಇವತ್ತು ಮಗುವನ್ನು ತೊಟ್ಟಿಲಲ್ಲಿ ಹಾಕಿದೆವು. ಸಟ್ಟಿ ಪೂಜೆ ಇತ್ತು" ಎಂದರು. ನಾಗ್ಡೊ ಬೇತಾಳ ನಡೆದು ಬಂದ ಆಯಾಸಕ್ಕೆ ಅಂಗೈಯಿಂದ ಪಾದಗಳನ್ನು ನೀವುತ್ತಾ ನನಗೆ ಗೊತ್ತು ಎನ್ನುವವನಂತೆ ನಗು ಬೀರಿದ. ಅವನು ಮಾತಾಡುವುದು ಕಡಿಮೆ. ಮಾತನಾಡಿದರೆ ಭವಿಷ್ಯ ಹೇಳುವವನಂತೆಯೋ, ಆಶ್ವಾಸನೆ ನೀಡುವವನಂತೆಯೋ, ಎಚ್ಚರಿಕೆ ಕೊಡುವವನಂತೆಯೋ, ಆಶೀರ್ವಾದ ಮಾಡುವವನಂತೆಯೋ ಒಂದೊಂದು ಮಾತು. ಅವನ ಭೇಟಿ ಅಪರೂಪವಾದರೂ ನಿನ್ನೆ ಮೊನ್ನೆ ಬಂದು ಮಾತನಾಡಿ ಹೋದವನಂತೆ ಮಾತು. ಆಪ್ತ ನಡೆವಳಿಕೆ. ಯಾವಾಗಲೂ ಬಾಯಿ ತುಂಬ ತುಂಬಿದ ತಾಂಬೂಲ. ನಾಗ್ಡೊ ಬೇತಾಳನಿಗೆ ಎದುರಿಟ್ಟಷ್ಟು ಎಲೆ ಸಾಕಾಗದು. ಹಾಗಾಗಿ ನರಸಪ್ಪಯ್ಯ ಕುಡುಂಬಿಯರ ಹುಡುಗ ಬುದ್ದುವಿಗೆ ಹೇಳಿ ಮರಹತ್ತಿ ಬಳ್ಳಿಗೆ ಬಿಟ್ಟ ಎಳೆಯ ಎಲೆಗಳನ್ನು ಕೊಯ್ಯಲು ಹೇಳಿದರು.

ನಾಗ್ಡೊ ಬೇತಾಳ ನರಸಪ್ಪಯ್ಯನವರಿಂದ ಒಂದು ಕವಳಿಗೆ ತುಂಬ ಬಿಸಿ ಬಿಸಿ ನೀರನ್ನು ಕೇಳಿದ. ಅಲ್ಲೇ ಕಾಲು ಚಾಚಿ ಅಂಗಳಕ್ಕೆ ಇಳಿಯ ಬಿಟ್ಟು ನೀರು ಹಾಕಿ ಕಾಲು ತೊಳೆದ. ಬಾಯಿ ಮುಕ್ಕಳಿಸಿ ಕೆಂಪಾದ ನೀರನ್ನು ಪಿಚಕ್ಕನೆ ಉಗುಳಿದ. ಆ ಮೇಲೆ ಮೊದಲಿನಂತೆಯೇ ಉಪಸ್ಥಿತನಾದ. ಅಷ್ಟರಲ್ಲಿ ವೆರಣೆಯ ತುಂಬೆಲ್ಲ ಅವನು ಬಂದ ಸುದ್ದಿ ಹಬ್ಬಿದ್ದುದರಿಂದ ಜನರು ಗುಂಪು ಗುಂಪಾಗಿ ಬಂದರು. ಅಡಿಯಿಂದ ಮುಡಿಯವರೆಗೆ ಅವನು ಬೆತ್ತಲೆಯಾಗಿದ್ದರೂ ಹೆಂಗಸರಾಗಲೀ ಗಂಡಸರಾಗಲೀ ಸಂಕೋಚ ಪಡುತ್ತಿರಲಿಲ್ಲ. ನಾಗ್ಡೊ ಬೇತಾಳನಿಗೆ ವಸ್ತ್ರದ ಬಂಧನವಿರಲಿಲ್ಲ. ನರಸಪ್ಪಯ್ಯ ಮಗನಿಗೂ ಸೊಸೆಗೂ ನಾಗ್ಡೊ ಬೇತಾಳನ ಪಾದಕ್ಕೆರಗಲು ಹೇಳಿ ತಾವೂ ಅಡ್ಡಬಿದ್ದರು, ಮಕ್ಕಳಿಗೂ ನಮಸ್ಕರಿಸಲು ಹೇಳಿದರು. ಹನ್ನೊಂದು ದಿನಗಳ ಏಟ್ಟು ಪೈಯನ್ನೆತ್ತಿ ಅವನ ತೊಡೆಯ

ಮೇಲಿಟ್ಟರು. ಮಗುವನ್ನು ನೋಡಿ ನಾಗ್ಡೊ ಬೇತಾಳ 'ಶಿವೇಚ್ಛೆ' ಎಂದ. ವೆರಣೆಯ ಸಮಸ್ತ ಜನರೂ ಬಂದು ಅವನ ಪಾದಕ್ಕೆರಗಿದರು. ಬೇತಾಳ ಮುಗುಳು ನಗುವಿನಿಂದ ಅವರನ್ನೆಲ್ಲ ಹರಸಿ ಸುಖದುಃಖ ವಿಚಾರಿಸಿದ.

ರಾತ್ರಿ ಈಚಲ ಮರದ ಸೊಗಸಾದ ಹೆಂಡ ತರಿಸಿ ನರಸಪ್ಪಯ್ಯ ನಾಗ್ಡೊ ಬೇತಾಳನಿಗೆ ಕೊಟ್ಟರು. ಸಮುದ್ರದಿಂದ ಆದೇ ತಾನೇ ತೆಗೆದ ತಾರ್ಲೆ ಮೀನನ್ನು ಮಸಾಲೆ ಹಾಕಿ ಕೊಬ್ಬರಿ ಎಣ್ಣೆಯಲ್ಲಿ ಕರಿದು ಎದುರಿಟ್ಟರು. ಮೀನಿನ ತುಂಡನ್ನು ಬಾಯಿಗೆಸೆಯುತ್ತಾ ಹೆಂಡದ ಗುಟುಕನ್ನು ಚಪ್ಪರಿಸುತ್ತಾ ನಾಗ್ಡೊ ಬೇತಾಳ ಊರ ಹತ್ತು ಮಂದಿ ಗೌಡಸಾರಸ್ವತ ಬ್ರಾಹ್ಮಣರನ್ನು ಕುಳ್ಳಿರಿಸಿ ದೀಪದ ಬೆಳಕಿನಲ್ಲಿ "ಮರೆಯ ಬಾರದ್ದನ್ನು ನೀವು ಮರೆತಿದ್ದೀರಿ" ಎಂದು ಒಂದು ಕಥೆ ಹೇಳಿದ. ಶ್ರೀಧರ ಕಾಳೆಯವರು ತಲೆದೂಗುತ್ತಾ "ಕೇಳಿದ ನೆನಪಿದೆ ನನಗೆ" ಎಂದರು. ಆದರೂ ನಾಗ್ಡೊ ಬೇತಾಳನ ಬಾಯಿಯಿಂದ ಅದನ್ನು ಕೇಳುವ ಆಸೆಯಾಯಿತು ಅವರಿಗೆ. ಮಾಳಪ್ಪಯ್ಯ ಹಜಾರದ ಮೂಲೆಯಲ್ಲಿ ನಿಂತು ಅಡಿಕೆಯ ಸಿಪ್ಪೆಯನ್ನು ನಯವಾಗಿ ಹೆರೆಯತೊಡಗಿದ. ಲೋಟದ ತುಂಬ ಈಚಲ ಹೆಂಡ ತುಂಬಿಸಿ ಒಮ್ಮೆ ಬಾಯಿಯ ತುಂಬ ಗುಟುಕು ತುಂಬಿಸಿ ಕುಡಿದು, ತೇಗು ಹೊರಡಿಸಿ ಬೇತಾಳ ಹೇಳತೊಡಗಿದ –

ಬಹಳ ಹಿಂದೆ ನರಸಪ್ಪಯ್ಯನವರ ತಾತನ ತಾತನಿಗೋ ಅವನ ತಾತನಿಗೋ ಆದ ಮಗುವಿನ ಕಥೆ ಅದು. ಅವರ ಹೆಸರು ಮಾಳಶರ್ಮ ಎಂದು. ಕೌಂಶಗೋತ್ರೋದ್ಭವ ಮಾಳಶರ್ಮ ವೇದಾಧ್ಯಯನಗಳನ್ನು ಸಾಂಗವಾಗಿ ಮಾಡಿದ್ದ. ಪರಮ ಪತಿವ್ರತೆಯೂ, ಸುಂದರಿಯೂ ಸಾಧ್ವಿಯೂ ಆದ ಗಿರಿಜೆಯೆಂಬ ಹೆಂಡತಿ. ಸುಭಿಕ್ಷದ ಆ ಕಾಲದಲ್ಲಿ ಆ ದಂಪತಿಗಳಿಗೆ ಒಂದರ ಹಿಂದೆ ಒಂದರಂತೆ ಇಪ್ಪತ್ತೊಂದು ಮಕ್ಕಳಾದುವು. ಮಕ್ಕಳಿಗೆ ಮದುವೆಯಾಗುತ್ತಿದ್ದರೂ ತಾಯಿಗೆ ಹೆರಿಗೆ. ಇಪ್ಪತ್ತೊಂದರ ಬಳಿಕ ಆಕೆ ಇಪ್ಪತ್ತೆರಡನೆಯ ಬಾರಿ ಬಸಿರಾದಳು. ದಿನೇದಿನೇ ಹೊಟ್ಟೆಯಲ್ಲಿದ್ದ ಗರ್ಭವು ಬೆಳೆದು ನವಮಾಸಗಳು ತುಂಬಿ ಒಂದು ಶುಭ ಮುಹೂರ್ತದಲ್ಲಿ ಆಕೆ ಹೆತ್ತಳು. "ನಿಮ್ಮದೇ ಹಿರಿಯರ ಕಥೆ ಇದು ನರಸಪ್ಪಯ್ಯ. ನಿಮಗೆ ಏಳು ತಲೆಯಷ್ಟೇ ಹಿಂದಿನದು. ಆದರೂ ಇಷ್ಟು ಬೇಗ ಮರೆಯಬಾರದಾಗಿತ್ತು. ಇಪ್ಪತ್ತೆರಡನೆಯ ಸಂತಾನವಾಗಿ ಹುಟ್ಟಿದ ಆ ಮಗು ಮಾನವ ರೂಪದಲ್ಲಿ ಇರಲಿಲ್ಲ. ಮುಖ ಮಾತ್ರ ಮನುಷ್ಯನದ್ದು. ಕೊರಳಿನಿಂದ ಪಾದದ ತನಕ ಹಾವಿನ ರೂಪ. ಕೈಗಳಾಗಲೀ ಕಾಲುಗಳಾಗಲೀ ಇರಲಿಲ್ಲ. ಹೆಗಲೂ ಇರಲಿಲ್ಲ. ಮಗುವನ್ನು ನೋಡುತ್ತಲೇ ಜನ್ಮ ಕೊಟ್ಟ ತಾಯಿ ಕಿಟಾರನೆ ಕಿರುಚಿದಳು. ಅದು ಹುಟ್ಟಿದ ದಿನವೂ ನಾನು ಇಲ್ಲಿಗೆ ಬಂದಿದ್ದೆ" ಎಂದು ಹೇಳಿ ನಾಗ್ಡೊ ಬೇತಾಳ ಇನ್ನೊಂದು ತಾರ್ಲೆ ಮೀನಿನ ಬೋಂಡವನ್ನು ಬಾಯಿಗೆ ಹಾಕಿಕೊಂಡ. ಒಂದು ಗುಟುಕು ಈಚಲ ಹೆಂಡವನ್ನು ಕುಡಿದು ಕಾಲನ್ನು ನೀವಿಕೊಳ್ಳುತ್ತಾ ಕಥೆ ಮುಂದುವರಿಸಿದ –

ತುಂಬಿದ ಮನೆಯಲ್ಲಿ ಆ ಮಗುವೂ ಬೆಳೆಯಿತು. ಮಾಳಶರ್ಮ ಅದಕ್ಕೆ ನಾಗಪ್ಪ

ಎಂದು ಹೆಸರಿಟ್ಟ. ತೀರ ನಾಚಿಕೆ ಸ್ವಭಾವದ ನಾಗಪ್ಪ ತನ್ನ ಅಣ್ಣ ಅಕ್ಕಂದಿರ ಜೊತೆ ಸೇರುವುದು ಕಡಿಮೆ. ಅವನಿಗೆ ಹತ್ತು ಹನ್ನೆರಡು ವರುಷಗಳಾದರೂ ತಾಯಿಯನ್ನೇ ತುಂಬ ಹಚ್ಚಿಕೊಂಡವನು. ಯಾವಾಗಲೂ ಅವಳ ಬಳಿಯೇ ಸುಳಿದಾಡುತ್ತಿದ್ದ. ಅಡಿಗೆಯ ಕೋಣೆಯಲ್ಲಿಯೇ ಒಲೆಯ ಹಿಂದೆ ತನ್ನ ಮೈಯನ್ನು ಹಾವಿನಂತೆ ಸುರುಳಿ ಸುತ್ತಿ ಮಲಗಿಕೊಂಡಿರುತ್ತಿದ್ದ. ಹೀಗಿರುವಾಗ ನಾಗರಪಂಚಮೀ ಹಬ್ಬವು ಬಂತು. ಮಾಳಶರ್ಮನ ಒಬ್ಬಳು ಮಗಳನ್ನು ವೆರಣೆಯಲ್ಲಿಯೇ ಇದ್ದ ಮರ್ತಪ್ಪ ಕಿಣಿ ಎಂಬ ಹುಡುಗನಿಗೆ ಕೊಟ್ಟಿತ್ತು. ಫುಲ್ಲಾ ನದಿಯ ಪಕ್ಕದಲ್ಲಿಯೇ ಅವನ ಮನೆ. ಈಗ ಅಲ್ಲಿ ಮನೆಯಿಲ್ಲ. ಮನೆಯಿದ್ದ ಗುರುತೂ ಇಲ್ಲ. ನಾಗರ ಪಂಚಮೀ ದಿನ ಮಗಳು ತಾಯಿಯ ಮನೆಗೆ ಬರುವುದು ರೂಢಿ. ಆದರೆ ಆ ವರುಷ ಆಕೆ ಆ ಹೊತ್ತಿಗೆ ರಜಸ್ವಲೆಯಾದುದರಿಂದ ಬರಲಿಲ್ಲ. ತಾಯಿಗೆ ಆ ವಿಚಾರ ತಿಳಿಯದು. ಆಕೆ ಆಡುವ ತನ್ನ ಚಿಕ್ಕ ಮಕ್ಕಳನ್ನು ಕರೆದು ಮಗಳ ಮನೆಗೆ ಅಟ್ಟುವ ಪ್ರಯತ್ನ ಮಾಡಿದಳು. ಆದರೆ ಅವರು ಹೋಗಲಿಲ್ಲ. ಮನೆಯ ಒಳಗೇ ಸುಳಿದಾಡುತ್ತಿದ್ದ ನಾಗಪ್ಪನನ್ನು ಕುರಿತು "ನಾಗಪ್ಪಾ, ನಿನ್ನ ಅಕ್ಕನನ್ನು ಹಬ್ಬಕ್ಕೆ ಕರೆದುಕೊಂಡು ಬಾ" ಎಂದು ಕಳುಹಿಸಿದಳು.

ಕಾಲಿಲ್ಲದ ನಾಗಪ್ಪಯ್ಯ ತಾಯಿಯ ಮಾತಿಗೆ ಎದುರಾಡದೇ ಉರುಳುತ್ತಾ ಹೊರಟ. ನೆಲದ ಮೇಲೆಯೇ ಹರಿಯುತ್ತಾ ಗದ್ದೆಗಳನ್ನೂ ಹೊಂಡಗಳನ್ನೂ ದಾಟಿ ಗುಡ್ಡ ಹತ್ತಿ ಇಳಿದು ಫುಲ್ಲಾ ನದಿಯ ಸೆರಗಿಗೆ ಬಂದ. ನದಿಯ ದಡದಲ್ಲಿಯೇ ಸಾಗಿ ಅಕ್ಕನ ಮನೆಯ ಅಂಗಳಕ್ಕಿಳಿದು "ಅಕ್ಕಾ" ಎಂದು ಕರೆದ. ಜಗಲಿ ಹತ್ತಿ ಒಳಗೆ ಹೋದ. ನಾಗಪ್ಪನ ಅಕ್ಕನಿಗೆ ಆಗ ಮೂವತ್ತರ ವಯಸ್ಸು. ಆಕೆ ನಾಗಪ್ಪನಿಗೆ ತಿನಿಸಿತ್ತು ಏನು ಎಂದು ಕೇಳಿದಳು. "ನಾಗರ ಪಂಚಮಿಗೆ ಖೀರು ಖೊಟ್ಟೆ* ತಿನ್ನಲು ಬಾ ಎಂದು ಅಮ್ಮ ಹೇಳಿದ್ದಾಳೆ. ಒಟ್ಟಿಗೆ ಕೂತು ಉಣ್ಣುವ ಎಂದಿದ್ದಾಳೆ. ನಿನಗೆ ಹೇಳಲು ಬಂದೆ" ಎಂದ ನಾಗಪ್ಪ. ಆಕೆ ಬರುವಂತಿರಲಿಲ್ಲ. ಬಾರದೇ ಇರುವ ಕಾರಣವನ್ನೂ ಆ ಮಗುವಿಗೆ ಹೇಳುವ ಹಾಗಿರಲಿಲ್ಲ. ಆದುದರಿಂದ "ನಿನ್ನ ಭಾವ ಊರಿನಲ್ಲಿಲ್ಲ. ನಾನೊಬ್ಬಳೇ ಹೇಗೆ ಬರಲಿ? ನನ್ನ ಹಬ್ಬವನ್ನು ಇಲ್ಲಿಯೇ ಮಾಡುತ್ತೇನೆ" ಎಂದಳು. ಅದನ್ನು ಕೇಳಿ ನಾಗಪ್ಪ ಕೊಟ್ಟುದನ್ನು ತಿಂದು ನೀರು ಕುಡಿದು ಹಿಂದಕ್ಕೆ ಹೊರಟ. ಬಂದ ದಾರಿಯಲ್ಲೇ ಹಿಂದೆ ತೆವಳ ತೊಡಗಿದ. ಅವನಿಗೆ ಆಯಾಸ. ಹಿಂದಿನ ದಿನ ಮಳೆ ಬೇರೆ ಬಿದ್ದಿತ್ತು. ನೆಲವೆಲ್ಲ ಒದ್ದೆ. ಗದ್ದೆಗಳಲ್ಲಿ ನೀರು ತುಂಬಿ ನೆಲ ಜವುಗು ಜವುಗು. ಅವುಗಳ ಮೇಲೆ ಉರುಳುತ್ತಾ ಅವನ ಮೈ ತರಚಿ ಹೋಯಿತು. ನಾಗ್ಡೊ ಬೇತಾಳ ಅಂಗಳಕ್ಕೆ ಕೈ ತೋರಿಸಿ "ಆಗ ಈ ಮನೆ ಇಷ್ಟು ದೊಡ್ಡದಿರಲಿಲ್ಲ. ಈ ಅಂಗಳ ಇಷ್ಟು ನಯ ನಾಜೂಕಾಗಿರಲಿಲ್ಲ. ಇದೇ ದಾರಿಯಲ್ಲಿ ಬಂದು ಅವನು ಜಗಲಿ ಹತ್ತಿ ಒಳಗೆ ಹೋದ. ನೇರ ಅಡುಗೆಯ ಕೋಣೆಗೇ ಹೋದ" ಎಂದ.

ನಾಗಪ್ಪ ಮನೆ ಮುಟ್ಟಿದಾಗ ಅವನ ತಾಯಿ ಸ್ನಾನ ಮಾಡಲು ಇಳಿದಿದ್ದಳು. ನಾಗಪ್ಪನಿಗೆ ಚಳಿ. ತೆವಳಿಕೊಂಡು ಬಂದ ಆಯಾಸ. ಮೈ ತರಚಿದುದರಿಂದ ಉರಿ.

---

* ಖೊಟ್ಟೆ = ಹಲಸಿನ ಎಲೆಯಲ್ಲಿ ಮಾಡುವ ಅಕ್ಕಿಯ ಕಡುಬು

ಒಲೆಯ ಹಿಂದೆ ಸಿಂಬಿ ಸುತ್ತಿಕೊಂಡು ಹಾಗೇ ಬೆಚ್ಚಗೆ ಮಲಗಿದವನಿಗೆ ತಕ್ಷಣ ಗಾಢವಾದ ನಿದ್ರೆ. ಸ್ನಾನ ಮುಗಿಸಿ ಬಂದ ಗಿರಿಜೆ ಅನೇಕ ತರದ ಪಾಯಸಗಳನ್ನೂ ಖಾದ್ಯಗಳನ್ನೂ ಅನ್ನ ಸಾರು ಇತ್ಯಾದಿಗಳನ್ನೂ ಮಾಡಿದಳು. ಕೊನೆಗೆ ನಾಗರ ಪಂಚಮಿಯ ದಿನ ಮಾಡಲೇ ಬೇಕಾದ ಹಾಲಿನ ಖೀರು ಮಾಡಲು ಕುಳಿತಳು. ಹಾಲಿಗೆ ಬೆಳತಿಗೆ ಅಕ್ಕಿ ಹಾಕಿ ಚೆನ್ನಾಗಿ ಬೇಯಿಸಿ ಮಾಡುವ ಖೀರು. ಹದವಾಗಿ ಪಾಕಗೊಂಡ ಮೇಲೆ ಅದಕ್ಕೆ ಪರಿಮಳ ಬರಲು ಅರಸಿನದೆಲೆ. ಬೆಲ್ಲವಿಲ್ಲದ ಉಪ್ಪುಖಾರವಿಲ್ಲದ ಖೀರು. ಒಲೆಯಿಂದ ಅದನ್ನಿಳಿಸಿ ಕತ್ತಲಲ್ಲಿ ನವಣೆಯಂತೆ ಕಂಡ ನಾಗಪ್ಪನ ಸುರುಳಿ ಸುತ್ತಿದ ಮೈಯಮೇಲೆ ಆ ಬಿಸಿಬಿಸಿ ಪಾತ್ರೆಯನ್ನು ಮುಚ್ಚಿಟ್ಟು ಅವನ ನೆನಪೇ ಇಲ್ಲದಂತೆ ಹೊರಗೆ ಹೋದಳು.

ಊಟದ ಸಮಯ. ಎಲ್ಲ ಮಕ್ಕಳೂ ಕೂತಾಗ ತನ್ನ ಎಂದಿನ ಜಾಗದಲ್ಲಿ ನಾಗಪ್ಪ ಇಲ್ಲದೇ ಇರುವುದನ್ನು ಕಂಡಾಗ ಗಿರಿಜಾಬಾಯಿಗೆ ಆತಂಕವೆನಿಸಿತು. ಆಕೆ ನಾಗಪ್ಪಾ ನಾಗಪ್ಪಾ ಎಂದು ಕರೆದಳು. ಅವನಿಗೆ ಸಿಹಿಖಾದ್ಯಗಳೆಂದರೆ ಬಹಳ ಇಷ್ಟ. ಅವನ್ನು ಮಾಡಿದರೆ ಆತ ಓಡಿ ಓಡಿ ಬರುವುದಿತ್ತು. ಒಂದೆರಡು ಬಾರಿ ಕೂಗಿದ ಮೇಲೆ ಅಕ್ಕನ ಮನೆಗೆ ಹೋದವನು ಬರಲಿಲ್ಲವೇನೋ ಎಂದುಕೊಂಡು ಅವಳು ಉಳಿದವರಿಗೆ ಬಡಿಸಿದಳು. ಊಟದ ಕೊನೆಯಲ್ಲಿ ಹಾಲಿನ ಖೀರು ಬಡಿಸಲು ಬಾಳೆ ಎಲೆಯ ಚೂರುಗಳನ್ನು ಮಡಿಸಿ ಬಿಸಿತಾಗದ ಹಾಗೆ ಹಿಡಿದು ಪಾತ್ರೆಯನ್ನು ಎತ್ತುತ್ತಾಳೆ – ನಾಗಪ್ಪನ ಬೆಂದ ದೇಹ ಅದಕ್ಕೆ ತಾಗಿ ತೂಗಾಡುತ್ತಿತ್ತು ! ಒಳಗಿನ ಹಾಲಿನ ಖೀರು ನೀಲಿಗಟ್ಟಿತ್ತು. ಅತೀವ ವೇದನೆಯಿಂದ, ಅಳಲಿಕ್ಕೂ ಆಗದ ಅಸಹಾಯಕತೆಯಿಂದ ನಾಗಪ್ಪ ಕೊನೆಯುಸಿರು ಎಳೆಯುತ್ತಿದ್ದ. ತೂಗಾಡುತ್ತಿದ್ದ ದೇಹವನ್ನು ಕಂಡು ಕಿಟಾರನೆ ಕಿರುಚಿದ ತಾಯಿ ಗಿರಿಜಾಬಾಯಿಯು ತಕ್ಷಣ ಆ ಸುಟ್ಟ ದೇಹವನ್ನು ಈ ಕಡೆಗೆಳೆದು ಶೈತ್ಯೋಪಚಾರಕ್ಕೆ ತೊಡಗಿದಳು.

ಹಬ್ಬದ ವಾತಾವರಣ ಸ್ಮಶಾನದ ದುಷ್ಕಳೆ ಬೀರಿತು. ನಾಗಪ್ಪ ಸತ್ತ. ತಾಯಿ ಗಿರಿಜಾಬಾಯಿ ಅತ್ತಳು, ಗೋಳಾಡಿದಳು. ನಾಗಪ್ಪನನ್ನು ಕೊಂದ ಶಾಪ ಈ ಕುಟುಂಬಕ್ಕೆ ತಟ್ಟಿತು. ಸಾಯುವ ಮೊದಲು ನಾಗಪ್ಪ ಗೋಳಾಡುತ್ತಿದ್ದ ತಾಯಿಗೆ ಹೇಳಿದ – "ಇನ್ನು ಇಪ್ಪತ್ತೆರಡನೆಯ ತಲೆಮಾರಿಗೆ ಮತ್ತೆ ಇಪ್ಪತ್ತೆರಡನೆಯ ಮಗುವಾಗಿ ಹುಟ್ಟುತ್ತೇನೆ. ಇನ್ನು ಮುಂದೆ ಕೌಂಶಗೋತ್ರದ ಈ ಕುಟುಂಬದ ಯಾವುದೇ ಮನೆಯಲ್ಲಿ ನಾಗರಪಂಚಮೀ ದಿನ ಮಾಡಿದ ಹಾಲಿನ ಖೀರು ನೀಲಿಗಟ್ಟಿ ಹೋಗಲಿ" ಎಂದು.

ಎಷ್ಟೋ ವರುಷಗಳ ನಂತರ ಬೇಳಕಟ್ಟೆ ರಾಮಚಂದ್ರ ಪೈ ತನ್ನ ತಾತನಿಂದ ಕೇಳಿದ ಈ ಕಥೆಯನ್ನು ತನ್ನ ಮಕ್ಕಳು ಮೊಮ್ಮಕ್ಕಳಿಗೂ ಹೇಳುತ್ತಾ ನಾಗರಪಂಚಮಿಯ ದಿನ ತನ್ನ ಕುಟುಂಬದವರು ಮಾಡಿದ ಹಾಲಿನ ಖೀರು ನೀಲಿ ಬಣ್ಣವಾಗುವುದನ್ನು ತೋರಿಸಿದ್ದ. ಅಲ್ಲದೇ ತನ್ನ ಕುಟುಂಬದಲ್ಲಿ ಅಂದಿಗೆ ಇಪ್ಪತ್ತೆರಡನೆಯ ತಲೆಮಾರಿಗೆ ನಾಗಪ್ಪ ಮರುಜನ್ಮ ಪಡೆಯುತ್ತಾನೆಂಬ ಗಾಢನಂಬಿಕೆಯಿಂದ ಕಾದಿದ್ದ.

ನಾಗ್ಡೊ ಬೇತಾಳ "ಅಂದಿನಿಂದ ನಾಗರ ಪಂಚಮಿಯ ದಿನ ಕುಲದಿಂದ ಹೊರಗೆ ಕೊಟ್ಟ ಹೆಣ್ಣುಗಳು ತವರುಮನೆಗೆ ಬರುವುದು ನಿಂತುಹೋಯಿತು" ಎಂದ. "ಈ ಕಥೆಯನ್ನು ಯಾಕೆ ಹೇಳಿದೆನೆಂದರೆ ಮಕ್ಕಳು ಹುಟ್ಟಿ ಎಷ್ಟೇ ತೊಂದರೆಗಳು ಬಂದರೂ ತಂದೆ ತಾಯಿಗಳು ಪ್ರೀತಿಸುತ್ತಾರೆ." ನರಸಪ್ಪಯ್ಯ ಆತಂಕಗೊಂಡರು. ನಾಗ್ಡೊ ಬೇತಾಳ ತೊಟ್ಟಿಲಿಗೆ ಹಾಕಿದ ಮಗುವಿನ ಭವಿಷ್ಯ ಹೇಳುತ್ತಿದ್ದಾನೆಯೇ ಎಂದು ಯೋಚನೆಗೀಡಾದರು. "ಆಯುಸ್ಸನ್ನೂ ಆರೋಗ್ಯವನ್ನೂ ದೇವರು ಧಾರಾಳ ಕೊಟ್ಟಿದ್ದಾನೆ. ನೀವು ಚಿಂತಿಸಬೇಡಿ" ಎಂದಾಗ ಅವರಿಗೆ ತುಸು ಸಮಾಧಾನವಾಯಿತು.

★

ಮರುದಿನ ನಾಗ್ಡೊ ಬೇತಾಳ ಊರಲ್ಲಿದ್ದ ಯಾವತ್ತೂ ಸಾರಸ್ವತ ಬ್ರಾಹ್ಮಣರನ್ನು ಕರೆದು ಮಾತನಾಡಿದ. ಮ್ಹಾಳಶಿಮಾಂಯಿಯ ದೇವಸ್ಥಾನದ ಅಗ್ರಸಾಲೆಯಲ್ಲಿ ಕುಳಿತು ಸುದೀರ್ಘವಾಗಿ, ತನ್ನ ಗಡಸಾದ ಕಂಠದಿಂದ ಎಲ್ಲರಿಗೂ ಕೇಳುವಂತೆ ಹೇಳಿದ – "ಮೂರು ನೂರು ವರುಷಗಳ ಹಿಂದೆ ನಿಮ್ಮ ಹಿರಿಯರನ್ನು ಕುಳ್ಳಿರಿಸಿ ಹೇಳಿದ್ದೆ – ಕಡಲಾಚೆಯ ಜನ ಬಂದು ಈ ದೇಶವನ್ನು ಆಳುತ್ತಾರೆ ಎಂದು. ಜೋಗಿಯ ಮಾತು ಎಂದು ನೀವು ಅಸಡ್ಡೆ ತೋರಿಸಿದಿರಿ. ಆದರೆ ಆ ದಿನಗಳು ಈಗ ಬಂದಿವೆ. ಕಷ್ಟಗಳು ಹಿಂಬಾಲಿಸುತ್ತವೆ. ದೇವರನ್ನು ಜನರು ಮರೆಯುತ್ತಾರೆ. ಮತಧರ್ಮಗಳಲ್ಲೂ ಪರದೇಶದವರನ್ನು ಹಿಂಬಾಲಿಸುತ್ತಾರೆ. ಊರು ಬಿಟ್ಟು ಊರಿಗೆ ಹೋಗುತ್ತಾರೆ. ಹೊಸ ಊರು ಕಟ್ಟುತ್ತಾರೆ, ಕೆಡವುತ್ತಾರೆ, ಮತ್ತೆ ಕಟ್ಟುತ್ತಾರೆ."

ವೆರಣೆಯ ಜನ ಬೇತಾಳ ಯಾಕೆ ಹೀಗೆ ಹೇಳಿದ ಎಂದು ದಿಗಿಲು ಪಟ್ಟರು. ರಂಗಶರ್ಮರು ಕೇಳಿಯೂ ಕೇಳಿದರು. "ಹನ್ನೆರಡು ದಿನಗಳ ಹಿಂದೆ ಸನ್ಯಾಸಿಯೊಬ್ಬ ತೀಸ್‌ವಾಡಿಯ ಭೂಮಿಯ ಮೇಲೆ ಕಾಲಿಟ್ಟಿದ್ದಾನೆ. ಬಹಳ ಮೃದುವಾಗಿ ಮಾತನಾಡುತ್ತಾನೆ. ಅನೇಕರಿಗೆ ದಾರಿ ತೋರಿಸುವ ದೇವರಾಗುತ್ತಾನೆ" ಎಂದ ನಾಗ್ಡೊ ಬೇತಾಳ. ಒಂದು ಕ್ಷಣ ತಡೆದು "ಅನೇಕ ಕಾರಣಗಳಿಗಾಗಿ ಜನರು ಅವನ ಹಿಂದೆ ಹೋಗುತ್ತಾರೆ. ದುರ್ಬಲರನ್ನು ದುಃಖಿತರನ್ನು ಅವನು ಸಂತೈಸುತ್ತಾನೆ. ಅವರಿಗೆ ಹೊಸ ಹೆಸರು ಕೊಡುತ್ತಾನೆ. ಹೊಸ ದೇವರ ಬಗ್ಗೆ ಹೇಳುತ್ತಾನೆ. ದೇವಾಲಯಗಳನ್ನು ಕೆಡವಿ ಹೊಸತು ಕಟ್ಟುವುದಕ್ಕೆ ಕಾರಣನಾಗುತ್ತಾನೆ. ಇತರ ಯಾವ ಯಾವುದೋ ಕಾರಣಗಳಿಂದ ಅವನು ತೋರಿಸಿದ ದಾರಿಯಲ್ಲಿ ಜನ ನಡೆಯುತ್ತಾರೆ" ಎಂದ.

ಶ್ರೀಧರ ಕಾಳೆಯವರು "ಅವನ ಮಾತು ಕೇಳಬಾರದೆಂದು ಹೇಳುವುದೋ?" ಎಂದು ಪ್ರಶ್ನೆಯಿಟ್ಟರು. ನಾಗ್ಡೊ ಬೇತಾಳ ದೊಡ್ಡ ಸ್ವರದಲ್ಲಿ ನಗುತ್ತಾ "ಆಕಾಶ ನೋಡಲು ಜಗಳ ಬೇಕೇ?" ಎಂದು ಕೇಳಿದ. ಆ ಮೇಲೆ ಜನರೆಲ್ಲ ನೋಡುತ್ತಿದ್ದ ಹಾಗೆಯೇ ಎದ್ದು

ನಿಂತ. "ಒಳ್ಳೆಯದಾಗಲಿ" ಎಂದು ಆಶೀರ್ವದಿಸುವವನಂತೆ ಕೈ ಎತ್ತಿದ. ಎಲ್ಲರೂ ಅಡ್ಡಬಿದ್ದರು. ಹಿಂದೆ ತಿರುಗಿ ನೋಡದೇ ಅವನು ತನ್ನ ಧಡೂತಿ ದೇಹವನ್ನು ಹೊತ್ತ ಕಾಲುಗಳನ್ನು ದೂರ ದೂರ ಇಟ್ಟು ನಡೆಯತೊಡಗಿದ. ಮೆಟ್ಟಲು ಇಳಿದು, ಅಂಗಣ ದಾಟಿ, ಮಣ್ಣಿನ ರಸ್ತೆಯ ಮೇಲೆ ನಿಧಾನವಾಗಿ ನಡೆದ. ಗಂಡಸರು ಊರ ಗಡಿಯ ತನಕ ಅವನ ಜೊತೆ ಹೋಗಿ ಬೀಳ್ಕೊಟ್ಟರು. ಹೆಂಗಸರು ಕಿಟಕಿಯ ಹಿಂದೆ ನಿಂತು ಭಕ್ತಿಯಿಂದ ಅವನ ನಗ್ನದೇಹವನ್ನು ನೋಡಿದರು. ತಾಳದಂಡದ ಶಬ್ದ ಮಾಡುತ್ತಾ, ಬರಿಗಾಲಿಗೆ ಕಟ್ಟಿದ ಗೆಜ್ಜೆಯ ಧ್ವನಿಯನ್ನು ಅದರೊಡನೆ ಮೇಳೈಸುತ್ತಾ ಬಾಯಿಯಿಂದ ಕಾಲಭೈರವನ ಹೆಸರನ್ನುಚ್ಚರಿಸುತ್ತಾ ನಾಗ್ಡೊ ಬೇತಾಳ ಮರೆಯಾದ.

□

೨

ವಿಟ್ಠು ಪೈ ಹುಟ್ಟಿದ ವರುಷದ ಮಳೆಗಾಲವನ್ನು ಕಂಡ ಜನರು ಅದನ್ನೆಂದೂ ಮರೆಯುವ ಹಾಗಿರಲಿಲ್ಲ. ಅದರ ಹಿಂದಣ ಎರಡು ವರುಷಗಳು ಮಳೆ ಇಲ್ಲದೇ ಕಂಗಾಲಾಗಿದ್ದ ಜನರು ಒಂದೇ ಸವನೆ ಸುರಿಯುವ ಮಳೆ ಕಾಣುವಂತಾಯಿತು. ವೆರಣೆಗೆ ಪೂರ್ವದಿಕ್ಕಿನಲ್ಲಿದ್ದ ಪಶ್ಚಿಮ ಘಟ್ಟಗಳ ಅಂಚಿನಿಂದ ಬೃಹದಾಕಾರದ ಕಾರ್ಮೋಡದ ಅಲೆಗಳು ಮೇಲೆ ಮೇಲೆದ್ದು ಬರುವುದನ್ನು ಕಂಡ ಜನ ಗಾಬರಿಯಾಗುವುದು ಸಹಜ. ಅವುಗಳ ನಡಿಗೆಯೂ ಜೋರು. ಅಲ್ಲಿ ಎದ್ದಿತು ಎನ್ನುವಷ್ಟರಲ್ಲಿ ವೆರಣೆಯ ಮೇಲಿನ ಇಡಿಯ ಆಕಾಶವನ್ನು ಆವರಿಸಿ ಭೀಕರ ಸಿಡಿಲು ಗುಡುಗುಗಳೊಡನೆ ನೆಲಕ್ಕೆ ನೀರಿನ ಬಾಣಗಳನ್ನೆಸೆಯುತ್ತಿದ್ದುವು. ಘಟ್ಟದ ಕಡೆಯ ಮಲೆಗಳಲ್ಲೂ ತುಂಬ ಮಳೆಯಾಗಿರಬೇಕು. ನೀರು ತುಂಬಿ ಘಟ್ಟದಿಂದ ಕೆಳಗೆ ಬೀಳುವಾಗ ಬಿಳಿಯ ನೊರೆಗಳೆದ್ದು ಹಾಲಿನ ಧಾರೆ ಇಳಿಯುತ್ತಿರುವಂತೆ ಕಾಣುತ್ತಿತ್ತು. ಫುಲ್ಲಾ ನದಿಯ ನೀರೂ ತುಂಬಿ ಕೆಂಪಾಯಿತು. ಸುತ್ತಣ ಹಳ್ಳಿಗಳಲ್ಲೆಲ್ಲ ಮುಂಬಾಗಿಲ ಮೆಟ್ಟಿಲ ತನಕ ನೀರು ತುಂಬಿ ಊರು ನೀರಿನ ಮೇಲೆ ಕಟ್ಟಿದಂತೆ ಕಾಣತೊಡಗಿತು. ಮಾರ್ಡೋಳದ ಕಡೆಯ ಗುಡ್ಡ ಹತ್ತಿ ನೋಡಿದರೆ ಸುತ್ತ ಕಾಣುವ ನೀರಿನ ರಾಶಿ ಸಮುದ್ರದ ಹಾಗೆಯೇ ಕಾಣುತ್ತದೆ ಎಂದು ಆ ಕಡೆಗೆ ಹೋದ ಕುಡುಂಬಿಯರು ಹೇಳುತ್ತಿದ್ದರು. ಊರ ಮಂದಿಯೆಲ್ಲ ಗಂಟು ಮೂಟೆ ಕಟ್ಟಿಕೊಂಡು ಎತ್ತರದ ಸ್ಥಳದಲ್ಲಿ ಆಶ್ರಯ ಪಡೆದಿದ್ದಾರೆಂದೂ ಪ್ರವಾಹದ ನೆರೆಯಲ್ಲಿ ದನಕರುಗಳೂ ಗಿಡಮರಗಳೂ ತೇಲಿ ಬರುತ್ತವೆ, ಅಷ್ಟೇ ಏಕೆ ತಾನು ಒಂದೆರಡು ಮನುಷ್ಯರ ಹೆಣಗಳನ್ನೂ ನೋಡಿದ್ದಾಗಿ ಗ್ರಾಮದೇವರ ಗುಡಿಯ ವಠಾರದಲ್ಲಿದ್ದ ಸಪೂರ ಸಾಂತಯ್ಯ ಪೊರೋಬು ಹೇಳಿದ.

ರಂಗಶರ್ಮರು ಆ ಮಳೆಯಲ್ಲೂ ಜಪತಪಗಳಿಗೆ ಲೋಪ ಮಾಡದೇ ತಣ್ಣೀರಲ್ಲಿ ಮಿಂದು ಮಡಿಯುಟ್ಟು ಗ್ರಾಮದೇವತೆ, ಶಾಂತೇರಿ, ಭಗವತಿ ಮುಂತಾದ ಐದು ಗುಡಿಗಳಿಗೂ ಹೋಗಿ ಪೂಜೆ ಮಾಡಿ ಮುಗಿಸಿ ಆ ಮೇಲೆ ಗುಡ್ಡ ಹತ್ತಿ ಮ್ಹಾಳಶಿಮಾಂಯಿಯ ದೇವಾಲಯಕ್ಕೆ ಹೋಗಿ ಮಹಾಪೂಜೆಗೆ ಕೂರುವುದನ್ನು ಬಿಡಲಿಲ್ಲ. ವಾಯು ಉಪದ್ರದಿಂದ ಬಳಲುತ್ತಿದ್ದ, ಸಾಕಷ್ಟು ವಯಸ್ಸಾದ ಅವರು ಅಷ್ಟೊಂದು ಕಷ್ಟ ಪಡುವುದನ್ನು ಕಂಡು ನರಸಪ್ಪಯ್ಯ "ಯಾಕೆ ಭಟ್ಮಾ?" ಎಂದು ಕೇಳಿದ್ದರು. ಬೇಸಗೆಯಲ್ಲಿ ಮಾಡಿದ ಹಲಸಿನ ಹಪ್ಪಳವನ್ನು ಸುಟ್ಟು ಅಗಲವಾದ ತಟ್ಟೆಯಲ್ಲಿ ಎದುರಿಗೆ ಇಟ್ಟುಕೊಂಡು ಹಜಾರದ ಮೇಲೆ ಕುಳಿತು ತುಂಡು ತುಂಡು ಮಾಡಿ ಬಾಯಿಗೆಸೆಯುತ್ತಾ ನರಸಪ್ಪಯ್ಯ ಹಾಗೆ

ಕೇಳಿದಾಗ ಹೊರಗಡೆ ಮಳೆಯ ಅಬ್ಬರ. ಅಂಗಳದಲ್ಲಿ ತುಂಬಿ ನಿಂತ ನೀರಿನ ಮೇಲೆ ಹನಿಗಳು ಬಿದ್ದಾಗ ಉಂಟಾಗುವ ವರ್ತುಲಗಳು. ತೇಲುವ ಕಸಕಡ್ಡಿಗಳು. ವಿಚಿತ್ರ ರೀತಿಯ ಹರಿಯುವಿಕೆ. ರಂಗಶರ್ಮರೂ ಒಂದು ಹಪ್ಪಳವನ್ನೆತ್ತಿ ಮುರಿದು ತಿನ್ನುತ್ತಾ "ಪೂಜೆ ಬಿಡುವುದುಂಟೇ ನರಸಪ್ಪಯ್ಯ? ದೇವರಿಗೆ ಸಿಟ್ಟಾದೀತು" ಎಂದು ಹೇಳಿ ಒಂದು ಹೂಸು ಬಿಟ್ಟರು. "ಅಲ್ಲ, ನಿಮ್ಮಿಂದ ಈ ಮಳೆಯಲ್ಲಿ ಓಡಾಡುವುದು ಆಗದೇ ಇದ್ದರೆ ಎಂದು ಹೇಳಿದೆ. ನೆವರೆಯ ನಿಮ್ಮ ಕ್ರಿಷ್ಣಶರ್ಮರನ್ನು ಬರಹೇಳಿದರಾಯಿತು. ಅವನೂ ನಿಮ್ಮ ವಂಶದವನೇ. ದೂರದ ಸಂಬಂಧಿ. ನನ್ನನ್ನೊಮ್ಮೆ ಕಂಡಾಗ ಬಹಳ ಕಷ್ಟ ಹೇಳುತ್ತಿದ್ದ. ಹೆಂಡತಿ ಮಕ್ಕಳು ಇರುವವ. ನಿಮ್ಮ ಹುಡುಗ ಹೇಗೂ ಸಂಣವ. ಅವನು ದೊಡ್ಡವನಾಗುವ ತನಕ ಕ್ರಿಷ್ಣಶರ್ಮನೇ ನೋಡಿಕೊಂಡಾನು" ಎಂದರು. ಅಲ್ಲಾಡುವ ಹಲ್ಲುಗಳ ಮಧ್ಯೆ ಹಪ್ಪಳದ ತುಂಡೊಂದು ಸಿಕ್ಕಿಹಾಕಿದ್ದನ್ನು ಬೆರಳಿನಿಂದ ತೆಗೆಯುವ ಪ್ರಯತ್ನ ಮಾಡುತ್ತಾ ರಂಗಶರ್ಮರು "ಬೇಡ ನಚ್ಚಾ" ಎಂದು ಹ್ರಸ್ವವಾಗಿ ಹೇಳಿದರು.

ಒಂದು ಮಾಸದ ತನಕ ಎಡೆಬಿಡದೇ ಸುರಿಯುತ್ತಿದ್ದ ಮುಸಲಧಾರೆ ನಿಂತಾಗಲೇ ಜನ ಉಸಿರು ಬಿಡುವಂತಾಯಿತು. ಹೊಡೆದುರುಳಿದ ಮರಗಿಡಗಳ ಅವಶೇಷಗಳು ; ನೆರೆ ನೀರಿನ ಮಟ್ಟ ತೋರಿಸುವಂತೆ ಸಾಲುಗಟ್ಟಿದ ಒಣಹುಲ್ಲು ಕಡ್ಡಿಗಳು ; ಪೊಟ್ಟಾದ ತೆಂಗಿನ ಬುರುಡೆಗಳು ; ಮಣ್ಣು ಕೊಚ್ಚಿ ಮೇಲೆದ್ದ ಇಜ್ಜಲ ಚೂರುಗಳು ; ನೀರು ಹರಿದು ಉಂಟಾದ ಸಾಲು ಹೊಂಡಗಳು ; ಅಲ್ಲಲ್ಲಿ ಮೂಳೆಯ ಚೂರುಗಳು – ಎಲ್ಲ ಮಳೆಯ ಆಟಾಟೋಪ ತೋರಿಸುತ್ತಿದ್ದುವು. ಭತ್ತದ ಗದ್ದೆಗಳಲ್ಲಿ ಎಳೆಯ ತೆನೆಗಳು ಪೂರ್ತಾ ಕೊಳೆತು ಬಣ್ಣ ಕಳೆದುಕೊಂಡಿದ್ದವು. ನೆಲದ ಮೇಲೆ ಪಾಚಿಕಟ್ಟಿ ಸಾಪಾದ ಜಾರು. ಮಳೆ ನಿಂತು ಬಿಸಿಲು ಬಿದ್ದಾಗ ಜನ ಖುಷಿ ಪಟ್ಟರು.

ಆ ಮಳೆಗಾಲದ ಕೊನೆಯ ದಿನಗಳಲ್ಲಿ ವೆರಣೆಗೆ ಒಬ್ಬ ಸನ್ಯಾಸಿ ಬಂದಿದ್ದ. ಅಚ್ಚ ಬಿಳಿಯ ವರ್ಣದ ಆ ಸನ್ಯಾಸಿ ಜನರನ್ನು ತನ್ನ ಮತದ ಕಡೆಗೆ ಒಲಿಸಿಕೊಳ್ಳುವ ಪ್ರಯತ್ನ ಮಾಡುತ್ತಿದ್ದ. ತಲೆಯ ಮೇಲೆ ಬಿಳಿಯ ಮುಸುಕು ಹಾಕಿದಂತೆ ಕಾಣುತ್ತಿರುವ, ಸಾಕಷ್ಟು ವಯಸ್ಸಾದ, ಆದರೆ ತೆಳ್ಳಗಿನ ದೇಹದ, ಗಡ್ಡ ಮೀಸೆಗಳನ್ನು ಚೊಕ್ಕವಾಗಿ ಕತ್ತರಿಸಿದ ಆ ಸನ್ಯಾಸಿ ಊರ ಹೊರಗಿನ ಒಂದು ಮರದ ಕೆಳಗೆ ವಾಸ ಹೂಡಿದಾಗ ಕಂಡ ಜನರು ನಾಗ್ಡೊ ಬೇತಾಳ ಹೇಳಿದ ವ್ಯಕ್ತಿ ಇವನೇ ಇರಬೇಕು ಎಂದುಕೊಂಡರು. ಆ ವಿದೇಶೀ ಸನ್ಯಾಸಿಯನ್ನು ನೋಡಲು ಎಲ್ಲರೂ ಗುಂಪುಗುಂಪಾಗಿ ಹೊರಟರು. ನಗೆ ಮೊಗದ ಮೇಲೆ ತೇಜಸ್ಸು. ಬರಿಗಾಲ ನಡಿಗೆ. ಲವಲವಿಕೆಯ ಚಟುವಟಿಕೆ. ಪಾದದ ತನಕ ಬರುವ ಉದ್ದವಾದ ನಿಲುವಂಗಿ. ಕೈಲೊಂದು ಚಿಕ್ಕ ಗಂಟೆ ಹಿಡಿದುಕೊಂಡು ಅಲ್ಲಾಡಿಸುತ್ತಾ ರಸ್ತೆಗಳ ಮೇಲೆ ಚಿಕ್ಕಚಿಕ್ಕ ಹೆಜ್ಜೆಗಳನ್ನಿಡುತ್ತಾ ಅವನು ನಡೆಯುತ್ತಿದ್ದ. ಸ್ಪಷ್ಟ ಭಾಷೆಯ ಮಾತು. ಇಬ್ಬರು ಸಹಾಯಕರು. ಅವರೂ ಹಲ್ಲಿಯಂತೆ ಬಿಳಿ ಮೈಯವರು. ಸಹಾಯಕರಿಬ್ಬರಿಗೂ ಚೆನ್ನಾಗಿ ಕೊಂಕಣಿ ಬರುತ್ತಿತ್ತು. ಆಕಾರದಲ್ಲಿ ಅವರಿಬ್ಬರೂ ಸನ್ಯಾಸಿಗಿಂತ ಎತ್ತರವೂ

ದಪ್ಪವೂ ಆಗಿದ್ದರೂ ಅದೇ ರೀತಿಯ ಉಡುಪು. ಆದರೆ ಚಲನವಲನಗಳಿಂದಲೂ ಕೂರುವ ನಿಲ್ಲುವ ರೀವಿಯಿಂದಲೂ ಸನ್ಯಾಸಿಯೇ ಹೆಚ್ಚು ಗೌರವ ಪಾತ್ರನಾಗಿದ್ದ. ಅವನ ದೇಹ ಬಂಗಾರದ ಹೊಳಪಿನಂತೆ ಮಿರಿ ಮಿರಿ ಮಿಂಚುತ್ತಿತ್ತು. ಅಪೂರ್ವ ವಾತ್ಸಲ್ಯ ಸೂಚಿಸುವ ಕಣ್ಣುಗಳು. ಪಕ್ಕದಲ್ಲಿ ಅವನ ಇಷ್ಟದೈವದ ಒಂದು ಪುತ್ಥಳಿ. ಕೊರಳಿಗೆ ಚಿನ್ನದ ಸರ. ನೋಡಿದೊಡನೆಯೇ ಭಕ್ತಿಯುಕ್ಕಿ ಬರುವಂಥ ನಿಲುವು.

ಬಿಳಿಯ ಸನ್ಯಾಸಿಯನ್ನು ನೋಡಲು ಅಗ್ರಹಾರದ ಎಲ್ಲ ಬ್ರಾಹ್ಮಣರಲ್ಲದೇ ವರೆಣೆಯ ಸುತ್ತಮುತ್ತಣ ಜನರೂ ಸೇರಿದ್ದರು. ಹೆಸರು ಸಾವಿಯರನಂತೆ ; ಮಂತ್ರಿಸಿ ನೀರು ಕೊಡುತ್ತಾನಂತೆ ; ರೋಗಿಗಳ ಮೈ ಸವರಿ ಗುಣ ಮಾಡುತ್ತಾನಂತೆ ; ಮಕ್ಕಳಿಗೆ ದೀರ್ಘಾಯುಸ್ಸುಂಟಾಗಲಿ ಎಂದು ಹರಸುತ್ತಾನಂತೆ ; ಬಹಳ ದೊಡ್ಡ ಸಂತನಂತೆ ; ಯಾವಾಗಲೂ ದೇವರ ಹೆಸರಿನಲ್ಲಿ ಹಾಡುತ್ತಾ ಇರುತ್ತಾನಂತೆ – ಎಂದೆಲ್ಲ ಅವರು ಮಾತನಾಡುತ್ತಿದ್ದುದನ್ನು ಕೇಳಿ ನರಸಪ್ಪಯ್ಯನವರಿಗೂ ಒಮ್ಮೆ ಹೋಗಿ ನೋಡಬೇಕೆಂದು ಮನಸ್ಸು. ಅದಕ್ಕೆ ಸರಿಯಾಗಿ ಸಂಕ್ವಾಳಿಯಿಂದ ಬಂದ ಯಾರೋ ಜಾತಿಯವರು ಅವರ ಊರಲ್ಲಿ ಸತ್ತ ಒಂದು ಮಗುವನ್ನು ಅವನು ಬದುಕಿಸಿದ ಎಂದದ್ದು ಕೇಳಿ ಅವರಿಗೆ ತಡೆಯದಾಯಿತು. ಸಾವಿಯರ ಸಂಕ್ವಾಳಿಗೆ ಬಂದ ದಿನವೇ ಆ ಹುಡುಗ ತೀರಿಕೊಂಡದ್ದು. ಯಾರೋ ಹೇಳಿದರೆಂದು ತಂದೆ ತಾಯಿ ಹುಡುಗನ ಶವವನ್ನೆತ್ತಿಕೊಂಡು ಹೋಗಿ ಸಾವಿಯರನ ಎದುರು ಇಟ್ಟು ಕಣ್ಣೀರು ಸುರಿಸಿದರಂತೆ. ಸಾವಿಯರನಿಗೆ ಕರುಣೆ ಮೂಡಿತು. ನಾನೇನಾದರೂ ಒಳ್ಳೆಯ ಕೆಲಸ ಮಾಡಿದ್ದರೆ ಈ ಹುಡುಗನಿಗೆ ದೀರ್ಘಾಯುಸ್ಸುಂಟಾಗಲಿ ಎಂದು ಅವನು ಬಳಿಯಿದ್ದ ಕಮಂಡಲದಿಂದ ನೀರನ್ನು ತೆಗೆದು ಮಂತ್ರಗಳನ್ನುಚ್ಚರಿಸುತ್ತಾ ಶವದ ಮುಖಕ್ಕೆ ಹೊಡೆದ. ಹುಡುಗ ನಿದ್ರೆಯಿಂದ ಎಚ್ಚೆತ್ತವನಂತೆ ಎದ್ದು ಕುಳಿತು ಕಣ್ಣುಜ್ಜಿ ನಾನೆಲ್ಲಿದ್ದೇನೆ ಎಂದು ಸುತ್ತ ನೋಡಿದ. ಅಂದಿನಿಂದ ಸಂತನ ಸುತ್ತ ದಿನಾ ಸಾವಿರಾರು ಜನರು ಸೇರುತ್ತಿದ್ದಾರೆ ಎಂದೆಲ್ಲ ಅವರು ಹೇಳಿದರು. ''ನಮ್ಮ ಕಡೆ ಈಗ ಸಾವಿಯರನಿಗಾಗಿ ಜೀವ ಕೊಡಲೂ ಜನ ತಯಾರು'' ಎಂದೂ ಹೇಳಿದರು.

ಆದರೆ ನರಸಪ್ಪಯ್ಯನವರಿಗೆ ನಾಲ್ಕು ದಿನ ಸಾವಿಯರನನ್ನು ನೋಡಲು ಊರ ಹೊರಗಿನ ಮಾವಿನ ತೋಪಿಗೆ ಹೋಗಲು ಸಾಧ್ಯವಾಗಲೇ ಇಲ್ಲ. ಅಷ್ಟರಲ್ಲಿ ಸಾವಿಯರನೇ ಅವರ ಮನೆಯ ಎದುರಾಗಿ ಬಂದ. ಅವನ ಗಂಟೆಯ ಸದ್ದು ಕೇಳಿ ಹಜಾರದಲ್ಲಿ ಕೂತ ಅವರು ಕೊರಳುದ್ದ ಮಾಡಿ ನೋಡಿದರು. ನಾಗ್ಡೊ ಬೇತಾಳನಿಗೆ ತೀರ ವಿರುದ್ಧವಾದ ನಿಲುವು – ನಿಲುವಂಗಿಯನ್ನು ದೇಹಪೂರ್ಣ ಮುಚ್ಚುವಂತೆ ಧರಿಸಿದ್ದ. ಮುಖದ ಮೇಲೆ ಸೌಮ್ಯ ನಗೆ. ಚಿಕ್ಕ ಚಿಕ್ಕ ಹೆಜ್ಜೆಗಳನ್ನಿಟ್ಟು ಅಂಗಳಕ್ಕೆ ಬಂದ. ಮುಗುಳುನಕ್ಕ. ಆರೋಗ್ಯವೇ ಎಂದ. ನರಸಪ್ಪಯ್ಯ ತಮಗೇ ಅರಿವಿಲ್ಲದೇ ಎದ್ದು ನಿಂತರು. ಯೇಸುವಿನ ಕರುಣೆಯಿದೆ ಈ ಮನೆಗೆ, ಅವನನ್ನು ಆರಾಧಿಸಿರಿ, ಒಳ್ಳೆಯದಾಗುತ್ತದೆ ಎಂದ. ಪ್ರವಚನದಂತೆ ನಾಲ್ಕು

ಮಾತಾಡಿ ಅವೇ ಚಿಕ್ಕ ಚಿಕ್ಕ ಹೆಜ್ಜೆಗಳನ್ನಿಟ್ಟು ತೇಲಿದಂತೆ ಹೊರಟುಹೋದ. ಎರಡು ದಿನ ವೆರಣೆಯಲ್ಲಿದ್ದು ಸಾವಿಯರ ದಕ್ಷಿಣದತ್ತ ನಡೆದ. ಅಷ್ಟರಲ್ಲಿ ನರಸಪ್ಪಯ್ಯ ಎರಡು ಸಾರಿ ಹೋಗಿ ಅವನ ದರ್ಶನ ಪಡೆದು ಬಂದರು. ಆತನೂ ಬರಿಗಾಲಿನಲ್ಲಿ ನಡೆಯುತ್ತಿದ್ದ. ಕೀಳುಜಾತಿಯ ಜನರ ಮಧ್ಯೆ ನಿಂತು ಕೆಲಸ ಮಾಡುತ್ತಿದ್ದ. ದಿನಕ್ಕೆ ಒಂದೇ ಹೊತ್ತು ಊಟ. ಅದೂ ಭಿಕ್ಷೆ ಬೇಡಿ ತಂದದ್ದು. ರಾತ್ರಿಯಲ್ಲಿ ನೆಲವೇ ಹಾಸಿಗೆ. ಕಲ್ಲೇ ದಿಂಬು. ನಾಲ್ಕು ಘಂಟೆಗಳಿಗಿಂತ ಹೆಚ್ಚು ನಿದ್ರೆಯಿಲ್ಲ. ಬಂದ ಎರಡೇ ದಿನಗಳಲ್ಲಿ ಎಲ್ಲ ಜನರ ಪ್ರೀತಿ ವಿಶ್ವಾಸ ಗಳಿಸಿದ್ದ ಸಾವಿಯರ. ನೊಂದವರಿಗೆ ಸಾಂತ್ವನ ಮಾಡುತ್ತಾ ರೋಗಿಗಳನ್ನು ಉಪಚರಿಸುತ್ತಾ ತಿರುಗಾಡಿದ. ಅವನಿಂದ ಬಂದ ಒಂದು ಮಾತಿನಿಂದ, ಅವನ ಹಸ್ತದ ಒಂದು ಸ್ಪರ್ಶದಿಂದ ಜನರು ಪುಳಕಿತಗೊಂಡರು.

ಕೆಲವು ದಿನಗಳಲ್ಲೇ ವೆರಣೆಗೆ ಲೋಟಲಿ ಗ್ರಾಮದ, ನರಸಪ್ಪಯ್ಯನವರ ಬೀಗರಾದ ಬೇಟ ಕುಡಾವರು ತೀರಿಕೊಂಡ ಸುದ್ದಿ ಬಂತು. ಮಾಳಪ್ಪಯ್ಯ ಹೆಂಡತಿಯನ್ನೂ ಮಕ್ಕಳನ್ನೂ ಕರೆದುಕೊಂಡು ಅಲ್ಲಿಗೆ ಓಡಿದ. ವೈಶಾಖದಲ್ಲಿ ಮೊಮ್ಮಗನನ್ನು ಕಾಣಲು ಬಂದಾಗ ಅವರು ಮೈಕೈ ತುಂಬಿಕೊಂಡು ಆರೋಗ್ಯದಿಂದಿದ್ದರು. ಅವರ ಹೆಂಡತಿ ಜಾಹ್ನವೀಬಾಯಿ ಹಣೆಯ ಮೇಲೆ ಅಗಲವಾದ ಕುಂಕುಮವಿಟ್ಟು ಕೊರಳಿಗೆ ಮಂಗಳಸೂತ್ರ ಧಾರೆಮಣಿ ಸರ ಹಾಕಿ ಮುಡಿಕಟ್ಟಿದ ತುರುಬಿಗೆ ರೆಂಜೆ ಹೂವಿನ ಸರ ಕಟ್ಟಿ ಹದಿನೆಂಟು ಮೊಳದ ಸೀರೆಯನ್ನು ಕಚ್ಚೆ ಹಾಕಿ ಉಟ್ಟ ಮುತ್ತೈದೆ. ಮೊಮ್ಮಗುವಿನ ಕೈಗೆ ಚಿನ್ನದ ಪಾಟಲಿ ಇಟ್ಟು ಗಂಡ ಹೆಂಡತಿ ಹೋದಾಗ ಈ ರೀತಿಯಾಗಬಹುದೆಂದು ಯಾರು ಊಹಿಸಿದ್ದರು? ಮೂರು ದಿನಗಳ ವಾಂತಿ ಭೇದಿ. ಜೀವ ಲಟಕ್ಕನೆ ಹೋಗಿಬಿಟ್ಟಿತ್ತು. ಮಾಳಪ್ಪಯ್ಯ ಅಲ್ಲಿಗೆ ಮುಟ್ಟಿದಾಗ ಉಳಿದ ಬಂಧು ಬಾಂಧವರೂ ಸೇರಿದ್ದರು. ಜಾಹ್ನವೀ ಬಾಯಿ ಮಗಳನ್ನು ನೋಡುತ್ತಲೇ ಇನ್ನೊಮ್ಮೆ ಬಾಯಿ ಬಾಯಿ ಬಡಿದುಕೊಂಡು ಅತ್ತರು. ನಾಲ್ಕು ಜನ ಕೂಡಿ ಅವರನ್ನು ಸ್ಮಶಾನಕ್ಕೆ ಕೊಂಡೊಯ್ದರು. ಸೌದೆಯ ರಾಶಿಯ ಮೇಲೆ ಶವ ಇಟ್ಟು ಬೆಂಕಿ ಕೊಡುವ ಮುನ್ನ ಎಲ್ಲ ರೀತಿಯ ಸಂಸ್ಕಾರಗಳನ್ನೂ ಮಾಡಿದರು. ಬೇಟ ಕುಡಾವರಿಗೆ ತೀರಿಕೊಂಡಾಗ ಐವತ್ತರ ನಡು ವಯಸ್ಸು. ಸಾಯುವ ವಯಸ್ಸಲ್ಲ. ಅವರ ಮಗ ಕೈಯಲ್ಲಿ ನೀರು ತುಂಬಿದ ಮಣ್ಣಿನ ಮಡಕೆಯನ್ನು ಹಿಡಿದು ಮೂರು ಸುತ್ತು ಬಂದ. ತಲೆಯ ಹಿಂದೆ ಅದನ್ನು ಬೀಸಿ ಒಗೆದು ಚೂರು ಚೂರು ಮಾಡಿದ. ಸೌದೆಗೆ ಬೆಂಕಿ ಕೊಟ್ಟ. ರಾಧಾಬಾಯಿ ಮಕ್ಕಳನ್ನು ಮನೆಯಲ್ಲಿಯೇ ಬಿಟ್ಟು ತಾಯಿಯ ಜೊತೆ ಸ್ಮಶಾನಕ್ಕೆ ಬಂದಿದ್ದಳು. ಮುತ್ತೈದೆ, ಬರುವುದು ಬೇಡ ಎಂದರೂ ಕೇಳಲಿಲ್ಲ. ತಾಯಿ ಜಾಹ್ನವೀಬಾಯಿಯನ್ನು ಅಪ್ಪಿ ಹಿಡಿದು ರೋದಿಸಿದಳು. ಚಟ್ಟದ ಬೆಂಕಿ ಧಗಧಗ ಉರಿಯುತ್ತಿರುವಾಗ ಪುರೋಹಿತರು ಸಿಂಗಾರಗೊಂಡು ಕುಳಿತ ಜಾಹ್ನವೀಬಾಯಿಯ ಎದುರು ನಿಂತು "ನಿನ್ನ ಸ್ವಂತ ಇಚ್ಛೆಯಿಂದ ಸತಿ ಹೋಗುತ್ತೀಯಾ?" ಎಂದು ಕೇಳಿದರು. ಆಕೆ "ಹೌದು" ಎನ್ನುತ್ತಾ ಮೈ ಮೇಲಿನ ಒಡವೆ ಸೀರೆ ಎಲ್ಲ ಬಿಚ್ಚಿಟ್ಟು ಧಗಧಗ ಉರಿಯುವ

ಚಿತೆಗೆ ಹಾರಿದಳು. ಬೆಂಕಿಯ ಜ್ವಾಲೆಗಳು ಅವಳ ಮೈಯನ್ನು ಆವರಿಸಿ ಕಪ್ಪುಗಟ್ಟಿ ಚರಚರ ಉರಿಯತೊಡಗಿತು. ತಲೆಯ ಚಿಪ್ಪು ಒಡೆದು ಎರಡು ದೇಹಗಳೂ ಬೂದಿಯಾದವು.

ಹದಿಮೂರನೆಯ ದಿನ ಬೊಜ್ಜದಲ್ಲಿ ಭಾಗವಹಿಸಿ ತಾಯಿಯ ಮನೆಯ ತಂತು ಕಡಿದು ರಾಧಾಬಾಯಿ ಮಕ್ಕಳ ಮತ್ತು ಗಂಡನ ಜೊತೆ ಚಕ್ಕಡಿ ಏರಿದಳು. ಲೋಟಲಿಯಿಂದ ವೆರಣೆಗೆ ಒಂದು ದಿನದ ಪ್ರವಾಸ. ಚಕ್ಕಡಿಯಲ್ಲಿ ಕುಳಿತ ಮಾಳಪ್ಪಯ್ಯ ಸಾಸಷ್ಟಿಯ ಉದ್ದಗಲಕ್ಕೂ ಸಾವಿನ ಸಂತೆ ಕಂಡು ದಿಗ್ಮೂಢರಾದರು. ಅಲ್ಲೊಂದು ಹುಡುಗ, ಇಲ್ಲೊಬ್ಬ ಜವ್ವನಿಗ, ಮಗುದೊಂದು ಕಡೆ ಮುದುಕಿಯೊಬ್ಬಳು, ಮನೆಯಲ್ಲೊಂದೇ ದುಡಿವವನಾದ ಯಜಮಾನ, ತುಂಬಿದ ಬಸುರಿಯೊಬ್ಬಳು, ಹೀಗೆ ಸ್ಮಶಾನಯಾತ್ರೆ ನಡೆಯುತ್ತಿತ್ತು. ಅವರು ಚಕ್ಕಡಿಯಿಂದಿಳಿದು ವೆರಣೆಯ ತಮ್ಮ ಮನೆಯ ಬಾಗಿಲು ಮುಟ್ಟಿದಾಗ ಅಂತುರ್ಜೆಯ ವಾಸನಾಯಕರು ತೀರಿಕೊಂಡ ಸುದ್ದಿ ಬಂತು. ಮುದುಕನಲ್ಲವೇ ಎಂದು ಯಾರೂ ಗಂಭೀರವಾಗಿ ಪರಿಗಣಿಸಲಿಲ್ಲವಾದರೂ ಶವಕ್ಕೆ ಬೆಂಕಿ ಕೊಡುವ ಹೊತ್ತಿಗೆ ನರಸಪ್ಪಯ್ಯ ಅಲ್ಲಿಗೆ ಮುಟ್ಟಿದ್ದರು. ಕೇಳೋಶಿಯ ಲೋಕು ಶೆಣಾವಿ ತನ್ನ ಮಗನನ್ನು ಅಂದೇ ಕಳೆದುಕೊಂಡ. ಒಳ್ಳೆಯ ಗಟ್ಟಿಮುಟ್ಟಾದ ತರುಣ. ಮಾಳಪ್ಪಯ್ಯನಿಗಿಂತ ನಾಲ್ಕು ವರ್ಷಕ್ಕೆ ಚಿಕ್ಕವ. ಮದುವೆಯಾಗಿ ಎರಡು ವರ್ಷಗಳೂ ಸಂದಿರಲಿಲ್ಲ. ಎರಡು ದಿನಗಳ ಜ್ವರ. ವಾಂತಿ ಭೇದಿ. ಆದರೆ ಸಾಯುವುದೆಂದರೇನು? ಲೋಕುಶೆಣಾವಿ ತಲೆಗೆ ಕೈ ಹೊತ್ತು ಕೂತಿದ್ದ. ಅದನ್ನು ಕಾಣಲಾಗದೇ ನರಸಪ್ಪಯ್ಯ ಮನೆಗೆ ಮರಳಿದರು.

ಜನರ ಅನಾಚಾರ ಮಿತಿ ಮೀರಿದಾಗ ಇಂತಹ ರೋಗಗಳು ಹರಡುತ್ತವೆ ಎಂದರು ಶ್ರೀಧರ ಕಾಳೆ. ಇಲ್ಲದಿದ್ದರೆ ಇಡಿಯ ಸಾಸಷ್ಟಿಯನ್ನು ಈ ರೀತಿ ಸಾವು ಆವರಿಸುತ್ತದೆಯೇ? ನಿನ್ನೆ ಇದ್ದವನು ಇಂದಿಲ್ಲ. ನರಸಪ್ಪಯ್ಯ ಊರಿನ ಮೇಲೆರಗುತ್ತಿರುವ ಅಚಾನಕವಾದ ಈ ಸಾವುಗಳ ಕಾರಣ ಹುಡುಕುತ್ತ ಹೊರಟದ್ದು ವೆರಣೆಯ ಹೊರಗೆ ಆಗುತ್ತಿರುವ ಸಾವುಗಳನ್ನು ಕಂಡಲ್ಲ. ಲೋಕು ಶೆಣಾವಿಯ ಮಗನನ್ನು ಬೂದಿ ಮಾಡಿ ಮಧ್ಯರಾತ್ರಿ ಮನೆಗೆ ಹಿಂದಿರುಗಿದ ರಂಗ ಶರ್ಮರಿಗೂ ಜ್ವರ. ಮೂರು ದಿನಗಳ ಬಳಿಕ ಜೀವನವಿಡೀ ವಾಯು ಉಪದ್ರದಿಂದ ಬಳಲಿದ ರಂಗಶರ್ಮರು ಕೊನೆಯುಸಿರು ಎಳೆದರು. ರಂಗಶರ್ಮರ ದೇಹಕ್ಕೆ ಬೆಂಕಿ ಕೊಡುವ ಸಮಯ ಬಂದ ಕುಟ್ಟಾಳಿಯ ಜೋಗಂಣ ಕಾಮಾತಿ ತಮ್ಮ ಊರಲ್ಲೂ ಇದೇ ರೀತಿಯ ಸಾವುಗಳಾಗುತ್ತಿರುವ ಬಗ್ಗೆ ವರದಿಕೊಟ್ಟರು – "ಮೊರ್ದೆಸಿ ರೋಗ ಎನ್ನುತ್ತಾರೆ ಫರಂಗಿ ಜನ. ನಾನು ಮೊನ್ನೆ ಸಂಕ್ವಾಳಿಗೆ ಹೋದವನು ಅಲ್ಲೊಬ್ಬ ಪೋರ್ಚುಗೀಸ ವೈದ್ಯನನ್ನು ಕಂಡೆ. ಪಾದ್ರೆ ಫ್ರಾನ್ಸಿಸ್ಕೋ ದೆಸೋಜ ಎಂದು ಹೆಸರು. ಇದು ಕಾಲರಾ, ಇದಕ್ಕೆ ಔಷಧಿಯಿಲ್ಲ ಎಂದ ಅವನು" ಎಂದು. ರಾಮಕ್ರಿಷ್ಣ ಗೋರೆ "ಈ ರೀತಿ ವಾಂತಿ ಭೇದಿಯಲ್ಲಿ ಜೀವ ಹೋಗುವುದು ಕಂಡರೆ ಮಾರಿಯ ಕೋಪ ಅಂತ ಊಹಿಸಬಹುದು. ಅವಳಿಗೆ ಪೂಜೆಯಾದರೆ ಒಳ್ಳೆಯದು. ರೋಗ ಪ್ರಳಯಕಾರಕವಾಗಿದೆ" ಎಂದು ರಾಗವೆಳೆದ.

ಸಾವು ಎಲ್ಲಿ ಬಡಿಯಿತು ಎಂದು ಕೇಳುವ ಮೊದಲೇ ಮನೆಯ ಬಾಗಿಲನ್ನೂ ತಟ್ಟಿತು. ಮಾಳಪ್ಪಯ್ಯನ ಮೊದಲ ಮಗ ಮಾಧೋ ಪೈ ಜ್ವರ ಬಂದು ಮಲಗಿಕೊಂಡ. ಶ್ರೀಧರ ಕಾಳೆ ಬಹಳ ಮುತುವರ್ಜಿಯಿಂದ ಔಷಧಿ ಕೊಟ್ಟು ತಮ್ಮ ಧೈರ್ಯಕ್ಕಾಗಿ ಅಲ್ಲಿಯೇ ಕೂತರು. ನರಸಪ್ಪಯ್ಯ ಮ್ಹಾಳ್ತಿ ಮಾಂಯಿಗೆ ಹರಕೆ ಹೊತ್ತರು. ವೆರಣೆಯ ಪ್ರತೀ ಮನೆಯಲ್ಲೂ ಈಗ ಒಂದಲ್ಲ ಒಂದು ಸಾವು. ಮಾಧೋ ಪೈ ಆರು ದಿನಗಳ ತನಕ ಬಳಲಿ ಮುಸ್ಸಂಜೆಯ ಹೊತ್ತಿಗೆ ತೀರಿಕೊಂಡ. ನರಸಪ್ಪಯ್ಯ ಭೀತರಾಗಿ ನಾಗ್ದೊ ಬೇತಾಳನನ್ನು ನೆನೆಯುತ್ತಾ ಕೂತರು. ವಿದೇಶೀ ಸನ್ಯಾಸಿಯನ್ನು ಹೋಗಿ ಕಂಡದ್ದೇ ತಪ್ಪಾಯಿತೇ ಎಂಬ ಪಾಪಪ್ರಜ್ಞೆ ಅವರನ್ನು ಆವರಿಸಿತು. ನಾಗ್ದೊ ಬೇತಾಳ ಸೂಕ್ಷ್ಮವಾಗಿ ತಾವು ಅವನಿಗೆ ಅಡ್ಡಬೀಳಬಾರದೆಂದು ಹೇಳಿದ್ದನೇ? ತಾವು ಹೋಗಬಾರದಿತ್ತು. ಈಗ ನಾಗ್ದೊ ಬೇತಾಳ ಬಂದರೆ ಒಳ್ಳೆಯದಲ್ಲವೇ – ಅಂತ ತಲ್ಲಣಗೊಂಡರು. ಅವರೂ ಈಗ ತುಂಬ ಮುದುಕರು. ರಂಗಶರ್ಮರು ತೀರಿಕೊಂಡಾಗ ಅವರಿಗೂ ಸಾವಿನ ಪ್ರಜ್ಞೆ ಹುಟ್ಟತೊಡಗಿತ್ತು. ಹಜಾರದಲ್ಲಿ ತೆಪ್ಪನೆ ಕುಳಿತ ಅವರು, ನನ್ನನ್ನು ಕೊಂಡೊಯ್ಯಲು ಯಮರಾಯ ಯಾವಾಗ ಬರುತ್ತಾನೋ ಎಂದು ಯೋಚಿಸುವಂತಾಯಿತು.

ಕಾಲರಾ ವಿಚಿತ್ರ ರೀತಿಯಲ್ಲಿ ತನ್ನ ಹಸ್ತ ಚಾಚ ತೊಡಗಿತ್ತು. ಮನೆ ಮನೆಯ ಒಳಹೊಕ್ಕು ಕತ್ತು ಕಿವಿಚಿ ಪ್ರಾಣ ಹೀರುತ್ತಿತ್ತು. ಮಾಧೋ ಪೈ ಸತ್ತ ಅಂತಲ್ಲ, ವೆರಣೆಯಲ್ಲಿ ದಿನಕ್ಕೊಂದು ಸಾವು. ಒಂದು ಸ್ಮಶಾನ ಯಾತ್ರೆ. ಇಂದು ಒಬ್ಬರು ಇನ್ನೊಬ್ಬರ ಮನೆಗೆ ಹೋಗಿ ಅವರ ದುಃಖ ಸಮಾಧಾನ ಮಾಡಿ ಬಂದರೆ ಮರುದಿನ ಅವರು ಇವರ ಮನೆಗೆ ಬಂದು ಕಂಬನಿಯೊರಸುವಂತಾಗಿತ್ತು. ವಿಜಯನಗರದ ಅರಸರ ಕಾಲದಲ್ಲಿ ಕಂದಾಯದ ವಸೂಲಿಗೆಂದು ನೇಮಕಗೊಂಡ ಮನೆತನದ, ಗ್ರಾಮಪುರುಷನ ಗುಡಿಯ ವಠಾರದಲ್ಲಿದ್ದ ಸಪೂರ ಸಾಂತಯ್ಯ ಪೊರೋಬುವಿನ ಮಗ ಹದಿನೆಂಟು ವರುಷದ ವೆಂಕಟುವಿನ ಸ್ಮಶಾನ ಯಾತ್ರೆ ಮುಗಿಸಿ ಮನೆಗೆ ಬಂದ ಮಾಳಪ್ಪಯ್ಯ ನೋಡಿದ್ದು ಜ್ವರದಿಂದ ತಕತಕ ಕುದಿಯುವ ಒಬ್ಬಳೇ ಮಗಳು ತುಳಸಿಯ ದೇಹವನ್ನು ! ರಾಧಾಬಾಯಿ ಹುಚ್ಚು ಹಿಡಿದವಳಂತೆ ಅಳುತ್ತಿದ್ದಳು. ಮಗಳನ್ನು ಮಣ್ಣು ಮಾಡಿ ಬಂದ ಮಾಳಪ್ಪಯ್ಯ ವ್ಯಾಪಾರ ನಶಿಸಿ ಹೋಗುತ್ತಿದ್ದ ತನ್ನ ಅಂಗಡಿಯ ಬಾಗಿಲನ್ನು ಶಾಶ್ವತವಾಗಿ ಮುಚ್ಚಿದ !

ಒಂದು ಲೆಕ್ಕದ ಪ್ರಕಾರ ಸಾಸಷ್ಟಿಯಲ್ಲಿ ಆ ವರುಷ ಮೊರ್ವೆಸಿ ರೋಗದಿಂದ ಸತ್ತವರು ಮೂರರಲ್ಲಿ ಎರಡು ಭಾಗ. ವೆರಣೆ ದಿನದಿಂದ ದಿನಕ್ಕೆ ಮೌನವಾಯಿತು. ಸಪೂರ ಸಾಂತಯ್ಯ ಪೊರೋಬುವಿನ ಮಗ ವೆಂಕಟು ಸತ್ತದ್ದೇ ಅವನ ಹೆಂಡತಿ ಸೀತಾಬಾಯಿಗೆ ಹುಚ್ಚು ಆರಂಭವಾಗಿತ್ತು. ವಯಸ್ಸಿಗೆ ಬಂದ ಮಗ. ಸತ್ತ ಅಂದರೆ ಯಾವ ತಾಯಿಗೆ ದುಃಖ ಆಗದು? ವೆರಣೆಯ ಮೌನ ಹುಚ್ಚು ಹಿಡಿದ ಸೀತಾಬಾಯಿಯ ಊಳಿನಿಂದ ಆಗಾಗ ಕದಡುತ್ತಿತ್ತು. ಒಂದು ದಿನ ಇದನ್ನೆಲ್ಲ ಕಾಣಲಾಗದೇ ಸಪೂರ ಸಾಂತಯ್ಯ ಪೊರೋಬು ಊರು ಬಿಟ್ಟೇ ಓಡಿ ಹೋದ. ಹೋದವನು ಪತ್ತೆ ಇಲ್ಲದೇ

ಕಾಣೆಯಾದ. ಅದಾದ ಸ್ವಲ್ಪ ದಿನಗಳಲ್ಲಿ ಅಂದರೆ ಫಾಲ್ಗುಣದ ತ್ರಯೋದಶಿಯಂದು ನರಸಪ್ಪಯ್ಯನವರೂ ತೀರಿಕೊಂಡರು. ಅವರು ತೀರಿಕೊಳ್ಳುವಾಗ ಮೊಮ್ಮಕ್ಕಳಾದ ತೊಕ್ಕಪ್ಪಯ್ಯನನ್ನೂ ವಿಟ್ಠು ಪೈಯನ್ನೂ ಚೆನ್ನಾಗಿ ನೋಡಿಕೊಳ್ಳಿ ಎಂದರು. ಬೇರೇನೋ ಹೇಳಬೇಕೆಂದುಕೊಂಡರೂ ಸಾಧ್ಯವಾಗದೇ ಹಠಾತ್ತನೇ ಜೀವ ಹೋಯಿತು. ಅವರಿಗಿಂತ ಮುದುಕರಾದ ಶ್ರೀಧರ ಕಾಳೆಯವರು ಕಣ್ಣೊರಸಿಕೊಳ್ಳುತ್ತಾ "ಸುಖವಾದ ಸಾವು. ಹೆಚ್ಚು ಒದ್ದಾಡದೇ ಸತ್ತರಲ್ಲ? ಅದಕ್ಕೆ ಸಂತೋಷ ಪಡಬೇಕು" ಎಂದರು. ತಂದೆ ಸಾಯುವ ತನಕ ಮಾಳಪ್ಪಯ್ಯ ತನ್ನೆಲ್ಲ ವ್ಯಾಪಾರ ವ್ಯವಹಾರಗಳನ್ನು ಅವರಿಗೆ ಹೇಳುವುದಿತ್ತು. ಇನ್ನು ಯಾರಿಗೆ ಹೇಳಲಿ ಎಂದು ಹೆಗಲ ಮೇಲೆ ಎಂಟು ತಿಂಗಳ ವಿಟ್ಠು ಪೈಯನ್ನೂ ತೊಡೆಯ ಮೇಲೆ ಮೂರು ವರುಷದ ತೊಕ್ಕಪ್ಪಯ್ಯನನ್ನೂ ಕುಳ್ಳಿರಿಸಿ ಹಜಾರದಲ್ಲಿ ಮೆವ್ವೆಂದು ಕೂತ. ಅವನ ಆಸೆ ಒಂದೇ - ನಾಗಪ್ಪ ಇಪ್ಪತ್ತೆರಡನೆಯ ತಲೆಮಾರಿಗೆ ಹುಟ್ಟುತ್ತಾನೆ ಎಂದು ನಾಗ್ಡೊ ಬೇತಾಳ ಹೇಳಿದ್ದಾನೆ. ಹಾಗಾಗಿ ವಂಶ ಇಲ್ಲಿಗೆ ಮುರುಟಿ ಹೋಗುವುದು ಹೇಗೆ? ಇನ್ನು ಈ ಮನೆಗೆ ಸಾವು ತಟ್ಟದು ಎಂದು.

ಆದರೆ ತೊಕ್ಕಪ್ಪಯ್ಯನೂ ತೀರಿಕೊಂಡ. ಮಾಳಪ್ಪಯ್ಯ ಗಾಬರಿಯಾದ. ರಾಧಾಬಾಯಿ ಅನ್ನ ನೀರು ಬಿಟ್ಟುಕೂತಳು. ತೊಕ್ಕಪ್ಪಯ್ಯನ ಶವವನ್ನು ಸ್ಮಶಾನಕ್ಕೆ ಸಾಗಿಸಿ ಬಂದ ಮಾಳಪ್ಪಯ್ಯ ಅವಳೆದುರು ಮಂಡಿಯೂರಿ ಕುಳಿತು "ಇನ್ನು ಈ ಮನೆಯಲ್ಲಿ ಸಾಯುವುದಿದ್ದರೆ ನಾನು ಮತ್ತು ನೀನು ಮಾತ್ರ. ಯಾಕೆಂದರೆ ವಿಟ್ಠುವಿಗೆ ದೀರ್ಘಾಯುಸ್ಸಿದೆ ಅಂತ ನಾಗ್ಡೊ ಬೇತಾಳ ಹೇಳಿಲ್ಲವೇ?" ಎಂದ. ಆದರೂ ಅವಳ ಮನಃಸ್ವಾಸ್ಥ್ಯದ ಬಗ್ಗೆ ಚಿಂತಿಸಿ ಲೋಟಲಿಗೆ ನಾಲ್ಕು ದಿನ ಕಳುಹಿಸಿಕೊಟ್ಟ. ರಾಧಾಬಾಯಿಗೆ ತಂದೆ ತಾಯಿಗಳಿಲ್ಲದ ತವರು ತವರೇ? ಆಕೆ ಅಲ್ಲಿ ತನ್ನ ದುಃಖ ಪರಿಹರಿಸಲಾಗದೇ ಮರಳಿ ಬಂದಳು. ಮಾಳಪ್ಪಯ್ಯ ಮನೆಯೊಳಗೆ ಕೂತಿರಲಾಗದೇ ಹೊರಗೂ ಹೋಗಲಾಗದೇ ಚಡಪಡಿಸಿದ. ಅವನಿಗೆ ನಾಗ್ಡೊ ಬೇತಾಳನ ಯೋಚನೆ. ಕಷ್ಟದ ದಿನಗಳಲ್ಲಿ ಬರುವೆನೆಂದಿದ್ದನಲ್ಲವೇ? ಯಾಕೆ ಬರಲಿಲ್ಲ? ಇಷ್ಟೊಂದು ಸಾವುಗಳಾದುವು. ವ್ಯಾಪಾರ ಮುಚ್ಚಿತು. ಇವು ಕಷ್ಟಗಳಲ್ಲದಿದ್ದರೆ ಬೇರೆ ಯಾವುದು ಕಷ್ಟ? ಇಂತಹ ದಿನಗಳಲ್ಲಿ ಅವನು ಬರಲೇಬೇಕು. ಬಂದು ಸಾಂತ್ವನದ ಮಾತುಗಳನ್ನಾಡಬೇಕು. ರೋಗಿಗಳ ಶುಶ್ರೂಷೆ ಮಾಡಬೇಕು. ತನ್ನದೇ ಆದ ಕ್ರಮಗಳಿಂದ ರೋಗವನ್ನು ಎದುರಿಸಬೇಕು. ಮಾಳಪ್ಪಯ್ಯನೇ ಅಲ್ಲ, ವೆರಣೆಯ ಇತರ ಮಂದಿಯೂ ಅವನ ಬರವನ್ನು ಆತಂಕದಿಂದ ಕಾಯುತ್ತಿದ್ದರು. ನಾಗ್ಡೊ ಬೇತಾಳ ಬರಬಾರದೇ, ಬರಬಾರದೇ ಎಂದು ಹಳಹಳಿಸಿದರು. ಸಾಸಷ್ಟಿಯ ಪ್ರತೀ ಅಗ್ರಹಾರದಲ್ಲೂ ಇದೇ ಕಳವಳ, ಇದೇ ತಲ್ಲಣ. ಬೇರೆ ಬೇರೆ ಊರಿನ ಇಬ್ಬರು ಗೃಹಸ್ಥರು ಎದುರಾದಲ್ಲಿ ಕೇಳುವ ಪ್ರಶ್ನೆ - "ನಾಗ್ಡೊ ಬೇತಾಳನ ಸಮಾಚಾರವಿದೆಯೇ?"

ಕೊನೆಗೂ ನಾಗ್ಡೊ ಬೇತಾಳ ಬರಲಿಲ್ಲ. ಅವನ ಇರವಿನ ಪತ್ತೆಯೂ ಆಗಲಿಲ್ಲ.

ಸಾಸಷ್ಟಿಯಲ್ಲಿ ಎಲ್ಲೂ ಅವನ ಸುಳಿವು ಸಿಗದೇ ಜನರು ನಿರಾಶೆಗೊಂಡರು. ತನ್ನನ್ನು ಹುಡುಕಿಕೊಂಡು ಯಾರೂ ಬರಬಾರದು. ತನ್ನ ಇರವನ್ನು ಯಾರೂ ಕೇಳಬಾರದು, ಹೋಗುವುದೆಲ್ಲಿಗೆ, ಬಂದದ್ದೆಲ್ಲಿಂದ ಇಂತಹ ಪ್ರಶ್ನೆಗಳು ನಿಷಿದ್ಧ ಎಂದವನು ಅಪ್ಪಣೆ ಕೊಡಿಸಿದ್ದನಲ್ಲವೇ? ಕಷ್ಟ ಕಾಲಕ್ಕೆ ತಾನಾಗಿ ಬರುತ್ತೇನೆ ಎಂದು ಆಶ್ವಾಸನೆಯಿತ್ತಿದ್ದ. ಹಾಗಾಗಿ ಕಾಯುವುದೊಂದೇ ಮಾಳಪ್ಪಯ್ಯ ಮಾಡಬಹುದಾದ ಕಾರ್ಯ. ಮುಳುಗುತ್ತಿರುವವನಿಗೆ ಹುಲ್ಲು ಕಡ್ಡಿ ದೊರಕಿದಂತೆ ಮಠಗ್ರಾಮಕ್ಕೆ ವಿದೇಶೀ ಸನ್ಯಾಸಿ ಬಂದಿದ್ದಾನೆಂಬ ಸುದ್ದಿ ವೆರಣೆಗೆ ಮುಟ್ಟಿತು. ಜನರು ಅವನ ಬಳಿಗೆ ಓಡಲಾರಂಭಿಸಿದರು. ಏನು ಮಾಡಲಿ ಏನು ಮಾಡಲಿ ಎಂಬ ತಹತಹದಿಂದ ಮಾಳಪ್ಪಯ್ಯ ಒದ್ದಾಡಿದ. ಶ್ರೀಧರ ಕಾಳೆಯವರು ಮಂತ್ರಿಸಿ ಕೊಟ್ಟ ತಾಯಿತವನ್ನು ಅವನು ಹೆಂಡತಿಗೂ ಮಗುವಿಗೂ ಕಟ್ಟಿ ಮ್ಹಾಳಶಿ ಮಾಂಯಿಯ ಪ್ರಸಾದವೆಂದು ಗಂಧವನ್ನು ಬಾಯಿಗೆ ಹಾಕಿ ಕುಳಿತ.

ಆ ವರುಷ ನಡೆದ ಇನ್ನೊಂದು ಘಟನೆ ಎಂದರೆ ಸಾಸಷ್ಟಿಯನ್ನೂ ಪೋರ್ಚುಗೀಸರು ಪೂರ್ತಿ ಕೈವಶ ಮಾಡಿಕೊಂಡದ್ದು. ಮೊರ್ದೇಸಿ ರೋಗದಿಂದ ಜರ್ಝರಿತವಾದ ಸಾಸಷ್ಟಿಯನ್ನು ಅದರ ಒಡೆಯರಾದ ನಶಿಸಿ ಹೋಗುತ್ತಿರುವ ಆದಿಲ್‌ಶಾ ಮನೆತನದಿಂದ ಗೆದ್ದುಕೊಳ್ಳುವುದು ಅಂತಹ ಕಷ್ಟವೇನೂ ಆಗಿರಲಿಲ್ಲ. ವಿಜಯನಗರದ ರಾಜರ ಸ್ವಾಮ್ಯ ತಪ್ಪಿದ ಮೇಲೆ ಬೇರೆ ಯಾರೇ ಆದರೂ ಪ್ರಭುತ್ವ ಸ್ಥಾಪಿಸಿದ್ದಾರೆಂಬ ಭ್ರಮೆ ಕೂಡಾ ಸಾಸಷ್ಟಿಯವರಿಗಿರಲಿಲ್ಲ. ಅಲ್ಲದೇ ಪೋರ್ಚುಗೀಸರಲ್ಲಿ ಯುದ್ಧಕ್ಕೆ ಬೇಕಾದ ಹೊಸ ಹೊಸ ಶಸ್ತ್ರಾಸ್ತ್ರಗಳಿದ್ದುವು. ಅವರಿಗೆ ಸಾಸಷ್ಟಿಯನ್ನು ಗೆಲ್ಲುವುದೆಂದರೆ ಸತ್ತ ಪ್ರಾಣಿಗೆ ಬಾಣ ಬಿಟ್ಟು ತಾನು ಇದರ ಒಡೆಯ ಎಂದು ಹೇಳುವ ರೀತಿ. ಸಾಸಷ್ಟಿಯ ಜನರಿಗೆ ರಾಜಕೀಯದಲ್ಲಿ ಆಸಕ್ತಿಯೂ ಇರಲಿಲ್ಲ. ಗೆದ್ದ ಮೇಲೆ ಸಹಜವಾಗಿ ಸಾಸಷ್ಟಿಯ ತುಂಬ ಪೋರ್ಚುಗೀಸರೂ ನೋವಿಸರೂ ತುಂಬತೊಡಗಿದರು. ಅಲ್ಲಲ್ಲಿ ಮನೆ ಕಟ್ಟಿಕೊಂಡು ಬಾಳತೊಡಗಿದರು. ಸಾಂತಯ್ಯ ಪೊರೋಬುವಿನ ಖಾಲಿ ಬಿದ್ದ ಮನೆಯಲ್ಲಿ ಯಾರನ್ನೂ ಕೇಳದೇ ಕೊಮಿನೋ ಎಂಬ ಪೋರ್ಚುಗೀಸನೊಬ್ಬ ವಾಸ ಮಾಡತೊಡಗಿದ. ಆ ಮನೆ ಗ್ರಾಮಪುರುಷನ ಗುಡಿಯ ವಠಾರದಲ್ಲಿತ್ತು. ಅವನನ್ನು ಎಬ್ಬಿಸುವುದಕ್ಕಾಗಲೀ, ಪ್ರಶ್ನಿಸುವುದಕ್ಕಾಗಲೀ ಯಾರಿಗೂ ಧೈರ್ಯ ಬರಲಿಲ್ಲ. ತನ್ನ ಹೆಂಡತಿಯೊಡನೆ ಬಂದಿಳಿದ ಕೊಮಿನೋ ನೋಡಲು ಕೆಂಪುಕೆಂಪಾಗಿ ಭಯ ಹುಟ್ಟಿಸುವವನ ರೀತಿಯಲ್ಲಿದ್ದ. ಅವನ ರೀತಿನೀತಿಗಳೂ ಅಧಿಕಾರಿಯಂತೆ. ಮಾತಿಗಿಂತ ಆಜ್ಞೆ ಹೆಚ್ಚು. ಕುಡುಂಬಿಯರ ತರುಣನೊಬ್ಬ ಅವನು ಹೇಳಿದ್ದನ್ನು ಕೇಳಲಿಲ್ಲ ಎಂಬ ಕಾರಣಕ್ಕೆ ಕೊಮಿನೋ ಬಂದೂಕು ತಂದು ಹಾಡೇ ಹಗಲು 'ಢಮಾರ್' ಎಂದು ಕೊಂದುಬಿಟ್ಟ. ಬಂದೂಕಿನ ಶಬ್ದಕ್ಕೆ ವೆರಣೆಯ ಮರಗಳ ಮೇಲಿದ್ದ ಪಕ್ಷಿಗಳೆಲ್ಲ ಕರ್‍ರ್ ಎಂದು ಹಾರಿಹೋದುವು. ಮೊದಲೇ ಮೌನವಾಗಿದ್ದ ಊರು ಆ ಶಬ್ದಕ್ಕೆ ತತ್ತರಿಸಿ ಹೋಯಿತು. ಕುಡುಂಬಿಯರ ತರುಣನ ಶವ ರಸ್ತೆಯ ಮಧ್ಯೆ ಉರುಳಿ ಬಿದ್ದಿತು.

ಕೊಮಿನ್ನೋಗೆ ಸ್ಥಳೀಯ ಭಾಷೆ ಬರುತ್ತಿರಲಿಲ್ಲ. ಅವನೂ ಅವನ ಹೆಂಡತಿಯೂ ಕೈಸನ್ನೆಯಿಂದ ಹೇಳಿದ್ದನ್ನು ಅರ್ಥ ಮಾಡಿಕೊಂಡು ಕೆಲವರು ಅವನ ಗುಲಾಮರಾದರು. ಅವನಂತೆಯೇ ವೆರಣೆಯಲ್ಲಿ ಐದಾರು ಜನ ಪೋರ್ಚುಗೀಸರು ಬಂದಿಳಿದರು. ಕುದುರೆಯ ಗಾಡಿಯ ಶಬ್ದಗಳಲ್ಲಿ ಓಡಾಡುತ್ತಾ ತಮ್ಮ ತಮ್ಮ ಮನೆಯಿದ್ದ ಸ್ಥಳದ ಸುತ್ತ ಮುತ್ತ ಬೇಲಿ ಹಾಕಿ ಬಣ್ಣ ಬಣ್ಣದ ಹೂಗಳನ್ನು ಕೊಡುವ ಗಿಡಗಳನ್ನು ಹಾಕಿ, ಗೋಡೆಗಳಿಗೆ ಕಣ್ಣು ಕೋರೈಸುವ ಬಣ್ಣ ಕೊಟ್ಟು ಅವರು ವಾಸ ಮಾಡತೊಡಗಿದರು. ತನ್ನದೇ ಆದ ದುಃಖದಲ್ಲಿ ಮುಳುಗಿದ್ದ ಮಾಳಪ್ಪಯ್ಯ ಊರ ಹಿರಿಯರ ಸ್ಥಾನದಲ್ಲಿದ್ದೂ ಏನೂ ಮಾಡಲಾಗದೇ ಹೋದ. ಅವರು ಗೆದ್ದ ದೇಶ. ಅವರಿಗೆ ಖುಷಿ ಕಂಡ ಬದುಕು.

★

ತಾಯಿತ ಕಟ್ಟಿದರೂ ವಿಟ್ಠು ಪೈಗೆ ಒಂದು ದಿನ ಜ್ವರ ಬರಲು ಆರಂಭವಾಯಿತು. ಈಗ ರೋಗದ ಅಬ್ಬರ ಅಷ್ಟಿಲ್ಲದಿದ್ದರೂ ಅಲ್ಲೊಂದು ಇಲ್ಲೊಂದು ಸಾವು. ಮಾಳಪ್ಪಯ್ಯನ ತಲೆಯ ಮೇಲೆ ಆಕಾಶವೇ ಬಿದ್ದಂತಾಯಿತು. ರಾಧಾಬಾಯಿ ಹುಚ್ಚು ಹಿಡಿದವಳಂತೆ ನಗತೊಡಗಿದ್ದು ಅವನನ್ನು ಇನ್ನಷ್ಟು ಧೃತಿಗೆಡಿಸಿತು. ಇಷ್ಟು ದಿನಗಳಲ್ಲಿ ಒಮ್ಮೆಯಾದರೂ ನಾಗ್ಡೊ ಬೇತಾಳನ ಪತ್ತೆಯಾಗಲಿಲ್ಲ. ಆದುದರಿಂದ ಏನು ಮಾಡುವುದೆಂದು ತಿಳಿಯದೇ ಅವನು ತಲೆಗೆ ಕೈ ಹೊತ್ತು ಕುಳಿತ. ಆಯುರ್ವೇದ ಪಂಡಿತ ಶ್ರೀಧರ ಕಾಳೆಯವರು ಸಾಂತ್ವನ ಮಾಡಿದರು. "ಮಾಳಪ್ಪಾ, ಕೇಳೋಶಿಗೆ ಸಾವಿಯರ ಬಂದಿದ್ದಾನಂತೆ. ಅನೇಕ ಜನರನ್ನು ಅವನು ಬದುಕಿಸಿದ್ದಾನಂತೆ. ತಕ್ಷಣ ಮಗುವನ್ನು ಕೊಂಡೊಯ್ದು ಅವನ ಎದುರು ಹಾಕು. ಆಯುಸ್ಸು ಕೊಡು ಅಂತ ಅವನೆದುರು ಸಾಷ್ಟಾಂಗ ಪ್ರಣಾಮ ಮಾಡಿ ಬೇಡಿಕೋ" ಅಂತ ಅವನನ್ನೆಬ್ಬಿಸದಿದ್ದರೆ ವಿಟ್ಠು ಪೈ ಹೆಚ್ಚು ದಿನ ಉಳಿಯುತ್ತಿರಲಿಲ್ಲವೋ ಏನೋ. ಚಕ್ಕಡಿ ಮಾಡಿ, ನಗು ಅಳುಗಳ ಮಧ್ಯೆ ವಿಚಿತ್ರವಾಗಿ ನಡೆದುಕೊಳ್ಳುತ್ತಿದ್ದ ರಾಧಾಬಾಯಿಯನ್ನು ಬಲವಂತದಿಂದ ರಟ್ಟೆ ಹಿಡಿದು ಕೂರಿಸಿ ಜ್ವರದಿಂದಲೂ ವಾಂತಿ ಭೇದಿಯಿಂದಲೂ ಬಳಲುತ್ತಿದ್ದ ಮಗುವನ್ನು ಹೆಗಲ ಮೇಲೆ ಹಾಕಿ ತಾನೂ ಕೂತ. ಚಕ್ಕಡಿ ಹೊಡೆಯಲು ಕುಡುಂಬಿಯರ ಬುದ್ದು. ಮಾಳಪ್ಪಯ್ಯ ಶ್ರೀಧರ ಕಾಳೆಯವರನ್ನೂ ಕರೆದ. ಆದರೆ ಕಾಳೆಯವರು "ನಾನು ಮುದುಕ. ಕೇಳೋಶಿಗೆ ಬರುವುದು ನನ್ನಿಂದ ಆಗದ ಮಾತು. ನೀವು ಹೋಗಿ ಬನ್ನಿ" ಎಂದರು. ವೆರಣೆಯಿಂದ ಕೇಳೋಶಿಗೆ ಒಂದು ದಿನದ ಪ್ರಯಾಣ. ದಾರಿಯಲ್ಲಿ ಕಂಡ ಯಾವತ್ತೂ ಪರಿಚಯಸ್ಥರು ಅವರೊಡನೆ ನಾಗ್ಡೊ ಬೇತಾಳನನ್ನು ನೋಡಿದ್ದೀರಾ ಎಂದು ಕೇಳುವವರೇ. ಎಲ್ಲರ ಮುಖದಲ್ಲಿಯೂ ಗಾಬರಿ ; ವಿಕ್ಷಿಪ್ತತೆ. ಮಾಳಪ್ಪಯ್ಯ ಬರೀ ತಲೆ ಅಲ್ಲಾಡಿಸುತ್ತಿದ್ದ. "ಬಂದಿದ್ದಾನೆ ಅಂತ ಹೇಳುತ್ತಾರೆ. ಕಂಡವರಿಲ್ಲ. ಇಲ್ಲೇ ಆಸುಪಾಸಿನ ಯಾವುದಾದರೂ ಹಳ್ಳಿಯಲ್ಲಿರಬಹುದು" ಎಂದರು ಯಾರೋ. ಆದರೆ ಅವನನ್ನು ಹುಡುಕುತ್ತಾ ಹೋಗುವಷ್ಟು ವ್ಯವಧಾನ ಮಾಳಪ್ಪಯ್ಯನಿಗಿರಲಿಲ್ಲ.

ಕೇಳೋಶಿಗೆ ಮುಟ್ಟಿದಾಗ ವಿಟ್ಠುಪೈಯ ಹೊಟ್ಟೆ ಬೆನ್ನಿಗಂಟಿತ್ತು. ಅವರು ಕೇಳೋಶಿ ಮುಟ್ಟಿದಾಗ ರಾತ್ರಿ. ಕೇಳೋಶಿಯಲ್ಲಿ ಲೋಕು ಶೆಣಾವಿಯರ ಮನೆ ತುಂಬ ಪ್ರಸಿದ್ಧ. ನರಸಪ್ಪಯ್ಯನವರಷ್ಟೇ ವಯಸ್ಸಾದ ಲೋಕು ಶೆಣಾವಿಯವರಿಗೆ ಮೂವರು ಹೆಂಡಂದಿರು. ದೊಡ್ಡ ಮನೆ, ದೊಡ್ಡ ಸಂಸಾರ. ಮುದುಕರಾದುದರಿಂದ ಅವರು ಹಾಸಿಗೆ ಬಿಟ್ಟೇಳುತ್ತಿರಲಿಲ್ಲ. ಮೊದಲ ಹೆಂಡತಿಯ ಹಿರೇ ಮಗ ರಂಗ ಶೆಣಾವಿ ವ್ಯಾಪಾರ ಮಾಡುತ್ತಿದ್ದ. ಕೊನೆಯ ಮಗ ಮೊನ್ನೆ ಮೊನ್ನೆ ತೀರಿಕೊಂಡಿದ್ದ. ಲೋಕು ಶೆಣಾವಿಯವರಿಗೆ ಕೇಳೋಶಿಯ ತುಂಬ ಆಸ್ತಿ. ಹಾಗಾಗಿ ಗದ್ದೆ, ಬೇಸಾಯಗಳಿಂದ ಕಣಜದ ತುಂಬ ಧಾನ್ಯ. ರಂಗ ಶೆಣಾವಿ ಮಾಳಪ್ಪಯ್ಯನ ವಯಸ್ಸಿನವ. ಅವರ ಹೆಂಡತಿ ಸೀಮಂತೀ ಬಾಯಿ ರಾಧಾಬಾಯಿಗೆ ತವರಿನ ಕಡೆಯಿಂದ ದೂರದ ಸಂಬಂಧ. ಆಕೆಯೇ ರಾಧಾಬಾಯಿಯನ್ನು ಸಾಂತ್ವನ ಮಾಡಿ ಬರಮಾಡಿಕೊಂಡಳು.

ಲೋಕು ಶೆಣಾವಿಯವರ ಮನೆಯಲ್ಲಿ ಉಳಿದುಕೊಂಡ ರಾತ್ರಿ ಮಗುವಿಗೆ ಬಿಕ್ಕಳಿಕೆ ಬರತೊಡಗಿತು. ಸಾವಿಯರನನ್ನು ಕಾಣುವ ತನಕ ಅದು ಬದುಕಿ ಉಳಿಯುತ್ತದೋ ಇಲ್ಲವೋ ಎಂದು ಹೆದರಿ ಮಾಳಪ್ಪಯ್ಯನೂ ಗೋಳೋ ಎಂದು ಅಳತೊಡಗಿದ. ರಾತ್ರಿ ಯಾರೂ ಮಲಗಲಿಲ್ಲ. "ಮಾಳಪ್ಪಾ, ದೇವರು ಕೈ ಬಿಡುವುದಿಲ್ಲ, ನೀನು ಧೈರ್ಯ ತೊಗೋ" ಎಂದು ಲೋಕು ಶೆಣಾವಿಯವರೂ ಹೇಳಿದರು. ಮರುದಿನ ಬೆಳಗ್ಗೆ ಮಗುವನ್ನು ಎತ್ತಿಕೊಂಡು ಅವರು ಸಾವಿಯರನ ಬಳಿಗೆ ಹೋದಾಗ ಸೂರ್ಯ ಮಾರುದ್ದ ಮೇಲೇರಿದ್ದ. ದಾರಿಯಲ್ಲಿ ಕಂಡವರೆಲ್ಲ ಅವನ ಬಳಿಗೇ ಹೋಗುವವರು. ನೂರಾರು ಮಂದಿ ಗಂಡಸರು, ಹೆಂಗಸರು, ಮಕ್ಕಳು, ಮುದುಕರು, ಮುದುಕಿಯರು. ಸಾವಿಯರ ಗುಡ್ಡದ ಸೆರಗಿನಲ್ಲಿದ್ದ ಒಂದು ಮರದ ಕೆಳಗೆ ಎತ್ತರವಾದ ಕಲ್ಲೊಂದರ ಮೇಲೆ ಕುಳಿತಿದ್ದ. ಅವನ ಬಳಿಗೆ ಹೋದಂತೆ ಜನರ ಗುಂಪು ದಟ್ಟವಾಯಿತು. ಊರವರು, ಪರವೂರವರು, ನೊಂದವರು, ಬೆಂದವರು, ರೋಗಿಗಳು, ಕಾಲಿಲ್ಲದವರು, ಕೈ ಇಲ್ಲದವರು ಎಂದು ಜನ ಸೇರಿದ್ದರು. ಮುಂದೆ ರಂಗ ಶೆಣಾವಿ, ಹೆಗಲ ಮೇಲೆ ಮಗು ಹೊತ್ತು ಮಾಳಪ್ಪಯ್ಯ, ಹಿಂದೆ ರಾಧಾಬಾಯಿ. ಆ ಗಿಜ್ಜಿನಲ್ಲೇ ಜಾಗ ಮಾಡಿಕೊಳ್ಳುತ್ತಾ ಬೆವರಿಗೆ ನೀರಾಗಿ ಜಾರತೊಡಗಿದ ಮಗುವನ್ನು ಹಿಡಿದುಕೊಳ್ಳಲು ಪ್ರಯತ್ನಿಸುತ್ತಾ ಅವರೂ ಮುಂದೆ ಸರಿದರು. ಒಂದು ಕ್ಷಣವೂ ನಿಂತಲ್ಲಿ ನಿಲ್ಲಲಾಗದ ನೂಕುನುಗ್ಗಲು. ಮಾಳಪ್ಪಯ್ಯ ಹಿಂಗಾಲೆತ್ತಿ ಕೊರಳುದ್ದ ಮಾಡಿ ಸಾವಿಯರನನ್ನು ನೋಡುವುದಕ್ಕೆ ಪ್ರಯತ್ನಿಸಿದ. ಆ ಸಖೆಯಲ್ಲೂ ಸಂತ ಸಾವಿಯರನ ತೇಜಃಪುಂಜ ಬಂಗಾರದ ಮೈ ಥಳಥಳ ಹೊಳೆಯುತ್ತಿತ್ತು. ಪ್ರಶಾಂತ ಮುಖ. ಇನ್ನೂ ತರುಣನಾದ, ಲವಲವಿಕೆಯಿಂದ ಇದ್ದ ಸಾವಿಯರ ಜನರನ್ನು ಆಶೀರ್ವದಿಸಿ, ಪೂಜೆ ಮಾಡುವುದನ್ನು ನಿಲ್ಲಿಸದೇ ಮುಂದುವರಿಸಿದ್ದ. ಕೊನೆಗೂ ಹತ್ತಿರ ಬಂದು ಮುಟ್ಟಿದ ಮೂರೂ ಜನರು ಅವನನ್ನು ನೋಡಿದ ಕೂಡಲೇ ಭಕ್ತಿಯಿಂದ ಮೈ ಮರೆತು, ಅವನ ಕಾಲಿಗೆ ಅಡ್ಡಬಿದ್ದು, ವಿಟ್ಠು ಪೈಯ ಸುಡುವ ದೇಹವನ್ನು ಎತ್ತಿ, ಚಾಚಿದ ಅವನ ಕೈಗೆ ಕೊಟ್ಟರು.

ಎಷ್ಟೋ ವರುಷಗಳ ನಂತರ ತನ್ನ ಮರುಹುಟ್ಟಿನ ವಿವರಣೆ ಕೊಡುತ್ತಾ ಕುಂಬಳೆಯ ತಮ್ಮ ಹುಲ್ಲಿನ ಬಿಡಾರದ ಹಜಾರದಲ್ಲಿ ಕುಳಿತು ವಿಟ್ಠು ಪೈ ಮೊಮ್ಮಗನ ಬಳಿ ಹೇಳುತ್ತಿದ್ದ – "ನನಗೆ ಅರ್ಥವಾಗುವ ಪ್ರಾಯವಲ್ಲವೋ ಈಗು ರಾಚ್ಚೊ, ಒಂದು ವರ್ಷವೂ ತುಂಬದ ಮಗುವಿಗೆ ಏನು ತಿಳಿದೀತು? ಎಷ್ಟು ನೆನಪು ಉಳಿದೀತು? ಆದರೆ ನಮ್ಮಪ್ಪ ಆಗಾಗ ಹೇಳುತ್ತಿದ್ದ ಕತೆ. ಸಾವಿಯರನ ಮುಖದ ಮೇಲೆ ಅಪೂರ್ವ ಮಂದಹಾಸ ಮೂಡಿತು. ಎದೆ ದಯಾರ್ದ್ರವಾಗಿ ಕಣ್ಣಂಚಿನಲ್ಲಿ ನೀರು ತುಂಬಿತು. ಮಗುವನ್ನು ಕೈಗೆ ತೆಗೆದುಕೊಂಡ ಸಾವಿಯರ ಅದನ್ನು ತೊಡೆಯ ಮೇಲಿಟ್ಟುಕೊಂಡ. ಎದೆಗೂಡನ್ನು ತೋರಿಸುತ್ತಾ, ಬಾಯಿಯಿಂದ ಉಸಿರಾಡುತ್ತಾ, ಕ್ಷಣಕ್ಕೊಮ್ಮೆ ಬಿಕ್ಕಳಿಸುತ್ತಾ, ಕಣ್ಣುಗುಡ್ಡೆಗಳನ್ನು ಮೇಲಕ್ಕೆ ಸಿಕ್ಕಿಸಿ, ಕೈಕಾಲುಗಳನ್ನು ಕೊಕ್ಕೆ ಮಾಡಿ ಹೀಗೆ ಮಲಗಿದ ಮಗುವನ್ನು ಕಂಡು ಮೊದಲೇ ಕರುಣಾಪೂರಿತ ಹೃದಯವುಳ್ಳ ಸಾವಿಯರನಿಗೆ ಹೇಗಾಗಬೇಡ? ತನ್ನ ವಿದೇಶೀ ಭಾಷೆಯಲ್ಲಿ ಅವನು ಏನೋ ಮಂತ್ರ ಪಠಿಸಿದ. ಬಹುಶಃ ಯೇಸು ಕಾಯುತ್ತಾನೆ ಅಂತ ಹೇಳಿರಬೇಕು. ಅಲ್ಲೇ ಇದ್ದ ಕಮಂಡಲದಿಂದ ಮಂತ್ರಪೂತ ನೀರನ್ನೆತ್ತಿ ಮುಖಕ್ಕೆ ಹೊಡೆದ. ಒಂದೆರಡು ಚಿಪ್ಪುಟಗಳಷ್ಟು* ನೀರನ್ನು ಬಾಯಿಗೂ ಸುರಿದ. ಗಳಗಳ ಎಂದರೂ ನೀರಹನಿ ಹೊಟ್ಟೆಗೆ ಸೇರಿತು. ರಾಧಾಬಾಯಿ ಗದ್ಗದದಿಂದ ಅತ್ತೇ ಬಿಟ್ಟಳು. ಸಾವಿಯರ ಮಗುವನ್ನೆತ್ತಿ ಅವಳ ಉಡಿಯಲ್ಲಿಟ್ಟು ಇಬ್ಬರ ಮೇಲೂ ಎರಡು ಅಡ್ಡಡ್ಡ ಗೆರೆ ಬರುವಂತೆ ಕೈ ಅಲ್ಲಾಡಿಸಿದ. ಹಿಂದಿನ ಜನರ ನೂಕುನುಗ್ಗಲಿಂದಾಗಿ ಅವರು ಮುಂದೆ ಬಂದರು."

ಸಾವಿಯರನ ಸಹಾಯಕರಾಗಿದ್ದ ಮಿಂಗ್ವೇಲ ವಾಜ ಕುತಿನ್ಹೋ ಮತ್ತು ದಿಯಾಗೋ ಬೋರ್ಗಾ ಎಂಬಿಬ್ಬರು ನಿಲುವಂಗಿಯ ಬಿಳಿಯ ಸನ್ಯಾಸಿಯರು ಸ್ಪಷ್ಟವಾದ ಕೊಂಕಣಿಯಲ್ಲಿ "ನಾಳೆ ಬನ್ನಿ. ಅವನ ಹೆಸರಿನಲ್ಲಿ ನೀವು ಒಂದು ದೇವಾಲಯ ಕಟ್ಟಿಸಬೇಕು" ಎಂದರು. ಸಾವಿಯರ ಪ್ರವಚನ ಮಾಡಿದ. ನೂರಾರು ಜನರು ಅದನ್ನು ತನ್ಮಯರಾಗಿ ಕೇಳಿದರು. ಆದರೆ ಮಗುವಿನ ಮೇಲಿನ ಧ್ಯಾನದಿಂದ ಮಾಳಪ್ಪಯ್ಯನ ಕಿವಿಗೆ ಅದು ಬೀಳಲಿಲ್ಲ. ಅಲ್ಲದೇ ನೂರಾರು ಜನರ ಮಧ್ಯೆ ನಾಗ್ಡೊ ಬೇತಾಳನನ್ನು ಕಂಡ ಹಾಗೂ ಆಯಿತು. ಮಾಳಪ್ಪಯ್ಯ ಉಳಿದವರನ್ನು ಅಲ್ಲಿಯೇ ಬಿಟ್ಟು ಅವನಿದ್ದಲ್ಲಿಗೆ ಓಡಿದ. ಆದರೆ ಆ ಜನಸಂದಣಿಯಲ್ಲಿ ಬೇತಾಳ ಮಾಯವಾಗಿದ್ದ.

ರಂಗ ಶೆಣಾವಿ "ನಿಮ್ಮದು ಬರೀ ಭ್ರಮೆ ಇರಬಹುದು ಮಾಳಪ್ಪಯ್ಯ. ಅವನು

---

* ಚಿಪ್ಪುಟ =ಉದ್ಧರಣೆ ಚಮಚ

ಬಂದಿದ್ದಾನೋ ಇಲ್ಲವೋ. ಬಂದಿದ್ದರೂ ಅಲ್ಲಿಗೆ ಬಂದಿರುವುದು ಸಂದೇಹ" ಎಂದ. ಮಾಳಪ್ಪಯ್ಯನಿಗೂ ನಿಜ ಅನ್ನಿಸಿತು. ಅಲ್ಲದೇ ನಿರಾಶೆಯಿಂದ ಏನೂ ಫಲವಿರಲಿಲ್ಲ. ಕೇಳೋಶಿಗೆ ಬಂದರೆ ನೇರ ಲೋಕು ಶೆಣಾವಿಯವರ ಮನೆಗೇ ಬರುತ್ತಿದ್ದ. ಅವರು ಮನೆ ಮುಟ್ಟಿದಾಗ ಸೂರ್ಯ ನೆತ್ತಿ ದಾಟಿದ್ದ. ಎಲ್ಲ ಒಟ್ಟಿಗೇ ಕೂತು ಊಟ ಮಾಡಿದರು. ಲೋಕು ಶೆಣಾವಿ ಮಾಳಪ್ಪಯ್ಯನನ್ನು ಊರಿಗೆ ಹೊರಡಲು ಬಿಡಲಿಲ್ಲ. ನಾಲ್ಕು ದಿನ ಇಲ್ಲಿಯೇ ಇರಿ ಎಂದು ಒತ್ತಾಯಿಸಿದರು. ಸಾವಿಯರ ಮರುದಿನ ಊರು ಬಿಟ್ಟಿದ್ದ. ಆದರೂ ಮಾಳಪ್ಪಯ್ಯ ಹೆಂಡತಿ ಮಗುವಿನೊಡನೆ ಕೇಳೋಶಿಯಲ್ಲಿ ಉಳಿದುಕೊಂಡ. ಆಶ್ಚರ್ಯವೆನ್ನುವಂತೆ ವಿಟ್ಠು ಪೈ ಕ್ಷಣದಿಂದ ಕ್ಷಣಕ್ಕೆ ಸುಧಾರಿಸಿದ. ರಾತ್ರಿ ಒಂದಷ್ಟು ಒಡೆದ ಹಾಲಿನ ನೀರು ಕುಡಿದ. ಮರುದಿನ ಮಧ್ಯಾಹ್ನ ಗಂಜಿಯ ನೀರೂ ಹೊಟ್ಟೆಗೆ ಹೋಯಿತು. ನಾಲ್ಕು ದಿನಗಳಲ್ಲಿ ಸಂಪೂರ್ಣ ಚೇತರಿಸಿಕೊಂಡ.

ಮಾಳಪ್ಪಯ್ಯ ಚಕ್ಕಡಿಯಲ್ಲಿ ಕುಳಿತು ವೆರಣೆಗೆ ಹೊರಟಾಗ ವಿಟ್ಠುಪೈಯ ಚಟುವಟಿಕೆ ಮರಳಿತ್ತು. ತಂದೆ ತಾಯಿಯರ ಮಧ್ಯೆ ಕುಳಿತು ಬೆಚ್ಚಗೆ ಪ್ರಯಾಣ. ಸುತ್ತಣ ದೃಶ್ಯವನ್ನು ಮೊದಲ ಬಾರಿಗೆ ನೋಡುತ್ತಾ ಇದ್ದನೆನ್ನುವ ಭಾವ. ವೆರಣೆಯ ಮನೆ ನಾಲ್ಕು ದಿನ ಯಾರೂ ಇಲ್ಲದೇ ಭಣಗುಡುತ್ತಿತ್ತು. ಅಲ್ಲದೇ ಇತ್ತೀಚೆ ಸಾವು ನೆರೆಯಾಗಿ ಹರಿದ ಬೀಡು. ಚಕ್ಕಡಿ ನಿಲ್ಲಿಸಿ ಉಣಗೋಲು ದಾಟುವಾಗ ರಾಧಾಬಾಯಿಗೆ ಉಳಿದ ಮಕ್ಕಳ ನೆನಪು ಬಂದು ಕಣ್ಣೀರು ಕೋಡಿಯಾಗಿ ಹರಿಯಿತು. ಅವಳನ್ನು ಸಂತೈಸುತ್ತಾ ಮಾಳಪ್ಪಯ್ಯ ಹಜಾರ ಹತ್ತಿದ. ಮುಸ್ಸಂಜೆಯ ಹೊತ್ತು. ಹಜಾರದ ನೆಲದ ಮೇಲೆ ಯಾರೋ ಮಲಗಿದಂತಿತ್ತು. ಮಾಳಪ್ಪಯ್ಯ 'ಯಾರು' ಎಂದ. ದೀಪ ಹಚ್ಚಿ ನೋಡಿದರೆ ವಿಟ್ಠು ಪೈಗಿಂತ ತುಸು ದೊಡ್ಡವನಾದ, ಬದುಕಿದ್ದರೆ ತೊಕ್ಕಪ್ಪಯ್ಯನಷ್ಟು ವಯಸ್ಸಾಗಿರಬಹುದಾದ ಒಂದು ಮಗು ! ಬೆಳ್ಳನೆಯ ಮೈಬಣ್ಣ, ಬಟ್ಟ ಮುಖ, ಮೈಮೇಲೆ ಒಂದೂ ವಸ್ತ್ರವಿಲ್ಲದ ನಾಗ್ಡೊ ಬೇತಾಳ ! ಹೊಟ್ಟೆ ಒಳಸರಿದಿದ್ದುದರಿಂದ ಉಪವಾಸ ಬಿದ್ದಿರಬೇಕೆಂದು ಮಾಳಪ್ಪಯ್ಯ ಊಹಿಸಿದ. ಮಗುವಿನ ಕೆನ್ನೆಯ ಮೇಲೆ ಕಣ್ಣೀರು ಒಣಗಿದ ಸ್ಪಷ್ಟ ಗುರುತು. ಬಹುಶಃ ಹಸಿವಿನಿಂದ ಅತ್ತು ಅತ್ತು ನಿದ್ರೆ ಹೋಗಿರಬೇಕು. "ಯಾರದಪ್ಪ ಈ ಮಗು" ಎಂದು ರಾಧಾಬಾಯಿ ಉದ್ಗರಿಸಿದಳು. ಮಾಳಪ್ಪಯ್ಯ "ಯಾವುದೋ ಕೀಳು ಜಾತಿಯ ಜನ ಮೈಮೇಲೆ ಜ್ಞಾನವಿಲ್ಲದೇ ಬಿಟ್ಟಿರಬೇಕು" ಎಂದು ಹೇಳಿ ಹಚ್ ಹಚ್ ಎಂದು ಎಬ್ಬಿಸಿ ಓಡಿಸುವ ಆತುರ ತೋರಿಸಿದ. "ಮಗು ಯಾರದ್ದಾದರೂ ಇರಲೊಲ್ಲದೇಕೆ? ಈ ಕತ್ತಲಲ್ಲಿ ಎಲ್ಲಿಗೆ ಹೋದೀತು? ಅವನನ್ನು ಹೆತ್ತವರು ಬಂದು ಕರೆದುಕೊಂಡು ಹೋದಾರು, ಸುಮ್ಮನಿರಿ" ಎಂದು ರಾಧಾಬಾಯಿ ಗಂಡನನ್ನು ತಡೆದಳು.

ಮಾಳಪ್ಪಯ್ಯ ಊರಿಗೆ ಬಂದಿದ್ದಾನೆ ಎಂದು ಕೇಳುತ್ತಲೂ ಊರ ಜನ ಅವನನ್ನು ಕಾಣಲು ಬಂದರು. ಮೊದಲು ಬಂದದ್ದು ಶ್ರೀಧರ ಕಾಳೆ. "ದೇವರ ದಯೆ ದೊಡ್ಡದು ಮಾಳಪ್ಪಾ. ನಮ್ಮ ಕೈಯಲ್ಲೇನಿದೆ? ಗೊತ್ತಿರುವ ಎರಡು ಬೇರು ಎಲೆಗಳನ್ನು ನಾವು ಅರೆದು ಕೊಡಬಹುದು. ಜೀವ ಉಳಿಸುವುದು ಅವನು. ಅಲ್ಲವೇ?" ಎಂದರವರು. "ಏನು ಜನ

ಅಂತೀರಿ ಸಿದ್ದುಕಾಳೆ! ಎಲ್ಲ ಸಾವಿಯರನ ಗುಣಗಾನ ಮಾಡುವವರೇ. ಅವನೂ ಎಷ್ಟೊಂದು ವಾತ್ಸಲ್ಯದಿಂದ ಮಾತಾಡಿಸುತ್ತಾನೆ ಅಂತ ಕೇಳುತ್ತೀರಾ!'' ಎಂದ ಮಾಳಪ್ಪಯ್ಯ. ಮಾತು ನಾಗ್ಡೊ ಬೇತಾಳನ ಕಡೆಗೆ ಹೊರಳಿತು. ಮಾಳಪ್ಪಯ್ಯ ತನಗೆ ಅವನು ಕಂಡ ಹಾಗಾದುದೂ, ಹುಡುಕಿದರೆ ಸಿಗದೇ ಹೋದುದೂ, ರಂಗ ಶೆಣಾಪಿ ಅದು ಬರೀ ತನ್ನ ಭ್ರಮೆ ಇರಬಹುದೆಂದು ಹೇಳಿದ್ದೂ ಹೇಳಿದ. ''ಲೋಕು ಶೆಣಾವಿ ಹ್ಯಾಗಿದ್ದಾರೋ ಮಾಳಪ್ಪಾ? ನನಗೂ ಅವರಿಗೂ ಒಂದೇ ವಯಸ್ಸು ಇರಬಹುದು'' ಎಂದರು ಕಾಳೆ. ಅಷ್ಟರಲ್ಲಿ ಮಾಧವ ಪೈಗಾಂವಕರ, ರಾಮಕ್ರಿಷ್ಣ ಗೋರೆ, ಬೆಲ್ಲದ ಬಿಕ್ಕು ಪೊರೋಬು, ಮೇಲಿನ ಮನೆಯ ತೋಕು ಮ್ಹಾಲ್ಲೊ, ಫುಲ್ಲಾನದಿಯ ದಂಡೆಯ ಮೊಷ್ಣು ಕಾಮಾತಿ ಎಲ್ಲ ಬಂದರು-''ಮಗು ಬದುಕಿತಲ್ಲ ಮಾಳಪ್ಪಯ್ಯ, ಅದು ಸಂತೋಷದ ಸಂಗತಿ. ಬದುಕಿಸಿದವ ಯಾರಾದರೇನು? ಅವನಿಗೂ ಒಂದು ನಮಸ್ಕಾರವಿರಲಿ'' ಎಂದರು ಎಲ್ಲ. ಅವರೊಡನೆ ಮಾತು ಮುಗಿಸಿ ಮೈತೊಳೆದುಕೊಂಡು ಸಂಧ್ಯಾವಂದನೆ ಮುಗಿಸಿ ಊಟಕ್ಕೆ ಕೂತಾಗ ರಾಧಾಬಾಯಿ ಗಂಡನೊಡನೆ ''ಆ ಮಗುವಿನ ವಿಚಾರ ಗೊತ್ತಾ?'' ಎಂದು ಪಿಸುದನಿಯಲ್ಲಿ ಕೇಳಿದಳು. ಮಾಳಪ್ಪಯ್ಯ ''ಯಾವ ಮಗು?'' ಎಂದು ಕೇಳಿದ. ಮಾತಿನ ಮಧ್ಯೆ ಹಜಾರದಲ್ಲಿ ಮಲಗಿದ್ದ ಮಗುವನ್ನು ಅವನು ಮರೆತೇ ಬಿಟ್ಟಿದ್ದ. ಈಗ ಹೆಂಡತಿ ನೆನಪು ಮಾಡಿದಾಗ ''ಏನಂತೆ?'' ಎಂದು ಕೇಳಿದ.

ರಾಧಾಬಾಯಿ ''ಬಾಯಿಯೂ ಬರುವುದಿಲ್ಲ, ಕಿವಿಯೂ ಕೇಳುವುದಿಲ್ಲ ಅದಕ್ಕೆ'' ಎಂದಳು. ''ಊಟ ಮಾಡಿ ಮಲಗಿದ್ದಾನೆ. ಆಗ ಎದ್ದವನೇ ಅಳತೊಡಗಿದ. ಅಳುವುದೆಂದರೆ ಕಣ್ಣಲ್ಲಿ ನೀರು, ಅಷ್ಟೇ. ಸ್ವರವಿಲ್ಲ. ಏನು, ಎತ್ತ ಎಂದು ವಿಚಾರಿಸಿದೆ. ಕಿವಿಗೆ ಬಿದ್ದ ಹಾಗೆ ಅನ್ನಿಸುವುದಿಲ್ಲ. ಊಟಕ್ಕೆಬ್ಬಿಸಿದರೆ ಚೆನ್ನಾಗಿ ಉಂಡ. ನನ್ನ ಕೆಲಸ ಮುಗಿಸಿ ಬರುವಾಗ ಕುಳಿತಲ್ಲೇ ನಿದ್ದೆ ಹೋಗಿದ್ದ. ಎತ್ತಿ ನೆಲದ ಮೇಲೊಂದು ಬಟ್ಟೆ ಹಾಕಿ ಮಲಗಿಸಿದೆ. ಹೊದೆಯಲು ಇನ್ನೊಂದು ಬಟ್ಟೆ ಹಾಕಿದೆ'' ಎಂದಳು. ಬಾಯಿಗಿಟ್ಟ ತುತ್ತನ್ನು ನುಂಗಿ, ಒಂದಷ್ಟು ನೀರು ಕುಡಿದು ಮಾಳಪ್ಪಯ್ಯ ''ಇದೆಲ್ಲಿಯ ಪ್ರಾರಬ್ಧ ಗಂಟು ಬಿತ್ತು ಹಾಗಾದರೆ'' ಎಂದ. ರಾಧಾಬಾಯಿಗೆ ತನ್ನ ಹೊಟ್ಟೆಯಲ್ಲಿ ಹುಟ್ಟಿ ಇಲ್ಲವಾದ ಮಾಧೋ ಪೈ ಮತ್ತು ತೊಕ್ಕಪ್ಪಯ್ಯನ ನೆನಪು ಬಂದು ಅಳು ಉಕ್ಕಿ ಬಂತು. ಮೌನವಾಗಿಯೇ ಊಟ ಮಾಡುತ್ತಿದ್ದ ಮಾಳಪ್ಪಯ್ಯ ''ಏನು?'' ಎಂದ. ''ಮಗುವಿನ ಮುಖ ನೋಡಿದರೆ ಪ್ರೀತಿ ಹುಟ್ಟುತ್ತದೆ. ಅವನು ಊಟ ಮಾಡುವಾಗ ನೀವು ನೋಡಿದ್ದರೆ ಹೀಗೆ ಹೇಳುತ್ತಿರಲಿಲ್ಲ. ದೇವರು ಕೊಟ್ಟ ಮಗು ಅಂತಂದುಕೊಳ್ಳೋಣ. ನಮ್ಮ ತೊಕ್ಕಪ್ಪಯ್ಯನೇ ಮತ್ತೆ ಹುಟ್ಟಿ ಬಂದಿದ್ದಾನೆ ಎಂದುಕೊಂಡರಾಯಿತು. ಇಲ್ಲೇ ಇರಲಿ'' ಎಂದು ಹೇಳಿ ಮೂಗೊರೆಸಿಕೊಂಡಳು ರಾಧಾಬಾಯಿ. ಎಲೆಯ ಮೇಲೆ ಪೂರ್ತಾ ಅಂಗೈ ಆಡಿಸಿ ದೊಡ್ಡ ತುತ್ತು ತೆಗೆದು 'ಭುರುಕ್' ಎಂದು ಬಾಯಿಯೊಳಗಿಟ್ಟ ಮಾಳಪ್ಪಯ್ಯ !

□

೩

ಧಡ್ಡ ಎಂದು ಅವನನ್ನು ಕರೆಯುತ್ತಿದ್ದರು ಮಾಳಪ್ಪಯ್ಯ. ಕಲ್ಲು ಕಿವುಡನಾದುದರಿಂದ ಮೂಗನಾದನೋ ಅಥವಾ ನಾಲಗೆಯೇ ಹೊರಳುತ್ತಿರಲಿಲ್ಲವೋ ಅಂತೂ ಒಂದು ಶಬ್ದವಾದರೂ ಅವನ ಬಾಯಿಯಿಂದ ಹೊರಗೆ ಬರುತ್ತಿರಲಿಲ್ಲ. ದೇವರು ಒಂದು ಅಂಗ ಊನ ಮಾಡಿದರೆ ಉಳಿದೆಲ್ಲ ಅಂಗಗಳಿಗೆ ಅಸಾಧ್ಯ ಪ್ರಾಬಲ್ಯ ಕೊಡುತ್ತಾನೆಂದು ಕಾಣುತ್ತದೆ. ಧಡ್ಡ ಚುರುಕಾಗಿ ಬೆಳೆದ. ಬೆಳೆದಂತೆ ದೃಢಕಾಯನಾದ. ಚಿಕ್ಕವನಿರುವಾಗ ಅಳುವಾಗ ಸಿಟ್ಟುಗೊಂಡಾಗ ಸಂತೋಷಗೊಂಡಾಗ ಬಾಯಿಯಿಂದ ವಿಚಿತ್ರ ಸ್ವರಗಳನ್ನು ಹೊರಡಿಸುವುದಿತ್ತು. ಆದರೆ ಅದು ಮಕ್ಕಳಾಟದ ಸಮಯ. ಬೆಳೆದ ಹಾಗೆ ಬರಿಯ ತುಟಿಗಳ ಚಲನೆಯಿಂದಲೇ ಹೇಳಿದ ಮಾತುಗಳನ್ನು ಅರ್ಥ ಮಾಡಿಕೊಳ್ಳುವುದರಲ್ಲಿ ಧಡ್ಡ ನಿಸ್ಸೀಮನಾದ. ಕೆಲಸ ಕಾರ್ಯಗಳಲ್ಲಿ ಅತ್ಯಂತ ಚಟುವಟಿಕೆಯಿಂದ ಓಡಾಡತೊಡಗಿದ. ವಿಟ್ಠು ಪೈಯನ್ನು ಪ್ರೀತಿಯಿಂದ ಗೋಳು ಹುಯ್ದುಕೊಳ್ಳತೊಡಗಿದ. ಕೆಲವೊಮ್ಮೆ ತನ್ನ ಪೀಕಲಾಟಗಳಿಂದ ರಾಧಾಬಾಯಿಯನ್ನೂ ಸಿಟ್ಟಿಗೆಬ್ಬಿಸುತ್ತಿದ್ದ. ರಾಧಾಬಾಯಿ ಮುಂದೆಂದೂ ಆರೋಗ್ಯವಂತಳಾಗಲಿಲ್ಲ. ಆದರೂ ಆಕೆ ತನ್ನ ಹೊಟ್ಟೆಯಲ್ಲಿ ಹುಟ್ಟಿದ ಮಗನಂತೆ ಧಡ್ಡನನ್ನೂ ಬೆಳೆಸಿದಳು.

ಧಡ್ಡ ಅಂತ ಅವನಿಗೆ ಮಾಳಪ್ಪಯ್ಯ ಹೆಸರಿಟ್ಟದ್ದು ಉದ್ದೇಶಪೂರ್ವಕವಾಗಿ ಅಲ್ಲ. ಮೂಗ ಕಿವುಡನಾಗಿ ಓಡಾಡುತ್ತಿದ್ದ ಅವನನ್ನು ಒಮ್ಮೆ ಧಡ್ಡ ಅಂತ ಕರೆದದ್ದು ಅದೇ ಊರ್ಜಿತವಾಗಿ ನಿಂತಿತು. ಮೊದಲ ನಾಲ್ಕು ದಿನಗಳಲ್ಲಿ ಅವನನ್ನು ಹೆತ್ತವರು ಬಂದು ಕರೆದುಕೊಂಡು ಹೋದಾರು ಅಂತ ಅವರು ನಿರೀಕ್ಷಿಸಿದ್ದರು. ಆಮೇಲೆ ಅವರು ಯಾರಿರಬಹುದು ಎಂದು ಒಂದಷ್ಟು ಹುಡುಕಿದರು. ಯಾವುದೂ ಬಗೆಹರಿಯದೇ ಇದ್ದಾಗ ಇರಲಿ ಇಲ್ಲೇ ಎಂದುಕೊಂಡರು. ಮಾಳಪ್ಪಯ್ಯನವರಿಗೆ ವಿದೇಶೀ ಸನ್ಯಾಸಿಯ ಕೃಪೆಯಿಂದ ಒಂದು ಮಗು ಸಿಕ್ಕಿದೆಯಂತೆ ಎಂದು ವೆರಣೆಯಲ್ಲೆಲ್ಲ ಸುದ್ದಿ ಹರಡಿದಾಗ ಪ್ರತಿಯೊಬ್ಬರೂ ಬಂದು ಆ ಮಗುವನ್ನು ನೋಡಿದ್ದರು. ಚಂದದ ಮುಖದ, ಬೆಳ್ಳನೆಯ ಮೈ ಬಣ್ಣದ, ಗುಂಗುರು ಕೂದಲಿನ ಮಗು ಅವರ ಮನಸ್ಸನ್ನೆಲ್ಲ ಗೆದ್ದುಕೊಂಡಿತು. ವೆರಣೆಯ ಹೆಂಗಸರು ರಾಧಾಬಾಯಿಯ ಪುಣ್ಯಕ್ಕೆ ಕರುಬಿದರು. ಸಪೂರ ಸಾಂತಯ್ಯ ಪೊರೋಬುವಿನ ಹೆಂಡತಿ ಹುಚ್ಚಿ ಸೀತಾಬಾಯಿ ನನ್ನ ಮಗ ಇವನು ಎಂದು

ಅವನನ್ನೆತ್ತಿಕೊಂಡು ಓಡುವುದರಲ್ಲಿದ್ದಳು. ಮಾಸ ಎರಡು ಮಾಸ ರಾಧಾಬಾಯಿಗೆ ಆ ಹುಚ್ಚಿಯಿಂದ ಮಗುವನ್ನು ರಕ್ಷಿಸಿಕೊಳ್ಳುವುದೇ ದೊಡ್ಡ ಕೆಲಸವಾಯಿತು.

ವಿಟ್ಠು ಪೈಯ ಬಾಲ್ಯ ಕಳೆದುದು ಧಡ್ಡನ ಜೊತೆ. ಅವನಿಗಿಂತ ಮೂರು ನಾಲ್ಕು ವರ್ಷಗಳಷ್ಟು ದೊಡ್ಡವನಾದ ಧಡ್ಡ ವಿಟ್ಠು ಪೈಯನ್ನು ಯಾವಾಗಲೂ ಸೊಂಟದ ಮೇಲೆ ಹೊತ್ತುಕೊಂಡು ಓಡಾಡುತ್ತಿದ್ದ. ಬೆನ್ನ ಮೇಲೆ ಕೂರಿಸಿ ಕುದುರೆಯಾಡಿಸುತ್ತಿದ್ದ. ಮರ ಹತ್ತಿ ಹಂಣು ತೆಗೆದುಕೊಡುತ್ತಿದ್ದ. ವಿಟ್ಠು ಪೈಯ ಚಿಕ್ಕ ಕಂಣು ಸನ್ನೆಯನ್ನೂ ಅರ್ಥಮಾಡಿಕೊಳ್ಳುತ್ತಿದ್ದ. ಧಡ್ಡನ ಅತ್ಯಂತ ಉತ್ಸಾಹದ ಕ್ಷಣಗಳೆಂದರೆ ಮದುವೆ ಮುಂಜಿಗಳ ಮಂಟಪದಲ್ಲಿ. ಒಂದು ಮದುವೆಯಿದೆ ಎಂದರೆ ಅವನ ಮುಖ ಇಷ್ಟಗಲ. ಅಂಥ ಸಮಯ ಅವನು ಹೋಮದ ಬೆಂಕಿಯ ಎದುರೇ. ಪುರೋಹಿತರು ಮಾಡುವ ಪ್ರತಿಯೊಂದು ಕ್ರಿಯೆಗೂ ಅವನು ಎತ್ತಿಕೊಡುವ, ಕೈಗೆಟಕುವ ಹಾಗೆ ಇಡುವ ಕೆಲಸಕ್ಕೆ ಮುಂದು. ಈ ಹುಡುಗನಿಗೆ ಅಂಥದರಲ್ಲಿ ಇಷ್ಟೊಂದು ಉತ್ಸಾಹ ಎಂಥದ್ದು ಎಂದು ಎಲ್ಲರಿಗೂ ಆಶ್ಚರ್ಯ.

ರಂಗಶರ್ಮರು ತೀರಿಕೊಂಡ ಮೇಲೆ ನೆವರೆಯಿಂದ ಕ್ರಿಷ್ಣಶರ್ಮರು ಬಂದಿದ್ದರು. ಮ್ಹಾಳಶಿಮಾಂಯಿಯ ಪೂಜೆ ಮಾಡುವುದು ಅವರೇ. ಕ್ರಿಷ್ಣಶರ್ಮರದ್ದು ಭಾರದ್ವಾಜ ಗೋತ್ರ. ನೆವರೆಯಲ್ಲಿ ಅವರಿಗೆ ಸಾಕಷ್ಟು ಆದಾಯವಿರಲಿಲ್ಲ. ರಂಗಶರ್ಮರು ತೀರಿಕೊಂಡಾಗ ಅವರ ಮೊಮ್ಮಗ ಚಿಕ್ಕವ. ಅವರು ಬದುಕಿರುವಾಗಲೇ ಕ್ರಿಷ್ಣಶರ್ಮರನ್ನು ವೆರಣೆಗೆ ಕರೆದು ತರುವ ಯೋಚನೆಯನ್ನು ನರಸಪ್ಪಯ್ಯನವರು ಮಾಡಿದ್ದರು. ರಂಗಶರ್ಮರು ಬೇಡ ಎಂದ ಕಾರಣ ಆ ಮಾತು ಅಲ್ಲಿಗೇ ನಿಂತಿತ್ತು. ಮಾಳಪ್ಪಯ್ಯನವರಿಗೂ ಈ ವಿಚಾರ ಗೊತ್ತಿದ್ದುದರಿಂದ ರಂಗಶರ್ಮರು ತೀರಿದೊಡನೆ ಕ್ರಿಷ್ಣಶರ್ಮರನ್ನು ಅವರು ಕರೆತಂದಿದ್ದರು. ಕ್ರಿಷ್ಣಶರ್ಮರು ಬಂದಾಗ ರಂಗಶರ್ಮರ ವಿಧವೆ ಸೊಸೆ ಗಂಗಾಬಾಯಿ ತನ್ನ ತವರುಮನೆ ವಾಡೆಗೆ ಮಗನ ಜೊತೆ ಹೋಗಿದ್ದಳು. ಅವಳು ಮತ್ತೆ ವೆರಣೆಗೆ ಬರುವ ಬಗ್ಗೆ ಅನುಮಾನವೇ. ಆದುದರಿಂದ ಕ್ರಿಷ್ಣಶರ್ಮರು ಅವರಿದ್ದ ಮನೆಯನ್ನೇ ಸೇರಿದ್ದರು. ಹೊಟ್ಟೆ ಮಾತ್ರ ದೊಡ್ಡದಿರುವ ತೆಳುದೇಹ ಕ್ರಿಷ್ಣಶರ್ಮರಿಗೆ. ತಲೆಯನ್ನು ಬೋಳಾಗಿ ಕತ್ತರಿಸಿ ಗೋಪಾದದಗಲದ ಜುಟ್ಟು. ಹಲ್ಲು ಉಬ್ಬಾಗಿ ಹೊರಗೆ ಚಾಚಿತ್ತು. ಹಲ್ಲುಗಳ ಬುಡದಲ್ಲಿ ಕಪ್ಪಗಿನ ಕೊಳೆ. ಅದರಿಂದಾಗಿ ಮಾರು ದೂರ ನಿಂತರೂ ದುರ್ವಾಸನೆ. ಕ್ರಿಷ್ಣಶರ್ಮರಿಗೆ ತುಂಬ ತಡವಾಗಿ ಮದುವೆಯಾಗಿತ್ತು. ವಿಟ್ಠು ಪೈಯ ವಯಸ್ಸಿನವನೇ ಒಬ್ಬ ಮಗನಿದ್ದ. ನರದಭಟ್ಟನೆಂದು ಹೆಸರು. ತಂದೆಯಂತೆ ಮಗನದ್ದೂ ಕಪ್ಪುಬಂಣ. ದೊಡ್ಡ ತಲೆ. ಅಗಲವಾದ ಹಲ್ಲುಗಳು. ಕಪ್ಪು ಹಣೆಯ ಮೇಲೆ ಗೋಪಿಚಂದನದ ನಾಮಗಳು ಎದ್ದು ಕಾಣುತ್ತಿದ್ದುವು. ಸಮ ವಯಸ್ಕನಾದುದರಿಂದ ಅವನೂ ವಿಟ್ಠು ಪೈಯ ಮತ್ತು ಧಡ್ಡನ ಜೊತೆ ಓಡಾಡುತ್ತಿದ್ದ.

ಕ್ರಿಷ್ಣಶರ್ಮರಿಂದಲೇ ವಿಟ್ಠು ಪೈಗೆ ಬರಹದ ಓನಾಮವಾದುದು. ಅವರ ಬೆತ್ತದ

ಪೆಟ್ಟಿನ ರುಚಿಯಲ್ಲಿ, ಬೈಗಳ ಸಹಸ್ರನಾಮದ ಅಡಿಯಲ್ಲಿ ವಿಟ್ಠು ಪೈಯ ಕೈ ಹಿಡಿತಕ್ಕೆ ಬಂತು. ಪ್ರಭವ ವಿಭವ ನಾಲಗೆಯ ಮೇಲೆ ನಿಂತಿತು. ಮರಳಿನ ಮೇಲೆ ಬೆರಳು ಓಡಿತು. ಆದರೆ ಓದಿನಲ್ಲಿ ವಿಟ್ಠು ಪೈ ಎಂದೂ ಜಾಣನಾಗಲಿಲ್ಲ. ಧಡ್ಡನಂತೆ ಸ್ವತಂತ್ರನಾಗಲು ಸಾಧ್ಯವಿಲ್ಲದ, ತನಗಿಂತ ಹೆಚ್ಚು ಜಾಣನಾದ ನರದಭಟ್ಟನ ಎದುರು ಅವಮಾನಕರವಾಗಿ ನಿಲ್ಲುವ ಆ ಓದು ಯಾರಿಗೆ ಬೇಕು ಎಂದು ಅಳುತ್ತಾ ಕೂರುವ ವಿಟ್ಠು ಪೈಯನ್ನೆತ್ತಿ ಕ್ರಿಷ್ಣಶರ್ಮರ ಎದುರು ಕೂರಿಸಬೇಕಾದರೆ ರಾಧಾಬಾಯಿಗೆ ತುಂಬ ಕಷ್ಟವಾಗುತ್ತಿತ್ತು. 'ಯಾಕೋ' ಎಂದು ಕೇಳಿದರೆ ವಿಟ್ಠು ಪೈ ''ಅವರ ಬಾಯಿ ವಾಸನೆ ಹೊಡೆಯುತ್ತದೆ'' ಅಂತ ರಚ್ಚೆ ಹಿಡಿಯುತ್ತಿದ್ದ. ಆಮೇಲೆ ಧಡ್ಡನೇ ಅವನನ್ನು ಪುಸಲಾಯಿಸಿ ಕರೆದುಕೊಂಡು ಹೋಗಿ ಅವರೆದುರು ಕುಳ್ಳಿರಿಸಿ ತಾನೂ ಒಂದು ಕ್ಷಣ ಅಲ್ಲಿ ಕುಳಿತಿದ್ದು ಬರಬೇಕಾಗಿತ್ತು.

ವಿಟ್ಠು ಪೈ ಕ್ರಿಷ್ಣಶರ್ಮರಲ್ಲಿ ಅಧ್ಯಯನಕ್ಕೆ ಹೊರಟ ಮೊದಲ ದಿನಗಳಿರಬೇಕು. ಮಾಳಪ್ಪಯ್ಯನವರಿಗೆ ಮಠಗ್ರಾಮದ ಸುಕ್ದೊ ಪೊರೋಬುವಿನಿಂದ ಒಂದು ನಿರೂಪ ಬಂತು. ನಿರೂಪ ತಂದವನು ಮಠಗ್ರಾಮದ ಪಡಿಯಾರ. ಸಪ್ತಮಿಗೆ ಮಠಗ್ರಾಮಕ್ಕೆ ಬರಬೇಕೆಂದೂ ಜರೂರು ಕೆಲಸವಿದೆಯೆಂದೂ ಸುಕ್ದೊ ಪೊರೋಬು ಹೇಳಿಕಳುಹಿಸಿದ್ದರು. ಕೇಳೋಶಿಯಿಂದ ರಂಗ ಶೆಣಾವಿ, ಕುಟ್ಟಾಳಿಯಿಂದ ಜೋಗಂಣ ಕಾಮಾತಿಯರ ಮಗ ವೆಂಕಟೇಶ ಕಾಮಾತಿ, ಅಂತುರ್ಜೆಯ ಪುರುಸೊ ನಾಯ್ಕ, ಸಂಕ್ವಾಳಿಯ ದಾಮು ಪುರಾಣಿಕರು, ಲೋಟಲಿಯ ರಾವುಳು ಕುಡಾವ ಅಲ್ಲದೇ ಸಾಸಷ್ಟಿಯ, ತೀಸ್‌ವಾಡಿಯ, ಬಾರ್ದೇಶದ ಅನೇಕ ಗೃಹಸ್ಥರು ಬರುತ್ತಾರೆಂದೂ ತುರ್ತಾಗಿ ಮಾತಾಡಲಿದೆಯೆಂದೂ ಸುಕ್ದೊ ಪೊರೋಬು ಹೇಳಿಕಳುಹಿಸಿದ್ದರು. ಹಿರಿಯರಾಗಿದ್ದ ಸುಕ್ದೊ ಪೊರೋಬು ಹೇಳಿಕಳುಹಿಸಿದ ಮೇಲೆ ಮಾಳಪ್ಪಯ್ಯ ಹೊರಡುವುದು ಅನಿವಾರ್ಯವಾಯಿತು. ಅಲ್ಲದೇ ಸುಕ್ದೊ ಪೊರೋಬು ಅವರಿಗೆ ಸಂಬಂಧಿ ಬೇರೆ. ಅವರ ಮಗ ಅಂತು ಪೊರೋಬುವಿನ ಹೆಂಡತಿ ಮಾಳಪ್ಪಯ್ಯನವರಿಗೆ ಚಿಕ್ಕಮ್ಮನಾಗಬೇಕು. ನರಸಪ್ಪಯ್ಯನವರ ನಾದಿನಿ. ''ಏನು ವಿಷಯವೋ ಪಡಿಯಾರ?'' ಅಂತ ಮಾಳಪ್ಪಯ್ಯನವರು ಬಂದ ಆಳಿನ ಜೊತೆ ವಿಚಾರ ತಿಳಿಯಲು ಪ್ರಯತ್ನಿಸಿದಾಗ ಆತ ತನಗೆ ಗೊತ್ತಿಲ್ಲವೆಂದ. ''ಇವತ್ತೇ ಕೊನೆಯ ಹೇಳಿಕೆ ಮಾಳಪ್ಪಯ್ಯ. ನನಗೆ ಹೇಳಿದಲ್ಲೆಲ್ಲ ಹೋಗಿ ಬಂದೆ'' ಎಂದ ಅವನು. ''ಇವತ್ತು ಪಂಚಮಿಯಲ್ಲವೇನೋ? ನಾಳೆ ಜೊತೆಯಲ್ಲಿಯೇ ಹೋಗೋಣ. ಇಲ್ಲಿಂದ ಮಠ ಗ್ರಾಮಕ್ಕೆ ಒಂದು ದಿನ ಬೇಡವೇ?'' ಎಂದರು ಮಾಳಪ್ಪಯ್ಯ. ''ಇಲ್ಲ ಮಾಳಪ್ಪಯ್ಯ, ನಾನು ಮನೆ ಬಿಟ್ಟು ತುಂಬ ದಿನಗಳಾದುವು. ಒಮ್ಮೆ ಯಾವಾಗ ಹೆಂಡತಿ ಮಕ್ಕಳನ್ನು ನೋಡುತ್ತೇನೋ ಎನ್ನುವ ಹಾಗಾಗಿದೆ. ಒಲ್ಲೆ'' ಎಂದು ಅವನು ಹೊರಟೇಬಿಟ್ಟ.

ಒಬ್ಬನೇ ಹೋಗಬೇಕಲ್ಲ ಎಂದು ಮಾಳಪ್ಪಯ್ಯ ಕ್ರಿಷ್ಣಶರ್ಮರನ್ನು ಜೊತೆಗೆ ಕರೆದರು. ''ಸಪ್ತಮಿಗಲ್ಲವೇ ಬರ ಹೇಳಿದ್ದು? ನಸುಕಿನಲ್ಲಿ ಹೊರಟರಾಯಿತು. ಬೀಸ ಬೀಸ ಹೆಜ್ಜೆ ಹಾಕಿದರೆ ಸಂಜೆಯ ಹೊತ್ತಿಗೆ ಮಠಗ್ರಾಮ ಮುಟ್ಟಿಯೇವು. ರಾತ್ರಿ ಅಲ್ಲಿದ್ದು

ಮರುದಿನ ಹಿಂತಿರುಗುವುದು ಒಳ್ಳೆಯದು ಮಾಳಪ್ಪಯ್ಯ'' ಎಂದರು ಕ್ರಿಷ್ಣಶರ್ಮರು. ಹಾಗಾಗಿ ಸಪ್ತಮಿಯ ದಿನವೇ ಮಾಳಪ್ಪಯ್ಯ ಕ್ರಿಷ್ಣಶರ್ಮರ ಜೊತೆ ಮಠಗ್ರಾಮಕ್ಕೆ ಹೊರಟರು. ಸಂಜೆ ಅವರು ಸುಕ್ಕೊ ಪೊರೋಬುವಿನ ಮನೆ ಮುಟ್ಟಿದಾಗ ಅಲ್ಲಿ ತುಂಬ ಜನ. ಕೇಳೋಶಿ, ಕುಟ್ಟಾಳಿ, ಅಂತುರ್ಜೆ, ಲೋಟಲಿ, ಸಂಕ್ವಾಳಿಯಲ್ಲದೇ ಸಾಸಷ್ಟಿಯ ಎಲ್ಲ ಪರಿಚಯಸ್ಥರು, ತೀಸ್‌ವಾಡಿಯ ಕೆಲವರು, ಬಾರ್ದೇಶದ ಕೆಲವರು. ಮಾಳಪ್ಪಯ್ಯನವರಿಗೆ ಅವರಲ್ಲಿ ಕೆಲವರ ಪರಿಚಯವಿತ್ತು, ಕೆಲವರ ಪರಿಚಯವಿರಲಿಲ್ಲ, ಕೆಲವರ ಹೆಸರು ಮಾತ್ರ ಕೇಳಿ ಬಲ್ಲರು, ಕೆಲವರು ಯಾರೆಂದೂ ತಿಳಿಯಲಿಲ್ಲ. ಎಲ್ಲರೂ ಬಂದ ಮೇಲೆ ಮಾತಾಡುವುದಕ್ಕೆ ಹಗಲಿಗಿಂತ ರಾತ್ರಿಯೇ ಪ್ರಶಸ್ತವೆಂದು ಸುಕ್ಕೊ ಪೊರೋಬು ''ಮೊದಲು ನಡೆದು ಬಂದ ದಣಿವಾರಿಸಿಕೊಳ್ಳಿ. ತೆಂಗಿನ ಕಟ್ಟೆಯ ಮೇಲೆ ಗುಡಾಣದ ತುಂಬ ಬಿಸಿ ನೀರಿದೆ. ಕೈಕಾಲು ತೊಳೆದುಕೊಳ್ಳಿ. ಎಲೆ ಅಡಿಕೆ ಹಾಕಿಕೊಳ್ಳಿ. ಆಮೇಲೆ ಮೈ ತೊಳೆದುಕೊಂಡು ಸಂಧ್ಯಾವಂದನೆ ಜಪತಪ ಮುಗಿಸಿ. ಊಟಕ್ಕೆ ಸಿದ್ಧವಾಗಿದೆ. ಉಂಡ ಮೇಲೆ ಮಾತಿಗೆ ಕೂತರಾಯಿತು'' ಎಂದು ಉಪಚರಿಸಿದರು.

ಸುಕ್ಕೊ ಪೊರೋಬುವಿನ ಮನೆಯ ಊಟ ಭರ್ಜರಿ. ತುಂಬ ಅತಿಥಿಗಳಿದ್ದಾರೆಂದು ಗಾಳ ಹಾಕಿ ಹಿಡಿದ ಮೀನು ತಂದು ಒಗ್ಗರಣೆ ಹಾಕಿ ಸಾರು ಮಾಡಿಸಿದ್ದರು. ಕುಟ್ಟಿದ ಕುಸುಬಲಕ್ಕಿಯ ಅನ್ನ, ಬಿರಿಂಡೆ ಸಾರು, ನೋಗುಲಿಯ ಫಣ್ಣಾ ಉಪ್ಕರಿ - ಎಲ್ಲ ತೇಗು ಬರುವ ತನಕ ಉಂಡು ಉಳಿದವರ ಜೊತೆ ಮಾಳಪ್ಪಯ್ಯನವರೂ ಶಾಂತೇರಿ ದೇವಸ್ಥಾನದ ಆವರಣದಲ್ಲಿ ಸೇರಿದರು. ಮೀನು ತಿನ್ನದ ಪುರೋಹಿತ ಭಟ್ಟರಿಗೆಲ್ಲ ಕರಿಬೇವಿನ ಒಗ್ಗರಣೆ ಹಾಕಿದ ಕಡಲೆಕಾಳಿನ ಗಶಿ. ಸುಕ್ಕೊ ಪೊರೋಬು ಅವರದ್ದು ಅನುಕೂಲ ಮನೆತನ. ಮಠಗ್ರಾಮದ ಅಗ್ರಹಾರಕ್ಕೆ ಅವರೇ ಮೊದಲ ವ್ಯಕ್ತಿ. ಹಾಗಾಗಿ ಊಟೋಪಚಾರಗಳಲ್ಲಿ ಹಿಂದೆಗೆಯುವವರಲ್ಲ. ಶಾಂತೇರಿ ದೇವಸ್ಥಾನದ ಹಜಾರದಲ್ಲಿ ಹರಡಿದ ಚಾಪೆಯ ಮೇಲೆ ಚಕ್ಕಳ ಮಕ್ಕಳ ಹಾಕಿ ಎಲ್ಲರೂ ವೀಳ್ಯ ಜಗಿಯುತ್ತಾ ಕೂತಿದ್ದಾಗ ಎದುರಿಗಿದ್ದ ದೀಪದ ಅಲ್ಲಾಡುವ ಜ್ವಾಲೆಯನ್ನೇ ನೋಡುತ್ತಾ ಸುಕ್ಕೊ ಪೊರೋಬು ಕೆಳಧ್ವನಿಯಲ್ಲಿ ಎಲ್ಲರನ್ನೂ ಉದ್ದೇಶಿಸಿ ''ತೀಸ್‌ವಾಡಿಯ ಸಮಾಚಾರ ಗೊತ್ತುಂಟೋ?'' ಎಂದು ಕೇಳಿದರು.

ಲೋಟಲಿಯ ರಾವುಳು ಕುಡಾವ ಮಾಳಪ್ಪಯ್ಯನವರ ಪಕ್ಕದಲ್ಲಿಯೇ ಕುಳಿತಿದ್ದ. ವಾವೆಯಲ್ಲಿ ಅವನು ಮಾಳಪ್ಪಯ್ಯನವರ ಭಾವನೆಂಟ. ರಾಧಾಬಾಯಿಯ ತಂದೆ ಬೇಟ ಕುಡಾವರ ತಮ್ಮನ ಮಗ. ಸುದೃಢ ಶರೀರ, ಗಡಸು ಕಂಠ, ಕಪ್ಪನೆಯ ಮೈಯ ರಾವುಳು ಕುಡಾವ ತನ್ನ ಸಹಜವಾದ ಎತ್ತರದ ಧ್ವನಿಯಲ್ಲಿ ''ಅದಕ್ಕೆಂದೇ ಅಲ್ಲವೇ ನಾವೆಲ್ಲ ಇಲ್ಲಿ ಸೇರಿದ್ದು?'' ಎಂದು ಗಹಗಹ ನಕ್ಕ. ''ಹಾಗಲ್ಲ ರಾವುಳು, ಇಲ್ಲಿ ಹೆಚ್ಚಿನವರಿಗೆ ಆ ವಿಚಾರ ತಿಳಿದಿರುವುದು ಸಂಶಯ'' ಎಂದರು ಸುಕ್ಕೊ ಪೊರೋಬು. ರಾವುಳು ಕುಡಾವನ ಗಡಸು ಕಂಠದ ಎದುರು ಸುಕ್ಕೊ ಪೊರೋಬು ಅವರ ಕ್ಷೀಣ ಧ್ವನಿ ಕೇಳುವುದೇ ಇಲ್ಲವೆಂದು

ಮಾಳಪ್ಪಯ್ಯ ಕಿವಿದೆರೆದು ಕೂತರು. ರಾವುಳು ಕುಡಾವ ಅದೇ ಧ್ವನಿಯಿಂದ ಎಲ್ಲರನ್ನೂ ಉದ್ದೇಶಿಸಿ "ತೀಸ್‌ವಾಡಿಗೆ ಬೆಂಕಿ ಬಿದ್ದಿದೆ. ಆ ಬೆಂಕಿ ಹತ್ತಿರದ ದೇಶಗಳಿಗೂ ಹರಡುತ್ತಾ ಇದೆ. ಕಳೆದ ಮೂವತ್ತು ಮೂವತ್ತೈದು ವರುಷಗಳಿಂದ ಪೋರ್ಚುಗೀಸರು ನಮ್ಮ ಜನರನ್ನೆಲ್ಲ ಕಿರಿಸ್ತಾನ ಮತಕ್ಕೆ ಸೇರಿಸುತ್ತಿದ್ದಾರೆ. ಬಲವಂತವಾಗಿ ಕೆಲವರನ್ನು, ಪ್ರಲೋಭನೆಯ ಆಸೆಯಿಂದ ಕೆಲವರನ್ನು ಅಂತ ಮತಾಂತರ ಆಗುತ್ತಿದೆ. ದೇವಸ್ಥಾನಗಳನ್ನು ನಾಶ ಮಾಡುತ್ತಿದ್ದಾರೆ. ಆಸ್ತಿಯನ್ನೆಲ್ಲ ನುಂಗುತ್ತಿದ್ದಾರೆ. ನಮ್ಮ ದೇವಸ್ಥಾನಗಳನ್ನು ಕೆಡವಿ ಚರ್ಚುಗಳನ್ನು ಎಬ್ಬಿಸುತ್ತಿದ್ದಾರೆ" ಎಂದರು.

ಸಂಕ್ವಾಳಿಯ ದಾಮು ಪುರಾಣಿಕರು ಮಧ್ಯೆ ಬಾಯಿ ಹಾಕಿ "ಗೋವಾದ ಕ್ರಿಷ್ಣ ಶೆಣಾವಿಯವರು ಠಾಣಾದಾರ ಮೋರರಾಗಿದ್ದರು. ಕಿರಿಸ್ತಾನರಾಗಲು ಒಪ್ಪದಿದ್ದುದಕ್ಕೆ ಅವರನ್ನು ತೆಗೆದು ಹಾಕಿದರಂತೆ. ಅವರ ದೇಶಕ್ಕೆ ಕೊಂಡೊಯ್ದು ಅಲ್ಲಿ ಬಲಾತ್ಕಾರದಿಂದ ಅವರ ಮತಕ್ಕೆ ಸೇರಿಸಲು ಪ್ರಯತ್ನಿಸಿದರಂತೆ" ಎಂದರು. ಪುರಾಣಿಕರಿಗೆ ಒಂದಿಷ್ಟು ಉಗ್ಗು. ಮಾತಾಡುತ್ತಿದ್ದರೆ ಕೇಳುವವರಿಗೆ ಹಿಂಸೆ. "ಕ್ರಿಷ್ಣ ಶೆಣಾವಿಯವರ ಮಗ ದಾದಾಜಿಗೆ......" ಎಂದು ಅವರು ಹೇಳಲು ಆರಂಭಿಸುವಾಗ ಸುಕ್ಡೊ ಪೊರೋಬು ಅವರಿಗೆ ಸುಮ್ಮನಿರಲು ಸನ್ನೆ ಮಾಡಿ "ಆರೇಳು ವರುಷಗಳ ಹಿಂದೆ ಒಮ್ಮೆ ಗೋವೆಯ ಹತ್ತು ಸಮಸ್ತರು ಒಟ್ಟಾಗಿ ಗವರ್ನರರು ಇಲ್ಲದೇ ಇದ್ದಾಗ ಭಂಡಾರ ನೋಡಿಕೊಳ್ಳುತ್ತಿದ್ದ ಫೆರ್ನಾಜ್ ರೋಡ್ರಿಗಸ್ ದೆ ಕಾಸ್ಟೆಲೊ ಬ್ರಾಂಕೊ ಎಂಬ ದೊರೆಗೆ ಒಂದು ಸನ್ನದ್ದು ಬರೆದು ದೇವಾಲಯಗಳಿಗೆ ಸೇರಿದ ಭೂಮಿಯ ಆದಾಯಕ್ಕೆ ದೊರೆಗಳು ಕೈಹಾಕಬಾರದೆಂದು ಕೇಳಿದ್ದುಂಟು. ಆದರೆ ಅದಕ್ಕೆ ದೊರೆಗಳು ಕಿವಿಕೊಟ್ಟದ್ದಿಲ್ಲ. ಅಗಾಶಿಯಿಂದ ಹಿಡಿದು ತಲೈಗಾಂವ್ ತನಕ ಎಷ್ಟೋ ದೇವಾಲಯಗಳು ಉಂಬಳಿ ಹೋಗಿ ಉರುಳಿ ಬಿದ್ದಿವೆ. ನೆವರೆಯ ಕ್ರಿಷ್ಣಶರ್ಮರು ಅದೇ ಕಾರಣದಿಂದಲ್ಲವೇ ವೆರಣೆಗೆ ಹೋದದ್ದು?" ಎಂದರು.

ಕ್ರಿಷ್ಣಶರ್ಮರು ಗೋಣೆತ್ತಿ ಹೌದು ಹೌದು ಎಂದು ತಲೆಯಲ್ಲಾಡಿಸಿದರು. ಸುಕ್ಡೊ ಪೊರೋಬು ಮುಂದುವರಿಸಿ "ಈಗ ಸಾಸಷ್ಟಿಯಲ್ಲಿ ಅವರ ಅಧಿಕಾರ ಬಂದು ನಾಲ್ಕು ವರ್ಷಗಳಾದುವು. ಮತಾಂತರದ ಕೆಲಸ ಜೋರಾಗಿ ನಡೆಯುತ್ತಿದೆ. ದೈಹಿಕ ಬಲಾತ್ಕಾರದಿಂದ, ನೈತಿಕ ದೌರ್ಬಲ್ಯದಿಂದ, ಒಳ್ಳೆಯ ಉದ್ಯೋಗಗಳ ಆಸೆಯಿಂದ ಅಂತ ನೂರಾರು ಜನರು ಹೋಗುತ್ತಿದ್ದಾರೆ. ಕೀಳು ಜಾತಿಯ ಜನ, ಕುಡುಂಬಿ ಮಂದಿ ಒಂದು ರುಮಾಲಿನ, ಒಂದು ಅಂಗಿಯ ಅಥವಾ ಇನ್ನಾವುದಾದರೂ ಚಿಕ್ಕಪುಟ್ಟ ಬಹುಮಾನದ ಆಸೆಯಿಂದ ಅವರ ದೇವರ ಶರಣು ಹೊಕ್ಕಿದ್ದಾರೆ. ಹೀಗೇ ಆದರೆ ನಮ್ಮ ಜನ ಒಬ್ಬರೂ ಉಳಿಯುವುದಿಲ್ಲ" ಎಂದರು.

ಕಾವಳೆಯ ಮರ್ತು ಕಾಮಾತಿ ತನ್ನ ಪಕ್ಕದಲ್ಲಿದ್ದವರೊಡನೆ "ಕಿರಿಸ್ತಾನರಾಗಲು ಒಪ್ಪದವರನ್ನು ನೇಣು ಹಾಕಿಸಿ ಸಾಯಿಸಿದ್ದಾರಂತೆ" ಎಂದದ್ದು ಮಾಳಪ್ಪಯ್ಯನವರಿಗೂ ಕೇಳಿಸಿತು. ಅವರಿಗೆ ಅದು ತಿಳಿಯದ್ದಲ್ಲ. ತೀಸ್‌ವಾಡಿಯಿಂದ ಅನೇಕ ಬ್ರಾಹ್ಮಣರು

ಮತಾಂತರದ ಉಪಟಳ ತಡೆಯಲಾರದೇ ತೆಂಕುದಿಕ್ಕಿಗೆ ಹೋಗುತ್ತಿರುವುದನ್ನು ಅವರೂ ಕಂಡಿದ್ದರು. ಪೋರ್ಚುಗೀಸರು ಒಂದು ಕೈಯಲ್ಲಿ ಬಂದೂಕನ್ನೂ ಒಂದು ಕೈಯಲ್ಲಿ ಕುರಾಸನ್ನೂ ಹಿಡಿದುಕೊಂಡೇ ಬಂದಿದ್ದರು. ಬಿಜಾಪುರದ ಸುಲ್ತಾನನ ಆಳ್ವಿಕೆಯಲ್ಲಿ ಮಹಮ್ಮದೀಯರಾಗಲು ಬಲಾತ್ಕಾರ. ಆಗ ಒಂದು ಇಡಿಯ ಕುಟುಂಬ ಆತ್ಮಹತ್ಯೆ ಮಾಡಿಕೊಂಡ ಕಥೆ ಬಹಳ ಹಿಂದಿನದು. ಈಗ ಕಿರಿಸ್ತಾನರಾಗಲು ಒತ್ತಾಯ. ದೇವರ ಪೂಜೆ ಮಾಡಲು ಇನ್ನೊಬ್ಬ ಹೇಳುವುದು ಅಗತ್ಯವೇ? ಎಲ್ಲ ದೇವರುಗಳೂ ಒಂದೇ ಅಲ್ಲವೇ? ನಂಬಿಕೊಂಡ ಮತ ಯಾವುದಾದರೇನು? ಪೂಜೆ ಅವನಿಗೆ ಮುಟ್ಟುವುದು ಮುಖ್ಯ. ಸರ್ವದೇವ ನಮಸ್ಕಾರಂ ಕೇಶವಂ ಪ್ರತಿಗಚ್ಛತಿ. ಆದರೆ ಹತ್ತು ಜನ ಮಾತಾಡುವಾಗ ಮಾಳಪ್ಪಯ್ಯ ಮಾತಾಡುವುದಿಲ್ಲ. ಆರು ಸಂವತ್ಸರಗಳ ಹಿಂದೆ ಪರಿಸ್ಥಿತಿ ಬೇರೆ ಇತ್ತು. ಆಗ ಮಾಳಪ್ಪಯ್ಯ ಒಳ್ಳೆಯ ಮಾತುಗಾರ. ಈಗ – ಮೂರು ಮಕ್ಕಳನ್ನು ಕಳೆದುಕೊಂಡು, ರೋಗಿಷ್ಟೆ ಹೆಂಡತಿಯನ್ನು ಸಂಭಾಳಿಸಿಕೊಂಡು ಅವರು ಮಾತು ಕಮ್ಮಿ ಮಾಡಿದ್ದರು. ಮೇಲಾಗಿ ಅಮರಿಕೊಂಡು ಬರುತ್ತಿರುವ ನಿದ್ದೆ !

ಅಂಡು ಜರಗಿಸುತ್ತಾ, ತಮ್ಮ ತೆಳ್ಳಗಿನ ದೇಹವನ್ನು ಮುಂದೆ ಸರಿಸಿ ಸುಕ್ರೊ ಪೊರೋಬು ಕ್ಷೀಣ ಧ್ವನಿಯಲ್ಲಿ ಇನ್ನೊಂದು ವಿಷಯ ಎತ್ತಿದರು – "ಸಾಸಷ್ಟಿ ಬಾರ್ದೇಶಗಳು ಪೋರ್ಚುಗೀಸರ ಕೈವಶವಾದ ಮೇಲೆ ತೀಸ್‌ವಾಡಿಯಲ್ಲಿ ತಂದಂತೆ ಅವರ ದೊರೆ ಇಲ್ಲೂ ಒಂದು ಆಜ್ಞೆ ಹೊರಡಿಸಿದ್ದಾರೆ. 'ನಾವು ಹಿಂದುಗಳಾದ ನಿಮಗೆ ಅನೇಕ ವಚನಗಳನ್ನು ಕೊಟ್ಟಿದ್ದೆವು. ಕಾರಣವೇನೆಂದರೆ ಈ ಅವಧಿಯಲ್ಲಿ ನೀವು ನಮ್ಮ ಸತ್ಯಮತದ ಛಾಯೆಯ ಕೆಳಗೆ ಬರಬಹುದೆಂಬ ನಂಬಿಕೆಯಿತ್ತು. ಆದರೆ ಆ ಪ್ರಕಾರ ನೀವುಗಳು ಈವರೆಗೆ ಬಾರದೇ ಹೋಗಿರುವುದರಿಂದಲೂ ನಮ್ಮ ಧರ್ಮಪ್ರಕಾರ ಮೂರ್ತಿ ಪೂಜೆಯು ನಾಸ್ತಿಕರ ಲಕ್ಷಣವಾದುದರಿಂದಲೂ ಇನ್ನು ಮುಂದೆ ನಮ್ಮ ರಾಜ್ಯದಲ್ಲಿ ನಿಮ್ಮ ದೇವಾಲಯಗಳು ಒಂದೂ ಇರಕೂಡದು' ಎಂದು ಆಜ್ಞೆಯಾಗಿದೆ. ಮಠಗ್ರಾಮದ ಡಂಗೂರದವ ಹೇಳಿದ್ದನ್ನು ನಾನೇ ಕೇಳಿದ್ದೇನೆ. ಕುಟ್ಠಾಳಿಯ ಮಂಗೇಶಿ ದೇವಾಲಯದ ಉಂಬಳಿ ನಿಲ್ಲಿಸಿದ್ದಾರೆಂದು ಜೋಗಂಣ ಕಾಮಾತಿಯ ಮಗ ವೆಂಕಟೇಶ ಹೇಳಿದ" ಎಂದು.

"ಮೂರ್ತಿ ಪೂಜೆ ನಾಸ್ತಿಕತೆಯಾಗುವುದು ಹೇಗೆ? ವೇದೋಕ್ತವಾಗಿ ಸ್ವತಃ ನಾಗ್ದೊ ಬೇತಾಳನೇ ಅದನ್ನು ಪ್ರತಿಷ್ಠೆ ಮಾಡಿದ್ದಲ್ಲವೇ?" ಎಂದರು ರಂಗಪ್ಪ ಶೆಣಾವಿ. ಮಾಳಪ್ಪಯ್ಯನವರ ಪಕ್ಕದಲ್ಲಿ ಕುಳಿತಿದ್ದ ಕ್ರಿಷ್ಣಶರ್ಮರು ತಕ್ಷಣ "ಅಲ್ವೇ, ಅಲ್ಲವೇ? ನಮ್ಮ ಪೂರ್ವಜರಾದ ದೇವಶರ್ಮರು ಅಗಾಶಿ ನದಿಯ ದಡದ ಮೇಲೆ ಕಂಡ ಕುಲಕೇಶ್ವರ ಲಿಂಗವನ್ನು ಅವರ ಹಸು ತನ್ನಿಂದ ತಾನೇ ಹಾಲೂಡುತ್ತಿದ್ದ ಸ್ಥಳದಲ್ಲಿ ಪ್ರತಿಷ್ಠೆ ಮಾಡಿ ನಾಗ್ದೊ ಬೇತಾಳನಿಂದಲೇ ದೊಡ್ಡ ದೇವಸ್ಥಾನ ಕಟ್ಟಿಸಿದ ಅಪೂರ್ವ ಇತಿಹಾಸವಿದೆ" ಎಂದರು. ಅವರ ಬಾಯಿಯಿಂದ ಹೊರಟ ವಾಸನೆಗೆ ಎಲ್ಲರೂ ಒಮ್ಮೆ ಮಾತು ನಿಲ್ಲಿಸಿದರು.

ದಾಮು ಪುರಾಣಿಕರು ಉಗುಳ್ತಾ "ಸರಿ ಸರಿ. ಈಗ ಏನು ಮಾಡಬೇಕೂಂತ ಯೋಚನೆ?" ಎಂದು ಕೇಳಿದರು. ಸುಕ್ಡೊ ಪೊರೋಬು ಗಂಟಲು ಸರಿಮಾಡಿಕೊಳ್ಳುತ್ತಾ "ಪರಿಸ್ಥಿತಿ ಗಂಭೀರವಾಗಿದೆ. ಪರಶುರಾಮ ಗೌಡದೇಶದಿಂದ ಆರಿಸಿ ತಂದ ವೇದೋಕ್ತ ಬ್ರಾಹ್ಮಣರು ನಾವು. ಪುರಾಣದಲ್ಲಿ ಹೇಳಿದಂತೆ ನಮ್ಮ ಸಮಾಜ ರೂಪಿತವಾಗಿದೆ. ಈಗ ಕಿರಿಸ್ತಾನರು ರಾಜ್ಯವಾಳುತ್ತಾರೆಂದು ನಾವು ನಮ್ಮ ಮತಧರ್ಮಗಳನ್ನು ಮರೆಯುವ ಹಾಗಿಲ್ಲ. ನಾಳೆ ಮುಸಲ್ಮಾನರೂ ಇದೇ ರೀತಿ ಬಲಾತ್ಕಾರ ಮಾಡಬಹುದು. ಆದುದರಿಂದ ನಮ್ಮ ಮತ ಸಂರಕ್ಷಣೆಯ ಎಲ್ಲ ಪ್ರಯತ್ನಗಳನ್ನೂ ನಾವು ಮಾಡಬೇಕು. ಯಾರೂ ಆ ಮತಕ್ಕೆ ಹೋಗದಂತೆ ತಡೆಯಬೇಕು" ಎಂದರು.

"ಹೇಗೆ?" ಎಂದು ಯಾರೋ ಸ್ವರವೆತ್ತಿದರು. ರಂಗಪ್ಪ ಶೆಣಾವಿ "ಹೇಗೆ ಎಂದರೆ ನಮ್ಮ ಜೀವ ಕೊಟ್ಟಾದರೂ ಸರಿಯೇ, ರಕ್ಷಿಸಬೇಕು. ಮತಾಂತರಕ್ಕೆ ಮಾತ್ರ ಒಪ್ಪಕೂಡದು. ಕಂಡೂ ಕಂಡೂ ನಮ್ಮವರು ಕಿರಿಸ್ತಾನರಾಗಲು ಬಿಡಬಾರದು" ಎಂದರು. ತಲೆಯಲ್ಲಾಡಿಸುವ ಧೈರ್ಯ ಎಲ್ಲರಿಗೂ ಇತ್ತು ಎಂದಲ್ಲ. ಆದರೆ ಹತ್ತು ಜನರಿದ್ದಾಗ ಎಲ್ಲ ಕೋಲೇ ಬಸವರೇ ! ಅದನ್ನು ತಿಳಿದಿದ್ದ ಸುಕ್ಡೊ ಪೊರೋಬು "ಸಾವಿಯರನ ಜೊತೆಯಿದ್ದ ಮಿಂಗ್ವೇಲ ವಾಜ ಕುತಿನ್ಹೊ ಮತ್ತೆ ಪೋರ್ಚುಗಲ್ಲಿಗೆ ಹೋಗಿದ್ದಾರಂತೆ – ದೊರೆಯಿಂದ ಇನ್ನಷ್ಟು ಆಜ್ಞೆಗಳನ್ನು ತರಲಿಕ್ಕಾಗಿ ! ಪ್ರಾಣಕ್ಕೆ ಕುತ್ತು ತರುವ ಇನ್ನೆಂತಹ ಆಜ್ಞೆಗಳನ್ನು ಅವರು ತರುತ್ತಾರೋ ಯಾರಿಗೆ ಗೊತ್ತು?" ಎಂದರು.

ಮಾಳಪ್ಪಯ್ಯನವರಿಗೆ ಕಣ್ಣು ಕೂರುತ್ತಿತ್ತು. ಇಡೀ ದಿನ ನಡೆದುಕೊಂಡು ಬಂದುದರಿಂದ ಪಾದಗಳು ನೋಯುತ್ತಿದ್ದವು. ಅಲ್ಲದೇ ಊಟ ಗಡದ್ದಾದುದರಿಂದ ಹೊಟ್ಟೆ ಬೇರೆ ಭಾರವಾಗಿ ನಿದ್ರೆ ಅಮರುತ್ತಿತ್ತು. ಆದರೆ ಸಭೆಯ ಕಲಾಪಗಳು ನಡೆಯುತ್ತಿದ್ದಾಗ ಅದಕ್ಕೆಂದೇ ಬಂದ ತಾವು ನಿದ್ರೆ ಹೋಗುವುದು ಸರಿಯಲ್ಲವೆಂದು ಅವರು ಶತಪ್ರಯತ್ನ ಮಾಡಿ ಕುಳಿತಿದ್ದರು. ಅತಿಥಿಗಳ ತಾಪತ್ರಯ ಸುಕ್ಡೊ ಪೊರೋಬುವಿಗೂ ತಿಳಿದದ್ದೇ. ಅವರೂ ಮಾತನ್ನು ಬೇಗನೇ ಮುಗಿಸಬೇಕೆಂಬ ಇರಾದೆಯಿಂದ "ಕಾವಳೆ ಮಠದ ಸ್ವಾಮಿಗಳು ಕಾಶಿಗೆ ಹೋದವರು ಬರಲೇ ಇಲ್ಲ. ಇಲ್ಲದಿದ್ದರೆ ಅವರನ್ನಾದರೂ ಕಂಡು ಏನು ಮಾಡಲಿ ಎಂದು ಕೇಳಬಹುದಿತ್ತು. ಈಗ ನಾವು ನಾಗ್ಡೊ ಬೇತಾಳನಿಂದಲೇ ಮಾರ್ಗದರ್ಶನ ಪಡೆಯಬೇಕು" ಎಂದರು.

ದಾಮು ಪುರಾಣಿಕರು "ಅವನು ಎಲ್ಲಿದ್ದಾನೆ?" ಎಂದು ಕೇಳಿದರು.

"ಎಲ್ಲಿದ್ದಾನೆಂದು ಗೊತ್ತಿಲ್ಲ. ಅವನನ್ನು ಯಾರಾದರೂ ಹುಡುಕಿಕೊಂಡು ಹೋಗಬೇಕು" ಸುಕ್ಡೊ ಪೊರೋಬು ಹೇಳಿದರು.

"ಹಾಗೆ ಹೋಗಬಾರದೆಂದು ಪ್ರತೀತಿ ಇದೆಯಲ್ಲ ?"

"ಆದರೆ ಕಷ್ಟಕಾಲ. ಸುಮ್ಮನೆ ಕುಳಿತರೆ ಆಗುವುದಿಲ್ಲ."

ಮಾಳಪ್ಪಯ್ಯನವರ ಪಕ್ಕದಲ್ಲಿ ಕುಳಿತಿದ್ದ ಲೋಟಲಿಯ ರಾವುಳು ಕುಡಾವರು "ನಾಗ್ಡೊ ಬೇತಾಳ ಬಾರ್ದೇಶದ ಆಚೆ ಹೋಗಿದ್ದಾನೆಂದು ಕೇಳಿದ್ದೇನೆ. ಬೇಕಿದ್ದರೆ ಗ್ರಾಮ ಪುರುಷನ ಎದುರು ಹೂವಿಟ್ಟು ಪ್ರಶ್ನೆ ಕೇಳೋಣ. ಹಿರಿಯರು ಅಪ್ಪಣೆ ಕೊಟ್ಟರೆ ನಾನೂ ಮಾಳಪ್ಪ ಭಾವಾಜಿಯೂ ಅತ್ತ ಹೋಗಿ ಬರುತ್ತೇವೆ. ಭಾವನ ಜ್ಞಾತಿಗಳೊಬ್ಬರಿದ್ದಾರೆ ಅಲ್ಲಿ" ಎಂದರು. ಕಂಣು ಕೂರುತ್ತಿದ್ದ ಮಾಳಪ್ಪಯ್ಯನವರಿಗೆ ತಮ್ಮ ಹೆಸರು ಬರುತ್ತಲೇ ಎಚ್ಚರಾದಂತಾಗಿ 'ಆಗಲಿ ಆಗಲಿ' ಎಂದು ತಾವೂ ದನಿಗೂಡಿಸಿದರು. ಸಭೆ ಬರಖಾಸ್ತಾದಾಗ ನಾಗ್ಡೊ ಬೇತಾಳನನ್ನು ಹುಡುಕಿಕೊಂಡು ಮಾಳಪ್ಪಯ್ಯನವರೂ ರಾವುಳು ಕುಡಾವನೂ ಹೋಗಿ ಬರುವುದೆಂದು ನಿಶ್ಚಯವಾಯಿತು. ಆ ರಾತ್ರಿ ಶಾಂತೇರಿ ದೇವಾಲಯದ ಹಜಾರದಲ್ಲಿಯೇ ಮಲಗಿದ ಅವರು ಮರುದಿನ ಗ್ರಾಮಪುರುಷನ ಎದುರು ಹೂವಿಟ್ಟು ಪ್ರಶ್ನೆ ಕೇಳಿದರು. ಉತ್ತರದ ಕಡೆಗೆ ಹೋದರೆ ಸಿಗುತ್ತಾನೆ ಎಂದು ಬಂತು. ಸುಕ್ಡೊ ಪೂರೋಬು "ಅವನನ್ನು ಕರೆದುಕೊಂಡೇ ಬರಬೇಕು, ತಿಳಿಯಿತಾ?" ಎಂದು ಎರಡೆರಡು ಬಾರಿ ಹೇಳಿ ಅವರನ್ನು ಕಳಿಸಿದರು.

★

ಅಲ್ಪೆಕ್ಸೊ ದಿಯಾಜ್ ಕೊಮಿನೋ ಕೆಂಪನೆ ಹೊಳೆಯುವ ತನ್ನ ಬಕ್ಕತಲೆಯ ಮೇಲೆ ಬಿಸಿಲು ಚುರುಗುಟ್ಟುತ್ತದೆಯೆಂದು ಚಾಪೆಯ ಗರಿಯಿಂದ ಹೆಣೆದ ಹ್ಯಾಟೊಂದನ್ನು ಇಟ್ಟುಕೊಂಡು ಮಂಣಿನ ಬಂಣದ ಇಜಾರು ಧರಿಸಿ ಮೇಲೊಂದು ಉದ್ದಕ್ಕೈಯ ಬಿಳಿಯ ಶರಟು ಹಾಕಿ, ಶರಟಿನ ಲಾಡಿಗಳನ್ನು ಕುತ್ತಿಗೆಯ ತನಕ ಬಿಗಿಗೊಳಿಸಿ ಕೈಯಲ್ಲೊಂದು ಕೋಲು ಹಿಡಿದು ಬೆಳಗಿನ ಹೊತ್ತು ವೆರಣೆಯ ದಾರಿಯಲ್ಲಿ ಹೋಗುತ್ತಿದ್ದರೆ, ವೆರಣೆಯ ಮನುಷ್ಯರಿರಲಿ, ನಾಯಿಗಳು ಕೂಡಾ ಅಡಗಿಕೊಳ್ಳುತ್ತಿದ್ದುವು. ಅವನ ಮೀಸೆ ಹಂಣಾದಂತೆ ಕಂದು ಬಂಣ. ಲಿಸ್ಬನ್ನಿನಿಂದ ಆಮದು ಮಾಡಿದ ಕನ್ನಡಿಯ ಎದುರು ಘಂಟೆ ಗಟ್ಟಲೆ ನಿಂತು ಅದರ ಮೇಲೆ ಕತ್ತರಿಯಾಡಿಸಿ ತಣ್ಣೀರಿನಿಂದ ಶುಭ್ರವಾಗಿ ಮುಖ ತೊಳೆಯುವಾಗೆಲ್ಲ ಅವನಿಗೆ ತನ್ನ ಹುಟ್ಟೂರಿನ ನೆನಪು. ಲಿಸ್ಬನ್ನಿನಿಂದ ಹದಿನೆಂಟು ಮೈಲಿ ದೂರದ ಅಲ್ಹಾಂಡ್ರಾ ಎಂಬ ಚಿಕ್ಕ ಹಳ್ಳಿಯಲ್ಲಿ ಅವನು ಹುಟ್ಟಿದ್ದು. ಅವನ ತಂದೆ ದಿಯಾಗೋ ಮಾರಿಜ್ ಕೊಮಿನೋ ಅಲ್ಬುಕೇರ್ಕನ ಜೊತೆ ಇಂಡಿಯಾಕ್ಕೆ ಬಂದು ಕೆಲವು ಕಾಲವಿದ್ದು ಲಿಸ್ಬನ್ನಿಗೆ ಮರಳಿದ್ದ. ಸೈನ್ಯದಲ್ಲಿ ಅಪೂರ್ವ ಸಾಹಸ ತೋರಿಸಿದ್ದಕ್ಕಾಗಿ ಪೋರ್ಚುಗಲ್‌ನ ರಾಜ ಇಮ್ಯಾನ್ಯುವೇಲ ಅವನಿಗೆ ಅಲ್ಹಾಂಡ್ರಾದಲ್ಲಿ ಒಂದಷ್ಟು ಭೂಮಿ ಕೊಟ್ಟಿದ್ದರಿಂದ ವ್ಯವಸಾಯ ಮಾಡುತ್ತಾ, ಸೈನ್ಯದ ತನ್ನ ಅನುಭವಗಳನ್ನು ನೆನಪು ಮಾಡಿಕೊಳ್ಳುತ್ತಾ ಅವನು ದಿನ ಕಳೆಯುತ್ತಿದ್ದ. ಅಲ್ಹಾಂಡ್ರಾದ ರೈತನೊಬ್ಬನ ಮಗಳು ಅವನ ಹೆಂಡತಿ. ಅಲ್ಪೆಕ್ಸೊ ದಿಯಾಜ್ ಕೊಮಿನೋ ಅವರ ಮೂರನೆಯ ಮಗ. ಚಿಕ್ಕಂದಿನಲ್ಲಿ ತಂದೆಯಿಂದ ಇಂಡಿಯಾದ ಕಥೆಗಳನ್ನು ಕೇಳಿ ರೋಮಾಂಚಗೊಳ್ಳುತ್ತಿದ್ದ ಅಲ್ಪೆಕ್ಸೊ

ದಿಯಾಜ್ ಕೊಮಿನೋಗೆ ಅಲ್ಲಿಗೆ ಹೋಗಿ ನೆಲಸುವ ಆಸೆ ಬೇರೂರಿತ್ತು. ಹದಿನೆಂಟನೆಯ ವಯಸ್ಸಿನಲ್ಲಿ ಅವನು ಸೈನ್ಯ ಸೇರಿ ಹಡಗು ಹತ್ತಿದ. ಐದಾರು ವರುಷ ಗೋವಾದಲ್ಲಿ ವಾಸವಿದ್ದ. ಯುದ್ಧಗಳಲ್ಲಿ ಜನರ ಕೊಲೆಗಳು ನಡೆಯುತ್ತಿದ್ದರೆ, ಸೈನ್ಯದ ಗುಡಾರಗಳಿಗೆ ಹಿಂದಿರುಗಿದ ಕೊಮಿನೋ ಗೋವಾದ ಪ್ರಕೃತಿಯ ಬಗ್ಗೆ ಬಂಣಬಂಣದ ಕನಸುಗಳನ್ನು ಹೆಣೆಯುತ್ತಿದ್ದ.

ಅಲ್ಘಾಂಡ್ರಾದ ಉದ್ದೋ ಉದ್ದ ಗಿಡಮರರಹಿತ ಹಳದಿ ಬಂಣದ ನೆಲದ ಆಲೂಗಡ್ಡೆಯ ಗದ್ದೆಗಳಿಂದ ಬಂದ ಕೊಮಿನೋಗೆ ಗುಡ್ಡ ಬೆಟ್ಟಗಳ ಹಸಿರು ಗೋವೆ ಗಂಧರ್ವ ನಾಡಿನಂತೆ ಕಾಣುತ್ತಿತ್ತು. ಮರ್ಮಗೋವಾದ ಬಂದರಿಗೆ ಹೋಗುವ ಹಾದಿಯಲ್ಲೊಮ್ಮೆ ಅವನು ವೆರಣೆಯನ್ನು ಹಾದುಹೋಗಿದ್ದ. ಆಗ ಅವನಿಗೆ ಅಲ್ಲೆಲ್ಲಾದರೂ ವಾಸ ಮಾಡಬೇಕೆಂಬ ಆಸೆ ತೀವ್ರವಾಗಿ ಬೆಳೆದಿತ್ತು. ಸೈನ್ಯದಿಂದ ಬಿಡುಗಡೆಯಾದ ಮೇಲೆ, ಲಿಸ್ಬನ್ನಿನಲ್ಲಿ ದಾದಿಯಾಗಿ ಕೆಲಸ ಮಾಡುತ್ತಿದ್ದು ಆಗಲೇ ಅವನ ಜೊತೆ ಮದುವೆಯಾಗಿ ಇಂಡಿಯಾಕ್ಕೆ ಬಂದಿದ್ದ ಹೆಂಡತಿಯೊಡನೆ ವೆರಣೆಗೆ ಬಂದ. ಫುಲ್ಲಾ ನದಿಯ ದಂಡೆಯ ಮೇಲೊಂದು ಖಾಲಿ ಮನೆ. ಒಳ್ಳೆಯ ಜಾಗ. ಸುಂದರವಾದ ಆವರಣ. ನಾಲ್ಕು ದಿನಕ್ಕೆಂದು ಬಂದ ಕೊಮಿನೋ ಅಲ್ಲಿಯೇ ಸ್ಥಿರವಾಗಿ ನೆಲಸಿದ.

ವೆರಣೆಗೆ ಬರುವ ಮುನ್ನ ಕೊಮಿನೋಗೆ ಅಲ್ಲಿಯ ಜನರೊಂದಿಗೆ ಒಂದಾಗಿ ಬಾಳುವ ಆಸೆಯಿತ್ತು. ಆದರೆ ಬಂದ ಕೆಲವು ದಿನಗಳಲ್ಲಿಯೇ ಒಂದು ಅಚಾತುರ್ಯ ನಡೆದುಹೋಯಿತು. ಕೊಮಿನೋ ಬಂದಿಳಿದಿದ್ದು ಸಪೂರ ಸಾಂತಯ್ಯ ಪೊರೋಬುವಿನ ಮನೆಯಲ್ಲಿ. ಮೊರ್ದೇಸಿ ರೋಗದಿಂದ ಮೂವರು ಮಕ್ಕಳನ್ನು ಕಳೆದುಕೊಂಡು, ಹೆಂಡತಿ ಹುಚ್ಚಿಯಾಗಿ ಊರಿಡೀ ಹೊತ್ತು ಗೊತ್ತಿಲ್ಲದೇ ಅಲೆದಾಡಲು ಪ್ರಾರಂಭಿಸಿದಾಗ ಪರಿಸ್ಥಿತಿ ಎದುರಿಸುವ ಶಕ್ತಿ ಇಲ್ಲದೇ ಊರು ಬಿಟ್ಟು ಹೋಗಿದ್ದ ಸಾಂತಯ್ಯ ಪೊರೋಬು. ಕೊಮಿನೋ ಆ ಮನೆಯನ್ನು ಸೇರಿದಾಗ ಊರವರಿಂದ ಕೆಲವು ಉಪಟಳಗಳನ್ನು ಅವನು ಎದುರಿಸಬೇಕಾಯಿತು. ಅವರ ಒಟ್ಟು ಪ್ರತಿಕ್ರಿಯೆ ಅವನು ಸಾಂತಯ್ಯ ಪೊರೋಬುವಿನ ಆಸ್ತಿಯನ್ನು ಕಬಳಿಸಿದ್ದಾನೆಂದು. ಅದು ಸಾಂತಯ್ಯನ ದಾಯಾದಿಗಳ ಕೋಪಕ್ಕೆ ಕಾರಣ. ಬೆಲ್ಲದ ಬಿಕ್ಕು ಪೊರೋಬು, ಅವನ ಚಿಕ್ಕಮ್ಮನ ಮಗ ನಾಗೇಶ ಹೆಗಡೆ ಇವರೆಲ್ಲ ಕುಡುಂಬಿಯರನ್ನು ಎತ್ತಿ ಹಿಡಿದು ಒಂದಷ್ಟು ಪ್ರತಿಭಟನೆ ತೋರಿಸಿದ್ದರು. ಬಿಕ್ಕು ಪೊರೋಬು ಮುದುಕ. ತನ್ನ ಒಬ್ಬನೇ ಮಗ ಮಾಧೋ ಪೊರೋಬುವಿಗೆ ತನ್ನ ನಂತರ ಬೆಲ್ಲದ ವ್ಯಾಪಾರವನ್ನು ಕೊಡುವ ಯೋಚನೆ. ಹಾಗಾಗಿ ಅವನು ಕೊಮಿನೋಗೆ ನೇರ ಹೋಗಿ ಇದು ತನ್ನ ಕುಟುಂಬದವರ ಜಾಗ ಎಂದು ಹೇಳುವ ಧೈರ್ಯ ತಾಳಲಿಲ್ಲ. ನಾಗೇಶ ಹೆಗಡೆ ಸ್ವಭಾವತಃ ಪುಕ್ಕಲು ಮನುಷ್ಯ. ಅವನಿಗಿರುವ ಚಿಕ್ಕದೊಂದು ತುಂಡು ನೆಲದಲ್ಲಿ ಸಂಸಾರ ತೂಗಿಸುವುದೇ ಅವನಿಗೆ ದೊಡ್ಡ ಸಮಸ್ಯೆ. ಉಬ್ಬಸ ಬೇರೆ. ಹಾಗಾಗಿ ತನಗೆ ಯಾವ ಉಸಾಬರಿಯೂ ಬೇಡ ಎಂದು ಅವನು. ಇವುಗಳ ಮಧ್ಯೆ ಅತೀ

ಸುಲಭವೆಂದರೆ ಕುಡುಂಬಿಯರನ್ನು ಈ ಪರದೇಶಿಯ ಎದುರು ಎತ್ತಿ ಕಟ್ಟಿದ್ದು. ಕೊಮಿನೋಗೆ ಹೊರ ಕೆಲಸಗಳಿಗೆ ಜನರು ಸಿಕ್ಕಲಿಲ್ಲ. ಗುಲಾಮಗಿರಿಯಿದ್ದ ನಾಡಿನಲ್ಲಿ ಆಳುವ ಜನಾಂಗದ ತನಗೆ ಯಾವ ಗುಲಾಮರೂ ಸಿಕ್ಕಲಿಲ್ಲವೆಂದರೇನು? ಯಾರೂ ಬಾರದೇ ಇದ್ದುದು ಅವನ ಸೈನಿಕ ಪ್ರವೃತ್ತಿಯನ್ನು ಕೆರಳಿಸಿತ್ತು. ಅವನು ಸಿಟ್ಟಿನಿಂದ ತನ್ನ ಮಾತು ಕೇಳದ ಒಬ್ಬ ಕುಡುಂಬಿಯರ ತರುಣನತ್ತ ಬಂದೂಕಿನಿಂದ ಗುಂಡು ಹಾರಿಸಿ ಕೊಂದುಬಿಟ್ಟ. ಆ ರಾತ್ರಿ ಅವನಿಗೂ ಅವನ ಹೆಂಡತಿಗೂ ತುಂಬ ಜಗಳವಾಯಿತು. ಆಕೆ ಮತ್ತೆ ಲಿಸ್ಬನ್ನಿಗೆ ಹೋಗೋಣ ಎಂದಳು. ಕೊಮಿನೋಗೆ ಇಲ್ಲಿಯೇ ನಿಲ್ಲುವ ಆಸೆ. ಮುಂದೆ ಪರಿಸ್ಥಿತಿ ಒಂದಷ್ಟು ಸರಿಯಾಯಿತು. ಜನರು ಅವನಲ್ಲಿಗೆ, ಹೆದರಿಯಾದರೂ ಸಮನೆ, ಬಂದರು.

ಇಂಥ ಒಂದು ಸಂಬಂಧ ಕೊಮಿನೋ ಬಯಸಿದ್ದಲ್ಲ. ಅವನು ಒಂದಷ್ಟು ವಿಚಲಿತಗೊಂಡ. ತಾನು ಬಯಸಿದ್ದು ಜನರೊಡನೆ ಒಂದಾಗಿ ಬಾಳಲು. ಅವರೊಡನೆ ಆತ್ಮೀಯತೆಯಿಂದ ಇರಲು. ಅದಕ್ಕಾಗಿ ಆಗಾಗ ಅವನು ಸಂತೆ ನಡೆಯುವ ಹೊತ್ತು ತಾನೇ ಹೋಗಿ ವ್ಯಾಪಾರ ಮಾಡುತ್ತಿದ್ದ. ಮದ್ಯದಂಗಡಿಗಳಿಗೆ ಭೇಟಿ ಕೊಡುತ್ತಿದ್ದ ಜನರೊಡನೆ ಬೆರೆಯಲು ಪ್ರಯತ್ನಿಸಿದ್ದ. ಆದರೆ ಅವನನ್ನು ಕಾಣುತ್ತಲೂ ಅವರು ಹೆದರಿ ಎದ್ದು ನಿಲ್ಲುತ್ತಿದ್ದರು. ಅಂಗಡಿಗಳ ಎದುರು ನಿಂತರೆ ಅವರು ಕೈ ಕಟ್ಟಿ ನಿಲ್ಲುತ್ತಿದ್ದರು. ಕೊಮಿನೋಗೆ ಅವರ ಭಾಷೆ ಚೆನ್ನಾಗಿ ಬರುತ್ತಿರಲಿಲ್ಲ. ಅವನು ತನಗೆ ಬೇಕಾದ ವಸ್ತುಗಳನ್ನು ಕೈ ಹಾಕಿ ತೆಗೆದರೂ ಅವರು ಮಾತಾಡುವವರಲ್ಲ. ಮದ್ಯದಂಗಡಿಗಳಲ್ಲಿ ಬೆಂಚು ತೆರವು ಮಾಡಿ ಕೊಡುತ್ತಿದ್ದರು. ಅವರು ಹಾಗೆ ಮಾಡುತ್ತಿರುವುದು ಅಸಮಾಧಾನದಿಂದಲೇ ಎಂದು ಕೊಮಿನೋಗೆ ಗೊತ್ತು. ಆದರೆ ಅವನೇನೂ ಮಾಡಲಾರದವನಾಗಿದ್ದ.

ವೆರಣೆಯ ಪ್ರಮುಖರಾದ ಮಾಳಪ್ಪಯ್ಯನವರ ಜೊತೆಯೂ ಅವನು ಮಾತನಾಡುವ ಆಸೆ ತಳೆದವನು. ಅದೇ ಉದ್ದೇಶದಿಂದ ಬಂದ ಹೊಸತರಲ್ಲಿ ಒಂದು ಸಲ ಅವರ ಮನೆಗೆ ಹೋಗಿದ್ದ. ರಸ್ತೆಯಲ್ಲಿ ಹೋಗುತ್ತಾ ಅವರ ಮನೆ ತುಂಬ ಜನ ಸೇರಿದ್ದುದೂ, ತೆಳ್ಳಗೆ ಹೊಗೆ ಬರುತ್ತಿದ್ದುದೂ, ಮನೆಯೊಳಗಿಂದ ಹೆಂಣು ಮಕ್ಕಳ ರೋದನ ಕೇಳಿಬರುತ್ತಿದ್ದುದೂ ನೋಡಿ ಯಾವುದೋ ಸಾವಾಗಿರಬೇಕೆಂದು ಊಹಿಸಿ ಮರಳಿ ಬಂದ. ಅವನು ಮನಸ್ಸು ಮಾಡಿದ್ದರೆ ಮಾಳಪ್ಪಯ್ಯನವರಿಗೆ ಹೇಳಿ ಕಳುಹಿಸಿ ಬರಮಾಡಬಹುದಿತ್ತು. ಆದರೆ ಅದರಿಂದ ಆತ್ಮೀಯತೆ ಹೇಗೆ ಹುಟ್ಟೀತು ?

ಅದೇ ಸಮಯಕ್ಕೆ ವೆರಣೆಗೆ ಫ್ರೈಯರ್ ವಿನ್ಸೆಂಟ್ ದೆ ಗೋಯೆಸ್ ಎಂಬ ಇನ್ನೊಬ್ಬ ಪೋರ್ಚುಗೀಸನೂ ಬಂದು ವಾಸಮಾಡತೊಡಗಿದ. ಗೋಯೆಸ್ ಕೊಮಿನೋಗಿಂತ ವಯಸ್ಸಿನಲ್ಲಿ ಹಿರಿಯವ. ಸೈನ್ಯದಲ್ಲಿ ಹೆಚ್ಚು ಸೇವೆ ಸಲ್ಲಿಸಿದ್ದ. ಅನೇಕ ಯುದ್ಧಗಳನ್ನು ಕಂಡು ಮುದುಕನಾದ ಗೋಯೆಸ್‌ನನ್ನು ಒಂದು ರೀತಿಯ ವಿಕ್ಷಿಪ್ತತೆ ಆವರಿಸಿತ್ತು. ಅವನ ಜೊತೆ ಹೆಂಡತಿ, ಮಗಳು ಮತ್ತು ಗೋವಾದಿಂದ ಇಬ್ಬರು ಗುಲಾಮರು ಬಂದಿದ್ದರು. ಮನೆಯ

ಸುತ್ತ ದೊಡ್ಡದೊಂದು ಬೇಲಿ ಕಟ್ಟಿ, ಒಳಗೆ ತರತರದ ಹೂಗಿಡಗಳನ್ನು ಬೆಳೆಸುತ್ತಾ, ಸಿಗುವ ನಿವೃತ್ತಿ ವೇತನದಿಂದ ರಾಜನಂತೆ ಅವನು ವಾಸಿಸತೊಡಗಿದ. ಬಲಿಷ್ಠ ಮೈಯ ಗೋಯೆಸ್ ಆಗಾಗ ಕುದುರೆಯ ಮೇಲೆ ಕೊಮಿನೋನ ಮನೆಗೆ ಬಂದು ಹೋಗುತ್ತಿದ್ದ. ಊರೊಳಗಿನಿಂದ ಆತ್ಮೀಯತೆ ದೊರಕದೇ ತಹತಹಿಸುತ್ತಿದ್ದ ಕೊಮಿನೋಗೆ ಅವನ ಸಹವಾಸ ಒಂದಷ್ಟು ತೃಪ್ತಿ ತಂದರೂ ಗೋಯೆಸ್ ಅವನಿಗೆ ಹೇಳಿದ ವ್ಯಕ್ತಿಯಲ್ಲ. ಸಂಕ್ವಾಳಿಯಲ್ಲಿ ನೆಲೆಸಿದ, ಕೊಮಿನೋನ ರೆಜಿಮೆಂಟಿನ ಇನ್ನೊಬ್ಬ ಪೋರ್ಚುಗೀಸ ವ್ಯಕ್ತಿ ದಾಂ ಅಂತೋಣಿಯೋ ದೆ ಕಾಸ್ತೆಲೋ ಎಂಬ ತರುಣ ವಾರಕ್ಕೊಂದಾವರ್ತಿ ಗೋಯೆಸ್‌ನ ಮನೆಗೆ ಬಂದು ಅವನ ಮಗಳ ಜೊತೆ ಚಕ್ಕಂದದ ಹರಟೆಯಲ್ಲಿ ಸಮಯ ಕಳೆದು ಹಿಂತಿರುಗುವಾಗ ಒಂದು ಸಲ ಕೊಮಿನೋನನ್ನು ಕಂಡು ಹೋಗುವ ಕ್ರಮವಿತ್ತು. ಹಾಗಾಗಿ ಕೊಮಿನೋನ ಉತ್ಕಂಠತೆ ಒಂದಷ್ಟು ಹದಕ್ಕೆ ಬರುತ್ತಿತ್ತು.

ಸಪೂರ ಸಾಂತಯ್ಯ ಪೊರೋಬುವಿನ ಮನೆಯನ್ನೇ ಒಂದಷ್ಟು ದುರಸ್ತಿ ಮಾಡಿಸಿ ಕೊಮಿನೋ ಅಲ್ಲಿ ವಾಸವಾಗಿದ್ದ. ಹತ್ತಿರದಲ್ಲೇ ಗ್ರಾಮಪುರುಷನ ಗುಡಿ. ಆಳೆತ್ತರದ ಮರಗಿಡಗಳ ಮಧ್ಯೆ ಒಂದೊಂದು ಹುಲ್ಲಿನ ಮನೆಗಳು. ದೇವಾಲಯದ ಹಿಂದೆ ದೂರದಲ್ಲಿ ಕುಡುಂಬಿಯರ ವಾಸಸ್ಥಾನಗಳು. ಬಲಪಕ್ಕದಲ್ಲಿ ಹರಿಯುವ ಫುಲ್ಲಾ ನದಿ. ಕೊಮಿನೋನ ಮನೆಯಂಗಳದಲ್ಲಿ ನಿಂತರೆ ಇಷ್ಟೆಲ್ಲ ಕಾಣಬಹುದು. ಬೆಳಗಿನ ಬಿಳಿ ಬಿಸಿಲಿಗೆ, ಸಂಜೆಯ ಹಳದಿ ಬಿಸಿಲಿಗೆ ಬದಲಾಗುವ ವರ್ಣಗಳನ್ನು ಕಂಡು ರೋಮಾಂಚನಗೊಂಡು ಕೊಮಿನೋ ತನ್ನ ಮನೆಯ ಹಜಾರದಲ್ಲಿ ಕುಳಿತು, ಚಿಕ್ಕಂದಿನಲ್ಲಿ ಅಲ್ಗಾಂಡ್ರಾ ಹಳ್ಳಿಯಲ್ಲಿ ಕೇಳಿದ್ದ ಪೋರ್ಚುಗೀಸ್ ಜಾನಪದ ಹಾಡುಗಳನ್ನು ಗುಣುಗುಣಿಸುವುದಿತ್ತು. ಹೆಂಡತಿಯನ್ನು ಕರೆದು "ಫುಲ್ಲಾ ನದಿ ಅಂದರೆ ಏನರ್ಥ ಗೊತ್ತೆ? ಹೂವಿನ ನದಿ ಅಂತ" ಎಂದು ವಿವರಣೆ ಕೊಡುತ್ತಿದ್ದ. ಲಿಸ್ಬನ್ನಿನಲ್ಲಿ ದಾದಿಯಾಗಿದ್ದ ಅವನ ಹೆಂಡತಿ ಮರಿಯಾ ದೆ ಫಾರಿಯಾ ಎಸೋಜ ನದಿಯ ಅಂಚಿನಲ್ಲಿ ಸೇರುವ, ಕಾಲಿಟ್ಟರೆ ಹೂತುಹೋಗುವ ಕಪ್ಪಗಿನ ಕೆಸರಲ್ಲಿ ಅಲ್ಲಲ್ಲಿ ತೂತು ಕೊರೆದು ಓಡಾಡುವ ಏಡಿಗಳನ್ನು ನೆನಸಿ ಹೇಸಿ "ಯಾಕೆ ಆ ಹೆಸರಿಟ್ಟರೋ? ಕೆಸರಿನ ನದಿ ಅಂತ ಹೆಸರಿಟ್ಟರೆ ಚೆನ್ನಿತ್ತು" ಎಂದು ಹೇಳುತ್ತಿದ್ದಳು. ಆಗ ಹೆಂಡತಿಗೆ ಮಾತನಾಡುವ ಮನಸ್ಸಿಲ್ಲ ಎಂದುಕೊಂಡು ಅಲ್ಫೊನ್ಸೊ ದಿಯಾಜ್ ಕೊಮಿನೋ ತೆಪ್ಪಗಾಗಿ ಬಿಡುತ್ತಿದ್ದ.

ಭಾನುವಾರ ಬರಬೇಕಿದ್ದ ದಾಂ ಅಂತೋಣಿಯೋ ದೆ ಕಾಸ್ತೆಲೋ ಬಾರದೇ ಇದ್ದಾಗ ಬೇಸರಗೊಂಡ ಕೊಮಿನೋ ನಾಲ್ಕುಗಂಟೆಯ ಬಿಸಿಲಲ್ಲಿ ಹ್ಯಾಟು ಇಟ್ಟು ಊರು ಸುತ್ತಾಡಲು ಕಾಲ್ನಡಿಗೆಯಲ್ಲಿಯೇ ಹೊರಟ. ಗೋಯೆಸ್‌ನ ಮನೆಗೆ ಹೋದರೆ ಗೋಯೆಸ್ ತನ್ನದೇ ಆದ ವಿಕ್ಷಿಪ್ತ ಭಾವನೆಗಳನ್ನು ಹೇಳುತ್ತಾ ಕೂರುತ್ತಾನೆ. ಅವನ ಹೆಂಡತಿ ಬ್ರೆಡ್‌ನ ತುಂಡಿಗೆ ಸಂತೆಯಲ್ಲಿ ಕೊಂಡ ಬೆಣ್ಣೆ ಸವರಿ ತಿನ್ನಲು ಕೊಡುತ್ತಾಳೆ. ಕಾಸ್ತೆಲೋನ ನೆನಪಿನಿಂದ ಗೋಯೆಸ್‌ನ ಮಗಳು ಒಳಕೋಣೆ ಸೇರುತ್ತಾಳೆ. ಹಾಗಾಗಿ ಕೊಮಿನೋ

ಅಲ್ಲಿಗೆ ಹೋಗಲು ಇಷ್ಟಪಡಲಿಲ್ಲ. ಆದುದರಿಂದ ಅವನು ನಿರುದ್ದಿಶ್ಯವಾಗಿ ಊರೆಲ್ಲ ಸುತ್ತಾಡತೊಡಗಿದ. ಕೈಯಲ್ಲಿ ಒಂದು ಕೋಲಿದ್ದರೆ ನಾಯಿಗಳ ಭೀತಿ ಇರಲಿಲ್ಲ ಎನ್ನುವುದಕ್ಕಿಂತಲೂ ಅದೊಂದು ಪ್ರತಿಷ್ಠೆಯ ಚಿಹ್ನೆ. ಮಹಾಲಸ ದೇವಸ್ಥಾನದ ಗುಡ್ಡದ ಬುಡದ ಕಾಲುದಾರಿಯಲ್ಲಿ ಕೊಮಿನೋ ಸಾಗುತ್ತಿದ್ದಾಗ ದೇವಸ್ಥಾನದ ವಠಾರದಿಂದ ಇಬ್ಬರು ಹುಡುಗರು ಓಡುತ್ತಾ ಅವನ ದಾರಿಗಡ್ಡವಾಗಿ ನಿಂತರು. ಒಬ್ಬ ತೆಳ್ಳನೆಯ ನಾಲ್ಕೈದು ವರುಷದ ಬಾಲಕ. ಇನ್ನೊಬ್ಬ ಅವನಿಗಿಂತ ದೊಡ್ಡವನಾದ ಧಡಿಯ. ಚಿಕ್ಕವನ ನಗುವಿನ ಶಬ್ದ ಕೇಳಿ ಕೊಮಿನೋನ ನಡಿಗೆ ನಿಂತಿತು. ಯಾವ ಮುಲಾಜೂ ಇಲ್ಲದೇ ಅವರಾಡುತ್ತಿದ್ದ ಆಟ ಕಂಡು ಅವನಿಗೆ ಸಂತೋಷ. ಕೊಮಿನೋಗೆ ಮಕ್ಕಳಿರಲಿಲ್ಲ. ಆ ವಾತ್ಸಲ್ಯ ಉಕ್ಕೇರಿ ಅವನು ಬಗ್ಗಿ ಹತ್ತಿರ ಬಂದ ಹುಡುಗನನ್ನು ಎತ್ತಿಕೊಂಡ.

ಹಾಗೆ ಓಡಿ ಬಂದವರು ಮಾಳಪ್ಪಯ್ಯನವರ ಮಗ ವಿಟ್ಠು ಪೈ ಮತ್ತು ಧಡ್ಡ. ಕೊಮಿನೋ ವಿಟ್ಠು ಪೈಯನ್ನು ಎತ್ತಿಕೊಂಡದ್ದು ಕಂಡು ಧಡ್ಡ ಗಾಬರಿಬಿದ್ದ. ತನ್ನ ಮೂಕ ಸಂಜ್ಞೆಗಳಿಂದ ಅವನು ಪ್ರತಿಭಟಿಸಿದ. ದದದ ಎಂದು ಕಿರುಚಿದ. ಕೊಮಿನೋನ ಕೈಯಲ್ಲಿದ್ದ ವಿಟ್ಠು ಪೈಯೂ ಅವನ ಬಾಯಿಯಿಂದ ಹೊರಡುವ ಹಿಂದಿನ ರಾತ್ರಿಯ ಈಚಲು ಹೆಂಡದ ವಾಸನೆ ಸಹಿಸಲಾರದೇ ಒದ್ದಾಡಿದ. ಧಡ್ಡ ಹಾರಿ ಬಂದು ವಿಟ್ಠು ಪೈಯ ಕಾಲು ಹಿಡಿದು ಎಳೆಯತೊಡಗಿದ. ತಲೆಯನ್ನು ಬೋಳಾಗಿ ಕತ್ತರಿಸಿ, ಚಿಕ್ಕದೊಂದು ಜುಟ್ಟು ಬಿಟ್ಟು, ಕಚ್ಚೆ ತೊಟ್ಟ ಕುಂಡಿಭಟ್ಟ ವಿಟ್ಠು ಪೈ ಕೈ ಕಾಲುಗಳಿಂದ ಒದೆಯುತ್ತಿದ್ದುದು ಕೊಮಿನೋಗೆ ನಗು ತರಿಸಿತು. ಆದರೆ ತಕ್ಷಣ ಗುಡ್ಡದ ಬುಡದಲ್ಲಿ ನಿಂತು ತನ್ನನ್ನೇ ದಿಟ್ಟಿಸಿ ನೋಡುತ್ತಿದ್ದ ಕ್ರಿಷ್ಣಶರ್ಮರ ಮೇಲೆ ಅವನ ಕಣ್ಣು ಬಿತ್ತು. ಅವರ ಮುಖವು ಭೀತಿಯಿಂದ ಬಿಳಿಚಿಕೊಂಡಿತ್ತು. ಕೊಮಿನೋ ನಾಚಿಕೊಂಡ. ಮಾತಿಲ್ಲದೇ ಅವನು ವಿಟ್ಠು ಪೈಯನ್ನು ಕೆಳಗಿಳಿಸಿದ. ಅವನು ಕೈ ಬಿಟ್ಟೊಡನೆ ಮಕ್ಕಳು ಓಟ ಕಿತ್ತರು. ಅವರತ್ತ ನೋಡಿ ಕೊಮಿನೋ ಮುಗುಳ್ನಕ್ಕು ಮುಂದಡಿ ಇರಿಸಿದ.

ಕ್ರಿಷ್ಣಶರ್ಮರನ್ನು ಅವನು ಈ ಹಿಂದೆ ನೋಡಿದ್ದಿತ್ತು. ಅವರ ಹೆಸರು ಅವನಿಗೆ ತಿಳಿಯದೇ ಇದ್ದರೂ ಗ್ರಾಮಪುರುಷನ ಪೂಜೆಗೆ ಬರುವ ಆ ವ್ಯಕ್ತಿಯನ್ನು ಅವನು ಹಲವಾರು ಸಾರಿ ನೋಡಿದ್ದ. ಬೆಳಗ್ಗೆ ಸಂಜೆ ಗ್ರಾಮದೇವರ ಗುಡಿಗೆ ಬಂದು ಗಣಗಣ ಗಂಟೆ ಅಲ್ಲಾಡಿಸುತ್ತಾ ಆರತಿ ಎತ್ತಿ ಹೋಗುವ ಅವರನ್ನು 'ಭೊಟ್ಟೋವ್' ಎಂದು ಕರೆಯುವುದನ್ನು ಕೇಳಿದ್ದ. ನಿಲುವಿನಲ್ಲಿ ಅಂತಹ ಗೌರವ ಕಾಣದ ಆ ವ್ಯಕ್ತಿಗೆ ವೆರಣೆಯ ಪ್ರತಿಷ್ಠಿತರೂ ನಮಸ್ಕರಿಸುವುದನ್ನು ಗಮನಿಸಿ ಅವನಿಗೆ ಆಶ್ಚರ್ಯ. ತಾನು ಮಗುವನ್ನೆತ್ತಿಕೊಂಡುದನ್ನು ಕಂಡು ಆ ವ್ಯಕ್ತಿಯ ಮುಖದ ಮೇಲೆ ಅಸಹ್ಯ ಮತ್ತು ಹೆದರಿಕೆ ಮೂಡಿದ್ದನ್ನು ಅವನೂ ಗಮನಿಸಿದ್ದ.

ಹಿಂದಿರುಗುವಾಗ ಕೊಮಿನೋ ಮಾಳಪ್ಪಯ್ಯನವರ ಮನೆಯ ಎದುರಾಗಿಯೇ ಬರಬೇಕಾಯಿತು. ತಾನು ಆಗ ಎತ್ತಿಕೊಂಡಿದ್ದ ಹುಡುಗ ಅಲ್ಲಿಯೇ ಇರುವುದನ್ನು ಕಂಡು

ಅವರಿಬ್ಬರೂ ಮಾಳಪ್ಪಯ್ಯನ ಮಕ್ಕಳೇ ಇರಬೇಕೆಂದು ಊಹಿಸಿದ ಕೊಮಿನೋ ಮಾಳಪ್ಪಯ್ಯನವರನ್ನು ಮಾತಾಡಿಸುವ ಸಲುವಾಗಿ ಒಳಗೆ ಹೋಗುವ ಯೋಚನೆ ಮಾಡಿದ. ವಿಟ್ಠು ಪೈ ಆಗ ಉಟ್ಟಿದ್ದ ಪಂಚೆ ಬದಲಾಗಿತ್ತು. ಅದೇ ತಾನೇ ಸ್ನಾನ ಮಾಡಿದವನಂತೆ ಒದ್ದೆ ಜುಟ್ಟು. ಮಾಳಪ್ಪಯ್ಯನವರ ಮನೆಯ ಹಜಾರದಲ್ಲಿ ಕೆಂಪು ಶಾಲು ಹೊದ್ದು ಕ್ರಿಷ್ಣಶರ್ಮರು ಕುಳಿತಿದ್ದರು. ಮಾಳಪ್ಪಯ್ಯನವರು ಒಂದು ಅರಿವೆಯನ್ನು ಸಿಂಬಿ ಸುತ್ತಿಕೊಂಡು ಗೋಡೆಗೊರಗಿ ಎರಡು ಮೊಣಕಾಲುಗಳಿಗೂ ಬರುವಂತೆ ಹಿಡಿದು ತೂಗುತ್ತಾ ವ್ಯಗ್ರರಾಗಿ ಕುಳಿತಿದ್ದರು. ಬಹುಶಃ ಕೊಮಿನೋನನ್ನು ಬೈಯುತ್ತಾ ಇದ್ದಿರಬೇಕು. ಅದನ್ನು ಗಮನಿಸದೇ ಮಾಳಪ್ಪಯ್ಯನವರ ಜೊತೆ ಆತ್ಮೀಯತೆ ಬೆಳೆಸುವ ಉದ್ದೇಶದಿಂದ ಕೊಮಿನೋ ಉಣಗೋಲು ದಾಟಿ ಒಳಗೆ ಹೋದ. ಸಾಪು ಸಾಪು ಅಂಗಳದ ಮೇಲೆ ಕಾಲಿಟ್ಟು ನಗು ಬೀರಿದ. ಮಾಳಪ್ಪಯ್ಯ ಧಡಕ್ಕನೆ ಎದ್ದರು. ಅವರ ಜೊತೆ ಕ್ರಿಷ್ಣಶರ್ಮರೂ ಎದ್ದು ನಿಂತರು.

ತನ್ನ ಹರಕುಮುರುಕು ಕೊಂಕಣಿಯಲ್ಲಿ ಕೊಮಿನೋ "ಈ ಹುಡುಗರು ಚೂಟಿಯಾಗಿದ್ದಾರೆ" ಎಂದ. ಮಾಳಪ್ಪಯ್ಯನವರಿಗೆ ಏನು ಅರ್ಥವಾಯಿತೋ? "ದಯವಿಟ್ಟು ಅವರನ್ನು ಕ್ಷಮಿಸಿಬಿಡಿ. ಅವರಿಗೆ ಏನೂ ತಿಳಿಯದು. ಇನ್ನೂ ಮಕ್ಕಳು. ದಾರಿಗಡ್ಡ ಬಂದಿರಬಹುದು. ಅದಕ್ಕಾಗಿ ಕ್ಷಮೆ ಬೇಡುತ್ತೇನೆ. ನೀವು ದೊಡ್ಡವರು. ಅಧಿಕಾರದಲ್ಲಿರುವವರು. ಅದನ್ನೆಲ್ಲ ಗಣನೆಗೆ ತರಬಾರದು" ಎಂದು ಏನೇನೋ ಬಡಬಡಿಸುತ್ತಾ ಕೈ ಮುಗಿದರು. ಕೊಮಿನೋಗೆ ಅವರ ಮಾತು ಅಲ್ಪಸ್ವಲ್ಪ ಅರ್ಥವಾಗಿತ್ತು. "ಹಾಗಲ್ಲ, ಅವರನ್ನು ನಾನು ತುಂಬ ಮೆಚ್ಚಿಕೊಂಡೆ" ಎಂದು ಅವನು ಇನ್ನೊಂದು ಹೆಜ್ಜೆ ಮುಂದಿಟ್ಟ. ಮಾಳಪ್ಪಯ್ಯ ಜೋಡಿಸಿದ ಕೈಗಳನ್ನು ಕೆಳಗಿಳಿಸದೇ "ನಿಮಗೆ ಸಿಟ್ಟು ಬರುವುದು ಸಹಜ. ಆದರೆ ದೊಡ್ಡ ಮನಸ್ಸು ಮಾಡಿ ಕ್ಷಮಿಸಬೇಕು" ಎಂದರು. ಕೊಮಿನೋ ಈ ದೈನ್ಯ ಕಂಡು ಹತಾಶನಾದ. ಅತಿಥಿಯಂತೆ ಸಹಜವಾಗಿ ಬಂದ ತನ್ನನ್ನು ಹಜಾರಕ್ಕೆ ಕರೆದೊಯ್ಯದೇ, ಕೂರಿಸಿ ಮಾತನಾಡದೇ ಹೀಗೆ ನಿಂತಲ್ಲಿಯೇ ನಿಲ್ಲಿಸಿ ಹೊರಗೆ ಕಳುಹಿಸುವುದು ಅವನು ತಿಳಿದುಕೊಂಡ ಅತಿಥಿ ಸತ್ಕಾರವಲ್ಲ. ಹಿಂತಿರುಗುವ ಮನಸ್ಸಾದರೂ ತಕ್ಷಣ ತಿರುಗಿದರೆ ತಪ್ಪು ತಿಳಿದಾರೆಂದು ಅವನು ಒಂದು ಕ್ಷಣ ನಿಂತಲ್ಲಿಯೇ ನಿಂತ. ಕೈಯಲ್ಲಿದ್ದ ಕೋಲನ್ನು ಇನ್ನೊಂದು ಕೈಗೆ ವರ್ಗಾಯಿಸುತ್ತಾ ಅವನೆಂದ "ನಾನು ಬಂದುದು ನಿಮ್ಮ ಮನಸ್ಸು ನೋಯಿಸಲೆಂದಲ್ಲ. ಇಲ್ಲಿ ವಾಸ ಮಾಡಲು ಬಂದ ಮೇಲೆ ಇಲ್ಲಿಯ ಜನರೊಡನೆ ಸೇರಬೇಕಲ್ಲ? ನಿಮ್ಮ ಪರಿಚಯ ಮಾಡಿಕೊಳ್ಳುವ ಅಂತ." ಮಾಳಪ್ಪಯ್ಯ ಕೈ ಮುಗಿದುಕೊಂಡೇ ಹಜಾರದಿಂದ ಕೆಳಗಿಳಿದು ಬಂದು ಅಂಗಳದಲ್ಲಿ ನಿಂತರು. "ಆಯಿತು. ಇನ್ನು ಮುಂದೆ ಹಾಗಾಗುವುದಿಲ್ಲ. ನಮ್ಮನ್ನು ಬಿಟ್ಟು ಬಿಡಿ" ಎಂದು ಅಂಗಲಾಚಿದರು.

ಕೆಲವು ಹೊತ್ತು ಮಾತನಾಡುತ್ತಾ ನಿಂತಿದ್ದ ಅವನಿಗೆ ಕೆಲವು ಶಬ್ದಗಳ ವಿನಾ

ಬೇರೇನೂ ಅರ್ಥವಾಗಲಿಲ್ಲ. ಅವನು ಏಕೆ ಬಂದ, ಏನು ಹೇಳಿದ ಎಂದು ಮಾಳಪ್ಪಯ್ಯನವರಿಗೂ ಅರ್ಥವಾಗಲಿಲ್ಲ. ಇತ್ತೀಚೆ ಅವರಿಗೆ ಪೋರ್ಚುಗೀಸ ಜನರೆಂದರೆ ತೀರ ಹೆದರಿಕೆ ಹುಟ್ಟುತ್ತಿತ್ತು. ಅವರು ನಿಂತಲ್ಲಿಂದ ಅಲ್ಲಾಡದ ಕಾರಣ ಕೊಮಿನೋ ಹಿಂತಿರುಗಬೇಕಾಯಿತು. ಬಂದ ಶನಿಯೊಂದು ಏನೂ ಮಾಡದೇ ಹೋಯಿತಲ್ಲ ಎಂದು ಮಾಳಪ್ಪಯ್ಯ ನಿಶ್ಚಿಂತರಾದರು.

ಕೊಮಿನೋ ತನ್ನ ಮನೆ ಮುಟ್ಟಿದಾಗ ಫೈಯರ್ ವಿನ್ಸೆಂಟ್ ದೆ ಗೋಯೆಸ್ ಅವನ ಹೆಂಡತಿಯೊಡನೆ ಹರಟುತ್ತಾ ಕುಳಿತಿದ್ದ. ಕೊಮಿನೋನನ್ನು ಕಂಡೊಡನೆ ಅವನು "ಬಾ, ನಿನ್ನನ್ನೇ ಹುಡುಕಿಕೊಂಡು ಬಂದಿದ್ದೆ. ಒಂದು ಮುಖ್ಯ ವಿಚಾರ ಮಾತನಾಡುವುದಿತ್ತು" ಎಂದು ಆತ್ಮೀಯತೆಯಿಂದ ಹೇಳಿದ. ಅವನಿಗೂ ಕೊಮಿನೋನಂತೆಯೇ ಬೋಳುತಲೆ. ಉಳಿದಿದ್ದ ಕೂದಲನ್ನು ಪ್ರತೀ ಹದಿನೈದು ದಿನಗಳಿಗೊಮ್ಮೆ ಗೋವೆಗೆ ಹೋಗಿ ಕತ್ತರಿಸಿ ಬರುತ್ತಿದ್ದ ಗೋಯೆಸ್. ಹಣ್ಣಾದ ಮೀಸೆ ಮೇಲ್ತುಟಿಯ ಮೇಲೆ ಹರಡಿಕೊಂಡಿತ್ತು. ದಪ್ಪನೆಯ ಹುಬ್ಬುಗಳು ನೇಲುತ್ತಿದ್ದುವು. ಕಂದು ಬಣ್ಣದ ಇಜಾರ ಧರಿಸಿ ಕೆಂಪು ಬಣ್ಣದ ಶರಟು ಹಾಕಿ ಆ ಸೆಖೆಯಲ್ಲೂ ಅದರ ಮೇಲೊಂದು ಕೈಯಿಲ್ಲದ ಕೋಟು ಧರಿಸಿ ಕುರ್ಚಿಯ ಮೇಲೆ ಅವನು ಕೂತಿದ್ದ. ಕೊಮಿನೋನ ಹೆಂಡತಿ ಕೊಟ್ಟ ಬ್ರೆಡ್ ಮತ್ತು ಬೆಣ್ಣೆಯನ್ನು ತಿಂದುದರಿಂದ ಮೀಸೆಗೆಲ್ಲ ಬೆಣ್ಣೆ ಮೆತ್ತಿಕೊಂಡಿತ್ತು. ಕೈಯಿಂದಲೇ ಅದನ್ನು ಒರಸಿಕೊಳ್ಳುತ್ತಾ "ಸಂಕ್ವಾಳಿಯಲ್ಲಿ ಕಾಸ್ಟೆಲೋದು ಒಂದು ಗಲಾಟೆಯಾಗಿದೆಯಂತೆ ಕೊಮಿನೋ. ಅಲ್ಲಿನ ಅನೇಕ ಜನರು ತಮ್ಮ ಸ್ವಂತ ಇಚ್ಛೆಯಿಂದ ಯೇಸು ಆರಂಭಿಸಿದ ಸತ್ಯಮತಕ್ಕೆ ಬರುತ್ತೇವೆಂದು ಹೊರಟಿದ್ದರಂತೆ. ಕೆಲವು ಬ್ರಾಹ್ಮಣರು ಸೇರಿ ಅವರನ್ನು ತಡೆದರಂತೆ. ಚರ್ಚಿಗೆ ಕೊಂಡೊಯ್ಯಲು ಕಾಸ್ಟೆಲೋನೇ ಹೊರಟಿದ್ದನಂತೆ. ಜಗಳವಾಗಿ ಕಾಸ್ಟೆಲೋಗೆ ಏಟೂ ಬಿತ್ತಂತೆ. ವಿಪರೀತ ರಕ್ತಸ್ರಾವವಾಗಿ ಅವನು ಬೋಧ ತಪ್ಪಿ ಬಿದ್ದಿದ್ದ. ನಾನು ನಿನ್ನೆ ಸಂಜೆ ಹೋದವ ಇದೀಗ ಬಂದೆ" ಎಂದ.

ಕೈಗೆ ತೆಗೆದ ಚಾಪೆಯ ಹ್ಯಾಟನ್ನು ಗೋಡೆಯ ಮೊಳೆಗೆ ತೂಗು ಹಾಕುತ್ತಾ ಕೊಮಿನೋ "ಬಹಳ ಪೆಟ್ಟಾಗಿದೆಯೇ?" ಎಂದು ಕೇಳಿ ಎದುರು ಕುರ್ಚಿಯ ಮೇಲೆ ಕುಳಿತು ಕಾಲು ಚಾಚಿದ. ಗೋಯೆಸ್ ಜಗಳವನ್ನು ಸ್ವತಃ ನೋಡಿದವನಂತೆ ವಿವರಣೆ ಕೊಡತೊಡಗಿದ. ಕೊಮಿನೋನ ಹೆಂಡತಿಯೂ ಆಗಲೇ ಅವನಿಂದ ಕೇಳಿದ ಕಥೆಯನ್ನು ತಿಳಿದಿದ್ದುದರಿಂದ ತಾನೂ ಬಾಯಿ ಹಾಕಿದಳು. "ಕಾಸ್ಟೆಲೋ ಬದುಕುವುದು ಕಷ್ಟ ಅಷ್ಟೊಂದು ಪೆಟ್ಟು ಬಿದ್ದಿದೆ. ತಲೆಬುರುಡೆ ಒಡೆದು ಹೋಗಿದೆ. ಹತ್ತೈವತ್ತು ಜನರು ಒಬ್ಬರ ಮೇಲೆ ಬಿದ್ದರೆ ಏನಾದೀತು?" ಎಂದ ಗೋಯೆಸ್. ಕೊಮಿನೋಗೆ ಬಹಳ ಕೆಡುಕೆನಿಸಿತು. ಅವನು "ಕಾಸ್ಟೆಲೋ ಈಗೆಲ್ಲಿದ್ದಾನೆ?" ಎಂದು ಕೇಳಿದ. "ಮನೆಯಲ್ಲೇ ಇದ್ದಾನೆ. ಕೊಮಿನೋ, ಈ ಬ್ರಾಹ್ಮಣರನ್ನು ಬಿಡಬಾರದು. ಅವರನ್ನೆಲ್ಲ ಇಲ್ಲಿಂದ ಓಡಿಸಬೇಕು. ಅವರ ಧರ್ಮದಲ್ಲಿ ಬದುಕಲು ಬಿಡಬಾರದು. ಮಕ್ಕಳು ಹುಟ್ಟಿದಾಗ,

ನೂಲು ಹಾಕುವಾಗ, ಮದುವೆ ಮಾಡುವಾಗ, ಸತ್ತಾಗ ನಡೆಯುವ ಸಂಸ್ಕಾರಗಳನ್ನು ನಡೆಯಲು ಬಿಡಬಾರದು. ಅವರ ಪುರೋಹಿತರನ್ನೂ ಪಂಡಿತರನ್ನೂ ಹುಗಿಯಬೇಕು. ಇಲ್ಲವೇ ದೇಶಾಂತರ ಓಡಿಸಬೇಕು. ಅವರ ದೇವರಗುಡಿಗಳನ್ನು ನಾಶಮಾಡಬೇಕು'' ಎಂದು ಗೋಯೆಸ್ ಬಡಬಡಿಸಿದ. ಹೇಳುತ್ತಾ ಹೇಳುತ್ತಾ ಅವನ ಸ್ವರ ದೊಡ್ಡದಾಯಿತು.

ಗೋಯೆಸ್ ಇದನ್ನೆಲ್ಲ ಮೊದಲಿನಿಂದಲೂ ಹೇಳುತ್ತಾ ಬಂದವನೇ. ಚರ್ಚಿನ ವಿಧೇಯ ಸದಸ್ಯನಾದ ಆತ ಗೋವಾದಲ್ಲಿ ಕಾಲಿಡುವ ಮೊದಲು ತಿಳಿದಿದ್ದುದು ಎರಡೇ ಎರಡು ಧರ್ಮಗಳನ್ನು. ಒಂದು ಕ್ರೈಸ್ತಧರ್ಮ, ಇನ್ನೊಂದು ಇಸ್ಲಾಂ ಧರ್ಮ. ಗೋವೆಯಲ್ಲಿ ಜನ ಮೂರ್ತಿಪೂಜೆಗಳನ್ನು ಮಾಡುತ್ತಾ ನಡೆಸುತ್ತಿದ್ದ ಮತ್ತೊಂದು ಧರ್ಮಕ್ಕೆ ತನ್ನದೇ ಆದ ಪರಂಪರೆಯಿದೆಯೆಂದು ಅವನಿಗೆ ಗೊತ್ತಿರಲಿಲ್ಲ. ಕಾಸ್ಟೆಲೋ ಬಗ್ಗೆ ಅವನಿಗೆ ವಿಶೇಷವಾದ ಪ್ರೀತಿ ಇತ್ತು. ಇದೆಲ್ಲದರಿಂದಾಗಿ ಅವನ ಸಿಟ್ಟು ಏರುತ್ತಾ ಹೋಯಿತು. ''ಮಿಂಗ್ವೇಲ ವಾಜ ಪಾದ್ರಿ ಲಿಸ್ಬನ್ನಿನಿಂದ ದೊರೆಯ ಆಜ್ಞೆ ಪಡೆದುಕೊಂಡು ಬರಲಿ. ವೆರಣೆಯಲ್ಲಿ ಸುರುವಿಗೆ ನಿನ್ನ ಮನೆಯ ಎದುರೇ ಇರುವ ಯಾವ ಗುಡಿ ಅದು, ಗ್ರಾಮಪುರುಷ ಅಲ್ವೇ, ಅದನ್ನು ನೆಲಕ್ಕೆ ಕೆಡವಿ ಸಂತ ಬಾರ್ತೆಲೋಮಿಯನ ಚರ್ಚು ಕಟ್ಟದಿದ್ದರೆ ನಾನು ಗೋಯೆಸ್‌ನೇ ಅಲ್ಲ. ಅದರ ಪೂಜೆ ಮಾಡುವ ಆ ಹೇಸಿಗೆ ತರಿಸುವ ಭೊಟ್ಟನನ್ನು ಸಂತೆಮಾಳದಲ್ಲಿ ಗುಂಡು ಹಾರಿಸಿ ಕೊಲ್ಲುತ್ತೇನೆ'' ಎಂದು ಅಬ್ಬರಿಸಿದ.

ಕೊಮಿನೋಗೆ ಅವನನ್ನು ಸಮಾಧಾನ ಪಡಿಸಬೇಕಾದರೆ ಸಾಕು ಸಾಕಾಯಿತು. ''ಗೋಯೆಸ್, ನೀನು ಬೇಕಾದರೆ ಸಂಕ್ವಾಳಿಗೆ ಹೋಗಿ ನಾಲ್ಕು ದಿನ ನಿಂತು ಕಾಸ್ಟೆಲೋನ ಆರೈಕೆ ಮಾಡಿ ಬಾ. ನಿನ್ನ ಮನೆಯನ್ನು ನಾನಿಲ್ಲಿ ನೋಡಿಕೊಳ್ಳುತ್ತೇನೆ'' ಎಂದ. ಗೋಯೆಸ್‌ನ ಕಣ್ಣಲ್ಲಿ ನೀರು ಬಂತು. ''ನನ್ನ ಮಗಳ ಅವಸ್ಥೆ ನೋಡಿದ್ದೀಯಾ? ನಿನ್ನೆಯಿಂದ ಒಂದು ಹನಿ ನೀರೂ ಮುಟ್ಟಿಲ್ಲ. ಅವನನ್ನು ತುಂಬ ಹಚ್ಚಿಕೊಂಡಿದ್ದಳು'' ಎಂದು ಅತ್ತೇಬಿಟ್ಟ. ಅವನ ಸಿಟ್ಟು ಮತ್ತು ದುಃಖ ಶಮನವಾಗಲು ಕೊಮಿನೋ ಹೆಂಡತಿಗೆ ಎರಡು ಗ್ಲಾಸು ಮದ್ಯ ತರಲು ಹೇಳಿ ತಣ್ಣಗೆ ಕೂರಿಸಿ ಕುಡಿಸಿದ. ಸಮಾಧಾನಗೊಂಡ ಗೋಯೆಸ್ ಸ್ವಲ್ಪ ಹೊತ್ತಿನ ಬಳಿಕ ''ಈ ದೇವಾಲಯದ ಗಣಗಣ ಸದ್ದು ಕೇಳಿಕೊಂಡೂ ನೀನು ಇಲ್ಲಿ ಹೇಗೆ ಇರ್ತೀಯ ಕೊಮಿನೋ?'' ಎಂದು ಕೇಳಿದ. ಕೊಮಿನೋಗೆ ಸಣ್ಣಗೆ ತಲೆ ನೋವು ಆರಂಭವಾಗಿತ್ತು. ''ಅದಕ್ಕೆಲ್ಲ ಯಾರು ಗಮನ ಕೊಡುತ್ತಾರೆ ಗೋಯೆಸ್? ಹುಟ್ಟಿದ ನಾಡನ್ನು ಬಿಟ್ಟು ಇಷ್ಟು ದೂರ ಬಂದ ಮೇಲೆ ಸಹಿಸಬೇಕು'' ಎಂದ. ಗೋಯೆಸ್ ತುಸು ಸಮಾಧಾನಗೊಂಡ ಮೇಲೆ ಹೊರಟುಹೋದ.

ಅವನು ಹೋದ ಮೇಲೆ ಮರಿಯಾ ಗಂಡನೊಡನೆ ''ಎಂತಹ ಬರ್ಬರ ಜನ ಇವರು. ಕಾಸ್ಟೆಲೋಗೆ ತುಂಬ ಪೆಟ್ಟಾಗಿದೆಯಂತೆ. ಕೈಗಳೆರಡೂ ತುಂಡಾಗಿ ನೇಲುತ್ತಾ ಇವೆಯಂತೆ. ನಾಲಗೆ ಹೊರಗೆ ಬಂದಿದೆಯಂತೆ'' ಎಂದಳು. ಕೊಮಿನೋ ಮಾತಾಡಲಿಲ್ಲ. ಅವನ ತಲೆನೋವು ಹೆಚ್ಚಾಗಿತ್ತು. ಮರಿಯಾ ಅದನ್ನು ತಿಳಿದು ಹತ್ತಿರ ಬಂದು ಅವನ

ಕುರ್ಚಿಯ ಕೈಯ ಮೇಲೆ ಕುಳಿತು ಮೃದುವಾಗಿ ಅವನ ತಲೆ ತೀಡುತ್ತಾ "ನಾವು ಮತ್ತೆ ಲಿಸ್ಬನ್ನಿಗೇ ಹೋಗೋಣ ಕೊಮಿನೋ. ಇದೆಲ್ಲ ಯಾರಿಗೆ ಬೇಕು? ಇವತ್ತು ಕಾಸ್ಟ್ರೋನ ಮೇಲೆ ಹಲ್ಲೆ ಮಾಡಿದ ಈ ಮಂದಿ ನಾಳೆ ನಮ್ಮ ಮೇಲೂ ಬೀಳಬಹುದು. ಲಿಸ್ಬನ್ನಿಗೆ ಹೋದರೆ ನಾನೂ ಕೆಲಸಕ್ಕೆ ಸೇರುತ್ತೇನೆ. ಬದುಕಿನಲ್ಲಿ ಒಂದು ಭರವಸೆ ಮೂಡುತ್ತದೆ" ಎಂದಳು. ಕೊಮಿನೋ ಅವಳ ಮುಖವನ್ನೇ ನೋಡಿದ. ಸದಾ ಸೊಂಪಾಗಿ ನಳನಳಿಸುತ್ತಿದ್ದ ಅವಳ ಕಂಗಳುಗಳಲ್ಲಿ ಒಂದು ಉನ್ಮತ್ತ ಭೀತಿ ಹುಟ್ಟಿತ್ತು. ಸಂಜೆ ದಾರಿಯಲ್ಲಿ ತಾನೆತ್ತಿಕೊಂಡ ಹುಡುಗನ ಮುಖ ಅವನ ಕಣ್ಣೆದುರು ಮೂಡಿತು. ಮರಿಯಾಳ ಸೊಂಟವನ್ನು ಅವನು ಕೈಗಳಿಂದ ಬಳಸಿ ಹಾಗೆಯೇ ಒರಗಿಕೊಂಡ.

ರಾತ್ರಿ ಮಲಗಿದಾಗ ಕೊಮಿನೋ ಹೆಂಡತಿಗೆ ಹೇಳಿದ – "ಗೋಯೆಸ್ ಮಾತಾಡಿದ್ದು ಕೇಳಿದೆಯ? ಆ ಅಬ್ಬರ ನೋಡಿದರೆ ಊರೆಲ್ಲ ಸುತ್ತಾಡುವ, ನಮ್ಮ ಮನೆ ಎದುರು ಕುಳಿತು ಗೋಳೋ ಎಂದು ಅಳುವ ಹುಚ್ಚಿ ಸೀತಾಬಾಯಿಗೂ ಗೋಯೆಸ್‌ನಿಗೂ ಏನು ವ್ಯತ್ಯಾಸ?" ಎಂದು.

□

೪

ಮಠಗ್ರಾಮದ ಗ್ರಾಮಪುರುಷನ ಎದುರು ಹೂವಿಟ್ಟು ಪ್ರಶ್ನೆ ಕೇಳಿ ನಾಗ್ಡೊ ಬೇತಾಳ ಯಾವ ದಿಕ್ಕಿಗೆ ಹೋದರೆ ಸಿಗಬಹುದೆಂದು ತಿಳಿದು ಮನೆಯಲ್ಲಿ ಕುಡುಂಬಿಯರ ಬುದ್ದುವಿಗೂ ಕ್ರಿಷ್ಣಶರ್ಮರಿಗೂ ಉಳಿದುಕೊಳ್ಳಲು ಹೇಳಿ ಮಾಳಪ್ಪಯ್ಯ ಲೋಟಲಿಯ ರಾವುಳು ಕುಡಾವನ ಜೊತೆ ಬಾರ್ದೇಶದ ಕಡೆಗೆ ಹೊರಟರು. ನಾಗ್ಡೊ ಬೇತಾಳನನ್ನು ಹುಡುಕಿಕೊಂಡು ಹೊರಟ ಅವರನ್ನು ಕಂಡು ಎಲ್ಲರಿಗೂ ಆಶ್ಚರ್ಯ. ಹಾಗೆ ಹೋಗಬಾರದು ಅಂತಿದೆಯಲ್ಲವೇ ಎಂದು ಅವರೊಡನೆ ಎಲ್ಲರೂ ಕೇಳುವವರೇ. ಆದರೆ ಪರಿಸ್ಥಿತಿ ಗಂಭೀರ. ಸಂಕ್ವಾಳಿಯಲ್ಲಿ ದಾಮುಪುರಾಣಿಕರು ತಮ್ಮ ಅಗ್ರಹಾರದ ಹತ್ತು ಹುಡುಗರನ್ನು ಸೇರಿಸಿ ಗೊಂದಲವೆಬ್ಬಿಸಿದ್ದರು. ಅದರ ಪ್ರತಿಕ್ರಿಯೆ ಗಾಬರಿ ಹುಟ್ಟಿಸುವಂಥದ್ದು. ಪೋರ್ಚುಗೀಸ್ ಸೈನ್ಯದ ಒಂದು ತುಕಡಿ ಸಂಕ್ವಾಳಿಗೆ ಹೋಗಿ, ಮನೆ ಮನೆಗಳಿಗೆ ನುಗ್ಗಿ, ವಯಸ್ಸಿಗೆ ಬಂದ ತರುಣರನ್ನು ಎಳೆದು ತಂದು ಸಾಲಾಗಿ ನಿಲ್ಲಿಸಿ ಬಂದೂಕಿನಿಂದ ಢಮ್‌ಢಮ್‌ಢಮಾರೆಂದು ಹೊಡೆದು ಹೊರಟುಹೋಗಿದ್ದರು. ಎಲ್ಲ ಕನಸಿನಲ್ಲೆಂಬಂತೆ ನಡೆದುಹೋಗಿತ್ತು. ತೀಸ್‌ವಾಡಿಯಲ್ಲಿ ಅವರು ಅನೇಕ ದೇವಾಲಯಗಳನ್ನು ಎಗ್ಗಿಲ್ಲದೇ ನೆಲಕ್ಕೆ ಕೆಡವಿದ್ದರು. ಅಲ್ಲಿ ಪ್ರತೀ ಭಾನುವಾರ ಪ್ರಾರ್ಥನೆ ಮಾಡಲು ಅನುಕೂಲವಾಗುವಂತೆ ಸುಣ್ಣ ಹೊಡೆದ ಬಿಳಿಯ ಗೋಡೆಗಳ ಚರ್ಚುಗಳು ಎದ್ದಿದ್ದವು.

ಮಾಳಪ್ಪಯ್ಯನೂ ರಾವುಳು ಕುಡಾವನೂ ಬಾರ್ದೇಶಕ್ಕೆ ಹೋಗಿ ತನ್ನ ತಂದೆಯ ಷಡ್ಡಕರ ಮನೆಯಲ್ಲಿ ಒಂದು ದಿನ ನಿಂತರು. ಅವರಿಗೂ ಬೇತಾಳ ಎಲ್ಲಿದ್ದಾನೆಂಬ ಮಾಹಿತಿ ತಿಳಿದಿರಲಿಲ್ಲ. ಹಾಗಾಗಿ ಇಬ್ಬರೂ ಅಲ್ಲಿಂದ ಹೊರಟು ಮತ್ತಷ್ಟು ಉತ್ತರಕ್ಕೆ ಹೋದರು. ಜನರೆಲ್ಲ ಊರು ಬಿಟ್ಟು ಹೋದುದು ಸ್ಪಷ್ಟವಾಗಿ ಕಾಣುತ್ತಿತ್ತು. ಮನೆಗಳು ಜರಿದು ಬಿದ್ದಿದ್ದುವು. ಊರುಗಳು ಬಿಕೋ ಅನ್ನುತ್ತಿದ್ದುವು. ಅಲ್ಲಲ್ಲಿ ಹೊಸದಾದ ಕುರಾಸು ತೊಟ್ಟ ಮಂದಿ ಆಸೆಯಿಂದ ನೋಡುತ್ತಾ ಅವರನ್ನು ಗಮನಿಸುತ್ತಿದ್ದರು. ರಾವುಳು ಕುಡಾವ "ಇಲ್ಲೆಲ್ಲ ಬ್ರಾಹ್ಮಣರ ಮನೆಗಳನ್ನು ಹುಡುಕುವುದೇ ಕಷ್ಟವಾಗಿದೆಯಲ್ಲ?" ಎಂದು ತನ್ನ ಅಳಲನ್ನು ತೋಡಿಕೊಂಡ. ಒಂದು ಊರಿನಲ್ಲಂತೂ ಯಾರೂ ಸಿಗಲೇ ಇಲ್ಲ. ಆದುದರಿಂದ ಎಲ್ಲಿಂದಲೋ ಅಕ್ಕಿ ಪಡೆದು ದಾರಿಯ ಬದಿಯಲ್ಲೇ ಅದನ್ನು ಬೇಯಿಸಿ ಅವರು ಊಟ ಮಾಡಿದರು. ನಡೆದು, ನಡೆದು ಕಾಲುಗಳಿಗೆ ಬೊಬ್ಬೆಗಳೆದ್ದುವು. ಆದರೆ ನಾಗ್ಡೊ ಬೇತಾಳ ಎಲ್ಲಿರಬಹುದೆಂಬ ಸುಳಿವು ಕೂಡಾ ಸಿಗಲಿಲ್ಲ. "ಹೀಗೇ ಆದರೆ ನಾವು

ಊರಿಗೆ ಬರಿಗೈಯಲ್ಲಿ ಮರಳಬೇಕಾಗುತ್ತದೇನೋ'' ಎಂದು ಅವರೊಮ್ಮೆ ರಾವುಳು ಕುಡಾವನ ಜೊತೆ ಅಳಲು ತೋಡಿಕೊಂಡದ್ದಿತ್ತು. ರಾವುಳು ಕುಡಾವ ಮಾಳಪ್ಪಯ್ಯನವರಿಗಿಂತ ಸಣ್ಣವನಾದರೂ ದಣಿದದ್ದು ಹೆಚ್ಚು. ''ಇಷ್ಟಕ್ಕೂ ನಾಗ್ದೊ ಬೇತಾಳನನ್ನು ಕಂಡರೆ ಏನು ಸಿಗುತ್ತದೆ, ಭಾವ?'' ಎಂದು ಕೇಳಿದ. ಮಾಳಪ್ಪಯ್ಯನವರು ಅದಕ್ಕೆ ''ಇದು ನಂಬಿಕೆಯ ಪ್ರಶ್ನೆ ರಾವುಳು. ಏನು ಸಿಗುತ್ತದೆ ಅಂತಲ್ಲ. ಈ ಊರುಗಳಲ್ಲಿದ್ದ ಬ್ರಾಹ್ಮಣರೆಲ್ಲ ಊರು ಬಿಟ್ಟು ಹೋದುದನ್ನು ನೋಡಿದರೆ ಸಾಸಷ್ಟಿಗೂ ಆ ದಿನಗಳು ದೂರವಿಲ್ಲ ಅಂತನ್ನಿಸುತ್ತದೆ. ಸುಕ್ದೊ ಪೊರೋಬು ನಾಗ್ದೊ ಬೇತಾಳ ಮೊದಲೇ ಬಂದರೆ ಈ ದೇಶಾಂತರ ತಪ್ಪಿಸಬಹುದೇನೋ ಎಂಬ ಆಸೆಯಿಂದಿದ್ದಾರೆ'' ಎಂದರು. ರಾವುಳು ಕುಡಾವ ತಾನು ಹಿಂಜರಿದುದಕ್ಕೆ ನಾಚಿಕೊಂಡ. ''ಹುಡುಕಿಕೊಂಡು ಹೋದರೆ ನಾಗ್ದೊ ಬೇತಾಳ ಸಿಗುವುದೇ ಇಲ್ಲವೇನೋ?'' ಎಂದು ಅನುಮಾನ ಸೂಚಿಸಿದ.

ಮಳೆಗಾಲ ಬೇರೆ ಆರಂಭವಾಗಿತ್ತು. ಬರಿಗಾಲಿನಲ್ಲಿ ನಡೆಯುತ್ತಿದ್ದ ಅವರಿಗೆ ಸಾಕಷ್ಟು ಇಂಬಳಗಳೂ ಕಚ್ಚಿ ರಕ್ತ ಹೀರತೊಡಗಿದ್ದುವು. ನಾಗ್ದೊ ಬೇತಾಳ ಸಿಕ್ಕದೇ ಸ್ಥೈರ್ಯ ಉಡುಗಿ ಹೋಗುವಂಥ ಹಂತಕ್ಕೆ ಬರುವಾಗಲೇ ಕತ್ತಲೆಯ ಮಧ್ಯೆ ಮಿಣುಕು ಹುಳ ರೆಕ್ಕೆ ಬಡಿಯಿತು. ಅವರು ಉಳಕೊಂಡಿದ್ದ ಊರಿನಲ್ಲಿದ್ದ ಕೆಲವು ಬ್ರಾಹ್ಮಣರು ಅವನು ಪೆಡ್ನೆಯಲ್ಲಿ ಸಿಗಬಹುದೆಂದು ಹೇಳಿದರು. ಮಾಳಪ್ಪಯ್ಯ, ರಾವುಳು ಕುಡಾವರಿಗೆ ಪೆಡ್ನೆ ಎಲ್ಲಿದೆ ಅಂತ ಗೊತ್ತಿರಲಿಲ್ಲ, ಪೆಡ್ನೆ ಎಂದೇ ಏಕೆ, ಬಾರ್ದೇಶದ ಯಾವ ಊರೂ ಗೊತ್ತಿರಲಿಲ್ಲ. ಅವರಿವರನ್ನು ಕೇಳಿಕೊಂಡು ಇಬ್ಬರೂ ಮುಂದುವರಿದಿದ್ದರು. ರಾವುಳು ಕುಡಾವ ''ಕಲಿಗಾಂವ್‌ಗೆ ಹೋಗಿ ನೋಡುವುದು. ಅಲ್ಲಿಲ್ಲ ಅಂತಾದರೆ ಮರಳಿ ಹೋಗಿಬಿಡೋಣ. ಮೂಡಣದಲ್ಲಿ ಮೋಡಗಳು ಏಳುವುದನ್ನು ನೋಡಿದರೆ ಗಾಬರಿಯಾಗುತ್ತದೆ. ಒಮ್ಮೆ ಆಷಾಢ ಹಿಡಿಯಿತೋ, ಮುಂದೆ ನಾವು ಎಲ್ಲೂ ಹೋಗುವ ಹಾಗಿಲ್ಲ'' ಎಂದ. ಉಳಿದುಕೊಂಡಿದ್ದ ಹಳ್ಳಿಯ ಜನರು ''ಹಾಗೆ ನಿರಾಶರಾಗಬೇಡಿ. ನಾಗ್ದೊ ಬೇತಾಳ ಮೂರು ಹಪ್ತೆಗಳಿಂದ ಪೆಡ್ನೆಯಲ್ಲಿದ್ದಾನೆ. ಹೋದರೆ ಖಂಡಿತ ಸಿಗುತ್ತಾನೆ'' ಎಂದರು. ಹಾಗಾಗಿ ಅವರು ತಕ್ಷಣವೇ ಪೆಡ್ನೆಯ ಮುಖವಾಗಿ ಹೊರಟರು.

ಬಾರ್ದೇಶದ ಹಳ್ಳಿಗಳಲ್ಲಿ ಪ್ರತಿಯೊಂದು ಕಡೆ ಅವರನ್ನು ಹೀಗೆ ಹುಡುಕುವ ಉದ್ದೇಶವೇನು ಎಂದು ಕೇಳಿದ್ದರು. ಸಾಸಷ್ಟಿಯ ಕತೆ ಕೇಳಿ ''ಇಲ್ಲೆಲ್ಲ ಹತ್ತಾರು ವರ್ಷಗಳಿಂದ ಇದೇ ಕತೆ ಸ್ವಾಮೀ. ಬ್ರಾಹ್ಮಣರು ತಮ್ಮ ಆಚಾರ ಬಿಡಲಾಗದೇ ಊರು ತ್ಯಜಿಸಿ ಉತ್ತರಕ್ಕೆ ಹೋಗಿದ್ದಾರೆ. ಇದ್ದವರಲ್ಲಿ ಅನೇಕರು ಮತಾಂತರಗೊಂಡಿದ್ದಾರೆ. ಬಲಾತ್ಕಾರದಿಂದ ಅವರನ್ನೆಲ್ಲ ಕಿರಿಸ್ತಾನರನ್ನಾಗಿ ಮಾಡಿದ್ದಾರೆ. ಆದರೆ ಅವರು ಯಾರೂ ತಮ್ಮ ಹಿಂದಿನ ಆಚಾರವಿಚಾರಗಳನ್ನು ದೇವರುಗಳನ್ನು ಮರೆತಿಲ್ಲ, ಗುಟ್ಟಾಗಿ ಪೂಜೆ ಪುನಸ್ಕಾರ ಮಾಡುತ್ತಲೇ ಇದ್ದಾರೆ. ಅವರು ಹೇಳಿದ ಹಾಗೆ ಕೇಳಲಿಲ್ಲವೋ, ಕಷ್ಟ ಪರಂಪರೆಗಳು ಆರಂಭವಾಗುತ್ತವೆ'' ಎಂದಿದ್ದರು. ಹಾಗಾಗಿ ಮಾಳಪ್ಪಯ್ಯನವರ ಇದ್ದ

ಬಿದ್ದ ಆಸೆಯೂ ಉಡುಗಿ ಹೋಗಿತ್ತು. ಆದರೂ ಅವರು ಎದುರು ಸಿಕ್ಕಿದವರಿಂದ ದಾರಿ ಕೇಳುತ್ತಾ ಪೆಡ್ನೆಗೆ ಬಂದರು.

ಪೆಡ್ನೆಗೆ ತಲುಪಿದಾಗ ಮಳೆ ಸುರಿಯುತ್ತಿತ್ತು. ಅನೇಕ ದಿನಗಳಿಂದ ಆ ಕಡೆ ಮಳೆ ಬೀಳುತ್ತಿರಬೇಕು. ಗದ್ದೆಗಳಲ್ಲಿ ತುಂಬಿದ ನೀರು. ಜೋರಾಗಿ ನಡೆದ ಕೆಲಸ. ಭತ್ತದ ಸಸಿಗಳನ್ನು ನೆಡುತ್ತಾ ಎತ್ತರದ ಸ್ವರದಲ್ಲಿ ಹಾಡುವ ಕುಡುಂಬಿ ಹೆಂಗಸರು. ದಾರಿಹೋಕರನ್ನು ಕಂಡ ಹಳ್ಳಿಗನೊಬ್ಬ ಏನು ಎತ್ತ ಎಂದು ವಿಚಾರಿಸಿದ. ಅವರನ್ನು ಮರದ ಬುಡವೊಂದರಲ್ಲಿ ಕುಳ್ಳಿರಿಸಿ, ಹಣ್ಣುಗಳನ್ನೂ ಹಾಲನ್ನೂ ಕೊಟ್ಟು "ನಾಗ್ದೊ ಬೇತಾಳ ಇಲ್ಲಿ ಹತ್ತಿರದಲ್ಲಿರುವುದು ನಿಜ" ಎಂದ – "ನಾನೂ ಸಾರಸ್ವತನೇ ಸ್ವಾಮಿ. ಆದರೇನು ಮಾಡುವುದು? ದೇವರು ಕ್ಷಮಿಸಲಾರದಂಥ ಕೆಲಸ ಮಾಡಿದ್ದೇನೆ. ನನ್ನ ಅಣ್ಣನ ಮಗನೊಬ್ಬ ಕಿರಿಸ್ತಾನ ಹುಡುಗಿಯನ್ನು ಮದುವೆಯಾದ. ಹಾಗಾಗಿ ನಮ್ಮೆಲ್ಲರನ್ನೂ ಎಳೆದುಕೊಂಡು ಹೋಗಿ ಕೊರಳಿಗೆ ಕುರಾಸು ಹಾಕಿ ಅವರ ದೇವರ ಎದುರು ಮಂಡಿಯೂರಿಸಿ ಮತಾಂತರ ಮಾಡಿದರು. ಆ ಮೇಲೆ ಇಲ್ಲಿಯ ಬ್ರಾಹ್ಮಣರೂ ನಮ್ಮನ್ನು ಜಾತಿಯಿಂದ ಹೊರಹಾಕಿದರು" ಎಂದು ಕಣ್ತುಂಬಿ ಹೇಳಿದ.

ಮಾಳಪ್ಪಯ್ಯನವರಿಗೆ ಅವನ ಕಥೆ ಕೇಳುವಷ್ಟು ವ್ಯವಧಾನವಿರಲಿಲ್ಲ. ನಾಗ್ದೊ ಬೇತಾಳ ಇದ್ದಾನೆಂದು ತಿಳಿಯುತ್ತಲೇ ಅವನನ್ನು ನೋಡಲು ಮನಸ್ಸು ಹಾತೊರೆಯಿತು. ಆ ಮುದುಕ "ಆಗಲಿ ಸ್ವಾಮೀ. ನಾವಂತೂ ಜಾತಿಬಾಹಿರರು. ಈ ಪೋರ್ಚುಗೀಸ ಜನ ನಮ್ಮನ್ನ ನಿಮ್ಮ ಜೊತೆ ಮಾತಾಡುವುದಕ್ಕೂ ಬಿಡಲೊಲ್ಲರು. ನೀವು ಹೋಗಿ. ಈ ಗುಡ್ಡದಾಚೆ ಬಯಲಿದೆ. ತುಸು ಇಳಿದು ಹೋಗಬೇಕು. ತುಂಬಿದ ಗದ್ದೆಗಳು. ಒಂದು ಹಳ್ಳಿ ಇದೆ. ನಾಗ್ದೊ ಬೇತಾಳ ನಿಮಗೆ ಸಿಕ್ಕೇ ಸಿಗುತ್ತಾನೆ" ಎಂದು ಹೇಳಿ ಬೀಳ್ಕೊಟ್ಟ.

ಕೊನೆಗೂ ನೀರು ತುಂಬಿದ ಗದ್ದೆಯೊಂದರಲ್ಲಿ ಅವರಿಗೆ ನಾಗ್ದೊ ಬೇತಾಳನ ದರ್ಶನವಾಯಿತು. ಗದ್ದೆಗಳಲ್ಲಿ ಕೆಲಸ ಮಾಡುವ ಹತ್ತೈವತ್ತು ಜನರ ಮಧ್ಯೆ ನಾಗ್ದೊ ಬೇತಾಳ ಓಡಾಡುತ್ತಿದ್ದ. ಭತ್ತದ ಸಸಿಗಳನ್ನು ಅವರು ನೆಡುತ್ತಿದ್ದುದರಿಂದ ನೀರು ಬಣ್ಣ ತಳೆದಿತ್ತು. ಚೆನ್ನಾಗಿ ಹೂಡಿದ ಕಾರಣ ಕಾಲು ಹೂತುಹೋಗುವಂತೆ ಮಣ್ಣು ಹದಗೊಂಡಿತ್ತು. ಜನ ಭರಭರಾಟೆಯಿಂದ ಕೆಲಸ ಮಾಡುತ್ತಿದ್ದರು. ಹಾಗೆ ಮಾಡುತ್ತಿದ್ದಾಗ ಅವರು ಆಯಾಸಗೊಂಡರೆ ಕುಡಿಯುವ ನೀರು ಕೊಡಲು ನಾಗ್ದೊ ಬೇತಾಳ ಕೈಲೊಂದು ನೀರಿನ ದೊಡ್ಡ ಪಾತ್ರೆ ಹಿಡಿದು ಅಲ್ಲಿಂದಿಲ್ಲಿಗೂ ಇಲ್ಲಿಂದಲ್ಲಿಗೂ ಓಡಾಡುತ್ತಿದ್ದ. ಸಾಮಾನ್ಯರಿಗೆ ಸಾಮಾನ್ಯನಾಗಿ ಓಡಾಡುತ್ತಿದ್ದ ಅವನನ್ನು ಕಂಡು ಅವರ ಮೈ ಪುಳಕಿತಗೊಂಡಿತು. ಕಣ್ಣಲ್ಲಿ ನೀರು ತುಂಬಿತು. ಅಲ್ಲಿಯವರೆಗೆ ನಡೆದ ಆಯಾಸ ಒಮ್ಮೆಲೇ ಪರಿಹಾರಗೊಂಡಂತನ್ನಿಸಿತು. ಅವರನ್ನು ಕಂಡು ಕೆಸರಿನಿಂದ ಮೇಲಕ್ಕೆ ಬಂದ ನಾಗ್ದೊ ಬೇತಾಳನ ಎದುರು ಇಬ್ಬರೂ ಸಾಷ್ಟಾಂಗ ಪ್ರಣಾಮ ಮಾಡಿದರು.

ನಾಗ್ದೊ ಬೇತಾಳ ಅವರನ್ನು ತನ್ನ ಕುಟೀರಕ್ಕೆ ಕರೆದುಕೊಂಡು ಹೋದ.

ಮಾಳಪ್ಪಯ್ಯ ನಾಗ್ದೊ ಬೇತಾಳನನ್ನು ಕಂಡದ್ದು ಐದಾರು ವರ್ಷಗಳ ಹಿಂದೆ. ಆಗ ಹೇಗಿದ್ದನೋ ಈಗಲೂ ಹಾಗೆಯೇ. ಅದೇ ನಗ್ನ ಅವತಾರ. ಅವನ ಕುಟೀರ ಊರ ಮಧ್ಯದ ದೇವಸ್ಥಾನದ ಬಳಿ ಇತ್ತು. ಕುಟೀರದಲ್ಲಿ ಅಡುಗೆಯ ಪರಿಕರಗಳೇನೂ ಇರಲಿಲ್ಲ. ಸುತ್ತ ಅಲ್ಲಲ್ಲಿ ಬಿದ್ದ ವಿಭೂತಿ. ನೆಲದ ಮೇಲೆ ಹಾಸಿದ ಈಚಲಗರಿಯ ಚಾಪೆ. ಗೋಡೆಗೆ ಒರಗಿಸಿಟ್ಟ ತಾಳದಂಡ. ಹೆಂಡದ ವಾಸನೆ. ಬಂದವರನ್ನು ಕುಳ್ಳಿರ ಹೇಳಿ ತಾನು ಎಂದಿನಂತೆ ಚಕ್ಕಳ ಮಕ್ಕಳ ಹಾಕಿ ಕುಳಿತು ಕಾಲು ನೀವಿಕೊಳ್ಳುತ್ತಾ ಏನು ಎಂಬಂತೆ ಅವರ ಮುಖ ನೋಡಿದ.

ಮಾಳಪ್ಪಯ್ಯ ತಾವು ಬಂದ ಉದ್ದೇಶ ವಿವರಿಸಿದರು. ಮಠಗ್ರಾಮದಲ್ಲಿ ಸುಕ್ದೊ ಪೊರೋಬುವಿನ ನೇತೃತ್ವದಲ್ಲಿ ನಡೆದ ಹತ್ತು ಸಮಸ್ತರ ವಿಚಾರ ವಿನಿಮಯವನ್ನು ಹೇಳಿದರು. ''ನಿಮ್ಮನ್ನು ಕರೆದುಕೊಂಡೇ ಬರಲು ಆಗ್ರಹಿಸಿದ್ದಾರೆ'' ಎಂದು ಕೈ ಜೋಡಿಸಿದರು. ಬೇತಾಳ ನಕ್ಕ. ''ಗಾಳಿಯನ್ನು ಬಟ್ಟೆಯಲ್ಲಿ ಹಿಡಿಯುವುದು ಸಾಧ್ಯವೇ ಮಾಳಪ್ಪಯ್ಯ?'' ಎಂದು ಕೇಳಿದ. ''ಬೆಂಕಿಯನ್ನು ಅಂಗೈಯಲ್ಲಿ ಹಿಡಿಯುವುದು ಸಾಧ್ಯವೇ? ಸಮುದ್ರವನ್ನು ಕಮಂಡಲದಲ್ಲಿ ಹಿಡಿದುಕೊಂಡು ಹೋಗುತ್ತೀರಾ?'' ಎಂದ. ''ಇಲ್ಲಿಯ ಜನರ ಮೇಲೂ ಮತಾಂತರದ ಕೆಲಸ ಆಗುತ್ತಿದೆ. ಫರಂಗೀ ಜನರು ಇಲ್ಲಿಯ ದೇವಸ್ಥಾನಗಳನ್ನು ನಾಶ ಮಾಡಿ, ದೇವರ ಮೂರ್ತಿಗಳನ್ನು ಒಡೆದು ಹಾಕಿ ಬಲಾತ್ಕಾರದಿಂದ ಅವರ ಮತಕ್ಕೆ ತಿರುಗಿಸುತ್ತಿದ್ದಾರೆ. ನಾವಿಲ್ಲಿ ಈಗ ನಿಲ್ಲುವುದು ಅಗತ್ಯ'' ಎಂದ. ರಾವುಳು ಕುಡಾವ ಮಧ್ಯೆ ಬಾಯಿ ಹಾಕಿ ''ಕೈವಲ್ಯ ಮಠದ ಸ್ವಾಮಿಗಳು ಕಾಶಿಗೆ ಹೋದವರು ಬಂದೇ ಇಲ್ಲ. ಅವರು ಎಲ್ಲಿದ್ದಾರೆಂದು ತಿಳುವಳಿಕೆಗೂ ಬಂದಿಲ್ಲ. ನಮಗೆ ಏನು ಮಾಡಬೇಕೆಂದು ತಿಳಿಯುತ್ತಿಲ್ಲ. ಸಭೆಯಲ್ಲಿ ಜೀವ ಕೊಟ್ಟಾದರೂ ಧರ್ಮ ಉಳಿಸಬೇಕೆಂದು ನಿಶ್ಚಯಿಸಲಾಗಿದೆ'' ಎಂದ.

ನಾಗ್ದೊ ಬೇತಾಳ ವೀಳೆಯದೆಲೆಯನ್ನು ಬಾಯಿಗೆ ತುರುಕುತ್ತಾ ''ಸಾಸಷ್ಟಿಯ ಜನರು ಇನ್ನೂ ಒಂದಷ್ಟು ಕಾಯಬಹುದೇನೋ?'' ಎಂದು ಉದ್ಗರಿಸಿದ. ರಾವುಳು ಕುಡಾವ ''ಅಗ್ರಹಾರದ ಬ್ರಾಹ್ಮಣರ ವಿಷಯ ಬಿಡಿ. ಆದರೆ ಉಳಿದ ಮಂದಿ ಸಂಣ ಪುಟ್ಟ ಬಹುಮಾನಗಳ ಆಸೆಗೆ ಅವರ ಮತಕ್ಕೆ ಹೋಗಲಾರಂಭಿಸಿದ್ದಾರೆ'' ಎಂದ. ನಾಗ್ದೊ ಬೇತಾಳ ಒಂದು ಕ್ಷಣ ಮಾತಾಡಲಿಲ್ಲ. ಕೈಯಿಂದ ಪಾದಗಳನ್ನು ನೀವಿಕೊಳ್ಳುತ್ತಾ, ದವಡೆಯಲ್ಲಿ ವೀಳ್ಯದ ಚೂರ್ಣವನ್ನಿಟ್ಟುಕೊಂಡು ಯೋಚಿಸುತ್ತಿರುವಂತೆ ಕುಳಿತ. ''ಫರಂಗಿ ಜನ ನಮ್ಮ ಮೇಲೆ ಬಲಾತ್ಕಾರ ಮಾಡುತ್ತಾರೆ. ಆಮಿಷ ತೋರಿಸುತ್ತಾರೆ. ತಾಯಿಯ ಮಡಿಲಲ್ಲಿದ್ದ ಮಕ್ಕಳನ್ನು ಎಳೆದುಕೊಂಡು ಹೋಗುತ್ತಾರೆ. ನಮ್ಮ ನೆಲದ ಮೇಲೆ ನೀರಿನ ಮೇಲೆ ಬೆಂಕಿಯ ಮೇಲೆ ಉಸಿರಿನ ಮೇಲೆ ದೇಹದ ಮೇಲೆ ಅವರು ಪ್ರಭುತ್ವ ಸ್ಥಾಪಿಸುವ ಪ್ರಯತ್ನ ಮಾಡುತ್ತಾರೆ. ಒಂದು ದಿನ ನಮ್ಮ ಭಾಷೆಯನ್ನೂ ಆಡಬಾರದೆನ್ನುತ್ತಾರೆ. ನಾವು ಜಾಗೃತರಾಗಿರುವುದು ಅವಶ್ಯ'' ಎಂದ. ಮಾಳಪ್ಪಯ್ಯ

ನಮ್ರರಾಗಿ "ಅದಕ್ಕೇ ನೀವು ಬಂದರೆ ಸಾಸಷ್ಟಿಯ ಜನರಿಗೆ ಧೈರ್ಯ ಬರುತ್ತದೆ" ಎಂದರು. "ಈಗ ಸಾಧ್ಯವಿಲ್ಲ" ಎಂದ ನಾಗ್ಡೊ ಬೇತಾಳ.

ಮಾಳಪ್ಪಯ್ಯನವರ ಮುಖ ನಿರಾಸೆಯಿಂದ ಕಂದಿತು. ರಾವುಳು ಕುಡಾವನೂ ಮಾತಿಲ್ಲದೇ ಕುಳಿತ. "ದೀಪಾವಳಿ ಕಳೆದು ಬರುತ್ತೇನೆ. ತೆಂಕುದಿಕ್ಕಿಗೆ ಹೋಗಬೇಕು. ಅಲ್ಲಿಯ ಜನರು ಇನ್ನೊಂದು ಕಷ್ಟದಿಂದ ಬಳಲುತ್ತಿದ್ದಾರೆ. ಅವರನ್ನು ಕಾಣಬೇಕಾಗಿದೆ. ಹಾಗೆ ಹೋಗುವಾಗ ನಿಮ್ಮಲ್ಲಿಗೆ ಬರುತ್ತೇನೆ. ಆದರೆ ಹೆಚ್ಚು ದಿನ ನಿಲ್ಲುವ ಹಾಗಿಲ್ಲ. ನಿಮ್ಮಲ್ಲಿ ಬಂದು ಇರುವ ಪ್ರಸಂಗ ಮುಂದೆ ಬರುತ್ತದೆ" ಎಂದು ಭರವಸೆಯ ಧ್ವನಿಯಲ್ಲಿ ಹೇಳಿದ. ಮಾಳಪ್ಪಯ್ಯ "ಆಗಲಿ" ಎಂದು ತಲೆಯಲ್ಲಾಡಿಸಿದರು.

ಆ ಮೇಲೆ ಮಾತು ನಿಧಾನವಾಗಿ ಉಳಿದ ವಿಚಾರಗಳತ್ತ ಸರಿಯಿತು. "ನರಸಪ್ಪಯ್ಯ ತೀರಿಕೊಂಡರಂತೆ?" ಎಂದು ಕೇಳಿದ ನಾಗ್ಡೊ ಬೇತಾಳ. ಮಾಳಪ್ಪಯ್ಯ "ಹೌದು" ಎಂದರು. "ಮೊರ್ದೇಸಿ ರೋಗ. ನೂರಾರು ಜನರು ಸತ್ತರು. ನನ್ನ ಮೂವರು ಮಕ್ಕಳೂ ಸತ್ತರು" ಎಂದರು. "ಆಗಬಾರದ್ದು ಆಗುತ್ತಾ ಇದೆ. ಆದುದರಿಂದಲೇ ಕಷ್ಟಗಳು ಬರುತ್ತವೆ. ದೇವರು ಕೊಟ್ಟದ್ದು, ದೇವರೇ ಕೊಂಡೊಯ್ದ ಅಂತ ತಿಳಿದುಕೊಳ್ಳಿ" ಎಂದ. ಮಾಳಪ್ಪಯ್ಯ ಧಡ್ಡನ ವಿಚಾರ ಹೇಳಿದರು. ನಾಗ್ಡೊ ಬೇತಾಳ 'ಶಿವೇಚ್ಛೆ' ಎಂದ. ಆಗಲೇ ರಾತ್ರಿಯಾಗಿತ್ತು. ಗದ್ದೆಗಳಿಂದ ಮನೆಗೆ ಮರಳಿದ ಊರವರು ಬೇತಾಳನ ಬಳಿಗೆ ಬಂದು ಭಕ್ತಿಯಿಂದ ಈಚಲ ಹೆಂಡ ಇಟ್ಟರು. ಮಾಳಪ್ಪಯ್ಯನವರನ್ನೂ ರಾವುಳು ಕುಡಾವನನ್ನೂ 'ಊಟಕ್ಕೆ ಬನ್ನಿ' ಎಂದು ಕರೆದರು. ಅವರೇ ದಾರಿ ತೋರಿಸಿ ಮನೆಗೆ ಕೊಂಡೊಯ್ದರು. ನಾಗ್ಡೊ ಬೇತಾಳ ತಮ್ಮ ಮಧ್ಯೆ ಇದ್ದುದು ಅವರಲ್ಲೊಂದು ಬಗೆಯ ತೃಪ್ತ ಧನ್ಯಭಾವಕ್ಕೆಡೆ ಮಾಡಿತ್ತು. ಮಾಳಪ್ಪಯ್ಯನವರಿಗೆ ಆ ರಾತ್ರಿ ನಿದ್ರೆ ಬರಲಿಲ್ಲ. ಬೆಳಗ್ಗೆ ಅವರು ಹೊರಟು ನಿಂತಾಗ ಇನ್ನೊಮ್ಮೆ ನಾಗ್ಡೊ ಬೇತಾಳ "ದೀಪಾವಳಿ ಕಳೆದ ಮೇಲೆ ಬರುತ್ತೇನೆ" ಎಂದ. "ಪುರೋಹಿತರನ್ನು, ಪಂಡಿತರನ್ನು ಚೆನ್ನಾಗಿ ನೋಡಿಕೊಳ್ಳಿ. ಫರಂಗಿ ಜನರ ಕಂಣು ಮೊದಲು ಬೀಳುವುದು ಅವರ ಮೇಲೆ. ಈ ರಾಜ್ಯಗಳಿಂದ ಹೊರಗೆ ಹೋಗುವ ಪ್ರಸಂಗ ಬರುತ್ತದೆ. ಊರು ನೆಲ ಮನೆ ಆಸ್ತಿ ಅಂತ ಮೋಹದಿಂದ ಇದ್ದರೆ ಧರ್ಮ ಬಿಡಬೇಕಾಗುತ್ತದೆ. ಆದರೆ ಗಾಬರಿಗೊಂಡು ಪ್ರಯೋಜನವಿಲ್ಲ. ನಮ್ಮ ಜನ, ನಮ್ಮ ಭಾಷೆ, ನಮ್ಮ ಮತ ನೋಡಿಕೊಳ್ಳಿ" ಎಂದ.

★

ಆ ಮಳೆಗಾಲ ಮುಗಿಯುತ್ತಲೂ ಮಾಳಪ್ಪಯ್ಯ ವಿಟ್ಠು ಪೈಗೆ ಉಪನಯನ ಮಾಡಿದರು. ತಾವು ಎಲ್ಲಾದರೂ ಹೋದರೆ ಮನೆದೇವರ ಪೂಜೆ ಮಾಡಲು

ಕ್ರಿಷ್ಣಶರ್ಮರೇ ಬರಬೇಕು. ವಿಟ್ಠು ಪೈಗೆ ಮುಂದಣ ವರುಷ ಗುರುಬಲ ಕೂಡಿ ಬಾರದ ಕಾರಣ ಈಗಲೇ ಉಪನಯನವಾದರೆ ಒಳ್ಳೆಯದು ಎಂದು ಅವರ ಆಸೆ. ಅದರಿಂದಾಗಿ ಮನೆದೇವರ ಪೂಜೆ ಸಾಂಗವಾಗಿ ನಡೆಯುವುದು ಸಾಧ್ಯ. ಕ್ರಿಷ್ಣಶರ್ಮರನ್ನು ಕೇಳಿ ಒಳ್ಳೆಯ ದಿನವೊಂದನ್ನು ನಿಶ್ಚಯಿಸಿದರು. ಅವರೂ ರಾಧಾಬಾಯಿಯೂ ದಾಯಾದಿಗಳಾದ ಮಾಧವ ಪೈಗಾಂವ್‌ಕರರ ಸೊಸೆಯೂ ಕ್ರಿಷ್ಣಶರ್ಮರೊಡನೆ ವಾದ್ಯಸಮೇತ ಸಾಸಷ್ಟಿಯ ಪ್ರತೀ ಅಗ್ರಹಾರಕ್ಕೆ ಹೋಗಿ ಬಂಧು ಬಾಂಧವರನ್ನು ಸಮಾರಂಭಕ್ಕೆ ಆಮಂತ್ರಿಸಿದರು. ಮನೆಯ ಮುಂದೆ ಚಪ್ಪರವೆದ್ದಿತು. ಲೋಟಲಿಯಿಂದಲೂ, ಅಂತುರ್ಜೆಯಿಂದಲೂ ಅವರ ಹೆಂಡತಿ, ತಂದೆತಾಯಿಗಳ ಕಡೆಯಿಂದ ಬಂಧುಗಳು ನಾಲ್ಕು ದಿನ ಮೊದಲೇ ಬಂದರು. ರಾಧಾಬಾಯಿಯ ಅಣ್ಣ ತಮ್ಮಂದಿರು ಅಕ್ಕ ತಂಗಿಯರು ಎಲ್ಲ ಸಂಸಾರ ಸಮೇತ ಬಂದಿಳಿದರು. ಗೋಯೆಸ್ ಗಲಾಟೆ ಮಾಡದಿದ್ದರೆ ಎಲ್ಲ ನಿಶ್ಚಿಂತವಾಗಿ ಸಾಗಬಹುದು ಎಂಬ ಆತಂಕ ಮಾಳಪ್ಪಯ್ಯನವರಿಗೆ.

ಅವರಿಗೆ ಆಗಲೇ ಧಡ್ಡನಿಗೂ ಒಂದು ಜನಿವಾರ ಹಾಕುವ ಆಸೆ. ಆದರೆ ಕಿವಿಯೇ ಕೇಳದ ಅವನಿಗೆ ಗಾಯತ್ರಿಯ ಉಪದೇಶ ಮಾಡುವುದಾದರೂ ಹೇಗೆ? ಶ್ರಾವಣದಲ್ಲಿ ಬರುವ ನೂಲಹುಂಣಿಮೆಯ ಹಬ್ಬಕ್ಕೆ ಹಾಕಿದ ಜನಿವಾರವನ್ನು ಅವನು ತೆಗೆದೇ ಇರಲಿಲ್ಲ. ಚಪ್ಪರದೊಳಗಿನ ಓಡಾಟವೆಲ್ಲ ಅವನದೇ. ಅದನ್ನು ಕಂಡು ಮಾಳಪ್ಪಯ್ಯನವರಿಂದ ತಡೆಯಲಾಗಲಿಲ್ಲ. ವಿಟ್ಠು ಪೈಗಿಂತ ಅವನು ಹಿರಿಯ. ಮೊದಲು ಅವನಿಗೆ ಉಪನಯನವಾಗಬೇಕಿತ್ತು. ಅವನು ಹುಟ್ಟಿದ ತಿಥಿಯೂ ಅವರಿಗೆ ತಿಳಿಯದು. ಹಾಗಾಗಿ ಕ್ರಿಷ್ಣಶರ್ಮರು ಹೇಳಿದ ಒಂದು ದಿನದಲ್ಲಿ ಅವನಿಗೊಂದು ಹೊಸ ಜನಿವಾರ ಹಾಕಿ, ಕೇಳದ ಕಿವಿಯಲ್ಲಿ ಗಾಯತ್ರಿ ಹೇಳುವ ಶಾಸ್ತ್ರ ಮುಗಿಸಿದರು.

ಅದಾದ ನಂತರದ ಹಪ್ತೆಯಲ್ಲಿ ವಿಟ್ಠು ಪೈಗೆ ಶಾಸ್ತ್ರೋಕ್ತವಾಗಿ ಉಪನಯನ ನಡೆಯಿತು. ಮುಹೂರ್ತಕ್ಕೆ ಎರಡು ಘಂಟೆಗಳಿರುವಾಗ ಮಂಗಳವಾದ್ಯಗಳು ಮೊಳಗಿದುವು. ಮಾಳಪ್ಪಯ್ಯನವರು ಕುಣಿತದ ಹೆಂಣುಗಳನ್ನು ಕರೆಸಿ ಕುಣಿಸಿದರು. ಕೆಲವೇ ಹೊತ್ತಿನಲ್ಲಿ ಚಪ್ಪರ ಅತಿಥಿಗಳಿಂದ ತುಂಬಿ ಹೋಯಿತು. ವಿಟ್ಠು ಪೈಯನ್ನು ಪರಿಮಳ ದ್ರವ್ಯಗಳಿಂದ ಮೈ ಪೂಸಿ ಸ್ನಾನ ಮಾಡಿಸಿದರು. ಅಡುಗೆಯ ಕೋಣೆಗೆ ಎತ್ತಿಕೊಂಡೊಯ್ದು ರಾಧಾಬಾಯಿ ತನ್ನ ತೊಡೆಯ ಮೇಲೆ ಕುಳ್ಳಿರಿಸಿ, ಅನ್ನ ತರಕಾರಿ ಪಲ್ಯ ಮತ್ತು ಸಿಹಿತಿಂಡಿಗಳನ್ನು ತಿನ್ನಿಸಿದಳು. ಕ್ರಿಷ್ಣಶರ್ಮರು ಅಲ್ಲಿಗೆ ಬಂದು "ಬೇರೆಯವರು ಮಾಡಿದ ಅಡುಗೆಯನ್ನು ನೀನು ತಿನ್ನುವುದು ಇದೇ ಕೊನೆಯ ಬಾರಿ. ಇನ್ನು ಮುಂದೆ ನಿನ್ನ ಹೊಟ್ಟೆಗೆ ಬೇಕಾದುದನ್ನು ನೀನೇ ತಯಾರಿಸಿ ತಿನ್ನಬೇಕು" ಎಂದು ಮಂತ್ರ ಹೇಳಿದರು. ವಿಟ್ಠು ಪೈಯ ಎಲ್ಲ ಅರಿವೆಯನ್ನು ತೆಗೆದು ನಗ್ನವಾಗಿಸಿ ಅವನ ಸೋದರ ಮಾವ ಹೊರಗೆ ಎತ್ತಿಕೊಂಡು ಹೋದರು. ಮಾಳಪ್ಪಯ್ಯನವರು ಹತ್ತಿರ ಕುಳ್ಳಿರಿಸಿ ಹರಿತವಾದ ಕತ್ತಿಯಿಂದ ಅವನ ಕೇಶಮುಂಡನ ಮಾಡಿಸಿ, ಜುಟ್ಟು ಬಿಡಲು ಒಂದಷ್ಟು ಕೂದಲು ಉಳಿಸಿದರು.

ತೆಗೆದ ಕೂದಲನ್ನು ದರ್ಭೆ, ಶಮೀ ವೃಕ್ಷದ ಎಲೆಗಳು, ಅಕ್ಕಿ ಗೋಧಿ ನವಧಾನ್ಯಗಳ ಜೊತೆ ಹೋಮಕುಂಡದ ಬಳಿ ಸೆಗಣಿಯ ಮೇಲಿಡಲು ಹೆಂಡತಿಗೆ ಹೇಳಿದರು. ವಿಟ್ಠು ಪೈಗೆ ಮತ್ತೊಮ್ಮೆ ಸ್ನಾನ ಮಾಡಿಸಿ ಹೋಮ ಕುಂಡದ ಬಳಿ ಪೂರ್ವಕ್ಕೆ ಮುಖ ಮಾಡಿ ಕುಳ್ಳಿರಿಸಿದರು. ಮಾಳಪ್ಪಯ್ಯ ಅವನ ಬಲಪಕ್ಕದಲ್ಲೂ ಕ್ರಿಷ್ಣಶರ್ಮರು ಎಡಪಕ್ಕದಲ್ಲೂ ಕುಳಿತರು. ಗೃಹಶಾಂತಿಯ ಹೋಮ ನಡೆಯಿತು. ಅದಾಗುತ್ತಲೂ ಉಪನಯನ ಹೋಮ ಮಾಡಿ ಐದು ಬಗೆಯ ಕಾಷ್ಟಗಳನ್ನೂ ತುಪ್ಪವನ್ನೂ ಸುರಿದ ವಿಟ್ಠು ಪೈ.

ಯಜ್ಞವಾದ ಮೇಲೆ ವಿಟ್ಠು ಪೈ ಮಾಳಪ್ಪಯ್ಯನವರ ಕಾಲಿಗೆ ಬಿದ್ದು ಬ್ರಾಹ್ಮಣನ ಕರ್ತವ್ಯಗಳನ್ನು ಹೇಳಿಕೊಡಿರೆಂದು ಬೇಡಿದ. ಅವನನ್ನು ತೊಡೆಯ ಮೇಲೆ ಕುಳ್ಳಿರಿಸಿ ಬಿಳಿಯ ಅರಿವೆಯ ಮುಸುಗು ಹಾಕಿ ಮಾಳಪ್ಪಯ್ಯ ಗಾಯತ್ರಿ ಉಪದೇಶ ಮಾಡಿದರು. ಕ್ರಿಷ್ಣಶರ್ಮರು ಅವನನ್ನು ದರ್ಭೆಯ ಮೇಲೆ ಕುಳ್ಳಿರಿಸಿ ಸೊಂಟಕ್ಕೆ ದರ್ಭೆಯ ಬಳ್ಳಿ ಸುತ್ತಿ ಕೌಪೀನವುಡಿಸಿದರು. ಪಾಲಾಶದ ದಂಡವೊಂದಕ್ಕೆ ಜನಿವಾರ ತೊಡಿಸಿ ಮಾಳಪ್ಪಯ್ಯನವರ ಮೂಲಕ ಅವನ ಕೈಗೆ ಕೊಟ್ಟು ನೀನೀಗ ದ್ವಿಜನಾಗಿದ್ದೀಯ; ಇನ್ನು ಮುಂದೆ ಭಿಕ್ಷೆ ಪಡೆದು ನಿನ್ನ ಹೊಟ್ಟೆ ತುಂಬಿಸಿಕೊಳ್ಳತಕ್ಕದ್ದು ಎಂದರು. ವಿಟ್ಠು ಪೈ ಬಲಗೈಯಲ್ಲಿ ಒಂದು ಪಾತ್ರೆಯನ್ನೂ ಎಡಗೈಯಲ್ಲಿ ಪಾಲಾಶದಂಡವನ್ನೂ ಹಿಡಿದು ಮೊದಲು ತಾಯಿಯ ಬಳಿಯೂ ಆಮೇಲೆ ಬಂಧುಬಾಂಧವರೊಡನೆಯೂ ಭವತಿ ಭಿಕ್ಷಾಂದೇಹಿ ; ಭವಾನ್ ಭಿಕ್ಷಾಂದಧಾತು ಎಂದು ಭಿಕ್ಷೆ ಕೇಳಿದ. ಸಂಜೆಯ ಹೊತ್ತಿಗೆ 'ಮುಕ್ತನ' ಹೋಮ ಮಾಡಿದ. ಮೂರು ದಿನಗಳ ಪರ್ಯಂತ ವಿಟ್ಠು ಪೈ ಭಿಕ್ಷೆ ಕೇಳುವ ಕಾಯಕ ಮಾಡಿದ. ನಾಲ್ಕನೆಯ ದಿನ ಸ್ನಾನ ಹೋಮ ಮಾಡಿ ಮುಗಿಸಿ ಸೊಂಟಕ್ಕೆ ಹೊಸ ಪಂಚೆ ತೊಟ್ಟು ಪಾಲಾಶದಂಡವನ್ನು ಹಿಡಿದು ಕಾಶಿಯ ದಾರಿ ಹಿಡಿದ. ಫುಲ್ಲಾ ನದಿಯ ಬಳಿ ಅವನ ಸೋದರಮಾವ ಅವನನ್ನು ಭೇಟಿ ಮಾಡಿ ತನ್ನ ಮಗಳನ್ನು ನಿನಗೇ ಮದುವೆ ಮಾಡಿಕೊಡುತ್ತೇನೆ, ಗೃಹಸ್ಥನಾಗಿ ಸಂಸಾರ ನಡೆಸು ಎಂದು ಮಾತು ಕೊಟ್ಟು ಹಿಂದಕ್ಕೆ ಕರೆದು ತಂದ. ಬಂದವರೆಲ್ಲ ನಾಲ್ಕಾರು ದಿನಗಳ ಔತಣದೂಟವನ್ನುಂಡು, ವಟುವನ್ನು ಆಶೀರ್ವದಿಸಿ ಯಥಾನುಶಕ್ತಿ ಉಡುಗೊರೆಗಳನ್ನು ಕೊಟ್ಟು ಹಿಂತೆರಳಿದರು.

ಉಪನಯನದ ದಿನಗಳಲ್ಲಿ ಧಡ್ಡ ಅತ್ಯುತ್ಸಾಹದಿಂದ ಚಪ್ಪರದ ತುಂಬ ಓಡಾಡಿ ಸಂಭ್ರಮಿಸಿದ. ಆದರೆ ಮಾಳಪ್ಪಯ್ಯನವರಿಗೆ ಹೆದರಿಕೆ ಇದ್ದುದು ಎಲ್ಲಿ ವಿಘ್ನ ಬಂದು ಸಮಾರಂಭ ನಿಂತು ಹೋಗುತ್ತದೋ ಎಂದು. ಬಂದು ಹೋದ ಅತಿಥಿಗಳು ಅಲ್ಲಲ್ಲಿ ಪೋರ್ಚುಗೀಸರು ನಡೆಸಿದ ದೌರ್ಜನ್ಯಗಳನ್ನು ಕುರಿತು ಹೇಳುವಾಗೆಲ್ಲ ಅವರಿಗೆ ಆತಂಕ. ಎಲ್ಲಿ ಗೋಯೆಸ್ ಬಂದು ಬಿಡುವನೋ ಎಲ್ಲಿ ಮುಂಜಿ ನಿಲ್ಲಿಸುವ ಪ್ರಮೇಯ ಬರುತ್ತದೋ ಎಂದು ಹೆದರಿಕೊಂಡೇ ಇದ್ದರು. ಆದರೆ ಪುಣ್ಯವಶಾತ್ ಗೋಯೆಸ್ ಊರಲ್ಲಿರಲಿಲ್ಲ. ಹಾಗಾಗಿ ವಿಟ್ಠು ಪೈ ದ್ವಿಜನಾಗುವ ಸಮಾರಂಭಕ್ಕೆ ಯಾವ ವಿಘ್ನವೂ ಆಗಲಿಲ್ಲ.

ವಿಟ್ಠು ಪೈಗೆ ಉಪನಯನವಾದ ಕೆಲವೇ ದಿನಗಳಲ್ಲಿ ಮಿಂಗ್ವೇಲ ರಾಜ ದೊರೆ ಪೋರ್ಚುಗಲ್ಲಿನಿಂದ ಮರಳಿ ಬಂದನೆಂಬ ಸುದ್ದಿ ವೆರಣೆಗೆ ತಲುಪಿತು. ಬರುತ್ತಾ ರಾಜನಿಂದ ಇನ್ನೂ ಹೆಚ್ಚಿನ ಆಜ್ಞೆಗಳನ್ನು ತಂದಿದ್ದಾನೆಂದೂ ತಮ್ಮ ದೇವಾಲಯಗಳನ್ನು ಕೆಡವಿ ಚರ್ಚುಗಳನ್ನು ಕಟ್ಟುತ್ತಾನೆಂದೂ ತಿಳಿದು ಸಾಸಷ್ಟಿಯ ಜನ ಕಂಗಾಲಾದರು. ಅದು ಸಮನೆಂಬಂತೆ ಗೋಯೆಸ್ ಹತ್ತಿಪ್ಪತ್ತು ತರುಣರೊಡನೆ ಕುದುರೆಯ ಮೇಲೆ ಬಂದು ಗ್ರಾಮಪುರುಷನ ಗುಡಿಯನ್ನು ನೆಲಸಮ ಮಾಡಲು ಉದ್ಯುಕ್ತನಾದ. ಕೈಯಲ್ಲಿ ಬಂದೂಕು ಹಿಡಿದು ಬರುವವರನ್ನು ಬೆದರಿಸತೊಡಗಿದ. ಕಾಸ್ಟೆಲೋ ಮೇಲೆ ಸಂಕ್ವಾಳಿಯಲ್ಲಿ ಮಾಡಿದ ಹಲ್ಲೆಯಿಂದಾಗಿ ಅವನಿಗೆ ಸ್ಥಳೀಯರ ಮೋರೆ ಕಂಡೊಡನೆ ಉರಿದು ಬೀಳುವಂತಾಗಿತ್ತು. ಜನ ದಿಗಿಲೆದ್ದರು. ಮಾಳಪ್ಪಯ್ಯ ಮುಂದೆ ಹೋಗಿ ಪ್ರತಿಭಟಿಸಿದರು. ಅವರ ಜೊತೆ ವೆರಣೆಯ ಅನೇಕ ತರುಣರೂ ಸೇರಿದ್ದ ಕಾರಣ ಒಂದಷ್ಟು ಗೊಂದಲವಾಯಿತು. ಆದರೆ ಬಂದೂಕಿನ ಮೇಲೆ ಬೆರಳಿಟ್ಟು ಗೋಯೆಸ್ ಕಿರುಚಾಡಿದ. ಅವರು ಏನು ಮಾಡಿಯಾರು? ಕೊಮಿನೋ ಕೊಂದ ಕುಡುಂಬಿಯರ ಹುಡುಗನ ಬಗ್ಗೆಯೂ ಅವರ ನೆನಪು ಹಸಿಯಾಗಿತ್ತು. ಆದುದರಿಂದ ಎಲ್ಲ ತೆಪ್ಪಗಾಗಬೇಕಾಯಿತು. ಕೃಷ್ಣಶರ್ಮರು ಗೋಳೋ ಎಂದು ಅತ್ತರು. ಗುಡಿಯ ಗೋಡೆಗಳು ಉರುಳಿಬಿದ್ದುವು. ಗೋಯೆಸ್ ಗುಂಡು ಹಾರಿಸಿ ಗ್ರಾಮಪುರುಷನ ಮೂರ್ತಿಯನ್ನು ಭಗ್ನಗೊಳಿಸಿದ. ನಾಲ್ಕು ಜನ ಪೋರ್ಚುಗೀಸರು ಮೂರ್ತಿಯ ತುಂಡುಗಳನ್ನೆತ್ತಿ ಪುಲ್ಲಾ ನದಿಗೆ ಬೀಸಿ ಒಗೆದರು. ಅವರ ಮುಖದಲ್ಲಿ ತುಂಬಿದ ಕ್ರೌರ್ಯ. ಗೋಯೆಸ್ ಹುಚ್ಚನಂತೆ ''ಈ ಕಲ್ಲಿನ ಮೂರ್ತಿಗಳಿಗೆ ಸುತ್ತು ಬಂದರೆ ಏನು ಸಿಗುತ್ತದೆ? ಬದಲು ಯೇಸುವನ್ನು ಆರಾಧಿಸಿ. ಬೆಳಗ್ಗೆದ್ದು ಸ್ನಾನ ಮಾಡಬೇಡಿ. ಜುಟ್ಟುಗಳನ್ನು ಕತ್ತರಿಸಿ. ಮಾಂಸ ತಿನ್ನಿ. ಮದ್ಯ ಕುಡಿಯಿರಿ. ಸಂಸಾರಿಯಾಗಿ ಮಜ ಮಾಡಿ. ನಮ್ಮಂತೆ ಕ್ರಿಶ್ಚಿಯನ್ನರಾಗಿರೋ'' ಎಂದು ಅರಚಿದ.

ಮಾಳಪ್ಪಯ್ಯನವರಿಗೆ ನಾಗ್ಡೊ ಬೇತಾಳನ ನೆನಪಾಯಿತು. ತರುಣರನ್ನು ಹಿಂದೆ ತಳ್ಳಿ ಅವರು ಮನೆಗೆ ಮರಳಿದರು. ಆ ರಾತ್ರಿ ಅವರ ಮನೆಯಲ್ಲಿ ವೆರಣೆಯ ಎಲ್ಲ ಜನರೂ ಬಂದು ಚರ್ಚೆ ನಡೆಸಿದರು. ಶ್ರೀಧರ ಕಾಳೆಯವರು ತಮ್ಮ ಅನುಭವೀ ಸ್ವರದಲ್ಲಿ ''ಆಳ್ವಿಕೆ ಅವರ ಕೈಯಲ್ಲಿದೆ. ನಾವು ಏನೂ ಮಾಡುವಂತಿಲ್ಲ. ಅವರು ಮಾಡಿದ್ದು ಪಾಪ ಎಂತಾದರೆ ದೇವರೇ ಗೋಯೆಸ್‌ನಿಗೆ ಶಿಕ್ಷೆ ಕೊಟ್ಟಾನು'' ಎಂದರು. ವೆರಣೆ ಆ ದಿನ ಸ್ಮಶಾನಮೌನದಲ್ಲಿತ್ತು.

ಕೊಮಿನೋ ಈ ಘಟನೆಯಾದಾಗ ಬೇಕೆಂದೇ ಊರಲ್ಲಿರಲಿಲ್ಲ. ಹೆಂಡತಿಯೊಡನೆ ಗೋವೆಗೆ ಹೋಗಿದ್ದ. ಅಲ್ಲಿ ಕ್ರಿಶ್ಚಿಯನ್ ಧರ್ಮದ ಉಪದೇಶ ಮಾಡಲು ಸೇಯಿಂಟ್ ಪಾವುಲನ ಕಾಲೇಜು ಆರಂಭಿಸಿದ್ದರು. ಅಲ್ಲಿ ಆಗುವ ಉಪನ್ಯಾಸಗಳನ್ನು ಕೇಳಲು ಅವನು ಹೋಗಿದ್ದ. ಅಲ್ಲದೇ ಅವನು ತೀಸ್‌ವಾಡಿಗೆ ಹೋಗದೇ ಮೂರು ತಿಂಗಳುಗಳಾಗಿದ್ದುವು. ತನ್ನ ನಿವೃತ್ತಿ ವೇತನವನ್ನು ಪಡೆಯಲು, ಹೆಂಡತಿಯನ್ನು ವೈದ್ಯರಿಗೆ ತೋರಿಸಲು ಅಂತ ಮೂರು ನಾಲ್ಕು ಕೆಲಸಗಳು ಬಿದ್ದಿದ್ದುವು. ಅವನು ಸಾಧ್ಯವಾದಷ್ಟು ಗೋಯೆಸ್‌ನನ್ನು

ತಡೆಯಲು ನೋಡಿದ್ದ. ಆದರೆ ಗೋಯೆಸ್ ಕೇಳುವ ಸ್ಥಿತಿಯಲ್ಲಿರಲಿಲ್ಲ. ಮಹಾಲಸ ದೇವಿಯ ದೇವಸ್ಥಾನವನ್ನು ನೆಲಕ್ಕೆ ಕೆಡವಲೇ ಬೇಕೆಂದು ಹಠ ತೊಟ್ಟಿದ್ದ. ಕೊಮಿನೋ ಅವನಿಗೆ "ನೋಡು, ಅದು ಮಾಳಪ್ಪಯ್ಯನವರ ಮನೆದೇವತೆ. ಅದನ್ನು ನೀನು ಕೆಡವಿದರೆ ನಿನ್ನ ಮೇಲೆ ಊರ ಜನ ಖಂಡಿತ ತಿರುಗಿ ಬೀಳುತ್ತಾರೆ. ಅವರು ಮನೆದೇವರಿಗೆ ಬಹಳ ಪ್ರಾಶಸ್ತ್ಯ ಕೊಡುವವರು. ಆ ದೇವತೆಯನ್ನು ಅಲ್ಲಿ ಪ್ರತಿಷ್ಠೆ ಮಾಡಿದ್ದರ ಬಗ್ಗೆ ಏನೇನೋ ಕಥೆಗಳನ್ನು ಹೇಳುತ್ತಾರೆ. ಆ ಕಥೆಗಳನ್ನು ಅವರು ನಂಬಿಯೂ ನಂಬುತ್ತಾರೆ" ಎಂದು ಎಚ್ಚರಿಸಿದ್ದ. ಆದರೆ ಗೋಯೆಸ್ ಉದ್ಧಟ. "ಆಳುವ ಪಕ್ಷದ ನಾವು ಗುಲಾಮರಂತೆ ಹೆದರುವುದೇ? ನಾನು ಅವರ ದೇವಿಯ ಮೂರ್ತಿಗೇ ಗುಂಡು ಹೊಡೆಯುವವನು. ಏನಾಗುತ್ತದೋ ನೋಡಿಯೇ ಬಿಡುತ್ತೇನೆ" ಎಂದು ಹೇಳಿದ್ದ. "ಆಗುವುದೇನು? ಸಂಕ್ವಾಳಿಯಲ್ಲಿ ಕಾಸ್ಟ್ರೋ ಮೇಲೆ ಹಲ್ಲೆ ನಡೆದಂತೆ ಇಲ್ಲೂ ನಡೆಯುವುದು ಬೇಡ ಅಂತ ಹೇಳಿದೆ. ಕಾಸ್ಟ್ರೋ ಬಳಿ ಬಂದೂಕು ಇರಲಿಲ್ಲವೇ?" ಎಂದು ಕೇಳಿ ಸುಮ್ಮಗಾದ. ಗೋಯೆಸ್ ದೇವಸ್ಥಾನ ಕೆಡುವುವ ದಿನ ಮೊದಲೇ ಅವನಿಗೆ ತಿಳಿದಿದ್ದುದರಿಂದ ಆ ದಿನವೇ ತನ್ನ ತೀಸ್‌ವಾಡಿಯ ಕಾರ್ಯಕ್ರಮ ಇಟ್ಟುಕೊಂಡ ಕೊಮಿನೋ ಹಿಂದಿನ ದಿನವೇ ಹೊರಟುಹೋಗಿದ್ದ. ಇದರ ಸೂಚನೆ ಸಿಕ್ಕಿದ ಗೋಯೆಸ್‌ಗೆ ಅಸಮಾಧಾನ. "ಕೊಮಿನೋ ಸೈನ್ಯದಲ್ಲಿರಲು ಯೋಗ್ಯನಲ್ಲ. ಹೇಡಿ ಅವನು. ರಾತ್ರಿ ಮದ್ಯದಂಗಡಿಗಳಲ್ಲಿ ಹಾಡಲು ಸರಿ" ಅಂತ ಹೇಳಿದನಾದರೂ ಮಹಾಲಸ ದೇವಿಯ ದೇವಸ್ಥಾನ ಕೆಡುವುವ ತನ್ನ ಯೋಜನೆಯನ್ನು ಬದಲಿಸಿ ಗ್ರಾಮಪುರುಷನ ಗುಡಿಯನ್ನು ಭೂಗತಗೊಳಿಸಲು ನಿರ್ಧರಿಸಿದ. ಗೆಲ್ಲುತ್ತಿರುವ ತನ್ನ ಕಾರ್ಯಗಳ ವಿಜಯೋನ್ಮತ್ತತೆಯಲ್ಲೇ ಅವನು ಅತ್ತ ನಡೆದಿದ್ದ.

ತೀಸ್‌ವಾಡಿಗೆ ಹೋದ ಕೊಮಿನೋ ಸೇಯಿಂಟ್ ಪಾವುಲನ ಕಾಲೇಜಿಗೆ ಹೋಗಿ ಮಿಂಗ್ವೇಲ ವಾಜ ಪೋರ್ಚುಗಲ್‌ನಿಂದ ತಂದ ನಿರೂಪದ ಪೂರ್ಣಪಾಠವನ್ನು ಕೇಳಿದ. ಮಿಂಗ್ವೇಲ ವಾಜ ಕುತಿನ್ಹೋನನ್ನು ಸಾವಿಯರನೇಕೋ ತುಂಬ ಗೌರವದಿಂದ ಕಾಣುತ್ತಿದ್ದ. ಹಂತಹಂತವಾಗಿ ಅವನು ವಿಕಾರ್‌ಜನರಲನಾಗಿ ಆಯ್ಕೆಯಾದುದನ್ನು ಕಂಡರೆ ಪೋರ್ಚುಗೀಸ ರಾಜನೂ ಅವನನ್ನು ತುಂಬ ಗೌರವದಿಂದ ಕಾಣುತ್ತಿದ್ದ ಹಾಗಿತ್ತು. ಸಾವಿಯರ ಅವನನ್ನು ಇಂಡಿಯಾದ ಕ್ರಿಶ್ಚಿಯನ್ನರ ತಂದೆ ಎಂದು ಕರೆಯುತ್ತಿದ್ದ. ಮಿಂಗ್ವೇಲ ವಾಜ ಸ್ಥಳೀಯ ಧರ್ಮವನ್ನು ಕಟುವಾಗಿ ದ್ವೇಷಿಸುತ್ತಿದ್ದ. ಆ ಧರ್ಮದ ದಮನ ಮಾಡಲು ಅವನು ನಾಲ್ವತ್ತೊಂದು ಅಂಶಗಳ ಒಂದು ನಿರೂಪ ಬರೆದು ರಾಜನ ಸಹಿ ಹಾಕಿಸಿದ್ದ. ಅದನ್ನು ಕೇಳಿ ಸ್ವತಃ ಕೊಮಿನೋ ಗಾಬರಿಗೊಳ್ಳುವಂತಾಯಿತು. ಕಲ್ಲಿನಿಂದಾಗಲೀ ಮರದಿಂದಾಗಲೀ ತಾಮ್ರದಿಂದಾಗಲೀ ಇನ್ನಿತರ ಯಾವುದೇ ಲೋಹದಿಂದಾಗಲೀ ಮಾಡಿದ ಮೂರ್ತಿಗಳನ್ನು ಪೂಜಿಸಬಾರದು ; ಸನ್ಯಾಸಿ, ಭಟ್ಟರು, ಪುರೋಹಿತರು, ಪಂಡಿತರು ಇವರನ್ನು ಗಡೀಪಾರು ಮಾಡಬೇಕು ; ಗೋವಾದ ಸುಂಕದ ಅಧಿಕಾರಿ ಅಂಣು ಸಿನಾಯಿ ತಕ್ಷಣ ಕ್ರಿಶ್ಚಿಯನ್ ಆಗದಿದ್ದರೆ ಕೂಡಲೇ ಕೆಲಸದಿಂದ

ತೆಗೆದುಹಾಕಬೇಕು ; ಗಂಡು ಮಕ್ಕಳಿಲ್ಲದ ಜನರು ತೀರಿಕೊಂಡರೆ ಅವರ ಆಸ್ತಿಯೆಲ್ಲ ರಾಜ್ಯಕ್ಕೆ ಸೇರಬೇಕು ; ಆದರೆ ಹಾಗೆ ತೀರಿದವರಿಗೆ ಹೆಣ್ಣುಮಕ್ಕಳಿದ್ದು ಅವರು ಕ್ರಿಶ್ಚಿಯನ್ನರಾಗಿ ಮತಾಂತರಗೊಂಡರೆ ಮಾತ್ರ ಆ ಆಸ್ತಿಯೆಲ್ಲವೂ ಅವರಿಗೆ ಸೇರಬಹುದು ; ದೇವಾಲಯಗಳ ಆದಾಯವೆಲ್ಲ ರಾಜ್ಯದ ಬೊಕ್ಕಸಕ್ಕೆ ಹೋಗಬೇಕು ; ಹಾಳು ಬಿದ್ದ ದೇವಾಲಯಗಳ ಜೀರ್ಣೋದ್ಧಾರಕ್ಕೆ ಹಣ ಸಿಗಬಾರದು ; ಅಂತಹ ಸ್ಥಳಗಳಲ್ಲಿ ಚರ್ಚುಗಳನ್ನು ಕಟ್ಟಲು ಅನುಮತಿ ಇದೆ – ಕೇಳಿ ಕೇಳಿ ಕೊಮಿನೋ ಬೇಸತ್ತ.

ಚಕ್ಕಡಿಯಲ್ಲಿ ತಂಣಗೆ, ಹೆಂಡತಿಯೊಡನೆ ಮಾತು ಕೂಡಾ ಆಡದೇ ಹಿಂದಿರುಗಿದ ಕೊಮಿನೋ ಕಂಡದ್ದು ಮನೆ ಎದುರಿನ ಗ್ರಾಮಪುರುಷನ ಗುಡಿಯ ಪುಡಿಪುಡಿಯಾದ ಅವಶೇಷಗಳನ್ನು. ವಿರೂಪಗೊಂಡ ಕಲ್ಲುಗಳು, ಮಣ್ಣ ಹೆಂಟೆಗಳು, ಉರುಳಿದ ಗೋಡೆ, ಜಜ್ಜಿ ಹಾಕಿದ ಕಬ್ಬಿಣದ ಕಪ್ಪನೆಯ ದೀಪ ಎಲ್ಲ ಗುಡ್ಡೆಯಾಗಿ ಬಿದ್ದಿದ್ದುವು. ಕಾಗೆಯೊಂದು ಅದರ ಮೇಲೆ ಕುಳಿತು ಕರ್ರ್ ಎಂದು ಒಂಟಿಯಾಗಿ ಕೂಗುತ್ತಿತ್ತು. ಮನೆಯ ಅಂಗಳದ ಮೂಲೆಯಲ್ಲಿ ನೆಟ್ಟ ಗೇರುಮರದ ಬಳಿಯಲ್ಲಿ ನಿಂತು ಕೊಮಿನೋ ಮೌನವಾಗಿ ಆ ಅವಶೇಷಗಳನ್ನು ನೋಡಿದ. ಮೈಯ ತುಂಡೊಂದು ಅಂಗವಿಕಲವಾದಂತೆ ಕಾಣುವ ಊರು. ವಾರದ ಹಿಂದೆ ಇದೇ ಊರು ಮಾಳಪ್ಪಯ್ಯನವರ ಮನೆಯಲ್ಲಿ ನಡೆದ ಮಂಗಳಕಾರ್ಯದ ನಿಮಿತ್ತ ವಾದ್ಯಘೋಷಗಳಿಂದ ತುಂಬಿತ್ತು. ಊರೂರಿಂದ ಬಂದ ಅತಿಥಿಗಳು, ಆಟಗಳು, ಹೆಂಗಸರ ಕುಣಿತಗಳು, ವೇದಘೋಷಗಳು ಈಗ ಸ್ತಬ್ಧ, ಸ್ಮಶಾನ ಮೌನ. ನಿರ್ಜನ ದಾರಿಗಳು. ಅವನ ಅಂಗಳದಿಂದ ಗ್ರಾಮಪುರುಷನ ಗುಡಿಯ ಸುತ್ತುಮುತ್ತಲಿನ ನೆಲವೆಲ್ಲ ಸ್ಪಷ್ಟವಾಗಿ ಕಾಣದಿದ್ದರೂ ಯಾವುದೇ ಕೊಲೆ ಸಾವು ಉಂಟಾಗಿರಲಾರದೆಂದು ಕೊಮಿನೋ ಆಸೆಪಟ್ಟ. ಹೆಂಡತಿಯನ್ನು ಕರೆದು ಬೆಟ್ಟು ಮಾಡಿ ತೋರಿಸುತ್ತಾ "ಅಲ್ಲಿಯ ತನಕವೂ ನಡೆದುಕೊಂಡು ಹೋಗಿ ಬರೋಣವೇ? ನಿನಗೂ ಒಂದಷ್ಟು ನಡಿಗೆಯಿಂದ ಮೈಗೆ ಒಳ್ಳೆಯದು" ಎಂದು ಪುಸಲಾಯಿಸಿದ. ಕೊಮಿನೋನ ಹೆಂಡತಿ ಮರಿಯಾ ದೆಫಾರಿಯಾ ಎಸೋಜ ಒಲ್ಲೆನೆಂದಳು. "ಅಲ್ಲಿಗೆ ಹೋಗಿ ನೋಡುವುದಾದರೂ ಏನನ್ನು?" ಎಂದು ಪ್ರಶ್ನಿಸಿದಳು. ಆದರೆ ಗಂಡನೊಬ್ಬನೇ ಹೊರಟಾಗ ಮನಸ್ಸಿಲ್ಲದ ಮನಸ್ಸಿನಿಂದ ಅವಳೂ ಹೊರಟಳು. ಕುದುರೆಗಳ ಹೆಜ್ಜೆಗಳ ಗುರುತಲ್ಲದೇ ಬೇರೇನೂ ಅವರಿಗೆ ಕಾಣಲಿಲ್ಲ. ಕೊಮಿನೋ ಮೌನವಾಗಿ, ಹೆಂಡತಿಗೆ ತಿಳಿಯದಂತೆ ನೆಲದ ಮೇಲೇನಾದರೂ ರಕ್ತದ ಕಲೆಗಳಿವೆಯೇ ಎಂದು ಹುಡುಕಾಡಿದ. "ಏನೂ ಗಲಾಟೆಯಾಗಿರಲಿಕ್ಕಿಲ್ಲ" ಎಂದು ತನ್ನಲ್ಲಿ ತಾನೇ ಹೇಳಿಕೊಂಡು ಹೆಂಡತಿಯೊಡನೆ ಹಿಂದಿರುಗಿದ.

ಗುಡಿಯಿದ್ದ ಸ್ಥಳದಿಂದ ಅವರ ಮನೆಗೆ ನೂರು ಹೆಜ್ಜೆಗಳ ದಾರಿ. ಮೌನವಾಗಿ ಬರುತ್ತಿದ್ದ ಅವರಿಗೆ ಹಿಂದುಗಡೆಯಿಂದ ಇದ್ದಕ್ಕಿದ್ದಂತೆ ಹೆಜ್ಜೆಯ ಸಪ್ಪಳ ಕೇಳಿದಂತಾಗಿ ಥಟ್ಟನೆ ತಿರುಗಿ ನೋಡಿದರೆ ಹುಚ್ಚಿ ಸೀತಾಬಾಯಿ ! ಮರಿಯಾ ಕಿಟಾರನೆ ಕಿರುಚಿ

ಗಂಡನನ್ನು ಗಟ್ಟಿಯಾಗಿ ಹಿಡಿದುಕೊಂಡಳು. ತೆಳ್ಳಗಿನ ದೇಹದ, ಕೆದರಿದ ಕೂದಲ, ಪ್ರೇತಕಳೆಯ ಕಂಗಳುಗಳ, ಸೀತಾಬಾಯಿ ಆಗಾಗ ಅವರ ಅಂಗಳಕ್ಕೆ ಬಂದು ಗೋಳೋ ಎಂದು ಅಳುವುದಿತ್ತು. ದೈನ್ಯಳಾಗಿ ಕಿರುಚುವುದಿತ್ತು. ಸೊಂಟಕ್ಕೊಂದು ಸೀರೆಯ ತುಂಡು. ಕಂಡವರೊಡನೆ ಬೀಡಿ ಕೇಳುತ್ತಾ, ಕೊಡದಿದ್ದರೆ ಬೈಯುತ್ತಾ, ಯಾರಿಗೋ ಹಿಡಿಶಾಪ ಹಾಕುತ್ತಾ ಹೊತ್ತಲ್ಲದ ಹೊತ್ತಿನಲ್ಲಿ ಕಿರುಚುತ್ತಾ ಊರು ತುಂಬ ಸುತ್ತಾಡುತ್ತಿದ್ದಳು. ಅವಳನ್ನು ಮರಿಯಾ ಹಿಂದೆ ಹಲವು ಸಲ ನೋಡಿದ್ದಿತ್ತು. ಆದರೆ ಆಗೆಲ್ಲ ಅವಳಿಗೆ ತನ್ನ ಸುರಕ್ಷಿತತೆಯ ಭಾವ. ಈಗ ಅವಳಿಗೆ ದೇಹ ಪ್ರಕೃತಿಯೂ ಚೆನ್ನಾಗಿರಲಿಲ್ಲ, ನಿರ್ಜನವಾದ ವಾತಾವರಣ. ಅದೇ ತಾನೇ ಸೂರ್ಯ ಮುಳುಗಿದ್ದುದರಿಂದ ಮುಸುಕುತ್ತಿರುವ ಕತ್ತಲು ಬೇರೆ. ಅವಳನ್ನು ಬಳಸಿ ಹಿಡಿದುಕೊಂಡ ಕೊಮಿನೋ ಕೂಡಾ ಅಧೀರನಾಗಿದ್ದ. ಆದರೆ ಅದನ್ನು ತೋರಿಸಿಕೊಳ್ಳದೇ ಅವನು ಏನು ಎಂದು ಅವಳ ಭಾಷೆಯಲ್ಲಿಯೇ ಕೇಳಿದ. ಸೀತಾಬಾಯಿ ಮಾತಾಡಲಿಲ್ಲ, ಬದಲಾಗಿ ಒಂದು ಹೆಜ್ಜೆ ಮುಂದೆ ಬಂದು ಕೈಚಾಚಿ ನಿಂತಳು. ಅದನ್ನು ಕಂಡು ಕೊಮಿನೋ ಅಪ್ರತಿಭನಾದ. ಅವಳು ಕೈಚಾಚಿದ್ದು ಒಂದು ತುಂಡು ಬೀಡಿಗಾಗಿ. ಅವಳನ್ನು ಹಚ್‌ಹಚ್ ಎಂದು ಅತ್ತ ಓಡಿಸಿ ಅವನು ಮುಂದೆ ಹೆಜ್ಜೆ ಇಟ್ಟ, ಸ್ವಲ್ಪ ದೂರದವರೆಗೆ ಅವರನ್ನು ಹಿಂಬಾಲಿಸಿದ ಆಕೆ ಆಮೇಲೆ ಮರೆಯಾದಳು. ಮರಿಯಾ ಇನ್ನೂ ನಡುಗುತ್ತಲೇ ಇದ್ದಳು. ಅವಳನ್ನು ನಿಧಾನವಾಗಿ ನಡೆಸಿಕೊಂಡು ಮನೆಯ ಮೆಟ್ಟಲು ಹತ್ತಿದಾಗ ಆಕೆ ತೀರ ಸುಸ್ತಾಗಿದ್ದಳು.

ಹಜಾರದಲ್ಲಿ ಗೋಯೆಸ್ ಕುಳಿತಿದ್ದ. ಅವನು ಇತ್ತೀಚೆ ಎಲ್ಲೇ ಹೋಗುತ್ತಿದ್ದರೂ ಕೈಯಲ್ಲಿ ಬಂದೂಕು ಹಿಡಿದೇ ಹೋಗುತ್ತಿದ್ದ. ಹಜಾರದಲ್ಲಿ ಒಬ್ಬನೇ ಕುಳಿತಿದ್ದಾಗ ಏನೂ ಕೆಲಸವಿಲ್ಲದ ಕಾರಣ ಬಂದೂಕಿನ ಮೇಲೆ ಕೈಯಾಡಿಸುತ್ತಿದ್ದ. ಅವನನ್ನು ಆ ಹೊತ್ತಿನಲ್ಲಿ ನೋಡುವ ಮನಸ್ಸು ಕೊಮಿನೋಗಿರಲಿಲ್ಲ. ತನ್ನ ಅಸಮಾಧಾನವನ್ನು ಪ್ರಕಟಿಸದೇ ಇರುವುದು ಅವನಿಂದ ಸಾಧ್ಯವಾಗದೇ ಹೋಯಿತು. ಮಾತಾಡದೇ ಅವನು ಹೆಂಡತಿಯನ್ನು ಮೆಟ್ಟಲು ಹತ್ತಿಸಿ ಒಳಗಿನ ಕೋಣೆಗೆ ಕರೆದೊಯ್ದ. ಗೋಯೆಸ್ ಅದನ್ನು ಕಂಡು "ಏನಾಯಿತು ಕೊಮಿನೋ? ಎಲ್ಲಿಗೆ ಹೋಗಿದ್ದೆ ನೀನು?" ಎಂದು ಕೇಳಿದರೂ ಕೊಮಿನೋ ಮಾತಾಡಲಿಲ್ಲ, ಹೆಂಡತಿಯನ್ನು ಹಾಸಿಗೆಯ ಮೇಲೆ ಮಲಗಿಸಿ ಹೊರಬಂದ. ಗೋಯೆಸ್ ಅವನನ್ನು ಕಂಡೊಡನೆ, ಅವನ ಆತಂಕಗಳನ್ನು ಗಮನಿಸದೇ ಹೇಳತೊಡಗಿದ – "ವೆರಣೆಯ ಜನರನ್ನೆಲ್ಲ ಸದ್ಯದಲ್ಲೇ ಕ್ರಿಶ್ಚಿಯನ್ನರನ್ನಾಗಿ ಮಾಡುತ್ತೇನೆ. ಮಿಂಗ್ವೇಲನಿಗೆ ಒಂದು ಪತ್ರ ಬರೆಯುತ್ತೇನೆ. ಅಥವಾ ನಾನೇ ಹೋಗಿ ಹೇಳಿ ಬರುತ್ತೇನೆ ಮಹಾಲಸ ದೇವಾಲಯವನ್ನು ನಾಶ ಮಾಡುವಾಗ ಅವನನ್ನೂ ಕರೆದು ತರುತ್ತೇನೆ. ನೋಡುತ್ತಾ ಇರು. ಈ ಜನರ ಅಹಂಕಾರ ಮುರಿಯುವುದು ನಾನು ಮಾಡುವ ಮೊದಲ ಕೆಲಸ" – ಕೊಮಿನೋಗೆ ತಲೆಚಿಟ್ಟು ಹಿಡಿದು ಹೋಯಿತು.

★

ಆ ವರುಷದ ದೀಪಾವಳಿಯ ದಿನ ಶ್ರೀಧರ ಕಾಳೆಯವರು ತೀರಿಕೊಂಡರು. ತೀರ ಮುದುಕರಾದ ಅವರು ಕಾಷ್ಠದಂತೆ ಒಣಗಿದ್ದರು. ಅವರ ಮಗ ಮಂಗೇಶ ಕಾಳೆ ತೀಸ್‌ವಾಡಿಗೆ ಹೋಗಿ ನೆಲಸಿದ್ದ. ಅದು ಅವನ ಹೆಂಡತಿಯ ಊರು. ಅವನು ಅಲ್ಲಿಗೆ ಹೋದರೂ ತಾನು ಹುಟ್ಟಿ ಬದುಕಿದ ಮನೆಯನ್ನೂ ಆಯುರ್ವೇದದ ಪರಿಕರಗಳನ್ನೂ ಬಿಡಲಾಗದೇ ಶ್ರೀಧರ ಕಾಳೆಯವರು ವೆರಣೆಯಲ್ಲೇ ಉಳಿದುಕೊಂಡಿದ್ದರು. ಮಗ ಬರುವ ತನಕ ಶವವನ್ನು ಬಿಡುವಂತಿಲ್ಲ ಎಂದು ಮಾಳಪ್ಪಯ್ಯ ಸಂಸ್ಕಾರದ ಕೆಲಸಗಳಿಗೆ ಕೈ ಹಾಕಿದರು. ಅಪರ ಕರ್ಮಗಳಿಗೆ ಕೃಷ್ಣಶರ್ಮರು ಬಂದರು. ಶವವನ್ನು ಹೊರಗೆ ತಂದು ಹೆಬ್ಬೆರಳನ್ನು ದರ್ಭೆಯಿಂದ ಕಟ್ಟಿ ಮಣ್ಣಿನ ಗಡಿಗೆಯಲ್ಲಿ ಬೆಂಕಿ ಹಾಕುತ್ತಿರುವಾಗ ಗೋಯೆಸ್ ಕುದುರೆಯ ಮೇಲೆ ಅಲ್ಲಿಗೆ ಬಂದ. ಹೆಗಲಿಗೆ ಬಂದೂಕು ಹಾಕಿ, ಹಿಂದೆ ಇಬ್ಬರು ಗುಲಾಮರನ್ನು ಇಟ್ಟುಕೊಂಡು ಕುದುರೆಯೇರಿ ಬಂದವನೇ "ಏ ಮುದುಕಾ, ಇಲ್ಲಿ ನಿನಗೇನು ಕೆಲಸ?" ಎಂದು ಕೇಳಿದ. ಕೃಷ್ಣಶರ್ಮರು ಅವನನ್ನು ಕಂಡು ತತ್ತರ ನಡುಗಿದರು. ಗೋಯೆಸ್ ಕುದುರೆಯ ಮೇಲೆ ಕುಳಿತೇ ಇದ್ದ. ಅವನ ಮುಖದ ಮೇಲೆ ಕ್ರೌರ್ಯ. ಕೃಷ್ಣಶರ್ಮರನ್ನು ಕೊಂದುಬಿಡುವ ರೋಷ. ಅದನ್ನು ಕಂಡರೂ ಮಾಳಪ್ಪಯ್ಯ ಕೈಲಿದ್ದ ಗಡಿಗೆಯನ್ನು ನೆಲದ ಮೇಲಿಟ್ಟು ಹೆಗಲಿಗೆ ಹೊದ್ದ ಉತ್ತರೀಯವನ್ನು ಕೆಳಗಿಳಿಸಿ ಧೈರ್ಯದಿಂದ ಕೈಜೋಡಿಸಿಕೊಂಡು "ಶವ ಸಂಸ್ಕಾರ ಮಾಡಬೇಕು" ಎಂದರು. ಗೋಯೆಸ್ ಗಹಗಹಿಸಿ ನಕ್ಕ. "ಅದಕ್ಕೆ ನಾನೇಕೆ ಅಡ್ಡಿ ಬರಲಿ? ಮಾಡಿಕೊಳ್ಳಿ. ಆದರೆ ಈ ಹೇಸಿಗೆಯ ಭೊಟ್ಟನನ್ನು ಮಾತ್ರ ಆಚೆಗೆ ಕಳುಹಿಸಿರಿ" ಎಂದು ಕಿರುಚಿದ. "ಭಟ್ಟರಿಲ್ಲದೆ ಅಪರಕ್ರಿಯೆಗಳು ನಡೆಯುವುದು ಹೇಗೆ?" ಎಂದು ಮಾಳಪ್ಪಯ್ಯ ಆತಂಕದಿಂದ ಕೇಳಿದರು. ಗೋಯೆಸ್ "ಅವರನ್ನು ನೋಡಿದರೆ ನನಗೆ ಆಗುವುದಿಲ್ಲ. ಮಿಂಗ್ವೇಲ ವಾಜನಿಂದ ನನಗೆ ಅಧಿಕಾರ ಸಿಕ್ಕಿದೆ. ನಿಮ್ಮ ಭೊಟ್ಟರನ್ನೆಲ್ಲ ಗಡೀಪಾರು ಮಾಡುತ್ತೇನೆ. ಪೋರ್ಚುಗೀಸರ ನಾಡಾದ ಸಾಸಷ್ಟಿಯಲ್ಲಿ ನಿಮ್ಮ ಯಾವುದೇ ಆಚಾರಗಳು ನಡೆಯುವುದಿಲ್ಲ. ಅವನು ತಕ್ಷಣ ಇಲ್ಲಿಂದ ಹೋಗಬೇಕು. ಇಲ್ಲದಿದ್ದರೆ ಸುಟ್ಟೇ ಬಿಡುತ್ತೇನೆ" ಎಂದು ಬಂದೂಕಿಗೆ ಕೈ ಹಾಕಿದ.

ಗೋಯೆಸ್ ಹೆಚ್ಚು ಸಮಯ ಇಂಡಿಯಾದಲ್ಲಿದ್ದುದರಿಂದ ಅವನಿಗೆ ಸ್ಪಷ್ಟವಾಗಿ ಕೊಂಕಣಿ ಭಾಷೆ ಬರುತ್ತಿತ್ತು. ಗೋವಾದ ಕೊಂಕಣಿ ಸೂಳೆಯರೊಂದಿಗೆ ಮಾತಾಡುತ್ತಾ ಅವನು ಅದನ್ನು ಕಲಿತಿದ್ದ. ಅವನು ಬಂದೂಕಿಗೆ ಕೈ ಹಾಕಿದಾಗ ಕೃಷ್ಣಶರ್ಮರ ಅಳ್ಳೆದೆ ಹಾರಿ ಅವರು ಮಾಳಪ್ಪಯ್ಯನವರ ಹಿಂದೆ ಅಡಗಿಕೊಳ್ಳಲು ಪ್ರಯತ್ನಿಸಿದರು. ತುಂಬ ಹೊತ್ತಿನ ಮಾತುಕತೆಯ ನಂತರ ಶವಸಂಸ್ಕಾರದಲ್ಲಿ ಕೃಷ್ಣಶರ್ಮರು ಭಾಗವಹಿಸಕೂಡದೆಂದು ಹೇಳಿದ ಗೋಯೆಸ್ ಶ್ರೀಧರ ಕಾಳೆಯವರ ಶವವನ್ನು ಸ್ಮಶಾನಕ್ಕೆ ಒಯ್ಯಲು ಸಮ್ಮತಿಸಿದ. ಯಾವುದೇ ವಿಧಿವತ್ತಾದ ಸಂಸ್ಕಾರಗಳಿಲ್ಲದೇ ಶ್ರೀಧರ ಕಾಳೆಯವರ ಒಣಗಿದ ಕಾಷ್ಠದಂತಹ ಮೈ ಬೆಂಕಿಯಲ್ಲಿ ಉರಿದು ಹೋಯಿತು.

ಅದೇ ಸಂಜೆ ನಾಗ್ಡೊ ಬೇತಾಳ ವೆರಣೆಗೆ ಬಂದು ಮುಟ್ಟಿದ. ಮಾಳಪ್ಪಯ್ಯ ಶ್ರೀಧರ ಕಾಳೆಯವರ ಶವಸಂಸ್ಕಾರ ಮುಗಿಸಿ, ಫುಲ್ಲಾ ನದಿಯಲ್ಲಿ ಮಿಂದು ಮನೆಗೆ ಬಂದವರು ಬಚ್ಚಲಿಗೆ ಹೋಗಿ ರಾಧಾಬಾಯಿ ಕಾಯಿಸಿಟ್ಟ ಬಿಸಿ ಬಿಸಿ ನೀರನ್ನು ಮೈ ಮೇಲೆ ಸುರಿದು ಸಂಧ್ಯಾವಂದನೆಗೆ ಕುಳಿತಿದ್ದರು. ವಿಟ್ಠು ಪೈ ತನ್ನ ಸಂಧ್ಯಾವಂದನೆ ಮುಗಿಸಿ ಅದೇ ತಾನೇ ಎದ್ದಿದ್ದ. ಧಡ್ಡ ಹಜಾರದ ಮೂಲೆಯಲ್ಲಿ ಕುಳಿತು ತನ್ನಷ್ಟಕ್ಕೆ ಏನೋ ಆಟವಾಡುತ್ತಾ ನಗುತ್ತಿದ್ದ. ಅದೇ ಸಮಯ ನಾಗ್ಡೊ ಬೇತಾಳ ಮಾಳಪ್ಪಯ್ಯನವರ ಮನೆಯ ಮೆಟ್ಟಲು ಏರಿದ. ನಾಗ್ಡೊ ಬೇತಾಳನನ್ನು ಧಡ್ಡ ನೋಡುವುದು ಅದೇ ಮೊದಲ ಬಾರಿ. ಅವನ ನಗ್ನಾವತಾರಕ್ಕೆ ಹೆದರಿ ಒಳಗೆ ಹೋಗಿ ರಾಧಾಬಾಯಿಗೆ ಸನ್ನೆ ಭಾಷೆಯಲ್ಲಿ ಹೇಳಿದ. ರಾಧಾಬಾಯಿ ನಾಗ್ಡೊ ಬೇತಾಳನನ್ನು ಸ್ವಾಗತಿಸಿ ಕುಳ್ಳಿರ ಹೇಳಿ ಗಂಡನಿಗೆ ಸುದ್ದಿ ತಲುಪಿಸಿದಳು. ಕಣ್ಣು ಮುಚ್ಚಿ ಗಾಯತ್ರಿ ಜಪ ಮಾಡುತ್ತಿದ್ದ ಮಾಳಪ್ಪಯ್ಯನವರಿಗೆ ತುಂಬ ಹೊತ್ತು ಅದರ ಅರಿವೇ ಆಗಲಿಲ್ಲ. ಜಪ ಮಾಡುತ್ತಿದ್ದರೂ ಅವರ ಮನಸ್ಸೆಲ್ಲ ಗೋಯೆಸ್‌ನ ದಬ್ಬಾಳಿಕೆಯ ಕಡೆಗೇ ಇತ್ತು. ಇದೆಲ್ಲ ಎಲ್ಲಿಗೆ ಮುಟ್ಟಬಹುದು ಎಂಬ ಯೋಚನೆ. ಅದೇ ಸಮಯಕ್ಕೆ ನಾಗ್ಡೊ ಬೇತಾಳ ಮೆಟ್ಟಲು ಏರುತ್ತಾ ಕಾಲಭೈರವನ ಹೆಸರು ಉಚ್ಚರಿಸಿದ್ದು ಕೇಳಿಯೂ ಕೇಳದಂತೆ ಅವರ ಕಿವಿಯ ಮೇಲಿಂದ ಹಾದುಹೋಗಿತ್ತು. ಅವರು ಜಪ ಮುಂದುವರಿಸಿದ್ದರು. ನಾಗ್ಡೊ ಬೇತಾಳ ಬಂದವನು ಹಜಾರದಲ್ಲಿ ಚಕ್ಕಳಮಕ್ಕಳ ಹಾಕಿ ಕುಳಿತುಕೊಂಡ. ರಾಧಾಬಾಯಿ ಬಂದು ಅವನೆದುರು ತಾಂಬೂಲದ ತಟ್ಟೆ ಇಟ್ಟು ಕಾಲಿಗೆರಗಿದಳು. ಅದನ್ನು ಕಂಡು ಧಡ್ಡನೂ ಕಾಲಿಗೆರಗಿದಾಗ ನಾಗ್ಡೊ ಬೇತಾಳನ ಮುಖದ ಮೇಲೆ ಮುಗುಳ್ನಗೆ ಸುಳಿಯಿತು. ತಾಂಬೂಲದ ತಟ್ಟೆಗೆ ಕೈ ಹಾಕುತ್ತಾ "ಇವನೇ ಆ ಹುಡುಗನೇ?" ಎಂದು ಕೇಳಿದ. ರಾಧಾಬಾಯಿ ತಲೆಯಲ್ಲಾಡಿಸಿದಳು. ಧಡ್ಡ ಮಾತುಕಥೆ ತನ್ನ ಬಗ್ಗೆಯೇ ಎಂದು ತಿಳಿದು ನಾಚಿಕೊಂಡ.

ಮಾಳಪ್ಪಯ್ಯ ಸಂಧ್ಯಾವಂದನೆ ಮುಗಿಸಿ ಹೊರಗೆ ಬರುವಾಗ ನಾಗ್ಡೊ ಬೇತಾಳ ಹತ್ತು ಎಲೆಗಳನ್ನು ತಿಂದಾಗಿತ್ತು. ಮಾಳಪ್ಪಯ್ಯ ಅವನಿಗೆ ಇಡಿಯ ದಿನದ ಕಲಾಪವನ್ನು ವಿವರಿಸಿ ಹೇಳಿದರು. ಕ್ರಿಷ್ಣಶರ್ಮರನ್ನು ಅಟ್ಟಿ ಕಾಳೆಯವರ ಶವಸಂಸ್ಕಾರ ಕೀಳು ಜಾತಿಯವರ ರೀತಿಯಲ್ಲಿ ಯಾವುದೇ ಮಂತ್ರೋಚ್ಚಾರ ಇಲ್ಲದೇ ಮಾಡಬೇಕಾಗಿ ಬಂದ ಸಂದರ್ಭವನ್ನು ವಿವರಿಸಿ ಹೇಳಿದರು. ನಾಗ್ಡೊ ಬೇತಾಳ ಒಮ್ಮೆಲೇ ಗಂಭೀರನಾದ. "ಕ್ರಿಷ್ಣಶರ್ಮರು ಎಲ್ಲಿದ್ದಾರೆ?" ಎಂದು ಕೇಳಿದ. "ಸತ್ತವನ ಮಗ ತೀಸ್‌ವಾಡಿಯಿಂದ ಬಂದನಂತೋ?" ಎಂದು ಕೇಳಿದ. "ಹಾಗಾದರೆ ಒಂದು ಬಾಳೆಯ ದಿಂಡನ್ನು ಸತ್ತವನೆಂದು ತಿಳಿದು ಮಗನಿಂದ ಅದಕ್ಕೆ ವಿಧಿಪೂರ್ವಕ ಸಂಸ್ಕಾರ ಮಾಡಿ. ಈ ರಾತ್ರಿಯೇ ಆ ಕೆಲಸ ನಡೆಯಲಿ. ತೀಸ್‌ವಾಡಿಯಲ್ಲಿ ಹೀಗೆಲ್ಲ ಆಗುವುದು ಸಹಜವಾಗಿ ಹೋಗಿದೆ. ಅಲ್ಲಿಂದ ಪುರೋಹಿತರೆಲ್ಲ ಹೊರಟು ಹೋದದ್ದು ಗೊತ್ತಿದೆಯಲ್ಲ? ಹೆದರುವ ಕಾರಣವಿಲ್ಲ" ಎಂದು ಹೇಳಿ ಇನ್ನೊಂದು ಎಲೆಗೆ ಸುಂಣ ಹಚ್ಚಿದ. ಮಡಿಸಿ

ಬಾಯಿಯೊಳಗಿಟ್ಟ. ಮಾಳಪ್ಪಯ್ಯ ಕ್ರಿಷ್ಣಶರ್ಮರನ್ನು ಕಾಳೆಯವರ ಮನೆಗೆ ಬರುವಂತೆ ಧಡ್ಡನ ಮೂಲಕ ಹೇಳಿ ಕಳುಹಿಸಿ ತಾವು ನಾಗ್ಡೊ ಬೇತಾಳನೊಡನೆ ಅಲ್ಲಿಗೆ ಹೊರಟರು.

ಶ್ರೀಧರ ಕಾಳೆಯವರ ಮಗ ಮಂಗೇಶ ಕಾಳೆ ರಾತ್ರಿಯ ಮುನ್ನ ಮನೆಗೆ ಬಂದು ಮುಟ್ಟಿದ. ತೀಸ್‌ವಾಡಿಯಿಂದ ಅವನು ಎಲ್ಲಿಯೂ ನಿಲ್ಲದೇ ಓಡೋಡಿ ಬಂದಿದ್ದ. ಅವನ ಕಣ್ಣ ತುಂಬ ನೀರು. ಮಾಳಪ್ಪಯ್ಯ ಸಮಾಧಾನದ ಮಾತುಗಳನ್ನಾಡಿದರು. "ಕಾಳೆಯವರದ್ದು ಪುಣ್ಯ ಜೀವ, ಮಂಗೇಶಾ. ಸ್ವತಃ ನಾಗ್ಡೊ ಬೇತಾಳನೇ ಅವರ ಸಂಸ್ಕಾರಕ್ಕೆ ಬಂದು ಮುಟ್ಟಿದ್ದಾನೆ" ಎಂದರು. ಮುಂದಿನ ಕೆಲಸಕ್ಕೆ ಎಲ್ಲಾ ಸಜ್ಜಾದರು. ಬಾಳೆಯ ದಿಂಡೊಂದನ್ನು ತಂದು, ಅದೇ ಕಾಳೆಯವರ ದೇಹವೆಂದು ತಿಳಿದು ಕ್ರಿಷ್ಣಶರ್ಮರು ವಿಧಿವತ್ತಾಗಿ ಅಪರಕ್ರಿಯೆ ನಡೆಸಿದರು. ಮಂತ್ರ ಹೇಳುವಾಗ ಅವರು ಹೆದರುತ್ತಿರುವುದನ್ನು ಗಮನಿಸಿ ಮಾಳಪ್ಪಯ್ಯ "ಆ ಫರಂಗಿಯವರು ಈಗ ಬರುವುದಿಲ್ಲ ಭಟ್ಟೋ, ಮದ್ಯ ಕುಡಿದು ಗಮ್ಮತ್ತು ಮಾಡುತ್ತಿರುತ್ತಾರೆ. ನೀವು ಹೆದರಬೇಡಿ" ಎಂದು ನಕ್ಕರು. ಆದರೂ ಕ್ರಿಷ್ಣಶರ್ಮರು ಕೆಳಸ್ವರದಲ್ಲಿಯೇ ಮಂತ್ರ ಹೇಳಿದರು. ಶವವನ್ನು ಹೊರುವಂತೆಯೇ ನಾಲ್ಕು ಜನರು ಬಾಳೆಯ ದಿಂಡನ್ನು ಸಲಾಕೆಗಳಿಗೆ ಕಟ್ಟಿ ಹೊತ್ತುಕೊಂಡು ಹೋಗಿ ಇನ್ನೊಂದು ಚಕ್ಕಡಿ ಸೌದೆ ಹಾಕಿ, ಅದೇ ಸ್ಥಳದಲ್ಲಿ ಗುಟ್ಟಾಗಿ ಸಂಸ್ಕಾರ ನಡೆಸಿ ಶ್ರೀಧರ ಕಾಳೆಯವರಿಗೆ ಸದ್ಗತಿ ತೋರಿಸಿದೆವೆಂಬ ತೃಪ್ತಿಯಿಂದ ವಾಪಸಾದರು.

ಮಧ್ಯರಾತ್ರಿ ಕಳೆದ ಮೇಲೆ ವೆರಣೆಯ ಅಗ್ರಹಾರದ ಯಾವತ್ತೂ ಬ್ರಾಹ್ಮಣರು ಆತಂಕದಿಂದ ಮಾಳಪ್ಪಯ್ಯನವರ ಹಜಾರಕ್ಕೆ ಬಂದರು. ನಾಗ್ಡೊ ಬೇತಾಳ ಬಾಯಿ ತುಂಬಿದ ತಾಂಬೂಲ ಉಗಿದು ಬಂದ. ಅವನೆದುರು ಅದೇ ತಾನೇ ಇಳಿಸಿದ ಈಚಲ ಹೆಂಡವಿಟ್ಟು ಎಲ್ಲರೂ ಕುಳಿತಿದ್ದಾಗ ಗುಟುಕು ಗುಟುಕಾಗಿ ಕುಡಿಯುತ್ತಾ "ಅವರ ದೊರೆ ಯಾರನ್ನೂ ಬಲಾತ್ಕಾರದಿಂದ ಮತಾಂತರ ಮಾಡಬಾರದು ಎಂದು ಹೇಳಿದ್ದಾನೆ. ಕಿರಿಸ್ತಾನ ಧರ್ಮಕ್ಕೆ ಸೇರುವವರೆಲ್ಲ ಸ್ವ ಇಚ್ಛೆಯಿಂದಲೇ ಸೇರುತ್ತಾ ಇದ್ದಾರೆಂದು ಇಲ್ಲಿಂದ ಹೋದವರು ದೊರೆಗೆ ಸುಳ್ಳು ಹೇಳುತ್ತಿದ್ದಾರೆ. ಅದು ಅರ್ಧ ನಿಜವಿರಬಹುದು. ಒಂದು ಅಂಗಿಗಾಗಿ, ಒಂದು ರುಮಾಲಿಗಾಗಿ ನಮ್ಮ ಬಡಜನರು ಹೋಗಿಲ್ಲ ಅಂತಲ್ಲ. ಇಜಾರು ಶರಾಯಿಗಳನ್ನು ತೊಟ್ಟುಕೊಂಡು ಅವರ ದೇವರನ್ನು ನಂಬಲಾರಂಭಿಸಿದ ನಮ್ಮ ಜನರನ್ನು ಕಂಡರೆ ಹಾಗನ್ನಿಸುತ್ತದೆ. ಅಂತುರ್ಜೆಯ ಕಡೆಯ ಒಬ್ಬ ಬ್ರಾಹ್ಮಣ ಓರ್ವ ಕಿರಿಸ್ತಾನ ಹೆಂಗಸಿಗಾಗಿ ಆ ಧರ್ಮ ಸ್ವೀಕಾರ ಮಾಡಿದನಲ್ಲ ? ಆಕೆಯೇನೂ ಫರಂಗಿ ಹೆಣ್ಣಲ್ಲ. ಕೆಲವು ವರ್ಷಗಳ ಹಿಂದೆ ಕಿರಿಸ್ತಾನ ಮತಕ್ಕೆ ಸೇರಿದ ಕೀಳು ಜಾತಿಯ ಹೆಣ್ಣು. ವೇದವಿಶಾರದನಾದ ಆ ಬ್ರಾಹ್ಮಣ ಆಕೆಗಾಗಿ ಜಾತಿ ಮತ ಪಂಥ ತೊರೆದು ಕಿರಿಸ್ತಾನನಾದ. ಇಜಾರು ಧರಿಸಿ ಗೋಮಾಂಸ ತಿಂದು ಶ್ವಪಚನಾದ" ಎಂದು ಹೇಳಿದ.

ವೆರಣೆಯ ಜನರಿಗೆ ಈ ವಿಷಯ ತಿಳಿಯದ್ದಲ್ಲ. ಆದೂ ಬೇತಾಳ ಅದಕ್ಕೆ ಮಾತಿತ್ತಾಗ

ಅವರಿಗೆ ಪಿಚ್ಚೆನಿಸಿತು. "ಇದು ತೀಸ್‌ವಾಡಿಯ ಕಥೆ ಮಾತ್ರವಲ್ಲ, ಬಾರ್ದೇಶದಲ್ಲೂ ಹೀಗೇನೇ. ಗೋವೆಯಲ್ಲಿ ಒಂದು ಕುಟುಂಬವಿಡೀ ಆತ್ಮಹತ್ಯೆ ಮಾಡಿದ ನೆನಪು ಇಲ್ಲಿನ ಹಿರಿಯರಿಗೆ ಹಸಿಯಾಗಿಲ್ಲವೇ?" ಎಂದು ಕೇಳಿದ ನಾಗ್ಡೊ ಬೇತಾಳ. ಅವನೆದುರಿನ ಹೆಂಡ ಮುಗಿದಿತ್ತು. ಮಾಳಪ್ಪಯ್ಯ ಇನ್ನೊಂದು ತಂಬಿಗೆ ಹೆಂಡ ತಂದರು. ಅದನ್ನೆತ್ತಿಕೊಳ್ಳುತ್ತಾ ಅವನು "ಫರಂಗಿಯವರು ಬಲಾತ್ಕಾರ ಮಾಡಿ ಮತಾಂತರ ಮಾಡಬಹುದೆಂದು ತಿಳಿದರೆ ತಪ್ಪು. ಆ ಹೆದರಿಕೆ ನಮಗಿಲ್ಲ. ಅವರು ದೇವಸ್ಥಾನಗಳನ್ನು, ಮಠಗಳನ್ನು ನಾಶ ಮಾಡಿದಷ್ಟು ನಮ್ಮ ಧರ್ಮದ ಬಗ್ಗೆ ನಮಗೆ ಹೆಚ್ಚು ಆಸಕ್ತಿ ಮೂಡುತ್ತದೆ. ನಮಗೆ ಹೆದರಿಕೆ ಇರುವುದು ಅವರು ತೋರಿಸುವ ಆಮಿಷಗಳದ್ದು ಮಾತ್ರ. ಆಸೆ ತೋರಿದತ್ತ ಹಾರುವುದು ಜನರ ಸ್ವಭಾವ" ಎಂದು ಹೇಳಿದ.

"ನಿಮ್ಮ ಗ್ರಾಮ ಪುರುಷನ ಮೂರ್ತಿಯನ್ನು ನೀವು ಬೇರೆಡೆ ಸ್ಥಾಪಿಸಲಿಲ್ಲವೋ?" ಎಂದು ಕೇಳಿದ. ಮಾಳಪ್ಪಯ್ಯನವರಿಗೆ ನಾಚಿಕೆಯಾಯಿತು. ಅವರು ಇಲ್ಲವೆಂದು ತಲೆಯಲ್ಲಾಡಿಸಿದರು. "ಯಾಕೆ?" ಬಿರುಸಾಗಿ ಕೇಳಿದ ನಾಗ್ಡೊ ಬೇತಾಳ. "ಮೂರ್ತಿ ಸಿಗುವುದು ಕಷ್ಟ. ಅದನ್ನು ತುಂಡು ತುಂಡು ಮಾಡಿ ಪುಲ್ಲಾ ನದಿಗೆ ಎಸೆದಿದ್ದಾರೆ" ಎಂದು ರಾಮಕ್ರಿಷ್ಣ ಗೋರೆ. "ಬಾರ್ದೇಶದಲ್ಲೂ ಹಾಗೇ ಮಾಡಿದ್ದರು. ಜನ ಅದನ್ನು ಮತ್ತೆ ತಂದು ಜೋಡಿಸಿ ಬೇರೆ ಕಡೆ ಪ್ರತಿಷ್ಠಾಪಿಸಿದ್ದಾರೆ. ಪೆಡ್ನೆಯಲ್ಲಿ ಒಂದು ಚರ್ಚು ಎದ್ದಿತ್ತು. ಅಲ್ಲಿಯ ಜನರನ್ನು ಎಳೆದುಕೊಂಡೇ ಅಲ್ಲಿಗೆ ಕರೆದುಕೊಂಡು ಹೋಗಲು ಬಂದರು. ನಾನು ಧೈರ್ಯ ಕೊಟ್ಟೆ. ಜನರು ಬಗ್ಗಲಿಲ್ಲ. ಸಂತೋಷದ ಸಂಗತಿ ಎಂದರೆ ಯಾರೊಬ್ಬರೂ ಕಿರಿಸ್ತಾನರಾಗಲಿಲ್ಲ" ಎಂದ ನಾಗ್ಡೊ ಬೇತಾಳ. "ನೀವು ಮಾತ್ರ ಅವರೆಸೆದ ಗ್ರಾಮಪುರುಷನ ಮೂರ್ತಿಯನ್ನು ನಿರ್ಲಕ್ಷ್ಯ ಮಾಡಿದಿರಿ" ಎಂದು ಎದ್ದು ನಿಂತ.

ವೆರಣೆಯ ಜನರಿಗೆ ನಾಗ್ಡೊ ಬೇತಾಳ ಒಮ್ಮೆಲೇ ಎದ್ದು ನಿಂತು ಹೊರಡಲು ಸಿದ್ಧನಾದುದು ಕಂಡು ಗಾಬರಿಯಾಯಿತು. "ನೀವು ಇಲ್ಲೇ ಇದ್ದರೆ ನಮಗೂ ಧೈರ್ಯ ಬರುತ್ತದೆ. ಗೋಯೆಸ್‌ನನ್ನು ಕೊಂದು ಹಾಕಲೂ ಸಿದ್ಧ" ಎಂದರು ಯಾರೋ. ನಾಗ್ಡೊ ಬೇತಾಳ ಹಿಂದೆ ತಿರುಗಿಯೂ ನೋಡದೇ "ಜೀವಹತ್ಯೆ ನಿಷಿದ್ಧ. ಅಲ್ಲದೇ, ಒಬ್ಬ ಗೋಯೆಸ್‌ನನ್ನು ಕೊಂದರೆ ಹತ್ತು ಗೋಯೆಸ್‌ರು ಹುಟ್ಟುತ್ತಾರೆ. ಸಂಕ್ವಾಳಿಯಲ್ಲಿ ಕೆಲವು ಮಾಸಗಳ ಹಿಂದೆ ಒಬ್ಬ ತರುಣನ ಹತ್ಯೆಯಾಯಿತು. ಈಗ ಅಲ್ಲಿಯ ಜನರ ಬದುಕು ಭೀಕರವಾಗಿದೆ. ಪ್ರಪಂಚದಲ್ಲಿ ಧರ್ಮಕ್ಕಾಗಿ ನಡೆದಷ್ಟು ರಕ್ತಪಾತ ಬೇರೆ ಯಾವ ಕಾರಣಕ್ಕೂ ನಡೆದಿಲ್ಲ" ಎಂದ.

ಅಗ್ರಹಾರದ ಪಡಿಯಾರ ಬೆಳಗಿನ ಜಾವಕ್ಕೆ ಹೊಡೆದ ಗಂಟೆ ಕೇಳಿಸಿತು. ಹೊರಡಲು ಮುಂದೆ ಹೆಜ್ಜೆ ಹಾಕಿದ ನಾಗ್ಡೊ ಬೇತಾಳ ಉಚ್ಚ ಕಂಠದಿಂದ ಹೇಳಿದ – "ನಾನು ಇಲ್ಲಿ ಉಳಿಯುವ ಸಮಯಕ್ಕೆ ನೀವಿನ್ನೂ ಸಿದ್ಧರಾಗಿಲ್ಲ. ಮುಂದೆ ಬರುತ್ತೇನೆ. ನೀವು ಮಾತ್ರ ನಾನು ಇಲ್ಲಿಯೇ ಇದ್ದೇನೆಂದು ತಿಳಿಯಿರಿ. ಮತಾಂತರಕ್ಕೆ ಆಸ್ಪದ

ಕೊಡಬೇಡಿ. ನಮ್ಮ ದೇವರು ನಮ್ಮನ್ನು ರಕ್ಷಿಸುತ್ತಾನೆ. ಆ ಧೈರ್ಯ ಪಡೆದುಕೊಳ್ಳಿ. ಅಂಥ ತೊಂದರೆ ಬಂದ ಪಕ್ಷದಲ್ಲಿ ದೇವರ ಮೂರ್ತಿಯನ್ನು ಹೆಗಲ ಮೇಲೆ ಹಾಕಿಕೊಂಡು ಈ ರಾಜ್ಯ ಬಿಟ್ಟರೂ ಪರವಾಗಿಲ್ಲ. ಆದರೆ ಧರ್ಮ ಬಿಡಬಾರದು. ಪ್ರತಿಭಟಿಸಲು ನಮ್ಮ ಧರ್ಮಗ್ರಂಥೋಕ್ತ ವಿಚಾರಗಳೇ ಸಾಕು. ನಾನು ಅವರ ಗುರುಗಳೊಡನೆ ಮಾತನಾಡುತ್ತೇನೆ. ಬೇಕಾದರೆ ಸಾಗರ ದಾಟಿ ಅವರ ಕಾಶಿಗೂ ಹೋಗಿಬರುತ್ತೇನೆ. ಹಿಂದಕ್ಕೆ ಬರಲು ಸಮಯ ಹಿಡಿದೀತು.''

– ನಾಗ್ಡೊ ಬೇತಾಳ ದಾಪುಗಾಲು ಹಾಕಿಕೊಂಡು ಹಿಂದೆ ತಿರುಗಿ ನೋಡದೇ ಹೊರಟು ಹೋದ. ವೆರಣೆಯ ಮಂದಿ ಮುಖ ಮುಚ್ಚಿಕೊಂಡರು.

□

೫

ಕೈಯಲ್ಲಿ ಬಂದೂಕು ಹಿಡಿದು ವೆರಣೆಯ ತುಂಬ ಸುತ್ತಾಡುತ್ತಿದ್ದ ಗೋಯೆಸ್ ಕ್ರಿಷ್ಣಶರ್ಮರ ಬದುಕನ್ನು ಅಸಹ್ಯವಾಗಿಸಿದ. ಜನ್ಮಾಂತರದ ವೈರಿಯಂತೆ ಅವನು. ಅವರ ಹಿಂದೆ ಬಿದ್ದಿದ್ದ. ವೆರಣೆಯ ಜನರು ನಾಗ್ಡೊ ಬೇತಾಳನ ಮಾತಿನಿಂದ ಒಂದಿಷ್ಟು ಧೈರ್ಯ ಪಡೆದಿದ್ದರೂ ಅವರು ಏನೂ ಮಾಡಲು ಸಾಧ್ಯವಿರಲಿಲ್ಲ. ಮೊದಲೇ ನೆಲೆಯಿಲ್ಲದ ಬದುಕಿನಿಂದ ಛಿದ್ರಗೊಂಡ ಕ್ರಿಷ್ಣಶರ್ಮರ ಬಡಕಲು ದೇಹವನ್ನು ಗೋಯೆಸ್ ಬ್ರಹ್ಮರಾಕ್ಷಸನಂತೆ ಕಾಡುತ್ತಿದ್ದ ರೀತಿ ಅವರೆಲ್ಲರನ್ನೂ ತತ್ತರಿಸತೊಡಗಿತು. ನೆವರೆಯಲ್ಲಿದ್ದಾಗ ಕ್ರಿಷ್ಣಶರ್ಮರಿಗೆ ಊಟಕ್ಕೆ ಗತಿಯಿರಲಿಲ್ಲ. ಮಾಳಪ್ಪಯ್ಯನವರ ಔದಾರ್ಯದಿಂದ ಸಿಗುವ ಒಂದು ತುತ್ತು ಗಂಜಿಗೂ ಗೋಯೆಸ್ ಕಲ್ಲು ಹಾಕಲಾರಂಭಿಸಿದ್ದ. ಈ ಭೋಟ್ನನ್ನು ಪೋರ್ಚುಗೀಸರ ನಾಡಿನಿಂದ ಓಡಿಸದಿದ್ದರೆ ತಾನು ಗೋಯೆಸ್ ಅಲ್ಲವೇ ಅಲ್ಲ ಎಂದು ಆತ ಹಲವಾರು ಬಾರಿ ಹೇಳಿದ. ವೆರಣೆಯಲ್ಲಿ ನಡೆಯುವ ಮುಂಜಿ ಮದುವೆಗಳಲ್ಲದೇ ಪೂರ್ವಾಪರ ಕರ್ಮಗಳಲ್ಲೂ ಅವರು ಭಾಗವಹಿಸದಂತೆ ಮಾಡಿದ. ಮಿಂಗ್ವೇಲ ವಾಜನಿಂದ ಒಂದು ನಿರೂಪ ತಂದು ಯಾವತ್ತೂ ದೇವಸ್ಥಾನಗಳ ಆದಾಯ ಅವಕ್ಕೆ ಮುಟ್ಟದಂತೆ ಮಟ್ಟ ಹಾಕಿದ. ಶಿಥಿಲಗೊಂಡು ದೇವಸ್ಥಾನಗಳು ತಾವಾಗಿ ಬಿದ್ದು ಹೋಗಲಿ ಎಂಬ ಉದ್ದೇಶ ಅವನದ್ದು. ಅದನ್ನೆಲ್ಲ ಕಂಡು ಅವನಿಗೆ ವಿಷ ಹಾಕಿ ಕೊಂದರೆ ಹೇಗೆ ಎಂಬ ಯೋಚನೆ ಅವರಿಗೆ ಬಂದದ್ದು ಸುಳ್ಳಲ್ಲ.

ಸಾಸಷ್ಟಿ ಗೋವೆ ಮತ್ತು ಬಾರ್ದೇಶದ ಎಲ್ಲ ಬ್ರಾಹ್ಮಣರನ್ನೂ ಕಾಡುವ ಭೀತಿ ಇದೇ. ದೊರೆಯ ಆಜ್ಞೆಯಂತೆ ಮಿಂಗ್ವೇಲ ವಾಜ ಎಲ್ಲ ದೇವಸ್ಥಾನಗಳ ಆದಾಯವನ್ನೂ ನಿಲ್ಲಿಸಿದ್ದ. ಗೋವೆಯಿಂದ ಪುರೋಹಿತ ಭಟ್ಟರನ್ನೆಲ್ಲ ಓಡಿಸಿದ. ಪೂಜೆ ಪುನಸ್ಕಾರಗಳನ್ನು ಮಾಡುತ್ತಾ ಇದ್ದ ಪುರೋಹಿತರುಗಳು ಹತ್ತಿರದ ಪೊಂಡಾಕ್ಕೋ, ಸೋಂದೆ ರಾಜ್ಯಕ್ಕೋ ಇನ್ನಿತರ ಪೋರ್ಚುಗೀಸೇತರ ರಾಜ್ಯಗಳಿಗೋ ಓಡಿ ಹೋಗುವುದು ಅನಿವಾರ್ಯವಾಯಿತು. ಆದರೆ ಅದೂ ಸುಲಭದ ಕಾರ್ಯವಲ್ಲ. ಎರಡೂ ದೇಶದ ಗಡಿದಾಟಿ ಹೋಗುವಾಗ ಕಳ್ಳಕಾಕರ ಭೀತಿ ಬೇರೆ. ಗಡಿ ಕಾಯುವ ಸೈನಿಕರೂ ಇದಕ್ಕೆ ಹೊರತಲ್ಲ. ರಾಜನಿಂದಲೇ ಕುಮ್ಮಕ್ಕು ಪಡೆದ ಮೇಲೆ ಅವರ ಚಟುವಟಿಕೆಗಳಿಗೆ ತಡೆಯುಂಟೇ? ಜನರಿಗೆ ತಳಮಳ. ವೆರಣೆಯ ಗ್ರಾಮ ಪುರುಷನ ಗುಡಿ ನಾಶವಾದಂತೆ ಅಲ್ಲಲ್ಲಿ ದೇವಸ್ಥಾನಗಳನ್ನು ನಾಶಗೊಳಿಸಿದಾಗ ಆ ದೇವರ ಮೂರ್ತಿಗಳನ್ನು ಗುಟ್ಟಾಗಿ ಸಾಗಿಸಿ ಮನೆಯೊಳಗೇನೇ ಪೂಜಿಸಲು ತೊಡಗಿದರು. ಪ್ರತೀ ಅಗ್ರಹಾರದಲ್ಲೂ ಪ್ರತಿಷ್ಠಿತರು, ಆ ಊರಿನ ಜನರು

ಗುಟ್ಟಾಗಿ ಕಲೆತು ತಮ್ಮ ಧರ್ಮರಕ್ಷಣೆಗೆ ಬೇಕಾದ ಚತುರೋಪಾಯಗಳ ಯೋಚನೆ ಮಾಡತೊಡಗಿದರು.

ಮರು ವರ್ಷದ ವೈಶಾಖದ ದಿನಗಳಲ್ಲಿ ಇದ್ದಕ್ಕಿದ್ದಂತೆ ಮಿಂಗ್ವೇಲ ವಾಜ ತೀರಿಕೊಂಡನೆಂಬ ಸುದ್ದಿ ವೆರಣೆಗೂ ತಲುಪಿತು. ನೂರಾರು ಜನರನ್ನು ಬಲಾತ್ಕಾರದಿಂದ ಮತಾಂತರಗೊಳಿಸಿದ, ಅನೇಕ ದೇವಸ್ಥಾನಗಳನ್ನು ನಾಶಗೈದ ಮಿಂಗ್ವೇಲ ವಾಜ ತೀರಿಕೊಂಡಾಗ ಮೂರೂ ದೇಶದ ಜನರು ಸಮಾಧಾನದ ನಿಟ್ಟುಸಿರುಬಿಟ್ಟರು. ಆದರೆ ಅದರ ಹಿಂದೆಯೇ ಕಿವಿಸುದ್ದಿಯಾಗಿ ಪುಕಾರೊಂದು ಅಲೆಯತೊಡಗಿತು. ಗೋವೆಯ ಬ್ರಾಹ್ಮಣರು ಮಿಂಗ್ವೇಲ ವಾಜ ತಮ್ಮ ಧರ್ಮದ ಮೇಲೆ ಹಲ್ಲೆ ನಡೆಸುವುದನ್ನು ಸಹಿಸಲಾಗದೇ ಅವನಿಗೆ ವಿಷಾನ್ನವಿಕ್ಕಿ ಕೊಂದರೆಂದು ಮಾಳಪ್ಪಯ್ಯನವರ ಕಿವಿಯ ಮೇಲೂ ಬಿತ್ತು. ಅದು ನಿಜವೇ ಆಗಿದ್ದಲ್ಲಿ ಒಳ್ಳೆಯದೇ ಆಯಿತು ಎಂದು ಅವರಿಗನ್ನಿಸಿತು. ಮಿಂಗ್ವೇಲ ವಾಜ ಅನಾಚಾರಗಳಿಗೆ ಕೈ ಹಾಕಿದ ; ಅದಕ್ಕೇ ದೇವರು ಅವನಿಗೆ ಅಂತಹ ಮರಣವೊದಗಿಸಿದ ; ಈ ಗೋಯೆಸ್‌ನೂ ಇದೇ ರೀತಿ ಹಾರಾಡಿದರೆ ಅವನಿಗೂ ಇಂತಹದೇ ದುರ್ಮರಣವೊದಗುವುದು ಖಂಡಿತ ಎಂದು ಅವರು ತಮ್ಮಲ್ಲೇ ಹೇಳಿಕೊಂಡರು.

ಮಿಂಗ್ವೇಲ ವಾಜ ತೀರಿಕೊಂಡುದರಿಂದ ಗೋಯೆಸ್‌ನ ಅಬ್ಬರ ಒಂದಿಷ್ಟು ಸ್ಥಗಿತಗೊಂಡದ್ದು ನಿಜ. ಆದರೆ ಅವನು ಎರಡು ಪಟ್ಟು ಕ್ರೂರಿಯಾದ. ಕ್ರಿಷ್ಣಶರ್ಮರು ವೆರಣೆ ಬಿಟ್ಟು ಹೋಗಲೇಬೇಕೆಂದು ಅವನು ಹಠ ತೊಟ್ಟ. ಮ್ಹಾಳಶಿಮಾಂಯಿಯ ದೇವಸ್ಥಾನದ ವಠಾರದಲ್ಲಿದ್ದ ಅವರ ಮನೆಗೇ ನೇರ ಹೋಗಿ ಈಗಿಂದೀಗ ನಿಂತಲ್ಲಿಯೇ ವೆರಣೆ ಬಿಟ್ಟು ತೊಲಗದಿದ್ದರೆ ಅವರನ್ನೂ ಅವರ ಹೆಂಡತಿ ಮಕ್ಕಳನ್ನೂ ಸುಟ್ಟು ಎಲ್ಲವನ್ನೂ ನಾಶ ಮಾಡುತ್ತೇನೆಂದು ಅಬ್ಬರಿಸಿದ. "ಭೊಟ್ಜೋವ್, ನೀನು ಕ್ರಿಶ್ಚನ್ನನಾದರೆ ಮಾತ್ರ ಇಲ್ಲಿರಲು ಬಿಡುತ್ತೇನೆ. ಇಲ್ಲದಿದ್ದರೆ ನೀನು ನಮ್ಮ ದೊರೆಯ ದೇಶದಲ್ಲಿರುವುದು ಸಾಧ್ಯವಿಲ್ಲ" ಎಂದ ಗೋಯೆಸ್, ತನ್ನ ಮನೆಯಿಂದ ಅನ್ನಸಾರನ್ನು ತರಿಸಿ ಅವರ ಹಜಾರದಲ್ಲಿಟ್ಟು "ತಿನ್ನಿ" ಅಂತ ಹೇಳಿ ಬಂದೂಕು ಹಿಡಿದು ನಿಂತ. ಕ್ರಿಷ್ಣಶರ್ಮರು ಗೋಳೋ ಎಂದು ಅತ್ತರು. ಅವನು ಹೊರಟು ಹೋದದ್ದೇ ಅವರು ಮಾಳಪ್ಪಯ್ಯನ ಮನೆಗೆ ಓಡಿದರು. ಮಾಳಪ್ಪಯ್ಯ ಧೈರ್ಯ ಹೇಳಿದರು. ಆದರೆ ಕ್ರಿಷ್ಣಶರ್ಮರ ಭೀತಿ ಕಡಿಮೆಯಾಗಲಿಲ್ಲ, ಮಾತಿಗೆ "ನಾನು ಸತ್ತರೆ ಪರವಾಗಿಲ್ಲ ಮಾಳಪ್ಪಯ್ಯ, ಆದರೆ ಅವನು ಹೆಂಡತಿ ಮಕ್ಕಳನ್ನೂ ಕೊಲ್ಲುತ್ತೇನೆಂದಿದ್ದಾನೆ. ಆ ರಾಕ್ಷಸ ಏನು ಮಾಡಲೂ ಸಿದ್ಧನೇ" ಎಂದು ಕಂಣೀರಿಟ್ಟರು. ಮಾಳಪ್ಪಯ್ಯ ವೆರಣೆಯ ಇತರ ಬ್ರಾಹ್ಮಣರನ್ನೂ ಬರಹೇಳಿದರು. ಮಾಧವ ಪೈಗಾಂವ್‌ಕರರ ಮಗ ಕೇಶವ ಪೈ, ಸಪೂರ ಸಾಂತಯ್ಯ ಪೊರೋಬುವಿನ ತಮ್ಮ ಬೆಲ್ಲದ ಬಿಕ್ಕು ಪೊರೋಬು, ಮೇಲಿನ ಮನೆ ತೋಕು ಮ್ಹಾಲ್ಲೊ, ಮೊಷ್ಣು ಕಾಮಾತಿ, ರಾಮಕ್ರಿಷ್ಣ ಗೋರೆ, ಶ್ರೀಧರ ಕಾಳೆಯವರ ಮಗ ಮಂಗೇಶ ಕಾಳೆ, ಉಬ್ಬಸದ ನಾಗೇಶ

ಹೆಗ್ಡೆ ಎಲ್ಲರೂ ಬಂದ ಮೇಲೆ ವಿಷಯವನ್ನು ವಿಸ್ತಾರವಾಗಿ ವಿವರಿಸಿದರು, ಮಾಳಪ್ಪಯ್ಯ. ಎಲ್ಲರೂ ''ಧರ್ಮಕ್ಕಾಗಿ ಪ್ರಾಣತ್ಯಾಗ ಮಾಡುವುದು ಅನಿವಾರ್ಯವಾದರೆ ಹಾಗೇ ಮಾಡಲಿ'' ಎಂದರು. ತಂದೆ ಸತ್ತ ಮೇಲೆ ವೆರಣೆಯಲ್ಲೇ ನಿಂತ ಮಂಗೇಶ ಕಾಳೆ ''ಕೊಲ್ಲುವುದಿದ್ದರೆ ಕೊಂದು ಬಿಡಲಿ ಭಟ್ಟೋ, ಆದರೆ ನೀವು ಮಾತ್ರ ಕಿರಿಸ್ತಾನರಾಗಬಾರದು'' ಎಂದು ಹೇಳಿದ. ಮಾಳಪ್ಪಯ್ಯ ಮಾತ್ರ ಆ ರೀತಿ ಹೇಳಲಿಲ್ಲ. ಸಾವು ಇನ್ನೊಬ್ಬರಿಗೆ ಒದಗಿದರೆ ಒದಗಲಿ, ತನಗೆ ಬಂದಾಗ ನೋಡಿಕೊಂಡರಾಯಿತು ಎಂಬುದು ತಪ್ಪು ಎಂಬ ನಿಲುವು ಅವರದ್ದು. ಕ್ರಿಷ್ಣಶರ್ಮರು ಹೆದರಿದ್ದಾರೆ. ಊರ ಜನರು ಅವರಿಗೆ ಸೂಕ್ತ ರಕ್ಷಣೆ ಕೊಡುವುದು ಅಗತ್ಯ. ರಕ್ಷಣೆಗೆ ಅಗತ್ಯವಾದ ಧೈರ್ಯ ತಮ್ಮಲ್ಲೂ ಇಲ್ಲ, ಆದರೂ ಎಲ್ಲ ಒಟ್ಟಾಗಿ ನಿಂತರೆ ಗೋಯೆಸ್‌ನನ್ನು ತಡೆಯುವುದು ಕಷ್ಟವಲ್ಲ ಎಂದು ಯೋಚಿಸಿ ಕ್ರಿಷ್ಣಶರ್ಮರ ಜೊತೆಯಲ್ಲಿ ಯಾವಾಗಲೂ ಒಬ್ಬರಲ್ಲ ಒಬ್ಬರು ಇರಬೇಕೆಂದು ಅವರು ಹೇಳಿದರು – ''ಮೊಷ್ಣು ಕಾಮಾತಿ, ನಿನ್ನ ಮನೆ ಇರುವುದು ಮ್ಹಾಳಶಿಮಾಂಯಿಯ ದೇವಳದ ವಠಾರದಲ್ಲೇ. ನೀನು ಕ್ರಿಷ್ಣಶರ್ಮರ ಮೇಲೆ ಯಾವಾಗಲೂ ಪಹರೆ ಇಟ್ಟಿರಬೇಕು. ಏನಾದರೂ ಗಲಾಟೆ ಸಂಭವಿಸುವುದಿದ್ದರೆ ನೀನು ಅಲ್ಲಿಯೇ ನಿಂತು ನಿನ್ನ ಮಗ ಆನ್ನು ಕಾಮಾತಿಯನ್ನು ಅಗ್ರಹಾರದ ಎಲ್ಲ ಬ್ರಾಹ್ಮಣರ ಮನೆಗೂ ಓಡಿಸಬೇಕು'' ಎಂದರು.

ಕ್ರಿಷ್ಣಶರ್ಮರ ನಿರ್ಬಲ ಪ್ರತಿಭಟನೆ ಹೆಚ್ಚಾದಂತೆ ಗೋಯೆಸ್‌ನ ಹಠವೂ ಹೆಚ್ಚಿತು. ಅವನು ದಿನಕ್ಕೆ ಎರಡೆರಡು ಸಲವೆಂಬಂತೆ ಕ್ರಿಷ್ಣಶರ್ಮರ ಮನೆಗೆ ಬರತೊಡಗಿದ. ಒಮ್ಮೆಯಂತೂ ತನ್ನ ಮನೆಯಲ್ಲಿ ಮಾಂಸದ ಸಾರು ಮಾಡಿ ಅವರ ಮನೆಗೆ ಬಂದು ಅವರ ಹಜಾರವೇರಿ ಒಳಗಿಟ್ಟು ತಿನ್ನದಿದ್ದರೆ ಸುಟ್ಟೇ ಬಿಡುತ್ತೇನೆಂದ. ಮೃತ್ಯುಭೀತಿಯಿಂದ ಕ್ರಿಷ್ಣಶರ್ಮರು ನಿಶ್ಚೇಷ್ಟಿತರಾಗಿ ಕೂತಾಗ ಹೋಹೋಹೋ ಎಂದು ಕೇಕೆ ಹಾಕಿದ. ಕೆಂಪು ಉದ್ದಕ್ಕೆ ಶರಟಿನ ಮಂಡಿನ ಬಣ್ಣದ ಇಜಾರದ, ತನಗಿಂತ ವಯಸ್ಸಿನಲ್ಲಿ ಕಿರಿಯವನಾದರೂ ಬಲಿಷ್ಠ ಮೈಯ ಪ್ರಾಯ ದಾಟಿದ ಫ್ರೈಯರ್ ವಿನ್ಸೆಂಟ್ ದೆ ಗೋಯೆಸ್‌ನ ಹೆದರಿಕೆಯಲ್ಲಿ ಅವರಿಂದ ದಿನ ಕಳೆಯುವುದು ಅಸಾಧ್ಯವಾಯಿತು. ಅವನು ದುಃಸ್ವಪ್ನವಾಗುತ್ತಾ ಹೋದಂತೆ ಕ್ರಿಷ್ಣಶರ್ಮರು ನಿರ್ಬಲರಾದರು. ಮಾಂಸ ತಿನ್ನು ಅಂತ ಗೋಯೆಸ್ ಹೇಳಿದ್ದು ಪಂಚಮಿಯ ದಿನ ಸಂಜೆ. ಆ ರಾತ್ರಿ ಕ್ರಿಷ್ಣಶರ್ಮರು ಊಟ ಮಾಡಲಿಲ್ಲ. ಅವರ ಹೆಂಡತಿಯೂ ಮಗ ನರದಭಟ್ಟನೂ ಉಪವಾಸವಿದ್ದರು. ಮನೆಯಲ್ಲಿ ಅಡುಗೆಯನ್ನೇ ಮಾಡಲಿಲ್ಲ. ಆಚಾರಪೂರ್ಣವಾದ ಮ್ಹಾಳಶಿಮಾಂಯಿಯ ದೇವಾಲಯದ ವಠಾರ ಮಾಂಸ ತಂದುದರಿಂದ ಮೈಲಿಗೆಯಾಯಿತೆಂದು ಅವರು ರಾತ್ರಿ ಇಡೀ ತೊಳಲಿದರು. ''ಗೋಮಯ ಸಾರಿಸಿ ಇಡೀ ಮನೆಯನ್ನು ತೊಳೆದರೂ ಈ ಮೈಲಿಗೆ ಹೋಗುವುದಿಲ್ಲ ಶಾಂತಾಬಾಯಿ'' ಎಂದು ಅವರು ಹೆಂಡತಿಯೊಡನೆ ಹೇಳಿ ಕಂಣೀರಿಟ್ಟರು.

ಮರುದಿನ ಬೆಳಗ್ಗೆ ಅವರ ಸೆಜ್ಜದ ಮನೆಯ ಮೊಷ್ಣು ಕಾಮಾತಿ ಬಂದಾಗ ಕ್ರಿಷ್ಣಶರ್ಮರ ಮನೆ ಖಾಲಿ ! ಗಂಡ ಹೆಂಡತಿ ಮಗ ಮೂವರೂ ರಾತ್ರೋರಾತ್ರಿ ಊರು ಬಿಟ್ಟು ಹೇಳದೇ ಕೇಳದೇ ಪರಾರಿಯಾಗಿದ್ದರು. ಬಟ್ಟೆಬರೆಗಳನ್ನು ಬೆತ್ತದ ಪೆಟಾರಿಯಲ್ಲಿಟ್ಟು ಹಾಲು ಕರೆಯುವ ಹಸುವಿನ ಮೇಲೆ ಹೇರಿ ಅವರು ರಾತ್ರಿಯೇ ಹೋಗಿರಬೇಕು. ಮನೆ ನಿಶ್ಶಬ್ದವಾಗಿತ್ತು. ಮೊಷ್ಣು ಕಾಮಾತಿ ಮಾಳಪ್ಪಯ್ಯನವರ ಮನೆಗೆ ಓಡಿದ. ಮಾಳಪ್ಪಯ್ಯ ಗಾಬರಿಯಾಗಿ ಓಡಿ ಓಡಿ ಬಂದರು. ನಿರ್ಜನಗೊಂಡ ಮನೆ ನೋಡಿ ತಲೆಯ ಮೇಲೆ ಕೈ ಹೊತ್ತು ಕೂತರು. "ಮ್ಹಾಳಶಿಮಾಂಯಿಗೂ ಪೂಜೆ ಮಾಡಲಾಗುವುದಿಲ್ಲ ಇನ್ನು" ಎಂದು ಖೇದಗೊಂಡರು. ಹೆಚ್ಚು ದೂರ ಹೋಗಿರಲಾರರು ಎಂದು ಭಾವಿಸಿ ನಾಲ್ಕು ಕಡೆಗೂ ಜನರನ್ನಟ್ಟಿದರಾದರೂ ಹೋದವರ ಜಾಡು ತಿಳಿಯಲಿಲ್ಲ. ಸಂಜೆಯ ಹೊತ್ತಿಗೆ ನಾಲ್ಕೂ ಕಡೆಗಳಿಗೆ ಹೋದ ಜನ ಮರಳಿ ಬಂದಾಗ ಅವರಿಗಾದ ಸಂದೇಹ ಈ ಗೋಯೆಸ್ ಅವರನ್ನು ಅಪಹರಿಸಿರಬಹುದೇ, ಬಂದೂಕಿನಿಂದ ಸುಟ್ಟು ಹಾಳು ಬಾವಿಗೆಲ್ಲಾದರೂ ಎಸೆದಿರಬಹುದೇ ಎಂದು. ಅಷ್ಟರಲ್ಲಿ ಗೋಯೆಸ್‌ನೇ ಕುದುರೆಯ ಮೇಲೇರಿ ಅತ್ತಕಡೆಗೆ ಬಂದ. ಬಹುಶಃ ಕ್ರಿಷ್ಣಶರ್ಮರನ್ನು ಗೋಳು ಹುಯ್ಯಲೆಂದೇ ಬಂದಿದ್ದನೋ ಏನೋ? ಮಾಳಪ್ಪಯ್ಯ ಹಜಾರದಲ್ಲಿ ಎದ್ದು ನಿಂತು ಅವರಿಲ್ಲದ ವಿಷಯವನ್ನು ಹೇಳಿದರು. ಗೋಯೆಸ್ ಗಹಗಹಿಸಿ ನಕ್ಕ "ಮಾಳ ಪೈ, ಇದೇ ರೀತಿ ನೀವೂ ಊರು ಬಿಡುವ ದಿನ ದೂರವಿಲ್ಲ, ತಿಳಿದುಕೊಳ್ಳಿ" ಎಂದು ಕೇಕೆ ಹಾಕಿದ. ಮಾಳಪ್ಪಯ್ಯ ಅವನನ್ನೇ ದುರದುರ ನೋಡಿದರು. ಅವರ ಬಳಿ ನಿಂತಿದ್ದ ಮೊಷ್ಣು ಕಾಮಾತಿ, ಮಂಗೇಶ ಕಾಳೆ, ಕೇಶವ ಪೈ ಎಲ್ಲ ತುಸುವೇ ಹಿಂಜರಿದರು. ಗೋಯೆಸ್ ಮೀಸೆಯ ಮರೆಯಲ್ಲಿ ನಗು ಮೂಡಿಸಿ, ತನ್ನ ಕುದುರೆಯನ್ನು ಹಿಂತಿರುಗಿಸಿ ಹೊರಟುಹೋದ.

ಕ್ರಿಷ್ಣಶರ್ಮರು ಊರು ಬಿಡುವ ಹೊತ್ತಿಗೆ ವಿಟ್ಠು ಪೈಯ ಓದು ತಕ್ಕ ಮಟ್ಟಿಗಾಗಿತ್ತು. ಅಕ್ಷರ ಜ್ಞಾನ, ಕೂಡುವುದು, ಕಳೆಯುವುದು ಇತ್ಯಾದಿ ಅಷ್ಟಿಷ್ಟು ಬರುತ್ತಿತ್ತು. ಬಾಯಿ ವಾಸನೆ ಬರುವ ಕ್ರಿಷ್ಣಶರ್ಮರ ಎದುರು ಕುಳಿತು ಮರಳಿನಲ್ಲಿ ಬೆರಳು ಆಡಿಸುತ್ತಾ ಇರುವುದು ವಿಟ್ಠು ಪೈಗೆ ಅಸಹ್ಯ. ಅವರು ಪರಾರಿಯಾದುದರಿಂದ ವಿಟ್ಠು ಪೈಗೆ ಸಂತೋಷ. ಆದರೂ ಊರವರ ಆತಂಕ ಅವನಿಗೆ ತಿಳಿಯದ್ದಲ್ಲ. ಒಳಗಿನ ಕೋಣೆಗಳಲ್ಲಿ ನಡೆಯುವ ಪಿಸಪಿಸ ಮಾತುಗಳು, ಗ್ರಾಮಪುರುಷನ ಗುಡಿಯ ಭಗ್ನಕಾರ್ಯ, ಪೂಜೆ ಪುನಸ್ಕಾರವಿಲ್ಲದೇ ಉರುಳುತ್ತಿದ್ದ ದೇವಸ್ಥಾನಗಳು ಎಲ್ಲ ಅವನ ಆತಂಕವನ್ನೂ ಹೆಚ್ಚಿಸಿದ್ದುವು. ಧಡ್ಡನಿಗೆ ನಾಗ್ದೊ ಬೇತಾಳನ ನೆನಪು. ಅದೇ ಗೀಳಿನಲ್ಲಿ ಅವನು ವಿಟ್ಠುಪೈಯಿಂದ ದೂರ ಉಳಿಯುತ್ತಿದ್ದ. ಹಾಗಾಗಿ ಓದುಗೀದಿಲ್ಲದ ವಿಟ್ಠುಪೈಗೆ ಸಾಕಷ್ಟು ಸಮಯ ದೊರಕಿತು. ಗುಡ್ಡ ಗುಡ್ಡ ಅಲೆಯಲಿಕ್ಕೆ, ಮರಹತ್ತಿ ಹಣ್ಣು ಕೊಯ್ದು ತಿನ್ನಲಿಕ್ಕೆ, ಜಾಗೋರದ ಆಟಗಳನ್ನು ನೋಡಲಿಕ್ಕೆ ಎಂದು ಅವನು ತನ್ನದೇ ಆದ ಬಾಲಿಶ ಕಾರ್ಯಗಳಲ್ಲಿ ಮಗ್ನನಾದ.

ರಾಮಚಂದ್ರ ಪೈಗೆ ಕಥೆ ಹೇಳುತ್ತಾ ವಿಟ್ಠು ಪೈ "ಕೃಷ್ಣಶರ್ಮರು ಊರು ಬಿಟ್ಟು ಹೋದುದು ತತ್ಕಾಲಕ್ಕೆ ನನಗೇನೋ ಸಂತೋಷ ಕೊಟ್ಟದ್ದು ಹೌದು ರಾಚ್ಛೂ. ನಿನ್ನಜ್ಜನ ಓದು ಅಲ್ಲಿಗೇ ನಿಂತಿತು. ಆ ಬಗ್ಗೆ ಮುಂದೆ ನಾನು ಬಹಳ ದುಃಖಗೊಂಡದ್ದಿದೆ. ಬ್ರಾಹ್ಮಣನಾಗಿ ಒಂದು ಅಮರ ಬಾಯಿಪಾಠ ಮಾಡಲಿಲ್ಲ, ವೇದದ ಒಂದಕ್ಷರ ನಾಲಿಗೆಯ ಮೇಲೆ ಉರುಳಲಿಲ್ಲ. ಅಪ್ಪನಂತೆ ನನ್ನ ವ್ಯವಹಾರ ಒಂದೂ ಸರಿತೂಗಲಿಲ್ಲ. ಉಳಿಸಿದ್ದು ಏನೂ ಇಲ್ಲ. ಕಳೆದದ್ದೇ ಹೆಚ್ಚು. ಹಾಗೆ ಕಳೆಯಲು ಚಿಕ್ಕಂದಿನಲ್ಲಿ ಮೊಂಡಾದ ಈ ತಲೆಯೊಳಗಿನ ಜ್ಞಾನದ ಅಭಾವವೂ ಕಾರಣವೇನೋ?" ಎಂದು ಹೇಳುತ್ತಿದ್ದರು.

ಕೃಷ್ಣಶರ್ಮರು ಊರು ಬಿಟ್ಟು ಹೋಗಿ ಮೂರು ಮಾಸಗಳಾಗಿರಬೇಕು. ಮಾಳಪ್ಪಯ್ಯ ಅವರನ್ನು ಹುಡುಕಿಸುವ ಕೆಲಸ ಕೈ ಬಿಟ್ಟಿದ್ದರು. ಮ್ಹಾಳಶಿಮಾಂಯಿಯ ದೇವಸ್ಥಾನದಲ್ಲಿ ಜೇಡ ಬಲೆ ನೇಯುತ್ತಿತ್ತು. ಬಾಗಿಲನ್ನು ಹಾಕಿ ಬಂದಿದ್ದ ಕಾರಣ ತೀರ ಸಪ್ಪೆಯಾಗಿ ಮೌನವಹಿಸಿದಂತಿತ್ತು. ತೇಗದ ಮರದ ಬಾಗಿಲು. ಮಾಳಪ್ಪಯ್ಯನವರ ತಂದೆ ನರಸಪ್ಪಯ್ಯನವರ ಅಜ್ಜನ ಕಾಲದಿಂದಲೂ ಅದೇ ಬಾಗಿಲು. ಎಣ್ಣೆ ತಾಗಿ ತಾಗಿ ಅದು ಹದಗೊಂಡಿತ್ತು. ಈಗ ಮೂರೇ ತಿಂಗಳಲ್ಲಿ ಗೆದ್ದಲು ಹಿಡಿದಂತೆ ಕಾಣತೊಡಗಿತು. ದೇವಸ್ಥಾನದ ಭವಿಷ್ಯ ಏನಾಗುವುದೋ ಎಂಬ ಚಿಂತೆಯಿಂದ ಮಾಳಪ್ಪಯ್ಯ ಬಳಲಿದರು. ಆಗಲೇ ವೆರಣೆಯಲ್ಲಿ ಒಂದು ವಿಶೇಷ ನಡೆಯಿತು. ಸಪೂರ ಸಾಂತಯ್ಯ ಪೊರೋಬುವಿನ ಮನೆಯಲ್ಲಿ ವಾಸಮಾಡುತ್ತಿದ್ದ ಅಲ್ಫೆಕ್ಸೊ ದಿಯಾಜ್ ಕೊಮಿನೋ ತನ್ನ ಹೆಂಡತಿ ಮರಿಯಾ ದೆಫಾರಿಯಾ ಎಸೋಜಳ ನರದೌರ್ಬಲ್ಯ ಹೆಚ್ಚಾದಾಗ ಏನು ಮಾಡುವುದೆಂದು ತಿಳಿಯದೇ ದಿಕ್ಕೆಟ್ಟ. ಸಂಕ್ವಾಳಿಯ ಪೋರ್ಚುಗೀಸ್ ವೈದ್ಯರಿಂದ ಅವನು ಆಗಾಗ ಔಷಧಿ ತರುತ್ತಿದ್ದ. ಗೋವಾದಿಂದಲೂ ಔಷಧಿ ತಂದ. ಆದರೆ ಆಕೆಗೆ ಅಂತಹ ಗುಣವೇನೂ ಕಂಡಿರಲಿಲ್ಲ. ಅವಳದ್ದು ಮನೋರೋಗ. ಮನೆಯ ಆಳುಗಳ ಮೇಲೆ ಹರಿಹಾಯುವುದು; ಗಂಡನೆದುರು ಅಳುತ್ತಾ ಕೂರುವುದು; ಗೋಯೆಸ್ ಬಂದರೆ ತಮ್ಮನೊಬ್ಬ ಇಲ್ಲಿದ್ದಾನೆಂದು ಖುಷಿಯಿಂದ ತನ್ನ ಮಾತೃಭಾಷೆಯಾದ ಪೋರ್ಚುಗೀಸಿನಲ್ಲಿ ಹರಟೆ ಹೊಡೆಯುವುದು ; ಇತ್ಯಾದಿ ಮಾಡುತ್ತಿದ್ದಳು. ಅವಳಿಗೆ ಇತ್ತೀಚೆಗೆ ಬಂದ ಒಂದು ಸಂದೇಹವೆಂದರೆ ತನ್ನ ಗಂಡ ಕೊಮಿನೋಗೆ ಮನೆಕೆಲಸದ ಹೆಂಪೊಬ್ಬಳ ಜೊತೆ ವೈಯಕ್ತಿಕ ಸಂಬಂಧವಿರಬಹುದೇ ಎಂದು ! ಕೊಮಿನೋಗೆ ಹೋಲಿಸಿದರೆ ದೈಹಿಕವಾಗಿ ಆಕೆ ಅಂತಹ ಮೈ ಕೈ ತುಂಬಿದ ಹೆಂಣಲ್ಲ. ಸಪೂರವಾದ ಅಂಗಾಂಗಗಳ ನಾಜೂಕಿನ ಹೆಂಣು ಆಕೆ. ಲಿಸ್ಬನ್ನಿನಲ್ಲಿ ದಾದಿಯಾಗಿ ಕೆಲಸ ಮಾಡುತ್ತಿದ್ದಾಗ, ಬೆಳೆಸಿಕೊಂಡ ನಾಜೂಕು ಅವಳದ್ದು. ವೆರಣೆಯಲ್ಲಿ ವೈಶಾಖದ ಬಿಸಿಲು ಹೊರಗಡೆ ರಣಗುಡುತ್ತಿದ್ದಾಗ ಆಕೆ

ಬೆವರಿನಿಂದ ತೊಯ್ದು ಹೋಗುತ್ತಿದ್ದಳು. ಮೈಮೇಲೆ ಹಾಕಿಕೊಂಡ ಲಂಗವನ್ನು ಬಿಚ್ಚಿ ಎಸೆಯುವ ಅತೀವ ಆಸೆ. ಆಗ, ಗುಲಾಮರಾದ ಸ್ಥಳೀಯ ಹೆಂಗಸರು ಹದಿನೆಂಟು ಮೊಳದ ಸೀರೆಯನ್ನು ಹೇಗೆ ಹೇಗೋ ಉಟ್ಟುಕೊಂಡು ಎದುರು ಓಡಾಡುವುದು ಅವಳಿಗೆ ಒಗ್ಗದ ವಿಚಾರ. ಒಳಗೆ ಲಂಗ ಕೂಡಾ ಹಾಕದೇ, ಕಚ್ಚೆಯುಟ್ಟುಕೊಂಡು, ರವಕೆ ಧರಿಸದೇ ಅವರು ಕೊಮಿನೋನ ಎದುರು ಬಂದರೆ ಅವಳಿಗೆ ಕೋಪ. ತನ್ನ ಹರುಕುಮುರುಕು ಕೊಂಕಣಿಯಲ್ಲಿ ಅವನು ದವಡೆ ವಕ್ರ ಮಾಡುತ್ತಾ ಮಾತನಾಡಿದರೆ ಆ ಕೊಂಕಣಿ ಹೆಂಗಸರಿಗೆ ನಗುವೋ ನಗು. ಅದನ್ನು ಕಂಡರೆ ಮರಿಯಾಗೆ ಸಿಟ್ಟು.

ಒಂದು ರಾತ್ರಿ ಅವಳ ದೌರ್ಬಲ್ಯ ಎಷ್ಟು ವಿಪರೀತವಾಯಿತೆಂದರೆ ಕೊಮಿನೋ ಕೊಟ್ಟ ಔಷಧಿ ಅವಳಿಗೆ ಸಾಕಾಗಲಿಲ್ಲ. ಊಟವಾಗಿ ಹಜಾರಕ್ಕೆ ಬರುತ್ತಾ ಆಕೆ ಧೊಪ್ಪನೆ ನೆಲದ ಮೇಲೆ ಕುಸಿದು ವಿಲವಿಲ ಒದ್ದಾಡತೊಡಗಿದಳು. ಕೊಮಿನೋ ಧಾವಿಸಿ ಬಂದು ಆಕೆಯ ಶುಶ್ರೂಷೆ ಮಾಡಿದ. ಹಿಂದಿನಿಂದ ಕಂಕುಳಿಗೆ ಕೈಹಾಕಿ ಎತ್ತಿ ಹಾಸಿಗೆಯ ಮೇಲೆ ಮಲಗಿಸಿದ. ಹಾಗೆ ಮಲಗಿಸುವಾಗ ಸಹಾಯಕ್ಕೆ ಮನೆಯ ಹೆಣ್ಣಾಳುಗಳನ್ನೂ ಕರೆದ. ಅರೆಘಳಿಗೆ ಮರಿಯಾ ಉನ್ಮಾದದ ಅವಸ್ಥೆಯಲ್ಲಿದ್ದಳು. ಹೊರಗಡೆ ಹುಚ್ಚಿ ಸೀತಾಬಾಯಿಯ ಊಳು. ಮರಿಯಾಗೆ ನಿದ್ರೆ ಬರುವ ಔಷಧಿ ಕೊಟ್ಟರೂ ಸಾಕಾಗಲಿಲ್ಲ. ಅಲ್ಲಿಯೇ ನಿಂತು ನೋಡುತ್ತಿದ್ದ ಹೆಣ್ಣಾಳುಗಳು ಮುಗ್ಧರಾಗಿ "ಮ್ಹಾಳಶಿಮಾಂಯಿಗೆ ಕೋಪ ಬಂದು ಹೀಗಾಗಿದೆ. ಅವಳ ಪೂಜೆ ನಿಲ್ಲಿಸಿದ್ದಾರಲ್ಲ?" ಎಂದು ತಮ್ಮ ತಮ್ಮೊಳಗೆ ಮಾತಾಡಿಕೊಂಡರು. ಅದು ಅವನ ಕಿವಿಗೂ ಬಿತ್ತು. ಅದಕ್ಕೆ ಸರಿಯಾಗಿ ಮರಿಯಾ ಧಡಕ್ಕನೆ ಎದ್ದು ಕುಳಿತು "ಏನು, ಗ್ರಾಮಪುರುಷನ ಗುಡಿ ಮತ್ತೆ ಕಟ್ಟಿಸಿದರ? ಗಂಟೆಯ ಧ್ವನಿ ಕೇಳುತ್ತಾ ಇದೆ. ನಾನು ನೋಡಬೇಕು" ಎಂದು ಹೇಳಿದಳು. ಅವಳು ಎದ್ದ ರೀತಿ, ಹಾಕಿದ ಪ್ರಶ್ನೆ, ಬೆವತು ಥರಥರ ನಡುಗಿದ ಬಗೆ ಕಂಡು ಕೊಮಿನೋ ಕಂಗಾಲಾದ. ಮರಿಯಾ ಕ್ಷಣಕ್ಕೊಮ್ಮೆ ಎದ್ದು ಲಿಸ್ಬನ್ನಿನ ತನ್ನ ಬಾಲ್ಯದ ವಿವರ ಹೇಳತೊಡಗಿದಳು. ಯುದ್ಧದ ಸಾವು ನೋವುಗಳು, ಗಾಯವಾಗಿ ತಾನು ಕೆಲಸ ಮಾಡುತ್ತಿದ್ದ ಆಸ್ಪತ್ರೆಗೆ ಬಂದು ಬಿದ್ದ ಯೋಧರುಗಳು, ಹೀಗೆ ಏನೇನೋ. ಕೊಮಿನೋ ಅವಳನ್ನು ಶಾಂತಗೊಳಿಸಲು ಪ್ರಯತ್ನಿಸಿದ. ಆಕೆ ಇದ್ದಕ್ಕಿದ್ದಂತೆ ಚೀರುತ್ತಾ "ಕಾಸ್ಟೆಲೊ ! ಕಾಸ್ಟೆಲೊ ನೋಡಿ. ಅಲ್ಲಿ ಅಲ್ಲಿ ಮಲಗಿದ್ದಾನೆ. ಅಯ್ಯೋ ಅವನ ಕೈಕಾಲುಗಳು ಕಡಿದಿವೆ. ದೇವರೇ" ಎಂದು ಬೊಬ್ಬಿಟ್ಟಳು.

ಮನೆಯಲ್ಲಿ ಕೊಮಿನೋ ಅಲ್ಲದೇ ಮೂವರು ಹೆಣ್ಣಾಳುಗಳಿದ್ದರು. ಅವರಲ್ಲಿ ಒಬ್ಬಳನ್ನು ಕೊಮಿನೋ ಗೋಯೆಸ್‌ನ ಮನೆಗಟ್ಟಿದ. ಇನ್ನೊಂದಿಷ್ಟು ನಿದ್ರೆಯ ಔಷಧಿ ಹಾಕಿ ಮರಿಯಾಳನ್ನು ಮಲಗಿಸುವ ಪ್ರಯತ್ನವನ್ನೂ ಮಾಡಿದ. ಆದರೆ ಹೊಟ್ಟೆಯಲ್ಲಿ ಸಂಕಟವಾಗಿ ಮರಿಯಾ ಒಮ್ಮೆಲೇ ಊಟ ಮಾಡಿದ್ದನ್ನೆಲ್ಲ ಕಾರಿಕೊಂಡಳು. ಅದರಿಂದಾಗಿ ಆಕೆಗೆ ಇನ್ನಷ್ಟು ನಿತ್ರಾಣವಾಯಿತು. ಚೀರುಧ್ವನಿಯಲ್ಲಿ ಆಕೆ ನರಳತೊಡಗಿದಳು. ಇನ್ನೊಬ್ಬ

ಹೆಂಣಾಳು ಮ್ಹಾಳಶಿಮಾಂಯಿಯ ವಠಾರದಲ್ಲಿದ್ದ ಕ್ರಿಷ್ಣಶರ್ಮರಿಗೆ ಒಂದಷ್ಟು ವೈದ್ಯಕೀಯ ಬರುತ್ತದೆಂದೂ ಶ್ರೀಧರ ಕಾಳೆಯವರು ತೀರಿಕೊಂಡ ಮೇಲೆ ಊರವರಿಗೆ ಅವರೇ ಔಷಧಿ ಕೊಡುವುದೆಂದೂ, ಅವರನ್ನು ಕರೆಸಿದರೆ ತಕ್ಷಣಕ್ಕೆ ಆಗಬಹುದೆಂದೂ ಹೇಳಿದಳು. ಕೊಮಿನೋಗೆ ಕ್ರಿಷ್ಣಶರ್ಮರು ಊರು ಬಿಟ್ಟದ್ದು ಗೊತ್ತಿರಲಿಲ್ಲ. ಹಾಗಾಗಿ ಅವನು ಅವಳನ್ನೇ ಅಲ್ಲಿಗೆ ಓಡಿಸಿದ. ಆಕೆ ತೇಕುತ್ತಾ ಮರಳಿ ಬಂದು ಅವರು ಅಲ್ಲಿಲ್ಲವೆಂದು ಹೇಳಿದಳು. ಕೊಮಿನೋ ಎಷ್ಟು ಗಾಬರಿಯಾಗಿ ಬಿಟ್ಟನೆಂದರೆ ಅವಳ ಮಾತನ್ನು ಪೂರ್ತಿ ಕೇಳಿಸಿಕೊಳ್ಳದೇ ಮಾಳಪ್ಪಯ್ಯನವರ ಮನೆಗೆ ಓಡಿದ.

ಮಾಳಪ್ಪಯ್ಯ ಊಟ ಮುಗಿಸಿ ಹಜಾರದಲ್ಲಿ ಕುಳಿತು ತಾಂಬೂಲ ಹಾಕುವ ಸಮಯ. ವೈಶಾಖದ ಆಕಾಶ. ಒಂದೂ ಮೋಡವಿರಲಿಲ್ಲ. ಮೂರು ದಿನಗಳಲ್ಲಿ ಹುಣಿಮೆ ಯಿದ್ದುದರಿಂದ ಚಂದ್ರ ಮೇಲೆದ್ದು ಬೆಳದಿಂಗಳು. ಹಜಾರದ ದೀಪದ ಎದುರು ಯೋಚನಾಮಗ್ನರಾಗಿ ಕುಳಿತ ಮಾಳಪ್ಪಯ್ಯ. ಆಗಲೇ ಉಣಗೋಲಿನ ಶಬ್ದವಾಯಿತು. ಮಾಳಪ್ಪಯ್ಯ ಕತ್ತೆತ್ತಿ ನೋಡುತ್ತಾರೆ – ಕೊಮಿನೋ ! ಆ ಬೆಳದಿಂಗಳಲ್ಲಿ ಅವನ ಮೈ ಇನ್ನಷ್ಟು ಬಿಳಿಚಿಕೊಂಡಿತ್ತು. ಅವನು ಅಂಗಳ ದಾಟಿದವನೇ ''ಮಾಳ ಪೈ, ನನ್ನ ಹೆಂಡತಿ ಹೇಗೆ ಹೇಗೋ ಆಡುತ್ತಿದ್ದಾಳೆ. ಔಷಧಿ ಕೊಡುವ ಭೊಟ್ಟರೂ ಇಲ್ಲ. ನೀವು ಹಿರಿಯರು. ನನಗಿಲ್ಲಿ ಬೇರೆ ಯಾರೂ ಗೊತ್ತಿಲ್ಲ. ಒಮ್ಮೆ ಬಂದು ನೀವು ನೋಡಿ ಹೋಗಬೇಕು. ಇಲ್ಲದಿದ್ದರೆ ಆಕೆ ಬದುಕುವುದಿಲ್ಲ'' ಎಂದು ಅಳುತ್ತಾ ಕುಸಿದೇ ಬಿಟ್ಟ.

ಮಾಳಪ್ಪಯ್ಯನವರಿಗೆ ಮೊದಲು ಕೊಮಿನೋ ಹೇಳಿದ್ದು ಏನೆಂದು ತಿಳಿಯಲಿಲ್ಲ. ಆದರೆ ಆತ ಕುಸಿದು ಬಿದ್ದ ರೀತಿ, ಮುಖ ತುಂಬಿದ ಉತ್ಕಂಠತೆ, ಧ್ವನಿಯಲ್ಲಿದ್ದ ಆರ್ದ್ರತೆ – ಅವರಿಗೆ ಅವನು ಯಾವುದೋ ಗಂಡಾಂತರದಲ್ಲಿದ್ದಾನೆಂದು ತಿಳಿಸಿತು. ವಿಷಯ ಸರಿಯಾಗಿ ತಿಳಿದ ಮೇಲೆ ಅವರು ಹೋಗಲೇ ಬೇಡವೇ ಎಂಬ ತೊಳಲಾಟಕ್ಕೆ ಬಿದ್ದರು. ರಾತ್ರಿಯ ಹೊತ್ತು. ಶತ್ರುವಿನಂತಿದ್ದ ವ್ಯಕ್ತಿ. ಒಬ್ಬನೇ ಹೋಗುವುದಾದರೂ ಹೇಗೆ ಎಂದು ಅವರ ಯೋಚನೆ. ಆದರೆ ಹಾಗೆಲ್ಲ ಯೋಚಿಸುವಷ್ಟು ವ್ಯವಧಾನವಿರಲಿಲ್ಲ. ಎದುರಿಗೆ ಅನಾಥನಂತೆ ಅಳುತ್ತಿದ್ದ ಕೊಮಿನೋ. ನಿಜವಾಗಿಯೂ ಅವನ ಹೆಂಡತಿ ಸಾವಿನ ಅಂಚಿನಲ್ಲಿದ್ದಾಳೆ ಎಂದಾದರೆ ತಾನು ಹೋಗದಿರುವುದು ತಪ್ಪಾಗುತ್ತದೆ. ದಾರಿಯಲ್ಲಿ ಹೋಗುತ್ತಾ ಯಾರಾದರೂ ಆಳುಗಳನ್ನು ಕರೆಯಬಹುದು. ಹೇಗಿದ್ದರೂ ಊರು ತಮ್ಮದಲ್ಲವೇ ಎಂದುಕೊಂಡರು. ಒಳಗಡೆ ಕೆಲಸದಲ್ಲಿದ್ದ ರಾಧಾಬಾಯಿಯನ್ನೂ ಕರೆದರು. ಮಲಗಿದ್ದ ಧಡ್ಡನನ್ನೂ ಎಬ್ಬಿಸಿದರು. ಧೈರ್ಯಕ್ಕಿರಲಿ ಎಂದು ಕೈಲೊಂದು ಬಡಿಗೆಯನ್ನೂ ಹಿಡಿದುಕೊಂಡು ದಡದಡ ಹೆಜ್ಜೆ ಹಾಕಿದರು.

ಮನೆ ಮುಟ್ಟಿದಾಗ ಗೋಯೆಸ್ ಮತ್ತು ಅವನ ಹೆಂಡತಿ ಕೂಡಾ ಅಲ್ಲಿ ತಲುಪಿದ್ದರು. ಮಾಳಪ್ಪಯ್ಯನವರನ್ನು ಕಂಡು ಒಂದಿಷ್ಟು ಅಸಮಾಧಾನಗೊಂಡ ಗೋಯೆಸ್. ಆದರೆ ಕೊಮಿನೋನ ಗಾಬರಿಯ ಮುಖದೆದುರು ತನ್ನ ಭಾವನೆಗಳನ್ನು ತೋರಿಸಿಕೊಳ್ಳದೇ

ತೆಪ್ಪಗೆ ನಿಂತ. ರಾಧಾಬಾಯಿ ಒಳಗೆ ಹೋಗಲು ಹಿಂಜರಿದಳು. ಅವಳು ಆ ಮನೆಗೆ ಪರಿಚಿತಳೇ. ಹಿಂದೆ ಸಪೂರ ಸಾಂತಯ್ಯ ಪೊರೋಬುವಿನ ಸಂಸಾರವಿದ್ದಾಗ ಆಕೆ ಅಲ್ಲಿಗೆ ಅನೇಕ ಬಾರಿ ಬಂದದ್ದಿತ್ತು. ಶ್ರಾವಣದ ದಿನಗಳಲ್ಲಿ ತುಳಸಿಯ ಪೂಜೆ ಮಾಡಿ ಚೂಡಿ ಕೊಡುವುದನ್ನು ಒಮ್ಮೆಯೂ ತಪ್ಪಿಸಿರಲಿಲ್ಲ. ಆದರೆ ಈಗ ಆ ಮನೆಯಲ್ಲಿ ಕಿರಿಸ್ತಾನ ಮಂದಿ ವಾಸವಿದ್ದರು. ಮಾಂಸ ಮಡ್ಡಿ ತಿನ್ನುವ ಮಂದಿ. ಹೇಗೆ ಒಳಗೆ ಹೋಗಲಿ? ಮಾಳಪ್ಪಯ್ಯನವರು ಹೆಂಡತಿಯ ಹಿಂಜರಿಕೆ ನೋಡಿ "ಒಳಗಿದ್ದವಳ ಅವಸ್ಥೆ ನೋಡಿ ಬಾ. ಏನಾಗಿದೆ ಎಂದು ಹೇಳು" ಎಂದರು. ಮುಂದಣ ಯೋಚನೆ ಮಾಡದೇ ಆಕೆ ಒಳಗೆ ಹೋಗಿ ಮರಿಯಾಳ ಎದುರು ನಿಂತಳು.

ಕೋಣೆಯ ಮಧ್ಯೆ ಮೊಣಕಾಲಿನ ತನಕ ಬರುವ ಮಂಚ. ಹೂವಿನಷ್ಟು ಮೃದುವಾದ ಹಾಸಿಗೆ. ಗಾಳಿ ಬೆಳಕು ಚೆನ್ನಾಗಿ ಸರಿಯುವಂತೆ ದೊಡ್ಡ ದೊಡ್ಡ ಬಾಗಿಲುಗಳು, ಕಿಟಕಿಗಳು. ಅವಕ್ಕೆಲ್ಲ ಬಣ್ಣದ ಪರದೆ. ಹಾಸಿಗೆಯ ಮೇಲೆ ಬೋಧವಿಲ್ಲದೇ ಮಲಗಿದ ಮರಿಯಾ. ರಾಧಾಬಾಯಿಗೆ ಔಷಧಿ ಕೊಡುವ ಬಗ್ಗೆ ಏನೂ ತಿಳಿದಿರಲಿಲ್ಲ, ಅವಳೇ ಸ್ವತಃ ರೋಗಿಷ್ಟೆ. ಆದರೆ ಎದುರಿಗೆ ಬಿದ್ದಿರುವ ಈ ನಿರ್ಬಲ ಹೆಂಣು ಕಂಡು ರಾಧಾಬಾಯಿ ಧೈರ್ಯ ತೆಗೆದುಕೊಂಡಳು. ಆಕೆಯ ಹತ್ತಿರ ಕುಳಿತು ಅವಳ ಬಲಗೈಯನ್ನು ತನ್ನ ಕೈಯಲ್ಲಿ ಒತ್ತಾಗಿ ಹಿಡಿದುಕೊಂಡಳು. ಜ್ವರದಿಂದ ಕೈ ಸುಡುತ್ತಿತ್ತು. ಮನೆಯ ಹೆಂಣಾಳುಗಳಿಗೆ ನೀರು ಕುದಿಸಲು ಹೇಳಿ ಬೇರೆಯೇ ತಂಣೀರನ್ನು ತಂದು ಒದ್ದೆ ಬಟ್ಟೆಯ ಪಟ್ಟಿ ಮಾಡಿ ಹಣೆಯ ಮೇಲಿಟ್ಟಳು. ಗಂಡನಿಗೆ ಯಾವುದೋ ಸೊಪ್ಪು ತರಹೇಳಿ ಅದನ್ನು ಹಿಂಡಿ ಕಷಾಯದ ಸಿದ್ಧತೆ ಮಾಡಿದಳು. ಮನೆಯಿಂದ ತಂದ ಮ್ಹಾಳಶಿಮಾಂಯಿಯ ಪ್ರಸಾದವನ್ನು ಅವಳ ಬಾಯಿಗೆ ಹಾಕಿದಳು. ಮರಿಯಾ ನರಳುತ್ತಲೇ ಇದ್ದಳು. ಅರ್ಧ ಘಳಿಗೆಯ ಬಳಿಕ ಬಲವಂತದಿಂದ ಅವಳಿಗೆ ಕಷಾಯ ಕುಡಿಸಿದಳು. ಸ್ವಲ್ಪ ಹೊತ್ತಿನ ನಂತರ ಮರಿಯಾಳಿಗೆ ನಿದ್ರೆ ಬಂತು. ತಂಣೀರಿನ ಬಟ್ಟೆಯನ್ನು ಕ್ಷಣಕ್ಕೊಮ್ಮೆ ಬದಲಾಯಿಸುವಂತೆ ಹೇಳಿ ಹೊರಗೆ ಬಂದಳು. ತಮ್ಮ ಮನೆಗೆ ಅವರು ಹಿಂತಿರುಗುವಾಗ ಮಧ್ಯರಾತ್ರಿ ಕಳೆದಿತ್ತು. ಮರುದಿನ ಕೊಮಿನೋ ಒಂದಷ್ಟು ಹಂಣುಗಳನ್ನು ಹಿಡಿದುಕೊಂಡು ಮಾಳಪ್ಪಯ್ಯನವರ ಮನೆಗೆ ಬಂದು, ಅವರೆದುರಿಟ್ಟು, ಸ್ಥಳೀಯರಂತೆ ಸಾಷ್ಟಾಂಗ ನಮಸ್ಕರಿಸಲು ಎರಗಿದಾಗ ಮಾಳಪ್ಪಯ್ಯನವರ ಕಂಣು ತುಂಬಿ ಬಂತು.

ಕ್ರಿಷ್ಣಶರ್ಮರ ಗೈರುಹಾಜರಿಯನ್ನು ಕೊಮಿನೋ ಆ ರಾತ್ರಿ ಅನುಭವಿಸಿದ್ದು ನಿಜ. ಅವರು ಇದ್ದಿದ್ದರೆ ಚೆನ್ನಾಗಿತ್ತು ಎಂದು ಅವನಿಗೆ ಅನ್ನಿಸಿ, ಅದನ್ನು ಮೇಲಿಂದ ಮೇಲೆ ಗೋಯೆಸ್ ಬಳಿ ಹೇಳಿಯೂ ಹೇಳಿದ. ಗೋಯೆಸ್ ಅದನ್ನು ಒಪ್ಪಲಿಲ್ಲ. ಅವನು ಸೈನ್ಯದಲ್ಲಿದ್ದ ಕಾರಣ ಕಟ್ಟಾ ಸೈನಿಕನಂತೆ ತನ್ನ ಮೃದು ಭಾವನೆಗಳನ್ನೆಲ್ಲ ಮನಸ್ಸಿನಿಂದ ಕಿತ್ತು ಹಾಕಿದ್ದ. "ಸಂಕ್ವಾಳಿಯ ವೈದ್ಯರು ನಿನಗೆ ಆ ಹೊತ್ತಿನಲ್ಲಿ ಸಿಕ್ಕಿದ್ದೇ ಆದರೆ ನೀನು ಆ ದರಿದ್ರ ಭೊಟ್ಟನ ಬಗ್ಗೆ ಹೀಗೆ ಹೇಳುತ್ತಿರಲಿಲ್ಲ" ಎಂದು ಹೇಳಿ ಕೊಮಿನೋನ ಬಾಯಿ ಮುಚ್ಚಿಸಲು

ನೋಡಿದ. ಆದರೂ ಕೊಮಿನೋ ತನ್ನ ನಿಲುವು ಬದಲಾಯಿಸಲಿಲ್ಲ. ಅವನು ಮಾಳಪ್ಪಯ್ಯನವರಿಗೆ ತನ್ನ ಕೃತಜ್ಞತೆಯನ್ನರ್ಪಿಸಿದ ರೀತಿಗೆ ವೆರಣೆಯ ಜನರು ಅವನನ್ನು ತಮ್ಮವನೆಂದು ಸ್ವೀಕರಿಸುತ್ತಿದ್ದರೋ ಏನೋ? ಸ್ಥಳೀಯರು ಹೆಚ್ಚಾಗಿ ಪೋರ್ಚುಗೀಸರಿಗೆ ಆಳುವ ಜನರೆಂದು ಹೆದರುವುದಿತ್ತು. ಆದುದರಿಂದ ಯಾವಾಗಲೂ ದೂರವೇ ಇರುತ್ತಿದ್ದರು. ಹಾಗಿರುವಾಗ ಕೊಮಿನೋ ಹಂಣುಹಂಪಲುಗಳನ್ನು ಮಾಳಪ್ಪಯ್ಯನವರ ಎದುರಿಟ್ಟು ಸಾಷ್ಟಾಂಗ ನಮಸ್ಕಾರ ಮಾಡಿದ್ದುದು ಅವರಿಗೆ ವಿಚಿತ್ರವೆನಿಸಿತು. ಅಷ್ಟು ಮಾಡಿ ಕೊಮಿನೋ ಗಾಡಿ ಕಟ್ಟಿಸಿಕೊಂಡು ಸಂಕ್ವಾಳಿಯ ವೈದ್ಯರನ್ನು ಕಾಣಲು ಹೊರಟಿದ್ದ.

ಏನಿದ್ದರೂ ವೆರಣೆಯ ಜನ ಕೊಮಿನೋನಿಂದ ವಿಮುಖರಾಗಲಿಕ್ಕೆ ಇನ್ನೊಂದು ಕಾರಣವೂ ಅದೇ ಸಮಯಕ್ಕೆ ಒದಗಿತು. ವಾರದೊಳಗೆ ಗೋಯೆಸ್ ವೆರಣೆಯ ಸಂತೆಮಾಳದಲ್ಲಿ ನಿಂತು "ಕುಡುಂಬಿಯರ ಬುದ್ದು ಮತ್ತು ಅವನ ಕುಟುಂಬದವರೆಲ್ಲ ನಮ್ಮ ಮತಕ್ಕೆ ಸೇರಲು ಸಂತೋಷದಿಂದ ನಿಶ್ಚಯಿಸಿದ್ದಾರೆ. ನಾಳಿದ್ದು ಆದಿತ್ಯವಾರ ನಮ್ಮ ಚರ್ಚಿನ ಪಾದ್ರೆಪ್ಪನವರು ಬರುತ್ತಾರೆ. ಮತಾಂತರದ ಸಂತೋಷ ಸಮಾರಂಭ ಇಲ್ಲಿಯೇ ಆಗುತ್ತದೆ" ಎಂದು ಪ್ರಕಟಿಸಿದ. ಕೇಳಿದ ಜನರು ಗಾಬರಿಗೊಂಡರು. ಸಂತೆಮಾಳದಲ್ಲಿ ಬೆಲ್ಲದ ವ್ಯಾಪಾರ ಮಾಡುತ್ತಿದ್ದ ಬಿಕ್ಕು ಪೊರೋಬು ತನ್ನ ಮಗ ಮಾಧೋ ಪೊರೋಬುವನ್ನು ಅಲ್ಲಿ ಬಿಟ್ಟು ಮಾಳಪ್ಪಯ್ಯನವರ ಮನೆಗೆ ಓಡಿದ. ಬುದ್ದು ಅವರ ಮನೆಯ ಆಳು. ಅವರ ಗದ್ದೆಗಳಲ್ಲಿ ದುಡಿಯುತ್ತಿದ್ದ. ಮನೆ ತುಂಬ ಮಕ್ಕಳು. ಬಡತನ. ಮಾಳಪ್ಪಯ್ಯ ಅವನಿಗೆ ಆಗಾಗ ಅಕ್ಕಿ ಬೆಲ್ಲ ಎಂದು ಕೊಡುವುದಿತ್ತಲ್ಲದೇ, ವರುಷಕ್ಕೆರಡು ಅರಿವೆಗಳನ್ನು ಕೊಡುವುದಿತ್ತು. ಅವನ ಹೆಂಡತಿ ಮನೆಗೆಲಸಕ್ಕೆ ಬರುತ್ತಿದ್ದಳು. ಬುದ್ದುವಿಗೆ ಈಚಲ ಹೆಂಡ ಕುಡಿಯುವ ಅಭ್ಯಾಸ. ಕುಡಿದು ಸ್ಮೃತಿ ತಪ್ಪಿ ಬೀಳುತ್ತಿದ್ದ. ಗೋಯೆಸ್ ಅವನೊಡನೆ ಆಗಾಗ ಮಾತನಾಡುತ್ತಿದ್ದುದನ್ನು ನೋಡಿದವರಿದ್ದರು. ಆದರೆ ಅದು ಅವರಲ್ಲಿ ಸಂಶಯವನ್ನು ಕೆದಕುವ ಸ್ಥಿತಿಗೆ ಬಂದಿರಲಿಲ್ಲ. ಗೋಯೆಸ್ ಅವನಿಗೆ ಆಗೊಮ್ಮೆ ಈಗೊಮ್ಮೆ ಮದ್ಯ ಕುಡಿಸಿ ಗೆಳೆತನ ಮಾಡುತ್ತಿದ್ದನೆಂದು ಕಾಣುತ್ತದೆ. ಮಾಳಪ್ಪಯ್ಯ ಬುದ್ದುವಿನ ಮನೆಗೆ ಹೇಳಿಕಳುಹಿಸಿದರು. ಅವನು ಬಾರದೇ ಇದ್ದಾಗ ತಾವೇ ಬಿಕ್ಕು ಪೊರೋಬುವಿನ ಜೊತೆಗೆ ಅವನ ಗುಡಿಸಲ ಬಾಗಿಲಿಗೆ ಹೋದರು. ಬುದ್ದು ಮನೆಯಲ್ಲಿರಲಿಲ್ಲ. ಎಲ್ಲಿಗೆ ಹೋಗಿದ್ದನೆಂದು ಕೇಳಿದ್ದಕ್ಕೆ ಅವನ ಹುಡುಗನೊಬ್ಬ ತನಗೆ ಗೊತ್ತಿಲ್ಲ ಎಂದು ಹೇಳಿದ. ಅವನ ಮನೆಯವರೆಲ್ಲರೂ ಹಾಗೆಯೇ ಹೇಳಿದರು. ಮತಾಂತರದ ಬಗ್ಗೆ ಅವರಿಗೇನೂ ತಿಳಿದಿರಲಿಲ್ಲ. ಬುದ್ದು ಯಾವಾಗ ಬರುತ್ತಾನೆಂದಾಗಲೀ, ಎಲ್ಲಿಗೆ ಹೋಗಿದ್ದಾನೆಂದಾಗಲೀ ಅವರಿಗೆ ತಿಳಿಯದು. ಮಾಳಪ್ಪಯ್ಯ ಅವನು ಬರುತ್ತಲೇ ತಮ್ಮಲ್ಲಿಗೆ ಕಳುಹಿಸಬೇಕೆಂದು ಹೇಳಿದರು. ಅವರಿಗೆಲ್ಲ ಮತಾಂತರಗೊಳ್ಳಬಾರದೆಂದೂ ತಮ್ಮ ತಮ್ಮ ಧರ್ಮ ಬಿಡಬಾರದೆಂದೂ ಹೇಳಿದರು. ಅವರೆಲ್ಲ ಬರಿದೇ ತಲೆಯಲ್ಲಾಡಿಸಿದರು. ತಾವು ಹೇಳುವುದನ್ನು ಎರಡೆರಡು ಬಾರಿ ಒತ್ತಿ

ಒತ್ತಿ ಹೇಳಿ ಹಿಂತಿರುಗಿದರು ಮಾಳಪ್ಪಯ್ಯ.

ಆದರೆ ರಾತ್ರಿಯಾದರೂ ಬುದ್ದು ಮಾಳಪ್ಪಯ್ಯನವರ ಮನೆಗೆ ಬರಲಿಲ್ಲ. ಊರಲ್ಲಿ ಒಬ್ಬರ ಕಂಣಿಗೂ ಬೀಳಲಿಲ್ಲ. ಮುಂದೆ ಎರಡು ಮೂರು ದಿನ ಎಲ್ಲ ಕಡೆಯೂ ಸಾಕಷ್ಟು ಹುಡುಕಿದರು. ಮಾಳಪ್ಪಯ್ಯ ಕೆಲವರನ್ನು ಕಳುಹಿಸಿ ಅವರ ಮನೆಯವರ ಮೇಲೆ ಪಹರೆ ಹಾಕಿದರು. ಆದರೆ ಆದಿತ್ಯವಾರದ ಹಿಂದಿನ ರಾತ್ರಿ ಅವರೂ ಕಾಣೆಯಾದರು. ಎಲ್ಲರಿಗೂ ನಿರಾಶೆಯಾಯಿತು. ಕೈಗೆ ಸಿಕ್ಕಿದರೆ ಎರಡು ಜಪ್ಪಿಸಿಯಾದರೂ ಅಥವಾ ಅಡಗಿಸಿಟ್ಟಾದರೂ ಈ ಮತಾಂತರ ನಿಲ್ಲಿಸಬಹುದಿತ್ತು ಎಂದು ವೆರಣೆಯ ಮಂದಿ ಕೈಕೈ ಹೊಸಕಿಕೊಂಡರು.

ಆದಿತ್ಯವಾರದ ಬೆಳಗಿನಲ್ಲೇ ಸಂತೆಮಾಳದ ಬಳಿ ಎತ್ತರವಾದ ವೇದಿಕೆ ಎದ್ದಿತು. ಗೋವೆಯಿಂದ ಹಿಂದಿನ ದಿನವೇ ಕಿರಿಸ್ತಾನರ ಪಾದ್ರೆಪ್ಪನವರು ಬಂದು ಗೋಯೆಸ್‌ನ ಮನೆಯಲ್ಲಿ ಉಳಿದುಕೊಂಡಿದ್ದರು. ಅವರಿಗೆ ವೆರಣೆಯ ಜನ ಎಲ್ಲಿ ತಮ್ಮ ಮೇಲೆ ಮುಗಿ ಬೀಳುತ್ತಾರೋ ಎಂದು ಗಾಬರಿ. ಆದರೆ ಗೋಯೆಸ್‌ನಿಗೆ ಯಾವ ಹೆದರಿಕೆಯೂ ಇರಲಿಲ್ಲ. ಅವನೇ ಪಾದ್ರೆಪ್ಪನವರಿಗೆ ಧೈರ್ಯ ಹೇಳಿದ. ಬೆಳಗಿನ ಹೊತ್ತು, ಗೋಯೆಸ್‌ನ ಮನೆಯಿಂದ ಬುದ್ದು ಹಾಗೂ ಅವನ ಮನೆಯವರು ಪಾದ್ರೆಪ್ಪನವರ ಜೊತೆ ಹೊರಬಂದರು. ಅವರೊಡನೆ ಹೆಗಲ ಮೇಲೆ ಬಂದೂಕ ತೂಗಿಸಿ ಗೋಯೆಸ್‌ನೂ ಬಂದ. ವೆರಣೆಯ ಜನರ ಎದುರಾ ಎದುರೇ ನಡೆದು ಅವರು ವೇದಿಕೆಯ ಕಡೆಗೆ ನಡೆದರು. ಗೋವೆಯಿಂದ ತರಿಸಿದ ವಾದ್ಯವೃಂದ. ಸೈನ್ಯದ ತುಕಡಿ. ಎಲ್ಲರೂ ಮೆರವಣಿಗೆಯಂತೆ ಬರುವಾಗ ಮಧ್ಯೆ ಬುದ್ದು ಮತ್ತು ಅವನ ಮನೆಯ ಮಂದಿ ! ಬುದ್ದುವಿನ ಉಡುಪು ಬದಲಾಗಿತ್ತು. ಗೋಯೆಸ್‌ನಂತೆ ಅವನೂ ಒಂದು ಬಿಳಿಯ ಇಜಾರ ಧರಿಸಿದ್ದ. ಮೈಮೇಲೆ ಮೊಟ್ಟಮೊದಲ ಬಾರಿಗೆ ಶರಟು. ಅವನ ಕಪ್ಪನೆಯ ಮುಖಕ್ಕೆ ಹಿಡಿಸುವಂಥ ಉಡುಪಲ್ಲ. ಅಥವಾ ಮೊದಲ ಬಾರಿಗೆ ಆ ರೂಪ ಬಂದುದು ನೋಡುವವರಿಗೆ ವಿಲಕ್ಷಣವಾಗಿ ಕಾಣುತ್ತಿತ್ತೋ ಏನೋ? ಅವನ ಹೆಂಡತಿ ಕಿರಿಸ್ತಾನ ಹೆಂಗಸರಂತೆ ಮೊಣಕಾಲ ತನಕ ಬರುವ ಹೊಲಿದ ಬಂಣಬಂಣದ ಗವನು ಹಾಕಿ ನಾಚಿಕೆಯಿಂದ ತಲೆತಗ್ಗಿಸಿ ಗವನಿನ ಅಂಚನ್ನು ಆದಷ್ಟೂ ಕೆಳಗೆ ಎಳೆಯುತ್ತಾ ನಡೆಯುತ್ತಿದ್ದಳು. ಮಕ್ಕಳಿಗೂ ಹೊಸ ಇಜಾರಗಳು. ಹೊಸ ಶರಟುಗಳು. ಸೊಂಟದ ಮೇಲೆ ನಿಲ್ಲದ ಇಜಾರಗಳನ್ನು ಕೈಗಳಿಂದ ಆಗಾಗ ಮೇಲಕ್ಕೆಳೆದುಕೊಳ್ಳುತ್ತಾ ಕಾಲಿಗೆ ತೊಡರಿಕೊಂಡವರಂತೆ ಅವರು ನಡೆಯುತ್ತಿದ್ದರು. ವೆರಣೆಯ ಬ್ರಾಹ್ಮಣರು ಮನೆಯೊಳಗೆ ಇದ್ದುಕೊಂಡೇ ಕಿಟಕಿಯ ಮೂಲಕ ಇಣಿಕಿ ನೋಡಿದರು. ಕುಡುಂಬಿಯರೆಲ್ಲ ಮೈಲಿಗೆಯಾದವರಂತೆ ಅವರವರ ಮನೆಯಲ್ಲಿ ಅಡಗಿಕೊಂಡರು. ಊರು ನಿಶ್ಶಬ್ದವಾಗಿದ್ದಾಗ ಗೋವೆಯಿಂದ ತರಿಸಿದ ವಾದ್ಯಗಳು ಮೊಳಗಿ, ವೇದಿಕೆ ಏರಿದ ಬುದ್ದು ಮತ್ತು ಅವನ ಸಂಸಾರದವರೆಲ್ಲ ವಿಧ್ಯುಕ್ತವಾಗಿ ಕಿರಿಸ್ತಾನ ಮತಕ್ಕೆ ಸೇರಿದರು.

ಬುದ್ದುವಿನ ಮನೆ ಇದ್ದುದು ಪುಲ್ಲಾ ನದಿಯ ದಂಡೆಯ ಮೇಲೆ. ಗ್ರಾಮಪುರುಷನ

ಗುಡಿಯಿದ್ದ ಸ್ಥಳದ ಹಿಂದೆ. ಅವನು ಹೆಚ್ಚು ಮಾತಾಡುವ ವ್ಯಕ್ತಿಯಲ್ಲ. ಚೆನ್ನಾಗಿ ಕುಡಿಯುತ್ತಿದ್ದ. ಹೇಳಿದ ಕೆಲಸ ಮಾಡುತ್ತಿದ್ದ. ಯಾವುದೇ ಸಂಸ್ಕಾರವಿಲ್ಲದ ಪೆದ್ದ ವ್ಯಕ್ತಿ. ಅವನನ್ನು ಗೋಯೆಸ್ ಬುಟ್ಟಿಗೆ ಹಾಕಿದ್ದರೆ ಅದು ತೀರ ಸುಲಭದಲ್ಲಿ. ಒಂದಷ್ಟು ಕಾಳು ಕಡ್ಡಿ ಸಿಗುವ, ಮೈಗೆ ಬಟ್ಟೆ ಸಿಗುವ, ನಿಲ್ಲಲು ನೆಲೆ ಸಿಗುವ, ಎಲ್ಲಕ್ಕಿಂತ ಹೆಚ್ಚಾಗಿ ಕುಡಿಯಲು ಒಂದಷ್ಟು ಮದ್ಯ ಸಿಗುವ ಹಾಗಿದ್ದರೆ ಜಾತಿ ಕೆಟ್ಟರೆ ತಪ್ಪೇನು ಎಂಬ ವಿಚಾರ ಅವನದ್ದು. ಮತಗಳ ಬಗ್ಗೆ ಯಾವುದೇ ಕಲ್ಪನೆಯಾಗಲೀ ಸ್ವೀಕರಿಸಿದ ಹೊಸ ಮತದ ಬಗ್ಗೆ ನಂಬಿಕೆಯಾಗಲೀ ಅವನಿಗಿರಲಿಲ್ಲ. ಗೋಯೆಸ್ ಅವನಿಗೆ ಆಮಿಷವೊಡ್ಡಿ ಹತ್ತಿರ ಸೆಳೆದಿದ್ದ. ತನ್ನ ತಕ್ಷಣದ ಅನುಕೂಲತೆಗಳಿಗಾಗಿ ಬುದ್ದು ಒಪ್ಪಿದ್ದ. ಹೇಳಿದಾಗ ವೇದಿಕೆ ಏರಿದ. ಪಾದ್ರೆಪ್ಪನವರು ಮಂತ್ರ ಹೇಳಿದರು. ಅವನ ಮೈಮೇಲೆ ಕೈಲಿದ್ದ ದಂಡದಿಂದ ಕುರಾಸಿನ ಗೆರೆ ಎಳೆದರು. ಪವಿತ್ರ ನೀರನ್ನು ಸಿಂಚನ ಮಾಡಿದರು. ತೀರ್ಥ ಕುಡಿಸಿದರು. ಕೊರಳಿಗೆ ಚಿನ್ನದ ಒಂದು ಕುರಾಸು ನೇಲುತ್ತಿರುವ ಸರ ತೊಡಿಸಿದರು.

''ಕಾಡಿನಲ್ಲಿ ಹುಟ್ಟಿ ಬೆಳೆದ ಇವನ ಹೆಸರಿಗೆ ಅರ್ಥವಿಲ್ಲ. ಇವನಿಗೆ ಒಳ್ಳೆಯ ಒಂದು ಹೆಸರು ಕೊಡಬೇಕು'' ಎಂದು ಗೋಯೆಸ್ ಹೇಳಿದ. ಪಾದ್ರೆಪ್ಪ ತುಸು ಹೊತ್ತು ಯೋಚಿಸಿದರು. ''ನದಿಯ ದಂಡೆಯ ಮೇಲಲ್ಲವೇ ಅವನ ಮನೆ? ದೆ ಕೋಸ್ಟಾ ಅನ್ನುವುದು ಸರಿಯಾಗುತ್ತದೆ. ಜೋವಾ ಅಂತ ಹೆಸರಿಡೋಣ'' ಎಂದರು. ಹಾಗಾಗಿ ಬುದ್ದು ಜೋವಾ ದೆ ಕೋಸ್ಟಾ ಎಂಬ ಹೊಸ ಹೆಸರನ್ನು ಪಡೆದ. ಅವನ ಹೆಂಡತಿಗೆ ಸೆಲೀನಾ, ಮಕ್ಕಳಿಗೆ ಅಂತೋಣಿ, ಮೈಕೇಲ, ಹಿಲ್ಡಾ, ರಾಬರ್ಟ ಇತ್ಯಾದಿ ಹೆಸರುಗಳು ಬಂದುವು. ಆ ದಿನ ಪಾದ್ರೆಪ್ಪನವರು ಅವರ ಮನೆಗೆ ಬಂದು ದೇವರ ಚಿತ್ರ ಅಂಟಿಸಿ, ಒಂದು ಕುರಾಸನ್ನು ತೂಗಿಸಿದರಲ್ಲದೇ ಅವರ ಜೊತೆಯಲ್ಲಿಯೇ ಕುಳಿತು ಊಟವನ್ನೂ ಮಾಡಿದರು.

ಈ ಘಟನೆ ವೆರಣೆಯ ತುಂಬ ಪ್ರಕ್ಷುಬ್ಧತೆಯನ್ನುಂಟು ಮಾಡಿತು. ಗೋಯೆಸ್ ಯುದ್ಧ ಗೆದ್ದವನಂತೆ ಊರು ತುಂಬ ಓಡಾಡಿದ. ಮಾಳಪ್ಪಯ್ಯ ಮತ್ತಷ್ಟು ಮೌನಗೊಂಡರು. ಒಂದೇ ಒಂದು ಸಲ ಬುದ್ದು ಅವರ ಕೈಗೆ ಸಿಕ್ಕಿದ್ದಿದ್ದರೆ ಎಲ್ಲ ಬದಲಾಗಿ ಬಿಡುವ ಸಾಧ್ಯತೆಯಿತ್ತು. ಆದರೆ ಹಾಗಾಗಲಿಲ್ಲ. ತಾನು ಧನಿಯಾಗಿದ್ದೂ ತನ್ನೊಬ್ಬ ಒಕ್ಕಲು ಮತಾಂತರಗೊಂಡದ್ದು ಅವರ ಪ್ರತಿಷ್ಠೆಗೆ ಸವಾಲು ಎಸೆದಂತೆ. ಸಮಾಜದಲ್ಲಿ ತಮ್ಮ ಮಾತು ಇನ್ನು ನಗೆಪಾಟಲಾಗಬಹುದು, ಎಂದೆಲ್ಲ ಅವರು ಯೋಚಿಸಿದರು. ಬಹುಶಃ ಈ ಘಟನೆಯಾಗಿರದಿದ್ದಲ್ಲಿ ಕೊಮಿನೋ ಊರವರ ಜೊತೆ ಸೇರುತ್ತಿದ್ದನೋ ಏನೋ? ಆದರೆ ಈಗ ಅವನನ್ನು ತಮ್ಮವನೆಂದು ಹೇಳಲು ವೆರಣೆಯ ಜನರು ಸಿದ್ಧರಿರಲಿಲ್ಲ.

□

೬

ಇಂಥ ಆತಂಕಗಳ ಮತ್ತು ಪ್ರಕ್ಷುಬ್ಧ ವಾತಾವರಣದಲ್ಲಿಯೇ ವಿಟ್ಠು ಪೈಯ ಬಾಲ್ಯ ಕಳೆಯಿತು. ಧಡ್ಡನ ಜೊತೆಜೊತೆಯಲ್ಲಿಯೇ ಅವನು ಬೆಳೆದ. ಫುಲ್ಲಾ ನದಿಯಲ್ಲಿ ಈಜು ಹೊಡೆಯಲು, ಮರ ಹತ್ತಿ ಹಂಣು ಕೀಳಲು ಅವನಿಗೆ ಧಡ್ಡ ಬೇಕು. ವೆರಣೆಯಲ್ಲಿ ಆಗಾಗ ನಡೆಯುವ ದೇಖಣಿ ನೋಡಲು, ಜಾಗೋರದ ಆಟ ನೋಡಲು, ಕೆಲವೊಮ್ಮೆ ಉತ್ತರದ ಕಡೆಯಿಂದ ಬರುವ ಗೊಂದಲಿಗರ ಕಥೆ ಕೇಳಲು, ಮಾಂಡೊ ಸೋಬಾಣದ ಹಾಡು ಕೇಳಲು ಧಡ್ಡ ಅವನಿಗೆ ಮಾರ್ಗದರ್ಶಿ. ಕೆಲವೊಮ್ಮೆ ಆಪ್ತ ಹಿರಿಯನಂತೆ, ಕೆಲವೊಮ್ಮೆ ಸರೀಕ ಗೆಳೆಯನಂತೆ, ಕೆಲವೊಮ್ಮೆ ರಕ್ಷಕನಂತೆ ಧಡ್ಡ ವಿಟ್ಠು ಪೈಯ ಬಾಲ್ಯದ ದಿನಗಳನ್ನು ಆವರಿಸಿದ್ದ. ಮನೆಯಲ್ಲಿಯೂ ಧಡ್ಡನೇ. ರಾಧಾಬಾಯಿಗೆ ನೀರು ಸೇದಿ ಕೊಡುವುದು, ಪಾತ್ರೆ ತೊಳೆದುಕೊಡುವುದು, ಮೊಸರು ಕಡೆಯುವುದು ಇತ್ಯಾದಿಗಳಿಂದ ಹಿಡಿದು ಮಾಳಪ್ಪಯ್ಯನವರು ಮಾಡುವ ಪೂಜೆಗೆ ಹೂವು ತಟ್ಟೆ ನೀರು ಮಣೆಗಳನ್ನು ಇಡುವ ತನಕವೂ ಅವನ ಸೇವೆ. ಮಾಳಪ್ಪಯ್ಯ ತಮಗೆ ಸೇರಿದ ಗದ್ದೆಗಳಿಗೆ ಹೋದರೆ ಅವನೂ ಹೋಗಿ ಒಂದಾಳಿನ ಕೆಲಸ ಮಾಡುತ್ತಿದ್ದ. ಧಡ್ಡನ ಅಂಗವಿಕಲತೆ ಎಂದೂ ವಿಟ್ಠು ಪೈಯನ್ನು ಬಾಧಿಸಲಿಲ್ಲ. ತಾನು ಕೇಕೆ ಹಾಕಿ ನಕ್ಕಾಗ ಅವನ ಮುಖವೂ ಅಗಲವಾಗುವುದು ; ತಾನು ಏನೇ ಹೇಳಿದರೂ ಅವನಿಗೆ ಅರ್ಥವಾಗುವುದು ; ಅವನು ಏನು ಹೇಳ ಬೇಕಾದರೂ ಮಾಡುವ ಅಂಗಚೇಷ್ಟೆಗಳಿಂದ ತನಗದು ಅರ್ಥವಾಗುವುದು – ಅಷ್ಟಾದರೆ ಸಾಕಲ್ಲ ?

ವೆರಣೆಯಲ್ಲಿ ಅನೇಕ ಬದಲಾವಣೆಗಳಾಗಿದ್ದುವು. ಬುದ್ದು ಜೋವಾ ದೆ ಕೋಸ್ತಾನಾಗಿ ಮತಾಂತರಗೊಂಡ ಮೇಲೆ ಉಳಿದವರೂ ಹಲವು ಜನ ಮತಾಂತರ ಗೊಳ್ಳಲು ಹೆಚ್ಚು ಸಮಯ ಹಿಡಿಯಲಿಲ್ಲ. ಚಪ್ಪೆಕಾರ ಸಾಂತು, ಮಾದಿಗರ ಭೈರು, ವಾದ್ಯದ ಲೋಕು, ಕುಂಬಾರರ ನಾರಪ್ಪ ಮೊದಲಾದವರೆಲ್ಲ ಸಂಸಾರ ಸಮೇತ ಕಿರಿಸ್ತಾನರಾದರು. ವೆರಣೆಯಲ್ಲಿ ಗ್ರಾಮಪುರುಷನ ಗುಡಿ ಇದ್ದ ಸ್ಥಳದಲ್ಲಿಯೇ ಅವರೆಲ್ಲರಿಗಾಗಿ ಒಂದು ಚರ್ಚು ಎದ್ದಿತು. ಒಂದು ದಿನವಂತೂ ಮೂರು ಸಂಸಾರಗಳು ಒಟ್ಟಿಗೆ ಅದೇ ಚರ್ಚಿನಲ್ಲಿ ಕಿರಿಸ್ತಾನ ಪಂಥ ಸ್ವೀಕರಿಸಿದುವು. ಕಿರಿಸ್ತಾನರಾಗದೇ ಉಳಿದ ಜನರು ಕಂಗೆಟ್ಟು ಇದನ್ನು ನೋಡುತ್ತಿದ್ದರು. ಅಗ್ರಹಾರದ ಮುಖ್ಯಸ್ಥರಾದ ಮಾಳಪ್ಪಯ್ಯ ಕೂಡಾ ಏನೂ ಮಾಡಲಾಗದೇ ನೊಂದು ಕೈಚೆಲ್ಲಿ ಕುಳಿತಿದ್ದರು. ಜೋವಾ ದೆ ಕೋಸ್ಟಾ ಕಿರಿಸ್ತಾನ ನಾದನೆಂದು ಅಂತಹ ಬದಲಾವಣೆ ಏನೂ ಕಾಣಿಸಿರಲಿಲ್ಲ. ಇಜಾರಗಳನ್ನು ತೊಟ್ಟ ಕೂಡಲೇ ಅವನ ನಂಬಿಕೆಗಳು ಬದಲಾಗಲಿಲ್ಲ. ಕಿರಿಸ್ತಾನನಾದದ್ದೇ ಅವನಿಗೆ ಚರ್ಚಿನ

ವತಿಯಿಂದ ವೆರಣೆಯಲ್ಲಿಯೇ ಒಂದು ಸಣ್ಣ ತುಂಡು ನೆಲ ಕೊಟ್ಟರು. ಮಳೆಗಾಲದಲ್ಲಿ ಭತ್ತ ಬೆಳೆಸಿ, ಕಾರ್ತಿಕದಲ್ಲಿ ತರಕಾರಿ ಬೆಳೆಸಿ ಅವನು ತನ್ನ ಕಾಲ ಮೇಲೆ ತಾನು ನಿಲ್ಲುವಂತಾದ. ಅವನ ಮಗನೊಬ್ಬನನ್ನು ಚರ್ಚಿನವರು ಗೋವೆಗೆ ಕರೆದೊಯ್ದರು. ಎಲ್ಲ ಇದ್ದರೂ ಜೋವಾ ದೆ ಕೋಸ್ತಾ ಪ್ರತಿ ವರುಷ ತನ್ನ ಮೊದಲ ಬೆಳೆಯಲ್ಲಿ ಒಂದು ಪಾಲನ್ನು ಮ್ಹಾಳಶಿಮಾಂಯಿಯ ಸೇವಾರ್ಥ ಕೊಡುವುದನ್ನು ತಪ್ಪಿಸಲಿಲ್ಲ. ದೀಪಾವಳಿಯ ದಿನ ಎಲ್ಲರೂ ಸಂಜೆಯ ಹೊತ್ತು ಎಣ್ಣೆ ಪೂಸಿ ಸ್ನಾನ ಮಾಡಿ ಕರಿದ ಮೀನಿನ ಔತಣ ಮಾಡುವುದನ್ನು ಬಿಡಲಿಲ್ಲ. ವಿಷು ಸಂಕ್ರಮಣದ ದಿನ ಮಾಳಪ್ಪಯ್ಯನವರ ಮನೆಗೆ ಸೌತೆ, ಬದನೆ ಮುಂತಾದ ತರಕಾರಿಗಳನ್ನು ಕೊಟ್ಟು ಕೈ ಮುಗಿದು ಬರುತ್ತಿದ್ದ.

ಆ ದಿನಗಳಲ್ಲಿ ವಿಟ್ಠು ಪೈ ಮರೆಯಲಾಗದ ಒಂದು ಘಟನೆ ಎಂದರೆ ಕೊಮಿನೋನ ಹೆಂಡತಿ ಮರಿಯಾ ದೆಘಾರಿಯಾ ತೀರಿಕೊಂಡದ್ದು. ನರದೌರ್ಬಲ್ಯದಿಂದ ಬಳಲುತ್ತಿದ್ದ ಆಕೆ ಕೊನೆಗೂ ತನ್ನ ಜೀವ ತೆತ್ತು ಅದರಿಂದ ಬಿಡುಗಡೆಯಾಗಿದ್ದಳು. ಅದಾದ ಮೇಲೆ ಕೆಲವು ತಿಂಗಳು ಕೊಮಿನೋ ಆ ಮನೆಯಲ್ಲಿ ಒಬ್ಬನೇ ವಾಸವಿದ್ದ. ಅವನ ಒಂಟಿಜೀವನದ ಬಗ್ಗೆ ಯಾರೂ ಏನೂ ಮಾತನಾಡಲಿಲ್ಲ. ಆದರೆ ಆ ಮನೆಯಲ್ಲಿ ಬಾಗಿಲು ಮುಚ್ಚಿಕೊಂಡು ಯಾರೊಡನೆಯೂ ಮಾತನಾಡದೇ, ಯಾರ ಜೊತೆಯೂ ಸೇರದೇ ಕೊಮಿನೋ ಹಲವು ತಿಂಗಳುಗಳನ್ನು ಕಳೆದ. ಗೋವಾದ ಹಸುರು ನೆಲ, ಎತ್ತರವಾದ ಬೆಟ್ಟ, ನೀರು ತುಂಬಿದ ಹೊಳೆಗಳು, ಭೋರಿಡುವ ಸಮುದ್ರ, ಮಳೆಗಾಲದ ಸಂಜೆ ಆಕಾಶ, ತೀರಿಕೊಂಡ ತನ್ನ ಪ್ರೀತಿಯ ಹೆಂಡತಿ ಮುಂತಾದವುಗಳ ಮೇಲೆ ಕವನಗಳನ್ನು ಬರೆಯುತ್ತಿದ್ದನಂತೆ. ತನ್ನ ನೋವುಗಳನ್ನು ನಿರಾಸೆಗಳನ್ನು ಮರೆಯಲು ದೊಡ್ಡ ಸ್ವರದಲ್ಲಿ ಹಾಡುತ್ತಿದ್ದನಂತೆ – ಎಂದೆಲ್ಲ ಆ ಮೇಲೆ ವಿಟ್ಠುಪೈ ಕೇಳಿದ ಕಥೆಗಳು. ಒಂದೇ ಒಂದು ಸಲ ಅವನು ಆ ಮೇಲೆ ಕೊಮಿನೋನನ್ನು ನೋಡಿದ್ದು. ಆಗ ಮರಿಯಾ ಸತ್ತು ಆರೇಳು ತಿಂಗಳುಗಳಾದರೂ ಆಗಿರಬೇಕು. ಫುಲ್ಲಾ ನದಿಯಲ್ಲಿ ಈಜು ಹೊಡೆದು, ಕೇಪುಳದ ಹೂವನ್ನು ಹುಡುಕುತ್ತಾ ವಿಟ್ಠು ಪೈಯೂ ಧಡ್ಡನೂ ಗುಡ್ಡಗುಡ್ಡ ಅಲೆಯುತ್ತಾ ಕೊಮಿನೋನ ಮನೆಯ ಹತ್ತಿರ ಬಂದಿದ್ದರು. ವಿಟ್ಠು ಪೈಯ ಕಣ್ಣುಗಳು ಅಕಸ್ಮಾತ್ತಾಗಿ ಮನೆಯ ಕಿಟಕಿಯ ಮೇಲೆ ಬಿದ್ದುವು. ಕಿಟಕಿಯ ಹಿಂದೆ ವಿಟ್ಠು ಪೈಗೆ ಕಂಡದ್ದು ಕೊಮಿನೋನ ವಿಕ್ಷಿಪ್ತ ಮುಖ. ಯಾರೆಂದು ತಿಳಿಯುವುದು ಕಷ್ಟವಾಗುವಂತೆ ಬದಲಾದ ಮುಖ. ನೋಡಿ ವಿಟ್ಠು ಪೈ ಬೆಚ್ಚಿ ಬಿದ್ದಿದ್ದ ! ಎದೆ ತನಕ ಬೆಳೆದ ಬಿಳಿಯ ಗಡ್ಡ, ಬಿಳಿಯ ಹುಬ್ಬು, ಮೀಸೆ. ಹಿಂದೆ ಕೆಂಪಗೆ ಹೊಳೆಯುತ್ತಿದ್ದ ಮೋರೆ ಈಗ ಬೆಳ್ಳಗೆ ಬಿಳಿಚಿಕೊಂಡಿತ್ತು. ನಿಸ್ತೇಜ ಕಣ್ಣುಗಳು. ಪ್ರೇತ ಕಂಡವನಂತೆ ವಿಟ್ಠು ಪೈ ಹೆದರಿ ಹಿಪ್ಪೆಯಾಗಿ ಓಡಿಬಿಟ್ಟಿದ್ದ. ಬಹಳ ಸಮಯದ ತನಕವೂ ಕಿಟಕಿಯ ಹಿಂದಿನ ಆ ಮುಖ ವಿಟ್ಠು ಪೈಗೆ ಜ್ಞಾಪಕದಲ್ಲಿತ್ತು. ಮುಂದೆ ಕೊಮಿನೋನನ್ನು ಚರ್ಚಿನ ಜನರು ಬಂದು ಗೋವೆಗೆ ಕರೆದುಕೊಂಡು ಹೋದರು. ಆಮೇಲೆ ತನ್ನ ಹುಟ್ಟೂರಾದ ಅಲ್ಗಾರ್ವೆಗೆ ಹೋಗಲು ಹಡಗು ಹತ್ತಿದನಂತೆ ಎಂದು ವಿಟ್ಠು ಪೈ ಕೇಳಿ

ಬಲ್ಲ. ಮುಂದೆಂದೂ ಅವನಿಗೆ ಕೊಮಿನೋನ ಬಗ್ಗೆ ತಿಳಿದುಕೊಳ್ಳುವ ಪ್ರಮೇಯ ಬರಲಿಲ್ಲ.

ವಿಟ್ಠು ಪೈಗೆ ಹದಿನಾಲ್ಕರ ವಯಸ್ಸಿದ್ದಾಗ ಒಂದು ದಿನ ರಾವುಳು ಕುಡಾವನೂ ಅವನ ಹೆಂಡತಿಯೂ ವೆರಣೆಗೆ ಬಂದರು. ರಾವುಳು ಕುಡಾವನ ಮಗನಿಗೆ ಹೆಣ್ಣು ನಿಶ್ಚಯವಾಗಿತ್ತು. ಚೋದನಪುರದ ನಾಣ್ಣುನಾಯ್ಕರ ಮಗಳು. ಮದುವೆ ಬರುವ ಷಷ್ಠಿಗೆಂದೂ ನಾಲ್ಕು ದಿನದ ಮೊದಲೇ ಬರಬೇಕೆಂದೂ ವಧೂವರರನ್ನು ಆಶೀರ್ವದಿಸಿ ಹೋಗಬೇಕೆಂದೂ ರಾವುಳು ಕುಡಾವ ಆಗ್ರಹದ ಆಮಂತ್ರಣ ನೀಡಿದ. "ಚತುರ್ದಶಿಯಂದು ಲೋಟಲಿಯಿಂದ ದಿಬ್ಬಣ ಹೊರಡುತ್ತದೆ ಭಾವಾಜಿ. ನೀವು ಅದಕ್ಕಿಂತ ಮೊದಲೇ ಬಂದು ಮುಟ್ಟಬೇಕು" ಎಂದು ಒತ್ತಾಯಿಸಿದ. ವಾವೆಯಲ್ಲಿ ರಾವುಳು ಕುಡಾವ ರಾಧಾಬಾಯಿಗೆ ಅಣ್ಣ. ಲೋಟಲಿಯ ಬೇಟ ಕುಡಾವರ ತಮ್ಮನ ಮಗ. ಅವನಿಗೆ ಅಕ್ಕ ತಂಗಿಯರಿರಲಿಲ್ಲ. ಹಾಗಾಗಿ ದೊಡ್ಡಪ್ಪನ ಮಗಳು ರಾಧೆಯನ್ನು ಚಿಕ್ಕಂದಿನಿಂದಲೂ ತುಂಬ ಪ್ರೀತಿಯಿಂದ ನೋಡುತ್ತಿದ್ದ. ಅವಳ ಗಂಡನೆಂದು ಮಾಳಪ್ಪಯ್ಯನವರ ಮೇಲೆ ವಿಶೇಷ ಮಮತೆ ಅವನಿಗೆ. ರಾಧಾಬಾಯಿ ಹಾಗೂ ಭಾವ ಬರಲೇಬೇಕೆಂದು ಅವನ ಹಠ. ಮಾಳಪ್ಪಯ್ಯ "ಇವಳಿಗೆ ಸೌಖ್ಯವಿಲ್ಲ ರಾವುಳು. ಚೊನ್ನದಲ್ಲಿ ಮದುವೆ ಎಂದರೆ ದೂರವೇ ಆಗುತ್ತದೆ. ಬಂದರೆ ನಾನೊಬ್ಬನೇ" ಅಂದದ್ದಕ್ಕೆ "ಅದಾಗದು ಭಾವಾಜಿ. ಎಲ್ಲರೂ ಬರಬೇಕು. ರಾಧಾಬಾಯಿ ಬಾರದಿದ್ದರೆ ನನಗೆ ಬಹಳ ಬೇಸರವಾದೀತು" ಎಂದು ಒತ್ತಾಯಿಸಿದ. "ಪುರೋಹಿತರ ವ್ಯವಸ್ಥೆ ಏನು ಮಾಡಿದ್ದಿ?" ಎಂದು ಕೇಳಿದರು ಮಾಳಪ್ಪಯ್ಯ. "ಚೊನ್ನದಲ್ಲಿ ಏನೂ ತೊಂದರೆಯಿಲ್ಲವಂತೆ. ಲೋಟಲಿಯಿಂದ ನಮ್ಮ ಪುರೋಹಿತರನ್ನು ಗುಟ್ಟಾಗಿ ಕರೆಸುತ್ತೇನೆ" ಎಂದು ಹೇಳಿದ ರಾವುಳು ಕುಡಾವ. "ಅದೊಂದು ವ್ಯವಸ್ಥೆಯಾದರೆ ಎಲ್ಲ ಸರಿಯಾಗುತ್ತದೆ."

ರಾವುಳು ಕುಡಾವನ ಮಗ ವಯಸ್ಸಿನಲ್ಲಿ ಧಡ್ಡನಿಗಿಂತ ಚಿಕ್ಕವನೇ. ಅವನಿಗೆ ಮದುವೆ ಎಂದು ಕೇಳಿ ರಾಧಾಬಾಯಿ ಧಡ್ಡನಿಗೊಂದು ಮದುವೆ ಮಾಡಬೇಕು ಎಂದು ಯೋಚಿಸಿದಳು. ಧಡ್ಡ ವಯಸ್ಸು ಮೀರಿ ಬೆಳೆದಿದ್ದ. ಇಪ್ಪತ್ತರ ಧಡೂತಿಯಂತೆ ಕಾಣುತ್ತಿದ್ದ. ಆಗಲೇ ಮೀಸೆ ಮೂಡಿತ್ತು. "ಇನ್ನು ಯಾವಾಗ ಮದುವೆ ಮಾಡುವುದು?" ಎಂದು ಆಕೆ ರಾಗವೆಳೆದಳು. ಮಾಳಪ್ಪಯ್ಯನವರಿಗೆ ಆ ಯೋಚನೆ ಬಂದಿಲ್ಲ ಅಂತಲ್ಲ. ವ್ಯವಹಾರದಲ್ಲಿ ಚತುರ. ದಿನಕ್ಕೆ ಒಂದಾಳಿನ ಕೆಲಸ ಮಾಡುವವ. ಏನಾದರೂ ಹೇಳಿದರೆ ತಪ್ಪಿಲ್ಲದೇ ಮಾಡುವವ. ಆದರೆ "ಅವನಿಗೆ ಯಾರು ಹೆಣ್ಣು ಕೊಡುವವರು?" ಎಂದು ಅವರಿಗೆ ಸಂದೇಹ. ರಾಧಾಬಾಯಿ "ಯಾಕೆ ಕೊಡುವುದಿಲ್ಲ? ನೋಡಲು ಚೆನ್ನಾಗಿದ್ದಾನೆ. ನಾಲಗೆ ಮತ್ತು ಕಿವಿ ಇಲ್ಲ ಎಂದ ಮಾತ್ರಕ್ಕೆ ಹೆಣ್ಣು ಸಿಗುವುದಿಲ್ಲವೇ?" ಎಂದಳು. "ಹೊಟ್ಟೆಯಲ್ಲಿ ಹುಟ್ಟಿದವನೇ?" ಎಂಬ ಮಾತು ಅವರ ಬಾಯಿಯಿಂದ ಹೊರಗೆ ಬಿತ್ತು. ರಾಧಾಬಾಯಿ ಸಿಟ್ಟಾದಳು. ಕಣ್ಣಲ್ಲಿ ನೀರು ತಂದು "ಈ ಮಾತು ಇನ್ನೊಮ್ಮೆ ಬಂದರೆ ಮ್ಹಾಳಶಿಮಾಂಯಿಯ

ಆಣೆ'' ಎಂದಳು. ಮಾಳಪ್ಪಯ್ಯ ಧಡ್ಡನನ್ನೇ ಕರೆದು ನಿನಗೂ ಒಂದು ಮದುವೆ ಮಾಡಿದರೆ ಹೇಗೆ ಎಂದು ಕೈಸನ್ನೆಯಿಂದ ಕೇಳಿದರು. ಧಡ್ಡ ತುಂಬ ನಾಚಿಕೊಂಡ. ಆದರೆ ತನಗೆ ಮಾತ್ರ ಮದುವೆ ಬೇಡ ಎಂದು ಸ್ಪಷ್ಟವಾಗಿ ಹೇಳಿದ ಸಂಜ್ಞೆಯಲ್ಲಿ. ಅವನಿಗೆ ಮದುವೆ ಮುಂಜಿಗಳೆಂದರೆ ಹೋಗುವುದು ತುಂಬ ಇಷ್ಟ ಲೋಟಲಿಗೆ ಹೋಗಲು ಅವನಿಗೆ ಆತುರವಿತ್ತು.

ಹೋಗುವುದು ಅನುಮಾನವೆಂದರೂ ಮಾಳಪ್ಪಯ್ಯ ಎಲ್ಲರೊಡನೆ ಲೋಟಲಿಗೆ ತ್ರಯೋದಶಿಯ ದಿನವೇ ಮುಟ್ಟಿದರು. ಲೋಟಲಿಯ ರಾಮನಾತಿ ದೇವಸ್ಥಾನ ಗುಜುಗುಜು ಎನ್ನುವಂತೆ ಅತಿಥಿಗಳಿಂದ ತುಂಬಿತ್ತು. ಮರುದಿನ ದಿಬ್ಬಣ ಹೊರಟದ್ದು ಅಲ್ಲಿಂದಲೇ. ಇತ್ತೀಚೆ ಎಲ್ಲ ಕಡೆ ನಡೆಯುತ್ತಿರುವಂತೆ ಮಂಗಳವಾದ್ಯಗಳು ಇರಲಿಲ್ಲ. ಹೆಂಡಿರು ಮಕ್ಕಳನ್ನು ಚಕ್ಕಡಿಯೇರಿಸಿ ಗಂಡಸರು ಕಾಲ್ನಡಗೆಯಲ್ಲಿ ಹಿಂಬಾಲಿಸಿದರು. ಲೋಟಲಿಯಿಂದ ಚೊನ್ನಕ್ಕೆ ಎರಡು ದಿನಗಳ ಪ್ರಯಾಣ. ನಾಣ್ಣು ನಾಯಕರು ಅತಿಥಿಗಳಿಗೆ ಉಳಕೊಳ್ಳಲು ಸಾಕಷ್ಟು ವ್ಯವಸ್ಥೆ ಮಾಡಿಸಿದ್ದರು. ಹೋಗುತ್ತಲೇ 'ಎದುರು ಕಾಣಿಸಿಕೊಳ್ಳುವ' ಸಮಾರಂಭ. ರಾತ್ರಿ ಔತಣ. ಮನೆಯ ಎದುರೇ ಹಾಕಿಸಿದ ವಿಶಾಲವಾದ ಮಂಟಪದಲ್ಲಿ ಹೊಸ ಬೀಗರ ಕಡೆಯವರಿಗೆ ಹಾಸಿಕೊಟ್ಟರು. ರಾತ್ರಿ ಹರಟೆ, ಚೌಕಾಭಾರ, ಚದುರಂಗ. ಒಳಗೆ ಹೆಂಗಸರ ಬಾಯಿತುಂಬ ಹರಟೆ. ಮಕ್ಕಳ ಗದ್ದಲ. ಎಲ್ಲರ ಪರಿಚಯ ಮಾಡಿಕೊಳ್ಳುತ್ತಾ ಅವರ ಅನುಕೂಲಗಳ ಬಗ್ಗೆ ವಿಚಾರಿಸಿಕೊಳ್ಳುತ್ತಾ ನಾಣ್ಣು ನಾಯಕರು ಅತ್ತಿತ್ತ ಓಡಾಡಿದರು. ಮಾಳಪ್ಪಯ್ಯನವರ ಬಳಿಗೆ ಬಂದು ''ನೀವು ಮಾಳಪ್ಪಯ್ಯ ನವರಲ್ಲವೇ? ನಿಮ್ಮದು ವೆರಣೆಯಲ್ಲವೇ? ಆ ದಿನ ನಾಗ್ದೊ ಬೇತಾಳನನ್ನು ಹುಡುಕಲು ನೀವೂ ನಮ್ಮ ಬೀಗರೂ ಹೊರಟದ್ದಲ್ಲವೇ? ಮಠಗ್ರಾಮದ ಸುಕ್ದೊ ಪೊರೋಬುವಿನ ಮನೆಯಲ್ಲಿ ನಾನು ನಿಮ್ಮನ್ನು ನೋಡಿದ್ದು. ನಿಮಗೆ ನನ್ನ ಪರಿಚಯ ಅಷ್ಟಾಗಿ ಇರಲಿಕ್ಕಿಲ್ಲ. ನಾನು ನಿಮ್ಮನ್ನು ನೋಡಿದ್ದೇನೆ. ಎಲ್ಲ ಅನುಕೂಲವೋ? ಏನಾದರೂ ಬೇಕಿದ್ದರೆ ತಿಳಿಸಿ'' ಎಂದು ಉಪಚಾರದ ಮಾತನ್ನಾಡಿ ಹೋದರು.

ಮಾಳಪ್ಪಯ್ಯನವರಿಗೆ ನಾಣ್ಣು ನಾಯಕರನ್ನು ನೋಡಿದ ನೆನಪಿರಲಿಲ್ಲ. ಗೋವೆಯಲ್ಲಿ ಅವರದ್ದೇ ಒಂದು ಚಿಕ್ಕ ಮಳಿಗೆ ಇದೆಯೆಂದು ರಾವುಳು ಕುಡಾವ ಅವರಿಗೆ ಹೇಳಿದ್ದ. ಚೊನ್ನದಲ್ಲಿ ವ್ಯವಸಾಯದ ಭೂಮಿ. ಮೂರು ಹೆಣ್ಣು ಮಕ್ಕಳು, ಒಂದು ಗಂಡು. ರಾವುಳು ಕುಡಾವನ ಮಗನಿಗೆ ಈಗ ಮಾಡುವುದು ಕೊನೆಯ ಮಗಳನ್ನು. ಹಾಗಾಗಿ ಮದುವೆ ತುಂಬಾ ಡೌಲಾಗಿ ಮಾಡಬೇಕೆಂದು ಅವರಿಗೆ ಆಸೆ. ನಾಣ್ಣು ನಾಯಕರದ್ದು ತೆಳ್ಳಗಿನ ಮೈ. ಉದ್ದನೆಯ ಮುಖ. ಕತ್ತರಿಸಿದ ತುಂಬು ಹಣ್ಣುಗೂದಲು. ಆ ಹಣ್ಣು ಕೂದಲಿಂದಾಗಿ ಮುಖದ ಮೇಲೆ ಪ್ರೌಢತೆ. ಕೆಂಪು ಪಟ್ಟೆ ಉಡುಪು ಕಚ್ಚೆ ಹಾಕಿ ಉಟ್ಟು ಮೇಲೆ ಜರತಾರಿ ಶಲ್ಯ ಹೊದ್ದು ಅವರು ಉತ್ಸಾಹದಿಂದಲೇ ಓಡಾಡುತ್ತಿದ್ದರು. ಮಾಳಪ್ಪಯ್ಯನವರಿಗೆ ಚೌಕಾಭಾರ, ಚದುರಂಗ ಇವೆಲ್ಲ ಆಟವಾಡುವ ಅಭ್ಯಾಸವಿರಲಿಲ್ಲ.

ಹಾಗಾಗಿ ಅವರು ನಾಲ್ಕು ಮಾತುಗಳನ್ನು ನಾಣ್ಣು ನಾಯಕರ ಬಳಿಯೇ ಆಡುತ್ತಾ ಕೂತರು. ಧಡ್ಡ ಆಗಲೇ ಮದುವೆಯ ಅಷ್ಟಾಕಾರದ ಮಂಟವಿಯಲ್ಲಿ ಪುರೋಹಿತರು ಎಲ್ಲವನ್ನೂ ಓರಣವಾಗಿಡುವುದನ್ನು ತದೇಕ ಚಿತ್ತನಾಗಿ ನೋಡುತ್ತಾ ಕುಳಿತಿದ್ದ. ಮಲಗಲು ಹೇಳಿದರೆ ಮಲಗಲಿಲ್ಲ. ಅವನಿಗೆ ಅಂತಹ ಕ್ರಮಗಳನ್ನು ನೋಡುವುದರಲ್ಲಿ ತುಂಬ ಆಸ್ಥೆ. ನಿಧಾನವಾಗಿ ಅವನು ಪುರೋಹಿತರಿಗೆ ಸಹಾಯಮಾಡುವ ಕೈ ಚಾಚುತ್ತಿದ್ದ.

ಮಾಳಪ್ಪಯ್ಯ ಮೊದಲ ರಾತ್ರಿ ನಡೆದು ಬಂದ ಆಯಾಸವೆಲ್ಲ ಕಳೆದ ಮೇಲೆ ಕೆಲಸವೇನೂ ಇಲ್ಲದಿದ್ದುದರಿಂದ ಭೂರಿ ಭೋಜನದ ಅಡುಗೆ ಮಾಡುವಲ್ಲಿಗೆ ನಡೆದರು. ಹತ್ತಾರು ಮಂದಿ ತರಕಾರಿ ಹೆಚ್ಚುತ್ತಿದ್ದರು. ಒಲೆಯ ಮೇಲೆ ಮರಳುವ ನೀರು. ಮೂಲೆಯಲ್ಲಿ ಅರಳು ಪುಡಿ ಚೂರ್ಣದ ಕಡುಬಿನ ರಾಶಿ. ಮೊರದಲ್ಲಿ ಬಾಳೆಎಲೆಯ ಮೇಲೆ ಸಿಹಿಬೂಂದಿನ ಲಾಡು. ಮರುದಿನದ ಊಟ ಜೋರಾಗಿರಬಹುದೆಂದು ಊಹಿಸುತ್ತಾ ಅವರು ಒಲೆಯಿಂದ ಉರಿಯುವ ನಿಗಿನಿಗಿ ಕೆಂಡವೆತ್ತಿ ಒಂದು ಬೀಡಿ ಹೊತ್ತಿಸಿದರು. ಮಾಳಪ್ಪಯ್ಯ ಬೀಡಿ ಎಳೆಯುವ ಅಭ್ಯಾಸ ಮಾಡಿಕೊಂಡವರಲ್ಲ. ಆದರೆ ಚೊನ್ನದಲ್ಲಿ ಮೂರು ಕಡೆಯಿಂದಲೂ ಸಮುದ್ರದ ಗಾಳಿ. ಆ ಗಾಳಿಗೆ ಅವರಿಗೆ ಒಂದಷ್ಟು ಚಳಿಚಳಿ ಎನ್ನಿಸುತ್ತಿತ್ತು. ಬೀಡಿ ಸೇದುವ ಮನಸ್ಸಾಗಿತ್ತು. ಹಾಗೆ ಸೇದುತ್ತಾ ಅಡಿಗೆಯ ಮಂಟಪದಲ್ಲಿ ಕೆಲಸ ಮಾಡುತ್ತಿದ್ದವರೊಡನೆ ಮಾತಾಡುತ್ತಾ ಕುಳಿತರು. ಅವರಲ್ಲಿ ಕೆಲವರು ತಮ್ಮತಮ್ಮ ಊರುಗಳಲ್ಲಿ ಪೋರ್ಚುಗೀಸರು ಕಿರಿಸ್ತಾನರಾಗಲು ಒಪ್ಪದವರ ಮೇಲೆ ಮಾಡಿದ ದಬ್ಬಾಳಿಕೆಯ ಕುರಿತು ಹೇಳುತ್ತಿದ್ದರು. "ದಬ್ಬಾಳಿಕೆಯೇನು ಬಂತು, ಬಲಾತ್ಕಾರದ ಪರಿಣಾಮ ತುಂಬ ಜನ ಕಿರಿಸ್ತಾನರಾದರೂ ಅವರು ಮತ್ತೆ ನಮ್ಮ ದೇವರಿಗೇ ನಡೆದುಕೊಳ್ಳುತ್ತಿದ್ದಾರಲ್ಲ?" ಅಂತ ಯಾರೋ ಹೇಳಿದ್ದಕ್ಕೆ ಇನ್ನೊಬ್ಬರು "ಅವರೇನೋ ನಮ್ಮ ದೇವರಿಗೆ ನಡೆಯಲು ಬಯಸಬಹುದು. ಆದರೆ ನಮ್ಮ ಮಠದವರು ಬಿಡಬೇಕಲ್ಲ? ಗುರುಗಳಿಗೆ ತಿಳಿದರೆ ಜಾತಿಭ್ರಷ್ಟರಾಗಿ ಮಾಡದಿರುತ್ತಾರೆಯೇ?" ಎಂದರು. ಮಾಳಪ್ಪಯ್ಯ "ಚೊನ್ನದಲ್ಲೂ ಹೀಗೆಲ್ಲ ಆಗುತ್ತಿದೆಯೇ?" ಎಂದು ಕುತೂಹಲದಿಂದ ಪ್ರಶ್ನಿಸಿದರು. "ಚೊನ್ನದಲ್ಲಂತೇನು ಸ್ವಾಮಿ, ತೀಸ್‌ವಾಡಿ ಬಾರ್ದೇಶಗಳಲ್ಲಿ ಈಗ ಬ್ರಾಹ್ಮಣರಿಗಿಂತ ಹೆಚ್ಚು ಕಿರಿಸ್ತಾನರಿದ್ದಾರೆ" ಎಂದರು ಅವರು.

ಮಾಳಪ್ಪಯ್ಯ ಈ ಹಿಂದೆ ಈ ಕಡೆಗೆ ಬಂದಿರಲಿಲ್ಲ. ಚೋದನಪುರವನ್ನಂತೂ ನೋಡಿರಲಿಲ್ಲ. ಹಾಗಾಗಿ ಮರುದಿನ ಊರು ಸುತ್ತಾಡಿ ಬರಲು ನಿರ್ಧರಿಸಿದರು. ಬೆಳಗಿನ ತಿಂಡಿಯಾಗುತ್ತಲೇ ಜೊತೆಗೆ ಕಾವಳೆಯ ಮರ್ತು ಕಾಮಾತಿಯನ್ನೂ ಕೇಳೋಶಿಯ ರಂಗ ಶೆಣಾವಿಯನ್ನೂ ಬರುತ್ತೀರಾ ಎಂದು ಕರೆದರು. ಪ್ರಾಯದಲ್ಲಿ ಮಾಳಪ್ಪಯ್ಯನೇ ಹಿರಿಯರು. ಆದರೂ ಬೇರೆ ಕೆಲಸವಿಲ್ಲದಿದ್ದುದರಿಂದ ಅವರೂ ಹೊರಟರು. ಜೊತೆಗೆ ಚೊನ್ನದ ಒಂದಿಬ್ಬರು ಗೃಹಸ್ಥರೂ ಸಿಕ್ಕಿದರು.

ಚೊನ್ನ ಅಂಥ ದೊಡ್ಡ ಊರೇನಲ್ಲ. ವೆರಣೆಗಿಂತ ಸಣ್ಣದು. ಹತ್ತೈವತ್ತು ಹುಲ್ಲಿನ

ಮನೆಗಳು. ಗಾರೆ ಹಾಕಿದ ಏಳೆಂಟು ಮನೆಗಳು. ಅಲ್ಲಿ ಪೋರ್ಚುಗೀಸರ ಸಂಖ್ಯೆ ಹೆಚ್ಚು. ಆದರೆ ಅವರ ಜೊತೆ ಸ್ಥಳೀಯರು ಅಸಮಾಧಾನದಿಂದ ಇದ್ದ ಹಾಗೆ ಕಾಣಲಿಲ್ಲ. ಎಲ್ಲ ಶಾಂತ. ಅವರು ಸುತ್ತಾಡುತ್ತಿದ್ದಾಗ ಎದುರಿಗೇ ಚಂದ್ರೇಶ್ವರ ದೇವಸ್ಥಾನ ಸಿಕ್ಕಿತು. ಕಾವಳೆಯ ಮರ್ತುಕಾಮಾತಿ "ಎದುರಿಗೆ ದೇವರು ಸಿಕ್ಕಿದ್ದಾನೆ. ಅವನಿಗೊಂದು ಸುತ್ತು ಹಾಕಿ ಅಡ್ಡ ಬಿದ್ದು ಹೋದರೆ ನಮಗೇನಾದರೂ ನಷ್ಟವಿದೆಯೇ?" ಎಂದು ನಗುತ್ತಾ ಉಳಿದವರನ್ನು ಎಳೆದುಕೊಂಡು ಹೋದ. ಜೊತೆಗೆ ಬಂದಿದ್ದ ಚೊನ್ನದವರೇ ಆದ ಗೃಹಸ್ಥರು "ಇಲ್ಲಿ ಹನ್ನೊಂದು ದೇವಳಗಳಿದ್ದಾವೆ. ಚಂದ್ರೇಶ್ವರನ ಆಚೆ ಭಗವತಿಯ ಗುಡಿ. ಎಡಕ್ಕೆ ತಿರುಗಿ ನೇರ ಹೋದರೆ ಕೆರೆ. ಅದರೆದುರು ರವಳನಾಥನ ದೇವಳ. ಒಂದು ಐವತ್ತು ಹೆಜ್ಜೆ ಹಾಕಿದರೆ ಶ್ರೀಕಂಠೇಶ್ವರ. ಉಳಿದೆಲ್ಲವು ಸಂಣವು" ಎಂದು ಹೇಳಿ "ನೀವು ಎಲ್ಲ ನೋಡಿಕೊಂಡು ಬನ್ನಿ. ನಾವು ಇಲ್ಲೇ ಇರುತ್ತೇವೆ" ಎಂದರು. ಮಾಳಪ್ಪಯ್ಯ ಮರ್ತುಕಾಮಾತಿ ಮತ್ತು ರಂಗ ಶೆಣಾವಿಯೊಡನೆ ಒಳಹೊಕ್ಕರು.

ಚಂದ್ರೇಶ್ವರ ದೇವಸ್ಥಾನ ಸಾಕಷ್ಟು ದೊಡ್ಡದೇ. ಆದರೆ ಕಟ್ಟಡ ದುರಸ್ತಿಯಾಗಿರಲಿಲ್ಲ. ಅಲ್ಲಲ್ಲಿ ಗಾರೆಯ ಹೆಕ್ಕಳಿಕೆ ಕಳಚಿ ಬಿದ್ದಿತ್ತು. ಗರ್ಭಗುಡಿಗೆ ಒಂದು ಸುತ್ತು ಹಾಕಿ ದೇವರ ಎದುರು ಬಂದಾಗ ಪೂಜೆ ಮಾಡುವ ಭಟ್ಟರಾರೂ ಕಾಣಲಿಲ್ಲ. ಗಂಟೆ ಬಡಿದರೂ ಯಾರ ಸುಳಿವೂ ಇಲ್ಲ. ಗರ್ಭಗುಡಿಯ ಮೆಟ್ಟಿಲ ಮೇಲೆ ಬೆಳ್ಳಿಯ ತಟ್ಟೆ. ಅದರ ತುಂಬ ಭಸ್ಮ ಮತ್ತು ಕೆಂಪು ಹೂಗಳು. ಪಕ್ಕದಲ್ಲಿ ತೀರ್ಥದ ತಂಬಿಗೆ. ರಂಗ ಶೆಣಾವಿ "ಮಾಳಪ್ಪಯ್ಯ, ತೀಸ್‌ವಾಡಿಯಲ್ಲೆಲ್ಲ ಇದೇ ರೀತಿ. ದೇವರ ಪ್ರಸಾದ ಕೊಡಲು ಯಾರೂ ಕುಳಿತುಕೊಳ್ಳುವುದಿಲ್ಲ. ಬ್ರಾಹ್ಮೀ ಮುಹೂರ್ತದಲ್ಲಿ ಗುಟ್ಟಾಗಿ ಬಂದು ಪೂಜೆ ಮುಗಿಸಿ ತಟ್ಟೆ ತೀರ್ಥ ಎಲ್ಲ ಇಟ್ಟು ಹೋಗುತ್ತಾರೆ. ಭಕ್ತರು ಬಂದರೆ ತಾವಾಗಿ ಕೈ ಹಾಕಿ ತೀರ್ಥಪ್ರಸಾದ ತೆಗೆದುಕೊಳ್ಳಬೇಕು" ಎಂದರು. ಪೋರ್ಚುಗೀಸರ ಹಾವಳಿಯಿಂದ ಈ ಕ್ರಮ ಬಂದಿದೆ ಎಂದು ಯಾರೂ ಹೇಳಬೇಕಾಗಿರಲಿಲ್ಲ. ಮಾಳಪ್ಪಯ್ಯ ಎಡಗೈಯಿಂದ ತೀರ್ಥದಲ್ಲಿದ್ದ ಚಿಪ್ಪುಟ ತೆಗೆದು ಬಲಗೈಗೆ ತೀರ್ಥ ಹಾಕಿ ಮೂರು ಬಾರಿ ಸ್ವೀಕರಿಸಿದರು. ಭಸ್ಮದ ಚಿಟಿಕೆ ತೆಗೆದು ಹಣೆಯ ಮೇಲಿಟ್ಟು ಚಂದ್ರೇಶ್ವರನಿಗೆ ಅಡ್ಡಬಿದ್ದರು.

ಮೂರು ನಾಲ್ಕು ದೇವಸ್ಥಾನಗಳನ್ನು ನೋಡಿ ಅವರು ಮತ್ತೆ ಚಂದ್ರೇಶ್ವರನ ಬಾಗಿಲಿಗೆ ಬಂದಾಗ ಚೊನ್ನದ ಗೃಹಸ್ಥರು ಇಬ್ಬರು ಫರಂಗಿಗಳೊಂದಿಗೆ ಮಾತಾಡುತ್ತಾ ನಿಂತಿದ್ದರು. ಆ ಫರಂಗಿಯವರು ಸೈನಿಕರರಿಬೇಕು. ನಿಂತ ನಿಲುವಿನಲ್ಲಿ ತುಂಬಿದ ಗತ್ತು ಹಾಗೆ ಹೇಳಿತು. ಅವರೆದುರು ಚೊನ್ನದ ಮಂದಿ ತಗ್ಗಿಬಗ್ಗಿ ನಡೆಯುತ್ತಿದ್ದರು. ಮಾಳಪ್ಪಯ್ಯ ಮತ್ತು ಇತರರನ್ನು ಕಾಣುತ್ತಲೇ ಅವರು ನಿಂತಲ್ಲಿಂದಲೇ "ನೀವು ಮದುವೆಯ ಮಂಟಪಕ್ಕೆ ಹೋಗಿ. ನಾವು ಸಾವಕಾಶ ಬರುತ್ತೇವೆ" ಎಂದು ಕೂಗಿ ಹೇಳಿದರು. ಹಾಗಾಗಿ ಮಾಳಪ್ಪಯ್ಯ ಉಳಿದವರೊಡನೆ ಮುಂದುವರಿದರು.

ಊರೆಲ್ಲ ಸುತ್ತಾಡಿ ಅವರು ಮದುವೆಯ ಮಂಟಪಕ್ಕೆ ಬಂದಾಗ ಹೊತ್ತು ಮಧ್ಯಾಹ್ನ.

ಹಸಿವಾದ ಕಾರಣ ಹಿಂತಿರುಗಿದ ಮೂವರೂ ಮಂಟಪ ತಲುಪುತ್ತಲೇ ಊಟಕ್ಕೆ ಕೂರುವುದೆಂದು ಲೆಕ್ಕ ಹಾಕಿದ್ದರು. ಆದರೆ ಅಲ್ಲಿ ಗಲಾಟೆ. ಮಾಳಪ್ಪಯ್ಯನವರ ಮುಖ ಕಂಡೊಡನೆ ಥಡ್ಡ ಓಡಿ ಬಂದು ಎಲ್ಲ ಹೇಳುವ ಪ್ರಯತ್ನ ಮಾಡತೊಡಗಿದ. ಎಲ್ಲರ ಮುಖದ ಮೇಲೆ ಗಾಬರಿ. ಕಳವಳ. ಹೆಂಗಸರು ಮಾತಿಲ್ಲದೆ ತಂಣಗೆ ಕುಳಿತಿದ್ದರು. ರಾವುಳು ಕುಡಾವ ಪುರೋಹಿತರ ಜೊತೆ ಚಕ್ಕಳ ಮಕ್ಕಳ ಹಾಕಿ ಕೂತಿದ್ದ. ಅವನ ಮುಖದ ತುಂಬ ನಿಷ್ಠುರತೆ ಹಾಗೂ ಸಿಟ್ಟು. ಅದನ್ನು ಕಂಡು ಮಾಳಪ್ಪಯ್ಯ ಗಾಬರಿಗೊಂಡರು. ಹಿಂದಿನ ದಿನ ಎದುರು ಕಾಣಿಸಿಕೊಳ್ಳುವ ಸಮಾರಂಭಕ್ಕೂ ಬೆಳಗ್ಗೆ ನಡೆದ ಉದ್ದಿನ ಮುಹೂರ್ತಕ್ಕೂ ಬಂದು ಪಾಲ್ಗೊಂಡವರಲ್ಲಿ ಕೆಲವರು ಕಿರಿಸ್ತಾನ ಮತಕ್ಕೆ ಮತಾಂತರಗೊಂಡ ಬ್ರಾಹ್ಮಣರೂ ಇದ್ದುದರಿಂದ ಮದುವೆಯ ಮನೆ ಮೈಲಿಗೆ ಯಾಯಿತೆಂದು ಲೋಟಲಿಯ ಪುರೋಹಿತರು ಸಿಟ್ಟಿಗೆದ್ದಿದ್ದರು. ಅದರಿಂದಾಗಿ ವ್ಯಗ್ರನಾದ ರಾವುಳು ಕುಡಾವ ಮದುವೆಯನ್ನು ನಿಲ್ಲಿಸ ಹೇಳಿ ತೆಪ್ಪನೆ ಕುಳಿತಿದ್ದ. ಚೊನ್ನದವರಲ್ಲದೇ ಲೋಟಲಿಯಿಂದಲೂ ಬಂದಿದ್ದ ಗೃಹಸ್ಥರು ತರಹ ತರಹ ಸಮಾಧಾನ ಮಾಡುತ್ತಿದ್ದರೂ ರಾವುಳು ಕುಡಾವ ಅಲ್ಲಾಡಲಿಲ್ಲ. ಅವರ ಪುರೋಹಿತರು "ಹೊರಗಿನವರಾದರೆ ಪರವಾಯಿಲ್ಲಯ್ಯ. ಆದರೆ ಬ್ರಾಹ್ಮಣರು ಕಿರಿಸ್ತಾನರಾದ ಮೇಲೆ ಅವರನ್ನು ನಾವು ಒಳಗೆ ಸೇರಿಸುವುದು ಹೇಗೆ? ಮಠದ ಸ್ವಾಮಿಗಳು ಕೇಳಿದರೆ ನಮ್ಮನ್ನೂ ಜಾತಿಭ್ರಷ್ಟರಾಗಿ ಮಾಡುವುದಿಲ್ಲವೇ? ಹಾಗೆ ಅವರೆಲ್ಲ ಇಲ್ಲಿ ಬಂದು ಸೇರುವ ಹಾಗಿದ್ದರೆ ನಾವು ಪುರೋಹಿತ ಮಂದಿ ಇಷ್ಟು ಸಮಯ ತಲೆಮರೆಸಿಕೊಂಡಿರುವ ಅಗತ್ಯವಿತ್ತೇ? ಗುಟ್ಟಾಗಿ ಲೋಟಲಿಯ ರಾಮನಾಥನ ಪೂಜೆ ಮಾಡಬೇಕಿತ್ತೇ? ನೀವೆಲ್ಲ ಕಿರಿಸ್ತಾನರಾಗುವುದಿದ್ದರೆ ಆಗಿ, ನಾವು ಇಲ್ಲಿಂದ ಹೊರಡುತ್ತೇವೆ" ಎಂದರು. ಅವರ ಮಾತಿಗೆ ಯಾರೂ ಎದುರುತ್ತರ ಕೊಡಲಿಲ್ಲ. ನಾಣ್ಣು ನಾಯಕರಿಗಂತೂ ಅಳು ಬಂದು ತಲೆಗೆ ಕೈ ಹೊತ್ತು ಕೂತರು.

ಮಾಳಪ್ಪಯ್ಯನವರಿಗೆ ಒಮ್ಮೆಲೇ ತಮ್ಮ ಜೊತೆ ಚೊನ್ನದ ಊರು ಸುತ್ತಲು ಬಂದ ಸ್ಥಳೀಯರು ಕಿರಿಸ್ತಾನರಾಗಿರಬಹುದೇ ಎಂಬ ಸಂಶಯ ಹುಟ್ಟಿತು. ಅವರುಗಳ ಹೆಸರುಗಳನ್ನು ಮಾಳಪ್ಪಯ್ಯ ಕೇಳಿರಲಿಲ್ಲ. ಅವರಾಗಿ ಹೇಳಿರಲಿಲ್ಲ. ತಮ್ಮ ಮನೆಗೂ ಬನ್ನಿ ಎಂದು ಕರೆದಿರಲಿಲ್ಲ. ದೇವಸ್ಥಾನಗಳ ಒಳಗೂ ಬಂದಿರಲಿಲ್ಲ. ಪೋರ್ಚುಗೀಸ ಸೈನಿಕರ ಸಂಗಡ ಮಾತನಾಡುತ್ತಾ ನಿಂತಿದ್ದುದನ್ನು ಗಮನಿಸಿದರೆ ಅವರೂ ಕಿರಿಸ್ತಾನರೇ ಆಗಿರಬಹುದು ಎಂಬ ಅನುಮಾನ ಏರುತ್ತಾ ಹೋಯಿತು. ಜೊತೆಯಲ್ಲಿದ್ದ ರಂಗಪ್ಪ ಶೆಣಾವಿ ಬಾಯಿಬಿಟ್ಟು ಹೇಳಿಯೂ ಹೇಳಿದರು – "ಈಗ ತೀಸ್‌ವಾಡಿಯಲ್ಲಿ ಯಾರು ಬ್ರಾಹ್ಮಣರು ಯಾರು ಕಿರಿಸ್ತಾನರು ಅಂತ ಹೇಳಲಿಕ್ಕಾಗುವುದಿಲ್ಲ ಮಾಳಪ್ಪಯ್ಯ. ಪೋರ್ಚುಗೀಸರು ಕಂಡಕಂಡವರನ್ನು ಮತಾಂತರಿಸಿದ್ದಾರೆ. ನಮ್ಮ ಕಡೆಗಿಂತ ಮೂವತ್ತು ವರ್ಷಗಳಷ್ಟು ಮೊದಲೇ ಇಲ್ಲಿ ಆ ಕೆಲಸ ಆಗಿದೆ" ಎಂದರು. "ಆದರೆ ನಮ್ಮ ರಾವುಳು

ಅದನ್ನೆಲ್ಲ ನೋಡದೇ ಈ ಸಂಬಂಧಕ್ಕೆ ಕೈ ಹಾಕುತ್ತಾನ?'' ಅಂತ ಮರ್ತುಕಾಮಾತಿ ಕೇಳಿದ. ಮಾಳಪ್ಪಯ್ಯ ಮದುವೆ ಎಲ್ಲಿ ನಿಂತು ಹೋಗುತ್ತದೋ ಎಂದು ಹೆದರಿದರು. ಅವರು ರಾವುಳು ಕುಡಾವನ ಎದುರು ನಿಂತು ''ರಾವುಳು, ಇದರಲ್ಲಿ ನಾಣ್ಣು ನಾಯಕರದ್ದೇನೂ ತಪ್ಪಿಲ್ಲ. ಬಂದವರು ಅತಿಥಿಗಳು. ಅವರ ಉಪಚಾರ ಮಾಡಬೇಕಾದದ್ದೇ. ಅದು ಅವರ ಕರ್ತವ್ಯ. ಕಿರಿಸ್ತಾನ ಜನರು ಮದುವೆ ಮಂಟಪದೊಳಗೆ ಬಂದರೆ ಏನಾದರೂ ನಿವೃತ್ತಿ ಮಾಡುವ'' ಎಂದರು. ರಾವುಳು ಕುಡಾವನ ಪಕ್ಕದಲ್ಲಿಯೇ ಕುಳಿತ ಪುರೋಹಿತ ಭಟ್ಟರು ''ಪೈನೊ, ನೀವು ಹೇಳಿದ್ದು ಸರಿ. ಆದರೆ ಇವರು ಹೇಳಿಕೆ ಕೊಡದೆ ಆ ಮಂದಿ ಬರುತ್ತಾರೆಯೇ?'' ಎಂದು ನಾಣ್ಣುನಾಯಕರ ಮೇಲೆಯೇ ಅಪವಾದ ಹೊರಿಸಿದರು. ಚೊನ್ನದ ಗೃಹಸ್ಥರೊಬ್ಬರು ''ಬಂದವರು ಮೊದಲು ಬ್ರಾಹ್ಮಣರಾಗೇ ಇದ್ದರು. ಅವರನ್ನು ಬಲವಂತದಿಂದ ಕಿರಿಸ್ತಾನರಾಗಿ ಮಾಡಿದ್ದಾರೆ. ಆದರೂ ಅವರು ನಡೆದುಕೊಳ್ಳುವುದು ನಮ್ಮ ದೇವರಿಗೇ. ಮನೆಯಲ್ಲಿ ಇನ್ನೂ ಪೂಜೆ ಪುನಸ್ಕಾರ ಅಂತ ನಡೆಯುತ್ತಿದೆ'' ಎಂದರು. ಲೋಟಲಿಯ ಪುರೋಹಿತ ಭಟ್ಟರು ಎದ್ದೇ ನಿಂತರು. ''ಹಾಗಿದ್ದರೆ ನಾವು ಈ ಮದುವೆ ನಡೆಸುವುದೇ ಇಲ್ಲ. ಇಲ್ಲಿ ನಿಷ್ಠಾವಂತ ಬ್ರಾಹ್ಮಣರು ಯಾರೂ ಇರುವ ಹಾಗೆ ಕಾಣುವುದಿಲ್ಲ'' ಎಂದರು.

ಪರಿಸ್ಥಿತಿ ವಿಕೋಪಕ್ಕೆ ಹೋಗುತ್ತಿರುವುದು ಕಂಡು ಹಿರಿಯರೊಬ್ಬರು ''ನೀವು ಕುಳಿತುಕೊಳ್ಳಬೇಕು ಭಟ್ಟ್ರೋ. ಈ ಸದ್ಗೃಹಸ್ಥರು ಹೇಳಿದಂತೆ ಏನಾದರೂ ನಿವೃತ್ತಿ ಮಾಡಿ ಮದುವೆಯನ್ನು ಮುಂದುವರಿಸುವ. ಈ ಹೊತ್ತಿನಲ್ಲಿ ಮದುವೆ ನಿಲ್ಲುವುದು ಕ್ಷೇಮಕರವಲ್ಲ. ನಿವೃತ್ತಿ ಏನು ಮಾಡಬೇಕೆಂದು ಲೋಟಲಿಯ ಪುರೋಹಿತ ಭಟ್ಟು ಮಾಮರೇ ಹೇಳಲಿ. ನಾಣ್ಣು ನಾಯಕರು ಹಾಗೇ ಮಾಡುತ್ತಾರೆ'' ಎಂದರು. ಮಾಳಪ್ಪಯ್ಯ ''ತಪ್ಪುಗಳಿಗೆ ನಿವೃತ್ತಿ ಇದ್ದೇ ಇದೆ ಅಲ್ಲವೇ?'' ಎಂದು ರಾವುಳು ಕುಡಾವನ ಮುಖ ನೋಡುತ್ತಾ ಕುಳಿತರು. ಉಳಿದವರು ಯಾರೂ ಮಾತಾಡದೇ ಇದ್ದಾಗ ಮೊದಲಿಗೆ ಮಾತಾಡಿದ ಹಿರಿಯರೇ ''ಮೈಲಿಗೆಯಾದರೆ ತೊಳೆದು ತೆಗೆಯುವ. ಬೇಕಿದ್ದರೆ ರಾತ್ರಿ ಮಾಡಿದ ಅಡಿಗೆಯನ್ನು ತಿಪ್ಪೆಗೆಸೆಯುವ. ಇಡೀ ಮದುವೆ ಮಂಟಪವನ್ನು ಗೋಮಯ ಹಾಕಿ ತೊಳೆಯುವ. ಎದುರು ಕಾಣಿಸಿಕೊಳ್ಳುವುದರಿಂದ ಹಿಡಿದು ಇಲ್ಲಿಯ ತನಕ ಆದ ಎಲ್ಲ ಕಾರ್ಯಗಳನ್ನು ಇನ್ನೊಮ್ಮೆ ಶುರುವಿನಿಂದ ಆರಂಭಿಸಿ ಮಾಡುವ. ಗಂಡಿನ ಕಡೆಯವರು ಒಂದು ಅರ್ಧ ಘಳಿಗೆಯ ಅವಧಿ ಕೊಟ್ಟರೆ ಎಲ್ಲರಿಗೂ ಸ್ನಾನಕ್ಕೆ ಬಿಸಿನೀರು ಕಾಯಿಸಿ ಕೊಡುತ್ತೇವೆ. ಅಲ್ಲವೇನೋ ನಾಣ್ಣೂ?'' ಎಂದರು. ಹೇಳಿದವರು ವಯಸ್ಸಾದವರು. ಅಲ್ಲದೇ ಧ್ವನಿಯಲ್ಲಿ ವಜನಿದ್ದವರು. ನಾಣ್ಣು ನಾಯಕರು ತಲೆಯಲ್ಲಾಡಿಸಿದರು. ಅವರು ಏನೆಂದರೂ ಕೇಳಿಸಿಕೊಳ್ಳುವ ಸ್ಥಿತಿಯಲ್ಲಿದ್ದವರು. ರಾವುಳು ಕುಡಾವನೂ ಒಪ್ಪಿದ. ಜೊತೆಯಲ್ಲಿದ್ದ ಪುರೋಹಿತರೂ ಒಪ್ಪಿದರು.

ಮದುವೆಯ ಮಂಟಪದಲ್ಲಿ ಮತ್ತೆ ಸಂಭ್ರಮ ಆರಂಭವಾಯಿತು. ಗಂಡಿನ

ಕಡೆಯವರೆಲ್ಲ ಚಂದ್ರೇಶ್ವರ ದೇವಸ್ಥಾನದ ಅಗ್ರಸಾಲೆಗೆ ಹೋದರು. ನೆಲವನ್ನು ಪಾತ್ರೆಗಳನ್ನು ತೊಳೆದು, ಬಟ್ಟೆಗಳನ್ನು ಒಗೆದು ಹಾಕಿದರು. ಹಿಂದಿನ ರಾತ್ರಿ ಹೆಚ್ಚಿಟ್ಟ ತರಕಾರಿಗಳನ್ನು, ಅರ್ಧ ಮಾಡಿಟ್ಟ ಸಾರುಗಳನ್ನು, ಅರೆಬೆಂದ ಅನ್ನವನ್ನು ಎಲ್ಲ ತೆಗೆದು ಹೊರಗೆ ನಿಂತ ಮಹರರಿಗೆ ಎಸೆದರು. ಬೆಂಕಿಯನ್ನೂ ಆರಿಸಿ ಒಲೆ ಖಾಲಿ ಮಾಡಿದರು. ತೊಳೆದ ಪಾತ್ರೆಗಳನ್ನು ಒಳಗೆ ತಂದು ಒಬ್ಬೊಬ್ಬರಾಗಿ ಸ್ನಾನ ಮಾಡಿ ಬೇರೆ ಅರಿವೆ ಉಟ್ಟರು. ಅರ್ಧ ಘಳಿಗೆಯ ನಂತರ ದಿಬ್ಬಣದವರೂ ಸ್ನಾನ ಮಾಡಿ ಉಡುಪು ತೊಟ್ಟು ಅಲಂಕಾರ ಮಾಡಿಕೊಂಡ ಮೇಲೆ ಮತ್ತೆ ಎದುರು ಕಾಣಿಸಿಕೊಳ್ಳುವ ಸಮಾರಂಭಕ್ಕೆ ಸಿದ್ಧರಾದರು. ಗಂಡಸರ ಸ್ನಾನ ತಣ್ಣೀರಲ್ಲೇ ಆದರೂ ಹೆಂಗಸರಿಗೆ ಬಿಸಿನೀರು ಸಿಕ್ಕಿತು. ಅಡುಗೆಯ ಕೋಣೆಯಲ್ಲಿ ಹೊಸದಾಗಿ ಬೆಂಕಿ ಹಚ್ಚಿ ಕೆಲಸ ಆರಂಭಿಸಿದರು. ಮಾಳಪ್ಪಯ್ಯ ದಿಗಿಲಿನಿಂದಲೇ ನಾಣ್ಣು ನಾಯಕರ ಕಿವಿಯಲ್ಲಿ "ಈಗ ಯಾರೂ ನಿಮ್ಮ ಗುಂಪಿನಲ್ಲಿ ಕಿರಿಸ್ತಾನರಿಲ್ಲವಲ್ಲ? ಮತ್ತೆ ಅಂತಹ ಅಚಾತುರ್ಯ ಆಗುವುದು ಬೇಡ" ಎಂದರು. ನಾಣ್ಣು ನಾಯಕರ ಕಂಣುಗಳು ತುಂಬಿ ಬಂದುವು. ಮಧ್ಯಾಹ್ನದ ಊಟಕ್ಕೆ ಕೂತಾಗ ಸೂರ್ಯ ಪಡುವಣದ ಅಂಚಿಗೆ ತಲಪಿದ್ದ.

ಆ ರಾತ್ರಿ ಮಾಳಪ್ಪಯ್ಯನವರ ಹೆಂಡತಿ ರಾಧಾಬಾಯಿಗೆ ತೀವ್ರ ಜ್ವರ ! ಎರಡೆರಡು ಬಾರಿ ಸ್ನಾನ ಮಾಡಿದ್ದರಿಂದಲೋ ನಾಲ್ಕೂ ಕಡೆಗಳಿಂದಲೂ ಬೀಸಿದ ಸಮುದ್ರದ ಗಾಳಿಯಿಂದಲೋ ಆಕೆಯ ಮೈಗಾಗದೇ ಜ್ವರ ಏರುತ್ತಲೇ ಹೋಯಿತು. ರಾತ್ರಿ ಮಧ್ಯಪ್ರಹರದ ಹೊತ್ತಿನಲ್ಲಿ ಜ್ವರ ತಲೆಗೇರಿ ಆಕೆ ಬಡಬಡಿಸತೊಡಗಿದಳು. ಚೊನ್ನದ ವೈದ್ಯರೊಬ್ಬರು ಕಷಾಯ ಕುದಿಸಿ ಕೊಟ್ಟರೂ ಏನೂ ಪ್ರಯೋಜನವಾಗಲಿಲ್ಲ. ಮೊದಲೇ ಆಕೆಯದು ಸೂಕ್ಷ್ಮಪ್ರವೃತ್ತಿ. ಕಳೆದ ಎಳೆಂಟು ವರುಷಗಳಿಂದಲೂ ಆಕೆ ಯಾವಾಗಲೂ ರೋಗಿಯೇ. ಹಾಗಾಗಿ ಮಾಳಪ್ಪಯ್ಯನವರಿಗೆ ಒಮ್ಮೆಲೇ ಮದುವೆಯ ಸಂಭ್ರಮವೆಲ್ಲ ಇಳಿದು ಹೆಂಡತಿಯ ಚಿಂತೆಯೇ ಆವರಿಸಿತು. ಧಡ್ಡನಂತೂ ತಾಯಿಯ ಪಕ್ಕದಿಂದ ಅಲ್ಲಾಡಲಿಲ್ಲ. ಚೊನ್ನದ ವೈದ್ಯರು ಇನ್ನೊಂದೆರಡು ಎಲೆಗಳ ರಸ ಹಿಂಡಿದರು. ಮೈಗೆ ರಸ ಪೂಸಿದರು. ಏನು ಔಷಧಿ ಕೊಟ್ಟರೂ ಜ್ವರವಿಳಿಯಲಿಲ್ಲ. ಬೆಳ್ಳಂಬೆಳಗಾಗುವಾಗ ರಾಧಾಬಾಯಿ ಗೋಣು ಹಾಕತೊಡಗಿದಳು. ಮಾಳಪ್ಪಯ್ಯ ಕಂಗಾಲಾದರು. ಯಾರೋ "ಗೋವೆಯಲ್ಲಿ ತುಂಬ ನಿಷ್ಣಾತ ವೈದ್ಯರೊಬ್ಬರಿದ್ದಾರೆ. ಅಲ್ಲಿಗೆ ಕರೆದುಕೊಂಡು ಹೋದರೆ ಒಳ್ಳೆಯದು" ಎಂದು ಸಲಹೆ ಕೊಟ್ಟರು. ಧಡ್ಡ ಅದನ್ನು ಕೇಳಿ ಮಾಳಪ್ಪಯ್ಯನವರೊಡನೆ ಅಲ್ಲಿಗೇ ಹೋಗುವ ಎಂದು ಸನ್ನೆ ಮಾಡಿ ಬೇಡಿಕೊಂಡ. ಮಾಳಪ್ಪಯ್ಯನವರಿಗೂ ಅದೇ ಸರಿ ಅನ್ನಿಸಿತು. ಏನಾದರೂ ಹೆಚ್ಚು ಕಮ್ಮಿಯಾದಲ್ಲಿ ಮತ್ತೊಮ್ಮೆ ಮದುವೆಯ ಮನೆ ಮೈಲಿಗೆಯಾಗುವುದು ಬೇಡ ಎಂದುಕೊಂಡು ಇನ್ನೂ ಕತ್ತಲೆಯಿರುವಾಗಲೇ ಹೆಂಡತಿಯನ್ನು ಎತ್ತಿ ಚಕ್ಕಡಿಯಲ್ಲಿ ಕುಳ್ಳಿರಿಸಿ ಧಡ್ಡನಿಗೂ ಕುಳ್ಳಿರ ಹೇಳಿ, ಮಲಗಿದ್ದ ವಿಟ್ಠು ಪೈಯನ್ನು ಎಬ್ಬಿಸಿ ಚಕ್ಕಡಿಯಲ್ಲಿ ಕೂರಿಸಿ ಗೋವೆಯ ಕಡೆಗೆ ಹೊರಟರು. ತಮ್ಮ

ಗಡಿಬಿಡಿಯಲ್ಲೂ ಸಾಣ್ಣು ನಾಯಕರು ಅವರಿಗಾಗಿ ಒಂದು ಚಕ್ಕಡಿ ಮಾಡಿಕೊಟ್ಟರಲ್ಲದೇ ಅಷ್ಟು ದೂರದವರೇಗೂ ಬಂದು ಮಾಳಪ್ಪಯ್ಯನವರೊಡನೆ ಗುಟ್ಟಾಗಿ ''ಮಾಳಪ್ಪಯ್ಯ, ಗೋವೆಯಲ್ಲಿ ಒಳ್ಳೊಳ್ಳೆಯ ಪೋರ್ಚುಗೀಸ ವೈದ್ಯರಿದ್ದಾರೆ. ತಮ್ಮಲ್ಲೇ ಉಳಿಸಿಕೊಂಡು ಚೆನ್ನಾಗಿ ನೋಡಿಕೊಳ್ಳುತ್ತಾರೆ. ಕಿರಿಸ್ತಾನರ ಔಷಧಿಯೆಂದು ಅಲ್ಲಗಳೆಯುವುದು ಬೇಡ. ಜೀವ ಉಳಿಯುವುದು ಮುಖ್ಯ'' ಎಂದು ಎಚ್ಚರ ಕೊಟ್ಟು ಬೀಳ್ಕೊಟ್ಟರು.

ಗೋವೆಯಲ್ಲಿ ಮಾಳಪ್ಪಯ್ಯ ಹನ್ನೆರಡು ದಿನವಿದ್ದರು. ಪೋರ್ಚುಗೀಸ ವೈದ್ಯರೊಬ್ಬರ ಶುಶ್ರೂಷೆಯಿಂದ ರಾಧಾಬಾಯಿ ಚೇತರಿಸಿಕೊಂಡಳು. ಹಂಣಿನ ರಸ, ಹಸುವಿನ ಹಾಲು, ಗಂಜಿ ಇತ್ಯಾದಿಗಳಿಂದ ಅವಳ ಮೈಯಲ್ಲಿ ಗೆಲುವು ಕಂಡಿತು. ಗೋವೆಯಲ್ಲಿಯೇ ವಾಸವಿದ್ದ ಮ್ಹಾಳಶಿಮಾಂಯಿಯ ಕುಳಾವಿ ಅಪ್ಪಣ್ಣ ಭಟ್ಟರ ಮನೆಯಲ್ಲಿ ಮಾಳಪ್ಪಯ್ಯ ಉಳಕೊಂಡಿದ್ದರು. ಅಪ್ಪಣ್ಣ ಭಟ್ಟರು ಆಸ್ತಿವಂತರಲ್ಲ. ಮೊದಲು ಒಂದಷ್ಟು ಪೌರೋಹಿತ್ಯ ಮಾಡುತ್ತಿದ್ದುದರಿಂದ ಹೊಟ್ಟೆ ಹೊರೆಯುವುದು ಸಾಧ್ಯವಾಗಿತ್ತು. ಈಗ ಪೋರ್ಚುಗೀಸರು ಅದಕ್ಕೂ ಅಡ್ಡಗಾಲು ಇಟ್ಟು ದಿನಗಳು ಕಷ್ಟಕರವಾಗಿದ್ದುವು. ಆದರೂ ಅವರು ಮಾಳಪ್ಪಯ್ಯನವರಿಗೆ ಸಂತೋಷದಿಂದಲೇ ಸಹಾಯ ಮಾಡಿದರು. ಹದಿನೇಳು ಹದಿನೆಂಟು ವರುಷಗಳ ಧಡ್ಡನನ್ನು ಕಂಡು ಇನ್ನೂ ಯಾಕೆ ಮದುವೆ ಮಾಡಿಲ್ಲ ಎಂದು ಕೇಳಿದರು. ಅವನು ಮೂಗ ಕಿವುಡ ಅಂತ ಕೇಳಿ ತುಂಬ ಖೇದಗೊಂಡರು. ಇಬ್ಬರು ಗಂಡು ಮೂವರು ಹೆಂಣು ಮಕ್ಕಳಿದ್ದ ಅಪ್ಪಣ್ಣ ಭಟ್ಟರಿಗೆ ಮೊದಲ ಮಗಳು ಇನ್ನು ಆರೇಳು ತಿಂಗಳಲ್ಲಿ ಮೈನೆರೆಯಬಹುದೆಂದು ಆತಂಕ. ಮದುವೆ ಮಾಡಿಸುವ ಅಂದರೆ ಅನುಕೂಲ ಸಾಲದು. ಎದುರು ಬೆಳೆದು ನಿಂತ ಮಗಳು ಕಂಣಿಗೆ ಮುಳ್ಳಾಗಿದ್ದಳು. ಹಾಗಾಗಿ ಅವರು ಶಕ್ತಿಮೀರಿಯೇ ಮಾಳಪ್ಪಯ್ಯನವರಿಗೆ ಸಹಾಯ ಮಾಡಿ ಸ್ವಲಾಭವನ್ನೇ ಅಪೇಕ್ಷಿಸಿದರು. ಮಾಳಪ್ಪಯ್ಯ ವೆರಣೆಗೆ ಹಿಂದಿರುಗಲು ಒಂದೆರಡು ದಿನಗಳಿವೆ ಎಂದಾಗ ಅದನ್ನು ಕೇಳಿಯೂ ಕೇಳಿದರು. ಆದರೆ ಮಾಳಪ್ಪಯ್ಯ ಬೇಡವೆಂದರು. ಅವರು ಬೇಡ ಎನ್ನಲು ಎರಡು ಕಾರಣಗಳು. ಒಂದು ಮೂಗ, ಕಿವುಡ ಧಡ್ಡನಿಗೆ ಹೆಂಣು ತಂದು ಅವಳ ಬಾಳನ್ನು ಗೋಳು ಮಾಡುವುದು ಬೇಡ ಎಂದು. ಇನ್ನೊಂದು ಯಾಕೋ ತಮ್ಮ ಮನೆಗೆ ತೀಸ್‌ವಾಡಿಯ ಕಡೆಯ ಹೆಂಣು ತರುವುದು ಬೇಡ ಎಂದು !

ಅದಕ್ಕೆ ಸರಿಯಾಗಿ ಅವರು ಗೋವೆಯಲ್ಲಿರುವಾಗಲೇ ಚೊನ್ನದ ಒಂದು ಸುದ್ದಿ ಅವರಿಗೆ ತಲುಪಿ ಅವರು ದಿಗ್ಭ್ರಮೆಗೊಂಡಿದ್ದರು. ಚೊನ್ನದ ಮದುವೆಯ ಮಂಟಪದಲ್ಲಿ ಕಿರಿಸ್ತಾನರಾಗಿ ಮತಾಂತರಗೊಂಡ ಬ್ರಾಹ್ಮಣರು ಬಂದು ಮೈಲಿಗೆಯಾಯಿತೆಂದು ಮತ್ತೆ ಎಲ್ಲವನ್ನೂ ತೊಳೆದು ಹೊಸತಾಗಿ ಕಾರ್ಯಗಳನ್ನು ಮಾಡಿದ್ದು ಪೋರ್ಚುಗೀಸರಿಗೆ ಸಿಟ್ಟು ತರಿಸಿತ್ತು. ಮತಾಂತರಗೊಂಡ ಕಿರಿಸ್ತಾನರು ಹೇಳಿದ್ದರೋ ಏನೋ? ಚೊನ್ನದ ಪೋರ್ಚುಗೀಸರು ಗೋವೆಯ ತಮ್ಮ ಮೇಲಧಿಕಾರಿಗಳಿಗೆ ಆ ಘಟನೆ ತಿಳಿಸಿದರು. ಗೋವೆಯ ಸಂತ ಪಾವುಲನ ಕಾಲೇಜಿನ ರೆಕ್ಟರ್ ಆದ ಫಾದರ್ ಫ್ರಾನ್ಸಿಸ್ಕೋ ರಾಡ್ರಿಗಸ್,

ಜೋವ್ಹೋ ಫರ್ನಾಂಡಿಸ್ ಎಂಬ ಸೈನ್ಯಾಧಿಕಾರಿಯ ನೇತೃತ್ವದಲ್ಲಿ ಒಂದು ಸೈನ್ಯ ಕಳುಹಿಸಿ ಮದುವೆಯ ಮಂಟಪದಲ್ಲಿದ್ದ ಹೆಂಗಸರು ಮಕ್ಕಳಾದಿಯಾಗಿ ನಾಲ್ಕು ನೂರ ಐವತ್ತು ಮಂದಿಯನ್ನು ಬಂಧಿಸಿ ಗೋವೆಯ ಕಾರಾಗೃಹದಲ್ಲಿಡಿಸಿದರು. ಮಾಳಪ್ಪಯ್ಯ ಹೆಂಡತಿಯ ಕಾಯಿಲೆ ಇಲ್ಲದಿರುತ್ತಿದ್ದರೆ ತಾವೂ ಬಂದಿಯಾಗುತ್ತಿದ್ದರೇನೋ? ಅವರಿಗೆ ಗೋವೆಗೆ ಬಂದ ಮೇಲೂ ತುಂಬ ದಿನ ಈ ವಿಚಾರ ತಿಳಿಯಲೇ ಇಲ್ಲ. ಗೋವೆಯ ಕಾರಾಗೃಹ ಒಮ್ಮೆಲೇ ತುಂಬಿ ಬಿಟ್ಟಿತು. ಮೊದಲೇ ಹೆದರಿಕೊಂಡಿದ್ದ ಜನರಿಗೆ ಸಿಡಿಲು ಬಡಿದಂತಾಗಿ ಇಡೀ ಗೋವೆಯ ಬ್ರಾಹ್ಮಣ ಸಮಾಜ ಕಂಗಾಲಾಯಿತು.

ಯಾವ ವಿಚಾರಣೆಯೂ ನಡೆಯಲಿಲ್ಲ. ಫಾದರ್ ಫ್ರಾನ್ಸಿಸ್ಕೋ ರಾಡ್ರಿಗಸ್ ಅವರಿಗೆ ಒಂದೋ ನೀವು ಕಿರಿಸ್ತಾನರಾಗಬೇಕು, ಇಲ್ಲವೇ ಆಜೀವ ಪರ್ಯಂತ ಕಾರಾಗೃಹ ದಲ್ಲಿರಬೇಕು ಎಂದು ಆಜ್ಞೆ ಕೊಟ್ಟು ಹೊರಟುಹೋದರು. ಎರಡು ದಿನ ಬಂಧನದಲ್ಲಿ ಕಳೆದ ಜನರು ಮೆತ್ತಗಾಗಿ ಹೋದರು. ಬರಿಯ ಗಂಡಸರೇ ಆಗಿದ್ದರೆ ಅಷ್ಟು ಬೇಗ ಬಗ್ಗುತ್ತಿರಲಿಲ್ಲವೋ ಏನೋ? ಆದರೆ ಜೊತೆಯಲ್ಲಿ ಹೆಂಗಸರೂ, ಚಂಡಿ ಹಿಡಿದು ಅಳುವ ಮಕ್ಕಳೂ! ದನಗಳ ಹಿಂಡಿನಂತೆ ತುಂಬಿದ್ದ ಸೆರೆಮನೆ. ಜೊನ್ನದ ಹಿರಿಯರೊಬ್ಬರು ಉಳಿದವರೊಡನೆ "ಬದುಕಿದರೆ ಬೇಡಿ ತಿಂದೇವು. ಇಲ್ಲಿ ಸತ್ತರೆ ಏನು ಪುರುಷಾರ್ಥ ಸಾಧಿಸಿದಂತಾಗುತ್ತದೆ? ಈ ದೇವರು ಬೇಡ, ಇನ್ನೊಂದು ದೇವರನ್ನು ಪೂಜಿಸಿ ಅಂತ ತಾನೇ ಅವರು ಹೇಳುವುದು? ಶಿವ ಅಲ್ಲ, ವಿಷ್ಣು ಅಂತ ಹೇಳಿದ ಹಾಗೆ – ದೇವರಿಗೆ ಇನ್ನೊಂದು ಹೆಸರು ಅಂತ ತಿಳಿಯುವುದು" ಎಂದರು. ತೀಸ್‌ವಾಡಿಯಲ್ಲಿ ಕಳೆದ ಮೂವತ್ತು ವರ್ಷಗಳಿಂದ ಅನುಭವಿಸಿದ್ದ ಮತಾಂತರದ ಬಲಾತ್ಕಾರ ಅವರನ್ನು ಆ ರೀತಿ ನುಡಿಸಿತ್ತು. ಮೊದಮೊದಲು ಹತ್ತಾರು ಕಡೆಗಳಿಂದ ಪ್ರತಿಭಟನೆ ಕೇಳಿಬಂತು. ಕ್ರಮೇಣ ಅವರ ಸತ್ವವೆಲ್ಲ ಉಡುಗಿ ನಿರ್ವೀಯತೆ ಮೂಡಿತು. ಐದಾರು ದಿನಗಳ ಬಳಿಕ ಒಂದು ಮುಸ್ಸಂಜೆ ಬಾಗಿಲು ಕಾಯುವವನೊಡನೆ ಮೇಲಧಿಕಾರಿಗಳಿಗೆ ಅವರು ತಮ್ಮ ಸಮ್ಮತವನ್ನು ಹೇಳಿ ಕಳುಹಿಸಿದರು.

ಮರುದಿನ ಬೆಳಗಿನಲ್ಲೇ ಫಾದರ್ ಫ್ರಾನ್ಸಿಸ್ಕೋ ರಾಡ್ರಿಗಸ್ ಬಂದರು. ಬಿಳಿಯ ನಿಲುವಂಗಿ ತೊಟ್ಟ ಕೆಂಪು ಮೂತಿಯ ಬೋಳುತಲೆಯ ರಾಡ್ರಿಗಸ್‌ರ ಮುಖದ ಮೇಲೆ ಸಂತಸದ ತುಂಬು ಬೆಳಕು. ಪೋರ್ಚುಗಲ್ಲಿನ ತನ್ನ ರಾಜನಿಗೆ ನಾಲ್ಕು ನೂರ ಐವತ್ತು ಮಂದಿ ಸ್ವಂತ ಇಚ್ಛೆಯಿಂದ ತಮ್ಮ ಮತದ ಛಾಯೆಯ ಕೆಳಗೆ ಬಂದುದನ್ನು ತಿಳಿಸುವ ಸೌಭಾಗ್ಯ ಅವರ ಪಾಲಿಗೆ ಬಂದಿರಲಿಲ್ಲವೇ? ಆ ದಿನ ಗೋವೆಯ ಬೀದಿಗಳಲ್ಲಿ ಹಬ್ಬದ ಸಂಭ್ರಮ ನಡೆಯಿತು. ಪ್ರಮುಖ ಬೀದಿಗಳು ಅಲಂಕರಿಸಲ್ಪಟ್ಟುವು. ಜೊನ್ನದ ಮಂದಿ ಸಾಲುಗಟ್ಟಿ ಸಂತ ಫ್ರಾನ್ಸಿಸ್ಸನ ಚರ್ಚಿಗೆ ಹೊರಟರು. ದಾರಿಯುದ್ದಕ್ಕೂ ಪೋರ್ಚುಗೀಸ ಸೈನಿಕರೂ, ಮತಾಂತರಗೊಂಡ ನೋವಿಸರೂ ಕುಣಿದು ಕುಪ್ಪಳಿಸಿ ಅವರನ್ನು ಸ್ವಾಗತಿಸಿದರು. ಕೆಲವರಂತೂ ಅಪ್ಪಿ ಹಿಡಿದು ಮುತ್ತಿಟ್ಟರು. ಸೆರೆಮನೆಯಿಂದ ಹೊರಟವರ

ಮುಖದ ಮೇಲಿದ್ದ ಅಪರಾಧೀ ಕಳೆಯನ್ನು ಮಾತ್ರ ಯಾರೂ ಗಮನಿಸಲಿಲ್ಲ. ಮತಾಂತರದ ವಿಧಿಗಳು ಚೊಕ್ಕವಾಗಿ ನಡೆದುವು. ಪ್ರತೀ ಮನೆಯ ಹಿರಿಯರೊಬ್ಬರಿಗೆ ಮಾತ್ರ ಆ ದಿನ ಹೊಸ ಹೆಸರು ಕೊಟ್ಟರು. ಅಷ್ಟೂ ಜನರಿಗೆ ಹೆಸರುಗಳನ್ನು ಕೊಡುವಷ್ಟು ಸಂಗ್ರಹ ಅವರಲ್ಲಿರಲಿಲ್ಲ. ಆದುದರಿಂದ ಉಳಿದವರಿಗೆ ಚೊನ್ನದಲ್ಲಿಯೇ ಹೆಸರು ಕೊಡುವುದಾಗಿಯೂ, ಪ್ರತೀ ಆದಿತ್ಯವಾರದಂದು ಅವರ ಪ್ರಾರ್ಥನೆಗೆ ಅನುಕೂಲವಾಗುವಂತೆ ಚೊನ್ನದಲ್ಲಿ ಒಂದು ಚರ್ಚು ಕಟ್ಟುವುದಾಗಿಯೂ ಫಾದರ್ ಫ್ರಾನ್ಸಿಸ್ಕೋ ರಾಡ್ರಿಗಸ್ ತಮ್ಮ ವೇದಿಕೆಯ ಮೇಲೆ ನಿಂತು ದೊಡ್ಡ ಸ್ವರದಲ್ಲಿ ಹೇಳಿದರು.

ಲೋಟಲಿಯ ರಾಮನಾಥನ ಕುಳಾವಿಯಾದ, ಕೌಂಡಿಣ್ಯ ಗೋತ್ರದ, ನಿಷ್ಠಾವಂತ ಬ್ರಾಹ್ಮಣ ರಾವುಳು ಕುಡಾವ ಅಲುರೋ ದೆ ಅಲ್ಮೈದಾ ಎಂಬ ಹೆಸರು ಪಡೆದನೆಂದು ಕೇಳಿದ ಮರುಕ್ಷಣವೇ ಮಾಳಪ್ಪಯ್ಯ ಆಗತಾನೇ ಗುಣಮುಖಳಾದ ಹೆಂಡತಿ ರಾಧಾಬಾಯಿ ಮತ್ತು ಮಕ್ಕಳನ್ನು ಚಕ್ಕಡಿ ಹತ್ತಿಸಿ ವೆರಣೆಯ ಕಡೆಗೆ ಮೌನವಾಗಿ ಹೊರಟರು.

□

೭

ಮುಂದಣ ವರುಷದೊಳಗೆ ಮಾಳಪ್ಪಯ್ಯ ನಂಬಲಾಗದಷ್ಟು ಜನರು ಮತಾಂತರಗೊಂಡಿದ್ದರು. ಸಾಸಷ್ಟಿ ಬಾರ್ದೇಶ, ತೀಸ್‌ವಾಡಿಗಳಲ್ಲಿ ಬ್ರಾಹ್ಮಣರ ಸಂಖ್ಯೆ ಇಳಿಮುಖವಾಯಿತು. ಯಾವ ಅಗ್ರಹಾರ ನೋಡಿದರೂ ಕಿರಿಸ್ತಾನರು. ಎಷ್ಟೋ ಬ್ರಾಹ್ಮಣರು ಊರು ಬಿಟ್ಟು ಹೋದರು. ಸಮುದ್ರದ ಕಡೆ ಬಿಟ್ಟು ಉಳಿದ ಮೂರು ದಿಕ್ಕುಗಳಿಗೂ ಹೋದ ಅವರ ನೆಲೆಯ ಗೊತ್ತುಗುರಿ ತಿಳಿಯಲಿಲ್ಲ. ಕೆಲವು ಊರು ಊರುಗಳೇ ಖಾಲಿಯಾಗಿ ಅಲ್ಲಿ ಪೋರ್ಚುಗೀಸರು ತುಂಬಿದರು. ಹಾಗೆ ತುಂಬಿದ ಪೋರ್ಚುಗೀಸರು ಸಿಕ್ಕಿದ ಸ್ಥಳೀಯರನ್ನು ಮತಾಂತರಗೊಳಿಸುವುದರಲ್ಲಿ ಸಫಲರಾದರು. ವೆರಣೆಯಲ್ಲಿಯೂ ತುಂಬ ಜನರು ಕಿರಿಸ್ತಾನರಾಗಿ ಚರ್ಚಿಗೆ ಹೋಗತೊಡಗಿದ್ದರು. ಹಿಂದೆ ಗ್ರಾಮಪುರುಷನ ಗುಡಿಯಿದ್ದ ಸ್ಥಳದಲ್ಲಿ ಈಗ ಒಂದು ಚರ್ಚು. ಮೇಲುಗಡೆ ತ್ರಿಕೋಣಾಕಾರ ಮಾಡಿದ್ದ, ಅದರ ತುದಿಯಲ್ಲಿ ಕುರಾಸು ಎದ್ದ, ಒಳಗೆ ಯೇಸುವಿನ ಮತ್ತು ಮರಿಯಮ್ಮನ ಪ್ರತಿಕೃತಿಗಳಿದ್ದ ಚರ್ಚು. ಎತ್ತರವಾದ ವೇದಿಕೆ. ಎದುರಿನ ಸಭಾಂಗಣದಲ್ಲಿ ಎರಡು ಪಕ್ಕಗಳಲ್ಲೂ ಸಾಲಾಗಿ ಹೊದಿಸಿದ ಕಟ್ಟಿಗೆಯ ಬೆಂಚುಗಳು. ವರ್ಷಕ್ಕೆರಡು ಮೂರು ಬಾರಿ ಅವರ ಹಬ್ಬಗಳು - ಹೊಸ ಹೊಸ ಅರಿವೆ, ಹೊಸ ಹೊಸ ಜನರು.

ವೆರಣೆಯಿಂದ ಹೊರಗೆ ಹೋಗಿ ಬರುವ ಪ್ರತಿಯೊಬ್ಬರೂ ತರುವ ಹೊಸ ಸುದ್ದಿಗಳಿಂದ ಮಾಳಪ್ಪಯ್ಯ ಕಂಗಾಲಾಗುತ್ತ ಹೋದರು. ಕಾರ್ಯಕಾರಣ ಕೇಳೋಶಿಗೆ ಹೋಗಿ ಬಂದಿದ್ದ ಮೊಷ್ಣು ಕಾಮಾತಿಯ ಮಗ ಆನ್ನು ಕಾಮಾತಿ, ಕೇಳೋಶಿಯ ರಂಗಪ್ಪ ಶೆಣಾವಿ ಕೂಡಾ ಕಿರಿಸ್ತಾನನಾದ ಸುದ್ದಿ ಹೇಳಿದ ! "ಸುಕ್ಕೊ ಪುರೋಬುವಿನ ಮನೆಯಲ್ಲಿ ಮುಂದುಗಡೆ ಕುಳಿತು ಜೀವ ಕೊಟ್ಟಾದರೂ ಧರ್ಮ ಉಳಿಸಬೇಕು ಎಂದು ಹೇಳಿದ್ದನಲ್ಲ, ಅವನಿಗೇನಾಯಿತು?" ಅಂತ ಮಾಳಪ್ಪಯ್ಯ ಕೇಳಿದರು. ಆನ್ನು ಕಾಮಾತಿ ಖೇದದಿಂದ "ಏನಾಯಿತು ಅಂತ ಯಾರನ್ನು ಕೇಳುವುದು ಮಾಳಪ್ಪಯ್ಯ? ಎಲ್ಲರಿಗೂ ಆದಂತೆ ಅವನಿಗೂ ಆಯಿತು. ಪೋರ್ಚುಗೀಸರ ರಾಜ್ಯ. ಅವರು ಹೇಳಿದಂತೆ ನಾವು ಕೇಳಬೇಕು. ಇದೆಲ್ಲ ನೋಡಿದರೆ ನಮ್ಮ ದಿನಗಳೂ ದೂರವಿಲ್ಲ ಅಂತ ಕಾಣುತ್ತದೆ. ಒಂದೋ ವೆರಣೆಯಲ್ಲಿ ಕಿರಿಸ್ತಾನರಾಗಿರಬೇಕು. ಇಲ್ಲದಿದ್ದರೆ ಈ ದೇಶ ಬಿಟ್ಟು ಬ್ರಾಹ್ಮಣರಾಗಿ ಉಳಿಯಬೇಕು" ಎಂದ.

ರಂಗಪ್ಪ ಶೆಣಾವಿ ಇಜಾರ ಹಾಕಿಕೊಂಡು ಓಡಾಡುವ ಒಂದು ಪರಿಸ್ಥಿತಿಯನ್ನು ಮನಸ್ಸಿನಲ್ಲೇ ರೂಪಿಸಿಕೊಳ್ಳುವುದು ಮಾಳಪ್ಪಯ್ಯನವರಿಂದ ಸಾಧ್ಯವಾಗಲಿಲ್ಲ. ದಪ್ಪ

ತಲೆಯ, ದೊಡ್ಡ ದೊಡ್ಡ ಹಲ್ಲುಗಳ, ಎತ್ತರದ ಸ್ವರದಲ್ಲಿ ಮಾತನಾಡುವ ರಂಗಪ್ಪ ಶೆಣಾವಿ ಯಾವಾಗಲೂ ಜುಟ್ಟು ಬಿಟ್ಟು ಹಣೆಯ ಮೇಲೆ ಉದ್ದನೆಯ ಕಪ್ಪು ಚಂದನದ ತಿಲಕವಿಟ್ಟು ಕಂಣುಗಳ ಬದಿಯಲ್ಲಿಯೂ ಹೊಟ್ಟೆಯ ಮೇಲೂ ಭುಜಗಳಿಗೂ ಗೋಪಿಚಂದನದ ನಾಮಗಳನ್ನು ಢಾಳಾಗಿ ಹಾಕಿ ಕುಳಿತುಕೊಳ್ಳುತ್ತಿದ್ದ ಚಿತ್ರ ನೆನಪಾಯಿತು. ಅವನ ತರಡು ದೊಡ್ಡದಿದ್ದುದರಿಂದ ಕೋಮಣ ಕಟ್ಟಿಕೊಳ್ಳುತ್ತಿರಲಿಲ್ಲ. ಮೊಣಕಾಲಿಂದ ಸ್ವಲ್ಪವೇ ಕೆಳಗೆ ಬರುವ ನಾಲ್ಕು ಮಾರಿನ ಬಟ್ಟೆಯನ್ನು ಕಚ್ಚೆ ಹಾಕಿ ಕಟ್ಟಿಕೊಳ್ಳುವ ಆತ ಆ ಬಟ್ಟೆ ಬಿಚ್ಚಿದರೆ ನಾಗ್ಡೊ ಬೇತಾಳನೇ. ಅವನ ತಂದೆ ಲೋಕು ಶೆಣಾವಿ ಸಾಸಷ್ಟಿಯ ಅರುವತ್ತಾರು ಅಗ್ರಹಾರಗಳಲ್ಲಿ ಹಿರಿಯರೆನ್ನಿಸಿಕೊಂಡಿದ್ದರು. ತನ್ನ ತಂದೆ ನರಸಪ್ಪಯ್ಯನವರಿಗಿಂತ ಹೆಚ್ಚು ಖ್ಯಾತಿ. ಅವರಿಲ್ಲದೇ ಸಾಸಷ್ಟಿಯಲ್ಲಿ ಯಾವ ಶುಭಸಮಾರಂಭಗಳೂ ನಡೆಯುತ್ತಿರ ಲಿಲ್ಲವೆಂದು ಪ್ರತೀತಿ. ಅಂಥವರ ಮಗನಾಗಿ ಹುಟ್ಟಿ ಈ ರಂಗಪ್ಪ ಶೆಣಾವಿ ಕಿರಿಸ್ತಾನನಾದನೇ? ಹೀಗೇ ಆದರೆ ಪರಶುರಾಮ ತಂದು ನಿಲ್ಲಿಸಿದ ನಿಷ್ಠಾವಂತ ಬ್ರಾಹ್ಮಣರ ಸಂತಾನ ಉಳಿದೀತೇ?

ಕೆಲವು ದಿನಗಳಲ್ಲಿಯೇ ರಂಗಪ್ಪ ಶೆಣಾವಿಯನ್ನು ಕೇಳೋಶಿಯ ಠಾಣಾದಾರನನ್ನಾಗಿ ಮಾಡಿದ್ದಾರೆಂದು ಸುದ್ದಿ ಬಂತು. "ಮಾಡದೇ ಇನ್ನೇನು ಮಾಡುತ್ತಾರೆ? ಅವನ ಬೀಜ ಹಿಸುಕಿಲ್ಲವೇ? ಅವರ ತಾಳಕ್ಕೆ ತಕ್ಕ ಹಾಗೆ ಕುಣಿಯುವುದಿಲ್ಲವೇ?" ಎಂದು ವ್ಯಂಗ್ಯವಾಗಿ ನುಡಿದರು ಮಾಳಪ್ಪಯ್ಯ. 'ಇನ್ನವನ ಮುಖ ನೋಡುವುದಿಲ್ಲ' ಅಂತ ತಮ್ಮಲ್ಲಿ ತಾವೇ ಹೇಳಿಕೊಂಡರು.

ಶ್ರೀಧರ ಕಾಳೆಯವರ ಮಗ ಮಂಗೇಶ ಕಾಳೆ ಆಗಾಗ ಗೋವೆಗೆ ಹೋಗಿ ಬರುತ್ತಿದ್ದ. ಒಮ್ಮೆ ಹಾಗೆ ಹೋಗಿ ಬಂದವನು ಒಂದು ವಿಶೇಷವಾದ ಸುದ್ದಿ ತಂದ. ಮಾಳಪ್ಪಯ್ಯನವರ ಜೊತೆ ಅದನ್ನು ಹೇಳುವ ತನಕ ಅವನಿಂದ ತಡೆಯಲಾಗಲಿಲ್ಲ. ಉಚ್ಚೆ ಕೂಡಾ ಕಟ್ಟಿಕೊಂಡು ವೆರಣೆಗೆ ಹಿಂತಿರುಗಿದವನು ನೇರ ಮಾಳಪ್ಪಯ್ಯನವರ ಮನೆಗೆ ಓಡಿದ. ಮಾಳಪ್ಪಯ್ಯ ಮನೆಯಲ್ಲಿರಲಿಲ್ಲ. ಧಡ್ಡನೊಬ್ಬನೇ ಹಜಾರದಲ್ಲಿ ನಿಂತು ಏನೋ ಕೆಲಸ ಮಾಡುತ್ತಿದ್ದ. ಮಂಗೇಶ ಕಾಳೆ ಅಲ್ಲೇ ಕುಳಿತುಕೊಳ್ಳುವವ. ಆದರೆ ಧಡ್ಡ ಗದ್ದೆಯ ಕಡೆಗೆ ಕೈ ತೋರಿಸಿದುದರಿಂದ ಅಲ್ಲಿಗೆ ಧಾವಿಸಿದ. ಉಚ್ಚೆ ಜೋರಾಗಿ ಇನ್ನೇನು ನಿಲ್ಲುವುದಕ್ಕೂ ಆಗುವುದಿಲ್ಲ ಎನ್ನುವಷ್ಟು ಉಬ್ಬರಿಸಿತ್ತು. ಮಾಳಪ್ಪಯ್ಯ ಗದ್ದೆಯಲ್ಲಿ ಹಾಕಿದ ತರಕಾರಿ ಗಿಡಗಳಿಗೆ ನೀರು ಹಾಕುತ್ತಾ ನಿಂತಿದ್ದರು. "ಕೇಳಿದಿರಾ ಮಾಳಪ್ಪಯ್ಯ" ಎಂದವನೇ, ತಡೆಯಲಾಗದೇ ಕಚ್ಚೆ ಎತ್ತಿ ಕುಳಿತೇ ಬಿಟ್ಟ. "ಕೇಳಿದಿರಾ ಮಾಳಪ್ಪಯ್ಯ? ಫರಂಗಿಯವರು ಗೋವೆಗೆ ಒಂದು ಮುದ್ರಣ ಯಂತ್ರ ತಂದಿದ್ದಾರೆ. ಆಳೆತ್ತರದ ಯಂತ್ರ. ಅಬ್ಬ, ಹಾಯ್. ಆಳೆತ್ತರವಿದೆ. ಕಾಗದವನ್ನು ಈ ಕಡೆಯಿಂದ ಹಾಕಿ ಯಂತ್ರದ ಚಕ್ರ ತಿರುಗಿಸುವುದು. ಅಷ್ಟೇ. ಬರೆದದ್ದೆಲ್ಲ ಆ ಕಾಗದದ ಮೇಲೆ ಬರುತ್ತದೆ. ಎಷ್ಟು ಸುಲಭ ಅಂತೀರಾ? ಬೇಕಾದಷ್ಟು ಪ್ರತಿಗಳನ್ನು ಒಂದೇ ದಿನದಲ್ಲಿ ತೆಗೆಯಬಹುದು ಅಂತಾರೆ.

ಆಶ್ಚರ್ಯವಲ್ಲವೇ? ನೋಡಲು ಮಂದಿ ಸಂತೆಯಂತೆ ಸೇರಿದ್ದಾರೆ'' ಎನ್ನುತ್ತಾ ಕುಳಿತಲ್ಲಿ ಉಚ್ಚೆ ಹೊಯ್ಯುತ್ತಾ ತಲೆಯನ್ನೂ ತಿರುಗಿಸದೇ ಹೇಳಿದ.

ಮಾಳಪ್ಪಯ್ಯನವರಿಗೆ ಅವನು ಹೇಳಿದ್ದೊಂದೂ ಗೊತ್ತಾಗಲಿಲ್ಲ. ''ಏನೋ ಅದು?'' ಎಂದು ಅವರು ಕೆಲಸ ನಿಲ್ಲಿಸಿ ಮೇಲಕ್ಕೆ ಬಂದು ಕೇಳಿದರು. ವಿವರಿಸಿ ಹೇಳುವಷ್ಟು ಮಂಗೇಶ ಕಾಳೆಗೂ ತಿಳಿದಿರಲಿಲ್ಲ. ಅಲ್ಲದೇ ಅವನ ಗಮನವೆಲ್ಲ ಉಚ್ಚೆ ಹೊಯ್ಯುವುದರ ಕಡೆಗೇ ಇತ್ತು. ''ಸ್ವಲ್ಪ ತಾಳಿ ಮಾಳಪ್ಪಯ್ಯ. ಇದೊಂದು ಮುಗಿಸಿ ಬಿಡುತ್ತೇನೆ. ಹಾಳಾದ್ದು ಬೇಗ ಮುಗಿಯುತ್ತಾ ಇಲ್ಲ'' ಎಂದ. ಉಚ್ಚೆ ಹೊಯ್ದು ಎದ್ದು ಕೋಮಣ ಕಟ್ಟಿಕೊಳ್ಳುತ್ತಾ ತಾನು ನೋಡಿ ಬಂದುದನ್ನು ಮಾಳಪ್ಪಯ್ಯನವರಿಗೆ ತಿಳಿಸುವ ಸರ್ವ ಪ್ರಯತ್ನವನ್ನೂ ಮಾಡತೊಡಗಿದ. ''ಒಂದಾಳು ಎತ್ತರವಿದೆ ಮಾಳಪ್ಪಯ್ಯ. ಅದಕ್ಕೊಂದು ಚಕ್ರ. ಅಕ್ಷರಗಳನ್ನು ಕೆತ್ತಿದ ಕಲ್ಲು ಅಚ್ಚು ಕೂರಿಸುತ್ತಾರೆ. ಅದಕ್ಕೆ ಮಸಿ ತಾಗಿಸಿ ಕಾಗದಕ್ಕೆ ತಾಗುವ ಹಾಗೆ ಇಡುತ್ತಾರೆ. ಕೆಳಗೊಂದು ಹಲಗೆಯ ಮೇಲೆ ಕಾಗದ. ಚಕ್ರ ತಿರುಗಿಸಲಿಕ್ಕೆ ಒಂದಾಳು. ಕಾಗದ ಇಟ್ಟು ತೆಗೆಯುವುದು ಮಾಡಲಿಕ್ಕೆ ಒಂದಾಳು. ಕಲ್ಲಚ್ಚಿನ ಮೇಲೆ ಇದ್ದ ಅಕ್ಷರಗಳ ಮಸಿ ಕಾಗದದ ಮೇಲೆ ಮೂಡುತ್ತದೆ. ಹತ್ತಲ್ಲ, ನೂರು ಪ್ರತಿಗಳನ್ನು ಒಂದು ದಿನದಲ್ಲಿ ಮಾಡಬಹುದು'' ಎಂದು ಸಾಭಿನಯವಾಗಿ ವಿವರಿಸುತ್ತಾ ಹೋದ. ಮಾಳಪ್ಪಯ್ಯ ಮಂಗೇಶ ಕಾಳೆಯ ಮಾತು ಕೇಳಿ ದಂಗಾದರು. ''ಈ ಫರಂಗಿ ಜನ ಏನೋ ತಂದಿದ್ದಾರೆ. ನಮ್ಮ ಜನರನ್ನು ಏನಾದರೂ ಮಾಡಿ ಮರುಳುಗೊಳಿಸುವ ಹವಣು ಅವರದ್ದು'' ಎಂದು ಅವರಿಗನ್ನಿಸಿತು.

ಮಂಗೇಶ ಕಾಳೆ ಬರೀ ಮಾಳಪ್ಪಯ್ಯನವರಿಗೆ ಹೇಳಿ ತನ್ನ ಉತ್ಸಾಹವನ್ನು ಮೊಟಕುಗೊಳಿಸಲಿಲ್ಲ. ವೆರಣೆಯ ಪ್ರತಿಯೊಬ್ಬರಿಗೂ ಅದರ ಬಗ್ಗೆ ಹೇಳುತ್ತಲೇ ಹೋದ. ಮುದ್ರಣಯಂತ್ರದ ಬಗ್ಗೆ ವೆರಣೆಯಲ್ಲೇ ಅಲ್ಲದೇ ಇತರ ಕಡೆಗಳಲ್ಲೂ ಕಥೆಗಳು ಹರಡುತ್ತಾ ಹೋದುವು. ಸಾಸಷ್ಟಿಯಲ್ಲೆಲ್ಲ ಇದೇ ಮಾತು. ಮಂಗೇಶ ಕಾಳೆ ಎಷ್ಟೊಂದು ಉತ್ಸಾಹದಿಂದ ಆ ಬಗ್ಗೆ ಹೇಳುತ್ತಿದ್ದನೆಂದರೆ ವೆರಣೆಯಲ್ಲಿ ಅದನ್ನು ನೋಡಿ ಬಂದವನು ಅವನೊಬ್ಬನೇ ಆದುದರಿಂದ ಜನರು ಅವನ ಸುತ್ತ ನಿಂತು ಆಸಕ್ತಿಯಿಂದ ಕೇಳತೊಡಗಿದರು. ರಾಮಕ್ರಿಷ್ಣಗೋರೆಯಂತೂ ನಾಲ್ಕಾರು ಹುಡುಗರನ್ನು ಕಟ್ಟಿಕೊಂಡು ಒಂದು ದಿನ ಗೋವೆಗೆ ಹೋಗಿಯೂ ಬಂದ. ಹಾಗೆ ಬಂದವನು ಇನ್ನೊಂದು ಹೊಸ ವಿಷಯ ತಂದ. ''ಗೋವೆಯ ಬ್ರಾಹ್ಮಣರು ಇದನ್ನು ಬಹಿಷ್ಕರಿಸಿದ್ದಾರಂತೆ ಮಾಳಪ್ಪಯ್ಯ. ಇದು ಬ್ರಾಹ್ಮಣರ ಹೊಟ್ಟೆಗೆ ಹೊಡೆಯುವ ಸಲುವಾಗಿ ಫರಂಗಿಗಳು ಮಾಡಿದ ಕುತಂತ್ರ. ಇಷ್ಟು ವರ್ಷ ಓದು ಬರಹವೆಲ್ಲ ಬ್ರಾಹ್ಮಣರ ಕೈಯಲ್ಲಿತ್ತು. ಕಾವಳೆಯ ಮಠದಲ್ಲಿ ನೂರಾರು ಬ್ರಾಹ್ಮಣರು ಸಾಲಾಗಿ ಕುಳಿತು ತಾಳೆಗರಿ ಕಂಠ ಹಿಡಿದುಕೊಂಡು ಗರಗರ ಸದ್ದು ಮಾಡುತ್ತಾ ವರುಷಗಟ್ಟಲೆ ಮಾಡುವ ಕೆಲಸ ಈ ಯಂತ್ರ ಒಂದು ದಿನದಲ್ಲಿ ಮಾಡುತ್ತಿದ್ದರೆ ಅವರಿಗೇನು ಕೆಲಸ ಉಳಿಯುತ್ತದೆ? ಉಪವಾಸ ಬಿದ್ದು ನಾಳೆ ಮತಾಂತರಗೊಳ್ಳಲಿ ಅಂತ!

ಇನ್ನು ಮುಂದೆ ಓದು ಬರೆಹಗಳಿಗೆ ಕೀಳುಜಾತಿಯವರೂ ಬರುತ್ತಾರೆ. ನೋಡುತ್ತಾ ಇರಿ. ಅವರೂ ವೇದ ಪುರಾಣಗಳನ್ನು ಪಠಿಸುತ್ತಾರೆ, ಅವರ ಕೈಯಲ್ಲೂ ಗ್ರಂಥಗಳು ಓಡಾಡುತ್ತವೆ. ಹಾಗಾಗಿ ನಮ್ಮ ಜನರು ಅದನ್ನು ಬಳಸಬಾರದೆಂದು ಅಲ್ಲಿ ಮಾತಾಡಿಕೊಳ್ಳುತ್ತಿದ್ದರು'' ಎಂದ. ಮಾಳಪ್ಪಯ್ಯನವರಿಗೆ ಅದು ನಿಜ ಅನ್ನಿಸಿತು. ''ಅಂದರೆ ಫರಂಗಿ ಜನ ಈಗ ಅದರಲ್ಲೇ ಬರೆಯುವುದೋ?'' ಎಂದು ಕೇಳಿದರು. ''ನಾವು ಹೋದಾಗ ಅಲ್ಲಿ ಫರಂಗಿ ಅಧಿಕಾರಿಯೊಬ್ಬನ ಮಗಳ ಮದುವೆಯ ಲಗ್ನಪತ್ರಿಕೆ ಬರೆಸುತ್ತಿದ್ದರು. ಒಬ್ಬೊಬ್ಬರಿಗೆ ಒಂದೊಂದು ಪತ್ರಿಕೆ ಕೊಡುವುದಂತೆ. ಅದು ಅವರಿಗೇ ಅಂತೆ. ಎಲ್ಲ ಒಂದೇ ಥರ. ನಾನೂ ನೋಡಿದೆ'' ಎಂದ ಗೋರೆ !

ರಾಮಕ್ರಿಷ್ಣ ಗೋರೆ ಹೇಳಿದ್ದು ಸುಳ್ಳಾಗಿರಲಿಲ್ಲ. ಅವನು ಗೋವೆಗೆ ಹೋಗಿ ಬಂದ ಮೂರನೆಯ ದಿನ ಸಂಜೆಗೆ ಲೋಟಲಿಯ ಪಡಿಯಾರ ವೆರಣೆಗೆ ಬಂದ. ಮುಂದಣ ನಾಲ್ಕು ದಿನದೊಳಗೆ ಲೋಟಲಿಯಲ್ಲಿ ಬ್ರಾಹ್ಮಣರ ಸಭೆ ಸೇರುವುದೆಂದು ಹೇಳಿಕೆ ಕೊಡಲು ಅವನು ಬಂದವನು. ಲೋಟಲಿಯ ಪಡಿಯಾರನಿಗೆ ಮುದಿವಯಸ್ಸು. ಮಾಳಪ್ಪಯ್ಯನವರ ಹಜಾರದಲ್ಲಿ ಕಾಲು ಚಾಚಿ ಕುಳಿತುಕೊಳ್ಳುತ್ತಾ ಅವನು ''ಮಾಳಪ್ಪಯ್ಯ, ಈ ಮುದ್ರಣ ಯಂತ್ರ ಅನ್ನುವುದು ಬ್ರಾಹ್ಮಣರನ್ನು ಮುಗಿಸಿಯೇ ಬಿಡಲು ಹುಟ್ಟಿದ್ದು. ಅದಕ್ಕೆ ಬಹಿಷ್ಕಾರ ಹಾಕಬೇಕೆಂದು ಈ ಸಭೆ'' ಎಂದ. ''ನೀನು ನೋಡಿದ್ದೀಯೇನೋ ಪಡಿಯಾರ?'' ಎಂದು ಕೇಳಿದ್ದಕ್ಕೆ ''ಹೌದು. ಅದಕ್ಕಾಗೇ ಒಮ್ಮೆ ನಾನೂ ಗೋವೆಗೆ ಹೋಗಿ ಬಂದೆ. ಇನ್ನು ಮುಂದೆ ಗ್ರಂಥಗಳನ್ನು ಓಲೆಗಳಲ್ಲಿ ಬರೆಯುವುದಿಲ್ಲ. ಅದರಲ್ಲೇ ಮಾಡುತ್ತಾರೆ, ನೋಡುತ್ತಾ ಇರಿ. ಕಂಠ ಹಿಡಿದು ದಿನಗಟ್ಟಲೆ ಬರೆಯುವುದೆಲ್ಲ ನಿಂತು ಹೋಗುತ್ತದೆ'' ಎಂದ.

ಇಷ್ಟು ಸಮಯ ಬರವಣಿಗೆ ಬ್ರಾಹ್ಮಣರ ಕೈಲಿತ್ತು. ಈ ಯಂತ್ರ ಬಂದುದರಿಂದ ಅವರ ಆ ಕೆಲಸ ನಿಂತು ಹೋಗುತ್ತದೆ ಎಂದು ಮಾಳಪ್ಪಯ್ಯನವರಿಗೆ ಯೋಚನೆಯಾಯಿತು. ಕಾವಳೆಯ ಮಠದಲ್ಲಿ ಗ್ರಂಥಗಳ ಪ್ರತಿ ತೆಗೆಯಲು ನೂರಾರು ಬ್ರಾಹ್ಮಣ ವಸತಿಗಳು. ಮೊದಲೇ ಸ್ವಾಮಿಗಳಿಲ್ಲದೇ ಅವರ ಬದುಕು ಬೇಕಾಬಿಟ್ಟಿ. ಈಗ ತೀರ ದುರ್ಭರವಾಗುತ್ತದೆ. ''ಕಾವಳೆ ಮಠದ ಸ್ವಾಮಿಗಳ ಸುದ್ದಿ ಏನಾದರೂ ಇದೆಯೇನೋ ಪಡಿಯಾರ ?'' ಎಂದವರು ಕೇಳಿದರು. ಪಡಿಯಾರ ತಲೆಯಲ್ಲಾಡಿಸಿದ. ''ಕಾಶಿಯಲ್ಲಿದ್ದಾರಂತೆ. ಅಷ್ಟು ಗೊತ್ತು. ಯಾವಾಗ ಬರುತ್ತಾರೆ. ಏನು ಕಥೆ – ಗೊತ್ತಿಲ್ಲ'' ಎಂದನವ. ''ಲೋಟಲಿಯಲ್ಲಿ ಸಭೆ ಯಾಕೆ ? ಅದೊಂದೇ ವಿಚಾರವ ?'' ಎಂದು ನೇರವಾಗಿ ಕೇಳಿದರು ಮಾಳಪ್ಪಯ್ಯ. ''ವಿಷಯಗಳು ಎರಡು ಮೂರಿವೆ. ಬ್ರಾಹ್ಮಣ ಸಮಾಜದ ಅನೇಕ ಮಂದಿ ಪ್ರತಿಷ್ಠಿತರೂ ಮತಾಂತರಗೊಂಡದ್ದು ನಿಮಗೆ ಗೊತ್ತಿಲ್ಲವೇ? ಫರಂಗಿ ಜನರು ನಮ್ಮ ದೇವಳಗಳನ್ನು ನಾಶಮಾಡುತ್ತಾ ಇರುವುದನ್ನು ನೋಡುತ್ತಿದ್ದೀರಲ್ಲ?'' ಎಂದ ಪಡಿಯಾರ.

"ಸಾಸಷ್ಟಿಯ ಎಲ್ಲ ಅಗ್ರಹಾರದವರೂ ಬರುತ್ತಾರೋ?" ಎಂದು ಕೇಳಿದರು ಮಾಳಪ್ಪಯ್ಯ. "ಎಲ್ಲ ಅಗ್ರಹಾರದವರೂ ಅಂತ ಹೇಗೆ ಹೇಳಲಿ? ಎಷ್ಟೋ ಅಗ್ರಹಾರಗಳಲ್ಲಿ ಹುಡುಕಿದರೆ ಒಬ್ಬ ಬ್ರಾಹ್ಮಣರೂ ಸಿಗದಂಥ ದಿನಗಳು ಈಗ. ಕೆಲವು ಅಗ್ರಹಾರಗಳಲ್ಲಿ ಮುಖ್ಯರಾದವರೇ ಕಿರಿಸ್ತಾನದವರಾಗಿದ್ದಾರೆ. ಅಂದಮೇಲೆ ಉಳಿದವರು ಹೇಗೆ ಬಂದಾರು ? ಇಷ್ಟರಲ್ಲಿ ಅವರೂ ಕಿರಿಸ್ತಾನರಾಗಿರಲೂ ಬಹುದು. ಅಥವಾ ಊರು ಬಿಟ್ಟು ಹೋಗಿದ್ದಾರೋ?" ಎಂದು ರಾಗವೆಳೆದ ಪಡಿಯಾರ. "ಹಾಗಿದ್ದರೆ ಸಭೆಗೆ ಬರುವವರು ಯಾರು?" ಎಂದು ಆತಂಕದಿಂದ ಕೇಳಿದರು ಮಾಳಪ್ಪಯ್ಯ. "ಯಾರೇ ಬರಲಿ, ಬಿಡಲಿ. ನೀವು ಬನ್ನಿ ಮಾಳಪ್ಪಯ್ಯ. ಧರ್ಮಕ್ಕೆ ನಿಷ್ಠೆಯಿಂದ ಇರುವವರು ಬರುತ್ತಾರೆಂದು ನಾಗ್ಡೊ ಬೇತಾಳನ ಹೇಳಿಕೆ" ಎಂದ ಪಡಿಯಾರ ! ಮಾಳಪ್ಪಯ್ಯನವರಿಗೆ ಆಶ್ಚರ್ಯವಾಯಿತು. "ನಾಗ್ಡೊ ಬೇತಾಳ ಹೇಳಿದನೇ?" ಎಂದವರು ಉದ್ಗಾರ ತೆಗೆದರು. "ಹೂಂ. ಕಳೆದ ಕೆಲವು ಮಾಸಗಳಿಂದ ನಾಗ್ಡೊ ಬೇತಾಳ ಲೋಟಲಿಯಲ್ಲಿದ್ದಾನೆ. ರಾಮನಾಥನ ದೇವಸ್ಥಾನದ ಪಕ್ಕದಲ್ಲಿ ಬಿಡಾರ ಹಾಕಿದ್ದಾನೆ. ನಿಮಗೆ ಗೊತ್ತೇ ಇಲ್ಲವೇ? ಲೋಟಲಿಯಲ್ಲಿ ನಿಮ್ಮ ಭಾವ ರಾವುಳು ಕುಡಾವರು ಕಿರಿಸ್ತಾನರಾದ ಮೇಲೆ ಅಗ್ರಹಾರದ ಯಾವತ್ತೂ ಕೆಲಸಗಳನ್ನು ಮಾಡುವವರು ಯಾರು? ಅದಕ್ಕೇ ಇರಬೇಕು, ನಾಗ್ಡೊ ಬೇತಾಳ ಬಂದು ಉಳಕೊಂಡಿದ್ದಾನೆ. ಹಗಲೂ ರಾತ್ರಿ ಜನರಿಗೆ ಉಪಕಾರ ಮಾಡಿ, ಗದ್ದೆಗಳಲ್ಲಿ ದುಡಿಯುವ ಜನರ ಸೇವೆ ಮಾಡಿ ಧೈರ್ಯ ಕೊಡುತ್ತಿದ್ದಾನೆ" ಎಂದ ಪಡಿಯಾರ. ಮಾಳಪ್ಪಯ್ಯ ಚಕಿತರಾದರು. ಅವರಿಗೆ ಒಂದು ಸಂವತ್ಸರದಿಂದ ಲೋಟಲಿಯ ಸುದ್ದಿ ತಿಳಿದಿರಲಿಲ್ಲ, ರಾವುಳು ಕುಡಾವನ ಚೊನ್ನದ ಘಟನೆಯಾದ ಮೇಲೆ ತನ್ನ ಹೆಂಡತಿಯ ತವರಿನ ಕಡೆಯ ಸುದ್ದಿ ತಿಳಿಯಲು ಅವರು ಇಷ್ಟಪಟ್ಟಿರಲಿಲ್ಲ, ಅವರು ಪಡಿಯಾರನೊಡನೆ "ಈ ಸಭೆಗೆ ಬರಲು ಸ್ವತಃ ನಾಗ್ಡೊ ಬೇತಾಳನೇ ಹೇಳಿ ಕಳುಹಿಸಿದನೇ?" ಎಂದು ಎರಡೆರಡು ಬಾರಿ ಕೇಳಿದರು. "ಹೌದು" ಎಂದ ಪಡಿಯಾರ. ಅದನ್ನು ಕೇಳಿ ಮಾಳಪ್ಪಯ್ಯನವರಿಗೆ ಧೈರ್ಯ ಬಂತು. ಈ ಸಮಯದಲ್ಲಿ ಅವರು ಯಾವುದೇ ಸಭೆಗೆ, ಮದುವೆ, ಮುಂಜಿಗಳಿಗೆ ಹೋಗಲು ಮುಜುಗರ ಪಡುತ್ತಿದ್ದರು. ಚೊನ್ನದಂತೆ ಇಲ್ಲಿಯೂ ಎಲ್ಲಾದರೂ ಫರಂಗಿ ಜನರ ಕಣ್ಣಿಗೆ ಬಿದ್ದು ಇಲ್ಲದ ಭಾನಗಡಿಯಲ್ಲಿ ಬೀಳುವುದು ಯಾಕೆ ಎಂದು ಅವರಿಗೆ ಹೆದರಿಕೆ. ನಾಗ್ಡೊ ಬೇತಾಳನಿಲ್ಲದಿದ್ದರೆ ಅವರು ಲೋಟಲಿಗೆ ಹೋಗುವ ಧೈರ್ಯ ತೆಗೆದುಕೊಳ್ಳುತ್ತಿದ್ದರೋ ಇಲ್ಲವೋ? ಅವನೇ ಇದ್ದಾನೆಂದು ತಿಳಿದೊಡನೆ ಅವರು ತಕ್ಷಣ ಬರಲೊಪ್ಪಿದರು.

ಆ ರಾತ್ರಿ ರಾಧಾಬಾಯಿ ಮಾಳಪ್ಪಯ್ಯನವರೊಡನೆ "ಲೋಟಲಿಗೆ ಹೋದರೆ ಎಲ್ಲಿ ಉಳಕೊಳ್ಳುತ್ತೀರಿ?" ಎಂದು ಕೇಳಿದಳು. ಮಾಳಪ್ಪಯ್ಯ ಖೇದದಿಂದ ನಗುತ್ತಾ "ನಿನ್ನ ಅಣ್ಣನ ಮನೆಯಲ್ಲಂತೂ ನಿಲ್ಲುವ ಹಾಗಿಲ್ಲವಲ್ಲ ? ಅವನು ಕಿರಿಸ್ತಾನನಾಗಿದ್ದಾನೆ. ಅವನ ಸಂಬಂಧಿಕರೆಂದು ನಿನ್ನ ತವರಿನವರನ್ನು ಏನು ಮಾಡಿದ್ದಾರೋ? ಹೋದರೆ ರಾಮನಾಥನ ದೇವಸ್ಥಾನದಲ್ಲಿ ಉಳಿದುಕೊಳ್ಳುವುದು. ಇಲ್ಲದಿದ್ದರೆ ನಾಗ್ಡೊ

ಬೇತಾಳನಿಂದ ಏನು ವ್ಯವಸ್ಥೆಯಾಗಿದೆಯೋ ಅದರಂತೆ ನಡೆಯುವುದು'' ಎಂದರು. ರಾಧಾಬಾಯಿಗೆ ತವರಿನ ಸುದ್ದಿ ಕೇಳಿ ಬಹಳ ವ್ಯಸನವಾಗಿತ್ತು. ಚೊನ್ನದ ಮದುವೆ ಮಂಟಪದಲ್ಲಿ ಆಕೆ ತವರಿನ ಕಡೆಯ ಎಲ್ಲರನ್ನೂ ಕಂಡು ಮಾತನಾಡಿದ್ದೇ ಕೊನೆಯದು. ರಾವುಳು ಕುಡಾವ ಆಕೆಗಿಂತ ಆರೇಳು ವರ್ಷ ದೊಡ್ಡವ. ಚಿಕ್ಕಂದಿನಲ್ಲಿ ಅವಳಿಗೆ ಅವನು ಜೊತೆ ಕೊಟ್ಟವನು. ಅವನ ಮಗನಿಗೆ ಮದುವೆ ಎಂದು ಕೇಳಿ ಆಕೆ ತುಂಬ ಸಂಭ್ರಮ ಪಟ್ಟಿದ್ದಳು. ಆದರೆ ಪೋರ್ಚುಗೀಸರ ದೆಸೆಯಿಂದ ಇನ್ನೆಂದೂ ಅವನನ್ನು ಕಾಣುವ ಹಾಗಿರಲಿಲ್ಲ. ಅವರಿಲ್ಲದಿರುತ್ತಿದ್ದರೆ ಇಷ್ಟು ಹೊತ್ತಿಗೆ ನಮ್ಮ ವಿಟ್ಠುವಿಗೂ ಮದುವೆಯಾಗಿ ಸೊಸೆ ಮನೆಗೆ ಬರುತ್ತಿದ್ದಳು ಎಂಬ ಅನಿಸಿಕೆಯಿಂದಲೇ ಆಕೆ ಮುಖ ಮುಚ್ಚಿಕೊಂಡು ಅತ್ತಳು. ಮಾಳಪ್ಪಯ್ಯ ಮಾತಾಡಲಿಲ್ಲ. "ನಮ್ಮ ವಿಟ್ಠುವಿಗೆ ಎಂದು ಮದುವೆ ಮಾಡಿಸುತ್ತೀರಿ?'' ಎಂದು ಆಕೆ ಸ್ವಲ್ಪ ತಹಬಂದಿಗೆ ಬಂದಾಗ ಕೇಳಿದಳು. ಮಾಳಪ್ಪಯ್ಯ ತಕ್ಷಣ ಏನೂ ಹೇಳಲಿಲ್ಲ. ಆಮೇಲೆ "ಯಾಕೆ? ಧಡ್ಡನನ್ನು ಮರೆತೇ ಬಿಟ್ಟಿಯೋ?'' ಎಂದು ಕೇಳಿದರು. "ಅವನು ತನಗೆ ಮದುವೆ ಬೇಡವೇ ಬೇಡವೆಂದು ಹಠ ಹಿಡಿದು ಕುಳಿತಿದ್ದಾನೆ. ನಾನು ಕೇಳಲಿಲ್ಲ ಅಂತ ತಿಳಿದುಕೊಂಡಿರಾ? ಇಲ್ಲದಿದ್ದರೆ ನಾಲ್ಕು ವರುಷಗಳ ಹಿಂದೆಯೇ ಗೋವೆಯ ಅಪ್ಪಣ್ಣಭಟ್ಟರ ಮಗಳ ಜೊತೆ ಮದುವೆಯಾಗಿ ಹೋಗುತ್ತಿತ್ತು. ಅವಳಿಗೆ ಮದುವೆಯಾಯಿತೋ ಏನೋ? ಇಷ್ಟರಲ್ಲಿ ಮೈ ನೆರೆದಿರಬಹುದು'' ಎಂದಳು.

ಪಡಿಯಾರ ಹೇಳಿದಂತೆ ಲೋಟಲಿಯ ರಾಮನಾಥಿ ದೇವಸ್ಥಾನದ ಹಜಾರದಲ್ಲಿ ನೂರು ನೂರಿಪ್ಪತ್ತು ಜನರನ್ನು ಕುಳ್ಳಿರಿಸಿ ನಾಗ್ಡೊ ಬೇತಾಳ ಮೂರು ವಿಷಯಗಳನ್ನು ಸ್ಪಷ್ಟಪಡಿಸಿದ. ಪೋರ್ಚುಗೀಸರು ನಮ್ಮ ದೇವಸ್ಥಾನಗಳ ಮೇಲೆ ಕಂಣಿಟ್ಟಿರುವುದರಿಂದ ನಾವು ಪೂಜಿಸುವ ದೇವರಮೂರ್ತಿಗಳನ್ನು ಏನಕೇನ ರಕ್ಷಿಸಬೇಕು. ಅವರು ಹಲ್ಲೆ ಮಾಡುತ್ತಾರೆಂದಾದರೆ ಮೂರ್ತಿಗಳನ್ನು ಸುರಕ್ಷಿತ ಸ್ಥಳಕ್ಕೆ ಒಯ್ಯುವುದು ಅಗತ್ಯ. ಮತಾಂತರಗೊಳ್ಳಬೇಕಾದ ಪರಿಸ್ಥಿತಿ ಬಂದಲ್ಲಿ ಮನೆಮಠಗಳನ್ನು ತೊರೆದು ಹೋಗುವುದು ಅಗತ್ಯ ಎಂದು ಹೇಳಿದ. ಮಠಗ್ರಾಮದ ಒಬ್ಬಿಬ್ಬರು "ದೇವರಿಗೆ ಅವರನ್ನು ಶಿಕ್ಷಿಸುವುದು ಸಾಧ್ಯವಿಲ್ಲವೇ? ತನ್ನನ್ನು ತಾನು ರಕ್ಷಿಸಿಕೊಳ್ಳಲು, ತನ್ನನ್ನು ನಂಬಿದ ಜನರನ್ನು ರಕ್ಷಿಸಲು ಆಗುವುದಿಲ್ಲವೇ?'' ಎಂದು ಪ್ರಶ್ನೆ ಹಾಕಿದರು. ನಾಗ್ಡೊ ಬೇತಾಳ ನಕ್ಕ. "ದೇವರಿಂದ ರಕ್ಷಿಸಲ್ಪಡಬೇಕಾದರೂ ಅರ್ಹತೆ ಬೇಕು'' ಎಂದ. "ದೇವರೇ ರಾಕ್ಷಸರಿಂದ ತೊಂದರೆಯಾಗಿ ಓಡಿ ಹೋದದ್ದನ್ನು ಕೇಳಿಲ್ಲವೇ?'' ಎಂದ. ಕೊನೆಗೆ "ಈಗ ಆಡಳಿತ ಫರಂಗಿಯವರ ಕೈಲಿದೆ. ಅವರು ರಾಕ್ಷಸರಂತೆ ವರ್ತಿಸುತ್ತಿದ್ದಾರೆ. ದೇವರು ಹೇಳುತ್ತಾನೆ – ಈಗ ನೀವು ಅವರಿಂದ ತಪ್ಪಿಸಿಕೊಳ್ಳುವ ಪ್ರಸಂಗ ಬಂದಿದೆ. ಆದರೆ ಆಡಳಿತ ಯಾವಾಗಲೂ ಅವರ ಕೈಯಲ್ಲಿರುವುದಿಲ್ಲ. ಇಲ್ಲಿ ಸುರಕ್ಷಿತತೆ ಕಂಡು ಬಂದರೆ ಇಲ್ಲಿಗೆ ಮರಳಿ ಬನ್ನಿ'' ಎಂದು ಹೇಳಿದ.

ಮಾತು ನಿಧಾನವಾಗಿ ಮುದ್ರಣ ಯಂತ್ರದತ್ತ ಹೊರಳಿತು. "ಗ್ರಂಥಗಳ ಪ್ರತಿ

ತೆಗೆಯುವ ಕೆಲಸ ಮಾಡುತ್ತಾ ನೂರಾರು ಮಂದಿ ಹೊಟ್ಟೆ ಹೊರೆದುಕೊಳ್ಳುತ್ತಿದ್ದಾರೆ. ಆ ಯಂತ್ರ ಅವರಿಗೆ ಮಾರಕವಾಗಿದೆ. ಈಗಿನ ಪರಿಸ್ಥಿತಿಯಲ್ಲಿ ಅದನ್ನು ಬಹಿಷ್ಕರಿಸುವುದು ಅಗತ್ಯ'' ಎಂದು ಕೆಲವರು ಹೇಳಿದರು. ನಾಗ್ಡೊ ಬೇತಾಳ ಒಂದು ಕ್ಷಣ ಯೋಚಿಸಿ ''ಬಹುಶಃ ಆ ಯಂತ್ರ ಮುಂದಿನ ದಿನಗಳಲ್ಲಿ ಬಹುಮುಖ್ಯವಾದ ಪಾತ್ರ ವಹಿಸುತ್ತದೆ. ಓದು ಬರೆಹಗಳ ಸ್ವಾಮ್ಯ ಕೆಲವರಿಗೆ ಮಾತ್ರ ಸೀಮಿತವಾಗಿರುವುದಿಲ್ಲ. ಹಾಗೆ ತಿಳಿದುಕೊಳ್ಳುವುದೂ ಸಲ್ಲ. ಈಗ ಸದ್ಯಕ್ಕೆ ಕೆಲವರು ಹೊಟ್ಟೆ ಹೊರೆದುಕೊಳ್ಳುವುದು ಕಷ್ಟವಾಗಬಹುದು. ಆ ಜನರೆಲ್ಲ ಬೇರೆ ಕೆಲಸ ಹುಡುಕುವುದು ಒಳ್ಳೆಯದು. ಯಂತ್ರಕ್ಕೆ ಬಹಿಷ್ಕಾರ ಹಾಕುವುದು ಮೂರ್ಖತನವಾಗುತ್ತದೆ'' ಎಂದು ಮಾತನ್ನು ಮುಗಿಸಿದ.

ನಾಗ್ಡೊ ಬೇತಾಳ ಸಭೆ ಮುಗಿದ ಮೇಲೆ ಮಾಳಪ್ಪಯ್ಯನವರನ್ನು ಹತ್ತಿರ ಕುಳ್ಳಿರಿಸಿ ''ವಿಟ್ಠು ಪೈಗೆ ಮದುವೆ ಮಾಡುವ ಬಗ್ಗೆ ಯೋಚಿಸಲಿಲ್ಲವೋ?'' ಎಂದು ಕೇಳಿ ಎಲೆಯನ್ನು ಬಾಯಿಗೆ ಹಾಕಿ ಜಗಿಯತೊಡಗಿದ. ಮಾಳಪ್ಪಯ್ಯನವರಿಗೆ ಯೋಚನೆಗಿಟ್ಟುಕೊಂಡಿತು. ಧಡ್ಡನಿಗೆ ಮದುವೆ ಮಾಡುವ ಯೋಚನೆಯಿದೆಯೇ ಎಂದು ಕೇಳದೇ ಕಿರಿಯವನಾದ ವಿಟ್ಠು ಪೈಯ ಬಗ್ಗೆ ಕೇಳಿದನಲ್ಲ ಅನ್ನಿಸಿತು. ಅಂದರೆ ಧಡ್ಡನಿಗೆ ಮದುವೆ ಇಲ್ಲವೆಂದೇ? ''ದೊಡ್ಡವನಿಗೆ ಮದುವೆ ಮಾಡದೇ ಚಿಕ್ಕವನಿಗೆ ಹೇಗೆ ಮಾಡಲಿ?'' ಎಂದರು. ನಾಗ್ಡೊ ಬೇತಾಳ ಜೋರಾಗಿ ನಕ್ಕ. ತಾಂಬೂಲದ ಪೀಕವನ್ನು ದಾನಿಗೆ ಉಗುಳುತ್ತಾ ''ಹೇಗಿದ್ದಾನೆ ಧಡ್ಡ?'' ಎಂದು ಕೇಳಿದ. ''ಚೆನ್ನಾಗಿದ್ದಾನೆ'' ಎಂದರು ಮಾಳಪ್ಪಯ್ಯ. ತುಟಿಯ ಮೇಲಿನ ಪೀಕದ ರಸವನ್ನು ಕೈಯಿಂದ ಒರಸುತ್ತಾ ''ಅವನಿಗೆ ಮದುವೆ ಮಾಡಿಸುವುದಕ್ಕೆ ಸಾಧ್ಯವುಂಟೋ ನಿಮ್ಮಿಂದ?''ಎಂದು ವ್ಯಂಗ್ಯದ ಛಾಯೆ ಬೆರೆಸಿ ಕೇಳಿದ. ಮಾಳಪ್ಪಯ್ಯ ಮೌನಗೊಂಡರು. ಧಡ್ಡನಿಗೆ ಹುಡುಗಿ ಕೊಡಲು ಮುಂದೆ ಬರುವ ಜನರಿದ್ದರು. ದೊಡ್ಡ ರೀತಿಯಲ್ಲಿಲ್ಲದಿದ್ದರೂ ಒಂದು ಮದುವೆ ಮಾಡಿ ಹೆಣ್ಣು ಒದಗಿಸಬಹುದಿತ್ತು. ಆದರೆ ನಾಗ್ಡೊ ಬೇತಾಳನ ಈ ರೀತಿಯ ಪ್ರಶ್ನೆಯ ಅರ್ಥವೇನು? ಅವರಿಗೆ ದಿಗಿಲಾಯಿತು. ''ಅವನು ಆಜನ್ಮ ಬ್ರಹ್ಮಚಾರಿಯೇ. ಆ ಬಗ್ಗೆ ನೀವು ಇನ್ನು ಯೋಚಿಸುವುದು ಬೇಡ'' ಎಂದು ಸ್ಪಷ್ಟವಾಗಿ ಹೇಳಿದ ನಾಗ್ಡೊ ಬೇತಾಳ.

''ಮಹಾಲಸಳ ಪೂಜೆ ನಡೆಯುತ್ತಿದೆಯೇ?'' ಎಂದು ತುಸು ಹೊತ್ತಿನ ಬಳಿಕ ಕೇಳಿದನವನು. ಮಾಳಪ್ಪಯ್ಯ ಪ್ರಶ್ನೆಯಿಂದಲೇ ಕಂಗೆಟ್ಟರು. ''ಕ್ರಿಷ್ಣಶರ್ಮರು ಊರು ಬಿಟ್ಟುಹೋದ ಮೇಲೆ ಅಲ್ಲಿ ಪೂಜೆಯಾಗಿಲ್ಲ'' ಎಂದು ತಪ್ಪಿತಸ್ಥರಂತೆ ಹೇಳಿದರು. ನಾಗ್ಡೊ ಬೇತಾಳ ಅವರನ್ನೆಚ್ಚರಿಸಿದ – ''ಒಳ್ಳೆಯದಲ್ಲ ಮಾಳಪ್ಪಯ್ಯ. ನಿಮ್ಮ ಬೆನ್ನ ಹಿಂದೆ ಈಗಾಗಲೇ ನಾಗಶಾಪವಿದೆ. ಅದರ ಜೊತೆ ಇನ್ನೊಂದು ಶಾಪ ಪಡೆಯುವ ಆಸೆಯೋ ನಿಮಗೆ? ಯಾಕೆ? ರಂಗಶರ್ಮರ ಮೊಮ್ಮಗನಿಗೆ ಉಪನಯನ ಮಾಡಿಸಲಿಲ್ಲವೋ? ಅವನಿಗೆ ಪ್ರಾಯವಾಗಿದೆಯಲ್ಲ?'' ಎಂದು ಕೇಳಿದ. ''ಅವನು ವೆರಣೆಯಲ್ಲಿಲ್ಲ'' ಎಂದರು ಮಾಳಪ್ಪಯ್ಯ. ''ಎಲ್ಲಿದ್ದಾನೆಂದು ಗೊತ್ತೋ?'' ಎಂದು ಕೇಳಿದ ಬೇತಾಳ. ''ವಾಡೆಯಲ್ಲಿ ಅವನ ತಾಯಿಯ ತವರುಮನೆ. ಅಲ್ಲಿದ್ದಾನೆಂದು ಕೇಳಿದ್ದೇನೆ'' ಎಂದರು ಮಾಳಪ್ಪಯ್ಯ.

ಬೇತಾಳ ಕಠಿಣವಾಗಿ ''ಇಲ್ಲದಿದ್ದರೆ ಕರೆಸಲಿಕ್ಕಾಗುವುದಿಲ್ಲವೇ ನಿಮ್ಮಿಂದ? ಒಂದು ಉಪನಯನ ಮಾಡಿಸಲಿಕ್ಕಾಗಲಿಲ್ಲವೇ?'' ಎಂದು ಕೇಳಿದ. ಮಾಳಪ್ಪಯ್ಯ ದೀನರಾಗಿ ''ಅಪ್ಪಣೆಯಾದರೆ ಹಾಗೇ ಮಾಡುತ್ತೇನೆ'' ಎಂದರು.

ಲೋಟಲಿಯಲ್ಲಿದ್ದಷ್ಟು ಸಮಯ ಮಾಳಪ್ಪಯ್ಯ ಹೆಂಡತಿಯ ತವರುಮನೆಯ ಕಡೆಗೆ ಮುಖ ಹಾಕಲಿಲ್ಲ. ಆ ವಿಚಾರ ಕೇಳಲೂ ಇಲ್ಲ. ಸಭೆಯಲ್ಲಿ ರಾಧಾಭಾಯಿಯ ತವರಿನವರು ಯಾರೂ ಕಾಣಲಿಲ್ಲ. ರಾವುಳು ಕುಡಾವ ಅಲುರೋ ದೆ ಅಲ್ಮೈದಾ ಎಂಬ ಕಿರಿಸ್ತಾನನಾಗಿ ಓಡಾಡುತ್ತಿದ್ದಾನೆಂದು ಲೋಟಲಿಯ ರಾಮನಾಥನ ಪೂಜೆ ಮಾಡುವ ಭಟ್ಟರು ಒಮ್ಮೆ ಹೇಳಿದಾಗಲೂ ಮಾಳಪ್ಪಯ್ಯ ಮಾತು ಮುಂದುವರಿಸಲಿಲ್ಲ.

ಲೋಟಲಿಯಿಂದ ಹೊರಟಾಗ ಅವರ ಜೊತೆ ಕಾವಳೆಯ ಮರ್ತು ಕಾಮಾತಿಯೂ ಹೊರಟ. ಮರ್ತು ಕಾಮಾತಿ ತೆಳ್ಳಗಿನ ಕಪ್ಪು ಆಸಾಮಿ. ತುಂಬ ಮಾತಿನ ದೊರಗು ಸ್ವರದ ವ್ಯಕ್ತಿ. ಕಾಡಿನ ಮಧ್ಯೆ ನಡೆಯುತ್ತಾ ಇದ್ದಾಗ ಅವನ ಸ್ವರ ದೊಡ್ಡದಾಗಿಯೇ ಕೇಳಿಸಿ ಮಾಳಪ್ಪಯ್ಯನವರಿಗೆ ಕಿರಿಕಿರಿ ಎನ್ನಿಸಿತು. ಆದರೆ ಮರ್ತು ಕಾಮಾತಿಯ ಮನಸ್ಸು ಗುಣ ಎರಡೂ ಒಳ್ಳೆಯದು. ದಾಮೋದರನ ಕುಳಾವಿ. ಮಾತಾಡುತ್ತಾ ಮಾತಾಡುತ್ತಾ ಮರ್ತು ಕಾಮಾತಿ ''ನಿಮ್ಮ ಮಗನಿಗೆ ಮದುವೆ ಮಾಡುವ ಯೋಚನೆಯಿದೆಯೇ ಮಾಳಪ್ಪಯ್ಯ?'' ಎಂದು ಕೇಳಿದ. ''ಹಾಗೆ ಮನೆಯಲ್ಲಿ ವರಾತ ಹೆಚ್ಚಾಗಿದೆ ಮರ್ತೂ. ಈ ಪೋರ್ಚುಗೀಸರ ಹಾವಳಿಯಿಂದ ಏನು ಮದುವೆ ಮಾಡುವುದೋ ತಿಳಿಯುತ್ತಿಲ್ಲ'' ಎಂದರು ಮಾಳಪ್ಪಯ್ಯ. ಮರ್ತು ಕಾಮಾತಿ ಆಸೆಯಿಂದ ''ನೀವು ಮನಸ್ಸು ಮಾಡುವುದಿದ್ದರೆ ನನ್ನ ಮಗಳ ಜಾತಕ ಕೊಡುತ್ತೇನೆ ಮಾಳಪ್ಪಯ್ಯ. ಅವನಿಗೆ ಹದಿನೈದಲ್ಲವೇ ಈಗ? ಹದಿನೈದೋ ಹದಿನಾರೋ? ನಮ್ಮ ಹುಡುಗಿಗೆ ಒಂಭತ್ತಾಯಿತು. ನೋಡಲು ನನ್ನ ಹಾಗೆ ಕಪ್ಪಲ್ಲ. ಮನೆಗೆಲಸವೆಲ್ಲ ಕಲಿಸಿದ್ದೇವೆ. ನಮ್ಮ ಮನೆಯವಳು ಬಹಿಷ್ಠೆಯಾದರೆ ಅಡಿಗೆ ಮಾಡುವುದು ಅವಳೇ. ನೋಗುಲಿ* ಫಣ್ಣಾ ಉಪ್ಕರಿಯಿಂದ ಹಿಡಿದು ಪತ್ರೊಡೆ ಕೂಡಾ ಮಾಡುವುದು ಅವಳಿಗೆ ಗೊತ್ತು'' ಎಂದ. ''ನೋಡೋಣ'' ಎಂದರು ಮಾಳಪ್ಪಯ್ಯ. ''ನಾವು ನಿಮ್ಮಷ್ಟು ಆಸ್ತಿವಂತರಲ್ಲ. ಅಂಥ ಅನುಕೂಲಸ್ಥರೂ ಅಲ್ಲ. ಕಾವಳೆ ಮಠದಲ್ಲಿ ಗ್ರಂಥಗಳ ಪ್ರತಿ ತೆಗೆದು ಸ್ವಲ್ಪ ಆದಾಯ ಬರುತ್ತದೆ. ಕಾಮಾತಿ ಅನ್ನಿಸಿಕೊಂಡದ್ದಕ್ಕೆ ಸ್ವಲ್ಪ ಭೂಮಿ ಇದೆ. ನಮ್ಮ ಧರ್ಮ, ನೆಲ, ಜನಗಳ ಬಗ್ಗೆ ಅಭಿಮಾನದಿಂದಿದ್ದೇವೆ. ನನಗೆ ರುಕ್ಮಾ ಬಾಯಿಯಲ್ಲದೇ ಇನ್ನೂ ಮೂವರು ಹೆಣ್ಣುಮಕ್ಕಳಿದ್ದಾರೆ. ಮದುವೆಯನ್ನು ಚೆನ್ನಾಗಿ ನಡೆಸಿಕೊಡುತ್ತೇನೆ. ಹಾಕುವುದೆಲ್ಲ ಹಾಕುತ್ತೇವೆ'' ಎಂದ ಮರ್ತು ಕಾಮಾತಿ. ''ನೀನು ಜಾತಕ ಕೊಡು ಮರ್ತೂ. ದೈವಾನುಕೂಲವಿದ್ದರೆ ಆಗುತ್ತದೆ'' ಎಂದರು ಮಾಳಪ್ಪಯ್ಯ.

ಅವರು ಅಷ್ಟು ಹೇಳಿದ್ದೇ ಮರ್ತು ಕಾಮಾತಿ ಅದನ್ನೇ ಗಟ್ಟಿಯಾಗಿ ಹಿಡಿದುಕೊಂಡ. ಅವರನ್ನು ಕಾವಳೆಗೆ ಎಳೆದುಕೊಂಡೇ ಹೋದ. ಹುಡುಗಿಯನ್ನು ತೋರಿಸಿಯೂ

---

* ನೋಗುಲಿ = ಕಾಣೆ ಮೀನು, ಫಣ್ಣಾ ಉಪ್ಕರಿ = ಗೌಡಸಾರಸ್ವತರ ಒಂದು ಬಗೆಯ ಮೇಲೋಗರ, ಮೀನಿನ ಪಲ್ಯ

ತೋರಿಸಿದ. ಜಾತಕದ ಪ್ರತಿಯನ್ನು ಅವರ ಕೈಲಿಟ್ಟ. ಹುಡುಗಿ ನೋಡಲು ಸಾಧಾರಣ. ಆದರೆ ಮಾಲುಗಂಣು. ಅದೊಂದು ಬಿಟ್ಟರೆ ಉಳಿದೆಲ್ಲ ಮಟ್ಟಿಗೂ ಆಗಬಹುದು ಅನ್ನಿಸಿತು ಮಾಳಪ್ಪಯ್ಯನವರಿಗೆ. ಮನೆಗೆಲಸದಲ್ಲಿ ಜಾಣೆ. ಗುರು ಹಿರಿಯರ ಬಗ್ಗೆ ಭಕ್ತಿ. ಕಾವಳೆ ಗುಡ್ಡ ಬೆಟ್ಟಗಳ ಪ್ರದೇಶ. ಸುತ್ತ ಭತ್ತದ ಗದ್ದೆಗಳು. ಗುಡ್ಡದ ಸೆರಗಿನಲ್ಲಿ ಕಟ್ಟಿದ ಮಠ. ಅಲ್ಲಿದ್ದಷ್ಟು ಜನರಿಗೂ ಕಾವಳೆ ಮಠವೇ ಆಧಾರ. ನೂರಾರು ಬ್ರಾಹ್ಮಣರು ಮಠದಲ್ಲಿ ಸಾಲಾಗಿ ಕುಳಿತು ತಾಳೆಗರಿಯ ಮೇಲೆ ಗರಗರ ಬರೆಯುತ್ತಿದ್ದರು. ಕಾವಳೆಯಲ್ಲಿ ವೆರಣೆಯಷ್ಟು ಫರಂಗಿ ಜನರು ತುಂಬಿರಲಿಲ್ಲ. ಆದರೆ ಅಲ್ಲಿಯ ಬ್ರಾಹ್ಮಣರಿಗೆಲ್ಲ ಮುದ್ರಣಯಂತ್ರ ಬಂದುದು ತುಂಬ ಯೋಚನೆಗೆ ಹಚ್ಚಿಸಿತ್ತು. ಬ್ರಾಹ್ಮಣರೊಬ್ಬರು ಮಾಳಪ್ಪಯ್ಯನವರ ಪರಿಚಯವಾದ ಮೇಲೆ "ಈ ಕೆಲಸಗಳು ಇನ್ನು ನಿಂತೇ ಹೋಗುತ್ತವೇನೋ?" ಎಂದು ಸಾಲಾಗಿ ಕುಳಿತವರನ್ನು ತೋರಿಸಿ ಕೊರಗಿದರು. ಮಾಳಪ್ಪಯ್ಯನವರಿಗೆ ಅಲ್ಲಿ ಸ್ವಾಮಿಗಳು ಇಲ್ಲದಿದ್ದುದನ್ನು ಕಂಡು ಅವರೆಲ್ಲ ಅನಾಥರಾಗಿ ಕಾಣಿಸಿಕೊಂಡರು. ಒಂದು ದಿನವಿದ್ದು ಅವರು ಕಾವಳೆಯಿಂದ ಹೊರಟಾಗ ಮರ್ತು ಕಾಮಾತಿ ಆಸೆಯಿಂದ "ವಿಠೋಬ ರಕುಮಾಯಿ ಜೊತೆಯಾಗುತ್ತದೆ ಮಾಳಪ್ಪಯ್ಯ, ನೀವು ಅವರ ತಲೆಯ ಮೇಲೆ ಕೈಯಿಟ್ಟು ಆಶೀರ್ವಾದ ಮಾಡಬೇಕು" ಎಂದ. "ಏನಿದ್ದರೂ ನಾನು ಊರಿಗೆ ಹೋದ ಮೇಲೆ ಹೇಳುತ್ತೇನೆ. ನನ್ನ ಮಟ್ಟಿಗೆ ಈ ಸಂಬಂಧ ಆದೀತು ಅಂತ ಇದೆ. ಆದರೆ ಮನೆಯವರೆಲ್ಲ ನೋಡಿ ಒಪ್ಪಬೇಕು, ಅಲ್ಲವೇ?" ಎಂದು ಮಾಳಪ್ಪಯ್ಯ ವೆರಣೆಯ ಹಾದಿ ಹಿಡಿದರು.

★

ವೆರಣೆಗೆ ಹಿಂದಿರುಗಿದ ಮಾಳಪ್ಪಯ್ಯ ತನ್ನನ್ನು ತಾನು ಮೊದಲು ತೊಡಗಿಸಿದ್ದು ಮಹಾಲಸಳ ಪೂಜೆಗೆ ರಂಗಶರ್ಮರ ಮೊಮ್ಮಗನನ್ನು ತಂದು ಕೂರಿಸುವುದರಲ್ಲಿ. ರಂಗಶರ್ಮರ ಮಗ ತೀರಿಕೊಂಡ ಮೇಲೆ ಅವರ ಹೆಂಡತಿ, ತವರು ಮನೆಯಾದ ವಾಡೆಗೆ ಹೋಗಿ ನೆಲಸಿದ್ದಳು. ಹೆಸರು ಗಂಗಾಬಾಯಿ. ಗಂಡ ತೀರಿಕೊಂಡಾಗ ಆಕೆ ಇನ್ನೂ ಬಸುರಿ. ಈಗ ಹುಡುಗ ಹನ್ನೆರಡರ ವಯಸ್ಸಿನವನಾಗಿದ್ದ. ಅವನ ಅಜ್ಜ ಅವನಿಗೆ ಎಂಟನೆಯ ವಯಸ್ಸಿನಲ್ಲಿಯೇ ಗಾಯತ್ರಿ ಉಪದೇಶ ಮಾಡಿಸಿದ್ದರು. ಮಂತ್ರಗಳನ್ನೆಲ್ಲ ಹೇಳಿಕೊಟ್ಟು ಪೂಜೆ ಮಾಡುವಷ್ಟರ ಮಟ್ಟಿಗೆ ತಂದಿದ್ದರು. ವಾಡೆಗೆ ಹೋಗಿ ಅವನಿಗೆ ಹಣ ಕೊಟ್ಟು ತಾಯಿಯನ್ನೂ ಮಗನನ್ನೂ ಕರೆತಂದು ಮನೆ ಮಾಡಿಸಿಕೊಟ್ಟು ಹಸು ಜಮೀನು ಎಲ್ಲ ಕೊಟ್ಟು ದಿನಾ ಮ್ಹಾಳಶಿಮಾಂಯಿಗೆ ಆರತಿ ಎತ್ತುವ ಹಾಗೆ ಎಲ್ಲ ಸೌಕರ್ಯಗಳನ್ನೂ ಮಾಡಿಸಿಕೊಟ್ಟರು ಮಾಳಪ್ಪಯ್ಯ.

ಗೋವೆಯಲ್ಲಿ ಆ ವರುಷ ಒಂದು ಶಾಲೆ ತೆರೆದರು. ಪೋರ್ತುಗೀಸರ ಮಕ್ಕಳಲ್ಲದೇ ನೋವಿಸ್ ಎಂದು ಕರೆಯಲ್ಪಡುವ ಸ್ಥಳೀಯ ಕಿರಿಸ್ತಾನರ ಮಕ್ಕಳೂ

ಜೊತೆಜೊತೆಯಾಗಿ ಅಲ್ಲಿಗೆ ಹೋಗತೊಡಗಿದರು. ಮುದ್ರಣ ಯಂತ್ರ ಬಂದುದರಿಂದ ಆ ಶಾಲೆಗಳಿಗೆ ಪುಸ್ತಕಗಳ ರವಾನೆ ಮಾಡುವುದು ಸಾಧ್ಯವಾಯಿತು. ಫರಂಗಿ ಜನ ಶಾಲೆ ತೆರೆದುದು ತಮ್ಮ ಮಕ್ಕಳು ಕಲಿಯಲಿ ಎಂದು. ಸ್ಥಳೀಯ ಕಿರಿಸ್ತಾನರ ಮಕ್ಕಳಿಗೂ ಅದು ಬಾಗಿಲು ತೆರೆದಂತಾಯಿತು. ಗೋವೆಗೆ ಆಗಾಗ ಹೋಗಿ ಬರುತ್ತಿದ್ದ ಗೋಯೆಸ್‌ಗೆ ವೆರಣೆಯಲ್ಲೂ ಒಂದು ಶಾಲೆ ತೆರೆದರೆ ಹೇಗೆ ಎಂಬ ಮನಸ್ಸಾಯಿತು. ಫುಲ್ಲಾ ನದಿಯ ದಂಡೆಯ ಮೇಲೆ ಗ್ರಾಮಪುರುಷನ ಗುಡಿಯಿದ್ದ ಆ ಸ್ಥಳದಲ್ಲಿ ಕಟ್ಟಿದ ಚರ್ಚಿಗೆ ಫರಂಗಿ ಪಾದ್ರೆಪ್ಪನೊಬ್ಬ ಬಂದಿದ್ದ. ಅವನ ಸಹಾಯದಿಂದ ಒಂದು ಹುಲ್ಲಿನ ಮಾಡು ಹಾಕಿಸಿ ತೆಂಗಿನ ಮಡಲಿನ ತಡಿಕೆಗಳನ್ನು ಕಟ್ಟಿಸಿ ಶಾಲೆ ಆರಂಭಿಸಿದ. ಫರಂಗಿ ಮಕ್ಕಳು ಆ ಶಾಲೆಗೆ ಬರತೊಡಗಿದರು. ಮೊದಮೊದಲು ಸ್ಥಳೀಯ ಕಿರಿಸ್ತಾನರ ಮಕ್ಕಳನ್ನು ಅವರವರ ತಂದೆತಾಯಿಗಳು ಕಳುಹಿಸಿಕೊಡದಿದ್ದರೂ ಆ ಮಿದು ಮಾತಿನ, ಹೂನಗೆಯ, ತರುಣ ವಯಸ್ಸಿನ ಪಾದ್ರೆಪ್ಪ ಅವರೆಲ್ಲ ಬರುವಂತೆ ಪುಸಲಾಯಿಸಿದ. "ಇನ್ನು ಆ ಶೂದ್ರ ಮುಂಡೇಗಂಡರು ವೇದ ಕಲಿತು ಊರು ಉದ್ಧಾರ ಮಾಡುತ್ತಾರೆ" ಅಂತ ಕೆಲವರು ಕಟಕಿಯಾಡಿದರು. ಮಾಳಪ್ಪಯ್ಯನವರಿಗೆ ಇದನ್ನೆಲ್ಲ ಕಂಡು ಆಶ್ಚರ್ಯ. ಫರಂಗಿ ಜನರಲ್ಲಿ ಒಳ್ಳೆಯವರೂ ಇರಬಹುದೆಂಬ ಕಲ್ಪನೆ ಅವರಿಗಸಾಧ್ಯವಾಗಿತ್ತು. ಆದರೆ ವ್ಯವಸ್ಥಿತ ರೀತಿಯಲ್ಲಿ ಒಂದು ಶಾಲೆ ಸ್ಥಾಪಿಸಿ ವಿದ್ಯಾದಾನ ಮಾಡುವ ಮಂದಿ. ತಮ್ಮ ಆರಾಧ್ಯದೈವವಾದ ಯೇಸುವಿನ ಕತೆಗಳನ್ನು ಹೇಳುತ್ತಾ, ಅವನ ಬಗ್ಗೆ ಹಾಡುಗಳನ್ನು ಕಟ್ಟಿ ಹಾಡುತ್ತಾ ಇರುವುದು ಅವರಿಗೂ ಕೇಳಿಸತೊಡಗಿತು. ಗೋಯೆಸ್‌ನಂಥ ರಾಕ್ಷಸರು ಅಲ್ಲಿ ಸೇರಿರುವುದು ನಿಜ. ಆದರೆ ವಿದ್ಯಾದಾನ ಮಾಡಬೇಕು ಅಂತ ತಿಳಿದವರು ಹೇಳುತ್ತಾರೆ. ವಿದ್ಯೆ ಯಾವುದಾದರೆ ಏನು? ಆದರೂ ಒಂದು ತಪ್ಪು. ಸತ್ಪಾತ್ರನಿಗೆ ವಿದ್ಯಾದಾನ ಮಾಡಬೇಕು ಎಂದು ತಿಳಿದವರು ಹೇಳುತ್ತಾರೆ. ಆದರೆ ಇವರು ಶೂದ್ರ ಸಂತಾನಗಳಿಗೂ ಕಲಿಸಹತ್ತಿದ್ದಾರೆ. ಅವರಿಗೆಲ್ಲ ಯಾಕೆ ಓದು ಬರೆಹ? ಯಾವ ಸಂಸ್ಕೃತಿ ಇದೆಯೆಂದು? ಅಮರ ಶ್ಲೋಕಗಳು ಅವರ ನಾಲಗೆಯ ಮೇಲೆ ಹೊರಳಿಯಾವೇ ಎಂದೆಲ್ಲ ಮಾಳಪ್ಪಯ್ಯ ಯೋಚಿಸತೊಡಗಿದರು.

ಫುಲ್ಲಾ ನದಿಯ ದಂಡೆಯ ಮೇಲೆ ಕಟ್ಟಿದ ಚರ್ಚು ಸಣ್ಣದಾದರೂ ಆದಿತ್ಯವಾರದ ದಿನ ಅಲ್ಲಿ ಪೂಜೆ ನಡೆಯುತ್ತಿದ್ದು ವೆರಣೆ ಹಾಗೂ ಸುತ್ತಮುತ್ತಣ ಎಲ್ಲ ಕಿರಿಸ್ತಾನರೂ ಅಲ್ಲಿಗೆ ಬರುತ್ತಿದ್ದುದರಿಂದ ಚರ್ಚು ತುಂಬಿ ಬಿಡುತ್ತಿತ್ತು. "ದೇವರೇ ಆ ದಿನ ವಿಶ್ರಾಂತಿ ದಿನವೆಂದು ಘೋಷಿಸಿದ್ದಾನೆ. ಆ ದಿನ ಯಾರೂ ಗದ್ದೆಗಳಿಗೆ ಹೋಗಬೇಕಾಗಿಲ್ಲ. ಬೆಳಗಿನ ಹೊತ್ತು ದೇವರ ಧ್ಯಾನ ಮಾಡಬೇಕು. ಮನೆಗೆ ಬಂದು ಉಣ್ಣಬೇಕು. ಕಾಲು ಚಾಚಿ ವಿಶ್ರಾಂತಿ ಪಡೆಯಬೇಕು. ವಾರದ ಮೊದಲ ದಿನ ಸೋಮವಾರ. ಅಂದಿನಿಂದ ಕೆಲಸ ಆರಂಭ" ಎಂದು ಗೋಯೆಸ್ ಅವರನ್ನೆಲ್ಲ ಚರ್ಚಿಗೆ ಬರುವಂತೆ ಮಾಡಿದ್ದ. ಜೋವಾ ದೆ ಕೋಸ್ತಾ ಈಗ ತುಂಬ ಖುಷಿಯಲ್ಲಿದ್ದ. ತನ್ನ ಮಕ್ಕಳನ್ನೂ ಹೆಂಡತಿಯನ್ನೂ ಪ್ರತೀವಾರ ಚರ್ಚಿಗೆ

ಕೊಂಡೊಯ್ಯುವಾಗ ಇಜಾರ ಹಾಕಿಕೊಂಡೇ ನಡೆಯುತ್ತಿದ್ದ. ಅವನ ಹೆಂಡತಿ ಮತ್ತು ಮಕ್ಕಳು ಬಣ್ಣಬಣ್ಣದ ಹೂಗಳಿರುವ ಲಂಗ ಉಟ್ಟು ತಲೆಯ ಮೇಲೆ ತೆಳ್ಳಗಿನ ರೇಶಿಮೆ ಬಟ್ಟೆ ಹಾಕಿಕೊಂಡು ನಿತಂಬಗಳನ್ನು ಅಲ್ಲಾಡಿಸುತ್ತಾ ಹೋಗುತ್ತಿದ್ದರು. ಅವರು ಹಾಕಿಕೊಳ್ಳುವ ಉಡುಪು ಮತ್ತು ಅವರ ಕಪ್ಪನೆಯ ಮೈ ಬಣ್ಣ ಒಂದಕ್ಕೊಂದು ಹೊಂದುತ್ತಿರಲಿಲ್ಲ. ಆ ಉಡುಪುಗಳಲ್ಲಿ ಅವರಿಗೆ ಸರಿಯಾಗಿ ನಡೆಯುವುದಕ್ಕೂ ಬಾರದು. ಅವರನ್ನು ಕಂಡು ಉಳಿದವರು ನಗುತ್ತಿದ್ದರೂ ಮಾಳಪ್ಪಯ್ಯನವರಿಗೆ ಒಳಗೆಲ್ಲೋ ಕುಟುಕಿದಂತಾಗುತ್ತಿತ್ತು. ಹೇಗಿದ್ದ ಈ ಬುದ್ದು ? ಎಷ್ಟು ವಿನಯ ಮತ್ತು ಹೆದರಿ ನಡೆಯುವ ಸ್ವಭಾವ ? ಈಗ ಅವನೂ ಒಬ್ಬ ಮುಖ್ಯಸ್ಥ ! ಮತಾಂತರಗೊಂಡ ಮೇಲೆ ತುಂಬ ಬದಲಾಗಿದ್ದ. ಅವನ ಮಗ ಸಂತೆಯಲ್ಲಿ ವ್ಯಾಪಾರ ಬೇರೆ ಆರಂಭಿಸಿದ್ದ. ವರ್ಷಕ್ಕೊಮ್ಮೆ ಧನಿಯೆಂದು ತನ್ನ ಮನೆಗೆ ಬಂದು ಹೊಸಬೆಳೆಯನ್ನು ಅರ್ಪಿಸಿ ಹೋಗುವುದೆಷ್ಟೋ ಅಷ್ಟು. ಬೇರೆ ಮಾತಿಲ್ಲ. ಮಾಳಪ್ಪಯ್ಯ ಕೂಡಾ ಅವನೊಡನೆ ಮಾತನಾಡುತ್ತಿರಲಿಲ್ಲ.

ತನ್ನ ಹೊಸ ಪರಿಸರದಲ್ಲಿ ನಡೆಯುತ್ತಿದ್ದ ಈ ಬದಲಾವಣೆಗಳು ಮಾಳಪ್ಪಯ್ಯ ನವರನ್ನು ಇಷ್ಟು ಖೇದಕ್ಕೆ ಗುರಿ ಮಾಡಿದ್ದರೆ ಮನೆಯೊಳಗೆ ಹೆಂಡತಿ ಮಗನ ಮದುವೆ ಮಾಡುವ ಬಗ್ಗೆ ಒತ್ತಾಯ ಹೇರುತ್ತಿದ್ದಳು. ಹಗಲೂ ರಾತ್ರಿಯೂ ಅದೇ ಮಾತು. ಮಗನ ಮದುವೆ ಮಾಡುವ ಬಗ್ಗೆ ಅವರಿಗೆ ಆಸ್ಥೆ ಇರಲಿಲ್ಲವೆಂದಲ್ಲ. ಆದರೆ ಮದುವೆ ನಡೆಸಲು ಪುರೋಹಿತರುಗಳಿರಲಿಲ್ಲ. ಮೊದಲಿನ ಹಾಗೆ ಮಂಟಪ ತುಂಬುವ ಬಂಧುಬಾಂಧವ ರಿರಲಿಲ್ಲ. ಬಾಜಾಬಜಂತ್ರಿ ಮಂಗಳವಾದ್ಯಗಳನ್ನು ಬಾರಿಸುವ ಹಾಗಿರಲಿಲ್ಲ. ವಿಟ್ಠು ಪೈಯ ಜಾತಕ ಕೇಳಿಕೊಂಡು ಜನರು ಬರುತ್ತಿದ್ದುದೇನೋ ಹೌದು. ಆದರೆ ಮೊದಲಿನ ಹಾಗೆ ನೇರವಾಗಿ ಏನೂ ಹೇಳುವಂತಿರಲಿಲ್ಲ. ಅನುಮಾನ ಪರಿಹರಿಸುವುದೇ ಪ್ರಯಾಸದ ಕೆಲಸ. ಈಗ ಸಾಸಷ್ಟಿಯಲ್ಲೂ ಬ್ರಾಹ್ಮಣರ ಸಂಖ್ಯೆ ಬಹಳ ಇಳಿದುಹೋಗಿತ್ತು. ಇದ್ದವರಲ್ಲಿ ಕೆಲವರು ಆಗಲೋ ಈಗಲೋ ಮತಾಂತರಗೊಳ್ಳುವ ಸಾಧ್ಯತೆಯೂ ಇಲ್ಲದಿಲ್ಲ. ಅಂಥ ಕಡೆ ತಮ್ಮ ಮತ, ತಮ್ಮ ಜನ, ತಮ್ಮ ನೆಲ ಅಂತ ಅಭಿಮಾನ ಇರುವಂಥ ಘರಾಣೆಯಿಂದಲೇ ತರಬೇಕು. ಕಾವಳೆಯ ಮರ್ತು ಕಾಮಾತಿಯ ಮಗಳ ಜಾತಕವನ್ನವರು ನೋಡಿಸಿದ್ದರು. ಹನ್ನೆರಡರಲ್ಲಿ ಒಂಭತ್ತು ಗುಣಗಳು. ಹುಡುಗಿಗೆ ಮಾಲುಗಂಣು. ಆದರೇನಾಯಿತು? ಇದನ್ನೆಲ್ಲ ಅವರು ರಾಧಾಬಾಯಿಯ ಬಳಿ ಹೇಳಿದ್ದರು. ರಾಧಾಬಾಯಿ "ಮಾಲುಗಂಣಾದ ರೇನಾಯಿತು? ನೀವು ನೋಡಿದ್ದೀರಿ ಎನ್ನುತ್ತೀರಿ. ಮನೆಗೆಲಸ ಕಲಿತ, ಗುರುಹಿರಿಯರಿಗೆ ತಗ್ಗಿಬಗ್ಗಿ ಇರುವ ಹುಡುಗಿಯಾದರೆ ಸಾಕು. ವಿಟ್ಠುವಿಗೆ ಈಗ ಹದಿನಾರಾಗಲಿಲ್ಲವೇ?" ಎಂದು ದನಿಗೂಡಿಸಿದ್ದಳು.

ಮಳೆಗಾಲ ಆರಂಭವಾದ ಮೇಲೆ ಮಾಳಪ್ಪಯ್ಯ ತಮ್ಮ ಬೇಸಾಯದ ಕೆಲಸಗಳಲ್ಲಿ ನಿರತರಾದರು. ಈಗ ಅವರು ಅಷ್ಟು ದುಡಿಯಬೇಕಾಗಿರಲಿಲ್ಲ. ಧಡ್ಡನೂ ವಿಟ್ಠು ಪೈಯೂ ಸಾಕಷ್ಟು ಸಹಾಯ ಮಾಡುತ್ತಿದ್ದರು. ಆ ಸಮಯದಲ್ಲಿಯೇ ಒಂದು ದಿನ ಕಾವಳೆಯಿಂದ

ಮರ್ತು ಕಾಮಾತಿ ಅವರನ್ನು ನೋಡಲು ಬಂದ. ಅವನು ಜಾತಕದ ಪ್ರತಿಯನ್ನು ತೆಗೆದುಕೊಂಡು ಹೋದ ಮಾಳಪ್ಪಯ್ಯನವರಿಂದ ಏನಾದರೂ ಸುದ್ದಿ ಬರಬಹುದೆಂಬ ನಿರೀಕ್ಷೆಯಲ್ಲಿ ಕಾದು ಕುಳಿತವನು ಈಗ ನಿರ್ವಾಹವಿಲ್ಲದೇ ಹುಡುಕಿಕೊಂಡು ಬಂದಿದ್ದ. ಬರುವಾಗ ಧೋ ಎಂದು ಸುರಿಯುವ ಮಳೆ. ''ಮುಂದೆ ಆಷಾಢ ಬರುತ್ತದಲ್ಲ ಮಾಳಪ್ಪಯ್ಯ? ಅದಕ್ಕಾಗಿ ಬಂದೆ, ಈಗಲೇ. ಏನು ಮಾಡಿದಿರಿ ಜಾತಕದ ವಿಷಯ?'' ಎನ್ನುತ್ತಲೇ ಮನೆಯ ಮೆಟ್ಟಲು ಹತ್ತಿದ. ತೊಯ್ದು ತೊಪ್ಪಡಿಯಾಗಿದ್ದ ಅವನನ್ನು ಬರಮಾಡಿ ಮೈ ಒರೆಸಲು ಅರಿವೆ ಕೊಟ್ಟು, ಕುಳ್ಳಿರಿಸಿ ಸನ್ಮಾನ ಮಾಡಿದರು ಮಾಳಪ್ಪಯ್ಯ. ''ಋಣಾನುಬಂಧ ಮರ್ತು. ನಮ್ಮ ವಿಟ್ಠುಪೈಗೆ ನಿನ್ನ ಮಗಳು ಹೆಂಡತಿ ಅಂತಿದ್ದರೆ ತಪ್ಪಿಸಲಿಕ್ಕಾಗುತ್ತದ? ನೀನು ಈ ಮಳೆಯಲ್ಲಿ ಯಾಕೆ ಬಂದೆ? ಮಳೆ ಸುರುವಾಗುವ ಮೊದಲೇ ಬರಬಹುದಿತ್ತಲ್ಲ?'' ಎಂದರು. ಆ ರಾತ್ರಿ ಮಾತಾಡುತ್ತ ಆಷಾಢ ಕಳೆಯುತ್ತಲೂ ಹುಡುಗಿಯನ್ನು ನೋಡಲು ಬರುವುದಾಗಿ ಹೇಳಿದರು. ''ಸಾಧ್ಯವಾದರೆ ಈ ಭಾದ್ರಪದದಲ್ಲಿ ಮದುವೆ ಮಾಡಿಸುವ. ಜಾತಕಗಳನ್ನು ನಾನೂ ನೋಡಿಸಿದ್ದೇನೆ'' ಎಂದರು. ಮರ್ತು ಕಾಮಾತಿ ಸಂತಸಪಟ್ಟ. ಧಡ್ಡನೇನೋ ಮರ್ತುಕಾಮಾತಿಯನ್ನು ನೋಡಿ ನಿರಾಸೆಗೊಂಡ. ಕಪ್ಪನೆಯ ಮೈ. ಆಟ್ಟೆ ಕಾಲುಗಳು. ಬೋಳು ತಲೆ. ಒಡೆದ ಅಂಗಾಲುಗಳಲ್ಲಿ ಕಪ್ಪನೆಯ ಕೊಳೆ. ಮಾತಾಡುವಾಗ ಗಲ್ಲವನ್ನು ಒಂದು ಬದಿಗೆ ಸರಿಸುವ ರೀತಿ. ಮಗಳೂ ತಂದೆಯಂತೇನಾದರೂ ಇದ್ದಾಳೆಯೇ ಎಂದು ಅವನು ತನ್ನ ಮೂಕಭಾಷೆಯಲ್ಲಿ ಕೇಳಿದ. ಇಲ್ಲವೆಂದು ತಲೆಯಲ್ಲಾಡಿಸಿದರು ಮಾಳಪ್ಪಯ್ಯ.

''ನಾವು ಒಡವೆ ತಕ್ಕಮಟ್ಟಿಗೆ ಹಾಕುತ್ತೇವೆ. ರೇಷಿಮೆಯ ಸೀರೆಗಳನ್ನು ತರಿಸುತ್ತೇವೆ. ಎಂಟು ದಿನಗಳ ಮದುವೆಗೆ ಊಣೆ ಮಾಡುವುದಿಲ್ಲ. ಆದರೆ ನಮಗೆ ಇನ್ನೂ ಮೂರು ಹೆಂಣು ಮಕ್ಕಳಿದ್ದಾವೆಂದು ಮರೆಯಬಾರದು ಮಾಳಪ್ಪಯ್ಯ. ಏನಾದರೂ ತಪ್ಪಾಗಿ ಹೋದರೆ ದೊಡ್ಡ ಮನಸ್ಸಿನಿಂದ ಕ್ಷಮಿಸುವ ಔದಾರ್ಯ ತೋರಿಸಬೇಕು'' ಎಂದು ಮರ್ತು ಕಾಮಾತಿ ತಗ್ಗಿಬಗ್ಗಿ ಹೇಳಿದ. ಮಾಳಪ್ಪಯ್ಯ ಅದಕ್ಕೆ ''ನಮಗೆ ದೊಡ್ಡದಾಗಿ ಮದುವೆ ಮಾಡಿಸಬೇಕು ಅಂತಿಲ್ಲ ಮರ್ತು, ಹುಡುಗಿಗೆ ಓದಿಸುವ ಒಡವೆ ವಸ್ತ್ರ ಸರಿಯಾಗಿದ್ದರೆ ಆಯಿತು. ಮದುವೆ ದೊಡ್ಡದಾಗಿ ಮಾಡಿ ಫರಂಗಿಗಳ ಕಣ್ಣಿಗೆ ಬೀಳುವುದು ಬೇಡ'' ಎಂದು ಹೇಳಿದರು. ಮಾತುಕಥೆ ಎಲ್ಲ ಮುಗಿದ ಮೇಲೆ ಮಾಳಪ್ಪಯ್ಯ ನಾಗ್ಡೊ ಬೇತಾಳನ ಕ್ಷೇಮ ಸಮಾಚಾರ ಕೇಳಿದರು. ''ಅವನು ಲೋಟಲಿಯಲ್ಲೇ ಇದ್ದಾನೆ. ಅಲ್ಲಿ ದೊಡ್ಡ ಜಗಳ ಆಗುತ್ತಾ ಇದೆ. ಒಬ್ಬರೂ ಮತಾಂತರಗೊಳ್ಳಲು ತಯಾರಿಲ್ಲ. ಮನೆ ಮನೆಗಳಲ್ಲಿ ದೇವರ ಪೂಜೆ ನಡೆಯುತ್ತಿವೆ'' ಎಂದ ಮರ್ತು ಕಾಮಾತಿ. ''ನಾಗ್ಡೊ ಬೇತಾಳ ಇದ್ದರೆ ತುಂಬ ಧೈರ್ಯ ಬರುತ್ತದೆ. ಅಲ್ಲವೇ?'' ಎಂದರು ಮಾಳಪ್ಪಯ್ಯ. ''ಸಾಧ್ಯವಾದರೆ ಭಾದ್ರಪದದಲ್ಲಿ ಹುಡುಗಿ ನೋಡಲು ಕಾವಳೆಗೆ ಹೋದವರು ಆ ಕಡೆಗೆ ಹೋಗಿ ಅವನ ಆಶೀರ್ವಾದ

ಪಡೆದುಕೊಂಡು ಬರಬೇಕು'' ಎಂದು ತಮ್ಮಲ್ಲೇ ಹೇಳಿಕೊಂಡರು. ಮರ್ತು ಕಾಮಾತಿ ಆ ರಾತ್ರಿ ಅಲ್ಲೇ ಉಳಿದಿದ್ದು ಮರುದಿನ ಬೆಳಗ್ಗೆ ಹೊರಟು ಹೋದ.

ಭಾದ್ರಪದದ ಮೊದಲ ಪಾದದಲ್ಲಿಯೇ ಮಾಳಪ್ಪಯ್ಯ ಸಂಸಾರ ಸಮೇತ ಹೋಗಿ ಹುಡುಗಿ ನೋಡಿಕೊಂಡು ಬಂದರು. ವಿಟ್ಠು ಪೈಗೆ ಆಗ ಹದಿನಾರು ದಾಟದ ವಯಸ್ಸು. ಸೀರೆ ಸುತ್ತಿ ಬಾಗಿಲ ಹಿಂದೆ ನಾಚಿಕೆಯಿಂದ ಓಡಾಡುತ್ತಿದ್ದ ಮಾಲುಗಂಣಿನ ಆ ಹುಡುಗಿ ಆಕರ್ಷಕಳಾಗಿ ಕಾಣದಿದ್ದರೂ ಕುರೂಪಿಯಾಗಿರಲಿಲ್ಲ. ಅವನು ನೋಡಿದ್ದು ಒಂದೇ ಬಾರಿ. ಆಗ ಅವನಿಗೆ ಇವಳು ತನ್ನ ಹೆಂಡತಿಯಾಗಬಹುದೆಂದೇನೂ ಅನ್ನಿಸಲಿಲ್ಲ. ಏನೋ ಹಿರಿಯರು ನಿಶ್ಚಯಿಸುತ್ತಾರೆ. ಒಂದು ಹುಡುಗಿ ತನ್ನ ಮನೆ ಸೇರುತ್ತಾಳೆ ಎಂದಷ್ಟೇ ತಿಳಿಯಿತು. ಎಲ್ಲಕ್ಕಿಂತ ಹೆಚ್ಚಾಗಿ ಅವನ ಗಮನ ಹೋದದ್ದು ಕಾವಳೆಯ ಸುತ್ತಮುತ್ತಣ ಪ್ರದೇಶ. ಎತ್ತರವಾದ ಗುಡ್ಡಗಳು. ದಟ್ಟವಾಗಿ ಬೆಳೆದ ಕಾಡು. ಮಧ್ಯದಲ್ಲಿ ಬಟ್ಟಲಂತೆ ಹರಹಿದ ಕಾವಳೆ. ಹಸಿರು ಹಳದಿಯಾಗುವ ಹಂತದಲ್ಲಿದ್ದ ಭತ್ತದ ಗದ್ದೆಗಳು. ನಿರ್ಮಲವಾಗಿ ಹರಿಯುವ ನೀರು. ಇದ್ದ ಒಂದೂವರೆ ದಿನಗಳಲ್ಲಿ ಅವನು ಥಡ್ಡನೊಂದಿಗೆ ಗುಡ್ಡಗಾಡು ಅಲೆದು ಬಹುದೂರದವರೆಗೂ ಸುತ್ತಾಡಿ ಖುಷಿಗೊಂಡ.

ವಿಟ್ಠು ಪೈಯ ಮದುವೆ ಕಾವಳೆಯಲ್ಲಿಯೇ ಮುಂದಿನ ತಿಂಗಳು ಆಶ್ವೀಜ ಮಾಸದಲ್ಲಿ ಮಾಡುವುದೆಂದು ನಿಶ್ಚಿತಾರ್ಥವಾಯಿತು. ಗಂಡು ಹೆಂಣುಗಳನ್ನು ಹಸೆಮಣೆಯ ಮೇಲೆ ಕುಳ್ಳಿರಿಸಿ ಆರತಿ ಎತ್ತಿ ಸೇಸೆಯಾಡಿದರು. ಮರ್ತು ಕಾಮಾತಿ ಅಳಿಯನಿಗೆ ಬೆಳ್ಳಿಯ ತಟ್ಟೆ ಬಟ್ಟಲು, ಚಿನ್ನದ ಉಂಗುರ ಎಲ್ಲ ಒದಿಸಿದ. ಕಾವಳೆಯ ಬ್ರಾಹ್ಮಣರೆಲ್ಲ ಬಂದು ಆಶೀರ್ವಾದ ಮಾಡಿ ಉಂಡು ಹೋದರು. ಲಗ್ನಪತ್ರಿಕೆಯನ್ನು ಬರೆದಾದ ಮೇಲೆ ಮಾಳಪ್ಪಯ್ಯ ಹೊರಟು ನಿಂತರು. ಆಶ್ವೀಜ ತಾಗಿದ ಕೂಡಲೇ ಮರ್ತು ಕಾಮಾತಿ ನಾಂದಿ ಇಡುವ ದಿನ ಗಂಡಿನ ಮನೆಗೆ ಬಂದು ಹೋಗಬೇಕೆಂದೂ ಆ ಮೇಲೆ ಗುರುಹಿರಿಯರಿಗೆ ಸಂಬಂಧಿಕರಿಗೆ ಹೇಳಿಕೆ ಕೊಡಲು ಹೊರಡುವುದೆಂದೂ ನಿಶ್ಚಯಿಸಿ ಎಲ್ಲ ಚಕ್ಕಡಿ ಹತ್ತಿದರು.

ವೆರಣೆಗೆ ಹಿಂದಿರುಗಿ ಬಂದ ಮಾಳಪ್ಪಯ್ಯನವರಿಗೆ ಬೆಳೆ ಕೊಯ್ಯುವ ಕೆಲಸ ಕಾದಿತ್ತು. ಭತ್ತ ಹೊಡೆದು ಮನೆ ತುಂಬಿಸಿದ ಮೇಲೆ ಅವರು ಮದುವೆಯ ಸಿದ್ಧತೆಗೆ ತೊಡಗಿದರು. ರಾಧಾಬಾಯಿಗೂ ಖುಷಿಯಾಯಿತು. ಮನೆಯ ಎದುರು ಚಪ್ಪರ ಹಾಕಿ, ಗೋವೆಯಿಂದ ಮನೆಮಂದಿಗೆಲ್ಲ ಹೊಸ ಅರಿವೆ ತರುವ ಹೊತ್ತಿಗೆ ಆಶ್ವೀಜ ಮಾಸ ಕಾಲಿಟ್ಟಿತ್ತು. ಆದರೆ ಹೇಳಿದ ದಿನ ಮರ್ತು ಕಾಮಾತಿ ವೆರಣೆಗೆ ಬರಲಿಲ್ಲ ! ಅವನು ಬಾರದಿದ್ದುದರಿಂದ ಮದುವೆಯ ನಾಂದಿ ಇಡುವ ಕಾರ್ಯಕ್ರಮ ಕೂಡಾ ಮುಂದೆ ಬಿತ್ತು. ಎರಡು ಮೂರು ದಿನಗಳಾದರೂ ಅವನ ಸುಳಿವು ಕಾಣಲಿಲ್ಲ. ಮಾಳಪ್ಪಯ್ಯನವರಿಗೆ ಸೋಜಿಗ. ಏನಾಗಿರಬಹುದೆಂದು ಚಿಂತೆ. ಆದರೆ ಅವನಿಂದ ಸುದ್ದಿಯಿಲ್ಲ. ಕೊನೆಗೆ ಅವರಿಂದ ತಡೆಯಲಾಗಲಿಲ್ಲ. ಥಡ್ಡನನ್ನೂ ರಂಗಶರ್ಮರ ಮೊಮ್ಮಗ ದಾಮ್ಮು ಭಟ್ಟನನ್ನೂ

ಕಾವಳೆಗೆ ಕಳುಹಿಸಿ ನೋಡಿಬರಲು ನಿರ್ಧರಿಸಿದರು. ಅವರಿಬ್ಬರೂ ಹೊರಡುವ ದಿನ ಹರಹರಾ ಎಂಬಂತೆ ಸಪೂರ ಸಾಂತಯ್ಯ ಪೊರೋಬುವಿನ ಹೆಂಡತಿ ಹುಚ್ಚಿ ಸೀತಾಬಾಯಿ ತೀರಿಕೊಂಡಳು !

ಎರಡು ಮೂರು ವರ್ಷಗಳಿಂದ ಸೀತಾಬಾಯಿ ತೀರ ಇಳಿದು ಹೋಗಿದ್ದಳು. ಕೊಮಿನೋ ವೆರಣೆ ಬಿಟ್ಟ ಮೇಲೆ ತೆರವಾಗಿದ್ದ ಮನೆಯನ್ನು ಅವಳೇ ಆಕ್ರಮಿಸಿಕೊಂಡಿದ್ದಳು. ಅದು ಅವಳ ಸ್ವಂತದ ಮನೆ. ಆದರೆ ಗಂಡು ದಿಕ್ಕಿಲ್ಲದ ಮನೆಯಲ್ಲಿ ಆಕೆ ಒಬ್ಬಳೇ ಇರುವುದು ಮಾತ್ರ ವಿಚಿತ್ರವಾಗಿ ಕಾಣುತ್ತಿತ್ತು. ಕೊನೆಯ ತನಕ ಅವಳ ಹುಚ್ಚು ಇಳಿಯಲಿಲ್ಲ. ಮನೆಯೊಳಗಿಂದ ಸತ್ತ ಮಕ್ಕಳನ್ನು ನೆನೆಯುತ್ತಾ ಜೋಗುಳ ಹಾಡುತ್ತಿದ್ದಳು. ಮಾಳಪ್ಪಯ್ಯನವರ ಮನೆಯ ಅಂಗಳದಿಂದ ಶಂಖಪುಷ್ಪ, ಸಬ್ಜೆ, ಪಚ್ಚೆತೆನೆ, ಅಗಸ್ತ್ಯಮಲ್ಲಿಗೆ ಮುಂತಾದ ಹೂಗಳನ್ನು ತೆಗೆದು ತಲೆತುಂಬ ಮುಡಿದುಕೊಳ್ಳುವುದು. "ಅವರು ಇವತ್ತು ಬರುತ್ತಾರಂತೆ" ಎಂದು ಹೇಳುವುದು. ನೋಡಿದವರಿಗೆ ಕನಿಕರ ಅನ್ನಿಸುತ್ತಿತ್ತು. ಅವಳಿಗೆ ಮೊದಲಿನ ಹಾಗೆ ಕಿರುಚಲೂ ತ್ರಾಣವಿರಲಿಲ್ಲ. ಮಾಳಪ್ಪಯ್ಯನವರಿಗೆ ಕರುಣೆ ಮೂಡಿ ಅವಳಿಗೆ ದಿನಾ ಒಂದಿಷ್ಟು ಅನ್ನ ಹಾಕುವಂತೆ ಹೆಂಡತಿಗೆ ಹೇಳಿದ್ದರು. ಮೊದಮೊದಲು ಹಸಿವಾದಾಗ ಬರುತ್ತಿದ್ದ ಸೀತಾಬಾಯಿ ಆಮೇಲೆ ಬರುವುದನ್ನು ನಿಲ್ಲಿಸಿದ್ದಳು. ಹಾಗಾಗಿ ದಿನಾ ಧಡ್ಡ ಹೋಗಿ ಅವಳಿಗೆ ಊಟ ಕೊಟ್ಟು ಬರುತ್ತಿದ್ದ. ಉಂಡರೆ ಉಂಡಳು. ಇಲ್ಲದಿದ್ದರೆ ಇಲ್ಲ. ಎಣ್ಣೆ ಕಾಣದ ನೆತ್ತಿ. ಸ್ನಾನ ಮಾಡದ ವಿರೂಪ ಮೈ, ಸೀತಾಬಾಯಿಯ ಆರೋಗ್ಯವನ್ನು ಸಂಪೂರ್ಣ ಕಂಗೆಡಿಸಿತ್ತು. ಮಳೆಗಾಲದಲ್ಲಿ ಆಕೆ ಕೆಲವೊಮ್ಮೆ ಹಾಗೆಯೇ ಬಂದು ಒದ್ದೆಮುದ್ದೆಯಾಗಿ ಶಿಥಿಲವಾಗಿದ್ದಳು. ಧಡ್ಡನೇ ಅವಳ ಆರೈಕೆ ಮಾಡಿದ್ದ. ಕೊನೆಗೂ ಆಕೆ ತೀರಿಕೊಂಡಾಗ ವೆರಣೆಯ ಮಂದಿ "ಸಾವು ಅವಳನ್ನು ಬಿಡುಗಡೆ ಮಾಡಿತು" ಎಂದು ನಿಟ್ಟುಸಿರುಬಿಟ್ಟರು.

ಹಾಗಾಗಿ ಮಾಳಪ್ಪಯ್ಯನವರಿಗೆ ಮರ್ತುವಿನ ಬಗ್ಗೆ ತಿಳಿದುಕೊಳ್ಳಲು ಮತ್ತೆ ಹದಿನೈದು ದಿನಗಳು ದಾಟಿದುವು. ಅವರು ದಾಮ್ಮು ಭಟ್ಟನನ್ನು ಕರೆದು "ಮೊದಲು ಕಾವಳೆಯ ಮಠಕ್ಕೆ ಹೋಗು. ಯಾರನ್ನಾದರೂ ವಿಚಾರಿಸು. ಏನಾದರೂ ಸಾವುಗೀವುಗಳಾದ ಹೊಲೆಯಿದ್ದರೆ ಮಠದ ಭಟ್ಟರ ಮನೆಗೇ ಮರ್ತುವನ್ನು ಬರಲು ಹೇಳಿ ಅಲ್ಲಿಯೇ ಮಾತನಾಡು. ಮನೆಗೆ ಮಾತ್ರ ಹೋಗಲೇಬೇಡ. ಅವನೊಡನೆ ಮಾತಾಡಿದ ಮೇಲೆ ಯಾವಾಗ ಇತ್ತ ಬರುತ್ತಾನೆಂದು ನಿರ್ಧಾರ ತಿಳಿದು ಬರಬೇಕು. ನಿನ್ನ ಜೊತೆಯಲ್ಲಿ ಧಡ್ಡನೂ ಇರುತ್ತಾನೆ" ಎಂದರು.

ದಾಮ್ಮುಭಟ್ಟ ಧಡ್ಡನೊಡನೆ ಕಾವಳೆಗೆ ಹೋಗಿ ನಾಲ್ಕು ದಿನಗಳ ನಂತರ ಹಿಂದೆ ಬಂದು ಕೊಟ್ಟ ಸುದ್ದಿ ಮಾಳಪ್ಪಯ್ಯನವರನ್ನು ಸಿಡಿಲು ಬಡಿದಂತೆ ಬಡಿಯಿತು. ಮರ್ತು ಕಾಮಾತಿ ಸಂಸಾರ ಸಮೇತ ಕಿರಿಸ್ತಾನನಾಗಿದ್ದ. ದಾಮ್ಮುಭಟ್ಟ ಕಾವಳೆಯ ಮಠದಲ್ಲಿ ವಿಚಾರ ತಿಳಿದು ಅವನೊಡನೆ ಮಾತನ್ನೂ ಆಡದೆ ಮರಳಿ ಬಂದಿದ್ದ. "ಕಾವಳೆಯ ತುಂಬ

ಒಂದು ರಾಶಿ ಫರಂಗಿಯರು ಮಾಳಪ್ಪಯ್ಯ. ಮರ್ತು ಕಾಮಾತಿ ಮಳೆಗಾಲದಲ್ಲಿ ಇತ್ತ ಬಂದಿದ್ದಾಗ ಅಲ್ಲಿ ಇಲ್ಲಿ ಮತಾಂತರಗಳು ಆಗುತ್ತಾ ಇದ್ದುವಂತೆ'' ಎಂದು ಹೇಳಿದ ದಾಮ್ಮುಭಟ್ಟ "ವಿಟ್ಠು ಪೈಗೆ ನಿಶ್ಚಯವಾಗ ಸುಡುಗಿ ಲಂಗ ಹಾಕಿ ಓಡಾಡುವುದನ್ನು ನೋಡಿದೆ. ಅವರು ಈಗ ರಕುಮಾಬಾಯಿ ಅಲ್ಲವಂತೆ. ಇಸಾಬೆಲ್ಲ ಅಂತ ಹೆಸರಂತೆ ! ಅವಳ ಅಪ್ಪ ಸಾವಿರಸೋಜನಾಗಿದ್ದಾನೆ. ಪ್ರತೀ ಆದಿತ್ಯವಾರ ಚರ್ಚಿಗೆ ಹೋಗುತ್ತಾನಂತೆ. ಮಕ್ಕಳನ್ನೆಲ್ಲ ಶಾಲೆಗೆ ಸೇರಿಸಿದ್ದಾನಂತೆ. ಈ ಸಂಬಂಧ ಬಿಟ್ಟುಬಿಡಿ ಎಂದು ಮಠದಲ್ಲಿ ಹೇಳಿದರು'' ಎಂದೂ ಹೇಳಿದ. ಮಾಳಪ್ಪಯ್ಯನವರಿಗೆ ಇದನ್ನು ಕೇಳಿ ಬವಳಿ ಬಂದಂತಾಯಿತು. ರಾಧಾಬಾಯಿ ಅತ್ತೇ ಬಿಟ್ಟಳು.

ಮದುವೆ ಮುರಿದು ಹೋದ ಮೇಲೆ ಮಾಳಪ್ಪಯ್ಯನವರ ಜೀವ ಕುಗ್ಗಿಹೋಯಿತು. ರಾಧಾಬಾಯಿ ಹಾಸಿಗೆ ಹಿಡಿದವಳು ಏಳಲಿಲ್ಲ. "ನಮ್ಮ ವಿಟ್ಠುವಿಗೆ ಮದುವೆಯೇ ಆಗುವುದಿಲ್ಲವೇನೋ'' ಎಂಬ ವ್ಯಥೆ ಅವಳನ್ನು ಕಾಡತೊಡಗಿತು. ತನ್ನ ಹೆಂಡತಿಯ ದಿನಗಳು ದೂರವಿಲ್ಲ ಎಂಬ ಅನಿಸಿಕೆ ಬಂದು ಮಾಳಪ್ಪಯ್ಯ ದಿಕ್ಕೆಟ್ಟರು. ಹಗಲೂ ರಾತ್ರಿ ಮಗನ ಮದುವೆಯ ಬಗ್ಗೆ ಯೋಚಿಸುತ್ತಾ ಇದ್ದ ಹೆಂಡತಿಯ ಬಳಿ ಕುಳಿತಾಗ ಮಾಳಪ್ಪಯ್ಯನವರಿಗೆ ಕೂಡಾ ಒಮ್ಮೆಲೇ ಮುದಿತನ ಬಂದಂತಾಯಿತು. ಅವರಿಗೂ ವಯಸ್ಸು ಐವತ್ತಾಗಿತ್ತು!

ಕುಂಬಳೆಯ ಮುಳಿಹುಲ್ಲಿನ ಮನೆಯ ಚಾವಡಿಯಲ್ಲಿ ಕಾಲುಚಾಚಿ ಕುಳಿತು ಕಥೆ ಹೇಳುತ್ತಿದ್ದ ವಿಟ್ಠು ಪೈ ಮೊಮ್ಮಗನಿಗೆ "ಮದುವೆ ಹೆಂಡತಿ ಸಂಸಾರ ಅಂತ ಮನಸ್ಸು ತೊಡಗಿಸುವ ಪ್ರಾಯ ನನಗೆ ಬಂದಿತ್ತು ಅಂತ ತಿಳಿಯಬೇಡವೋ ರಾಚ್ಲೂ, ಫರಂಗಿ ಜನ ನಮ್ಮವರನ್ನು ಎಳೆದೆಳೆದು ಅವರ ಮತಕ್ಕೆ ಹಚ್ಚುತ್ತಿದ್ದ ಕಥೆಗಳು ನಮ್ಮೆಲ್ಲರ ಭಾವನೆಯನ್ನು ಆವರಿಸುತ್ತಿದ್ದ ದಿನಗಳವು. ಆದರೂ ಕಾವಳೆಯ ಮರ್ತು ಕಾಮಾತಿಯ ಮಗಳು ಮಾಲುಗಂಣಿನ ರಕುಮಾಬಾಯಿಯ ಜೊತೆ ಸಂಸಾರ ಹೂಡಲು ಮನಸ್ಸಿನಲ್ಲೇ ನನ್ನನ್ನು ನಾನು ತೊಡಗಿಸುತ್ತಿದ್ದೆ. ಅವಳು ಇಸಾಬೆಲ್ಲಳಾದುದು ನನಗೂ ಮದುವೆಯಿಂದ ಒಂದಷ್ಟು ವಿಮುಖನಾಗುವಂತೆ ಮಾಡಿತ್ತು. ಅಂತಹ ದಿನಗಳಲ್ಲಿ ಅಪ್ಪ ಹೇಳಿದರೂ ನಾನು ಇನ್ನೊಂದು ಮದುವೆಗೆ ಒಪ್ಪುವ ಸ್ಥಿತಿಯಲ್ಲಿರಲಿಲ್ಲ. ಮದುವೆ ಮುರಿದ ಆರೇ ಮಾಸಗಳಲ್ಲಿ ಅಮ್ಮ ತೀರಿಕೊಂಡಳು'' ಎಂದು ಹೇಳಿ ಕಂಣೀರು ಮಿಡಿದಿದ್ದ.

ರಾಧಾಬಾಯಿಯ ಜೊತೆ ವಿಟ್ಠು ಪೈಗೆ ಬಳಕೆ ಇತ್ತೆಂದಲ್ಲ. ಆದರೆ ಮಾತೃವಾತ್ಸಲ್ಯದಲ್ಲಿ ಒಂದಿಷ್ಟೂ ಕೊರತೆ ತೋರಿಸದೇ ಜೀವ ತೇಯ್ದ ಅವಳು

ತೀರಿಕೊಂಡಾಗ ಮಾತ್ರ ವಿಟ್ಠು ಪೈಗೆ ತಾನು ಮದುವೆಯಾಗಿದ್ದರೆ ಚೆನ್ನಾಗಿತ್ತೇನೋ ಎಂದನ್ನಿಸಿತ್ತು. ಯಾಕೆಂದರೆ ಮಾಳಪ್ಪಯ್ಯ ಹೆಂಡತಿ ಸತ್ತ ಮೇಲೆ ಸಂಪೂರ್ಣ ಮಾತು ನಿಲ್ಲಿಸಿದರು. ಮನೆಯಿಂದ ಹೊರಗೂ ಬರುತ್ತಿರಲಿಲ್ಲ. ಯಾರೊಡನಾದರೂ ಮಾತನಾಡಲು ಉದಾಸೀನ. ಅವರ ತಂದೆ ಇದ್ದಾಗ ಭರಭರಾಟೆಯಿಂದ ನಡೆಯುತ್ತಿದ್ದ ವ್ಯಾಪಾರ ಎಂದೋ ಮುಚ್ಚಿ ಹೋಗಿತ್ತು. ಮೂವರು ಮಕ್ಕಳು ಸತ್ತಿದ್ದರು. ನಿತ್ಯ ರೋಗಿಯಾದ ಹೆಂಡತಿ ಕೊನೆಗೂ ಅಗಲಿದಳು. ಹೊಡೆತದ ಮೇಲೆ ಹೊಡೆತ ಬಿದ್ದಂತೆ ಅವರು ಕೃಶಕಾಯರಾದರು. ಕೂದಲು, ಗಡ್ಡ ಎಲ್ಲವೂ ಬೆಳ್ಳಗಾದುವು. ಹಜಾರದಲ್ಲಿ ಕುಕ್ಕುರುಗಾಲಲ್ಲಿ ಕುಳಿತು ಪಿಳಿಪಿಳಿ ಎಂದು ಕಂಣು ಬಿಡುತ್ತಿದ್ದ ಅವರನ್ನು ಕಂಡವರೆಲ್ಲ ಆಶ್ಚರ್ಯ ಪಡುವಂತಾಯಿತು.

''ವಿಟ್ಠೂ ಇನ್ನು ಬೇಸಾಯ ವ್ಯವಹಾರ ಎಲ್ಲ ನೀನೇ ನೋಡಬೇಕೋ. ನನ್ನಿಂದ ಆಗುವುದಿಲ್ಲ. ನಿನಗೂ ಪ್ರಾಯ ಬಂದಿದೆ. ಮನೆತನದ ಕಾರ್ಯಭಾರವೆಲ್ಲ ನಿನ್ನ ಕೈಯಲ್ಲಿಡುತ್ತೇನೆ. ನಾನು ಯಾವುದರಲ್ಲೂ ಇಲ್ಲ'' ಎಂದು ಹೇಳಿದರು. ವಿಟ್ಠು ಪೈ ವ್ಯವಹಾರ ನೋಡುತ್ತಿರಲಿಲ್ಲ ಅಂತಲ್ಲ, ಆದರೆ ಜವಾಬ್ದಾರಿ ಹೊತ್ತಿರಲಿಲ್ಲ. ಈಗ, ಮದುವೆಯ ಮೊದಲೇ ಆಡಳಿತ ಅವನ ಕೈಗೆ ಬಂತು. ಅವನ ವಯಸ್ಸಿನವರಿಗೆಲ್ಲ ಮದುವೆಯಾಗಿತ್ತು. ರಾಮಕ್ರಿಷ್ಣ ಗೋರೆಯ ಮಗ ಚಂದ್ರಪ್ಪ ಗೋರೆಗೆ, ಬೆಲ್ಲದ ಬಿಕ್ಕು ಪೊರೋಬುವಿನ ಮಗ ಮಾಧೋ ಪೊರೋಬುವಿಗೆ, ಮೇಲಿನ ಮನೆ ತೋಕು ಮ್ಹಾಲ್ಲೋನ ಮಗ ವೆಂಕು ಮ್ಹಾಲ್ಲೋನಿಗೆ, ಮೊಷ್ಣು ಕಾಮಾತಿಯ ಮಗ ಆನ್ನು ಕಾಮಾತಿಗೆ, ನಾಗೇಶ ಹೆಗ್ಗಡೆಯ ಮಗ ಪಾಂಡು ಹೆಗ್ಗಡೆಗೆ - ಎಲ್ಲರಿಗೂ ಮದುವೆಯಾಗಿತ್ತು. ಆಗಿಲ್ಲ ಎಂದರೆ ವಿಟ್ಠು ಪೈಗೆ ಮಾತ್ರ !

□

೮

'ಹದಿನೆಂಟನೆಯ ವಯಸ್ಸಿನಲ್ಲಿ ಮೊದಲು ಗೋವಾ ನೋಡಿದ್ದು' ಎಂದು ವಿಟ್ಠುಪೈಗೆ ನೆನಪು. ಚೊನ್ನದ ಮದುವೆಯಿಂದ ಮರಳಿ ಬರುವಾಗ ಗೋವೆಗೆ ಬಂದಿದ್ದರೂ ಆಗ ಒಬ್ಬನೇ ಎಲ್ಲೂ ಹೋಗಿರಲಿಲ್ಲ. ನೋಡಿದ್ದು ತಲೆಯಲ್ಲುಳಿಯುವ ಪ್ರಾಯವಲ್ಲ ಅದು. ಆದರೆ ಹದಿನೆಂಟನೆಯ ವಯಸ್ಸಿನಲ್ಲಿ ಗೋವೆಯ ಪಟ್ಟಣಕ್ಕೆ ಹೋದ ನೆನಪು ಚೆನ್ನಾಗಿ ಉಳಿದಿತ್ತು. ವ್ಯಾಪಾರ ವಸ್ತುಗಳನ್ನು ಕೊಳ್ಳಲೆಂದೋ ಮಾರಲೋ ಈಗ ವಿಟ್ಠು ಪೈ ಗೋವೆಗೆ ಒಬ್ಬನೇ ಹೋಗಿ ಬರುತ್ತಿದ್ದ. ಗೋವೆಯೂ ಈಗ ಬದಲಾಗಿತ್ತು. ಮಾಂಡೋವಿ ನದಿಯ ದಡದಲ್ಲಿ ಫರಂಗಿ ಜನರ ಹೊಸ ಗೋವೆ ಎದ್ದಿತ್ತು. ವಿಟ್ಠು ಪೈಗೆ ಕೆಲಸವಿರುವುದು ನೋವೀಸರ ಹಳೆಯ ಗೋವೆಯಲ್ಲಿಯಾದರೂ ಅವನು ಹೊಸ ಗೋವೆಗೂ ಆಗೊಮ್ಮೆ ಈಗೊಮ್ಮೆ ಹೋಗಿ ಕಾಲಾಡಿಸಿ ಬರುವುದುಂಟು. ವಿಶಾಲವಾದ ಬೀದಿಗಳು, ದೊಡ್ಡ ದೊಡ್ಡ ಮಹಡಿಯ ಕಟ್ಟಡಗಳು, ಸದಾ ಗುಜುಗುಜು ತುಂಬಿರುವ ಸಂತೆ, ಫರಂಗಿ ಜನರ ಮದ್ಯ ಮಾರುವ ವಿಶ್ರಾಂತಿ ಗೃಹಗಳು ಎಲ್ಲ ಅಲ್ಲಿದ್ದುವು. ಅದಕ್ಕೆ ಹೋಲಿಸಿದರೆ ಬಿಕೋ ಎನ್ನುವ ಹಳೆಯ ಗೋವೆ. ಫರಂಗಿ ಜನ ಎಂದೂ ನೋವೀಸ್‌ರನ್ನು ಸರಿಸಮಾನರಾಗಿ ಕಾಣಲಿಲ್ಲ. ಶಾಲೆಯಲ್ಲಿ, ಚರ್ಚುಗಳಲ್ಲಿ, ಸಂತೆಗಳಲ್ಲಿ ಎಲ್ಲೆಲ್ಲೂ ಅವರದ್ದು ಎರಡನೆಯ ಪಂಕ್ತಿಯೇ !

ಗೋವೆಯಲ್ಲಿ ಹೆಚ್ಚು ಬ್ರಾಹ್ಮಣರ ಮನೆಗಳು ಉಳಿದಿರಲಿಲ್ಲ. ಕತ್ತಲೆ ಕೋಣೆಯಲ್ಲಿ ಕಸ ಬಳಿದರೆ ಅಲ್ಲಲ್ಲಿ ಉಳಿಯುವ ಹಾಗೆ ಒಂದೆರಡು ಸಂಸಾರಗಳು. ಒಂದು ಕಾಲದಲ್ಲಿ ಬ್ರಾಹ್ಮಣರ ಪ್ರಮುಖ ಅಗ್ರಹಾರವಾಗಿದ್ದ ಗೋವೆ ಈಗ ಕಿರಿಸ್ತಾನರ ವಾಡೆಯಾದುದು ಆಶ್ಚರ್ಯವಾದರೂ ಸಹಜ. ಫರಂಗಿ ಜನ ಮೊದಲು ಕಾಲಿಟ್ಟದ್ದು ಇಲ್ಲಿ. ನೂರಕ್ಕೆ ತೊಂಭತ್ತೈದು ಮಂದಿ ಈಗ ಕಿರಿಸ್ತಾನರಾಗಿ ಪರಿವರ್ತನೆಗೊಂಡಿದ್ದರು. ವಿಟ್ಠು ಪೈಗೆ ಊಟದ ಹೊತ್ತೇ ಕಷ್ಟ. ಅವನು ಹಿಂದಿನ ಪರಿಚಯದ ಮೇಲೆ ಅಪ್ಪಣ್ಣ ಭಟ್ಟರ ಮನೆಗೆ ಹೋಗುತ್ತಿದ್ದ. ಅಲ್ಲಿ ಸ್ನಾನ ಮಾಡಿ, ಜಪ ಮುಗಿಸಿ ಊಟವಾದ ಮೇಲೆ ಹೊರಡುತ್ತಿದ್ದ. ಹಳ್ಳಿಯಿಂದ ಬರುವ ಕಾರಣ ಅಕ್ಕಿ, ತೆಂಗಿನಕಾಯಿ, ತರಕಾರಿಗಳನ್ನು ಅವನು ತರುತ್ತಿದ್ದುದರಿಂದ ಅಪ್ಪಣ್ಣ ಭಟ್ಟರಿಗೆ ಅಷ್ಟು ಕಷ್ಟವಾಗುತ್ತಿರಲಿಲ್ಲ. ಅವರೂ ವಿಶ್ವಾಸದಿಂದಲೇ ಮಾತಾಡಿಸುತ್ತಿದ್ದರು.

ವೆರಣೆಯ ಮನೆಯಲ್ಲಿ ಈಗ ಅಡುಗೆ ಮಾಡಲೂ ಹೆಂಗಸರಿರಲಿಲ್ಲ. ರಾಧಾಬಾಯಿ ತೀರಿಕೊಂಡ ಮೇಲೆ ಮ್ಹಾಳಶಿಮಾಂಯಿಯ ಪೂಜೆಗೆ ಬಂದ ದಾಮ್ಮುಭಟ್ಟನ ತಾಯಿ

ಗಂಗಾಬಾಯಿ ಬಂದು 'ಶಿತ್ತಾಡೊ'* ಮುಗಿಸಿ, ಅಡುಗೆ ಮಾಡಿಟ್ಟು ಹೋಗುತ್ತಿದ್ದಳು. ರಂಗಶರ್ಮರೂ ಅವರ ಮಗನೂ ತೀರಿಕೊಂಡ ಮೇಲೆ ಆ ವಿಧವೆಗೆ ಯಾರೂ ದಿಕ್ಕಿರದ ಹೊತ್ತಿನಲ್ಲಿ ಮಾಳಪ್ಪಯ್ಯನವರು ಹೊಟ್ಟೆಬಟ್ಟೆಗೆ ಮಾಡಿಕೊಟ್ಟುದರಿಂದ ಆಕೆಗೆ ಅವರೆಂದರೆ ತುಂಬ ಗೌರವ. ಆದರೆ ಆಕೆಗೂ ವಯಸ್ಸಾದುದರಿಂದ ಮಾಳಪ್ಪಯ್ಯನವರು ಮಕ್ಕಳಿಗೆ ಬೇಗ ಮದುವೆ ಮಾಡಿಸಬಾರದ ಎಂದುಕೊಳ್ಳುತ್ತಿದ್ದಳು. ಅದನ್ನು ಅವರೆದುರು ಹೇಳುವ ಧೈರ್ಯ ಮಾತ್ರ ಆಕೆಗೆ ಹುಟ್ಟಲಿಲ್ಲ. ಮನೆಯ ಹಜಾರದಲ್ಲಿ ಯಾವಾಗಲೂ ಮಲಗಿಕೊಳ್ಳುತ್ತಿದ್ದ ಮಾಳಪ್ಪಯ್ಯ ಮನೆ ಅತಂತ್ರವಾಗಿರುವುದನ್ನು ಕಂಡರೂ ಹೆಂಡತಿ ತೀರಿಕೊಂಡ ಮೇಲೆ ಎಲ್ಲದರಲ್ಲೂ ಉದಾಸೀನರೇ. ಯಾವುದರಲ್ಲೂ ಉತ್ಸಾಹವಿಲ್ಲ. ಎಲ್ಲ ನೇರವಾಗಿದ್ದಿದ್ದರೆ ವಿಟ್ಠು ಪೈಗೆ ಮದುವೆಯಾಗಿ ನಾಲ್ಕು ವರ್ಷಗಳಾದರೂ ಆಗಿರುತ್ತಿತ್ತು. ಈಗ ಮನೆಯ ಹಜಾರದಲ್ಲಿ ತಾತನ ಜೊತೆ ಮೊಮ್ಮಗ ಆಡುತ್ತಿರುತ್ತಿದ್ದ; ಎಂದುಕೊಳ್ಳುವಾಗಲೇ ಇದನ್ನೆಲ್ಲ ನೋಡಲು ಹೆಂಡತಿ ಇಲ್ಲವಲ್ಲ ಎಂಬ ಕೊರಗು.

ಮಾಳಪ್ಪಯ್ಯನವರಿಗೇ ಹೆಂಣು ಕೊಡಲು ಯಾರೂ ಬರುತ್ತಿರಲಿಲ್ಲವೆಂದಲ್ಲ. ಆ ಪ್ರಾಯದಲ್ಲಿ ಮದುವೆಯಾಗುವುದು ವಿಶೇಷವಲ್ಲ. ಅಕ್ಕಪಕ್ಕದ ಅಗ್ರಹಾರಗಳಲ್ಲಿ ಐವತ್ತು ದಾಟಿದ ಮೇಲೆ ಎರಡನೆಯ ಮದುವೆಯಾದವರು ಹಲವು ಮಂದಿ. ಕೇಳೋಶಿಯ ಗೃಹಸ್ಥರೊಬ್ಬರು ನಾಲ್ಕಾರು ಸಲ ಅವರಿಗೇ ಜಾತಕ ಕೊಡಲು ಬಂದಿದ್ದರು ! ಆದರೆ ಮಾಳಪ್ಪಯ್ಯನವರ ಮನಸ್ಸು ಒಪ್ಪಲಿಲ್ಲ. ಮದುವೆಯೇ ಬೇಡವೆಂದು ಕೂತರು. ಇಂಥ ದಿನಗಳಲ್ಲಿ ಮಗ ಮಾಸದಲ್ಲಿ ಮೂರು ಬಾರಿ ಗೋವೆಗೆ ಹೋಗುವುದನ್ನು ಗಮನಿಸಿ ಅವರಿಗೆ ಯೋಚನೆಗಿಟ್ಟುಕೊಂಡಿತ್ತು. ಒಂದು ದಿನ ಅವರು "ಗೋವೆಗೆ ಹೋದವನು ಅಪ್ಪಣ್ಣ ಭಟ್ಟರ ಮನೆಗೆ ಯಾವತ್ತಾದರೂ ಹೋಗಿದ್ದಿಯೇನೋ?" ಎಂದು ಕೇಳಿದ್ದರು. ವಿಟ್ಠು ಪೈ "ಹೂಂ" ಅಂದಿದ್ದ. "ಅವರ ಮಕ್ಕಳಿಗೆ ಮದುವೆಯಾಯಿತಂತೋ?" ಎಂದು ಕೇಳಿದರು. ಅಪ್ಪಣ್ಣ ಭಟ್ಟರ ಮನೆಯಲ್ಲಿ ಯಾವಾಗಲೂ ತುಂಬ ಜನರು. ಊಟಕ್ಕೆಂದು ಹೋಗುವ ಅವನು ಅಲ್ಲಿಯವರ ಬಗ್ಗೆ ಎಂದೂ ಯೋಚಿಸಿರಲಿಲ್ಲ.

ಮುಂದೊಂದು ದಿನ ಮಗ ಗೋವೆಯ ಕಡೆಗೆ ಹೊರಟಾಗ ಮಾಳಪ್ಪಯ್ಯ "ನಾನೂ ಬರುತ್ತೇನೆ. ನನಗೂ ಗೋವೆಯಲ್ಲಿ ಸ್ವಲ್ಪ ಕೆಲಸವಿದೆ" ಎಂದು ಹೊರಟು ನಿಂತರು. ವಿಟ್ಠು ಪೈಗೆ ಆಶ್ಚರ್ಯ. "ಏನು ಕೆಲಸ?" ಎಂದು ಅವನು ಸಹಜವಾಗಿ ಕೇಳಿದ. ಮಾಳಪ್ಪಯ್ಯ ಸಿಟ್ಟಾದರು. "ಅದೆಲ್ಲ ನಿನಗೆ ಯಾಕೆ? ಚಕ್ಕಡಿ ಸಿದ್ಧಮಾಡು" ಎಂದರು. ತಂದೆಗೆ ಕಾಯಿಲೆ ಎಂದು ವಿಟ್ಠು ಪೈಗೆ ಆತಂಕ. ಆದರೂ ಇಲ್ಲವೆನ್ನಲಾಗದೇ ಅವರ ಪ್ರಯಾಣಕ್ಕೆ ಸಿದ್ಧ ಮಾಡಿದ. ವೆರಣೆಯಲ್ಲಿ ಧಡ್ಡನಿಗೆ ಮನೆ ನೋಡಿಕೊಂಡಿರಲು ಹೇಳಿ ತಾನು ಬರುವುದು ಎರಡು ದಿನ ತಡವಾಗಬಹುದೆಂದ ಮಾಳಪ್ಪಯ್ಯ ಗೋವೆಯಲ್ಲಿ ನೇರ ಅಪ್ಪಣ್ಣ ಭಟ್ಟರ ಮನೆಗೇ ಹೋದರು. ಅವರನ್ನು ಅಲ್ಲಿಯೇ ಬಿಟ್ಟು ವಿಟ್ಠು ಪೈ ತನ್ನ ಕೆಲಸಗಳಿಗಾಗಿ ಹೊರಗೆ ಹೋದ.

---

* ಶಿತ್ತಾಡೊ = ಸೌದೆಯ ಒಲೆಯನ್ನು ದಿನಾ ಬೆಳಗ್ಗೆದ್ದು ಸೆಗಣಿಯಿಂದ ಸ್ವಚ್ಛಗೊಳಿಸುವ ಕ್ರಿಯೆ.

ಹಲವು ವರ್ಷಗಳ ನಂತರ ಮಾಳಪ್ಪಯ್ಯ ಅಪ್ಪಣ್ಣ ಭಟ್ಟರನ್ನು ನೋಡಿದ್ದು. ಅಪ್ಪಣ್ಣ ಭಟ್ಟರ ಪರಿಸ್ಥಿತಿ ಇನ್ನೂ ಬಿಗಡಾಯಿಸಿತ್ತು. ಅವರು ಮೊದಲ ಮಗಳ ಮದುವೆಯನ್ನೇನೋ ಮಾಡಿ ಮುಗಿಸಿದ್ದರು. ಆದರೆ ಇನ್ನೆರಡು ಮಕ್ಕಳು ಕಾದು ಕುಳಿತಿದ್ದರು. ಮದುವೆ ಮಾಡುವ ಅನುಕೂಲ ಏನೇನೂ ಸಾಲದು. ಹೊಟ್ಟೆ ಹೊರೆಯುವುದೇ ಕಷ್ಟವಾಗಿದ್ದ ಸಮಯದಲ್ಲಿ ಮದುವೆ ಹೇಗೆ ಮಾಡಿಯಾರು? ಅಂಥ ಪರಿಸ್ಥಿತಿಯಲ್ಲೂ ಅವರು ಮಾಳಪ್ಪಯ್ಯನವರನ್ನು ವಿಶ್ವಾಸ ಪೂರ್ವಕವಾಗಿ ಬರಮಾಡಿಕೊಂಡರು. ಮಾಳಪ್ಪಯ್ಯ ಸ್ನಾನ ಮುಗಿಸಿ ಊಟ ಮಾಡಿ, ಸ್ವಲ್ಪ ಹೊತ್ತು ವಿಶ್ರಾಂತಿ ಪಡೆದ ಮೇಲೆ ಅಪ್ಪಣ್ಣ ಭಟ್ಟರನ್ನು ಎದುರಿಗೆ ಕೂರಿಸಿ "ಭಟ್ರೋ, ನಿಮ್ಮ ಮಗಳ ಪ್ರಾಯವೆಷ್ಟು?" ಎಂದು ಕೇಳಿದರು. ಅಪ್ಪಣ್ಣ ಭಟ್ಟರು ನೋವಿನಿಂದಲೇ ಮಗಳ ವಯಸ್ಸು ಹೇಳಿ "ನಿಮ್ಮ ಕಡೆ ಯಾವುದಾದರೂ ಗಂಡಿದ್ದರೆ ಹೇಳಿ ಒಂದು ಉಪಕಾರ ಮಾಡಿ" ಎಂದರು. ಅದಕ್ಕೆ ಮಾಳಪ್ಪಯ್ಯ "ನಿಮ್ಮ ಮಗಳನ್ನು ನಮ್ಮ ಸೊಸೆಯಾಗಿ ತರುವುದೆಂದು ನಿರ್ಧಾರ ಮಾಡಿದ್ದೇನೆ. ನಮಗೆ ದೇವರು ಕೊಟ್ಟದ್ದು ಸಾಕಷ್ಟು ಇದೆ. ಹಾಗಾಗಿ ನಿಮ್ಮಿಂದ ಏನು ಸಾಧ್ಯವೋ ಅದನ್ನು ಮಾಡಿ. ನಮಗೆ ಬೇಕಾದ್ದು ನಮ್ಮ ಧರ್ಮದಲ್ಲಿ ಉಳಿಯಬಹುದೆಂದು ಕಾಣುವ ಹೆಣ್ಣು. ಮದುವೆಯೂ ದೊಡ್ಡ ರೀತಿಯಲ್ಲಿ ಆಗಬೇಕೆಂದಿಲ್ಲ. ಶಾಸ್ತ್ರೋಕ್ತವಾಗಿ ಧಾರೆ ಎರೆದುಕೊಡಿ. ಮದುವೆಯೆಂದು ಹನ್ನೆರಡು ಜನ ಬ್ರಾಹ್ಮಣರಿಗೆ ಊಟ ಹಾಕಿಸಿ. ಸಾಕು. ಒಪ್ಪುವುದಾದರೆ ಹೇಳಿ" ಎಂದರು. ಅಪ್ಪಣ್ಣ ಭಟ್ಟರು ಆಶ್ಚರ್ಯ ಮತ್ತು ಸಂಭ್ರಮಗಳಿಂದ ಮೂಕರಾದರು. ಕಣ್ಣುಗಳು ತುಂಬಿ ಬಂದುವು. ಮಾಳಪ್ಪಯ್ಯನವರ ಕಾಲುಗಳಿಗೆ ಸಾಷ್ಟಾಂಗ ಎರಗಿ "ಕನ್ಯಾಸೆರೆಯಿಂದ ನನ್ನನ್ನು ಬಿಡುಗಡೆ ಮಾಡುತ್ತಿರುವುದಕ್ಕೆ ಏನು ಹೇಳಬೇಕೋ ಗೊತ್ತಾಗುವುದಿಲ್ಲ ಮಾಳಪ್ಪಯ್ಯ" ಎಂದು ಗದ್ಗದಿತರಾಗಿ ಹೇಳಿದರು. ಮದುವೆಯನ್ನು ಮುಂದಿನ ಮಾಸವೇ ನಡೆಸಬೇಕೆಂದರು ಮಾಳಪ್ಪಯ್ಯ. ಸಂಜೆಯ ಹೊತ್ತಿಗೆ ವಿಟ್ಠು ಪೈ ಬಂದಾಗ "ಇವರ ಮಗಳ ಜೊತೆ ನಿನ್ನ ಮದುವೆ ಮಾಡಬಹುದೆಂದು ನಿಶ್ಚಯಿಸಿದ್ದೇವೋ ವಿಟ್ಠೂ" ಎಂದು ಕರೆದು ಹೇಳಿದರು. ವಿಟ್ಠು ಪೈ "ಆಗಲಿ" ಎಂದು ಸಮ್ಮತಿ ಸೂಚಿಸಿದ.

ಅವನು ಅಪ್ಪಣ್ಣ ಭಟ್ಟರ ಮಗಳನ್ನು ಹಿಂದೆ ನೋಡಿದ್ದ. ಆದರೆ ಆಕೆ ತನ್ನ ಹೆಂಡತಿಯಾಗಿ ಬರಬಹುದೆಂಬ ಭಾವನೆ ಅವನಲ್ಲಿ ಹುಟ್ಟಿರಲಿಲ್ಲ. ಎಷ್ಟೋ ಸಮಯದ ಬಳಿಕ ಅವನಿಗೆ ಮಗ ಅಡ್ಡದಾರಿ ಹಿಡಿಯುತ್ತಾನೇನೋ ಎಂಬ ಅನುಮಾನ ಬಂದು ಅಪ್ಪ ಈ ಹುಡುಗಿಯನ್ನು ತನಗೆ ಮದುವೆ ಮಾಡಿಸಿದರು ಎಂದನ್ನಿಸಿ ನಗು ಬಂದಿತ್ತು. ಆ ಕ್ಷಣದಲ್ಲಿ ಮಾತ್ರ ವೆರಣೆಯ ಹಜಾರದಲ್ಲಿ ಕುಳಿತು ಫಲ್ಗುಣಿ ನದಿಯ ಬಳಿಗೆ ಹೋಗಿ ಬಾರೋ, ಇಲ್ಲವೇ ಗದ್ದೆಯ ಕಡೆಗೆ ಹೋಗಿ ಬಾರೋ ಎಂದು ಹೇಳಿದರೆ ಆಗಲಿ ಅನ್ನುವ ಹಾಗೆ ಅತ್ಯಂತ ಸರಳವಾಗಿ "ಆಗಲಿ" ಎಂದಿದ್ದ. ವಿಟ್ಠು ಪೈ ವರನಾಗಿ ಬಂದುದು ನಿಜವಾಗಿಯೂ ಸಂಭ್ರಮಗೊಳಿಸಿದ್ದು ಅಪ್ಪಣ್ಣ ಭಟ್ಟರನ್ನು. ಅವರು ಅದು ತನಕ ತಿಳಿದುಕೊಂಡದ್ದು ಮಾಳಪ್ಪಯ್ಯನವರು ಕೇಳುತ್ತಿರುವುದು ತಮ್ಮ ಮೂಗ ಕಿವುಡ ಮಗನಿಗೆ

ಎಂದು. ಆದರೆ ಅದು ಈ ಹುಡುಗನಿಗೆ ಎಂದು ತಿಳಿದಾಗ ಅವರು "ಅವಳ ಜಾತಕದಲ್ಲಿ ಗಜಕೇಸರಿ ಯೋಗವಿದೆ ಎಂದು ನನಗೆ ತಿಳಿದಿತ್ತು" ಎಂದು ಹೇಳಿದರು.

ಆ ರಾತ್ರಿ ವಿಟ್ಠು ಪೈಗೆ ಭರ್ಜರಿ ಔತಣವಾಯಿತು. ಅಪ್ಪಣ್ಣ ಭಟ್ಟರು ಶಕ್ತಿಮೀರಿ ಒಂದು ಉಡುಗೊರೆಯನ್ನು ಓದಿಸಿದರು. ಹಸೆಮಣೆಯ ಮೇಲೆ ಗಂಡನ್ನೂ ಹೆಣ್ಣನ್ನೂ ಕುಳ್ಳಿರಿಸಿ ಸುವಾಸಿನಿಯರು ಆರತಿ ಎತ್ತಿದರು. ಊರಿಗೆ ಬಂದು ಈ ಶುಭ ಸಮಾರಂಭದ ವಿವರ ಹೇಳಿದಾಗ ಧಡ್ಡ ಆನಂದದಿಂದ ಕುಣಿದಾಡಿದ. ಅಪ್ಪಣ್ಣ ಭಟ್ಟರ ಮಗಳನ್ನು ಅವನೂ ನೋಡಿದ್ದರಿಂದ ಒಳ್ಳೆಯ ಜೋಡಿ ಎಂದು ತನ್ನ ಒಪ್ಪಿಗೆ ಸೂಚಿಸಿದ. ವಿಟ್ಠು ಪೈಯನ್ನು ಕರೆದು ತನ್ನ ಮೂಕಭಾಷೆಯಲ್ಲಿ "ಇನ್ನು ನೀನು ಹುಡುಗನಲ್ಲ, ಗೃಹಸ್ಥನಾಗುತ್ತೀ. ಜವಾಬ್ದಾರಿ ಬರುತ್ತದೆ. ಖುಷಿ ಕಂಡ ಹಾಗೆ ಇರುವುದಲ್ಲ, ಬೇರೆಯ ಮನೆಯ ಹೆಣ್ಣು ತಂದು ಅವಳನ್ನು ಗೋಳು ಹುಯ್ಯಬೇಡ" ಎಂದು ತಿಳಿಹೇಳಿದ. ಮದುವೆಯ ತಯಾರಿಯೆಲ್ಲ ತನ್ನದು, ತಾನು ಹೇಳಿದ ಹಾಗೆ ಎಲ್ಲರೂ ಕೇಳಬೇಕು ಎಂದು ಆಗ್ರಹಪಡಿಸಿದ.

ಮುಂದಿನ ತಿಂಗಳಿನಲ್ಲಿಯೇ, ವಿಟ್ಠು ಪೈಗೆ ಅಪ್ಪಣ್ಣ ಭಟ್ಟರ ಎರಡನೆಯ ಮಗಳ ಜೊತೆ ವಿವಾಹ ನಡೆಯಿತು. ಮದುವೆಯೇನೂ ಭರ್ಜರಿಯಾಗಿ ನಡೆಯಲಿಲ್ಲ. ಅಪ್ಪಣ್ಣ ಭಟ್ಟರು ಅಷ್ಟಿಷ್ಟು ಸಾಲ ಮಾಡಿ, ಶಾಸ್ತ್ರೋಕ್ತವಾಗಿ, ಏನೂ ಚ್ಯುತಿ ಬಾರದಂತೆ ಮದುವೆ ನಡೆಸಿದರು. ಆಗ ಮಾಳಪ್ಪಯ್ಯ ತಮ್ಮ ಮದುವೆ ನಡೆದ ಸಂಭ್ರಮವನ್ನು ಜ್ಞಾಪಿಸಿಕೊಂಡದ್ದು ಸಹಜ. ಅಷ್ಟು ಠೀವಿಯಿಂದ, ಭರ್ಜರಿಯಿಂದ ತಮ್ಮ ಮಗನಿಗೆ ತಾವು ಮದುವೆ ಮಾಡಿಸಲಿಲ್ಲ ಎಂದು ಕೊರಗಿದ್ದುದೇನೋ ನಿಜ. ಆದರೆ ಮಗನಿಗೆ ಮದುವೆ ಮಾಡಿಸಿ ಗೆದ್ದೆ ಎಂದು ತೃಪ್ತರಾದರು.

ಅಪ್ಪಣ್ಣ ಭಟ್ಟರು "ಮಗಳು ಮೈನೆರೆಯುವ ತನಕ ಇಲ್ಲಿಯೇ ಇರಲಿ, ಆಮೇಲೆ ಪ್ರಸ್ತ ಮಾಡಿದರಾಯಿತು. ಹೇಗಿದ್ದರೂ ಹೆಂಡತಿಯನ್ನು ನೋಡಲು ಆಗಾಗ ನಿಮ್ಮ ಹುಡುಗ ಗೋವೆಗೆ ಬರುತ್ತಲೇ ಇರುತ್ತಾನಲ್ಲ?" ಎಂದರು. ಮಾಳಪ್ಪಯ್ಯ ಬೇಡ ಎನ್ನಲಿಲ್ಲ. ಈಗ ಅವರಿಗೆ ಮಗ ಗೋವೆಗೆ ಹೋಗಿ ಬರುತ್ತಾ ಇರುವ ಬಗ್ಗೆ ಚಿಂತೆಗೆ ಕಾರಣವಿರಲಿಲ್ಲ. ವಿಟ್ಠು ಪೈಯೂ ಆಗಾಗ, ಅಲ್ಲದೇ ಹಬ್ಬ ಹುಣ್ಣಿವೆಗಳಿಗೆ ಗೋವೆಗೆ ಹೋಗಿ ಬರುವುದು ಸಾಮಾನ್ಯವಾಯಿತು. ಹಾಗೊಮ್ಮೆ ಹೋಗಿ ಬಂದವನು ಒಂದು ಭೀಕರ ಸುದ್ದಿ ತಂದ –

"ಕಿರಿಸ್ತಾನರಾಗಿ ಮತಾಂತರಗೊಂಡವರಿಗೆ ಉಳಿಗಾಲವಿಲ್ಲವೆಂದು ಕಾಣುತ್ತದೆ. ಅದೇನೋ ನ್ಯಾಯಾಸ್ಥಾನವಂತೆ. ಇನ್‌ಕ್ವಿಸಿಷನ್ ಅಂತ ಹೆಸರಂತೆ. ಅದರಲ್ಲಿ ಆ ದೇವರನ್ನು ನಂಬದವರಿಗೆ, ಬೇರೆ ದೇವರನ್ನು ನಂಬುವ ಕಿರಿಸ್ತಾನರಿಗೆ ವಿಚಾರಣೆಯಾಗಿ ಶಿಕ್ಷೆ ವಿಧಿಸುತ್ತಾರಂತೆ. ಶಿಕ್ಷೆ ಅಂದರೆ ಬಹಳ ಭೀಕರವಂತೆ. ಒಮ್ಮೆ ಒಳಹೋದವನನ್ನು ಕಂಡವರಿಲ್ಲ. ಇನ್‌ಕ್ವಿಸಿಷನ್‌ಗೆ ಗವರ್ನರ್ ವೈಸ್ರಾಯ ದೊರೆಗಳ ಮಾತೂ

ತಾಗುವುದಿಲ್ಲವಂತೆ. ಸ್ವತಃ ಪೋರ್ಚುಗೀಸ ರಾಜನೂ ಏನೂ ಹೇಳಲು ಸಾಧ್ಯವಿಲ್ಲವಂತೆ. ಅದಕ್ಕೆ ಪಾದ್ರೆಪ್ಪನವರೇ ಗುರುಗಳೆಂದರು'' ಎಂದು !

ವಿಟ್ಠು ಪೈಗೆ ಪ್ರಸ್ತವಾಗಿ ಅಪ್ಪಣ್ಣ ಭಟ್ಟರ ಮಗಳು ಹೆಂಡತಿಯಾಗಿ, ತುಳಸೀಬಾಯಿ ಎಂಬ ಹೆಸರು ಪಡೆದು ಸಂಸಾರ ಸಾಗಿಸಲು ವೆರಣೆಗೆ ಬರುವಷ್ಟರಲ್ಲಿ ಇನ್‌ಕ್ವಿಸಿಷನ್ ತನ್ನ ಕಾರ್ಯಾರಂಭ ಮಾಡಿತ್ತು !

★

ವಿಟ್ಠು ಪೈಯ ಸಂಸಾರ ತುಳಸೀಬಾಯಿಯ ಜೊತೆ ಸುಖವಾಗಿ ಸಾಗಿತು. ಎರಡನೆಯ ವರ್ಷದಲ್ಲೇ ಒಂದು ಗಂಡು ಮಗುವೂ ಆಯಿತು. ಮಗನಿಗೆ ನಾಗಪ್ಪಯ್ಯನೆಂದು ಹೆಸರಿಟ್ಟರು. ಮೊಮ್ಮಗ ಹುಟ್ಟಿದ ಮೇಲೆ ಮಾಳಪ್ಪಯ್ಯ ತುಸು ಗೆಲುವಾದರು. ಧಡ್ಡನೂ ವಿಟ್ಠು ಪೈಯೂ ವ್ಯವಹಾರ ನಡೆಸುತ್ತಿದ್ದುದರಿಂದ ಅವರು ಹಜಾರದಲ್ಲಿ ಕುಳಿತು ಸದಾ ಮಗುವನ್ನಾಡಿಸತೊಡಗಿದರು. ನಾಗಪ್ಪಯ್ಯ ಗುಂಡುಗುಂಡಗೆ ತುಂಬಿಕೊಂಡಿದ್ದ. ಬಹಳ ವರ್ಷಗಳ ಬಳಿಕ ವೆರಣೆಯ ತಮ್ಮ ಮನೆಯಲ್ಲಿ ಒಂದು ಮಗು ಅಂಬೆಗಾಲಿಡುತ್ತಿತ್ತು. ತನ್ನ ಮುದ್ದು ಮಾತುಗಳಿಂದ ನಗಿಸುತ್ತಿತ್ತು. ವಿಟ್ಠು ಪೈ ಸಣ್ಣವನಿರುವಾಗ ತುಂಬ ತೆಳ್ಳಗಿದ್ದರೂ ನಾಗಪ್ಪಯ್ಯ ಹಾಗಿರದಿದ್ದುದರಿಂದ ದೀರ್ಘಾಯುಷಿಯಾಗುತ್ತಾನೆಂದು ಮಾಳಪ್ಪಯ್ಯನ ಲೆಕ್ಕ. ಅವನು ಹುಟ್ಟಿದ ಮೇಲೆ ಅವರ ತಾರುಣ್ಯ ಮತ್ತೆ ಮರುಕಳಿಸಿತು. ಇನ್ನೂ ಬದುಕಬೇಕೆಂಬ ಆಸೆ ಹುಟ್ಟಿತು. ಹೆಂಡತಿ ರಾಧಾಬಾಯಿ ಇದ್ದಿದ್ದರೆ ಮೊಮ್ಮಗನನ್ನು ನೋಡಿ ಸಂತೋಷಪಡುತ್ತಿದ್ದಳೆಂದು ಅವರು ಆಗಾಗ ಹೇಳತೊಡಗಿದರು.

ತುಳಸೀಬಾಯಿ ಮಾವನ ಸೇವೆ ಮಾಡುವುದರಲ್ಲಿ ಹಿಂದೆ ಬೀಳಲಿಲ್ಲ. ಕೈಗೆ ಕಾಲಿಗೆ ಬಿಸಿ ನೀರಿತ್ತು ಹೊತ್ತು ಹೊತ್ತಿಗೆ ಬಿಸಿ ಬಿಸಿ ಊಟ ಮಾಡುತ್ತಿದ್ದುದರಿಂದ ಅವರ ಆರೋಗ್ಯ ತುಂಬ ಸುಧಾರಿಸಿತು. ಧಡ್ಡನಿಗೂ ಮಗುವನ್ನು ಕಂಡರೆ ತುಂಬ ಇಷ್ಟ. ತನ್ನ ಕೆಲಸ ಮುಗಿಸಿ ಅವನು ಮನೆಗೆ ಬಂದೊಡನೆ ಎತ್ತಿಕೊಳ್ಳುತ್ತಿದ್ದ. ಮ್ಹಾಳಶಿಮಾಂಯಿಯ ದೇವಸ್ಥಾನಕ್ಕೋ, ಭಗವತಿಯ ದೇವಸ್ಥಾನಕ್ಕೋ ಹೋಗಿ ತಿರುಗಾಡಿಸಿ ತರುತ್ತಿದ್ದ. ಹಾಗೆ ಹೋಗುತ್ತಾ ದಾರಿಯಲ್ಲಿ ಸಿಗುವ ಮಿಶನರಿ ಶಾಲೆಯ ಬಳಿ ಹೋಗಿ ಒಂದು ಕ್ಷಣ ನಿಂತು ಅಲ್ಲಿಯ ಮಕ್ಕಳು ಆಡುವುದನ್ನು ತೋರಿಸಿ ತರುತ್ತಿದ್ದ.

ವಿಟ್ಠು ಪೈ ಮದುವೆಯಾದ ಐದಾರು ವರ್ಷಗಳ ನಂತರ ಹೊಸದೊಂದು ಸುಳಿಯಲ್ಲಿ ಸಿಕ್ಕಿಹಾಕಿಕೊಂಡ. ವ್ಯವಹಾರದಲ್ಲಾಗಲೀ ಕೆಲಸದಲ್ಲಾಗಲೀ ಅವನು ಚತುರನೇ. ಗದ್ದೆಯಲ್ಲಿ ಬೇಸಾಯ ಮಾಡುವುದರ ಮೇಲುಸ್ತುವಾರಿ ಅವನದ್ದೇ. ಬೆಳೆದದ್ದನ್ನು ಮಾರಲು, ಮನೆಗೆ ಬೇಕಾದ ವಸ್ತುಗಳನ್ನು ಕೊಳ್ಳಲು ಅವನೇ ಹೋಗಬೇಕಿತ್ತು. ಮದುವೆಯಾದ ಮೇಲೆ ಅವನ ಗೋವಾ ಪ್ರಯಾಣಗಳು ಹಾಗೇ

ಇದ್ದುವು. ಆದರೆ ಹೆಂಡತಿಯ ಮೇಲೆ ಆದರ, ಮಗುವಿನ ಮೇಲೆ ಪ್ರೀತಿ, ಎಲ್ಲ ಇದ್ದುದನ್ನು ಕಂಡು ಮಾಳಪ್ಪಯ್ಯ ಚಿಂತಿಸುವ ಆಸ್ಪದವಿರಲಿಲ್ಲ.

ವಿಟ್ಠು ಪೈ ಗದ್ದೆಗೆ ಹೋಗುವ ದಾರಿಯಲ್ಲೇ ಫ್ರೈಯರ್ ವಿನ್ಸೆಂಟ್ ದೆ ಗೋಯೆಸ್‌ನ ಮನೆ. ವೆರಣೆಗೆ ಹತ್ತಾರು ಪೋರ್ಚುಗೀಸ ಸಂಸಾರಗಳು ಬಂದ ಮೇಲೆ, ಅನೇಕ ಮಂದಿ ಕಿರಿಸ್ತಾನ ಮತವನ್ನವಲಂಬಿಸಿದ ಮೇಲೆ ಅವನ ಅಬ್ಬರ ಕಮ್ಮಿಯಾಯಿತು. ವಯಸ್ಸೂ ಆಗಿತ್ತು. ಆದರೂ ಅವನು ಒಂದು ಮುದಿ ಕುದುರೆಯ ಮೇಲೆ ಕುಳಿತು ವೆರಣೆಯ ಬೀದಿಗಳಲ್ಲಿ ಆಗಾಗ ಅಲೆದಾಡುತ್ತಿದ್ದ. ಬೇರೆ ಪೋರ್ಚುಗೀಸರೊಡನೆ ತಿರುಗಾಡುತ್ತಾ, ಮದ್ಯ ಕುಡಿಯುತ್ತಾ, ಸೈನಿಕ ಜೀವನದ ಬಗ್ಗೆ ಹರಟುತ್ತಾ, ಚರ್ಚಿನ ಪಾದ್ರೆಪ್ಪನೊಡನೆ ಮಾತನಾಡುತ್ತಾ, ಶಾಲೆಯ ಚಟುವಟಿಕೆಗಳಲ್ಲಿ ತನ್ನನ್ನು ತಾನು ತೊಡಗಿಸುತ್ತಾ ಅವನ ದಿನಗಳು ಸರಿಯುತ್ತಿದ್ದುವು. ಸ್ಥಳೀಯ ಕಿರಿಸ್ತಾನರನ್ನು ಚೆನ್ನಾಗಿಟ್ಟುಕೊಳ್ಳಲು ತಾನು ಗೋವೆಗೆ ನಿವೃತ್ತಿಯ ವೇತನವನ್ನು ಪಡೆಯಲು ಹೋಗುವಾಗ ಏನಾದರೂ ಬೇಕಾದ ವಸ್ತುಗಳನ್ನು ತಂದುಕೊಡುತ್ತಿದ್ದ. ದೊರೆತನವಿಲ್ಲದೇ ಸಾಮಾನ್ಯ ಸರದಾರನಂತೆ ಒಂದು ಬಡಕಲು ಕುದುರೆ ಹತ್ತಿ ಹೋಗುತ್ತಿದ್ದ ಗೋಯೆಸ್ ವೆರಣೆಯಲ್ಲಿ ಒಂದಷ್ಟು ವ್ಯವಸಾಯದ ಜಮೀನನ್ನೂ ಮಾಡಿಕೊಂಡಿದ್ದ. ಅವನ ಹೆಂಡತಿ ಬದುಕಿದ್ದಾಗ ಅಲ್ಲಿ ಬೇಕಷ್ಟು ತರಕಾರಿ ಹಾಕಿ ಒಳ್ಳೆಯ ಬೆಳೆ ತೆಗೆಯುತ್ತಿದ್ದಳು. ಪಪ್ಪಾಯಿ ಗಿಡ ಬೆಳೆಸಿದ್ದಳು. ಘಮಘಮ ಸುವಾಸನೆ ಬೀರುವ ಮಲ್ಲಿಗೆ ಬಳ್ಳಿ. ಬೆಳೆದುದರಲ್ಲಿ ಹೆಚ್ಚಾಗಿ ಉಳಿದುದನ್ನು ಸಂತೆಯಲ್ಲಿ ಮಾರಿ ಆದಾಯವನ್ನು ಸರಿದೂಗಿಸುತ್ತಿದ್ದಳು. ಆ ದುಡಿತದಲ್ಲಿಯೇ ಆಕೆ ಮುದುಕಿಯಾಗಿ ತೀರಿಕೊಂಡಳು.

ಗೋಯೆಸ್‌ಗೊಬ್ಬ ಮಗಳು. ತಾಯಿ ಸತ್ತ ಮೇಲೆ ಆಕೆಯೇ ಆ ಸ್ಥಾನಕ್ಕೆ ಏರಿದಳು. ಆಕೆಗಿನ್ನೂ ಮದುವೆಯಾಗಿರಲಿಲ್ಲ. ಸಂಕ್ವಾಳಿಯ ದಾಂ ಅಂತೋಣಿಯೋ ದೆ ಕಾಸ್ಟ್ರೋ ಎಂಬ ತರುಣ ಸರದಾರ ಒಂದಾನೊಂದು ಕಾಲದಲ್ಲಿ ಅವಳ ಎದೆಯನ್ನು ಸ್ಪಂದಿಸಿದ್ದ. ಆಗ ಅವಳಿಗಿನ್ನೂ ಹದಿನಾರು ಹದಿನೇಳರ ವಯಸ್ಸು. ಆದರೆ ಸ್ಥಳೀಯ ಜನರಿಂದ ಆತ ಹಲ್ಲೆಗೀಡಾಗಿ ತೀರಿಕೊಂಡ. ಆಮೇಲೆ ಆಕೆ ತನ್ನ ಚಿಪ್ಪಿನೊಳಗೆ ಸೇರಿಕೊಂಡಳು. ಮನೆಯಿಂದ ಹೊರಗೆ ಕೂಡಾ ಹೋಗದೇ ಯಾರೊಡನೆಯೂ ಮಾತನಾಡದೇ ಆಕೆ ಯವ್ವನದ ಒಳ್ಳೆಯ ದಿನಗಳನ್ನು ಕಳೆದಿದ್ದಳು. ವೆರಣೆಯ ಚರ್ಚಿನಲ್ಲಿ ಪ್ರಾರ್ಥನೆ ನಡೆಸಲು, ವೆರಣೆಯ ಶಾಲೆಯಲ್ಲಿ ಪಾಠ ಮಾಡಲು ಒಬ್ಬ ತರುಣ ಪಾದ್ರೆಪ್ಪ ಬಂದಿದ್ದ. ಅವನು ತನ್ನ ಹೂನಗೆಯ ಮಿದುಮಾತಿನಿಂದ ಅವಳ ಬಂಜರು ಭೂಮಿಯ ಮೇಲೆ ಸಾಂತ್ವನದ ಮಳೆಯ ಸಿಂಚನ ಮಾಡಿದ. ಅವಳ ಮುಖದ ಮೇಲೆ ಮತ್ತೆ ಗೆಲುವು ಮೂಡಿಸಲು ಸಾಕಷ್ಟು ಶ್ರಮಿಸಿದ. ಇದರಿಂದ ಬೇರೇನೂ ಆಗದಿದ್ದರೂ ಆದಿತ್ಯವಾರದ ಬೆಳಗ್ಗೆ ತಲೆಯ ಮೇಲೆ ತೆಳುವಾದ ರೇಷಿಮೆಯ ಬಟ್ಟೆ ಹೊದ್ದುಕೊಂಡು ತಲೆ ಬಗ್ಗಿಸಿ ಚರ್ಚಿಗೆ ಹೋಗಿ ಪ್ರಾರ್ಥನೆ ಮುಗಿಸಿ ಆಕೆ ಬರುವಂತಾಯಿತು. ಮಾತಿಲ್ಲದೇ ಮನೆಗೆ

ಹಿಂತಿರುಗುವ ಅವಳನ್ನು ಕಂಡು ಊರ ಜನರು ಕಾಸ್ಟ್ರೆಲೋ ಮೇಲಿದ್ದ ಆಕೆಯ ಬೆಚ್ಚನೆಯ ಪ್ರೀತಿಗೆ ಬೆರಗಾಗಿದ್ದರು.

ಅವಳ ಹೆಸರು ಅಲ್ವೀರಾ ಫ್ಲೈಯರ್ ಗೋಯೆಸ್ ಎಂದು. ತಾಯಿ ಸತ್ತಾಗ ಅಲ್ವೀರಾಳಿಗೆ ಮೂವತ್ತೇಳು ವರ್ಷಗಳು. ತನ್ನ ಮೇಲೆ ತಾನೇ ಹೊರಿಸಿದ ಏಕಾಂತದಿಂದ ಕಳಚಿಕೊಂಡು ಸುತ್ತಣ ಪರಿಸರಕ್ಕೆ ತೆರೆದುಕೊಳ್ಳುವ ವೇಳೆಗೇ ಆಕೆಯ ತಾಯಿ ತೀರಿಕೊಂಡಿದ್ದಳು. ಪಾದ್ರೆಪ್ಪನ ಸಹಾನುಭೂತಿಯಿಂದ ತಾಯಿಯ ಮರಣದ ಆಘಾತವನ್ನು ಸಹಿಸುವುದು ಅವಳಿಂದ ಸಾಧ್ಯವಾಗಿತ್ತು. ಪಾದ್ರೆಪ್ಪ ಅವಳಿಗೆ ಪ್ರಕೃತಿಗೆ ಸ್ಪಂದಿಸುವ, ಹಸಿರಿನ ಚೈತನ್ಯವನ್ನು ಆರಾಧಿಸುವ, ಬೆಳ್ಳಂಬೆಳಗಿನ ಬಿಸಿಲಲ್ಲಿ ಅರಳುವ ಹೂಗಳಿಗೆ ನಗೆ ಕಲಿಸುವ ರೀತಿಗಳನ್ನು ಕಲಿಸಿದ್ದ. ಬಹಳ ವರ್ಷಗಳನ್ನು ನಿರರ್ಥಕವಾಗಿ ಕಳೆದೆನೆಂಬ ನಿರಾಶೆ ಅವಳಲ್ಲಿ ತುಂಬಿಕೊಂಡಾಗ ದುಡಿಮೆಯಲ್ಲಿ ಅದನ್ನು ಮರೆಯುವಂತೆ ಉಪದೇಶಿಸಿದ ಪಾದ್ರೆಪ್ಪ "ಜನರನ್ನು ಪ್ರೀತಿಸು, ದೇವರನ್ನು ಆರಾಧಿಸು, ಬದುಕನ್ನು ಸಾರ್ಥಕಗೊಳಿಸು" ಎಂದು ಹೇಳಿದ್ದ. ತಾಯಿಯ ಗೈರುಹಾಜರಿಯಲ್ಲಿ ಆಕೆ ತಮ್ಮ ತರಕಾರೀ ತೋಟದಲ್ಲಿ ಮೈಮುರಿಯ ದುಡಿಯತೊಡಗಿದಳು. ಬಿಳಿಚಿಕೊಂಡಿದ್ದ ಆಕೆಯ ಚರ್ಮ ಬಿಸಿಲಿಗೆ ಬಿದ್ದು ಕಂದು ಬಣ್ಣಕ್ಕೆ ತಿರುಗಿತು. ಬೆಳ್ಳಗೆ ಹೊಳೆಹೊಳೆಯುತ್ತಿದ್ದ ಬೆಳ್ಳಿಯ ಕೂದಲನ್ನು ಬೆನ್ನ ಮೇಲೆ ಹರಡಿಕೊಂಡು ತಮ್ಮ ತರಕಾರೀ ತೋಟದಲ್ಲಿ ಪಪ್ಪಾಯಿ ಗಿಡಗಳ ಮಧ್ಯೆ ನಿಂತು, ವೆರಣೆಯ ಪೂರ್ವದಲ್ಲಿ ಕಾಣುತ್ತಿದ್ದ ಎತ್ತರವಾದ ಗುಡ್ಡಗಳನ್ನು ನೋಡತೊಡಗಿದಳು.

ಅಲ್ವೀರಾಳ ತೋಟದ ಪಕ್ಕದಲ್ಲಿಯೇ ಮಾಳಪ್ಪಯ್ಯನವರ ಗದ್ದೆಗಳು. ವಿಟ್ಠು ಪೈ ಅಲ್ಲಿಗೆ ಹೋಗುತ್ತಾ ಬರುತ್ತಾ ಅಲ್ವೀರಾಳನ್ನು ಒಂದೆರಡು ಸಲ ನೋಡಿದ್ದ. ಆದರೆ ಕಿರಿಸ್ತಾನರ ಮೇಲಿನ ದ್ವೇಷದಿಂದಾಗಿ ಅವನು ಅವಳತ್ತ ನೋಡುವುದನ್ನು ಬಿಟ್ಟಿದ್ದ. ಆ ತೋಟದ ಎದುರಿನಿಂದ ಹಾದುಹೋಗಬೇಕಾಗಿ ಬಂದಾಗಲೆಲ್ಲ ವಿಟ್ಠು ಪೈ ತಲೆಯನ್ನು ತಿರುಗಿಸಿಯೇ ನಡೆಯುತ್ತಿದ್ದ. ಎಷ್ಟೋ ಫರಂಗಿ ಹೆಂಣುಗಳು ಸ್ಥಳೀಯ ಜನರನ್ನು ತಮ್ಮ ಲಂಗದೊಳಗೆ ಸೇರಿಸಿ ಮತಾಂತರಗೊಳಿಸಿದ ಕಥೆಗಳು ಅವನಿಗೆ ಗೊತ್ತು. ಹಾಗಾಗಿ ಈ ಹೆಂಗಸೂ ಅಂಥ ಒಬ್ಬ ಮಾಟಗಾತಿಯೇ ಅಂತ ಅವನ ವಿಚಾರ. ಅಂತುರ್ಜೆಯ ಕಟ್ಟುನಿಟ್ಟಾದ ವೇದ ವಿದ್ಯಾಪಾರಂಗತ ಬ್ರಾಹ್ಮಣನೊಬ್ಬ ಓರ್ವ ಕಿರಿಸ್ತಾನ ಹುಡುಗಿಗಾಗಿ ಮತಾಂತರಗೊಂಡದ್ದನ್ನು ತನ್ನ ತಂದೆಯ ಬಾಯಿಯಿಂದ ಆಗಾಗ ಕೇಳಿದ್ದ ವಿಟ್ಠು ಪೈ ಅವಳಿಂದ, ಆ ಜನರಿಂದ ಹರದಾರಿ ದೂರವಿದ್ದ.

ಕಾಸ್ಟ್ರೆಲೋನನ್ನು ಕೊಂದು ಹಾಕಿದರೆಂದು ಅಲ್ವೀರಾ ಕೂಡಾ ಸ್ಥಳೀಯ ಬ್ರಾಹ್ಮಣರನ್ನು ದ್ವೇಷಿಸುತ್ತಿದ್ದಳು. ತನ್ನ ತೋಟದ ಎದುರಿನಿಂದ ಹಾದು ಹೋಗುವ, ನಗ್ನ ಎದೆಯ ಮೇಲೆ ಆರೆಳೆಯ ಕೊಳಕು ಜನಿವಾರ ಹಾಕಿ ಹಣೆಯ ಮೇಲೆ ವಾಕರಿಕೆ ತರಿಸುವ ಬಣ್ಣದ ನಾಮಗಳನ್ನು ಇಟ್ಟು ಜುಟ್ಟು ಬಿಟ್ಟು ಓಡಾಡುವ ಹುಡುಗನನ್ನು ಕಂಡಾಗಲೆಲ್ಲ

ಆಕೆಯಲ್ಲಿ ಕಾಸ್ಟ್ರೋನ ನೆನಪು ಬಂದು ದ್ವೇಷ ಭುಗಿಲೆನ್ನುತ್ತಿತ್ತು. ಅದರಲ್ಲೂ ಆತ ತನ್ನನ್ನು ಕಂಡರೂ ಕಾಣದವನಂತೆ ತಲೆ ತಿರುಗಿಸಿ ಹೋಗುವಾಗ ಅವಳ ತಿರಸ್ಕಾರಕ್ಕೆ ಮಿತಿ ಇರಲಿಲ್ಲ.

ಆದರೂ ಅಕ್ಕಪಕ್ಕಗಳಲ್ಲಿ ಕೆಲಸ ಮಾಡುವಾಗ ಆಗಾಗ ಅವರು ಮಾತಾಡುವ ಅಗತ್ಯ ಬಂದೇ ಬರುತ್ತಿತ್ತು. ಆಗೆಲ್ಲ ಇಬ್ಬರೂ ತಮ್ಮ ತಮ್ಮ ಕಡೆಯ ಆಳುಗಳ ಮೂಲಕವೇ ಮಾತುಗಳ ರವಾನೆ ಮಾಡುತ್ತಿದ್ದರೂ ಎದುರಾ ಎದುರೇ ನಿಂತು ಮಾತಾಡಲು ಇಚ್ಛಿಸಲಿಲ್ಲ. ಆಗಾಗ ಜಗಳ. ಬೈಗಳು. ಅವಳ ಹಂದಿಗಳು ತಮ್ಮ ಗದ್ದೆಗೆ ಬಂದುವೆಂದೋ, ತಮ್ಮ ದನಗಳು ಅವಳ ತೋಟ ಪ್ರವೇಶಿಸಿದರೆಂದೋ, ಜಗಳ. ಒಮ್ಮೆಯಂತೂ ಅಲ್ವೀರಾ ಆ ಹಸುಗಳು ತಮ್ಮ ತರಕಾರಿ ಗಿಡಗಳನ್ನು ತಿಂದು ಹಾಕಿದರೆ ಅವುಗಳನ್ನು ಕಡಿದು ಹಾಕುವುದಾಗಿ ಎಚ್ಚರಿಕೆ ಬೇರೆ ಕೊಟ್ಟಿದ್ದಳು. ವಿಟ್ಠೂ ಪೈ ಮೊದಮೊದಲು ಹೆದರಿಕೊಳ್ಳುತ್ತಿದ್ದ. ಅವಳಿಗಲ್ಲವಾದರೂ ಅವಳ ತಂದೆಗೆ ಅವನು ಹೆದರಬೇಕಿತ್ತು. ಆದರೆ ಹೆಣ್ಣು ಹೆಂಗಸು ತನಗೇನು ಮಾಡಿಯಾಳು ಎಂದು ಅವನೂ ತುಂಬ ಹಾರಾಡಿದ.

ವಿಟ್ಠೂ ಪೈಯದ್ದು ಗದ್ದೆಗಳಲ್ಲಿ ಚೆನ್ನಾಗಿ ದುಡಿದ ಜೀವ. ಮೈ ತೆಳ್ಳಗಿದ್ದರೂ ಗಟ್ಟಿಮುಟ್ಟು. ಆರೋಗ್ಯದಿಂದ ಲಕಲಕಿಸುವ ಸ್ನಾಯುಗಳು. ಹೊಳಪು ಬೀರುವ ಕಣ್ಣುಗಳು. ಆ ದಿನ ಅವನಿಗೂ ಅಲ್ವೀರಾಳಿಗೂ ತುಂಬ ಜಗಳವಾಗಿತ್ತು. ಆಳುಗಳು ತೆಪ್ಪನೆ ನಿಂತು ನೋಡುತ್ತಿದ್ದರು. ವಿಟ್ಠೂ ಪೈ ಸಿಟ್ಟಿನಿಂದ ದುಮುಗುಡುತ್ತಾ ಕೆಲಸ ಮುಗಿಸಿ ಮನೆಗೆ ಹೋದ. ಹೆಂಡತಿ ತುಳಸೀಬಾಯಿ ತಂಬಿಗೆಯನ್ನು ಎದುರಿಗಿಟ್ಟು ಅಂಗಳದ ಮೂಲೆಯಲ್ಲಿ ಕುಳಿತಿದ್ದಳು. ರಂಗಶರ್ಮರ ಸೊಸೆ ವಿಧವೆ ಗಂಗಾಬಾಯಿ ಒಳಗೆ ಅಡುಗೆ ಮಾಡುತ್ತಿದ್ದಳು. ಅಂದರೆ ತುಳಸೀಬಾಯಿಗೆ ಮೂರು ದಿನಗಳ ವಿಶ್ರಾಂತಿ. ತುಳಸೀಬಾಯಿ ಮನೆಯೊಳಗೆ ಹೋಗಲು ಆಗದ ಇಂಥ ದಿನಗಳಲ್ಲೆಲ್ಲ ಗಂಗಾಬಾಯಿಯೇ ಅಡುಗೆ ಮಾಡಲು ಬರುತ್ತಿದ್ದಳು. ಮಾಳಪ್ಪಯ್ಯ ಹಜಾರದಲ್ಲಿ ಮೆಲ್ಲೆಂದು ಕುಳಿತಿದ್ದರು. ಧಡ್ಡ ಮಗುವನ್ನೆತ್ತಿಕೊಂಡು ಮ್ಹಾಳಶಿಮಾಂಯಿಯ ದೇವಸ್ಥಾನಕ್ಕೋ ಹೋಗಿರಬೇಕು. ವಿಟ್ಠೂ ಪೈ ಉಣಗೋಲು ದಾಟಿ ಅಂಗಳಕ್ಕೆ ಕಾಲಿಡುತ್ತಲೇ ತುಳಸೀಬಾಯಿ ಇನ್ನೂ ಮನೆಯ ಹಸು ಹಟ್ಟಿಗೆ ಬಾರದಿದ್ದುದನ್ನು ಹೇಳಿದಳು. ವಿಟ್ಠೂ ಪೈಯ ಸಿಟ್ಟು ತಾರಕಕ್ಕೇರಿತು. ಅವನಿಗೆ ತಕ್ಷಣ ನೆನಪಾದುದು ಅಲ್ವೀರಾಳದ್ದು. ಅವಳೇ ತನ್ನ ಹಸುವನ್ನು ಕಟ್ಟಿ ಹಾಕಿದ್ದಾಳೆ ಅಥವಾ ಕೊಂದಿದ್ದಾಳೆ ಎಂಬ ಸಂಶಯ ಹುಟ್ಟಿತು. ಹುಟ್ಟಿದ್ದೇ, ದುಡುದುಡು ಅವನು ಗದ್ದೆಯ ಬಳಿ ಓಡಿದ. ನೇರ ಅವಳ ತೋಟವನ್ನು ನುಗ್ಗಿ ಅವಳಿರುವ ಕಡೆಯೇ ಹೋದ.

ತೋಟದ ಕೆಲಸವನ್ನೆಲ್ಲ ಮುಗಿಸಿ, ಆಳುಗಳನ್ನು ಕಳುಹಿಸಿ, ಅಲ್ವೀರಾ ಅಲ್ಲಿಯೇ ಇದ್ದ ಸಿಹಿನೀರಿನ ಹೊಂಡದಲ್ಲಿ ಕೈಕಾಲು ತೊಳೆದು ಲಂಗದಿಂದಲೇ ಒರೆಸಿಕೊಳ್ಳುತ್ತಾ ಮೇಲಕ್ಕೆ ಬರುತ್ತಿದ್ದಳು. ದುಡುದುಡು ಬಂದ ವಿಟ್ಠೂ ಪೈ ಅವಳನ್ನು ಕೊಂದೇ ಬಿಡುವಷ್ಟು ಕ್ರೋಧದಿಂದ ಹೋಗಿ ಅವಳೆದುರು ನಿಂತ. ಅವಳನ್ನು ಕೆಂಗಣ್ಣಿನಿಂದ ನೋಡಿದ.

ನಖಶಿಖಾಂತ ಉರಿಯತೊಡಗಿದ. ಆಕಸ್ಮಾತ್ತಾಗಿ ತನ್ನೆದುರು ನಿಂತ ಬ್ರಾಹ್ಮಣ ತರುಣನನ್ನು ಕಂಡು ಅಲ್ವೀರಾಗೂ ದಿಗ್ಭ್ರಮೆ. ಆಕೆಯೂ ದಿಟ್ಟತನದಿಂದ ತಲೆ ಎತ್ತಿ ಅವನನ್ನೇ ದಿಟ್ಟಿಸಿ ನೋಡಿದಳು. ವಿಟ್ಠು ಪೈಯ ರೌದ್ರ ಕಂಣುಗಳ ಇರಿತಕ್ಕೆ ಚೆನ್ನಾಗಿ ಬೆವರಿದ ಅಲ್ವೀರಾಳ ಇಡೀ ದೇಹ ಕಂಪಿಸಿತು. ಮುಖವೊರೆಸಲು ಎತ್ತಿದ ಲಂಗ ಕೆಳಗೆ ಬಿಟ್ಟ ಅಲ್ವೀರಾ 'ಏನೋ ಪೋರಾ?' ಅನ್ನುವಂತೆ ನೋಡಿದಳು. ವಿಟ್ಠು ಪೈಯೂ ಕ್ರೋಧದಿಂದ ನಡುಗಿದ. ಈ ಹೆಂಣಿನ ಎದುರು ತಾನು ಸೋಲುತ್ತಿದ್ದೇನೆಂಬ ಅಪಮಾನದ ಅರಿವು ಅವನನ್ನು ಸರ್ಪದಂತೆ ಫೂತ್ಕರಿಸುವಂತೆ ಮಾಡಿತು. "ತೂಽಽ"* ಎಂದು ಕಿರುಚುತ್ತಾ ಅವನು ಅವಳ ಮೈ ಮೇಲೆ ಹಾರಿದ !

ಅಲ್ವೀರಾಳಿಗೆ ಈ ಆಕ್ರಮಣ ಹೊಸದು. ಆಕೆ ನಿಶ್ಚಲಳಾಗಿ ನಿಂತಳು. ವಿಟ್ಠು ಪೈಯ ಸಿಟ್ಟಿನಿಂದ ಸೆಟೆದ ಮೈ ಅವಳ ಮೇಲೆರಗಿತು. ಆದರೆ ಅವಳ ಸ್ಪರ್ಶವಾಗುತ್ತಲೇ ವಿಟ್ಠು ಪೈಯ ಒಳಗೆ ಮಿಂಚು ಬಡಿದಂತೆ ಏನೋ ಆಯಿತು. ಹಾರಿದ ರಭಸಕ್ಕೆ ಅಲ್ವೀರಾ ಕೆಳಗೆ ಬಿದ್ದಳು. ವಿಟ್ಠು ಪೈ ಅವಳ ಮೇಲೆ ಬಿದ್ದ. ಅವನ ಕೆಳಗೆ ಆಕೆ ಒದ್ದಾಡಿದಳು. ವಿಟ್ಠು ಪೈ ತನಗೇ ಅರಿವಿಲ್ಲದೇ ಅವಳ ಮೇಲೆ ತನ್ನ ಗಂಡಸುತನದ ಪ್ರದರ್ಶನ ಮಾಡಿದ !

ವಿಟ್ಠು ಪೈ ಎದ್ದಾಗ ಸೂರ್ಯ ಮುಳುಗಿದ್ದ. ಅವನೊಳಗಿನ ಕಾವು ಇಳಿದಿತ್ತು. ಕತ್ತಲು ಕತ್ತಲು. ಎಚ್ಚರಾಗುವಾಗ ಅಲ್ವೀರಾ ಎರಡೂ ಕೈಗಳಿಂದ ಅವನನ್ನು ಬಳಸಿಕೊಂಡಿದ್ದಳು. ಆಕೆ ಸಂಪೂರ್ಣ ಬಳಲಿದ್ದಳು. ಆಧಾರವಿಲ್ಲದ ಬಳ್ಳಿ ಮರವನ್ನು ತಬ್ಬಿಕೊಂಡಂತೆ ಹಿಡಿದಿದ್ದಳು. ವಿಟ್ಠು ಪೈ ಅವಳಿಗಿಂತ ಹದಿನೈದು ವರ್ಷಗಳಿಗೆ ಸಂಣವ ! ತನ್ನ ಗದ್ದೆಗಳಲ್ಲಿ ದುಡಿಯುತ್ತಾ ಇರುವಾಗ ಅವನ ಏರಿಳಿಯುವ ಸ್ನಾಯುಗಳನ್ನು ಅವಳು ಕಂಡದ್ದಿತ್ತು. ಸತತವಾಗಿ ದುಡಿಯುವ ಅವನ ಶಕ್ತಿ ಅವಳನ್ನು ಬೆರಗುಗೊಳಿಸಿದ್ದೂ ಹೌದು. ಬಿಸಿಲಿಗೆ ಬೆಂದು ಕಪ್ಪಾದ ದೇಹದ ಮೇಲೆ ಎಂಣೆ ಸವರಿದಂತೆ ಬೆವರು. ಮೂವತ್ತೇಳು ವರುಷಗಳ ನಿರರ್ಥಕ ಬದುಕಿನಿಂದ ಬೇಸತ್ತ ಅವಳಿಗೆ ವಿಟ್ಠು ಪೈ ಕೊಟ್ಟ ಸುಖ ಎಂಥ ಆಪ್ಯಾಯಮಾನವಾಗಿತ್ತೆಂದರೆ ಸುತ್ತಣ ತರಕಾರಿಯ ಗಿಡಗಳಿಗೆ ಅದೇ ತಾನೇ ನೀರುಣಿಸಿದಾಗ ನಳನಳಿಸುವ ಹಾಗೆ. ಗಂಡಸಿನ ವೀರ್ಯವತ್ತಾದ ಶೈಲಿಯನ್ನು ಅವಳು ಅನುಭವಿಸಿದ್ದು ಅದೇ ಮೊದಲು. ಬಳಸಿಕೊಂಡಲ್ಲಿಂದಲೇ ಆಕೆ ಅವನ ತಲೆಯನ್ನು ತನ್ನ ಎದೆಯ ಮೇಲೆ ಒತ್ತಿ ಹಿಡಿದಳು.

ತುಂಬ ಹೊತ್ತು ವಿಟ್ಠು ಪೈ ಹಾಗೆಯೇ ಒರಗಿಕೊಂಡಿದ್ದ. ಎಚ್ಚರಾದರೂ ಅವನಿಗೆ ಏಳಬೇಕೆಂದು ಕಂಡಿರಲಿಲ್ಲ. ಕೊನೆಗೊಮ್ಮೆ ಆತ ಎದ್ದು ಕೂತಾಗ ಅಲ್ವೀರಾ ಮೃದುವಾಗಿ ನಕ್ಕಳು. ಒಮ್ಮೆಲೇ ಸೋಲಿನ ಅರಿವಾಗಿ ವಿಟ್ಠು ಪೈ ತಪ್ಪಿತಸ್ಥನಂತೆ ನಿಂತ. ಏನನ್ನೋ ಹುಡುಕಿ ಹೋದವನಿಗೆ ಅದು ಸಿಕ್ಕದಿದ್ದ ಹಾಗೆ. ಸಿಕ್ಕಿದರೂ ದಕ್ಕದಿದ್ದ ಹಾಗೆ. ಅಲ್ವೀರಾ ಉಟ್ಟ ಬಟ್ಟೆ ಹರಿದು ಹೋಗಿತ್ತು. ಏಳುತ್ತಾ ಆಕೆ ಅದನ್ನೇ ಸರಿಮಾಡಿಕೊಂಡಳು. ಎದ್ದು ಹೊರಟಳು.

* ತೂ = ನೀನೂ

ವಿಟ್ಠು ಪೈ ಅಲ್ಲಿಯೇ ನಿಂತಿರುವುದನ್ನು ಕಂಡು, ಒಮ್ಮೆ ಹಿಂತಿರುಗಿ ನೋಡಿ "ನಿನ್ನ ಹೆಸರು ವಿಟ್ಠು ಪೈಯಲ್ಲವೇ?" ಎಂದು ಕೇಳಿದಳು. ಅವನು ಮಾತಾಡಲಿಲ್ಲ. "ನನ್ನ ಹೆಸರು ಗೊತ್ತೇ ನಿನಗೆ?" ವಿಟ್ಠು ಪೈಗೆ ಅವಳು ಗೋಯೆಸ್‌ನ ಮಗಳೆಂದು ಗೊತ್ತು. ಆ ಫರಂಗಿ ಹೆಣ್ಣಿನ ಹೆಸರು ಅವನ ನಾಲಗೆಯ ಮೇಲೆ ಹೊರಳುತ್ತಲೂ ಇರಲಿಲ್ಲ. ಆದರೆ ಬಹಳ ಸಮಯದಿಂದ ಗೋವೆಯಲ್ಲಿದ್ದ ಅಲ್ವೀರಾಳಿಗೆ ಕೊಂಕಣಿ ಚೆನ್ನಾಗಿ ಬರುತ್ತಿತ್ತು. ಅವಳು ತನ್ನ ಹೆಸರನ್ನು ಹೇಳಿ ಹೊರಟಾಗ ಅವನು ದಂಗಾಗಿ ನಿಂತ.

ಆ ಹೊತ್ತಿನಿಂದ ವಿಟ್ಠು ಪೈಗೆ ಹುಚ್ಚು ಹಿಡಿದ ಹಾಗಾಯಿತು. ರಾತ್ರಿ ಇಡೀ ನಿದ್ರೆಯಿಲ್ಲದೇ ಅವನು ಹೊರಳಾಡಿದ. ಹತ್ತಿರದಲ್ಲಿ ಹೆಂಡತಿಯೂ ಇರಲಿಲ್ಲ. ಮರುದಿನ ಬೆಳಗಾಗುವಾಗ ಅವನು ಒಂದು ನಿರ್ಧಾರಕ್ಕೆ ಬಂದಿದ್ದ. ಬೆಳಗ್ಗೆ ಹೊಟ್ಟೆಗೆ ಹಾಕುವುದನ್ನು ಬೇಗ ಹಾಕಿಕೊಂಡು ಗದ್ದೆಯ ಕಡೆಗೆ ಓಡಿದ. ಆ ದಿನವಿಡೀ ಅಲ್ವೀರಾ ತೋಟದ ಕಡೆಗೆ ಸುಳಿಯಲಿಲ್ಲ. ತನ್ನ ಗದ್ದೆಯಲ್ಲಿ ಕೆಲಸ ಮಾಡುತ್ತಿದ್ದರೂ ಅವನ ಗಮನವೆಲ್ಲ ಅವಳ ತೋಟದ ಕಡೆಗೇ ! ಅವಳು ಬಾರದೇ ಇದ್ದುದು ಅವನಲ್ಲಿ ಮತ್ತಷ್ಟು ಸಂಕಟವನ್ನುಂಟು ಮಾಡಿತು. ಸಂಜೆಯಾಗುವಾಗ ಅವಳನ್ನು ನೋಡದೇ ಇರುವುದು ಅವನಿಂದ ಸಾಧ್ಯವಾಗಲಿಲ್ಲ. ಮನೆಗೆ ಹಿಂತಿರುಗಿದವನೇ ಪುನುಗಿನ ಬೆಕ್ಕಿನಂತೆ ಅತ್ತಿತ್ತ ಓಡಾಡಿದ. ಕೊನೆಗೊಮ್ಮೆ ತಡೆಯಲಾಗದೇ ಅವಳ ಮನೆಯತ್ತ ಹೆಜ್ಜೆ ಹಾಕಿದ !

ತನ್ನ ಮುದಿ ವಯಸ್ಸಿನಲ್ಲಿ ಆ ದಿನಗಳ ನೆನಪು ಬಂದಾಗ ವಿಟ್ಠು ಪೈ ಬೊಚ್ಚು ಬಾಯಿಯಿಂದ ನಗುತ್ತಾ ಹೆಮ್ಮೆಯ ಸ್ವರದಲ್ಲಿ "ಆ ಕ್ಷಣ ಮತಾಂತರವಾಗುವುದಿದ್ದರೆ ಅದಕ್ಕೂ ನಾನು ಸಿದ್ಧನಿದ್ದೆ ರಾಚ್ಟೂ. ನನಗೆ ಬೇಕಿದ್ದುದು ಆಗ ಅಲ್ವೀರಾಳ ತೆಕ್ಕೆ ಮಾತ್ರ. ಆ ಆಸೆ, ಉದ್ವೇಗ, ಉತ್ಕಂಠೆಗಳ ಎದುರು ಬೇರೇನೂ ಕಾಣುತ್ತಿರಲಿಲ್ಲ. ಅಲ್ವೀರಾ ನಾನು ನೋಡಿದ ಅತ್ಯಂತ ಒಳ್ಳೆಯ ಹೆಣ್ಣು. ಆಕೆಯ ವಯಸ್ಸು ಅದಕ್ಕೆ ಕಾರಣವಿರಬಹುದು. ನನಗೆ ನಾನು ಸೋತಂತೆ ಕಂಡರೂ ಅವಳನ್ನು ಗೆದ್ದಿದ್ದೆ" ಎಂದು ಹೇಳಿದ್ದ.

ವಿಟ್ಠು ಪೈ ಅವಳ ಮನೆ ಮುಟ್ಟಿದಾಗ ಕತ್ತಲು ತುಂಬಿದ ಪೂರ್ವದಲ್ಲಿ ಬೆಟ್ಟಗಳ ಮಧ್ಯೆ ಚಂದ್ರನೇಳುವ ಸಮಯ. ಅವಳ ಮನೆ ತುಸು ಎತ್ತರವಾದ ದಿಣ್ಣೆಯ ಮೇಲೆ. ಮನೆಯ ಸುತ್ತ ಬೇಲಿ. ಗೋಯೆಸ್‌ನ ಹೆಂಡತಿ ಇದ್ದಾಗ ಹಾಕಿದ್ದ ನೂರಾರು ಹೂವಿನ ಗಿಡಗಳು. ಅಲ್ವೀರಾ ಅದಕ್ಕೆ ದಿನಾ ನೀರೆರೆಯುತ್ತಿದ್ದುದರಿಂದ ಅವೆಲ್ಲ ಚೆನ್ನಾಗಿ ಹಬ್ಬಿದ್ದುವು. ವಿಟ್ಠು ಪೈ ಬೇಲಿ ಹಾರಿ ಹಿಂಬಾಗಿಲ ಬಳಿ ಹೋದ. ಆ ಹೊತ್ತಿನಲ್ಲಿ ಗೋಯೆಸ್ ಮನೆಯಲ್ಲಿರಬಹುದು ಎಂಬ ಹೆದರಿಕೆ ಕೂಡಾ ಅವನನ್ನು ಬಾಧಿಸಲಿಲ್ಲ. ಗೋಯೆಸ್ ಮನೆಯಲ್ಲಿ ಇದ್ದುದೇನೋ ನಿಜ. ಆದರೆ ಮದ್ಯ ಕುಡಿದು ಪ್ರಜ್ಞೆ ಇಲ್ಲದೇ ಬಿದ್ದಿದ್ದ. ವಿಟ್ಠು ಪೈ ಮೆತ್ತಗೆ ಬಾಗಿಲು ಹೊಡೆದು ಕಾದ. ಬಾಗಿಲು ನಿಧಾನವಾಗಿ ತೆರೆದುವು. ಎದುರಿಗೆ

ಅಲ್ವೀರಾ ! ಪಾದದ ತನಕ ಬರುವ ಬೆಳ್ಳನೆಯ ಉಡುಪು. ಉದ್ದವಾದ ಬುಗ್ಗೆಯ ಕೈಗಳು. ಉಡುಪು ತೆಳ್ಳಗಿದ್ದುದರಿಂದ ಒಳಗಿನ ಬಟ್ಟೆಗಳು ಕೂಡಾ ಕಾಣುತ್ತಿದ್ದುವು. ತನ್ನ ತಲೆಗೂದಲನ್ನು ಬಾಚಿ ಅಲಂಕರಿಸಲು ಆಕೆ ತುಂಬ ಹೊತ್ತು ತೆಗೆದುಕೊಂಡಿರಬೇಕು. ಮೃದುವಾಗಿ ನಕ್ಕಳು. ಅದೇ ತಾನೇ ಮೇಲೆದ್ದ ಚಂದ್ರನ ಬೆಳಕಿನಲ್ಲಿ ಕಂಡ ಆ ರೂಪಕ್ಕೆ, ನಿಲುವಿಗೆ ವಿಟ್ಠು ಪೈ ಮೂಕನಾಗಿ ಹೋದ. ಆಕೆ ಅವನ ಕೈ ಹಿಡಿದು ಒಳಗೆ ಕರೆದೊಯ್ದಳು. ಮೆತ್ತಗೆ ಪಿಸುಗುಟ್ಟುವ ಧ್ವನಿಯಲ್ಲಿ "ನಿನ್ನೆ ರಾತ್ರಿ ನೀನು ಬರುತ್ತೀಯೇನೋ ಅಂತ ಕಾದಿದ್ದೆ" ಎಂದಳು.

ಅವಳ ಮಲಗುವ ಕೋಣೆ ಅವನು ದಂಗು ಬಡಿಯುವಂತಿತ್ತು. ಮರದ ಮಂಚದ ಮೇಲೆ ಮೃದುವಾದ ಹಾಸಿಗೆ. ಮೇಲೆ ರೇಷಿಮೆಯ ವಸ್ತ್ರ, ಪಕ್ಕದಲ್ಲಿ ದೊಡ್ಡದಾದ, ಲಿಸ್ಬನ್ನಿನಿಂದ ಆಮದು ಮಾಡಿದ ಅಂಡಾಕಾರದ ಕನ್ನಡಿ. ಒಂದು ಬದಿಯಲ್ಲಿ ಆಕೆಯ ಬಟ್ಟೆಗಳನ್ನು ಇಡುವ ಮರದ ಕಪಾಟು. ಅದರ ಮೇಲೆ ಅದೇ ತಾನೇ ಕೊಯ್ದಿಟ್ಟ ಹೂವಿನ ಗೊಂಚಲ ದಾನಿ. ನಸು ನೀಲಿಯ ಬಣ್ಣ ಹೊಡೆದ ಗೋಡೆಗಳು. ಗಾಳಿ ಬೆಳಕು ಧಾರಾಳ ಕೊಡುವ ಕಿಟಕಿಗಳು. ಗೋಡೆಯ ಮಧ್ಯೆ ಆಕೆಯ ದೇವರ ಪಟ. ಗಡ್ಡವಿರುವ ತೆಳ್ಳನೆಯ ದೇಹದ ಜೀಸಸ್ ! ಕೆಂಪು ವಸ್ತ್ರ ಮುಳ್ಳಿನ ಕಿರೀಟ. ಕೈಗಳಿಂದ ಕಾಲುಗಳಿಂದ ಹೊಡೆದ ಮೊಳೆಯ ಕಾರಣ ಹರಿಯುವ ನೆತ್ತರು. ಅಲ್ವೀರಾ ಅವನ ಕೈ ಹಿಡಿದು ಹಾಸಿಗೆಯ ಮೇಲೆ ಕುಳ್ಳಿರಿಸಿದಳು. ಅವನ ಭಾರಕ್ಕೆ ಹಾಸಿಗೆ ತಗ್ಗಿ ಹೋಯಿತು. ಅಷ್ಟು ಮೃದುವಾದ ಹಾಸಿಗೆಗಳೂ ಇರಬಹುದೆಂಬ ಕಲ್ಪನೆ ಕೂಡಾ ಅವನಿಗಿರಲಿಲ್ಲ. ಆ ರಾತ್ರಿ ಅವನು ಅವಳ ಜೊತೆ ಅನುಭವಿಸಿದ್ದು ಈ ಲೋಕದ ಸುಖವಲ್ಲ. ಆಯಾಸವೇ ಇಲ್ಲದ ಕಾಮಕೇಳಿ. ನೋವು ತುಂಬಿದ ಆನಂದ. ಬೆಳಗ್ಗೆ ಬೆಳ್ಳಿ ಮೂಡುವ ಹೊತ್ತಿಗೆ ಎದ್ದ ವಿಟ್ಠು ಪೈ ಮಲಗಿದ್ದ ಅಲ್ವೀರಾಳನ್ನು ಎಚ್ಚರಿಸದೇ ಮನೆಗೆ ಹಿಂತಿರುಗಿದ್ದ.

ಇಂಥ ಭೇಟಿ ಒಂದು ಹಪ್ತೆಯಲ್ಲಿ ಏಳೆಂಟು ಸಲ ನಡೆಯಿತು. ವಿಟ್ಠು ಪೈ ಅಷ್ಟು ಸಮಯವೂ ಅವಳೊಡನೆ ಮೌನವಾಗಿಯೇ ವ್ಯವಹರಿಸಿದ. ಆದರೆ ಅಲ್ವೀರಾ ನಿಧಾನವಾಗಿ ಅವನ ಮಾತಿನ ಸಂಕೋಚವನ್ನು ಮುರಿದಳು. ಮುಂದೆ ಹೊತ್ತಲ್ಲದ ಹೊತ್ತಿನಲ್ಲಿ, ಎಲ್ಲಿ ಸಿಕ್ಕಿದರಲ್ಲಿ, ಬೆಳಗ್ಗೆ ಮಧ್ಯಾಹ್ನ ಸಂಜೆ ರಾತ್ರಿಗಳಲ್ಲಿ, ಕೊಳದ ಬಳಿ, ತೋಟದಲ್ಲಿ, ಗದ್ದೆಯಲ್ಲಿ, ಶಾಲೆಯ ಹತ್ತಿರ ಎಂದು ಅವನು ಅವಳ ಜೊತೆ ಸುಖಿಸಿದ. ಸುಖ ಕೊಟ್ಟು ಸುಖ ಪಡೆದ. ಅಲ್ವೀರಾ ಇಲ್ಲವೆನ್ನಲಿಲ್ಲ. ಬೇಡ ಎನ್ನಲಿಲ್ಲ. ಅವನ ಆತುರವನ್ನವಳು ಸಾಕಷ್ಟು ತಣಿಸಿದಳು. ಎಲ್ಲೋ ಒಂದಾದ ಕಡೆ, ತನ್ನ ಕೆಲಸ ಮುಗಿಸಿ ಓಡಿ ಹೋಗುವ ಅವನನ್ನು ಕಂಡು ನಕ್ಕು ಮುದ್ದು ಮಾಡಿದಳು. ಆಕೆಯ ವಯಸ್ಸು ಹಿರಿದು. ಆ ಹಿರಿತನದಿಂದಲೇ ಆಕೆ ಅವನನ್ನು ಗೆದ್ದಳು. ಸುಖ ಅಂದರೆ ಇದು ಎಂದು ತೋರಿಸುವ ದಾರಿದೀಪವಾದಳು. ಅಲ್ವೀರಾ ಅವನಿಗೆ ಕೊಟ್ಟದ್ದು ಗೆಳತಿಯೊಬ್ಬಳ ಪ್ರೇಮ ಸಲ್ಲಾಪ ತುಂಬಿದ ಪ್ರಣಯ.

"ಕಾಸ್ಟೆಲೋ ಸತ್ತಾಗ ನನಗೆ ನಿಮ್ಮ ಮೇಲೆ ತುಂಬ ದ್ವೇಷವಿತ್ತು. ಆದರೆ ಅದು ಈಗ

ಇಲ್ಲ. ಪ್ರೀತಿಸುವುದು ಹೇಗೆಂದು ಯಾಕೆಂದು ನೀನು ನನಗೆ ತಿಳಿಸಿದಿ'' ಎಂದು ಅವಳೊಮ್ಮೆ ವಿಟ್ಠು ಪೈಯೊಡನೆ ಹೇಳಿದ್ದಳು. ಅವಳಿಗೆ ಅವನ ಮತದ ಬಗ್ಗೆ, ಅವನನ್ನು ತನ್ನ ಮತಕ್ಕೆ ಎಳೆಯುವ ಬಗ್ಗೆ ಭಾವನೆಗಳಿರಲಿಲ್ಲ. ಆಕೆ ಯೋಚಿಸುತ್ತಿದ್ದುದು ಗಂಡು ಮತ್ತು ಹೆಂಣು ಎಂಬ ದೃಷ್ಟಿಯಲ್ಲಿ ಮಾತ್ರ. ಅವನ ಆತುರಗಳಿಗೆ ಅಲ್ವೀರಾ ಎಂದೂ ಅಡ್ಡಬರದೇ ಇದ್ದರೂ ತನ್ನ ವಯಸ್ಸಿನ ಹಿರಿಮೆಯಿಂದ ಆಕೆ ವಿಟ್ಠು ಪೈಯನ್ನು ಬೆಳೆಸಿದಳು. ಕ್ರಮೇಣ ವಿಟ್ಠು ಪೈ ಅವಳನ್ನು ಗೌರವಿಸುವುದನ್ನು ಕಲಿತ. ಹಾಗೆಯೇ ಅವಳೂ ಅವನನ್ನು ಆರಾಧಿಸುವ ಮನೋಭಾವ ತಳೆದಳು.

ಈ ಸಂಬಂಧ ಬಯಲಾಗಲಿಲ್ಲ. ವೆರಣೆಯ ಜನ ಕತ್ತಲಲ್ಲಿದ್ದರು. ಒಂದು ಸಲ ಉದ್ವೇಗ, ಆತುರಗಳೆಲ್ಲ ಶಾಂತವಾಗಿ ಒಬ್ಬರನ್ನೊಬ್ಬರು ಗೌರವಿಸುವುದನ್ನು ಕಲಿತ ಮೇಲೆ ಉಳಿದವರಿಗೆ ತಿಳಿಯುವ ಯಾವ ಆಸ್ಪದವೂ ಬರಲಿಲ್ಲ. ಚರ್ಚಿನಲ್ಲಿ ತನ್ನ ತಪ್ಪೊಪ್ಪಿಗೆಯ ಸಂದರ್ಭಗಳಲ್ಲಿ ಕೂಡಾ ಅಲ್ವೀರಾ ಪಾದ್ರೆಪ್ಪನೆದುರು ಅದರ ಪ್ರಸ್ತಾಪ ಮಾಡಲಿಲ್ಲ. ಮನೆಗೆ ಬಂದು ತನ್ನ ಮಲಗುವ ಕೋಣೆಯಲ್ಲಿ ಒಬ್ಬಳೇ ಇದ್ದಾಗ ಮಂಚದ ಬಳಿಯ ಯೇಸುವಿನ ತೆಳ್ಳಗಿನ ಗಡ್ಡವಿರುವ ಮೂರ್ತಿಯ ಪಟದೆದುರು ಮಂಡಿಯೂರಿ ''ಪರಲೋಕದಲ್ಲಿರುವ ತಂದೆಯೇ, ನಿನಗೆ ಎಲ್ಲವೂ ತಿಳಿದಿದೆ. ನಾನು ತಪ್ಪು ಮಾಡುತ್ತಿರುವೆನಾದರೆ ಕ್ಷಮಿಸುವ ದಯೆ ತೋರು'' ಎಂದು ಪ್ರಾರ್ಥಿಸುತ್ತಿದ್ದಳು. ವಿಟ್ಠು ಪೈ ಕೂಡಾ ಅದನ್ನು ಎಲ್ಲರಿಂದ ಮುಚ್ಚಿಟ್ಟ. ಮಗ ಅಡ್ಡದಾರಿ ಹಿಡಿಯುತ್ತಾನೆಂದು ಅಪ್ಪಯ್ಯ ಮದುವೆ ಮಾಡಿಸಿದನಲ್ಲವೇ? ಆದರೆ ಅಡ್ಡದಾರಿ ಹಿಡಿಯುವವರನ್ನು ತಡೆಯುವುದು ಸಾಧ್ಯವೇ? ವಿಟ್ಠು ಪೈಗೆ ಅಡ್ಡದಾರಿ ರಾಜಮಾರ್ಗವಾಯಿತು. ಈ ಸಂಬಂಧದ ಬಗ್ಗೆ ಹೆಂಡತಿ ತುಳಸೀಬಾಯಿಗೆ ಸಂಶಯ ಬಂದಿರಬಹುದು ಎಂದು ಅವನಿಗನ್ನಿಸಿತ್ತು. ಆದರೆ ತನ್ನ ಗಂಡನ ಮನಸ್ಸನ್ನು ಕದ್ದ ಹೆಂಗಸು ಯಾರೆಂದು ಆಕೆಗೆ ತಿಳಿದಿರಲಾರದು. ಆ ದಿನಗಳಂಥ ಸಂದರ್ಭದಲ್ಲಿ ಆಕೆ ಒಬ್ಬಳು ಫರಂಗಿ ಹೆಂಣಿರಬಹುದೆಂದು ತುಳಸೀಬಾಯಿ ಅನುಮಾನಿಸುವುದು ಅಸಾಧ್ಯ. ತಿಳಿದಿದ್ದರೆ ಈ ಸಂಬಂಧ ಧಡ್ಡನಿಗೆ ತಿಳಿದಿರಲೂಬಹುದು.

ಬೇಳಕಟ್ಟೆ ರಾಮಚಂದ್ರ ಪೈಗೆ ತನ್ನಜ್ಜ ವಿಟ್ಠು ಪೈ ಈ ಮಾತು ಹೇಳುವಾಗ ತಡೆದದ್ದು ಜ್ಞಾಪಕವಿದೆ. ಕಥೆಯಂತೆ ಹೇಳುತ್ತಾ ಹೇಳುತ್ತಾ ಅಜ್ಜ ವಿಮನಸ್ಕರಾಗಿದ್ದರು. ಕುಂಬಳೆಯ ಮುಳಿಹುಲ್ಲಿನ ಮನೆಯ ಹಜಾರದಲ್ಲಿ ಕಾಲುಚಾಚಿ ಕುಳಿತು ಅಂಗಳದಾಚೆಯ ದಿಗಂತವನ್ನು ದಿಟ್ಟಿಸುತ್ತಾ ಒಂದು ಕ್ಷಣ ಮಾತು ನಿಲ್ಲಿಸಿದ್ದ. ಬಾಲಕ ರಾಮಚಂದ್ರ ಪೈ ತಲೆ ಎತ್ತಿ ಅವನ ಮುಖವನ್ನೇ ನೋಡಿದ – ''ಹೌದು ರಾಚ್ಛೂ ಧಡ್ಡನಿಗೆ ಗೊತ್ತಿದ್ದಿರ ಬಹುದು. ಆದರೆ ತನಗೆ ಗೊತ್ತಿರುವುದನ್ನು ಹೇಳಲಾರದ ಮೂಕ ಅವನು. ಭಾವನೆಗಳನ್ನು ತೋರ್ಪಡಿಸದ ಕಲ್ಲು ಮುಖ ಅವನದ್ದು'' ಎಂದು ಹೇಳಿದ್ದ ವಿಟ್ಠು ಪೈ.

□

೬

"ಸಾಸಷ್ಟಿಗೆ ತನ್ನದೇ ಆದ ಪುರಾಣೋಕ್ತ ಇತಿಹಾಸವಿದೆ" – ಮಾಳಪ್ಪಯ್ಯನವರ ಹಜಾರದಲ್ಲಿ ಕುಳಿತು ನಾಗ್ಡೊ ಬೇತಾಳ ಪಾದಗಳನ್ನು ನೀವಿಕೊಳ್ಳುತ್ತಾ, ಕೆನ್ನೆಯೊಳಗೆ ಅಡಿಕೆಯಾಕಾರದ ತಾಂಬೂಲವನ್ನು ಒತ್ತಿ ಹಿಡಿದು ಹೇಳಿದ.

ನಾಗಪ್ಪಯ್ಯನಿಗೆ ನಾಲ್ಕು ವರ್ಷಗಳಾದಾಗ ನಾಗ್ಡೊ ಬೇತಾಳ ಇನ್ನೊಮ್ಮೆ ವೆರಣೆಗೆ ಕಾಲಿಟ್ಟಿದ್ದ. ವೆರಣೆಯ ಬ್ರಾಹ್ಮಣರಿಗೆ ಅವನನ್ನು ಕಂಡು ಸಂತೋಷ. ಎಲ್ಲರೂ ಸೇರಿ ಅವನನ್ನು ಸಂಭ್ರಮದಲ್ಲಿ ಸ್ವಾಗತಿಸಿದ್ದರು. ಧಡ್ಡನಂತೂ ಬೇತಾಳನ ಎಲ್ಲ ಅನುಕೂಲಗಳನ್ನೂ ಒದಗಿಸಲು ಟೊಂಕಕಟ್ಟಿ ಸಿದ್ಧನಾದ. ಕಳೆದ ನಾಲ್ಕಾರು ವರ್ಷಗಳಿಂದ ಅವನ ವಾಸವಿದ್ದುದು ಲೋಟಲಿಯಲ್ಲಿ. ಅಲ್ಲಿಯ ಜನರೊಡನೆ ಒಂದಾಗಿ ಬೆರೆತು, ಅವರು ಗದ್ದೆಗಳಲ್ಲಿ ಕೆಲಸ ಮಾಡುತ್ತಿದ್ದರೆ ಕೈಯಲ್ಲಿ ನೀರು ಹಿಡಿದುಕೊಂಡು ಅತ್ತಿಂದಿತ್ತ ಓಡಾಡುತ್ತಾ ಬಾಯಾರಿದವರಿಗೆ ನೀರು ಕುಡಿಸಿ ತಂಪಾಗಿಸಿದ್ದ. ರೋಗಿಗಳಿಗೆ ಶುಶ್ರೂಷೆ, ಜನರಲ್ಲಿ ದೇವರ ಮೇಲೆ ಭಕ್ತಿ ಬೆಳೆಯುವಂತೆ ಪ್ರವಚನ.

ಆದರೆ ಲೋಟಲಿಯಲ್ಲಿ ಪೋರ್ಚುಗೀಸರು ತುಂಬಿ ಹೋದರು. ಅವರು ಮತಾಂತರಿಸಿದ ಕಿರಿಸ್ತಾನ ಮಂದಿ ಲೋಟಲಿಯ ತುಂಬ ತುಂಬಿ ಉಸಿರುಗಟ್ಟುವ ವಾತಾವರಣ ನಿರ್ಮಿತವಾಯಿತು. ನೋಡ ನೋಡುತ್ತಿದ್ದಂತೆ ಅವರೇ ತುಂಬಿಕೊಂಡರು. ಸುತ್ತಮುತ್ತಣ ಜನರು ನಾಗ್ಡೊ ಬೇತಾಳನನ್ನು ನೋಡಬೇಕಿದ್ದರೆ ಲೋಟಲಿಗೇ ಹೋಗಬೇಕಿತ್ತು. ಕುಟ್ಠಾಳಿಯಿಂದ ಜೋಗಂಣ ಕಾಮಾತಿಯ ಮೊಮ್ಮಗ, ಅಂದರೆ ವೆಂಕ್ಟೇಶ ಕಾಮಾತಿಯ ಮಗ ಧಾಕ್ಟೊ ಕಾಮಾತಿ ಒಂದು ಸಲ ಹೋಗಿ ನಾಗ್ಡೊ ಬೇತಾಳನನ್ನು ಕಂಡು ಪೋರ್ಚುಗೀಸರು ತಮ್ಮ ದೇವಸ್ಥಾನಗಳನ್ನು ಹಾಳುಗೆಡವುತ್ತಿದ್ದಾರೆಂದೂ ತಾವು ಏನು ಮಾಡೋಣವೆಂದೂ ಊರ ಜನರ ಪರವಾಗಿ ಕೇಳಿದ್ದ. ದೇವರ ಪೂಜೆ ಅಸಾಧ್ಯವೆಂದಾದರೆ ಸುರಕ್ಷಿತ ಸ್ಥಳಕ್ಕೆ ಹೋಗಲು ನಾಗ್ಡೊ ಬೇತಾಳ ಆಜ್ಞೆಯಿತ್ತ. ಧಾಕ್ಟೊ ಕಾಮಾತಿ ಊರಲ್ಲಿದ್ದ ಮಂಗೇಶಿಯನ್ನೂ ಶಾಂತೇರಿಯನ್ನೂ ಏನು ಮಾಡಲಿ ಎಂದು ಕೇಳಿದ. ಅವನ ಉಪದೇಶದ ಮೇರೆಗೆ ಮಂಗೇಶಿಯ ಮೂರ್ತಿಯನ್ನು ರಾತ್ರೋರಾತ್ರಿ ಎಬ್ಬಿಸಿ, ಪಲ್ಲಕ್ಕಿಯಲ್ಲಿ ಕುಳ್ಳಿರಿಸಿ ಪ್ರಿಯೋಳದ ಕಾಡಿಗೆ ಕೊಂಡೊಯ್ದಿದ್ದರು. ಧಾಕ್ಟೊ ಕಾಮಾತಿ ಕುಟ್ಠಾಳಿಯನ್ನು ತ್ಯಜಿಸಿ ಕೊಚ್ಚಿಯ ಕಡೆಗೆ ಹೊರಟುಹೋದ. "ನಾನೇ ನಿಂತು ಕಟ್ಟಿಸಿದ ದೇವಸ್ಥಾನಗಳವು. ಕುಟ್ಠಾಳಿಯ ಧಾಕ್ಟೊ ಕಾಮಾತಿ ಊರು ಬಿಡಲು ಅತ್ತೇ ಬಿಟ್ಟ. ಆದರೆ ದೇವರೇ ಊರು ಬಿಟ್ಟು ಓಡಿ ಹೋದ ಮೇಲೆ ಅವರಿಗೆ ಕುಟ್ಠಾಳಿಯಲ್ಲಿ ಏನು

ಕೆಲಸ? ಕುಟ್ಟಾಳಿಯಲ್ಲಿ ಈಗ ಬ್ರಾಹ್ಮಣರೇ ಇಲ್ಲ. ಎಲ್ಲ ತೆಂಕು ದಿಕ್ಕಿಗೆ ಮುಖ ಮಾಡಿ ಹೋದರು" ಎಂದಿದ್ದ ನಾಗ್ಡೊ ಬೇತಾಳ. "ಮಂಗೇಶಿ ಈಗ ಪ್ರಿಯೋಳದ ಕಾಡಿನಲ್ಲಿದ್ದಾನೆ. ಅವನಿಗೆ ಗಿರಿಗಳ ಮಧ್ಯೆ ವಾಸವಿರುವುದೆಂದರೆ ತುಂಬ ಇಷ್ಟ"

ವೆರಣೆಯ ಜನರಿಗೆ ನಾಗ್ಡೊ ಬೇತಾಳನ ಮಾತು ಕೇಳುವುದರಲ್ಲಿ ಎಲ್ಲಿಲ್ಲದ ಆಸಕ್ತಿ. ಆ ವಿಷಯ ಅವರು ಕೇಳಿ ಬಲ್ಲರು. ಆದರೂ ಅವರು ಅದನ್ನು ಮತ್ತೆ ಮತ್ತೆ ಅವನ ಬಾಯಿಯಿಂದ ಕೇಳಲಿಚ್ಛಿಸಿದ್ದರು. "ಹೇಗೆ ಕೊಂಡೊಯ್ದರು?" ಎಂದು ಪ್ರಶ್ನಿಸಿದ್ದರು. "ಪಲ್ಲಕ್ಕಿಯಲ್ಲಿ ಹಾಕಿ. ಹೆಗಲ ಮೇಲೆ ಹೊತ್ತು. ಬಾಜಾ ಬಜಂತ್ರಿಗಳಿಲ್ಲ, ಪತಾಕೆ ದೀವಟಿಗೆಗಳಿಲ್ಲ. ಅಮವಾಸ್ಯೆಯ ಕತ್ತಲು ಬೇರೆ. ಅವರಿದ್ದುದು ಆರೋ ಏಳೋ ಜನ. ದೇವರು ಹೆಗಲ ಮೇಲಿದ್ದರೆ ಬೆಳಕೇನು, ಕತ್ತಲೆಯೇನು? ಗಡಿಯ ಬಳಿ ಒಂದಷ್ಟು ತೊಂದರೆಯಾದದ್ದೂ ಹೌದು. ಆದರೆ ಹೆಗಲ ಮೇಲಿದ್ದವನು ಕಾಯ್ದುಕೊಂಡ" ಎಂದ ನಾಗ್ಡೊ ಬೇತಾಳ.

ವೆರಣೆಗೆ ಬಂದ ನಾಗ್ಡೊ ಬೇತಾಳ ಅಗ್ರಹಾರದ ಪ್ರತಿಯೊಬ್ಬ ಬ್ರಾಹ್ಮಣನನ್ನೂ ಅವನ ಮನೆಗೇ ಹೋಗಿ ಭೇಟಿ ಮಾಡಿದ್ದ. ಯಾವಾಗಲೂ ಹೀಗೆ ಹೋಗುವ ಪರಿಪಾಠವನ್ನವನು ಇಟ್ಟುಕೊಂಡಿರಲಿಲ್ಲ. ಆದರೆ ಈ ಬಾರಿ ಹಾಗೆ ಮಾಡಿದ. ಅವರ ಮುಖದ ಮೇಲಿದ್ದ ಭೀತಿಯನ್ನು ಗಮನಿಸಿ ಮುಗುಳುನಗೆ ನಕ್ಕು "ನಾನು ಇಲ್ಲಿಯೇ ಇರಬಯಸಿದ್ದೇನೆ. ನೀವು ಹೆದರಬೇಡಿ" ಎಂದು ಅಭಯವಿತ್ತ. ಮಾಳಪ್ಪಯ್ಯನವರು ಮಗನಿಗೆ ಹೇಳಿ ಭಗವತಿಯ ದೇವಳದ ಪಕ್ಕದಲ್ಲಿ ಅವನಿಗೊಂದು ಆಶ್ರಮ ಕಟ್ಟಿಸಿದರು. ಮಣ್ಣಿನ ಗೋಡೆಗಳು. ಮುಳಿ ಹುಲ್ಲಿನ ಸೂರು. ಧಡ್ಡ ಸ್ವತಃ ಬೆವರಿಳಿಸಿ ಕಟ್ಟಿದ್ದ. ಮಾಳಪ್ಪಯ್ಯ ಕಾಯಿಲೆಯಿಂದ ಮಲಗಿದ್ದರೂ ನಾಗ್ಡೊ ಬೇತಾಳ ಬಂದಾಗ ಒಂದಿಷ್ಟು ಓಡಾಡಿದರು. ನಾಗ್ಡೊ ಬೇತಾಳ ಇನ್ನೂ ಧಡೂತಿಯಾಗಿದ್ದ. ಕೆಳತುಟಿಯ ಬಳಿಯ ಕೂದಲುಗಳು ಇನ್ನಷ್ಟು ಕಪ್ಪಾಗಿದ್ದುವು. ತಾಂಬೂಲದಿಂದ ತುಟಿ ರಂಗಾಗಿತ್ತು. ಹಣೆಯ ಮೇಲೆ ಬೂದಿ ಹಚ್ಚಿ ಮಧ್ಯೆ ಕುಂಕುಮದ ತಿಲಕವಿಟ್ಟ ದೊಡ್ಡ ಮೂಗಿನ ಬೇತಾಳ ಇನ್ನೂ ದಪ್ಪನಾಗಿ ಕಂಡ. ರಟ್ಟೆಗಳು, ತೊಡೆಗಳು ಎಲ್ಲ ಗಲಗಲ ಅಲ್ಲಾಡುತ್ತಿದ್ದುವು. ಕಿವಿಯ ಮೇಲಿನ ಉಂಗುರಗೂದಲುಗಳು, ಉದ್ದವಾಗಿ ಬಿಟ್ಟ ಜಡೆ ಎಲ್ಲ ಗಾಳಿಗೆ ಹಾರಾಡುತ್ತಿದ್ದುವು. ಅವನು ನಡೆಯುವುದು ಈಗಲೂ ದಾಪುಗಾಲು ಹಾಕಿಯೇ. ಬಾಯಿಯಲ್ಲಿ ಕಾಲ ಭೈರವನ ಮಂತ್ರ. ದಣಿವಿರದ ಜೀವ. ಅವನ ಸೇವಕನಂತೆ ಧಡ್ಡ ಅವನ ಹಿಂದೆಯೇ ಎಲ್ಲ ಕಡೆಗೂ ಅಲೆದ. ಅವನ ತಾಂಬೂಲದ ಸಂಚಿಯನ್ನು ದೇವರ ಪೆಟ್ಟಿಗೆ ಹೊತ್ತಷ್ಟು ಭಕ್ತಿಯಿಂದ ಹೊತ್ತ.

ಒಂದು ಸಾರಿ ವೆರಣೆಯ ಒಂದು ಬೀದಿಯಲ್ಲಿ ನಡೆಯುತ್ತ ಇದ್ದಾಗ ನಾಗ್ಡೊ ಬೇತಾಳನಿಗೆ ಗೋಯೆಸ್ ಎದುರಾದ. ದೂರದಲ್ಲಿ ಗೋಯೆಸ್ ತನ್ನ ಬಡಕಲು ಕುದುರೆ ಏರಿ ಬರುತ್ತಿದ್ದುದನ್ನು ಕಂಡು ಅವನೊಡನಿದ್ದ ಜನರು ಭೀತಿಯಿಂದ ಹಿಂದೆ ಸರಿದರು.

ಬೇತಾಳ ಮಾತ್ರ ನಕ್ಕು ಮುಂದುವರಿದ. ಎದುರಿಗೆ ಬರುತ್ತಿರುವ ನಗ್ನಮೂರ್ತಿಯನ್ನು ಕಂಡು ಗೋಯೆಸ್ ಸ್ತಬ್ಧನಾದ. ಯಾವುದೇ ಸಂಕೋಚವಿಲ್ಲದೇ, ಒಂದೇ ಒಂದು ಅರಿವೆಯೂ ಇಲ್ಲದೇ ನಡೆದುಕೊಂಡು ಬರುತ್ತಿದ್ದ ಅವನ ಧಡೂತಿ ದೇಹ, ಗುಂಗುರು ಗುಂಗುರಾಗಿ ಜೋಲಾಡುತ್ತಿದ್ದ ಕೂದಲುಗಳ ಉಂಗುರಗಳು, ಎದೆಯ ತನಕ ಬೆಳೆದ ಗಡ್ಡ, ಮಾಂಸಲ ರಟ್ಟೆ ತೊಡೆಗಳು ಅವನು ಹೆದರುವಂತೆ ಮಾಡಿದುವು. ಹತ್ತಿರ ಬರುತ್ತಿದ್ದಂತೆ ಗೋಯೆಸ್ ಕುದುರೆಯನ್ನು ನಿಲ್ಲಿಸಿದ. ಅಂತಹ ವ್ಯಕ್ತಿಯನ್ನು ಗೋಯೆಸ್ ಅದುತನಕ ನೋಡಿರಲಿಲ್ಲ. ಅಧೀರನಾಗದೇ ತನ್ನೆಡೆಗೆ ಬರುತ್ತಿರುವವನನ್ನು ಕಂಡು ಅವನು ಹೆದರಿ ಬಂದೂಕಿಗೆ ಕೈ ಹಾಕಿದ. ಬೇತಾಳನ ಹಿಂದೆ ನಿಂತಿದ್ದ ಧಡ್ಡ ಕೂಡಾ ಏನಾಗುತ್ತದೋ ಎಂಬ ಆಶ್ಚರ್ಯ ಆತಂಕಗಳಿಂದ ನೋಡುತ್ತಿದ್ದ. ಆದರೆ ತನ್ನ ನಡಿಗೆಯಲ್ಲಿ ಯಾವ ವ್ಯತ್ಯಾಸವನ್ನೂ ಮಾಡದೇ ನಾಗ್ಡೊ ಬೇತಾಳ ಮುಂದುವರಿದ. ಗೋಯೆಸ್ ಕುದುರೆಯಿಂದ ಕೆಳಗಿಳಿದ. ಎಡಗೈ ಕುದುರೆಯ ಜೀನಿಗೇ ಹಿಡಿದುಕೊಂಡು. ಬಲಗೈಯಲ್ಲಿ ಹೆದೆಯೇರಿದ ಬಂದೂಕು. ಇಬ್ಬರೂ ಒಬ್ಬರನ್ನೊಬ್ಬರು ದೃಷ್ಟಿಸಿ ನೋಡಿದರು.

ದೂರದಲ್ಲಿ ಮರೆಯಾಗಿ ನಿಂತ ವೆರಣೆಯ ಬ್ರಾಹ್ಮಣರು ನಡುಗುತ್ತಿದ್ದ ತಮ್ಮ ಎದೆಗಳನ್ನು ಕೈಯಲ್ಲಿ ಹಿಡಿದುಕೊಂಡಿದ್ದರು. ಬೇತಾಳನ ಶಕ್ತಿಯ ಬಗ್ಗೆ ಅವರಿಗೆ ಅಪಾರ ನಂಬಿಕೆಯಿದ್ದರೂ ಗೋಯೆಸ್‌ನ ಕೈಲಿದ್ದ ಗುಂಡು ತುಂಬಿದ ಬಂದೂಕಿನ ಮೇಲೆ ಭರವಸೆ ಇರಲಿಲ್ಲ. ಅವರು ಉಸಿರುಕಟ್ಟಿ ನಿಂತರು. ಆದರೆ ಹಾಗೇನೂ ಆಗಲಿಲ್ಲ. ಗೋಯೆಸ್‌ನನ್ನೇ ನೋಡುತ್ತಾ ಇದ್ದ ನಾಗ್ಡೊ ಬೇತಾಳನ ಮುಖದಲ್ಲಿ ತುಂಬು ಶಾಂತಿ. ದೃಢತೆಯಲ್ಲೂ ಮೃದುತ್ವ. ಕಂಣುಗಳಲ್ಲಿ ಅಯಸ್ಕಾಂತದ ಹಾಗೆ ಆಕರ್ಷಣೆ. ತುಟಿಗಳ ಮೇಲೆ ಮಂದಸ್ಮಿತ. ಗೋಯೆಸ್‌ನ ಆತ್ಮದೊಳಗಿನ ಪಾಪಪೂರಿತ ಭೀತಿಯನ್ನು ಅವನು ಗಾಳ ಹಾಕಿ ಹಿಡಿಯುವಂತೆ ಒಂದು ಕ್ಷಣ ನಿಂತಿದ್ದ. ಮುಂದಡಿಯಿಟ್ಟ. ಮಂತ್ರಮುಗ್ಧನಂತೆ ನಿಂತಿದ್ದ ಗೋಯೆಸ್‌ನನ್ನು ದಾಟಿ ಹೋದ. ಉಳಿದವರೆಲ್ಲ ಕಟ್ಟಿದ ಉಸಿರನ್ನು ಬಿಟ್ಟರು.

ಆಮೇಲೆ ನಾಗ್ಡೊ ಬೇತಾಳನ ಮೇಲಿನ ಅವರ ಭಕ್ತಿಭಾವ ಇನ್ನೂ ಹೆಚ್ಚಿತು. ಕೇಳಿದಾಗ "ಅವನು ನನಗೇನು ಮಾಡಬಲ್ಲ?" ಎಂದು ಬೇತಾಳ ನಕ್ಕುಬಿಟ್ಟ. ವಿಟ್ಠು ಪೈಗೆ ಅವನ ಎದುರು ಬರಲು ಭೀತಿ. ನಾಗ್ಡೊ ಬೇತಾಳ ವೆರಣೆಗೆ ಬಂದಂದಿನಿಂದ ಆದಷ್ಟು ಹಿಂದೆ ನಿಂತುಕೊಂಡೇ ಇರುತ್ತಿದ್ದ. ಅವನೆಲ್ಲಾದರೂ ತನ್ನ ಮತ್ತು ಅಲ್ವೀರಾಳ ಬಗ್ಗೆ ಮಾತು ತೆಗೆದರೆ ಏನುತ್ತರ ಕೊಡಲಿ ಎಂದು ಅವನ ಆತಂಕ. ಅದರಿಂದಾಗಿ ಅವನು ಸಿಟ್ಟಿಗೆದ್ದು ತನ್ನನ್ನು ಬಹಿಷ್ಕರಿಸಲೂ ಬಹುದು ಎಂದು ಪುಕ್ಕಲು. ಆದರೆ ನಾಗ್ಡೊ ಬೇತಾಳ ಆ ಮಾತೇ ತೆಗೆಯಲಿಲ್ಲ.

ನಾಗ್ಡೊ ಬೇತಾಳ ಬಂದ ಆರನೆಯ ದಿನ ಮಾಳಪ್ಪಯ್ಯನವರ ಹಜಾರದಲ್ಲಿ, ಬೆಳಗಿನ ಹೊತ್ತು ವೆರಣೆಯ ಸಮಸ್ತ ಬ್ರಾಹ್ಮಣರನ್ನೂ ಕರೆದು ಎದುರಿಗೆ ಕುಳ್ಳಿರಿಸಿ, ತಾನು

ಚಕ್ಕಳ ಮಕ್ಕಳ ಹಾಕಿ ಕುಳಿತ. ವೆರಣೆಯ ಸುತ್ತಮುತ್ತಣಿಂದಲೂ ಅನೇಕ ಬ್ರಾಹ್ಮಣರು ಬಂದಿದ್ದುದರಿಂದ ಇನ್ನೂರು ಮುನ್ನೂರು ಜನ ಹಜಾರದಲ್ಲಿಯೂ ಅಂಗಳದಲ್ಲಿಯೂ ತುಂಬಿದ್ದರು. ಧಡ್ಡ ಒಂದು ಕಂಚಿನ ತಟ್ಟೆಯಲ್ಲಿ ವೀಳೆಯದ ಎಲೆಗಳನ್ನೂ ಮಂದವಾಗಿ ನೆನಸಿದ ಅಡಿಕೆಯ ಹೋಳುಗಳನ್ನೂ ಎದುರಿಗಿಟ್ಟಿದ್ದ. ಪಾದಗಳನ್ನು ನೀವಿಕೊಳ್ಳುತ್ತಾ, ಎದುರಿಗೆ ಕೂತ ಬ್ರಾಹ್ಮಣ ಸಮೂಹಕ್ಕೆ ನಾಗ್ಡೊ ಬೇತಾಳ ತನ್ನ ಗಂಭೀರ ಸ್ವರದಲ್ಲಿ "ಸಾಸಷ್ಟಿಗೆ ತನ್ನದೇ ಆದ ಪುರಾಣೋಕ್ತ ಇತಿಹಾಸವಿದೆ" ಎಂದು ಕಥೆ ಹೇಳಿದ.

ಪರಶುರಾಮನು ಕೇರಳ ದೇಶವನ್ನು ಸಮುದ್ರರಾಜನಿಂದ ಪಡೆದ ಹಾಗೆಯೇ ಕೊಂಕಣ ಗೋಮಂತಕ ಜೈನ ದೇಶಗಳನ್ನು ವರುಣನಿಂದ ಪಡೆದ. ಕೇರಳ ದೇಶದಲ್ಲಿ ದೇವರುಗಳನ್ನು ಪ್ರತಿಷ್ಠಿಸಿ ಬೇರೆ ಬೇರೆ ದೇಶಗಳಿಂದ ಬ್ರಾಹ್ಮಣರನ್ನು ತಂದು ನಿಲ್ಲಿಸಿದ ಹಾಗೆಯೇ ಈ ದೇಶಗಳಲ್ಲೂ ಅದೇ ರೀತಿ ಮಾಡಿದ. ಗೋಮಂತಕ ದೇಶಕ್ಕೆ ಪೂರ್ವದಲ್ಲಿ ಶೂರ್ಪಾರಕಾರದೇಶವೆಂದು ಹೆಸರು. ಶೂರ್ಪಾರಕಾರ ದೇಶವೆಂದರೆ ಈಗಿನ ಗೋವಾ ರಾಜ್ಯ. ಇದರ ಉತ್ತರದಲ್ಲಿ ಪೆಡ್ನೆ ಇದೆ. ಇದರ ದಕ್ಷಿಣದಲ್ಲಿ ಹೊಳೆ ಇದೆ. ಈ ಹೊಳೆಯ ದಕ್ಷಿಣಕ್ಕೆ ಹನ್ನೆರಡು ಅಗ್ರಹಾರಗಳ ಬಾರ್ದೇಶವಿದೆ. ಇದರ ಪೂರ್ವಕ್ಕೆ ಬಕೊಲಯವಿದೆ. ಇದರ ಪೂರ್ವಕ್ಕೆ ಹತ್ತು ಗ್ರಾಮಗಳ ಸತ್ತರಿ ದೇಶವಿದೆ. ಬಾರ್ದೇಶದ ದಕ್ಷಿಣದಲ್ಲಿ ಸಮುದ್ರವಿದೆ. ಅಲ್ಲಿ ಜಾರೊ ದ್ವೀಪ, ಜೂವಾ ದ್ವೀಪ ಮತ್ತು ದೀವರ ದ್ವೀಪವಿದೆ. ಇವುಗಳನ್ನು ಪರಶುರಾಮ ದೀಪವತಿ ಎಂದು ಕರೆದಿದ್ದ. ದೀಪವತಿಯ ದಕ್ಷಿಣಕ್ಕೆ ಗೋವೆ ಇದೆ. ಗೋವೆಯ ಪೂರ್ವದಲ್ಲಿ ಕಾಕುನಾ ದೇಶವೂ, ಆಗ್ನೇಯಕ್ಕೆ ಫೋಂಡಾ ದೇಶವೂ ದಕ್ಷಿಣದಲ್ಲಿ ಒಂದು ಹೊಳೆಯೂ ಇದೆ. ಅದರ ದಕ್ಷಿಣಕ್ಕೆ ಅರುವತ್ತಾರು ಅಗ್ರಹಾರಗಳ ಸಾಸಷ್ಟಿ ಇರುವುದು. ಸಾಸಷ್ಟಿಯ ಆಗ್ನೇಯಕ್ಕೆ ಅಷ್ಟಗ್ರಹಾರವೂ ದಕ್ಷಿಣದಲ್ಲಿ ಬಳ್ಳಿದೇಶವೂ ಕಾಣಕೂನವೂ ಇವೆ. ಅವನ್ನೀಗ ಅಷ್ಟಗ್ರಾಮ, ಬಾಣಾವಳಿ, ಕಣಕೂಣ ಎಂದು ಕರೆಯುತ್ತಾರೆ.

ಪರಶುರಾಮನು ಈ ಕ್ಷೇತ್ರದಲ್ಲಿ ವಿಮಲ, ನಿರ್ಮಲ, ಖಡಿಗ, ಹರಿಹರೇಶ್ವರ, ಮುಕ್ತೇಶ್ವರ, ಕಲುಕೇಶ, ಬಾಣಗಂಗಾ, ಸರಸ್ವತೀ, ಕುಶಸ್ಥಳೀ, ಮಠಗ್ರಾಮ, ಗ್ಲೋಮಂತಕ, ಗೋರಕ್ಷ ಮತ್ತು ರಾಮಕುಂಡ ಎಂಬ ಹದಿಮೂರು ತೀರ್ಥಗಳನ್ನುಂಟು ಮಾಡಿದನು. ಈ ಶೂರ್ಪಾರಕಾರ ದೇಶದಲ್ಲಿ ಬ್ರಾಹ್ಮಣರು ಇಲ್ಲದ್ದರಿಂದ ಶ್ರಾದ್ಧ ಯಜ್ಞಾದಿಗಳನ್ನು ಮಾಡುವುದಕ್ಕಾಗಿ ಬೇರೆ ಬೇರೆ ದೇಶದ ಬ್ರಾಹ್ಮಣರಿಗೆ ಆಮಂತ್ರಣವನ್ನು ಕಳುಹಿಸಿದನು. ಆದರೆ ಯಾವ ದೇಶದ ಬ್ರಾಹ್ಮಣರೂ ಬರಲೊಪ್ಪಲಿಲ್ಲ. ಕಡೆಗೆ ಪರಶುರಾಮನು ಸಿಟ್ಟಿನಿಂದ ಹೊರಟು ಮುಖ್ಯಗೌಡ, ಕಾನ್ಯಕುಬ್ಜ, ಮೈಥಿಲ, ಸಾರಸ್ವತ ಮತ್ತು ಕನೋಜ ಎಂಬ ಪಂಚಗೌಡ ದೇಶಗಳಲ್ಲಿರುವ, ತ್ರಿಹೋತ್ರಪುರ ನಿವಾಸಿಗಳಾದ ಭಾರದ್ವಾಜ, ಕೌಶಿಕ, ವತ್ಸ, ಕೌಂಡಿಣ್ಯ, ಕಾಶ್ಯಪ, ವಶಿಷ್ಠ, ಜಮದಗ್ನಿ, ವಿಶ್ವಾಮಿತ್ರ, ಗೌತಮ ಮತ್ತು ಅತ್ರಿ ಹೀಗೆ ಹತ್ತು ಗೋತ್ರಗಳ ಹತ್ತು ಸಾರಸ್ವತ ಬ್ರಾಹ್ಮಣರನ್ನು ಕರೆತಂದು

ಗೋಮಂತಕದಲ್ಲಿ ಮಠಗ್ರಾಮ, ಪಂಚಕ್ರೋಶಿ, ಕುಶಸ್ಥಳಿ, ಕರ್ದಳಿ, ಕುಂಡೋದರಿ, ನಾಗಫಲ್ಲಿ, ಬಾಣಾವಳಿ, ಶಂಖಾವಳಿ, ದೀಪವತಿ ಮತ್ತು ಮಣಿಪುರಿ ಈ ಹತ್ತು ದೇಶಗಳಲ್ಲಿ ನಿಲ್ಲಿಸಿದನು. ಇಲ್ಲೆ ಕಾಮಾಕ್ಷಿ ದೇವಿಯ ಪ್ರತಿಷ್ಠೆ ಮಾಡಿದನು.

ಗೌಡದೇಶದಿಂದ ಬಂದಂಥ ಈ ಸಾರಸ್ವತರ ಹತ್ತು ಕುಟುಂಬಗಳನ್ನು ಪರಶುರಾಮ ನಿಲ್ಲಿಸಿದ ರೀತಿ ಹೀಗಿತ್ತು. ಕುಶಸ್ಥಳಿ ಮತ್ತು ಕೇಳೋಶಿಗಳಲ್ಲಿ ಕೌಂಶ, ವತ್ಸ ಮತ್ತು ಕೌಂಡಿಣ್ಯ ಗೋತ್ರಗಳ ಹತ್ತು ಹತ್ತು ಕುಟುಂಬಗಳನ್ನು ಒಂದೊಂದು ಅಗ್ರಹಾರದಲ್ಲಿಯೂ ನಿಲ್ಲಿಸಿ ಅವರನ್ನು ಶ್ರೇಷ್ಠರನ್ನಾಗಿ ಮಾಡಿದನು. ಇವರು ಎಲ್ಲಾ ಕೆಲಸಗಳಲ್ಲಿಯೂ ಚತುರರಾಗಿಯೂ ಆಚಾರನಿರತರಾಗಿಯೂ ಇದ್ದರು. ಮಠಗ್ರಾಮ, ನಾರಾವೆ, ಅಂತುರ್ಜೆ ಮತ್ತು ಲೋಟಲಿ ಗ್ರಾಮಗಳಲ್ಲಿ ಒಂದೊಂದರಲ್ಲೂ ಆರಾರು ಕುಟುಂಬಗಳನ್ನು ನಿಲ್ಲಿಸಿದನು. ದೀಪವತಿ ಮತ್ತು ಗೋಮಂತಕದ ಮಧ್ಯದಲ್ಲಿ ಹನ್ನೆರಡು ಕುಟುಂಬಗಳನ್ನೂ ಚೂಡಾಮಣಿಯಲ್ಲಿ ಹತ್ತು ಕುಟುಂಬಗಳನ್ನೂ ನಿಲ್ಲಿಸಿದನು. ಹೀಗೆ ಈ ರೀತಿಯಲ್ಲಿ ಅರುವತ್ತಾರು ಕುಟುಂಬಗಳು ವಾಸಿಸುವ ಹತ್ತು ಗ್ರಾಮಗಳ ಅರುವತ್ತಾರು ಅಗ್ರಹಾರಗಳಿಗೆ ಸಾಸಷ್ಟಿ ದೇಶವೆಂದು ಹೆಸರಾಯಿತು.

ಈ ಹತ್ತು ಗೋತ್ರಗಳ ದೇವತಾರಾಧನೆಗಾಗಿ ಮಂಗೇಶ, ಮಹಾದೇವ, ಮಹಾಲಕ್ಷ್ಮಿ, ಮಹಾಲಸಾ, ಶಾಂತಾದುರ್ಗಾ, ನಾಗೇಶ, ಸಪ್ತ ಕೋಟೇಶ್ವರ, ದಾಮೋದರ, ಶಾಂತೇರಿಕಾಮಾಕ್ಷಿ, ಗಣಪತಿ ಮತ್ತು ರವಳನಾಥ ಎಂಬ ಹನ್ನೊಂದು ದೇವರುಗಳನ್ನು ಅಲ್ಲಲ್ಲಿ ಪ್ರತಿಷ್ಠಾಪಿಸಿದನು. ಯುಗಯುಗಗಳ ಪರ್ಯಂತ ಧರ್ಮರಕ್ಷಣೆಗಾಗಿ ನಾಗ್ಡೊ ಬೇತಾಳನನ್ನು ನಿಯಮಿಸಿದನು –

"ಸಾಸಷ್ಟಿಕಾರರು ಧರ್ಮತ್ಯಾಗ ಮಾಡುವಂತಹ ಪರಿಸ್ಥಿತಿಯು ಬಂದರೆ ಅವರು ಧರ್ಮಚ್ಯುತರಾಗದಂತೆ ನೋಡಿಕೊಳ್ಳಬೇಕೆಂದು ನನಗೆ ಆಜ್ಞೆ ಮಾಡಿದ್ದಾನೆ, ಪರಶುರಾಮ. ಕಷ್ಟಕಾಲದಲ್ಲಿ ಧೈರ್ಯ ತುಂಬಲು, ಶಿಷ್ಟರನ್ನು ರಕ್ಷಿಸಲು, ದುಷ್ಟರನ್ನು ಶಿಕ್ಷಿಸಲು ಆ ದಿನದಿಂದಲೂ ನಾನು ಒಂದು ಕಡೆಯೂ ನಿಲ್ಲದೇ ಸಾಸಷ್ಟಿ ಗೋವಾ ಬಾರ್ದೇಶಗಳಲ್ಲಿ ಸಂಚರಿಸುತ್ತಿದ್ದೇನೆ. ಧರ್ಮದಿಂದ ವಿಚಲಿತರಾಗದಂತೆ ನೋಡಿಕೊಳ್ಳುತ್ತಿದ್ದೇನೆ. ಪ್ರತೀ ಇಪ್ಪತ್ತೊಂದು ವರ್ಷಗಳಿಗೊಮ್ಮೆ ಎಂಬಂತೆ ಇಲ್ಲಿ ಉತ್ಪಾತವಾಗಿ ಜನಸಂಖ್ಯೆ ನಶಿಸಿ ಹೋಗುತ್ತಿರುವುದನ್ನು ನೋಡಿದ್ದೇನೆ. ಈ ನಾಶ ಯುದ್ಧಗಳಿಂದ, ನೆರೆಗಳಿಂದ, ರೋಗಗಳಿಂದ, ಕ್ಷಾಮಗಳಿಂದ, ಇಲ್ಲವೇ ಹಿರಿಯರ ಶಾಪಗಳಿಂದ ಆಗಿರಬಹುದು. ಆ ಸಂದರ್ಭಗಳಲ್ಲಿ ನಾನು ಇಲ್ಲಿಗೆ ಬಂದಿದ್ದೇನೆ. ಜನರನ್ನು ಎಚ್ಚರಿಸಿದ್ದೇನೆ. ಈಗ ಮತ್ತೆ ಅಂಥ ಪರಿಸ್ಥಿತಿ ಬಂದಿದೆ. ನೀವೆಲ್ಲ ಸ್ಥೈರ್ಯದಿಂದ ಇರಬೇಕು. ನಿಮ್ಮ ಬೆನ್ನಿನ ಬಲಕ್ಕೆ ಬೇತಾಳ ಸನ್ಯಾಸಿಯ ಸಾವಿರಾರು ವರ್ಷಗಳ ಇತಿಹಾಸದ ಅನುಭವವಿದೆ."

ಚಕ್ಕಳ ಮಕ್ಕಳ ಹಾಕಿ ಮೌನವಾಗಿ ಕುಳಿತ ಬ್ರಾಹ್ಮಣರಿಗೆ ನಾಗ್ಡೊ ಬೇತಾಳ ಹೇಳಿದ ಕಥೆ ಕೇಳಿ ರೋಮಾಂಚವಾಯಿತು. ಇಷ್ಟು ಮಹತ್ತಾದ ಇತಿಹಾಸವಿರುವ ಸಮಾಜದಲ್ಲಿ

ತಮ್ಮ ಕಾಲಕ್ಕಾಗುವಾಗ ಈ ದುರ್ಗತಿ ಬಂದದ್ದು ಅವರನ್ನು ಇನ್ನಷ್ಟು ವ್ಯಥೆಗೀಡು ಮಾಡಿತು. ನಾಗ್ಡೊ ಬೇತಾಳ ಬಾಯಿಯಲ್ಲಿದ್ದ ಪೀಕವನ್ನು ಉಗುಳಿ ಬಂದ. ಧಡ್ಡ ಅವನಿಗೆ ಇನ್ನೊಂದು ತಾಂಬೂಲ ಮಡಚಿ ಎದುರಿಟ್ಟ. ಆತ ವೀಳ್ಯದ ಇನ್ನೊಂದು ತುತ್ತನ್ನು ಬಾಯಿಗಿಟ್ಟು ಜಗಿಯುತ್ತಾ ಮಾತು ಮುಂದುವರಿಸಿದ. ''ಅವರ ದೇವರೂ ನನಗೆ ಗೊತ್ತು. ಗ್ರಂಥಗಳನ್ನೂ ನಾನು ಬಲ್ಲೆ. ಲೋಟಲಿಗೆ ಬರುವ ಮೊದಲು ಹದಿಮೂರು ವರುಷಗಳ ಪರ್ಯಂತ ಅವರ ಧರ್ಮಕ್ಕೂ ನಮ್ಮ ಧರ್ಮಕ್ಕೂ ಏನು ಬದಲಾವಣೆ ಇದೆ ಎಂದು ಪರಿಶೀಲಿಸಿದೆ. ಈ ಜನರಿಗೆ ನಾನು ಯಾರೆಂದು ಗೊತ್ತಿಲ್ಲ, ಎದುರಿಗೆ ಬಂದಾಗಲೂ ಇವರು ನನ್ನ ಗುರುತು ಹಿಡಿಯುವುದಿಲ್ಲ. ನನ್ನ ಹೆಸರಿನಲ್ಲಿ ಗುಡಿ ಕಟ್ಟಿಸಿಲ್ಲವೇ? ಈಗಲೂ ನನ್ನ ಹೆಸರಿನಲ್ಲಿ ಪೂಜೆ ಮಾಡುತ್ತಿಲ್ಲವೇ? ನನ್ನನ್ನು ಸಂತನೆಂದು ಕರೆಯುತ್ತಿಲ್ಲವೇ? ಹೋಗಿ. ಕೇಳಿ. ಅವರ ಜ್ಞಾನವೇತ್ತರನ್ನು ಪ್ರಶ್ನಿಸಿ. ಹೆಸರನ್ನುಚ್ಚರಿಸುವುದರಲ್ಲಿ ಸ್ವಲ್ಪ ವ್ಯತ್ಯಾಸವಿರಬಹುದು. ಅದು ದೇವರ ಇಚ್ಛೆ. ಅವನೇ ನಮಗೆ ಬೇರೆ ಬೇರೆ ಭಾಷೆಗಳನ್ನಿತ್ತವನು'' ಎಂದು.

ವೆರಣೆಯ ಜನರಿಗೆ ಈ ಮಾತುಗಳು ಅರ್ಥವಾಗದಿದ್ದುದು ನೋಡಿ ನಾಗ್ಡೊ ಬೇತಾಳ ತುಸು ಹೊತ್ತು ಮೌನವಹಿಸಿದ. ''ಹದಿಮೂರು ವರ್ಷಗಳ ಪರ್ಯಂತ ಅವರ ಗ್ರಂಥಗಳನ್ನು ಅಭ್ಯಸಿಸಿದೆ ಎಂದೆ. ಅವರೂ ಈ ಭೂಮಿಯನ್ನು ಚಪ್ಪಟೆಯಾದ, ದಿಕ್ಕುಗಳನ್ನು ವಿಭಜಿಸಬಹುದಾದ ಒಂದು ವಸ್ತು ಎನ್ನುತ್ತಾರೆ. ನಿಮ್ಮ ಗ್ರಂಥಗಳೂ ಅದನ್ನೇ ಹೇಳುತ್ತವೆ. ಅವರು ಇದ್ದಕ್ಕಿದ್ದಂತೆ ಈ ಭೂಮಿ ಹುಟ್ಟಿತು ಎನ್ನುತ್ತಾರೆ. ದೇವರ ಮಾತಿನಿಂದ ಹಗಲು ರಾತ್ರಿಗಳು, ಬೆಳಕು ಕತ್ತಲೆಗಳು, ಭೂಮಿ ಆಕಾಶ ನೀರು ಹಕ್ಕಿ ಪ್ರಾಣಿ ಗಿಡ ಮರ ಬಳ್ಳಿಗಳು ತಟಕ್ಕನೆಂಬಂತೆ ಹುಟ್ಟಿದುವು ಎನ್ನುತ್ತಾರೆ. ಆರು ದಿನಗಳಲ್ಲಿ ಇಷ್ಟೆಲ್ಲ ಆಯಿತು ಎನ್ನುತ್ತಾರೆ. ವೇದ ಏನು ಹೇಳುತ್ತದೆ? ಆಪೋಮಾಪಾಹಃ ಎಂದು ಆರಂಭವಾಗುವ ತೈತ್ತಿರೀಯ ಉಪನಿಷತ್ತಿನ ಭಾಗದಲ್ಲಿ ಪೃಥ್ವಿ ಹುಟ್ಟಿದ ಬಗ್ಗೆ ದೀರ್ಘ ಮಂಡನೆಯನ್ನೇ ಮಂಡಿಸಿದ್ದೀರಲ್ಲ? ಈ ಎರಡೂ ವಾದಗಳ ಆಚೆ ಒಂದು ಸತ್ಯವಿದೆ. ಒಂದು ದಿನ ಆ ಸತ್ಯವೂ ನಿಮಗೆ ತಿಳಿಯುತ್ತದೆ. ಈ ಭೂಮಿ ಚಪ್ಪಟೆಯಾಗಿಲ್ಲ, ದಿಕ್ಕುಗಳು ಅನ್ನುವುದು ಭ್ರಮೆ. ಆ ಸತ್ಯವನ್ನು ನಿಮಗೆಲ್ಲ ತಿಳಿಯಪಡಿಸುವ ಒಬ್ಬ ವ್ಯಕ್ತಿ ಇಂದೇ ಈ ನೆಲದ ಮೇಲೆ ಜನ್ಮ ತಾಳಿದ್ದಾನೆ. ಇನ್ನು ಐವತ್ತು ವರ್ಷಗಳ ಬಳಿಕ ಆ ಸತ್ಯ ನಿಮಗೆ ತಿಳಿದೀತು. ಆದುದರಿಂದ ನೆನಪಿಡಿ. ನೀವು ದೇವಸ್ಥಾನಗಳನ್ನು ಕಟ್ಟಬಹುದು. ಫರಂಗಿ ಮಂದಿ ಕೆಡವಬಹುದು. ಆದರೆ ಮೇಲೆ ಕುಳಿತವನು ಕಂಡು ನಗುತ್ತಾನೆ. ಅಷ್ಟೇ'' ಎಂದು ಮಾತು ಮುಗಿಸಿದ.

ಹೊತ್ತು ಮಧ್ಯಾಹ್ನವಾಗಿತ್ತು. ನಾಗ್ಡೊ ಬೇತಾಳನ ಉಪದೇಶ ಕೇಳಿ ವೆರಣೆಯ ಜನರಿಗೆ ಹೊಸ ಹುರುಪು ಬಂದಂತಾಯಿತು. ಮಾತು ಮುಗಿಸುತ್ತಾ ಕಾಲಭೈರವನ ಹೆಸರನ್ನುಚ್ಚರಿಸಿ ''ನಾನು ಇಲ್ಲಿ ಇರುತ್ತೇನೆ. ನಿಮ್ಮ ದಿನದಿನಗಳ ಕರ್ತವ್ಯಗಳನ್ನು ನೀವು

ಮಾಡುತ್ತಿರಿ. ನನ್ನ ರಕ್ಷಣೆ ನಿಮಗಿದೆ'' ಎಂದು ಹೇಳಿದ. ಜನರು ಸಂಪ್ರೀತರಾದರು. ಮಾಳಪ್ಪಯ್ಯನವರಿಗೆ ಆನಂದವಾಯಿತು. ಅಂದು ಮಾಳಪ್ಪಯ್ಯನವರೊಡನೆ ನಾಗ್ಡೊ ಬೇತಾಳ ಅವರ ಮನೆಯಲ್ಲಿಯೇ ಉಂಡು ತನ್ನ ಕುಟೀರಕ್ಕೆ ಹಿಂದಿರುಗಿದ.

ಆ ದಿನದಿಂದ ನಾಗ್ಡೊ ಬೇತಾಳ ವೆರಣೆಯಲ್ಲಿ ವಾಸಮಾಡತೊಡಗಿದ. ದಿನಾ ಗದ್ದೆಯ ಬಳಿ ಬಂದು ಕೆಲಸ ಮಾಡುತ್ತಿರುವವರೊಡನೆ ಮಾತನಾಡುತ್ತಾ ಅವರಲ್ಲಿ ಆತ್ಮವಿಶ್ವಾಸ ಮೂಡಿಸಿದ. ಅವನು ಗದ್ದೆಗಳ ಬಳಿ ಅಡ್ಡಾಡುತ್ತಿರುವುದು ವಿಟ್ಠು ಪೈಗೆ ಮಾತ್ರ ನುಂಗಲಾರದ ತುತ್ತಾಗಿತ್ತು. ಅಲ್ವೀರಾಳೊಡನೆ ತನ್ನ ಸಂಬಂಧದ ಸುಳಿವು ಅವನಿಗೆ ಸಿಕ್ಕಿದೆಯೆಂದೇ ವಿಟ್ಠು ಪೈಗನ್ನಿಸುತ್ತಿತ್ತು. ಆದರೆ ಕ್ರಮೇಣ ಈ ಭೇಟಿಗಳು ಸಹಜವಾದಾಗ ಅವನಿಗೂ ಧೈರ್ಯ ಬಂದಿತು. ಒಂದು ದಿನ ಎದುರಿಗೆ ಸಿಕ್ಕಿದ ನಾಗ್ಡೊ ಬೇತಾಳ ಅವನನ್ನು ಕಂಡು ಆತ್ಮೀಯವಾಗಿ ಮುಗುಳುನಗೆ ನಕ್ಕು "ಎಲ್ಲಿಗೆ ಹೋಗುತ್ತಿದ್ದೀಯ?'' ಎಂದು ಕೇಳಿದ. ವಿಟ್ಠು ಪೈ ಮಾತಾಡಲಿಲ್ಲ. ಅವನು ಅದೇ ತಾನೇ ಅಲ್ವೀರಾಳ ನೆನಪು ಬಂದು ಅವಳೊಡನೆ ಮಾತನಾಡುವ ಉದ್ದೇಶದಿಂದ ಆ ಕಡೆಗೆ ಹೆಜ್ಜೆ ಹಾಕುತ್ತಿದ್ದ. ಈಗೀಗ ಅವರ ಸಂಬಂಧ ತುಂಬ ಮಾಗತೊಡಗಿತ್ತು. ಅವಳೊಡನೆ ಮಾತನಾಡದೇ ಇರುವುದು ಅವನಿಂದ ಸಾಧ್ಯವಾಗುತ್ತಿರಲಿಲ್ಲ. ಅಲ್ವೀರಾಳಿಗೆ ಕೂಡಾ ಅದೇ ಸ್ಥಿತಿ. ನಾಗ್ಡೊ ಬೇತಾಳನ ವಿಚಾರವನ್ನು ವಿಟ್ಠು ಪೈ ಆಕೆಗೆ ವಿವರವಾಗಿ ಹೇಳಿದ್ದ. ಮೈಮೇಲೆ ಒಂದು ಅರಿವೆಯ ಚೂರೂ ಇಲ್ಲದೇ ಅತ್ತಿತ್ತ ಸುಳಿದಾಡುವ ಅವನನ್ನು ಆಕೆಯೂ ಕಂಡಿದ್ದಳು.

ನಾಗ್ಡೊ ಬೇತಾಳ ಅವನಿಂದ ಯಾವ ಉತ್ತರವೂ ಬಾರದಿದ್ದುದು ನೋಡಿ ಇನ್ನೂ ಸ್ವಲ್ಪ ಅಗಲವಾಗಿ ನಕ್ಕ. "ದೇವರು ಇಲ್ಲದ ಸ್ಥಳವಿಲ್ಲವೋ ವಿಟ್ಠು. ಎಂಥ ಯೋಗಾಯೋಗದಲ್ಲೂ ಈ ಸಣ ಸಂಗತಿಯನ್ನು ಮರೆಯಬೇಡ. ನಿನಗೆ ಒಳ್ಳೆಯದಾಗುತ್ತದೆ'' ಎಂದು ಹೇಳಿ ಮುಂದುವರಿದ. ವಿಟ್ಠುಪೈಗೆ ಕುಣಿಯಬೇಕು ಅನ್ನುವಷ್ಟು ಸಂತಸವಾಯಿತು. ಅವನು ಅಲ್ವೀರಾಳ ಬಳಿ ಓಡಿ ಹೋಗಿ ಬೇತಾಳ ಹೇಳಿದ್ದನ್ನು ಹೇಳಿದ. ಅಂದಿನಿಂದ ನಾಗ್ಡೊ ಬೇತಾಳನ ಎದುರು ಅವನ ಸಂಕೋಚ ಮರೆಯಾಯಿತು. ಆದರೂ ಈ ಸಂಬಂಧವನ್ನು ಕುರಿತು ಅವನು ಯಾರಿಗೂ ಹೇಳಲಿಲ್ಲ. ಗುಟ್ಟು ಗುಟ್ಟಾಗಿಯೇ ಉಳಿಯಿತು.

★

ನಾಗ್ಡೊ ಬೇತಾಳ ಬಂದು ಒಂದು ವರುಷವಾಗುವ ಸಮಯಕ್ಕೆ ಒಂದು ದಿನ ರಾಚೋಲಿ ಎಂಬಲ್ಲಿಂದ ಕೆಲವು ತರುಣರು ಅವನನ್ನು ಭೇಟಿಯಾಗಲು ಬಂದರು. ಅವರು ಒಂದು ಹೊಸ ಸುದ್ದಿ ತಂದಿದ್ದರು. ರಾಚೋಲಿಯ ಕೋಟೆಯನ್ನು ನೋಡಿಕೊಳ್ಳುತ್ತಿದ್ದ ಫರಂಗಿ ಸರದಾರ ದಿಯೋಗೋ ರಾಡ್ರಿಗಸ್ ಎಂಬಾತ ಎರಡು

ತಿಂಗಳ ಹಿಂದೆ ರಾಚೋಲಿಯ ಸ್ಥಳೀಯ ಬ್ರಾಹ್ಮಣರ ಸಭೆ ಕರೆದಿದ್ದ. ಕರೆದುದು ಅವನ ಮನೆಯಲ್ಲಿ. ಅವನ ಪಡಿಯಾರನೊಬ್ಬ ಮನೆಮನೆಗೆ ಬಂದು ಏನೋ ಮಾತಾಡಲಿದೆಯಂತೆ ಎಂದು ಹೇಳಿಹೋಗಿದ್ದ. ಬಹುಶಃ ತಮ್ಮನ್ನು ಮತಾಂತರ ಮಾಡಲಿಕ್ಕೇ ಈ ಹೇಳಿಕೆ ಎಂದು ಬ್ರಾಹ್ಮಣರ ಮಧ್ಯೆ ಗುಸಗುಸ ನಡೆಯಿತು. ಹಾಗಾಗಿ ಒಬ್ಬರೂ ಹೋಗುವ ಧೈರ್ಯ ಮಾಡಲಿಲ್ಲ. ಇದರಿಂದ ಸಿಟ್ಟಿಗೆದ್ದ ರಾಡ್ರಿಗಸ್ ಅವರ ಮನೆಗಳನ್ನೆಲ್ಲ ಸುಟ್ಟು ಬಿಡುವಂತೆ ಆಜ್ಞೆ ಮಾಡಿದ. ಎಲ್ಲರ ಕಂಣೆದುರೇ ಮನೆಗಳು ಸುಟ್ಟು ಬೂದಿಯಾದುವು. ಜನರು ತ್ರಿವಿಕ್ರಮ ದೇವಸ್ಥಾನದಲ್ಲೋ ಈಶ್ವರ ದೇವಸ್ಥಾನದಲ್ಲೋ ಆಶ್ರಯ ಪಡೆದರು. ಬಹುಶಃ ಆ ದೇವಸ್ಥಾನಗಳನ್ನು ಕೆಡವಿಸಿದರೆ ತಕ್ಕ ಪಾಠ ಕಲಿಸಿದಂತಾದೀತೆಂದು ರಾಡ್ರಿಗಸ್ ಅವುಗಳನ್ನೂ ಸುಟ್ಟು ಹಾಕಿದ. ಎಲ್ಲರೂ ತೀರ ನಿರಾಶ್ರಿತರಾಗಿ ಮರಗಳ ಕೆಳಗೆ ವಾಸ ಮಾಡತೊಡಗಿದರು. ಕೆಲವರು ಸ್ವಲ್ಪ ಧೈರ್ಯ ತಳೆದು ರಾಚೋಲಿಯಿಂದ ಹೊರಟು ಗೋವೆಯ ಮುಖ್ಯ ನ್ಯಾಯಾಧೀಶರಿಗೊಂದು ಮನವಿ ಸಲ್ಲಿಸಿದರು. ಆ ನ್ಯಾಯಾಧೀಶ ಫರಂಗಿಯವನಾದರೂ ಬಹು ಒಳ್ಳೆಯವ. ಬ್ರಾಹ್ಮಣರ ಅಹವಾಲನ್ನು ಕೂಲಂಕಷವಾಗಿ ಕೇಳಿ ರಾಡ್ರಿಗಸ್‌ನಿಗೆ ಅವರ ದೇವಸ್ಥಾನಗಳನ್ನೂ ಮನೆಗಳನ್ನೂ ಪುನಃ ಕಟ್ಟಿಸಿಕೊಡಬೇಕೆಂದೂ ಇಲ್ಲದಿದ್ದರೆ ಅದಕ್ಕೆ ತಗಲುವ ಖರ್ಚನ್ನು ಭರಿಸಬೇಕೆಂದೂ ತೀರ್ಪುಕೊಟ್ಟ. ಈ ಶುಭವಿಜಯವನ್ನು ತಿಳಿಸಲು ಅವರು ನಾಗ್ಡೊ ಬೇತಾಳನನ್ನು ಹುಡುಕಿಕೊಂಡು ಬಂದಿದ್ದರು.

ನಾಗ್ಡೊ ಬೇತಾಳ ಅವರು ಹೇಳಿದ್ದನ್ನೆಲ್ಲ ಕೇಳಿದ. ಅವನ ಮುಖದ ಮೇಲೆ ನಗು ಮೂಡಿತು. "ತೀರ್ಪಿನಂತೆ ಆ ಫರಂಗಿ ಸರದಾರ ಮನೆಗಳನ್ನು ಕಟ್ಟಿಸಿಕೊಟ್ಟನೋ?" ಎಂದು ಕೇಳಿದ. ಅವರು ತಲೆಯಲ್ಲಾಡಿಸಿದರು. "ನಾವು ಹೊರಟು ವಾರವಾಯಿತು. ತೀರ್ಪು ಕೇಳಿದ ತಕ್ಷಣ ರಾಚೋಲಿಗೆ ಬಂದ ಜನರು ನಮ್ಮನ್ನು ಇಲ್ಲಿಗೆ ಕಳುಹಿಸಿದರು" ಎಂದು ಅವರಲ್ಲೊಬ್ಬ ಹೇಳಿದ. ಅದನ್ನು ಕೇಳಿ ನಾಗ್ಡೊ ಬೇತಾಳ ನಕ್ಕು ಬಿಟ್ಟ. ಆಮೇಲೆ ಮಾತು ಬದಲಿಸುವವನಂತೆ "ನೆವಲಿಯ ಸುದ್ದಿ ಏನು?" ಎಂದು ಕೇಳಿದ.

ಬಂದವರಲ್ಲೊಬ್ಬನ ಹೆಸರು ಹರಿಮ್ಹಾಬ್ಲೊ. ತೆಳ್ಳಗೆ ಬೆಳ್ಳಗೆ ಇದ್ದ ಆತ ಮಾತನಾಡುವಾಗ ಗಂಟಲನಾಳ ಏರಿಳಿಯುತ್ತಿತ್ತು. ಕಿವಿಗಳಿಗೆ ಒಂಟಿಗಳು. ತಲೆಯ ಮೇಲೆ ಜುಟ್ಟು. ಅವನಿಗೆ ಬೆವರು ಹೆಚ್ಚು. ಹಾಗಾಗಿ ಮೂಗು ಫಳಫಳ ಹೊಳೆಯುತ್ತಿತ್ತು. ಬಂದವರಲ್ಲಿ ಹೆಚ್ಚು ಮಾತಾಡುವವ ಅವನೇ. "ನೆವಲಿಯ ಮಹಾಗಣಪತಿ ದೇವಸ್ಥಾನ ನುಚ್ಚುನೂರಾಗಿದೆ. ದೇವರಮೂರ್ತಿಯನ್ನು ದಕ್ಷಿಣಕ್ಕೆ ಕೊಂಡೊಯ್ದಿದ್ದಾರೆ" ಎಂದ. ನಾಗ್ಡೊ ಬೇತಾಳ "ಅದು ಬಿಡಿ. ನನಗೆ ಗೊತ್ತು. ಹೊನ್ನಾವರದ ಬಳಿ ಮಹಾಗಣಪತಿ ಸುರಕ್ಷಿತವಾಗಿದ್ದಾನೆ. ಆದರೆ ನೆವಲಿಯ ಬ್ರಾಹ್ಮಣ ಮಕ್ಕಳು ಏನಾದರು?" ಎಂದು ಕೇಳಿದ. "ಅವರನ್ನು ಫರಂಗಿ ಜನ ಬಂಧಿಸಿ ಸೆರೆಮನೆಗೆ ಹಾಕಿದರು. ಮತಾಂತರಗೊಳ್ಳುವಂತೆ ಬಲಾತ್ಕರಿಸಿದರು. ಕೊನೆಗೆ ಅವರೂ ಒಪ್ಪಿಕೊಂಡರಂತೆ" ಎಂದ ಹರಿಮ್ಹಾಬ್ಲೊ.

"ಮಕ್ಕಳು ಕಿರಿಸ್ತಾನರಾದರೆಂದು ತಂದೆತಾಯಿಗಳೂ ಅವರನ್ನು ಹಿಂಬಾಲಿಸಿದರು

ಅಲ್ಲವೇ?'' ಎಂದು ಕೇಳಿದ ಬೇತಾಳ. ರಾಚೋಲಿಯ ತರುಣರು ನೆಲ ನೋಡಿದರು. ನಾಗ್ದೊ ಬೇತಾಳ ''ಒಟ್ಟು ಎಷ್ಟು ಜನರು?'' ಎಂದು ಮತ್ತೆ ಕೇಳಿದ. ''ಸಪತ ಮ್ಹಾಲ್ಲೊನ ಮಗ ರಾಮ, ಬಾಬ್ಬುಲು ಕಿಣಿಯ ಮಗ ಗೋವಿಂದ ಕಿಣಿ, ಕಿಸ್ಟನಾಯ್ಕನ ಮಗ ನಾರು, ನರಸ್ಪೈಯ ಮಗ ಸಾಂತಪ್ಪೈ ಮತ್ತು ವಿಟ್ಠಪ್ಪ ವಾಗಲೆ – ಅಲ್ಲವೇ! ಎಲ್ಲ ನೆವಲಿಯ ಪ್ರತಿಷ್ಠಿತ ಮಂದಿ. ಮೊದಲಿನಿಂದಲೂ ಅವರದ್ದು ದೃಢ ಮನಸ್ಸಲ್ಲ. ಸುತ್ತ ಕಿರಿಸ್ತಾನರು ತುಂಬಿದ್ದಾರೆ. ಅವರ ಮಧ್ಯೆ ತಾವೂ ಕಿರಿಸ್ತಾನರಾಗುವುದಿದ್ದರೆ ಅದು ದೇವರ ಇಚ್ಛೆ ಎಂಬ ವಾದ ಅವರದ್ದು. ಆದರು. ಅಷ್ಟೇ. ರಂಗಪ್ಪ ಕಾಮಾತಿ ಆಗಲಿಲ್ಲವೇ?'' ಕೇಳಿದ ನಾಗ್ದೊ ಬೇತಾಳ. ''ಇಲ್ಲ ಮಹಾಗಣಪತಿಯ ಮೂರ್ತಿಯ ಹಿಂದೆಯೇ ಅವರು ಹೊರಟುಹೋದರು. ಮಗ ಕಿರಿಸ್ತಾನನಾಗುವುದಿದ್ದರೆ ಅವ ನನ್ನ ಮಗನಲ್ಲ ಎಂದು ಸೆರೆಮನೆಯಲ್ಲಿದ್ದ ಮಗನ ಮುಖ ಕೂಡಾ ನೋಡಲಿಲ್ಲ'' ಎಂದರು ಇನ್ನೊಬ್ಬರು. ನಾಗ್ದೊ ಬೇತಾಳ ''ಒಳ್ಳೆಯ ಕೆಲಸ ಮಾಡಿದರು. ಅವರ ಕುಟುಂಬ ವಿಶಾಲವಾಗಿ ಹರಡುತ್ತದೆ. ಮಹಾಗಣಪತಿ ಕಾಶ್ಯಪ ಗೋತ್ರದ ಆ ಕುಟುಂಬವನ್ನು ಕಾಯುತ್ತಾನೆ'' ಎಂದು ಮಾತು ನಿಲ್ಲಿಸಿದ.

ಆ ರಾತ್ರಿ ರಾಚೋಲಿಯ ತರುಣರು ಮಾಳಪ್ಪಯ್ಯನವರ ಮನೆಯಲ್ಲಿ ಉಳಿದುಕೊಂಡರು. ರಾತ್ರಿ ಮಾಳಪ್ಪಯ್ಯ ಅವರೊಡನೆ ತುಂಬ ಹೊತ್ತು ಮಾತಾಡುತ್ತಾ ಕುಳಿತಿದ್ದರು. ಮುದುಕರಾದುದರಿಂದ ಅವರೊಡನೆ ಮಾತನಾಡಲು ಈಗ ಯಾರೂ ಬರುತ್ತಿರಲಿಲ್ಲ. ಹಾಗಾಗಿ ಬಂದವರೊಡನೆ ಅವರು ಉತ್ಸಾಹದಿಂದಲೇ ಮಾತಿಗಿಳಿದರು. ರಾಚೋಲಿಯವರ ಕೊಂಕಣಿ ಭಾಷೆ ವೆರಣೆಯವರ ಹಾಗಲ್ಲ. ಕೆಲವು ಶಬ್ದಗಳ ಉಚ್ಚಾರಣೆ ತೀರ ಬೇರೆಯೇ. ಕೆಲವು ಮಾತುಗಳು ಮಾಳಪ್ಪಯ್ಯನವರಿಗೆ ಅರ್ಥವೂ ಆಗಲಿಲ್ಲ. ಆದುದರಿಂದ ಅವರು ''ನಿಮ್ಮ ಕಡೆ ತುಂಬ ಕಿರಿಸ್ತಾನರಿದ್ದಾರೆಯೇ?'' ಎಂದು ಕೇಳಿದರು. ಹರಿಮ್ಹಾಲ್ಲೊ ಹೌದೆಂದು ತಲೆಯಲ್ಲಾಡಿಸುತ್ತಾ ''ನಾಲ್ವತ್ತು ಸಂವತ್ಸರಗಳ ಹಿಂದೆ ಅಲ್ಲಿ ಒಬ್ಬರೂ ಇರಲಿಲ್ಲ ಮಾಳಪ್ಪಯ್ಯ. ಈಗ ಫರಂಗಿ ಜನರೇ ತುಂಬಿದ್ದಾರೆ'' ಎಂದ. ತುಳಸೀಬಾಯಿ ತೆಪ್ಪಳಕಾಯಿ ಹಾಕಿದ ತಾರ್ಲೆಮೀನಿನ ಗಸಿ ಮಾಡಿದ್ದಳು. ಬಿರಿಂಡೆ ಸೊಲ್ಲಾ ಕಡಿ ಮಾಡಿದ್ದಳು. ಹರಿಮ್ಹಾಲ್ಲೊ ಊಟ ಮಾಡುತ್ತಾ ''ನಾಗ್ದೊ ಬೇತಾಳ ನಮ್ಮ ಮೇಲೆ ತುಂಬ ಸಿಟ್ಟುಗೊಂಡವನಂತೆ ಮಾತಾಡಿದ. ಅಲ್ವೇ? ನಾವೇನು ಮಾಡುವುದು? ನಮ್ಮ ಧರ್ಮದ ಬಗ್ಗೆ ನಮಗೆ ಅಭಿಮಾನವಿಲ್ಲವೇ? ಇಲ್ಲದಿದ್ದರೆ ಮನೆಮಾರುಗಳನ್ನು ಕಳೆದುಕೊಂಡು ಮರದಡಿ ವಾಸವಿರುವ ಅಗತ್ಯವಿತ್ತೇ? ಆ ಫರಂಗಿಯವರು ಸಭೆ ಕರೆದಾಗ ಹೋಗುತ್ತಿದ್ದೆವು. ಕಿರಿಸ್ತಾನರಾಗಿ ಅಂತ ಹೇಳಿದ್ದರೆ 'ಹೂಂ' ಅನ್ನುತ್ತಿದ್ದೆವು. ಸರಕಾರ ಒಂದು ಕೆಲಸವನ್ನೂ ಕೊಡುತ್ತಿತ್ತು. ಆದರೆ ಅದು ಬೇಡ ಅಂತ ಹೀಗೆ ಮಾಡಿದೆವು. ನಾಗ್ದೊ ಬೇತಾಳನಿಗೆ ಸಮಾಧಾನವಿಲ್ಲ ಅಂತ ಕಾಣುತ್ತದೆ'' ಎಂದು ನೋವಿನಿಂದ ಹೇಳಿದ. ಮಾಳಪ್ಪಯ್ಯನವರಿಗೆ ಏನು ಹೇಳಬೇಕೆಂದು ತಿಳಿಯಲಿಲ್ಲ.

ಮರುದಿನ ರಾಚೋಲಿಯ ತರುಣರು ಹೊರಟು ನಿಂತರು. ನಾಗ್ದೊ ಬೇತಾಳ

"ನಿಮ್ಮ ಮನೆಗಳು ನಿಮಗೆ ಸಿಕ್ಕುವುದಿಲ್ಲ. ದೇವಸ್ಥಾನಗಳೂ ಸಿಕ್ಕುವುದಿಲ್ಲ. ಆ ಫರಂಗಿ ಸರದಾರ ಅವುಗಳನ್ನು ಮತ್ತೆ ಕಟ್ಟಿಸಿಕೊಡುವ ಕನಸು ಕಾಣಬೇಡಿ. ಯಾರಿಗೆ ನಮ್ಮ ಧರ್ಮ, ನೆಲ, ಭಾಷೆಗಳ ಅಭಿಮಾನವಿದೆಯೋ ಅಂಥವರು ರಾಚೋಲಿ ಬಿಟ್ಟು ಹೊರಡಬೇಕು. ಎಲ್ಲಿ ನಿಮ್ಮ ದೇವರು ಆಶ್ರಯ ಪಡೆದಿದ್ದಾನೋ ಆ ದೇಶಕ್ಕೆ ಹೋಗಿ" ಎಂದು ಆಜ್ಞೆ ಇತ್ತ. ಹರಿಮ್ಹಾಲ್ಲೊ ನಿರಾಸೆಯಿಂದ ಕುಸಿದು ಬಿದ್ದ. ಅವನು ಯಾವುದೋ ನಿರೀಕ್ಷೆ ಮಾಡಿಕೊಂಡು ಬಂದಿದ್ದನೆಂದು ಕಾಣುತ್ತದೆ. ಆದರೆ ನಾಗ್ಡೊ ಬೇತಾಳ ಈ ರೀತಿ ಹೇಳಿದಾಗ ಅವನ ಮರ್ಮಕ್ಕೆ ಹೊಡೆದ ಹಾಗಾಯಿತು. ಒಮ್ಮೆಲೇ ಕೂಗಿಕೊಳ್ಳುತ್ತಾ ಅವನು "ಅಂದರೆ ದೇವರು ಕಾಯುವುದಿಲ್ಲವೇ? ಆ ರಾಕ್ಷಸರನ್ನು ಸೋಲಿಸುವುದು ಅವನಿಂದ ಸಾಧ್ಯವಿಲ್ಲವೇ? ಹಾಗಿದ್ದರೆ ಅವನೇನು ಮಾಡುತ್ತಾನೆ?" ಎಂದು ಕಿರುಚಿದ. ನಾಗ್ಡೊ ಬೇತಾಳ "ದೇವರು ದಾನವರ ಯುದ್ಧ ಅನಾದಿಯಿಂದ ಬಂದದ್ದು. ದೇವಲೋಕವೇ ರಾಕ್ಷಸರ ಕೈಗೆ ಸಿಕ್ಕಿ ಅವರು ಓಡಿಲ್ಲವೇ? ಇದು ಅಂತಹ ಕಾಲ. ಆದರೆ ಇದು ಶಾಶ್ವತವಲ್ಲ. ನೀವು ಈಗ ಊರು ಬಿಟ್ಟು ಹೋದರೆ ಒಳಿತು. ಮುಂದೆ ಒಳ್ಳೆಯ ದಿನಗಳು ಬರಲಿವೆ. ಆಗ ನೀವು ಬರಬಹುದು" ಎಂದ. ಹರಿಮ್ಹಾಲ್ಲೊ ತುಂಬ ಉದ್ವಿಗ್ನನಾದ. "ನಾವು ಊರುಬಿಟ್ಟು ಹೋಗುವುದಿಲ್ಲ. ನಮಗೆ ಇಲ್ಲಿಯೇ ಇರುವ ಆಸೆ. ನೆಲದ ಋಣ ಬಿಡಲು ಸಾಧ್ಯವಿಲ್ಲ. ಹೇಗೆ ಹೋಗಲಿ?" ಎಂದು ಅಳತೊಡಗಿದ. ಬೇತಾಳನಿಗೂ ಕೆಡುಕೆನಿಸಿತು. ಅವನ ಮನವೊಲಿಸಿ ಕಳುಹಿಸಿಕೊಟ್ಟ.

ಅವರು ಹೊರಟುಹೋದ ರಾತ್ರಿ ಮಾಳಪ್ಪಯ್ಯನವರಿಗೆ ಉಸಿರು ಕಟ್ಟಿದಂತಾಯಿತು. ಅವರು ನೆಲದ ಋಣದ ಬಗ್ಗೆಯೇ ಯೋಚಿಸುತ್ತಿದ್ದರು. ತೆಳ್ಳಗಿನ ಹರಿಮ್ಹಾಲ್ಲೊ ಅತ್ತೇ ಬಿಟ್ಟಿದ್ದ. ಅತ್ತಾಗ ಅವನ ಗಂಟಲನಾಳ ಬಿಗಿದು ಬಂದಿತ್ತು. ಅಷ್ಟು ಗಾಢವಾದ ಋಣವೇ ಅದು? ಊರು ಬಿಟ್ಟು ಹೋಗಲು ಅಷ್ಟು ಕಷ್ಟವಾಗುತ್ತದೆಯೇ? ನಾಳೆ ತಮಗೂ ಇಲ್ಲಿಂದ ಹೊರಟುಹೋಗಿ ಎಂದು ಹೇಳಿದರೆ ಹೋಗಬೇಕಾಗಿ ಬರುತ್ತದೆಯೇ? ಬಹುಶಃ ಸಾವು ಕೂಡಾ ಅದೇ ರೀತಿಯಲ್ಲವೇ? ಯಮಧರ್ಮರಾಯ ಬಂದು ಹೊರಡು ಎಂದರೆ ಈ ನೆಲ, ಈ ಜನ ಬಿಟ್ಟು ಹೇಗೆ ಹೋಗಲಿ ಅಂತ ಅಳುತ್ತೇವೆಯೇ? ಎಂದೆಲ್ಲ ಯೋಚಿಸಿ ಮಲಗಿದ್ದರು. ಬೆಳಗಿನ ಜಾವದಲ್ಲಿ ಉಸಿರು ಕಟ್ಟಿದಂತಾಗಿ ಎದ್ದು ಕೂತರು. ಉಸಿರು ಮೇಲೆ ಮೇಲೇರುತ್ತಿತ್ತಲ್ಲದೇ ಕೆಳಗೆ ಬರಲೊಲ್ಲದು. ಅದನ್ನು ಕಂಡು ಎಲ್ಲ ಗಾಬರಿಗೊಂಡರು. ಎಲ್ಲರೂ ಎದ್ದು ಕೂತರು. ಮಾಳಪ್ಪಯ್ಯನವರಿಗೆ ತಮ್ಮ ಕೊನೆ ಹತ್ತಿರ ಬಂದಂತೆನಿಸಿತು. ಧಡ್ಡನನ್ನೂ ವಿಟ್ಠು ಪೈಯನ್ನೂ ಹತ್ತಿರ ಕರೆದು "ನನ್ನ ಸಾವು ಹತ್ತಿರ ಬಂತೋ. ಹೋಗಿ ನಾಗ್ಡೊ ಬೇತಾಳನನ್ನು ಕರೆದುಕೊಂಡು ಬನ್ನಿ" ಎಂದರು. ವಿಟ್ಠು ಪೈಗೆ ಆ ಹೊತ್ತಿನಲ್ಲಿ ತಂದೆಯನ್ನು ಬಿಟ್ಟು ಹೋಗುವ ಧೈರ್ಯ ಬರಲಿಲ್ಲ. ಧಡ್ಡನೇ ಓಡಿ ಅವನನ್ನು ಕರೆದುಕೊಂಡು ಬಂದ. ನಾಗ್ಡೊ ಬೇತಾಳ ಬಂದಾಗ ಮಾಳಪ್ಪಯ್ಯ ಎದೆ ನೋವಿನಿಂದ ಒದ್ದಾಡುತ್ತಿದ್ದರು. ಉಸಿರು ಮೇಲೆ

ಸಿಕ್ಕಿ ಹಾಕಿಕೊಂಡಿತ್ತು. ಕೊಕ್ಕೆಯಾದ ಕೈಕಾಲುಗಳು. 'ಇದು ಹೃದ್ರೋಗ ಎಂದ ನಾಗ್ಡೊ ಬೇತಾಳ. ಗಜನಿಂಬೆಕಾಯಿಯ ಸಿಪ್ಪೆಯನ್ನು ತಾಮ್ರದ ಚಾಕುವಿನಿಂದ ಹೆರೆದು ಒಂದೆರಡು ಸಿಪ್ಪೆ ತಿನ್ನಿಸಿದ. ಮೊದಲ ತುಂಡು ಬಾಯಿಗೆ ಬಿದ್ದದ್ದೇ ಮಾಳಪ್ಪಯ್ಯ ಹೊಟ್ಟೆಯೊಳಗಿದ್ದುದನ್ನೆಲ್ಲ ವಾಂತಿ ಮಾಡಿದರು. 'ಇನ್ನು ಭಯವಿಲ್ಲ'ವೆಂದು ಹೇಳಿ ಮತ್ತೆರಡು ತುಂಡು ತಿನ್ನಿಸಿ ಮೂರು ದಿನಗಳ ತನಕ ಬೆಳಗ್ಗೆದ್ದೊಡನೆ ತಿನ್ನಬೇಕೆಂದು ಹೇಳಿ ನಾಗ್ಡೊ ಬೇತಾಳ ಹೊರಟು ಹೋದ. ಮಾಳಪ್ಪಯ್ಯ ಆಮೇಲೆ ಸ್ವಲ್ಪ ಸಮಾಧಾನದಿಂದ ನಿದ್ರಿಸಿದರು.

★

ಆ ಮೇಲೆ ಮಾಳಪ್ಪಯ್ಯನವರು ಎಂದೂ ಚೇತರಿಸಿಕೊಳ್ಳಲಿಲ್ಲ. ಬದುಕಿದ್ದಷ್ಟು ಸಮಯ ಹೃದ್ರೋಗದಿಂದ ನರಳಿದರು. ಅವರಿಗೆ ಆಗ ಅಂಥ ವಯಸ್ಸಲ್ಲ. ಸುಮಾರು ಐವತ್ತೇಳು. ಆದರೆ ಕಾಣಲು ತುಂಬ ಮುದುಕರಿದ್ದ ಹಾಗೆ. ಅವರ ವಯಸ್ಸಿನಲ್ಲಿ ಉಳಿದವರು ಎಲೆ ತುಂಬ ಅನ್ನ ತಿಂದು ಎರಡಾಳಿನ ಕೆಲಸ ಮಾಡುವಷ್ಟು ಯವ್ವನದವರು. ನಾರಾವೆಯ ಎಪ್ಪತ್ತೈದರ ಮುದುಕನೊಬ್ಬ ಕಳೆದ ಸಂವತ್ಸರದಲ್ಲಿ ಮದುವೆಯಾಗಿ ಈ ಸಂವತ್ಸರದಲ್ಲಿ ಒಂದು ಮಗು ಹುಟ್ಟಿಸಲಿಲ್ಲವೇ? ಆದರೆ ಮಾಳಪ್ಪಯ್ಯ ಹಿಂದೆ ತಿರುಗಿ ನೋಡಿದರೆ ಸುಖಕ್ಕಿಂತ ಹೆಚ್ಚು ಕಷ್ಟಪಟ್ಟ ಜೀವ. ಕೆಲವೊಮ್ಮೆ ಯೋಚಿಸುವವರಂತೆ ಎಲ್ಲೋ ನೋಡುತ್ತಾ ಪಿಳಿ ಪಿಳಿ ಕಣ್ಣು ಬಿಟ್ಟು ಹಜಾರದಲ್ಲಿ ಹಾಸಿಗೆಯ ಮೇಲೆ ಕುಳಿತ ಅವರನ್ನು ಕಂಡು ಮುದುಕರಾದರಲ್ಲವೇ ಎಂದು ವೆರಣೆಯಲ್ಲಿ ಅತ್ತಿತ್ತ ಹೋಗುವ ಜನರು ಮಾತಾಡಿಕೊಳ್ಳುವಂತಾಯಿತು.

ರಾಚೋಲಿಯಿಂದ ಹರಿಮ್ಹಾಲ್ಲೊ ಮುಂತಾದವರು ಬಂದು ಹೋದ ತಿಂಗಳ ಬಳಿಕ ಇದ್ದಕ್ಕಿದ್ದಂತೆ ಗೋವೆಯಿಂದ ಅಪ್ಪಣ್ಣ ಭಟ್ಟರು ಸಂಸಾರ ಸಮೇತ ಬಂದರು. ಅವರು ಬಂದ ರೀತಿ ವಿಚಿತ್ರ. ಮನೆಯ ಸಾಮಾನುಗಳನ್ನು ಬೆತ್ತದ ಪೆಟ್ಟಿಗೆಯಲ್ಲಿ ತುಂಬಿಸಿ ತಲೆಯ ಮೇಲೆ ಹೊತ್ತುಕೊಂಡು ಆಯಾಸದಿಂದ ಕಾಲೆಳೆಯುತ್ತಾ ಬಂದ ಅಪ್ಪಣ್ಣ ಭಟ್ಟರು ಹಜಾರವೇರುತ್ತಿದ್ದಂತೆಯೇ ಕುಸಿದು ಬಿದ್ದವರಂತೆ ಕುಳಿತು ಬಿಟ್ಟರು. ಮಾಳಪ್ಪಯ್ಯನವರಿಗೆ ಅವರನ್ನು ಕಂಡೊಡನೆ ಎಲ್ಲವೂ ಅರ್ಥವಾಯಿತು. ಮೊದಲು ಸೊಸೆಯನ್ನು ಕರೆದು "ಯಾರು ಬಂದರು ನೋಡು" ಎಂದರು. ಕಳಾಹೀನವಾದ ಮುಖದಿಂದ ಅಪ್ಪಣ್ಣಭಟ್ಟರು ಹೇಳಿದ ಕಥೆ ಕೇಳಿ ಮಾಳಪ್ಪಯ್ಯನವರಿಗೆ ದಿಗಿಲು. "ಗೋವೆಯ ರವಳನಾಥ ದೇವಸ್ಥಾನದ ಕಥೆ ಮುಗಿಯಿತು ಮಾಳಪ್ಪಯ್ಯ. ಅವನ ಮೂರ್ತಿಯನ್ನು ಮಾಂಡೋವಿ ನದಿಗೆ ಎಸೆದಿದ್ದಾರೆ. ಅಲ್ಲಿ ಯೇಸುವಿನ ಮೂರ್ತಿಯನ್ನು ಸ್ಥಾಪಿಸಿದ್ದಾರೆ" ಎಂದು ಅವರು ಅತ್ತೇ ಬಿಟ್ಟರು. ಅವರನ್ನು ಸಂತೈಸಬೇಕಾದರೆ ಮಾಳಪ್ಪಯ್ಯನವರಿಗೆ ಸಾಕುಸಾಕಾಯಿತು. ಅಷ್ಟರಲ್ಲಿ ವಿಷಯ ತಿಳಿದ ವಿಟ್ಠು ಪೈಯೂ ಹೊರಗಡೆಯಿಂದ ಮನೆಗೆ ಮರಳಿದ್ದ.

ನಿಧಾನವಾಗಿ ವಿಚಾರಿಸಲಾಗಿ ಗೋವೆಯ ಅಧಿಕಾರಿಗಳು ಅಳಿದುಳಿದ ಬ್ರಾಹ್ಮಣರಿಗೆ "ಒಂದೋ ಕಿರಿಸ್ತಾನರಾಗಿ ಇಲ್ಲವೇ ದೇಶಭ್ರಷ್ಟರಾಗಿ ಎಂದು ಆಜ್ಞೆ ಮಾಡಿದ್ದಾರೆ" ಎಂದರು. "ಹಾಗಾಗಿ ನಾವು ಹೊರಟೆವು ಮಾಳಪ್ಪಯ್ಯ. ಗೋವೆಯ ಋಣ ಮುಗಿಯಿತು. ಮಗಳನ್ನು ನೋಡಿ ಹೋಗುವ ಎಂದು ಈ ಕಡೆಯಾಗಿ ಬಂದೆವು. ಇನ್ನು ಈ ಜನ್ಮದಲ್ಲಿ ಯಾವಾಗ ಕಾಣುವುದೋ?". ಎಂದು ದುಃಖಿಸಿದರು.

ಮಾಳಪ್ಪಯ್ಯ ಅವರನ್ನು "ಈ ಮಕ್ಕಳನ್ನು ಕಟ್ಟಿಕೊಂಡು ಎಲ್ಲಿಗೆ ಹೋಗುತ್ತೀರಿ?" ಎಂದು ಕೇಳಿದರು. "ದೇವರು ನೀರಿನ ಋಣ ಎಲ್ಲಿಟ್ಟಿದ್ದಾನೋ ಅಲ್ಲಿಗೆ" ಎಂದರು ಅಪ್ಪಣ್ಣ ಭಟ್ಟರು. ಅವರನ್ನು ನಾಗ್ಡೊ ಬೇತಾಳನಲ್ಲಿಗೆ ಕರೆದುಕೊಂಡು ಹೋದ. ಬೇತಾಳ ಅವರ ಕಥೆಯನ್ನೆಲ್ಲ ಕೇಳಿ "ಕುಂಭಕೋಣ ಮಠದ ಸುರೇಂದ್ರ ತೀರ್ಥ ಸ್ವಾಮಿಗಳು ವ್ಯಾಸರಾಜ ಮಠದ ಒಬ್ಬರಿಗೆ ಸನ್ಯಾಸ ದೀಕ್ಷೆ ಕೊಟ್ಟು ಇಪ್ಪತ್ತು ವರ್ಷಗಳಾಗಿವೆ. ಅವರ ಹೆಸರಲ್ಲೊಂದು ಮಠವಿದೆ. ಕಾಶೀಮಠವೆಂದು ಹೆಸರು. ಅದರ ಮೊದಲ ಸ್ವಾಮಿಗಳಾದ ಯಾದವೇಂದ್ರ ತೀರ್ಥರು ಕೇಶವೇಂದ್ರ ತೀರ್ಥರೆಂಬುವರನ್ನು ಶಿಷ್ಯರನ್ನಾಗಿ ಪಡೆದ ಮೇಲೆ ಸಮಾಧಿ ಹೊಂದಿದರೆಂದು ಕೇಳಿದ್ದೇನೆ. ಕೇಶವೇಂದ್ರ ತೀರ್ಥರು ಪ್ರಸ್ತುತ ತೆಂಕಣದಲ್ಲಿ ಹೊನ್ನಾವರದ ಆಚೆ ಭಟಕಳ ಎಂಬ ಊರಲ್ಲಿದ್ದಾರೆ. ಅವರ ಬಳಿಗೆ ಹೋಗಿ. ಏನಾದರೂ ದಾರಿ ತೋರಿಸುತ್ತಾರೆ. ನಿಮ್ಮ ಕುಟುಂಬ ಅಭಿವೃದ್ಧಿ ಹೊಂದುತ್ತದೆ" ಎಂದ. ಅಪ್ಪಣ್ಣ ಭಟ್ಟರು "ಕೊನೆಯ ಮಗಳೊಬ್ಬಳು ಹತ್ತಿರವಿದ್ದಾಳೆ. ಮದುವೆಗೆ ಬಂದ ವಯಸ್ಸು. ದಾರಿಯಲ್ಲೆಲ್ಲ ಫರಂಗಿ ಸೈನಿಕರು. ಏನಾಗುತ್ತದೋ ಅಂತ ಭೀತಿ" ಎಂದರು. "ಅಂಥ ಹೆದರಿಕೆಗೆ ಅವಕಾಶವಿಲ್ಲ. ಗಡಿದಾಟುವ ತನಕ ಅವಳು ಮೈನೆರೆಯುವುದಿಲ್ಲ. ಆಯಿತೋ?" ಎಂದ ನಾಗ್ಡೊ ಬೇತಾಳ. ವಿಟ್ಠೊ ಪೈ ಮಾವನೊಡನೆ "ನೀವು ಇಲ್ಲೇ ಇರಬಾರದೇ? ವೆರಣೆಯಲ್ಲೇ ಇರಿ. ನಾವೆಲ್ಲ ಇಲ್ಲೇ ಇದ್ದೇವಲ್ಲ? ಮ್ಹಾಳಶಿಮಾಂಯಿಯ ಪೂಜೆಗೆ ನಿಮ್ಮನ್ನೇ ಮಾಡಿದರಾಯಿತು" ಎಂದು ಕಳಕಳಿಯಿಂದ ಹೇಳಿದ. ಅದಕ್ಕೆ ಅಪ್ಪಣ್ಣ ಭಟ್ಟರು "ಅದು ಸರಿಯಲ್ಲ ವಿಟ್ಠೊ, ಹೊರಟಿದ್ದೇವೆ - ಹೋಗುತ್ತೇವೆ. ನಾಗ್ಡೊ ಬೇತಾಳನ ಆಜ್ಞೆಯೂ ಅದೇ. ದೇವರು ಬದುಕಿಸಿದರೆ ಇನ್ನೊಮ್ಮೆ ಭೇಟಿ ಸಾಧ್ಯ" ಎಂದರು.

ಅಪ್ಪಣ್ಣ ಭಟ್ಟರ ಹೆದರಿಕೆ ಜೊತೆಯಲ್ಲಿದ್ದ ತನ್ನ ಹೆಣ್ಣುಮಗಳದ್ದು. ವಯಸ್ಸು ಒಂಭತ್ತಾದ ಅವಳನ್ನು ಕಾಡಿನ ದಾರಿಯಲ್ಲಿ ಕೊಂಡೊಯ್ಯುವುದು ಹೇಗೆ ಎಂದು. ನಾಗ್ಡೊ ಬೇತಾಳನೇನೋ ಅಭಯ ಕೊಟ್ಟಿದ್ದ. ಆದರೆ ಅವರು ಮುದುಕರು. ಮಗನೂ ಚಿಕ್ಕವ. ಹಾಗಾಗಿ ಒಮ್ಮೆ ತುಳಸೀಬಾಯಿಯ ಬಳಿ ಅವಳನ್ನು ಬಿಟ್ಟು ಹೋಗಲೇ ಎಂದು ಅವರು ಅಂದುಕೊಂಡದ್ದಿತ್ತು. ತಂಗಿಯನ್ನು ಆಕೆ ವಿಶ್ವಾಸದಿಂದ ನೋಡಿಕೊಳ್ಳಲಾರಳೇ ಎಂಬ ವಿಶ್ವಾಸ ಅವರದ್ದು. ಆದರೆ ಹೆಣ್ಣು ಮಗಳು. ನಾಳೆ ಅವಳ ಮದುವೆಯಾಗಬೇಕು. ತಂದೆಯಾಗಿ ಕನ್ಯಾದಾನ ಮಾಡುವ ಕರ್ತವ್ಯ ತನ್ನದು. ಅದನ್ನು ಬಿಟ್ಟು ಇನ್ನೊಬ್ಬರ ಕೈಗೆ ತನ್ನ ಜವಾಬ್ದಾರಿ ಕೊಟ್ಟು ತಾನು ಹೋಗುವುದು ಸರಿಯಲ್ಲ. ನಾಳೆ ಒಂದು ದಿನ ತಾವು

ಹಿಂದಕ್ಕೆ ಬರುತ್ತೇವೆ ಅಂತ ನಿಗದಿಯಿದ್ದರೆ ಬಿಟ್ಟು ಹೋಗಬಹುದು. ಇಲ್ಲಿ ಅಲ್ಲದಿದ್ದರೆ ದೊಡ್ಡ ಮಗಳ ಬಳಿ. ಆದರೆ ಈಗ ಹೊರಟದ್ದು ಮತ್ತೆ ಬರುವುದು ಸಾಧ್ಯ ಎಂಬ ನಂಬಿಕೆಯನ್ನು ಕಳೆದುಕೊಂಡ ಸ್ಥಿತಿ. ಹಾಗಾಗಿ ಕೊಂಡೊಯ್ಯುವುದು ಒಳ್ಳೆಯದು ಎಂಬ ಡೋಲಾಯಮಾನ ಪರಿಸ್ಥಿತಿ ಅವರದ್ದು. ನಾಗ್ಡೊ ಬೇತಾಳ ನಕ್ಕು ಹತ್ತಿರದಲ್ಲಿದ್ದ ಖಡ್ಗವೊಂದನ್ನು ಎತ್ತಿ ಅವರ ಕೈಯಲ್ಲಿಟ್ಟ. ಒಂದು ಮೊಳ ಉದ್ದದ ಖಡ್ಗ. ಹರಿತವಾದ ಫಳಫಳ ಹೊಳೆಯುವ ಅಲಗು. ಪೂರ್ತಿ ಚಿನ್ನದ ಬಾಕು. ವಿಟ್ಠು ಪೈಗೆ ಅದನ್ನು ನೋಡಿ ಆಶ್ಚರ್ಯ. ಮೇಲಿಂದ ಕೆಳತನಕ ಪೂರ್ತಿ ನಗ್ನಮೂರ್ತಿಯಾದ ಅವನ ಬಳಿ ಅಂತಹದೊಂದು ಖಡ್ಗ ಇರುವ ಸಾಧ್ಯತೆಯೇ ಇರಲಿಲ್ಲ. ಅಂಥವನು ಅಪ್ಪಣ್ಣ ಭಟ್ಟರಿಗೆ ಕೊಡಲೆಂದೇ ತರಿಸಿಕೊಂಡನೇ? "ಧೈರ್ಯಕ್ಕಿರಲಿ. ಪ್ರಸಂಗ ಬಂದಾಗ ಉಪಯೋಗಿಸಲು ನೆರವಾದೀತು. ಆದರೆ ಇದರ ಉಪಯೋಗವಿರಬಹುದೆಂದು ನನಗೆ ಅನ್ನಿಸುವುದಿಲ್ಲ" ಎಂದ ನಾಗ್ಡೊ ಬೇತಾಳ. ಅಪ್ಪಣ್ಣ ಭಟ್ಟರು ಮಂಡಿಯೂರಿ ಅದನ್ನು ಸ್ವೀಕರಿಸಿದರು. ತುಂಬಿ ಬಂದ ಕಂಣುಗಳಿಗೆ ಅದನ್ನೊತ್ತಿಕೊಂಡು ಸಾಷ್ಟಾಂಗ ನಮಿಸಿದರು.

ಆ ರಾತ್ರಿ ವೆರಣೆಯಲ್ಲಿಯೇ ಉಳಿದು ಐದು ವರ್ಷದ ಮೊಮ್ಮಗನನ್ನು ಕಣ್ತುಂಬ ನೋಡಿ ಅಪ್ಪಣ್ಣ ಭಟ್ಟರ ಸಂಸಾರ ಭಟಕಳದತ್ತ ಹೊರಟಿತು. ಧಡ್ಡ ಅವರನ್ನು ಊರಾಚೆಯ ತನಕ ಹೋಗಿ ಬಿಟ್ಟುಬಂದ. ತುಳಸೀಬಾಯಿ ತಂದೆ ತಾಯಿ ತಂಗಿ ತಮ್ಮಂದಿರೆಲ್ಲ ಹೊರಟುಹೋದುದನ್ನು ನೆನಸಿ ನೆನಸಿ ಗೊಳೋ ಎಂದು ಅತ್ತಳು. ಮೂರು ದಿನಗಳ ತನಕ ಊಟ ಮಾಡುವುದೂ ಅವಳಿಂದ ಸಾಧ್ಯವಾಗಲಿಲ್ಲ. ಬಂಧುಗಳೆಲ್ಲ ಸತ್ತು ಹೋದ ಸ್ಮಶಾನದಂತೆ ಸುತ್ತಣ ಪ್ರದೇಶ. ಕೊನೆಗೆ ತನ್ನ ದಿನದಿನದ ಕೆಲಸಗಳಲ್ಲಿ ಅವಳು ತನ್ನ ದುಃಖವನ್ನು ಮರೆಯುವುದು ಸಾಧ್ಯವಾಯಿತು.

ನಾಗ್ಡೊ ಬೇತಾಳ ವೆರಣೆಯಲ್ಲಿದ್ದುದರಿಂದ ಮಾಳಪ್ಪಯ್ಯನವರಿಗೆ ರಕ್ಷಣೆಯ ಅನಿಸಿಕೆ. ಅವನನ್ನು ನೋಡಲು ಆಗಾಗ ಯಾರಾದರೂ ಬರುತ್ತಿದ್ದರು. ಬೇರೆ ಊರಿನ ಸುದ್ದಿಗಳನ್ನು ತರುತ್ತಿದ್ದರು. ಬಂದವರು ಹೆಚ್ಚಾಗಿ ಊರ ಮುಖ್ಯಸ್ಥರಾದ ಮಾಳಪ್ಪಯ್ಯನವರ ಮನೆಯಲ್ಲಿಯೇ ಉಳಿದುಕೊಳ್ಳುವುದು. ಮಾಳಪ್ಪಯ್ಯನವರಿಗೂ ಮಾತು ಬೇಕು. ನಾಗ್ಡೊ ಬೇತಾಳ ಬಂದ ಮೇಲೆ ಮ್ಹಾಳಶಿಮಾಂಯಿಯ ಪೂಜೆ ಸಂಭ್ರಮದಿಂದ ನಡೆಯತೊಡಗಿತು. ರಂಗಶರ್ಮರ ಮೊಮ್ಮಗ ದಾಮ್ಮು ಭಟ್ಟ ನಾಗ್ಡೊ ಬೇತಾಳನ ಸಲಹೆಯ ಮೇರೆಗೆ ಎಲ್ಲವನ್ನೂ ವಿಧ್ಯುಕ್ತವಾಗಿ ನೆರವೇರಿಸುತ್ತಿದ್ದ. ಅವನಿಗೂ ಈಗ ಹದಿನೆಂಟರ ವಯಸ್ಸು. ಮದುವೆಯಾಗಿ ಹೆಂಡತಿ ಮನೆಗೆ ಬಂದಿದ್ದಳು. ಆದರಿಂದ ತಾಯಿ ಗಂಗಾಬಾಯಿಗೆ ಸ್ವಲ್ಪ ಬಿಡುವು ದೊರೆತಿತ್ತು. ಆಕೆ ತನ್ನ ಬಿಡುಹೊತ್ತಿನಲ್ಲಿ ಮಾಳಪ್ಪಯ್ಯನವರ ಮನೆಗೆ ಬಂದು ತುಳಸೀಬಾಯಿಯೊಡನೆ ಮಾತಾಡುತ್ತಾ ಕೂರುತ್ತಿದ್ದಳು. ಇಲ್ಲದಿದ್ದರೆ ಹೂಬತ್ತಿ ಹೊಸೆಯುತ್ತಿದ್ದಳು.

ಹೃದ್ರೋಗದಿಂದ ಹಾಸಿಗೆ ಹಿಡಿದ ಮಾಳಪ್ಪಯ್ಯನವರಿಗೆ ಮಲಗಿದಲ್ಲಿ ಬೇರೆ

ಯಾರೂ ಸಿಗದಿದ್ದಾಗ ಎದುರಿಗೆ ಕಾಣುವವಳು ಗಂಗಾಬಾಯಿಯೇ ಆದುದರಿಂದ ಅವಳೊಡನೆಯೇ ಅವರ ಮಾತು. ಗಂಗಾಬಾಯಿಯದು ಬೊಜ್ಜು ಬೆಳೆದ ದೇಹ. ಬಿಳಿಯ ಮೈ ಬಂಣ. ಹದಿನೆಂಟು ಮೊಳದ ಕೆಂಪು ಸೀರೆಯನ್ನು ಕಚ್ಚೆ ಹಾಕಿ ಉಟ್ಟು, ಹೆಗಲ ಸುತ್ತ ಸೆರಗು ಹೊದ್ದು ಕುಳಿತುಕೊಳ್ಳುವ ಆಕೆಗೆ ಮೂವತ್ತೈದು ನಲ್ವತ್ತರ ವಯಸ್ಸು. ಅವಳ ಗಂಡ ಮೊರ್ದೇಸಿ ರೋಗದಿಂದ ಸತ್ತಾಗ ಆಕೆ ಹದಿನಾರರ ಅಂಚಿನಲ್ಲಿದ್ದಳು. ದಾಮ್ಮು ಭಟ್ಟ ಆಗಿನ್ನೂ ಹೊಟ್ಟೆಯಲ್ಲಿದ್ದ. ಗಂಡ ಸತ್ತ ಮೇಲೆ ಆಕೆ ತನ್ನ ತವರು ಮನೆಯಾದ ವಾಡೆಗೆ ಹೋಗಿದ್ದಳು. ವಾಡೆಯಲ್ಲಿ ಅವಳ ವಾಸ ಅಂಥ ಸುಖಕರವೇನೂ ಅಲ್ಲ. ಅವಳ ತಮ್ಮ ಮರ್ತು ಕಿಣಿ ಎಂಬುವನ ಮೇಲೆ ಇಡಿಯ ಸಂಸಾರದ ಭಾರವಿತ್ತು. ತಂಧೆಯೇನೋ ಬದುಕಿದ್ದ. ಆದರೆ ದುಡಿಯುವ ಆಳಲ್ಲ. ದುಡಿಯುವವ ಮರ್ತುಕಿಣಿಯೇ. ಮರ್ತುಕಿಣಿ ತನ್ನ ಅಕ್ಕಂದಿರ ಮದುವೆ ಮಾಡುತ್ತಾ, ವಿಧವೆಯಾಗಿ ಕೇಶಮುಂಡನ ಮಾಡಿಕೊಂಡು ಬಂದ ಈ ಅಕ್ಕನನ್ನೂ ಅವಳ ಮಗನನ್ನೂ ಸಾಕುತ್ತಾ ಮೈ ಮುರಿಯ ದುಡಿಯುತ್ತಿದ್ದ. ಆಗ ಮಾಳಪ್ಪಯ್ಯನವರು ವಾಡೆಗೆ ಬಂದು ಅವಳನ್ನೂ ಅವಳ ಮಗನನ್ನೂ ವೆರಣೆಗೆ ಕರೆತಂದು ವಾಸಯೋಗ್ಯವಾಗುವಂತೆ ಎಲ್ಲ ಅನುಕೂಲಗಳನ್ನೂ ಮಾಡಿಕೊಟ್ಟಿದ್ದರು. ಮರ್ತುಕಿಣಿಯ ಮದುವೆಯಾದ ಹೊಸತಿನ ದಿನಗಳವು. ತಮ್ಮ ತನ್ನವನೇ ಆದರೂ ಮದುವೆಯಾಗಿ ಬಂದ ನಾದಿನಿ ತಮ್ಮವಳಲ್ಲ ಎಂಬ ಅರಿವು ಗಂಗಾಬಾಯಿಗಿತ್ತು. ಮರ್ತುಕಿಣಿಯೇನೂ ಅಂಥ ಮಾತಿಗೆ ಆಸ್ಪದ ಕೊಟ್ಟನೆಂದಲ್ಲ. ಆದರೆ ಅಷ್ಟರಲ್ಲಿ ಮಾಳಪ್ಪಯ್ಯ ದೇವರಂತೆ ಬಂದಿದ್ದರು. ಆಕೆ ಹೊರಡಲು ತಡಮಾಡಲಿಲ್ಲ. ಮುಂದೆ ವಾಡೆಯಲ್ಲಿದ್ದ ಅವಳ ತಂದೆ ತೀರಿಕೊಂಡುದರಿಂದ ಗಂಗಾಬಾಯಿಗೆ ತವರು ದೂರಾಯಿತು.

ಅವಳೊಡನೆ ಮಾತಾಡುತ್ತಾ ಮಾತಾಡುತ್ತಾ ಮಾಳಪ್ಪಯ್ಯನವರಿಗೆ ಮಲಗಿದ ಕಡೆಯೇ ಒಂದು ಗುಪ್ತವಾದ ಆಸೆ ಮೊಳೆಯತೊಡಗಿತ್ತು. ಹಗಲೂ ರಾತ್ರಿ ಅದನ್ನು ಕುರಿತೇ ಅವರು ಯೋಚಿಸುವಂತಾಯಿತು. ಗಂಗಾಬಾಯಿ ಯವ್ವನ ಪೂರ್ತಾ ನಿರರ್ಥಕವಾಗಿ ಕಳೆದಿದ್ದಾಳೆಂಬ ಅನುಕಂಪದ ಭಾವನೆ ಬೆಳೆದದ್ದೂ ಅದಕ್ಕೊಂದು ಕಾರಣ. ಆ ಭಾವನೆ ಅವರಲ್ಲಿ ಹೊಸ ಹೊಸ ಕಂಪನಗಳನ್ನುಂಟು ಮಾಡತೊಡಗಿತು. ಅವಳಿಗೆ ನಾಲ್ವತ್ತರ ವಯಸ್ಸು. ಆದರೆ ತುಂಬಿದ ಮೈ. ಮುಟ್ಟಿದರೆ ಬೆಂಣೆಯಂತೆ ಮೃದುವಾಗಿರುವುದೆಂದು ಕಾಣುವ ಸೌಷ್ಠವ. ಯಾರನ್ನಾದರೂ ಉದ್ದೀಪನಗೊಳಿಸುವ ಮೈಮಾಟವೆಂಬ ಭಾವನೆ ಅವರಲ್ಲಿ ಕ್ರಮೇಣ ಆಕರ್ಷಣೆಯಾಗಿ ಬಲಿಯತೊಡಗಿತು. ಮಾಳಪ್ಪಯ್ಯನವರ ಹೆಂಡತಿ ರಾಧಾಬಾಯಿ ಸತ್ತು ಆಗಲೇ ಆರೇಳು ವರ್ಷಗಳು. ಬದುಕಿದ್ದಾಗಲೂ ಅವಳ ಆರೋಗ್ಯ ಅಷ್ಟಕ್ಕಷ್ಟೇ. ಅಲ್ಲದೇ ಬೇರೆ ಯಾರನ್ನೂ ಅವರು ಈ ತನಕ ಮುಟ್ಟಿದವರಲ್ಲ. ಹಾಗಾಗಿ ಈಗ, ಮಲಗಿದ ಕಡೆ, ಗಂಗಾಬಾಯಿಯ ಮೇಲೆ ಅವರಿಗೆ ಅದಮ್ಯವಾದ ಆಸೆಯೊಂದು ಬೆಳೆಯತೊಡಗಿತು. ಮುಟ್ಟಲು ಅಧೈರ್ಯ. ಆಕೆ ಎದುರಿಗಿಲ್ಲದಾಗ ಆಸೆ. ಎದುರಿದ್ದಾಗ ಅನುಕಂಪ ಪೂರಿತ ಕಾಮವಾಸನೆ. ಹೀಗಾಗಿ ಅವರ ಕಾಯಿಲೆ ಇನ್ನೂ ಬಲವತ್ತರವಾಯಿತು. ಆರೇಳು ವರ್ಷಗಳಿಂದ ಹೆಂಣಿನ

ಸಹವಾಸವಿಲ್ಲದೇ ಅವರ ಮೈಯ ಹಸಿವು ಬೆಳೆಯುತ್ತಾ ಹೋಯಿತು. ಸೆರಗು ಹೊದ್ದು ಬರುವ ಗಂಗಾಬಾಯಿ ತನಗಾಗಿಯೇ ಬರುತ್ತಿದ್ದಾಳೆಂಬ ಯೋಚನೆಯಿಂದ ಅವರು ಹುಚ್ಚರಂತಾದರು. ಕಾಯಿಲೆಯಿಂದ ನರಳುತ್ತಿದ್ದರೂ ಅವರು ಆ ರೀತಿಯ ಕಂಣುಗಳಿಂದಲೇ ಅವಳನ್ನು ನೋಡತೊಡಗಿದರು. ಗಂಗಾಬಾಯಿಯ ಜೊತೆ ನೇರ ಪ್ರಸ್ತಾಪ ಮಾಡುವ ಧೈರ್ಯ ಅವರಿಗಾಗಲಿಲ್ಲ.

ಒಂದು ದಿನವಂತೂ ಅವರು ಈ ವಿಚಾರದಲ್ಲಿ ಎಷ್ಟು ಅಸ್ವಸ್ಥರಾದರೆಂದರೆ ಬಳಿಯಲ್ಲಿ ಕುಳಿತು ಆಡುತ್ತಿದ್ದ ಐದು ವರ್ಷದ ನಾಗಪ್ಪಯ್ಯನೊಡನೆ "ಸಾಯುವ ಮೊದಲು ಒಂದೇ ಒಂದು ಆಸೆ ನಾಗಪ್ಪ , ಒಮ್ಮೆ ಗಂಗಾಬಾಯಿಯನ್ನು ಭೋಗಿಸಬೇಕು. ಅದೂ ಅವಳಿಗೆ ಮನಸ್ಸಿದ್ದರೆ ಮಾತ್ರ. ಇಲ್ಲದಿದ್ದರೆ ಬೇಡ" ಎಂದು ಹೇಳಿದರು. ಚಿಕ್ಕ ಮಗು ನಾಗಪ್ಪಯ್ಯನಿಗೆ ಆಗ ಅದು ಅರ್ಥವಾಗದ ವಿಚಾರ. ಆದರೆ ಅದನ್ನು ಮರೆಯಲ್ಲಿ ನಿಂತು ತುಳಸೀಬಾಯಿ ಕೇಳಿಸಿಕೊಂಡಳು. "ಮಾವನವರಿಗೆ ಭ್ರಾಂತು ಹಿಡಿದಿದೆ" ಎಂದು ಗಂಡನೊಡನೆ ತಾನು ಕೇಳಿದ್ದನ್ನು ಹೇಳಿದಳು. ಎರಡೆರಡು ಹೆಂಣುಗಳ ಜೊತೆ ದಿನ ಕಳೆಯುತ್ತಿದ್ದ ವಿಟ್ಠು ಪೈಗೆ ಮಾತ್ರ ತಂದೆಯ ಬಗ್ಗೆ ಮರುಕ ಮತ್ತು ದುಃಖ ಉಂಟಾಯಿತು.

ಈ ಬಗ್ಗೆ ಹೆಚ್ಚು ಯೋಚಿಸುವ ಅವಕಾಶವೂ ವಿಟ್ಠು ಪೈಗೆ ಸಿಗಲಿಲ್ಲ. ಆ ದಿನಗಳಲ್ಲೇ ಸಾಸಷ್ಟಿಯ ಜನ ಉದ್ವಿಗ್ನತೆಯ ಪರಾಕಾಷ್ಠೆಗೆ ತಲುಪುವ ಸ್ಥಿತಿ ಒದಗಿ ಬಂದಿತ್ತು. ಒಂದು ದಿನ ಲೋಟಲಿಯಿಂದ ಏಳೆಂಟು ಬ್ರಾಹ್ಮಣರು ವೆರಣೆಗೆ ಬಂದರು. ಅವರು ಬಂದದ್ದು ನೋಡಿದರೆ ಓಡಿಕೊಂಡು ಬಂದ ಹಾಗೇ ಇತ್ತು. ವೆರಣೆಗೆ ಅವರು ತಲುಪುವಾಗ ರಾತ್ರಿಯ ಹೊತ್ತು. ಬಂದವರೇ ನಾಗ್ಡೊ ಬೇತಾಳನೆಡೆಗೆ ಓಡಿದರು. ಬೇತಾಳ ಭಗವತಿಯ ಗುಡಿಯ ಪಕ್ಕದ ಕುಟೀರದಲ್ಲಿ ನಾಲ್ಕಾರು ಜನರನ್ನು ಕುಳ್ಳಿರಿಸಿ ಏನೋ ಹೇಳುತ್ತಿದ್ದ. ಎಂದಿನಂತೆ ಥಡ್ಡ ಈಚಲ ಹೆಂಡವನ್ನು ಅವನ ಪಾತ್ರೆಗೆ ಸುರಿದು ದೂರದಲ್ಲಿ ನಿಂತಿದ್ದ. ಕುಟೀರದ ಮೂಲೆಯಲ್ಲಿ ಗೋಡೆಗೆ ಹಾಕಿದ ಬುಡ್ಡಿ ಮಂದವಾಗಿ ಉರಿಯುತ್ತಿತ್ತು. ಲೋಟಲಿಯಿಂದ ಬಂದ ಜನ ಬೇತಾಳನಿಗೆ ಅಡ್ಡಬಿದ್ದು "ರಾಮನಾಥನ ದೇವಸ್ಥಾನವನ್ನು ಫರಂಗಿ ಜನ ಪುಡಿ ಮಾಡುತ್ತಾರಂತೆ. ಮೂರ್ತಿಯನ್ನು ಭಗ್ನ ಮಾಡುತ್ತಾರಂತೆ" ಎಂದು ಸುದ್ದಿ ಕೊಟ್ಟರು. ಬೇತಾಳನ ಸುತ್ತ ಇದ್ದ ಜನ ಗಾಬರಿಗೊಂಡರು. ವೆರಣೆಯಲ್ಲಿ ಒಬ್ಬಿಬ್ಬರು ಲೋಟಲಿ ರಾಮನಾಥನ ಕುಳಾವಿಗಳು. ನಾಗ್ಡೊ ಬೇತಾಳ ಬಂದವರನ್ನು ಕುಳ್ಳಿರ ಹೇಳಿ "ಯಾರು ಹೇಳಿದರು?" ಎಂದು ಕೇಳಿದ. "ನಿನ್ನೆ ರಾತ್ರಿ ರಾವುಳು ಕುಡಾವ ಬಂದು ಗುಟ್ಟಾಗಿ ಹೇಳಿ ಹೋದ. ಅವನು ಈಗ ಕಿರಿಸ್ತಾನನಲ್ಲವೇ? ಹೆಸರು ಅಲುರೋ ದೆ ಅಲ್ಮೈದಾ ಎಂದು. ಆದರೆ ರಾಮನಾಥನ ಮೇಲಿನ ಭಕ್ತಿ ಮಾತ್ರ ಬಿಟ್ಟಿಲ್ಲ. ನಿನ್ನೆ ಬಂದು ದೇವರನ್ನು ತಕ್ಷಣ ಅಲ್ಲಿಂದೆತ್ತಿಕೊಂಡು ಹೋಗಿ - ಇಲ್ಲದೇ ಇದ್ದರೆ ನಮಗೆ ರಾಮನಾಥನಿಲ್ಲ ಅಂದ" ಎಂದರು. ಬಂದವರ ಪೈಕಿ ಒಬ್ಬರು ರಾಮೋಜಿ ಶೆಣಾವಿ. ಅವರು ಹೆದರಿ ಅತ್ತಿತ್ತ ನೋಡುತ್ತಾ "ಅದಕ್ಕೇ ರಾತ್ರಿಯೇ ರಾಮನಾಥನ ಮೂರ್ತಿಯನ್ನು ಶಾಂತೇರಿಯ ಮೂರ್ತಿಯನ್ನೂ ಅಲ್ಲಿಂದೆತ್ತಿ ಅಡಗಿಸಿ ಇಟ್ಟಿದ್ದೇವೆ. ಏನು ಮಾಡುವುದೆಂದು

ತಿಳಿಯುತ್ತಿಲ್ಲ. ಇಷ್ಟರಲ್ಲಿ ಫರಂಗಿ ಜನ ದೇವಸ್ಥಾನಗಳನ್ನು ಪುಡಿ ಮಾಡಿರಲಿಕ್ಕೂ ಸಾಕು. ಮೂರ್ತಿಗಳು ಸಿಕ್ಕದ್ದರಿಂದ ಮನೆಮನೆಗಳಲ್ಲಿ ಹುಡುಕುತ್ತಿರಲೂಬಹುದು'' ಎಂದರು. ನಾಗ್ಡೊ ಬೇತಾಳ ಶಾಂತನಾಗಿಯೇ ''ಯಾರ ಮನೆಯಲ್ಲಿಟ್ಟಿದ್ದೀರಿ?'' ಎಂದು ಕೇಳಿದ. ಆ ಪ್ರಶ್ನೆ ಕೇಳುತ್ತಲೇ ರಾಮೋಜಿ ಶೆಣ್ವಾವಿಯವರ ಆಳು ಒತ್ತರಿಸಿ ಬಂತು. ''ಮೂರ್ತಿಗಳನ್ನು ನನ್ನ ಮನೆಯ ಹಿಂದೆ ಹುಲ್ಲಿನ ಮಧ್ಯೆ ಅವಿತಿಟ್ಟಿದ್ದೇವೆ. ಮನೆಯವರು ಕಂಗಾಲಾಗಿದ್ದಾರೆ. ಆ ರಾಕ್ಷಸರು ಏನು ಮಾಡುತ್ತಾರೋ, ನಾನು ಇಲ್ಲಿಗೆ ಬಂದು ಹೆದರಿಕೆಯಾಗುತ್ತಿದೆ'' ಎಂದು ಹೇಳಿದ. ನಾಗ್ಡೊ ಬೇತಾಳ ಒಂದು ಕ್ಷಣ ಸುಮ್ಮನಿದ್ದ. ಆಮೇಲೆ ''ಕಾವಳೆಗೆ ಎತ್ತಿಕೊಂಡು ಹೋಗಿ. ದಾರಿಯಲ್ಲೇನೂ ತೊಂದರೆಯಿಲ್ಲ. ಕಾವಳೆಯ ಬಳಿ ಬಾಂದೋಡವೆಂಬ ಒಂದು ಊರಿದೆ. ಅದು ಸೋಂದೆ ರಾಜರ ವಶದಲ್ಲಿದೆ. ಅಲ್ಲಿ ಪ್ರತಿಷ್ಠಾಪಿಸಿ. ತಕ್ಷಣ ಹೊರಡಿ. ರಾಮನಾಥ ಆ ಸ್ಥಳ ಯೋಗ್ಯವೆಂದು ಹೇಳುತ್ತಾನೆ'' ಎಂದ. ಬಂದವರು ಸುಸ್ತಾಗಿದ್ದರು. ''ನಮ್ಮ ಗತಿ ಏನು?'' ಎಂದು ಕೇಳಿದರು. ''ಲೋಟಲಿಯ ನೀರಿನ ಋಣ ನಿಮಗೆ ಮುಗಿಯಿತು. ರಾಮೋಜಿ ಶೆಣ್ವಿ, ನಿನ್ನ ಸಂತಾನ ಬೆಳೆಯುತ್ತದೆ. ಸುಖ ನೆಮ್ಮದಿಗಳು ನಿನ್ನ ಕುಟುಂಬಕ್ಕೆ ದೊರಕುತ್ತವೆ. ಯಾವ ಕಡೆಗಾದರೂ ಹೋಗು. ಊರ್ಜಿತವಾಗುತ್ತಿ. ನೀವೆಲ್ಲ ಹಾಗೆಯೇ. ಎಲ್ಲಿಗೆ ಹೋಗಲು ಇಚ್ಛೆಪಡುತ್ತೀರೋ ಅಲ್ಲಿಗೆ ಹೋಗಿ'' ಎಂದ ನಾಗ್ಡೊ ಬೇತಾಳ. ಬಂದವರು ತಕ್ಷಣ ಹೊರಟು ನಿಂತರು. ನಾಗ್ಡೊ ಬೇತಾಳ ಧಡ್ಡನಿಂದ ಭಗವತಿಯ ದೇವಳದ ಹಿಂದಿದ್ದ ತೆಂಗಿನ ಮರಗಳಿಂದ ಎಳನೀರನ್ನು ತೆಗೆಸಿಕೊಟ್ಟ. ''ಮುಂದೆ ನೀವಿದ್ದಲ್ಲಿ ಬರುತ್ತೇನೆ. ನಿಮ್ಮಿಂದ ಸೇವೆ ಪಡೆಯುತ್ತೇನೆ'' ಎಂದು ಆಶ್ವಾಸನೆ ಕೊಟ್ಟ. ಲೋಟಲಿಯ ಜನ ಒಂದು ಘಳಿಗೆ ಸುಧಾರಿಸಿಕೊಂಡು ರಾತ್ರಿಯೇ ಲೋಟಲಿಗೆ ಹೊರಟು ಹೋದರು.

★

ಮೂರು ದಿನಗಳ ನಂತರ ಗೋಯೆಸ್ ಸಂತೆ ನಡೆಯುವ ಹೊತ್ತು ವೆರಣೆಯ ಹತ್ತು ಮಂದಿ ಬ್ರಾಹ್ಮಣರು ಕೇಳುವಂತೆ ''ನಿಮ್ಮ ದಿನಗಳ ಲೆಕ್ಕ ಹಾಕಿರೋ ; ನಮ್ಮ ವೈಸರಾಯಿ ಸಾಹೇಬರು ನಿಮ್ಮ ಎಲ್ಲ ದೇವಸ್ಥಾನಗಳನ್ನೂ ಸುಟ್ಟು ಬಿಡಲು ಆಜ್ಞೆ ಮಾಡಿದ್ದಾರೆ. ಸಾಸಷ್ಟಿಯಲ್ಲಿ ನಿಮ್ಮ ಒಂದೇ ಒಂದು ಗುಡಿ ಇರುವುದಿಲ್ಲ. ನೀವುಗಳೆಲ್ಲ ಇನ್ನು ಯೇಸುಕ್ರಿಸ್ತನನ್ನು ಆರಾಧಿಸಬೇಕು. ಇಲ್ಲದಿದ್ದರೆ ಈ ಊರು ಬಿಟ್ಟು ಹೋಗಬೇಕು'' ಎಂದು ಹೇಳಿ ಗಹಗಹಿಸಿ ನಕ್ಕ. ಗೋಯೆಸ್ ಈಗ ಮುದುಕನಾದರೂ ಅವನ ಮತಾಂಧತೆ ಏರುಜವ್ವನದಲ್ಲೇ ಇತ್ತು. ಗೋವೆಗೆ ಹೋಗಿದ್ದ ಅವನಿಗೆ ಸಿಕ್ಕಿತ್ತು ಈ ಸುದ್ದಿ. ಅದನ್ನು ಕೇಳಿ ಅವನಿಗೆ ಮತ್ತೆ ಹುರುಪೆದ್ದಿತು. ವೆರಣೆಗೆ ಹಿಂತಿರುಗಿದವನೇ ಚರ್ಚಿನ ಪಾದ್ರೆಪ್ಪನಿಗೆ ಮೊದಲು ವಿಷಯ ತಿಳಿಸಿದ. ತನ್ನ ಸಂತೋಷಕ್ಕಾಗಿ ಮನೆಗೆ ಹೋಗಿ ಸ್ವಲ್ಪ ಮದ್ಯ ಕುಡಿದ. ವೆರಣೆಯಲ್ಲಿದ್ದ ಇತರ ಪೋರ್ಚುಗೀಸರಿಗೂ ಕಿರಿಸ್ತಾನರಿಗೂ ವಿಷಯ ತಿಳಿಸಿ

ಕುಣಿದಾಡಿದ. ಮರುದಿನ ಸಂತೆಯ ಕಡೆಗೆ ಬರುವಾಗಲೂ ಅವನು ಮದ್ಯ ಕುಡಿದಿದ್ದ – "ಕೇಳಿರೋ ಭೊಟ್ಟೊ ಮಕ್ಕಳಿರಾ, ನಿಮ್ಮ ಗ್ರಂಥಗಳನ್ನು ಓದಬಾರದು ; ನಿಮ್ಮ ಮಂತ್ರಗಳನ್ನು ಹೇಳಬಾರದು ; ನಿಮ್ಮ ದೇವರುಗಳನ್ನು ಪೂಜಿಸಬಾರದು–ತಿಳಿಯಿತೋ? ನಾಳೆ ಡಂಗೂರದವ ಇದನ್ನು ಹೇಳಲು ಬರುತ್ತಾನೆ. ನಾಳೆ ಸಂಜೆಯೊಳಗೆ ನಿಮ್ಮ ದೇವಸ್ಥಾನಗಳನ್ನು ಪುಡಿ ಮಾಡಲು ಗೋವೆಯಿಂದ ಸೈನ್ಯ ಬರುತ್ತದೆ" ಎಂದು ಕಿರಿಚಿದ. ತನ್ನ ಮಾತುಗಳನ್ನು ಕೇಳಿ ಜನರು ಓಡುತ್ತಿರುವುದನ್ನು ಕಂಡು ಕೇಕೆ ಹಾಕಿ ಕುಣಿದು ನಕ್ಕ. ಮೈಮೇಲೇರಿ ಬಂದ ಅವನ ಸಂತೋಷ ಕಂಡು ಕಿರಿಸ್ತಾನ ಮಂದಿಯೂ ಬೆಚ್ಚಿದರು.

ವೆರಣೆಯ ಬ್ರಾಹ್ಮಣರು ಭೇತಾಳನಲ್ಲಿಗೆ ಓಡಿದರು. ನಾಗ್ಡೊ ಬೇತಾಳ ಥಡ್ಡನ ಮುಖ ನೋಡಿ ನಕ್ಕ. ಸಂಜೆಯಾಗುವಾಗ ಅವನೆದುರು ಎಲ್ಲ ಬ್ರಾಹ್ಮಣರೂ ಸೇರಿದರು. ಯಾವಾಗಲೂ ಅವನ ಪಕ್ಕದಲ್ಲಿಯೇ ಇರುವ ಥಡ್ಡ ದೂರದಲ್ಲಿ ಚಿಂತಾಕ್ರಾಂತನಾಗಿ ಗೋಡೆಗೆ ಒರಗಿಕೊಂಡು ನಿಂತಿದ್ದ. ನಾಗ್ಡೊ ಬೇತಾಳ ಉಚ್ಚ ಸ್ವರದಲ್ಲಿ "ವೆರಣೆಯ ಬ್ರಾಹ್ಮಣರಿಗೆ ಸತ್ವ ಪರೀಕ್ಷೆಯ ಕಾಲ ಬಂದಿದೆ. ನಾಳೆ ಅಥವಾ ನಾಳೆಯ ನಾಳೆ ವೆರಣೆಯ ದೇವಸ್ಥಾನಗಳು ನುಚ್ಚುನೂರಾಗುತ್ತವೆ. ಸಾವಿರಾರು ವರ್ಷಗಳಿಂದ ನಮ್ಮ ಧರ್ಮದ ಮೇಲೆ ನಂಬಿಕೆ ಇಟ್ಟು ಬದುಕಿದ ನಿಮ್ಮನ್ನು ಈಗ ಧರ್ಮ ಪರೀಕ್ಷಿಸಲು ಬರುತ್ತದೆ" ಎಂದು ಹೇಳಿದ. ವೆರಣೆಯ ಜನರು ಕಂಗಾಲಾದರು. ರಾಮಕ್ರಿಷ್ಣ ಗೋರೆಯ ಮಗ ಚಂದ್ರಪ್ಪ ಗೋರೆ "ನಾವು ಈ ತನಕ ಯುದ್ಧ ಮಾಡಿದವರಲ್ಲ. ಅವರ ಕೈಯಲ್ಲಿ ಬಂದೂಕುಗಳು ಬೇರೆ ಇವೆ. ಹತ್ತು ಮಾರು ದೂರದಿಂದ ಬೇಕಾದರೂ ಅವರು ನಮ್ಮನ್ನು ಕೊಲ್ಲಲು ಸಾಧ್ಯ" ಎಂದು ಹೇಳಿದ. ಮೊಷ್ನು ಕಾಮಾತಿಯ ಮಗ ಆನ್ನು ಕಾಮಾತಿ "ಯುದ್ಧ ಮಾಡಲು ನಮ್ಮ ಬಳಿ ಆಳುಗಳೂ ಇಲ್ಲ, ಶಸ್ತ್ರಾಸ್ತ್ರಗಳೂ ಇಲ್ಲ" ಎಂದುದ್ಗರಿಸಿದ. ನಾಗ್ಡೊ ಬೇತಾಳ "ಹೌದು. ಗೋಮಂತಕ ಕ್ಷತ್ರಿಯರಿಲ್ಲದ ನಾಡು. ಪರಶುರಾಮ ಸೃಷ್ಟಿಸಿದ್ದಲ್ಲವೇ?" ಎಂದು ನಕ್ಕ. ಆಮೇಲೆ ಕೈ ಎತ್ತಿ "ಸಾವಿಗೆ ಹೆದರಬಾರದು. ಧರ್ಮದಲ್ಲೇ ಬದುಕುವ ಉಳಿಯುವ ಧೈರ್ಯ ನಿಮಗಿದ್ದರೆ ಸಾಕು. ಮ್ಹಾಳಶಿಮಾಂಯಿಯ ದೇವಸ್ಥಾನವನ್ನು ಉಳಿಸಬೇಕು ಎಂಬ ನಿರ್ಧಾರ ನಿಮ್ಮಲ್ಲಿದ್ದರೆ ಸಾಕು. ಆ ದೇವಸ್ಥಾನವನ್ನು ಯಾರೂ ಕೆಡಹುವಂತಿಲ್ಲ" ಎಂದು ಹೇಳಿದ. ಮಂಗೇಶ ಕಾಳೆ ನಮ್ರನಾಗಿ ಎದ್ದು ನಿಂತು "ಬ್ರಾಹ್ಮಣರು ಈವರೆಗೆ ಯುದ್ಧ ಮಾಡಿದ್ದನ್ನು ನಾವು ಕೇಳಿಲ್ಲ. ಇನ್ನೊಂದು ಜೀವದ ಮೇಲೆ ಕೈ ಹಾಕಿ ನಮಗೆ ಅಭ್ಯಾಸ ಇಲ್ಲ" ಎಂದ. ನಾಗ್ಡೊ ಬೇತಾಳ ಅದೇ ಸ್ವರದಲ್ಲಿ "ಮ್ಹಾಳಶಿಮಾಂಯಿಯನ್ನು ಉಳಿಸುವ ಆಸೆ ಇಲ್ಲವೋ ನಿಮಗೆ?" ಎಂದು ಕೇಳಿದ. ವೆರಣೆಯ ಬ್ರಾಹ್ಮಣರು ಇದೆ ಎಂದರು.

ನಾಗ್ಡೊ ಬೇತಾಳ ಒಂದು ಘಳಿಗೆ ಸುಮ್ಮನಿದ್ದು ಆಕಾಶ ನೋಡಿದ. ಆಮೇಲೆ ಅದೇ ಸ್ವರದಲ್ಲಿ "ಹಾಗಿದ್ದರೆ ನಿಮ್ಮಿಂದ ಎಲ್ಲ ರೀತಿಯ ಎಲ್ಲ ತ್ಯಾಗಗಳನ್ನೂ ನಿರೀಕ್ಷಿಸುತ್ತೇನೆ. ಆಗಬಹುದೋ?" ಎಂದು ಕೇಳಿದ. ವೆರಣೆಯ ಬ್ರಾಹ್ಮಣರಿಗೆ ಅರ್ಥವಾಗಲಿಲ್ಲ.

ಆದರೂ ಅವರು ತಲೆಯಲ್ಲಾಡಿಸಿದರು. ನಾಗ್ಡೊ ಬೇತಾಳ ಸುತ್ತ ನೋಡಿದ. ''ವಿಟ್ಠೊ'' ಎಂದು ಕರೆದ. ಬ್ರಾಹ್ಮಣರ ಮಧ್ಯೆ ನಿಂತಿದ್ದ ವಿಟ್ಠು ಪೈ ಮುಂದೆ ಬಂದ. ''ಪ್ರಪಂಚದಲ್ಲಿ ಹೆಂಣು ಹೊಂನು ಮಂಣುಗಳ ಮೇಲಿನ ಮೋಹ ಬಿಡುವುದು ಯಾವಾಗ ಗೊತ್ತೇ?'' ಎಂದು ಕೇಳಿದ ನಾಗ್ಡೊ ಬೇತಾಳ. ಅವನು ಕೇಳಿದ ರೀತಿ ಗಮನಿಸಿದರೆ ಯಾವುದೋ ಗಹನವಾದ ತತ್ವಜ್ಞಾನದ ಪ್ರಶ್ನೆ ಕೇಳಿದಂತಿತ್ತು. ವಿಟ್ಠು ಪೈಗೆ ಛಕ್ಕನೆ ಏನೋ ಹೊಳೆದಂತಾಯಿತು. ಆದರೂ ಸಮೂಹದ ಎದುರು ನಿಂತು ಅದಕ್ಕುತ್ತರ ಕೊಡುವ ಧೈರ್ಯ ಅವನಿಗೆ ಬರಲಿಲ್ಲ. ಮಂಡಿಯೂರಿ, ತಲೆ ಬಗ್ಗಿಸಿ, ಕೈ ಮುಗಿದು ''ಅರ್ಪಣೆಯಾಗಬೇಕು'' ಎಂದಷ್ಟೇ ಹೇಳುವುದು ಅವನಿಂದ ಸಾಧ್ಯವಾಯಿತು. ನಾಗ್ಡೊ ಬೇತಾಳ ಕರ್ಕಶವಾದ ಧ್ವನಿಯಲ್ಲಿ ''ನೆಲದ ಋಣ, ನೀರಿನ ಋಣ, ಹೆಂಣಿನ ಋಣ ಬಿಡಲು ಸಿದ್ಧನಿದ್ದೀಯೋ?'' ಎಂದು ಕೇಳಿದ. ವಿಟ್ಠು ಪೈಗೆ ಏನು ಹೇಳುವುದೆಂದು ತಿಳಿಯಲಿಲ್ಲ. ನಾಗ್ಡೊ ಬೇತಾಳನ ಮುಖ ನೋಡುವ ಧೈರ್ಯವೂ ಇಲ್ಲದವನಂತೆ ತಲೆ ತಗ್ಗಿಸಿಯೇ ಇದ್ದ.

ನಾಗ್ಡೊ ಬೇತಾಳನಿಗೂ ವಿಟ್ಠು ಪೈಗೂ ನಡೆದ ಮಾತುಕಥೆ ಉಳಿದವರಿಗೆ ತಿಳಿದ ಹಾಗೆ ಕಾಣಲಿಲ್ಲ. ನಾಗ್ಡೊ ಬೇತಾಳ ಚುಟುಕಾಗಿ ಕೇಳಿದ್ದ. ವಿಟ್ಠು ಪೈ ಮೌನವಾಗಿಯೇ ಉತ್ತರಿಸಿದ್ದ. ಅಲ್ಲದೇ ವೆರಣೆಯ ಜನರು ಹೆದರಿ ಹಿಪ್ಪೆಯಾಗಿದ್ದರು. ಮೈಮೇಲೆ ಕವುಚಿ ಬೀಳುತ್ತಿರುವ ಆಕಾಶವನ್ನು ತಡೆಯುವುದು ಹೇಗೆಂಬ ಸಂದಿಗ್ಧತೆಯಲ್ಲಿದ್ದರು. ನಾಗ್ಡೊ ಬೇತಾಳ ಒಬ್ಬನೇ ಅವರ ಆಸರೆಯಾಗಿದ್ದ. ತುಂಬ ಹೊತ್ತು ಗಂಭೀರನಾಗಿ ಕುಳಿತ ನಾಗ್ಡೊ ಬೇತಾಳನ ಮುಖದ ಮೇಲೆ ವ್ಯಂಗ್ಯವಾದ ನಗೆಯೊಂದು ಮೂಡಿತು. ಅವನು ಎಲ್ಲರನ್ನೂ ಹೊರಡಿಸಿದ. ವಿಟ್ಠು ಪೈಗೆ ''ಹೋಗು ವಿಟ್ಠು ಪೈ, ಮ್ಹಾಳಶಿ ಮಾಂಯಿಗೆ ಮಹಾಮಂಗಳಾರತಿ ಮಾಡಲು ದಾಮ್ಮು ಭಟ್ಟನಿಗೆ ಹೇಳು. ಆಮೇಲೆ ದೇವಳದ ಬಾಗಿಲನ್ನು ಹಾಕಿ ಸರಿಯಾಗಿ ಬೀಗ ಹಾಕು'' ಎಂದ. ಎಲ್ಲರೂ ಅವನಿಗೆ ಅಡ್ಡಬಿದ್ದು ಹೊರಟರು. ಗೋಡೆಗೊರಗಿ ನಿಂತಿದ್ದ ಧಡ್ಡನನ್ನು ಯಾರೂ ಗಮನಿಸಲೇ ಇಲ್ಲ.

ವಿಟ್ಠು ಪೈ ಗುಡ್ಡ ಹತ್ತಿ ಮ್ಹಾಳಶಿಮಾಂಯಿಯ ದೇವಸ್ಥಾನಕ್ಕೆ ಹೋಗಿ ದಾಮ್ಮು ಭಟ್ಟನೊಡನೆ ''ಭಟ್ಬೋ, ಈ ದಿನ ಮಹಾಮಂಗಳಾರತಿ. ಪೂಜೆ ಬೇಗ ಮುಗಿಸಿ. ದೇವಳಕ್ಕೆ ಬೀಗ ಹಾಕುತ್ತೇನೆ'' ಎಂದು ಹೇಳಿ ಕೂತ. ದಾಮ್ಮು ಭಟ್ಟನನ್ನೂ ಆತಂಕ ಮತ್ತು ಭಯ ಆವರಿಸಿತ್ತು. ಅವನು ಬೇಗ ಮುಗಿಸಬೇಕೆಂದರೂ ಮಹಾಮಂಗಳಾರತಿ ಯಾಗುವಾಗ ರಾತ್ರಿಯೇ ಆಯಿತು. ವಿಟ್ಠು ಪೈ ಯಾವಾಗಲೂ ದೇವಸ್ಥಾನ ಮುಚ್ಚುವ ಕ್ರಮವಿರಲಿಲ್ಲ. ಅಲ್ಲಿದ್ದರೆ ಬೀಗದಕೈಯನ್ನು ಹಿಡಿದುಕೊಂಡು ಮನೆಗೆ ಹೋಗುತ್ತಿದ್ದ. ಇಲ್ಲದಿದ್ದರೆ ದಾಮ್ಮು ಭಟ್ಟನೇ ಬೀಗ ಹಾಕಿ ಮನೆಗೆ ತಂದುಕೊಡುವುದು ಪರಿಪಾಠ. ಆದರೆ ಆ ರಾತ್ರಿ ವಿಟ್ಠು ಪೈ ಕಾದು ಕೂತ. ಬೀಗ ಹಾಕುತ್ತಾ 'ಫರಂಗಿ ಜನ ಬಂದೂಕು ಹಿಡಿದು ಬಂದರೆ ಈ ಬೀಗ ಯಾತಕ್ಕಾದೀತು' ಅಂದುಕೊಂಡ. ಆದರೂ ಎರಡೆರಡು ಬಾರಿ ಜಗ್ಗಿ

“ಭಟ್ರೋ, ನೀವೂ ನೋಡಿ ಒಮ್ಮೆ” ಎಂದು ಹೇಳಿದ. ತೇಗದ ಮರದ ಬಾಗಿಲು. ಎರಡಂಗುಲ ದಪ್ಪ. ಕ್ರಿಷ್ಣಶರ್ಮರು ಊರು ಬಿಟ್ಟು ಹೋದ ಮೇಲೆ ದಾಮ್ಮು ಭಟ್ಟ ಬರುವ ತನಕ ಆ ಬಾಗಿಲು ತೆಗೆದಿರಲಿಲ್ಲ. ಆಗಿನಿಂದ ಅದನ್ನು ಹಾಕುವಾಗ ತೆಗೆಯುವಾಗ ಡ್ರೊಂಯ್ ಎಂದು ಸದ್ದು ಮಾಡುತ್ತಿತ್ತು. ಬೀಗ ಹಾಕುವ ಕಬ್ಬಿಣದ ಸರಳೂ ಸರಿಯಾಗಿ ಕೂರುತ್ತಿರಲಿಲ್ಲ. ಅದನ್ನು ಎತ್ತಿ ಒಂದು ಪ್ರತ್ಯೇಕ ಕೋನದಲ್ಲಿ ಒತ್ತಿ ಹಿಡಿದರೆ ಮಾತ್ರ ಬೀಳುತ್ತಿತ್ತು. ಅವನೂ ದಾಮ್ಮು ಭಟ್ಟನೂ ಎರಡೆರಡು ಬಾರಿ ಜಗ್ಗಿ ಮನೆಯ ಕಡೆಗೆ ಹೊರಟಾಗ ವಿಟ್ಠು ಪೈಗೆ ಮ್ಹಾಳಶಿಮಾಂಯಿಯ ಮೈಮೇಲಿದ್ದ ಚಿನ್ನದ ಆಭರಣಗಳ ನೆನಪು ಬಂತು. ಅವುಗಳನ್ನು ಮನೆಗಾದರೂ ಕೊಂಡೊಯ್ಯಬೇಕಿತ್ತೇ ಎಂದು ನಾಗ್ಡೊ ಬೇತಾಳನನ್ನು ಕೇಳಬೇಕಿತ್ತು ಎಂದುಕೊಂಡ. ಆದರೆ ನಾಗ್ಡೊ ಬೇತಾಳ ಏನನ್ನೂ ಹೇಳಿರಲಿಲ್ಲ. ಹಾಗಾಗಿ ಭಗವಂತ ಇಟ್ಟ ಹಾಗಾಗಲಿ ಎಂದು ಹೆಜ್ಜೆ ಹಾಕಿದ.

ರಾತ್ರಿ ಹಜಾರದಲ್ಲಿ ಮಲಗಿದ್ದ ಮ್ಹಾಳಪ್ಪಯ್ಯ ಆಗಾಗ ಎದ್ದು “ವಿಟ್ಠೂ, ಏನಾಗುತ್ತಾ ಇದೆ?” ಎಂದು ಕೇಳಿದರು. ಕಾಯಿಲೆಯಿಂದ ಬಳಲುತ್ತಿದ್ದ ಅವರಿಗೆ ನಿದ್ರೆ ಕಡಿಮೆ. ಊರಲ್ಲಿ ನಡೆಯುತ್ತಿದ್ದ ಹಗರಣಗಳಿಂದ ಆತಂಕ ಬೇರೆ. ಹಾಗಾಗಿ ರಾತ್ರಿ ನಿದ್ರೆಯ ಸುಳಿವೂ ಇಲ್ಲದೇ ಅವರು ಆಗಾಗ ಎದ್ದು ಕೂರುತ್ತಿದ್ದರು. ನಿದ್ರೆ ಆ ರಾತ್ರಿ ವಿಟ್ಠು ಪೈಯ ಬಳಿಯೂ ಸುಳಿಯಲಿಲ್ಲ. ಅವನಿಗೆ ತಂದೆಯ ಪ್ರಶ್ನೆಗಳು ಕಿವಿಯ ಮೇಲೆ ಬೀಳುತ್ತಿದ್ದುವು. ಆದರೆ ಉತ್ತರಿಸಬೇಕೆಂದು ಅನ್ನಿಸಿರಲಿಲ್ಲ. ಅವನ ತಲೆಯಲ್ಲಿ ನಾಗ್ಡೊ ಬೇತಾಳನ ಪ್ರಶ್ನೆಯೇ ತಿರುಗುತ್ತಿತ್ತು. ನೆಲದ ಋಣ, ನೀರಿನ ಋಣ, ಹೆಂಣಿನ ಋಣ ಬಿಡಲು ಸಿದ್ಧನಿದ್ದೀಯೋ? ಅಂದರೆ ವೆರಣೆ ಬಿಟ್ಟು ಹೋಗಬೇಕೆಂದೇ? ನಾಗ್ಡೊ ಬೇತಾಳ ಅನೇಕರಿಗೆ ಊರು ಬಿಟ್ಟು ಹೋಗಲು ಹೇಳಿದ್ದನ್ನು ಅವನು ಕೇಳಿದ್ದ. ರಾಚೋಲಿಯವರಿಗೆ, ಲೋಟಲಿಯ ಜನರಿಗೆ ಅವನು ದೇಶಾಂತರ ಹೋಗಿ ಅಂದಿದ್ದ. ತನಗೆ ಹೆಂಣು ಕೊಟ್ಟ ಮಾವ ಅಪ್ಪಣ್ಣ ಭಟ್ಟರು ತೆಂಕು ದಿಕ್ಕಿಗೆ ಹೊರಟಾಗ ಬೇಡ ಅನ್ನಲಿಲ್ಲ. ತನ್ನನ್ನೂ ಹಾಗೆಯೇ ಹೋಗು ಅನ್ನುತ್ತಾರೆಯೇ? ಇಲ್ಲಿಯ ಮನೆಯನ್ನು, ನೆಲವನ್ನು, ಅಲ್ವೀರಾಳನ್ನು ಬಿಟ್ಟು ಹೋಗಬೇಕಾಗಿ ಬಂದೀತೇ? ಬೆಳಗಿನ ಹೊತ್ತು ತುಳಸೀಬಾಯಿ ಕೊಟ್ಟ ಉಂಡಿಯನ್ನು ಕಿವುಚುತ್ತಾ ಕುಳಿತಿದ್ದಾಗ ಮ್ಹಾಳಪ್ಪಯ್ಯ “ಗಂಗಾಬಾಯಿ ಬಂದಿದ್ದಾಳೆಯೇ?” ಎಂದು ಒಂದೆರಡು ಬಾರಿ ಕೇಳಿದರು. ಆಗಲೂ ವಿಟ್ಠು ಪೈ ಮಾತನಾಡಲಿಲ್ಲ. ಅವನು ಹೊರಗೆ ಹೊರಟಾಗ “ಆ ಭಟ್ಟಿಣಿಯನ್ನು ಇಲ್ಲಿಗೇ ಬರಲಿಕ್ಕೆ ಹೇಳೋ ವಿಟ್ಠೂ, ಫರಂಗಿಯವರಿಗೆ ಮೊದಲು ಕಂಣಿಗೆ ಬೀಳುವುದು ಭಟ್ಟರುಗಳು, ಸನ್ಯಾಸಿಗಳು, ಜೋಗಿಗಳು. ಇವತ್ತು ಸೈನ್ಯ ಬರುತ್ತದಂತೆ. ಏನಾದರೂ ಅನಾಹುತವಾದೀತು. ಬರಲಿಕ್ಕೆ ಹೇಳು. ಇಲ್ಲಿದ್ದರೆ ಮನಸ್ಸಿಗೆ ಸಮಾಧಾನ. ಅಲ್ಲವೇ?” ಎಂದು ದೀನರಾಗಿ ಬೇಡಿಕೊಂಡರು. ವಿಟ್ಠು ಪೈ “ಆಗಲಿ” ಎಂದು ಹೇಳಿ ಹೊರಟ.

□

೧೦

ಆ ದಿನ ಬೆಳಗ್ಗೇ ಡಂಗೂರದವ ಸೈನ್ಯ ಬರುವುದನ್ನು ಹೇಳತೊಡಗಿದ್ದ. ವೆರಣೆಯ ಮನೆ ಮನೆಯ ಎದುರೂ ನಿಂತು, ತಮಟೆ ಬಾರಿಸುತ್ತಾ ದೊಡ್ಡ ಸ್ವರದಲ್ಲಿ ತನಗೊಪ್ಪಿಸಿದ ಪಾಠವನ್ನು ಒದರಿದ – ಜನರು ಗಾಬರಿಗೊಳ್ಳುವಂತೆ ಮನೆ ದೇವರ ಪೂಜೆಗೆ, ಮಂತ್ರ ಹೇಳುವುದಕ್ಕೆ ಎಲ್ಲ ನಿಷೇಧ ಬಂದಿದೆಯೆಂದು ತಿಳಿಸಿದ. "ವೆರಣೆಯಲ್ಲಿರುವ ಮಂದಿಯೆಲ್ಲ ಕಿರಿಸ್ತಾನರಾಗಬೇಕು. ಯೇಸುಕ್ರಿಸ್ತನೊಬ್ಬನೇ ದೇವರು. ಆತನನ್ನು ಆರಾಧಿಸಬೇಕು" ವೆರಣೆಯ ಬೀದಿಯಲ್ಲಿ ಯಾವೊಬ್ಬ ಬ್ರಾಹ್ಮಣನೂ ನಡೆದುಕೊಂಡು ಹೋಗುವ ಧೈರ್ಯ ಮಾಡಲಿಲ್ಲ.

ಹೊತ್ತು ಮಧ್ಯಪ್ರಹರಕ್ಕೆ ಬಂದಾಗ ಯಾರೋ ಒಬ್ಬ ಹುಡುಗ ವಿಟ್ಠುಪೈಯನ್ನು ಹುಡುಕುತ್ತಾ ಮನೆಗೆ ಬಂದ. ಹತ್ತು ಹನ್ನೆರಡರ ವಯಸ್ಸು. ಕೆದರಿದ ಕೂದಲು. ಮೈಗೆಲ್ಲ ಮಣ್ಣುದೂಳಿ. ಉಟ್ಟುಕೊಂಡ ಕಚ್ಚೆ ಹರಿದುಹೋಗಿತ್ತು. ಜನಿವಾರವಿಲ್ಲದ ಎದೆ. ಬಹಳ ದೂರದಿಂದ ಬಂದವನ ಹಾಗೆ ನಿಲುವು. ದಣಿವು ಬಳಲಿಕೆಗಳಿಂದಲೂ ಮಾನಸಿಕ ಕ್ಷೋಭೆಯಿಂದಲೂ ತತ್ತರಗೊಂಡ ಹುಡುಗ. ನಡೆದೂ ನಡೆದೂ ಒಡೆದು ಹೋದ ಅಂಗಾಲುಗಳು. ಬಾಯಾರಿ ತುಟಿಗಳು ಬಿಳಿಚಿ, ಒಡೆದು, ರಕ್ತ ಸೋರುತ್ತಿತ್ತು. ಬಂದವನೇ ಅಂಗಳದಲ್ಲಿ ನಿಂತು ಅಳತೊಡಗಿದ. ಒಂದೇ ಸವನೆ ಅಳು. ಅವನು ಬಂದಾಗ ವಿಟ್ಠು ಪೈ ಮನೆಯಲ್ಲಿರಲಿಲ್ಲ. ಹಜಾರದಲ್ಲಿ ಕುಳಿತ ಮಾಳಪ್ಪಯ್ಯನವರಿಗೆ ಅವನನ್ನು ನೋಡಿದ ನೆನಪಿರಲಿಲ್ಲ. "ಯಾರೋ?" ಎಂದು ಕೇಳಿದರು. ಅವನು ಅಳುವಿನ ಮಧ್ಯೆ "ವಿಟ್ಠು ಪೈ ಎಲ್ಲಿ?" ಎಂದು ಕೇಳಿದ. ತಾನು ಯಾರು ಎಂದು ಹೇಳಲಿಲ್ಲ. ಮಾಳಪ್ಪಯ್ಯ ಅವನನ್ನು ಹಜಾರದಲ್ಲಿ ಕುಳ್ಳಿರ ಹೇಳಿದರು. ಅವನು ಒಲ್ಲೆನೆಂದ. ಅಂಗಳದ ಮೂಲೆಯಲ್ಲಿದ್ದ ಸಂಪಿಗೆಯ ಮರದ ಬುಡದಿಂದ ಅಲ್ಲಾಡಲಿಲ್ಲ. ವಿಟ್ಠು ಪೈ ಬಂದು ವಿಚಾರಿಸಿದಾಗ ಅವನು ಲೋಟಲಿಯಿಂದ ಬಂದವನೆಂದು ತಿಳಿಯಿತು. ಅಷ್ಟು ಹೇಳಬೇಕಾದರೆ ಅವನ ಅಳು ತಾರಕಕ್ಕೇರಿತು. "ರಾವುಳು ಕುಡಾವನನ್ನೂ ಅವರ ಮಗನನ್ನೂ ಇನ್‌ಕ್ವಿಸಿಷನ್‌ನವರು ಹಿಡಿದುಕೊಂಡು ಹೋಗಿದ್ದಾರೆ" ಎಂದ !

ವಿಟ್ಠು ಪೈ ಸ್ತಂಭಿತನಾದ. ಆ ಹುಡುಗನನ್ನು ಹೇಗೆ ಸಮಾಧಾನ ಮಾಡುವುದೆಂದು ಅವನಿಗೆ ತಿಳಿಯಲಿಲ್ಲ. ರಾವುಳು ಕುಡಾವನ ಮೊಮ್ಮಗನಿರಬೇಕು ಎಂದು ವಿಟ್ಠು ಪೈಗನ್ನಿಸಿತು. ಅವನನ್ನು ನಾಗ್ಡೊ ಬೇತಾಳನ ಬಳಿಗೆ ಕರೆದೊಯ್ಯಲು ಪ್ರಯತ್ನಿಸಿದ. ಆದರೆ ಆ ಹುಡುಗ ತೀರ ದಣಿದಿದ್ದ. ಅಲ್ಲೇ ಕುಸಿದು ಬಿದ್ದ. ಅವನಿಗೆ ನೀರು ಕೊಟ್ಟರೂ ಆತ

ಕುಡಿಯಲಿಲ್ಲ. ಕೊನೆಗೆ ಹತಾಶೆಯಿಂದ ಅವನನ್ನು ಅಲ್ಲಿಯೇ ಕುಳ್ಳಿರ ಹೇಳಿ ನಾಗ್ಡೊ ಬೇತಾಳನಲ್ಲಿಗೆ ಹೋಗಿ ಸುದ್ದಿ ತಲುಪಿಸಿದ. ನಾಗ್ಡೊ ಬೇತಾಳ ವಿಷಾದದಿಂದ "ರಾವುಳು ಕುಡಾವನ ಅಂತ್ಯ ಭೀಕರವಾಗುತ್ತದೆ. ಆ ಸಾವು ಯಾರೊಬ್ಬರಿಗೂ ಬರಬಾರದು" ಎಂದ. ವಿಟ್ಠು ಪೈ ಅದನ್ನು ಕೇಳಿ ನಡುಗಿಬಿಟ್ಟ. ಅವನಿಗೆ ರಾವುಳು ಕುಡಾವನನ್ನು ನೋಡಿದ ನೆನಪಿರಲಿಲ್ಲ. ಹಾಗೆ ನೋಡಿದರೆ ಅವನು ತನಗೆ ಸೋದರಮಾವನಾಗಬೇಕು. ತನಗೆ ಐದು ವರುಷಗಳಾಗಿದ್ದಾಗ ಅವನ ಮಗನ ಮದುವೆಂದು ಹೋದಾಗ ನೋಡಿದ್ದರೂ ಮುಖ ನೆನಪಿಗೆ ಬರದು. ಅಮ್ಮನ ಚಿಕ್ಕಪ್ಪನ ಮಗನಂತೆ. ಅವನು ಕಿರಿಸ್ತಾನನಾಗಿ ಅಲುರೋ ದೆ ಅಲ್ಮೈದಾ ಎಂದು ಹೆಸರು ಪಡೆದನಂತೆ ಎಂದಾಗ ವಿಟ್ಠು ಪೈಯ ತಾಯಿ ರಾಧಾಬಾಯಿ ಮೂರು ದಿನ ಅನ್ನ ನೀರಿಲ್ಲದೆ ಅತ್ತಿದ್ದಳು. ಯಾಕೋ ತನಗೆ ಆಸರೆ ಕೊಡುವ ಮಂದಿ ಯಾರೂ ಇಲ್ಲ ಅನ್ನಿಸಿ ವಿಟ್ಠು ಪೈಗೆ ಅಳು ಬಂತು. "ಧಡ್ಡ ಎಲ್ಲಿ?" ಎಂದು ನಾಗ್ಡೊ ಬೇತಾಳನನ್ನು ಕೇಳಿದ. ನಾಗ್ಡೊ ಬೇತಾಳ ಆ ಪ್ರಶ್ನೆಯನ್ನು ಕಿವಿಗೇ ಹಾಕಿಕೊಳ್ಳಲಿಲ್ಲ.

ವಿಟ್ಠು ಪೈ ಮನೆಯ ಕಡೆಗೆ ಹೋಗುವಾಗ ಫರಂಗಿ ಸೈನ್ಯ ವೆರಣೆಯನ್ನು ಪ್ರವೇಶಿಸುವುದು ಕಂಡಿತು. ಅವನು ದಾಪುಗಾಲು ಹಾಕಿ ಮನೆಯತ್ತ ಓಡಿದ. ದಾರಿಯಲ್ಲಿ ಆನ್ನು ಕಾಮಾತಿ ಸಿಕ್ಕಿ "ಮ್ಹಾಳಶಿಮಾಂಯಿಯ ದೇವಳದ ಸುತ್ತಣವರೆಲ್ಲ ಮನೆ ಖಾಲಿ ಮಾಡಿದ್ದಾರೆ, ವಿಟ್ಠೊ. ನಾನೂ ಖಾಲಿ ಮಾಡಿದ್ದೇನೆ. ನಿನ್ನ ಮನೆಗೆ ಹೋಗಿದ್ದೆವು. ನನ್ನ ಹೆಂಡತಿ ಮಕ್ಕಳನ್ನು ನಿನ್ನ ಮನೆಯಲ್ಲಿ ಬಿಟ್ಟಿದ್ದೇನೆ. ಲೋಟಲಿಯಿಂದ ಬಂದ ಹುಡುಗನ ಅವಸ್ಥೆ ಚಿಂತಾಜನಕವಾಗಿದೆ. ಅದಕ್ಕಾಗಿ ನಿನ್ನ ಕಡೆಗೇ ಬಂದೆ" ಎಂದ. ವಿಟ್ಠು ಪೈ ಅವನ ಕೈಗಳನ್ನು ಗಟ್ಟಿಯಾಗಿ ಹಿಡಿದುಕೊಂಡು "ಆನ್ನು ಕಾಮಾತಿ, ನನ್ನನ್ನು ಬಿಟ್ಟು ಹೋಗುವುದಿಲ್ಲ ಎಂದು ಮಾತು ಕೊಡುತ್ತೀಯ? ನನಗೆ ತುಂಬ ಹೆದರಿಕೆಯಾಗುತ್ತಿದೆ" ಎಂದ. ಆನ್ನು ಕಾಮಾತಿ ವಿಟ್ಠು ಪೈಗಿಂತ ವಯಸ್ಸಿನಲ್ಲಿ ತುಂಬ ಹಿರಿಯ. ಅವನು ವಿಟ್ಠು ಪೈಯ ಹೆಗಲ ಮೇಲೆ ಕೈ ಹಾಕಿ "ಆಗಲಿ" ಎಂದು ಹೇಳಿದ.

ವಿಟ್ಠು ಪೈ ಮನೆ ಮುಟ್ಟುವಾಗ ಲೋಟಲಿಯ ಹುಡುಗ ಸತ್ತೇ ಹೋಗಿದ್ದ! ವಿಟ್ಠು ಪೈ ತಲೆಗೆ ಕೈಕೊಟ್ಟು ಕೂರುವ ಹಾಗಾಯಿತು. ಹಜಾರ ಹತ್ತಿ ಅವನು "ಧಡ್ಡ ಎಲ್ಲಿ?" ಎಂದು ಕೇಳಿದ. ಮಾಳಪ್ಪಯ್ಯನವರು ಪಿಳಿಪಿಳಿ ಕಂಣು ಬಿಟ್ಟರು. ಬಾಗಿಲ ಮರೆಯಲ್ಲಿ ನಿಂತು ತುಳಸೀಬಾಯಿ "ಇಲ್ಲಿಗೆ ಬಂದಿಲ್ಲ" ಎಂದಳು. ವಿಟ್ಠು ಪೈಗೆ ಅವನನ್ನು ಭಗವತಿಯ ಮಂದಿರದ ಹತ್ತಿರ ಬೇತಾಳನ ಕುಟೀರದಲ್ಲಿಯೂ ನೋಡಿದ ಹಾಗೆ ಅನ್ನಿಸಲಿಲ್ಲ. "ಫರಂಗಿಯವರಿಗೆ ಹೆದರಿ ಊರು ಬಿಟ್ಟು ಹೋದನೋ ಹೇಗೆ?" ಎಂದು ಕೇಳಿದ.

ಅದೇ ಹೊತ್ತಿಗೆ ಕುದುರೆಯ ಮೇಲೆ ಕುಳಿತು ಗೋಯೆಸ್ ಅವರ ಮನೆಯ ಕಡೆಗೆ ಬರುವುದು ಕಂಡಿತು. ತುಳಸೀಬಾಯಿ ದೊಡ್ಡ ಸ್ವರದಲ್ಲಿ ಆಕ್ರಂದನ ಮಾಡತೊಡಗಿದಳು. ಅವಳನ್ನು ಸಮಾಧಾನ ಮಾಡುತ್ತಾ ತಾನೂ ಭೀತಿಯಿಂದ ಅಳುತ್ತಾ ಗಂಗಾಬಾಯಿ ಒಳಗೆ

ಕರೆದೊಯ್ದಳು. ಆನ್ನು ಕಾಮಾತಿ ವಿಟ್ಠು ಪೈಯ ಹಿಂದೆ ಮರೆಯಾಗಿ ನಿಂತ. ಆದದ್ದಾಗಲಿ ಎಂದು ವಿಟ್ಠು ಪೈ ಹಜಾರದ ಬಾಗಿಲಿಗೆ ಅಡ್ಡವಾಗಿ, ಕೈಗಳನ್ನು ತೊಲೆಗೆ ಕೊಟ್ಟು ನಿಂತುಕೊಂಡ. ಒಳಗೆ ಹೆಂಣುಮಕ್ಕಳು ತುಂಬಿಕೊಂಡಿರುವುದು ಸೂಕ್ಷ್ಮವಾಗಿ ಗಮನಕ್ಕೆ ಬಂತು. ಏನಾದರೂ ಆದರೆ ಮೊದಲು ಅವನ ಮೇಲೆ ಹಾರಿ ಪ್ರಾಣ ತೆಗೆದೇ ಬಿಡುತ್ತೇನೆಂದು ವಿಟ್ಠು ಪೈ ಕೆರಳಿದ ಹುಲಿಯಂತೆ ನಿಂತ. ಆದರೆ ಗೋಯೆಸ್ ಕುದುರೆಯಿಂದ ಕೆಳಗಿಳಿಯಲಿಲ್ಲ. "ವಿಟ್ಠು ಪೈ, ಮ್ಹಾಳಶಿಮಾಂಯಿಯ ದೇವಸ್ಥಾನವನ್ನು ಕೆಡವುತ್ತೇವೊ. ನೋಡಲು ಬಾ. ನಿನ್ನ ದೇವರು ಕಾಯುತ್ತಾನೋ ಅಂತ ನಾನೂ ನೋಡುತ್ತೇನೆ" ಎಂದು ಅಬ್ಬರಿಸಿದ. ವಿಟ್ಠು ಪೈ ಮಾತಾಡಲಿಲ್ಲ. ಅವನ ದೇಹಾದ್ಯಂತ ಉರಿಯಿತು. ಆ ಮುದುಕನ ಕುತ್ತಿಗೆ ಹಿಸುಕುವುದೇನೂ ಕಷ್ಟವಲ್ಲ ಅಂತನಿಸಿತು. ಗೋಯೆಸ್ ಇನ್ನೂ ಏನೇನೋ ಹೇಳುವುದರಲ್ಲಿದ್ದ. ಅಷ್ಟರಲ್ಲಿ ಅವನ ಕಂಣು ಅಂಗಳದಲ್ಲಿ ಸತ್ತು ಬಿದ್ದ ಹುಡುಗನ ಮೇಲೆ ಬಿತ್ತು. ಮಾತು ನಿಂತು ಹೋಯಿತು. ಒಂದು ಕ್ಷಣ ವಿಟ್ಠು ಪೈಯ ಮುಖವನ್ನೇ ದಿಟ್ಟಿಸಿ ನೋಡಿ ಅವನು ಕುದುರೆಯನ್ನು ಮುಂದೆ ಹೊಡೆದ.

ವೆರಣೆಯನ್ನು ಫರಂಗಿ ಸೈನ್ಯ ಆಕ್ರಮಿಸಿತ್ತು. ಒಂದು ತುಕಡಿ ಕುದುರೆಗಳ ಮೇಲೆ ಮಹಾಲಸ ದೇವಳದ ಕಡೆಗೆ ಹೊರಟಿತು. ಏನು ಮಾಡಬೇಕೆಂದೂ ತಿಳಿಯದೆ ವಿಟ್ಠು ಪೈ ನಿಂತಿದ್ದ. ದೇವಾಲಯದ ಕಡೆಗೆ ಹೊರಟ ಕುದುರೆಗಳ ಸಪ್ಪಳ. ಯಾರೋ ಗಹಗಹಿಸಿ ನಕ್ಕ ಸದ್ದು. ನಿರ್ಜನವಾದ ವೆರಣೆಯ ಬೀದಿಯಲ್ಲಿ ರಣಗುಟ್ಟುವ ಸೂರ್ಯನ ಬಿಸಿಲು. ಆಕಾಶದಲ್ಲಿ ಕಾಗೆಗಳ ಸುಳಿವೂ ಇಲ್ಲ. ಆನ್ನು ಕಾಮಾತಿ "ಶವವನ್ನು ನಾಗ್ಡೊ ಬೇತಾಳನಲ್ಲಿಗೆ ಕೊಂಡೊಯ್ಯುವ. ಅವನೇನಾದರೂ ದಾರಿ ತೋರಿಸಿಯಾನು" ಎಂದು ಪಿಸುಗುಟ್ಟಿದ. ವಿಟ್ಠು ಪೈ ಮೈಮೇಲೆ ಮುಳ್ಳುಗಳೆದ್ದುವು. "ಆನ್ನು ಕಾಮಾತಿ, ನೀನೂ ಬರುತ್ತೀಯಲ್ಲ?" ಎಂದು ಕೇಳಿದ. ಆನ್ನು ಕಾಮಾತಿ "ಬರುತ್ತೇನೆ" ಎಂದು ಆಶ್ವಾಸನೆಯಿತ್ತ. ವಿಟ್ಠು ಪೈ ಹಜಾರದಿಂದ ಕೆಳಗಿಳಿದು ಶವವನ್ನೆತ್ತಿದ. ಹನ್ನೆರಡರ ಹುಡುಗ. ತಿಂದುಂಡು ಇರದ ಜೀವವಾದುದರಿಂದ ಅಂತಹ ಭಾರವೇನೂ ಇರಲಿಲ್ಲ. ಎತ್ತಿ ಹೆಗಲ ಮೇಲೆ ಹಾಕಿಕೊಂಡು ಆನ್ನು ಕಾಮಾತಿಯ ಜೊತೆ ಹೆಜ್ಜೆ ಹಾಕಿದ ವಿಟ್ಠು ಪೈ. ವೆರಣೆಯ ಮನೆಯ ಬಾಗಿಲುಗಳೆಲ್ಲ ಮುಚ್ಚಿದ್ದುವು. ಬೀದಿಗಳಲ್ಲಿ ಒಬ್ಬರೂ ಕಾಣಿಸಲಿಲ್ಲ. ತಲೆಬಗ್ಗಿಸಿ ನಡೆಯುತ್ತಿದ್ದ ವಿಟ್ಠು ಪೈಗೆ ತನ್ನ ಕುಳ್ಳ ನೆರಳನ್ನು ನೋಡಿ ನೋಡಿ ಸಾಕಾಗಿ ಮೇಲಿನ ನಿಚ್ಚಳ ನೀಲಿ ಆಕಾಶದತ್ತ ಕಂಣು ಸರಿಸಿ "ಕ್ರಿಷ್ಣಪಕ್ಷದ ರೇವತಿ ನಕ್ಷತ್ರವಲ್ಲವೇ ಆನ್ನು, ಈ ದಿನ?" ಎಂದು ಕೇಳಿದ. ಆನ್ನು ಕಾಮಾತಿ ಬರಿದೇ ತಲೆಯಲ್ಲಾಡಿಸಿದ. "ಈ ಹುಡುಗನಿಗಾಗಿ ಅಳುವವರೂ ಯಾರೂ ಇಲ್ಲವಲ್ಲ" ಎಂದು ತಗ್ಗಿದ ಧ್ವನಿಯಲ್ಲಿ ಹೇಳಿದ ವಿಟ್ಠು ಪೈ. ಅದಕ್ಕೂ ಆನ್ನು ಕಾಮಾತಿ ಮಾತಾಡಲಿಲ್ಲ. ಇನ್ನೇನಾದರೂ ಮಾತಾಡಿದರೆ ತಾನೇ ಅತ್ತುಬಿಡುತ್ತೇನೇನೋ ಎಂದು ಭಯವಾಗಿ ವಿಟ್ಠು ಪೈ ಮೌನವಹಿಸಿದ.

ಅವರು ನಾಗ್ಡೊ ಬೇತಾಳನ ಗುಡಿಗೆ ಬಂದು ತಲುಪುವಾಗ ಮೊದಲ ಗುಂಡಿನ ಸದ್ದು ಕೇಳಿ ಬಂತು. ಭಗವತಿಯ ದೇವಸ್ಥಾನದ ಬಳಿ ಇದ್ದ ಕುಟೀರದ ಬಾಗಿಲಲ್ಲಿ ನಾಗ್ಡೊ ಬೇತಾಳ ಚಕ್ಕಳ ಮಕ್ಕಳ ಹಾಕಿ ಕುಳಿತಿದ್ದ. ಅದೇ ಮಂದಹಾಸ. ವಿಟ್ಠು ಪೈ ಹೆಗಲ ಮೇಲಿಂದ ಶವವನ್ನು ಇಳಿಸಿ ಅವನೆದುರು ಮಲಗಿಸಿದರೂ ನಾಗ್ಡೊ ಬೇತಾಳನ ಮುಖದ ಮೇಲಿನ ಭಾವನೆ ಬದಲಾಗಲಿಲ್ಲ. ಸತ್ತವನ ಮುಖ ನೋಡಿ ಅವನು ''ಗ್ರಾಮಪುರುಷನ ಗುಡಿಯ ಬಾಗಿಲಲ್ಲಿಟ್ಟು ಬಾ'' ಎಂದು ಹೇಳಿ ಕೈಯಲ್ಲಿದ್ದ ಬೂದಿಯಿಂದ ಅವನ ಹಣೆಯ ಮೇಲೆ + ಗುರುತು ಹಾಕಿದ. ಶವದ ಹಣೆಯ ಮೇಲೆ ಆ ಗುರುತು ಸ್ಪಷ್ಟವಾಗಿ ಮೂಡಿತು. ಗುಂಡುಗಳ ಶಬ್ದ ಇನ್ನೂ ಜೋರಾಗಿ ಕೇಳತೊಡಗಿತು. ವೆರಣೆಯ ಬ್ರಾಹ್ಮಣರು ಸದ್ದಿಲ್ಲದೇ ನಾಗ್ಡೊ ಬೇತಾಳನ ಸುತ್ತ ಸೇರತೊಡಗಿದ್ದರು. ಭಗವತಿ ದೇವಸ್ಥಾನದಿಂದ ಪಶ್ಚಿಮ ದಿಕ್ಕಿನಲ್ಲಿದ್ದ ಚರ್ಚಿಗೆ ಮುನ್ನೂರು ಮಾರುಗಳ ಅಂತರ. ಹಿಂದೆ ಗ್ರಾಮ ಪುರುಷನ ಗುಡಿಯಿದ್ದ ಸ್ಥಳ. ವಿಟ್ಠು ಪೈ ಮತ್ತೆ ಶವವನ್ನೆತ್ತಿಕೊಂಡು ಆನ್ನು ಕಾಮಾತಿಯ ಜೊತೆ ಮೌನವಾಗಿ ಹೋಗಿ ಚರ್ಚಿನ ಬಾಗಿಲಲ್ಲಿಟ್ಟು ಬಂದ. ಅವರು ಮರಳಿ ಬಂದಾಗ ಹೊತ್ತು ನಟ್ಟನಡು ಮಧ್ಯಾಹ್ನ.

ನಾಗ್ಡೊ ಬೇತಾಳನ ಎದುರು ಬರುವಷ್ಟರಲ್ಲಿ ವಿಟ್ಠು ಪೈ ಪೂರ್ತಿ ಬೆವರಿನಿಂದ ಒದ್ದೆಯಾಗಿಬಿಟ್ಟಿದ್ದ. ವೆರಣೆಯ ತುಂಬ ಮಂದಿ ಬ್ರಾಹ್ಮಣರು ಅವನ ಸುತ್ತ ಮೌನವಾಗಿ ದೂರದೃಷ್ಟಿ ಕೀಲಿಸಿ ಕೂತಿದ್ದರು. ಇವರನ್ನು ಕಂಡೂ ನಾಗ್ಡೊ ಬೇತಾಳ ಏನೂ ಹೇಳಲಿಲ್ಲ. ಅಷ್ಟರಲ್ಲಿ ಮ್ಹಾಳಶಿಮಾಂಯಿಯ ದೇವಸ್ಥಾನದ ಕಡೆಯಿಂದ ಇಬ್ಬರು ಕುದುರೆ ಸವಾರಿಯ ಫರಂಗಿ ಸೈನಿಕರು ಅವರತ್ತಲೇ ವೇಗವಾಗಿ ಬರುವುದು ಕಂಡಿತು. ನೇರ ಬಂದವರೇ ನಾಗ್ಡೊ ಬೇತಾಳನ ಎದುರು ಕುದುರೆಯಿಂದ ಕೆಳಗಿಳಿದು ಕೈಯಲ್ಲಿ ಬಂದೂಕು ಹಿಡಿದು ಹತ್ತಿರ ಬಂದರು. ವಿಟ್ಠು ಪೈಯ ಮೈ ಸೆಟೆಯಿತು. ಆದರೆ ನಾಗ್ಡೊ ಬೇತಾಳನ ಮುಖದ ಮೇಲೆ ಮಂದಹಾಸ. ಬಂದವರಲ್ಲಿ ಒಬ್ಬ ಸ್ಪಷ್ಟವಾದ ಕೊಂಕಣಿ ಭಾಷೆಯಲ್ಲಿ ''ಮ್ಹಾಳಶಿಮಾಂಯಿಯ ಮೂರ್ತಿ ಎಲ್ಲಿದೆ?'' ಎಂದು ಕೇಳಿದ ! ಎಲ್ಲರಿಗೂ ಆಶ್ಚರ್ಯ. ಎಲ್ಲರೂ ಒಬ್ಬರೊಬ್ಬರ ಮುಖ ನೋಡಿದರು. ದೇವಳದ ಒಳಗೆ ಮೂರ್ತಿ ಇಲ್ಲವೇ? ಮ್ಹಾಳಶಿಮಾಂಯಿ ಮಾಯವಾದಳೇ? ನಿನ್ನೆ ಸ್ವತಃ ವಿಟ್ಠು ಪೈ ಬಾಗಿಲು ಜಡಿದು ಬೀಗ ಹಾಕಿ ಬಂದಿದ್ದನಲ್ಲ? ನಾಗ್ಡೊ ಬೇತಾಳ ನಕ್ಕ. ''ಪುಣ್ಯವಂತರಿಗೆ ಮಾತ್ರ ಆಕೆ ಸಿಕ್ಕುತ್ತಾಳೆ'' ಎಂದ. ಎದುರಿಗಿದ್ದ ಪಾಂಡು ಹೆಗಡೆಯ ಎದೆಗೆ ಬಂದೂಕಿನ ಗುರಿಯಿಟ್ಟ ಆ ಫರಂಗಿ ಸೈನಿಕ ''ಮೂರ್ತಿ ಎಲ್ಲಿದೆಯೆಂದು ಗೊತ್ತಿಲ್ಲವೇ?'' ಎಂದು ಕಿರುಚಿದ. ಪಾಂಡು ಹೆಗಡೆ ತತ್ತರ ನಡುಗತೊಡಗಿದ.

ನಾಗ್ಡೊ ಬೇತಾಳ ಧಡಕ್ಕನೆ ಎದ್ದು ನಿಂತು ಉಚ್ಚ ಸ್ವರದಲ್ಲಿ ''ಏಳನೆಯ ದೇವಸ್ಥಾನವಲ್ಲವೇ ಇದು? ನಿಮಗೆ ಮೂರ್ತಿಗಳು ಸಿಕ್ಕಿವೆಯೇ? ಲೋಟಲಿಯಲ್ಲಿ ಸಿಕ್ಕಿದೆಯೇ? ಕುಟ್ಟಾಳಿಯಲ್ಲಿ ಸಿಕ್ಕಿದೆಯೇ? ಕೇಳೋಶಿ ನಾರಾವೆಗಳಲ್ಲಿ ಸಿಕ್ಕಿವೆಯೇ?''

ಎಂದು ಗುಡುಗಿದ ! ನಾಗ್ಡೊ ಬೇತಾಳ ಎದ್ದು ನಿಂತಾಗ ಅವನ ಧಡಿಯ ನಗ್ನಮೂರ್ತಿ ನೋಡಿ ಅವರು ಇಬ್ಬರೂ ಅವಾಕ್ಕಾದರು. ಮೈಮೇಲೆ ಅರಿವೆ ಇಲ್ಲದ ಯಾವ ಸಂಕೋಚವೂ ಅವನಿಗಿರಲಿಲ್ಲ. ಅದನ್ನು ಅವರು ನಿರೀಕ್ಷಿಸಿರಲಿಲ್ಲ. ಒಂದು ಕ್ಷಣ ಅವನ ಗುಂಗುರು ಕೂದಲ ಪೊದೆ, ಎದೆಯ ತನಕ ಬೆಳೆದು ನಿಂತ ಗಡ್ಡ, ಮಾಂಸಲ ಮೈ, ಢಾಳಾದ ನಾಮಗಳು, ಅವರನ್ನೂ ನಡುಗಿಸಿಬಿಟ್ಟುವು. ನಿಂತವರು ಒಂದೊಂದು ಹೆಜ್ಜೆ ಹಿಂದೆ ಸರಿದರು. ನಾಗ್ಡೊ ಬೇತಾಳ "ಇಲ್ಲಿಂದ ಪಶ್ಚಿಮಕ್ಕೆ ನಿಮ್ಮ ದೇವಸ್ಥಾನವಿದೆ. ಅದರ ಬಾಗಿಲಲ್ಲಿ ನೀವು ಹುಡುಕುವುದು ಬಿದ್ದಿದೆ. ಹೋಗಿ" ಎಂದು ಬೆಟ್ಟು ಮಾಡಿ ತೋರಿಸಿ ಹೇಳಿದ. ಅವನೆದುರು ನಿಲ್ಲಲು ಅಂಜಿ ಅವರು ಬೇಗಬೇಗ ಕುದುರೆ ಹತ್ತಿ ಹೊರಟು ಹೋದರು.

ಸಂಜೆಯಾಗುವಾಗ ಮಹಾಲಸ ದೇವಸ್ಥಾನ ಸಂಪೂರ್ಣ ನಾಶವಾಗಿತ್ತು. ಎದುರಿನ ಗೋಡೆ ಪೂರ್ತಿಯಾಗಿ ಜರಿದು ಬಿದ್ದಿತ್ತು. ಬಲಪಾರ್ಶ್ವದ ಗೋಡೆ ಅರ್ಧ ಮುರಿದಿತ್ತು. ಎಡಪಾರ್ಶ್ವವೂ ಹಿಂಭಾಗವೂ ಉರುಳಿತ್ತು. ಗರ್ಭಗುಡಿಯ ಕಲ್ಲುಗಳೆಲ್ಲ ಮಗುಚಿಬಿದ್ದಿದ್ದುವು. ಸೂರಿನ ತೊಲೆಗಳನ್ನೂ ಬಾಗಿಲುಗಳನ್ನೂ ದೀಪದ ಕಂಭವನ್ನೂ ಇನ್ನಿತರ ಮರದ ವಸ್ತುಗಳನ್ನೂ ಪೇರಿಸಿ ಬೆಂಕಿ ಹಚ್ಚಲಾಗಿತ್ತು. ಗುಡ್ಡದ ಮೇಲೆ ಅನಾಥವಾಗಿ ನಿಂತ ಕಟ್ಟಡದ ಪಳೆಯುಳಿಕೆಗಳು. ಹೊಗೆ. ಬೆಂಕಿ. ವೆರಣೆಯ ನೂರಾ ಎಂಟು ಬ್ರಾಹ್ಮಣರ ಮನೆಗಳಿಗೂ ನಾಗ್ಡೊ ಬೇತಾಳ ಭೇಟಿಕೊಟ್ಟು "ನಾಳೆಯ ದಿನ ಫರಂಗಿ ಜನ ಮನೆಮನೆಗೆ ಬಂದು ನಿಮ್ಮನ್ನು ವಿಚಾರಿಸುತ್ತಾರೆ. ಮತಾಂತರಗೊಳ್ಳದ ಮಂದಿ ಊರು ಬಿಡಬೇಕೆಂದು ಆಜ್ಞಾಪಿಸುತ್ತಾರೆ. ಸದ್ಯದ ಪರಿಸ್ಥಿತಿಯಲ್ಲಿ ವೆರಣೆ ಬಿಡುವುದೇ ಒಳ್ಳೆಯದು. ಸಿದ್ಧರಾಗಿ" ಎಂದ. ವೆರಣೆಯಲ್ಲಿ ಆ ದಿನ ಯಾರೂ ಉಣ್ಣಲಿಲ್ಲ. ಒಬ್ಬರ ಮನೆಯಲ್ಲೂ ಅಡಿಗೆ ಮಾಡಿರಲಿಲ್ಲ.

ರಾತ್ರಿಯಾದರೂ ಧಡ್ಡ ಬಾರದಿದ್ದುದೂ, ಇಡೀ ದಿನ ಅವನು ಕಾಣದಿದ್ದುದೂ ಕಂಡು ವಿಟ್ಠು ಪೈಗೆ ಖಚಿತವಾಯಿತು. "ಫರಂಗಿಯವರಿಗೆ ಹೆದರಿ ಊರು ಬಿಟ್ಟ. ಇಷ್ಟು ದಿನ ಅನ್ನ ಹಾಕಿದ್ದಕ್ಕೆ ಸರಿಯಾದುದನ್ನೇ ಮಾಡಿದ. ನಾವೆಲ್ಲ ಇದ್ದರೂ ತನ್ನವರಲ್ಲ ಎಂದು ಹೇಳುವ ಹಾಗೆ ನಮ್ಮನ್ನೆಲ್ಲ ನಡು ನೀರಿನಲ್ಲಿ ಕೈಬಿಟ್ಟ. ಹೇಗಿದ್ದರೂ ಹೆಂಡತಿ ಮಕ್ಕಳಿಲ್ಲದವನು. ಹಿಂದು ಮುಂದಿಲ್ಲದ ಜೀವ. ಹೋದನಲ್ಲವೇ?" ಎಂದು ಕಹಿಯಾಗಿ ಹೇಳಿದ. ವಿಟ್ಠು ಪೈಯ ಮನೆಯಲ್ಲಿ ಜನರು ತುಂಬಿದ್ದರು. ಗಂಗಾಬಾಯಿ, ದಾಮ್ಮು ಭಟ್ಟ ಮತ್ತು ಅವನ ಸಂಸಾರ. ಆನ್ನು ಕಾಮಾತಿ ಮತ್ತು ಅವನ ಸಂಸಾರ. ತಂದೆ ಮೊಷ್ಣು ಕಾಮಾತಿ. ಹೀಗೆಂದು ಮನೆ ತುಂಬಿ ಹೋಗಿತ್ತು. ವಿಟ್ಠು ಪೈಗೆ ಆತಂಕ. ಎಲ್ಲವನ್ನೂ ತಾನೊಬ್ಬನೇ ಎದುರಿಸಬೇಕಾಗಿದೆ ; ಇಷ್ಟು ಜನರನ್ನೂ ತಾನೊಬ್ಬನೇ ಕಾಯಬೇಕು ; ಜವಾಬ್ದಾರಿ ಅವನನ್ನು ತತ್ತರ ನಡುಗಿಸುತ್ತಿತ್ತು. ರಾತ್ರಿ ಕಂಣೆವೆ ಮುಚ್ಚುವುದು ಅವನಿಂದ ಸಾಧ್ಯವಾಗಲಿಲ್ಲ. ಯಾವ ಹೊತ್ತಿನಲ್ಲಾದರೂ ಫರಂಗಿ ಜನ ಮನೆಯೊಳಗೆ ಪ್ರವೇಶ ಮಾಡುವುದು ಸಾಧ್ಯ. ಒಂದು ಸಂಣ ಶಬ್ದವಾದರೂ ಅವನ ಅಳ್ಳೆದೆ ಹಾರುತ್ತಿತ್ತು.

ಆ ರಾತ್ರಿಯ ಒಂದು ಜಾವ ಕಳೆದಾಗ ಮನೆಯ ಬಾಗಿಲನ್ನು ಯಾರೋ ತಟ್ಟಿದ ಸದ್ದು ಕೇಳಿ ವಿಟ್ಠು ಪೈ ಧಡಕ್ಕನೆ ಎದ್ದು ಕುಳಿತ. ಇಡಿಯ ದಿನದ ಘಟನೆಗಳು ಅವನನ್ನು ಕಂಗಾಲುಗೊಳಿಸಿದ್ದುವು. ಮತ್ತೆ ಯಾರಾದರೂ ಫರಂಗಿಗಳು ಬಂದಿರಬಹುದೆಂಬ ಗಾಬರಿಯಿಂಥ ಹಜಾರದಲ್ಲಿದ್ದವರನ್ನೆಲ್ಲ ಒಳಗಿನ ಕೋಣೆಗೆ ಕಳುಹಿಸಿ ಅವನು ಕೈಲೊಂದು ಕತ್ತಿ ಹಿಡಿದು ನಿಧಾನವಾಗಿ ಬಾಗಿಲು ತೆರೆದ. ಎದುರಿಗೆ ನಿಂತವನ ಪರಿಚಯ ತಕ್ಷಣ ಸಿಗಲಿಲ್ಲ. ಆದರೆ ಮನಸ್ಸಿನೊಳಗೆ ಗಾಬರಿಯಾಗುವ ಅಗತ್ಯವಿಲ್ಲವೆಂಬ ಸೂಚನೆ ಸಿಕ್ಕಿದ್ದೇ ಅವನು ಬಾಗಿಲನ್ನು ಅಗಲವಾಗಿ ತೆರೆದು ದೀಪ ಎತ್ತಿ ಹಿಡಿದ. ಕತ್ತಲಲ್ಲಿ ನಿಂತವನು ಧಡ್ಡ!

ವಿಟ್ಠು ಪೈಗೆ ಅವನನ್ನು ನೋಡಿ ಆಶ್ಚರ್ಯವಾಯಿತು. ಸಿಟ್ಟೂ ಬಂತು. "ಎಲ್ಲಿಗೆ ಹೋಗಿದ್ದೆ?" ಎಂದು ಸಿಟ್ಟಿನಿಂದಲೇ ಸನ್ನೆ ಮಾಡಿ ಕೇಳಿದ. ಧಡ್ಡನ ಮೈಮೇಲಿದ್ದ ಬಿಳಿಯ ಅರಿವೆಯ ತುಂಡು ಧೂಳಿನಿಂದ ತುಂಬಿ ಹೋಗಿತ್ತು. ತಲೆಗೆ ಕಟ್ಟಿದ್ದ ಅರಿವೆಯೂ ಧೂಳು. ಮುಖದ ಮೇಲೆ ಆತಂಕ. ಪಾದಗಳನ್ನು ನೋಡುವ ಹಾಗಿರಲಿಲ್ಲ. ಅವನು ಕೈಸನ್ನೆಯಿಂದಲೇ "ಉಳಿದವರೆಲ್ಲ ಎಲ್ಲಿ?" ಎಂದು ಕೇಳಿ, ಒಳಗೆ ಕಾಲಿಟ್ಟ. ಬಂದವನು ಧಡ್ಡ ಎಂದು ತಿಳಿದ ಮೇಲೆ ಮಾಳಪ್ಪಯ್ಯ ಅಂಡು ಜರುಗಿಸುತ್ತಾ ಹೊರಗೆ ಬಂದರು. "ಎಲ್ಲಿಗೆ ಹೋಗಿದ್ದೆ ನೀನು?" ಎಂದು ಅವನ ಹೆಗಲನ್ನೆಳೆದು ಪ್ರಶ್ನಿಸಿದ ವಿಟ್ಠು ಪೈ. ಧಡ್ಡ ಅವನಿಗುತ್ತರ ಕೊಡದೇ "ಮೊದಲು ಸ್ನಾನವಾಗಬೇಕು. ಏನಾದರೂ ಉಣ್ಣಲು ಇದೆಯೇ?" ಎಂದು ಕೇಳಿದ. ವಿಟ್ಠು ಪೈಯ ಸಿಟ್ಟು ಮಸ್ತಕಕ್ಕೇರಿತು. ಸನ್ನೆಯ ಬದಲು ಸಶಬ್ದವಾಗಿ ಅವನು ಧಡ್ಡನನ್ನು ಬಯ್ದ. "ನಿನಗೆ ಖುಷಿ ಕಂಡಾಗ ಉಣ್ಣಲು ಬಂದು ಕೇಳುವುದಕ್ಕೆ ಇದೇನು ಅಡಗೂಲಜ್ಜಿ ಮನೆ ಅಂತ ತಿಳಿದುಕೊಂಡಿಯಾ? ಊರಿಗೆ ಬೆಂಕಿ ಬಿದ್ದಾಗ ನಿನ್ನ ಮೂರ್ತಿ ಎಲ್ಲಿ ಅಡಗಿತ್ತು?" ಮಾಳಪ್ಪಯ್ಯ "ವಿಟ್ಠೂ ಅದನ್ನು ಆಮೇಲೆ ಕೇಳುವಿಯಂತೆ. ಬಂದಿದ್ದಾನೆ. ಮೊದಲು ಸ್ನಾನ ಮಾಡಿ ಉಣ್ಣಲಿ. ಆಮೇಲೆ ನಿನ್ನ ಪ್ರಶ್ನೆಗೆ ಉತ್ತರ ಕೊಟ್ಟಾನು" ಎಂದರು. ವಿಟ್ಠು ಪೈ ನಖಶಿಖಾಂತ ಉರಿದ. "ಅವನಿಗೆ ಅನ್ನ ಹಾಕಿದವರ ಮೇಲೆ ಮ್ಹಾಳಶಿಮಾಂಯಿಯ ಆಣೆ ಇದೆಽಽ. ಹೊರಟು ಹೋಗಲೀ ಅವನು ಇಲ್ಲಿಂದ. ನನಗೆ ಮುಖ ತೋರಿಸುವುದು ಬೇಡಾಽಽ" ಎಂದು ಕಿರುಚಿದ.

ಧಡ್ಡನ ಮುಖದ ಮೇಲೆ ಅಚಾನಕವಾಗಿ ಮಂದಹಾಸ ಮೂಡಿತು! ಅವನು ಥಟ್ಟನೆ ವಿಟ್ಠು ಪೈಯ ಕೈ ಹಿಡಿದೆಳೆದು "ಬಾ, ನಾಗ್ಡೊ ಬೇತಾಳನಲ್ಲಿಗೆ ಹೋಗುವ" ಎಂದು ಎಳೆದ. ವಿಟ್ಠು ಪೈ ಪ್ರತಿಭಟಿಸಿದ. ಆದರೆ ಅದನ್ನು ಗಣಿಸದೇ ಧಡ್ಡ ಆ ಕತ್ತಲೆಯಲ್ಲಿ ವಿಟ್ಠು ಪೈಯನ್ನು ದರದರ ಎಳೆದುಕೊಂಡೇ ಭಗವತಿಯ ದೇವಳದ ಹತ್ತಿರದ ಕುಟೀರಕ್ಕೆ ಹೋದ.

ನಾಗ್ಡೊ ಬೇತಾಳನ ಕುಟೀರದಲ್ಲಿ ಇನ್ನೂ ದೀಪ ಉರಿಯುತ್ತಿತ್ತು. ಅವನು ದೀಪದ ಎದುರು ಪಾದಗಳನ್ನು ನೀವಿಕೊಳ್ಳುತ್ತಾ ಚಕ್ಕಳ ಮಕ್ಕಳ ಹಾಕಿ ಕುಳಿತಿದ್ದ. ಬಾಯಿಯ ತುಂಬ ತಂಬುಲ. ಹೆಜ್ಜೆಗಳ ಸದ್ದು ಕೇಳಿ ಅವನು ಕತ್ತು ಚಾಚಿ ಹೊರಗೆ ನೋಡಿದ. ಧಡ್ಡನನ್ನು

ಕಂಡು ಅವನ ಮುಖ ಅಗಲವಾಯಿತು. "ಬಂದೆಯಾ?" ಎಂದ. ನಾಗ್ಡೊ ಬೇತಾಳನ ಮತ್ತು ಧಡ್ಡನ ಮಧ್ಯೆ ನಡೆದ ಸನ್ನೆಗಳ ಮಾತುಕತೆ ವಿಟ್ಠುಪೈಗೆ ಏನೇನೂ ಅರ್ಥವಾಗಲಿಲ್ಲ. ಚಿಕ್ಕಂದಿನಿಂದ ಅವನನ್ನು ನೋಡಿ ಅಭ್ಯಾಸವಿದ್ದರೂ ಮೊಟ್ಟಮೊದಲ ಬಾರಿಗೆಂಬಂತೆ ಧಡ್ಡ ಗಹನವಾಗಿ ಹೋಗಿದ್ದ. ಮಾತು ಮುಗಿದೊಡನೆ ನಾಗ್ಡೊ ಬೇತಾಳ ಅವನ ಹೆಗಲ ಮೇಲೆ ಕೈಯಿಟ್ಟು "ಹೋಗು, ಫುಲ್ಲಾ ನದಿಯಲ್ಲಿ ಮಿಂದು ಬಾ" ಎಂದ. ವಿಟ್ಠು ಪೈಗೆ ಅದನ್ನೆಲ್ಲ ಕಂಡು ವಿಚಿತ್ರ ಹೆದರಿಕೆ ಹುಟ್ಟಿತು. ನಾಗ್ಡೊ ಬೇತಾಳ ಯಾರನ್ನೂ ಮುಟ್ಟುವ ಕ್ರಮವಿರಲಿಲ್ಲ. ಅವನನ್ನು ಯಾರೂ ಮುಟ್ಟುತ್ತಿರಲಿಲ್ಲ. ಅಂಥಲ್ಲಿ ಅವನೇ ಅವನಾಗಿ ಧಡ್ಡನ ಹೆಗಲು ಮುಟ್ಟಿದ್ದ! ಧಡ್ಡ ಹಿಂತಿರುಗಿ ನೋಡದೇ ಫುಲ್ಲಾ ನದಿಯ ಕಡೆಗೆ ದೊಡ್ಡ ದೊಡ್ಡ ಹೆಜ್ಜೆಗಳನ್ನಿಡುತ್ತಾ ನಡೆಯತೊಡಗಿದ. ಬಿಳಿಯ ಆದರೆ ಬಂಣ ಮಾಸಿದ ಅರಿವೆ. ಬೆಳ್ಳಗಿನ ತುಂಬಿದ ದೇಹ. ಅಗಲವಾದ ಜುಟ್ಟು. ಅಕ್ಕಸವಾದ ಹೆಗಲುಗಳು. ಬೆವರಿಗೆ ಕೊಳೆಕೊಳೆಯಾದ ಜನಿವಾರ. ಕತ್ತಲಲ್ಲಿ ಅವನು ನಡೆಯುತ್ತಿದ್ದರೂ ಸ್ಪಷ್ಟವಾದ ಆಕೃತಿ. ಒಂದು ಕ್ಷಣ ನಾಗ್ಡೊ ಬೇತಾಳನ ಪ್ರತಿಕೃತಿಯಂತೆ ಕಂಡು ವಿಟ್ಠು ಪೈ ನಿಗೂಢ ಭೇದಿಸಲಾಗದೇ "ಏನಿದೆಲ್ಲ ? ಏನು ?" ಎಂದು ಉದ್ಗಾರ ತೆಗೆದ.

"ಹೆದರಬೇಡ ವಿಟ್ಠೊ. ಧಡ್ಡ ನಿನಗೊಬ್ಬನಿಗೆ ಸೇರಿದವನಲ್ಲ. ಇಡಿಯ ಸಾರಸ್ವತ ಸಮಾಜಕ್ಕೆ ಈಗ ಸೇರಿಹೋದ. ಮ್ಹಾಳಶಿಮಾಂಯಿಯ ವಿಗ್ರಹವನ್ನು ಒಬ್ಬನೇ ಹೆಗಲ ಮೇಲೆ ಹೊತ್ತು ಪ್ರಿಯೋಳಕ್ಕೆ ಒಯ್ದು ಸಂರಕ್ಷಿಸಿದ ಪುಣ್ಯ ಅವನದ್ದಾಗಿದೆ. ಅಲ್ಲಿ ಒಂದು ಹೊಲೆಯರ ಕೇರಿಯಲ್ಲಿ ಇಟ್ಟು ಬಂದಿದ್ದಾನೆ. ಆ ಪುಣ್ಯ ನಿನಗೆ ಸಿಗಲಿಲ್ಲವಲ್ಲ ಅಂತ ನೀನೀಗ ಕರುಬಬೇಕಾಗಿದೆ ವಿಟ್ಠೊ" – ನಾಗ್ಡೊ ಬೇತಾಳ ವ್ಯಂಗ್ಯದ ಛಾಯೆ ಬೆರಸಿದ ಉಚ್ಚ ಸ್ವರದಲ್ಲಿ ಹೇಳಿದ.

ವಿಟ್ಠು ಪೈಗೆ ತಲೆ ಗಿರ್ರನೆ ಸುತ್ತಿ ಬಂತು. ಕಂಣಿನಿಂದ ನೀರು ಪುಳಕ್ಕನೆ ಉದುರಿತು. ಧಡ್ಡನೊಡನೆ ಬಾಲ್ಯವನ್ನೆಲ್ಲ ಕಳೆದವನು ಅವನು. ಆಡಿದ್ದ, ಓಡಿದ್ದ, ಜಗಳ ಮಾಡಿದ್ದ. ಬೆಳೆದಂತೆ ಎಷ್ಟೋ ಸಲ ಅವನನ್ನು ಗದರಿಸಿಯೂ ಇದ್ದ. ಆದರೆ ಈಗ ತನ್ನ ಜೀವ ಒತ್ತೆಯಿಟ್ಟು ಅವನು ಮನೆದೇವರನ್ನು ಉಳಿಸಿದನೇ? ಅವನನ್ನು ಅಪ್ಪಿ ಹಿಡಿಯುವ ಯೋಗ್ಯತೆಯಾದರೂ ತನ್ನಲ್ಲಿ ಇದೆಯೇ? ಬೆಳಗ್ಗಿನಿಂದ ಅವನನ್ನು ಬಾಯಿಗೆ ಬಂದಂತೆ ಬಯ್ದೆನಲ್ಲ ? ಹಸಿವಾಗುತ್ತಿದೆ ಎಂದು ಎರಡು ತುತ್ತು ಅನ್ನ ಕೇಳಿದವನಿಗೆ ಉಣ್ಣಲು ಕೂಡಾ ಹಾಕಲಿಲ್ಲ. ಮ್ಹಾಳಶಿಮಾಂಯಿಯ ಆಣೆ ಹಾಕಿ ಹೊರಗೆ ಹೋಗೂ ಅಂತ ಕಿರಿಚಿದೆ. ಇಡಿಯ ಸಾರಸ್ವತ ಸಮಾಜಕ್ಕೆ ಸೇರಿಹೋದನೇ? ವಿಟ್ಠು ಪೈ ತಡೆಯಲಾರದೇ ಬಿಕ್ಕಿ ಬಿಕ್ಕಿ ಅತ್ತ !

★

ಮರುದಿನ ಬೆಳಗಾದಾಗ ವಿಟ್ಠು ಪೈಯ ಸರ್ವಸ್ವವೂ ನಡುಗುವಂಥ ಘಟನೆ

ಸಂಭವಿಸಿತು. ಫರಂಗಿ ಸೈನಿಕರು ಬಂದು ಅವನನ್ನೂ ಬಂಧಿಸಿ ಕೊಂಡೊಯ್ದರು. ಮನೆಮನೆಗೆ ಎರಡೆರಡು ಸೈನಿಕರಂತೆ ಬಂದು ವೆರಣೆಯ ಗಂಡಸರನ್ನೆಲ್ಲ ಎಳೆದುಕೊಂಡು ಹೋದರು. ವೆರಣೆಯ ಉತ್ತರದಲ್ಲಿದ್ದ ಒಂದು ಗುಡ್ಡದ ಮೇಲಿನ ಮನೆಯನ್ನು ಸೆರೆಮನೆಯನ್ನಾಗಿ ಮಾಡಿ ಎಲ್ಲರನ್ನೂ ಕೂಡಿ ಹಾಕಿದರು. ಕಂಭಕ್ಕೆ ಕಟ್ಟಿ ಹಾಕಿ ಚಾಟಿಯಿಂದ ಬರೆ ಬೀಳುವ ಹಾಗೆ ಹೊಡೆಯತೊಡಗಿದರು. ಗೋವೆಯಿಂದ ಹೊಸದಾಗಿ ಫರಂಗಿ ಅಧಿಕಾರಿಯೊಬ್ಬ ಬಂದ. "ಬಾಯಿ ಬಿಡುವ ತನಕ ಅನ್ನ ನೀರು ಕೊಡಬೇಡಿ. ಬಾಯಿ ಬಿಡಿಸಲು ಎಲ್ಲ ರೀತಿಯಲ್ಲೂ ಥಳಿಸಿ" ಎಂದ. ಎಲ್ಲರೂ ಸಂಜೆಯಾಗುವಾಗ ಅರೆಜೀವವಾಗಿ ಬಿಟ್ಟರು. "ಮಹಾಲಸ ದೇವಸ್ಥಾನದ ಬೀಗ ಹಾಕಿದವನು ನೀನು. ನಿನ್ನ ಆಡಳಿತದಲ್ಲಿ ದೇವಸ್ಥಾನವಿರುವುದು. ಎಲ್ಲಿ ಹೋಯಿತು ಹೇಳು ಆ ಮೂರ್ತಿ. ಆ ಮೂರ್ತಿ ಸಿಕ್ಕದ ವಿನಾ ನಿನ್ನನ್ನು ಜೀವಸಹಿತ ಬಿಡುವವರಲ್ಲ" ಜುಟ್ಟನ್ನು ಎಡಗೈಯಿಂದ ಎತ್ತಿ ಹಿಡಿದು, ಕೆನ್ನೆಯ ಮೇಲೆ ಛಟೀರೆಂದು ಹೊಡೆದಾಗ ವಿಟ್ಠು ಪೈಯ ಹಲ್ಲುಗಳು ಮುರಿದೇ ಹೋಗುವಂತೆ ರಕ್ತ ಹೊರಗೆ ಬಂತು. ಮೂರು ದಿನರಾತ್ರಿಗಳಿಂದ ನಿದ್ರೆಯಿಲ್ಲದೇ ಸರಿಯಾಗಿ ಉಣ್ಣದೇ ಸೊರಗಿದ ಜೀವ. ಆತಂಕದಲ್ಲಿ ಕಂಗಾಲಾದ ಜೀವ. "ಗುಂಡು ಹೊಡೆದು ನನ್ನನ್ನು ಕೊಲ್ಲಿರೋ" ಎಂದು ವಿಟ್ಠು ಪೈ ಚೀರಿಟ್ಟ. ಅವರು ಗಹಗಹಿಸಿ ನಕ್ಕರು. "ಹಾಗೆ ಮಾಡಿದರೆ ನಿನ್ನ ನೋವುಗಳೆಲ್ಲ ಮಾಯವಾಗುತ್ತವೆ. ನಮಗೆ ಅದು ಬೇಕಿಲ್ಲ. ನೀನು ನೋವು ತಿನ್ನಬೇಕು" ಎಂದು ಅಬ್ಬರಿಸಿದರು.

ಮೂರು ಸಂಜೆಯ ಹೊತ್ತಿಗೆ ಫರಂಗಿ ಅಧಿಕಾರಿ ಬಂದು ಅವರೆದುರು ನಿಂತ. ತನ್ನ ತೆಳ್ಳನೆಯ ಸಾಗರಬೆತ್ತದಂತಹ ಸ್ವರದಲ್ಲಿ ಪುಸಲಾಯಿಸುವ ಧ್ವನಿಯಲ್ಲಿ "ಇಲ್ಲಿ ಕೇಳಿ, ಮೂರ್ತಿಯನ್ನು ನಿಮ್ಮಲ್ಲಿ ಯಾರೋ ಎತ್ತಿ ಎಲ್ಲೋ ಅಡಗಿಸಿಟ್ಟಿದ್ದಾರೆ. ಅವನು ನಿಮ್ಮೊಳಗೆ ಇಲ್ಲೇ ಇದ್ದಾನೋ ಎಂದು ಹೇಳಿಬಿಡಿ. ನಿಮ್ಮನ್ನೆಲ್ಲ ಬಿಟ್ಟುಬಿಡುತ್ತೇನೆ. ಈ ದೇಶದ ಗಡಿ ದಾಟಿ ಹೋಗುವುದಿದ್ದರೆ ಹೋಗಿಬಿಡಿ" ಎಂದ. ವಿಟ್ಠು ಪೈ ಸುತ್ತ ನೋಡಿದ. ಅವರ ಮಧ್ಯೆ ಧಡ್ಡನಿರಲಿಲ್ಲ. ಸೈನಿಕರು ಮನೆಮನೆಗೆ ಬಂದಾಗ ಅವನು ನಾಗ್ಡೊ ಬೇತಾಳನ ಬಳಿ ಇದ್ದ. ಬಹುಶಃ ಅವನನ್ನು ಬಂಧಿಸಿಯೇ ಇಲ್ಲ!

ಒಬ್ಬರೂ ಬಾಯಿ ಬಿಡದಿದ್ದಾಗ, ವಿಟ್ಠು ಪೈಗೆ ಇನ್ನು ತಾನು ಬದುಕುವ ಆಸೆ ಇಲ್ಲ ಎಂದೆನ್ನಿಸಿತು. ವಿಟ್ಠು ಪೈಗೇ ಎಂತಲ್ಲ ಎಲ್ಲರಿಗೂ ಹಾಗೆಯೇ ಅನ್ನಿಸುತ್ತಿತ್ತು. ಹೇಳಿ ಹೋದ ಫರಂಗಿ ಅಧಿಕಾರಿಯ ಹಿಂದೆಯೇ ಮೂವರು ನಾಲ್ವರು ಧಡಿಯ ಸೈನಿಕರು ಒಳಗೆ ಬಂದರು. ಅವರ ಕೈಯಲ್ಲಿ ಚರ್ಮದ ಚಾವಟಿ. ಅವರು ಒಬ್ಬರೊಬ್ಬರು ಮುಖ ನೋಡಿದರು. ನರಳುತ್ತಾ ಇದ್ದ ನಾಗೇಶ ಹೆಗಡೆ "ಬೇತಾಳ ಇದ್ದು ಮಾಡಿದ್ದೇನು?" ಅಂತ ಹೇಳಿಯೂ ಹೇಳಿದ. ಅವನು ಮುದುಕ. ಉಬ್ಬಸವೂ ಇದ್ದ ವ್ಯಕ್ತಿ. ವಿಟ್ಠು ಪೈಗೆ 'ಇದು ಯಾವುದೂ ಬೇಡ. ಇವರಿಗೆ ಹೇಳಿಬಿಡುತ್ತೇನೆ. ಕಿರಿಸ್ತಾನನಾಗಬೇಕೋ, ಆಗಿಬಿಡುತ್ತೇನೆ. ಎಲ್ಲ ಕೈ ಬಿಟ್ಟರೂ ಅಲ್ವೀರಾ ಇದ್ದಾಳೆ. ಅವಳ ಜೊತೆ ಇದ್ದು ಬಿಡುತ್ತೇನೆ' ಎಂದೆನ್ನಿಸಿತು.

ಆನ್ನು ಕಾಮಾತಿಯ ಮುಖವನ್ನು ನೋಡಿದ. ಅವನು ಮೂರ್ಛೆ ಹೋದವನಂತಿದ್ದ. ತೋಕು ಮ್ಹಾಳ್ಲೊನ ಮಗ ವೆಂಕು ಮ್ಹಾಳ್ಲೊ "ವಿಟ್ಠು ಪೈ, ಅವನ ಹೆಸರು ಹೇಳಿದರೆ ಬಿಡುತ್ತಾರೇನು ನಮ್ಮನ್ನು - ಕೇಳು" ಎಂದು ನರಳಿದ. ವಿಟ್ಠು ಪೈ ಅವರು ಚಾವಟಿ ಎತ್ತುವ ಮೊದಲು ಇದ್ದ ಬಲವನ್ನೆಲ್ಲ ಹಾಕಿ ಚೀರಿದ – "ನಿಲ್ಲಿ, ನಿಮ್ಮ ಅಧಿಕಾರಿಯನ್ನು ಕರೆಯಿರಿ. ಎಲ್ಲ ಹೇಳಿಬಿಡುತ್ತೇನೆ. ನಮ್ಮನ್ನು ಬಿಟ್ಟು ಬಿಡಿ. ನಾವು ಈ ದೇಶ ಬಿಟ್ಟು ಹೋಗುತ್ತೇವೆ." ಫರಂಗಿ ಅಧಿಕಾರಿ ಒಳಗೆ ಕಾಲಿಟ್ಟವನು ಎದುರಿಗೆ ನಿಂತು "ಯಾರು?" ಎಂದ. ವಿಟ್ಠು ಪೈಗೆ ಮಾತಾಡುವ ಬಲವೂ ಉಳಿಯಲಿಲ್ಲ. ಅವನು ಮತ್ತೊಮ್ಮೆ "ಮೂರ್ತಿಯನ್ನು ಎತ್ತಿ ಅಡಗಿಸಿದವ ಯಾರು ಎಂದು ಹೇಳಿದರೆ ಎಲ್ಲರನ್ನೂ ಬಿಟ್ಟುಬಿಡುತ್ತೇನೆ" ಎಂದ. ವಿಟ್ಠು ಪೈ ಒಂದಿಷ್ಟು ನೀರು ಕೇಳಿ ಪಡೆದು "ಧಡ್ಡ, ಧಡ್ಡ ಮ್ಹಾಳಶಿಮಾಂಯಿಯ ಮೂರ್ತಿಯನ್ನು ಎತ್ತಿ ಪ್ರಿಯೋಳದ ಕಾಡಿನಲ್ಲಿ ಅಡಗಿಸಿಟ್ಟಿದ್ದಾನೆ. ನಿಮ್ಮ ಗಡಿಯಾಚೆ ಹೋಗಿದ್ದಾಳೆ ಮ್ಹಾಳಶಿಮಾಂಯಿ" ಎಂದು ಹೇಳಿದ. ಹೇಳಿದವನೇ ಕುಸಿದು ಬಿದ್ದ !

ಅವನಿಗೆಚ್ಚರಾದಾಗ ಅವನ ತಲೆ ಗಂಗಾಬಾಯಿಯ ಮಡಿಲಲ್ಲಿತ್ತು. ಏಳಲಿಕ್ಕೂ ಆಗದ ನೋವಿನಿಂದ ಅವನು ನರಳುತ್ತಿದ್ದ. ಗಂಗಾಬಾಯಿ ಬಿಕ್ಕಿ ಬಿಕ್ಕಿ ಅಳುತ್ತಿದ್ದಳು. ತಾನೆಲ್ಲಿದ್ದೇನೆ ಎಂಬ ಅರಿವು ಬರಲು ವಿಟ್ಠು ಪೈಗೆ ಎರಡುಕ್ಷಣ ಹೆಚ್ಚಿಗೆ ಹಿಡಿದುವು. ಹಜಾರದ ಗೋಡೆಯೊರಗಿ ಮಾಳಪ್ಪಯ್ಯ ದೂರದಲ್ಲಿ ದೃಷ್ಟಿ ಕೀಲಿಸಿ ಕುಳಿತಿದ್ದರು. ಆನ್ನು ಕಾಮಾತಿ, ಅವನ ಹೆಂಡಿರು ಮಕ್ಕಳು, ದಾಮ್ಮು ಭಟ್ಟ, ಅವನ ಹೆಂಡತಿ, ತನ್ನ ಹೆಂಡತಿ ತುಳಸೀಬಾಯಿ, ನಾಗಪ್ಪಯ್ಯ ಎಲ್ಲ ಇದ್ದರು. ತಾನೇ ನರಳಿ ಚೀರಿಟ್ಟ ಸ್ವರ ಕೇಳಿದಂತಾಗಿ ವಿಟ್ಠು ಪೈ ಕಣ್ಣುಬಿಟ್ಟ. ತುಳಸೀಬಾಯಿ ಬಿಕ್ಕುತ್ತಾ "ಧಡ್ಡನನ್ನು ಹಿಡಿದುಕೊಂಡು ಹೋಗಿದ್ದಾರೆ. ಬಾಯಿ ಬಿಡಿಸುವ ಪ್ರಯತ್ನದಲ್ಲಿ ಅವನಿಗೇನು ಚಿತ್ರಹಿಂಸೆ ಕೊಡುತ್ತಿದ್ದಾರೋ? ಎಚ್ಚರವಾಗುತ್ತಲೇ ನಾಗ್ಡೊ ಬೇತಾಳನಲ್ಲಿಗೆ ಕರೆದುಕೊಂಡು ಬರಬೇಕೆಂದು ಅಪ್ಪಣೆಯಾಗಿದೆ" ಎಂದಳವಳು. ವಿಟ್ಠು ಪೈ ಎದ್ದು ಕುಳಿತ.

ಆನ್ನು ಕಾಮಾತಿಯೊಡನೆ ಅವನು ನಾಗ್ಡೊ ಬೇತಾಳನ ಕುಟೀರಕ್ಕೆ ಬಂದು ಮುಟ್ಟಿದಾಗ ಅವನು ವೆರಣೆ ಬಿಡಲು ಹೊರಟ ಏಳೆಂಟು ಬ್ರಾಹ್ಮಣರಿಗೆ ಉತ್ತರದ ಕಡೆಗೆ ಹೋಗಲು ಹೇಳುತ್ತಿದ್ದ. "ಹೋಗಿ, ಉತ್ತರದ ಕಡೆಯಲ್ಲಿ ಏಳು ದ್ವೀಪಗಳ ಒಂದು ಬೃಹತ್ತಾದ ದ್ವೀಪವಿದೆ. ಆ ದ್ವೀಪದಲ್ಲಿ ವಾಸವಾಗಿ. ಮುಂದಿನ ದಿನಗಳಲ್ಲಿ ಆ ದ್ವೀಪಗಳೆಲ್ಲ ಒಂದಾಗಿ ಮಹಾನಗರವಾಗಿ ಬೆಳೆಯುತ್ತದೆ. ಅಲ್ಲಿ ನೀವು ಸುಖವಾಗಿರುವಿರಿ" ಎನ್ನುತ್ತಿದ್ದ. ವಿಟ್ಠು ಪೈ ಅವನ ಬಳಿಗೆ ಹೋಗಿ ಕಾಲಿಗೆ ಅಡ್ಡಬಿದ್ದ.

"ವಿಟ್ಠೂ" ಅಬ್ಬರಿಸಿದ ನಾಗ್ಡೊ ಬೇತಾಳ. "ವಿಟ್ಠೂ, ಮ್ಹಾಳಶಿಮಾಂಯಿಯ ಪ್ರಥಮ ಕುಳಾವಿಗಳು ನೀವು ಎಂಬ ಕಾರಣಕ್ಕೆ ಧಡ್ಡ ನಿಮ್ಮ ಮನೆಯಲ್ಲಿ ಬೆಳೆದ. ಅವನ ಜೊತೆ ಚಿಕ್ಕಂದಿನಿಂದ ಬದುಕಿದ ನೀನು ಅವನನ್ನು ಈ ಮುಹೂರ್ತದಲ್ಲಿ ತ್ಯಜಿಸಿದೆಯಲ್ಲ? ಏನು ಶಾಪ ಕೊಡಲಿ ನಿನಗೆ?" ಎಂದು ಎದ್ದು ನಿಂತ. ಮೈಮೇಲೆ ಗಣ ಬಂದವನಂತೆ

ನಾಗ್ಡೊ ಬೇತಾಳನ ಮೈ ಅದುರತೊಡಗಿತು. ಕೈಯಲ್ಲಿದ್ದ ತಾಳದಂಡ ಗಣಗಣ ಸದ್ದು ಮಾಡತೊಡಗಿತು. ಎರಡೂ ಕೈಗಳನ್ನು ಮುಗಿದು ಮಂಡಿಯೂರಿ ಅವನೆದುರು ಕುಳಿತಿದ್ದ ವಿಟ್ಠು ಪೈಯಿಂದ ನಾಗ್ಡೊ ಬೇತಾಳನ ಭೀಕರ ಮುಖವನ್ನು ನೋಡುವುದು ಸಾಧ್ಯವಾಗಲಿಲ್ಲ. ಕುಟೀರದ ದಾರಿಯಲ್ಲಿ ಆನ್ನು ಕಾಮಾತಿ ವಿಟ್ಠು ಪೈಗೆ ಎಲ್ಲ ವಿಚಾರವನ್ನೂ ಹೇಳಿದ್ದ. ಹನ್ನೆರಡು ಮಂದಿ ಫರಂಗಿ ಸೈನಿಕರು ಬಂದು ಫುಲ್ಲಾ ನದಿಯಲ್ಲಿ ಸ್ನಾನ ಮಾಡುತ್ತಿದ್ದ ಧಡ್ಡನನ್ನು ಹೆಡೆಮುರಿ ಕಟ್ಟಿ ಎಳೆದುಕೊಂಡು ಹೋಗಿದ್ದರು. ಅವನನ್ನು ಸೆರೆಹಿಡಿದು ತರುತ್ತಲೇ ಎಲ್ಲರನ್ನೂ ಬಿಡಿಸಿ ಹೊರಗೆ ದಬ್ಬಿದ್ದರು. ಒಂದಿಷ್ಟು ಸುಧಾರಿಸಿಕೊಂಡ ಅವರು ಮೂರ್ಛೆ ಬಿದ್ದವರನ್ನು ಎತ್ತಿಕೊಂಡು ಮನೆಗೆ ತಂದಿದ್ದರು. "ಅವನು ಮೂಕನೆಂದು ಅವರಿಗೆ ತಿಳಿಯದು ವಿಟ್ಠೂ, ಬೇಕೆಂದೇ ಬಾಯಿ ಬಿಡುತ್ತಿಲ್ಲವೆಂದು ತಿಳಿದಿದ್ದಾರೆ. ಹಾಗಾಗಿ ಬಾಯಿಬಿಡಿಸಲು ನಾನಾ ರೀತಿಯ ಚಿತ್ರಹಿಂಸೆ ಕೊಡುತ್ತಿದ್ದಾರೆ. ಇಡೀ ವೆರಣೆ ಧಡ್ಡನ ಆಕ್ರಂದನ ಕೇಳಿ ನಡುಗುತ್ತಿದೆ. ಒಂದಷ್ಟು ಕಿವಿಗೊಟ್ಟು ಕೇಳು. ಊಳಿಡುವ ಅವನ ನರಳಾಟ ನಿನಗೂ ಕೇಳುತ್ತಿಲ್ಲವೇ? ಎಂಥ ಭಯಂಕರವಾದ ನೋವೋ?" ಎಂದು. ವಿಟ್ಠು ಪೈಯ ಕಿವಿಗೂ ಧಡ್ಡನ ಆಕ್ರಂದನ ಸ್ಪಷ್ಟವಾಗಿ ಕೇಳುತ್ತಿತ್ತು. "ಆನ್ನು ಕಾಮಾತಿ, ಹೇಳುವ ನಾಲಗೆ ನನಗೆ ಬರಲಿಲ್ಲ ಆನ್ನು ಕಾಮಾತಿ. ಧಡ್ಡನ ಹೆಸರು ಹೇಳುವುದು ನನ್ನ ಮನಸ್ಸು ಒಪ್ಪಲೇ ಇಲ್ಲ. ಆದರೆ ನಾಲಗೆಗೂ ಮನಸ್ಸಿಗೂ ಘರ್ಷಣೆಯಾಗುತ್ತಿತ್ತು. ಕೊನೆಗೂ ಆ ಹೆಸರು ಹೊರಗೆ ಬಂದಾಗ ನಾನು ಪ್ರಜ್ಞೆ ತಪ್ಪಿ ಬಿದ್ದುಬಿಟ್ಟೆ" ಎಂದಿದ್ದ. ಆನ್ನು ಕಾಮಾತಿ "ನಾಗ್ಡೊ ಬೇತಾಳ ವೆರಣೆಯ ಬ್ರಾಹ್ಮಣರಿಗೆಲ್ಲ ಊರು ಬಿಡಲು ಹೇಳಿದ್ದಾನೆ. ಮನೆದೇವರನ್ನು ಉಳಿಸಿದ ಧಡ್ಡನ ಜೊತೆ ಸಂಬಂಧ ಕಡಿದುದಕ್ಕೆ ವೆರಣೆಯ ನೀರು ನಿಮಗೆ ನಿಷಿದ್ಧ ಎಂದಿದ್ದಾನೆ" ಎಂದು ಹೇಳಿದ್ದ. ವಿಟ್ಠು ಪೈ ತತ್ತರ ನಡುಗಿ ಹೋದ. ಅವನು ಆನ್ನು ಕಾಮಾತಿಯನ್ನು ಗಟ್ಟಿಯಾಗಿ ಹಿಡಿದುಕೊಂಡು "ಆನ್ನು ಕಾಮಾತಿ, ನನ್ನನ್ನು ಬಿಟ್ಟು ಹೋಗುವುದಿಲ್ಲವೆಂದು ಸ್ಪಷ್ಟವಾಗಿ ಮಾತು ಕೊಡು. ಎಂದೂ, ಯಾವ ಕಾಲಕ್ಕೂ ನನ್ನ ಜೊತೆಯಲ್ಲಿಯೇ ಇರುತ್ತೇನೆ ಅಂತ ಕೈ ಮೇಲೆ ಕೈ ಹಾಕಿ ಭಾಷೆ ಕೊಡು" ಎಂದು ಬೇಡಿದ. ಆನ್ನು ಕಾಮಾತಿ ಹಾಗೆಯೇ ಮಾಡಿದ.

"ನಿನ್ನ ಜೀವ ಉಳಿಸುವ ಸಲುವಾಗಿ ನೀನು ಧಡ್ಡನನ್ನು ಬಲಿಕೊಟ್ಟೆಯಲ್ಲವೇ ವಿಟ್ಠು ಪೈ? ನಿನ್ನಿಂದಾಗಿ ಈ ಎಲ್ಲ ಜನರೂ ಊರು ಬಿಡಬೇಕಾಗಿ ಬಂದಿದೆ. ಇಗೋ, ಈ ಕ್ಷಣದಿಂದ ನಿನಗೆ ಮ್ಹಾಳಶಿಮಾಂಯಿಯ ಪೂಜೆ ಮಾಡುವ ಹಕ್ಕಿಲ್ಲ. ಈ ವೆರಣೆಯ ನೀರು ನಿನಗೂ ನಿಷಿದ್ಧ. ನಿನ್ನ ಸಂತಾನ ನಾಲ್ವರಲ್ಲಿ ಒಂದರಂತೆ ನಿಶ್ಶೇಷವಾಗಿ ಹೋಗಲಿಽಽ" ಎಂದು ಗದಗುಟ್ಟುವ ನಾಗ್ಡೊ ಬೇತಾಳ ಭಯಂಕರ ಸ್ವರದಲ್ಲಿ ಶಾಪಕೊಟ್ಟ! ವಿಟ್ಠು ಪೈ ಜೋರಾಗಿ ಸ್ವರ ತೆಗೆದು ಅತ್ತುಬಿಟ್ಟ. ಸೆರಗೊಡ್ಡಿ ಬಾರಿ ಬಾರಿಗೂ "ಕ್ಷಮಿಸು" ಎಂದು ಕೇಳಿಕೊಂಡ. "ನನ್ನ ಕುಟುಂಬದ ಮೇಲೆ ಈಗಾಗಲೇ ನಾಗನ ಶಾಪವಿದೆ. ಇಪ್ಪತ್ತೆರಡು ತಲೆಮಾರುಗಳ ತನಕ ಮುಗಿಯದ ಶಾಪ. ಅದರ ಮೇಲೆ ಈ ಶಾಪ ಕೊಡಬೇಡ. ನಾನು ತಾಳಲಾರೆ. ದಯವಿಟ್ಟು ಕ್ಷಮಿಸು. ಧಡ್ಡನ ಮೇಲೆ ನನಗೆ ಪ್ರೀತಿ ಇರಲಿಲ್ಲವೇ? ಅವನನ್ನು

ನನ್ನ ಕುಟುಂಬ ಸಾಕಿ ಸಲಹಲಿಲ್ಲವೇ? ಮ್ಹಾಳಶಿಮಾಂಯಿಯನ್ನು ಇಷ್ಟು ಸಮಯ ಭಕ್ತಿಯಿಂದ ನಾವು ಪೂಜಿಸಲಿಲ್ಲವೇ? ದಯೆ ತೋರು'' ಎಂದ.

''ಧಡ್ಡನ ಅಂತ್ಯ ಭೀಕರವಾಗುತ್ತದೆ, ವಿಟ್ಠು ಪೈ. ತನ್ನ ದೇವರಿಗಾಗಿ, ತನ್ನ ಜನರಿಗಾಗಿ ಅವನು ಜೀವ ತೆರುತ್ತಾನೆ. ಇನ್ನು ಮುಂದೆ ಅವನು ನಿಮಗೆ ಸೇರಿದವನಲ್ಲ, ತಿಳಿಯಿತೋ? ಸಾರಸ್ವತ ಬ್ರಾಹ್ಮಣರೆಲ್ಲರಿಗೂ ಸೇರಿದವನು. ಮುಂದೆ ಗೋವೆಯಲ್ಲಿ ಏಳು ಕಡೆ ಅವನಿಗಾಗಿ ಗುಡಿ ಕಟ್ಟಿಸುತ್ತೇನೆ. ಅವನ ಪೂಜೆ ಮಾಡಿದವರಿಗೆ ಸುಖ ಶಾಂತಿ ಕೊಡಿಸುತ್ತೇನೆ. ಮದುವೆ ಮುಂಜಿಗಳಲ್ಲಿ ಅವನ ನೆನಪು ಮಾಡಬೇಕೆಂದು ಹೇಳುತ್ತೇನೆ'' ನಾಗ್ಡೊ ಬೇತಾಳ ಹೇಳಿದ. ಆಮೇಲೆ ''ಹೋಗು, ನನ್ನೆದುರು ನಿಲ್ಲಬೇಡ. ನಾಳೆ ಬೆಳಗ್ಗೆ ಸೂರ್ಯ ಏಳುವ ಮುನ್ನ ನೀನು ಉಳಿದ ಬ್ರಾಹ್ಮಣರೊಡನೆ ವೆರಣೆ ಬಿಡಬೇಕು'' ಎಂದ. ದಾಮ್ಮು ಭಟ್ಟನನ್ನು ಕರೆದು ''ದಾಮ್ಮು ಭಟ್ಟೋ, ಮ್ಹಾಳಶಿಮಾಂಯಿಯ ದೇವಳದ ಸುತ್ತ ಇದ್ದ ಏಳೆಂಟು ಬ್ರಾಹ್ಮಣರ ಜೊತೆ ನೀನು ಪ್ರಿಯೋಳದ ಕಾಡಿಗೆ ಹೋಗಬೇಕು. ಅಲ್ಲಿ ಮಹರರ ಕೇರಿಯಲ್ಲಿರುವ ಮ್ಹಾಳಶಿ ಮಾಂಯಿಯನ್ನು ಅಲ್ಲಿಯೇ ಪ್ರತಿಷ್ಠಾಪಿಸಬೇಕು. ಅಲ್ಲಿಯ ತನಕ ಅವಳನ್ನು ನೋಡಿಕೊಂಡದ್ದಕ್ಕಾಗಿ ಸಂವತ್ಸರದಲ್ಲಿ ಒಂದು ತಿಥಿಯಂದು ಅವಳ ಪೂಜೆ ಮಾಡುವ ಹಕ್ಕನ್ನು ನೀವು ಆ ಹೊಲೆಯರಿಗೆ ಬಿಟ್ಟು ಕೊಡಬೇಕು. ಆಚಂದ್ರಾರ್ಕ ಪರ್ಯಂತ ಇದು ನಡೆಯುತ್ತಿರಲಿ'' ಎಂದು ಹೇಳಿದ.

ವಿಟ್ಠು ಪೈ ನಾಗ್ಡೊ ಬೇತಾಳನ ಕಾಲ ಮೇಲೆ ಬಿದ್ದು ಹೊರಳಾಡಿದ. ಅನುಗ್ರಹಿಸು ಎಂದು ಪುನಃ ಪುನಃ ಬೇಡಿಕೊಂಡ. ನಾಗ್ಡೊ ಬೇತಾಳನ ಮನಸ್ಸು ಮೃದುವಾಯಿತು. ''ಆಗಲಿ'' ಎಂದನವ. ''ನಿಮ್ಮ ಮನೆದೇವರಿಗಾಗಿ ಪ್ರಾಣ ತೆತ್ತ ಧಡ್ಡನನ್ನು ಇನ್ನು ಮುಂದೆ ನೀವೆಲ್ಲ ಸಾರಸ್ವತರೂ ದೇವರೆಂದು ಪೂಜಿಸಬೇಕು. ಆಗಬಹುದೋ?'' ಎಂದು ಕೇಳಿದ. ವಿಟ್ಠು ಪೈ ತಲೆಯಲ್ಲಾಡಿಸಿದ. ''ಕೊಟ್ಟ ಶಾಪವನ್ನು ಹಿಂದಕ್ಕೆ ತೆಗೆಯುವ ಹಾಗಿಲ್ಲ ವಿಟ್ಠು ಪೈ. ನಿನಗೆ ಮ್ಹಾಳಶಿಮಾಂಯಿಯನ್ನು ನೋಡುವ ಯೋಗ್ಯತೆಯಿಲ್ಲ, ಅವಳ ಪೂಜೆ ಮಾಡುವ ಅರ್ಹತೆಯಿಲ್ಲ, ಆದರೆ ನಾನ್ನೂರು ವರ್ಷಗಳ ಬಳಿಕ ಮತ್ತೆ ನಿನ್ನ ಸಂತಾನಕ್ಕೆ ಮ್ಹಾಳಶಿಮಾಂಯಿ ದೊರೆಯುತ್ತಾಳೆ. ನಾಲ್ವರಲ್ಲಿ ಒಂದರಂತೆ ನಿನ್ನ ಸಂತಾನ ನಿಶ್ಶೇಷವಾದರೂ ಸಾರಸ್ವತ ಕುಟುಂಬದ ಹೆಂಣುಗಳಿಗೆಲ್ಲ ಹನ್ನೆರಡು ಗರ್ಭ ಧರಿಸುವ ಶಕ್ತಿ ಕೊಡುತ್ತೇನೆ. ಹಾಗಾಗಿ ಶಾಪವಿದ್ದೂ ನಿನ್ನ ಕುಟುಂಬಗಳು ವೃದ್ಧಿಯಾಗುತ್ತವೆ. ನಾನ್ನೂರು ವರ್ಷಗಳ ಬಳಿಕ ನಿನ್ನ ಕುಟುಂಬದ ಜನರು ಮತ್ತೆ ಬರುತ್ತಾರೆ. ಮ್ಹಾಳಶಿಮಾಂಯಿಯನ್ನು ಪೂಜಿಸುತ್ತಾರೆ. ನಿನ್ನ ಮೇಲಿನ ಶಾಪ ಬಿಡುಗಡೆಯಾಗುತ್ತದೆ. ಹೋಗು'' ಎಂದ.

ವಿಟ್ಠು ಪೈ ನಾಗ್ಡೊ ಬೇತಾಳನ ಆಶೀರ್ವಾದ ಕೇಳಿದ. ''ಹೋಗುತ್ತೇವೆ. ನಮ್ಮನ್ನು ಮರೆಯಬಾರದು. ಹಿಂದಿನಂತೆ ಮುಂದೂ ನನ್ನ ಕುಟುಂಬದ ಜನರನ್ನು ಆಶೀರ್ವದಿಸಲು ಬರಬೇಕು'' ಎಂದ. ನಾಗ್ಡೊ ಬೇತಾಳ ತಲೆಯಲ್ಲಾಡಿಸಿದ. ವಿಟ್ಠು ಪೈ ವೆರಣೆಯ ಎಲ್ಲ

ಬ್ರಾಹ್ಮಣರ ಮನೆಗಳಿಗೂ ಹೋಗಿ ಊರು ಬಿಡುವ ನಿರ್ಧಾರವನ್ನು ತಿಳಿಸಿದ. ಹೆಚ್ಚಿನವರೆಲ್ಲ ಆಗಲೇ ಗಂಟುಮೂಟೆ ಕಟ್ಟಿದ್ದರು. ಎಷ್ಟೋ ಮಂದಿ ಆಗಲೇ ಉತ್ತರದ ಕಡೆಗೆ ಹೊರಟೂ ಹೋಗಿದ್ದರು. ದಾಮ್ಹು ಭಟ್ಟನ ಜೊತೆ ಇನ್ನು ಕೆಲವರು ಚಕ್ಕಡಿ ಹತ್ತುತ್ತಿದ್ದರು. ಮನೆಗೆ ಹೋಗಿ ಎಲ್ಲರನ್ನೂ ಹೊರಡಿಸಿದ ವಿಟ್ಠು ಪೈ. ಆನ್ನು ಕಾಮಾತಿಗೆ ಚಕ್ಕಡಿ ಸಿದ್ಧ ಮಾಡಲು ಹೇಳಿ "ನಾಳೆ ಬೆಳಗ್ಗಿನ ಜಾವದಲ್ಲಿ ಹೊರಡುವುದು" ಎಂದ.

ಆಗಿಂದಾಗ್ಗೆ ಧಡ್ಡನ ಭೀಕರ ಅಳು ಕೇಳಿ ಬರುತ್ತಿತ್ತು. ಚಿತ್ರಹಿಂಸೆ ತಡೆಯಲಾರದೇ ಅವನ ಕೊರಳಿನಿಂದ ವಿಚಿತ್ರವಾದ ನರಳಿಕೆ ಹೊರಡುತ್ತಿತ್ತು. ಕೇಳಲಾಗದೇ ವಿಟ್ಠು ಪೈ ಕಿವಿ ಮುಚ್ಚಿಕೊಂಡ. ಹಜಾರದಲ್ಲಿ ಕುಕ್ಕುರುಗಾಲಿನಲ್ಲಿ ಕುಳಿತು ಮಾಳಪ್ಪಯ್ಯ ಯೋಚಿಸುತ್ತಿದ್ದರು– ಎಂಥ ಸಂಬಂಧ ಇದು ? ಹೊಟ್ಟೆಯಲ್ಲಿ ಹುಟ್ಟಿದ ಮಗನಂತೆ ಕಂಣೆದುರು ಬೆಳೆದು ಪ್ರೀತಿ ವಾತ್ಸಲ್ಯಗಳ ಮಹಾಪೂರವನ್ನೇ ಹರಿಸಿ ಈಗ ಕರುಳು ಕಿವುಚುತ್ತಿದ್ದಾನಲ್ಲ ? ಇದಕ್ಕಾಗಿಯೇ ಆತ ಈ ಮನೆಯಲ್ಲಿ ಸಿಕ್ಕಿದನೇ? ರಾಧಾಬಾಯಿ ಪುಣ್ಯವಂತೆ - ಇದನ್ನು ನೋಡಲು ಆಕೆ ಬದುಕಿಲ್ಲ, ಎಂದು ಹಣೆ ಚಚ್ಚಿಕೊಂಡರು. ವಿಟ್ಠು ಪೈಗೆ ಅವನ ಈ ಸ್ಥಿತಿಗೆ ತಾನೇ ಕಾರಣ ಅನ್ನಿಸಿತು. ಇದ್ದಕ್ಕಿದ್ದಂತೆ ಅಲ್ವೀರಾಳ ನೆನಪು ಬಂದು ಊರು ಬಿಡುವ ಮುನ್ನ ಅವಳನ್ನು ಕಂಡು, ತನ್ನ ಪೋರ್ಚುಗೀಸ ಅಧಿಕಾರಿಗಳಿಗೆ ಹೇಳಿ ಧಡ್ಡನ ಮೇಲಾಗುತ್ತಿರುವ ಹಿಂಸೆಯನ್ನು ನಿಲ್ಲಿಸಬೇಕು ಎಂದುಕೊಂಡ. ಮನೆಯವರೆಲ್ಲ ಗಂಟು ಮೂಟೆಗಳನ್ನು ಕಟ್ಟುತ್ತಿರುವಾಗ ಅವನು ಯಾರಿಗೂ ತಿಳಿಯದಂತೆ ಅಲ್ವೀರಾಳ ಮನೆಯ ಕಡೆಗೆ ಹೆಜ್ಜೆ ಹಾಕಿದ.

ರಾತ್ರಿಯ ಮಧ್ಯ ಪ್ರಹರ. ಕತ್ತಲೆಯಲ್ಲಿ ಅವನು ಪರಿಚಿತ ಹಾದಿಯ ಮೇಲೆ ಕಾಲೆಳೆಯುತ್ತಾ ಹೋಗುತ್ತಿದ್ದಾಗ ಬಹುಶಃ ಈ ನೆಲದ ಮೇಲೆ ತಾನು ಕಾಲು ಹಾಕುವುದು ಇದೇ ಕೊನೆ ಅನ್ನಿಸಿತು. ಬಹುಶಃ ಇನ್ನು ಅಲ್ವೀರಾಳನ್ನು ನಾನು ನೋಡಲಾರೆ. ನಾಳೆ ಸೂರ್ಯನೆದ್ದಾಗ ವೆರಣೆಯಿಂದ ಹೊರ ಬೀಳುತ್ತೇನೆ, ಎಂದನ್ನಿಸಿತು. ಇದ್ದಕ್ಕಿದ್ದಂತೆ ತನ್ನ ಹಿಂದಿನಿಂದ ಓಡಿಕೊಂಡು ಬಂದ ವ್ಯಕ್ತಿಯೊಬ್ಬ ಅವನನ್ನು ದಾಟಿ ಮುಂದೆ ಬಂದು ದಾರಿಗಡ್ಡವಾಗಿ ನಿಂತಾಗ ವಿಟ್ಠು ಪೈಗೆ ಗಾಬರಿಯಾಯಿತು. ನಾಗ್ಡೊ ಬೇತಾಳನೇನೋ ಎಂಬ ಸಂದೇಹ ಹುಟ್ಟಿ ಅವನ ಮೈ ಬೆವರಿತು. ಆ ವ್ಯಕ್ತಿ "ನಿಲ್ಲು" ಎಂದು ಕಿರುಚಿದ. ಕತ್ತಲೆಯಲ್ಲಿ ಅವನ ಸ್ವರೂಪವನ್ನು ತಿಳಿಯಲು ವಿಟ್ಠು ಪೈ ಕಂಣಗಲಿಸಿದ. ಆತ ನಾಗ್ಡೊ ಬೇತಾಳನಾಗಿರಲಿಲ್ಲ, ತೆಳ್ಳಗಿನ ದೇಹದ ಮುದುಕ. ನೋಡಲು ವಿಚಿತ್ರ. ಬಿಳಿಯ ಸರಿಗೆಯಂತಹ ದೀರ್ಘ ಕೂದಲ ಗಡ್ಡ, ಬಂಣ ಕಳೆದುಕೊಂಡ ಕಂಣುಗಳು. ಹರಿದು ಚಿಂದಿಯಾದ ವಸ್ತ್ರ, ಪ್ರೇತಾಕಾರ. "ನೀನು ನರಸಪ್ಪಯ್ಯನವರ ಮೊಮ್ಮಗನೋ?" ಎಂದು ಆತ ಕೇಳಿದ. ವಿಟ್ಠು ಪೈ ಹೌದೆಂದು ತಲೆಯಲ್ಲಾಡಿಸಿದಾಗ ಆತ ಹುಚ್ಚನಂತೆ ವಿಟ್ಠು ಪೈಯ ಮೈಯ ಮೇಲೆ ಹಾರಿ ಕುತ್ತಿಗೆ ಹಿಚುಕಲು ಬಂದ. ವಿಟ್ಠು ಪೈ ಗಡಗಡ ನಡುಗಿ, ಇದ್ದ ಬಲವನ್ನೆಲ್ಲ ಹಾಕಿ ಅವನನ್ನು ನೂಕಿ ಅಲ್ವೀರಾಳ ಮನೆಯತ್ತ ಓಡಿದ !

ಅಲ್ವೀರಾ ವಿನ್ಸೆಂಟ್ ಗೋಯೆಸ್ ಹಿಂಬಾಗಿಲನ್ನು ಅಗಲವಾಗಿ ತೆರೆದಿಟ್ಟು ವಿಟ್ಠು ಪೈಯನ್ನು ಕಾಯುತ್ತಾ ಇದ್ದಳು. ಅವಳನ್ನು ನೋಡುತ್ತಲೇ ವಿಟ್ಠು ಪೈಗೆ ಜೋರಾಗಿ ಅಳಬೇಕೆನ್ನಿಸಿತು. ಅವನು ಅಪರಿಚಿತ ಮುದುಕನ ಹಲ್ಲೆಯಿಂದಾಗಿ ಬೆವತುಬಿಟ್ಟಿದ್ದ. ಪಿಶಾಚ ದರ್ಶನವಾದವನಂತೆ ನಡುಗುತ್ತಿದ್ದ. ಆ ಮುದುಕ ಯಾರು, ಯಾವ ದ್ವೇಷದಿಂದ ತನ್ನ ಕುತ್ತಿಗೆ ಹಿಚುಕಲು ಬಂದ ಎಂದು ಅವನಿಗರ್ಥವಾಗಲಿಲ್ಲ. ವಿಟ್ಠುಪೈ ಅವನನ್ನು ಹಿಂದೆಂದೂ ಕಂಡಿರಲಿಲ್ಲ. ಬೆಳಗ್ಗಿನಿಂದ ನೋಯುತ್ತಿದ್ದ, ಬಸವಳಿದ ದೇಹ ಅಲ್ವೀರಾಳನ್ನು ನೋಡುತ್ತಲೇ ಕುಸಿದು ಬಿತ್ತು. ಅಲ್ವೀರಾ ಅವನಿಗೆ ಆಧಾರ ಕೊಟ್ಟು ಒಳಗೆ ಕರೆದುಕೊಂಡು ಹೋದಳು. ಸಾಕಷ್ಟು ಉತ್ತೇಜನ ನೀಡುವ ನಾಲ್ಕು ಮಾತುಗಳನ್ನಾಡಿದಳು. ವಿಟ್ಠು ಪೈ ಅವಳೆದೆಯಲ್ಲಿ ತಲೆ ಇಟ್ಟು ಅತ್ತ.

"ನಾಳೆ ಬೆಳಗ್ಗೆ ಇಲ್ಲಿಂದ ಹೊರಟು ಹೋಗುತ್ತೇನೆ ಅಲ್ವೀರಾ. ಇನ್ನು ನಿನ್ನನ್ನು ನೋಡುವ ಅವಕಾಶವಿಲ್ಲ" ಎಂದ. ಆಕೆ ಮಾತಾಡಲಿಲ್ಲ. ವಿಷಾದದಿಂದ ಯೇಸುವಿನ ಪಟದತ್ತ ನೋಡಿದಳು. "ಮೇಲಿರುವ ದೇವರ ಎದುರು ಪ್ರಾರ್ಥನೆ ಮಾಡುವಾಗ ನನಗಾಗಿಯೂ ಬೇಡುತ್ತೀಯಾ?" ಎಂದು ಕೇಳಿದ. ಅಲ್ವೀರಾ ವಿಷಾದದಿಂದಲೇ ನಕ್ಕಳು. "ಈಗಲಾದರೆ ನೀನು ಥೇಟು ಕ್ರಿಶ್ಚನ್ನನಂತೆ ಮಾತನಾಡುತ್ತಿ" ಎಂದಳು. "ಮುಂದೇನು ಮಾಡುತ್ತೀಯಾ?" ಎಂದು ಕೇಳಿದನವನು. ಅಲ್ವೀರಾ ತುಂಬಾ ಹೊತ್ತು ಮಾತಾಡಲಿಲ್ಲ. ಆಮೇಲೆ ನಿಧಾನವಾಗಿ ಅವನ ಕೈ ಹಿಡಿದು ಎಬ್ಬಿಸಿ ಕಿಟಕಿಯ ಬಳಿಗೆ ಕೊಂಡೊಯ್ದಳು. "ನಿನ್ನ ತೀರ್ಮಾನದ ಬಗ್ಗೆ ನನಗೆ ಆಶ್ಚರ್ಯವಾಗುತ್ತಿದೆ" ಎಂದಳು. ವಿಟ್ಠು ಪೈಗೆ ಎದೆ ತುಂಬಿ ಬಂತು. ಬಹಳ ದಿನಗಳಿಂದ ಅವಳೊಡನೆ ತಾನು ಮಲಗಿಲ್ಲ ಎಂದು ನೆನಪಾಯಿತು. ಕಿವಿಯಲ್ಲಿ ಧಡ್ಡನ ಆಕ್ರಂದನ ಕೇಳಿದಂತಾಯಿತು. ಆಕ್ರಂದನದ ಹಿಂದೆ ಮೌನ ತುಂಬಿತು. ಈಗ ಅವನಿಗೆ ಅವಳೊಡನೆ ಹಾಸಿಗೆ ಸೇರುವ ಶಕ್ತಿಯೂ ಇರಲಿಲ್ಲ. ಆದರೆ ಸಾವಿನ ಪರಿಸರದಲ್ಲಿಯೂ ತನಗೀಗ ಮಂಗ ಮನಸ್ಸೇ ಎಂದು ನಾಚಿಕೆಯಾಯಿತು. ಅವಳ ಮುಖವನ್ನೇ ಅವನು ನೋಡಿದ. ಮೌನವಾಗಿದ್ದ ಅಲ್ವೀರಾ ಹೇಳಲು ತುಂಬ ಸಮಯ ತೆಗೆದುಕೊಂಡಳು. ಆ ಮೇಲೆ "ಬಹುಶಃ ನಿನ್ನ ಯೋಚನೆಯೇ ಸರಿ. ನಿನ್ನ ಬಂಧುಬಾಂಧವರ ಜೊತೆಗಿರುವುದು. ಅವರ ರಕ್ಷಣೆಯ ಭಾರ ಹೊರುವುದು ನೀನು ಬೆಳೆದು ಬಂದ ಸಮಷ್ಟಿ ಸಮಾಜ ಹೇಳಿಕೊಟ್ಟ ಪಾಠ" ಎಂದಳು. ಅವಳ ಕಂಣ ತುಂಬ ನೀರು. ಅದನ್ನು ನೋಡಲಾಗದೇ ವಿಟ್ಠು ಪೈ ತಲೆ ಕೆಳಗೆ ಹಾಕಿದ. "ನನ್ನ ಪ್ರಶ್ನೆಗೆ ನೀನು ಉತ್ತರ ಕೊಡಲಿಲ್ಲ" ಎಂದ. ಆಕೆ ನಿಧಾನವಾಗಿ "ಗೋವೆಗೆ ಹೋಗುತ್ತೇನೆ ಚರ್ಚು ಸೇರಿ ಸಂನ್ಯಾಸಿನಿಯಾಗುತ್ತೇನೆ. ಮನುಷ್ಯಳಾಗಿ ಹುಟ್ಟಿದ್ದಕ್ಕೆ ನಾನೂ ಸಮಾಜಕ್ಕಾಗಿ ದುಡಿದು ಸಾರ್ಥಕವಾಗುತ್ತೇನೆ" ಎಂದು ಹೇಳಿದಳು.

ಕಿಟಕಿಯ ಹೊರಗೆ ದೂರದಲ್ಲಿ, ನಕ್ಷತ್ರಗಳ ಬೆಳಕಿನಲ್ಲಿ ಮಹಾಲಸ ದೇವಾಲಯದ ಮುರಿದು ಬಿದ್ದ ಅವಶೇಷ. ಅಲ್ವೀರಾಳ ಕೈ ಹಿಡಿದು ಅವನು ಬೆರಳು ತೋರಿಸಿ ಹೇಳಿದ –

"ನೋಡು ಅಲ್ವೀರಾ, ನಾಗ್ದೊ ಬೇತಾಳ ಹೇಳಿದ್ದ – ಅವಳ ದೇವಸ್ಥಾನವನ್ನು ಯಾರೂ ಕೆಡಹುವಂತಿಲ್ಲ ಎಂದು. ನಿಜವಲ್ಲವೇ? ಆ ಗೋಡೆಗಳು ಇನ್ನೂ ಹಾಗೆಯೇ ನಿಂತಿವೆ. ಮುಂದೆ ಹಾಗೆಯೇ ನಿಂತಿರಲೂಬಹುದು. ನಾನ್ನೂರು ವರ್ಷಗಳ ನಂತರ ನನ್ನ ಕುಟುಂಬದವರು ಇಲ್ಲಿಯ ನೀರು ಕುಡಿಯಲು ಬಂದಾಗಲೂ ಅವು ಹಾಗೆಯೇ ಇರಬಹುದಲ್ಲವೇ?" ಎಂದ. ಮಂಡಿಯೂರಿ ಕುಳಿತು "ಒಂದು ಉಪಕಾರ ಮಾಡುತ್ತೀಯಾ ಅಲ್ವೀರಾ ? ಸೆರೆಮನೆಯ ಅಧಿಕಾರಿಗಳಿಗೆ ಹೇಳಿ ನೀನು ಧಡ್ಡ ಮೂಕನೆಂದು ಅವನ ಬಿಡುಗಡೆ ಮಾಡುತ್ತೀಯಾ? ಅವನ ಮೇಲಿನ ಹಿಂಸೆಯನ್ನು ನಿಲ್ಲಿಸುತ್ತೀಯಾ?" ಎಂದು ಕೈ ಜೋಡಿಸಿದ. ಅಲ್ವೀರಾ "ಆಗಲಿ" ಎಂದಳು.

ಹೊರಗಿನಿಂದ ಅಲ್ವೀರಾಳನ್ನು ಯಾರೋ ಕೂಗಿದ ಹಾಗಾಯಿತು. ಅಲ್ವೀರಾ ಹೊರಗೆ ಹೋದಳು. ಹಿಂಬಾಗಿಲ ಆಚೆ ಅಂಗಳದಲ್ಲಿ ಜೋವಾ ದೆ ಕೋಸ್ತಾ ನಿಂತಿದ್ದ. ಆಕೆ "ಏನು?" ಎಂದಳು. ಕಿಟಕಿಯ ಬಳಿ ನಿಂತಿದ್ದ ವಿಟ್ಠು ಪೈಗೆ ಸ್ಪಷ್ಟವಾಗಿ ಕೇಳಿಸಿತು. ಜೋವಾ ದೆ ಕೋಸ್ತಾ ಹೇಳುತ್ತಿದ್ದ – "ವಿಟ್ಠು ಸಾಯ್ಬರ ಮನೆಯ ಬಾವಿಗೆ ಗಂಗಾಬಾಯಿ ಹಾರಿ ಪ್ರಾಣ ಕಳಕೊಂಡಿದ್ದಾರೆ. ಶವ ಎತ್ತಿದ್ದಾರೆ. ಅವರಿಗೆ ತಿಳಿಸಬೇಕು." ವಿಟ್ಠು ಪೈ ಧಡಕ್ಕನೆ ಹೊರಗೆ ಬಂದ. "ಬುದ್ದು, ಏನು ಹೇಳ್ತಾ ಇದ್ದೀಯ?" ಎಂದು ಕೇಳಿದ. "ಹೌದು ಸಾಯ್ಬ, ಗಂಗಾಬಾಯಿ ಬಾವಿಗೆ ಹಾರಿಬಿದ್ದು ಸತ್ತಿದ್ದಾರೆ." ವಿಟ್ಠು ಪೈ ಒಂದೇ ಉಸಿರಿಗೆ ಮನೆಗೆ ಓಡಿದ. ಅಲ್ಲಿ ಬ್ರಾಹ್ಮಣರೆಲ್ಲ ಸೇರಿದ್ದರು. ವಿಟ್ಠು ಪೈಗೆ ಕತ್ತಲೆಯಲ್ಲಿ ಸಿಕ್ಕಿ, ಕೊರಳು ಹಿಚುಕಲು ಮೈಮೇಲೆ ಹಾರಿದ ಬಿಳಿಯ ಗಡ್ಡದ ಮುದುಕ ಶವದೆದುರು ಕುಳಿತು ರೋದಿಸುತ್ತಿದ್ದ. "ಅಯ್ಯೋ" ಎಂದು ಚೀರಿದ ವಿಟ್ಠು ಪೈ.

ಬೆಳಕು ಹರಿಯುವುದರೊಳಗೆ ಗಂಗಾಬಾಯಿಯ ಶವಕ್ಕೆ ಬೆಂಕಿ ಕೊಡುವ ಎಲ್ಲ ಸಿದ್ಧತೆ ಮಾಡಿದರು. ಸೌದೆ ಪೇರಿಸಿ ಶವವನ್ನು ಅದರ ಮೇಲಿಟ್ಟರು. ದೂರದಲ್ಲಿ ನಾಗ್ದೊ ಬೇತಾಳ ದೂರದೂರ ಹೆಜ್ಜೆ ಇಟ್ಟು ಬರುತ್ತಿರುವುದು ಕಂಡಿತು. ಅವನ ಹೆಗಲ ಮೇಲೆ ಏನೋ ತೂಗುತ್ತಿತ್ತು. ವಿಟ್ಠು ಪೈ ಓಡಿ ಹೋಗಿ ನೋಡಿದ. ಚಿತ್ರಹಿಂಸೆಯಿಂದ ವಿಕೃತಗೊಂಡ ಧಡ್ಡನ ದೇಹ ! ನಾಗ್ದೊ ಬೇತಾಳ ನಿಧಾನವಾಗಿ ನಡೆದು ಬಂದು ಧಡ್ಡನ ದೇಹವನ್ನು ಗಂಗಾಬಾಯಿಯ ಶವದ ಪಕ್ಕದಲ್ಲಿಯೇ ಇಟ್ಟು ತನ್ನಲ್ಲೇ ಎಂಬಂತೆ "ಸೆರೆಮನೆಯಿಂದ ಹೊರಗೆಸೆದಿದ್ದರು. ಕಾರೆಮರದ ಬಳಿ ಬಿದ್ದಿತ್ತು" ಎಂದ.

ಎರಡೂ ಕೈಗಳ ಮಣಿಗಂಟುಗಳು ತಿರುಚಿದಂತೆ ಗೆರೆ. ಹೊಡೆತಗಳಿಂದ ಬಾತುಕೊಂಡ ಮೈ. ಬೆನ್ನಿನ ಮೇಲೆ ಬಿದ್ದ ಬರೆಗಳಿಂದ ಸ್ಪಷ್ಟವಾಗಿ ಎದ್ದ ರಕ್ತದ ಕಲೆಗಳು. ಊದಿಕೊಂಡ ಮುಖ. ಕಣ್ಣುಗಳು ಮೇಲಕ್ಕೆ ಹೋಗಿ ಉಳಿದ ಬಿಳಿಯ ಪಾಪೆ. ಸುತ್ತ ನೀಲಿಗಟ್ಟಿದ ಹುಬ್ಬು, ಜನಿವಾರವಿಲ್ಲದ ಎದೆ. ತುಂಡಾಗಿ ನೇಲುತ್ತಿರುವ ಕಾಲುಗಳು. ಮಲಗಿಸಿದಾಗ ಒಂದೆಡೆಗೆ ಒರಗಿಬಿದ್ದ ಕೂದಲ ಜೊಂಪೆ. ಫರಂಗಿ ಜನರು ಅವನಿಗೆ ತುಂಬ ಹಿಂಸೆ ಕೊಟ್ಟಿರಬೇಕು. ನಿಂಬೆಹಣ್ಣಿನ ಬಣ್ಣವಿದ್ದ ದೇಹ ಈಗ ನೀಲಿಗಟ್ಟಿ ಹೋಗಿತ್ತು ! ವಿಟ್ಠು ಪೈ ಮುಖ ಮುಚ್ಚಿಕೊಂಡು ಅಳತೊಡಗಿದ.

ನಾಗ್ಡೊ ಬೇತಾಳ ಅವನನ್ನೆಬ್ಬಿಸಿದ. ''ಚಕ್ಕಡಿ ಸಿದ್ಧವಾಗಿದೆ. ಬೆಳಗಾಗುವುದರೊಳಗೆ ನೀವು ವೆರಣೆ ಬಿಟ್ಟಿರಬೇಕು'' ಎಂದ. ವಿಟ್ಠು ಪೈ ಆಕಾಶ ನೋಡಿದ. ಬೆಳ್ಳಿ ಮೂಡುತ್ತಿತ್ತು. ಅವನೆದ್ದು ಚಿತೆಗೆ ಬೆಂಕಿ ಕೊಡಲು ಸಿದ್ಧನಾದ. ದಾಮ್ಮು ಭಟ್ಟನನ್ನೂ ಕರೆದ. ನಾಗ್ಡೊ ಬೇತಾಳ ಕರ್ಕಶವಾಗಿ ''ನಿಲ್ಲು'' ಎಂದು ಹೇಳಿದ. ವಿಟ್ಠು ಪೈಯ ಕೈಯಿಂದ ಬೆಂಕಿ ಕೆಳಗೆ ಬಿತ್ತು. ಅವನು ನಡುಗುತ್ತಾ ನಿಂತಿದ್ದಾಗ ''ನಿನಗೆ ಆ ಚಿತೆಗೆ ಬೆಂಕಿ ಕೊಡುವ ಹಕ್ಕಿಲ್ಲ'' ಎಂದು ಹೇಳಿ ನಾಗ್ಡೊ ಬೇತಾಳ ಆ ತೆಳ್ಳಗಿನ ಮುದುಕನನ್ನು ಕರೆದ. ವಿಟ್ಠು ಪೈಯಿಂದ ತಡೆಯಲಾಗಲಿಲ್ಲ. ಅವನು ನಾಗ್ಡೊ ಬೇತಾಳನ ಕಾಲಿನ ಬಳಿ ಕುಸಿದು ಬಿದ್ದು ''ಯಾರವನು?'' ಎಂದು ಕೇಳಿದ. ''ನಿನ್ನ ಅಪ್ಪನೊಡನೆ ಸಪೂರ ಸಾಂತಯ್ಯ ಪೊರೋಬು ಯಾರೆಂದು ಕೇಳು, ಹೇಳುತ್ತಾನೆ'' ಎಂದ, ನಾಗ್ಡೊ ಬೇತಾಳ. ಬ್ರಾಹ್ಮಣರೆಲ್ಲ ''ಹಾ!'' ಎಂದರು. ನಾಗ್ಡೊ ಬೇತಾಳ ಮುಂದುವರಿಸಿ ''ಸತ್ತವರ ಅಸ್ತಿಗಳನ್ನು ಹಿಡಿದುಕೊಂಡು ಸಾಂತಯ್ಯ ಪೊರೋಬು ನಿಮ್ಮನ್ನು ಹಿಂಬಾಲಿಸುತ್ತಾನೆ. ನೀವು ಚಕ್ಕಡಿ ಹತ್ತಿ ಹೊರಟುಹೋಗಿ'' ಎಂದು ಆಜ್ಞೆ ಇತ್ತ.

ಬೆಂಕಿ ಏಳುವಾಗ ಅದಕ್ಕೆ ಬೆನ್ನು ಮಾಡಿ ವಿಟ್ಠು ಪೈ ಮನೆಯತ್ತ ನಡೆದ. ಎಲ್ಲರನ್ನೂ ಹೊರಡಿಸುವ ಹೊತ್ತಿಗೆ ಮೂಡಲಲ್ಲಿ ಬೆಳಕಿನ ಛಾಯೆ. ಮಾಳಪ್ಪಯ್ಯ ಯಂತ್ರದಂತೆ ಚಕ್ಕಡಿ ಏರಿದರು. ಗಂಗಾಬಾಯಿಯ ದುರ್ಮರಣ ಕಂಡ ಮೇಲೆ ಅವರ ಬಾಯಿ ಕಟ್ಟಿ ಹೋಗಿತ್ತು. ಮೈ ಬಿಳಿಚಿತ್ತು. ವಿಟ್ಠು ಪೈ ಅವರನ್ನೆತ್ತಿಯೇ ಚಕ್ಕಡಿಯಲ್ಲಿ ಕೂರಿಸಿದ. ತುಳಸೀಬಾಯಿ ಮಲಗಿದ್ದ ನಾಗಪ್ಪಯ್ಯನೊಡನೆ ಚಕ್ಕಡಿ ಹತ್ತಿ ಅವರ ಬಳಿಯೇ ಕುಳಿತಳು. ಅನ್ನು ಕಾಮಾತಿ ಹತ್ತಿರ ಬಂದು ''ಹೋಗೋಣವೇ?'' ಎಂದು ಕೇಳಿದ. ವಿಟ್ಠು ಪೈ ಮಾತಾಡಲಿಲ್ಲ. ಅವನ ಹೆಗಲ ಮೇಲೆ ಕೈಯಿಟ್ಟು ಎಬ್ಬಿಸಿದ ಅನ್ನು ಕಾಮಾತಿ ''ಆರು ಕುಟುಂಬದ ಮಂದಿ ಈ ಊರು ಬಿಡುವುದಿಲ್ಲ ಅನ್ನುತ್ತಿದ್ದಾರೆ. ಇಪ್ಪತ್ತೆರಡು ಕುಟುಂಬದವರು ಪೂರ್ವದ ದಾರಿಯಲ್ಲಿ ಹೋಗುತ್ತಾರಂತೆ. ಉಳಿದವರಿಗೆ ತೆಂಕು ಮುಖ ಮಾಡಿ ಹೋಗಲು ಹೇಳಿದ್ದಾನೆ ನಾಗ್ಡೊ ಬೇತಾಳ'' ಎಂದ.

ಚಕ್ಕಡಿಯ ಚಕ್ರ ತಿರುಗುವ ಮೊದಲು ವಿಟ್ಠು ಪೈ ಕೊನೆಯ ದರ್ಶನಕ್ಕಾಗಿ ನಾಗ್ಡೊ ಬೇತಾಳನ ಹತ್ತಿರ ಹೋದ. ಉರಿಯುತ್ತಿರುವ ಚಿತೆಯ ಎದುರು ತಾಮ್ರದ ಪುತ್ಥಳಿಯಂತೆ ನಿಂತಿದ್ದನವನು. ಕಣ್ಣು ತುಂಬ ನೋಡಿದ ವಿಟ್ಠು ಪೈ – ''ಶಾಪ ಬಂತು ಅನ್ನುವುದು ನಿನ್ನ ಜೀವನೋತ್ಸಾಹವನ್ನು ಕುಗ್ಗಿಸದಿರಲಿ ವಿಟ್ಠು ಪೈ. ಸಾರಸ್ವತ ಕುಟುಂಬದ ಹೆಣ್ಣುಗಳಿಗೆ ಹನ್ನೆರಡು ಗರ್ಭಗಳನ್ನು ಧರಿಸುವ ಶಕ್ತಿ ಕೊಟ್ಟಿದ್ದೇನೆ ಅನ್ನುವುದನ್ನು ಜ್ಞಾಪಕದಲ್ಲಿಟ್ಟುಕೋ. ತೆಂಕಣಕ್ಕೆ ಮುಖ ಮಾಡಿ ಹೋಗಿ. ನಲವತ್ತನಾಲ್ಕು ಕುಟುಂಬಗಳಲ್ಲವೇ? ಹೋಗಿ ಒಂದೊಂದು ಊರಿನಲ್ಲಿ ಒಂದೊಂದು ಕುಟುಂಬದಂತೆ ನಿಲ್ಲಿ. ಸಂತಾನ ಅಭಿವೃದ್ಧಿ ಮಾಡಿ. ಗೋವೆಯ ಹನ್ನೊಂದು ದೇವರುಗಳ ನೂರ ಎಂಟು ಕುಳಾವಿಯ ಯಾರೇ ಬ್ರಾಹ್ಮಣರು ಸಿಕ್ಕರೂ ಮಾಮ್ಮಾ ಎಂದೇ ಸಂಬೋಧಿಸಿರಿ. ಮಾತೆಯರನ್ನು ಮಾಂಯ್ಯೋ

ಅನ್ನಿರಿ. ಯಾವನೇ ಸಾರಸ್ವತ ಇನ್ನೊಬ್ಬ ಸಾರಸ್ವತನನ್ನು ಸಂಧಿಸಿದಾಗ ಕೊಂಕಣಿ ಭಾಷೆಯಲ್ಲಲ್ಲದೇ ಬೇರೆ ಭಾಷೆಯಲ್ಲಿ ಮಾತಾಡಬೇಡಿ. ಮದುವೆ ಮುಂಜಿ ಮುಂತಾದ ಶುಭ ಸಮಾರಂಭಗಳಲ್ಲಿ ಥಡ್ಡನನ್ನು ಮರೆಯಬೇಡಿ. ಪುರೋಹಿತರ ಸಮೀಪವೇ ಅವನನ್ನು ಕುಳ್ಳಿರಿಸಿ. ಮುಂದೆ ನಿಮ್ಮ ನಿಮ್ಮ ಸಂತಾನದವರು ಗೋವೆಗೆ ಕುಲದೇವರ ದರ್ಶನಕ್ಕಾಗಿ ಬಂದಾಗ ಥಡ್ಡನ ಎದುರೂ ಅಡ್ಡಬಿದ್ದು ಹೋಗಬೇಕೆಂದು ಹೇಳಿ. ಯಾವ ದಿನ ನೀವು ನಿಮ್ಮ ಭಾಷೆಯನ್ನು ಮರೆಯುತ್ತೀರೋ, ಯಾವ ದಿನ ನೀವು ಒಬ್ಬರನ್ನೊಬ್ಬರು ಮಾಮ್ಮಾ ಮಾಂಯ್ಯೇ ಎಂದು ಸಂಬೋಧಿಸಲು ಮರೆಯುತ್ತೀರೋ ಆಗ ನಿಮ್ಮ ಹೆಂಗಸರ ಗರ್ಭಗಳು ನಿರ್ಬಲವಾಗುತ್ತವೆ. ನಾಗ್ಡೊ ಬೇತಾಳ ಹೇಳಿದ ಮಾತುಗಳನ್ನು ಎಚ್ಚರವೆಂದೂ ದಾರಿದೀಪವೆಂದೂ ತಿಳಿಯಿರಿ'' ಎಂದ.

ಕೌಂಶ ಗೋತ್ರದ, ಮಹಾಲಸ ದೇವಿಯ ಕುಳಾವಿಯಾದ, ಮಾಳಶರ್ಮರ ಮರಿ ಮಗ, ನರಸಪ್ಪಯ್ಯನವರ ಮೊಮ್ಮಗ, ಮಾಳಪ್ಪಯ್ಯನವರ ಮಗ, ವಿಟ್ಠು ಪೈ, ತೆಂಕು ದಿಕ್ಕಿಗೆ ಮುಖ ಮಾಡಿ ವೆರಣೆ ಬಿಡುವ ಆ ಬೆಳಗಿನ ಹೊತ್ತಿನಲ್ಲಿ ಕೊನೆಯ ಬಾರಿಗೆ ನಾಗ್ಡೊ ಬೇತಾಳನತ್ತ ನೋಡಿದ. ಧಗಧಗ ಉರಿಯುವ ಚಿತೆ. ಬೆಂಕಿಯ ತಾಮ್ರದ ಬೆಳಕಿನಲ್ಲಿ ಥಳಥಳ ಹೊಳೆಯುವ ನಗ್ನ ಮೂರ್ತಿ. ಕೆಂಪಾದ ತುಟಿಗಳ ಮೇಲೆ ಅದೇ ಮಂದಹಾಸ! ಚಕ್ಕಡಿಯ ಗಾಲಿ ಉರುಳುತ್ತಿದ್ದಂತೆ ವಿಟ್ಠು ಪೈ ಕೂಗಿ ಹೇಳಿದ – ''ನಮ್ಮನ್ನು ಮರೆಯಬಾರದು.''

ನಾಗ್ಡೊ ಬೇತಾಳನ ನಗ್ನ ಮೂರ್ತಿ ತಿರುಗಿತು. ''ಇಲ್ಲ'' ಎಂದನವ. ಕೈ ಎತ್ತಿ ಆಶೀರ್ವಾದ ಮಾಡುತ್ತಾ ''ಆದರೆ ನನ್ನನ್ನು ಹುಡುಕಿಕೊಂಡು ಬರಬೇಡಿ. ಕಷ್ಟದ ದಿನಗಳಲ್ಲಿ ಬಂದೇ ಬರುತ್ತೇನೆ'' ಎಂದ ಉಚ್ಚ ಸ್ವರದಲ್ಲಿ !

□

ಭಾಗ - ೨

ರೋಡು ನಾಕ್ಕಾಗೋ ಬಾಯ್ಯೇ,
ದೋಳೆ । ಸೂಜು ನಾಕ್ಕಾಗೋ – ಪರ್ತೂನು
ಗೋಂಯಾ ವಚ್ಚ್ಯಾ ಆಸ್ಲಽಽ ॥

೧೧

ಅಶ್ವತ್ಥಾಮನಂತೆ ಬೆನ್ನಿಗೆ ಶಾಪಗಳನ್ನು ಕಟ್ಟಿಕೊಂಡು, ಬೆಳಗಿನ ಜಾವದಲ್ಲಿ ವಿಟ್ಠು ಪೈ ವೆರಣೆಯನ್ನು ಬಿಟ್ಟಿದ್ದ. ಚಕ್ಕಡಿಯ ಗಾಲಿ ಒಂದೊಂದು ಸುತ್ತು ತಿರುಗಿದ ಹಾಗೆ, ಅದು ಸವೆದ ದಾರಿಯನ್ನು ಮತ್ತೆ ತಾನು ತುಳಿಯುವ ಹಾಗಿಲ್ಲ ಎಂಬ ಅನಾಥ ಭಾವನೆ. ಒಟ್ಟು ನಲವತ್ತನಾಲ್ಕು ಕುಟುಂಬಗಳು. ಮೂವತ್ತು ಮೂವತ್ತೈದು ಚಕ್ಕಡಿಗಳು. ಆನ್ನು ಕಾಮಾತಿ ಸಿಕ್ಕಿದ ಅವಕಾಶದಲ್ಲಿಯೇ ಸಾಕಷ್ಟು ದಿನಸಿ ಸಾಮಾನುಗಳನ್ನೂ ಪಾತ್ರೆ ಪರಡಿಗಳನ್ನೂ ಪೇರಿಸಿದ್ದ. ಮನೆ ಮನೆಯ ಹೆಂಗಸರು ಒಡವೆಗಳನ್ನು ವಸ್ತ್ರದಲ್ಲಿ ಗಂಟು ಕಟ್ಟಿ ಬೆತ್ತದ ಪೆಠಾರಿಗಳಲ್ಲಿ ಭದ್ರಗೊಳಿಸಿದ್ದರು. ಆದರೂ ಹಿಂದೆ ಉಳಿದ ಸಾಮಾನುಗಳೆಷ್ಟೋ? ಹಿತ್ತಲಿನ ಮಾವಿನ ಮರದ ತುಂಬ ಮಳೆಗಾಲದ ಸಲುವಾಗಿ ಉಪ್ಪಿನಕಾಯಿ ಹಾಕಲು ಅಣಿಯಾದ ಕಾಯಿಗಳು. ಮಣ್ಣಿನ ಗಡಿಗೆಯ ತುಂಬ ನೀರಲ್ಲಿ ಹಾಕಿ ಕೊಳೆಸಿದ ಅಡಕೆಯ ಹಣ್ಣುಗಳು. ಅವನ್ನೆಲ್ಲ ಹಾಗೆಯೇ ಬಿಟ್ಟು ಬರಬೇಕಾಯಿತಲ್ಲ ಎಂಬ ತಹತಹ. ಆದರೆ ಬದುಕಿ ಉಳಿಯಲು ಫರಂಗಿ ರಾಕ್ಷಸರು ಬಿಟ್ಟರಲ್ಲವೇ? ಹೊರಡುವ ಮೊದಲು ಎಲ್ಲಿ ಬಂದು ಸಾಲಾಗಿ ನಿಲ್ಲಿಸಿ ಗುಂಡಿಕ್ಕಿ ಕೊಲ್ಲುತ್ತಾರೋ ಎಂಬ ಭೀತಿ. ಕಾಣಕೋಣದಲ್ಲಿಯೂ ಅವರಿದ್ದಾರೆ. ಕುಕ್ಕಾಳಿಯ ತನಕವೂ ಅವರದೇ ರಾಜ್ಯ. ಆಚೆ ಮಾಜಗಾಂಯಿಯ ಸರಹದ್ದು ದಾಟುವ ತನಕ ಈ ಭೀತಿಯಿಂದ ಬಿಡುಗಡೆ ಇಲ್ಲ. ಬದುಕಿ ಉಳಿದರೆ ಮುಂದಿನ ಊರುಗಳಲ್ಲಿ ನಮ್ಮ ಜನರ ಭವಿಷ್ಯ ನಿರ್ಧಾರವಾಗಬೇಕು. ಅಲ್ಲಿಯ ತನಕ ತುಟಿ ಬಿಚ್ಚುವ ಮನಸ್ಸು ಯಾರಿಗೂ ಇರಲಿಲ್ಲ. ಆನ್ನು ಕಾಮಾತಿ ನೂರು ನೂರೈವತ್ತು ರಾಸುಗಳನ್ನೂ ಅವರ ಜೊತೆ ಹೊರಡಿಸಿದ್ದ. ಸಂತೆಯಲ್ಲಿ ಬೆಲ್ಲ ಮಾರುತ್ತಿದ್ದ ಮಾಥೋ ಪೊರೋಬು ನಾಲ್ಕಾರು ತರುಣರನ್ನು ಕಟ್ಟಿಕೊಂಡು ಅವುಗಳನ್ನು ಹೊಡೆಯುವ ಜವಾಬ್ದಾರಿ ವಹಿಸಿಕೊಂಡಿದ್ದ. ದಾರಿ ಸಾಗುತ್ತಿದ್ದಂತೆ ಅವು 'ಅಂಬೇ' ಎನ್ನುತ್ತಾ ಬಾಲ ಎತ್ತಿ ಸೆಗಣಿ ಹಾಕಿದ ನೆಲದ ಮೇಲೆ ಚಕ್ಕಡಿಯ ಗಾಲಿಗಳು ಉರುಳಿದುವು. ಆನ್ನು ಕಾಮಾತಿ ಕೈಲೊಂದು ಬಡಿಗೆ ಹಿಡಿದುಕೊಂಡು ವಿಟ್ಠು ಪೈಯ ಜೊತೆಯೇ ಕಾಲು ಹಾಕುತ್ತಿದ್ದ. ಆದರೂ ವಿಟ್ಠು ಪೈಗೆ ತಾನು ಒಬ್ಬಂಟಿಯೆನಿಸಿತು.

ಎಷ್ಟೊಂದು ಭೂಮಿ ತನ್ನ ಅಧೀನದಲ್ಲಿತ್ತು ! ತನ್ನ ತಾತನ ಕಾಲದಲ್ಲಿ ಎಷ್ಟು ವ್ಯಾಪಾರ. ಸಾಸಷ್ಟಿಯ ಅರುವತ್ತಾರು ಅಗ್ರಹಾರಗಳಲ್ಲಿ ನರಸಪ್ಪಯ್ಯನವರಿಲ್ಲದೇ ಶುಭಕಾರ್ಯಗಳು ನಡೆಯುವುದಿಲ್ಲವೆಂಬ ಪ್ರತೀತಿ ! ಆದರೆ ಈಗ ? ಗೋವೆಯ ನೆಲದ ಮೇಲೆ ಸರಕುಗಳನ್ನು ಹೇರಿ ಕಾಲಿಟ್ಟ ವ್ಯಾಪಾರಿಗಳಿಂದ ತಮ್ಮ ಗಡೀಪಾರು ನಡೆದ ಅವಸ್ಥಾಂತರತೆ ನೋಡಿದರೆ ಆಶ್ಚರ್ಯವಲ್ಲವೇ ? ಆ ಕೆಂಪು ಮೋರೆಯ ಕೋತಿಗಳು

ಹೇಗೆ ಎಲ್ಲವನ್ನೂ ನೆಲಸಮ ಮಾಡಿದುವು ! ವಿಟ್ಠು ಪೈಯ ನೀರು ತುಂಬಿ ಮಂಜಾದ ಕಣ್ಣುಗಳೆದುರು, ಹುಟ್ಟಿನಿಂದ ಅಣ್ಣನಂತಿದ್ದ ಧಡ್ಡನ ಧಡೂತಿ ಮೈ ನಿಂತಿತು. ಬೆಳ್ಳಗಿನ ವರ್ಣ. ಗುಂಗುರು ಕೂದಲು. ಬಟ್ಟ ಮುಖ. ಆಜಾನುಬಾಹುಗಳು. ಮೂರೆಳೆಯ ಜನಿವಾರವನ್ನು ಪಂಚೆಯೊಳಗೆ ತೂರಿಸಿಕೊಂಡು ಧಪಧಪ ಹೆಜ್ಜೆ ಹಾಕುವವ ; ಇಡೀ ಸಾರಸ್ವತ ಕುಟುಂಬಗಳಿಗೆ ಊರುಗೋಲಾಗಿ ಬಿಟ್ಟ, ನಾಗ್ಡೊ ಬೇತಾಳನ ಅಚ್ಚುಮೆಚ್ಚಿನ ಶಿಷ್ಯನಾಗಿದ್ದವ ಅಮರತ್ವ ಪಡೆದ. ತನ್ನ ದೇಹಾಂತ್ಯವನ್ನು ಮೊದಲೇ ನಿರೀಕ್ಷಿಸಿದ್ದನೇ ? ಹುಟ್ಟಿನಂತೆ ಸಾವನ್ನೂ ನಿಗೂಢ ಮಾಡಿದನೇ ? ಕೊನೆಕೊನೆಗೆ ಎಷ್ಟು ಭೀಕರವಾಗಿ ಅತ್ತ ! ಇಡೀ ವೆರಣೆ ನಡುಗುವ ಹಾಗೆ ! ವಿಕಾರಗೊಂಡ ಅವನ ಶವ ಈಗಲೂ ಅಳುತ್ತಿರುವಂತೆ ಕಾಣುತ್ತಿದೆ. ವಿಟ್ಠು ಪೈ ಕಣ್ಣೊರೆಸಿಕೊಂಡ.

ಅವನು ಚಕ್ಕಡಿಯಲ್ಲಿ ಕುಳಿತವರನ್ನೇ ದಿಟ್ಟಿಸಿ ನೋಡಿದ. ಇದೀಗ ಜಿಗಿಯಲು ಸಿದ್ಧನಾದವನಂತೆ ಕುಳಿತ ತಂದೆ ಮಾಳಪ್ಪಯ್ಯನವರ ಮುಖದ ಮೇಲೆ ಮನೆ ಮಾಡಿಕೊಂಡ ಆತಂಕ. ಚಕ್ಕಡಿಯ ಹಿಂಭಾಗದಲ್ಲಿ ಬೆನ್ನು ಹಾಕಿ ಕುಳಿತು, ಕೊರಳುದ್ದ ಮಾಡಿ, ದೂರದಲ್ಲೆಲ್ಲೋ ನೆಟ್ಟ ದೃಷ್ಟಿ ಬಹುಶಃ ಸಾಗಿ ಬಂದ ದೂರವನ್ನು ಲೆಕ್ಕ ಹಾಕುತ್ತಿರಬೇಕು. ಅಥವಾ ಬದುಕಿನಲ್ಲಿ ಕಳೆದು ಹೋದ ದಿನಗಳನ್ನೋ ? ವಿಟ್ಠು ಪೈ ಆ ಮುಖವನ್ನೇ ದಿಟ್ಟಿಸಿ ನೋಡಿದ. ಇಲ್ಲ, ಆ ದೃಷ್ಟಿಗಳಲ್ಲಿ ಬೆಳಕಿರಲಿಲ್ಲ, ನಾಲ್ಕೈದು ದಿನಗಳ ಬಿಳಿಯ ಗಡ್ಡದ ಹಿಂದಿನ ಚೂಪು ಮೂಗು ಬಿಳಿಚಿಕೊಂಡಿತ್ತು. ನೀರಿಲ್ಲದೇ ಒಣಗಿದ ಕೆಸರಿನಂತೆ ಚರ್ಮ ಕಪ್ಪಾಗಿತ್ತು. ತಲೆಗೆ ಕಟ್ಟಿದ ಮುಂಡಾಸಿನ ಬಟ್ಟೆಯನ್ನು ಬಿದಿರಿಗೆ ಆನಿಸಿದ್ದರಿಂದ ತುಸುವೇ ಎತ್ತಿದ ಗದ್ದ, ನೆರಿಗಟ್ಟಿದ ಕೆನ್ನೆಯ ಮೇಲೆ ಇಳಿದು ಒಣಗಿದ ಕಣ್ಣೀರು. ಕಣ್ಣ ಮೂಲೆಯಲ್ಲಿ ಮಡುಗಟ್ಟಿ ನಿಂತ ಪಿಸುರು. ಹೃದ್ರೋಗದಿಂದ ಬಡಕಲಾದ ಎದೆ. ಒಳಗೊಳಗೇ ಮೌನವಾಗಿ ಬಿಕ್ಕುತ್ತಿರಬೇಕು ಎಂದುಕೊಂಡ ವಿಟ್ಠು ಪೈ.

ಅವರ ಹಿಂದೆ ಚಕ್ಕಳಮಕ್ಕಳ ಹಾಕಿ ಕುಳಿತ ತುಳಸೀ ಬಾಯಿ. ತೊಡೆಯ ಮೇಲೆ ಐದು ವರುಷದ ನಾಗಪ್ಪಯ್ಯ. ಐದು ವರುಷವಾಯಿತು ಅವನಿಗೆ. ಈ ವರುಷ ಮುಂಜಿ ಮಾಡಿ ವಿದ್ಯಾಭ್ಯಾಸ ಆರಂಭಿಸಬೇಕಿತ್ತು. ಎಷ್ಟೋ ಸಮಯದ ಹಿಂದೆ ವೆರಣೆ ಬಿಟ್ಟು ರಾತ್ರೋ ರಾತ್ರೆ ಓಡಿ ಹೋದ ಕ್ರಿಷ್ಣಶರ್ಮರ ನೆನಪಾಗಿ ವಿಟ್ಠು ಪೈ ಮಗನ ಮೇಲಿಂದ ಕಣ್ಣು ತೆಗೆದು ಬೇರೆಡೆಗೆ ಮುಖ ತಿರುವಿದ. ಕ್ರಿಷ್ಣಶರ್ಮರು ಓಡಿದಂದೇ ತಾವು ಎಚ್ಚರಗೊಳ್ಳಬೇಕಿತ್ತು. ಕನಿಷ್ಠ ಬದುಕಿಗೊಂದು ನೆಲದ ತುಂಡು, ವ್ಯಾಪ್ತಿಗೊಂದು ಉದ್ಯೋಗ ದೊರಕಬಹುದಿತ್ತು. ಆದರೆ ಈಗ ಅದಕ್ಕೂ ಗತಿ ಇಲ್ಲ, ತುಳಸೀಬಾಯಿಯ ಹಿಂದೆ ಇಟ್ಟ ಪೆಟಾರಿಯಲ್ಲಿ ಒಂದಷ್ಟು ಒಡವೆಗಳು ಇದ್ದಿರಬಹುದು. ಅವಳ ಕಿರುವಂಟಿಯಲ್ಲಿ* ಅಷ್ಟಿಷ್ಟು ಧನಕನಕಗಳು ಇದ್ದಾವು. ಚಕ್ಕಡಿ ಹೊಡೆಯುವವನ ಪಾರ್ಶ್ವದಲ್ಲಿ ದೇವರ ಪೆಟ್ಟಿಗೆ. ಅದರ ಮೇಲೆ ತಾಡವಾಲೆಗಳ ಕಟ್ಟು, ಪಾತ್ರೆಪರಡಿ.

---

* ಕಿರುವಂಟಿ = ಮಡಿಲು

ಬಹುಶಃ ಮುಂದಣ ಬದುಕಿಗೆ ಅವಷ್ಟೇ ಆಸರೆಗಳು. ಅವುಗಳಲ್ಲೇ ನಾಗಪ್ಪಯ್ಯನ ಭವಿಷ್ಯ ನಿರ್ಧಾರವಾಗಬೇಕಿದೆ.

ಕೈಲಿದ್ದ ಬಡಿಗೆಯಿಂದ ನೆಲಕುಟ್ಟುತ್ತಾ ಹೋಗುತ್ತಿದ್ದ ಆನ್ನು ಕಾಮಾತಿಯನ್ನು ಮುಂದುವರಿಯ ಬಿಟ್ಟು, ವಿಟ್ಠು ಪೈ ಒಂದು ಮರದ ಕೆಳಗೆ ನಿಂತು ತನ್ನವರನ್ನೇ ನೋಡಿದ. ಮೊಷ್ಣು ಕಾಮಾತಿಯ ಮಗ ಆನ್ನು ಕಾಮಾತಿ, ತೋಕು ಮ್ಹಾಲ್ಲೊನ ಮಗ ವೆಂಕು ಮ್ಹಾಲ್ಲೊ, ಮಾತಾಡದೇ ಮೂಕನಂತೆ ನಡೆಯುವ ನಾಗೇಶ ಹೆಗಡೆ, ಅವನ ಮಗ ಪಾಂಡು ಹೆಗಡೆ, ಶ್ರೀಧರ ಕಾಳೆಯವರ ಮಗ ಮಂಗೇಶ ಕಾಳೆ, ರಾಮಕ್ರಿಷ್ಣ ಗೋರೆಯವರ ಮಗ ಚಂದ್ರಪ್ಪ ಗೋರೆ, ಪಡಿಯಾರ ಬಾಬ್ಬುಟಿ, ಲೆಕ್ಕ ಹಾಕುತ್ತಾ ಹೋದರೆ ಒಟ್ಟು ನಲುವತ್ತನಾಲ್ಕು ಕುಟುಂಬಗಳು. ಒಬ್ಬ ಕಮ್ಮಿಯಾದನಲ್ಲವೇ ಇಲ್ಲಿ ? ಒಬ್ಬನೇ ಒಬ್ಬ ! ಯಾವಾಗಲೂ ಇವರ ಮಧ್ಯೆ ಓಡಾಡುತ್ತಾ, ಗುಂಪಿನಲ್ಲಿ ಮೊದಲಿನವನಾಗಿ, ಎಲ್ಲರಿಗಿಂತ ಹೆಚ್ಚು ಚಟುವಟಿಕೆಗಳಿಂದ ಕೂಡಿದವ, ಬಟ್ಟ ಮುಖದ, ಗುಂಗುರು ಕೂದಲಿನ ಧಡಿಯ ? ದೇವರಿಗೆ ಅವನನ್ನೂ ನಮ್ಮ ಜೊತೆ ಹೊರಡಿಸುವ ಮನಸ್ಸಿಲ್ಲವಾಗಿತ್ತೇನು ?

ವಿಟ್ಠು ಪೈಗೆ ಮೂರು ನಾಲ್ಕು ದಿನಗಳಿಂದ ನಿದ್ರೆ ಇರಲಿಲ್ಲ. ನಿನ್ನೆ ಮೊನ್ನೆ ಅವನು ಒಂದು ತುತ್ತು ಅನ್ನವನ್ನೂ ತಿಂದಿರಲಿಲ್ಲ. ಒಂದು ಗುಟುಕು ನೀರನ್ನೂ ಕುಡಿದಿರಲಿಲ್ಲ. ಫರಂಗಿ ಸೈನಿಕರು ಮೂಳೆ ಮುರಿದೇ ಹಾಕಿದ್ದರೆನ್ನುವಂತೆ ನೋವು. ತಲೆ ಸುತ್ತು. ಕಾಲು ಸೆಳೆತ. ಒಂದು ಭೀಕರ ಕನಸಿನಂತೆ ಕಳೆದ ರಾತ್ರಿ. ಇಡೀ ಸಾರಸ್ವತ ಕುಲಕ್ಕೆ ಅವನೇ ಮೂಲಪುರುಷನಂತೆ ಎಲ್ಲದಕ್ಕೂ ಅವನನ್ನೇ ನಾಗ್ದೊ ಬೇತಾಳ ಜವಾಬ್ದಾರನನ್ನಾಗಿ ಮಾಡಿದ. ದೈವ, ಪ್ರಕೃತಿ, ಮಾನವ ಕುಲ ಎಲ್ಲವೂ ಅವನೊಬ್ಬನ ಮೇಲೆಯೇ ಹಲ್ಲೆ ಮಾಡಿದ ಹಾಗೆ. ಥಕಥಕ ಕುಣಿಯುತ್ತಿದ್ದ ನಾಗ್ದೊ ಬೇತಾಳ ಕೊಟ್ಟ ಶಾಪ - ನಾಲ್ಕು ಶತಮಾನಗಳ ಕಾಲ ಈ ನೆಲ ತುಳಿಯಬೇಡ, ಇಲ್ಲಿಯ ನೀರು ಕುಡಿಯಬೇಡ. ವಿಟ್ಠು ಪೈಯ ಮೈ ನಡುಗಿತು.

ಹೊತ್ತೇರಿದಾಗ ಚಕ್ಕಡಿ ನಿಲ್ಲಿಸಿ ಹಸುಗಳ ಹಾಲು ಕರೆದು, ಕಲ್ಲುಗಳನ್ನಿಟ್ಟು ಬೆಂಕಿ ಕಾಯಿಸಿ ಮಕ್ಕಳಿಗೆ ಕುಡಿಸಿದರು. ಗಂಜಿ ಬೇಯಿಸಿ ಉಂಡರು. ವಿಟ್ಠು ಪೈಯ ಹೊಟ್ಟೆ ತಾಳ ಹಾಕುತ್ತಿತ್ತು. ಆದರೂ ಅವನಿಂದ ಸರಿಯಾಗಿ ಉಣ್ಣಲಾಗಲಿಲ್ಲ. ಅನ್ನ ಕಿವಿಚಿ ಬಾಯಿಗಿಟ್ಟೊಡನೆ ವಾಕರಿಕೆ ಬಂದಂತಾಯಿತು. ಅವನೆದ್ದು ಕೈ ತೊಳೆದ. ಚಕ್ಕಡಿ ನಿಲ್ಲಿಸಿದರೆಂದು ಕೆಳಗಿಳಿದು ಬಂದ ಮಕ್ಕಳು ಸಂಭ್ರಮದಿಂದ ಆಡತೊಡಗಿದ್ದರು. ಯಾವುದೋ ಮದುವೆಗೆ ಹೊರಟವರೆಂದು ಅವು ತಿಳಿದಿರಬೇಕು. ಹಾಗಾಗಿ ಅವಕ್ಕೆ ಹಸಿವೆಯಿರಲಿಲ್ಲ. ಅವನ್ನು ಕರೆದು ಒಂದೊಂದು ಮಿಳ್ಳೆ ಹಾಲು ಕುಡಿಸಬೇಕಾದರೆ ತಾಯಂದಿರಿಗೆ ಸಾಕುಸಾಕಾಯಿತು. ಅವರ ಮುಗ್ಧತೆಗೆ ನೊಂದ ವಿಟ್ಠು ಪೈ. ಈಗಿಂದೀಗ ವೆರಣೆಗೆ ಹಿಂತಿರುಗಿ ಕಿರಿಸ್ತಾನನಾಗಿ ಬಿಡಲೇ ? ಅಲ್ಲಿ ಅಲ್ವೀರಾ ಇದ್ದಾಳೆ. ಜೀವನ ನಿರಾಳವಾಗಿ ಬಿಡುತ್ತದೆ. ಯಾವ ಪುರುಷಾರ್ಥಕ್ಕಾಗಿ ಈ ದಾರಿದ್ರ್ಯ ? ನಾಗ್ದೊ ಬೇತಾಳನ

ನೆನಪು ಬಂದದ್ದೇ ವಿಟ್ಠು ಪೈಯ ಅಳ್ಳೆದೆ ಹಾರಿತು. ಯಾವ ಪುರುಷಾರ್ಥವೂ ಇಲ್ಲದಿದ್ದರೆ ಧಡ್ಡ ಪ್ರಾಣ ಕೊಡುವ ಅಗತ್ಯವಿತ್ತೇ ? ಇಷ್ಟು ಶಾಪಗಳು ತನ್ನ ಬೆನ್ನ ಮೇಲೇರಿ ಕುಳಿತುಕೊಳ್ಳುವುದಿತ್ತೇ ?

ಅಕ್ಕಿ ತೊಳೆದ, ಅನ್ನ ಬಸಿದ ನೀರನ್ನು ಕುಡಿದು ಹುಲ್ಲು ತಿಂದು ಎತ್ತುಗಳೂ ಸುಧಾರಿಸಿಕೊಂಡುವು. ಚಕ್ಕಡಿಗಳು ಮತ್ತೆ ಹೊರಟವು. ವಿಟ್ಠು ಪೈಯ ಕಾಲುಗಳು ಸಂಪೂರ್ಣ ಸೋತಿದ್ದುವು. ಉಣ್ಣಲಾಗದೇ ಉಂಡುದರಿಂದಲೋ, ಉಣ್ಣುತ್ತಲೇ ಏರಿ ಬಂದ ಆಯಾಸವೋ ಅವನು ಮುಂದೆ ಹೆಜ್ಜೆ ಇಡುವುದೂ ಅಸಾಧ್ಯವಾಗಿತ್ತು. ಕಣ್ಣು ಮುಚ್ಚಿದರೆ ಸುತ್ತ ಇರುವುದೆಲ್ಲ ಗರಗರ ತಿರುಗುತ್ತಿರುವ ಭಾಸ. ಆನ್ನು ಕಾಮಾತಿ ಹತ್ತಿರ ಬಂದು "ವಿಟ್ಠೂ, ಚಕ್ಕಡಿಯೊಂದರಲ್ಲಿ ಒಂದಷ್ಟು ಜಾಗವಿದೆ. ಬೇಕಿದ್ದರೆ ಮಲಗಿಬಿಡು. ರಾತ್ರಿಯಾಗುವುದರೊಳಗೆ ಯಾವುದಾದರೂ ಊರು ಸಿಕ್ಕೀತು. ಅಲ್ಲಿ ಉಳಕೊಳ್ಳುವ" ಎಂದು ಅಕರಾಸ್ತೆಯಿಂದ ಹೇಳಿದ. ವಿಟ್ಠು ಪೈಗೆ ಕೃತಜ್ಞತೆಯಿಂದ ಎದೆ ಉಕ್ಕಿ ಬಂತು. "ಆಗಲಿ ಆನ್ನು ಮಾಮ್" ಎಂದ. ಆನ್ನು ಕಾಮಾತಿ ತಟಕ್ಕನೆ ಮುಖ ತಿರುಗಿಸಿ ಅವನ ಕಣ್ಣಲ್ಲಿ ಕಣ್ಣಿಟ್ಟು ನೋಡಿದ. ಮುಖದ ಮೇಲೆ ಮುಗುಳ್ನಗೆ ಮೂಡಿತು. ಆನ್ನು ಮಾಮ್ ! ಮಾಮ್ ! ಸಾರಸ್ವತ ಕುಟುಂಬದ ಯಾರೇ ಸಿಕ್ಕಿದರೂ ಮಾಮ್ಮಾ ಅಂತ ಕರೆಯಿರಿ, ಮಾತೆಯರನ್ನು ಮಾಂಯ್ಯೇ ಎಂದು ಕರೆಯಿರಿ ಅಂತ ನಾಗ್ಡೊ ಬೇತಾಳ ಹೇಳಿದ್ದನಲ್ಲವೇ ?

ವಿಟ್ಠು ಪೈಗೆ ಚಕ್ಕಡಿ ಏರಿದೊಡನೆ ಗಾಢವಾದ ನಿದ್ರೆ ಬಿತ್ತು. ಎಚ್ಚರಾಗುವಾಗ ಮೂರು ಸಂಜೆಯ ಹೊತ್ತು. ವೆರಣೆಯ ಮನೆಯಲ್ಲಿದ್ದಿದ್ದರೆ ತುಳಸೀ ಬಾಯಿ ಅಂಗಳದ ತುಳಸಿಯ ಎದುರು ದೀಪ ಹಚ್ಚಿಡುವ ಸಮಯ. ಚಕ್ಕಡಿಯ ಗಡಕ್ ದಡಕ್ ಸದ್ದು. ಕತ್ತಲೆಯಲ್ಲಿ ಯಾವುದೋ ಚಕ್ಕಡಿಯಿಂದ ಎತ್ತರದ ಸ್ವರದಲ್ಲಿ ಮುದುಕನೊಬ್ಬ ರಾಗವಾಗಿ ಹೆಂಡತಿಗೆ ಸಮಾಧಾನ ಮಾಡುವ ಹಾಡು ಹೇಳುತ್ತಿದ್ದುದು ಅವನಿಗೆ ಕೇಳಿಸಿತು. "ಅಳಬೇಡವೇ ಬಾಯಿಽಽ, ಕಣ್ಣು ಊದಿಸಬೇಡವೇಽಽಽ, ಮತ್ತೆ – ಗೋವೆಗೆ ಹೋಗಲುಂಟೂಽಽಽಽ" ತವರುಮನೆ ಬಿಟ್ಟು ಗಂಡನ ಮನೆಗೆ ಹೋಗುವ ಹೆಣ್ಣು ಕಣ್ಣೀರಿಳಿಸಿದರೆ ಗಂಡನೋ, ಗಂಡಿನ ಕಡೆಯವರೋ ರಾಗವಾಗಿ ಹೇಳುವ ಹಾಡು ! "ರೋಡು ನಾಕ್ಕಾಗೋ ಬಾಯ್ಯೇ, ದೋಳೆ ಸೂಜು ನಾಕ್ಕಾಗೋಽಽ" ಎಲ್ಲಿಯ ಗಂಡನ ಮನೆ, ಎಲ್ಲಿಯ ತವರು ಮನೆ ? ವಿಟ್ಠು ಪೈ ಅಂಗೈಗಳಿಂದ ಮುಖವೊರೆಸಿ ಚಕ್ಕಡಿಯಿಂದ ತಲೆ ಹೊರಗೆ ಹಾಕಿ ನೋಡಿದ. ನಡೆಯುತ್ತಿದ್ದ ಆನ್ನು ಕಾಮಾತಿ ಅವನ ಮುಖ ನೋಡಿ "ಮಾಧೋ ಪೊರೋಬು ಹಸುಗಳನ್ನಟ್ಟಿ ಮುಂದೆ ಹೋಗಿದ್ದಾನೆ. ಯಾವುದಾದರೂ ಊರು ಸಿಕ್ಕಿದರೆ ಅಲ್ಲಿ ಠಾಣ್ಯ ಹಾಕುತ್ತಾನೆ. ನಾವು ಹೋಗಿ ಸೇರಿದ ಮೇಲೆ ಅಡುಗೆ ಮಾಡಬೇಕು. ನೀನು ಬೇಕಿದ್ದರೆ ಮಲಗು" ಎಂದ. ಕಣ್ಣು ಕೂರುತ್ತಿದ್ದರೂ ವಿಟ್ಠು ಪೈ ಮಲಗಲೊಪ್ಪಲಿಲ್ಲ, ಕೆಳಗಿಳಿದು ಬಂದ. ಗಾಡಿ ಹೊಡೆಯುವವರು ದೀಪ ಉರಿಸಿದ್ದರು. ಆನ್ನು ಕಾಮಾತಿಯ ಜೊತೆ ಅವನೂ ಹೆಜ್ಜೆ ಹಾಕಿದ.

ಅರೆಘಳಿಗೆ ಕಳೆಯುವುದರಲ್ಲಿ ಯಾವುದೋ ಊರು ಸಿಕ್ಕಿತು. ಮಾಧೋ ಪೊರೋಬು ಹಸುಗಳ ಜೊತೆ ಅಲ್ಲಿ ಕಾಯುತ್ತಾ ನಿಂತಿದ್ದ. ಅಲ್ಲೇ ಉಳಿದು, ಊಟ ಮಾಡಿ ಮಲಗುವ ಯೋಚನೆಯೊಂದಿಗೆ ಎಲ್ಲ ಕೆಳಗಿಳಿದರು. ಮಕ್ಕಳು ಅಳತೊಡಗಿದುವು. ಅವುಗಳ ಉತ್ಸಾಹ ಈಗ ಪೂರ್ತಿ ನಶಿಸಿಹೋಗಿತ್ತು. ಹೆಂಗಸರು ಅಡಿಗೆಗೆ ಒತ್ತರಿಸಿ ಹಾಲು ಕಾಯಿಸಿ ಮಕ್ಕಳಿಗೆ ಕುಡಿಸಿದರು. ಮಧ್ಯಾಹ್ನ ಕಟ್ಟಿಕೊಂಡುದನ್ನೇ ಅವಕ್ಕೆ ತಿನ್ನಿಸಿ ಆನಿಸಿದ ಗಾಡಿಯ ಮೇಲ್ಲೆ ಗದ್ದಡಿ ಹಾಸಿ ಮಲಗಿಸಿದರು. ಗಂಡಸರು ಅಡಿಗೆಯಾಗುವ ತನಕ ಮಾತನಾಡುತ್ತಾ ಕುಳಿತರು. ಆನ್ನು ಕಾಮಾತಿ "ವಿಟ್ಠೊ ಕೊಚ್ಚಿಯಲ್ಲಿ ನಮ್ಮವರು ಇದ್ದಾರಂತೆ. ಅಲ್ಲಿಗೆ ಹೋದರೆ ಒಳ್ಳೆಯದಲ್ಲವೇ?" ಎಂದ. ಆನ್ನು ಕಾಮಾತಿಗೆ ಅರುವತ್ತರ ಹತ್ತಿರದ ವಯಸ್ಸು. ಮಾಳಪ್ಪಯ್ಯನವರ ಸರೀಕ. ಅವನು ಗೋವೆ ಬಿಟ್ಟು ಬೇರೆ ಊರುಗಳನ್ನು ನೋಡಿದವನಲ್ಲ. ಕೊಚ್ಚಿ ಅಂದರೆ ಕಾಣಕೋಣದ ಆಚೆ ಯಾವುದಾದರೂ ಹಳ್ಳಿ ಇರಬಹುದು ಎಂದು ತಿಳಿದುಕೊಂಡಿದ್ದನೇನೋ? ಅವನ ಅಜ್ಞಾನ ಕಂಡು ವಿಟ್ಠು ಪೈಗೆ ಮರುಕವೆನ್ನಿಸಿತು. ವಿಟ್ಠು ಪೈಯೂ ಕೊಚ್ಚಿಯನ್ನು ನೋಡಿದವನಲ್ಲ. ಕೊಚ್ಚಿ ಕ್ವೈಲಾಂಡಿ ಅಂತ ಹೆಸರುಗಳನ್ನು ಕೇಳಿದ್ದ. ಆದರೆ ಆ ಕಡೆಗೆ ಹೋದವನಲ್ಲ. ದೂರ - ಅಂದರೆ ಎಷ್ಟು ದೂರ ಎಂದು ಅವನಿಗೂ ತಿಳಿಯದು. ಅವನ ತಂದೆ, ತಾತ ಯಾರೂ ಹೋಗಿರಲಾರರು. ಆದರೂ ವಿಟ್ಠು ಪೈಗೆ ಆನ್ನು ಕಾಮಾತಿಗಿಂತ ಹೆಚ್ಚು ತಿಳುವಳಿಕೆಯಿತ್ತು.

ತನ್ನ ಮಾತಿಗೆ ಉತ್ತರ ಬಾರದಿದ್ದುದು ನೋಡಿ ಆನ್ನು ಕಾಮಾತಿ ಪುನಃ "ಕೊಚ್ಚಿಯಲ್ಲಿ ಮಾಳ ಪೈ ಅಂತ ವರ್ತಕರಿದ್ದಾರಂತೆ. ಅನುಕೂಲಸ್ಥರು ಅಂತ ಹೇಳಿದ್ದು ಕೇಳಿದ್ದೇನೆ. ನಮ್ಮವರು ಅಂದರೆ ತುಂಬಾ ಅಭಿಮಾನವಂತೆ. ಕೊಚ್ಚಿಯಿಂದ ಗೋವೆಯತನಕ ಅವರ ಖ್ಯಾತಿ ಇದೆ" ಎಂದ. ವಿಟ್ಠು ಪೈ ಮರುಕದಿಂದಲೇ ಅವನ ಹೆಗಲ ಮೇಲೆ ಕೈ ಇಟ್ಟು "ಆಗಲಿ ಆನ್ನು ಮಾಂ" ಎಂದು ಹೇಳಿದ.

ಆ ರಾತ್ರಿ ವಿಟ್ಠು ಪೈ ಮಧ್ಯಾಹ್ನಕ್ಕಿಂತ ಹೆಚ್ಚು ಉಂಡ. ಉಣ್ಣುತ್ತಿರುವಾಗ ಅವನಿಗೆ ಕೊಚ್ಚಿಯ ದಾರಿ ಹಿಡಿಯುವುದೇ ವಾಸಿ ಎಂದನ್ನಿಸಿತು. ಎಷ್ಟು ದೂರದಲ್ಲಿದ್ದರೇನು ? ಹೊರಟರೆ ನಡೆಯುವವನಿಗೆ ಒಂದು ಗುರಿ ಬೇಕು ; ಗುರಿ ಇಲ್ಲದಿದ್ದರೆ ನಡಿಗೆ ಅಸ್ತವ್ಯಸ್ತ. ಕೊಚ್ಚಿಗೆ ಹೊರಟವರು ದಾರಿ ಎಲ್ಲಿ ಎಂದು ಕೇಳಿದರೆ ಜನರು ದಾರಿ ತೋರಿಸಿಯಾರು. ಬರೀ ದಾರಿ ಕೇಳುವುದು ಹೇಗೆ ? ನಾಗ್ಡೊ ಬೇತಾಳನಂತೂ ತೆಂಕಮುಖವಾಗಿ ಹೋಗಲು ಆಜ್ಞೆ ಕೊಟ್ಟಿದ್ದಾನೆ. ದಾರಿಯಲ್ಲಿ ಸಿಕ್ಕುವ ಊರುಗಳಲ್ಲಿ ಒಂದೊಂದು ಮನೆಯವರು ಉಳಕೊಂಡರೂ ಕೊಚ್ಚಿಯ ತನಕ ಖಂಡಿತವಾಗಿಯೂ ಮುಟ್ಟಬಹುದು. ಅನ್ನದ ಮೇಲೆ ಬಿದ್ದ ತೊವ್ವೆಗೆ ಶುಂಠಿ ಹಾಕದೇ ಇದ್ದುದರಿಂದ ರುಚಿ ಕೆಟ್ಟಿತ್ತು. ಒಗ್ಗರಣೆಯೂ ಸರಿಯಾಗಿರಲಿಲ್ಲ. ವೆರಣೆಯಲ್ಲಿದ್ದಿದ್ದರೆ ಗಟ್ಟಿ ಮೊಸರಾದರೂ ತಿಂದು ಕೂರಬಹುದು. ಇಲ್ಲಿ ಎಲ್ಲಿ ಆ ರೀತಿಯ ಊಟ ಎಂದುಕೊಂಡು ಹಿಂಡಿಯಂತೆ

ಗಟ್ಟಿಯಾದ ಅನ್ನದ ತುತ್ತನ್ನು ವಿಟ್ಠು ಪೈ ಬಾಯಿಗಿಳಿಸಿದ. ತುಳಸೀಬಾಯಿ "ಹಾಲು ಉಳಿದಿದೆ. ಹಾಕಲೇ ಅನ್ನದ ಮೇಲೆ" ಎಂದು ಕೇಳಿದಳು. "ಹೂಂ" ಅಂದ ವಿಟ್ಠು ಪೈ. ಹಾಲು ಅನ್ನ ಸಪ್ಪೆಯಾದ ಊಟ. ಮುಂದೆ ಇದೇ ರೂಢಿಯಾಗಬಹುದು ಎಂದುಕೊಂಡ.

ಊಟವಾದ ಮೇಲೆ ಒರಗಿಕೊಂಡ ವಿಟ್ಠು ಪೈಯ ಬಳಿಗೆ ಆನ್ನು ಕಾಮಾತಿಯೂ ವೆಂಕು ಮ್ಹಾಲ್ಲೊನೂ ಬಂದು ಕುಳಿತರು. "ಏನು ಮಾಡುವುದೆಂದು ಯೋಚಿಸಿದ್ದಿ ವಿಟ್ಠೂ?" ಎಂದು ಕೇಳಿದ ಆನ್ನು ಕಾಮಾತಿ. ವಯಸ್ಸಿನಲ್ಲಿ ಅವನೇ ಹಿರಿಯವನಾದರೂ ವೆರಣೆಯಲ್ಲಿ ಪ್ರತಿಷ್ಠಿತ ವ್ಯಕ್ತಿಯಾದುದರಿಂದ ವಿಟ್ಠುವಿನ ಅಭಿಪ್ರಾಯ ಅಮೂಲ್ಯ ಅವನಿಗೆ. ವಿಟ್ಠು ಪೈಗೆ ಮಾತ್ರ ಇನ್ನು ತಾನು ಮುಖ್ಯನಲ್ಲ, ಮುಖ್ಯ ಅಮುಖ್ಯ ಎನ್ನುವುದೇ ಅಸಂಬದ್ಧ, ಈ ಗುಂಪಿನಲ್ಲಿ ಮುಖ್ಯಸ್ಥರು ಯಾರೂ ಇಲ್ಲ ಎಂಬ ಅರಿವಿತ್ತು. ಹಾಗೆ ನೋಡಿದರೆ ತನಗೂ ಅವರಿಗೂ ಏನು ಅಂತರ? ಆದರೂ ಅವರು ತನ್ನ ಅಭಿಪ್ರಾಯ ಬಯಸಿ ಬಂದಿದ್ದಾರೆ, ಹೇಳದೇ ಇರುವುದು ಸರಿಯಲ್ಲ ಅಂತ ವಿಟ್ಠು ಪೈ "ಮೊದಲು ಈ ಫರಂಗಿಗಳ ನಾಡಿನಿಂದ ಹೊರಬೀಳಬೇಕು ಆನ್ನು ಮಾಮ್, ಆಮೇಲೆ ನೋಡುವ ಏನಾಗುತ್ತದೆಂದು" ಎಂದ.

ಆನ್ನು ಕಾಮಾತಿ "ಇದೇ ರೀತಿ ಹೋದರೆ ನಮಗೆ ಹಪ್ತೆ ಬೇಕಾದೀತು ಈ ನಾಡಿನ ಗಡಿ ದಾಟಲು ಅನ್ನುತ್ತಾನೆ ಮಂಗೇಶ ಕಾಳೆ. ದಾರಿ ತಿಳಿಯದು. ಸಟಸಟ ನಡೆಯುವ ಎಂದರೆ ಹೆಂಡತಿ ಮಕ್ಕಳೂ ಜೊತೆಯಲ್ಲಿದ್ದಾರೆ. ಎದುರಿಗೆ ಇರುವುದು ಮಳೆಗಾಲ. ಅದರ ಮೊದಲು ತತ್ಕಾಲಕ್ಕೆ ಒಂದು ತಾವು ಬೇಕು" ಎಂದ. ವಿಟ್ಠು ಪೈ ಮಾತಾಡಲಿಲ್ಲ, ವೆಂಕು ಮ್ಹಾಲ್ಲೊ "ಮಳೆಗಾಲದ ಮೊದಲು ನಾವು ಉಳಕೊಳ್ಳುವ ವ್ಯವಸ್ಥೆಯಾಗಬೇಕು. ಅದು ಮುಗಿದ ಮೇಲೆ ಕೊಚ್ಚಿಯ ದಾರಿ ಹಿಡಿಯಬಹುದು" ಎಂದ. ವಿಟ್ಠು ಪೈ "ಹಾಗೇ ಮಾಡುವ ಮ್ಹಾಲ್ಲೊ ಮಾಮ್, ಅಲ್ಲದೇ ಎದುರಿಗೆ ಏನಿದೆ ಅಂತ ತಿಳಿಯದೇ ನಾವು ಯೋಚಿಸುವುದು ಏನನ್ನು ? ನಮ್ಮೊಡನೆ ಏನಿದೆ ಅಂತ ? ಇದ್ದಬಿದ್ದ ದಿನಸಿ ಮುಗಿದರೆ ಮತ್ತೆ ಭವತಿ ಭಿಕ್ಷಾಂದೇಹಿಯೇ ಗತಿ - ಅಲ್ಲವೇ ?" ಎಂದ. ಅದನ್ನು ಕೇಳಿ ಅವರೂ ಮಾತನಾಡದೇ ಉಳಿದರು.

ಹೊತ್ತಿಸಿದ ಬೆಂಕಿಯನ್ನು ಆರಿಸಿ ಮಲಗುವ ಹೊತ್ತಿಗೆ ರಾತ್ರಿ ತುಂಬ ಆಗಿತ್ತು. ದಣಿವಿನಿಂದ ಒರಗಿಕೊಂಡೊಡನೆ ವಿಟ್ಠು ಪೈ ಸತ್ತವನಂತಾಗಿದ್ದ. ಆದರೆ ಮಲಗಿದ ಸ್ವಲ್ಪ ಹೊತ್ತಿನಲ್ಲಿಯೇ ಮತ್ತೆ ಎಲ್ಲರೂ ಎಚ್ಚರ ಕೂರಬೇಕಾದ ಪರಿಸ್ಥಿತಿಯೊದಗಿತು. ಮೊದಲು ಮರಗಳಿಗೆ ಕಟ್ಟಿ ಹಾಕಿದ ಹಸುಗಳು ಯಾರನ್ನೋ ಕಂಡು 'ಅಂಬಾ' ಎಂದುವು. ಮೌನದ ಮಧ್ಯೆ ಅವುಗಳ ಸ್ವರ ದೊಡ್ಡದಾಗಿಯೇ ಕೇಳಿಸಿತು. ಹಿಂದೆಯೇ "ಯಾರಲ್ಲಿ ?" ಎಂದು ಕೂಗಿದಂತೆ ಕೇಳಿಸಿತು. ಎಲ್ಲರ ಎದೆಯೂ ಡವಡವ ಎಂದುವು. ಹೆಂಗಸರು ಮಕ್ಕಳನ್ನು ಮಡಿಲಲ್ಲಿ ತಬ್ಬಿ ಕುಳಿತರು. ಬಂದವರು ಪೋರ್ಚುಗೀಸ ಸೈನಿಕರಾಗಿದ್ದರೆ ? ಒಬ್ಬರ ಉಸುರೂ ಹೊರಡಲಿಲ್ಲ. ಬೆಲ್ಲದ ಮಾಧೋ ಪೊರೋಬು ಮತ್ತು ವೆಂಕು ಮ್ಹಾಲ್ಲೊ ಹುಚ್ಚು ಧೈರ್ಯದಿಂದ ಪಿಸುಗುಡುತ್ತಾ ಎದ್ದು ನಿಂತರು. "ವಿಟ್ಠು ಮಾಮ್, ಆ

ರಾಕ್ಷಸರಾದರೆ ಒಂದು ಕೈ ನೋಡಿಯೇ ಬಿಡುವುದು. ಸತ್ತರೆ ಮಾರಿ ಹೋಯಿತು'' ಮಂಗೇಶ ಕಾಳೆ ವೆಂಕು ಮ್ಹಾಲ್ಲೊನ ಹೆಗಲು ಹಿಡಿದು ''ಇರಿ. ಬಂದವರು ಯಾರೆಂದು ನೋಡಿ ಮುಂದುವರಿಯೋಣ'' ಎಂದ. ವಿಟ್ಠು ಪೈ ಎದ್ದು ಕೂತಾಗ ಮಾಳಪ್ಪಯ್ಯ ಮಲಗಿಯೇ ಇರದಿದ್ದುದನ್ನೂ ಏನೋ ಮಣಮಣಿಸುತ್ತಿದ್ದುದನ್ನೂ ಗಮನಿಸಿದ.

ಬಂದವರೂ ಸಾರಸ್ವತರೇ. ಪೋರ್ಚುಗೀಸರ ಹಾವಳಿಯನ್ನು ತಡೆಯಲಾರದೇ ತಪ್ಪಿಸಿಕೊಂಡು ದಕ್ಷಿಣದ ಕಡೆಗೆ ಹೋಗುತ್ತಿದ್ದ ಮಂದಿ. ಹಿಂದಿನ ಊರನ್ನು ಅದೇ ತಾನೇ ದಾಟಿಕೊಂಡು ವೆರಣೆಕಾರರನ್ನು ಸೇರಲು ತವಕದಿಂದ ಬಂದಿದ್ದರು. ವೆರಣೆಯ ವಿಟ್ಠು ಪೈಯ ಹೆಸರನ್ನು ಕೇಳಿ ಬಲ್ಲರು. ಆದುದರಿಂದ ಜೊತೆಯಾಗಿ ನಡೆಯಲು ಮೊದಲಿಗೆ ಒಬ್ಬನನ್ನು ಓಡಿಸಿದ್ದರು. ಅನ್ನು ಕಾಮಾತಿ ''ನಮ್ಮವರೇ'' ಎಂದು ಹೇಳಿ ಬಂದವನೊಡನೆ ಏನು, ಎತ್ತ ಎಂದು ವಿಚಾರಿಸಿದ. ಅವರು ಮೂರು ನಾಲ್ಕು ಕುಟುಂಬದ ಜನರು. ಊರು ಬಿಡುವಾಗ ಅವರ ಬಳಿ ಏನೂ ಉಳಿದಿರಲಿಲ್ಲ. ಇದ್ದುದನ್ನು ಕೊಂಡೊಯ್ಯಲು ಪೋರ್ಚುಗೀಸರು ಬಿಡಲಿಲ್ಲ. ನಿನ್ನೆಯಿಂದ ಒಂದು ತುತ್ತು ಅನ್ನವೂ ಇಲ್ಲದೇ, ನಡೆದ ಬಳಲಿಕೆ, ಆಯಾಸಗಳಿಂದ ಸುಸ್ತಾದ ಜನ. ಬಂದವನು ಗೊಳೋ ಎಂದು ಅತ್ತ. ''ಭಿಕ್ಷೆ ಬೇಡಿದರೂ ಏನೂ ಸಿಗಲಿಲ್ಲ'' ಎಂದು ಹೇಳಿ ಕಣ್ಣೀರು ಸುರಿಸಿದ. ''ಇದೀಗ ಬರುತ್ತಾರೆ. ಸುಮಾರು ಹತ್ತು ಮಂದಿ. ಒಂದಿಬ್ಬರು ಮಕ್ಕಳು. ಏಳೆಂಟು ಗಂಡಸರು. ಮೂರು ನಾಲ್ಕು ಹೆಂಗಸರು. ಏನಾದರೂ ಊಟಕ್ಕಿಕ್ಕಿ, ಜೀವ ಉಳಿಸಿ. ಹೇಳಿದ ಕೆಲಸ ಮಾಡುತ್ತೇವೆ. ನೀವು ಇದ್ದಲ್ಲಿ ಇರುತ್ತೇವೆ'' ಎಂದ.

''ನಮ್ಮವರಲ್ಲವೋ ? ಇದ್ದುದರಲ್ಲಿ ಒಂದು ತುತ್ತು ಹಾಕುವ'' ಎಂದ ವಿಟ್ಠು ಪೈ. ಅನ್ನ ಪೂರ್ತಾ ಮುಗಿದು ಹೋಗಿತ್ತು. ಹೆಂಗಸರು ಬಳಲಿದ್ದುದರಿಂದ ಗಂಡಸರೇ ಒಲೆ ಹಚ್ಚಿದ್ದರು. ನೀರು ಕುದಿಸಿ ಅಕ್ಕಿ ಹಾಕಿದರು. ಗುಂಪು ಬಂದು ಸೇರುವ ಹೊತ್ತಿಗೆ ಅಡಿಗೆ ಸಿದ್ಧವಾಗಿತ್ತು. ಊಟ ಮಾಡುವಾಗ ಅವರು ಪ್ರವರ ಹೇಳಿದರು. ಗುಂಪಿನ ಹಿರಿಯವ ಧಡಿಯ. ಮಾಂಸಲವಾದ ಬೆಳ್ಳಗಿನ ಮೈ. ಅಡ್ಡಕ್ಕೆ ತಕ್ಕ ಉದ್ದ. ಕಚ್ಚೆಯುಟ್ಟು, ಜುಟ್ಟು ಹಾಕಿ, ಆರೆಳೆಯ ಜನಿವಾರ ಧರಿಸಿದ್ದ. ಹೆಸರು ಮರ್ತು ಕಿಣಿ. ''ನಿಮ್ಮ ಜೊತೆಯೇ ಬರುತ್ತೇವೆ. ನಮ್ಮ ಸಂಸಾರ ನಾವು ಸಾಕುವ ತನಕ ಉಣ್ಣಲು ಹಾಕಿ. ನಿಮ್ಮ ಮಕ್ಕಳು ಬಿಸಾಡುವ ಎಂಜಲಾದರೂ ಆದೀತು. ಜೀವ ಉಳಿಸಿಕೊಟ್ಟರೆ ನಿಮ್ಮನ್ನು ನಾವು ಎಂದಿಗೂ ಮರೆಯುವುದಿಲ್ಲ'' ಎಂದು ಅವರೆಲ್ಲರ ಪರವಾಗಿ ಮರ್ತು ಕಿಣಿ ಗೋಳಿಟ್ಟ. ವಿಟ್ಠು ಪೈಗೆ ಕೆಟ್ಟದೆನಿಸಿತು.

''ಕಿಣಿ ಮಾಮ್, ನಿಮ್ಮನ್ನು ನೋಡಿದರೆ ವಯಸ್ಸಿನಲ್ಲಿ ನನಗಿಂತ ತುಂಬ ಹಿರಿಯವರಾಗಿ ಕಾಣಿಸುತ್ತೀರಿ. ನೀವು ಹೀಗೆ ಕಣ್ಣೀರು ಹಾಕಬಾರದು. ಇರಿ. ನಮ್ಮ ಜೊತೆ ಬಂದರೆ ನಾವು ಉಣ್ಣುವುದನ್ನು ನಿಮಗೂ ಕೊಡುತ್ತೇವೆ. ನಾವು ಉಪವಾಸ ಬಿದ್ದರೆ ನಿಮಗೂ ಶಿವರಾತ್ರಿಯೇ ಗತಿ. ನಮ್ಮನ್ನು ನಾವು ಶ್ರೀಮಂತರು ಅಂತ ಹೇಳುವುದಲ್ಲ, ಈ

ಹೊತ್ತಿನಲ್ಲಿ ಭಿಕಾರಿ ಶ್ರೀಮಂತರು ಅಂತ ವ್ಯತ್ಯಾಸವಿಲ್ಲ, ಸುಧಾರಿಸಿಕೊಳ್ಳಿ'' ಎಂದ. ಮರ್ತು ಕಿಣಿಯ ಕಣ್ಣಲ್ಲಿ ಪಳಕ್ಕನೆ ನೀರುದುರಿತು. ''ಅಡುಗೆ ಮಾಡುವುದು ನಮಗೆ ಗೊತ್ತು. ಮದುವೆ ಮುಂಜಿಗಳಿಗೆ ಅಡುಗೆ ವಹಿಸಿಕೊಳ್ಳುವ ಜನ ನಾವು. ಆ ಕೆಲಸ ನಾವು ಮಾಡಬಲ್ಲೆವು. ಆದುದರಿಂದ ನೀವು ಉದಾರವಾಗಿ ಅನ್ನ ಹಾಕುವುದು ಬೇಡ. ಸಾಮಾನು ಸರಂಜಾಮು ಒದಗಿಸಿ. ಇಷ್ಟು ಜನರಿಗೂ ಅಡುಗೆ ಮಾಡಿ ಹಾಕುತ್ತೇವೆ'' ಎಂದನವ. ''ಆಗಲಿ, ಈಗ ಊಟ ಮಾಡಿ'' ಎಂದ ವಿಟ್ಠು ಪೈ. ಗಂಡಸರು ಊಟ ಮಾಡಿ ಈಚೆ ಬಂದಾಗ ವಿಟ್ಠು ಪೈ ಮರ್ತು ಕಿಣಿಯನ್ನು''ಯಾವ ಊರು ನಿಮ್ಮದು?'' ಎಂದು ಕೇಳಿದ. ''ವಾಡೆ'' ಎಂದ ಮರ್ತು ಕಿಣಿ !

''ವಾಡೆಯೇ?'' ಎಂದು ಆಶ್ಚರ್ಯದಿಂದ ಕೇಳಿದ ವಿಟ್ಠು ಪೈ. ''ವಾಡೆಯಿಂದ ನಮ್ಮೂರಿಗೊಂದು ಹೆಣ್ಣು ತಂದಿತ್ತು'' ಎಂದ. ''ರಂಗಶರ್ಮರ ಮಗನಿಗಲ್ಲವೇ? ಮಹಾಲಸ ದೇವಸ್ಥಾನದ ಪುರೋಹಿತರು. ಅವರು ನನ್ನ ಅಕ್ಕನೇ. ಗಂಗಾಬಾಯಿ ಎಂದು ಹೆಸರು'' ಎಂದ ಮರ್ತು ಕಿಣಿ. ವಿಟ್ಠು ಪೈ ತಟಕ್ಕನೆ ಮರ್ತು ಕಿಣಿಯ ಕೈಯನ್ನು ಗಟ್ಟಿಯಾಗಿ ಹಿಡಿದುಕೊಂಡ. ''ಹೌದೇ? ನೀವು ಗಂಗಾಬಾಯಿಯ ತಮ್ಮನೇ? ಖಾಸಾ ತಮ್ಮನೇ ಕಿಣಿ ಮಾಮ್? ದಾಮ್ಮು ಭಟ್ಟನ ಸೋದರ ಮಾವನೇ?'' ಎಂದವನು ಉದ್ಗರಿಸಿದ. ಹಿಡಿದ ಕೈಯ ಬಿಸಿಯನ್ನು ಅನುಭವಿಸಿದ ಮರ್ತು ಕಿಣಿ ತನ್ನ ಇನ್ನೊಂದು ಅಂಗೈಯನ್ನು ವಿಟ್ಠು ಪೈ ಕೈಯ ಮೇಲಿಟ್ಟು ''ಹೌದು ವಿಟ್ಠು ಮಾಮ್'' ಎಂದು ಹೇಳಿದ. ವಿಟ್ಠು ಪೈ ಅವನನ್ನು ಮಾಳಪ್ಪಯ್ಯನವರ ಬಳಿಗೆ ಎಳೆದುಕೊಂಡೇ ಹೋದ. ''ಗಂಗಾಬಾಯಿಯ ತಮ್ಮನಂತೆ. ಹೆಸರು ಮರ್ತು ಕಿಣಿಯಂತೆ. ಊರು ವಾಡೆಯಂತೆ. ಕೇಳಿತಾ ? ಮರ್ತು ಕಿಣಿ. ಹಿಂದೆ ನೋಡಿದ್ದೀಯಾ?'' ಎಂದ. ಮಾಳಪ್ಪಯ್ಯನವರು ಬರಿದೇ ತಲೆಯಲ್ಲಾಡಿಸಿದರು. ನೋಡಿದ ನೆನಪು ತೆಗೆಯಲು ಅವರು ಅಶಕ್ತರಾದರು. ''ಕಿಣಿ ಮಾಮ್, ಹಾಗಿದ್ದರೆ ನೀನು ಹೊರಗಿನವನಲ್ಲ. ಈ ಗುಂಪಿನಲ್ಲಿ ನೀನೂ ಒಬ್ಬ. ನಲವತ್ತನಾಲ್ಕು ಕುಟುಂಬಗಳಲ್ಲಿ ನೀನು ಮತ್ತು ನಿನ್ನ ಜೊತೆ ಬಂದ ಈ ಸಂಸಾರಗಳು ಸೇರಿ ನಾಲ್ವತ್ತೆಂಟು ಆದುವು. ಅಷ್ಟೇ. ನಿನ್ನ ಅಕ್ಕನನ್ನೂ ಅಳಿಯನನ್ನೂ ಕರೆದುಕೊಂಡು ಬರುವ ಭಾಗ್ಯ ನಮಗಿರಲಿಲ್ಲ'' ಎಂದ.

ವಿಟ್ಠು ಪೈ ಚಿಕ್ಕದಾಗಿ ಗಂಗಾಬಾಯಿ ಸತ್ತುದನ್ನೂ ನಾಗ್ಡೊ ಬೇತಾಳ ದಾಮ್ಮು ಭಟ್ಟನಿಗೆ ಪ್ರಿಯೋಳದ ಕಾಡಿಗೆ ಹೋಗಲು ಹೇಳಿದ್ದನ್ನೂ ಹೇಳಿದ. ''ಹಾಗಿದ್ದರೆ ಇದು ಯೋಗಾಯೋಗ ವಿಟ್ಠು ಪೈ ಮಾಮ್. ಇಲ್ಲದಿದ್ದರೆ ವಾಡೆಯಿಂದ ಹೊರಟ ನಾವು ದಾರಿಯಲ್ಲಿ ನಿಮ್ಮನ್ನು ಬಂದು ಸೇರುತ್ತಿರಲಿಲ್ಲ'' ಎಂದ ಮರ್ತು ಕಿಣಿ. ವಿಟ್ಠು ಪೈ ''ಕಿಣಿ ಮಾಮ್, ನೀವು ನನಗಿಂತ ಹಿರಿಯರು ಅಂತ ಆಗಲೇ ಹೇಳಿದೆ. ನೀವು ನನಗೆ 'ಮಾಮ್ಮಾ' ಅನ್ನಬಾರದು. ನನ್ನ ಜೀವಕ್ಕೆ ಒಳ್ಳೆಯದಲ್ಲ. ವಿಟ್ಠೂ ಅನ್ನಿ, ಸಾಕು'' ಎಂದ.

□

೧೨

ಮರುದಿನ ಎದ್ದಾಗ ವಿಟ್ಠು ಪೈಯ ಮೈ ಜ್ವರದಿಂದ ಕುದಿಯುತ್ತಿತ್ತು. ಕೈಕಾಲುಗಳನ್ನು ಅಲ್ಲಾಡಿಸಲೂ ಆಗದ ಪರಿಸ್ಥಿತಿಯಲ್ಲಿ ಅವನು ಮಲಗಿಕೊಂಡ. "ಆನ್ನು ಮಾಮ್, ಇಲ್ಲ ನನ್ನಿಂದ ಏಳುವುದೂ ಸಾಧ್ಯವಿಲ್ಲ. ನೀವು ಹೋಗಿ. ನಾನು ಹಿಂದಿನಿಂದ ಬರುತ್ತೇನೆ" ಎಂದ. ಆನ್ನು ಕಾಮಾತಿ ಅವನ ಪಕ್ಕದಲ್ಲಿ ಕುಳಿತವನು ಏಳಲಿಲ್ಲ. ಬೆಲ್ಲದ ಮಾಧೋ ಪೊರೋಬು ಮರ್ತುಕಿಣಿಗೂ, ಮಂಗೇಶ ಕಾಳೆಗೂ ವಿಟ್ಠು ಪೈಯ ಪರಿಸ್ಥಿತಿ ವಿವರಿಸಿ ಏನು ಮಾಡುವುದೆಂದು ತಿಳಿಯದೇ ತಲೆಗೆ ಕೈ ಕೊಟ್ಟು ಕುಳಿತ. ಮರ್ತುಕಿಣಿ ಎಲ್ಲವನ್ನೂ ಮೌನವಾಗಿ ಕೇಳಿಸಿಕೊಂಡು "ಪೊರೋಬು ಮಾಮ್ಮಾ, ನಾನು ಒಂದು ಮಾತು ಹೇಳಲಾ?" ಎಂದು ಕೇಳಿದ. ಏನು ಎಂಬಂತೆ ಮಾಧೋ ಪೊರೋಬು ನೋಡಿದಾಗ "ಗುಂಪಿಗೆ ಬಂದು ಸೇರಿದವನು ನಾನು. ಹೇಳುವುದು ಎಷ್ಟು ಸರಿಯಾದೀತು ಎಂದು ಯೋಚಿಸುತ್ತಿದ್ದೇನೆ. ಆದರೆ ಇದು ತುಂಬ ಮುಖ್ಯವಾದ ಸಮಸ್ಯೆ. ನೀವು ಹೇಳುವ ಪ್ರಕಾರ ವಿಟ್ಠು ಪೈಗೆ ಫರಂಗಿ ಸೈನಿಕರು ಕೊಟ್ಟ ಹಿಂಸೆ, ನಿದ್ರೆಯಿಲ್ಲದ ಆಯಾಸ ಇವೆಲ್ಲವುಗಳಿಂದ ವಿಶ್ರಾಂತಿ ಬೇಕಿದೆ. ಅಷ್ಟೇ. ಗಾಬರಿಗೆ ಅದು ಅವಕಾಶ ಕೊಡುವುದಿಲ್ಲ. ನನಗೆ ಇದರ ಔಷಧಿ ಗೊತ್ತು. ಇದೀಗ ಗುಡ್ಡದ ಕಡೆ ಅಲೆದು ಒಂದಷ್ಟು ಸೊಪ್ಪು ತರುತ್ತೇನೆ. ಅದರ ರಸ ಹಿಂಡಿ ಕುದಿಸಿ ಕಷಾಯ ಮಾಡಿ ಕುಡಿಸುತ್ತೇನೆ. ವಿಟ್ಠು ಪೈಯನ್ನು ಎತ್ತಿ ಚಕ್ಕಡಿಯಲ್ಲಿ ಮಲಗಿಸುವ. ಚೆನ್ನಾಗಿ ನಿದ್ರೆ ಬರುತ್ತದೆ. ಎರಡು ದಿನ ಕಷಾಯದ ಅಮಲಿರುತ್ತದೆ. ಮೂರನೆಯ ದಿನ ಜ್ವರ ಇಳಿಯಲೇ ಬೇಕು. ನನ್ನ ಪ್ರಾಣವನ್ನು ವಿಟ್ಠು ಪೈಯ ಪ್ರಾಣಕ್ಕೆ ಒತ್ತೆ ಇಟ್ಟು ನೋಡಿಕೊಳ್ಳುತ್ತೇನೆ. ಇಲ್ಲಿ ನಿಲ್ಲುವುದು ಬೇಡ" ಎಂದು ಹೇಳಿದ. ಮಾಧೋ ಪೊರೋಬು ಆಯಿತು ಎಂದ. ಅರೆಘಳಿಗೆಯಲ್ಲಿ ಜ್ವರದಿಂದ ಬಳಲುತ್ತಿದ್ದ ವಿಟ್ಠು ಪೈಗೆ ಕಷಾಯ ಕುಡಿಸಿ ಎತ್ತಿ ಚಕ್ಕಡಿಯೊಂದರಲ್ಲಿ ಮಲಗಿಸಿದ ಮರ್ತುಕಿಣಿ. ಮತ್ತೆ ಹೊರಟಿತು ಚಕ್ಕಡಿಗಳ ಸಾಲು.

ಆ ರಾತ್ರಿ ವಿಟ್ಠು ಪೈ ಚೆನ್ನಾಗಿ ಬೆವರಿ ಬಿಟ್ಟ. ಎದ್ದು ಕೂರುವಷ್ಟು ಶಕ್ತಿ ಇಲ್ಲದಿದ್ದರೂ ಸುತ್ತಣ ಪರಿಸ್ಥಿತಿಗೆ ಸ್ಪಂದಿಸಿದಾಗ ಎಲ್ಲ ನಿಟ್ಟುಸಿರು ಬಿಟ್ಟರು. ಚಕ್ಕಡಿಗಳು ನಿಂತು ಹೆಂಗಸರು ಅಡಿಗೆ ಮಾಡುತ್ತಿದ್ದಾಗ ಮರ್ತುಕಿಣಿ ವಿಟ್ಠು ಪೈಯನ್ನೆತ್ತಿ ಬಹಿರ್ದೆಶೆಗೆ ಕೊಂಡೊಯ್ದು ತಂದ. ಗದ್ದಡಿಯ ಗಂಟುಗಳ ಮೇಲೆ ಕಂಬಳಿ ಹಾಸಿ ಅವನನ್ನು ಮಲಗಿಸಿ, ಎಲ್ಲರನ್ನೂ ಕರೆದು ಎದುರಿಗೆ ಕುಳ್ಳಿರಿಸಿ ಮರ್ತುಕಿಣಿ ಹೇಳಿದ – "ಒಂದೊಂದು ಮನೆ ಅಂತ ಅಡಿಗೆ ಮಾಡಿದರೆ ಸುಮ್ಮನೆ ಖರ್ಚು ಹೆಚ್ಚು. ನಾವೆಷ್ಟು ನೂರಿಪ್ಪತ್ತು ಮಂದಿ ಇರಬಹುದೇ? ಕಾಲು

ಮೂಟೆ ಅಕ್ಕಿ ಮತ್ತು ಎರಡು ತೆಂಗಿನಕಾಯಿ ಕೊಡಿ. ಎರಡು ಹೊತ್ತೂ ಅನ್ನ ಸಾರು ಮಾಡಿ ಹಾಕುತ್ತೇನೆ. ರುಚಿಯಾದ ಸಾರು. ಉಂಡರೆ ಕೈಯ ವಾಸನೆ ಹೋಗದಂಥ ಸಾರು ಮಾಡಲು ನಮಗೆ ಗೊತ್ತು. ರುಬ್ಬುವುದು, ಅಡುಗೆ ಮಾಡುವುದು, ನೀರು ಸೇದುವುದು, ಹಸುಗಳ ಹಾಲು ಕರೆಯುವುದು ಎಲ್ಲ ಗೊತ್ತು. ಹೆಂಗಸರು ಮಕ್ಕಳನ್ನು ನೋಡಿಕೊಳ್ಳುವ ಜವಾಬ್ದಾರಿ ಕೆಲವರಿಗಿರಲಿ. ಚಕ್ಕಡಿ ಸಾಮಾನುಗಳು ಹಸುಗಳು ಇವನ್ನು ಇನ್ನು ಕೆಲವರು ನೋಡಿಕೊಳ್ಳಲಿ. ಕಾಮಾತಿ ಮಾಮು, ಕಾಳೆ ಮಾಮು ದಾರಿ ನೋಡಿಕೊಳ್ಳಲಿ. ಚಂದ್ರಪ್ಪ ಗೋರೆ ಬಾಬ್ಬುಟಿ ಪಡಿಯಾರ ಸ್ವಲ್ಪ ಬೇಗ ಹೋಗಿ ಮುಂದಿನ ಠಾಣ್ಯ ಎಲ್ಲಿ ಅಂತ ಹುಡುಕಿಡಲಿ. ಆಗದೇ ವಿಟ್ಠೂ ?'' ಎಂದು ಕೇಳಿದ. ವಿಟ್ಠು ಪೈ ಆಶ್ಚರ್ಯದಿಂದ ಮರ್ತುಕಿಣಿಯ ಮುಖವನ್ನೇ ನೋಡಿದ. ಒಂದು ದೊಡ್ಡ ಸಮಸ್ಯೆಯನ್ನು ಅವನು ಎಷ್ಟು ಸರಳ ಮಾಡಿದ ಎಂದನ್ನಿಸಿತು ವಿಟ್ಠು ಪೈಗೆ. ಕೃತಜ್ಞತೆಯಿಂದ ಮನಸ್ಸಿನಲ್ಲೇ ಅವನನ್ನು ವಂದಿಸಿದ ವಿಟ್ಠು ಪೈ.

ಮರ್ತುಕಿಣಿ ಹೇಳಿದ್ದನ್ನು ಜಾರಿಗೆ ತರುತ್ತಿದ್ದಂತೆ ಹೆಂಗಸರ ಜೊತೆ ಗಂಡಸರೂ ಕೂಡಾ ಸ್ವಲ್ಪ ಸುಧಾರಿಸಿಕೊಳ್ಳುವಂತಾಯಿತು. ಮರ್ತುಕಿಣಿಯ ಜೊತೆಯವರು ತುಂಬ ಶ್ರಮಜೀವಿಗಳು. ಆಯಾಸವೇ ತಿಳಿಯದವರು. ಕಾಡಿನ ದಾರಿ ಸಾಗಿತು. ಜೀರುಂಡೆಗಳ ಧ್ವನಿ. ಸೊಳ್ಳೆಗಳ ಕಾಟ. ಅಲ್ಲಲ್ಲಿ ಚಿಕ್ಕ ಪುಟ್ಟ ಊರುಗಳು. ಊರುಗಳಲ್ಲಿ ಕಾಡುವಾಸಿಗಳಂತೆ ಕಾಣುವ ತಮ್ಮವರ ಹುಲ್ಲು ಮನೆಗಳು. ತಮ್ಮವರು ಹೌದೋ ಅಲ್ಲವೋ ಎನ್ನುವ ಹಾಗೆ ಅವರ ವೇಷ ಭಾಷೆಗಳು. ದಾರಿಯಲ್ಲಿ ಕಂಡ ಒಬ್ಬಿಬ್ಬರನ್ನು ಅನ್ನು ಕಾಮಾತಿ ಮಾತಾಡಿಸಿಯೂ ಆಡಿದ. ದಿನಾ ಈ ಊರುಗಳ ಮೂಲಕ ವಲಸೆ ಹೋಗುತ್ತಿದ್ದ ಇಂಥ ಜನರ ಬಗ್ಗೆ ಅವರ ಕುತೂಹಲ ಕೂಡಾ ಕಮರಿಹೋಗಿತ್ತು. ಈ ಜನರ ಬಗ್ಗೆ ಅವರಿಗೆ ಅನುಕಂಪವೇನೋ ಇತ್ತು. ಆದರೆ ಅವರನ್ನು ನಿಲ್ಲಿಸಿ ಒಂದು ತುತ್ತು ಹಾಕುವಷ್ಟು ಉದಾರಿಗಳಲ್ಲ ಅವರು. ಅಂತಹ ಅನುಕೂಲ ಕೂಡಾ ಅವರಿಗಿಲ್ಲ. ಕಾಲ ಕೆಳಗಿನ ನೆಲ ಉಸುಕಿನಂತೆ ಜಾರುತ್ತಿರುವಾಗ ಇನ್ನೊಬ್ಬನಿಗೆ ಗಟ್ಟಿನೆಲ ಕೊಡಲು ಅವರಿಗೆ ಹೇಗೆ ಸಾಧ್ಯ? ಅಲ್ಲೂ ತುಂಬ ಮಂದಿ ಊರು ಬಿಟ್ಟಿದ್ದರು. ಅನೇಕರು ದಕ್ಷಿಣದ ಕಡೆ ಓಡಿದ್ದರು. ಮುರಿದು ಬಿದ್ದ ಮನೆಗಳು ಅಲ್ಲಲ್ಲಿ ಕಾಣುತ್ತಿದ್ದುವು. ತಾವೂ ಈ ಮನೆಗಳಿಂದ ಒಂದು ದಿನ ಓಡಲೇ ಬೇಕೇನೋ ಎಂಬ ಆತಂಕ ಅವರನ್ನು ಅಣಕಿಸುತ್ತಿತ್ತು. ಅವರಲ್ಲಿ ಕೆಲವರು ಕಿರಿಸ್ತಾನರಾಗಿ ಮತಾಂತರಗೊಂಡರೂ ಇನ್ನೂ ಜನಿವಾರ ಹಾಕಿಕೊಂಡೇ ಗುಟ್ಟಾಗಿ ಓಡಾಡುತ್ತಿದ್ದಾರೆಂದು ತಿಳಿದ ಮೇಲೆ ವೆರಣೆಕಾರರಿಗೆ ಊಟಕ್ಕಾಗಿ ಯಾರನ್ನೂ ಏನನ್ನೂ ಬೇಡುವ ಮನಸ್ಸಾಗಲಿಲ್ಲ. ಅಲ್ಲಲ್ಲಿ ನೀರು ಸಿಕ್ಕಿದ ಕಡೆ ಮರದ ಕೆಳಗೆ ಉಳಿದುಕೊಂಡು, ಅಕ್ಕಿ ಬೇಯಿಸಿ ಉಂಡು ಮುಂದುವರಿದರು.

ಎರಡನೆಯ ರಾತ್ರಿ ಬೇತಾಳ ಬಸದಿಯಲ್ಲಿ, ಮೂರನೆಯ ರಾತ್ರಿ ಮಠ ಗ್ರಾಮದಲ್ಲಿ, ಚಿನ್ಚಿನಿಯಲ್ಲಿ ನಾಲ್ಕನೆಯ ರಾತ್ರಿ. ಹೊರಟ ಐದನೆಯ ರಾತ್ರಿ ಅಸ್ನೋಲನಕ್ಕೆ ತಲುಪಿದಾಗ

ತಂದಿದ್ದ ದಿನಸಿ ಎಲ್ಲ ಮುಗಿಯುತ್ತಾ ಬಂದಿತ್ತು. ದವಸ ಕೊಳ್ಳಲೂ ಧನಕನಕ ಹೊರಗೆ ತೆಗೆಯಬೇಕಾಯಿತು. ಜ್ವರದಿಂದ ಎದ್ದು ಕುಳಿತ ವಿಟ್ಠು ಪೈಗೆ ಮತ್ತೆ ಆತಂಕ. ಒಬ್ಬನೇ ಹಣ ಕೊಟ್ಟು ದಿನಸಿ ತರುವುದು ಆಗದ ಮಾತು. ಅಷ್ಟು ಹಣ ಇರುವ ಶ್ರೀಮಂತನೂ ಯಾರೂ ಇಲ್ಲ. ಹಾಗೆಂದು ಪ್ರತಿಯೊಬ್ಬರಿಂದಲೂ ಧನ ಕೇಳುವುದು ಅವನಿಂದಾಗದ ಕೆಲಸ. ಕೇಳಿದೊಡನೆ ಕೊಟ್ಟಾರು ಎಂದೂ ಖಂಡಿತವಿರಲಿಲ್ಲ. ಕೆಲವರೊಡನೆ ಇರುವುದೂ ಸಂಶಯ. ನಿಂತ ಕಾಲಿನಲ್ಲಿ ಹೊರಟವರು. ಆ ವಿಚಾರ ಬಂದೊಡನೆ ಗುಂಪಿನಲ್ಲಿ ಒಡಕು ಹುಟ್ಟುವ ಸಂಭವವೂ ಇದೆ. ಮಂಗೇಶ ಕಾಳೆ ಬಂದು ಅವನ ಪಕ್ಕದಲ್ಲಿ ಕೂತಾಗ ವಿಟ್ಠು ಪೈ ಮಾತನಾಡದಿದ್ದುದು ಕಂಡು ಸಮಸ್ಯೆಯ ಅರಿವಾಗಿ ಒಂದು ಕ್ಷಣ ಯೋಚಿಸಿದ. "ವಿಟ್ಠೂ, ಈಗ ಜ್ವರ ಹೇಗಿದೆ?" ಎಂದು ಆರಂಭಿಸಿದ. "ವಿಟ್ಠೂ, ನಾವು ಮತ್ತೆ ಆಯಾಯ ಮನೆಯವರು ಅವರವರೇ ಬೇಯಿಸಬೇಕು ಎಂದು ಹೇಳಿದರೂ ಒಡಕು ಹುಟ್ಟುವುದು ಖಂಡಿತ. ಆದುದರಿಂದ ನಲುವತ್ತೆಂಟು ಮನೆಯವರನ್ನೂ ಒಟ್ಟು ಕುಳ್ಳಿರಿಸಿ ಪರಿಸ್ಥಿತಿ ವಿವರಿಸುವುದು ಉತ್ತಮ" ಎಂದ. ಮರ್ತು ಕಿಣಿ, ಅಡಿಗೆಯ ಜವಾಬ್ದಾರಿ ವಹಿಸಿದವನು, ಮೊದಲೇ ಇದನ್ನು ಊಹಿಸಿ, ಇದೇ ಉತ್ತಮ ಎಂಬ ಅಭಿಪ್ರಾಯಕ್ಕೆ ಬಂದಿದ್ದ. "ಹೀಗೆ ಮಾತಾಡುವಾಗ ಎಲ್ಲ ಮನಸ್ಸು ಬಿಚ್ಚಿ ವ್ಯವಹರಿಸುವುದು ಒಳ್ಳೆಯದು" ಎಂದ.

ಮರುದಿನ ಬೆಳಗ್ಗೆ ಗಂಜಿ ಉಂಡೊಡನೆ ಎಲ್ಲ ವಿಟ್ಠು ಪೈಯ ಸುತ್ತ ಸೇರಿದರು. ವಿಟ್ಠು ಪೈ ಮಾತೆತ್ತಿದೊಡನೆ ಮಂಗೇಶ ಕಾಳೆ ತನ್ನ ಹಣದ ಥೈಲಿಯನ್ನೇ ಎದುರು ಇಟ್ಟ. "ತಗೋ ವಿಟ್ಠೂ. ನನ್ನಲ್ಲಿದ್ದ ಹಣವನ್ನೆಲ್ಲ ಕೊಟ್ಟಿದ್ದೇನೆ. ಇನ್ನು ನನ್ನೊಡನೆ ಒಂದು ವರಹವೂ ಇಲ್ಲ. ಈಗಿನ ಪರಿಸ್ಥಿತಿಯಲ್ಲಿ ನಾಳೆಗೆ ಎಂದು ಹಣ ಇಡುವುದು ಸಲ್ಲದ ಮಾತು. ಇವತ್ತು ನಾವು ಬದುಕಬೇಕು. ಈ ಥೈಲಿಯಲ್ಲಿ ಎಷ್ಟಿದೆ ಎಂದು ನನಗೆ ಸರಿಯಾಗಿ ತಿಳಿಯದು. ಆ ಲೆಕ್ಕ ನನಗೆ ಬೇಡ. ಆದರೆ ಹೋದ ಊರಲ್ಲಿ ಏನಾದರೂ ಉದ್ಯೋಗ ಸಿಗುವ ತನಕ ನಮ್ಮ ಜನರು ಕೈ ಬಿಡುವುದಿಲ್ಲ ಎಂದು ಇದನ್ನು ನಿನ್ನ ಕೈಗೆ ಹಾಕುತ್ತೇನೆ" ಎಂದ. ಬೆಲ್ಲದ ಮಾಧೋ ಪೊರೋಬುವೂ ಹಾಗೆಯೇ ಮಾಡಿದ. ಚಂದ್ರಪ್ಪ ಗೋರೆಯೂ ಹಿಂದೆ ಬೀಳಲಿಲ್ಲ. ವೆಂಕು ಮ್ಹಾಲ್ಲೊನ ಬಳಿ ಅವರಷ್ಟು ದೊಡ್ಡ ಗಂಟಿರಲಿಲ್ಲ. ಆದರೆ ಮೂವರು ತಮ್ಮಲ್ಲಿದ್ದುದನ್ನೆಲ್ಲ ಎದುರಿಟ್ಟಾಗ ತಾನು ಹಿಂದೆ ಬೀಳಬಾರದೆಂದು ನಾಚಿದರೂ ಅವನೂ ಅದನ್ನು ತೆಗೆದುಕೊಟ್ಟ. ಎಲ್ಲ ಕುಟುಂಬದವರೂ ಯಥಾನುಶಕ್ತಿ ಕೊಟ್ಟರು. ಮರ್ತು ಕಿಣಿ ಮೆಲ್ಲನೆ "ವಿಟ್ಠೂ, ಬರಿಗೈ ಬೇತಾಳ ನಾನು. ನಿನ್ನ ಬಳಿ ಮುಟ್ಟುವಾಗ ಉಟ್ಟುಕೊಳ್ಳಲು ಕೋಮಣ ಕೂಡಾ ನನ್ನ ಬಳಿ ಇಲ್ಲವೆಂದು ನಳ ಚಕ್ರವರ್ತಿಯಂತೆ ಹೆಂಡತಿಯ ಸೀರೆಯ ತುಂಡು ಹರಿದು ಸೊಂಟಕ್ಕೆ ಕಟ್ಟಿದವನು ನಾನು. ಅದಕ್ಕೇ ಸಟ್ಟುಗ ಕೈಲಿ ಹಿಡಿದಿದ್ದೇನೆ. ನಾನು ಕೊಡದಿದ್ದರೆ ಆಗಬಹುದೇ?" ಎಂದ. ವಿಟ್ಠು ಪೈ ನೆನಸಿದುದಕ್ಕಿಂತ ಹೆಚ್ಚು ಬೆಂಬಲ ಸಿಕ್ಕಿದುದರಿಂದ "ಆಗಲಿ ಕಿಣಿ ಮಾಮ್" ಎಂದನವ.

"ಇದನ್ನು ನಾನು ಹೇಗೆ ಇಟ್ಟುಕೊಳ್ಳಲಿ?" ವಿಟ್ಠು ಪೈ ಹಣವೆಲ್ಲ ತನ್ನ ಬಳಿ

ಜಮವಾದದ್ದನ್ನು ನೋಡಿ ಗಾಬರಿಯಿಂದ ಕೇಳಿದ. ಅಷ್ಟೂ ಜನರು ಎಲ್ಲ ಭಾರವನ್ನೂ ಅವನ ಮೇಲೆಯೇ ಹೊರಿಸಿದ್ದು ಅವನಿಗೆ ಸರಿ ಕಾಣಲಿಲ್ಲ. ಕೊನೆಗೆ ಮಂಗೇಶ ಕಾಳೆಯೂ ವೆಂಕು ಮ್ಹಾಲ್ಲೊನೂ ಜಂಟಿಯಾಗಿ ಇಟ್ಟುಕೊಳ್ಳಬೇಕೆಂದೂ, ವಿಟ್ಠು ಪೈ ಮೇಲುಸ್ತುವಾರಿ ನೋಡಬೇಕೆಂದೂ ನಲುವತ್ತೆಂಟು ಕುಟುಂಬಗಳ ಊಟ ತಿಂಡಿಯ ಉಪಚಾರಗಳನ್ನು ಅವರೇ ನೋಡಿಕೊಳ್ಳಬೇಕೆಂದೂ ನಿರ್ಧಾರವಾಯಿತು. ಮಂಗೇಶ ಕಾಳೆ ವೆಂಕು ಮ್ಹಾಲ್ಲೊ ಬಡಪೆಟ್ಟಿಗೆ ಒಪ್ಪದಿದ್ದರೂ ನಾಗ್ಡೊ ಬೇತಾಳನ ಆಣೆ ಹಾಕಿದ ಮೇಲೆ ಒಪ್ಪುವುದು ಅನಿವಾರ್ಯವಾಯಿತು.

ಎರಡು ದಿನಗಳ ಬಳಿಕ ಕುಕ್ಕಾಳಿಗೆ ಬಂದು ಮುಟ್ಟಿದರು. ಆ ರಾತ್ರಿಯೇ ವಿಟ್ಠುಪೈಯ ತಂದೆ ಮಾಳಪ್ಪಯ್ಯನವರು ತೀರಿಕೊಂಡರು. ವೆರಣೆ ಬಿಟ್ಟ ಮೇಲೆ ಅವರಿಗೆ ಅನ್ನ ಸರಿಯಾಗಿ ಗಂಟಲೊಳಗೆ ಇಳಿದಿರಲಿಲ್ಲ. ಗಂಗಾಬಾಯಿ ಹಾಗೂ ಧಡ್ಡನ ಸಾವು ಅವರನ್ನು ತುಂಬ ಅಲ್ಲಾಡಿಸಿ ಬಿಟ್ಟಿತ್ತು. ಗಂಗಾಬಾಯಿ ಅವರಿಗೆ ಯಾವುದೇ ರಕ್ತ ಸಂಬಂಧವಿರದಿದ್ದರೂ ಇಳಿವಯಸ್ಸಿನಲ್ಲಿ ಮಾನಸಿಕವಾಗಿ ತುಂಬ ಹಚ್ಚಿಕೊಂಡಿದ್ದರು. ಹೃದ್ರೋಗ ಬೇರೆ. ಕೊನೆಕೊನೆಯ ದಿನಗಳಲ್ಲಂತೂ ಅವರ ಮಣಮಣ ಹೆಚ್ಚಾಗಿತ್ತು. ''ಸಾಂತಯ್ಯ ಪೊರೋಬು ಅಸ್ತಿಗಳನ್ನು ಹಿಡಿದು ಬರುತ್ತಾನೆ ಎಂದಿದ್ದ. ಬಂದು ಮುಟ್ಟಬೇಕಿತ್ತು. ಬಂದನೇನೋ?'' ಎಂದು ಸಾಗಿ ಬಂದ ದಾರಿಯನ್ನೇ ದಿಟ್ಟಿಸಿ ನೋಡುತ್ತಿದ್ದರು. ಮೊದಲ ರಾತ್ರಿ ಮರ್ತುಕಿಣಿ ಗುಂಪಿಗೆ ಬಂದು ಸೇರುವಾಗ ''ಸಾಂತಯ್ಯ ಪೊರೋಬುವೇ?'' ಎಂದು ಗಡಬಡಿಸಿ ಎದ್ದಿದ್ದರು. ಅವರು ಊಟ ಮಾಡಿದರೇ ಇಲ್ಲವೇ ಎಂದೂ ತಾನು ವಿಚಾರಿಸಲಿಲ್ಲವಲ್ಲ ಅಂತ ವಿಟ್ಠು ಪೈ ತುಂಬಾ ನೊಂದುಕೊಂಡ. ಅವನೀಗ ನಿಜವಾಗಿ ಅನಾಥನಾಗಿದ್ದ. ''ಯಾವ ಕ್ಷಣದಲ್ಲಿ ನನಗೆ ವಿಟ್ಠು ಅಂತ ಹೆಸರಿಟ್ಟರೋ? ಆ ದೇವರಂತೆ ನಾನೂ ಅನಾಥನಾದೆ'' ಎಂದು ಅವನು ಸ್ವರತೆಗೆದು ಅತ್ತ. ವೆಂಕು ಮ್ಹಾಲ್ಲೊ, ಅನ್ನು ಕಾಮಾತಿ, ಮರ್ತುಕಿಣಿ ಎಲ್ಲ ಅವನನ್ನು ಸಮಾಧಾನ ಮಾಡಿದರು. ಅವರೇ ಸೇರಿ ಶವಸಂಸ್ಕಾರ ಮಾಡಿದರು. ''ವಿಟ್ಠೂ ಎದುರಿಗಿರುವುದು ಮಳೆಗಾಲ. ಅದು ಸುರುವಾಗುವ ಮುನ್ನ ನಾವು ಒಂದು ಊರು ಮುಟ್ಟಿ ಸೂರು ಪಡೆಯಬೇಕು. ನೀನು ಇಲ್ಲಿ ದಿಕ್ಕೆಟ್ಟು ಕುಳಿತರೆ ಆಗುವುದಿಲ್ಲ. ಇದು ವೆರಣೆಯಲ್ಲ, ಸತ್ತವರು ಸತ್ತರು. ಬ್ರಾಹ್ಮಣರಾಗೇ ಉಳಿದು ಸತ್ತರಲ್ಲ ಅಂತ ನೀನು ಸಮಾಧಾನ ಪಡೆಯಬೇಕು. ಇನ್ನು ಮುಂದೆ ಹೋಗುವ'' ಅಂತ ಅವನನ್ನು ಎಬ್ಬಿಸಿದರು.

ಬಾಲಿಗೆ ಬರುವಾಗ ಅವರೆಲ್ಲ ಸಂಪೂರ್ಣ ಸೋತು ಹೋಗಿದ್ದರು. ನಡೆದ ಆಯಾಸ. ನಡೆದಷ್ಟೂ ಇನ್ನೂ ಇದೆಯೆಂಬ ನೋವು. ಮೊದಮೊದಲು ದೊಡ್ಡ ಸ್ವರದಲ್ಲಿ ಮಾತನಾಡುತ್ತಿದ್ದವರು ಈಗ ಸಂಪೂರ್ಣ ಮಾತು ನಿಲ್ಲಿಸಿದ್ದರು. ಸ್ಮಶಾನ ಯಾತ್ರೆಯಂತೆ ಮೌನವಾಗಿ ಸಾಗುತ್ತಿದ್ದ ಗುಂಪು. ವಿಟ್ಠು ಪೈ ಕಳವಳಗೊಂಡ. ಒಂದು ಕ್ಷಣ ಎಲ್ಲಿಗೆ ಹೋಗುತ್ತಿದ್ದೇವೆ, ಯಾಕೆ ಹೋಗುತ್ತಿದ್ದೇವೆ, ಇದೆಲ್ಲದರ ಅರ್ಥವೇನು ಎಂದು ಅವನಿಗೂ

ತಿಳಿಯಲಿಲ್ಲ. ಬಾಲಿಯಿಂದ ಹೊರಟಾಗ ಬೆಳಗಿನ ಬಿಸಿಲು. ವೆರಣೆಯಲ್ಲಿ ವಿಟ್ಠು ಪೈಯ ಮನೆಯ ಬಳಿಯೇ ಇದ್ದ ನಾಗೇಶ ಹೆಗಡೆ ಗಂಜೀ ಊಟದ ಸಮಯ ಏನೇನೋ ಬಡಬಡಿಸತೊಡಗಿದ. ವೆರಣೆಯಲ್ಲಿ ಅವನಿಗೆ ಚಿಕ್ಕದೊಂದು ನೆಲದ ತುಂಡಿತ್ತು. ಎಂಟು ಜನರ ಸಂಸಾರ. ನಾಗೇಶ ಹೆಗಡೆ ಆ ನೆಲದ ಬಗ್ಗೆ ಮನಸ್ಸಿಗೆ ತುಂಬ ಹಚ್ಚಿಕೊಂಡಿದ್ದ. ಈಗ ನಲುವತ್ತೆಂಟು ಕುಟುಂಬಗಳಲ್ಲಿ ಅವನದೇ ದೊಡ್ಡ ಸಂಸಾರ. ಹಿರಿಮಗ ಪಾಂಡು ಹೆಗಡೆಗೂ ಮದುವೆಯಾಗಿತ್ತು. ಅವನ ಒತ್ತಿನ ತಂಗಿಗೆ ಹದಿನಾಲ್ಕರ ವಯಸ್ಸು. ಮಗಳಿಗೆ ಮೈ ನೆರೆದಿದ್ದರೂ ನಾಗೇಶ ಹೆಗಡೆ ಅದನ್ನು ಗುಟ್ಟಾಗಿರಿಸಿದ್ದ. ಈ ವರ್ಷ ಎಲ್ಲಾದರೂ ನೋಡಿ ಅವಳ ಮದುವೆ ಮಾಡಿಸಬೇಕು ಎಂಬ ಯೋಚನೆಯಲ್ಲಿದ್ದ. ಅಷ್ಟರಲ್ಲಿ ವೆರಣೆ ಬಿಡಬೇಕಾಗಿ ಬಂದಿತ್ತು. ಉಬ್ಬಸ ಬೇರೆ. ಸೂರಿನಡಿ ಬೆಚ್ಚಗೆ ಹೊದ್ದುಕೊಂಡು ಮಲಗಿ ಅಭ್ಯಾಸವಿದ್ದವನಿಗೆ ಈಗ ಮರಗಳ ಅಡಿಯಲ್ಲಿ ಮಂಜು ಬೀಳುವಲ್ಲಿ ಇರಬೇಕಾಗಿ ಬಂದ ಕಾರಣ ಉಲ್ಬಣವಾದ ಉಬ್ಬಸ. ರಾತ್ರಿ ಮಲಗಿದಲ್ಲಿ ಅವನು ಉಸಿರೆಳೆದು ಬಿಡುವ ಸದ್ದೇ ಸದ್ದು.

ಪಾಂಡು ಹೆಗಡೆಯ ಹೆಂಡತಿಗೂ ನಾಗೇಶ ಹೆಗಡೆಯ ಹೆಂಡತಿಗೂ ಎಂದೂ ಸರಿ ಬೀಳುತ್ತಿರಲಿಲ್ಲ. ಅತ್ತೆ ಸೊಸೆಯರ ಜಗಳ, ಕೆಲವೊಮ್ಮೆ ತಾರಕಕ್ಕೇರುವುದೂ ಇತ್ತು. ಮನೆಯಿಂದ ಹೊರಡುವಾಗ ನಗದು ಹಣದಲ್ಲಿ ಸ್ವಲ್ಪ ಹೆಂಡತಿಯೂ ಸ್ವಲ್ಪ ಸೊಸೆಯೂ ಇಟ್ಟುಕೊಂಡದ್ದರಿಂದ ನಾಗೇಶ ಹೆಗಡೆ ವಿಟ್ಠು ಪೈಗೆ ಕೊಟ್ಟ ಥೈಲಿ ಚಿಕ್ಕದೇ. ಗಂಜೀ ಊಟದ ಹೊತ್ತಿಗೆ ಪಾಂಡು ಹೆಗಡೆಯ ಚಿಕ್ಕಮಗು ರಚ್ಚೆ ಹಿಡಿದಿತ್ತು. ಅವನ ಹೆಂಡತಿ ಅದನ್ನು ಸಮಾಧಾನ ಮಾಡುತ್ತಿದ್ದಳು. ಆಗಲೇ ನಾಗೇಶ ಹೆಗಡೆ ಏನನ್ನೋ ಬಡಬಡಿಸಲು ಆರಂಭ ಮಾಡಿದ್ದು. ಊಟಕ್ಕೆ ಕುಳಿತವನು ಅನ್ನ ಎಲೆಗೆ ಬಿದ್ದದ್ದೇ ಒಮ್ಮೆಲೇ ಕಿರುಚಿ ಕುಣಿದಾಡತೊಡಗಿದ. ಎಲ್ಲರಿಗೆ ಆಶ್ಚರ್ಯ. ಅನ್ನ ಬಡಿಸುತ್ತಿದ್ದ ಮರ್ತುಕಿಣಿಯ ಮುಖಕ್ಕೆ ಎಲೆಯಲ್ಲಿದ್ದ ಅನ್ನವನ್ನೆಲ್ಲ ಬಿಸಾಡಿ ಎದ್ದು ನಿಂತವನೇ ''ಪುಕ್ಕಟೆ ಊಟಕ್ಕೆ ಬಂದವನೆಂದು ತಿಳಿದಿಯೇನೋ ಸೂಳೇ ಮಗನೇ ? ವೆರಣೆಯಲ್ಲಿ ವಿಶಾಲ ನೆಲವಿದೆ ನನ್ನದು. ಬಂಗಾರ ಬೆಳೆಯುವ ಭತ್ತದ ಗದ್ದೆ. ನೀನಾದರೆ ಇಲ್ಲಿ ಭಿಕ್ಷೆ ಕೇಳಿ ಬಂದವನು. ನನ್ನನ್ನು ಏನು ಅಂತ ತಿಳಿದಿದ್ದೀಯೋ?'' ಎಂದು ಕಿರುಚತೊಡಗಿದ. ಮರ್ತುಕಿಣಿಗೆ ತಕ್ಷಣ ಇದು ಹುಚ್ಚು ಎಂದು ತಿಳಿಯಿತು. ಅವನು ವಿಟ್ಠು ಪೈಯನ್ನು ಒಂದು ಮರದ ಹಿಂದೆ ಕರೆದುಕೊಂಡು ಹೋಗಿ ಕಿವಿಯಲ್ಲಿ ''ವಿಟ್ಠೂ, ಇದೊಂದು ಹೊಸ ಮಲಾಮತ್ತು. ಹೆಗಡೆ ಮಾಮಾನಿಗೆ ಹುಚ್ಚು ಹಿಡಿದಿದೆ. ಯಾರೂ ಏನೂ ಮಾತಾಡುವುದು ಬೇಡ. ಅವನು ಬಯ್ದದ್ದು ನನಗಲ್ಲವೇ? ಇರಲಿ. ಆದರೆ ಇದನ್ನು ಸುಧಾರಿಸುವುದು ಹೇಗೆ ಎಂದು ನೀವುಗಳು ಯೋಚಿಸಬೇಕಾಗಿದೆ'' ಎಂದು ಉಸುರಿದ.

ವಿಟ್ಠು ಪೈಗೆ ಸಪೂರ ಸಾಂತಯ್ಯ ಪೊರೋಬುವಿನ ಹೆಂಡತಿ ಹುಚ್ಚಿ ಸೀತಾಬಾಯಿಯ ನೆನಪು ಬಂತು. ಅವನು ಚಿಕ್ಕವನಾಗಿರುವಾಗ ವೆರಣೆಯ ತುಂಬ ಓಡಾಡುತ್ತಿದ್ದಳು.

ಪ್ರೇತಕಳೆಯ ವಿಕಾರ ರೂಪು. ಅವನು ತತ್ತರ ನಡುಗಿದ. ನಾಗೇಶ ಹೆಗಡೆಯ ಹೆಂಡತಿ ಎದೆ ಬಡಿದುಕೊಂಡು ಅಳತೊಡಗಿದಳು. "ಈ ಬೋಳಿಯಿಂದಾಗಿಯೇ ನನ್ನ ಗಂಡನಿಗೆ ಈ ಸ್ಥಿತಿ ಬಂತು" ಎಂದು ಸೊಸೆಯನ್ನು ಹಿಗ್ಗಾಮುಗ್ಗಾ ಬಯ್ಯತೊಡಗಿದಳು. ವಿಟ್ಠು ಪೈ ಹೋಗಿ ಅವಳನ್ನು ಗದ್ದರಿಸಿ ಸುಮ್ಮಗೆ ಕುಳ್ಳಿರಿಸಿದ. ಸೊಸೆಯೊಡನೆ "ಉಸಿರು ಎತ್ತಿದೆಯೋ, ನಿಮ್ಮನ್ನೆಲ್ಲ ಇಲ್ಲಿ ಇದೇ ಕ್ಷಣ ಬಿಟ್ಟು ಮುಂದೆ ಹೋಗುವವರು ನಾವು. ನಿನ್ನ ಮಾವ ಕೊಟ್ಟ ನಗದನ್ನು ಅವನ ಮುಖದ ಮೇಲೆಯೇ ಬಿಸಾಡುತ್ತೇನೆ. ಕಷ್ಟ ಯಾರಿಗೆ ಬಂದಿಲ್ಲ? ಇಡೀ ಸಾರಸ್ವತ ಸಂತಾನಕ್ಕೆ ಬಂದಿದೆ. ಆದರೆ ನಿಮ್ಮನ್ನು ಸಾಕುವ ಜವಾಬ್ದಾರಿ ನಾವು ವಹಿಸಿಕೊಂಡ ಮೇಲೆ ನೀನು ಬಾಯಿ ಮುಚ್ಚಿಕೊಂಡಿರಬೇಕು. ಮ್ಹಾಳಶಿಮಾಂಯಿಯ ಆಣೆ ಇದೆ ನಿನ್ನ ಮೇಲೆ" ಎಂದ.

ನಾಗೇಶ ಹೆಗಡೆಗೆ ವಯಸ್ಸು ಐವತ್ತಾಗಿರಬಹುದು. ದಪ್ಪ ಮೀಸೆಯ ಹುಲುಸು ಜುಟ್ಟಿನ ತೆಳ್ಳನೆಯ ವ್ಯಕ್ತಿ. ವಯಸ್ಸಿಗಿಂತ ಹೆಚ್ಚು ಬೆಳ್ಳಗಾದ ಕೂದಲು. ಗರಗರ ತಿರುಗಿಸುತ್ತಾ ಇರುವ ದೊಡ್ಡ ದೊಡ್ಡ ಕಣ್ಣುಗಳು. ಮಾತು ಹೆಚ್ಚಿರಲಿಲ್ಲ. ವಿಟ್ಠು ಪೈ ಧೈರ್ಯ ಮಾಡಿ ಅವನ ಎದುರು ನಿಂತು "ಹೆಗಡೆ ಮಾಮ್ಮಾ, ನೀನು ಯಾಕೆ ಈ ಥರ ಮಾತಾಡುತ್ತಿ? ಇಲ್ಲಿ ನಾವೆಲ್ಲರೂ ಜೀವ ಉಳಿಸಿಕೊಳ್ಳಬೇಕೆಂದು ಹೋರಾಡುತ್ತಾ ಇರುವವರು. ಅಂಥ ಕಡೆ ನೀನು ಒಬ್ಬಾತ ಭಿಕ್ಷುಕ, ಒಬ್ಬಾತ ದೊಡ್ಡವ ಎಂದು ಮಾತಾಡುವುದು ಸಲ್ಲ. ಸುಮ್ಮನಿರು. ನಾನು ಎಲ್ಲ ನೋಡಿಕೊಳ್ಳುತ್ತೇನೆ" ಎಂದು ಸಮಾಧಾನ ಮಾಡಿದ. ನಾಗೇಶ ಹೆಗಡೆ ಕ್ರುದ್ಧನಾಗಿ, ಜಾಗೋರದ ಆಟಗಾರನಂತೆ ಕುಪ್ಪಳಿಸುತ್ತಾ "ಆ ಸೂಳೇ ಮಗ ಮರ್ತುಕಿಣಿ ನನ್ನ ಮಗಳ ಮೈಮೇಲೆ ಕೈ ಹಾಕಿದ್ದನ್ನು ನೀನು ನೋಡಿದ್ದಿಯೇನೋ?" ಎಂದು ಕಿರುಚಿದ. ಒಂದು ಕ್ಷಣ ವಿಟ್ಠು ಪೈಗೆ ಏನು ಹೇಳುವುದೆಂದು ತಿಳಿಯಲಿಲ್ಲ. ಹುಚ್ಚನ ಮಾತೆಂದು ಸುಮ್ಮನೆ ಕುಳಿತಿರುವುದು ಸಾಧ್ಯವೇ? ಹಾಗೆಂದು ಇಂಥ ಮಾತನ್ನು ಕ್ಷುಲ್ಲಕವೆಂದು ಬಿಡುವುದೇ? ಅಷ್ಟರಲ್ಲಿ ಆನ್ನು ಕಾಮಾತಿ ಓಡಿ ಬಂದು "ಮರ್ತುಕಿಣಿಯನ್ನು ನಾನು ನೋಡಿಕೊಳ್ಳುತ್ತೇನೋ ನಾಗೇಶಾ, ನೀನು ಸುಮ್ಮನೆ ಇರು" ಎಂದು ಗದರಿಸಿದ.

ಅಂದಿನಿಂದ ನಾಗೇಶ ಹೆಗಡೆಯನ್ನು ನೋಡಿಕೊಳ್ಳುವುದು ಒಂದು ಕೆಲಸವಾಯಿತು. ಕ್ಷಣಕ್ಕೊಮ್ಮೆ ಮುದುಕನಿಗೆ ಏರುವ ಹುಚ್ಚು ಅರಚಾಟಗಳಿಂದ ಉಳಿದವರನ್ನು ಕಾಯುವುದು ಬಹಳ ಕಷ್ಟವಾಯಿತು. ಈ ಪ್ರಾರಬ್ಧಕ್ಕೆ ಏನು ಮಾಡೋಣ ಎಂದು ವಿಟ್ಠು ಪೈ ಮಿಡುಕಿದ. ಉಂಡರೆ ಒಂದೇ ಸಮನೆ ನಾಲ್ಕಾರು ಆಳುಗಳು ಉಣ್ಣುವಷ್ಟು ಉಂಡ. ಉಣ್ಣಲಿಲ್ಲವೋ, ಅನ್ನ ಮುಟ್ಟುತ್ತಿರಲಿಲ್ಲ. ಕೆಲವೊಮ್ಮೆ ಮರ್ತುಕಿಣಿಯ ಮೇಲೆ ಏರಿ ಬರುತ್ತಿದ್ದ. ಮರ್ತುಕಿಣಿ ಧಡಿಯನಾದುದಕ್ಕೆ ಆಯಿತು. ಇಲ್ಲದಿದ್ದರೆ ಅವನ ಆಕ್ರಮಣವನ್ನು ಸಹಿಸುವುದು ಸಾಧ್ಯವಾಗುತ್ತಿರಲಿಲ್ಲ. ಒಮ್ಮೆಯಂತೂ ಹಾರಿ ಅವನ ಕುತ್ತಿಗೆ ಹಿಡಿದುದನ್ನು ಬಿಡಿಸಿಕೊಳ್ಳಬೇಕಾದರೆ ನಾಲ್ಕಾರು ಜನ ಘೋರಾಡಬೇಕಾಯಿತು. ಪ್ರಾಯದ ವೆಂಕು ಮ್ಹಾಲ್ಲೊ ಸಿಟ್ಟೇರಿ ನಾಗೇಶ ಹೆಗಡೆಗೆ ನಾಲ್ಕು ಬಾರಿಸಿದ್ದೂ ಇತ್ತು. ವಿಟ್ಠು

ಪೈ "ಕಿಣಿ ಮಾಮ್, ಹುಚ್ಚನ ಮಾತುಗಳನ್ನು ಹೆಚ್ಚು ಮನಸ್ಸಿಗೆ ಹಾಕಿಕೊಳ್ಳಬೇಡ. ನನ್ನನ್ನು ನೋಡಿ ಬಿಟ್ಟುಬಿಡು" ಎಂದು ಬೇಡಿದ. ಮರ್ತುಕಿಣಿ ಅವನನ್ನು ನೋಡಿ ನಕ್ಕ.

ವಿಟ್ಠು ಪೈಗೆ ಆಶ್ಚರ್ಯವೆಂದರೆ ನಾಗೇಶ ಹೆಗಡೆಗೆ ಹುಚ್ಚು ಹಿಡಿದದ್ದೇ ಅವನ ಉಬ್ಬಸ ಠಮ್ಮಂತ ನಿಂತದ್ದು ! ಉಸುರು ಎಳೆದುಕೊಳ್ಳಲೂ ಹೋರಾಡುತ್ತಿದ್ದ ಮುದುಕ, ಕಿರುಚುವುದೇನು, ಕೂಗಾಡುವುದೇನು? ಬಾಲಿಯಿಂದ ಮುಂದೆ ಹೋಗುತ್ತಾ ಅವನ ಪರಾಕ್ರಮದ ಎದುರು ನಿಲ್ಲುವುದೇ ದುಸ್ತರವಾಯಿತು. ಕೇಡೆಗೆ ಮುಟ್ಟುವಾಗ ಒಂದು ಹಂತದಲ್ಲಿ ಅವನನ್ನು ಮರಕ್ಕೆ ಕಟ್ಟಿಹಾಕುವ ಪರಿಸ್ಥಿತಿಯೂ ಬಂತು. ವಿಟ್ಠು ಪೈ "ಮ್ಹಾಲ್ಲೊ ಮಾಂ, ನೀನು ಅವನ ಪಕ್ಕದಲ್ಲಿ ಬೆತ್ತ ಹಿಡಿದು ನಿಲ್ಲಬೇಕು. ಅವನಿಗೂ ಉಳಿದವರಿಗೂ ತೊಂದರೆಯಾಗದ ಹಾಗೆ ನೋಡಿಕೊಳ್ಳುವುದು ನಿನ್ನ ಕೆಲಸ. ಜೊತೆಯಲ್ಲಿ ಪಾಂಡು ಹೆಗಡೆಯೂ ಇರುತ್ತಾನೆ. ಮಗ ಎದುರಿಗಿದ್ದರೆ ಅವನ ಮಾತಿಗೆ ಕಡಿವಾಣವಿರುತ್ತದೆ" ಎಂದು ವೆಂಕು ಮ್ಹಾಲ್ಲೊನಿಗೆ ತಾಕೀತು ಮಾಡಿದ.

ವಿಟ್ಠು ಪೈಯ ಬಳಿ ಇದ್ದ ಹಣ ಮುಗಿಯುತ್ತಾ ಬಂದಿತ್ತು. ಹೀಗೇ ಆದರೆ ನಾಗೋರ್ಸೆ ದಾಟುವಾಗ ದಿನಸಿ ಕೊಳ್ಳಲೂ ಹಣ ಉಳಿಯಲಾರದು ಎಂದನಿಸಿತು ಅವನಿಗೆ. ಆನ್ನು ಕಾಮಾತಿಯನ್ನು ಕರೆದು "ಆನ್ನು ಮಾಮ್, ನಮ್ಮ ಈ ನಲುವತ್ತೆಂಟು ಕುಟುಂಬಗಳಿಗೂ ನಾನು ಹಿರಿಯನೆಂದು ನೀವು ಪಟ್ಟಕಟ್ಟಿದ್ದೀರಿ. ಹಣವನ್ನೆಲ್ಲ ನನ್ನ ಸುಪರ್ದಿನಲ್ಲಿ ಮಂಗೇಶಮಾಮನೊಡನೆ ಕೊಟ್ಟಿದ್ದೀರಿ. ಈಗಿನ ಪರಿಸ್ಥಿತಿಯಲ್ಲಿ ಇನ್ನು ನಾಲ್ಕು ದಿನ ನೂಕುವುದು ಕಷ್ಟ ನಾಳೆ ಆ ವಿಷಯಕ್ಕಾಗಿಯೇ ಜಗಳ ಬರಬಾರದು. ಎಲ್ಲಾದರೂ ಗಿರಾಕಿ ನೋಡಿ ನನ್ನ ಚಕ್ಕಡಿಗಳನ್ನೂ ಎತ್ತುಗಳನ್ನೂ ಮಾರಿಬಿಡು. ತುಳಸಿ ಹೇಗೂ ನಾಗಪ್ಪಯ್ಯನೊಡನೆ ನಡೆಯುತ್ತಾಳೆ. ಗಂಟು ಮೂಟೆ ನಾನು ಹೊರುತ್ತೇನೆ" ಎಂದ. "ಚಕ್ಕಡಿ ಎತ್ತುಗಳನ್ನು ಮಾರುವುದು ಎಂದರೆ ಕಷ್ಟ ವಿಟ್ಠೂ. ಹುಟ್ಟಿಸಿದವನು ಹುಲ್ಲು ಮೇಯಿಸುತ್ತಾನೆ. ಇನ್ನು ಹತ್ತು ದಿನಗಳಲ್ಲಿ ನಾವು ಚಿಳ್ಕುಡೆ ಅಂತ ಒಂದು ಊರು ಮುಟ್ಟಬಹುದಂತೆ. ಅದು ಪೋರ್ಚುಗೀಸರ ಕೈಯಲ್ಲಿಲ್ಲ, ಹೊನ್ನಾವರದ ರಾಣಿಯೊಬ್ಬಳ ಕೈಲಿದೆ. ಇಲ್ಲಿ ಒಬ್ಬರಿಗೂ ಅದು ಎಷ್ಟು ದೂರ ಅಂತ ಸರಿಯಾಗಿ ತಿಳಿಯದು. ಕೆಲವರು ಮೂರು ದಿನ ಅನ್ನುತ್ತಾರೆ. ಕೆಲವರು ಏಳು ದಿನ ಅನ್ನುತ್ತಾರೆ. ಹತ್ತು ದಿನ ಬೇಕು ಅನ್ನುವವರೂ ಇದ್ದಾರೆ. ಸ್ವಲ್ಪ ಸಟಸಟ ಹೆಜ್ಜೆ ಹಾಕಬೇಕು. ಅಡಿಗೆ ಮಾಡುವವರನ್ನು ಮೊದಲು ಕಳಿಸಿ ಉಳಿದವರು ಮುಟ್ಟುವ ಹೊತ್ತಿಗೆ ಊಟ ಸಿದ್ಧವಾಗಿದ್ದರೆ ಎಲ್ಲೂ ನಿಲ್ಲದೇ ಮುಂದುವರಿಯಬಹುದು" ಎಂದ ಆನ್ನು ಕಾಮಾತಿ. "ಹಾಗೆ ಮಾಡಲು ಇದೇನು ದಿಬ್ಬಣವೇ?" ಎಂದು ಕೇಳಿ ವಿಷಾದದಿಂದ ನಕ್ಕ ವಿಟ್ಠು ಪೈ. "ದಿಬ್ಬಣವಲ್ಲ, ಆದರೆ ನೂರು ನೂರಿಪ್ಪತ್ತು ಜನರನ್ನು ಉಪವಾಸ ಕೆಡವಲಿಕ್ಕೆ ಆಗುತ್ತದೆಯೇ?" ಎಂದು ಕೇಳಿದ ಆನ್ನು ಕಾಮಾತಿ.

ಹಣ ಮುಗಿಯುತ್ತಾ ಬಂದದ್ದು ಮಂಗೇಶ ಕಾಳೆಯನ್ನು ಚಿಂತೆಗೆ ಹಾಕಿತ್ತು. ಅವನು

ವಿಟ್ಠು ಪೈಯೊಡನೆ "ವಿಟ್ಠೂ, ಹತ್ತಿರದಲ್ಲಿಯೇ ಪರ್ತಗಾಳಿ ಅಂತ ಒಂದು ಸ್ಥಳವಿದೆ. ಪರಶುರಾಮನ ದೇವಸ್ಥಾನವಿರುವ ಊರು. ಸುಮಾರು ಒಂದು ದಿನದ ಪ್ರಯಾಣ. ನನ್ನ ಜ್ಞಾತಿಗಳೊಬ್ಬರು ಅಲ್ಲಿದ್ದಾರೆ. ಸ್ವಲ್ಪ ಅನುಕೂಲಸ್ಥರು. ಕರಾವಳಿಯಿಂದ ತುಸು ಒಳಗೆ ಹೋಗಬೇಕು. ನಾನು ಅಲ್ಲಿಗೆ ಹೋಗಿ ಒಂದಷ್ಟು ಸಹಾಯ ಕೇಳಿದರೆ ಇಲ್ಲ ಅನ್ನಲಾರರು. ನೀವು ಮುಂದುವರಿಯಿರಿ. ನಾನು ಹಿಂದಿನಿಂದ ಬಂದು ಸೇರುತ್ತೇನೆ" ಎಂದು ಹೇಳಿದ. ವಿಟ್ಠು ಪೈಗೆ ಸಾಂತಯ್ಯ ಪೊರೋಬುವಿನ ಜ್ಞಾಪಕ ಬಂತು. ಹಿಂದಿನಿಂದ ಬಂದು ಸೇರುತ್ತಾನೆಂದು ನಾಗ್ಡೊ ಬೇತಾಳ ಹೇಳಿದ್ದ. ಆದರೆ ಬಂದು ಸೇರುವ ಬಗ್ಗೆ ಅನುಮಾನ ಬರತೊಡಗಿತ್ತು. ಹಾಗೆಯೇ ಕಾಳೆಯೂ ಬಾರದೇ ಹೋದರೆ ? "ಮಂಗೇಶ ಮಾಮ್, ನೀವಲ್ಲಿ ಮುಟ್ಟುವಾಗ ನಿಮ್ಮ ಜ್ಞಾತಿಗಳು ಇರಬಹುದೆಂಬ ಖಾತರಿ ಏನು? ಗೋವೆಯ ಉದ್ದಗಲದಿಂದಲೂ ಸಾರಸ್ವತರು ಗುಳೇ ಹೋಗುತ್ತಿದ್ದಾರೆ. ನಿಮ್ಮ ಪರ್ತಗಾಳಿಯೂ ಅದರಿಂದ ಹೊರಗಿಲ್ಲವಲ್ಲ?" ಎಂದ. "ಆದರೂ ನೋಡಿ ಬರುತ್ತೇನೆ. ನೀನು ಬೇಡ ಎನ್ನಬೇಡ. ಅಲ್ಲಿಯ ತನಕ ಈ ಹಣದ ಗಂಟು ನಿನ್ನಲ್ಲೇ ಇರಲಿ" ಎಂದು ಮಂಗೇಶ ಕಾಳೆ ಹಣದ ಥೈಲಿಯನ್ನು ಕೊಟ್ಟು ಹೊರಟು ನಿಂತ. "ಮಂಗೇಶ ಮಾಮ, ಬೇಗ ಬಂದು ಜೊತೆ ಸೇರುವಿಯಲ್ಲ? ಚಿಳ್ಳುಡೆಯಲ್ಲಿ ನಿನ್ನ ಹಾದಿ ಕಾಯುತ್ತೇನೆ. ನೀನು ಬಾರದೇ ಮುಂದೆ ಹೋಗುವುದಿಲ್ಲ" ಎಂದು ವಿಟ್ಠು ಪೈ ಅವನನ್ನು ಬೀಳ್ಕೊಟ್ಟ.

ಮೂರು ದಿನಗಳ ಸತತ ಪ್ರಯಾಣ ಮಾಡಿ ಅವರು ಪೋಳೆಗೆ ಬಂದು ಮುಟ್ಟಿದರು. ಪೋಳೆ ಗೋವೆಯ ಸರಹದ್ದಿನಲ್ಲಿತ್ತು. ಊಟಕ್ಕಾಗಿ ಒಂದು ಕಡೆ ವಿಶ್ರಮಿಸಿಕೊಂಡಾಗ ವಿಟ್ಠು ಪೈಗೆ ತಂದೆಯ ನೆನಪಾಗಿ ಕಣ್ಣೀರು ಬಂತು. ಅವರು ಸತ್ತು ಹದಿಮೂರನೆಯ ದಿನ. ವೆರಣೆಯಲ್ಲಿದ್ದಿದ್ದರೆ ಬೊಜ್ಜ ಮಾಡಿ, ಸಾಸಷ್ಟಿಯ ಬ್ರಾಹ್ಮಣರನ್ನೆಲ್ಲ ಕರೆದು ಸಂತರ್ಪಣೆ ಮಾಡಿಸಬಹುದಿತ್ತು. ಅನ್ನದಾನ, ಗೋದಾನ, ಕನಕದಾನ ಮಾಡಿ ಸದ್ಗತಿ ಒದಗಿಸಬಹುದಿತ್ತು. ಆದರೆ ಅದಕ್ಕೂ ತನಗೆ ಈಗ ಯೋಗ್ಯತೆಯಿಲ್ಲ. ತನ್ನಲ್ಲಿರುವುದು ಮಣ್ಣಿನ ಗಡಿಗೆಯಲ್ಲಿ ಮುಚ್ಚಿಟ್ಟ ಅಸ್ತಿಗಳು. ದಟ್ಟಕಾಡಿನಲ್ಲಿ ನೆಲೆಯಿಲ್ಲದೇ ಓಡುತ್ತಿರುವ ಪ್ರಯಾಣ ಮಾತ್ರ.

ಪೋಳೆಯಲ್ಲಿದ್ದ ಸಂಜೆ ಇದ್ದಕ್ಕಿದ್ದಂತೆ ಮೂಡಣಿಂದ ಮೋಡಗಳೆದ್ದು ಮಳೆ ಹೊಡೆಯತೊಡಗಿತು. ಬಂದ ಮಳೆ ಘಳಿಗೆಗಿಂತ ಹೆಚ್ಚು ಚೆನ್ನಾಗಿಯೂ ಬಿತ್ತು. ಮರದ ಅಡಿ ನಿಂತ ನೂರು ನೂರಿಪ್ಪತ್ತು ಜನರೂ ತೊಯ್ದು ತೊಪ್ಪಡಿಯಾದರು. ಇದ್ದಬಿದ್ದ ಸಾಮಾನುಗಳೂ ಒದ್ದೆ. ನಾಗೇಶ ಹೆಗಡೆ ಆ ಮಳೆಯಲ್ಲಿ ಗಣ ಬಂದವನಂತೆ ಹಾರಾಡತೊಡಗಿದ. ಉಳಿದವರೆಲ್ಲ ತೋಳುಗಳನ್ನು ಮೈಗೊತ್ತಿಕೊಂಡು ಗಡಗಡ ನಡುಗುತ್ತಾ ನಿಂತರು. ಬೆಲ್ಲದ ಮಾಧೋ ಪೊರೋಬುವಿನ ಹೆಂಡತಿ ರತ್ನಾಬಾಯಿ ಆ ರಾತ್ರಿ ಒಂದು ಗಲಾಟೆ ಎಬ್ಬಿಸಿದಳು. ಅವಳ ಒಡವೆಗಳು ಕಾಣೆಯಾಗಿದ್ದುವು. ಯಾರೋ ಕದ್ದಿರಬೇಕೆಂದು ಅವಳು ಎದೆಬಡಿದುಕೊಂಡು ಅಳತೊಡಗಿದಳು. ಒಡವೆಗಳು

ಕಳೆದುಹೋದದ್ದು ನಿಜ. ಎಷ್ಟು ಹುಡುಕಿದರೂ ಸಿಗಲಿಲ್ಲ. ಅವನ್ನು ಒಂದು ಅರಿವೆಯಲ್ಲಿ ಗಂಟು ಕಟ್ಟಿ ಆಕೆ ತನ್ನ ಬೆತ್ತದ ಪೆಟಾರಿಯಲ್ಲಿಟ್ಟಿದ್ದಳು. ಅದಕ್ಕೆ ಹಗ್ಗದಿಂದ ನೂರಾರು ಗಂಟುಗಳನ್ನು ಹಾಕಿದ್ದಳು. ಆದರೆ ಪೆಟಾರಿಯೊಳಗಿನ ಗಂಟು ಮಟಾಮಾಯ ! ವಿಟ್ಠು ಪೈ ತಲೆ ಚಚ್ಚಿಕೊಂಡ. ಜೀವ ಉಳಿಸಲು ಹೀಗೆ ಓಡುತ್ತಿರುವಾಗ ಇಂಥ ಕಳ್ಳತನವೇ ಅನ್ನಿಸಿತು. ಕಳ್ಳತನ ನಿಜವೇ ಆಗಿದ್ದಲ್ಲಿ ಕಳ್ಳನನ್ನು ಹುಡುಕುವುದು ಅಗತ್ಯ ಹಾಗೂ ಇಂಥ ಪ್ರವೃತ್ತಿಯನ್ನು ಹತ್ತಿಕ್ಕುವುದು ಅಗತ್ಯ.

ವಿಟ್ಠು ಪೈ ಮೊದಲು ಮಾಡಿದ ಕೆಲಸವೆಂದರೆ ವೆರಣೆಯಿಂದ ಹೊರಟವರೆಲ್ಲ ಇದ್ದಾರೆಯೇ ಎನ್ನುವುದು. ಕತ್ತಲೆಯಲ್ಲಿ ಹುಡುಕುವುದೂ ಕಷ್ಟವೇ. ಆದರೂ ಕೊನೆಗೆ ಗೊತ್ತಾದದ್ದು ಮರ್ತುಕಿಣಿಯ ಜೊತೆಗೆ ಬಂದ ಒಬ್ಬ ಹುಡುಗ ಮತ್ತು ಹುಚ್ಚ ನಾಗೇಶ ಹೆಗಡೆಯ ಮಗಳೊಬ್ಬಳು ಇಲ್ಲ ಎಂದು. ಅವರು ಯಾವಾಗಿನಿಂದ ಕಾಣೆಯಾದರು ಎಂದು ಮಾತ್ರ ತಿಳಿಯಲಿಲ್ಲ. ಎರಡು ದಿನಗಳಿಂದ ಅವನು ಮೈ ಸರಿಯಿಲ್ಲವೆಂದು ಅಡುಗೆಗೆ ಬಡಿಸಲಿಕ್ಕೆ ಬಂದಿರಲಿಲ್ಲ. ಗುಂಪಿನಲ್ಲಿ ಹಿಂದೆ ಉಳಿದಿದ್ದ ಉಳಿದ ಗಡಿಬಿಡಿಗಳ ಮಧ್ಯೆ ಅವನನ್ನು ಮರ್ತುಕಿಣಿ ಮರೆತೇ ಬಿಟ್ಟಿದ್ದ. ನಾಗೇಶ ಹೆಗಡೆಯ ಹುಚ್ಚಿನಿಂದಾಗಿ ಹೆಂಡತಿಗೂ ಮಗನಿಗೂ ಮಗಳತ್ತ ಯೋಚನೆ ಹರಿಸುವುದು ಸಾಧ್ಯವಾಗಿರಲಿಲ್ಲ. ಕೆಲವರು ಮಧ್ಯಾಹ್ನ ಅವಳು ತಮ್ಮ ಜೊತೆಯೇ ಕುಳಿತು ಊಟ ಮಾಡಿದಳು ಎಂದರು. ಆಮೇಲೆ ಅದು ಅದೇ ದಿನವೋ ನಿನ್ನೆಯೋ ಎಂದು ಅನುಮಾನಪಟ್ಟರು. ಇಬ್ಬರೂ ಮರಳಿ ಗೋವೆಗೆ ಹೋಗಿರಬಹುದೇ ಎಂದು ಅನುಮಾನವಾಯಿತು. ಆನ್ನು ಕಾಮಾತಿ "ಗಂಡು ಜೊತೆಯಲ್ಲಿದ್ದಾಗ ಹೆಣ್ಣು ಎಲ್ಲಿದ್ದಾಳೆ ಎಂದು ಹುಡುಕುವ ಅಗತ್ಯವಿಲ್ಲ. ಏನಾಯಿತು ಅಂತ ಯೋಚಿಸುವುದೂ ಬೇಡ. ಯೋಚಿಸಬೇಕಾದ್ದು ಪುನಃ ಊರಿಗೆ ಮರಳಿದರೇ ಅಂತ. ಮತ್ತೆ ವೆರಣೆಗೋ ವಾಡೆಗೋ ಹೋಗುವುದೆಂದರೆ ನಾಗ್ಡೊ ಬೇತಾಳನನ್ನು ಧಿಕ್ಕರಿಸಿದಂತೆ. ಆ ಪಾಪ ಅವರಿಗೆ. ಅವರನ್ನು ಹುಡುಕಿ ಹೋಗುವವರು ಯಾರು? ತಂಗಿ ಹೋಗಿದ್ದಾಳೆಂದು ಪಾಂಡು ಹೆಗಡೆ ಹೋಗಬೇಕು. ನಾಗೇಶ ಹೆಗಡೆಗೆ ಇಷ್ಟು ಹುಚ್ಚು ಇರುವಾಗ ಅವನು ಹೇಗೆ ಹೋದಾನು? ಆದುದರಿಂದ ಆ ಮಾತು ಮರೆತುಬಿಡಿ" ಎಂದ. ಅದರಿಂದಾಗಿ ನಾಗೇಶ ಹೆಗಡೆಯ ಹೆಂಡತಿ ಬೆಲ್ಲದ ಮಾಧೋ ಪೊರೋಬುವಿನ ಹೆಂಡತಿಯ ಜೊತೆ ದನಿಗೂಡಿಸುತ್ತಾ ಇರುವುದು ಕೇಳಿ ಬಂತು.

ಈ ಮಧ್ಯೆ ಎಲ್ಲರ ಗಂಟುಗಳನ್ನು ಬಿಡಿಸಿ ನೋಡಿದರು. ಮಳೆಯಲ್ಲಿ ಒದ್ದೆಮುದ್ದೆಯಾದ ಗಂಟುಗಳು. ಎಲ್ಲೂ ಒಡವೆ ಸಿಗಲಿಲ್ಲ. ಒಂದು ಹಂತದಲ್ಲಿ ಬೆಲ್ಲದ ಮಾಧೋ ಪೊರೋಬುವಿನ ಹೆಂಡತಿ ಮಂಗೇಶ ಕಾಳೆಯ ಹೆಸರನ್ನೂ ಎತ್ತಿದಳು. ಆ ಮಾತು ವಿಟ್ಠು ಪೈಯ ಜಂಘಾಬಲವನ್ನೇ ಉಡುಗಿಸಿತು. "ಮಂಗೇಶ ಕಾಳೆ ಒಡವೆಗಳನ್ನು ಕದ್ದು ಪರ್ತಗಾಳಿಯ ಹೆಸರು ಹೇಳಿ ಹೋದ" ಎನ್ನುವುದು ಅವನು ನಂಬದ ವಿಚಾರ. ಮರ್ತುಕಿಣಿ ವಿಟ್ಠು ಪೈಯೊಡನೆ "ನಾನು ಬೇಕಿದ್ದರೆ ಮಂಗೇಶ ಕಾಳೆಯ ಬೆನ್ನು ಹಿಡಿದು

ಪರ್ತಗಾಳಿಗೆ ಹೋಗಿ ಬರುತ್ತೇನೆ. ಅವನೊಡನೆ ಒಡವೆಗಳ ವಿಚಾರ ಇದ್ದುದೇ ಆದರೆ ಎಳೆದುಕೊಂಡೇ ಬರುತ್ತೇನೆ'' ಎಂದ. ವಿಟ್ಠು ಪೈ ''ಕಿಣಿ ಮಾಮ್, ಅವನು ಒಡವೆ ಕದ್ದಿದ್ದಾನೆಂದು ನನಗೆ ನಂಬಿಕೆಯಿಲ್ಲ, ಹೆಂಡತಿ ಮಕ್ಕಳು ನಮ್ಮ ಜೊತೆ ಇದ್ದಾರೆ. ಅವನೇ ಬಂದಾನು. ನೀನು ಹೋಗುವುದು ಬೇಡ'' ಎಂದ. ಪರಿಣಾಮವೆಂದರೆ ಮಂಗೇಶ ಕಾಳೆಯ ಹೆಂಡತಿ ಅಳುತ್ತಿದ್ದ ಇಬ್ಬರು ಹೆಂಗಸರಿಂದ ಬೇರೆಯೇ ನಿಂತು ''ನನ್ನ ಗಂಡ ಹೀಗೆ ಮಾಡಿದನೆಂದು ಹೇಳಿದವರ ಬಾಯಿಗೆ ಹೇಲು ಬೀಳಲಿ'' ಎಂದು ದೂಷಣೆಗೆ ತೊಡಗಿದಳು.

ಆ ರಾತ್ರಿ ಯಾರೂ ನಿದ್ರೆ ಮಾಡಲಿಲ್ಲ. ಮಳೆ ಬಂದು ತೊಯ್ದು ತೊಪ್ಪಡಿಯಾದ ಅರಿವೆಗಳು. ಅಳುತ್ತಿದ್ದ ಇಬ್ಬರು ಮೂವರು ಹೆಂಗಸರು. ಮಂಗೇಶ ಕಾಳೆಯ ಮೇಲೆ ಮಾಡಿದ ದೂಷಣೆ. ವಿಟ್ಠು ಪೈಗೆ ಆತ್ಮಹತ್ಯೆ ಮಾಡಿಕೊಳ್ಳುವಷ್ಟು ದುಃಖವೆನಿಸಿತು. ಅವನ ಪಕ್ಕದಲ್ಲಿಯೇ ತಲೆಗೆ ಕೈಕೊಟ್ಟು ಕುಳಿತ ಮಾಧೋ ಪೂರೋಬು. ಅವನ ಹೆಂಡತಿ ಕುಳ್ಳಗಿನ ಧಡೂತಿ ಹೆಂಗಸು. ಕೂದಲು ಅರೆಹಣ್ಣಾದ ಮುತ್ತೈದೆ. ಗಟ್ಟಿಯಾಗಿ ಮುಡಿಕಟ್ಟಿ ದಾರಿಯಲ್ಲಿದ್ದ ಹೂ ತೆಗೆದು ಮುಡಿದಿದ್ದಳು. ಹದಿನೆಂಟು ಮೊಳದ ಸೀರೆ ಕಚ್ಚೆ ಹಾಕಿ ಉಟ್ಟುಕೊಂಡಿದ್ದಳು. ಅಳುತ್ತಿದ್ದವಳು ಸರ್ರನೆ ಎದ್ದು ಬಂದು, ಮಾಧೋ ಪೂರೋಬುವಿನ ಎದುರು ನಿಂತು, ಸಡಿಲಾದ ಮೂಗುತಿಯ ತಿರುಗಣೆಯನ್ನು ಬೆರಳಿನಿಂದ ಗಟ್ಟಿ ಮಾಡಿಕೊಳ್ಳುತ್ತಾ ''ನನ್ನ ತವರಿನಿಂದ ಬಂದ ಒಡವೆಗಳೆಂದಲ್ಲವೇ ನೀವು ಅದನ್ನು ಹುಡುಕಲು ಹೋಗಿಲ್ಲ? ನಿಮಗೆ ನೋವಿಲ್ಲವಲ್ಲವೇ? ಹೊಟ್ಟೆಯಲ್ಲಿ ಹುಟ್ಟಿದ ಮಕ್ಕಳಿಗೆ ಮುಂದೆ ಆಧಾರವಾಗಲಿ ಅಂತ ಜತನದಿಂದ ಇಟ್ಟುಕೊಂಡಿದ್ದುದು ಹೀಗೆ ಕಳ್ಳತನವಾಗಿ ಹೋದಾಗಲೂ ಸುಮ್ಮನೆ ಕೂತಿದ್ದೀರಲ್ಲ? ಥೂ, ಇನ್ನು ಮುಂದಕ್ಕೆ ನಿಮ್ಮ ಜೊತೆ ಹೆಜ್ಜೆ ಹಾಕುವುದಿಲ್ಲ, ಗಂಡನನ್ನು ಬಿಟ್ಟವಳು ಅಂತ ನಾಳೆ ಮಂದಿ ನನ್ನನ್ನು ದೂಷಿಸಿದರೂ ಚಿಂತೆಯಿಲ್ಲ. ಆ ಒಡವೆಗಳನ್ನು ಹುಡುಕಿ ನನ್ನೆದುರು ತಂದಿಡುವವರೆಗೂ ನಾನು ನಿಮ್ಮ ಜೊತೆ ಹೆಜ್ಜೆ ಹಾಕುವವಳಲ್ಲ, ತಿಳಿಯಿತೋ? ಒಂದು ತುತ್ತು ಊಟವನ್ನೂ ಮಾಡುವವಳಲ್ಲ'' ಎಂದು ಕಿರಿಚಿದಳು.

ಮಾಧೋ ಪೂರೋಬು ಕೂಡಾ ನಾಲ್ಕು ಮಾತುಗಳನ್ನಾಡಿದ – ''ಹೆಂಗಸು ನಾಲಿಗೆ ಅಷ್ಟು ಉದ್ದ ಬಿಡಬಾರದು. ತಪ್ಪು ನಿನ್ನದೇ. ಒಡವೆಯ ಗಂಟನ್ನು ಭದ್ರವಾಗಿಟ್ಟುಕೊಳ್ಳುವಷ್ಟು ಜ್ಞಾನವಿರಲಿಲ್ಲವೇ ನಿನಗೆ?'' ಎಂದು ಬಾಯಿತೆಗೆದ. ಕೊನೆಗೆ ವಿಟ್ಠು ಪೈಯೇ ಅವರನ್ನು ಸಮಾಧಾನ ಮಾಡಬೇಕಾಯಿತು. ಬೇಸತ್ತ ಮಾಧೋ ಪೂರೋಬು ಮಂಗೇಶ ಕಾಳೆಯನ್ನು ಹುಡುಕಲು ತಾನೇ ಹೋಗುವುದಾಗಿ ಹೇಳಿದ. ''ವಿಟ್ಠೋ, ಕಾಳೆಮಾಮ್ಮಾನ ಹೆಸರು ಇಲ್ಲಿ ಬಂದುದರಿಂದ ಹೋಗುತ್ತಿದ್ದೇನೆ – ಅಷ್ಟೇ. ಅವನ ಮೇಲೆ ನನಗೆ ಸಂಶಯವಿದೆ ಅಂತಲ್ಲ'' ಎಂದು ಹೇಳಿದ. ''ಆಗಲಿ ಮಾದ್ದೂ, ಅವನನ್ನು ಕರೆದುಕೊಂಡೇ ಬಾ. ಒಂದು ಮಾತು ಮಾತ್ರ ನಿನ್ನನ್ನು ಬೇಡಿಕೊಳ್ಳುತ್ತೇನೆ. ನೀನು

ಮಂಗೇಶಮಾಮ್ಮಾನ ಬಳಿ ಅಲ್ಲಿ ಆ ವಿಷಯ ತೆಗೆಯಬಾರದು. ಇಲ್ಲಿಗೆ ಬಂದ ಮೇಲೆಯೇ ಅದು ಇತ್ಯರ್ಥವಾಗಬೇಕು'' ಎಂದು ವಿಟ್ಠು ಪೈ ಬೀಳ್ಕೊಟ್ಟ. ಅವನೊಬ್ಬನೇ ಹೋಗಬೇಕಲ್ಲ ಅಂತ ವಿಟ್ಠು ಪೈ ರಾಮಕ್ರಿಷ್ಣ ಗೋರೆಯ ಮಗ ಚಂದ್ರಪ್ಪ ಗೋರೆಯನ್ನೂ ಕಳುಹಿಸಿಕೊಟ್ಟ.

ಆ ರಾತ್ರಿ ಮರ್ತುಕಿಣಿಯೊಡನೆ ಮಾತಾಡುತ್ತಾ ವಿಟ್ಠು ಪೈ ''ಇದನ್ನೆಲ್ಲ ಅನುಭವಿಸಲು ನಾವು ಗೋವೆ ಬಿಡಬೇಕಾಯಿತೇ ಕಿಣಿ ಮಾಮ್? ಕಿರಿಸ್ತಾನರಾಗುವುದಕ್ಕೆ ಒಪ್ಪಿಕೊಂಡಿದ್ದರೆ ನಾವು ಇವೆಲ್ಲ ಕಾಣುವ ದೌರ್ಭಾಗ್ಯ ಇರುತ್ತಿರಲಿಲ್ಲ. ಒಬ್ಬ ಹುಚ್ಚ, ಒಬ್ಬ ಕಳ್ಳ, ಅವಳ ಒಡವೆ ಇಲ್ಲ, ಇವಳ ಮಗು ಇಲ್ಲ, ಉಳಕೊಳ್ಳಲು ತಲೆಯ ಮೇಲೆ ಸೂರು ಇಲ್ಲ, ಸತ್ತರೆ ದಿಕ್ಕಿಲ್ಲ, ನಾಳೆಯ ಸ್ಥಿತಿ ಏನೆಂದು ಗೊತ್ತಿಲ್ಲ. ದೇವರು ಸಂಪೂರ್ಣ ಕೈಬಿಟ್ಟ ಸಂತಾನ ನಾವು'' ಎಂದು ದುಃಖದಿಂದ ಹೇಳಿದ.

ಮರ್ತುಕಿಣಿ ''ವಿಟ್ಠೂ ವಯಸ್ಸಿನಲ್ಲಿ ಹಿರಿಯನೆಂದು ಅಧಿಕಾರ ಪಡೆದು ಒಂದು ಮಾತು ಹೇಳುತ್ತೇನೆ. ಇಲ್ಲದಿದ್ದರೆ ನನಗೆ ಮಾತಾಡಲು ಬಾಯಿ ಇಲ್ಲ. ಒಂದು ಲೆಕ್ಕದಲ್ಲಿ ನಿನ್ನಲ್ಲಿಗೆ ಅನ್ನ ಹಾಕು ಎಂದು ಬೇಡಿ ಬಂದ ಭಿಕ್ಷುಕ ನಾನು. ನಿನಗೆ ಹೇಳುವುದೆಂದರೆ ಅದು ನನ್ನ ಉದ್ಧಟತನವೇ ! ಬದುಕು ದುರ್ಭರವಾದರೂ ಧರ್ಮಕ್ಕಾಗಿ ದೇವರಿಗಾಗಿ ಊರು ಬಿಟ್ಟವರು ನಾವು. ಅದು ಪುಣ್ಯದ ಕೆಲಸ ಎಂದಾದರೆ ಈ ಕಷ್ಟಗಳನ್ನು ನಾವು ಮರೆಯಬೇಕು. ಮುಂದೆ ಒಳ್ಳೆಯ ದಿನಗಳು ಬಂದೇ ಬರುತ್ತವೆ, ಎಂಬ ಆಸೆ ಇರಬೇಕು. ನಿನ್ನ ಬಾಯಿಯಿಂದ ಈ ಮಾತುಗಳು ಬರಬಹುದೆಂದು ನಾನು ನಿರೀಕ್ಷಿಸಿರಲಿಲ್ಲ. ಪೋರ್ಚುಗೀಸರ ಈ ಪ್ರದೇಶದಿಂದ ಒಮ್ಮೆ ಹೊರಬೀಳುವ. ಎಲ್ಲಿ ಬೀಳುತ್ತೇವೋ ಅಲ್ಲಿ ಮೊಳಕೆ ಬರೋಣ. ಸಾರಸ್ವತ ಕುಟುಂಬಗಳು ಮುಂದೆ ಒಳ್ಳೆಯ ದಿನಗಳನ್ನೇ ಕಾಣುತ್ತವೆ'' ಎಂದ.

''ಏನೋ ಕಿಣಿ ಮಾಮ್, ನೀನು ಹಾಗನ್ನುತ್ತಿ. ಆದರೆ ಈ ಸ್ಥಿತಿ ನೋಡಿದಾಗ ನನಗೆ ದಿಕ್ಕೆಟ್ಟಂತನಿಸುತ್ತದೆ'' ಎಂದ ವಿಟ್ಠು ಪೈ.

''ನಿನ್ನ ಮಾತನ್ನು ಇಲ್ಲಿಯವರೆಲ್ಲ ಕೇಳುತ್ತಾರೆ ವಿಟ್ಠೂ. ಹಾಗಾಗಿ ನೀನು ಜವಾಬ್ದಾರಿ ಹೊರಲೇಬೇಕು'' ಎಂದು ಹೇಳಿದ ಮರ್ತುಕಿಣಿ.

ವಿಟ್ಠುಪೈಯ ಕಣ್ಣಲ್ಲಿ ನೀರಾಡಿತು. ''ವೆರಣೆಯಲ್ಲಿ ನಮ್ಮದು ದೊಡ್ಡ ಮನೆತನ ಕಿಣಿ ಮಾಮ್. ಸಾಸಷ್ಟಿಯ ಉದ್ದಗಲಕ್ಕೂ ನಾವು ಅನುಕೂಲಸ್ಥರು ಅಂತ ಗೊತ್ತಿತ್ತು. ಬಂದು ಉಂಡವರೆಷ್ಟೋ ಮಂದಿ. ಅಲ್ಲಿರುವಾಗ ನನ್ನ ಮಾತುಗಳನ್ನು ಎಲ್ಲರೂ ಕೇಳುತ್ತಿದ್ದುದು ನಿಜ. ಆದರೆ ಈಗ ನನ್ನ ಕೈಯೊಳಗೆ ಒಂದು ನೊಣವೂ ಇಲ್ಲದಿದ್ದಾಗ ನನ್ನ ಮಾತಿಗೆ ತೂಕ ಬಂದೀತೇ?''

''ನಾನೊಂದು ಸಂಗತಿ ಕೇಳಿದೆ ವಿಟ್ಠೂ ಅನ್ನು ಕಾಮಾತಿ ನನಗೆ ಹೇಳಿದುದರಿಂದ ನಾನು ನಂಬಿದ್ದೇನೆ. ದೇವರ ಸಂಭೂತನೊಬ್ಬ ನಿನ್ನ ಜೊತೆಯಲ್ಲಿದ್ದನಂತೆ. ನೀನು

ಅವನನ್ನು ಅಣ್ಣ ಎಂದು ಕರೆಯುತ್ತಿದ್ದಿಯಂತೆ. ನಾಗ್ಡೊ ಬೇತಾಳ ಅವನಿಗಾಗಿ ಏಳು ಕಡೆ ಗುಡಿ ಕಟ್ಟಿಸುತ್ತಾನಂತೆ. ಹೌದೇ? ಪುಣ್ಯವಂತ ನೀನು. ಅಂಥವನನ್ನು ಉಳಿಸಿಕೊಂಡ ಅಪೂರ್ವ ಘರಾಣೆ ನಿನ್ನದು. ಆ ಒಂದು ಪುಣ್ಯ ಸಾಕು ನಿನ್ನ ದೊಡ್ಡತನಕ್ಕೆ'' ಎಂದ ಮರ್ತುಕಿಣಿ.

ವಿಟ್ಠು ಪೈಯ ಮೈ ರೋಮಾಂಚಗೊಂಡಿತು. ''ನಾನು ಏನು ಮಾಡಬೇಕೆಂದು ನೀನು ಹೇಳುವುದು?'' ವಿಟ್ಠು ಪೈ ಆರ್ತನಾಗಿ ಕೇಳಿದ.

''ನೀನೇನೂ ಮಾಡಬೇಡ. ಮಾಡುವುದಕ್ಕೆ ಟೊಂಕಕಟ್ಟಿ ನಾವಿದ್ದೇವೆ. ಆದರೆ ಹುಲಿ ಗುರ್ರ್ ಎನ್ನಲೇಬೇಕು. ಇಲ್ಲದಿದ್ದರೆ ಅದಕ್ಕೆ ಬೆಕ್ಕಿನ ಪಾಡು ಬರುತ್ತದೆ. ನಾಲ್ವತ್ತು ನಾಲ್ವತ್ತೆಂಟು ಕುಟುಂಬಗಳಿರುವ ಈ ಗುಂಪು ಕೊಚ್ಚಿಯ ತನಕ ಮುಟ್ಟಬೇಕೆಂದಿದ್ದರೆ ನಮಗೊಬ್ಬ ಮುಂದಾಳು ಬೇಕು. ಅದು ನೀನು'' ಎಂದು ಮಾತು ಮುಗಿಸಿದ ಮರ್ತುಕಿಣಿ.

ವಿಟ್ಠು ಪೈ ಮೂಕನಾದ. ಕತ್ತಲೆಯಲ್ಲಿ ಅವನು ತಲೆಯಲ್ಲಾಡಿಸಿರಬೇಕೆಂದು ಮರ್ತುಕಿಣಿ ಊಹಿಸಿದ. ಕ್ಷಣ ಬಿಟ್ಟು ವಿಟ್ಠು ಪೈ ಮರ್ತುಕಿಣಿಯ ಹೆಗಲ ಮೇಲೆ ಕೈ ಇಟ್ಟು ''ಆಗಲಿ ಕಿಣಿ ಮಾಂ. ಆದರೆ ಒಂದು ಮಾತು. ಆಗ ನೀನು ಹೇಳಿದೆಯಲ್ಲ, ಅನ್ನ ಹಾಕು ಅಂತ ಕೇಳಿ ಬಂದವ ನೀನು ಎಂದು. ಇದೇ ಕೊನೆ. ಈ ಮಾತು ನಿನ್ನಿಂದ ಇನ್ನು ಬಂದರೆ ಮ್ಹಾಳಶಿಮಾಂಯಿಯ ಆಣೆ ಇದೆ ನನಗೆ' ಎಂದು ಹೇಳಿದ. ಮರ್ತುಕಿಣಿ ಸಶಬ್ದವಾಗಿ ನಕ್ಕ.

ಮರುದಿನ ಬೆಳಗ್ಗೆ ಮುಂದೆ ಹೊರಟಾಗ ಚಂದ್ರಪ್ಪ ಗೋರೆಯ ಸಣ್ಣ ಮಗುವಿಗೆ ಜ್ವರ. ಅವನ ಹೆಂಡತಿ ಹೆದರಿ ಕಂಗಾಲಾದಳು. ಗಂಡನೂ ಪಕ್ಕದಲ್ಲಿರಲಿಲ್ಲ. ಮಗುವಿನ ಎಡಪಕ್ಕೆಯಲ್ಲೊಂದು ಗಡ್ಡೆ. ಅನ್ನು ಕಾಮಾತಿ ದೇವರ ಡಬ್ಬಿಯಿಂದ ಗೋಪಿಚಂದನದ ಉಂಡೆಯೊಂದನ್ನು ತೆಗೆದು ನೀರಲ್ಲಿ ತೇದು ಗಡ್ಡೆಗೆ ಹಚ್ಚಿದ. ಬಾವು ಕೆಂಪಗೆ ಎದ್ದು ಮಗು ನೋವಿನಿಂದ ನರಳತೊಡಗಿತು. ಸರಿಸುಮಾರು ಮೂರು ವರ್ಷದ ವಯಸ್ಸು. ಗಡ್ಡೆಯ ನೋವಿನಿಂದಲೋ, ಜ್ವರದ ತಾಪದಿಂದಲೋ ಅದು ಒಂದೇ ಸವನೆ ಅಳತೊಡಗಿತು. ಮಗುವಿಗೆ ಜ್ವರವೆಂದು ಅಲ್ಲಿಯೇ ಉಳಿದುಕೊಳ್ಳುವುದು ವಿವೇಕದ ಮಾತಲ್ಲ. ಚಂದ್ರಪ್ಪ ಗೋರೆಯ ಹೆಂಡತಿಗೆ ಚಕ್ಕಡಿಯಲ್ಲಿ ಸರಿಯಾಗಿ ಕೂರಲು ಸಾಧ್ಯವಾಗುವಂತೆ ಉಳಿದ ಸಾಮಾನುಗಳನ್ನು ಬೇರೆ ಚಕ್ಕಡಿಯಲ್ಲಿ ಹಾಕಿ ಜಾಗ ಮಾಡಿಕೊಟ್ಟರು. ಮಗುವನ್ನು ಆಕೆ ತೊಡೆಯ ಮೇಲೆಯೇ ಮಲಗಿಸಿಕೊಂಡಳು. ಬಿಸಿಲೇರಿದಂತೆ ಮಗುವಿನ ಜ್ವರವೂ ಏರಿತು. ಚಳಿ ಜ್ವರ ಬಂದಂತೆ ಅದು ನಡುಗತೊಡಗಿತು. ಒಮ್ಮೆಲೇ ಕಿಟಾರನೆ ಕಿರುಚುತ್ತಿತ್ತು. ಅಲ್ಲೇ ಮಲಗಿ ನಿದ್ರೆ ಹೋಗುತ್ತಿತ್ತು. ಸಮಯ ದಾಟಿದಂತೆ ಅದರ ಚರ್ಯೆ ವಿಚಿತ್ರವಾಯಿತು. ಚಕ್ಕಡಿ ಗುಡ್ಡ ಹತ್ತಿ ಇಳಿಯುವಾಗ ಮಗುವಿನ ಉಸಿರು ಮೇಲಕ್ಕೆ ಸಿಕ್ಕಿಹಾಕಿಕೊಂಡು ಅದು ತುಂಬ ಒದ್ದಾಡಿತು. ರಾತ್ರಿ ಚಕ್ಕಡಿ ನಿಲ್ಲಿಸಿ ಕೆಳಗಿಳಿಯುತ್ತಿದ್ದಂತೆ ಮೇಲಕ್ಕೆ ಸಿಕ್ಕಿದ ಉಸಿರು ಕೆಳಗೆ ಬಾರದೇ ಮಗು ಸತ್ತೇ ಹೋಯಿತು. ಚಂದ್ರಪ್ಪ ಗೋರೆಯ ಹೆಂಡತಿಯ ಅಳು ಮುಗಿಲು ಮುಟ್ಟಿತು.

ಮರ್ತುಕಿಣಿಯೇ ಮಗುವನ್ನೆತ್ತಿಕೊಂಡು ಹೋಗಿ ಮಣ್ಣು ಮಾಡಿ ಬಂದ. ತುಳಸೀಬಾಯಿ ಅವಳನ್ನು ಸಮಾಧಾನ ಮಾಡಿದಳು. ಮರ್ತುಕಿಣಿ "ವಿಟ್ಠೂ ಈ ರಾತ್ರಿ ಇಲ್ಲಿ ನಾವು ಉಳಿದುಕೊಳ್ಳುವುದು ಬೇಡ. ಚಕ್ಕಡಿ ಹೋಗುತ್ತಾ ಇರಲಿ" ಎಂದ. ಹಾಗಾಗಿ ರಾತ್ರಿ ಎಲ್ಲೂ ಉಳಕೊಳ್ಳದೇ ಮುಂದುವರಿದರು. ಚಕ್ಕಡಿಗಳ ಸದ್ದು, ಚಂದ್ರಪ್ಪ ಗೋರೆಯ ಹೆಂಡತಿಯ ಆರ್ತನಾದ, ಜೀರುಂಡೆಗಳ ಧ್ವನಿಯಲ್ಲದೇ ಬೇರೇನೂ ಕೇಳಿಸಲಿಲ್ಲ. ಚಂದ್ರಪ್ಪ ಗೋರೆಯ ಮಗು ಸತ್ತುದು ಆರಂಭ. ಎರಡು ದಿನಗಳಲ್ಲಿ ಮತ್ತೆರಡು ಸಾವುಗಳು. ಗುಂಪಿನಲ್ಲಿದ್ದ ಹಿರಿಯರೊಬ್ಬರು ಇದು ಮೊರ್ದೇಸಿ ರೋಗ ಎಂದರು. ಇಪ್ಪತ್ತು ಮೂವತ್ತು ವರ್ಷಗಳ ಹಿಂದೆ ಗೋವೆಯ ತುಂಬ ಜನರನ್ನು ಕಬಳಿಸಿದ ರೋಗ ಇದು ಎಂದರು. ವಿಟ್ಠು ಪೈಗೆ ಈ ರೋಗ ಇನ್ನೆಷ್ಟು ಜನರನ್ನು ತಿನ್ನಲಿದೆಯೋ ಎಂಬ ಆತಂಕ. ಹಾಗೆ ಆತಂಕದಲ್ಲಿರುವಾಗಲೇ ಇನ್ನೆರಡು ಜನರು ಸತ್ತರು. ಇಪ್ಪತ್ತು ಇಪ್ಪತ್ತೆರಡರ ತರುಣನೊಬ್ಬ ಸತ್ತಾಗ ವಿಟ್ಠು ಪೈ ನಡುಗಿದ. ಹೆಣಗಳನ್ನಿಟ್ಟು ಮುಂದೆ ಹೋಗುವುದು ಸಾಧ್ಯವಿರಲಿಲ್ಲ. ಚಕ್ಕಡಿಗಳು ನಿಂತುವು.

ಯಾರ ಬಾಯಿಗೂ ರುಚಿ ಇರಲಿಲ್ಲ. ಸಪ್ಪೆ ಗಂಜಿ, ನಂಜಿಕೊಳ್ಳಲು ಉಪ್ಪು ಮೆಣಸು ಈರುಳ್ಳಿ. ಬೇರೇನೂ ಇಲ್ಲ. ಹಾಗಾಗಿ ಒಬ್ಬರಿಗೂ ಊಟ ಬೇಕಿರಲಿಲ್ಲ. ಹೊಟ್ಟೆ ಉಬ್ಬರಿಸಿ ಬಂದ ನೋವು. ಇದ್ದ ಬಿದ್ದ ದಿನಸಿಯೂ ಮುಗಿದು ಹೋದಾಗ ಹುಣಿಸೇ ಹಣ್ಣು ಕಿವಿಚಿ, ಇಂಗಿನ ಒಗ್ಗರಣೆ ಹಾಕಿದ ನೀರಿನ ಸಾರು ಮಾಡಿದ್ದ ಮರ್ತುಕಿಣಿ, ಅನ್ನದ ಜೊತೆ ಅದನ್ನು ಮಕ್ಕಳಿಗೆ ಬಡಿಸಿದ. ದೊಡ್ಡವರಿಗೆ ಉಣ್ಣುವ ಮನಸ್ಸೇ ಬರಲಿಲ್ಲ.

ರಾತ್ರಿ ಕಳೆದು ಬೆಳಗಿನ ಜಾವದಲ್ಲಿ ಮಂಗೇಶ ಕಾಳೆ ಮಾಧೋ ಪೊರೋಬು ಮತ್ತು ಚಂದ್ರಪ್ಪ ಗೋರೆಯೊಡನೆ ಬಂದು ತಲುಪಿದ. ಮರದಡಿ ಕುಳಿತಿದ್ದ ವಿಟ್ಠು ಪೈಗೆ ತುಂಬ ಹೊತ್ತು ನಿದ್ರೆ ಹತ್ತಿರ ಸುಳಿದಿರಲಿಲ್ಲ. ಹತ್ತಿರವೇ ಮರ್ತುಕಿಣಿ. ಮಾತನಾಡುವ ಮನಸ್ಸಿಲ್ಲದೇ ಇಬ್ಬರೂ ತೆಪ್ಪನೆ ಕುಳಿತಿದ್ದರು. ಬೆಳಗಿನ ಜಾವದಲ್ಲಿ ಅದೇ ತಾನೇ ಜೊಂಪು ಆವರಿಸಿದಾಗ ಮಂಗೇಶ ಕಾಳೆ ಉಳಿದವರೊಡನೆ ಬಂದು ಮುಟ್ಟಿದ್ದ. ಗಂಡನನ್ನು ನೋಡಿದವಳೇ ಚಂದ್ರಪ್ಪ ಗೋರೆಯ ಹೆಂಡತಿ ಸ್ವರ ತೆಗೆದು ಗೊಳೋ ಎಂದು ಅಳಲಾರಂಭಿಸಿದಳು. ಮಗು ತೀರಿಕೊಂಡ ಸುದ್ದಿ ಕೇಳಿ ಚಂದ್ರಪ್ಪ ಗೋರೆ ಸಿಡಿಲು ಬಡಿದಂತೆ ಕುಳಿತುಬಿಟ್ಟ. ವಿಟ್ಠು ಪೈಗೆ ಎದ್ದು ಅವರ ಬಳಿ ಹೋಗಬೇಕು ಅನ್ನಿಸಲಿಲ್ಲ. ಅಷ್ಟರಲ್ಲಿ ಮಾಧೋ ಪೊರೋಬುವಿನ ಹೆಂಡತಿ "ಸಿಕ್ಕಲಿಲ್ಲವೇ? ನನ್ನ ಒಡವೆಗಳು ಸಿಕ್ಕಲಿಲ್ಲವೇ?" ಅಂತ ಕೇಳಿದ್ದೂ ಅವನ ಕಿವಿಗೆ ಬಿತ್ತು. ಇಂಥ ಆರ್ತನಾದದ ಮಧ್ಯೆಯೂ ಈ ಹೆಂಗಸಿಗೆ ಒಡವೆಯ ಆಸೆಯೇ? ಅವನಿಂದ ನೋವು ತಡೆಯಲಾಗಲಿಲ್ಲ. ಈ ಕ್ಷಣ ಓಡಿ ಹೋಗಿ, ವೆರಣೆಯ ತನ್ನ ಮನೆಯನ್ನು ಸೇರಿ ಕಿರಿಸ್ತಾನನಾಗಿಯೇ ಬಿಡುವುದೆಂಬ ನಿರ್ಧಾರ ಅವನಲ್ಲಿ ಮೂಡಿತು. ಬಹುಶಃ ಈ ಕಷ್ಟಗಳೆಲ್ಲ ಪರಿಹಾರಗೊಂಡಾವು. ಮನೆಯೊಳಗೆ ಬೆಚ್ಚಗೆ ಮೀನಿನ ಗಸಿಯೊಡನೆ ಊಟ ಮಾಡಿ ಮೃದುವಾದ ಹಾಸಿಗೆಯ ಮೇಲೆ ಬೀಳಬೇಕೆಂಬ ಅತೀವ ಆಸೆ ಮೂಡಿತು.

"ವಿಟ್ಠೂ" ಎಂದು ಕರೆದು ಅವನ ಹತ್ತಿರ ಬಂದ ಮಂಗೇಶ ಕಾಳೆ. ವಿಟ್ಠು ಪೈ ಸರಕ್ಕನೆ ಹಿಂತಿರುಗಿ ನೋಡಿದ. ಅವನ ಹೆಗಲ ಮೇಲೆ ಕೈಯಿಟ್ಟು ತುಂಬಿದ ಕಣ್ಣುಗಳಿಂದ ಕಾಳೆ "ಪರ್ತಗಾಳಿಯ ತನಕ ಹೋಗಿದ್ದೆ. ಒಡವೆಗಳ ಕಳ್ಳತನವಾದುದು ತಿಳಿಯಿತು. ಅದಕ್ಕೆಂದೇ ಹಿಂದೆ ಬಂದೆ. ಅಲ್ಲಿ ಯಾರನ್ನೂ ಏನೂ ಕೇಳಲಿಲ್ಲ. ಅವರಿವರು ಬೇಡ, ನಿನಗೆ ಸಂದೇಹವಿದ್ದರೆ ಹೇಳು, ಈ ಕ್ಷಣಕ್ಕೆ ನಾನು ಬೇರೆ ಹೋಗುತ್ತೇನೆ. ಆದರೆ ಕಳ್ಳನೆಂಬ ಹೆಸರು ಹೊತ್ತು ನಿಮ್ಮ ಜೊತೆ ಇರುವ ಮನಸ್ಸಿಲ್ಲ ನನಗೆ. ನಾನು ಆ ಕೆಲಸ ಮಾಡಿಲ್ಲ ಅಂತ ಆ ಮ್ಹಾಳಶಿಮಾಂಯಿಗೆ ಗೊತ್ತು" ಎಂದ.

ವಿಟ್ಠು ಪೈ ಮಾತಾಡಲಿಲ್ಲ. ಅವನ ಕೈಗಳನ್ನು ಗಟ್ಟಿಯಾಗಿ ಹಿಡಿದು ಕುಳಿತ. ಮಂಗೇಶ ಕಾಳೆ ಬಾರದಿದ್ದರೆ ಈ ಗುಂಪನ್ನು ಇಲ್ಲಿಯೇ ತೊರೆದು ವೆರಣೆಗೆ ಓಡಿ ಬಿಡುತ್ತಿದ್ದನೇನೋ ಎಂಬ ಗಾಬರಿಯಿಂದ ಹಿಡಿದ ಕೈ ಬಿಡಲಿಲ್ಲ. ಮೈ ಒಮ್ಮೆಲೇ ಬೆವರಿತು. ಕಾಳೆಗೆ ಆಶ್ಚರ್ಯವಾಯಿತು. ದೂರದಲ್ಲಿ ಚಂದ್ರಪ್ಪ ಗೋರೆ ಅಳುತ್ತಾ ಇದ್ದುದು ಕೇಳಿಸಿತು. "ಬೇಡ ಇವಳೇ. ನಾವು ಮುಂದೆ ಹೋಗುವುದು ಬೇಡ. ನಮ್ಮ ಮಗುವನ್ನು ಎಲ್ಲಿ ಮಣ್ಣು ಮಾಡಿದ್ದಾರೆಂದು ಹೇಳು. ಅಲ್ಲಿಗೇ ಹೋಗೋಣ. ನಾನು ಮುಂದೆ ಬರುವುದಿಲ್ಲ." ಮಂಗೇಶ ಕಾಳೆ ವಿಟ್ಠು ಪೈ ಗಣ ಬಂದವನಂತೆ ಅದುರುತ್ತಾ ಇರುವುದನ್ನು ಕಂಡು ಗಾಬರಿಯಿಂದ ಆನ್ನು ಕಾಮಾತಿಯನ್ನೂ ಮರ್ತುಕಿಣಿಯನ್ನೂ ಕರೆದ. ಎಲ್ಲ ಸುತ್ತ ಕೂತಿದ್ದಾಗ ವಿಟ್ಠು ಪೈಗೆ ಧೈರ್ಯ ಮೂಡಿತು. ತಾನೊಬ್ಬನೇ ಅಲ್ಲ ಅನಿಸಿತು. ಆನ್ನು ಕಾಮಾತಿ "ನಾನೊಂದು ಮಾತು ಹೇಳಲ?" ಎಂದು ಕೇಳಿದ. ಉಳಿದವರು ಏನು ಎಂಬಂತೆ ಅವನನ್ನು ನೋಡಿದರು.

ಮೂಡಣದಲ್ಲಿ ಬೆಳಕಿನ ಝಳಕು. ಹತ್ತಿರದ ಹಳ್ಳಿಯಿಂದ ಕೋಳಿಯ ಕೂಗು. ಬ್ರಾಹ್ಮೀ ಮುಹೂರ್ತದ ತಣ್ಣನೆಯ ಗಾಳಿ. ಆನ್ನು ಕಾಮಾತಿ ಬಾಯಿ ತೆರೆದ. "ಸಮುದ್ರದ ತಡಿಯಲ್ಲಿಯೇ ನಾವು ಮುಂದುವರಿಯಬೇಕು. ಹೆಜ್ಜೆಗೊಂದು ಹೊಳೆಯಿದೆಯಂತೆ. ನಮ್ಮ ಚಕ್ಕಡಿಗಳು ಅಂಥ ಕಡೆ ಯಾವ ಪ್ರಯೋಜನಕ್ಕೂ ಬರುವಂಥವಲ್ಲ. ಹಾಗಾಗಿ ಎಲ್ಲ ಚಕ್ಕಡಿಗಳನ್ನೂ ಎತ್ತುಗಳನ್ನೂ ಮಾರಿಬಿಡುವ. ಹಸುಗಳನ್ನೂ ಮಾರುವುದೇ. ಎಲ್ಲ ಸಾಮಾನುಗಳನ್ನು ಹೊತ್ತುಕೊಂಡೇ ಹೋಗುವುದು. ಚಿಳ್ಕುಡೆಯ ತನಕ ಯಾವ ಭಿಡೆಯೂ ಇಲ್ಲದೇ ಮುಟ್ಟಬಹುದು. ಗಡಿಯಲ್ಲಿ ಪೋರ್ಚುಗೀಸ ಸೈನಿಕರಿಂದ ತಪ್ಪಿಸಿಕೊಳ್ಳುವುದೂ ಸುಲಭ. ಅವುಗಳನ್ನು ಸಾಕುವುದೂ ಉಳಿಯುತ್ತದೆ. ಇದು ಮಾಜಗಾಂಯಿ. ಇಲ್ಲಿ ಚಕ್ಕಡಿ ಎತ್ತು ಹಸುಗಳಿಗೆ ಒಳ್ಳೆಯ ಗಿರಾಕಿ ಇದೆಯಂತೆ. ಪಶ್ಚಿಮಕ್ಕೆ ನಡೆದರೆ ಸಮುದ್ರ ಸಿಗುತ್ತದೆ. ಹೋಗಿ ಎಲ್ಲ ಸಮುದ್ರಸ್ನಾನ ಮಾಡುವ. ಹೇಗೂ ಎಳ್ಳಮವಾಸ್ಯೆ ಬಂದಿದೆ. ಪುಣ್ಯವೂ ಸಿಕ್ಕೀತು. ಸ್ನಾನ ಮಾಡಿ ಮೀನು ಕೊಂಡು ಫಣ್ಣಾ ಉಪ್ಕರಿ ಮಾಡಿ ಪಟ್ಟಾಗಿ ಊಟ ಮಾಡುವ. ಮೊರ್ದೇಸಿ ರೋಗ ಹೇಳಹೆಸರಿಲ್ಲದಂತಾಗುತ್ತದೆ."

ಯಾರೂ ಬೇಡ ಅನ್ನಲಿಲ್ಲ.

□

೧೩

ಹಸುರು ಹಸುರು ಭೂಮಿ ; ಸಂತೃಪ್ತ ಜನ ; ಹರವಾದ ಎದೆ ; ಮುಖ ತುಂಬ ಗಂಡು ಮೀಸೆ ; ಥಳಥಳಿಸುವ ಕಪ್ಪು ಬಣ್ಣ ; ಹೊಳೆಹೊಳೆಯುವ ಕಂಗಳು ; ವೀರಗಾಸೆ ಹಾಕಿ ನಡೆಯುತ್ತಿದ್ದರೆ ನೆಲ ಅಲುಗುತ್ತದೇನೋ ಎಂಬ ನಡಿಗೆ ; ಇದು ಕನ್ನಡ ನಾಡಂತೆ ; ಇಲ್ಲಿ ಪೋರ್ಚುಗೀಸರ ಆಕ್ರಮಣವಾಗಿಲ್ಲವಂತೆ; ಬ್ರಾಹ್ಮಣರಿಗೆ ತುಂಬ ಮರ್ಯಾದೆಯಂತೆ ; ದೇವಸ್ಥಾನಗಳನ್ನು ಕಟ್ಟಿಸಿ ಬಾಳುವೆ ಮಾಡಬಹುದಂತೆ ; ಅಂತೆ, ಅಂತೆ, ಅಂತೆ !

ಮಳೆಗಾಲದ ಆರಂಭದ ದಿನಗಳಲ್ಲಿ ಚಿಳ್ಳುಕಡೆಗೆ ಬಂದು ಮುಟ್ಟಿದ ಗೋವೆಯ ಸಾರಸ್ವತರು ಕೇಳಿದ ಕಥೆಗಳು ಒಂದಲ್ಲ, ಎರಡಲ್ಲ. ಅಚ್ಚ ಕನ್ನಡದ ನೆಲದಲ್ಲಿ ಕಾಲಿಟ್ಟವರಿಗೆ ಸಿಕ್ಕಿದ್ದು ಸೌಮ್ಯ ಸ್ವಾಗತ ; ಆತ್ಮೀಯ ಉಪಚಾರ. ಸಾರಸ್ವತರು ಆ ಭಾಷೆಗೆ ಅಪರಿಚಿತರಲ್ಲ. ಆ ಬರೆಹಗಳಿಗೆ ಹೊರಗಿನವರಲ್ಲ. ವಿಜಯನಗರದ ಅರಸರ ಕೈ ಕೆಳಗೆ ಗೋವೆ ಇದ್ದಾಗ ಆ ಭಾಷೆಯಲ್ಲಿ ವ್ಯವಹರಿಸುತ್ತಿದ್ದರು. ವೆರಣೆಯ ಮಾಧವ ಪೈಗಾಂವಕರರು ಆ ಬರೆಹದಲ್ಲಿ ಅನೇಕ ಸನ್ನದುಗಳನ್ನು ಬರೆದಿದ್ದರು. ಆಕಾಶದೆತ್ತರಕ್ಕೆ ಏರಿನಿಂತ ಸಪುರವಾದ ಮರದಲ್ಲಿ ಕೆಂಪಗೆ ಹೊಳೆಯುವ ಹಣ್ಣಡಿಕೆಯಂತೆ ದುಂಡುದುಂಡು ಅಕ್ಷರಗಳು. ಆಕಾಶವನ್ನೇ ತೋರಿಸುವ ತಲೆಕಟ್ಟುಗಳು. ಎಷ್ಟೇ ರೇಗಿದರೂ ಸೌಮ್ಯಭಾವ ತಾಳುವ ಮಾತುಗಳು. ವಿಶಾಲ ಹೃದಯದಂತೆ ಭಾವ. ತಮ್ಮ ಕಡೆಯ ಸರಿಗೆಯ ಮೇಲೆ ಒಣಹಾಕಿದ ಅರಿವೆಗಳಂತೆ ಕಾಣುವ ಅಕ್ಷರಗಳಲ್ಲ.

ಸಂತೃಪ್ತರಾದರೂ ಯುದ್ಧ ಕಾಣದ ಮಂದಿಯಲ್ಲ. ಯುದ್ಧಗಳಲ್ಲಿ ಭಾಗವಹಿಸಿದರೆ ಹೆಮ್ಮೆ ಪಡುವ ಮಂದಿ. ಸತ್ತರೆ ವೀರಸ್ವರ್ಗವನ್ನೇರಿದನೆಂಬ ನಂಬಿಕೆಯುಳ್ಳ ಸುದೃಢ ಮೈಯ ತರುಣರು. ಸೈನ್ಯಕ್ಕೆ ಸೇರಲು ಹೋದ ಮಗ ಮನೆಗೆ ಬಂದಿಲ್ಲವೆಂದು ದೀಪದ ಎದುರು ಕುಳಿತು ಮುದುಕಿಯೊಬ್ಬಳು ನೆಟ್ಟ ದೃಷ್ಟಿಯಿಂದ ಜ್ವಾಲೆ ನೋಡುತ್ತಿರಬಹುದು. ನೀರಿಗೆ ಹೋದ ಹೆಣ್ಣು ಮಗಳು ಬಾವಿಯ ತಿಳಿನೀರಲ್ಲಿ ಬಗ್ಗಿ ನೋಡಿದಾಗ ಬರಿದಾದ ಹಣೆ ಕಂಡು ಕೊಡ ತುಂಬಿಸಿರಬಹುದು. ನೇಗಿಲು ಹಿಡಿದು ಉಳುವ ಮುದುಕ ತನ್ನ ಶಿಥಿಲ ಪಾದಗಳಿಂದ ಹೂತ ಗೆರೆಯ ಮೇಲೆ ಇಲ್ಲವಾದ ಮಗನ ಭವಿಷ್ಯ ಬರೆದಿರಬಹುದು. ಆದರೆ ಮಳೆಬೆಳೆಗಳ ಸಮೃದ್ಧಿಯಲ್ಲಿ ಕೊರಗು ಮರೆತು ಸಂತೃಪ್ತಿ ಕಾಣುವ ಜನ !

ಚಿಳ್ಳುಕಡೆ ಹೊನ್ನಾವರದ ರಾಣಿಯಾದ ಚೆನ್ನ ಭೈರಾದೇವಿಯ ಕೈಯೊಳಗಿತ್ತು.

ಚಿಳ್ಕುಡೆಯಲ್ಲಿ ಡಣ್ಣಾಯಕನೊಬ್ಬನನ್ನಿಟ್ಟು, ಅವನ ಕೈಕೆಳಗೆ ಒಂದು ಸೈನ್ಯದ ತುಕಡಿ ಕೊಟ್ಟು ಆಳುತ್ತಿದ್ದಳು ರಾಣಿ. ಮುಂದೆಂದಾದರೂ ಒಂದು ಕೋಟೆ ಕಟ್ಟಿಸಬೇಕು. ಗೋವೆಯ ಪರದೇಶಿ ಜನ ಹೊನ್ನಾವರದ ಮೇಲೆ ದಂಡೆತ್ತಿ ಬರುವುದನ್ನು ತಡೆಯಬೇಕು - ಇದು ರಾಣಿಯ ಮನಸ್ಸು. ಆಗೊಮ್ಮೆ ಈಗೊಮ್ಮೆ ರಾಣಿ ಚೆನ್ನಭೈರಾದೇವಿ ಕುದುರೆ ಏರಿ ಹತ್ತು ಬೆಂಗಾವಲಿನ ಆಳುಗಳೊಂದಿಗೆ ಚಿಳ್ಕುಡೆಯ ತನಕ ಬರುವುದು ಕ್ರಮ. ತುಕಡಿಯನ್ನು ನೋಡಿಕೊಳ್ಳುತ್ತಿದ್ದ ರತ್ನಾಕರ ನಾಯಕ ಕಳೆದ ಬಾರಿ ಬಂದಿದ್ದಾಗ ಗೋವೆಯ ಕಡೆಯಿಂದ ಬ್ರಾಹ್ಮಣರೆಂದು ಹೇಳಿಕೊಳ್ಳುವ ಮಂದಿ ಸಂಸಾರಸಮೇತ ಗುಳೇ ಬರುತ್ತಾ ಇರುವುದರ ಕುರಿತು ಹೇಳಿದ್ದ. ''ಬ್ರಾಹ್ಮಣರೇ ಆದರೆ ಅವರಿಂದ ಏನೂ ತೊಂದರೆಯಿಲ್ಲ ಬಿಡು ನಾಯಕ. ಪೂಜೆ ಬಿಟ್ಟು ಬೇರೆ ಗೊತ್ತಿಲ್ಲ ಅವರಿಗೆ. ಆದರೂ ನಮ್ಮ ಎಚ್ಚರದಲ್ಲಿ ನಾವಿರಬೇಕು. ಬಂದವರೊಡನೆ ಏನು ಎತ್ತ ಎಂದು ವಿಚಾರಿಸಿಕೋ.'' ರಾಣಿ ತಾಕೀತು ಮಾಡಿದ್ದಳು. ಹಾಗಾಗಿ ದುರ್ಗಮವಾದ ಗುಡ್ಡಗಳಾಚೆಯಿಂದ ಬರುವ ಜನರ ಮೇಲೆ ಅವನು ಕಣ್ಣಿಟ್ಟಿದ್ದ. ಬಂದವರು ಹೆಂಗಸರು, ಮಕ್ಕಳ ಸಮೇತ ಬಂದರೋ, ತನ್ನ ಸೈನಿಕರು ಅವರನ್ನು ತೊಂದರೆಯಾಗದ ಹಾಗೆ ನೋಡಿಕೊಳ್ಳಬೇಕೆಂದು ಹೇಳಿದ್ದ.

ಗುಡ್ಡದ ಕಡೆಯಿಂದ ಗಂಟುಮೂಟೆ ಹೊತ್ತುಕೊಂಡು ನೂರಾರು ಮಂದಿ ಕಾಡಿನಿಂದ ಹೊರಬಿದ್ದಾಗ ಮರಗಳ ಎಡೆಯಲ್ಲಿ ಅಡಗಿಕೊಂಡಿದ್ದ ಸೈನಿಕರು ಜಾಗೃತರಾಗಿದ್ದರು. ಬೇಹುಗಾರರು ನಾಯಕನಿಗೆ ಸುದ್ದಿ ತಿಳಿಸಿದರು. ''ಪೋರ್ಚುಗೀಸರ ಕಡೆಯವರಾದರೆ ಸಾವು ಸಿದ್ಧ. ನಿರಾಶ್ರಿತರಾಗಿ ಬಂದವರೋ, ನಿಮಗಿಲ್ಲಿ ತೊಂದರೆಯಿಲ್ಲ'' ಎಂದು ಸೈನಿಕರು ಕೂಗಿ ಹೇಳಿದರು. ಗುಂಪಿನಿಂದ ಯಾರೋ ''ನಾವು ನಿರಾಶ್ರಿತರು'' ಎಂದರು. ''ಹಾಗಿದ್ದರೆ ನಿಮ್ಮ ಶಸ್ತ್ರಾಸ್ತ್ರಗಳನ್ನು ಬಿಸಾಡಿ ನಾಲ್ಕು ಜನರು ಬರಲಿ'' ಎಂದರು ಸೈನಿಕರು. ''ಬಿಸಾಡಲು ನಮ್ಮಲ್ಲಿ ಯಾವುದೇ ಆಯುಧ ಇಲ್ಲ'' ಎಂದರವರು. ಅವರವರೇ ಮಾತನಾಡಿ ನಾಲ್ಕು ಜನರು ಮುಂದೆ ಬಂದರು. ಶಸ್ತ್ರಧಾರಿ ಸೈನಿಕರ ಪಹರೆಯಲ್ಲಿ ಅವರನ್ನು ರತ್ನಾಕರ ನಾಯಕನ ಎದುರು ನಿಲ್ಲಿಸಿದರು.

ದಪ್ಪ ಅರಿವೆಯ ಗುಡಾರಗಳು, ದೋಣಿಗೆ ಕಟ್ಟುವ ಹಾಯಿಯಂತೆ ಎದ್ದಿದ್ದುವು. ಒಳಗೆ ಮಂಚದಂಥ ಆಸನದ ಮೇಲೆ ರತ್ನಾಕರ ನಾಯಕ ಅರೆಶಯ್ಯೆಯಲ್ಲಿ ಕುಳಿತಿದ್ದ. ಬಂದ ಸೆರೆಯಾಳುಗಳು ಮಂಡಿಯೂರಿ ನಿಂತರು. ರತ್ನಾಕರ ನಾಯಕ ಅವರನ್ನೇ ದುರುಗುಟ್ಟಿ ನೋಡಿದ. ಕಪ್ಪು ಮೈಯ, ಬೋಳು ತಲೆಗಳ, ಜುಟ್ಟು ಬಿಟ್ಟ, ಜನಿವಾರ ಹಾಕಿದ, ಕೊಳಕು ಕಚ್ಚೆಯ ಜನರು. ಸೊಂಟದ ಸುತ್ತ ಬೊಜ್ಜು, ಹಣೆಗೆ, ಕಣ್ಣ ಮೂಲೆಗಳಲ್ಲಿ, ರಟ್ಟೆಯ ಮೇಲೆ, ಹೊಟ್ಟೆಯ ಮೇಲೆ ಗೋಪಿಚಂದನದ ನಾಮಗಳು. ಈ ಜನ ಸೈನಿಕರಿರಲಾರರು, ಬರೀ ಊಟಕ್ಕೆ ಲಾಯಕ್ಕು ಎಂದು ಅವನು ಮೀಸೆಯ ಮರೆಯಲ್ಲೇ ನಕ್ಕ. ''ಯಾರು ನೀವು?'' ಎಂದು ಕೇಳಿದ.

''ಬ್ರಾಹ್ಮಣರು''

"ಕೊಂಕಣ ಬ್ರಾಹ್ಮಣರೋ?"

ಅವರು ಒಬ್ಬರ ಮುಖ ಒಬ್ಬರು ನೋಡಿದರು.

ಪಕ್ಕದಲ್ಲಿ ನಿಂತ ಸೈನಿಕ ಕೈಲಿದ್ದ ಚೂಪಾದ ಕೋಲನ್ನೆತ್ತಿ ಒಬ್ಬನ ಎದೆಯ ಸಮೀಪ ಹಿಡಿದು "ನಿನ್ನ ಹೆಸರೇನು?" ಎಂದು ಕೇಳಿದ.

"ವಿಟ್ಠು ಪೈ" ಆ ಬ್ರಾಹ್ಮಣ ಹೇಳಿದ. "ಇವರು ಅನ್ನು ಕಾಮಾತಿ. ಇವರು ಮಂಗೇಶ ಕಾಳೆ. ಇವರು ಮರ್ತುಕಿಣಿ."

ರತ್ನಾಕರ ನಾಯಕ ಸರಿಯಾಗಿ ಕೂತು ವಿಟ್ಠು ಪೈಯಿಂದ ಎಲ್ಲ ಕಥೆ ಕೇಳಿದ. ಸಂಕ್ಷಿಪ್ತವಾಗಿ, ಧರ್ಮದ ನಿಮಿತ್ತ ತಾವು ಹೊರಟು ಬಂದ ಸಂದರ್ಭವನ್ನು ವಿವರಿಸಿ ವಿಟ್ಠು ಪೈ ಆಶ್ರಯ ಕೊಡಬೇಕೆಂದು ಕೇಳಿಕೊಂಡ. ದಾರಿಯಲ್ಲಿ ಕಂಡುಂಡ ನೋವುಕಷ್ಟಗಳನ್ನೂ ಹೇಳಿದ.

ರತ್ನಾಕರ ನಾಯಕನಿಗೆ ಅವನು ಹೇಳಿದ್ದೆಲ್ಲ ತಿಳಿಯಿತೆಂದಲ್ಲ. ಆದರೆ ನಿರುಪದ್ರವಿಗಳು ಅನ್ನಿಸಿತು. ಅವರ ಭಾಷೆ ಬೇರೆ. ಆ ಭಾಷೆಯಲ್ಲಿಯೇ ಕನ್ನಡದಲ್ಲಿ ಹತ್ತು ಮಾತು ಹೇಳಿದ್ದ ವಿಟ್ಠು ಪೈ. ರತ್ನಾಕರ ನಾಯಕನಿಗೆ ಆತನ ಮಾತುಗಳು ತಮಾಷೆ ಎನಿಸಿ, ಮೀಸೆ ಅಲುಗುವಂತೆ ಅವನು ನಕ್ಕ. ಅದೇ ಸ್ವರದಲ್ಲಿ "ಯುದ್ಧ ಮಾಡಲಿಕ್ಕೆ ಗೊತ್ತೋ?" ಎಂದು ಕೇಳಿದ.

ವಿಟ್ಠು ಪೈ ತಲೆಯಲ್ಲಾಡಿಸಿದ. "ಗೋವೆಯಲ್ಲಿ ದೇವರಪೂಜೆ, ಬೇಸಾಯ, ವ್ಯಾಪಾರ ಮಾಡಿಕೊಂಡಿದ್ದವರು ನಾವು. ಬೇರೇನೂ ನಮಗೆ ತಿಳಿಯದು. ಯುದ್ಧ ಮಾಡಬರುವಂತಿದ್ದರೆ ಗೋವೆ ಬಿಟ್ಟು ಬರುತ್ತಿರಲಿಲ್ಲ. ಪೋರ್ಚುಗೀಸರ ಜೊತೆ ಯುದ್ಧ ಮಾಡಿ ಒಂದೋ ಸಾಯುತ್ತಿದ್ದೆವು. ಇಲ್ಲ ಗೆಲ್ಲುತ್ತಿದ್ದೆವು. ಇದು ಸಾವೂ ಅಲ್ಲದ, ಗೆಲವೂ ಅಲ್ಲದ ನಾಯಿಪಾಡು. ಅದು ಬೇಡಾಂತ ಬಂದದ್ದು. ಈಗ ಹೊಟ್ಟೆ ತುಂಬಿಸಿದರೆ ಏನಾದರೂ ಕಲಿತೇವು. ಏನನ್ನಾದರೂ ಮಾಡಿ ಹೊಟ್ಟೆ ತುಂಬಿಸಿಯೇವು."

ರತ್ನಾಕರ ನಾಯಕ ಜೋರಾಗಿ ನಕ್ಕ. "ನಾವು ಯಾರು ಗೊತ್ತೋ?" ಎಂದು ಕೇಳಿದ.

ವಿಟ್ಠು ಪೈ ಮತ್ತೆ ತಲೆಯಲ್ಲಾಡಿಸಿದ. "ಕಾಳು ಮೆಣಸಿನ ರಾಣಿ ಚೆನ್ನಭೈರಾದೇವಿಯ ಹೆಸರು ಕೇಳಿದ್ದೀರೋ?" ಎಂಬ ಪ್ರಶ್ನೆಗೆ ಉತ್ತರಿಸಲಾಗದೇ ಅವನು ತಲೆಕೆಳಗೆ ಹಾಕಿದ. ಪಕ್ಕದಲ್ಲಿ ನಿಂತಿದ್ದ ಮರ್ತುಕಿಣಿ "ಚೆನ್ನಾದೇವಿಯ ಬಗ್ಗೆ ಕೇಳಿದ್ದೇನೆ" ಎಂದ.

"ಸಂಗೀತ ಪುರದ ರಾಣಿ. ಅವರು ಈ ರಾಣಿಯ ಹಿರಿಯಕ್ಕ"

"ಹಾಗಿದ್ದರೆ ನಮಗೆ ಹೆದರಿಕೆಯಿಲ್ಲ" ಮಂಡಿಯೂರಿ ನಿಂತಿದ್ದ ಮರ್ತುಕಿಣಿ ಎದ್ದು ನಿಂತ. ಜೊತೆಯಲ್ಲಿದ್ದವರೂ ಎದ್ದು ನಿಂತರು. "ಚೆನ್ನಾದೇವಿ ರಾಣಿಯ ಪೋರ್ಚುಗೀಸರ ಮೇಲಿನ ಬದ್ಧದ್ವೇಷ ಗೋವೆಯಲ್ಲಿ ಮನೆಮನೆಯ ಕಥೆಯಾಗಿದೆ" ಎಂದ ಮರ್ತುಕಿಣಿ.

ರತ್ನಾಕರ ನಾಯಕ ಸಂತುಷ್ಟನಾದ. "ಹಿರಿಯ ರಾಣಿ ಸತ್ತು ಇಪ್ಪತ್ತು ಸಂವತ್ಸರಗಳಾದುವು. ಅರಸೊತ್ತಿಗೆ ಮಾಡಿದ್ದು ಆರೇ ಸಂವತ್ಸರಗಳಾದರೂ ಸಾಳುವ ವಂಶಕ್ಕೆ ಅಪಾರ ಕೀರ್ತಿ ತಂದವರು ಚೆನ್ನಾದೇವಿ. ಅವರ ಕಿರಿಯ ಸೋದರಿ ಚೆನ್ನಭೈರಾದೇವಿ ಹಾಡುವಳ್ಳಿ ಗೇರಸೊಪ್ಪೆ ರಾಜ್ಯಗಳ ಸಾಮ್ರಾಜ್ಞಿ. ಆಶ್ರಿತರನ್ನು ನಾವು ಕೈ ಬಿಡುವವರಲ್ಲ. ಅನುಕೂಲವಾದ ಏನು ಕೆಲಸ ಬೇಕಿದ್ದರೂ ಮಾಡಿ. ಕಾಳು ಮೆಣಸಿನ ವ್ಯಾಪಾರ ಇಲ್ಲಿ ದಂಡಿಯಾಗಿದೆ. ಅದಕ್ಕೆ ಕೈಹಾಕಿದವರು ಸೋತದ್ದು ಕಾಣೆವು" ಎಂದು ಅವನು ಆ ದಿನಕ್ಕೆ ಬೇಕಾಗುವಷ್ಟು ಅಕ್ಕಿ, ಕಾಯಿ ಎಲ್ಲ ಉಗ್ರಾಣದಿಂದ ತೆಗೆದುಕೊಡಲು ಹೇಳಿ ಎದ್ದು ನಿಂತ.

ಚಿಳ್ಕುಡೆಯಲ್ಲಿ ಹೀಗೆ ಅವರ ವಾಸ ಆರಂಭವಾಯಿತು. ರತ್ನಾಕರ ನಾಯಕನಿಂದ ಬೀಳ್ಕೊಟ್ಟು ಗುಂಪು ಸೇರುವ ದಾರಿಯಲ್ಲಿ ವಿಟ್ಠು ಪೈ ಮರ್ತುಕಿಣಿಯನ್ನು "ಈ ಚೆನ್ನಾದೇವಿ ರಾಣಿಯ ಬಗ್ಗೆ ಯಾವಾಗ ಕೇಳಿದ್ದು ನೀನು?" ಎಂದು ಪ್ರಶ್ನಿಸಿದ್ದ. "ಕೇಳಿದವರು ಯಾರು ವಿಟ್ಠೂ, ಈಗಿನ ರಾಣಿಯ ಅಷ್ಟು ಉದ್ದದ ಹೆಸರು ನನ್ನ ನಾಲಿಗೆಯ ಮೇಲೆ ಥಟ್ಟನೆ ಹೊರಳಲಿಲ್ಲ. ಅದಕ್ಕೇ ಮೊಟಕು ಮಾಡಿ ಹೇಳಿದೆ. ಅಲ್ಲದೇ ಮಂಡಿ ಬೇರೆ ನೋಯುತ್ತಿತ್ತು. ಎದ್ದು ನಿಲ್ಲಲು ಒಂದು ನೆವ ಬೇಕಿತ್ತು" ಎಂದು ಮರ್ತುಕಿಣಿ ಜೋರಾಗಿ ನಕ್ಕ. "ಬದುಕಬೇಕಿದ್ದರೆ ನಾಲಗೆಯ ಬಲ ಒಂದು ಸಾಕು. ಇಲ್ಲದಿದ್ದರೆ ನಿನ್ನ ಹೆಗಲ ಮೇಲಿರುವ ಈ ಅಕ್ಕಿಮೂಟೆ, ಈ ತೆಂಗಿನಕಾಯಿಗಳು ಸಿಗುತ್ತಿದ್ದವೇ?" ಎಂದು ಹೇಳಿ ಮತ್ತೂ ನಕ್ಕ.

ಗುಂಪಿಗೆ ಸೇರಿ ನಾಯಕ ಕೊಟ್ಟ ಅಕ್ಕಿ ಬೇಯಿಸಿ ಉಂಡರು. ಸೈನಿಕರು ಅವರೆಲ್ಲರಿಗೂ ಉಳಿದುಕೊಳ್ಳಲು ತಾವು ಕೊಟ್ಟರು. ವಿಶಾಲವಾದ ಒಂದು ಮನೆಯಲ್ಲಿ ವಾಸ. ಮನೆಯೆಂದು ಹೇಳುವಂತಿಲ್ಲ. ಹುಲ್ಲಿನ ಸೂರು. ಮಳೆಗಾಲಕ್ಕೆ ಅಡ್ಡಿ ಇರಲಿಲ್ಲ. ತಾವು ಹೇಗೂ ಚಿಳ್ಕುಡೆಯಲ್ಲಿ ನಿಲ್ಲುವ ಯೋಚನೆ ಮಾಡಿದವರಲ್ಲ. ಈ ಮಳೆಗಾಲ ದಾಟಿತೋ, ತಕ್ಷಣ ಇಲ್ಲಿಂದ ಕಾಲು ಕೀಳಬೇಕು. ದಕ್ಷಿಣಕ್ಕೆ ; ಕೊಚ್ಚಿಗೆ. ಎಷ್ಟು ಬೇಗ ಸಾಧ್ಯವೋ ಅಷ್ಟು ಬೇಗ ಮುಟ್ಟಬೇಕು. ಅಲ್ಲಿ ತಮ್ಮ ಗೋವೆಯನ್ನು ಸ್ಥಾಪಿಸಬೇಕು ಎಂದುಕೊಂಡೇ ವಾಸ ನಿಂತರು. ಮರುದಿನದಿಂದ ಆ ಪರಿಸರದಲ್ಲಿ ತಮ್ಮವರು ಯಾರಾದರೂ ಇದ್ದಾರೋ ಏನಾದರೂ ಆಸರೆ ಸಿಕ್ಕೀತೇ ಎಂದು ಹುಡುಕಿದರು. ಒಬ್ಬಿಬ್ಬರು ಸಿಕ್ಕಿಯೂ ಸಿಕ್ಕಿದರು. ಅವರ ಭಾಷೆ ಗುರುತು ಹಿಡಿಯಲಾರದಷ್ಟು ಬದಲಾಗಿತ್ತು. ಆದರೂ ಆ ಅವರಿಗೆ ಗೋವೆಯ ಮ್ಹಾಳಶಿಮಾಂಯಿಯ ಮಂಗೇಶಿಯ ಶಾಂತಾದುರ್ಗೆಯ ರಾಮನಾಥನ ವೀರವಿಟ್ಠಲನ ನೆನಪು ಮಾಸಿ ಹೋಗಿರಲಿಲ್ಲ. "ಕಾರವಾರ ಅಂಕೋಲೆ ಕುಮಟೆ ಹೊನ್ನಾವರಗಳಲ್ಲಿ ನಮ್ಮವರು ಮಸ್ತು ಜನರಿದ್ದಾರೆ. ಹೋಗಿ ನೋಡಿ" ಅಂದರವರು. ಆನ್ನು ಕಾಮಾತಿ ಮಂಗೇಶ ಕಾಳೆ ಆ ಕಡೆಗೆಲ್ಲ ಒಮ್ಮೆ ಹೋಗಿಯೂ ಬಂದರು.

ಚಿಳ್ಳುಡೆಯಲ್ಲಿ ಕಾಳು ಮೆಣಸಿನ ವ್ಯಾಪಾರ ತುಂಬ ಭರಭರಾಟೆಯಿಂದ ನಡೆಯುತ್ತಿದ್ದ ಸಮಯ. ಮರ್ತುಕಿಣಿ ಮಾಥೋ ಪೊರೋಬುವಿನ ಜೊತೆ ಸಂತೆಯಲ್ಲಿ ಕುಳಿತು ಒಂದಷ್ಟು ವ್ಯಾಪಾರವನ್ನೂ ಮಾಡಿದ. "ಒಂದು ಸೌದೆಯ ತುಂಡು ಕೊಡು ವಿಟ್ಠೊ, ಅದನ್ನೇ ಬಂಡವಾಳ ಮಾಡಿ ವ್ಯಾಪಾರ ಮಾಡುವುದನ್ನು ನಮಗೆ ಯಾರೂ ಹೇಳಿಕೊಡಬೇಕಾಗಿಲ್ಲ" ಎಂದು ನಕ್ಕು ಹೇಳಿದ್ದ ಮರ್ತುಕಿಣಿ. ಮಳೆಗಾಲದ ಅಂತ್ಯದಲ್ಲಿ ಮರ್ತುಕಿಣಿ ವಿಟ್ಠು ಪೈಯನ್ನು ಎಳೆದುಕೊಂಡು ಕಾರವಾರ ಅಂಕೋಲೆ ಕುಮಟೆ ಅಂತ ತಿರುಗಾಡಿ ಬಂದ. ಅಲ್ಲಿದ್ದ ಸಾರಸ್ವತರೊಡನೆ "ಮಾಮ್ಮಾ, ನೀವು ನಮ್ಮವರಲ್ಲವೋ?" ಎಂದು ಹೇಳಿ ಊಟಗೀಟ ಮಾಡಿ ವೀಳ್ಯ ಪಡೆದು "ಇಲ್ಲೊಂದು ವ್ಯಾಪಾರ ಮಾಡುವ ಅಂತ ಇದ್ದೇವೆ. ನಮ್ಮವರು ನೀವು ಒಂದಷ್ಟು ಸಹಾಯ ಮಾಡಬೇಕು" ಅಂತ ಸಂಬಂಧ ಕುದುರಿಸಿಯೇ ಬಿಟ್ಟ. ಅಲ್ಲಿದ್ದ ಸಾರಸ್ವತರು ಬಹಳ ಹಿಂದೆಯೇ ಗೋವೆ ಬಿಟ್ಟವರು. ವ್ಯಾಪಾರದ ಸಲುವಾಗಿ ಆ ಕಡೆಗೆ ಬಂದು ಉಳಿದವರು. ಅವರ ಮೈ ಬಣ್ಣ ಇನ್ನಷ್ಟು ಕಪ್ಪಾಗಿತ್ತು. "ಗೋವೆಯ ಬಗ್ಗೆ ಕೇಳಿ ಗೊತ್ತು. ನೋಡಿಲ್ಲ. ನಮ್ಮ ತಾತನೋ ಅವರ ತಂದೆಯೋ ಈ ಕಡೆಗೆ ಬಂದವರು ಇಲ್ಲಿಯೇ ನಿಂತರು" ಎಂದು ಅವರು ಪ್ರವರ ಹೇಳಿದರು.

ಮಳೆಗಾಲ ಕಳೆದ ಸ್ವಲ್ಪ ದಿನಗಳ ಬಳಿಕ ಚಿಳ್ಳುಡೆಯ ಸಂತೆಯಲ್ಲಿ ಹೊಗೆಸೊಪ್ಪಿನ ವ್ಯಾಪಾರ ಮಾಡುತ್ತಾ ಕುಳಿತಿದ್ದಾಗ ದೂರದಲ್ಲಿ ತೆಳ್ಳನೆಯ ಮೈಯ ಒಬ್ಬ ಆಳನ್ನು ಕಂಡು ವಿಟ್ಠು ಪೈಗೆ ಎಲ್ಲೋ ನೋಡಿದ್ದೇನಲ್ಲ ಎಂದನಿಸಿ ಆಶ್ಚರ್ಯವಾಯಿತು. ಯಾರು ಎಲ್ಲಿ ಅಂತ ಎಷ್ಟೇ ಯೋಚಿಸಿದರೂ ಹೊಳೆಯಲಿಲ್ಲ. ಆ ಆಳು ಕೂಡಾ ವಿಟ್ಠು ಪೈಯ ಮುಖವನ್ನೇ ಹಲವಾರು ಬಾರಿ ದಿಟ್ಟಿಸಿ ನೋಡಿದ್ದ. ತಕ್ಷಣ ಎದ್ದುಹೋಗಿ ಅವನನ್ನು ಮಾತನಾಡಿಸುವ ಎಂದರೆ ಎದುರು ಕುಳಿತ ಹಳ್ಳಿಯವನ ವ್ಯಾಪಾರ ಕುದುರುವ ಸಮಯ. ಹಾಗಾಗಿ ವಿಟ್ಠು ಪೈಯಿಂದ ಏಳುವುದಾಗಲಿಲ್ಲ. ಪುನಃ ಅವನು ಅತ್ತ ನೋಡಿದಾಗ ಆ ಆಳು ಮಾಯ ! ವಿಟ್ಠು ಪೈ ಸಂತೆಯ ತುಂಬ ಓಡಾಡಿದ. ರಾತ್ರಿಯಾದರೂ ಅವನ ನೆನಪು ಮರೆಯಾಗಲಿಲ್ಲ. ಎಲ್ಲಿ ನೋಡಿದೆ ? ಚೊನ್ನದಲ್ಲಿಯೇ ? ಕಾವಳೆಯಲ್ಲಿಯೇ ? ಮಠಗ್ರಾಮದಲ್ಲಿಯೇ ? ಎಲ್ಲಿ ? ಅವನು ಆ ವಿಚಾರವನ್ನು ಮರ್ತುಕಿಣಿಗೆ ಹೇಳಿದ. "ಯಾರು ಅಂತ ಗೊತ್ತಿಲ್ಲ ಕಿಣಿ ಮಾಂ. ಎಲ್ಲೋ ನೋಡಿದ ಹಾಗಿದೆ. ಎಲ್ಲಿ ಅಂತ ನೆನಪು ಹುಟ್ಟಾ ಇಲ್ಲ. ನೋಡಿದರೆ ಗೋವೆಯ ಸಾರಸ್ವತರ ಹಾಗೂ ಇಲ್ಲ" ಎಂದು ಹೇಳಿದ. ಮರ್ತುಕಿಣಿ "ಬಿಡು ವಿಟ್ಠೊ, ಸಾಸಷ್ಟಿಯಿಂದ ಸಾವಿರಾರು ಮಂದಿ ಈ ಕಡೆಗೆ ಬಂದಿದ್ದಾರೆ. ಸಿಕ್ಕಿದರೆ ಬಂದು ಮಾತನಾಡಿಸುತ್ತಿದ್ದ. ಯಾವುದಾದರೂ ಮದುವೆ ಮಂಟಪದಲ್ಲಿಯೋ, ಇನ್ನೆಲ್ಲಾದರೋ ಸಿಕ್ಕಿರಬೇಕು. ಇನ್ನೊಮ್ಮೆ ನೋಡಿದರೆ ಹೋಗಿ ಮಾತನಾಡಿಸು. ನಿನಗೆ ತಿಳಿಯದಿದ್ದರೆ ನನ್ನಲ್ಲಿಗೆ ಕರೆದುಕೊಂಡು ಬಾ" ಎಂದ.

ಮೂರು ನಾಲ್ಕು ದಿನಗಳ ನಂತರ ಅದೇ ವ್ಯಕ್ತಿ ಮತ್ತೆ ಸಿಕ್ಕಿದ. ಹರಿದ ಬಟ್ಟೆ, ಆಗ

ತಾನೇ ಕತ್ತರಿಸಿದಂಥ ಹಣ್ಣಾದ ಕೂದಲು. ಸೊರಗಿದ ಮೈ. ಎಪ್ಪತ್ತು ದಾಟಿದ ವಯಸ್ಸು. ಆದರೂ ಚುರುಕಾದ ನಡಿಗೆ. ಈ ಬಾರಿ ಅವನನ್ನು ಮಾತಾಡಿಸಿಯೇ ಬಿಡುವುದು ಎಂದು ವಿಟ್ಠು ಪೈ ಅವನ ಹಿಂದೆಯೇ ಹೆಜ್ಜೆಹಾಕಿದ. ಆ ವ್ಯಕ್ತಿ ವಿಟ್ಠು ಪೈಯನ್ನು ನೋಡಿದೊಡನೆ ನಿಂತ. ವಿಟ್ಠು ಪೈ ಅವನ ಮುಖ ನೋಡಿ ತೆಳ್ಳಗೆ ನಕ್ಕ. ಅವನ ಮುಖದ ಮೇಲೆ ಕಳವಳ ಮೂಡಿತು. ಒಂದು ಬಾರಿ ತಪ್ಪಿಸಿಕೊಳ್ಳುವವನಂತೆ ಪ್ರಯತ್ನ ಮಾಡಿದ ಹಾಗೆ ಕಂಡಿತು. ಆದರೆ ಅಷ್ಟರಲ್ಲಿ ವಿಟ್ಠು ಪೈ ಅವನ ತೀರ ಹತ್ತಿರಕ್ಕೆ ಬಂದಿದ್ದ. "ತಿಳಿಯಿತೇ?" ಎಂದು ಕೊಂಕಣಿ ಭಾಷೆಯಲ್ಲಿಯೇ ಕೇಳಿದ. ಆ ವ್ಯಕ್ತಿ ಮಾತನಾಡಲಿಲ್ಲ. ಮತ್ತೊಮ್ಮೆ "ಯಾರೂಂತ ತಿಳಿಯಿತೇ?" ಎಂದು ಕೇಳಿದ. ಒಂದು ಕ್ಷಣದ ಬಳಿಕ ಆ ವ್ಯಕ್ತಿ "ನಿನಗೆ ತಿಳಿಯಿತೇ?" ಎಂದು ಕೇಳಿದ. ಈಗ ಮೌನ ವಹಿಸುವ ಸರದಿ ವಿಟ್ಠು ಪೈಗೆ. ಆ ವ್ಯಕ್ತಿಯ ಕಣ್ಣಲ್ಲಿ ನೀರಾಡಿತು. "ನಾನು... ನಾನು...." ಅವನು ತಡವರಿಸಿದ.

ವಿಟ್ಠು ಪೈ ವೆರಣೆ ಬಿಟ್ಟ ಮೇಲೆ ಮೊತ್ತ ಮೊದಲ ಬಾರಿಗೆ ಖುಷಿಪಟ್ಟದ್ದು ಆ ಕ್ಷಣದಲ್ಲಿ! ತಟಕ್ಕನೆ ಅವನನ್ನು ಅಪ್ಪಿ ಹಿಡಿದುಬಿಟ್ಟ ಸಪೂರ ಸಾಂತಯ್ಯ ಪೊರೋಬು ! ವೆರಣೆಯಿಂದ ಹೊರಟಾಗ ಧಡ್ಡನ, ಗಂಗಾಬಾಯಿಯ ಅಸ್ತಿಗಳನ್ನು ಹಿಡಿದುಕೊಂಡು ಬಂದು ಸೇರುತ್ತಾನೆಂದು ನಾಗ್ಡೊ ಬೇತಾಳ ಹೇಳಿದ ಸಾಂತಯ್ಯ ಪೊರೋಬು ! ಹುಚ್ಚಿ ಸೀತಾಬಾಯಿಯ ಗಂಡ ಸಾಂತಯ್ಯ ಪೊರೋಬು ! ವಿಟ್ಠು ಪೈ ಆನಂದದಿಂದ ಕುಣಿದಾಡಿ ಬಿಟ್ಟ ಸಾಂತಯ್ಯ ಪೊರೋಬುವನ್ನು ವಿಟ್ಠು ಪೈ ನೋಡಿದ್ದು ಒಂದೇ ಬಾರಿ. ಅದೂ ಅವನು ವೆರಣೆ ಬಿಟ್ಟ ಆ ಭೀಕರ ರಾತ್ರಿಯಲ್ಲಿ ! ಆಗ ಸಾಂತಯ್ಯ ಪೊರೋಬುವಿನ ಮುಖದ ಮೇಲೆ ಎದೆತನಕ ಬೆಳೆದ ಗಡ್ಡವಿತ್ತು. ಕಣ್ಣುಗಳಲ್ಲಿ ಪ್ರೇತಕಳೆ. ಈಗ ಅದೇನೂ ಇರಲಿಲ್ಲ. ತೀರ ಸೊರಗಿ ಹೋದ ಮೈ. ಗೋವೆಯಿಂದ ಒಬ್ಬನೇ ಹೊರಟು ಎಲ್ಲ ಅಡೆತಡೆಗಳನ್ನೂ ಕಳೆದು ಚಿಳ್ಕುಡೆ ಮುಟ್ಟಲು ಎಷ್ಟು ಕಷ್ಟಪಟ್ಟನೋ? ವಯಸ್ಸು ಬೇರೆ ಆದ ಮುದುಕ. ಹಾಗಾಗಿ ವಿಟ್ಠು ಪೈಗೆ ಪರಿಚಯ ಸಿಗುವುದು ಸ್ವಲ್ಪ ತಡವಾಯಿತು. ಸಾಂತಯ್ಯ ಪೊರೋಬುವನ್ನು ಅವನು ನೇರ ತನ್ನ ಬಿಡಾರಕ್ಕೆ ಕರೆದುಕೊಂಡು ಬಂದ. ಮರ್ತುಕಿಣಿಯನ್ನು ಆನ್ನು ಕಾಮಾತಿಯನ್ನು ಎದುರಿಗೆ ಕುಳ್ಳಿರಿಸಿ ಸಾಂತಯ್ಯ ಪೊರೋಬು ಚಿಳ್ಕುಡೆಗೆ ಬಂದು ಮುಟ್ಟಿದ ಕಥೆ ಹೇಳಿದ.

ಸಾಂತಯ್ಯ ಪೊರೋಬು ಹೆಚ್ಚು ಮಾತಾಡಲಿಲ್ಲ. ಆದರೆ ಅವನಿಂದ ವೆರಣೆಯ ಬಗ್ಗೆ ಕೇಳಿದಷ್ಟು ವಿಟ್ಠು ಪೈಗೆ ತೃಪ್ತಿಯಾಗಲಿಲ್ಲ. ಒಂದು ದಿನ ಅವನು ಅಲ್ಲಿ ಹೆಚ್ಚು ಇದ್ದನಲ್ಲ ? ಸಾಂತಯ್ಯ ಪೊರೋಬು ದಾರಿಯಲ್ಲಿ ಬಹಳ ಕಷ್ಟ ಪಟ್ಟಿದ್ದ. ಒಬ್ಬನೇ ನಡೆದು ತೀರ ಸೋತಿದ್ದ. ಮುಂದಕ್ಕೆ ಹೋದ ಮಂದಿ ಎಷ್ಟೇ ಬೇಗ ನಡೆದರೂ ಅವನಿಗೆ ಸಿಕ್ಕಿರಲಿಲ್ಲ. ಹಸಿವೆಯಿಂದ ಉಪವಾಸದಿಂದ ಬಳಲಿ ಬೆಂಡಾಗಿ ಅವನು ಹೇಗೋ ಚಿಳ್ಕುಡೆಗೆ ಬಂದಿದ್ದ. ಬಂದು ಎಷ್ಟೋ ದಿನಗಳಾಗಿದ್ದುವು. ಸುರಿಯುತ್ತಿದ್ದ ಜಡಿಮಳೆಗೆ ಜರ್ಝರಿತನಾಗಿ ಜೀವ ಹಿಡಿದುಕೊಂಡಿದ್ದ. ಕೈಯಲ್ಲಿದ್ದ ಅಸ್ತಿಗಳ ರಕ್ಷಣೆಯೊಂದರ ಜವಾಬ್ದಾರಿ ಇಲ್ಲದಿದ್ದಲ್ಲಿ

"ವಿಟ್ಠೂ, ಗಂಗಾಬಾಯಿಯಂತೆ ನಾನೂ ಬ್ಹಾವಿಗೆ ಹಾರಿಬಿಡುತ್ತಿದ್ದೇನೋ?" ಎಂದು ಅತ್ತ.

"ನೀನು ಹೊರಡುವಾಗ ನಾಗ್ಡೊ ಬೇತಾಳ ಮೆರಣೆಯಲ್ಲೇ ಇದ್ದನೇ ಪೊರೋಬು ಮಾಮ್ಮಾ ?" ವಿಟ್ಠು ಪೈ ಉತ್ಕಂಠತೆಯಿಂದ ಕೇಳಿದ. "ಕೆಲಸದ ಆಳು ಬುದ್ದುವನ್ನು ಇನ್‌ಕ್ವಿಸಿಷನ್‌ನವರು ಹಿಡಿದುಕೊಂಡು ಹೋದರೋ ವಿಟ್ಠೂ. 'ನಾನು ಅತ್ತ ಕಡೆ ಹೊರಟವನು. ನೀನು ಮುಂದುವರಿ' ಎಂದು ನಾಗ್ಡೊ ಬೇತಾಳ ಬೀಳ್ಕೊಟ್ಟ ನನ್ನನ್ನು" ಎಂದ ಸಾಂತಯ್ಯ ಪೊರೋಬು. ರಾವುಳು ಕುಡಾವನ ನೆನಪಾಗಿ ವಿಟ್ಠು ಪೈಗೆ ಮೈಮೇಲೆ ಮುಳ್ಳುಗಳೆದ್ದುವು.

ಸಾಂತಯ್ಯ ಪೊರೋಬುವನ್ನು ಕಂಡ ಕೂಡಲೇ ನಾಗೇಶ ಹೆಗಡೆಯ ಹೆಂಡತಿ ಬಂದು "ದಾರಿಯಲ್ಲಿ ಎಲ್ಲಾದರೂ ನನ್ನ ಮಗಳು ಸಿಕ್ಕಿದ್ದಳೇ?" ಎಂದು ಕೇಳಿದಳು. ಅವಳೀಗ ಹಿಂದಿನಿಂದ ಬಂದ ಯಾವುದೇ ಸಾರಸ್ವತ ಕುಟುಂಬ ಕಂಡರೂ ಅದೇ ಪ್ರಶ್ನೆ ಕೇಳತೊಡಗಿದ್ದಳು. ಮಗಳು ಓಡಿಹೋದುದರಿಂದ ಅವಳಿಗೂ ಹುಚ್ಚು ಹಿಡಿದಂತಾಗಿತ್ತು. ಸಾಂತಯ್ಯ ಪೊರೋಬುವಿಗೆ ಮಾತ್ರ ಆ ಪ್ರಶ್ನೆ ಅರ್ಥವಾಗಲಿಲ್ಲ. ಅವನು ವಿಟ್ಠು ಪೈಯ ಮುಖವನ್ನು ಮಿಕಿಮಿಕಿ ನೋಡಿದ. ವಿಟ್ಠು ಪೈ ತಾವೂ ದಾರಿಯಲ್ಲಿ ಎದುರಿಸಿದ ಕಷ್ಟನಷ್ಟಗಳನ್ನು ಹೇಳಿ ಮನಸ್ಸು ಹಗುರಮಾಡಿಕೊಂಡ. "ಏನಿದ್ದರೂ ನೀನು ಹೇಳಿದಂತೆ ಕೇಳುವವ ನಾನು, ಸಾಂತಯ್ಯ ಮಾಮ್. ನೀನು ಅನುಭವಸ್ಥ. ಹತ್ತು ಊರು ನೋಡಿದವ. ನಿನ್ನೆದುರು ನಾನು ನಿನ್ನೆ ಮೊನ್ನೆಯ ಹುಡುಗ. ಹೇಳು ಏನು ಮಾಡಬೇಕೆಂದು" ಎಂದ ವಿಟ್ಠು ಪೈ. "ಮೊದಲು ಈ ಅಸ್ತಿಗಳನ್ನು ವಿಸರ್ಜಿಸಬೇಕು. ಮುಂದೆ ದಕ್ಷಿಣದಲ್ಲಿ ಗೋಕರ್ಣ ಅಂತ ಪುಣ್ಯಕ್ಷೇತ್ರ ಉಂಟು. ಅಲ್ಲಿಗೆ ಹೋಗಿ ಇಬ್ಬರ ಬೊಜ್ಜವನ್ನೂ ಮಾಡಬೇಕು. ಆಮೇಲೆ ಮುಂದಿನ ವಿಚಾರ. ಈ ಅಸ್ತಿಗಳು ನನ್ನ ಹೆಗಲ ಮೇಲೆ ಬೆಂಕಿಯಂತೆ ಕುಳಿತಿವೆ. ಅವನ್ನು ವಿಸರ್ಜಿಸುವ ತನಕ ನನಗೆ ನೆಮ್ಮದಿಯಿಲ್ಲ" ಎಂದ ಸಾಂತಯ್ಯ ಪೊರೋಬು.

"ಇಬ್ಬರದಲ್ಲ – ಮೂವರದು" ಎಂದ ವಿಟ್ಠು ಪೈ.

ಸಾಂತಯ್ಯ ಪೊರೋಬು ಚಕಿತನಾಗಿ "ಇನ್ನೊಂದು ಯಾರದು?" ಎಂದು ಕೇಳಿದ.

"ಅಪ್ಪಯ್ಯನದ್ದು"

ಸಾಂತಯ್ಯ ಪೊರೋಬು ಮಾತಾಡಲಿಲ್ಲ. ಅವನ ಕಣ್ಣುಗಳಲ್ಲಿ ನೀರಾಡಿತು.

ಚಿಳ್ಳುಕಡೆಯಲ್ಲಿ ಉಳಿಯುವ ಮನಸ್ಸು ಯಾರಿಗೂ ಇರಲಿಲ್ಲ. ಅದಕ್ಕೆ ಕಾರಣವೂ ಇತ್ತು. ಪೋರ್ಚುಗೀಸರು ಹತ್ತಿರವೇ ಇದ್ದರು. ಯಾವಾಗ ಅವರು ಇತ್ತ ಬಂದು ಹಲ್ಲೆ ಮಾಡುವರೋ ಎಂದು ಭೀತಿ. ಅಲ್ಲದೇ ಗೋವೆಯ ಕಡೆಯಿಂದ ಜನರು ನಿರಂತರವಾಗಿ ದಕ್ಷಿಣದ ಕಡೆಗೆ ಬರುತ್ತಿದ್ದರು. ಅವರ ಮುಖದ ಮೇಲಿನ ಗಾಬರಿ, ಅವರು ಹೇಳುವ

ಕಥೆಗಳ ಭೀತಿ ಇವರನ್ನು ಕಾಡುತ್ತಿತ್ತು. ವ್ಯಾಪಾರದಿಂದ ಅಂಥ ಆದಾಯವೂ ಇಲ್ಲ. ಮರ್ತುಕಿಣಿಯೂ ಅನ್ನುಕಾಮಾತಿಯೂ ದಿನದಿನದ ಹೊಟ್ಟೆಪಾಡಿಗಾಗಿ ಅಲೆಯುತ್ತಿದ್ದರು. "ವಿಟ್ಠೂ ಈ ಊರು ನಮಗೆ ಹೇಳಿದ್ದಲ್ಲ. ನಾವು ಇನ್ನು ಇಲ್ಲಿಂದ ಹೋಗುವುದೊಳ್ಳೆಯದು. ಹೇಗೂ ಮಳೆಗಾಲ ಕಳೆಯಿತು. ಶ್ರಾವಣದ ದಿನಗಳಲ್ಲಿ ನಡೆಯುವುದು ಅಷ್ಟು ಕಷ್ಟವಾಗದು. ಬರುವ ಮಳೆಗಾಲದೊಳಗೆ ಕೊಚ್ಚಿ ಮುಟ್ಟಿದರೆ ಬದುಕಿದೆವು" ಎಂದ.

ಸಾಂತಯ್ಯ ಪೊರೋಬು ವಿಷಾದದಿಂದ ನಕ್ಕ. "ಕೊಚ್ಚಿ ಬಹಳ ದೂರವಿದೆ ಮರ್ತೂ, ನಡೆದುಕೊಂಡು ಹೋಗುವುದು ಕಷ್ಟ. ಆದರೂ ಪೋರ್ಚುಗೀಸರು ದೂರದಲ್ಲಿದ್ದರೆ ಒಳ್ಳೆಯದು. ಇಲ್ಲಿಂದ ದಕ್ಷಿಣದಲ್ಲಿ ಹೊನ್ನಾವರದ ತನಕ ಅಲ್ಲಲ್ಲಿ ಸಾರಸ್ವತರಿದ್ದಾರೆ. ಹಾಗಾಗಿ ಅಷ್ಟು ಕಷ್ಟವಾಗದು. ಮುಂದೆ ನೋಡುವ" ಎಂದ.

ವಿಟ್ಠು ಪೈ ಎಷ್ಟೇ ಹೇಳಿದರೂ ಕೆಲವರ ಮನಸ್ಸು ಇನ್ನೂ ಗೋವೆಯ ಕಡೆಗೆ ಓಡುತ್ತಿತ್ತು. ಅಲ್ಲಿಯ ಸ್ಥಿತಿ ಗತಿ ಮತ್ತೆ ಸರಿಯಾಗಬಹುದು ; ಮತ್ತೆ ತಾವು ಹುಟ್ಟೂರು ಸೇರಬಹುದು ; ತಮ್ಮದೆಂಬ ಮನೆ, ನೆಲ, ನೀರು ಸಿಕ್ಕಬಹುದು ಎಂದು ಆಸೆ. ಅವರಿಗೆ ಚಿಳ್ಕುಡೆ ಬಿಡುವುದೇ ಕಷ್ಟವೆನಿಸಿತು. ಆದರೂ ಹೊಳೆ ದಾಟಿ ಕಾರವಾರಕ್ಕೆ ಬಂದರು. ಗಾವುದಕ್ಕೊಂದು ಹೊಳೆ. ಹೊಳೆ ದಾಟಲು ದೋಣಿಗಳು, ಘತ್ತೆ ಮಾರಿಗಳು, ಮಚ್ವೆಗಳು. ಜನರಿಗೆ ಗೋವೆಗೆ ಮರಳುವ ಆಸೆ. ಆ ಆಸೆಯಲ್ಲಿಯೇ ಹೆಜ್ಜೆ ಹಾಕುವಾಗ ಅಡ್ಡ ಬಂದ ಹೊಳೆ ಒಂದು ನೆವ. ಒಂದೆರಡು ಕುಟುಂಬಗಳು ಕಾರವಾರ ಅಂಕೋಲೆಗಳಲ್ಲಿಯೇ ಉಳಿದುಕೊಂಡುವು. "ವಿಟ್ಠೂ, ಮುಂದುವರಿಯುವುದು ಬೇಡ ಅಂತ ನಮ್ಮ ಮನಸ್ಸು. ಇಲ್ಲಿಯೇ ಇದ್ದರೆ ಒಂದಲ್ಲ ಒಂದು ದಿನ ನಮ್ಮ ಹುಟ್ಟೂರು ನೋಡಿಯೇವು ಅಂತ ಆಸೆ. ಹೆಚ್ಚು ದೂರ ಬಂದಿಲ್ಲ ಅಂತ ಭರವಸೆ. ಅಲ್ಲದೇ ಇಲ್ಲಿ ಸಾರಸ್ವತರೂ ತುಂಬ ಜನ ಇದ್ದಾರಲ್ಲ?" ಎಂದು ರಾಗವೆಳೆದರು. ವಿಟ್ಠು ಪೈ ಹೇಳುವಷ್ಟು ಹೇಳಿದ. ಅವರಿಗೆ ಅವರ ಮನಸ್ಸು ತಿರುಗಿಸುವಷ್ಟು ವ್ಯವಧಾನವಿರಲಿಲ್ಲ. ಉಳಿಯುವವರು ಇಲ್ಲೇ ಉಳಿಯಲಿ, ಅವರಿಗೆ ಒಳ್ಳೆಯದಾಗಲಿ. ಮುಂದುವರಿಯುವವರು ಮುಂದುವರಿಯಲಿ ಎಂದು ಸಾಂತಯ್ಯ ಪೊರೋಬು ಹೇಳಿದ. ಅಂಕೋಲೆಗೆ ಬಂದಾಗ ಮಂಗೇಶ ಕಾಳೆ ಜ್ವರದಿಂದ ಚಾಪೆ ಹಿಡಿದ. ಕಳ್ಳತನದ ಆಪಾದನೆ ಬಂದ ಮೇಲೆ ಕಾಳೆ ಮಾತು ಬಹಳ ಕಮ್ಮಿ ಮಾಡಿದ್ದ. ಯಾವುದರಲ್ಲೂ ಸೇರುತ್ತಿರಲಿಲ್ಲ. ಗುಮ್ಮನ ಗುಸಕನಂತೆ ಕೂರುವವ. ಬಹುಶಃ ಆ ನೋವು ಅವನನ್ನು ಹಿಂಡುತ್ತಿರಬೇಕು. ಅಂಕೋಲೆಯಿಂದ ಹೊರಡುವ ಸಮಯ ಬಂದಾಗ ವಿಟ್ಠು ಪೈ ಜ್ವರದಿಂದ ಬಳಲುತ್ತಿದ್ದ ಅವನನ್ನು ಅಲ್ಲಿಯೇ ಬಿಡಲು ತುಂಬ ನೊಂದುಕೊಂಡ. "ಸಾಧ್ಯವಾದರೆ ಗೋಕರ್ಣದಲ್ಲಿ ಬಂದು ನಮ್ಮನ್ನು ಸೇರು" ಎಂದು ಹೇಳಿ ಉಳಿದವರೊಡನೆ ಅವನು ಮುಂದೆ ನಡೆದ.

ಹೀಗೇ ಆದರೆ ಕೊಚ್ಚಿಗೆ ಮುಟ್ಟುವಾಗ ತಾವು ಒಂದೆರಡು ಮನೆಗಳಷ್ಟೇ ಉಳಿಯಬಹುದು ಎಂಬ ಭೀತಿ ವಿಟ್ಠು ಪೈಯನ್ನು ಕಾಡತೊಡಗಿತು. ಅವನು ಅನ್ನು

ಕಾಮಾತಿಯೊಡನೆ "ಆನ್ನು ಮಾಂ, ಒಬ್ಬೊಬ್ಬರಾಗಿ ಕಮ್ಮಿಯಾಗುತ್ತಿದ್ದೇವೆ. ನೀನು ಕೊಟ್ಟ ಮಾತು ನೆನಪಿದೆಯಲ್ಲ ? ಕೊನೆಯ ತನಕ ನನ್ನ ಜೊತೆಯೇ ಉಳಿಯಬೇಕು ನೀನು" ಎಂದು ಬೇಡಿಕೊಂಡ. ಆನ್ನು ಕಾಮಾತಿ "ನೀನು ಹೆದರುವುದೇಕೋ ವಿಟ್ಠೂ ?" ಎಂದು ಅವನ ಹೆಗಲು ತಟ್ಟಿ ಹೇಳಿದ.

ಗೋಕರ್ಣದಲ್ಲಿ ಅವರು ಹದಿನಾರು ದಿನಗಳಿದ್ದರು. ಸತ್ತವರ ಅಸ್ತಿಗಳನ್ನು ಅಲ್ಲಿ ವಿಸರ್ಜಿಸಲಾಯಿತು. ಗೋಕರ್ಣದಲ್ಲಿ ಗಿಜಿಗಿಜಿ ಜನ. ಗೋವೆಯ ನೂರಾರು ಸಾರಸ್ವತರು ಅಲ್ಲಿ ಉಳಕೊಂಡಿದ್ದರು. ಅಸ್ತಿ ವಿಸರ್ಜನೆ ಮಾಡಿ, ಕೋಟಿತೀರ್ಥದಲ್ಲಿ ಮಿಂದು, ಶ್ರಾದ್ಧಗಳನ್ನೆಲ್ಲ ಪೂರೈಸಿದ ಮೇಲೆಯೂ ಅಲ್ಲಿ ಎರಡು ದಿನ ಉಳಿದರು. ಗೋಕರ್ಣದ ಸಾರಸ್ವತರು ಹಾಕಿದ ಊಟ ರುಚಿಯಾಗಿತ್ತು. ಹಾಗಾಗಿ ದಿನ ಕಳೆದದ್ದೇ ಗೊತ್ತಾಗಲಿಲ್ಲ. ಈ ಮಧ್ಯೆ ವಿಟ್ಠೂ ಪೈ ಅಂಕೋಲೆಗೆ ಒಮ್ಮೆ ಹೋಗಿ ಮಂಗೇಶ ಕಾಳೆಯನ್ನು ನೋಡಿ ಬಂದ. ಕಾಳೆಗೆ ಸ್ಮೃತಿ ಇರಲಿಲ್ಲ. ಅವನ ಹೆಂಡತಿ ಮಕ್ಕಳು ಅವನ ಪಕ್ಕದಲ್ಲಿಯೇ ಕುಳಿತಿದ್ದರು. ವಿಟ್ಠೂ ಪೈಯನ್ನು ನೋಡುತ್ತಲೇ ಅವರ ಕಂಬನಿಯುಕ್ಕಿತು. ಊರ ಮಂದಿಯೊಡನೆ ಭಿಕ್ಷೆ ಕೇಳುವ ಸ್ಥಿತಿ. ಜೀವ ಆಗಲೋ ಈಗಲೋ ಹೋಗುವ ಹಾಗೆ ಪತರಗುಟ್ಟುತ್ತಿದ್ದ ಮಂಗೇಶ ಕಾಳೆ. ಬದುಕಿಗೆ ಬೇಕಾದ ಯಾವ ಆಸೆ ಆಸರೆಗಳೂ ಇಲ್ಲ. "ಬೇಕಿದ್ದರೆ ಮರಿಗೆಯಲ್ಲಿ ಎತ್ತಿಕೊಳ್ಳುವ ವ್ಯವಸ್ಥೆ ಮಾಡುತ್ತೇನೆ. ಇಲ್ಲದಿದ್ದರೆ ಚಕ್ಕಡಿ ಮಾಡಿಸುವ. ಬರುವುದಿದ್ದರೆ ಹೇಳಿ. ನಾವು ಹೊನ್ನಾವರದ ಕಡೆಗೆ ಹೋಗುತ್ತೇವೆ. ಅದು ದೊಡ್ಡ ಊರು. ವೈದ್ಯರೂ ಇದ್ದಾರು. ಈ ಅಂಕೋಲೆಯ ಕಗ್ಗಾಡಿನಲ್ಲಿ ಏನಿದೆ? ಹೊರಡುವುದಿದ್ದರೆ ಹೇಳಿ" ಎಂದ. ಮಂಗೇಶ ಕಾಳೆ ಮಾತನಾಡುವ ಸ್ಥಿತಿಯಲ್ಲಿರಲಿಲ್ಲ. ಹಾಗಾಗಿ ವಿಟ್ಠೂ ಪೈ ಒಬ್ಬನೇ ಮರಳಿದ. ಮಂಗೇಶ ಕಾಳೆಯನ್ನು ಆ ರೀತಿ ಬಿಟ್ಟು ಬರುವುದು ಹಿಂಸೆಯೇ ಆಯಿತು. ಆದರೆ ನಮ್ಮ ಪಾಡೂ ಅದೇ. ಇನ್ನೊಬ್ಬರಿಗಾಗಿ ಕಾಯುವ ಸ್ಥಿತಿಯಲ್ಲಿ ಉಳಿದಿಲ್ಲ.

ಸಾಂತಯ್ಯ ಪುರೋಬು ಇದ್ದ ಕಾರಣ ವಿಟ್ಠೂ ಪೈಗೆ ತನ್ನ ಹೆಂಡತಿ ಮಕ್ಕಳ ಕಡೆಗೆ ಗಮನ ಹರಿಸುವುದು ಸಾಧ್ಯವಾಯಿತು. ನಾಗಪ್ಪಯ್ಯನಿಗೆ ಬರುವ ವರುಷವೋ ಅದರ ಮುಂದಿನ ವರುಷವೋ ಉಪನಯನ ಮಾಡಿಸಬೇಕಿತ್ತು. ಈಗಾಗಲೇ ಅವನಿಗೆ ಐದು ವರುಷಗಳು. ಊರಲ್ಲಿದ್ದಿದ್ದರೆ ಪಾಠ ಹೇಳಿಸಲು ಆರಂಭ ಮಾಡಬೇಕಿತ್ತು. ಈಗ ಅದೇನೂ ಇಲ್ಲದೇ ಉಡಾಳನಾಗಿ ಬಿಟ್ಟಿದ್ದ. ಹರಕಲು ಅರಿವೆ, ಗೊಣ್ಣೆ ಸುರಿಸುವ ಮೂಗು, ಬಿಸಿಲಿಗೆ ಬೆಂದು ಕೆಂಚಾದ ಚರ್ಮ - ನಾಗಪ್ಪಯ್ಯನನ್ನು ತೊಡೆಯ ಮೇಲೆ ಕೂರಿಸಿಕೊಂಡು ಹೆಂಡತಿಯೊಡನೆ "ನಾವು ಸಣ್ಣವರಿದ್ದಾಗ ಬಾಯಿವಾಸನೆ ಬರುವ ಕ್ರಿಷ್ಣಶರ್ಮರಿಂದ ಪಾಠ ಹೇಳಿಸಿಕೊಳ್ಳುತ್ತಿದ್ದೆ ಇವಳೇ. ಅವರು ಊರು ಬಿಟ್ಟು ಹದಿನೈದು ಇಪ್ಪತ್ತು ಸಂವತ್ಸರಗಳಾದುವೋ ಏನೋ? ಈ ಕಡೆ ಅವರು ಸಿಕ್ಕಿದರೂ ಸಿಕ್ಕಿಯಾರು" ಎಂದೊಮ್ಮೆ ಹೇಳಿದ್ದ. ತುಳಸೀಬಾಯಿ ಮಾತಾಡಲಿಲ್ಲ. ಆಕೆ ಎಂದೂ ಹೆಚ್ಚು

ಮಾತಾಡುವವಳಲ್ಲ. ಆದುದರಿಂದ ವಿಟ್ಠೂ ಪೈಯೂ ಸುಮ್ಮನಾದ. ಬಹುಶಃ ಆಕೆ ತನ್ನ ತಂದೆ ಅಪ್ಪಣ್ಣಭಟ್ಟರ ನೆನಪು ಮಾಡಿಕೊಳ್ಳುತ್ತಿದ್ದಳೇನೋ? ತಮಗಿಂತ ಸ್ವಲ್ಪ ಸಮಯ ಮೊದಲು ಗೋವೆ ಬಿಟ್ಟವರು. ಸಿಕ್ಕರೂ ಸಿಕ್ಕಿಯಾರು ಎಂದು ಆಸೆಯಾಯಿತೇನೋ?

ಗೋಕರ್ಣದಿಂದ ಕುಮಟೆಗೆ, ಕುಮಟೆಯಿಂದ ಹೊನ್ನಾವರಕ್ಕೆ. ಹೊನ್ನಾವರದ ಬಂದರಿನಲ್ಲಿ ವ್ಯಾಪಾರ ಮಾಡುತ್ತಿದ್ದ ಮುಸಲಮಾನರೊಡನೆ ಮರ್ತುಕಿಣಿ ಕಾಳುಮೆಣಸಿನ ವ್ಯಾಪಾರಕ್ಕೆ ನಿಂತ. ವ್ಯಾಪಾರ ಸಲೀಸಾಯಿತು. ಒಂದಷ್ಟು ಹಣ ಕೈ ಸೇರಿತು. ಮರ್ತುಕಿಣಿ ಮಾತಿನಲ್ಲಿ ಜಾಣ. ಅವರ ಸಾಮಾನುಗಳನ್ನು ಇವರಿಗೆ, ಇವರದನ್ನು ಅವರಿಗೆ ಮಾರಿ ಅಷ್ಟೋ ಇಷ್ಟೋ ಹಣ ಮಾಡಿದ. ಒಂದು ದಿನ ವ್ಯಾಪಾರ ಮುಗಿಸಿ ಬಂದವನು ನೇರ ಸಾಂತಯ್ಯ ಪೊರೋಬು ಕುಳಿತಲ್ಲಿಗೆ ಬಂದು "ಸಾಂತಯ್ಯ ಮಾಮ್, ಬರುವ ಹಪ್ತೆಯೊಳಗೆ ಹೊನ್ನಾವರದಿಂದ ಒಂದು ಫತ್ತೆಮಾರಿ ಕೊಚ್ಚಿಗೆ ಹೋಗುತ್ತದಂತೆ. ಅರಬರ ಫತ್ತೆಮಾರಿ. ನಾನು ಅವರ ಜೊತೆ ಮಾತನಾಡಿ ಬಂದಿದ್ದೇನೆ. ಅದರಲ್ಲಿ ಜಾಗವುಂಟಂತೆ. ಬೇಕಿದ್ದರೆ ಬನ್ನಿ, ಹೊಟ್ಟೆಪಾಡಿಗೆ ನೀವು ನೋಡಿಕೊಂಡರೆ ಮಾಸದೊಳಗೆ ಕೊಚ್ಚಿ ಮುಟ್ಟಿಸುತ್ತೇವೆ ಎಂದರು. ಏನು ಮಾಡುವ?" ಎಂದ.

ಫತ್ತೆಮಾರಿಯಲ್ಲಿ ಕೊಚ್ಚಿಗೆ ಹೊರಡಲು ಕೆಲವರು ಸಿದ್ಧರಿದ್ದರು. ಕೆಲವರು ಸಿದ್ಧರಿರಲಿಲ್ಲ. ಸಾಂತಯ್ಯ ಪೊರೋಬು "ಬರುವವರು ಬರಲಿ" ಎಂದು ಹೇಳಿದ. ಮುಂದಿನ ಹಪ್ತೆಯಲ್ಲಿ ಮೂವತ್ತೈದು ಕುಟುಂಬಗಳು ದೋಣಿ ಏರಿದುವು. ಆರೇಳು ಕುಟುಂಬದವರು ಹೊನ್ನಾವರದಲ್ಲಿಯೇ ಉಳಿದರು. "ನಾವು ನಡೆದುಕೊಂಡೇ ಬರುತ್ತೇವೆ" ಎಂದು ಕೆಲವರು ಹೊರಟರು. ಮಳೆಗಾಳಿಯ ಅನುಕೂಲ ನೋಡಿಕೊಂಡು ಫತ್ತೆಮಾರಿ ಅಲ್ಲಿಂದ ಹೊರಟಿತು.

ಕೊಚ್ಚಿಗೆಂದು ಅವರು ಹೊರಟರೂ ಬಾರಕೂರು ಬಂದರಕ್ಕೆ ಮುಟ್ಟಿದಾಗ ಮಂಗಳೂರಿನ ಕಡೆಯಿಂದ ಬಂದ ಪೋರ್ಚುಗೀಸರ ಹಡಗೊಂದು ಅವರ ಮೇಲೆ ಆಕ್ರಮಣ ಮಾಡಿತು. ವಿಟ್ಠೂ ಪೈ ದಿಕ್ಕೆಟ್ಟ. "ಈ ಜನರು ನಮ್ಮನ್ನು ಉಳಿಯಲು ಬಿಡುವುದಿಲ್ಲ ಕಿಣಿಮಾಮ್. ನಾವು ನಡೆದುಕೊಂಡೇ ಹೋಗುವ" ಎಂದು ಎಲ್ಲ ಹಠ ಹಿಡಿಯುವಂತಾಯಿತು. ಪೋರ್ಚುಗೀಸರೊಡನೆ ಅರಬದೇಶದ ನಾವಿಕರು ಸಾಕಷ್ಟು ಹೋರಾಡಿದರು. ಹೇಳಿಕೇಳಿ ಇದು ಸರಕು ಸಾಗಾಣಿಕೆಯ ದೋಣಿ. ಶಸ್ತ್ರಾಸ್ತ್ರಗಳೆಲ್ಲಿಂದ ಬರಬೇಕು? ಫತ್ತೆಮಾರಿಯಲ್ಲಿದ್ದ ಹೆಂಗಸರು, ಮಕ್ಕಳು ಹೆದರಿ ಹಿಪ್ಪೆಯಾದರು. ದೋಣಿಯ ತುಂಬ ಅಳು ಎದ್ದಿತು. ಬಾರಕೂರು ರೇವಿನ ಅಂಚಿಗೆ ಬಂದವರೇ ಎಲ್ಲ ದೋಣಿಯಿಂದ ಹಾರಿ ಕೆಳಗಿಳಿದು ಓಡತೊಡಗಿದರು. ಮುಸಲಮಾನ ನಾವಿಕರು ಅವರನ್ನು ನೋಡಿ "ನಿಮಗೆ ನಾವು ಸಹಾಯ ಮಾಡಿದೆವು. ಆದರೆ ನಮ್ಮ ಕಷ್ಟಕಾಲದಲ್ಲಿ ನೀವು ಒಬ್ಬರೂ ನಿಲ್ಲುವುದಿಲ್ಲವಲ್ಲ?" ಎಂದು ಕೂಗಿ ಹೇಳಿ ಹಿಡಿಯ ಬಂದರು. ಮರ್ತುಕಿಣಿ ವಿಟ್ಠೂ ಪೈಯೊಡನೆ "ವಿಟ್ಠೂ, ಸುತ್ತ ಗುಂಡು ಬೀಳುತ್ತಿರುವಾಗ ಹೆಂಗಸರು

ಮಕ್ಕಳು ಮುದುಕರನ್ನು ಇರಿಸಿಕೊಳ್ಳುವುದು ತರವಲ್ಲ. ನಾನು ಒಂದು ನಾಲ್ಕು ಜನರ ಸಂಗಡ ಇವರೊಡನೆ ಇರುತ್ತೇನೆ. ಉಳಿದವರನ್ನು ನೀನು ಕರೆದುಕೊಂಡು ಹೋಗು. ಹೋಗಿ ಊರು ಸೇರು. ಏನಾದರೂ ಉಪಾಯ ಮಾಡಿ ನಾವು ಬಂದು ಸೇರುತ್ತೇವೆ'' ಎಂದ. ಬೆಲ್ಲದ ಮಾಧೋ ಪೊರೋಬು, ವೆಂಕು ಮ್ಹಾಲ್ಲೊ, ಪಾಂಡು ಹೆಗಡೆ ಅವನ ಜೊತೆ ಇರುತ್ತೇವೆ ಎಂದರು. ಯೋಚಿಸಲು ಸಮಯವಿರಲಿಲ್ಲ. ವಿಟ್ಠು ಪೈ ಹತ್ತೈವತ್ತು ಜನರೊಡನೆ ಊರು ಸೇರಿದ.

ಬಾರಕೂರು ದೊಡ್ಡ ಊರು. ಅಗಲ ಬೀದಿಗಳಲ್ಲಿ ನೂರಾರು ಮನೆಗಳು. ಭರಭರಾಟೆಯ ವ್ಯಾಪಾರ. ದೇವಸ್ಥಾನದ ಮಗ್ಗುಲಲ್ಲಿದ್ದ ಮರಗಳ ತೋಪಿನ ಕೆಳಗೆ ಅವರೆಲ್ಲ ಬಂದು ಕೂತರು. ಕೂತದ್ದು ರಾತ್ರಿಯಾಗುವ ತನಕವೂ ಕೂತದ್ದೇ. ಮರ್ತುಕಿಣಿ ರಾತ್ರಿಯಾದರೂ ಬರಲಿಲ್ಲ. ಹೆಂಗಸರು ಮಕ್ಕಳನ್ನು ಅಲ್ಲಿಯೇ ಬಿಟ್ಟು ಮರ್ತುಕಿಣಿಯನ್ನು ಹುಡುಕ ಹೋಗುವ ಧೈರ್ಯ ಗಂಡಸರಿಗೆ ಬರಲಿಲ್ಲ. ರಾತ್ರಿ ಊಟಕ್ಕೂ ಗತಿ ಇಲ್ಲ. ಮಕ್ಕಳು ಅತ್ತು ಅತ್ತು ಕೂತಲ್ಲೇ ನಿದ್ರೆ ಹೋದುವು. ರಾತ್ರಿಯ ಮೂರು ಜಾವ ಕಳೆದಾಗ ಗಂಡಸರು ಪಕ್ಕದಲ್ಲಿದ್ದಾರಲ್ಲ ಅಂತ ಹೆಂಗಸರೂ ನಿದ್ರೆ ಹೋದರು. ವಿಟ್ಠು ಪೈಗೆ ಮರುದಿನದ ಗತಿ ಏನು ಎಂದು ಯೋಚನೆ. ಫತ್ತೆ ಮಾರಿಯಿಂದ ಹೊರಡುವ ಹೊತ್ತಿನಲ್ಲಿ ಇದ್ದುಬಿದ್ದುದನ್ನೇನೋ ಎತ್ತಿಕೊಂಡಿದ್ದರು. ಆದರೆ ಪ್ರಯಾಣದ ಸಲುವಾಗಿ ಶೇಖರಿಸಿದ ದವಸಧಾನ್ಯಗಳು ಸಮುದ್ರದ ಪಾಲಾದಂತೆಯೇ. ಹೊನ್ನಾವರದಲ್ಲಿ ಫತ್ತೆಮಾರಿ ಹತ್ತಲೊಲ್ಲದ ಜನರೇ ಬುದ್ಧಿವಂತರು ಎಂದುಕೊಂಡ. ತಾವೂ ಅವರಂತೆ ನಡೆದುಕೊಂಡು ಹೊರಟಿದ್ದರೆ ಚೆನ್ನಿತ್ತು. ಸುಮ್ಮನೆ ಈ ಅರಬರನ್ನು ನಂಬಿ ಫತ್ತೆಮಾರಿ ಹತ್ತಿದ್ದಕ್ಕೆ ಅವನು ತನ್ನನ್ನು ತಾನೇ ನಿಂದಿಸಿಕೊಂಡ. ಇಷ್ಟಾಗಿ ಮರ್ತುಕಿಣಿಗೆ ಏನಾಯಿತೋ ಎಂಬ ಭೀತಿ ಬೇರೆ. ಎಲ್ಲರೂ ಮಲಗಿದಾಗ ವಿಟ್ಠು ಪೈಗೂ ಆಕಳಿಕೆ ಬಂತು. ಮರ್ತುಕಿಣಿ ಬಂದಾನು ಎಂದುಕೊಂಡು ಅವನೂ ಕುಳಿತಲ್ಲೇ ಒರಗಿದ.

ಬೆಳಗ್ಗೇಳುವಾಗ ಅವರ ಬಳಿ ಉಳಿದಿದ್ದ ಒಡವೆಗಳು, ಬಟ್ಟೆಯ ಗಂಟುಗಳು ಎಲ್ಲ ಮಟಾಮಾಯ ! ಬಾರಕೂರಲ್ಲಿ ಕಳ್ಳರ ಹಾವಳಿ. ಯಾವನೋ ಕಳ್ಳ ಈ ಅಲೆಮಾರಿಗಳ ತಂಡಕ್ಕೆ ಲಗ್ಗೆ ಹಾಕಿ ಇದ್ದಬಿದ್ದ ಸಾಮಾನುಗಳನ್ನೂ ತುಡುಗು ಮಾಡಿದ್ದ. ನನ್ನ ಬೆಂಡೋಲೆ ಇಲ್ಲ, ನನ್ನ ಬಳೆ ಇಲ್ಲ, ಅಯ್ಯೋ ನನ್ನ ಮಂಗಳಸೂತ್ರ ಎಲ್ಲಿ – ಎಂದು ಎಲ್ಲ ಹೆಣ್ಣುಮಕ್ಕಳೂ ಕಿರುಚತೊಡಗಿದ್ದರು. ವಿಟ್ಠುಪೈಗೆ ಎಚ್ಚರಾದಾಗ ಎಲ್ಲ ಕಡೆಯಿಂದಲೂ ಅಳು. ಯಾರನ್ನು ಸಮಾಧಾನ ಮಾಡಲಿ, ಯಾರನ್ನು ಬಿಡಲಿ ಎಂದು ಅವನಿಗೆ ತಿಳಿಯಲಿಲ್ಲ.

''ನಿನಗೆ ನಮ್ಮ ಪರಿಸ್ಥಿತಿ ಅರ್ಥವಾಗಲಿಕ್ಕಿಲ್ಲ ರಾಚ್ಚೂ. ಅನುಭವಿಸಿದವರಿಗೇ ಅದರ ಕಷ್ಟ ತಿಳಿಯುವುದು. ಎಲ್ಲಿಗೆ ಹೋದರೂ ಪೋರ್ಚುಗೀಸರು ಹಿಂಬಾಲಿಸಿಕೊಂಡು

ಬರುತ್ತಾರೆಂಬ ಭೀತಿ. ಜನ್ಮಾಂತರದ ವೈರಿಗಳಂತೆ ಅವರು ನಮ್ಮ ಮೇಲೆಯೇ ಬೀಳಬೇಕೇ? ತಪ್ಪಿಸಿಕೊಂಡು ಬಂದೆವು ಅಂದಾಗ ಇಲ್ಲಿ ಎಲ್ಲ ಕಳ್ಳತನವಾಗಬೇಕೇ? ದೇವರು ಯಾಕೆ ನಮ್ಮನ್ನು ಅಷ್ಟೊಂದು ಕಷ್ಟಕ್ಕೆ ಗುರಿಪಡಿಸಿದ? ಅವನ ಉದ್ದೇಶ ಏನು? ತನ್ನನ್ನು ನಂಬಿದವರ ಪರೀಕ್ಷೆ ಮಾಡುತ್ತಿದ್ದಾನೆಯೇ? ನಿಜವಾದ ಭಕ್ತರಾಗಿದ್ದರೆ ಇವನ್ನೆಲ್ಲ ಗೆದ್ದು ಬರುತ್ತೀರಿ ಎಂದು ಸವಾಲು ಹಾಕುತ್ತಿದ್ದಾನೆಯೇ? ಅಥವಾ ಇದೆಲ್ಲ ಸುಳ್ಳೆ ? ಬೆಳಗಿನ ಹೊತ್ತು ಹೊಟ್ಟೆಗೆ ಹಾಕಿಕೊಳ್ಳಲು ಏನೂ ಉಳಿದಿರಲಿಲ್ಲ. ಉಡಿದಾರಕ್ಕೆ ಕಟ್ಟಿದ್ದ ಹಣ ಕೂಡಾ ಇಲ್ಲ. ಆ ಕ್ಷಣದಲ್ಲಿ ಎಲ್ಲರನ್ನೂ ಹಾಳುಬಾವಿಗೆ ತಳ್ಳಿ ನಾನೂ ಹಾರಬಯಸಿದೆ. ಆಗಲೇ ನಿನ್ನಜ್ಜಿ ತುಳಸೀಬಾಯಿ ಸ್ವರ ತೆಗೆದದ್ದು ! ವೆರಣೆ ಬಿಟ್ಟ ಮೇಲೆ ಮೊಟ್ಟಮೊದಲ ಬಾರಿಗೆ ಅವಳು ಮಾತನಾಡಿದ್ದು! ಯಾಕೆ ? ಮದುವೆಯಾದ ಮೇಲೆ ಅವಳ ಧ್ವನಿಯಲ್ಲೂ ಶಕ್ತಿ ಇದೆ, ಒಂದು ಕುಟುಂಬ ನಡೆಸುವ ತಾಖತ್ತಿದೆ ಎಂದು ನನಗೆ ತಿಳಿದದ್ದು ಆಗಲೇ. ನಮ್ಮ ಗುಂಪಿನಲ್ಲಿ ಗಂಡಸರು ಇರಲಿಲ್ಲವೆಂದಲ್ಲ. ಆದರೆ ಆ ಕ್ಷಣಕ್ಕೆ ಗಂಡಸುತನ ಕೂಡಾ ಉಪಯೋಗಕ್ಕೆ ಬರುವಂಥದಲ್ಲ ರಾಚ್ಹೂ. ಯುದ್ಧದ ಬೇಗೆ, ಅಭ್ಯಾಸವಿಲ್ಲದ ಘತ್ತೆಮಾರಿಯಲ್ಲಿ ಪ್ರಯಾಣ, ಓಡಿ ಬಂದ ಆಯಾಸ, ಹಸಿವು– ಸಿಕ್ಕಿದಷ್ಟು ಅವಕಾಶದಲ್ಲಿಯೇ ಎಲ್ಲ ಕಳ್ಳತನವಾಗಿಬಿಡಬೇಕೇ? ಮನುಷ್ಯ ನಿದ್ರಿಸುತ್ತಿರುವಾಗ ಸತ್ತವನಂತೆಯೇ ರಾಚ್ಹೂ ಅಷ್ಟೂ ಜನರ ಮೈಮೇಲಿನ, ಅರಿವೆಯ ಒಳಗಿನ ವಸ್ತುಗಳನ್ನೂ ತುಡುಗು ಮಾಡುವುದು ಸಾಧ್ಯವಾದದ್ದು ಆಗಲೇ! ಎಲ್ಲರೂ ಅಳುತ್ತಿರುವಾಗ ತುಳಸೀಬಾಯಿ ಒಮ್ಮೆಲೇ ಎದ್ದು ನಿಂತಳು.

"ಅಳುತ್ತೀರಲ್ಲ? ವೆರಣೆಯಿಂದ ಜೀವ ಉಳಿದರೆ ಸಾಕೆಂದು ಓಡಿಬಂದವರು ಅಂತ ಮರೆತೇ ಬಿಟ್ಟಿರಾ? ಈಗ ಜೀವ ಉಳಿದಿದೆಯೋ ಇಲ್ಲವೋ ? ಅತ್ತರೆ ಕಳ್ಳರು ಬಂದು 'ಕೊಳ್ಳಿ, ನಿಮ್ಮ ನಿಮ್ಮ ಒಡವೆಗಳು ಇಲ್ಲಿವೆ. ತಗೊಳ್ಳಿ, ಇದು ಯಾರ ಮಂಗಳಸೂತ್ರ, ರತ್ನಾಬಾಯಿಯದೇ? ಯಾರ ಡಾಬು ಇದು, ಶಾಂತಾಬಾಯಿಯದೇ? ಬೆಂಡೋಲೆ ಸರಸ್ವತಿಯದೇ? ಪಾರ್ವತೀ, ನಿನ್ನ ಬಳೆ ಕೋ, ಕೋ ನಿನ್ನ ಝುಮಕಿ, ನಿನ್ನ ಸುತ್ತುಂಗುಲ ಕೋ' ಎಂದು ಹಂಚಿಬಿಡುತ್ತಾರೆಯೇ? ತೆಪ್ಪಗೆ ಇರಿ. ಎಲ್ಲ ಹೋಗಿದೆ. ಹುಟ್ಟಿದ ಊರು, ಹೆತ್ತ ಮಕ್ಕಳು, ಮೆಟ್ಟಿದ ನೆಲ, ಕುಡಿದ ನೀರು – ಯಾವುದು ಉಳಿದಿದೆ? ಈಗ ಒಡವೆ ಹೋಯಿತು ಅಂತ ಅಳುತ್ತಿದ್ದೀರಾ? ಯಾಕೆ? ಕಣ್ಣಲ್ಲಿ ನೀರು ಉಳಿದಿದೆ ಎಂದು ಅಳುವುದೇ? ಯಾರಾದರೂ ಇನ್ನು ಸ್ವರ ತೆಗೆದರೆ ನಾಗ್ಡೊ ಬೇತಾಳನ ಆಣೆ ಇದೆ.

ಗಂಡಸರು ಬರಲಿ ; ಯುದ್ಧಕ್ಕೆ ಹೋದವರೂ ಬರಲಿ ; ತಣ್ಣಗೆ ಕುಳಿತು ಮುಂದಿನ ಯೋಚನೆ ಮಾಡಲಿ. ಇದನ್ನು ಅನುಭವಿಸಲೆಂದೇ ಇಲ್ಲಿಗೆ ಬಂದೆವೋ ಎಂದು ಗೋಳಿಟ್ಟಿರಲ್ಲ ? ಬೇಡ – ಇದು ನಮಗೆ ಬೇಡ ಅಂತಿದ್ದವರು ಈಗಲೂ ಗೋವೆಗೆ ಹೋಗಬಹುದು. ನಮ್ಮ ದೇವನ್ನು ಉಳಿಸಿಕೊಳ್ಳಲು, ಧರ್ಮವನ್ನು ಉಳಿಸಿಕೊಳ್ಳಲು ಹೊರಟು ಗಂಡಂದಿರ ಬೆನ್ನಿನಲ್ಲಿ ಉಳಿಯುವವರು ಉಳಿಯಬಹುದು. ಬದಲಾಗಿ ದೊಡ್ಡ ಸ್ವರ ತೆಗೆದು ಅತ್ತಿರೋ, ಗೋವೆಗೆ ಮರಳಿದವರ ಹಾಗೂ ಗಂಡಂದಿರ ಜೊತೆ ಉಳಿದವರ ಭವಿಷ್ಯ ನಾನು ನಂಬಿದ ನಾಗ್ದೊ ಬೇತಾಳನ ಕೈಯಲ್ಲಿರಲೀಽಽಽ" ಎಂದು ಕಿರಿಚಿದಳು !

ತುಳಸೀಬಾಯಿಯಲ್ಲಿ ಮಾತಿನ ಅಂಥ ಶಕ್ತಿ ಇತ್ತೆಂದು ನನಗೆ ತಿಳಿದುದೇ ಆಗ ರಾಚ್ಯೊ, ತಲೆಗೆ ಕೈ ಹೊತ್ತು ಕೂತವನು ಅಚ್ಚರಿಯಿಂದ ಕಣ್ಣೆತ್ತಿ ನೋಡಿದೆ. ಬಗಲಲ್ಲಿ ಕೈ ಹುಗಿದು ನಿಂತಿದ್ದಳು. ಹಣೆಯ ಮೇಲೆ ಕುಂಕುಮದ ದೊಡ್ಡ ತಿಲಕ. ಕೊರಳಲ್ಲಿ ಕಪ್ಪನೆಯ ದಾರ. ಬೋಳು ಕೈಗಳು. ಹದಿನೆಂಟು ಮೊಳದ ಕಚ್ಚೆಯುಟ್ಟ ಸೀರೆ. ನಿನ್ನ ಅಜ್ಜಿಗೆ ಆಗ ಹಾವಿನಂತಹ ನೀಳ ಜಡೆ ಇತ್ತೋ ರಾಚ್ಯೊ, ಕಟ್ಟಿದ್ದ ಮುಡಿ ಮಲಗಿ ಎದ್ದುದರಿಂದ ತುಸುವೇ ಬಿಚ್ಚಿ ಹೋಗಿತ್ತು. ಹಿಂದಿನ ದಿನದ ಗಡಿಬಿಡಿಯಲ್ಲಿ ದೇವಳದ ದಾರಿಯಲ್ಲಿ ಆರಿಸಿಕೊಂಡ ರೆಂಜೆಹೂಗಳನ್ನು ನಿದ್ರೆ ಬರುವ ತನಕ ಚಂದ್ರನ ಬೆಳಕಿನಲ್ಲಿ ದಾರ ಕಟ್ಟಿ ಮುಡಿಗೇರಿಸಿದ ಮಾಲೆ. ತುಂಬಿದ ಕೊರಳು. ಎದೆಯನ್ನು ಭೇದಿಸಿ ಬರುವ ಕುಂವಾಳೆಯಷ್ಟು* ದೊಡ್ಡ ಮೊಲೆಗಳು. ಅಗಲವಾದ ಹೊಟ್ಟೆ. ಜಘನ. ನಿಂತ ಭಂಗಿ. ನಾನು ಎವೆಯಿಕ್ಕದೇ ಅವಳನ್ನು ನೋಡಿದೆ – ಥೇಟು ಮ್ಹಾಳಶಿಮಾಂಯಿ ! ಒಮ್ಮೆಲೇ ನನ್ನಲ್ಲಿ ಅವಳ ಬಗ್ಗೆ ಅಭಿಮಾನ ಉಕ್ಕಿತು. ಒಂದು ಕ್ಷಣದಲ್ಲಿ ವೆರಣೆಯಲ್ಲಿ ಅಲ್ವೀರಾಳನ್ನು ಬಿಟ್ಟು ಬಂದುದರ ಅರ್ಥ ಇಲ್ಲಿ ಸ್ಪಷ್ಟವಾಗಿ ಬಿಟ್ಟಿತು. ಇವಳನ್ನು ಚೆನ್ನಾಗಿ ನೋಡಿಕೊಳ್ಳಬೇಕು, ಪ್ರೀತಿಸಬೇಕು ಎಂಬ ಆಸೆ ಹುಟ್ಟಿತು. ಅವಳ ಮಾತು ಮುಗಿಯುವಾಗ ಎಲ್ಲ ಗಪ್‌ಚಿಪ್ಪಾದರು. ಒಂದು ಉಸುರು ? ಊಂಹೂಂ ! ತುಳಸೀಬಾಯಿ ಅಷ್ಟು ಮಾತಾಡಿದವಳೇ ಐದು ವರ್ಷದ ನಾಗಪ್ಪಯ್ಯನನ್ನು ಎತ್ತಿಕೊಂಡು ಹೋಗಿ ದೂರದ ಒಂದು ಮರದ ಬುಡದಲ್ಲಿ ಕುಳಿತು ಮೊಲೆಯೂಡಿಸ ತೊಡಗಿದಳು.

— ಕುಂಬಳೆಯ ಮನೆಯಲ್ಲಿ ಕಾಲು ಚಾಚಿ ಕುಳಿತು ಅಜ್ಜ ಆ ಮಾತು ಹೇಳಿದಾಗ ಕಣ್ಣಂಚಿನಲ್ಲಿ ನೀರು ಹನಿದದ್ದು ರಾಮಚಂದ್ರ ಪೈಗೆ ಚೆನ್ನಾಗಿ ನೆನಪಿತ್ತು. ಅದೇ ಏಕೆ ? ಅಜ್ಜನ ಪ್ರತೀ ಮಾತು, ಹಾವಭಾವಗಳು ಅವನಿಗೆ ಚೆನ್ನಾಗಿ ನೆನಪಿದ್ದುವು. ಬಾಯಿಪಾಠ

---

* ಕುಂವಾಳೆ = ಕುಂಬಳಕಾಯಿ

ಬಲ್ಲವನಂತೆ ಅದನ್ನು ಹಾಗೆಯೇ ತನ್ನ ಮೊಮ್ಮಗನಿಗೆ ಅನೇಕ ವರ್ಷಗಳ ಬಳಿಕವೂ ಅವನಿಂದ ಹೇಳಲು ಸಾಧ್ಯ.

ಬಾರಕೂರಿನ ಪೇಟೆಯಲ್ಲಿ ವಿಟ್ಠು ಪೈ ಮೂರು ದಿನ ಅಕ್ಷರಶಃ ಭಿಕ್ಷೆ ಎತ್ತಿದ್ದ. ಕ್ರಿಷ್ಣಶರ್ಮರು ಜನಿವಾರ ಹಾಕುವಾಗ ಭವತಿ ಭಿಕ್ಷಾಂದೇಹಿ, ಭವಾನ್ ಭಿಕ್ಷಾಂ ದಧಾತು ಎಂದು ಹೇಳಿಕೊಟ್ಟಿದ್ದರಲ್ಲವೇ? ಬ್ರಾಹ್ಮಣನಾಗಿ ಹುಟ್ಟಿದ ಮೇಲೆ ದಿನಕ್ಕೆ ಮೂರು ಮನೆಗಳಿಂದ ಭಿಕ್ಷೆ ಎತ್ತಿ ತಂದು ಅಡಿಗೆ ಮಾಡಿ ಹೊಟ್ಟೆ ತುಂಬಿಸಬೇಕು, ವಿಟ್ಠೊ, ಹೆಂಗಸರ ಕೈ ಅಡಿಗೆ ನಿಷಿದ್ಧ ಎಂದು ಹೇಳಿರಲಿಲ್ಲವೇ? ಆದರೆ ಮೈಯಲ್ಲಿ ಶಕ್ತಿ ಇದ್ದಾಗ ಕೆಲಸ ಮಾಡಲು ಏನು ಧಾಡಿ ಎಂದು ಕೇಳಿಯಾರು. ಏನು ಕೆಲಸ ಮಾಡಲಿ ? ನೂರು ಸಂಖ್ಯೆಗೆ ಹತ್ತಿರವಿದ್ದ ಹೊಟ್ಟೆಗಳನ್ನು ತುಂಬಿಸಲು ನಾಲ್ಕೈದು ಜನ ಕೆಲಸ ಮಾಡಿದರೆ ಸಾಧ್ಯವೇ? ಗುಂಪಿನ ಮುಖ್ಯಸ್ಥನಾಗಿ ತಾನು ಉಪವಾಸ ಇದ್ದರೂ ಪರವಾಯಿಲ್ಲ, ಒಂದೇ ಒಂದು ಹೊಟ್ಟೆ ಖಾಲಿ ಇರಬಾರದು ಎಂದು ಹಠ ತೊಟ್ಟು ಭಿಕ್ಷೆ ಎತ್ತಿದ.

ಬಾರಕೂರಿನ ಜನರು ಒಳ್ಳೆಯವರು. ಅಯ್ಯೋ ಎಂದರು. ನಾಡವರ ಶೆಟ್ಟಿಯೊಬ್ಬ ಎರಡು ಮುಡಿ ಅಕ್ಕಿ ಕೊಟ್ಟ. ಮೊಗವೀರನೊಬ್ಬ ಉಳಿಯಲು ತಾವು ಕೊಟ್ಟ. ಇಷ್ಟು ಒಳ್ಳೆಯ ಜನರಿರುವಾಗಲೂ ಈ ಊರಲ್ಲಿ ಕಳ್ಳ ಎಲ್ಲಿಂದ ಬಂದ ಎಂದು ವಿಟ್ಠು ಪೈಗೆ ಆಶ್ಚರ್ಯ. ಸಪೂರ ಸಾಂತಯ್ಯ ಪೊರೋಬುವಿನ ಮುಖದ ಮೇಲೆ ಮುಗುಳುನಗೆಯೊಂದು ಸುಳಿಯಿತು. "ದೇವರು ಕೈ ಬಿಡಲಿಲ್ಲ ವಿಟ್ಠೊ ಸುಮ್ಮನೆ ಪರೀಕ್ಷಿಸುತ್ತಿದ್ದಾನೆ."

ಮೂರು ದಿನಗಳ ಬಳಿಕ ಮರ್ತುಕಿಣಿ ಉಳಿದ ಗಂಡಸರೊಂದಿಗೆ ಬಂದು ಸೇರಿದ. "ಯುದ್ಧ ಅರಬರು ಮಾಡಿದರು. ನಾವು ನೋಡಿದೆವು" ಎಂದು ಹೇಳಿ ಅವನು ನಕ್ಕ. "ಏನೇ ಇರಲಿ, ನೀವು ಬಂದಿರಲ್ಲವೋ?" ಎಂದು ವಿಟ್ಠು ಪೈ ನಿಡಿದಾದ ಉಸಿರು ಬಿಟ್ಟ. "ಬಾರದೇ ಇರುತ್ತೇವೆಯೇ? ನಾಲಿಗೆ ಒಂದು ಗಟ್ಟಿ ಇದ್ದರೆ ಸಾಕು. ಏನಾದರೂ ಮಾಡಿ ತಪ್ಪಿಸಿಕೊಳ್ಳಲು ಬ್ರಾಹ್ಮಣ ಮಕ್ಕಳಿಗೆ ಹೇಳಿಕೊಡಬೇಕೇ?" ಎಂದು ಮರ್ತುಕಿಣಿ ನಗೆಯಾಡಿದ.

ಮರ್ತುಕಿಣಿಗೆ ಕಳ್ಳತನದ ವಿಚಾರ ತಿಳಿಯಿತು. ಒಂದು ಕ್ಷಣ ಅವನು ದಿಗ್ಮೂಢನಾದ. "ವಿಟ್ಠೊ" ಅವನು ತುಂಬ ಹೊತ್ತಿನ ಬಳಿಕ ಹೇಳಿದ "ವೆರಣೆಯಿಂದ ಹೊರಟ ನಿಮ್ಮನ್ನು ಬಂದು ಸೇರುವಾಗ ನನ್ನಲ್ಲಿ ಏನಿತ್ತು ಹೇಳು ? ಹರಿದು ಹೋದ ಈ

ಅರಿವೆಯ ಒಳಗಿನ ಉಡಿದಾರಕ್ಕೆ ಕಟ್ಟಲೂ ಒಂದು ಕೋಮಣದ ತುಂಡಿರಲಿಲ್ಲ. ವಾಡೆಯಿಂದಲೂ ನನ್ನ ಜೊತೆ ಕೊಟ್ಟ ನಿನ್ನ ಮಾಂಯಿಯ ಸೀರೆಯ ಒಂದು ತುಂಡನ್ನೇ ತೆಗೆದು ಕಟ್ಟಿಕೊಂಡವ ನಾನು. ಅದಾಗಿ ಈಗ ಐದಾರು ತಿಂಗಳಾಗಲಿಲ್ಲವೇ? ಈ ಗೇಣು ಹೊಟ್ಟೆಗೆ ಕೂಡಾ ದಿನಾ ಅನ್ನ ಬೀಳಲಿಲ್ಲವೇ? ಬಿಡು. ಮರೆತು ಬಿಡು. ಬಾರಕೂರಿಗೆ ಆಗಾಗ ಪೋರ್ಚುಗೀಸರು ಬರುತ್ತಿರುತ್ತಾರೆ. ಊರು ಕೊಳ್ಳೆ ಹೊಡೆದು ಹೋಗುತ್ತಾರೆ. ಇಲ್ಲಿರುವುದು ಬೇಡ. ತಕ್ಷಣ ಈ ಊರು ಬಿಡಬೇಕು. ಅದಕ್ಕೆ ಸಿದ್ಧನಾಗು'' ಎಂದು.

ಕೆಲವರು ಹಠ ಹಿಡಿದು ಕುಳಿತುಬಿಟ್ಟರು. ''ಕೊಚ್ಚಿಯೂ ಬೇಡ, ಕ್ವೈಲಾಂಡಿಯೂ ಬೇಡ. ನಾವು ಗೋವೆಗೇ ಹೋಗುತ್ತೇವೆ. ಏನಿಲ್ಲ ಅಂದರೂ ವಾಸಕ್ಕೊಂದು ಮನೆ ಇದೆ. ಧರ್ಮ ಯಾವುದಾದರೇನು ? ಈಶ್ವರನೂ ಆದೀತು, ಯೇಸುಕ್ರಿಸ್ತನೂ ಆದೀತು'' ಎಂದು ಅಳತೊಡಗಿದರು. ಮರ್ತುಕಿಣಿ ಎಷ್ಟು ಹೇಳಿದರೂ ಜಪ್ಪಯ್ಯ ಅನ್ನಲಿಲ್ಲ. ಕೊನೆಕೊನೆಗೆ ''ನಿನ್ನ ಮಾತಿನಿಂದಲೇ ಇಷ್ಟೆಲ್ಲ ಆಯಿತು. ಇಲ್ಲದಿದ್ದರೆ ಹೊನ್ನಾವರದಿಂದ ನಾವು ನಡೆದೇ ಬರುತ್ತಿದ್ದೆವು. ವೆರಣೆಯಿಂದ ನಡೆಯಲಿಲ್ಲವೇ ಇಷ್ಟು ದೂರ? ಈಗ ಕಳುವಾದ ಒಡವೆಗಳನ್ನು ನೀನು ತಂದುಕೊಡುತ್ತೀಯಾ?'' ಎಂದು ಬಿಟ್ಟರು.

ಆ ಮಾತು ಮರ್ತುಕಿಣಿಯ ಬಾಯಿ ಮುಚ್ಚಿಸಿತು. ಅವನು ದಿಗ್ಭ್ರಾಂತನಾಗಿ ವಿಟ್ಠು ಪೈಯ ಮುಖವನ್ನು ದಿಟ್ಟಿಸಿ ನೋಡಿದ. ಮಾತು ಇಲ್ಲಿಯ ತನಕ ಬಂದದ್ದು ವಿಟ್ಠು ಪೈಗೂ ಕೆಟ್ಟದೆನಿಸಿತು. ಗೋವೆ ಬಿಟ್ಟು ಐದಾರು ತಿಂಗಳುಗಳಾಗಿದ್ದುವು. ಇಡಿಯ ಮಳೆಗಾಲವೇ ಕಳೆಯಿತಲ್ಲ? ಹುಟ್ಟೂರಿನ ಸೆಳೆತ ಎಲ್ಲರಿಗೂ ಇದ್ದದ್ದೇ! ಆದರೆ ನಂಬಿಕೊಂಡ ಧರ್ಮಕ್ಕಾಗಿ ಇಷ್ಟು ದೂರ ಬಂದರೂ ಮತ್ತೆ ಅದೇ ಊರಿಗೆ ಹೋಗುವುದೇ ? ಏನು ಪುರಾಷಾರ್ಥ ? ಅದಕ್ಕಾಗಿಯೇ ಏನು ಧಡ್ಡ ಜೀವ ಕೊಟ್ಟದ್ದು ? ವಿಟ್ಠು ಪೈಯ ಮೈಮೇಲೆ ಮುಳ್ಳುಗಳೆದ್ದುವು. ಮರ್ತುಕಿಣಿಯ ಮಾಂಸಲ ಹೆಗಲ ಮೇಲೆ ಕೈಯಿಟ್ಟು ಅವನು ಒಂದು ಕ್ಷಣ ನಿಂತ. ಗೋವೆಯಿಂದ ಇಲ್ಲಿಯ ತನಕ ಬಂದ ವೆರಣೆಕಾರರು ಇಬ್ಭಾಗವಾಗುತ್ತಿದ್ದಾರೆಯೇ ಎಂದು ಅವನಿಗೆ ಹೆದರಿಕೆಯಾಯಿತು. ಒಂದು ಕ್ಷಣ ಎಲ್ಲ ಜವಾಬುದಾರಿಯನ್ನೂ ಸಾಂತಯ್ಯ ಪೊರೋಬುವಿನ ಮೇಲೆ ಹಾಕಿ ತಾನು ನಿರಾಳವಾಗಿ ಇದ್ದು ಬಿಡಲೇ ಅನ್ನಿಸಿತು. ''ಸಾಂತಯ್ಯ ಮಾಮ್'' ಎಂದು ಅವನು ಬಾಯಿ ತೆರೆದ ಕೂಡಾ. ಆದರೆ ಮುಂದಿನ ಮಾತು ಹೊರಡಲಿಲ್ಲ. ಮರುಕ್ಷಣ ಈ ಬಾರಕೂರಿಂದ ಎಷ್ಟು ದೂರವೋ ಅಷ್ಟು ಬೇಗ ಹೊರಡಲೇ ಬೇಕೆಂಬ ಧಾವಂತ ಮೈಮೇಲೇರಿ ಬಂತು. ''ನಡೆಯಿರಿ. ಗೋವೆಗಾದರೆ ಗೋವೆಗೆ. ಹೊರಡಿರಿ'' ಎಂದ.

ಮರ್ತುಕಿಣಿಯೂ ಆಶ್ಚರ್ಯದಿಂದ ನೋಡುವಂತಾಯಿತು. ಅವನ ಮುಖವನ್ನು ನೋಡುವ ಧೈರ್ಯವಿಲ್ಲದೇ ವಿಟ್ಠು ಪೈ ತುಳಸೀಬಾಯಿಯ ಬಳಿಗೆ ಹೋಗಿ ಕುಳಿತಿದ್ದ ನಾಗಪ್ಪಯ್ಯನನ್ನು ಎತ್ತಿ ಹೆಗಲ ಮೇಲೆ ಕುಳ್ಳಿರಿಸಿ ಬಡಗು ದಿಕ್ಕಿನ ದಾರಿ ಹಿಡಿದ!

ಮಾತಿಲ್ಲದೇ ಎಲ್ಲರೂ ಅವನ ಹಿಂದೆ ಹೊರಟರು. ಮರಳಿ ಗೋವೆಗೆ! ಇಡುವ ಒಂದೊಂದು ಹೆಜ್ಜೆಯೂ ಸಾರಸ್ವತ ಸಂತಾನಕ್ಕೆ ತಾನು ಮಾಡುತ್ತಿರುವ ದ್ರೋಹ ಇದು ಎಂಬ ದಾರುಣ ವ್ಯಥೆ. ಒಂದೆರಡು ಗಾವುದ ನಡೆದ ಮೇಲೆ ಹಿಂತಿರುಗಿ ನೋಡಿದ ವಿಟ್ಠು ಪೈ. ಮಾತಿಲ್ಲದೇ ನಡೆದು ಬರುತ್ತಿದ್ದ ಆ ಅಷ್ಟೂ ಜನ ಸ್ಮಶಾನಯಾತ್ರೆ ಮಾಡುತ್ತಿದ್ದ ಹಾಗೆ ಭಾವನೆ ಹುಟ್ಟಿ ವಿಟ್ಠು ಪೈಗೆ ಆಯಾಸ ಏರಿ ಬಂತು. ಅವನು ಕುಸಿದು ಕುಳಿತ. ಅನ್ನು ಕಾಮಾತಿ ಹತ್ತಿರ ಬಂದು ಕುಳಿತು "ವಿಟ್ಠೂ, ಏನಿದು?" ಎಂದು ಕೇಳಿದ. ಅವನ ದನಿಯಲ್ಲಿದ್ದ ಆರ್ದ್ರತೆಯೋ ಏನೋ, ವಿಟ್ಠು ಪೈಗೆ ಅಳು ಉಕ್ಕೇರಿ ಬಂತು. "ಅನ್ನು ಮಾಂ, ಅನ್ನು ಮಾಂ" ಎಂದವನು ಗದ್ಗದಿಸಿದ. ಮಡಿಲಲ್ಲಿದ್ದ ನಾಗಪ್ಪಯ್ಯನ ತಲೆಯ ಮೇಲಿಂದ ಕೈ ತೆಗೆದು ಅನ್ನು ಕಾಮಾತಿಯ ಕೃಶವಾದ ಹೆಗಲ ಮೇಲೆ ತಲೆ ಇಟ್ಟು ವಿಟ್ಠು ಪೈ ಬಿಕ್ಕಿ ಬಿಕ್ಕಿ ಅತ್ತ. "ಎಲ್ಲಿಗೆ ಹೋದರೂ ನನ್ನ ಜೊತೆಯೇ ಇರುತ್ತೇನೆಂದು ಭಾಷೆ ಕೊಟ್ಟ ನೆನಪಿದೆಯಲ್ಲ ಅನ್ನು ಮಾಂ ನಿನಗೆ ? ಇರುತ್ತೀಯಲ್ಲ ?" ಎಂದು ಕೇಳಿದ.

ಮರ್ತುಕಿಣಿ, ಸಾಂತಯ್ಯ ಪೂರೋಬು, ವೆಂಕು ಮ್ಹಾಲ್ಲೊ, ಅನ್ನು ಕಾಮಾತಿ ಎಲ್ಲ ವಿಟ್ಠು ಪೈಯ ಕೈ ಹಿಡಿದು ಎಬ್ಬಿಸಿದರು. ಕತ್ತಲೆಯಾಗುವಾಗ ಬಡಗಿನಲ್ಲಿ ಅವರು ಬಹಳ ದೂರ ಬಂದಿದ್ದರು. ಹೊಟ್ಟೆಯೂ ತಾಳ ಹಾಕುತ್ತಿತ್ತು. ಕತ್ತಲು ಕವಿಯುವ ಮುನ್ನ ಒಂದು ತಾವು ದೊರಕಿಸಲೇ ಬೇಕಿತ್ತು. ದಿಕ್ಕು ತಪ್ಪಿದ ದಾರಿಯಲ್ಲಿ ಕಾಡಿನ ಮಧ್ಯೆ ಹಣತೆಯ ಬೆಳಕು. ಎದುರಿಗೆ ಭತ್ತದ ಗದ್ದೆಗಳು. ಕೊಯಿಲಿಗೆ ಸಿದ್ಧವಾದ ತುಂಬು ತೆನೆಗಳ ರಾಶಿ. ಹಿಂದೆ ದಟ್ಟಕಾಡು. ಮಧ್ಯದಲ್ಲೊಂದು ಹುಲ್ಲು ಹಾಸಿದ ಚಿಕ್ಕ ಗುಡಿ. ಒಳಗಿನ ಕತ್ತಲೆಯಲ್ಲಿ ಮೊಳದೆತ್ತರದ ಒಂದು ಕಲ್ಲಿನ ಮೂರ್ತಿ. ಎಣ್ಣೆಯ ಪಸೆಯಿಂದ ಜಿಗಿಜಿಗಿ ಹೊಳೆಯುವ ಕಪ್ಪು ಮೂರ್ತಿಯ ಮೈ ಬೆಳಗಿಸುತ್ತಿದ್ದ ತುಪ್ಪದ ಚಿಕ್ಕ ಹಣತೆ. ಬಯಲಿನಿಂದ ಗುಡಿಗೆ ಹೋಗಲು ಸವೆದ ಕಾಲು ದಾರಿ. "ಯಾವುದೋ ದೇವಸ್ಥಾನವಿರಬೇಕು" ಎಂದ ಅನ್ನು ಕಾಮಾತಿ. "ದೇವಸ್ಥಾನ ಅಂದ ಮೇಲೆ ಸುತ್ತಮುತ್ತ ಜನವಸತಿ ಇರಬೇಕು." ಬೆಲ್ಲದ ಮಾಧೋ ಪೂರೋಬು ಹೇಳಿ ಬಲವಳಿದ ಕಾಲು ಚಾಚಿ ಕುಳಿತ. ಎಲ್ಲರೂ ಕುಳಿತರು. ಮರ್ತುಕಿಣಿ "ಹ್ವಾಯ್" ಎಂದು ಕೂಗು ಹಾಕಿದ. ಬರಿಯ ಪ್ರತಿಧ್ವನಿ ಕೇಳಿಸಿತು. ನಾಲ್ಕಾರು ಸಲ ಕೂಗು ಹಾಕಿದ ಮೇಲೆ ಸುತ್ತ ಯಾರ ಸುಳಿವೂ ಕಾಣದೇ ಸುಮ್ಮನಾದ.

ಸುಮಾರು ಕಾಲು ಘಳಿಗೆಯ ಬಳಿಕ ಕತ್ತಲಲ್ಲಿ ದೊಣ್ಣೆ ಹಿಡಿದುಕೊಂಡು ನಾಲ್ಕಾರು ಮಂದಿ ಬಂದರು. ದೂರದಿಂದಲೇ "ಯಾರು?" ಎಂದರು. ಮರ್ತುಕಿಣಿ ಪ್ರವರ ಹೇಳಿದ. "ಬ್ರಾಹ್ಮಣರೋ?" ಎಂದು ಕೇಳಿದರವರು. "ಹೂಂ" ಎಂದ ಮರ್ತುಕಿಣಿ. ಅವನ ಸ್ವರವೂ ಹಸಿವೆಯಿಂದ ಉಡುಗಿ ಹೋಗಿತ್ತು. ಬಂದವರು ದೇವರಂತೆ ಬಂದರು. ಅವರಿಗೆ ಕರುಣೆ ಮೂಡಿರಬೇಕು. ಓಡಿ ಹೋಗಿ ಒಂದು ಮನೆಯಿಂದ ಅಕ್ಕಿ ತಂದರು. ಪಾತ್ರೆ ಕೊಟ್ಟರು. ಎಸರಿಟ್ಟು ಒಲೆಗೆ ಬೆಂಕಿ ಹಾಕಿದಾಗ "ಯಾವ ದೇವರಿದು?" ಎಂದು ಕೇಳಿದ ಮರ್ತುಕಿಣಿ. "ಕುಂದೇಶ್ವರ" ಅಂದರವರು – "ಬಹಳ ಕಾರಣಿಕದ ದೇವರು.

ನಂಬಿದವರ ಕೈ ಬಿಟ್ಟವನಲ್ಲ. ಈ ಊರಲ್ಲಿ ಮಳೆಬೆಳೆಗಳಿಗೆ ಏನೂ ತೊಂದರೆಯಿಲ್ಲ'' ಎಂದರು. ''ಸಾವಿರ ಸಾರಿ ಅಡ್ಡಬಿದ್ದೆವು ನಿಮ್ಮ ಕುಂದೇಶ್ವರನಿಗೆ. ಅನ್ನ ನೀಡಿದಿರಲ್ಲ ? ಅದೇ ಸಂತೋಷ'' ಮರ್ತುಕಿಣಿ ಹೇಳಿದ.

ಹಸಿವೆಯಿಂದ ಕಂಗಾಲಾದ ಜನರು ಗಬಗಬ ಉಂಡರು. ಹೆಂಗಸರು ಮಕ್ಕಳು ಎಲ್ಲ ನಿದ್ರೆ ಹೋದ ಮೇಲೆ ಗಂಡಸರೆಲ್ಲ ಸಪೂರ ಸಾಂತಯ್ಯ ಪೊರೋಬುವಿನ ಸುತ್ತ ಕುಳಿತರು. ''ಈಗ ಹೇಳಿ'' ಎಂದ ಮರ್ತುಕಿಣಿ. ಸಪೂರ ಸಾಂತಯ್ಯ ಪೊರೋಬು ಹೇಳತೊಡಗಿದ. ''ಗೋವೆಗೆ ಮರಳುವುದು ಸಲ್ಲದ ಮಾತು. ನಾನ್ನೂರು ವರ್ಷಗಳವರೇಗೆ ನಮಗೆ ಅಲ್ಲಿಂದ ಬಹಿಷ್ಕಾರವಿದೆ. ಅಲ್ಲಿಯ ನೀರು ಕುಡಿಯಬಾರದೆಂಬ ಶಾಪವಿದೆ. ಇಷ್ಟು ದೂರ ಬಂದಿದ್ದೇವೆ. ಮತ್ತೆ ಹಿಂದೆ ಹೋಗುವುದು ಸಾಧ್ಯವಾಗದ ಕೆಲಸ. ಅಲ್ಲಿಯ ತನಕ ನಡೆಯುವುದಾದೀತೇ ಎಂಬ ಪ್ರಶ್ನೆ ಒಂದು. ಹೋದರೂ ನಮ್ಮ ನಮ್ಮ ಬಾವಿಯ ನೀರು ಕುಡಿಯಲು ಸಿಕ್ಕೀತೇ ಎಂಬುದು ಇನ್ನೊಂದು ಪ್ರಶ್ನೆ. ನಾವೆಲ್ಲ ನಂಬಿದ ನಾಗ್ಗೊ ಬೇತಾಳ ಏನು ಹೇಳಿಯಾನು? ಸತ್ತ ಧಡ್ಡನ ಆತ್ಮಕ್ಕೆ ತೃಪ್ತಿಯಾದೀತೇ? ಗೋವೆಯ ದಾರಿಯಲ್ಲಿ ಈಗಲೂ ಬರುತ್ತಿರುವ ಜನರು ನಮ್ಮನ್ನು ನೋಡಿ ನಗಲಾರರೇ? ಕಿರಿಸ್ತಾನರಾಗುವ ಹಾಗಿದ್ದಲ್ಲಿ ಇಲ್ಲಿಯ ತನಕ ನಾವು ನಡೆದು ಬರುವ ಅಗತ್ಯವಿತ್ತೇ ? ಇವೆಲ್ಲ ನಮ್ಮನ್ನು ನಾವು ಕೇಳಿಕೊಳ್ಳಬೇಕಾದ ಪ್ರಶ್ನೆಗಳು. ಅದು ಸಾಧ್ಯವಿಲ್ಲ. ದೇವರು ಕೈ ಬಿಟ್ಟಿದ್ದಾನೆನ್ನುವಿರಾ? ಅಲ್ಲಿ ಗುಡಿಯಲ್ಲಿ, ಹಣತೆಯ ಎದುರಲ್ಲಿ ನಿಂತ, ಕುಂದೇಶ್ವರನೋ, ಯಾರು ಅವನು ? ಯಾಕೆ ಅವನು ದಾರಿಗಡ್ಡ ಬಂದು, ಇಲ್ಲಿ ಈ ರಾತ್ರಿ ಕಳೆಯಿರಿ ಎಂದು ನಿಲ್ಲಿಸಿಕೊಂಡ? ನಾಗ್ಗೊ ಬೇತಾಳ ವೆರಣೆ ಬಿಡುವ ಮೊದಲು ಒಂದು ಮಾತು ಹೇಳಿದ ಎಂದು ನೆನಪು ನನಗೆ. ವಿಟ್ಠೊ ನಿನಗೆ ನೆನಪಿದೆಯೇ? ಹೊರಟಾಗ ನಾವು ನಲುವತ್ತನಾಲ್ಕು ಕುಟುಂಬಗಳಿದ್ದವು. ಮತ್ತೆ ಮರ್ತುಕಿಣಿ ಸೇರಿಸಿದ ನಾಲ್ಕು ಕುಟುಂಬಗಳು. ಈಗೆಷ್ಟು ಮೂವತ್ತೈದು ಕುಟುಂಬಗಳಿರಬಹುದೇ? ಒಂದೊಂದು ಊರಿನಲ್ಲಿ ಒಬ್ಬೊಬ್ಬರು ನಿಲ್ಲಿ ಎಂದನಲ್ಲ ಅವನು? ನಮ್ಮ ಹೆಣ್ಣು ಮಕ್ಕಳಿಗೆ ಹನ್ನೆರಡು ಗರ್ಭಗಳಿಗಿಂತ ಹೆಚ್ಚು ಧರಿಸುವ ಶಕ್ತಿ ಕೊಡುತ್ತೇನೆ ಎನ್ನಲಿಲ್ಲವೇ? ಹಾಗಾಗಿ ಮತ್ತೆ ನಾವು ಗೋವೆಯ ನೆಲದ ಮೇಲೆ ಕಾಲಿಟ್ಟರೆ ನಮಗೆ ಹುಟ್ಟಿದವರು ಬಂಜೆಯಾದಾರು. ಸಂತಾನ ನಶಿಸಿ ಹೋದೀತು.''

''ಹಾಗಿದ್ದರೆ ಏನು ಮಾಡಲಿ ಹೇಳು'' ವಿಟ್ಠು ಪೈ ಸಂತಾಪದಿಂದ ಕೇಳಿದ.

''ನಾಳೆ ಬೆಳಗ್ಗೆ ಏಳುತ್ತಲೂ ಎಲ್ಲರ ಎದುರು ಹೇಳಬೇಕು – ಗೋವೆಗೆ ಹೋಗುವುದು ಸಾಧ್ಯವಿಲ್ಲ. ನಾವು ತೆಂಕ ಮುಖವಾಗಿ ಹೊರಟವರು. ಹೊರಡುತ್ತೇವೆ. ಯಾರಿಗೆ ಇಲ್ಲಿ ನಿಲ್ಲಬೇಕು ಎಂದೆನಿಸುತ್ತದೆಯೋ ನಿಲ್ಲಲಿ. ಇಲ್ಲಿಯೇ ಎಂದಲ್ಲ, ಮುಂದಣ ದಾರಿಯಲ್ಲಿ ಎಲ್ಲಿ ಬೇಕಾದರೂ ನಿಲ್ಲಲಿ. ನಿಂತಲ್ಲಿ ಮೊಳಕೆ ಹಾಕಿ. ಗಿಡವಾಗಿ ಬೆಳೆದು ಮರವಾಗಿ ಸುತ್ತ ಹಬ್ಬಿ, ಹಬ್ಬಿದ ಕಡೆಯೇ ಗೋವೆಯನ್ನು ಸೃಷ್ಟಿ ಮಾಡಿ. ನಾಗ್ಗೊ ಬೇತಾಳ ಬರುತ್ತಾನೆ. ನಿಮ್ಮ ಬೆಂಗಾವಲಾಗಿ ನಿಲ್ಲುತ್ತಾನೆ. ಮುಂದೆ, ನಾನ್ನೂರು ವರ್ಷಗಳ ನಂತರ

ಗೋವೆಯ ದೇವರುಗಳ ಸೇವೆ ಮಾಡಲು ಗೋವೆಗೆ ಹೋಗುವಂತೆ ನಿಮ್ಮ ನಿಮ್ಮ ಸಂತಾನಗಳಿಗೆ ಹೇಳುತ್ತಾ ಹೋಗಿ. ಸಾರಸ್ವತ ಬ್ರಾಹ್ಮಣರು ಎದುರು ಸಿಕ್ಕರೆ ಮಾಮ್ಮಾ ಅನ್ನಿ. ಸಾರಸ್ವತ ಹೆಂಗಸರಿಗೆ ಮಾಂಯ್ಯೇ ಅನ್ನಿರಿ. ಅವರೊಡನೆ ಕೊಂಕಣಿ ಭಾಷೆಯ ವಿನಾ ಬೇರೆ ಯಾವ ಭಾಷೆಯಲ್ಲೂ ಮಾತಾಡಬೇಡಿ – ಅಂತ. ಮುಂದುವರಿಯುವವರು ಮುಂದುವರಿಯುತ್ತಾರೆ. ಕೊಚ್ಚಿಗೆ ಮುಟ್ಟುತ್ತಾರೆ. ಕೊಚ್ಚಿಗೆ ಎಂದಾದರೂ ಬರಬೇಕು ಎಂದನ್ನಿಸಿದವರು ಬರಲಿ. ಅಷ್ಟೇ.''

ಯಾರೂ ಬೇಡ, ಆಗದು ಎಂದು ತಲೆಯಲ್ಲಾಡಿಸಲಿಲ್ಲ. ವಿಟ್ಠು ಪೈಯ ಮನಸ್ಸು ನಿರ್ಮಳವೆನಿಸಿತು. ಅವನೆದ್ದು ಹೆಂಡತಿ, ಮಗ ಮಲಗಿದ್ದಲ್ಲಿ ಹೋಗಿ ಕುಳಿತ. ತುಳಸೀಬಾಯಿಗೆ ನಿದ್ರೆ ಬಂದಿರಲಿಲ್ಲ. ಅವಳ ಪಕ್ಕದಲ್ಲಿ ಅಡ್ಡಾದಾಗ ಆಕೆ ನಾಗಪ್ಪಯ್ಯನ ಕಡೆಯಿಂದ ಗಂಡನತ್ತ ಮುಖ ಮಾಡಿ ತಿರುಗಿದಳು. ನೆಲದ ಮೇಲಿನ ಬೆಣಚು ಕಲ್ಲುಗಳು ಮೈ ಚುಚ್ಚುತ್ತಿದ್ದುವು. ವಿಟ್ಠು ಪೈ ಹೆಂಡತಿಯ ಕೂದಲುಗಳಲ್ಲಿ ಕೈಯಾಡಿಸಿದ. ಆಕೆ ಇನ್ನೂ ಹತ್ತಿರ ಬಂದಳು. ''ಊಟ ಮಾಡಿದಿರಾ?'' ಎಂದಳು. ವಿಟ್ಠು ಪೈಗೆ ಕೃತಜ್ಞತೆಯಿಂದ ಎದೆ ತುಂಬಿ ಬಂತು. ಇಂಥ ಹೊತ್ತಿನಲ್ಲೂ ಗಂಡನ ಹೊಟ್ಟೆಯ ಚಿಂತೆಯೇ ಈ ಹೆಣ್ಣಿಗೆ ಎಂದನ್ನಿಸಿ ಮನಸ್ಸು ಮೂಕವಾಯಿತು. ನಿಧಾನವಾಗಿ ಅವನೂ ಕೇಳಿದ – ''ನಿನ್ನದು ಊಟವಾಯಿತೇ?'' ತುಳಸೀ ಬಾಯಿ ''ಹೂಂ'' ಎಂದಳು. ಇನ್ನಷ್ಟು ಹತ್ತಿರ ಬಂದು ಒತ್ತಿ ಮಲಗಿದಳು.

ವಿಟ್ಠು ಪೈಯ ಕೈಗಳು ಅವಳ ಕುರುಳುಗಳ ಮಧ್ಯೆ ಆಡುತ್ತಲೇ ಇದ್ದುವು. ಆಕೆ ತಡೆದು ತಡೆದು ಹೇಳಿದಳು – ''ಊಟ ಮಾಡಲು ಸಾಧ್ಯವೇ ಆಗಲಿಲ್ಲ'' ಎಂದು. ವಿಟ್ಠು ಪೈ ಅಕರಾಸ್ತೆಯಿಂದ ಹೇಳಿದ – ''ಹೌದು, ಅಕ್ಕಿಯ ರುಚಿಯೇ ಬೇರೆ. ನೀರೂ ಬೇರೆಯ ಥರ. ಬಾಯಿಯೊಳಗೆ ಹೋಗುವುದೇ ಇಲ್ಲ. ಉಂಡರೂ ಹಸಿವೆ ಹಿಂಗುವುದಿಲ್ಲ.''

''ಹಾಗಲ್ಲ'' ತುಳಸೀಬಾಯಿ ಹೇಳಿದಳು ''ಉಣ್ಣುತ್ತಾ ನನಗೆ ವಾಕರಿಕೆ ಬಂತು. ಗಂಜಿಯ ವಾಸನೆಗೇ ಹೊಟ್ಟೆ ತೊಳಸುತ್ತದೆ.''

ವಿಟ್ಠು ಪೈ ''ಅಂದರೆ ?'' ಎಂದು ಕೇಳಿದ.

''ನಿಮಗೆ ಗಂಡಸರಿಗೆ ತಿಳಿಯದು. ನಾನು ಈ ತಿಂಗಳು ಮುಟ್ಟಾಗಿಲ್ಲ.''

ಅವನ ಕೈ ಕುರುಳುಗಳ ಮಧ್ಯೆ ನಿಂತು ಹೋಯಿತು. ತುಂಬ ತಡೆದ ಮೇಲೆ ಅವನು ತುಳಸೀಬಾಯಿಯ ಹೊಟ್ಟೆಯನ್ನು ಮೆತ್ತಗೆ ಸವರಿದ. ಎರಡು ಮೂರು ದಿನಗಳ ಹಿಂದೆ ಅವಳನ್ನೇ ಎವೆಯಿಕ್ಕದೇ ನೋಡುತ್ತಿದ್ದಾಗ ತನಗೇಕೆ ತಿಳಿಯಲಿಲ್ಲ ಅನ್ನಿಸಿತು. ಹೊಟ್ಟೆ ಅಗಲವಾದದ್ದು ತಾನು ಗಮನಿಸಲಿಲ್ಲವೇ? ಎದ್ದು ಕುಳಿತು ಅವಳ ಹೊಟ್ಟೆಗೆ ಕಿವಿ ಇಟ್ಟು ಕಾದ. ನಿದ್ರೆ ಹೋದಳೇನೋ ಎಂದು ಅನುಮಾನಗೊಂಡ. ಅವಳ ತಲೆಯನ್ನು ಮೃದುವಾಗಿ ಎತ್ತಿ ತೊಡೆಯ ಮೇಲೆ ಇಟ್ಟುಕೊಂಡ.

□

೧೪

ಗಂಗೊಳ್ಳಿಯಲ್ಲಿ ಶೆಣಾವಿಗಳು ; ನಾಯಕರು ; ಉಡುಪಿಯಲ್ಲಿ ಪೈಗಳು ; ಪಡಿಯಾರರು ; ಪಾಂಗಾಳದಲ್ಲಿ ನಾಯಕರು ; ಕಾರ್ಕಳದಲ್ಲಿ ಚೋಲ್ಪಾಡಿ ಕಾಮತರು ; ಬಂಟವಾಳದಲ್ಲಿ ಬಾಳಿಗರು ; ಮುಲ್ಕಿಯಲ್ಲಿ ಕಾಮತರು ; ಮಂಗಳೂರಿನಲ್ಲಿ ಭಟ್ಟರು ; ಪಾಣೆಮಂಗಳೂರಿನಲ್ಲಿ ಕುಡ್ವರು ; ಉಳ್ಳಾಲದಲ್ಲಿ ಕಿಣಿಯವರು ; ಮಲ್ಯರು ; ಮಂಜೇಶ್ವರದಲ್ಲಿ ಶಾನುಭಾಗರು ; ಕುಂಬಳೆಯಲ್ಲಿ ಭಕ್ತರು ; ಕಾಸರಗೋಡಿನಲ್ಲಿ ಪಟ್ಟಣಶೆಟ್ಟರು ; ನೀಲೇಶ್ವರದಲ್ಲಿ ಪೈಗಳು ; ಪ್ರಭುಗಳು ; ತಲಚೇರಿಯಲ್ಲಿ ಭಂಡಾರಿಗಳು; ಕೊಚ್ಚಿಯಲ್ಲಿ ಮಲ್ಯರು ; ಆಲ್ವಳ್ಳಿಯಲ್ಲಿ ಪ್ರಭುಗಳು – ಹೀಗೆ ಕುಂದಾಪುರದಿಂದ ಕೊಚ್ಚಿಯ ತನಕದ ಹಲವು ಹದಿನೆಂಟು ಪೇಟೆಗಳಲ್ಲಿ ಸಾರಸ್ವತ ಬ್ರಾಹ್ಮಣರು ಹರಡಿ ಬೆಳೆದ ಕಥೆಯನ್ನು ಬೇಳಕಟ್ಟೆ ರಾಮಚಂದ್ರ ಪೈ ಅಜ್ಜನಿಂದ ಕೇಳಿ ತಿಳಿದಿದ್ದ. ಕನ್ನಡ ತೀರದ ಕೆಳಭಾಗಗಳಲ್ಲಿ ಹೆಜ್ಜೆಗೊಂದು ಹೊಳೆ ; ಹೊಳೆಯ ಮಧ್ಯೆ ಊರು ; ಊರಿಗೊಬ್ಬ ರಾಜ. ಬಾರಕೂರು ಬಸರೂರುಗಳ ಒಡೆಯರು; ಕಟಪಾಡಿಯ ದೊರೆಗಳು; ಎರ್ಮಾಳ ಪಡುಬಿದರೆಯ ಬಲ್ಲಾಳರು; ಮೂಲ್ಕಿಯ ಸಾವಂತರು ; ಮೂಡಬಿದರೆ ವೇಣೂರಿನ ಚೌಟರು; ನಂದಾವರದ ಬಂಗೇರರು; ಬೆಳತಂಗಡಿಯ ಮಲ್ಲರು; ಕಾರ್ಕಳದ ಭೈರರು ; ಹಳೆಯಂಗಡಿಯ ಮಲ್ಲರು ; ವಿಟ್ಲದ ಹೆಗ್ಗಡೆಯರು ; ಕುಂಬಳೆ, ನೀಲೇಶ್ವರ, ಕುತ್ಯಾರು, ಸೂರಾಲ ಎಂಬಲ್ಲಿಯ ಅರಸರು – ಎಲ್ಲ ಅವರಿಗೆ ಆಶ್ರಯ ಕೊಟ್ಟರು. ಪಡಿಕೊಟ್ಟು ಸಾಕಿದರು. ಪೋರ್ಚುಗೀಸರು ತಿಳಿದು ಬೆನ್ನಟ್ಟಿ ಬಂದರೆ ಸಾರಸ್ವತ ಬ್ರಾಹ್ಮಣರಿಗೆ ಹಾನಿಯಾದೀತು ಎಂದು ಯೋಚಿಸಿ ಮಂಜೇಶ್ವರದ ಊರಿನಿಂದ ಸುಂಕದ ರೂಪದಲ್ಲಿ ವರುಷಂಪ್ರತಿ ಏಳುನೂರು ಮುಡಿ ಅಕ್ಕಿಯನ್ನು ಕೊಡುವುದೆಂದು ಕರಾರು ಮಾಡಿಕೊಂಡರು. ಇಕ್ಕೇರಿಯ ಅರಸರು, ಬಂಗರಾಜರೂ ಇದಕ್ಕೆ ಒಪ್ಪಿದರು. ಸಾರಸ್ವತ ಕುಲ ಉಳಿಯಿತು.

"ಅಂಥ ಸಾರಸ್ವತರ ಆಸೆ ಇಷ್ಟೇ ರಾಚ್ಚೊ, ಜೀವಮಾನದಲ್ಲಿ ಒಮ್ಮೆಯಾದರೂ ಗೋವೆಗೆ ಹೋಗಿ ಬರಬೇಕು. ಸಾಯುವಾಗ ಕೂಡಾ ತುಟಿಗಳ ಮೇಲೆ ಕೊಂಕಣಿ ಭಾಷೆಯಲ್ಲಿ ದೇವರ ನಾಮಸ್ಮರಣೆ ಮಾಡಬೇಕು. ಮುಂದಿನ ಸಂತತಿಯವರು ಗೋವೆ ಬಿಟ್ಟು ಬಂದ ಆ ಕಷ್ಟ ಪರಂಪರೆಯನ್ನು ಮರೆಯಬಾರದು – ಎಂದು."

ಅಜ್ಜ ವಿಟ್ಠು ಪೈ ಕಥೆಯನ್ನು ಹೀಗೆ ನಿಲ್ಲಿಸಿದ್ದ. ಆದರೆ ಬೇಳಕಟ್ಟೆ ರಾಮಚಂದ್ರ ಪೈಗೆ ಅವನು ಈ ರೀತಿ ಮೊಟಕು ಗೊಳಿಸಿದ್ದು ಸಹಿಸಲಾಗಲಿಲ್ಲ. ಅವನು ಕುತೂಹಲದಿಂದ – "ಕುಂದಾಪುರದಿಂದ ಕೊಚ್ಚಿಗೆ ಹೊರಟವರು ಕುಂಬಳೆಯ ತನಕ ಬಂದುದು ಹೇಗೆ ಅಜ್ಜಾ? ಕುಂಬಳೆಯಲ್ಲಿಯೇ ಉಳಿದು ಬಿಡಲು ಕಾರಣವೇನು? ಆ ಕಥೆ ಹೇಳು" ಎಂದು ದುಂಬಾಲು ಬಿದ್ದಿದ್ದ. ಬೊಚ್ಚು ಬಾಯಿಯ ವಿಟ್ಠು ಪೈ ವಿಷಾದದಿಂದ ಖೆಖೆಖೆ ಎಂದು ನಗುತ್ತಾ "ಕಾಣೀ ಕಾಣೀ ಕಿಂಡಾಣಿ, ರಾಯಾಲ್ ಬಾಯ್ಲ ರಾಣಿ ; ತೀಣೇಕ್ ಪುಸ್ಕಿ ಮಾರ್‍ಲಿ ಗಾಂವ್ ಪೂರಾ ಫಾಣಿ.* ನಿನಗೆ ಕಥೆ ರಾಚ್ಚೂ. ಆದರೆ ಅದು ಕಥೆಯಾಗಿರಲಿಲ್ಲ. ಜೀವನವಾಗಿತ್ತು." ಎಂದ. ತೊಡೆಯ ಬಳಿ ಗಲ್ಲಕ್ಕೆ ಕೈಕೊಟ್ಟು ಬಾಯಗಲಿಸಿ ಕುಳಿತ ಮೊಮ್ಮಗನ ಬೆನ್ನ ಮೇಲೆ ಕೈಯಾಡಿಸುತ್ತಾ ಅಜ್ಜ ಕಥೆ ಮುಂದುವರಿಸಿದಾಗ ರಾಮಚಂದ್ರ ಪೈಯ ಕಿವಿಗಳು ನಿಮಿರಿದ್ದುವು–

"ಕುಂದಾಪುರದಿಂದ ನಾವು ಹೊರಟಾಗ ಹೊತ್ತೇರಿ ಬಿಸಿಲು. ಹೊರಗಿನ ಬಿಸಿಲಿನಂತೆ ಒಳಗೂ ಒಂದಿಷ್ಟು ಆಹ್ಲಾದ. ನನ್ನ ತಾತನಿಗೆ ಒಂದೇ ಮಗು. ನಮ್ಮಪ್ಪನಿಗೂ ನಾನು ಒಬ್ಬನೇ. ಅಲ್ಲಿಯ ತನಕ ನನಗೂ ನಾಗಪ್ಪಯ್ಯ ಒಬ್ಬನೇ ಇದ್ದ. ಈಗ ತುಳಸೀಬಾಯಿ ಮತ್ತೆ ಗರ್ಭ ಧರಿಸಿದ್ದಾಳೆ. ನಾಗ್ಡೊ ಬೇತಾಳ ಹೇಳಿರಲಿಲ್ಲವೇ – ಸಾರಸ್ವತ ಹೆಣ್ಣುಮಕ್ಕಳಿಗೆ ಹನ್ನೆರಡು ಗರ್ಭಗಳಿಗಿಂತ ಹೆಚ್ಚು ಧರಿಸುವ ಶಕ್ತಿ ಕೊಡುತ್ತೇನೆಂದು ? ಹೆಂಡತಿ ಬಸುರಿ ಎಂದಾಗ ಗಂಡನಿಗೆ ಸಂತೋಷವಾಗದೇ ಇರುತ್ತದೆಯೇ? ಆ ಸಂತೋಷ ನನಗೆ. ಹನ್ನೆರಡು ಮಕ್ಕಳಿಗಿಂತ ಹೆಚ್ಚು ಹುಟ್ಟಿಸಬಲ್ಲೆನೆಂಬ ಆತ್ಮವಿಶ್ವಾಸ. ಮರುಘಳಿಗೆಯಲ್ಲಿ ಬೆನ್ನಿಗೆ ಬಿದ್ದ ಎರಡು ಶಾಪಗಳ ನೆನಪು. ಬದುಕೂ ಇಷ್ಟೇ ರಾಚ್ಚೂ. ಸಂತೋಷ ಮತ್ತು ದುಃಖ. ಆತ್ಮವಿಶ್ವಾಸ ಮತ್ತು ಭೀತಿ ಸುತ್ತುತ್ತಾ ಇರುತ್ತವೆ. ಇಲ್ಲದಿದ್ದರೆ ಕೊಚ್ಚಿಯಲ್ಲಿ ನಾವು ಪೀಳಿಗೆ ಮುಂದುವರಿಸಬೇಕಿತ್ತು. ಆದರೆ ಇಲ್ಲಿಯ ನೀರು ನಮ್ಮನ್ನು ಬಿಡಲಿಲ್ಲ" ಎಂದಿದ್ದ. ರಾಮಚಂದ್ರ ಪೈಗೆ ತಾತ ಹೇಳಿದ್ದು ಅರ್ಥವಾಗಿರಲಿಲ್ಲ. ಸುಮ್ಮನೆ ಗೋಣಲ್ಲಾಡಿಸಿದ್ದ.

ಕುಂದಾಪುರದಿಂದ ಕೊಕ್ಕರ್ಣೆಗೆ ; ಬ್ರಹ್ಮಾವರಕ್ಕೆ ; ಉಡುಪಿಗೆ. ಆಗ ಉಡುಪಿ ಸಾಕಷ್ಟು ದೊಡ್ಡ ಪೇಟೆ. ಕೃಷ್ಣನ ಅಷ್ಟಮಠಗಳಲ್ಲಿ ಜನವೋ ಜನ. ಉಡುಪಿಯಲ್ಲಿ ಒಂದೆರಡು ಸಾರಸ್ವತರ ಮನೆಗಳಿದ್ದುವು. ಯಾರು ಎತ್ತ ಎಂದು ಕೇಳಿದರು. ಊಟಕ್ಕೆ

---

* ಒಂದು ಜಾನಪದ ಮಕ್ಕಳ ಗೀತೆ

ಬಂದಿರಾದರೆ ಕೃಷ್ಣ ಮಠಕ್ಕೆ ಹೋಗಿ ಎಂದು ಒರಟಾಗಿ ಉತ್ತರಿಸಿದರು. ಯಾಕೆ ಹೀಗೆ ಎಂದು ವಿಚಾರಿಸಿದಾಗ ನಮ್ಮ ನೆಲವೇ ಗಟ್ಟಿ ಇಲ್ಲ ಇಲ್ಲಿ ಒಂದು ದಿನ ನಾವೂ ನಿಮ್ಮಂತೆ ಗಂಟು ಮೂಟೆ ಕಟ್ಟಿಕೊಂಡು ಹೊರಡಬೇಕಾದೀತು ಎಂದು ಮುಖ ತಿರುಗಿಸಿದರು. ಕುಂದಾಪುರದಿಂದ ಹೊರಟು ಆರು ದಿನಗಳು. ಸ್ನಾನ ಪೂಜೆಗಳಿಲ್ಲದೇ ಊಟ. ಬದಲಾಯಿಸಲು ಬೇರೆ ಉಡುಪುಗಳಿಲ್ಲ. ಉಳಕೊಳ್ಳಲು ಜಾಗವಿಲ್ಲ. ಏನು ಮಾಡಲಿ ಎಂದು ಯೋಚಿಸಿದರು. ಕೃಷ್ಣ ಮಠದ ಪಶ್ಚಿಮದಲ್ಲಿ ಒಂದು ಅಶ್ವತ್ಥದ ಮರ. ಮುದಿಯಾದ ಮರ. ಅದರ ಬುಡದಲ್ಲಿ ಎಲ್ಲ ಕೂತರು. ಮರ್ತುಕಿಣಿ ವಿಟ್ಠು ಪೈಯನ್ನು ಬೇರೆಯೇ ಕರೆದು "ವಿಟ್ಠೂ, ಊರು ದೊಡ್ಡದಿದೆ. ಮಧ್ವಾಚಾರ್ಯರು ಬೆಳೆದು ಬದುಕಿದ ಊರು ಎನ್ನುತ್ತಾರೆ. ಸುಮಾರು ನಾನ್ನೂರು ವರ್ಷಗಳ ಹಿಂದೆ ಗೋವೆಗೆ ಬಂದಿದ್ದರಂತೆ. ಕವಳೆ ಮಠದ ಸ್ವಾಮಿಗಳನ್ನು ಕೊಂಕಣಿ ಭಾಷೆಯಲ್ಲಿಯೇ ವಾದ ಮಾಡಿ ಸೋಲಿಸಿದ್ದರಂತೆ. ಆದರಿಂದಾಗಿಯೇ ನಾವು ಶಿವನ ಜೊತೆ ವಿಷ್ಣುವನ್ನೂ ಪೂಜಿಸುತ್ತಾ ಇರುವುದು. ನಮ್ಮ ದೇವರುಗಳ ವಿಷಯದಲ್ಲಿ ನಾವು ಖಡಾಖಂಡಿತವಾಗಿ ಇರಬೇಕೆಂದೇನೂ ಇಲ್ಲ. ಕೃಷ್ಣ ಮಠದ ಎದುರು ಒಂದು ಕೆರೆಯಿದೆ. ಹೋಗಿ ಎಲ್ಲ ಸ್ನಾನ ಮಾಡುವ. ಕೃಷ್ಣನಿಗೆ ಅಡ್ಡ ಬೀಳುವ. ಮಠದಲ್ಲಿ ಊಟ ಮಾಡುವ" ಎಂದ.

ವಿಟ್ಠು ಪೈ ಅಡ್ಡಿ ಹೇಳುವ ಸ್ಥಿತಿಯಲ್ಲಿರಲಿಲ್ಲ. ಮರ್ತುಕಿಣಿ ಮಾಡಿದ ಮೊದಲ ಕೆಲಸವೆಂದರೆ ಉಡುಪಿಯಲ್ಲಿ ಎಷ್ಟು ಜನ ಸಾರಸ್ವತರಿದ್ದಾರೆಂದು ಪತ್ತೆ ಹಿಡಿದದ್ದು. "ನೀವು ಇಷ್ಟೇ ಜನರಿದ್ದರೆ ಈ ಮಾಧ್ವರು ಒಂದು ದಿನ ನಿಮ್ಮನ್ನು ಇಲ್ಲಿಂದ ಓಡಿಸಿ ಬಿಡುವವರೇ. ಇತ್ತ ಬಂದು ಎಷ್ಟು ವರ್ಷಗಳಾದುವುದು ನೀವು ? ನಮ್ಮದೆಂಬ ದೇವಸ್ಥಾನ ಒಂದು ಇದೆಯೋ ಇಲ್ಲಿ ? ನೀವಿದ್ದು ಏನು ಸುಖ ? ನಾವು ನೋಡಿ, ನಮ್ಮ ದೇವರುಗಳನ್ನು ಬೆನ್ನ ಮೇಲೆ ಹೊತ್ತುಕೊಂಡು ತೆಂಕ ಮುಖವಾಗಿ ಬಂದವರು. ಕವಳೆ ಮಠದ ಸ್ವಾಮಿಗಳು, ನಾಗ್ಡೊ ಬೇತಾಳ ಎಲ್ಲ ನಮ್ಮನ್ನು ಈ ಕಡೆಗೆ ದಕ್ಷಿಣಕ್ಕೆ ಕಳುಹಿಸಿ ನಮ್ಮವರ ಸಂತತಿ ಉಳಿಸಲು ಹೇಳಿದ್ದಾರೆ. ನಾಲ್ಕು ದಿನ ನಮ್ಮನ್ನು ಸಾಕಿ. ನಮ್ಮದೇ ಒಂದು ದೇವಸ್ಥಾನ ಕಟ್ಟಿಸುವ. ತಲೆತಲಾಂತರಕ್ಕೂ ಇಲ್ಲಿ ನಮ್ಮದೊಂದು ಅಗ್ರಹಾರ ಇರುವಂತಾಗುತ್ತದೆ. ನಮ್ಮ ಕೆಲವು ಜನರನ್ನೂ ಬಿಟ್ಟು ಹೋಗುತ್ತೇವೆ. ಬ್ರಾಹ್ಮಣರಿಗೆ ಹೊಟ್ಟೆ ತುಂಬಿಸಿಕೊಳ್ಳಲು ಯಾರೂ ಏನೂ ಕಲಿಸಿಕೊಡಬೇಕಾಗಿಲ್ಲ. ವ್ಯಾಪಾರವೋ ಬೇಸಾಯವೋ ಮಾಡಿ ಬದುಕುತ್ತಾರೆ. ಏನೂ ಇಲ್ಲದಿದ್ದುದಕ್ಕೆ ಈಗ ಉಳಿದುಕೊಳ್ಳಲು ತಾವು ಕೊಡಿ ಎಂದೆ. ಬೇಡವೋ, ನಿಮಗೆ ನಮ್ಮವರು, ಆಮ್ಚಿಗೆಲೆ, ಅಂತ ಅಭಿಮಾನವಿಲ್ಲವೋ, ಇದೀಗ ನಿಂತಲ್ಲೇ ಹೊರಟೆವು. ಹೊರಟೆವೂ ಅಂದೆ. ನಾಳೆ ನಾವಿದ್ದಲ್ಲಿಗೆ ನಾಗ್ಡೊ ಬೇತಾಳ ಬಂದರೆ ಅವನೊಡನೆ ನಿಮ್ಮ ಬಗ್ಗೆ ಹೇಳಿಯೇ ಹೇಳುವವರು ನಾವು" ಎಂದು ಅರ್ಧ ಸತ್ಯ, ಅರ್ಧ ಸುಳ್ಳು, ಒಂದಿಷ್ಟು ಬೆದರಿಕೆ, ಒಂದಿಷ್ಟು ಬೇಡಿಕೊಂಡು ಸ್ವರವನ್ನು ಬೇಕಾದ ಹಾಗೆ ಏರಿಳಿಸಿ ಹೇಳಿದ.

ಉಡುಪಿಯಲ್ಲಿದ್ದ ಕೊಂಕಣಿ ಬ್ರಾಹ್ಮಣರಿಗೆ ಹೌದು ಅನ್ನಿಸಿತು. ವಾಸ ಅನಂತೇಶ್ವರ

ದೇವಾಲಯದ ಹಜಾರದಲ್ಲಿ, ಊಟ ಮನೆಗಳಲ್ಲಿ, ಅನಂತೇಶ್ವರ ದೇವಸ್ಥಾನದ ಹಜಾರದಲ್ಲಿ ಕುಳಿತು ಅತ್ತಿತ್ತ ಹೋಗುವ ಮಾಧ್ವರನ್ನು ಗೇಲಿ ಮಾಡುವ ಧಾಟಿಯಲ್ಲಿ ದೊಡ್ಡ ಸ್ವರದಲ್ಲಿ ಮಾತನಾಡುವ ನಾಟಕವೂ ನಡೆಯಿತು. ಮಾಧ್ವರಿಗೆ ಕೊಂಕಣಿ ಭಾಷೆ ಅರ್ಥವಾಗುವಂಥದ್ದಲ್ಲ. ರಾತ್ರಿ ಬೆಳಗಾಗ ಬೇಕಿದ್ದರೆ ಹತ್ತಿಪ್ಪತ್ತು ಗಂಡಸರು ಗುಂಪಾಗಿ ಕುಳಿತು ಕಸಲೆ ಪಿಸಲೆ ಎಂದು ಮಾತನಾಡಿದರೆ ಸ್ವಭಾವತಃ ಮೃದುವಾದ ಅವರು ಮೌನ ವಹಿಸುವುದು ಅನಿವಾರ್ಯವಾಯಿತು. ಅವರು ಬೆನ್ನು ಹಾಕಿದ ತಕ್ಷಣ ಗೇಲಿಯೇ ಮಾಡುತ್ತಿದ್ದಾರೆಂಬ ಭಾವನೆ ಬರುವ ಹಾಗೆ ಘೊಳ್ಳೆಂದು ನಗು. "ನಮ್ಮದೊಂದು ದೇವಸ್ಥಾನ ಕಟ್ಟಿಸುವ ಯೋಚನೆಯುಂಟು. ಲಕ್ಷ್ಮೀ ವೆಂಕಟೇಶ ದೇವಸ್ಥಾನ. ಮೂರ್ತಿಗಳನ್ನು ಗೋವೆಯಿಂದಲೇ ತರುವ ಇರಾದೆಯಿದೆ. ಇಲ್ಲೆಲ್ಲಾದರೂ ಪ್ರಶಸ್ತವಾದ ಜಾಗ ಉಂಟೋ ?" ಎಂದು ಮರ್ತುಕಿಣಿ ಒಂದಿಬ್ಬರು ಪೀಚಲು ದೇಹದ ಮಾಧ್ವರನ್ನು ಕರೆದು ಕೇಳಿಯೂ ಕೇಳಿದ. ಮರ್ತುಕಿಣಿಯ ದೇಹ ಕಂಡು ಅವರಿಗೆ ಗಾಬರಿ. ಕೇಳಿದ ರೀತಿಯೂ ಬೆದರಿಕೆ ಹುಟ್ಟಿಸುವಂತಿತ್ತು.

ಮರ್ತುಕಿಣಿ ಉಡುಪಿಯಲ್ಲಿ ಸುಮ್ಮನೆ ಕೂರಲಿಲ್ಲ. ಬೆಲ್ಲದ ಮಾಧೋ ಪೊರೋಬುವನ್ನು ಎಳೆದುಕೊಂಡು ಹೋಗಿ ಸಂತೆಯ ಕಟ್ಟೆಯ ಮೇಲೆ ಕುಳಿತು ವ್ಯಾಪಾರ ಮಾಡಿದ. ಸ್ವಲ್ಪ ಲಾಭ ಬಂದಾಗ ಉಡುಪಿಯ ಪೇಟೆಯಿಂದ ಎಲ್ಲರಿಗೂ ಎರಡೆರಡು ಕಚ್ಚೆ ವಸ್ತ್ರಗಳನ್ನೂ ಹೆಂಗಸರಿಗೆ ಒಂದಷ್ಟು ಸೀರೆಗಳನ್ನೂ ಕೊಂಡು ತಂದ. ಪ್ರಯಾಣದ ಆಯಾಸ ಕಡಿಮೆಯಾಯಿತು. ಹೊತ್ತು ಹೊತ್ತಿಗೆ ಊಟ. ಮೇಲೆ ದಾನ ದಕ್ಷಿಣೆ ಎಂದು ಮೈ ಭಾರವಾಗತೊಡಗಿತು. "ಹೀಗೇ ಉಳಿದರೆ ಕೊಚ್ಚಿಗೆ ಹೋಗುವುದೇ ಬೇಡ ಎಂದನ್ನಿಸುತ್ತದೆಯಲ್ಲ ವಿಟ್ಠೂ, ಸೊಂಟದ ಸುತ್ತ ಬೊಜ್ಜು ಬೆಳೆಯುತ್ತಿದೆ" ಎಂದ ಮರ್ತುಕಿಣಿ. "ಉಳಿಯುವುದಿದ್ದರೆ ಉಳಿಯುವ" ಎಂದು ವಿಟ್ಠು ಪೈಗೂ ಅನ್ನಿಸಿತ್ತು. ಸಾಂತಯ್ಯ ಪೊರೋಬು ಹಠ ಹಿಡಿದ. "ಕೊಚ್ಚಿಗೆ ಹೋಗಲೇ ಬೇಕು. ಅಲ್ಲಿ ಸಾರಸ್ವತರ ಸಂಖ್ಯೆ ಹೆಚ್ಚು. ಅವರ ಮಧ್ಯೆ ಇರುವುದು ಧೈರ್ಯ ತರುತ್ತದೆ. ಇವತ್ತು ಈ ಊರು ಚಂದ ಕಾಣುತ್ತದೆಂದು ನಿಂತರೆ ನಾಳೆಯೂ ಇದೇ ರೀತಿ ಕಂಡೀತು ಎನ್ನಲಾಗುವುದಿಲ್ಲ. ಆಗ ನಾಗ್ಡೊ ಬೇತಾಳ ಬಂದು ತೆಂಕು ದಿಕ್ಕಿಗೆ ಹೋಗಿ ಎಂದರೆ ಇಲ್ಲಿಯೇ ಉಳಿದು ಬಿಟ್ಟಿರಲ್ಲ ಎಂದಾನು. ನಡೆಯಿರಿ ಹೋಗುವ" ಎಂದು ಒತ್ತಾಯಿಸಿದ. ಉಡುಪಿಯ ಸಾರಸ್ವತರಿಗೆ ಈಗ ಅವರ ಅಗತ್ಯ ಕಂಡಿತ್ತು. "ನಮ್ಮದೇ ಆದ ಒಂದು ದೇವಸ್ಥಾನ ಕಟ್ಟಿಸುವ ಅಂದಿರಿ. ಇನ್ನೂ ಜಾಗ ನೋಡಿಲ್ಲ, ಒಂದು ಕಲ್ಲು ಹಾಕಿಲ್ಲ. ಆಗಲೇ ಹೊರಟುಬಿಟ್ಟಿರಲ್ಲ?" ಎಂದು ಆಕ್ಷೇಪಿಸಿದರು. "ನಾವು ಉಳಿಯ ಬಂದವರಲ್ಲ. ನಾಲ್ಕು ದಿನ ಎಂದೆವು. ದೀಪಾವಳಿ ಹತ್ತಿರ ಬಂತು. ಇನ್ನು ನಿಲ್ಲುವುದು ಸರಿಯಲ್ಲ. ಹಾಗೆ ಬರುತ್ತಾ ಹೋಗುತ್ತಾ ಇರುವ ಸಾರಸ್ವತ ಮಂದಿ ಬಹಳ ಇದ್ದಾರೆ. ನಮ್ಮ ಒಂದೆರಡು ಕುಟುಂಬಗಳು ಇಲ್ಲಿಯೇ ನಿಲ್ಲುವ ಯೋಚನೆ ಮಾಡಿವೆ. ನಿಲ್ಲುತ್ತಾರೆ. ಬೇಕಿದ್ದರೆ ಅವರನ್ನು ದೇವಸ್ಥಾನದ ಪೂಜೆಗೆ

ಇರಿಸಿಕೊಳ್ಳಿ. ಇಲ್ಲವೋ ವ್ಯಾಪಾರ ಗೀಪಾರ ಮಾಡಿಕೊಂಡು ಇರಲು ಒಂದಷ್ಟು ಸಹಾಯ ಮಾಡಿ. ಆ ಅಭಿಮಾನ ನಿಮಗಿರಲಿ'' ಎಂದು ಹೇಳಿ ಹೊರಟರು.

ಬೆಳಿಗ್ಗೆ ಹೊರಟವರು, ಉದ್ಯಾವರದ ಹೊಳೆ ದಾಟಿ ಮುಂದೆ ಬಂದಾಗ ಸಂಜೆ. ಊರಲ್ಲದ ಒಂದು ಊರಲ್ಲಿ ಉಳಿದುಕೊಂಡರು. ಅಲ್ಲೊಂದು ಮಾರಮ್ಮನ ಗುಡಿ. ಗುಡಿಯ ಎದುರಿನ ಬಯಲಲ್ಲಿ ವಾಸ ಮಾಡಿ ಅಡುಗೆ ಆರಂಭಿಸಿದರು. ದಾರಿಯಲ್ಲಿ ಹೋಗುವ ಯಾರನ್ನೋ ''ಇಲ್ಲಿ ಬ್ರಾಹ್ಮಣರ ಮನೆಗಳಿರುವುದುಂಟೋ?'' ಎಂದು ವಿಚಾರಿಸಿದರು. ''ಇಲ್ಲ ಒಡ್ಯಾ'' ಎಂದರು ಅವರು. ''ಹಾಗಿದ್ದರೆ ದೇವಸ್ಥಾನದಲ್ಲಿ ಪೂಜೆ ಮಾಡುವವರು ಯಾರು?'' ಎಂದು ಕೇಳಿದರು. ''ಪೂಜೆಗೀಜೆ ಆಗ್ತಾ ಇಲ್ಲ ಒಡ್ಯಾ. ಮಾರಮ್ಮನ ಮೂರ್ತಿ ಉಂಟು ಅಂತ ಅದಕ್ಕೆ ನಾವು ನಾವೇ ಒಂದು ಹಣತೆ ಹಚ್ಚಿ ಇಡುತ್ತೇವೆ. ಅಷ್ಟೇ.''

ಸಾಂತಯ್ಯ ಪೊರೋಬು ವಿಚಾರ ಕೇಳಿ ಒಂದು ಕ್ಷಣ ಯೋಚಿಸಿದಂತೆ ಕಂಡ – ''ವಿಟ್ಠೊ ದೇವರ ಮೂರ್ತಿ ಇದ್ದೂ ಬ್ರಾಹ್ಮಣರಾಗಿ ಪೂಜೆ ಮಾಡದೇ ದಾಟಿ ಹೋಗುವುದು ಒಳ್ಳೆಯದಲ್ಲ. ನೋಡಿದರೆ ನಮ್ಮ ಮ್ಹಾಳಶಿಮಾಂಯಿಯ ಮೂರ್ತಿ ಇದ್ದ ಹಾಗೇ ಇದೆ, ಇದೂ ಸಹ. ನಾವೇ ಪೂಜೆ ಆರಂಭಿಸೋಣ'' ಎಂದ. ''ಪೂಜೆ ಆರಂಭಿಸಿದರೆ ಮುಂದುವರಿಸುವವರು ಯಾರು?'' ಎಂದು ಕೇಳಿದ ವಿಟ್ಠೊ ಪೈ. ''ಇಲ್ಲಿ ಯಾರಾದರೂ ಉಳಿಯುವವರಿದ್ದಾರೋ ಕೇಳು. ಇಲ್ಲದಿದ್ದರೆ ಉಡುಪಿಯ ಪೇಟೆಯಿಂದ ಕರೆದು ತಂದರಾಯಿತು. ನಾವು ಅಲ್ಲಿ ಬಿಟ್ಟು ಬಂದವರಿಗೆ ನೆಲೆ ಸಿಕ್ಕಿದಂತಾದೀತು'' ಎಂದ ಸಾಂತಯ್ಯ ಪೊರೋಬು. ಉಳಕೊಳ್ಳಲು ಯಾರೂ ಉತ್ಸಾಹ ತೋರಿಸಲಿಲ್ಲ. ಸಾಂತಯ್ಯ ಪೊರೋಬು ಆ ಹಳ್ಳಿಗರಿಗೆ ''ಈ ದೇವಿ ಭಾರೀ ಶಕ್ತಿ ಇರುವ ದೇವಿ ಇದ್ದಾಳೆ. ಅವಳ ಪೂಜೆ ಮಾಡದೇ ಇದ್ದರೆ ಊರಿಗೆ ಕೇಡಾದೀತು. ನಾವು ಪೂಜೆ ಆರಂಭಿಸುತ್ತೇವೆ. ಪೇಟೆಯಿಂದ ಯಾರನ್ನಾದರೂ ಕರೆಸಿ ಇಲ್ಲಿ ತಲೆತಲಾಂತರ ಪೂಜೆಗೆ ನಿಲ್ಲಿಸುತ್ತೇವೆ. ಅವರ ಊಟ ಹಾಗೂ ವಾಸ್ತವ್ಯಕ್ಕೆ ಅನುಕೂಲವಾಗುವಂತೆ ಒಂದೆರಡು ಮನೆ ಕಟ್ಟಿಸಿ ಕೊಡಿ. ಪೂಜೆ ಸಾಂಗವಾಗಿ ನಡೆಯಲು ಅನುಕೂಲವಾಗುವಂತೆ ಉಂಬಳಿ ಬಿಟ್ಟುಕೊಡಿ. ಊರವರಾಗಿ ನೀವು ಮಾಡಬೇಕಾದ ಕರ್ತವ್ಯ ಇದು'' ಎಂದ. ಊರವರಲ್ಲಿ ಅನುಕೂಲಸ್ಥರಾದ ಹಾಗೂ ದೈವ ಭಕ್ತಿಯುಳ್ಳ ಜನರು ಇದ್ದರು. ಅವರು ಸಂತೋಷದಿಂದಲೇ ಅದಕ್ಕೊಪ್ಪಿ ಎಲ್ಲ ವ್ಯವಸ್ಥೆ ಮಾಡಿಕೊಟ್ಟರು. ಹತ್ತು ಜನ ಒಟ್ಟಾದರು. ಕಲ್ಪಾದಿ ಹೋಮಗಳು ನಡೆದು ಪೂಜೆ ಆರಂಭವಾಯಿತು. ಮರ್ತುಕಿಣಿ ಉಡುಪಿಗೆ ಓಡಿದ. ಅಲ್ಲಿ ಬಿಟ್ಟು ಬಂದವರಲ್ಲಿ ಒಬ್ಬ ಬಾಬ್ಬುಟಿ. ಅವನಿಗೆ ಈ ಊರಿನ ಬಗ್ಗೆ ಎಲ್ಲ ಹೇಳಿ, ಊಟಕ್ಕೂ ಆಯಿತು, ವ್ಯಾಪ್ತಿಯೂ ಆಯಿತು ಎಂದು ಪುಸಲಾಯಿಸಿ ಕರೆದು ತಂದ. ಪೇಟೆಯಿಂದ ಬಂದ ಕುಟುಂಬಕ್ಕೆ ಚೆನ್ನಾದ ಸತ್ಕಾರ ಸಿಕ್ಕಿತು. ಉಳಕೊಳ್ಳಲು ಮನೆ. ಬೇಸಾಯಕ್ಕೆ ಭೂಮಿ. ಸಾಂತಯ್ಯ ಪೊರೋಬು ತೃಪ್ತಿಯಿಂದ ''ಪೇಟೆಯ ಮನೆಯವರು ಅಂತಲೇ ನಮ್ಮ

ಬಾಬ್ಬುಟಿಯ ಕುಟುಂಬಕ್ಕೆ ಹೆಸರಾಗುತ್ತದೆ'' ಎಂದ. ಊರವರು ವಿಟ್ಠು ಪೈಯನ್ನು ಎದುರು ಮಾಡಿ ''ಈ ಊರಲ್ಲಾಗಲೀ ಸುತ್ತಮುತ್ತಾಗಲೀ ಯುದ್ಧದ ಭಯವಿಲ್ಲ. ದೇವಿಯ ಒಲುಮೆಯಿಂದ ಮಳೆಬೆಳೆಗೆ ಬರವಿಲ್ಲ. ನೀವೆಲ್ಲ ಇಲ್ಲಿಯೇ ಇರಬೇಕು'' ಎಂದು ಆಗ್ರಹಪಡಿಸಿದರು. ವಿಟ್ಠು ಪೈ ಒಪ್ಪಲಿಲ್ಲ. ''ನಾವು ದಕ್ಷಿಣಕ್ಕೆ ಹೊರಟವರು. ಕೊಚ್ಚಿಯ ಮುಖವಾಗಿ. ಈ ಹಿಂದೆಯೂ ಅನೇಕ ಊರುಗಳಲ್ಲಿ ಉಳಕೊಳ್ಳಲು ನಮ್ಮನ್ನು ಹಲವು ವಿಧದಲ್ಲಿ ಜನರು ಕೇಳಿದ್ದಿದೆ. ನಾವು ಒಪ್ಪಲಿಲ್ಲ. ಹೊರಟವರು ಹೋಗುವವರೇ'' ಎಂದ.

''ದಕ್ಷಿಣ ದಿಕ್ಕಿನಲ್ಲಿ ಇರುವ ಜನ ನಾಗಪೂಜೆ ಮಾಡುವವರು. ಅವರ ಭಾಷೆ ಬೇರೆ. ನಿಮಗೆ ಕಷ್ಟವಾದೀತು'' ಎಂದು ಊರವರು ಹೇಳಿದರೂ ಕೇಳಲಿಲ್ಲ. ''ನಾಗಪೂಜೆ ಮಾಡುವುದು ನಮಗೂ ಗೊತ್ತು. ನಮಗೆ ಹೆದರಿಕೆಯಿಲ್ಲ. ಬೇರೆ ಬೇರೆ ಭಾಷೆಯವರೊಂದಿಗೆ ಸೇರಿ ಅನುಭವವೂ ಇದೆ'' ಎಂದ ಸಾಂತಯ್ಯ ಪೊರೋಬು. ದೇವರಂತೆ ಬಂದ ಬ್ರಾಹ್ಮಣರನ್ನು ಬಿಟ್ಟುಕೊಡುವುದು ಆ ಊರವರಿಗೆ ದುಃಖವನ್ನೇ ಉಂಟು ಮಾಡಿತು. ಅಕ್ಕಿ ಸಂಬಾರ ಪದಾರ್ಥಗಳನ್ನೂ ಅರಿವೆ ಅಂಚಡಿಗಳನ್ನೂ ಧಾರಾಳವಾಗಿ ದಾನ ಕೊಟ್ಟು ಹೊಳೆಯಂಚಿನ ತನಕ ಅವರೊಡನೆಯೇ ಬಂದ ಜನರು ''ಎಂದಾದರೂ ಇತ್ತ ಕಡೆ ಬಂದರೆ ನಮ್ಮಲ್ಲಿದ್ದು ಹೋಗಬೇಕು. ನೀವಲ್ಲದಿದ್ದರೆ ನಿಮ್ಮ ಪೀಳಿಗೆಯವರು. ನಾವು ಕಾಯುತ್ತೇವೆ'' ಎಂದು ಬೀಳ್ಕೊಟ್ಟರು.

★

ದಾರಿ ಸಾಗಿತು. ಅಲ್ಲಲ್ಲಿ ನಿಂತು ಮುಂದುವರಿದರು. ಈಗ ಹೊಟ್ಟೆ ಬಟ್ಟೆಗೆ ಯೋಚನೆ ಇರಲಿಲ್ಲ. ಮನಸ್ಸಿಗೆ ಒಂದಷ್ಟು ನಿರಾಳತೆ. ದಾರಿಯಲ್ಲಿ ಸಿಕ್ಕವರೊಡನೆ ಅದೂ ಇದೂ ಮಾತುಕಥೆ. ಅವರಿಗೆ ಕನ್ನಡ ತಿಳಿಯದು. ''ವಿಚಿತ್ರ ಜನ ವಿಟ್ಠೂ ಭಾಷೆಯೂ ವಿಚಿತ್ರ, ಆಚಾರವೂ ವಿಚಿತ್ರ. ಅಪ್ಪನನ್ನು ಅಮ್ಮ ಅಂತಲೂ ಅಮ್ಮನನ್ನು ಅಪ್ಪ ಅಂತಲೂ ಕರೆಯುವ ಜನರು. ಅಷ್ಟೇ ಅಲ್ಲ, ಗಂಡನಿಗಿಂತ ಹೆಂಡತಿಯ ಅಬ್ಬರ ಜಾಸ್ತಿ. ಹೊಟ್ಟೆಯ ಮಕ್ಕಳಿಗಿಂತ ಕೊಟ್ಟವರ ಮಕ್ಕಳ ಹಕ್ಕು ಜಾಸ್ತಿ'' ಎಂದು ನಕ್ಕ ತೋಕು ಮ್ಹಾಳ್ಲೊನ ಮಗ ವೆಂಕುಮ್ಹಾಳ್ಲೊ. ಮರ್ತುಕಿಣಿ ''ಬಹುಶಃ ನಮ್ಮ ಹಾಗೆ ಹಿಂದೆ ಜುಟ್ಟು ಬಿಡದೇ ಮುಂದೆ ಹಣೆಯ ಮೇಲೆ ಬರುವ ಹಾಗೆ ಜುಟ್ಟು ಬಿಡುವ ಜನರೂ ಇರಬಹುದು'' ಎಂದು ಹೇಳಿ ಮತ್ತೂ ಜೋರಾಗಿ ನಕ್ಕ. ಎಲ್ಲ ನಕ್ಕರು. ಸಾಂತಯ್ಯ ಪೊರೋಬು ಮಾತ್ರ ನಗಲಿಲ್ಲ. ''ಅಂಥವರೂ ಇದ್ದಾರೆ ಮರ್ತೂ. ದಕ್ಷಿಣದಲ್ಲಿ ಇನ್ನೂ ಮುಂದೆ ಹೋದರೆ ಹಣೆಯ ಮೇಲೇ ಜುಟ್ಟು ಬಿಡುವ ಜನರು ಇದ್ದಾರೆ. ನಾನು ಹಿಂದೆ ಈ ಕಡೆಯಲ್ಲೆಲ್ಲ ಬಂದವನು. ಕೊಚ್ಚಿಗೂ ಹೋಗಿದ್ದೇನೆ. ದೆವ್ವ ಪ್ರೇತ ಹಾವುಗಳನ್ನು ಪೂಜಿಸುವ ಜನ. ದನ ಕೋಳಿ ಕುರಿ ಹಂದಿಗಳನ್ನು ಬಲಿಕೊಡುವ ಜನ. ಕೋಣಗಳ ಓಟ ನೋಡಿ ಆನಂದಿಸುವ ಜನ.

ಕೋಳಿಗಳ ಜಗಳ ನೋಡಿ ಖುಷಿ ಪಡುವ ಜನ. ಹಿಂದೆ ಸೆರಗು ಇಡುವ ಹೆಂಗಸರು - ಎಲ್ಲ ಇದ್ದಾರೆ. ಆದರೆ ಈ ಮಂದಿ ಕಷ್ಟಜೀವಿಗಳಾದ ರೈತಾಪಿ ಜನರು. ವಿಪುಲವಾಗಿ ಬೆಳೆ ಬೆಳೆಯುವವರು'' ಎಂದ ಗಂಭೀರವಾಗಿ. ವಿಟ್ಠು ಪೈಗೆ ಅವನ ಅಜ್ಞಾತವಾಸದ ಬಗ್ಗೆ ವಿವರವಾಗಿ ಕೇಳುವ ಆಸೆಯಾಯಿತು. ಮೊಟ್ಟ ಮೊದಲ ಬಾರಿಗೆ ಅವನು ಹಿಂದಿನ ಗುಟ್ಟನ್ನು ತುಸುವೇ ಬಿಟ್ಟು ಕೊಟ್ಟಿದ್ದ. ಅಷ್ಟರಲ್ಲಿ ಒಂದು ಹೊಳೆ ಸಿಕ್ಕಿತು.

ದೋಣಿ ನಡೆಸುವ ವ್ಯಕ್ತಿಯೊಂದಿಗೆ ಚೌಕಶಿ ಮಾಡಿ ಹೊಳೆ ದಾಟಿ ಇತ್ತ ಬಂದದ್ದೇ ಕಾಲಿಟ್ಟದ್ದು ಗಡಿಬಿಡಿ ತುಂಬಿದ ಮೂಲಿಕೆಯ ಬೀದಿಗೆ. ಮೂಲಿಕೆಯ ಬಂದರು ರಫ್ತು ಆಮದುಗಳ ಯಾತಾಯಾತ ಭಾರೀ ಜೋರಾಗಿ ನಡೆಯುತ್ತಿದ್ದ ಸ್ಥಳ. ನೂರಾರು ವ್ಯಾಪಾರೀ ದೋಣಿಗಳು ಬಂದರಿಗೆ ಬಂದಿದ್ದುವು. ಇಕ್ಕೆಲಗಳಲ್ಲೂ ಅಂಗಡಿಯ ಸಾಲು. ಅವುಗಳ ಹಿಂದೆಯೇ ಮನೆಗಳು. ಅಂಗಡಿಯಲ್ಲಿ ಎದುರಿಗೆ ಮಂಡದ ಬಳಿ ಕುಳಿತ ಸಾಹುಕಾರರು. ಇಲ್ಲಿ ಎಲ್ಲಾದರೂ ಸಾರಸ್ವತ ಬ್ರಾಹ್ಮಣರ ಮನೆಗಳೋ ಛತ್ರಗಳೋ ಇರಬಹುದೇನೋ ಎಂದು ಹುಡುಕುವಾಗ ಮರ್ತುಕಿಣಿ ಖುಷಿಯಿಂದ ''ವ್ಯಾಪಾರ ಮಾಡಲು ಪಸಂದು ಜಾಗ ಇದು ವಿಟ್ಠೂ. ನಾವು ಉಳಿಯಬೇಕೆಂದು ಆಗ್ರಹ ಮಾಡಿ ಹಿಂದಿನ ಊರಿನ 'ಕಾಯುವ' ಜನರು ಕೊಟ್ಟ ದಿನಸಿಗಳಲ್ಲಿ ಒಂದಷ್ಟು ವ್ಯಾಪಾರಕ್ಕೆ ಹಾಕುವುದು ಒಳ್ಳೆಯದೆಂದು ಕಾಣುತ್ತದೆ'' ಎಂದ.

ಆದರೆ ವ್ಯಾಪಾರ ಮಾಡುವುದು ಅವರಿಂದ ಸಾಧ್ಯವಾಗಲಿಲ್ಲ. ವ್ಯಾಪಾರ ಮಾಡಲು ಅವಕಾಶ ಸಿಕ್ಕಿದ್ದರೆ ಸ್ವಲ್ಪ ದಿನ ಹೆಚ್ಚೇ ನಿಲ್ಲುತ್ತಿದ್ದರೋ ಏನೋ? ಆದರೆ ಪರಿಸ್ಥಿತಿ ತೀರ ವಿರುದ್ಧವಾಗಿತ್ತು. ಮೂಲಿಕೆಗೆ ಕಾಲಿಟ್ಟದ್ದೇ ನಾಗೇಶ ಹೆಗಡೆಯ ಹುಚ್ಚು ತೀರ ವಿಪರೀತಕ್ಕೇರಿತು. ಕಿರಿಚುವುದು, ಉಗುಳುವುದು, ಹೊಡೆಯ ಬರುವುದು, ಕುಣಿಯುವುದು ಎಂದು ಅವನ ರುದ್ರನಾಟ್ಯ ಆರಂಭವಾಯಿತು. ಗೋವೆ ಬಿಟ್ಟ ಹೊತ್ತಿನಿಂದಲೂ ಅವನ ಹುಚ್ಚು ಆಗಾಗ ಮರುಕಳಿಸುತ್ತಿತ್ತು. ಆದರೆ ಈ ಮಟ್ಟಕ್ಕೇನೂ ಏರಿರಲಿಲ್ಲ. ಹೆಚ್ಚಾಗಿ ಮೆವ್ವೆಂದು ಕೂರುತ್ತಿದ್ದ. ಕರೆದರೆ ಬರುತ್ತಿದ್ದ ನಾಗೇಶ ಹೆಗಡೆ ಒಮ್ಮೆಲೇ ಹುಚ್ಚಿನ ತುತ್ತತುದಿಗೇರಿದ್ದ. ಉಳಿದ ಕಷ್ಟಗಳ ಮಧ್ಯೆ ಅವನ ಹುಚ್ಚು ಹೇಗಿತ್ತೆಂದು ನೋಡಲು ಸಮಯ ಸಿಕ್ಕಿರಲಿಲ್ಲವೋ ಏನೋ. ಹತ್ತೈವತ್ತು ಜನರ ಮಧ್ಯೆ ಪ್ರೇತಕಳೆ ಹೊತ್ತು, ತನ್ನಲ್ಲೇ ಮಾತಾಡುತ್ತಾ, ನಗುತ್ತಾ, ಅಳುತ್ತಾ ಬರುತ್ತಿದ್ದ ನಾಗೇಶ ಹೆಗಡೆಯನ್ನು ಕಂಡು ಬಂದರಿನ ಸಾಹುಕಾರ ಮಂದಿಗೆ ವಿಚಿತ್ರವಾಗಿ ಕಂಡಿರಬೇಕು.

ರಾತ್ರಿ ಸಾಹುಕಾರರೊಬ್ಬರ ಅಂಗಡಿಯ ಜಗಲಿಯ ಮೇಲೆ ಮಲಗಿದ್ದ ಹೊತ್ತಿನಲ್ಲಿ ಒಮ್ಮೆಲೇ ಕಿರಿಚಿ ಎದ್ದು ನಿಂತ ನಾಗೇಶ ಹೆಗಡೆ ಜಾಗೋರದ ಆಟಗಾರನಂತೆ ಥಕಥೈ ಕುಣಿಯುತ್ತಾ ರೌದ್ರಾವೇಶದಿಂದ ಇದ್ದುದು ಕಂಡು ದುಃಸ್ವಪ್ನ ಕಂಡವರಂತೆ ಮಕ್ಕಳು ಕಿಟಾರನೆ ಕಿರುಚಿದರು. ''ಏನಿದು ನಾಗೇಶ ಮಾಮ್ ? ಏನಾಯಿತು ನಿನಗೆ ? ಸ್ವಲ್ಪ ನೋಡು ಇಲ್ಲಿ'' ಎಂದು ವಿಟ್ಠು ಪೈ ಅವನ ರಟ್ಟೆ ಹಿಡಿದು ಕೇಳಿದ. ''ಯುದ್ಧ ! ಯುದ್ಧ

ಆಗುತ್ತಾ ಇದೆ ನೋಡೋ ವಿಟ್ಠೂ, ಏನು ಬೆಂಕಿ, ಏನು ಆಬ್ಬರ ? ಧಡ್ಡನನ್ನು ನೋಡೋ, ಖಡ್ಗ ಹಿಡಿದು ಹೇಗೆ ಹೋರಾಡುತ್ತಾ ಇದ್ದಾನೆ. ಅವನ ಹಿಂದೆ ಮ್ಹಾಳಶಿಮಾಂಯಿ ! ಅಲ್ಲ, ಗಂಗಾಬಾಯಿಯಲ್ಲವೇ ಅವಳು ? ಹೋ, ರಾಮನಾಥ, ಮಂಗೇಶ, ದಾಮೋದರ, ವೀರವಿಟ್ಠಲ, ಪಿಸ್ರೋ ರವಳನಾಥ, ಶಾಂತೇರಿ ಕಾಮಾಕ್ಷಿ, ನವದುರ್ಗೆ, ಅಯ್ಯೋ, ದೊಡ್ಡ ಸೈನ್ಯವೇ ಇದೆ. ಬಿಡು, ನನ್ನನ್ನು ಬಿಟ್ಟು ಬಿಡೋ ವಿಟ್ಠೂ ನಾನು ನಾಗ್ಡೊ ಬೇತಾಳ. ನೋಡಿರಿಲ್ಲಿ ನಾನೇ ನಾಗ್ಡೊ ಬೇತಾಳ.'' ನಾಗೇಶ ಹೆಗಡೆ ತನ್ನ ಮೈಮೇಲಿನ ಅರಿವೆಯನ್ನು ಪರಪರ ಹರಿದ. ನಗ್ನನಾಗಿ ನಿಂತುಕೊಂಡ ! ಅಕ್ಕಪಕ್ಕದಲ್ಲಿ ಮಲಗಿದ್ದ ವ್ಯಾಪಾರಕ್ಕಾಗಿ ಬಂದ ಜನರು ಎದ್ದು ಕುಳಿತರು. ''ಏನಂತೆ ಅವರಿಗೆ ?'' ಎಂದು ಕೇಳಿದರು.

ನಾಗೇಶ ಹೆಗಡೆ ಕಿರುಚುತ್ತಲೇ ಆ ಕತ್ತಲೆಯಲ್ಲಿ ದಾರಿ ಬಹಳ ಪರಿಚಿತವಿದ್ದವನಂತೆ, ಕಿರಿದಾದ ರಸ್ತೆಯ ಮೇಲೆ ಹೊಳೆಯ ಕಡೆಗೆ ಓಡಿದ. ವಿಟ್ಠು ಪೈ, ಮರ್ತುಕಿಣಿ, ವೆಂಕು ಮ್ಹಾಲ್ಲೊ, ಮಾಧೋ ಪೊರೋಬು ಎಲ್ಲ ಅವನ ಹಿಂದೆ ಓಡಿದರು. ನಾಗೇಶ ಹೆಗಡೆಯ ಮಗ ಪಾಂಡು ಹೆಗಡೆ ಗೊಳೋ ಎಂದು ಅಳತೊಡಗಿದ. ಹುಚ್ಚನ ಓಟಕ್ಕೆ ಸರಿಗಟ್ಟುವುದು ಯಾರಿಂದಲೂ ಸಾಧ್ಯವಾಗಲಿಲ್ಲ. ಹೊಳೆಯ ಬಳಿ ಹೋದವನೇ ನಾಗೇಶ ಹೆಗಡೆ ಧುಡುಮ್ಮನೆ ನೀರಲ್ಲಿ ಜಿಗಿದ. ಕತ್ತಲೆಯಲ್ಲಿ ಅವನು ಎಲ್ಲಿ ಬಿದ್ದ, ಏನಾದ ಎಂದು ತಿಳಿಯಲಿಲ್ಲ. ನೀರಿನ ಆಳ ಎಷ್ಟು ಎಂದೂ ಗೊತ್ತಿಲ್ಲದೇ ಅವರೆಲ್ಲ ಗಾಬರಿಯಿಂದ ನಿಂತರು. ವಿಟ್ಠು ಪೈ ನಾಗೇಶ ಮಾಮ್ಮಾ, ನಾಗೇಶ ಮಾಮ್ಮಾ ಎಂದು ಕಿರಿಚಿದ. ಬಂದರಿನ ಮಗ್ಗುಲಲ್ಲಿ ದೋಣಿಗಳ ಮೇಲೆ ನಾವಿಕರು ಮಲಗಿದ್ದರು. ಸದ್ದು ಗಲಾಟೆಗಳಿಗೆ ಅವರಿಗೆ ಎಚ್ಚರಾಯಿತು. ಯಾರೋ ನೀರಿಗೆ ಬಿದ್ದ ಸದ್ದು ಕೇಳಿ ಅವರು ಜಾಗೃತರಾದರು. ಅದೃಷ್ಟವಶಾತ್ ನಾಗೇಶ ಹೆಗಡೆ ಬದುಕಿದ ! ಪುಣ್ಯಾತ್ಮನೊಬ್ಬ ನೀರಿಗೆ ಹಾರಿ ಈಸುತ್ತಾ ಬಂದು ನಾಗೇಶ ಹೆಗಡೆಯ ಜುಟ್ಟು ಹಿಡಿದು ಮೇಲಕ್ಕೆಳೆದು ಹಾಕಿದ. ನಾಗೇಶ ಹೆಗಡೆ ತುಂಬ ನೀರು ಕುಡಿದಿದ್ದ. ಅವನ ಹೊಟ್ಟೆಯಿಂದ ನೀರು ಕಕ್ಕಿಸಿ ಉಸಿರಿದೆಯೋ ಇಲ್ಲವೋ ಎಂದು ನಿರ್ಧರಿಸುವ ತನಕ ವಿಟ್ಠು ಪೈಯ ಜೀವದಲ್ಲಿ ಜೀವವಿರಲಿಲ್ಲ. ಮೂರು ದಿನಗಳ ಮೂಲಿಕೆಯ ವಾಸವನ್ನು ವಿಟ್ಠು ಪೈಯೇ ಮುಂತಾದವರಿಗೆ ನರಕ ಸದೃಶ ಮಾಡಿಬಿಟ್ಟ ನಾಗೇಶ ಹೆಗಡೆ !

''ಒಳ್ಳೆಯ ಊರಾಯಿತಲ್ಲ ವಿಟ್ಠೂ ಇದು. ಇಲ್ಲಿಗೆ ಬರುತ್ತಲೇ ನಾಗೇಶ ಮಾಮ್ಮಾನ ಹುಚ್ಚು ಏಕ್‌ದಂ ಏರಿತು'' ಎಂದ ಮರ್ತುಕಿಣಿ. ಯಾರೋ ''ಅವರ ತಲೆಬೋಳಿಸಿ ತಣ್ಣೀರಿನ ಧಾರೆ ಎರೆಯಬೇಕು. ಹುಚ್ಚು ಇಳಿದು ಹೋಗುತ್ತದೆ'' ಎಂದರು. ವಿಟ್ಠು ಪೈಗೆ ಏನೂ ತೋಚಲಿಲ್ಲ. ಕೈಮೀರಿದ ಹುಚ್ಚಿನಲ್ಲಿ ಇವ್ವನನ್ನು ಕಟ್ಟಿಕೊಂಡು ಹೋಗುವುದು ಹೇಗೆಂದು ಅವನಿಗೆ ತಿಳಿಯಲಿಲ್ಲ. ಇಲ್ಲೇ ಇರುವುದೂ ಆಗುವುದಿಲ್ಲ ಅಂತ ಅವನು ಕಂಗೆಟ್ಟ. ಸಾಂತಯ್ಯ ಪೊರೋಬುವಿನ ಬಳಿ ಕುಕ್ಕುರುಗಾಲಿನಲ್ಲಿ ಕುಳಿತು, ಮರಕ್ಕೆ ಕಟ್ಟಿ ಹಾಕಿದರೂ ಭೀಕರವಾಗಿ ಕಿರುಚುತ್ತಿದ್ದ ನಾಗೇಶ ಹೆಗಡೆಯನ್ನು ಎದುರಿಸುವ

ಧೈರ್ಯವಿಲ್ಲದೇ "ಏನು ಮಾಡಲಿ ಸಾಂತಯ್ಯ ಮಾಂ?" ಎಂದು ಕೇಳಿದ. "ಮಾಡುವುದೇನು? ಅವನನ್ನು ಇಲ್ಲಿಯೇ ಬಿಟ್ಟು ನಾವು ಮುಂದುವರಿಯುವುದು" ಎಂದ ಸಾಂತಯ್ಯ ಪೊರೋಬು.

ನಾಗೇಶ ಹೆಗಡೆಯನ್ನು ಅಲ್ಲಿ ಬಿಟ್ಟು ಹೋಗುವುದು ವಿಟ್ಠು ಪೈಗೆ ಕಷ್ಟವಾಯಿತು. ಪಾಂಡು ಹೆಗಡೆ ಅವನ ಎರಡೂ ಕೈಗಳನ್ನು ಹಿಡಿದು "ನಮಗೆ ಯಾರಿದ್ದಾರೆ ವಿಟ್ಠು ಮಾಮ್? ಹೀಗೆ ನಡುನೀರಿನಲ್ಲಿ ಕೈಬಿಟ್ಟು ಹೋಗಬೇಡಿ. ಹೋದರೆ ನಾನು ಹೆಂಡತಿ ಮಕ್ಕಳೊಂದಿಗೆ ಅದೇ ಹೊಳೆಗೆ ಹಾರಿ ಪ್ರಾಣ ಬಿಡುತ್ತೇನೆ" ಎಂದು ಗೋಳಿಟ್ಟ. ವಿಟ್ಠು ಪೈಗೆ ತುಂಬ ಕೆಟ್ಟದೆನಿಸಿತು. "ಪಾಂಡೂ, ಈ ಊರಲ್ಲಿ ಎಲ್ಲಿಯಾದರೂ ಸಾರಸ್ವತರಿರಬಹುದು. ಇದ್ದಾರೋ, ಇಲ್ಲಿ ನಿಲ್ಲಿ, ಇಲ್ಲ, ಮುಂದಣ ಊರಲ್ಲಿ ಎಲ್ಲಿ ಆಮ್ಚಿಗೆಲೆ ಸಿಗುತ್ತಾರೋ ಅಲ್ಲಿ ನಿಮ್ಮನ್ನು ಬಿಟ್ಟು ಹೋಗುತ್ತೇವೆ. ಮುಂದೆಂದಾದರೂ ಅನುಕೂಲ ಪರಿಸ್ಥಿತಿ ಬಂದಲ್ಲಿ ಕೊಚ್ಚಿಗೆ ಬಂದುಬಿಡು. ನೀನು ಯಾವುದೇ ಸ್ಥಿತಿಯಲ್ಲಿರು. ನನ್ನ ಹೊಟ್ಟೆ ಕಟ್ಟಿಯಾದರೂ ನಿನ್ನನ್ನು ಸಾಕುತ್ತೇನೆ" ಎಂದು ಭಾಷೆ ಕೊಟ್ಟ ವಿಟ್ಠು ಪೈ.

ಮಾರನೆಯ ದಿನ ಸಾರಸ್ವತ ಬ್ರಾಹ್ಮಣರ ವಸತಿ ಹುಡುಕುತ್ತಾ ವಿಟ್ಠು ಪೈ ಮೂಲಿಕೆಯ ತುಂಬ ಓಡಾಡಿದ. ಒಂದಷ್ಟು ಪೂರ್ವದ ಕಡೆಗೂ ಹೋಗಿ ಬಂದ. ಯಾರೂ ಸಿಕ್ಕಲಿಲ್ಲ. ಭಾಷೆ ತಿಳಿಯದ ನಾಡಿನಲ್ಲಿ, ಪರಿಚಯವಿಲ್ಲದ, ಕುಲಗೋತ್ರ ಗೊತ್ತಿಲ್ಲದವರನ್ನು ಹುಡುಕುವುದೆಂದರೆ ಕತ್ತಲ ಕೋಣೆಯಲ್ಲಿ ಇಲ್ಲದ ಕಪ್ಪು ಬೆಕ್ಕನ್ನು ಕುರುಡ ಹುಡುಕಿದಂತೆ ಎಂದುಕೊಂಡು ಮರಳಿ ಬಂದ. ಬರುತ್ತಾ ದಾರಿಯಲ್ಲಿ ಬಾಯಾರಿತೆಂದು ಆಸರಿಗೆ ಕೇಳಲು ಯಾವುದಾದರೂ ಮನೆ ಇದೆಯೇ ಎಂದುಕೊಂಡು ಹುಡುಕಿದ. ಹುಲ್ಲಿನ ಮನೆಯೊಂದಿತ್ತು. ಎದುರಿನ ದಾರವಟ್ಟದ ಮೇಲೆ ಸರಿಸುಮಾರು ಅವನದೇ ವಯಸ್ಸಿನ ವ್ಯಕ್ತಿಯೊಬ್ಬ ಪಿಳಪಿಳನೆ ನೋಡುತ್ತಾ ಕುಳಿತಿದ್ದ. ಕುಕ್ಕರುಗಾಲಲ್ಲಿ ಕುಳಿತು, ಅರಿವೆಯ ತುಂಡೊಂದನ್ನು ಹಗ್ಗದಂತೆ ತಿರುಪಿ, ಬೆನ್ನಿಗೂ ಮೊಣಕಾಲಿಗೂ ಬರುವ ಹಾಗೆ ಹಿಡಿದು ಹಿಂದಕ್ಕೂ ಮುಂದಕ್ಕೂ ಓಲಾಡುತ್ತಿದ್ದ ವ್ಯಕ್ತಿ. ವಿಟ್ಠು ಪೈ ಉಣಗೋಲು ದಾಟಿ, ಅಂಗಳದಲ್ಲಿ ನಡೆದು, ಬಾಗಿಲೆದುರಿನ ಮೆಟ್ಟಲು ಹತ್ತಿ ನಿಂತರೂ ಅವನು ಯಾವುದೇ ಪ್ರತಿಕ್ರಿಯೆ ತೋರಿಸಲಿಲ್ಲ. ನೋಡಿದರೆ ಬ್ರಾಹ್ಮಣ. ಆರೆಳೆ ಜನಿವಾರ. ಕಚ್ಚೆಯುಟ್ಟ ಕೃಶ ದೇಹ. ಏನಾದರಾಗಲಿ ಎಂದುಕೊಂಡು "ಒಂದಿಷ್ಟು ಕುಡಿಯುವ ನೀರು ಸಿಕ್ಕೀತೇ?" ಎಂದು ಕೇಳಿದ. ಓಲಾಡುತ್ತಿದ್ದ ವ್ಯಕ್ತಿ ಇನ್ನೂ ಓಲಾಡುತ್ತಲೇ ಇದ್ದ. ಒಳಗಿನಿಂದ ಯಾರನ್ನೋ ಕರೆದ. "ಅಹುದೇ ಸುಗುಣಾ, ಯಾರೋ ಬಂದಿದ್ದಾರೆ ನೋಡು. ನೀರು ಬೇಕಂತೆ. ಒಂದು ತಂಬಿಗೆ ತಾ" ಎಂದ. ವಿಟ್ಠು ಪೈ ನೀರು ಕೇಳಿದ್ದು ಕನ್ನಡದಲ್ಲಿ. ಆ ವ್ಯಕ್ತಿ ಸ್ವಚ್ಛವಾದ ಕೊಂಕಣಿಯಲ್ಲಿ ಹೇಳಿದ್ದ ! ವಿಟ್ಠು ಪೈಗೆ ಅಮೃತ ಕುಡಿದಷ್ಟು ಸಂತೋಷವಾಗಿ ಕುಣಿಯಬೇಕೆನ್ನಿಸಿತು. ಜಗಲಿ ಏರಿ ಆ ವ್ಯಕ್ತಿಯ ಎದುರು ಕಾಲುಚಾಚಿ ಕುಳಿತ. ಒಳಗಿನಿಂದ ಕಿರಿಗೆಯುಟ್ಟ ಚಿಕ್ಕ ಹುಡುಗಿಯೊಂದು ತಂಬಿಗೆ ತುಂಬ ನೀರಿಟ್ಟು ಒಳಗೆ ಸರಿಯಿತು.

ಗಟಗಟ ನೀರು ಕುಡಿದು ಕೆಳಗಿಟ್ಟ ವಿಟ್ಠು ಪೈ "ಮಾಮ್ಮಾ ಎಲ್ಲಾಯಿತು ನಿಮಗೆ?" ಎಂದು ಕೇಳಿದ – ಕೊಂಕಣಿಯಲ್ಲಿ !

ಜಪ್ಪನೆ ಆ ವ್ಯಕ್ತಿಯ ಓಲಾಟ ನಿಂತುಹೋಯಿತು. ತಲೆ ತಿರುಗಿಸಿ ವಿಟ್ಠು ಪೈಯ ಮುಖವನ್ನೇ ನೋಡಿ ಒರಟಾಗಿ "ಯಾಕೆ ನಿಮಗೆ?" ಎಂದು ಕೇಳಿದ. ವಿಟ್ಠು ಪೈ ದಿಗ್ಭ್ರಮೆಗೊಂಡ. ಆದರೂ ಸುಧಾರಿಸಿಕೊಂಡು "ನಾವು ಗೋವೆಯವರು. ಸಾರಸ್ವತ ಬ್ರಾಹ್ಮಣರು. ನನ್ನದು ಕೌಂಶ ಗೋತ್ರ. ಮ್ಹಾಳಶಿಮಾಂಯಿ ಕುಲದೇವತೆ. ಕೊಚ್ಚಿಗೆ ಹೊರಟವರು ಪರಿಚಯ ಮಾಡಿಕೊಳ್ಳೋಣವೆಂದು ಕೇಳಿದೆ" ಎಂದ. ಆ ವ್ಯಕ್ತಿ ಒಂದು ಘಳಿಗೆ ಸುಮ್ಮನೆ ಕುಳಿತಿದ್ದ. ಆಮೇಲೆ "ಗೋವೆಯಲ್ಲಿ ಎಲ್ಲಿ?" ಎಂದು ಕೇಳಿದ. "ಗೋವೆ ಗೊತ್ತೇ ನಿಮಗೆ ? ನನ್ನದು ವೆರಣೆ" ವಿಟ್ಠು ಪೈ ಹೇಳಿದ. "ವೆರಣೆಯ ನರಸಪ್ಪಯ್ಯನವರ ಮಗ ಮಾಳಪ್ಪಯ್ಯ ನಿಮಗೇನಾಗಬೇಕು?" ಎಂದು ಕೇಳಿದ. "ನಾನು ಅವರ ಮಗ." ವಿಟ್ಠು ಪೈ ಗಡಿಬಿಡಿಯಿಂದ ಹೇಳಿದ. ಆನಂದದಿಂದ ಅವನು ಮೂಕನಾಗತೊಡಗಿದ್ದ. ಆದರೆ ಆ ವ್ಯಕ್ತಿ ವಿಟ್ಠು ಪೈಯ ಉತ್ಸಾಹದಷ್ಟೇ ಉತ್ಸಾಹ ತೋರಿಸಲಿಲ್ಲ. "ಮಾಳಪ್ಪಯ್ಯನವರು ಬಂದಿದ್ದಾರೆಯೇ?" ಎಂದು ಕೇಳಿದ. ವಿಟ್ಠು ಪೈ "ಇಲ್ಲ...." ಎಂದು ತಲೆಯಲ್ಲಾಡಿಸಿ ಮಾತು ತಡೆದ. ಆ ವ್ಯಕ್ತಿ ವಿಟ್ಠು ಪೈಯ ಸಹನೆ ಪರೀಕ್ಷಿಸುವವನಂತೆ ಮತ್ತೊಂದು ಪ್ರಶ್ನೆ ಹಾಕಿದ. "ಕೊಚ್ಚಿಗೆ ಹೊರಟವರು ನೀವು ಇತ್ಲಾಗೆ ಯಾವ ಮುಖವಾಗಿ ಹೊರಟವರೋ?"

ವಿಟ್ಠು ಪೈ ಅದಕ್ಕುತ್ತರಿಸಲಿಲ್ಲ. ಉಕ್ಕಿ ಬರುತ್ತಿದ್ದ ಸಂತೋಷವನ್ನು ತಡೆಹಿಡಿಯುವುದು ಅವನಿಂದ ಸಾಧ್ಯವೇ ಆಗಲಿಲ್ಲ. ಗೋವೆಯ ಕಡೆಯಂತೆಯೇ ಮನೆ. ಎದುರಿಗೆ ಹಜಾರ. ಅಂಗಳದ ಮಧ್ಯೆ ತುಳಸಿಯ ಗಿಡ. ದೂರದಲ್ಲಿ ದಾಸವಾಳ, ಸಬ್ಜೆ ಅನಂತನ ಹೂ ಗಿಡಗಳು. ಮೂಲೆಯಲ್ಲೊಂದು ಬಸಳೆಯ ಮಂಟಪ. ಇತ್ತ ಕಡೆ ಬಂದು ಸ್ವಲ್ಪ ಸಮಯವಾಗಿರಬೇಕು. ಎಲ್ಲ ಮಾಡಿಕೊಂಡಿದ್ದಾರೆ. ಹುಷಾರಿ ಜನ. "ಆದರೆ ತಮ್ಮ ಪರಿಚಯ ಆಗಲಿಲ್ಲವಲ್ಲ?" ಎಂದು ಒಂದು ಕ್ಷಣ ಬಿಟ್ಟು ಕೇಳಿದ ವಿಟ್ಠು ಪೈ.

"ಕುಟ್ಠಾಳಿಯ ಜೋಗಂಣ ಕಾಮಾತಿಯರ ಹೆಸರು ಕೇಳಿದ್ದೀರೋ?" ಕೊನೆಗೂ ಆ ವ್ಯಕ್ತಿ ಬಾಯಿಬಿಟ್ಟು ಹೇಳಿದ. 'ಹೌದೆ'ಂದು ತಲೆಯಲ್ಲಾಡಿಸುವಾಗ ವಿಟ್ಠು ಪೈಯ ಕಣ್ತುಂಬಿ ಮಂಜಾಗಿ ಬಿಟ್ಟಿತು. ಆ ಮಸುಕಿನಲ್ಲಿಯೇ ಅವನು ಆ ವ್ಯಕ್ತಿಯನ್ನು ದಿಟ್ಟಿಸಿ ನೋಡಿದ. "ಅವರ ಮೊಮ್ಮಗನ ಮಗ ನಾನು" ಎಂದು ಆತ ಹೇಳಿ ಮುಗಿಸುವ ಮೊದಲೇ ವಿಟ್ಠು ಪೈ ಕೇಳಿದ್ದ "ಧಾಕ್ಟೊ ಕಾಮಾತಿಯಲ್ಲವೇ?" ಎಂದು. "ಅಲ್ಲ, ಅವರು ನನ್ನ ಅಪ್ಪ. ನನ್ನ ಹೆಸರು ರಾಯಪ್ಪ ಕಾಮಾತಿ."

ವಿಟ್ಠು ಪೈ ರಾಯಪ್ಪನನ್ನು ಕಂಡವನಲ್ಲ. ಧಾಕ್ಟೊ ಕಾಮಾತಿಗೆ ರಾಯಪ್ಪನೆಂಬ ಹುಡುಗ ಇದ್ದಾನೆಂದು ಚಿಕ್ಕಂದಿನಲ್ಲಿ ಕೇಳಿ ಬಲ್ಲ. ಗೋವೆಯಲ್ಲಿ ಪೋರ್ಚುಗೀಸರ ದಬ್ಬಾಳಿಕೆ ಆರಂಭವಾದ ತಕ್ಷಣ ಗೋವೆಯಲ್ಲಿ ತಮಗೆ ಸಂಬಂಧ ಪಟ್ಟುದನ್ನೆಲ್ಲ ಮಾರಿ ದಕ್ಷಿಣಕ್ಕೆ ಓಡಿದ್ದಾನೆಂದು ಸುದ್ದಿ ಬಂದಿತ್ತು. ಅತ್ಯಂತ ಹತ್ತಿರದ ರಕ್ತಬಾಂಧವನೊಬ್ಬನನ್ನು

ಭೇಟಿಯಾಗಿ ಆನಂದವಾಯಿತು ವಿಟ್ಠು ಪೈಗೆ. ತಾವು ಗೋವೆ ಬಿಟ್ಟು ಬಂದ ಕಥೆಯನ್ನು ಚುಟುಕಿನಲ್ಲಿ ಹೇಳಿ ನಾಗೇಶ ಹೆಗಡೆಯ ಹುಚ್ಚಿನ ಸಂಬಂಧ ಇಲ್ಲಿ ಸಾರಸ್ವತರನ್ನು ಹುಡುಕುತ್ತಿದ್ದ ಪರಿಸ್ಥಿತಿಯನ್ನು ವಿವರಿಸಿದ ವಿಟ್ಠು ಪೈ. ಅವನ ಕೈಗಳನ್ನು ಹಿಡಿದು "ರಾಯಪ್ಪಾ, ನಮ್ಮವರೆಂಬ ಅಭಿಮಾನ ಬಿಡಬೇಡವೋ ! ನಾಗೇಶ ಹೆಗಡೆ ಸರಿಯಾಗಿದ್ದಿದ್ದರೆ ನನ್ನ ಜೊತೆಗೇ ಕೊಚ್ಚಿಗೆ ಕರೆದೊಯ್ಯುತ್ತಿದ್ದೆ. ಈಗ ನೀನು ಇಲ್ಲಿ ಮನೆ ಮಾಡಿಕೊಂಡಿದ್ದೀಯ. ಇಲ್ಲಿ ಬದುಕು ನಡೆಸಿ ಬಲ್ಲವ ನೀನು. ಬೇರೇನೂ ಬೇಡ. ಅವನಿಗೆ ಅನ್ನ ಹಾಕು ಅಂತ ನಾನು ಬೇಡುವುದಿಲ್ಲ. ಅರಿವೆ ಅಂಚಡಿಗಳನ್ನು ಒದಗಿಸು ಅಂತ ಕೇಳುವುದಿಲ್ಲ. ನಮ್ಮವನು, ಆಮ್ಚಿಗೆಲೊ,* ಅಂತ ನೀನು ತಿಳಿದುಕೊಂಡರೆ ಸಾಕು. ಬೆಳೆದ ಮಕ್ಕಳಿದ್ದಾರೆ ನಾಗೇಶ ಮಾಮ್ಮಾನಿಗೆ. ದುಡಿದು ಹೊಟ್ಟೆ ತುಂಬಿಸಿಕೊಂಡಾರು. ನೀನು ಹತ್ತಿರದಲ್ಲಿದ್ದರೆ, ಅಷ್ಟೇ ಧೈರ್ಯ ಅವರಿಗೆ. ಏನನ್ನುತ್ತಿ?" ಎಂದ.

ವಿಟ್ಠು ಪೈಯನ್ನು ಕಂಡದ್ದು ರಾಯಪ್ಪ ಕಾಮಾತಿಗೂ ಸಂತೋಷ ತಂದಿತ್ತು. "ಆಗಲಿ, ನಡೆ. ನಿನ್ನದು ಊಟವಾಯಿತೋ? ಇಲ್ಲದಿದ್ದರೆ ಊಟ ಮಾಡು. ಎಂಥ ಹುಚ್ಚನ್ನಾದರೂ ಬಿಡಿಸುವ ಜನ ಉಂಟು ಇಲ್ಲಿ. ನಾನು ನೀವು ಇರುವಲ್ಲಿಗೆ ಹೊರಟೆ. ಮೊನ್ನೆ ರಾತ್ರಿ ಬಂದರಿನಲ್ಲಿ ಯಾರೋ ಒಬ್ಬ ಹೊಳೆಗೆ ಹಾರಿದನೆಂದು ನಾನೂ ಕೇಳಿದ್ದೆ. ಆದರೆ ಯಾರಾದರೆ ನನಗೇನು ಅಂತ ಸುಮ್ಮನಿದ್ದೆ. ಸಾರಸ್ವತರು ಒಬ್ಬರ ಕೈ ಒಬ್ಬರು ಬಿಡಲಾಗುತ್ತದೆಯೇ? ಅಪ್ಪಯ್ಯ ನಮ್ಮನ್ನು ಕರೆದುಕೊಂಡು ಇಲ್ಲಿಗೆ ಬಂದು ಸೇರಿದಾಗ ದುಃಖಪಟ್ಟದ್ದು ಇದಕ್ಕಾಗಿಯೇ. ಗೋವೆ ನಮ್ಮ ಊರು. ನಮ್ಮ ಜನರ ಊರು. ಅದನ್ನು ಬಿಟ್ಟು ಈ ಕಾಡಿನಲ್ಲಿ ಬಂದು ಬೀಳುವಾಗ ದಿನ ರಾತ್ರಿ ಅಂತಿಲ್ಲದೇ ಅಲ್ಲಿಯ ನೆನಪು ತೆಗೆದು ಅತ್ತರು. ಹಾಗೇ ಕೊರಗಿ ಕೊರಗಿ ತೀರಿಯೂಕೊಂಡರು. ಬದುಕಿದ್ದಾಗ ಗೋವೆಯ ಕಥೆಗಳನ್ನು ಹೇಳುತ್ತಲೇ ಇದ್ದರು. ಗೋವೆ ಬಿಟ್ಟಾಗ ನನಗೆ ಮೂರು ವರ್ಷ ವಯಸ್ಸು. ಆಗೇನೂ ತಿಳಿಯಲಿಲ್ಲ. ವೆರಣೆಯ ಹೆಸರು ಕೇಳಿದ್ದೆ. ನಿನ್ನ ಅಪ್ಪಯ್ಯನ, ಅಜ್ಜಯ್ಯನ ಹೆಸರುಗಳು ನನಗೆ ಪರಿಚಿತವಾದದ್ದು ಅಪ್ಪಯ್ಯನ ನೆನಪುಗಳ ಮೂಲಕವೇ ವಿಟ್ಠು ಮಾಮ್ ! ನೀನು ಬಂದಿದ್ದಿ ಎಂದರೆ ನಾನು ನೀವಿದ್ದಲ್ಲಿಗೆ ಬಂದು ಭೇಟಿಯಾಗದೇ ಇರುತ್ತಿದ್ದೇನೇ?" ಎಂದು ಎದ್ದೇ ಬಿಟ್ಟ. "ವಿಟ್ಠು ಮಾಮ್, ಇಲ್ಲೇನೂ ಸಂತೋಷದಿಂದ ಇದ್ದೇವೆಂದು ತಿಳಿಯಬೇಡ. ಯಾರೋ ಉಳಕೊಳ್ಳಲು ತಾವಿತ್ತರು. ಬೇಸಾಯ, ವ್ಯಾಪಾರ ಎಂದು ನಾಲಗೆಯ ಬಲದ ಮೇಲೆ ಜೀವ ಹಿಡಿದುಕೊಂಡಿದ್ದೇನೆ. ಗುರುತು ಅರ್ಥವಿಲ್ಲದ ಈ ಊರಿನಲ್ಲಿ ನೀರಿನ ಋಣವಿತ್ತು. ಉಳಿದೆವು" ಎಂದ ರಾಯಪ್ಪ ಕಾಮಾತಿ.

ನಾಗೇಶ ಹೆಗಡೆಯ ಹುಚ್ಚು ಬಿಡಿಸಲು ಔಷಧಿ ಕೊಡಲಾಗಿತ್ತು. ತಲೆ ಬೋಳಿಸಿ ತಣ್ಣೀರಿನ ಧಾರೆಯಡಿಯಲ್ಲಿ ನಿಲ್ಲಿಸಿದ್ದರೂ ಅವನು ಕುಣಿಯುತ್ತಲೇ ಇದ್ದ. ವಿಟ್ಠು ಪೈಯಿಂದ ಅದನ್ನು ನೋಡುವುದಾಗಲಿಲ್ಲ. ಹೇಳಲಾಗದ ಒಂದು ಚಡಪಡಿಕೆಯಲ್ಲಿ

---

* ಆಮ್ಚಿಗೆಲೊ = ನಮ್ಮವನು, ನಮ್ಮ ಜಾತಿಯವನು

ಅವನು ಪಾಂಡು ಹೆಗಡೆಯ ಬೆನ್ನು ಸವರಿ ಹೊರಡುವ ಆತುರ ತೋರಿಸಿದ. "ರಾಯಪ್ಪಾ, ನಾಗೇಶ ಮಾಮ್ಮಾನನ್ನೂ ಅವನ ಸಂತಾನವನ್ನೂ ಮ್ಹಾಳಶಿಮಾಂಯಿಯ ಹೆಸರಲ್ಲಿ ನಿನ್ನ ಕೈಲಿಡುತ್ತೇನೆ. ಹಿಂದು ಮುಂದಿನದು ಗೊತ್ತಿಲ್ಲದ ಅವರು ಬದುಕಲು ನೀನೇ ಹೊಣೆ. ಎಂದಾದರೂ ನಿನ್ನ ಕುಟುಂಬದವರು ಗೋವೆಯ ಕಡೆಗೆ ಹೋಗುವಂತಿದ್ದರೆ ಅವರನ್ನು ಮರೆಯದೇ ಇರಲು ನಿನ್ನ ಮಕ್ಕಳಿಗೆ ನೀನು ಹೇಳಬೇಕು" ಎಂದು ಹೇಳಿದ. ತನ್ನಲ್ಲಿ ಉಳಿದ ಒಂದಷ್ಟು ದಕ್ಷಿಣೆಯ ಕನಕಗಳನ್ನು ಪಾಂಡು ಹೆಗಡೆಯ ಕೈಲಿಟ್ಟು ಕಣ್ತುಂಬಿ "ನಿನ್ನನ್ನು ಕೈ ಬಿಟ್ಟೆ ಅಂತ ತಿಳಿಯಬೇಡ ಪಾಂಡೂ. ಪರಿಸ್ಥಿತಿ ಹೀಗಿದೆ. ಮುಂದೆ ನಿನ್ನ ಮನೆಯವರು ಮಕ್ಕಳು ಕೊಚ್ಚಿಗೆ ಬಂದರೆ ನಮ್ಮ ಕುಳಾವಿಯವರು ಎಲ್ಲಿದ್ದಾರೆ ಎಂದು ಕೇಳುವಂತೆ ಹೇಳು" ಎಂದು ಹೇಳಿ ಬೀಳ್ಕೊಟ್ಟ.

ಮೂಲಿಕೆಯನ್ನು ಬಿಡುವ ಹೊತ್ತಿಗೆ ವಿಟ್ಠು ಪೈಯನ್ನು ಬೇರೆಡೆಗೆ ಎಳೆದುಕೊಂಡು ಹೋಗಿ ರಾಯಪ್ಪ ಕಾಮಾತಿ ಒಂದು ಕಿವಿಮಾತು ಹೇಳಿದ. "ಮಂಗಳೂರು ಅಂತ ಊರು ಸಿಗುತ್ತದೆ. ಊರು ಪರವಾಯಿಲ್ಲ. ಆದರೆ ತುಂಬ ಯುದ್ಧದ ಭೀತಿ. ಅಲ್ಲಿಯೂ ಒಂದು ಬಂದರವುಂಟು. ಎರಡು ದೇವಸ್ಥಾನಗಳಿವೆ. ಒಂದು ತಗ್ಗಿನಲ್ಲಿ, ಒಂದು ಗುಡ್ಡದ ಮೇಲೆ. ಅಪರಿಚಿತರ ಮನೆಯಲ್ಲಿ ನೀರು ಕುಡಿಯಬೇಡಿ. ಆ ಕಡೆ ಹಾವುಗಳು ಹೆಚ್ಚು. ಭಾರೀ ವಿಷವಿರುವ ಹಾವುಗಳು. ಅವಕ್ಕೆ ಪೂಜೆ ಮಾಡುವ ಮಂದಿಯೂ ಇದ್ದಾರೆ. ನೀರು ಕುಡಿಯಲೇ ಬೇಕಾಗಿ ಬಂದರೆ ಬಿಸಿ ಮಾಡಿ ಆರಿಸಿ ಕುಡಿಯಿರಿ" ಎಂದ. "ಆಗಲಿ" ಎಂದು ತಲೆಯಲ್ಲಾಡಿಸಿದ ವಿಟ್ಠು ಪೈ. "ವಿಟ್ಠು ಮಾಮ್, ಚೊನ್ನದ ನಾಣ್ಣು ನಾಯ್ಕನ ಕಡೆಯವರು ಅಲ್ಲಿ ಎಲ್ಲೋ ಬಂದಿದ್ದಾರಂತೆ. ಬೇರೆ ನಾಲ್ಕಾರು ಸಾರಸ್ವತರೂ ಇದ್ದಾರಂತೆ. ನನಗೆ ಪರಿಚಯವಿಲ್ಲ. ಅವಕಾಶ ಸಿಕ್ಕಿದರೆ ಹುಡುಕು. ಮಾತಾಡಿದರೆ ನಾನೂ ಇಲ್ಲಿದ್ದೇನೆಂದು ತಿಳಿಸು" ಎಂದ ರಾಯಪ್ಪ ಕಾಮಾತಿ.

ಎರಡು ದಿನಗಳ ಬಳಿಕ ಅವರು ಮಂಗಳೂರು ಮುಟ್ಟಿದರು. ಕೂಳೂರು ಹೊಳೆ ದಾಟಿದ ಮೇಲೆ ಅವರಿಗೊಂದು ಸುದ್ದಿ ಸಿಕ್ಕಿತು. ಮಂಗಳೂರಿನ ಮೇಲೆ ಕ್ಯಾಪ್ಟನ್ ರಾಡ್ರಿಗಸ್ ಎಂಬ ಪೋರ್ಚುಗೀಸನ ಸೈನ್ಯವೊಂದು ಮುತ್ತಿಗೆ ಹಾಕಿತ್ತು. ಮಂಗಳೂರಿನ ಬಂಗರಾಜನನ್ನು ಸೋಲಿಸಿ ಊರಿಗೆ ಬೆಂಕಿ ಇಟ್ಟಿತ್ತು ಸೈನ್ಯ. ಉರಿಯುವ ಲಂಕೆಯಾಗಿತ್ತು ಮಂಗಳೂರು. ಜನರು ಪ್ರಾಣಭಯದಿಂದ ನಡುಗುತ್ತಿದ್ದರು. ಆದರೂ ಅವರು ದಾರಿಯಲ್ಲಿ ಸಿಕ್ಕ ಕೆಲವರನ್ನು ಮಾತನಾಡಿಸಿದರು. ಆರೋಗ್ಯವಂತರಂತೆ ಕಾಣುತ್ತಿದ್ದರೂ ಆ ಜನರು ಯಾವುದೋ ಭೀಕರ ರೋಗದಿಂದ ನರಳುತ್ತಿದ್ದ ಹಾಗಿತ್ತು. ಕೆಲವರ ಕಾಲುಗಳು ಆನೆಯ ಕಾಲುಗಳಂತೆ ದಪ್ಪಗೆ ಊದಿಕೊಂಡಿದ್ದುವು. ಅಲ್ಲಲ್ಲಿ ಕೊಳೆಯಾದ ಗಂಟುಗಳು. ಆ ಕಾಲುಗಳನ್ನೆತ್ತಿ ಎತ್ತಿ ನಡೆಯುತ್ತಿದ್ದ ಅವರು "ನೀವು ಇಲ್ಲಿರುವುದು ಬೇಡ. ಆದಷ್ಟು ಬೇಗ ಈ ಸರಹದ್ದು ದಾಟಿಹೋಗಿ. ಹೊಳೆ ದಾಟಿದರೆ ಚೌಟರ ರಾಣಿಯೊಬ್ಬಳ ದೇಶ ಸಿಗುತ್ತದೆ. ಪ್ರಮೀಳಾ ರಾಜ್ಯ ಅಂತ ನಗಬೇಡಿರಪ್ಪ, ಗಂಡಸಿಗೆ ಗಂಡಸು ಅಬ್ಬಕ್ಕ

ದೇವಿ. ಏನು ಧೈರ್ಯ, ಏನು ಬುದ್ಧಿವಂತಿಕೆ ! ಯಾರಿಗೂ ತಲೆ ಬಗ್ಗಿಸುವವಳಲ್ಲ. ತನ್ನ ಗಂಡನಿಗೂ ಸಹ. ನೀವು ಕೊಂಕಣಿಗಳೋ ? ಸರಿ, ಉಳ್ಳಾಲದ ಆಚೆ ಮಂಜೇಶ್ವರ ಅಂತ ಊರಿದೆ. ನಿಮ್ಮವರು ಮಸ್ತು ಜನ ಇದ್ದಾರೆ. ನಿಮ್ಮವರ ಒಂದು ದೇವಸ್ಥಾನವೂ ಇದೆಯಂತೆ. ಭಾರೀ ಕಾರಣಿಕದ್ದು ಅನ್ನುತ್ತಾರೆ. ಭಾರದ್ವಾಜ ಗೋತ್ರದ ಬ್ರಾಹ್ಮಣರಿದ್ದಾರೆ. ನಿಮ್ಮ ಒಬ್ಬರು ಸ್ವಾಮಿಗಳೂ ಇದ್ದಾರೆ. ಹೋಗಿ, ಇಲ್ಲಿ ನಿಲ್ಲಬೇಡಿ'' ಎಂದರು.

ವಿಟ್ಠು ಪೈ ತಲೆತಗ್ಗಿಸಿ ಅವರ ಕಾಲು ನೋಡಿದ. ದಪ್ಪಗೆ ಹೇಸಿಗೆ ತರುವಂತೆ ಗಂಟು ಗಂಟಾಗಿ ಊದಿಕೊಂಡ ಕಾಲುಗಳು. ಅವನಿಗೆ ಅಸಹ್ಯವಾಯಿತು. ''ಇದೇನು ಹೀಗೆ?'' ಎಂದು ಕೇಳಿದ. ''ನೋಡಿದರೆ ತಿಳಿಯುವುದಿಲ್ಲವೇ? ಆನೆಕಾಲು. ಇಲ್ಲಿಯ ನೀರಿನ ಗುಣ ಅದು'' ಎಂದು ಹೇಳಿ ಅವರು ಆ ಕಾಲುಗಳನ್ನೆತ್ತಿ ಇಟ್ಟು ಎತ್ತಿ ಇಟ್ಟು ನಡೆದುಕೊಂಡು ಹೋದರು. ನೋಡುತ್ತಾ ನಿಂತ ವಿಟ್ಠು ಪೈಗೆ ರಾಯಪ್ಪ ಕಾಮಾತಿಯ ಕಿವಿಮಾತು ನೆನಪಾಯಿತು. ಅವರನ್ನೇ ದಿಟ್ಟಿಸಿ ನೋಡಿದ. ಅವರು ಸಲೀಸಾಗಿ ಆ ದಪ್ಪ ಕಾಲುಗಳನ್ನೆತ್ತಿಕೊಂಡು ನಡೆಯುತ್ತಿದ್ದರೂ ಎತ್ತುವ ಭಾರ ನೋಡುವವನ ಮೇಲೆ ಬೀಳುವಂತಿತ್ತು. ಬಹುಶಃ ಹಾವುಗಳು ಬಾವಿಗಳಲ್ಲಿ ವಿಷ ಕಕ್ಕಿರಬೇಕು ಎಂದುಕೊಂಡ. ''ಇಲ್ಲಿಯೂ ಸಾರಸ್ವತರ ಕುಟುಂಬಗಳಿವೆ ವಿಟ್ಠೂ, ಯುದ್ಧದಲ್ಲಿ ಜನ ನಲುಗಿದ್ದಾರೆ. ನಮ್ಮ ಬೇಳೆ ಇಲ್ಲಿ ಸುಲಭವಾಗಿ ಬೆಂದೀತು'' ಎಂದು ಹೇಳಿದ ಮರ್ತುಕಿಣಿ. ಯಾರೋ ರಾಗವೆಳೆದರು. ''ಸಾರಸ್ವತರ ಸಂಖ್ಯೆ ಹೆಚ್ಚೇ ಇದ್ದ ಹಾಗಿದೆ. ಇಲ್ಲಿಯೇ ಉಳಿದು ಬಿಡುವ ಆಸೆಯಾಗಿದೆ ನಮಗೆ'' ಎಂದು. ''ನಿಮಗೇನು ಹುಚ್ಚೇ? ಬೆಂಕಿ ಉರಿಯುತ್ತಾ ಇದೆ. ಸುಮ್ಮನೆ ಬರಬಾರದೇ?'' ಎಂದು ವಿಟ್ಠು ಪೈ ಗದರಿಸಿದ. ''ಹಾಗಲ್ಲ, ನನ್ನ ಹೆಂಡತಿಯ ತವರಿನ ಕಡೆಯವರು ಇಲ್ಲೆಲ್ಲೋ ಇದ್ದಾರಂತೆ. ಹುಡುಕಿದರೆ ಸಿಕ್ಕಿಯಾರು'' ಎಂದರವರು. ವಿಟ್ಠು ಪೈ ''ಇಲ್ಲಿಯ ನೀರು ಒಳ್ಳೆಯದಲ್ಲ. ಯುದ್ಧ ಬೇರೆ ನಡೆಯುತ್ತಿದೆ. ಇಲ್ಲಿಯ ತನಕ ನಡೆದಷ್ಟು ಮುಂದೆ ನಡೆಯಬೇಕೆಂದಿಲ್ಲ. ಕೊಚ್ಚಿ ಮುಟ್ಟುತ್ತೇವೆ, ಬನ್ನಿ'' ಎಂದು ಒತ್ತಾಯಿಸಿದ. ಸಾಂತಯ್ಯ ಪೊರೋಬು ಅವನನ್ನು ತಡೆದ. ''ಬೇಡ ವಿಟ್ಠೂ, ಯಾರ ನೀರಿನ ಋಣ ಎಲ್ಲಿದೆಯೆಂದು ಯಾರಿಗೆ ಗೊತ್ತು ? ಇರಲಿ ಬಿಡು. ಬೆಕ್ಕುಗಳು ದಾರಿ ಸವೆಸುವ ರೀತಿ ಗೊತ್ತಾ ನಿನಗೆ? ದಾರಿ ಸಾಗುತ್ತಿದ್ದಂತೆ ಗುರುತಿಗಾಗಿ ಒಂದೊಂದು ಕಲ್ಲು ಇಟ್ಟು ಹೋಗುತ್ತಾವಂತೆ. ಹಿಂದೆ ಬರಲು ಆ ಕಲ್ಲುಗಳ ಜಾಡು ಹಿಡಿದೇ ಮನೆ ಸೇರುತ್ತವೆ. ನಾಗ್ದೊ ಬೇತಾಳ ಅದಕ್ಕಾಗೇ ಪ್ರತೀ ಊರಲ್ಲೂ ಒಂದೊಂದು ಕುಟುಂಬದವರನ್ನು ಬಿಟ್ಟು ಹೋಗಿ ಎಂದು ಹೇಳಿರಬೇಕು. ನೀನು ಒತ್ತಾಯ ಮಾಡಬೇಡ'' ಎಂದ.

□

೧೫

ಮಂಗಳೂರಿಗೆ ಇನ್ನೇನು ಮುಟ್ಟಿದೆವು ಅನ್ನುವಷ್ಟರಲ್ಲಿ ಸಿಕ್ಕಿದ ಮೊದಲ ಹಳ್ಳಿಯಲ್ಲಿ ಅವರು ವಾಸ್ತವ್ಯ ಹೂಡಿದ್ದು ಅಂಥ ದೊಡ್ಡ ಹಳ್ಳಿಯಲ್ಲ. ನಾಲ್ಕಾರು ಮನೆಗಳು. ರಾತ್ರಿಯಾದುದರಿಂದ ಅಲ್ಲಿ ಉಳಿದು ಮುಂದೆ ಹೊರಟರಾಯಿತು ಎಂದು ಹಾಕಿದ ಠಿಕಾಣಿ. ವಿಟ್ಠು ಪೈ ಹಳ್ಳಿಯಲ್ಲಿದ್ದ ಒಂದೆರಡು ಮನೆಗಳಿಗೆ ಹೋಗಿ ಮಾತನಾಡಿಸಿ ಬಂದಿದ್ದ. ಎಲ್ಲೂ ಉಳಕೊಳ್ಳಲು ಅಂತಹ ಅನುಕೂಲ ಕಾಣಲಿಲ್ಲ. ಅವನು ಹಿಂದಿರುಗಿ ಬಂದಾಗ ಅಡಿಗೆ ಸಿದ್ಧವಾಗಿತ್ತು. ಮಣ್ಣುಗುಡ್ಡೆಯೊಂದರ ಪಕ್ಕದಲ್ಲಿ ಕಿರಿಗೆ ಹಾಸಿ ಮಲಗಿದ ಹೆಂಡತಿಯೊಡನೆ ವಿಟ್ಠು ಪೈ "ಇಲ್ಲಿಯ ನೀರು ಕುಡಿದೆಯಾ?" ಎಂದು ಕೇಳಿದ. ಆಕೆ "ಇಲ್ಲ" ಎಂದಳು. "ಒಳ್ಳೆಯದಾಯಿತು ಬಿಡು. ಬಸುರಿಯರು ವಿಷದ ನೀರನ್ನು ಕುಡಿದರೆ ಗರ್ಭಕ್ಕೆ ಏನಾದರೂ ಅಪಾಯವಾದೀತು. ಹೊಳೆ ದಾಟುವ ತನಕ ಕಾಯಿ. ಆಮೇಲೆ ಒಳ್ಳೆಯ ನೀರು ಸಿಕ್ಕೀತು" ಎಂದ. ತುಳಸೀಬಾಯಿ ತುಟಿಯೊಳಗೇ ನಕ್ಕಳು. ಗಂಡ ತೋರಿಸುತ್ತಿರುವ ಆದರಕ್ಕೆ ಹಿರಿಹಿರಿ ಹಿಗ್ಗಿದಳು. ಇನ್ನೂ ಮಗ್ಗುಲಿಗೆ ಬಂದು ಒತ್ತಿ ಮಲಗಿದಳು. ತಾನೇ ಮೇಲೆ ಬಿದ್ದು ಸುಖ ಕೊಟ್ಟಳು. ವಿಟ್ಠು ಪೈಗೆ ಬೇಡ ಎನ್ನಲು ಮನಸ್ಸು. ಆದರೆ ದೇಹ ಕೇಳದು. ಒಳಗಿನ ಗರ್ಭಕ್ಕೆ ಪೆಟ್ಟಾದೀತೋ ಎಂಬ ಭಯ. ಆದರೆ ಆಸೆ. ತುಳಸೀ ಬಾಯಿ ಏನನ್ನೂ ಯೋಚಿಸಲಿಲ್ಲ. ಗಂಡನಿಗೆ ಸುಖ ಕೊಡುವುದು ತನ್ನ ಧರ್ಮ ಎಂದುಕೊಂಡು ಅವನ ದೇಹ ಬಿಸಿ ಮಾಡಿದಳು. ತಿಕ್ಕಾಡಿದಳು. ಒಂದು ಘಂಟೆಯ ಬಳಿಕ ಬೆವರಿನಿಂದ ಒದ್ದೆಯಾದ ದೇಹಗಳು ಬೆಸೆದುಕೊಂಡು ಬಿದ್ದವು. ವಿಟ್ಠು ಪೈಗೂ ತುಂಬ ಆಯಾಸವಾಗಿತ್ತು. ಮಲಗಿದಲ್ಲಿಯೇ ಅವನಿಗೆ ಸತ್ತಂತೆ ನಿದ್ರೆ ಬಿತ್ತು.

ಗಾಢನಿದ್ರೆಯಿಂದ ಅವನಿಗೆ ಎಚ್ಚರಾದುದು ವಿಪರೀತ ಗಲಾಟೆಯ ಸದ್ದಿನಿಂದ. ಯಾರೋ ಅಳುತ್ತಿದ್ದರು. ಯಾರೋ ಹೊಡೆಯುತ್ತಿದ್ದರು. ಯಾರೋ ಕೂಗಾಡುತ್ತಿದ್ದರು. ಬೈಗಳು, ಹೊಡೆತ, ಅಳು. ವಿಟ್ಠು ಪೈ ಕಣ್ಣು ತಿಕ್ಕಿಕೊಂಡು ಎದ್ದು ಕುಳಿತ. ಬೆಳಗಾಗಲು ಒಂದು ಜಾವವಿರಬಹುದು. ಅವನೆದ್ದು "ಏನಿದು?" ಎಂದ. ಅನ್ನು ಕಾಮಾತಿಯ ಸ್ವರ – "ಕಳ್ಳ, ವಿಟ್ಠೂ ಯಾವನೋ ಕದಿಯಲು ಬಂದಿದ್ದ. ಗಂಟು ಮೂಟೆ ಕೂಡಾ ಕಟ್ಟಿದ್ದ. ದೇವರ ದಯದಿಂದ ಮರ್ತುಕಿಣಿಗೆ ಎಚ್ಚರಾಯಿತು. ಹಿಡಿದೇ ಬಿಟ್ಟ, ಮರಕ್ಕೆ ಕಟ್ಟಿ ಹಾಕಿದ್ದಾನೆ. ಇಲ್ಲದಿದ್ದರೆ ಎಲ್ಲ ಎತ್ತಿಕೊಂಡು ಓಡೇ ಬಿಡುವವನು." ವಿಟ್ಠು ಪೈ ಅಲ್ಲಿಗೆ ಓಡಿದ. ಮರ್ತುಕಿಣಿ ಕಟ್ಟಿಹಾಕಿದ್ದ ಕಳ್ಳನ ಮುಖ ಮೂತಿ ನೋಡದೇ ಹೊಡೆದಿದ್ದ, ರಕ್ತ ಬಳಬಳ ಸುರಿಯುತ್ತಿತ್ತು. ಒಲೆಗೆ ಹಾಕಿದ ಬೆಂಕಿಯ ಬೆಳಕಲ್ಲಿ ಅವನು ಕಳ್ಳನ ಮುಖ

ನೋಡಿದ. ಇನ್ನೂ ಹುಡುಗ. ಅದೇ ತಾನೇ ಮೀಸೆ ಮೂಡುವ ವಯಸ್ಸು. ಸೊಂಟಕ್ಕೊಂದು ಬಿಗಿಯಾಗಿ ಕಟ್ಟಿದ ಪಂಚೆ. ಕೈಗೆ ಕಪ್ಪನೆಯ ದಾರ. "ಹಾಗೆ ಹೊಡೆಯ ಬೇಡ ಕಿಣಿ ಮಾಮ್ಮಾ. ಊರು ನಮ್ಮದಲ್ಲ. ನಮ್ಮದಾಗಿದ್ದರೆ ಏನು ಮಾಡಿದರೂ ಹಿಡಿಯುತ್ತದೆ. ಆದರೆ ಇಲ್ಲಿ ನಾವು ಎಚ್ಚರದಿಂದ ಇರಬೇಕು" ಎಂದ ವಿಟ್ಠು ಪೈ.

ಮರ್ತುಕಿಣಿಯ ಸಿಟ್ಟು ಮಸ್ತಕಕ್ಕೇರಿತ್ತು. ವಿಟ್ಠು ಪೈ ಹೇಳಿದ್ದು ಅವನ ಕಿವಿಗೇ ಬೀಳಲಿಲ್ಲ. "ಎಚ್ಚರ ಎಚ್ಚರವೇ. ಒಬ್ಬ ಬಾರಕೂರು ಕಳ್ಳ. ಒಬ್ಬ ಮಂಗಳೂರು ಕಳ್ಳ. ನಮ್ಮ ಉದ್ಧಾರವಾಯ್ತು ಬಿಡು. ಇವರನ್ನು ಹೀಗೇ ಬಿಟ್ಟರೆ ನಾವು ಮಣ್ಣು ತಿನ್ನಬೇಕಾಗಿ ಬರುತ್ತದೆ, ಅಷ್ಟೇ" ಎಂದು ಮತ್ತೆ ಹೊಡೆದ ಮರ್ತುಕಿಣಿ. ಆ ಹುಡುಗ ಸುಸ್ತಾದ. ವಿಟ್ಠು ಪೈ ಮರ್ತುಕಿಣಿಯನ್ನು ತಡೆದು ಅತ್ತ ನೂಕಿದ. "ಯಾಕೋ ಕಳ್ಳತನಕ್ಕಿಳಿದೆ?" ಎಂದು ಆ ಹುಡುಗನನ್ನು ವಿಚಾರಿಸಿದ. "ಊಟ ಮಾಡಿ ಮೂರು ದಿನ ಆಯ್ತು, ಒಡೆಯಾ. ಯುದ್ಧದಲ್ಲಿ ಸೋತ ಊರಿನ ಸೂರೆಯಾಗಿದೆ. ಮನೆ ಮನೆಗೆ ಬೆಂಕಿ ಬಿದ್ದಿದೆ. ಸೈನಿಕರು ನಮ್ಮಂಥವರ ಮನೆಗೆ ನುಗ್ಗಿ ಇದ್ದುದನ್ನೆಲ್ಲ ದೋಚಿಕೊಂಡು ಹೋದರು. ಕಳ್ಳತನವಲ್ಲದೇ ಬೇರೇನೂ ಮಾಡಲು ಉಳಿದಿಲ್ಲ" ಎಂದು ಅತ್ತ ಆ ಹುಡುಗ.

ವಿಟ್ಠು ಪೈಗೆ ಕರುಣೆ ಮೂಡಿತು. ಒಂದು ಸ್ತರದಲ್ಲಿ ತಾವೂ ಅವನದೇ ಸ್ಥಿತಿಯಲ್ಲಿಲ್ಲವೇ? ಎಂದನಿಸಿತು. ಅವನ ಕಟ್ಟುಗಳನ್ನು ಬಿಚ್ಚಿ "ಹೋಗು" ಎಂದ. ಬದುಕಿದೆ ಎಂದುಕೊಂಡು ಕತ್ತಲೆಯಲ್ಲಿ ಓಡಿ ಮರೆಯಾಗಿಬಿಟ್ಟ ಆ ಹುಡುಗ. "ನೀನು ಅವನನ್ನು ಬಿಡಬಾರದಿತ್ತು ವಿಟ್ಠೂ" ಎಂದ ಅನ್ನು ಕಾಮಾತಿ. "ಹೋಗಲಿ ಬಿಡು ಅನ್ನು ಮಾಮ್. ಬೆಳಗಾಯಿತು. ಮುಂದಿನ ಯೋಚನೆ ಮಾಡುವ" ಎಂದ ವಿಟ್ಠು ಪೈ. ನಿಂತ ನೆಲ ಬೆಂಕಿ, ಕುಡಿಯುವ ನೀರು ವಿಷ, ಕಂಡ ಮನುಷ್ಯ ಕಳ್ಳ – ಇಂಥ ಸ್ಥಳದಿಂದ ಆದಷ್ಟು ಬೇಗ ತೊಲಗಬೇಕು ಎಂಬ ಧಾವಂತದಿಂದಲೇ ಅಲ್ಲಿಂದ ಮುಂದೆ ಹೋದರು.

ದಕ್ಷಿಣ ದಿಕ್ಕು ಮತ್ತಷ್ಟು ಹೆದರಿಕೆ ಹುಟ್ಟಿಸುವಂತಿತ್ತು. ವಿಶಾಲವಾದ ಹೊಳೆ ಸಿಕ್ಕಿತು. ಒಂದೆರಡು ದೋಣಿಗಳೇನೋ ಇದ್ದುವು. ಅವುಗಳನ್ನು ನಡೆಸುವ ಮಂದಿ ಮಾತ್ರ ಪ್ರಾಣಭಯದಿಂದ ತತ್ತರಿಸುತ್ತಿದ್ದರು. ಪಶ್ಚಿಮದಲ್ಲಿ ಹೊಳೆ ಸಮುದ್ರಕ್ಕೆ ಸೇರುವ ಕಡೆ ಫರಂಗಿಗಳ ಹಡಗುಗಳು ! ಕೆಂಪು ಛಾಯೆಯ ಪತಾಕೆಗಳು. ನಿಂತಲ್ಲಿಯೇ ಸ್ಪಷ್ಟವಾಗಿ ಕಾಣುವಂತೆ ಗೋಣತ್ತಿ ನಿಂತ ಫಿರಂಗಿಗಳು. ದಾಟುವುದಿದ್ದರೆ ದೋಣಿಯಲ್ಲಿ ದಾಟಬೇಕು. "ಇಲ್ಲ ಒಡೇರೇ, ಸಾಧ್ಯವೇ ಇಲ್ಲ. ಅವರ ಕಣ್ಣಿಗೆ ಬಿದ್ದರೆ ಗುಂಡಿನ ಸುರಿಮಳೆ ಬೀಳುತ್ತದೆ. ಎದುರು ದಡದಲ್ಲಿ ಚೌಟರ ರಾಣಿ ಅಬ್ಬಕ್ಕ ದೇವಿಯ ಸೈನ್ಯ ಕಾಯುತ್ತಿದೆ. ದೋಣಿಯಲ್ಲಿ ಬರುವವರೆಲ್ಲ ವೈರಿಗಳೇ ಎಂದು ಆಕೆ ತಿಳಿದುಕೊಂಡಿದ್ದಾಳೆ. ಹಾಗಾಗಿ ಅತ್ತಣಿಂದಲೂ ಗುಂಡುಗಳು. ನಾವು ಕೊಂಡೊಯ್ಯುವುದಿಲ್ಲ, ದೋಣಿ

ನೀರಿನಲ್ಲಿ ಅಲ್ಲಾಡದೇ ಒಂದು ಮಾಸವಾಯಿತು'' ಎಂದರವರು. ಇವರು ಗೋಗರೆದರು. ದೋಣಿ ನಡೆಸುವ ಮಂದಿ ಒಪ್ಪಲೇ ಇಲ್ಲ. ಮರ್ತುಕಿಣಿ ಕೊನೆಗೆ ಎರಡು ಬಳ್ಳ ಅಕ್ಕಿ ಕೊಡುತ್ತೇನೆ ಎಂದು ಆಮಿಷ ತೋರಿಸಿದ. ''ಎರಡು ಬಳ್ಳ ಅಕ್ಕಿ ಎಂದರೆ ಎಷ್ಟಾಯಿತಪ್ಪ? ನಾವು ಕೊಚ್ಚಿಗೆ ಹೊರಟ ಬ್ರಾಹ್ಮಣರು. ದೀವಳಿಗೆಯ ದಿನ ಮಂಜೇಶ್ವರದಲ್ಲಿರಬೇಕು. ನೀನು ಹೀಗೆ ನಮ್ಮ ದಾರಿಗೆ ಅಡ್ಡ ಬಂದರೆ ಹೇಗೆ?'' ಎಂದ. ''ಒಡೆಯಾ, ಕೈಮುಗಿದು ಹೇಳುತ್ತೇನೆ. ಅಡ್ಡ ಬರುವುದಲ್ಲ, ನಿಮ್ಮ ಎರಡು ಬಳ್ಳ ಅಕ್ಕಿಯ ಆಸೆಗೆ ಜೀವ ಕಳಕೊಳ್ಳಲಿ ಅಂತ ಹೇಳುವುದ ನೀವು. ಬದುಕಿದ್ದರೆ ದುಡಿದೇವು. ನಮ್ಮ ಹೆಂಡತಿ ಮಕ್ಕಳ ಹೊಟ್ಟೆ ತುಂಬಿಸಿಯೇವು'' ಎಂದರವರು. ಆದರೆ ಮರ್ತುಕಿಣಿ ಕೊನೆಗೂ ಅವರನ್ನು ಒಪ್ಪಿಸುವುದರಲ್ಲಿ ಸಫಲನಾದ. ''ಈಗ ಹೋಗುವುದು ಸರಿಯಲ್ಲ ಒಡೆಯಾ. ನಾನು ನಿಮ್ಮ ಒಳ್ಳೆಯದಕ್ಕೇ ಹೇಳುವುದು. ಒಂದು ಗುಂಡಿನ ಸದ್ದು ಕೇಳಿದರೂ ದೋಣಿಯಿಂದ ಹಾರಿ ಈಜಿಕೊಂಡೇ ದಡ ಸೇರಬಹುದು ನಾವು. ನೀವು ಹೆಂಗಸರು ಮಕ್ಕಳು ಎಲ್ಲ ಇರುವವರು. ಹಾಗಾಗಿ ರಾತ್ರಿಯಾಗಲಿ. ಕತ್ತಲೆಯಲ್ಲಿ ಮಕ್ಕಳೆಲ್ಲ ನಿದ್ರೆ ಹೋದ ಮೇಲೆ ಹೊರಡುವ'' ಎಂದರವರು. ವಿಟ್ಠು ಪೈಗೆ ಅದು ನಿಜ ಅನ್ನಿಸಿತು. ''ಆಗಲಿ, ನಾವು ಕಾಯುತ್ತೇವೆ'' ಎಂದನವ.

ಅನಿವಾರ್ಯ ಕಾಯುವಿಕೆ. ಬೇಗ ಹೋಗಿ ಅವರಿಗೆ ಏನನ್ನೂ ಸಾಧಿಸುವುದಿರಲಿಲ್ಲ. ಆದರೆ ನಾವಿಕರೊಡನೆ ಮಾತನಾಡುವಾಗ ಸಹಜವಾಗಿ ಈ ಊರು ಬಿಟ್ಟು ಹೋಗಬೇಕು ಎಂಬ ಧಾವಂತ ತೋರಿಸಿದ್ದರು. ''ಇಲ್ಲದಿದ್ದರೆ ಅವರಿಗೆ ಎರಡು ಬಳ್ಳ ಅಕ್ಕಿ ಕೊಡುವ ಅಗತ್ಯವಿರಲಿಲ್ಲ'' ಎಂದ ಆನ್ನು ಕಾಮಾತಿ. ''ಹೋಗಲಿ ಆನ್ನು ಮಾಮ್. ಈ ಊರು ಬಿಟ್ಟರೆ ಸಾಕಾಗಿದೆ ನನಗೆ'' ಎಂದ ವಿಟ್ಠು ಪೈ. ಹೊಳೆಯ ದಡದಲ್ಲಿಯೇ ಇದ್ದ ಮರಗಳ ತೋಪು ಸೇರಿ ಅಡಿಗೆಗೆಂದು ಬೆಂಕಿ ಇಟ್ಟಿದ್ದೇ, ಹೊಗೆ ಕಂಡು ಹೊಳೆಯ ಕಡೆ ಗುಂಡಿನ ಸದ್ದು. ಅವರು ತಕ್ಷಣ ಬೆಂಕಿಯಾರಿಸಿದರು. ಉಪವಾಸದಿಂದ ತೆಪ್ಪಗೆ ಕುಳಿತರು. ಸಂಜೆಯಾಗುತ್ತಿದ್ದಂತೆ ಪ್ರಾಣಭಯ ಹೆಚ್ಚಿತು. ಕೆಲವರು ''ಇಲ್ಲಿಂದ ಹೊಳೆಯ ಬದಿಯಲ್ಲೇ ಪೂರ್ವಕ್ಕೆ ಹೋಗುವ. ಹೊಳೆ ಕಿರಿದಾದ ಕಡೆ ದಾಟಿ ಮತ್ತೆ ಪಶ್ಚಿಮಕ್ಕೆ ಬರುವ'' ಎಂದರು. ''ವಿಟ್ಠೊ, ಆ ಕಡೆ ಬಂಟವಾಳ, ಪಾಣೆ ಮಂಗಳೂರು ಅಂತೆಲ್ಲ ಊರಿವೆಯಂತೆ. ದೋಣಿಯವರೇ ಹೇಳಿದರು. ಆ ಕಡೆಗೇ ಹೋಗುವ. ಅಲ್ಲಿ ಸಾರಸ್ವತರು ಇದ್ದಾರೋ ಏನೆಂದು ನೋಡಿದ ಹಾಗಾಗುತ್ತದೆ'' ಎಂದು ಹಠತೊಟ್ಟರು. ''ಮಾಮ್ಮಾ, ನಾವೇನು ಮದುವೆಗೆ ಗಂಡು ಹುಡುಕಲು ಹೊರಟದ್ದೇ ? ಕೊಚ್ಚಿಗೆ ಅಂತ ಹೊರಟವರು ಅಲ್ಲಿಗೆ ಮುಟ್ಟುವುದನ್ನು ಮೊದಲು ನೋಡಬೇಕು'' ಎಂದ ವಿಟ್ಠು ಪೈ. ಕತ್ತಲೇರಿದರೂ ದೋಣಿಯ ಜನ ಹೊರಡಲು ಒಪ್ಪಲಿಲ್ಲ. ''ನೀವು ಸಂಸಾರಸ್ಥರು. ಮಕ್ಕಳು ಮರಿಯುಳ್ಳವರು. ದೋಣಿ ಹೋಗುವಾಗ ಒಂದು ಮಗು ಅತ್ತಿತೋ, ನಾವೆಲ್ಲ ಅವರಿಗೆ

ಬಲಿಯಾಗುತ್ತೇವೆ. ಮಕ್ಕಳು ಮಲಗಲಿ. ಮೌನವಾಗಿ ದಾಟಿ ಬಿಡುವ'' ಎಂದರು. ಪೂರ್ವಕ್ಕೆ ಹೊರಟ ಜನ ''ನಾವು ಏನಿದ್ದರೂ ದೋಣಿಯಲ್ಲಿ ಬರುವುದಿಲ್ಲ'' ಎಂದು ಹಠ ಹಿಡಿದರು. ವಿಟ್ಠು ಪೈ ಅವರಿಗೆ ಹೇಳುವಷ್ಟು ಹೇಳಿದ. ''ಬೇಕಿದ್ದರೆ ಮೊದಲು ನಾನು ಹೋಗುತ್ತೇನೆ. ಸತ್ತರೆ ಮೊದಲು ಸಾಯುತ್ತೇನೆ'' ಎಂದು ಹೊರಟುನಿಂತ.

ದೋಣಿ ತೀರ ಬಿಟ್ಟಾಗ ವಿಟ್ಠು ಪೈ ಗಂಗಾಳ ಬೆವರಿ ಹೋಗಿದ್ದ. ಆದರೆ ಏನೂ ಆಗಲಿಲ್ಲ. ಉಳ್ಳಾಲದ ದಡವನ್ನು ಸುರಕ್ಷಿತವಾಗಿಯೇ ತಲುಪಿದ. ಅವನ ಜೊತೆ ಬಂದವರೂ ದೋಣಿಯಿಂದ ಕೆಳಗಿಳಿದರು. ಕತ್ತಲಿನಲ್ಲಿಯೇ ತಡವರಿಸುತ್ತಾ ಹೆಂಡತಿ ಮಕ್ಕಳನ್ನೂ ಉಳಿದವರನ್ನೂ ಮರಗಳ ತೋಪೊಂದಕ್ಕೆ ತಲುಪಿಸಿ ಅವನು ದಡಕ್ಕೇ ಬಂದ. ಅಷ್ಟರಲ್ಲಿ ಅವರನ್ನು ತಲುಪಿಸಿದ ದೋಣಿ ಹಿಂದಕ್ಕೆ ಮರಳಿತ್ತು. ವಿಟ್ಠು ಪೈ ಈಗ ದೋಣಿ ಅಲ್ಲಿ ಮುಟ್ಟಿರಬಹುದು; ಅಲ್ಲಿಂದ ಅದು ಹೊರಟಿರಬಹುದು ಎಂದು ಲೆಕ್ಕ ಹಾಕುತ್ತಾ ಕಾಯುತ್ತಾ ಕೂತ. ಇದ್ದಕ್ಕಿದ್ದ ಹಾಗೆ ಗುಂಡಿನ ಸದ್ದು ಕೇಳಿಸಿ ಅವನ ಎದೆ ಝಲ್ಲೆಂದಿತು. ಯಾರೋ ಅತ್ತ ಹಾಗೆ, ಯಾರೋ ನೀರಿಗೆ ಬಿದ್ದ ಹಾಗೆ ಕ್ಷೀಣವಾಗಿ ಕೇಳಿಸಿತು. ಆ ದೋಣಿಯಲ್ಲಿ ಮರ್ತುಕಿಣಿ ಬರುತ್ತೇನೆಂದಿದ್ದ. ಏನಾಯಿತು, ಏನಾಯಿತೋ ಎಂದು ಅವನು ಭೀತಿಯಿಂದ ನಡುಗಿದ. ಅದೃಷ್ಟವಶಾತ್ ದೋಣಿ ಬಂತು. ಯಾರಿಗೂ ಏನೂ ಆಗಿರಲಿಲ್ಲ. ಆದರೆ ವಿಟ್ಠು ಪೈ ಅನುಮಾನ ಪಟ್ಟಂತೆ ಮರ್ತುಕಿಣಿ ಗುಂಡಿನ ಶಬ್ದ ಕೇಳುತ್ತಲೇ ಹೆಂಡತಿ ಮಕ್ಕಳನ್ನೂ ಪರಿಗಣಿಸದೇ ನೀರಿಗೆ ಹಾರಿದ್ದ. ಮರ್ತುಕಿಣಿಯ ಹೆಂಡತಿ ನೆಲ ತಲುಪಿದ ತಕ್ಷಣ ಬಿಕ್ಕಿಬಿಕ್ಕಿ ಅಳತೊಡಗಿದಳು. ಪಿಸುಧ್ವನಿಯಲ್ಲಿ ಅವಳನ್ನು ಸುಮ್ಮನಿರ ಹೇಳಿ ಎಲ್ಲರನ್ನೂ ತೋಪಿಗೆ ಕಳುಹಿಸಿ ತಾನು ದಡದ ಬಳಿ ನಿಂತ. ಈ ಕಡೆಯ ದಡದಲ್ಲಿ ಚೌಟರ ರಾಣಿಯ ಸೈನ್ಯ ಕಾಣತೊಡಗಿತು. ಅವರು ಬೆಂಕಿ ಉರಿಸಿ ಕಿರುಚತೊಡಗಿದ್ದರು. ವಿಟ್ಠು ಪೈಗೆ ಏನೇನೋ ಕೆಟ್ಟ ಯೋಚನೆಗಳು ಬಂದುವು. ಆದದ್ದಾಗಲಿ ಎಂದು ಅವನು ''ಕಿಣಿ ಮಾಂ ೦ ೦ ೦'' ಎಂದು ಕೂಗು ಹಾಕಿದ. ಒಂದು ಕ್ಷಣದ ಬಳಿಕ ಹೊಳೆಯ ನೀರಿನ ಮೇಲೆ ಹೋದ ಅವನ ಸ್ವರ ದೂರದಲ್ಲಿ ಪ್ರತಿಧ್ವನಿ ಮೂಡಿಸಿತು. ವಿಟ್ಠು ಪೈ ಕಾದ. ಮರ್ತುಕಿಣಿಯ ಪತ್ತೆ ಮೂಡಲಿಲ್ಲ. ಅವನು ವಿಹ್ವಲನಾದ. ಒಟ್ಟಿಗೆ ಬರುತ್ತೇನೆಂದು ಹೇಳಿದ್ದನಲ್ಲ, ಎಲ್ಲಿ ಹೋದ, ಏನಾಯಿತು ಅವನಿಗೆ, ಅವನಿಲ್ಲದೇ ಮುಂದೆ ಹೇಗೆ ಹೋಗಲಿ ಎಂದು ವಿಟ್ಠು ಪೈ ತೀರ ಕಳವಳಗೊಂಡ. ಕಿಣಿ ಮಾಂ, ಕಿಣಿ ಮಾಂ ಎಂದು ನಾಲ್ಕಾರು ಬಾರಿ ಹುಚ್ಚನಂತೆ ಅರಚಿದ. ಕೊನೆಗೂ ಮರ್ತುಕಿಣಿಯ ಸ್ವರ ಎಲ್ಲಿಂದಲೋ ಮೂಡಿ ಬಂದಾಗ ಅವನ ಜೀವ ಮರಳಿತು.

ಮರ್ತುಕಿಣಿ ಈಜುತ್ತಾ ಹೊಳೆ ದಾಟಿದ್ದ. ದಡಕ್ಕೆ ಬಂದಿದ್ದ. ವಿಟ್ಠು ಪೈಯನ್ನು ಹುಡುಕುತ್ತಲೇ ಇದ್ದ. ವಿಟ್ಠು ಪೈಯ ಸ್ವರ ಕೇಳಿ ಬಂದರೂ ಅವನಿಂದ ಉತ್ತರಿಸುವುದಾಗಲಿಲ್ಲ. ಎಂದುರಿನಿಂದ ಬಂದೂಕುಗಳು ಅವನತ್ತಲೇ ಮುಖ

ಮಾಡಿಕೊಂಡ ಹಾಗೆ ಅವನಿಗೆ ಕಂಡಿತ್ತು. ಉಸಿರೆತ್ತಿದರೆ ಅವು ಬೆಂಕಿಯುಗುಳಿಯಾವು ಎಂದು ಅವನಿಗೆ ಗಾಬರಿ. ಈ ವಿಟ್ಠು ಪೈಗಾದರೂ ಯಾಕೆ ಬೊಬ್ಬಿಡುವ ಕೆಲಸ ಎಂದು ನೆನಸಿ ಅವನು ಸ್ವರ ಬಂದೆಡೆಗೇ ಹೆಜ್ಜೆ ಹಾಕಿದ್ದ. ವಿಟ್ಠು ಪೈ ಅವನನ್ನು ಕಂಡವನೇ ಉದ್ವೇಗದಿಂದ ಅಪ್ಪಿ ಹಿಡಿದ. ''ನೀನು ಏನಾದೆಯೆಂದು ಗಾಬರಿಗೊಂಡೆ ಕಿಣಿ ಮಾಮ್. ಸದ್ಯ ಬಂದೆಯಲ್ಲ'' ಎಂದಾಗ ಅವನ ಕಣ್ಣಲ್ಲಿ ನೀರಾಡಿತು. ''ನನಗೇನೂ ಆಗಿಲ್ಲ ವಿಟ್ಠೂ ಪಶ್ಚಿಮದ ಕಡೆಯಿಂದ ಗುಂಡು ಬಿದ್ದಾಗ ಅದು ದೋಣಿಯಿಂದ ದೂರವೇ ಇತ್ತು. ಆದರೆ ಹಾಗೇ ಬಂದರೆ ಗುಂಡು ದೋಣಿಗೆ ತಾಗುವುದರಲ್ಲಿ ಸಂಶಯವಿರಲಿಲ್ಲ. ಹಾಗಾಗಿ ನೀರಿಗೆ ಹಾರಿದೆ. ಅಡಿಯಿಂದಲೇ ಈಜುತ್ತಾ ಹೋದೆ. ಎದ್ದಾಗ ಪಕ್ಕದಲ್ಲೇ ಗುಂಡು ಹಾರಿಸಿದವರ ದೋಣಿ. ಅವರು ನನ್ನನ್ನು ನೋಡಲಿಲ್ಲ. ಆದದ್ದಾಗಲಿ ಎಂದುಕೊಂಡು ಅವರ ಮಧ್ಯಕ್ಕೆ ಹೋಗಿ ಕೈಯಿಂದಲೇ ದೋಣಿ ಉರುಳಿಸಿದೆ. ಅಲ್ಲಿದ್ದವರೆಲ್ಲ ಒಮ್ಮೆಗೇ ನೀರಪಾಲಾದರು. ಅವರಿಗೆ ಏನಾಯಿತು ಎಂದು ತಿಳಿಯುವಷ್ಟರಲ್ಲಿ ನಾನು ಬಹಳ ದೂರ ತಲುಪಿದ್ದೆ'' ಎಂದ. ''ಪರವಾಗಿಲ್ಲ ನೀನು. ನಿನ್ನ ಹೆಂಡತಿ ಇಲ್ಲಿ ಅಳುತ್ತಾ ಕುಳಿತಿದ್ದಾಳೆ. ನೀನು ಮಾತ್ರ ಜೀವದ ಪರಿವೆಯಿಲ್ಲದೇ ಅವರ ಮಧ್ಯೇ ಹೋದೆಯಲ್ಲ ?'' ಎಂದು ವಿಟ್ಠು ಪೈ ಆಕ್ಷೇಪಿಸಿದ. ''ಹೌದು, ಈಗ ನೀನು ನನ್ನನ್ನು ಅಪ್ಪಿ ಹಿಡಿದು ನಿನ್ನ ಅರಿವೆಗಳನ್ನೂ ಒದ್ದೆ ಮಾಡಿದೆ'' ಎಂದು ನಕ್ಕ ಮರ್ತುಕಿಣಿ !

''ಉಳಿದವರು ದೋಣಿ ಏರುವುದು ಸಂಶಯ ವಿಟ್ಠೂ ನಾನು ಬಂದ ದೋಣಿಯಲ್ಲಿ ಇನ್ನೂ ಸ್ವಲ್ಪ ಜಾಗವಿತ್ತು. ಆದರೂ ಅವರೊಪ್ಪಲಿಲ್ಲ. ಬಂಟವಾಳದ ಕಡೆಗೇ ಹೋಗುತ್ತೇವೆ ಎಂದು ಹಠ ಹಿಡಿದಿದ್ದಾರೆ'' ಎಂದ ಮರ್ತುಕಿಣಿ. ಅವರು ತೋಪಿನ ಕಢೆಗೆ ಬಂದಾಗ ಎಲ್ಲರೂ ನಿಶ್ಯಬ್ದರಾಗಿ ಕುಳಿತಿದ್ದರು. ''ನಾಳೆ ಬೆಳಗಿನ ತನಕ ನೋಡುವ. ಬಾರದೇ ಇದ್ದರೆ ಮುಂದಿನದು'' ಎಂದ ಸಾಂತಯ್ಯ ಪೊರೋಬು. ಬೆಳಗಾಯಿತು. ಆ ದಡದಲ್ಲಿ ಉಳಿದವರು ಬರಲಿಲ್ಲ. ದಡಕ್ಕೆ ಹೋದಾಗ ದೋಣಿಯ ಮಂದಿ ''ಅವರು ಪೂರ್ವಕ್ಕೆ ಹೋದರು. ಬಂಟವಾಳಕ್ಕೆ ಹೋಗುತ್ತೇವೆ ಅಂತ ಹೇಳಿಬಿಡಿ ಎಂದರು. ಅನುಕೂಲವಾದಾಗ ಬಂದು ಸೇರುತ್ತಾರಂತೆ. ಕಾಯುವುದು ಬೇಡ ಎಂದು ಸಟಸಟ ಹೆಜ್ಜೆ ಹಾಕಿದರು'' ಎಂದರು. ವಿಟ್ಠು ಪೈಗೆ ಮನಸ್ಸು ಒಪ್ಪಲಿಲ್ಲ. ''ನೀವೆಲ್ಲ ಇಲ್ಲಿಯೇ ಇರಿ. ನಾನು ಈಜಿಕೊಂಡು ಆ ದಡಕ್ಕೆ ಹೋಗಿ ಅವರನ್ನು ಕರೆದುತರುತ್ತೇನೆ'' ಎಂದು ಹೇಳಿದ. ಸಾಂತಯ್ಯ ಪೊರೋಬು ''ನಿನಗೇನು ಹುಚ್ಚೇ ? ಒಂದಲ್ಲ ಒಂದು ದಿನ ಅವರೂ ಕೊಚ್ಚಿಗೆ ಬಂದಾರು. ನೀನು ಈಜಿಕೊಂಡು ಹೋಗುತ್ತಾ ಆ ಕಡೆಯ ಫರಂಗಿಗಳ ಗುಂಡಿಗೆ ಬಲಿಯಾಗುವುದು ಬೇಡ'' ಎಂದು ಗದರಿಸಿದ.

ಹೊತ್ತೇರಿದಾಗ ಹತ್ತಾರು ಜನ ಸೈನಿಕರು ಅವರ ಮೇಲೆ ಇದ್ದಕ್ಕಿದ್ದಂತೆ ಬಿದ್ದು ಬಂದಿಗಳನ್ನಾಗಿ ಮಾಡಿದರು. ಎಳೆದುಕೊಂಡು ಚೌಟರ ರಾಣಿಯ ಬಳಿ ಕೊಂಡೊಯ್ದರು. ಅಬ್ಬಕ್ಕ ದೇವಿಯನ್ನು ವಿಟ್ಠು ಪೈ ನೋಡಿದ್ದು ಆಗ. ಕರಿಯ ಮೈ ಬಣ್ಣ,

ತುಂಬಿದ ಮೈಕಟ್ಟು. ನಕ್ಕರೆ ಬೆಳ್ಳಗಿನ ಹಲ್ಲುಗಳ ಸಾಲು. ರಾಣಿಯಂತೆ ಕಾಣದೇ ಕೊಳಕು ಅಡಿಗೆಮನೆಯ ಸೇವಕಿಯಂತೆ ಅಥವಾ ಅಗಸಗಿತ್ತಿಯಂತೆ ಕಂಡಳು. ಒಬ್ಬ ಕೋಮಲ ಘನವಂತ ರಾಣಿಯಂತೆ ಇರುವುದರ ಬದಲಾಗಿ ಸಾಧಾರಣ ಹೆಂಗಸಾಗಿದ್ದಳು. ಆದರೂ ಮಾತಿನಲ್ಲಿ ಬಿರುಸು. ಧ್ವನಿಯಲ್ಲಿ ಸೊಬಗು. ಖಡಾತುಂಡ ಮಾತುಗಳು – ವಿಟ್ಠು ಪೈ ಅವಳೆದುರು ಕೈಜೋಡಿಸಿ ನಿಂತು ತಮ್ಮ ಕಥೆಯನ್ನೆಲ್ಲ ಹೇಳಿದ. ಅಬ್ಬಕ್ಕ ರಾಣಿ "ಕೊಂಕಣಿಗಳೋ ? ಪೋರ್ಚುಗೀಸರ ವೈರಿಗಳು ನಮ್ಮ ವೈರಿಗಳಲ್ಲ. ಪೋರ್ಚುಗೀಸರನ್ನು ಸದೆಬಡಿಯುವುದು ನಮ್ಮ ಗುರಿ. ಅವರ ಜೊತೆ ಸೇರಿದವರು, ಅವರು ಯಾರೇ ಆಗಿರಲಿ, ನಮ್ಮ ಗಂಡನೇ ಆಗಿರಲಿ, ಸದೆ ಬಡೆಯುತ್ತೇನೆ. ಅದಿರಲಿ, ನೀವು ಆಶ್ರಿತರೋ, ಕೋಟೆಯ ಒಳಗಡೆ ಇರುವುದಕ್ಕೆ ಅಪ್ಪಣೆಯಿದೆ. ಮನೆ ಮಠ ಕಟ್ಟಿಕೊಂಡು ಇರಿ. ನಿಮ್ಮನ್ನು ಕಾಪಾಡುವ ಹೊಣೆ ನಮ್ಮದು" ಎಂದಳು. ವಿಟ್ಠು ಪೈಗೆ ಧೈರ್ಯ ಬಂತು. "ನಾವು ಕೊಚ್ಚಿಯ ಕಡೆ ಹೊರಟ ಯಾತ್ರಿಕರು. ಹೋಗುವ ಉದ್ದೇಶ ಪೋರ್ಚುಗೀಸರಿಂದ ತಪ್ಪಿಸಿಕೊಳ್ಳಲು. ಹೋಗುತ್ತೇವೆ" ಎಂದ. "ನಿಮ್ಮಿಷ್ಟ ಊರುಗಡಿ ದಾಟಿಸುವ ವ್ಯವಸ್ಥೆ ಮಾಡುತ್ತೇವೆ. ಮುಂದೆ ಮಂಜೇಶ್ವರ ಊರು ಸಿಗುತ್ತದೆ. ಅನಂತೇಶ್ವರ ದೇವಾಲಯವಿದೆ, ನಿಮ್ಮವರದ್ದು. ಒಳ್ಳೆಯದು" ಎಂದಳು. ವಿಟ್ಠು ಪೈಗೆ ಕೃತಜ್ಞತೆಯಿಂದ ಎದೆ ತುಂಬಿ ಬಂತು. ಅದಕ್ಕೆ ಮಾತು ಕೊಡುವವನಂತೆ ಸಪೂರ ಸಾಂತಯ್ಯ ಪೊರೋಬು ಕೈ ಎತ್ತಿ "ನಿನ್ನ ಹೊಟ್ಟೆ ತಣ್ಣಗಿರಲಿ ತಾಯಿ" ಎಂದು ಆಶೀರ್ವದಿಸಿದ. ಅಬ್ಬಕ್ಕ ರಾಣಿ ಬಿಳಿಯ ಹಲ್ಲುಗಳನ್ನು ತೋರಿಸಿ ನಕ್ಕಳು.

ಉಳ್ಳಾಲದಲ್ಲೂ ಒಂದೆರಡು ಕುಟುಂಬಗಳು ನಿಂತುವು. ಉಳಿದವರನ್ನು ಅಬ್ಬಕ್ಕ ರಾಣಿಯ ಸೈನಿಕರು ಬೆಂಗಾವಲಿನಲ್ಲಿ ಊರಗಡಿಯ ತನಕ ತಂದುಬಿಟ್ಟರು. ಗುಡ್ಡ ಹತ್ತಿ ಗುಡ್ಡ ಇಳಿದು ಅವರೆಲ್ಲ ಮಂಜೇಶ್ವರಕ್ಕೆ ತಲುಪುವಾಗ ಅನಂತೇಶ್ವರನ ಪೂಜೆ ನಡೆಯುತ್ತಿತ್ತು. ಅದ್ಧೂರಿ ಜನ. ಸಂಭ್ರಮದ ಪೂಜೆ. ದೊಡ್ಡ ಸ್ವರದಲ್ಲಿ ಕೊಂಕಣಿ ಮಾತನಾಡುವ ಮಂದಿ. ಆ ಭಾಗದಲ್ಲಿ ಅಷ್ಟು ಜನರು ಸಾರಸ್ವತರಿರಬಹುದೆಂಬ ಕಲ್ಪನೆಯೂ ಇಲ್ಲದ್ದರಿಂದ ವಿಟ್ಠು ಪೈ ಆಶ್ಚರ್ಯಪಟ್ಟ. ಕೈಸಾಲೆಯ ಮೇಲೆ ಕುಳಿತವರನ್ನು ಯಾರೋ ಊಟಕ್ಕೆಬ್ಬಿಸಿದರು. ಅಚ್ಚುಕಟ್ಟಾದ ಊಟ. ತುದಿಬಾಳೆಯ ಎಲೆಯ ತುಂಬ ಹತ್ತಾರು ಬಗೆಯ ಪಲ್ಯಗಳು. ಬಿಸಿಬಿಸಿಯಾದ ಅನ್ನ, ಕೈಯ ಪರಿಮಳ ಮಾಸದಂತಹ ಸಾರು. ಘಮಘಮಿಸುವ ಇಂಗಿನ ಒಗ್ಗರಣೆಯ ತೊವ್ವೆ. ಪಾಯಸ. ಹೊಟ್ಟೆ ತುಂಬ ತಿಂದುಂಡು ಎಲ್ಲರೂ ತೃಪ್ತಿಯಿಂದ ಎದ್ದಾಗ ವಿಟ್ಠು ಪೈಯ ಕಣ್ಣ ತುಂಬ ನೀರು. ಪಕ್ಕದಲ್ಲಿ ಕುಳಿತ ಹೆಂಡತಿಯೊಡನೆ "ಇಂಥ ಊಟ ಮಾಡದೇ ತುಂಬ ದಿನಗಳಾದುವಲ್ಲ?" ಎಂದು ಕೇಳಿದ ವಿಟ್ಠು ಪೈ. ಪರಿಮಳ ಸೂಸುತ್ತಿರುವ ಕೈಯ ವಾಸನೆಯನ್ನು ಹೀರುತ್ತಾ ತುಳಸೀ ಬಾಯಿ "ಹೂಂ" ಎಂದಳು.

ಮಂಜೇಶ್ವರದಲ್ಲಿ ಕಾಶೀ ಮಠದ ಸ್ವಾಮಿಗಳು ಚಾತುರ್ಮಾಸಕ್ಕೆ ಕುಳಿತಿದ್ದರು. ವಿಟ್ಠು ಪೈ ಜೀವಮಾನದಲ್ಲಿ ಎಂದೂ ಮಠದ ಸ್ವಾಮಿಗಳನ್ನು ನೋಡಿರಲಿಲ್ಲ. ಅವನು ಕೇಳಿದ್ದು

ಕವಳೆಯ ಮಠ ಒಂದೇ. ಕವಳೆಗೆ ಅವನು ಎರಡು ಮೂರು ಸಲ ಹೋಗಿದ್ದ. ಕವಳೆಯ ಕಡೆಯ ಹೆಣ್ಣೊಂದನ್ನು ಅವನು ಲಗ್ನವಾಗುವುದರಲ್ಲಿದ್ದ. ಆಗ ಹೋದಾಗ ಸ್ವಾಮಿಗಳು ಅಲ್ಲಿರಲಿಲ್ಲ. ಕಾಶಿಗೆ ಹೋದವರು ಮರಳಿಯೇ ಇರಲಿಲ್ಲ. ಗೋವೆಯ ದುರ್ದಿನಗಳಲ್ಲಿ ಆ ಕಡೆಗೆ ಮುಖ ಹಾಕಲೇ ಇಲ್ಲ. ಈ ಕಾಶೀಮಠ ಇತ್ತೀಚೆ ಹುಟ್ಟಿದ್ದು. ಅಂದರೆ ಸುಮಾರು ಇಪ್ಪತ್ತು ಮೂವತ್ತು ವರ್ಷಗಳ ಹಿಂದೆ. ದಕ್ಷಿಣದಲ್ಲಿ, ಗೋವೆಯ ಕಡೆಯಿಂದ ದಕ್ಷಿಣಕ್ಕೆ ಬಂದ ಸಾರಸ್ವತರೆಲ್ಲರೂ ಹೆಚ್ಚಾಗಿ ಕಾಶೀ ಮಠಕ್ಕೇ ನಡೆದುಕೊಳ್ಳುತ್ತಿದ್ದಾರಂತೆ. ವಿಟ್ಠು ಪೈ ಕೂಡಾ ಕಾಶೀಮಠದ ಸ್ವಾಮಿಗಳಾದ ಕೇಶವೇಂದ್ರ ತೀರ್ಥರನ್ನು ಕಂಡು ಭಕ್ತಿಯಿಂದ ಮೈ ಬಾಗಿಸಿದ.

ಬೆಳ್ಗೊಡೆ, ಬಿಳಿಯ ಶಂಖ, ಉಭಯ ಚಾಮರ, ಉಭಯ ಹಗಲು ದೀವಟಿಗೆ, ಮಕರ ತೋರಣ, ನಗರೆ, ಪತಾಕೆ, ತಾಳಗಳಿಂದೊಡಗೂಡಿ ಪಲ್ಲಕ್ಕಿಯ ಮೇಲೆ ಕುಳಿತು ಹೋದ ಮೆರವಣಿಗೆಯಲ್ಲಿ ಗುಂಪಿನ ಮಧ್ಯೆ ಕೈ ಜೋಡಿಸಿ ನಿಂತು ಅವನು ಶ್ರೀ ಸ್ವಾಮೀಜಿಯವರನ್ನು ನೋಡಿದ್ದ. ಎಂಥ ಕಳೆ, ಎಂಥ ತೇಜಸ್ಸು. ಕುಂಭಕೋಣದ ವ್ಯಾಸರಾಯ ಮಠದ ಸುರೇಂದ್ರ ತೀರ್ಥರ ಶಿಷ್ಯರಾದ ಯಾದವೇಂದ್ರ ತೀರ್ಥರ ಶಿಷ್ಯ ಕೇಶವೇಂದ್ರ ತೀರ್ಥರು. ತುಂಬಿದ ದೇಹ, ಅಜಾನುಬಾಹುಗಳು, ಬಟ್ಟ ಮುಖ. ಆ ಕಣ್ಣುಗಳಲ್ಲಿರುವ ಸೂರ್ಯಕಾಂತಿಯಂಥ ಪ್ರಭೆ ನೋಡುವವರನ್ನು ಮೂಕವಾಗಿಸುತ್ತಿತ್ತು. ಪಲ್ಲಕ್ಕಿ ತನ್ನೆದುರಿನಿಂದ ಹಾದು ಹೋದಾಗ ವಿಟ್ಠು ಪೈ ದೀರ್ಘದಂಡ ನಮಸ್ಕಾರ ಮಾಡಿದ.

ವಿಟ್ಠು ಪೈ ವೆರಣೆಕಾರರ ಗುಂಪಿನ ಹೆಣ್ಣುಮಕ್ಕಳನ್ನು ಹೊರಗೇ ಕುಳ್ಳಿರಿಸಿ ಸ್ವಾಮಿಯವರ ದರ್ಶನ ಪಡೆಯಲು ಉಳಿದವರೊಡನೆ ಹೋದ. ಸಪೂರ ಸಾಂತಯ್ಯ ಪೊರೋಬುವನ್ನು ಮುಂದೆ ಮಾಡಿಕೊಂಡು ಅವರ ಪಾದಪೂಜೆ ಮಾಡಿದ. ಕೇಶವೇಂದ್ರ ತೀರ್ಥ ಸ್ವಾಮಿಯವರು ಮುದುಕರಾಗುತ್ತ ಬಂದಿದ್ದರು. ವಿಟ್ಠು ಪೈಯ ಕಥೆ ಕೇಳಿದರು. "ಒಳ್ಳೆಯದಾಯಿತು. ಗೋವೆಯಲ್ಲಿ ನಮ್ಮವರ ಮೇಲೆ ಮತಾಂತರಕ್ಕಾಗಿ ಬಲಾತ್ಕಾರ ನಡೆಸುತ್ತಾ ಇದ್ದಾರೆಂದು ನಾವೂ ಕೇಳಿದ್ದೇವೆ. ಅದು ನಮಗೆ ಖೇದವುಂಟುಮಾಡಿದೆ. ವ್ಯಾಸ ರಘುಪತಿ ಅವರಿಗೆ ಒಳ್ಳೆಯ ಬುದ್ಧಿ ಕೊಡಲಿ, ಅಷ್ಟೇ ನಾವು ಹೇಳುವುದು. ಕೊಚ್ಚಿಗೆ ಹೊರಟವರೋ ? ನಮ್ಮ ಮಠವಿದೆ ಅಲ್ಲಿ. ದೈವಭಕ್ತರಾದ ತುಂಬ ಜನರು ಅಲ್ಲಿದ್ದಾರೆ. ನಿಮಗೆ ಒಳ್ಳೆಯದಾಗುತ್ತದೆ." ಬಿಡಿ ಬಿಡಿಯಾಗಿ, ಅಕ್ಷರಗಳನ್ನು ಪೋಣಿಸಿ ಹೇಳಿದರು. ಫಲಮಂತ್ರಾಕ್ಷತೆಗಳನ್ನು ಕೊಟ್ಟರು. ಸಪೂರ ಸಾಂತಯ್ಯ ಪೊರೋಬು ತಲೆಬಾಗಿ ವಂದಿಸಿದ.

ಏಳು ದಿನ ಮಂಜೇಶ್ವರದಲ್ಲಿ. ದೇವರ ಪ್ರಸಾದವೆಂದು ಭೂರಿ ಭೋಜನ. ಮೈ ಮನಸ್ಸಿನ ದಣಿವನ್ನು ಸಂಪೂರ್ಣ ಆರಿಸಿ ಮುಂದಕ್ಕೆ ಹೊರಡುವ ನಿಶ್ಚಯ ಮಾಡಿದರು. ಮಂಜೇಶ್ವರದಲ್ಲಿ ಭಾರದ್ವಾಜ ಗೋತ್ರದ ಪುರೋಹಿತರು. ಅವರ ಮನೆ ಕುಂಡೋದರಿ ಗ್ರಾಮದಲ್ಲಿದ್ದು ಪೂರ್ವ ಭಾರದ್ವಾಜ ಗೋತ್ರದ ರಂಗಭಟ್ಟರು ಮುಖ್ಯ ಅರ್ಚಕರಾಗಿ ಸೇವೆ ಸಲ್ಲಿಸುತ್ತಿದ್ದರು. ಮಂಜೇಶ್ವರ ಶ್ರೀ ಮದನಂತೇಶ್ವರ ದೇವಾಲಯದ ಮುಖ್ಯ

ಅಧ್ವರ್ಯು. ಪ್ರತೀ ಕುಜವಾರ ದೇವರ ಪೂಜೆಯ ಸಮಯದಲ್ಲಿ ಅವರಿಗೆ ದರುಶಣೆಯಾಗುತ್ತಿತ್ತು. ವಿಟ್ಠು ಪೈಗೆ ಆಶ್ಚರ್ಯ. ಎಂಭತ್ತರ ವಯಸ್ಸಿನಲ್ಲಿಯೂ ದರುಶಣೆಯ ಸಮಯ ಹದಿನಾರರ ಹುಡುಗನಂತೆ ರಂಗಭಟ್ಟರು ಕುಣಿಯುವ ರೀತಿ ಕಂಡು ಅವನು ಬೆಕ್ಕಸ ಬೆರಗಾದ. ರವಾಣೆಯ* ಹತ್ತಿರ ಇಟ್ಟ ದೀಪಗಳ ನಡುವೆ ನಿಂತುಕೊಂಡು ಆವೇಶ ಕೋಷ್ಟಕದಲ್ಲಿ ಬರೆದಿರುವಂತೆ ಪೋಷಾಕು ಧರಿಸಿ, ಕೈಯಲ್ಲಿ ಬೆತಕಡಿ ಹಿಡಿದರೆ ಯಾರಿಗಾದರೂ ಭಕ್ತಿಯುಕ್ಕೀತು. ಸೌಮ್ಯರೀತಿಯಲ್ಲಿ ನಡೆಯುವ ವಾದ್ಯಗೋಷ್ಠಿ ಘಂಟಾನಾದವಾಗುತ್ತಲೇ ಬೆತಕಡಿ** ಹಿಡಿದುಕೊಂಡೇ ಗರ್ಭಗೃಹದಿಂದ ಹೊರಗೆ ಬರುವ ಠೀವಿಯೇನು ? ಗರ್ಭಗೃಹಕ್ಕೆ ಸುತ್ತು ಬರುವ ವೈಖರಿಯೇನು ? ಸುತ್ತು ಮುಗಿಯುತ್ತಲೇ ಬೇತಕಡಿಯನ್ನು ಅರ್ಚಕರ ಕೈಯಲ್ಲಿಟ್ಟು ಅಲಂಕರಿಸಿದ ದೇವರ ಮೂರ್ತಿಯನ್ನು ತಲೆಯ ಮೇಲಿಟ್ಟುಕೊಂಡರೋ, ಮೌನದ ರಾಜ್ಯ ! ಸುಬ್ರಹ್ಮಣ್ಯೇಶ್ವರನಂತೆ, ಭಾರದ್ವಾಜ ಗೋತ್ರದ ಮೂಲಪುರುಷನಾದ ರಂಗಶರ್ಮರೇ ಗೋವೆಯಿಂದ ತಂದು ಇಲ್ಲಿ ಪ್ರತಿಷ್ಠಾಪಿಸಿದ್ದಂತೆ. ವಿಟ್ಠು ಪೈಯೂ ದೇವರ ಎದುರು ನಿಂತು ಪ್ರಸಾದ ಸ್ವೀಕರಿಸಿದ. ''ಆದಷ್ಟು ಬೇಗ ಈ ಗುರಿಯಿಲ್ಲದ ಪ್ರಯಾಣ ನಿಲ್ಲಿಸಿ ಒಂದು ನೆಲೆ ಕೊಡು'' ಎಂದು ಮೌನವಾಗಿ ಪ್ರಾರ್ಥಿಸಿದ. ''ವಿಟ್ಠೂ, ದೇವರು ಮಾತಾಡಿದ್ದನ್ನು ಯಾರಾದರೂ ಕೇಳಿದ್ದಾರೆಯೇ ? ಈ ದೇವರನ್ನು ನೋಡು. ಮಾತಿಲ್ಲದೇ ಸನ್ನೆಗಳಲ್ಲಿಯೇ ಹೇಳುವವನು. ಅವನ ಮಹಿಮೆ ಅಪಾರವಾದುದಲ್ಲವೇ?'' ಎಂದು ಆನ್ನುಕಾಮಾತಿ ಹೃದಯ ತುಂಬಿ ಹೇಳಿದ.

ಮುಂದಿನ ಪ್ರಯಾಣಕ್ಕೆ ಸಿದ್ಧತೆ ಮಾಡಿಕೊಳ್ಳುವಾಗ ಕೊಚ್ಚಿಯ ಕಡೆಗೆ ಹೋಗಿ ಬಂದವರು ''ದೂರವೇನಿಲ್ಲ, ಕಣ್ಣೂರಿನಲ್ಲಿ, ಕಲ್ಲುಕಟದಲ್ಲಿ ಒಂದಷ್ಟು ತೊಂದರೆಯಾಗಬಹುದು. ಆದರೆ ಅಲ್ಲೆಲ್ಲ ನಮ್ಮವರು ತುಂಬ ಜನರಿದ್ದಾರೆ. ನಿಮಗೆ ಆಶ್ರಯ ಕೊಡುತ್ತಾರೆ. ನಿಮ್ಮ ಕಥೆ ಕೇಳಿದರೆ ನೀವು ಬದುಕಿ ಬಂದದ್ದು ದೊಡ್ಡದು. ಅಷ್ಟು ಕಷ್ಟ ನಿಮಗೆ ಮುಂದಿನ ದಾರಿಯಲ್ಲಿ ಆಗಲಾರದು'' ಎಂದು ಭರವಸೆ ಕೊಟ್ಟರು. ಆ ಧೈರ್ಯದಿಂದ ಮುಂದೆ ಹೊರಟರೂ ಕೆಲವರಿಗೆ ಮಂಜೇಶ್ವರ ದೇವಸ್ಥಾನದ ಭೂರಿ ಭೋಜನದ ರುಚಿ ಚೆನ್ನಾಗಿ ಹತ್ತಿತ್ತು. ''ಕೊಚ್ಚಿಗೆ ಹೋಗುವುದು ಯಾಕೆ? ಅಲ್ಲಿ ನಮ್ಮವರು ತುಂಬ ಜನರಿದ್ದಾರೆ ಎಂದಲ್ಲವೇ? ಇಲ್ಲಿಲ್ಲವೇ? ನಾಗ್ಡೊ ಬೇತಾಳನೇನೂ ನಮ್ಮನ್ನ ಕೊಚ್ಚಿಗೆ ಹೋಗಿ ಎಂದಿಲ್ಲ, ತೆಂಕಣಕ್ಕೆ ಹೋಗಿ ಎಂದ. ಹೊರಟೆವು. ಹೊರಟ ದಾರಿಯಲ್ಲಿ ನಾವೇ ತೆಗೆದುಕೊಂಡ ನಿರ್ಧಾರ ಇದು. ವಿಟ್ಠೂ, ನೀನೂ ಇಲ್ಲಿಯೇ ಯಾಕೆ ನಿಲ್ಲಬಾರದು?'' ಎಂದರು. ಸಾಂತಯ್ಯ ಪೊರೋಬು ಕ್ರುದ್ಧನಾದ. ''ಬರುತ್ತೀರೋ ಇಲ್ಲವೋ? ನಾನು ಹೋಗುವವನು. ಏನು ವಿಟ್ಠೂ, ನಿನಗೂ ಇಲ್ಲಿಯ ಊಟದ ರುಚಿ ಹತ್ತಿತೋ?'' ಎಂದು ಕೇಳಿದ. ವಿಟ್ಠು ಪೈ ಗಂಟು ಮೂಟೆ ಕಟ್ಟಿಕೊಂಡು ಆನ್ನು

---

* ರವಾಣೆ = ಪೂಜೆಯ ತಟ್ಟೆ

** ಬೆತಕಡಿ = ಬೆತ್ತದ ಕಡ್ಡಿ ಮೈ ಮೇಲೆ ಬರುವ ಪಾತ್ರಿ ಹಿಡಿದುಕೊಳ್ಳುವ ವಿಶೇಷವಾದ ರೀತಿಯ ಬೆತ್ತ

ಕಾಮಾತಿಯ ಮುಖ ನೋಡಿದ. "ನಾನೂ ಹೊರಟವನು" ಎಂದಿತು ಅವನ ಮುಖಭಾವ. ಮರ್ತುಕಿಣಿ ವಿಟ್ಠು ಪೈಗಿಂತ ಮೊದಲೇ ಹೊರಟಿದ್ದ. ಇವರೆಲ್ಲ ಹೊರಟುದು ಕಂಡು ವೆಂಕುಮ್ಹಾಲ್ಲೊ ಹಿಂದೆ ಉಳಿಯಲಿಲ್ಲ. ಬೆಲ್ಲದ ಮಾಧೋ ಪೊರೋಬು ಸಪೂರ ಸಾಂತಯ್ಯ ಪೊರೋಬುವಿನ ತಮ್ಮನ ಮಗ. ಬಿಕ್ಕು ಪೊರೋಬುವಿನ ಮಗ. ಜೊತೆಯಲ್ಲಿಯೇ ಇದ್ದ. ಮತ್ತೆ ನಾಲ್ಕು ಮಂದಿ. ವಿಟ್ಠು ಪೈಗೆ ವೆರಣೆಯಿಂದ ಹೊರಟಾಗ ನಲುವತ್ತನಾಲ್ಕು ಕುಟುಂಬಗಳಿದ್ದ ನೆನಪಾಯಿತು. ಮಂಜೇಶ್ವರದಿಂದ ಹೊರಟಾಗ ಅವನು ಗುಂಪಿನ ಲೆಕ್ಕ ಮಾಡಿದ. ಒಟ್ಟು ಎಂಟು ಮನೆಯವರು. ಅಂಥ ದೊಡ್ಡ ಗುಂಪು ದಾರಿ ಸಾಗಿದಂತೆ ಕರಗುತ್ತಾ ಬಂದಿತ್ತು. ಹೀಗೇ ಆದರೆ ಈ ಸಪೂರ ಸಾಂತಯ್ಯ ಪೊರೋಬುವಿನ ಹಿಂದೆ ತಾನೊಬ್ಬನೇ ಉಳಿಯುತ್ತೇನೇನೋ ಎಂದು ಅವನಿಗೆ ಹೆದರಿಕೆಯಾಯಿತು.

★

ಸಿರಿಯಾ ಹೊಳೆಯ ಬಳಿ ಮುಟ್ಟಿದಾಗ ಕತ್ತಲು. ಜನರು ಕಮ್ಮಿಯಾದುದರಿಂದ ದಾರಿ ಬೇಗ ಸಾಗಿತ್ತು. ಹೊಳೆಯ ಬಳಿಯೇ ಬಿಡಾರ ಹೂಡಿದರು. ಹಚ್ಚ ಹಸುರಿನ ಬಯಲು. ಅದೇತಾನೇ ಸುಗ್ಗಿಯ ಬೆಳೆ ಹಾಕಿದ್ದರಿಂದ ಎಳೆಎಳೆಯ ಭತ್ತದ ಸಸಿಗಳು. ನೀರಿಲ್ಲದ ಕಡೆ ಆಗತಾನೇ ಕೊಯಿಲು ಮಾಡಿದ ಗದ್ದೆ. ಅಲ್ಲಲ್ಲಿ ತೆಂಗಿನ ಮರಗಳು. ಫಲಭರಿತ ವೃಕ್ಷಗಳು. ಗದ್ದೆಗಳಿಗೆ ನೀರು ಬಿಟ್ಟಿದ್ದರಿಂದಲೋ ಏನೋ, ಸುಖವಾದ ವಾಸನೆ. ಹತ್ತಿರದಲ್ಲಿಯೇ ಭೋರಿಡುವ ಸಮುದ್ರ. "ವಿಟ್ಠೂ, ದೇವಸ್ಥಾನದ ಸಿಹಿಯೂಟ ಉಂಡು ಹೊಟ್ಟೆ ಡುಬ್ಬೆನಿಸಿದೆ. ಹೊಳೆಯಲ್ಲಿಯೋ ಸಮುದ್ರದಲ್ಲಿಯೋ ಮೀನು ಸಿಗುತ್ತದೋ ನೋಡಿ ಬರುತ್ತೇನೆ" ಎಂದು ವೆಂಕುಮ್ಹಾಲ್ಲೊ ಮತ್ತು ಮರ್ತುಕಿಣಿ ಹೊರಟರು. ಅವರು ಹೋದ ಮೇಲೆ ಸಾಂತಯ್ಯ ಪೊರೋಬು "ಇವತ್ತು ದೀಪಾವಳಿಯಲ್ಲವೇ?" ಎಂದ. ವಿಟ್ಠು ಪೈ ಮಾತನಾಡಲಿಲ್ಲ. ಅವನ ಮನಸ್ಸು ದೂರದ ವೆರಣೆಯ ಮುಸ್ಸಂಜೆಯ ನೆನಪಿನಲ್ಲಿ ಮುಳುಗಿತ್ತು. ತನ್ನ ಗದ್ದೆಗಳ ನೆನಪು. ಅಲ್ವೀರಾಳ ನೆನಪು. ಅರಳಿದ ಸಂಜೆಗಳ ನೆನಪು. ಆ ನೆನಪಿನಿಂದಲೇ ಮೈಯೆಲ್ಲ ರೋಮಾಂಚನ. ಜತೆಗೇ ಹರಿದು ಬಂದ ಬೇರೆಯೇ ಒಂದು ನೆನಪಿನಿಂದ ಅವನು ಗಡಗಡ ನಡುಗಿದ. ದೂರದಲ್ಲಿ ಯಾರೋ ಇಂಪಾದ ಸ್ವರದಲ್ಲಿ ಹಾಡುತ್ತಿದ್ದರು –

"ತುಪ್ಪಶನ ಉಂಬಲೆ ತುಳು ನಾಡಿಂಗೋಯೆಕ್ಕು ।
ಅಕ್ಕಿಯ ಮೇಲೆ ಗೆರೆಯಿಲ್ಲೆ ॥
ಅಕ್ಕಿಯ ಮೇಲೆ ಗೆರೆಯಿಲ್ಲೆ । ತುಳುನಾಡ ।
ಮಕ್ಕಳ ಮೈಮೇಲೆ ಕಲೆಯಿಲ್ಲೆ ॥"

ಅಚ್ಚ ಕನ್ನಡದ ಶಬ್ದಗಳು. ಆದರೂ ಆ ರಾಗ, ಆ ಧಾಟಿ ಬೇರೆಯದು. ಎಂಥ ಹಾಡು. ಕಂಚಿನ ಕಂಠದ ಹಾಡುಗಾರ. ಸ್ಪಷ್ಟವಾಗಿ ಕಿವಿಯ ಮೇಲೆ ಬೀಳುತ್ತಿರುವ ಶಬ್ದಗಳು. ಯಾವನೋ ಹಳ್ಳಿಯವ ದೀಪದ ಎದುರು ಕುಳಿತು ಹಾಡುತ್ತಿರಬೇಕು. ಹಾಡಿನ ಅರ್ಥ ತಿಳಿದಾಗ ವಿಟ್ಠು ಪೈಗೆ ಅವನ ಮೇಲೆ ಅಸೂಯೆ ಮೂಡಿತು. ಗೋವೆಯ ತನ್ನ ನೆಲದ ಮೇಲೆ ತಾನಿದ್ದಿದ್ದರೆ ತಾನೂ ಅದೇ ರೀತಿ ಹಾಡಬಹುದಿತ್ತು. ಆದರೆ ಆ ಭಾಗ್ಯ ತನಗಿರಲಿಲ್ಲ. ಯಾವ ನೆಲವೂ ತನ್ನದಾಗಿರಲಿಲ್ಲ. ತನ್ನದೆಂದಿದ್ದರೆ ಬರೀ ನೆನಪುಗಳು ಮಾತ್ರ. ಬಹುಶಃ ಜೀವನದುದ್ದಕ್ಕೂ ಈ ನೆನಪೊಂದೇ ತನಗೆ ಉಳಿಯುವುದೇನೋ? ವಿಟ್ಠು ಪೈ ತುಂಬ ಖೇದಗೊಂಡ.

ಮುಂದೆ ಸಿಗುವುದು ಕುಂಬಳೆಯಂತೆ, ಸತ್ಯದೇಶವಂತೆ, ಕುಂಬಳೆಯರಸನ ಸಿಂಹಾಸನ ಧರ್ಮಕಾರಣಕಕ್ಕೆ ಹೆಸರು ಪಟ್ಟದ್ದಂತೆ. ಮಳೆ ಬೆಳೆ ಸುಗಮವಂತೆ, ಬಂದರಿನಲ್ಲಿ ಯುದ್ಧದ ಭೀತಿ ಇಲ್ಲವಂತೆ – ಮೀನು ತರಲು ಹೋದ ವೆಂಕು ಮ್ಹಾಲ್ಲೊ ಮತ್ತು ಮರ್ತುಕಿಣಿ ತುಂಬ ಸುದ್ದಿ ಸಂಗ್ರಹಿಸಿ ತಂದಿದ್ದರು. "ಒಳ್ಳೆಯ ಮೀನುಗಳು ವಿಟ್ಠೊ ಬಾಚಿಬಾಚಿ ಕೊಟ್ಟರು. ಸಮುದ್ರದ ಬದಿಯಲ್ಲಿ ಅವುಗಳ ರಾಶಿಯೇ ರಾಶಿ. ಯಾವಾಗಲೂ ಮಂಗಳೂರಿಗೆ ಹೋಗುವುದಂತೆ. ಅಲ್ಲಿ ಯುದ್ಧವಾಗುತ್ತಿದೆಯೆಂದು ದೋಣಿಗಳೆಲ್ಲ ಇಲ್ಲಿಯೇ ನಿಂತಿದ್ದಾವೆ. ನಾಳೆ ಬೆಳಗ್ಗೆ ಹೊಳೆ ದಾಟುವ ಎಲ್ಲ ವ್ಯವಸ್ಥೆಯನ್ನೂ ಮಾಡಿ ಬಂದೆವು. ಆ ಕಡೆಯಲ್ಲಿ ಯಾವ ತೊಂದರೆಯೂ ಇಲ್ಲದೇ ಮುಂದೆ ಸಾಗಬಹುದು" ಉತ್ಸಾಹದಿಂದ ಹೇಳಿದ ವೆಂಕುಮ್ಹಾಲ್ಲೊ. ತೆಂಗಿನ ಮರದಿಂದ ಕಾಯಿ ಇಳಿಸಿ ಮೀನಿನ ಸಾರು ಮಾಡಿದ ಮರ್ತುಕಿಣಿ. ಎಲ್ಲ ಪಟ್ಟಾಗಿ ಉಂಡರು. ಮರ್ತುಕಿಣಿ ಊಟಕ್ಕೆ ಕುಳಿತಾಗ ವಿಟ್ಠು ಪೈಯ ಬಳಿಯೇ ಕುಳಿತುಕೊಂಡಿದ್ದ. "ಏನೇ ಅನ್ನು ಕಿಣಿ ಮಾಮ್, ನಿನ್ನ ಘಣ್ಣಾ ಉಪ್ಕರಿ, ಪೆಡ್ವೆ* ಮೀನಿನ ಗಶಿಯ ಎದುರು ಬೇರೆ ಇಲ್ಲ" ಎಂದು ಬಾಯಿತುಂಬ ಹೊಗಳಿದ, ವಿಟ್ಠು ಪೈ. ಉಂಡು ಮಲಗಿದರೂ ವಿಟ್ಠು ಪೈಗೆ ಮೀನಿನ ಸಾರಿನ ವಾಸನೆ ರುಚಿ ಹೋಗಲಿಲ್ಲ.

ಮರುದಿನ ನದಿ ದಾಟಿ ಸತ್ಯದೇಶವೆಂದು ಹೆಸರಾದ ಕುಂಬಳೆಯ ನೆಲದ ಮೇಲೆ ಕಾಲಿಟ್ಟದ್ದೇ ಮರ್ತುಕಿಣಿಗೆ ಜ್ವರ ಬರತೊಡಗಿತು. ಕ್ಷಣ ಹೋದಂತೆ ವಿಷವೇರಿದ ಹಾಗೆ ಏರುತ್ತಾ ಹೋಯಿತು. ಕುಂಬಳೆಯ ಗೋಪಾಲಕೃಷ್ಣ ದೇವಸ್ಥಾನದ ವಠಾರದಲ್ಲಿದ್ದ ಮರವೊಂದರ ಕೆಳಗೆ ಉಳಿದುಕೊಂಡಾಗ ಮೈಮೇಲೆ ಧ್ಯಾಸವಿಲ್ಲದಂತಹ ಜ್ವರದಿಂದ ಬಡಬಡಿಸತೊಡಗಿದ ಮರ್ತುಕಿಣಿ. ವಿಟ್ಠು ಪೈ ಗಾಬರಿಯಾದ. ಸಾಂತಯ್ಯ ಪೊರೋಬು

---

* ಪೆಡ್ವೆ = ಮೀನಿನ ಒಂದು ಜಾತಿ, ಉತ್ತರದ ಕಡೆ ಅದಕ್ಕೆ ತಾರ್ಲೆ ಎನ್ನುತ್ತಾರೆ, ಕೇರಳದಲ್ಲಿ ಬೂತಾಯಿ ಮೀನು

ತನಗೆ ಗೊತ್ತಿದ್ದ ಎಲ್ಲ ಔಷಧಗಳನ್ನು ಮಾಡಿದರೂ ಮರ್ತುಕಿಣಿಯ ಜ್ವರ ಇಳಿಯಲಿಲ್ಲ. ಮೂರು ದಿನ ಬೋಧವಿಲ್ಲದೇ ಬಿದ್ದಿದ್ದ ಮರ್ತುಕಿಣಿಗೆ ತನ್ನ ಸುತ್ತಮುತ್ತ ಏನಾಗುತ್ತಿದೆ ಎಂಬ ಅರಿವೂ ಇರಲಿಲ್ಲ. ಅವನ ಜ್ವರದಿಂದಾಗಿ ಕುಂಬಳೆಯಲ್ಲಿ ನಿಲ್ಲುವುದು ಅನಿವಾರ್ಯವಾಯಿತು. ಬಹುಶಃ ಮೀನಿನ ಸಾರು ತಿಂದದ್ದು ಮೈಗಾಗಲಿಲ್ಲವೋ ಏನೋ ಎಂದರು ಯಾರೋ ! ನಂಜು ಮೀನು. ಬಹುಶಃ ಆ ನಂಜು ಏರಿರಬೇಕು. ವಿಟ್ಠು ಪೈಗೆ ಮಾತ್ರ ಒಂದೇ ಚಿಂತೆ. ಮರ್ತುಕಿಣಿಗೆ ಏನಾದರೂ ಆದರೆ ? ಅವನು ದೇವರಿಗೆ ಹರಕೆ ಹೊತ್ತ. ಮರ್ತುಕಿಣಿಯನ್ನು ಬದುಕಿಸು. ಅದಕ್ಕಾಗಿ ನನ್ನಲ್ಲಿರುವ ಏನು ಬೇಕಾದರೂ ಕೊಡುತ್ತೇನೆ. ನನ್ನ ಆಯುಸ್ಸನ್ನು ಬೇಕಾದರೂ ಕೊಡುತ್ತೇನೆ ಎಂದು ಗೋಪಾಲಕೃಷ್ಣ ಮೂರ್ತಿಯ ಎದುರು ಮಂಡಿಯೂರಿ ಮೊರೆಯಿಟ್ಟ. ಏನೂ ಆಗದು ಬಿಡು ಎಂದು ತನಗೆ ತಾನೇ ಸಮಾಧಾನ ಹೇಳಿಕೊಂಡ. ಜ್ವರದ ತಾಪದಲ್ಲಿ ಮರ್ತುಕಿಣಿ ಬಡಬಡಿಸತೊಡಗಿದಾಗ ವಿಟ್ಠು ಪೈಯ ಜಂಘಾಬಲ ಉಡುಗಿತು.

ವಿಟ್ಠು ಪೈ ಮರ್ತುಕಿಣಿಯ ಬಳಿ ಕುಳಿತವನು ಏಳಲಿಲ್ಲ. ನಾಲ್ಕನೆಯ ದಿನ ಮರ್ತುಕಿಣಿ ಕಣ್ಣುಬಿಟ್ಟಾಗ ಆತಂಕದಿಂದವನು ಏನು ಏನು ಎಂದು ಕೇಳಿದ. ಮರ್ತುಕಿಣಿಗೆ ಮಾತನಾಡುವಷ್ಟು ಶಕ್ತಿ ಇರಲಿಲ್ಲ. ಅವನದ್ದು ಸ್ಥೂಲ ದೇಹ. ಆದರೆ ನಾಲ್ಕು ದಿನಗಳ ಜ್ವರ ಅವನನ್ನು ಚೀಪಿ ಒಗೆದ ಕಬ್ಬಿನ ಜಲ್ಲೆಯಂತೆ ಮಾಡಿತ್ತು. ವಿಟ್ಠು ಪೈಯ ಕೈ ಹಿಡಿದು ದೈನ್ಯ ಸ್ವರದಲ್ಲಿ ಕ್ಷೀಣವಾಗಿ "ವಿಟ್ಠೊ ನಾನು ಸತ್ತರೆ ನನ್ನ ಹೆಂಡತಿ ಮಕ್ಕಳಿಗೆ ಯಾರೂ ಇಲ್ಲ. ನೀನು ಮಾತುಕೊಡಬೇಕು. ನನ್ನ ಸಂತಾನವನ್ನು ಕಾಪಾಡುವ ಜವಾಬ್ದಾರಿ ನಿನ್ನದು. ಅವರು ತಪ್ಪು ಮಾಡಲಿ, ಒಪ್ಪು ಮಾಡಲಿ, ಹೊಟ್ಟೆಯ ಮಕ್ಕಳಂತೆ ನೀನು, ನಿನ್ನ ಕುಟುಂಬದವರು ಅವರನ್ನು ಸಾಕಬೇಕು. ನಿನ್ನ ಮಕ್ಕಳಿಗೂ ಅದನ್ನು ಹೇಳಬೇಕು. ನಾನ್ನೂರು ವರ್ಷಗಳ ಬಳಿಕ ಗೋವೆಗೆ ಹೋಗುವಾಗ ಅವರನ್ನು ಮರೆಯಬಾರದು" ಎಂದ.

ವಿಟ್ಠು ಪೈಯ ಕಣ್ಣಿಂದ ಚಿಲ್ಲನೆ ನೀರುದುರಿತು. "ಎಂಥ ಮಾತನ್ನಾಡುತ್ತಿ ಕಿಣಿ ಮಾಂ ? ಬೇಗ ಗುಣವಾಗುತ್ತಿ ಬಿಡು. ದೇವರು ಕೈ ಬಿಡಲಾರ. ನಾವು ಆದಷ್ಟು ಬೇಗ ಕೊಚ್ಚಿಗೆ ಹೋಗುತ್ತೇವೆ. ನೀನು ಇಲ್ಲದೇ ನಾನು ಅಲ್ಲಿಗೆ ಹೋಗುವುದುಂಟೇ ?" ಎಂದ. ಮರ್ತುಕಿಣಿ "ಮಾತು ಕೊಡುವೆಯಲ್ಲ ?" ಎಂದು ಪುನಃ ಪುನಃ ಬೇಡಿಕೊಂಡ. ಅವನ ಕೈ ಮೇಲೆ ಕೈ ಇಟ್ಟು ವಿಟ್ಠು ಪೈ ಭಾಷೆ ಕೊಡುವುದು ಅನಿವಾರ್ಯವಾಯಿತು. ಮರ್ತುಕಿಣಿಯ ಮುಖದ ಮೇಲೆ ವಿಷಾದದ ನಗು ಸುಳಿಯಿತು.

ಆ ಮೇಲೆ ಮರ್ತುಕಿಣಿ ನಗಲಿಲ್ಲ. ಪುನಃ ಜ್ವರ ಏರಿತು. ಅವನಿಗೆ ಬದುಕುವ ಅದಮ್ಯ ಆಸೆ ಇತ್ತೋ ಏನೋ ? ಮತ್ತೊಂದು ದಿನ ಕಳೆದಾಗ ಆತನ ಬಡಬಡಿಕೆ ಜೋರಾಯಿತು. ಬದುಕುತ್ತೇನೆಂಬ ಹಠ ಅವನನ್ನು ಸಾಕಷ್ಟು ದೂರ ಎಳೆದರೂ ಜೀವ ತಾಳಲಿಲ್ಲ. ಐದನೆಯ ದಿನ ಮರ್ತುಕಿಣಿ ಆ ಬಡಬಡಿಕೆಯನ್ನು ನಿಲ್ಲಿಸಿ ಕೊನೆಗೂ ಉಸಿರು ಬಿಟ್ಟಾಗ,

ವಿಟ್ಠು ಪೈಯ ತಲೆಯ ಮೇಲೆ ಆಕಾಶವೇ ಕಳಚಿ ಬಿದ್ದಂತಾಯಿತು !

"ಸಾವು ನನಗೆ ಹೊಸತಾಗಿರಲಿಲ್ಲ ರಾಜ್ಯೊ, ಸಾವಿನ ಸಂತೆ ಕಂಡವ ನಾನು. ಧಡ್ಡನ ಸಾವು, ಗಂಗಾಬಾಯಿಯ ಸಾವು, ಅವ್ವ ಅಪ್ಪಂದಿರ ಸಾವು, ಹುಚ್ಚಿ ಸೀತಾಬಾಯಿಯ ಸಾವು– ಎಷ್ಟೊಂದು ಸಾವುಗಳನ್ನು ನಾನು ಕಂಡಿಲ್ಲ? ಅವೆಲ್ಲ ನನ್ನ ಮನಸ್ಸನ್ನು ನುಚ್ಚು ನೂರಾಗಿಸಿದ್ದುವು. ಆದರೆ ಈ ಮರ್ತುಕಿಣಿ ಎಲ್ಲಿಂದ ಬಂದ ಹೇಳು ? ವೆರಣೆ ಬಿಟ್ಟ ರಾತ್ರಿಯೇ ಬಂದು ಸೇರಿದನಲ್ಲ ? ದಾರಿ ತೋರಿಸಲೆಂದೇ ಬಂದನೇ ? ನನಗೆ ಜ್ವರವಾದಾಗ ನನ್ನ ಜವಾಬ್ದಾರಿ ಎಂದು ಹೆಗಲು ಕೊಟ್ಟ. ಹೆಜ್ಜೆಹೆಜ್ಜೆಗೆ ಧೈರ್ಯ ಕೊಟ್ಟ. ಸಂತೋಷವಾದಾಗ ನಕ್ಕ. ಕಷ್ಟ ಬಂತೆಂದರೆ ಹೆಗಲ ಮೇಲೆ ತನ್ನ ಮಾಂಸಲ ಕೈಯಿಟ್ಟು ಭರವಸೆ ಇತ್ತ. ಅಡಿಗೆ ಮಾಡಿ ಉಣಬಡಿಸಿದ. ಉಂಡರೂ ಉಂಡಾಯಿತೇ ವಿಟ್ಠೂ, ಹೊಟ್ಟೆ ತುಂಬಿತೇ ವಿಟ್ಠೂ ಎಂದು ಕೇಳಿದ. ಈಗ ಇಲ್ಲಿ – ಕುಂಬಳೆಯಲ್ಲಿ ಈ ನನ್ನ ತೋಳುಗಳ ಮೇಲೆಯೇ ಒರಗಿ ಜೀವ ಬಿಟ್ಟ. ಹಿಂದೆ ಗೊತ್ತಿದ್ದವನಲ್ಲ. ಎದುರಿಗೆ ಇದ್ದ ಶವವನ್ನು ನನ್ನದಲ್ಲ ಎಂದು ಹೇಗೆ ಹೇಳಲಿ ? ಧಡ್ಡನೇ ಅವನ ರೂಪದಲ್ಲಿ ಬಂದನೇ ? ದಾರಿ ತೋರಿಸುವ ದೇವರಾಗಿ ಬಂದನೇ ? ನಾನು ಭ್ರಮಿಷ್ಟನಾಗಿಬಿಟ್ಟೆ. ಕಣ್ತೆರೆದು ಬಿದ್ದ ಶವ. ಕಣ್ಣ ರೆಪ್ಪೆಗಳು ನೀರು ತಾಗಿದಂತೆ ಒಂದಕ್ಕೊಂದು ತಾಗಿದಹಾಗೆ. ವಿಕಾರಗೊಂಡ ರೂಪ. ಬಾಯಿ ತೆರೆದಿದ್ದನೇ? ಕೈ ಅಲ್ಲಾಡಿಸಿದನೇ ? ಎದೆಯ ಗೂಡು ಇನ್ನೂ ಸದ್ದು ಮಾಡುತ್ತಿದೆಯೇ ? ಎಲ್ಲಿ ಮರ್ತುಕಿಣಿ ? ನನ್ನನ್ನು ಬಿಟ್ಟು ಎಲ್ಲಿಗೆ ಹೋದ ? ಊಂಹೂಂ, ನಿಶ್ಚಲ ಭಂಗಿ. ಅವನ ದೇಹದ ಮೇಲೆ ಹುಚ್ಚನಂತೆ ಹೊರಳಾಡಿದೆ. ಅವನ ಜೊತೆ ಕೊಚ್ಚಿಯಲ್ಲಿ ಬದುಕಬಹುದೆಂದು ಎಣಿಸಿದ್ದೆ. ಇನ್ನೆಲ್ಲಿಯ ಕೊಚ್ಚಿ ? ಯಾಕೆ ಹೋಗಬೇಕು ಇನ್ನಲ್ಲಿಗೆ ? ಎಂದು ರೋದಿಸಿದೆ. ಯಾರು ಯಾವ ರೀತಿಯಲ್ಲಿ ನನ್ನನ್ನು ಸಮಾಧಾನ ಮಾಡಿದರೂ ನನ್ನ ವೇದನೆ ಅಳಿಸಿ ಹೋಗಲಿಲ್ಲ.

ಅವನನ್ನು ಸುಟ್ಟು ಬಂದ ಮೇಲೆ ಉದಾಸೀನ ನನ್ನನ್ನು ಕವಿಯಿತು. ಮೌನವಾಗಿ

ಕುಳಿತುಬಿಟ್ಟೆ. ಎದುರಿಗೆ ನಾಗಪ್ಪಯ್ಯನ ವಯಸ್ಸಿನ ಅವನ ಮಗ ದಾಸ ಕಿಣಿ. ದೂರದಲ್ಲಿ ತುಳಸೀ ಬಾಯಿ ಸಮಾಧಾನ ಮಾಡುತ್ತಿರುವ ಮರ್ತುಕಿಣಿಯ ಹೆಂಡತಿ. ಆಗೆಷ್ಟು ವಯಸ್ಸು ಅವಳಿಗೆ ? ಮೂವತ್ತೈದೋ ನಾಲ್ವತ್ತೋ ? ಗಂಗಾಬಾಯಿಯ ಥರವೇ ತಲೆ ಬೋಳಿಸಿ, ಹಣೆಯ ತಿಲಕ ಉಜ್ಜಿ ಕುಳಿತವಳು. ಸಾಂತಯ್ಯ ಪೊರೋಬು ನನ್ನ ನಿಷ್ಕ್ರಿಯತೆ ಕಂಡು ಮರ್ತು ಕಿಣಿಯ ಬೊಜ್ಜದ ತಯಾರಿ ನಡೆಸಿದ. ಹನ್ನೆರಡು ಹದಿಮೂರು ದಿನಗಳನ್ನು ನಡೆಸಿದ ಮೇಲೆ ಮುಂದಿನ ಪ್ರಯಾಣ ಎಂದ. ಹಾಗೆ ಹೇಳಿದ್ದು ನನ್ನ ಮನಸ್ಸಿಗೆ ಸ್ವಲ್ಪವಾದರೂ ಸಮಾಧಾನ ಸಿಗಲಿ ಎಂಬ ಇರಾದೆಯಿಂದ. ನಾನು ಮಾತಾಡಲಿಲ್ಲ. ಒಳಗೂ ಹೊರಗೂ ಜೋಮುಗಟ್ಟಿದ ಮನಸ್ಸು. ದಾಸ ಕಿಣಿಯನ್ನು ಎದುರಿಗೆ ಕುಳ್ಳಿರಿಸಿ ಮರ್ತುಕಿಣಿಗೆ ಸದ್ಗತಿ ದೊರೆಯುವ ಕ್ರಿಯೆಯಲ್ಲಿ ಮನಸ್ಸಿಲ್ಲದೇ ಭಾಗಿಯಾದೆ. ಯಾಕೆ ಹೀಗಾಯಿತು ? ನನ್ನ ತಪ್ಪೇನು ಎಂದು ಯೋಚಿಸಿದೆ.

ಎಷ್ಟೋ ವರುಷಗಳ ಬಳಿಕ ಈಗ ಅನ್ನಿಸುತ್ತಾ ಇದೆ ರಾಚ್ಚೂ, ಮಂಗಳೂರಿನಲ್ಲಿ ಕಳ್ಳನಿಗೆ ಯದ್ವಾತದ್ವಾ ಹೊಡೆಯುತ್ತಿದ್ದ ಮರ್ತುಕಿಣಿಯನ್ನು ನಾನು ಇದೇ ಕೈಗಳಿಂದ ನೂಕಿ ಬಿಟ್ಟಿದ್ದೆ. ಅಂದಿನಿಂದ ಮರ್ತುಕಿಣಿಯಲ್ಲಿ ತುಂಬ ಬದಲಾವಣೆಯಾಗಿತ್ತು. ಮಾತು ಕಡಿಮೆ ಮಾಡಿದ್ದ. ಇದ್ದೂ ಇಲ್ಲದವನಂತೆ ವರ್ತಿಸಿದ್ದ. ಬೇಕೆಂದೇ ನೇತ್ರಾವತಿ ಹೊಳೆಗೆ ಹಾರಿದ್ದನೇ ? ದೇವರು ನಮ್ಮ ಕೆಲಸಗಳನ್ನು ಯಾವಾಗ ಹೇಗೆ ನೋಡಿ ಅರ್ಥೈಸುತ್ತಾನೆಂದು ತಿಳಿಯುವುದಿಲ್ಲ ರಾಚ್ಚೂ. ಈಗ ನಿನಗೆ ಕಥೆ ಹೇಳುತ್ತಾ ಹೇಳುತ್ತಾ ನನ್ನ ಮನಸ್ಸಿಗೆ ಹೊಳೆದ ಭಾವನೆ ಇದು. ನಾನು ನೂಕಿದ್ದೇ ಅಪರಾಧವಾಗಿ ಮರ್ತುಕಿಣಿಯನ್ನು ನನ್ನಿಂದ ಸೆಳೆದುಕೊಂಡು ಹೋದನೇ ಅನ್ನಿಸುತ್ತದೆ'' — ಅಜ್ಜ ಕಥೆ ನಿಲ್ಲಿಸಿ ತುಂಬ ಹೊತ್ತು ಮಾತಾಡಿರಲಿಲ್ಲ. ಬೇಳಕಟ್ಟೆ ರಾಮಚಂದ್ರ ಪೈಗೂ ಆಗ ಅದನ್ನು ಕೆದಕುವ ಆಸೆಯಾಗಲಿಲ್ಲ.

ಹನ್ನೆರಡನೆಯ ದಿನ ಹನ್ನೊಂದು ಜನ ಬ್ರಾಹ್ಮಣರಿಗೆ ಊಟ ಹಾಕಬೇಕಿತ್ತು. ಅವರ ಗುಂಪಿನಲ್ಲಿ ಒಂಭತ್ತು ಮಂದಿ ಮಾತ್ರ ಇದ್ದರು. ಆನ್ನು ಕಾಮಾತಿ ಹತ್ತಿರ ಬಂದು ''ವಿಟ್ಠೊ ನೀನು ಹೀಗೆ ಕುಳಿತರೆ ಆಗುವುದಿಲ್ಲ, ಏಳು ಮೇಲೆ. ನಿನ್ನ ಸುತ್ತ ಏನಾಗುತ್ತಿದೆ ಎಂದು ಯೋಚಿಸು. ಬಸಿರಿ ನಿನ್ನ ಹೆಂಡತಿ. ಅವಳ ಹೊಟ್ಟೆಯಲ್ಲಿ ಮರ್ತುಕಿಣಿಯೇ ಹುಟ್ಟುತ್ತಾನೆಂದು ತಿಳಿ. ಬಾ ಈಗ ನನ್ನ ಜೊತೆ. ಪೇಟೆಯ ಕಡೆಗೆ ಹೋಗಿ ಬರುವ. ಬಂದ ದಿನದಿಂದ ಇಲ್ಲಿ ಯಾರಾದರೂ ನಮ್ಮವರು ಇದ್ದಾರೋ ಇಲ್ಲವೋ ಎಂದು ನೋಡಿಲ್ಲ. ಸಾರಸ್ವತರಿದ್ದಾರೆಯೋ, ಒಳ್ಳೆಯದಾಯಿತು. ಇಲ್ಲದಿದ್ದರೆ ಈ ಗೋಪಾಲಕೃಷ್ಣನ ಪೂಜೆ

ಮಾಡುವ ಅರ್ಚಕರನ್ನೇ ಹಿಡಿದು ನಾಳೆ ಅನ್ನದಾನ ಮಾಡುವ. ಮರ್ತುಕಿಣಿಯದ್ದು ಪುಣ್ಯದ ಜೀವ. ಬದುಕಿನುದ್ದಕ್ಕೂ ಉಳಿದವರಿಗೆ ಅಡುಗೆ ಮಾಡಿ ಅನ್ನ ಹಾಕಿದವನು ಅವನು. ಅವನ ಬೊಜ್ಜಕ್ಕೆ ಹನ್ನೊಂದು ಮಂದಿ ಬ್ರಾಹ್ಮಣರು ಸಿಕ್ಕದಿರುತ್ತಾರೆಯೇ ? ಬಾ. ನೋಡಿ ಬರುವ" ಎಂದು ಬಲವಂತದಿಂದ ಎಬ್ಬಿಸಿದ. ಎದ್ದು ಅವನ ಹಿಂದೆಯೇ ನಡೆದ ವಿಟ್ಠು ಪೈಯಲ್ಲಿ ಜೀವನೋತ್ಸಾಹವೇ ಇರಲಿಲ್ಲ.

ಕುಂಬಳೆಯ ಪೇಟೆ ದೊಡ್ಡದಲ್ಲ. ಅಲ್ಲಿ ಅವರಿಗೆ ಯಾರೂ ಸಾರಸ್ವತರು ಸಿಗಲಿಲ್ಲ. "ಸಾರಸ್ವತ ಬ್ರಾಹ್ಮಣರೇ ? ಅದು ಎಂಥ ಜಾತಿಯಪ್ಪ ? ಕೊಂಕಣಿಗಳೇ ? ಹಾಂ, ಒಂದೆರಡು ಮನೆಗಳಿದ್ದಾವೆಂದು ನೆನಪು. ಆದರೆ ಅವರು ಬ್ರಾಹ್ಮಣರಲ್ಲ ಎಂದು ಕಾಣುತ್ತದೆ. ಬ್ರಾಹ್ಮಣರಾದರೆ ಮೀನು ತಿನ್ನುತ್ತಾರೆಯೇ ? ನೀವು ಯಾರನ್ನು ಹುಡುಕುವುದೆಂದು ಯಾರಿಗೆ ಗೊತ್ತು ?" ಎಂದರು ಯಾರೋ. "ಕೊಂಕಣಿಗಳು ಇದ್ದಾರೆಯೇ ? ಇಲ್ಲಿ ?" ಎಂದು ಕೇಳಿದ ಆನ್ನು ಕಾಮಾತಿ. "ಸಮುದ್ರದ ದಂಡೆಯ ಬಳಿ ಒಂದೆರಡು ಜೋಪಡಿಗಳು ಇರಬಹುದು ಅವರದ್ದು. ಪೇಟೆಯಿಂದ ಇಳಿದು ಪಶ್ಚಿಮಕ್ಕೆ ಹೋಗಿ. ಯಾರನ್ನಾದರೂ ಕೊಂಕಣಿಗಳ ಮನೆ ಎಲ್ಲಿ ಎಂದು ಕೇಳಿದರೆ ಹೇಳಿಯಾರು" ಎಂದು ದಾರಿ ತೋರಿಸಿದರು.

ಆನ್ನು ಕಾಮಾತಿ ವಿಟ್ಠು ಪೈಯನ್ನು ಕರೆದುಕೊಂಡು ಪಶ್ಚಿಮದ ಕಡೆಗೆ ಹೊರಟ. ಒಮ್ಮೆಲೇ ನೆಲ ತಗ್ಗಾದಂತೆ ಇಳಿಯಬೇಕಾಯಿತು. ಎದುರಿಗೆ ಸಮುದ್ರ ಭೋರ್ಗರೆಯುತ್ತಿತ್ತು. ಆನ್ನು ಕಾಮಾತಿ ಅವರಿವರನ್ನು ಕೇಳುತ್ತಾ ಸುತ್ತಾಡಿದ. ಕೊನೆಗೂ ಅವರಿಗೆ ಬೇಕಾದ ವ್ಯಕ್ತಿ ಸಿಕ್ಕಿದರು. ವಿಟ್ಠು ಪೈ ಅವರನ್ನು ನೋಡಿದವನೇ ಥಟ್ಟನೆ ನಿಂತುಬಿಟ್ಟ. ತನ್ನ ಕಣ್ಣುಗಳನ್ನು ತಾನೇ ನಂಬುವುದಾಗಲಿಲ್ಲ ಅವನಿಂದ. ಎದುರಿಗೆ ಇದ್ದವರು ಅಪ್ಪಣ್ಣ ಭಟ್ಟರು ! ತುಳಸೀ ಬಾಯಿಯ ತಂದೆ ! ತನಗೆ ಹೆಣ್ಣು ಕೊಟ್ಟ ಮಾವ ! ಕಾಶಿಗೆ ಹೊರಟಾಗ ಭಾಗೀರಥಿ ಕಾಲ ಬಳಿ ಸಿಕ್ಕಂತೆ ! ಸೊಂಟಕ್ಕೊಂದು ಅರಿವೆಯ ಕಚ್ಚೆ - ಆರೆಳೆ ಜನಿವಾರ. ಢಾಳಾದ ಗೋಪಿಚಂದನದ ನಾಮಗಳು. ಕಿವಿಯ ಮೇಲೆ ತುಳಸೀ ದಳ. ಹಣೆಗೆ ಚಂದನದ ನಾಮ. ಕೊರಳಿಗೆ ರುದ್ರಾಕ್ಷಿ ಮಾಲೆ. ಎಳೆದು ಕಟ್ಟಿದ ಹಣ್ಣಾದ ಜುಟ್ಟು. ಕೈಯಲ್ಲಿ ಪೂಜೆಯ ತಟ್ಟೆ. ಮುದಿಯಾಗಿ ಬಾಗಿದ ದೇಹ. ಆದರೆ ದೃಢವಾದ ನಿಲುವು. ಅಪ್ಪಣ್ಣ ಭಟ್ಟರಿಗೂ ಆಶ್ಚರ್ಯ ! "ಜಾಂವಯಿ ಮನಿಶೂ"* ಎಂದು ಉದ್ಗಾರ ತೆಗೆದು ಅವರೂ ಕಲ್ಲಿನಂತೆ ನಿಂತುಬಿಟ್ಟರು.

ಮರ್ತುಕಿಣಿಯ ಬೊಜ್ಜ ಅಪ್ಪಣ್ಣ ಭಟ್ಟರ ನೇತೃತ್ವದಲ್ಲಿ ಸಾಂಗವಾಗಿ ನಡೆಯಿತು. ಬೊಜ್ಜ ಮುಗಿದ ಮಾರನೆಯ ದಿನ ಸಪೂರ ಸಾಂತಯ್ಯ ಪೊರೋಬು "ಇನ್ನು ಹೊರಡುವ ತಯಾರಿ ಮಾಡಬೇಕು" ಎಂದ. ಮರ್ತುಕಿಣಿ ಸತ್ತ ಊರನ್ನು ಬಿಡಲು ವಿಟ್ಠುಪೈಯ

---

* ಜಾಂವಯಿ ಮನಿಶೂ = ಅಳಿಯ, ಮಗಳ ಗಂಡ

ಮನಸ್ಸು ಒಪ್ಪಲಿಲ್ಲ. ಯಾವುದೋ ಉದಾಸೀನ, ದುಃಖದ ಭಾವ. ಅಪ್ಪಣ್ಣ ಭಟ್ಟರು ಸಿಕ್ಕಿದಾಗಲೂ ಅವನಿಗೆ ಸಂಭ್ರಮವೆನ್ನಿಸಿರಲಿಲ್ಲ. ಬರಿದೇ ಚೆರಗಾಗಿ ಬಿಟ್ಟಿದ್ದ. ಬೊಜ್ಜದ ಕಾರ್ಯ ಮಾಡುತ್ತಿರುವಾಗ ಮರ್ತುಕಿಣಿ ತಮ್ಮೊಂದಿಗೆ ಬಂದು ಸೇರಿದ ಕಥೆಯನ್ನು ಅವನ ಮಾವನಿಗೆ ಸ್ವಲ್ಪಸ್ವಲ್ಪವಾಗಿ ಹೇಳುತ್ತಾ ಬಂದಿದ್ದ ಅನ್ನು ಕಾಮಾತಿ. ಅದೂ ಅವರು ಕೇಳಿದ ಪ್ರಶ್ನೆಗುತ್ತರವಾಗಿ. ಸಪೂರ ಸಾಂತಯ್ಯ ಪೊರೋಬು ಹೊರಡುವ ಆತುರ ತೋರಿಸಿದಾಗ ಅವನಿಗೆ ಹೋಗಬೇಕೆಂದು ಅನ್ನಿಸಲೇ ಇಲ್ಲ.

ಸಾಂತಯ್ಯ ಪೊರೋಬು ನಿಲ್ಲಲಿಲ್ಲ. "ಬರುವೆಯಾದರೆ ಬಾ ವಿಟ್ಠೊ, ನಾನಂತೂ ಮುಂದೆ ಹೋಗುವವ. ಇಲ್ಲಿಯೇ ನೀನು ಉಳಿದುಕೊಂಡರೆ ನನ್ನ ಅಭ್ಯಂತರವೇನಿಲ್ಲ, ಬಾ ಎನ್ನುವೆ. ಬರಲಿಲ್ಲ – ಮುಂದಕ್ಕೆ ಹೋಗುವೆ" ಎಂದ. ಮರ್ತುಕಿಣಿ ಸತ್ತ ಊರಲ್ಲವೇ? ಅವನ ನೆನಪು ಹೋಗಲು ಬಿಡಲೊಲ್ಲದು.

ಕೊನೆಗೆ ಸಪೂರ ಸಾಂತಯ್ಯ ಪೊರೋಬು ಹೊರಟ. ಅವನ ಜೊತೆ ಅವನ ತಮ್ಮನ ಮಗ ಬೆಲ್ಲದ ಮಾಧೋ ಪೊರೋಬುವೂ ಹೊರಟ. ವಿಟ್ಠು ಪೈ ನಿಂತನೆಂದು ಅನ್ನು ಕಾಮಾತಿಯೂ ವೆಂಕು ಮ್ಹಾಲ್ಲೊನೂ ಕುಂಬಳೆಯಲ್ಲಿ ಉಳಿದರು. ಜೊತೆಯಲ್ಲಿ ಮರ್ತುಕಿಣಿಯ ಸಂಸಾರ. "ಇನ್ನುಳಿದುವು ಐದು ಕುಟುಂಬಗಳು ವಿಟ್ಠೊ. ಕೊಚ್ಚಿಗೆ ಬಂದರೆ ನಾವು ಐದು ಮಂದಿಗಳ ಘರಾಣೆಗಳಿಗೆ ಬಂದು ಭೇಟಿ ಮಾಡುವುದಕ್ಕೆ ಮರೆಯಬೇಡ" ಎಂದು ಹೇಳಿ ಹೋದ ಸಾಂತಯ್ಯ ಪೊರೋಬು.

ಕುಂಬಳೆಯಲ್ಲಿ ಉಳಿದವರು ಪೈ, ಕಾಮಾತಿ, ಮ್ಹಾಲ್ಲೊ ಮತ್ತು ಕಿಣಿ. ಮೊದಲೇ ಬಂದ ಭಟ್ಟರು ಹಾಗೂ ಪೂರ್ವದಲ್ಲಿ ಇಲ್ಲಿಯೇ ಇದ್ದು ರಾಜಾಶ್ರಯ ಪಡೆದ ಭಗತರು ಇವರುಗಳಿದ್ದರು. ಹೀಗೆ ಆರು ಕುಟುಂಬಗಳು ಕುಂಬಳೆಯಲ್ಲಿ. ಮಾವ ವಿಟ್ಠುಪೈಗೆ ಅಲ್ಲಿಯೇ ಜೀವನಕ್ಕೊಂದು ದಾರಿ ತೋರಿಸುವ ಆಶ್ವಾಸನೆಯಿತ್ತರು. ಹೀಗಾಗಿ ವೆರಣೆಯ ಕೌಂಶ ಗೋತ್ರದ, ಮಹಾಲಸ ನಾರಾಯಣಿಯ ಕುಳಾವಿಯಾದ ನರಸಪ್ಪಯ್ಯನವರ ಮೊಮ್ಮಗ, ಮಾಳಪ್ಪಯ್ಯನವರ ಮಗ ಸುಮಾರು ಇಪ್ಪತ್ತೆಂಟು ಮೂವತ್ತು ವರುಷ ಪ್ರಾಯದ ವಿಟ್ಠು ಪೈ ತನ್ನ ಬಸುರಿ ಹೆಂಡತಿ ಮತ್ತು ಮಗನೊಂದಿಗೆ ಕುಂಬಳೆಗೆ ಬಂದು ನೆಲೆ ನಿಂತ.

□

ಭಾಗ - ೩

ಕಾಕ್ಕ ಮಾಮ್ಹಾ ತೂಂ ಗೋಂಯಾ ಗೆಲ್ಲಲ್‌ವೇ ?
ಆಮ್ಗೆಲಾಮ್ಹಣೂಲೆಂ ಬಾಮ್ಣಾ ದೆಕ್ಲಾವೇ ?
ತೇ ಬಾಮ್ಣಾನ್‌ಽ ಎತ್ತಾ ಮ್ಹಳ್ಳಾವೇ ?
ಆಮ್ಗೆಲಾಮ್ಹಣೂಕಽ ಎವ್ಚಾ ಸಾಂಗ್ಲಾವೇ ?

೧೬

ಉತ್ತರದಲ್ಲಿ ನೇತ್ರಾವತಿ ಮತ್ತು ದಕ್ಷಿಣದಲ್ಲಿ ಚಂದ್ರಗಿರಿ ನದಿಗಳ ಮಧ್ಯದ ಎಂಟು ಮಾಗಣೆಗಳ ಮೂವತ್ತೆರಡು ಗ್ರಾಮಗಳ ರಾಜ್ಯ ಕುಂಬಳೆ ಸೀಮೆ. ಮಂಜೇಶ್ವರ, ಕುಂಬಳೆ, ಅಡೂರು, ಪೆರಡಾಲ, ಅಂಗಡಿಮೊಗರು, ಕಾಸರಗೋಡು, ಮೊಗರಾಲು, ಓಮಂಜೂರು ಮಾಗಣೆಗಳು. ಅಚ್ಚ ಹಿಂದೂ ರಾಜ. ಪ್ರವರ ಹೇಳುವಾಗ 'ವಶಿಷ್ಠ ಗೋತ್ರ, ಕೌಂಡಿನ್ಯ ಪ್ರವರಾನ್ವಿತ, ಅಶ್ವಲಾಯನ ಸೂತ್ರ, ಸೂರ್ಯಕುಲ' ಎಂದು ಹೇಳುತ್ತಾರೆ. ವಿಟ್ಠು ಪೈ ಕುಂಬಳೆಯಲ್ಲಿ ನೆಲೆ ನಿಂತಾಗ ಕುಂಬಳೆಯ ರಾಜ ಅಚ್ಯುತರಾಯ ಇನ್ನೂ ನಲವತ್ತು ವರ್ಷಗಳ ಯುವಕ. ಹೆಂಡತಿ ಸುಶೀಲೆ. "ಪ್ರಾಯ ಚಿಕ್ಕದಾದರೇನು ವಿಟ್ಠು ಪೈಯವರೇ, ಆ ಗಾಂಭೀರ್ಯ, ದೂರದೃಷ್ಟಿ ಪ್ರಜಾಪ್ರೇಮ ಎಲ್ಲ ಅನುಕರಣೆಗೆ ಯೋಗ್ಯ. ಒಂದು ಸಾರಿ ನೀವು ನೋಡಬೇಕು. ಏನು ಠೀವಿ, ಏನು ದೈವಭಕ್ತಿ !", ಅಪ್ಪಣ್ಣ ಭಟ್ಟರು ಕೊಂಡಾಡಿದರು. ಗೋಪಾಲಕೃಷ್ಣ ದೇವಸ್ಥಾನಕ್ಕೆ ದಿನಕ್ಕೊಂದಾವರ್ತಿ ಕುದುರೆ ಹತ್ತಿ ಅರಮನೆಯಿಂದ ಹೊರಟು ಬಂದು ಅಡ್ಡ ಬಿದ್ದು ಹೋಗುವ ಸಂದರ್ಭದಲ್ಲಿ ವಿಟ್ಠು ಪೈಗೆ ದೂರದಿಂದ ಅವರನ್ನು ಕಾಣಲು ಸಾಧ್ಯವಾಗಿತ್ತು. ಆ ಸೂರ್ಯಕುಲದ ರಾಜವಂಶಾವಳಿಯ ಕುರಿತು ವಿಟ್ಠು ಪೈಗೆ ವಿವರವಾಗಿ ತಿಳಿಸಿದ್ದರು.

ಕುಂಬಳೆ ಅರಸರು ಹಾನಗಲ್ಲು ಕದಂಬರ ವಂಶಜರು. ಐದು ನೂರು ಆರು ನೂರು ವರುಷಗಳ ಹಿಂದೆ ಹೊಯಿಸಳರಿಂದ ಸೋಲಿಸಲ್ಪಟ್ಟು ತೌಳವಕ್ಕೆ ಬಂದು ನೆಲಸಿದರು. ಮೂಲ ಪುರುಷ ಮಯೂರವರ್ಮನೆಂದು ಹೆಸರಾದ ರಾಜ. ಅವನ ಮನೆತನದ ಮೊದಲ ಜಯಸಿಂಹ ರಾಜನೆಂಬವನು ಕನ್ಯಾದಾನವಾಗಿ ಮೋಚಬ್ಬರಸಿ ಎಂಬವಳಿಗೆ ಮೊಗರಾಲನ್ನು ಬಿಟ್ಟಿದ್ದನು. ಈ ಮೋಚಬ್ಬರಸಿಯು ದಾನವಾಗಿ ಪಡೆದ ಶಿಲಾಮಯವಾದ ಈ ಗುಡ್ಡ ಪ್ರದೇಶವನ್ನು ಫಲಭರಿತವಾದ ಭೂಮಿಯನ್ನಾಗಿ ಮಾಡಿದಳು. ತನ್ನ ನಿವಾಸಕ್ಕಾಗಿ ಅಲ್ಲೊಂದು ಮನೆಯನ್ನು ಕಟ್ಟಿಸಿಕೊಂಡು ನೀರಿನ ಆಸರೆಗಾಗಿ ಅಲ್ಲಲ್ಲಿ ಕೆರೆಕಾಲುವೆಗಳನ್ನು ಕಟ್ಟಿಸಿ ರಮ್ಯವಾದ ತೋಟವನ್ನು ನಿರ್ಮಿಸಿದಳು. ಆ ಪ್ರದೇಶದ ಸುತ್ತಲೂ ಆಳವಾದ ಒಂದು ಕಂದಕವನ್ನು ತೋಡಿದಳು.

ಈ ಆಸ್ತಿಯ ಹಕ್ಕು ಜೋಗವ್ವೆ ಎಂಬುವಳ ಹೆಣ್ಣು ಸಂತತಿಯ ಮೂಲಕ ಬರಬೇಕೆಂದು ಒಕ್ಕಣಿಸಲ್ಪಟ್ಟಿದೆ. ಮೊದಲನೆಯ ಜಯಸಿಂಹ ರಾಜನು ಪಾಂಡ್ಯ ರಾಜನನ್ನು ಸೋಲಿಸಿದ ಕಲಿ. ಬನವಾಸಿಯ ಮಯೂರವರ್ಮನ ಮಗನಾದ ಚಂದ್ರಾಂಗದನು ಗೋಮಂತಕದಿಂದ ಪಯಸ್ವಿನೀ ನದಿಯ ತನಕದ ವಿಶಾಲ ರಾಜ್ಯವನ್ನು

ಆಳುತ್ತಿದ್ದನು. ಒಮ್ಮೆ ಅವನು ಕುಟುಂಬ ಸಮೇತ ದಕ್ಷಿಣದ ರಾಮೇಶ್ವರವನ್ನು ಸಂದರ್ಶಿಸಿ ಹಿಂದೆ ಬರುತ್ತಿರುವಾಗ ಕಣ್ವಋಷಿಯಿಂದ ಪಾವನವಾದ ಈ ಕಣ್ವಪುರಕ್ಕೆ ಬಂದಿಳಿದನು. ಅಲ್ಲಿ ಅವನ ಮಗಳು ಸುಶೀಲಾ ದೇವಿಯು ಕುಂಭಿನೀ ನದಿಯಲ್ಲಿ ಸ್ನಾನ ಮಾಡುತ್ತಿರುವಾಗ ಗಂಧರ್ವ ಪೀಡಿತಳಾಗಿ ಮೂರ್ಛೆಗೊಂಡಳು. ಆಗ ಯಾತ್ರಾರ್ಥಿಯಾಗಿ ಹೋಗುತ್ತಿದ್ದ ಒಬ್ಬ ಬ್ರಾಹ್ಮಣನು ಅಕಸ್ಮಾತ್ತಾಗಿ ಅತ್ತ ಬಂದು ಅವಳನ್ನು ಮಂತ್ರತಂತ್ರಗಳಿಂದ ಗುಣಪಡಿಸಿದನು. ಅದರಿಂದಾಗಿ ಚಂದ್ರಾಂಗದನು ಆ ಯುವಕನಿಗೇ ತನ್ನ ಮಗಳನ್ನು ಮದುವೆ ಮಾಡಿಕೊಟ್ಟನು. ಬಳಿಕ ಆ ಕುಂಭಿನೀ ನದಿಯ ಎಡದಡದಲ್ಲಿ ಭವ್ಯವಾದ ಅರಮನೆಯನ್ನು ಕಟ್ಟಿಸಿ ಸುತ್ತಲೂ ಕೋಟೆ ಕೊತ್ತಳಗಳನ್ನು ನಿರ್ಮಿಸಿ ನೇತ್ರಾವತಿಯಿಂದ ಚಂದ್ರಗಿರಿ ನದಿಯವರೆಗೆ ತುಳು ಸೀಮೆಯನ್ನು ಮಗಳಿಗೆ ಉಂಬಳಿಯಾಗಿ ಬಿಟ್ಟನು. ಹಾಗೂ ತಾನು ಬನವಸೆಗೆ ಹಿಂದಿರುಗಿದನು. ಸುಶೀಲಾ ರಾಣಿಯು ಈ ಸೀಮೆಯ ಮೂರು ಸಾಸಿರ್ವರನ್ನು ಧರ್ಮದಿಂದ ಪಾಲಿಸುತ್ತಿದ್ದಾಗ ಹುಟ್ಟಿದ ಮಗು ಜಯಸಿಂಹ ರಾಯ.

ಜಯಸಿಂಹ ರಾಜನು ಕಣ್ವಾಶ್ರಮದಲ್ಲಿ ವೇದಶಾಸ್ತ್ರಗಳ ವ್ಯಾಖ್ಯಾನ ಪಡೆದ ಧೀಮಂತ. ಧನುರ್ವಿದ್ಯೆಯಲ್ಲಿ ಅದ್ವಿತೀಯ. ಪಕ್ಷಿಭಾಷೆಯಲ್ಲಿ ಪಾರಂಗತ. ಋಷಿಗಳಿಂದ ಕವಿಸಿಂಹನೆಂದು ಬಿರುದು ಪಡೆದವ. ಅವನು ನಿತ್ಯಾರಾಧನೆಗಾಗಿ ಬೇಳಗ್ರಾಮದ ಕುಮಾರಮಂಗಲದಲ್ಲಿ ಕುಮಾರಸ್ವಾಮಿಯ ದೇವಾಲಯವನ್ನೂ, ಮಧೂರಿನಲ್ಲಿ ಮದನೇಶ್ವರ ದೇವಾಲಯವನ್ನೂ ಕಟ್ಟಿಸಿ ಊರ್ಜಿತಗೊಳಿಸಿದನು. ಅವನೊಮ್ಮೆ ಬೇಟೆಯಾಡುತ್ತಾ ಪಯಸ್ವಿನಿಯ ಉಗಮ ಸ್ಥಾನದ ಕಾಡಿಗೆ ಹೋದನು. ಅಲ್ಲಿ ಧ್ಯಾನಮಗ್ನನಾಗಿದ್ದ ಉದ್ಧಾಲಕನೆಂಬ ಋಷಿಯ ತಲೆಯನ್ನು ತಿಳಿಯದೇ ಬಾಣದಿಂದ ಹಾರಿಸಿದನು. ಅದನ್ನು ಕಂಡು ಋಷಿಯ ಹೆಂಡತಿಯು ಆಕ್ರಂದನ ಮಾಡುತ್ತಾ ಜಯಸಿಂಹನಿಗೆ ಶಾಪವಿತ್ತಳು. ಶಾಪದಿಂದಾಗಿ ಕುಂಬಳೆಯಲ್ಲಿ ಕ್ರೂರಕರ್ಮಿಗಳು ಮೇಲೆದ್ದು ಹಾಹಾಕಾರವುಂಟಾಯಿತು. ಶಾಪ ನಿವಾರಣಾರ್ಥ ವೇಲಾಪುರದಲ್ಲಿ ಗೋಕರ್ಣಕ್ಕೆ ಹೋಗುತ್ತಿದ್ದ ನಾಲ್ಕು ಮಂದಿ ಬ್ರಾಹ್ಮಣರ ಮೂಲಕ ಯಾಗ ಯಜ್ಞಾದಿಗಳನ್ನು ನಡೆಸಿ ಶತ್ರು ನಾಶ ಮಾಡಿ ಧರ್ಮಸ್ಥಾಪನೆ ಮಾಡಿದ ಜಯಸಿಂಹ ವೇಲಾಪುರದಲ್ಲಿ ಮಹಿಷಾಸುರ ಮರ್ದಿನಿಯನ್ನು ಪುನಃ ಪ್ರತಿಷ್ಠಾಪಿಸಿದನು.

"ಕುಂಬಳೆ ಅರಸರಿಗೆ ಪಟ್ಟ ಕಟ್ಟುವಾಗ ಪಟ್ಟವೇರುವ ಅರಸನ ಹೆಸರು, ತೇದಿ ಮೊದಲಾದ ವಿವರಗಳನ್ನು ಒಂದು ಚಿನ್ನದ ತಗಡಿನಲ್ಲಿ ಬರೆದು ಕುಂಬಳೆಯ ಗೋಪಾಲಕೃಷ್ಣ ದೇವಸ್ಥಾನದಲ್ಲಿ ಅದನ್ನು ಅರಸನ ಹಣೆಗೆ ಕಟ್ಟಿ ಅಲ್ಲಿಂದ ಅಡೂರು ದೇವಸ್ಥಾನಕ್ಕೆ ಹೋಗಿ ವಿಸರ್ಜಿಸುವುದು ಕಟ್ಟಳೆ. ಈ ಮನೆತನದವರು 'ಶ್ರೀಮತ್ ಬನವಸೆ ಪುರ ವರಾಧೀಶ್ವರ ಸೂರ್ಯಕುಲ ತಿಲಕ ಸಾಹಸ ಸಂಜಯ ಸತ್ಯ ರತ್ನಾಕರ ಸರಸ್ವತೀ ಕರ್ಣ ಕುಂಡಲಾಭರಣ ಶ್ರೀ ಮದನೇಶ್ವರ ಪಾದ ಪದ್ಮಾರಾಧಕ ಶ್ರೀ

ವೀರಪ್ರತಾಪ ಕುಂಬಳೆ ಧರ್ಮಸಿಂಹಾಸನ''ದ ರಾಜರೆಂದು ಬಿರುದಾಂಕಿತರು. ಇವರಿಗೆ ಬೇಳ, ಮಾಯಂಪಾಡಿ, ಪೆರಡಾಲ ಗ್ರಾಮದ ಪಟ್ಟಾಜೆಯಲ್ಲಿ ಕೂಡಾ ಅರಮನೆಗಳಿದ್ದಾವೆ. ಇದು ಭೂತಾರಾಧಕರ ನೆಲೆವೀಡು ವಿಟ್ಠು ಪೈಯವರೇ. ಇಲ್ಲಿಯ ಪ್ರಸಿದ್ಧ ಭೂತಗಳಲ್ಲಿ ಒಂದಾದ ವಿಷ್ಣುಮೂರ್ತಿ ದೈವವು ಕುಂಬಳೆ ಸೀಮೆಯ ಅರಸರನ್ನು ಸಂಬೋಧಿಸುವಾಗ 'ತುಳು ಮೂವತ್ತೆರಡು ಮಲೆಯಾಳ ಮೂವತ್ತೆರಡು ಗ್ರಾಮಗಳ ಪ್ರಭುವೇ' ಎಂದು ಕರೆಯುತ್ತದೆ.''

– ಮರ್ತುಕಿಣಿ ಸತ್ತ ತುಂಬ ಸಮಯದವರೆಗೆ ವಿಟ್ಠು ಪೈಗೆ ಯಾವುದರಲ್ಲೂ ಆಸ್ಥೆಯಿರಲಿಲ್ಲ. ಯೋಚನೆಗಳೂ ಇಲ್ಲದ ಖಾಲಿ ಮನಸ್ಸು. ಕುಳಿತು ಕುಳಿತು ಬೇಸರವಾದರೆ ಕುಂಬಳೆಯ ಪೇಟೆಯಲ್ಲಿ ಸುತ್ತಾಟ. ಮನೆಯ ಹಿಂದಿನ ಸಮುದ್ರ ದಂಡೆಯ ಮೇಲೆ ಅಲೆದಾಟ. ಏರಿ ಬರುತ್ತಿರುವ ಅಲೆಗಳನ್ನು ನೋಡುತ್ತಾ ನೋಡುತ್ತಾ ವಿಟ್ಠು ಪೈಗೆ ವೆರಣೆಯ ನೆನಪು. ಇಲ್ಲಿಂದ ಹೀಗೇ ಉತ್ತರಕ್ಕೆ ನಡೆದರೆ ಸಿಗುವುದಲ್ಲವೇ ತನ್ನ ಹುಟ್ಟೂರಾದ ಗೋವೆ ? ಬೇಸಗೆಯ ಸಮಯ ಗದ್ದೆಗಳಲ್ಲಿ ಬೀಳುವ ಮುಳ್ಳು ಸೌತೆ, ಬಣ್ಣದ ಸೌತೆ, ತೊಂಡೆ ಕ್ಯಾ ಚಪ್ಪರಗಳನ್ನೋ ಕಲ್ಲಂಗಡಿ ಸಾಲುಗಳನ್ನೋ ಕಂಡಾಗಲಂತೂ ಅವನ ಮನಸ್ಸು ವೆರಣೆಯ ಕಡೆಗೇ ಓಡುವುದು. ಯಾವುದೋ ಜನ್ಮದ ಪರಿಚಿತಳಂತೆ ನೆನಪಾಗುವ ಅಲ್ವೀರಾ.

ಬಂದ ಹೊಸತರಲ್ಲಿ ಅವನಿಗೆ ಆಸರೆ ನೀಡಿದ್ದು ಮಾವ ಅಪ್ಪಣ್ಣ ಭಟ್ಟರು. ''ತುಂಬಿದ ಬಸುರಿಯನ್ನು ಕರೆದುಕೊಂಡು ಅಲ್ಲಿ ಇಲ್ಲಿ ಎಲ್ಲಿ ಹೋಗುತ್ತೀರಿ ಅಳಿಯಂದಿರೇ ? ಈಗ ಇಲ್ಲೇ ಇರಿ. ಅನುಕೂಲವಾದಾಗ ಮನೆ ಮಾಡುವಿರಂತೆ. ವ್ಯಾಪಾರಗೀಪಾರಕ್ಕೆ ಇದು ಪಸಂದಾದ ಜಾಗ'' ಎಂದಿದ್ದರು. ವಿಟ್ಠು ಪೈಗೆ ಏನೂ ತೋಚಿರಲಿಲ್ಲ. ಅಪ್ಪಣ್ಣ ಭಟ್ಟರದು ತೀರ ಮುದಿ ವಯಸ್ಸು. ಅವರ ಮಗ ಸಂಕರ್ಷಣ ಭಟ್ಟರು ತುಳಸೀಬಾಯಿಗಿಂತ ವಯಸ್ಸಿನಲ್ಲಿ ತುಂಬ ಸಣ್ಣವರು. ಮಗನಿಗೆ ಅಪ್ಪಣ್ಣ ಭಟ್ಟರೇ ವೇದೋಕ್ತ ಪಾಠ ಮಾಡಿಸಿ ತಮ್ಮದೇ ದಾರಿಯಲ್ಲಿ ನಡೆಯಲು ತಯಾರಿ ನಡೆಸಿದ್ದರು. ಅರಸರಿಗೆ ಆಶೀರ್ವಾದ ಮಾಡಲು ಹೋಗುವಾಗ ಮಾತ್ರ ತಾವೇ ಹೋಗುತ್ತಿದ್ದರಲ್ಲದೇ ಬೇರೆಲ್ಲಾದರೂ ಅಶನಾರ್ಥಕ್ಕೆ ಹೋಗಲು ಮಗನನ್ನು ಕಳುಹಿಸುತ್ತಿದ್ದರು.

ಮನೆಯೆಂದರೆ ಅಂಥ ಮನೆಯೇನಲ್ಲ ಅಪ್ಪಣ್ಣ ಭಟ್ಟರು ಕಟ್ಟಿದ್ದು. ಸಮುದ್ರದ ದಂಡೆಯ ಮೇಲೆ ಪೂರ್ವಕ್ಕೆ ಮುಖ ಮಾಡಿ ಕಟ್ಟಿದ ಜೋಪಡಿ. ಹುಲ್ಲಿನ ಸೂರು. ಮಣ್ಣಿನ ಗೋಡೆಗಳು. ಎದುರಿನ ಅಂಗಳದಲ್ಲಿ ತುಳಸಿಗಿಡಗಳು. ಮನೆಯ ಹಿಂದೆ ಸೌತೆ ಮುಳ್ಳು ಸೌತೆ ಹಾಕಿದ್ದರು. ಅಂಗಳ ದಾಟಿ ಪೂರ್ವಕ್ಕಿದ್ದ ಗುಡ್ಡ ಹತ್ತಿದರೆ ಕುಂಬಳೆಯ ಪೇಟೆ. ದೂರದಲ್ಲಿ ಕಾಣುವ ಅರಮನೆ, ಕೋಟೆಯ ಪಾಗಾರಗಳು. ಎಡಗಡೆಯಲ್ಲಿ ಗೋಪಾಲಕೃಷ್ಣನ ದೇವಸ್ಥಾನ. ಮೊದಲು ಕುಂಬಳೆಯ ಪೇಟೆ ರೇವಿನಲ್ಲಿಯೇ ಇತ್ತಂತೆ. ಮಳೆಯ ಅಬ್ಬರಕ್ಕೋ, ಸಮುದ್ರದಲ್ಲಿ ಏಳುವ ಬಿರುಗಾಳಿಗೋ ಹೆದರಿ ಗುಡ್ಡದ ಮೇಲೆ

ಭಂಡಸಾಲೆಗಳನ್ನು ವರ್ಗಾಯಿಸಿದರೆಂದು ಹಳಬರು ಹೇಳುತ್ತಿದ್ದರು. "ವಿಟ್ಠು ಪೈಗಳೇ, ಗೋವೆಯಲ್ಲಿ ನಮ್ಮ ಕೊನೆಯ ದಿನಗಳನ್ನು ಕಳೆಯುವ ಭಾಗ್ಯ ನಮಗೆ ಬರಲಿಲ್ಲ. ಈಗ ಇದ್ದಲ್ಲಿಯೇ ನಮ್ಮ ಗೋವೆಯನ್ನು ಸೃಷ್ಟಿಸಬೇಕು. ನೀವು ಇಲ್ಲಿ ವ್ಯಾಪಾರ ಮಾಡಿ. ಅರಸರ ಹತ್ತಿರ ಹೇಳಿ ನಿಮಗೆ ಸ್ವಲ್ಪ ಬಂಡವಾಳ ತೆಗೆಸಿಕೊಡುವ ಬಗ್ಗೆ ಏನಾದರೂ ಮಾಡುವ. ಅರಸರ ಹತ್ತಿರ ನಮ್ಮವರೇ ಆದ ಮಾಧೋಭಗತರೆಂಬವರು ಇದ್ದಾರೆ. ಇಂಥ ವಿಚಾರಗಳಲ್ಲಿ ಅವರೇನಾದರೂ ಮನಸ್ಸು ಮಾಡಿಯಾರು. ವೆರಣೆಯಂಥದ್ದೇ ಒಂದು ಮನೆ ನೀವಿಲ್ಲಿ ಕಟ್ಟಬಹುದು. ಬದುಕಿಗೊಂದು ಆಸರೆ ಮಾಡಿಕೊಳ್ಳಬಹುದು. ನಾಲ್ಕು ನೂರು ವರುಷಗಳ ನಂತರ ಗೋವೆಗೆ ಮರಳಬಹುದೆಂದು ನಾಗ್ಡೊ ಬೇತಾಳ ಹೇಳಿದನೆಂದು ಹೇಳುತ್ತೀರಿ. ನಮ್ಮ ಮುಂದಿನ ಎಷ್ಟನೆಯ ತಲೆಮಾರೋ ? ಆದರೆ ಅದನ್ನು ಒಪ್ಪಿ ಆದರಂತೆ ನಡೆಯಬೇಕಾದದ್ದು ನಮ್ಮ ಕರ್ತವ್ಯವಲ್ಲವೇ ?" ಎಂದು ಅಪ್ಪಣ್ಣ ಭಟ್ಟರು ಅಳಿಯನನ್ನು ಆದಷ್ಟು ಲೌಕಿಕಕ್ಕೆ ಎಳೆಯುವ ಪ್ರಯತ್ನ ಮಾಡುತ್ತಿದ್ದರು.

ವಿಟ್ಠು ಪೈ ಕುಂಬಳೆಯಲ್ಲಿ ನಿಂತಾಗ ಅವನ ಜೊತೆ ನಿಂತವರು ಆನ್ನು ಕಾಮಾತಿ ಮತ್ತು ವೆಂಕು ಮ್ಹಾಲ್ಲೊ. ಪ್ರಯಾಣದಿಂದ ಜರ್ಝರಿತನಾಗಿದ್ದ ವೆಂಕು ಮ್ಹಾಲ್ಲೊ ತನ್ನ ಸಂಸಾರದೊಡನೆ ಮುಂದುವರಿಯುವ ಧೈರ್ಯವಿಲ್ಲದೇ ನಿಂತಿದ್ದನಾದರೆ ಆನ್ನು ಕಾಮಾತಿ ಕೊಟ್ಟ ಮಾತನ್ನು ಉಳಿಸಿಕೊಳ್ಳಲು ಕೇವಲ ವಿಟ್ಠು ಪೈಯ ಜೊತೆ ಇರಬೇಕೆಂಬ ಒಂದೇ ಉದ್ದೇಶದಿಂದ ನಿಂತ. ಜೊತೆಯಲ್ಲಿ ಮರ್ತುಕಿಣಿಯ ಸಂಸಾರ. ಮರ್ತುಕಿಣಿಯ ವಿಧವೆ ಹಾಗೂ ಅವಳ ಮಗ ದಾಸಕಿಣಿ. ವಿಟ್ಠು ಪೈ ಮುಂದುವರಿಯುವುದಿಲ್ಲ ಎಂದಾಗ ತಮ್ಮ ಆಸರೆ ಇದೊಂದೇ ಎಂದು ಅವರೂ ನಿಂತಿದ್ದರು. ಅವರು ಉಳಿದವರೊಡನೆ ಹೋಗುವುದಿಲ್ಲ ಎಂದಾಗ ವಿಟ್ಠು ಪೈ "ಆಗಲಿ" ಎಂದಿದ್ದ. "ದಾಸಾ, ನಿನ್ನ ತಂದೆ ಮರ್ತುಕಿಣಿಯ ಉಪಕಾರವನ್ನು ನಾನು ಈ ಜನ್ಮದಲ್ಲಿ ಮರೆಯುವ ಹಾಗಿಲ್ಲ. ನೀನಿಲ್ಲಿ ನಿಂತರೆ ನನಗೆ ಸಂತೋಷವೇ. ನೀನು ಉಂಡರೆ ನಾನೂ ಉಂಡೇನು. ನೀನು ಉಪವಾಸವಿದ್ದರೆ ನನಗೂ ಉಪವಾಸ. ನೀನು ಹೆದರಬೇಡ" ಎಂದು ಹೇಳಿದ್ದ. ಹೊರಟವರು ಸಪೂರ ಸಾಂತಯ್ಯ ಪೊರೋಬು ಮತ್ತು ಅವನ ತಮ್ಮ ಬೆಲ್ಲದ ಬಿಕ್ಕು ಪೊರೋಬುವಿನ ಮಗ ಮಾಧೋ ಪೊರೋಬು. ಇನ್ನು ನಾಲ್ಕು ಸಂಸಾರಗಳು. ಬಂದು ನಿಂತ ಕೆಲವು ಸಮಯದ ಬಳಿಕ ಮುಂದಕ್ಕೆ ಹೋದವರ ಗತಿ ಏನಾಯಿತೋ ಎಂದು ಕೇಳುವ ಕುತೂಹಲ ವಿಟ್ಠು ಪೈಗೆ. ಕುಂಬಳೆಗೆ ತೆಂಕಣಿಂದ ಬಂದು ಹೋಗುವವರು ತುಂಬ ಜನ. ಹಾಗೆ ಬರುವವರಲ್ಲಿ ಕೊಚ್ಚಿಯಿಂದ ಬರುವ ಸಾರಸ್ವತರೂ ತುಂಬ ಜನ ಇದ್ದರು. ಮಂಜೇಶ್ವರದ ದಾರಿಯಲ್ಲಿ ಕುಂಬಳೆಯಲ್ಲಿ ವಿಶ್ರಮಿಸಿಕೊಳ್ಳುವ ಅವರನ್ನು ವಿಟ್ಠು ಪೈ ಒಂದೆರೆಡು ಸಾರಿ ವಿಚಾರಿಸಿದ್ದ. ಆದರೆ ಅವರ ಪತ್ತೆ ತಿಳಿದಿರಲಿಲ್ಲ.

ವಿಟ್ಠು ಪೈ ಕುಂಬಳೆಗೆ ಬಂದು ನೆಲೆ ನಿಂತ ಕೆಲವು ತಿಂಗಳುಗಳ ಬಳಿಕ ತುಳಸೀಬಾಯಿ ಗಂಡು ಮಗುವೊಂದನ್ನು ಹೆತ್ತಿದ್ದಳು. ವಿಟ್ಠು ಪೈ ಕುಂಬಳೆಯಲ್ಲಿ ನಿಂತುದು ಆ ಊರಲ್ಲಿ

ಅವನ ಪ್ರೀತಿಯ ಗೆಳೆಯನಂತಿದ್ದ ಮರ್ತುಕಿಣಿ ಸತ್ತ ಕಾರಣ ಎಂದು ಯಾರೂ ಹೇಳಬೇಕೆಂದಿರಲಿಲ್ಲ. ಹಾಗಾಗಿ ಅವನೇ ಮತ್ತೆ ಹುಟ್ಟಿ ಬಂದಿದ್ದಾನೆಂಬ ಕುರುಡು ನಂಬಿಕೆಯೂ ಅವನಿಗಿತ್ತು. ಮಗುವಿಗೆ ವಿಟ್ಠು ಪೈ ಮರ್ತಪ್ಪಯ್ಯನೆಂದೇ ಹೆಸರಿಟ್ಟ. ಅವನು ಹುಟ್ಟಿದ ಕೆಲವು ಸಮಯದಲ್ಲೇ, ಅವನನ್ನು ನೋಡಿಯೇ ತೀರಬೇಕೆಂಬ ಹಠ ಹಿಡಿದವರ ಹಾಗೆ ಜೀವ ಹಿಡಿದುಕೊಂಡಿದ್ದ ಅಪ್ಪಣ್ಣ ಭಟ್ಟರೂ ತೀರಿಹೋದರು. ಮನೆಯ ಜವಾಬ್ದಾರಿಯೆಲ್ಲ ಚಿಕ್ಕವರಾದ ಸಂಕರ್ಷಣ ಭಟ್ಟರ ಮೇಲೆ ಬಿತ್ತು. ಅವರಿಗೆ ಆದಾಯ ಅಷ್ಟಾಗಿರಲಿಲ್ಲ. ವಯಸ್ಸೂ ಇನ್ನೂ ಎಳೆಯದು. ಹಾಗಾಗಿ ವಿಟ್ಠು ಪೈ ನೊಗ ಹೊರುವುದು ಅನಿವಾರ್ಯವಾಯಿತು. ಈ ಅನಿವಾರ್ಯತೆಯಿಂದ ಅವನು ತನ್ನ ಚಿಪ್ಪಿನೊಳಗಿಂದ ಹೊರಗೆ ಬರುವುದು ಸಾಧ್ಯವಾಯಿತು. ಸಂಕರ್ಷಣ ಭಟ್ಟರನ್ನೇ ಮುಂದೆ ಮಾಡಿ ಮಾಧೋಭಗತರ ಸಹಾಯದಿಂದ ಅರಸರಲ್ಲಿ ವ್ಯಾಪಾರಕ್ಕಾಗಿ ಒಂದಷ್ಟು ಬಂಡವಾಳ ಗಿಟ್ಟಿಸಿಕೊಳ್ಳುವುದರಲ್ಲಿ ವಿಟ್ಠು ಪೈ ಯಶಸ್ವಿಯಾದ. ಅವನು ಒಂದಿಷ್ಟು ದಿನ ಕುಂಬಳೆಯ ಪೇಟೆಗೆ ಹೋಗಿ ಅಲ್ಲಿ ಮುಸಲಮಾನರು ಮಾಡುವ ವ್ಯಾಪಾರವನ್ನು ನೋಡುತ್ತಾ ಕುಳಿತುಕೊಳ್ಳತೊಡಗಿದ. ಕುಂಬಳೆಯಲ್ಲಿ ವ್ಯಾಪಾರ ಮಾಡುವ ಮಂದಿ ಹೆಚ್ಚಿರಲಿಲ್ಲ. ಮಾರುವವರೂ ಮುಸಲಮಾನರೇ, ಕೊಳ್ಳುವವರೂ ಮುಸಲಮಾನರೇ. ಅವರಲ್ಲಿ ಒಬ್ಬರು ಇನ್ನೊಬ್ಬರ ಕೈ ಬಿಡುತ್ತಿರಲಿಲ್ಲ. ಫತ್ತೆಮಾರಿಯಲ್ಲಿ ಬರುವ ಅರಬ ವ್ಯಾಪಾರಿಗಳಿಗೂ ಈ ಮುಸಲಮಾನರಿಗೂ ಒಳ್ಳೆಯ ವ್ಯಾಪಾರೀ ಸಂಬಂಧವಿದ್ದುದರಿಂದ ಅವರಿಗೆ ಸಾಲವೂ ದೊರಕುತ್ತಿತ್ತು. "ಆದರೇನಂತೆ ವಿಟ್ಠೂ, ವ್ಯಾಪಾರ ನಿಮಗೆ ಹೇಳಿಕೊಡಬೇಕಾಗಿಲ್ಲ. ನಿಮ್ಮ ಅಜ್ಜ ನರಸಪ್ಪಯ್ಯನವರ ಕಾಲದಲ್ಲಿ ವೆರಣೆಯ ಮನೆಯಲ್ಲಿಯೇ ವ್ಯಾಪಾರ ನಡೆಯುತ್ತಿತ್ತಂತೆ. ಅಂಥವರ ಮೊಮ್ಮಗನಿಗೆ ವ್ಯಾಪಾರ ಹೇಳಿಕೊಡುವುದೆಂದರೆ ಮೀನಿಗೆ ಈಜು ಕಲಿಸಿದಂತೆ" ಎಂದು ಪ್ರೋತ್ಸಾಹವನ್ನೂ ಕೊಟ್ಟ.

ವಿಟ್ಠು ಪೈಯೂ ಎಷ್ಟು ದಿನ ಸುಮ್ಮನಿದ್ದಾನು ? ಅವನ ಸುತ್ತುಮುತ್ತಣ ಜನರು ಒಂದಲ್ಲ ಒಂದು ರೀತಿಯ ವ್ಯಾಪಾರ ಮಾಡಿಕೊಂಡು ಹೊಟ್ಟೆ ಹೊರೆಯುವುದು ಅವನಿಗೆ ಕಾಣುತ್ತಿತ್ತು. ಮರ್ತಪ್ಪಯ್ಯ ಹುಟ್ಟಿದ ಮೇಲೆ ಅವನು ಅದೂ ಇದೂ ಮಾಡತೊಡಗಿದ. ಕುಂಬಳೆಯ ಪೇಟೆಯಲ್ಲಿ ತಿರುಗಾಡುತ್ತಾ ವ್ಯಾಪಾರಕ್ಕೆ ಕೈ ಹಾಕಿದ. ಕುಂಬಳೆಗೆ ಕಲ್ಲಿಕೋಟೆ ಕಣ್ಣಾನ್ನೂರು ಕಡೆಗಳಿಂದ ಬರುವ ಮುಸಲಮಾನರು ಅಕ್ಕಿ ಮೆಣಸು ಹೊಗೆಸೊಪ್ಪು ಈರುಳ್ಳಿ ಎಂದು ತರುತ್ತಿದ್ದರು. ಕಾಡಿನ ಕಡೆಯಿಂದ ಗಂಧ, ಬಾಳೆಕಾಯಿ, ಅರಸಿನ, ಬೆಲ್ಲ ಇತ್ಯಾದಿಗಳನ್ನು ಕೇಳುತ್ತಿದ್ದರು. ಒಂದು ಸಲ ಬರುತ್ತಾ ಅವರು ಕೆಂಪು ಮೆಣಸಿನಕಾಯಿಯನ್ನು ತಂದರು. ಕುಂಬಳೆಯ ಜನ ಅದುತನಕ ಕೆಂಪು ಮೆಣಸಿನಕಾಯಿ ಕಂಡಿರಲಿಲ್ಲ. ಹಾಗಾಗಿ ಅದರ ವ್ಯಾಪಾರ ಬಿರುಸಾಗಿ ನಡೆಯಿತು. ವಿಟ್ಠು ಪೈ ಅದಕ್ಕೆ ಕೈಹಾಕಿ ಸಾಕಷ್ಟು ಹಣ ಗಳಿಸಿದ. ಅವರು ತಂದುದನ್ನು ಕೊಂಡು ಒಳನಾಡಿನವರಿಗೆ ಮಾರಿದ. ಕಾಡಿನ ಕಡೆಯಿಂದ ಬಂದುದನ್ನು ಕೊಂಡು ಮಂಜಿ ಹತ್ತಿ ಹೋಗುವ ಮುಸಲಮಾನರಿಗೆ

ಮಾರಿದ. ಇಂಥ ಕಡೆ ಬದುಕಬೇಕಿದ್ದರೆ ತನ್ನ ನಾಲಗೆಯ ಚಾಕಚಕ್ಯತೆಯನ್ನು ತೋರಿಸಿಕೊಳ್ಳದಿದ್ದರೆ ಆಗುವುದಿಲ್ಲ ಎಂಬ ಹೊಸ ತರ್ಕವೊಂದು ವಿಟ್ಠು ಪೈಯ ಮನಸ್ಸನ್ನು ತಟ್ಟಿತು. ಹಾಗಾಗಿ ಅವನು ಅರಸರು ಕೊಟ್ಟ ಧನ ಸಹಾಯದ ಬದಲು ತನ್ನ ನಾಲಗೆಯನ್ನೇ ಬಂಡವಾಳವನ್ನಾಗಿ ಮಾಡಿಕೊಂಡ.

ಕೊಂಡು ಮಾರುವ ಇಂಥ ದಂಧೆಯ ಸಮಯದಲ್ಲಿ ವಿಟ್ಠು ಪೈ ಕುಂಬಳೆಯ ಸುತ್ತ ಮುತ್ತ ಸಾಕಷ್ಟು ಸಂಚರಿಸುವುದು ಅನಿವಾರ್ಯವಾಯಿತು. ವಿಟ್ಠು ಪೈಯ ಏರುಜವ್ವನ ಇಂಥ ತಿರುಗಾಟದಲ್ಲಿಯೇ ಕಳೆದು ಹೋಯಿತು ಎಂದರೂ ಸಮವೇ. ಕೆಲವೊಂದು ಸಲ ಅವನು, ಹೋಗುವ ಮಂಜಿ ಹತ್ತಿ ಕಣ್ಣಾನ್ನೂರಿಗೋ, ಕಲ್ಲಿಕೋಟೆಗೋ, ಬಡಗಿನಲ್ಲಿ ಮಂಗಳೂರಿಗೋ ಹೋದದ್ದಿತ್ತು. ಹಾಗೆ ಹೋದಾಗೆಲ್ಲ ತಮ್ಮವರನ್ನು ಹುಡುಕಿ ಮಾಮ್ಮಾ ಮಾಮ್ಮಾ ಎಂದು ಗೋವೆಯ ಸುದ್ದಿ ತಿಳಿಯಲು ಕಾತರಿಸಿದ್ದಿತ್ತು. ಆದರೆ ಗೋವೆಯ ಪರಿಸ್ಥಿತಿಯಲ್ಲಿ ಏನೂ ಸುಧಾರಣೆಯಾಗಿರಲಿಲ್ಲ. ಅಲ್ಲಿ ಬ್ರಾಹ್ಮಣರು ಉಳಿಯುವುದು ಸಾಧ್ಯವಾಗಲಿಲ್ಲ. ಒಂದೇ ಸವನೆ ಆ ಕಡೆಯಿಂದ ಜನರು ವಲಸೆ ಬರುತ್ತಿದ್ದರು. ಅಂಥ ಒಬ್ಬಿಬ್ಬರು ಸಿಕ್ಕಿದಾಗ ನಾಗ್ಡೊ ಬೇತಾಳ ಸಿಕ್ಕಿದ್ದನೇ, ಎಂದು ಬರುತ್ತಾನಂತೆ ಈ ಕಡೆಗೆ ಎಂದು ಅವನು ವಿಚಾರಿಸಿದ್ದ. ಸರಿಯಾದ ಉತ್ತರ ಒಬ್ಬರಿಂದಲೂ ಸಿಕ್ಕಿರಲಿಲ್ಲ.

ವ್ಯಾಪಾರ ಅಭಿವೃದ್ಧಿಗೊಳ್ಳುತ್ತಿರುವಾಗ ಒಂದು ದಿನ ಇದ್ದಕ್ಕಿದ್ದಂತೆ ಬೆಳಗ್ಗೆದ್ದು ಮನೆಯಿಂದ ಹೊರಟ ವಿಟ್ಠು ಪೈ ನೇರ ಆನ್ನು ಕಾಮಾತಿಯ ಮಗ ಸಿದ್ದಣ್ಣ ಕಾಮಾತಿಯನ್ನೂ ಕರೆದುಕೊಂಡು ತೆಂಕಣಕ್ಕೆ ನಡೆದ. ಅವನಿಗೆ ಮುನ್ನಾದಿನ ಯಾರೋ ನೀಲೇಶ್ವರದಲ್ಲಿ ಬೆಲ್ಲದ ಮಾಧೋ ಪೊರೋಬು ಇದ್ದಾನೆಂದು ಹೇಳಿದ್ದರು. ಎರಡು ದಿನಗಳ ಸತತ ಪ್ರಯಾಣ ಮಾಡಿ ಅವರಿಬ್ಬರೂ ನೀಲೇಶ್ವರಕ್ಕೆ ಮುಟ್ಟಿದರು. ಮಾಧೋ ಪೊರೋಬುವನ್ನು ನೋಡಿ ವಿಟ್ಠು ಪೈಗೆ ಸಂತೋಷವಾಯಿತು. "ವಿಟ್ಠುಮಾಂ, ಕಳೆದ ಮಾಸದಲ್ಲಿ ನೀನು ಬಂದಿದ್ದರೆ ಚೆನ್ನಾಗಿತ್ತು" ಎಂದು ಹೇಳಿದ. ಅವನು ಯಾಕೆ ಹಾಗೆ ಹೇಳಿದ ಎಂದು ವಿಟ್ಠು ಪೈಗೆ ತಿಳಿದದ್ದು ಆಮೇಲೆಯೇ.

ವಿಟ್ಠು ಪೈ ಅವನಿಂದ ಅನೇಕ ವಿಷಯಗಳನ್ನು ಕೇಳಿ ತಿಳಿದುಕೊಂಡ. ವೆರಣೆಯನ್ನು ಬಿಟ್ಟ ಮೇಲೆ ತನ್ನನ್ನಗಲಿದವರಲ್ಲಿ ಮತ್ತೆ ಸಿಕ್ಕಿದ ಮೊದಲ ಕುಟುಂಬ ಅದು. ಆದುದರಿಂದ ಅವನಿಗೆ ಮಾಧೋ ಪೊರೋಬುವಿನ ಜೊತೆ ಮಾತನಾಡಿದಷ್ಟು ಕುತೂಹಲ ತಣಿಯಲಿಲ್ಲ. "ವಿಟ್ಠು ಮಾಂ, ದೊಡ್ಡಪ್ಪ ನೀಲೇಶ್ವರಕ್ಕೆ ಬರುತ್ತಿದ್ದಂತೆ ತೀರಿಕೊಂಡರು. ಜ್ವರಗಿರ ಅಂತೇನೂ ಇರಲಿಲ್ಲ. ಕೂತವರು ಕೂತಲ್ಲೇ ತೀರಿಕೊಂಡರು. ಉಳಿದವರೆಲ್ಲ ಕೊಚ್ಚಿಗೆ ಹೋಗುತ್ತೇನೆಂದು ಹೊರಟು ಹೋದರು. ನಾನು ಮಾತ್ರ ಕುಂಬಳೆಗೆ ಬಂದು ನಿನ್ನ ಜೊತೆ ಸೇರುತ್ತೇನೆಂದು ಇಲ್ಲಿಯೇ ಉಳಿದೆ. ದೊಡ್ಡಪ್ಪನನ್ನು ಸುಟ್ಟು ಬಂದ ಮೇಲೆ ಬೊಜ್ಜದ ತಯಾರಿಗೆ ತೊಡಗಿದೆ. ಆದರೆ ಹೊರಟ ದಿನವೇ ಇಲ್ಲೊಬ್ಬರು ಶೆಣಾವಿಗಳು ಬಂದು ನೀಲೇಶ್ವರದಲ್ಲಿ ಇರುವುದು ನನ್ನದೊಬ್ಬನದೇ ಸಾರಸ್ವತ ಸಂಸಾರ. ನೀವು

ಇಲ್ಲಿದ್ದರೆ ನನಗೆ ಧೈರ್ಯ ಎಂದು ಹೇಳಿ ನಿಲ್ಲಿಸಿಕೊಂಡರು. ಚರ್ಡಪ್ಪ ಶೆಣಾವಿಗಳು ಅಂತ. ಅವರಿಗೆ ಒಬ್ಬಳೇ ಮಗಳು. ಗಂಡು ಮಕ್ಕಳಿಲ್ಲ. ಅವಳನ್ನು ನನ್ನ ಮಗ ಬಿಕ್ಕುವಿಗೆ ಮದುವೆ ಮಾಡಿಕೊಡುತ್ತೇನೆ. ನನ್ನ ಎಲ್ಲ ಆಸ್ತಿಪಾಸ್ತಿ ಹಣ ಐಶ್ವರ್ಯ ಅಳಿಯನಿಗೇ ಇರಲಿ ಎಂದರು. ಹಾಗಾಗಿ ಇಲ್ಲೇ ನಿಂತೆವು. ಈಗೊಂದು ಮೂರು ತಿಂಗಳ ಹಿಂದೆ ಆ ಮದುವೆಯೂ ಆಯಿತು. ಕಳೆದ ಮಾಸದಲ್ಲಿ ಚರ್ಡಪ್ಪ ಶೆಣಾವಿಗಳೂ ತೀರಿಕೊಂಡರು. ನಾನು ಅವರ ವ್ಯಾಪಾರ ವಹಿವಾಟು ಎಲ್ಲ ನೋಡಿಕೊಂಡಿದ್ದೇನೆ" ಎಂದು ಹೇಳಿದ ಮಾಧೋ ಪೂರೋಬು.

ವಿಟ್ಠು ಪೈಗೆ ಸಪೂರ ಸಾಂತಯ್ಯ ಪೂರೋಬು ಕೊಚ್ಚಿಗೆ ಮುಟ್ಟುವ ಮೊದಲೇ ತೀರಿಕೊಂಡುದು ಕೇಳಿ ತುಂಬ ವ್ಯಸನವೆನ್ನಿಸಿತು. ಅದಕ್ಕಿಂತ ಹೆಚ್ಚಾಗಿ ಮಾಧೋ ಪೂರೋಬುವನ್ನು ನೀಲೇಶ್ವರದಲ್ಲಿ ಉಳಿಸಿಕೊಂಡ ಚರ್ಡಪ್ಪ ಶೆಣಾವಿಗಳನ್ನು ಕೂಡಾ ತಾನು ನೋಡುವುದಾಗಲಿಲ್ಲವಲ್ಲ ಅನ್ನಿಸಿ ಖೇದವಾಯಿತು. ಮಾಧೋ ಪೂರೋಬು ವಿಟ್ಠು ಪೈಯನ್ನು ಎರಡು ದಿನ ತನ್ನ ಮನೆಯಲ್ಲಿಯೇ ಉಳಿಸಿಕೊಂಡ. ಸಾಕಷ್ಟು ಅನುಕೂಲವಾದ ಮನೆ. ಆಸ್ತಿ ಪಾಸ್ತಿ, ಚೆನ್ನಾಗಿರೋ ವ್ಯಾಪಾರ. ಆಗಲಿ, ಒಂದಷ್ಟು ಸುಖದಿಂದ ಇದ್ದಾರಲ್ಲವೇ ಎಂದು ತೃಪ್ತನಾದ. ಮಾಧೋ ಪೂರೋಬುವಿನ ಹೆಂಡತಿ ರತ್ನಾಬಾಯಿಯೊಡನೆ ನಾಲ್ಕು ಮಾತುಗಳನ್ನೂ ಆಡಿದ. ಗೋವೆಯಿಂದ ಬರುವ ದಾರಿಯಲ್ಲಿ ಆಕೆ ತನ್ನೆಲ್ಲ ಒಡವೆಗಳನ್ನು ಕಳೆದುಕೊಂಡಿದ್ದಳು. ಆಮೇಲೆ ಆಕೆ ವಿಟ್ಠು ಪೈಯೊಡನೆ ಒಂದು ಮಾತನ್ನೂ ಆಡಿರಲಿಲ್ಲ. ಒಡವೆ ಕಳೆದಾಗ ಆಕೆ ಮಂಗೇಶ ಕಾಳೆಯನ್ನು ಬಯ್ದದ್ದೂ ಇತ್ತು. ಗಂಡನನ್ನು ಅಂದದ್ದೂ ಇತ್ತು. ಕುಳ್ಳಗಿನ ಧಡೂತಿ ಹೆಂಗಸು. ಗಟ್ಟಿಯಾಗಿ ಮುಡಿ ಕಟ್ಟಿ ದಾರಿಯಲ್ಲಿದ್ದ ಹೂ ತೆಗೆದು ಮುಡಿದುಕೊಂಡಿದ್ದಳು. ಹದಿನೆಂಟು ಮೊಳದ ಸೀರೆಯನ್ನು ಕಚ್ಚೆ ಹಾಕಿ ಉಟ್ಟುಕೊಂಡಿದ್ದಳು. ಕುಂಕುಮದ ದೊಡ್ಡ ತಿಲಕ. ಈಗಲೂ ಅದೇ ಥರ ಇದ್ದಳು. ಚರ್ಡಪ್ಪ ಶೆಣಾವಿಯವರು ಮಾಡಿದ ಸಹಾಯವನ್ನೂ ಅದರಿಂದಾಗಿ ತಮಗೆ ಒಂದು ನೆಲೆ ಸಿಕ್ಕಿದ್ದನ್ನೂ, ಬದುಕು ನಿರಾಳವಾದದ್ದನ್ನೂ ಹಂಗಿಸುವ ಧ್ವನಿಯಲ್ಲಿ ಹೇಳಿದಳು. ಹಾಗೆ ಹೇಳದೇ ಇರುವುದು ಅವಳಿಂದ ಸಾಧ್ಯವಾಗಲಿಲ್ಲವೇನೋ ? ಈಗ ಕೊರಳ ತುಂಬ ಬಂಗಾರವಿತ್ತು. ಮನೆಯೊಳಗೆ ಲಕ್ಷಣವಾದ ಪುಟ್ಟ ಸೊಸೆಯೊಬ್ಬಳು ಬಂದಿದ್ದಳು. "ಮಾದ್ದೂ, ಕುಂಬಳೆ ನೀಲೇಶ್ವರಕ್ಕೆ ದೂರವೇನೂ ಅಲ್ಲ. ಆಗಾಗ ಬರುತ್ತಾ ಇರು. ಮುಂದೆ ನಮ್ಮಿಬ್ಬರ ಮನೆತನಗಳು ಸಂಬಂಧ ಬೆಳೆಸುತ್ತಾ ಇರಲಿ" ಎಂದು ಹೇಳಿ ವಿಟ್ಠು ಪೈ ಮಾಧೋ ಪೂರೋಬುವಿನಿಂದ ಬೀಳ್ಕೊಟ್ಟ.

ಕುಂಬಳೆಯಲ್ಲಿ ವ್ಯಾಪಾರ ಅಭಿವೃದ್ಧಿಯಾದ ಮೇಲೆ ಇನ್ನು ಮಾವನ ಮನೆಯಲ್ಲಿರುವುದು ಸರಿಯಲ್ಲ ಅನ್ನಿಸಿ ವಿಟ್ಠು ಪೈ ಬೇರೆಯೇ ಒಂದು ಮನೆ ಮಾಡಿದ. ಮಾವನ ಮನೆಯಿಂದ ಸ್ವಲ್ಪ ದೂರ ಮಣ್ಣಿನ ಗೋಡೆಗಳ, ಹುಲ್ಲಿನ ಮಾಡಿನ ಒಂದು ಮನೆ ಎದ್ದಿತು. ಎದುರಿಗೆ ಸಾಕಷ್ಟು ಅಂಗಳವನ್ನೂ ಸವರಿಕೊಂಡ ಮೇಲೆ ನಾಗಪ್ಪಯ್ಯನಿಗೆ

ಅಲ್ಲಿಯೇ ಒಂದು ತೆಂಗಿನ ಮಡಲಿನ ಮಂಟಪ ಹಾಕಿ ಉಪನಯನವನ್ನೂ ಮಾಡಿದ ವಿಟ್ಠು ಪೈ. ಮುಂಜಿಯ ಗೌಜಿ ನಡೆಯುತ್ತಿದ್ದಾಗ ವಿಟ್ಠು ಪೈಗೆ ಧಡ್ಡನ ನೆನಪು ಬಂತು. ಮನೆಯಲ್ಲೊಂದು ಶುಭಕಾರ್ಯ ನಡೆಯುತ್ತಿದ್ದರೆ ಎಷ್ಟೊಂದು ಸಂಭ್ರಮಗೊಳ್ಳುತ್ತಿದ್ದ! ಹೋಮಕುಂಡದ ಬಳಿಯೇ ಕುಳಿತು ಎಲ್ಲವನ್ನೂ ಎಷ್ಟು ಓರಣವಾಗಿಡುತ್ತಿದ್ದ ! ಕಲ್ಲು ಕಿವುಡನಾದರೂ ಪುರೋಹಿತರ ತುಟಿ ಚಲನೆಯನ್ನು ಎಷ್ಟೊಂದು ತಲ್ಲೀನನಾಗಿ ನೋಡುತ್ತಿದ್ದನೆಂದರೆ ಅವರ ಮಂತ್ರಗಳೆಲ್ಲ ಅವನಿಗೆ ಅರ್ಥವಾಗುವ ಹಾಗೆ ಭಾಸವಾಗುತ್ತಿತ್ತು ! ಅವನು ತೀರಿಕೊಂಡ ಮೇಲೆ ವಿಟ್ಠು ಪೈ ಮಾಡಿದ ಮೊದಲ ಶುಭಕಾರ್ಯ ಇದು. ಸಂಕರ್ಷಣ ಭಟ್ಟರೇ ಪೌರೋಹಿತ್ಯ ವಹಿಸಿ ನಾಗಪ್ಪಯ್ಯನಿಗೆ ಬ್ರಹ್ಮಚಾರಿಯ ದೀಕ್ಷೆ ಕೊಡಿಸಿದರು. ಇದ್ದಕ್ಕಿದ್ದಂತೆ ವಿಟ್ಠು ಪೈಯ ಗಮನ ವಟುವಿನ ಪಕ್ಕದಲ್ಲಿಯೇ ಇಟ್ಟ ಒಂದು ಮಣೆಯ ಕಡೆಗೆ ಹೋಯಿತು. ಮರದ ಖಾಲಿ ಮಣೆ. ಸಂಕರ್ಷಣ ಭಟ್ಟರು ಆಕಸ್ಮಿಕವಾಗಿ ಅದನ್ನು ಅಲ್ಲಿ ಇಟ್ಟಿರಬಹುದು. ಅದನ್ನು ನೋಡಿದಾಗ ವಿಟ್ಠು ಪೈಗೆ ಧಡ್ಡನ ಆತ್ಮ ಅದರ ಮೇಲೆ ಕುಳಿತಿರುವಂತೆ ಭಾಸವಾಯಿತು. ಆ ಕಲ್ಪನೆಯಿಂದಲೇ ಅವನು ರೋಮಾಂಚಿತನಾದ.

ನಾಗ್ಡೊ ಬೇತಾಳ ಹೇಳಿದ ಮಾತು ಸುಳ್ಳಾಗಲಿಲ್ಲ. ತುಳಸೀಬಾಯಿ ಮೂರನೆಯ ಬಾರಿ ಬಸಿರಾದಳು. ಆಗ ಮರ್ತಪ್ಪಯ್ಯನಿಗೆ ಮೂರು ವರುಷ. ಯಾವಾಗಲೂ ತಾಯಿಯ ಮೊಲೆ ಚೀಪುತ್ತಾ ಹಠ ಹಿಡಿದು ಕೂರುವವನ ಜೊತೆ ಬಸಿರು ಹೊತ್ತುಕೊಳ್ಳುವುದು ಅವಳಿಗೆ ಕಷ್ಟ. ಹಾಗಾಗಿ ಸಂಕರ್ಷಣ ಭಟ್ಟರು ಅವನನ್ನೆತ್ತಿಕೊಂಡು ತನ್ನ ಮನೆಗೆ ಕರೆದೊಯ್ದರು. ತುಳಸೀಬಾಯಿ ಮೂರನೆಯ ಬಸಿರು ಹೊತ್ತ ಸಮಯದಲ್ಲಿ ಆನ್ನು ಕಾಮಾತಿ ಸತ್ತ. ವಯಸ್ಸಿನಲ್ಲಿ ಅವನು ವಿಟ್ಠು ಪೈಗಿಂತ ತುಂಬ ಹಿರಿಯವ. ಇತ್ತೀಚೆ ಅವನ ಮಗ ಸಿದ್ದಂಣ ಕಾಮಾತಿಯೇ ಹೆಚ್ಚು ಓಡಾಡುವವನು. ತನ್ನ ಅಪರ ವಯಸ್ಸಿನಲ್ಲಿ ಗೋವೆ ಬಿಟ್ಟು ಬಂದ ದುಃಖ ಸಹಜವಾಗಿ ಅವನಿಗಿತ್ತು. ಆದರೆ ಒಂದು ದಿನವೂ ಅದನ್ನು ತೋರಿಸಿಕೊಳ್ಳಲಿಲ್ಲ. ಸಾಯುವಾಗ ಮಾತ್ರ ವಿಟ್ಠು ಪೈಯನ್ನು ಎದುರಿಗೆ ಕುಳ್ಳಿರಿಸಿ ಅತ್ತು ಬಿಟ್ಟ. "ವಿಟ್ಠೊ ಗೋವೆಯಲ್ಲಿ ನಮ್ಮದು ನಿಮ್ಮಷ್ಟು ದೊಡ್ಡ ಆಸ್ತಿಯಿರಲಿಲ್ಲ ನಿಜ. ಆದರೆ ನಮಗೆ ಸಾಕಿತ್ತು. ಇಲ್ಲಿ ಅದೂ ಇಲ್ಲ. ನಮ್ಮ ಸಿದ್ದಂಣ ಕಾಮಾತಿಯನ್ನು ನಿನ್ನ ಕೈ ಮೇಲಿಡುತ್ತೇನೆ. ನಿನಗಿಂತ ಸಣ್ಣವನು. ಎಂದೂ ಅವನ ಕೈ ಬಿಡಬೇಡ. ಮೂವರು ಹೆಣ್ಣು ಮಕ್ಕಳ ತಂದೆ ಅವನು. ನಾಳೆ ನೀನು ಅವರಲ್ಲಿ ಒಬ್ಬರನ್ನಾದರೂ ಸೊಸೆ ಮಾಡಿಕೊಂಡರೆ ನನ್ನ ಆತ್ಮಕ್ಕೆ ಸಂತೋಷವಾದೀತು. ನಿನಗಿದೋ ನಾನು ಕೊಟ್ಟ ಭಾಷೆಯನ್ನು ಪೂರೈಸಿದ್ದೇನೆ. ಕೊನೆಯ ತನಕ ನಿನ್ನ ನೆರಳನ್ನು ನನ್ನ ನೆರಳಿಂದ ಬೇರೆ ಅಂತ ತಿಳಿಯಲಿಲ್ಲ" ಎಂದ. ಅವನ ಜೀರ್ಣಗೊಂಡ ದೇಹ ನೋಡಿ ವಿಟ್ಠು ಪೈಗೆ ತುಂಬ ಕೆಡುಕೆನಿಸಿತು. "ಆನ್ನು ಮಾಂ, ಮಾತು ಕೊಡುತ್ತೇನೆ. ನನಗೆ ಜೊತೆ ಕೊಟ್ಟವನು ನೀನು. ನಿನ್ನ ಮನೆಯ ಹೆಣ್ಣುಮಗಳನ್ನು ನನ್ನ ಮನೆಗೆ ಸೊಸೆಯಾಗಿ ತರುತ್ತೇನೆ. ನನಗೊಂದು ಹೆಣ್ಣು ಹುಟ್ಟಿದರೆ ನಿನ್ನ ಮನೆಗೆ

ಸೊಸೆಯಾಗಿ ಕೊಡುತ್ತೇನೆ. ನಿನ್ನದೇ ಅಂತಲ್ಲ. ಕುಂಬಳೆಯಲ್ಲಿ ನಿಂತವರು ನಾವು ನಾಲ್ಕು ಕುಟುಂಬಗಳು. ನಿನ್ನ ಹಾಗೆ ವೆಂಕು ಮ್ಹಾಲ್ಲೊನ ಕುಟುಂಬಕ್ಕೂ ಮರ್ತುಕಿಣಿಯ ಕುಟುಂಬಕ್ಕೂ ನನ್ನದು ಇದೇ ಮಾತು. ನಾವು ನಾಲ್ಕು ಕುಟುಂಬಗಳು ತಮ್ಮ ಹೆಣ್ಣು ಮಕ್ಕಳ ಸಂಬಂಧ ಹುಡುಕುವಾಗ ಮೊದಲು ಉಳಿದ ಮೂರು ಕುಟುಂಬಗಳ ಗಂಡು ಮಕ್ಕಳಿಗೆ ಆದ್ಯತೆ ಕೊಡುವಂತೆ ಹೇಳುತ್ತೇನೆ. ಈ ಮಾತು ಈ ನಾಲ್ಕೂ ಸಂತಾನಕ್ಕಿರಲಿ'' ಎಂದ. ಆನ್ನು ಕಾಮಾತಿಗೆ ತೃಪ್ತಿಯಾಯಿತು. ಕೆಲವೇ ದಿನಗಳಲ್ಲಿ ಅವನು ತೀರಿಕೊಂಡ. ನಾಲ್ಕು ದಿನ ಅವನ ಸಾವು ಸೂತಕದಂತೆ ವಿಟ್ಠು ಪೈಯ ಮನಸ್ಸನ್ನೆಲ್ಲ ಆವರಿಸಿತ್ತು. ಆದರೆ ತನ್ನ ವ್ಯಾಪಾರದ ವಹಿವಾಟಿನಲ್ಲಿ ವಿಟ್ಠು ಪೈ ಅದನ್ನು ಮರೆಯಲು ಶಕ್ತನಾದ.

ಮರ್ತಪ್ಪಯ್ಯನ ನಂತರ ಹುಟ್ಟಿದವ ರಾಯ ಪೈ. ಮತ್ತೆರಡು ವರ್ಷ ಕಳೆದಾಗ ಸಾಂತಪ್ಪಯ್ಯ ಹುಟ್ಟಿದ. ನಾಲ್ಕೂ ಗಂಡು ಮಕ್ಕಳೇ ಎಂದಾಗ ಕನ್ಯಾದಾನದ ಫಲ ಸಿಗಲು ಒಂದು ಹೆಣ್ಣು ಹುಟ್ಟಬಾರದಿತ್ತೇ ಎಂದು ವಿಟ್ಠು ಪೈಗನ್ನಿಸಿತ್ತು. ನಾಗ್ಡೊ ಬೇತಾಳನ ಕೃಪೆ ಇದ್ದರೆ ಯಾಕಾಗಬಾರದು ಎಂದೂ ಅನ್ನಿಸಿತ್ತು. ಸಾಂತಪ್ಪಯ್ಯ ಹುಟ್ಟಿದಾಗ ಕುಂಬಳೆಯ ರಾಜ ಅಚ್ಯುತರಾಯ ತೀರಿಕೊಂಡು ಅವನ ಮಗ ಸದಾಶಿವರಾಯ ಪಟ್ಟಕ್ಕೆ ಬಂದಿದ್ದ. ತಂದೆಯಂತೆಯೇ ಸದಾಶಿವನೂ ಧಾರಾಳಿ. ಆದರೆ ತಂದೆಯಂತೆ ವೀರನಲ್ಲ. ಪೋರ್ಚುಗೀಸರು, ಹೊಸದಾಗಿ ಪಶ್ಚಿಮದ ತೀರಗಳಲ್ಲಿ ಆಕ್ರಮಣ ಮಾಡುತ್ತಿದ್ದಾಗ ಒಂದಷ್ಟು ಹೆದರಿದ್ದೂ ಇತ್ತು. ಸದಾಶಿವರಾಯ ಕುಂಬಳೆಯ ಅರಮನೆಯಲ್ಲಿ ಹೆಚ್ಚಾಗಿ ಇರುತ್ತಲೂ ಇರಲಿಲ್ಲ. ಒಳನಾಡಿನ ಬೇಳದ ಅರಮನೆಯಲ್ಲೋ ಪಟ್ಟಾಜೆಯಲ್ಲೋ ಮಾಯಂಪಾಡಿಯಲ್ಲೋ ದರ್ಬಾರು ನಡೆಸುತ್ತಿದ್ದ. ಕುಂಬಳೆಯಲ್ಲಿ ಮುಸಲಮಾನ ಕುಟುಂಬದವರು ಹೆಚ್ಚಾದರು. ವ್ಯಾಪಾರದಲ್ಲಿ ಸಾಕಷ್ಟು ಅನುಭವವಿದ್ದ ಅವರೆಲ್ಲ ತಮ್ಮ ತಮ್ಮ ಮಳಿಗೆಗಳನ್ನು ಕಟ್ಟಿಕೊಂಡು, ಅವುಗಳ ಹಿಂದೆಯೇ ಮನೆಗಳನ್ನು ಕಟ್ಟಿ ವಾಸಿಸತೊಡಗಿದರು. ತಮಗೆ ಆಶ್ರಯ ಕೊಟ್ಟ ಅಚ್ಚುತರಾಯ ತೀರಿದ ಮೇಲೆ ಸಂಕರ್ಷಣ ಭಟ್ಟರ ಸ್ಥಿತಿ ಇನ್ನೂ ಬಿಗಡಾಯಿಸಿತು. ಅವರು ಮಾತಾಡುವುದು ಕಮ್ಮಿ. ಆದರೆ ಪೂಜೆ ಪುನಸ್ಕಾರಗಳಲ್ಲಿ ಪೂರ್ವಾಪರ ಕ್ರಿಯೆಗಳಲ್ಲಿ ಸಾಕಷ್ಟು ಪಳಗಿದವರು. ತಾವಾಯಿತು ತಮ್ಮ ಕೆಲಸವಾಯಿತು ಎಂದಿದ್ದವರು. ಆದುದರಿಂದ ಇತ್ತ ತಂದೆಯ ಕಟ್ಟುಪಾಡೂ ಇಲ್ಲದೇ ಅತ್ತ ಸೋದರ ಮಾವನ ಕಟ್ಟುಪಾಡೂ ಇಲ್ಲದೇ ಅವರ ಮನೆಯಲ್ಲಿದ್ದ ವಿಟ್ಠು ಪೈಯ ಎರಡನೆಯ ಮಗ ಮರ್ತಪ್ಪಯ್ಯ ಹಠಮಾರಿಯಾಗಿಯೇ ಬೆಳೆದ.

ಕುಂಬಳೆಯ ಸುತ್ತ ಮುತ್ತ ವಿಚಾರಿಸುವಾಗ ತಾನು ಬ್ರಾಹ್ಮಣನೆಂದು ಹೇಳಿದರೆ ಕೆಲವು ಜನ ನಗುವುದನ್ನು ವಿಟ್ಠು ಪೈ ನೋಡಿದ್ದ. ಬ್ರಾಹ್ಮಣರು ಮೀನು ತಿನ್ನುತ್ತಾರೆಯೇ, ಶುದ್ಧ ಶಾಖಾಹಾರಿಗಳಲ್ಲವೇ ? ಮೀನು ತಿನ್ನುವ ಬ್ರಾಹ್ಮಣರು ಎಂಥವರಪ್ಪ ಅನ್ನುವುದಿತ್ತು. ಗೋವೆಯಲ್ಲಿ ದಂಡಿಯಾಗಿ ಸಿಗುವ ವಸ್ತು ಮೀನು. ಅದನ್ನು ನಾವು ನಮ್ಮ ಹಿರಿಯರು

ತಿನ್ನುತ್ತಾ ಇರುವುದು ರೂಢಿ. ದೇವರ ಪೂಜೆಗೆ ಕೂರುವ ದಿನ ಅದನ್ನು ತಿನ್ನುವ ಕ್ರಮವಿಲ್ಲ. ದೇವರ ಪೂಜೆಗಾಗಿ ಮೀಸಲಿಟ್ಟ ಪುರೋಹಿತರ ಮನೆಗಳು ಅವಕ್ಕೆ ಪೂರ್ತಿ ನಿಷಿದ್ಧರು. ಉಳಿದವರಿಗೆ ಅದರ ನಿಷೇಧವಿಲ್ಲ – ಎಂದು ವಿಟ್ಠು ಪೈ ಹೇಳುತ್ತಿದ್ದ. ಹಾಗೆ ನೋಡಿದರೆ ಭೂಮಿಯ ಕೆಳಗಡೆ ಬೆಳೆಯುವ ಗೆಡ್ಡೆಗಳೂ ನಿಷಿದ್ಧವೇ. ಈಗ ಊರು ಬಿಟ್ಟು ಊರಿಗೆ ಬಂದ ಮೇಲೆ ಅದನ್ನೆಲ್ಲ ನೋಡಿದರೆ ಆಗುತ್ತದೆಯೇ? ನಾವು ಈರುಳ್ಳಿ ಬೆಳ್ಳುಳ್ಳಿ ಕೂಡಾ ತಿನ್ನುತ್ತೇವೆ. ಸೊಪ್ಪುಸದೆ ಯಾವುದನ್ನೂ ಬಿಡುವವರಲ್ಲ. ಮನುಷ್ಯ ಬಳಸಲಿ ಎಂದು ದೇವರು ಸೃಷ್ಟಿ ಮಾಡಿದ ಎಂದು ಅವನೊಮ್ಮೆ ಯಾರೊಡನೆಯೋ ಹೇಳಿದ್ದ. ಓ, ನೀವು ಕೊಂಕಣಿಗಳು, ಏನು ಬೇಕಾದರೂ ತಿನ್ನುವ ಬ್ರಾಹ್ಮಣರು ಎಂದು ಅವರು ನಗೆಯಾಡಿದ್ದರು. ವಿಟ್ಠು ಪೈಗೆ ಅದರಿಂದ ಅಪಮಾನವೆನ್ನಿಸಿತು. ಅವನು ಮೀನು ತಿನ್ನುವುದನ್ನೇ ಬಿಡಬೇಕೆಂದು ಯೋಚಿಸಿದ. ಆದರೆ ಬಾಯಿಯ ರುಚಿ ಕೇಳಲಿಲ್ಲ. ಮೇಲಾಗಿ ಸಮುದ್ರದ ದಂಡೆಯ ಮೇಲೆಯೇ ಮನೆ. ಕಣ್ಣೆದುರಿಗೆ ಹಸಿಹಸಿಯಾದ, ತೊಣಪಣ ಜಿಗಿಯುವ ಮೀನುಗಳ ರಾಶಿ. ನೋಡಿದೊಡನೆ ಬಾಯಿಯಲ್ಲಿ ಒಸರುವ ನೀರು. "ಇವರಿಗೆ ನಾವು ಮೀನು ತಿನ್ನುವ ವಿಷಯ ಹೇಳುವುದು ಯಾಕೆ? ತಿನ್ನುವುದಿಲ್ಲ ಅಂತ ಹೇಳಿ ನಮ್ಮ ಬ್ರಾಹ್ಮಣ್ಯ ಉಳಿಸಬಹುದಲ್ಲ ? ನಷ್ಟವೇನು ಅದರಲ್ಲಿ ?" ಎಂದು ವೆಂಕು ಮ್ಹಾಲ್ಲೊ ಕೇಳಿದ್ದ. ಮರ್ತುಕಿಣಿಯ ಮಗ ದಾಸ ಕಿಣಿ "ವಿಟ್ಠು ಮಾಮ್ಮಾ, ನಾವೇನು ಊಟ ಮಾಡುತ್ತೇವೆ, ಏನು ತಿನ್ನುತ್ತೇವೆ, ಅದರ ಉಸಾಬರಿ ಉಳಿದವರಿಗೇಕೆ ? ಇವರೇನು ನಮಗೆ ಊಟ ಹಾಕುತ್ತಾರೆಯೇ?" ಎಂದಿದ್ದ. "ಹಾಗಲ್ಲ ದಾಸಾ, ಈ ಕಾಲದಲ್ಲಿ ಬ್ರಾಹ್ಮಣರಿಗೆ ತುಂಬಾ ಮರ್ಯಾದೆಯುಂಟು. ಮೊನ್ನೆ ಅರಸು ತೀರಿ, ಈಗಿನ ರಾಜರಿಗೆ ಪಟ್ಟವಾಯಿತಲ್ಲ ? ಬ್ರಾಹ್ಮಣ ಅನ್ನುವ ಕಾರಣಕ್ಕೆ ನಿನಗೆ ಮೊದಲ ಪಂಕ್ತಿಯ ಊಟ, ಉಡುಗೊರೆ ಸಿಕ್ಕಲಿಲ್ಲವೇ ? ಸ್ವತಃ ರಾಜನೇ ಬ್ರಾಹ್ಮಣ ಸಮೂಹದೆದುರು ಉದ್ದಂಡ ನಮಸ್ಕಾರ ಹಾಕಲಿಲ್ಲವೇ ? ಆ ಮರ್ಯಾದೆ ಇಟ್ಟುಕೊಳ್ಳದಿದ್ದರೆ ಕ್ಷತ್ರಿಯರು ಸೊಂಟದಲ್ಲಿ ಬಲವಿಲ್ಲದ ಬ್ರಾಹ್ಮಣರ ಗಡೀಪಾರು ಮಾಡಿಯಾರು. ನಮ್ಮ ಹಿಂದಿನವರು ಮಾಡಿದ್ದು ಅದನ್ನೇ" ಎಂದಿದ್ದ ವಿಟ್ಠು ಪೈ. ವ್ಯಾಪಾರದ ನಿಮಿತ್ತ ಅವನು ಉಳ್ಳಾಲ ಮಂಜೇಶ್ವರ ಮಂಗಳೂರು ಅಂತ ಸಂಚರಿಸುವಾಗ ಅಲ್ಲಲ್ಲ ಸಾರಸ್ವತರು ಗುಟ್ಟಾಗಿ ಮೀನು ತಂದು ಉಪಯೋಗಿಸುವ ಅಭ್ಯಾಸ ಇಟ್ಟುಕೊಂಡುದನ್ನು ಗಮನಿಸಿ ತಾನೂ ಗುಟ್ಟಾಗಿಯೇ ತರಲು ಯೋಚಿಸಿದ.

ಅಪ್ಪಣ್ಣ ಭಟ್ಟರಿಗೆ ಸಾಯುವಾಗ ತಮ್ಮ ಮೊಮ್ಮಗಳು ರುಕ್ಮಿಣಿಯನ್ನು ನಾಗಪ್ಪಯ್ಯನಿಗೆ ಕೊಡಬೇಕೆಂದಾಸೆ ಇತ್ತು. ವಿಟ್ಠು ಪೈಗೂ ಈ ಸಂಬಂಧ ಬೇಡವೆಂಬ ಭಾವನೆಯೇನೂ ಇದ್ದಿರಲಿಲ್ಲ. ಮಾವ ತೀರಿ ಹೋಗಿ ಸಂಕರ್ಷಣ ಭಟ್ಟರ ಸ್ಥಿತಿಗತಿ ಏರುಪೇರಾದಾಗ ಅವರೊಮ್ಮೆ ಭಾವನ ಬಳಿ ಆ ಮಾತು ತೆಗೆದಿದ್ದರು. ವಿಟ್ಠು ಪೈ ವ್ಯಾಪಾರಕ್ಕೆ ಕೈ ಹಾಕಿ ತನ್ನದೇ ಆದ ಮನೆ ಕಟ್ಟಿ ತನ್ನ ಆದಾಯ ಖರ್ಚು ಹೊಂದಾಣಿಸಿಕೊಂಡ ಮೇಲೆ ಆ ಮಾತು

ಮುಂದಕ್ಕೇ ಬಿತ್ತು. ನಾಗಪ್ಪಯ್ಯನಿಗೆ ಆಗ ಹತ್ತು ಕಳೆದು ಹನ್ನೊಂದು ವರ್ಷ. ರುಕ್ಮಿಣಿಗೆ ಐದಾಗಿತ್ತು. ಹಾಗಾಗಿ ವಿಟ್ಠು ಪೈ "ಸ್ವಲ್ಪ ಸಮಯ ಹೋಗಲಿ" ಎಂದಿದ್ದ. ಅವನೇನೋ ಆದಷ್ಟು ವಿಧೇಯನಾಗಿಯೇ ಹೇಳಿದ್ದ. ಆದರೆ ಸಂಕರ್ಷಣ ಭಟ್ಟರು ಮಾತ್ರ ಅದಕ್ಕೆ ವಿಶೇಷ ಅರ್ಥವನ್ನೇ ಕಟ್ಟಿದರು. "ಭಾವ ತನ್ನ ಕಾಲ ಮೇಲೆ ನಿಂತ ಮೇಲೆ ಹಿಂದಿನದನ್ನೆಲ್ಲ ಮರೆತೇ ಬಿಟ್ಟನೇ ? ನಮ್ಮ ರುಕುಮಿಣಿಯೇನು ನೋಡಲು ಚೆನ್ನಾಗಿಲ್ಲವೇ ? ಜಾತಕದ ಮೇಳಾಮೇಳಿ ಇಲ್ಲವೇ ?" ಎಂದು ಅಸಮಾಧಾನ ವ್ಯಕ್ತಪಡಿಸಿದರು.

ಆ ಮಾತು ತುಳಸೀಬಾಯಿಯ ಕಿವಿಗೂ ಬಿತ್ತು. ಬೆನ್ನ ಹಿಂದೆ ಬಿದ್ದ ತಮ್ಮ, ಒಮ್ಮೆ ಕಳೆದು ಮತ್ತೆ ಸಿಕ್ಕಿದವನು, ಆ ಮಾತು ಹೇಳಿದ್ದು ಅವಳಿಗೆ ಕಿರಿಕಿರಿಯೆನ್ನಿಸಿತು. ಆಕೆ ಗಂಡನೊಡನೆ ಅದೇ ಸಂಬಂಧ ಸಮರ್ಥಿಸಿದಳು. ನಾಗಪ್ಪಯ್ಯ ಈ ಮದುವೆ ಒಪ್ಪಿದ ಅಂತ ಹೇಳುವ ಹಾಗಿಲ್ಲ. ಹತ್ತು ವರುಷದ ಆ ಹುಡುಗ ಒಪ್ಪುವ ಪ್ರಶ್ನೆಯೂ ಇರಲಿಲ್ಲ. ಆದರೆ ಅವನೊಡನೆ ಆಡಿದ ಹುಡುಗಿ ರುಕ್ಮಿಣಿ. ಆದುದರಿಂದ ಅವನಿಗೆ ಅವಳನ್ನು ಮದುವೆಯಾಗುವ ಇಚ್ಛೆ ಸುತರಾಂ ಇರಲಿಲ್ಲ. ಆದರೂ ನಾಗಪ್ಪಯ್ಯನ ಮದುವೆಗೆ ವಿಟ್ಠು ಪೈ ಒಪ್ಪಲೇಬೇಕಾಯ್ತು. "ವಯಸ್ಸು ಇನ್ನೂ ಸಣ್ಣದು ಎಂಬ ಕಾರಣಕ್ಕೆ ನಾನು ಸ್ವಲ್ಪ ಸಮಯ ಹೋಗಲಿ ಎಂದದ್ದು. ಬೇಡ ಎಂಬ ಮನಸ್ಸಿನಿಂದಲ್ಲ. ಅವಳನ್ನೇ ಸೊಸೆಯನ್ನಾಗಿ ತರೋಣ. ಆದರೆ ಅವನಿಗೆ ಇನ್ನೂ ಹತ್ತು ವರುಷಗಳಲ್ಲವೇ ? ಹದಿನೈದಾಗುವ ತನಕ ಎಂಥ ಮದುವೆ ?" ಎಂದು ಅವನು ಹೆಂಡತಿಯನ್ನು ಕೇಳಿದ್ದ. ತುಳಸೀಬಾಯಿ ಒಪ್ಪಲಿಲ್ಲ. "ದಿನಗಳು ನಿಲ್ಲುವುದಿಲ್ಲ. ಈಗ ಹತ್ತು ವರುಷಗಳಿರಬಹುದು ಅವನಿಗೆ. ಇನ್ನು ಐದು ವರುಷದಲ್ಲಿ ಹದಿನೈದಾಗುತ್ತದೆ. ನಾವೆಲ್ಲ ಸಣ್ಣವರಾಗಿದ್ದೇ ದೊಡ್ಡವರಾದದ್ದಲ್ಲವೇ ? ಅವರೂ ದೊಡ್ಡವರಾಗುತ್ತಾರೆ. ಆದಷ್ಟು ಬೇಗ ಮದುವೆ ಮಾಡಿ ಮುಗಿಸುವ. ಸೊಸೆಯನ್ನು ಮನೆಯೊಳಗೆ ತರುವ ಪ್ರಸ್ತ ಕಾರ್ಯ ಬೇಕಿದ್ದರೆ ಅವಳು ಮೈ ನೆರೆದ ಮೇಲೆಯೇ ಮಾಡಿದರಾಯಿತು. ಇಂಥ ಕಷ್ಟದ ದಿನಗಳಲ್ಲಿ ನಮ್ಮ ಕರ್ತವ್ಯ ನಾವು ಮಾಡಬೇಕು" ಎಂದಳು. ಹೆಂಡತಿಯ ಮಾತಿಗೆ ವಿಟ್ಠು ಪೈ ಎದುರಾಡಲಿಲ್ಲ. ಹಾಗೂ ಹೀಗೂ ಇನ್ನೊಂದು ವರ್ಷ ತಳ್ಳಿದ. ಕೊನೆಗೆ ಒಂದು ಶುಭ ಮುಹೂರ್ತದಲ್ಲಿ ನಾಗಪ್ಪಯ್ಯ ರುಕ್ಮಿಣಿಯನ್ನು ಮದುವೆಯಾದ. ಮದುವೆಯಾದರೂ ಆಕೆ ತಾಯಿಯ ಮನೆಯಲ್ಲೇ ಉಳಿದಳು. ತಾಯಿಯ ಮನೆಯೇನೂ ದೂರವಿರಲಿಲ್ಲ. ಹತ್ತು ಹೆಜ್ಜೆ ನಡೆದರೆ ಸಾಕು, ಆ ಮನೆ. ರುಕ್ಮಿಣಿ ತಾಯಿಯ ಮನೆ ಗಂಡನ ಮನೆ ಎಂದು ಜೀವನ ಪೂರ್ತಿ ಅಲೆಯುತ್ತಲೇ ಇದ್ದಳು.

ನಾಗಪ್ಪಯ್ಯನ ಮದುವೆ ಎಂಟು ದಿನಗಳದ್ದು. ಮದುವೆಯ ಆಡಂಬರವೆಲ್ಲ ಕಳೆದ ಮೇಲೆ ವಿಟ್ಠು ಪೈಯನ್ನು ಅಲ್ಲಾಡಿಸುವಂಥ ಕನಸೊಂದು ಅವನಿಗೆ ಬಿದ್ದಿತ್ತು. ಕನಸಿನಿಂದ ಎಚ್ಚರಾದಾಗ ಅವನು ಗದಗದ ನಡುಗುತ್ತಿದ್ದ. ಮೈಯೆಲ್ಲ ಪೂರ್ತಿ ಬೆವರು. ವಿಟ್ಠು ಪೈಯನ್ನು ನೋಡಿ ಗಾಬರಿಯಾಗಿ ತುಳಸೀಬಾಯಿ ಅವನನ್ನೆಚ್ಚರಿಸಿದ್ದಳು. ಬಿದ್ದ ಕನಸನ್ನು

ಜ್ಞಾಪಿಸಿಕೊಳ್ಳುವಾಗಲೂ ವಿಟ್ಠು ಪೈ ನಡುಗಿದ. ಕನಸಿನಲ್ಲಿ ಅವನಿಗೆ ಕಂಡದ್ದು ನಾಗ್ಡೊಬೇತಾಳನ ಮೋರೆ. ಅದೇ ಅಗಲವಾದ ಮುಖ, ಕೆಂಪಾದ ಕಣ್ಣುಗಳು, ಬಾಯಿಯೊಳಗಿನ ತಾಂಬೂಲವನ್ನು ಅದೇ ತಾನೇ ಉಗಿದು ಬಂದವನಂತೆ ಕಂಡ ನಗ್ನ ಮೂರ್ತಿ. ''ಮಗನಿಗೆ ಮದುವೆ ಮಾಡಿದಿಯಂತೆ ?'' ಎಂದು ಕೇಳಿದ್ದ. ''ಹೂಂ, ನನ್ನ ಹೆಂಡತಿಯ ತಮ್ಮನ ಮಗಳನ್ನೇ ತಂದೆ'' ಎಂದಿದ್ದ ವಿಟ್ಠು ಪೈ. ''ಮರೆತೇ ಬಿಟ್ಟಿಯೇನು ಧಡ್ಡನನ್ನು ? ಮದುವೆಯ ಹೊತ್ತಿಗೆ ಒಮ್ಮೆಯಾದರೂ ಜ್ಞಾಪಿಸಿಕೊಂಡೆಯಾ ? ನಿನ್ನ ಜೊತೆ ಬೆಳೆದು, ನಿನ್ನ ದೇವರಿಗಾಗಿ ಕಷ್ಟಪಟ್ಟದ್ದು ನಿನಗೆ ನೆನಪಿಗೆ ಬರಲೇ ಇಲ್ಲವೇ ?'' ನಾಗ್ಡೊಬೇತಾಳ ಹಾಕಿದ ಪ್ರಶ್ನೆ ವಿಟ್ಠು ಪೈಗೆ ತನ್ನ ತಪ್ಪಿನ ಅರಿವು ಮೂಡಿಸಿ ನಾಲಗೆ ಕಚ್ಚುವಂತೆ ಮಾಡಿತ್ತು. ''ನೂರು ಜನರಿಗೆ ಊಟ ಹಾಕಿದೆಯಂತಲ್ಲ ? ಅವನೊಬ್ಬ ನಿನಗೆ ಹೆಚ್ಚಾದನೇನು ?'' ನಾಗ್ಡೊಬೇತಾಳ ಗುಡುಗಿದ್ದ !

''ಕ್ಷಮಿಸು, ನಿಜವಾಗಲೂ ಮರೆತೆ. ಯಾಕೆ ಈ ಮರೆವು ಮೂಡಿತೋ ನನ್ನಲ್ಲಿ ?'' ಎಂದು ಗಾಬರಿಗೊಂಡ ವಿಟ್ಠು ಪೈ. ಅವನು ವ್ಯಂಗ್ಯವಾಗಿ ನಕ್ಕ. ''ವಿಟ್ಠೂ ವ್ಯಾಪಾರ ಚೆನ್ನಾಗಿ ಆಗುತ್ತಿರಬೇಕು. ಹೊಟ್ಟೆ ಬಟ್ಟೆಗಳಿಗೆ ಕಷ್ಟವಿರದಾಗ ನನ್ನ ನೆನಪು ಹೇಗಾದೀತು ನಿನಗೆ ? ನಾನೊಮ್ಮೆ ಮನಸ್ಸು ಮಾಡಿದರೆ ನೀನು ತಿರುಪೆ ಎತ್ತುವುದನ್ನು ನೋಡುತ್ತೀಯಾ?'' ಎಂದು ಗಹಗಹಿಸಿದ ನಾಗ್ಡೊಬೇತಾಳ. ವಿಟ್ಠು ಪೈಗೆ ನಿಜಕ್ಕೂ ಗಾಬರಿಯೆನಿಸಿತು. ಅವನ ಕಣ್ಣಲ್ಲಿ ನೀರೊಸರಿತು. ''ಕ್ಷಮಿಸು. ಇನ್ನು ಖಂಡಿತ ಮರೆಯುವುದಿಲ್ಲ. ಈ ಬಾರಿ ಕ್ಷಮಿಸಿಬಿಡು'' ಎಂದು ಕಾಲಿಗೆ ಬಿದ್ದ. ನಾಗ್ಡೊಬೇತಾಳ ಮತ್ತೆ ನಕ್ಕ – ''ಗೋವೆ ಬಿಡುವಾಗ ನಡೆದ ಸಂಗತಿಗಳನ್ನು ಮರೆತಿದ್ದೀಯೋ ? ಏಳು ಕಡೆ ಅವನಿಗಾಗಿ ಗುಡಿ ಕಟ್ಟಿಸಿದ್ದೇನೆ. ಅಲ್ಲಿ ದಿನಕ್ಕೆರಡು ಬಾರಿ ಪೂಜೆ ಮಾಡುತ್ತಿದ್ದಾರೆ ಜನ. ಆದರೆ ಮನೆಯವನೇ ಆದ ನಿನ್ನಲ್ಲಿ ಒಂದು ಊಟ ಹಾಕು ಎಂದು ಕೇಳಬೇಕಾಯಿತಲ್ಲವೇ ?'' ಎಂದು ಆ ದಿನಗಳನ್ನು ನೆನಪಿಸಿದ. ವಿಟ್ಠು ಪೈ ಗದಗುಟ್ಟಿ ನಡುಗತೊಡಗಿದ! ಮೈಯಿಂದ ದಿರಿದಿರೀ ಅಂತ ಬೆವರಿಳಿಯಲಾರಂಭಿಸಿತು. ನಾಗ್ಡೊಬೇತಾಳ ಸಿಟ್ಟಿನಿಂದ ಕುದಿಯುತ್ತಾ ಭೀಕರ ಆಕೃತಿ ತಾಳಿದ – ''ವಿಟ್ಠೂ, ಅವನನ್ನು ಮರೆತವರಿಗೆ ಏನು ಮಾಡುತ್ತೇನೆ ಗೊತ್ತಾ ?'' ಎಂದು ಕಿರಿಚಿದ. ವಿಟ್ಠು ಪೈ ಹೆದರಿಕೆಯಿಂದ ಕಂಗಾಲಾಗಿ ಲಬೋ ಲಬೋ ಎಂದು ತಲೆ ಬಡಿದುಕೊಳ್ಳುತ್ತಿದ್ದಂತೆಯೇ –

ತುಳಸೀಬಾಯಿ ಅವನನ್ನೆಚ್ಚರಿಸಿದ್ದಳು. ''ಯಾಕೆ ? ಯಾಕೆ ಹಾಗೆ ಬೆವರಿದ್ದೀರಿ ? ಯಾಕೆ ನಡುಗುತ್ತಿದ್ದೀರಿ ? ದುಃಸ್ವಪ್ನ ಕಂಡಿರಾ ?'' ಎಂದು ಅವನನ್ನು ಎಚ್ಚರಿಸಿದ್ದಳು. ವಿಟ್ಠು ಪೈ ಎಚ್ಚರಾದ ಮೇಲೂ ಕನಸನ್ನೇ ನೆನೆಯುತ್ತಾ ಆ ರಾತ್ರಿ ಕಳೆದಿದ್ದ. ನಿಜವಾಗಿಯೂ ಧಡ್ಡನನ್ನು ತಾನು ಮರೆತೆನೇ? ಅದಕ್ಕಾಗಿಯೇ ನಾಗ್ಡೊಬೇತಾಳ ಕನಸಿನಲ್ಲಿ ಬಂದು ತನ್ನನ್ನೆಚ್ಚರಿಸಿದನೇ? ಏನಿದರ ಅರ್ಥ ಎಂದು ಬಹಳ ಹೊತ್ತು ಕಣ್ಣೆವೆ ಮುಚ್ಚದೇ ಯೋಚಿಸಿದ.

ಮುಂದೆ ಸಾರಸ್ವತರ ಮದುವೆ ಮುಂಜಿ ಮುಂತಾದ ಶುಭಸಮಾರಂಭಗಳಲ್ಲಿ ಧಡ್ಡನನ್ನು ಕೂರಿಸುವ ಒಂದು ಕ್ರಿಯೆ ಸಂಪ್ರದಾಯವಾಗಿ ಬೆಳೆಯಿತು. ಯಾವುದೇ ಶುಭ ಕಾರ್ಯದಲ್ಲಿ ಧಡ್ಡನ ನೆನಪು ತೆಗೆಯಬೇಕು, ಅವನಿಗಾಗಿ ಮಧ್ಯಭಾಗದಲ್ಲಿ ಅಗ್ರಸ್ಥಾನ ಕೊಡಬೇಕು ಎಂಬ ನಂಬಿಕೆ ಸಾರಸ್ವತರ ಮನೆ ಮನೆಗಳಲ್ಲಿ ಕಾಣತೊಡಗಿತು.

"ಆಗ ಈ ಭಾಗದಲ್ಲಿ ನಮ್ಮವರ ಸಂಖ್ಯೆ ಬಹಳ ಕಮ್ಮಿ ರಾಚ್ಚೂ. ಒಬ್ಬರನ್ನೊಬ್ಬರು ನೋಡುತ್ತಾ ಈ ಪದ್ಧತಿ ಬಹುಬೇಗ ಚಾಲೂ ಆಯಿತು. ಗೋವೆಯ ಕಡೆಯೂ ಇದೇ ಪದ್ಧತಿ ಇರಬಹುದು ಎಂದು ಎಲ್ಲರೂ ನಂಬಿದರು. ಈಗಲೂ ನೀನು ಯಾವುದಾದರೂ ಮದುವೆಗೋ ಉಪನಯನಕ್ಕೋ ಹೋಗು ರಾಚ್ಚೂ. ಪುರೋಹಿತರು ದೊಡ್ಡ ಸ್ವರದಲ್ಲಿ ಧಡ್ಡನನ್ನು ಕೂರಿಸಿರೋ ಎಂದು ಕೂಗುತ್ತಾರೆ. ಅವರ ಪಕ್ಕದಲ್ಲಿಯೇ ಅವನನ್ನು ಕೂರಿಸುತ್ತಾರೆ. ಹಾಗೆ ಕೂರಿಸದೇ ಇರುವುದು ಅಕ್ಷಮ್ಯ ಅಪರಾಧವಾಗುತ್ತದೆ ಎಂಬ ಭಾವನೆ ತಾಳಿದ್ದಾರೆ" ಎಂದು ಅಜ್ಜ ಹೇಳಿದ ಮಾತು ಬೇಳಕಟ್ಟೆ ರಾಮಚಂದ್ರ ಪೈಗೆ ಸಾಯುವ ತನಕ ನೆನಪಿತ್ತು !

□

೧೭

ಸಂಕರ್ಷಣ ಭಟ್ಟರ ಮಗಳು ರುಕ್ಮಿಣಿ ನಾಗಪ್ಪಯ್ಯನ ಹೆಂಡತಿಯಾಗಿ ಗಂಡನ ಮನೆ ಸೇರಬೇಕಾದರೆ ತುಳಸೀಬಾಯಿಗೆ ಇನ್ನೊಂದು ಮಗುವಾಗಿತ್ತು. ಸಾಂತಪ್ಪಯ್ಯನನ್ನು ಹೆತ್ತ ಮೇಲೆ ಆಕೆ ಎರಡು ಸಲ ಬಸಿರಾಗಿದ್ದಳು. ಆದರೆ ಆರೇಳು ತಿಂಗಳಲ್ಲಿ ಬಸುರು ಇಳಿದು ಹೋಗಿತ್ತು. ಈಗ ತನ್ನ ಹೆಂಡತಿ ಮತ್ತೆ ಬಸುರಾಗಬಹುದೆಂದು ವಿಟ್ಠು ಪೈ ನಿರೀಕ್ಷಿಸಿರಲಿಲ್ಲ. ತುಳಸೀಬಾಯಿಯ ಆರೋಗ್ಯವೂ ನಾಜೂಕಾಗುತ್ತ ಹೋಗಿತ್ತು. ಹಾಗಾಗಿ ಅವನು ರುಕ್ಮಿಣಿ ಯಾವಾಗ ಮೈ ನೆರೆಯುತ್ತಾಳೆ ಎಂದು ಕಾದೇ ಕೂತಿದ್ದ. ಆಕೆ ಮೈ ನೆರೆಯಲು ಸ್ವಲ್ಪ ಸಮಯ ಹಿಡಿಯಿತು. ಅಷ್ಟರಲ್ಲಿ ತುಳಸೀ ಬಾಯಿ ಬಸಿರಾಗಿ ಹೆತ್ತಿದ್ದಳು. ಹೆಣ್ಣು ಮಗು. ನಾಲ್ಕು ಗಂಡು ಮಕ್ಕಳು ಹುಟ್ಟಿದಾಗ ಕನ್ಯಾದಾನದ ಫಲ ಸಿಗಲು ಒಂದು ಹೆಣ್ಣು ಹುಟ್ಟಬಾರದಿತ್ತೇ ಎಂದು ಅವನು ಯೋಚಿಸಿದ್ದಿತ್ತು. ಮುಂದೆ ಎರಡು ಬಾರಿ ಗರ್ಭ ಇಳಿದಾಗ ದೇವರು ಕೊಟ್ಟಿಲ್ಲ ಅಂತ ನೆನಸಿದ್ದ. ನಾಗ್ಡೊ ಬೇತಾಳನ ಕೃಪೆ. ಕೊನೆಗೊಮ್ಮೆ ತನ್ನಾಸೆಯಂತೆ ಹೆಣ್ಣು ಹುಟ್ಟಿ ಮಗು ಮೈ ಕೈ ತುಂಬಿ ಆರೋಗ್ಯದಿಂದಿದ್ದಾಗ ವಿಟ್ಠು ಪೈ ಆನಂದಪಟ್ಟದ್ದು ಸಹಜ. ಮಗುವಿಗೆ ಚಂದ್ರಭಾಗಾ ಅಂತ ಹೆಸರಿಟ್ಟ. ಆಮೇಲೆ ಕೆಲವು ದಿನಗಳಲ್ಲಿಯೇ ರುಕ್ಮಿಣಿಯೂ ಮೈ ನೆರೆದು ಮನೆ ಹೊಕ್ಕಳು.

ರುಕ್ಮಿಣಿಗೆ ಗೋವೆ ನೋಡುವುದಿರಲಿ, ಕೇಳಿ ಕೂಡಾ ಗೊತ್ತಿರಲಿಲ್ಲ. ಅವಳ ತಂದೆ ಸಂಕರ್ಷಣ ಭಟ್ಟರು ಗೋವೆ ಬಿಡುವಾಗ ಅವರಿಗಿನ್ನೂ ಮದುವೆಯಾಗಿರಲಿಲ್ಲ. ಹಾಗಾಗಿ ಗೋವೆ ಅವಳಿಗೆ ಹೇಗೆ ಗೊತ್ತಿದ್ದೀತು ? ತನ್ನ ತಮ್ಮನ ಮಗಳಿಗೆ ತುಳಸೀ ಬಾಯಿಯೇ ಗೋವೆ ಬಿಟ್ಟಾಗ ಪಟ್ಟ ಕಷ್ಟ ಪರಂಪರೆಗಳನ್ನೆಲ್ಲ ಹೇಳಿದ್ದಳು. ಗೋವೆಯ ರೀತಿ ರಿವಾಜನ್ನೂ ತಿಳಿಸಿದ್ದಳು. ಹಾಗೆ ಹೇಳುತ್ತಾ ಹೇಳುತ್ತಾ ನಾಗ್ಡೊ ಬೇತಾಳನ ಬಗ್ಗೆಯೂ ತಿಳಿಸಿದ್ದಳು. "ನಾಗ್ಡೊ ಬೇತಾಳ ಬರುತ್ತಾನೆ ಅಂದಿದ್ದಾನೆ ರುಕ್ಮಿಣಿ. ತೆಂಕಣಕ್ಕೆ ಬಂದರೆ ನಮ್ಮ ಮನೆ ಹುಡುಕಿಕೊಂಡು ಬರುತ್ತಾನೆ. ಅವನ ಬೆತ್ತಲೆ ರೂಪ ಕಂಡು ಅಂಜಬೇಡ. ಬಂದಾಗ ಕಾಲಿಗೆ ಬಿಸಿ ನೀರಿತ್ತು ಸತ್ಕರಿಸಬೇಕು. ಎಳೆ ಎಳೆಯಾದ ಪಂಚವಳ್ಳಿ ವೀಳ್ಯದೆಲೆಗಳನ್ನೂ ತಟ್ಟೆ ತುಂಬಾ ಅಡಿಕೆಯ ಹೋಳುಗಳನ್ನೂ ಇಟ್ಟು ದೀರ್ಘದಂಡ ನಮಸ್ಕಾರ ಮಾಡಬೇಕು. ಅವನಿಂದಾಗಿ ನಮ್ಮ ಸೌಮಾಂಗಲ್ಯ ಉಳಿದಿದೆ. ಅವನಿಂದಾಗಿಯೇ ನೀನೂ ದೀರ್ಘ ಸುಮಂಗಲಿಯಾಗುತ್ತಿ. ಮುಂದಣ ವಂಶಕ್ಕೆ ಈ ಕಥೆಯನ್ನೆಲ್ಲ ನೀನು ಹೇಳಬೇಕಾಗಿದೆ" ಎಂದು ತುಳಸೀಬಾಯಿ ತನ್ನ ದೀರ್ಘ ಕಥನವನ್ನು ಕೊನೆಗೊಳಿಸಿದ್ದಳು.

ರುಕ್ಮಿಣಿ ಮನೆ ತುಂಬಿದ ಸ್ವಲ್ಪ ಸಮಯದಲ್ಲಿಯೇ ಯುದ್ಧ ಆರಂಭಗೊಂಡಿತು.

ಯಾರೋ ಕೆಳದಿಯ ಬಸವಪ್ಪ ನಾಯಕನೆಂಬವ ಆ ಕಡೆಯಿಂದ ಯುದ್ಧ ಮಾಡುತ್ತಾ ಮುಂದೊತ್ತಿ ಬರಹತ್ತಿದ. ಉಳ್ಳಾಲದಲ್ಲಿ ಹಿರಿಯ ಅಬ್ಬಕ್ಕ ರಾಣಿ ಸತ್ತು ಕಿರಿಯ ಅಬ್ಬಕ್ಕ ರಾಣಿ ಪಟ್ಟಕ್ಕೆ ಬಂದಿದ್ದಳು. ಉತ್ತರದ ಕಡೆಯಿಂದ ಪೋರ್ಚುಗೀಸರು ಸತತ ಹಲ್ಲೆ ಮಾಡುತ್ತಿದ್ದರು. ಅಬ್ಬಕ್ಕ ರಾಣಿ ಆ ಸವಾಲುಗಳನ್ನು ಎದುರಿಸುವುದರಲ್ಲಿಯೇ ದಿನ ಕಳೆದಿದ್ದಳು. ಅವಳ ದುರ್ದೈವವೆಂದರೆ ಹಳೆಯ ವೈಷಮ್ಯವೊಂದಕ್ಕೆ ತೇಪೆ ಹಾಕಲು ಮಾಡಿದ ಮದುವೆಯಲ್ಲಿ ಗಂಡನಾದ ಲಕ್ಷ್ಮಪ್ಪ ಬಂಗರಸನಿಗೂ ಅವಳಿಗೂ ದ್ವೇಷ ಭುಗಿಲ್ಲೆಂದು ಎದ್ದದ್ದು. ಯಾವುದೋ ನೋಂಪಿಗೆ ಬರಬೇಕೆಂದು ಲಕ್ಷ್ಮಪ್ಪ ಬಂಗಸರ ಹೇಳಿ ಕಳುಹಿಸಿದ್ದ. ಅದು ರಾಣಿಯ ಅಭಿಮಾನಕ್ಕೆ ಕುಂದುಂಟಾಗಿತ್ತು. ಆಕೆ ಹೋಗಿರಲಿಲ್ಲ. ಇದರಿಂದ ಸಿಟ್ಟುಗೊಂಡು ಲಕ್ಷ್ಮಪ್ಪ ಬಂಗರಸ ಅವಳ ಮೇಲೆ ಯುದ್ಧಕ್ಕೆ ಬಂದ. ಜೋರಾಗಿ ನಡೆದ ಯುದ್ಧ, ಸೋಲು ಹತ್ತಿರವಾದದ್ದು ಲಕ್ಷ್ಮಪ್ಪ ಬಂಗರಸನನ್ನು ಚಿಂತೆಗೀಡು ಮಾಡಿತ್ತು! ಅವನು ಪೋರ್ಚುಗೀಸರನ್ನು ಆಹ್ವಾನಿಸಿ ಇನ್ನೊಂದು ದಾಳ ಎಸೆದ. ಅಬ್ಬಕ್ಕ ರಾಣಿ ಕಂಗಾಲಾದಳು. ಆಕೆ ಘಟ್ಟದ ಮೇಲೆ ಪ್ರಬಲ ಸೈನ್ಯ ಕಟ್ಟಿಕೊಂಡು ದಾಂಧಲೆ ನಡೆಸುತ್ತಿದ್ದ ಕೆಳದಿಯ ರಾಜ ಬಸವಪ್ಪ ನಾಯಕನ ಸಹಾಯ ಯಾಚಿಸಿದಳು. ತೆಂಕಣ ತೀರಕ್ಕೆ ಬಂದ ಬಸವಪ್ಪ ನಾಯಕ ಅವಳ ಶತ್ರುಗಳನ್ನು ಬಗ್ಗು ಬಡಿದ. ಆದರೆ ತೀರದ ಫಲವತ್ತಾದ ಪ್ರದೇಶ ಅವನ ಬಾಯಿಯಲ್ಲೂ ನೀರೂರಿಸಿತು. ತೀರದ ರಾಜ್ಯಗಳನ್ನೂ ಒಂದೊಂದಾಗಿ ಕಬಳಿಸುತ್ತಾ ಬಂದ.

ಪಕ್ಕದ ರಾಜ್ಯದಲ್ಲಿ ಇಷ್ಟೊಂದು ಕೋಲಾಹಲ ನಡೆಯುತ್ತಿದ್ದಾಗ ಕುಂಬಳೆ ರಾಜ ಸುಮ್ಮನಿರುವುದು ಸಾಧ್ಯವೇ ? ಹಾಗೆ ನೋಡಿದರೆ ಸದಾಶಿವ ರಾಯ ಯುದ್ಧದಲ್ಲಿ ಅಂಜುಬುರುಕನೇ. ತಾನಾಗಿ ಯುದ್ಧಕ್ಕೆ ಹೋಗಲಾರ. ರಾಜನಾಗಿ ಯುದ್ಧ ಮಾಡಬಂದವರನ್ನು ಎದುರಿಸದೇ ಇರುವುದು ಸರಿಯಲ್ಲ. ಆದುದರಿಂದ ತನ್ನ ರಾಜ್ಯದಲ್ಲಿರುವ ಬೆಳೆದ ತರುಣರನ್ನು ಸೈನ್ಯಕ್ಕೆ ಸೇರಿಸುವ ಕೆಲಸದಲ್ಲಿ ಅವನೂ ಮುತುವರ್ಜಿ ವಹಿಸಿದ. ರುಕ್ಮಿಣಿಗೆ, ಅವಳಿಗಿಂತ ಹೆಚ್ಚಾಗಿ ವಿಟ್ಠು ಪೈಗೆ ನಾಗಪ್ಪಯ್ಯನ ಚಿಂತೆಯಾಯಿತು. ಎಲ್ಲಾದರೂ ಅವನನ್ನು ಹಿಡಿದು ಎಳೆದುಕೊಂಡು ಹೋಗಿ ಸೈನ್ಯಕ್ಕೆ ಸೇರಿಸಿ ಬಿಟ್ಟರೆ ಎಂದು ! ಕೊನೆಗೆ ಅವನು ಸಣ್ಣವನೆಂದೂ, ಇನ್ನೂ ಹದಿನೈದು ತುಂಬದವನೆಂದೂ, ಮೇಲಾಗಿ ಬ್ರಾಹ್ಮಣನೆಂದೂ, ಯುದ್ಧಕ್ಕೆ ಲಾಯಕ್ಕಲ್ಲವೆಂದೂ ಸದಾಶಿವರಾಯನ ಸೇನಾಧಿಪತಿ ನಿಶ್ಚಯ ಮಾಡಿದ್ದು ವಿಟ್ಠು ಪೈಯ ಚಿಂತೆಯನ್ನು ದೂರ ಮಾಡಿತು. ಕೊನೆಗೆ ಸದಾಶಿವರಾಯನೂ ಯುದ್ಧ ಮಾಡಲಾರದೇ ಕುಂಬಳೆಯ ಅರಮನೆ ಬಿಟ್ಟು ಮಾಯಿಪ್ಪಾಡಿಯ ಅರಮನೆಗೆ ಹೋಗಿ ಕೆಲವು ಕಾಲ ನಿಂತ. ಕುಂಬಳೆಯ ಜನರಿಗೆ ನಿಧಾನವಾಗಿ ತಮ್ಮ ಭವಿಷ್ಯದ ಬಗ್ಗೆ ಅನುಮಾನ ಮೂಡತೊಡಗಿತು.

ಇಂಥ ಅನುಮಾನದ ಸಂಪೂರ್ಣ ಲಾಭ ಪಡೆದವನು ವಿಟ್ಠು ಪೈ. ರುಕ್ಮಿಣಿ ಗಂಡನ ಮನೆ ಸೇರಿದ ಮೇಲೆ, ಅವಳು ಬಂದ ಕಾರಣವಲ್ಲದಿದ್ದರೂ ವಿಟ್ಠು ಪೈಯ ವ್ಯಾಪಾರ ಬಹಳ ಅಭಿವೃದ್ಧಿಗೊಂಡಿತು. ಅವನಿಗೆ ಇದೇ ವ್ಯಾಪಾರವೆಂಬ ಕಟ್ಟುಪಾಡು ಏನೂ

ಇರಲಿಲ್ಲ. ಕಾಡಿನ ಕಡೆಯಿಂದ ಬರುವ ಯಾವುದೇ ವಸ್ತುವನ್ನು ಬಹಳ ಕಮ್ಮಿ ದರದಲ್ಲಿ ಕೊಂಡುಕೊಂಡು ಅವರಿಗೆ ಬೇಕಾದ ತನ್ನಲ್ಲಿದ್ದ ವಸ್ತುಗಳನ್ನು ಲಾಭಕ್ಕೆ ಮಾರುವುದರಲ್ಲಿ ವಿಟ್ಠು ಪೈ ಯಶಸ್ವಿಯಾದ. ಅವನ ಮಾತುಗಾರಿಕೆಯೇ ಅವನಿಗೆ ಸಾಕಷ್ಟು ಲಾಭ ತಂದಿತು. ಹಾಗೆ ಅವರಿಂದ ಕೊಂಡ ಸಾಮಾನುಗಳನ್ನು ಅರಬ ದೇಶದ ಮುಸಲಮಾನರಿಗೆ ಮಾರುವುದರಲ್ಲೂ ವಿಟ್ಠು ಪೈಗೆ ಅದೇ ಚಾಕಚಕ್ಯತೆಯ ನೆರವಿತ್ತು. ವೆಂಕು ಮ್ಹಾಲ್ಲೊನ ಮಗ ದಾಮು ಮಲ್ಯ ಅವನಿಗೆ ಸಹಾಯಕನಾಗಿ ದೊರಕಿದ್ದು ವಿಟ್ಠು ಪೈಗೆ ರೆಕ್ಕೆ ಕೊಟ್ಟಂತಾಗಿತ್ತು. ದಾಮು ಮಲ್ಯ ಮಾತಿನಲ್ಲಿ ವಿಟ್ಠು ಪೈಯನ್ನು ಮೀರಿಸುವ ಜಾಣತನ ತೋರಿಸಿದ್ದ. ವಿಟ್ಠು ಪೈಗಿಂತ ವಯಸ್ಸಿನಲ್ಲಿ ಸಣ್ಣವ. "ಪೆರಡಾಲದಲ್ಲಿ ಕೊರಗರ ಬಳಿ ಬಿದಿರಿನ ಕುಕ್ಕೆಗಳಿದ್ದಾವೋ ದಾಮ್ಹೂ, ಇಪ್ಪತ್ತು ಕುಕ್ಕೆಗಳಿಗೆ ಒಂದು ಸೇರು ಅಕ್ಕಿ ಕೊಡಬೇಕೆಂದರು. ನಾನು ಮೂರು ಪಾವು ಕೊಡುತ್ತೇನೆಂದೆ. ನೀನೊಮ್ಮೆ ನೋಡಿ ಬಾ" ಎಂದು ಕಳುಹಿಸಿದರೆ ದಾಮು ಮಲ್ಯ ಎರಡೇ ಪಾವಿಗೆ ಖರೀದಿ ಮಾಡಿ ಕೊಸರು ಎಂದು ಒಂದು ಕುಕ್ಕೆ ಹೆಚ್ಚೇ ತರುತ್ತಿದ್ದ. "ಆಮ್ಗೆಲೊ* ದಾಮ್ಮುವಲ್ಲವೇ? ಅವನ ಬಾಯಿಯ ಎದುರು ಯಾರು ಉಳಿದಾರು ?" ಎಂದು ವಿಟ್ಠು ಪೈಯೇ ಹೇಳುವಂತಾಯಿತು.

ವೆಂಕು ಮ್ಹಾಲ್ಲೊನೂ ತೀರಿಕೊಂಡ. ಗೋವೆಯಿಂದ ಬಂದ ಹಳೆಯ ತಲೆಮಾರುಗಳಲ್ಲಿ ಅವನೊಬ್ಬನೇ ಉಳಿದಿದ್ದ. ವಿಟ್ಠು ಪೈಯ ಜೊತೆ ಕುಂಬಳೆಯಲ್ಲಿದ್ದವರ ಪೈಕಿ ಅನ್ನು ಕಾಮಾತಿ ಮೊದಲೇ ತೀರಿಕೊಂಡಿದ್ದ. ಅಪ್ಪಣ್ಣ ಭಟ್ಟರೂ ಸ್ವರ್ಗವಾಸಿಗಳಾಗಿದ್ದರು. ಮರ್ತುಕಿಣಿಗೆ ಕುಂಬಳೆಯ ನೀರಿನ ಋಣವೇ ಇರಲಿಲ್ಲ. ಈಗ ವೆಂಕು ಮ್ಹಾಲ್ಲೊನೂ ತೀರಿಕೊಂಡಾಗ ವಿಟ್ಠು ಪೈಗೆ ತೀರ ದುಃಖವೆನಿಸಿತು. "ವಿಟ್ಠೂ, ನನ್ನ ದಿನಗಳು ಮುಗಿದುವೆಂದು ಕಾಣುತ್ತದೆ. ದಾಮ್ಮುವನ್ನು ನಿನ್ನ ಕೈಲಿಡುತ್ತೇನೆ. ಅವನನ್ನು ನೀರಲ್ಲಾದರೂ ಅದ್ದು, ಹಾಲಲ್ಲಾದರೂ ಅದ್ದು" ಎಂದು ಹೇಳಿದ್ದ ವೆಂಕು ಮ್ಹಾಲ್ಲೊ. ವಿಟ್ಠು ಪೈ "ಆಗಲಿ" ಎಂದಿದ್ದ. ದಾಮು ಮಲ್ಯ ನಾಗಪ್ಪಯ್ಯನಿಗಿಂತ ದೊಡ್ಡವನಾದರೂ ತಂದೆ ತೀರಿಕೊಳ್ಳುವಾಗ ಅವನಿಗೆ ಮದುವೆಯಾಗಿರಲಿಲ್ಲ. ಹಾಗಾಗಿ ವೆಂಕು ಮ್ಹಾಲ್ಲೊ ತೀರಿಕೊಂಡ ಒಂದು ವರುಷದ ಬಳಿಕ ದಾಮು ಮಲ್ಯನಿಗೆ ಮದುವೆಯಾಯಿತು. ಮರ್ತುಕಿಣಿಯ ಮಗಳು ಶಾಂತೇರಿಯನ್ನೇ ಅವನಿಗೆ ಕೊಡುವಂತೆ ವಿಟ್ಠು ಪೈ ಪ್ರಯತ್ನಿಸಿ ಸಫಲನಾದ.

"ದಿನಗಳು ನಮಗಾಗಿ ಕಾಯುತ್ತವೆಯೇ ರಾಚ್ಚೂ? ಬೆಳಗಾದರೆ ಪೂರ್ವದಲ್ಲಿ ಏಳುವ ಸೂರ್ಯನನ್ನು ಬೇಕಿದ್ದರೆ ಒಂದೆರಡು ಕ್ಷಣ ಅಲ್ಲೇ ನಿಲ್ಲು ಎಂದು ಹೇಳು.

---

* ಆಮ್ಗೆಲೊ = ನಮ್ಮ

ನಿಲ್ಲುತ್ತಾನೆಯೇ? ಸಂಜೆ ಸಮುದ್ರಕ್ಕೆ ಅವನು ಹಾರುವಾಗ ತಡಿಯಯ್ಯ, ಇವತ್ತಿನ ನನ್ನ ವಹಿವಾಟು ಮುಗಿದಿಲ್ಲ. ನಿನಗೆ ಅಷ್ಟು ಬೇಗ ಕತ್ತಲು ಮಾಡಿ ಏನು ಕೊಳ್ಳೆ ಹೊಡೆಯಲುಂಟು ಎಂದು ಕೇಳು. ತಡೆಯುತ್ತಾನೆಯೇ? ಕಿವಿಯ ಬಳಿ ಬಿಳಿಯ ಕೂದಲುಗಳು ಹುಟ್ಟುತ್ತಾವೆ. ನೀನು ಮುದುಕನಾದೆ ಎಂದು ಪಿಸುಗುಡುತ್ತಾವೆ. ಕಣ್ಣುಗಳು ಮಸುಕಾಗುತ್ತವೆ. ಇನ್ನು ದೂರದ್ದು ನಿನಗೆ ಬೇಡ, ಹತ್ತಿರದಲ್ಲಿ ಇರುವುದನ್ನೆಲ್ಲ ಒತ್ತರ ಮಾಡಿ ಸಿದ್ಧನಾಗಿರು ಎಂದು ದೃಷ್ಟಿ ಹೇಳುತ್ತದೆ. ಯವ್ವನದಲ್ಲಿ ಇಲ್ಲಿಯ ಒಳನಾಡಿನಲ್ಲೆಲ್ಲ ಸಾಕಷ್ಟು ಸಂಚರಿಸಿದವನು ನಾನು. ಆದರೆ ಈಗ ಹಾಗೆ ಸುತ್ತಾಡು ಅಂದರೆ ಸಾಧ್ಯವೇ ? ನಾನೂ ಮುದುಕನಾಗುತ್ತ ನಡೆದೆ.'' ವಿಟ್ಠೂ ನಿಧಾನವಾಗಿ, ತಡೆದು ತಡೆದು ಹೇಳುತ್ತಾ ಕಥೆ ನಿಲ್ಲಿಸಿದ್ದ.

ರಾಮಚಂದ್ರ ಪೈ ಅಜ್ಜ ಕಥೆ ಮುಂದುವರಿಸಬಹುದೆಂದು ಬಹಳ ಹೊತ್ತು ಕಾದಿದ್ದ. ''ಸಾಕು ರಾಚ್ಚೂ, ನಾನು ಹೇಳುವುದೆಲ್ಲ ಮುಗಿಯಿತು. ಮತ್ತೆ ಗೋವೆಗೆ ಹೋಗಿ ಮ್ಹಾಳಶಿಮಾಂಯಿಯ ಕೈಂಕರ್ಯ ಮಾಡುವ ಯೋಗ ನಮ್ಮ ಕುಟುಂಬಕ್ಕೆ ಬಂದೇ ಬರುತ್ತದೆ ಎಂದು ನನಗೆ ಹೇಳುವುದಿತ್ತು. ಹಾಗೆ ಹೋಗುವಾಗ ಎಲ್ಲ ಸಾರಸ್ವತರೂ ಒಟ್ಟಿಗೇ ಹೋಗಬೇಕೆಂದೂ ಅದರಲ್ಲೂ ನನ್ನ ಜೊತೆ ಕುಂಬಳೆಯಲ್ಲಿ ನೆಲೆ ನಿಂತ ಉಳಿದ ಮೂರು ಕುಟುಂಬಗಳನ್ನು ಮರೆಯಬಾರದು ಎಂದು ನಿನಗೆ ಹೇಳಬೇಕೆಂದು ಯೋಚಿಸಿದ್ದೆ. ನಾವು ಉಳಿದು ಬಂದ ಬಗೆ, ಸಾರಸ್ವತರು ಒಬ್ಬರನ್ನೊಬ್ಬರು ಕಂಡಾಗ ಮಾಮ್ಮಾ ಮಾಂಯ್ಯೇ ಎಂದು ಹೇಳುವುದು ಯಾಕೆ, ಮದುವೆ ಮುಂಜಿಗಳಲ್ಲಿ ಕೂರಿಸುವ ಧಡ್ಡ ನಿಜಕ್ಕೂ ಯಾರು, ಸಾಯುವ ಹೊತ್ತಿಗೂ ಸಾರಸ್ವತರ ಬಾಯಿಯಿಂದ ಕೊಂಕಣಿ ಭಾಷೆಯೇ ಬರುವ ಕಾರಣವೇನು ಎಂದೆಲ್ಲ ಹೇಳಬೇಕು ಎಂದಿದ್ದೆ. ಹಾಗೆ ಹೇಳಿದ್ದನ್ನು ನೀನೂ ಮುಂದಣ ಸಂತಾನಗಳಿಗೆ ನಾನ್ನೂರು ವರ್ಷಗಳ ಪರ್ಯಂತ ಹೇಳುತ್ತಾ ಹೋಗಬೇಕೆಂದು ನನ್ನ ಆಸೆ. ಮುಂದಿನ ಕಥೆ ಏನಿದೆ ಹೇಳು. ಹುಟ್ಟಿದರು, ದೊಡ್ಡವರಾದರು, ಮುದುಕರಾದರು ಎಂದಲ್ಲವೇ? ಮುದುಕರಾದವರು ಒಂದು ದಿನ ಸತ್ತೂ ಹೋಗುತ್ತಾರೆ. ಆ ಕಥೆ ಬೇಡ. ಹೇಳಿದ್ದು ಸಾಕು. ಆದರೆ ನಾನು ಇದು ತನಕ ಹೇಳಿದ್ದನ್ನು ಮಾತ್ರ ಮರೆಯಬೇಡ.''

– ರಾಮಚಂದ್ರ ಪೈ ಹಠ ಹಿಡಿದು ಕೂತಿದ್ದ. ಮುಂದಣ ಕಥೆ ಹೇಳಲೇಬೇಕೆಂದು ರಚ್ಚೆ ಹಿಡಿದ. ಅಜ್ಜ ಕಥೆಯನ್ನಾರಂಭಿಸುವಾಗ ಈ ಕಥೆ ತನ್ನ ತನಕ ಬರುತ್ತದೆ, ಕಥೆಯಲ್ಲಿ ತಾನೂ ಒಂದು ಪಾತ್ರ ವಹಿಸುತ್ತೇನೆ ಎಂಬ ಆಸೆಯಿಂದಿದ್ದ. ತನ್ನ ಹೆಸರೇ ಮೂಡದಿದ್ದುದು

ಅವನಲ್ಲಿ ನಿರಾಸೆಯನ್ನುಂಟು ಮಾಡಿಸಿತ್ತು. ಅದಕ್ಕಾಗಿಯೇ ಅವನು ಅಜ್ಜನಿಗೆ ದುಂಬಾಲು ಬಿದ್ದ. ಅವನ ನಿರಾಶೆ ಕಂಡು ವಿಟ್ಠು ಪೈ ಕಥೆ ಮುಂದುವರಿಸಿದ್ದ –

ವ್ಯಾಪಾರದ ಸಲುವಾಗಿ ವಿಟ್ಠು ಪೈಗೆ ಕುಂಬಳೆಯ ಸೀಮೆಗೆ ಸೇರಿದ ಎಂಟು ಮಾಗಣೆಗಳಲ್ಲದೇ ಮಂಗಳೂರಿನತ್ತವೂ ಹೋಗುವ ಕೆಲಸ ಬೀಳುತ್ತಿತ್ತು. ಹೋಗುತ್ತಾ ದಾರಿಯಲ್ಲಿ ಮಂಗಲಪಾಡಿ, ಮಂಜೇಶ್ವರ, ಉಳ್ಳಾಲಗಳಲ್ಲಿ ಎಲ್ಲಿಯಾದರೂ ನಿಲ್ಲುವ ಕ್ರಮವೂ ಇತ್ತು. ಮಂಗಲಪಾಡಿಯಲ್ಲಿ ಉಳಿಯುವುದಿದ್ದರೆ ಅಲ್ಲಿಯ ವ್ಯಾಪಾರೀ ಕುಳುವಾರು ರಾಮಯ್ಯ ಶಾನುಭಾಗರ ಮನೆಯಲ್ಲಿ. ಮಂಗಲಪಾಡಿ ವಿಟ್ಠು ಪೈಗೆ ಅಪರಿಚಿತ ಸ್ಥಳವಲ್ಲ. ಮಂಗಳೂರಿನ ಹಾದಿಯಲ್ಲಿ ನಡುವಿನ ಊರು. ಒಂದು ಕಡೆ ಭೋರಿಡುವ ಸಮುದ್ರ. ಇನ್ನೊಂದು ಕಡೆ ದಟ್ಟ ಮಲೆನಾಡು. ವಿಟ್ಲದ ಸೀಮೆಗೆ ಸೇರಿದ ಕೆಲವು ಸ್ಥಳಗಳು ಅದಕ್ಕೆ ಹತ್ತಿರ. ರಾಮಯ್ಯ ಶಾನುಭಾಗರಿಗೆ ಪುರುಸತ್ತಿಲ್ಲದ ವ್ಯಾಪಾರ. ಬೆಳ್ಳಂಬೆಳಗ್ಗೆ ಅಂಗಡಿ ತೆರೆದರೆ ರಾತ್ರಿ ಹನ್ನೊಂದರ ತನಕವೂ ಗಿರಾಕಿಗಳು ಬರುತ್ತಲೇ ಇರುತ್ತಿದ್ದರು. ಅವರದು ಕಪ್ಪಗಿನ ಮೈ ಬಣ್ಣ. ರೆಪ್ಪೆಯಿಂದ ಹೊರಬೀಳುವಂಥ ಕೆಂಪಾದ ಕಣ್ಣಾಲಿಗಳು. ಬೀಡಿ ಎಳೆದು ಎಳೆದು ದಪ್ಪಗಾದ ಕಪ್ರನೆಯ ತುಟಿಗಳು. ತಕ್ಕಮಟ್ಟಿಗೆ ವ್ಯಾಪಾರವಿದ್ದುದರಿಂದ ಕೊರಳಿಗೆ ಚಿನ್ನದ ಸರ. ವಿಶಾಲವಾದ ಹಜಾರದಲ್ಲಿ ಕುಳಿತು ವಿಟ್ಠು ಪೈಯೊಡನೆ ಮಾತುಕಥೆ. ತುಂಬಿದ ಮನೆ. ಮನೆ ತುಂಬ ಮಕ್ಕಳು. ಅವರ ಹೆಂಡತಿಗೆ ವರುಷಕ್ಕೊಮ್ಮೆ ಬಸುರು.

ರಾಮಯ್ಯ ಶಾನುಭಾಗರದು ಯಾವಾಗಲೂ ಆಕಳಿಸುತ್ತಾ ಇರುವ ಜೀವ. ಉಸುರನ್ನು ಸಂಪೂರ್ಣವಾಗಿ ಒಳಗೆಳೆದುಕೊಂಡು ಬಾಯಿಯನ್ನು ಅಗಲವಾಗಿ ತೆರೆದು ಸಶಬ್ದವಾಗಿ 'ಶ್‌ಶ್‌ಶ್' ಎಂದು ಆಕಳಿಸುವಾಗ ಅವರ ಮುಖ ಪೂರ್ತಿ ವಕ್ರವಾಗುತ್ತದೆ. ಬೀಡಿ ಎಳೆಯುತ್ತಿದ್ದುದರಿಂದ ಹಲ್ಲುಗಳ ಒಳಭಾಗ ಕಪ್ಪಗೆ ಜಿಡ್ಡುಗಟ್ಟಿತ್ತು. ನೋಡುವವರಿಗೆ ಅಸಹ್ಯ. ಮಾತಾಡಿಸಲು ಹಿಂಸೆ. ಆದರೆ ನಮ್ಮವನೇ ಅಲ್ಲವೇ ? ಬೇರೆಲ್ಲಿಗೆ ಹೋಗುವುದು ಎಂದು ವಿಟ್ಠು ಪೈ. ಆದರೋಪಚಾರಗಳಲ್ಲಿ ರಾಮಯ್ಯ ಶಾನುಭಾಗರೇನೂ ಹಿಂದೆ ಬಿದ್ದವರಲ್ಲ. ಅವರಿಗೂ ತಮ್ಮವರೆಂದರೆ ತುಂಬ ಅಭಿಮಾನ. ಅವರು ತುಂಬ ಹಿಂದೆಯೇ ಗೋವೆ ಬಿಟ್ಟವರು. ಹಾಗಾಗಿ ಹೋದಾಗೆಲ್ಲ ಅವರು ವಿಟ್ಠು ಪೈಯೊಡನೆ ಗೋವೆಯ ಸುದ್ದಿ ತೆಗೆದು ಅದೂ ಇದೂ ಕೇಳುತ್ತಿದ್ದರು. ತಾವು ಕೇಳಿದ್ದನ್ನೆಲ್ಲ ಹೇಳುತ್ತಿದ್ದರು. ಹಾಗೊಮ್ಮೆ ಹೋಗಿದ್ದಾಗ, ರಾತ್ರಿ ಊಟ ಮುಗಿಸಿ ಚಾಪೆ ಹಾಸಿ ದಿಂಬಿಗೆ ಒರಗಿಕೊಂಡು ಎಲೆ ಅಡಿಕೆ ಮೆಲ್ಲುತ್ತಾ ಹರಟುತ್ತಿದ್ದಾಗ ರಾಮಯ್ಯ ಶಾನುಭಾಗರು ಆಕಳಿಸುತ್ತಾ "ನಿಮ್ಮ ಕಡೆ ಒಳ್ಳೆಯ ಒಂದು ಸಂಬಂಧವಿದ್ದರೆ ಹೇಳಿ ವಿಟ್ಠು ಪೈ. ನಮ್ಮದೊಂದು ಹುಡುಗಿ ಇದೆ" ಎಂದಿದ್ದರು. ವಿಟ್ಠು ಪೈ ಆ ಮನೆಯಲ್ಲಿ ಅತ್ತಿತ್ತ ಓಡಾಡುವ ಹುಡುಗಿಯನ್ನು ನೋಡಿದ್ದ. ಎಂಟು ವರ್ಷದ ಹುಡುಗಿ. ಕಿರಿಗೆ ಸುತ್ತಿ ಸೊಂಟಕ್ಕೆ ಬಿಗಿದು ಕಾಲ ಮೇಲೆ ಕಾಲಿಟ್ಟು ನಡೆಯುವವವಳನ್ನು ಅವಳ ತಾಯಿ "ಏನೇ ಅಂಬಾ, ನಿನಗೆ ಮದುವೆಯ

ವಯಸ್ಸಾಯಿತು. ಇನ್ನೂ ಮಕ್ಕಳಾಟ ಬಿಟ್ಟಿಲ್ಲವಲ್ಲ ? ಇಲ್ಲಿಗೆ ಬಂದು ಒಂದಷ್ಟು ಅಡುಗೆಗೆ ಸಹಾಯ ಮಾಡಬಾರದೇ ? ನಾಳೆ ಗಂಡನ ಮನೆಗೆ ಹೋದರೆ ಅತ್ತೆಯಿಂದ ಮಾತು ಕೇಳಬೇಕಾದೀತು'' ಎಂದು ಹೇಳುತ್ತಿದ್ದುದು ಅವನ ಕಿವಿಗೂ ಬಿದ್ದಿತ್ತು. ಹುಡುಗಿ ನೋಡಲು ಚೆನ್ನಾಗಿಯೇ ಇದ್ದಳು.

ರಾಮಯ್ಯ ಶಾನುಭಾಗರು ಹಾಗೆ ಹೇಳಿದ ತಕ್ಷಣ ವಿಟ್ಠು ಪೈಗೆ ನೆನಪಾದುದು ಮರ್ತು ಕಿಣಿಯ ಮಗ ದಾಸಕಿಣಿಯದ್ದು. ''ಹುಡುಗ ಇದ್ದಾನೆ. ಗುಣವಂತ. ಅಂಕೆ ಮೀರಿ ಬೆಳೆದವನಲ್ಲ. ನಮ್ಮದೇ ಪೈಕಿ. ನಾನು ಹೇಳಿದರೆ ಆಗದು ಎನ್ನುವ ಉಡಾಪಿಯಲ್ಲ'' ಎಂದಿದ್ದ ಅವನು. ''ಊರಿಗೆ ಮುಟ್ಟುತ್ತಲೇ ಜಾತಕ ಕಳುಹಿಸುವ ಏರ್ಪಾಡು ಮಾಡುತ್ತೇನೆ'' ಎಂದೂ ಮಾತುಕೊಟ್ಟ. ಹಾಗೆ ಕುಂಬಳೆಗೆ ಬಂದವ ಮರ್ತುಕಿಣಿಯ ಹೆಂಡತಿಯನ್ನು ಕಂಡು ದಾಸಕಿಣಿಯ ಜಾತಕವನ್ನು ಕಳುಹಿಸಿಯೂ ಕೊಟ್ಟ. ಹಪ್ತೆ ಕಳೆದು ರಾಮಯ್ಯ ಶಾನುಭಾಗರು ಉತ್ತರಿಸುವ ಬದಲು ತಾವೇ ಕುಂಬಳೆಗೆ ಖುದ್ದು ಬಂದು ಹುಡುಗನನ್ನು ನೋಡಿದರು.

ದಾಸ ಕಿಣಿ ನೋಡಲು ಲಕ್ಷಣವಾದ ಹುಡುಗ. ಆದರೆ ಮೈಕೈಯಲ್ಲಿ ಅಂಥ ಒಳ್ಳೆಯ ಆಳಲ್ಲ. ಚಾಲಾಕಿ ಇದ್ದುದು ಹೌದು. ರಾಮಯ್ಯ ಶಾನುಭಾಗರದು ಮಂಗಲಪಾಡಿಯಲ್ಲಿ ಸಾಕಷ್ಟು ದೊಡ್ಡ ಮಂಡಿ. ಮಂಜೇಶ್ವರದಿಂದ ಕುಂಬಳೆಯ ತನಕ ಅವರ ಖ್ಯಾತಿ. ಮಂಗಲಪಾಡಿಯಲ್ಲಿ ಜಮೀನು ಬೇರೆ. ಈ ಅನಾಥ ಹುಡುಗ, ಒಂದು ತುಂಡು ಆಸ್ತಿಯೂ ಇಲ್ಲದೇ ಇದ್ದುದರಿಂದ ಅವರ ಮನಸ್ಸಿಗೆ ಬರಲಿಲ್ಲ. ಬದಲಾಗಿ ವಿಟ್ಠು ಪೈಯ ಎರಡನೆಯ ಮಗ ಮರ್ತಪ್ಪಯ್ಯನೇ ಕಣ್ಣು ತುಂಬಿದ.

ಮರ್ತಪ್ಪಯ್ಯನಿಗೆ ಆಗ ಹದಿನಾಲ್ಕರ ವಯಸ್ಸು. ಎಂಟನೆಯ ವರ್ಷದಲ್ಲಿ ಅವನಿಗೆ ಉಪನಯನವಾಗಿತ್ತು. ತಂದೆಯ ವ್ಯಾಪಾರಕ್ಕೆ ಅಣ್ಣ ನಾಗಪ್ಪಯ್ಯನಂತೆ ಹೆಚ್ಚು ಬಳಕೆಯಾಗದಿದ್ದರೂ ಚುರುಕಾದ ವ್ಯಕ್ತಿ. ಒಂದಿಷ್ಟು ಹಠಮಾರಿ. ತಾನು ಹೇಳಿದ್ದೇ ಆಗಬೇಕು ಎಂದು ಕೂರುವವ. ಇಂಥ ಹುಡುಗ ನಾಳೆ ಒಂದು ದಂಧೆ ಹಿಡಿದರೆ ಮುಂದೆ ಬಂದಾನು ಎಂದು ರಾಮಯ್ಯ ಶಾನುಭಾಗರ ಎಣಿಕೆ. ಅವರು ಮಾತಿನಲ್ಲಿ ಚಾಣಾಕ್ಷರು. ವಿಟ್ಠು ಪೈಯಿಂದ ಮರ್ತಪ್ಪಯ್ಯನ ಜಾತಕ ಪಡೆದು ಅಲ್ಲಿಯೇ ಸಂಕರ್ಷಣ ಭಟ್ಟರಿಗೆ ತೋರಿಸಿ, ಜಾತಕದ ಮೇಳಾಮೇಳಿ ತುಂಬ ಪ್ರಶಸ್ತವಾಗಿ ಕೂಡಿ ಬರುತ್ತದೆಂದು ಹೇಳಿಸಿ, ಹುಡುಗಿ ನೋಡಲು ನಾಲ್ಕು ದಿನಗಳಲ್ಲಿ ಒಂದು ಮುಹೂರ್ತ ಇಟ್ಟು ಹೋಗುವುದರಲ್ಲಿ ಅವರು ಸಫಲರಾದರು. ಹೋಗುತ್ತಾ ಹೆಣ್ಣಿಗೆ ಏನೇನು ಮಾಡಿ ಹಾಕುತ್ತೇವೆ, ಮೇಲೆ ಎಷ್ಟು ನಗದು ಕೊಡುತ್ತೇವೆ ಎಂದು ಹೇಳಿಯೂ ಹೋದರು.

ಸದಾ ವಿಕಾರವಾಗಿ ಆಕಳಿಸುತ್ತಾ, ಕಪ್ಪು ಮೈಯಿರುವ, ಕೆಂಪು ಛಾಯೆಯ ಕಣ್ಣುಗಳಿರುವ, ಹುಳುಕುಗಟ್ಟಿದ ಹಲ್ಲುಗಳಿರುವ ರಾಮಯ್ಯ ಶಾನುಭಾಗರನ್ನು ನೋಡಿ ತುಳಸೀ ಬಾಯಿ ಅವರ ಮಗಳು ಬೇಡ ಎಂದು ಹೇಳಿದ್ದಳು. ಆದರೆ ವಿಟ್ಠು ಪೈಗೆ ಅದನ್ನೆಲ್ಲ ಯೋಚಿಸುವ ವ್ಯವಧಾನವಿರಲಿಲ್ಲ. ರಾಮಯ್ಯ ಶಾನುಭಾಗರು ಕೊಡುತ್ತೇನೆಂದ

ದಾಗೀನುಗಳು, ನಗದು, ಮೇಲೆ ಸಮಾಜದಲ್ಲಿ ಅಷ್ಟು ಗಣ್ಯನಾಗಿರುವ ವ್ಯಕ್ತಿ – ಇಷ್ಟೇ ಕಾಣತೊಡಗಿತು. ನಗದು ಕೈಗೆ ಬಂದರೆ ವ್ಯಾಪಾರ ಸ್ವಲ್ಪ ಅಭಿವೃದ್ಧಿ ಪಡಿಸಬೇಕು. ಅಲ್ಲದೇ ರಾಮಯ್ಯ ಶಾನುಭಾಗರು ಹೇಳಿದ ಇನ್ನೊಂದು ಮಾತು ಅವನ ಮರ್ಮಕ್ಕೆ ಹೊಡೆದಿತ್ತು. "ಗೋವೆಯಿಂದ ಬಂದು ಹದಿನೈದು ವರ್ಷಗಳಾಯಿತು ಅನ್ನುತ್ತೀರಿ. ಈ ಕಡೆ ಒಂದು ಭೂಮಿಯ ತುಂಡನ್ನೂ ಪಡೆಯಲಿಲ್ಲವೇ ? ಛೇ ಛೇ ಎಂಥದ್ದು ವಿಟ್ಠು ಪೈಗಳೇ ? ಬೇಗ ಒಂದು ಆಸ್ತಿ ಮಾಡಿ" ಎಂದಿದ್ದರು. ಹಾಗಾಗಿ ವ್ಯಾಪಾರಕ್ಕೆ ಸಂಚರಿಸುವಾಗ ಆ ಕಡೆಗೂ ಸ್ವಲ್ಪ ಗಮನ ಹರಿಸಬೇಕೆಂದೂ, ಎಲ್ಲದಕ್ಕೂ ನಗದು ಹಣ ಬೇಕಾದೀತೆಂದೂ ಅವನು ಯೋಚಿಸುತ್ತಿದ್ದ. ಸಂಕರ್ಷಣ ಭಟ್ಟರು ಜಾತಕ ಪ್ರಶಸ್ತವಾಗಿ ಕೂಡಿ ಬರುತ್ತದೆಂದು ಹೇಳಿದ್ದು ಉಳಿದ ಅಡೆತಡೆಗಳನ್ನೆಲ್ಲ ಒದಿಗೊತ್ತಿದ್ದುವು.

ಹದಿನಾಲ್ಕು ವರ್ಷದ ಮರ್ತಪ್ಪಯ್ಯ ಓರಗೆಯ ಹುಡುಗರೊಡನೆ ಆಟವಾಡುವ ವಯಸ್ಸಿನವ. ನಾಲ್ಕಾರು ಸಮವಯಸ್ಕ ಕೊಂಕಣಿ ಮಕ್ಕಳೊಡನೆ ಸ್ಥಳೀಯ ಜನರಲ್ಲಿ ನಡೆಯುವ ಜಾತ್ರೆ, ಕೋಳಿಯ ಅಂಕ, ಕಂಬಳ ಇತ್ಯಾದಿಗಳಿಗೆ ಹೋಗಿ ದಾಂಧಲೆ ನಡೆಸುತ್ತಿದ್ದ. ಮೊದಮೊದಲು ಮರ್ತಪ್ಪಯ್ಯನ ಚಟುವಟಿಕೆಗಳನ್ನು ಹುಡುಗುತನದ ಕೀಟಲೆ ಎಂದು ನಕ್ಕು ಹಾರಿಸುತ್ತಿದ್ದ ವಿಟ್ಠು ಪೈ ಅವುಗಳ ಸ್ವರೂಪ ಕಂಡು ಸ್ವಲ್ಪ ಚಿಂತಿತನಾದದ್ದೂ ಹೌದು. ಅವನಿಗೊಂದು ಮೂಗುದಾರ ಹಾಕಿದರೆ ಸರಿಯಾದಾನು ಎಂಬ ಅನುಕೂಲ ಶಾಸ್ತ್ರವನ್ನೂ ಈ ಮದುವೆಯ ಸಲುವಾಗಿ ಬಳಸಿಕೊಂಡರು. ಒಂದು ದಿನ ಸಂಪಿಗೆ ಹೂವಿನ ಮರದ ಮೇಲೆ ಕುಳಿತು ಮಂಗನಂತೆ ಜಿಗಿಯುತ್ತಿದ್ದ ಅವನನ್ನು ಕೆಳಗೆಳೆದು ಮನೆಗೆ ಕರೆತಂದು "ಹೊರಡೋ ಮರ್ತೂ, ಮಂಗಲಪಾಡಿಗೆ ಹೆಣ್ಣು ನೋಡಲು ಹೋಗಲುಂಟು" ಎಂದು ಹೊರಡಿಸಿದ್ದ ವಿಟ್ಠು ಪೈ. ಮರ್ತು ಪೈಗೆ ಹುಡುಗಿಯನ್ನು ನೋಡುವುದಕ್ಕಿಂತ ಪ್ರಯಾಣ ಮಾಡುವ ಸಂಭ್ರಮವೇ ಹೆಚ್ಚಾಯಿತು. ಅಂಕೆಯಿಲ್ಲದೇ ಬೆಳೆದ ಹುಡುಗ. ಮನೆಯಲ್ಲಿರುವುದೇ ಕಮ್ಮಿ. ಇದ್ದರೂ ತಮ್ಮಂದಿರಾದ ರಾಯ ಪೈಯನ್ನೂ ಸಾಂತಪ್ಪಯ್ಯನನ್ನೂ ಗೋಳು ಹುಯ್ದು ಕೊಳ್ಳುತ್ತಿದ್ದನು.

ಮಂಗಲಪಾಡಿಗೆ ಒಂದು ದಿನದ ಪ್ರಯಾಣ. ಅಲ್ಲಿ ರಾಮಯ್ಯ ಶಾನುಭಾಗರು ಮನ ಮೆಚ್ಚುವಂತೆ ಮಾಡಿದ ಆತಿಥ್ಯ. ತುಳಸೀ ಬಾಯಿಗೆ ಹುಡುಗಿಯನ್ನು ನೋಡಿ ಪರವಾಗಿಲ್ಲ ಅನ್ನಿಸಿತ್ತು. ಅಂಬಾಬಾಯಿ ನೋಡಲು ತಂದೆಯಷ್ಟು ಕುರೂಪಿಯಲ್ಲ. ಮೈ ಬಣ್ಣ ಸಾದುಗಪ್ಪು. ಎದುರಿನ ಎರಡು ಹಲ್ಲುಗಳು ಒಂದಷ್ಟು ಮುಂಚಾಚಿದ್ದುವು. ಆದರೂ ಲಕ್ಷಣವಾದ ಹೆಣ್ಣು. ತುಳಸೀಬಾಯಿಯ ಮೇಲೆ ಪ್ರಯಾಣದುದ್ದಕ್ಕೂ ವಿಟ್ಠು ಪೈ ರಾಮಯ್ಯ ಶಾನುಭಾಗರು ಆಸೆ ತೋರಿಸಿದ ನಗ ದಾಗೀನುಗಳ ಕುರಿತು ಹೇಳಿದ ಪ್ರಭಾವವೂ ಇತ್ತು. ಹಾಗಾಗಿ ಆಕೆ ಸಂಬಂಧ ತಿರಸ್ಕರಿಸಲಿಲ್ಲ. ಹಿರಿಯರೊಳಗೆ ನಿಶ್ಚಯವಾಗಿ ವರನನ್ನು ಹಸೆಗೆ ಕರೆದಾಗಲೇ ಮರ್ತಪ್ಪಯ್ಯ ಹುಡುಗಿಯನ್ನು ನೋಡಿದ್ದು ! ಸುತ್ತಮುತ್ತ ಕುಳಿತಿದ್ದವರು "ಸರಿಯಾಗಿ ನೋಡೋ ಮರ್ತೂ, ನಿನ್ನ ಹೆಂಡತಿಯನ್ನು ಸರಿಯಾಗಿ ನೋಡೋ. ಆ ಮೇಲೆ ನೋಡಲಿಲ್ಲವೆಂದು ದೂರು ಹೇಳಬೇಡ" ಎಂದು

ಛೇಡಿಸಿದಾಗ ಕೆನ್ನೆಯುಬ್ಬಿಸಿ, ಅರ್ಧ ನಾಚಿಕೆಯಿಂದ ಅರ್ಧ ಸೆಡವಿನಿಂದ ಎದುರಿಗೆ ಕುಳಿತಿದ್ದವಳತ್ತ ನೋಡಿದ. ಎಂಟು ಮೊಳದ ಸೀರೆಯನ್ನು ಕಚ್ಚೆ ಹಾಕಿ ಉಟ್ಟು, ಸೊಂಟಕ್ಕೆ ಡಾಬು, ಮೈ ತುಂಬ ಬಂಗಾರ, ಮೋಟು ಜಡೆಯ ತುಂಬ ಹೂವು. ಬೆಟ್ಟಗಲ ಕುಂಕುಮ ಇಟ್ಟ ಹುಡುಗಿ. ಅವನ ಮನಸ್ಸಿನ ಮೇಲೆ ಆಕರ್ಷಕ ಭಾವನೆಯನ್ನುಂಟು ಮಾಡಿದಳು ಎಂದು ಹೇಳುವುದು ಕಷ್ಟ.

ಹಿಂದೆ ಬರುವ ದಾರಿಯಲ್ಲಿ ಮರ್ತಪ್ಪಯ್ಯ ಕುಸುಕುಸು ಅತ್ತ. ಅಮ್ಮನ ಬೆನ್ನಿಗಂಟಿ, ಅವಳ ಸೆರಗಿನಿಂದ ಕಣ್ಣೊರಸಿದಾಗ "ಏನಂತೆ ಅವನಿಗೆ ?" ಎಂದು ವಿಟ್ಠು ಪೈ ಸ್ವರವೇರಿಸಿ ಕೇಳಿದ. ತುಳಸೀ ಬಾಯಿ ನಗುತ್ತಾ "ಅವನಿಗೆ ಕಪ್ಪು ಹುಡುಗಿ ಬೇಡವಂತೆ. ಅವಳೇನೂ ಚೆನ್ನಾಗಿಲ್ಲ, ತಾನು ಮದುವೆಯಾಗುವುದಿಲ್ಲ ಅನ್ನುತ್ತಾನೆ" ಎಂದಳು. "ಚಂದವೇನು ಪ್ರದರ್ಶನಕ್ಕೆ ಇಡುವುದುಂಟೋ ? ಸಾಕು ಇವನ ಮೂತಿಗೆ ಆ ಹುಡುಗಿ. ಮನೆತನ ಪಸಂದಾಗಿದೆ. ಹುಡುಗಿ ಗುಣವಂತೆ. ಸಾಲದೇ ?" ಎಂದು ವಿಟ್ಠು ಪೈ ಗದರಿದ. "ಇವನನ್ನು ಕೇಳಿ ಇವನ ಮದುವೆ ಮಾಡುವುದೇ ? ಯಾವಾಗಿನಿಂದ ಈ ಸಂಪ್ರದಾಯ ಬಂತು ? ಹುಡುಗ ಹುಡುಗಿಯನ್ನು ಕೇಳಿ ಮದುವೆಯಾಗುವುದಿದ್ದರೆ ನಾವು ಯಾಕೆ ಬೇಕಂತೆ ?" ಎಂದೂ ಹಾರಾಡಿದ. ಹಿರಿಯರು ತಮ್ಮತಮ್ಮಲ್ಲಿ ನಿಶ್ಚಯಿಸಿದ ಮೇಲೆ ಕಿರಿಯರನ್ನು ಕೇಳಲಿಲ್ಲ. ಹಾಗಾಗಿ ಮರ್ತಪ್ಪಯ್ಯನ ಅಳು ಹಠ ಒಂದೂ ಉಪಯೋಗಕ್ಕೆ ಬರಲಿಲ್ಲ. ಅವನಿಗೆ ಮೊದಲಿಂದಲೂ ಹಠವೇ ಅಲ್ಲವೇ ?

ಮರ್ತಪ್ಪಯ್ಯ ಕುಳ್ಳನೆಯ ವ್ಯಕ್ತಿ. ಅಟ್ಟೆ ಕಾಲುಗಳು. ಚೌಕಾಕಾರದ ಮುಖ. ಸುಖವಾಗಿ ಉಣ್ಣುತ್ತಿದ್ದುದರಿಂದ ಹೊಟ್ಟೆ ಸ್ವಲ್ಪ ದೊಡ್ಡದೇ. ಅಗಲವಾದ ಭುಜಗಳು. ದಪ್ಪನೆಯ ಜುಟ್ಟು, ಹೊಳಪು ಕಂಗಳು. ಮದುವೆ ಮಂಟಪದಲ್ಲಿ ಬಾಸಿಂಗ ಹಾಕಿ ಕೂತವನ ಕಣ್ಣುಗಳಿಗೆ ಕಾಡಿಗೆಯ ಕಪ್ಪು ಇಟ್ಟಾಗ ನೋಡಬೇಕಿತ್ತು. ಮಂಗಲಪಾಡಿಯಲ್ಲಿ ಮದುವೆ. ರಾಮಯ್ಯ ಶಾನುಭಾಗರು ಸ್ಥಿತಿವಂತರಾದುದರಿಂದ ಮದುವೆ ಭರ್ಜರಿಯಾಗಿಯೇ ನಡೆಯಿತು. ಎಂಟು ದಿನಗಳ ಮದುವೆ ಮುಗಿಸಿ ಹಿಂದೆ ಬಂದಾಗಲೂ ಮರ್ತಪ್ಪಯ್ಯ ಕೆಲವು ದಿನಗಳ ತನಕ ಹುಡುಗಿಯನ್ನು ತಿರಸ್ಕರಿಸಿಯೇ ಇದ್ದ.

ಮರ್ತಪ್ಪಯ್ಯನ ಹೆಂಡತಿ ಅಂಬಾಬಾಯಿ ಮದುವೆಯಾದ ಮೇಲೆಯೂ ಮೈ ನೆರೆಯುವ ತನಕ ತಂದೆಯ ಮನೆಯಲ್ಲೇ ಇದ್ದಳು. ಆ ದಿನಗಳಲ್ಲಿ ದೀಪಾವಳಿ, ಯುಗಾದಿಗೆ ಎಂದು ವರುಷಕ್ಕೆ ಎರಡು ಮೂರು ಬಾರಿ ಮರ್ತಪ್ಪಯ್ಯ ಮಾವನ ಮನೆಗೆ ಹೋಗಿ ಬಂದ. ಹೊಸ ಅಳಿಯನೆಂದು ರಾಮಯ್ಯ ಶಾನುಭಾಗರು ತೃಪ್ತಿಯಾಗುವಂತೆ ಸತ್ಕಾರ ಮಾಡಿದರು. ಅಲ್ಲದೇ ಆ ವಯಸ್ಸಿನಲ್ಲಿ ಎಂಥ ಹೆಣ್ಣಾದರೂ ಗಂಡಿಗೆ ಚಂದ ಕಂಡೀತು. ಆದುದರಿಂದ ಮರ್ತಪ್ಪಯ್ಯ ಅಂಬಾಬಾಯಿಯನ್ನು ಆದರಿಸತೊಡಗಿದ. "ಇನ್ನು ನೀನೂ ಸ್ವಲ್ಪ ವ್ಯಾಪಾರಕ್ಕೆ ಕೈ ಹಾಕಬೇಕೋ ಮರ್ತೂ. ಈಗ ಆ ದಾಸಕಿಣಿಯೇ ನನ್ನ ಸಹಾಯಕ್ಕಿರುವವನು. ಅವನ ಮೇಲೆಯೇ ಎಲ್ಲ ಬಿಡಲಿಕ್ಕಾಗುತ್ತದೆಯೇ ? ನಿನ್ನಣ್ಣ

ನಾಗಪ್ಪಯ್ಯನ ಹಾಗೆ ನೀನೂ ಯಾಕೆ ಸ್ವಲ್ಪ ಕೈಯಾಡಿಸಬಾರದು ?'' ಎಂದಿದ್ದ ವಿಟ್ಠು ಪೈ. ರಾಮಯ್ಯ ಶಾನುಭಾಗರೂ ಮನೆಗೆ ಬಂದ ಅಳಿಯನೊಡನೆ ತಮ್ಮ ವ್ಯಾಪಾರ ವಹಿವಾಟುಗಳ ಬಗ್ಗೆ ಹೇಳಿದ್ದು ಕೇಳಿದ್ದು ಎಲ್ಲ ಇತ್ತು. ಮರ್ತಪ್ಪಯ್ಯ ಅದುತನಕ ಆ ಬಗ್ಗೆ ಹೆಚ್ಚು ಯೋಚಿಸಿದವನಲ್ಲ. ಹಾಗಾಗಿ ಮಾವ ಕೇಳಿದಾಗ ಅವನು ತಿಳಿಯದೇ ಮುಖಭಂಗಕ್ಕೀಡಾದ. ಆದರೆ ರಾಮಯ್ಯ ಶಾನುಭಾಗರು ಅಳಿಯನನ್ನು ಹಾಗೇ ಬಿಡುವಷ್ಟು ಮೂಢರಲ್ಲ. ನಿಧಾನವಾಗಿ ವ್ಯಾಪಾರದ ಅಮಲನ್ನು ಮರ್ತಪ್ಪಯ್ಯನ ತಲೆಗೆ ಏರಿಸಿಯೇ ಏರಿಸಿದರು. ಏನಲ್ಲದಿದ್ದರೂ ಮರ್ತಪ್ಪಯ್ಯ ಚುರುಕು ಸ್ವಭಾವದ ಹುಡುಗ. ಕೈ ತೋರಿಸಿದರೆ ಮೈ ನುಂಗುವ ಜಾತಿಯವ. ವ್ಯಾಪಾರದ ನಾಡಿಯನ್ನು ಮರ್ತಪ್ಪಯ್ಯ ಬಹಳ ಬೇಗ ಹಿಡಿದ. ಅಷ್ಟೇ ಅಲ್ಲ, ವಿಟ್ಠು ಪೈಗೆ ಸಹಾಯ ಕೊಡುವುದರಲ್ಲೂ ಮುಂದಾದ.

ವಿಟ್ಠು ಪೈಗೆ ಬೀಗರಾದ ರಾಮಯ್ಯ ಶಾನುಭಾಗರು ಹೇಳಿದ ಒಂದು ಮಾತು ಮಾತ್ರ ದುರುದುಂಬಿಯಂತೆ ಕೊರೆಯತೊಡಗಿತ್ತು. ಮೊದಲ ಬಾರಿ ಕುಂಬಳೆಗೆ ಜಾತಕ ಕೇಳಲು ಬಂದ ರಾಮಯ್ಯ ಶಾನುಭಾಗರು ಮತ್ತೆ ಬೀಗರಾದ ಮೇಲೆ ಹತ್ತು ಸಲ ಹೇಳಿದ ಮಾತದು – ''ಗೋವೆಯಿಂದ ಬಂದು ಇಷ್ಟು ವರ್ಷಗಳಾದರೂ ಒಂದು ತುಂಡು ಆಸ್ತಿ ಮಾಡಲಿಲ್ಲವಲ್ಲ ವಿಟ್ಠು ಪೈಗಳೇ? ಮಂಜೇಶ್ವರ ಉಳ್ಳಾಲ ಮಂಗಳೂರಿಗೆ ಹೋಗಿ ನೋಡಿ. ನಮ್ಮವರು ಆಸ್ತಿಪಾಸ್ತಿ ಮಾಡಿಕೊಂಡಿದ್ದಾರೆ. ನೀವು ಏನೂ ಮಾಡಲಿಲ್ಲವೆಂದರೆ ಆಶ್ಚರ್ಯ'' – ರಾಮಯ್ಯ ಶಾನುಭಾಗರು ಗೋವೆ ನೋಡಿದವರಲ್ಲ. ಅವರ ತಂದೆ ಬಹಳ ಹಿಂದೆಯೇ ವ್ಯಾಪಾರದ ನಿಮಿತ್ತದಿಂದ ಈ ಕಡೆಗೆ ಬಂದವರು. ಇತ್ತ ಮಂಜೇಶ್ವರದಲ್ಲಿ ತುಂಬ ಜನ ಸಾರಸ್ವತರು ಇದ್ದುದು ನೋಡಿ ಇಲ್ಲಿಯೇ ನಿಂತವರು. ವಿಟ್ಠು ಪೈ ಅವರಿಗೆ ತಾವು ಗೋವೆ ಬಿಟ್ಟು ಬಂದ ಸಂದರ್ಭವನ್ನು ವಿವರಿಸಿ ಹೇಳಿದ್ದ. ''ಗೋವೆಯಲ್ಲಿ ನಮ್ಮದೂ ತುಂಬ ಆಸ್ತಿ ಇತ್ತು ಶಾನುಭಾಗರೇ. ಆದರೆ ಹೊರಟಾಗ ಏನುಳಿಯಿತು ಹೇಳಿ. ನಿಂತ ಕಾಲಲ್ಲಿ ಹೊರಡಬೇಕೆಂದು ನಾಗ್ದೊ ಬೇತಾಳನ ಆಜ್ಞೆಯಾಯಿತು. ಎದುರಿದ್ದ ಶವಗಳಿಗೆ ಬೆಂಕಿ ಕೊಡುವಾಗ ರಾತ್ರಿಯ ಮೂರು ಘಳಿಗೆ ದಾಟಿತ್ತು. ಫುಲ್ಲಾ ನದಿಯಲ್ಲಿ ಸ್ನಾನ ಮಾಡಿದವರೇ ಮನೆಗೆ ಬಂದೆವು. ಕಟ್ಟಿಕೊಂಡದ್ದನ್ನು ಗಾಡಿಗಳಲ್ಲಿ ಹೇರುವಾಗ ಮೂಡಣದಲ್ಲಿ ಬೆಳಕು. ಮನೆಯೊಳಗೆ ಎಷ್ಟೋ ವಸ್ತುಗಳು ಹಾಗೆಯೇ ಬಿದ್ದಿದ್ದುವು. ಗದ್ದೆಗಳಲ್ಲಿ ತರಕಾರಿ, ಮರದ ಮೇಲೆ ಮಾವಿನಕಾಯಿ, ಗುಡಾಣದಲ್ಲಿ ತುಂಬಿಸಿಟ್ಟ ಹಣ್ಣಡಿಕೆ. ಆದರೆ ಮತ್ತೆ ಅತ್ತ ಹೋಗುವ ಹಾಗುಂಟೇ? ಯಾವ ಕೆಂಪು ಮೂತಿಯ ನರಿನಾಯಿಗಳು ತಿಂದು ಹಾಕಿದುವೋ?'' ಎಂದು ನೋವಿನಿಂದ ಹೇಳಿದ್ದ.

ಹಾಗೆ ಹೇಳಿದರೂ ಆ ಮಾತು ವಿಟ್ಠು ಪೈಯನ್ನು ಕಾಡುತ್ತಲೇ ಇತ್ತು. ಎಲ್ಲಾದರೂ ಒಂದು ಆಸ್ತಿ ಕೊಳ್ಳಬೇಕು. ತಾವು ಬೆಳೆದ ಅನ್ನವನ್ನು ತಾವು ತಿನ್ನಬೇಕು. ಅಲ್ಲದೇ ಈಗಿನ ದಿನಗಳಲ್ಲಿ ಸಂಪೂರ್ಣ ಹಣವನ್ನು ಬರೀ ವ್ಯಾಪಾರದ ಮೇಲೆಯೇ ಹಾಕುವುದು ಅಂಥ ಬುದ್ಧಿವಂತಿಕೆಯ ಲಕ್ಷಣವಲ್ಲ. ಅಲ್ಲದೇ ಸರೀಕರಲ್ಲೂ ಎಲ್ಲರೂ ನೋಡುವುದು ಆಸ್ತಿ

ಎಷ್ಟಿದೆ ಎನ್ನುವುದನ್ನು. ಹಾಗಾಗಿ ಕುಂಬಳೆಯ ಸುತ್ತ ಮುತ್ತ ಎಲ್ಲಾದರೂ ಆಸ್ತಿ ಸಿಗಬಹುದೇ ಎಂಬ ಅನ್ವೇಷಣೆಗೆ ತೊಡಗಿದ ವಿಟ್ಠು ಪೈ. ಅಂಬಾಬಾಯಿ ಮೈ ನೆರೆದು ಮನೆಯೊಳಗೆ ಕಾಲಿಟ್ಟ ಲಕ್ಷಣವೋ ಏನೋ ? ವಿಟ್ಠು ಪೈ ಮುಟ್ಟಿದ್ದೆಲ್ಲ ಚಿನ್ನವಾಗತೊಡಗಿತು. ಯುದ್ಧೋತ್ತರ ದಿನಗಳಲ್ಲಿ ಅದರ ಸಂಪೂರ್ಣ ಲಾಭ ಪಡೆದ ವಿಟ್ಠು ಪೈಗೆ ಕೈ ಹಾಕಿದ ವ್ಯಾಪಾರವೆಲ್ಲ ಹಿರಿಹಿರಿ ಲಾಭ ಕೊಟ್ಟಿತು. ಆದುದರಿಂದ ಆಸ್ತಿ ಕೊಳ್ಳುವ ಹುಚ್ಚು ಬಲವಾಗತೊಡಗಿತು. ಇಂಥದೇ ಎಂಬ ಆಸ್ತಿಯನ್ನು ಅವನು ನೋಡಲಿಲ್ಲವಾದರೂ "ವಿಟ್ಠು ಪೈ ಸಾಹುಕಾರರಿಗೆ ಆಸ್ತಿ ಬೇಕಂತೆ" ಎಂಬ ಸುದ್ದಿಯೇ ದೊಡ್ಡದಾಗಿ ಅವನು ಹತ್ತು ಕಡೆಗೆ ಹೋಗಿ ನೋಡಿಬರುವುದಾಯಿತು.

ವರುಷ ಎರಡು ಕಳೆದಾಗ ಅಂಬಾಬಾಯಿ ಬಸುರಾದಳು. ವಿಟ್ಠು ಪೈಗೆ ದುಃಖವಾದುದು ಅವಳಿಗಿಂತ ಮೊದಲೇ ಮನೆ ಸೇರಿದ ಹಿರಿಸೊಸೆ ರುಕ್ಮಾಬಾಯಿ ಇನ್ನೂ ಗರ್ಭ ಧರಿಸದೇ ಇದ್ದುದು. ನಾಗಪ್ಪಯ್ಯನ ಹೆಂಡತಿ ಮನೆಗೆ ಬಂದು ಆಗಲೇ ಏಳು ವರ್ಷ. ಬಸಿರು ಧರಿಸುವ ಯಾವ ಚಿಹ್ನೆಯನ್ನೂ ಆಕೆ ತೋರಿಸಲಿಲ್ಲ. ಬದಲಾಗಿ ತಿಂಗಳು ತಿಂಗಳೂ ಒಂದಿಷ್ಟೂ ತಡವಾಗದೇ ಆಕೆಯ ರಕ್ತಸ್ರಾವ ಆಗುತ್ತಲೇ ಇತ್ತು. ಅದನ್ನು ಯೋಚಿಸಿದಾಗ ವಿಟ್ಠು ಪೈಗೆ ಬೇಸರವಾಗುತ್ತಿತ್ತು. ನಾಗ್ಡೊ ಬೇತಾಳನ ಕೃಪೆ ನಾಗಪ್ಪಯ್ಯನ ಮೇಲೆ ಆಗಲಿಲ್ಲವೇ ? ಅಥವಾ ಅವನ ಶಾಪವೇ ನಾಗಪ್ಪಯ್ಯನ ಮೇಲೆ ಬಿದ್ದಿರಬಹುದೇ? ನಾಲ್ಕು ಸಂತಾನಗಳಲ್ಲಿ ಒಂದು ಸಂತಾನ ನಷ್ಟವಾಗುತ್ತದೆ ಎಂದಿದ್ದನಲ್ಲ ? ಅಥವಾ ಅವನ ಮದುವೆಯ ಸಮಯದಲ್ಲಿ ಥಡ್ಡನನ್ನು ಕೂರಿಸದ ತಪ್ಪು ಮಾಡಿದ್ದರಿಂದ ಥಡ್ಡ ಗರ್ಭನಷ್ಟಕ್ಕೆ ಕಾರಣನಾಗುತ್ತಿದ್ದಾನೆಯೇ ? ತನ್ನ ತಪ್ಪುಗಳು ತಲೆತಲಾಂತರದ ತನಕ ಇದೇ ರೀತಿ ಪ್ರಭಾವ ಬೀರುತ್ತಿರಬಹುದೇ ಎಂದು ವಿಟ್ಠು ಪೈ ವ್ಯಥಿತನಾದ.

ಮೊದಲ ಸೊಸೆ ಗರ್ಭ ಧರಿಸುವ ಯಾವ ಚಿಹ್ನೆಯನ್ನೂ ತೋರಿಸದೇ ಇದ್ದಾಗ ವಿಟ್ಠು ಪೈ ನಾಗಪ್ಪಯ್ಯನಿಗೆ ಇನ್ನೊಂದು ಮದುವೆ ಮಾಡುವ ಯೋಚನೆಯನ್ನೂ ಮಾಡಿದ್ದ. ಆದರೆ ನಾಗಪ್ಪಯ್ಯ ಅದಕ್ಕೆ ಒಪ್ಪಲೇ ಇಲ್ಲ. ರುಕ್ಮಾಬಾಯಿ ಮುದುಕಿಯಾಗಲಿಲ್ಲ, ಇನ್ನೂ ಕಾಯಬಹುದು ಎಂದು ಹಠ ಹಿಡಿದ. ಸ್ವಭಾವತಃ ಅವನು ಕಮ್ಮಿ ಮಾತಿನ ವ್ಯಕ್ತಿ. ಅವನನ್ನು ಪುಸಲಾಯಿಸುವ ಉದ್ದೇಶದಿಂದ "ಸತ್ತರೆ ಪಿಂಡಕ್ಕೆ ಎಳ್ಳು ನೀರು ಬಿಡಲಾದರೂ ಒಂದು ಗಂಡು ಸಂತಾನ ಬೇಕೋ ನಾಗಪ್ಪಾ, ಹೀಗೆ ನೀನು ಹಠ ಹಿಡಿದರೆ ಹೇಗೆ ?" ಎಂದಿದ್ದ ವಿಟ್ಠು ಪೈ. "ಇನ್ನೊಂದು ಮದುವೆಯ ಪ್ರಯತ್ನ ಮಾಡಿದರೆ ತಾನು ಖಂಡಿತ ಹೇಳದೇ ಕೇಳದೇ ಊರು ಬಿಡುತ್ತೇನೆ. ಆ ಮಾತು ಬೇಡ" ಎಂದು ನಾಗಪ್ಪಯ್ಯ ಖಡಾಖಂಡಿತ ಹೇಳಿ ಅವನ ಬಾಯಿ ಮುಚ್ಚಿಸಿಬಿಟ್ಟ.

ಅಂಬಾಬಾಯಿಗೆ ಬಸುರು ನಿಂತಾಗ ಚಂದ್ರಭಾಗಿ ಮೂರು ನಾಲ್ಕು ವರ್ಷಗಳ ಕೂಸು. ಅದು ಹೆಚ್ಚಾಗಿ ಅತ್ತಿಗೆಯನ್ನೇ ಹಚ್ಚಿಕೊಂಡಿತ್ತು. ಅಂಬಾ ಬಾಯಿಗೂ ಅವಳೆಂದರೆ ಬಹಳ ಮುದ್ದು. ಅವಳಿಂದಾಗಿ ತಮ್ಮ ಮನೆತನ ಊರ್ಜಿತಗೊಳ್ಳುತ್ತಿದೆ ಎಂದು ವಿಟ್ಠು ಪೈಗೂ ಎರಡನೆಯ ಸೊಸೆಯ ಮೇಲೆ ಗೌರವ. ಈಗಂತೂ ಆಕೆ ಬಸುರೆಂದಾಗ ಆ

ಗೌರವ ಇನ್ನೂ ಹೆಚ್ಚಾಯಿತು. ವ್ಯಾಪಾರದಲ್ಲಿ ಮುತುವರ್ಜಿ ವಹಿಸುತ್ತಿದ್ದುದರಿಂದ ಅವನದೇ ಮೇಲುಗೈಯಾಗತೊಡಗಿತು. ಇದೆಲ್ಲದರ ಫಲವೆಂದರೆ ನಾಗಪ್ಪಯ್ಯ ಹಾಗೂ ಅವನ ಹೆಂಡತಿ ರುಕ್ಮಾಬಾಯಿ ಆದ್ಯತೆಯಲ್ಲಿ ಹಿಂದೆ ಬಿದ್ದುದು.

ಮೊದಲ ಹೆರಿಗೆ ತಾಯಿಯ ಮನೆಯಲ್ಲಿ ನಡೆಸುವ ಏರ್ಪಾಟಾದುದರಿಂದ ರಾಮಯ್ಯ ಶಾನುಭಾಗರು ಮಗಳನ್ನು ಕರೆದುಕೊಂಡು ಹೋಗಲು ಬಂದರು. ಬಂದವರು ಎರಡು ದಿನ ಹೆಚ್ಚೇ ನಿಂತರು. ವಿಟ್ಠು ಪೈ ಒಮ್ಮೆ ತಾನು ನೋಡಿ ಬಂದ ನಾಲ್ಕಾರು ಜಮೀನುಗಳನ್ನು ಅವರಿಗೆ ತೋರಿಸಿದ. ಅವರು ಒಂದನ್ನೂ ಒಪ್ಪಲಿಲ್ಲ. "ವಿಟ್ಠು ಪೈಯವರೇ, ಒಂದಷ್ಟು ಒಳನಾಡಿಗೆ ಹೋದರೆ ಬಹಳ ಕಮ್ಮಿಗೆ ಆಸ್ತಿ ಸಿಗುವುದಿಲ್ಲವೇ ? ನೀವು ಸ್ವಲ್ಪ ಹುಡುಕಿದರೆ ಸಾಕು. ವ್ಯಾಪಾರ ವಹಿವಾಟುಗಳನ್ನು ಮಕ್ಕಳ ಮೇಲೆ ಹೊರಿಸಿ ಆ ಕಡೆ ಈ ಕಡೆ ಸುತ್ತಾಡಿ. ಸಿಗದೇ ಎಲ್ಲಿಗೆ ಹೋದೀತು ?" ಎಂದು ಅವರು ಹೇಳಿದರು. ಆದುದರಿಂದ ಅದು ತನಕ ನೋಡಿದ ಜಾಗಗಳನ್ನು ಅವನು ಸದ್ಯಕ್ಕೆ ಕೈಬಿಟ್ಟು ಬದಲಾಗಿ ಮೊದಲ ಹೆರಿಗೆಗೆಂದು ತಾಯಿಯ ಮನೆಗೆ ಹೊರಟ ಎರಡನೆಯ ಸೊಸೆಯ ಸೀಮಂತಕ್ಕೆ ತಯಾರಿ ಮಾಡತೊಡಗಿದ. ಬೀಗರ ಮನೆಯ ಶ್ರೀಮಂತಿಕೆಯ ಎದುರು ಅವನು ಸಣ್ಣ ಪ್ರಮಾಣದಲ್ಲಿ ಸೀಮಂತ ಮಾಡುವುದೇ ? ಭರ್ಜರಿಯಾಗಿಯೇ ಮಾಡಿ ತೃಪ್ತಿಪಟ್ಟ ವಿಟ್ಠು ಪೈ.

ಮುಂದಿನ ಮೂರು ಮಾಸಗಳಲ್ಲಿಯೇ ಅವಳಿಗೆ ಸುಖ ಪ್ರಸವವಾಯಿತೆಂಬ ಸುದ್ದಿ ಕುಂಬಳೆಗೆ ಮುಟ್ಟಿತು. ವಿಟ್ಠು ಪೈ ತನ್ನ ವಹಿವಾಟುಗಳನ್ನೆಲ್ಲ ಬದಿಗಿಟ್ಟು ಹೆಂಡತಿ ಮಗ ಮಗಳ ಜೊತೆ ಮಂಗಲಪಾಡಿಗೆ ಹೋಗಿ ಮಗುವನ್ನು ನೋಡಿದ. ಮುದ್ದಾದ ಗಂಡು ಮಗು. ತಂದೆಯನ್ನು ಹೋಲುತ್ತಿದ್ದುದರಿಂದ ನೋಡಲು ಚಂದ. ತಲೆ ತುಂಬ ಕೂದಲು. ಬಣ್ಣವೂ ತಂದೆಯದೇ. ಅದೃಷ್ಟ ಎಂದುಕೊಂಡ ವಿಟ್ಠು ಪೈ ತಾತನಾದ ಸಂತೋಷದಿಂದ ಬೀಗಿದ. ನಕ್ಷತ್ರ ನಾಮದ ಮೇಲೆ ಮಗುವಿಗೆ ಮಾಳಪ್ಪಯ್ಯನೆಂದು ಹೆಸರಿಡಬೇಕು ಎಂದು ಹೇಳಿದ. ಆದರೆ ಮರ್ತಪ್ಪಯ್ಯ ಕೇಳಬೇಕಲ್ಲ ? "ಹಳೆಯ ಹೆಸರದು. ಈಗ ಹೊಸ ಹೊಸ ಹೆಸರುಗಳಿದ್ದಾವೆ" ಎಂದ. "ಎಂಥದ್ದು ಮಾಳಪ್ಪಯ್ಯ, ಚಿಕ್ಕಪ್ಪಯ್ಯ, ಮೊಷ್ಣಪ್ಪಯ್ಯ ಅಂತೆಲ್ಲ? ಬೇಡ" ಎಂದ. ಮರ್ತಪ್ಪಯ್ಯನ ಹಠದೆದುರು ವಿಟ್ಠು ಪೈ ಗೆದ್ದುದು ಕಮ್ಮಿ. ಅಲ್ಲದೇ ರಾಮಯ್ಯ ಶಾನುಭಾಗರೂ ಅಳಿಯನ ಮಾತಿಗೆ ಕುಮ್ಮಕ್ಕು ಕೊಟ್ಟರು. "ಹೌದು ವಿಟ್ಠು ಪೈಗಳೇ. ಈಗ ಬೇರೆ ಬೇರೆ ಚಂದದ ಹೆಸರುಗಳಿದ್ದಾವೆ. ಅದನ್ನೇ ಇಡಲಂತೆ" ಎಂದರು. ವಿಟ್ಠು ಪೈ ಒಪ್ಪಲೇ ಬೇಕಾಯಿತು. "ನಿನ್ನ ಮಗು. ನನ್ನ ಆಸೆ ಹೇಳಿದೆ. ಬೇಡ ಅಂದರೆ ಆಯಿತು ಬಿಡು. ಮಗುವಿಗೆ ಹೆಸರು ಬೇರಾದರೆ ನನ್ನ ಪ್ರೀತಿ ಕಮ್ಮಿಯಾದೀತೇ?" ಎಂದು ಮರ್ತಪ್ಪಯ್ಯನೊಡನೆ ಹೇಳಿದ. "ಏನು ಹೆಸರು ಯೋಚಿಸಿದ್ದೀಯ ?" ಎಂದು ಕೇಳಿದ.

"ರಾಮಚಂದ್ರ ಅಂತ" ಮರ್ತಪ್ಪಯ್ಯ ಹೇಳಿದ.

"ಸಂತೋಷ" ಎಂದ ವಿಟ್ಠು ಪೈ.

☐

೧೮

ರಾಮಚಂದ್ರ ಪೈಗೆ ತಾತ ಹೇಳಿದ ತನ್ನ ಪೂರ್ವಿಕರ ಕಥೆ ವಿವರ ವಿವರವಾಗಿ ನೆನಪಿತ್ತು. ಹಾಗೆ ಮರೆತು ಹೋಗುವ ಕಥೆಯಾಗಿರಲಿಲ್ಲ ಅದು. ವಿಟ್ಠು ಪೈ ಮೊಮ್ಮಗನನ್ನು ತೊಡೆಯ ಮೇಲೆ ಕುಳ್ಳಿರಿಸಿ ರಾಮಾಯಣದ ಕಥೆ ಹೇಳಿದ್ದ ಮಹಾಭಾರತ, ಭಾಗವತ ಹೇಳಿದ್ದ ನರಸಿಂಹಾವತಾರ, ಕಲ್ಕ್ಯಾವತಾರ, ಬುದ್ಧಾವತಾರದ ಕಥೆ ಹೇಳಿದ್ದ. ಅದೆಲ್ಲದರ ಜೊತೆ ಈ ಕಥೆಯನ್ನೂ ಹೇಳಿದ್ದ. ರಾಮಚಂದ್ರ ಪೈಗೆ ಆ ಎಲ್ಲ ಕಥೆಗಳೂ ಚೆನ್ನಾಗಿ ನೆನಪಿದ್ದುವು. ಅಂತೆಯೇ ತನ್ನ ಪೂರ್ವಿಕರದ್ದು ಕೂಡಾ. ಅದು ತಾತ ಕಥೆ ಹೇಳುವ ಚಂದ ಕಾರಣವಾಗಿರ ಬಹುದು. ಕಣ್ಣಿಗೆ ಕಟ್ಟುವಂತೆ ಶಬ್ದಗಳನ್ನು ಜೋಡಿಸುವ ರೀತಿಯಿಂದಿರಬಹುದು. ಕಾಲು ಚಾಚಿ, ಗೋಡೆಗೆ ಒರಗಿ ಬರೀ ಸಂಜ್ಞೆಗಳಿಂದಲೇ ಮೂಡಿಸುವ ಚಿತ್ರಣದಿಂದಾಗಿರುಹುದು. ಎಡಗೈಯಿಂದ ರಾವಣ ಸೀತೆಯನ್ನು ಹೀಗೆ ಹಿಡಿದುಕೊಂಡು ಬಲಗೈಯ ಖಡ್ಗದಿಂದ ನೆತ್ತಿಯ ಮೇಲೆ ಹಾರಾಡುತ್ತಿದ್ದ ಜಟಾಯುವಿನ ರೆಕ್ಕೆ ಕಡಿದಾಗ ತುಂಡಾದ ರೆಕ್ಕೆ ಗಾಳಿಯಲ್ಲಿ ಓಲಾಡುತ್ತಾ ಸೀತಾ ಬಾಯಿಯ ಕಾಲ ಕೆಳಗೆ ಬಂದು ಬಿದ್ದಿತೋ ರಾಚ್ಚೂ ; ಚಕ್ರವ್ಯೂಹದಲ್ಲಿ ಅಭಿಮನ್ಯು ಹತನಾಗಿ ನೆಲದ ಮೇಲೆ ಬಿದ್ದಾಗ ಅವನ ತಲೆ ಹಿಂದಕ್ಕೆ ಬಾಗಿತ್ತು, ಯಾಕೆ ಗೊತ್ತೋ, ದಿಂಬಿನಂತೆ ತಲೆಯ ಕೆಳಗಿಡಲು ಅವನಿಗೆ ತೋಳುಗಟೇ ಇರಲಿಲ್ಲವಲ್ಲ ; ಪೋರ್ಚುಗೀಸ ಸೈನಿಕರು ಬಂದು ಮ್ಹಾಳಶಿಮಾಂಯಿಯ ಮೂರ್ತಿ ಎಲ್ಲಿ ಎಂದು ಕೇಳಿದಾಗ ನಾಗ್ಡೊ ಬೇತಾಳ ಧಡಕ್ಕನೆ ಎದ್ದು ನಿಂತದ್ದು ಹೇಗೆ ಗೊತ್ತೋ ರಾಚ್ಚೂ ಅವನ ಆ ಧಡಿಯ ನಗ್ನ ಮೂರ್ತಿ ಕಂಡು ಅವರೂ ಅವಾಕ್ಕಾದರು ; 'ಪಶ್ಚಿಮ ದಿಕ್ಕಿನಲ್ಲಿ ನಿಮ್ಮ ದೇವಸ್ಥಾನದ ಬಾಗಿಲಲ್ಲಿ ನೀವು ಹುಡುಕುವುದು ಬಿದ್ದಿದೆ ನೋಡಿ– ಹೋಗಿ' ಎಂದು ಬೆಟ್ಟು ತೋರಿಸಿ ಗುಡುಗಿದಾಗ ನಮ್ಮ ಮೈಮೇಲೆ ಕೂಡಾ ಮುಳ್ಳುಗಳೆದ್ದುವೋ ರಾಚ್ಚೂ – ಅಜ್ಜ ಹೇಳುವ ಆ ರೀತಿಯ ಸೊಗಸೇ ಸೊಗಸು. ರಾಮಚಂದ್ರ ಪೈ ಅದನ್ನು ಮರೆಯುವ ಹಾಗಿಲ್ಲ !

ರಾಮಚಂದ್ರ ಪೈ ಹುಟ್ಟುವಾಗ ಕುಂಬಳೆಯ ಮನೆಯಲ್ಲಿ ಅವನಿಗಿಂತ ಮೂರು ನಾಲ್ಕು ವರ್ಷಕ್ಕೆ ಹಿರಿಯ ಇನ್ನೊಂದು ಮಗುವಿತ್ತು. ಅಜ್ಜಿ ತುಳಸೀಬಾಯಿಗೆ ಚಂದ್ರಭಾಗಿಯನ್ನು ನೋಡುವ ಕೆಲಸವಿದ್ದರೆ ತಾಯಿ ಅಂಬಾಬಾಯಿಗೆ ಮನೆಕೆಲಸ. ಹಾಗಾಗಿ ದೊಡ್ಡಮ್ಮ ರುಕ್ಮಾಬಾಯಿಯ ಮಡಿಲಲ್ಲಿಯೇ ರಾಮಚಂದ್ರ ಪೈ ಬೆಳೆದ.

ಮಕ್ಕಳಾಗದ ರುಕ್ಮಾಬಾಯಿ ಅಕ್ಕರೆಯಿಂದಲೇ ಅವನನ್ನು ನೋಡಿಕೊಳ್ಳುತ್ತಿದ್ದಳು. ಕೈ ತುತ್ತು ಉಣಿಸಿ, ಎಣ್ಣೆ ಪೂಸಿ ಸ್ನಾನ ಮಾಡಿಸುತ್ತಿದ್ದಳು. ವರ್ಷಕ್ಕೊಂದರಂತೆ, ಎರಡು ವರ್ಷಕ್ಕೊಂದರಂತೆ ರಾಮಚಂದ್ರ ಪೈಗೆ ತಮ್ಮಂದಿರು ಹುಟ್ಟಿದರು. ಅವನ ಒತ್ತಿನ ತಮ್ಮ ನರಸಿಂಹ ಪೈ, ಆಮೇಲೆ ತಂಗಿ ರಾಧಾ ಬಾಯಿ, ಮತ್ತೆ ಶಿನ್ನು ಪೈ. ಅಷ್ಟರಲ್ಲಿ ರಾಮಚಂದ್ರ ಪೈಯ ಚಿಕ್ಕಪ್ಪಂದಿರಾದ ರಾಯಪ್ಪೈಗೂ ಸಾಂತಪ್ಪಯ್ಯನಿಗೂ ಮದುವೆಯಾಗಿ ಮಕ್ಕಳಾದುವು. ರಾಯ ಪೈಯ ಹೆಂಡತಿ ನೀಲೇಶ್ವರದ ಚರ್ಡಪ್ಪ ಶೆಣಾವಿಯವರ ಮೊಮ್ಮಗಳು. ಅವಳಿಗೆ ಹುಟ್ಟಿದ ಗಂಡು ಮಗು ಸುಕ್ಡೊ ಪೈ. ಹೆಣ್ಣುಮಗು ನೇತ್ರಾವತಿ. ಸಾಂತಪ್ಪಯ್ಯನಿಗೆ ಸಿದ್ಧಣ್ಣ ಕಾಮಾತಿಯ ಕೊನೆಯ ಮಗಳು. ಅವಳಿಗೆ ಹುಟ್ಟಿದ್ದು ದೇವು ಪೈ ಮತ್ತು ಶಿವಪ್ಪಯ್ಯ. ಹೀಗೆ ಮನೆ ತುಂಬ ಮಕ್ಕಳು. ಅವರಿಗೇ ಎಂದಲ್ಲ, ಕುಂಬಳೆಯಲ್ಲುಳಿದ ಇತರರಿಗೂ ಮನೆತುಂಬ ಮಕ್ಕಳು. ಸಾರಸ್ವತ ಕುಟುಂಬಗಳು ಹೀಗೆ ವಿಪುಲವಾಗಿ ಬೆಳೆದುದು ಕಂಡು ವಿಟ್ಠು ಪೈಗೆ ಹೆಮ್ಮೆಯೆನಿಸಿತ್ತು. ವರುಷಕ್ಕೆರಡು ಮದುವೆಗಳು, ಎರಡು ಉಪನಯನಗಳು, ಎರಡೆರಡು ಹೆರಿಗೆಗಳು.

"ನಾಗ್ಡೊ ಬೇತಾಳ ಹೇಳಿದ್ದು ಸತ್ಯವಾಯಿತೋ ರಾಚ್ಚೂ, ಸಾರಸ್ವತ ಹೆಣ್ಣು ಮಕ್ಕಳಿಗೆ ಹನ್ನೆರಡು ಗರ್ಭಗಳಿಗಿಂತ ಹೆಚ್ಚು ಧರಿಸುವ ಶಕ್ತಿ ಕೊಡುತ್ತೇನೆ, ಕುಟುಂಬಗಳು ಬೆಳೆಯುತ್ತವೆ ಹೆಮ್ಮರದಂತೆ ವಿಶಾಲವಾಗುತ್ತವೆ ಎಂದಿದ್ದನಲ್ಲ? ಹಾಗೇ ಆಯಿತು ನೋಡು. ನೀನು ಮಂಜೇಶ್ವರ ಮಂಗಳೂರು ಕಡೆಗೆ ಹೋಗಿ ನೋಡು. ತೆಂಕಣದಲ್ಲಿ ಬೇಕಲ ಪಯ್ಯನ್ನೂರುಗಳ ಕಡೆ ಹೋಗು. ನಮ್ಮವರ ಕುಟುಂಬಗಳು ಬೆಳೆಯುತ್ತಾ ಇವೆ. ಗೋವೆಯಂತೆ ಇಲ್ಲಿಯೂ ನಾವು ನಮ್ಮವರ ಮಧ್ಯೆ ಧೈರ್ಯದಿಂದ ಬದುಕಬಹುದು. ನಾಗ್ಡೊ ಬೇತಾಳ ಒಂದಲ್ಲ ಒಂದು ದಿನ ಬಂದೇ ಬರುತ್ತಾನೆ. ಇಲ್ಲಿ ಮನೆ ಮಠ ಮಾಡಿಕೊಂಡುದನ್ನು ನೋಡಿ ಸಂತೋಷ ಪಡುತ್ತಾನೆ" ಎಂದಿದ್ದ ವಿಟ್ಠು ಪೈ.

ರಾಮಚಂದ್ರ ಪೈಗೆ ತಾತನ ನೆನಪಿದ್ದುದು ಅದೇ ಭಂಗಿಯಲ್ಲಿ, ಮುಖದ ಮೇಲೆ ವಿಷಣ್ಣತೆ. ಕುಂಬಳೆಯ ಹಜಾರದಲ್ಲಿ ಗೋಡೆಗೊರಗಿ ಕೂತು, ತಲೆಯನ್ನು ಗೋಡೆಗೆ ಆನಿಸಿ ದೂರದಲ್ಲಿ ಪೂರ್ವದ ಘಟ್ಟಗಳತ್ತ ದೃಷ್ಟಿ ಬೀರುತ್ತಾ ಅವನು

"ವೆರಣೆಯಲ್ಲಿಯೂ ನಮ್ಮ ಮನೆಯಲ್ಲಿ ಕುಳಿತಿದ್ದರೆ ಇದೇ ರೀತಿ ಘಟ್ಟ ಕಾಣುತ್ತಿತ್ತು ರಾಚ್ಚೂ, ವರುಷವಿಡೀ ಅಲ್ಲಿ ಹರಿಯುವ ಹಾಲಿನಂತಹ ಹೊಳೆಯೊಂದು ಕಣ್ಣಿಗೆ ಬೀಳುತ್ತಿತ್ತು. ಮ್ಹಾಳಶಿಮಾಂಯಿಯನ್ನು ಅಲ್ಲೆಲ್ಲೋ ಈಗ ಪೂಜೆ ಮಾಡುತ್ತಿರಬಹುದು. ನಮ್ಮ ಜನರು ಈಗಲೂ ಅಲ್ಲಿರಬಹುದು. ಒಂದು ದಿನ ನಮ್ಮ ಕುಟುಂಬದವರೂ ಅಲ್ಲಿಗೆ ಹೋಗುತ್ತಾರೆ. ಮ್ಹಾಳಶಿಮಾಂಯಿಯ ಕೈಂಕರ್ಯ ಮಾಡುತ್ತಾರೆ" ಎನ್ನುತ್ತಿದ್ದ.

ವಿಟ್ಠು ಪೈಯ ವಿಷಣ್ಣತೆ ರಾಮಚಂದ್ರ ಪೈಗೆ ಅರ್ಥವಾಗುತ್ತಿತ್ತು. ಅವನಿಗೆ ಐದಾರು

ವರ್ಷಗಳಾಗುವ ತನಕ ವಿಟ್ಠು ಪೈಗೆ ಈ ರೀತಿ ಮೊಮ್ಮಗನನ್ನು ತೊಡೆಯ ಮೇಲೆ ಕುಳ್ಳಿರಿಸಿ ಕಥೆ ಹೇಳುವ ವ್ಯವಧಾನವಿರಲಿಲ್ಲ. ಏರುತ್ತಿರುವ ವ್ಯಾಪಾರ, ಆಸ್ತಿಗಾಗಿ ಸುತ್ತಾಟ, ಮನೆಯಲ್ಲಿ ನಡೆಯುವ ಹಬ್ಬದಂತಹ ಸಡಗರಗಳು ಎಲ್ಲ ಅವನ ಜಗತ್ತನ್ನು ಹಿಗ್ಗಿಸಿದ್ದುವು. ನಾಗಪ್ಪಯ್ಯನಿಗೆ ಮಾತ್ರ ಮಕ್ಕಳಾಗಲಿಲ್ಲವೆಂಬ ಒಂದು ನೋವು ವಿಟ್ಠು ಪೈಯ ಒಳಗೆಲ್ಲೋ ಕುಟುಕುತ್ತಿತ್ತು. ಅದಕ್ಕಾಗಿ ಅನೇಕ ಶಾಂತಿಗಳನ್ನು ಪೂಜೆಗಳನ್ನು ಮಾಡಿಸಿದ್ದ. ಅನೇಕ ದೇವರಿಗೆ ಹರಕೆ ಹೊತ್ತಿದ್ದ. ಮಂಜೇಶ್ವರದ ದರುಶಣೆಯಲ್ಲಿ ಕಾಲಭೈರವ ಹಿರಿಸೊಸೆ ರುಕ್ಮಾಬಾಯಿಗೆ ಮಕ್ಕಳಾಗುವ ಯೋಗವಿಲ್ಲ ಎಂದು ಅಪ್ಪಣೆ ಕೊಟ್ಟ ಮೇಲೆ ಅದರ ಆಸೆಯನ್ನು ಬಿಟ್ಟಿದ್ದ ವಿಟ್ಠು ಪೈ. ಅವನಿಗೆ ಅದರ ಕಾರಣವೂ ತಿಳಿದಿತ್ತು. ನಾಲ್ಕು ಸಂತಾನಗಳಲ್ಲಿ ಒಂದು ನಿಶ್ಶೇಷವಾಗುವುದು ಎಂದಿದ್ದನಲ್ಲವೇ ನಾಗ್ಡೊ ಬೇತಾಳ ? ಆ ಶಾಪ ನಾಗಪ್ಪಯ್ಯನನ್ನು ಅಂಟಿಯೇ ಅಂಟಿತ್ತು !

ಮನೆಯಲ್ಲಿ ಸಂಪತ್ತು ಬೆಳೆದಂತೆ ಹಟ್ಟಿಯಲ್ಲಿ ದನಕರುಗಳೂ ದಂಡಿಯಾಗಿ ಬೆಳೆದಿದ್ದುವು. ಅಂಥ ದನಕರುಗಳ ಮಧ್ಯೆ ತೆಳ್ಳಗಿನ ಸೌಷ್ಠವದ ಒಂದು ಎಣ್ಣೆಗಪ್ಪು ಬಣ್ಣದ ಹಸುವಿತ್ತು. ಸೋಮಾವತಿಯೆಂದು ಹೆಸರು. ಹೆಸರು ಹಾಗಿದ್ದರೂ ಮಕ್ಕಳಿಗೆ ಅದು ದೊಡ್ಡಮ್ಮನ ಹಸು ಎಂದೇ ಪರಿಚಿತ. ಸೋಮಾವತಿಯೂ ರುಕ್ಮಾಬಾಯಿಯನ್ನೇ ತುಂಬ ಹಚ್ಚಿಕೊಂಡಂತಿತ್ತು. ಅವಳು ಒಂದು ಬಾರಿ ಹೆಸರೆತ್ತಿ ಕೂಗಿದರೆ ಅದು ಅಂಬೇ ಎಂದು ಓಡಿ ಬರುತ್ತಿತ್ತು. ಹೆರಿಗೆಯನ್ನೆಲ್ಲ ರುಕ್ಮಾಬಾಯಿ ಅದರ ಮೇಲೆಯೇ ಹೊರಿಸಿದ್ದಳೇನೋ ? ಅದು ಈದು ಈದು ಹಟ್ಟಿ ತುಂಬಿ ಹೋಗಿತ್ತು. ಹೆಚ್ಚಿನವು ಹೆಣ್ಣು ಕರುಗಳು. ಸೋಮಾವತಿಯ ಎರಡು ಕರುಗಳು ದೊಡ್ಡವಾಗಿ ಹಾಲು ಕೊಡಲು ಆರಂಭಿಸಿದಾಗ ರಾಮಚಂದ್ರ ಪೈಗೆ ಆರು ವರುಷ.

ಕುಂಬಳೆಯ ಅರಮನೆಯ ಹಿಂದಿನ ಗುಡ್ಡದ ಮೇಲೆ ಸೋಮಾವತಿ ಇನ್ನೊಂದು ಕರು ಹಾಕಿದ ಸುದ್ದಿಯನ್ನು ಓಡಿಬಂದು ದೊಡ್ಡಮ್ಮನಿಗೆ ಹೇಳಿದ್ದು ರಾಮಚಂದ್ರ ಪೈಯೇ ! ಆವತ್ತು ಭೀಮನ ಅಮಾವಾಸ್ಯೆಯ ದಿನ. ಇಂದು ನಾಳೆಯಾಗಿ ಸೋಮಾವತಿ ಕರು ಹಾಕಬಹುದೆಂಬ ನಿರೀಕ್ಷೆಯಲ್ಲಿದ್ದಳು ರುಕ್ಮಾಬಾಯಿ. ವಿಷಯ ತಿಳಿದ ಕೂಡಲೇ ರುಕ್ಮಾಬಾಯಿ ಮಾಡುತ್ತಿದ್ದ ಕೆಲಸವನ್ನು ಅಲ್ಲಿಯೇ ಬಿಟ್ಟು ರಾಮಚಂದ್ರ ಪೈಯ ಕೈ ಬೆರಳು ಹಿಡಿದು ಗುಡ್ಡದ ಕಡೆಗೆ ದುಡುದುಡು ಓಡಿದಳು. ಮುಂಗಾಲುಗಳನ್ನು ಹಿಂದಕ್ಕೆ ಮಡಚಿ ಕುಳಿತ ಕಂದು ಬಣ್ಣದ ಕರು. ಆಕಾಶ ತೋರಿಸುವ ಕಿವಿಗಳು. ಬೊಂಬೆಯಂಥ ಮುಖ. ಸೋಮಾವತಿ ಕರುವಿನ ಮೈಯನ್ನು ನಾಲಿಗೆಯಿಂದ ನೆಕ್ಕುತ್ತಾ ಶುದ್ಧ ಮಾಡುತ್ತಿದ್ದಳು. ಮೈ ಇನ್ನೂ ಒದ್ದೆ ಒದ್ದೆ. ಮೈ ತುಂಬಾ ಕೆಂಚು ಕೂದಲುಗಳು ಇದ್ದುದರಿಂದ ಅವೆಲ್ಲ ಮೈಗೆ ಅಂಟಿಕೊಂಡಿದ್ದುವು. ಗುಡ್ಡ ಹತ್ತುವ ದಾರಿಯಲ್ಲಿ ರುಕ್ಮಾಬಾಯಿ "ಇವತ್ತು ಭೀಮನ ಅಮಾವಾಸ್ಯೆ ಅಲ್ಲವೇ ರಾಚ್ಚೂ ? ಕರು ಗಂಡಾದರೆ ಭೀಮ ಅಂತಲೇ ಹೆಸರಿಡುವ"

ಎಂದು ಸಂಭ್ರಮದಿಂದ ಹೇಳಿದ್ದಳು. ಹತ್ತಿರ ಹೋಗಿ ಕರುವಿನ ಮೈ ಮುಟ್ಟುವಾಗ ಸೋಮ್ಮಾವತಿ ಹಾಯ ಬಂದಳು. "ಏನೇ ಸೋಮಾವತಿ ? ನಾನಲ್ಲವೇನೇ ? ಹೊಸದಾಗಿ ನೋಡಿದ ಹಾಗೆ ಮಾಡುತ್ತೀಯಲ್ಲ ?" ಎಂದು ಅವಳು ಸ್ವರವೇರಿಸಿ ನುಡಿದಾಗ ಒಡತಿಯ ಸ್ವರ ಕೇಳಿ ಅವಳೂ ಸುಮ್ಮನಾಗಿರಬೇಕು. ರುಕ್ಮಾ ಬಾಯಿ ಕರುವನ್ನು ಎತ್ತಿ ನಿಲ್ಲಿಸುವ ಪ್ರಯತ್ನ ಮಾಡಿದಳು. ಕರುವಿನ ಕಾಲುಗಳಿಗೆ ಇನ್ನೂ ಶಕ್ತಿ ಬಂದಿರಲಿಲ್ಲ. ಅದನ್ನು ಕೈಗಳಲ್ಲಿ ಎತ್ತಿ ನೋಡಿದ ರುಕ್ಮಾಬಾಯಿ "ಈ ಸಲವೂ ಹೆಣ್ಣೇ ರಾಜ್ಞೊ. ಹಟ್ಟಿಯಲ್ಲಿ ಇನ್ನೊಂದು ದನ ಹಾಲು ಈಯುವಂತಾಯಿತು. ಈ ಹುಚ್ಚು ಹಸು ನೋಡು. ನಾವು ಬರುವ ಮೊದಲೇ ಕಸವನ್ನೆಲ್ಲ ತಿಂದು ಬಿಟ್ಟಿದ್ದಾಳೆ" ಎನ್ನುತ್ತಾ ಕರುವನ್ನೆತ್ತಿಕೊಂಡಳು. ರಾಮಚಂದ್ರ ಪೈಗೆ ಅವಳು ಹೇಳಿದ್ದು ತಿಳಿಯಿತು ಎಂದಲ್ಲ. ಅವನು ಹೊಸತಾಗಿ ಹುಟ್ಟಿದ ಕರುವಿನ ಮೈ ಸವರಿ ಆನಂದಿಸುವ ಸಂಭ್ರಮದಲ್ಲಿ ಹತ್ತಿರ ಬಂದ. ಸೋಮಾವತಿ ತಕ್ಷಣ ಮುಂದೆ ಬಂದು ಹಾಯಲು ನೋಡಿದಳು. ರಾಮಚಂದ್ರ ಪೈ ಧಿಗ್ಗನೆ ಹಿಂದೆ ಸರಿದ. "ಬಾರೋ, ಮನೆಗೆ ಹೋಗುವ. ಬಾರೇ ಸೋಮಾವತಿ" ಎನ್ನುತ್ತಾ ರುಕ್ಮಾಬಾಯಿ ಕರುವನ್ನು ಹಿಡಿದುಕೊಂಡಿದ್ದಂತೆಯೇ ಗುಡ್ಡ ಇಳಿಯತೊಡಗಿದಳು. ಸೋಮಾವತಿಯೂ ಅವಳ ಹಿಂದೆಯೇ ಹೊರಟಳು. ರಾಮಚಂದ್ರ ಪೈಯೂ ಕುಣಿಯುತ್ತಾ ಅವರನ್ನು ಹಿಂಬಾಲಿಸಿದ.

ಮನೆ ಮುಟ್ಟಿದ ರುಕ್ಮಾಬಾಯಿ ಅಂಗಳದಲ್ಲಿ ಸೋಮಾವತಿಯನ್ನು ಕಟ್ಟಿ ಅದಕ್ಕೆ ಕುಡಿಯಲು ನೀರು ಹುಲ್ಲು ಒದಗಿಸಿ, ಹರಕು ಚಿಂದಿಯನ್ನು ತಂದು ನೆಲದ ಮೇಲೆ ಹಾಸಿ ಕರುವನ್ನು ಅದರ ಮೇಲೆ ಮಲಗಿಸಿ ರಾಮಚಂದ್ರ ಪೈಯೊಡನೆ "ಪೇಟೆಗೆ ಹೋಗಿ ದೊಡ್ಡಪ್ಪ ಸಿಕ್ಕಿದರೆ ಸೋಮಾವತಿ ಹೆಣ್ಣು ಕರು ಹಾಕಿದ್ದಾಳೆ ಎಂದು ತಿಳಿಸಿ ಬಾರೋ. ಹಾಗೇ ಸ್ವಲ್ಪ ಅದಕ್ಕಾಗಿ ತೆಂಗಿನ ಹಿಂಡಿಯನ್ನೂ ಕಳಿಸಲು ಹೇಳು" ಎಂದು ಓಡಿಸಿದಳು. ರಾಮಚಂದ್ರ ಪೈಗೆ ಅದು ಸಂತೋಷ ತರಿಸುವ ಕೆಲಸವೇ. ಅವನು ಪೇಟೆಗೆ ಓಡತೊಡಗಿದ. ದಾರಿಯಲ್ಲಿ ತನ್ನ ಓರಗೆಯ ಗೆಳೆಯರೊಡನೆ ಈ ಸಮಾಚಾರವನ್ನು ಹೇಳಿದ. ಪೇಟೆಗೆ ಹೋಗುವ ದಾರಿಯಲ್ಲಿ ಏರುತ್ತಾ ಇದ್ದಾಗ ಅವರವರೊಳಗೆ ಕರುವಿಗೆ ಏನು ಹೆಸರಿಡುವುದೆಂದು ಚರ್ಚೆಯೂ ಆಯಿತು. ಅಷ್ಟರಲ್ಲಿ ಅವರಲ್ಲಿ ಕೆಲಸಕ್ಕಿದ್ದ ತಿಮ್ಮನೆಂಬ ಆಳು ಧಡಧಡ ಮನೆಯ ಕಡೆ ಓಡುತ್ತಾ ಬರುವುದು ಕಂಡಿತು. ತಿಮ್ಮ ಮೂಟೆ ಹೊರುವ ಆಳು. ಮೂಟೆ ಹೊತ್ತು ಹೊತ್ತು ಬೆನ್ನು ತುಸು ಬಾಗಿತ್ತು. ಕಪ್ಪನೆಯ ಮೈ. ಎಲೆ ಅಡಿಕೆ ತಿಂದು ದೊರಗಾದ ನಾಲಗೆ. ಅವನು ಮಾತನಾಡುವುದು ರಾಮಚಂದ್ರ ಪೈಗೆ ಅರ್ಥವಾಗುತ್ತಲೇ ಇರಲಿಲ್ಲ. ಯಾವತ್ತೊ ಒಂದು ದಿನ ಕತ್ತಿ ತಾಗಿ ಅವನ ಒಂದು ಕೈಯ ಹೆಬ್ಬೆರಳು ಮೊಂಡಾಗಿತ್ತು. ಹಾಗಾಗಿ ಅವನನ್ನು ಎಲ್ಲರೂ ಗುರುತಿಸುವುದು ನಾಲ್ಕು ಬೆರಳಿನ ತಿಮ್ಮನೆಂದು. ರಾಮಚಂದ್ರ ಪೈಯನ್ನು ನೋಡಿ ಅವನು "ಅಜ್ಜ

ಮನೆಯಲ್ಲಿದ್ದಾರೆಯೇ ?'' ಎಂದು ಕೇಳಿದ. ಅವನ ಧ್ವನಿಯಲ್ಲಿ ಗಾಬರಿ. ಅವನು ಪೇಟೆಯಲ್ಲೆಲ್ಲ ವಿಟ್ಠು ಪೈಯನ್ನು ಹುಡುಕಿ, ಸಿಕ್ಕದೇ ಮನೆಯ ಕಡೆಗೆ ಓಡುತ್ತಿದ್ದ. ಯಾವುದೋ ತರಾತುರಿಯ ವಿಚಾರವನ್ನು ಅವನಿಗೆ ವಿಟ್ಠು ಪೈಯೊಡನೆ ಹೇಳುವುದಿತ್ತು. ರಾಮಚಂದ್ರ ಪೈಗೆ ತಾತನನ್ನು ಆ ಹೊತ್ತಿನಲ್ಲಿ ಮನೆಯಲ್ಲಿ ನೋಡಿದ ನೆನಪಿರಲಿಲ್ಲ. ಅವನು ಇದ್ದಿದ್ದರೆ ಸೋಮಾವತಿ ಹಾಕಿದ ಕರುವನ್ನು ನೋಡಲು ಬಾರದಿರುತ್ತಿದ್ದನೇ ಎಂದು ರಾಮಚಂದ್ರ ಪೈ. ಆದರೆ ತಿಮ್ಮನಿಗೆ ಅದನ್ನು ಹೇಳದೇ "ನಮ್ಮ ಸೋಮಾವತಿ ಹೆಣ್ಣು ಕರು ಹಾಕಿದ್ದಾಳೆಯೋ ತಿಮ್ಮಾ, ನಾನೇ ಮೊದಲು ನೋಡಿದ್ದು. ಕರು ಎಷ್ಟು ಚಂದ ಇದೆ ಅಂತಿ ?'' ಎಂದ. ತಿಮ್ಮ ಯಾವ ಸಂಭ್ರಮವನ್ನೂ ತೋರಿಸಲಿಲ್ಲ. ಬದಲಾಗಿ ಅವನ ಹಣೆಯ ಮೇಲೆ ಸ್ಪಷ್ಟಗೆರೆಗಳು ಮೂಡಿದುವು. "ಬನ್ನಿ ಒಡೆಯಾ, ಮನೆಯ ಕಡೆಗೆ ಹೋಗೋಣ'' ಎಂದು ಮುಂದೆ ಹೆಜ್ಜೆ ಹಾಕಿದ.

ರಾಮಚಂದ್ರ ಪೈಗೆ ತಿಮ್ಮ ತನ್ನ ಮಾತಿಗೆ ಅಲಕ್ಷ್ಯ ತೋರಿಸಿ ತಾನು ಹೊರಟ ಕಾರ್ಯವೇ ಬಹಳ ಜರೂರಿನದು ಎಂಬ ಹಾಗೆ ಮಾಡಿದ್ದು ಸಿಟ್ಟು ತರಿಸಿತು. ಆ ಕ್ಷಣದಲ್ಲಿ ಅವನಿಗೆ ಒಂದು ಸಂತೋಷದ ವಿಚಾರವನ್ನು ಕುಂಬಳೆಯ ಎಲ್ಲರೆದುರು ಹೇಳುವುದಿತ್ತು. "ನಾನು ದೊಡ್ಡಪ್ಪನೊಡನೆ ಹೇಳಿಬರುತ್ತೇನೆ'' ಎಂದವನು ಓಡಲು ಕೂಡಾ ನೋಡಿದ. ಆದರೆ ತಿಮ್ಮ ಬಿಡಲಿಲ್ಲ. ರಾಮಚಂದ್ರ ಪೈಯ ರಟ್ಟೆ ಹಿಡಿದು ಎಳೆಯುತ್ತಾ "ಅವರು ಅಲ್ಲಿಲ್ಲ ಒಡೆಯಾ. ಬನ್ನಿ ಮನೆಗೆ ಹೋಗೋಣ ಈಗ'' ಎಂದು ಬಲವಂತದಿಂದ ಎಂಬಂತೆ ಕೊಂಡುಹೋದ. ರಾಮಚಂದ್ರ ಪೈ ಮೊದಮೊದಲು ಪ್ರತಿಭಟಿಸಿದರೂ ತಿಮ್ಮನ ಒತ್ತಾಯಕ್ಕೆ ಮಣಿಯಲೇಬೇಕಾಯಿತು. ತಿಮ್ಮ ಧಡಧಡ ನಡೆಯುತ್ತಿದ್ದರೂ, ಅವನಿಂದ ಬಿಡಿಸಿಕೊಂಡು ಅವನೇ ಮೊದಲು ಮನೆ ಸೇರಿದ. ಅಷ್ಟರಲ್ಲಿ ಅವನ ಓರಗೆಯವರೆಲ್ಲ ಚಿಂದಿಯ ಮೇಲೆ ಮಲಗಿಸಿದ ಕರುವಿನ ಸುತ್ತ ಸೇರಿದ್ದರು. ಅದನ್ನು ಖುಷಿಯಿಂದ ನೋಡುತ್ತಾ ಮುಟ್ಟುತ್ತಾ ನಿಂತವರ ಜೊತೆ ಅವನೂ ಸೇರಿದ. ಹಿಂದೆ ಬಂದ ತಿಮ್ಮ ಉಣಗೋಲು ದಾಟುವಾಗ "ಅಮ್ಮಾ'' ಎಂದು ಕೂಗು ಹಾಕಿದ್ದು ಅವನ ಕಿವಿಗೂ ಬಿತ್ತು. ಅವನು ಏನು ಹೇಳಿದ, ಹೇಗೆ ಹೇಳಿದ ಎಂಬುದು ಕರು ನೋಡುತ್ತಾ ನಿಂತ ರಾಮಚಂದ್ರ ಪೈಯ ಕಿವಿಗೆ ಬೀಳಲಿಲ್ಲ. ಒಮ್ಮೆಲೇ ಮನೆಯೊಳಗಿನಿಂದ ಬೊಬ್ಬೆ ಅಳು ಕೇಳಿಸತೊಡಗಿತು. ರಾಯ ಪೈ ಮತ್ತು ಸಾಂತಪ್ಪಯ್ಯನ ಹೆಂಡಂದಿರು ಎದೆ ಬಡಿದು ಅಳತೊಡಗಿದರು. ಉಳಿದ ಹೆಂಗಸರ ಆರ್ತನಾದವೂ ಜೋರಾಯಿತು. ರಾಮಚಂದ್ರ ಪೈಯ ಸಂಭ್ರಮ ನಿಧಾನವಾಗಿ ಕರಗತೊಡಗಿ ಆ ಸ್ಥಳದಲ್ಲಿ ಗಾಬರಿ ಮೂಡತೊಡಗಿತು. ಅವನೆದ್ದು ಆ ಕಡೆಗೆ ಹೋದ. ಅಷ್ಟರಲ್ಲಿ ಅಂಗಳ ದಾಟುತ್ತಾ ಅವನ ಅಜ್ಜ ಸಂಕರ್ಷಣ ಭಟ್ಟರು ಉಣಗೋಲು ದಾಟುವುದು ಕಂಡಿತು.

ರಾಮಚಂದ್ರ ಪೈಗೆ ಎಲ್ಲ ಅರ್ಥವಾಗುವ ಪ್ರಾಯವಲ್ಲ ಅದು. ಆದರೆ ದೊಡ್ಡವರೊಡನೆ ಅವನೂ ಅಳತೊಡಗಿದ. ಅಳದೇ ಇದ್ದವಳೆಂದರೆ ದೊಡ್ಡಮ್ಮ ರುಕ್ಮಾಬಾಯಿ ಒಬ್ಬಳೇ. ಅವಳು ಎಲ್ಲರನ್ನೂ ಸಮಾಧಾನ ಮಾಡತೊಡಗಿದಳು. ಎದೆ ಬಡಿದುಕೊಂಡು ಅಳುವ ಚಿಕ್ಕಮ್ಮಂದಿರನ್ನು ರಾಮಚಂದ್ರ ಪೈ ನೋಡಿದ್ದು ಇದೇ ಮೊದಲು. ಮುಂದೆ ಎಲ್ಲರೂ ಮನೆಯ ಹಿಂದಿನ ಸಮುದ್ರ ತಡಿಗೆ ಓಡಿದರು. ಭೀಮನ ಅಮಾವಾಸ್ಯೆಯ ದಿನ ಸಮುದ್ರ ಸ್ನಾನ ಮಾಡುವುದು ಪದ್ಧತಿ. ಮರ್ತಪ್ಪಯ್ಯ ತಮ್ಮಂದಿರೊಡನೆ ಸಮುದ್ರಕ್ಕೆ ಹೋಗಿದ್ದ. ರಾಕ್ಷಸರಂತೆ ಏರಿ ಬರುವ ಅಲೆಗಳು ಇಬ್ಬರು ತಮ್ಮಂದಿರನ್ನೂ ಎಳೆದುಕೊಂಡು ಹೋಗಿದ್ದುವು. ಬದುಕಿ ಬಂದ ಮರ್ತಪ್ಪಯ್ಯನನ್ನು ದಾಮ್ಮು ಮಲ್ಯ, ಸಿದ್ದಣ್ಣ ಕಾಮಾತಿ ಎಲ್ಲ ಸುತ್ತುವರಿದು ತಡೆಹಿಡಿದಿದ್ದರು. ರಾಮಚಂದ್ರ ಪೈ ಅಲ್ಲಿಗೆ ಮುಟ್ಟಿದಾಗ ಅವನ ತಂದೆ ಮರ್ತಪ್ಪಯ್ಯ "ನನ್ನ ಕಣ್ಣೆದುರೇ ಇಬ್ಬರೂ ನೀರು ಪಾಲಾದರು ದಾಮ್ಮು ಮಾಂ. ಇನ್ನು ನಾನು ಹೇಗೆ ಬದುಕಲಿ ?" ಎಂದು ಚೀರುತ್ತಿದ್ದ. ದಾಮ್ಮು ಮಲ್ಯ ಅವನನ್ನು ಸಮಾಧಾನ ಪಡಿಸಲು ಪ್ರಯತ್ನಿಸುತ್ತಿದ್ದ. ಮನೆಯವರನ್ನು ನೋಡುತ್ತಲೇ ಮರ್ತಪ್ಪಯ್ಯನ ಚೀರಾಟ ಒಮ್ಮೆಲೇ ಜೋರಾಯಿತು. ಅವನು ಕ್ಷಣಕ್ಕೊಮ್ಮೆ ತಮ್ಮಂದಿರು ಬಿದ್ದ ಸಮುದ್ರಕ್ಕೆ ತಾನೂ ಹಾರಲು ಓಡತೊಡಗಿದುದರಿಂದ ಹಿಡಿದು ಕೂರಿಸುವುದೇ ದುಸ್ತರವಾಯಿತು. ಎಲ್ಲ ಸೇರಿ ಅವನ ರಟ್ಟೆ ಹಿಡಿದು ನಿಲ್ಲಿಸದಿದ್ದರೆ ಅವನು ನೀರಿಗೆ ಹಾರುತ್ತಿದ್ದನೇನೋ ?

ಒಂದು ಕ್ಷಣದಲ್ಲಿ ಕುಂಬಳೆಯ ಪೇಟೆಯಿಂದ ಹತ್ತೈವತ್ತು ಜನರು ಓಡಿ ಬಂದರು. ಎಲ್ಲಿ ಎಲ್ಲಿ ಎಂದು ಎಲ್ಲರೂ ಕೊರಳುದ್ದ ಮಾಡಿ ನೋಡುವವರೇ. ಸಮುದ್ರಕ್ಕೆ ಬಿದ್ದವರ ಕುರುಹು ಸಿಕ್ಕಲಿಲ್ಲ. ಯಾರೋ "ವಿಟ್ಠು ಪೈ ಒಡೆಯರು ಎಲ್ಲಿಗೆ ಹೋಗಿದ್ದಾರೆ ? ಅವರು ಯಾಕೆ ಬರಲಿಲ್ಲ" ಎಂದು ಕೇಳಿದರು. ಸುಮಾರು ಒಂದು ಘಳಿಗೆ ಕಾದರೂ ನೀರು ಕೊಚ್ಚಿಕೊಂಡು ಹೋದವರ ಪತ್ತೆ ಸಿಗಲಿಲ್ಲ. ಅಲ್ಲಿಯೇ ಇದ್ದ ನಾಲ್ಕಾರು ದೋಣಿಗಳಲ್ಲಿ ತುಂಬ ಹುಡುಕಾಡಿ ದಡಕ್ಕೆ ಬಂದರು. ಅಳುತ್ತಿದ್ದ ಮಂದಿಯನ್ನು ಅಳದವರು ಅನಿವಾರ್ಯವಾಗಿ ಮನೆಗೆ ಮರಳಿಸಿದರು. ರಾತ್ರಿಯಾಗಬೇಕಿದ್ದರೆ ವಿಟ್ಠು ಪೈಗೂ ವಿಚಾರ ತಿಳಿಯಿತು. ಅವನು ಹೋದದ್ದು ಸೀತಂಗೋಳಿಗೆ. ಅಲ್ಲಿ ಯಾರದೋ ಒಬ್ಬರ ಆಸ್ತಿ ಮಾರಾಟಕ್ಕಿದೆ ಎಂದು ಅವನು ನೋಡಲು ಹೋಗಿದ್ದ. ಆಸ್ತಿ ಒಳ್ಳೆಯದಿತ್ತು. ಮುನ್ನೂರು ಎಕರೆ. ಗದ್ದೆ, ಅಡಿಕೆಯ ತೋಟ, ಗೋಮಾಳ ಅಂತ ಒಳ್ಳೆಯ ಹರಹು. ನೀರಿನ ಪಸೆಯೂ ಚೆನ್ನಾಗಿತ್ತು. ಒಂದಷ್ಟು ಕಾಡೂ ಇತ್ತು. ಹೇಳಿದ ಬೆಲೆಗೆ ಕೊಳ್ಳುವಂಥ ಆಸ್ತಿ. ಅಲ್ಲದೇ ಸೀತಂಗೋಳಿ ಕುಂಬಳೆಗೆ ದೂರವೇನೂ ಅಲ್ಲ. ಈ ಹಿಂದೆ ಅವನು ಎರಡು ಬಾರಿ ಆ ಆಸ್ತಿಯನ್ನು ನೋಡಿದ್ದಿತ್ತು. ತನಗೆ ಬೇಕಾದವರೊಂದಿಗೆ ಸಮಾಲೋಚಿಸಿ ಆಸ್ತಿಯನ್ನು ನಾಲ್ಕು ಜನರಿಗೆ ತೋರಿಸಿದ್ದಿತ್ತು. ಆ ಬಗ್ಗೆ ಮಾತಾಡಲು ಬೆಳಗ್ಗೆದ್ದವನೇ ವಿಟ್ಠು ಪೈ ಸೀತಂಗೋಳಿಗೆ ಹೋಗಿದ್ದ. ಅಲ್ಲಿಯೇ ಅವನಿಗೆ ಸುದ್ದಿ ಬಂದಿತ್ತು. ಸುದ್ದಿ

ತಂದವನೊಡನೆ ತಕ್ಷಣ ಅವನು ಕುಂಬಳೆಗೆ ಧಾವಿಸಿ ಬಂದಿದ್ದ. ಅವನ ತಲೆಯ ಮೇಲೆ ಆಕಾಶವೇ ಕಳಚಿ ಬಿದ್ದಂತಾಯ್ತಿತು. ಹದಿನೆಂಟು ಇಪ್ಪತ್ತರ ವಯಸ್ಸಿನ ತರುಣರು ಕೈ ಸೋತು ನೀರಲ್ಲಿ ಮುಳುಗುವುದೆಂದರೇನು ? ಹಾಗೆ ನೋಡಿದರೆ ಅವರಿಬ್ಬರೂ ಮರ್ತಪ್ಪಯ್ಯನಿಗಿಂತ ಗಟ್ಟಿಮುಟ್ಟು. ಇಬ್ಬರಿಗೂ ಚಿಕ್ಕ ಚಿಕ್ಕ ಮಕ್ಕಳು. ಸಮುದ್ರ ಪಾಲಾದರೆಂದರೆ ನಂಬುವ ಹಾಗಿರಲಿಲ್ಲ. ವಿಟ್ಠು ಪೈ ತಲೆಗೆ ಕೈ ಹೊತ್ತು ಕೂತ. ರಾತ್ರಿಯಾದರೂ ಅವರ ಪತ್ತೆಯಾಗಲಿಲ್ಲ.

ವಿಟ್ಠು ಪೈಗೀಗ ವಯಸ್ಸಾಗಿತ್ತು. ಆದರೆ ಮನೆತನದ ವ್ಯಾಪಾರ ವಹಿವಾಟುಗಳನ್ನು ನೋಡಿಕೊಳ್ಳುವ ಒಂದೇ ಉದ್ದೇಶದಿಂದ ಅವನು ಚೆನ್ನಾಗಿ ದುಡಿಯುತ್ತಿದ್ದ. ಅಡೂರು, ಪೆರಡಾಲ, ವಾಮಂಜೂರು ಎಂದು ಆರೋಗ್ಯದ ಪರಿವೆ ಇಲ್ಲದೇ ಸುತ್ತಾಟ. ಉದ್ದೇಶ ಒಂದೇ. ಆದಾಯ ಹೆಚ್ಚಿಸಬೇಕು. ವೆರಣೆಯಲ್ಲಿದ್ದಂತೆ ಈ ಸುತ್ತಿನಲ್ಲೂ ಘನತೆ ಹೆಚ್ಚಿಸಬೇಕು. ಹಾಗಾಗಿ ಅವನ ಯವ್ವನದ ಹೆಚ್ಚಿನ ಭಾಗ ಆ ದುಡಿತಕ್ಕೆ ಎರವಾಗಿತ್ತು. ಹಿರಿಮಗ ನಾಗಪ್ಪಯ್ಯನೂ ವ್ಯಾಪಾರಕ್ಕೆ ಕೂರುತ್ತಿದ್ದ. ಅರಬಸ್ತಾನದ ಮುಸಲಮಾನ ವ್ಯಾಪಾರಿಗಳೊಂದಿಗೆ ಮಾತನಾಡಲು ವ್ಯಾಪಾರ ಮಾಡಲು ಅವನೂ ಚಾಲಾಕಿಯೇ. ಒಮ್ಮೊಮ್ಮೆ ಮರ್ತಪ್ಪಯ್ಯನೂ ಕೂರುವುದಿತ್ತು. ತಾನು ಎಲ್ಲ ಮಾಗಣೆಗಳಿಗೂ ಹೋಗಿ ವ್ಯಾಪಾರಯೋಗ್ಯ ವಸ್ತುಗಳನ್ನು ತರುವುದು, ಒಯ್ಯುವುದು ಎಲ್ಲ ಮಾಡುತ್ತಿದ್ದ ವಿಟ್ಠು ಪೈ ಉಳಿದ ವಿಚಾರಗಳಿಗೆ ಕುರುಡನಾಗಿದ್ದ. ಲಾಭವೊಂದೇ ಅವನ ಗುರಿ. ಅಂಥ ದುಡಿತದ ಫಲ ಸಮೃದ್ಧ ವ್ಯಾಪಾರ. ಆದರೆ ಈ ಸಾವುಗಳು ಒಮ್ಮೆಲೇ ಅವನ ಕಣ್ಣು ತೆರೆಸಿದ್ದುವು.

ಮಾರನೆಯ ದಿನ ಮೊಗರಾಲಿನ ಬಳಿ ಚಿಕ್ಕವ ಸಾಂತಪ್ಪಯ್ಯನ ಶವ ಸಿಕ್ಕಿತು. ಕಿವಿಗೆ ಹಾಕಿದ ಟಿಕ್ಕಿಯಿಂದ, ಸೊಂಟದ ಬೆಳ್ಳಿ ನೂಲಿನಿಂದ ಶವ ಸಾಂತಪ್ಪಯ್ಯನದೇ ಎಂದು ತಿಳಿಯುವಂತಾಯಿತು. ಸಿಕ್ಕಿದ ಮಗನ ಶವ ನೋಡಿದ ವಿಟ್ಠು ಪೈಯ ಕಣ್ಣಿಂದ ಹರಿದದ್ದು ನೀರಲ್ಲ. ಉಪ್ಪು ನೀರು ಕುಡಿದು ಉಬ್ಬಿದ ದೇಹ. ಅಲ್ಲಲ್ಲಿ ಹರಿದು ಹೋದ ಕೂದಲು. ಉಳಿದುವನ್ನು ಎಳೆದರೆ ಬರುವಂಥ ಕೊಳೆತು ನಾರಿದ ಮೈ. ಕಣ್ಣುಗಳನ್ನು ಮೀನುಗಳು ತಿಂದೇ ಹಾಕಿದ್ದುವು. ಅವನನ್ನು ಸುಟ್ಟು ಬಂದಾಗ ವಿಟ್ಠು ಪೈಯ ದುಃಖ ನುಂಗಿ ಹಾಕಿದ ಸಮುದ್ರದಂತೆ ಭೋರಿಡುತ್ತಿತ್ತು. ರಾಯ ಪೈಯ ಶವ ಮತ್ತೆರಡು ದಿನಗಳ ಬಳಿಕ ಸಿಕ್ಕಿತು. ಅದು ರಾಯ ಪೈಯದ್ದೇ ಎಂದು ತಿಳಿಯಲು ಯಾವ ಪುರಾವೆಗಳೂ ಇಲ್ಲದಷ್ಟು ವಿರೂಪಗೊಂಡಿತ್ತು. ಅಕ್ಕಪಕ್ಕದ ಊರುಗಳಲ್ಲಿ ದುರ್ಮರಣಗೊಂಡ ಕಾಣೆಯಾದ ವ್ಯಕ್ತಿಗಳು ಇಲ್ಲದ್ದರಿಂದ ಎಲ್ಲರೂ ಅದು ರಾಯಪೈಯ ದೇಹವೇ ಎಂದು ಊಹಿಸುವಂತಾಯಿತು.

ಇಬ್ಬರ ಬೊಜ್ಜವನ್ನೂ ಮಾಡಿಸುತ್ತಾ ಮನೆಯ ಹಜಾರದಲ್ಲಿ ಒಂಟಿಯಾಗಿ ಕುಳಿತು ವಿಟ್ಠು ಪೈ ಸುತ್ತ ನೋಡಿದ್ದ. ಅವನಿಗೆ ಯಾರೊಡನೆಯೂ ಮಾತನಾಡುವ ಮನಸ್ಸಾಗಿರಲಿಲ್ಲ. ವಯಸ್ಸಾಗಲಿಲ್ಲವೇ ತನಗೆ ? ಅರುವತ್ತರ ಮೇಲಾಯಿತು. ಜುಟ್ಟು ಹಣ್ಣಾಯಿತು. ಮೊಮ್ಮಕ್ಕಳೂ ದೊಡ್ಡವರಾಗುತ್ತಿದ್ದಾರೆ. ತನ್ನ ಓರಗೆಯವರಲ್ಲಿ ಆನ್ನು

ಕಾಮಾತಿಯ ಮಗ ಸಿದ್ದಣ್ಣ ಕಾಮಾತಿ ಒಬ್ಬನೇ ದೊಡ್ಡವ. ಅವನ ಕೂದಲುಗಳೂ ಬೆಳ್ಳಗಾಗಿದೆ. ಬೆನ್ನು ತುಸು ಬಾಗಿದೆ. ಬಹುಶಃ ಮಂಗೇಶ ಕಾಳೆ, ನಾಗೇಶ ಹೆಗಡೆ ಎಲ್ಲ ಸತ್ತೇ ಹೋಗಿದ್ದಾರೋ ಏನೋ ? ತಾನೊಬ್ಬ ಮಾತ್ರ ಇನ್ನೂ ಮುದುಕನಾಗಿಲ್ಲ ಎಂದುಕೊಂಡೆ. ವಿಟ್ಠು ಪೈ ತನ್ನ ತೋಳು ತೊಡೆಗಳನ್ನು ದಿಟ್ಟಿಸಿ ನೋಡಿದ. ಚರ್ಮ ನೆರಿಗೆಗಟ್ಟಿತ್ತು. ಸ್ನಾಯುಗಳು ಇಳಿಬಿದ್ದಿದ್ದುವು. ಇನ್ನು ನಾಗಪ್ಪಯ್ಯನಿಗೇ ಎಲ್ಲ ಬಿಡಬೇಕು. ಅವನಿಗೆ ಏನೆಂದು ಬಿಡಲಿ ? ಒಂದು ಮಗುವಾಗಿಲ್ಲ. ಆ ಸಂತಾನ ಮುಂದುವರಿಯುವುದಿಲ್ಲ. ಬಿಟ್ಟರೆ ಮರ್ತಪ್ಪಯ್ಯನ ಸಂತಾನ ಮುಂದೆ ನಡೆದೀತು. ಅತ್ತಿತ್ತ ಓಡಾಡುತ್ತಿದ್ದ ರಾಮಚಂದ್ರ ಪೈಯನ್ನು ಹತ್ತಿರ ಕರೆದು ತೊಡೆಯ ಮೇಲೆ ಕುಳ್ಳಿರಿಸಿಕೊಂಡ ವಿಟ್ಠು ಪೈ.

ಬೊಜ್ಜಕ್ಕೆ ಬಂದ ರಾಯ ಪೈಯ ಮಾವ ಮತ್ತು ಸಾಂತಪ್ಪಯ್ಯನ ಹೆಂಡತಿಯ ತಂದೆ ಸಿದ್ದಣ್ಣ ಕಾಮಾತಿ ಇಬ್ಬರೂ ಗಂಡ ಸತ್ತ ತಮ್ಮ ತಮ್ಮ ಮಗಳಂದಿರನ್ನು ಮಕ್ಕಳ ಸಮೇತ ಕರೆದೊಯ್ಯಲು ಬಂದರು. ಸಾಂತಪ್ಪಯ್ಯನ ಹೆಂಡತಿಯೇನೋ ಕುಂಬಳೆಯವಳೇ. ತವರು ದೂರವಲ್ಲ. ಆದರೆ ರಾಯಪೈಯ ಹೆಂಡತಿ ನೀಲೇಶ್ವರದವಳು. ತೊಡೆಯ ಮೇಲೆ ಕುಳಿತ ರಾಮಚಂದ್ರ ಪೈಯ ಹೊಟ್ಟೆಯ ಸುತ್ತ ಕೈ ಇಟ್ಟು ಹಜಾರದಲ್ಲಿ ಕುಳಿತ ವಿಟ್ಠು ಪೈ "ಬೇಡ" ಎಂದ. "ಈ ಮನೆಗೆ ಮುತ್ತೈದೆಯಾಗಿ ಬಂದವರು ಮುಂಡೆಯರಾಗಿ ತಲೆ ಬೋಳಿಸಿಕೊಂಡು ಹೋಗುವುದು ಬೇಡ. ನನ್ನ ರಕ್ತಕ್ಕೆ ಹುಟ್ಟಿದವರು ಯಾರ ಯಾರ ಮನೆಯಲ್ಲಿ ಬೆಳೆಯುವುದು ಬೇಡ. ಇರುತ್ತಾರೆ ಇಲ್ಲೇ. ದೇವರು ಕೊಟ್ಟದ್ದನ್ನು ಹಂಚಿ ತಿಂದರಾಯಿತು. ತೊಡೆಯ ಮೇಲಿರುವ ಮಗುವಿನಂತೆ ಅವರನ್ನೂ ನೋಡಿಕೊಳ್ಳುತ್ತೇನೆ" ಎಂದ. ಸಿದ್ದಣ್ಣ ಕಾಮಾತಿಗೆ ಸಿಟ್ಟು ಬಂತು. "ಯಾರ ಯಾರ ಮನೆ ಅಂತ ಯಾಕೆ ಹೇಳ್ತಿ ವಿಟ್ಠು ಮಾಮ್ ? ನಾವೇನು ಹೊರಗಿನವರೇ ? ಅಳಿಯಂದಿರು ಸತ್ತ ದುಃಖ ನಮಗಿಲ್ಲವೇ ? ನಮ್ಮ ಹೆಣ್ಣುಮಕ್ಕಳು ಮುಂಡೆಯರಾದ ನೋವು ನಮಗಿಲ್ಲವೇ ? ಅವಳೇನೂ ನನಗೆ ಭಾರವಲ್ಲ" ಎಂದ. ಎರಡು ಮೂರು ದಿನ ಅದೇ ಚರ್ಚೆ ನಡೆಯಿತು. ಕೊನೆಗೆ ಇಬ್ಬರ ತಂದೆಯಂದಿರೂ ಸೋತು ಕಣ್ಣೀರಿಟ್ಟು "ತಿಂಗಳು ಎರಡು ತಿಂಗಳಿಗಾದರೂ ಕರೆದುಕೊಂಡು ಹೋಗುತ್ತೇವೆ. ಅದಕ್ಕಾದರೂ ಅನುಮತಿ ಕೊಡಿ. ಪುನಃ ಅವರು ಇಲ್ಲಿಯೇ ಬಂದಾರು" ಎಂದು ಬೇಡಿಕೊಳ್ಳುವಂತಾಯಿತು. ವಿಟ್ಠು ಪೈ ಅದಕ್ಕೊಪ್ಪಿಕೊಂಡ.

ಎಲ್ಲರೂ ಹೊರಟು ಹೋದ ರಾತ್ರಿ ವಿಟ್ಠು ಪೈಗೂ ಮರ್ತಪ್ಪಯ್ಯನಿಗೂ ಬಿರುಸಿನ ವಾಗ್ವಾದ ನಡೆಯಿತು. ವಿಟ್ಠು ಪೈ ಮಾತಾಡುತ್ತಾ ಆಡುತ್ತಾ ಕೆರಳಿ ಕೆಂಡವಾಗಿದ್ದ. "ನಿನ್ನ ಹಠ ಈ ಹಂತಕ್ಕೆ ಮುಟ್ಟಬಹುದೆಂಬ ಕಲ್ಪನೆ ನನಗಿರಲಿಲ್ಲವೋ ಮರ್ತೂ, ತಮ್ಮಂದಿರ ಮೇಲೆ ಇಂಥ ಅಸೂಯೆ ದುರ್ಯೋಧನನಿಗೂ ಇದ್ದಿರಲಿಕ್ಕಿಲ್ಲ. ತಂದೆಯ ಸಂಪತ್ತನ್ನೆಲ್ಲ ಒಬ್ಬನೇ ಕಬಳಿಸುವ ಹಂಚಿಕೆ ಹಾಕಿದೆಯೇನೋ ?" ಎಂದವನು ಕೂಗಾಡಿದ. ಮರ್ತಪ್ಪಯ್ಯ

ಗೋಡೆಗೆ ಒರಗಿ ಕೈಕಟ್ಟಿ ನಿಂತವನು ಹೇಳಿದ ಮಾತು ಒಂದೇ "ನಾನಲ್ಲ" ಎಂದು. ತಾತ ಯಾಕೆ ಕೂಗಾಡುತ್ತಾರೆಂದೂ, ಅಪ್ಪ ಯಾವುದಕ್ಕೆ ತಾನಲ್ಲ ಅನ್ನುತ್ತಾನೆಂದೂ ಅರ್ಥವಾಗದೇ ರಾಮಚಂದ್ರ ಪೈ ಹಾಸಿಗೆಯಲ್ಲಿ ಒರಗಿದ್ದ. ಅವನಿಗೆ ಅಲ್ಲಿಯೇ ನಿದ್ರೆ ಬಿದ್ದಿತ್ತು. ಅರೆ ಎಚ್ಚರದಲ್ಲಿ, ಅರ್ಧ ಮಂಪರಿನಲ್ಲಿ ತಾತ ತಂದೆಯನ್ನು ಹೊಡೆಯಲು ಹೋದದ್ದು, ಅಜ್ಜಿ ತಡೆಯಬಂದದ್ದು, ಅವ್ವ ಅಳುತ್ತಾ ಕೂತದ್ದು ಅವನಿಗೆ ನೋಡಿದರೂ ಅರ್ಥವಾಗದ ವಿಚಾರ. ಅದೇ ಅವನು ಅಪ್ಪನನ್ನು ಕಂಡ ಕೊನೆಯ ಕ್ಷಣ. ಕಣ್ಣು ಮುಚ್ಚಿ ನಿದ್ರೆ ಹೋದವನಿಗೆ ಎಚ್ಚರಾದುದು ಮರುದಿನ ಬೆಳಗ್ಗೆ. ಮನೆಯ ವಾತಾವರಣ ತಣ್ಣಗೆ ಇತ್ತು. ಯಾರೊಬ್ಬರೂ ಯಾರ ಬಳಿಯೂ ಏನೂ ಹೇಳಲಿಲ್ಲ. ಆದರೆ ಕ್ರಮೇಣ ರಾಮಚಂದ್ರ ಪೈಗೆ ತಿಳಿದು ಹೋಗಿತ್ತು – ಮರ್ತಪ್ಪಯ್ಯ ಊರು ಬಿಟ್ಟು ಹೋಗಿದ್ದ ! ಅವನನ್ನು ಹುಡುಕಲು ವಿಟ್ಠು ಪೈ ನಾಲ್ಕು ಕಡೆ ಆಳುಗಳನ್ನು ಕಳುಹಿಸಿದ್ದ. ತುಳಸೀ ಬಾಯಿ ಅಕ್ಕಿ ಕಾಳುಗಳನ್ನು ಬಾಯಿಗೆ ಹಾಕಿ ಕಾದು ಕುಳಿತಿದ್ದಳು. ಹತ್ತು ದಿನಗಳ ಬಳಿಕ ಅಂಬಾಬಾಯಿ ರಾಮಚಂದ್ರ ಪೈಯನ್ನು ನರಸಿಂಹ ಪೈಯನ್ನೂ ಅಪ್ಪಿ ಹಿಡಿದು "ತಂದೆಯಿದ್ದೂ ಅನಾಥರಾದಿರಲ್ಲ, ಮಕ್ಕಳೇ" ಎಂದು ಬಿಕ್ಕಿಬಿಕ್ಕಿ ಅತ್ತಿದ್ದಳು.

ವಿಟ್ಠು ಪೈ ಮುಂದೆ ವ್ಯಾಪಾರಕ್ಕೆ ಹೋಗುವುದನ್ನು ನಿಲ್ಲಿಸಿದ. ಇಬ್ಬರು ಮಕ್ಕಳು ಸತ್ತಿದ್ದರು. ಒಬ್ಬ ಮಗ ಊರು ಬಿಟ್ಟು ಹೋಗಿದ್ದ. ಇನ್ನುಳಿದ ಒಬ್ಬನಿಗೆ ಸಂತಾನವಿರಲಿಲ್ಲ. ಜೀವನದ ಎಲ್ಲ ಉತ್ಸಾಹವನ್ನೂ ಕಳೆದುಕೊಂಡ ವಿಟ್ಠು ಪೈ ಕುಂಬಳೆಯ ಹಜಾರದಲ್ಲಿ ಕುಳಿತು ಮನೆಯ ಎಲ್ಲ ವ್ಯಾಪಾರ ವಹಿವಾಟುಗಳಿಗೆ ನಿರ್ಲಿಪ್ತನಾಗಿಬಿಟ್ಟ.

"ರಾಯಪ್ಪೈ ಮತ್ತು ಸಾಂತಪ್ಪಯ್ಯನ ಮಕ್ಕಳನ್ನು ದಾಯಾದಿಗಳಂತೆ ಕಾಣಬಾರದು ರಾಚ್ಚೊ" ಎಂದು ಆಗಾಗ ತಿಳಿ ಹೇಳತೊಡಗಿದ. "ನನ್ನಿಂದ ಎರಡನೆಯ ತಲೆಯಲ್ಲಿ ಹಿರಿಯವ ನೀನು. ನಮ್ಮ ಕುಟುಂಬದ ವಿಚಾರ ನೀನು ತಿಳಿದುಕೊಳ್ಳಬೇಕು. ವೆರಣೆಯಲ್ಲಿ ನಮ್ಮದು ಪ್ರತಿಷ್ಠಿತ ಮನೆತನ. ಕೌಂಶ ಗೋತ್ರದ, ಮಹಾಲಸಾ ನಾರಾಯಣಿಯ ಕುಲಾವಿಯಾದ ವೆರಣೆಯ ನರಪ್ಪಯ್ಯನೆಂದರೆ ಸಾಸಷ್ಟಿ ಬಾರ್ದೇಶದ ಜನರಿಗೆಲ್ಲ ಗೊತ್ತಿತ್ತು. ಅವರಿಲ್ಲದೇ ಸಾಸಷ್ಟಿಯ ಅರುವತ್ತಾರು ಅಗ್ರಹಾರಗಳಲ್ಲಿ ಯಾವುದೇ ಶುಭಸಮಾರಂಭ ನಡೆಯುತ್ತಿರಲಿಲ್ಲ –"

– ಎಷ್ಟೋ ತಿಂಗಳುಗಳವರೆಗೆ ರಾಮಚಂದ್ರ ಪೈಯ ಪೂರ್ವಿಕರ ಕಥೆ ಹರಿದಿತ್ತು. ಕೆಲವು ದಿವಸ ವಿಟ್ಠು ಪೈ ಕಥೆ ಹೇಳುತ್ತಲೇ ಇರಲಿಲ್ಲ. ಕೆಲವೊಮ್ಮೆ ಕಥನ ಬಹಳ ದೀರ್ಘವಾಗುತ್ತಿತ್ತು. ನಿದ್ರೆ ಬಂದು ಕಣ್ಣು ತೂಗುತ್ತಿದ್ದರೂ ಹೋಗಲೊಲ್ಲದ ರಾಮಚಂದ್ರ ಪೈಯ ಬೆನ್ನು ಸವರುತ್ತಾ ವಿಟ್ಠು ಪೈ ಹೇಳಿದ್ದ – "ನಾನು ಹೇಳಿದ್ದನ್ನು ಮರೆಯಬಾರದು ರಾಚ್ಚೊ. ನಿನ್ನ ಮಗನಿಗೂ ಈ ಕಥೆಯನ್ನು ನೀನು ಹೇಳಬೇಕು. ನಾಲ್ಕು ನೂರು ವರುಷಗಳ ಬಳಿಕ ಮತ್ತೆ ನಮ್ಮ ಜನರು ಗೋವೆಗೆ ಹೋಗುತ್ತಾರೆ. ವೆರಣೆಯ ಆ

ದೃಶ್ಯವನ್ನು ಹಾಳುಬಿದ್ದ ಮಹಾಲಸಾ ದೇವಸ್ಥಾನದ ಅವಶೇಷಗಳನ್ನು ಕಂಡು ಪುಳಕಿತರಾಗುತ್ತಾರೆ. ವೆರಣೆಯ ನೀರು ಕುಡಿದು ತಂಪಾಗುತ್ತಾರೆ. ಮ್ಹಾಳಶಿಮಾಂಯಿಯ ಕೈಂಕರ್ಯ ಮಾಡುತ್ತಾರೆ. ಆಗ ನಾವು ಪುನೀತರಾಗುತ್ತೇವೆ. ಆಗ ನಮ್ಮ ಮೇಲಿದ್ದ ಶಾಪಗಳು ಹಿಂಗುತ್ತವೆ. ನಾಗ್ಡೊ ಬೇತಾಳ ಕ್ಷಮಿಸುತ್ತಾನೆ. ರಾಚ್ಚೊ, ಈಗ ಕುಟುಂಬ ಮುಂದುವರಿಯುವುದಿದ್ದರೆ ಅದು ನಿನ್ನಿಂದ. ಅದಕ್ಕಾಗಿ ನಿನಗೆ ಹೇಳುತ್ತೇನೆ.''

"ರಾಚ್ಚೊ, ಕುಂಬಳೆಗೆ ಮುಟ್ಟಿದಾಗ ಈ ವಿಟ್ಠು ಪೈಯ ಬಳಿ ಏನಿತ್ತು ? ಪಂಡರಾಪುರದ ವಿಟ್ಠಲನಂತೆ ಇಟ್ಟಿಗೆಯ ಮೇಲೆ ನಿಂತು ಸೊಂಟದಲ್ಲಿ ಕೈ ಹುಗಿದ ದರಿದ್ರ. ಏರುಜವ್ವನದಲ್ಲಿ ಇಲ್ಲಿ ಮುಟ್ಟಿದಾಗ ಈ ಕುಟುಂಬ ನಿಲ್ಲಿಸಬೇಕು, ಸಂಪತ್ತು ಬೆಳೆಸಬೇಕು ಎಂದು ಜೀವನದುದ್ದಕ್ಕೂ ದುಡಿದೆ. ವೆರಣೆಯಲ್ಲಿ ಇದ್ದಂತೆ ಇಲ್ಲೂ ತುಂಬ ಜಮೀನು ಮಾಡಬೇಕು ಎಂದು ಸಾಕಷ್ಟು ಹೆಣಗಿದೆ. ರಾಯ ಪೈ ಮತ್ತು ಸಾಂತಪ್ಪಯ್ಯ ಸಮುದ್ರದ ನೀರಿನಲ್ಲಿ ಮುಳುಗಿ ಜೀವ ಕಳೆದುಕೊಂಡ ಆ ಕ್ಷಣದಲ್ಲಿ ಸೀತಂಗೋಳಿಯಲ್ಲಿ ಆಸ್ತಿಯ ಬಗ್ಗೆ ಮಾತುಕಥೆಯಾಗುತ್ತಿತ್ತು. ಒಂದಿಷ್ಟು ಹಿಗ್ಗಾಮುಗ್ಗಾ ಮಾಡಿ ಆ ಆಸ್ತಿಯನ್ನು ಕೊಂಡೇ ಬಿಡುತ್ತಿದ್ದೆನೋ ಏನೋ ? ಆದರೆ ಆ ಯೋಗ ನನ್ನ ಜೀವಿತದಲ್ಲಿ ಇಲ್ಲ. ಇನ್ನು ನಾನು ಆಸ್ತಿ ಕೊಳ್ಳಲಾರೆ. ಈ ಮುದುಕನಿಗೆ ಅದೆಲ್ಲ ಯಾಕೆ ಬೇಕು ? ಹಿಂದೆ ಬದುಕಿದ್ದಷ್ಟು ಮುಂದೆ ಬದುಕುವವನು ನಾನಲ್ಲ. ಹಳತು ಮುರುಕಲಾದ ಗೆದ್ದಲು ಹಿಡಿದ ಗಾಡಿ ಇದು. ಯಾವಾಗ ಬಿದ್ದೀತು, ಹೇಳಲಾರೆ.

"ರಾಚ್ಚೊ, ಮುಂದೆ ವಂಶ ಬೆಳೆಸುವವನು ನೀನು. ನಿನಗೆ ಹೇಳುತ್ತೇನೆ. ಇಲ್ಲಿ ಸುತ್ತಮುತ್ತಲಲ್ಲಿ ಒಂದು ಜಮೀನು ಕೋ. ಇಲ್ಲಿಯೇ ಒಂದು ವೆರಣೆಯಂಥ ಅಗ್ರಹಾರ ಕಟ್ಟು. ನಿನ್ನ ಬದುಕಿನಲ್ಲಿ ನೀನೊಮ್ಮೆ ಗೋವೆಗೆ ಹೋಗಿ ಬರುವುದು ಅಸಾಧ್ಯ. ಆದರೆ ನಿನ್ನ ಕೊನೆಗಾಲದಲ್ಲಿ ನಿನ್ನ ಮಕ್ಕಳು ಮೊಮ್ಮಕ್ಕಳಿಗೆ ಹೇಳು – ನಾಗ್ಡೊ ಬೇತಾಳ ಬರುತ್ತಾನೆ. ಅವನು ದಾರಿ ತೋರಿಸುತ್ತಾನೆ. ಸಾವಿಲ್ಲದ, ಮುಪ್ಪಿಲ್ಲದ ಜೀವ ಅವನದ್ದು. ಬಂದವನನ್ನು ಸತ್ಕರಿಸು. ಮುಂದಣ ಹಾದಿ ಯಾವುದು ಎಂದು ಕೇಳು. ಹೇಳುತ್ತಾನೆ. ಮದುವೆ ಮುಂಜಿ ಮುಂತಾದ ಶುಭಸಮಾರಂಭಗಳಲ್ಲಿ ಧಡ್ಡನನ್ನು ಮಾತ್ರ ಮರೆಯಬೇಡ. ಭೀಮನ ಅಮಾವಾಸ್ಯೆಯಂದು ನಿನ್ನ ಮಕ್ಕಳನ್ನು ಸಮುದ್ರಸ್ನಾನ ಮಾಡಿಸಬೇಡ. ಸಾರಸ್ವತರು ಎದುರು ಸಿಕ್ಕಿದರೆ ಮಾಮ್ಮಾ ಮಾಂಯ್ಯೇ ಎಂದು ಅವರನ್ನು ಸಂಬೋಧಿಸು. ಕೊಂಕಣಿ ಭಾಷೆಯಲ್ಲಲ್ಲದೇ ಬೇರೆ ಭಾಷೆಯಲ್ಲಿ ಅವರೊಡನೆ ಮಾತಾಡಬೇಡ. ಹೀಗೆಂದು ಮುಂದಿನ ಸಂತಾನಗಳಿಗೂ ಹೇಳುತ್ತಾ ಹೋಗುವಂತೆ ಹೇಳು.''

– ದಿನದಿಂದ ದಿನಕ್ಕೆ ಕೃಶನಾಗುತ್ತಾ ಹೋಗಿದ್ದ ತಾತ ವಿಟ್ಠು ಪೈ. ಅವನ ಕೊನೆಯ ದಿನಗಳು ಹತ್ತಿರ ಬಂದುವು ಎಂದಾಗ ಒಬ್ಬರಲ್ಲ ಒಬ್ಬರು ಅವನ ಬಳಿ ಇದ್ದೇ ಇದ್ದರು.

ಚಿಕ್ಕಪ್ಪಂದಿರು ಸತ್ತು ಅಪ್ಪ ಊರು ಬಿಟ್ಟ ದಿನದಿಂದ ಎದ್ದಿರದ ಕುಂಬಳೆಯ ಮನೆಯ ಹಜಾರದಲ್ಲಿಯೇ ಒಂದು ದಿನ ವಿಟ್ಠು ಪೈ ಕೊನೆಯುಸಿರು ಎಳೆದ. ನಡುಗುವ ಕೈಗಳಿಂದ ಯಾರೋ ಕೊಟ್ಟ ಚಿಪ್ಪುಟದಲ್ಲಿ ತಾತನ ಬಾಯಿಗೆ ಗಂಗೋದಕ ಬಿಟ್ಟಾಗ ಗೊರಗೊರ ಸದ್ದಾಗಿ ನೀರು ಹೊರಗೆ ಚೆಲ್ಲಿತ್ತು. ಕಣ್ಣು ಮೇಲಕ್ಕ ಸಿಕ್ಕಿ ಹಾಕಿಕೊಂಡಿತ್ತು. ಗೋಣು ಸಡಲಿ, ಕೈ ಕಾಲು ಕೊಕ್ಕೆಯಾಗಿ ದೇಹ ನಿಶ್ಚಲವಾದಾಗ ರಾಮಚಂದ್ರ ಪೈ ಅತ್ತೇ ಬಿಟ್ಟ. ಚಿಕ್ಕಂದಿನಲ್ಲಿ ಅವನಿಗೆ ಆಪ್ತ ಸಂಗಾತಿಯಾಗಿದ್ದವ. ಕಥೆ ಹೇಳುತ್ತಾ ಚರಿತ್ರೆಯನ್ನು ಬಿಚ್ಚಿಡುವ ಅವನ ಆತ್ಮೀಯ ವೈಖರಿ ಆಪ್ಯಾಯಮಾನವಾದುದು. ಅವನದ್ದು ವರ್ಣಮಯ ಬದುಕು. ಗೋವೆಯಲ್ಲಿ, ಗೋವೆಯ ದಾರಿಯಲ್ಲಿ, ಇಲ್ಲಿ ಕುಂಬಳೆಯಲ್ಲಿ ಅವನು ನಡೆಸಿದ್ದು ಎಲ್ಲ ಕಣ್ಣಿಗೆ ಕಟ್ಟುವಂತೆ ಹೇಳಿದ. ಯಾವುದನ್ನೂ ಮುಚ್ಚಿಡಲಿಲ್ಲ. ಮರ್ತುಕಿಣಿ ಸತ್ತಾಗಲೇ ಅವನ ಇನ್ನೊಂದು ಬದುಕು ಆರಂಭವಾಗಿತ್ತು. ಮಕ್ಕಳು ನೀರುಪಾಲಾದಾಗಂತೂ ಆತ ಇದು ತಾನಲ್ಲ, ತನ್ನ ಹೆಸರಿನ ಇನ್ನೊಬ್ಬ ವ್ಯಕ್ತಿ ಬಾಳಿದ ಜೀವನ ಎಂಬಂತೆ ದೂರ ನಿಂತು ಕಥೆ ಹೇಳಿದ. ಈಗವನು ತೀರಿಕೊಂಡಾಗ ರಾಮಚಂದ್ರ ಪೈಗೆ ಎಲ್ಲ ಭಣಭಣವೆನ್ನಿಸಿತು.

□

೧೯

ರಾಮಚಂದ್ರ ಪೈಗೆ ಒಂಭತ್ತನೆಯ ವಯಸ್ಸಿನಲ್ಲಿ ಉಪನಯನವಾಗಿತ್ತು. ಹದಿನಾರರಲ್ಲಿ ಮದುವೆಯಾಗಿತ್ತು. ಅವನು ವ್ಯಾಪಾರಕ್ಕಿಳಿದಾಗ ಅವನಿಗೆ ತಂದೆಯ ಮುಖವನ್ನು ನೋಡಿದ ನೆನಪಿರಲಿಲ್ಲ. ಅವನು ಐದು ಆರನೆಯ ವರ್ಷದಲ್ಲಿದ್ದಾಗ ಅವನ ತಂದೆ ಮರ್ತಪ್ಪಯ್ಯ ಊರು ಬಿಟ್ಟು ಹೇಳದೇ ಪರಾರಿಯಾಗಿದ್ದ. ಅವನು ಓಡಿ ಹೋದುದರ ಕಾರಣ ಸೂಕ್ಷ್ಮವಾಗಿ ರಾಮಚಂದ್ರ ಪೈಗೆ ತಿಳಿದದ್ದು ತನ್ನ ಅಜ್ಜ ಹೇಳಿದ ಕಥೆಯಿಂದ. ಓಡಿ ಹೋದವನು ಎಷ್ಟು ಹುಡುಕಿದರೂ ಸಿಗಲಿಲ್ಲ. ಬದುಕಿದ್ದಾನೆಂಬುದರ ಪತ್ತೆ ಕೂಡಾ ಆಗಿರಲಿಲ್ಲ. ಹಾಗಾಗಿ ರಾಮಚಂದ್ರ ಪೈಗೆ ತನ್ನ ದೊಡ್ಡಪ್ಪ ನಾಗಪ್ಪಯ್ಯನೇ ಹಿರಿಯರ ಸ್ಥಾನದಲ್ಲಿದ್ದವನು. ತಾತ ತೀರಿಕೊಂಡ ಮೇಲಂತೂ ಏನಾದರೂ ಹೇಳಬೇಕಿದ್ದರೆ ಕೇಳಬೇಕಿದ್ದರೆ ನಾಗಪ್ಪಯ್ಯನೇ ಬೇಕು. ನಾಗಪ್ಪಯ್ಯ ಸ್ವಭಾವತಃ ಹೆಚ್ಚು ಮಾತಾಡುವವನಲ್ಲ, ಬಾಯಿ ತುಂಬ ತಂಬುಲ ಹಾಕಿಕೊಂಡು, ಹಾಗೆ ಹಾಕಿದ ಕಾರಣ ಮಾತಾಡುವುದು ಸಾಧ್ಯವಾಗದೇ ಯಾವಾಗಲೂ ಮೌನಿಯಾಗಿರುವ ನಾಗಪ್ಪಯ್ಯನಿಗೆ ಸ್ವಂತ ಮಕ್ಕಳಿರಲಿಲ್ಲ. ಹಾಗಾಗಿ ರಾಮಚಂದ್ರ ಪೈಗೂ, ಅವನ ತಮ್ಮ ನರಸಿಂಹ ಪೈಗೂ, ಅವನೇ ತಂದೆ. ಹಾಗೆಯೇ ರಾಮಚಂದ್ರ ಪೈಯ ಚಿಕ್ಕಪ್ಪನ ಮಕ್ಕಳಾದ ಸುಕ್ರೊ ಪೈ, ದೇವು ಪೈ ಮತ್ತು ಶಿವಪ್ಪಯ್ಯನವರಿಗೂ ಅವನು ಪಿತೃಸಮಾನ. ರಾಮಚಂದ್ರ ಪೈಗೆ ಇನ್ನೊಬ್ಬ ತಮ್ಮನಿದ್ದ. ಶಿನ್ನು ಪೈ ಅಂತ ಹೆಸರು. ಅವನು ತೀರ ಚಿಕ್ಕವಯಸ್ಸಿನಲ್ಲಿ ಬಾಲಗ್ರಹದಿಂದ ನರಳಿ ತೀರಿಕೊಂಡದ್ದು ರಾಮಚಂದ್ರ ಪೈಗೆ ನೆನಪಿದೆ.

ರಾಮಚಂದ್ರ ಪೈಯ ಅತ್ತೆಯೊಬ್ಬಳು ಅವನಿಗೆ ಉಪನಯನವಾಗುವಾಗ ಕುಂಬಳೆಯ ಮನೆಯಲ್ಲಿದ್ದಳು. ಹೆಸರು ಚಂದ್ರಭಾಗಿ. ರಾಮಚಂದ್ರ ಪೈಗಿಂತ ಆಕೆ ಮೂರು ನಾಲ್ಕು ವರ್ಷಗಳಿಗಷ್ಟೇ ದೊಡ್ಡವಳು. ಅವನಿಗೆ ಉಪನಯನವಾದ ವರುಷದಲ್ಲಿಯೇ ಅವಳಿಗೆ ಮದುವೆಯಾಗಿತ್ತು. ಉಳ್ಳಾಲದ ದೇವಣ್ಣಕಿಣಿಯರ ಮಗ ಸುಬ್ರಾಯ ಕಿಣಿಗೆ ಅವಳನ್ನು ಕೊಟ್ಟಿದ್ದರು. ನಾಗಪ್ಪಯ್ಯನೇ ಆ ಸಂಬಂಧ ಹುಡುಕಿ ತಂದದ್ದು. ವ್ಯಾಪಾರದ ನಿಮಿತ್ತ ಮಂಗಳೂರಿಗೆ ಹೋದವನು ಮರಳಿ ಬರುವಾಗ ದೋಣಿಯಲ್ಲಿ ನದಿ ದಾಟಿ ಉಳ್ಳಾಲಕ್ಕೆ ಬಂದವನು ಅಲ್ಲಿಯ ಪ್ರಸಿದ್ಧ ಘರಾಣೆಯಾದ ದೇವಣ್ಣ ಕಿಣಿಯವರ ಮನೆಯಲ್ಲಿ ರಾತ್ರಿ ಕಳೆಯಲು ಉಳಿದಿದ್ದ. ದೇವಣ್ಣ ಕಿಣಿಯರ ಹದಿನೇಳು ವರ್ಷದ ಮಗ ಸುಬ್ರಾಯ ಚೂಟಿಯಾಗಿ ಅತ್ತಿತ್ತ ಓಡಾಡುವುದನ್ನು ನೋಡಿ ಜಾತಕ ಕೇಳಿದ್ದ. ದೇವಣ್ಣ ಕಿಣಿಯವರು ಮಗನಿಗೆ ಮದುವೆ ಮಾಡಿಸುವ ಯೋಚನೆಯಲ್ಲಿದ್ದ ಸಮಯ ಅದು.

ವರಣೆಯಿಂದ ಉಳ್ಳಾಲಕ್ಕೆ ಬಂದು ನಿಂತ ಸಾರಸ್ವತ ಮಂದಿ ಕುಂಬಳೆಯ ಈ ನಾಗಪ್ಪಯ್ಯನ ತಂದೆ ವಿಟ್ಠು ಪೈಯ ಕಥೆಯನ್ನು ಅವರಿಗೆ ಹೇಳಿದ್ದರು. ಈಗ ಪರಿಸ್ಥಿತಿ ಊರ್ಜಿತವಾಗಿರುವುದನ್ನೂ ಕೇಳಿಬಲ್ಲರು. ಅವರ ಕೊನೆಯ ಮಗಳು ತನ್ನ ಸೊಸೆಯಾಗಿ ಬರುವುದಕ್ಕೆ ಅವರಿಗೆ ಅಭ್ಯಂತರವಿರಲಿಲ್ಲ. ಜಾತಕ ಸಿಕ್ಕಿತು. ಅದರ ಆಧಾರದ ಮೇಲೆ ಮದುವೆ ನಿಷ್ಕರ್ಷೆಯೂ ಆಯಿತು. ನಾಗಪ್ಪಯ್ಯ ತಂಗಿಯ ಮದುವೆಯನ್ನು ವಿಜೃಂಭಣೆಯಿಂದಲೇ ನೆರವೇರಿಸಿದ. ಅವಳು ಮೈ ನೆರೆದು ಗಂಡನ ಮನೆಗೆ ಹೊರಟಾಗ ರಾಮಚಂದ್ರ ಪೈ ಒಂಟಿಯಾದ. ಚಿಕ್ಕಂದಿನಲ್ಲಿ ಅವನಿಗೆ ಸಹಭಾಗಿಯಾಗಿದ್ದವಳು ಚಂದ್ರಭಾಗಾ. ಅವಳಿಗೆ ಮದುವೆ ಎಂದಾಗ ರಾಮಚಂದ್ರ ಪೈ ಅಸೂಯೆ ಪಟ್ಟಿದ್ದ. ಅವಳು ಗಂಡನ ಮನೆಗೆ ಹೊರಟು ನಿಂತಾಗ ಸಿಟ್ಟುಗೊಂಡ. ಆದರೆ ಕ್ರಮೇಣ ದೊಡ್ಡಪ್ಪನ ವ್ಯಾಪಾರದಲ್ಲಿ ಅವನೂ ಜೊತೆ ಕೊಟ್ಟಾಗ ಅವಳನ್ನು ಮರೆಯುವುದು ಅವನಿಂದ ಸಾಧ್ಯವಾಯಿತು. ಹತ್ತು ಊರುಗಳ ಓಡಾಟ. ಹತ್ತು ಮಂದಿಯೊಡನೆ ಒಡನಾಟ. ಅಲ್ಲದೇ ವ್ಯಾಪಾರದಲ್ಲಿ ರಾಮಚಂದ್ರ ಪೈ ಜಾಣ. ರಾಮಚಂದ್ರ ಪೈಯ ಮನೆಯಲ್ಲಿ ಮೂರು ಜನ ವಿಧವೆಯರಿದ್ದರು. ಅವನ ಅಜ್ಜಿ ತುಳಸೀಬಾಯಿ ಮತ್ತು ಚಿಕ್ಕಮ್ಮಂದಿರು. ಅವರಲ್ಲದೇ ಗಂಡನಿದ್ದೂ ಇಲ್ಲದ ಅವನ ತಾಯಿ ಅಂಬಾಬಾಯಿ ಕೂಡ ವೇಷಭೂಷಣ ಬಿಟ್ಟರೆ ಉಳಿದವರಂತೆಯೇ ಜೀವನ ಸಾಗಿಸುತ್ತಿದ್ದಳು.

ಹದಿನಾರರಲ್ಲಿ ಅವನ ಮದುವೆಯಾಗಿ ಕೈಹಿಡಿದವಳು ಪಾರ್ವತೀಬಾಯಿ ಎಂಬ ಹೆಣ್ಣು. ಕುಂಬಳೆಯ ಮೂಡು ದಿಕ್ಕಿನಲ್ಲಿ ಪಡುಮಲೆ ಎಂಬ ರಾಜ್ಯವಿತ್ತು. ಜೈನ ಅರಸರು ಅಲ್ಲಿ ಬಲ್ಲಾಳರೆಂಬ ಹೆಸರಿಟ್ಟುಕೊಂಡು ರಾಜ್ಯವಾಳುತ್ತಿದ್ದರು. ವೈಭವದ ರಾಜ್ಯಭಾರ. ಗೋವೆ ಬಿಟ್ಟ ಮೊದಲ ಸಾರಸ್ವತ ಕುಟುಂಬದ ನರಸಪ್ಪ ನಾಯಕರೆಂಬುವರು ಬಹಳ ಹಿಂದೆಯೇ ಪಡುಮಲೆಗೆ ಹೋದವರು. ನಾಯಕರು ತಮ್ಮ ಚಾಕಚಕ್ಯತೆಯಿಂದ ಬಲ್ಲಾಳರ ಕೃಪಾದೃಷ್ಟಿಗೆ ಬೀಳಲು ತಡವಾಗಲಿಲ್ಲ. ಬಲ್ಲಾಳರು ನಾಯಕರಿಗೆ ಉಳಿಯಲು ತಾವಿತ್ತು, ದುಡಿಯಲು ಭೂಮಿ ಕೊಟ್ಟರು. ಆದರೆ ನಾಯಕರ ದುರಾದೃಷ್ಟ ಬಲ್ಲಾಳರಿಗೆ ಮಕ್ಕಳೇ ಆಗಲಿಲ್ಲ. ಅವರು ಸತ್ತಾಗ ಪಡುಮಲೆ ಅರಾಜಕವಾಯಿತು. ಅದು ಮಲೆನಾಡು ಬೇರೆ. ದಟ್ಟವಾದ ಕಾಡು. ಮುಂದೆ ಅಂಥ ಅರಾಜಕ ನಾಡಿನಲ್ಲಿ ನಿಲ್ಲುವ ಮನಸ್ಸಾಗದೇ ನರಸಪ್ಪ ನಾಯಕರು ಅಲ್ಲಿಂದ ಹೊರಟು ಘಟ್ಟವಿಳಿದು ಬಂದರು. ಬಂದು ಮುಟ್ಟಿದ್ದು ಮಂಜೇಶ್ವರಕ್ಕೆ. ನರಸಪ್ಪ ನಾಯಕರ ಮಾವ ರಾಮಕೃಷ್ಣ ಮಲ್ಯರೆಂಬುವರು ಮಂಜೇಶ್ವರದ ಶಾನುಭಾಗರಲ್ಲಿ ಕೆಲಸಕ್ಕಿದ್ದರು. ನಾಯಕರೂ ಮಾವನ ಜೊತೆಗೆ ಕೆಲವು ಕಾಲವಿದ್ದರು. ಅವರ ಮೊಮ್ಮಗ ನರಸನಾಯಕರು ಮಂಜೇಶ್ವರದಲ್ಲಿಯೇ ಒಂದು ವ್ಯಾಪಾರ ಆರಂಭಿಸಿ ಊರ್ಜಿತಗೊಂಡವರು.

ಮಂಗಲಪಾಡಿಯ ರಾಮಯ್ಯ ಶಾನುಭಾಗರೂ, ರಾಮಕೃಷ್ಣ ಮಲ್ಯರು ಕೆಲಸಕ್ಕಿದ್ದ ಮನೆತನದ ಸಂಕಯ್ಯ ಶಾನುಭಾಗರೂ ದಾಯಾದಿಗಳು. ಆದರೆ ಇಬ್ಬರೂ ಮತ್ಸರ

ಪಡುವ ಜಾತಿಯವರಲ್ಲ. ಅವರಿಬ್ಬರ ಗೆಳೆತನ ಅಗಾಧವಾದುದು. ಆಗಾಗ ರಾಮಯ್ಯ ಶಾನುಭಾಗರ ಮಗ ಲೋಕಯ್ಯ ಶಾನುಭಾಗರು ಅಲ್ಲಿಗೆ ಹೋಗುವುದು ಕ್ರಮ. ಹಾಗೆ ಹೋದಾಗ ನರಸ ನಾಯಕರ ಜೊತೆಯೂ ಏನಾದರೂ ವ್ಯವಹಾರ ನಡೆಸುವುದಿತ್ತು. ನರಸನಾಯಕರು ಅದೇ ಪರಿಚಯದ ಮೇಲೆ ಮಂಗಲಪಾಡಿಗೆ ಬಂದವರು ಕುಂಬಳೆಗೂ ಒಮ್ಮೆ ಬಂದಿದ್ದರು. ಬಂದವರನ್ನು ಲೋಕಯ್ಯ ಶಾನುಭಾಗರು ತಮ್ಮ ಅಕ್ಕನಾದ ಅಂಬಾಬಾಯಿ ಮನೆಗೂ ಕರೆದುಕೊಂಡು ಬಂದರು. ಗಂಡ ಊರು ಬಿಟ್ಟು ಹೋದ ಮೇಲೆ ಅಂಬಾಬಾಯಿ ಕುಂಬಳೆಯ ಮನೆ ಬಿಟ್ಟು ಹೊರಗೆ ಬಂದಿರಲಿಲ್ಲ. ಜೊತೆಯಲ್ಲಿ ಕುಂಕುಮ ಒರಸಿಕೊಂಡ ಇಬ್ಬರು ಓರಗಿತ್ತಿಯರೊಂದಿಗೆ ಹಗಲೂ ರಾತ್ರಿ ದುಡಿಯುತ್ತಿದ್ದಳು. ಮನೆಗೆ ಬಂದ ತಮ್ಮನನ್ನು ಕಂಡು ಆಕೆ ಸಂತೋಷ ಪಟ್ಟಳಷ್ಟೇ ಅಲ್ಲ, ಅವನ ಜೊತೆ ಬಂದ ಅತಿಥಿಗೂ ಸಾಕಷ್ಟು ಸತ್ಕಾರ ಮಾಡಿದಳು. ನರಸನಾಯಕರ ಕಣ್ಣಿಗೆ ಬಿದ್ದವನು ಅವಳ ಹಿರಿಮಗ ರಾಮಚಂದ್ರ ಪೈ. ನಾಯಕರಿಗೆ ಮದುವೆಗೆ ಬೆಳೆದು ನಿಂತ ಹೆಣ್ಣು ಮಗಳೊಬ್ಬಳಿದ್ದಳು. ಅವಳಿಗೆ ಆಗಲೇ ಹನ್ನೊಂದು ತುಂಬಿ ಹನ್ನೆರಡರ ವಯಸ್ಸು. ಆದುದರಿಂದ ನರಸ ನಾಯಕರಿಗೆ ಒಂದಷ್ಟು ಧಾವಂತ. ಆಗಲೇ ರಾಮಚಂದ್ರ ಪೈಯ ಜಾತಕ ಕೇಳುವ ತವಕ. ಆದರೆ ಮೊದಲ ಬಾರಿಗೆ ಬಂದವರು ಹಾಗೆ ಮಾಡುವುದು ಸರಿಯಲ್ಲ ಎಂದು ಹಿಂದೇಟು ಹಾಕಿದರು.

ಮಂಜೇಶ್ವರಕ್ಕೆ ಮರಳುವ ದಾರಿಯಲ್ಲಿ ನರಸನಾಯಕರು ಲೋಕಯ್ಯ ಶಾನುಭಾಗರೊಡನೆ ಆ ಮಾತಿನ ಪ್ರಸ್ತಾಪ ತೆಗೆದರು. ಲೋಕಯ್ಯ ಶಾನುಭಾಗರು ಅಂಥ ವಿಷಯದಲ್ಲೆಲ್ಲ ತುಂಬ ಧಾರಾಳಿ. ಮೇಲಾಗಿ ನಾಯಕರು ಅವರ ಗೆಳೆಯ. "ಶಾನುಭಾಗರೇ, ಆ ಹುಡುಗ, ಮೈಕೈ ತುಂಬಿಕೊಂಡು ದಪ್ಪಗೆ ಕುಳ್ಳಗೆ ಇರುವ ಹುಡುಗ ನಿಮ್ಮ ಸೋದರಳಿಯನಲ್ಲವೇ ? ನಾವು ಹಜಾರದಲ್ಲಿ ಕುಳಿತಿದ್ದಾಗ ಊಟಕ್ಕಾಗಿ ವ್ಯಾಪಾರ ನಿಲ್ಲಿಸಿ ಬಂದವನು – ಏನವನ ಹೆಸರು ? ರಾಚ್ಚು ಪೈ ಅಲ್ಲವೇ ?" ಎಂದು ಕೇಳಿ ನರಸನಾಯಕರು "ಜಾತಕ ಕೇಳಿದರೆ ಹೇಗೆ ?" ಎಂದಾಗ ಲೋಕಯ್ಯ ಶಾನುಭಾಗರು "ಹುಡುಗನೇನೋ ನನ್ನ ಸೋದರಳಿಯ ನಿಜ. ಒಳ್ಳೆಯ ಹುಡುಗ. ಚಾಲಾಕಿ. ಎಲ್ಲಿಗೆ ಹೋದರೂ ಗೆದ್ದು ಬರುತ್ತಾನೆನ್ನುವುದು ಖಾತರಿ. ಆದರೆ ಅವನ ಶೆಂಡಿ ಇರುವುದು ಅವನ ದೊಡ್ಡಪ್ಪನ ಕೈಯಲ್ಲಿ. ನನ್ನ ಭಾವ ಊರು ಬಿಟ್ಟು ಹೋದ ಮೇಲೆ ಅವರೇ ಎಲ್ಲ ಮನೆತನದ ಜವಾಬ್ದಾರಿ ವಹಿಸಿಕೊಂಡಿದ್ದಾರೆ. ನಾಗಪ್ಪಯ್ಯನವರಿಗೆ ಮಕ್ಕಳಿಲ್ಲ. ನಮ್ಮ ರಾಚ್ಚುವಿಗೆ ಅವರೇ ತಂದೆಯಂತಿದ್ದಾರೆ. ಜಾತಕ ಬೇಕಿದ್ದರೆ ಅವರೊಡನೆಯೇ ಕೇಳಬೇಕು" ಎಂದಿದ್ದರು. ನರಸನಾಯಕರು ಅದೇ ನೆವವೊಡ್ಡಿ ಇನ್ನೊಮ್ಮೆ ಕುಂಬಳೆಗೆ ಬಂದರು.

ನರಸನಾಯಕರ ಬಗ್ಗೆ ನಾಗಪ್ಪಯ್ಯ ಹಿಂದೆ ಕೇಳಿರಲಿಲ್ಲ. ಹುಡುಗನ ಸೋದರಮಾವ ಶಿಫಾರಸು ಮಾಡಿದ್ದರಿಂದ ಅವನೇನೂ ಯೋಚಿಸಬೇಕಾಗಿರಲಿಲ್ಲ.

ಅಲ್ಲದೇ ನರಸ ನಾಯಕರಿಗೆ ಒಬ್ಬಳು ಮಗಳು, ಒಬ್ಬ ಮಗ ಮಾತ್ರ. ಸಂಬಂಧ ಒಳ್ಳೆಯದೇ ಎಂದು ಅವನು ಒಪ್ಪಿದ. "ನಾಯಕ ಮಾಮ್ಮಾ, ನಮಗೆ ನೀವು ಕೊಡುವ ನಗದಾಗೀನುಗಳ ಬಗ್ಗೆ ಅಂಥ ಆಸ್ಥೆಯಿಲ್ಲ. ಕೊಟ್ಟರೆ ನಿಮ್ಮ ಮಗಳಿಗೆ ಕೊಡುತ್ತೀರಿ. ನಿಮ್ಮ ಭರಾಮಿಗೆ ತಕ್ಕ ಹಾಗೆ ಕೊಡುತ್ತೀರಿ. ನಮ್ಮ ಆಸ್ಥೆ ಹುಡುಗಿ ಚೆನ್ನಾಗಿರಬೇಕು ಅಂತ. ನಮ್ಮ ಮನೆಗೆ ಹೊಂದಿಕೊಳ್ಳುವ ಹಾಗಿರಬೇಕು ಅಂತ. ಅಷ್ಟೇ" ಎಂದ ನಾಗಪ್ಪಯ್ಯ. ಅದಕ್ಕೆ ಲೋಕಯ್ಯ ಶಾನುಭಾಗರೇ "ಭಾವಾಜಿ, ನಾಯಕರ ಮನೆತನ ನನಗೆ ಚೆನ್ನಾಗಿ ಗೊತ್ತು. ಅದರ ಬಗ್ಗೆ ನಿಮಗೆ ಕಾಳಜಿ ಬೇಡ. ಈ ಹುಡುಗಿಯನ್ನು ನಾನು ಹುಟ್ಟಿದಂದಿನಿಂದ ನೋಡಿದ್ದೇನೆ. ಈ ಮನೆಗಾಗಿಯೇ ಹುಟ್ಟಿದ ಹಾಗಿದ್ದಾಳೆ. ಗಂಡನ ಹೆಜ್ಜೆಯಲ್ಲಿ ಹೆಜ್ಜೆ ಹಾಕಿ ನಡೆಯುವ ಸಾಧು ಸ್ವಭಾವ" ಎಂದು ಉತ್ತರಿಸಿದರು. ಹಾಗಾಗಿ ಒಂದು ದಿನ ರಾಮಚಂದ್ರ ಪೈಯನ್ನು ಮಂಜೇಶ್ವರಕ್ಕೆ ಕರೆದುಕೊಂಡು ಹೋಗಿ ಹುಡುಗಿ ತೋರಿಸಿದರು. ರಾಮಚಂದ್ರ ಪೈ ಬೇಡ ಅನ್ನಲಿಲ್ಲ. ಮುಂದೆ ಕಾರ್ತೀಕದಲ್ಲಿ ಮದುವೆ ಎಂದು ಅಲ್ಲಿಯೇ ನಿಶ್ಚಯ ಕೂಡಾ ಆಯಿತು. ಉಳಿದವರೆಲ್ಲ ಹಿಂದೆ ಬಂದರು. ಮಂಜೇಶ್ವರದ ತನಕ ಬಂದವನು ಇನ್ನೊಂದಿಷ್ಟು ನಡೆದು ಉಳ್ಳಾಲಕ್ಕೂ ಹೋಗಿ ಬರುತ್ತೇನೆಂದು ಹೇಳಿ ರಾಮಚಂದ್ರ ಪೈ ಅತ್ತೆಗೂ ಸುದ್ದಿ ತಿಳಿಸಿ ಬಂದ. ಕಾರ್ತೀಕದಲ್ಲಿ ಮಂಜೇಶ್ವರ ನರಸನಾಯಕರ ಮಗಳು ಪಾರ್ವತೀಬಾಯಿಯೊಡನೆ ರಾಮಚಂದ್ರ ಪೈಯ ಮದುವೆ ವಿಜೃಂಭಣೆಯಿಂದ ನಡೆಯಿತು. ಆಕೆ ಇನ್ನೂ ಮೈ ನೆರೆಯದ ಕಾರಣ ತಕ್ಷಣ ಪ್ರಸ್ತವಾಗಲಿಲ್ಲ.

ಮದುವೆಯಾದ ಮೇಲೆ ರಾಮಚಂದ್ರ ಪೈಯ ಮನಸ್ಸು ಕೆಲವು ಕಾಲ ವ್ಯಾಪಾರದಿಂದ ವಿಮುಖವಾಗಿತ್ತು. ಆಗೊಮ್ಮೆ ಈಗೊಮ್ಮೆ ಯಾವುದಾದರೂ ನೆಪ ಹೇಳಿ ಅವನು ಮಂಜೇಶ್ವರದ ಕಡೆಗೆ ಹೋಗುತ್ತಿದ್ದ. ಹೆಂಡತಿಯ ಮನೆಗೆ ಹೋಗಿ ಒಂದೊಂದು ದಿನ ಇದ್ದು ಬರುತ್ತಿದ್ದ. ಮೈ ನೆರೆಯದ ಕಾರಣ ಪಾರ್ವತೀಬಾಯಿಗೆ ಅವನ ಚೇಷ್ಟೆಗಳು ಕಿರುಕುಳವಾಗುತ್ತಿದ್ದುವು. ಆಕೆ ಒಂದೆರಡು ಬಾರಿ ಆ ಬಗ್ಗೆ ತಾಯಿಯ ಬಳಿ ಹೇಳಿಯೂ ಹೇಳಿದಳು. ತಾಯಿ ಅವಳಿಗೇ ಸುಮ್ಮನಿರ ಹೇಳಿ ಗಂಡನಿಗೆ ತಗ್ಗಿ ನಡೆಯುವ ಬಗ್ಗೆ ತಿಳಿಸಿಕೊಟ್ಟಳು. ಅಳಿಯ ಆಗಾಗ ಮನೆಗೆ ಬಂದು ಹೋಗುತ್ತಿರುವುದು ನರಸನಾಯಕರಿಗೂ ಅಷ್ಟು ಸರಿ ಕಾಣುತ್ತಿರಲಿಲ್ಲ. ಆದರೆ ಹೇಳಲೊಲ್ಲರು. ರಾಮಚಂದ್ರ ಪೈ ತಾಳಲೊಲ್ಲ.

ವರುಷ ಹದಿನಾಲ್ಕಾದರೂ ಪಾರ್ವತೀ ಬಾಯಿ ಮೈ ನೆರೆಯದೇ ಇದ್ದಾಗ ರಾಮಚಂದ್ರ ಪೈ ಅಸಹನೆಯಿಂದ ವರ್ತಿಸಿದ್ದ. ಒಂದು ಬಾರಿ ಮಂಜೇಶ್ವರಕ್ಕೆ ಬಂದವನು ಸಿಟ್ಟಿನಿಂದ ಹೊರಟೂ ನಿಂತ. ನರಸನಾಯಕರು ಅವನ ಕೈಕಾಲು ಹಿಡಿದು ಪುನಃ ಕರೆಸಿಕೊಂಡಿದ್ದರು. ರಾಮಚಂದ್ರ ಪೈ ಅಲ್ಲಿರುವಾಗಲೇ ಪಾರ್ವತಿಬಾಯಿ ಮುಟ್ಟಾದಳು. ಮುಂದೆ ಅದೇ ತಿಂಗಳಿನಲ್ಲಿ ಪ್ರಸ್ತವನ್ನೂ ಮಾಡಿ ನರಸನಾಯಕರು ಮಗಳನ್ನು ಗಂಡನ ಮನೆಗೆ ಕಳುಹಿಸಿಕೊಟ್ಟು ನಿಶ್ಚಿಂತರಾದರು.

ರಾಮಚಂದ್ರ ಪೈ ಹೆಂಡತಿ ಬೇಕೆನ್ನಿಸಿದಾಗ ಮನೆಗೆ ಬರುವುದಿತ್ತು. ತುಂಬಿದ ಮನೆಯಲ್ಲಿ ರಾಮಚಂದ್ರ ಪೈಯ ಚೇಷ್ಟೆಗೆ ಪಾರ್ವತೀ ಬಾಯಿ ನಾಚಿಕೆಯ ಮುದ್ದೆಯಾಗಿ ಬಿಡುತ್ತಿದ್ದಳು. ಆದರೆ ಗಂಡ ಕೇಳಬೇಕಲ್ಲ ? ರಾತ್ರಿ ಊಟ ಮುಗಿಸಿ ಕೆಲಸಗಳನ್ನೆಲ್ಲ ಒಪ್ಪ ಮಾಡಿ ಆಕೆ ಹಾಸಿಗೆಗೆ ಬರುವಾಗ ತುಂಬ ರಾತ್ರಿಯಾಗುತ್ತಿತ್ತು. ಅಷ್ಟರವರೆಗೆ ಬೆದೆಗೆ ಬಂದ ಹೋರಿಯಂತೆ ರಾಮಚಂದ್ರ ಪೈ ಗುಟುರು ಹಾಕುತ್ತಿದ್ದ. ಒಮ್ಮೆಯಂತೂ ಗಂಡಹೆಂಡಿರು ಹಗಲಲ್ಲೇ ಒಟ್ಟಿಗೆ ಇರುವುದನ್ನು ಕಂಡು ಅಜ್ಜಿ ತುಳಸೀಬಾಯಿ ಮೊಮ್ಮಗನನ್ನು ಗದರಿಸಿದ್ದಳು. "ಏನೋ ಇದು ರಾಚ್ಚೂ ? ಹೀಗೆ ಮಕ್ಕಳೆಲ್ಲ ಓಡಾಡುವ ಕಡೆ ನೀನು ಹೆಂಡತಿಯ ಜೊತೆ ಸೇರುವುದು ? ಹೊತ್ತು ಗೊತ್ತು ಇಲ್ಲವೇ ಅದಕ್ಕೆ ?" ಎಂದು. ರಾಮಚಂದ್ರ ಪೈ ಅವಮಾನದಿಂದ ತಲೆ ತಗ್ಗಿಸಿದ್ದ. ಮುಂದೆಂದೂ ಹೆಂಡತಿಯ ಮೈ ಮುಟ್ಟುವುದಿಲ್ಲವೆಂದು ಹಠ ತೊಟ್ಟ. ಎರಡು ದಿನ ಬಲವಂತದಿಂದ ತಡೆದುಕೊಂಡೂ ಇದ್ದ. ಆದರೆ ಮೈ ಕೇಳಬೇಕಲ್ಲ ? ಮೂರನೆಯ ರಾತ್ರಿ ಹಾಸಿಗೆಗೆ ಬಂದು ಸೇರಿದ ಪಾರ್ವತಿ ತಾನಾಗಿ ಅವನನ್ನು ಆಹ್ವಾನಿಸಿದಾಗ ರಾಮಚಂದ್ರ ಪೈ ಸಂಯಮವಿಲ್ಲದೇ ಹೆಂಡತಿಯ ಮೈಮೇಲೆ ಆಕ್ರಮಣ ಮಾಡಿದ. ಪಾರ್ವತೀಬಾಯಿ ಅವನ ಕಿವಿಯಲ್ಲಿ "ನೀವು ರಾತ್ರಿ ಹೀಗೆ ಮಾಡಿದರೆ ನಾನು ಬೇಡವೆನ್ನುತ್ತೇನೆಯೇ ? ಹಗಲು ಬರಬೇಡಿರಲ್ಲ. ನನಗೆ ನಾಚಿಕೆ. ಹೆದರಿಕೆಯೂ ಆಗುತ್ತದೆ" ಎಂದು ಪಿಸುಗುಟ್ಟಿದ್ದಳು. ಆದರೂ ರಾಮಚಂದ್ರ ಪೈಯ ಸಿಟ್ಟು ತಣಿಯಲಿಲ್ಲ.

ರಾಮಚಂದ್ರ ಪೈ ಕುಳ್ಳಗೆ, ಬೆಳ್ಳಗೆ, ಉರುಟುರುಟಾದ ವ್ಯಕ್ತಿ. ಉರುಟಾದ ಮುಖ. ತಲೆಯ ಕೂದಲನ್ನೆಲ್ಲ ಹಿಂದೆ ಬಾಚಿ ಜುಟ್ಟು ಕಟ್ಟಿಕೊಳ್ಳುತ್ತಿದ್ದ. ಆರೆಳೆ ಜನಿವಾರ. ಗೋಪಿಚಂದನದ ನಾಮಗಳು. ಈಗಂತೂ ಯವ್ವನದ ಮೊದಲ ಪಾದದಲ್ಲಿದ್ದುದರಿಂದ ಕಳಕಳಿಸುವ ಮೈಕಟ್ಟು. ಅವನ ಎದುರಿಗೆ ಪಾರ್ವತೀ ಬಾಯಿ ಪೀಚು ದೇಹದ ಹುಡುಗಿ. ರಾತ್ರಿ ಇಡೀ ಗಂಡನಿಂದ ದಣಿದು ಇನ್ನಷ್ಟು ಪೀಚಾಗಿದ್ದಳು. ಚಿಕ್ಕ ಜಡೆಯನ್ನು ಗಂಟು ಹಾಕಿಕೊಳ್ಳುವುದಕ್ಕೂ ಪುರುಸೊತ್ತಿಲ್ಲದಷ್ಟು ಕೆಲಸ. ಹಾಗೇನಾದರೂ ಹೇಳಿದರೆ ರಾಮಚಂದ್ರ ಪೈ ಸಿಟ್ಟಿನಿಂದ "ಅಂತಹ ಕೆಲಸವೇನಿದೆ ? ಇಲ್ಲವೇ ಮೂರು ಮೂರು ಜನ ಮುಂಡೆಯರು ಕೆಲಸಕ್ಕೆ ? ಅವರೇನು ಬರೀ ಕೂಳಿಗೆ ಬಿದ್ದಿರುವವರೋ ?" ಎಂದು ಗದರಿದ್ದ. ಪಾರ್ವತೀಬಾಯಿ ಆ ಮಾತಿಗೆ ಹೆದರಿ ಕಂಗಾಲಾಗಿದ್ದಳು. ಎಲ್ಲಿಯಾದರೂ ಅದನ್ನು ಮನೆಯಲ್ಲಿದ್ದ ತನ್ನ ಅತ್ತೆಯಂದಿರು ಕೇಳಿದರೆ ಎಂದು ಗಾಬರಿಗೊಂಡಿದ್ದಳು. ರಾಮಚಂದ್ರ ಪೈ ಅದನ್ನು ಹೇಳುವಾಗ ಬೇಕೆಂದೇ ಸ್ವರ ಎತ್ತರಿಸಿದ್ದನೇ ಎಂದು ಅವಳಿಗೆ ಅನುಮಾನ. ಹಾಗಾಗಿ ಅಂಥ ಮಾತು ಮುಂದೆ ಬಾರದಂತೆ ಆಕೆ ಎಚ್ಚರ ವಹಿಸಿದಳು. ರಾಮಚಂದ್ರ ಪೈಗೂ ಅವಳಿಂದ ಸುಖ ಸಿಕ್ಕಿತು ಅನ್ನುವ ಹಾಗಿಲ್ಲ. ಯಾವಾಗಲೂ ಅತೃಪ್ತ ಮನಸ್ಸು. ತಿಂಗಳ ಮೂರು ದಿನ ಅವಳು ಹೊರಗೆ ಕುಳಿತರೆ ರಾಮಚಂದ್ರ ಪೈ ಕನಲಿ

ಕೆಂಡವಾಗುತ್ತಿದ್ದ. ಸಿಕ್ಕಿದವರ ಮೇಲೆ ಹರಿಹಾಯುತ್ತಿದ್ದ. ಅಂಥ ಸಿಟ್ಟನ್ನು ಅವನು ಒಮ್ಮೆ ಅಜ್ಜಿ ತುಳಸೀಬಾಯಿಯ ಮೇಲೆ ಹರಿಸಿದ್ದೂ ಇತ್ತು.

ತುಳಸೀಬಾಯಿಗು ತಮ್ಮ ಸಂಕರ್ಷಣ ಭಟ್ಟರು ಮುದುಕರಾದಾಗ ಅವರ ಮಗ ನರದ ಭಟ್ಟನೇ ಪೌರೋಹಿತ್ಯಕ್ಕೆ ಹೋಗುವ ಕೆಲಸ ಮಾಡುತ್ತಿದ್ದ. ನರದಭಟ್ಟರೂ ತಂದೆಯಂತೆಯೇ ಸೌಮ್ಯವ್ಯಕ್ತಿ. ತಾವಾಯಿತು, ತಮ್ಮ ಕೆಲಸವಾಯಿತು ಅಂತ ಇದ್ದರು. ಮೊದಲೇ ಪರಿಸ್ಥಿತಿ ಬಿಗಡಾಯಿಸಿದ ಮನೆತನ. ಈಗಂತೂ ಗಂಜಿ ಮಾತ್ರ ಕುಡಿಯುವ ಸ್ಥಿತಿಗೆ ಬಂದಿತ್ತು. ಕೊಡುಗೈ ದಾನಿಯಾದ ದೊರೆಯಂತೂ ಇದ್ದಿರಲಿಲ್ಲ. ಹಾಗಾಗಿ ಆದಾಯ ಅಷ್ಟಕ್ಕಷ್ಟೆ. ಮಾರು ದೂರವಿರುವ ತಮ್ಮನ ಮನೆಗೆ ಮುದುಕಿ ತುಳಸೀಬಾಯಿ ಆಗಾಗ ಹೋಗುವ ಕ್ರಮವಿತ್ತು. ಅಲ್ಲಿ ಈಗ ಅವಳ ತಂದೆ ತಾಯಿ ಇದ್ದಿರಲಿಲ್ಲ ನಿಜ. ಆದರೆ ಜೀವ ಹಿಡಿದುಕೊಂಡು ಕುಳಿತ ಬೆನ್ನಿಗೆ ಬಿದ್ದ ತಮ್ಮನಿದ್ದಾನಲ್ಲ ? ಅಲ್ಲಿಗೆ ಹೋಗಿ ಅವನ ಮಗ ನರದ ಭಟ್ಟನನ್ನೂ ಹೆಂಡತಿ ಗಂಗಾಬಾಯಿಯನ್ನೂ ನೋಡಿ ಮಾತಾಡಿ ಬರುವುದು ಅವಳ ಅಭ್ಯಾಸ. ನರದ ಭಟ್ಟರು ಇಡೀ ದಿನ ಪೌರೋಹಿತ್ಯವೆಂದು ಹೋಗುತ್ತಿದ್ದರು. ತಂದೆಯಿಂದ ಅವರಿಗೆ ಬಂದ ಆಸ್ತಿ ಅದೊಂದೇ. ಬೇರೇನೂ ತಿಳಿಯದು. ಹೋದಲ್ಲಿ ಅವರ ಹೊಟ್ಟೆಗೇನೋ ಬೀಳುತ್ತಿತ್ತು. ಆದರೆ ಉಳಿದವರ ಹೊಟ್ಟೆ ತುಂಬ ಬೇಡವೇ ? ಮನೆಯ ಹಿಂದಿನ ಸಮುದ್ರದ ಮರಳಿನಲ್ಲಿ ಸೌತೆ, ಮುಳ್ಳು ಸೌತೆ, ಅಲಸಂಡೆ ಹಾಕಿದರೆ ಊಟಕ್ಕಾಯಿತು. ಇಲ್ಲದಿದ್ದರೆ ಇಲ್ಲ. ಮಕ್ಕಳು ಹರಕಲು ಬಟ್ಟೆ ಧರಿಸಿ, ಗೊಣ್ಣೆ ಸುರಿಸಿಕೊಂಡು ಹಸಿವಿನಿಂದ ಕುಳಿತಿದ್ದರೆ ತುಳಸೀಬಾಯಿ ಹೇಗೆ ನೋಡಿಯಾಳು ? ಅವಳಿಗೆ ಕರುಳು ಚುರ್ರೆನ್ನುತ್ತಿತ್ತು. ಹಾಗಾಗಿ ಹೋಗುತ್ತಾ ಏನಾದರೂ ಹಿಡಿದುಕೊಂಡೇ ಹೋಗುವುದು ಅವಳ ಕ್ರಮ.

ವ್ಯಾಪಾರಕ್ಕೆ ರಾಮಚಂದ್ರ ಪೈ ವಿಮುಖನಾಗಿದ್ದ ಸಮಯದಲ್ಲಿ ಅವನ ತಮ್ಮ ನರಸಿಂಹ ಪೈ ದೊಡ್ಡಪ್ಪನ ಸಹಾಯಕ್ಕೆ ಕೂರಲಾರಂಭಿಸಿದ್ದ. ವಹಿವಾಟಿನಲ್ಲಿ ನಚ್ಚ ಪೈ ಹೆಚ್ಚಿನ ಚಾಲಾಕಿಯವ. ಮಾತಿನಲ್ಲಿ ತುಂಬ ಜಾಣ. ವ್ಯವಹಾರದಲ್ಲಿ ಕುಶಲ. ಹಾಗಾಗಿ ಮನೆಯಲ್ಲಿ ಅವನ ಪ್ರಭಾವವೇ ಬೆಳೆಯಿತು. ನಾಗಪ್ಪಯ್ಯ ಪ್ರತಿಯೊಂದಕ್ಕೂ ಅವನನ್ನೇ ಕೇಳುವುದು ; ಏನಾದರೂ ಹೇಳುವುದಿದ್ದರೆ ಅವನಿಗೇ ಹೇಳುವುದು ಎಲ್ಲ ನಡೆಯತೊಡಗಿತು. ತಿಂಗಳ ಮೂರು ದಿನ ಮನೆಯ ಹಜಾರದಲ್ಲಿ ಅಸಹನೆಯಿಂದ ಕುಳಿತುಕೊಳ್ಳುತ್ತಿದ್ದ ರಾಮಚಂದ್ರ ಪೈಗೆ ಇದರಿಂದ ಮನಸ್ಸು ಘಾಸಿಗೊಂಡಿತು. ಈ ಮಧ್ಯೆ ಪಾರ್ವತೀ ಬಾಯಿ ಬಸುರಾಗಿ ತವರಿಗೆ ಹೋಗಿದ್ದಾಗ ವ್ಯಾಪಾರದಲ್ಲಿ ತನಗೆ ಎರಡನೆಯ ಸ್ಥಾನ ಬಂದುದು ರಾಮಚಂದ್ರ ಪೈಯ ಗಮನಕ್ಕೆ ತೀವ್ರವಾಗಿ ತಟ್ಟಿತು.

ಕೆಂಪು ಸೀರೆಯುಟ್ಟು, ಬೋಳಿಸಿದ ತಲೆಯ ತುಂಬ ಸೆರಗು ಹೊದ್ದು ಬಾಗಿದ ಬೆನ್ನಿನಿಂದ ಕೈಲೇನೋ ಹಿಡಿದುಕೊಂಡು ಹೋಗುತ್ತಿದ್ದ ಅಜ್ಜಿ ತುಳಸೀಬಾಯಿಯನ್ನು ಅದೇ ಹಜಾರದಲ್ಲಿ ಕುಳಿತು ಒಮ್ಮೆ ನೋಡಿದ ರಾಮಚಂದ್ರ ಪೈ "ಏನದು ?" ಎಂದು ಕೇಳಿದ್ದ. "ಅವರಿಗೆ ಕೊಡಲು ನೀನು ಹೋಗುವುದು ಯಾಕೆ ? ನಾವು ದುಡಿದದ್ದನ್ನು ಊರಿಗೆಲ್ಲ

ಹಂಚಲು ನಿನಗೆ ಪಟ್ಟ ಕಟ್ಟಿದ್ದು ಯಾವಾಗಂತೆ ?'' ಎಂದೂ ಹೇಳಿದ. ''ಬೋಳಿ ಮುದುಕಿಗೆ ಸುಮ್ಮನೆ ಒಂದು ಕಡೆ ಬಿದ್ದುಕೊಳ್ಳಲಿಕ್ಕೆ ಆಗುವುದಿಲ್ಲವೇ ?'' ಎಂದೂ ಹೇಳಿದ!

ತುಳಸೀಬಾಯಿ ಗಂಡ ತೀರಿಕೊಂಡ ಮೇಲೆ ಸಾಮಾನ್ಯವಾಗಿ ಮೌನದಿಂದಿರುತ್ತಿದ್ದಳು. ಆದರೆ ರಾಮಚಂದ್ರ ಪೈ ಹೇಳಿದ ಕೊನೆಯ ವಾಕ್ಯ ಮಾತ್ರ ಅವಳು ತತ್ತರಿಸುವಂತೆ ಮಾಡಿತು. ''ಹೌದೋ ರಾಚ್ಚೂ ಮೀಸೆ ಮೂಡಿದಾಗ ನಿನಗೆ ನಾನು ಬೋಳಿಯಾಗಿಯೂ ಕಂಡೇನು. ಮುದುಕಿಯಾಗಿಯೂ ಕಂಡೇನು. ಎಂಥ ಬಂಗಾರದಂತಹ ಮಾತು ಆಡಿದೆಯಲ್ಲೋ! ಕೇಳಿದೆಯಾ ಅಂಬಾ, ನಿನ್ನ ಮಗರಾಯ ಹೇಳಿದ ಮಾತನ್ನು ? ಹೌದು ಅನ್ನು. ನಾನು ಬೋಳಿಯಲ್ಲವೇ ? ಮುದುಕಿಯೂ ಆಗಲಿಲ್ಲವೇ ? ಯಾಕಂತೆ ಅಲ್ಲಿ ಇಲ್ಲಿ ಹೋಗಬೇಕು. ಬಹಳ ದುಡಿದು ತರುತ್ತೀಯಲ್ಲ ? ನಾನು ಒಂದಷ್ಟು ಕೈ ಹಾಕಿದರೆ ನಿನಗೆ ಹೆಚ್ಚು ಅಂತನ್ನಿಸಿತೇ ಚೆರ್ಡಾ?''* ಎಂದು ಆಕೆ ದನಿಯೆತ್ತರಿಸಿ ಹೇಳಿದಳು. ರಾಮಚಂದ್ರ ಪೈ ಉದ್ದೇಶಪೂರ್ವಕವಾಗಿ ಆಡಿದ ಮಾತಲ್ಲ ಅದು. ಬಾಯಿ ತಪ್ಪಿ ಬಂದ ಮಾತು. ಆಡಿದ ಮೇಲೆ ಅದು ಹೆಚ್ಚೇ ಆಯಿತು ಎಂದವನಿಗೂ ಅನ್ನಿಸಿತ್ತು. ಅಷ್ಟರಲ್ಲಿ ಅವನ ತಾಯಿ ಅಂಬಾಬಾಯಿಯೂ ಹೊರಗೆ ಬಂದಳು. ಅತ್ತೆ ದನಿಯೇರಿಸಿ ಹೇಳಿದ್ದನ್ನು ಕೇಳಿ ಆಕೆ ಅಳತೊಡಗಿದಳು. ''ಅವರು ಇದ್ದಿದ್ದರೆ ನಾನು ಹೀಗೆ ಕುಂಕುಮ ಇದ್ದೂ ವಿಧವೆಯ ರೀತಿ ಇರಬೇಕಾಗಿತ್ತೇ ? ಆ ಪಾಪಕ್ಕೆ ಇಂಥ ಮಾತು ಕೇಳಬೇಕಾಯಿತೇ ?'' ಎಂದು ಬಿಕ್ಕಿದಳು. ''ನೀನು ಅಳುವುದು ಯಾಕೆ ಅಂಬಾ ? ಮಾತು ಬಂದದ್ದು ನನ್ನ ಮೇಲಲ್ಲವೇ ? ಅವನು ಹೇಳಿದ್ದು ನನಗಲ್ಲವೇ ? ಜೀವ ಹಿಡಿದು ಕುಳಿತವಳು ನಾನು. ಮೊದಲೇ ಅನ್ನಕ್ಕೆ ಭಾರ. ಮೇಲಾಗಿ ಈಗ ತವರಿಗೂ ಕೊಂಡೊಯ್ಯುವ ಆಸೆ. ಅದನ್ನು ಕಂಡು ಅವನಿಗೆ ಹೆಚ್ಚೇ ಅನ್ನಿಸಿರಬೇಕು. ಈ ಮಾತು ಇಂದು ಅವನಿಂದ ಬಂತು. ನಾಳೆ ಹುಟ್ಟಿದ ಮಗುವೂ ಹೇಳೀತು'' ಎಂದಳು ತುಳಸೀಬಾಯಿ. ರಾಮಚಂದ್ರ ಪೈ ತಾನು ಹಾಗೆ ಹೇಳಬಾರದಿತ್ತು ಎಂದು ಮಿಡುಕಿದ. ಆದರೆ ಮುಂದೆ ಏನೂ ಹೇಳಲೂ ತೋಚದೇ ಅವನು ತೆಪ್ಪಗೆ ಕುಳಿತ. ಅಜ್ಜಿಯ ಪಿಟಿಪಿಟಿ, ತಾಯಿಯ ಅಳು ಕ್ಷಣಮಾತ್ರದಲ್ಲಿ ಹೆಚ್ಚಾಯಿತು. ಅವನಿಗೆ ತಲೆ ಚಿಟ್ಟು ಹಿಡಿಯಿತು. ಅವನೆದ್ದು ಹೊರಟೇ ಹೋದ.

ಆ ರಾತ್ರಿ ನಾಗಪ್ಪಯ್ಯನ ಎದುರು ಮತ್ತೆ ಅದೇ ಮಾತು ಬಂತು. ಮನೆಯಲ್ಲಿ ಬೆಳೆಯುತ್ತಿರುವ ಅಸಮಾಧಾನವನ್ನು ನಾಗಪ್ಪಯ್ಯ ಗಮನಿಸಿಯೇ ಇದ್ದ. ನಂಜು ನಾಲಿಗೆಯಾಡಿಸುತ್ತಿದ್ದುದನ್ನು ಗಮನಿಸಿ ವಂಶದ ಮೇಲಿನ ಶಾಪದ ನೆನಪು ಬಂತು ಅವನಿಗೆ ! ಇಪ್ಪತ್ತೆರಡನೆಯ ತಲೆಮಾರಿಗೇ ನಾಗಶೇಷ ಹುಟ್ಟುತ್ತಾನೆಂಬುದಕ್ಕೆ ಇದೆಲ್ಲ ಪೂರ್ವ ಸಿದ್ಧತೆಯೇ? ರಾಮಚಂದ್ರ ಪೈ ಹೀಗೇಕೆ ಮಾಡುತ್ತಿದ್ದಾನೆಂಬ ಯೋಚನೆಗಿಟ್ಟು ಕೊಂಡಿತು ಅವನಿಗೆ. ತಾಯಿಯನ್ನು ಬೈದುದಕ್ಕೆ ಅವನು ಕಟುವಾಗಿ ಗದರಿದ.

---

* ಚೆರ್ಡಾ=ಮಗೂ, ಪೋರಾ

ರಾಮಚಂದ್ರ ಪೈಗೆ ಸಿಟ್ಟೇರಿತು. ಸಿಟ್ಟಿನ ಜೊತೆ ಅವಮಾನವೂ ಆಯಿತು. ಅವನೆದ್ದು ರಾತ್ರೋರಾತ್ರಿ ನೇರ ಹೆಂಡತಿಯ ತವರಿಗೆ ಹೋದ. ಮೂರು ದಿನ ತೆಪ್ಪಗೆ ಮಾವನ ಮನೆಯಲ್ಲಿ ಕುಳಿತ. ಅವನು ಅಲ್ಲಿದ್ದ ದಿನಗಳಲ್ಲಿಯೇ ಪಾರ್ವತೀ ಬಾಯಿ ಗಂಡುಮಗುವನ್ನು ಹಡೆದಳು. ರಾಮಚಂದ್ರ ಪೈ ಮಗು ಹುಟ್ಟಿದ ಸುದ್ದಿ ತಿಳಿಸಲು ಕುಂಬಳೆಗೆ ಮರಳಿದಾಗ ವಾತಾವರಣ ತಿಳಿಯಾಗಿತ್ತು !

"ನನಗೆ ಇನ್ನು ಜನ್ಮಗಳಿಲ್ಲವೋ ರಾಚ್ಚೂ, ನಿನ್ನ ಮಗನ ಮುಖ ನೋಡಿದರೆ ನಾಲ್ಕನೆಯ ತಲೆಮಾರು ನೋಡಿದಂತಾಗುತ್ತದೆ. ತುಪ್ಪದ ಬಟ್ಟಲಿನಲ್ಲಿ ಪೊಂತ್ರ* ಮುಖ ನೋಡಿದರೆ ಮುಂದೆ ಜನ್ಮವಿಲ್ಲವೆಂದು ತಿಳಿದವರು ಹೇಳುತ್ತಾರೆ. ಈ ಜನ್ಮದಲ್ಲೇ ಎಲ್ಲವನ್ನೂ ನೋಡಿದೆ" ಎಂದು ತುಳಸೀಬಾಯಿ ಸಂಭ್ರಮದಿಂದ ಹೇಳಿದಳು. ರಾಮಚಂದ್ರ ಪೈ ಅಜ್ಜಿಯನ್ನೂ ದೊಡ್ಡಪ್ಪ ದೊಡ್ಡಮ್ಮನನ್ನೂ ತಾಯಿಯನ್ನೂ ಚಕ್ಕಡಿ ಮಾಡಿ ಮಂಜೇಶ್ವರಕ್ಕೆ ಕರೆದೊಯ್ದು ತೋರಿಸಿದ. ಅಜ್ಜಿಯನ್ನು ಬಯ್ದೆನೆಂಬ ನೋವು ಅವನನ್ನು ಇನ್ನೂ ಹಿಂಡುತ್ತಿತ್ತು. ಅದಕ್ಕಾಗಿ ಅವಳ ಮನಸ್ಸನ್ನು ಸಂಪ್ರೀತಗೊಳಿಸಲು "ಹೆಸರೇನಿಡೋಣ ಅಜ್ಜಿ ?" ಎಂದು ಅವಳನ್ನೇ ಕೇಳಿದ. ಆಕೆಗೆ ಮಂಗಲಪಾಡಿಯಲ್ಲಿ ಮೊಮ್ಮಗನ ಹೆಸರಿಟ್ಟ ಘಟನೆ ಜ್ಞಾಪಕಕ್ಕೆ ಬಂತು. ಅದಕ್ಕೆ ಆಗ ಬದುಕಿದ್ದ ತನ್ನ ಗಂಡ ಹೇಳಿದ ಮಾತೂ ನೆನಪಾಯಿತು. "ಹೆಸರು ಯಾವುದಿಟ್ಟರೇನು ರಾಚ್ಚೂ, ಹೆಸರು ಬದಲಾಯಿತೆಂದು ನನ್ನ ಪ್ರೀತಿ ಕಮ್ಮಿಯಾದೀತೇ ?" ಎಂದು ನಕ್ಕು ಕೇಳಿದಳು. ಮುದ್ದಾದ ಮಗು. ತಲೆತುಂಬ ಕೂದಲು. ರಾಚ್ಚುವಿಗೂ ಹುಟ್ಟಿದಾಗ ಹಾಗೆಯೇ ಇತ್ತಲ್ಲವೇ ? ಮೈಕೈ ತುಂಬಿಕೊಂಡ ಆರೋಗ್ಯ. ತುಪ್ಪದ ಬಟ್ಟಲಿನಲ್ಲಿ ಆಕೆಗೆ ಮಗುವನ್ನು ತೋರಿಸಿದಾಗ ಅವಳ ಕಣ್ಣಲ್ಲಿ ಮರ್ತಪ್ಪಯ್ಯನ ಜ್ಞಾಪಕ ಬಂದು ನೀರು ಹನಿಯಿತು. ಆದರೂ ಆಕೆ ಮಗುವಿಗೆ ಹೆಸರು ಸೂಚಿಸುವ ಇಚ್ಛೆ ವ್ಯಕ್ತಪಡಿಸಲಿಲ್ಲ. ಕೊನೆಗೆ ಮಂಜೇಶ್ವರ ದೇವರ ನೆನಪೆಂದು ಅನಂತನೆಂದು ಹೆಸರಿಡುವ ಸೂಚನೆ ಮಾಡಿದರು ನರಸನಾಯಕರು. ನೂರು ವರುಷ ಬಾಳಲಿ ಈ ಮಗು ಎಂದಾಕೆ ಹರಸಿ ಹಿಂತಿರುಗಿದಳು. ಮೂರು ತಿಂಗಳ ಬಾಣಂತನ ಮುಗಿಸಿ ಮಗುವನ್ನೆತ್ತಿಕೊಂಡು ಪಾರ್ವತೀಬಾಯಿ ಮರಳಿದಾಗ ಅವಳ ಆರೋಗ್ಯವೂ ಸುಧಾರಿಸಿತ್ತು ! ಮಂಜೇಶ್ವರದಲ್ಲಿ ಆಕೆಯ ಬಾಣಂತನಕ್ಕೆ ಮಾಡಿಕೊಟ್ಟ ವ್ಹಿರ್ಷೆ ರಾಂದೊ** ಮುಂತಾದ ಔಷಧಿಗಳಿಂದ, ದಿನಾ ಕಡೆಎಣ್ಣೆ*** ಪೂಸಿ ಮಾಡಿದ ಸ್ನಾನಗಳಿಂದ ಆಕೆಯೂ ಮೈ ಕೈ ತುಂಬಿಕೊಂಡಿದ್ದಳು.

ಮನೆಗೆ ಮಗು ಬಂದ ಮೇಲೆ ರಾಮಚಂದ್ರ ಪೈ ಸ್ವಲ್ಪ ಸಮಯ ಅದರ ಆಟಗಳಲ್ಲಿಯೇ ಮೈಮರೆತ. ಆಗಲೇ ನಾಗಪ್ಪಯ್ಯ, ರಾಮಚಂದ್ರ ಪೈಯ ಬಗ್ಗೆ ಮನೆಯಲ್ಲಿ ಹೊಗೆಯಾಡುತ್ತಿದ್ದ ಅಸಮಾಧಾನದ ಬಗ್ಗೆ ಗಂಭೀರವಾಗಿ ಯೋಚಿಸಿದ್ದು. ನಾಳೆ ತಾನು ಸತ್ತರೆ ತನ್ನ ಒತ್ತಿನ ತಮ್ಮನನ್ನು ಚಿಕ್ಕಪ್ಪಂದಿರ ಮಕ್ಕಳನ್ನು ರಾಮಚಂದ್ರ ಪೈ

---

* ಪೊಂತ್ರ =ಮೊಮ್ಮಗನ ಮಗ

** ವ್ಹಿರ್ಷೆ, ರಾಂದೊ = ಬಾಣಂತಿಯರಿಗೆ ಕೊಡುವ ಲೇಹ್ಯ, ಕಷಾಯ

*** ಕಡೆಎಣ್ಣೆ = ಬಾಣಂತಿಯರಿಗೆ ಮೈಗೆ ಹಚ್ಚಲು ಮಾಡುವ ನಾರು ಬೇರುಗಳ ಎಣ್ಣೆ.

ನೋಡಿಕೊಂಡಾನು ಎಂಬ ಧೈರ್ಯವಿರಲಿಲ್ಲ. ವಿಟ್ಠು ಪೈ ಕಟ್ಟಿದ ಮನೆ ಒಡೆದು ಚೂರಾದೀತು. ಅದು ಮುರಿಯದಂತೆ ಎತ್ತಿ ಹಿಡಿಯಲು ಏನಾದರೂ ಮಾಡಲೇಬೇಕಿತ್ತು. ಕುಂಬಳೆಯಲ್ಲಿ ವ್ಯಾಪಾರ ಚೆನ್ನಾಗಿದ್ದರೂ ಸ್ಪರ್ಧಿಗಳು ಅನೇಕ. ಕೇರಳದ ಮುಸಲಮಾನರು, ಅರಬಸ್ಥಾನದ ವ್ಯಾಪಾರಿಗಳು ಎಲ್ಲ ಸ್ಪರ್ಧೆಗೇ ಇಳಿದಿದ್ದರು. ಅವರ ಜೊತೆ ಸ್ಪರ್ಧಿಸುವುದು ಕಷ್ಟವೇ. ಒಬ್ಬ ಮುಸಲಮಾನ ಇನ್ನೊಬ್ಬನ ಕೈ ಬಿಡುತ್ತಿರಲಿಲ್ಲ. ಅವರ ಮಧ್ಯೆ ಸಾಲಗಳೆಂದು ಇಡೀ ಮಾರುಕಟ್ಟೆಯನ್ನೇ ಅವರು ಕೊಳ್ಳುತ್ತಿದ್ದರು. ಸಾಲದ ವ್ಯವಹಾರ ಕೊಂಕಣಿ ವ್ಯಾಪಾರಿಗಳಲ್ಲಿ ಇರಲಿಲ್ಲ. ನಾಗಪ್ಪಯ್ಯ ದಾಮ್ಮು ಮಲ್ಯನನ್ನೂ ನಚ್ಚ ಪೈಯನ್ನೂ ಆಗಾಗ ಒಳನಾಡಿನ ಮಾಗಣೆಗಳನ್ನು ಸುತ್ತಿ ಬರಲು ಕಳುಹಿಸುತ್ತಿದ್ದ. ಹೋಗುತ್ತಾ ಎತ್ತಿನ ಗಾಡಿಯಲ್ಲಿ ಬೆಲ್ಲ, ಮೆಣಸಿನಕಾಯಿ, ಈರುಳ್ಳಿ ಬೆಳ್ಳುಳ್ಳಿ ಸಂಬಾರ ಪದಾರ್ಥ ಎಲ್ಲ ಹಾಕಿ ಕಳುಹಿಸುತ್ತಿದ್ದ. ಅವನ್ನು ಮಾರಿ ಅವರು ಬಾಳೆಕಾಯಿ, ಕರಿಮೆಣಸು, ಅಕ್ಕಿ, ಗಂಧ ಮುಂತಾದುವನ್ನು ಕೊಂಡುತರುತ್ತಿದ್ದರು. ನಚ್ಚ ಪೈ ಮತ್ತು ದಾಮ್ಮು ಮಲ್ಯ ಒಂದು ಮಾಗಣೆಯ ದಾರಿ ಹಿಡಿದು ಹೋದಾಗ ಇನ್ನೊಂದು ಮಾಗಣೆಯ ಜನ ಗಾಡಿ ಮಾಡಿಕೊಂಡು ಕುಂಬಳೆಗೆ ಬಂದು ವ್ಯಾಪಾರ ಮಾಡಿ ಹೋಗುತ್ತಿದ್ದರು. ಇದರಿಂದ ತುಂಬ ವ್ಯಾಪಾರ ಸೋರಿ ಹೋಗುತ್ತಿತ್ತು.

ಕುಂಬಳೆಗೆ ಪೂರ್ವದ ಕಡೆಯಲ್ಲಿ ಬೇಳವೆಂಬ ಸಣ್ಣ ಊರಿತ್ತು. ಆ ಊರಿನಿಂದಾಗಿ ಇಡೀ ಗ್ರಾಮಕ್ಕೆ ಬೇಳಗ್ರಾಮವೆಂದು ಹೆಸರು. ಒಳನಾಡಿನ ಜನ ಕುಂಬಳೆಗೆ ಬರುವುದಿದ್ದರೆ ಬೇಳವಾಗಿಯೇ ಬರಬೇಕು. ನಾಗಪ್ಪಯ್ಯ ಬೇಳದಲ್ಲಿ ಒಂದು ವ್ಯಾಪಾರ ಇಟ್ಟರೆ ಹೇಗೆ ಎಂದು ಯೋಚಿಸಿದ. ಪುತ್ತಿಗೆ, ಪೆರಡಾಲ, ಬಾಯಾರು, ಅಡೂರು ಮುಂತಾದ ಕಡೆಗಳಿಂದ ಕುಂಬಳೆಗೆ ಬರುವ ಮಂದಿಯನ್ನು ಅಲ್ಲಿ ತಡೆಹಿಡಿಯಬಹುದು. ಒಂದು ದಿನದ ಹಾದಿ. ಕುಂಬಳೆಯಲ್ಲಿ ದೊರೆಯುವ ದರವನ್ನು ಅಲ್ಲಿಯೇ ಕೊಡುತ್ತೇನೆಂದರೆ ಆ ಮಂದಿ ಯಾಕೆ ತಮಗೇ ಕೊಡಬಾರದು ? ವ್ಯಾಪಾರ ಬೆಳೆದ ಮೇಲೆ ಒಂದು ದಮ್ಮಡಿ ಕಡಿಮೆ ಕೊಟ್ಟರೂ ನಡೆಯುತ್ತದೆ. ಅವರಿಗೆ ಬೇಕಾದ ವಸ್ತುಗಳನ್ನು ಅಲ್ಲಿಯೇ ಕೊಡುವುದು ಸಾಧ್ಯವಾದರೆ ಅವರ ಕುಂಬಳೆಯ ತನಕದ ಪ್ರಯಾಣ ಉಳಿಯುತ್ತದೆ – ಎಂದೆಲ್ಲ ಯೋಚಿಸಿ ನಾಗಪ್ಪಯ್ಯ ಬೇಳದಲ್ಲಿ ವ್ಯಾಪಾರ ಆರಂಭಿಸುವ ಇಚ್ಛೆ ವ್ಯಕ್ತಪಡಿಸಿದ.

ನಾಗಪ್ಪಯ್ಯ ಬೇಳದಲ್ಲಿ ಒಂದು ಸಂಚಾರೀ ವ್ಯಾಪಾರ ತೆರೆದರೂ ಅಲ್ಲಿಗೆ ಹೆಚ್ಚಾಗಿ ಹೋಗಿ ಬರುವ ಕೆಲಸ ರಾಮಚಂದ್ರ ಪೈಯ ಪಾಲಿಗೇ ಬಿತ್ತು. ರಾಮಚಂದ್ರ ಪೈ ಅದನ್ನು ಸಂತೋಷದಿಂದಲೇ ಒಪ್ಪಿಕೊಂಡನೆನ್ನಬೇಕು. ಬೇಳದ ವ್ಯಾಪಾರದಲ್ಲಿ ಹೆಚ್ಚಿನ ಸ್ವಾತಂತ್ರ್ಯ ಇರುವುದು ಒಂದು ಕಾರಣವಾದರೆ ತನ್ನಿಂದ ದೂರವಾದ ಕುಂಬಳೆಯ ವ್ಯಾಪಾರದಲ್ಲಿ ನಚ್ಚ ಪೈಯ ಪ್ರಭಾವ ಹೆಚ್ಚಾದುದೂ ಅದಕ್ಕೆ ಕಾರಣ. ಹಾಗಾಗಿ ರಾಮಚಂದ್ರ ಪೈ ಬೇಳಕ್ಕೆ ಹೋಗಲು ತುದಿಗಾಲಲ್ಲಿ ನಿಂತ. ಇದು ನಾಗಪ್ಪಯ್ಯನಿಗೂ ಸಂತೋಷ ತರುವ ವಿಚಾರ. ತರುವಾಡು ಮನೆಗಾಗಿ ರಾಮಚಂದ್ರ ಪೈ ಇಂತಹ ವ್ಯಾಪಾರಕ್ಕೆ ತೊಡಗುವುದೂ ಒಳ್ಳೆಯದೇ. ಆ ಕಡೆಯ ಯಾವ ಒಂದು ಮಾಲೂ ಸಹ ಕುಂಬಳೆಗೆ ಬಾರದಂತೆ

ಯಶಸ್ವಿಯಾಗಿ ತಡೆಹಿಡಿದು ಖರೀದಿಸಿದಲ್ಲಿ ಕುಂಬಳೆಯ ವ್ಯಾಪಾರ ಹಿಡಿತಕ್ಕೆ ಬಂದೀತೆಂದು ನಾಗಪ್ಪಯ್ಯ ಲೆಕ್ಕ ಹಾಕಿದ.

ಹಾಗೆ ರಾಮಚಂದ್ರ ಪೈ ಬೇಳದಲ್ಲಿ ಕುಳಿತು ವ್ಯಾಪಾರ ಆರಂಭಿಸಿದ. ಬೇಳದ ಊರಿನಲ್ಲಿ ಒಂದು ಅರಳೀ ಕಟ್ಟೆಯ ಮೇಲೆ ತನ್ನೆಲ್ಲ ಸಾಮಾನುಗಳನ್ನೂ ಹರಡಿ ಕುಳಿತುಕೊಳ್ಳುವ ರಾಮಚಂದ್ರ ಪೈಯನ್ನು ಜನರು ದಿನಾ ನೋಡುವಂತಾಯಿತು. ಕೆಲವೊಮ್ಮೆ ನಾಗಪ್ಪಯ್ಯ ಬರುವುದು ಕ್ರಮ. ಒಬ್ಬನೇ ಇರಬೇಕಾಗುತ್ತದೆಂದು ನಾಗಪ್ಪಯ್ಯ ದಾಮ್ಮು ಮಲ್ಯನ ಮಗ ದಾಸ ಮಲ್ಯನನ್ನು ಕಳುಹಿಸಿಕೊಟ್ಟ. ಅವನು ತೀರ ಚೂಟಿಯಾದ ಎಳೆಯ ಹುಡುಗ. ಆದರೆ ರಾಮಚಂದ್ರ ಪೈಯ ಕೈಸಹಾಯಕ್ಕೆ ಸಾಕಿತ್ತು. ದಿನಾ ಗಾಡಿಯಲ್ಲಿ ದಾಸ ಮಲ್ಯ ಇಲ್ಲವೇ ರಾಮಚಂದ್ರ ಪೈ ಕುಂಬಳೆಯ ತಮ್ಮ ಅಂಗಡಿಯಿಂದಲೇ ಅಗತ್ಯ ವಸ್ತುಗಳನ್ನು ಬೇಳಕ್ಕೆ ತಂದು ಅರಳೀ ಕಟ್ಟೆಯ ಮೇಲೆ ಬಿಡಿಸಿ ಇಡುತ್ತಿದ್ದರು. ರಾಮಚಂದ್ರ ಪೈ ಅತ್ತಿತ್ತ ಹೋಗುವವರನ್ನು ಆಕರ್ಷಿಸಲು ಕಟ್ಟೆಯ ಮೂಲೆಯಲ್ಲಿ ಹೂಜಿಯೊಂದರಲ್ಲಿ ತಣ್ಣೀರು ತುಂಬಿ ಇಡುತ್ತಿದ್ದ. ಬಂದವರಿಗೆ ನೀರು, ಬೆಲ್ಲದ ಮುದ್ದೆ ಎದುರಿಟ್ಟು ಅದೂ ಇದೂ ಮಾತಾಡುತ್ತಾ ವ್ಯಾಪಾರ ಕುದುರಿಸಿಕೊಳ್ಳತೊಡಗಿದ. ಬಂದವರು ಕುಂಬಳೆಗೆ ಹೋಗಲೆಂದೇ ನಿರ್ಧರಿಸಿ ಬಂದರೂ ರಾಮಚಂದ್ರ ಪೈ ಬಿಡವೊಲ್ಲ. "ನಿಮಗೆ ಅಲ್ಲಿ ಸಿಗುವ ದರ ನಾವೇ ಕೊಟ್ಟರಾಯಿತಲ್ಲವೋ ?" ಎಂದು ಕ್ಕೆ ಕ್ಕೆ ಕ್ಕೆ ಎಂದು ನಕ್ಕು ಅವರು ತಂದುದನ್ನು ಎತ್ತಿಡುತ್ತಿದ್ದ. ಅವರಿಗೆ ಬೇಕಾದ ವಸ್ತುಗಳು ಅವನ ಬಳಿ ಸದಾ ಸಿದ್ಧ. "ನೀವು ಬೇಕಾದರೆ ಮಂಗಲಪಾಡಿ ಮಂಜೇಶ್ವರಗಳಿಗೂ ಹೋಗಿ ನೋಡಿ. ನಾನು ಕೊಡುವ ದರಕ್ಕೆ ಅವರು ಕೊಟ್ಟರೆ ನಾನು ರಾಮಚಂದ್ರ ಪೈಯೇ ಅಲ್ಲ. ಅವ್ವಲ್ ಮಾಲು ಇದು. ನಿಮಗಾಗಿ ಹುಡುಕಿ ಪರಮಾಯಿಶಿ ಎಂದು ತೆಗೆದಿಟ್ಟದ್ದು. ನಿನ್ನೆ ಪುತ್ತಿಗೆ ಸುಬ್ರಾಯರು ಬಂದಿದ್ದರು. ನೋಡಿದ ಕೂಡಲೇ ಪೈಗಳೇ ನನಗೇ ಕೊಡಿ ಎಂದು ಗಂಟುಬಿದ್ದರು. ನೀವು ಕಳೆದ ಬಾರಿ ಬಂದಿದ್ದಾಗ ಕೇಳಿದ್ದಲ್ಲವೇ ? ಅವರಿಗೆ ಯಾಕಾದರೂ ತೋರಿಸಿದೆನೋ ಅನ್ನಿಸಿತು. ದಾಸಾ, ನಮ್ಮ ಬಾಯಾರು ಮಂಜಪ್ಪಯ್ಯನವರಿಗೆ ಆ ಪರಮಾಯಿಶಿ ಮೆಣಸಿನಕಾಯಿ ಕಟ್ಟಿಡೋ" ಎಂದು ಹೇಳುತ್ತಾ ಅವರ ತಲೆಗೆ ಕಟ್ಟಿಬಿಡುತ್ತಿದ್ದ. ಅವರು ಕೇಳಿದ ವಸ್ತು ಅವನಲ್ಲಿಲ್ಲವೋ ? – "ನಾಳೆ ಬೆಳಿಗ್ಗೆ ತಂದು ಕೊಟ್ಟರಾಯಿತಲ್ಲವೋ ನಿಮಗೆ? ನಿನ್ನೆ ಇತ್ತು ನೋಡಿ. ಅಡೂರು ತಿಮ್ಮಣ್ಣ ಆಳ್ವರು ಬಂದು ನನಗೆ ಬೇಕೇ ಬೇಕು, ಅಂಬ್ರೇಪಿದೆ* ಎಂದರು. ಬೇಕಿದ್ದರೆ ಒಂದು ದಮ್ಮಡಿ ಹೆಚ್ಚೇ ಕೊಡುತ್ತೇನೆ ಎಂದರು. ಪರಿಚಯದವರಿಗೆ ಇಲ್ಲ ಎನ್ನಲಾಗುತ್ತದೆಯೇ ? ಅಸಲಿಗೇ ಕೊಟ್ಟೆ, ನೋಡಿ ರಾಯರೇ, ಈ ರಾಮಚಂದ್ರ ಪೈ ಪರಿಚಯದವರಿಂದ ಲಾಭ ಆಶಿಸುವವನಲ್ಲ. ನಿಮಗೆ ಅದು ಬೇಕು ತಾನೇ ? ಆಯಿತು. ನಾಳೆ ಬಂದು ನಿಮಗೆ ತಲುಪಿದ ಹಾಗೆ. ಮುಟ್ಟಿದ ಮೇಲೆ ದಮ್ಮಡಿ ಕೊಡಿ" ಎನ್ನುತ್ತಿದ್ದ !

---

* ಅಂಬ್ರೇಪು = ಅರ್ಜೆಂಟ್

ವ್ಯಾಪಾರ ಆರಂಭಿಸಿದ ಫಳಿಗೆ ಒಳ್ಳೆಯದೋ, ಅಂತು ಪೈ ಹುಟ್ಟಿದ ಫಳಿಗೆ ಒಳ್ಳೆಯದೋ. ಮಲೆಯ ಕಡೆಯಿಂದ ಬರುವ ಯಾವತ್ತೂ ಸಾಮಾನುಗಳು ಬೇಳ ದಾಟಿ ಬರದಂತಾಯಿತು. ಮಾತಿನ ಚಾಕಚಕ್ಯತೆಯಿಂದಲೇ ವ್ಯಾಪಾರ ಏರುಮುಖವಾಯಿತು. ಬಾಳೆಕಾಯಿ, ಬೆತ್ತದ ಸಾಮಾನುಗಳು, ಕರಿಮೆಣಸು, ಭತ್ತ, ಹುಣಿಸೇಹಣ್ಣು ಅಂಟವಾಳ, ಗಂಧ ಎಲ್ಲ ಹೊತ್ತುಕೊಂಡು ಬರುವ ಗಾಡಿಗಳು ಬೇಳದಲ್ಲಿ ನಿಲ್ಲುತ್ತಿದ್ದುವು. ರಾತ್ರಿ ಕಳೆಯುತ್ತಿದ್ದುವು. ಬೇಳದಲ್ಲಿ ಬೃಹತ್ತಾಗಿ ಬೆಳೆದ ಗೋಳಿ ಮರಗಳಿದ್ದುವು. ಅವುಗಳ ಕೆಳಗೆ ಗಾಡಿ ಇಳಿಸಿ, ಎತ್ತುಗಳನ್ನು ಬಿಡಿಸಿ ಹುಲ್ಲು ಹಾಕಿ, ಬೆಂಕಿ ಮಾಡಿ ಹುರುಳೀ ಕಾಳು ಬೇಯಿಸಿ ಎತ್ತುಗಳಿಗೆ ತಿನ್ನಿಸಿ ಅದರ ಸಾರಿಗೆ ಒಗ್ಗರಣೆ ಉಪ್ಪು ಹಾಕಿ ಅನ್ನದ ಜೊತೆ ಉಣ್ಣುವ ಹಳ್ಳಿಗರು. ಅಲ್ಲಿಯೇ ಕಾಲು ಚಾಚಿ ರಾಗವಾಗಿ ಹಾಡುವ ಆಳುಗಳು. ರಾಮಚಂದ್ರ ಪೈ ಅವರಿಗೆ ಬೇಕಾದಂತೆ ಮಾತನಾಡುತ್ತಾ ವ್ಯಾಪಾರವನ್ನು ಹಿಗ್ಗಿಸಿದ. ‘‘ಬೇಳದ ಸಾಹುಕಾರರಲ್ಲವೇ ? ಅವರ ಕಣ್ಣಿಗೊಂದು ವಸ್ತು ಬಿದ್ದರೆ ಅದು ಬೇಳ ದಾಟಿ ಬರುವುದುಂಟೇ ? ಸುಂಕದ ಕಟ್ಟೆಯವರಿಗಿಂತ ಸೂಕ್ಷ್ಮ ಆ ಕೊಂಕಣಿಯ ಕಣ್ಣು’’ ಎಂದು ಜನರು ಮಾತಾಡುವಂತಾಯಿತು.

ಅಂತು ಪೈಗೆ ಎರಡು ವರ್ಷಗಳಾದಾಗ ಬೇಳದ ವ್ಯಾಪಾರ ಸುಖತ್ತಾಗಿ ಬೆಳೆದಿತ್ತು. ಮಲೆಯ ವಸ್ತುಗಳ ಸಗಟು ವ್ಯಾಪಾರದಲ್ಲಿ ರಾಮಚಂದ್ರ ಪೈ ಎತ್ತಿದ ಕೈಯಾದ. ‘‘ತಾತನ ಹೆಸರು ಉಳಿಸಬಲ್ಲ ಇವನು’’ ಎಂದು ನಾಗಪ್ಪಯ್ಯನೂ ಅಂದುಕೊಳ್ಳುವಂತಾಯಿತು. ‘‘ಬೇಳದ ಪೈಗಳಲ್ಲವೇ ? ಕುಂಬಳೆಯಲ್ಲಿ ಒಳ್ಳೆಯ ದರ ಸಿಗದಿದ್ದರೆ ಅವರು ಮಾರುವ ಪೈಕಿಯಲ್ಲ. ಸೀದ ಗಾಡಿಯನ್ನು ಮಂಗಳೂರಿಗೇ ಒಯ್ದಾರು. ಮಂಗಳೂರಿನ ಬಂದರಿನಲ್ಲಿ ಅವರಿಗೆ ಪರಿಚಯದ ಜನ ಉಂಟು. ಅವರ ಹೆಸರು ಹೇಳಿದರೆ ಸಾವಿರ ಹೊನ್ನು ಸಾಲ ಸಿಕ್ಕೀತು. ನೀವು ಏನೇ ಹೇಳಿ ಇವರೇ. ಈ ಮುಸಲಮಾನ ವ್ಯಾಪಾರಿಗಳನ್ನು ಬಗ್ಗುಬಡಿಯಬೇಕಾದರೆ ಆ ಕೊಂಕಣಿಯೇ ಬೇಕು’’ ಎಂದು ಕುಂಬಳೆಯಲ್ಲೂ ಮಾತು ಕೇಳಿ ಬಂತು.

ಒಳ ಊರುಗಳಿಂದ ಬಂದ ಜನರನ್ನು ಬಲೆಗೆ ಹಾಕುವುದರಲ್ಲಿ ಯಶಸ್ವಿಯಾದ ರಾಮಚಂದ್ರ ಪೈ ಅವರಿಗೆ ಬೇಕಾದ ವಸ್ತುಗಳನ್ನು ಖರೀದಿಸಲು ಆಗಾಗ ಕುಂಬಳೆಯ ಪೇಟೆಯಲ್ಲಿ ಓಡಾಡುತ್ತಿರುವಾಗ ಬೇಳದ ಕಟ್ಟೆಯ ಮೇಲೆ ಕುಳಿತು ವ್ಯಾಪಾರ ಮಾಡುತ್ತಿದ್ದುದರಿಂದ ಬೇಳಕಟ್ಟೆ ರಾಮಚಂದ್ರ ಪೈ ಎಂದೇ ಹೆಸರು ಪಡೆದ.

□

೨೦

ಬೇಳಕಟ್ಟೆ ರಾಮಚಂದ್ರ ಪೈ ವ್ಯಾಪಾರದಲ್ಲಿ ನಿಸ್ಸೀಮನೆಂದೂ ಮನೆತನದ ಹೆಸರು ಉಳಿಸುವವನೆಂದೂ ಹತ್ತು ಜನರಲ್ಲಿ ಹೆಸರು ಪಡೆದ ದಿನಗಳಲ್ಲಿ ಕುಂಬಳೆಯ ಮನೆಯ ವ್ಯವಹಾರಗಳನ್ನು ಅಲಕ್ಷಿಸಿದವನಲ್ಲ. ಮಲೆಯಿಂದ ಬಂದ ವಿಶೇಷ ವಸ್ತುಗಳನ್ನು ಅವನು ಮನೆಗೆ ಕೊಡುವುದಿತ್ತು. ಹೆಂಡತಿಗೆ ಮಗುವಿಗೆ ಒಡವೆ ವಸ್ತ್ರ ಮಾಡಿಸುವಾಗ ಉಳಿದವರಿಗೂ ಮಾಡಿಸುತ್ತಿದ್ದ. ಮನೆಯಲ್ಲಿ ನಡೆಯುವ ತೀರಿಕೊಂಡ ಹಿರಿಯರ ಕಾರ್ಯಕ್ಕೆ ಯಥಾನುಶಕ್ತಿ ಸೇವೆ ಮಾಡಿದ್ದ. ಹಾಗಾಗಿ ನಾಗಪ್ಪಯ್ಯ ನಿಟ್ಟುಸಿರು ಬಿಡುವಂತಾಯಿತು. ಹಿಂದೆ ಪಡೆದ ಎರಡನೆಯ ಸ್ಥಾನವನ್ನು ತನ್ನ ಯೋಗ್ಯತೆಯಿಂದಲೇ ಅವನು ಮರಳಿಸಿ ಮೊದಲ ಸ್ಥಾನ ಗಳಿಸಿದ. ಅಂಥ ಉತ್ಕರ್ಷದಿನಗಳಲ್ಲಿ ಅವನು ಮತ್ತೊಂದು ಜವಾಬ್ದಾರಿ ಹೊರಬೇಕಾಯಿತು.

ರಾಮಚಂದ್ರ ಪೈಗೆ ಹೆಣ್ಣು ಕೊಟ್ಟ ಮಂಜೇಶ್ವರದ ಅವನ ಮಾವ ನರಸನಾಯಕರು ಹಠಾತ್ತನೇ ತೀರಿಕೊಂಡರು. ಅವರಿಗೆ ಸಾಯುವಂಥ ವಯಸ್ಸಲ್ಲ. ಒಂದು ದಿನ ಶಾನುಭಾಗರ ಮನೆಯಿಂದ ಬಂದವರೇ ಎದೆನೋವು ಅಂತ ಕುಳಿತುಬಿಟ್ಟರು. ಕುಳಿತವರು ಒರಗಿದ್ದಷ್ಟೇ ಗೊತ್ತು. ಮತ್ತೆ ಏಳಲಿಲ್ಲ. ಸುದ್ದಿ ತಿಳಿಯುತ್ತಲೂ ರಾಮಚಂದ್ರ ಪೈ ಹೆಂಡತಿ ಮಕ್ಕಳೊಡನೆ ಮಂಜೇಶ್ವರಕ್ಕೆ ಧಾವಿಸಿದ. ಆಗ ನರಸ ನಾಯಕರ ಮಗ ವೀರಪ್ಪ ನಾಯಕನಿಗೆ ಉಪನಯನ ಕೂಡಾ ಆಗಿರಲಿಲ್ಲ. ಆದುದರಿಂದ ಒಬ್ಬನೇ ಅಳಿಯನಾಗಿದ್ದ ರಾಮಚಂದ್ರ ಪೈ ಹಿರಿಮಗನಾಗಿ ಎಲ್ಲ ಕೆಲಸಗಳನ್ನೂ ಮಾಡಬೇಕಾಯಿತು. ಅವರು ಮಂಜೇಶ್ವರಕ್ಕೆ ಮುಟ್ಟುವಾಗ ಇನ್ನೂ ಶವಸಂಸ್ಕಾರ ಆಗಿರಲಿಲ್ಲ. ಪಾರ್ವತೀಬಾಯಿ ತುಂಬ ರೋದಿಸಿದಳು. ಹದಿಮೂರು ದಿನಗಳು ಅಲ್ಲಿದ್ದು ಬೊಜ್ಜ ಪೂರೈಸಿ ಊರಿಗೆ ಹೊರಡುವಾಗ ರಾಮಚಂದ್ರ ಪೈ ಗಂಡ ಸತ್ತ ಅತ್ತೆಯನ್ನೂ ಭಾವಮೈದ ವೀರಪ್ಪ ನಾಯಕನನ್ನೂ ಎದುರಿಗೆ ಕುಳ್ಳಿರಿಸಿ "ಇಲ್ಲೇನು ಮಾಡುತ್ತೀರಿ ? ಆಸ್ತಿಯೇ ಕೆಲಸವೇ ? ನೀವೂ ಕುಂಬಳೆಗೆ ಬಂದು ಬಿಡಿ. ಒಟ್ಟಿಗೇ ಇರುವ" ಎಂದ. ಅತ್ತೆ ಸರ್ವಥಾ ಒಪ್ಪಲಿಲ್ಲ. "ಅವರು ಇಲ್ಲಿ ಸತ್ತರು. ಆದುದರಿಂದ ನಾನೂ ಇಲ್ಲಿ ಸಾಯುವವಳೇ" ಎಂದಳು. ಪಾರ್ವತೀಬಾಯಿ ಅವನ ಹತ್ತಿರ ಬಂದು "ಅಮ್ಮ ಒಂದು ಮಾಸ ಇಲ್ಲಿರು ಎಂದು ಒತ್ತಾಯಿಸುತ್ತಿದ್ದಾಳೆ. ಇರಲೇ ?" ಎಂದು ಬೇಡಿಕೊಂಡಳು. ರಾಮಚಂದ್ರ ಪೈಯ ಮನಸ್ಸು ಧಾರಾಳವಾಯಿತು. ಆಗಲಿ ಎಂದಂದು ದಿನಸಿ, ಅಕ್ಕಿ, ಬೇಳೆ, ಧಾನ್ಯ ಎಲ್ಲ ಇದೆಯೇ ಎಂದು ನೋಡಿ, ಬರುವ ತಿಂಗಳಲ್ಲಿ ಬರುವೆನೆಂದು ಹೇಳಿ ಅವನು ಮರಳಿದ.

ರಾಮಚಂದ್ರ ಪೈಯ ಅತ್ತೆ ಹೇಳಿದ ಮಾತು ಸತ್ಯವಾಯಿತು. ನರಸನಾಯಕರ ಹೆಂಡತಿ ಮುಂದಣ ಮಾಸದಲ್ಲಿ ಅದೇ ತಿಥಿಯಂದು ಗಂಡನ ಹಿಂದೆ ಹೋಗಿ ಬಿಟ್ಟಳು. ಮಂಜೇಶ್ವರದ ಶಾನುಭಾಗರು, ಮಾವನ ಕಡೆಯ ಮಲ್ಯರು ಎಲ್ಲ "ಹೇಳಿ ಮಾಡಿಸಿದ ಜೋಡಿ ಇದು" ಎಂದು ಉದ್ಗಾರ ತೆಗೆದರು. ರಾಮಚಂದ್ರ ಪೈ ವಿಷಾದದಿಂದ ನಕ್ಕ. "ಈಗ ಯೋಚನೆ ಮಾಡಬೇಕಾದದ್ದು ಈ ಮಗುವಿನ ಗತಿ ಏನು ಅಂತ. ಅವನಿಗೆ ಇನ್ನೂ ಉಪನಯನವಾಗಿಲ್ಲ. ಪಡುಮಲೆಯಲ್ಲಿ ಹುಡುಕಿದರೆ ಅವನ ದಾಯಾದಿಗಳು ಸಿಕ್ಕಬಹುದು. ಆದರೆ ಆ ಕಡೆಗೆ ನಮಗೆ ರೂಢಿ ಇಲ್ಲ. ಹುಡುಗನನ್ನು ಸಾಕುವುದು ನಮಗೆ ಹೆಚ್ಚಲ್ಲ. ನಮ್ಮ ಮನೆಯಲ್ಲಿ ಹತ್ತು ಮಕ್ಕಳಿದ್ದಾವೆ. ಹತ್ತರ ಜೊತೆಗೆ ಇನ್ನೊಂದು ಅಂತ ನೋಡಿಕೊಂಡೇವು. ಆದರೆ ಅವನಿಗೊಂದು ಮುಂಜಿ ಮಾಡಲು, ನಾಳೆ ಅವನ ಕುತ್ತಿಗೆಗೆ ಒಂದು ಹುಡುಗಿಯನ್ನು ಕಟ್ಟಲು ಹಿರಿಯರೆಂಬ ಅವನ ಕುಟುಂಬದವರೇ ಇಲ್ಲವಲ್ಲ ಅಂತ ಯೋಚನೆ" ಎಂದರು. ರಾಮಚಂದ್ರ ಪೈ "ಕುಟುಂಬದವರು ಯಾರೂ ಇಲ್ಲದಿದ್ದರೆ ನಾಗ್ಡೊ ಬೇತಾಳ ಇದ್ದಾನೆ, ಶೆಣ್ಯೆ ಮಾಮ್ಮಾ. ಅವನೇ ಬಂದು ನೋಡಿಕೊಳ್ಳುತ್ತಾನೆ. ವೀರಪ್ಪನ ಅಕ್ಕನ ಗಂಡ ನಾನು. ನರಸನಾಯಕರ ಅಳಿಯ. ನನ್ನ ಭಾವನನ್ನು ನಾನು ನೋಡಿಕೊಳ್ಳುತ್ತೇನೆ. ಹುಡುಗ ಅನಾಥನಾಗುವುದಿಲ್ಲ" ಎಂದ.

ಹಾಗಾಗಿ ಪಡುಮಲೆ ನರಸಪ್ಪ ನಾಯಕರ ಮರಿಮಗ, ವೀರಪ್ಪ ನಾಯಕ ಕುಂಬಳೆಗೆ ಬಂದು ರಾಮಚಂದ್ರ ಪೈಯ ಮನೆಯಲ್ಲುಳಿದ. ಹತ್ತು ವರುಷದ ಹುಡುಗ. ಬೆಳ್ಳಗೆ, ಉದ್ದ ಮುಖದ ಕುಂಡಿ ಭಟ್ಟ, ಗೇಣಗಲದ ಪಂಚೆ ಸುತ್ತಿ, ಕಿವಿಗಳಿಗೆ ಒಂಟಿ ಹಾಕಿ ಚುರುಕಾಗಿ ಓಡಾಡುತ್ತಾ ಎಲ್ಲರ ಪ್ರೀತಿಪಾತ್ರನಾಗಿ ಬಿಟ್ಟ.

ಒಂದು ಸಲ ರಾಮಚಂದ್ರ ಪೈ ಬೇಳದಿಂದ ವ್ಯಾಪಾರ ಮುಗಿಸಿ ಕುಂಬಳೆಗೆ ಬಂದಾಗ ನಾಗಪ್ಪಯ್ಯ "ನಾಳೆ ನೀನು ಬೇಳಕಟ್ಟೆಗೆ ಹೋಗಬೇಡವೋ ರಾಚ್ಚೂ, ನರದ ಭಟ್ಟರಿಗೆ ನಿನ್ನ ಜೊತೆ ಏನೋ ಮಾತಾಡಲಿದೆಯಂತೆ. ಹೇಳಿ ಕಳುಹಿಸಿದ್ದಾರೆ" ಎಂದ. ರಾಮಚಂದ್ರ ಪೈಗೆ ಏನು ಮಾತೆಂದು ತಿಳಿಯಲಿಲ್ಲ. "ನಿನ್ನೊಡನೆಯೇ ಹೇಳುತ್ತೇನೆಂದರು" ನಾಗಪ್ಪಯ್ಯ ಹೇಳಿದ. ರಾಮಚಂದ್ರ ಪೈಗೆ ವಿಷಯ ದೊಡ್ಡಪ್ಪನಿಗೆ ತಿಳಿದಿರಬಹುದೆಂದು ಅನುಮಾನವಾಯಿತು. ಆದರೆ ಅವನು ಹೇಳದಿದ್ದುದರಿಂದ ಕೆದಕಿ ಕೇಳುವ ಗೋಜಿಗೆ ಅವನು ಹೋಗಲಿಲ್ಲ. "ನಾಳೆ ಬೇಳಕ್ಕೆ ಯಾರನ್ನು ಕಳುಹಿಸಲಿ ?" ಎಂದು ಕೇಳಿದ. "ಯಾಕೆ ? ದಾಸ ಮಲ್ಯ ಇಲ್ಲವೇ ? ಅವನೀಗ ನಿನ್ನ ಜೊತೆ ಬರುವುದಿಲ್ಲವೇ ?" ನಾಗಪ್ಪಯ್ಯ ಕೇಳಿದ. "ಇದ್ದಾನೆ. ಆದರೆ ಅಂಗಡಿಯಲ್ಲಿ ಕೂರಿಸುವ ಬದಲು ಮಲೆಯ ಕಡೆಗೆ ಕಳುಹಿಸುತ್ತಾ ಇದ್ದೇನೆ." ರಾಮಚಂದ್ರ ಪೈ ಎಲ್ಲೋ ನೋಡುತ್ತಾ ಹೇಳಿದ. "ಹಾಗಿದ್ದರೆ ನಾಳೆ ಅಲ್ಲದಿದ್ದರೆ ನಾಳಿದ್ದು ಹೋಗಿ ನೋಡು. ಒಟ್ಟಾರೆ ಪುರುಸತ್ತು ಮಾಡಿ ಒಂದು ದಿನ ಇಲ್ಲಿರಲಿ, ಮಾತಾಡಲಿಕ್ಕುಂಟು ಅಂದಿದ್ದಾರೆ" ನಾಗಪ್ಪಯ್ಯ ಮಾತು ಮುಗಿಸಿದ.

ಊಟ ಮುಗಿಸಿ ಹಜಾರಕ್ಕೆ ಬರುತ್ತಲೇ ರಾಮಚಂದ್ರ ಪೈಗೆ ಈಗಲೇ ಹೋಗಿ ನರದ ಭಟ್ಟರನ್ನು ಕಾಣಲೇ ಅನ್ನಿಸಿತು. ನಾಗಪ್ಪಯ್ಯ ಹಜಾರದಲ್ಲಿ ಚಾಪೆ ಬಿಡಿಸಿ ಕುಳಿತುಕೊಂಡಿದ್ದ. ಕುಂಬಳೆಯ ವ್ಯಾಪಾರಕ್ಕೆ ನಚ್ಚ ಪೈ ದಾಸಕಿಣಿ ಮತ್ತು ವೀರಪ್ಪ ನಾಯಕರನ್ನು ಜೊತೆ ಸೇರಿಸಿಕೊಂಡ ಮೇಲೆ ನಾಗಪ್ಪಯ್ಯನ ಚಟುವಟಿಕೆ ಕಮ್ಮಿಯಾಗಿತ್ತು. ಮಕ್ಕಳೂ ಇಲ್ಲದಿದ್ದುದರಿಂದಲೋ ಏನೋ ? ಮುಖ ಚಿಂತೆಯಿಂದ ಕೂಡಿರುತ್ತಿತ್ತು. ಹಣ್ಣಾದ ಜುಟ್ಟು, ಕೆನ್ನೆಯೊಳಗೆ ಇಡಿಯಾಗಿ ಕುಳಿತ ಎಲೆ ಅಡಿಕೆಯ ತಿರುಪು. ಈಗ ಕೇಳಿದರೆ ಹೇಳಲಾರರು ಎಂದು ರಾಮಚಂದ್ರ ಪೈ ಸುಮ್ಮನಾದ.

ತನ್ನಜ್ಜ ವಿಟ್ಠು ಪೈಗಿಂತ ವಯಸ್ಸಿನಲ್ಲಿ ಚಿಕ್ಕವರಾದ ಸಂಕರ್ಷಣ ಭಟ್ಟರು ಇನ್ನೂ ಬದುಕಿದ್ದರು. ಅವರು ಹಾಸಿಗೆ ಹಿಡಿದು ಅನೇಕ ವರ್ಷಗಳೇ ಆಗಿದ್ದುದರಿಂದ ಮಗ ನರದ ಭಟ್ಟರೇ ಪೌರೋಹಿತ್ಯ ಮಾಡುತ್ತಿದ್ದರು. ನರದ ಭಟ್ಟರದ್ದು ಉದ್ದನೆಯ ಮುಖ. ಅಗಲವಾದ ಹಣೆ. ದೊಡ್ಡ ಸ್ವರ. ಧಡೂತಿ ಮೈ. ಸೊಟ್ಟ ಕೈಕಾಲುಗಳು. ಆದರೆ ತಾಮ್ರವರ್ಣದ ಮಿನುಗುವ ಕಣ್ಣುಗಳು. ಢಾಳಾದ ನಾಮ. ಇತ್ತೀಚೆ ಅವರಿಗೆ ತರಡು ಬೀಜ ದೊಡ್ಡದಾದುದರಿಂದ ಒಂದಿಷ್ಟು ತ್ರಾಸು. ಕುಂಬಳೆಯ ಯಾವತ್ತೂ ಸಾರಸ್ವತರ ಮನೆಯಲ್ಲಿ ನಡೆಯುವ ಶುಭಾಶುಭ ಕಾರ್ಯಗಳ ಪೌರೋಹಿತ್ಯಕ್ಕೆ ಅವರೇ ಹೋಗುವುದು. ಪೌರೋಹಿತ್ಯದಿಂದ ಅವರಿಗೆ ಆದಾಯವಿರಲಿಲ್ಲ, ಆದರೆ ಎಲ್ಲರಿಗೂ ಬೇಕಾದವರು. ಮದುವೆ ಮುಂಜಿಗಳಲ್ಲಿ ಅವರ ಕಾಲು ಹಿಡಿದು ಆಶೀರ್ವಾದ ಬೇಡಬೇಕು. ಅವರು ಕೈ ಎತ್ತಿ ಆಶೀರ್ವದಿಸಿದರೆ ಸಾಕು. ರಾಮಚಂದ್ರ ಪೈಗೂ ಅವರೆಂದರೆ ಗೌರವವೇ !

ಮರುದಿನ ರಾಮಚಂದ್ರ ಪೈ ನರದ ಭಟ್ಟರನ್ನು ಹುಡುಕಿಕೊಂಡು ಹೋದ. ಅವರು ತಮ್ಮ ಮನೆಯಲ್ಲಿಯೇ ಇದ್ದರು. "ಬಾ, ರಾಮಚಂದ್ರ ಪೈ. ನಿನ್ನೊಡನೆ ಮಾತನಾಡಲಿದೆಯೆಂದು ಹೇಳಿಕಳುಹಿಸಿದ್ದೆ. ಇದೀಗ ಅನ್ನು ಭಟ್ಟನನ್ನು ದಾಮ್ಮು ಮಲ್ಯನ ಮನೆಗೆ, ದಾಸಕಿಣಿಯ ಮನೆಗೆ, ವೆಂಕ್ಟೇಶ ಕಾಮ್ತಿಯ ಮನೆಗೆ ಕಳುಹಿಸಿದ್ದೇನೆ. ಅವರು ಬರುವ ತನಕ ಕಾಯುತ್ತೀಯಲ್ಲ ?'' ಎಂದು ಉಪಚರಿಸಿದರು. "ಏನು ಭಟ್ಟು ಮಾಂ ? ಏನು ವಿಶೇಷ ? ನನ್ನನ್ನು ಮಾತ್ರ ಬರಲಿಕ್ಕೆ ಹೇಳಿದ್ದು ಅಂತ ನಾನು ತಿಳಿದುಕೊಂಡೆ. ಆದರೆ ಎಲ್ಲರನ್ನೂ ಬರಲಿಕ್ಕೆ ಹೇಳಿದ್ದು ನೋಡಿದರೆ ಏನೋ ವಿಶೇಷವೇ ಇದೆ ಅನ್ನಿಸುತ್ತಾ ಇದೆ.'' ನರದ ಭಟ್ಟರು ತುಂಬ ಸಾವಧಾನದಲ್ಲಿದ್ದ ಹಾಗೆ ಕಂಡಿತು. "ಎಲ್ಲ ಬರಲಿ ರಾಮಚಂದ್ರ ಪೈ'' ಎಂದರವರು. ರಾಮಚಂದ್ರ ಪೈ ಹಜಾರದಿಂದ ಒಳಗಿನ ಕೋಣೆಗೆ ನಡೆದು "ಹೇಗಿದ್ದೀರಿ ಭಟ್ಟು ಮಾಂ ?'' ಎಂದು ನರದ ಭಟ್ಟರ ತಂದೆ ಸಂಕರ್ಷಣ ಭಟ್ಟರನ್ನು ಕೇಳಿದ. ಸಂಕರ್ಷಣ ಭಟ್ಟರು ಹಾಸಿಗೆ ಹಿಡಿದು ಎಷ್ಟೋ ವರ್ಷಗಳಾಗಿದ್ದುವು. ಅವರ ವಯಸ್ಸಿನಲ್ಲಿ ಅವರದ್ದೂ ದೊಡ್ಡ ಜೀವ. ಗಂಭೀರ ನಿಲುವು. ಆದರೆ ಈಗ ವಯಸ್ಸಾಗಿ ಮೈ ತುಂಬ ಜೀರ್ಣಗೊಂಡಿತ್ತು. ಎಲುಬುಗಳು ಕಾಣಿಸುವಂತೆ ಚರ್ಮ ಒಳಗೆ ತೂರಿಕೊಂಡಿತ್ತು. ಕೆನ್ನೆ

ಒಳ ಸೇರಿತ್ತು. ಬರಿಯ ಕಣ್ಣುಗಳು ಮಾತ್ರ ಓಡಾಡುತ್ತಿದ್ದುವು. "ಬಾ ರಾಚ್ಚು ಪೈ, ಇಲ್ಲೇ ಕೂತುಕೋ" ಎಂದು ಅವರು ಸ್ವಾಗತಿಸಿದರು.

ಮಾತಾಡುತ್ತಾ ಆಡುತ್ತಾ ಅವರು "ಗೋವೆಯಿಂದ ಬಂದು ಇಲ್ಲಿ ಕುಂಬಳೆಯಲ್ಲಿ ಉಳಿದ ಮನೆತನಗಳು ಎಷ್ಟು ಗೊತ್ತೇನೋ ನಿನಗೆ ?" ಎಂದು ಕೇಳಿದರು. "ಹೌದು, ಭಟ್ಟು ಮಾಂ" ಎಂದ ರಾಮಚಂದ್ರ ಪೈ. ಒಂದು ತಮ್ಮದು. ದಾಸಕಿಣಿಯದ್ದು ಇನ್ನೊಂದು. ದಾಸ ಕಿಣಿ ಈಗ ಮುದುಕನಾಗಿದ್ದ. ಅವನ ಮಗ ಸಾಂತಯ್ಯ ಕಿಣಿಯೇ ವ್ಯವಹಾರ ನಡೆಸುವವ. ಸಾಂತಯ್ಯ ಕಿಣಿಯ ಮಗ ಸಿದ್ದು ಕಿಣಿ. ಮೂರನೆಯ ಮನೆತನ ಸಿದ್ದಣ್ಣ ಕಾಮಾತಿಯದ್ದು. ಅವನ ತಂದೆ ಆನ್ನು ಕಾಮಾತಿ ವಿಟ್ಠು ಪೈ ಹೇಳಿದ ಕಥೆಯಲ್ಲಿ ಹಲವು ಬಾರಿ ಬಂದವನು. ಸಿದ್ದಣ್ಣ ಕಾಮಾತಿಗೆ ಮೂವರು ಗಂಡು ಮಕ್ಕಳು. ಮೊಷ್ಣು ಕಾಮಾತಿ, ನಾಣ್ಣು ಕಾಮಾತಿ ಮತ್ತು ಗಜಾನನ ಕಾಮಾತಿ. ಕೊನೆಯವನು ರಾಮಚಂದ್ರ ಪೈಗಿಂತ ಚಿಕ್ಕವ. ನಾಲ್ಕನೆಯ ಮನೆ ದಾಮ್ಮು ಮಲ್ಯನದ್ದು. ಅವನ ಅಪ್ಪ ವೆಂಕು ಮ್ಹಾಲ್ಲೊ ವಿಟ್ಠು ಪೈ ಇಲ್ಲೇ ನಿಂತನೆಂದು ತಾನೂ ನಿಂತವ. ದಾಮ್ಮು ಮಲ್ಯನ ಮಗ ದಾಸ ಮಲ್ಯ ರಾಮಚಂದ್ರ ಪೈಗೆ ಬೆಳದ ವ್ಯಾಪಾರದಲ್ಲಿ ಸಹಾಯ ಮಾಡುತ್ತಿದ್ದ. "ನಿಮಗಿಂತ ಮೊದಲೇ ಬಂದವರು ನಾವು ರಾಚ್ಚು ಪೈ. ಗೋವೆಯಿಂದ ಹೊರಟವರು ಭಟಕಳದಲ್ಲಿ ಕಾಶೀಮಠದ ಸ್ವಾಮಿಗಳ ದರ್ಶನ ಮಾಡುವಾಗ ನನ್ನ ತಂದೆ ಅಪ್ಪಣ್ಣ ಭಟ್ಟರು ಬದುಕಿದ್ದು ಯಾವುದರಿಂದ ಗೊತ್ತೋ ? ಬೆನ್ನ ಮೇಲಿದ್ದ ವೀರ ವಿಟ್ಠಲನ ಮೂರ್ತಿ ಮತ್ತು ನಾಗ್ಡೊ ಬೇತಾಳ ಕೊಟ್ಟ ಖಡ್ಗದ ಕಾರಣದಿಂದ. ಸ್ವಾಮಿಗಳು ಅನ್ನದಾನ ಮಾಡಿದರು. ಅವರ ಯಾತ್ರೆಯೊಡನೆ ನಮ್ಮ ಸಂಸಾರವೂ ಮಂಜೇಶ್ವರಕ್ಕೆ ಬಂತು. ಮಂಜೇಶ್ವರದಲ್ಲಿ ಆಗ ಕಾರ್ತಿಕ ಹುಣ್ಣಿಮೆಯ ಗೌಜಿ. ಸುತ್ತಮುತ್ತಣ ಊರುಗಳಿಂದ ಸಾರಸ್ವತರು ಬಂದು ದೇವರ ಪ್ರಸಾದ ಉಂಡು ಹೋಗುತ್ತಿದ್ದರು. ಹೀಗೆ ಬಂದವರಲ್ಲಿ ಕುಂಬಳೆಯ ಮಾಧೋ ಭಗತರೆಂಬವರು ನಮ್ಮ ತಂದೆಯನ್ನು ಕುಂಬಳೆಗೆ ಆಹ್ವಾನಿಸಿದರು. ಅವರು ಪೂರ್ವದಲ್ಲಿಯೇ ಕುಂಬಳೆಗೆ ಬಂದವರು. ಇಲ್ಲಿಯ ರಾಜರ ಬಳಿ ಅಡಳ್ತೆದಾರರಾಗಿದ್ದ ಬಹಳ ಪ್ರಭಾವೀ ಜನ. ಮಾಧೋ ಭಗತರ ಮಗ ತಿಮ್ಮಪ್ಪ ಭಗತರು ಈಗ ಇರುವ ತುಕಾರಾಮ ಭಗತನ ತಂದೆ. ಒಟ್ಟು ಎಷ್ಟಾಯಿತು ಹೇಳು ?" ಎಂದರು. ರಾಮಚಂದ್ರ ಪೈ "ಆರು" ಎಂದ. ಸಂಕರ್ಷಣ ಭಟ್ಟರು ಇದನ್ನೆಲ್ಲ ಯಾಕೆ ಹೇಳುತ್ತಿದ್ದಾರೆ ಎಂದು ಅವನಿಗೆ ಅರ್ಥವಾಗಲಿಲ್ಲ. ಮುದುಕರು ಗೋವೆಯ ಬಗ್ಗೆ ಮಾತಾಡುತ್ತಾ ಇರುವುದು ಸಾಮಾನ್ಯ ಸಂಗತಿ. ತನ್ನ ತಾತನೂ ಹೀಗೇ ಹೇಳುತ್ತಾ ಇರಲಿಲ್ಲವೇ ? ಗೋವೆಯಿಂದ ಬಂದ ಎಲ್ಲ ಸಾರಸ್ವತರೂ ಇದೇ ರೀತಿ ಮಾತಾಡುತ್ತಾ ಇರಬಹುದು. ಗೋವೆಯನ್ನು ನೆನಪು ಮಾಡಿ ದುಃಖಿಸುತ್ತಾ ಇರಬಹುದು, ಎಂದುಕೊಂಡ. "ಭಟ್ಟು ಮಾಂ, ಗೋವೆಯನ್ನು ನೀನು ನೋಡಿದ್ದೀಯಾ ?" ಎಂದು ಕೇಳಿದ. ಅವರು ತಲೆಯಲ್ಲಾಡಿಸಿದರು. "ಬಹುಶಃ ಗೋವೆ ನೋಡಿದವರಲ್ಲಿ ಈಗ ಬದುಕಿರುವವರು ನಾನು ಮತ್ತು ನನಗಿಂತ ಏಳೆಂಟು ವರ್ಷಗಳಷ್ಟು ಹಿರಿಯಳಾದ ಅಕ್ಕ ತುಳಸೀಬಾಯಿ ಮಾತ್ರ ಅಷ್ಟೇ" ಎಂದರು.

ಅಷ್ಟರಲ್ಲಿ ಕೋಲೂರಿಕೊಂಡು ಸಿದ್ದಣ್ಣ ಕಾಮಾತಿ ಬಂದ. ಓ, ಮುದುಕರಾಗಿಯೇ ಬಿಟ್ಟರಲ್ಲ ಅನ್ನಿಸಿತು ರಾಮಚಂದ್ರ ಪೈಗೆ. ಅವನು ಬೇಳದಲ್ಲಿ ವ್ಯಾಪಾರ ಆರಂಭಿಸಿದ ಮೇಲೆ ಮನೆಗಳ ಒಳಗೆ ಕುಳಿತಿರುವ ಮುದುಕರನ್ನು ಕಾಣುವುದು ಕಮ್ಮಿಯಾಗಿತ್ತು. ಸಿದ್ದಣ್ಣ ಕಾಮಾತಿಯ ಮಕ್ಕಳಾದ ಮೊಷ್ಣು, ನಾಣ್ಣು ಅವರನ್ನು ಭೇಟಿಯಾಗುವುದಿತ್ತು. ರಾಮಚಂದ್ರ ಪೈ ಸುಮ್ಮ ಸುಮ್ಮನೆ ಬೇರೆಯವರ ಮನೆಗೆ ಹೋಗುವ ಕ್ರಮವಿರಲಿಲ್ಲ. ಎದುರಿನ ಹಲ್ಲುಗಳೆಲ್ಲ ಬಿದ್ದು ಹೋದ ಸಿದ್ದಣ್ಣ ಕಾಮಾತಿ. ಬೆನ್ನಿಗಂಟಿದ ಹೊಟ್ಟೆ, ಹಣ್ಣಾದ ಎದೆಕೂದಲುಗಳು. ನೆರಿಗಟ್ಟಿದ ಚರ್ಮ. ಕಚ್ಚೆಕಟ್ಟಿದ ಪಂಚೆಯ ತುಂಡು ಸಾಕಷ್ಟು ಮಾಸಿತ್ತು. ಭುಜದಿಂದ ಇಳಿದ ತೀರ ಹಳತಾದ ಜನಿವಾರ. ಕಣ್ಣಿನ ರೆಪ್ಪೆಗಳನ್ನು ಪಟಪಟ ಬಡಿಯುತ್ತಾ ನೋಡುವ ಮಂದದೃಷ್ಟಿ. ಬಂದವನೇ ಉಸ್ಸೆಂದು ಕಾಲು ಚಾಚಿ ಕುಳಿತು "ದಾಮ್ಮು ಮಲ್ಯ ನನ್ನ ಜೊತೆಯಲ್ಲಿಯೇ ಬರುತ್ತಾ ಇದ್ದ. 'ಸಾಂತಯ್ಯ ಕಿಣಿಯನ್ನು ಕರೆತರುತ್ತೇನೆ ನೀವು ನಿಧಾನ ಹೋಗಿ' ಎಂದ. ಇನ್ನೂ ಬಂದಿಲ್ಲವೇ ?" ಎಂದ. "ಭಟ್ಟಿಣೆ ಮಾಂಯ್ಯೇ, ಒಂದು ಲೋಟ ಮಜ್ಜಿಗೆ ಇದ್ದರೆ ಕೊಡು" ಎಂದು ಸ್ವರವೆತ್ತಿ ನರದ ಭಟ್ಟರ ಹೆಂಡತಿಯನ್ನು ಕೇಳುವಷ್ಟರಲ್ಲಿ ರಾಮಚಂದ್ರ ಪೈ ಸಂಕರ್ಷಣ ಭಟ್ಟರಿಗೆ ವಿದಾಯ ಹೇಳಿ ಹಜಾರಕ್ಕೆ ಬಂದಿದ್ದ. ನರದ ಭಟ್ಟರ ಹೆಂಡತಿ ನೀರುಮಜ್ಜಿಗೆ ತರುವಷ್ಟರಲ್ಲಿ ಸಾಂತಯ್ಯ ಕಿಣಿಯ ಮಗ ಸಿದ್ದು ಕಿಣಿ ಮತ್ತು ದಾಮ್ಮು ಮಲ್ಯ ಇಬ್ಬರೂ ಉಣಗೋಲು ದಾಟಿದರು.

ರಾಮಚಂದ್ರ ಪೈಗೆ ಆಶ್ಚರ್ಯವಾದುದು ತುಕಾರಾಮ ಭಗತನ ಮಗ ಕೃಷ್ಣ ಭಗತನೂ ಬಂದದ್ದು. ಅವನಿಗೆ ಹತ್ತು ವರುಷ ವಯಸ್ಸು. ಭಗತರ ಮನೆತನಕ್ಕೆ ಹೊಸದಾಗಿ ಕುಂಬಳೆಗೆ ಬಂದ ಸಾರಸ್ವತರ ಜೊತೆ ಹೆಚ್ಚು ಬಳಕೆಯಿರಲಿಲ್ಲ. ತುಕಾರಾಮ ಭಗತರಿಗೆ ಪಿತ್ರಾರ್ಜಿತವಾಗಿ ಬಂದ ಆಡಳ್ತೆದಾರನ ಕೆಲಸವಿತ್ತು. ಆ ಕೆಲಸದಲ್ಲಿ ಆಗಾಗ ರಾಜರಲ್ಲಿಗೆ ಹೋಗಿ ಬರುವ ಕ್ರಮವಿತ್ತು. ಆದುದರಿಂದ ಉಳಿದವರ ಜೊತೆ ಅಂಥ ಆತ್ಮೀಯತೆಯನ್ನೇನೂ ಅವರು ಇಟ್ಟುಕೊಂಡಿರಲಿಲ್ಲ. ರಾಮಚಂದ್ರ ಪೈ ಎಲ್ಲಾದರೂ ದಾರಿಯಲ್ಲಿ ಅವರನ್ನು ಕಂಡರೆ, ಅಥವಾ ಕಾರ್ಯಾರ್ಥ ಅವರ ಮನೆಗೆ ಹೋದರೆ "ಏನು ಭಗತ್ ಮಾಂ ?" ಎಂದು ಕೇಳುವುದೆಷ್ಟೋ ಅಷ್ಟು. ಇಂದು ಅವರಿಗೆ ಬದಲಾಗಿ ಅವರ ಮಗ ಪ್ರತಿನಿಧಿಯಾಗಿ ಬಂದಿದ್ದಾನೆ ಎಂದುಕೊಂಡ ರಾಮಚಂದ್ರ ಪೈ. ಅಂದರೆ – ಎಲ್ಲರಿಗೂ ಮೊದಲೇ ಹೇಳಿಕೆ ಹೋಗಿದೆ ; ವಿಷಯ ಗೊತ್ತಿಲ್ಲದ್ದು ತನಗೆ ಮಾತ್ರ ಎಂದುಕೊಂಡ.

ಎಲ್ಲರೂ ಕೂತಾಗ ನರದ ಭಟ್ಟರೇ ಮಾತು ತೆಗೆದರು. "ಏನು ಮಾತಾಡಲು ಇದೆಯೆಂಬುದು ಉಳಿದ ಎಲ್ಲರಿಗೂ ಗೊತ್ತಿದೆ. ಗೊತ್ತಿಲ್ಲ ಎಂದರೆ ನಿನಗೊಬ್ಬನಿಗೇ ರಾಚ್ಚು ಪೈ. ನಿನ್ನ ಬಳಿ ಹೇಳಲು ಹಿಂದೇಟು ಹಾಕಿದವನು ನಾನೇ. ವಾವೆಯಲ್ಲಿ ನೀನು ನನಗೆ ಸೋದರಳಿಯ. ಆ ಲೆಕ್ಕ ಹಿಡಿದು ನಾನು ಹೇಳಬಹುದು. ಅಷ್ಟು ವಯಸ್ಸೂ ಆಗಿದೆ ನನಗೆ. ಆದರೆ ನೀನು ಏನು ಹೇಳುವೆಯೋ ಎಂಬ ದಿಗಿಲು ನನಗೆ. ಯಾಕೆಂದರೆ ನಿನ್ನಿಂದಲೇ

ನಡೆಯಬೇಕಾದ ಕೆಲಸ ಇದು. ಖರ್ಚಿನ ಬಾಬತ್ತು.'' ಅವರು ಮಾತುಗಳನ್ನು ಹಿಂಜಿ ಹಿಂಜಿ ಹೇಳಿದರು.

``ಏನು ವಿಷಯ ಭಟ್ಟು ಮಾಂ, ಹೇಳಿ'' ಎಂದ ರಾಮಚಂದ್ರ ಪೈ.

ನರದ ಭಟ್ಟರು ಹಿಂದೆ ಮುಂದೆ ನೋಡಿ ನಿಧಾನವಾಗಿ ಹೇಳಿದರು – ``ಕುಂಬಳೆಯಲ್ಲಿ ಸಾರಸ್ವತರದ್ದೆಂದು ಇರುವುದು ಆರು ಕುಟುಂಬಗಳು. ಅವುಗಳ ಪೌರೋಹಿತ್ಯದಲ್ಲಿ ನನಗೆ, ನನ್ನ ಕುಟುಂಬದವರಿಗೆ ಜೀವನ ನಡೆಸುವುದು ಕಷ್ಟ ಅದಕ್ಕಾಗಿ ಸ್ವಲ್ಪ ಸಮಯದ ಹಿಂದೆ ಊರು ಬಿಟ್ಟು ಬೇರೆಲ್ಲಾದರೂ ಹೋಗುವ ಯೋಚನೆ ಮಾಡಿದ್ದೆ. ಆ ವಿಚಾರ ಸಿದ್ದಣ್ಣ ಕಾಮಾತಿಗೆ ಗೊತ್ತು. ನೀವು ಹೋದರೆ ಇಲ್ಲಿ ಪೌರೋಹಿತ್ಯ ನಡೆಸುವವರು ಯಾರು ಎಂದು ಅವರೇ ತಡೆದರು. ಒಂದು ಸಣ್ಣ ಚೌಲವಿರಲಿ, ಸಾವೇ ಆಗಲಿ – ನಾವು ಹೋದರೆ ನೀವು ಮಂಜೇಶ್ವರದಿಂದಲೋ ಮಂಗಳೂರಿನಿಂದಲೋ ಯಾರನ್ನಾದರೂ ಕರೆತರಬೇಕು. ಅದು ಕಷ್ಟ. ನನಗೆ ವಯಸ್ಸಾಯಿತು. ಇನ್ನು ಬಾದರಾಯಣ ಭಟ್ಟ ನನ್ನ ಕೆಲಸಗಳನ್ನು ಮಾಡುವವ. ನನಗೆ ಗೊತ್ತಿರುವುದನ್ನು ಅವನಿಗೆ ಕಲಿಸುತ್ತಾ ಇದ್ದೇನೆ. ಆದರೆ ಆ ವಿದ್ಯೆ ಸಾಕಾಗುವುದಿಲ್ಲ. ಅವನನ್ನು ದೂರದ ಕಾರ್ಕಳಕ್ಕೆ ಕಳುಹಿಸಿ ವಿದ್ಯಾಭ್ಯಾಸ ಮಾಡಿಸಬೇಕು ಅಂತ ನನ್ನ ಆಸೆ. ಆದರೆ ನನ್ನ ಸ್ಥಿತಿಯಲ್ಲಿ ಅದು ಸಾಧ್ಯವಿಲ್ಲ. ಹುಡುಗ ಚುರುಕಾಗಿದ್ದಾನೆ. ಆದರೆ ಏನೂ ಮಾಡಿಸದೇ ನಾನು ಸತ್ತೆ ಅಂತ ತಿಳಿದುಕೊಳ್ಳಿ. ಅಪ್ಪ ನನಗಾಗಿ ಏನೂ ಮಾಡಿಲ್ಲ ಅಂತ ಅವನು ಹೇಳುವವನೇ. ಅದಕ್ಕಾಗಿ, ಜೀವನ ನಿರ್ವಹಣೆಗಾಗಿ ನೀವೆಲ್ಲ ಸೇರಿ ಏನಾದರೂ ಮಾಡಿದರೆ ನನ್ನ ಕುಟುಂಬ ಉಳಿದೀತು. ಈ ವಿಚಾರ ನಾನು ಮೊದಲು ಹೇಳಿದ್ದು ಸಿದ್ದಣ್ಣ ಕಾಮಾತಿಗೆ. ಅವನಿಗೆ ನನ್ನ ಪರಿಸ್ಥಿತಿ ಗೊತ್ತು'' ಎಂದು.

ರಾಮಚಂದ್ರ ಪೈ ಸಿದ್ದಣ್ಣ ಕಾಮಾತಿಯ ಮುಖ ನೋಡಿದ. ಅವನು ``ಹೌದೋ ರಾಚ್ಚೊ, ಆರು ಕುಟುಂಬಗಳಿರುವ ಈ ಕುಂಬಳೆಯಲ್ಲಿ ಎಷ್ಟು ಶುಭಕಾರ್ಯಗಳು ನಡೆದಾವು ? ಭಟ್ಟು ಮಾಂ ಬದುಕಬೇಕೋ ಬೇಡವೋ ? ಮಗನನ್ನು ಕಾರ್ಕಳಕ್ಕೆ ಕಳುಹಿಸುವ ಏರ್ಪಾಡಲ್ಲ, ಮೂರು ದಿನಗಳ ಪ್ರಯಾಣ ಅಲ್ಲಿಗೆ. ದೂರವೇ. ಅಲ್ಲಿ ನಮ್ಮವರ ಒಂದು ಹಳೆಯ ದೇವಸ್ಥಾನವಿದೆ. ಧರ್ಮಾರ್ಥ ನಡೆಸುತ್ತಿರುವ ಒಂದು ಪಾಠಶಾಲೆ ಇದೆಯಂತೆ. ಮಗ ಹೋದರೆ ಒಂದಿಷ್ಟು ವೇದ, ಜ್ಯೋತಿಷ್ಯ ಎಲ್ಲ ಕಲಿತಾನು. ಅದಕ್ಕಾಗಿ ಅಲ್ಲಿಗೆ ಸಂಸಾರ ಸಮೇತ ಹೋಗಿಬಿಡುವ ಯೋಚನೆ ನಮ್ಮ ಭಟ್ಟು ಮಾಮನಿಗೆ. ಅವರನ್ನು ಇಲ್ಲಿಯೇ ನಿಲ್ಲಿಸಬೇಕು ಎಂತಾದರೆ ನಾವೆಲ್ಲ ಸೇರಿ ಏನಾದರೂ ಮಾಡಬೇಕು - ಅಲ್ಲವೇ ?'' ಎಂದು ಗಲಗಲ ತಲೆಯಲ್ಲಾಡಿಸಿ ಪಿಳಿಪಿಳ ಕಣ್ಣು ಬಿಟ್ಟರು. ರಾಮಚಂದ್ರ ಪೈಗೆ ಆಗಲೂ ವಿಷಯ ಏನಂತ ತಿಳಿಯಲಿಲ್ಲ.

ಅವನು ಸುತ್ತ ನೋಡಿದ. ಉಳಿದವರೆಲ್ಲ ಅವನ ಮುಖವನ್ನೇ ನೋಡುತ್ತಿದ್ದುದು ಅವನಲ್ಲಿ ಮುಜುಗರವನ್ನುಂಟು ಮಾಡಿತು. ಹಾಗೆ ನೋಡಿದರೆ ಅಲ್ಲಿ ಸೇರಿದವರಲ್ಲಿ ಕೃಷ್ಣ

ಭಗತನನ್ನು ಬಿಟ್ಟರೆ ವಯಸ್ಸಿನಲ್ಲಿ ತಾನೇ ಕಿರಿಯವ. ಆದರೆ ಮೈ ಕೈ ತುಂಬಿಕೊಂಡು, ದಪ್ಪ ರಟ್ಟೆಯ ದೊಡ್ಡ ಹೊಟ್ಟೆಯ ಕಪ್ಪು ಕೂದಲು ತುಂಬಿದ ಜುಟ್ಟಿನ ರಾಮಚಂದ್ರ ಪೈಯೇ ಹೆಚ್ಚು ಅನುಕೂಲಸ್ಥ. ಅವನ ಹೊಟ್ಟೆಯ ಮೇಲೆ ಗೋಪಿಚಂದನದ ನಾಮ ಎಳೆದರೆ ಒಡೆಯುವುದಿಲ್ಲ. "ನಾನು ಏನು ಮಾಡಬೇಕೆಂದು ಹೇಳುವುದು ನೀವು ?" ಎಂದು ಕೇಳಿದನವ.

ಸಿದ್ದಣ್ಣ ಕಾಮಾತಿ ನರದ ಭಟ್ಟರ ಮುಖ ನೋಡಿದ. ನರದ ಭಟ್ಟರು ದಾಮ್ಮು ಮಲ್ಯನ ಮುಖ ನೋಡಿದರು. ದಾಮ್ಮು ಮಲ್ಯ ಸಿದ್ದು ಕಿಣಿಯನ್ನು ನೋಡಿದ. ಸಿದ್ದು ಕಿಣಿ ನರದ ಭಟ್ಟರನ್ನೇ ನೋಡಿದ. ನರದ ಭಟ್ಟರು ಬಹಳ ಕಷ್ಟಪಟ್ಟು "ನಾನು ಹೇಗೆ ಹೇಳಲಿ, ಯಾವ ಬಾಯಿಯಿಂದ ಹೇಳಲಿ ರಾಚ್ಚೊ?" ಎಂದು ದೀನ ಭಾವದಿಂದ ಹೇಳಿದರು. ಅವರ ಕಷ್ಟ ನೋಡಿ ಸಿದ್ದಣ್ಣ ಕಾಮಾತಿಯೇ ಬಾಯಿ ತೆಗೆದ – "ನಾನು ಹೇಳುತ್ತೇನೆ ರಾಚ್ಚೊ, ಭಟ್ಟು ಮಾಂ ಇಲ್ಲಿಯೇ ಉಳಿಯಬೇಕು. ನಮ್ಮ ಆರು ಕುಟುಂಬಗಳ ಪೌರೋಹಿತ್ಯ ಮಾಡಬೇಕು. ಅವರನ್ನು ಇಲ್ಲಿ ತಲೆತಲಾಂತರದವರೆಗೂ ಉಳಿಸಿಕೊಳ್ಳಬೇಕು. ಅದಕ್ಕಾಗಿ ಇಲ್ಲಿ ಒಂದು ದೇವಸ್ಥಾನ ಕಟ್ಟಿಕೊಟ್ಟರೆ ಅದಕ್ಕೆ ಬರುವ ದಕ್ಷಿಣೆಗಳಿಂದ, ಉಂಬಳಿಯಿಂದ ಅವರ ಕುಟುಂಬಕ್ಕೆ ಅನುಕೂಲವಾದೀತು."

ದಾಮ್ಮು ಮಲ್ಯ ಅದನ್ನು ಮುಂದುವರಿಸಿದ – "ಕುಂಬಳೆಯಲ್ಲಿ ಇರುವುದು ಒಂದು ದೇವಸ್ಥಾನ. ಗೋಪಾಲಕೃಷ್ಣನದ್ದು. ಅದಕ್ಕೆ ಸರ್ವರೂ ಹೋಗುವವರೇ. ನಮಗೆ ನಮ್ಮದೇ ಆದ ಒಂದು ದೇವಸ್ಥಾನ ಅಂತಿದೆಯೇ ? ಭಟ್ಟು ಮಾಮನ ಮನೆಯಲ್ಲಿ ಒಂದು ವೀರ ವಿಟ್ಠಲನ ಮೂರ್ತಿ ಇದೆ. ಅವರ ಅಜ್ಜ ಅಪ್ಪಣ್ಣ ಭಟ್ಟರು ಗೋವೆ ಬಿಡುವಾಗ ಆ ಮೂರ್ತಿಯನ್ನು ಬೆನ್ನ ಮೇಲೆ ಹಾಕಿ ತಂದದ್ದಂತೆ. ಒಂದು ಹಸ್ತದಷ್ಟು ಎತ್ತರವಾದ ಮೂರ್ತಿ. ಅದಕ್ಕೊಂದು ದೇವಳ ಕಟ್ಟಿದರೆ ನಮ್ಮವರಿಗೊಂದು ದೇವಸ್ಥಾನ ಆಯಿತು. ಭಟ್ಟು ಮಾಮನ ಕುಟುಂಬಕ್ಕೂ ಆಯಿತು. ಸಾರಸ್ವತರು ಎಲ್ಲ ಕಡೆಯಲ್ಲಿಯೂ ಈಗ ದೇವಸ್ಥಾನ ಕಟ್ಟಿಸಿಕೊಂಡಿದ್ದಾರಂತೆ. ಇಲ್ಲ ಎಂದರೆ ಇಲ್ಲಿ ಕುಂಬಳೆಯಲ್ಲಿ ಮಾತ್ರ" ಎಂದು.

ಸಿದ್ದಣ್ಣ ಕಾಮಾತಿ ಮುಂದುವರಿಸಿದ. "ದೇವಸ್ಥಾನ ಕಟ್ಟಿಸುವುದೆಂದರೆ ಖರ್ಚಿನ ಬಾಬತ್ತು ರಾಚ್ಚೊ, ನೀನೊಬ್ಬನೇ ಅದನ್ನು ಮಾಡು ಎನ್ನುವವರಲ್ಲ ನಾವು. ಎಲ್ಲರೂ ಸೇರಿದರೆ ದೇವಳಕ್ಕೊಂದು ಆಕಾರ ಸಿಕ್ಕೀತು. ಆದರೂ ಯಾರಾದರೂ ಒಬ್ಬರು ಜವಾಬ್ದಾರಿ ವಹಿಸಬೇಕು. ಕುಂಬಳೆಯಲ್ಲಿ ಈಗ ನೀನೇ ಸ್ಥಿತಿವಂತ. ನೀನು ಹೆಗಲು ಕೊಟ್ಟೆ ಅಂದರೆ ಹತ್ತು ಊರಿನ ನೂರು ಮಂದಿ ಸೇರಿಯಾರು. ದೇವಳದ ಪ್ರತಿಷ್ಠಾಪನೆಗೆ ಕಾಶೀಮಠದ ಸ್ವಾಮಿಗಳನ್ನೂ ಕರೆತರುವ" ಎಂದು ಹೇಳಿದ.

ಅಲ್ಲಿಯ ತನಕ ಸುಮ್ಮನೆ ಕುಳಿತಿದ್ದ ಸಾಂತಯ್ಯ ಕಿಣಿಯ ಮಗ ಸಿದ್ದು ಕಿಣಿ ಜುಟ್ಟು ಅಲ್ಲಾಡಿಸುತ್ತಾ ತನ್ನ ಭಾರವಾದ ಧ್ವನಿಯಲ್ಲಿ "ಭಟ್ಟು ಮಾಂ, ನಾನು ಬೇಕಿದ್ದರೆ ಮಂಜೇಶ್ವರದಿಂದ ನೀಲೇಶ್ವರದವರೆಗೂ ಅಲೆದಾಡಿ ನಮ್ಮವರಿಂದ ಏನಾದರೂ

ಸಹಾಯ ಯಾಚಿಸಿ ತರುತ್ತೇನೆ'' ಎಂದು ಉತ್ಸಾಹ ತೋರಿಸಿದ. ಸಿದ್ದಣ್ಣ ಕಾಮಾತಿ ''ಕುಂಬಳೆ ಅರಸರನ್ನು ಯಾಚಿಸಿದರೆ ದೇವಳಕ್ಕೆ ಒಂದಷ್ಟು ಜಾಗವೂ ಸಿಕ್ಕೀತು. ಹೇಗೂ ಭಗತಮಾಮ ಅರಮನೆಯ ಆಡಳ್ತೆದಾರರಾಗಿದ್ದಾರೆ. ದೇವಸ್ಥಾನ ಅಂದರೆ ಊರಿಗೇ ಅಲ್ಲವೇ ?'' ಎಂದ.

ರಾಮಚಂದ್ರ ಪೈಗೆ ದೇವಸ್ಥಾನ ಕಟ್ಟುವ ವಿಚಾರ ಮೊದಲು ಹೊಳೆಯಲಿಲ್ಲ. ನರದ ಭಟ್ಟರಿಗೆ ಅನಾನುಕೂಲವೆಂದು ಎಲ್ಲ ಸೇರಿ ವರ್ಷಕ್ಕೆ ಇಷ್ಟು ಎಂದು ಕೊಡಬೇಕಾದೀತು ಎಂದು ಯೋಚಿಸಿದ್ದ. ಬಾದರಾಯಣ ಭಟ್ಟನನ್ನು ಕಾರ್ಕಳಕ್ಕೆ ಕಳುಹಿಸಿ ವಿದ್ಯಾಭ್ಯಾಸ ನಡೆಸಬೇಕು ಎಂದಾಗ ಆ ಖರ್ಚಿನ ಬಾಬತ್ತು ತನ್ನ ಮೇಲೆ ಬಿದ್ದೀತು ಎಂದನ್ನಿಸಿತು. ಆದರೆ ಅದರ ಬದಲಾಗಿ ದೇವಸ್ಥಾನದ ವಿಚಾರ ಎದುರು ಬಿತ್ತು. ಆಗಲೂ ಆ ಬಗ್ಗೆ ಅವನಿಗೆ ಅಂತಹ ಉತ್ಸಾಹ ಹುಟ್ಟಲಿಲ್ಲ. ಆದರೆ ಕುಂಬಳೆ ಅರಸರು ಜಾಗ ಕೊಟ್ಟು, ಹತ್ತೂರ ಸಾರಸ್ವತರು ಸೇರಿ, ಸ್ವತಃ ಕಾಶೀಮಠದ ಸಂಸ್ಥಾನಾಧಿಪತಿಗಳಿಂದ ಪ್ರತಿಷ್ಠಾಪನೋತ್ಸವ ಮಾಡುವ ಸಾಧ್ಯತೆ ಕಲ್ಪಿಸಿಕೊಂಡಾಗ ತಾನು ಹಿಂದೆ ಬಿದ್ದರೆ ಒಳ್ಳೆಯದಲ್ಲ ಅನ್ನಿಸಿತು. ನೀನು ಮುಂದೆ ನಿಂತರೆ ಹತ್ತು ಜನರು ಹೆಗಲು ಕೊಟ್ಟಾರು ಎಂದು ಸಿದ್ದಣ್ಣ ಕಾಮಾತಿ ಹೇಳಿದಾಗಲಂತೂ ಅವನು ಉಬ್ಬಿಹೋದ. ರಾಮಚಂದ್ರ ಪೈ ಈ ಎಲ್ಲ ವಿಚಾರಗಳನ್ನು ಅನುಮೋದಿಸಲು ಇನ್ನೊಂದು ಮುಖ್ಯ ಕಾರಣವೂ ಇತ್ತು. ಇದೇ ಭಟ್ಟು ಮಾಮನ ಮನೆಗೆ ತನ್ನ ಅಜ್ಜಿ ಏನನ್ನೋ ಕೊಂಡೊಯ್ಯುವುದನ್ನು ಕಂಡು ಅವಿವೇಕದಿಂದ ಬೈದ ತಪ್ಪು ಈ ಸೇವೆಯಿಂದ ಮುಕ್ತವಾಗುವುದಾದರೆ ಆಗಲಿ ಅನ್ನಿಸಿತು. ಇಷ್ಟಕ್ಕೂ ಇದು ಹೆಸರು ನಿಲ್ಲಿಸುವ ಕೆಲಸ.

''ಭಟ್ಟು ಮಾಂ, ಅದರಲ್ಲಿ ಏನುಂಟು ? ಒಂದು ದೇವಸ್ಥಾನ ಕಟ್ಟಿಸಿಯೇ ಬಿಡುವ. ಮಂಜೇಶ್ವರದಷ್ಟು ದೊಡ್ಡದಲ್ಲದಿದ್ದರೂ ತೀರ ಚಿಕ್ಕದು ಬೇಡ. ನನ್ನ ಸೇವೆ ಅದಕ್ಕೆ ಯಾವಾಗಲೂ ಇದ್ದದ್ದೇ. ನೀವು ಮಾತ್ರ ಈ ಊರು ಬಿಟ್ಟು ಹೋಗಬಾರದು. ಎಲ್ಲರೂ ಸೇರಿದಾಗ ನಾನು ನನ್ನ ಪಾಲು ಇಲ್ಲವೆನ್ನುತ್ತೇನೆಯೇ ? ದೇವಸ್ಥಾನ ನಮ್ಮವರದ್ದೇ ಆದರೂ ನಮಗೆ ಹೊರಗಿನವರ ಸಹಾಯ ಅಗತ್ಯ. ಸಹಾಯ ಕೇಳಲು ಸಾರಸ್ವತರೇ ಆಗಬೇಕೆಂದಿದೆಯೇ ? ಕುಂಬಳೆ ಅರಸರ ಬಳಿ ಯಾಚಿಸುವುದಿಲ್ಲವೇ ? ಹಾಗೇ ಕುಂಬಳೆ ಪೇಟೆಯ ಜನರೂ ನಮಗೆ ಬೇಕು'' ಎಂದ.

ರಾಮಚಂದ್ರ ಪೈ ಆಡಿದ್ದು ತುಂಬ ತೂಕದ ಮಾತು ಅನ್ನಿಸಿ ನರದ ಭಟ್ಟರ ಹೃದಯ ತುಂಬಿ ಬಂತು. ಕಣ್ಣಲ್ಲಿ ನೀರಾಡಿತು. ಅವರೆಂದೂ ಹೆಚ್ಚು ಮಾತಾಡಿದವರಲ್ಲ. ಪೌರೋಹಿತ್ಯ ಬಿಟ್ಟರೆ ಉಳಿದ ಯಾವ ಮಾಹಿತಿಯೂ ಅವರಿಗಿರಲಿಲ್ಲ. ಆದರೆ ಬಾಳುವೆ ಕಷ್ಟ ಎಂದಾಗ ಏನಾದರೂ ಮಾಡುವ ಅಗತ್ಯ ಇದ್ದೇ ಇತ್ತು. ಅಲ್ಲದೇ ಅವರ ಮನಸ್ಸನ್ನು ಕೊರೆಯುತ್ತಿದ್ದ ಭೀತಿಯೊಂದು ಅವರನ್ನು ಸದಾ ಕಾಡುತ್ತಿತ್ತು. ಅದು ನಾಗ್ಡೊ ಬೇತಾಳ ಕೊಟ್ಟ ಖಡ್ಗದ ದೆಸೆಯಿಂದ. ಅಪ್ಪಟ ಬಂಗಾರದ ಖಡ್ಗ, ವೀರವಿಟ್ಠಲನ ಮೂರ್ತಿಯ

ಪಕ್ಕದಲ್ಲೇ ಕೂತ ಖಡ್ಗ. ಅದಕ್ಕೆ ಅವರ ಹಿಂದಿನವರ ಲಾಗಾಯ್ತು ದಿನಾ ಪೂಜೆ ಮಾಡಿ ತುಳಸೀದಳ ಹೂವು ಪತ್ರೆಗಳಿಂದ ಮುಚ್ಚಿಡುತ್ತಿದ್ದರು. ಕಳ್ಳಕಾಕರ ಭಯ. ಯುದ್ಧದ ಭೀತಿ. ಅದರ ಜವಾಬ್ದಾರಿ ತನಗಲ್ಲ ಎಂದು ಅವರು. ಒಮ್ಮೆ ಈ ದೇವಸ್ಥಾನ ಸ್ಥಾಪನೆಯಾಗಲಿ, ಅಲ್ಲಿಗೆ ಕೊಟ್ಟುಬಿಡುತ್ತೇನೆ ಎಂದು ನಿರ್ಧರಿಸಿದ್ದರು. ಆ ವಿಚಾರ ಅವರಿಗೂ ಉಳಿದವರಿಗೂ ಗೊತ್ತಿದ್ದದ್ದೇ !

ರಾಮಚಂದ್ರ ಪೈ ಅಲ್ಲಿಂದ ಹೊರಟು ನೇರ ಮನೆಗೇ ಬಂದ. ಬಾಗಿಲಲ್ಲಿ ಅವನನ್ನೇ ಕಾಯುತ್ತಾ ಕುಳಿತಿದ್ದ ಅಜ್ಜಿ ತುಳಸೀಬಾಯಿ "ಏನು ಹೇಳಿದೆಯೋ ಮಗೂ ?" ಎಂದು ಕೇಳಿದಳು. ತವರಿನ ಕಡೆಗೆ ಅಜ್ಜಿಯ ಅಕ್ಕರೆ ಕಂಡು ರಾಮಚಂದ್ರ ಪೈಯ ಮುಖದ ಮೇಲೆ ನಗು ಮೂಡಿತು. ಅದರ ಜೊತೆಯಲ್ಲಿಯೇ ದೇವಸ್ಥಾನ ಕಟ್ಟುವ ವಿಚಾರ ಊರಿಗೆಲ್ಲ ತಿಳಿದಿದೆ, ತಿಳಿಯದೇ ಇದ್ದುದು ತನಗೆ ಮಾತ್ರ ಎಂದೂ ಅನ್ನಿಸಿತು. "ಆಗಲಿ ಅಂದಿದ್ದೇನೆ ಅಜ್ಜೀ. ಭಟ್ಟು ಮಾಮನಿಗೆ ಒಂದು ವ್ಯಾಪ್ತಿಯಾದರೆ ಒಳ್ಳೆಯದಲ್ಲವೇ ?" ಎಂದ. "ನಮಗೆ ನಮ್ಮದೇ ಆದ ಒಂದು ದೇವಳ ಬೇಕು ರಾಚ್ಚೂ. ಗೋವೆಯಲ್ಲಿದ್ದ ಹಾಗೆ ಮನೆಯ ಬಾಗಿಲಲ್ಲಿ ಒಂದು ದೇವಳವಿದ್ದರೆ ಮನಸ್ಸಿಗೆ ಶಾಂತಿ" ಎಂದಳು ತುಳಸೀಬಾಯಿ.

ಮುಂದೆ ದಿನ ಹೋದಂತೆ ರಾಮಚಂದ್ರ ಪೈ ವೀರವಿಟ್ಠಲ ದೇವಸ್ಥಾನ ಕಟ್ಟಿಸುವುದರಲ್ಲಿ ಮಗ್ನನಾಗುವುದು ಅನಿವಾರ್ಯವಾಯಿತು. ಬೇಳಕಟ್ಟೆಯಲ್ಲಿ ಅಂಗಡಿಯ ಎದುರು ಒಂದು ದೇವರ ಡಬ್ಬಿ ಎದ್ದಿತು. ಅತ್ತಿತ್ತ ಹೋಗುವವರು ಅದರಲ್ಲಿ ಏನಾದರೂ ಕಾಣಿಕೆ ಹಾಕುವ ಹಾಗೆ ಮಾಡಿದ ರಾಮಚಂದ್ರ ಪೈ. ಸಾರಸ್ವತರ ತಂಡವೊಂದು ಅವನ ನೇತೃತ್ವದಲ್ಲಿಯೇ ಕುಂಬಳೆ ಅರಸರ ಬಳಿಗೆ ನಿಯೋಗ ಹೋಗಿ ಒಂದು ತುಂಡು ಜಾಗ ಕೇಳಿತು. ತುಕಾರಾಮ ಭಗತ ರಾಜರ ಮನವೊಲಿಯುವ ಹಾಗೆ ಮಾತನಾಡಿದ. "ದೇವಸ್ಥಾನ ಸ್ಥಾಪನೆಯಲ್ಲವೇ ? ಯಾಕೆ ಬೇಡವೆಂದು ಹೇಳಿಯೇವು ? ಇದು ಸತ್ಯದೇಶವೆಂದು ಹೆಸರಾದ ಸ್ಥಳ. ನಾವು ಕುಳಿತುಕೊಳ್ಳುವುದು ಧರ್ಮ ಸಿಂಹಾಸನದ ಮೇಲೆ. ಇಲ್ಲಿ ಹೆಜ್ಜೆಗೊಂದು ದೇವಸ್ಥಾನ ಕಟ್ಟಿದರೂ ನಮಗೆ ಸಂತೋಷ. ಕಟ್ಟಿ, ಬೊಕ್ಕಸದಿಂದ ನಾಲ್ಕು ಥೈಲಿ ವರಹಗಳನ್ನು ಕೊಡಲು ಅಪ್ಪಣೆ ಕೊಡುತ್ತೇವೆ" ಎಂದು ಅರಸರೂ ಉತ್ತೇಜನವಿತ್ತರು. ನರದ ಭಟ್ಟರ ಮನೆಯ ಮುಂದುಗಡೆಯೇ ಪ್ರಶಸ್ತವಾದ ಜಾಗದಲ್ಲಿ ದೇವಸ್ಥಾನ ಕಟ್ಟಲು ಪರವಾನಿಗೆಯಿತ್ತರು. "ತೆಂಗಿನ ಮರಗಳನ್ನು ಕಡಿಯುವುದು ಬೇಡ. ನೆಲ ಶುದ್ಧಗೊಳಿಸಿ ಅಡಿಪಾಯ ಹಾಕುವ" ಎಂದರು ನರದ ಭಟ್ಟರು. ಬಡಗಿನಲ್ಲಿ ಮಂಜೇಶ್ವರದ ತನಕ, ತೆಂಕಣದಲ್ಲಿ ನೀಲೇಶ್ವರದ ತನಕ ರಾಮಚಂದ್ರ ಪೈಯೂ ಸಿದ್ದು ಕಿಣಿಯೂ ಹಲವಾರು ಬಾರಿ ಸಂಚರಿಸಿ ಧನಸಹಾಯ ಯಾಚಿಸಿದರು.

"ಓ, ನಮ್ಮ ದೇವಸ್ಥಾನವಲ್ಲವೇ ? ನಾವು ಕೊಡದಿದ್ದರೆ ಹ್ಯಾಗಾಗುತ್ತದೆ ? ಗೋವೆಯಲ್ಲಿ ನಮ್ಮವರದ್ದು ಎಷ್ಟು ದೇವಸ್ಥಾಗಳಿದ್ದುವು, ಏನು ಕಥೆ ! ಉಳ್ಳಾಲದಲ್ಲಿಯೂ ನಮ್ಮವರು ಒಂದು ದೇವಸ್ಥಾನ ಕಟ್ಟಿಸಿದರಂತೆ. ಮಂಗಳೂರಿನಲ್ಲಿಯೂ ಇದೆಯಂತೆ. ಆ

ಕಡೆಯ ಸಾರಸ್ವತರು ತುಂಬ ಹಣ ಮಾಡಿದರು ಬಿಡಿ. ಅವರಿಗೆಲ್ಲ ಗೋವೆ ಬಿಟ್ಟು ಬಂದದ್ದೇ ಒಳ್ಳೆಯದಾಯಿತೋ ಏನೋ ? ತೆಕ್ಕೊಳ್ಳಿ, ನಮ್ಮ ಹೆಸರಿನ ಸೇವೆ" ಎಂದು ಅನೇಕರು ಕೈಯೆತ್ತಿ ಕೊಟ್ಟರು. ರಾಮಚಂದ್ರ ಪೈ ತುಂಬ ಖುಷಿ ಪಟ್ಟ "ದೇವಸ್ಥಾನ ಕಟ್ಟಲು ಹೊರಟ ಘಳಿಗೆ ಚೆನ್ನಾಗಿದೆಯೋ ಅಣ್ಣಪ್ಪಾ" ಎಂದು ಜೊತೆಯಲ್ಲಿ ಬಂದ ಸಿದ್ದುಕಿಣಿಗೆ ಹೇಳಿದನಾತ. ಸಿದ್ದು ಕಿಣಿ ಬೀಗುತ್ತಾ "ನೀನು ಕೈ ಹಾಕಿದ ಘಳಿಗೆ ಒಳ್ಳೆಯದು ರಾಚ್ಚೂ, ಇಲ್ಲದಿದ್ದರೆ ನಮ್ಮಲ್ಲಿ ಒಂದು ದೇವಸ್ಥಾನ ಕಟ್ಟಿಸುವ ಯೋಗ್ಯತೆ ಇದೆಯೇ ?" ಎಂದು ಹೇಳಿದ.

ದೇವಸ್ಥಾನದ ಗರ್ಭಗುಡಿಯ ಕೆಲಸ ಮುಗಿಯುವಾಗ ಪಾರ್ವತೀಬಾಯಿ ಇನ್ನೊಮ್ಮೆ ಬಸುರಾದಳು. "ಈ ಸಲ ಹೆಣ್ಣಾಗುತ್ತದೆ ರಾಚ್ಚೂ, ನಿನಗೊಂದು ಕನ್ಯಾದಾನದ ಫಲ ಸಿಗಬೇಕಲ್ಲ ?" ಎಂದು ತುಳಸೀಬಾಯಿ ನಗುತ್ತಾ ಹೇಳಿದಳು. "ಮಗು ಹೊಟ್ಟೆಯೊಳಗೆ ಎಡಗಡೆಯಿಂದ ಒದೆಯುತ್ತಿದೆಯೋ, ಬಲಗಡೆಯಿಂದಲೋ ಪಾರ್ವತಿ ? ಎಡಗಡೆಯಿಂದಾದರೆ ಹೆಣ್ಣು ಮಗುವಮ್ಮ. ಹೋಗಿ ನಿನ್ನ ಅತ್ತೆಯನ್ನು ಕೇಳು – ಈ ಮುದುಕಿ ಹೇಳಿದ್ದು ಸುಳ್ಳೇ ಅಂತ ? ಲಕ್ಷ್ಮಿ ಬರುತ್ತಾಳಮ್ಮ ಲಕ್ಷ್ಮಿ" ಎಂದಳು. ಪಾರ್ವತೀ ಬಾಯಿಗೆ ಮುದುಕಿಯನ್ನು ಕಂಡರೆ ತುಂಬ ಸಲಿಗೆ. ಅವಳು ನಗುತ್ತಾ "ಯಾವುದೋ ಒಂದು ಅಜ್ಜೀ. ನಿನ್ನ ಬಾಯಿಯಲ್ಲಿ ಮಾತು ಬಂದುದರಿಂದ ಹೆಣ್ಣೇ ಆದೀತು. ಗಂಡಾದರೆ ಹೆತ್ತ ತಾಯಿಗೆ ಏನು ಸುಖ ? ನೀನೇ ನೋಡುತ್ತಿದ್ದೀಯಲ್ಲ ? ನಮ್ಮ ಅಂತುವನ್ನು ! ಒಂದು ದಿನ ಇಲ್ಲಿ ಕುಳಿತಿದ್ದುದು ಉಂಟೇ ? ಗಂಡು ಮಕ್ಕಳು ಅಮ್ಮಾ ಅಂತ ಕೂಗಲು ಒಂದು ದಿನ ಮನೆಯಲ್ಲಿರುವುದಿಲ್ಲ. ಅಂಥ ಪ್ರೀತಿ ಹೆಣ್ಣು ಮಕ್ಕಳಿಗೇ" ಎಂದಳು. ತುಳಸೀಬಾಯಿಗೆ ತನ್ನ ಮಕ್ಕಳ ನೆನಪು ಬಂತು. "ಹಾಗನ್ನ ಬೇಡ ಮಗೂ. ಇದು ಕಲಿಗಾಲ. ಆ ಕಲಿರಾಯ ಆಕಾಶದಲ್ಲಿ ನಮ್ಮ ತಲೆಯ ಮೇಲುಗಡೆಯೇ ಸುತ್ತಾಡುತ್ತಾ ಇರುತ್ತಾನೆ. ನಮ್ಮ ಯಾವುದೇ ಮಾತು ಅವನ ಕಿವಿಗೆ ಬಿತ್ತೋ, ತಥಾಸ್ತು ಅನ್ನುತ್ತಾನಂತೆ. ಅದಕ್ಕಾಗಿ ಕೆಟ್ಟ ಮಾತು ಆಡಬಾರದು" ಎಂದಳವಳು.

ಆರನೆಯ ತಿಂಗಳಲ್ಲಿ ಪಾರ್ವತೀಬಾಯಿಗೆ ಮೈ ಇಳಿಯಿತು. ಕಟ್ಟುತ್ತಿರುವ ದೇವಸ್ಥಾನದ ಗೋಡೆಯ ಪಕ್ಕದಲ್ಲಿ ನಿಂತುಕೊಂಡಿದ್ದಾಗ ರಾಮಚಂದ್ರ ಪೈಗೆ ಸುದ್ದಿ ಬಂತು. ರಾಮಚಂದ್ರ ಪೈ ದಿಗ್ಮೂಢನಾಗಿ ನಿಂತುಬಿಟ್ಟ "ಹೋದರೆ ಹೋಗಲಿ ರಾಚ್ಚು ಪೈ. ನಿನ್ನ ಹೆಂಡತಿ ಸೌಖ್ಯವೇ ?" ಎಂದು ಯಾರೋ ಕೇಳಿದರು. ಸಾವರಿಸಿಕೊಂಡು ರಾಮಚಂದ್ರ ಪೈ ಮನೆಗೆ ಹೋದ. ಅಂಗಳದಲ್ಲಿ ನಾಗಪ್ಪಯ್ಯನ ಹೆಂಡತಿ ರುಕ್ಮಾಬಾಯಿ ಏನೋ ಕೆಲಸ ಮಾಡುತ್ತಾ ಗಂಭೀರವಾಗಿ ನಿಂತುಕೊಂಡಿದ್ದಳು. ಹಜಾರದಲ್ಲಿ ಅಜ್ಜಿ ತುಳಸೀಬಾಯಿ. ಒಳಗೆಲ್ಲೋ ರೋದನ. ರಾಮಚಂದ್ರ ಪೈಗೆ ಸುದ್ದಿ ಖಚಿತವಾಯಿತು. ಅವನು ಅಜ್ಜಿಯ ಬಳಿಗೆ ಹೋಗಿ ಕುಳಿತುಕೊಂಡ. ತುಂಬ ಹೊತ್ತಿನ ಬಳಿಕ "ಅವಳು ಸೌಖ್ಯವೇ ?" ಎಂದು ಕೇಳಿದ. ತುಳಸೀಬಾಯಿ ತಲೆಯಲ್ಲಾಡಿಸಿದಳು. ಅವನು ನೇರ

ಬಾಣಂತಿಯ ಕೋಣೆಗೆ ಹೋಗಿ ಹೆಂಡತಿಯ ಮುಖ ನೋಡಲಿಲ್ಲ. ನೋಡಬಾರದು ಅಂತಲ್ಲ. ಆದರೆ ಗಂಡಸಾಗಿ ಅಂತಹ ಮೃದುಭಾವನೆ ಪಡೆದಿರುವುದು ಸಲ್ಲ ಎಂಬ ಭಾವನೆ ಅವನಲ್ಲಿ, ಅವನಂತಹ ಎಲ್ಲ ಗಂಡಸರಲ್ಲಿ. ಆದರೆ ಮನೆಯ ಗಂಡಸು ಅಂತಹ ಹೊತ್ತಿನಲ್ಲಿ ಸುದ್ದಿ ಕೇಳಿದೊಡನೆ ಎಲ್ಲೇ ಇದ್ದರೂ ಹಿಡಿದ ಕೆಲಸ ಬಿಟ್ಟು ಬಂದಿದ್ದಾನೆ ಎನ್ನುವುದೊಂದೇ ಹೆಂಗಸರಿಗೆ ಆದರದ ವಿಚಾರ.

ದೇವಸ್ಥಾನ ಕಟ್ಟುವ ವಿಚಾರದಲ್ಲಿ ಮುಳುಗಿ ವ್ಯಾಪಾರದಿಂದ ಸ್ವಲ್ಪ ವಿಮುಖನಾದ ರಾಮಚಂದ್ರ ಪೈ ಕೆಲವು ತಿಂಗಳುಗಳಲ್ಲಿಯೇ ಮತ್ತೆ ಬೇಳಕಟ್ಟೆಯಲ್ಲಿ ಮನಸ್ಸು ತೊಡಗಿಸುವುದು ಅನಿವಾರ್ಯವಾಯಿತು. ಆಗಿನ್ನೂ ದೇವಸ್ಥಾನದ ಕೆಲಸ ಪೂರ್ತಿಯಾಗಿರಲಿಲ್ಲ. ಅದೂ ಇದೂ ಕೆಲಸ ನಡೆಯುತ್ತಾ ಇತ್ತು. ರಾಮಚಂದ್ರ ಪೈ ಬೇಳಕ್ಕೆ ಹೋಗಿ ಬರುತ್ತಲೂ ಇದ್ದ. ದಾಸಮಲ್ಯನ ಮೇಲೆ ಎಲ್ಲ ವ್ಯಾಪಾರವನ್ನೂ ಬಿಟ್ಟಿರಲಿಲ್ಲ. ಏನೇ ವ್ಯಾಪಾರ ನಡೆದರೂ ಅದು ಅವನ ಕಟ್ಟುನಿಟ್ಟಿನಲ್ಲಿಯೇ. ದಾಸಮಲ್ಯನ ಮನೆಯ ಸ್ಥಿತಿಗತಿಗಳು ಅಂಥ ನಾಜೂಕಲ್ಲ. ಅವನ ತಂದೆ ದಾಮ್ಮು ಮಲ್ಯ ಮುದುಕನೇ. ಹಾಗಾಗಿ ತನ್ನ ಬಳಿ ಕೆಲಸಕ್ಕಿದ್ದ ದಾಸಮಲ್ಯನನ್ನು ಚೆನ್ನಾಗಿಯೇ ನೋಡಿಕೊಳ್ಳುತ್ತಿದ್ದ ರಾಮಚಂದ್ರ ಪೈ. ಆಗಾಗ ಅಕ್ಕಿ ಬೇಳೆ ಏನಾದರೂ ಸಾಮಗ್ರಿಗಳನ್ನು ಕಳುಹಿಸಿಕೊಡಬೇಕಾಗಿ ಬರುತ್ತಿತ್ತು. ದಾಸಮಲ್ಯ ನಂಬಿಕಸ್ತ ಹುಡುಗ. ರಾಮಚಂದ್ರ ಪೈ ಹೇಳಿದ ಕೆಲಸವನ್ನು ಅಚ್ಚುಕಟ್ಟಾಗಿ ಮಾಡುವವ. ಆದರೆ ಈ ದೇವಸ್ಥಾನ ಕಟ್ಟುವ ಸಲುವಾಗಿ ರಾಮಚಂದ್ರ ಪೈ ಓಡಾಡುವಾಗ ವ್ಯಾಪಾರ ವಸ್ತುಶಃ ಅವನೇ ನೋಡಿಕೊಳ್ಳುತ್ತಿದ್ದ. ಯಾರಾದರೂ ಏನೋ ಹೇಳಿದರೆಂದಲ್ಲ, ರಾಮಚಂದ್ರ ಪೈ ಮನೆಯಲ್ಲಿದ್ದ ತನ್ನ ಭಾವ ವೀರಪ್ಪ ನಾಯಕನನ್ನು ತಾನಿಲ್ಲದ ಹೊತ್ತಿನಲ್ಲಿ ಅಲ್ಲಿಗೆ ಹೋಗಲು ಹೇಳಿದ್ದಿತ್ತು. ಅದರಿಂದಾಗಿ ದಾಸಮಲ್ಯನ ಯೋಚನೆ ಬೇರೆ ದಿಕ್ಕಿನಲ್ಲಿ ಹರಿಯಲು ಅನುವು ದೊರಕಿತು.

ಒಂದು ದಿನ ದಾಸಮಲ್ಯ ರಾಮಚಂದ್ರ ಪೈಯೊಡನೆ "ರಾಚ್ಚು ಮಾಂ, ನನಗೂ ಈಗ ವ್ಯಾಪಾರದಲ್ಲಿ ಒಳ್ಳೆಯ ಅನುಭವ ಬಂದಿದೆಯಲ್ಲ ? ಸ್ವತಂತ್ರವಾಗಿ ನಾನೇ ಒಂದು ವ್ಯಾಪಾರ ಆರಂಭಿಸಿದರೆ ಹೇಗೆ ಎಂದು ಯೋಚನೆ ಮಾಡುತ್ತಿದ್ದೇನೆ. ಅಪ್ಪನ ಬಳಿ ವಿಷಯ ಪ್ರಸ್ತಾಪಿಸಿದೆ. ನಿನ್ನ ಬಳಿ ಕೇಳು ಎಂದಿದ್ದಾನೆ. ನೀನು ದೊಡ್ಡ ಮನಸ್ಸಿನಿಂದ ಆಶೀರ್ವಾದ ಮಾಡಿದರೆ ನಾವು ಮುಂದೆ ಬಂದೇವು" ಎಂದ. ರಾಮಚಂದ್ರ ಪೈಗೆ ದಾಸಮಲ್ಯನ ಮಾತಿನಿಂದ ತಕ್ಷಣ ಏನೂ ಅನ್ನಿಸಲಿಲ್ಲ. ಬರಿದೇ ಅವನು "ಮೂಲಧನಕ್ಕೇನು ಮಾಡುತ್ತಿ ?" ಎಂದು ಕೇಳಿದ. ದಾಸಮಲ್ಯ "ಸದ್ಯಕ್ಕೆ ನನ್ನ ಬಳಿ ಏನಿದೆ ರಾಚ್ಚು ಮಾಂ ? ನೀನು ಏನಾದರೂ ಕೊಟ್ಟರೆ ನಾನೂ ಒಬ್ಬ ಮನುಷ್ಯ ಅಂತ ಆದೇನು" ಎಂದು ಹೇಳಿದ. ದಾಸಮಲ್ಯನಿಗೆ ಆಗ ಹದಿನಾರರ ವಯಸ್ಸು. ಗೋಪಾದದಗಲದ ಜುಟ್ಟು ಹಣೆ, ಕಿವಿ, ಹೊಟ್ಟೆ ರಟ್ಟೆಗಳ ಮೇಲೆ ಥಾಳಾದ ನಾಮಗಳು. ಕಚ್ಚೆ ಪಂಚೆ. ಮೇಲೆ ಕಂಬಳಿ ಹೊದ್ದುಕೊಂಡು ಅವನು ಬೇಳಕಟ್ಟೆಯ ಮೇಲೆ ವ್ಯಾಪಾರಕ್ಕೆ ಕೂತರೆ ರಾಮಚಂದ್ರ ಪೈಯ

ಮಗನಲ್ಲದಿದ್ದರೆ ದತ್ತು ಮಗನಾದರೂ ಆಗಿರಬೇಕೆಂದು ಎಲ್ಲರೂ ತಿಳಿದುಕೊಂಡಿದ್ದರು. ಮಾತಿನಲ್ಲಿ ಜಾಣ. ನಗು ಮುಖ. ಗುರು ಹಿರಿಯರಿಗೆ ತಗ್ಗಿ ಬಗ್ಗಿ ನಡೆಯುವ ಸ್ವಭಾವ. "ಆಗಲಿ" ಎಂದ ರಾಮಚಂದ್ರ ಪೈ.

ಆ ಕ್ಷಣದಲ್ಲಿ ಏನೋ ರಾಮಚಂದ್ರ ಪೈ ಆಗಲಿ ಎಂದಿದ್ದ. ಆದರೆ ನಿಜವಾಗಲೂ ದಾಸಮಲ್ಯ ಸ್ವತಂತ್ರವಾಗಿ ವ್ಯಾಪಾರ ಶುರು ಮಾಡಿದಾಗ ರಾಮಚಂದ್ರ ಪೈಗೆ ಕಷ್ಟವೇ ಆಯಿತು. ಅವನಿಗೆ ದೇವಸ್ಥಾನದ ಕೆಲಸವನ್ನೂ ನೋಡಿಕೊಳ್ಳಬೇಕಿತ್ತು. ಬೇಳಕಟ್ಟೆಯ ವ್ಯಾಪಾರವನ್ನೂ ನೋಡಿಕೊಳ್ಳಬೇಕಿತ್ತು. ಅವನ ಚಿಕ್ಕಪ್ಪಂದಿರ ಮಕ್ಕಳಾದ ಸುಕ್ಕೊ ಪೈಯನ್ನೂ ದೇವು ಪೈಯನ್ನೂ ಸಹಾಯಕ್ಕೆ ಬರಹೇಳಿದ. ಅವರು ಇನ್ನೂ ಮಕ್ಕಳಾಟ ಬಿಡದ ಹುಡುಗರು. ಜೊತೆಯಲ್ಲಿ ವೀರಪ್ಪ ನಾಯಕ ಇದ್ದರಂತೂ ಅವರಿಗೆ ಅಂಡಿನ ಮೇಲೆ ಬಟ್ಟೆಯೇ ಇರುತ್ತಿರಲಿಲ್ಲ. ಅವರ ಮೇಲೆ ವ್ಯಾಪಾರ ಬಿಟ್ಟು ಹೋಗುವ ಧೈರ್ಯವಿಲ್ಲದೇ ರಾಮಚಂದ್ರ ಪೈ ಬೇಳಕಟ್ಟೆಯಲ್ಲಿ ಸ್ಥಾಪಿತನಾಗುವುದು ಅನಿವಾರ್ಯವಾಯಿತು.

'ಈ ಮಧ್ಯೆ ಅವನ ಸೋದರತ್ತೆ ಚಂದ್ರಭಾಗಿ ವಿಧವೆಯಾಗಿ ಮನೆಗೆ ಬಂದು ಸೇರಿದಳು. ಅವಳನ್ನು ಉಳ್ಳಾಲದ ಸುಬ್ರಾಯ ಕಿಣಿಗೆ ಕೊಟ್ಟಿತ್ತು. ಅದು ತುಂಬಿದ ಮನೆ. ನಾಲ್ವತ್ತು ಐವತ್ತು ಮಂದಿ ವಾಸವಿದ್ದ ಕೂಡು ಕುಟುಂಬ. ಚಂದ್ರಭಾಗಿಗೇಕೋ ಮಕ್ಕಳೇ ಆಗಿರಲಿಲ್ಲ. ಅಲ್ಲದೇ ಸುಬ್ರಾಯ ಕಿಣಿ ಮದುವೆಯಾದ ಮೇಲೆ ಸದಾ ರೋಗಿಷ್ಟನಾಗಿದ್ದ. ಆ ರೋಗದಿಂದಲೇ ಅವನು ತೀರಿಕೊಂಡ. ಅವನು ಬದುಕಿದ್ದಾಗ ಅವನಿಗಾಗಿ ಔಷಧಿ ಅರೆಯುತ್ತಾ, ಬಿಸಿ ನೀರು ಕಾಯಿಸಿ ಕುಡಿಯಲು, ಶಾಖ ಕೊಡಲು ಎಂದು ಓಡಾಡುತ್ತಾ ಚಂದ್ರಭಾಗಿ ನವೆದು ಹೋಗಿದ್ದಳು. ಗಂಡ ಸತ್ತಾಗ ಆಕೆ ಅತ್ತವಳಲ್ಲ. ಆದರೆ ಹಠಮಾಡಿ "ಇನ್ನು ನಾನು ಈ ಮನೆಯಲ್ಲಿ ಉಳಿಯುವುದಿಲ್ಲ. ನೀವು ಕರೆದುಕೊಂಡು ಹೋಗುವಿರಾದರೆ ಹೋಗಿ. ಇಲ್ಲದಿದ್ದರೆ ಮನೆಯ ಬಾವಿ ಇದೆ. ಸಾಕಾಗದೆ ಹೋದರೆ ಉಳ್ಳಾಲದ ಪಶ್ಚಿಮದಲ್ಲಿ ಸಮುದ್ರವೂ ಇದೆ. ನನ್ನ ಇಬ್ಬರು ಅಣ್ಣಂದಿರನ್ನು ಆಹುತಿ ತೆಗೆದುಕೊಂಡ ಸಮುದ್ರ ಅದು. ಮೂರನೆಯವಳಾದೇನು ನಾನು" ಅಂತ ಹೇಳಿದಳು. ರಾಮಚಂದ್ರ ಪೈಯ ಅಜ್ಜಿ ತುಳಸೀಬಾಯಿಗೆ ಆಕೆ ಒಬ್ಬಳೇ ಮಗಳು. ಅವಳ ವೈಧವ್ಯ ಸಾಕಷ್ಟು ದುಃಖ ತರಿಸಿತು. ಅವಳು ಬೇರೇನೇನು ತಾಯಿಗೆ ಹೇಳಿದ್ದಳೋ ? ತುಳಸೀಬಾಯಿ ರಾಮಚಂದ್ರ ಪೈಯೊಡನೆ "ಮಗೂ, ನಾನೇ ನಿನಗೆ ಹೆಚ್ಚು, ಅನ್ನಕ್ಕೆ ಭಾರವಾಗಿ ಬಿದ್ದವಳು. ಈಗ ನಿನ್ನ ಅತ್ತೆ ಚಂದ್ರಭಾಗಿಯನ್ನು ನೀನೇ ನೋಡಬೇಕು ಎಂದು ಹೇಳಲು ನನಗೆ ಬಾಯಿ ಬಾರದು. ಆದರೆ ಅವಳಿಗೆ ಒಂದು ತುತ್ತು ಅನ್ನ ಹಾಕಿದರೆ ನಿನಗೆ ಪುಣ್ಯ ಬಂದೀತು" ಎಂದು ಆದಷ್ಟು ದೈನ್ಯಳಾಗಿ ಹೇಳಿದಳು.

ಕುಂಬಳೆಯ ಮನೆಯಲ್ಲಿ ಆಗ ರಾಮಚಂದ್ರ ಪೈಯ ಇಬ್ಬರು ಚಿಕ್ಕಮ್ಮಂದಿರು ಕುಂಕುಮ ಒರೆಸಿ ಕೂತವರು. ಜೊತೆಯಲ್ಲಿ ಕುಂಕುಮವಿದ್ದ ವಿಧವೆ ತಾಯಿ. ಈ ಮಂಡೆ

ಬೋಳಿಸಿದ ಮುದಿ ಅಜ್ಜಿ. ಈಗ ಚಂದ್ರಭಾಗಿ ಅತ್ತೆಯೂ ಬಂದರೆ ಐದು ಜನ ಪತಿವ್ರತೆಯರಾದರು ಎಂದು ಯೋಚಿಸಿದ ರಾಮಚಂದ್ರ ಪೈ. ತತ್‌ಕ್ಷಣ ತನ್ನಪ್ಪ ಮಾಡಿದ ಒಂದು ತಪ್ಪಿನಿಂದಾಗಿ ತಾನು ಬಹುಶಃ ಇದನ್ನೆಲ್ಲ ಅನುಭವಿಸಬೇಕಾಗಿದೆಯೇ ಎಂದವನು ಅನುಮಾನಪಟ್ಟ. ಚಿಕ್ಕಂದಿನಲ್ಲಿ ಚಂದ್ರಭಾಗಿ ಅವನಿಗೆ ಗೆಳತಿಯಾಗಿದ್ದಳು. ಅವನಿಗಿಂತ ಬಹುಶಃ ಮೂರು ವರುಷಕ್ಕೆ ದೊಡ್ಡವಳು. ಅವಳ ಹಣೆಯಲ್ಲಿ ಹಾಗೆ ಬರೆದಿತ್ತೋ ಏನೋ? "ಅಜ್ಜಿ, ಹತ್ತು ಜನರಿಗೆ ಅನ್ನ ಹಾಕುವಷ್ಟು ದುಡಿಮೆ ಇದೆ ನನಗೆ. ಅತ್ತೆ ಒಬ್ಬಳು ಹೆಚ್ಚಲ್ಲ. ಈಗ ನನ್ನ ಭಾವ ವೀರಪ್ಪನಿಲ್ಲವೇ ? ಹಾಗೆಯೇ ಅವಳೂ ಇರಲಿ. ಬೇಡವೆನ್ನುವುದಿಲ್ಲ. ಆದರೆ ನಿನಗೆ ವೀರವಿಟ್ಠಲನ ಆಣೆಯಿದೆ. ಆಗ ಹೇಳಿದೆಯಲ್ಲ. ನಾನೇ ಹೆಚ್ಚೇನೋ, ಅನ್ನಕ್ಕೆ ಭಾರ ಅಂತ ನೀನು ಹೇಳಿದ್ದು ? ಇನ್ನು ಮುಂದೆ ಅಂತಹ ಮಾತು ನಿನ್ನ ಬಾಯಿಯಿಂದ ಬರಬಾರದು. ಹಾಗಿದ್ದರೆ ಮಾತ್ರ ನಾನು ಒಪ್ಪುವವ" ಎಂದ. ತುಳಸೀಬಾಯಿಯ ಕಣ್ಣಲ್ಲಿ ನೀರಾಡಿತು.

ಮುಂದೆ ಚಂದ್ರಭಾಗಿ ಬಂದವಳು ಬೇಳಕಟ್ಟೆಯಲ್ಲಿ ರಾಮಚಂದ್ರ ಪೈ ಬಿಡಾರ ಹೂಡಿದಾಗ ಮಕ್ಕಳಿಗೆ ಅನ್ನ ಬೇಯಿಸಲೆಂದು ಅಲ್ಲಿಗೇ ಬಂದು ನಿಂತಳು. ರಾಮಚಂದ್ರ ಪೈ ಅಲ್ಲಿ ಇಲ್ಲಿ ಓಡಾಡುತ್ತಿದ್ದಾಗ ಬೇಳಕಟ್ಟೆಯ ಅಂಗಡಿ ನೋಡಿಕೊಳ್ಳುತ್ತಿದ್ದ ಸುಕ್ಕೊ ಪೈ, ದೇವು ಪೈ ಮತ್ತು ವೀರಪ್ಪ ನಾಯಕ ಇವರಿಗೆ ದಿಕ್ಕಾಯಿತಲ್ಲದೇ ಚಂದ್ರಭಾಗಿ ಬಹಳ ವರುಷ ಬದುಕಿ ರಾಮಚಂದ್ರ ಪೈಗೆ ಹೆಚ್ಚು ಕಮ್ಮಿ ಕೊನೆಯ ತನಕ ಸಹಾನುಯಾಯಿಯಾಗಿಯೇ ಇದ್ದಳು.

□

೨೧

ಕಾರ್ತೀಕ ಹುಣ್ಣಿಮೆಯ ದಿನ ಕುಂಬಳೆಯ ವೀರವಿಟ್ಠಲ ದೇವಸ್ಥಾನದ ಎತ್ತರವಾದ ಪೌಳಿಯ ಗೋಡೆಯ ಬಳಿ ಸಾಲಾಗಿ ಎಲ್ಲರ ಮಧ್ಯೆ ಎರಡನೆಯ ಪಂಕ್ತಿಗೆ ಊಟಕ್ಕೆ ಕುಳಿತಿದ್ದ ಬೇಳಕಟ್ಟೆ ರಾಮಚಂದ್ರ ಪೈಯ ತಲೆ ರಿವ್ವನೆ ತಿರುಗುತ್ತಿತ್ತು. ಅದನ್ನು ಗಮನಿಸದೆಯೇ ಪಕ್ಕದಲ್ಲಿ ಕುಳಿತಿದ್ದ ಯಾರೋ ಒಬ್ಬ ಗೃಹಸ್ಥ "ಕಾಲ ಕೆಟ್ಟು ಹೋಯಿತು ಅಂತೇನೆ. ಮಂಗಳೂರಿಗೆ ಜನ ತಂಡೋಪತಂಡವಾಗಿ ಬರುತ್ತಿದ್ದಾರೆ, ನೋಡಿದಿರೇನು ? ಈ ಕಡೆ ತೆಂಕಣದಲ್ಲಿ ನಿಮಗೆ ಸುದ್ದಿ ಸಿಕ್ಕಿದೆಯೋ ಇಲ್ಲವೋ ? ಗೋವೆಯಲ್ಲಿ ಬಹಳ ಹಿಂದೆ ಅವರೆಲ್ಲ ಹಿಂದುಗಳಾಗಿಯೇ ಇದ್ದವರಂತೆ. ಬ್ರಾಹ್ಮಣರೇ ಇರಬಹುದು. ನಮ್ಮ ಹಾಗೆ ಸ್ವಚ್ಛವಾದ ಕೊಂಕಣಿ ಮಾತನಾಡುತ್ತಾರೆ. ಭಾಷೆಯ ರಾಗ ಸ್ವಲ್ಪ ವ್ಯತ್ಯಾಸ. ಒಂದರೆಡು ಶಬ್ದಗಳು ಬದಲಾಗಿರಬಹುದು. ಉಳಿದುದಕ್ಕೆಲ್ಲ ನಮ್ಮದೇ ಭಾಷೆ – ಓಯ್, ಎಂಥದ್ದು ಮಾರಾಯಾ ? ಇಲ್ಲಿ ಸ್ವಲ್ಪ ಕಡ್ಲೆ ಗಶಿ ಹಾಕಬಾರದೇ ? ಉಪ್ಪಿನ ಕಾಯಿ ಬಡಿಸುವ ಹಾಗೆ ಅರ್ಧರ್ಧ ಸವುಟು ಬಡಿಸಿ ಹೋಗುತ್ತೀಯಲ್ಲ ? ಇಷ್ಟು ಬೇಗ ನಿಮ್ಮ ಕಡೆ ಹಲಸಿನ ಗುಜ್ಜೆ ಹುಟ್ಟಿತಾ ? ಎರಡು ತುಂಡು ಹಾಕೋ ಮಾರಾಯಾ'' ಎಂದು ಒಂದೇ ಸವನೆ ಪರಪರ ಹರಟುತ್ತಿದ್ದ.

ಬೇಳಕಟ್ಟೆ ರಾಮಚಂದ್ರ ಪೈಯ ಕಿವಿಯ ಮೇಲೆ ಆ ಮಾತುಗಳು ಬೀಳುತ್ತಿದ್ದರೂ ತಲೆಯೊಳಕ್ಕೆ ಹೋಗುತ್ತಿರಲಿಲ್ಲ. ಅವನು ತೀರ ವ್ಯಗ್ರನಾಗಿದ್ದ. ಅಲ್ಲ, ನಿನ್ನೆಮೊನ್ನೆಯ ಕಣ್ಣೆದುರಿನ ಹುಡುಗ. ಇವನ ತಾತ ಮುತ್ತಾತರಿಂದ ನಮ್ಮ ಆಶ್ರಯಕ್ಕಿದ್ದವರು ಅಂತ ಇವನಿಗೆ ತಿಳಿದಿದೆಯೋ ಇಲ್ಲವೋ, ತಿಳಿಯದಿದ್ದರೆ ನನ್ನನ್ನು ಕೇಳಲಿ. ಯಾಕೆ ? ಎರಡು ವರ್ಷಗಳ ಹಿಂದೆ ಇವನೇ ನನ್ನ ಬಳಿ ಕೆಲಸಕ್ಕಿದ್ದನಲ್ಲ ? ಈಗ ಒಂದಿಷ್ಟು ದುಡ್ಡು ಸೇರಿದೊಡನೆ ಹೀಗೆ ತಲೆ ತಿರುಗಬೇಕೇ ? ಮೇಲಿನ ಮನೆ ತೋಕು ಮ್ಹಾಲ್ಲೊನ ಮಗ ವೆಂಕು ಮ್ಹಾಲ್ಲೊ, ಅವನ ಮಗ ದಾಮ್ಮು ಮ್ಹಾಲ್ಲೊ, ದಾಮ್ಮು ಮ್ಹಾಲ್ಲೊನ ಮಗ ದಾಸ ಮ್ಹಾಲ್ಲೊ, ದಾಸಾ ಎಂದು ಕರೆದರೆ 'ಆಯ್ಲೊ ರಾಚ್ಚು ಮಾಂ' ಎಂದು ಓಡಿಬರುವವ, ನನ್ನ ಮಾತನ್ನು ಯಾವ ಭಿಡೆಯೂ ಇಲ್ಲದೇ ತಿರಸ್ಕರಿಸಿದ ಛಂದವೇನು ; ಇವನೇ ಅನ್ನುವ ಭರ್ತ್ಸನೆಯೇನು ; ಬೆಣ್ಣೆ ಮಾರಲು ಬರುವ ವ್ಯಾಪಾರಿಯಂತೆ ಥೇಟು ವ್ಯಾಪಾರಕ್ಕೇ ಇಳಿದನಲ್ಲ ? – "ಯಾರೋ ಬಡಗಿನ ಕಡೆಯವನಂತೆ ; ಹೆಸರು ಶಿವಾಜಿಯಂತೆ ; ಆ ಕಡೆಯ ಮಂದಿಯೆಲ್ಲ ಅವನನ್ನು ಮಹಾರಾಜ ಎಂದು ಸಂಬೋಧಿಸುತ್ತಾರಂತೆ. ಬಿಜಾಪುರದ ಹೆಸರು ಕೇಳಿದ್ದೀರೋ ? ಅಲ್ಲಿಯ ಮುಸಲಮಾನರನ್ನೆಲ್ಲ ಗಡಗಡ ನಡುಗಿಸಿ ಬಿಟ್ಟನಂತೆ. ಆಮೇಲೆ ಗೋವೆಯ ಮೇಲೆ ದಾಳಿ ಮಾಡಿದನಂತೆ ಕೇಳುತ್ತಿದ್ದೀರಾ ?

ಒಬ್ಬರಲ್ಲ, ಇಬ್ಬರಲ್ಲ, ನೂರಾರು ಮಂದಿ. ಸಾವಿರಾರು ಮಂದಿ. ಛೇ, ನನ್ನ ಎಣಿಕೆಗೆ ಸಿಗುವಂಥ ಸಂಖ್ಯೆಯಲ್ಲ. ಲಕ್ಷ ಇರಬಹುದೋ ಏನೋ ? ಕಿರಿಸ್ತಾನರು. ಥೇಟು ಕೊಂಕಣಿ ಮಾತನಾಡುವವರು ! ದಿಕ್ಕು ದಿವಾಣಿಲ್ಲದೇ ಮಂಗಳೂರಿಗೆ ಬಂದಿದ್ದಾರೆ. ಆ ಜನರ ಹೆಂಡತಿ ಮಕ್ಕಳ ಪಾಡು ನೋಡುವುದು ಸಾಧ್ಯವಿಲ್ಲಪ್ಪ. ಮೂಡುಬಿದರೆಗೆ ಹೋಗುವ ಜಾಗದಲ್ಲೆಲ್ಲೋ ಅವರಿಗೆ ಉಳಕೊಳ್ಳಲು ಜಾಗ ಕೊಟ್ಟಿದ್ದಾರಂತೆ. ಕೊಟ್ಟರೆ ಏನು ಸಾಕಾದೀತು ಹೇಳಿ ? ಮಂಗಳೂರಿಗೆ ಇನ್ನೂ ಅವರ ಸಾಲು ಬರುತ್ತಲೇ ಇದೆ. ನಾನು ನೋಡಿದೆ ಮಾರಾಯರೇ, ಊಟಕ್ಕಿಲ್ಲ ಉಣ್ಣಲಿಕ್ಕಿಲ್ಲ. ಅವರು ಪಡುವ ಕಷ್ಟ ನೋಡಿದರೆ ನಮಗೂ ಕಣ್ಣೀರು ಬರುತ್ತದೆ. ಯೇ ಭಟ್ಟಾ, ಇಲ್ಲಿ ಸ್ವಲ್ಪ ತೆಂಡ್ಲ್ಯಾ ಉಪ್ಕರಿ ಹಾಕಯ್ಯ. ಎರಡನೇ ಸಲ ಬರಲೇ ಇಲ್ಲ.'' ಪಕ್ಕದವನ ಭೋಜನ ಸಾಗಿತ್ತು.

ಉಳಿದ ಸಮಯದಲ್ಲಾಗಿದ್ದರೆ ರಾಮಚಂದ್ರ ಪೈ ದೊಡ್ಡ ಸ್ವರದಲ್ಲಿ ಹರಟೆಗೆ ಇಳಿದೇ ಬಿಡುತ್ತಿದ್ದ. ಆದರೆ ದಾಸಮಲ್ಯನ ವರ್ತನೆಯಿಂದಾಗಿ ಅವನೆಷ್ಟು ಉದ್ವಿಗ್ನನಾಗಿದ್ದನೆಂದರೆ ಪಕ್ಕದಲ್ಲಿ ಕುಳಿತವನ ಮಾತುಗಳು ಕೂಡಾ ಅವನನ್ನು ಬಡಿದೆಬ್ಬಿಸಲಿಲ್ಲ. ಬಲವಂತದಿಂದ ತನ್ನ ತಲೆಯಲ್ಲಿದ್ದ ಯೋಚನೆಗಳನ್ನೆಲ್ಲ ಪಕ್ಕಕ್ಕೆ ತಳ್ಳಿ ಹತ್ತಿರ ಕೂತವನ ಮಾತುಗಳಿಗೆ ತುಸುವೇ ಸ್ಪಂದಿಸಿದ – "ಕಿರಿಸ್ತಾನ ರೆಂದಿರಾ ? ಗೋವೆಯವರೇ ? ಅವರು ಇತ್ಲಾಗೆ ಎಲ್ಲಿಗೆಂದು ಹೋಗುತ್ತಿದ್ದಾರೆ ಮಾಮ್ಮಾ ?'' ಎಂದು ಇನ್ನೊಂದು ತುತ್ತು ಬಾಯಿಗಿಟ್ಟ ! "ಅವರು ಬೇರೆಲ್ಲಿಗೆ ಹೋಗುವುದು ಮಾರಾಯರೇ ? ಉತ್ತರದಲ್ಲಿ ಮರಾಠಿ ಮಂದಿ. ಪೂರ್ವದಲ್ಲಿ ಮುಸಲಮಾನ ಸಾಮ್ರಾಜ್ಯ. ಪಶ್ಚಿಮದಲ್ಲಿ ಭೋರಿಡುವ ಸಮುದ್ರ. ಬಂದರೆ ತೆಂಕಣಕ್ಕೇ ಬರಬೇಕು. ಒಂದು ಮಾತು ಹೇಳುತ್ತೇನೆ ಮಾಮ್ಮಾ ನೋಡಲಿಕ್ಕೆ ನಮ್ಮವರ ಹಾಗೇ ಇದ್ದಾರೆ. ಮಾತು ನಮ್ಮದೇ ಎಂದೆನಲ್ಲ ? ಜನಿವಾರ ಒಂದಿಲ್ಲ. ಒಂದು ಕುರಾಸು ಅಥವಾ ಚರ್ಮದ ತುಂಡು. ಯಾವ ಚರ್ಮವೋ ? ಹುಡುಕಿದರೆ ನಮಗೂ ಅವರಿಗೂ ತಾತನದ್ದೋ ಮುತ್ತಾತನದ್ದೋ ಸಂಬಂಧವಿರಲೂಬಹುದು. ನೀವು ನಗಬೇಡಿ. ನಾನು ಸುಳ್ಳು ಹೇಳುತ್ತಿಲ್ಲ. ಅಡುಗೆ ಯಾರದ್ದು ಹೇಳಿ. ಭೇಷಾಗಿದೆ. ದಾಳಿ ತೊವ್ವೆ ಭುರುಕು* ಹೊಡೆದು ತಿನ್ನಿ. ಆಹಾ ರುಚಿಯೋ ! ನನಗೆ ಸ್ವಲ್ಪ ವಾಯು ಉಪದ್ರ. ಆದರೆ ಹೀಗೆ ಘಮಘಮಿಸುವ ಹಾಗೆ ಇಂಗಿನೊಗ್ಗರಣೆ ಮಾಡಿದ ತೊವ್ವೆ ಹನ್ನೆರಡು ಸವುಟು ತಿಂದೇನು.''

ಬೇಳಕಟ್ಟೆ ರಾಮಚಂದ್ರ ಪೈಗೆ ಅಜ್ಜ ವಿಟ್ಠು ಪೈಯ ನೆನಪು ಮನಸ್ಸಿನೊಳಗೆ ಹಾದು ಹೋಯಿತು. ಅವನು ಅರೆಕ್ಷಣ ಊಟ ನಿಲ್ಲಿಸಿ ಪಕ್ಕದವನ ಚಹರೆ ನೋಡಿದ. ಥೇಟು ಕೊಂಕಣಿಗ. ಹುರಿ ಮೀಸೆಯ ಕಪ್ಪಗಿನ ಆಸಾಮಿ. ಮೀಸೆಗೆ ತಾಗಿದ ಅನ್ನದ ಅಗುಳುಗಳು. ಹೊಟ್ಟೆಬಾಕನಂತೆ ಐದೂ ಬೆರಳುಗಳಿಂದ ಅನ್ನ ಕಿವಿಚಿ, ಎಲೆಯ ಮೇಲೆ ತಿರುಗಿಸಿ, ದೊಡ್ಡ ತುತ್ತು ತೆಗೆದು ಮುಂಗೈ ಕೂಡಾ ಬಾಯಿಯೊಳಗೆ ಹೋಗುವಂತೆ ಸಶಬ್ದ ಉಣ್ಣುವ ವೈಖರಿ.

---

* ಭುರುಕು = ಸೊರ್ ಅಂತ ಶಬ್ದ ಮಾಡುತ್ತ

ತನ್ನನ್ನೇ ನೋಡುತ್ತಿರುವುದನ್ನು ಗಮನಿಸಿ ಆ ವ್ಯಕ್ತಿ "ಪರಿಚಯ ಸಿಗಲಿಲ್ಲವೇ ? ನಮ್ಮದು ಮಂಗಳೂರಿನ ಹತ್ತಿರ. ಒಂದು ಸಣ್ಣ ಹಳ್ಳಿ. ಅಮ್ಮೆಂಬಳ ಅಂತ ಕೇಳಿದ್ದೀರಾ ? ಕೌಂಶಗೋತ್ರ" ತನ್ನ ಪ್ರವರ ಹೇಳತೊಡಗಿದ. "ಎಲ್ಲಾಯಿತು ನಿಮಗೆ ?"

ಅಷ್ಟರಲ್ಲಿ ಎರಡನೆಯ ಸಲ ಅನ್ನ ಬಂತು. ಪ್ರಶ್ನೆ ಮರೆತು ಅವನು ಅನ್ನ ಹಾಕಿಸಿಕೊಂಡ. ಊಟ ಮಾಡಿ ಏಳುವಷ್ಟರಲ್ಲಿ ರಾಮಚಂದ್ರ ಪೈ ಮಂಗಳೂರಿಗೆ ವಲಸೆ ಬರುತ್ತಿದ್ದ ಕಿರಿಸ್ತಾನ ಮಂದಿಯ ಬಗ್ಗೆ ಅನೇಕ ಮಾಹಿತಿ ಪಡೆದಿದ್ದ. ಅವನಿಗೇಕೋ ಗಾಬರಿಯಿಂದ ಕೂಡಿದ ಮುಜುಗರವಾಗಿತ್ತು. ಈ ಕಿರಿಸ್ತಾನ ಮಂದಿ ಕಿರಿಸ್ತಾನರಾಗಿಯೂ ಸುಖ ಪಡಲಿಲ್ಲವಲ್ಲ – ಅನ್ನಿಸಿತು. ತನ್ನ ತಾತ ವಿಟ್ಠು ಪೈ ಕಥೆ ಹೇಳುತ್ತಿದ್ದಾಗ ತನ್ನ ಮನಸ್ಸಿನಲ್ಲಿ ಗೋವೆಯ ಕಿರಿಸ್ತಾನರು ಸುಖವಾಗಿದ್ದಿರಬಹುದು ಎಂಬ ಭಾವನೆ ಬೆಳೆದಿತ್ತು. ಧರ್ಮ ಬಿಟ್ಟರೂ ಲೌಕಿಕವಾಗಿ ತುಂಬ ಅನುಕೂಲಸ್ಥರಾಗಿ ಆರಾಮದಿಂದ ಬಾಳುವೆ ಮಾಡುತ್ತಿರಬಹುದು ಎಂದನ್ನಿಸಿತ್ತು. ಆದರೆ ಅವರಿಗೆ ಅದೂ ದಕ್ಕಲಿಲ್ಲವಲ್ಲ. ತನ್ನಜ್ಜ ವಿಟ್ಠು ಪೈಗೆ ಮತ್ತು ಅವನಂಥವರಿಗೆ ಹೋಗಲು ಕೊಚ್ಚಿಯಾದರೂ ಇತ್ತು. ಬೆನ್ನ ಹಿಂದೆ ನಾಗ್ದೊ ಬೇತಾಳನಿದ್ದ. ಈ ಕಿರಿಸ್ತಾನ ಮಂದಿಗೆ ಅದೂ ಇಲ್ಲ ಅನ್ನಿಸಿತು. ಹೋಗಿ ಆ ಗುಂಪನ್ನು ನೋಡಬೇಕು ಎಂದು ತೀವ್ರ ಆಸೆಯಾಯಿತು. ಈ ಆಸಾಮಿಯ ಜೊತೆಯೇ ಮಂಗಳೂರಿನ ತನಕ ಹೋಗುವುದು, ನೇತ್ರಾವತಿಗೆ ಗಂಡು ಹುಡುಕುವ ಕೆಲಸವಿದೆ. ಅದನ್ನು ಮಾಡಿದ ಹಾಗೂ ಆಗುತ್ತದೆ, ತನ್ನ ಕುತೂಹಲವನ್ನು ತಣಿಸಿದ ಹಾಗೂ ಆಗುತ್ತದೆ ಎಂದುಕೊಂಡ.

ನೇತ್ರಾವತಿಗೆ ಗಂಡು ಹುಡುಕುವ ವಿಚಾರ ಬಂದಾಗ ಬೇಳಕಟ್ಟೆ ರಾಮಚಂದ್ರ ಪೈ ಅಸ್ವಸ್ಥನಾದ. ತನ್ನ ಚಿಕ್ಕಪ್ಪ ರಾಯಪೈಯ ಮಗಳು. ರಾಯಪೈಗೆ ನೀಲೇಶ್ವರದ ಹೆಣ್ಣು. ಸುಕ್ಡೊ ಪೈ ಮತ್ತು ನೇತ್ರಾವತಿ ಅಂತ ಒಂದು ಗಂಡು ಮತ್ತು ಒಂದು ಹೆಣ್ಣು ಹುಟ್ಟಿದ ಮೇಲೆ ರಾಯಪೈ ಸಮುದ್ರದಲ್ಲಿ ಮುಳುಗಿ ಸತ್ತಿದ್ದ. ಈ ಮಕ್ಕಳಿಗೆ ತಂದೆಯನ್ನು ನೋಡಿದ ನೆನಪೂ ಇಲ್ಲ. ತಾಯಿಯ ಜೊತೆ ತುಂಬಿದ ಮನೆಯಲ್ಲಿದ್ದರು. ಹಾಗಾಗಿ ತಂದೆ ಇಲ್ಲ ಎನ್ನುವ ಭಾವನೆಯೇ ಅವರಿಗೆ ಬರಲಿಲ್ಲ. ನೇತ್ರಾವತಿ ಎಲ್ಲರಿಗಿಂತ ಸಣ್ಣವಳು. ಅವಳಿಗಿಂತ ದೊಡ್ಡವಳಾದ ರಾಧಾಬಾಯಿ ರಾಮಚಂದ್ರ ಪೈಯ ಸ್ವಂತ ತಂಗಿ. ಅವಳನ್ನು ಸಿದ್ದು ಕಿಣಿಗೆ ಕೊಟ್ಟಿತ್ತು. ಈಗ ಪುಟುಪುಟು ಹೆಜ್ಜೆ ಹಾಕಿ ಓಡಾಡುತ್ತಿದ್ದ ಹುಡುಗಿ ಕಿರಿಗೆ ಉಡಲು ಆರಂಭಿಸಿದ್ದಾಳೆ. ಅವಳಿಗೆ ಮೈನೆರೆಯುವ ಮೊದಲು ಮದುವೆ ಮಾಡಿಸೋ ರಾಚ್ಛೂ ಅಂತ ಅಜ್ಜಿ ತುಳಸೀಬಾಯಿ ಅವನಿಗೆ ದುಂಬಾಲು ಬಿದ್ದಿದ್ದಾಳೆ.

ಬೇಳಕಟ್ಟೆ ರಾಮಚಂದ್ರ ಪೈ ಊಟ ಮುಗಿಸಿ ಎದ್ದು ಕೈ ತೊಳೆಯಲು ಹೋದಾಗ ಅಲ್ಲಿ ಜನರು ತುಂಬಿದ್ದರು. ಗುಂಪಿನಲ್ಲಿ ಗೋವೆಯ ಕಿರಿಸ್ತಾನರ ಕಥೆ ಹೇಳುತ್ತಾ ತನ್ನ ಪಕ್ಕದಲ್ಲಿ ಕುಳಿತಿದ್ದ ಗೃಹಸ್ಥ ಎಲ್ಲೋ ಕಳೆದು ಹೋದ. ಅವನನ್ನು ಹುಡುಕುವ ಗೋಜಿಗೆ ಹೋಗದೇ ರಾಮಚಂದ್ರ ಪೈ ಮನೆಯ ದಾರಿ ಹಿಡಿದ. ಪಾಯಸದ ಊಟ ಮಾಡಿದ ಕಾರಣ ಹೊಟ್ಟೆ ಭಾರವಾಗಿತ್ತು. ಹಜಾರದಲ್ಲಿ ಚಾಪೆ ಹಾಸಿಕೊಂಡು ತಣ್ಣಗೆ

ಮಲಗಬೇಕೆನ್ನಿಸಿತು ಅವನಿಗೆ. ಅಸ್ವಸ್ಥ ಮನಸ್ಸಿನಿಂದಲೇ ಅವನು ಮನೆ ದಾಟಿದ. ಉಣಗೋಲು ದಾಟುವಾಗ ಕಿರಿಗೆಯುಟ್ಟ ನೇತ್ರಾವತಿ ಕಾಣಿಸಿಕೊಂಡಳು. ಹನ್ನೆರಡಾಯಿತಲ್ಲ ಅವಳಿಗೆ ? ಮೈ ನೆರೆಯುವ ಮೊದಲೇ ಮದುವೆ ಮಾಡಿಸಿಬಿಡಬೇಕು. ಊರಲ್ಲೇನು ಬೇರೆ ಗಂಡುಗಳೇ ಇಲ್ಲವೇ ? ಈ ದಾಸ ಮಲ್ಯ ಒಬ್ಬನೇ ಇರುವುದ ? ಇನ್ನು ಅವನ ಮನೆಗೆ ಹೋಗಬಾರದು. ಬೇರೆ ಗಂಡು ಹುಡುಕಿ ಮದುವೆ ಹುಡಿ ಹಾರಿಸಿ ಬಿಡಬೇಕು – ಎಂದು ಹಜಾರದ ಮೆಟ್ಟಲು ಹತ್ತಿದ.

ಹಿಂದಿನ ದಿನವಷ್ಟೇ ಬೇಳಕಟ್ಟೆ ರಾಮಚಂದ್ರ ಪೈ ನೇತ್ರಾವತಿಯ ಜಾತಕ ಹಿಡಿದುಕೊಂಡು ದಾಮ್ಮು ಮಲ್ಯನ ಮನೆಗೆ ಹೋಗಿದ್ದ. ಮನೆಯಿಂದ ಹೊರಡುವಾಗ ಅಜ್ಜಿ ತುಳಸೀಬಾಯಿಯ ಜೊತೆ "ನಾನು ಹೇಳಿದರೆ ಇಲ್ಲವೆನ್ನಲಾರರು ಅಜ್ಜೀ. ನನ್ನೆದುರು ಬೆಳೆದವನಲ್ಲವೋ ದಾಸ ? ಈ ಸಂಬಂಧ ಆಗಿಯೇ ಆಗುತ್ತದೆ" ಎಂದು ಹೇಳಿದ್ದ. ತುಳಸೀಬಾಯಿಗೂ ಆ ಧೈರ್ಯವಿತ್ತು. ಆದರೂ ಅವಳು ಹೇಳುವುದನ್ನು ಹೇಳಿದ್ದಳು. "ರಾಚ್ಚೂ, ಗಂಡಿನ ಜಾತಕ ಕೇಳಿಕೊಂಡು ಹೋಗುವಾಗ ಹೆಣ್ಣಿನ ಕಡೆಯವರು ತಗ್ಗಿಬಗ್ಗಿ ಇರಬೇಕಾದುದು ಧರ್ಮ" ಅಂತ. ಬೇಳಕಟ್ಟೆ ರಾಮಚಂದ್ರ ಪೈ ದಾಮ್ಮು ಮಲ್ಯನ ಮನೆಗೆ ಮುಟ್ಟಿದಾಗ ದಾಸಮಲ್ಯ ಇನ್ನೂ ಹೊರಗೆ ಹೋದವನು ಹಿಂದಿರುಗಿರಲಿಲ್ಲ. ದಾಮ್ಮು ಮಲ್ಯ ಅನಾರೋಗ್ಯದಿಂದ ಹಾಸಿಗೆ ಹಿಡಿದಿದ್ದ. ಅವನ ಬಳಿ ಕುಳಿತು ಅದೂ ಇದೂ ಮಾತನಾಡುತ್ತಾ ಆರೋಗ್ಯದ ಬಗ್ಗೆ ವಿಚಾರಿಸುತ್ತಿದ್ದಾಗ ಬೇಳಕಟ್ಟೆ ರಾಮಚಂದ್ರ ಪೈ ಮನಸ್ಸಿನಲ್ಲಿ ದಾಸ ಇದ್ದರೆ ಅವನೆದುರೇ ಮಾತು ತೆಗೆಯುವುದು ಒಳ್ಳೆಯದು ಎಂದುಕೊಂಡ. ಹಾಗಾಗಿ ಒಂದು ಘಳಿಗೆ ಹೆಚ್ಚೇ ಕೂತ. ದಾಸ ಮಲ್ಯ ಬಂದೊಡನೆ "ರಾಚ್ಚು ಮಾಂ, ನಾಳೆ ಕಾರ್ತೀಕ ಹುಣ್ಣಿಮೆಗೆ ದೇವಸ್ಥಾನದಲ್ಲಿ ಗಡದ್ದು ಊಟ ಉಂಟಂತೆ. ಹೌದೇ ?" ಎಂದ. "ಊಟಕ್ಕೇನು ದಾಸಾ ? ಅದು ಆಗಾಗ ಬೀಳುತ್ತಲೇ ಇರಬಹುದು" ಎಂದು ರಾಮಚಂದ್ರ ಪೈ ನಗುತ್ತಾ ಹೇಳಿದ.

ದಾಸಮಲ್ಯನ ಜಾತಕ ಕೇಳುವ ತನಕ ಮಾತು ಸರಾಗವಾಗಿ ಸಾಗಿತ್ತು. ಜಾತಕದ ಮಾತು ಬರುತ್ತಲೇ ಎಲ್ಲ ಬುಡಮೇಲಾಯಿತು. "ನನಗೆ ಸದ್ಯಕ್ಕೆ ಮದುವೆ ಬೇಡ ರಾಚ್ಚು ಮಾಂ" ಎಂದ ದಾಸಮಲ್ಯ. "ಬೇಡ ಅಂದರೆ ಹೇಗಾಗುತ್ತದೆಯೋ? ನಿನಗೆ ಹದಿನೆಂಟಾಯಿತಲ್ಲ? ಇನ್ನು ಯಾವಾಗ ಮುದುಕನಾದ ಮೇಲೆ ಮದುವೆ ಆಗುತ್ತೀಯೋ? ಯಾವುದು ಆಗಬೇಕೋ ಆಗ ಆದರೆ ಚೆನ್ನ" ಎಂದ ರಾಮಚಂದ್ರ ಪೈ. "ಹಾಗಲ್ಲ ರಾಚ್ಚು ಮಾಮ್. ನನಗೆ ಈಗ ಸ್ವಲ್ಪ ತಾಪತ್ರಯ ಉಂಟು. ಯಾವುದೋ ಕಡಗಟ್ಟಿನಲ್ಲಿ* ಸಿಕ್ಕಿ ಬಿದ್ದಿದ್ದೇನೆ. ಆದರಿಂದ ಒಮ್ಮೆ ಹೊರಗೆ ಬರುತ್ತೇನೆ. ಆಮೇಲೆ ಮದುವೆಯ ವಿಚಾರ" ಎಂದ ದಾಸಮಲ್ಯ. "ಎಂಥ ಕಡಗಟ್ಟು ಮಾರಾಯಾ ? ಹಣದ ತಾಪತ್ರಯವೇ ? ಬೇಕಿದ್ದರೆ ನಾನು ಕೊಡುತ್ತೇನೆ. ನಿನ್ನ ವ್ಯಾಪಾರ ಧಂದ ನಡೆದರೆ ನನಗೂ

* ಕಡಗಟ್ಟು = ವ್ಯವಹಾರ

ಸಂತೋಷವಲ್ಲವೇ ?'' ರಾಮಚಂದ್ರ ಪೈ ಸಹಜವಾಗಿ ಹೇಳಿದ್ದ. ದಾಸಮಲ್ಯನ ಮುಖದ ಮೇಲೆ ತೆಳುನಗೆಯೊಂದು ಮೂಡಿತು. ''ಅಂಥದ್ದೇನೂ ಇಲ್ಲ'' ಎಂದನವ.

ಮಾತು ಮುಂದುವರಿದಂತೆ ರಾಮಚಂದ್ರ ಪೈ ವಿಷಯ ತಿಳಿದು ದಿಗ್ಭ್ರಮೆಗೊಂಡಿದ್ದ. ಬೇಳದಲ್ಲಿಯೇ ವ್ಯಾಪಾರ ಮಾಡುತ್ತಿದ್ದ ದಾಸಮಲ್ಯ ಸುತ್ತಮುತ್ತಣ ಮಾಗಣೆಗಳಲ್ಲಿ ಸಾಕಷ್ಟು ಸಂಚರಿಸುತ್ತಿದ್ದ. ಹಾಗೆ ಸಂಚರಿಸುತ್ತಾ ವ್ಯಾಪಾರದ ಜೊತೆ ಇನ್ನೊಂದು ವ್ಯವಹಾರಕ್ಕೂ ಗಂಟುಬಿದ್ದ. ಬೇಳದಿಂದ ತುಸು ದಕ್ಷಿಣಕ್ಕಿದ್ದ ಮಾನ್ಯೆ ಎಂಬ ಹಳ್ಳಿಯಲ್ಲಿದ್ದ ಬಂಟರ ಜಾತಿಯವನೊಬ್ಬ ತನಗೆ ಸೇರಿದ ಅರುವತ್ತು ಎಕರೆಯ ಜಾಗವನ್ನು ಮಾರಾಟ ಮಾಡುವುದರಲ್ಲಿದ್ದ. ರಾಮಚಂದ್ರ ಪೈ ಸಂಚಾರ ಮಾಡುವಾಗ ಮಾನ್ಯೆಗೆ ಹೋಗಿರಲಿಲ್ಲವೆಂದಲ್ಲ. ಆ ನಾಡವರ ಬಂಟನ ಪರಿಚಯವೂ ಅವನಿಗಿತ್ತು. ಆದರೆ ದಾಸಮಲ್ಯ ಅವನ ಜೊತೆ ವ್ಯವಹಾರ ಮುಂದುವರಿಸಿದ್ದ. ಆಸ್ತಿ ತಾನು ಕೊಳ್ಳುವ ಬಗ್ಗೆ ಮಾತಾಡಿದ. ಚರ್ಚೆ ನಡೆದು ಮಾತುಕಥೆ ಒಂದು ಹಂತಕ್ಕೆ ಮುಟ್ಟಿತ್ತು. ''ನಾನು ಹೂಂ ಅಂದಿದ್ದೇನೆ ರಾಚ್ಚು ಮಾಂ. ಅದಕ್ಕೇ ಒಂದಿಷ್ಟು ಹೊನ್ನು ಒಟ್ಟು ಮಾಡಿದ್ದೇನೆ. ಅದನ್ನು ಕೊಂಡು ಹಾಕಿದ ಹಣ ವಾಪಸು ತೆಗೆಯುವ ತನಕ ಮದುವೆ ಬೇಡ'' ಎಂದು ಅವನು ಹೇಳಿದಾಗ ರಾಮಚಂದ್ರ ಪೈಗೆ ಅಪಮಾನವಾಗಿತ್ತು. ಮುಖಕ್ಕೆ ಹೊಡೆದಂತೆ ಹೇಳಿದ ಈ ಪೋರನ ವ್ಯವಹಾರ ಚಾಣಾಕ್ಷತೆಗೆ ಒಳಗಿಂದೊಳಗೇ ಅಸೂಯೆಯೂ ಆಯಿತು. ''ನೀನು ಒಪ್ಪಿದ ಬೆಲೆ ಸ್ವಲ್ಪ ಹೆಚ್ಚೇ ಆಯಿತು ದಾಸಾ, ಅದಕ್ಕಿಂತ ಒಳ್ಳೆಯ ಆಸ್ತಿ ಇನ್ನೂ ಕಮ್ಮಿಗೆ ಸಿಗುತ್ತಿತ್ತಲ್ಲ - ನೋಡು'' ಎಂದು ಹೇಳಿ ರಾಮಚಂದ್ರ ಪೈ ಹೊರಬಿದ್ದಿದ್ದ.

ದಾರಿಯಲ್ಲಿ ನಡೆಯುತ್ತಾ ಇದ್ದಾಗ ತನ್ನಜ್ಜ ವಿಟ್ಠು ಪೈ ಹೇಳಿದ ಮಾತು ಅವನಿಗೆ ನೆನಪಾಗಿತ್ತು. ''ಇಲ್ಲೊಂದು ಗೋವೆ ಸ್ಥಾಪಿಸಬೇಕು ರಾಚ್ಚೂ, ವೆರಣೆಯಂತೆ ಇಲ್ಲಿಯೂ ನಮ್ಮದೆಂಬ ಒಂದು ತುಂಡು ನೆಲ ಆಗಬೇಕು. ನಾವು ನಮ್ಮದೇ ನೆಲದಲ್ಲಿ ಬೆಳೆದ ಅಕ್ಕಿಯನ್ನು ಅನ್ನ ಮಾಡಿ ಉಣ್ಣ ಬೇಕು. ಗೋವೆಯಲ್ಲಿ ಹೊಸಭತ್ತ ಮನೆಗೆ ಬರುವಾಗ ಎಷ್ಟು ಸಂಭ್ರಮ ಗೊತ್ತೇ ? ಆ ಪೂಜೆ ನಡೆಯುವಾಗ ಪೋರ್ಚುಗೀಸ ಜನರೂ ಕಣ್ಣು ಬಾಯಿ ಬಿಟ್ಟು ನೋಡುತ್ತಾ ನಿಲ್ಲುತ್ತಿದ್ದರು'' ಎನ್ನುತ್ತಿದ್ದ. ಸಾಯುವ ತನಕ ವಿಟ್ಠು ಪೈಗೆ ಆ ಸುತ್ತಿನಲ್ಲಿ ಒಂದು ತುಂಡು ಜಾಗ ಕೊಳ್ಳುವುದಾಗಲಿಲ್ಲ. ಗಂಡು ಮಕ್ಕಳಿಬ್ಬರ ಸಾವು ಆಗದೇ ಇದ್ದಿದ್ದರೆ ಸೀತಂಗೋಳಿಯ ಆಸ್ತಿಯ ಒಡೆಯನಾಗುತ್ತಿದ್ದನೋ ಏನೋ ? ವಂಶಕ್ಕೆ ಹಿರಿಯ ಕುಡಿಯಾಗಿ ನಾನೂ ಈ ತನಕ ಏನೂ ಮಾಡಲಿಲ್ಲ. ಈ ಮನೆಯಲ್ಲಿ ಕೆಲಸ ಮಾಡಿಕೊಂಡು ಓಡಾಡುತ್ತಿದ್ದ ದಾಸಮಲ್ಯ, ಛೇ, ಇಷ್ಟು ಸಣ್ಣವಯಸ್ಸಿನಲ್ಲಿ - ಗೋವೆಯಂತೆಯೇ ಮಾಡಿಯೇ ಬಿಟ್ಟನಲ್ಲ ? ತನ್ನ ದೊಡ್ಡಸ್ತಿಕೆಗೆ ಏನು ಬೆಲೆ ? ಕಳೆದ ಮೂರು ವರುಷಗಳಿಂದ ವೀರವಿಟ್ಠಲ ದೇವಸ್ಥಾನ ಕಟ್ಟುವ ಕಾರ್ಯಕ್ಕೆ ತಾನು ಬಿದ್ದುದೇ ತಪ್ಪಾಯಿತು. ಬದಲು ಆಸ್ತಿ ಹುಡುಕುವ ಕೆಲಸ ಮಾಡಿದ್ದರೆ ಆತ್ಮಕ್ಕೆ ತೃಪ್ತಿಯಾಗುತ್ತಿತ್ತು. ಛೆಛೆ,

ತಾನು ಕೌಂಶಗೋತ್ರದಲ್ಲಿ ಹುಟ್ಟಿ, ಮ್ಹಾಳಶಿಮಾಂಯಿಯ ಕುಳಾವಿಯಾಗಿ, ವೆರಣೆಯಲ್ಲಿ ಪ್ರತಿಷ್ಠಿತರೆನ್ನಿಸಿಕೊಂಡವರ ಹೊಟ್ಟೆಯಲ್ಲಿ ಹುಟ್ಟಿ ಮಾಡಿದ್ದೇನು ?

ಮನೆಯ ಮೆಟ್ಟಲು ಹತ್ತುವಾಗ ಅಜ್ಜಿ ತುಳಸೀಬಾಯಿ ರಾಮಚಂದ್ರ ಪೈಯ ಮಗ ಅನಂತನನ್ನು ಕಾಲ ಮೇಲೆ ಮಲಗಿಸಿ ಬೆನ್ನು ತಟ್ಟುತ್ತಾ ದೊಡ್ಡ ಸ್ವರದಲ್ಲಿ ಹಾಡುತ್ತಾ ಮಲಗಿಸುವ ಪ್ರಯತ್ನ ಮಾಡುತ್ತಿದ್ದಳು – "ಕಾಕ್ಕ್‌ಮಾಮ್ಮಾ ತೂ ಗೊಂಯಾ ಗೆಲ್ಲಲ್‌ವೇ ? ಆಮ್ಗೆಲಾಮ್ಮುಣಾಲೆ ಬಾಮ್ಣಾ ದೆಕ್ಕಿಲ್‌ವೇ ? ತೇ ಬಾಮ್ಣಾನ್ಕ ಎತ್ತಾ ಮ್ಹಳ್ಳಾವೇ ? ಆಮ್ಮುಣಾಕಃ ಎವ್ಹಾ ಸಾಂಗ್ಲಾವೇ ?" ರಾಮಚಂದ್ರ ಪೈ ಆಶ್ಚರ್ಯದಿಂದ ಆ ಹಾಡನ್ನು ಆಲಿಸುತ್ತಾ ನಿಂತ. ಇವತ್ತೇ ಈ ಅಜ್ಜಿಗೆ ಆ ಹಾಡು ನೆನಪಾಗಬೇಕೇ ? ಮರದ ಮೇಲಿದ್ದ ಕಾಗೆಗೆ ಗೋವೆಗೆ ಹೋಗಿದ್ದೆಯಾ ಎಂದು ಕೇಳುವ ಹಾಡು ! ರಾಮಚಂದ್ರ ಪೈ ಹಿಂದೆ ಆ ಹಾಡು ಕೇಳಿರಲಿಲ್ಲವೆಂದಲ್ಲ. ಈಗ ಅದಕ್ಕೊಂದು ಹೊಸ ಅರ್ಥ ಹೊಳೆದು ಅವನು ದಂಗಾದ. ಕಾಗೆ ಗೋವೆಗೆ ಹೋಗಿರಬಹುದು. ಆದರೆ ತನಗೆ, ತನ್ನ ಕುಟುಂಬಕ್ಕೆ ಆ ಭಾಗ್ಯವಿಲ್ಲವಲ್ಲ ? ನಾನ್ನೂರು ವರುಷಗಳ ತನಕ ಗೋವೆಯಿಂದ ತಮಗೆ ಬಹಿಷ್ಕಾರವಿದೆ. ಅಲ್ಲಿಯ ನೆಲದ ಮೇಲೆ ಕಾಲಿಡಬಾರದೆಂಬ ಶಾಪವಿದೆ. ತನ್ನ ಗೋವೆ ಇಲ್ಲಿಯೇ ಸೃಷ್ಟಿಯಾಗಬೇಕು. ಇಲ್ಲಿಯೇ ವೆರಣೆ ಹುಟ್ಟಬೇಕು. ಅವನು ಥಟ್ಟನೆ ಹಜಾರದಲ್ಲಿ ಕುಳಿತ.

ರಾಮಚಂದ್ರ ಪೈಯ ಕಡೆಗೊಮ್ಮೆ ತಲೆ ಎತ್ತಿ ನೋಡಿ ತನ್ನ ಹಾಡನ್ನು ಮಂದಸ್ವರದಲ್ಲಿ ಮುಂದುವರಿಸಿದಳು ತುಳಸೀಬಾಯಿ. ಹತ್ತಿರದಲ್ಲಿದ್ದ ತಂಬಿಗೆಯ ನೀರನ್ನು ಗಟಗಟ ಕುಡಿದು ರಾಮಚಂದ್ರ ಪೈ "ಏನಜ್ಜೀ, ಗೋವೆಯ ನೆನಪು ಬರುತ್ತಾ ಇದೆಯೇ ನಿನಗೆ ?" ಎಂದು ದೊಡ್ಡ ಸ್ವರದಲ್ಲಿ ಕೇಳಿ ವಿಷಾದದ ನಗು ಬೀರಿದ. ತುಳಸೀಬಾಯಿಯ ಹಾಡು ಥಟ್ಟನೇ ನಿಂತುಹೋಯಿತು. ಆಕೆ ಮಾತಿಲ್ಲದೇ ಮಗುವಿನ ಬೆನ್ನು ತಟ್ಟತೊಡಗಿದಳು. ಅಲ್ಲವೇ ? ಚಿಕ್ಕಂದಿನಲ್ಲಿ ಬೆಳೆದ ಊರು, ಪರಿಸರ – ಅಜ್ಜಿ ಇಳಿವಯಸ್ಸಿನಲ್ಲಿ ಅದರ ನೆನಪು ಮಾಡಿಕೊಳ್ಳುತ್ತಿದ್ದಾಳೆ. ಸಹಜ. ಅಜ್ಜಿ ಇಲ್ಲಿ ಬದುಕಿದ್ದಲ್ಲ ಅಲ್ಲಿಯ ನೆನಪಿನ ಮೇಲೆ ! ಅವಳ ಬಾಯಿಯಿಂದ ಆಗಾಗ ಆ ಹಾಡು ಕೇಳಿದ್ದ ಅವನು. ಆದರೆ ಕಿವಿಗೊಟ್ಟು ಆಲಿಸಿದ್ದು ಇವತ್ತೇ. ತುಳಸೀಬಾಯಿ ಮಾತಾಡಲಿಲ್ಲ. "ಅಜ್ಜೀ, ನಿನಗೆ ವಯಸ್ಸೆಷ್ಟು ಈಗ ?" ಎಂದು ಕೇಳಿದ ರಾಮಚಂದ್ರ ಪೈ. "ಯಾಕೋ ರಾಚ್ಚೂ, ನೂರು ಸಂವತ್ಸರಗಳಾಗಿರಬಹುದು ಅಥವಾ ಅದಕ್ಕಿಂತ ಹೆಚ್ಚೇ" ಎಂದಳು ಅವಳು. "ನೀನು ಹುಟ್ಟಿದ್ದು ಗೋವೆಯಲ್ಲಲ್ಲವೇ?" ಎಂದ ಪುನಃ ! ಮಲಗಿದ ಮಗುವನ್ನು ಗದ್ದಿಗೆ ಬದಲಾಯಿಸಿ "ಹೂಂ, ಹುಟ್ಟಿದ್ದು ಬೆಳೆದದ್ದು ಮದುವೆಯಾದದ್ದು ಎಲ್ಲ ಗೋವೆಯಲ್ಲಿಯೇ. ಎಲ್ಲ ಕಳೆದದ್ದೂ ಅಲ್ಲಿಯೇ" ಎಂದಳು. "ಹೋದ ಕೆಲಸವೇನಾಯಿತೋ ರಾಚ್ಚೂ ? ಹಣ್ಣೋ ಕಾಯಿಯೋ ?" ಕುಂಡಿ ಎಳೆದುಕೊಂಡು ಮುಂದೆ ಸರಿದು ಹತ್ತಿರ ಬರುತ್ತಾ ಕೇಳಿದಳವಳು.

ಎಲ್ಲ ಹೇಳಿಬಿಡಲೇ ಎಂದು ಒಂದು ಕ್ಷಣ ನಿಧಾನಿಸಿದ ರಾಮಚಂದ್ರ ಪೈ. ಆದರೆ ಆರಂಭಿಸಿದವನಿಗೆ ದಾಮ್ಮು ಮಲ್ಯನ ಮಗ ಮಾನ್ಯೆಯ ಆಸ್ತಿ ಖರೀದಿ ಮಾಡಿದ ವಿಚಾರವನ್ನು ಮಾತ್ರ ಹೇಳುವುದಾಗಲಿಲ್ಲ. ಯಾವುದೋ ಹೊಸ ವ್ಯಾಪಾರದ

ಕಡಗಟ್ಟಿನಲ್ಲಿ ಸಿಕ್ಕಿ ಹಾಕಿಕೊಂಡಿರುವುದರಿಂದ ಸದ್ಯಕ್ಕೆ ಮದುವೆ ಬೇಡ ಅಂದಿದ್ದಾನೆ ಎಂದಷ್ಟೇ ಹೇಳಿದ. ತುಳಸೀಬಾಯಿ ಮೌನ ವಹಿಸಿದಳು. "ಊರಲ್ಲಿ ಬೇರೆ ಗಂಡುಗಳಿದ್ದಾವೆ ಅಜ್ಜೀ. ನಮ್ಮ ನೇತ್ರುವಿಗೆ ಏನು ಊನವಿದೆ ಹೇಳು. ಮಂಗಳೂರಿಗಾದರೂ ಹೋಗಿ ಒಂದು ಗಂಡು ಹುಡುಕಿ ತಂದು ಮದುವೆ ಮಾಡುತ್ತೇನೆ. ಆದರೆ ಇನ್ನು ದಾಮ್ಮು ಮಾಮನ ಮನೆಗೆ ಹೋಗಿ ಜಾತಕ ಕೇಳುವುದಿಲ್ಲ. ಅವರಿಗೆ ಹಾಕಿದ ಅನ್ನದ ಋಣ ಈ ರೀತಿ ತೋರಿಸಿಬಿಟ್ಟರು" ಎಂದು ಹೇಳಿದ. ಹೇಳುತ್ತಾ ಗಂಟಲು ತುಂಬಿ ಬಂದುದನ್ನು ಮರೆಮಾಚುವ ಪ್ರಯತ್ನ ಮಾಡಿದ.

ಮುದುಕಿಯಿಂದ ಹೆಚ್ಚು ಮಾತಾಡಲಾಗುತ್ತಿರಲಿಲ್ಲ. ತನ್ನ ನಡುಗುವ ಕಂಠದಿಂದ ಆಕೆ "ನಾನು ಇನ್ನೂ ಬದುಕಿದ್ದೇನೆ ನೋಡು. ಅದರಿಂದಾಗಿ ಹೇಳಬೇಕು. ತಂದೆಯಿಲ್ಲದ ಆ ಹುಡುಗಿಗೆ ಮದುವೆ ಮಾಡಿಸೋ ರಾಚ್ಚೂ. ತಂಗಿಯ ಮದುವೆ ಮಾಡಿಸಲಿಲ್ಲ ಎಂಬ ಅಪವಾದಕ್ಕೆ ಗುರಿಯಾಗಬೇಡ" ಎಂದಳು. "ಮಾಡಿಸುತ್ತೇನಜ್ಜೀ" ಎಂದು ಹೇಳಿದ ರಾಮಚಂದ್ರ ಪೈ.

ಆದರೆ ತನ್ನ ಮನಸ್ಸಿನಲ್ಲಿದ್ದ ಭಾವನೆಗಳಿಗೆ ಸೂಕ್ತ ಹೊರದಾರಿ ಸಿಗದೇ ಅವನು ಚಡಪಡಿಸುವಂತಾಯಿತು. ರಾತ್ರಿ ಇಡೀ ಹಜಾರದ ಬರಿ ನೆಲದ ಮೇಲೆ ಹೊರಳಾಡಿದ್ದ. ವೀರವಿಟ್ಠಲ ದೇವಸ್ಥಾನದ ಮರುದಿನದ ಸಂತರ್ಪಣೆಯ ತಯಾರಿ ನಡೆಯುವಲ್ಲಿಗೆ ಬರಲು ಅವನಿಗೆ ಕರೆ ಬಂದರೂ ಹೋಗುವ ಉತ್ಸಾಹ ತೋರಿಸಲಿಲ್ಲ. ಛೆ, ಇಷ್ಟು ವರ್ಷಗಳ ತನಕ ತಾನೇನು ಮಾಡುತ್ತಿದ್ದೆ ? ಈ ದೇವಸ್ಥಾನದ ಕೆಲಸ ತನಗೆ ಬೇಕಿತ್ತೇ ? ಇದರಲ್ಲಿ ಸಕ್ರಿಯವಾಗಿ ತಾನು ಭಾಗವಹಿಸದೇ ಹೋದಲ್ಲಿ ಏನು ಕೊಳ್ಳೆ ಹೋಗುತ್ತಿತ್ತು ಎಂದು ಪುನಃ ಪುನಃ ಅನ್ನಿಸಿತು. ಮರುದಿನ ಸಂತರ್ಪಣೆಯಲ್ಲಿ ಭಾಗವಹಿಸಲೂ ನಾಚಿಗೊಂಡ. ಮೊದಲ ಪಂಕ್ತಿಯಲ್ಲಿ ಊಟ ಮಾಡಿ ಮರಳಿದ ಹೆಂಗಸರು ಅವನನ್ನೆಬ್ಬಿಸಿ ಕಳುಹಿಸಿದರು. ತನ್ನ ಮನಸ್ಸಿನಲ್ಲಿ ಎದ್ದ ಬಿರುಗಾಳಿ ಬೇರೆಯವರಿಗೆ ತಿಳಿಯುವುದು ಬೇಡವೆಂದು ಎರಡನೆಯ ಪಂಕ್ತಿಗೆ ಹೋಗಿ ಊಟ ಮಾಡಿ ಬಂದ.

ಮನೆಯ ಹಜಾರದಲ್ಲಿ ಶಿಥಿಲನಾಗಿ ಅನಾರೋಗ್ಯದಿಂದ ಕುಳಿತಿದ್ದ ನಾಗಪ್ಪಯ್ಯನಿಗೆ ಮಾತ್ರ ರಾಮಚಂದ್ರ ಪೈಯ ತಹತಹ ಅರ್ಥವಾಗುತ್ತಿತ್ತು. ನಾಗಪ್ಪಯ್ಯ ಈಗ ಹೊರಗೇ ಹೋಗುತ್ತಿರಲಿಲ್ಲ. ವ್ಯಾಪಾರವನ್ನು ಪೂರ್ತಿಯಾಗಿ ರಾಮಚಂದ್ರ ಪೈಯ ತಮ್ಮ ನಚ್ಚ ಪೈಯ ಮೇಲೆ ಹೊರಿಸಿ ತಾನು ಹಾಸಿಗೆ ಹಿಡಿದಿದ್ದ. ರಾಮಚಂದ್ರ ಪೈಯನ್ನು ಹತ್ತಿರ ಕರೆದು "ಆಕಾಶ ನೋಡಲು ಜಗಳ ಯಾಕೆ ರಾಚ್ಚೂ ? ನಿನ್ನ ಮನಸ್ಸಿನಲ್ಲಿ ಏನಾಗುತ್ತಿದೆಯೆಂದು ಗೊತ್ತು ನನಗೆ. ಮಾನ್ಯೆಯ ಆಸ್ತಿ ಕೊಳ್ಳುವ ಯೋಚನೆ ಮಾಡುವ ಮೊದಲು ದಾಮ್ಮುವಿನ ಮಗ ಇಲ್ಲಿಗೆ ಬಂದಿದ್ದ. ಆಶೀರ್ವಾದ ಪಡೆದು ಹೋದ. ಬಂದದ್ದು ನಿನ್ನನ್ನೇ ನೋಡಲು ಇರಬಹುದು. ನೀನು ಇರಲಿಲ್ಲ. ನಿನಗೆ ಅಸೂಯೆ ಬೇಡ. ಅಸೂಯೆಯಿಂದಲೇ ನಿನ್ನಪ್ಪನ ಗತಿ ಏನಾಯಿತೆಂದು ಜ್ಞಾಪಕ ಮಾಡು. ನೀನು ಅದನ್ನು ಮುಂದುವರಿಸುವುದು ಬೇಡ.

ಆಸ್ತಿ ಕೊಂಡುಕೋ. ಎಲ್ಲಾದರೂ ಸರಿ. ನಮ್ಮದೇ ಆದ ಒಂದು ನೆಲ ಬೇಕು ನಮಗೆ, ರಾಚ್ಚೂ. ಅದು ಇಂದಲ್ಲದಿದ್ದರೆ ನಾಳೆ ಆಗಲಿ. ಅದರಲ್ಲಿ ಏನು ನಷ್ಟ ? ಅದಕ್ಕೆ ಸ್ಪರ್ಧೆ ಬೇಕೇ ? ಬಿಡು ಆ ವಿಷಯ.''

ಆಕಾರದಲ್ಲಿ ಸಾಕಷ್ಟು ತುಂಬಿಕೊಂಡು ಗಲಗಲವೆನ್ನುತ್ತಿದ್ದ ಅಗಲವಾದ ಬೆನ್ನಿನ ಮೇಲೆ ತನ್ನ ಶಿಥಿಲ ಕೈಯನ್ನಾಡಿಸುತ್ತಾ ನಾಗಪ್ಪಯ್ಯ ಆ ಮಾತು ಹೇಳಿದಾಗ ರಾಮಚಂದ್ರ ಪೈಯ ಕಣ್ಣಿನಿಂದ ಚಿಲ್ಲನೆ ನೀರು ಹರಿಯಿತು. ಕಾಣೆಯಾದ ತನ್ನ ತಂದೆಯ ಸ್ಥಾನದಲ್ಲಿರುವ ಹಿರಿಯ. ಮಕ್ಕಳಿಲ್ಲದ ಆತನ ಯೋಚನೆ ಒಂದಷ್ಟು ಪಾರಮಾರ್ಥಿಕವಾಗಿ ತಿರುಗಿರಬಹುದು. ಅದಕ್ಕೇ ಇಂತಹ ಭಾವನೆಗಳೆಲ್ಲವನ್ನೂ ದಾಟಿ ನಿರಾಸಕ್ತಿಯಿಂದ ಆ ಮಾತು ಹೇಳಿದ ಎಂದುಕೊಂಡ. ಇಷ್ಟಕ್ಕೂ ಆತ ಹೇಳಿದ್ದರಲ್ಲಿ ತಪ್ಪೇನಿದೆ? ರಾಮಚಂದ್ರ ಪೈಯನ್ನು ಅಲ್ಲಾಡಿಸಿದ್ದು ದಾಸಮಲ್ಯ ಇಲ್ಲಿಯ ತನಕ ಬಂದು ದೊಡ್ಡಪ್ಪನ ಕಾಲು ಹಿಡಿದು ಆಶೀರ್ವಾದ ಪಡೆದು ಈ ವ್ಯವಹಾರಕ್ಕೆ ಕೈ ಹಾಕಿದ ಎಂಬ ವಿಚಾರ. ಅಷ್ಟಾದರೂ ಅಭಿಮಾನ ಇಟ್ಟನಲ್ಲ! ''ರಾಚ್ಚೂ ಜಗಲಿಯ ಕಟ್ಟೆಯ ಮೇಲೆ ಒರಗಿ ನೀನು ಯೋಚಿಸುತ್ತಾ ಕೂರುವುದು ಒಳ್ಳೆಯದಲ್ಲ. ಅಮ್ಮ ಹೇಳಿದಂತೆ ಮೊದಲು ನೇತ್ರಾವತಿಗೊಂದು ಗಂಡು ಹುಡುಕು. ತಂದೆಯಿಲ್ಲದ ಆ ಹುಡುಗಿಗೆ ಒಂದು ಮದುವೆ ಮಾಡಿಸು. ಆಮೇಲೆ ಆಸ್ತಿಯ ಹುಡುಕಾಟ ಸುರು ಮಾಡು. ಅಮ್ಮ ಹೆಚ್ಚು ದಿನ ಬದುಕುವ ಹಾಗಿಲ್ಲ. ಅದರ ಮೊದಲು ಈ ಮದುವೆಯಾದರೆ ಅವಳಿಗೆ ತೃಪ್ತಿಯ ಸಾವಾದರೂ ಸಿಕ್ಕೀತು.''

★

ಬೇಳಕಟ್ಟೆ ರಾಮಚಂದ್ರ ಪೈ ನೇತ್ರಾವತಿಯ ಮದುವೆಗೆ ತುಂಬ ಮುತುವರ್ಜಿಯಿಂದ ಓಡಾಡತೊಡಗಿದ. ಮಂಜೇಶ್ವರ ಮಂಗಳೂರು ಬೇಕಲ ಪಯ್ಯನ್ನೂರು ಅಂತ ಕಡಲ ತಡಿಯುದ್ದಕ್ಕೂ ಹೋಗಿ ಬಂದ. ಹಾಗೆ ಮಂಗಳೂರಿಗೆ ಹೋದವನು ತನ್ನ ಕುತೂಹಲ ತಣಿಸಲು ಗೋವೆಯಿಂದ ಮರಾಠರ ದಾಳಿಗೆ ಓಡಿಬಂದ ಕಿರಿಸ್ತಾನರ ಗುಂಪುಗಳನ್ನೂ ನೋಡಿದ. ಚಿಕ್ಕಂದಿನಿಂದ ಕಿರಿಸ್ತಾನರ ಬಗ್ಗೆ ತುಂಬ ಕೇಳಿದ್ದ ಅವನಿಗೆ ಅವರ ಬಗ್ಗೆ ಬೇರೆಯೇ ಕಲ್ಪನೆಗಳು. ಆದರೆ ಈಗ ಅವರನ್ನು ಕಂಡಾಗ ತುಂಬ ನಿರಾಸೆಯೆನಿಸಿತು. ಮಂಗಳೂರು ಪೇಟೆಯ ತುಂಬ ಓಡಾಡುವ ಮಂದಿ. ಎಲ್ಲ ತಮ್ಮ ಹಾಗೆಯೇ ಇರುವ ಜನ. ಬೀಡಿ ಎಳೆಯುತ್ತಾ, ಕೊರಳಿಗೆ ಚರ್ಮದ ನೂಲು ಧರಿಸಿ, ಮೈ ತುಂಬ ಬಟ್ಟೆ ಹಾಕಿದ ಬೊಕ್ಕ ತಲೆಯ ಜನ.

ಅವನು ಮಂಗಳೂರಿಗೆ ಹೋದರೆ ಉಳಿದುಕೊಳ್ಳುವುದು ಜೋಡುಮಠ ಭಟ್ಟರ ಮನೆಯಲ್ಲಿ. ಹಾಗೊಮ್ಮೆ ಹೋದವನು ಭಟ್ಟರ ಹುಡುಗನೊಡನೆ ಮಂಗಳೂರಿನ ಸುತ್ತ ಸುತ್ತಾಡಿ ಬಂದ. ಮಂಗಳೂರಿಗೆ ಸ್ವಲ್ಪ ಪೂರ್ವದಲ್ಲಿ ಹರದಾರಿ ಅಂತರದಲ್ಲಿ ಹೊಸದಾಗಿ

ವಲಸೆ ಬಂದ ಕಿರಿಸ್ತಾನರು ಗುಡಿಸಲುಗಳನ್ನು ಕಟ್ಟಿ ವಾಸವಾಗಿದ್ದರೆಂದು ತಿಳಿದು ಆ ಭಟ್ಟರ ಹುಡುಗನನ್ನೂ ಎಳೆದುಕೊಂಡೇ ಆ ಕಡೆಗೆ ಹೋದ. ಅದು ಗುಡ್ಡಗಾಡಿನ ವಸತಿ. ತಟಕ್ಕೆಂದು ಎದ್ದ ಗುಡ್ಡಗಳು. ಮಧ್ಯೆ ಆಳವಾದ ಕಣಿವೆಗಳು. ಎಲ್ಲಿ ನೋಡಿದರೂ ಮರಗಳು. ಅವುಗಳ ಮಧ್ಯೆ ಗುಡಿಸಲುಗಳು. ಅಲ್ಲಿ ಹತ್ತಿರ ಹೋದಂತೆ ಸುಟ್ಟ ಗೇರುಬೀಜದ ವಾಸನೆ. ನೆಲ ಕೆದರುತ್ತಾ ಹುಳು ಹುಪ್ಪಟೆ ಹುಡುಕುವ ಕೋಳಿಗಳು. ಮನೆಯ ಹಿಂದೆ ಎತ್ತರವಾದ ಸ್ನಾನಕ್ಕೆ ನೀರು ತುಂಬಿದ ಮಣ್ಣಿನ ಮಡಕೆ. ಸೆಖೆಯೆಂದು, ತಮ್ಮ ಗುಡಿಸಲ ಮುಂದೆ ಕಾಲು ಚಾಚಿ ಕುಳಿತ ಮುದುಕರು. ವಿಷಾದ ತುಂಬಿದ ದೃಷ್ಟಿ ಚೌಕ ಮುಖ. ಸೊರಗಿ ಗುಳಿಬಿದ್ದ ಕೆನ್ನೆಗಳು. ದಪ್ಪ ಜೊಂಡಿನಂತಹ ಮೀಸೆ. ತುಂಬಿಕೊಂಡ ಹುಬ್ಬುಗಳು. ಹರಕು ಇಜಾರ ತೊಟ್ಟು ಆ ಸೆಖೆಯಲ್ಲೂ ಹರಕು ಕೋಟು ತೊಟ್ಟ ಮುದುಕರು. ಅಲ್ಲೋ ಇಲ್ಲೋ ಲಂಗ ತೊಟ್ಟ ಹೆಂಗಸರು. ಬೇಳಕಟ್ಟೆ ರಾಮಚಂದ್ರ ಪೈ ಅವರಲ್ಲಿ ಕೆಲವರನ್ನು ಮಾತಾಡಿಸಿದ. ಆ ಕಡೆ ಅಲೆದಾಡುತ್ತಿದ್ದಂತೆ ಅವನ ಮನಸ್ಸಿನ ಆಳದಲ್ಲಿ ಸದೃಢ ದೇಹದ, ಪ್ರಾಯ ಸಂದರೂ ಸಂದ ಹಾಗೆ ಕಾಣದ ಒಂದು ಸ್ತ್ರೀಯ ಮೂರ್ತಿ ಸ್ಥಾಪಿತವಾಯಿತು. ಈಗ ತುಂಬ ಮುದುಕಿಯೇ ಆಗಿರಬೇಕಲ್ಲವೇ ? ಆದರೂ ತಾನು ಹುಡುಕುತ್ತಿರುವುದು ಅವಳನ್ನೇ ಎಂಬ ಹಾಗೆ ಭಾಸವಾಯಿತು ಅವನಿಗೆ. ಹೆಸರನ್ನು ಅವನು ಹೇಗೆ ಮರೆತಾನು ? ತಾತ ವಿಟ್ಠು ಪೈ ಜಪ ಮಾಡುವವನಂತೆ ಸಾವಿರ ಬಾರಿ ಆ ಹೆಸರನ್ನು ಹೇಳಲಿಲ್ಲವೇ ? ಮತ್ತೆ ಮತ್ತೆ ಅದನ್ನು ಅವನು ಜ್ಞಾಪಿಸಿಕೊಂಡ – ಅಲ್ವೀರಾ ! ಅಲ್ವೀರಾ ಫೈಯರ್ ಗೋಯೆಸ್.

ಅವನು ಮಾತಾಡಿಸಿದ ಒಂದಿಬ್ಬರು ಮುದುಕರು ಒಂದೇ ಉತ್ತರ ಕೊಟ್ಟಿದ್ದರು. "ಎಲ್ಲಾಯಿತು ನಿಮಗೆ ?" ಎಂದು ಕೇಳಿದ್ದ ರಾಮಚಂದ್ರ ಪೈ ಕೊಂಕಣಿಯಲ್ಲಿಯೇ. "ಗೋವೆ" ಅಂದಿದ್ದರು ಅವರು. "ಗೋವೆಯಲ್ಲಿ ಎಲ್ಲಿ ?" ಎಂದು ಕೇಳಿದ್ದ "ಗೋಂಯಾ ಸ್ಯಾಬ. ಗೋವೆ ಅಂದರೆ ಗೋವೆ." ಅವರು ಮತ್ತೆ ಅದೇ ಹೇಳಿದ್ದರು. ಬಹುಶಃ ರಾಮಚಂದ್ರ ಪೈಗೆ ಗೋವೆಯ ಒಳನಾಡುಗಳೆಲ್ಲ ತಿಳಿದಿರಲಾರದು ಎಂದುಕೊಂಡರೋ ಏನೋ ? "ಗೋವೆಯಲ್ಲಿ ವೆರಣೆ ಅಂತ ಒಂದು ಊರಿದೆಯೇ?" ಎಂದು ಕೇಳಿದ್ದ ಅವನು. "ಹೂಂ. ಇರಬಹುದು. ಊರುಗಳಿಗೇನು ? ನೂರಾರು ಇವೆ. ಒಂದೊಂದು ಮನೆಗೆ ಒಂದೊಂದು ಹೆಸರಿದೆ" ಎಂದಿದ್ದರು ಮುದುಕರು. "ಇತ್ತಾ ಕಡೆ ಬಂದಿರುವವರಲ್ಲಿ ವೆರಣೆಯಿಂದ ಬಂದ ಜನ ಯಾರಾದರೂ ಇದ್ದಾರಾ ?" ಎಂದು ಕೇಳಿದ್ದ ರಾಮಚಂದ್ರ ಪೈ. ಅವರು ತಲೆಯಲ್ಲಾಡಿಸಿದಾಗ ನಿರಾಸೆಯಿಂದ ಮುಂದುವರಿದಿದ್ದ.

ರಾಮಚಂದ್ರ ಪೈಯ ಜೊತೆಯಲ್ಲಿದ್ದ ಜೋಡುಮಠದ ಭಟ್ಟರ ಹುಡುಗ "ಏನು ಪೈ ಮಾಮ್ ? ನನಗೆ ಇಲ್ಲಿ ಕೋಳಿಗಳ ನಡುವೆ ನಡೆದು ನಡೆದು ಸಾಕಾಯಿತು. ನೀನು ಇನ್ನೂ ಮನೆಗೆ ಹೊರಡುವ ಯೋಚನೆ ಮಾಡಿಲ್ಲ. ನೋಡಿದರೆ ಯಾರನ್ನೋ ಹುಡುಕುವ ಹಾಗಿದೆ. ತಂಗಿಗೆ ಗಂಡು ಹುಡುಕುವ ಸಲುವಾಗಿ ಕೊಡಿಯಾಲಕ್ಕೆ ಬಂದವ ನೀನು. ಈ

ಕಿರಿಸ್ತಾನರಲ್ಲಿ ಗಂಡು ಸಿಕ್ಕಬಹುದೆಂದು ಅಲೆದಾಡುತ್ತಿದ್ದೀಯ ? ನಡಿ ಹೋಗೋಣ'' ಎಂದು ನಗೆಯಾಡಿದ. ಒಲ್ಲದ ಮನಸ್ಸಿನಿಂದ ರಾಮಚಂದ್ರ ಪೈ ಮುಂದುವರಿದ. ಎರಡು ಗುಡ್ಡಗಳ ನಡುವಣಿಂದ ಹಾದು, ಮರಗಳ ಎಡೆಯಲ್ಲಿ ತೂರಿ ವಿಶಾಲವಾದ ಅಂಗಳಕ್ಕೆ ಬಂದ. ಹುಲ್ಲಿನ ಮನೆ. ತುದಿಯಲ್ಲಿ ಕುರಾಸು. ಗೋಡೆಯ ಮೇಲೆ ಅವರ ದೇವರ ಕಡು ಕೆಂಪು ಮತ್ತು ಆಕಾಶ ನೀಲಿಯ ಚಿತ್ರ. ತುಂಬ ಮಾತನಾಡುವ ಅಭ್ಯಾಸವಿದ್ದ ಮುದುಕನೊಬ್ಬ ಹಜಾರದಲ್ಲಿ ಕುಳಿತಿದ್ದ. ರಾಮಚಂದ್ರ ಪೈಗೆ ಅನುಕೂಲವಾಯಿತು. ಅವನ ಪ್ರಶ್ನೆಗಳಿಗೆ ಮುದುಕ ತನ್ನ ಪ್ರವರ ಬಿಚ್ಚಿದ.

ಆದರೂ ''ವೆರಣೆ ನನಗೆ ತಿಳಿಯದು ಸ್ಯಾಬ. ಹೆಸರು ಕೇಳಿದ ಹಾಗುಂಟು. ನಮ್ಮದು ಗೋವೆ. ಮರಾಟಿ ಜನರು ನಮ್ಮನ್ನೋಡಿಸಿದರು. ಅಲ್ಲಿ ನಮಗೆ ಬೇಸಾಯ ಇತ್ತು. ಆದರೆ ಓಡಿ ಬರುವಾಗ ಆ ನೆಲ ಹಿಡಿದುಕೊಂಡು ಬರಲು ಸಾಧ್ಯವೇ ? ಬಹಳ ಕಷ್ಟಪಟ್ಟು ಇಲ್ಲಿಯ ತನಕ ಬಂದೆವು. ನೀವೆಲ್ಲ ಇಲ್ಲಿದ್ದೀರೆಂದು ಉಳಿದಿದ್ದೇವೆ. ನಮ್ಮ ಅವಸ್ಥೆ ನಿಮಗೆ ತಿಳಿಯದು. ಜೀವ ಉಳಿದದ್ದು ದೊಡ್ಡದು. ಮಂಗಳೂರಿಗೆ ಬಂದಾಗ ನಾವು ಸೋತು ಸುಣ್ಣವಾಗಿದ್ದೆವು. ಯೇಸುವಿನ ದಯೆ ಇಲ್ಲದಿದ್ದರೆ ನಮ್ಮ ಹೆಣ ತೇಲುತ್ತಿತ್ತೋ ಏನೋ ? ಇಲ್ಲಿ ಅಲ್ಲಲ್ಲಿ ನಮ್ಮ ಜನ ಗುಂಪು ಗುಂಪಾಗಿ ವಾಸಿಸುತ್ತಾ ಇದ್ದಾರೆ ; ಕಂಕನಾಡಿನಲ್ಲಿ. ಎಲ್ಲಾದರೂ ಒಂದು ಗುಡಿಸಲು ಕಟ್ಟಿ ಇರಿ ಎಂದರು ಯಾರೋ ; ಇದ್ದೇವೆ. ಈಗ ಏನು ಕೆಲಸವೂ ಇಲ್ಲ. ಏನು ಕೊಟ್ಟರೂ ಮಾಡಿಯೇನು ಸ್ಯಾಬ. ಹೊಟ್ಟೆಗಾಗಿ ಮಾಡಬೇಕಲ್ಲ ? ದಾರಿಯಲ್ಲಿ ನನ್ನ ಇಬ್ಬರು ಮಕ್ಕಳು ತೀರಿಕೊಂಡರು. ಮಗಳೊಬ್ಬಳು ಓಡಿಹೋದಳು........'' ಮುದುಕ ಹೇಳುತ್ತಾ ಹೋದ. ನಮ್ಮವರ ಕಥೆಗೆ ತೀರ ಭಿನ್ನವಲ್ಲ ಇದು ಅನ್ನಿಸಿತು ರಾಮಚಂದ್ರ ಪೈಗೆ.

ಒಳಗಿನಿಂದ ಅವನ ಮುದುಕಿ ಹೆಂಡತಿ ಹೊರಗೆ ಬಂದು ''ವೆರಣೆಯೇ ? ನಾನು ನೋಡಿಲ್ಲ, ಕೇಳಿದ್ದೇನೆ. ಈ ಕಡೆ ಬರುವ ಹಾದಿಯಲ್ಲಿ ವೆರಣೆಯ ಮಂದಿ ಸಿಕ್ಕಿದ್ದರೆಂದು ನನ್ನ ನೆನಪು. ಸಿಕ್ಕಿದವರು ತಮ್ಮೂರು ವೆರಣೆ ಎಂದ ಹಾಗಿತ್ತು. ಯಾರಿಗೆ ಗೊತ್ತು ಸ್ಯಾಬ, ಯಾರದ್ದು ಯಾವ ಊರು ಅಂತ ? ಅದನ್ನು ಕೇಳುವ ಆಸ್ಥೆಯಾದರೂ ನಮ್ಮಲ್ಲಿತ್ತೋ ? ಊಂಹೂಂ. ಹಾಂ. ಒಂದು ಮುದುಕಿ ದಾರಿಯಲ್ಲಿ ತೀರಿಕೊಂಡ ಜ್ಞಾಪಕವಾಗುತ್ತಿದೆ. ಹೆಸರು ತಿಳಿಯದು. ತೀರ ಮುದುಕಿ. ಹಿಂದೆ ಮುಂದೆ ಯಾರೂ ಇದ್ದ ಹಾಗಿರಲಿಲ್ಲ. ನೀರಿಲ್ಲದ ಕಡೆ ಸತ್ತು ಹೋಯಿತು'' ಎಂದು ವಿಷಾದದಿಂದ ಹೇಳಿದಳು.

ರಾಮಚಂದ್ರ ಪೈ ಅವಳನ್ನೇ ನೋಡಿದ. ಬಣ್ಣಬಣ್ಣದ ಲಂಗವುಟ್ಟ ವಯಸ್ಸಾದ ಹೆಂಗಸು. ಹೆಂಗಸೇನು ಬಂತು, ಅವಳೂ ಮುದುಕಿಯೇ. ಕೂದಲು ಹಣ್ಣಾಗಿತ್ತು. ಮುಖ ನೆರಿಗೆಗಟ್ಟಿತ್ತು. ಮಾಲುಗಣ್ಣು. ರಾಮಚಂದ್ರ ಪೈ ಸ್ಪಷ್ಟವಾಗಿ ನೋಡಿದ. ತೀರ ಮಾಲುಗಣ್ಣು. ಅವಳ ಹೆಸರೇನು ಎಂದು ಕೇಳಬೇಕು ಎಂದು ಆಸೆಯಾಯಿತು. ಜೊತೆಯಲ್ಲಿ ಬಂದ ಜೋಡುಮಠದ ಭಟ್ಟರ ಹುಡುಗ ಒಂದೇ ಸವನೆ ವರಾತ ಮಾಡುತ್ತಿದ್ದ. ''ನನಗೆ

ಹಿಂಸೆಯಾಗುತ್ತಿದೆ ಪೈ ಮಾಮ್. ನಡೆ, ಹೋಗಿಬಿಡುವ ಇಲ್ಲಿಂದ.'' ಮುದುಕಿ ಮುಂದುವರಿಸಿದಳು – ''ಹೆಸರು ನೆನಪಿಲ್ಲ ಸ್ಯಾಬ. ನಮ್ಮ ಜೀವ ಹೋಗುತ್ತಿರುವಾಗ ಇನ್ನೊಬ್ಬರ ಹೆಸರು ಕಟ್ಟಿಕೊಂಡು ನಾವೇನು ಮಾಡಲಿ ? ಅದರಲ್ಲೂ ಮುದುಕಿ. ಸತ್ತವಳು ಸತ್ತಳು. ಅವಳಂತೆ ಸತ್ತವರು ಸಾವಿರ ಮಂದಿ. ಊಂಹೂಂ, ನನ್ನ ನೆನಪಿಗೆ ಬರುವುದಿಲ್ಲ'' ಎಂದಳು ಆಕೆ.

ಮಂಗಳೂರಿಗೆ ಹೋಗಿ ಬಂದಾಗಲೆಲ್ಲ ರಾಮಚಂದ್ರ ಪೈ ಹೀಗೆ ಸುತ್ತಾಡಿ ಗೋವೆಯ ವಿಷಯ ತಿಳಿಯಲು ಪರದಾಡಿದ್ದ. ಆದರೆ ಬಿಸಿಲಿಗೆ ಅವನು ತಿರುಗಿದ್ದಷ್ಟೇ ಬಂತು. ನೆತ್ತಿಗೆ ಎಣ್ಣೆಯಿಲ್ಲದೇ ತಿರುಗಾಡಿದ್ದರಿಂದ ಮೈ ಉಷ್ಣವಾಯಿತು. ಹಿಂಗಾಲಿನ ಚರ್ಮ ಒಡೆದು ನುಚ್ಚು ನೂರಾಯಿತು. ಒಂದು ದಿನ ಮೈ ಕೂಡಾ ಬೆಚ್ಚಗಾಯಿತು. ಆದರೆ ನೇತ್ರಾವತಿಗೆ ಗಂಡು ಸಿಕ್ಕಲಿಲ್ಲ. ''ಇನ್ನು ಬರುವುದು ಮಳೆಗಾಲ ರಾಚ್ಚೂ. ಮಳೆಯಿಂದಾಗಿ ಆ ಕಡೆಗೆ ಹೋಗುವುದು ಕಷ್ಟವಾದೀತು. ಆಮೇಲೆ ಹಾಗೆ ಹೀಗೆ ನೋಡುವಷ್ಟರಲ್ಲಿ ಪುಷ್ಯ ಮಾಸ ಬರುತ್ತದೆ. ಈ ವರುಷ ನೇತ್ರುವಿಗೆ ಮದುವೆಯಾಗುತ್ತದೋ ಇಲ್ಲವೋ?'' ಕಾಲು ಚಾಚಿ ಕುಂಬಳೆಯ ಹಜಾರದಲ್ಲಿ ಕುಳಿತುಕೊಂಡ ರಾಮಚಂದ್ರ ಪೈಯ ಎದುರು ತುಳಸೀಬಾಯಿ ಕಟಿಪಿಟಿ ಮಾಡತೊಡಗಿದಳು. ''ನಾನೇನು ಮಾಡಲಿ ಅಜ್ಜೀ ? ಊರಲ್ಲೇನು ಗಂಡುಗಳನ್ನು ಹರಾಜಿಗಿಟ್ಟಿದ್ದಾರೆಯೇ ? ನಾನು ಹುಡುಕುತ್ತಾ ಇದ್ದೇನೆ. ನೇತ್ರುವಿನ ಕಂಕಣ ಬಲ ಕೂಡಿ ಬರಲಿಲ್ಲ.''

''ನನಗೆ ಪ್ರಾಯ ಸಂದಿತು ರಾಚ್ಚೂ. ಇನ್ನು ನನ್ನ ದಿನಗಳು ಹೇಗೋ ? ನನ್ನೆದುರು ತಂದೆಯಿಲ್ಲದ ಆ ಹುಡುಗಿ ಬೆಳೆದಿದೆ. ಅವಳ ಕೊರಳಿಗೊಂದು ಮಂಗಳಸೂತ್ರ ಬಿಗಿದದ್ದನ್ನು ನೋಡಿದರೆ ನನಗೆ ಜನ್ಮದಲ್ಲಿ ಬೇರೆ ಆಸೆ ಇಲ್ಲ. ಈ ಮಳೆಗಾಲ ಆರಂಭವಾಗುವ ಮೊದಲು ಮದುವೆಯಾದರೆ ಒಳ್ಳೆಯದೆಂದು ನನ್ನ ಆಸೆ. ನನ್ನಿಂದ ಈಗ ನಡೆಯಲಿಕ್ಕಾಗುತ್ತದ ? ಅದಕ್ಕೇ ನಿನ್ನೊಡನೆ ಹೇಳುವುದು. ನಿನ್ನ ಹಿಂದೆ ದುಂಬಾಲು ಬೀಳುವುದು. ನಿನಗೆ ಅರ್ಥವಾಗುತ್ತದೆ ತಾನೇ ? ಈ ಮುದುಕಿಗೆ ಬೇರೇನು ಬೇಕು ಹೇಳು'' ಎಂದು ಪಿರಿಪಿರಿ ಮಾಡುತ್ತಾ ಕುಳಿತಳು ತುಳಸೀಬಾಯಿ.

ಮುದುಕರ ಕೊನೆಯ ಆಸೆಗಳ ಬಗ್ಗೆ ತಮಾಷೆಯಾಗಿ ಏನಾದರೂ ಅಜ್ಜಿಗೆ ಹೇಳಬೇಕೆಂದು ರಾಮಚಂದ್ರ ಪೈಗೆ ತೀವ್ರವಾಗಿ ಅನ್ನಿಸಿತು. ಆದರೆ ಆ ಮಾತು ಹೊರಬರಲಿಲ್ಲ. ಮಲಗಿದಲ್ಲಿಂದಲೇ ಅವನು ಅಜ್ಜಿಯ ಮುಖವನ್ನು ದಿಟ್ಟಿಸಿ ನೋಡಿದ. ಅಲ್ಲಿನ ಯಾವುದೋ ಒಂದು ಗಂಭೀರ ವಿಷಾದ ಅವನನ್ನು ತಟ್ಟಿತು. ಬರಿದೇ ಅವಳ ಸಮಾಧಾನಕ್ಕೆ ''ಮೂರು ಕಡೆ ಜಾತಕ ಕೊಟ್ಟಿದ್ದೇನಜ್ಜೀ. ತಿಳಿಸುತ್ತೇನೆ ಎಂದಿದ್ದಾರೆ. ನೋಡುವ. ಅನುಕೂಲವಿಲ್ಲದೇ ಅಲ್ಲ. ಮದುವೆ ನಿಶ್ಚಯವಾದರೆ ನಾಳೆಯೇ ಮಂಟಪ ಹಾಕಿಸಲೂ ನಾನು ತಯಾರು'' ಎಂದ.

ರಾಮಚಂದ್ರ ಪೈ ಮಾತು ಮುಗಿಸಿದ್ದ. ಆದರೆ ನೇತ್ರಾವತಿಯ ಮದುವೆಯನ್ನು ಮಳೆಗಾಲಕ್ಕಿಂತ ಮೊದಲೇ ಮಾಡುವುದರಲ್ಲಿ ಮಾತ್ರ ಅವನು ವಿಫಲನಾದ. ಹಾಗೂ ಆ ಒಂದು ಆಸೆ ಹಿಡಿದಿದ್ದ ಮುದುಕಿ ತುಳಸೀಬಾಯಿ ಅದನ್ನು ನೋಡದೇ ತೀರಿಕೊಂಡಳು. ಅವಳು ತೀರಿಕೊಂಡಾಗ ಆಷಾಢದ ಘೋರು ಮಳೆ. ಉಕ್ಕೇರಿದ ಸಮುದ್ರ. ತುಳಸೀಬಾಯಿ ಹಾಸಿಗೆ ಹಿಡಿದು ವರುಷಾನುಗಟ್ಟಲೇ ಸೆಣಸಾಡಲಿಲ್ಲ. ಮೂರು ದಿನ ಮಲಗಿದ್ದಳೇನೋ ? ಅದೂ ಬರೀ ಶೀತವಾಗಿ ಮೂಗು ಕಟ್ಟಿತ್ತೆಂದು. ಅವಳೇ ಅದರ ಶಮನಕ್ಕೆಂದು ಕಷಾಯ ಮಾಡಿ ಕುಡಿದಳು. ಒಂದು ರಾತ್ರಿ ಊಟ ಮಾಡಲಿಲ್ಲ. ಎರಡನೆಯ ದಿನ ಏಕಾದಶಿಯಾದುದರಿಂದ ಏನನ್ನೂ ಅವಳು ತಿನ್ನಲಿಲ್ಲ. ಸಂಜೆಯಾಗುವಾಗ ನಿತ್ರಾಣ ಏರಿತು. ಅದರಿಂದಾಗಿ ಜ್ವರವೂ ಏರಿತು. ಆಷಾಢ ದ್ವಾದಶಿಯಂದು ಸೂರ್ಯ ಪಶ್ಚಿಮಕ್ಕೆ ಇಳಿಯುವ ಹೊತ್ತಿನಲ್ಲಿ ತೀರಿಕೊಂಡಳು.

ರಾಮಚಂದ್ರ ಪೈ ಆ ದಿನ ತುಂಬ ಮಳೆಯೆಂದು ಬೇಳಕ್ಕೆ ಹೋಗಿರಲಿಲ್ಲ. ಮಳೆಗಾಲದಲ್ಲಿ ಬೇಳದ ವ್ಯಾಪಾರ ಅಷ್ಟಕ್ಕಷ್ಟೇ. ಸಾಮಾನುಗಳನ್ನು ಕೊಂಡೊಯ್ಯುವುದೂ, ಬೇಳದ ಕಟ್ಟೆಯ ಮೇಲೆ ಹರಡುವುದೂ ಎಲ್ಲ ಕಷ್ಟವೇ. ಹಾಗಾಗಿ ಮಳೆಗಾಲದ ಮೂರು ತಿಂಗಳೂ ಬೇಳಕಟ್ಟೆಯ ವ್ಯಾಪಾರ ನಿಲ್ಲುತ್ತಿತ್ತು. ಆ ದಿನ ಅವನು ಸುಕ್ರೊ ಪೈಯನ್ನು ಕರೆದು ಒಂದೆರಡು ಮಾಗಣೆಗಳಿಗೆ ಕಳುಹಿಸಿದ್ದ. ದಂಡಿಯಾಗಿ ಸಿಗುವ ಬಾಳೆಗೊನೆಗಳನ್ನು, ಸ್ವಂತಕ್ಕೆ ಎಳೆಯ ಬಿದಿರ ಕಣಿಲೆಗಳನ್ನೂ ಒಂದಷ್ಟು ತಾ ಎಂದು ಹೇಳಿದ್ದ. ಮಧ್ಯಾಹ್ನ ಕಳೆದಂತೆ ಅಜ್ಜಿಯ ಉಸಿರು ಕಷ್ಟವಾದಾಗ ಪಕ್ಕದಲ್ಲಿ ಇದ್ದವನು ಅವನೇ. ತುಳಸೀಬಾಯಿ ಸತ್ತಳು. ಅವಳಿಗೆ ಬೆಂಕಿ ಕೊಡಲು ಸಮುದ್ರದ ದಂಡೆಗೆ ತಂದಾಗ ಮಳೆಗಾಳಿ ಜೋರಾಗಿ ಅಬ್ಬರಿಸತೊಡಗಿತು. ಇಂಥ ಮಳೆಗೆ ಬೆಂಕಿ ನಿಲ್ಲುವುದಾದರೂ ಹೇಗೆ ಎಂಬ ಆತಂಕ ಹೆಚ್ಚಾಯಿತು. ಮುದುಕಿಯ ಸಮಕಾಲೀನರು ಯಾರೂ ಇರಲಿಲ್ಲ. ಉಳಿದ ಮುಂದಿನ ತಲೆಮಾರುಗಳಿಗೆ ಆಕೆ ಸತ್ತಳೆಂದು ಅಂಥ ದುಃಖವೇನೂ ಇರಲಿಲ್ಲ. ಇದ್ದರೆ ಒಂದಿಷ್ಟು ನಾಗಪ್ಪಯ್ಯನಿಗಿದ್ದೀತು. ತನ್ನ ಶಿಥಿಲವಾದ ದೇಹದ ಮೇಲೆ ತೆಂಗಿನ ಮಡಲಿನ ಗೊರಬೆಯೊಂದನ್ನು ಹಾಕಿ ನಾಗಪ್ಪಯ್ಯ ದೇಹದ ಹಿಂದೆಯೇ ಸಮುದ್ರದ ದಂಡೆಗೆ ಬಂದಿದ್ದ. ಪುಣ್ಯವಶಾತ್ ಮನೆಯಲ್ಲಿ ಮಳೆಗಾಲಕ್ಕೆಂದು ಪೇರಿಸಿಟ್ಟ ಒಣಗಿದ ಸೌದೆ ಇತ್ತು. ಆದ್ದರಿಂದ ಆ ಮಳೆಗಾಳಿಯ ಹೊಡೆತಕ್ಕೂ ತುಳಸೀಬಾಯಿಯ ಶವದಹನ ಮಾಡುವುದು ಸಾಧ್ಯವಾಯಿತು.

ರಾಮಚಂದ್ರ ಪೈಗೆ ಆ ದಿನ ಊರು ಬಿಟ್ಟು ಹೋದ ತಂದೆ ಮರ್ತಪ್ಪಯ್ಯನ ನೆನಪು ಬಹಳ ಕಾಡಿತ್ತು. ಎಲ್ಲಿದ್ದಾನೋ, ಇದ್ದರೆ ಬಂದಿದ್ದರೆ ಚೆನ್ನಾಗಿತ್ತು. ಇಷ್ಟು ಸಮಯದ ಬಳಿಕ ಬದುಕಿರುವುದೂ ಅನುಮಾನವೇ. ಅಂತೂ ಅಜ್ಜಿಯದು ಪುಣ್ಯ ಜೀವ. ತುಂಬ ಕಷ್ಟಪಟ್ಟರೂ ಸಾವು ಶಾಂತವಾಗಿಯೇ ಎರಗಿತು ಎಂದು ಮನಸ್ಸಿನಲ್ಲಿಯೇ ಹೇಳಿಕೊಂಡ. ಹಾಗೆ ನೋಡಿದರೆ ಆಕೆ ಪಡೆದದ್ದೇನು ? ಹೊಟ್ಟೆಯಲ್ಲಿ ಹುಟ್ಟಿದ ನಾಲ್ಕು ಮಕ್ಕಳಲ್ಲಿ ಇಬ್ಬರು

ಸಮುದ್ರದ ಪಾಲಾದರು. ಒಬ್ಬ ಊರು ಬಿಟ್ಟ. ಮತ್ತೊಬ್ಬ ವಂಶದ ಕುಡಿ ಬೆಳಸಲಾಗದೇ ಹೋದ. ಮಗಳು ಅವಳ ಕಣ್ಣೆದುರಿನಲ್ಲಿಯೇ ಗಂಡನನ್ನು ಕಳೆದುಕೊಂಡಳು. ಅನಾಥಳಾಗಿಯೇ ಅಜ್ಜಿ ತೀರಿಕೊಂಡಳಲ್ಲವೇ ? ಅವಳು ಸತ್ತ ಮೇಲೆ ಬೇಳಕಟ್ಟೆ ರಾಮಚಂದ್ರ ಪೈಯನ್ನು ತೀವ್ರವಾಗಿ ಕಾಡಿದ ನೋವೆಂದರೆ ಅವಳ ಎದುರಿನಲ್ಲಿಯೇ ನೇತ್ರಾವತಿಯ ಮದುವೆಯನ್ನು ಮಾಡಲಿಲ್ಲವಲ್ಲ ತಾನು ಎಂದು.

ಹದಿಮೂರನೆಯ ದಿನ ಅವಳಿಗೆ ತರ್ಪಣ ಕೊಡುವಾಗ ಅವನು ಮನಸ್ಸಿನಲ್ಲಿಯೇ ಎರಡು ಪ್ರತಿಜ್ಞೆಗಳನ್ನು ಮಾಡಿಕೊಂಡ – ಈ ಸುತ್ತಣದಲ್ಲಿ ಆದಷ್ಟು ಬೇಗ ಒಂದು ಆಸ್ತಿ ಕೊಳ್ಳಬೇಕು. ನೇತ್ರಾವತಿಯ ಮದುವೆಯನ್ನು ಊರವರ ಹುಬ್ಬು ಮೇಲೇರುವ ಹಾಗೆ ಹುಡಿ ಹಾರಿಸಿಬಿಡಬೇಕು.

□

೨೨

ಮಳೆಗಾಲದ ದಿನಗಳಲ್ಲಿ ವ್ಯಾಪಾರ ಇಳಿಮುಖವಾಗಿರುವುದರಿಂದ ಬೇಳಕಟ್ಟೆ ರಾಮಚಂದ್ರ ಪೈಗೆ ತುಂಬ ಬಿಡುವು. ದಾಸಮಲ್ಯ ಆ ವರುಷ ಮಾನ್ಯೆಯಲ್ಲಿ ಕೊಂಡ ಆಸ್ತಿಯಲ್ಲಿ ಸ್ವಂತದ ಬೇಸಾಯಕ್ಕೆ ಇಳಿದಿದ್ದ. "ರಾಚ್ಚುಮಾಂ, ನೇಜಿ ಹಾಕುವ ದಿನ ನೀನು ಮಾನ್ಯೆಗೆ ಬರಲೇಬೇಕು. ನಿಮ್ಮಂಥ ಹಿರಿಯರು ಎದುರಿಗಿದ್ದು ಆಶೀರ್ವಾದ ಮಾಡಿದರೆ ನಾವು ಮುಂದೆ ಬರಬಹುದು" ಎಂದದ್ದಕ್ಕೆ ತನ್ನ ಸ್ವಾಭಿಮಾನವನ್ನೆಲ್ಲ ಒತ್ತಟ್ಟಿಗಿಟ್ಟು ರಾಮಚಂದ್ರ ಪೈ ಮಾನ್ಯೆಗೆ ಎರಡು ಮೂರು ಬಾರಿ ಹೋಗಿ ಬಂದಿದ್ದ. ಹತ್ತಾರು ಆಳುಗಳು. ಚೆನ್ನಾದ ಮಳೆ ಬಿದ್ದು ಗದ್ದೆಯ ತುಂಬ ತುಂಬಿ ನಿಂತ ಮಣ್ಣಿನ ಬಣ್ಣದ ನೀರು. ಆಳುಗಳೆಲ್ಲ ಆ ಕೆಲಸದಲ್ಲಿ ಪಳಗಿದವರೇ. ಬಗ್ಗಿ ನಿಂತು ಸಾಲಾಗಿ ನೇಜಿ ಹಾಕುತ್ತಾ 'ಓ ಬೇಲೆ' ಹಾಡುತ್ತಾ ಕೆಲಸ ಮಾಡುತ್ತಿದ್ದರು. ಸಣ್ಣವನಾದರೂ ದಾಸಮಲ್ಯ ಚೊಕ್ಕಟವಾಗಿ ಕೆಲಸ ಮಾಡಿಸುತ್ತಿದ್ದ. ಅದನ್ನೆಲ್ಲ ನೋಡಿ ರಾಮಚಂದ್ರ ಪೈಗೆ ಒಳಗೊಳಗೇ ಅಸೂಯೆಯಾದುದು ಸುಳ್ಳಲ್ಲ.

ಬೇಳಕಟ್ಟೆಯ ವ್ಯಾಪಾರಕ್ಕೆ ಮೂಡಣದ ಕಡೆಯ ಮಲೆಗಳಿಂದ ಆಗಾಗ ಗಾಡಿ ಕಟ್ಟಿಸಿಕೊಂಡು ಆಸ್ತಿವಂತರು ಬರುವುದಿತ್ತು. ಅವರು ಬರುವುದು ಕುಂಬಳೆಯ ಪೇಟೆಗೆ ಹೋಗಲೆಂದು. ಬರುತ್ತಾ ಎರಡು ಮೂರು ದಿನಗಳ ಹಾದಿಯನ್ನು ಸವೆಸುತ್ತಿದ್ದುದರಿಂದ ಅಲ್ಲಲ್ಲಿ ನಿಂತು ಹೋಗುವುದು ಕ್ರಮ. ಗಾಡಿಯ ತುಂಬ ತಾವು ಬೆಳೆದ ಕಾಳು ಮೆಣಸು, ಕುಚ್ಚಿದ ಅಕ್ಕಿ, ಭತ್ತ, ಬಾಳೆಗೊನೆ, ಸಂಬಾರ ಪದಾರ್ಥಗಳನ್ನು ಹಾಕಿ ಹೊರಡುತ್ತಿದ್ದರು. ದಾರಿಯಲ್ಲಿ ಕಳ್ಳಕಾಕರ ಭಯ ಇರುವುದರಿಂದ ಒಬ್ಬೊಬ್ಬರಾಗಿ ಹೊರಡುತ್ತಿರಲಿಲ್ಲ. ಮೂರು ನಾಲ್ಕು ಗಾಡಿಗಳು ಒಟ್ಟಿಗೆ ಹೊರಡುತ್ತಿದ್ದುವು. ಗಾಡಿ ಹೊಡೆಯುವ, ಮೂಟೆ ಹೊರುವ, ಅಡುಗೆಯ ಅಂತ ಆಳುಗಳು - ಹೀಗೆ ದೊಡ್ಡ ಸೈನ್ಯವೇ ಬರುತ್ತಿತ್ತು. ಹೀಗೆ ಬರುವವರನ್ನು ಆಕರ್ಷಿಸಲು ಬೇಳಕಟ್ಟೆ ರಾಮಚಂದ್ರ ಪೈ ತನ್ನ ಹರವಿದ ಅಂಗಡಿಯ ಮೂಲೆಯಲ್ಲಿ ಒಂದು ಮಣ್ಣಿನ ಹೂಜಿಯಲ್ಲಿ ನೀರು ತುಂಬಿಸಿ ಇಡುತ್ತಿದ್ದ. ಅಂಗಡಿಯ ಬೆಲ್ಲದ ತುಂಡುಗಳನ್ನು ಬಾಳೆಎಲೆಯ ಮೇಲಿಟ್ಟು, ಒಂದು ತಂಬಿಗೆ ನೀರು ಕೊಟ್ಟು, ಮಾತಾಡುತ್ತಾ, ಕುಂಬಳೆಯ ಪೇಟೆಯಲ್ಲಿ ನಡೆಯುವ ವ್ಯಾಪಾರವನ್ನು ಅಲ್ಲಿಯೇ ಕುದುರಿಸಿಕೊಳ್ಳುತ್ತಿದ್ದ. ಅವನ ಅತ್ತೆ ಚಂದ್ರಭಾಗಿ ಬರುವ ತನಕ ಅಂಗಡಿಯ ಮೂಲೆಯಲ್ಲಿ ಮಸಿಗಟ್ಟಿದ ಕಂಚಿನ ಪಾತ್ರೆಯೊಂದರಲ್ಲಿ ಸದಾ ಬೇಯುತ್ತಿದ್ದ ಅನ್ನ. ತಂದ ಅಕ್ಕಿಯ ಗುಣಾವಗುಣಗಳನ್ನು ನೋಡುತ್ತೇನೆಂದು ಮೂಟೆಯಿಂದಲೇ ಒಂದು ಹಿಡಿ ಅಕ್ಕಿ ತೆಗೆದು

ಎತ್ತಿ ತೊಳೆದು ಅಸ್ಸಕ್ಕಿಡುವ ಪರಿಪಾಠ ರಾಮಚಂದ್ರ ಪೈಯದ್ದು. "ಕುಳಿತುಕೊಳ್ಳಿ ಮಾರಾಯರೇ. ಅಕ್ಕಿಯ ಬೇವು ತುಂಬ ಹೊತ್ತಂತ ಕಾಣುತ್ತದೆ, ಅಲ್ಲವೇ ? ನೀವು ಗೊಬ್ಬರ ಎಂಥಾದ್ದು ಹಾಕುವುದು ? ಎಮ್ಮೆಯ ಸಗಣಿ ಅಂದಿರಾ ? ಅದಕ್ಕೇ ಅದು ಮಂದ. ಇಟ್ಟು ಒಂದು ಘಳಿಗೆಯಾಯಿತು. ಇನ್ನೂ ಬೆಂದಿಲ್ಲವೆಂದರೆ ಹೇಗೆ? ಬೇಕಿದ್ದರೆ ಇನ್ನೂ ಒಂದೆರಡು ತುಂಡು ಬೆಲ್ಲ ಹಾಕುತ್ತೇನೆ. ತೆಕ್ಕೊಳ್ಳಿ. ಇನ್ನೊಂದು ತಂಬಿಗೆ ನೀರು ಕುಡಿದು ಆಯಾಸ ಪರಿಹಾರ ಮಾಡಿಕೊಳ್ಳಿ. ಅಷ್ಟರಲ್ಲಿ ಅನ್ನ ಬೆಂದೀತು. ಊಟ ಮಾಡುತ್ತೀರಾ ? ಓ, ಮಾಡಿರಂತೆ. ನಿಮಗೊಂದು ತುತ್ತು ಅನ್ನ ಬಡಿಸಿದರೆ ಈ ಬ್ರಾಹ್ಮಣನಿಗೆ ಸ್ವರ್ಗ ಸಿಕ್ಕೀತು. ಈಗ ಕುಂಬಳೆಯಲ್ಲಿ ಅಕ್ಕಿ ಕೇಳುವವರಿಲ್ಲ. ಹಡಗಿನಲ್ಲೂ ಬರುತ್ತದೆ. ಬಿಳಿ ಅಕ್ಕಿ. ಬೇಗ ಬೇಯುತ್ತದೆ. ಇಂಥ ಅಕ್ಕಿ ಕೊಂಡು ಉರುವಲಿಗೆ ಪರದಾಡುವವರು ಯಾರು ? ನೀವು ಅಂತ ಮುಡಿಗೊಂದು ಮುಕ್ಕಾಲು ಹೆಚ್ಚು ಕೊಡುತ್ತೇನೆ. ನಿಜವಾಗಿ ಹೇಳಬೇಕೆಂದರೆ ನನಗೆ ಅಕ್ಕಿ ಬೇಡ. ಕಾಳು ಮೆಣಸು ಇದೆಯಲ್ಲ, ಅದನ್ನು ಕೊಳ್ಳುತ್ತೇನೆ. ಆದರೆ ನೀವು ಕುಂಬಳೆಯ ತನಕ ಕಾಲೆಳೆದುಕೊಂಡು ಹೋಗಬೇಕಲ್ಲ? ಅದಕ್ಕೆ ಹೇಳಿದೆ." ರಾಮಚಂದ್ರ ಪೈ ವ್ಯಾಪಾರದಲ್ಲಿ ಎಂದೂ ಅನೂರ್ಜಿತನಾಗಲಿಲ್ಲ. ಬಂದವರು ತಮ್ಮಲ್ಲಿದ್ದುದನ್ನೆಲ್ಲ ಅವನಿಗೆ ಕೊಟ್ಟು ತಮಗೆ ಬೇಕಾದ ವಸ್ತುಗಳನ್ನು ಕೊಂಡು ಹೋಗುತ್ತಿದ್ದರು. ರಾಮಚಂದ್ರ ಪೈ ಆಗಾಗ ಅವರಿಗೆ ಕೈ ಸಾಲ ಕೊಡುವ ಕ್ರಮ ಇಟ್ಟುಕೊಂಡಿದ್ದ. ಅದರ ದಾಕ್ಷಿಣ್ಯಕ್ಕೆ ಒಳಗಾಗಿ ಮುಂದಣ ಬಾರಿಯೂ ಅವರು ರಾಮಚಂದ್ರ ಪೈಯ ಬಳಿಯೇ ಬರುತ್ತಿದ್ದರು.

ಹೀಗೆ ಬರುತ್ತಿದ್ದವರಲ್ಲಿ ಒಬ್ಬ ಬಂಬ ಮಣಿಯಾಣಿ.

ಬಂಬ ಮಣಿಯಾಣಿ ಎತ್ತರದ ಸಪೂರವಾದ ಆಳು. ಚೌಕಾಕಾರದ ಮುಖ. ದಪ್ಪ ಮೀಸೆ. ಕಿವಿಗೆ ಒಂಟಿ. ಕೈಗೆ ಕಡಗ. ಹಸುರು ಕಚ್ಚೆ. ಹೆಗಲ ಮೇಲೆ ಬೆಣ್ಣೆಯ ಬಣ್ಣದ ಶಲ್ಯ ಹೊದ್ದು ಮೀಸೆಯ ಮೇಲೆ ಕೈಯಾಡಿಸುತ್ತಾ ಮಾತನಾಡುವುದು ಅವನ ಕ್ರಮ. 'ಊರಲ್ಲಿ ಕುಳುವಾರಾದರೂ ಕುಂಬಳೆಯ ಬಂದರಿನ ವ್ಯಾಪಾರೀ ಜನರ ಎದುರು ಬಂಬ ಮಣಿಯಾಣಿಯ ಬುದ್ಧಿವಂತಿಕೆ ಸೊನ್ನೆ. ತಾನು ಬೆಳೆದುದನ್ನು ಎರಡು ಮೂರು ಗಾಡಿಗಳಲ್ಲಿ ಹೇರಿ ಅವನು ಕುಂಬಳೆಯ ದಾರಿ ಹಿಡಿಯುತ್ತಿದ್ದ. ಜೊತೆಯಲ್ಲಿ ಇಬ್ಬರು ಅಂಗರಕ್ಷಕರು. ಗಾಡಿ ಹೊಡೆಯುವ ಎರಡು ಮೂರು ಆಳುಗಳು. ಅಡಿಗೆಯವನೊಬ್ಬ. ಹೀಗೆ ಬಂಬ ಮಣಿಯಾಣಿಯ ಸ್ವಂತದ ಜಾತ್ರೆ ಮೂರು ನಾಲ್ಕು ತಿಂಗಳಿಗೊಮ್ಮೆ ಬೇಳದಲ್ಲಿ ಠಿಕಾಣಿ ಹಾಕುತ್ತಿತ್ತು. ಕುಂಬಳೆಗೆ ಹೋಗುತ್ತಾ ಒಮ್ಮೆ, ಬರುತ್ತಾ ಒಮ್ಮೆ ಎಂದು ಬೇಳದಲ್ಲಿ ನಿಲ್ಲುತ್ತಿದ್ದ ಮಣಿಯಾಣಿ ಅಷ್ಟು ಜನರನ್ನು ಕರೆದುಕೊಂಡು ಬರುವ ಅಗತ್ಯವಿರಲಿಲ್ಲ. ಅಗತ್ಯಕ್ಕೆಂದು ಒಂದಿಬ್ಬರು ಸಾಕು. ಆದರೆ ಬರೇ ಇಬ್ಬರು ಆಳುಗಳನ್ನು ಕರೆದುಕೊಂಡು ಬಂದರೆ ಕುಂಬಳೆಯ ಪೇಟೆಯಲ್ಲಿ ಅವನ ಭರಾಮು ಎಲ್ಲಿ ಉಳಿದೀತು ? ಅದರಿಂದಾಗಿ ಅಕ್ಕಪಕ್ಕ ಆಳುಗಳಿಲ್ಲದಿದ್ದರೆ ಬಂಬ ಮಣಿಯಾಣಿ ಹೊರಡುತ್ತಲೇ ಇರಲಿಲ್ಲ.

ಬಂದವನೇನೂ ಉಳಿದವರಂತೆ ತನ್ನ ಗಾಡಿಗಳನ್ನು ರಾಮಚಂದ್ರ ಪೈಯ ಅಂಗಡಿ ಎದುರು ನಿಲ್ಲಿಸುತ್ತಿರಲಿಲ್ಲ. ಆದರೆ ಅವನಿಗೂ ಅವನ ಆಳುಗಳಿಗೂ ಬೀಡಿ, ಎಲೆ ಅಡಿಕೆ ತಂಬಾಕುಗಳಿಗೆ ರಾಮಚಂದ್ರ ಪೈಯ ಅಂಗಡಿಯೇ ಬೇಕು. ಹಾಗಾಗಿ ರಾಮಚಂದ್ರ ಪೈಗೆ ಅವನ ಪರಿಚಯ ಸ್ನೇಹವೆನ್ನುವ ಮಟ್ಟಕ್ಕೆ ಮುಟ್ಟಿತ್ತು!

ಬಂಬ ಮಣಿಯಾಣಿಯ ಊರಿನ ಹೆಸರು ಬಳ್ಳಂಬೀಡು. ಅವನು ಹುಟ್ಟಿದ್ದು ಅಲ್ಲಿಯೇ. ಅವನ ಪೂರ್ವಜರು ತೆಂಕಣದ ಕಡೆಯವರು. ಅವರು ಬಳ್ಳಂಬೀಡಿಗೆ ಬಂದಾಗ ಜೈನ ಅರಸರ ಉಚ್ಛ್ರಾಯ ಕಾಲ. ಈ ಜೈನ ಅರಸರು ತಮ್ಮ ಕೈಕೆಳಗಿನವರಾದ ಬಲ್ಲಾಳರೆಂಬವರನ್ನು ಅಲ್ಲಲ್ಲಿ ನಿಲ್ಲಿಸಿ ಅವರ ಮೂಲಕ ಕಂದಾಯ ವಸೂಲಿ, ಸೈನ್ಯ ಸಂಗ್ರಹಣೆ ಎಲ್ಲ ಮಾಡಿಸುತ್ತಿದ್ದರು. ಬಲ್ಲಾಳರುಗಳು ವಿಪರೀತ ಮೂಢ ನಂಬಿಕೆಗಳಿಂದ ತುಂಬಿದ್ದು ದೆವ್ವ ದೇವರು ಭೂತ ಪ್ರೇತಗಳಿಂದ ತಮ್ಮನ್ನು ತಾವು ರಕ್ಷಿಸಿಕೊಳ್ಳಲು ಮೂಲ ನಿವಾಸಿಗಳಿಂದ ಭಿನ್ನರೂ ಉಚ್ಚರೂ ಆದ ಅನೇಕ ಜಾತಿಯವರನ್ನು ಸಂಬಳಕ್ಕಿಟ್ಟುಕೊಳ್ಳುತ್ತಿದ್ದರು. ಅಲ್ಲಿಯ ಬಲ್ಲಾಳರು ಈ ಮಣಿಯಾಣಿಯ ತಾತನನ್ನೋ ಮುತ್ತಾತನನ್ನೋ ವಿಷ್ಣುಮೂರ್ತಿ ದೈವದ ಪೂಜೆಗಾಗಿ ನೇಮಿಸಿಕೊಂಡಿದ್ದರು.

ಬಲ್ಲಾಳರದ್ದು ದೊಡ್ಡ ಮನೆ. ಮೂರು ಕಡೆ ಎತ್ತರವಾದ ಗುಡ್ಡಗಳು. ನಡುವೆ ಇರುವ ಕಣಿವೆಯಲ್ಲಿ ಬಲ್ಲಾಳರ ವಿಜೃಂಭಿಸುವ ಮನೆ. ಗುಡ್ಡಗಳಿಗೆ ಗುತ್ತು, ಕಂಗಿಲ, ಗುರುವಾರೆ ಎಂಬ ಹೆಸರುಗಳು. ಗುತ್ತಿನ ಸುಬ್ಬಪ್ಪಯ್ಯ, ಕಂಗಿಲದ ಮಾದಪ್ಪಯ್ಯ, ಗುರುವಾರೆ ಮಂಜಪ್ಪಯ್ಯ ಬಲ್ಲಾಳರ ಮಂತ್ರಿಗಳು. ಬಲ್ಲಾಳರ ಮನೆಗಳಲ್ಲಿ ಆ ಭಾಗಗಳಲ್ಲಿ ಬೂಡು, ಬೀಡು ಎಂಬ ಹೆಸರುಗಳಿದ್ದುವು. ಹಾಗಾಗಿ ಆ ಸ್ಥಳಕ್ಕೆ ಬಲ್ಲಾಳರ ಬೀಡು, ಬಲ್ಲಾಳ ಬೀಡು, ಬಳ್ಳಂಬೀಡು ಎಂಬ ಹೆಸರು. ಕಣಿವೆಯ ಮಧ್ಯೆ ನಾಲ್ಕು ನೂರು ಎಕರೆ ಸಮತಟ್ಟಾದ ಜಾಗ. ಭತ್ತ ಬಾಳೆ ಹೊಗೆಸೊಪ್ಪು ಅಡಕೆ ಕಾಳು ಮೆಣಸು ಎಲ್ಲ ಬೆಳೆಯಲು ಅನುಕೂಲ. ಗದ್ದೆಗಳ ಮಧ್ಯೆ ಬಲ್ಲಾಳರ ಬೀಡು. ಬೀಡಿನ ಎಡಗಡೆ ಗದ್ದೆಗಳ ಆಚೆ ಒಂದು ಚಿಕ್ಕ ಹೊಳೆ. ಹಿಂದೆ ಗುರುವಾರೆ ಗುಡ್ಡ. ಬೀಡು ಪೂರ್ವಕ್ಕೆ ಮುಖ ಮಾಡಿಕೊಂಡಿದ್ದು ಎದುರಿಗೆ ವಿಶಾಲವಾದ ಗದ್ದೆ. ಅದರಾಚೆ ಗುತ್ತಿನ ಗುಡ್ಡ. ಗುತ್ತಿನ ಕಡೆಯ ದಂಬೆಮೂಲೆ ಎಂಬಲ್ಲಿ ಎದ್ದ ಒಂದು ನೀರಿನ ಸೆಲೆ ಹರಿದು ಬಳ್ಳಂಬೀಡಿಗೆ ಮುಟ್ಟುವಾಗ ಐದು ಗಜಗಳ ಹೊಳೆಯಾಗಿ ಹರಿಯುತ್ತಿತ್ತು. ಬಳ್ಳಂಬೀಡಿನಿಂದ ಮುಂದೆ ಪಶ್ಚಿಮದ ಗುಂಟ ಆ ಹೊಳೆ ಹರಿಯುತ್ತಿತ್ತು. ಹೊಳೆಯ ಆ ಕಡೆ ವಿಷ್ಣು ಮೂರ್ತಿ ದೇವಸ್ಥಾನ. ದೈವ ಪ್ರತಿಷ್ಠಾಪನೆಯಾದುದರಿಂದ ಬಲ್ಲಾಳರು ತಮ್ಮ ಮತಕ್ಕೆ ತಕ್ಕಂತೆ ಆ ಸ್ಥಳಕ್ಕೆ ದೆಯ್ಯೆಂದ್ರೆ ಎಂಬ ಹೆಸರಿಟ್ಟಿದ್ದರು. ಅಲ್ಲಿ ಮಣಿಯಾಣಿಗೊಂದು ಮನೆ ಕಟ್ಟಿಸಿಕೊಟ್ಟುದರಿಂದ ಬಂಬ ಮಣಿಯಾಣಿ ಹುಟ್ಟಿದ್ದು ದೆಯ್ಯೆಂದ್ರೆಯಲ್ಲಿ.

ಬಲ್ಲಾಳ ಬೀಳು ಸುಖಸಮೃದ್ಧವಾಗಿದ್ದರೂ ಬೀಡಿನಲ್ಲಿ ಒಂದು ಮಗುವಿನ ಕೇಕೆ ಕೇಳಲಿಲ್ಲ. ಬಲ್ಲಾಳರ ಹೆಂಡತಿ ಬಂಜೆ ಎಂದು ಜನ ಮಾತಾಡಿಕೊಳ್ಳುತ್ತಿದ್ದರು. ಹೆಂಡತಿ

ಬಂಜೆಯಾದರೆ ಗಂಡನ ಮೈ ಸುಖಕ್ಕೆ ಕಮ್ಮಿ ಬೀಳುವ ಕಾರಣವಿಲ್ಲ ಅಲ್ಲಿ. ಹಾಗೆ ನೋಡಿದರೆ ಬಂಬನ ಮೈಯಲ್ಲಿ ರಕ್ತವಿರುವುದು ಬಲ್ಲಾಳರದ್ದೇ ಎಂದು ಅವನೇ ಹೇಳುವುದಿತ್ತು. ಬಂಬ ಚಿಕ್ಕವನಾಗಿದ್ದಾಗ ಅವನ ಮೇಲೆ ಬಲ್ಲಾಳರಿಗೆ ತುಂಬ ಮೋಹವಿತ್ತೆಂದು ಕಂಡ ಜನ ಮಾತಾಡುತ್ತಿದ್ದರು. ಅದು ಏನೇ ಇದ್ದರೂ ಬಂಬ ಹುಟ್ಟಿದ ಮೇಲೆ ಅವನ ತಂದೆ ಬಲ್ಲಾಳರ ಬಲಗೈ ಬಂಟನಾದುದೇ ಅಲ್ಲದೇ ಮಂತ್ರಿಗಳಿಗೂ ಆಜ್ಞೆ ಕೊಡುವ ಮಟ್ಟವೇರಿದ್ದು ಮಾತ್ರ ನಿಜ.

ಬಲ್ಲಾಳರ ತಂಗಿಯನ್ನು ಪಡುಮಲೆ ಬಲ್ಲಾಳರ ಮನೆತನಕ್ಕೆ ಕೊಡಲಾಗಿತ್ತು. ಒಬ್ಬಳೇ ತಂಗಿ. ಆಕೆ ಮಕ್ಕಳಾಗುವ ಮೊದಲೇ ಚಿಕ್ಕ ವಯಸ್ಸಿನಲ್ಲಿ ತೀರಿಕೊಂಡಳು. ಅಳಿಯಕಟ್ಟಿನ ಪರಂಪರೆಯುಳ್ಳ ಬಳ್ಳಂಬೀಡಿನ ಕುಟುಂಬಕ್ಕೆ ಬಲ್ಲಾಳರ ನಂತರ ಬೀಡಿನ ಆಸ್ತಿಗೆ ವಾರಸುದಾರರು ಯಾರೂ ಇರಲಿಲ್ಲ. ಬಲ್ಲಾಳರ ಕೊನೆಯ ದಿನಗಳಲ್ಲಿ ಬಂಬ ಮಣಿಯಾಣಿಯ ತಂದೆಯೇ ಎಲ್ಲ ವ್ಯವಹಾರಗಳನ್ನೂ ನೋಡುವಂತಾದ. 'ಮಲೆಯಾಳದ ಕಡೆಯಿಂದ ಬಂದ ಮಣಿಯಾಣಿ ಮಾಟ ಮಾಡಿ ಬಲ್ಲಾಳರಿಗೆ ಮಕ್ಕಳಾಗದಂತೆ ಮಾಡಿದ್ದಾನೆಂದೂ, ಮದ್ದು ಹಾಕಿ ತನ್ನ ಕೈಗೊಂಬೆಯಾಗಿ ಮಾಡಿದ್ದಾನೆಂದೂ' ಜನ ಮಾತಾಡಿಕೊಳ್ಳುತ್ತಿದ್ದರು.

ಬಲ್ಲಾಳರು ತೀರಿಕೊಂಡರು. ಬಳ್ಳಂಬೀಡಿನ ಆಸ್ತಿಯನ್ನು ಮಣಿಯಾಣಿ ಒಳಗೆ ಹಾಕಿಕೊಂಡ. ಜೈನ ಅರಸರ ಕಾಲ ಮುಗಿದು ಹೋದುದು ಅವನಿಗೆ ಆಗ ಅನುಕೂಲವೇ ಆಯಿತು. ಆದರೂ ಗುತ್ತು ಕಂಗಿಲ ಗುರುವಾರೆಯ ಜನರು ಮಣಿಯಾಣಿಯ ಆಡಳಿತವನ್ನು ಒಪ್ಪಿಕೊಳ್ಳದೇ ಸ್ವತಂತ್ರರಾದರು. ಮಣಿಯಾಣಿಯ ಹಿಡಿತಕ್ಕೆ ಸಿಕ್ಕಿದ್ದು ಬಳ್ಳಂಬೀಡು, ದೆಯ್ಯೆಂದ್ರೆ, ಪುತ್ರಕ್ಕಳ ಮತ್ತು ನಡುಮನೆ ಎಂಬ ನಾಲ್ಕೂರುಗಳು ಮಾತ್ರ. ಕ್ರಮೇಣ ಮಣಿಯಾಣಿ ಬಲ್ಲಾಳರ ಬೀಡನ್ನೇ ಪ್ರವೇಶಿಸಿ ವಾಸ ಮಾಡತೊಡಗಿದ.

ಬಂಬ ಮಣಿಯಾಣಿಯ ಬಾಲ್ಯ ಕಳೆದುದು ಬಳ್ಳಂಬೀಡಿನ ಮನೆಯ ಎದುರಿನ ಗದ್ದೆಗಳಲ್ಲಿ. ತಂದೆ ತೀರಿಕೊಂಡು ಮಗ ಪಟ್ಟಕ್ಕೇರಿದಾಗ ಬಂಬ ಸಕಲ ಗುಣ ಸಂಪನ್ನನಾಗಿದ್ದ. ಹೂಂಕರಿಸಿದೊಡನೆ ಕಾಲ ಬಳಿ ಬಂದು ಅಡ್ಡಬೀಳುವ ಆಳುಕಾಳುಗಳು, ಬೊಕ್ಕಸ ಸೇರುವ ದವಸ ಧಾನ್ಯಗಳು, ಹಸಿ ವಯಸ್ಸಿನ ಹುಡುಗನ ತಲೆ ತಿರುಗಿಸದಿದ್ದೀತೇ? ಬಂಬನ ಕಾರುಭಾರು ಜೋರಾಗಿಯೇ ನಡೆಯಿತು. ಅವನಿಗೆ ಮೂರು ಜನ ಹೆಂಡಂದಿರು. ಬಳ್ಳಂಬೀಡಿನಲ್ಲಿ ವಿಧ್ಯುಕ್ತವಾಗಿ ಮದುವೆ ನಡೆದು ಬೀಡು ಸೇರಿದ ಹೆಂಡತಿಯೊಬ್ಬಳು. ಪೆರಡಾಲದಲ್ಲಿ ಕಟ್ಟಿಕೊಂಡನೆಂದು ಬಂದ ಪತ್ನಿಯೊಬ್ಬಳು, ಬೇಳದಲ್ಲಿ ಸಿಕ್ಕಿ ಅರ್ಧಾಂಗಿಯಾದವಳೊಬ್ಬಳು. ಹಾಗಾಗಿ ಎರಡು ಮೂರು ದಿನ ಕುಂಬಳೆಯ ಹಾದಿಯನ್ನು ಕ್ರಮಿಸಲು ಬಂಬ ಮಣಿಯಾಣಿಗೆ ಹಪ್ತೆ ಬೇಕಾಗುತ್ತಿತ್ತು.

ರಾಮಚಂದ್ರ ಪೈ ಬೇಳಕಟ್ಟೆಯಲ್ಲಿ ವ್ಯಾಪಾರ ಆರಂಭಿಸುವಾಗ ಬಂಬ ಮಣಿಯಾಣಿಯ ಮೂರನೇ ಹೆಂಡತಿ ದುಗ್ಗಮ್ಮನಿಗೆ ಇನ್ನೂ ಹರೆಯದ ವಯಸ್ಸು

ಗಟ್ಟಿಮುಟ್ಟಾದ ಕಸುವಿನ ಜೀವ. ಉರುಟುರುಟು ಮುಖ. ಕಿವಿಗಳಿಗೆ ಕಡಕು, ಮೂಗಿಗೆ ನತ್ತು. ಮೈ ತುಂಬ ಬಂಗಾರ. ದುಗ್ಗಮ್ಮ ಒಳ್ಳೆಯ ಹೆಂಗಸು. ಬಂದರಿನಲ್ಲಿ ವ್ಯಾಪಾರ ಮುಗಿಸಿ ದಣಿದು ಬಂದ ಗಂಡನಿಗೆ ಎಣ್ಣೆ ಪೂಸಿ ಮೀಯಿಸಿ, ರಾಮಚಂದ್ರ ಪೈಯ ಅಂಗಡಿಯಿಂದ ತರಿಸಿದ ದಾಲ್ಚೀನಿ ಚಕ್ಕೆ ಹಾಕಿ ಕೋಳಿಯ ಪಲ್ಯ ಉಣಬಡಿಸಿ, ತಟ್ಟೆ ತುಂಬ ಪಂಚವಳ್ಳಿಯ ವೀಳ್ಯದೆಲೆ ಇಟ್ಟು, ನೀರಲ್ಲಿ ಹಾಕಿ ಕೊಳೆಯಿಸಿದ ಹಣ್ಣಡಿಕೆಯ ಸಿಪ್ಪೆ ಸುಲಿದು ಹೋಳುಗಳನ್ನಿಟ್ಟು ಅಮಲೇರುವಂತೆ ವೀಳ್ಯ ತಿನ್ನಿಸಿ, ಸುಖ ಕೊಟ್ಟು, ಸುಖ ಪಡೆದು ಅವನಿಂದ ಬಂಗಾರದ ಒಡವೆಯನ್ನೋ ಜರಿಸೀರೆಯನ್ನೋ ಬಹುಮಾನ ಪಡೆದು ಕಳುಹಿಸಿಕೊಡುತ್ತಾ ಕಣ್ಣೀರು ಗರೆದು ಇನ್ನು ಯಾವಾಗ ಬರುವುದು ಎಂದು ಮರುಗುವುದುಂಟು. ವಯಸ್ಸಿನಲ್ಲಿ ಅವಳಿಗೂ ಬಂಬ ಮಣಿಯಾಣಿಗೂ ತುಂಬ ಅಂತರವಿದ್ದರೂ ಅವನಿಂದ ಅವಳಿಗೆರಡು ಮಕ್ಕಳಾಗಿದ್ದುವು. ರಾಮಚಂದ್ರ ಪೈಗೆ ಹೇಳಿ ಕಳುಹಿಸಿ ಆಕೆ ಕೆಲವೊಮ್ಮೆ ಬಾಯಿಚಟಕ್ಕೆ ಏನಾದರೂ ಮಾತಾಡುವುದಿತ್ತು. ಅವಳೇ ರಾಮಚಂದ್ರ ಪೈಗೂ ಬಂಬ ಮಣಿಯಾಣಿಗೂ ಪರಿಚಯ ಮಾಡಿಸಿದ್ದು ; ರಾಮಚಂದ್ರ ಪೈ ತನ್ನ ಮಾತಿನ ಮೋಡಿಯಿಂದ ಮಣಿಯಾಣಿಯನ್ನು ಸೆರೆ ಹಾಕಲು ಅನುವು ಮಾಡಿಕೊಟ್ಟದ್ದು !

ನೇತ್ರಾವತಿಯ ಮದುವೆ ಮಾಡಲು ಗಂಡು ಹುಡುಕಿ ಸೋತ ರಾಮಚಂದ್ರ ಪೈ ಮಳೆಗಾಲ ಕಳೆದು ಬೇಳಕಟ್ಟೆಯಲ್ಲಿ ವ್ಯಾಪಾರಕ್ಕೆ ಕೂರುವಾಗ ಬಳ್ಳಂಬೀಡಿನಲ್ಲಿ ಬಂಬ ಮಣಿಯಾಣಿಯ ಮೊದಲ ಹೆಂಡತಿ ತೀರಿಕೊಂಡಿದ್ದಳು. ಹಾಗಾಗಿ ಆರು ತಿಂಗಳು ಮಣಿಯಾಣಿ ಮನೆ ಬಿಟ್ಟು ಕದಲಿರಲಿಲ್ಲ. ಗದ್ದೆ ತೋಟಗಳ ಕೆಲಸಗಳೂ ಇದ್ದುವು. ಆಗ ಮಣಿಯಾಣಿಗೆ ಅರುವತ್ತು ಅರುವತ್ತೈದರ ವಯಸ್ಸು. ಮೊದಲ ಹೆಂಡತಿಯಲ್ಲಿ ಇಬ್ಬರೋ ಮೂವರೋ ಹೆಣ್ಣು ಮಕ್ಕಳು. ಅವರನ್ನು ಕಾಸರಗೋಡಿನಾಚೆ ಎಲ್ಲೋ ಮದುವೆ ಮಾಡಿಕೊಟ್ಟಿದ್ದ. ಹಾಗೆ ನೋಡಿದರೆ ಬಂಬ ಮಣಿಯಾಣಿಗೆ ಕಿರಿಯ ಹೆಂಡತಿ ದುಗ್ಗಮ್ಮನ ಮೇಲೆಯೇ ಪ್ರೀತಿ ಹೆಚ್ಚು. ಆದುದರಿಂದ ಮಳೆಗಾಲ ಕಳೆದ ಮೊದಲ ತಿಂಗಳಿನಲ್ಲಿಯೇ ಸಿಕ್ಕಿದ ಅವಕಾಶದಲ್ಲಿ ಅವನ ಸವಾರಿ ಬೇಳಕ್ಕೆ ಬಂದಿತ್ತು. ಬಂದವನು ಹಪ್ತೆ ಹತ್ತಿರ ಹತ್ತಿರ ಬೇಳದಲ್ಲಿಯೇ ಉಳಿದುಕೊಂಡ. ಉಳಿದುಕೊಂಡವನು ರಾಮಚಂದ್ರ ಪೈಯ ಅಂಗಡಿಗೂ ಬಂದು ಮೀಸೆಯ ಮೇಲೆ ಕೈಯಾಡಿಸುತ್ತಾ ಹರಟಿದ –

"ನಿಮ್ಮ ಹುಡುಗ ಈಗ ಅಂಗಡಿಗೆ ಬರುವ ಕ್ರಮ ಇಲ್ಲವೇ ಪೈಗಳೇ ? ಅವನೆಲ್ಲೋ ಜಾಗ ಕೊಳ್ಳುತ್ತಾನೆಂದು ಕಳೆದ ವರುಷ ಬಂದಾಗ ಹೇಳುತ್ತಿದ್ದ ನೆನಪು" ಎಂದು ಒಮ್ಮೆ ಬಂಬ ಮಣಿಯಾಣಿ ಹೇಳಿದ. ಅವನು ಹೇಳಿದ್ದು ಅಂಗಡಿಯಲ್ಲಿ ಯಾವಾಗಲೂ ಕೂರುತ್ತಿದ್ದ ದಾಸಮಲ್ಯನ ವಿಚಾರ. ತಕ್ಷಣ ರಾಮಚಂದ್ರ ಪೈಯ ಮುಖ ಬಿದ್ದು ಹೋಯಿತು. ಆದರೂ ಅದನ್ನು ತೋರಿಸದೇ "ಆಸ್ತಿ ಅವನು ಕೊಂಡುಕೊಂಡ ಮಣಿಯಾಣಿಗಳೇ. ನಾನೇ ತೆಗೆಸಿಕೊಟ್ಟದ್ದು. ಮಾನ್ಯೆಯ ಆಸ್ತಿ. ಇಲ್ಲಿಂದ ಹೆಚ್ಚು

ದೂರವಿಲ್ಲ. ಅಲ್ಲಿಯ ಆಳ್ವರು ಅದನ್ನು ಮಾರಬೇಕೆಂದಿದ್ದರು. ನನ್ನ ಬಳಿಗೆ ಬಂದು ನೀವೇ ಅದನ್ನು ಕೊಂಡುಕೊಳ್ಳಿ ಎಂದು ಪಟ್ಟು ಹಿಡಿದಿದ್ದರು. ಆಸ್ತಿ ನನಗೆ ಸಣ್ಣದಾಯಿತು. ಬರೀ ಅರುವತ್ತು ಎಕರೆ. ನಮಗೆ ದೊಡ್ಡ ಆಸ್ತಿ ಕೊಳ್ಳುವ ಯೋಚನೆ. ದಾಸಮಲ್ಯ ನಮ್ಮ ಹುಡುಗನೇ ಅಲ್ಲವೇ ? ಲಾಗಾಯ್ತಿನಿಂದ ಅವನ ಕುಟುಂಬದವರು ನಮ್ಮ ಬಳಿಯೇ ಇದ್ದವರು. ಅವರಿಗೆ ಅವರದೇ ಒಂದು ಆಸ್ತಿ ಇರಲಿ ಅಂತ – ನಾನೇ ತೆಗೆಸಿಕೊಟ್ಟೆ. ಒಂದು ಹೊನ್ನು ಹೆಚ್ಚೇ ಆಯಿತು. ಆಗಲಿ, ಅದರ ಮುಖ ನೋಡಬಾರದು. ಹೋದಲ್ಲಿ ಅವರಿಗೆ ಒಳ್ಳೆಯದಾಗಬೇಕು ನೋಡಿ.'' ತೊಡೆಯನ್ನು ಪರಪರ ಹೆರೆದುಕೊಳ್ಳುತ್ತಾ ಹೇಳಿದ ರಾಮಚಂದ್ರ ಪೈ. ''ಈ ಬಾರಿ ಸಾಗುವಳಿ ಕೂಡಾ ಮಾಡಿದ್ದಾನೆ.''

ಬಂಬ ಮಣೆಯಾಣಿ ಹಾಗೆ ಕೇಳುವುದಕ್ಕೆ ಒಂದು ಕಾರಣವಿತ್ತು. ವಯಸ್ಸಾದ ಕಾರಣ ಅವನಲ್ಲಿ ಹಿಂದಿನ ಹುಮ್ಮಸ್ಸಿರಲಿಲ್ಲ. ಬಳ್ಳಂಬೀಡಿನಲ್ಲಿ ಹತ್ತಿರದವರು ಬೇರೆ ಯಾರೂ ಇರಲಿಲ್ಲ. ಈಗ ಹೆಂಡತಿ ತೀರಿದ ಬಳಿಕ ಮಣೆಯಾಣಿಗೆ ಬಳ್ಳಂಬೀಡಿನಲ್ಲಿ ಮುಂದುವರಿಯುವ ಯಾವ ಆಸ್ಥೆಯೂ ಉಳಿದಿರಲಿಲ್ಲ. ಅಲ್ಲದೇ ಜೈನ ಅರಸರ ಕಾಲ ಮುಗಿದು ಇಕ್ಕೇರಿಯ ಅರಸರ ಆಳ್ವಿಕೆ ಆರಂಭವಾಗಿತ್ತು. ಇಕ್ಕೇರಿಯ ನಾಯಕ ಅಬ್ಬಕ್ಕ ರಾಣಿಯ ಕರೆಯ ಮೇರೆಗೆ ಕಡಲ ತಡಿಗೆ ಬಂದವನು ಅದರ ಸಂಪೂರ್ಣ ಲಾಭದ ರುಚಿ ಕಂಡಿದ್ದ. ಇದೇ ಈಗ ಕೆಲವು ವರುಷಗಳಿಂದ ತುಳುನಾಡು ಪೂರ್ತಿಯಾಗಿ ಇಕ್ಕೇರಿ ಅರಸರ ಕೈಕೆಳಗೆ ಬಂದ ಹಾಗಿತ್ತು. ಇಕ್ಕೇರಿ ದೂರದ ಊರು. ಅಲ್ಲಿಯ ಈಗಿನ ರಾಜ ವೆಂಕಟಪ್ಪ ನಾಯಕ. ಅವನು ರಾಜನಾದ ಮೇಲೆ ಆ ಸರಹದ್ದುಗಳನ್ನೆಲ್ಲ ತನ್ನ ಹಿಡಿತದಲ್ಲೇನೋ ಇಟ್ಟುಕೊಂಡು ಆಳುತ್ತಿದ್ದ ನಿಜ. ಆದರೆ ಅಲ್ಲಿ ಕುಳಿತು ಕಡಲ ತಡಿಯ ನಾಡನ್ನಾಳುವುದು ಸುಲಭವೇನಲ್ಲ. ತುಳುವ ರಾಜ್ಯದ ರೈತರ ಸ್ಥಿತಿಗತಿಗಳ ಕಾಳಜಿಗಳನ್ನು ಗಮನಿಸುವಷ್ಟು ಸಮಯ ವೆಂಕಟಪ್ಪ ನಾಯಕನಿಗೆ ಇರಲಿಲ್ಲ. ಆದುದರಿಂದ ಅನೇಕ ಸರದಾರರನ್ನು ನೇಮಿಸಿದ ವೆಂಕಟಪ್ಪ ನಾಯಕ ತುಂಡರಸರ ಕೈಬಾಯಿ ಕಟ್ಟಿದ್ದ. ಮಣೆಯಾಣಿಗೆ ಅದು ಸೇರುವ ವಿಚಾರವಲ್ಲ. ಬಳ್ಳಂಬೀಡಿನ ಬಲ್ಲಾಳ ನಾಡಿಗೆ ತಾನೇ ತಾನಾಗಿ ಮೆರೆದಿದ್ದ ಮಣೆಯಾಣಿ ಈ ಇಳಿವಯಸ್ಸಿನಲ್ಲಿ ದರ್ಬಾರು ಮಾಡಲಾಗದೇ ಸಾಮಾನ್ಯ ರೈತನಾಗಿರುವುದು ಆಗದ ಮಾತು. ಆದುದರಿಂದ ಒಳ್ಳೆಯ ಬೆಲೆ ಬಂದರೆ ಇದನ್ನೆಲ್ಲ ಮಾರಿ, ಮುಂದಿನ ದಿನಗಳನ್ನು ಬೇಳದ ದುಗ್ಗಮ್ಮನ ಮನೆಯಲ್ಲಿಯೇ ಕಳೆಯುವ ಯೋಚನೆ ಅವನದ್ದು. ಮೂರು ಮೂರು ಸಂಸಾರ ಕಟ್ಟಿಕೊಂಡು ರಾಜನಂತೆ ದರ್ಬಾರು ಮಾಡಿದ್ದರಿಂದ ಅವನಿಗೆ ಸ್ವಲ್ಪ ಕೈಸಾಲವೂ ಇತ್ತು.

ಬಂಬ ಮಣೆಯಾಣಿ ಅಂಗಡಿಗೆ ಬಂದು ದಾಸ ಮಲ್ಯ ಮಾನ್ಯೆಯ ಆಸ್ತಿ ಕೊಂಡದ್ದನ್ನು ವಿಚಾರಿಸಿದಾಗ ಅವನಿಗೆ ತನ್ನ ಆಸ್ತಿಯನ್ನು ಮಾರುವ ಯೋಚನೆ ಇತ್ತೆಂದು ರಾಮಚಂದ್ರ ಪೈಗೆ ತಿಳಿದಿರಲಿಲ್ಲ. ಆರು ದಿನವಿದ್ದು ಮಣೆಯಾಣಿ ಬಳ್ಳಂಬೀಡಿಗೆ ಹಿಂದಿರುಗಿದ ಮೇಲೆಯೇ ಅವನಿಗೆ ಆ ವಿಚಾರ ಗೊತ್ತಾದದ್ದು. ಗೊತ್ತಾದ ತಕ್ಷಣ ಅವನು

ದುಗ್ಗಮ್ಮನ ಮನೆಗೆ ಓಡಿದ. "ಹೌದಾ ದುಗ್ಗಮ್ಮ ವಿಚಾರ ಕೇಳಿದೆ ? ಮಣಿಯಾಣಿ ಯವರು ನನ್ನ ಬಳಿ ಹೇಳಲೇ ಇಲ್ಲ. ಬಳ್ಳಂಬೀಡಿನ ಅವರ ಆಸ್ತಿ ಮಾರಾಟ ಮಾಡುವ ಯೋಚನೆ ಉಂಟಂತೆ ? ನನಗೊಂದು ಮಾತು ಹೇಳಿದ್ದರೆ ಏನಾಗುತ್ತಿತ್ತು ? ಈ ಕೊಂಕಣಿ ಎಲ್ಲಾದರೂ ಅಡ್ಡಗಾಲು ಇಟ್ಟಾನೆಂದು ಅಪನಂಬಿಗೆಯುಂಟಾಯಿತೇ ? ನನಗೆ ಕೊಳ್ಳುವ ಯೋಚನೆ ಉಂಟು ಎಂತಲ್ಲ. ಒಳ್ಳೆಯ ಗಿರಾಕಿ ಆದರೂ ಹುಡುಕಿಕೊಡುತ್ತಿದ್ದೆನಲ್ಲ ? ಮಣಿಯಾಣಿಯವರ ಮೇಲೆ ನನಗೆ ಎಷ್ಟು ಗೌರವ ಉಂಟು ಅಂತ ನಿಮಗೆ ಗೊತ್ತು. ಯಾಕೆ ನನಗೊಂದು ಮಾತು ಹೇಳಲಿಲ್ಲ ?" ಎಂದು ಆಕ್ಷೇಪಿಸಿದ.

ದುಗ್ಗಮ್ಮನಿಗೆ ಗಾಬರಿಯಾಯಿತು. ಬಳ್ಳಂಬೀಡಿನ ಆಸ್ತಿ ಕೊಡುವ ವಿಚಾರ ಅವಳಿಗೆ ಗಂಡ ಹೇಳಿದ್ದು ಹೌದು. ಅದನ್ನು ರಾಮಚಂದ್ರ ಪೈ ಇಷ್ಟು ತರಾತುರಿಯಲ್ಲಿ ಬಂದು ವಿಚಾರಿಸಬಹುದೆಂಬ ಕಲ್ಪನೆ ಅವಳಿಗಿರಲಿಲ್ಲ. ವ್ಯಾಪಾರದ ಸಂಬಂಧದಲ್ಲಿ ಇಪ್ಪತ್ತು ಇಪ್ಪತ್ತೈದು ಹೊನ್ನುಗಳ ಸಾಲ ಹಿಂತಿರುಗಿಸಬೇಕಾಗಿದೆಯೆಂದೂ ಅವಳಿಗೆ ತಿಳಿದಿತ್ತು. ಈ ಕೊಂಕಣಿ ಅದಕ್ಕೆಲ್ಲಿ ಸಂಚಕಾರ ಬೀಳುತ್ತದೋ ಎಂದು ಹೆದರಿ ಬಂದಿರಬೇಕೆಂದು ಅವಳು ತರ್ಕಿಸಿದಳು. "ಹಾಗೆ ಉಂಟ ಪೈಗಳೇ ? ನಿಮಗೆ ಹೇಳದೇ ಯಜಮಾನರು ಮುಂದುವರಿಯುತ್ತಾರೆಯೇ ? ಅವರು ನಿಮ್ಮ ಬಳಿ ಹೇಳಬೇಕೆಂದೇ ಇದ್ದರೋ ಏನೋ? ಯಾಕೋ ಹೇಳಲಿಲ್ಲ. ಬಹುಶಃ ಆಸ್ತಿ ಪರಭಾರೆ ಮಾಡುವ ವಿಚಾರವೇ ಅವರಿಗಿರಲಾರದು. ಇದ್ದರೂ ತಕ್ಷಣ ಮಾರುವ ಯೋಚನೆ ಇರಲಿಕ್ಕಿಲ್ಲ. ಆದುದರಿಂದ ಹೇಳಿರಲಾರರು" ಎಂದಳು. ದುಗ್ಗಮ್ಮನ ಉತ್ತರದಿಂದ ರಾಮಚಂದ್ರ ಪೈಗೆ ಸಮಾಧಾನವಾಗಲಿಲ್ಲ. "ಮುಂದಿನ ಸಲ ಅವರು ಬಂದಾಗ ನೀವು ಎರಡು ದಿನ ಹೆಚ್ಚಿಗೆ ನಿಲ್ಲಿಸಿಕೊಳ್ಳಬೇಕು ದುಗ್ಗಮ್ಮ. ನನ್ನ ಬಳಿ ಮಾತನಾಡಿಯೇ ಹೋಗಬೇಕೆಂದು ತಿಳಿಸಿ" ಎಂದು ಎರಡೆರಡು ಬಾರಿ ಹೇಳಿ ಮರಳಿದ ರಾಮಚಂದ್ರ ಪೈ. ಬಂಬ ಮಣಿಯಾಣಿ ಸಾಧಾರಣವಾಗಿ ಒಮ್ಮೆ ಬಂದರೆ ಮತ್ತೆ ಮೂರು ತಿಂಗಳು ಆ ಕಡೆ ಸುಳಿಯುತ್ತಿರಲಿಲ್ಲ. ವಿನಾಕಾರಣ ಅಷ್ಟು ದಿನ ಕಾಯಬೇಕಾಯಿತಲ್ಲ ಎಂದು ಬೇಳಕಟ್ಟೆ ರಾಮಚಂದ್ರ ಪೈಗೆ ಆತಂಕವಾಯಿತು. ಎಲ್ಲಾದರೂ ಅಷ್ಟರೊಳಗೆ ಮಣಿಯಾಣಿ ಬೇರೆಯವರಿಗೆ ಆಸ್ತಿ ಪರಾಭಾರೆ ಮಾಡಿಬಿಟ್ಟರೆ ?

ದಿನಗಳು ಸರಿದಂತೆ ರಾಮಚಂದ್ರ ಪೈಯ ಚಿಂತೆ ಏರುತ್ತಾ ಹೋಯಿತು. ಕೊನೆಗೆ ತನಗೆ ತಾನೇ ಆ ಜಾಗ ಬಹಳ ದೂರವಾಯಿತು ; ಆ ಮಲೆಯ ದಟ್ಟ ಕಾಡಿಗೆ ಹೋಗಿ ಬೀಳುವುದು ಯಾಕೆ ; ಹೋದರೆ ಹೋಗಲಿ ; ಸಮೀಪದಲ್ಲಿಯೇ ಒಂದು ಜಾಗ ನೋಡುವುದು ; ಎರಡು ಹೊನ್ನು ಹೆಚ್ಚಾದರೂ ಪರವಾಗಿಲ್ಲ ; ಮಣಿಯಾಣಿಯನ್ನು ಕಾಯುವುದು ಬೇಡ ಎಂದುಕೊಂಡ. ಈ ಮಧ್ಯೆ ನಾಗಪ್ಪಯ್ಯನ ಆರೋಗ್ಯ ಮತ್ತೂ ನಾಜೂಕಾಯಿತು. ದೊಡ್ಡಪ್ಪನೂ ಎಲ್ಲಿ ಸತ್ತು ಹೋಗುತ್ತಾನೋ ಎಂದು ರಾಮಚಂದ್ರ ಪೈ ಆತಂಕಗೊಂಡ. ಒಂದು ಸಲ ಅವನೊಡನೆ ಬಳ್ಳಂಬೀಡಿನ ಮಣಿಯಾಣಿಯ ಕಥೆಯನ್ನು

ಹೇಳಿ ಆ ಆಸ್ತಿ ಮಾರಾಟಕ್ಕಿದೆಯೆಂದೂ ಹೇಳಿದ. ನಾಗಪ್ಪಯ್ಯ "ಮೊದಲು ನೇತ್ರುವಿನ ಮದುವೆ ಮಾಡೋ ರಾಚ್ಛೂ, ಆಮೇಲೆ ಆಸ್ತಿ ಕೊಳ್ಳುವಿಯಂತೆ. ನೀನು ಆಸ್ತಿ ಕೊಳ್ಳುವ ಬಗ್ಗೆ ನಾನು ಏನೂ ಹೇಳಲಾರೆ. ಕುಂಬಳೆಗೆ ಸಮೀಪ, ದೂರ ಎನ್ನುವುದೆಲ್ಲ ನಾವು ತಿಳಿದುಕೊಂಡಂತಿದೆ. ಇಲ್ಲಿಯ ಊರಿಗೆ ಹೊಂದಿಕೊಂಡಿದ್ದೇವೆ. ಹಾಗಾಗಿ ಇಲ್ಲಿಯೇ ಎಲ್ಲಾದರೂ ಜಾಗ ಮಾಡಿದರೆ ಆದೀತು ಅನ್ನಿಸುತ್ತದೆ. ಮುಂದೆ ನಿನ್ನ ಮಗ ಅಲ್ಲಿಗೆ ಹೊಂದಿಕೊಂಡರೆ ಅದೇ ಊರು ಇಷ್ಟ ಅಂದಾನು'' ಎಂದು ಹೇಳಿದ.

ರಾಮಚಂದ್ರ ಪೈ ನೆನಸಿದಂತೆ ಅವನು ಗಾಬರಿಗೊಳ್ಳುವ ಯಾವ ಘಟನೆಗಳೂ ನಡೆಯಲಿಲ್ಲ. ಅದಕ್ಕಿಂತ ಹೆಚ್ಚಾಗಿ ಬಂಬ ಮಣಿಯಾಣಿಯೇ ಹೋದ ಒಂದು ತಿಂಗಳೊಳಗಾಗಿ ಮತ್ತೆ ಬೇಳಕ್ಕೆ ಬಂದ. ರಾಮಚಂದ್ರ ಪೈಯನ್ನು ಕುರಿತು "ಜಾಗ ಮಾರಬೇಕೆಂದು ಯೋಚನೆ ಮಾಡಿದ್ದು ನಿಜ'' ಎಂದ. "ನೀವೇ ಜಾಗ ತೆಗೆದುಕೊಳ್ಳಿ. ಒಳ್ಳೆಯ ಜಾಗ, ನೀರಿಗೆ ಬರ ಇಲ್ಲ, ಕಾಡಿನ ಫಸಲಿಗೆ ಕಮ್ಮಿ ಇಲ್ಲ. ಹಿರಿಯರು ಬಾಳಿದ ಜಾಗ. ಕೊಂಡರೆ ರಾಜರಂತಿರುತ್ತೀರಿ'' ಎಂದು ಹೇಳಿದ. ಅವನ ಮಾತಿನಲ್ಲಿ ಅಂಥ ಒತ್ತಾಯವಿರದಿದ್ದುದನ್ನು ಗಮನಿಸಿ ರಾಮಚಂದ್ರ ಪೈಗೆ ಮೈಮೇಲೆ ಬಿದ್ದು ಕೊಳ್ಳುವುದು ಬೇಡವೆನ್ನಿಸಿತು. "ಛೇ, ನನಗೆ ಕೊಳ್ಳಬೇಕೆಂಬ ಇಚ್ಛೆ ಇಲ್ಲ, ಮಣಿಯಾಣಿಗಳೇ. ದೂರ ಆಯಿತು. ಹತ್ತಿರದಲ್ಲೇ ಬಂದರು ಇರುವಾಗ, ಬಂದರಿನಲ್ಲಿ ನಮಗೆ ವ್ಯಾಪಾರ ಇರುವಾಗ ನಾನು ಯಾಕೆ ಆ ಕಾಡಿಗೆ ಬಂದು ಬಿದ್ದೇನು ? ಆದರೆ ನೀವು ಇಷ್ಟು ದೋಸ್ತಿಗಳಾಗಿಯೂ ನನಗೊಂದು ಮಾತು ಹೇಳಲಿಲ್ಲವಲ್ಲ ಅಂತ ಬೇಸರವಾಯಿತು'' ಎಂದ. ಮಣಿಯಾಣಿಯ ಎದೆ ಆ ಒಂದು ಮಾತಿನಿಂದ ತುಂಬಿ ಬಂತು. ಅವನು ಎಲ್ಲ ವಿಚಾರವನ್ನೂ ವಿವರವಾಗಿ ತಿಳಿಸಿದ. 'ಬೇರೆಯವರಿಗೆ ಹೇಳುವುದಕ್ಕೋಸ್ಕರವಾಗಿಯೇ' ತಾನೊಮ್ಮೆ ಆ ಕಡೆಗೆ ಬಂದು ಜಾಗವನ್ನೆಲ್ಲ ನೋಡುತ್ತೇನೆಂದ ರಾಮಚಂದ್ರ ಪೈಯನ್ನು ಮಣಿಯಾಣಿ ಬನ್ನಿ ಬನ್ನಿ ಎಂದು ಸ್ವಾಗತಿಸಿದ. ಬಳ್ಳಂಬೀಡಿಗೆ ಹೋಗುವ ದಾರಿಯನ್ನು ಎರಡೆರಡು ಸಾರಿ ವಿಚಾರಿಸಿಕೊಂಡು ಆ ಹಪ್ತೆಯಲ್ಲೇ ಒಮ್ಮೆ ಬಂದು ಹೋಗುವೆನೆಂದು ದಿನ ನಿಗದಿ ಮಾಡಿದ ರಾಮಚಂದ್ರ ಪೈ.

ಕುಂಬಳೆ ಸೀಮೆಯ ಎಂಟೂ ಮಾಗಣೆಗಳನ್ನು ಸಾಕಷ್ಟು ಸುತ್ತಿದ್ದನಾದರೂ ರಾಮಚಂದ್ರ ಪೈ ಪೆರಡಾಲದ ಮಾಗಣೆಗೆ ಸೇರಿದ ಬಳ್ಳಂಬೀಡನ್ನು ನೋಡಿರಲಿಲ್ಲ. ಅದು ಕಗ್ಗಾಡು. ಆನೆಗಳು, ಮಂಗಗಳು ಎಲ್ಲ ಓಡಾಡುವ ಜಾಗ. ಆದರೂ ನಾನ್ನೂರು ಎಕರೆ ಜಾಗ ಒಂದೇ ತುಂಡಿನಲ್ಲಿ ಸಿಕ್ಕುವಾಗ ನೋಡಿಯೇ ಬಿಡುವ ಎಂದು ರಾಮಚಂದ್ರ ಪೈ ಹೊರಟು ನಿಂತ. ಜೊತೆಯಲ್ಲಿ ಸಿದ್ದಣ್ಣ ಕಾಮಾತಿಯ ಮೊಮ್ಮಗನೊಬ್ಬನನ್ನು ಕರೆದುಕೊಂಡು ಅವರಿವರನ್ನು ಕೇಳುತ್ತಾ ಬಳ್ಳಂಬೀಡಿನ ದಾರಿ ಹಿಡಿದ.

ಪೂರ್ವಭಾಗದ ಆ ಭೂಮಿಯ ಬಗ್ಗೆ ಬೇಳಕಟ್ಟೆ ರಾಮಚಂದ್ರ ಪೈಗೆ ಯಾವ ಕಲ್ಪನೆಯೂ ಇರಲಿಲ್ಲ. ಗುತ್ತಿನ ಗುಡ್ಡದ ಮೇಲೆ ನಿಂತು ಬಳ್ಳಂಬೀಡಿನತ್ತ ಕಣ್ಣು

ಹಾಯಿಸುತ್ತಿದ್ದಾಗ ಅವನಿಗೆ ತನ್ನಜ್ಜ ವಿಟ್ಠು ಪೈ ಹೇಳಿದ ವರುಣಾಪುರದ ನೆನಪು ಬಂದು, ಆ ಶಬ್ದಗಳಲ್ಲಿ ಮೂಡಿಸಿದ ಚಿತ್ರ ಸಾಕಾರವಾಯಿತು. ಮೂರು ಕಡೆ ಗುಡ್ಡ. ಮಧ್ಯೆ ಕಣಿವೆಯ ಸಮತಟ್ಟು ನೆಲ. ಸದಾಕಾಲ ನಿರಂಜನಿಯ ನೀರು ಹರಿಯುವ ನಾಲ್ಕು ನೂರು ಎಕರೆ ಫಲವತ್ತಾದ ನೆಲ — ಯಾರಿಗೆ ಬೇಕು, ಯಾರಿಗೆ ಬೇಡ ? ಬಂಬ ಮಣಿಯಾಣಿಯ 'ಅರಮನೆ'ಯಲ್ಲಿ ಬೇಳಕಟ್ಟೆ ರಾಮಚಂದ್ರ ಪೈಗೆ ಭವ್ಯ ಸ್ವಾಗತ ಕಾದಿತ್ತು. ಅವನು ಹೋದ ಕೂಡಲೇ ಮನೆಯ ಎದುರಿನ ಅಡಕೆಯ ತೋಟದಲ್ಲಿದ್ದ ತೆಂಗಿನ ಮರದಿಂದ ಎಳನೀರು ತರಿಸಿದ ಮಣಿಯಾಣಿ ಒಂದು ಚಿಪ್ಪು ಬಾಳೆಹಣ್ಣನ್ನೂ ಎದುರಿಟ್ಟ. "ಪೈಗಳು ಅಡುಗೆ ಮಾಡಲಿಕ್ಕೆ ಜೊತೆಯಲ್ಲಿ ಹುಡುಗನನ್ನೂ ಕರೆತಂದಿದ್ದೀರಾ ? ನೀವು ಬರುತ್ತೀರಿ ಎಂದು ಮೊದಲೇ ಯೋಚನೆ ಮಾಡಿ ಅಡುಗೆಯವರನ್ನು ಬರಹೇಳಿದ್ದೆ. ಈ ಮಲೆಯಲ್ಲಿ ಬ್ರಾಹ್ಮಣರು ಸಿಗುವುದಿಲ್ಲ ಅಂತ ಯೋಚಿಸಿದಿರಾ ? ಅತಿಥಿಗಳನ್ನು ಉಪವಾಸ ಕೆಡುವುವ ದುರ್ಬುದ್ಧಿ ಮಣಿಯಾಣಿಗೆ ಇನ್ನೂ ಬಂದಿಲ್ಲ. ಬಲ್ಲಾಳರ ಬೀಡು ಇದು. ಇಲ್ಲಿ ಬಂದು ಊಟ ಮಾಡಿ ಹೋದ ಪೈಕಿ ಮಸ್ತು" ಎಂದು ಮಣಿಯಾಣಿ ಉಪಚರಿಸಿದ.

ಮುಂದಣ ಮೂರು ದಿನ ತನಗೆ ಈ ಸ್ಥಳದಲ್ಲಿ ಜಾಗ ಬೇಡವೇ ಬೇಡ, ಯಾರಿಗಾದರೂ ಬೇಕಿದ್ದರೆ ಶಿಫಾರಸು ಮಾಡುವೆ ಎನ್ನುತ್ತಲೇ ರಾಮಚಂದ್ರ ಪೈ ಬಳ್ಳಂಬೀಡು, ನಡುಮನೆ, ಪುತ್ರಕ್ಕಳ, ದೆಯ್ಯೆಂದ್ರೆ ಎಂದು ಎಲ್ಲ ಸಂಚರಿಸಿದ. ಗುತ್ತು ಕಂಗಿಲ ಗುರುವಾರೆ ಗುಡ್ಡಗಳನ್ನು ಹತ್ತಿ ಹಲವು ಕೋನಗಳಿಂದ ಬಳ್ಳಂಬೀಡನ್ನು ಈಕ್ಷಿಸಿದ. ನಿರಂಜನಿಯ ನೀರಲ್ಲಿ ಮಿಂದ. ಹೇಗೆ ನೋಡಿದರೂ ಜಾಗ ಪ್ರಶಸ್ತವಾಗಿದೆ, ಕೊಳ್ಳುವುದರಲ್ಲಿ ಯಾವ ನಷ್ಟವೂ ಇಲ್ಲ, ಕೊಳ್ಳದೇ ಇರುವುದು ಮೂರ್ಖತನವಾದೀತು ಎಂದು ಕಂಡಿತು. ಆದರೂ ತನ್ನ ಮಾತನ್ನು ಸಮರ್ಥಿಸುವಂತೆ "ಮಣಿಯಾಣಿಗಳೇ, ನೀವು ದುಗ್ಗಮ್ಮನನ್ನು ಯಾಕೆ ಇಲ್ಲಿಗೇ ಕರೆತರಬಾರದು ? ಈ ಭೂಮಿ ಯಾಕೆ ಮಾರುತ್ತೀರಿ?" ಎಂದು ಕೇಳಿದ. "ಬೇಡ ಅನ್ನಿಸುತ್ತದೆ ಪೈಗಳೇ. ನಾನು ಹುಟ್ಟುವಾಗ ಇಲ್ಲಿಯ ದರ್ಬಾರೇನು ? ದೌಲತ್ತೇನು ? ಅದು ಈಗ ಇಲ್ಲ. ಕಾಲ ಕೆಟ್ಟು ಹೋಯಿತು. ಅಲ್ಲದೇ ನನ್ನ ಮೊದಲ ಹೆಂಡತಿ ಇಲ್ಲಿ ಬಾಳಿದಂತೆ ದುಗ್ಗಮ್ಮ ಬಾಳಲಾರಳು. ಅವಳ ಮಕ್ಕಳಿಗೆ ಬೇಳವೇ ಒಗ್ಗಿ ಹೋಗಿದೆ. ನನ್ನ ಕೈಲಿ ಇಲ್ಲಿ ಸಾಗುವಳಿ ಮಾಡುವುದೂ ಸಾಧ್ಯವಿಲ್ಲ. ಆದಕ್ಕಾಗಿಯೇ ಮಾರುವ ಯೋಚನೆ ಮಾಡಿದ್ದೇನೆ" ಎಂದ ಮಣಿಯಾಣಿ. ರಾಮಚಂದ್ರ ಪೈ ಜೋರಾಗಿ ನಕ್ಕು "ಹಿಂದಿನ ಕಾಲದಲ್ಲಿ ರಾಜರು ವಾನಪ್ರಸ್ಥ ಮಾಡುತ್ತಿದ್ದರು – ಎಂದು ಕೇಳಿದ್ದೇನೆ. ನೀವು ಕಾಡು ಬಿಟ್ಟು ನಾಡಿಗೆ ಹೋಗುತ್ತಿದ್ದೀರಿ" ಎಂದ.

ಕುಂಬಳೆಯ ಸಾಹುಕಾರರು ಬಂದಿದ್ದಾರೆಂದು ಮಣಿಯಾಣಿ ದೆಯ್ಯೆಂದ್ರೆಗೆ ಜನ ಕಳುಹಿಸಿ ವಿಷ್ಣು ಮೂರ್ತಿ ದೈವದ ತಂಬಿಲ ಮಾಡಿಸಿದ. ಬೇಳಕಟ್ಟೆ ರಾಮಚಂದ್ರ ಪೈ ತಂಬಿಲವನ್ನು ಹಿಂದೆ ನೋಡಿರಲಿಲ್ಲ. ಹಿಂದಿನ ರಾತ್ರಿ ಮಣಿಯಾಣಿ ವಿಷ್ಣು ಮೂರ್ತಿ

ದೈವದ ಕಥೆಯನ್ನು ವಿಸ್ತಾರವಾಗಿ ಹೇಳಿದ್ದ – "ಈ ದೈವ ಸಾಕ್ಷಾತ್ ವಿಷ್ಣು ದೇವರ ನರಸಿಂಹಾವತಾರ ಪೈಗಳೇ. ನೀವು ನೀಲೇಶ್ವರದ ಹೆಸರು ಕೇಳಿರಬೇಕಲ್ಲ ? ಅಲ್ಲಿ ಬಹಳ ಹಿಂದೆ ಕುರುವಟ್ಟಂ ಕುರುಪನೆಂಬ ಜಮೀನುದಾರನೊಬ್ಬನಿದ್ದನಂತೆ. ಆಳುಕಾಳು ಹಸುರಾಸುಗಳಿಗೆ ಏನೂ ಕಮ್ಮಿ ಇರಲಿಲ್ಲ. ಅವರ ಆಳುಗಳಲ್ಲಿ ಒಬ್ಬ ತೀಯ ಜಾತಿಯ ಹುಡುಗನಾಗಿ ಜನ್ಮವೆತ್ತಿ ಬಂದವನು ಈ ವಿಷ್ಣು ಮೂರ್ತಿ. ಹೆಸರು ಪಲಮತಾವಿ ಕಣ್ಣ ಎಂದು. ಕಣ್ಣಾ ಎಂದು ಕೂಗಿದರೆ ಓಡಿ ಬರುತ್ತಿದ್ದ. ಕುರುವಟ್ಟಂ ಕುರುಪನಿಗೆ ಇದು ದೇವರ ಅವತಾರ ಎಂದು ಹೇಗೆ ತಿಳಿಯಬೇಕು ? ದನ ಕಾಯುವ ಹುಡುಗ, ಹೇಳಿದ ಕೆಲಸ ಮಾಡಿಕೊಂಡು, ಹಾಕಿದ ಅನ್ನ ಉಂಡು, ಚಾಪೆ ಬಿಡಿಸಿ ಬಿದ್ದುಕೊಳ್ಳುವವ. ಲಕ್ಷಣವಾದ ಹುಡುಗ. ಚುರುಕು ಬುದ್ಧಿ. ಎಲ್ಲರಿಗೆ ಪ್ರೀತಿಪಾತ್ರ. ಕುರುವಟ್ಟಂ ಕುರುಪನಿಗೆ ಕೂಡಾ ಕಣ್ಣನೆಂದರೆ ಖುಷಿಯೇ. ಆ ಹುಡುಗ ಕುರುವಟ್ಟಂ ಕುರುಪನ ಮಗಳ ಮೇಲೆಯೇ ಕಣ್ಣು ಹಾಕಿದನಂತೆ. ಆಕೆಯೂ ಅವನ ಮೇಲೆ ಅನುರಕ್ತಳಾದುದರಿಂದ ದೇಹಸಂಬಂಧವೂ ಇತ್ತು ಎನ್ನುತ್ತಾರೆ. ದನ ಕಾಯುವ ಹುಡುಗ ಧನಿಯ ಮಗಳ ಮೇಲೆ ಕಣ್ಣು ಹಾಕಿದರೆ ಊರ ಕುಳುವಾರು ಕುರುಪ ಹೇಗೆ ಸಹಿಸಿಯಾನು ? ಒಂದು ದಿನ ಕುರುಪನಿಗೆ ವಿಚಾರ ತಿಳಿಯಿತು. ಅವನಿಗೆ ತಿಳಿದದ್ದು ಪಲಮತಾವಿ ಕಣ್ಣನಿಗೂ ತಿಳಿಯಿತು. ಧನಿಯ ಶಿಕ್ಷೆಗೆ ಹೆದರಿ ಕಣ್ಣ ಊರು ಬಿಟ್ಟು ಉತ್ತರಕ್ಕೆ ಹೋದ. ದೂರವೇನೂ ಹೋಗಲಿಲ್ಲ. ಮಂಗಳೂರಿನಲ್ಲಿ ಒಬ್ಬ ಬ್ರಾಹ್ಮಣ ಹೆಂಗಸಿನ ಮನೆಯಲ್ಲಿ ಊಳಿಗಕ್ಕೆ ಸೇರಿದನಂತೆ."

– ಮಣಿಯಾಣಿ ಮೀಸೆಯ ಮೇಲೆ ಕೈಯಾಡಿಸುತ್ತಾ ವಿಷ್ಣು ಮೂರ್ತಿ ದೈವದ ಕಥೆ ಮುಂದುವರಿಸಿದ್ದ. ಅಂಗಳದಲ್ಲಿ ಒಣ ಹಾಕಿದ ಭತ್ತದ ಪಕ್ಕದಲ್ಲಿ ಮರದ ಮಣೆಯ ಮೇಲೆ ಕುಳಿತು ಎಲೆ ಅಡಿಕೆ ಜಗಿಯುತ್ತಾ ರಾಮಚಂದ್ರ ಪೈ ಅದನ್ನು ಆಸಕ್ತಿಯಿಂದ ಕೇಳಿದ್ದ – "ಮುಂದೇನಾಯಿತು ಮಣಿಯಾಣಿಗಳೇ ?" ಎಂದು.

"ಆ ಬ್ರಾಹ್ಮಣ ಹೆಂಗಸು ನರಸಿಂಹ ದೇವರ ಭಕ್ತೆ. ಮನೆಯಲ್ಲಿ ದಿನಾ ಪೂಜೆ, ಪುನಸ್ಕಾರ. ಕೆಲವು ವರ್ಷಗಳ ನಂತರ ಕಣ್ಣ ಊರಿಗೆ ಹೊರಡಲು ನಿರ್ಧರಿಸಿದ. ಹೆಂಗಸಿಗೆ ಹುಡುಗನ ಮೇಲೆ ಅತ್ಯಂತ ಪ್ರೀತಿ. ಹೊರಟು ನಿಂತ ಅವನಿಗೆ ದಾರಿಯ ಬಿಸಿಲಿನಿಂದ ರಕ್ಷಿಸಿಕೊಳ್ಳಲು ಒಂದು ಬೆಳ್ಗೊಡೆಯನ್ನು, ಕಾಡುಪ್ರಾಣಿಗಳಿಂದ ರಕ್ಷಿಸಿಕೊಳ್ಳಲು ಒಂದು ಖಡ್ಗವನ್ನೂ ಕೊಟ್ಟು ಕಣ್ಣೀರು ಹಾಕಿ ಹರಸಿ ಬೀಳ್ಕೊಟ್ಟಳು. ನೀಲೇಶ್ವರದ ಬಳಿಯ ಪದ್ಮಸರೋವರದಲ್ಲಿ ಮಿಂದು ಮೇಲೆದ್ದ ಕಣ್ಣ. ಅವನು ಬಂದ ವಿಚಾರ ಕುರುವಟ್ಟಂ ಕುರುಪ್‌ಗೆ ಯಾರೋ ಹೇಳಿದರು. ವರುಷಗಳು ಕಳೆದಿದ್ದರೂ ಕುರುಪನ ದ್ವೇಷ ಆರಿರಲಿಲ್ಲ. ದನ ಕಾಯುತ್ತಿದ್ದ ಹುಡುಗ ಮರಳಿ ಬಂದಿದ್ದಾನೆಂದು ತಿಳಿಯುತ್ತಲೇ ಆತ ಕತ್ತಿ ಹಿಡಿದು ಏರಿ ಬಂದ. ಕುರುಪ ಜಮೀನುದಾರ. ಹಿಂದೆ ಮುಂದೆ ಆಳುಗಳು. ಪಲಮತಾವಿ ಕಣ್ಣ ಒಬ್ಬನೇ. ಎಷ್ಟು ಹೋರಾಡಿಯಾನು. ಕುರುಪನ ಕತ್ತಿ ಅವನ ಎದೆ ಸೀಳಿತು. ಕಣ್ಣ ಕೆಳಗೆ ಬಿದ್ದ.

ಆಗ ನೋಡಿ ಪೈಗಳೇ, ಒಂದು ಭೀಕರ ಪವಾಡ ನಡೆದುಹೋಯಿತು. ಕಣ್ಣನೇನೋ ಸತ್ತು ಬಿದ್ದ. ಆದರೆ ಆ ಬ್ರಾಹ್ಮಣ ಹೆಂಗಸು ಹರಸಿ ಕೊಟ್ಟ ಖಡ್ಗ ಮಾತ್ರ ಗಾಳಿಯಲ್ಲಿ ಗರಗರ ತಿರುಗತೊಡಗಿತು. ಬಾಳೆಯ ದಿಂಡನ್ನು ಕಡಿದಂತೆ ಕುರುಪನ ರುಂಡ ಕಡಿದು ಒಗೆಯಿತು. ಅವನ ಆಳುಗಳು ಕಾಲಿಗೆ ಬುದ್ಧಿ ಹೇಳಿದರು. ಆದರೆ ಖಡ್ಗ ಅವರನ್ನು ಓಡಿಸಿಕೊಂಡು ಹೋಯಿತು. ಒಬ್ಬೊಬ್ಬರನ್ನಾಗಿ ಕೊಲ್ಲುತ್ತಾ ಬಂದ ಖಡ್ಗ ಕಣ್ಣ ಇಳಿದು ಸ್ನಾನ ಮಾಡಿದ ಪದ್ಮ ಸರೋವರದ ಬಳಿಗೆ ಹೋಗಿ ಅಲ್ಲಿದ್ದ ಯಾವತ್ತೂ ಕಮಲದ ಹೂಗಳನ್ನು ಚೂರು ಚೂರು ಮಾಡಿತು. ಖಡ್ಗವೊಂದು ತಾನೇ ತಾನಾಗಿ ನೀರ ಮೇಲೆ ಹಾದು ಕಮಲದ ದಂಟುಗಳನ್ನು ಕತ್ತರಿಸಿಕೊಂಡು ಹೋಗುವುದನ್ನು ನೋಡಿದರೆ ಯಾರಿಗೆ ಹೆದರಿಕೆಯಾಗದೇ ಇದ್ದೀತು ? ಕೊನೆಗೆ ಕೊಟ್ಟಪ್ಪುರಂ ಎಂಬ ಹಳ್ಳಿಯ ಬೆಸ್ತನ ಮನೆಗೆ ಹೋದ ಖಡ್ಗ ಶಾಂತವಾಯಿತು. ಕಣ್ಣನ ಸಾವಿನಿಂದ ಕುರುವಟ್ಟಂ ಕುರುಪನ ಮನೆಯಲ್ಲಿ ಭೀಕರ ಅನಾಹುತಗಳುಂಟಾದುವು. ನರಸಿಂಹನ ಭಕ್ತನಲ್ಲವೇ ಕಣ್ಣ ? ಭಕ್ತನೇನು ? ಸಾಕ್ಷಾತ್ ನರಸಿಂಹನೇ. ಅವನ ಕೋಪ ಕುರುಪನ ಸಂಸಾರದ ಮೇಲೆ ಎರಗಿತು. ಒಬ್ಬೊಬ್ಬರೇ ಅಕಾರಣವಾಗಿ ತೀರಿಕೊಂಡರು. ಹಟ್ಟಿ ತುಂಬಿದ್ದ ಹಸುಗಳಿಂದ ಹಿಡಿದು ತೊಟ್ಟಿಲ ಕೂಸು ಕೂಡಾ ಒಂದೊಂದಾಗಿ ಸತ್ತುವು. ಕುರುವಟ್ಟಂ ಕುರುಪನ ಸಂತತಿ ನಿಶ್ಶೇಷವಾಗಿ ಹೋಯಿತು.''

''ಅಲ್ವೇ ಅಲ್ವೇ ? ದೇವರ ಭಕ್ತನನ್ನು ಹಿಂಸಿಸಿದ ಸಂತಾನ ಉಳಿದೀತೇ?'' ಬೇಳಕಟ್ಟೆ ರಾಮಚಂದ್ರ ಪೈ ಪೀಕ ಉಗುಳಿ ದನಿಗೂಡಿಸಿದ್ದ. ಅವನಿಗೆ ಗೋವೆಯ ತಮ್ಮ ಹಿರಿಯರ ನೆನಪಾಗಿತ್ತು. ತಮ್ಮವರು ಗೋವೆ ಬಿಟ್ಟು ಬಂದ ಕಥೆಯನ್ನು ಚುಟುಕಾಗಿ ಹೇಳಿ ಮುಗಿಸಿದ ರಾಮಚಂದ್ರ ಪೈಯ ಮನಸ್ಸಿನೊಳಗೆ ಇಂಥ ಒಂದು ಪವಾಡ ಅಲ್ಲೂ ಏಕೆ ನಡೆಯಲಿಲ್ಲ ಎಂಬ ಪ್ರಶ್ನೆ ಹುಟ್ಟಿತು.

ತಾಳೆಯ ಎಳೆ ಗರಿಗಳಿಂದ ಅಲಂಕರಿಸಿಕೊಂಡು ದರುಶಣೆಯ ಪಾತ್ರಿಯಂತೆ ಥರಥರ ನಡುಗುತ್ತಾ ಕುಣಿಯುವ ಭೂತದ ಎದುರು ಮರುದಿನ ಅಡಕೆಯ ಹೂಗಳ ಗೊಂಚಲನ್ನು ಹಿಡಿದು ಕೈಜೋಡಿಸಿ ನಿಂತ ಬೇಳಕಟ್ಟೆ ರಾಮಚಂದ್ರ ಪೈ ಬಳ್ಳಂಬೀಡಿನ ಆಸ್ತಿಯನ್ನು ತಾನು ಕೊಂಡರೆ ಊರ್ಜಿತನಾದೇನೇ ಎಂದು ಕೇಳುವ ತವಕದಿಂದಿದ್ದ. ಆದರೆ ಅದು ಮಣಿಯಾಣಿಗೆ ಗೊತ್ತಾಗಿ ವ್ಯವಹಾರಕ್ಕೆ ಮೋಸವಾದೀತು ಎಂದು ಅವನು ಬಾಯಿಮುಚ್ಚಿಕೊಂಡ. ದೈವದ ಎದುರು ರಾಮಚಂದ್ರ ಪೈ ನಿಂತಾಗ ಅದರ ಮುಖದ ಮೇಲೆ ಸುಳಿನಗೆಯೊಂದು ಮೂಡಿತು. ರಾಮಚಂದ್ರ ಪೈಯೂ ಮಾತಾಡಲಿಲ್ಲ. ಆದುದರಿಂದ ಭೂತವೂ ಏನನ್ನೂ ಹೇಳಲಿಲ್ಲ. ಬರಿದೇ ಅರಸಿಣ ಹಚ್ಚಿದ ಅಕ್ಷತೆಯನ್ನೂ ಕುಂಕುಮವನ್ನೂ ಪ್ರಸಾದ ರೂಪವಾಗಿ ಕೊಟ್ಟಿತು. ಆ ದಿನ ಬಳ್ಳಂಬೀಡಿನಲ್ಲಿಯೇ ಉಳಿದು ಮರುದಿನ ಬೆಳಗ್ಗೆ ಬೇಳಕಟ್ಟೆ ರಾಮಚಂದ್ರ ಪೈ ಕುಂಬಳೆಯ ದಾರಿ ಹಿಡಿದ.

ಕೆಲವು ದಿನಗಳ ತನಕ ಬಳ್ಳಂಬೀಡಿನ ಆಸ್ತಿಯನ್ನು ಕೊಳ್ಳುವುದೇ ಬೇಡವೇ ಎಂದು ಅವನ ಮನಸ್ಸು ಡೋಲಾಯಮಾನವಾಗಿತ್ತು. ಹೋಗಿ ಹೋಗಿ ಅಷ್ಟು ದೂರದ

ಕಗ್ಗಾಡಿನಲ್ಲಿ ಬೀಳುವುದೇಕೆ? ದೆವ್ವಗಳು ತುಂಬಿದ ಊರು. ಸಾರಸ್ವತರ ಸಂಖ್ಯೆ ವಿರಳವಾದ ಹಳ್ಳಿ. ಆದರೆ ಹಾಗೆಂದು ಬಿಡುವುದೇ ? ತನ್ನ ಮಾವ ನರಸನಾಯಕರ ಅಜ್ಜ ನರಸಪ್ಪ ನಾಯಕರು ಇನ್ನೂರು ಮುನ್ನೂರು ವರ್ಷಗಳಷ್ಟು ಹಿಂದೆ ಇನ್ನೂ ಮೂಡಣದ ಪಡುಮಲೆ ಕಾಡಿಗೆ ಹೋಗಿ ಬದುಕುವ ಸಾಹಸ ಮಾಡಿರಲಿಲ್ಲವೇ ? ಈ ದೆವ್ವಗಳನ್ನು, ಭೂತಪ್ರೇತಗಳನ್ನು ಅಲ್ಲಿಯ ಜನ ಪೂಜಿಸುವವರೇ. ಆದರೆ ಬ್ರಾಹ್ಮಣನಾಗಿ ತಾನು ಅದರ ತಂಬಿಲ, ಕೋಲ ಇತ್ಯಾದಿ ನಡೆಸುವುದು ಸಾಧ್ಯವಾಗಲಿಕ್ಕಿಲ್ಲ. ಅಂದ ಮೇಲೆ ನಾಳೆ ಎಲ್ಲಾದರೂ ಅವು ತಮ್ಮ ಮೇಲೆ ಮುನಿದುಕೊಂಡು ಬಿದ್ದರೆ ಏನು ಗತಿ ಎಂದು ಹೆದರಿಕೆ. ಅಲ್ಲದೇ ಸಾರಸ್ವತರ ಸಂಖ್ಯೆಯೂ ಬಹಳ ವಿರಳ. ಆಸ್ತಿ ಚೆನ್ನಾಗಿದೆ. ತುಂಬಿದ ನೀರಿನ ಸೆಲೆ. ಏನು ಬಿಸಾಡಿದರೂ ಬೆಳೆದೀತು. ಆದರೆ ದೂರವಲ್ಲವೇ? ಕುಂಬಳೆಯಲ್ಲಿ ಮನೆ ಮಾಡಿಕೊಂಡು ಆ ಕಗ್ಗಾಡಿನ ಮಧ್ಯೆ ಬೇಸಾಯ ಮಾಡುವುದು ತನ್ನಿಂದಾದೀತೇ ಎಂಬ ಅನುಮಾನ. ನಾಗಪ್ಪಯ್ಯನೊಡನೆ ಅದನ್ನು ಹೇಳಿಯೂ ಹೇಳಿದ. ನಾಗಪ್ಪಯ್ಯ "ಯೋಚನೆ ಮಾಡು" ಎಂದಷ್ಟೇ ಹೇಳಿದ. "ಎಲ್ಲೂ ನಿಲ್ಲದೇ ನಡೆದರೆ ಒಂದು ದಿನದ ಹಾದಿ ಮ್ಹಾಂತಾ.* ಗಾಡಿಗೀಡಿ ಹೋಗುವ ರಸ್ತೆ ಇಲ್ಲ. ಆದರೆ ಜಾಗ ಪಸಂದಿನದು" ಎಂದ. ನಾಗಪ್ಪಯ್ಯ ತುಂಬ ಹೊತ್ತು ಮಾತಾಡಲಿಲ್ಲ. ಆಮೇಲೆ "ಎಂಥಾದ್ದಕ್ಕೂ ದುಡುಕುವುದು ಬೇಡ. ಹತ್ತಿರದಲ್ಲಿ ಎಲ್ಲಾದರೂ ಅಂಥದ್ದೇ ಜಾಗ ಸಿಕ್ಕಿದರೆ ಒಳ್ಳೆಯದೇನೋ ಅನ್ನಿಸುತ್ತದೆ. ಒಳ್ಳೆಯದು ಎನ್ನುವುದಕ್ಕೆ ಕಾರಣ ಒಂದೇ. ಆಸ್ತಿಯ ಕಡೆಗೆ ಹೋಗಿ ಬರುವುದು ಸುಲಭ ಅಂತ. ಈ ಮಧ್ಯೆ ನೇತ್ರುವಿನ ಮದುವೆಯಾದರೆ ಒಳ್ಳೆಯದು ಅಂತ ನನ್ನ ಮನಸ್ಸು. ಮನೆ ನಡೆಸುವವ ನೀನು. ನಿನ್ನಿಷ್ಟ" ಎಂದ.

ರಾಮಚಂದ್ರ ಪೈಗೆ ಮಣಿಯಾಣಿ ಜಾಗವನ್ನು ತುಂಬ ಕಡಿಮೆ ಬೆಲೆಗೆ ಕೊಟ್ಟಾನು ಎಂಬ ನಂಬಿಕೆ ಇರಲಿಲ್ಲ. ಆದರೆ ಅವನ ಬಳಿ ಮಣಿಯಾಣಿ ಸ್ವಲ್ಪ ಸಾಲ ಮಾಡಿದ್ದ. ಅದನ್ನು ಮುರಿದುಕೊಂಡು, ನಗದಿನಲ್ಲಿ ಸ್ವಲ್ಪ ಹೊನ್ನುಗಳನ್ನು ತಡೆದುಕೊಂಡು ಕೊಡುತ್ತೇನೆಂದರೆ ಮಣಿಯಾಣಿ ಆಗಲಿಕ್ಕಿಲ್ಲ ಎನ್ನಲಾರ. ಅಷ್ಟನ್ನು ಮಾಡುವುದು ತನ್ನ ನಾಲಗೆಯ ಬಲದಿಂದ ಸಾಧ್ಯ. ಮಣಿಯಾಣಿಯ ನಾಡಿಬಡಿತವೂ ತನಗೆ ಗೊತ್ತು ಎಂಬ ಧೈರ್ಯ ಅವನಲ್ಲಿತ್ತು. ಆದರೂ ಮನಸ್ಸು ಒಂದು ಹಂತಕ್ಕೆ ಬಾರದೇ ರಾಮಚಂದ್ರ ಪೈ ಒದ್ದಾಡಿದ.

ಬೇಳಕಟ್ಟೆ ರಾಮಚಂದ್ರ ಪೈಯ ಕಡೆಯಿಂದ ಮಾತು ಬರಲಿಲ್ಲವೆಂದು ನಿಜವಾಗಿ ಒದ್ದಾಡಿದ್ದು ಬಂಬ ಮಣಿಯಾಣಿಯೇ. ಅವನಾಗಿ ಬರಲಿ ಎಂದು ಒಂದು ತಿಂಗಳು ಮಣಿಯಾಣಿ ಕಾದ. ಒಂದೆರಡು ಸಲ ದುಗ್ಗಮ್ಮನ ಮೂಲಕ ಕೇಳಿಸಿಯೂ ಕೇಳಿಸಿದ. ಆ ಕೊಂಕಣಿಯ ನಿರಾಸಕ್ತಿ ಮಣಿಯಾಣಿಯನ್ನೇ ನಿಸ್ಸಹಾಯಕನನ್ನಾಗಿ ಮಾಡಿಸಿತು. ಕೊನೆಗೆ ಅವನನ್ನು ಹಿಡಿಯದೇ ನಿರ್ವಾಹವಿಲ್ಲ ಎಂಬ ಮಾನಸಿಕ ಸ್ಥಿತಿಗೆ ಮಣಿಯಾಣಿ ಬಂದು ಮುಟ್ಟಿದ. ಅದನ್ನೇ ಕಾದವನಂತೆ ರಾಮಚಂದ್ರ ಪೈ ಬೇಳದ ಕಟ್ಟೆಗೆ ಬಂದ

---

* ಮ್ಹಾಂತಾ = ದೊಡ್ಡಪ್ಪಾ

ಮಣೆಯಾಣೆಯನ್ನು ಎದುರಿಗೆ ಕುಳ್ಳಿರಿಸಿ "ಮಣೆಯಾಣೆಗಳೇ, ನನಗೇ ಕೊಡುವುದಿದ್ದರೆ ಎಷ್ಟಕ್ಕೆ ಕೊಡುತ್ತೀರಿ ಹೇಳಿ. ಒಂದು ಒಪ್ಪಂದಕ್ಕೆ ಬರುವ" ಎಂದ.

ಮಣೆಯಾಣೆ "ಆಗಲಿ" ಎಂದು ಸುತ್ತಮುತ್ತ ನೋಡಿದ. ಯಾರೂ ಇಲ್ಲದಿದ್ದರೂ ಬಾಯಿಯಲ್ಲಿ ಬೆಲೆ ಹೇಳುವುದು ಅವನಿಂದಾಗಲಿಲ್ಲ. ಹೆಗಲ ಮೇಲಿದ್ದ ಬೆಣ್ಣೆಯ ಬಣ್ಣದ ಶಲ್ಯವನ್ನು ತೊಡೆಯ ಮೇಲೆ ಹಾಸಿ, ಅದರ ಕೆಳಗಡೆ ಕೈ ತೂರಿಸಿ ಹಿಡಿದ. ರಾಮಚಂದ್ರ ಪೈ ಕೂಡಾ ಅವನೆದುರು ಕುಳಿತು ಶಲ್ಯದ ಕೆಳಗಿನಿಂದ ಅವನ ಕೈ ಬೆರಳುಗಳನ್ನು ಮುಟ್ಟಿ ನೋಡಿದ. ಅವನಿಗೆ ಅರ್ಥವಾಯಿತು. ಮಣೆಯಾಣೆ ಹೇಳಿದ ಬೆಲೆ ಅವನಿಗೆ ಮಾತ್ರ. ಶಲ್ಯದ ಕೆಳಗಿನ ಬೆರಳುಗಳಲ್ಲಿ ಒಂದನ್ನು ಮಡಿಸಿ ರಾಮಚಂದ್ರ ಪೈ ಕಣ್ಣೆತ್ತಿ ಏನು ಎಂಬಂತೆ ಅವನ ಮುಖ ನೋಡಿದ. "ಇಷ್ಟಾದರೂ ಸಿಕ್ಕದಿದ್ದರೆ ಹೇಗೆ ಪೈಗಳೇ ? ನಾಲ್ಕು ನೂರು ಎಕರೆ ಜಾಗ. ಈ ಬಾರಿಯ ಫಸಲೇ ತುಂಬ ಆದೀತು" ಎಂದು ಮಣೆಯಾಣೆ. ರಾಮಚಂದ್ರ ಪೈ 'ಹೂಂ' ಎನ್ನುವ ತನ್ನ ಬಾಯಿಯ ಚಪಲವನ್ನು ಪ್ರಯತ್ನಪೂರ್ವಕವಾಗಿ ತಡೆದುಕೊಂಡ. "ಮಣೆಯಾಣೆಗಳೇ, ನೀವು ಹೇಳುವುದನ್ನು ಹೇಳಿದಿರಿ. ನನಗೆ ಯೋಚನೆ ಮಾಡುವುದಕ್ಕೆ ಒಂದು ಹಪ್ತೆಯ ಸಮಯ ಬೇಕು" ಎಂದನವ. "ಅದಕ್ಕೇನು ಆಗಲಿ" ಎಂದು ಮಣೆಯಾಣೆ ತಲೆಯಲ್ಲಾಡಿಸಿದ. ಆದರೆ ನೂರು ವರಹಗಳ ಲೆಕ್ಕದಲ್ಲಿ ಹೇಳಿದ ಬೆಲೆಯಾಗಲೀ ವಿಚಾರವಾಗಲೀ ಬೇರೆಯವರ ಕಿವಿಗೆ ಬೀಳಬಾರದು ಎಂದು ಮಾತು ಪಡೆದುಕೊಂಡ ಮಣೆಯಾಣೆ.

ಆ ರಾತ್ರಿ ಅಂಗಡಿಯನ್ನು ಬೇಗ ಮುಗಿಸಿ, ಚಂದ್ರಭಾಗಿ ಅತ್ತೆಗೆ ಹೇಳಿ ಬೇಳಕಟ್ಟೆಯಿಂದ ನೇರ ಕುಂಬಳೆಗೆ ಧಾವಿಸಿ ರಾಮಚಂದ್ರ ಪೈ ನಾಗಪ್ಪಯ್ಯನೊಡನೆ ಮಣೆಯಾಣೆ ಹೇಳಿದ ಬೆಲೆಯನ್ನು ಹೇಳಿದ. "ದರ ಬಹಳ ಕಮ್ಮಿಯೇ ಅನ್ನಿಸುತ್ತದೆ ಮ್ಹಾಂತಾ, ಮಣೆಯಾಣೆಗೆ ವ್ಯಾಪಾರದ ಅನುಭವ ಇಲ್ಲ. ಇಕ್ಕೇರಿ ನಾಯಕರು ತುಳುನಾಡಿಗೆ ಬಂದ ಮೇಲೆ ರೈತ ಮಂದಿ ಕಂಗಾಲಾಗಿದ್ದಾರೆ. ಈಗ ಭೂಮಿ ಯಾರಿಗೂ ಬೇಡ" ಎಂದ. "ಮಾತು ಇಷ್ಟು ಮುಂದುವರಿದ ಮೇಲೆ ಬೇಡ ಅನ್ನುವುದು ಹೇಗೆ? ಇನ್ನೂ ಒಂದೈವತ್ತು ಹೊನ್ನು ಕಮ್ಮಿಗೆ ಸಿಗುತ್ತದೋ ನೋಡುವುದು. ಮಣೆಯಾಣೆಗೆ ಆ ಜಾಗ ಬೇಡವಾಗಿದೆ. ಹೇಗಿದ್ದರೂ ಮಾರುತ್ತಾನೆ" ಎಂದು ಹೇಳಿದ. ನಾಗಪ್ಪಯ್ಯ "ಮಾತು ಕೊಡುವ ಮೊದಲು ಮಂಜೇಶ್ವರಕ್ಕೆ ಒಮ್ಮೆ ಹೋಗಿ ಬಾ. ಕಾಲಭೈರವ ಆಗಲಿ ಎಂದರೆ ಸರಿ. ತೆಗೆದುಕೋ" ಎಂದಷ್ಟೇ ಹೇಳಿದ.

ರಾಮಚಂದ್ರ ಪೈಗೆ ಅಷ್ಟೇ ಸಾಕಾಗಿತ್ತು. ಮರುದಿನವೇ ತಮ್ಮ ನರಸಿಂಹ ಪೈಯನ್ನೂ, ಸುಕ್ಕೊ ಪೈಯನ್ನೂ, ವೀರಪ್ಪ ನಾಯಕನೊಡನೆ "ಬಳ್ಳಂಬೀಡಿಗೆ ಹೋಗಿ ನೋಡಿ ಬನ್ನಿ" ಎಂದು ಕಳುಹಿಸಿ ತಾನು ಮಂಜೇಶ್ವರಕ್ಕೆ ಹೋದ. ಮಂಜೇಶ್ವರದಲ್ಲಿ ದೇವಸ್ಥಾನದ ಎದುರಿನ ಕೆರೆಯಲ್ಲಿ ಮಿಂದು ದೇವರ ಎದುರು ನಿಂತ. ಪಾತ್ರಿ ಭಾರದ್ವಾಜ ಭಟ್ಟರಿಗೆ ಬುಧವಾರ ಬುಧವಾರ ಮೈಮೇಲೆ ಕಾಲಭೈರವನ ಆವಾಹನೆಯಾಗುತ್ತಿತ್ತು. ಪ್ರಶ್ನೆ ಕೇಳುವ

ಭಕ್ತರು ಎದುರಿಗೆ ನಿಂತು ಕೈಯಲ್ಲಿ ಹೂವು ಹಿಡಿದು ತಮ್ಮ ಸಮಸ್ಯೆಗಳನ್ನು ಹೇಳುತ್ತಿದ್ದರು. ತನ್ನ ಸರದಿಗಾಗಿ ಕಾಯುತ್ತಾ, ದೇವರ ಮೌನ ಸಂಭಾಷಣೆಯನ್ನು ನೋಡುತ್ತಾ ನಿಂತಿರುವಾಗ ರಾಮಚಂದ್ರ ಪೈಗೆ ಈ ಪ್ರಶ್ನೆಯ ಜೊತೆ ಇನ್ನೊಂದು ಪ್ರಶ್ನೆಯನ್ನೂ ಕೇಳಬೇಕೆನ್ನಿಸಿತು.

ಬಳ್ಳಂಬೀಡಿನ ಜಾಗ ಕೊಳ್ಳುವುದಕ್ಕೆ ದೇವರ ಪ್ರಸಾದ ಸಿಕ್ಕಿತು. "ವಂಶ ಅಭಿವೃದ್ಧಿಯಾಗುತ್ತದೆ. ಒಳ್ಳೆಯ ದಿನಗಳು ಮತ್ತು ಕೆಟ್ಟ ದಿನಗಳು ಕಾಲಚಕ್ರದ ಅರೆಗಳಿದ್ದಂತೆ. ದೇವರ ಕಬೂಲಿದೆ. ಹೋಗು" ಎಂದ ಕಾಲಭೈರವ. ರಾಮಚಂದ್ರ ಪೈ ಇನ್ನೊಂದು ಪ್ರಶ್ನೆ ಹಾಕಿದ. ಕಾಲಭೈರವ ಸನ್ನೆಯಿಂದಲೇ ಮಾತಾಡುವುದು. ಅದನ್ನು ಹತ್ತಿರದಲ್ಲಿ ನಿಂತ ಯಾರೋ ಒಬ್ಬರು ಮಾತಿಗೆ ತರ್ಜುಮೆ ಮಾಡುತ್ತಿದ್ದರು. ರಾಮಚಂದ್ರ ಪೈಗೆ ಕಾಲಭೈರವ ಹೇಳಿದ್ದು ಅರ್ಥವಾಗಲಿಲ್ಲ. ಇನ್ನೊಮ್ಮೆ ಕೇಳಿದ. "ಊರೂರು ಯಾಕೆ ತಿರುಗುತ್ತೀರಿ? ತಿರುಗದಿದ್ದರೆ ಮನೆ ಮಗಳಿಗೆ ಮದುವೆ ಆಗುವುದಿಲ್ಲ ಅಂತಂದು ಕೊಂಡಿದ್ದೀರೋ ಎಂದು ಕೇಳುತ್ತಾ ಇದ್ದಾನೆ ಕಾಲಭೈರವ" ಎಂದರವರು. ರಾಮಚಂದ್ರ ಪೈ ಬೆಪ್ಪಾಗಿ ಅವರ ಮುಖ ನೋಡಿದ. ಅವನ ಗಲಿಬಿಲಿ ನೋಡಿ ಕಾಲಭೈರವನ ಮುಖದ ಮೇಲೆ ನಗು ಮೂಡಿತು. "ಕೈಯಲ್ಲಿ ಬೆಣ್ಣೆ ಇಟ್ಟುಕೊಂಡು ತುಪ್ಪಕ್ಕಾಗಿ ಊರೂರು ಅಲೆಯುತ್ತಾ ಇದ್ದೀರಿ. ಹೋಗಿ, ಇನ್ನು ಪ್ರಶ್ನೆ ಕೇಳಬೇಡಿ" ಎಂದ ಕಾಲಭೈರವ. ರಾಮಚಂದ್ರ ಪೈ ಹಿಂದೆ ಸರಿಯುವುದು ಈಗ ಅನಿವಾರ್ಯವಾಯಿತು.

ಮಂಜೇಶ್ವರದ ದೇವಸ್ಥಾನದಲ್ಲಿ ಊಟ ಮುಗಿಸಿ ಮನೆಗೆ ಮರಳುವ ದಾರಿಯಲ್ಲಿ ರಾಮಚಂದ್ರ ಪೈಯನ್ನು ಒಂದೇ ಪ್ರಶ್ನೆ ಕಾಡುತ್ತಿತ್ತು. ದೇವರು ಯಾರನ್ನುದ್ದೇಶಿಸಿ ಆ ಮಾತು ಹೇಳಿದ್ದು? ದಾಸಮಲ್ಯನನ್ನೇ? ಅವನೇ ನೇತ್ರಾವತಿಯ ಗಂಡ ಎಂದು ಅವಳ ಹಣೆಯಲ್ಲಿದೆಯೇ? ಅಂದರೆ ಇನ್ನೊಮ್ಮೆ ಅವನ ಬಳಿ ಭಿಕ್ಷೆ ಕೇಳಲು ಹೋಗಬೇಕಾಯಿತೇ? ಎಂದು. ರಾಮಚಂದ್ರ ಪೈಗೆ ಮಾತ್ರ ತೃಪ್ತಿಯಾಗಿತ್ತು. ಅದು ಆಸ್ತಿಕೊಳ್ಳುವ ತನ್ನ ಆಸೆಗೆ ಕಾಲಭೈರವ 'ಅಸ್ತು' ಎಂದದ್ದು. ಮನೆಗೆ ಬಂದವನೇ ಮಂಜೇಶ್ವರದ ದೇವರು ಹೇಳಿದ್ದನ್ನು ದೊಡ್ಡಪ್ಪನೊಡನೆ ಹೇಳಿದ ರಾಮಚಂದ್ರ ಪೈ ತನ್ನ ಮನಸ್ಸಿನಲ್ಲಿದ್ದುದನ್ನೂ ಹೇಳಿದ. "ಅವಳಿಗೆ ಹದಿಮೂರು ನಡೆಯುತ್ತಾ ಇದೆ ರಾಚ್ಚೊ, ಇನ್ನೂ ಮದುವೆಯಾಗಿಲ್ಲ ವೆಂದರೆ ಹೇಗೆ? ಊರಲ್ಲಿನ ಅವಳ ಓರಗೆಯವರಿಗೆಲ್ಲ ಮದುವೆಯಾಯಿತು. ತಂದೆ ಇಲ್ಲದ ಹುಡುಗಿಯೆಂದು ಲೆಕ್ಕಕ್ಕೆ ತೆಗೆದುಕೊಳ್ಳಲಿಲ್ಲ ಎಂದು ನಾಳೆ ಜನ ಅಪವಾದ ಹಾಕಿದರೆ ನೀನು ತಲೆಕೊಡಬೇಕಾದೀತು" ಎಂದು ನಾಗಪ್ಪಯ್ಯ ತಣ್ಣಗೆ ಹೇಳಿದ. ಅವನ ಮಾತಿನಲ್ಲಿ ಹಣಿಕಿದ ನಿರಾಸಕ್ತಿ ರಾಮಚಂದ್ರ ಪೈಯನ್ನು ಚುಚ್ಚಿತು. ನೀನು ತಲೆಕೊಡಬೇಕಾದೀತು ಎಂದಾಗ, ತನ್ನ ಮಟ್ಟಿಗೆ ಈ ಲೌಕಿಕ ವ್ಯವಹಾರಗಳೆಲ್ಲ ಮುಗಿದು ಹೋಗಿವೆ ಎಂಬ ಧ್ವನಿ ಕಂಡು ರಾಮಚಂದ್ರ ಪೈಯ ಮನಸ್ಸು ತುಂಬ ನೊಂದಿತು.

ಮಂಜೇಶ್ವರದ ದೇವರು ಬಳ್ಳಂಬೀಡಿಗೆ ಹೋಗಲು ಪರವಾನಿಗೆ ಕೊಟ್ಟ ಮೇಲೆ

ಬೇಳಕಟ್ಟೆ ರಾಮಚಂದ್ರ ಪೈಯ ಉತ್ಸಾಹ ಗರಿಗೆದರಿತು. ನೇತ್ರುವಿನ ಮದುವೆ ಅಷ್ಟರಲ್ಲಿ ಆಗಿದ್ದರೆ ಮಣಿಯಾಣಿಗೆ 'ಹೂಂ' ಅಂದೇ ಬಿಡುತ್ತಿದ್ದ. ಅದೊಂದು ಅಡ್ಡ ಬಂತು. ಕೊನೆಗೆ ಯೋಚನೆ ಮಾಡಿ, ಅವನು ತನ್ನ ನಿರ್ಧಾರವನ್ನು ನಾಗಪ್ಪಯ್ಯನ ಎದುರಿಟ್ಟ. "ಮ್ಹಾಂತಾ, ಹೀಗೆ ಯೋಚನೆ ಮಾಡಿದ್ದೇನೆ. ನಿನ್ನ ಆಶೀರ್ವಾದ ಬೇಕು. ಬೇಡ ಅಂತ ಮೊದಲಿಗೇ ರಾಗ ಎಳೆಯಬೇಡ. ಯಾರದ್ದೇ ಮನೆಯಲ್ಲೂ ಹುಡುಗಿಯರು ಉಳಿದು ಬರುವುದಿಲ್ಲ. ನಮ್ಮ ನೇತ್ರಾವತಿ ಬಾಯಿಗೆ ಮದುವೆ ಆಗಿಯೇ ಆಗುತ್ತದೆ. ನಾನು ಪ್ರಯತ್ನ ಮಾಡುತ್ತಲೇ ಇದ್ದೇನೆ. ಈ ವರ್ಷದೊಳಗೆ ಮಾಡುವ. ಈ ವರುಷ ಆಗದಿದ್ದರೆ ಮುಂದಣ ವರ್ಷವಾದರೂ ಆದೀತು. ಮದುವೆ ಮಾಡಿಸಿದರೆ ಆಯಿತು. ಇಕ್ಕೇರಿ ನಾಯಕರು ಎಲ್ಲ ಇಲ್ಲಿಗೆ ಬಂದ ಮೇಲೆ ರೈತರ ಸ್ಥಿತಿಗೆ ತುಂಬ ಕಷ್ಟ ಬಂದಿದೆ. ಹಾಗಾಗಿ ತುಂಬ ಜನ ಆಸ್ತಿ ಮಾರುತ್ತಿದ್ದಾರೆ. ಅಷ್ಟು ದೂರದ ರಾಜ ಇಲ್ಲಿ ಆಳುವುದೆಂದರೆ ಅದು ಯಾವಾಗಲೂ ಇರುತ್ತದೆ ಎಂದಲ್ಲ. ಕುಂಬಳೆ ರಾಜ, ಉಳ್ಳಾಲದ ರಾಜ, ಬಂಗರಾಜ ಇವರೆಲ್ಲ ನಾಳೆ ತಲೆ ಎತ್ತುತ್ತಾರೆ. ಆಗ ಜಾಗ ಇಷ್ಟೇ ಬೆಲೆಗೆ ಸಿಕ್ಕೀತು ಅಂತ ಎಲ್ಲಿದೆ ? ಆ ಮಣಿಯಾಣಿ ಒಬ್ಬ ಬೋಳಶಂಕರ. ಇನ್ನೂ ಐವತ್ತು ಹೊನ್ನು ಕಮ್ಮಿಗೆ ಆಸ್ತಿ ಪರಾಭಾರೆ ಮಾಡಿಯಾನು. ಮೂರು ಮೂರು ಹೆಂಡಂದಿರನ್ನು ಕಟ್ಟಿಕೊಂಡು ದರ್ಬಾರು ಮಾಡಿ ಮುಗಿದವು ಅವನ ದಿನಗಳು. ಹಾಗಾಗಿ ಸಿಕ್ಕಿದ ಅವಕಾಶವನ್ನು ಕಳೆದುಕೊಳ್ಳುವುದು ಬೇಡ, ಅಂತ ನನ್ನ ಮನಸ್ಸು. ಮಣಿಯಾಣಿಯಿಂದ ಆ ಜಾಗ ಕೊಳ್ಳುವ. ನಚ್ಚ ಸುಕ್ರೊ, ದೇವು, ಶಿವಪ್ಪಯ್ಯ ಎಲ್ಲ ನಾಳೆ ವ್ಯಾಪಾರಕ್ಕೇ ಇಳಿಯುವುದು ಒಳ್ಳೆಯದಲ್ಲ. ಒಬ್ಬೊಬ್ಬರು ಬೇಸಾಯ ಮಾಡಿಕೊಂಡಿರಲಿ. ಒಂದು ಕಡೆ ಪೋರ್ಚುಗೀಸರು, ಇನ್ನೊಂದು ಕಡೆ ಅರಬರು, ಈಗ ಯಾರು ಯಾರೋ ಬಿಳಿ ಮೂತಿಯ ಜನ ಕಡಲತಡಿಯುದ್ದಕ್ಕೂ ಕಾಣಿಸಿಕೊಳ್ಳುತ್ತಿದ್ದಾರೆ. ಅವರಲ್ಲೊಬ್ಬರೂ ಸ್ಥಳೀಯ ವ್ಯಾಪಾರಿಗಳನ್ನು ಮೇಲಕ್ಕೆ ಬರಲು ಬಿಡುವವರಲ್ಲ. ನಾಳೆ ವ್ಯಾಪಾರ ಇಲ್ಲದೇ ಮನೆಯಲ್ಲಿ ಕುಳಿತುಕೊಳ್ಳಬೇಕಾಗಿ ಬಂದರೆ ಭಟ್ಟು ಮಾಂ ಹೇಳಿಕೊಟ್ಟಂತೆ ಭವತಿ ಭಿಕ್ಷಾಂದೇಹಿ ಅನ್ನಬೇಕಾದೀತು. ಅದಕ್ಕೇ ಹೇಳಿದೆ – ಆ ಬೋಳಶಂಕರನ ತಲೆಯ ಮೇಲಿಂದ ಕೈ ತೆಗೆದು ಕಮ್ಮಿ ಬೆಲೆಗೇ ಕೊಂಡುಕೊಳ್ಳುವ ಎಂದು."

ಕುಂಬಳೆಯ ಮನೆಯ ಹಜಾರದಲ್ಲಿ ನಾಗಪ್ಪಯ್ಯನ ಎದುರು ಕುಳಿತು ಹೇಳುತ್ತಿದ್ದ ರಾಮಚಂದ್ರ ಪೈಗೆ ಯಾಕೋ ತಾನು ಮಾತಾಡಿದ್ದು ಹೆಚ್ಚಾಯಿತೆಂದು ಮಾತಾಡುತ್ತಾ ಇರುವಾಗಲೇ ಅನ್ನಿಸಿ ಅನುಮಾನವಾಗಿ ತಟಕ್ಕನೆ ನಿಲ್ಲಿಸಿ ತೆಪ್ಪಗೆ ಕುಳಿತ. ಹೇಳಿದ ಮಾತಿನ ಪರಿಣಾಮ ಏನಾಗಿರಬಹುದೆಂದು ನಾಗಪ್ಪಯ್ಯನ ಮುಖವನ್ನೇ ದಿಟ್ಟಿಸಿ ನೋಡಿದ. ನಾಗಪ್ಪಯ್ಯ ತಲೆಯನ್ನು ಬಗ್ಗಿಸದೇ ನೆಲವನ್ನು ನೋಡುತ್ತಾ ಕುಳಿತಿದ್ದ. ತಾಂಬೂಲದ ತಿರುಪೊಂದು ಅವನ ಕೆನ್ನೆಯೊಳಗೆ ಭದ್ರವಾಗಿ ಕುಳಿತಿತ್ತು. ತಲೆಯ ಮೇಲೆ ಇದ್ದಷ್ಟು ಕೂದಲು, ಮೀಸೆ, ಎದೆಯ ಮೇಲೆ ಬೆಳೆದ ರೋಮ ಎಲ್ಲ ಒಟ್ಟಾಗಿ ಬೆಳ್ಳಿಯ ಸರಿಗೆಗಳಂತೆ

ಕಾಣುತ್ತಿದ್ದುವು. ಅವನ ಜುಟ್ಟು ತೆಳ್ಳಗೆ ಶಿಕಾರ ಗಂಟು ಹಾಕಿ ನೇಲುತ್ತಿತ್ತು. ಬೋಳಾದ ತಲೆ ಫಳಫಳ ಹೊಳೆಯುತ್ತಿತ್ತು. ಒಂದು ಕ್ಷಣ, ಒರಗಿ ಕುಳಿತ ನಾಗಪ್ಪಯ್ಯ ಥೇಟು ಅಜ್ಜ ವಿಟ್ಠು ಪೈಯಂತೆ ಕಂಡ ರಾಮಚಂದ್ರ ಪೈಗೆ ! ನೆನಪನ್ನು ತೀರ ಹಿಂದೆ ಕೊಂಡೊಯ್ದಾಗ ಕಾಣುವ ಚಿತ್ರ ಅಜ್ಜನದು. ಈಗ ನಾಗಪ್ಪಯ್ಯನೂ ಅದೇ ರೀತಿ ಕುಳಿತಿದ್ದ. ಅದೇ ಹಜಾರದ ಮೇಲೆ. ಎಡಕೆನ್ನೆಯೊಳಗಿದ್ದ ತಾಂಬೂಲದ ತಿರುಪನ್ನು ಅವನು ಬಲಗೆನ್ನೆಗೆ ಕೊಂಡೊಯ್ದಾಗ ಏನಾದರೂ ಹೇಳಬಹುದೆಂದು ರಾಮಚಂದ್ರ ಪೈ ಕಾದ. ಆ ಒಂದು ಚಲನೆಯನ್ನು ಬಿಟ್ಟರೆ ಬೇರಾವ ಚಲನೆಯೂ ಕಾಣಲಿಲ್ಲ. ನಾಗಪ್ಪಯ್ಯನಿಗೆ ಬಹಳ ಹಿಂದಿನಿಂದಲೇ ತಾಂಬೂಲ ತಿನ್ನುವ ಅಭ್ಯಾಸ ಬಂದು ಬಿಟ್ಟಿತ್ತು. ಬೆಳಗಿನ ಹೊತ್ತು ಹತ್ತು ಕವಳಿಗೆ ಎಲೆ ಇಟ್ಟರೂ ರಾತ್ರಿಯೊಳಗೆ ಮುಗಿದೀತು. ಕಂಚಿನ ಪೀಕದಾನಿ. ಅದರಿಂದ ಯಾವಾಗಲೂ ಹೊಗೆಸೊಪ್ಪಿನ ಪೀಕದ ಕಮಟು ವಾಸನೆ. ಒಮ್ಮೆಲೇ ಅಜ್ಜ ವಿಟ್ಠು ಪೈ ಹೇಳುತ್ತಿದ್ದ ನಾಗ್ಡೊ ಬೇತಾಳನ ನೆನಪಾಗಿ –

"ಮ್ಹಾಂತಾ, ನಿನಗೆ ನಾಗ್ಡೊ ಬೇತಾಳನನ್ನು ನೋಡಿದ ನೆನಪುಂಟಾ ? ನೀನು ಗೋವೆ ಬಿಡುವಾಗ ಎಷ್ಟು ವರ್ಷವಾಗಿತ್ತು ? ಗೋವೆಯ ವೆರಣೆಯಲ್ಲಿ ನಮ್ಮ ಮನೆಗೆ ಆಗಾಗ ನಾಗ್ಡೊ ಬೇತಾಳ ಬರುತ್ತಿದ್ದನಂತಲ್ಲ ?"

— ಎಂದು ತಡೆಯಲಾಗದೇ ಕೇಳಿದ ರಾಮಚಂದ್ರ ಪೈ.

ಬಾಯಿಯೊಳಗಿನ ತಾಂಬೂಲ ಕೆಳಗೆ ಬೀಳದಂತೆ, ಗದ್ದವನ್ನು ಎತ್ತಿ ಹಿಡಿದು "ನೋಡಿದ ನೆನಪಿಲ್ಲ ನನಗೆ. ಮನೆಗೆ ಬರುತ್ತಾ ಇದ್ದದ್ದು ಹೌದು. ಆಗೆಷ್ಟು ವಯಸ್ಸು ನನಗೆ ? ಐದು, ತಪ್ಪಿದರೆ ಆರು. ಅಲ್ಲ, ಆರಲ್ಲ, ಐದೇ. ಈಗೆಷ್ಟು ? ಎಪ್ಪತ್ತೈದು ಎಂಭತ್ತು ಆಗಿಲ್ಲವೇ ? ಹ್ಯಾಗೆ ನೆನಪಿದ್ದೀತು ಹೇಳು." ಮಾತು ನಿಲ್ಲಿಸಿ ಪೀಕದಾನಿಯನ್ನು ಎತ್ತಿ ಬಾಯಿಯ ಬಳಿ ಹಿಡಿದು ಪಿಚಕ್ಕನೆ ಉಗುಳಿ ಶಬ್ದವಾಗುವಂತೆ ಕೆಳಗಿಟ್ಟುಕೊಂಡ ನಾಗಪ್ಪಯ್ಯ !

ರಾಮಚಂದ್ರ ಪೈ ನಾಗ್ಡೊ ಬೇತಾಳನ ಮಾತು ತೆಗೆದದ್ದಕ್ಕೆ ವಿಷಯಾಂತರ ವಾಯಿತೇನೋ ಎಂದು ಕೈಕೈ ಹಿಸುಕಿಕೊಂಡ. ಅವನಿಗೆ ಸೆಖೆ ಎನ್ನಿಸಿತು. ಹೆಗಲ ಮೇಲಿದ್ದ ಬೈರಾಸನ್ನು ಕೈಯಲ್ಲಿ ತೆಗೆದು ಗರಗರ ತಿರುಗಿಸಿ ಬಲವಾಗಿ ಗಾಳಿ ಬೀಸಿಕೊಂಡಾಗ ಬೆನ್ನೆಲ್ಲ ಬೆವರು ಬಂದಂತೆನಿಸಿ, ಜನಿವಾರದಿಂದ ನೀವಿಕೊಂಡ. ತುಸು ಹೊತ್ತು ಸುಮ್ಮನಿದ್ದು "ನಾನು ಹೇಳಿದ್ದಕ್ಕೆ ಏನನ್ನುತ್ತಿ?" ಎಂದ.

"ಆಯಿತು. ನಿನಗೆ ಬಳ್ಳಂಬೀಡಿನ ಆಸ್ತಿ ಕೊಳ್ಳುವುದಕ್ಕೆ ಅಷ್ಟೊಂದು ಉಮೇದಿದ್ದರೆ ಆಯಿತು ಎಂದೆ. ಅದನ್ನು ಕೊಳ್ಳಲು ನಾವು ನಾಗ್ಡೊ ಬೇತಾಳನನ್ನು ಕಾಯುವ ಅಗತ್ಯವಿಲ್ಲ" ಎಂದ ನಾಗಪ್ಪಯ್ಯ.

ಮಣೆಯಾಣೆಯನ್ನು ಬರಹೇಳಲು ಮರುದಿನವೇ ಜನ ಕಳುಹಿಸಿದ ರಾಮಚಂದ್ರ ಪೈ.

□

೨೩

ತುಳುನಾಡಿನಲ್ಲಿ ಜೈನ ಅರಸರು ನಂಬಿಕೊಂಡಿದ್ದುದು ಧರ್ಮಸ್ಥಳದ ಮಂಜುನಾಥನನ್ನು. ಸಹಜವಾಗಿಯೇ ಅವರ ಕೈಕೆಳಗಿದ್ದ ಬಲ್ಲಾಳರೂ ಮಂಜುನಾಥನನ್ನು ತಮ್ಮ ಆರಾಧ್ಯದೈವವಾಗಿ ಸ್ವೀಕರಿಸಿಕೊಂಡಿದ್ದರು. ತಾವು ಆಳುತ್ತಿದ್ದ ನೆಲದಲ್ಲಿ ಬೆಳೆದ ಫಸಲಿನ ಮೊದಲ ಒಂದು ಭಾಗವನ್ನು ಅವನಿಗೆ ತೆಗೆದಿಡುತ್ತಿದ್ದರು. ಯಾವುದೇ ಕಾರ್ಯ ಮಾಡುವ ಮುನ್ನ ಮಂಜುನಾಥನಿಗೆ ಕಾಣಿಕೆ ತೆಗೆದಿಡುವುದು ಕ್ರಮ. ಯುದ್ಧಕ್ಕೆ ಹೊರಡುವಾಗ, ಮದುವೆ ನಿಶ್ಚಯಿಸಿದಾಗ, ರೋಗ ರುಜಿನಗಳು ಬಂದಾಗ ಅವನ ನೆನಪು. ಬಳ್ಳಂಬೀಡಿನಲ್ಲಿ ಬಲ್ಲಾಳರ ಆಳ್ವಿಕೆ ಇದ್ದಾಗ ಬಲ್ಲಾಳರು ವರುಷಂಪ್ರತಿ ಧರ್ಮಸ್ಥಳ ಯಾತ್ರೆಗೆ ಹೋಗುತ್ತಿದ್ದರು. ಗಾಡಿಯ ತುಂಬ ತರಕಾರಿ, ಅಕ್ಕಿ, ಬೆಲ್ಲ, ಬಾಳೆಹಣ್ಣು ಕಾಯಿ ಇತ್ಯಾದಿಗಳನ್ನು ಹೇರಿಕೊಂಡು ಹೊರಟರೆ ಹತ್ತಾಳುಗಳ ಸೈನ್ಯ ಅವರ ಹಿಂದೆ. ಅದನ್ನೇ ಮಣಿಯಾಣಿಯೂ ಮುಂದುವರಿಸಿದ್ದ. ಧರ್ಮಸ್ಥಳವನ್ನು ದೊಡ್ಡಕಡೆಯೆಂದೂ, ಅಲ್ಲಿಯ ದೇವರು ಕಾರಣಿಕಕ್ಕೆ ಹೆಸರಾದವನೆಂದೂ, ಅವನು ಮುನಿದರೆ ತಮ್ಮ ಅಂತ್ಯ ಖಂಡಿತವೆಂದೂ ಹೆದರಿ ಬದುಕಿದ್ದರು.

ಇಕ್ಕೇರಿಯ ವೆಂಕಟಪ್ಪ ನಾಯಕ ತುಳುನಾಡನ್ನು ಆಕ್ರಮಿಸಿಕೊಂಡ ಮೇಲೆ ಕಂದಾಯದ ರೂಪದಲ್ಲಿ ಹೊನ್ನನ್ನು ಕೊಡುವುದು ಮೊದಲಾಯಿತು. ಬಂಬ ಮಣಿಯಾಣಿ ಧರ್ಮಸ್ಥಳದ ಹೆಗ್ಗಡೆಯವರೊಡನೆ ಕೇಳಿ ಮುಂದಣ ವರುಷಗಳಲ್ಲಿ ಅಕ್ಕಿ ತರಕಾರಿಯ ಬದಲು ಹಣವನ್ನೇ ಕೊಡುವುದಾಗಿ ಹೇಳಿದ್ದ. "ದಾರಿಯಲ್ಲಿ ಕಳ್ಳಕಾಕರ ಭಯ. ಇಲ್ಲಿಗೆ ನಮ್ಮದು ಮೂರು ದಿನಗಳ ಪ್ರಯಾಣ. ಕಾಡಿನ ದಾರಿ ಬೇರೆ. ಮಂಜುನಾಥನ ಶ್ರೀರಕ್ಷೆ ಇದೆ ನಮಗೆ ನಿಜ. ಆದರೆ ಹಣದ ರೂಪದಲ್ಲಿ ಹರಕೆ ಈಡೇರಿಸುವುದಾದರೆ ಸೂಕ್ತವೆಂದು ನಮಗೆ ಕಾಣುತ್ತದೆ. ಸನ್ನಿಧಿಯಿಂದ ಒಪ್ಪಿಗೆ ಬೇಕು" ಎಂದಿದ್ದ. ಹೆಗ್ಗಡೆಯವರದ್ದು ದೊಡ್ಡ ಮನಸ್ಸು. "ಶ್ರೀ ದೇವರ ನೆನಪು ಮಾಡುವುದು ಮುಖ್ಯ. ಕಾಣಿಕೆ ರೂಪದಲ್ಲಿ ಏನಾದರೂ ಕೊಡಿ. ಭಂಡಾರಕ್ಕೆ ಜಮಾ ಆಗುತ್ತದೆ. ಅವನೇನೂ ಅದನ್ನೇ ಕೊಡಿ, ಇದನ್ನೇ ಕೊಡಿ ಎಂದು ಕಟ್ಟು ಹಾಕುವವನಲ್ಲ" ಎಂದಿದ್ದರು. ಅಂದಿನಿಂದ ಮಣಿಯಾಣಿ ಹಣದ ರೂಪದಲ್ಲಿಯೇ ದೇವರ ಕಾಣಿಕೆ ಅರ್ಪಿಸಿ ಅನೂಚಾನವಾಗಿ ಬೆಳೆದು ಬಂದ ಪದ್ಧತಿಯನ್ನು ಮುಂದುವರಿಸಿದ್ದ.

ಬೇಳಕಟ್ಟೆ ರಾಮಚಂದ್ರ ಪೈ ಬಳ್ಳಂಬೀಡಿನ ಆಸ್ತಿಯನ್ನು ಕೊಳ್ಳುವ ಮಾತುಕಥೆ ನಡೆಸಿದಾಗ ಬಂಬ ಮಣಿಯಾಣಿ "ಪೈಗಳೇ, ಈ ಭೂಮಿ ಧರ್ಮಸ್ಥಳದ

ಮಂಜುನಾಥನಿಗೆ ಸೇರಿದ್ದು. ಯಾರೇ ರಾಜರಾಗಿರಲಿ, ಯಾರಿಗೇ ಕಂದಾಯ ಕೊಡುವುದಾಗಿರಲಿ, ಮಂಜುನಾಥನಿಗೆ ಮಾತ್ರ ಕಾಣಿಕೆ ಮುಟ್ಟಲೇ ಬೇಕು. ಅದು ಈ ಭೂಮಿಯನ್ನು ನಾವು ಅನುಭವಿಸುತ್ತಿರುವುದಕ್ಕೆ ನಾವು ಕೊಡುವ ಗೇಣಿ. ನೀವು ಅದನ್ನು ಮುಂದುವರಿಸಬೇಕು, ಎಂದು ನನ್ನ ಇಚ್ಛೆ. ಹಾಗೆ ಮಾಡಿದರೇ ಭೂಮಿ ಪಡೆದ ನಿಮ್ಮ ಕುಟುಂಬವೂ ಕೊಟ್ಟ ನಮ್ಮ ಕುಟುಂಬವೂ ಅಭಿವೃದ್ಧಿಗೊಂಡೀತು'' ಎಂದು ಮೀಸೆಯ ಮೇಲೆ ಕೈಯಾಡಿಸುತ್ತಾ ಹೇಳಿದ್ದ.

''ಅಲ್ವೇ ? ಅಲ್ವೇ ? ದೇವರ ಹೆಸರು ಹೇಳದೇ ನಾವು ಮುಂದುವರಿಯುತ್ತೇವೆಯೇ ಮಣಿಯಾಣಿಗಳೇ ? ಬ್ರಾಹ್ಮಣರಲ್ಲವೇ ನಾವು ? ಅವನ ಪ್ರಸಾದ ಸ್ವೀಕರಿಸಿಯೇ ನಾನು ಭೂಮಿಯನ್ನು ಕೈಗೆ ತೆಗೆದುಕೊಳ್ಳುವುದು'' ಎಂದು ಬೇಳಕಟ್ಟೆ ರಾಮಚಂದ್ರ ಪೈ ಅನುಮೋದಿಸಿದ್ದ.

ಐವತ್ತು ಹೊನ್ನುಗಳಿಗೆ ಕಮ್ಮಿಯಾಗಿಯೇ ಮಣಿಯಾಣಿ ಬಳ್ಳಂಬೀಡಿನ ತನ್ನ ಭೂಮಿಯನ್ನು ಮಾರಲೊಪ್ಪಿ, ಮಾತುಕಥೆ ಮುಗಿದು, ಎಲ್ಲ ನಿಶ್ಚಯವಾದ ಮೇಲೆ ಮಣಿಯಾಣಿ ಬೇಳಕಟ್ಟೆ ರಾಮಚಂದ್ರ ಪೈಗೆ ಧರ್ಮಸ್ಥಳದ ದೇವರ ಸನ್ನಿಧಿಯಲ್ಲಿಯೇ ಆಸ್ತಿ ಪರಾಭಾರೆ ಮಾಡಬೇಕೆಂದು ಒತ್ತಾಯಿಸಿದ. ರಾಮಚಂದ್ರ ಪೈ ಸಂತೋಷದಿಂದಲೇ ಅದಕ್ಕೆ ಒಪ್ಪಿಯೂ ಒಪ್ಪಿದ. ''ನಾನು ಆ ಕಡೆಗೆ ಮೊಟ್ಟಮೊದಲ ಬಾರಿಗೆ ಹೋಗುತ್ತಿರುವುದು ಮಣಿಯಾಣಿ. ದೇವರ ಸನ್ನಿಧಿಗೆ ಎಂದರೆ ಯಾತ್ರೆಯೂ ಆಯಿತು. ಹಾಗಾಗಿ ಕುಟುಂಬ ಸಮೇತ ಹೋದರೆ ಒಳ್ಳೆಯದಲ್ಲವೇ ? ದಾರಿಯಲ್ಲಿ ಕಳ್ಳಕಾಕರ ಭೀತಿ ಉಂಟೋ ಹ್ಯಾಗೆ ? ಅಂಥಾದ್ದೇನೂ ಇಲ್ಲದಿದ್ದರೆ ನಾವು ಕುಟುಂಬ ಸಮೇತ ಬರುವವರು'' ಎಂದ. ''ಅದಕ್ಕೇನಂತೆ ? ನಮ್ಮ ದುಗ್ಗಿಗೂ ಯಾತ್ರೆ ಹೋಗುವ ಉತ್ಸಾಹ ಉಂಟು. ಆಕೆ ಯಾವಾಗಲೋ ಒಂದು ಹರಕೆ ಹೊತ್ತಿದ್ದಳಂತೆ. ಈ ಹಿಂದೆ ಅವಳನ್ನು ಕರೆದುಕೊಂಡು ಹೋಗುವುದು ನನ್ನಿಂದಲೂ ಸಾಧ್ಯವಾಗಲಿಲ್ಲ. ನಿಮ್ಮ ಮನೆಯವರೂ ಬರುತ್ತಾರಾದರೆ ಒಟ್ಟಿಗೆ ಹೋಗುವ'' ಎಂದ.

ರಾಮಚಂದ್ರ ಪೈ ಮನೆಗೆ ಬಂದು ಯಾತ್ರೆ ಹೋಗುವ ಕುರಿತು ಹೇಳಿದ. ಒಳ್ಳೆಯ ದಿನ ನೋಡಿ ಹೊರಡುವ ಸಿದ್ಧತೆ ನಡೆಯಿತು. ಆದರೆ ಹೊರಡುವ ಮುನ್ನಾದಿನ ನಾಗಪ್ಪಯ್ಯನ ಕಾಯಿಲೆ ಉಲ್ಬಣಗೊಂಡಿತು. ರಾಮಚಂದ್ರ ಪೈ ಅದನ್ನು ಕಂಡು ಯಾತ್ರೆಯನ್ನು ಮುಂದಕ್ಕೆ ಹಾಕುವ ಯೋಚನೆ ಮಾಡಿದ. ಆದರೆ ಎತ್ತಿನ ಗಾಡಿ ಸಿದ್ಧವಾಗಿತ್ತು. ಬೇಳದಲ್ಲಿ ಮಣಿಯಾಣಿ ಕಾಯುತ್ತಿದ್ದ. ಈಗ ಬರುವುದಿಲ್ಲ ಎಂದರೆ ಅವನು ತಪ್ಪು ತಿಳಿದುಕೊಳ್ಳುವ ಪ್ರಮೇಯವೇ ಹೆಚ್ಚು. ಈ ಕೊಂಕಣಿ ಮಾತು ಉಳಿಸಲಿಲ್ಲ. ಬಹುಶಃ ದುಡ್ಡಿನ ವ್ಯವಹಾರ ಆಗಿಲ್ಲವೆಂದು ಕಾಣುತ್ತದೆ, ಅದಕ್ಕಾಗಿ ದೊಡ್ಡಪ್ಪನ ಕಾಯಿಲೆಯನ್ನು ಅಡ್ಡ ತಂದಿದ್ದಾನೆ, ಎಂದುಕೊಂಡಾನೆಂಬ ಅನುಮಾನ ಕಾಡಿತು. ಮುಸ್ಸಂಜೆಯ ಹೊತ್ತಿಗೆ ನಾಗಪ್ಪಯ್ಯ ರಾಮಚಂದ್ರ ಪೈಯನ್ನು ಹತ್ತಿರ ಕರೆದು

"ಮಂಜುನಾಥ ನಾನು ಬರುವುದು ಬೇಡವೆಂದು ಹೇಳುತ್ತಿದ್ದಾನೆ ರಾಚ್ಪೊ. ನನಗೆ ಆ ಯೋಗ್ಯತೆ ಇಲ್ಲವ್ರೋ ಏನೋ ? ದೇವರು ನನ್ನಿಂದ ಯಾವಾಗಲೂ ದೂರವೇ ಇದ್ದಾನೆ. ನೀನು ಹೋಗು. ಕುಟುಂಬದ ಯಾತ್ರೆ ಮುಂದೆಂದಾದರೂ ನಡೆದೀತು. ನನ್ನ ಕಾಯಿಲೆಯಿಂದಾಗಿ ಯಾತ್ರೆ ನಡೆಯಲಿಲ್ಲ ಅನ್ನುವುದಕ್ಕಿಂತಲೂ ಆ ಮಣಿಯಾಣಿಯ ಜೊತೆ ನಡೆದ ಮಾತು ನಿಂತೀತು" ಎಂದ. ರಾಮಚಂದ್ರ ಪೈ ಮೊದಲಿಗೆ ಒಪ್ಪಲಿಲ್ಲ. ಆದರೆ ಮಣಿಯಾಣಿಯಿಂದ ಆಸ್ತಿ ಪಡೆಯುವುದರಲ್ಲಿ ತಡ ಮಾಡಿ ಅರ್ಥವಿರಲಿಲ್ಲ. ಹಾಗಾಗಿ ಹೋಗುವುದೇ ಸೂಕ್ತ ಅನಿಸಿತು. ನಾಗಪ್ಪಯ್ಯನಿಗೆ ಹೋಗಲಾಗುವುದಿಲ್ಲ ಅಂದ ಮೇಲೆ ಅವನ ಹೆಂಡತಿ ರುಕ್ಮಾಬಾಯಿಯೂ ಹೊರಡಲಿಲ್ಲ. ರಾಮಚಂದ್ರ ಪೈಯ ಚಿಕ್ಕಮ್ಮಂದಿರು ಅವನೆದುರು ಬಂದು ಮಾತನಾಡುವುದು ಕಡಿಮೆ. ಚಿಕ್ಕ ವಯಸ್ಸಿನಲ್ಲಿ ಗಂಡ ತೀರಿಕೊಂಡ ಮೇಲೆ ತಲೆಬೋಳಿಸಿಕೊಂಡು ಕೆಂಪು ಸೀರೆಯುಟ್ಟು ಮಡಿ ಹಿಡಿದು ಒಳಕೋಣೆ ಸೇರಿದ ಅವರು ಹೊರಡುವುದು ಅನುಮಾನವಿತ್ತು. ಈಗಂತೂ ಅವರನ್ನು ಕೇಳುವುದು ದುಸ್ತರ. ಉಳಿದವರು ಹೊರಡುವುದಿಲ್ಲವೆಂದ ಮೇಲೆ ತಾಯಿ ಅಂಬಾಬಾಯಿಯಾಗಲೀ ಹೆಂಡತಿ ಪಾರ್ವತೀ ಬಾಯಿಯಾಗಲೀ ರಾಮಚಂದ್ರ ಪೈಯ ಜೊತೆ ಹೊರಡಲು ಒಪ್ಪಲಿಲ್ಲ. ಮಕ್ಕಳಿಗೆ ಮಾತ್ರ ತುಂಬಾ ನಿರಾಸೆಯಾಯಿತು. ಅಂತೂ ರಾಮಚಂದ್ರ ಪೈ ಒಬ್ಬನೇ ಧರ್ಮಸ್ಥಳಕ್ಕೆ ಹೊರಟ. ಅವನು ಒಬ್ಬನೇ ಹೊರಟುದರಿಂದ ಮಣಿಯಾಣಿಯೂ ದುಗ್ಗಮ್ಮನನ್ನು ನಿರಾಸೆಗೊಳಿಸಿ ಒಬ್ಬನೇ ಹೊರಟ.

ಮೊದಲ ರಾತ್ರಿ ಪೆರಡಾಲದಲ್ಲಿ, ಎರಡನೆಯ ರಾತ್ರಿ ಅಡ್ಯನಡ್ಕದಲ್ಲಿ, ಮೂರನೆಯ ರಾತ್ರಿ ಉಪ್ಪಿನಂಗಡಿಯಲ್ಲಿ. ಉಪ್ಪಿನಂಗಡಿಗೆ ಬಂದಾಗ ಇನ್ನೂ ಸೂರ್ಯ ಮುಳುಗಿರಲಿಲ್ಲ. ಆದರೆ ಮುಂದಣ ಹಾದಿ ದಟ್ಟ ಕಾಡಿನದ್ದು. ಹೋದರೆ ಬೆಳತಂಗಡಿಯೋ ಉಜಿರೆಯೋ ಮುಟ್ಟಬೇಕು. ಅಲ್ಲಿಗೆ ರಾತ್ರಿಯ ಒಳಗೆ ಮುಟ್ಟುವುದು ಅಸಾಧ್ಯ. ಹಾಗಾಗಿ ಇಲ್ಲಿಯೇ ನಿಲ್ಲಬೇಕೆಂದು ಹೇಳಿದ ಮಣಿಯಾಣಿ. ಸಂಜೆ ನೇತ್ರಾವತಿ ನದಿಯಲ್ಲಿ ಮಿಂದು ದಡದ ಮೇಲಿನ ಉಸುಕಿನಲ್ಲಿಯೇ ಸಂಧ್ಯಾವಂದನೆಗೆ ಕೂತಿದ್ದಾಗ ಮಣಿಯಾಣಿ "ಇಲ್ಲೇ ಹೋಗಿ ಬರುತ್ತೇನೆ ಪೈಗಳೇ. ನನ್ನ ಸಂಬಂಧಿಕರೊಬ್ಬರು ಈ ಊರಲ್ಲಿದ್ದಾರೆ, ನೋಡಿ ಬರುತ್ತೇನೆ" ಎಂದು ಹೇಳಿ ಹೋದ. ಹೋದವನು ರಾಮಚಂದ್ರ ಪೈಯ ಸಂಧ್ಯಾವಂದನೆ ಮುಗಿದರೂ ಬರಲಿಲ್ಲ. ಹಾಗಾಗಿ ಅನಿವಾರ್ಯವಾಗಿ ರಾಮಚಂದ್ರ ಪೈ ನೇತ್ರಾವತಿಯ ದಡದಲ್ಲಿಯೇ ಅತ್ತಿತ್ತ ನಡೆಯಬೇಕಾಯಿತು. ಬಿಳಿಯ ಮರಳು. ಸಮುದ್ರದ ಮರಳಿನಷ್ಟು ನಯವಾಗಿಲ್ಲದಿದ್ದರೂ ಬೆಣಚು ಕಲ್ಲಲ್ಲ. ನಡೆಯುತ್ತಿದ್ದಾಗ ತನ್ನಜ್ಜ ವಿಟ್ಠು ಪೈ ಗೋವೆಯಿಂದ ತೆಂಕಣಕ್ಕೆ ಬರುತ್ತಾ ಇದೇ ನೇತ್ರಾವತಿ ನದಿಯನ್ನು ಮಂಗಳೂರಿನಲ್ಲಿ ದಾಟಿದ ವಿವರಗಳನ್ನು ರಾಮಚಂದ್ರ ಪೈ ನೆನಪಿಸಿಕೊಂಡ. ಅವನು ಆ ಹಿಂದೆ ನೇತ್ರಾವತಿಯನ್ನು ದಾಟಿರಲೇ ಇಲ್ಲವೆಂದಲ್ಲ. ಮಂಗಳೂರಿಗೆ ಹೋಗುತ್ತಾ ಅನೇಕ ಬಾರಿ ಅದನ್ನು ದಾಟಿದ್ದಿತ್ತು. ಆದರೆ ಆಗೆಲ್ಲ ವ್ಯಾಪಾರದ ಪ್ರಯಾಣ, ಅಲ್ಲದೇ ಈ ರೀತಿ ನಿಂತು

ಯೋಚಿಸುವಷ್ಟು ವ್ಯವಧಾನವೂ ಇರಲಿಲ್ಲ. ಈಗ ಉಸುಕಿನಲ್ಲಿ ಕಾಲು ಹಾಕುತ್ತಿರುವಾಗ ರಾಮಚಂದ್ರ ಪೈಗೆ ತಾತ ಹೇಳಿದ್ದೆಲ್ಲ ನೆನಪಾಗಿ ಮೈ ನವಿರೆದ್ದಿತು.

ರಾಮಚಂದ್ರ ಪೈ ಹಾಗೇ ಧೇನಿಸುತ್ತಾ ಕಾಲು ಹಾಕುತ್ತಿರುವಾಗ ದೂರದಲ್ಲಿ ಯಾರೋ ಮಕ್ಕಳು ಉಸುಕಿನಲ್ಲಿ ಆಡುತ್ತಾ ಇರುವುದನ್ನು ಕಂಡ. ಥಟ್ಟನೆ ಅವನಿಗೆ ತಾತ ಆ ದಿನ ನೇತ್ರಾವತಿಯ ನದಿಯನ್ನು ದಾಟುವ ಧೈರ್ಯವಿಲ್ಲದೇ ಪೂರ್ವದ ಕಡೆಗೆ ಕೆಲವು ಸಾರಸ್ವತರು ಹೋಗಿದ್ದುದಾಗಿ ಹೇಳಿದ ನೆನಪಾಯಿತು. ಹಾಗೆ ಪೂರ್ವದ ಕಡೆ ಹೊರಟವರು ಪಾಣೆಮಂಗಳೂರು, ಬಂಟವಾಳದಲ್ಲಿ ನೆಲೆಯಾಗಿದ್ದಾರೆಂದು ಕೇಳಿದಂತಿತ್ತು. ಅವರ ಕುಟುಂಬದವರು ಇತ್ತ ಕಡೆ ಏನಾದರೂ ಬಂದಿರಬಹುದೇ ಎಂಬ ಅನುಮಾನ ಮೂಡಿತು. ಮಣಿಯಾಣಿ ಇತ್ತಕಡೆ ಹಲವಾರು ಸಲ ಬಂದವ. ಅವನೊಡನೆ ಕೇಳಬೇಕು ಎಂದುಕೊಳ್ಳುತ್ತಾ ರಾಮಚಂದ್ರ ಪೈ ಕಾಲು ಹಾಕಿದ. ಗಾಡಿ ಹೊಡೆಯುವ ಆಳು ಅಲ್ಲೇ ಕಾಯುತ್ತಾ ಇದ್ದುದನ್ನು ಕಂಡು ಅವನ ಬಳಿ ಹೋದವನು "ಏನೋ ನಿನ್ನ ಹೆಸರು ?" ಎಂದು ಕೇಳಿದ. "ಅಣ್ಣು ಪೂಜಾರಿ ಸೋಮಿ" ಎಂದ ಆ ಮುದಿಯ. ಮಣಿಯಾಣಿಯ ಬಳಿ ತುಂಬ ಸಮಯದಿಂದ ಕೆಲಸಕ್ಕಿದ್ದವನು. ಜಾತಿಯಲ್ಲಿ ಸೇರಿಗಾರ. ನಂಬಿಕಸ್ತ. ಮಣಿಯಾಣಿ ಎಲ್ಲಿಗೆ ಹೋಗುವುದಿದ್ದರೂ ಅಣ್ಣುವನ್ನೇ ಬರಲು ಹೇಳುವುದು. ಮಣಿಯಾಣಿ ತುಂಬ ಚಿಕ್ಕವನಾಗಿರುವಾಗಿನಿಂದಲೂ ಅಣ್ಣುವಿಗೆ ಗೊತ್ತು. "ನಮ್ಮ ಅಣ್ಣು ಇದ್ದರೆ ನೂರು ಜನರಿದ್ದ ಹಾಗೆ" ಎಂದು ಮಣಿಯಾಣಿ ಹೇಳಿದ್ದನ್ನು ಕೇಳಿದ್ದ ರಾಮಚಂದ್ರ ಪೈ.

"ನೀನು ಇತ್ತ ಕಡೆ ಈ ಮೊದಲು ಬಂದದ್ದುಂಟೋ ?"

"ವರ್ಷಕ್ಕೊಂದು ಸಲ ಈ ಕಡೆ ಬರುವುದುಂಟು ಒಡೆಯಾ" ಎಂದ ಅಣ್ಣು ಪೂಜಾರಿ. ಹಸುರು ವರ್ಣದ, ಅಲ್ಲಲ್ಲಿ ತೇಪೆ ಹಾಕಿದ ಗಿಡ್ಡನೆಯ ಪಂಚೆ ಬಿಟ್ಟರೆ ಅಣ್ಣುವಿನ ಮೈಮೇಲೆ ಬೇರೆ ಅರಿವೆ ಇರಲಿಲ್ಲ. ಅದೂ ಮಣಿಯಾಣಿಯ ಹಳೆಯ ವಸ್ತ್ರ. ಕಿವಿಗಳಿಗೆ ತಾಮ್ರದ ಒಂಟಿಗಳು. ಕೈಗೊಂದು ಬೆಳ್ಳಿಯ ಕಡಗ. ಬಾಯಿ ತುಂಬ ತಂಬುಲ. ಮುದಿಯನಾದುದರಿಂದ ಕೆನ್ನೆ ಒಳಸರಿದಿತ್ತು. ತುಟಿ ನಾಲಗೆ ದಪ್ಪವಾಗಿತ್ತು. ರಾಮಚಂದ್ರ ಪೈ ಬಳ್ಳಂಬೀಡಿನ ಆಸ್ತಿ ಕೊಂಡು ತನಗೆ ಧನಿಯಾಗಿ ಬರುವವ ಎಂದು ಅಣ್ಣು ಪೂಜಾರಿ ಬಲ್ಲ. ಹಾಗಾಗಿ ಗೌರವದಿಂದ ತಗ್ಗಿಬಗ್ಗಿ ಮಾತನಾಡಿದ. "ಈ ಊರಲ್ಲಿ ನಮ್ಮ ಜನ ಯಾರಾದರೂ ಇದ್ದಾರೆಯೇ ?" ಎಂದು ಕೇಳಿದ ರಾಮಚಂದ್ರ ಪೈ. ಅಣ್ಣು ಪೂಜಾರಿಗೆ ರಾಮಚಂದ್ರ ಪೈ ಯಾವ ಜನ ಅಂತ ತಿಳಿಯದು. ಹಾಗಾಗಿ ಅವನು ತಲೆಯಲ್ಲಾಡಿಸಿದ. "ಗುರಿಕಾರರಿಗೆ ಗೊತ್ತಿದ್ದೀತು" ಎಂದ. ರಾಮಚಂದ್ರ ಪೈ "ಮಣಿಯಾಣಿ ಬಂದು ಕೇಳಿದರೆ ನಾನು ಇಲ್ಲೇ ಹಳ್ಳಿ ಸುತ್ತಾಡಿ ಬರಲು ಹೋಗಿದ್ದೇನೆಂದು ಹೇಳು. ನೀನು ಎಲ್ಲೂ ಹೋಗಬೇಡ. ಅವರು ಬರುವ ತನಕ ಇಲ್ಲಿಯೇ ಇರು" ಎಂದು ಹೇಳಿ ಹೊರಟ.

ಉಸುಕಿನ ನೆಲ ದಾಟಿ, ಗಟ್ಟಿ ನೆಲಕ್ಕೆ ಕಾಲಿಟ್ಟು ತಿಟ್ಟು ಹತ್ತಿ ಮೇಲೆ ಬಂದ

ರಾಮಚಂದ್ರ ಪೈಗೆ ಎದುರುಗಡೆಯಿಂದ ಇಬ್ಬರು ಬ್ರಾಹ್ಮಣರು ನಡೆಯುತ್ತಾ ಬರುತ್ತಿರುವುದು ಕಂಡಿತು. ಹಣೆಯ ಮೇಲಿನ ಗೋಪಿಚಂದನದ ನಾಮದಿಂದ, ಉಟ್ಟುಕೊಂಡ ವಸ್ತ್ರವಿನ್ಯಾಸದಿಂದ ಅವರು ಸಾರಸ್ವತರೆಂದು ಊಹಿಸಬಹುದಿತ್ತು. ಕೊಂಕಣಿಯಲ್ಲಿಯೇ ದೊಡ್ಡ ಸ್ವರದಲ್ಲಿ ಮಾತನಾಡುತ್ತಿದ್ದರು. ಅವರು ಹತ್ತಿರ ಬಂದಾಗ "ಮಾಮ್ಮಾ, ಇಲ್ಲಿ ನಮ್ಮವರ ಮನೆಗಳಿದ್ದಾವೆಯೇ ?" ಎಂದು ಕೇಳಿದ ರಾಮಚಂದ್ರ ಪೈ. ಅವರು ಇಬ್ಬರೂ ನಿಂತರು. ರಾಮಚಂದ್ರ ಪೈಯ ಮೋರೆಯನ್ನೇ ನೋಡಿದರು. ಅವರದ್ದು ಗೋಧುವೆ ಬಣ್ಣ. ನಯವಾದ ಮೈ. ದೇಹ ಸಪೂರವಾದರೂ ಸದೃಢ. ಆ ಆಕಾರಕ್ಕೆ ದೊಡ್ಡದಾಗಿಯೇ ಕಾಣುವ ಹೊಟ್ಟೆ. ಅವರಿಗೆ ಹೋಲಿಸಿದರೆ ರಾಮಚಂದ್ರ ಪೈ ಕಪ್ಪಗಿನ ವ್ಯಕ್ತಿಯೇ. ಸುಮಾರು ಮಧ್ಯವಯಸ್ಕರು. "ಹಾಂ ಹಾಂ, ವೆಂಕಟ್ರಮಣ ದೇವಳವಿದೆ ಮಾಮ್ಮಾ. ನೀವು ಹೊಸಬರೇ ? ಈ ಕಡೆಗೆ ಎತ್ಲಾಗೆ ಹೊರಟವರೋ ? ನಾವು ನೀರಿನ ಕಡೆಗೆ ಹೋಗುತ್ತಾ ಇದ್ದೇವೆ. ಇಲ್ಲದೇ ಇದ್ದರೆ ನಿಮ್ಮ ಜೊತೆ ಬರುತ್ತಿದ್ದೆವು. ಏನೂ ತೊಂದರೆಯಿಲ್ಲ. ದೇವಳಕ್ಕೆ ಹೋಗಿ. ಅಲ್ಲಿ ಮೊಕ್ತೇಸರರಿದ್ದಾರೆ" ಎಂದು ಹೇಳಿ ಮುಂದಕ್ಕೆ ಹೊರಟರು.

ಉಪ್ಪಿನಂಗಡಿಯ ವೆಂಕಟ್ರಮಣ ದೇವಸ್ಥಾನದ ಮೊಕ್ತೇಸರ ದೇವರಾಯ ಪ್ರಭುಗಳು ರಾಮಚಂದ್ರ ಪೈಯನ್ನು ಬಹಳ ಉಪಚರಿಸಿದರು. ಮನೆಗೂ ಕೊಂಡೊಯ್ದರು. ರಾತ್ರಿ ಊಟಕ್ಕೆ ತಮ್ಮಲ್ಲೇ ಇರಬೇಕೆಂದು ಒತ್ತಾಯಿಸಿದರು. "ಬಹಳ ದೂರದಿಂದ ಬಂದಿದ್ದೀರಿ. ಈ ಕಡೆಯಾಗಿ ಧರ್ಮಸ್ಥಳಕ್ಕೆ ಹೋಗುವ ಮಂದಿ ಬಹಳ ಇದ್ದಾರೆ. ಆದರೆ ನಮ್ಮವರು ಬರುವುದು ಕಡಿಮೆ. ಎಲ್ಲ ಬಂಟವಾಳ, ಬೆಳತಂಗಡಿ ಅಂತಲೇ ಹೋಗುವವರು. ಪುತ್ತೂರಿನಲ್ಲಿ ಈಗೀಗ ಒಂದೆರಡು ಸಾರಸ್ವತ ಮನೆಗಳು ಇದ್ದಾವಂತೆ. ಆದರೆ ಯಾತ್ರೆ ಮಾಡುವ ಅನುಕೂಲ ಇದ್ದ ಹಾಗೆ ಕಾಣೆ. ನಮ್ಮವರೆಂದು ಅಭಿಮಾನದಿಂದ ಹುಡುಕಿ ಬಂದಿರಲ್ಲ ? ಬಹಳ ಸಂತೋಷ. ಉಪ್ಪಿನಂಗಡಿಯಲ್ಲಿ ಹತ್ತು ಸಾರಸ್ವತರ ಮನೆಗಳಿದ್ದಾವೆ. ವರ್ಷಕ್ಕೊಮ್ಮೆ ಮಖೆ ಜಾತ್ರೆ ನಡೆಯುತ್ತದೆ. ನೀವು ಇವತ್ತು ಇಲ್ಲಿಯೇ ಇರಬೇಕು" ಎಂದರು.

ಹಾಗಾಗಿ ರಾಮಚಂದ್ರ ಪೈ ತನ್ನ ಇರುವಿಕೆಯ ಬಗ್ಗೆ ಮಣಿಯಾಣಿಗೆ ಹೇಳಿ ಕಳುಹಿಸಿ ತಾನು ದೇವರಾಯ ಪ್ರಭುಗಳ ಮನೆಯ ಹಜಾರದಲ್ಲಿ ಮಾತನಾಡುತ್ತಾ ಕುಳಿತ. ಆಡುತ್ತಾ ಆಡುತ್ತಾ ಎಪ್ಪತ್ತೈದು ಎಂಭತ್ತು ವರುಷಗಳ ಹಿಂದೆ ತಮ್ಮ ಹಿರಿಯರು ಗೋವೆ ಬಿಟ್ಟು ಬಂದ ಕಥೆಯನ್ನೂ ಹೇಳಿದ. "ಕೇಳಿದ್ದೇನೆ ಇವರೇ. ನಮ್ಮಪ್ಪ ಆಗ ತೀರ ಸಣ್ಣವರಂತೆ. ಒಟ್ಟಿಗೆ ಹೊರಟಿದ್ದಿರಬಹುದು. ನನಗೇ ಈಗ ಐವತ್ತಾಯಿತು" ಎಂದರು ದೇವರಾಯ ಪ್ರಭುಗಳು. ರಾಮಚಂದ್ರ ಪೈಗೆ ಉತ್ಸಾಹವೇರಿತು. "ನಮ್ಮಜ್ಜ ವಿಟ್ಠು ಪೈ ಅಂತ ಪ್ರಭು ಮಾಂ. ವೆರಣೆಯ ಮಾಳಪ್ಪಯ್ಯನವರ ಮಗ. ಅವರು ನನ್ನನ್ನು ಕುಳ್ಳಿರಿಸಿ ಎಲ್ಲ ಕಥೆ ಹೇಳುತ್ತಿದ್ದರು. ಮದುವೆ ಮುಂಜಿಗಳಲ್ಲಿ ಧಡ್ಡನನ್ನು ಕೂರಿಸುವ ಕ್ರಮ ಈ ಕಡೆಯಲ್ಲೂ

ಉಂಟ ? ಆ ಧಡ್ಡ ನಮ್ಮ ತಾತನ ಜೊತೆಯೇ ದೊಡ್ಡವನಾದವನು. ಮ್ಹಾಳಶಿಮಾಂಯಿಯ ಮೂರ್ತಿಯನ್ನು ಒಬ್ಬನೇ ರಾತ್ರೋರಾತ್ರೆ ಹೊತ್ತುಕೊಂಡು ಹೋಗಿ ಪ್ರಿಯೋಳದ ಕಾಡಿನಲ್ಲಿ ಮಹರರ ಕೇರಿಯಲ್ಲಿ ಅಡಗಿಸಿಟ್ಟವನು'' ಎಂದು ಹೇಳಿದ.

''ಕೇಳಿದ್ದೇನೆ, ಕೇಳಿದ್ದೇನೆ. ನಿಮ್ಮ ಕುಟುಂಬಕ್ಕೇ ಅಲ್ಲವೇ ನಾಗನ ಶಾಪ ಇರುವುದು? ಅದೇನೋ ನಿಮ್ಮವರಲ್ಲೇ ಯಾರೋ ಒಬ್ಬ ಹೆಂಗಸಿಗೆ ನಾಗ ಹುಟ್ಟಿದನಂತೆ ? ಪಂಚಮೀ ದಿವಸ ತೀರಿಕೊಂಡದ್ದಂತೆ ? ಸರಿಯಾಗಿ ನೆನಪಿಲ್ಲ. ಏನು ಕಥೆ ಅದು?'' ಎಂದು ದೇವರಾಯ ಪ್ರಭುಗಳು ಕೇಳಿದರು. ದೇವರಾಯ ಪ್ರಭುಗಳದ್ದು ದೊಡ್ಡ ಹೊಟ್ಟೆ ತುಂಬಿದ ಜೀವ. ಅಗಲವಾದ ಮೈ ಮುಖ ಭುಜಗಳು. ಮಾಂಸಲ ರಟ್ಟೆಗಳು. ಅವರಿಗೆ ಉಪ್ಪಿನಂಗಡಿಯ ಪೇಟೆಯಲ್ಲಿ ವ್ಯಾಪಾರವಿತ್ತು. ಅಲ್ಲೇ ಪರಿಸರದಲ್ಲೆಲ್ಲೋ ಒಂದಷ್ಟು ಭೂಮಿಯೂ ಇತ್ತು. ವಿಶಾಲವಾದ ಮನೆ, ಮುಳಿ ಹುಲ್ಲಿನ ಮಾಡು. ಅಗಲವಾದ ಪಡಸಾಲೆ. ಕಿವಿಗಳಿಗೆ ಒಂಟಿ, ಕೈಬೆರಳಿಗೆ ಉಂಗುರ. ಕೊರಳಿಗೆ ಬಂಗಾರದ ಸರ. ರಾಮಚಂದ್ರ ಪೈಗೆ ಅಭ್ಯಾಸ ಅಂತ ಇಲ್ಲದಿದ್ದರೂ ಎಲೆ ಅಡಿಕೆಯ ತಟ್ಟೆಯನ್ನು ಎದುರಿಗಿಟ್ಟು ಉಪಚರಿಸಿದುದರಿಂದ ಎರಡು ಅಡಿಕೆಯ ಹೋಳುಗಳನ್ನೂ ಒಂದಿಷ್ಟು ಸುಣ್ಣ ಹಚ್ಚಿದ ಎಲೆಯನ್ನೂ ಜಗಿಯುತ್ತಾ, ರಾಮಚಂದ್ರ ಪೈ ವಿಸ್ತಾರವಾಗಿ ನಾಗಶಾಪದ ಕಥೆ ಹೇಳಿದ. ''ಇಪ್ಪತ್ತೆರಡನೆಯ ತಲೆಗೆ ಮತ್ತೆ ಹುಟ್ಟಿ ಬರುತ್ತಾನಂತೆ ನಾಗ. ಈಗ ಲೆಕ್ಕ ಹಾಕಿದರೆ ತಪ್ಪಿಯೇ ಹೋಗುತ್ತದೆ. ನನ್ನ ತಲೆಮಾರು ಎಷ್ಟನೆಯದೋ ನನಗೇ ತಿಳಿಯದು. ಹತ್ತೋ ಹನ್ನೆರಡನೆಯದೋ ಇರಬಹುದು. ಆದರಿಂದಾಗಿ ಈಗ ಯಾಕೆ ಯೋಚನೆ ಮಾಡಲಿ?'' ಎಂದು ಮುಗಿಸಿದ.

''ನೀವು ಯಾತ್ರೆಯಿಂದ ಮರಳುವಾಗ ಇಲ್ಲಿಗಾಗಿಯೇ ಬರಬೇಕು ರಾಮಚಂದ್ರ ಪೈ. ನಮ್ಮಲ್ಲಿಯೇ ಉಳಿಯಬೇಕು'' ಎಂದು ದೇವರಾಯ ಪ್ರಭುಗಳೂ ಅವರ ಹೆಂಡತಿಯೂ ಒತ್ತಾಯಿಸಿದರು. ''ಆಗಲಿ'' ಎಂದ ರಾಮಚಂದ್ರ ಪೈ. ''ನೀವೂ ಒಮ್ಮೆ ಕುಂಬಳೆಗೆ ಬರಬೇಕು. ಅಲ್ಲಿ ನಾವು ಒಂದು ದೇವಸ್ಥಾನ ಕಟ್ಟಿಸಿದ್ದೇವೆ. ವೀರವಿಟ್ಠಲನದ್ದು. ಕಳೆದ ವರ್ಷ ಬಹಳ ಗೌಜಿಯಿಂದ ಪ್ರತಿಷ್ಠಾಪನೆಯಾಯಿತು'' ಎಂದ. ಬಹಳ ದಿನಗಳ ಬಳಿಕ, ನೇತ್ರಾವತಿಯಲ್ಲಿ ಮಿಂದು, ಉಸುಕಿನಲ್ಲಿ ನಡೆದು, ವೆರಣೆಯಿಂದ ತಮ್ಮಂತೆಯೇ ಬಂದ ಒಂದು ಕುಟುಂಬದ ಜನರ ಜೊತೆ ಕುಳಿತು ಊಟ ಮಾಡಿದ್ದು ರಾಮಚಂದ್ರ ಪೈಗೆ ಖುಷಿ ತಂದಿತು. ಇವರೆಲ್ಲ ಈ ಕಡೆ ಒಂದಿಷ್ಟು ಜಮೀನು ಮಾಡಿಕೊಂಡು ಸುಖವಾಗಿದ್ದಾರೆ. ಹಾಗೆ ಜಮೀನು ಮಾಡಿಕೊಳ್ಳದ ಕುಟುಂಬವೆಂದರೆ ತಮ್ಮದೇ ಇರಬೇಕು ಎಂದು ಮನಸ್ಸಿಗೆ ಕುಟುಕಿದಂತಾಯಿತು. ಆದರೆ ಅದನ್ನು ಮನಸ್ಸಿಗೆ ಹಚ್ಚಿಕೊಳ್ಳದೇ ಅವನು ರಾತ್ರಿ ದೀಪವಾರಿಸಿದ ಮೇಲೂ ಹಾಸಿಗೆಯ ಮೇಲೆ ಮಲಗಿದಲ್ಲಿಂದಲೇ ಮಾತನಾಡುತ್ತಲೇ ಇದ್ದ. ರಾತ್ರಿಯ ಮಧ್ಯ ಪ್ರಹರ ದಾಟಿದ ಮೇಲೆ ದೇವರಾಯ ಪ್ರಭುಗಳು ಮೌನವಾದುದನ್ನು ಗಮನಿಸಿ ಅವರಿಗೆ ನಿದ್ರೆ ಬಂತೇನೋ ಎಂದುಕೊಂಡು ಅವನೂ ಸುಮ್ಮಗಾದ.

ಕೊಂಚ ಹೊತ್ತಿನಲ್ಲಿಯೇ ರಾಮಚಂದ್ರ ಪೈಗೆ ಕೂಡಾ ಜೊಂಪು ಆವರಿಸಿತು. ಅವನಿಗೆ ಎಚ್ಚರಾದಾಗ ಇನ್ನೂ ಬೆಳಕಾಗಿರಲಿಲ್ಲ. ದೂರದಲ್ಲಿ ನೇತ್ರಾವತಿ ಹರಿಯುವ ಜುಳುಜುಳು ಸಪ್ಪಳ. ಇನ್ನೂ ಯಾರೂ ಎದ್ದಿರಲಿಲ್ಲ. ಇನ್ನೊಂದು ಘಳಿಗೆ ಮಲಗಬಹುದೆಂದುಕೊಂಡು ಅವನು ಹಾಗೆಯೇ ಹೊರಳಾಡಿದ. ಥಟ್ಟನೆ ಅವನಿಗೆ ನಾಗ್ಡೊ ಬೇತಾಳನೇನಾದರೂ ಇತ್ತಕಡೆ ಬಂದಿದ್ದನೇ ಎಂದು ದೇವರಾಯ ಪ್ರಭುಗಳನ್ನು ಕೇಳಬೇಕೆಂದು ಆಸೆಯಾಯಿತು. ಬೆಳಗ್ಗೆದ್ದೊಡನೆ ಕೇಳುವುದೆಂದು ಮತ್ತೆ ಹೊರಳಾಡಿದ. ಪುನಃ ನಿದ್ರೆ ಆವರಿಸಿತು.

ರಾಮಚಂದ್ರ ಪೈ ನಿದ್ರೆಯ ಮಧ್ಯೆ ಹಾಗೆ ನಿರ್ಧರಿಸಿದ್ದುದೇನೋ ನಿಜ. ಆದರೆ ಅವನಿಗೆ ಬೆಳಗ್ಗೆದ್ದಾಗ ಅದು ಮರೆತೇ ಹೋಯಿತು. ಅವನು ಏಳುವಾಗ ದೇವರಾಯ ಪ್ರಭುಗಳ ಹೆಂಡತಿ ತಿಂಡಿ ಮಾಡಿಟ್ಟಿದ್ದಳು. ಮುಖಮಾರ್ಜನ ಮುಗಿಸಿ, ಅದನ್ನು ತಿಂದು ಹೊರಟಾಗ ಒಂದಷ್ಟು ಕಟ್ಟಿಯೂ ಕೊಟ್ಟಳು. "ಮಾಂಯ್ಯೇ, ಇದೆಲ್ಲ ಯಾಕೆ?" ಎನ್ನುತ್ತಾ ಅದನ್ನು ವಿಶ್ವಾಸದಿಂದಲೇ ಸ್ವೀಕರಿಸಿದ. "ಪುನಃ ಬರುತ್ತಾ ಮನೆಗೆ ಬಾರದೇ ಹೋಗಬಾರದು. ನಿಮ್ಮದೇ ಮನೆ ಇದು. ನೀವು ಬೇರೆಯವರು ಅಂತ ನಾವು ತಿಳಿಯುವುದಿಲ್ಲ" ಎಂದು ದೇವರಾಯ ಪ್ರಭುಗಳು ಬೀಳ್ಕೊಟ್ಟರು. ಮಣಿಯಾಣಿಯ ಜೊತೆ ಸೇರಿದ ರಾಮಚಂದ್ರ ಪೈ ದೇವರಾಯ ಪ್ರಭುಗಳನ್ನು ಹೊಗಳಿದ್ದೇ ಹೊಗಳಿದ್ದು.

ಸಂಜೆಯ ಮೊದಲು ಅವರು ಧರ್ಮಸ್ಥಳ ತಲುಪಿದ್ದರು. ಕಾಡಿನ ಹಾದಿ. ಹೆಚ್ಚು ಜನ ಓಡಾಡದ ಪ್ರದೇಶ. ಅವರಿಗೆ ಅಲ್ಲಿ ತಲುಪಲು ಯಾವ ಅಡೆತಡೆಗಳೂ ಉಂಟಾಗಿರಲಿಲ್ಲ. ಮಂಜುನಾಥನ ಕೃಪೆ ಎಂದ ಮಣಿಯಾಣಿ. ಅಲ್ಲಿಗೆ ಅವರು ಮುಟ್ಟಿದಾಗ ಹೆಗ್ಗಡೆಯವರು ತಮ್ಮ ಬೀಡಿನಲ್ಲಿಯೇ ಇದ್ದರು. ಹೆಗ್ಗಡೆಯವರಿಗೆ ತಾವು ಬಂದ ಕಾರಣ ಹೇಳಿ, ದೇವರ ಪ್ರಸಾದ ಉಂಡು, ತಮಗೊದಗಿಸಿದ ಕಡೆ ಇಬ್ಬರೂ ಅಡ್ಡಾದರು. ಮರುದಿನ ಮಂಜುನಾಥನ ದರ್ಶನ ಪಡೆದು ಮತ್ತೆ ಹೆಗ್ಗಡೆಯವರನ್ನು ಕಂಡರು. ಹೆಗ್ಗಡೆಯವರು ಬಹಳ ಆತ್ಮೀಯತೆಯಿಂದ ಮಣಿಯಾಣಿಯ ಕಾರ್ಯಭಾರ ವಿಚಾರಿಸಿದರು. "ಹೆಂಡತಿ ತೀರಿಕೊಂಡಳೇ ? ಯಾವಾಗ ?" ಎಂದರು. "ಪ್ರಾಯ ನನಗೂ ಆಯಿತಲ್ಲ ? ನೀವು ಹೇಳುವುದು ನಿಜ. ಈ ವಯಸ್ಸಿನಲ್ಲಿ ಹೆಚ್ಚು ಕೆಲಸ ಮಾಡಲಿಕ್ಕಾಗುವುದಿಲ್ಲ, ಭೂಮಿ ಕೊಳ್ಳುವ ಯೋಚನೆ ಮಾಡಿದ ಇವರೂ, ಯಾರು, ಪೈಗಳಲ್ಲವೇ ? ನೀವೂ ಇಲ್ಲಿಯ ತನಕ ಬಂದದ್ದು ನೋಡಿದರೆ ಸ್ವಾಮಿಯ ಮೇಲೆ ನೀವು ಇಟ್ಟಿರುವ ಭಕ್ತಿಯ ಬಗ್ಗೆ ತಿಳಿಯುತ್ತದೆ. ಅಷ್ಟು ಇದ್ದರೆ ಸಾಕು, ಸ್ವಾಮಿ ಕಾಯುತ್ತಾನೆ" ಎಂದರು.

ಹೆಗ್ಗಡೆಯವರ ಮಾತಿನಿಂದ ರಾಮಚಂದ್ರ ಪೈಗೆ ಹಿಗ್ಗುಂಟಾಯಿತು. ಅವರದ್ದು ತೆಳ್ಳಗಿನ ಜೀವ. ಕೆನ್ನೆಗಳು ಒಳಸರಿದಿದ್ದು ಹದವಾದ ಮೀಸೆ. ಹೊಳಪು ಕಣ್ಣುಗಳು. ಭುಜಗಳ ಸುತ್ತ ಬರುವಂತೆ ಮಡಿಸಿ ಹೊದ್ದುಕೊಂಡ ಹತ್ತಿಯ ಶುಭ್ರ ಶಾಲು. ತಲೆಗೆ

ಬಿಳಿಯ ಮುಂಡಾಸು. "ಭೂಮಿ ದೇವರದ್ದು. ಅಲ್ಲಿ ಬೆಳೆಯುವ ಬೆಳೆಯೂ ಆತ ಕೊಟ್ಟದ್ದೇ. ಆದುದರಿಂದ ವರ್ಷಕ್ಕೆ ಒಂದು ವರಹ ಗೇಣಿ ಕೊಡಿ. ಅಲ್ಲಿ ಬಲ್ಲಾಳರು ಇದ್ದಾಗ ವರುಷಕ್ಕೊಮ್ಮೆ ಇತ್ತ ಬಂದು ದೇವರ ಗೇಣಿ ಕೊಟ್ಟು ಪ್ರಸಾದ ಉಂಡು ಹೋಗುತ್ತಿದ್ದರು. ಮಣೆಯಾಣಿಯೂ ಅದಕ್ಕೆ ತಪ್ಪಿದವನಲ್ಲ. ನೀವೂ ಹಾಗೆಯೇ ಮಾಡುತ್ತಾ ಇರಿ. ಅನಾನುಕೂಲತೆಯಿಂದ ಬರಲಾಗದಿದ್ದರೂ ದೇವರ ಗೇಣಿ ತಪ್ಪಿಸಬೇಡಿ. ಮುಂದೆ ತಲೆತಲಾಂತರದವರೆಗೂ ಹೀಗೆಯೇ ನಡೆಯುತ್ತಾ ಇರಲಿ" ಎಂದು ಅವರು ಮಾತು ಮುಗಿಸಿದಾಗ ರಾಮಚಂದ್ರ ಪೈ ಭಕ್ತಿಯಿಂದ ಅವರ ಕಾಲಿಗೆರಗಿದ್ದ.

"ನಿಮ್ಮ ದೊಡ್ಡಪ್ಪ ಇದ್ದಾರೆಯೇ ? ಯಾಕೆ ಕರೆದುಕೊಂಡು ಬರಲಿಲ್ಲ ? ಕುಟುಂಬದವರೆಲ್ಲ ಬರಬೇಕಿತ್ತು. ದೇವರ ಸ್ಥಳಕ್ಕೆ ಇಂಥವರು ಬರಬಹುದು, ಇಂಥವರು ಬರಬಾರದು ಅಂತ ಕಟ್ಟುಪಾಡೇನಿಲ್ಲ. ಆಗಲಿ, ಮುಂದೆ ಅನುಕೂಲವಾದಾಗ ಎಲ್ಲ ಬನ್ನಿ. ಬರುವಂತೆ ಆ ಮಂಜುನಾಥ ನಿಮಗೆ ಶಕ್ತಿ, ಅನುಗ್ರಹ ಎಲ್ಲ ಕೊಡಲಿ" ಎಂದರು.

ರಾಮಚಂದ್ರ ಪೈ ಮಣೆಯಾಣಿಯೊಡನೆ ಧರ್ಮಸ್ಥಳಕ್ಕೆ ಬಂದ ಕೆಲಸ ಹೆಗ್ಗಡೆಯವರ ಸಮ್ಮುಖದಲ್ಲಿಯೇ ಸುಸೂತ್ರವಾಗಿ ನಡೆಯಿತು. ಅಗಲವಾದ ತಟ್ಟೆಯಲ್ಲಿ ತಾಂಬೂಲದೊಡನೆ ಇಟ್ಟ ಹೊನ್ನಿನ ವರಹಗಳನ್ನು ಅವರು ಒಮ್ಮೆ ಮುಟ್ಟಿ ಮಣೆಯಾಣಿಯ ಕೈಗೊಪ್ಪಿಸಿದರು. ಮಣೆಯಾಣಿ ಭಕ್ತಿಯಿಂದೆ ಎದ್ದು ನಿಂತು ಅದನ್ನು ಸ್ವೀಕರಿಸಿ "ಇಲ್ಲಿಯ ತನಕ ನಾನು, ನನ್ನ ಹಿರಿಯರು ಅನುಭವಿಸಿಕೊಂಡು ಬಂದ ಈ ಬಳ್ಳಂಬೀಡಿನ ಆಸ್ತಿಯಲ್ಲಿ ನನಗೆ ಸೇರಿದ್ದ ಆಸ್ತಿ, ಬಾಗಾಯಿತು, ವಗೈರೆ ಮನೆ ಹಟ್ಟಿ ಕೊಟ್ಟಿಗೆ ನೀರಿನ ದಾರಿಯ ಹಕ್ಕು ಮುಂತಾದಿ ಸರ್ವ ಹಕ್ಕನ್ನು ಈಗಿನಿಂದಲೇ ಇವರಿಗೆ ಅನುಭವಿಸುವಂತೆ ಕೊಡುತ್ತಿದ್ದೇನೆ. ಅವರು ಅವರ ಹೆಸರಿನಿಂದ ಕುಡ್ತಲೆ ಹಾಕಿಸಿ, ರಾಜರಾಗಲೀ ಆಳುವವರಾಗಲೀ ಹಾಕಿದ ಶೀರ್ವೆ ಕಂದಾಯ ತೆತ್ತು, ಅವರ ಸಂತಾನ ಪಾರಂಪರ್ಯವಾಗಿ ಕಷ್ಟಕೃತ ಮಾಡಿ, ಇಷ್ಟಾನುಸಾರ, ಅಷ್ಟ ಭೋಗಾದಿ ಸಮೇತ ಸದರಿ ಆಸ್ತಿ ವ ಅದರಲ್ಲಿರುವ, ಹುಟ್ಟುವ ಎಲ್ಲವನ್ನೂ ಗೃಹೋಪಸ್ಕಾರವಾಗಿ ಬಳಸಬಹುದು ಅಂತ ಒಪ್ಪಿಗೆ ಕೊಡುತ್ತೇನೆ. ಹಾಗೆ ಅವರು ಅನುಭವಿಸುತ್ತಿರುವಾಗ ನಾನಾಗಲೀ, ನನ್ನ ಮಕ್ಕಳಾಗಲೀ ಅಭಿಪ್ರಾಯ ಭೇದ ಮಾಡಿದ್ದೇ ಆದರೆ ಮುಕ್ತಿ ದೊರೆಯದೇ ಹೋಗಲಿ. ಇದಕ್ಕೆ ಇಲ್ಲಿಯ ಶ್ರೀ ದೇವರು ಮಂಜುನಾಥ ಸ್ವಾಮಿ ಮತ್ತು ಕಾಳಹಸ್ತಿ ಕಾಳರ್ಕಾಯಿ, ಅಣ್ಣಪ್ಪ ಮೊದಲಾದ ದೈವಗಳೂ, ದರ್ಶನ ಸ್ವರೂಪರಾದ ಶ್ರೀ ಹೆಗ್ಗಡೆಯವರೂ ಸಾಕ್ಷಿ ಸಾಕ್ಷಿ ಸಾಕ್ಷಿ" ಎಂದು ಹೇಳಿ ಹೆಗ್ಗಡೆಯರ ಕಾಲಿಗೆರಗಿದ. ಮಣೆಯಾಣಿಯ ಕಣ್ಣಲ್ಲಿ ನೀರೊಸರಿ, ಕಂಠ ಗದ್ಗದವಾದುದನ್ನು ಕಂಡು ರಾಮಚಂದ್ರ ಪೈಯ ಮನಸ್ಸೂ ಮರುಗಿತು. ಹೆಗ್ಗಡೆಯವರು ಮಾತ್ರ ನಿರ್ಲಿಪ್ತರಾಗಿ "ಬಾಕಿ ಉಳಿದ ಹೊನ್ನನ್ನು ಊರಿಗೆ ಮುಟ್ಟಿದೊಡನೆ ಕೊಡುತ್ತಾರೆ. ಅದು ಬಂದ ಮೇಲೆ ಮಣೆಯಾಣಿ ಬಳ್ಳಂಬೀಡಿನಲ್ಲಿ ಉಳಿಯಬಾರದು. ಅಲ್ವೇ ಪೈಗಳೇ ?" ಎಂದರು.

ದೇವಸ್ಥಾನದಲ್ಲಿ ತುಂಬ ಜನ. ಅವರ ಮಧ್ಯೆ ರಾಮಚಂದ್ರ ಪೈಯೂ ಇನ್ನೊಮ್ಮೆ ದೇವರ ದರ್ಶನ ಮಾಡಿದ. ದೇವಸ್ಥಾನದಿಂದ ಹೊರಗೆ ಬರುತ್ತಾ ಕೊಂಕಣಿಯಲ್ಲಿ ಮಾತನಾಡುವ ಇಬ್ಬರು ಗೃಹಸ್ಥರು ಸಿಕ್ಕಿದರು. ರಾಮಚಂದ್ರ ಪೈಗೆ ಕುತೂಹಲ ಉಕ್ಕಿತು. "ಮಾಮ್ಮಾ ಎಲ್ಲಾಯಿತು ನಿಮಗೆ ?" ಎಂದು ಕೇಳಿದನವನು. "ನಮ್ಮದು ಮೂಲ್ಕಿ. ಮಂಗಳೂರಿನ ಆಚೆ" ದೊರಗು ಕಂಠದ ಗೃಹಸ್ಥನೊಬ್ಬ ದೊಡ್ಡ ಸ್ವರದಲ್ಲಿ ಉತ್ತರವಿತ್ತ. "ನಾನು ಕುಂಬಳೆಯವ. ಕೌಂಶ ಗೋತ್ರ. ಮ್ಹಾಳಶಿಮಾಂಯಿಯ ಕುಳಾವಿ" ಎಂದ ರಾಮಚಂದ್ರ ಪೈ. ಅವರಲ್ಲೊಬ್ಬ ಕಾಮಾತಿ ಎಂದು ತಿಳಿದಾಗ "ರಾಯಪ್ಪ ಕಾಮಾತಿಯ ಕುಟುಂಬವೇ ?" ಎಂದು ಕೇಳಿದನವನು. ಆ ವ್ಯಕ್ತಿ "ಯಾರು ರಾಯಪ್ಪ ಕಾಮಾತಿ ಅಂದರೆ ?" ಎಂದು ಮರುಪ್ರಶ್ನೆ ಹಾಕಿದ. ಯಾರು ಅಂತ ಹೇಳಲು ರಾಮಚಂದ್ರ ಪೈಗೂ ತಿಳಿಯದು. "ಹೆಸರು ಕಿವಿಯ ಮೇಲೆ ಬಿದ್ದ ಹಾಗುಂಟು. ನಮ್ಮಜ್ಜ ಹೇಳುತ್ತಿದ್ದರು. ಮೂಲ್ಕಿಯಲ್ಲಿದ್ದಾರಂತೆ" ಎಂದ. ಅವರಿಗೆ ತಿಳಿಯಲಿಲ್ಲ. "ಈಗ ಮೂಲ್ಕಿಯಲ್ಲಿ ನಮ್ಮವರು ತುಂಬ ಜನ ಇದ್ದಾರೆ ಪೈ ಮಾಮ್ಮಾ ಯಾರೋ ಒಬ್ಬರು ಇರಬಹುದು" ಎಂದರವರು.

ಅವರು ಸಿಕ್ಕಿದ ಮೇಲೆ ರಾಮಚಂದ್ರ ಪೈ ಸಾಕಷ್ಟು ಹರಟುತ್ತಾ ನಿಂತ. "ನಿಮ್ಮ ಕಡೆ ವ್ಯಾಪಾರ ಹೇಗೆ ?" ಎಂದ. "ಏನು ಯಾತ್ರೆಯ ಉದ್ದೇಶ ?" ಎಂದ. "ನಿಮ್ಮ ಕಡೆ ಕಿರಿಸ್ತಾನ ಮಂದಿ ತುಂಬ ಇದ್ದಾರೆಯೇ ? ಗೋವೆಯವರೇ ?" ಎಂದ. ಮೂಲ್ಕಿಯ ಜನರಿಗೆ ತುಂಬ ಮಾತು ಬೇಕು. ಅವರೂ ಹರಟಿದರು. "ಬರುತ್ತಾ ಎರಡು ಮೂರು ಕಡೆ ದೋಣಿಯಲ್ಲಿ ಬರಬೇಕಾಯಿತು" ಎಂದರು. "ನಡೆದೇ ಯಾತ್ರೆಗೆ ಹೊರಟೆವು. ದೇವರ ಸ್ಥಳಕ್ಕೆ ನಡೆದೇ ಬಂದರೆ ಪುಣ್ಯ ಹೆಚ್ಚು" ಎಂದರು. "ಈ ಕಾಡುಗಳಲ್ಲಿ ಹಾವುಗಳು ಹೆಚ್ಚು. ನಿನ್ನೆ ದೇವಸ್ಥಾನದ ಒಳಗೇ ಹಾವುಗಳನ್ನು ಕಂಡೆವು. ಅವೂ ಮನುಷ್ಯರಂತೆ ದೇವಳದ ಒಳಗೆಲ್ಲ ಸುತ್ತಾಡುತ್ತವೆ" ಎಂದರು.

ಬಂದ ಕೆಲಸ ಪೂರೈಸಿತ್ತು. ಮಣಿಯಾಣಿ "ಓ ಪೈಗಳೇ" ಎಂದು ಕೂಗಿದ. "ನಿಮಗೆ ಕೊಂಕಣಿಗಳಿಗೆ ಒಬ್ಬರನ್ನೊಬ್ಬರು ಕಂಡರೆ ಉಳಿದವರು ಮರೆತೇ ಹೋಗುತ್ತಾರೆ ಅಲ್ಲವೇ? ನಿಮ್ಮ ಭಾಷೆ, ನಿಮ್ಮ ಜನ ಎಂದರೆ ಎಷ್ಟು ಬೇಗ ಹತ್ತಿರವಾಗುತ್ತೀರಪ್ಪ !" ಎಂದ. ರಾಮಚಂದ್ರ ಪೈ "ಅದು ಹಾಗೆಯೇ ಮಣಿಯಾಣಿಗಳೇ. ನಮ್ಮದು ಮೂಲಸ್ಥಳ ಗೋವೆ ಅಂತ. ಅಲ್ಲಿಂದ ಪೋರ್ಚುಗೀಸರ ಉಪಟಳ ತಾಳಲಾಗದೇ ಓಡಿಬಂದವರು ನಮ್ಮ ಹಿರಿಯರು. ಅದಕ್ಕೇ ಬೇರೆ ಯಾರಾದರೂ ಕೊಂಕಣಿಗಳು ಸಿಕ್ಕಿದರೆ ನಮ್ಮ ಮೂಲದ ಗುರುತೇನಾದರೂ ಸಿಗುತ್ತದೋ ಅಂತ ಮಾತನಾಡಿಸುತ್ತೇವೆ" ಎಂದ.

ಧರ್ಮಸ್ಥಳದಿಂದ ಹೊರಟಾಗ ರಾಮಚಂದ್ರ ಪೈ ಬಳ್ಳಂಬೀಡಿನ ಆಸ್ತಿಗೆ ಹಕ್ಕುದಾರ ನಾಗಿದ್ದ. ಹಿಂದಿರುಗುತ್ತಾ ಗಾಡಿಯ ಓಲಾಟದ ಏಕತಾನತೆಗೆ ಮಣಿಯಾಣಿಯೊಡನೆ ಹರಟುತ್ತಾ ಕೂತಿದ್ದಾಗ ಅವನು ಬಳ್ಳಂಬೀಡಿನಿಂದ ಬಿಡುಗಡೆಗೊಂಡ ಮೇಲೆ

ಮುಂದೇನು ಮಾಡುತ್ತಾನೆಂದು ರಾಮಚಂದ್ರ ಪೈ ವಿಚಾರಿಸಿದ. ಮಣಿಯಾಣಿಯೂ ರಾಮಚಂದ್ರ ಪೈಯ ಮನೆತನದ ಬಗ್ಗೆ ತುಂಬ ವಿಚಾರಿಸಿಕೊಂಡ. ಅವನ ತಂದೆಯ ಸುದ್ದಿ ಕೇಳಿ "ಅಹುದೇ ಪೈಗಳೇ ? ನಿಮ್ಮ ತಂದೆ ಮರ್ತಪ್ಪಯ್ಯ, ಇಬ್ಬರೂ ತಮ್ಮಂದಿರನ್ನು ಸಮುದ್ರದ ನೀರಿಗೆ ನೂಕಿ ಸಾಯಿಸಿದರೇ ? ನಿಜವಾಗಲೂ ಹೌದೇ ? ಅವರು ಊರು ಬಿಟ್ಟು ಹೋದವರು ಆಮೇಲೆ ಬರಲೇ ಇಲ್ಲವೇ ?" ಎಂದು ಆಶ್ಚರ್ಯದಿಂದ ಕೇಳಿದ. "ಅದು ತುಂಬ ವರ್ಷಗಳ ಹಿಂದಿನ ಕಥೆ ಮಣಿಯಾಣಿ. ನನಗೆ ಆಗ ನಾಲ್ಕೋ ಐದೋ ವರುಷ ಅಷ್ಟೇ" ಎಂದ ರಾಮಚಂದ್ರ ಪೈ. "ನಿಮ್ಮ ಅಜ್ಜಿ ಈಗ ಬದುಕಿಲ್ಲವೇ ? ಎಷ್ಟು ಜನರಿದ್ದೀರಿ ಮನೆಯಲ್ಲಿ ? ಯಾರ್‍ಯಾರು ?" ಎಂದು ಕೇಳಿದ ಮಣಿಯಾಣಿ. ತನ್ನ ಕುಟುಂಬದ ಸದಸ್ಯರ ಹೆಸರು ಹೇಳುತ್ತಾ ಹೇಳುತ್ತಾ ಮಿಂಚು ಬಡಿದಂತೆ ರಾಮಚಂದ್ರ ಪೈಗೆ ಒಂದು ವಿಚಾರ ಹೊಳೆಯಿತು. ಮಧ್ಯೆ ಮಧ್ಯೆ ಮಣಿಯಾಣಿ "ಅವರು, ನಿಮ್ಮ ತಮ್ಮ – ಅಲ್ವೇ ? ಕುಂಬಳೆಯ ಪೇಟೆಯಲ್ಲಿ ವ್ಯಾಪಾರ ಮಾಡುತ್ತಾರಲ್ಲ, ದಪ್ಪ ಹೊಟ್ಟೆಯ, ದೊರಗು ಮೀಸೆಯ, ಕಿವಿಯ ಮೇಲೂ ಕೂದಲ ರೋಣೆಯಿರುವ ವ್ಯಕ್ತಿ – ನಿಮ್ಮ ತಮ್ಮ ಅಲ್ವೇ?" ಎಂದು ಮೀಸೆಯ ಮೇಲೆ ಕೈಯಾಡಿಸುತ್ತಾ ಕೇಳುತ್ತಿದ್ದಾಗಲೇ ರಾಮಚಂದ್ರ ಪೈ ನಿರ್ಧಾರ ಮಾಡಿಯಾಗಿತ್ತು !

ವೀರಪ್ಪ ನಾಯಕನಲ್ಲವೇ ? ತನ್ನ ಭಾವಮೈದ ವೀರಪ್ಪನಲ್ಲವೇ ? ಛೇ, ಇಷ್ಟು ವರ್ಷ ಒಂದೇ ಸೂರಿನ ಕೆಳಗೇ ಇದ್ದೂ ಯಾಕೆ ತನಗೆ ಆ ವಿಚಾರ ಹೊಳೆಯಲಿಲ್ಲ ? ಮಂಜೇಶ್ವರದಲ್ಲಿ ಕಾಲಭೈರವ ಸ್ಪಷ್ಟವಾಗಿ ಮನೆಯಲ್ಲಿ ಬೆಣ್ಣೆ ಇದ್ದು ತುಪ್ಪಕ್ಕಾಗಿ ಊರೂರು ಸುತ್ತುತ್ತೀರಿ ಎಂದಾಗಲೂ ಯಾಕೆ ಹೊಳೆಯಲಿಲ್ಲ ? ಛೆಛೆ, ಇದಾದರೆ ಮಂಜುನಾಥನ ದರ್ಶನ ಮಾಡಿ ಬಂದ ಪುಣ್ಯದ ಫಲ. ಧರ್ಮಸ್ಥಳ ಕ್ಷೇತ್ರದ ಮಹಿಮೆ. ಇಲ್ಲದಿದ್ದರೆ ಇಷ್ಟು ಸಮಯದಿಂದ ಹೊಳೆಯದಿದ್ದುದು ಈಗ ಹೊಳೆಯಬೇಕೇ ?

ಊರಿಗೆ ಮರಳಿದ ತಕ್ಷಣ ರಾಮಚಂದ್ರ ಪೈ ಮಾಡಿದ ಮೊದಲ ಕೆಲಸಗಳೆಂದರೆ ನಾಗಪ್ಪಯ್ಯನಿಗೆ ಹೇಳಿ ವೀರಪ್ಪನಾಯಕನ ಜಾತಕದ ಮೇಳಾಮೇಳಿ ನೇತ್ರಾವತಿಯ ಜಾತಕದೊಡನೆ ಇದೆಯೇ ಇಲ್ಲವೇ ಎಂದು ನೋಡಿದ್ದು ಹಾಗೂ ಮದುವೆ ನಿಶ್ಚಯಿಸಿದ್ದು ಮತ್ತು ಬಂಬ ಮಣಿಯಾಣಿಗೆ ಸಲ್ಲಬೇಕಾದ ಬಾಕಿ ಹೊನ್ನುಗಳನ್ನು ಕೊಟ್ಟು ಬಳ್ಳಂಬೀಡಿನ ನಾಲ್ಕು ನೂರು ಎಕರೆ ಆಸ್ತಿಯನ್ನು ತನ್ನ ಸುಪರ್ದಿಗೆ ಪಡೆದುಕೊಂಡದ್ದು !

ಆ ಮಳೆಗಾಲ ಆರಂಭವಾಗುವ ಮುನ್ನ ನೇತ್ರಾವತಿಯ ಮದುವೆ ವೀರಪ್ಪ ನಾಯಕನ ಜೊತೆ ಬಹಳ ಗೌಜಿಯಿಂದ ನೆರವೇರಿಸಿ ತಮ್ಮಂದಿರನ್ನು ಬಳ್ಳಂಬೀಡಿಗೆ ಕಳುಹಿಸಿ ಬೇಸಾಯದ ಮೊದಲ ಕೆಲಸಗಳಿಗೆ ತೊಡಗಿಸಿದ ರಾಮಚಂದ್ರ ಪೈ. ಅಣ್ಣು ಪೂಜಾರಿಯನ್ನು ಕುಂಬಳೆಗೆ ಬರಮಾಡಿಸಿ ಅವನಿಗೆ ಯಾವತ್ತೂ ಮಾಹಿತಿ ಕೊಟ್ಟು ತಮ್ಮಂದಿರ ಕೆಲಸಕ್ಕೆ ಅನುಕೂಲ ಮಾಡಿಕೊಟ್ಟ. ಮಳೆಗಾಲ ಆರಂಭವಾಗುತ್ತಲೂ ತಾನೇ ಒಮ್ಮೆ ಬಳ್ಳಂಬೀಡಿಗೆ ಹೋಗಿಯೂ ಬಂದ. ಬಂಬ ಮಣಿಯಾಣಿ ಬೇಳದಲ್ಲೇ

ಉಳಿದಿದ್ದುದರಿಂದ ಬೇಳಕಟ್ಟೆಯ ಅಂಗಡಿಗೆ ಹೋದಾಗಲೆಲ್ಲ ಆತನನ್ನು ಕಂಡು ಅದು ಏನು, ಇದು ಯಾಕೆ, ಹೀಗೆ ಮಾಡಿದರೆ ಹೇಗೆ ಎಂದೆಲ್ಲ ವಿಚಾರಿಸಿ ತಿಳಿದುಕೊಂಡ. ಆ ವರುಷ ಒಳ್ಳೆಯ ಮಳೆ. ಹಾಗಾಗಿ ಮೊದಲ ಬೆಳೆ ಕೈ ತುಂಬ. "ಈಗ ಅಜ್ಜ ಬದುಕಿರಬೇಕಿತ್ತು. ಹೊಸ ಅಕ್ಕಿಯ ಅನ್ನವನ್ನುಂಡು ಸಂತೃಪ್ತಿಯ ತೇಗು ಬಿಡುತ್ತಿದ್ದ" ಎಂದುಕೊಂಡ ರಾಮಚಂದ್ರ ಪೈ. ಆ ದಿನ ಪಾರ್ವತೀಬಾಯಿ ಬೆಲ್ಲ ಹಾಕಿ ಮಾಡಿದ ಪಾಯಸವನ್ನು ಹಿರಿಯರ ನೆನಪು ಮಾಡಿಕೊಂಡು ಚೆನ್ನಾಗಿ ಉಂಡ.

□

೨೪

ಗುತ್ತು, ಕಂಗಿಲ, ಗುರುವಾರೆ – ಮೂರು ಗುಡ್ಡಗಳ ಯಾವುದೇ ತುದಿಯಲ್ಲಿ ನಿಂತರೂ ಬಳ್ಳಂಬೀಡಿನ ಉದ್ದಗಲಗಳ ಮೇಲೆ ದೃಷ್ಟಿ ಹರಿಸುವುದು ಸಾಧ್ಯ. ನಾಲ್ಕು ನೂರು ಎಕರೆ ಜಾಗವನ್ನು ಸಮತಟ್ಟಾಗಿ ಹೆರೆದು ಬೆಳೆಸಿದ ಭತ್ತದ ಗದ್ದೆಗಳು. ನೀರಿನ ಸೆಲೆ ಹೆಚ್ಚಿರುವಲ್ಲೆಲ್ಲ ನೆಲ ಒಡೆದು ಮೇಲೆದ್ದ ಬಾಳೆಯ ಗಿಡಗಳು. ಎತ್ತರವಾಗಿ ಬೆಳೆದು ತುದಿಯಲ್ಲಿ ಗರಿಬಿಚ್ಚುವ ಅಡಿಕೆಯ ಮರಗಳು. ಗದ್ದೆಯ ಹುಣಿಗಳು ಒಟ್ಟು ಸೇರುವ ಕೂಟಸ್ಥಾನದಲ್ಲಿ ಒತ್ತಾಗಿ ಬೆಳೆದ ಹುಣಿಸೆಯ ಮರಗಳು. ಗುಡ್ಡಗಳ ಇಳಿಜಾರಿನ ಕಾಡಿನಲ್ಲಿ ಗಂಧ, ತೇಗ, ಮಾವು, ಹೊನ್ನೆ – ಅಲ್ಲದೇ ಹೆಸರಿಲ್ಲದ ಸಾವಿರಾರು ಮರಗಳು. ಆಳೆತ್ತರದ ಪೊದೆಗಳು. ಮಧ್ಯೆ ಎದ್ದು ಕಾಣುವ ಬಲ್ಲಾಳರ ಬೀಡು. ಬೀಡಿನ ಹಿಂದೆ ನಿರಂಜನಿಗೆ ಸೇರುವ ಬೆಳ್ಳಿಯ ಸರಿಗೆ.

ಧರ್ಮಸ್ಥಳದ ಹೆಗ್ಗಡೆಯವರ ಸಮಕ್ಷಮ ವರುಷಕ್ಕೊಂದು ವರಹ ಮಂಜುನಾಥನಿಗೆ ಗೇಣಿ ಕೊಡುವ ಕರಾರಿನ ಮೇಲೆ ಬಂಬ ಮಣೆಯಾಣಿಯಿಂದ ಬಳ್ಳಂಬೀಡು ಆಸ್ತಿಯನ್ನು ಕೊಂಡುಕೊಂಡ ಬೇಳಕಟ್ಟೆ ರಾಮಚಂದ್ರ ಪೈಗೆ ಈ ಗುಡ್ಡಗಳ ಮೇಲೆ ನಿಂತು ಕೆಳಗೆ ಪಕ್ಷಿನೋಟ ಹಾಯಿಸುವುದೆಂದರೆ ಅತಿ ಇಷ್ಟವಾದ ವಿಚಾರ. ಹಾಗೆ ನೋಡಿದರೆ ಕುಂಬಳೆಯಿಂದ ಬರುತ್ತಾ ಈ ಮೂರೂ ಗುಡ್ಡಗಳ ಮೇಲಿನಿಂದ ಹಾಯುವ ಪ್ರಮೇಯವೇ ಇರಲಿಲ್ಲ, ಬಳ್ಳಂಬೀಡಿನ ಮೂಡು, ಬಡಗು ಮತ್ತು ತೆಂಕು ದಿಕ್ಕುಗಳಲ್ಲಿ ಈ ಗುಡ್ಡದ ಹರಹು. ಹಾಗಾಗಿ ಪಡುವಣ ಕಡೆಯಿಂದ ಬರುವ ಅವನು ಬಳ್ಳಂಬೀಡಿಗೆ ಬಂದ ಮೇಲೆ ಮತ್ತಷ್ಟು ನಡೆಯಬೇಕು. ಬಂದಾಗೆಲ್ಲ ಎರಡು ಮೂರು ದಿನಗಳಲ್ಲಿ ಒಮ್ಮೆ ಆ ಕಡೆಗೆ ಹೋಗಿ, ತನ್ನ ಒಡೆತನಕ್ಕೆ ಸೇರಿದ ಆಸ್ತಿ ನೋಡಿ ಬರುವುದು ಬೇಳಕಟ್ಟೆ ರಾಮಚಂದ್ರ ಪೈಯ ಅಭ್ಯಾಸ. ಆಗೆಲ್ಲ ತೀರಿಕೊಂಡ ತನ್ನ ತಾತ ವಿಟ್ಠು ಪೈ ಹೇಳಿದ ವರುಣಾಪುರದ ನೆನಪು.

ಧರ್ಮಸ್ಥಳದಲ್ಲಿ ಮಾತು ನಡೆದು, ಕುಂಬಳೆಗೆ ಮರಳಿ, ಬಂಬ ಮಣೆಯಾಣೆಗೆ ಸಲ್ಲಬೇಕಾಗಿದ್ದ ಹೊನ್ನನ್ನು ಕೊಟ್ಟು, ಅವನಿಂದ ಆಸ್ತಿಯನ್ನು ತನ್ನ ಸುಪರ್ದಿಗೆ ಪಡೆದುಕೊಂಡ ದಿನ ರಾಮಚಂದ್ರ ಪೈಯನ್ನು ಎದುರಿಗೆ ಕೂರಿಸಿ ಅವನ ದೊಡ್ಡಪ್ಪ ನಾಗಪ್ಪಯ್ಯ ಮಕ್ಕಳಿಗೆ ಬುದ್ಧಿ ಹೇಳುವ ರೀತಿಯಲ್ಲಿ ಹೇಳಿದ್ದ – "ರಾಚ್ಚೂ, ತಮ್ಮಂದಿರನ್ನು ದಾಯಾದಿಗಳಂತೆ ಕಂಡೆಯೋ, ನಿನ್ನಜ್ಜ ವಿಟ್ಠು ಪೈಗೆ ಸದ್ಗತಿ ದೊರೆಯಲಾರದು.

ತಂದೆಯಿಲ್ಲದ ಆ ಮಕ್ಕಳನ್ನು ಹೆರರ ಮಕ್ಕಳೆಂದು ಭಾವಿಸುವುದಿಲ್ಲವೆಂದು ನನಗೆ ಮಾತು ಕೊಡು. ಮಹಾಭಾರತದ ಕಥೆ ಕೇಳಿದ್ದೀಯಲ್ಲ ? ಯುಧಿಷ್ಠಿರ ಮಾದ್ರಿಯ ಮಕ್ಕಳನ್ನು ಹೇಗೆ ನೋಡಿಕೊಂಡ ಹೇಳು. ಯಕ್ಷ ಪ್ರಶ್ನೆಗೆ ಉತ್ತರವಿತ್ತು ಪಡೆದುಕೊಂಡ ವರದಲ್ಲಿ ಯಾವ ತಮ್ಮನನ್ನು ಬದುಕಿಸಲಿ ಎಂದು ಕೇಳಿದ್ದಕ್ಕೆ ಧರ್ಮರಾಯ ಕೇಳಿದ್ದು ಯಾರನ್ನು ಗೊತ್ತೇ ? ಹಾಗೆ ನೀನು ಸುಕ್ಕು, ದೇವು ಮತ್ತು ಶಿವಪ್ಪಯ್ಯನಿಗೆ ಅಣ್ಣನಾಗಬೇಕು.''

ಆಸ್ತಿ ಕೊಂಡುಕೊಂಡ ಉತ್ಸಾಹ ಗರಿಗೆದರಿದ ಸಮಯದಲ್ಲಿ ರಾಮಚಂದ್ರ ಪೈ ''ಆಗಲಿ ಮ್ಹಾಂತಾ'' ಎಂದಿದ್ದ. ಅವನ ಉತ್ಸಾಹಕ್ಕೆ ತಡೆಹಾಕಿದ್ದು ಮಾತ್ರ ನಾಗಪ್ಪಯ್ಯ ಬಳ್ಳಂಬೀಡು ನೋಡಲೂ ಹೊರಡದೇ ಇದ್ದುದು. ''ನನ್ನ ದಿವಸಗಳು ಮುಗಿದು ಹೋದುವೋ ರಾಚ್ಚೂ. ನಾನಿನ್ನು ಬದುಕಿದ್ದರೂ ಒಂದೇ, ಸತ್ತರೂ ಒಂದೇ. ಮೊನ್ನೆ ನರದ ಭಟ್ಟರು ಬಂದವರು ಚೆನ್ನದಂತಹ ಒಂದು ಮಾತು ಆಡಿದರು. ಬರುವಾಗ ಏನು ತಂದೆ, ಹೋಗುವಾಗ ಏನು ತೆಗೆದುಕೊಂಡು ಹೋಗುತ್ತಿ ? ನನ್ನ ಹಿಂದೆ ನನ್ನ ಕುಡಿಯಾಗಿ ಒಂದು ಮಗು ಹುಟ್ಟಲಿಲ್ಲ. ಹುಟ್ಟಿಲ್ಲ ಅಂತ ಈಗ ನಾನು ದುಃಖಿಸುತ್ತಾ ಕೂರುವುದಿಲ್ಲ. ಆರು ಜನರಿದ್ದೀರಿ ನೀವು. ಮಗು ಹುಟ್ಟಲಿಲ್ಲ ಅನ್ನುವ ದುಃಖ ಮೂಡದಂತೆ ನಡೆದುಕೊಂಡಿದ್ದೀರಿ. ಅಷ್ಟು ಪುಣ್ಯ ಸಾಕು. ನನ್ನ ರೆಂಬೆ ಇಲ್ಲಿ ಮುಗಿಯುತ್ತದೆ. ಕರ್ಪೂರದ ಹಾಗೆ ಸುಟ್ಟು ಇಲ್ಲವಾಗುತ್ತೇನೆ. ಇನ್ನು ವಂಶವೃಕ್ಷ ಬೆಳೆಯಬೇಕಾದುದು ನಿಮ್ಮೆಲ್ಲರ ಮೂಲಕ. ಅದಕ್ಕಾಗಿ ನಾನು ಬಳ್ಳಂಬೀಡಿಗೆ ಬಂದು ಏನು ಮಾಡಲಿ ?''

''ಆದರೆ ಮ್ಹಾಂತಾ, ನಿನ್ನನ್ನು ಒಮ್ಮೆ ಬಳ್ಳಂಬೀಡಿನ ನೆಲ ತೋರಿಸದಿದ್ದರೆ ನನಗೆ ತೃಪ್ತಿಯಾಗುವುದಿಲ್ಲ. ನೀನು ಬರಲೇಬೇಕು'' ರಾಮಚಂದ್ರ ಪೈ ಹಠ ಹಿಡಿದಿದ್ದ. ''ಬರಲಿಲ್ಲ ಎಂದು ಸಿಟ್ಟಾಗಬೇಡವೋ ರಾಚ್ಚೂ. ಮುದುಕ ಬಂದು ಏನು ಮಾಡುವುದು? ನೀವು ಎಲ್ಲೇ ಇದ್ದರೂ ನನ್ನ ಆಶೀರ್ವಾದ ಇದ್ದೇ ಇದೆ. ದೇವರು ನನ್ನ ಹಣೆಯಲ್ಲಿ ತುಂಬ ಯೋಗಗಳನ್ನು ಬರೆದಿಲ್ಲ. ಅವುಗಳಲ್ಲಿ ಇದೂ ಒಂದು'' ತನ್ನ ಬೊಚ್ಚು ಬಾಯಿಯನ್ನು ಗಲಗಲ ಅಲ್ಲಾಡಿಸಿ ನಕ್ಕು ಹೇಳಿದ್ದ ನಾಗಪ್ಪಯ್ಯ.

ದೊಡ್ಡಪ್ಪ ಬರಲಿಲ್ಲವೆಂದ ಮೇಲೆ ಬಳ್ಳಂಬೀಡಿಗೆ ಹೋಗಿ ವಾಸ ಮಾಡುವ ತನ್ನ ಯೋಚನೆಯನ್ನು ರಾಮಚಂದ್ರ ಪೈ ಕೈ ಬಿಟ್ಟ. ಕುಂಬಳೆಯಲ್ಲಿ ನಚ್ಚ ಪೈಯ ವ್ಯಾಪಾರ ಚೆನ್ನಾಗಿತ್ತು. ಬೇಳದ ತನ್ನ ವ್ಯಾಪಾರವೂ ಚೆನ್ನಾಗಿತ್ತು. ಆದರೆ ಅದಕ್ಕಿಂತ ಹೆಚ್ಚಾಗಿ ಹೀಗೆ ಅವನು ಕುಂಬಳೆಯಲ್ಲಿ ನಿಲ್ಲಲು ಬೇರೆ ಕಾರಣಗಳಿದ್ದುವು. ವಯೋವೃದ್ಧನಾದ ನಾಗಪ್ಪಯ್ಯನನ್ನು ಒಬ್ಬನನ್ನೇ ಬಿಟ್ಟು ತಾವೆಲ್ಲ ಬಳ್ಳಂಬೀಡಿಗೆ ಹೋಗುವುದು ಸಾಮಾಜಿಕ ದೃಷ್ಟಿಯಿಂದ ಒಳ್ಳೆಯದಾಗಿರಲಿಲ್ಲ. ಮಕ್ಕಳಿಲ್ಲದ ನಾಗಪ್ಪಯ್ಯ ತೀರಿಕೊಂಡರೆ ಅವನಿಗೊಂದು ತರ್ಪಣ ಕೊಟ್ಟು ಸದ್ಗತಿ ಒದಗುವಂತೆ ಕ್ರಿಯೆ ಮಾಡುವುದು ತನ್ನ ಕರ್ತವ್ಯ. ಅವನ ಆರೋಗ್ಯವೂ ಇತ್ತೀಚೆ ಸರಿಯಾಗಿರಲಿಲ್ಲ. ಆಮೇಲೆ ತಮ್ಮ ನಚ್ಚ ಪೈಗೊಂದು ಮದುವೆ ಮಾಡಬೇಕು. ಕುಂಬಳೆಯ ಮನೆಯಲ್ಲಿ ಒಂದು ಸಂಸಾರ

ನಿಲ್ಲಿಸಬೇಕು. ಇಲ್ಲದಿದ್ದರೆ ನಾಗಪ್ಪಯ್ಯ ಹೊರಡುವುದಿಲ್ಲವೆಂದು ತನ್ನ ತಾಯಿ, ಚಿಕ್ಕಮ್ಮ, ದೊಡ್ಡಮ್ಮ ಯಾರೂ ಹೊರಡಲಾರರು. ಅವರನ್ನೆಲ್ಲ ಇನ್ನೊಬ್ಬರ ಕೈಲಿಟ್ಟು ತಾನು ಬಳ್ಳಂಬೀಡಿಗೆ ಓಡುವುದು ಸಲ್ಲದ ಮಾತು.

ಈ ಮಧ್ಯೆ ಪಾರ್ವತೀಬಾಯಿ ಮತ್ತೆ ಬಸುರಾದಳು. ಆ ಮಳೆಗಾಲದಲ್ಲಿ ಆಕೆಯ ಬಾಣಂತನವೂ ನಡೆಯಿತು. ಈಗ ಹುಟ್ಟಿದ್ದೂ ಗಂಡು ಮಗು. ರಾಮಚಂದ್ರ ಪೈ ಮಗುವಿಗೆ ತಿಮ್ಮ ಪೈ ಎಂದು ಹೆಸರಿಟ್ಟ. ಆ ಕಾರ್ತೀಕದಲ್ಲಿ ನಚ್ಚ ಪೈಗೂ ಮದುವೆಯಾಯಿತು. ಹುಡುಗಿ ಸಿದ್ದಣ್ಣ ಕಾಮಾತಿಯ ಮೊಮ್ಮಗಳು. ಅಂದರೆ ವೆಂಕ್ಟೇಶ ಕಾಮಾತಿಯ ಮೊದಲ ಮಗಳು. ಮದುವೆಗೆಂದು ಮಾತಾಡಲು ಕೂತವನು, ಮದುವೆ ನಡೆಸಿದವನು ಎಲ್ಲ ರಾಮಚಂದ್ರ ಪೈಯೇ. ಎಲೆ ಅಡಿಕೆಯ ಹರಿವಾಣವನ್ನೂ ಕೊಟ್ಟಣವನ್ನೂ ಎದುರಿಗೆ ಇಟ್ಟುಕೊಂಡು ಮುಂಡಾಸು ಕಟ್ಟಿ ಕುಳಿತ ನಾಗಪ್ಪಯ್ಯ ಹೆಸರಿಗೆ ಹಿರಿಯನಾಗಿದ್ದನೇ ವಿನಾ ತುಟಿ ಪಿಟಕ್ಕೆಂದಿರಲಿಲ್ಲ. ಕೊಡುವ ನಗದಾಗೀನುಗಳ ಬಗ್ಗೆ, ಸೀರೆ ಪೀತಾಂಬರಗಳ ಬಗ್ಗೆ, ಮದುವೆ ಖರ್ಚಿನ ಬಗ್ಗೆ, ಗಂಡಿಗೆ ಕೊಡಬೇಕಾದ ಉಂಗುರ, ಸರ, ಬೆಳ್ಳಿಯ ಸಂದೂಕ, ತಟ್ಟೆ ಬಟ್ಟಲುಗಳ ಬಗ್ಗೆ ಎಲ್ಲ ಮಾತಾಡಿದ್ದು ರಾಮಚಂದ್ರ ಪೈ. ಮಾತಿಗೆ ಕೂತವರು ವೆಂಕ್ಟೇಶ ಕಾಮಾತಿ, ಪುರೋಹಿತ ನರದ ಭಟ್ಟ ಸಿದ್ದು ಕಿಣಿ ಮತ್ತು ದಾಸ ಮ್ಹಾಲ್ಲೊನ ತಂದೆ ದಾಮ್ಮು ಮ್ಹಾಲ್ಲೊ. "ದಾಮ್ಮು ಮಾಮ್ಮಾ, ದೇಣೆಗೆಂದು ನಾವು ಈ ಸಂಬಂಧ ಒಪ್ಪಿಕೊಂಡದ್ದಲ್ಲ. ಸಿದ್ದಣ್ಣ ಮಾಮನ ಮಗ ಕೊಟ್ಟಿಲ್ಲ ಅಂತ ಕೊಸರಾಡುವವರೂ ನಾವಲ್ಲ. ಮದುವೆಗೆ ಒಪ್ಪಿದ್ದು ಯಾಕೆಂದರೆ ನಮ್ಮ ಪೂರ್ವಜರು ಕುಂಬಳೆಯಲ್ಲಿ ನಿಲ್ಲುವ ಪ್ರಸಂಗ ಬಂದಾಗ ನಾಲ್ಕು ಕುಟುಂಬಗಳೂ ಒಬ್ಬರೊಬ್ಬರ ಕೈ ಬಿಡುವುದಿಲ್ಲ ಅಂತ ಮಾತಾಗಿತ್ತಂತೆ. ಅಲ್ಲವೇ ? ಅಲ್ವೇ ಮ್ಹಾಂತಾ ?" ಎಂದು ರಾಮಚಂದ್ರ ಪೈ ಬೇಕೆಂದೇ ಧ್ವನಿ ಎತ್ತರಿಸಿ ಹೇಳಿದ್ದ. ಮಾತು ಮುಗಿದ ತಕ್ಷಣ ದಾಮ್ಮು ಮ್ಹಾಲ್ಲೊ ಕಣ್ಣೆತ್ತಿ ಒಮ್ಮೆ ನೋಡಿದ್ದ. ಈ ಮಾತು ತನಗೇ ಬಂದದ್ದೆಂದು ತಿಳಿದರೂ ಸುಮ್ಮನಾದ. ರಾಮಚಂದ್ರ ಪೈಗೆ ಈ ಮಾತಾಡಿ ಅಂತರಂಗ ತೃಪ್ತಿಯಾದುದು ನಿಜ.

ಆ ರಾತ್ರಿ ನಾಗಪ್ಪಯ್ಯ ಮಾತ್ರ ಆ ಬಗ್ಗೆ ಮಾತು ತೆಗೆದ. ರಾಮಚಂದ್ರ ಪೈ ಹೇಳಿದ ಮಾತು ಅವನನ್ನು ನೋಯಿಸಿತ್ತು. "ರಾಚ್ಚೂ, ಮನುಷ್ಯ ಬಹಳ ಸಣ್ಣ ಮನಸ್ಸಿನವನು ಕಾಣಯ್ಯ. ದೇವರ ಎದುರು ಮಾತ್ರ ಅಂತ ತಿಳಿಯಬೇಡ. ನಮ್ಮ ಹಿಂದೆ ಎಷ್ಟು ತಲೆಮಾರುಗಳಾಗಿರಬಹುದು ? ಮುಂದೆ ಎಷ್ಟು ತಲೆಮಾರುಗಳು ಹುಟ್ಟಬಹುದು ? ನಮ್ಮ ಹಾಗೆ ಪ್ರಪಂಚದಲ್ಲಿ ಎಷ್ಟು ಜನರನ್ನು ಒಳಗೊಂಡ ಕುಟುಂಬಗಳು ಇದ್ದುವು, ಇದ್ದಾವೆ, ಇರಬಹುದು ? ಇವುಗಳ ಮಧ್ಯೆ ಬಂದು ಹೋಗುವ ನಾವು ಒಟ್ಟು ಲೆಕ್ಕ ಹಾಕಿದರೆ ಎಷ್ಟು ಅಲ್ಪರಾಗಿ ಹೋಗುತ್ತೇವೆ ! ಬೇಡ, ನಮ್ಮ ಸುತ್ತ ಬೆಳೆದಿರೋ ಈ ಮರಗಿಡ ಬಳ್ಳಿಗಳನ್ನು ನೋಡು. ಅಂಗಣದಲ್ಲಿ ಬೆಳೆದಿದೆಯಲ್ಲ ಆಕಾಶದೆತ್ತರಕ್ಕೆ ಏರಿ, ಅಲ್ಲಿ ಮನೆ ಮಾಡಿದ ತೆಂಗಿನ ಮರ ನೋಡು. ಅವು ಏರಿದ ಎತ್ತರಕ್ಕೂ ಮನುಷ್ಯನಿಂದ ಏರಲು

ಸಾಧ್ಯವೇನಯ್ಯ ? ಅವುಗಳ ಎದುರಿಗೆ ನಿಂತು ನಿನ್ನನ್ನೇ ನೀನು ಹೋಲಿಸಿಕೋ. ಎಷ್ಟು ಸಣ್ಣವರೋ ನಾವು ! ಮನೆಯ ಹಿಂದಿನ ಈ ಸಮುದ್ರದ ಭೋರು ಶಬ್ದವನ್ನು ಕೇಳುತ್ತಾ ಇದ್ದೀಯಲ್ಲ ? ನಾವು ಆಡಿದ ಮಾತು ನಾಳೆ ಕೇಳಲಾರದು. ಆದರೆ ಆ ಭೋರು ಶಬ್ದ ನಿರಂತರವಾಗಿ ಕೇಳುವುದಿಲ್ಲವೇ ? ಹಾಗಿರುವಾಗ ನಾನು, ನನ್ನದು ಅಂತ ಅಹಂಕಾರ ಮಾಡಿಕೊಂಡರೆ ಏನು ಬಂದ ಹಾಗಾಗುತ್ತದೆ ? ಈವತ್ತು ನೀನು ಸ್ವರವೆತ್ತರಿಸಿ ಒಂದು ಮಾತನ್ನು ದಾಮ್ಮುವಿಗೆ ಹೇಳಿದ್ದು ಯಾಕೆಂದು ನನಗೆ ತಿಳಿಯಲಿಲ್ಲ ಅಂತ ಭಾವಿಸಬೇಡ. ದಾಮ್ಮುವಿಗೂ ಗೊತ್ತಾಗಿರಬಹುದು. ನಾಲ್ಕಾರು ಸಂವತ್ಸರಗಳ ಹಿಂದೆ ನೀನೊಮ್ಮೆ ಅವನ ಬಳಿಗೆ ಜಾತಕ ಕೇಳಲು ಹೋದದ್ದಕ್ಕಲ್ಲವೇ ? ಹೀಗೆಲ್ಲ ಹೇಳಿ ಏನೂ ಸಾಧಿಸಲಾಗುವುದಿಲ್ಲವೋ ರಾಚ್ಚೂ'' ಎಂದು.

ಸಿದ್ದಣ್ಣ ಕಾಮಾತಿಯ ಮೊಮ್ಮಗಳ ಜೊತೆ ನಚ್ಚ ಪೈಯ ಮದುವೆ ವಿಜೃಂಭಣೆಯಿಂದ ನಡೆಯಿತು. ಸಿದ್ದಣ್ಣ ಕಾಮಾತಿ ಮುದುಕನಾದುದರಿಂದ ಓಡಾಟವೆಲ್ಲ ಮಗ ವೆಂಕ್ಟೇಶ ಕಾಮಾತಿಯದ್ದೇ. ಅವನ ಮೂರು ಜನ ಗಂಡುಮಕ್ಕಳೂ ಮೈಮುರಿಯ ದುಡಿಯುತ್ತಿದ್ದರು. ಹಾಗಾಗಿ ಯಾವುದನ್ನೂ ಊನ ಮಾಡದೇ ಮದುವೆ ಮಾಡಿಸಿದ ಸಿದ್ದಣ್ಣ ಕಾಮಾತಿ. ಆದರೆ ನಚ್ಚ ಪೈಯ ಹೆಂಡತಿಯನ್ನು ಮನೆ ತುಂಬಿಸಿಕೊಂಡ ದಿನವೇ ರಾಮಚಂದ್ರ ಪೈಯ ತಾಯಿ ಅಂಬಾಬಾಯಿ ತೀರಿಕೊಂಡಳು. ಗಂಡ ಊರು ಬಿಟ್ಟು ಹೋದ ದಿನದಿಂದ ಆಕೆಯೂ ಮಾನಸಿಕವಾಗಿ ವಿಧವೆಯೇ ಆಗಿದ್ದಳು. ಆಕೆಯ ಜಗತ್ತು ಪೂರ್ತಿಯಾಗಿ ಮುಚ್ಚಿಹೋಗಿತ್ತು. ಮನೆಯ ಒಳಗಿನ ಕೋಣೆಯಿಂದ ಆಕೆ ಹೊರಬರುತ್ತಿರಲಿಲ್ಲ. ತನ್ನ ಓರಗಿತ್ತಿಯರಿಗಿಲ್ಲದ ಕುಂಕುಮ ಸೌಭಾಗ್ಯವೊಂದು ಅವಳಿಗಿತ್ತು. ಆದುದರಿಂದ ತಾನು ಅಪ್ಪಿಕೊಂಡಿದ್ದ ಮುತ್ತೈದೆತನದಲ್ಲೇ ಆಕೆ ಸತ್ತಳು. ಅವಳಿಗೆ ಬೆಂಕಿ ಕೊಡುವಾಗ ರಾಮಚಂದ್ರ ಪೈಗೆ ತಂದೆಯ ನೆನಪು ಕಾಡಿತು. ಅಪ್ಪನ ಮುಖ ಅಷ್ಟಾಗಿ ನೆನಪಿಗೆ ಬಾರದಿದ್ದರೂ ಅವನು ಊರು ಬಿಡುವ ಹಿಂದಿನ ರಾತ್ರಿ ಗೋಡೆಗೊರಗಿ ನಿಂತ ಆ ತಪ್ಪಿತಸ್ಥ ಚಹರೆ ನೆನಪಿತ್ತು. ತನ್ನಜ್ಜ ವಿಟ್ಠು ಪೈ ಅವನನ್ನು ಬಾಯಿತುಂಬ ಬಯ್ದಿದ್ದ. ''ನಿನ್ನ ಅಸೂಯೆ ತಮ್ಮಂದಿರನ್ನು ಸಮುದ್ರದ ನೀರಿಗೆ ನೂಕಿ ಸಾಯಿಸುವ ಮಟ್ಟಕ್ಕಿಳಿಯಬಹುದೆಂಬ ಕಲ್ಪನೆಯೂ ನನಗೆ ಬಂದಿರಲಿಲ್ಲವೋ ಮರ್ತೂ'' ಎಂದಾಗ ಅವನು ಕೊಟ್ಟ ಉತ್ತರ ಒಂದೇ ''ನಾನಲ್ಲ''! ಈಗ ಇದ್ದಾನೋ, ಬದುಕಿದ್ದಾನೋ, ಸತ್ತೇ ಹೋದನೋ ಎಂದೂ ತಿಳಿಯಲಿಲ್ಲ. ಎಲ್ಲರಿಗೂ ಅವರವರ ಅಪ್ಪನಿಗೆ ತರ್ಪಣ ಕೊಡುವ ಯೋಗ್ಯತೆ ಇದೆ. ಆದರೆ ತನಗೆ ಆ ಯೋಗ್ಯತೆ ಬರುತ್ತದೋ ಇಲ್ಲವೋ ?

ನಾಗಪ್ಪಯ್ಯ ಮಾತ್ರ ಕಲ್ಲಾಗಿ ಕೂತಿದ್ದ. ''ನಚ್ಚ ಪೈಯ ಹೆಂಡತಿ ಮನೆಯೊಳಗೆ ಕಾಲಿಟ್ಟ ದಿನವೇ ಈ ಮನೆಯಲ್ಲಿ ಸಾವಾಯಿತು ಎಂದು ಯಾರೂ ಅವಳನ್ನು ಕೈ ಬೆರಳು ತೋರಿಸಬಾರದು – ತಿಳಿಯಿತೇ ? ಹುಟ್ಟಿದವರು ಸಾಯುತ್ತಾರೆ. ಅದು ವಿಧಿ ಬರೆದದ್ದು.

ಅದಕ್ಕೆ ನಾವು ಇನ್ನೊಬ್ಬರು ಹೊಣೆ ಎಂದು ಹೇಳಿದರೆ ದೇವರನ್ನು ಧಿಕ್ಕರಿಸಿದಂತೆ. ಹುಡುಗಿಯ ಕಾಲುಗುಣ, ಕೈಗುಣ ಅನ್ನೋ ಮಾತು ಈ ಮನೆಯಲ್ಲಿ ಹುಟ್ಟಿದರೆ ಎಲ್ಲರಿಗೆ ನನ್ನ ಜೀವದ ಆಣೆ ಇದೆ'' ಎಂದ. ಹಾಸಿಗೆಯ ಮೇಲೆ ಬಿದ್ದುಕೊಂಡಿದ್ದ ಸಿದ್ದಣ್ಣ ಕಾಮಾತಿಗೆ ಈ ಮಾತು ಕೇಳಿ ಕಣ್ಣು ಆರ್ದ್ರವಾಯಿತು. ಅವನು ಮುಂದೊಮ್ಮೆ ತಾನು ಸಾಯುವ ಮುನ್ನ ರಾಮಚಂದ್ರ ಪೈಯೊಡನೆ ''ನಾಗಪ್ಪಯ್ಯನ ಮನಸ್ಸು ಅಷ್ಟು ದೊಡ್ಡದಿತ್ತೆಂಬ ಕಲ್ಪನೆ ನನಗಿರಲಿಲ್ಲವೋ ರಾಚ್ಚೊ. ಹಾಗೆ ನೋಡಿದರೆ ಅವನು ಎಲ್ಲೂ ಯಾರ ಮುಂದೂ ತನ್ನ ಬಗ್ಗೆ ಹೆಮ್ಮೆಯ ಮಾತು ಹೇಳಿದವನಲ್ಲ. ಹತ್ತು ಜನರೆದುರು ಅವನು ಮೌನಿಯೇ. ಒಂದು ಥರದಲ್ಲಿ ನಿನ್ನಜ್ಜನ ಮಕ್ಕಳಲ್ಲಿ ತೀರ ಉಪೇಕ್ಷೆಯಿಂದಲೇ ಬೆಳೆದವನವನು. ಅವನಿಗೆ ಮಕ್ಕಳಾಗಲಿಲ್ಲ ಎಂದಾಗಂತೂ ತೀರ ಮೂಲೆಪಾಲಾಗಿದ್ದ. ಬಹುಶಃ ಹಾಗೆ ಮೂಲೆಯಲ್ಲಿ ಕೂತು ಕೂತು ಯೋಚಿಸುತ್ತಾ ಅವನ ಮನಸ್ಸು ಆಧ್ಯಾತ್ಮದೆಡೆಗೆ ಸರಿದಿರಬೇಕು. ಉಳಿದ ಯಾರೇ ಆದರೂ ಹೆಣ್ಣು ಮಗಳೊಂದು ಮನೆಯೊಳಗೆ ಕಾಲಿಟ್ಟ ಹೊತ್ತಿನಲ್ಲಿ ನಡೆದ ಮರಣಕ್ಕೆ ಅವಳೇ ಕಾರಣ ಎನ್ನುತ್ತಿದ್ದರೋ ಏನೋ ?'' ಎಂದದ್ದಿತ್ತು.

ಸಿದ್ದಣ್ಣ ಕಾಮಾತಿಯ ಮೊಮ್ಮಗಳನ್ನು ಮನೆಗೆ ತಂದುಕೊಂಡ ಮೇಲೆ ಆ ಕುಟುಂಬ ರಾಮಚಂದ್ರ ಪೈಗೆ ತೀರ ಹತ್ತಿರವಾಯಿತು. ಅವನ ಮಗ ವೆಂಕ್ಟೇಶ ಕಾಮಾತಿಗೆ ಮೂರು ಜನ ಗಂಡುಮಕ್ಕಳು. ಮೊದಲನೆಯವ ಮೊಷ್ಣು ಕಾಮಾತಿ. ಎರಡನೆಯವ ನಾಣ್ಣು. ಮೂರನೆಯವ ಗಜಾನನ. ಮೂವರೂ ತುಂಬ ದುಡಿಯುತ್ತಿದ್ದರು. ಗಜಾನನನನ್ನು ದಾಸಮಲ್ಯ ಮಾನ್ಯೆಗೆ ಕರೆದುಕೊಂಡು ಹೋಗಿ ಬೇಸಾಯದ ಕೆಲಸದಲ್ಲಿ ತನ್ನ ಸಹಾಯಕ್ಕೆ ಇರಿಸಿಕೊಂಡಿದ್ದ. ಮೊಷ್ಣು ಮತ್ತು ನಾಣ್ಣು ಕುಂಬಳೆಯಲ್ಲಿಯೇ ಅದೂ ಇದೂ ಮಾಡಿಕೊಂಡಿದ್ದರು. ''ಮೊಮ್ಮಗಳ ಮದುವೆಯಾಯಿತು ಸಿದ್ದಣ್ಣ ಮಾಮ್, ಇನ್ನು ನಿನ್ನ ಗಂಡು ಮಕ್ಕಳಿಗೂ ಮದುವೆ ಮಾಡುವ ಯೋಚನೆ ಮಾಡುವುದಿಲ್ಲವೇ ?'' ಎಂದು ಒಮ್ಮೆ ತಮಾಷೆಯಾಗಿ ಕೇಳಿದ್ದ.

''ಮದುವೆ - ಮಾಡಬೇಕು ರಾಚ್ಚೊ ಆದರೆ'' ಸಿದ್ದಣ್ಣ ಕಾಮಾತಿ ರಾಗವೆಳೆದ. ''ಏನು ಆದರೆ?'' ಎಂದು ಕೇಳಿದ್ದಕ್ಕೆ ''ರಾಚ್ಚೊ ನೀವುಗಳು ಆಸ್ತಿಗಳಿಗೆ ಒಡೆಯರಾದಿರಿ. ದಾಸಮಲ್ಯನೂ ತನ್ನದೆಂಬ ನೆಲ ಮಾಡಿಕೊಂಡ. ನರದ ಭಟ್ಟರೂ ತಮ್ಮ ವ್ಯಾಪ್ತಿ ಗಟ್ಟಿ ಮಾಡಿಕೊಂಡರು. ಈಗ ಕುಂಬಳೆಯ ಸಾರಸ್ವತರಲ್ಲಿ ಆಸ್ತಿ ಮಾಡಿಕೊಳ್ಳದ ಕುಟುಂಬವೆಂದರೆ ಒಂದು ನಮ್ಮದು ಇನ್ನೊಂದು ಸಾಂತಯ್ಯ ಕಿಣಿಯದ್ದು. ನಾನು ಮುದುಕನಾದೆ. ಅತ್ತಿತ್ತ ಓಡಾಡುವುದೂ ನನ್ನಿಂದ ಸಾಧ್ಯವಿಲ್ಲ. ನಿಮ್ಮಷ್ಟು ಆಸ್ತಿ ಕೊಳ್ಳುವ ತಾಖತ್ತು ನಮಗಿಲ್ಲ ನಿಜ. ಆದರೆ ನನ್ನ ಮೊಮ್ಮಕ್ಕಳು ಇನ್ನೊಬ್ಬರ ಜೊತೆ ಕೆಲಸ ಮಾಡುವುದು ಸಮವೆಂದು ನನಗೆ ಅನ್ನಿಸುವುದಿಲ್ಲ. ಅದಕ್ಕಾಗಿ ಮದುವೆಗಿಂತ ಮೊದಲು ಎಲ್ಲಾದರೂ ಒಂದು ಸಣ್ಣ ತುಂಡು ನೆಲ ಕೊಳ್ಳುವ ಆಸೆ'' ಎಂದ.

''ಓ, ಸಂತೋಷವೇ. ಎಲ್ಲಾದರೂ ಜಾಗ ಸಿಗುವಂತಿದ್ದರೆ ಮಾತುಕತೆಗೆ ನಾನೂ

ಬಂದೇನು. ನನ್ನಿಂದಾದಷ್ಟು ಸಹಾಯವನ್ನೂ ಮಾಡುತ್ತೇನೆ'' ಎಂದ ರಾಮಚಂದ್ರ ಪೈ. ''ನೀನು ಮಾಡಿಕೊಡು ಎಂದು ಹೇಳಿ ಹಗುರಾಗುವ ಇಚ್ಛೆ ನನಗಿಲ್ಲ. ನೀನು ಅನುಭವಸ್ಥ. ಎರಡು ವರ್ಷದಿಂದ ಬೇಸಾಯಕ್ಕೆ ಕೈ ಹಾಕುತ್ತಿದ್ದಿ. ನಾಲ್ಕು ನೂರು ಎಕರೆ ಆಸ್ತಿಯ ಒಡೆಯ ನೀನು. ಈ ಮಕ್ಕಳಿಗೆ ಬುದ್ಧಿವಾದ ಹೇಳಿದರೆ ಸಾಕು'' ಎಂದ ಸಿದ್ದಣ್ಣ ಕಾಮಾತಿ.

ರಾಮಚಂದ್ರ ಪೈಗೆ ಯೋಚನೆಯಾಯಿತು. ಈ ಸಿದ್ದಣ್ಣ ಮಾಮ ಏನೋ ಮನಸ್ಸಿನಲ್ಲಿಟ್ಟುಕೊಂಡು ಹೇಳುತ್ತಿದ್ದಾನೆ. ತನ್ನ ಬಳಿ ಹೇಳಲು ಹಿಂಜರಿಯುತ್ತಿದ್ದಾನೆ, ಎಂದನ್ನಿಸಿ ''ಸಿದ್ದಣ್ಣ ಮಾಮ್ಮಾ, ನೀವು ಎಲ್ಲಾದರೂ ಜಾಗ ನೋಡಿದ್ದೀರಾ ಹೇಳಿ. ನೀನು ಈ ರೀತಿ ತಿರುಗಿಸಿ ತಿರುಗಿಸಿ ಮಾತನಾಡುವುದು ನೋಡಿದರೆ ಏನೋ ಯೋಜನೆ ಹಾಕಿದ್ದೀರಿ ಅಂತ ನನಗೆ ಕಾಣುತ್ತದೆ. ಏನು ಹೇಳು. ಅದರಲ್ಲಿ ಸಂಕೋಚವೇಕೆ ? ಜಾಗ ನಿಮ್ಮ ಮನಸ್ಸಿಗೆ ಬಂದಿದೆ ಅಂತಾದರೆ ನಾನೂ ಬಂದು ನೋಡುತ್ತೇನೆ. ನನ್ನ ಅಭಿಪ್ರಾಯ ತಿಳಿಸುತ್ತೇನೆ. ವ್ಯಾಪಾರಕ್ಕೆ ಕೂತರೆ ನೂರು ಹೊನ್ನು ಕಮ್ಮಿ ಮಾಡುವ ನನ್ನ ಪ್ರಯತ್ನವನ್ನು ಮಾಡಿಯೇ ಮಾಡುತ್ತೇನೆ. ನಿಮಗೆ ಮಾಡಿದರೆ ನನಗೇ ಮಾಡಿದಂತಲ್ಲವೇ ? ಅದರಲ್ಲಿ ಹೆಚ್ಚುಗಾರಿಕೆ ಏನು ? ನಮ್ಮವರಿಗೆ ಅಷ್ಟೂ ಮಾಡದಿದ್ದರೆ ಹೇಗೆ ?'' ಎಂದು ಮನಸ್ಸು ಬಿಚ್ಚಿ ಹೇಳಿದ.

ಸಿದ್ದಣ್ಣ ಕಾಮಾತಿಗೆ ರಾಮಚಂದ್ರ ಪೈಯ ಮಾತಿನಿಂದ ಸಂತೋಷ ಆದುದು ಅಷ್ಟಿಷ್ಟಲ್ಲ. ನಾಗಪ್ಪಯ್ಯನ ಹಾಗೆ ಇವನೂ ದೊಡ್ಡ ಮನಸ್ಸಿನವನೇ ಅಂತಂದುಕೊಂಡ. ಮನಸ್ಸಿನಲ್ಲಿ ಇಲ್ಲದೇ ಅವನು ಆ ಮಾತು ಹೇಳಿದ್ದಲ್ಲ. ಮೊಮ್ಮಗ ಮೊಷ್ಣು ಮೂಡಲ ಕಡೆ ಒಂದು ಜಾಗ ನೋಡಿದ್ದ. ''ಸ್ಥಳ ಕುಂಬಳೆಯಿಂದ ದೂರವೇ ಅಂತ ನೀವು ಹೇಳಬಹುದು. ಆದರೆ ಬಳ್ಳಂಬೀಡಿನಷ್ಟು ದೂರವಲ್ಲ. ನಿಮ್ಮಷ್ಟು ದೊಡ್ಡದೂ ಅಲ್ಲ. ಆದರೆ ನಮಗೆ ಸಾಕು'' ಎಂದು ಆ ಬಗ್ಗೆ ಹೇಳಿದ ಸಿದ್ದಣ್ಣ ಕಾಮಾತಿ. ''ಅವನು ಬರಲಿ, ಅವನೊಡನೆ ನೀನೇ ಮಾತನಾಡು ರಾಚ್ಚೂ, ನಾನಂತೂ ಮುದುಕ. ನನಗೇನು ಬೇಕಾಗಿದೆ ?'' ಎಂದೂ ಸೇರಿಸಿದ. ರಾಮಚಂದ್ರ ಪೈ ನಗುತ್ತಾ ''ಯಾಕೆ ? ನಿಮಗೆ ಮುದುಕರಿಗೆಲ್ಲ ನಾವು ಮಕ್ಕಳು ಕೊಂಡುಕೊಂಡ ಆಸ್ತಿಯಲ್ಲಿ ಕಾಲಿಡಬಾರದು ಅಂತ ಏನಾದರೂ ಆಣೆ ಭಾಷೆ ಆಗಿದೆಯೋ ? ದೊಡ್ಡಪ್ಪ ನಾಗಪ್ಪೈ ಮ್ಹಾಂತಾ ಬಳ್ಳಂಬೀಡಿಗೆ ಬರುವುದಿಲ್ಲ ಅಂತ ಹಠ ಮಾಡಿ ಕೂತಿದ್ದಾನೆ. ನಾಳೆ ನಿನ್ನ ಮಗನೂ ಆಸ್ತಿ ಪಡೆದುಕೊಂಡರೆ ನೀನು ಮಾತ್ರ ಕುಂಬಳೆಗೇ ಅತುಕೊಳ್ಳುವ ಹಾಗಿದೆ ನಿನ್ನ ಮಾತು !'' ಎಂದ. ''ಹಾಗೇನಿಲ್ಲ ರಾಚ್ಚೂ, ಬದುಕಿ ಉಳಿದರೆ ನಾನು ನನ್ನ ಮಕ್ಕಳ ಜೊತೆಯೇ ಇರುವವ. ಅವರು ಕರೆದುಕೊಂಡು ಹೋಗುವಲ್ಲಿಗೆ ಹೋಗುವವ'' ಎಂದ ಸಿದ್ದಣ್ಣ ಕಾಮಾತಿ.

ಸಿದ್ದಣ್ಣ ಕಾಮಾತಿಯ ಮೊಮ್ಮಗ ಮೊಷ್ಣು ಸಂಜೆಗೇ ಧಾವಿಸಿ ಬಂದ. ''ನಿನ್ನೊಡನೆ ಹೇಳಬೇಕೂಂತ ಕಾಯುತ್ತಾ ಇದ್ದೆ ರಾಚ್ಚು ಭಾವಾಜಿ. ಊರಿನ ಹೆಸರು ಅಡೂರು ಎಂದು. ನಮ್ಮ ಕುಂಬಳೆ ಅರಸರ ಸೀಮೆಯೊಳಗೇ ಬರುತ್ತದೆ. ಜಾಗ ತುಂಬ ಪಸಂದಿನದು. ಒಂದಷ್ಟು ಮೂಡಲ ಕಡೆ. ಮಲೆನಾಡು. ಕಾಡ ಮಧ್ಯೆ ಇರುವ ಜಾಗ. ಹುಲಿ, ಆನೆ, ಕತ್ತೆ

ಕಿರುಬಗಳ ಕಾಟ ಉಂಟು ನಿಜ. ಆದರೆ ನಾವು ಮೂರು ಜನ ಹಗಲು ರಾತ್ರಿ ಅಲ್ಲಿ ಕೆಲಸ ಮಾಡಿಕೊಂಡಿರುವುದು ಸಾಧ್ಯ'' ಎಂದ. ಮೊಷ್ಣುವಿನ ಉತ್ಸಾಹ ಕಂಡು ರಾಮಚಂದ್ರ ಪೈ ತಕ್ಷಣ ಒಪ್ಪಿದ. ಅದೇ ಹಪ್ತೆಯಲ್ಲಿ ಆ ಕಡೆಗೆ ಹೋಗುವ ಎಂದೂ ಹೇಳಿದ. ''ಆಸ್ತಿ ಕೊಳ್ಳಲು ತಕ್ಕ ಸಮಯ ಇದು ಮೊಷ್ಣು. ಇಕ್ಕೇರಿಯ ನಾಯಕರ ಆಳ್ವಿಕೆಯಲ್ಲಿ ರೈತರ ಸ್ಥಿತಿಗತಿಗಳನ್ನು ಕೇಳುವವರಿಲ್ಲ. ಭೂಮಿ ಇಷ್ಟು ಸೌರಗವಾಗಿ* ಇನ್ನೆಂದೂ ಸಿಗಲಾರದು. ಈಗಲೇ ತೆಗೆದುಕೊಂಡು ಬಿಡು. ಕುಂಬಳೆಯಲ್ಲಿ ಹೇಗೂ ನಮ್ಮ ನಚ್ಚ ಪೈಯ ಅಂಗಡಿ ಇದೆ. ನಾವು ಬೆಳೆಯುವ ಬೆಳೆಗೆ ಅವನು ಒಳ್ಳೆಯ ದರ ಕೊಡುತ್ತಾನೆ. ಅವನು ವ್ಯಾಪಾರ ಮಾಡುವ ರೀತಿ ನೋಡಿದರೆ ಸುಂಕದವರನ್ನು ಮರುಳು ಮಾಡುವ ಚಾಕಚಕ್ಯತೆಯುಳ್ಳವನೆನ್ನುವುದಕ್ಕೆ ಸಂಶಯವಿಲ್ಲ. ಮತ್ತೆ ನಮ್ಮ ನೇತ್ರುವಿನ ಗಂಡ ವೀರಪ್ಪ ನಾಯಕನಿದ್ದಾನೆ. ನಾಳೆ ರಾಜರಿಗೆ ಬಲಗೈಯಾಗಿ ನಿಲ್ಲುವ ಯೋಗ್ಯತೆಯುಂಟು ಅವನಲ್ಲಿ'' ಎಂದ ರಾಮಚಂದ್ರ ಪೈ.

ಆ ಹಪ್ತೆಯಲ್ಲಿಯೇ ಇಬ್ಬರೂ ಅಡೂರಿಗೆ ಹೊರಟರು. ಕಾಲ್ನಡಿಗೆಯಲ್ಲಿಯೇ ಮೂರು ದಿನ ನಡೆದು ಅಡೂರಿಗೆ ಮುಟ್ಟಿದಾಗ ಮಧ್ಯಾಹ್ನದ ಹೊತ್ತು. ಕಾಡಿನ ಮಧ್ಯೆಯ ಜಾಗ. ಬಳ್ಳಂಬೀಡಿನ ಹಾಗೆಯೇ ಇರುವ ನೆಲ. ನೆಲದ ಮಧ್ಯಭಾಗದಲ್ಲಿ ಹರಿಯುವ ಹೆಸರಿಲ್ಲದ ಒಂದು ತೋಡು. ಸಂವತ್ಸರದ ಎಲ್ಲ ದಿನಗಳಲ್ಲೂ ಹರಿಯುವ ತಿಳಿಯಾದ ನೀರು. ಈಗ ಮಳೆಗಾಲ ಮುಗಿದು ನಡೆಯುತ್ತಿದ್ದ ದಿನಗಳಾದುದರಿಂದ ತುಂಬಿ ಹರಿಯುತ್ತಿತ್ತು. ಎತ್ತರದ ಗದ್ದೆಗಳಲ್ಲಿ ಸಾಕಷ್ಟು ತರಕಾರಿ ಬೆಳೆಯುತ್ತಿದ್ದರು. ಮಾನ್ಯೆಯಂತೆ ಅದನ್ನು ಮಾರಬಯಸಿದ್ದೂ ನಾಡವರ ಶೆಟ್ಟಿಯೊಬ್ಬ. ''ಹೋ, ಇದು ನಮ್ಮ ಬಳ್ಳಂಬೀಡಿಗಿಂತ ಒಳ್ಳೆಯ ಜಾಗ ಮೊಷ್ಣು. ಕೊಂಡು ಕೊಳ್ಳುವುದಿದ್ದರೆ ನನ್ನ ಸೈ ಇದೆ. ಮಾರುವವನು ಮೂರ್ಖ. ಚೆನ್ನಾಗಿ ದುಡಿದರೆ ಚಿನ್ನ ತೆಗೆಯಬಹುದು'' ಎಂದ ರಾಮಚಂದ್ರ ಪೈ.

ಎರಡು ಮೂರು ಮಾಸಗಳೊಳಗೆ ಮೊಷ್ಣು ಕಾಮಾತಿ ಅಡೂರಿನ ಜಾಗ ಕೊಳ್ಳಲು ರಾಮಚಂದ್ರ ಪೈ ಸಾಕಷ್ಟು ಓಡಾಡಿದ. ತನ್ನವನೊಬ್ಬ ಹತ್ತಿರದಲ್ಲಿಯೇ ಸ್ಥಳ ಮಾಡಿಕೊಂಡಿದ್ದುದು ಅವನಿಗೆ ಸಂತೋಷವನ್ನೇ ತಂದಿತು. ಆದರೆ ಆ ಸಂತೋಷದಲ್ಲಿ ಪಾಲುಗೊಳ್ಳಲು ಸಿದ್ದಣ್ಣ ಕಾಮಾತಿ ಮಾತ್ರ ಬದುಕಿ ಉಳಿಯಲಿಲ್ಲ. ಮಕ್ಕಳು ಮೊಮ್ಮಕ್ಕಳು ಕರೆದ ಕಡೆಗೆ ಹೋಗುತ್ತೇನೆ ಅಂದವನು ಮೊಮ್ಮಗ ಆಸ್ತಿ ಕೊಂಡುಕೊಂಡ ಕೆಲವೇ ದಿನಗಳಲ್ಲಿ ಕಣ್ಣು ಮುಚ್ಚಿದ. ಅವನ ಬೊಜ್ಜಕ್ಕೆ ಎಲ್ಲರೂ ಸೇರಿದ್ದಾಗ ರಾಮಚಂದ್ರ ಪೈ ತಮಾಷೆಯಾಗಿ ಸಿದ್ದು ಕಿಣಿಯೊಡನೆ ''ಸಿದ್ದೂ, ಎಲ್ಲರಿಗೆ ಆಸ್ತಿಯಾಯಿತು. ನಿನಗೂ ಮಾಡುವ ಯೋಚನೆ ಇದ್ದರೆ ಹೇಳು. ಎಲ್ಲಾದರೂ ಒಂದು ಕಡೆ ತೆಗೆಸಿಕೊಡುತ್ತೇನೆ. ನೀನೂ ಬೇಸಾಯಗಾರನಾದರೆ ನನಗೆ ಸಂತೋಷ'' ಎಂದ. ಆದರೆ ಸಿದ್ದುಕಿಣಿ ಒಪ್ಪಲಿಲ್ಲ.

---

* ಸೌರಗ = ಅಗ್ಗ, ಸುಲಭ ಬೆಲೆ

"ನಮಗೆ ಬೇಡ ರಾಚ್ಚು ಮಾಮ್. ನಮ್ಮಿಂದ ಬೇಸಾಯ ಮಾಡುವುದು ಆಗದ ಮಾತು. ನಾವು ಋಣವಿರುವಷ್ಟು ಕಾಲ ಇಲ್ಲಿಯೇ ಇರುವವರು. ನಾನು ಹೇಳುವುದಿಷ್ಟೇ. ನಮ್ಮನ್ನು ನಿಮ್ಮವರಲ್ಲ ಅಂತ ನೀವು ತಿಳಿಯದಿದ್ದರೆ ಸಾಕು. ನಿಮ್ಮ ನಿಮ್ಮ ಮಧ್ಯೆ ಸಂಬಂಧ ಬೆಳೆಸಿದ ಹಾಗೆಯೇ ಈ ಕಣಿಯರ ಜೊತೆಗೂ ಸಂಬಂಧ ಬೆಳೆಯುತ್ತಾ ಇರಬೇಕು" ಎಂದ.

ಬಳ್ಳಂಬೀಡಿನ ಆಸ್ತಿ ಕೊಂಡುಕೊಂಡ ಎರಡು ಮೂರು ವರ್ಷಗಳಲ್ಲಿ ರಾಮಚಂದ್ರ ಪೈ ನಾಲ್ಕಾರು ಬಾರಿ ಧರ್ಮಸ್ಥಳದ ಯಾತ್ರೆ ಮಾಡಿ ಬಂದ. ಹಾಗಾಗಿ ದಾರಿಯಲ್ಲಿ ಸಿಗುವ ಉಪ್ಪಿನಂಗಡಿಯ ದೇವರಾಯ ಪ್ರಭುಗಳ ಜೊತೆ ಅವನ ಗೆಳೆತನ ಗಾಢವಾಗುತ್ತಾ ಹೋಯಿತು. ಒಂದು ಬಾರಿ ದೇವರಾಯ ಪ್ರಭುಗಳು ಕುಂಬಳೆಗೂ ಬಂದರು. ರಾಮಚಂದ್ರ ಪೈಯೊಡನೆ ಬಳ್ಳಂಬೀಡು, ಮಾನ್ಯ, ಅಡೂರು ಅಂತ ಸುತ್ತಾಡಿ ಸುಖ ಪಟ್ಟರು. ಕುಂಬಳೆಯ ಹಜಾರದಲ್ಲಿ ಕುಳಿತು ಹರಟುತ್ತಾ ಇದ್ದಾಗ "ರಾಚ್ಚು ಪೈ, ಖುಷಿಯಾಯಿತು ನನಗೆ. ಒಳ್ಳೆಯ ಜಾಗ ಕೊಂಡಿರಿ. ಆಸ್ತಿ ಬೆಳೆಸಿದಿರಿ" ಎಂದು ಹೊಗಳಿದರು. ಮುಂದಣ ಬಾರಿ ರಾಮಚಂದ್ರ ಪೈ ಉಪ್ಪಿನಂಗಡಿಗೆ ಹೋದಾಗ ಅವರು ಆ ಆತ್ಮೀಯತೆಯನ್ನೇ ಉಪಯೋಗಿಸಿಕೊಂಡು "ರಾಚ್ಚು ಪೈ, ನನಗಿರುವುದು ಒಬ್ಬ ಮಗಳು. ಮದುವೆಯ ವಯಸ್ಸಿಗೆ ಬಂದಿದ್ದಾಳೆ. ಅವಳು ಮದುವೆಯಾದರೆ ಈ ಮನೆಯಲ್ಲಿ ಉಳಿಯುವವರು ಯಾರೂ ಇಲ್ಲ. ಅದಕ್ಕಾಗಿ ಮನೆ ಅಳಿಯನನ್ನೇ ಮಾಡಿಕೊಳ್ಳುವ ಯೋಚನೆ ನನಗೆ. ಹಾಗೆ ನನ್ನ ದಾಯಾದಿಗಳು ಇದೇ ಊರಲ್ಲಿದ್ದಾರೆ. ಆದರೆ ಅವರ ಕೈಗೆ ನನ್ನ ಆಸ್ತಿಯನ್ನು ಕೊಡುವ ಯೋಚನೆಯಿಲ್ಲ. ಒಂದು ಹುಡುಗ ನನ್ನ ಮನಸ್ಸಿನಲ್ಲಿದ್ದಾನೆ. ಆ ಸಂಬಂಧ ಕುದುರಿದರೆ ನನಗೆ ಸಂತೋಷವಾದೀತು" ಎಂದರು. ಅವರು ಹೇಳಿದ್ದು ರಾಮಚಂದ್ರ ಪೈಯ ಎರಡನೆಯ ತಮ್ಮ ಸುಕ್ಡೊ ಪೈಯ ವಿಚಾರ. ದೇವರಾಯ ಪ್ರಭುಗಳ ಜೊತೆ ಸಂಬಂಧ ಬೆಳೆಸಲು ರಾಮಚಂದ್ರ ಪೈಗೆ ಆಕ್ಷೇಪವೇನೂ ಇರಲಿಲ್ಲ. ಅವನು ದೇವರಾಯ ಪ್ರಭುಗಳ ಮಗಳ ಜಾತಕ ತಂದು ನರದ ಭಟ್ಟರ ಕೈಮೇಲಿಟ್ಟ. ದೊಡ್ಡಪ್ಪ ನಾಗಪ್ಪಯ್ಯ ಮೊದಮೊದಲು ಮನೆ ಅಳಿಯನನ್ನಾಗಿ ಸುಕ್ಡೊ ಪೈಯನ್ನು ಕಳುಹಿಸಿಕೊಡಲು ಒಪ್ಪಲಿಲ್ಲ. "ತಂದೆಯಿದ್ದಿದ್ದರೆ ಹುಡುಗನನ್ನು ಮನೆಯ ಹೊರಗೆ ಕೊಡಲು ಒಪ್ಪುತ್ತಿದ್ದರೇ ? ಆ ಮಾತು ಬಿಟ್ಟುಬಿಡು ರಾಚ್ಚೊ" ಎಂದ. "ಮ್ಹಾಂತಾ, ಸುಕ್ಡೊನನ್ನೇನೂ ನಾವು ದತ್ತು ಕೊಡುತ್ತಿಲ್ಲ. ಈ ಮನೆಯಲ್ಲಿರುವ ಬದಲು ಮಾವನ ಮನೆಯಲ್ಲಿರುತ್ತಾನೆ. ಇಲ್ಲಿಯ ವ್ಯವಹಾರ ನೋಡುವ ಬದಲು ಅಲ್ಲಿಯ ವ್ಯವಹಾರ ನೋಡಿಕೊಳ್ಳುತ್ತಾನೆ ಅಷ್ಟೇ. ವರುಷಕ್ಕೊಂದೆರಡಾವರ್ತಿ ನಾವು ಆ ಕಡೆಗೆ ಹೋಗುವವರೇ ಇದ್ದೇವೆ. ಆಗ ನಮ್ಮದೇ ಒಂದು ಮನೆಯಾಗುತ್ತದೆ" ಎಂದು ರಾಮಚಂದ್ರ ಪೈ ಅವನನ್ನೊಪ್ಪಿಸಿದ ಮೇಲೆ ನಿನ್ನಿಷ್ಟ ಎಂದ.

ಸುಕ್ಡೊ ಪೈ ಉಪ್ಪಿನಂಗಡಿಯ ದೇವರಾಯ ಪ್ರಭುಗಳ ಮಗಳ ಜೊತೆ ಮದುವೆಯಾಗಿ ಮನೆ ಅಳಿಯನಾಗಿ ಹೊರಟುಹೋದ. ಅವನು ಹೋದ ಮೂರು

ಮಾಸದೊಳಗೆ ನಾಗಪ್ಪಯ್ಯನೂ ತೀರಿಕೊಂಡ. ಅವನ ಜೊತೆ ಜೊತೆಯಲ್ಲಿಯೇ ಅವನ ಹೆಂಡತಿ ರುಕ್ಮಾಬಾಯಿಯೂ ಸತ್ತಳು. ನಾಗಪ್ಪಯ್ಯನಿಗೆ ತರ್ಪಣ ಕೊಡುವಾಗ ರಾಮಚಂದ್ರ ಪೈಗೆ ಗೋವೆಯನ್ನು ಕಂಡ ಕೊನೆ ಮುಖ ಇದು ಎಂದೆನ್ನಿಸಿತು. ಇನ್ನು ಗೋವೆಯನ್ನು ನೋಡಬೇಕಾದರೆ ತನ್ನ ಮುಂದಿನ ಯಾವ ತಲೆಮಾರಿಗೋ ಎಂದುಕೊಂಡ.

ನಾಗಪ್ಪಯ್ಯ ತೀರಿಕೊಂಡ ಮೇಲೆ ರಾಮಚಂದ್ರ ಪೈಗೆ ಕುಂಬಳೆಯಲ್ಲಿ ನಿಲ್ಲುವ ಮನಸ್ಸಾಗಲಿಲ್ಲ. ಅವನು ಬೇಳಕಟ್ಟೆಯ ವ್ಯಾಪಾರವನ್ನು ಭಾವನಾದ ವೀರಪ್ಪನಾಯಕನ ಕೈ ಮೇಲಿಟ್ಟು "ಇನ್ನು ಮುಂದೆ ಈ ವ್ಯಾಪಾರದ ನಫೆಗೆ, ಮುನಾಫೆಗೆ ನೀನೇ ಹಕ್ಕುದಾರ" ಎಂದು ಹೇಳಿ ಕೈತೊಳೆದುಕೊಂಡ. ಕುಂಬಳೆಯ ವ್ಯಾಪಾರವನ್ನು ಮೊದಲಿನಿಂದಲೂ ನೋಡುತ್ತಿದ್ದವ ತಮ್ಮ ನಚ್ಚ ಪೈಯೇ. ಹಾಗಾಗಿ ಆ ಬಗ್ಗೆ ರಾಮಚಂದ್ರ ಪೈ ಹೆಚ್ಚು ಯೋಚಿಸುವ ಹಾಗಿರಲಿಲ್ಲ. ರಾಮಚಂದ್ರ ಪೈಯ ಕೊನೆಯ ತಮ್ಮಂದಿರಾದ ದೇವು ಪೈ ಮತ್ತು ಶಿವಪ್ಪಯ್ಯ ಇಬ್ಬರೂ ತಾವೂ ಬಳ್ಳಂಬೀಡಿಗೆ ಬರುತ್ತೇವೆಂದರು. ಮನೆಯಲ್ಲಿ ಒಳಕೋಣೆಯಲ್ಲಿದ್ದ ಅವರ ತಾಯಂದಿರು ತಾವು ಈ ಮನೆ ಬಿಟ್ಟು ಹೊರಡುವುದಿಲ್ಲ ಎಂದರು.

ಆದುದರಿಂದ ರಾಮಚಂದ್ರ ಪೈ ಒಂದು ದಿನ ಶುಭ ಮಹೂರ್ತದಲ್ಲಿ ತನ್ನ ಹೆಂಡತಿ ಪಾರ್ವತೀ ಬಾಯಿಯನ್ನೂ ತನ್ನೆರಡು ಮಕ್ಕಳಾದ ಅಂತು ಪೈ ಮತ್ತು ತಿಮ್ಮ ಪೈ ಅವರನ್ನೂ ಇಬ್ಬರು ತಮ್ಮಂದಿರನ್ನೂ ಸೇರಿಸಿಕೊಂಡು ಎರಡು ಎತ್ತಿನ ಗಾಡಿಗಳಲ್ಲಿ ಪಾತ್ರೆ ಪರಡಿ ಹಾಸಿಗೆ ಗದ್ದಡಿ ಎಲ್ಲ ಪೇರಿಸಿ ಬಳ್ಳಂಬೀಡಿನ ದಾರಿ ಹಿಡಿದು ಕುಂಬಳೆಯನ್ನು ಬಿಟ್ಟ.

□

ಭಾಗ - ೪

....Wherefore, as by one man sin entered into the world, and death by sin ; and so death passed upon all men, for that all have sinned.

- Romans 5:12

೨೫

ಗೋವಾದ ವರುಣಾಪುರದಿಂದ ಹೊರಟು ತೆಂಕಣದಲ್ಲಿ ನೆಲೆ ನಿಂತ ಕೌಂಶ ಗೋತ್ರದ ವಿಟ್ಠು ಪೈಯ ಸಂತಾನ ತುಂಬಿದ ಮರದಂತೆ ಹರವಾಗಿ ಬೆಳೆದು ನಿಂತ ರೀತಿ ನೆನೆದಾಗ ಬಳ್ಳಂಬೀಡು ರಾಮಚಂದ್ರ ಪೈಯ ಮೈ ಪುಳಕಗೊಳ್ಳುತ್ತಿತ್ತು. ಸ್ಪರ್ಧೆಗೆ ನಿಂತಂತೆ ಒಬ್ಬೊಬ್ಬರೂ ಮಕ್ಕಳನ್ನು ಹುಟ್ಟಿಸುತ್ತಾ ಬಂದಿದ್ದರು. ತಾತ ಇದ್ದಿದ್ದರೆ ಖುಷಿ ಪಡುತ್ತಿದ್ದ. ತನಗೆ ಮೂರು. ನಚ್ಚ ಪೈಗೆ ನಾಲ್ಕು. ದೇವು ಪೈಗೆ ಎರಡು ದಾಟಿ ಮೂರನೆಯ ಹಂತ. ಶಿವಪ್ಪಯ್ಯನಿಗೆ ಎರಡು. ಉಪ್ಪಿನಂಗಡಿಯಲ್ಲಿರುವ ಸುಕ್ಕೊ ಪೈಗೂ ಎರಡು. ಸಾರಸ್ವತ ಹೆಂಗಸರು ಹನ್ನೆರಡು ಗರ್ಭಗಳನ್ನು ಧರಿಸುವ ತಾಖತ್ತು ಪಡೆದೇ ಬಂದವರಲ್ಲವೇ ? ಮಳೆಗಾಲದ ಬಳಿಕ ಬರುವ ಹಬ್ಬ ಹುಣ್ಣಿಮೆಗಳ ಸಮಯ ವಿಶೇಷತಃ ಕೃಷ್ಣಾಷ್ಟಮಿ, ಚೌತಿ, ದೇವ ಶನಿವಾರ, ದೀಪಾವಳಿಗಳ ದಿನಗಳಲ್ಲಿ ತಮ್ಮಂದಿರೆಲ್ಲ ಹೆಂಡಿರು ಮಕ್ಕಳೊಡನೆ ಬಳ್ಳಂಬೀಡಿಗೆ ಬರುವುದು ಕ್ರಮ. ಗಲಗಲವೆನ್ನುವ ಸಂಭ್ರಮ. ಅಂಗಣದ ಮೇಲೆ ತೆಂಗಿನಗರಿಗಳನ್ನು ಹೆಣೆದು ಮೂಡಿದ ಚಾಪೆ ಹಾಕಿ ಮಂಟಪ ಏಳುತ್ತಿತ್ತು. ವರ್ಷಕ್ಕೊಮ್ಮೆಯಾದರೂ ಆ ದಿನಗಳಲ್ಲಿ ರಾಮಚಂದ್ರ ಪೈ ಕುಂಬಳೆಯಲ್ಲಿ ದಿನಾ ಅಭ್ಯಾಸ ಮಾಡುತ್ತಿದ್ದ ತರುಣರನ್ನು ಬರಮಾಡಿಸಿ ಯಕ್ಷಗಾನ ಬಯಲಾಟ ಆಡಿಸಿದರೂ ಆಡಿಸಿದನೇ. ಹಜಾರದ ಮೇಲಿನ ಉಯ್ಯಾಲೆ ಜೀಕಿ ಜೀಕಿ ಸಾಧ್ಯವಾದಷ್ಟು ಮೇಲೇರುತ್ತದೆ. ಅವನಿಗೆ ಆಗ ಅನ್ನಿಸುವುದು ಈಗ ತಾತ ವಿಟ್ಠು ಪೈ ಬದುಕಿರಬೇಕಿತ್ತು ಎಂದು !

ಹತ್ತಾರು ಸಂವತ್ಸರಗಳ ಹಿಂದೆ ಎರಡು ಬಂಡಿಗಳ ತುಂಬ ಪಾತ್ರೆ ಪರಡಿ, ಹಾಸಿಗೆ ಗಂಟುಗಳು, ದೇವರ ಪೆಟ್ಟಿಗೆ ಅಂತ ಹೇರಿ ಕುಂಬಳೆ ಬಿಟ್ಟು ಬಳ್ಳಂಬೀಡಿನ ಬಯಲಿಗೆ ಇಳಿದಾಗ ರಾಮಚಂದ್ರ ಪೈಯ ಹೆಂಡತಿ ಪಾರ್ವತೀ ಬಾಯಿ ಉಂಗುಷ್ಟ ಕಾಣದ ಬಸುರಿ. ಎರಡು ದಿನಗಳ ಹಾದಿ. ಮೂರು ಸಂಜೆಯ ಹೊತ್ತಿಗೆ ಪೆರಡಾಲದ ಪದವಿಗೆ ಮುಟ್ಟಿದವರು ಯಾವುದೋ ಹಳ್ಳಿಯ ಮಗ್ಗುಲಲ್ಲಿ ಗಾಡಿ ನಿಲ್ಲಿಸಿದರು. ಮುಳಿ ಹುಲ್ಲಿನ ಗುಡ್ಡ. ಅಲ್ಲಿ ಇಲ್ಲಿ ಅಂತ ಒಂದೊಂದು ಹುಲ್ಲಿನ ಮನೆಗಳು. ನೋಡಿದರೆ ಬ್ರಾಹ್ಮಣರ ಮನೆಗಳ ಹಾಗೆ ಕಾಣಲಿಲ್ಲ. ಮರದ ಕೆಳಗೆ ಚಕ್ಕಡಿ ನಿಲ್ಲಿಸಿದ್ದ ಗಾಡಿ ಹೊಡೆಯುವ ಆಳು ಸುಬ್ಬ, ದೂರದ ಬಾವಿಗೆ ಹೋಗಿ ನಾಲ್ಕು ಕೊಡ ನೀರು ಸೇದಿ ತಂದಾಗ ರಾಮಚಂದ್ರ ಪೈಗೆ ಸುಸ್ತಾಗಿತ್ತು. ಆದರೆ ಪಾರ್ವತೀಬಾಯಿ ವಯಿನಾಗಿ ಅಡಿಗೆ ಮಾಡಿದ್ದಳು. ಎತ್ತುಗಳಿಗೆಂದು ಬೇಯಿಸಿದ ಹುರುಳಿಯ ಸಾರಿಗೆ ಬೆಳ್ಳುಳ್ಳಿ ಒಗ್ಗರಣೆ ಹಾಕಿದ್ದು ಘಮಘಮಿಸಿತು. ಕುಂಬಳೆಯಿಂದ ತಂದ ಮಿಡಿ ಮಾವಿನ ಉಪ್ಪಿನಕಾಯಿ. ಸಾರು ಅನ್ನದ

ಮೇಲೆ ಸಾಲಿಗ್ರಾಮದಷ್ಟು ದೊಡ್ಡ ಬೆಣ್ಣೆಯ ಮುದ್ದೆ. ಊಟದ ಬಳಿಕ ಬಿಸಿಬಿಸಿ ಹಾಲು. ಊಟ ಮಾಡುತ್ತಾ ಇದ್ದಾಗಲೂ ರಾಮಚಂದ್ರ ಪೈಗೆ ತಾತನ ನೆನಪು ಬಂದಿತು. ಬಹುಶಃ ಕುಂಬಳೆಯ ದಾರಿಯಲ್ಲಿ ಅವರೆಲ್ಲ ಇದೇ ರೀತಿ ಚಕ್ಕಡಿ ನಿಲ್ಲಿಸಿ ಉಂಡಿರಬಹುದಲ್ಲವೇ ? ಅವನಿಗಾಗ ಥಟ್ಟನೆ ಒಂದು ಸಂದೇಹ ಕಾಡಿತ್ತು. ಕುಂಬಳೆ ಬಿಟ್ಟು ತನ್ನ ಕುಟುಂಬ ಬಳ್ಳಂಬೀಡಿಗೆ ಬಂದು ನಿಂತ ವಿಚಾರ ನಾಗ್ಡೊ ಬೇತಾಳನಿಗೆ ತಿಳಿದೀತಾದರೂ ಹೇಗೆ ? ಅವನೆಲ್ಲಾದರೂ ಈ ಕಡೆ ಬಂದರೆ ತನ್ನನ್ನು ಕಾಣದೇ ಹೋಗಬಹುದೇ ? ರಾಮಚಂದ್ರ ಪೈ ತನ್ನನ್ನು ತಾನೇ ಸಾಂತ್ವನಗೊಳಿಸಿದ್ದ – ಇಲ್ಲ, ಅವನನ್ನು ಕರೆಯಬೇಕೆಂದಿಲ್ಲ, ಹುಡುಕಿಕೊಂಡು ಅವನೇ ಬರುತ್ತಾನೆ, ಅಂತ ತಾತ ವಿಟ್ಠು ಪೈ ಹೇಳಿದ್ದಾನೆ.

ಮರುದಿನ ಸಂಜೆ ಬಳ್ಳಂಬೀಡು. ಕಡಾರು ದಾಟಿ, ಕಾಡಿನ ಮಧ್ಯೆ ಗಾಡಿ ದಾರಿ ಮಾಡಿಕೊಂಡು ಬರುವಾಗ ಕಷ್ಟವೆನಿಸಿತ್ತು. ಕಾಲು ಹಾದಿಗಳೇ ಅಗಲವಾಗಿ, ಗಾಡಿ ಹೊಡೆಯುವುದಕ್ಕೆ ಅನುಕೂಲವೇನೋ ಇತ್ತು. ಆದರೆ ಅಲ್ಲಲ್ಲಿ ಕವಲೊಡೆಯುವ ಹಾದಿ. ಹತ್ತು ಕಡೆ ಉರುಳಿದ ಗಾಲಿಗಳು. ನೂರು ಹಾದಿಗಳು. ದಾರಿ ತಪ್ಪಿಯೇ ಹೋಯಿತು. ಹಾಗಾಗಿ ಬಳ್ಳಂಬೀಡಿಗೆ ಅರೆಘಳಿಗೆ ತಡವಾಗಿ ಮುಟ್ಟಿದ್ದ. ಹರದಾರಿ ದೂರವೇ ಗಾಡಿ ನಿಲ್ಲುವುದು. ಅಲ್ಲಿ ದೇವು ಪೈಯೂ ಶಿವಪ್ಪಯ್ಯನೂ ಕಾದು ನಿಂತಿದ್ದರು. ಇದೇ ದಾರಿ ಇದೇ ದಾರಿ ಅನ್ನುತ್ತಲೇ ಸಾಗಿದ ರಾಮಚಂದ್ರ ಪೈಗೆ ಅರೆ, ಆಗ್ನೇಯದ ಕಡೆಗೆ ಹೋಗಬೇಕಿತ್ತಲ್ಲ, ಪೂರ್ವಕ್ಕೆ ಕಾಣುತ್ತಿರುವುದು ಗುತ್ತಿನ ಗುಡ್ಡವಲ್ಲವೇ ? ಅದರ ಸೆರಗಿನಲ್ಲಿಯೇ ಬಳ್ಳಂಬೀಡು ಎನ್ನುತ್ತಾ ಚಕ್ಕಡಿಯ ಹಿಂದೆ ಕಾಲು ಹಾಕಿದ್ದ. ಕಾಡಿನ ಮೂಲೆಯಲ್ಲಿ ಎಲ್ಲೋ ಕೊರಗರ ಕೆಲವು ಹಾಡಿಗಳಿದ್ದುವು. ಸುಬ್ಬು ಕೂಗು ಹಾಕಿ ಅವರ ಇರುವು ತಿಳಿದು ಹೋಗಿ ಕೇಳಿ ಬಂದ. ಹಾಗಾಗಿ ಸೂರ್ಯ ಮುಳುಗಿದ ಮರುಘಳಿಗೆಯೊಳಗೆ ಅವರು ಬಳ್ಳಂಬೀಡು ತಲಪುವುದು ಸಾಧ್ಯವಾಯಿತು. ಅಂಗಳಕ್ಕೆ ಆಳುಗಳು ಸಾಮಾನು ಸಮೇತ ಮುಟ್ಟಿದಾಗ ಬಾನಿನಲ್ಲಿ ಪಕ್ಷಿಗಳು ಪೂರ್ವದಿಂದ ಪಶ್ಚಿಮಕ್ಕೆ ರುಂಯ್ಯೆಂದು ಹಾರುತ್ತಿದ್ದುವು. ಅಂಗಳದಲ್ಲಿ ಪೇರಿಸಿದ್ದ ಹೊಸ ಹುಲ್ಲಿನ ವಾಸನೆ. ಕಾಲು ತೊಳೆದ ನೀರು ನೆಲಕ್ಕೆ ಬಿದ್ದಾಗ ಘಮ್ಮೆಂದು ಮಣ್ಣಿನ ವಾಸನೆ, ರಾಮಚಂದ್ರ ಪೈಯ ಮೈ ನವಿರೇಳಿಸಿತು. ಮನೆಯ ಪ್ರವೇಶವಾಯಿತೆಂದು ಪಾರ್ವತೀ ಬಾಯಿ ಅಡಿಗೆಯ ಜೊತೆ ಒಂದಿಷ್ಟು ಹೆಸರು ಬೇಳೆ ಪಾಯಸವನ್ನೂ ಮಾಡಿದ್ದಳು.

ಧರ್ಮಸ್ಥಳದ ಮಂಜುನಾಥನಾಗಲೀ, ನಂಬಿಕೊಂಡ ಕುಲದೇವತೆ ಮ್ಹಾಳಶಿಮಾಂಯಿ ಯಾಗಲೀ ಕೈ ಬಿಡಲಿಲ್ಲ, ಪ್ರತಿಸಲವೂ ಒಳ್ಳೆಯ ಮಳೆ, ಒಳ್ಳೆಯ ಬೆಳೆ. ಚಿನ್ನದಂಥ ಫಸಲು ಮನೆಯೊಳಗೆ. ದಿನಾ ಅಂಗಳದಲ್ಲಿ ಬೇಯಿಸಿ ಒಣಗ ಹಾಕಿದ ಭತ್ತ. ಎದುರಿನ ವಯ್ಯಾಪುರಿಯಲ್ಲಿ* ನಾಲ್ಕಾರು ಹೆಣ್ಣು ಮಕ್ಕಳು ಒನಕೆ ಹಿಡಿದು ಕುಣಿಯುತ್ತಾ ಕುಟ್ಟುವ ಸದ್ದು. ಖುದ್ದು ರಾಮಚಂದ್ರ ಪೈಯ ಉಸ್ತುವಾರಿ. ಕೊಟ್ಟಣದಿಂದ ಭತ್ತ ತೆಗೆದು, ಬೇಯಿಸಿ

---

* ವಯ್ಯಾಪುರಿ = ಮನೆ ಎದುರಿನ ಅಂಗಣದ ಒಂದು ಭಾಗದಲ್ಲಿ ತಾತ್ಕಾಲಿಕವಾಗಿ ಎಬ್ಬಿಸುವ ಮಂಟಪ

ಬಿಸಿಲಿಗೆ ಒಣಗ ಹಾಕುವುದು. ಒಣಗಿದ ಮೇಲೆ ಕುಟ್ಟಲು ತೊಡಗುವುದು. ಕುಟ್ಟಿದ ಅಕ್ಕಿ ಕೆಂಪಗೆ ಬಂದರೆ ನೋಡಲು ಚೆನ್ನ. ಅವನ್ನು ಭತ್ತದ ಮುಡಿ ಕಟ್ಟಿ ಅಟ್ಟದ ಮೇಲಿಡುವುದು. ರಾಮಚಂದ್ರ ಪೈಗೆ ದಿನಾ ಅವನ್ನು ನೋಡುವುದೇ ಕೆಲಸ.

ಬಂದ ಹೊಸತರಲ್ಲಿ ಬಳ್ಳಂಬೀಡಿನ ಸುತ್ತಮುತ್ತಣ ಪರಿಸರದಲ್ಲಿ ಸುಳಿದಾಡುವ ಹುರುಪು, ಉತ್ಸಾಹ. ಬೀಸುಗಾಲು ಹಾಕಿ ಗುತ್ತು ಗುಡ್ಡವನ್ನೋ ಗುರುವಾರೆ ಗುಡ್ಡವನ್ನೋ ಹತ್ತಿ ಬಳ್ಳಂಬೀಡಿನಲ್ಲಿ ತನ್ನ ಹಕ್ಕಿಗೆ ಸೇರಿದ ಭೂಮಿಯ ಮೇಲೆ ಕಣ್ಣು ಹಾಯಿಸುವುದೆಂದರೆ ರಾಮಚಂದ್ರ ಪೈಗೆ ಎಲ್ಲಿಲ್ಲದ ಸುಖ. ಮೊದಲ ಮಳೆ ಬಿದ್ದ ಮರುದಿನ ಚಿಗುರೊಡೆಯುವ ಗಿಡಮರ ಬಳ್ಳಿಗಳು. ಹಸುರು ಹಾಸಿಗೆ. ಶ್ರಾವಣದಲ್ಲಿ ಹಸುರಿನ ಅಲೆಯೇ ಅಲೆ. ಹಸುರು ಹಳದಿಯಾಗುವ ಹಂತದಲ್ಲಿ ಮನೆಯಲ್ಲಿ ಹಬ್ಬಗಳ ಗೌಜಿ. ದೀಪಾವಳಿಯ ದಿನಗಳಲ್ಲಿ ಮನೆಗೆ ಫಸಲು ಬಂದ ತೃಪ್ತಿ. ಬಳ್ಳಂಬೀಡಿಗೆ ರಾಮಚಂದ್ರ ಪೈ ಬಂದು ನೆಲಸಿದ ಕೆಲವೇ ತಿಂಗಳುಗಳಲ್ಲಿ ಹೆಂಡತಿ ಪಾರ್ವತೀ ಬಾಯಿ ಇನ್ನೊಂದು ಗಂಡು ಮಗುವನ್ನು ಹೆತ್ತಿದ್ದಳು. ಆಗ ದೊಡ್ಡ ಮಗ ಅಂತು ಪೈಗೆ ಐದು ವರ್ಷ. ಎರಡನೆಯ ತಿಮ್ಮಪ್ಪೈಗೆ ಮೂರು. ರಾಮಚಂದ್ರ ಪೈ ಮೂರನೆಯ ಮಗನಿಗೆ ಶ್ರೀಧರ ಪೈ ಅಂತ ಹೆಸರಿಟ್ಟಿದ್ದ.

ಈಗ ಮನೆ ತುಂಬ ಮಕ್ಕಳು. ವರ್ಷ ಪೂರ್ತಾ ಆಗಾಗ ನಡೆಯುವ ಹಬ್ಬ ಹುಣ್ಣಿಮೆಗಳಿಗೆ ಕುಂಬಳೆ, ಮಾನ್ಯೆ ಮತ್ತು ಅಡೂರಿನಿಂದ ಜನರು ಬಂದು ಮನೆ ಗಲಗಲವೆನ್ನುತ್ತಿತ್ತು. ''ಕಾಡು ಸೇರಿದರೂ ರಾಚ್ಚು ಪೈ ಗೆದ್ದು ಬಿಟ್ಟ'' ಎಂದು ಜನ ಹೇಳುವಂತಾಯಿತು. ವರುಷಕ್ಕೆ ಮೂರು ಮೂರು ಬೆಳೆ. ಎಣೆಲು ಭತ್ತ ಒಳಗೆ ಬಂದ ಮರುದಿನ ಗದ್ದೆಗಳಾಚೆ ಹರಿಯುವ ನಿರಂಜನಿಗೆ ಒಡ್ಡು ಕಟ್ಟಿ ನೀರನ್ನು ಗದ್ದೆಗಳಿಗೆ ಹಾಯಿಸಿ, ಮತ್ತೆ ನೇಗಿಲು ಹೂಡುತ್ತಿದ್ದ ರಾಮಚಂದ್ರ ಪೈ. ಜೊತೆಯಲ್ಲಿ ಮೆಣಸು, ಸೌತೆ, ತೊಂಡೆ, ಚೀನಿ, ಹಾಗಲ, ಪಡುವಲ ಇತ್ಯಾದಿ ಬೆಳೆಗಳನ್ನೂ ಬೆಳೆಸುತ್ತಿದ್ದ. ಅದೂ ಸಾಲದಿದ್ದರೆ ಕಾಡಿನ ತುಂಬ ತಿನ್ನಬಹುದಾದ ಹಣ್ಣುಗಳು, ಎಲೆಗಳು, ಕಾಂಡಗಳು, ಬೇರುಗಳು. ಏನುಂಟು ? ಏನಿಲ್ಲ ? ಈ ನೆಲವನ್ನು ಬಂಬ ಮಣಿಯಾಣಿ ಮಾರುವ ಅಗತ್ಯವಾದರೂ ಏನಿತ್ತು ಎಂದು ರಾಮಚಂದ್ರ ಪೈಗೆ ಅರ್ಥವಾಗುತ್ತಿರಲಿಲ್ಲ. ಮೂರಲ್ಲ, ಆರು ಹೆಂಡಂದಿರನ್ನು ಕಟ್ಟಿಕೊಂಡು ಹನ್ನೆರಡು ಹನ್ನೆರಡು ಮಕ್ಕಳನ್ನು ಹುಟ್ಟಿಸಿದರೂ ಈ ನೆಲದ ಹುಟ್ಟುವಳಿ ಸಾಕಿತ್ತು. ಮನೆಯ ಹಜಾರದ ಮೇಲೆ ಕುಳಿತರೆ ಎದುರುಗಡೆ ವಿಶಾಲವಾದ ಹಸುರು ಗದ್ದೆ. ಅದರಾಚೆ ಮೂಡಣದ ಗುತ್ತು ಗುಡ್ಡ. ಗುಡ್ಡದಾಚೆಯಿಂದ ಏಳುವ ಸೂರ್ಯನ ಬಿಸಿಲು.

ಇಂಥ ಸುಖವಾದ ದಿನಗಳಲ್ಲಿಯೇ ರಾಮಚಂದ್ರ ಪೈ ಕಾರ್ಯಾಡು ಕೊಂಬ್ರಾಜೆಗಳಲ್ಲಿ ಎರಡು ಆಸ್ತಿ ಕೊಂಡದ್ದು. ಅದೂ ಇನ್ನೂರು ಇನ್ನೂರು ಎಕರೆ ವಿಸ್ತಾರವಾದ ಆಸ್ತಿಗಳು. ರಾಮಚಂದ್ರ ಪೈ ಹುಡುಕುತ್ತಾ ಹೋದವನಲ್ಲ. ಆದರೆ ಆಸ್ತಿ

ಕಾಲಿಗೆ ತೊಡರಿ ಕೊಂಡ ಹಾಗೆ ಸಿಕ್ಕಿತ್ತು. ಬಳ್ಳಂಬೀಡಿನಿಂದ ಪಡುವಣಕ್ಕೆ ಗುಡ್ಡ ಏರಿ ಅತ್ತ ಕಣ್ಣು ಹಾಯಿಸಿದರೆ ಕಂಡದ್ದು ಹತ್ತೈವತ್ತು ತೆಂಗಿನ ಮರಗಳ ತೋಪು. ಯಾರೋ ಕೃಷಿ ಮಾಡಿ ಬಿಟ್ಟ ಸಮತಟ್ಟು ಜಾಗ. ಮಳೆಗಾಲದ ಎಣೆಲು ಬೆಳೆ ತೆಗೆದಿರಬೇಕು. ಭತ್ತದ ಕೂಳೆಗಳು ನಿಮಿರಿ ನಿಂತಿದ್ದುವು. ಅದರಾಚೆ ತೆಳ್ಳಗೆ ಹರಿಯುವ ಚಿಕ್ಕ ಹೊಳೆ. ಹೊಳೆಯ ಪಕ್ಕದಲ್ಲಿ ಅಡಿಕೆಯ ಮರಗಳ ಗೊಂಚಲು. ಬರಿಯ ಕುತೂಹಲದಿಂದ ಅತ್ತ ಕಾಲು ಸವೆಸಿದ ರಾಮಚಂದ್ರ ಪೈಗೆ ಎದುರಾದದ್ದು ಕಾರ್ಯಾಡು ರಾಮಕೃಷ್ಣ ಶೆಟ್ಟಿ. ಅವನಿಗೆ ಅಚ್ಚರಿಯಿಂದ 'ಆ' ಎನ್ನುವಂತಾಯಿತು. ಅವನಿಗೆ ರಾಮಕೃಷ್ಣ ಶೆಟ್ಟಿಯ ಪರಿಚಯವಿತ್ತು. ಬೇಳಕಟ್ಟೆಯಲ್ಲಿ ವ್ಯಾಪಾರ ಮಾಡುತ್ತಿರುವಾಗ ರಾಮಕೃಷ್ಣ ಶೆಟ್ಟಿ ಆ ಕಡೆಗೆ ಬರುವುದಿತ್ತು. ಹಾಗೆ ನೋಡಿದರೆ ರಾಮಕೃಷ್ಣ ಶೆಟ್ಟಿ ರಾಮಚಂದ್ರ ಪೈಗೆ ನೂರು ಹೊನ್ನಿನ ಸಾಲ ಕೊಡಬೇಕಿತ್ತು. ಅವನು ಮುದುಕ. ಬೇಳಕಟ್ಟೆಗೆ ಅವನು ಬರುವುದು ಕಮ್ಮಿಯಾದಾಗ ರಾಮಚಂದ್ರ ಪೈ ದುಡ್ಡಿನ ವಸೂಲಿಗೆ ಜನ ಕಳುಹಿಸಿದ್ದ. ಸ್ವತಃ ಅವನಲ್ಲಿಗೆ ಹೋಗಿರಲಿಲ್ಲ. ವಸೂಲಿಗೆ ಹೋದ ಜನ ವಾಪಾಸು ಬಂದು "ಶೆಟ್ಟಿ ಯೋಗ್ಯ ಮನುಷ್ಯ. ಅವನ ಮೂವರು ಗಂಡು ಮಕ್ಕಳು ಸೈನ್ಯ ಸೇರಿ ಯುದ್ಧದಲ್ಲಿ ಮಡಿದರಾದುದರಿಂದ ಸದ್ಯಕ್ಕೆ ತುಸು ಹಿಂದೆ ಬಿದ್ದಿದ್ದಾನೆ. ಆದರೆ ದುಡ್ಡಿಗೆ ಮೋಸ ಇಲ್ಲ" ಎಂದು ಹೇಳಿದ್ದರು. ಈಗ ಅವನನ್ನು ನೋಡಿದಾಗ ಥಟ್ಟನೇ "ಅರೇ, ಕಾರ್ಯಾಡು ಅಂದರೆ ಇಷ್ಟು ಹತ್ತಿರವೇ" ಅನ್ನುವಂತಾಯಿತು.

ರಾಮಕೃಷ್ಣ ಶೆಟ್ಟಿ ಅವನನ್ನು ತುಂಬ ಸತ್ಕರಿಸಿದ – "ನಾನೇ ಬೇಳಕಟ್ಟೆಗೆ ಬರಬೇಕೆಂದಿದ್ದೆ ಪೈಗಳೇ. ಆದರೆ ನನ್ನ ಗ್ರಹಚಾರ ಅಡ್ಡ ಬಂತು. ಮೂವರು ಗಂಡು ಮಕ್ಕಳು ಯುದ್ಧದಲ್ಲಿ ಪ್ರಾಣ ಕಳೆದುಕೊಂಡರು. ಆವತ್ತಿನಿಂದ ನಾನು ಕಾರ್ಯಾಡಿನ ಗಡಿ ದಾಟಿ ಹೊರಗೆ ಕಾಲಿಟ್ಟವನಲ್ಲ. ನನ್ನ ಹೆಂಡತಿಗೆ ಹುಚ್ಚೇ ಹಿಡಿದಂತಾಗಿದೆ. ಕೈಗೆ ಬಂದ ವಯಸ್ಸಿನ ಮಕ್ಕಳು ತೀರಿಕೊಂಡರೆ ಯಾವ ಹೆತ್ತವರ ಮನಸ್ಸು ಸರಿ ಇದ್ದೀತು ಹೇಳಿ. ಈಗ ವಯಸ್ಸೂ ಆಗಿದೆ. ಹಿಂದಿನ ಹಾಗೆ ಗುರಿಕಾರತನ ಮಾಡಲು ಆಗುವುದಿಲ್ಲ. ಅದಕ್ಕಾಗಿ ಇಲ್ಲಿಯ ಆಸ್ತಿಯನ್ನೆಲ್ಲ ಮಾರಿ ಇದ್ದೊಬ್ಬ ಮಗಳ ಮನೆಗೆ ಹೋಗುವ ಯೋಚನೆ. ಈ ಕಗ್ಗಾಡಿನಲ್ಲಿ ಆಸ್ತಿ ಕೊಳ್ಳುವವರು ಯಾರಿದ್ದಾರೆ ಹೇಳಿ. ಇಲ್ಲದಿದ್ದರೆ ಇದನ್ನು ಮಾರಿ ನಿಮ್ಮ ಸಾಲವನ್ನೂ ತೀರಿಸಿ ಹೋಗುತ್ತಿದ್ದೆ. ಕಡಲ ಬಳಿಯಲ್ಲಿ ಕಾಸರಗೋಡು ಎಂಬ ಹಳ್ಳಿ ಇದೆ. ಅಲ್ಲಿ ನನ್ನ ಮಗಳ ಮನೆ. ಮಾಯಿಪ್ಪಾಡಿಗಿಂತ ಆಚೆ." ರಾಮಚಂದ್ರ ಪೈ ಆಸ್ತಿಯನ್ನೆಲ್ಲ ಸುತ್ತಾಡಿ ಬಂದ. ಬಳ್ಳಂಬೀಡಿನಷ್ಟು ವಯಿನಾಗಿಲ್ಲದಿದ್ದರೂ ತೀರ ಪಡಪೋಶಿಯಲ್ಲ ಅನ್ನಿಸಿತು.

ಕಾರ್ಯಾಡಿನಿಂದ ಮರಳಿ ಬಂದ ರಾಮಚಂದ್ರ ಪೈಯ ಮನಸ್ಸಿನೊಳಗೆ ಹುಳು ಹೊಕ್ಕಂತೆ ಒಂದೇ ಯೋಚನೆ. ತನ್ನ ಹಿಂದೆ ಬಿದ್ದ ನಚ್ಚ ಪೈ ಕುಂಬಳೆಯಲ್ಲಿದ್ದಾನೆ. ಅವನಿಗೆ ವ್ಯಾಪಾರ ಚೆನ್ನಾಗಿದೆ. ಎರಡನೆಯ ಸುಕ್ಡೊ ಪೈ ಉಪ್ಪಿನಂಗಡಿಯಲ್ಲಿ ದೇವರಾಯ

ಪ್ರಭುಗಳ ಆಸ್ತಿಗೆ ವಾರಸದಾರನಾಗುವವ. ಈಗ ಆಸ್ತಿ ಮಾಡಬೇಕಾಗಿರುವುದು ದೇವು ಪೈ ಮತ್ತು ಶಿವಪ್ಪಯ್ಯ ಇವರಿಗೆ. ಬಳ್ಳಂಬೀಡಿನಲ್ಲಿ ಅವರಿಬ್ಬರೂ ತನ್ನ ಜೊತೆಯೇ ಇರುವವರು. ತಾನು ಹೇಳಿದ ಮಾತು ಅವರಿಗೆ ಲಕ್ಷ್ಮಣ ರೇಖೆ. ಆದರೆ ನಾಳೆ ಅವರೂ ತಮ್ಮ ತಮ್ಮ ಕಾಲುಗಳ ಮೇಲೆ ನಿಲ್ಲುವುದು ಬೇಡವೇ ? ಮಲತಾಯಿಯ ಮಕ್ಕಳನ್ನು ರಾಮಚಂದ್ರ ಪೈ ಹೊಂಡಕ್ಕೆ ಹಾಕಿದ ಅಂತ ನಾಳೆ ಮಾತು ಬರಬಾರದು. ಇಲ್ಲವೇ ಬಳ್ಳಂಬೀಡಿನ ಆಸ್ತಿಯನ್ನೇ ಇಬ್ಭಾಗ ಮಾಡಿಕೊಡಬೇಕು. ಅದರ ಬದಲಾಗಿ ಅವರಿಗೂ ಒಂದೊಂದು ಆಸ್ತಿ ಮಾಡಿಕೊಟ್ಟರೆ ಒಳ್ಳೆಯದಲ್ಲವೇ ? ಇತ್ತ ರಾಮಕೃಷ್ಣ ಶೆಟ್ಟಿಯ ಸಾಲವೂ ಬಂದಂತಾಯಿತು. ಇವರಿಗೂ ಆಸ್ತಿಯಾಯಿತು. ರಾಮಚಂದ್ರ ಪೈ ಮುಂದಣ ವಾರವೇ ಹೋಗಿ "ಶೆಟ್ಟರೇ, ನನಗೆ ಒಂದಲ್ಲ ಎರಡು ಆಸ್ತಿಗಳು ಬೇಕು. ಸುಮಾರು ಇದೇ ಅಳತೆಯ ಆಸ್ತಿ. ನನ್ನ ತಮ್ಮಂದಿರಿಗೆ ಒಂದೊಂದು ಠಿಕಾಣಿ ಮಾಡಿಕೊಡಬೇಕಲ್ಲ ? ನೀವೇ ಕೊಡುವುದಿದ್ದರೆ ಹೇಳಿ. ಕೂತುಕೊಂಡು ಮಾತನಾಡುವ" ಎಂದ.

"ಎರಡು ಆಸ್ತಿಗಳು ಬೇಕಾದರೂ ನಿಮಗೆ ಸಿಕ್ಕಿಯಾವು ಪೈಗಳೇ" ಎನ್ನುತ್ತಾ ರಾಮಕೃಷ್ಣ ಶೆಟ್ಟಿ ಮಾತಿಗೆ ಕುಳಿತೇಬಿಟ್ಟ. ಕಾರ್ಯಾಡಿನಲ್ಲಿ ಅಲ್ಲದೇ ಕೊಂಬ್ರಾಜೆಯಲ್ಲೂ ಒಂದು ಆಸ್ತಿ ಇತ್ತು. ಅದು ಎಣ್ಮಕಜೆ ಬೀರಣ್ಣ ಬಂಟನದ್ದು. ಬೀರಣ್ಣ ಬಂಟ ಅಬ್ಬರದ ಆಳು. ದೊಡ್ಡ ಸ್ವರ. ಹಿಂದೆ ಮುಂದೆ ನಾಲ್ಕಾರು ಆಳುಗಳು. ಅವನ ಮನೆ ಇದ್ದುದು ಎಣ್ಮಕಜೆಯಲ್ಲಿ. ಅಲ್ಲಿಂದ ಕೊಂಬ್ರಾಜೆಯ ತನಕ ನಡೆದು ಬಂದು ಅಲ್ಲಿಯ ಆಸ್ತಿ ಸಾಗುವಳಿ ಮಾಡುವುದು ತನ್ನಿಂದ ಸಾಧ್ಯವಿಲ್ಲ ಎಂದು ಬೀರಣ್ಣ ಬಂಟ ಅದನ್ನು ಮಾರುವ ಯೋಚನೆಗೆ ಹೊರಟಿದ್ದ. ಅವನು ರಾಮಕೃಷ್ಣ ಶೆಟ್ಟಿಯ ನೆಂಟ. ತನ್ನ ಕಾರ್ಯಾಡಿನ ಆಸ್ತಿಯನ್ನು ರಾಮಚಂದ್ರ ಪೈಗೆ ಮಾರುವ ಮಾತುಕಥೆಗೆ ಅವನ ಜೊತೆ ಕೂತವನು ಬೀರಣ್ಣ ಬಂಟನೇ. ಹಾಗಾಗಿ ಮುಂದಿನ ಮಳೆಗಾಲ ಮುಗಿಯುವ ಮೊದಲು ಈ ಎರಡು ಆಸ್ತಿಗಳೂ ರಾಮಚಂದ್ರ ಪೈಯ ಸುಪರ್ದಿಗೆ ಬಂದುವು.

ಮಾತಿಗೆ ಕೂತವರು ಆ ಕಡೆ ಐದು ಜನ, ಈ ಕಡೆ ಐದು ಜನ. ರಾಮಚಂದ್ರ ಪೈ ಮೊದಲಿಗೇ "ಶೆಟ್ಟಿ ನಾವು ಧರ್ಮಸ್ಥಳದ ಮಂಜುನಾಥನ ಒಕ್ಕಲು. ಈಗ ಮಾತು ಮುಗಿಸಿದರೂ ನಾಳೆ ಅಲ್ಲಿ ಕೂತಿರುವ ಅವನು ಬೇಡ ಎಂದರೆ ನಿಮ್ಮ ಆಸ್ತಿಯನ್ನು ನಾವು ಕೊಳ್ಳುವವರಲ್ಲ. ಅದನ್ನು ಈಗಲೇ ಹೇಳುತ್ತೇನೆ. ಅದಕ್ಕೊಪ್ಪಿದರೆ ನಾವು ಚೌಕಾಶಿಗೆ ಇಳಿಯಲು ಅಡ್ಡಿ ಇಲ್ಲ" ಎಂದಿದ್ದ. ಕಾರ್ಯಾಡು ರಾಮಕೃಷ್ಣ ಶೆಟ್ಟಿ "ದೇವರು ಹಾಕಿದ ಗೆರೆ ಮೀರಿದರೆ ಕೊಡುವ ನಮಗೂ ಕೊಳ್ಳುವ ನಿಮಗೂ ಒಳ್ಳೆಯದಾಗುವುದಿಲ್ಲ ಎಂಬ ಮಾತು ನಮಗೆ ಗೊತ್ತಿಲ್ಲವೇ ಪೈಗಳೇ. ಅದರಲ್ಲೂ ನೀವು ಕಾರಣಿಕದ ದೇವರ ಹೆಸರೆತ್ತಿದ್ದೀರಿ" ಎಂದಿದ್ದ. ಮಾತು ಮುಗಿದು ನಗದು ಕೊಡುವ ಮುನ್ನ ರಾಮಚಂದ್ರ ಪೈ ಧರ್ಮಸ್ಥಳಕ್ಕೆ ಹೋಗಲು ಮರೆಯಲಿಲ್ಲ. ಹೆಗ್ಗಡೆಯವರ ಬಳಿ ಸಾವಕಾಶ ಮಾತು ತೆಗೆದು ರಾಮಚಂದ್ರ ಪೈ ಅವರ ಆಶೀರ್ವಾದ ಕೇಳಿದ. ಹೆಗ್ಗಡೆಯವರು "ಪೈಗಳೇ, ನೀವು ಎಲ್ಲ ಮಾತೂ ಮುಗಿಸಿ ಬಂದಿದ್ದೀರಿ ಅನ್ನುತ್ತೀರಿ. ಶ್ರೀದೇವರ ಒಕ್ಕಲಾಗಿ ಸನ್ನಿಧಿಯಲ್ಲಿ ಕೇಳಲು

ಬಂದಿರಲ್ಲ. ಅದು ದೊಡ್ಡದು. ಆ ವಿಶ್ವಾಸ, ನಂಬಿಕೆ ಯಾವಾಗಲೂ ನಿಮಗೂ ನಿಮ್ಮ ಮಕ್ಕಳಿಗೂ ಇರಲಿ – ಅಂತ ಪ್ರಾರ್ಥನೆ. ಆಗಲಿ, ಮನೆಯ ಸಿರಿಯನ್ನು ವಿಸ್ತರಿಸಿ. ಯಾವುದೇ ಕಷ್ಟ ಬಂದರೂ ಮಂಜುನಾಥ ನಿವಾರಿಸುತ್ತಾನೆ'' ಎಂದರು. ರಾಮಚಂದ್ರ ಪೈ ತೃಪ್ತನಾಗಿ ಹಿಂದಿರುಗಿದ.

ಆ ಮಳೆಗಾಲ ಮುಗಿದು ಚೌತಿಗೆ ಕಾರ್ಯಾಡಿನ ಗದ್ದೆಗಳಲ್ಲಿ ಬೆಳೆದ ಭತ್ತದಿಂದಲೇ ಅಕ್ಕಿ ಕುಟ್ಟಿ ವರುಷದ 'ಹೊಸತು' ಆಚರಿಸಿದ ರಾಮಚಂದ್ರ ಪೈ. ''ರಾಚ್ಚು ಮಾಮ ಥೇಟು ರೈತನಾದ. ಅವನಿಗೆ ಆಸ್ತಿ ಕೊಳ್ಳುವ ಹುಚ್ಚೇ ಹಿಡಿದಿದೆ. ಮೂರು ಮೂರು ಕಡೆ ಕಣ್ಣು ಹರಿಯುವವರೆಗೂ ಆಸ್ತಿಯಾಯಿತು. ಗೆದ್ದವನು ಅವನೇ. ಬಳ್ಳಂಬೀಡಿನ ಆಸ್ತಿ ಕೊಂಡಾಗ ದೂರದ ಕಾಡು ಕೊಂಪೆ ಅಂದಿದ್ದೆವು. ಕಾಡನ್ನು ಕಡಿದು ಸಾಗುವಳಿ ಮಾಡಿ ಸಂಪತ್ತು ಬೆಳೆಸಿದ. ನಾಲ್ಕು ಜನ ತಮ್ಮಂದಿರು ಬೆನ್ನ ಹಿಂದೆ ಬಂದರೆ ಏನು ಬೇಕಾದರೂ ಮಾಡಲು ಸಾಧ್ಯ ಅಂತ ತೋರಿಸಿದನಲ್ಲ ?'' ಅಂತ ಸಂಬಂಧಿಕರು ಅವನನ್ನು ಹೊಗಳಿದರು. ''ಆದರೆ ಕಾರ್ಯಾಡು ಕೊಂಬ್ರಾಜೆಗಳಲ್ಲಿ ನೀರಿನ ಸೆಲೆ ದೂರವಲ್ಲವೇ ? ಬೆಲೆ ಸ್ವಲ್ಪ ಹೆಚ್ಚಾಗಲಿಲ್ಲವೇ ? ಬೇಸಾಯಕ್ಕಾಗಿ ಬಳ್ಳಂಬೀಡಿನಿಂದ ಹೋಗಿ ಬಂದು ಮಾಡುವುದು ಕಷ್ಟವಾಗಲಿಕ್ಕಿಲ್ಲವೇ ?'' ಎಂದು ಯಾರೋ ರಾಗವೆಳೆದದ್ದು ರಾಮಚಂದ್ರ ಪೈಯ ಕಿವಿಗೂ ಬಿತ್ತು. ಅವನಾಗಲೇ ಶಿವಪ್ಪಯ್ಯನನ್ನು ಕಾರ್ಯಾಡಿನಲ್ಲೂ ದೇವು ಪೈಯನ್ನು ಕೊಂಬ್ರಾಜೆಯಲ್ಲೂ ನಿಲ್ಲಿಸುವ ನಿರ್ಧಾರ ಮಾಡಿಯಾಗಿತ್ತು. ಅವರೂ ಅದನ್ನು ಸಂತೋಷದಿಂದ ಒಪ್ಪಿಕೊಂಡಿದ್ದರು.

★

ಆ ವರುಷದ ಗೇಣಿಯನ್ನು ಧರ್ಮಸ್ಥಳಕ್ಕೆ ಮುಟ್ಟಿಸಿ ಮರಳಿದ್ದೇ ರಾಮಚಂದ್ರ ಪೈ ಹುಷಾರಿಲ್ಲದೇ ಮಲಗುವಂತಾಯಿತು. ತೊಡೆಯ ಸಂದಿಯಲ್ಲಿ ಒಂದು ಕುರ ಎದ್ದು ಅವನು ಸಾಕಷ್ಟು ನರಳಿದ. ಒಳತೊಡೆಯ ಮೇಲೆ ಎದ್ದ ಕುರ ಸಾಕಷ್ಟು ದೊಡ್ಡದೇ ಆಗಿತ್ತು. ಅದು ಬಾತುಕೊಂಡು ರಾಮಚಂದ್ರ ಪೈ ಮಲಗಲೂ ಆಗದೇ, ಕೂರಲೂ ಆಗದೇ, ಎದ್ದು ನಿಲ್ಲಲೂ ಸಾಧ್ಯವಾಗದೇ ಒದ್ದಾಡಿದ. ಸಣ್ಣ ನೊಣದಂತೆ ಎದ್ದದ್ದು ಒಂದೇ ದಿನದಲ್ಲಿ ಸಾಲಿಗ್ರಾಮದಷ್ಟು ದೊಡ್ಡದಾಯಿತು. ಕೆಂಪನೆ ಬೆಳೆದು ಉರಿ ಬೇರೆ ಬಂದಂತಾಗಿ ಅವನು ಸ್ವರ ತೆಗೆದು ಅಳುವಂತಾಯಿತು. ಪಾರ್ವತೀ ಬಾಯಿ ತನಗೆ ತಿಳಿದಿದ್ದ ಯಾವುಯಾವುದೋ ಎಲೆಗಳ ಲೇಪ ಮಾಡಿ ಹಾಕಿದಳು. ಕಾಲುಗಳೆರಡನ್ನೂ ಅಗಲವಾಗಿ ಚಾಚಿ ಬಿದ್ದುಕೊಂಡ ಪತಿಯ ಸೇವೆಯನ್ನು ಚೆನ್ನಾಗಿಯೇ ಮಾಡಿದಳು. ಆದರೆ ಕುರ ಜಪ್ಪೆನ್ನಲಿಲ್ಲ. ಮೂರು ದಿನಗಳಲ್ಲಿ ಸೋರಿ ಹೋಗಬಹುದೆಂದು ತಿಳಿದುಕೊಂಡದ್ದು ಗಟ್ಟಿಯಾಗಿ ಕೂತಿತ್ತು. ರಾಮಚಂದ್ರ ಪೈ ನೋವು ತಡೆಯಲಾರದೇ ಬೊಬ್ಬಿಡತೊಡಗಿದ.

ರಾಮಚಂದ್ರ ಪೈಗೆ ಬುದ್ಧಿ ಬಂದ ಮೇಲೆ ಒಂದು ಜ್ವರದಿಂದಾಗಲೀ ತಲೆಸಿಡಿತದಿಂದಾಗಲೀ ಮಲಗಿದ್ದ ನೆನಪಿರಲಿಲ್ಲ. ಈ ವರುಷ ತಮ್ಮಂದಿರು ಬಳ್ಳಂಬೀಡಿನಲ್ಲಿ ಇಲ್ಲದಿದ್ದುದರಿಂದ ದೇಹಶ್ರಮ ಹೆಚ್ಚಾಗಿತ್ತು. ಮಳೆ ಬಿಸಿಲುಗಳಿಗೆ ಬಿದ್ದು ಮೈ ಉಷ್ಣವಾಗಿತ್ತು. ಅದು ಈಗ ಕುರದ ರೂಪದಲ್ಲಿ ನಿಧಾನವಾಗಿ ಹೊರಬಿತ್ತು. "ಕಂಗಿಲದಲ್ಲಿ ಕೃಷ್ಣಭಟ್ಟರಂತ ವೈದ್ಯರಿದ್ದಾರಂತೆ. ಹೋಗಿ ತೋರಿಸಬಾರದೇ?" ಅಂತ ಯಾರೋ ಹೇಳಿದರು. ರಾಮಚಂದ್ರ ಪೈಗೆ ಕಂಗಿಲ ಎಲ್ಲಿದೆ ಅಂತಲೇ ಗೊತ್ತಿರಲಿಲ್ಲ. ನೋವಿನಿಂದ ಸೊಯ ತಪ್ಪುವಂತಾದಾಗ ಪಾರ್ವತೀ ಬಾಯಿ ಆಳುಮಕ್ಕಳಿಂದ ಅವನನ್ನು ಹೊರಿಸಿ ಹಿರಿಮಗ ಅಂತುಪೈಯನ್ನು ಜೊತೆ ಕೊಟ್ಟು ಕಂಗಿಲಕ್ಕೆ ಕಳಿಸಿ ತಾನು ಬಾಯಿಯಲ್ಲಿ ಅಕ್ಕಿ ಕಾಳು ಹಾಕಿ ಕಾಯುತ್ತಾ ಕುಳಿತಳು. ಮನಸ್ಸಿಗೆ ಬಂದ ದೇವರುಗಳಿಗೆಲ್ಲ ಹರಕೆ ಹೊತ್ತಳು.

ಕಂಗಿಲಕ್ಕೆ ಕಾಡಿನ ದಾರಿ. ಪೂರ್ವದ ಕಡೆಯ ಹಲವು ಗುಡ್ಡಗಳನ್ನು ಏರಿ ಹೋಗಬೇಕು. ಕಳ್ಳಕಾಕರ ಭಯವಷ್ಟೇ ಅಲ್ಲ, ಕಾಡುಪ್ರಾಣಿಗಳದ್ದೂ ಹೆದರಿಕೆಯೇ. ಬೇರ್ಪಿನಡ್ಕದ ತನಕ ಎತ್ತಿನ ಬಂಡಿಯಲ್ಲಿ ಹೋಗಿ ಮುಂದೆ ನಾಲ್ಕು ಆಳುಗಳು ರಾಮಚಂದ್ರ ಪೈಯನ್ನು ಹೊತ್ತುಕೊಂಡೇ ಹೋದರು. ಅಂತುಪೈ ಕಂಗಿಲಕ್ಕೆ ಬಂದು ಮುಟ್ಟಿದಾಗ ಸಂಜೆಯ ಹೊತ್ತು. ಅತ್ತ ಇತ್ತ ಅವರು ಇವರನ್ನು ಕೇಳಿ ಕೃಷ್ಣ ಭಟ್ಟರ ಮನೆಯ ಅಂಗಳಕ್ಕೆ ಮುಟ್ಟಿದಾಗ ಅವರು ಸಂಧ್ಯಾವಂದನೆಗೆ ಕುಳಿತಿದ್ದರು. ಅಂಗಳದಲ್ಲಿ ಧ್ಯಾಸವಿಲ್ಲದೇ ಸತ್ತಂತೆಯೇ ಬಿದ್ದ ರಾಮಚಂದ್ರ ಪೈಯನ್ನಿಳಿಸಿ ಹುಡುಗ ಅಂತುಪೈ ವೈದ್ಯರ ದಾರಿಯನ್ನು ಕಾಯುತ್ತಾ ಕೂತ. ಅಂಗಳದ ತನಕ ಹರಡಿದ ಔಷಧದ ಲೇಪ, ಬೇರು ನಾರುಗಳ ಕಷಾಯದ ವಾಸನೆ. ಕೃಷ್ಣ ಭಟ್ಟರು ಸಂಧ್ಯಾವಂದನೆ ಮುಗಿಸಿ ಕಾಲುದೀಪ ಹಿಡಿದು ಅಂಗಳಕ್ಕೆ ಬರುವಷ್ಟರಲ್ಲಿ ಕತ್ತಲೆಯೇ ಆಗಿತ್ತು. ರಾಮಚಂದ್ರ ಪೈಯ ಗತಿಗೋತ್ರ ವಿಚಾರಿಸಿ, ಬೆಂಕಿಯಂತೆ ಸುಡುವ ತಾಪ ಪರೀಕ್ಷೆ ಮಾಡಿ "ಇದು ಸಾಧಾರಣ ಕುರವಲ್ಲ" ಎಂದರು. ಊಟಕ್ಕೂ ಕಾಯದೇ ಬಿಸಿನೀರು ಮಾಡಿಸಿ ಪಾರ್ವತೀ ಬಾಯಿ ಬಳಿದ ಲೇಪವನ್ನು ಚೆನ್ನಾಗಿ ತೊಳೆಸಿದರು. "ಇದು ಒಳಗೇ ಬೆಳೆದ ಕುರ ಮಗೂ. ಈಗ ಲೇಪ ಹಾಕುತ್ತೇನೆ. ಎಷ್ಟು ದಿನ ಆಯಿತು ಅಂದಿ ? ಎಂಟು ದಿನವೇ ? ನಾಳೆ ಸಂಜೆಯ ಒಳಗೆ ಸೋರಿ ಹೋಗಲೇ ಬೇಕು" ಎಂದರು. "ಅಲ್ಲಿ ವಯ್ಯಾಪುರಿಯಲ್ಲಿ ಮಲಗಲು ಅನುಕೂಲ ಮಾಡಿಕೊಡುತ್ತೇನೆ. ನೀವು ಬಹಳ ದೂರದಿಂದ ನಡೆದುಕೊಂಡು ಬಂದವರು. ಆಯಾಸವಾಗಿರಬೇಕು. ಊಟ ಮಾಡುವುದಿದ್ದರೆ ಅಡಿಗೆ ಮಾಡಿಸುತ್ತೇನೆ. ನೀವೇ ಅಡುಗೆ ಮಾಡುವಂತಿದ್ದರೆ ಕೇಳಿದ್ದು ಒದಗಿಸುತ್ತೇನೆ" ಅಂತ ಉಪಚರಿಸಿದರು.

ಅಂತು ಪೈ ಊಟ ಬೇಡವೆಂದ. ಕೃಷ್ಣ ಭಟ್ಟರು ಹೇಳಿದಂತೆಯೇ ತಂದೆಯ ಕುರವನ್ನು ಬಿಸಿನೀರಿನಿಂದ ತೊಳೆದ. ಅವರು ಕೊಟ್ಟ ಲೇಪ ಹಾಕಿದ. ಕಣ್ಣನ್ನೂ ಬಿಡದಿದ್ದ ತಂದೆಯ ಬಾಯಿಗೆ ಕಷಾಯ ಹಾಕಿದ. ಕೃಷ್ಣ ಭಟ್ಟರು "ನಾಲ್ಕು ಜನ ಆಳುಗಳಿದ್ದೀರಲ್ಲ?

ಸರದಿ ಪ್ರಕಾರ ಕಾಯುತ್ತಾ ಇರಿ. ಈ ಹುಡುಗ ಮಲಗಲಿ. ನಾಳೆ ಬೆಳಗ್ಗೆ ನಿಮ್ಮಲ್ಲಿಬ್ಬರು ಊರಿಗೆ ಹೋಗಬಹುದು ಅಂತನ್ನಿಸುತ್ತದೆ'' ಎಂದು ಹೇಳಿ ಹಸಿವಿನಿಂದ ಕುಳಿತ ಹುಡುಗನಿಗೆ ಬಾಳೆಹಣ್ಣು ಬೆಲ್ಲ ಹಾಲು ಕೊಟ್ಟರು. ಮರುದಿನ ಬೆಳಗಿನ ತನಕ ರಾಮಚಂದ್ರ ಪೈಗೆ ಎಚ್ಚರವಿರಲಿಲ್ಲ. ಸೂರ್ಯ ಮಾರುದ್ದ ಮೇಲೇರಿದಾಗ ಅವನು ತುಸು ಕಣ್ಣು ಬಿಟ್ಟ. ಮೊದಲಿಗೆ ತಾನು ಎಲ್ಲಿದ್ದೇನೆಂದು ಅವನಿಗೆ ತಿಳಿಯಲಿಲ್ಲ. ತಿಳಿದ ಮೇಲೆಯೇ ಅವನು ಕಂಗಿಲ ಕೃಷ್ಣ ಭಟ್ಟರನ್ನು ಸರಿಯಾಗಿ ನೋಡಿದ್ದು.

ಕೃಷ್ಣ ಭಟ್ಟರದ್ದು ತೆಳ್ಳಗಿನ ಜೀವ. ತೆಳ್ಳಗೆಂದರೆ ಅಷ್ಟೂ ತೆಳ್ಳಗೆ. ಆದರೆ ಮಿರಿಮಿರಿ ಮಿಂಚುವ ಚಿನ್ನದ ಮೈ ಬಣ್ಣ. ಬೋಳು ತಲೆಯ ಹಿಂದೆ ಗೋಪಾದದಗಲದ ಜುಟ್ಟು. ಬಾಯಿ ತುಂಬ ತುಂಬಿದ, ಮಾತಾಡುವಾಗ ಎದ್ದು ಕಾಣುವ ಶುಭ್ರ ಹಲ್ಲುಗಳು. ಯಾವುದೇ ಅಭ್ಯಾಸವಿರದ ನಿಷ್ಠಾವಂತ ಹವ್ಯಕ ಬ್ರಾಹ್ಮಣರು. ಅರುವತ್ತು ದಾಟಿರ ಬಹುದಾದ ವೃದ್ಧರು. ಅಂತುಪೈ ಅವರನ್ನೇ ನೋಡುತ್ತಾ ನಿಂತ. ತೆಳ್ಳನೆಯ ಪಾಣಿಪಂಚೆಯನ್ನು ನೆಲದ ಮೇಲೆ ಹಾಸಿ ಪದ್ಮಾಸನದಲ್ಲಿ ಕುಳಿತು ತಾವು ಮಾಡಿದ ಲೇಪ ಹಾಕಿಸಿದರು. ಲೇಪ ಒಣಗಿದೆಯೆಂದು ಗಳಿಗೆಗೊಮ್ಮೆ ಹಾಕಿಸುತ್ತಾ ಆಗಾಗ ರಾಮಚಂದ್ರ ಪೈಯ ಹಣೆ ಮುಟ್ಟಿ ಜ್ವರ ಇದೆಯೇ ಎಂದು ಪರೀಕ್ಷಿಸಿದರು.

ಮಧ್ಯಾಹ್ನಕ್ಕೆ ರಾಮಚಂದ್ರ ಪೈಗೆ ಸಂಪೂರ್ಣ ಎಚ್ಚರಾಯಿತು. ಸಂಜೆಯ ಹೊತ್ತಿಗೆ ಕೆಂಪಗೆ ಬೆಳೆದ ಕುರದ ಮುಂಭಾಗದಲ್ಲಿ ಅರಸಿನ ಬಣ್ಣದ ಚುಕ್ಕೆ ಕಂಡಿತು. ಮರುದಿನ ಬೆಳಗಾಗುವಾಗ ಕುರ ಒಡೆದು ಕೀವು ಇಳಿಯಲಾರಂಭಿಸಿತು. ದೊಡ್ಡ ಕುರ. ಹಾಗಾಗಿ ಒಂದು ಕುಡುತೆಯಾದರೂ ಕೀವು ಇಳಿದಿರಬೇಕು. ಆ ರಾತ್ರಿಯೂ ರಾಮಚಂದ್ರ ಪೈಯಿಂದ ಅಲ್ಲಾಡಲು ಸಾಧ್ಯವಾಗಿರಲಿಲ್ಲ. ಹಾಗಾಗಿ ಕೀವನ್ನೆಲ್ಲ ಒತ್ತಿ ಒತ್ತಿ ತೆಗೆಯುವ ಕೆಲಸ ಅಂತುಪೈಗೇ ಬಿತ್ತು. ಕೀವೆಲ್ಲ ಇಳಿದು ಕುರವಿದ್ದ ಭಾಗ ಸಾಕಷ್ಟು ಚಪ್ಪಟೆಯಾದ ಕೆಲವು ಹೊತ್ತಿನಲ್ಲೇ ರಾಮಚಂದ್ರ ಪೈ ಚೆನ್ನಾಗಿ ಬೆವರಿಬಿಟ್ಟ. ಕೃಷ್ಣಭಟ್ಟರು ''ಇನ್ನು ಪರವಾಗಿಲ್ಲ'' ಎಂದ ಮೇಲೆಯೇ ಅಂತು ಪೈ ಉಸಿರು ಬಿಟ್ಟದ್ದು.

ರಾಮಚಂದ್ರ ಪೈ ಕಂಗಿಲದಲ್ಲಿ ಏಳು ದಿನಗಳಿದ್ದ. ಅವನು ಓಡಾಡುವಂತಾದರೂ ಜೀವದಲ್ಲಿ ತುಂಬ ನಿಶ್ಶಕ್ತಿ ಇತ್ತು. ತೊಡೆಯೊಳಗಿನ ಕುರ ಪೂರ್ತಿ ಒಣಗಲು ಇನ್ನೂ ಒಂದು ಹಪ್ತೆ ಬೇಕಾದೀತು ಎಂದು ಕೃಷ್ಣ ಭಟ್ಟರು ಹೇಳಿದರೂ ರಾಮಚಂದ್ರ ಪೈ ಬಳ್ಳಂಬೀಡಿಗೆ ಹಿಂತಿರುಗಲು ಕಾತರಿಸಿದ. ಅವನಿಗೆ ಬೋಧ ಮರಳಿದ ಹೊತ್ತಿನಿಂದಲೂ ಅವನು ಕೃಷ್ಣಭಟ್ಟರನ್ನು ಬೆರಗುಗಣ್ಣಿನಿಂದ ನೋಡುತ್ತಿದ್ದ. ಇಂಥ ಕಗ್ಗಾಡಿನಲ್ಲಿ ಈ ರೀತಿಯ ಒಬ್ಬರು ವೈದ್ಯರಿದ್ದಾರೆಯೇ ಅಂತ ಅವನಿಗೆ ಆಶ್ಚರ್ಯ. ಊರಿಗೆ ಹುಷಾರಾದ ಸುದ್ದಿ ತಿಳಿಸಲು ಏರ್ಪಾಡು ಮಾಡಿದ್ದರು. ಏಳೆಂಟು ದಿನಗಳೂ ಮನೆಯವರಿಂದ ಅಡಿಗೆ ಪದಾರ್ಥಗಳನ್ನು ಒದಗಿಸಿ ಸತ್ಕರಿಸಿದ್ದರು. ರೋಗಿಯ ಹೊಟ್ಟೆಗೆ ಮನೆಯೊಳಗಿಂದಲೇ ಬೇಯಿಸಿದ ಅನ್ನ ಹಾಲು ಒದಗಿಸಿದ್ದರು. ಹವ್ಯಕರಂತೆ. ಕನ್ನಡದಲ್ಲಿ ಅವರದ್ದೇ ಆದ

ರಾಗದಲ್ಲಿ ಮಾತನಾಡುವ ಮಂದಿ. ಮನೆಯ ಹೆಂಗಸರು ಅಡ್ಡ ಕುಂಕುಮವಿಡುತ್ತಿದ್ದರು. ರಾಮಚಂದ್ರ ಪೈ ತನ್ನ ಬಗ್ಗೆ ತನ್ನ ಮನೆತನದ ಬಗ್ಗೆ ಸಾಕಷ್ಟು ಹೇಳಿದ. ಏಳು ದಿನಗಳ ಬಳಿಕ ಹೊರಡುವ ಹೊತ್ತು ಬಂದಾಗ ಅವನ ಕೊರಳು ತುಂಬಿ ಬಂತು. "ಕೃಷ್ಣಭಟ್ಟರೇ, ನನಗೆ ಮತ್ತೊಂದು ಜೀವ ಕೊಟ್ಟ ದೇವರು ನೀವು. ಒಳ್ಳೆಯ ಹೊತ್ತಿನಲ್ಲಿ ನಾನು ನಿಮ್ಮನ್ನು ನೆನೆಯಬೇಕು. ಇಲ್ಲದಿದ್ದರೆ ಈ ಕುರ ನನ್ನ ಜೀವ ತೆಗೆದೇ ಬಿಡುತ್ತಿತ್ತು. ನಾನು ಯಾರು, ಏನು ಎಂದು ನೋಡದೇ ನೀವು ನನ್ನ ಜೀವ ಉಳಿಸಿದರಲ್ಲ ? ನಿಮಗೆ ನಾನು ಏನು ಕೊಟ್ಟರೂ ಸಾಲದು. ಕೊಟ್ಟದ್ದು ಕಮ್ಮಿಯಾಯಿತು ಅಂತ ನೀವು ತಿಳಿಯಬಾರದು. ವೈದ್ಯೋ ನಾರಾಯಣೋ ಹರಿಃ" ಎಂದು ಅವರ ಕಾಲು ಮುಟ್ಟಿ ಹೇಳಿದ.

ಕೃಷ್ಣಭಟ್ಟರು "ಪೈಗಳೇ, ಉಳಿಸಿದ್ದು ನಾನಲ್ಲ, ನಾನು ಅಂದರೆ ದೇವರು ಮೆಚ್ಚಲಾರ. ಅವನು ನಿಮಗೆ ಸಾಕಷ್ಟು ಆಯುಸ್ಸು ಕೊಟ್ಟಿರುವಾಗ ನಾನು ಅದನ್ನು ದೀರ್ಘ ಮಾಡುವುದೂ ಸಲ್ಲ, ಮೊಂಡ ಮಾಡುವುದೂ ಸಲ್ಲ. ನಿಮ್ಮ ಕುರ ನಿಮಗೆ ತೊಂದರೆ ಕೊಟ್ಟಿತು ಎಂದರೆ ದೇವರು ನಿಮಗೆ ಏನನ್ನೋ ಎಚ್ಚರಿಕೆ ಕೊಟ್ಟಿದ್ದಾನೆ ಅಂತ ತಿಳಿದುಕೊಳ್ಳಿ. ಹಿಂದಿನ ಜನ್ಮದ ಪಾಪದ ನೆನಪು ಮಾಡುತ್ತಾ ಇದ್ದಾನೆ ಅಂತಂದುಕೊಳ್ಳಿ. ನಾವು ಒಳ್ಳೆಯ ಕೆಲಸ ಮಾಡಿದರೆ ಅವನು ನಮ್ಮನ್ನೇಕೆ ನೋಯಿಸಿಯಾನು? ನೀವು ಯೋಚಿಸಬೇಡಿ. ಹುಷಾರಾದಿರಲ್ಲ ? ಅದಕ್ಕೆ ಮೇಲೆ ಕೂತವನನ್ನು ನೆನೆಯಬೇಕು" ಎಂದು ರಾಮಚಂದ್ರ ಪೈಯನ್ನು ಬೀಳ್ಕೊಟ್ಟರು. "ಆದರೆ ಒಂದು ವಿಚಾರ ಪೈಗಳೇ, ಬಾಯಿಗೆ ರುಚಿಯೆಂದು ಸಿಕ್ಕಿದ್ದನ್ನು ತಿನ್ನಬೇಡಿ. ಪಥ್ಯ ಸರಿಯಾಗಿ ನೋಡಿಕೊಳ್ಳಿ. ನಂಜಿನ, ವಾಯುವಿನ ಪದಾರ್ಥ ಕನಿಷ್ಟ ಆರು ತಿಂಗಳ ತನಕ ತಿನ್ನಬಾರದು. ಕುರದ ಮೈ ಪೂರ್ತಿ ಒಣಗುವ ತನಕ ಅದರ ಲೇಪ ತಪ್ಪಿಸಬಾರದು" ಎಂದು ಪಥ್ಯ ಹೇಳಿ, ಹೊಟ್ಟೆಗೂ ಔಷಧ ಕೊಟ್ಟು ಕರಟ ತುಂಬ ಲೇಪ ಮಾಡಿಯೂ ಕೊಟ್ಟರು.

ರಾಮಚಂದ್ರ ಪೈ ಊರಿಗೆ ಮರಳಿದ ಕೂಡಲೇ ಮಾಡಿದ ಮೊದಲ ಕೆಲಸವೆಂದರೆ ಒಂದು ಬಾಳೆಯ ಗೊನೆ, ಒಂದು ಮುಡಿ ಅಕ್ಕಿ, ಒಂದು ಕಟ್ಟು ಬಾಳೆಯ ಎಲೆ, ಒಂದು ಕುಂಬಳಕಾಯಿ ಮೇಲೆ ನಾಲ್ಕು ಪವನು ಚಿನ್ನ ಇಷ್ಟನ್ನು ಅಂತುಪೈಯ ಮೂಲಕ ಕೊಟ್ಟು ಕೃಷ್ಣಭಟ್ಟರಿಗೆ ತಲುಪಿಸಿದ್ದು. ಕೃಷ್ಣಭಟ್ಟರು ಅದನ್ನು ಸ್ವೀಕರಿಸಿದ್ದು ಕೇಳಿ ಅವನಿಗೆ ಸಂತೋಷವಾಯಿತು. ತೊಡೆಯೊಳಗಿನ ಕುರ ಸರಿಯಾಗಿ ಒಣಗಿದ್ದೇ ಅದರ ಹಿಂದೆ ಇನ್ನೊಂದು ಕುರ ಹುಟ್ಟಿದಾಗ ಮಾತ್ರ ಅವನಿಗೆ ಗಾಬರಿಯಾಯಿತು. ಉಳಿದ ಲೇಪವನ್ನು ಅದಕ್ಕೇ ಹಚ್ಚಿದ. ಹೀಗಾಗಿ ಅದು ಎರಡೇ ದಿನಗಳಲ್ಲಿ ಹಣ್ಣಾಗಿ ಸೋರತೊಡಗಿತು. ಅದು ಹೋಯಿತು ಎನ್ನಬೇಕಾದರೆ ಮತ್ತೊಂದು ಕುರ ಬೆನ್ನಿನ ಮೇಲೆ. ರಾಮಚಂದ್ರ ಪೈ ಮಗನನ್ನು ಕಂಗಿಲಕ್ಕೆ ಕಳುಹಿಸಿ ಇನ್ನಷ್ಟು ಲೇಪ ತರಿಸಿಕೊಂಡ. ಕೃಷ್ಣಭಟ್ಟರು "ಪಥ್ಯ ಇನ್ನೂ ಸರಿಯಾಗಿ ನೋಡಿಕೊಳ್ಳಬೇಕು" ಎಂದು ಎಚ್ಚರಿಸಿದರು. ಬೆನ್ನಿನ ಮೇಲೆ ಇದ್ದ ಕುರ ಹೋಯಿತು ಎಂದಾಗ ಕಂಕುಳಲ್ಲೆದ್ದಿತು. ಕೃಷ್ಣಭಟ್ಟರು ಹೇಳಿದಂತೆ, ಇದೇನೋ

ಗ್ರಹಚಾರ, ದೇವರು ಏನನ್ನೋ ನೆನಪು ಮಾಡಿಕೊಡುತ್ತಿದ್ದಾನೆ ಎಂದುಕೊಂಡ ರಾಮಚಂದ್ರ ಪೈ.

ಅದೇ ಯೋಚನೆಯಿಂದ ರಾಮಚಂದ್ರ ಪೈ ಕುಂಬಳೆಯಿಂದ ಬಾದರಾಯಣ ಭಟ್ಟರನ್ನು ಕರೆಸಿ ತನ್ನ ಜಾತಕ ತೋರಿಸಿದ. ಬಾದರಾಯಣ ಭಟ್ಟರು ತಾತನಂತೆ ಎತ್ತರದ ಆಳು. ಸಂಕರ್ಷಣ ಭಟ್ಟರ ತಂದೆ ಅಪ್ಪಣ್ಣ ಭಟ್ಟರಂತೆ ದೊಡ್ಡ ಸ್ವರದಲ್ಲಿ ಮಾತನಾಡುವ ವ್ಯಕ್ತಿ. ವಯಸ್ಸಿನಲ್ಲಿ ಸಣ್ಣವರಾದರೂ ದೂರದ ಕಾರ್ಕಳಕ್ಕೆ ಹೋಗಿ ವೇದಾಭ್ಯಾಸ ಮಾಡಿಕೊಂಡು ಬಂದಿದ್ದರು. ಜೊತೆಗೆ ಜ್ಯೋತಿಷ್ಯವನ್ನೂ ಕಲಿತವರು. ಅವರು ಕಲಿಯಲು ಹೋದಾಗ ರಾಮಚಂದ್ರ ಪೈ ತನ್ನಿಂದಾದ ಸಹಾಯ ಮಾಡಿದ್ದ. ಅದೇ ತಾನೇ ಕುಂಬಳೆಗೆ ಮರಳಿದ ಬಾದರಾಯಣ ಭಟ್ಟರು ಸಾಕಷ್ಟು ಹೆಸರು ಪಡೆದ ಸಮಯ ಅದು. ರಾಮಚಂದ್ರ ಪೈ ಅವರನ್ನು ಬಳ್ಳಂಬೀಡಿಗೇ ಕರೆತಂದ.

ಬಾದರಾಯಣ ಭಟ್ಟರದ್ದು ದೊಡ್ಡ ಜೀವ. ನಿರಂಜನಿಯಲ್ಲಿ ಮಿಂದು ಮಡಿ ಉಟ್ಟು ದೊಡ್ಡ ಸ್ವರದಲ್ಲಿ ದೇವರ ಪೂಜೆ ನಡೆಸಿ ಮಂಗಳಾರತಿ ಮಾಡಿ ತೀರ್ಥ ಪ್ರಸಾದ ಸ್ವೀಕರಿಸಿ ದೇವರ ಕೋಣೆಯಿಂದ ಹೊರಗೆ ಬೀಳಬೇಕಾದರೆ ಸೂರ್ಯ ಮಾರುದ್ದ ಮೇಲೆ ಬರುತ್ತಿದ್ದ. ಗೋಪಿಚಂದನದ ನಾಮಗಳನ್ನು ಢಾಳಾಗಿ ಹಾಕುತ್ತಿದ್ದುದರಿಂದ ಅವರು ಅತ್ತಿತ್ತ ಸರಿಯುವಾಗ ಅದರದ್ದೇ ವಾಸನೆ. ಎಂಟು ಮೊಳದ ಪಾವುಡವನ್ನು ಕಚ್ಚೆ ಹಾಕಿ ಉಡುತ್ತಿದ್ದರು. ಹೆಗಲ ಮೇಲೆ ಶಾಲು. ತಲೆಗೆ ಅದೇ ಥರದ ಪಂಚೆಯ ಮುಂಡಾಸು. ಥೇಟು ಅವರ ತಾತನ ತಂದೆ ಅಪ್ಪಣ್ಣ ಭಟ್ಟರ ಹಾಗೇ ಕಾಣುತ್ತಾರೆಂದು ಹಳೆಯ ಜನ ಹೇಳುತ್ತಿದ್ದರು.

''ಪೈನೊ, ದೀರ್ಘ ಆಯುಸ್ಸಿದೆ ನಿಮಗೆ. ಮನೆ ತುಂಬಿ ಉಕ್ಕಿ ಹರಿಯುತ್ತದೆ. ಆದಾಯಕ್ಕೆ ಕಮ್ಮಿ ಇಲ್ಲ. ಆದರೆ ನಿಮಗೆ ಸ್ಥಳ ಬದಲಾವಣೆ ಅಗತ್ಯ. ಜೈನರ ಬೀಡಿನಲ್ಲಿ ಮಣೆಯಾಣಿ ನೆಲೆಸಿದ ಈ ಮನೆಯಲ್ಲಿ ಬ್ರಾಹ್ಮಣರಾದ ನೀವು ಉಳಿದದ್ದೇ ತಪ್ಪು. ಈ ಮನೆ ಬಿಡಬೇಕು ನೀವು. ಇದಕ್ಕೆ ಗೆದ್ದಲು ಹಿಡಿದಿದೆ. ನೀವೇ ನೋಡುತ್ತಿದ್ದೀರಲ್ಲ ? ನೂರು ಸಂವತ್ಸರಗಳಾದರೂ ಆಗಿರಬೇಕಲ್ಲ, ಈ ಬೀಡಿಗೆ ? ಸೂರೆಲ್ಲ ಗೆದ್ದಲ ಮನೆ. ಗೋಡೆಗಳೆಲ್ಲ ಹೆಕ್ಕಳೇಳುತ್ತಿವೆ. ತೇಗದ ಮರಕ್ಕೆ ನೂರು ಸಂವತ್ಸರಗಳೆಂದರೆ ದೊಡ್ಡದೇನಲ್ಲ. ಹಳತಾಯಿತು ಎಂಬ ನೆವಕ್ಕೆ ಗೆದ್ದಲು ಹಿಡಿದದ್ದಲ್ಲ. ಮನೆಯ ಪಾಯಕ್ಕೂ, ನಿಮ್ಮ ಜಾತಕಕ್ಕೂ ತಾಳೆ ಬೀಳುವುದಿಲ್ಲ. ಗ್ರಹಚಾರ ಎನ್ನಿ. ಈ ಮನೆ ನೀವು ತಕ್ಷಣ ಬಿಡಬೇಕು''

— ಕೂತ ಶೈಲಿ, ಡಂಗುರದಂತಹ ಧ್ವನಿ, ಎತ್ತರದ ನಿಲುವು, ಖಡಾತುಂಡ ಮಾತು, ಬಾದರಾಯಣ ಭಟ್ಟರು ಕಾರ್ಕಳದಲ್ಲಿ ಇಷ್ಟೆಲ್ಲ ನೋಡುವುದನ್ನು ಕಲಿತು ಬಂದುದು ಸಾರ್ಥಕವಾಯಿತು ಎಂದುಕೊಂಡ ರಾಮಚಂದ್ರ ಪೈ. ವಯಸ್ಸಿನಲ್ಲಿ ಸಣ್ಣವರಾದರೂ

ಪಾಂಡಿತ್ಯ ಕಂಡು ಬೆರಗಾದ ರಾಮಚಂದ್ರ ಪೈ. "ಭಟ್ರೋ, ಬೇರೇನಾದರೂ ದೋಷವಿದೆಯೇ?" ಎಂದು ಕೇಳಿದ.

"ಮನೆ ಬಿಟ್ಟ ತಕ್ಷಣ ಮುಂದೆ ಸಂಭವಿಸಬಹುದಾದ ಎಲ್ಲ ಪ್ರಮಾದಗಳಿಗೂ ಶಾಂತಿ ಆಯಿತು ಅಂತ ತಿಳಿಯಬಾರದು. ನಾನು ಕಂಡಂತೆ ನಿಮ್ಮ ಜಾತಕದಲ್ಲಿ ನಾಗದೋಷವಿದೆ. ಈ ಮನೆಯ ಸುತ್ತಮುತ್ತ ಎಲ್ಲೋ ನೀರು ಸಿಕ್ಕದೇ ಇರುವ ನಾಗನ ಬಿಂಬವಿದೆ. ಈ ಮನೆ ಕಟ್ಟಿದ ಜೈನ ಬಲ್ಲಾಳರು ಬರುವ ಮೊದಲೇ ಪೂಜೆಗೀಜೆ ಪಡೆದು ಸುಖವಾಗಿದ್ದ ದೇವರು. ಈಗ ನೀರು ಕೂಡಾ ಇಲ್ಲದೇ ಒಣಗಿದ್ದಾನೆ. ಬಾಯಾರಿ ಅವನ ಮೈಮೇಲೆ ಗುಳ್ಳೆಗಳೇಳುತ್ತಿವೆ. ಒಂದೊಂದು ಗುಳ್ಳೆ ಒಡೆದಾಗಲೂ ಅವನು ನಿಮ್ಮ ಕುಟುಂಬದ ಒಂದೊಂದು ಜೀವವನ್ನು ತೆಗೆಯುವ ಸೇಡಿನಿಂದ ನಿಂತಿದ್ದಾನೆ. ಅವನನ್ನು ಹುಡುಕಿ ತೃಪ್ತಿಗೊಳಿಸಬೇಕು. ನಿಮ್ಮ ಕುಟುಂಬ ವೃದ್ಧಿಯಾಗುವುದಿದ್ದರೂ ಅವನಿಂದಲೇ, ನಾಶವಾಗುವುದಿದ್ದರೂ ಅವನಿಂದಲೇ. ಅಂಥಿಂಥ ಪೂಜೆ ಸಾಕಾಗುವುದಿಲ್ಲ ಅನ್ನುತ್ತಾನೆ. ಅಂದರೆ ನಾಗಮಂಡಲ ಆಗಬೇಕು. ಓಹೋ, ನಾಗಮಂಡಲ ಆಗಬೇಕು ! ಪೈನೊ, ಅದು ಮಾಡುವುದು ಹೇಗೆಂದು ನನಗೆ ಗೊತ್ತಿಲ್ಲ. ಮಲೆಯಾಳದ ಕಡೆ ಅದನ್ನು ಮಾಡುವ ಪೈಕಿಯವರು ಇದ್ದಾರಂತೆ. ತಾವು ಅವರನ್ನು ಕರೆಸಿ ಅದನ್ನು ಮಾಡಿಸಬೇಕು. ಮಾತ್ರವಲ್ಲ, ಆಚಂದ್ರಾರ್ಕಪರಿಯಂತ ನಾಗನಿಗೆ ಪೂಜೆಯಾಗುವಂತೆ ಏರ್ಪಾಟು ಮಾಡಬೇಕು."

ಎದುರಿಗೆ ತನ್ನ ಜಾತಕದ ಪ್ರತಿಯನ್ನಿಟ್ಟು ಅದರಲ್ಲಿ ಕಣ್ಣು ಕೀಲಿಸಿ ಹೇಳುತ್ತಾ ಹೋದ ಹಾಗೆ ಬಾದರಾಯಣ ಭಟ್ಟರ ಮಾತು ಕೇಳಿ ರಾಮಚಂದ್ರ ಪೈ ಮೈ ತುಂಬ ಬೆವರಿಬಿಟ್ಟ. "ಇದೆಲ್ಲ ನನ್ನ ಕೈಲಿ ಆಗುತ್ತದೆಯೇ ಭಟ್ರೋ ?" ಎಂದು ಆತಂಕದಿಂದ ಕೇಳಿದ. "ಆಗುತ್ತದೆ ಪೈನೊ. ದೇವರು ಅದಕ್ಕಾಗೇ ನಿಮಗೆ ಸಂಪತ್ತು ಕೊಟ್ಟಿದ್ದಾನೆ. ನಿಮ್ಮಿಂದಲೇ ಆಗಬೇಕು ಅಂತ ನಿರ್ದೇಶಿಸುತ್ತಿದ್ದಾನೆ. ಇಲ್ಲದಿದ್ದರೆ ಈ ಮನೆಯಲ್ಲಿ ಆನೆಯಂಥ ಸಂಪತ್ತು ಸೇರುವುದಿಲ್ಲ ಅನ್ನುತ್ತಾನೆ. ಪೈನೊ, ನಿಮ್ಮ ಕುಟುಂಬದ ಮೇಲೆ ನಾಗನ ಪ್ರಭಾವ ಮಸ್ತುಂಟು. ನಾನು ಈ ಕುಟುಂಬಕ್ಕೇ ಸೇರಿದವನು ಅನ್ನುತ್ತಾ ಇದ್ದಾನೆ –"

ರಾಮಚಂದ್ರ ಪೈಗೆ ಗಾಬರಿಯಾಯಿತು. "ಭಟ್ರೋ, ಮನೆ ಬದಲಾಗಬೇಕು ಎಂದಿರಿ. ಪಸಂದು ಜಾಗ ನೋಡಿ, ವಿಧಿಯುಕ್ತವಾಗಿ ಪಂಚಾಂಗ ಬರೆದು, ಗುದ್ದಲಿ ಪೂಜೆ ಮಾಡುವ ಕೆಲಸ ನಿಮ್ಮದು. ನೀರು ಸಿಕ್ಕದೇ ಇರುವ ನಾಗನ ಬಿಂಬ ಎಲ್ಲಿದೆ ಎಂದು ಹುಡುಕಿಕೊಡಿ. ಪೂಜೆ ಮಾಡಿಸುತ್ತೇನೆ. ಶಕ್ತನಾದರೆ ನಾಗಮಂಡಲವನ್ನೂ ಮಾಡುತ್ತೇನೆ" ಎಂದು ಗದ್ಗದನಾಗಿ ಹೇಳಿದ. "ಮನೆಗೊಂದು ಪ್ರಶಸ್ತ ಜಾಗವನ್ನು ನೋಡುವುದು ಸಾಧ್ಯ. ನಿಮ್ಮ ಜಾತಕಕ್ಕೂ ಮನೆಯ ಪಾಯಕ್ಕೂ ಸರಿಯಾಗುವ ಜಾಗ. ಆಯ ಆಕಾರ ಎಲ್ಲ ಸರಿಯಾಗಿ ನೋಡಿ ಒಳ್ಳೆಯ ಮುಹೂರ್ತದಲ್ಲಿ ಆರಂಭಿಸುವ. ಆದರೆ ನಾಗಬಿಂಬ ಎಲ್ಲಿದೆ ಅಂತ ಹೇಗೆ ಹೇಳಲಿ ? ನಿಮ್ಮದು ವಿಶಾಲವಾದ ಆಸ್ತಿ. ಆಸ್ತಿಯ ಜೊತೆಗೆ ತುಂಬಿದ ಕಾಡು" ಎಂದರು.

ಮುಂದೆ ಕೆಲವು ತಿಂಗಳುಗಳಲ್ಲಿ ಬಾದರಾಯಣ ಭಟ್ಟರು ಅನೇಕ ಸಲ

ಬಳ್ಳಂಬೀಡಿಗೆ ಬಂದು ಹೋಗುವಂತಾಯಿತು. ಹೊಸತಾಗಿ ಕಟ್ಟಿಸಬೇಕೆಂದ ಮನೆಗೆ ಆಯ ಹುಡುಕಲು, ಗುದ್ದಲಿ ಪೂಜೆಗೆ, ಭೂತಪ್ರೇತಾದಿಗಳನ್ನು ದೂರ ಮಾಡುವ ಹೋಮ ಹವನಗಳಿಗೆ ಅಂತ ಹೇಳಿ. ಅವರು ಹುಡುಕಿದ್ದು ಬೀಡಿನ ಎಡಗಡೆಯೇ ಇದ್ದ ಗದ್ದೆಯ ಜಾಗದಲ್ಲಿ. ಅದು ಬೀಡಿಗೆ ಹತ್ತೈವತ್ತು ಮಾರುಗಳ ಅಂತರದಲ್ಲಿತ್ತು. ಗದ್ದೆಯ ಬಯಲಿಗೇ ಮುಖ ಮಾಡಿಕೊಂಡು. ಹಜಾರದಲ್ಲಿ ಕೂತರೆ ಪೂರ್ವದ ಸೂರ್ಯ ಮುಖಕ್ಕೆ ಬಡಿಯುವಂತೆ ಬಾದರಾಯಣ ಭಟ್ಟರು ಆಯ ಬರೆದರು. ಹತ್ತಂಕಣದ ಮನೆ. ಎಡಗಡೆ ಚಿಕ್ಕ ಅಂಗಣ. ಅದರಾಚೆ ಭತ್ತ ಬೇಯಿಸಲು, ಕುಟ್ಟಲು ವಯ್ಯಾಪುರಿ. ರಾಮಚಂದ್ರ ಪೈಗೆ ನೀರಿನ ತೊಂದರೆಯಾಗಲಿಲ್ಲ. ಮನೆಯಿಂದ ಪಶ್ಚಿಮದ ಕಡೆ ಹತ್ತು ಮಾರು ದೂರ ಗದ್ದೆಯ ಹುಣಿಯ ಬದಿಯಲ್ಲೇ ನೀರಿನ ಝರಿ ಇದೆ ಎಂದರು ಅವರು. ಬೇವಿನ ಕಡ್ಡಿಯ ಕಬೆ ಹಿಡಿದು ಅವರು ಅತ್ತ ಹೋದವರೇ ಆ ಕಡ್ಡಿಯ ಕಾಲು ನೆಲಕ್ಕೆ ಬಡಿದ ಕಡೆ "ಅಗೆಯಿರಿ" ಎಂದರು. ಆಳುದ್ದ ಹೊಂಡ ತೆಗೆಯುವಾಗಲೇ ಶಿಲೆಕಲ್ಲಿನ ನಡುವೆ ಭಾಗೀರಥಿ ! "ಬಾದರಾಯಣ ಭಟ್ಟರ ಪಂಚಾಂಗದ ಲೆಕ್ಕವೆಂದರೆ ಲೆಕ್ಕ. ಪಾತಾಳಗರಡಿ ಹಾಕಿ ಭಾಗೀರಥಿಯನ್ನು ಹಿಡಿದೇಬಿಟ್ಟರು" ಎಂದು ಉದ್ಗರಿಸಿದರು ಎಲ್ಲರೂ.

ಮರಮಟ್ಟುಗಳಿಗೂ ಬಳ್ಳಂಬೀಡಿನಲ್ಲಿ ಕೊರತೆಯಿರಲಿಲ್ಲ. ಮಲೆಯಾಳದ ಕಡೆಯಿಂದ ಬಡಗಿಗಳನ್ನು ಕರೆಸಿ ಎಂದೋ ಕುಯ್ಯಿಸಿಟ್ಟ ಮರದ ಮೋಪುಗಳಿಂದ ರಾಮಚಂದ್ರ ಪೈ ದಾರಂದಗಳನ್ನು, ಬಾಗಿಲುಗಳನ್ನು ಕೆತ್ತಿಸಿದ. ಮುಂಬಾಗಿಲಿಗೆ ಮಜಬೂತಾದ ತೇಗದ ಮರದ ದಾರಂದ. ಗೇಣಿಟ್ಟರೆ ಅಂಚು ತಾಗದಷ್ಟು ದಪ್ಪ. ಎದುರಿಗೆ ಚಂದ್ರ, ಸೂರ್ಯ, ನಕ್ಷತ್ರ, ಕಮಲಗಳ ಹೂವು ಬಿಡಿಸಿದ ಚಿತ್ತಾರ. ದಾರಂದಕ್ಕೇ ಕೀಲಿ ಇಟ್ಟು ಕೂರಿಸಿದ ಗಂಧದ ಬಾಗಿಲು. ಗುರುವಾರೆ ಗುಡ್ಡದ ಕೆಂಪು ಮುರಕಲ್ಲು. ಪಂಚಾಂಗಕ್ಕೆ ಶಿಲೆಕಲ್ಲು. ಎದುರಿಗೆ ಅಗಲವಾದ ಹಜಾರ. ಮಧ್ಯದಲ್ಲಿ ದೇವರ ಕೋಣೆ. ಅಕ್ಕ ಪಕ್ಕ ಎರಡೆರಡು ಕೋಣೆಗಳು. ಹಿಂದೆ ವಿಶಾಲವಾದ ಅಡಿಗೆಯ ಕೋಣೆ. ಊಟದ ವಾಸರಿ.* ಹಜಾರವೊಂದಕ್ಕೆ ಬಿಟ್ಟು ಉಳಿದೆಲ್ಲ ಕಡೆ ಬೀಟೆಯ ಹಲಗೆ ಹಾಕಿ ಮಣ್ಣು ಮುಚ್ಚಿದ ಮಹಡಿ. ಬಡಗಿಯರು ಮನೆಯ ಒಳಗಿನಿಂದಲೇ ಅದಕ್ಕೇರಿ ಹೋಗಲು ಮರದ ಪಾವಟಿಗೆಗಳನ್ನು ಹಾಕಿದರು. ಮುಂದಿನ ಹಜಾರಕ್ಕೆ ಅಡಿಕೆಯ ಮರದ ಎರಡು ಬೆಟ್ಟಗಲದ ರೀಪುಗಳನ್ನು ಹಾಕಿ ಜಾಲರಿ ಹೆಣೆದರು. ಹಿಂದಿನ ಅಡಿಗೆಯ ಕೋಣೆಗೆ ಒಂದು ಕಿಟಕಿ, ಹಿಂಬಾಗಿಲು. ಹಂತಹಂತದಲ್ಲಿ ಭೂತಪ್ರೇತಗಳ ಬಾಧೆ ಪರಿಹರಿಸಿಕೊಳ್ಳಲು ಹೋಮ, ಹವನ, ಶಾಂತಿ ಇತ್ಯಾದಿಗಳನ್ನು ಬಾದರಾಯಣ ಭಟ್ಟರು ನಡೆಸಿಕೊಟ್ಟರು. ಗುಡ್ಡದ ಮೇಲಿನ ಕಾಡುಗಳಲ್ಲಿ ಬೆಳೆದ ಬಿದಿರ ಹಿಂಡಲುಗಳಿದ್ದುವು.

---

* ವಾಸರಿ = ಅಡುಗೆ ಕೋಣೆ, ಊಟದ ಕೋಣೆ

ಅವುಗಳಿಂದ ಚೆನ್ನಾಗಿ ಬೆಳೆದ ಬಿದಿರುಗಳನ್ನು ತಂದು ಸೂರು ಕಟ್ಟಲಾಯಿತು. ಬೆಳೆದ ತೆಂಗಿನಗರಿಗಳನ್ನು ಹೆಣೆದು ಮಾಡಿದ ಚಾಪೆಗೆ ಅಂಗೈ ಅಗಲದಷ್ಟು ಮುಳಿಹುಲ್ಲು.

ರಾಮಚಂದ್ರ ಪೈಯ ಹೊಸಮನೆಯ ಕೆಲಸ ಮುಗಿಯಲು ಮೂರು ವರ್ಷಗಳೇ ಹಿಡಿದುವು. ಹೊಸ ಮನೆಯ ಗೃಹಪ್ರವೇಶ ಮತ್ತು ಅಂತುಪೈಯ ಮುಂಜಿಯ ಶುಭಕಾರ್ಯಗಳನ್ನು ಒಂದೊಂದು ದಿನದ ಅಂತರದಲ್ಲಿ ನಡೆಸಿದ ರಾಮಚಂದ್ರ ಪೈ, ಆ ಸುತ್ತಣ ಯಾವತ್ತೂ ಸಾರಸ್ವತರನ್ನು ಕರೆದಿದ್ದ. ಬಂದವರು ಹೋಮ ಹವನ ಪೂಜೆ ಪ್ರವೇಶಗಳಲ್ಲಿ ಭಾಗವಹಿಸಿ, ಉಂಡು, ಸ್ವೀಕರಿಸಿ ಹೊರಟಾಗ "ಇನ್ನಿದು ಬಳ್ಳಂಬೀಡಲ್ಲ, ಬೀಡು ಬಿದ್ದು ಹೋಗುತ್ತದೆ. ಬೆಟ್ಟ ಎದ್ದು ನಿಲ್ಲುತ್ತದೆ. ಹಾಗಾಗಿ ಇದು ಬಳ್ಳಂಬೆಟ್ಟು" ಎಂದರು !

□

೨೬

ರಾಮಚಂದ್ರ ಪೈಯ ಮೂವರು ಮಕ್ಕಳಲ್ಲಿ ಹಿರಿಯವನಾದ ಅಂತುಪೈಯ ಮದುವೆಯ ಮಾತು ಮೊದಲ ಬಾರಿ ಬಂದಾಗ ರಾಮಚಂದ್ರ ಪೈ ಅಂತಹ ಉತ್ಸಾಹ ತೋರಿಸಿರಲಿಲ್ಲ. ಹೆಂಡತಿ ಪಾರ್ವತೀಬಾಯಿ ಬಹಳಷ್ಟು ವರಾತ ಮಾಡಿದ್ದಳು – "ನೀವು ಇನ್ನೂ ಅವನ ಮದುವೆಯ ಬಗ್ಗೆ ಯೋಚಿಸುವುದಿಲ್ಲವೇ ? ಹದಿಮೂರಾಗಲಿಲ್ಲವೇ ಅವನಿಗೆ ?" ಎಂದು ಆಗಾಗ ಕೇಳತೊಡಗಿದ್ದಳು. ರಾಮಚಂದ್ರ ಪೈಗೆ ಆತನ ವಯಸ್ಸಿನ ನೆನಪಾದುದು ಆಗ ! ಅವನ ವಯಸ್ಸಿನಲ್ಲಿ ತನಗೆ ಮದುವೆಯೂ ಆಗಿತ್ತು, ಪ್ರಸ್ತವೂ ಆಗಿತ್ತು. ಮರದ ಮೇಲೆ ಕುಳಿತಿದ್ದ ತನ್ನನ್ನು ದರದರ ಎಳೆದುಕೊಂಡು ಹೋಗಿ ಮಂಜೇಶ್ವರದ ನರಸನಾಯಕರ ಮನೆಗೆ ಹೆಣ್ಣು ನೋಡಲು ಹೋದಾಗ ಹನ್ನೊಂದರ ವಯಸ್ಸು. ಈಗ ಅಂತು ಪೈ ಹೇಗಿದ್ದನೋ ಹಾಗೆ ತಾನೂ ಇದ್ದೆ. ಅಂತು ಪೈ ಕೆಲಸದಲ್ಲಿ ಕಳ್ಳನಲ್ಲ, ಅಂಥ ಉತ್ಸಾಹಿತನೂ ಅಲ್ಲ. "ಅಂತೂ, ತೋಡಿನ ಕಡೆಯ ಗದ್ದೆಯ ಬಳಿ ಅಡಕೆಯ ಮರಗಳಿಂದ ಬಿದ್ದ ಹಣ್ಣಡಿಕೆಗಳನ್ನೆಲ್ಲ ಹೆಕ್ಕಿಕೊಂಡು ಬಾರೋ" ಅಂದರೆ "ಹೂಂ" ಅಂದಾನು. ಆದರೆ ಹತ್ತು ಸಾರಿ ಹೇಳಬೇಕು. ಆ ಮೇಲೆಯೇ ಬುಟ್ಟಿ ಹಿಡಿದು ಹೊರಟಾನು !

ಅಂಥವನು ಇತ್ತೀಚೆ ನಿಧಾನವಾಗಿ ಮನೆಯ ಒಳಹೊರಗಿನ ಕೆಲಸಗಳಲ್ಲಿ ಕೈ ಹಾಕಿ ತಂದೆಯ ಭಾರಕ್ಕೆ ಹೆಗಲು ಕೊಟ್ಟಿದ್ದ. ರಾಮಚಂದ್ರ ಪೈಯನ್ನು ಕೇಳದೇನೇ ವ್ಯವಹಾರ ಮಾಡಿದ್ದ. ಮಾಡಿದ ಮೇಲೆ ಬಂದು ಹೇಳಿದ್ದ. ಚಿಕ್ಕಪ್ಪಂದಿರಾದ ದೇವು ಪೈ ಮತ್ತು ಶಿವಪ್ಪಯ್ಯ ಕೊಂಬ್ರಾಜೆ ಕಾರ್ಯಾಡುಗಳಲ್ಲಿ ಬಿಡಾರ ಹೂಡಿದ್ದರು. ಹಬ್ಬ ಹರಿದಿನಗಳಲ್ಲಿ ಸಂಸಾರ ಸಮೇತ ಬರುತ್ತಿದ್ದರು. ಈ ಮನೆಯದೇ ಒಂದು ಭಾಗವೆನ್ನುವಂತೆ ಅಲ್ಲಿ ಮನೆಗಳು. ಆಗ ಬಳ್ಳಂಬೆಟ್ಟಿನಲ್ಲಿ ಅವರಿಲ್ಲದೇ ಉಂಟಾದ ಶೂನ್ಯ ತುಂಬಿದವ ಅಂತು ಪೈ. ಶಿವಪ್ಪಯ್ಯನ ತಾಖತ್ತು ಉತ್ಸಾಹ ಅವನಲ್ಲಿ ಇರಲಿಲ್ಲ ನಿಜ. ಆದರೆ ಮಾತಿನ ಚಾಲಾಕಿಯಲ್ಲಿ ಅಂತು ಪೈ ಒಂದು ಮುಷ್ಟಿ ಮೇಲೆಯೇ. ಆಕರ್ಷಕ ಮಾತು. ಮುಖದ ಮೇಲೆ ತೆಳ್ಳಗಿನ ನಗು. ಕೆಲಸ ಮಾಡುವುದರಲ್ಲೂ ಮಾಡಿಸುವುದರಲ್ಲೂ ಅವನು ನಿಷ್ಣಾತ. "ಅಂತುಸಾಮಿ ಗದ್ದೆಗಿಳಿದರೆ ಕೆಲಸಕಳ್ಳರಾಗುವುದು ಸಾಧ್ಯವೇ ಇಲ್ಲ, ಎಲ್ಲರಿಗೂ ಅವರೆಂದರೆ ಆಯಿತು" ಎಂದು ಎಲ್ಲರೂ ಹೇಳುತ್ತಿದ್ದರು.

ಆದರೆ ರಾಮಚಂದ್ರ ಪೈಯ ಹೆಂಡತಿ ಪಾರ್ವತೀ ಬಾಯಿ ಗಂಡನ ಮೇಲೆ ಒತ್ತಡ ತರುವುದಕ್ಕೆ ಅವನ ವಯಸ್ಸು ಕಾರಣವಾಗಿರಲಿಲ್ಲ, ಮುಖದಲ್ಲಿ ಮೂಡಲಾರಂಭಿಸಿದ

ಗಡ್ಡ ಮೀಸೆಗಳ ಹಿಂದಿನ ಕುತೂಹಲದ ಕಣ್ಣುಗಳು ಅವಳ ಆತಂಕಕ್ಕೆ ಕಾರಣವಾಗಿದ್ದುವು. ಮನೆಯ ಗಂಡಸರಿಗೆ ತಿಳಿಯದ, ಅವರು ಮನಸ್ಸು ಕೊಡದ ಒಂದು ವಿಚಾರ ಅವಳನ್ನು ಬಾಧಿಸತೊಡಗಿತ್ತು. ಆಗುವ ವಯಸ್ಸಿಗೆ ಆಗಬೇಕಾದ್ದು ಆಗದಿದ್ದರೆ ಹೇಗೆ ಎಂದು ಅವಳ ವಿಚಾರ. ಆಳು ಮಕ್ಕಳ ಮಧ್ಯೆ ಅವನು ಆಪ್ತನಾದದ್ದು ಕಂಡರ ಅವಳಿಗೆ ಆಗುತ್ತಿರಲಿಲ್ಲ. ಮಂಜ ಪೂಜಾರಿಯ ಮಗನನ್ನೋ, ದೂಮಬಂಟನ ಮೊಮ್ಮಗನನ್ನೋ ಜೊತೆ ಮಾಡಿಕೊಂಡು ಅಂತು ಪೈ ಕಾರ್ಯಾಡು, ಕೊಂಬ್ರಾಜೆ, ಕುಂಬಳೆಗಳಿಗೆ ಹೋಗಿ ಬಿಡುವುದುಂಟು. ಹೋದಲ್ಲಿ ನಿಲ್ಲುವುದೂ ಇತ್ತು. "ನಿನ್ನದು ಎಂತಹ ತಿರುಗಾಟ ಈ ವಯಸ್ಸಿಗೆ ? ಸುಮ್ಮನೆ ಮನೆಯಲ್ಲಿ ಇರಬಾರದೇ ?" ಅಂತ ಅವಳು ಸಿಡುಕುತ್ತಿದ್ದಳು. "ನಾನೇನು ಮನೆಯಲ್ಲಿ ಕೂರಲು ಸೀರೆ ಸುತ್ತಿಕೊಂಡ ಹೆಂಗಸೇ ? ಹೋದೇನು ನನ್ನ ಮನಸ್ಸು ಬಂದಲ್ಲಿ" ಎಂದು ಅವನು ಮಾತು ಹಾರಿಸಿದ್ದೂ ಇತ್ತು.

"ಮಂಗಲಪಾಡಿಯಲ್ಲಿ ನನ್ನ ತವರಿನ ಕಡೆಯ ಒಂದು ಹೆಣ್ಣು ಇದೆ. ಮದುವೆ ಮಾಡುವ ಇರಾದೆಯಿಂದ ಗಂಡು ಹುಡುಕುತ್ತಾ ಇದ್ದಾರೆ. ಯಾಕೆ ನೀವು ಜಾತಕ ಕೊಡಬಾರದು" ಎಂದು ಪಾರ್ವತೀ ಬಾಯಿ ಗಂಡನನ್ನು ಕೆದಕಿದ್ದಳು. ರಾಮಚಂದ್ರ ಪೈ "ಮಂಗಲಪಾಡಿಯ ಕಡೆಯವರೇ ? ಪೇಟೆಯ ಕಡೆಯ ಹೆಂಗಸರು ಈ ಕಗ್ಗಾಡಿಗೆ ಯಾಕೆ ಬಂದು ನಿಂತಾರು? ನೀನೊಬ್ಬಳು ನನ್ನ ಬೆನ್ನು ಹಿಡಿದು ಇಲ್ಲಿಗೆ ಬಂದೆ ಎಂದರೆ ಉಳಿದವರೂ ನಿನ್ನ ಹಾಗೆ ಪೆದ್ದಂಭಟ್ಟರೋ ?" ಎಂದು ರಾಮಚಂದ್ರ ಪೈ ನಗೆಯಾಡಿದ್ದ. ಪಾರ್ವತೀಬಾಯಿ ಏನೋ ಹೇಳಹೊರಟವಳು ಮಾತನ್ನು ಗಂಟಲಿನಲ್ಲಿಯೇ ನಿಲ್ಲಿಸಿ ಒಳಗೆ ನಡೆದಳು.

ಮಳೆಗಾಲದ ಮೊದಲ ದಿನಗಳಲ್ಲಿ ಅಂತು ಪೈ ಬಹಳ ಆಸಕ್ತಿಯಿಂದಲೂ ಉತ್ಸಾಹದಿಂದಲೂ ಕಲಸ ಮಾಡುತ್ತಿದ್ದ. ಮಳೆಬಿದ್ದು ಗದ್ದೆಗಳಲ್ಲಿ ನೀರು ತುಂಬಿ ನಿಂತಾಗ ನೇಜಿ ಹಾಕಿ ಆಗಿತ್ತು. ಆ ಬಗ್ಗೆ ಈಗ ರಾಮಚಂದ್ರ ಪೈ ಯಾವ ಯೋಚನೆಯನ್ನೂ ಮಾಡಬೇಕಾಗಿರಲಿಲ್ಲ. ಅವನು ಕಾರ್ಯಾಡು ಕೊಂಬ್ರಾಜೆಗಳಲ್ಲಿ ಸಾಗುವಳಿ ಹೇಗೆ ನಡೆದಿದೆ ಅಂತ ನೋಡಿಕೊಂಡು ಬರಲು ಹೊರಟ. ಹೋದವನು, ಹೇಗೂ ಅಂತುಪೈ ಬಳ್ಳಂಬೆಟ್ಟಿನ ಸಾಗುವಳಿ ನೋಡಿಕೊಳ್ಳುತ್ತಾನಲ್ಲ ಅಂತಲೂ, ಹಿಡಿದ ಮಳೆ ನಿಲ್ಲದ ಕಾರಣದಿಂದಲೂ ಒಂದೊಂದು ದಿನ ಅಂತ ಹೇಳಿ ಅಲ್ಲಿ ನಿಂತ. ಆಷಾಢದ ಮಳೆ. ದಿರೀ ಅಂತ ಇಳಿಯುತ್ತಿತ್ತು. ನಿಲ್ಲುವ ಲಕ್ಷಣ ಕಾಣದಿದ್ದಾಗ ಕಾರ್ಯಾಡಿನ ಮನೆಯಲ್ಲಿದ್ದ ಗೊರಬೆಯೊಂದನ್ನು ತಲೆಯ ಮೇಲೆ ಹಾಕಿ ಬಳ್ಳಂಬೆಟ್ಟಿಗೆ ಮರಳುವಾಗ ಮಂಗಲಪಾಡಿ ರಾಮಯ್ಯ ಶಾನುಭಾಗರ ದಾಯಾದಿ ಅನಂತಯ್ಯ ಬಂದಿದ್ದರು. "ಏನು ಮಳೆಗೇ ಬಂದಿರಲ್ಲ ?" ಅಂತ ಸ್ವಾಗತಿಸಿದ ರಾಮಚಂದ್ರ ಪೈ. ಅನಂತಯ್ಯ ರಾಮಚಂದ್ರ ಪೈಗೆ ಹಳೆಯ ಪರಿಚಯ. ತಾಯಿಯ ಕಡೆಯಿಂದ ಸಂಬಂಧ. ಮಂಗಲಪಾಡಿಯ ಸಮೀಪ ಅವರಿಗೆ ಜಮೀನು ಇತ್ತು. ಇಬ್ಬರು ಹೆಣ್ಣುಮಕ್ಕಳು, ಮೂವರು ಗಂಡುಮಕ್ಕಳು. ಅವರು

ರಾಮಯ್ಯ ಶಾನುಭಾಗರ ಹಾಗೆ ಕಪ್ಪಲ್ಲ. ಪ್ರಾಯ ಸಂದ ಹಾಗೆ ಕಾಣದ ತೆಳ್ಳಗಿನ ಜೀವ. ದೇವರ ಪೂಜೆ ಅನುಷ್ಠಾನಗಳಿಂದ, ಉತ್ತಮ ಆಚಾರ ವಿಚಾರಗಳಿಂದ ಕೂಡಿದ ತೇಜಸ್ಸು, ಬೆಳಕು ತುಂಬಿದ ಕಣ್ಣುಗಳು. ತೆಳ್ಳಗಿನ ಜುಟ್ಟು. "ನನ್ನ ಮೊದಲ ಮಗಳಿಗೆ ಹನ್ನೊಂದು ತುಂಬಿದೆ ರಾಚ್ಚು ಪೈಗಳೇ. ಇದೇ ವರುಷ ಮದುವೆ ಮಾಡಬೇಕು ಅಂತ ಆಸೆ. ನಿಮ್ಮ ಮಗನ ಜಾತಕ ಕೇಳಲು ಬಂದೆ" ಎಂದರು.

ರಾಮಚಂದ್ರ ಪೈ ಮೊದಲಿನಿಂದಲೂ ಮಂಗಲಪಾಡಿಗೆ ತನ್ನ ಮಾವನ ಮನೆಗೆ ಹೋದಾಗ ಅನಂತಯ್ಯನವರ ಮನೆಗೆ ಕೂಡಾ ಹೋಗುತ್ತಿದ್ದ. ಹಾಗಾಗಿ ಅವನಿಗೆ ಅವರ ಬಳಿ ತುಂಬ ಸಲಿಗೆ. ಆದರೆ ಅವರ ಮಕ್ಕಳ ಬಗ್ಗೆ ಕೇಳಿ ಅವನಿಗೆ ಆಶ್ಚರ್ಯ. "ಅಷ್ಟು ದೊಡ್ಡವರಾದರೇ ?" ಎಂದು ಅವನು ಉದ್ಗರಿಸಿದ. "ನನ್ನ ಇಬ್ಬರು ಗಂಡು ಮಕ್ಕಳಿಗೆ ಮದುವೆಯಾಗಿದೆ ರಾಚ್ಚು ಪೈ. ಆದರೆ ಸೊಸೆಯಂದಿರು ಇನ್ನೂ ಮನೆಗೆ ಬಂದಿಲ್ಲ. ಪ್ರಸ್ತಕ್ಕೆ ಇನ್ನೂ ಸಮಯವಿದೆ. ಅಷ್ಟರಲ್ಲಿ ನನ್ನ ದೊಡ್ಡ ಮಗಳಿಗೆ ಮದುವೆಯಾದರೆ ಆದೀತು ಎಂದು ನನ್ನ ಆಸೆ" ಎಂದರು. ರಾತ್ರಿ ಕಾಲು ಚಾಚಿ ಹರಟುತ್ತಾ ಹೇಳಿದರು. "ನೀವು ಇದೇ ಮಾಸದಲ್ಲಿ ಬಂದರೆ ಪುಷ್ಯ ಹಿಡಿಯುವ ಮೊದಲು ಮದುವೆ ಮಾಡುವುದು ಸಾಧ್ಯ ರಾಚ್ಚು ಪೈಗಳೇ. ಹುಡುಗಿ ಹುಡುಗನ ಜಾತಕ ಪಸಂದಾಗಿ ಕೂಡುತ್ತದೆ. ನೀವು ಮಂಗಲಪಾಡಿಗೆ ಯಾವಾಗ ಬರುತ್ತೀರಿ ಹೇಳಿ" ಅಂತ ಅನಂತಯ್ಯ ಜಾತಕ ನೋಡಿ ಹೇಳಿದರು. ಅವರಿಗೆ ಜಾತಕಗಳ ಮೇಳಾಮೇಳಿ ನೋಡುವ ಕ್ರಮ ಗೊತ್ತಿತ್ತು. ಹಾಗಾಗಿ ಅಂತುಪೈಯ ಜಾತಕ ಎದುರಿಗಿಟ್ಟದ್ದೇ ಲೆಕ್ಕ ಹಾಕಿ ಹೇಳಿದರು. "ನನ್ನ ಮಗಳ ಮದುವೆಯಾಗಲಿ ಅಂತ ನಾನು ಜಾತಕ ಕೂಡಿ ಬರುತ್ತವೆ ಅಂತ ಹೇಳುವುದಲ್ಲ. ಬೇಕಿದ್ದರೆ ನೀವು ಬಾದರಾಯಣ ಭಟ್ಟರ ಹತ್ತಿರ ಕೇಳಿ. ಜಾತಕ ನೋಡುವುದರಲ್ಲಿ ಅವರು ಜಾಣರು" ಅಂತ ರಾಮಚಂದ್ರ ಪೈಗೆ ತಾಕೀತು ಮಾಡಿದರು. ರಾಮಚಂದ್ರ ಪೈಗೆ ಅನಂತಯ್ಯನವರ ಮಾತು, ನಡೆವಳಿಕೆ ಮೆಚ್ಚುಗೆ ತರಿಸಿತು. "ಮುಂದಿನ ಹಪ್ತೆಯಲ್ಲಿ ಹುಡುಗಿ ನೋಡಲು ಬರುತ್ತೇವೆ" ಅಂತ ಅವನು ಮಾತುಕೊಟ್ಟ.

ಬಳ್ಳಂಬೆಟ್ಟಿನ ತುಂಬಿದ ಮನೆಯಿಂದ ಶಿವಪ್ಪಯ್ಯ, ದೇವು ಪೈ ಇಬ್ಬರೂ ಕಾರ್ಯಾಡು ಕೊಂಬ್ರಾಜೆಗಳಿಗೆ ಹೋಗಿ ಮನೆ ಭಣಭಣವೆನ್ನಿಸತೊಡಗಿದಾಗ ರಾಮಚಂದ್ರ ಪೈ ಮಗನ ಮದುವೆಗೆ ಮನಸ್ಸು ಮಾಡಿದ್ದು ಸಹಜ. ಹೆಣ್ಣು ನೋಡಿ ಬಂದ ಅವನಾಗಲೀ ಅವನ ಹೆಂಡತಿಯಾಗಲೀ ಬೇಡ ಅನ್ನುವ ಹಾಗಿರಲಿಲ್ಲ. ರುಕ್ಮಿಣಿ ತೆಳ್ಳಗಿನ ಬೆಳ್ಳಗಿನ ಹೆಣ್ಣು. ಉದ್ದ ಮುಖದ ಚೂಪು ಮೂಗಿನ ಉದ್ದ ತಲೆಕೂದಲಿನ ಚುರುಕು ಹುಡುಗಿ. ಅನಂತಯ್ಯ ಮಗಳಿಗೆ ಭಾರೀ ಸೀರೆ ಉಡಿಸಿದ್ದರು. ಕೊರಳಿಗೆ, ಸೊಂಟಕ್ಕೆ, ಕಿವಿಗೆ, ಮೂಗಿಗೆ ಅಂತ ಸಾಕಷ್ಟು ಬಂಗಾರವನ್ನೂ ತೊಡಿಸಿದ್ದರು. ಒಂದಿಷ್ಟು ವರದಕ್ಷಿಣೆ ಕೊಡುವ ಆಸೆಯನ್ನೂ ತೋರಿಸಿದ್ದರು. ಬಳ್ಳಂಬೆಟ್ಟಿಗೆ ಬರುತ್ತಾ ರಾಮಚಂದ್ರ ಪೈ ಹೆಂಡತಿಯೊಡನೆ "ಹೇಗೆ ನಿನ್ನ ಸೊಸೆಯಾಗುವ ಮಹರಾಯಗಿತ್ತಿ ?" ಅಂತ ತನ್ನ ಒಪ್ಪಿಗೆಯಲ್ಲಿ ಕೇಳಿದ್ದ. "ಪಸಂದು" ಅಂದಳು ಪಾರ್ವತೀಬಾಯಿ. "ಆದರೆ ನಿನ್ನ

ಮಗರಾಯ ಒಪ್ಪಬೇಕಲ್ಲ'' ಅಂದದ್ದಕ್ಕೆ ''ಅವನನ್ನೇನು ಕೇಳುವುದು? ನಾನು ಅನಂತಯ್ಯನವರ ಹೆಂಡತಿಗೆ 'ಹೂಂ' ಅಂತ ಹೇಳಿಯೇ ಬಂದಿದ್ದೇನೆ. ನೀವು ಯಾವಾಗ ಮದುವೆ ಇಡುತ್ತೀರಿ ಹೇಳಿ ?'' ಅಂದಳು. ''ನಿನಗೆ ಅಷ್ಟು ತರಾತುರಿ ಏನು ಮಗನಿಗೆ ಮದುವೆ ಮಾಡಿಸುವುದರಲ್ಲಿ ? ಅವನಿಗೆ ಪಸಂದು ಇದ್ದ ಹಾಗೆ ಕಾಣಿಸುವುದಿಲ್ಲ'' ಎಂದ ರಾಮಚಂದ್ರ ಪೈ. ''ನಿಮಗೆ ತಿಳಿಯುವುದಿಲ್ಲ. ಎಷ್ಟು ಬೇಗ ಸಾಧ್ಯವೋ ಅಷ್ಟು ಬೇಗ ಮದುವೆ ಮಾಡಿ'' ಎಂದಳು ಪಾರ್ವತೀಬಾಯಿ.

ರಾಮಚಂದ್ರ ಪೈ ಹೇಳಿದ್ದು ಸುಳ್ಳಲ್ಲ. ಅಂತುಪೈ ಮದುವೆ ನಿಶ್ಚಯವಾದ ಮೇಲೆ ಆ ಬಗ್ಗೆ ಅಂತಹ ಉತ್ಸಾಹ ತೋರಿಸಲೇ ಇಲ್ಲ. ಬದಲಾಗಿ ಬೇಸಾಯದ ಕೆಲಸದಲ್ಲಿ ಇನ್ನೂ ಹೆಚ್ಚು ಮಗ್ನನಾದ. ಬೀಜ ಬಿತ್ತುವುದು, ನೇಜಿ ಕೊಯ್ಯುವುದು, ಕಳೆ ಕೀಳುವುದು, ನೀರು ನಿಲ್ಲಿಸುವುದು ಅಂತ ಬೆಳಗ್ಗಿನಿಂದ ಸಂಜೆಯ ತನಕ ಗದ್ದೆಗಳಲ್ಲಿಯೇ ಓಡಾಡಿದ. ಮೂರು ಸಂಜೆಯ ಹೊತ್ತಿಗೆ ಮನೆಗೆ ಬಂದರೆ ಬಾವಿಯ ಬಳಿಯ ಹಂಡೆಯಲ್ಲಿ ನೀರು ತುಂಬಿಸಿ ಕೆಳಗೆ ಬೆಂಕಿ ಹಾಕಿ ಕಾಯಿಸಿ ಸ್ನಾನ ಮಾಡುತ್ತಿದ್ದ. ರಾತ್ರಿ ಊಟವಾದ ತಕ್ಷಣ ಚಾಪೆ ಹಾಸಿಕೊಂಡು ಮಲಗಿಬಿಡುತ್ತಿದ್ದ. ಆಷಾಢದ ಮಳೆ ನಿಂತು ಶ್ರಾವಣದ ಬೆಳಕು ಹರಡಿತು. ಆಗಸದ ತುಂಬ ಬೆಳ್ಳನೆಯ ಮೋಡಗಳು. ಕೆಳಗೆ ನೆಲದ ತುಂಬ ನೀರಿನ ಝರಿ. ನಿರಂಜನಿ ತುಂಬಿ ಜೋರೋ ಎಂದು ಸದ್ದು ಮಾಡುತ್ತಾ ಹರಿಯತೊಡಗಿದಳು.

ಅನಂತಯ್ಯನವರ ಇಚ್ಚೆಯ ಪ್ರಕಾರ ಪುಷ್ಯಕ್ಕಿಂತ ಮೊದಲೇ ಅಲ್ಲದಿದ್ದರೂ ಮುಂದಣ ಚೈತ್ರದಲ್ಲಿ ಅಂತುಪೈಯ ಮದುವೆ ನಡೆಯಿತು. ಮುಂದೆ ಪಾಡ್ವೆಗೆ,* ದೀಪಾವಳಿಗೆ ಅಂತ ಅವನು ಹತ್ತೆಂಟು ಬಾರಿ ಮಂಗಲಪಾಡಿಗೆ ಹೋಗಿಯೂ ಬಂದ. ಎರಡು ಮೂರು ಬಾರಿ ಯಾವುದೇ ಕಾರಣವಿಲ್ಲದೇ ಅವನು ಹೋಗಿ ಬಂದದ್ದಿತ್ತು. ಹೆಂಡತಿಯ ಎದುರು ರಾಮಚಂದ್ರ ಪೈ ಆ ಮಾತೆತ್ತಿದಾಗ ಪಾರ್ವತೀಬಾಯಿ ''ಏನಾಯಿತು ? ತಂದೆಯಂತೆಯೇ ಮಗ. ಪ್ರಸ್ತದ ಮೊದಲು ನೀವೂ ಹೀಗೆ ಹೋಗಿ ಬರುತ್ತಿರಲಿಲ್ಲವೇ ?'' ಅಂತ ಕೆನ್ನೆಯುಬ್ಬಿಸಿ ಹೇಳಿದಳು. ರಾಮಚಂದ್ರ ಪೈ ಸುಮ್ಮಗಾದ.

ಮುಂದಣ ವರುಷದ ಮೊದಲ ಮಳೆ ನೆಲಕ್ಕೆ ಬಿದ್ದ ದಿನವೇ ಅಂತು ಪೈಯ ಹೆಂಡತಿ ಮೈ ನೆರೆದಳು. ಮಂಗಲಪಾಡಿ ಅನಂತಯ್ಯ ''ನಮ್ಮ ರುಕುಮಿಣಿ ಮೈ ನೆರೆದಿದ್ದಾಳೆ. ಒಳ್ಳೆಯ ದಿನ ನೋಡಿ ತಿಳಿಸಿದರೆ ಮನೆ ತುಂಬಿಸಿ ಕೊಡುವ ವ್ಯವಸ್ಥೆ ಮಾಡುತ್ತೇನೆ'' ಅಂತ ಹೇಳಿ ಕಳುಹಿಸಿದರು. ಆದುದರಿಂದ ಅದೇ ವರುಷ ಆಷಾಢದಲ್ಲಿ, ನಿರಂಜನಿಯ ಹೊಳೆ ಹುಚ್ಚುಚ್ಚಾರ ತುಂಬಿ ಭೋರಿಡುವ ಸಮಯದಲ್ಲಿ ರುಕ್ಮಿಣಿ ಬಳ್ಳಂಬೆಟ್ಟಿನ ಮನೆ ತುಂಬಿದಳು. ಮಗಳ ಜೊತೆಗೆಂದು ಅನಂತಯ್ಯನ ಹೆಂಡತಿಯೂ, ಇನ್ನೊಬ್ಬ ಮಗಳು ಜಾಹ್ನವಿಯೂ ಬಂದು ಹತ್ತು ದಿನ ನಿಂತು ಹೋದರು. ಅದೇ ವರುಷ ಸ್ವಲ್ಪ ಮೊದಲು ಅನಂತಯ್ಯ ಅವರ ಸೊಸೆಯಂದಿರನ್ನು ಮನೆ ಸೇರಿಸಿಕೊಂಡಿದ್ದರು. ಹಾಗಾಗಿ ಅವರು

---

* ಪಾಡ್ವೆ = (ಇಲ್ಲಿ) ಯುಗಾದಿ

ನಾಲ್ಕು ದಿನ ಹೆಚ್ಚೇ ಇಲ್ಲಿ ಉಳಿಯುವುದು ಸಾಧ್ಯವಾಯಿತು. ರಾಮಚಂದ್ರ ಪೈಯ ಎರಡನೆಯ ಮಗ ತಿಮ್ಮಪ್ಪೈ ಅಂತುಪ್ಪೈಯ ನಾದಿನಿ ಜಾಹ್ನವಿಗೆ ಉತ್ಸಾಹದಿಂದ ಬಳ್ಳಂಬೆಟ್ಟಿನ ಪರಿಸರಗಳನ್ನು ತೋರಿಸಿದ. ಬೇಸಗೆಯಲ್ಲಿ ನಿರಂಜನಿಯ ನೀರು ತಿಳಿಯಾದಾಗ ಕಟ್ಟೆ ಕಟ್ಟಿ ಅದರಲ್ಲಿ ತಾವೆಲ್ಲ ಮೀಯುವುದಿದೆ ಎಂದು ಹೇಳಿ ಅವಳನ್ನು ಆಶ್ಚರ್ಯಗೊಳಿಸಿದ. ಆ ಮಳೆಯಲ್ಲೂ ಗುಡ್ಡಗುಡ್ಡ ಅಲೆದು ಕೇಪುಳ, ರೆಂಜೆ ಇತ್ಯಾದಿ ಹೂಗಳನ್ನು ಅವಳಿಗೆ ತಂದುಕೊಟ್ಟ. ಜಾಹ್ನವಿ ಮಂಗಲಪಾಡಿಯವಳು. ಅದು ಇರುವುದು ಸಮುದ್ರದ ದಂಡೆಯ ಮೇಲೆ. ಅವಳು ಇದು ತನಕ ಮಲೆನಾಡನ್ನು ನೋಡಿದವಳಲ್ಲ. ಅದೂ ಬಳ್ಳಂಬೆಟ್ಟಿನಂತಹ ಕಗ್ಗಾಡು ಬೇರೆ. ಮಳೆಗಾಲದ ದಿನಗಳಲ್ಲಿ ರಪರಪನೆ ಹೊಡೆಯುವ ಅಬ್ಬರವೂ ಅವಳಿಗೆ ಹೊಸತು. ಅರ್ಧ ಹೆದರಿಕೆ, ಅರ್ಧ ಕುತೂಹಲದಿಂದ ಆಕೆಯೂ ತಲೆಯ ಮೇಲೊಂದು ಗೊರಬೆ ಹಾಕಿ ತಿಮ್ಮ ಪೈಯ ಜೊತೆ ಅಲೆದು ಬಂದಳು.

★

ಅಂತು ಪೈಯ ಹೆಂಡತಿ ಬಳ್ಳಂಬೆಟ್ಟಿನ ಮನೆಗೆ ಬಂದು ಸೇರಿದ ಕೆಲವು ದಿನಗಳಲ್ಲಿಯೇ ಒಂದು ದುರಂತ ನಡೆಯಿತು. ಬಳ್ಳಂಬೆಟ್ಟಿನಲ್ಲಿ ಲಾಗಾಯ್ತಿನಿಂದ ಒಕ್ಕಲುತನ ಮಾಡುತ್ತಿದ್ದ ಅಣ್ಣು ಪೂಜಾರಿಯ ಮೊಮ್ಮಗಳೊಬ್ಬಳು ಅಕಸ್ಮಾತ್ತಾಗಿ ತೀರಿಕೊಂಡಳು. ಅಣ್ಣು ಪೂಜಾರಿಯ ಮಗ ಮಂಜ ಪೂಜಾರಿಯ ಮಗಳವಳು. ಒಬ್ಬಳೇ ಮಗಳು. ರಾಮಚಂದ್ರ ಪೈ ಬಳ್ಳಂಬೆಟ್ಟಿನ ಆಸ್ತಿಕೊಳ್ಳುವ ಹೊತ್ತಿನಲ್ಲಿ ಮೊದಲಬಾರಿ ಮಣಿಯಾಣಿಯೊಡನೆ ಧರ್ಮಸ್ಥಳಕ್ಕೆ ಹೋದವನು ಇದೇ ಅಣ್ಣು ಪೂಜಾರಿ. ಆಗಲೇ ಅವನು ಮುದುಕ. "ಬಹಳ ನಂಬಿಕಸ್ತ ಆಳು" ಅಂತ ಮಣಿಯಾಣಿ ರಾಮಚಂದ್ರ ಪೈಯೊಡನೆ ಹೇಳಿದ್ದಿತ್ತು. ಜಾತಿಯಲ್ಲಿ ಸೇರೆಗಾರ. ಅವನ ಮೊಮ್ಮಗಳು ಹದಿನಾಲ್ಕಾದರೂ ಇನ್ನೂ ಮದುವೆಯಾಗದೇ ಮನೆಯಲ್ಲುಳಿದಿದ್ದಳು. ತಂದೆ ತಾಯಿ ಕೆಲಸಕ್ಕೆ ಹೋದರೆ ಮನೆಯಲ್ಲಿ ಇರುವುದು ಅವಳೊಬ್ಬಳೇ. ನಿರಂಜನಿಯ ಬಲಗಡೆಯಲ್ಲಿ ಬಳ್ಳಂಬೆಟ್ಟಿನಿಂದ ಪರ್ತಿಕ್ಕಾರಿಗೆ ಹೋಗುತ್ತಾ ಸಿಗುವುದು ಅವನ ಗುಡಿಸಲು. ಬೆಳಿಗ್ಗೆ ಮನೆಯಲ್ಲಿ ಅವಳನ್ನು ಬಿಟ್ಟು ಬಂದವರು ರಾತ್ರಿ ಹಿಂದಿರುಗಿದಾಗ ಆಕೆ ಮನೆಯಲ್ಲಿರದೇ ಇದ್ದುದು ಆತಂಕಕ್ಕೆ ಎಡೆಗೊಟ್ಟಿತು. ಮೊದಲು ಶಂಕಿಸಿದ್ದು ಹುಲಿಯೋ ಬರ್ಕವೋ ಹಿಡಿದು ತಿಂದಿರಬೇಕು ಎಂದು. ಆಕೆಯ ಸುಳಿವು ಸಿಕ್ಕದೇ ಇದ್ದಾಗ ಮಂಜಪೂಜಾರಿ ಗುರಿಕಾರ ರಾಮಚಂದ್ರ ಪೈಯ ಮನೆಗೆ ಬಂದು ಗೋಳಿಡತೊಡಗಿದ.

ಅವನು ಬಂದಾಗ ರಾಮಚಂದ್ರ ಪೈ ರಾತ್ರಿ ಉಂಡು ಹಜಾರಕ್ಕೆ ಬಂದ ಹೊತ್ತು. "ಎಲ್ಲಾದರೂ ನಿನ್ನ ಸಂಬಂಧಿಕರ ಮನೆಗೆ ಹೋಗಿರಬಹುದೋ ಮಂಜಾ. ನೀನು ಯಾಕೆ ಗಾಬರಿಯಾಗುತ್ತಿ ? ಈಗ ರಾತ್ರಿಯಲ್ಲಿ ಎಲ್ಲಿ ಅಂತ ಹುಡುಕುವುದು ? ನಾಳೆ ಬೆಳಗ್ಗೆ

ನಿನ್ನವರ ಕಡೆಗೆಲ್ಲ ಜನ ಕಳುಹಿಸೋಣ'' ಎಂದು ಅವನನ್ನು ಸಮಾಧಾನಿಸಿದ. ರಾಮಚಂದ್ರ ಪೈ ಮಂಜನ ಮಗಳನ್ನು ನೋಡಿದವನಲ್ಲ. ನೋಡಿದ್ದರೂ ನೆನಪಿಟ್ಟವನಲ್ಲ. ಆದರೂ ತನ್ನ ಒಕ್ಕಲಿನ ನೋವನ್ನು ಅರ್ಥ ಮಾಡಿಕೊಳ್ಳುವುದರಲ್ಲಿ ಹಿಂದೆ ಬೀಳಲಿಲ್ಲ. ಮಂಜ ಭೋರಾಡಿ ಅಳುತ್ತಾ ಕೂತ. ಹುಡುಗಿ ಖಂಡಿತ ಕಾಡಿನ ಪಾಲಾಗಿರಬೇಕೆಂದು ಊಹಿಸಿ ಅವನು ಕೆಲವು ಹೊಲೆಯರಿಗೆ ಹೇಳಿ ಕಳುಹಿಸಿ ಹುಡುಕಿಕೊಂಡು ಬರಲು ಹೇಳಿದ. ರಾತ್ರಿ ಇಡೀ ದೊಂದಿ ಬೆಳಕಲ್ಲಿ ಹೊಲೆಯರು ಅವಳನ್ನು ಕಾಡಿನಲ್ಲಿ ಅಲೆದಲೆದು ಹುಡುಕಿದರು. ಪ್ರತೀ ಬಾವಿ ಕೆರೆಗಳ ಬಳಿಗೆ ಹೋಗಿ ಹಣಿಕಿ ಹಾಕುವುದು, ಪ್ರತಿ ಸಲ ಮಂಜ ಪೂಜಾರಿ ದೊಡ್ಡದಾಗಿ ಸ್ವರ ತೆಗೆದು ಅಳುವುದು – ಹೀಗೆ ರಾತ್ರಿಯುದ್ದಕ್ಕೂ ನಡೆಯಿತು. ಕಂಡಷ್ಟು ದೊಂದಿ ಬೆಳಕಲ್ಲಿ ಎಷ್ಟು ಹುಡುಕಿಯಾರು ? ಇಷ್ಟಕ್ಕೂ ಏನಾಗಿದೆ ಎಂದು ಯಾರಿಗೆ ಗೊತ್ತು ? ಜೊತೆಯಲ್ಲಿದ್ದ ಹೊಲೆಯರು ರಾತ್ರಿಯಾಗುವಾಗ ಹೆಂಡ ಕುಡಿದು ಬೀಳುವ ಅಭ್ಯಾಸವಿದ್ದವರು. ಆದರೆ ಧನಿ ರಾಮಚಂದ್ರ ಪೈಗೆ ಹೆದರಿ ಅವರು ಮಂಜನ ಜೊತೆ ಬಂದಿದ್ದರು. ರಾತ್ರಿ ಏರುತ್ತಾ ಹೋದಂತೆ ಅವರ ಮಾತಿನ ಸ್ಥಿಮಿತ ತಪ್ಪಿತು. ಅವರ ಮಾತು ಕೇಳಿ ಮಂಜನ ದುಃಖ ಭೀತಿ ಇನ್ನಷ್ಟು ಹೆಚ್ಚಿತು. ಹೊಲೆಯರಿಗೆ ಸಾಕುಸಾಕಾಗಿ ಮರುದಿನ ಹಗಲಿನಲ್ಲಿ ನೋಡುವ ಅಂತ ಅವರೆಲ್ಲ ಗೂಡು ಸೇರಿದರು.

ರಾಮಚಂದ್ರ ಪೈ ರಾತ್ರಿ ಅವರೊಂದಿಗೆ ಹುಡುಕಲು ಹೋದ ಅಂತಲ್ಲ. ಆದರೆ ಊರ ಗುರಿಕಾರನಾಗಿ ತನ್ನ ಒಕ್ಕಲೊಬ್ಬನ ಮನೆಯಲ್ಲಿ ಆದ ಅನಾಹುತ ಅವನನ್ನು ಆತಂಕಗೊಳಿಸಿದ್ದು ನಿಜ. ಆ ಹಗಲು ಕಳೆದು ಸಂಜೆಯಾಗುವಾಗ ಪರ್ತಿಕ್ಕಾರಿನ ಬಳಿ ನಿರಂಜನಿಯ ನೀರಲ್ಲಿ ಅವಳ ಶವ ಸಿಕ್ಕಿತು. ಕೊಳೆತು ದಪ್ಪನಾಗಿ ಮೇಲಕ್ಕೆ ಬಂದ ಶವದ ಮಾಂಸಲಭಾಗಗಳಿಗೆ ಮೀನುಗಳು ಲಗ್ಗೆಯಿಟ್ಟಿದ್ದುವು. ತಲೆಯ ಕೂದಲ ಜೊಂಪೆ ಮುಟ್ಟಿದರೆ ಕಿತ್ತು ಬರುವ ಹಾಗಾಗಿದ್ದುವು. ಕಣ್ಣುಗಳನ್ನು ಮೀನುಗಳು ತಿಂದೇ ಬಿಟ್ಟಿದ್ದರಿಂದ ಮುಖ ವಿಕಾರವಾಗಿತ್ತು. ಕೊರಳಿಗೆ ಒಂದು ಉದ್ದವಾದ ಹಗ್ಗವಿದ್ದುದರಿಂದ ಅದಕ್ಕೊಂದು ಕಲ್ಲು ಕಟ್ಟಿ ಆಕೆ ನಿರಂಜನಿಗೆ ಹಾರಿರಬೇಕು ಎಂದು ಎಲ್ಲರೂ ಅಂದುಕೊಂಡರು. ಮಂಜ ಪೂಜಾರಿ ಗೋಳಾಡಿದ. ಶವ ನೋಡಿದ ರಾಮಚಂದ್ರ ಪೈ ನೋಡಲಾಗದೇ ಮುಖ ತಿರುವಿ ಕಣ್ಣು ಮುಚ್ಚಿಕೊಂಡ. ಕೊನೆಗೆ ಆ ಶವವನ್ನು ಆದಷ್ಟು ಬೇಗ ಮಣ್ಣು ಮಾಡಲು ಹೇಳಿ ಅವನು ಮನೆಗೆ ಹಿಂತಿರುಗಿದ. ಆ ರಾತ್ರಿ ಅವನ ಕಣ್ಣೆದುರು ಆ ಶವವೇ ಕಂಡ ಹಾಗಾಗುತ್ತಿತ್ತು.

ಮರುದಿನ ಬೆಳ್ಳಂಬೆಳಗ್ಗೇ ಓಡಿ ಬಂದ ಆಳೊಬ್ಬ ಕೊಟ್ಟ ಸುದ್ದಿ ಕೇಳಿದ ರಾಮಚಂದ್ರ ಪೈ ಒಮ್ಮೆಗೇ ಥಕ್ಕಾಗಿ ಕುಳಿತ. ''ಒಡೆಯರೇ, ಒಂದು ಸುದ್ದಿ ಹೇಳಬೇಕಾಗಿತ್ತು'' ಎಂದಿದ್ದ ಬಂದವ. ''ಏನೋ ಅದು ?'' ಎಂದು ಕೇಳಿದ್ದಕ್ಕೆ ''ಮಂಜ ಪೂಜಾರಿ ಸಂಸಾರ ಸಮೇತ ನಾಪತ್ತೆಯಾಗಿದ್ದಾನೆ. ಮನೆಯಲ್ಲಿ ಯಾರೂ ಇಲ್ಲ. ಅವನ ಅಪ್ಪ ಅಣ್ಣು ಪೂಜಾರಿಯೂ ಇಲ್ಲ. ಪಾತ್ರೆ ಪರಡಿಗಳೂ ಮಾಯ'' ಎಂದ. ರಾಮಚಂದ್ರ ಪೈಯ ಎದೆ ಧಸಕ್ಕೆಂದಿತು.

ಬಳ್ಳಂಬೆಟ್ಟಿನ ಪಶ್ಚಿಮದ ಕಡೆಯ ಗದ್ದೆಯ ಬದಿಯಲ್ಲೇ ಹುಣಿಯ ಮೇಲೆ ನಡೆದು ಹೋದರೆ ಚಿಕ್ಕದೊಂದು ಕಾಡು. ಅದನ್ನು ದಾಟಿ ಬಲಕ್ಕಿಳಿದರೆ ನಿರಂಜನಿಯ ತೋಡು. ತೋಡು ದಾಟಿದರೆ ಸಿಗುವುದು ಪರ್ತಿಕ್ಕಾರು. ಅಲ್ಲೂ ಒಂದೆರಡು ಗದ್ದೆಗಳು. ಆಚೆ ಮತ್ತೆ ಕಾಡು. ಆ ಕಾಡೆಲ್ಲ ಬಳ್ಳಂಬೆಟ್ಟಿಗೇ ಸೇರಿದ್ದು. ಅದರ ಸೆರಗಿನಲ್ಲಿಯೇ ಅವನ ಗುಡಿಸಲು. ರಾಮಚಂದ್ರ ಪೈ ಅತ್ತ ಹೋಗಿ ಕೂಗು ಹಾಕಿದರೆ ಸಾಕು. ಓಡಿ ಬರುತ್ತಿದ್ದ. ಅಂಥವನು ಹೀಗೆ ಹೇಳದೇ ಕೇಳದೇ ಎತ್ತ ಹೋದ ಎಂದು ದಿಗಿಲಾಯಿತು. ದೂರ ಹೋಗಿರಲಿಕ್ಕಿಲ್ಲ ಎಂಬ ಆಶೆಯಿಂದ ಕಾಸರಗೋಡಿಗೆ, ಕುಂಬಳೆಗೆ, ಪೆರ್ಲಕ್ಕೆ ಅಂತ ಆಳುಗಳನ್ನೋಡಿಸಿ ಮಂಜನ ಇರವು ತಿಳಿಯಲೆತ್ನಿಸಿದ. ಆದರೆ ಅದೆಲ್ಲ ವಿಫಲವಾಯಿತು.

ದಿನಗಳು ಕಳೆದಂತೆ ರಾಮಚಂದ್ರ ಪೈಯನ್ನು ಅಲ್ಲಾಡಿಸುವ ಬಾತ್ಮಿಯೊಂದು ಕೇಳಿ ಬಂತು. ಮಾರ್ಗಶಿರದ ಗಾಳಿ ಗದ್ದೆಯ ಭತ್ತದ ಗಿಡಗಳ ಮೇಲಿನಿಂದ ಹಾದು ಹೋಗುವ ಸಮಯ. ಸುದ್ದಿ ಬಂದದ್ದೂ ಅದೇ ರೀತಿ ಎಂಬಂತೆ. ಬಂದ ಸುದ್ದಿ ರಾಮಚಂದ್ರ ಪೈಯ ಕಿವಿಯ ಮೇಲಿನಿಂದಲೇ ಹಾದು ಹೋಯಿತು. ರಾಮಚಂದ್ರ ಪೈ ತೀರ ನಂಬುವ ಸುದ್ದಿಯಲ್ಲ. ಆದರೆ ನಂಬದೇ ಇರಲೂ ಒಲ್ಲ. ಸುದ್ದಿಯ ತುದಿಬುಡ ಗೊತ್ತಾಗದೇ ಹೋದರೂ ಇದೆಲ್ಲ ಹೀಗಾಗಿ ಹೋಯಿತೇ ಎಂದು ಅವನು ದಿಗ್ಮೂಢನಾದ. ಮಂಜಪೂಜಾರಿ ಹೋಗಿ ಆಗ ಒಂದು ಹಪ್ತೆಯೂ ಆಗಿರಲಿಲ್ಲ. ಹಾಗಾಗಿ ಅದರ ಝಳ ಅವನಿಗೆ ತಾಗದೇ ಇರುವುದು ಸಾಧ್ಯವಾಗಲಿಲ್ಲ. ಆದುದರಿಂದ ಅವನು ನಡುಮನೆ ಬೀರಣ್ಣ ಬಂಟನನ್ನು ಒಂದೇ ಸವನೆ ಒತ್ತಾಯಿಸಿ ಬಾತ್ಮಿಯ ಮೂಲ ತಿಳಿಯಲು ಪ್ರಯತ್ನಪಟ್ಟ. ಬೀರಣ್ಣ ಬಂಟ ಮೊದಲಿಗೆ ಹೇಳುವುದಕ್ಕೆ ಹಿಂಜರಿದರೂ ರಾಮಚಂದ್ರ ಪೈಯ ನಿರ್ಬಂಧಕ್ಕೆ ಬಾಯಿಬಿಡುವುದು ಅನಿವಾರ್ಯವಾಯಿತು.

ಮಂಜ ಪೂಜಾರಿಯ ಮಗಳು ಮೂರು ವರುಷಗಳ ಹಿಂದೆ ಮೈ ನೆರೆದ ಹುಡುಗಿ. ಅವಳು ಮೈ ನೆರೆದಿದ್ದಾಳೆಂದು ತಿಳಿದರೆ ಖಂಡಿತ ಮದುವೆ ಸಾಧ್ಯವಾಗಲಾರದೆಂದು ಮಂಜ ಪೂಜಾರಿ ಅವಳನ್ನು ಮನೆಯೊಳಗೇ ಮುಚ್ಚಿಟ್ಟಿದ್ದ. ಆದರೆ ಊರಿನಲ್ಲೊಂದು ಗೂಳಿ ಗುಟುರು ಹಾಕುತ್ತಿರುವಾಗ ಮುಚ್ಚಿಟ್ಟರೆ ಏನು ಫಲ ? ಶವ ಎತ್ತಿ ಮೇಲೆ ತಂದಾಗ ನೋಡಿದ ಅನುಭವಸ್ಥರಿಗೆ ಕಂಡದ್ದು ದಪ್ಪವಾಗುತ್ತಾ ಹೋದ ಆ ಎಳಸಿನ ಹೊಟ್ಟೆ ಮಾತ್ರ. ಅವರು ತಮ್ಮ ತಮ್ಮಲ್ಲೇ ಲೆಕ್ಕ ಹಾಕಿದ್ದರು. ಮಂಜ ಅದನ್ನೆದುರಿಸುವ ಧೈರ್ಯದವನಲ್ಲ. ಅವನಿಗೂ ಅವಳ ಸಾವಿನ ಹಿಂದಿನ ಕಥೆ ತಿಳಿದಿರಬಹುದು. ಕೊನೆಗೆ ಅವನು ಈ ಊರೇ ಬೇಡವೆಂದು ಓಡಿ ಹೋಗಿಯೇ ಬಿಟ್ಟ. ರಾಮಚಂದ್ರ ಪೈ ತೀರ ನಿರ್ಬಂಧ ಪಡಿಸಿದ ಮೇಲೆ ಬೀರಣ್ಣ ಬಂಟ ಬಾಯಿ ಬಿಟ್ಟ. "ಚಿಕ್ಕ ಒಡೇರು ಮಂಜನ ಮನೆಗೆ ಹೋಗುವುದನ್ನು ನಾನೂ ಕಂಡದ್ದುಂಟು" ಎಂದು. "ಅವರೇ ಕಾರಣ ಅಂತ ನಾನು ಹೇಳುವುದಲ್ಲ. ಒಟ್ಟಾರೆ ಮಂಜನ ಮಗಳ ಆಯುಸ್ಸು ತೀರಿದೆ" ಎಂದೂ ಸೇರಿಸಿದ.

ರಾಮಚಂದ್ರ ಪೈಗೆ ತನ್ನ ಹೆಂಡತಿ ಪಾರ್ವತೀಬಾಯಿ ಅಂತು ಪೈಯ ಮದುವೆ ಮಾಡಿಸಲು ಅಷ್ಟು ಆತುರ ತೋರಿಸಿದ ಕಾರಣ ಈಗ ಹೊಳೆದಿತ್ತು ! ಅವನಿಗೆ ಅಷ್ಟು ತೀಟೆ ಇದ್ದಿದ್ದರೆ ಈ ಹಿಂದೆಯೇ ಅವನ ಪ್ರಸ್ಥ ಮಾಡಿಸಿಬಿಡಬಹುದಿತ್ತಲ್ಲ ಅಂತನ್ನಿಸಿ ರಾಮಚಂದ್ರ ಪೈ ತಪ್ತನಾದ. ಮನೆಗೆ ಹೋದವನೇ "ನಿನಗೆ ತುಣ್ಣೆ ಎದ್ದಿತು ಅಂತ ಅವಳ ಪ್ರಾಣ ತೆಗೆಯಬೇಕಿತ್ತೇ ?" ಅಂತ ಬರಲು ತೆಗೆದುಕೊಂಡು ಅಂಡಿನ ಮೇಲೆ ಚೆನ್ನಾಗಿ ಬಿಗಿಯಬೇಕು ಎಂದು ಮನೆಗೆ ಬೀಸುಗಾಲು ಹಾಕಿ ಬಂದ. ಆದರೆ ಮನೆಯ ಬಾಗಿಲಲ್ಲಿ ಅಂತು ಪೈಯ ಹೆಂಡತಿ ರುಕ್ಮಿಣಿಯನ್ನು ಕಂಡು ಅವನ ಬಾಯಿ ಕಟ್ಟಿ ಹೋಯಿತು. ಇನ್ನು ಇವಳ ಎದುರು ಮಾತು ತೆಗೆದು ಈ ಕೂಸಿನ ಕರುಳು ಉರಿಸುವುದು ಸಲ್ಲ ಎಂದು ತೆಪ್ಪಗಾದ. ನಾಲ್ಕು ದಿನ ಅಂತು ಪೈ ಅವನ ಎದುರೆದುರು ನಿಂತು ಮಾತಾಡುವ ಧೈರ್ಯ ತೋರಿಸಲಿಲ್ಲ, ಕಳ್ಳನಂತೆ ಹಿಂದೆ ಹಿಂದಕ್ಕೆ ಜಾರಿಕೊಂಡ. ಆ ನಾಲ್ಕು ದಿನಗಳೂ ರಾಮಚಂದ್ರ ಪೈಯನ್ನು ಒಂದೇ ಸಮನೆ ಆ ವಿಚಾರ ಕಾಡಿತು. ಬಹುಶಃ ಮನೆಗೆ ಹೆಂಡತಿ ಬಂದುದನ್ನು ಕೇಳಿ ಮಂಜ ಪೂಜಾರಿಯ ಮಗಳು ದಿಕ್ಕೆಟ್ಟು ಆತ್ಮಹತ್ಯೆ ಮಾಡಿಕೊಂಡಿರಬೇಕು ಎಂದನ್ನಿಸಿತು. ಈ ವ್ಯವಹಾರ ಬಹಳ ಹಿಂದಿನಿಂದಲೇ ನಡೆಯುತ್ತಿರಬೇಕು ಎಂದು ಅನುಮಾನವೂ ಉಂಟಾಯಿತು. ಒಂದು ಹಂತದಲ್ಲಿ ಈ ಅಂತುಪೈಯೇ ಅವಳ ಕೊರಳಿಗೆ ಕಲ್ಲು ಕಟ್ಟಿ ತುಂಬಿದ ನಿರಂಜನಿಯಲ್ಲಿ ಒಗೆದಿರಬಾರದೇಕೆ ಎಂಬ ಸಂಶಯವೂ ಹುಟ್ಟಿ ರಾಮಚಂದ್ರ ಪೈ ತಲ್ಲಣಗೊಂಡ. ಆ ತಲ್ಲಣದಿಂದ ಅಂತುಪೈಯ ಎದುರು ನಿಂತು ಅವನನ್ನು ಬಯ್ಯುವ ಧೈರ್ಯ ಅವನಿಗಾಗಲಿಲ್ಲ. ಕೊನೆಗೆ ಆ ಹಸುಗೂಸು ತೀರಿದ್ದು ತೀರಿಕೊಂಡಿತು, ಅದಕ್ಕಾಗಿ ಬದುಕಿದ್ದವರನ್ನು ಬಯ್ದು ಏನು ಪ್ರಯೋಜನ ? ಅವಳ ಆಯುಸ್ಸು, ಅವನ ಬುದ್ಧಿಗೇಡಿತನ. ಈಗ ಹೆಂಡತಿ ಮನೆಗೆ ಬಂದಿದ್ದಾಳೆ. ನಾಳೆ ತನ್ನಷ್ಟಕ್ಕೆ ಸರಿಯಾದಾನು ಎಂದುಕೊಂಡು ಸುಮ್ಮನಾದ.

ರಾಮಚಂದ್ರ ಪೈಯನ್ನು ಆಶ್ಚರ್ಯಗೊಳಿಸುವ ವಿಷಯವೆಂದರೆ ಇದೇ ಅಂತು ಪೈ ತನ್ನ ಮೈಮೇಲೆ ಕುರಗಳೆದ್ದು ಜೀವ ಅತ್ತಲೋ ಇತ್ತಲೋ ಅಂತ ಹೊಯ್ದಾಡುತ್ತಿದ್ದ ಸಮಯದಲ್ಲಿ ತನಗೆ ಮಾಡಿದ ಸೇವೆ. ತೊಡೆಯ ಮೇಲೆದ್ದ ಕುರ ಒಡೆದು ಕೀವು ಸೋರುತ್ತಾ ಅಂಗೈಯಷ್ಟು ದೊಡ್ಡ ಗುಂಡಿಯಾಗಿ ಆ ಎಂದು ಬಾಯಿ ತೆರೆದು ಅಸಹ್ಯವಾಗಿ ಕಾಣುತ್ತಿದ್ದ ಜಾಗವನ್ನು ಯಾವ ಎಗ್ಗು ಸಿಗ್ಗಿಲ್ಲದೇ ತೊಳೆದಿದ್ದ. ಸ್ವತಃ ಕೈಯಿಂದ ಘಳಿಗೆಗೊಮ್ಮೆ ಲೇಪ ಬಳಿದಿದ್ದ. ಅಸಹ್ಯ, ನಾಚಿಕೆ, ತಿರಸ್ಕಾರ, ಹೇಸಿಗೆ ಯಾವುದನ್ನೂ ಮುಖದ ಮೇಲೆ ತೋರಿಸಿಕೊಳ್ಳಲಿಲ್ಲ. ರಾತ್ರಿ ಹಗಲು ಪಕ್ಕದಲ್ಲಿ ಕುಳಿತು ತಾನು ನಿದ್ರೆಯಿಲ್ಲದೇ ಸೇವೆ ಮಾಡಿದ್ದ. ಆಗ ಅವನಿಗೆ ಎಂಟು ವರ್ಷಗಳೋ ಏನೋ ? ಕಂಗಿಲದ ಕೃಷ್ಣಭಟ್ಟರು ಚೋಟುದ್ದದ ಹುಡುಗನನ್ನು ಬಾಯಿ ತುಂಬ ಹೊಗಳಿದ್ದರು. "ಸರಿಯಾಗಿ ಮೀಸೆ ಮೂಡಿದ ಹುಡುಗನೇ ಪೈಗಳೇ, ನಿಮ್ಮ ಮಗ ? ಬೋಧವಿಲ್ಲದ

ನಿಮ್ಮನ್ನು ಆಳುಗಳ ಮೂಲಕ ಹೊರಿಸಿ ಒಬ್ಬನೇ ಬಂದನಲ್ಲ ? ನಿಮಗೆ ಬೋಧ ಬರುವ ತನಕ ಅವನು ನೀರು ಕುಡಿದಿದ್ದರೆ ಕೇಳಿ'' – ಅಂಥವನು ಈ ರೀತಿಯ ಕೆಲಸ ಮಾಡಿದ ಎಂದರೆ ನಂಬುವ ವಿಚಾರವೇ ?

★

ಇಂಥ ದಿನಗಳಲ್ಲೇ ರಾಮಚಂದ್ರ ಪೈ ಇನ್ನೊಂದು ಸುದ್ದಿ ಕೇಳುವ ಹಾಗಾಯಿತು. ತನ್ನ ಮಗನ ಉಪದ್ವ್ಯಾಪದಿಂದ ರಾತ್ರಿ ಇಡೀ ನಿದ್ದೆ ಇಲ್ಲದೇ ಹೊರಳಾಡುತ್ತಿದ್ದ ರಾಮಚಂದ್ರ ಪೈಗೆ ಬೆಳ್ಳಂಬೆಳ್ಳಗಿನ ಹೊತ್ತಿನ ಮಂಪರು. ಆಗಲೇ ಅಂಗಣದಿಂದ ''ಒಡೇರೇ'' ಅಂತ ಯಾರದೋ ಕೂಗು. ಕುಂಬಳೆಯಿಂದ ಆಳು ಬಂದಿದ್ದ. ತೆಂಗಿನ ಮಡಲಿನ ಸೂಟೆ ಹಿಡಿದು ರಾತ್ರಿ ಇಡೀ ನಡೆದು ಬಂದಿದ್ದ ಆ ಆಳು ಕೂಗಿದ ಸದ್ದಿನಿಂದ ಧಡಕ್ಕನೆ ಎದ್ದು ಕುಳಿತ ರಾಮಚಂದ್ರ ಪೈಗೆ ತಲೆ ಗಿರ್ರನೆ ತಿರುಗಿದ ಅನುಭವ. ಸಾವರಿಸಿ ''ಯಾರೋ ಅದು?'' ಎಂದು ಕೇಳಿದ. ಬಂದ ಆಳು ಕೊಟ್ಟ ಸುದ್ದಿ ಕೇಳಿ ಅವನು ತಲೆಗೆ ಕೈ ಹಿಡಿದೇ ಕೂರುವ ಹಾಗಾಯಿತು. ಒಳಗಿನ ಕೋಣೆಯಲ್ಲಿ ಮಲಗಿದ್ದ ಹೆಂಡತಿಯನ್ನು ಕರೆದು ''ಈ ಬಾರಿಯೂ ನಚ್ಚ ಪೈಗೆ ಹೆಣ್ಣೇ ಹುಟ್ಟಿತಂತೆ ಇವಳೇ'' ಎಂದು ಹೇಳಿ ತುಂಬ ಹೊತ್ತು ಮಾತಾಡದೇ ಕುಳಿತ. ಕ್ಷಣ ಬಿಟ್ಟು ಬಂದ ಅವನ ಹೆಂಡತಿ ಆಳಿನೊಡನೆ ''ಹೆಣ್ಣಾಗಲೀ, ಗಂಡಾಗಲೀ, ದೇವರು ಕೊಟ್ಟಿದ್ದರಲ್ಲಿ ತೃಪ್ತಿ ಪಡಬೇಕು. ತಾಯಿ ಮಗು ಸೌಖ್ಯವೇನೋ?'' ಎಂದು ಕೇಳಿದಳು. ಬಂದವನಿಗೆ ಆಸರಿಗೆ ಕೊಡುವ ವ್ಯವಸ್ಥೆ ಮಾಡಿದಳು.

ಹಿಂದಿನ ರಾತ್ರಿ ಮಿಕ್ಕಿದ್ದ ಅನ್ನವನ್ನು ನೀರಿಗೆ ಹಾಕಿಟ್ಟಿದ್ದಳು. ಅದನ್ನೇ ಹಿಂಡಿ ಪಾರ್ವತೀಬಾಯಿ ಕುಂಬಳೆಯಿಂದ ಬಂದ ಆಳಿಗೆ ಬಡಿಸಿದಳು. ಉಣ್ಣುವ ಮೊದಲು ಆ ಆಳು ''ನಚ್ಚ ಸಾಮಿಯ ಹೆಂಡತಿಯ ತಾಯಿ ಇಲ್ಲಿಗೆ ಸುದ್ದಿ ಕೊಟ್ಟು ತಕ್ಷಣ ಕರೆದುಕೊಂಡೇ ಬರಬೇಕಂತೆ ಹೇಳಿದ್ದಾರೆ'' ಎಂದದ್ದು ರಾಮಚಂದ್ರ ಪೈಗೂ ಕೇಳಿಸಿ ಅವನು ಮತ್ತಷ್ಟು ಖಿನ್ನನಾಗುವಂತೆ ಮಾಡಿತು. ನಚ್ಚ ಪೈ ರಾಮಚಂದ್ರ ಪೈಯ ಮೊದಲ ತಮ್ಮ. ಕುಂಬಳೆಯಲ್ಲಿಯೇ ಮನೆ ಮಾಡಿಕೊಂಡಿದ್ದ. ಅಲ್ಲಿಯ ವ್ಯಾಪಾರವನ್ನೂ ಅವನೇ ನೋಡಿಕೊಳ್ಳುತ್ತಿದ್ದ. ವ್ಯಾಪಾರದಲ್ಲಿ ಹುಷಾರಿ. ಒಳ್ಳೆಯ ಹೆಸರೂ ಇತ್ತು. ಅವನಿಗೆ ಈಗಾಗಲೇ ನಾಲ್ಕು ಮಕ್ಕಳು. ನಾಲ್ಕೂ ಹೆಣ್ಣೇ. ಮೊದಲನೆಯ ಮಗಳು ರಾಮಚಂದ್ರ ಪೈಯ ಕೊನೆಯ ಮಗ ಸಿದ್ದುಪೈಯ ವಯಸ್ಸಿನವಳು. ಕಳೆದ ಬಾರಿ ಹೆಣ್ಣಾದಾಗಲೇ ಅವನು ಮುಖ ತಿರುವಿ ನಾನು ಇನ್ನೊಂದು ಮದುವೆ ಮಾಡಿಕೊಳ್ಳುತ್ತೇನೆಂದು ಹೇಳುತ್ತಾ ಇದ್ದಾನೆಂಬ ವದಂತಿ ರಾಮಚಂದ್ರ ಪೈಗೆ ಬಂದಿತ್ತು.. ಈಗ ಐದನೆಯ ಬಾರಿಯೂ ಹೆಣ್ಣೇ ಆಯಿತು.

'ಅವನಿಗೆ ತಾತ ವಿಟ್ಠು ಪೈ ಹೇಳಿದ ಮಾತಿನ ನೆನಪು ಬಂತು. ''ಈ ಕುಟುಂಬದ ಮೇಲೆ ನಾಗ್ಡೊ ಬೇತಾಳನ ಶಾಪವಿದೆ ರಾಚ್ಚೂ. ನಾಲ್ಕು ಸಂತಾನಗಳಲ್ಲಿ ಒಂದು ತಲೆ ನಾಶವಾಗುತ್ತದೋ'' ದೊಡ್ಡಪ್ಪ ನಾಗಯ್ಯಪ್ಪನ ತಲೆಮಾರು ಅಲ್ಲಿಗೇ ನಿಂತು ಹೋಯಿತು. ಈಗ ಐದನೆಯದೂ ಹೆಣ್ಣೆಂದರೆ ಬಹುಶಃ ಆ ಶಾಪ ನರಸಿಂಹ ಪೈಯ ಮೇಲೆ ಇದೆಯೆಂದೇ ? ಅವನ ವಂಶೋದ್ಧಾರವಾಗುವುದಿಲ್ಲವೇ ? ಹಾಗಿದ್ದರೆ ಅವನು ಇನ್ನೊಂದು ಮದುವೆ ಮಾಡಿಕೊಂಡರೂ ಗಂಡು ಹೇಗೆ ಹುಟ್ಟೀತು ? ದೇವರು ಕೊಟ್ಟಿಲ್ಲ, ಕೊಡುವುದೂ ಇಲ್ಲ ಅಂತಾದರೆ ಇನ್ನು ಒಂದಲ್ಲ ಹತ್ತು ಮದುವೆ ಮಾಡಿಕೊಂಡರೂ ಹೆಣ್ಣೇ ಆದೀತು. ಅವನ ಹಣೆಯಲ್ಲಿ ಗಂಡು ಮಗುವಿನ ಸಂತತಿ ಇದೆ ಎಂದಾದರೆ ಈಗಿನ ಹೆಂಡತಿಗೇ ಆಗಬಾರದೇಕೆ ? ಆದರೆ ನಚ್ಚ ಪೈ ಹೆಣ್ಣಾಯಿತೆಂದು ಹುಚ್ಚಾಚ್ಚಾರ ಮನಸ್ಸು ಹರಿಸಿ ಇನ್ನೊಂದು ಮದುವೆ ಮಾಡಿಕೊಂಡ ಅಂತಾದರೆ ಇವಳ ಗತಿ ಏನು ? ನಚ್ಚ ಪೈಯ ಹೆಂಡತಿ ಹೊರಗಿನವಳೇನಲ್ಲ. ಅಡೂರು ವೆಂಕ್ಟೇಶ ಕಾಮಾತಿಯ ಮಗಳು. ಸಿದ್ದಣ್ಣ ಕಾಮಾತಿಯ ಮೊಮ್ಮಗಳು. ಗೋವೆಯಿಂದ ಒಂದು ಕುಂಬಳೆಯಲ್ಲಿ ಉಳಿದುಕೊಂಡ ನಾಲ್ಕು ಕುಟುಂಬಗಳಲ್ಲಿ ಒಬ್ಬರಾದ ಆನ್ನು ಕಾಮಾತಿಯ ಸಂತತಿಯವಳು. ಅವಳನ್ನು ಹಾಗೆ ಕೈ ಬಿಡಲಾದೀತೇ ? ಹಾಗೆ ಎರಡು ಮೂರು ಮದುವೆಗಳನ್ನು ಮಾಡಿಕೊಂಡ ಸಾರಸ್ವತರು ಇಲ್ಲ ಎಂದು ಹೇಳುವಂತಿಲ್ಲ. ಮಂಜೇಶ್ವರ ಮಂಗಳೂರು ಕಡೆಗಳಲ್ಲಿ ಒಬ್ಬೊಬ್ಬರು ಮೂರು ಮೂರು ಮದುವೆ ಮಾಡಿಕೊಂಡು ಒಂದೇ ಮನೆಯಲ್ಲಿದ್ದಾರಂತೆ.

– ಬೆಳಗ್ಗಿನ ಎಲ್ಲ ಕೆಲಸ ಮುಗಿಸಿ ಬಂದ ರಾಮಚಂದ್ರ ಪೈ ''ಇವಳೇ, ಕುಂಬಳೆಗೆ ಹೊರಡುವ ವ್ಯವಸ್ಥೆ ಮಾಡುತ್ತೇನೆ. ಮಕ್ಕಳು ಬರುವುದು ಬೇಡ. ನೀನು ಹೊರಡು. ನಡುಮನೆ ಅಗಸಗಿತ್ತಿ ದೇಯಿಯನ್ನು ಬರಲು ಹೇಳಿ ಕಳುಹಿಸು'' ಎಂದ. ಬಳ್ಳಂಬೆಟ್ಟಿಗೆ ಬಂದ ಸಮಯದಿಂದ ವರುಷಂಪ್ರತಿ ಹುಟ್ಟುವ ಮಗುವಿನ ಸಲವೂ ಬಾಣಂತನಕ್ಕೆ ನಡುಮನೆ ದೇಯಿಯೇ ಬರುವುದು. ಅಗಸರವಳು. ದಪ್ಪನೆಯ ದೇಹದ, ಅಗಲವಾದ ಮುಖದ, ಕಿವಿಗಳಿಗೆ ಓಲೆಗರಿಯನ್ನು ಸುರುಳಿ ಸುತ್ತಿ ಸಿಕ್ಕಿಸಿದ, ಅರುವತ್ತು ಸಂವತ್ಸರಗಳನ್ನು ಕಂಡ ಹೆಂಗಸು. ವರುಷದುದ್ದಕ್ಕೂ ಒಂದಲ್ಲ ಒಂದು ಬಾಣಂತನ ಇರುತ್ತಿದ್ದುದರಿಂದ ದೇಯಿ ಹೆಚ್ಚು ಕಡಿಮೆ ಮನೆವಾರ್ತೆಯ ಒಂದು ಭಾಗವೇ ಆಗಿದ್ದಳು. ನೀಲಿ ಬಣ್ಣದ ನೂಲಿನ ಸೀರೆ. ನಕ್ಕರೆ ಅಗಲವಾದ ಮುಖ ಇನ್ನೂ ಅಗಲವಾಗುವಂತಹ ಸಾಧು ಹೆಂಗಸು. ಬಾಣಂತನ ನೋಡಿಕೊಳ್ಳುತ್ತಿದ್ದುದರಿಂದ ಅವಳ ಹೊಟ್ಟೆಗೆ ಮನೆಯ ಹೆಂಗಸರು ಎಂದೂ ಕಮ್ಮಿ ಮಾಡುತ್ತಿರಲಿಲ್ಲ. ಹಾಗಾಗಿ ತುಂಬಿದ ಜೀವ. ಕುಂಬಳೆಯಲ್ಲಿ ಒಂದು ಹೆರಿಗೆಯಾಗಿದೆ ಎಂದರೆ ಆಕೆ ಹೊರಡುವವಳೇ. ಗಾಡಿಯಲ್ಲಿ ಅವಳೂ ದೇಯಿಯೂ ಕುಳಿತಿದ್ದರು. ಪಕ್ಕದಲ್ಲಿ ರಾಮಚಂದ್ರ ಪೈಯ ಕೊನೆಯ ಮಗ ಸಿದ್ಧು ಪೈ ಹಠ ಹಿಡಿದು ಕುಳಿತ. ತಲೆ ತುಂಬ ಯೋಚನೆ ತುಂಬಿಸಿಕೊಂಡು ರಾಮಚಂದ್ರ ಪೈ ಗಾಡಿಯ ಹಿಂದೆಯೇ ಕಾಲು ಹಾಕಿದ.

ಮರುದಿನ ಅವರು ಕುಂಬಳೆಗೆ ಮುಟ್ಟಿದಾಗ ನಚ್ಚಪ್ಪೈ ಮನೆಯಲ್ಲಿ ಇರಲಿಲ್ಲ. ಮಗು ಹುಟ್ಟಿದ ಸಂಭ್ರಮವೂ ಕಾಣಲಿಲ್ಲ. ನಚ್ಚ ಪೈಯ ಮೊದಲ ಮಗಳು ಒಬ್ಬಳೇ ಹೊರಗಡೆ ಆಡುತ್ತಿದ್ದಳು. ಎರಡನೆಯವಳು ಹಜಾರದ ಮೇಲೆ ಅನಾಥಳಂತೆ ಮಲಗಿ ನಿದ್ದೆ ಹೋಗಿದ್ದಳು. ಮೂರನೆಯ ಮಗು ಬಾಣಂತಿ ಮಗುವನ್ನು ನೋಡಲಿಕ್ಕೆಂದು ಬಂದ ಅಡೂರು ವೆಂಕಟೇಶ ಕಾಮ್ತಿಯ ಹೆಂಡತಿಯ ಕಂಕುಳಲ್ಲಿತ್ತು. ನಾಲ್ಕನೆಯದು ಪಿಳಪಿಳ ನೋಡುತ್ತಾ ಒಳಮೆಟ್ಟಿಲ ಮೇಲೆ ಕೂತಿತ್ತು. ವೆಂಕ್ಟೇಶ ಕಾಮ್ತಿಯ ಹೆಂಡತಿ ಪಾರ್ವತೀಬಾಯಿಯನ್ನು ನೋಡುತ್ತಲೇ ಮುಳು ಮುಳು ಅಳತೊಡಗಿದಳು. ಕಂಠ ಗದ್ಗದವಾಯಿತು. "ಮಗು ಹುಟ್ಟಿದ ಹೊತ್ತಿನಿಂದ ಜಾಂವಯಿ ಮನಿಶು ಒಳಗೇ ಬಂದಿಲ್ಲ ಗೇ" ಎನ್ನುವಷ್ಟರಲ್ಲಿ ಆಕೆ ಕುಸಿದೇ ಬಿಟ್ಟಳು. ಬಾಣಂತಿ ಕೋಣೆಯಿಂದ ನಚ್ಚಪ್ಪೈಯ ಹೆಂಡತಿಯ ರೋದನವೂ ಕೇಳಿ ಬಂತು.

ರಾಮಚಂದ್ರ ಪೈ ಒಳಗೆ ಹೋಗಿ ಮಗುವನ್ನು ನೋಡಿ ಬಂದ. ಮಗು ಕಪ್ಪಾಗಿದ್ದರೂ ಮುದ್ದಾಗಿತ್ತು. ಮೊರದಲ್ಲಿ ಬಟ್ಟೆ ಹಾಸಿ ಬೆಚ್ಚಗೆ ಹೊದಿಸಿದ್ದರು. ಕಪ್ಪಾದ ಸೊಂಪುಗೂದಲು. ಮುಚ್ಚಿಕೊಂಡ ಅಂಗೈ. ಕತ್ತಲೆಗೆಂದು ಉರಿಸಿಟ್ಟ ಕಾಲುದೀಪ. ಪಕ್ಕದಲ್ಲಿ ಹತ್ತಿಯ ಬತ್ತಿ ಮುಳುಗಿಸಿಟ್ಟ ಬೆಲ್ಲದ ನೀರು. ಬೆಕ್ಕಿನಿಂದ ಸಂರಕ್ಷಿಸಲು ಬೆತ್ತ. ಮಣೆಯ ಮೇಲೆ ಕಬ್ಬಿಣದ ಮೊಳೆ. ಎಲೆ. ಅಡಿಕೆ. ಆರನೆಯ ದಿನದ ಸಿದ್ಧ ಮಾಡಿದ ಪರಿಕರಗಳು. ನಚ್ಚ ಪೈಯ ಹೆಂಡತಿಯ ಕಣ್ಣುಗಳು ಅತ್ತು ಅತ್ತು ಬಾತಿದ್ದುವು. ರಾಮಚಂದ್ರ ಪೈ ಹೊರಗೆ ಬಂದು ಹಜಾರದಲ್ಲಿ ಕೂತ. ಅಡೂರು ವೆಂಕ್ಟೇಶ ಕಾಮ್ತಿಯ ಹೆಂಡತಿ "ಕರುಳ ಬಳ್ಳಿ ನಾಲ್ಕು ಬಿದ್ದಿದ್ದಾವೆ. ಅದರ ಮೇಲೂ ವ್ಯಾಮೋಹವಿಲ್ಲವೇ ? ಅಂಗಡಿಯಲ್ಲಿಯೇ ಒರಗಿಕೊಂಡಿದ್ದಾರಂತೆ. ಹೆಣ್ಣು ಅಂತ ಕೇಳಿದ ಮೇಲೆ ಮನೆಗೆ ಬರುವುದಿಲ್ಲ ಅಂತ ಹೇಳಿದರಂತೆ. ಹೆಂಡತಿಯ ಮುಖ ನೋಡುವುದಿಲ್ಲ ಅಂದರಂತೆ" ಎಂದು ನಚ್ಚ ಪೈಯ ಬಗ್ಗೆ ಹೇಳಿ ಅತ್ತಳು. ಅವಳನ್ನು ಸಮಾಧಾನ ಮಾಡುವುದು ಪಾರ್ವತೀಬಾಯಿಯಿಂದ ಸಾಧ್ಯವಾಗಲಿಲ್ಲ. ಕೊನೆಗೆ ರಾಮಚಂದ್ರ ಪೈಯೇ "ನಾನು ಮಾತಾಡಿ ಸರಿ ಮಾಡುತ್ತೇನೆ ಕಾಮ್ತಿಣಿ ಮಾಂಯ್ಯೇ. ನಚ್ಚ ಪೈ ಹಾಗೆ ಮಾಡಲಾರ. ದೊಡ್ಡಪ್ಪ ನಾಗಪ್ಪಯ್ಯ ಮ್ಹಾಂತಾ ಇದ್ದಾಗ ಅವನ ಮೇಲೆ ತುಂಬ ಭರವಸೆ ಇಟ್ಟಿದ್ದ. ನೀವು ಕಾಳಜಿ ಮಾಡಬೇಡಿ" ಎಂದ.

ರಾಮಚಂದ್ರ ಪೈ ಮೂರು ದಿನ ಅಲ್ಲಿದ್ದ. ಅಡೂರು ವೆಂಕ್ಟೇಶ ಕಾಮ್ತಿ, ನೇತ್ರಾವತಿಯ ಗಂಡ ವೀರಪ್ಪ ನಾಯಕ, ನರದ ಭಟ್ಟರ ಮಗ ಆನ್ನು ಭಟ್ಟ ಎಲ್ಲರೊಡನೆ ಹೋಗಿ ನರಸಿಂಹ ಪೈಗೆ ಬುದ್ಧಿ ಹೇಳಿಸಿದ. "ಮಕ್ಕಳು ಇನ್ನೂ ಎಂಟು ಹುಟ್ಟುಬಹುದೋ ನಚ್ಚಾ, ಹೆಣ್ಣೇ ಆಗುತ್ತದೆ ಅಂತ ಎಲ್ಲಿದೆ ? ಗಂಡು ಆಗಬಾರದು ಅಂತಿದೆಯೇ ? ಈಗ ಮನೆಗೆ ಬಾ. ಹುಟ್ಟಿದ ಮಗು ಏನು ತಪ್ಪು ಮಾಡಿದೆ ಅಂತ ನೀನು ಹೀಗೆ ಮಾಡುತ್ತಿ ? ಬಂದು ಅದರ ಮುಖ ನೋಡು" ಅಂತ ಎಲ್ಲರೂ ಅವನಿಗೆ ಹೇಳಿದರು. ನಚ್ಚ ಪೈಯದ್ದು

ಒಂದೇ ಹಠ – "ನಾನು ಇನ್ನೊಂದು ಮದುವೆ ಮಾಡಿಕೊಳ್ಳುವವನೇ. ಸತ್ತರೆ ಪಿಂಡ ಇಡಲಾದರೂ ನನಗೆ ಗಂಡು ಮಕ್ಕಳು ಬೇಕು" ಎಂದ. "ಇನ್ನೊಂದು ಮದುವೆ ಮಾಡಿಕೊಂಡರೂ ಗಂಡಾಗುತ್ತದೆ ಅಂತ ಹೇಗೆ ಹೇಳುತ್ತಿ ನಚ್ಚಾ ? ಹಾಗೆ ಆಗುವುದಿದ್ದರೆ ಈ ಅಡೂರು ಕಾಮ್ತಿಯ ಮಗಳಿಗೇ ಆಗಬಹುದು" ಎಂದರೂ ಜಪ್ಪೆನ್ನಲಿಲ್ಲ. ವೀರಪ್ಪ ನಾಯಕ ಅವನನ್ನು ಪುಸಲಾಯಿಸುತ್ತಾ "ಗಂಡು ಮಕ್ಕಳಿಲ್ಲ ಅಂತ ಯಾಕೆ ಹೇಳುತ್ತೀರಿ ಭಾವಾಜಿ ? ಹಾಗೆ ನೋಡಿದರೆ ರಾಚ್ಚು ಭಾವಾಜಿಯ ಮೂವರು ಗಂಡು ಮಕ್ಕಳೂ ನಿಮ್ಮದೇ ಅಲ್ಲವೇ ?" ಎಂದೂ ಹೇಳಿದ. ಅದನ್ನು ಕೇಳಿ ರಾಮಚಂದ್ರ ಪೈ "ಹೌದು ನಚ್ಚಾ, ನನ್ನ ಮಕ್ಕಳಲ್ಲಿ ಒಬ್ಬನನ್ನು ನಿನಗೇ ಕೊಡುತ್ತೇನೆ. ಆಯಿತಲ್ಲ, ಈಗ ಬಾ" ಎಂದ.

ಕೊನೆಗೆ ನಚ್ಚ ಪೈ ಎದ್ದು ಮನೆಗೆ ಬಂದು ಮಗುವಿನ ಮುಖ ನೋಡಲು ಒಪ್ಪಿದ. ಹನ್ನೆರಡನೆಯ ದಿನ ನಾಮಕರಣ ಮಾಡುವ ಸಮಯ ವಾತಾವರಣ ತಿಳಿಯಾದದ್ದು ನೋಡಿ ರಾಮಚಂದ್ರ ಪೈ ಸಮಾಧಾನ ಪಟ್ಟುಕೊಂಡ. ಅವನು ಹೆಂಡತಿಯೊಡನೆ ಹೊರಟಾಗ "ಕೆಲವು ದಿನಗಳಿಗಿರಲಿ" ಎಂದು ತನ್ನ ಕೊನೆಯ ಮಗ ಸಿದ್ದು ಪೈಯನ್ನು ಕುಂಬಳೆಯಲ್ಲಿಯೇ ಬಿಟ್ಟು ಬಂದ. ದಾರಿಯಲ್ಲಿ ಹೆಂಡತಿಯೊಡನೆ "ನಚ್ಚ ಸಣ್ಣವನಾದರೆ ಬೆತ್ತ ಹಿಡಿದು ಅಂಡಿನ ಮೇಲೆ ನಾಲ್ಕು ಬಿಗಿಯಬಹುದಿತ್ತು ಇವಳೇ. ಈಗ ಐದು ಮಕ್ಕಳ ತಂದೆಗೆ ಬುದ್ಧಿ ಹೇಳುವುದೆಂದರೇನು ? ಬಿಡುವುದಿದ್ದರೆ ನಮ್ಮ ಸಿದ್ದು ಪೈಯನ್ನು ಕುಂಬಳೆಯಲ್ಲಿ ಬಿಡುವುದಕ್ಕೆ ನಾನು ಸಿದ್ಧ. ಏನನ್ನುತ್ತಿ ?" ಎಂದು ಹೇಳಿದ ರಾಮಚಂದ್ರ ಪೈ.

□

೨೭

ರಾಮಚಂದ್ರ ಪೈಗೆ ತನ್ನ ಕುಟುಂಬದ ಮೇಲಿರುವ ಶಾಪಗಳು ನೆನಪಾಗಿ ಆಗಾಗ ಹೆದರಿಕೆಯಾಗುತ್ತಿತ್ತು. ಒಂದು ಥರದಲ್ಲಿ ನೋಡಿದರೆ ತುಂಬಿದ ಮನೆ ಇರುವ, ಸಾಕಷ್ಟು ಆದಾಯವಿರುವ ತನ್ನ ಕುಟುಂಬ ಸುಖವಾಗಿರುವುದಕ್ಕೆ ಯಾವ ಅಡ್ಡಿಯೂ ಇರಲಿಲ್ಲ. ಆದರೂ ಸುಖ ಮರೀಚಿಕೆಯಂತೆ ತನ್ನಿಂದ ದೂರವೇ ಓಡುತ್ತಿದೆ ಅನ್ನಿಸುತ್ತಿತ್ತು. ಕುಂಬಳೆಯಲ್ಲಿದ್ದ ರಾಮಚಂದ್ರ ಪೈಯ ತಮ್ಮ ನರಸಿಂಹ ಪೈ ಮನೆಯಲ್ಲಿ ಬರೇ ಹೆಣ್ಣು ಮಕ್ಕಳೇ ಹುಟ್ಟುತ್ತಾವೆಂದು ಹೆಂಡತಿಯ ಮೇಲೆ ಸಿಟ್ಟಾಗಿದ್ದ. ಆವತ್ತೇನೋ ಬಂದು ಐದನೆಯ ಮಗುವಿನ ಮುಖ ನೋಡಿದ್ದ. ನಾಮಕರಣದ ದಿನ ವಾತಾವರಣ ಶಾಂತವಾದದ್ದೂ ಹೌದು. ಆದರೆ ಇತ್ತೀಚೆ ರಾಮಚಂದ್ರ ಪೈ ಕೇಳಿದ ಸುದ್ದಿ ಎಂದರೆ ನಚ್ಚ ಪೈ ಹೊರಜಾತಿಯ ಹೆಣ್ಣೊಬ್ಬಳನ್ನು ಇಟ್ಟುಕೊಂಡಿದ್ದಾನೆಂದೂ, ಮನೆಗೆ ಬರುವುದು ಕಮ್ಮಿಯೆಂದೂ ಯಾರೋ ಹೇಳಿದ ವಿಚಾರ. ಯಾರೋ ಅಂತ ಯಾಕೆ ? ನೇತ್ರಾವತಿಯ ಗಂಡ ವೀರಪ್ಪ ನಾಯಕನೇ ಹೇಳಿದ್ದು. ಹಾಗಾಗಿ ರಾಮಚಂದ್ರ ಪೈ ನಂಬಲೇ ಬೇಕಾಯಿತು.

ತಮ್ಮನನ್ನು ಸರಿದಾರಿಗೆ ತರುವ ವಿಚಾರವಿರಲಿ, ತನ್ನ ಮಗ ಅಂತುಪೈಯ ಬಗ್ಗೆಯೇ ಇರುವ ಅಸಮಾಧಾನ ರಾಮಚಂದ್ರ ಪೈ ಯಾರೊಡನಾದರೂ ಹೇಳಲೊಲ್ಲ, ಹೇಳದೇ ಇರಲೂ ಒಲ್ಲ. ತಮ್ಮ ನಚ್ಚ ಪೈಯೊಡನಾದರೆ ಅವನಿಗೆ ಮೊದಲಿನಿಂದಲೂ ಅಂತಹ ಸಲಿಗೆಯಿರಲಿಲ್ಲ. ತನ್ನ ಮದುವೆಯಾದ ಹೊಸತರಲ್ಲಿ ಮನೆಯ ವ್ಯವಹಾರದಿಂದ ತಾನು ತುಸು ದೂರವಿದ್ದಾಗ ಅವನಿಗೆ ಎಲ್ಲ ಸೇರಿ ಕುಂಬಳೆಯ ಪಟ್ಟ ಕಟ್ಟಿದ್ದರು. ಆ ಅಸಮಾಧಾನದಿಂದಲೇ ಬೇಳಕಟ್ಟೆಯ ವ್ಯಾಪಾರಕ್ಕೆ ರಾಮಚಂದ್ರ ಪೈ ಬಿದ್ದುದು. ಆ ಮೇಲೆ ಮನೆಯ ವ್ಯವಹಾರಕ್ಕೆಲ್ಲ ಅವನೇ ಯಜಮಾನನಾದದ್ದು ನಿಜ. ಆದರೆ ನಚ್ಚಪೈಯ ಜೊತೆ ಅವನು ಎಂದೂ ಸೇರಿರಲೇ ಇಲ್ಲ. ಅಂತು ಪೈ ತನ್ನ ಹೊಟ್ಟೆಯಲ್ಲೇ ಹುಟ್ಟಿದವನು. ಅವನನ್ನೇ ಸರಿ ಮಾಡುವುದು ತನ್ನಿಂದ ಸಾಧ್ಯವಾಗಲಿಲ್ಲವಲ್ಲ ಎಂಬ ನೋವು ರಾಮಚಂದ್ರ ಪೈಯನ್ನು ಕಾಡಿದ್ದಿದೆ. ಇದೇ ಈಗ ಮೂರು ನಾಲ್ಕು ಸಂವತ್ಸರಗಳ ಹಿಂದೆ ಅಂತು ಪೈಯ ಬಗ್ಗೆ ಅಸಮಾಧಾನ ಪಟ್ಟ ಒಂದು ಪ್ರಸಂಗವಿತ್ತು. ಯಾವುದೋ ಒಂದು ಕೆಟ್ಟ ಘಳಿಗೆಯಲ್ಲಿ ಅಂತು ಪೈಯಿಂದ ಒಂದು ಅಚಾತುರ್ಯ ನಡೆದು ಹೆಣ್ಣು ಮಗಳೊಬ್ಬಳು ಪ್ರಾಣ ತೆತ್ತ, ಅವಳ ತಂದೆ ತಾಯಂದಿರು ಬಳ್ಳಂಬೆಟ್ಟನ್ನೇ ಬಿಟ್ಟು ಹೋದ ಕಥೆ ಈಗ ಹಳೆಯದಾಗಿದೆ. ಅಂತು ಪೈ ಈಗ ತೀರ ಬದಲಾಗಿದ್ದ. ಪಂಚೆಯ ಒಳಗೆ ಕೋಮಣ ಕೂಡಾ ಕಟ್ಟಿಕೊಳ್ಳದ

ಹಡಬೆ ಮನುಷ್ಯ. ಹೆಣ್ಣು ಕಂಡರೆ ಬಾಯಿ ಬಾಯಿ ಬಿಡುವ ಆ ಬುದ್ಧಿ ಅವನಿಗೆ ಎಲ್ಲಿ ಹುಟ್ಟಿತೋ ? ಮೈ ನೆರೆದ ಹುಡುಗಿ ಕಂಡರೆ ಸಾಕು, ಅವನು ಬೀಜದ ಹೋರಿಯಂತೆ ಗುಟುರು ಹಾಕುವವ. ಎಲ್ಲೆಂದರಲ್ಲಿ, ಹೇಗೆ ಅಂದರೆ ಹಾಗೆ ಅವನಿಗೆ ಸಂಭೋಗ ಬೇಕೇ ಬೇಕು. ಊರು ಮಂದಿಗೆ ಹೆಣ್ಣು ಮಕ್ಕಳನ್ನು ಅವನಿಂದ ರಕ್ಷಿಸುವುದೇ ಕೆಲಸವಾಗಿತ್ತು. ಲಜ್ಜೆಯಿಲ್ಲ, ಭಯವಿಲ್ಲ. ಅವನ ಮೊಟ್ಟ ಮೊದಲ ಕೆಲಸ ತಿಳಿದ ದಿನವೇ ಕಂಭಕ್ಕೆ ಕಟ್ಟಿ ಹಾಕಿ ಶಿಕ್ಷಿಸಿದ್ದಿದ್ದರೆ ಅವನ ತರಡು ತಹಬಂದಿಗೆ ಸಿಗುತ್ತಿತ್ತೋ ಏನೋ ಎಂದು ರಾಮಚಂದ್ರ ಪೈಗೆ ಅನ್ನಿಸುವುದಿತ್ತು.

ರಾಮಚಂದ್ರ ಪೈಗೆ ಅದೂ ತಲೆ ತಿನ್ನುವ ವಿಚಾರವಲ್ಲ ಈಗ.

ಅವನ ಮೂರು ಮಕ್ಕಳಲ್ಲಿ ಅತ್ಯಂತ ಹಠವಾದಿಯಾಗಿ ಬೆಳೆದವನು ಎರಡನೆಯ ಮಗ ತಿಮ್ಮ ಪೈ. ಹದಿಮೂರನೆಯ ವಯಸ್ಸಿನಲ್ಲಿಯೇ ಮನೆತನದ ಎಲ್ಲ ಕೆಲಸಗಳನ್ನೂ ಕೈಗೆ ತೆಗೆದುಕೊಂಡ ತಿಮ್ಮ ಪೈಗೆ ತಾನು ಹೇಳಿದ್ದೇ ಆಗಬೇಕು, ತನಗೆ ಅನ್ನಿಸಿದ್ದೇ ನಡೆಯಬೇಕು. ತೀರ ಚಿಕ್ಕಂದಿನಿಂದಲೂ ಹಾಗೆಯೇ ಅವನು. ಹಿರಿಯರ ಬೈಗಳಿಗೆ ಹೊಡೆತಗಳಿಗೆ ಆತ ಬಗ್ಗುವವನಲ್ಲ. ರಾಮಚಂದ್ರ ಪೈ ಕೈಯಲ್ಲಿ ಬಡಿಗೆ ಹಿಡಿದು ಹಲವು ಬಾರಿ ಅವನನ್ನು ಶಿಕ್ಷಿಸಿದ್ದಿತ್ತು. ಬೆನ್ನಿನ ಮೇಲೆ ಬಾಸುಂಡೆ ಬರುವಂತೆ ಹೊಡೆದರೂ ಆತ ಕೇಳಲೊಲ್ಲ. ನಡುಮನೆ ಭೂತದ ಕೋಲದ ದಿವಸ ರಾತ್ರಿ ಇಡೀ ಜಾಗರಣೆ ಕುಳಿತಾನು. ಪೆರಡಾಲದ ಪದವಿನಲ್ಲಿ ಬಯಲಾಟವಿದೆ ಅಂದರೆ ಆಳು ಮಕ್ಕಳನ್ನು ಜೊತೆ ಕಟ್ಟಿ ಮಡಲಿನ ಸೂಟೆ ಹಿಡಿದು ಹೊರಟಾನು. ''ಇಲ್ಲಿ ಕೆಲಸವಿದೆಯೆಂದು ಆ ಹಡಬೆಗೆ ಧ್ಯಾಸ ಇದೆಯೋ ಇಲ್ಲವೋ ? ಮಂಗ ಕುಣಿಯುವ ಆ ಬಯಲಾಟದವರನ್ನು ನೋಡಲು ಇವನಿಗೆ ಹೋಗಬೇಕಿತ್ತೇ ?'' ಅಂತ ರಾಮಚಂದ್ರ ಪೈ ಬೈದರೆ ಅವನ ಕಿವಿಗೆ ಬೀಳಲಾರದು. ಬೆದರಂಪಳ್ಳದ ಕೋಳಿ ಕಟ್ಟಕ್ಕೆ ನಾಡವರ ಮಕ್ಕಳೊಡನೆ ಹೋದರೂ ಹೋದನೇ ಅಂತ ರಾಮಚಂದ್ರ ಪೈಗೆ ಅನುಮಾನವಿತ್ತು. ಅವನು ಯೋಚಿಸುವುದೆಂದರೆ ಈ ಹುಡುಗ ಇಷ್ಟೊಂದು ಹಠವಾದಿ ಹೇಗಾದ ಎಂದು !

ಬೆಳ್ಳಂಬೆಟ್ಟಿನಲ್ಲಿ ಹೊಸಮನೆ ಕಟ್ಟಿದ ನಾಲ್ಕು ಸಂವತ್ಸರಗಳಿಗೆ ಅಂತು ಪೈಗೆ ಮದುವೆಯಾಗಿತ್ತು. ಅದೇ ಸಮಯದಲ್ಲಿ ತಿಮ್ಮ ಪೈಗೆ ಮುಂಜಿಯನ್ನೂ ಮಾಡಿಸಿದ್ದ ರಾಮಚಂದ್ರ ಪೈ. ಈಗ ಹದಿಹರೆಯದಲ್ಲಿ ತಿಮ್ಮ ಪೈ ತನ್ನ ಚೆಲ್ಲಾಟಗಳನ್ನೆಲ್ಲ ತ್ಯಜಿಸಿ ಗಂಭೀರನಾಗಿದ್ದ. ಸಾಗುವಳಿಯ ಕೆಲಸಗಳಲ್ಲೂ ಇತ್ಯಾದಿ ವ್ಯವಹಾರಗಳಲ್ಲೂ ಆತ ಹಿಂದೆಯಲ್ಲ. ಮಾಸಕ್ಕೊಮ್ಮೆ ಅಕ್ಕಿಯ ಮುಡಿಗಳನ್ನು ಗಾಡಿಯಲ್ಲಿ ಹೇರಿ ಕುಂಬಳೆಗೆ ಕೊಂಡೊಯ್ದು ನಚ್ಚ ಪೈಯ ಅಂಗಡಿಗೆ ಹಾಕಿ ಬರುತ್ತಿದ್ದ. ಬರುತ್ತಾ ಮನೆಗೆ ಬೇಕಾದ ಎಲ್ಲ ಸಾಮಾನುಗಳನ್ನೂ ತರುತ್ತಿದ್ದ. ಒಂದು ಸಲ ಹಾಗೆ ಹೋದವನು ''ಕುಂಬಳೆಯ ಪೇಟೆಯಲ್ಲಿ ತುಂಬ ಗೋವೆಯ ಬೀಜ. ಅದರ ತಿರುಳು ಬಹಳ ರುಚಿಯಂತೆ. ಪಲ್ಯಕ್ಕೆ, ಪಾಯಸಕ್ಕೆ ಎಲ್ಲ ಹಾಕಬಹುದು. ಬೀಜ ತಂದು ಇಲ್ಲಿ ಒಗೆದರೆ ಹುಲುಸಾದ ಬೆಳೆ ತೆಗೆಯಬಹುದು'' ಎಂದಿದ್ದ. ರಾಮಚಂದ್ರ ಪೈ ಬೇಡ ಎಂದರೂ ಕೇಳದೇ ಇನ್ನೊಮ್ಮೆ

ಹೋದವನು ಹೆಡಿಗೆ ತುಂಬ ಗೋವೆಯ ಬೀಜ ತಂದು ಗುಡ್ಡದ ಮೇಲೆಲ್ಲ ಒಗೆದ. “ಒಂದು ಮಳೆ ಬಿದ್ದರೆ ಸಾಕು. ಇವೆಲ್ಲ ಆಳಂಬೆಗಳಂತೆ ಎದ್ದು ಬಿಡುತ್ತಾವೆ. ಎರಡು ವರುಷಗಳಲ್ಲಿ ಮೇಲೆದ್ದು ಫಲ ಕೊಡುತ್ತಾವೆ. ನೋಡುತ್ತಾ ಇರಿ” ಎಂದು ಹೇಳಿದ.

ರಾಮಚಂದ್ರ ಪೈಗೆ ಹೆದರಿಕೆ ಇದ್ದುದು ತನ್ನ ಎರಡನೆಯ ಮಗ ಮೊದಲಿನವನಂತೆ ಯಾವುದಾದರೂ ಅಚಾತುರ್ಯ ಮಾಡಬಾರದಲ್ಲ ಎಂದು. ಅವನ ಕಾರ್ಯಕುಶಲತೆ, ಆ ಬಗ್ಗೆ ಹೆಚ್ಚು ಯೋಚಿಸುವಂತೇನೂ ಮಾಡಿರಲಿಲ್ಲ. ಆದರೆ ಆ ಬಗ್ಗೆ ಒಂದು ಮಾತನ್ನು ಹೆಂಡತಿ ಪಾರ್ವತೀ ಬಾಯಿಗೆ ಹೇಳಿದಾಗ ಅವಳು “ಹಾಗಾದರೆ ಮಾತ್ರ ಮದುವೆ ಮಾಡಿಸುವುದೇ ? ಇಲ್ಲದಿದ್ದರೆ ಮಾಡುವುದಿಲ್ಲವೇ ?” ಎಂದು ಮುಖಕ್ಕೆ ಮುಖ ಕೊಡದೇ ಕೇಳಿ ಮಾತು ಮುಗಿಸಿದ್ದಳು.

ಮದುವೆಯ ಮಾತುಕಥೆ ಬಂದಾಗ ತಿಮ್ಮ ಪೈ ಸ್ಪಷ್ಟವಾಗಿ “ನನ್ನ ಮದುವೆಗೆ ನೀವು ಹೆಣ್ಣು ಹುಡುಕುವುದು ಬೇಡ. ನನಗೆ ಬೇಕಾದವಳನ್ನು ನಾನೇ ಕಟ್ಟಿಕೊಳ್ಳುತ್ತೇನೆ” ಎಂದ. ರಾಮಚಂದ್ರ ಪೈಗೆ ಸಿಟ್ಟು ಮಸ್ತಕಕ್ಕೇರಿ ಕಣ್ಣು ಕಾಣದಷ್ಟು ಸಂತಾಪವಾಯಿತು. “ಬೇಡ ಅಂದರೆ ಏನು ? ನಿನಗೆ ಖುಷಿ ಕಂಡವಳನ್ನು ಮದುವೆಯಾಗಿ ಈ ಮನೆಯೊಳಗೆ ತರಲು ಏನು ಈ ಮನೆ ಸೂಳೆಮನೆ ಕೆಟ್ಟುಹೋಯಿತೇ ? ದೇಣೆ,* ಘರಾಣೆ ಒಂದೂ ನೋಡುವುದು ಬೇಡವೇ ? ಅಥವಾ ಗಂಡಿನವರಾಗಿ ನಾವು ಹೋಗಿ ಭಿಕ್ಷೆ ಬೇಡುವುದೇ ? ಬೇಡ ಅಂದರೆ ಏನರ್ಥ ?” ಎಂದು ಕೂಗಾಡಿದ. “ನಿಮಗೆ ಬೇಕಿದ್ದರೆ ಸಿದ್ಧು ಪೈಗೆ ಮದುವೆ ಮಾಡಿ. ಇಲ್ಲ, ನೀವೇ ಇನ್ನೊಂದು ಮದುವೆಯಾಗಿ. ನನ್ನ ಮದುವೆ ನಡೆಯುವುದು ನನ್ನ ಮರ್ಜಿಯಿಂದ” ಎಂದು ಹೇಳಿದ ತಿಮ್ಮ ಪೈ. “ಯಾಕೆ ? ನೀನು ಯಾವಳ ಮೇಲೆ ಕಣ್ಣಿಟ್ಟಿದ್ದೀ ?” ಎಂದು ರಾಮಚಂದ್ರ ಪೈ ಕಣ್ಣು ಕೆಕ್ಕರಿಸಿದ್ದ. ತಿಮ್ಮ ಪೈ ತಂದೆ ಗದರಿದರೆ ಹೆದರುವುದನ್ನು ಎಂದೋ ಬಿಟ್ಟವನು. “ಮದುವೆ ಮಾಡಿಸುತ್ತೀರಿ ಅಂತಾದರೆ ಹೇಳುತ್ತೇನೆ” ಎಂದು ಹೇಳಿ ಹೊರಬಿದ್ದ.

ರಾಮಚಂದ್ರ ಪೈ ಉಪಾಯವಾಗಿ ತಿಮ್ಮ ಪೈಯ ಮನಸ್ಸನ್ನು ಅಪಹರಿಸಿದ ಹುಡುಗಿ ಯಾರು ಎಂದು ತಿಳಿಯಲು ಪ್ರಯತ್ನಿಸಿದ. ಹುಡುಗ ಸಂಪೂರ್ಣ ಕೆಟ್ಟಿಲ್ಲ ಅಂತ ಅವನಿಗೆ ತಿಳಿದು ಸಮಾಧಾನವಾಯಿತು. “ನಿನ್ನ ಎರಡನೆಯ ಮಗ ಮಂಗಲಪಾಡಿಯ ಅನಂತಯ್ಯನ ಎರಡನೆಯ ಮಗಳನ್ನು ಮದುವೆಯಾಗ ಬೇಕು ಅಂತಿದ್ದಾನಲ್ಲ ಮಾರಾಯ್ತಿ” ಅಂತ ಹೆಂಡತಿಯೊಡನೆ ಹೇಳಿದವನವನು. “ಅಕ್ಕ ತಂಗಿಯರನ್ನು ಅಣ್ಣ ತಮ್ಮಂದಿರಿಗೆ ತರುವುದೇ ?” ಅಂತ ರಾಗವೆಳೆದಳು ಪಾರ್ವತೀಬಾಯಿ. “ಆದರೆ ಅವನ ಹಠ ಗೊತ್ತಿಲ್ಲ ನಿನಗೆ ? ಒಂದು ಸಲ ಮನಸ್ಸಿಗೆ ಬಂದದ್ದೇ ಆಗಬೇಕು. ಈಗ ನಾವು ಅನಂತಯ್ಯನ ಮನೆಗೆ ಭಿಕ್ಷೆಗೆ ಹೋಗುವ ಹಾಗಾಯಿತು. ಕೇಳಿಲ್ಲಿ ಇವಳೇ. ನಾನು ಹೋಗುವವನಲ್ಲ, ತಿಳಿಯಿತೇ ?” ಎಂದ ರಾಮಚಂದ್ರ ಪೈ. ಒಂದು ಸಲ ತನ್ನ ಆಯ್ಕೆ

---

* ದೇಣೆ = ವರದಕ್ಷಿಣೆ

ತಿಳಿಯಿತು ಎಂದಾದ ಮೇಲೆ ತಿಮ್ಮ ಪೈ ಯಾವ ಯೋಚನೆಯನ್ನೂ ಮಾಡದೇ ಸುಮ್ಮಗೆ ತನ್ನ ಕೆಲಸದಲ್ಲಿ ಮುಳುಗಿದ. ತಿಮ್ಮ ಪೈಯ ಜಾತಕ ಕೇಳಿ ಬಂದವರೆಲ್ಲ ಈ ಹುಡುಗನ ಮನಸ್ಸು ಬೇರೆ ಕಡೆಗಿದೆ ಎಂದು ತಿಳಿದು ಹಿಂದಿರುಗಬೇಕಾಯಿತು.

ತಿಮ್ಮ ಪೈ ತಂದೆಯಂತೆ ಕುಳ್ಳಾಗಿರಲಿಲ್ಲ. ಎತ್ತರವಾಗಿ ಬೆಳೆದಿದ್ದ. ಎತ್ತರಕ್ಕೆ ತಕ್ಕ ಅಡ್ಡ. ಹೊಟ್ಟೆ ಬೆಳೆಯದಿದ್ದರೂ ಸೊಂಟ ತೋರವೇ. ಆದೇ ತಾನೇ ಮೂಡುತ್ತಿದ್ದ ಗಡ್ಡ ಮೀಸೆ. ಸೊಂಪಾಗಿ ಬೆಳೆದ ಕೂದಲಿಗೆ ಕೊಬ್ಬರಿ ಎಣ್ಣೆ ಹಾಕಿ ಬಾಚಿಕೊಂಡು ಹಿಂದಕ್ಕೆ ಗಂಟು ಹಾಕಿಕೊಳ್ಳುತ್ತಿದ್ದ. ಮುಡಿಗೊಂದು ಹೂವೇರಿಸಿ, ಮುಂಜಿಯಾದುದರಿಂದ ಮುಖ ತುಂಬ ಗೋಪಿಚಂದನದ ನಾಮಗಳನ್ನಿಟ್ಟುಕೊಂಡು ಲಕ್ಷಣವಾಗಿ ಕಾಣುತ್ತಿದ್ದ. ಬೆಳ್ಳಗಿನ ಬಣ್ಣದ ಮೈ. ಅಡ್ಡ ಪಂಚೆ. ಹೆಗಲಿಗೊಂದು ಉತ್ತರೀಯ. "ನಾನು ಮದುವೆಯಾಗುವುದು ಮಂಗಲಪಾಡಿಯ ಅನಂತಯ್ಯನ ಮಗಳನ್ನು. ನೀವು ಬೇರೆ ಜಾತಕವನ್ನು ನೋಡುವುದೇ ಬೇಡ" ಎಂದು ಕೈಯಲ್ಲಿ ಕತ್ತಿ ಹಿಡಿದು ಗದ್ದೆಗಿಳಿದು ಹೋಗುತ್ತಿದ್ದರೆ ಹಜಾರದಲ್ಲಿ ಕುಳಿತ ರಾಮಚಂದ್ರ ಪೈ ಮೌನವಾಗಿರುವುದು ಅನಿವಾರ್ಯವಾಯಿತು.

ತಿಮ್ಮ ಪೈ ಗದ್ದೆಗಿಳಿದುದು ಕೆಲಸಕ್ಕಂತಲ್ಲ. ದಿನಕ್ಕೆರಡು ಬಾರಿ ಮೆಣಸಿನ ಗಿಡಗಳಿಗೋ ತರಕಾರಿ ಗಿಡಗಳಿಗೋ ನೀರು ಹಾಯಿಸಿ ಬಳ್ಳಂಬೆಟ್ಟಿನ ಉದ್ದಗಲಗಳಲ್ಲಿ ಒಮ್ಮೆ ಸಂಚರಿಸಿದರೆ ಅವನ ಕೆಲಸ ಮುಗಿಯಿತು. ಅವನು ಈ ಸಲ ಹೊರಗೆ ಬಿದ್ದದ್ದು ಬೇರೆಯೇ ಕೆಲಸದ ಮೇಲೆ. ಹಿಂದಿನ ದಿನವಷ್ಟೇ ನಡುಮನೆ ಬೀರಣ್ಣ ಬಂಟನೊಡನೆ ತಿಮ್ಮ ಪೈ ವಿಷ್ಣು ಮೂರ್ತಿ ದೈವದ ತಂಬಿಲದ ಬಗ್ಗೆ ಮಾತಾಡಿದ್ದ. "ಏನೋ ಬಂಟ ? ವಿಷ್ಣು ಮೂರ್ತಿ ದೈವದ ತಂಬಿಲ ಯಾವಾಗ ? ಈ ಬಾರಿ ದೈವದೊಡನೆ ನನಗೊಂದು ಪ್ರಶ್ನೆ ಕೇಳುವುದಿದೆ" ಎಂದಿದ್ದ. "ತಂಬಿಲಕ್ಕೆ ದಿನ ನೋಡಬೇಕಾದರೆ ಗುತ್ತಿನ ಮಾಂಕುವನ್ನು ಕೇಳಬೇಕು ಒಡೆಯಾ" ಎಂದಿದ್ದ ಬೀರಣ್ಣ ಬಂಟ. ಮಾಂಕು ನೀಚ ಜಾತಿಯವರಲ್ಲಿ ಹಿರಿಯ. ಬಹಳ ಹಿಂದಿನಿಂದಲೂ ತಂಬಿಲ ನಡೆಸುವುದಕ್ಕೆ ಬರುವುದು ಅವನೇ. ತಿಮ್ಮ ಪೈ ದೈವದ ಬಳಿ ಪ್ರಶ್ನೆ ಕೇಳಬೇಕು ಎನ್ನುವ ಆತುರದಿಂದ ಮರುದಿನವೇ ಬೀರಣ್ಣ ಬಂಟನ ಜೊತೆ ಗುತ್ತಿನ ಕಡೆಗೆ ಹೊರಟಿದ್ದ.

ಮುಂದಣ ಅಮವಾಸ್ಯೆಯಂದು ತಂಬಿಲ ನಿಶ್ಚಯಿಸಿ ಮರಳಿದ ತಿಮ್ಮ ಪೈಯನ್ನು ರಾಮಚಂದ್ರ ಪೈ ಬಾಯಿಗೆ ಬಂದಂತೆ ಕೂಗಾಡಿದ – "ಹೊಲೆಯರು ಗಿಲೆಯರು ಅಂತ ಇಲ್ಲ. ಬ್ರಾಹ್ಮಣನಾಗಿ ಭೂತದ ಎದುರು ತಲೆಬಾಗುತ್ತೀಯಾ ? ಅಂಥ ಪ್ರಶ್ನೆ ಏನಿದೆ ನಿನಗೆ? ಸಾರ್ಥಕವಾಯಿತು ನಿನ್ನ ಜನ್ಮ. ಹೋಗು ಆ ಹೊಲೆಯರ ಹಾಗೆ ದಟ್ಟಿಗೆ ಕಟ್ಟಿ ಹೊಲತಿಯೊಬ್ಬಳನ್ನು ಕಟ್ಟಿಕೊಂಡು ಇರು. ಆ ಜನಿವಾರ ತೆಗೆದು ಬಿಸಾಡು. ನೀನು ನನಗೆ ಹುಟ್ಟಿದ ಮಗನಲ್ಲ ಅಂತ ತಿಳಿದುಕೊಳ್ಳುತ್ತೇನೆ" ಅಂತ ಕಿರುಚಾಡಿದ ರಾಮಚಂದ್ರ ಪೈ. "ಅಗತ್ಯ ಬಿದ್ದರೆ ಅದಕ್ಕೂ ಸಿದ್ಧ ನಾನು. ನಿನಗೆ ಹೆದರಿ ಕುಳಿತುಕೊಳ್ಳುತ್ತೇನೆಂದು ತಿಳಿಯಬೇಡ. ನನ್ನ ಆಸ್ತಿಯ ಪಾಲು ಕೊಟ್ಟು ಬಿಡು. ಬೇರೆಯೇ ಒಂದು ಮನೆ ಕಟ್ಟಿಕೊಂಡಿರುತ್ತೇನೆ" ಎಂದುಬಿಟ್ಟ ತಿಮ್ಮ ಪೈ. "ನಿನಗೆ ನಿನ್ನ ಪ್ರಶ್ನೆ ಕೇಳಬೇಕೆಂದಿದ್ದರೆ

ಮಂಜೇಶ್ವರದ ಕಾಲಭೈರವನಿಲ್ಲವೇ ? ಅಥವಾ ನಮ್ಮ ಕುಂಬಳೆ ವಿಠೋಬನಿಗೆ ಹೂವಿಟ್ಟು ಕೇಳಿದರೂ ಸಾಕಾಗುವುದಿಲ್ಲವೇ ?'' ಎಂದು ಕೇಳಿದ ರಾಮಚಂದ್ರ ಪೈ.

''ಇಲ್ಲಪ್ಪ, ಈ ಹುಡುಗ ಸರಿ ಹೋಗುವುದಿಲ್ಲ ಇವಳೇ. ಇವನಿಗೆ ಮದುವೆ ಮಾಡಿಸಿ ಕುತ್ತಿಗೆಗೆ ಒಂದು ಹಗ್ಗ ಕಟ್ಟುವುದು ಒಳ್ಳೆಯದು. ನೀನು ನಾಳೆಯೇ ಮಂಗಲಪಾಡಿ ಅನಂತಯ್ಯನನ್ನು ಕಾಣಲು ಹೋಗು. ಹೇಗೂ ನಿನ್ನ ತವರೂರು. ಅನಂತಯ್ಯನಿಗೆ ಮಗಳನ್ನು ಕೊಡುವ ಇರಾದೆ ಉಂಟೋ ಅಂತ ಕೇಳು.'' ರಾಮಚಂದ್ರ ಪೈ ಬೇಸತ್ತು ಹೆಂಡತಿಗೆ ಹೇಳಿದ. ಪಾರ್ವತೀಬಾಯಿಗೆ ಮಂಗಲಪಾಡಿಗೆ ಹೋಗುವುದು ಇಷ್ಟವೇ. ತನ್ನ ಈಗಿನ ಸೊಸೆಗಿಂತ ಅವಳ ತಂಗಿ ಜಾಹ್ನವಿ ಹೆಚ್ಚು ಲಕ್ಷಣವಾದ ಹುಡುಗಿ. ಹತ್ತಾಯಿತೋ? ಹನ್ನೊಂದಾಯಿತೋ ? ಅನಂತಯ್ಯ ಬೇಡವೆಂದಾರೆಯೇ ಎಂದು ಆಸೆಯಿಂದ ಆಕೆ ಸೊಸೆಯೊಡನೆ ಮಂಗಲಪಾಡಿಗೆ ಹೋಗಿಯೂ ಹೋದಳು. ಹಿರಿಸೊಸೆಯನ್ನು ಎದುರು ಮಾಡಿಯೇ ಅನಂತಯ್ಯನವರ ಎದುರು ತಿಮ್ಮ ಪೈಯ ಜಾತಕವನ್ನಿಟ್ಟು ಜಾಹ್ನವಿಯ ಬಗ್ಗೆ ಕೇಳಿದಳು. ಅನಂತಯ್ಯ ಬೀಗಿತ್ತಿಯನ್ನು ಸಂಭ್ರಮದಿಂದ ಸ್ವಾಗತಿಸಿದರು. ಸಂಬಂಧದ ಮಾತು ಬಂದಾಗ ಬೇಡ ಎನ್ನಲಿಲ್ಲ. ಒಳ್ಳೆಯ ಘರಾಣೆ. ಕಣ್ಣು ಕಾಣುವಷ್ಟು ದೂರದವರೆಗೂ ಹರಡಿದ ಆಸ್ತಿ. ಹುಡುಗನನ್ನು ತಾವು ನೋಡಿದವರು. ಹಠವಾದಿಯಾದರೇನಾಯಿತು ? ಕೂಡು ಕುಟುಂಬದಲ್ಲಿ ಹೀಗೆಯೇ ಇರಬೇಕು ಎಂದೆಲ್ಲ ಯೋಚಿಸಿ ಅವರು ಎರಡು ಜಾತಕಗಳನ್ನು ಹಿಡಿದು ನೋಡಿದರು. ನೋಡಿದವರು ಮಾತ್ರ ತಲೆಗೆ ಕೈ ಕೊಟ್ಟು ಕೂತರು. ''ಇತ್ಗೇ,* ಈ ಜಾತಕಗಳ ಮೇಳಾಮೇಳಿ ಇಲ್ಲ. ಏನು ಮಾಡುವುದು ?'' ಎಂದು ಕೈ ಚೆಲ್ಲಿದರು. ಪಾರ್ವತೀ ಬಾಯಿ ಬರಿಗೈಯಿಂದ ಮರಳಬೇಕಾಯಿತು.

ತಿಮ್ಮ ಪೈ ಮಾತ್ರ ಇದು ಯಾವುದಕ್ಕೂ ಸೊಪ್ಪು ಹಾಕದೇ ತಂಬಿಲದ ದಿನವನ್ನೇ ಎದುರು ನೋಡುತ್ತಿದ್ದ. ತಮ್ಮ ತಮ್ಮ ಜಾತಕಗಳು ಸೇರಿಕೊಳ್ಳುವುದಿಲ್ಲವೆಂದು ಕೇಳಿದಾಗ ''ಅನಂತಯ್ಯ ತಮ್ಮ ಮಗಳ ಮದುವೆ ಬೇರೆಯವರ ಜೊತೆ ಹೇಗೆ ಮಾಡುತ್ತಾರೋ ನೋಡಿಯೇ ಬಿಡುತ್ತೇನೆ'' ಎಂದು ಸೆಡ್ಡು ಹೊಡೆದ. ಹಾಗೂ ಆ ಬಗ್ಗೆ ಬೇರೆ ಯಾವ ಯೋಚನೆಯನ್ನೂ ಮಾಡದೇ ನಿಶ್ಚಿಂತನಾಗಿ ಕುಳಿತ. ಅವನು ನಿರ್ಧಾರ ಮಾಡಿದಂತಿತ್ತು ! ಅಮವಾಸ್ಯೆಯ ದಿನ ತಂಬಿಲ ನಡೆಯಿತು. ಗುತ್ತಿನ ಮಾಂಕುವಿನ ಮೈಮೇಲೆ ಬಂದ ವಿಷ್ಣುಮೂರ್ತಿ ದೈವದ ಎದುರು ನಿಂತು ಅವನು ಕೇಳಿದ ಪ್ರಶ್ನೆಗೆ ಅದು ''ಗಂಡು ಹೆಣ್ಣು ಮನಸ್ಸು ಕೂಡುವುದು ಮುಖ್ಯ. ಜಾತಕ ಸೇರಿಲ್ಲ ಅನ್ನುವುದು ಸರಿಯಲ್ಲ. ಹುಟ್ಟಿದ ಘಳಿಗೆ ಅದರಲ್ಲಿ ಬರೆದದ್ದೇ ಅನ್ನುವುದು ಹೇಗೆ ? ಈ ಗಂಡಿಗೆ ಇದೇ ಹೆಣ್ಣು ಅಂತ ಮೊದಲೇ ಬರೆದಿದೆ ಅಂತಾದರೆ ಅದನ್ನು ತಪ್ಪಿಸುವವರು ಸುಖ ಪಡಲಾರರು'' ಎಂದಿತು. ''ಹದಿನೆಂಟು ಎಳನೀರು, ಮೂರು ಅಡಿಕೆಯ ಹೂವು, ಒಂದು ಗೊಂಚಲು ಹಣ್ಣಡಿಕೆ,

---

* ಇತ್ಗೇ = ಏನ್ರೀ (ಹೆಂಗಸರನ್ನು ಸಂಬೋಧಿಸುವ ಒಂದು ಕ್ರಮ)

ಒಂದು ಮುಡಿ ಅಕ್ಕಿ ನನಗೆ ಮುಟ್ಟಿಸಿ. ನೀವು ಬ್ರಾಹ್ಮಣರು. ಹಾಗಾಗಿ ನಾನು ಕೋಳಿ ಕೇಳುವುದಿಲ್ಲ. ನಿಮ್ಮ ಮನೆ ತುಂಬ ಗಂಡು ಮಕ್ಕಳ ಸಂತಾನವಾಗುವಂತೆ ಮಾಡುತ್ತೇನೆ. ನನ್ನನ್ನು ನಂಬಿದವರ ಕೈ ಬಿಡುವುದಿಲ್ಲ'' ಎಂದೂ ಹೇಳಿತು.

ಎಷ್ಟೇ ವಿರೋಧಿಸಿದರೂ ತಂಬಿಲ ನಡೆದ ದಿನ ರಾಮಚಂದ್ರ ಪೈಯೂ ಅಲ್ಲಿಗೆ ಹೋಗಿದ್ದ. ಊರಿನ ಗುರಿಕಾರನಾಗಿ ಅವನಿಗೊಂದು ಮುಖ್ಯ ಸ್ಥಾನವಿತ್ತು. ದೈವಕ್ಕೆ ಎದುರಾಗಿ ಹೋಗುವ ಧೈರ್ಯವಿಲ್ಲದೇ ಅದು ಹೇಳಿದ್ದನ್ನೆಲ್ಲ ಕೊಟ್ಟ. ಇಷ್ಟೆಲ್ಲ ಆದರೂ ರಾಮಚಂದ್ರ ಪೈ ತಿಮ್ಮ ಪೈಗೆ ಮದುವೆಯನ್ನೂ ಮಾಡಲಾರದೇ ಇದ್ದುದರಿಂದ ಆತ ತೀರ ಉದ್ವಿಗ್ನನಾಗಿಬಿಟ್ಟ. ದಿನವೂ ಅವನು ತಂದೆಯೊಡನೆ "ಯಾವಾಗ ನೀನು ಮಂಗಲಪಾಡಿಗೆ ಹೋಗುವುದು ?'' ಎಂದು ಕೇಳತೊಡಗಿದ. ಅವನ ವರಾತ ತಾಳಲಾರದೇ ರಾಮಚಂದ್ರ ಪೈ ಒಮ್ಮೆ ಮಂಗಲಪಾಡಿಗೆ ಹೋಗಿಯೂ ಬಂದ. ವಿಷ್ಣು ಮೂರ್ತಿ ದೈವ ಹೇಳಿದ ಮಾತನ್ನು ಹೇಳಿ "ನಮ್ಮ ತಿಮ್ಮ ಪೈ ನಿಮ್ಮ ಹುಡುಗಿಯನ್ನೇ ಮದುವೆಯಾಗಲು ಹಠ ಹಿಡಿದು ಕೂತಿದ್ದಾನೆ'' ಎಂದ. ಅನಂತಯ್ಯ "ಭಾವ, ಗೊತ್ತಿದ್ದೂ ಗೊತ್ತಿದ್ದೂ ಈ ಮದುವೆಗೆ ನಾನು ಹೇಗೆ ಒಪ್ಪಲಿ ? ನನ್ನ ಒಂದು ಹುಡುಗಿಯನ್ನು ನೀವು ಸೊಸೆ ಮಾಡಿಕೊಂಡು ಕನ್ಯಾಸೆರೆ ಬಿಡಿಸಿದಿರಿ. ಅದಕ್ಕಾಗಿ ನಾನು ನಿಮಗೆ ತುಂಬ ಋಣಿ. ಮಗ ಹಠ ಹಿಡಿದನೆಂದು ನೀವಾಗಿ ಬಂದು ನನ್ನ ಇನ್ನೊಬ್ಬ ಹುಡುಗಿಯನ್ನೂ ಕೇಳುತ್ತಿದ್ದೀರಿ. ಹಾಗೆ ಕೇಳುವ ನಿಮ್ಮ ನೋವು ಎಷ್ಟು ಎಂಬುದನ್ನೂ ನಾನು ಬಲ್ಲೆ. ನನ್ನ ಭಾರ ಈ ಮದುವೆಯಾದರೆ ಕಮ್ಮಿಯಾಗುತ್ತದೆ ಎಂಬ ಅರಿವೂ ನನಗಿದೆ. ಆದರೆ ಆ ಎಳೆಯರ ಜಾತಕ ಸೇರದೇ ಇದ್ದಾಗಲೂ ಅವುಗಳ ಮದುವೆ ಮಾಡಿಸಿ ಕೊರಳು ಕುಯ್ಯುವ ಕೆಲಸ ಮಾಡಲೇ ? ನೀವು ಸುಮ್ಮನಿರಿ. ನಾಲ್ಕು ದಿನ ಈ ಹಾರಾಟ ಇರುತ್ತದೆ. ಬೇರೆ ಮದುವೆ ಮಾಡಿಸಿದರೆ ತಾನಾಗಿ ಹುಚ್ಚು ಇಳಿಯುತ್ತದೆ'' ಅಂದರು.

ಬಳ್ಳಂಬೆಟ್ಟಿಗೆ ಹಿಂದಿರುಗಿದ ತಂದೆಯನ್ನು ತಿಮ್ಮ ಪೈ ತರಾಟೆಗೆ ತೆಗೆದುಕೊಂಡ. "ಅಂದರೆ, ನೀನು ಅವಳ ಜೊತೆ ನನ್ನ ಮದುವೆ ಮಾಡುವವನಲ್ಲ, ಅಲ್ಲವೇ ? ನೀನು ಮದುವೆ ಮಾಡಿಸದಿದ್ದರೆ ಆ ಹುಡುಗಿಯನ್ನು ನಾನು ಹಾರಿಸಿಕೊಂಡು ಬರುವವ – ತಿಳಿಯಿತೇ ?'' ಎಂದು ಕೂಗಾಡಿದ. ರಾಮಚಂದ್ರ ಪೈ ದಿಕ್ಕುಗಾಣದೇ ಪರಿತಪಿಸಿದ. ಮಾತಾಡಿದರೆ ಈ ಹುಡುಗ ತಾನು ಹೇಳಿದ್ದನ್ನು ಮಾಡಿಯೇ ಬಿಡುವವನು ಎಂದು ಹೆದರಿ ಮೌನವಾಗಿ ಕುಳಿತ. "ಹಾಗೂ, ಆ ಹುಡುಗಿಯನ್ನು ಮದುವೆಯಾಗಿ ಈ ಮನೆಯಲ್ಲಿ ವಾಸ ಮಾಡುವವನಲ್ಲ ನಾನು, ಅದೂ ತಿಳಿದುಕೋ. ಬೇರೆ ಮನೆ ಮಾಡಿಕೊಳ್ಳುತ್ತೇನೆ. ನಿನ್ನ ಜ್ಯೇಷ್ಠ ಪುತ್ರನ ಕಚ್ಚೆ ಹರಕುತನದಿಂದ ನನ್ನ ಹೆಂಡತಿಯನ್ನು ಸಂಭಾಳಿಸಿಕೊಳ್ಳ ಬೇಕೆಂದಿದ್ದರೆ ಅದೇ ಗತಿ ನನಗೆ. ಅವನಿಗೆ ಸೀರೆ ಉಟ್ಟದ್ದು ಕಂಡರೆ ಸಾಮಾನು ಏಳುತ್ತದೆ'' ಎಂದೂ ಹೇಳಿದ. ರಾಮಚಂದ್ರ ಪೈಗೆ ಅತೀವ ಸಂಕಟವಾಯಿತು. "ಹಾಗೆ ಮಾಡಬೇಡವೋ'' ಎಂದು ರಾಮಚಂದ್ರ ಪೈ ಕಂಗಾಲಾಗಿ ಅಂಗಲಾಚುವಂತಾಯಿತು.

"ಮತ್ತೇನು ? ನಾನು ಇಲ್ಲಿ ಇರುತ್ತೇನೆ ಅಂತ ತಿಳಿದುಕೊಂಡಿದ್ದೀಯ ? ಆ ಹೆಣ್ಣುಮರುಳನ ಜೊತೆ ಸಂಸಾರ ಮಾಡುವವನಲ್ಲ ನಾನು. ಒಂದು ದಿನ ನಾನು ಇಲ್ಲದಿದ್ದರೆ ನನ್ನ ಹೆಣ್ಣನ್ನು ಹಾಳು ಮಾಡಲೂ ಹೇಸುವವನಲ್ಲ ಅವನು" ಎಂದು ಚೀರಾಡಿದ ತಿಮ್ಮ ಪೈ. ರಾಮಚಂದ್ರ ಪೈ ಹಣೆ ಹಣೆ ಬಡಿದುಕೊಂಡ.

ಈ ಮಧ್ಯೆ ತಿಮ್ಮ ಪೈ ತಾನೇ ಸ್ವತಃ ಮಂಗಲಪಾಡಿಗೆ ಎರಡು ಬಾರಿ ಹೋಗಿ ಬಂದ. ಹೋದದ್ದನ್ನಾಗಲೀ ಹೋಗಿ ಬಂದದ್ದನ್ನಾಗಲೀ ಅವನು ಯಾರೊಡನೆಯೂ ಹೇಳಲಿಲ್ಲ. ಮೊದಲ ಸಾರಿ ಹೋದವನೇನೋ ಮನೆಗೆ ಹೋಗಿ ಎಲ್ಲರ ಬಳಿ ಸಹಜವಾಗಿ ಮಾತನಾಡಿ ಉಂಡು ಬಂದಿದ್ದ. ಅನಂತಯ್ಯ ಕೂಡಾ ಮಗಳ ಮೈದುನನೆಂದು ತಕ್ಕಮಟ್ಟಿನ ಸತ್ಕಾರ ಮಾಡಿದ್ದರು. ಎರಡನೆಯ ಬಾರಿ ಮಾತ್ರ ಅವನು ಮನೆಗೆ ಹೋಗಲಿಲ್ಲ. ಮಂಗಲಪಾಡಿಯಲ್ಲಿ ಇದ್ದದ್ದೂ ಒಂದರೆ ಘಳಿಗೆ. ಅನಂತಯ್ಯನವರ ಮಗಳನ್ನು ಗುಟ್ಟಾಗಿ ಕಂಡು "ನನ್ನನ್ನು ಮದುವೆಯಾಗು" ಎಂದ. "ನಾನು ನಿನ್ನನ್ನಲ್ಲದೇ ಬೇರೆಯವರನ್ನು ಮದುವೆಯಾಗುವುದಿಲ್ಲ, ತಿಳಿಯಿತೇ?" ಎಂದ. ಬೇರೇನೇನು ಹೇಳಿದನೋ, ಅನಂತಯ್ಯನವರನ್ನು ಕೂಡಾ ನೋಡದೇ ಪುನಃ ಬಂದುಬಿಟ್ಟ.

ಅನಂತಯ್ಯನವರ ಎರಡೇ ಎರಡು ಹೆಣ್ಣು ಮಕ್ಕಳಲ್ಲಿ ಜಾಹ್ನವಿ ಎರಡನೆಯವಳು. ಹತ್ತಾಗಿ ಹನ್ನೊಂದು ನಡೆಯುತ್ತಿದ್ದ ಹುಡುಗಿ. ಅಂಥ ಸುಂದರಿಯಲ್ಲದಿದ್ದರೂ ಲಕ್ಷಣವಂತೆ. ಮನೆಯಲ್ಲಿ ಆರು ಮೊಳದ ಸೀರೆ ಉಟ್ಟುಕೊಂಡು, ತಲೆ ತುಂಬ ಹೂ ಮುಡಿದು ಓಡಾಡುತ್ತಿದ್ದಳು. ಬೆಳ್ಳಗೆ ಇದ್ದು ಮುಖ ಮೂಗು ಚೂಪಾಗಿತ್ತು. ಹೊಳೆಹೊಳೆಯುವ ಕಣ್ಣುಗಳು. ಬಳ್ಳಂಬೆಟ್ಟಿನ ಅಕ್ಕನ ಮನೆಗೆ ಬಂದಿದ್ದಾಗ ಆಕೆ ತಿಮ್ಮ ಪೈಯನ್ನು ನೋಡಿದ್ದಿತ್ತು. ಅವಳು ಹೋದಾಗ ಆಷಾಢದ ಮಳೆ ದಿರೀ ಎಂದು ಇಳಿಯುತ್ತಿತ್ತು. ಆದರೆ ತಿಮ್ಮ ಪೈ ಅವಳ ತಲೆಗೊಂದು ಗೊರಬೆ ಕೊಟ್ಟು ಬಳ್ಳಂಬೆಟ್ಟನ್ನೆಲ್ಲ ಸುತ್ತಾಡಿಸಿದ್ದ. ಬೆಟ್ಟ, ಗುಡ್ಡ, ಹೊಳೆ, ಗದ್ದೆ, ಕಾಡು, ತೋಟ, ಬನ ಅಂತ ಎಲ್ಲವನ್ನೂ ಉತ್ಸಾಹದಿಂದ ತೋರಿಸಿದ್ದ. ಭಾವನ ಮೇಲೆ ಅವಳಿಗೆ ಅಭಿಮಾನವಿತ್ತು. ಅವನು ಮದುವೆಯಾಗುವುದು ತನ್ನನ್ನೇ ಎಂದು ಹಠ ಹಿಡಿದಿದ್ದಾನೆಂದು ತಿಳಿದಾಗ ಮೊದಲು ಅವಳಿಗೆ ನಗು ಬಂದಿತ್ತು. ಆಮೇಲೆ ಗಾಬರಿಯೂ ಆಗಿತ್ತು. ಗಾಬರಿಗೆ ಕಾರಣವಿಲ್ಲದಿರಲಿಲ್ಲ. ತಮ್ಮ ತಮ್ಮ ಜಾತಕಗಳು ಸರಿಹೊಂದುವುದಿಲ್ಲವೆಂದು ತಂದೆ ಬೇಡ ಎಂದ ವಿಚಾರ ಅವಳಿಗೆ ತಿಳಿದಿತ್ತು. ಆದರೆ ತಿಮ್ಮ ಪೈಯ ಹಠ ಅವಳು ಬಳ್ಳಂಬೆಟ್ಟಿನಲ್ಲಿದ್ದ ನಾಲ್ಕು ದಿನ ಕಂಡಿದ್ದಳು. ಆ ಮೇಲೊಂದು ಸಲ ಅಕ್ಕನ ಮಾವ ಬಂದು ಹೋಗಿದ್ದರು. ಅಲ್ಲಿಯ ತನಕ ಅವಳು ಅದನ್ನೆಲ್ಲ ಹೆಚ್ಚು ಗಮನಿಸಿರಲಿಲ್ಲ. ತಿಮ್ಮ ಪೈಯೇ ಸ್ವತಃ ಮನೆಗೆ ಬಂದಾಗ ಅವಳಿಗೆ ಯೋಚನೆಯಾಗಿತ್ತು. ಏನನ್ನೋ ಮಾತಾಡಲು ಬಯಸಿ ಅವನು ತನ್ನನ್ನು ಗುಟ್ಟಾಗಿ ಕರೆದದ್ದನ್ನೂ ಆಕೆ ಗಮನಿಸಿದ್ದಳು. ಆದರೆ ಅವಳಿಗೆ ಧೈರ್ಯ ಬರಲಿಲ್ಲ. ತಿಮ್ಮ ಪೈ ಮರಳಿ ಹೋದ. ಹೋದ ಮೇಲೆ ಅವನು ಏನು ಹೇಳಬೇಕೆಂದಿದ್ದನೋ ಎಂಬ ಕುತೂಹಲ ಕಾಡಿ ಅವಳಿಗೂ ಅವನ ಬಗ್ಗೆ ಯೋಚನೆಯಾಗಿತ್ತು.

ಜಾಹ್ನವಿಗೆ ಆಗ ಹತ್ತು ಹನ್ನೊಂದರ ವಯಸ್ಸು. ಮಾನಸಿಕವಾಗಿಯೂ ದೈಹಿಕವಾಗಿಯೂ ಬೆಳೆದ ವಯಸ್ಸಲ್ಲ. ಆದರೂ ತಿಮ್ಮಪೈಯ ಬಗ್ಗೆ ಯೋಚಿಸುವಾಗಲೆಲ್ಲ ತನ್ನ ಎದೆಯಲ್ಲೇಳುವ ಮುಗುಳುಗಳು ಅವಳನ್ನು ರೋಮಾಂಚಿತಗೊಳಿಸಿದ್ದುವು. ಆ ದಿನಗಳಲ್ಲೇ ಒಂದು ದಿನ ಆಕೆ ಮನೆಯ ಹಿಂದಿನ ಗುಡ್ಡಗಳತ್ತ ನೈಸರ್ಗಿಕ ಆವಶ್ಯಕತೆಗೆಂದು ಹೋಗಿದ್ದಾಗ ತಿಮ್ಮ ಪೈ ಧುತ್ತೆಂದು ಎದುರಾಗಿದ್ದ. ಹುಲುಸಾದ ತಲೆಗೂದಲನ್ನು ಹಿಂದೆ ಕಟ್ಟಿ ಹೂ ಮುಡಿದಿದ್ದ. ಬಂದೂ ಬಾರದಂತಹ ಗಡ್ಡ ಮೀಸೆ. ಗೋಪಿ ಚಂದನದ ನಾಮಗಳು. ಲಕ್ಷಣವಾದ ಮುಖ. ಅಡ್ಡ ಪಂಚೆಯ ಕಚ್ಚೆ. ಹೆಗಲಿಗೆ ಜನಿವಾರ. ಮೇಲೆ ತೆಳ್ಳನೆಯ ಉತ್ತರೀಯ. ಬಂದವನೇ ಗಟ್ಟಿಯಾಗಿ ಕೈ ಹಿಡಿದ. ಮದುವೆ ಗಿದುವೆ ಅಂತ ಏನೇನೋ ಹೇಳಿದ. ಗಾಬರಿಯಲ್ಲಿ ಕೂಗಬೇಕು ಅಂತಿದ್ದವಳಿಗೆ ಯಾವುದೂ ಕಿವಿಗೆ ಬೀಳಲಿಲ್ಲ. ಬಾಯಿಯಿಂದ ಸ್ವರವೂ ಹೊರಡಲಿಲ್ಲ. ತಲೆ ತಗ್ಗಿಸಿ ನಿಂತುಬಿಟ್ಟಳು. ತಿಮ್ಮ ಪೈ ತನ್ನ ತೋರು ಬೆರಳಿನಿಂದ ಗದ್ದವನ್ನೆತ್ತಿ ಕಣ್ಣಲ್ಲಿ ಕಣ್ಣಿಟ್ಟು "ಈಗಲೇ ಅಂದರೆ ಈಗಲೇ ಬಾ. ಮದುವೇನೂ ಬೇಡ ಏನೂ ಬೇಡ. ಬಳ್ಳಂಬೆಟ್ಟಿನಲ್ಲಿಯ ಯಾರದೂ ಹೆದರಿಕೆ ಇಲ್ಲ" ಎಂದ. ಜಾಹ್ನವಿಗೆ ಅದೆಲ್ಲ ತಿಳಿಯುವ ವಯಸ್ಸಲ್ಲ. ಅವಳು ಏನನ್ನೂ ಮಾತಾಡದೇ ಅವನಿಂದ ಕೈಬಿಡಿಸಿಕೊಂಡು ಮನೆಗೆ ಓಡಿದ್ದಳು. ಮನೆಯಲ್ಲಿ ತಾಯಿಯೊಡನಾಗಲೀ, ಹೊಸದಾಗಿ ಸೇರಿದ ಅತ್ತಿಗೆಯರ ಬಳಿಯಾಗಲೀ ಹೇಳುವ ಧೈರ್ಯ ಮಾತ್ರ ಅವಳಿಗೆ ಬರಲಿಲ್ಲ. ಆದರೆ ನಾಲ್ಕೈದು ದಿನಗಳ ತನಕ ಅವನು ಕೈ ಹಿಡಿದ ಕಡೆ ಮುಂಗೈಯಲ್ಲಿ ಇನ್ನೂ ಆ ಹಿಡಿತದ ಸ್ಪರ್ಶ ಇದ್ದಂತೆಯೇ ಅವಳಿಗೆ ಭಾಸವಾಗಿತ್ತು.

ಮಂಗಲಪಾಡಿ ಅನಂತಯ್ಯ ಮಗಳ ಮದುವೆ ಮಾಡುವ ಬಗ್ಗೆ ಯೋಚನೆ ಮಾಡುವುದು ಅನಿವಾರ್ಯವಾಯಿತು. ಇಷ್ಟು ದಿನಗಳ ತನಕ ಅವರಿಗೆ ಮಗಳಿಗೆ ಮದುವೆಯ ವಯಸ್ಸಾಗಿದೆ ಎಂದು ಕಂಡಿರಲಿಲ್ಲ. ಆದರೆ ಬಳ್ಳಂಬೆಟ್ಟಿನಿಂದ ರಾಮಚಂದ್ರ ಪೈ ಬಂದು ಅವಳ ಜಾತಕ ಕೇಳಿದ ಮೇಲೆ ಆ ಬಗ್ಗೆ ಎಚ್ಚರವಾಯಿತು. ಬರುವ ವರುಷ, ಯಾಕೆ ಇದೇ ವರುಷ ಮೈ ನೆರೆದಾಳು ಎಂದನ್ನಿಸಿ ಅವರು ಜಾಗ್ರತರಾದರು. ಹಾಗಾಗಿ ಹುಡುಕಿ ಹುಡುಕಿ ಉಳ್ಳಾಲದ ಕಡೆಯ ಒಂದು ಸಂಬಂಧವನ್ನು ನಿಶ್ಚಯ ಮಾಡಿದರು. ಈ ವಿಷಯ ತಿಳಿದ ತಿಮ್ಮ ಪೈ ತನ್ನ ನಂಬಿಗಸ್ತ ಆಳೊಂದನ್ನು ಮಂಗಲಪಾಡಿಗೆ ಕಳುಹಿಸಿಕೊಟ್ಟ. ನಡುಮನೆ ಬೀರಣ್ಣ ಬಂಟ ತನ್ನ ತಲೆತಲಾಂತರದಿಂದ ಬಳ್ಳಂಬೀಡಿನ ಸೇವೆಯಲ್ಲಿದ್ದವನು. ಅವನ ತಾತನ ತಾತ ಬಲ್ಲಾಳರ ಕಾಲದಲ್ಲಿ ಸೇನಾಧಿಪತಿಯ ಸ್ಥಾನದಲ್ಲಿ ಇದ್ದ ಎಂದು ಹಳಬರು ಹೇಳುತ್ತಿದ್ದರು. ಅವನ ಅಪ್ಪ ದೂಮ ಬಂಟ ಈಗಲೂ ಬದುಕಿರುವ ಮುದುಕ. ಬೀರಣ್ಣ ಬಂಟನಿಗೆ ತಿಮ್ಮ ಪೈ ಎಂದರೆ ತುಂಬ ಗೌರವವಿತ್ತು. ಹಾಗಾಗಿ ಅವನು ಮಂಗಲಪಾಡಿಗೆ ಹೋಗಲು ಹಿಂಜರಿಯಲಿಲ್ಲ. ಅವನು ಗುಟ್ಟಾಗಿ ಜಾಹ್ನವಿಯನ್ನು ಕಾದು ಕುಳಿತು ಈ ಮದುವೆಗೆ ಒಪ್ಪಬಾರದೆಂದೂ, ದಿಬ್ಬಣ ತೆಗೆದುಕೊಂಡು ಚಿಕ್ಕ ಒಡೆಯರೇ ಬರುತ್ತಾರೆಂದೂ ತಿಳಿಸಲು ಹೇಳಿದ್ದಾಗಿ ಅವಳೊಡನೆ ಹೇಳಿದ. ಜಾಹ್ನವಿ ಮನೆಗೆ ಹೋದ ಕೂಡಲೇ ಅಳುತ್ತಾ ಕುಳಿತಳು.

ಅನಂತಯ್ಯ ಗಾಬರಿಗೊಂಡರು. ನಿಗದಿಯಾದ ಮದುವೆಯನ್ನು ಚೋಟುದ್ದದ ಹುಡುಗಿ ಒಲ್ಲೆ ಎಂದು ಹೇಳಿದ್ದು ಕೇಳಿ ಕೆರಳಿ ಕೆಂಡವಾದರು. ಜಾಹ್ನವಿಯ ರಟ್ಟೆ ಹಿಡಿದು, ಸೀರೆ ಮೇಲೆತ್ತಿ ಅಂಡಿನ ಮೇಲೆ ಬೆತ್ತದಿಂದ ನಾಲ್ಕು ಬಡಿದೂ ಬಡಿದರು. ಆದರೆ ಆ ಹುಡುಗಿ ಜಪ್ಪೆನ್ನಲಿಲ್ಲ. ಮದುವೆ ಆಗುವುದಾದರೆ ಭಾವನ ತಮ್ಮನ ಜೊತೆಗೆ, ಬೇರೆಯವರಿಗೆ ಮದುವೆ ಮಾಡಿಕೊಟ್ಟರೆ ತಾನು ಕೆರೆಗೆ ಹಾರಿ ಪ್ರಾಣ ಕಳೆದುಕೊಳ್ಳುತ್ತೇನೆ ಅಂತ ತನ್ನ ತಾಯಿಯೊಡನೆ ಜಾಹ್ನವಿ ಹೇಳಿದ್ದು ಕೇಳಿ ಅವರು ಹತಾಶರಾದರು. ನಾಲ್ಕು ದಿನ ಹೊಡೆದು ಬಡಿದು ಕೋಣೆಯಲ್ಲಿ ಕೂಡಿ ಹಾಕಿದರೂ ಫಲ ಸಿಗಲಿಲ್ಲ. "ಇದೂ ಒಂದು ಹಠಮಾರಿ ಕೂಸು" ಎಂದು ಅವರು ಕುಂಬಳೆಗೆ ಹೋಗಿ ಬಾದರಾಯಣ ಭಟ್ಟರ ಎದುರು ಎರಡೂ ಜಾತಕಗಳನ್ನು ಇಟ್ಟರು. ಬಾದರಾಯಣ ಭಟ್ಟರು ಇಡೀ ರಾತ್ರಿ ಜಾಹ್ನವಿಯ ಹಾಗೂ ತಿಮ್ಮ ಪೈಯ ಜಾತಕಗಳನ್ನು ಪರಿಶೀಲಿಸಿ "ಅನಂತಯ್ಯ, ಜಾತಕ ನೋಡುವುದು ನಿಮಗೂ ಗೊತ್ತು. ಈ ಮಕ್ಕಳ ಜಾತಕದ ಗುಣಗಳೇ ಕೈಗೆ ಸಿಕ್ಕುವುದಿಲ್ಲ, ಅಲ್ಲವೇ ? ಹೇಗೆ ಗುಣಿಸಿದರೂ ನೆಲ ಸಿಕ್ಕುವುದಿಲ್ಲ. ಹುಡುಗನ ಜಾತಕ ಬಿಡಿ. ಹದಿನೈದರಲ್ಲೊಂದು ಕಂಟಕವಿದೆ. ಅದು ದಾಟಿದರೆ ರಾಜಯೋಗ. ಆನೆ ಸಿಂಹ ಸರ್ಪ ಹುಲಿಗಳನ್ನು ಮೆಟ್ಟಿ ಕುಣಿದಾಡುವ ಯೋಗ್ಯತೆಯಿದೆ. ಮನೆತುಂಬ ಮಕ್ಕಳಾಗುವುವು. ಹುಡುಗಿಯ ಜಾತಕದಲ್ಲಿ ರಾಕ್ಷಸ ದೋಷವಿದೆ. ಒಂದು ಶಾಂತಿಗೀಂತಿ ಮಾಡಿಸಿದರೆ ಆಗಬಹುದೋ ಏನೋ ?" ಎಂದು ತಾನು ಲೆಕ್ಕ ಹಾಕಿದ ರೀತಿಯನ್ನು ಅನಂತಯ್ಯನಿಗೆ ತಿಳಿಸಿದರು.

ಅನಂತಯ್ಯ ಕುಂಬಳೆಯಿಂದ ಹೊರಟವರು ಉಳ್ಳಾಲದ ಸಂಬಂಧಕ್ಕೆ ಇತಿಶ್ರೀ ಹಾಡಿ ನೇರ ಬಳ್ಳಂಬೆಟ್ಟಿಗೆ ಹೋಗಿ ರಾಮಚಂದ್ರ ಪೈಯನ್ನು ಕಂಡರು. "ಪೈನೊ, ನಮ್ಮ ಜಾಹ್ನವಿಗೂ ನಿಮ್ಮ ತಿಮ್ಮ ಪೈಗೂ ಜನ್ಮಜನ್ಮಾಂತರಗಳ ಸಂಬಂಧವಿರಬೇಕು. ಇಲ್ಲದಿದ್ದರೆ ಈ ಹುಡುಗಿಯೂ ಹೀಗೆ ಹಠ ಮಾಡುವವಳಲ್ಲ. ನಾನು ಅವಳನ್ನು ಹೊಡೆದು ಬಡಿದು ಕೋಣೆಯೊಳಗೆ ಕೂಡಿ ಹಾಕಿದೆ. ಉಪವಾಸ ಕೆಡವಿದೆ. ಅವರವರ ಕರ್ಮ ಇದ್ದ ಹಾಗಾಗುತ್ತದೆ. ಹಿಂದೆ ನಾನು ಒಲ್ಲೆ ಅಂದದ್ದಕ್ಕೆ ಕ್ಷಮಿಸಿ ಬಿಡಿ" ಎಂದು ದೀನರಾಗಿ ಹೇಳಿದರು.

ರಾಮಚಂದ್ರ ಪೈ ತಿಮ್ಮ ಪೈಯ ಮದುವೆಯನ್ನು ಜಾಹ್ನವಿಯ ಜೊತೆ ಮಾಡಿ ಪೂರೈಸಲು ಹೆಚ್ಚು ದಿನ ತೆಗೆಯಲಿಲ್ಲ.

□

೨೮

ಬಳ್ಳಂಬೆಟ್ಟಿನಲ್ಲಿ ವರ್ಷಪೂರ್ತಾ ಆಗಾಗ ಹಬ್ಬ ಹುಣ್ಣಿಮೆಗಳು. ಮಳೆ ಬಿದ್ದು ಬೇಸಾಯದ ಕೆಲಸವೆಲ್ಲ ಮುಗಿಸಿ ಕಾಲು ಚಾಚುವ ಹೊತ್ತಿಗೆ ಬರುವ ದೇವ ಶನಿವಾರಗಳು, ಅಷ್ಟಮಿ, ಚವತಿ, ಕಾರ್ತಿಕ ಹುಣ್ಣಿಮೆ. ಬೇಸಿಗೆಯಲ್ಲಿ ಯುಗಾದಿ. ಇವು ಯಾವುವೂ ಇಲ್ಲದಿದ್ದರೆ ಮದುವೆ, ಮುಂಜಿ, ಮಗುವಿನ ನಾಮಕರಣ, ಮನೆ ತುಂಬಿಸುವುದು ಎಂದು ಒಂದಲ್ಲ ಒಂದು ಸಮಾರಂಭ. ಆಗೆಲ್ಲ ಕುಂಬಳೆಯಿಂದ, ಕಾರ್ಯಾಡು, ಕೊಂಬ್ರಾಜೆಗಳಿಂದ, ಒಮ್ಮೊಮ್ಮೆ ಉಪ್ಪಿನಂಗಡಿಯಿಂದ ಎಂದು ರಾಮಚಂದ್ರ ಪೈಯ ತಮ್ಮಂದಿರು ಸಂಸಾರ ಸಮೇತ ಬರುತ್ತಿದ್ದರು. ಮನೆಯ ಎಡಗಡೆಯ ಅಂಗಣದ ಮೇಲೆ ತೆಂಗಿನ ಮಡಲಿನ ಚಾಪೆಗಳನ್ನು ಜೋಡಿಸಿದ ಮಂಟಪ. ಮಳೆಯಿಂದ ಹಾಳಾದ ನೆಲಕ್ಕೆ ಮಣ್ಣು ಹಾಕಿ, ಪೆಟ್ಟೋಳಿ* ಹೊಡೆದು, ಸೆಗಣಿ ಸಾರಿಸಿ ಸಾಪುಗೊಳಿಸಿದರೆ ಕೂರಲು ಒರಗಲು ಪ್ರಶಸ್ತ , ತಂಪು. ಹಬ್ಬಕ್ಕೆಂದು ಬಂದ ಮಕ್ಕಳು ನಿರಂಜನಿಯಲ್ಲಿ ಈಜಿ, ಚಪ್ಪರದ ಮೇಲೆ ಬಿಟ್ಟ ಚಕ್ಕರ್ಪೆಯ** ಮಿಡಿಗಳನ್ನೋ, ಗುಡ್ಡದ ಮೇಲೆ ಸಿಗುವ ಕೇಪುಳದ ಹಣ್ಣುಗಳನ್ನೋ ತಿಂದು ಸಂಭ್ರಮಪಡುತ್ತಿದ್ದರು. ಈಗ ತಿಮ್ಮ ಪೈ ಒಗೆದ ಗೋವೆಯ ಬೀಜಗಳು ಗುಡ್ಡಗಳ ಮೇಲೆಲ್ಲ ಮರಗಳಾಗಿ ಅರಳಿದ್ದುವು. ಫಲ ಕೊಡಲು ಆರಂಭಿಸಿದ್ದುವು. ಅಂಗೈಯಷ್ಟು ಅಗಲವಾದ ಎಲೆಗಳು.. ಮರದ ಕಾಂಡಗಳಿಗೆ ಗಾಯವಾದರೆ ಅಲ್ಲಿಯೇ ಹುಟ್ಟುವ ಅಂಟಿನಂತಹ ದ್ರವ. ಬಿಸಿಲಿಗೆ ಒಣಗಿದರೆ ಕಲ್ಲಿನಷ್ಟು ಗಟ್ಟಿ ಮಳೆಗೆ ನೆಂದರೆ ಬೆಣ್ಣೆಯಷ್ಟು ಮೃದು. ವರುಷಕ್ಕೊಮ್ಮೆ ಹೂವಾಗಿ, ಹೂವು ಕಾಯಾಗಿ, ಹಣ್ಣಾಗಿ ನೇಲುತ್ತವೆ. ಕೆಲವು ಕೆಂಪು, ಕೆಲವು ಅರಶಿನ. ಕೆಳಗೆ ಶಂಖಾಕಾರದ ಬೀಜ. ಮುಟ್ಟಿದರೆ ಕೈ ಬೆರಳೆಲ್ಲ ಜಿಗುಟಾಗಿ ಕಲೆಗಳುಳಿಯುತ್ತವೆ. ಮುಷ್ಟಿಯಷ್ಟು ದೊಡ್ಡ ಹಣ್ಣುಗಳು. ತಿನ್ನಲೂ ಸಿಹಿ. ಹಸಿ ಬೀಜದ ತಿರುಳೂ ರುಚಿಯೇ. ಪಾಯಸಕ್ಕೆ ಸಾರಿಗೆ ಹಾಕಿದರೂ ರುಚಿಯೇ. ಬಲಿತ ಬೀಜ ಸುಟ್ಟರೆ ಊರಿಗೆಲ್ಲ ವಾಸನೆ.

ರಾಮಚಂದ್ರ ಪೈ ಈಗ ತಾತನಾಗಿದ್ದ. ಅಂತು ಪೈಯ ಹೆಂಡತಿ ಹೆತ್ತು ಗಂಡುಮಗುವಾಗಿತ್ತು. ಮೊದಲ ಬಾಣಂತನ ಮಂಗಲಪಾಡಿಯಲ್ಲೇ ನಡೆಯಿತು. ಅನಂತಯ್ಯ ಸುಖ ಪ್ರಸವವಾಗಿದೆಯೆಂದು ಹೇಳಿ ಕಳುಹಿಸಿ ಸಟ್ಟಿಪೂಜೆ ಶಾಂತಿ ಹೋಮ ಹವನ ಇತ್ಯಾದಿಗಳೊಂದಿಗೆ ನಾಮಕರಣ ಸಮಾರಂಭವನ್ನು ಅದ್ದೂರಿಯಾಗಿ

---

* ಪೆಟ್ಟೋಳಿ = ನೆಲವನ್ನು ಬಡಿದು ನಯ ಮಾಡಲು ಬಳಸುವ ಮರದ ಸುತ್ತಿಗೆ.

** ಚಕ್ಕರ್ಪೆ = ಎಳೆಯ ಮುಳ್ಳು ಸೌತೆಕಾಯಿ.

ನಡೆಸಿದ್ದರು. ಹುಟ್ಟಿದ ಮಗು ಮೈ ಕೈ ತುಂಬಿಕೊಂಡು ತಾಯಿಯ ಬಣ್ಣವನ್ನೂ ತಂದೆಯ ರೂಪವನ್ನೂ ಪಡೆದಿತ್ತು. ಅಂತು ಪೈ ಕೂಡಾ ಕೆಲವು ಸಲ ಮಗುವೊಂದಿಗೆ ಆಟವಾಡುತ್ತಿದ್ದ. ಅಂತು ಪೈಯ ಹೆಂಡತಿ ತುಂಬಿದ ಬಸುರಿಯಾಗಿದ್ದಾಗಲೇ ತಿಮ್ಮ ಪೈಯ ಮದುವೆಯಾದುದು. ರುಕುಮಿಣಿ ಹಿಂದಿರುಗಿ ಬಂದ ತಿಂಗಳಲ್ಲೇ ಜಾಹ್ನವಿ ಮೈ ನೆರೆತುದರಿಂದ ಮುಂದೆ ಕೆಲವು ತಿಂಗಳುಗಳಲ್ಲೇ ಅವಳೂ ಬಳ್ಳಂಬೆಟ್ಟಿಗೆ ಬಂದಿದ್ದಳು. ಅವಳು ಬಂದ ಹೊಸದರಲ್ಲಿ ತಿಮ್ಮ ಪೈ ತನ್ನ ಅಣ್ಣನ ಹೆಣ್ಣುಮರುಳತನಕ್ಕಾಗಿ ಬೇರೆ ಮನೆ ಮಾಡಿಕೊಳ್ಳುತ್ತೇನೆಂದರೂ ಆ ಬಗ್ಗೆ ಮುಂದಿನ ಹೆಜ್ಜೆ ಹಾಕದುದರಿಂದ ರಾಮಚಂದ್ರ ಪೈ ತುಂಬ ಸಮಾಧಾನ ಪಟ್ಟಿದ್ದ.

ಹಬ್ಬಕ್ಕೋ ಶ್ರಾದ್ಧಕ್ಕೋ ಬಂದ ಮಕ್ಕಳು ತುಂಬ ಸಂಭ್ರಮದಿಂದ ಅತ್ತಿತ್ತ ಓಡಾಡುತ್ತಿದ್ದರೆ ರಾಮಚಂದ್ರ ಪೈಗೆ ಸುಖವೆನ್ನಿಸುತ್ತಿತ್ತು. ಅವನೊಬ್ಬ ಬಿದ್ದು ಮಂಡಿ ತರಚಿಕೊಂಡ, ಇವನೊಬ್ಬ ಇನ್ಯಾರಿಗೋ ಹೊಡೆದ, ನೂಕಿದ ಎಂದು ಅಳು ನಗು ಎಲ್ಲ ಹಾಸುಹೊಕ್ಕು. ಹಿರಿಯರಿಗೆ ಅದರಲ್ಲಿ ತಲೆ ಹಾಕದಷ್ಟು ಕೆಲಸ. ರಾಮಚಂದ್ರ ಪೈ ತನ್ನ ಸರೀಕರೊಡನೆ ಚದುರಂಗದ ಹಾಸು ಹಾಸಿ ಕುಳಿತರೆ ಅತ್ತಿತ್ತ ನೋಡುವವನಲ್ಲ. ಪಕ್ಕದಲ್ಲಿ ಎಲೆ ಅಡಿಕೆಯ ಹರಿವಾಣ. ರಾತ್ರಿ ಏರುತ್ತಿದ್ದಂತೆ ಆಟದ ಅಮಲೇ ಅಮಲು. ಒಳಗೆ ಹೆಂಗಸರ ಹರಟೆ. ತೀರ ಖುಷಿಯಾದರೆ ರಾಮಚಂದ್ರ ಪೈ ರಾತ್ರಿ ಕುಂಬಳೆಯಿಂದ ಮೇಳ ತರಿಸಿ ಬಯಲಾಟ ಆಡಿಸುವುದೂ ಉಂಟು. ಬಳ್ಳಂಬೆಟ್ಟಿನ ಆಚೀಚೆಯ ಆಳುಮಕ್ಕಳೂ ತಮ್ಮ ತಮ್ಮ ಹೆಂಗಸರು ಮಕ್ಕಳ ಜೊತೆ ಬಂದು ಮನೆ ಎದುರಿನ ಗದ್ದೆಯಲ್ಲಿ ಸೇರುತ್ತಿದ್ದರು. ದೊಂದಿ ಬೆಳಕಲ್ಲಿ ರಾವಣ ಮೈರಾವಣ ಭೀಮ ಅರ್ಜುನ ಕರ್ಣ ಕೃಷ್ಣ ಎಂದು ಬಣ್ಣಗಳು ಧಿಗಿಣ ಹಾಕುತ್ತಿದ್ದುವು.

ಇಂಥ ಹಬ್ಬ ಹುಣ್ಣಿಮೆಗಳಿಗೋ ಮದುವೆ ಮುಂಜಿಗಳಿಗೋ ಕಾರ್ಯಾಡು, ಕೊಂಬ್ರಾಜೆಗಳಿಂದ ಬರುವ ರಾಮಚಂದ್ರ ಪೈಯ ತಮ್ಮಂದಿರಾದ ಶಿವಪ್ಪಯ್ಯ ದೇವು ಪೈಯವರು ಆ ಕಡೆ ದಂಡಿಯಾಗಿ ಬೆಳೆಯುತ್ತಿದ್ದ ಹಲಸು, ಕಣಿಲೆ ಮುಂತಾದುವನ್ನು ಹೊತ್ತು ಕೊಂಡು ಬರುವುದು ಕ್ರಮ. ಕೆಲವೊಮ್ಮೆ ಮಳೆಗಾಲದಲ್ಲಿ ಅಪರೂಪದ ವಸ್ತುಗಳಾದ ಕಾಡ ಹಾಗಲ, ಅಡಿಕೆ ಬಾಳೆ, ಪುನ್ನಾರಪುಳಿ ಮುಂತಾದುವನ್ನು ತರುತ್ತಿದ್ದರು. ಶಿವಪ್ಪಯ್ಯನಾಗಲೀ ದೇವು ಪೈಯಾಗಲೀ ಬಳ್ಳಂಬೆಟ್ಟಿನ ಮನೆಯನ್ನು ತಮ್ಮ ಮನೆಯೆಂದೇ ತಿಳಿದಿದ್ದರು. ಇನ್ನೊಬ್ಬರ ಮನೆ ಅಂತ ದೂರವಿಟ್ಟಿರಲಿಲ್ಲ. ತಾವು ಬೆಳೆದ ಭತ್ತ ಕಾಳುಗಳನ್ನು ಅಣ್ಣನಿಗೆ ಹೇಳಿಯೇ ಒಯ್ಯುತ್ತಿದ್ದರು. ತರುವ ಸಮಯದಲ್ಲಿ ಏನಿದ್ದರೂ ಬಳ್ಳಂಬೆಟ್ಟಿಗೆಂದೇ ತರುತ್ತಿದ್ದರು. ಹೋದ ವರುಷ ಶಿವಪ್ಪಯ್ಯ ಕಾರ್ಯಾಡಿನ ಗದ್ದೆಯ ತುಂಬ ತೊಗರಿಯನ್ನು ಹಾಕಿದ್ದ. ಮೂರು ಚೀಲ ತೊಗರಿಯನ್ನು ಬಳ್ಳಂಬೆಟ್ಟಿಗೆ ತಂದು ಹಾಕಿದ್ದ. ಎಷ್ಟೋ ಸಮಯದ ತನಕ ಅದೇ ತೊಗರಿ ಮನೆಯ ಉಪಯೋಗಕ್ಕೆ ಬಂದಿತ್ತು. ತಿಮ್ಮ ಪೈಯ ದೇವಕಾರ್ಯಕ್ಕೂ, ಅಂತು ಪೈಯ ಹೆಂಡತಿ ಮಗು ಮನೆ ತುಂಬಿದ ಸಮಾರಂಭಕ್ಕೂ ಅದೇ ತೊಗರಿ ಉಪಯೋಗಿಸಿದ್ದರು. ತಮ್ಮ ಮನೆಗೇನಾದರೂ

ಬೇಕಿದ್ದರೆ ಶಿವಪ್ಪಯ್ಯನಾಗಲೀ ದೇವು ಪೈಯಾಗಲೀ ರಾಮಚಂದ್ರ ಪೈಯನ್ನು ಕೇಳಿ ಬಳ್ಳಂಬೆಟ್ಟಿನಿಂದ ತೆಗೆದುಕೊಂಡು ಹೋಗುವುದೂ ಇತ್ತು.

ತಿಮ್ಮ ಪೈಗೆ ಮದುವೆಯಾದ ವರುಷ ಅಂಥ ಮಳೆ ಏನೂ ಆಗಿರಲಿಲ್ಲ. ಚವತಿಯ ತನಕ ಬಿದ್ದ ಮಳೆ ಎಷ್ಟೋ ಅಷ್ಟು. ಆಮೇಲೆ ಒಂದು ಹನಿ ಇಲ್ಲ. ಬೆಳೆಯೂ ಅಷ್ಟಕ್ಕಷ್ಟೇ ಆಯಿತು. ಫಾಲ್ಗುಣದ ಬಿಸಿಲು ಚುರುಗುಟ್ಟಿ ಹುಟ್ಟಿದ ತೆನೆಗಳು ಕೂಡಾ ಕಮರಿಹೋದುವು. ಬೇಸಗೆಯಲ್ಲಿ ಮಾವಿನ ಮರಗಳಿಗೆ ಹೂವು ಹುಟ್ಟಿದ್ದು ನೋಡಿ ಈ ಬಾರಿ ಉಪ್ಪಿನಕಾಯಿಗೆ ಬರವಿರಲಾರದು ಎಂದುಕೊಂಡವರಿಗೆ ಲೆಕ್ಕ ಹಾಕಲೂ ಒಂದು ಮಿಡಿ ಸಿಕಲಿಲ್ಲ. ಪಾರ್ವತೀ ಬಾಯಿ ಕಳೆದ ಬಾರಿ ಹಾಕಿದ ಉಪ್ಪಿನಕಾಯಿಯನ್ನೇ ಬಳಸಲಾರಂಭಿಸಿದ್ದಳು. ಗದ್ದೆಗಳಿಗೆ ಹಾಯಿಸಲು ನಿರಂಜನಿಯಲ್ಲಿ ನೀರೇನೋ ಇತ್ತು. ಆದರೆ ಎರಡನೆಯ ಬೆಳೆಗೆ ಅದು ಪೂರ್ಣ ಸಿಕ್ಕಲಾರದು ಎಂದು ತಿಮ್ಮ ಪೈ ಹೇಳುತ್ತಿದ್ದ. ಅದಕ್ಕೆ ಅವನೇ ನಿಂತು ಕಟ್ಟೆ ಕಟ್ಟಿಸಿದ್ದ. ನಿಂತ ನೀರನ್ನು ಗದ್ದೆಗಳಿಗೆ ಹಾಯಿಸಿ ಎರಡನೆಯ ಬೆಳೆ ರಕ್ಷಿಸುವುದರಲ್ಲಿ ಅವನು ಸಫಲನೂ ಆಗಿದ್ದ. ಆದರೆ "ಮೂರನೆಯ ಬೆಳೆ ಇರಲಿ, ಮೇಲುಗಡೆಯ ಗದ್ದೆಗಳಲ್ಲಿ ತರಕಾರಿ ಬೆಳೆಸುವುದೂ ಆಗಲಿಕ್ಕಿಲ್ಲ" ಎಂದು ತಂದೆಗೆ ಹೇಳಿದ್ದನಾತ.

ಬಳ್ಳಂಬೆಟ್ಟಿನಲ್ಲಿಯೇ ನೀರು ಕಮ್ಮಿಯಾಗಿದೆಯೆಂದರೆ ಮೇಲ್ಗಡೆಯ ಭೂಮಿಯಾದ ಕಾರ್ಯಾಡಿನಲ್ಲಿ ನೀರು ಹೇಗೆ ಉಳಿದೀತು ? ಬಿದ್ದ ನಾಲ್ಕು ಹನಿ ಮಳೆನೀರನ್ನು ಭೂಮಿ ಒಳಗೆ ಎಳೆದುಕೊಂಡಿದ್ದರೆ ಉಳಿದುದು ಕೆಳಗಿನ ಭೂಮಿಗೆ ಇಳಿದು ಹೋಗಿತ್ತು. ಹಾಗಾಗಿ ಈ ಬಾರಿ ನಾಗಪ್ಪಯ್ಯನ ಶ್ರಾದ್ಧಕ್ಕೆ ಬಳ್ಳಂಬೆಟ್ಟಿಗೆ ಬಂದ ಶಿವಪ್ಪಯ್ಯ ಅಣ್ಣನೊಡನೆ ಹೇಳಿ ಒಂದು ಮುಡಿ ಅಕ್ಕಿ ಕಾರ್ಯಾಡಿಗೆ ಕೊಂಡೊಯ್ಯಲು ಬಯಸಿದ. "ಈ ಸಲ ಮಳೆ ಬಾರದೇ ಕಾರ್ಯಾಡಿನಲ್ಲಿ ಒಂದು ಕಾಳೂ ಮನೆಯೊಳಗೆ ಬಂದಿಲ್ಲ. ಕಾರ್ಯಾಡು ಮೇಲಿನ ಜಾಗ. ನೀರು ನಿಲ್ಲುವುದಿಲ್ಲ. ಎಲ್ಲ ಮಳೆ ಬಂದ ದಿನವೇ ಇಳಿದು ಹೋಗುತ್ತದೆ. ಒಂದು ಮುಡಿ ಅಕ್ಕಿ ಮನೆಯ ಖರ್ಚಿಗೆ ಬೇಕು ಒಯ್ಯುತ್ತೇನೆ" ಎಂದ. ಅಲ್ಲಿಯೇ ಇದ್ದ ದೇವು ಪೈ ಕೂಡಾ "ಕೊಂಬ್ರಾಜೆಯಲ್ಲಿ ಕೂಡಾ ಅದೇ ಗತಿ. ನನಗೂ ಒಂದು ಮುಡಿ ಅಕ್ಕಿ ಕೊಟ್ಟರಾಗುತ್ತಿತ್ತು" ಎಂದ. ಇಂಥ ವಿಚಾರಗಳಲ್ಲಿ ರಾಮಚಂದ್ರ ಪೈ ಹೆಚ್ಚು ಯೋಚಿಸುವವನಲ್ಲ. "ಎತ್ತಿಕೋ" ಎಂದ. ಶಿವಪ್ಪಯ್ಯ ಮನೆಯ ಎಡಗಡೆಯಿದ್ದ ಕೋಣೆಯ ಅಟ್ಟದಿಂದ ಎರಡು ಅಕ್ಕಿಯ ಮುಡಿಗಳನ್ನಿಳಿಸಿ ಹಜಾರದಲ್ಲಿ ಇಟ್ಟೂ ಬಿಟ್ಟ.

ಅಕ್ಕಿ ಮುಡಿಗಳನ್ನು ಇಳಿಸುವ ಹೊತ್ತಿಗೆ ತಿಮ್ಮ ಪೈ ಮನೆಯಲ್ಲಿರಲಿಲ್ಲ. ಹೊರಗೆ ಹೋದವನು ಹಜಾರ ಹತ್ತುತ್ತಾ ಅಕ್ಕಿ ಮುಡಿಗಳನ್ನು ನೋಡಿ "ಇದು ಯಾರು ಇಲ್ಲಿಟ್ಟದ್ದು?" ಎಂದ. ಯಾರೋ "ನಿನ್ನ ಚಿಕ್ಕಪ್ಪಂದಿರಿಗೆ ಒಯ್ಯಲೆಂದು ಇಳಿಸಿದ್ದು" ಎಂದರು. ತಟಕ್ಕನೆ ಅವನ ಬಾಯಿಯಿಂದ "ಇವರ ಹೊಟ್ಟೆ ತುಂಬಿಸಿ ನಾವು ಕೆಟ್ಟು ಹೋದೆವು. ದುಡಿಯಲಿಕ್ಕೆ ನಾವು. ತಿನ್ನಲಿಕ್ಕೆ ಇವರು. ಬೇರೆಯವರ ಮನೆಯಿಂದ ಎತ್ತಿ

ಕೊಂಡೊಯ್ಯುವುದಕ್ಕೂ ಒಂದು ಮಿತಿ ಇರಬೇಕು'' ಎಂಬ ಮಾತು ಬಂತು. ಆ ಮಾತು ಶಿವಪ್ಪಯ್ಯನ ಕಿವಿಗೂ ಬಿತ್ತು. ಅವನು ದನಿ ಎತ್ತರಿಸಿ ''ಏನು ಹಾಗೆಂದರೆ ?'' ಎಂದು ಕೇಳಿದ. ''ಇನ್ನೇನು ? ನಾವು ದುಡಿಯುವುದು ಇನ್ನೊಬ್ಬರ ಹೊಟ್ಟೆ ತುಂಬಿಸಲಿಕ್ಕಲ್ಲ'' ಎಂದು ಖಾರವಾಗಿಯೇ ಹೇಳಿದ ತಿಮ್ಮ ಪೈ. ತನ್ನ ಕಣ್ಣೆದುರಿನ ಹುಡುಗ ಇಷ್ಟು ಉದ್ದ ಮಾತನಾಡುವುದು ಶಿವಪ್ಪಯ್ಯನಿಂದ ಸಹಿಸಲಾಗಲಿಲ್ಲ. ''ಏನು ? ನಾಲಗೆಗೆ ಎಲುಬು ಇಲ್ಲವೆಂದು ಬೇಕಾದ ಹಾಗೆ ಸಡಿಲು ಬಿಟ್ಟಿದ್ದೀಯ ? ನಾವೇನು ಭಿಕ್ಷಕ್ಕೆ ಬಿದ್ದವರು ಅಂತ ತಿಳಿದಿದ್ದೀಯ ?'' ಎಂದ. ತಿಮ್ಮ ಪೈ ಮಾತಾಡಲು ಆರಂಭಿಸಿದರೆ ಹಿಂದೆ ಮುಂದೆ ನೋಡುವವನಲ್ಲ. ''ಭಿಕ್ಷೆ ಅಲ್ಲದೇ ಇನ್ನೇನು ? ನಿಮಗಿರಲಿ ಅಂತ ಕಾರ್ಯಾಡು ಕೊಂಬ್ರಾಜೆಗಳ ಆಸ್ತಿ ಮಾಡಿಕೊಟ್ಟಿದ್ದೇವೆ. ಬೇಕಾದ್ದು ಬೆಳೆಯಬಹುದಲ್ಲ? ಇಲ್ಲಿಗೆ ಬಂದು ಕೈ ಚಾಚುವುದಕ್ಕೆ ನಾಚಿಕೆಯಾಗುವುದಿಲ್ಲವೇ ?'' ಎಂದ. ಶಿವಪ್ಪಯ್ಯನ ಸಿಟ್ಟೂ ಮಸ್ತಕಕ್ಕೇರಿತು.

ಶ್ರಾದ್ಧದ ಊಟವಾಗಿ ಅಂಗಳದಲ್ಲಿ ಚಾಪೆ ಹಾಸಿ ಒರಗಿಕೊಂಡಿದ್ದ ರಾಮಚಂದ್ರ ಪೈಗೆ ಒಳಗೇನೋ ಗಲಾಟೆಯಾಗುತ್ತಿದೆ ಅಂತ ತಿಳಿದಾಗ ನಾಲ್ಕು ಮಾತುಗಳ ವಿನಿಮಯ ನಡೆದೇ ಹೋಗಿತ್ತು. ಅಕ್ಕಿಯ ಮುಡಿಗಳಿದ್ದುದು ಬಳ್ಳಂಬೆಟ್ಟಿನ ಮನೆಯ ಎಡಗಡೆಯ ಕೋಣೆಯ ಅಟ್ಟದ ಮೇಲೆ. ಆ ಕೋಣೆಯಿಂದ ಅಂಗಳಕ್ಕಿಳಿಯಲು ಒಂದು ಬಾಗಿಲಿತ್ತು. ಶಿವಪ್ಪಯ್ಯ ನಿಂತದ್ದು ಆ ಬಾಗಿಲಿನ ದಾರಂದಕ್ಕೊರಗಿ. ತಿಮ್ಮ ಪೈ ಪೂರ್ವದ ಕಡೆಗೆ ಮುಖ ಮಾಡಿದ ಹಜಾರದ ಮೂಲೆಯಲ್ಲಿ ಇಳಿಸಿದ ಅಕ್ಕಿ ಮುಡಿಗಳ ಬಳಿ ನಿಂತಿದ್ದ. ಹಾಗಾಗಿ ಮುಖಾಮುಖಿ ನೋಡುವುದು ಸಾಧ್ಯವಾಗದಿದ್ದರೂ ಒಬ್ಬರು ಹೇಳಿದ ಮಾತು ಇನ್ನೊಬ್ಬರಿಗೆ ಕೇಳುವುದರಲ್ಲಿ ಯಾವ ಅಡೆತಡೆಯೂ ಇರಲಿಲ್ಲ. ಮಾತು ಅಂಕೆಯಿಲ್ಲದೇ ಹರಿದ ರೀತಿ ನೋಡಿದರೆ ಎದುರೆದುರೇ ಇದ್ದರೆ ಕತ್ತಿ ಕೋಲು ಎತ್ತಿ ಹೊಡೆದಾಡುತ್ತಿದ್ದರೋ ಏನೋ ? ಅಷ್ಟರಲ್ಲಿ ರಾಮಚಂದ್ರ ಪೈ ಅಂಗಳದಿಂದ ಎದ್ದು ಮನೆಯ ಎದುರುಗಡೆ ಬಂದು ಹಜಾರ ಹತ್ತಿ ''ಏನೋ ? ಏನಾಯಿತೋ ?'' ಎಂದು ಕೇಳಿದ. ಅಲ್ಲಿಯೇ ಇದ್ದ ತಿಮ್ಮ ಪೈ ದುರುಗುಡುತ್ತಾ ''ಏನಾಯಿತೂ ಅಂತ ನಿನ್ನ ತಮ್ಮಂದಿರನ್ನೇ ಕೇಳು'' ಎಂದು ನಂಜಾಡಿದ.

ನೋಡ ನೋಡುತ್ತಾ ಇದ್ದಂತೆ ಮಾತು ಮೀರಿ ಆಕಾಶಕ್ಕೆ ಮುಟ್ಟಿತು. ತಿಮ್ಮ ಪೈ ''ನಾವು ಬೆಳೆದದ್ದು ನಮಗೆ. ನೀವು ಬೆಳೆದದ್ದಕ್ಕೆ ಕೈ ಚಾಚಿದರೆ ನಮಗೆ ಛೀಮಾರಿ ಹಾಕಿ. ಅದು ಇಲ್ಲ, ಮೈಯಲ್ಲಿದ್ದ ರಕ್ತಕ್ಕೆ ಮಕ್ಕಳು ಹಡೆಯೋದು ಬಿಟ್ಟು ದುಡಿದು ತಿನ್ನುವುದಕ್ಕೆ ಕಲಿತವರು ಯಾರಿದ್ದಾರೆ ?'' ಎಂದ. ಶಿವಪ್ಪಯ್ಯನಿಗೆ ನಖಶಿಖಾಂತ ರೇಗಿ ಹೋಯಿತು. ''ಇಷ್ಟು ದಿನ ಇದು ನಮ್ಮ ಮನೆ ಅಂತ ತಿಳಿದದ್ದೇ ತಪ್ಪಾಯಿತು. ನಿನ್ನ ಬಳಿ ಏನು ಮಾತಾಡುವುದು ? ನಮ್ಮನ್ನು ಬಳ್ಳಂಬೀಡಿನಿಂದ ಹೊರಗೆ ಹಾಕಿದ ನಿನ್ನ ತಂದೆಯ ಬುದ್ಧಿವಂತಿಕೆಯನ್ನೇ ವಾಹ್ ಅಂತ ಮೆಚ್ಚಬೇಕಯ್ಯ. ಒಳ್ಳೆಯ ಆಸ್ತಿಯನ್ನು

ತಾನಿಟ್ಟುಕೊಂಡು ನೀರಿಲ್ಲದ ಬರಡು ಆಸ್ತಿಯನ್ನು ಮಲತಮ್ಮಂದಿರ ಕೊರಳಿಗೆ ಕಟ್ಟಿ ತನ್ನ ಚಾತುರ್ಯ ತೋರಿಸಿದನಲ್ಲ ? ಶಾಭಾಷ್'' ಎಂದ. ಅದಕ್ಕೆ ತಿಮ್ಮ ಪೈ ''ನನ್ನ ತಂದೆಯ ಬಗ್ಗೆ ಮಾತಾಡುವುದು ಬೇಡ ಇಲ್ಲಿ. ಅವರು ಮಾಡಿಕೊಟ್ಟಿದ್ದರಿಂದ ನಿಮಗೆ ಇವತ್ತು ನಾಲ್ಕು ತುತ್ತು ಅನ್ನವಿದೆ'' ಎಂದುಬಿಟ್ಟ. ಇಬ್ಬರ ಮಧ್ಯೆ ನಿಂತು ಅವರಾಡುತ್ತಿದ್ದ ಮಾತುಗಳನ್ನು ಕೇಳುತ್ತಿದ್ದ ರಾಮಚಂದ್ರ ಪೈ ಇಬ್ಬರಿಗೂ ''ಸುಮ್ಮನಿರ್‍ರೋ'' ಎಂದು ಗದರಿದ. ''ಸುಮ್ಮನಿರು ಅಂತ ನೀನು ನನಗೆ ಹೇಳಬೇಕಾಗಿಲ್ಲ. ಹುಟ್ಟಿಸಿ ಹಾಕಿದ್ದೀಯಲ್ಲ, ಈ ಹಡಬೆಯನ್ನು ? ಅವನಿಗೆ ಹೇಳು'' ಎಂದ ಶಿವಪ್ಪಯ್ಯ.

ರಾಮಚಂದ್ರ ಪೈ ನಿಂತಲ್ಲಿಂದಲೇ ಬಗ್ಗಿ ಅವನತ್ತ ನೋಡಿದ. ಬಾಗಿಲ ಬಳಿ ನಿಂತುದರಿಂದ ಕೋಣೆಯ ಒಳಗೆ ನೆಲದ ಮೇಲೆ ಅವನ ನೆರಳು ದೀರ್ಘವಾಗಿ ಅಸ್ಪಷ್ಟವಾಗಿ ಬಿದ್ದಿತ್ತು. ಹಾಗಾಗಿ ಅವನ ಮೈಯ ಆಕಾರ ಮಾತ್ರ ಕಾಣುತ್ತಿತ್ತು. ಶಿವಪ್ಪಯ್ಯ ಕಟ್ಟುಮಸ್ತಾದ ಆಳು. ಹಬ್ಬಕ್ಕೆಂದು ಬಂದ ಕಾರಣ ಕಚ್ಚೆ ಹಾಕಿ ಉಟ್ಟ ಅರಿವೆ. ದೊಡ್ಡ ಹೊಟ್ಟೆ. ಹೊಟ್ಟೆಯ ಮೇಲೆಲ್ಲ ರೋಮ. ವಿಪುಲವಾಗಿ ಬೆಳೆದ ತಲೆಗೂದಲು. ಮುಷ್ಟಿಯಷ್ಟು ದೊಡ್ಡ ಶೆಂಡಿ. ಸೈನ್ಯಕ್ಕೆ ಸೇರುವ ತರುಣರು ಬಿಡುವಂತಹ ಜೊಂಡು ಮೀಸೆ. ಚಿಕ್ಕವಯಸ್ಸಿನವನಿರುವಾಗ ಎಲ್ಲಿ ಸೈನ್ಯಕ್ಕೆ ಸೇರೇ ಬಿಡುತ್ತಾನೋ ಎಂಬ ದಿಗಿಲಿನಿಂದ ರಾಮಚಂದ್ರ ಪೈ ಕಣ್ಣಲ್ಲಿ ಕಣ್ಣಿಟ್ಟು ಕಾದುಕೊಂಡಂತಹ ಮೈ. ಅವನ ಕಾರ್ಯಕುಶಲತೆಯಿಂದಾಗಿ ಶಿವಪ್ಪಯ್ಯನೆಂದರೆ ರಾಮಚಂದ್ರ ಪೈಗೆ ತುಂಬ ಅಭಿಮಾನ.

ಇತ್ತ ತಿಮ್ಮ ಪೈ ತನ್ನಂತೆ ಇರದೇ, ಎತ್ತರವಾಗಿ ಬೆಳೆದ ಉರುಟು ಮುಖದ ಸೊಂಪಾದ ಜುಟ್ಟಿನ ಕುಂಡಿಭಟ್ಟ. ಮದುವೆಯಾದ ಮೇಲೆ ಅವನ ಶೆಂಡಿ ತುಸು ತೆಳ್ಳಗಾಗಿತ್ತು. ಚಿಕ್ಕಪ್ಪ 'ಹಡಬೆ' ಎಂದದ್ದು ಕಿವಿಗೆ ಬಿತ್ತೋ ಇಲ್ಲವೋ, ಹಾವು ತುಳಿದವನಂತೆ ಪೂತ್ಕರಿಸಿದ. ಆ ಸಿಟ್ಟಿನಲ್ಲೂ ಬಾಯಿಗೆ ಬರಬಹುದಾದ ಬೈಗಳನ್ನು ಬಲವಂತವಾಗಿ ತಡೆದುಕೊಂಡಿದ್ದುದು ಸ್ಪಷ್ಟವಾಗಿ ಕಾಣುತ್ತಿತ್ತು. ನಖಶಿಖಾಂತ ಕೊತಕೊತ ಕುದಿಯುತ್ತಿದ್ದ ಕುದಿದು ಬೆವರಿದ್ದ ತಿಮ್ಮ ಪೈ ಬೆಂಕಿಯ ಮುದ್ದೆಯಾಗಿ ಹಜಾರದ ಚೌಕಟ್ಟಿಗೆ ಆತು ನಿಂತಿದ್ದ. ರಾಮಚಂದ್ರ ಪೈಗೆ ಹೀಗೆಲ್ಲ ಯಾಕೆ ಆಗುತ್ತಿದೆಯೆಂದು ತಿಳಿಯಲಿಲ್ಲ. ''ಹಾಗೇಕೆ ಹೇಳುತ್ತೀಯೋ ತಿಮ್ಮಪ್ಪಾ ? ನಿನ್ನ ಬಾಯಿಯಿಂದ ಅಂಥ ಮಾತು ಬರಬಾರದಯ್ಯ. ಕಾರ್ಯಾಡು ಕೊಂಬ್ರಾಜೆ ಬೇರೆಯಲ್ಲ. ಬಳ್ಳಂಬೆಟ್ಟು ಬೇರೆಯಲ್ಲ. ಅವರು ಕೊಂಡೊಯ್ದರೆ ಹೊರಗಿನವರು ಕೊಂಡೊಯ್ದಂತಾಯಿತೇನೋ ?'' ಎಂದ. ಮಾತಿನಲ್ಲಿ ಅವನಿಗೇ ತಿಳಿಯದೆ ಹಾಗೆ ದುರ್ಬಲತೆ ಮೂಡಿತು.

''ಅವರು ನಿನಗೆ ತಮ್ಮಂದಿರಾಗಿರಬಹುದು'' ಬೆಂಕಿಯುಗುಳಿದ ತಿಮ್ಮ ಪೈ. ''ಹಾಗೆಲ್ಲ ಹೇಳಬಾರದಯ್ಯ. ಇದು ಒಂದು ಕುಟುಂಬ. ಈ ಕುಟುಂಬದಲ್ಲಿ ಹುಟ್ಟಿದ ನೀನು ಈ ಮಾತಾಡಬಾರದು. ನಾನು ನಾಳೆ ಸಾಯಬಹುದು. ವಯಸ್ಸಾದ ನಾನು ಹಿಂದೆ ಬದುಕಿದ್ದಷ್ಟು ಮುಂದೆ ಬದುಕುವವನಲ್ಲ. ಆದರೆ ಬಾಳಿ ಬದುಕುವ ನೀನಾಗಲೀ ನಿನ್ನ

ಮುಂದಣ ಸಂತಾನವಾಗಲೀ ಬಳ್ಳಂಬೆಟ್ಟಿನ ಕೌಟುಂಬಿಕರಿಗೆ ಹಾಕಿದ ಅನ್ನದ, ಉಂಡ ಅಗುಳಿನ ಲೆಕ್ಕವಿಡಬಾರದೋ ತಿಮ್ಮಪ್ಪಾ. ನನ್ನ ಕಾಲಕ್ಕೆ ಮೂರು ಮನೆಗಳಾಗಿವೆ. ಮುಂದಣ ತಲೆಮಾರುಗಳಲ್ಲಿ ನೂರು ಮನೆಗಳಾಗಬಹುದು. ಆದರೆ ಎಂದೂ ಅವನ್ನು ಬೇರೆಯವರದು ಎಂದು ವಿಂಗಡಿಸಬಾರದು.'' ರಾಮಚಂದ್ರ ಪೈ ಮಗನನ್ನು ಸೆರಗೊಡ್ಡಿ ಬೇಡಿಕೊಂಡ. ತಿಮ್ಮ ಪೈ ''ಇದು ನಮ್ಮ ಮನೆ. ಇಲ್ಲಿ ಬೆಳೆದದ್ದನ್ನು ನಾವೇ ತಿನ್ನುವವರು. ಇನ್ನೊಬ್ಬರ ಕೈ ಅದರ ಮೇಲೆ ಬಿದ್ದರೆ ಸಹಿಸುವವನು ನಾನಲ್ಲ. ಬಳ್ಳಂಬೆಟ್ಟಿನಲ್ಲಿ ಬೆಳೆದದ್ದು ಇನ್ನೊಬ್ಬರ ಹೊಟ್ಟೆ ತುಂಬಿಸುವುದಕ್ಕಲ್ಲ'' ಎಂದು ಕಿರಿಚಿದ.

ರಾಮಚಂದ್ರ ಪೈ ಮಗನನ್ನು ಸಮಾಧಾನಪಡಿಸಲು ಪ್ರಯತ್ನಿಸಿದಷ್ಟು ಅವನ ಸಿಟ್ಟು ಏರುತ್ತಾ ಹೋಯಿತು. ಅತ್ತ ಶಿವಪ್ಪಯ್ಯ ನಿಂತಿದ್ದ. ಅವನಿಗೆ ಅದನ್ನು ಕೇಳುತ್ತಾ ನಿಲ್ಲುವುದು ಸಾಧ್ಯವಾಗಲಿಲ್ಲ. ಅವನೂ ''ಇಷ್ಟು ದಿನ ಇದು ನಮ್ಮ ಮನೆ ಎಂದೇ ತಿಳಿದಿದ್ದೆವು. ಈ ಮನೆಯಲ್ಲಿ ನಮ್ಮನ್ನು ತಮ್ಮವರಲ್ಲ ಅಂತ ತಿಳಿದಿದ್ದಾರೆ ಅಂತ ಈಗ ಗೊತ್ತಾಯಿತು. ಬೆಳೆದ ಅಕ್ಕಿ ಸಮಷ್ಟಿ ಕುಟುಂಬದ್ದು, ನಾವೂ ಅದನ್ನು ತಿನ್ನುವ ಹಕ್ಕಿದ್ದವರು ಎಂದು ತಿಳಿದದ್ದು ತಪ್ಪಾಯಿತು. ಬೇಡ. ಬೇಡ ಅಂದೆ. ಕಾವೇರೀ, ಹೊರಡು. ಮಕ್ಕಳನ್ನೂ ಹೊರಡಿಸು. ಈ ಮನೆಯ ಋಣ ಮುಗಿದಿದೆ. ಇನ್ನು ಏನಿದ್ದರೂ ನಮ್ಮ ತಲೆಗೆ ನಮ್ಮ ಕೈ. ಉಪ್ಪೋ ಮೆಣಸೋ ತಿಂದು ಬದುಕಿದರಾಯ್ತು. ದೇವರು ಕೈ ಹಿಡಿದರೆ ಕೊಂಬ್ರಾಜೆಯಲ್ಲೂ ಮಳೆ ಬಿದ್ದೀತು. ಬಿದ್ದ ಮಳೆಯ ನೀರು ನಿಂತೀತು. ಮೈಯಲ್ಲಿ ಕಸುವಿದ್ದಷ್ಟು ದಿನ ದುಡಿದೇವು'' ಎಂದು ಜೋರಾಗಿ ಕಿರುಚಿದ.

ರಾಮಚಂದ್ರ ಪೈಯ ಗಂಟಲು ಉಕ್ಕಿ ಬಂತು. ಅವನು ನೇರ ಒಳಗಿನ ಕೋಣೆಗೆ ಹೋಗಿ ಶಿವಪ್ಪಯ್ಯನ ಎದುರು ನಿಂತು ಕೈಜೋಡಿಸಿ ''ನನ್ನ ಹುಡುಗನ ಪರವಾಗಿ ನಾನು ಕ್ಷಮೆ ಬೇಡುತ್ತೇನೋ ಶಿವಪ್ಪಾ, ಇದು ನಿನ್ನ ಮನೆ. ಹುಡುಗು ಪ್ರಾಯದ ಅವನು ಒಂದು ಮಾತು ಹೆಚ್ಚು ಹೇಳಿದುದನ್ನು ಮರೆತು ಬಿಡೋ'' ಎಂದು ಹೇಳಿ ಅತ್ತೇ ಬಿಟ್ಟ. ಶಿವಪ್ಪಯ್ಯ ಕೈ ಚೆಲ್ಲಿ ''ಬಾಯಿಯಿಂದ ಏನು ಬೇಕಾದರೂ ಅನ್ನಬಹುದು. ಇಷ್ಟು ಸಣ್ಣ ಹುಡುಗ ಹೀಗೆ ನಾಲಿಗೆ ಸಡಿಲು ಬಿಟ್ಟದ್ದು ಕಾಣುವುದಿಲ್ಲವೇ ? ನನಗೂ ಒಂದಿಷ್ಟು ಮರ್ಯಾದೆಯಂತ ಇದೆ. ನನ್ನ ಮೈಯಲ್ಲಿ ರಕ್ತವಿದ್ದಷ್ಟು ಕಾಲ ದುಡಿಯಬಲ್ಲೆ. ನನ್ನ ಕಟ್ಟಿಕೊಂಡವಳಿಗೂ, ಅವಳ ಹೊಟ್ಟೆಯಿಂದ ಬಂದವರಿಗೂ ಒಂದು ತುತ್ತು ಗಂಜಿ ಹಾಕುವಷ್ಟು ಯೋಗ್ಯತೆ ನನ್ನಲ್ಲೂ ಇದೆ. ಹೊರಟೆ. ಹೊರಟೆ ಅಂದರೆ ಈಗಲೇ, ನಿಂತ ಕಾಲ ಮೇಲೆ ಹೋಗಿ ಬಿಡುತ್ತೇನೆ. ಇವಳೇ, ಏನು ನೀನು ಹೊರಡುವವಳೋ, ಅಲ್ಲ, ಇಲ್ಲೇ ಭಿಕ್ಷಾನ್ನಕ್ಕೆ ಬೀಳುವವಳೋ ? ನನ್ನನ್ನು ಕಟ್ಟಿಕೊಂಡ ಹೆಣ್ಣಾಗಿದ್ದರೆ ಇದೇ ಈಗ ಹೊರಗೆ ಬಾ'' ಎಂದು ಸ್ವರವೆತ್ತರಿಸಿ ಹೇಳಿದ.

ರಾಮಚಂದ್ರ ಪೈಯಿಂದ ಶಿವಪ್ಪಯ್ಯನನ್ನು ನೋಡುವುದು ಕೂಡಾ ಸಾಧ್ಯವಾಗಲಿಲ್ಲ. ಬಾಗಿಲಿನ ಚೌಕಟ್ಟಿಗೆ ಆತು ನಿಂತ ಅವನ ಮೈ ಸಿಟ್ಟಿಂದ ನಡುಗುತ್ತಿತ್ತು. ಒಳಗಿನ

ಕೋಣೆಗಳಲ್ಲಿ ಯಾರೋ ಸರಿದ ಛಾಯೆ. ಅಲ್ಲಿಯ ತನಕ ಮನೆಯ ತುಂಬ ಗಲಗಲ ಸದ್ದಿತ್ತು. ಶಿವಪ್ಪಯ್ಯನೂ ತಿಮ್ಮ ಪೈಯೂ ಬಾಯಿ ಮಾತಿನ ಜಗಳದಲ್ಲಿ ತೊಡಗಿದ್ದಾಗ ಗಂಡಸರ ಮಧ್ಯೆ ಇಂಥ ಜಂಜಾಟ ಆಗುತ್ತಾ ಇರುತ್ತದೆ ಎಂದು ತಿಳಿದಿದ್ದ ಓರಗಿತ್ತಿಯರೂ ಮಾತಿಗಿಂತ ಧ್ವನಿಯ ಏರುವಿಕೆ ಕೇಳಿ ಕೋಣೆಯ ಹಿಂದಿನ ಬಾಗಿಲಿಗೆ, ಅದರಾಚೆಯ ಅಡಿಗೆಯ ಕೋಣೆಗೆ ಬಂದು ನೀರವವಾಗಿ ನಿಂತಿದ್ದರು. ಬಹುಶಃ ಹೆಂಡತಿಯನ್ನು ಕೂಗಿದಾಗ ಆಕೆ ಒಂದಷ್ಟು ಮುಂದೆ ಸರಿದಿರಬೇಕು. ಅದನ್ನು ಕಂಡ ಉಳಿದವರೆಲ್ಲ ಹೌಹಾರಿ ಆರ್ತನಾದ ಮಾಡಿದ ಹಾಗೆ ಅನ್ನಿಸಿ ರಾಮಚಂದ್ರ ಪೈ ಕುಸಿದು ಬಿದ್ದ. "ಹೋಗಬೇಡವೋ ಶಿವಪ್ಪಾ, ಈ ಮನೆತನವನ್ನು ಇಬ್ಭಾಗ ಮಾಡಬೇಡವೋ" ಎಂದು ಕೂಗಿ ಹೇಳತೊಡಗಿದ.

"ಏನು ನೀನು ಅವನ ಕಾಲು ಹಿಡಿಯುತ್ತೀ ? ನಿನಗೆ ಮಗನಿಗಿಂತ ತಮ್ಮನೇ ದೊಡ್ಡವನಾದನೋ ? ಅವರ ಉದ್ಧಾರಕ್ಕೆ ಹೋಗಿ ಮಕ್ಕಳನ್ನು ಹೊಳೆಗೆ ಬಿಸಾಡುವ ನದರೋ ನಿನ್ನದು ? ಹೋಗಲಂತೆ ಅವರು. ಹೋಗುವವರು ಹೊರಟೆ ಹೊರಟೆ ಅಂತ ತಮ್ಮಟೆ ಬಡಿಯುವುದಿಲ್ಲ, ಮೆಟ್ಟಲಿಳಿದು ಅಂಗಣದಾಚೆ ಇರುತ್ತಾರೆ." ತಿಮ್ಮ ಪೈ ತಂದೆಯನ್ನುದ್ದೇಶಿಸಿ ಖಾರವಾಗಿ ಹೇಳಿದ. ಶಿವಪ್ಪಯ್ಯನ ರೋಷ ಉಕ್ಕೇರಿ ನೆಲೆ ಕಾಣದಾಯಿತು. "ತಿಮ್ಮಪ್ಪಾ" ಎಂದು ಕಿರಿಚಿದವನೇ "ನಿನ್ನನ್ನು ಹೆದರಿಸಲಿಕ್ಕೆ ಹೊರಟೆ ಅಂತ ಹೇಳಿದೆ ಎಂದು ತಿಳಿದಿಯೇನೋ ಬೋಳೀಮಗನೇ ? ಇಗೋ, ಹೊರಗೆ ಕಾಲಿಟ್ಟೆ. ಇನ್ನು ಈ ಮನೆಗೆ ಕಾಲಿಟ್ಟರೆ, ನಿಮ್ಮೆದುರು ನಾನಾಗಲೀ, ನನ್ನ ಮಕ್ಕಳಾಗಲೀ ಅವರ ಮುಂದಣ ಸಂತಾನವಾಗಲೀ ಕೈ ಚಾಚಿದರೆ ಧರ್ಮಸ್ಥಳದ ಮಂಜುನಾಥನ ಆಣೆ ಇದೇಽಽಽ" ಅಂತ ಕೆಳಗಿಳಿದೇ ಬಿಟ್ಟ. "ಕಾವೇರೀ, ಬರುತ್ತೀಯೋ ಇಲ್ಲವೋ ನಿನ್ನ ಗಂಟುಮೂಟೆ ಕಟ್ಟಿ?" ಎಂದು ಕೂಗಿ ಹೇಳಿದ.

ಮುಂದೆ ನಡೆದ ಘಟನೆಯ ವಿವರಗಳು ರಾಮಚಂದ್ರ ಪೈಗೆ ಅವನ ಬದುಕಿನ ಕೊನೆಯ ತನಕ ಅರ್ಥವಾಗಲಿಲ್ಲ. ಧರ್ಮಸ್ಥಳದ ಹೆಸರೆತ್ತಿ ಆಣೆ ಹಾಕಿದುದನ್ನು ಕೇಳಿ ಅವನು ಒಮ್ಮೆಲೇ ಸ್ಥಂಭಿತನಾಗಿಬಿಟ್ಟ. ತನ್ನ ಮಿತಿಯೊಳಗಿರದ ಒಂದು ನಡೆವಳಿಕೆ ಈಗ ಅವನ ಕಣ್ಣೆದುರೇ ಆಗುತ್ತಾ ಇರುವುದು ಅವನೆಂದೂ ಎಣಿಸದ ವಿಷಯ. ಹಾಗೆ ದೊಡ್ಡ ಕಡೆಯ ಆಣೆ ಹಾಕುವಂತಹ ಪರಿಸ್ಥಿತಿಯೂ ಅದಲ್ಲ. ಶಿವಪ್ಪಯ್ಯ ಅಷ್ಟು ಹೇಳಿದವನೇ ಅದೇ ಬಾಗಿಲಿನಿಂದ ಹೊರಗೆ ಬಿದ್ದು ಅಂಗಣಕ್ಕಿಳಿದಾಗ ಅವನ ಹೆಂಡತಿ ಕಾವೇರಿ ಗಂಟು ಮೂಟೆಗಳನ್ನು ಕಟ್ಟಿ ಒಳಮನೆಯಿಂದ ಬೆಕ್ಕಿನ ಹಾಗೆ ಹೊರಬಿದ್ದಿದ್ದಳು. ಅಂಗಣದಲ್ಲಿ ತೆಪ್ಪನೆ ಕುಳಿತಿದ್ದ ಮಕ್ಕಳ ಕೈ ಹಿಡಿದು ಎಳೆದವನೇ ಶಿವಪ್ಪಯ್ಯ "ಹೊರಡಿರೋ" ಎಂದು ಗದ್ದರಿಸಿದ. ರಾಮಚಂದ್ರ ಪೈ ತಟಕ್ಕನೆ ಅವನ ಹಿಂದೆ ಓಡಿ ಹೋಗಿ "ಶಿವಪ್ಪಾ, ಹೋಗಬೇಡವೋ. ನಿನ್ನ ಕಾಲು ಹಿಡಿಯುತ್ತೇನೆ. ದೊಡ್ಡಕಡೆಯ ಹೆಸರು ತೆಗೆದುದಕ್ಕೆ

ತಪ್ಪು ಕಾಣಿಕೆ ಇಡುವ. ಹೆಗ್ಗಡೆಯವರ ಹತ್ತಿರ ಹೇಳಿ ಪರಿಹಾರ ದೊರಕಿಸುವ. ನೀನು ಮಾತ್ರ ಹೋಗಬೇಡವೋ'' ಎಂದು ಗೋಗರೆಯತೊಡಗಿದ.

ತಿಮ್ಮ ಪೈ ಮಾತ್ರ ನಿಂತಲ್ಲಿಂದ ಅಲ್ಲಾಡಲಿಲ್ಲ. ಹಜಾರದಲ್ಲಿ ನಿಂತ ಭಂಗಿಯನ್ನೂ ಬದಲಾಯಿಸಲಿಲ್ಲ. ''ಆಣೆ ಹಾಕಿದರೆ ಒಳ್ಳೆಯದೇ ಆಯಿತು. ಇನ್ನಾದರೂ ಕಣಜ ಬಾಚಲು ಯಾರೂ ಬರಲಿಕ್ಕಿಲ್ಲವಲ್ಲ ? ಅಷ್ಟು ಉಳಿಯಿತು. ಕೊಂಬ್ರಾಜೆಯವರಿಗೂ ಇನ್ನೇನಾದರೂ ಹೇಳುವುದಿದೆಯೋ ?'' ಎಂದು ಕೂಗಿ ಹೇಳಿದ. ಶಿವಪ್ಪಯ್ಯ ಹೋದದ್ದನ್ನು ಕಂಡ ದೇವು ಪೈ ತನ್ನ ಹೆಂಡತಿ ಮಕ್ಕಳನ್ನು ಹೊರಡಿಸುವ ಸಿದ್ಧತೆ ಮಾಡುತ್ತಿದ್ದವನು ''ಏನೂ ಹೇಳುವುದು ಬೇಡ ತಿಮ್ಮಪ್ಪಾ. ನಾನೂ ಹೋಗುತ್ತೇನೆ. ನಾನು ಹೋಗಲು ದೇವರ ಆಣೆ ಬೇಕಿಲ್ಲ'' ಎಂದು ಹೇಳಿದ. ಗದ್ದೆಯ ಹುಣಿಯ ಮೇಲೆ ಕಾಲಿಟ್ಟ ಶಿವಪ್ಪಯ್ಯನ ಕೈಯನ್ನು ಗಟ್ಟಿಯಾಗಿ ಹಿಡಿದುಕೊಂಡು ಕೊಸರಾಡುತ್ತಿದ್ದ ರಾಮಚಂದ್ರ ಪೈ ಅಲ್ಲಿಂದಲೇ ''ನೀನು ಮಾತಾಡಬೇಡ ತಿಮ್ಮಪ್ಪಾ. ಹಿರಿಯರು ಇದ್ದಾಗ ನಿನಗೆ ಮಾತಾಡುವ ಗರಜು ಎಂಥದ್ದು?'' ಎಂದು ಕೂಗಿ ಹೇಳಿದ. ಅದನ್ನು ಕೇಳಿ ಧಡಧಡ ಹಜಾರ ಇಳಿದು ಅಂಗಣಕ್ಕೆ ಬಂದ ತಿಮ್ಮ ಪೈ ''ಗರಜು ಎಂಥಾದ್ದು ಅಂತ ಕೇಳುತ್ತೀಯೋ ? ಈ ಮನೆಯ ಮೇಲೆ ನನ್ನದೂ ಹಕ್ಕಿದೆ. ಇಲ್ಲಿಂದ ಹೊರಗೆ ಬೀಳುವ ಒಂದೊಂದು ಕಾಳಿನ ಮೇಲೂ ನನ್ನ ಬೆವರಹನಿ ಬಿದ್ದಿದೆ. ಅದು ನಿನಗೆ ತಿಳಿದಿರಲಿ'' ಎಂದ.

ಅದೇ ತಾನೇ ಗುಡ್ಡದ ಕಡೆಯಿಂದ ಇಳಿದು ಬಂದ ದೊಡ್ಡ ಮಗ ಅಂತು ಪೈಗೆ ವಿಚಾರ ತಿಳಿಯಬೇಕಾದರೆ ಕಾಲುಘಳಿಗೆ ಸಮಯ ಹಿಡಿಯಿತು. ಗದ್ದೆಯ ಹುಣಿಯ ಮೇಲೆ ಹಿಂದೆ ತಿರುಗಿ ನೋಡದೇ ನಡೆಯುತ್ತಿದ್ದ ಚಿಕ್ಕಪ್ಪ, ಅವನನ್ನು ತಡೆಯಲು ಪ್ರಯತ್ನಿಸುತ್ತಿದ್ದ ಅಪ್ಪಯ್ಯ, ಹಕ್ಕು ಹಕ್ಕು ಅಂತ ಮಾತನಾಡುತ್ತಾ ನಿಂತ ತಿಮ್ಮ ಪೈ ಎಲ್ಲ ಕಂಡು ಅವನಿಗೆ ಗಾಬರಿಗಿಂತ ಹೆಚ್ಚಾಗಿ ತಾನೇನಾದರೂ ಮಾತನಾಡಲೇ ಬೇಕು, ಹಾಗೆ ಮಾತನಾಡಿ ತನ್ನ ಇರವನ್ನು ಸ್ಥಾಪಿಸಬೇಕು ಅನ್ನುವ ಕಾತರ ಒತ್ತರಿಸಿ ಬಂತು. ''ಯಾರು ಇಲ್ಲಿ ಹಕ್ಕಿನ ವಿಷಯ ಮಾತನಾಡುತ್ತಿರುವ ಬೋಳೀ ಮಕ್ಕಳು ? ಬಳ್ಳಂಬೀಡಿನ ಈ ಮನೆಯಲ್ಲಿ ನನ್ನದೂ ಒಂದು ಪಾಲಿದೆ ಅಂತ ನೆನಪಿಟ್ಟುಕೊಂಡಿದ್ದಾರೋ ಇಲ್ಲವೋ ?'' ಎಂದು ಹೇಳಿದನವನು. ಆ ಮಾತು ಕಿವಿಗೆ ಬಿದ್ದದ್ದೇ ಸರಕ್ಕನೇ ತಲೆ ತಿರುಗಿಸಿ ನೋಡಿದ ತಿಮ್ಮ ಪೈ. ''ಓಹೋಹೋ ! ಯಾರು ಬೇಡ ಅಂತ ಹೇಳಿದವರು ? ತಮ್ಮ ಪಾಲಿನ ಭತ್ತವನ್ನು ಎರಡು ಕೈಯಿಂದಲೂ ಬಾಚಿ ಕೊಡುವವರು ಕೊಡಲಿ. ನಾನು ಮದುವೆಯಾಗುವ ಮೊದಲೇ ನನ್ನ ಪಾಲಿನ ಆಸ್ತಿ ನನಗೆ ಕೊಡಿ ಅಂದಿದ್ದೆ. ಈಗ ನೋಡಿದರೆ ನನ್ನನ್ನು ಮಂಗ ಮಾಡಿ ಈ ಆಸ್ತಿಯನ್ನೆಲ್ಲ ಬೇರೆಯವರಿಗೆ ಪರಭಾರೆ ಮಾಡುವ ಹುನ್ನಾರು ನಡೆಯುತ್ತಾ ಇದೆ. ಎಲ್ಲ ಧರ್ಮರಾಯರೇ ಆಗಿಬಿಟ್ಟಿದ್ದಾರಲ್ಲ ? ಆಗಲಿ. ಹೊಟ್ಟೆಯಲ್ಲಿ ಹುಟ್ಟಿದ ನನ್ನ ಮಾತಿಗಿಂತ ಬೆನ್ನಿನಲ್ಲಿ ಹುಟ್ಟಿದ ತಮ್ಮನ ಮಾತೇ ಮುಖ್ಯವಾದರೆ ಅದೇ ಆಗಿ ಬಿಡಲಿ. ಧರ್ಮಸ್ಥಳದ ಆಣೆ ಬಿದ್ದಾಗಲೂ ಸಹ ಅವರೇ

ಹತ್ತಿರವಾದರಲ್ಲವೇ ? ಬೇಡ. ಬೇಡ. ಇಗಳ್ಳಿ. ನೀವು ಮತ್ತು ನಿಮ್ಮ ತಮ್ಮಂದಿರೇ ಇಲ್ಲಿರಲಿ. ನನ್ನ ಪಾಲಿನ ಆಸ್ತಿ ನಾನು ನೋಡಿಕೊಂಡೇನು. ಆದರೆ ಈ ಮನೆಯಲ್ಲಿ ನಾನೂ ನಿಲ್ಲುವವನಲ್ಲ. ಬಾರೇ ಜಾಹ್ನವೀ, ನಡಿ ಇಲ್ಲಿಂದ'' ಎಂದು ಕಿರುಚಿದ. ರಾಮಚಂದ್ರ ಪೈ ಅಸಹಾಯನಾಗಿ ನಿಂತುಬಿಟ್ಟ.

ಅವನಿಗೆ ತಿಮ್ಮ ಪೈಯ ಮೇಲೆ ವಿಪರೀತ ಸಿಟ್ಟು ಬಂತು. ಇವನ ಹಠಮಾರಿತನ ಮನೆಯನ್ನೊಡೆಯುವ ಮಟ್ಟಕ್ಕೂ ಮುಟ್ಟಿತೇ ಎಂದನ್ನಿಸಿ ''ನೀನು ಸುಮ್ಮನೆ ಇರುವಿಯೋ ಇಲ್ಲವೋ ?'' ಎಂದು ರಾಮಚಂದ್ರ ಪೈಯೂ ಕಿರುಚಿದ. ''ಸುಮ್ಮನೆ ಯಾಕೆ ಇರಬೇಕು. ನಾಚಿಕೆ ಬಿಟ್ಟು ಆ ಹಡಬೆಯ ಕಾಲು ಹಿಡಿಯುವ ನಿನ್ನ ಜೊತೆ ಮತ್ತು ಸೀರೆ ಕಂಡರೆ ಸಾಕು ತರಡು ದೊಡ್ಡದು ಮಾಡುವ ಈ ಮುಂಡೆ ಮಗನ ಜೊತೆ ನಾನು ಇರಬೇಕು ಅನ್ನುತ್ತೀಯೋ ?'' ತಿಮ್ಮ ಪೈ ಮುಂದುವರಿದ. ರಾಮಚಂದ್ರ ಪೈ ಒಮ್ಮೆಲೇ ಗದ್ದೆಯಿಂದ ಅಂಗಣಕ್ಕೆ ಜಿಗಿಯುತ್ತಾ ''ತಿಮ್ಮಪ್ಪಾಽಽಽ'' ಎಂದು ಕಿರುಚಿದ. ಅವನ ತಲೆಯೊಳಗೆ ಈ ಹುಡುಗನೂ ಬಾಯಿಗೆ ಬಂದದ್ದು ಮಾತನಾಡುತ್ತಾ ಧರ್ಮಸ್ಥಳದ ಹೆಸರೆತ್ತಿ ಆಣೆ ಗೀಣೆ ಮಾಡಿದರೆ ಎಂಬ ಅನುಮಾನ ಹುಟ್ಟಿತು. ಹುಟ್ಟಿದ್ದೇ ಥರಥರ ನಡುಗುತ್ತಾ ಹೋಗಿ ತಿಮ್ಮ ಪೈಯ ಎದುರು ನಿಂತ. ತಿಮ್ಮ ಪೈ ಒಂದಿಷ್ಟೂ ಬೆದರದೇ ಅವನನ್ನೇ ದುರುಗುಟ್ಟಿ ನೋಡಿದ. ಇಡಿಯ ಮೈಯನ್ನು ಸವಾಲಾಗಿ ಮಾಡಿ ನಿಂತು ''ಬೇಡ, ಬೇಡ. ನನ್ನನ್ನು ಕೆರಳಿಸಬೇಡ. ಒಂದೋ ಅವನಿರಬೇಕು. ಇಲ್ಲದಿದ್ದರೆ ನಾನಿರಬೇಕು ಈ ಬಳ್ಳಂಬೆಟ್ಟಿನ ಮನೆಯಲ್ಲಿ. ನಿನಗೆ ಬೇಡವೋ, ಇಗೋ ನಾನು ಹೊರಟೆ. ಇನ್ನೊಂದು ಕ್ಷಣ ನಾನು ಈ ಮನೆಯಲ್ಲಿ ಇರುವವನಲ್ಲ. ನೀನೇ ನಿನ್ನ ತಮ್ಮಂದಿರನ್ನೂ ನಿನ್ನ ಈ ಹಿರಿಮಗನನ್ನೂ ಇಟ್ಟುಕೋ. ನಾನಿನ್ನು ಈ ಮನೆಯಲ್ಲಿ ಕಾಲಿಟ್ಟರೆ.....'' ರಾಮಚಂದ್ರ ಪೈ ತತ್ತರ ನಡುಗುತ್ತಾ, ತಿಮ್ಮಪೈ ಇನ್ನೊಂದು ಶಬ್ದ ಹೊರಡಿಸುವಷ್ಟರಲ್ಲಿ, ತಟಕ್ಕನೆ ಹಾರಿ ''ರಾಂಡೇ ಪುತ್ತಾ''* ಎನ್ನುತ್ತಾ ತನ್ನ ಅಂಗೈಯಿಂದ ಅವನ ಬಾಯಿಯನ್ನು ಗಟ್ಟಿಯಾಗಿ ಮುಚ್ಚಿಹಿಡಿದ. ಅವನು ಹಾರಿದ ರಭಸಕ್ಕೆ ತಿಮ್ಮಪೈಯ ತೋಲ ತಪ್ಪಿತು. ಅವನಿಗೆ ಈ ಆಕ್ರಮಣ ಅನಿರೀಕ್ಷಿತವಾಗಿತ್ತು. ಧಡಕ್ಕನೆ ಕೆಳಗೆ ಬಿದ್ದ ಅವನು ಬಾಯಿ ಮುಚ್ಚಿ ಹಿಡಿದ ಕೈಗಳನ್ನು ತೆಗೆದು ರಾಮಚಂದ್ರ ಪೈಯಿಂದ ಬಿಡಿಸಿಕೊಳ್ಳಲು ಉರುಡಾಡಿದ. ಎದ್ದವನೇ ಧಡಧಡ ಎಂದು ಹೆಜ್ಜೆ ಹಾಕುತ್ತಾ ಮನೆಯೊಳಗೆ ಹೋದ.

ತಂದೆ ಮಗ ಆ ರೀತಿ ಉರುಡಾಡುವುದನ್ನು ನೋಡಲು ಮನಸ್ಸಿಲ್ಲದ ಶಿವಪ್ಪಯ್ಯ ಮುಂತಾದವರು ಆಗಲೇ ಗದ್ದೆಯ ಅಂಚೂ ದಾಟಿಯಾಗಿತ್ತು. ಅವನನ್ನೇ ನೋಡುತ್ತಾ ಬಿದ್ದ ರಾಮಚಂದ್ರ ಪೈಗೆ ಒಮ್ಮೆಲೇ ದುರ್ಬಲತೆ ಮೈ ಏರಿ ಬಂತು. ಅಷ್ಟರಲ್ಲಿ ಮನೆಯೊಳಗೆ ಹೋದ ತಿಮ್ಮ ಪೈ ಅದೇ ರಭಸದಿಂದ ಹೊರಗೆ ಬಂದ. ಕೈಯಲ್ಲೊಂದು ಬಟ್ಟೆಯ ಗಂಟು ಹಿಡಿದುಕೊಂಡು, ಇನ್ನೊಂದು ಕೈಯಿಂದ ಹೆಂಡತಿಯ ರಟ್ಟೆ ಹಿಡಿದು ಅವಳನ್ನು ದರದರ

* ರಾಂಡೇಪುತ್ತಾ = ರಂಡೆಯ ಮಗನೇ

ಎಳೆದುಕೊಂಡೇ ಬಂದ ತಿಮ್ಮ ಪೈ ಅಂಗಣದ ಮೂಲೆಯಲ್ಲಿ ನಿಂತು "ಇಕಾ, ಇನ್ನು ನೀನು ನನಗೆ ತಂದೆಯೂ ಅಲ್ಲ, ನಾನು ನಿನಗೆ ಮಗನೂ ಅಲ್ಲ. ನನ್ನ ಪಾಲಿನ ಆಸ್ತಿಯನ್ನು ನನಗೆ ಕೊಡು. ನಿನ್ನ ತಮ್ಮಂದಿರನ್ನು ನೋಡಿಕೊಳ್ಳುವುದರಲ್ಲಿ ನಾನು ಅಡ್ಡ ಬರುವುದಿಲ್ಲ" ಎಂದವನೇ ದುರ್ಧ್ಯಾನ ತೆಗೆದುಕೊಂಡವನಂತೆ ಅಂಗಣದ ಎದುರಿನ ಗದ್ದೆಗಿಳಿದ. ಒಂದು ಕ್ಷಣ ಅವನಿಗೆ ಎತ್ತಹೋಗಬೇಕೆಂದು ತಿಳಿಯಲಿಲ್ಲ. ಎಡಗಡೆಯಿಂದ ಹೋದರೆ ಶಿವಪ್ಪಯ್ಯನ ಹಿಂದಿನಿಂದಲೇ ಹೋದಂತಾಗುವುದೆಂದು ಬಲಗಡೆಗೆ ಹೊರಳಿದ. ಹೊರಳಿದವನು ನೇರ ಬಲ್ಲಾಳ ಬೀಡಿನ ಹಳೆಯ ಮನೆಯತ್ತ ನಡೆದ. ನೆಲಕ್ಕೆ ಬಿದ್ದಿದ್ದ ರಾಮಚಂದ್ರ ಪೈ ಹೋಗುತ್ತಿದ್ದ ಅವನನ್ನು ತಡೆಯುವುದಕ್ಕೂ ಸಾಧ್ಯವಾಗದಷ್ಟು ನಿರ್ಬಲನಾಗಿ ನೋಡುತ್ತಲೇ ಇದ್ದ.

ಬಳ್ಳಂಬೆಟ್ಟಿನ ಮನೆಯ ಎಡಗಡೆಯಲ್ಲಿ ಇನ್ನೂ ಬಲ್ಲಾಳ ಬೀಡು ಹಳೆಯ ಮನೆ ಹಾಗೆಯೇ ಇತ್ತು. ವಾಸವಿಲ್ಲದಿದ್ದುದರಿಂದ ಅದರ ಕೆಲವು ಭಾಗಗಳು ಕೆಳಗೆ ಉರುಳಿದ್ದರೂ ಉಳಿದ ಕಡೆ ಗಟ್ಟಿಯಾದ ಸೂರು. ಎದುರಿನ ಹಜಾರವಾಗಲೀ ಅದರ ಹಿಂದಿನ ಎರಡು ಮೂರು ಕೋಣೆಗಳಾಗಲೀ ಇನ್ನೂ ಸುಸ್ಥಿತಿಯಲ್ಲಿಯೇ ಇದ್ದುವು. ಬಳ್ಳಂಬೆಟ್ಟಿನ ಮನೆಯಿಂದ ಅಲ್ಲಿಗೆ ಹತ್ತು ತೆಂಗಿನ ಮರಗಳ ದೂರ. ತಿಮ್ಮ ಪೈ ಬಲ್ಲಾಳ ಬೀಡಿನ ಮೆಟ್ಟಿಲು ಹತ್ತುವ ತನಕ ಜಾಹ್ನವಿಯ ರಟ್ಟೆಯನ್ನು ಬಿಡಲಿಲ್ಲ. ಮೆಟ್ಟಿಲು ಹತ್ತಿದವನೇ ಎದುರಿನ ಬಾಗಿಲು ನೂಕಿ ಒಳಗೆ ಕಾಲಿಟ್ಟ. ಅವನ ಹಿಂದೆಯೇ ಜಾಹ್ನವಿಯೂ ಒಳಗೆ ಕಾಲಿಟ್ಟಳು. ಒಳಗಿನ ಕತ್ತಲೆಯಲ್ಲಿ ಅವನೂ ಅವಳೂ ಮರೆಯಾಗುವುದನ್ನೇ ನೋಡುತ್ತಿದ್ದ ರಾಮಚಂದ್ರ ಪೈಯ ದೃಷ್ಟಿಯಲ್ಲಿ ಬೆಳಕೇ ಇರಲಿಲ್ಲ.

ಒಳಗೆ ಹೋದ ತಿಮ್ಮ ಪೈ ಮತ್ತು ಜಾಹ್ನವಿ ಒಂದು ಕ್ಷಣ ಒಳಗೆ ಇದ್ದರೋ ಇಲ್ಲವೋ, ಜಾಹ್ನವಿ ಕಿಟಾರನೆ ಕಿರುಚುತ್ತಾ ಹೊರಗೋಡಿ ಬಂದಳು. ಇಡೀ ಬಳ್ಳಂಬೆಟ್ಟಿನ ಬಯಲಲ್ಲಿ ಅವಳು ಕಿರುಚಿದ್ದು ಮಾರ್ದನಿಗೊಂಡಿತು. ಆಕೆ ಬಾಯಿ ಬಾಯಿ ಬಡಿಯುತ್ತಾ ಹೊರಗೆ ಬಂದು "ಯಾರಲ್ಲಿ?ऽऽऽ" ಎಂದು ಕೂಗಿ ಧೊಪ್ಪನೆ ಹಜಾರದ ಮೇಲೆ ಬಿದ್ದುಬಿಟ್ಟಳು. ಶ್ರಾದ್ಧಕ್ಕೆ ಬಂದಿದ್ದ ಜನರೆಲ್ಲ ಅಷ್ಟು ಹೊತ್ತೂ ಬೊಂಬೆಗಳಂತೆ ನಿಂತವರು "ಅಯ್ಯೋ" ಎಂದು ಕಿರುಚುತ್ತಾ ಅತ್ತ ಓಡಿದರು. ರಾಮಚಂದ್ರ ಪೈಯೂ ಓಡಿದ. ಒಳಗಿನ ಕತ್ತಲಲ್ಲಿ ಕೈಯಲ್ಲಿದ್ದ ಬಟ್ಟೆಯ ಗಂಟನ್ನು ನೆಲಕ್ಕೆ ಒಗೆದ ತಿಮ್ಮ ಪೈ ಏನನ್ನು ಮೆಟ್ಟಿದನೋ, ಸರ್ಪವೊಂದು ಕಟಕ್ಕನೆ ಅವನ ಕಾಲನ್ನು ಕಡಿದದ್ದು ನೋಡಿ "ಅಮ್ಮಾ" ಎಂದು ನೆಲಕ್ಕೆ ಒರಗಿದ್ದ. ಜಾಹ್ನವಿ ಏನು ಏನು ಎಂದು ಗಾಬರಿಗೊಂಡು ಕೇಳುವಷ್ಟರಲ್ಲಿ ನೆಲದ ಮೇಲೆ ಸರಸರ ಹರಿಯುವ ಹಾವು ಕಂಡು ಕಿಟಾರನೆ ಕಿರುಚಿ ಹೊರಗೆ ಧಾವಿಸಿ ಬಂದಿದ್ದಳು.

ಬಳ್ಳಂಬೆಟ್ಟಿನ ಮನೆಯಿಂದ ಓಡಿ ಬಂದ ಜನರು ಶುಶ್ರೂಷೆ ಮಾಡುವಷ್ಟರಲ್ಲಿ ತಿಮ್ಮ ಪೈಯ ಉಸಿರು ನಿಂತು ಹೋಗಿತ್ತು !

★

ಶ್ರಾದ್ಧದ ಮನೆ ಸ್ಮಶಾನವಾಯಿತು. ರಾಮಚಂದ್ರ ಪೈ ಮಗನ ನಿರ್ಜೀವ ದೇಹದ ಮೇಲೆ ಬಿದ್ದು ರೋದಿಸಿದ. ಮನೆಯಲ್ಲಿದ್ದ ಉಳಿದ ಕಿರಿಯರೇ ಪರಿಸ್ಥಿತಿಯನ್ನು ಸಾವರಿಸಿಕೊಳ್ಳಬೇಕಾಯಿತು. ಅಂತು ಪೈಯ ಹೆಂಡತಿ ಓಡಿ ಬಂದು ತಂಗಿಯ ಶುಶ್ರೂಷೆ ಮಾಡಿದಳು. ತಂಗಿಗೆ ಆದ ದುರಂತವನ್ನು ಕಂಡು "ಹೀಗಾಯಿತಲ್ಲವೇ ಜಾನಿ ?" ಎಂದು ದೊಡ್ಡ ಸ್ವರದಲ್ಲಿ ಅತ್ತಳು. ಜಾಹ್ನವಿ ಎಚ್ಚರಾಗಿ ಬಲ್ಲಾಳ ಬೀಡಿನ ಹಜಾರದ ಗೋಡೆಗೊರಗಿ ಕುಳಿತವಳು ಕಣ್ಣ ರೆಪ್ಪೆಗಳನ್ನೂ ಅಲುಗಾಡಿಸಲಿಲ್ಲ. ಒಳಗಿನ ಕತ್ತಲೆ ಕೋಣೆಯಿಂದ ತಿಮ್ಮ ಪೈಯ ದೇಹವನ್ನು ಹೊರಗೆ ಅಂಗಣಕ್ಕೆ ತುಳಸಿಯ ಕಟ್ಟೆಯ ಬಳಿ ತಂದಿರಿಸಿದ್ದರು. ಒಮ್ಮೆ ಅವನ ಜೀವ ಹೋಗಿದೆಯೆಂದು ತಿಳಿದೊಡನೆ ದೇಹದ ಬಳಿ ಹೆತ್ತವರನ್ನು ಬಿಟ್ಟು ಉಳಿದವರು ದೂರಾಗಿದ್ದರು. ಹಾಗಾಗಿ ಅವಳು ಕುಳಿತಲ್ಲಿಂದ ನೇರ ತಿಮ್ಮ ಪೈಯ ಮುಖ ನೋಡುವುದು ಸಾಧ್ಯವಾಗಿತ್ತು. ನಿಷ್ಪಂದ ಕಣ್ಣುಗಳಿಂದ ನೋಡುತ್ತಿದ್ದ ಜಾಹ್ನವಿಯ ಕಣ್ಣೀರು ಬತ್ತಿ ಹೋಗಿತ್ತೋ ಏನೋ ? ತನ್ನಕ್ಕ 'ಹೀಗಾಯಿತಲ್ಲವೇ ಜಾನಿ ?' ಎಂದು ದೊಡ್ಡ ಸ್ವರದಲ್ಲಿ ಅತ್ತಾಗಲೂ ಆಕೆಗೆ ಅಳು ಬರಲಿಲ್ಲ. ಆಕೆ ಕೀಲಿಸಿದ ಕಣ್ಣು ಅಲ್ಲಾಡಿಸಲಿಲ್ಲ.

ಬದುಕಿದ್ದಾಗ ತಿಮ್ಮ ಪೈ ಬೆಳ್ಳಗೆ ಉರುಟುರುಟಾಗಿದ್ದ. ಈಗ ನೆತ್ತಿಗೇರಿದ ಹಾವಿನ ವಿಷದಿಂದಾಗಿ ಮೈ ನೀಲಿಗಟ್ಟತೊಡಗಿತ್ತು. ತುಂಬಿಕೊಂಡ ಮೈ ಕೈ ಭೀಕರವಾಗಿ ಕಾಣುತ್ತಿತ್ತು. ತನ್ನ ಸುತ್ತಮುತ್ತ ಕುಳಿತಿದ್ದ ಮಂದಿ ಅಳುತ್ತಿದ್ದ ಸ್ವರಕ್ಕೆಲ್ಲ ಜಾಹ್ನವಿ ಕಿವುಡಿಯಾಗಿದ್ದಳು. ಇದೇ ಈಗ ಘಳಿಗೆಯ ಹಿಂದೆ ಬಳ್ಳಂಬೆಟ್ಟಿನ ತರುವಾಡಿನ ಒಳಕೋಣೆಯಲ್ಲಿ ನಿಂತಿದ್ದ ತನ್ನತ್ತ ಧಡಧಡ ಹೆಜ್ಜೆ ಹಾಕಿ ಬಂದವನು. ಜಗಳದಿಂದ ಸಿಟ್ಟೇರಿ ಕೆಂಪಾದವನು. ಸಡಿಲಾದ ಕಚ್ಚೆ ಬಿಚ್ಚಿ ಹೋದ ಶೆಂಡಿ. ಬಂದ. ಬಂದವನೇ ರಟ್ಟೆಗೆ ಕೈ ಹಾಕಿ "ಹೊರಡು ಇವಳೇ. ಈ ಮನೆಯಲ್ಲಿ ಇನ್ನು ಕಾಲಿಡುವುದು ಬೇಡ. ನಾನು ಎಲ್ಲಿಗೆ ಕರೆದುಕೊಂಡು ಹೋಗುತ್ತೇನೋ ಅಲ್ಲಿಗೆ ಬಾ" ಎಂದ. ಹಿಡಿದ ರಟ್ಟೆಯನ್ನು ಬಿಡದೇ ಸೂರಿಗೆ ನೇತುಹಾಕಿದ್ದ ಎರಡು ಪಂಚೆ ಸೀರೆಗಳನ್ನು ನೆಲಕ್ಕೊಗೆದು ಎಡಗೈಯಿಂದಲೇ ಮೂಟೆಕಟ್ಟಿ ಕಂಕುಳಲ್ಲಿಟ್ಟ. "ನಿನ್ನದೇನಾದರೂ ಇದ್ದರೆ ಎತ್ತಿಕೋ" ಎಂದ. ತಲೆಯಲ್ಲಾಡಿಸುವಷ್ಟು ಶಕ್ತಿಯೂ ಹುಟ್ಟಲಿಲ್ಲ. ದರದರ ಎಳೆದುಕೊಂಡೇ ಬಳ್ಳಂಬೆಟ್ಟಿನ ಮನೆಯಿಂದ ಹೊರಬಿದ್ದ. ತಂದೆಯ ಬಳಿ ಏನೋ ಒಂದು ಸವಾಲಿನ ಮಾತು ಹೇಳಿ ಬಲ್ಲಾಳ ಬೀಡಿನತ್ತ ಹೆಜ್ಜೆ ಹಾಕುವಾಗಲೂ ಹಿಡಿದ ರಟ್ಟೆ ಬಿಡಲಿಲ್ಲ. ದುಮುಗುಡುತ್ತಿದ್ದ ಅವನನ್ನು ಮಾತಾಡಿಸುವುದು ಅಸಾಧ್ಯವೇ ಆಗಿತ್ತು. ಬಲ್ಲಾಳ ಬೀಡಿನ ಮುಚ್ಚಿದ ಹೆಬ್ಬಾಗಿಲು ನೂಕುವಾಗ "ಇನ್ನು ನೀನು ಆ ಮನೆಗೆ ಹೋದರೆ ನನ್ನಾಣೆಯಿದೆ ನಿನಗೆ. ಸಾಯುವ ತನಕ ಈ ಮನೆ ಬಿಟ್ಟು ಹೊರಗೆ ಹೋಗಬಾರದು" ಎಂದ !

ಆ ಮಾತೇ ಕೊನೆ. ಆ ಮಾತಿನಂತೆಯೇ ನಡೆದ. ಒಮ್ಮೆ ಒಳಗೆ ಕಾಲಿಟ್ಟವನು ಮತ್ತೆ ಹೊರಗೆ ಕಾಲಿಡಲಿಲ್ಲ. ಶವವಾಗಿಯೇ ಹೊರಬಿದ್ದ. ಆಣೆಯಿಟ್ಟು ಹೇಳಿದ್ದಲ್ಲವೇ – ಮನೆಬಿಟ್ಟು ಹೊರಗೆ ಹೋಗಬಾರದು ಎಂದು ! ಜಾಹ್ನವಿಯ ಕಿವಿಯಲ್ಲಿ ಆ ಮಾತೇ ಪ್ರತಿಧ್ವನಿಸುತ್ತಿತ್ತಲ್ಲದೇ ಸುತ್ತಲಿದ್ದವರ ಅಳುವಲ್ಲ !

ಮಂಗಲಪಾಡಿಯಿಂದ ಅವಳ ತಂದೆ ತಾಯಿ ಬರುವ ತನಕ ಕಾಯುವುದರಲ್ಲಿ ಅರ್ಥವಿರಲಿಲ್ಲ. ಅಲ್ಲಿಗೆ ಕಳುಹಿಸಿದ ಆಳುಗಳು ಕುಂಬಳೆಗೆ ಕೊಟ್ಟ ಸುದ್ದಿಯಿಂದಾಗಿ ಕುಂಬಳೆಯಿಂದಲೇ ಜನರು ಬರುವಾಗ ತುಂಬ ಹೊತ್ತಾಗಿತ್ತು. ಭಾವ ವೀರಪ್ಪ ನಾಯಕ "ಇನ್ನು ಹೊತ್ತು ತೆಗೆಯುವುದು ಬೇಡ ಭಾವ. ಮಂಗಲಪಾಡಿಗೆ ಸುದ್ದಿ ಸಿಕ್ಕಿ ಅವರು ಇಲ್ಲಿಗೆ ಬರಬೇಕಾದರೆ ಮೂರು ದಿನ ಬೇಕಾಗುತ್ತದೆ. ಅಷ್ಟರಲ್ಲಿ ಶವದ ಅವಸ್ಥೆ ಏನಾದೀತು ಎಂದು ಹೇಳಲು ಬರುವುದಿಲ್ಲ. ಸೌದೆ, ಬೆರಣಿ ಎಲ್ಲ ಸಿದ್ಧವಾಗಿದೆ. ಕೊಂಡೊಯ್ಯುವುದು, ಮುಂದಿನ ಕರ್ಮ ಮಾಡುವುದು – ಅಲ್ಲವೇ ?" ಎಂದ. ಶ್ರಾದ್ಧಕ್ಕೆ ಬಂದಿದ್ದ ಬಾದರಾಯಣ ಭಟ್ಟರು ಶವಕ್ಕೆ ಮಾಡಬೇಕಾದ ಅಲಂಕಾರ ಮಾಡಿ ಕಿವಿಯಲ್ಲಿ ಮಂತ್ರ ಹೇಳಿದರು. ಹೊಸ ಅರಿವೆ, ಗಡಿಗೆ, ದರ್ಭೆ ಎಲ್ಲ ಸಿದ್ಧವಾದುವು. ಆದರೂ ಜಾಹ್ನವಿಯ ಕಣ್ಣುಗಳಿಂದ ಒಂದು ಹನಿ ನೀರು ಹೊರಬರಲಿಲ್ಲ. ಅವಳು ಅತ್ತು ಬಿಡಲಿ ಎಂದು ಉಳಿದವರು ಮಾಡಿದ ಪ್ರಯತ್ನಗಳೂ ಫಲಿಸಲಿಲ್ಲ. ಕಿವಿಯಲ್ಲಿ ಅವೇ ಮಾತುಗಳು – ಇನ್ನು ನೀನು ಆ ಮನೆಗೆ ಹೋದರೆ ನನ್ನಾಣೆಯಿದೆ ನಿನಗೆ. ಸಾಯುವ ತನಕ ಈ ಮನೆ ಬಿಟ್ಟು ಹೊರಗೆ ಹೋಗಬಾರದು. ದೇವರ ಹೆಸರು ಹೇಳುತ್ತಾ ಗಂಡಸರು ಶವವನ್ನು ಎತ್ತಿದರೋ ಇಲ್ಲವೋ, ಜಾಹ್ನವಿ ಕುಳಿತಲ್ಲಿಂದ ಧಡಕ್ಕನೆ ಎದ್ದವಳೇ ಹಾವು ಕಚ್ಚಿದ್ದ ಒಳಗಿನ ಕತ್ತಲೆ ಕೋಣೆಗೆ ಹೋಗಿ ಬಾಗಿಲನ್ನು ಮುಚ್ಚಿಕೊಂಡಳು. ಏನಾಯಿತು ಏನಾಯಿತು ಎಂದು ಎಲ್ಲರೂ ಗಾಬರಿಯಾಗಿ ಕೂಗುವಷ್ಟರಲ್ಲಿ ಆಕೆ ಒಳಕೋಣೆ ಸೇರಿಯಾಗಿತ್ತು !

ಶವದ ಜೊತೆ ಹೋಗಲಾಗದವರೆಲ್ಲ ಜಾಹ್ನವಿಯನ್ನು ಹೊರಗೆ ಬಾ ಎಂದು ಬಾಗಿಲು ಬಡಿದು ಬಹಳ ಸಲ ಕೂಗಿದರು. ಸ್ವತಃ ರಾಮಚಂದ್ರ ಪೈಯೇ ಕಿರಿಸೊಸೆಯನ್ನು ಹೊರಗೆ ಬಾ ಎಂದು ಅಂಗಲಾಚಿ ಬೇಡಿದ. ಘಳಿಗೆ ಕಳೆದರೂ ಆಕೆ ಹೊರಗೆ ಬಾರದೇ ಇದ್ದಾಗ ಗಂಡಸರು ಬಾಗಿಲು ಒಡೆದು ಆಕೆಯನ್ನು ಹೊರಗೆ ಕರೆದು ತರುವ ಭೀತಿಯನ್ನೂ ಕೊಟ್ಟರು. ಅವಳದ್ದು ಒಂದೇ ಹಠ – "ನನ್ನನ್ನು ಈ ಮನೆಗೆ ಅವರು ತಂದರು. ಇದನ್ನು ಬಿಟ್ಟು ನಾನು ಹೊರಗೆ ಬರುವವಳಲ್ಲ !" ಕೋಣೆಗಿದ್ದ ಚಿಕ್ಕದೊಂದು ಕಿಟಕಿಯ ಮೂಲಕ ಇಣಿಕಿ ನೋಡಿದವರಿಗೆ ಕಂಡದ್ದು, ಗಂಡ ಒಗೆದ ಬಟ್ಟೆಯ ಗಂಟನ್ನು ಗೋಡೆಯ ಬಳಿ ಇಟ್ಟು ಬೆನ್ನು ಕೊಟ್ಟು ಕಾಲು ಚಾಚಿ ಕೂತ ಜಾಹ್ನವಿಯನ್ನು ! ಅಲ್ಲಾಡದೇ ಕಲ್ಲಿನ ಹಾಗೆ ಕೂತ

ಅವಳ ಆಕೃತಿಯನ್ನು ! ಒಬ್ಬಳೇ ಒಳಗೆ ಇನ್ನೇನಾದರೂ ಮಾಡಬಹುದೆಂಬ ಆತಂಕ ಇದ್ದವರೂ ಅವಳನ್ನು ನೋಡಿ ತುಸು ಸಮಾಧಾನಗೊಂಡರು. ಅವಳನ್ನು ಹೊರಗೆ ತರುವ ಪ್ರಯತ್ನ ಅರ್ಧ ದಿನ ನಡೆದರೂ ಎಲ್ಲ ಬೇಸತ್ತು ಬಳ್ಳಂಬೆಟ್ಟಿನ ಮನೆಗೆ ಹಿಂತಿರುಗಬೇಕಾಯಿತು.

ಒಮ್ಮೆ ಒಳಗೆ ಹೋದ ಜಾಹ್ನವಿ ಮುಂದೆಂದೂ ಹೊರಗೆ ಬರಲಿಲ್ಲ. ಅವಳ ತಂದೆ ತಾಯಂದಿರು ಮಂಗಲಪಾಡಿಯಿಂದ ಎರಡು ದಿನಗಳ ಬಳಿಕ ಬಂದವರು ಮತ್ತೆ ಅವಳನ್ನು ಕರೆಯುವ ಸಾಹಸ ಮಾಡಿದರು. ದುಃಖದ, ಸಮಾಧಾನದ, ಪುಸಲಾವಣೆಯ ಮಾತುಗಳು ಮುಗಿದು "ಸತ್ತವನು ಸತ್ತ. ಅವನ ಆಯುಸ್ಸು ಮುಗಿದಿತ್ತು. ನೀನು ಹೀಗೆ ಕೂತರೆ ಅವನು ಮತ್ತೆ ಬರುತ್ತಾನೆಯೇ ?" ಎಂದರು. ಆಕೆಯದು ಒಂದೇ ಮಾತು "ನನ್ನನ್ನು ಇಲ್ಲಿಗೆ ಕರೆದು ತಂದು ಬಿಟ್ಟರು. ಇಲ್ಲಿಯೇ ಇರಬೇಕು ಎಂದರು. ನಾನು ಇಲ್ಲಿಯೇ ಇರುವವಳು" ಕಿಟಕಿಯ ಮೂಲಕ ಬಂದ ಮಾತುಗಳು ಅನಂತಯ್ಯನವರ ಬಾಯಿಯನ್ನೂ ಮುಚ್ಚಿಸಿದುವು. ಅವರು ರಾಮಚಂದ್ರ ಪೈಯೊಡನೆ "ಮಕ್ಕಳನ್ನು ಈ ಸ್ಥಿತಿಗೆ ತಂದವರೇ ನಾವು ಭಾವ. ಹೊಂದಲಾರದ ಜಾತಕಗಳಿದ್ದೂ ಮದುವೆ ಮಾಡಿಸಿ ಈ ಸ್ಥಿತಿಗೆ ತಂದೆವಲ್ಲ ? ಈಗ ನೋಡಿ, ಅನುಭವಿಸಬೇಕಾಗಿದೆ. ಹಠದಲ್ಲಿ ನಿಮ್ಮ ಹುಡುಗನಿಗೆ ಕಮ್ಮಿಯಿಲ್ಲ ಅವಳು" ಎಂದು ಮರುಗಿದರು.

ಸಾವಾದ ನಂತರದ ಹನ್ನೆರಡು ದಿನಗಳೂ ಜಾಹ್ನವಿಯನ್ನು ಹೊರಗೆ ಕರೆಯುವ ಪ್ರಯತ್ನ ನಡೆಯುತ್ತಲೇ ಇತ್ತು. ಕೋಣೆಯೊಳಗೆ ಸೇರಿದ ಜಾಹ್ನವಿ ಕಿಟಕಿಯ ಹತ್ತಿರ ಬಂದು ಯಾರ ಮುಖವನ್ನೂ ನೋಡದೇ "ಬೊಜ್ಜ ಮಾಡಿದರೆ ಎಲೆಯ ಮೇಲೆ ಗಾರುಂಬರಿ* ಪಾಯಸ ಇಲ್ಲಿಗೇ ತಂದುಕೊಡಿ. ಮತ್ತೆ ನನ್ನನ್ನು ಮರೆತೂ ಬಿಡಿ" ಎಂದಳು. ಹನ್ನೆರಡು ದಿನಗಳ ಪರ್ಯಂತ ಕಿಟಕಿಯ ಮೂಲಕ ಕೊಟ್ಟ ನೀರು ಆಹಾರಗಳನ್ನು ಆಕೆ ಮುಟ್ಟಿರಲಿಲ್ಲ ! ಬದುಕಿದ್ದೇ ದೊಡ್ಡದು ಎಂದುಕೊಂಡರೆಲ್ಲ. ತಿಮ್ಮ ಪೈಯ ಬೊಜ್ಜ ನಡೆದು ಗಾರುಂಬರಿ, ಪಾಯಸಗಳನ್ನು ಕೊಟ್ಟಾಗ ಮಾತ್ರ ಅದನ್ನವಳು ಸ್ವೀಕರಿಸಿ ತಿಂದಳೆಂದು ನೋಡಿದವರು ಹೇಳಿದರು.

ಮುಂದಣ ದಿನಗಳಲ್ಲಿ ಒಮ್ಮೆಯೂ ಜಾಹ್ನವಿ ಬಲ್ಲಾಳರ ಮನೆಯ ಬೀಡಿನ ಹೊರಗೆ ಬರಲಿಲ್ಲ. ಅತ್ತ ಕಡೆ ಹೋದವರ ಕಣ್ಣಿಗೂ ಸರಿಯಾಗಿ ಬೀಳಲಿಲ್ಲ. ಸದಾ ಮುಚ್ಚಿರುವ ಬಾಗಿಲಿನ ಹಿಂದೆ ಇದ್ದ ಜಾಹ್ನವಿಗೆ ಹೊರಗಿನ ಪ್ರಪಂಚಕ್ಕಿದ್ದ ಸಂಬಂಧವೆಂದರೆ ಆಗಸಗಿತ್ತಿ ದೇಯಿಯ ಮಗಳು ಕಾಳಿ ಎಂಬ ಹುಡುಗಿ ಮಾತ್ರ ! ಬಳ್ಳಂಬೆಟ್ಟಿನ ಮನೆಯಿಂದ ಆ ಮನೆಗೆ ಹತ್ತು ಮಾರುಗಳ ಅಂತರ. ರಾತ್ರಿಯಾಗುವಾಗ ಅದು ಭೂತದ ಮನೆಯಂತೆಯೇ

---

* ಗಾರುಂಬರಿ =ಬೊಜ್ಜದ ವಡೆ

ಕಾಣುತ್ತಿತ್ತು. ಜಾಹ್ನವಿ ಒಬ್ಬಳೇ ಇರುತ್ತಾಳೆಂದು ರಾಮಚಂದ್ರ ಪೈ ಅಗಸಗಿತ್ತಿ ದೇಯಿಯ ಮಗಳು ಕಾಳಿಯನ್ನು ಜೊತೆಗಿರಲು ಕೇಳಿಕೊಂಡಿದ್ದ. ಹಾಗಾಗಿ ಕಾಳಿ ರಾತ್ರಿಯ ಹೊತ್ತು ದೀಪ ಉರಿಸಿಡುತ್ತಿದ್ದಳು. ಬಳ್ಳಂಬೆಟ್ಟಿನ ಹಜಾರದಲ್ಲಿ ಕೂತು ನೋಡಿದರೆ ದೂರದ ಆ ಹಳೆಯ ಮನೆಯ ದೀಪದ ಮಿಣಿಮಿಣಿ ಬೆಳಕು ಕಾಣುತ್ತಿತ್ತು !

ದೇಯಿಗೂ ಮಗಳಿಗೊಂದು ನೆಲೆಯಾಯಿತಲ್ಲ ಎಂದು ಸಮಾಧಾನ. ಚಿಕ್ಕ ಒಡತಿ ಇವತ್ತಲ್ಲದಿದ್ದರೆ ನಾಳೆ ಎಲ್ಲರ ಹಾಗೆ ಇದ್ದಾಳು ಎಂಬ ಆಸೆಯನ್ನು ಎಲ್ಲರಂತೆ ಅವಳೂ ಇಟ್ಟುಕೊಂಡಿದ್ದಳು. ಬೀಡಿನ ಆವರಣದಿಂದ ಉಳಿದವರೆಲ್ಲ ಹೊರಟು ಹೋದ ಮೇಲೆ ಜಾಹ್ನವಿ ಕೋಣೆಯ ಬಾಗಿಲು ತೆರೆದಿದ್ದಳು. ಹಾಗಾಗಿ ಕಾಳಿ ಅವಳಿಗೆ ಆಹಾರ ನೀರು ಕೊಡುವುದು ಸಾಧ್ಯವಾಯಿತು. ಆದರೆ ಜಾಹ್ನವಿ ಅಡಿಗೆ ಮಾಡುವುದಾಗಲೀ, ಸ್ನಾನ ಮಾಡುವುದಾಗಲೀ, ಬಟ್ಟೆ ಬದಲಾಯಿಸುವುದಾಗಲೀ ಮಾಡುವ ಗೋಜಿಗೆ ಹೋಗಲಿಲ್ಲ. ಮಾತೂ ಆಡಲಿಲ್ಲ. ಇನ್ನೊಬ್ಬರ ಕಣ್ಣಿಗೆ ಕೂಡಾ ಬೀಳುತ್ತಿರಲಿಲ್ಲ. ಇನ್ನೊಬ್ಬರ ನೆರಳಿನಿಂದ ದೂರವೇ ಉಳಿದಳು. ಮೊದ ಮೊದಲು ಅನ್ನ ಸಾರು ಕಳುಹಿಸಿಕೊಡುತ್ತಿದ್ದರೂ ಹಸಿವೆಯನ್ನು ತೋರ್ಪಡಿಸಿಕೊಳ್ಳುತ್ತಿರಲಿಲ್ಲವಾದುದರಿಂದ ಕ್ರಮೇಣ ಕಾಳಿಯೇ ಅವಳಿಗೆ ಬೇಯಿಸಿ ಹಾಕತೊಡಗಿದಳು. ಅದಕ್ಕಾಗಿ ಆಕೆ ಆಗಾಗ ತರುವಾಡು ಮನೆಗೆ ಬಂದು ಅಕ್ಕಿ ಮೆಣಸು ಎಂದೆಲ್ಲ ಕೊಂಡೊಯ್ಯತೊಡಗಿದಳು. ಆಗ ರಾಮಚಂದ್ರ ಪೈಯೋ, ಅಂತು ಪೈಯ ಹೆಂಡತಿಯೋ, ತಾಯಿ ಪಾರ್ವತೀ ಬಾಯಿಯೋ "ಹೇಗಿದ್ದಾಳೆ ?" ಎಂದು ಕೇಳಿದರೆ "ಇದ್ದಾರೆ. ಕೂತು ಉಂಡುದಿಲ್ಲ. ಬಾಯಿಯಿಂದ ಒಂದು ಮಾತಿಲ್ಲ. ಸುಮ್ಮನೆ ಕೂರುತ್ತಾರೆ. ಒಮ್ಮೊಮ್ಮೆ ಮನೆಯ ಇತರ ಕೋಣೆಗಳಿಗೋ ಹಜಾರಕ್ಕೋ ಬರುವುದುಂಟು" ಎಂದದ್ದಿತ್ತು. "ನಾನು ಉಣ್ಣಬೇಕಲ್ಲ ? ಇದನ್ನೆಲ್ಲ ಕೊಂಡೊಯ್ದು ಅಡಿಗೆ ಮಾಡುತ್ತೇನೆ. ಅವರಿಗೆ ತೆಗೆದಿಡುತ್ತೇನೆ. ಉಂಡರೆ ಉಂಡರು. ಇಲ್ಲದಿದ್ದರೆ ಅದನ್ನೂ ನಾನೇ ಮುಗಿಸುತ್ತೇನೆ. ಅಮ್ಮ ಈ ತನಕ ನನ್ನ ಜೊತೆ ಚಕಾರ ತೆಗೆದದ್ದಿಲ್ಲ" ಎಂದು ಹೇಳುತ್ತಿದ್ದಳು.

ಜಾಹ್ನವಿಯನ್ನು ಮುಂದೆ ಯಾರೂ ನೋಡಿದವರಿಲ್ಲ. ಹಳೆಮನೆಯ ಕಡೆಗೆ ಯಾರಾದರೂ ಹೋದರೆ ಆಕೆ ಒಳಗಿನ ಕೋಣೆ ಸೇರಿ ಬಾಗಿಲು ಮುಚ್ಚಿಕೊಳ್ಳುತ್ತಿದ್ದಳು. ತಾನೇ ಹಠ ಹಿಡಿದುಕೊಂಡು ಮಾಡಿದ ಮದುವೆ ಈ ಗತಿ ಹಿಡಿದದ್ದಕ್ಕೆ ಆಕೆ ತನ್ನನ್ನೇ ಜವಾಬ್ದಾರಿ ಮಾಡಿಕೊಂಡಿದ್ದಳು. ಹಾಗಾಗಿ ಆಕೆ ಇನ್ನೊಬ್ಬರ ಮುಖ ನೋಡಲು ಬಯಸಲಿಲ್ಲ. ಕಾಳಿ ಆಗಾಗ್ಗೆ ಬೇಕಾದ ಸಾಮಾನು ಸರಂಜಾಮು ತರುತ್ತಿದ್ದಳು. ತಂದದ್ದನ್ನು ಅಟ್ಟಿ ಅಡುಗೆ ಮಾಡುತ್ತಿದ್ದಳು. ಉಣ್ಣುತ್ತಿದ್ದಳು. ಒಡತಿಗೂ ತಿನ್ನಿಸುತ್ತಿದ್ದಳು. ಒಂದೆರಡು

ವರುಷ ಕಾಳಿ ಬರದಿದ್ದರೆ ಏನಾಯಿತೋ ಎಂದು ರಾಮಚಂದ್ರ ಪೈಯೋ ಅವನ ಮನೆಯವರೋ ಚಿಂತಿಸುವುದಿತ್ತು. ತುಂಬಿದ ಮನೆ. ಮನೆಯ ತುಂಬ ಬಂದು ಹೋಗುವ ಜನರು. ಕಾಳಿ ಕೇಳದೇ ಇರುವುದು ಕೊಡಬಹುದು ಅನ್ನಿಸಿದ್ದನ್ನು ಕೊಡುತ್ತಿದ್ದರು. ಅವಳು ಹೋದ ಮೇಲೆ ಕಾಳಿ ಬಂದಿದ್ದಳು ಅಂತ ಹೇಳಿದರೆ ಉಳಿದವರಿಗೆ ತಿಳಿಯುತ್ತಿತ್ತು. ಅಥವಾ ಅವಳನ್ನು ಕಾಣದವರು ಥಟ್ಟನೆ ನೆನಪಾಗಿ "ಕಾಳಿ ಬರಲಿಲ್ಲವೇ ?" ಎಂದು ಕೇಳುವುದಿತ್ತು. ವರುಷಕ್ಕೊಮ್ಮೆ ತಿಮ್ಮ ಪೈ ಶ್ರಾದ್ಧದ ದಿನ ರಾಮಚಂದ್ರ ಪೈಗೆ ಅವಳ ನೆನಪಾಗುವುದು. ಆಗೆಲ್ಲ ಕಾಳಿ ಬಂದು ಹೋಗಿರಬಹುದಲ್ಲ ಎಂದು ಅನ್ನಿಸುವ ಭಾವನೆ ಬರುವುದು. ಯಾರನ್ನಾದರೂ ಕೇಳಿದರೆ "ಹೌದು ಬಂದಿದ್ದಳು" ಎನ್ನುವ ಜವಾಬು ಸಿಕ್ಕಿ ಆ ಭಾವನೆ ಇನ್ನಷ್ಟು ಪುಷ್ಟಿಯಾಗುವುದು.

ಆದುದರಿಂದ ಕ್ರಮೇಣ ಕಾಳಿಯಾಗಲೀ ಜಾಹ್ನವಿಯಾಗಲೀ ಅವರ ನೆನಪಿನಂಗಳದಿಂದ ಮರೆಯಾಗುತ್ತಾ ಹೋದರು.

□

೨೯

ರಾಮಚಂದ್ರ ಪೈಯನ್ನು ಯಯಾತಿಯಂತೆ ಒಮ್ಮೆಲೇ ಮುದಿತನ ಆವರಿಸಿತ್ತು. ಇತ್ತೀಚಿನ ದಿನಗಳಲ್ಲಿ ತನ್ನ ಮೇಲೆ ಅಡರಿದ ಕಷ್ಟಪರಂಪರೆಗಳು ಅವನ ಅಸ್ತಿತ್ವವನ್ನೇ ಅಲುಗಾಡಿಸಿ ಬಿಟ್ಟಿದ್ದುವು. ಮೈಮೇಲೆದ್ದ ಕುರಗಳು ದೈಹಿಕವಾಗಿ ಅವನನ್ನು ಹಿಂಡಿ ಬಿಟ್ಟಿದ್ದರೆ ಕೈಗೆ ಬಂದ ಮಗನ ಸಾವು ಪೂರ್ತಿಯಾಗಿ ಅವನ ಸ್ಥೈರ್ಯವನ್ನು ಸೆಳೆದಿತ್ತು. ತಮ್ಮ ಶಿವಪ್ಪಯ್ಯ ಧರ್ಮಸ್ಥಳದ ದೇವರ ಆಣೆ ಹಾಕಿ ದೂರವಾಗಿ ಬಿಟ್ಟಿದ್ದ. ಇನ್ನೊಬ್ಬ ತಮ್ಮ ಕೀಳುಜಾತಿಯ ಹೆಣ್ಣೊಬ್ಬಳ ಸಹವಾಸಕ್ಕೆ ಬಿದ್ದನಾದರೆ ದೊಡ್ಡ ಮಗನ ಪ್ರತಾಪ ಆಗೀಗ ಅವನ ಕಿವಿಯ ಮೇಲೆ ಬೀಳುತ್ತಿದ್ದುವು. ಕೊಂಬ್ರಾಜೆಯ ತಮ್ಮನೂ ದೂರವೇ ಆಗಿದ್ದ. ಆ ವರುಷದ ದೇವ ಶನಿವಾರಕ್ಕೆ ಅವನಾಗಲೀ ಶಿವಪ್ಪಯ್ಯನಾಗಲೀ ಬಾರದೇ ಹಬ್ಬ ಭಣಭಣವೆನ್ನಿಸಿತ್ತು. ಮಳೆಯೂ ಸರಿಯಾಗಿ ಬರಲಿಲ್ಲ. ಬಳ್ಳಂಬೆಟ್ಟಿನ ಹಜಾರದಲ್ಲಿ ಕೂತರೆ ಹೊರಗೆ ದೂರದಲ್ಲಿ ಗದ್ದೆಗಳಾಚೆಯ ಹಳೆಯ ಬೀಡಿನಲ್ಲಿ ಬೇತರದಂತೆ ವಾಸಿಸುವ ಸೊಸೆ ಜಾಹ್ನವಿ ಒಮ್ಮೆಯೂ ರಾಮಚಂದ್ರ ಪೈಯ ಕಣ್ಣಿಗೆ ಬಿದ್ದಿರಲಿಲ್ಲ. ಇದೆಲ್ಲ ಹೀಗೇಕೆ ಆಗುತ್ತಿದೆ ಎಂಬ ಯೋಚನೆ ಅವನನ್ನು ಹಣ್ಣು ಮಾಡತೊಡಗಿತ್ತು.

ನಾಗಪ್ಪಯ್ಯನ ಶ್ರಾದ್ಧದ ದಿನ ಆದ ಜಗಳ, ತಿಮ್ಮ ಪೈಯ ಸಾವಿನಲ್ಲಿ ಅದು ಅಂತ್ಯಗೊಂಡ ರೀತಿ ಅವನ್ನು ಮಾತ್ರ ರಾಮಚಂದ್ರ ಪೈ ಮರೆಯುವ ಹಾಗಿರಲಿಲ್ಲ. ಈ ಮನೆಗೆ ಕಾಲಿಡುವುದಿಲ್ಲ ಎಂದು ಅವನೂ ಆಣೆ ಭಾಷೆ ಹಾಕಲು ಹೊರಟನೆಂಬ ದಿಗಿಲಿನಿಂದ ಅಕಸ್ಮಾತ್ತಾಗಿ 'ರಾಂಡೇ ಪುತ್ತಾ' ಎಂದು ಬಯ್ಯುತ್ತಾ ಹಾರಿ ಅವನ ಬಾಯಿ ಮುಚ್ಚಿದ್ದೇ ತಿಮ್ಮ ಪೈಯ ಸಾವಿಗೆ ಕಾರಣವಾಗಿರಬಹುದೇ ಎಂದು ಅವನಿಗೆ ಆಗಾಗ ಸಂಶಯ. ತನ್ನ ಜೀವಮಾನದಲ್ಲೇ ಅವನು ಯಾರನ್ನೂ ಅಷ್ಟು ಕಠೋರವಾಗಿ ಬಯ್ದಿರಲಿಲ್ಲ. ತನ್ನ ತಾತ ವಿಟ್ಠು ಪೈಗೆ ಕೊನೆಕೊನೆಯ ದಿನಗಳಲ್ಲಿ ತಾವು ಮಾತಾಡುವುದೆಲ್ಲ ಸತ್ಯವಾಗಿ ಬಿಡುತ್ತದೆ ಎಂಬ ಅನುಮಾನ ಬರತೊಡಗಿತ್ತು. "ಇದು ಕಲಿಕಾಲ ರಾಚ್ಚೊ. ಕಲಿದೇವರು ನಿತ್ಯವೂ ಮೇಲೆ ಆಕಾಶದಲ್ಲಿ ಓಡಾಡುತ್ತಿರುತ್ತಾನೆ. ನಮ್ಮ ಬಾಯಿಯಿಂದ ಏನಾದರೂ ಕೆಟ್ಟ ಮಾತು ಬಂತೋ, ಅಸ್ತು ಅನ್ನುತ್ತಾನೆ. ಆದುದರಿಂದ ಒಳ್ಳೆಯ ಮಾತುಗಳನ್ನೇ ಆಡಲು ಅಭ್ಯಾಸ ಮಾಡಬೇಕು ನೀನು" ಎನ್ನುವಾಗಲೆಲ್ಲ ಅವನ ಮನಸಿನ ಹಿಂದೆ ತನ್ನ ಗೆಳೆಯ ಮರ್ತುಕಿಣಿಯ ಸಾವಿಗೆ ತಾನೇ ಕಾರಣನಾದೆನೇ ಎಂಬ ನೋವಿತ್ತು. ಈಗ ತನಗೂ ಹಾಗೆಯೇ ಅನ್ನಿಸತೊಡಗಿದೆ. ಯಾವ ಕ್ಷಣದಲ್ಲೂ ಆ ಹಠಮಾರಿ

ಹುಡುಗನನ್ನು ಬಯ್ಯದ ತಾನು ಅಂದೇಕೆ ಬೈದೆ ? ಬೈದದ್ದೇ, ಅವನೇಕೆ ಜೀವ ಕಳೆದುಕೊಂಡ ?

ರಾಮಚಂದ್ರ ಪೈಗೆ ತನ್ನ ವಂಶದ ಮೇಲಿನ ನಾಗನ ಶಾಪದ ನೆನಪು. ಅವನೇ ಬಂದು ಈ ರೀತಿ ತನ್ನ ಇರವನ್ನು ಸೂಚಿಸುತ್ತಿದ್ದಾನೆಯೇ ? ಬಾದರಾಯಣ ಭಟ್ಟರು ಜಾತಕ ನೋಡಿ ನಾಗಪ್ಪ ಸೇಡು ತೀರಿಸಲು ಹೆಡೆ ಬಿಚ್ಚಿ ನಿಂತಿದ್ದಾನೆ ಎಂದಿದ್ದರಲ್ಲ ? ರಾಮಚಂದ್ರ ಪೈಗೆ ತಾನೇನೂ ನಾಗನಿಗೆ ಅಪಚಾರ ಮಾಡಿದ ನೆನಪಿರಲಿಲ್ಲ. ನಾಗರ ಪಂಚಮಿಯ ದಿನ ಕಾಡಿನಲ್ಲಿ ಎಲ್ಲೆಲ್ಲೋ ಅಲೆದು ಕಂಡ ಹಾವಿನ ಹುತ್ತಗಳಿಗೆ ಹಾಲೆರೆಯಲು ಮರೆತಿರಲಿಲ್ಲ. ಆದರೂ ಹೀಗೇಕೆ ? ಇದರ ಹಿಂದೆ ಬಂದ ಇನ್ನೊಂದು ನೆನಪಿನಿಂದ ರಾಮಚಂದ್ರ ಪೈ ತತ್ತರಗೊಂಡ – ನಾಗ್ಡೊ ಬೇತಾಳ ! ಹೌದು, ನಾಗ್ಡೊ ಬೇತಾಳ ಬರಲೇ ಇಲ್ಲ. ಬರುತ್ತೇನೆಂದು ಹೇಳಿದವನು ಒಮ್ಮೆಯೂ ಬಂದಿಲ್ಲ. ತಾತ ವಿಟ್ಠು ಪೈ ಖಂಡಿತವಾದ ಮಾತು ಹೇಳಿದ್ದ – "ಹುಡುಕಿಕೊಂಡು ಹೋಗಬೇಕೆಂದಿಲ್ಲವೋ ರಾಚ್ಚೂ, ಎಲ್ಲಿದ್ದಾನೆ, ಯಾವಾಗ ಬರುತ್ತಾನೆ, ಬಂದವನು ಯಾವಾಗ ಹೋಗುತ್ತಾನೆ ಎಂದೆಲ್ಲ ಕೇಳಬಾರದು. ಬಂದೇ ಬರುತ್ತಾನೆ. ಸಾರಸ್ವತರ ಮನೆಯ ಮೆಟ್ಟಲುಗಳನ್ನು ಏರಿ ಬಂದು ಹಜಾರದಲ್ಲಿ ಚಿಕ್ಕಳ ಮಕ್ಕಳ ಹಾಕಿ ಕೂರುತ್ತಾನೆ. ಆಶೀರ್ವಾದ ಮಾಡುತ್ತಾನೆ." ಕುಂಬಳೆಗೆ ಬಂದ ಮೇಲೆ ಒಮ್ಮೆಯೂ ಅವನ ದರ್ಶನವಾಗಲಿಲ್ಲ. ತಾತ ವಿಟ್ಠು ಪೈ ಕಾದು ಕಾದು ತೀರಿಹೋದ. ತನ್ನ ತಂದೆಯ ಕವಲೂ ಹಾಗೆಯೇ ಕಾದು ಕುಳಿತಿತ್ತು. ಈಗ, ಇಷ್ಟು ಸಮಯದ ಬಳಿಕ ಈ ಕಾಡಿನಲ್ಲಿ ಮನೆ ಮಾಡಿಕೊಂಡ ತಾನೂ ನಿಷ್ಫಲವಾಗಿ ಕಾಯುತ್ತಾ ಇದ್ದೇನೆ. ಬಹುಶಃ ಮರೆತೇ ಬಿಟ್ಟನೇನೋ ನಮ್ಮ ಕುಟುಂಬವನ್ನು ?

ವಂಶದ ನಾಲ್ಕು ಕವಲುಗಳಲ್ಲಿ ಒಂದು ಕವಲು ನಿಶ್ಶೇಷವಾಗುತ್ತದೆ ಎಂದಿದ್ದನಂತೆ ! ನೋಡಿದರೆ ಹಾಗೆಯೇ ಆಯಿತು. ತನ್ನ ಮುಂದಣ ತಲೆಮಾರಿನಲ್ಲಿ ಈಗಾಗಲೇ ತಿಮ್ಮ ಪೈ ಸತ್ತು ಒಂದು ಕವಲು ನಿಶ್ಶೇಷವಾಗಿದೆ. ಅತ್ತ ನಚ್ಚ ಪೈಯ ಕವಲೂ ಅಲ್ಲೇ ನಿಂತು ಹೋಗಿದೆ. ಹೆಣ್ಣು ಮಕ್ಕಳೆಲ್ಲ ಹೊರಗೆ ಕೊಟ್ಟು ಹೋಗುವವರು. ಗಂಡು ಹುಟ್ಟದಿದ್ದರೆ ಆ ತಲೆಮಾರೂ ಅಲ್ಲಿಗೇ ನಿಂತು ಹೋಗುತ್ತದೆ. ನಾಲ್ಕರಲ್ಲಿ ಒಂದು. ನಾಲ್ಕರಲ್ಲಿ ಒಂದು. ಅದೇ ತಿಮ್ಮ ಪೈಯ ಸಾವಿಗೆ ಕಾರಣವೇ ?

ಇಂಥ ಯೋಚನೆಗಳಿಂದ ರಾಮಚಂದ್ರ ಪೈ ಮತ್ತಷ್ಟು ಜರ್ಝರಿತನಾದ. ಹತ್ತು ಹೆಜ್ಜೆ ನಡೆದರೆ ಆಯಾಸ ಏರಿ ಬರುತ್ತಿತ್ತು. ಮೊದಲಿನ ದಿನಗಳಲ್ಲಾದರೆ ಗುತ್ತು, ಗುರುವಾರೆ, ಕಂಗಿಲ, ಕಾರ್ಯಾಡುಗಳಂತಹ ಗುಡ್ಡಗಳನ್ನು ಎಲ್ಲೂ ನಿಲ್ಲದೇ ಸಲೀಸಾಗಿ ಏರುತ್ತಿದ್ದ ರಾಮಚಂದ್ರ ಪೈ ಈಗ ಹತ್ತು ಕಡೆ ಕೂತು ಕಾಲೆಳೆಯುತ್ತಾ ಹೋಗುವ ಪರಿಸ್ಥಿತಿಗೆ ಬಂದಿದ್ದ. ಹನ್ನೆರಡು ಮೊಳದ ಪಾವುಡವನ್ನು ಕಚ್ಚೆ ಹಾಕಿ ಉಟ್ಟು ಹೆಗಲ ಮೇಲೊಂದು ಶಲ್ಯ ಹಾಕಿ ಬಿಸಿಲೇರಿದರೆ ರಕ್ಷಣೆಗೆಂದು ತಲೆಗೊಂದು ಮುಂಡಾಸು ಸುತ್ತಿ ಬೀಸಬೀಸ

ಹೆಜ್ಜೆ ಹಾಕಿ ಹೋಗುತ್ತಿದ್ದ. ಗುಡ್ಡದ ನೆತ್ತಿ ಮುಟ್ಟುವ ತನಕ ಎಲ್ಲೂ ನಿಲ್ಲುತ್ತಿರಲಿಲ್ಲ. ಗುಡ್ಡವೇರಿದ ಮೇಲೆ ಹಾದಿಯ ಬದಿಯ ಕಲ್ಲಿನ ಮೇಲೋ, ಮರದ ಬೊಡ್ಡೆಯ ಮೇಲೋ ಕುಳಿತು, ಶಲ್ಯದಿಂದ ಎದೆ ಮುಖ ಕಂಕುಳು ಎಂದು ಚೆನ್ನಾಗಿ ಬೆವರೊರೆಸಿ ಪಾವುಡದ ಗಂಟಿಗೆ ಕಟ್ಟಿದ ಸಂಚಿಯಿಂದ ಎಲೆ ಅಡಿಕೆ ತೆಗೆದು ತಾಂಬೂಲ ಹಾಕಿದರೆ ಮತ್ತೆ ಬಂದಷ್ಟೇ ದೂರವನ್ನು ಇದ್ದರೆ ಏರುವ ಸಾಮರ್ಥ್ಯ. ಈಗ ಗುಡ್ಡವಿರಲಿ, ಬಳ್ಳಂಬೆಟ್ಟಿನಲ್ಲಿಯೇ ಅತ್ತಿತ್ತ ಗದ್ದೆಗಳಲ್ಲಿ ಅಕ್ಕ ಪಕ್ಕ ಕಾಡುಗಳಲ್ಲಿ ಹತ್ತು ಹೆಜ್ಜೆ ಹಾಕಿದರೂ ಆಯಾಸ. ಮನೆಗೆ ಬಂದರೆ ಹಜಾರದಲ್ಲಿ ಹಾಕಿದ ಉಯ್ಯಾಲೆಯ ಮೇಲೆ ಕುಳಿತುಬಿಡುತ್ತಿದ್ದ.

ಕಳೆದ ಕೆಲವು ವರುಷಗಳಿಂದ ರಾಮಚಂದ್ರ ಪೈ ಒಂದೇ ಸವನೆ ಬಳ್ಳಂಬೆಟ್ಟಿನ ಸುತ್ತಮುತ್ತಣ ತನ್ನ ಆಸ್ತಿಯ ಪ್ರದೇಶಗಳಲ್ಲಿ ನಿರ್ಲಕ್ಷ್ಯಕ್ಕೆ ಒಳಗಾದ, ನೀರು ಸಿಕ್ಕದ ನಾಗ ಬಿಂಬವನ್ನು ಹುಡುಕಿದ್ದ. ಕಂಡಲ್ಲಿ ಅಗೆಸಿ ನೋಡಿದ್ದ. ಅಲ್ಲಿರಬಹುದೇ, ಇಲ್ಲಿರಬಹುದೇ ಎಂದು ಅನುಮಾನ. ಆ ಅನುಮಾನ ಎಷ್ಟು ಬೆಳೆದಿತ್ತೆಂದರೆ ಬಳ್ಳಂಬೆಟ್ಟಿನಲ್ಲಿ ಎಲ್ಲಾದರೂ ಉಚ್ಚೆ ಹೊಯ್ಯುವುದಕ್ಕೆ ನಿಂತರೆ ಹುಯ್ದದ್ದು ನಾಗಬಿಂಬದ ಮೇಲೆ ಬಿದ್ದರೇನು ಗತಿ ಎಂಬ ಹೆದರಿಕೆ ಅವನನ್ನು ಕಾಡತೊಡಗಿತು. ಬಾದರಾಯಣ ಭಟ್ಟರು ಬಂದಿದ್ದಾಗ "ನೀವು ಇಲ್ಲಿ ನಾಗಬಿಂಬ ಇದೆಯೆಂದು ಹೇಳಿದ್ದೀರಲ್ಲ ಭಟ್ರೋ, ನಾನು ತುಂಬ ಹುಡುಕಿದೆ. ಸಿಗಲಿಲ್ಲ" ಎಂದು ಅಳಲು ತೋಡಿ ನಾಗಮಂಡಲ ಮಾಡುವುದಿದ್ದರೆ ಹೇಗೆ, ಎಲ್ಲಿ ಮಾಡಬಹುದು, ಖರ್ಚೆಷ್ಟಾಗಬಹುದು ಎಂದೆಲ್ಲ ವಿಚಾರಿಸಿದ್ದ. "ಈಗ ಪ್ರತ್ಯಕ್ಷನಾಗುವುದಿಲ್ಲ ಅಂತಿದ್ದಾನೋ ಏನೋ ರಾಚ್ಚು ಪೈನೊ. ಸಮಯ ಬಂದಾಗ ಕಾಣಲು ಸಿಕ್ಕಬಹುದು" ಎಂದಿದ್ದರು ಬಾದರಾಯಣ ಭಟ್ಟರು. ಆದರೆ ರಾಮಚಂದ್ರ ಪೈ ಹುಡುಕುತ್ತಲೇ ಇದ್ದ. ಹಾಗೂ ಇತ್ತೀಚಿನ ದಿನಗಳಲ್ಲಿ ಅವನ ಹುಡುಕಾಟ ಹೆಚ್ಚೇ ಆಗಿತ್ತು.

ಇಂಥ ದಿನಗಳಲ್ಲಿ ನಾಗ್ಡೊ ಬೇತಾಳನ ನೆನಪು ಕಾಡುವುದಕ್ಕೂ ಒಂದು ಕಾರಣವಿತ್ತು. ಬಳ್ಳಂಬೆಟ್ಟಿನ ಕಾಡು ಮೇಡುಗಳಲ್ಲಿ ಅಲೆಯುತ್ತಾ ಇದ್ದಾಗ ಕಣ್ಣೆದುರಿಗೆ ಮರಗಳ ಮರೆಯಲ್ಲಿ ಕಂಡೂ ಕಾಣದ ಹಾಗೆ ವ್ಯಕ್ತಿಯೊಂದು ಹಾದು ಹೋದ ಹಾಗೆ ಅನುಭವಕ್ಕೆ ಬರುತ್ತಿತ್ತು. ರೂಪ ಆಕೃತಿಗಳ ಸ್ಪಷ್ಟ ಪರಿಚಯವಾಗದಿದ್ದರೂ ಕಪ್ಪಗಿನ ನೆರಳೊಂದು ಹಾದು ಹೋದ ಹಾಗೆ. ಕಣ್ಣಮುಚ್ಚಾಲೆ ಆಟ ಆಡಿ ಮಾಯವಾದ ಹಾಗೆ. ಮೊದಮೊದಲು ರಾಮಚಂದ್ರ ಪೈಗೆ ಎದೆ ಧಸಕ್ಕೆಂದದ್ದಿತ್ತು. ಆ ಸುತ್ತ ಬ್ರಾಹ್ಮಣರ ಹೆಚ್ಚು ಕುಟುಂಬಗಳಿರಲಿಲ್ಲ, ಸುತ್ತಮುತ್ತ ತುಂಬಿದ ಮೂಲಜರು, ಬಂಟರು, ದೀವರು, ಸೇರೆಗಾರರು, ಹೊಲೆಯರು ಎಂಬ ಸ್ಪೃಶ್ಯ ಅಸ್ಪೃಶ್ಯ ಜಾತಿಯ ಜನ. ಮಾತೆತ್ತಿದರೆ ಭೂತ, ದೈವ ಇತ್ಯಾದಿ. ಅಂಥ ದೈವಗಳ ಮಾಹಿತಿ ರಾಮಚಂದ್ರ ಪೈಗೆ ಹೆಚ್ಚಿರಲಿಲ್ಲ, ಹಾಗೆಂದು ಅವನೆಂದೂ ಅವುಗಳ ಬಗ್ಗೆ ದುರ್ನುಡಿಯಾಡಿದವನಲ್ಲ. ಆ ಬೆಂತರಗಳ ಪೈಕಿ

ಯಾವುದಾದರೂ ಒಂದು ತಾನು ಹೀಗೆ ಕಾಡುಗಳಲ್ಲಿ ಅಲೆಯುವಾಗ ಎದುರಿಗೆ ಬಂದರೆ ಎಂಬ ಯೋಚನೆಯಿಂದಲೇ ಅವನ ಎದೆ ಧಡಧಡ ಎಂದದ್ದಿದೆ.

ತಾತ ವಿಟ್ಠು ಪೈ ಚಿಕ್ಕಂದಿನಿಂದ ತಲೆ ತುಂಬಿಸಿದ ಗೋವೆಯ ವರಣಾಪುರದಂತಹ ಅಗ್ರಹಾರವನ್ನು ಇಲ್ಲಿ ಸ್ಥಾಪಿಸಬೇಕೆಂಬ ಕನಸು ಅವನಲ್ಲಿತ್ತು. ತಾತ ಹೇಳಿದ ವೆರಣೆಯ ಆ ನದಿಯ ಹೆಸರೇನು ? ಫುಲ್ಲಾ ನದಿಯಲ್ಲವೇ ? ಇಲ್ಲಿ ಮೂಡಣದ ಗುತ್ತು ಗುಡ್ಡದಿಂದ ಇಳಿದು ಬರುವ ನಿರಂಜಿನಿ. ಸುತ್ತ ವಿಶಾಲವಾದ ಬಯಲು. ಮನೆ ತುಂಬ ಮಕ್ಕಳು. ಹಟ್ಟಿ ತುಂಬ ರಾಸುಗಳು. ಹ್ವಾಯ್, ಯಾರಲ್ಲಿ ಅಂತ ಬಯಲಾಟದ ಆಟಗಾರನಂತೆ ಕೂಗು ಹಾಕಿದರೆ ಓಡಿ ಬರುವ ಆಳುಗಳು. ಆದರೆ ಈಗೇನು ? ಮನೆತನ ಒಡೆದು ಬಿದ್ದ ಮಣ್ಣಿನ ಹೆಂಟೆಯಂತೆ ನುಚ್ಚು ನೂರಾಗುತ್ತಿದೆ. 'ಮಂಜುನಾಥಾ, ನೀನೇ ರಕ್ಷಿಸಬೇಕು' ಎಂದು ದೊಡ್ಡ ಸ್ವರದಲ್ಲಿ ಅವನು ಉಸುರುತ್ತಿರುವಾಗಲೇ - ಗಿಡಬಳ್ಳಿಗಳ ಮೊಟ್ಟೆಯ ಮರೆಯಲ್ಲಿ ಥಟ್ಟನೆ ಕಂಡು ಮರೆಯಾಗುವ ಆಕೃತಿ. ರಾಮಚಂದ್ರ ಪೈಗನ್ನಿಸುವುದು ತಾತ ಹೇಳಿದ್ದ ನಾಗ್ಡೊ ಬೇತಾಳನೇ ಇರಬಹುದೇ ? ಎಂದು.

ಒಂದು ಸಾರಿ ರಾಮಚಂದ್ರ ಪೈ ಮೂಡಣದ ಕಂಗಿಲ ಗುಡ್ಡವನ್ನು ಹತ್ತುತ್ತಾ ಇದ್ದ. ಆಗ ಪಕ್ಕದ ಪೊದೆಯ ಹಿಂದೆ ಯಾವುದೋ ಆಕೃತಿ ಕಂಡಂತಾಗಿ ಆ ಕಡೆಗೆ ಬಗ್ಗಿದ್ದೇ ಅದು ನುಸುಳಲು ಪ್ರಾರಂಭವಾಯಿತು. ರಾಮಚಂದ್ರ ಪೈ ಈ ಒಗಟು ಮುರಿಯಲೇ ಬೇಕೆಂದು ಕವಕ್ಕನೆ ನುಗ್ಗಿ ಅದರ ಮೇಲೆ ಹಾರಿದ. ಹಾರಿದ ರಭಸಕ್ಕೆ ಕಾಲ ಕೆಳಗಿನ ಕಲ್ಲೊಂದು ಉರುಳಿ ಕೆಳಗಿನ ಆಳಕ್ಕೆ ಹಾರು ಹಾರುತ್ತಾ ಹೋಯಿತು. ರಾಮಚಂದ್ರ ಪೈ ತೋಲ ತಪ್ಪಿ ಬೀಳುವಂತಾದ. ಸಾವರಿಸಿ ಕೈಗೆ ಸಿಕ್ಕಿದ ಮರದ ಗೆಲ್ಲೊಂದನ್ನು ಗಟ್ಟಿಯಾಗಿ ಆಧರಿಸಿ ಹಿಡಿದುಕೊಂಡ. ಅವನ ಕಾಲು ಮುರುಟಿತು. ಆದರೂ ಮುಂದೋಡುತ್ತಿದ್ದ ಆಕೃತಿಯ ರೂಹು ಮಾತ್ರ ಸಿಕ್ಕಲಿಲ್ಲ.

ಈ ಮಧ್ಯೆ ಗುತ್ತಿನಲ್ಲಿ ಹವ್ಯಕ ಬ್ರಾಹ್ಮಣರ ಸಂಸಾರವೊಂದು ಇದೆಯೆಂದೂ ಗೋವಿಂದ ಭಟ್ಟರೆಂಬುವರು ಅಂಜನ ಹಾಕಿ ಏನು ಎಲ್ಲಿದ್ದರೂ ಕಂಡು ಹಿಡಿಯಲು ಶಕ್ತರೆಂದೂ ರಾಮಚಂದ್ರ ಪೈ ಸುದ್ದಿ ಕೇಳಿದ. ಸುದ್ದಿಯ ವಿವರ ಕೇಳುತ್ತಿದ್ದಂತೆ ಅವರನ್ನು ಕಾಣುವ ಆಸೆ ಬಲವತ್ತರವಾಯಿತು. ಮನೆಯ ಕೆಲಸದ ನಡುವೆಯೇ ಒಂದು ದಿನ ಬಿಡುವು ಮಾಡಿಕೊಂಡು ರಾಮಚಂದ್ರ ಪೈ ಗುತ್ತು ಗೋವಿಂದ ಭಟ್ಟರನ್ನು ನೋಡಲು ಹೊರಟ.

ಗೋವಿಂದ ಭಟ್ಟರು ಉದ್ದನೆಯ ದಪ್ಪ ಆಳು. ಉರುಟಾದ ಮುಖ. ನಿಷ್ಠಾವಂತ ಬ್ರಾಹ್ಮಣ. ಪೂಜೆ ಪುನಸ್ಕಾರ ಎಲ್ಲ ಭಾರೀ ಜೋರು. ಅವರ ಮನೆ ಸಾಧಾರಣವಾದ ಒಂದು ಗುಡಿಸಲು. ಮೂರು ನಾಲ್ಕು ಕೋಣೆಗಳ ಅಡಿಕೆಯ ಸೋಗೆಯಿಂದಲೇ ಮುಚ್ಚಿದ್ದ ಸೂರಿನ ಚಿಕ್ಕ ಬಿಡಾರ. ಚಂದನದ ನಾಮ. ಮಡಿ ಉಡುಪು. ಗೋಪಾದದಗಲದ

ಜುಟ್ಟು. ಅವರನ್ನು ನೋಡಲು ಬರುವ ಮಂದಿಯೂ ಬಹಳವಿರಬೇಕು. ಅಂಗಳದ ಬಳಿ ವಿಶಾಲವಾದ ಒಂದು ಹಜಾರ ಕಟ್ಟಿಸಿದ್ದರು. ಅಡಿಕೆಯ ಸೋಗೆಯದೇ ಸೂರು. ನಾಲ್ಕು ಕಡೆಗಳಲ್ಲಿಯೂ ಗೋಡೆಯಿಲ್ಲದೇ ತೆರೆದ ವಯ್ಯಾಪುರಿ. ಸೊಂಟದಷ್ಟು ಎತ್ತರದ ನೆಲ. ಹಜಾರದ ಒಂದು ಮೂಲೆಯಲ್ಲಿ ಅವರ ಪೂಜಾ ಸಾಮಗ್ರಿ. ಅಕ್ಕಿ, ಎಳನೀರು, ಹೂವು, ಎಲೆ, ಅಡಿಕೆಯ ಹೂವು, ಹಣ್ಣಡಿಕೆಯ ಗೊಂಚಲು, ಬಾಳೆ ಎಲೆ, ಕಲಶ ಇತ್ಯಾದಿ. ಸದಾ ಬೆಂಕಿ ಉರಿಯುತ್ತಿತ್ತೋ ಏನೋ, ಹೋಮದ ಚಚ್ಚೌಕದ ಕಲ್ಲಿನ ಕುಂಡದ ಮಧ್ಯೆ ಸಾಕಷ್ಟು ಬೂದಿ. ತೆಳ್ಳನೆಯ ಹೊಗೆ. ರಾಮಚಂದ್ರ ಪೈ ಹುಡುಕುತ್ತಾ ಹುಡುಕುತ್ತಾ ಅಡಿಕೆಯ ತೋಟದ ಮಧ್ಯದ ಅವರ ಮನೆ ಮುಟ್ಟಿದಾಗ ಹೊತ್ತು ತುಂಬ ಏರಿತ್ತು. ತಗ್ಗು ಜಾಗವಾದುದರಿಂದಲೂ ಸುತ್ತ ಅಡಿಕೆಯ ಎತ್ತರವಾದ ಮರಗಳಿದ್ದುದರಿಂದಲೂ ತಂಪಾದ ವಾತಾವರಣ. ಹೆಗಲ ಮೇಲೆ ಒಂದಷ್ಟು ತರಕಾರಿ, ಬಾಳೆಗೊನೆ ಎಲ್ಲ ಹೊತ್ತು ರೈತನಂತೆ ಬಂದ ಅವನನ್ನು ಕಂಡು ಗೋವಿಂದ ಭಟ್ಟರು ವಿಶ್ವಾಸದಿಂದಲೇ ಮಾತನಾಡಿಸಿದರು. ಅವರಿಗೆ ಮನೆ ತುಂಬ ಮಕ್ಕಳು. ಒಬ್ಬನನ್ನು ಮನೆಗೆ ಕಳುಹಿಸಿ ಆಸರಿಗೆ ಬೆಲ್ಲ ನೀರು ಎಲ್ಲ ಕೊಟ್ಟು ಉಪಚರಿಸಿದರು. ಆತ್ಮೀಯತೆಯಿಂದಲೇ ''ಏನು ಇತ್ತ ಸವಾರಿ ?'' ಅಂತ ಕೇಳಿ ರಾಮಚಂದ್ರ ಪೈಯ ಉತ್ತರಕ್ಕೆ ಕಾದರು.

ರಾಮಚಂದ್ರ ಪೈ ತನ್ನ ಕಥೆಯನ್ನೆಲ್ಲ ಹೇಳಿದ. ''ನಮ್ಮ ಜೋಯಿಸರು ಮನೆಯಲ್ಲಿ ಎಲ್ಲರ ಜಾತಕ ನೋಡಿ ನಾಗದೋಷ ಹೇಳಿದ್ದಾರೆ ಭಟ್ಟರೇ. ಮನೆಯ ಸುತ್ತ ಮುತ್ತೆಲ್ಲೋ ನಾಗಬಿಂಬವಿದೆ ಅಂತ ಅಪ್ಪಣೆಯಾಗಿದೆ. ನಾನು ಸಾಕಷ್ಟು ಹುಡುಕಿದೆ. ಸಿಕ್ಕಲಿಲ್ಲ, ಸಿಕ್ಕಿದರೆ ಅವನಿಗೊಂದು ನೀರಿನ ವ್ಯವಸ್ಥೆ ಮಾಡಬಹುದಲ್ಲ ? ನೀವೊಮ್ಮೆ ಅಂಜನ ಹಾಕಿ ನೋಡಬೇಕು'' ಎಂದ. ''ಪೈಗಳೇ, ಅಂಜನ ಹಾಕಿ ನೋಡುವುದರಲ್ಲಿ ಅಭ್ಯಂತರವಿಲ್ಲ, ನಾಗಬಿಂಬ ಕಂಡರೂ ಕಂಡೀತು. ಆದರೆ ಈ ನಾಗಪೂಜೆ ನಿಮ್ಮವರಲ್ಲಿ ನಡೆಯುವುದುಂಟಾ ? ಹರಿಯುವ ದೇವರು ಅಂತ ಈ ಕಡೆಯ ಮಂದಿ ಪೂಜಿಸುವ ಕ್ರಮ ಇದೆ. ಆದರೆ ನೀವು ಬ್ರಾಹ್ಮಣರು. ಗೋಮಾಂತಕದ ಕಡೆಯ ಮಂದಿ. ನಮ್ಮದೂ ಆ ಕಡೆಯೇ ಎನ್ನಿ. ವೇದೋಕ್ತವಾದ ದೇವರುಗಳ ಪೂಜೆ ಮಾಡುತ್ತೇವೆಯೇ ವಿನಾ ದೆವ್ವ, ಪ್ರೇತ ಭೂತಗಳ ಆರಾಧನೆ ಮಾಡುವವರಲ್ಲ. ಇಲ್ಲಿಯ ಮೂಲಜರು ನಾಗಪೂಜೆ ಮಾಡುತ್ತಾರೆಂದು ಪುರಾಣಗಳಲ್ಲಿ ಹೇಳಿದೆ. ಆದರೆ ನಾವು ಮಾಡುವುದುಂಟೇ ?'' ಎಂದರು. ರಾಮಚಂದ್ರ ಪೈ ತನ್ನ ಕುಟುಂಬದ ಮೇಲಿದ್ದ ನಾಗಶಾಪದ ಕುರಿತು ಗೋವಿಂದ ಭಟ್ಟರಿಗೆ ಹೇಳಿದ. ಇತ್ತೀಚೆ ತನ್ನ ಎರಡನೆಯ ಮಗನೊಬ್ಬ ಹಾವು ಕಚ್ಚಿ ಸತ್ತದ್ದನ್ನೂ ಹೇಳಿದ. ''ಪೂಜೆ ಮಾಡುತ್ತಾರೋ ಇಲ್ವೋ ನನಗೆ ಗೊತ್ತಿಲ್ಲ ಭಟ್ಟರೇ. ಆದರೆ ಹೀಗೆಲ್ಲ ನಡೆದುದು ಹೌದಂತೆ. ಎಲ್ಲಕ್ಕಿಂತ ಹೆಚ್ಚಾಗಿ ಈ ಕಡೆಯ ಕಾಡಿನಲ್ಲಿ ಬಂದು ನೆಲಸಿದ ಮೇಲೆ ಇಂಥದ್ದಕ್ಕೆಲ್ಲ ಹೆದರಬೇಕೋ ಬೇಡವೋ ? ಬೇರೇನಿಲ್ಲದಿದ್ದರೂ ಈ

ದೇವರಿಗೆ ಅಂತ ಒಂದು ಕೇಪುಳದ ಹೂವೇರಿಸಿ, ಹಪ್ತೆಗೊಮ್ಮೆ ಒಂದು ಗಿಂಡಿ ಹಾಲು ಸುರಿದರೆ ನಷ್ಟವಿಲ್ಲವಲ್ಲ ?'' ಎಂದ. ಗೋವಿಂದಭಟ್ಟರು ನಕ್ಕರು. ''ಮನುಷ್ಯ ಪ್ರಕೃತಿಗೆ ಹೆದರಿದಾಗ ದೇವರು ಹುಟ್ಟಿದ ಅಂತ ನಮ್ಮ ಹಿಂದಿನವರು ಹೇಳುತ್ತಿದ್ದರು ಪೈಗಳೇ. ಹಾಗೆ ನೋಡಿದರೆ ನಮ್ಮ ದೇವರುಗಳೆಲ್ಲ ಹುಟ್ಟಿದ್ದು ಹೀಗೆಯೇ ಅನ್ನಿಸುತ್ತದೆ. ಒಟ್ಟಾರೆ ನಂಬಿಕೆ ಮುಖ್ಯ. ಅಂಜನ ಹಾಕಿ ನೋಡುವ'' ಎಂದರು.

ಗೋವಿಂದ ಭಟ್ಟರು ಅಂಜನ ಹಾಕಲು ಕಲಿತದ್ದು ಮಲೆಯಾಳದ ಕಡೆಗೆ ಹೋಗಿದ್ದಾಗ. ಅವರು ಚಿಕ್ಕವರಿರುವಾಗ ಮನೆ ಬಿಟ್ಟು ಓಡಿದ್ದರು. ಮಲೆಯಾಳದ ಕಡೆ ಕೆಲವು ತಾಂತ್ರಿಕರ ಬಳಿ ಇದ್ದರಂತೆ. ''ಆಗ ಕಲಿತ ವಿದ್ಯೆಯ ಸದುಪಯೋಗ ಮಾಡುತ್ತಾ ಇದ್ದೇನೆ. ಈ ಇತ್ತ ಕಡೆ ಅಂಜನದ ಕೆಲಸ ಹೆಚ್ಚಿಲ್ಲ. ಬಂದ ಜನರು ಕಳೆದುಹೋದ ಎಮ್ಮೆಯೋ ದನವೋ ಎಲ್ಲಿ ಸಿಕ್ಕಬಹುದು ಎಂದಷ್ಟೇ ಕೇಳುವವರು. ಅದನ್ನು ನೋಡಲು ಅಂಜನ ಯಾಕೆ ಹಾಕಬೇಕು ? ಹುಲಿಯೋ ಬರ್ಕವೋ ಹಿಡಿದು ತಿಂದಿರಬಹುದು. ಹೆಚ್ಚೆಂದರೆ ಮನೆಯ ಗಂಡಸು ಊರು ಬಿಟ್ಟು ಹೋಗಿದ್ದಾನೆ ಎಂದು ಹುಡುಕಲು ಬರುವುದುಂಟು. ಮನೆಯಲ್ಲಿ ಏನಾದರೂ ಹೆಚ್ಚು ಕಮ್ಮಿಯಾದರೆ ಬೇಸರವಾಗಿ ಹೋಗಿದ್ದಾನೆ ಎಂದು ಊಹಿಸಬಹುದು. ಜವ್ವನಿಗನಾದರೆ ಸೈನ್ಯಕ್ಕೆ ಸೇರಿ ಯುದ್ಧಕ್ಕೆ ಹೋಗಿದ್ದಾನೆ, ಮೀಸೆ ಮೂಡಿದ ಹುಡುಗನಾದರೆ ಯಾವುದೋ ಹೆಣ್ಣಿನ ಹಿಂದೆ ಅಲೆಯುತ್ತಿದ್ದಾನೆ, ಮುದುಕನಾದರೆ ಬಾವಿಯೋ ತೋಡೋ ಅವನ ಗತಿಯಾಗಿದೆ ಎನ್ನಬಹುದು ಅಲ್ಲವೇ ?'' ಎಂದು ಹೇಳಿದರು. ರಾಮಚಂದ್ರ ಪೈಯೂ ನಕ್ಕ. ''ಪೈಗಳೇ, ನೀವು ಕುಂಬಳೆಯ ಪೇಟೆಯಲ್ಲಿ ಇದ್ದವರು. ವ್ಯಾಪಾರ ಗೀಪಾರ ಅಂತ ಹತ್ತು ಮಂದಿಯ ಹತ್ತಿರ ಮಾತನಾಡಿ ಗೊತ್ತಿದ್ದವರು. ಈಗ ಒಂದು ಒಳ್ಳೆಯ ಕೆಲಸಕ್ಕೆಂದು ಬಂದಿದ್ದೀರಿ. ಅಂಜನ ಹಾಕಿಯೇ ನೋಡುವ. ನಿಮ್ಮನ್ನು ಹಾಗೆ ಮೇಲೆ ಮೇಲಕ್ಕೆ ಸಾರಿಸಿ ಹೇಳಿ ಕಳುಹಿಸುವುದಿಲ್ಲ'' ಅಂದರು. ''ನಾನು ಈ ತನಕ ನಿಮ್ಮತ್ತ ಕಡೆ ಬಂದವನಲ್ಲ.''

ಗೋವಿಂದ ಭಟ್ಟರು ಚಕ್ಕಳ ಮಕ್ಕಳ ಹಾಕಿ ಕುಳಿತರು. ಎದುರಿಗೆ ಎರಡು ಸೇರಿನಷ್ಟು ಬಿಳಿಯ ಅಕ್ಕಿ. ಅದರ ಮೇಲೆ ಮುಷ್ಟಿಯಷ್ಟು ದೊಡ್ಡ ನುಣುಪಾದ ಒಂದು ಶಿಲೆಕಲ್ಲು. ಕಲ್ಲಿಗೆ ಎಣ್ಣೆ ಹಾಕಿ ನಯವಾಗಿ ಬಳಿದ ಕಾಡಿಗೆ. ಪಳಪಳವೆಂದು ಹೊಳೆಯುವಂತಹ ಕಪ್ಪು. ಅರೆಘಳಿಗೆ ಅದರ ಮೇಲೆಯೇ ಕಣ್ಣು ಕೀಲಿಸಿ ಕುಳಿತ ಗೋವಿಂದ ಭಟ್ಟರು ನಿಧಾನವಾಗಿ ಹೇಳತೊಡಗಿದರು –

''ಇಲ್ಲಿಂದ ದಕ್ಷಿಣದ ಕಡೆಗೆ ಹೋಗುತ್ತಾ ಇದ್ದೇವೆ. ಹೌದೋ ? ಕಾಡಿನ ತುಂಬ ಸಣ್ಣ ದೊಡ್ಡ ಪೊದರುಗಳು. ಬರೀ ಕಾಡು. ಹೌದೋ ?'' ರಾಮಚಂದ್ರ ಪೈ ಹೌದೆಂದು ತಲೆಯಲ್ಲಾಡಿಸಿದ. ಶಿಲೆಯ ಪಳಪಳ ಹೊಳೆಯುವ ಕಪ್ಪು ಬಣ್ಣದಲ್ಲಿ ಕೀಲಿಸಿದ ಕಣ್ಣನ್ನು ಅಲ್ಲಾಡಿಸದೇ ಗೋವಿಂದ ಭಟ್ಟರು ಮುಂದುವರಿಸಿದರು – ''ಇಳಿಯ ಬೇಕಲ್ಲವೇ ? ಓ !

ಇನ್ನೊಂದು ಗುಡ್ಡ ಅಡ್ಡ ಬಂದಿದೆ. ನಡುವೆ ಮಳೆಗಾಲದಲ್ಲಿ ಮಾತ್ರ ಹರಿಯುವ ನೀರಿನ ಝರಿ. ಕಲ್ಲುಗಳು ನುಣುಪಾಗಿವೆ. ದಾಟಿದರೆ ಸಿಗುತ್ತದೆ ನಿಮ್ಮ ಗುಡ್ಡ. ಗುಡ್ಡದ ತುಂಬ ತೇಗ, ಬೀಟೆ, ಹೊನ್ನೆ, ಆಲ, ಬೇಲ. ಪೈಗಳೇ, ಎಡಗಡೆಯಿಂದ ಹೋಗಲೇ, ಬಲಗಡೆಯಿಂದ ಹೋಗಲೇ ಅಲ್ಲ ಗುಡ್ಡ ಹತ್ತಿಯೇ ಹೋಗಲೇ ?" ಎಂದು ಕೇಳಿದರು.

ರಾಮಚಂದ್ರ ಪೈಗೆ ಅಂಜನದ ಅನುಭವ ಇದೇ ಮೊದಲನೆಯದು. ಆವನು ಗೋವಿಂದ ಭಟ್ಟರು ಪ್ರಶ್ನೆಗಳನ್ನು ಹಾಕಬಹುದೆಂದು ನಿರೀಕ್ಷಿಸಿರಲಿಲ್ಲ. ಹಾಗಾಗಿ ಉತ್ತರಿಸಲು ಹಿಂದೆ ಬಿದ್ದ. ಅವನಿಂದ ಉತ್ತರ ಬಾರದಿದ್ದುದು ಕಂಡು ಗೋವಿಂದ ಭಟ್ಟರು ಹೇಳಿದರು – "ಹೇಗೆ ಹೋದರೂ ಒಂದೇ, ಬಲಗಡೆ ನೀರಿನ ತೋಡು ಹರಿಯುತ್ತಾ ಇದೆ. ಮುಂದುವರಿದು ಹೋಗಲೇ ?" ರಾಮಚಂದ್ರ ಪೈ ಥಟ್ಟನೆ ಹ್ಞಾ ಹ್ಞಾ ಎಂದ. "ನಿರಂಜನಿಯ ಹೊಳೆ ಅದು ಭಟ್ಟರೇ. ಅದರ ದಂಡೆಗುಂಟ ಹೋದರೂ ಆಗುತ್ತದೆ. ಗುಡ್ಡ ಹತ್ತಿ ಇಳಿದರೂ ಬಳ್ಳಂಬೆಟ್ಟಿನ ಬಯಲು ಸಿಗುತ್ತದೆ" ಎಂದ. "ಹತ್ತಿರದ ದಾರಿ ಯಾವುದು ಹೇಳಿ. ಗುಡ್ಡ ಹತ್ತಿ ಇಳಿಯುವುದೇ ? ಸರಿ, ಓ, ಗುಡ್ಡದ ಮೇಲಿನಿಂದ ಪಶ್ಚಿಮದ ಕಡೆಗೆ ಕೆಳಗೆ ಕಾಣುತ್ತಿದೆಯಲ್ಲ ಬಯಲು ? ಅದೇ ತಾನೇ ಬಳ್ಳಂಬೆಟ್ಟಿನ ಬಯಲು ? ಗದ್ದೆಗಳ ಮಧ್ಯೆ ನಿರಂಜನಿ ಹರಿಯುತ್ತದೆ. ಮಧ್ಯದಲ್ಲಿ ಹೊಳೆಯ ಬಲಗಡೆ ಹತ್ತಾರು ಮನೆಗಳು ಕಾಣುತ್ತಾ ಇವೆ. ಅದೇ ಏನು ?" ಎಂದು ಕೇಳಿದರು ಗೋವಿಂದ ಭಟ್ಟರು. "ಬಲಗಡೆಯೇ ? ತುಂಬ ಮನೆಗಳು ಎಂದಿರಾ ? ಅದು ದೆಯ್ಯೆಂದ್ರೆ ಅಥವಾ ನಡುಮನೆ ಇರಬಹುದು. ಅಲ್ಲೇ ತುಸು ಮುಂದೆ ಹೋಗಬೇಕು. ಎಡಗಡೆ, ಒಂದೇ ಮನೆ, ಪೂರ್ವಕ್ಕೆ ಮುಖ ಮಾಡಿಕೊಂಡಿದೆ. ಅದೇ ಬಳ್ಳಂಬೆಟ್ಟು" ಎಂದ, ರಾಮಚಂದ್ರ ಪೈ. "ಒಂದಲ್ಲ ಎರಡು. ಒಂದು ಹೊಸ ಮನೆ. ಇನ್ನೊಂದು ತೀರ ಹಳೆಯದು. ಆದರೆ ದೊಡ್ಡ ಮನೆ. ಅಲ್ಲವೇ ? ಹೊಸ ಮನೆಯಲ್ಲಿರುವುದು ತಾನೇ ನೀವು ? ನಿಮ್ಮ ಮನೆಗೇ ಬಂದೆವು ಪೈಗಳೇ" ಎಂದರು ಗೋವಿಂದ ಭಟ್ಟರು, ಖಂಡಿತ ಮಾಡಿಕೊಳ್ಳುತ್ತಾ !

ರಾಮಚಂದ್ರ ಪೈ ಅಚ್ಚರಿಯಿಂದ ಗೋವಿಂದ ಭಟ್ಟರು ಅಂಜನದಲ್ಲಿ ಸುತ್ತಾಡುವುದನ್ನು ನೋಡುತ್ತಾ ಕುಳಿತಿದ್ದ. ಪದ್ಮಾಸನ ಹಾಕಿ, ಶಿಲೆಯ ಕಪ್ಪು ಕಾಡಿಗೆಯಲ್ಲಿ ದೃಷ್ಟಿ ಹುದುಗಿಸಿದ ಅವರು ಕೊರಳನ್ನೂ ಅಲ್ಲಾಡಿಸದೇ ಪ್ರಶ್ನೆ ಹಾಕುತ್ತಿದ್ದರು. ರಾಮಚಂದ್ರ ಪೈ ಭಯ ಭಕ್ತಿ ಬೆರಗಿನಿಂದ ಅವರ ಪ್ರಶ್ನೆಯ ಜೊತೆಯಲ್ಲಿಯೇ ಬಳ್ಳಂಬೆಟ್ಟಿನ ಸುತ್ತ ಅಲೆಯತೊಡಗಿದ. "ಗದ್ದೆಯಲ್ಲಿ ಎಲ್ಲೂ ನಾಗಬಿಂಬ ದೊರೆಯಲಿಲ್ಲ ಪೈಗಳೇ. ನಿರಂಜನಿಯ ದಂಡೆಗುಂಟ ಇರುವ ಕೇದಗೆಯ ಹಾಡಿಗಳಲ್ಲೂ ಇಲ್ಲ. ಮನೆಯ ಸುತ್ತ ಇರುವ ಬೆಟ್ಟಗಳ ತಪ್ಪಲಲ್ಲೂ ಇಲ್ಲ. ನಿಮ್ಮ ಆಸ್ತಿ ಎಲ್ಲೆಲ್ಲಿ ಚಾಚಿದೆಯೋ ಅಲ್ಲೆಲ್ಲ ಹೋಗಬೇಕು. ಸಿಕ್ಕಿದರೂ ಸಿಕ್ಕೀತು. ಈಗ ನಿಲ್ಲಿಸುವ. ಉಂಡು ಕೂರುವ" ಎಂದು ಗೋವಿಂದ ಭಟ್ಟರು ಅಂಜನದ ವಿಸರ್ಜನೆಗೆ ತೊಡಗಿದರು.

ರಾಮಚಂದ್ರ ಪೈ ಮನೆಯಿಂದ ಹೊರಡುವಾಗ ಕಾರ್ಯ ಇಷ್ಟು ದೀರ್ಘವಾಗ

ಬಹುದೆಂದು ಲೆಕ್ಕ ಹಾಕಿರಲಿಲ್ಲ. ಈಗ ನೋಡಿದರೆ ಸೂರ್ಯ ಪಶ್ಚಿಮದತ್ತ ವಾಲಿದ್ದ. ನೆರಳುಗಳು ದೀರ್ಘವಾಗತೊಡಗಿದ್ದುವು. ಅಂಜನದ ವಿಸರ್ಜನೆ ಮಾಡಿ ಎದ್ದ ಗೋವಿಂದ ಭಟ್ಟರು "ಅಭ್ಯಂತರವಿಲ್ಲದಿದ್ದರೆ ನೀವೂ ಇಲ್ಲೇ ಉಣ್ಣಬಹುದು ಪೈಗಳೇ. ದೇವರು ಈ ಬ್ರಾಹ್ಮಣನಿಗೆ ಏನೋ ಕೊಟ್ಟಿದ್ದಾನೆ. ಅದನ್ನೇ ಹಂಚಿಕೊಂಡು ತಿಂದರಾಯಿತು. ಇಲ್ಲೇ ಸಿಹಿ ನೀರಿನ ಝರಿಯೊಂದಿದೆ. ಇನ್ನೊಮ್ಮೆ ಬೇಕಿದ್ದರೆ ಸ್ನಾನ ಮಾಡಿ. ಅಷ್ಟರಲ್ಲಿ ಎಲೆ ಹಾಕಿಸುತ್ತೇನೆ. ಆಮೇಲೆ ಹುಡುಕುವ. ಆಗದೇ ?" ಎಂದರು. ರಾಮಚಂದ್ರ ಪೈ ಒಂದು ಕ್ಷಣ ಯೋಚನೆಗೆ ಬಿದ್ದ. ಆಮೇಲೆ ನಿರ್ಧಾರ ಮಾಡಿ "ಭಟ್ಟರೇ, ಬೇಡ. ನಾನು ಮನೆಯಲ್ಲಿ ಹೇಳಿಯೂ ಬಂದಿಲ್ಲ. ಇತ್ತೀಚಿನ ದಿನಗಳಲ್ಲಿ ಹುಷಾರಿಲ್ಲದೇ ಇದ್ದುದರಿಂದ ಮನೆಗೆ ಹೋಗುವಾಗ ತಡವಾದರೆ ಗಾಬರಿಯಾಗುತ್ತಾರೆ. ಒಂದು ಹಪ್ತೆಯೊಳಗೆ ಇನ್ನೊಮ್ಮೆ ಸಾವಕಾಶ ಮಾಡಿ ಬರುತ್ತೇನೆ. ಬಂದರೆ ಇಡೀ ದಿನಕ್ಕಾಗಿಯೇ ಬರುತ್ತೇನೆ" ಎಂದು ಹೇಳಿ ಎದ್ದ.

ನಾಗಬಿಂಬದ ನೆಲೆ ಕಾಣದೇ ಮನೆಗೆ ಹಿಂದಿರುಗಿದ ರಾಮಚಂದ್ರ ಪೈ ಬಹಳ ಪರಿತಪಿಸಿದ. ಅವನು ಬಳ್ಳಂಬೆಟ್ಟಿಗೆ ಬಂದು ಮುಟ್ಟಿದಾಗ ಸಂಜೆಯೇ ಆಗಿತ್ತು. ಬರುತ್ತಾ ದಾರಿಯಲ್ಲಿ ಗೋವಿಂದ ಭಟ್ಟರು ಖಡಾಖಂಡಿತವಾಗಿ ಎಂಬಂತೆ ಆ ಕಡೆ ಅಲೆದ ರೀತಿ ಮತ್ತೆ ಮತ್ತೆ ಮೆಲುಕು ಹಾಕಿದ. ಸ್ಥಳಕ್ಕೆ ತೀರ ಪರಿಚಿತರಂತೆ ಇಲ್ಲಿ ಅಡಿಕೆಯ ಸಂಕವಿದೆ, ಇಲ್ಲಿ ಔದುಂಬರದ ಮರವಿದೆ, ಇಲ್ಲೊಂದು ಹನುಮಂತ ಎತ್ತಿ ತಂದ ಕಲ್ಲಿದೆ, ಇತ್ತೀಚೆ ಕಟ್ಟಿದ ಮನೆಯಿದೆ ಎಂದೆಲ್ಲ ಹೇಳಿದ್ದರು. ನಡೆಯುತ್ತಾ ಇದ್ದ ರಾಮಚಂದ್ರ ಪೈ ಮನಸ್ಸಿಗೆ ಬಂದ ಒಂದು ಯೋಚನೆಯಿಂದ ಥಟ್ಟನೆ ನಿಂತ. ಎಷ್ಟೋ ವರುಷಗಳ ಹಿಂದೆ ಊರು ಬಿಟ್ಟು ಓಡಿ ಹೋದ ತನ್ನ ತಂದೆ ಎಲ್ಲಿಗೆ ಹೋದ ಎಂದು ಕೇಳಬೇಕು ಅನ್ನಿಸಿತು. ಈಗ ಬದುಕಿರುವುದು ಸಾಧ್ಯವಿಲ್ಲ. ಆದರೆ ಬದುಕಿದ್ದಾಗ ಏನಾದ, ಎಲ್ಲೆಲ್ಲಿಗೆ ಹೋದ, ಹೇಗೆ ಬದುಕಿದ, ಏನು ಮಾಡುತ್ತಿದ್ದ ಎಂದು ಬರಿಯ ಕುತೂಹಲಕ್ಕಾದರೂ ಕೇಳಿ ತಿಳಿಯಬೇಕೆನ್ನಿಸಿತು.

ರಾಮಚಂದ್ರ ಪೈ ಮುಂದಿನ ಹಪ್ತೆಯಲ್ಲಿಯೇ ನಡುಮನೆ ಬೀರಣ್ಣ ಬಂಟನನ್ನು ಜೊತೆ ಮಾಡಿ ಗುತ್ತು ಗೋವಿಂದ ಭಟ್ಟರಲ್ಲಿಗೆ ಹೋದ. ಬೀರಣ್ಣ ಬಂಟನ ಹೆಗಲಿಗೊಂದು ಅಕ್ಕಿಯ ಮುಡಿ ಕೊಟ್ಟು ತಾನು ಬಾಳೆ, ಬೆಲ್ಲ, ಕರಿಮೆಣಸು ಎಲ್ಲ ಹೊತ್ತುಕೊಂಡ. ಅವನ್ನೆಲ್ಲ ಗೋವಿಂದ ಭಟ್ಟರ ಎದುರಿಟ್ಟು ಕೈ ಮುಗಿದು "ಸ್ವೀಕರಿಸಬೇಕು" ಎಂದು ಹೇಳಿ ಕುಳಿತಾಗ ಭಟ್ಟರು "ಪೈಗಳೇ, ನೀವು ಕಳೆದ ಬಾರಿ ಉಣ್ಣದೇ ಹೋದದ್ದು ಈ ಮನೆಯ ಋಣಕ್ಕೆ ಬೀಳಬಾರದು ಅಂತಲ್ಲವೇ ? ಅದಕ್ಕೇ ಈಗ ಇದನ್ನೆಲ್ಲ ತಂದಿದ್ದೀರಿ. ಆಗಲಿ. ಬೇಡ ಅಂದರೆ ಆಯ್ಕೆ ನನ್ನದಾಗುತ್ತದೆ. ದೇವರ ಹೆಸರು ಹೇಳಿ ದಕ್ಷಿಣೆ ಸ್ವೀಕರಿಸುತ್ತೇನೆ" ಅಂತ ನಗುತ್ತಾ ಹೇಳಿದರು.

ಮತ್ತೆ ಅಂಜನ ಹಾಕುವ ಪ್ರಸ್ತಾರ ನಡೆಯಿತು. ಕಳೆದ ಸಲಕ್ಕಿಂತ ಬೇಗ ಬಳ್ಳಂಬೆಟ್ಟಿನ

ರೂಹು ದೊರೆಯಿತು. ಹಿಂದೆ ನೋಡಿದತ್ತ ಮತ್ತೊಮ್ಮೆ ನೋಡುವ ಕೆಲಸಕ್ಕೆ ಗೋವಿಂದ ಭಟ್ಟರು ಕೈ ಹಾಕಲಿಲ್ಲ. ಆದರೆ ಬೆಟ್ಟಗಳ ತಪ್ಪಲಲ್ಲಿ ಉದ್ದಕ್ಕೆ ನಡೆದರೂ ನಾಗಬಿಂಬ ಸಿಕ್ಕಲಿಲ್ಲ. ''ನಿಮ್ಮ ಮನೆಯ ಹಿಂದಿನ ಕಾಡುಗಳಲ್ಲಿ ಅನೇಕ ಬನಗಳಿವೆ. ಆದರೆ ಅಲ್ಲೆಲ್ಲೂ ನಾಗಬಿಂಬದ ದರ್ಶನ ಆಗುತ್ತಾ ಇಲ್ಲ. ನಿಮ್ಮ ಮನೆಯಿಂದ ಎಡಗಡೆ ಗದ್ದೆಯ ಅಂಚಿನಲ್ಲಿಯೇ ಬಹಳ ದೂರ ಬಂದಿದ್ದೇವೆ. ಎಲ್ಲೂ ಇಲ್ಲ. ಇದೆಲ್ಲಿ ಓ, ನಿಮ್ಮ ಗದ್ದೆಗಳು ಇಲ್ಲಿಗೆ ಮುಗಿದುವು. ನಿರಂಜನಿಯ ನೀರು ಬೆಟ್ಟದ ಅಂಚಿನಲ್ಲಿಯೇ ಹರಿಯುತ್ತಾ ಇದೆ. ಇನ್ನು ಬಯಲು ಅಂತ ಕಾಣುತ್ತಾ ಇಲ್ಲ. ಕೆಳಗಡೆ ಗುಡ್ಡದ ಬುಡದಲ್ಲಿ ಅಲ್ಲಲ್ಲಿ ತುಂಡುತುಂಡು ಗದ್ದೆಗಳು. ಅವುಗಳ ಆಚೆ ಕಾಡಿನ ಸೆರಗು.'' ಗೋವಿಂದ ಭಟ್ಟರು ಹೇಳುತ್ತಾ ಹೋದಂತೆ ರಾಮಚಂದ್ರ ಪೈ ಎದೆ ಡಬಡಬನೆ ಹೊಡೆದುಕೊಂಡಿತು. ''ಅಲ್ಲೊಂದು ಗುಡಿಸಲು ಇದೆ'' ಎಂದ ಅವನು. ''ಹೌದು ಇದೆ'' ಎಂದರು ಭಟ್ಟರು. ರಾಮಚಂದ್ರ ಪೈ ತುಸು ತಡೆದ. ''ಬಹಳ ಹಳೆಯ ಗುಡಿಸಲು. ಮುರಿದೂ ಬಿದ್ದಿರಬಹುದು'' ಎಂದ. ಅಣ್ಣು ಪೂಜಾರಿಯ ಮನೆ ! ಅವನು ಆ ಮನೆಯನ್ನು ಬಿಟ್ಟು ಆರೇಳು ವರ್ಷಗಳೇ ಸಂದಿವೆ. ಅಲ್ಲಿ ಈಗ ಯಾರೂ ವಾಸಮಾಡುತ್ತಿರಲಿಲ್ಲ. ರಾಮಚಂದ್ರ ಪೈಯೇನೂ ಆ ಮನೆಯನ್ನು ಹತ್ತಿರದಿಂದ ನೋಡಿದವನಲ್ಲ. ಒಂದು ಬಾತ್ಮಿಯ ಪ್ರಕಾರ ತನ್ನ ಮಗ ಅಂತು ಪೈ ಒಂದು ಕಾಲಕ್ಕೆ ಆ ಸ್ಥಳಕ್ಕೆ ಪರಿಚಿತನಾಗಿದ್ದ. ಅಣ್ಣು ಪೂಜಾರಿಯ ಹೆಸರು ಕೇಳಿದರೂ ರಾಮಚಂದ್ರ ಪೈಗೆ ಒಂದು ತಪ್ಪು ಭಾವದ ಅರಿವೆನಿಸುತ್ತಿತ್ತು.

''ಇಲ್ಲ ಪೈಗಳೇ, ನಾಗ ಇಲ್ಲೂ ಕಾಣುವುದಿಲ್ಲ. ಮತ್ತೆ ನಿರಂಜನಿಯ ನೀರಿನಲ್ಲಿ ಅಡಗಿರಬಹುದೇ ? ಉದ್ದಕ್ಕೂ ಪೂರ್ವಕ್ಕೆ ಬಂದೆ. ನೀರಿನ ಸೆಳೆತಕ್ಕೆ ಎದುರಾಗಿ. ಹೊಳೆಯ ಬಲ ದಂಡೆಯಲ್ಲೂ ನಿಮ್ಮ ಆಸ್ತಿ ಇದೆಯಲ್ಲ ? ಗದ್ದೆಗಳೂ ಇವೆ'' ಎಂದರು ಗೋವಿಂದ ಭಟ್ಟರು. ''ಹೌದು, ಬಲದಂಡೆಯಲ್ಲೊಮ್ಮೆ ಆ ಮುರುಕಲು ಗುಡಿಸಲ ತನಕ ಹೋದರಾಗುತ್ತಿತ್ತು'' ಎಂದ ರಾಮಚಂದ್ರ ಪೈ. ಅವನ ಕಣ್ಣಲ್ಲಿ ನೀರು ಬರುವುದೊಂದು ಬಾಕಿ. ಎಷ್ಟು ಹುಡುಕಿದರೂ ಈ ಹರಿಯುವ ದೇವರು ಪ್ರಕಟವಾಗುತ್ತಿಲ್ಲವಲ್ಲ ! ಗೋವಿಂದ ಭಟ್ಟರು ಹೊಳೆಯ ದಂಡೆಯ ಮೇಲೆಯೇ ಸಾಗುತ್ತಾ ಮಂಜ ಪೂಜಾರಿಯ ಗುಡಿಸಲ ತನಕ ಮುಟ್ಟಿದ್ದರು. ''ಸಿಕ್ಕುತ್ತಾ ಇಲ್ಲ ಪೈಗಳೇ. ನಿಮ್ಮ ಆಸ್ತಿಯಲ್ಲಿ ಸಂಪೂರ್ಣ ಸುತ್ತಾಡಿಯಾಯಿತು. ಏನು ಮಾಡುವುದು ? ವಿಸರ್ಜನೆ ಮಾಡಲಾ ?'' ಎಂದು ಕೇಳಿದರು.

''ಇಲ್ಲವೇ ? ಸಿಕ್ಕಲಿಲ್ಲವೇ ? ಛೇ, ಇಲ್ಲವೇ ?'' ಎಂದು ನಿರಾಸೆಯಿಂದ ಕೇಳಿದ ರಾಮಚಂದ್ರ ಪೈ. ''ಭಟ್ಟರೇ, ಒಮ್ಮೆ ಒಂದೇ ಬಾರಿ ಸಾಕು. ಪಶ್ಚಿಮದಲ್ಲಿಯೇ ನಿರಂಜನಿ ದಾಟಿ ಬಿಡಿ. ಎಡದಿಕ್ಕಿನಲ್ಲಿ ನೇರ ಬಳ್ಳಂಬೆಟ್ಟು ಮನೆಯ ತನಕ ಹುಡುಕಿ ಬಂದುಬಿಡಿ. ಸಿಕ್ಕಿದನೋ ಸಿಕ್ಕ. ಇಲ್ಲದಿದ್ದರೆ ನನಗೆ ಯೋಗವಿಲ್ಲ ಅಂತ ಅಂದುಕೊಳ್ಳುತ್ತೇನೆ. ಆಮೇಲೆ

ವಿಸರ್ಜನೆ ಮಾಡಿ'' ಎಂದ. ''ಆಗಲಿ'' ಎಂದರವರು. ಹೊಳೆ ದಾಟುತ್ತಲೇ ''ಇಲ್ಲೊಂದು ಬನವಿದೆ. ಪೂರ್ವದಲ್ಲಿ ಗದ್ದೆಯ ಬಯಲು. ಆಗೊಮ್ಮೆ ನೋಡಿದ್ದೇವಲ್ಲ ? ಓ ! ಪೈಗಳೇ, ಇಲ್ಲಿದ್ದಾನೆ ನೋಡಿ ನಿಮ್ಮ ನಾಗಶೇಷ. ಅಡ್ಡ ಬಿದ್ದಿದ್ದಾನೆ. ಎರಡು ಹೆಡೆಗಳ ಶೇಷ. ಅಲ್ಲಲ್ಲ. ಮೈಥುನದ ಭಂಗಿ. ನಾಗ ನಾಗಿಣಿಯರು ಒಂದು ಇನ್ನೊಂದರ ಮೈ ಹೆಣೆದು ನಿಂತ ಭಂಗಿ! ಸ್ವಾಮಿ, ನಾಗಪ್ಪಾ, ಈ ಪಾಪಿಯನ್ನೂ ಆಶೀರ್ವಾದ ಮಾಡು'' ಎಂದರು ಗೋವಿಂದ ಭಟ್ಟರು. ರಾಮಚಂದ್ರ ಪೈ ಒಮ್ಮೆಲೇ ಸಂಭ್ರಮಗೊಂಡ. ''ಎಲ್ಲಿದ್ದಾನೆ ? ಎಲ್ಲಿದ್ದಾನೆ ?'' ಎಂದು ಶಿಲೆಯ ಕಪ್ಪಿನಲ್ಲಿ ತಾನೂ ಇಣಿಕಿ ನೋಡಿದ. ಅವನಿಗೆ ಏನೂ ಕಾಣಲಿಲ್ಲ. ಆದರೂ ಸಂಭ್ರಮಗೊಂಡ. ಆ ಸ್ಥಳವನ್ನು ಎರಡೆರಡು ಬಾರಿ ನಿಖರವಾಗಿ ಕೇಳಿ ತಿಳಿದುಕೊಂಡ. ''ನಿರಂಜನಿಯ ಎಡದಂಡೆಯಲ್ಲಿ, ಬಳ್ಳಂಬೆಟ್ಟಿನ ಪಶ್ಚಿಮ ಅಂಚಿನಲ್ಲಿ, ಹಾಂ, ಹಾಂ, ಅಲ್ಲೊಂದು ಬನವಿದೆ. ದಟ್ಟನೆಯ ಮರಬಳ್ಳಿಗಳು ತುಂಬಿದ ಸ್ಥಳ. ಭಟ್ಟರೇ, ಹುಡುಕಿಸುತ್ತೇನೆ. ಖಂಡಿತ ಹುಡುಕಿಸುತ್ತೇನೆ. ವಿಧಿ ಪ್ರಕಾರ ಪೂಜೆಯಾಗುವಂತೆ ಏರ್ಪಾಡು ಮಾಡುತ್ತೇನೆ'' ಎಂದು ಆಗಲೇ ನಾಗಬಿಂಬ ಕೈಗೆ ಸಿಕ್ಕಿದಂತೆ ಹೇಳಿ, ಹುಡುಕಿಕೊಟ್ಟ ಗೋವಿಂದ ಭಟ್ಟರಿಗೆ ದೀರ್ಘದಂಡ ನಮಸ್ಕಾರ ಮಾಡಿದ ರಾಮಚಂದ್ರ ಪೈ !

ನಾಗಬಿಂಬದ ನೆಲೆ ತಿಳಿದು, ಸಿಕ್ಕಿದ ಸ್ಥಳವನ್ನು ಕುರಿತು ಗಟ್ಟಿ ಮಾಡಿ ಮರಳುವಾಗ ಮೂಡಣದಲ್ಲಿ ಒಮ್ಮೆಲೇ ಮೋಡಗಳೆದ್ದುವು. ಬಿರುಗಾಳಿಯ ಹಾಗೆ ಬೀಸಿ ಹೊಡೆದ ಗಾಳಿ ಮೋಡವನ್ನು ಆ ಕಡೆಯ ಭೂಮಿಯ ಮೇಲಿನ ಆಕಾಶದಲ್ಲೆಲ್ಲ ಪಸರಿಸಿತು. ಬಳ್ಳಂಬೆಟ್ಟಿಗೆ ಅವನು ಬಂದು ಮುಟ್ಟುವಷ್ಟರಲ್ಲಿ ದೂಳು ಮುಚ್ಚಿತು. ಒಮ್ಮೆಲೇ ಮಳೆ ಸುರಿಯತೊಡಗಿ ಗಾಳಿ ಮಳೆಗೆ ಅನೇಕ ಮರಗಳು ಉರುಳಿ ಬಿದ್ದುವು. ಗೊಂಯ್ ಗೊಂಯ್ ಎಂದು ಹೊಡೆದ ಗಾಳಿಗೆ ಸೂರಿನ ಹುಲ್ಲು ಹಾರಿ ಹೋಗಿತ್ತು. ಒಮ್ಮೆಲೇ ತುಂಬಿದ ಗಾಳಿಗೆ ದನಪಕ್ಷಿಗಳೂ ಬೆಪ್ಪಾದುವು. ನೋಡ ನೋಡುತ್ತಿದ್ದಂತೆ ಬಿದ್ದ ಮಳೆ. ಮೂರು ಪ್ರಹರಗಳ ಕಾಲ ಒಂದೇ ಸವನೆ ಹೊಡೆದ ಮಳೆ ನೆಲ ಗದ್ದೆಗಳನ್ನು ಚೆನ್ನಾಗಿ ತೋಯಿಸಿದುದಲ್ಲದೇ ನಿರಂಜನಿಯ ನೀರನ್ನೂ ಬಗ್ಗಡಗೊಳಿಸಿತು. ಗುಡ್ಡಗಳ ಕಡೆಯಿಂದ ಹರಿದು ಬಂದ ನೀರು ನಿರಂಜನಿಯ ಒಡ್ಡನ್ನೂ ಒಡೆದು ಹಾಕಿತು !

ಮನೆಗೆ ಬಂದ ರಾಮಚಂದ್ರ ಪೈ ಹಜಾರದಲ್ಲಿ ಕುಳಿತು ಮಳೆಯ ಅಬ್ಬರವನ್ನು ನೋಡಿದ. ಕಳೆದ ನಾಲ್ಕು ವರುಷಗಳಲ್ಲಿ ಇಂತಹ ಮಳೆ ಬಿದ್ದಿರಲಿಲ್ಲ. ಜ್ಯೇಷ್ಠದ ಮಳೆ. ಹೀಗೇ ಬಂದರೆ ಈ ವರುಷಕ್ಕೆ ಬೆಳೆಗೆ ತೊಂದರೆಯಿಲ್ಲ. ಕಳೆದ ಎರಡು ವರುಷಗಳಿಂದ ಕೈಕೊಟ್ಟ ಮಳೆ. ರಾಮಚಂದ್ರ ಪೈಗೆ ಬಹಳ ದಿನಗಳ ಬಳಿಕ ಒಳಗೂ ಹೊರಗೂ ತಂಪೆನಿಸಿತು. ಮರುದಿನ ಬೆಳಗ್ಗೆ ಸೂರ್ಯನ ಬಿಸಿಲು ಹಿತವಾಗಿತ್ತು. ಬಹಳ ದಿನಗಳಿಂದ ಮನೆಯಿಂದ ಹೊರಗೆ ಬೀಳದವನಂತೆ ರಾಮಚಂದ್ರ ಪೈ ಮನೆಯಿಂದ ಹೊರಬಿದ್ದ. ಜೊತೆಯಲ್ಲಿ ನಡುಮನೆ ಬೀರಣ್ಣ ಬಂಟನನ್ನೂ ಕರೆದೊಯ್ದ. ಬಳ್ಳಂಬೆಟ್ಟಿನ ಪಶ್ಚಿಮದ

ಗದ್ದೆಯ ಹುಣಿಗಳ ಮೇಲೆ ನಡೆಯುತ್ತಾ "ನಾನು ಹೇಳಲಿಲ್ಲವೇ ಬಂಟಾ ? ಗುತ್ತು ಗೋವಿಂದ ಭಟ್ಟರು ಅಂಜನ ನೋಡಿ ನಿಖರವಾಗಿ ಹೇಳಿದ್ದು ನಿನ್ನ ಕಿವಿಗೂ ಬಿದ್ದಿರಬೇಕು. ನೀನೂ ಬಂದಿದ್ದೆಯಲ್ಲ ? ಇವತ್ತು ಹುಡುಕಿಯೇ ಬಿಡೋಣ" ಎಂದು ಉತ್ಸಾಹದಿಂದ ಹೇಳಿದ. ಆ ಕಡೆಯ ಕಾಡಿನಲ್ಲಿ ಸುತ್ತಾಡಿ ಸಾಕಷ್ಟು ಹುಡುಕಾಡಿದರು. ಕಾಡಿನ ಬಲಭಾಗದಲ್ಲಿ ನಿರಂಜನಿ ಜೊರೋ ಎಂದು ಹರಿಯುತ್ತಿದ್ದಳು. ಅಲ್ಲೂ ಒಂದೆರಡು ಗದ್ದೆಗಳು. ಆ ಕಡೆಯ ಸೆರಗಿನಲ್ಲೇ ಮಂಜ ಪೂಜಾರಿಯ ಗುಡಿಸಲು. ವಾಸವಿಲ್ಲದೇ ಅದು ಮುರಿದು ಬಿದ್ದಿತ್ತು ! ಹಿಂದಿನ ದಿನದ ಗಾಳಿ ಮಳೆಗೆ ಉರುಳಿಯೇ ಬಿದ್ದಿತ್ತು !

"ಬೀರಣ್ಣ, ಗೋವಿಂದ ಭಟ್ಟರು ಹೇಳಿದ ಜಾಗ ಇದೇ. ಹೊಳೆಯ ಆ ದಂಡೆಯಲ್ಲಲ್ಲ, ಸಿಕ್ಕಿದರೆ ಇಲ್ಲೇ ಸಿಗಬೇಕು" ಎಂದು ಬಗ್ಗಿಕೊಂಡು ಕಾಡು ಹೊಕ್ಕ ರಾಮಚಂದ್ರ ಪೈ ಬೆಳೆದ ಬಳ್ಳಿಗಳನ್ನು ಅತ್ತಿತ್ತ ಸರಿಸಿದ. ನಾಗಬಿಂಬ ಇದೆ ಎಂಬ ಸುದ್ದಿ ಬೀರಣ್ಣ ಬಂಟನನ್ನೂ ತುಂಬ ಉತ್ಸಾಹಿತನನ್ನಾಗಿ ಮಾಡಿತ್ತು. "ಒಡೆಯರು ಹೀಗೆ ಹುಡುಕಿದರೆ ಸಿಗುವುದು ಕಾಣೆ. ಈ ಬನದ ಮೇಲಿರುವ ಮುಳ್ಳುಗಳನ್ನು ಸವರಿದರೆ ಎಲ್ಲಾದರೂ ಸಿಕ್ಕೀತು" ಎಂದ ಅವನು. "ಅವು ಮುಳ್ಳುಗಳೇನೋ ? ಮಧ್ಯೆ ನಾಗರ ಬೆತ್ತಗಳೂ ಕಾಣುತ್ತವಲ್ಲ ? ಅವನ್ನು ಕಡಿಯಬಾರದು ಅನ್ನುತ್ತಾರೆ" ಎಂದ ರಾಮಚಂದ್ರ ಪೈ. "ಅದನ್ನು ನನಗೆ ಬಿಡಿ ಒಡೇರೇ. ನಾಗರ ಬೆತ್ತಗಳೆಂದರೆ ಯಾವುವು ಅಂತ ನನಗೆ ಗೊತ್ತು. ಅವನ್ನು ಕಡಿದರೆ ಹರಿಯುವ ದೇವರು ನನ್ನನ್ನು ಬಿಡಲಾರ. ನೀವು ಚಿಂತೆ ಬಿಡಿ. ಹೇಳಿದರೆ ಸಾಕು. ಎಲ್ಲ ಸವರಿ ಬನದೊಳಗೆ ಹೋಗಲು ದಾರಿ ಮಾಡಿಕೊಡುವುದು ಘಳಿಗೆಯ ಕೆಲಸ" ಎಂದ ಬೀರಣ್ಣ ಬಂಟ.

ಗದ್ದೆಯ ಅಂಚಿನ ಗುಂಟ, ಬೆಟ್ಟದ ಬುಡದಲ್ಲಿ, ನಿರಂಜನಿಯ ಬಲಭಾಗದಲ್ಲಿ ಮರಗಿಡಗಳು ತುಂಬಿದ ಬನಗಳಿಗೆ ಕಮ್ಮಿ ಇರಲಿಲ್ಲ. ಬೀರಣ್ಣ ಬಂಟ ಸವರಿ ದಾರಿ ಮಾಡಿದುದರ ಒಳಗೆ ತೂರಿ ರಾಮಚಂದ್ರ ಪೈ ಸಾಕಷ್ಟು ಹುಡುಕಿದ. ಕಾಲಿಡಲು ಗಾಬರಿ. ಎಲ್ಲಿ ತಪ್ಪಿ ಬಿಂಬದ ಮೇಲಿಡುತ್ತೇನೋ ಎಂಬ ಭೀತಿ. ಕೊನೆಗೂ ನಿರಂಜನಿಯ ತಡಿಯಲ್ಲೇ ಒಂದು ಕಡೆ ನಾಗಬಿಂಬ ದೊರಕಿತು. ಬೀರಣ್ಣ ಬಂಟ ಹಾಕಿದ ಕತ್ತಿಗೆ ಕಲ್ಲು ತಾಗಿದ್ದೇ ಅವನು ಜಾಗೃತನಾಗಿ "ಒಡೇರೇ" ಅಂತ ಕೂಗಿದ್ದ. ಮಳೆ ಬಂದು ಕಾಲು ಜಗ್ಗಿ ಹೋಗುವ ಜವುಗಿನಲ್ಲಿ ಹಾರಿ ರಾಮಚಂದ್ರ ಪೈ ಪೊದರಿನೊಳಗೆ ನುಗ್ಗಿ ಬಗ್ಗಿ ನೋಡುತ್ತಾನೆ – ನಾಗಬಿಂಬ ! ಬಿಂಬ ದೊಡ್ಡದೇ ! ಮೊಳಕೈ ತನಕ ಬರುವ ಶಿಲೆಯ ಕಲ್ಲು. ಎರಡು ನಾಗಗಳು. ಮೈಥುನದ ಭಂಗಿ. ಮಣ್ಣಿನ ಮಧ್ಯೆ ಹುದುಗಿ ಹೋದ ಬಿಂಬ. ಹೊಸತಾಗಿ ಕಡೆದಂತೆ ಪ್ರಕಟಗೊಂಡ ಬಿಂಬ. ರಾಮಚಂದ್ರ ಪೈಗೆ ಜೋರಾಗಿ ಕೂಗು ಹಾಕಿ ತನ್ನ ಸಂತೋಷವನ್ನು ಪ್ರಕಟಿಸಬೇಕೆಂಬ ತೀವ್ರ ಆಸೆಯಾಯಿತು. ಅವನು ಮೊದಲು ಮಾಡಿದ ಕೆಲಸವೆಂದರೆ ನಿರಂಜನಿಯಲ್ಲಿ ಮುಳುಗು ಹಾಕಿ ಗುಡ್ಡದಿಂದ ಕೇಪುಳದ

ಹೂವನ್ನು ಹಿಡಿದುಕೊಂಡು ಬಂದು ಬಿಂಬಕ್ಕೆ ಅರ್ಪಿಸಿದ್ದು. ನಿರಂಜನಿಯಿಂದ ಒಂದು ಕೊಡ ನೀರನ್ನು ಸುರುವಿ ಸ್ವಚ್ಛಗೊಳಿಸಿದ್ದು. ಬೀರಣ್ಣ ಬಂಟನನ್ನು ಮನೆಗೆ ಕಳುಹಿಸಿ, ಅಂತು ಪೈಯನ್ನು ಒರಮಾಡಿ ಹೂವು ಹಣ್ಣು ಕುಂಕುಮ ಏರಿಸಿ ಪೂಜೆ ಮಾಡಿದ. ವಕ್ರವಾಗಿ ನಿಂತ ಬಿಂಬವನ್ನೆತ್ತಿ ಸರಿಯಾಗಿ ನಿಲ್ಲಿಸಿದ. ಅದನ್ನೆತ್ತುವಾಗ ಮಣ್ಣಿನಲ್ಲಿದ್ದ ಎರೆಹುಳುಗಳು ಹರಿದು ನೆಲದಡಿ ಹೋದುವು. ಬಿಂಬಕ್ಕೆ ತಾಗಿಯೇ ಇದ್ದ ಪೀಠ ಅದು ನಿಲ್ಲಲು ಸಹಾಯ ಮಾಡಿತು. ''ಬೀರಣ್ಣಾ, ಸುತ್ತು ಮುತ್ತಣ ಹತ್ತು ಮಾರಗಲ ನೆಲವನ್ನು ಸವರಿ ಸಾಪಾಟುಗೊಳಿಸಬೇಕೋ. ಬಿಂಬ ಸಿಕ್ಕಿದ ಜಾಗ ಪವಿತ್ರವಾದದ್ದು. ಕಲ್ಪಾದಿ ಪೂಜೆಯ ರೀತಿ ನನಗೆ ತಿಳಿದದ್ದಲ್ಲ. ಅದಕ್ಕೆ ಬಾದರಾಯಣ ಭಟ್ಟರನ್ನೇ ಕರೆದು ತರಬೇಕು. ಈಗ ಪೂಜೆ ಮಾಡಿ ಕೇಪುಳದ ಹೂವೇರಿಸಿದ್ದೇನೆ. ತಪ್ಪಾಗಿದ್ದರೆ ಅವನು ಕ್ಷಮಿಸುತ್ತಾನೆ'' ಎಂದು ಹೇಳಿ ಎದ್ದ.

ರಾಮಚಂದ್ರ ಪೈಗೆ ಬನದೊಳಗೆ ನಾಗಬಿಂಬ ದೊರೆತ ವಾರ್ತೆ ಬಹುಬೇಗ ಹರಡಿತು. ''ಅವರ ಭಾಗ್ಯಕ್ಕೆ ಕೊನೆಯಿಲ್ಲ'' ಅಂತ ಜನರು ಕೊಂಡಾಡಿದರು. ಕುಂಬಳೆ, ಅಡೂರು, ಮಾನ್ಯಗಳಿಂದ ಜನರು ಬಂದು ನೋಡಿ ಹೋದರು. ಬಿಂಬದ ಪ್ರತಿಷ್ಠಾಪನೆಗೆ ಕುಂಬಳೆಯ ಬಾದರಾಯಣ ಭಟ್ಟರೇ ಬರಬೇಕೆಂಬ ರಾಮಚಂದ್ರ ಪೈಯ ಆಸೆ ಮಾತ್ರ ನೆರವೇರಲಿಲ್ಲ. ಅವರ ಹೆಂಡತಿ ಆಗ ಉಂಗುಷ್ಠ ಕಾಣದಷ್ಟು ಬಸುರಿ. ''ನಾನು ಅಲ್ಲಿಗೆ ಬರುವ ಹೊತ್ತಿಗೆ ಆಕೆ ಇಲ್ಲಿ ಹೆತ್ತರೆ ಹೊಲೆಯಾಗುತ್ತದೆ'' ಎಂದು ಅವರು ಹೇಳಿದರು. ನಾಗಬಿಂಬ ಹುಡುಕಲು ನೆರವಾದವರು ಗುತ್ತು ಗೋವಿಂದ ಭಟ್ಟರು. ''ಅವರಿಂದಲೇ ಪ್ರತಿಷ್ಠಾಪನೆ ಮಾಡಿಸಿ'' ಎಂದರು ಭಟ್ಟರು. ''ಮುಂದೆ ಇಂತಹ ಮುಹೂರ್ತ ಸಿಕ್ಕುವುದಿಲ್ಲ ಪೈನೊ. ನನ್ನಿಂದಾಗಿ ಅದು ಮುಂದುವರಿಯುವುದು ಬೇಡ'' ಎಂದೂ ಹೇಳಿದರು.

ರಾಮಚಂದ್ರ ಪೈ ಗೋವಿಂದ ಭಟ್ಟರನ್ನು ಕಂಡಾಗ ಅವರು ''ಪೈಗಳೇ, ಪುನರ್‌ಪ್ರತಿಷ್ಠಾಪನೆ ಎಂದರೆ ಗುಡಿ ಕಟ್ಟಿಸಬೇಕು. ದೇವಸ್ಥಾನ ನಿರ್ಮಾಣ ಆಗಬೇಕು. ಕಲ್ಪಾದಿ ಹೋಮ ನಡೆಸಿ ಸಾವಿರ ಬ್ರಾಹ್ಮಣರಿಗೆ ಅನ್ನದಾನ ಮಾಡಬೇಕು. ಅದು ಒಬ್ಬರಿಂದ ಆಗುವ ಕಾರ್ಯ ಅಲ್ಲ ಅಂತ ನನ್ನ ಭಾವನೆ. ಒಬ್ಬನೇ ಮಾಡುತ್ತೇನೆ ಅನ್ನುವುದೂ ಅಹಂಕಾರದ ಮಾತಾದೀತು. ಇಷ್ಟಕ್ಕೂ ನಾಗಪ್ಪ ಆ ಜಾಗದಲ್ಲಿ ಸಿಕ್ಕಿದ್ದ ಅಂದರೆ ಅಲ್ಲಿ ಯಾಕಿದ್ದ ಎಂಬ ಪ್ರಶ್ನೆ ಏಳುತ್ತದೆ. ಬನದ ಮಧ್ಯೆ ಇರುವುದೇ ಅವನ ಇಷ್ಟವಾದರೆ ನಾವು ಗುಡಿ ಕಟ್ಟಿಸಿ ಅವನನ್ನು ಬಂಧಿಸಿದರೆ ಅದೇ ನೆವವಾಗಿ ಅವನು ನಮ್ಮ ಮೇಲೆ ಮುನಿಯಲಾರನೇ ?'' ಎಂದು ಕೇಳಿದರು. ರಾಮಚಂದ್ರ ಪೈಗೆ ಹೌದೆನ್ನಿಸಿತು. ಗೋವಿಂದ ಭಟ್ಟರ ಬುದ್ಧಿಮತ್ತೆಗೆ ತಲೆದೂಗಿ ''ಹಾಗಿದ್ದರೆ ಏನು ಮಾಡೋಣ ?'' ಎಂದು ಕೇಳಿದ. ಗೋವಿಂದ ಭಟ್ಟರು ತಮ್ಮಲ್ಲಿದ್ದ ತಾಳೆಗರಿ ಗ್ರಂಥಗಳನ್ನು ತಡಕಾಡಿದರು. ತುಂಬ ವಿಮರ್ಶೆಯ ಬಳಿಕ ''ಪೈಗಳೇ, ಆಕಾಶವನ್ನೇ ಸೂರು ಮಾಡಿಕೊಂಡಿದ್ದವನಿಗೆ ನಾವು

ಗುಡಿ ಕಟ್ಟಿಸುವುದು ಬೇಡ. ಇದ್ದಲ್ಲೇ ಒಂದು ಕಲ್ಲಿನ ಪೀಠ ಮಾಡಿಸುವ. ಮೊದಲ ಪೂಜೆ ಎಂದು ನೆನಸಿ ತಕ್ಕ ಮಟ್ಟಿನ ಕಾರ್ಯ ಮಾಡುವ. ಸುತ್ತಣ ಸಮಸ್ತ ಬ್ರಾಹ್ಮಣರಿಗೆ ಆ ಹೆಸರಿನಲ್ಲಿ ಒಂದು ಸಿಹಿ ಊಟ ಹಾಕಿಸುವ. ಈಗ ಸಾಕು. ಆ ಕಡೆ ಹೋಗಿ ದಿನಾ ನಾಲ್ಕು ಕೇಪುಳದ ಹೂವು ಏರಿಸುವ ಕೆಲಸ ನಿಮ್ಮ ಪಾಲಿಗೆ. ಮುಂದೆ ಅನುಕೂಲವಾದರೆ ದೊಡ್ಡ ಕಾರ್ಯಕ್ರಮ ಇಟ್ಟರಾಯಿತು. ಆಗದೇ ?'' ಎಂದರು.

''ಕಬೂಲು'' ಎಂದ ರಾಮಚಂದ್ರ ಪೈ. ಹಾಗೆಯೇ ನಡೆಯಿತು. ಮುಂದೆ ರಾಮಚಂದ್ರ ಪೈ ಅಥವಾ ಅವನ ಮಗ ಅಂತು ಪೈ ದಿನಾ ಒಮ್ಮೆಯಾದರೂ ಹೋಗಿ ನಿರಂಜನಿಯಲ್ಲಿ ಮುಳುಗು ಹಾಕಿ ಬಂದು ನಾಗಬಿಂಬದ ಎದುರು ಅಡ್ಡಬಿದ್ದು ಹೂವೇರಿಸಿ ಬರುವುದನ್ನು ಅಭ್ಯಾಸ ಮಾಡಿಕೊಂಡರು. ಬಳ್ಳಂಬೆಟ್ಟಿನ ಮನೆಯ ಹೊರಜಗಲಿಯ ಮೇಲೆ ಪೂರ್ವಕ್ಕೆ ಮುಖ ಮಾಡಿಕೊಂಡು ಕುಳಿತು ರಾಮಚಂದ್ರ ಪೈ ಆ ವರುಷ ಬಂದ ಮಳೆ ನಾಗ ಪೂಜೆಯ ಫಲದಿಂದಲೇ ಎಂದು ದೃಢವಾಗಿ ನಂಬತೊಡಗಿದ.

□

೩೦

ಬಳ್ಳಂಬೀಡಿನಿಂದ ಕಾರ್ಯಾಡಿಗೆ ಬಂದು ನೆಲಸಿದ ಶಿವಪ್ಪಯ್ಯ ರಾಮಚಂದ್ರ ಪೈಯ ಕೊನೆಯ ತಮ್ಮ. ಬಳ್ಳಂಬೀಡು ಬಿಟ್ಟು ಕಾರ್ಯಾಡಿಗೆ ಬರುವಾಗ ಅವನೇನೂ ಜಗಳಾಡಿ ಆಸ್ತಿಯಲ್ಲಿ ಪಾಲು ಕೇಳಿ ಬಂದವನಲ್ಲ. ಆದರೆ ಮುಂದೊಮ್ಮೆ ಅವನ ಸ್ವಾಭಿಮಾನ ಕೆರಳಿ ಧರ್ಮಸ್ಥಳದ ದೇವರ ಆಣೆ ಹಾಕಿ ಇನ್ನು ಇಲ್ಲಿಗೆ ಬರುವುದಿಲ್ಲ ಎಂದು ಅವನ ಬಾಯಿಯಿಂದ ಮಾತು ಹೊರಬಿದ್ದಾಗ ನಿಜ ಹೇಳುವುದಾದರೆ ಅವನಿಗೆ ಪ್ರಜ್ಞೆಯೇ ಇರಲಿಲ್ಲ. ಮಾತನ್ನು ಹಿಂದೆ ದೂಡಿ ಸಿಟ್ಟು ಮುಂದೆ ಬಂದ ಹೊತ್ತು ಅದು. ಆ ದಿನ ಬಳ್ಳಂಬೆಟ್ಟಿನ ಮನೆಯಿಂದ ಹೊರಬಿದ್ದ ಶಿವಪ್ಪಯ್ಯ ಮುಂದೆಂದೂ ಅಲ್ಲಿಗೆ ಹೋಗಿರಲಿಲ್ಲ. ಕಾರ್ಯಾಡಿನ ಗುಡ್ಡ ಹತ್ತಿ ಆಯಾಸದಿಂದ ಹಾದಿಬದಿಯ ಕಲ್ಲಿನ ಮೇಲೆ ಕುಳಿತವನ ಎದೆ ದುಃಖದಿಂದ ತುಂಬಿ ಬಂದಿತ್ತು. ಹೆಂಡತಿ ಮಕ್ಕಳು ಎದುರಿಗೇ ಇದ್ದುದರಿಂದ ಅಳುವನ್ನು ಶತಪ್ರಯತ್ನದಿಂದ ತಡೆದುಕೊಂಡು "ಇನ್ನು ಮುಂದೆ ಅಲ್ಲಿಯ ಋಣ ಮುಗಿಯಿತೇ ಕಾವೇರೀ. ದೇವರು ನನ್ನ ಕೈ ಬಿಟ್ಟನಲ್ಲೇ" ಎಂದು ಗದ್ಗದ ಕಂಠದಿಂದ ಹೇಳಿದ್ದ. ಅವನ ಹೆಂಡತಿ ಕಾವೇರಿ ಅವನನ್ನು ಸಾಕಷ್ಟು ಸಮಾಧಾನ ಮಾಡಿ ಕಾರ್ಯಾಡಿನ ಮನೆಗೆ ಕರೆತಂದಿದ್ದಳು. ಮೂರು ದಿನ ಅನ್ನ ನೀರನ್ನೂ ಮುಟ್ಟದೇ ಮರುಗಿದವನ ಸಂತಾಪವನ್ನು ಕಮ್ಮಿ ಮಾಡಲು ಆಕೆ ಸಾಕಷ್ಟು ಹೋರಾಡಿ ಸಫಲಳಾಗಿದ್ದಳು. "ನೋಡೇ ಕಾವೇರೀ, ಅಣ್ಣ ಧರ್ಮರಾಯನಂತವನು. ಆ ಮೀಸೆ ಮೂಡದ ಹುಡುಗ ಬಾಯಿಗೆ ಬಂದ ಹಾಗೆ ಮಾತಾಡಿದಾಗ ಮಾತ್ರ ನನ್ನಿಂದ ಸಾಧ್ಯವಾಗಲಿಲ್ಲ. ಆದರೂ ನಾನು ದೊಡ್ಡಕಡೆ ದೇವರ ಹೆಸರು ಎತ್ತಬಾರದಿತ್ತು" ಎಂದು ಗೋಳಿಟ್ಟ ಗಂಡನಿಗೆ ಧೈರ್ಯ ತುಂಬಲೆಂದು ಆಕೆ "ಬಿಡಿ, ಆಯಿತಲ್ಲ, ಆದದ್ದು ಒಳ್ಳೆಯದಕ್ಕೇ. ದೇವರು ಈ ರೀತಿ ಮಾಡು ಅಂತ ನಿಮಗೆ ಮನಸ್ಸು ಕೊಟ್ಟ, ಅಷ್ಟೇ ಅಂತ ತಿಳಿಯುವುದು. ಅವರಾದರೂ ಮಾತು ಅಲ್ಲಿಯ ತನಕ ಹೋಗಲು ಬಿಡಬಾರದಿತ್ತು" ಎಂದು ಹೇಳಿದ್ದಳು.

ಕಾರ್ಯಾಡಿನಲ್ಲಿ ಅವರ ಮನೆ ಇರುವುದು ಪಶ್ಚಿಮಕ್ಕೆ ಮುಖ ಮಾಡಿ. ಗದ್ದೆಗಳ ಹುಣಿಗಳ ಮೇಲೆ ನಡೆದುಕೊಂಡು ಹೋದರೆ ಹತ್ತು ಪಾವಟಿಗೆಗಳನ್ನು ಏರಬೇಕು. ಮಣ್ಣಿನ ನೆಲ. ಹಾಗಾಗಿ ಅವುಗಳನ್ನೇ ಕೊರೆದು ಮಾಡಿದ ಮೆಟ್ಟಲುಗಳು. ಗದ್ದೆಗಳಿಗೂ ಮೆಟ್ಟಲುಗಳಿಗೂ ಮಧ್ಯೆ ಮಳೆಗಾಲದಲ್ಲಿ ಮಾತ್ರ ನೀರು ಹರಿಯುವ ಚಿಕ್ಕ ತೋಡು. ನೀರಿಲ್ಲದೇ ಇದ್ದಾಗ ಅವುಗಳ ತುಂಬ ನುಣುಪಾದ ಕಲ್ಲುಗಳನ್ನು ಕಾಣಬಹುದು. ಬೇಸಗೆಯಲ್ಲಿ ಶಿವಪ್ಪಯ್ಯನ ಮನೆಯವರು ಎರಡು ಹೋಗುವುದು ಅಲ್ಲಿಯೇ

ಆದುದರಿಂದ ತೋಡು ದಾಟುವಾಗ ಮೂಗು ಮುಚ್ಚಿಕೊಳ್ಳಬೇಕು. ಆದರೆ ನಾಲ್ಕು ಮಳೆಗಳು ಬಿದ್ದುವ್ರೋ, ಕೊಳೆಯೆಲ್ಲ ಹೋಗಿ ಅದು ನಿರ್ಮಲವಾಗಿ ಬಿಡುತ್ತಿತ್ತು. ಆಗ ತೋಡು ದಾಟಲು ಅಡಕೆಯ ಕಾಂಡಗಳನ್ನು ಹಾಕಿ ಒಂದು ಸಂಕವೂ ಏಳುವುದು. ಅವುಗಳನ್ನು ದಾಟಿ ಪಾವಟಿಗೆಗಳನ್ನೇರಿದ ಒಡನೆಯೇ ಶಿವಪ್ಪಯ್ಯನ ಮನೆಯ ಅಂಗಳಕ್ಕೇ ಕಾಲಿಡಬಹುದು. ಹತ್ತು ಮಾರು ಉದ್ದಗಲವುಳ್ಳ ಅಂಗಳ. ಹಿಂದೆ, ಮೂರು ಮೆಟ್ಟಲುಗಳ ಎತ್ತರದಲ್ಲಿ ಕಟ್ಟಿದ್ದ ಮನೆ. ಅಡಕೆಯ ಸೋಗೆಯ ಸೂರು. ಪಶ್ಚಿಮಕ್ಕೆ ಮುಖ ಮಾಡಿದ ಕಾರಣ ಸಂಜೆಯ ಹೊತ್ತು ಹಜಾರಕ್ಕೂ ಬೀಳುವ ಬಿಸಿಲು. ಸಾಕಷ್ಟು ದೊಡ್ಡದಾದ ಮನೆಯೇ ಆದರೂ ಆಯ ಆಕಾರ ನೋಡಿ ಕಟ್ಟಿದ್ದಲ್ಲ. ನೆಲವನ್ನು, ಗೋಡೆಯನ್ನು ಮಣ್ಣಿನಿಂದಲೇ ಕಟ್ಟಿ ಹೊಡೆದು ಚೆನ್ನಾಗಿ ನಯಗೊಳಿಸಿದ್ದರು. ಚಿಟ್ಟೆಯ ಮೇಲೆ ಕೂತರೆ ಇಡೀ ಆಸ್ತಿ ಕಣ್ಣಿಗೆ ಬೀಳುವುದು. ಶಿವಪ್ಪಯ್ಯ ಕಾರ್ಯಾಡಿಗೆ ಬಂದ ಮೇಲೆ ಅಂಗಣದ ಮೂಲೆಯಲ್ಲಿ ಕೆಸು, ಬಸಳೆ, ತುಳಸಿ ಹಾಕಿದ್ದ. ಮನೆಯ ಹಿಂದಿನ ಹಾಡಿಯಲ್ಲಿ ಹತ್ತೈವತ್ತು ಅಡಿಕೆಯ ಗಿಡಗಳು.

ಕಾರ್ಯಾಡಿನ ನೆಲ ಬಳ್ಳಂಬೆಟ್ಟಿನ ನೆಲದಂತೆ ಆವೆಮಣ್ಣಿನ ನೆಲವಲ್ಲ. ಗದ್ದೆಯ ಭಾಗ ಒಂದಷ್ಟು ಹಳದಿ ಮಿಶ್ರಿತ ಬಣ್ಣದ ಮರಳು. ಆದರೂ ಜಿಗುಟಲ್ಲ. ಉಳಿದ ಕಡೆ ಕೆಂಪು ನೆಲ. ನೆಲದ ತುಂಬ ಚಿಕ್ಕ ಚಿಕ್ಕ ನೊರಜು ಕಲ್ಲುಗಳು. ಕಲ್ಲುಗಳ ಮಧ್ಯೆ ಎದ್ದು ನಿಲ್ಲುವ ಗರಿಕೆಯ ಹುಲ್ಲು. ಹುಣಿಗಳ ಮೇಲೆ, ಮನೆಯ ಸುತ್ತಮುತ್ತ ತೆಂಗಿನ ಮರಗಳು ಇದ್ದುವು. ತೆಂಗು ಅಡಿಕೆ ವರ್ಷಪೂರ್ತಿ ಬಳಸಿದರೆ ಮನೆಗೆ ಸಾಕು. ಗುಡ್ಡಗಳು ಬೋಳು ಬೋಳಾಗಿ ಬರಿಯ ಹುಲ್ಲು. ಮನೆಯಲ್ಲಿರುವ ದನಕರುಗಳಿಗೆ ಗೋಮಾಳವಾಗಿ ಅದನ್ನು ಉಪಯೋಗಿಸುತ್ತಿದ್ದರು. ಕಾರ್ಯಾಡಿನ ಆಸ್ತಿಗೆ ಕುಮ್ಕಿಯಾಗಿ ಬಂದ ಕಾಡೂ ಅಂಥ ಹೇಳಿಕೊಳ್ಳುವಂಥದ್ದಲ್ಲ. ತೇಗ ಬೀಟೆ ಗಂಧದ ಮರಗಳಿರಲಿ, ಕಾಡು ಮರಗಳೂ ಹೆಚ್ಚಿರಲಿಲ್ಲ. ಯಾವುದಕ್ಕೂ ಉಪಯೋಗವಿಲ್ಲದ ಕಾರೆ ಮರಗಳೇ ಹೆಚ್ಚು.

ಶಿವಪ್ಪಯ್ಯ ಬಳ್ಳಂಬೆಟ್ಟಿನಲ್ಲಿ ಅಣ್ಣನ ಮಗನ ಜೊತೆ ಜಗಳಾಡಿ ಕಾರ್ಯಾಡಿಗೆ ಬಂದು ಮರುಗುತ್ತಾ ಮೂರು ದಿನ ಅನ್ನವನ್ನೂ ಊಟ ಮಾಡದೇ ಕುಳಿತಿದ್ದಾಗ ಅವನ ಹೆಂಡತಿ ಕೊನೆಗೊಮ್ಮೆ ''ದೊಡ್ಡಕಡೆ ದೇವರ ಹೆಸರು ತೆಗೆದಿದ್ದೀರಿ. ಸರಿಯಾಯಿತು. ಬೇಕಾದರೆ ನಾವೇ ಅಲ್ಲಿಯ ತನಕ ಹೋಗಿ ಬರೋಣ. ದೇವರ ಎದುರು ಅಡ್ಡಬಿದ್ದು ತಪ್ಪಾಯಿತು ಅಂತ ಬೇಡಿಕೊಳ್ಳೋಣ. ಸಾಧ್ಯವಾದರೆ ಹೆಗ್ಗಡೆಯವರನ್ನು ಕಂಡು ಹೀಗೀಗಾಯಿತು, ದಂಡ ವಿಧಿಸಿದರೆ ಕೊಡುತ್ತೇವೆ ಅನ್ನೋಣ'' ಎಂದು ತಿಳಿಯ ಹೇಳಿದ್ದಳು. ಒಮ್ಮೆ ಯೋಚಿಸಿದ ಶಿವಪ್ಪಯ್ಯ ''ಮನೆಯಲ್ಲಿ ಹಿರಿಯರು ಇರುತ್ತಾ ನಾವು ನಾವೇ ಹೋಗಿ ಬರುವುದೇ ?'' ಎಂದು ಕೇಳಿದ. ಕಾವೇರಿ ಅದಕ್ಕೆ ''ಅವರನ್ನು ಕರೆದುಕೊಂಡು ಹೋಗಬೇಕಾದರೆ ರಾಜಿಯಾಗಬೇಕು. ಈಗ ಅದು ಸಾಧ್ಯವಿಲ್ಲದ ಮಾತು. ಬೇಕಿದ್ದರೆ ಕೊಂಬ್ರಾಜೆಯಿಂದ ನಿಮ್ಮ ಅಣ್ಣನನ್ನೂ ಬರಹೇಳಿ'' ಎಂದಳು. ಶಿವಪ್ಪಯ್ಯನಿಗೆ ಸರಿ ಅನ್ನಿಸಿತು.

ಹಾಗೆ ಶಿವಪ್ಪಯ್ಯ ದೇವು ಪೈಯ ಜೊತೆ ಒಮ್ಮೆ ಧರ್ಮಸ್ಥಳಕ್ಕೆ ಹೋಗಿ ದೇವರ ಎದುರು ಅಡ್ಡಬಿದ್ದು ಬಂದ. ದೇವು ಪೈಯೂ ಶಿವಪ್ಪಯ್ಯನಂತೆ ಅಂದೇ ಬಳ್ಳಂಬೆಟ್ಟಿನಿಂದ ಹೊರಗೆ ಬಂದವ. ಅವನು ದೇವರ ಆಣೆ ಹಾಕಲಿಲ್ಲವಾದರೂ ತಿಮ್ಮ ಪೈ ಆ ರೀತಿ ಮಾತನಾಡಿದುದು ಅವನಿಗೆ ಕೂಡಾ ಕೆಟ್ಟದೆನಿಸಿತ್ತು. ಆದುದರಿಂದ ಹೊರಟವನು ತಾನೂ ಇನ್ನು ಇಲ್ಲಿಗೆ ಬರುವುದಿಲ್ಲ ಎಂದು ನಿರ್ಧರಿಸಿದ್ದ. ಆ ನಿರ್ಧಾರದ ಕಾರಣದಿಂದಾಗಿಯೇ ಅವನೂ ಶಿವಪ್ಪಯ್ಯನ ಜೊತೆಗೆ ಧರ್ಮಸ್ಥಳಕ್ಕೆ ಹೋಗಲು ಒಪ್ಪಿದ. ಜೊತೆಗೆ ಎರಡು ಮನೆಯವರ ಸಂಸಾರಗಳೂ ಇದ್ದುವು. ಅವರು ಅಲ್ಲಿಗೆ ಹೋದಾಗ ಹೆಗ್ಗಡೆಯವರನ್ನು ನೋಡುವುದು ಮಾತ್ರ ಅವರಿಂದ ಸಾಧ್ಯವಾಗಲಿಲ್ಲ, ಅವರು ಊರಲ್ಲಿರಲಿಲ್ಲ. ಆದುದರಿಂದ ಎಲ್ಲರಿಗೂ ದೇವರ ದರ್ಶನ ಮಾಡಿಸಿ ಶಿವಪ್ಪಯ್ಯ "ನಾನು ತಪ್ಪು ಮಾಡಿದ್ದೇ ಆದರೆ ಕ್ಷಮಿಸಿ ಬಿಡು" ಎಂದು ಹೇಳಿ ಅತ್ತು ಮನಸ್ಸಮಾಧಾನ ಮಾಡಿಕೊಂಡ. ಕಾರ್ಯಾಡಿಗೆ ಮರಳಿದ ಒಡನೆಯೇ ಬಳ್ಳಂಬೆಟ್ಟಿನಲ್ಲಿ ನಾಗಬಿಂಬ ದೊರೆತ ಸುದ್ದಿ ಸಿಕ್ಕಿತು. ಇದರಿಂದಾಗಿ ಅಣ್ಣನ ಮನೆಯವರ ಬಗ್ಗೆ ಕಾರ್ಯಾಡಿನವರಿಗೆ ಅಸೂಯೆ ಹುಟ್ಟಿತು. "ಮಗನನ್ನು ಕಳೆದುಕೊಂಡರೆ ಏನಂತೆ ? ಮೇಲಿನವನ ಕೃಪೆ ಧಾರಾಳ ಇದೆ" ಎಂದು ಶಿವಪ್ಪಯ್ಯನ ಬಾಯಿಯಿಂದ ಆಗಾಗ ಬರತೊಡಗಿತು.

ಬಳ್ಳಂಬೆಟ್ಟಿನ ಮನೆಯಲ್ಲಿ ಆದ ಜಗಳ ವಿಪರೀತ ಪರಿಣಾಮ ಮಾಡಿದ್ದು ಶಿವಪ್ಪಯ್ಯನ ಹಿರೇಮಗ ಭುಜಂಗ ಪೈ ಮೇಲೆ. ಆಗ ಅವನಿಗೆ ಹನ್ನೆರಡರ ವಯಸ್ಸು. ಆಡುತ್ತಾ ಇದ್ದವನಿಗೆ ತಂದೆ ಮತ್ತು ಅಣ್ಣ ಕಿರುಚಾಡಿದ್ದು ಕೇಳಿಸಿ ಕಾಯುತ್ತಾ ನಿಂತಿದ್ದ. ಅಷ್ಟರೊಳಗೆ ಮನೆಯೊಳಗಿನಿಂದ ಅಂಗಣಕ್ಕೆ ಜಿಗಿದ ತಂದೆ ಅವನ ಕೈ ಹಿಡಿದು ಎಳೆದು "ಹೊರಡೋ" ಅಂತ ಗದರಿದ್ದ. ತಾಯಿಯೂ ಬಟ್ಟೆಯ ಗಂಟು ಹಿಡಿದು ಹೊರಗೆ ಬಂದಿದ್ದಳು. ಉಳಿದುದೆಲ್ಲ ಅವನ ಕಣ್ಣೆದುರೇ ಬಯಲಾಟದಂತೆ ನಡೆದಿತ್ತು. ದೊಡ್ಡಪ್ಪ ತಂದೆಯ ಕೈ ಹಿಡಿದು ಗೋಗರೆದದ್ದು, ಅಣ್ಣ ತಿಮ್ಮ ಪೈ ಬಾಯಿಗೆ ಬಂದ ಹಾಗೆ ಬಯ್ದದ್ದು, ದೊಡ್ಡಪ್ಪ ಅವನ ಬಾಯಿ ಮುಚ್ಚಲು ಅವನ ಮೈಮೇಲೆ ಹಾರಿದ್ದು, ಎಲ್ಲವನ್ನೂ ಅವನು ಸ್ತಂಭಿತನಾಗಿ ನೋಡಿದ್ದ. ಅಲ್ಲಿಂದ ತಕ್ಷಣ ಓಡಿಬಿಡಬೇಕೆಂಬ ಆಸೆ ಅವನಲ್ಲಿ ಬಲವತ್ತರವಾಗಿತ್ತು. ತಂದೆ ಹೊರಡುವ ಎಂದನೋ ಇಲ್ಲವೋ, ಸಟಸಟ ಹೆಜ್ಜೆ ಹಾಕಿದ್ದ. ದಾರಿಯುದ್ದಕ್ಕೂ ತಂದೆ ಮರುಗಿದ್ದು, ತಾಯಿ ಅವನನ್ನು ಸಮಾಧಾನ ಮಾಡಿದ್ದು ಎಲ್ಲವನ್ನೂ ಅವನು ನೋಡಿದ್ದ. ದೊಡ್ಡಪ್ಪ ಮತ್ತು ಅಣ್ಣ ತಿಮ್ಮ ಪೈ ಇಬ್ಬರ ಮೇಲೂ ಅವನಿಗೆ ಅಸಾಧ್ಯ ಸಿಟ್ಟು ಬಂದಿತ್ತು. ಮುಂದೆ ಮನೆ ಮುಟ್ಟುವಷ್ಟರಲ್ಲಿ ಬಳ್ಳಂಬೆಟ್ಟಿನಿಂದ ಬಂದ ಸುದ್ದಿ ಮೊದಲು ಮುಟ್ಟಿದ್ದು ಅವನಿಗೇ – ಹಾವು ಕಚ್ಚಿ ಅದೇ ಅಣ್ಣ ತಿಮ್ಮ ಪೈ ಸತ್ತ ಎಂದು. ಅದಕ್ಕೆ ಭುಜಂಗ ಪೈಯ ಮೊದಲ ಪ್ರತಿಕ್ರಿಯೆ "ಹಾಗೇ ಆಗಬೇಕು" ಎಂದು ! "ಸತ್ತರೇ ? ಸಾಯಲಿ. ಆ ಮನೆಗೂ ನಮಗೂ ಯಾವ ಸಂಬಂಧವೂ ಇಲ್ಲ, ಸತ್ತರೆ ಬೊಜ್ಜಕ್ಕೆ ಕೂಡಾ ನಾವು ಬರುವವರಲ್ಲ ಅಂತ ತಿಳಿಸಿಬಿಡಿ" ಎಂದು ಹೇಳಿದ್ದ !

ಅಸೂಯೆಯೋ ಸಿಟ್ಟೋ ದ್ವೇಷವೋ, ದಿನಕಳೆದಂತೆ ಭುಜಂಗ ಪೈಗೆ ಬಳ್ಳಂಬೆಟ್ಟಿನ ಹೆಸರೆತ್ತಿದೊಡನೆಯೇ ಮೈ ಉರಿಯತೊಡಗುವಂತಹ ಭಾವನೆಯೊಂದು ಬಲಿಯುತ್ತಾ ಹೋಯಿತು. ಬಳ್ಳಂಬೆಟ್ಟಿನ ಸಂಬಂಧ ಕಡಿದೊಗೆಯುವ ಮೊದಲೇ ಅವನಿಗೆ ಮುಂಜಿಯಾಗಿತ್ತು. ಹನ್ನೆರಡು ದಾಟುತ್ತಿದ್ದ ಹಾಗೆಯೇ ಭುಜಂಗ ಪೈ ದೈಹಿಕವಾಗಿ ಬೆಳೆದವನು ಮಾನಸಿಕವಾಗಿ ಆ ದ್ವೇಷವನ್ನೇ ತನ್ನ ಮೈ ತುಂಬ ಬೆಳೆಸತೊಡಗಿದ. ನೋಡಲು ಅವನೇನೂ ಬಲಿಷ್ಠ ಮೈಯವನಲ್ಲ. ತೆಳುವಾದ ಆದರೆ ಸಾಕಷ್ಟು ಕಸುವಿರುವ ಕಪ್ಪಗಿನ ವ್ಯಕ್ತಿ. ಚೌಕಾಕಾರದ ಮುಖ. ಅದೇ ತಾನೇ ಮೂಡುತ್ತಿದ್ದ ಗಡ್ಡ ಮೀಸೆಗಳು ಅವನನ್ನು ಇನ್ನಷ್ಟು ಕಪ್ಪಾಗಿ ಕಾಣಿಸುತ್ತಿದ್ದುವು. ಪಿಳ್ಳಂಜುಟ್ಟು, ಅಗಲವಾದ ಹಣೆ. ಉರುಟು ಕಣ್ಣುಗಳು. ಕಣ್ಣುಗಳ ಸುತ್ತ ಇನ್ನೂ ಕಪ್ಪಗಿನ ವರ್ತುಲಗಳು. ಚೂಪು ಗದ್ದ. ಮೈಮೇಲಿನ ಮೂರೆಳೆ ಜನಿವಾರ ಬೆವರಿನ ಜೊತೆ ಸೇರಿ ಕೊಳೆಕೊಳೆಯಾಗಿರುತ್ತಿತ್ತು. ತುಸು ದೊಡ್ಡ ಹೊಟ್ಟೆ. ತೋಳು ತೊಡೆಗಳ ಮಾಂಸದ ಸ್ನಾಯುಗಳು ಮೇಲೆ ಕೆಳಗೆ ಏರಾಡುವ ಸೌಷ್ಠವ. ಅಗಲವಾದ ಪಾದಗಳು. ಪಾದಗಳ ಉಗುರುಗಳೂ ತೀರ ಬೆಳೆದು ಒಳಗೆಲ್ಲ ಮೆತ್ತಿದ ಕೊಳೆ. ಭುಜಂಗ ಪೈಯದ್ದು ಕೀರಲು ಧ್ವನಿ. ಮಾತಾಡಿದರೆ ಕಿವಿಗೆ ಕರ್ಕಶವೆಂದೇ ಹೇಳಬಹುದಾದಂತಹ ಸ್ವರ. ಮುಂಜಿಯಾದುದರಿಂದ ಮೈ ಮೇಲೆಳೆದ ಗೋಪಿಚಂದನದ ನಾಮಗಳು ಎದ್ದು ಕಾಣುತ್ತಿದ್ದುವು. ಯಾರಾದರೂ ಬಳ್ಳಂಬೆಟ್ಟಿನ ವಿಚಾರ ತೆಗೆದರೆ "ಅವರಿಗೇನು, ಮಳೆ ನೀರಿಲ್ಲದಿದ್ದರೆ ಹೊಳೆ ನೀರು ಇದೆ. ಮೂರು ಮೂರು ಬೆಳೆ ತೆಗೆಯುವ ಮಕ್ಕಳಿದ್ದಾರೆ" ಎಂದು ಅವನೇ ಹೇಳುವುದಿತ್ತು.

ನಿಜವಾಗಿ ಹೇಳುವುದಾದರೆ ಬಳ್ಳಂಬೆಟ್ಟಿನ ಹಗರಣವಾದ ಮೇಲೆ ಅಲ್ಲಿಯ ಬಗ್ಗೆ ಚಕಾರ ತೆಗೆಯದವನೆಂದರೆ ಶಿವಪ್ಪಯ್ಯನೇ. ಹೀಗಾಯಿತಲ್ಲಾ ಎಂದು ಕೊರಗುತ್ತಾ ಒಳಗೊಳಗೇ ನೋವು ಅನುಭವಿಸುತ್ತಿದ್ದ. ಆಗ ಆ ದ್ವೇಷ ಪ್ರಕಟವಾಗುತ್ತಿದ್ದುದು ಭುಜಂಗ ಪೈಯ ಬಾಯಿಯಲ್ಲಿ. ಹಾಗೆ ಪ್ರಕಟವಾಗಲು ತಂದೆಯೇ ದಾರಿ ಕೊಟ್ಟಂತಾಗಿತ್ತು.

ಕಾರ್ಯಾಡಿಗೆ ಆಗಾಗ ಕೊಂಬ್ರಾಜೆಯಿಂದ ದೊಡ್ಡಪ್ಪ ದೇವು ಪೈ ಬರುವುದಿತ್ತು. ಹಗರಣವಾದ ಮೇಲೆ ದೇವುಪೈಯೇ ಬಂದು ಹಾಗಂತೆ ಹೀಗಂತೆ ಎಂದು ಸುದ್ದಿ ಕೊಡುವುದು ಕ್ರಮ. "ಶಿವಪ್ಪಾ, ರಾಚ್ಚು ಅಣ್ಣನ ಕೊನೆಯ ಮಗ ಸಿದ್ಧುವನ್ನು ನಚ್ಚಣ್ಣನ ಬಳಿ ಕುಂಬಳೆಯಲ್ಲಿ ಬಿಟ್ಟಿದ್ದರಲ್ಲ ? ಅವನನ್ನು ಅಣ್ಣ ಮತ್ತೆ ಬಳ್ಳಂಬೆಟ್ಟಿಗೇ ಕರೆಯಿಸಿ ಕೊಂಡಿದ್ದಾನಂತೆ. ತಿಮ್ಮ ಪೈ ಸತ್ತದ್ದು ಒಂದು ಕಾರಣ. ನಚ್ಚ ಪೈ ನೀಚಜಾತಿಯ ಹೆಣ್ಣಿನ ಸಹವಾಸ ಮಾಡಿದ್ದು ಇನ್ನೊಂದು ಕಾರಣ. ಅದನ್ನು ನೋಡಿ ನೋಡಿ ಈ ಮಗನೂ ಅಂಥ ಕೆಲಸಕ್ಕೆ ಇಳಿದರೆ ಎಂದು ಹೆದರಿಕೆ ಅಣ್ಣನಿಗೆ" ಎಂದು ಬಂದೊಮ್ಮೆ ಹೇಳಿದ್ದ. "ಏನು ಇವರ ಮಗ ಅಪ್ಪಂದನೋ ? ಮೀಸೆ ಮೂಡುವ ಮೊದಲು ಮಂಜ ಪೂಜಾರಿಯ ಮಗಳ ಮೈ ರುಚಿ ಕಂಡವ ಅವಳು ಬಸುರಾದಾಗ ಕುತ್ತಿಗೆ ಹಿಚುಕಿ ಹೊಳೆ ನೀರಿನಲ್ಲಿ ಮುಳುಗಿಸಿದ ಅಂತು ಪೈ ಅವನ ಮಗ ಅಲ್ಲವೇ ? ಅದನ್ನು ನೋಡಿ ಸಿದ್ಧು ಪೈ ಹಾಳಾಗುವ

ಸಂಭವವಿಲ್ಲವಂತೋ ?'' ಎಂದು ಶಿವಪ್ಪಯ್ಯ ಕೇಳಿದ್ದ. ''ಅದು ಹಿಂದಿನ ಕಥೆಯಲ್ಲವೇ ? ಸತ್ತವಳು ಸತ್ತಳು'' ಎಂದಿದ್ದ ದೇವು ಪೈ. ''ಹಿಂದಿನ ಕಥೆ ಈಗ ಮರೆತು ಹೋಗಿರಬಹುದು. ಆದರೆ ಅಂತು ಪೈಯ ತರಡು ಸಾಮಾನ್ಯದ್ದಲ್ಲ. ಕಂಡ ಹೆಣ್ಣು ಅವನಿಗೆ ಬೇಕು. ಕಚ್ಚೆಯ ಒಳಗೆ ಕೋಮಣ ಕೂಡಾ ಕಟ್ಟಿಕೊಳ್ಳದವನು ಅವನು'' ಎಂದು ಶಿವಪ್ಪಯ್ಯ ನಂಜಾಡಿದ್ದ. ಹಾಗೆ ಮಾತನಾಡುವುದು ಶಿವಪ್ಪಯ್ಯನ ಹೊಟ್ಟೆಯೊಳಗೆ ನಂಜಿತ್ತು ಎಂದಲ್ಲ. ತನ್ನಿಂದಾದ ಪ್ರಮಾದಕ್ಕೆ, ಬಾಯಿ ತಪ್ಪಿ ಬಂದ ಮಾತಿಗೆ ಹುಟ್ಟಿದ ನೋವು ಆ ರೀತಿ ಹೇಳುವಂತೆ ಮಾಡುತ್ತಿತ್ತು.

ದೇವು ಪೈ ಶಿವಪ್ಪಯ್ಯನಂತೆ ಮೈ ಕೈ ತುಂಬಿದ ವ್ಯಕ್ತಿಯಲ್ಲ. ಕೊಂಬ್ರಾಜೆಗೆ ಹೋಗಿ ನೆಲಸಿದ ಅವನದ್ದು ತೀರ ನಿರ್ಬಲವಾದ ಜೀವ. ಅವನು ಅಂಥ ಧೈರ್ಯಶಾಲಿಯೂ ಅಲ್ಲ. ಅವನಿಗೆ ಸಿಕ್ಕಿದ ಹೆಂಡತಿಯೂ ಅಂಥವಳೇ. ಮದುವೆಯಾಗಿ ಮೈ ನೆರೆದು ಗಂಡನ ಮನೆಗೆ ಬಂದೊಡನೆ ಆದ ನಾಲ್ಕಾರು ಹೆರಿಗೆಯಿಂದ ಅವಳು ಹಾಸಿಗೆಯೇ ಹಿಡಿದಿದ್ದಳು. ಅವಳಿಗೆ ಆದ ಮೊದಲ ಹೆರಿಗೆಯೇ ಅವಳನ್ನು ಸುಸ್ತಾಗಿಸಿತ್ತು. ಆಗ ಅವಳು ಬದುಕಿದ್ದೇ ದೊಡ್ಡದು. ದೇವು ಪೈಗೂ ಮೊದಲಿನ ಮಗು ಗಂಡು. ಅವನು ಮಗುವಿಗೆ ರಂಗ ಪೈ ಅಂತ ಹೆಸರಿಟ್ಟಿದ್ದ. ಹುಟ್ಟಿನಿಂದ ತುಂಬಿದ ಜೀವ. ಬೆಳ್ಳಗೆ, ಮೈ ಕೈ ತುಂಬಿ ಉರುಟಾದ ಮುಖ. ದಿನ ಹೋದಂತೆ ಮೈ ಇನ್ನೂ ಬೆಳೆಬೆಳೆದು ತುಂಬಿಕೊಂಡಿತ್ತು. ಆದರೆ ದುರದೃಷ್ಟ ಮನಸ್ಸು ಬೆಳೆಯಲೇ ಇಲ್ಲ. ಪೆದ್ದನೆಂದರೆ ಪೆದ್ದ. ಹೊರಡೋ ಅಂದರೆ ಹೊರಟಾನು. ಬೇಡ ಕೂತುಕೋ ಅಂದರೆ ಅದೂ ಸರಿ ಎಂದಾನು. ಆಡಿದ ಮಾತನ್ನು ಮಾಡಿದ ಕೆಲಸವನ್ನು ಅರೆಕ್ಷಣದ ಬಳಿಕ ಮರೆತೇ ಬಿಡುತ್ತಿದ್ದ. ಹನ್ನೆರಡು ವರುಷ ಕಳೆದ ಮೇಲೆ ತೆಂಗಿನಕಾಯಿ ಕಡಿಯಲು ಮರವೇರಿದರೆ ಯಾಕೆ ಏರಿದೆ ಎಂದು ಮರೆತಾನು. ಕಡಿದ ತೆಂಗಿನ ಕಾಯಿ ಕೆಳಗೆ ಬಿದ್ದರೂ ತಾನು ಮರದಿಂದ ಇಳಿಯಬೇಕೆನ್ನುವುದನ್ನು ಮರೆತಾನು. ''ಈ ಪೆದ್ದಂಭಟ್ಟನಿಗೆ ಯಾರು ಹೆಣ್ಣು ಕೊಟ್ಟಾರು ? ಇರಲಿ ಹಾಗೆಯೇ'' ಎಂದು ದೇವು ಪೈ ಆಗಾಗ ಹೇಳುವುದಿತ್ತು. ಆದರೆ ದೇವು ಪೈಗೆ ಅವನೆಂದರೆ ಕರುಣೆ ತುಂಬಿದ ಪ್ರೀತಿಯೂ ಇತ್ತು. ತಾನು ಎಲ್ಲಿಗೆ ಹೋಗುವುದಿದ್ದರೂ ಅವನನ್ನೂ ಒಯ್ಯುತ್ತಿದ್ದ. ಯಾಕೆಂದರೆ ರಂಗ ಪೈಗೆ ಉಚ್ಚೆ ಹೊಯ್ಯುವುದು ಹೇಗೆಂದು ಕೂಡಾ ಗೊತ್ತಿರಲಿಲ್ಲ. ಯಾರೂ ಹೇಳದಿದ್ದರೆ ಬಂದ ಉಚ್ಚೆಯನ್ನು ಕಚ್ಚೆಯೊಳಗೇ ಹುಯ್ದಾನು. ಅಷ್ಟೂ ಅಷ್ಟೂ ಪೆದ್ದ.

ಈ ಹಿಂದೆ ಹೀಗೊಮ್ಮೆ ಕಾರ್ಯಾಡಿಗೆ ಬಂದಿದ್ದ ದೇವು ಪೈ ವಿಶೇಷವಾದ ಒಂದು ಸುದ್ದಿಯನ್ನು ತಂದಿದ್ದ. ಅವನು ಬಂದು ಮುಟ್ಟಿದಾಗ ಮಧ್ಯಾಹ್ನ ಕಳೆದು ಒಂದು ಘಳಿಗೆ. ಅಂಗಣವೇರುವಾಗಲೇ ಕೆಲಸದ ಆಳು ಜಾಣುನಾಯ್ಕನನ್ನು ಕರೆದು ತೆಂಗಿನ ಮರದಿಂದ ಎರಡು ಎಳನೀರು ಕೆಡವಲು ಹೇಳಿ ಮನೆಯ ಮೆಟ್ಟಲು ಏರಿದ್ದ. ಜೊತೆಯಲ್ಲಿ ರಂಗ ಪೈ. ಶಿವಪ್ಪಯ್ಯ ಅದೇ ತಾನೇ ಊಟ ಮಾಡಿ ಹಜಾರದಲ್ಲಿ ಅಡ್ಡಾದವನು ಅಣ್ಣನನ್ನು ಕಂಡು

ಎದ್ದು ಕುಳಿತ. "ಊಟವಾಯಿತೋ ?" ಎಂದು ಕೇಳಿದ. ಅಣ್ಣ ಬಿರುಬಿಸಿಲಿಗೆ ಕೊಂಬ್ರಾಜೆಯಿಂದ ನಡೆದುಕೊಂಡು ಬಂದದ್ದು ಅವನಿಗೆ ಆಶ್ಚರ್ಯ ಉಂಟುಮಾಡಿತ್ತು. ಎಲೆಯಡಿಕೆಯ ಹರಿವಾಣವನ್ನು ಮುಂದೆ ನೂಕಿದಾಗ "ಬೊಂಡ ತೆಗೆಸಲು ಹೇಳಿದ್ದೇನೆ. ಅದು ಬರಲಿ" ಎಂದು ಕಾಲು ಚಾಚಿ ನೆಲದ ಮೇಲೆ ಕುಳಿತ. ಶಿವಪ್ಪಯ್ಯ "ಏನು ವಿಶೇಷ ?" ಎಂದದ್ದಕ್ಕೆ, ದೇವ ಪೈ "ವಿಶೇಷ ತುಂಬ ಇದೆ. ಬಳ್ಳಂಬೆಟ್ಟಿನ ಕಥೆ ಕೇಳಿದ್ದೀಯೋ ? ಗುತ್ತಿನಲ್ಲಿ ಗೋವಿಂದ ಭಟ್ಟರೆಂಬ ಹವ್ಯಕ ಜಾತಿಯ ಬ್ರಾಹ್ಮಣರಿದ್ದಾರೆ. ಜಾತಕ ಪಾತಕ ಅಂಜನ ಎಲ್ಲ ಹಾಕಿ ನೋಡುವ ದಂಧೆ ಮಾಡುತ್ತಾರೆ. ಹಾಗೆ ನೋಡುವುದರಲ್ಲಿ ನಮ್ಮ ಬಾದರಾಯಣ ಭಟ್ಟರಿಗಿಂತ ಒಂದು ಕೈ ಮೇಲೆಯೇ ಅನ್ನುತ್ತಾರೆ. ಬಳ್ಳಂಬೆಟ್ಟಿನಿಂದ ನಿನ್ನ ದೊಡ್ಡಣ್ಣ ಹೋಗಿದ್ದರಂತೆ. ಅಂಜನ ಹಾಕಿ ನೋಡಿದ್ದಕ್ಕೆ ನಾಗಬಿಂಬದ ರೂಹು ದೊರೆಯಿತಂತೆ. ಮೊನ್ನೆ ಮಳೆ ಬಂದಿತ್ತಲ್ಲ ? ಅದರ ಮರುದಿನ ಪಡುವಣ ಕಡೆಯಲ್ಲಿ ಹುಡುಕಾಡಿದಾಗ ನೋಡಲು ಸಿಕ್ಕಿತಂತೆ. ಮೊಳದೆತ್ತರದ ಮೂರ್ತಿ. ಕಲ್ಲಿನ ಮೇಲೆ ಕೆತ್ತಿದ ನಾಗಬಿಂಬವಂತೆ. ಒಂದು ಚಿಕ್ಕ ಪೀಠವೂ ಇದೆಯಂತೆ. ಸಿಕ್ಕಿದ್ದು ಸ್ವತಃ ರಾಚ್ಚು ಅಣ್ಣನಿಗೆ. ಇನ್ನೊಂದು ಹಪ್ತೆಯ ಒಳಗೆ ಅದಕ್ಕೆ ಭರ್ಜರಿ ಕಲ್ಪಾದಿ ಹೋಮ ಮಾಡಿ ಪೂಜೆ ಪುನಸ್ಕಾರ ಮಾಡಿ ಪ್ರತಿಷ್ಠಾಪನೆ ಇದೆಯಂತೆ. ಸಾವಿರ ಮಂದಿ ಬ್ರಾಹ್ಮಣರಿಗೆ ಅನ್ನದಾನ ಇದೆ" ಎಂದ.

ಶಿವಪ್ಪಯ್ಯನಿಗೆ ಅದನ್ನು ಕೇಳಿ ಕರುಳು ಚುರ್ರೆಂದಿತು. ಈ ಸಮಾರಂಭ ಎಲ್ಲ ತನ್ನ ಬೆನ್ನ ಹಿಂದೆ ನಡೆಯುವುದೇ ಎಂದು ದುಃಖವಾಯಿತು. "ಬಹುಶಃ ನಮಗೆಲ್ಲ ಆಮಂತ್ರಣವಿಲ್ಲವೋ ಏನೋ ?" ಎಂದು ಅವನು ನಿಟ್ಟುಸಿರಿಟ್ಟ. "ನಿನಗೆ ಇರಲೂ ಬಹುದು. ಸಾವಿರ ಬ್ರಾಹ್ಮಣರಿಗೆ ಅನ್ನದಾನ ಮಾಡುವ ಯೋಜನೆ. ಇಲ್ಲಿ ಅಷ್ಟು ಜನ ಎಲ್ಲಿ ಸಿಕ್ಕಾರು ? ಕುಂಬಳೆಯ ತನಕ ಹೋದರೂ ಸಿಗಲಿಕ್ಕಿಲ್ಲ, ಹಾಗೆ ಹವ್ಯಕರೂ ತುಂಬ ಮಂದಿ ಇದ್ದಾರೆ. ಈ ಕಡೆ ಅಗಲ್ಪಾಡಿ ಮಠದ ಸುತ್ತಿನಲ್ಲಿ ಕರಾಡ ಬ್ರಾಹ್ಮಣರೂ ಇದ್ದಾರೆ. ಕುಂಬಳೆಯ ತನಕ ಹುಡುಕಿದರೆ ಐನೂರು ಮಂದಿ ಸಿಕ್ಕಾರು. ಅಲ್ಲವೇ ?" ಎಂದ ದೇವು ಪೈ. "ಅಂದರೆ ನಮಗೆ ಹೇಳಿಕೆ ಕೊಡುವುದಿದ್ದರೆ ಬರೀ ಲೆಕ್ಕಕ್ಕೆ ತುಂಬಿಸಲು ಅಂತಷ್ಟೇ ಏನು ?" ಎಂದು ಕೇಳಿದ ಶಿವಪ್ಪಯ್ಯ. "ದೇವರ ಸಂತರ್ಪಣೆಗೆ ಹೇಳಿಕೆಗೆ ಯಾಕೆ ಕಾಯಬೇಕು. ಬ್ರಾಹ್ಮಣರೆಂದ ಮೇಲೆ ಹೋದರೆ ಕುತ್ತಿಗೆಗೆ ಕೈ ಹಾಕಿ ಹೊರಗೆ ದಬ್ಬಲಿಕ್ಕಿಲ್ಲವಲ್ಲ" ಎಂದ ದೇವು ಪೈ. ಒಂದು ಕ್ಷಣ ಸುಮ್ಮನಿದ್ದ ಶಿವಪ್ಪಯ್ಯ "ಹೇಳಿಕೆ ಬಂದರೂ ಹೋಗುವುದು ನಮ್ಮಿಂದಾದೀತೆ ? ದೊಡ್ಡ ಕಡೆಯ ಹೆಸರು ತೆಗೆದು ಬಳ್ಳಂಬೆಟ್ಟಿಗೆ ಬರುವುದಿಲ್ಲ ಎಂದು ಹೇಳಿದ್ದೇವಲ್ಲ?" ಎಂದ. ದೇವು ಪೈ ಮಾತನಾಡಲಿಲ್ಲ. ಶಿವಪ್ಪಯ್ಯನೇ ಪುನಃ "ದೇವರು ಕೈ ಹಿಡಿದವನನ್ನೇ ಮತ್ತೆ ಮತ್ತೆ ಮೇಲೆತ್ತುತ್ತಾನೆ. ಅಲ್ಲಿ ಮಳೆ ಬೆಳೆ ಎಲ್ಲ ಚೆನ್ನಾಗಿದೆಯಂತೆ. ಅದರ ಮೇಲೆ ಹರಿಯುವ ದೇವರೂ ಸಿಕ್ಕಿದ ಅಂತ ಹೇಳಿದ ಮೇಲೆ ಬೇರೇನು ಭಾಗ್ಯ ಬೇಕು ? ಬರೀ ದೇವರು

ಸಿಕ್ಕಿದನೋ, ಅಲ್ಲ ಅವನ ಕೆಳಗೆ ಹೂತಿಟ್ಟ ನಿಧಿಗಿಧಿ ಏನಾದರೂ ಸಿಕ್ಕಿದೆಯೋ ?'' ಎಂದು ಕೇಳಿದ. ದೇವು ಪೈ ''ಅದೂ ನಿಜವೇ'' ಎಂದು ತಲೆಯಲ್ಲಾಡಿಸಿದ.

ಅಷ್ಟರಲ್ಲಿ ಜಾಣುನಾಯ್ಕ ಎಳನೀರು ಕೆತ್ತಿ ತಂದ. ಬಿಸಿಲಿಗೆ ಬಂದ ಆಯಾಸವಿದ್ದುದರಿಂದ ದೇವು ಪೈ ತಂಪಾದ ಸಿಹಿಯಾದ ನೀರನ್ನು ಗಟಗಟ ಕುಡಿದ. ಹತ್ತಿರ ಕೂತ ಪೆದ್ದು ರಂಗ ಪೈಗೂ ಕುಡಿಯಲು ಕೊಟ್ಟ. ಆಯಾಸ ಪರಿಹಾರವಾದ ಮೇಲೆ ಎಲೆ ಅಡಿಕೆಯ ಹರಿವಾಣವನ್ನು ಹತ್ತಿರ ಎಳೆದುಕೊಳ್ಳುತ್ತಾ ''ಇಲ್ಲಿ ಘೊನ್ನೆ ಮಳೆ ಬರಲಿಲ್ಲವೇ ?'' ಎಂದು ಕೇಳಿದ. ಶಿವಪ್ಪಯ್ಯ ''ಮಳೆಯೇ ? ಅದರ ಸುದ್ದಿ ಇಲ್ಲ. ಮೋಡವಾದುದನ್ನು ನಾನೂ ನೋಡಿದ್ದೆ. ಬರುತ್ತದೇನೋ ಅಂತ ಕಾದೂ ಕೂತಿದ್ದೆ. ಆದರೆ ಎಲ್ಲಿ ? ಹಿಂದಿನಿಂದ ಬಂದುದು ಎಡಗಡೆಗೆ ಹೋಗಿ ಬಿಟ್ಟಿತು. ಹೇಳಿದೆನಲ್ಲ ? ಬಳ್ಳಂಬೆಟ್ಟಿನ ಸುತ್ತಮುತ್ತ ಕಸ್ತು ಮಳೆಯಂತೆ !'' ಎಂದ. ದೇವು ಪೈ ಅಡಿಕೆಯ ತುಂಡನ್ನು ಬಾಯಿಗೊಗೆದವನು ಎಲೆಗೆ ಸುಣ್ಣ ಹಚ್ಚುತ್ತಾ ''ನಮ್ಮ ಕೊಂಬ್ರಾಜೆಯಲ್ಲಿ ನಾಲ್ಕು ಹನಿ ಮಳೆ ಬಿದ್ದಿತ್ತು. ನಾಲ್ಕು ಅಂದರೆ ನಾಲ್ಕೇ. ಐದನೆಯ ಹನಿ ಬಿದ್ದರೆ ಕೇಳು. ನೆಲದ ಮೇಲಿನ ದೂಳು ಚಿಕ್ಕ ಚಿಕ್ಕ ಉಂಡೆಯಾಗುವುದು ಮಾತ್ರ ಸಾಧ್ಯವಾಯಿತಲ್ಲದೇ ಒಳಗೆ ಇಳಿಯಲಿಲ್ಲ'' ಎಂದ.

ದೇವು ಪೈ ಹೋದ ಮೇಲೆ ಶಿವಪ್ಪಯ್ಯನ ಮನಸ್ಸಿನೊಳಗಿನ ನೋವು ತೀರ ಹೆಚ್ಚಾಯಿತು. ದಿನಗಳು ಕಳೆದಂತೆ ನಾಗ ಪ್ರತಿಷ್ಠಾಪನೆಯ ಸುದ್ದಿ ಒಂದೊಂದಾಗಿ ಅವನ ಕಿವಿಗೆ ಬೀಳತೊಡಗಿದುವು. ಬಾದರಾಯಣ ಭಟ್ಟರು ಬರಲಾಗುವುದಿಲ್ಲ ಅಂತ ಹೇಳಿದ್ದಾರೆಂದು ಸುದ್ದಿ. ಗುತ್ತು ಗೋವಿಂದ ಭಟ್ಟರೇ ಪ್ರತಿಷ್ಠಾಪನೆಯ ಅಧ್ವರ್ಯುವಂತೆ ಅಂತ ಇನ್ನೊಂದು ಸುದ್ದಿ. ಹತ್ತು ಐವತ್ತು ಕಡೆ ಹೇಳಿಕೆ ಕೊಡಲು ಖುದ್ದು ಅಣ್ಣನೇ ಹೋದನಂತೆ ಎಂದು ಮತ್ತೊಂದು ಸುದ್ದಿ. ಸುತ್ತ ಮುತ್ತಣ ಜಾತಿ ಪರಜಾತಿ ಎನ್ನದೇ ಪ್ರತಿಷ್ಠಾಪನೆಯ ಆಮಂತ್ರಣ ಹೋಗಿದೆಯೆಂದು ತಿಳಿದು ಅವನು ಮತ್ತಷ್ಟು ಕುಗ್ಗಿ ಹೋದ. ತನಗೆ ಹೇಳಿಕೆ ಇಲ್ಲವೇ ? ಈ ಅಣ್ಣ ತನ್ನನ್ನು ಮರೆತೇಬಿಟ್ಟನೇ ? ಪ್ರತಿಷ್ಠಾಪನೆಯ ದಿನ ಹತ್ತಿರ ಬರುತ್ತಿದ್ದಂತೆ ಅವನಿಗೆ ತುಂಬ ಮುಜುಗರವೆನ್ನಿಸತೊಡಗಿತು. ''ಕರೆಯದಿದ್ದರೆ ಬೇಡ. ಕರೆಯುವುದಾದರೂ ಹೇಗೆ ? ದೊಡ್ಡ ಕಡೆಯ ದೇವರ ಹೆಸರು ತೆಗೆದು ಹೊರಟು ಬಂದವರು ನಾವು. ಈಗ ಅವರು ಹೇಳಿಕೆ ಕೊಟ್ಟರೂ ನಾವು ಹೋಗುವುದು ಸಾಧ್ಯವೇ ? ಅವರಿಗಾದರೂ ಮಂಜುನಾಥನ ಭಯವಿಲ್ಲವೇ ? ಬೇಡ. ಪ್ರತಿಷ್ಠಾಪನೆಯೆಲ್ಲ ಮುಗಿದ ಮೇಲೆ ಒಂದು ದಿನ ನಾವೇ ಹೋಗೋಣ. ದೇವರ ತಲೆಯ ಮೇಲೆ ನಾಲ್ಕು ಕೇಪುಳದ ಹೂವೇರಿಸಿ ಅಡ್ಡ ಬೀಳೋಣ'' ಎಂದು ಸಮಾಧಾನ ಮಾಡಿಕೊಂಡ.

ಹಾಗಾಗಿ ಕೊನೆಗೊಮ್ಮೆ ಪ್ರತಿಷ್ಠಾಪನೆಯೆಲ್ಲ ಮುಗಿದ ಸ್ವಲ್ಪ ದಿನಗಳ ಬಳಿಕ ಶಿವಪ್ಪಯ್ಯ ಒಂದು ದಿನ ಹೆಂಡತಿ ಮಕ್ಕಳ ಜೊತೆಗೆ ಅತ್ತ ಕಡೆಗೆ ಹೋದ. ಪರ್ತಿಕ್ಕಾರಿನ ಪೂರ್ವಕ್ಕೆ ನಿರಂಜನಿಯನ್ನು ದಾಟಬೇಕು. ದಾರಿ ಕೇಳುವ ಅಗತ್ಯವೇನೂ ಅವನಿಗಿರಲಿಲ್ಲ.

ಆ ಕಡೆಯೆಲ್ಲ ಅವನು ಪರಿಚಿತನೇ. ಅಲ್ಲದೇ ಅದೇ ತಾನೇ ಸಂತರ್ಪಣೆ ಪ್ರತಿಷ್ಠಾಪನೆ ಅಂತ ಬಹುದೊಡ್ಡ ಸಮಾರಂಭ ನಡೆದುದರಿಂದ ದಾರಿ ಸ್ಪಷ್ಟವಾಗಿತ್ತು. ಪುಣ್ಯವಶಾತ್ ದಾರಿಯಲ್ಲಾಗಲೀ ನಾಗದ ಬನದಲ್ಲಾಗಲೀ ಅವನಿಗೆದುರಾಗಿ ಯಾರೂ ಸಿಕ್ಕಲಿಲ್ಲ. ಹೋಗಿ ಮೊಳದುದ್ದ ಎತ್ತರವಿದ್ದ ನಾಗಬಿಂಬದ ಎದುರು ನಿಂತಾಗ ಶಿವಪ್ಪಯ್ಯನಿಗೆ ದುಃಖ ಒತ್ತರಿಸಿ ಬಂತು. ತನ್ನ ಸರ್ವ ಅಪರಾಧಗಳನ್ನೂ ಕ್ಷಮಿಸು ಎಂದು ಅಡ್ಡಬಿದ್ದ ಶಿವಪ್ಪಯ್ಯ ತಲೆಯನ್ನು ನೆಲಕ್ಕೆ ಗಟ್ಟಿಯಾಗಿ ಹಲವಾರು ಸಲ ಬಡಿದುಕೊಂಡ. ಹತ್ತು ಹನ್ನೆರಡು ಪ್ರದಕ್ಷಿಣೆ ಮಾಡಿ ಕೇಪುಳದ ಹೂವೇರಿಸಿ ಪಕ್ಕದಲ್ಲಿ ಕೂರಲು ಮಾಡಿದ ಮಣ್ಣಿನ ಚಿಟ್ಟೆಯ ಮೇಲೆ ಕುಳಿತ. ಹೆಂಡತಿ ಮಕ್ಕಳಿಗೂ ಹಾಗೆಯೇ ಮಾಡಲು ಹೇಳಿದ. ಕುಳಿತಲ್ಲಿಂದ ನೋಡಿದ ಶಿವಪ್ಪಯ್ಯನಿಗೆ ನಾಗಬಿಂಬದ ಹಿಂದೆ ಇದ್ದ ಕಾಡಿನಲ್ಲಿ ಸರಸರ ಹರಿಯುತ್ತಾ ಹೋದ ಸರ್ಪವೊಂದು ಕಣ್ಣಿಗೆ ಬಿತ್ತು. ದೇವರ ದರುಶನವೇ ಆದವನಂತೆ ಅವನ ಮನಸ್ಸು ಸಂತೃಪ್ತವಾಯಿತು.

ಆದರೆ ನಾಗನ ಬನಕ್ಕೆ ಹೋಗಿ ಹಿಂದಿರುಗಿದ ಶಿವಪ್ಪಯ್ಯ ಇದ್ದಕ್ಕಿದ್ದಂತೆ ಕಾಯಿಲೆ ಮಲಗಿದ. ಹದಿನೈದು ದಿನದ ಕಾಯಿಲೆಯಲ್ಲಿ ಆತ ಹಿಂದೆ ಎಷ್ಟು ಗಟ್ಟಿಮುಟ್ಟಾಗಿದ್ದನೋ ಅಷ್ಟೇ ಬಡಕಲಾದ. ಕಾರ್ಯಾಡಿನಲ್ಲಿ ಅವನ ಹೆಂಡತಿ ಕಾವೇರಿ ಮಕ್ಕಳೊಡನೆ ಒಬ್ಬಳೇ. ಆಕೆ ಗಂಡನ ಸೇವೆಯನ್ನು ಹಗಲೂ ರಾತ್ರಿಯೂ ಮಾಡುತ್ತಾ ಕುಳಿತಳು. "ದೊಡ್ಡಕಡೆ ದೇವರ ಹೆಸರೆತ್ತಿ ಬಳ್ಳಂಬೆಟ್ಟಿನಲ್ಲಿ ಕಾಲಿಡುವುದಿಲ್ಲ ಎಂದಿದ್ದೆ ಕಾವೇರಿ. ಮೊನ್ನೆ ಹೋಗಿ ಬಂದದ್ದೇ ತಪ್ಪಾಯಿತೇನೋ ? ಅದಕ್ಕೇ ಈಗ ಈ ಕಾಯಿಲೆ ನನ್ನನ್ನು ಹಿಡಿದುಕೊಂಡಿದೆ. ಬಹುಶಃ ನನಗೆ ಇದರಿಂದ ಬಿಡುಗಡೆ ಇಲ್ಲವೇನೋ?" ಎಂದು ಸದಾ ಅಳುತ್ತಾ ಇದ್ದ ಗಂಡನನ್ನು ಆಕೆಯೇ ತುಂಬ ಸಮಾಧಾನ ಮಾಡುತ್ತಿದ್ದಳು.

ಶಿವಪ್ಪಯ್ಯನ ದೊಡ್ಡ ಮಗ ಭುಜಂಗ ಪೈ ಹನ್ನೆರಡು ದಾಟಿದ ಹುಡುಗನಾದರೂ ಒಂದಿಷ್ಟು ಬೇಜವಾಬ್ದಾರಿಯ ಹುಡುಗ. ಕೀಟಲೆ ಕಿಲಾಡಿತನಗಳನ್ನು ಮೈಗೂಡಿಸಿಕೊಂಡು ಉಳಿದವರನ್ನು ಗೋಳು ಹುಯ್ಯುಕೊಳ್ಳುತ್ತಿದ್ದ. ದೊಡ್ಡಪ್ಪ ಕೊಂಬ್ರಾಜೆ ದೇವು ಪೈಯ ಮಗ ರಂಗ ಪೈ ಅವನಿಗೆ ಒಂದು ಆಟದ ವಸ್ತು. ಗುತ್ತು ಗುರುವಾರೆ ಕಾರ್ಯಾಡು ಉಕ್ಕಿನಡ್ಕಗಳ ಗುಡ್ಡಗಳ ಮೇಲೆ ಅಲೆದಾಡುವಾಗ ಈ ರಂಗ ಪೈಯನ್ನು ಅವನು ಕೊಂಡೊಯ್ಯುವ ಕ್ರಮವಿತ್ತು. ಆಗೆಲ್ಲ ಅವನ ಪೆದ್ದುತನವನ್ನು ಉಪಯೋಗಿಸಿ ಖುಷಿಪಡುವುದು ಭುಜಂಗ ಪೈಯ ಕೆಲಸ. ದೂರದ ಕಾಡಿನಲ್ಲಿ ಅವನ ಕಣ್ಣು ತಪ್ಪಿಸಿ ಮರದ ಹಿಂದೆ ಅಡಗಿ ಕುಳಿತು ಆ ಪೆದ್ದ ದಾರಿ ಸಿಗದೇ ಪರದಾಡುವುದನ್ನು ಕಂಡರೆ ಅವನಿಗೆಲ್ಲಿಲ್ಲದ ನಗು. "ರಂಗಪ್ಪಾ, ನಿನಗೆ ಮಿಣ್ಣೆ* ಇದೆಯೇನೋ ?" ಎಂದು ಭುಜಂಗ ಪೈ ಕೇಳುವುದಿತ್ತು. ರಂಗ ಪೈ "ಯಾಕೆ" ಎಂದು ಕೇಳಿದರೆ "ಮಿಣ್ಣೆ ಇಲ್ಲದವರಿಗೆ ದೇವರ ಸಂತರ್ಪಣೆಯಲ್ಲಿ ಊಟ ಹಾಕುವುದಿಲ್ಲವೋ. ಬೇಕಿದ್ದರೆ ನೀನು ಕಾಶಿಗೆ ಹೋಗು. ಅಲ್ಲಿ ಖಂಡಿತ ನಿನಗೆ ಊಟ

---

* ಮಿಣ್ಣೆ = ಸಣ್ಣ ಗಂಡು ಮಗುವಿನ ಜನನಾಂಗ.

ಹಾಕುವುದಿಲ್ಲ'' ಎನ್ನುತ್ತಿದ್ದ. ''ಬರೀ ಉಚ್ಚೆ ಹೊಯ್ಯುವುದನ್ನು ಮಿಣ್ಣೆ ಅನ್ನುವುದಿಲ್ಲವೋ ರಂಗಪ್ಪಾ. ನಿನ್ನ ಮಿಣ್ಣೆ ತೋರಿಸು ನೋಡುವ'' ಎಂದು ಅವನು ಗಾಬರಿಯಾಗುವಂತೆ ಮಾಡುತ್ತಿದ್ದ. ''ನಿಜವಾಗ್ಲೂ ಕಾಶಿಗೆ ಹೋದರೆ ನನಗೆ ಊಟ ಹಾಕುವುದಿಲ್ಲವೇ ?'' ಎಂದು ರಂಗಪೈ ಕೇಳುವುದಿತ್ತು. ಭುಜಂಗ ಪೈ ನಕ್ಕು ನಕ್ಕು ಸುಸ್ತಾಗುತ್ತಿದ್ದ. ಅಂಥ ಭುಜಂಗ ಪೈಯನ್ನೇ ಕಟ್ಟಿಕೊಂಡು ಕಾವೇರಮ್ಮ ಕಂಗಿಲ ಕೃಷ್ಣಭಟ್ಟರಿಂದ ಗಂಡನಿಗೆ ಔಷಧಿ ಮಾಡಿಸಿದಳು. ಭುಜಂಗ ಪೈ ಹತ್ತಾರು ಬಾರಿ ರಂಗ ಪೈಯ ಜೊತೆ ಕಂಗಿಲಕ್ಕೆ ಹೋಗಿಯೂ ಬಂದ. ಆಗ ಮಳೆಗಾಲ ಬೇರೆ. ಮೈಮೇಲೆ ಗೊರಬೆ ಹಾಕಿಕೊಂಡು ಬರುವ ಈ ಬಾಲಬ್ರಹ್ಮಚಾರಿಗಳನ್ನು ಕಂಡು ಕಂಗಿಲ ಕೃಷ್ಣಭಟ್ಟರೇನೂ ಅಸಡ್ಡೆ ತೋರಿಸಲಿಲ್ಲ. ಅವರೂ ಸ್ವತಹ ಒಂದು ಬಾರಿ ಕಾರ್ಯಾಡಿಗೆ ಬಂದು ರೋಗಿಯನ್ನು ನೋಡಿದರು. ''ಇದು ಮನೋರೋಗ ಕಾವೇರಮ್ಮ. ಅದಕ್ಕೆ ನನ್ನ ಬಳಿ ಔಷಧಿ ಇಲ್ಲ. ಈ ಪೈಗಳೇ ಧೈರ್ಯ ತೆಗೆದುಕೊಳ್ಳಬೇಕು. ನಿಶ್ಶಕ್ತಿಗೆ ಬೇಕಿದ್ದರೆ ಲೇಹ್ಯ ಕೊಡುತ್ತೇನೆ'' ಎಂದು ಹೇಳಿ ಕೊಟ್ಟು ಹೋದರು. ಕಾವೇರಮ್ಮನ ಆತಂಕ ಹೆಚ್ಚಿತು. ಕಂಗಿಲ ಕೃಷ್ಣಭಟ್ಟರ ಔಷಧವೂ ಹೆಚ್ಚು ಉಪಯೋಗಕ್ಕೆ ಬರಲಿಲ್ಲ. ಮಳೆಗಾಲದ ಕೊನೆಯ ದಿನಗಳಲ್ಲಿ ದಿನದಿಂದ ದಿನಕ್ಕೆ ಬಡವಾದ ಶಿವಪ್ಪಯ್ಯ ತೀರಿಕೊಂಡ !

ಶಿವಪ್ಪಯ್ಯ ತೀರಿಕೊಂಡ ಎಂಬ ಸುದ್ದಿ ಬಂದಾಗ ಬಳ್ಳಂಬೆಟ್ಟು ರಾಮಚಂದ್ರ ಪೈ ನಂಬಲಿಲ್ಲ. ಆದರೆ ಸಾವಿನ ಸುದ್ದಿಯನ್ನು ಯಾರಾದರೂ ಹಾಸ್ಯಕ್ಕೆ ಹೇಳುತ್ತಾರೆಯೇ ? ನಾಲ್ಕು ದಿನದ ಹಿಂದೆ ಕಾರ್ಯಾಡು ಕಡೆಯಿಂದ ಬಂದ ಆಳು ಮಂದಿ ''ಕಾಯಿಲೆಯಂತೆ'' ಎಂಬ ಸುದ್ದಿ ಕೊಟ್ಟಿದ್ದರು. ಏನು ಕಾಯಿಲೆ ಎಂದು ಹೇಳಿರಲಿಲ್ಲ. ''ಕಂಗಿಲ ಕೃಷ್ಣಭಟ್ಟರ ಔಷಧಿಯಂತೆ. ಅವರು ಒಮ್ಮೆ ಬಂದೂ ಹೋದರಂತೆ'' ಎಂಬ ಸುದ್ದಿ ಬಂದಾಗ ಅವನಿಗೆ ಯೋಚನೆಯಾಗಿತ್ತು. ಹಾಗೆ ನೋಡಹೋದರೆ ಅವನು ಬಳ್ಳಂಬೆಟ್ಟಿನ ನೆಲ ಇನ್ನು ಮೆಟ್ಟುವುದಿಲ್ಲ ಎಂದು ಎದ್ದು ಹೋದ ಮೇಲೆ ಕಾರ್ಯಾಡಿನ ಸಂಬಂಧ ಸಂಪೂರ್ಣ ಕಡಿದು ಹೋಗಿತ್ತು. ಅದರ ಜೊತೆಯಲ್ಲಿ ಕೊಂಬ್ರಾಜೆ ದೇವು ಪೈಯ ಮನೆಯವರೂ ಬಳ್ಳಂಬೆಟ್ಟಿನೊಡನೆ ಸರಿಯಾಗಿ ಸಂಬಂಧ ಇಟ್ಟುಕೊಂಡಿರಲಿಲ್ಲ. ಆದರೆ ಬೆನ್ನ ಹಿಂದೆ ಬಿದ್ದ ತಮ್ಮಂದಿರನ್ನು ಮರೆಯುವುದಾಗಲೀ, ಸಂಪೂರ್ಣ ಕಳೆದುಕೊಳ್ಳುವುದಾಗಲೀ ರಾಮಚಂದ್ರ ಪೈಯಿಂದ ಆಗುವ ಕೆಲಸವಲ್ಲ. ಆ ಕಡೆಯಿಂದ ಬಂದು ಹೋಗುವ ಆಳುಮಂದಿಯಿಂದ ಅಲ್ಲಿಯ ಸಮಾಚಾರಗಳನ್ನು ಕೇಳುತ್ತಾ ಕೂರುವ ಪರಿಪಾಠ ಅವನದಾಗಿತ್ತು.

ಶಿವಪ್ಪಯ್ಯನ ಸಾವಿನ ಸುದ್ದಿ ಬಂದಾಗ ಚಿಟ್ಟೆಯ ಮೇಲೆ ಕುಳಿತಿದ್ದ ರಾಮಚಂದ್ರ ಪೈ ಧಡಕ್ಕನೆ ಎದ್ದು ನಿಂತ. ಜಂತಿಗೆ ಸಿಕ್ಕಿಸಿದ ಬೈರಾಸನ್ನು ತಲೆಗೆ ಕಟ್ಟಿಕೊಂಡವನೇ ಉಟ್ಟ ಬಟ್ಟೆಯಲ್ಲಿ ಹೊರಟೇ ಬಿಟ್ಟ. ದಾರಿಯಲ್ಲಿ ಅವನಿಗೆ ಒಂದೇ ಯೋಚನೆ - ಏನಾಯಿತು ? ಏನಾಯಿತು ? ಶಿವಪ್ಪಯ್ಯನಿಗೆ ಏನಾಗಿ ಹೋಯಿತು ? ಇತ್ತೀಚೆ ರಾಮಚಂದ್ರ ಪೈ

ಅವನನ್ನು ನೋಡಿರಲಿಲ್ಲ. ಈಗ ನೋಡಿದರೆ ಸರಿಯಾದೀತೋ ಇಲ್ಲವೋ, ಧರ್ಮಸ್ಥಳಕ್ಕೆ ಅಪಚಾರವಾದೀತೇ ಎಂಬ ಯೋಚನೆಯನ್ನೂ ಮಾಡದೇ ಅವನು ಬೀಸ ಬೀಸ ಹೆಜ್ಜೆ ಹಾಕಿದ. ಕಾರ್ಯಾಡಿನ ಮನೆ ಹತ್ತಿರ ಬರುತ್ತಿದ್ದಂತೆ ಅವನು ದೇವರೇ, ಬಂದ ಸುದ್ದಿ ಸುಳ್ಳಾಗಿರಲಿ, ಸುಳ್ಳಾದರೆ ನಾಗನಿಗೆ ಒಂದು ಮುಡಿ ಅವಲಕ್ಕಿಯ ಬಲಿವಾಡನ್ನು ಅರ್ಪಿಸುತ್ತೇನೆ ಎಂದು ಮನಸ್ಸಿನಲ್ಲಿಯೇ ಹರಕೆ ಹೇಳುತ್ತಾ ಹೋದ.

ಮನೆಯ ಬಳಿ ಜನರು ತುಂಬಿದ್ದರು. ದೂರದಿಂದಲೇ ರೋದನದ ಧ್ವನಿ. ಕೊಂಬ್ರಾಜೆ ದೇವು ಪೈ ಅಂಗಳದ ಹೊರಭಾಗದಲ್ಲಿ ತಲೆಗೆ ಕೈ ಹೊತ್ತು ಕೂತಿದ್ದ. ಒಳಗಡೆಯ ಕೋಣೆಯಲ್ಲಿ ಕಾವೇರಮ್ಮನನ್ನು ದೇವು ಪೈಯ ಹೆಂಡತಿಯೇ ಸಂತೈಸುತ್ತಿದ್ದಳು. ಕಾವೇರಮ್ಮನ ತವರಿನ ಕಡೆಯವರೂ ಇದ್ದರು. ಮಕ್ಕಳೆಲ್ಲ ಸಾಲಾಗಿ ಕೂತು ಅಳುತ್ತಿದ್ದರು. ಹಿರಿಯರು ಮುಂದಿನ ಕೆಲಸಗಳಿಗೆ ಅಣಿ ಮಾಡುತ್ತಿದ್ದರು. ರಾಮಚಂದ್ರ ಪೈ ಗದ್ದೆಯ ಹುಣಿಗಳಿಂದ ಮಣ್ಣಿನ ಮೆಟ್ಟಲುಗಳನ್ನೇರಿ ಅಂಗಳದಲ್ಲಿ ಕಾಲಿಟ್ಟ ತಕ್ಷಣ ಅವನ ಮೋರೆ ನೋಡಿದವರೆಲ್ಲ ಒಮ್ಮೆಲೇ ಗಪ್‌ಚಿಪ್ಪಾದರು. ಆ ಹೊತ್ತಿನಲ್ಲಿ ಅವನನ್ನು ಯಾರೂ ನಿರೀಕ್ಷಿಸಿರಲಿಲ್ಲ. ಹಾಗೂ ಅವನ ಆಗಮನ ಧರ್ಮಸ್ಥಳದ ದೇವರಿಗೆ ಅಪಚಾರ ಮಾಡಿತು ಎಂಬ ಆತಂಕದಿಂದಲೇ ಎಲ್ಲರೂ ಸುಮ್ಮಗಾದರು. ರಾಮಚಂದ್ರ ಪೈ ಮಾತ್ರ ಇದಾವುದಕ್ಕೂ ಸೊಪ್ಪು ಹಾಕದೇ ಮನೆಯ ಮೆಟ್ಟಲು ಏರಿ ಶವದ ಹಾಸಿನ ಬಳಿಗೆ ನಡೆದ. ಸೊರಗಿ ಕಂಗಾಲಾದ ಶರೀರ. ಮುಖದಲ್ಲಿ ತಿಂಗಳ ಗಡ್ಡ. ಜೀರ್ಣಗೊಂಡ ಮಾಂಸಲ ಭಾಗಗಳು. ಅರೆ ಮುಚ್ಚಿದ ಕಣ್ಣು. ಇದು ಶಿವಪ್ಪಯ್ಯನದಲ್ಲವೇ ಅಲ್ಲ ಅಂತ ಆಸೆ ಪಟ್ಟ. ಸುತ್ತ ಸುಳಿಯುತ್ತಿದ್ದ ನಾಲ್ಕಾರು ನೊಣಗಳನ್ನು ನೋಡುತ್ತಾ ನೋಡುತ್ತಾ ಇವನು ಮತ್ತೆ ಯಾಕೆ ಉಸಿರಾಡಬಾರದು, ಮತ್ತೆ ಯಾಕೆ ಎದ್ದು ಕೂರಬಾರದು, ಬೇಕಿದ್ದರೆ ಈಗಲೂ ನೀನು ಯಾಕೆ ಇಲ್ಲಿ ಕಾಲಿಟ್ಟೆ ಅಂತ ಜಗಳಾಡಲಿ, ಬೇಡ ಅನ್ನುವುದಿಲ್ಲ, ಈ ರೋದನದ ಧ್ವನಿಗಳು, ತುಂಬಿದ ಜನರು, ತನ್ನನ್ನು ನೋಡುತ್ತಲೇ ಗಪ್ಪಾದ ಈ ಬಾಯಿಗಳು ಏಕೆ ಸುಳ್ಳಾಗಬಾರದು ಎಂದು ಆಸೆಯಿಂದ ನೆನೆಯುತ್ತಾ "ಮಂಜುನಾಥಾ" ಎಂದು ಉದ್ಗರಿಸಿದವನೇ ಮುಳು ಮುಳು ಅತ್ತ ರಾಮಚಂದ್ರ ಪೈ.

ಚಿಕ್ಕಂದಿನಿಂದ ಶಿವಪ್ಪಯ್ಯ ರಾಮಚಂದ್ರ ಪೈಯ ಜೊತೆಯಲ್ಲಿಯೇ ಬೆಳೆದವನು. ಕುಂಬಳೆಯಿಂದ ಬೇಳಕಟ್ಟೆಗೆ, ಬೇಳಕಟ್ಟೆಯಿಂದ ಬಳ್ಳಂಬೀಡಿಗೆ, ಅಲ್ಲಿಂದ ಕಾರ್ಯಾಡಿಗೆ ಅಂತ ನಡೆದವನು. ಬೇಳಕಟ್ಟೆಯ ವ್ಯಾಪಾರದಲ್ಲಿ ಹೆಗಲಿಗೆ ಹೆಗಲು ಕೊಟ್ಟ, ಬಳ್ಳಂಬೀಡಿನ ಸಾಗುವಳಿಯಲ್ಲಿ ಅತ್ಯುತ್ಸಾಹದಿಂದ ಓಡಾಡಿದ. ಕಾರ್ಯಾಡಿಗೆ ಬಂದ ಮೇಲೆ ಅವನು ಒಂದಷ್ಟು ಸೋತದ್ದು ಹೌದು. ಮಳೆ ಬರಲಿಲ್ಲ ಅಂತ ಒದ್ದಾಡಿದ. ಆದರೆ ಸಾವಿನ ವಯಸ್ಸಿನವನಲ್ಲ. ತೀರಿಕೊಂಡ ತಿಮ್ಮ ಪೈ ಏನೋ ಮಾತಂದದ್ದಕ್ಕೆ ಧರ್ಮಸ್ಥಳದ ದೇವರು ಬಯಸಿದರೆ ತಾನು ಬದುಕಿಯೇನು ಅಂತ ಜಗಳಾಡಿದ. ಕೆಲವು ಸಂವತ್ಸರಗಳ ಹಿಂದೆ ಮೈಮೇಲೆ ಕುರಗಳೆದ್ದು ಸಾಯಲು ಹೊರಟವನು ತಾನು. ಅಶಕ್ತತೆಯಿಂದ ಬಳಲಿದವನು

ತಾನು. ಆದರೆ ತನಗಿಂತ ಮೊದಲೇ ಅವನು ಸತ್ತನೇ ? ತನ್ನ ಆಯುಸ್ಸನ್ನೇ ಕೊಡಲು ಸಾಧ್ಯವಾಗಿದ್ದರೆ ತಕ್ಕೋ ಎಂದು ಕೊಟ್ಟುಬಿಡುತ್ತಿದ್ದೆ. ದೊಡ್ಡಪ್ಪ ನಾಗಪ್ಪಯ್ಯ ತನ್ನ ಸಾವಿನ ಮೊದಲು ನನ್ನಿಂದ ಮಾತು ಪಡೆದಿದ್ದ – ಯಕ್ಷ ಪ್ರಶ್ನೆಯಲ್ಲಿ ಗೆದ್ದ ಧರ್ಮರಾಯ ಉಳಿದ ಪಾಂಡವರಲ್ಲಿ ಒಬ್ಬನನ್ನು ಆರಿಸಿಕೋ, ಬದುಕು ಕೊಡುತ್ತೇನೆ, ಯಾರನ್ನು ಕೇಳುತ್ತೀಯಾ ಎಂದದ್ದಕ್ಕೆ ನಕುಲನನ್ನು ಕೇಳಿದನಂತೆ, ಹಾಗೆ ನೋಡಿಕೋ ಎಂದು ಹೇಳಿದ್ದ. ಈಗ ಪಿತೃಗಳ ಮುಂದೂ ತಾನು ತಪ್ಪಿತಸ್ಥನಾದೆ ಎಂದು ಮುಖ ಮುಚ್ಚಿಕೊಂಡು ಅತ್ತ ರಾಮಚಂದ್ರ ಪೈ.

ಒಳಗಿನಿಂದ ಶಿವಪ್ಪಯ್ಯನ ಹೆಂಡತಿ ಕಾವೇರಮ್ಮನ ರೋದನ "ಈ ಮಕ್ಕಳನ್ನು ಅನಾಥರಾಗಿ ಮಾಡಿ ಹೋದಿರಲ್ಲ ? ಅಯ್ಯೋ, ಇನ್ನು ಯಾರು ಅವರಿಗೆ ದಿಕ್ಕು ?" ಕಾರ್ಯಾಡಿನಿಂದ ಆಗಲೇ ಬಂದು ಮುಟ್ಟಿದ್ದ ದೇವು ಪೈಯ ಹೆಂಡತಿ ಅವಳನ್ನು ಸಮಾಧಾನ ಮಾಡುತ್ತಿದ್ದಳು – "ನಾವೆಲ್ಲ ಇಲ್ಲವೇ ಕಾವೇರೀ ? ನೀನು ಅಳಬೇಡವೇ. ದೇವರು ಕೊಟ್ಟದ್ದಿದು. ನಾವು ಅನುಭವಿಸಬೇಕು ಅಂತ ಹಣೆಯಲ್ಲಿ ಬರೆದಿದ್ದರೆ ಅದನ್ನು ತಪ್ಪಿಸುವುದು ಸಾಧ್ಯವೇನೇ ? ಈ ಮಕ್ಕಳನ್ನು ನೋಡಿ ನೀನು ಸಮಾಧಾನ ಮಾಡಿಕೊಳ್ಳಬೇಕು ಕಾವೇರೀ" – ರಾಮಚಂದ್ರ ಪೈ ಮಕ್ಕಳತ್ತ ನೋಡಿದ. ಮೂವರು ಮಕ್ಕಳು. ಮೂವರೂ ಗಂಡೇ. ದೊಡ್ಡವ ಭುಜಂಗ, ಮೆವ್ವೆಂದು ದೂರದಲ್ಲಿ ಒಬ್ಬನೇ ಕುಳಿತಿದ್ದ. ಉಳಿದಿಬ್ಬರು ತಾಯಿಯ ಬಳಿ ಕುಳಿತು ಅವಳ ಸೆರಗು ಹಿಡಿದು ಗದ್ದ ಎತ್ತಿ ಅವಳನ್ನೇ ನೋಡಿ ಅಳುತ್ತಿದ್ದುವು. ತಲೆಯ ಬಳಿ ದೇವು ಪೈಯ ಮಗ ರಂಗ ಪೈ. ರಾಮಚಂದ್ರ ಪೈಯ ಎದೆ ಉಕ್ಕಿ ಬಂತು.

ದನಗಳನ್ನು ಕೂಡುವ ಕೊಟ್ಟಿಗೆಯ ಮೇಲೆ ಅಟ್ಟದಲ್ಲಿ ಸಾಕಷ್ಟು ಒಣಗಿದ ಸೌದೆಗಳಿದ್ದುವು. ಅದರ ಜೊತೆ ಸೆಗಣಿ ತಟ್ಟಿ ಮಾಡಿದ ಬೆರಣಿ. ಕಂದೀಲಿನ ಬೆಳಕಿನಲ್ಲಿಯೇ ಅಂಗಳದ ಮೂಲೆಯಲ್ಲಿದ್ದ ಮಾವಿನ ಮರ ಹತ್ತಿ ಯಾರೋ ಸ್ವಲ್ಪ ಹಸಿ ಸೌದೆ ಕಡಿವಿದರು. ಕಾರ್ಯಾಡು ಕಾಡಿನಲ್ಲಿ ಗಂಧದ ಮರಗಳಿಗೂ ಕಮ್ಮಿ ಇರಲಿಲ್ಲ. ಕುಂಬಳೆಯಿಂದ ಜನರು ಬಂದಾಗ ರಾತ್ರಿಯ ಮಧ್ಯ ಪ್ರಹರ. ಮತ್ತೊಮ್ಮೆ ರೋದನ. ಮಲಗಿದ್ದ ಮಕ್ಕಳನ್ನೆಬ್ಬಿಸಿ ಶಿವಪ್ಪಯ್ಯನ ಮುಖದ ಕೊನೆಯ ದರ್ಶನ ಮಾಡಿಸಿ ಶವವನ್ನೆತ್ತಲಾಯಿತು. ಹೋಗುವುದು ನಿಷಿದ್ಧವಾದರೂ ರಾಮಚಂದ್ರ ಪೈಯೂ ಹೋಗಿ ತಮ್ಮನಿಗೆ ಬೆಂಕಿ ಕೊಟ್ಟದ್ದನ್ನು ನೋಡಿದ. ಕೆರೆಯಲ್ಲಿ ಮಿಂದು ಮನೆಯ ಬಾಗಿಲು ಹತ್ತಿದಾಗ ಬೆಳ್ಳಿ ಮೂಡಿತ್ತು. ಎತ್ತರದಲ್ಲಿದ್ದ ಮನೆ. ವಿಶಾಲವಾದ ಹಜಾರ. ಅದಕ್ಕೆ ತಾಗಿಕೊಂಡು ನಾಲ್ಕಾರು ಒಳಕೋಣೆಗಳು. ಅದರ ಹಿಂದೆ ರಾಸುಗಳನ್ನು ಕಟ್ಟುವ ಹಟ್ಟಿ. ಹಿಂದೆ ಅಡಿಗೆಯ ಕೋಣೆ. ಊಟದ ವಾಸರಿ. ಅದರ ಹಿಂದೆ ಬಚ್ಚಲ ತಡಿಕೆ. ಮನೆಗೆ ಅಡಿಕೆಯ ಸೋಗೆ. ಎಲ್ಲವನ್ನೂ ಶಿವಪ್ಪಯ್ಯನ ಹೆಂಡತಿ ಅಚ್ಚುಕಟ್ಟಾಗಿ ಇಟ್ಟಿದ್ದಳು. ಮನೆಯ ಎದುರಿನ ಅಂಗಳವೂ ಶುಭ್ರ. ಅದರಾಚೆ ಸಾಲಾಗಿ ನಾಲ್ಕಾರು ಮರಗಳು. ಮಾವಿನ, ಸಂಪಿಗೆಯ,

ಹೆಬ್ಬಲಸಿನ ಮರಗಳು. ಒಂದೆರಡು ತೆಂಗಿನ ಮರಗಳು. ಕಾರ್ಯಾಡು ಆಸ್ತಿಯ ತುಂಬ ತೆಂಗಿನ ಮರಗಳಿಗೆ ಕಮ್ಮಿಯಿಲ್ಲ. ನೀರು ಕಮ್ಮಿಯಾದರೂ ಶಿವಪ್ಪಯ್ಯ ಗದ್ದೆಗಳಲ್ಲಿ ತುಂಬ ದುಡಿಯುತ್ತಿದ್ದ. ಆಳವಾದ ಬಾವಿಯಿಂದ ದೋಟ್ಟೆಯಲ್ಲಿ ನೀರೆತ್ತಿ ಗದ್ದೆಗಳಿಗೆ ಹಾಯಿಸುತ್ತಿದ್ದ. ಕಾರ್ಯಾಡಿನ ಮನೆಯ ಮಗ್ಗುಲಲ್ಲಿದ್ದ ಹಾಡಿಯಲ್ಲಿ ಅವನೇ ಹಾಕಿದ ಒಂದು ಅಡಿಕೆಯ ತೋಟ. ಅದನ್ನು ಮಾಡಿದ ಮೇಲೆ ಸರಿಯಾಗಿ ಮಳೆ ಬಾರದೇ ಇದ್ದುದರಿಂದ ಅವು ಸರಿಯಾಗಿ ಬೆಳೆದಿರಲಿಲ್ಲ. ಆದರೂ ಮನೆಯ ಖರ್ಚಿಗೆ ಸಾಕಾಗುವಷ್ಟು ಬೆಳೆ ಸಿಗುತ್ತಿತ್ತೋ ಏನೋ ? ಇನ್ನೆಲ್ಲಿಯ ಆ ಶಿವಪ್ಪಯ್ಯ ? ತಿನ್ನಲು ಅವನೇ ಇಲ್ಲವಾದ. ಹತ್ತು ಜನ ಕುಳಿತು ಮುಂದಣ ವಿಚಾರಗಳಿಗೆ ಮನಸ್ಸು ಕೊಟ್ಟಾಗ ಕಾವೇರಮ್ಮನ ತಮ್ಮನೊಡನೆ ರಾಮಚಂದ್ರ ಪೈ "ಮಕ್ಕಳೆಲ್ಲ ಬಳ್ಳಂಬೆಟ್ಟಿನ ಮನೆಗೆ ಬಂದಿರುವುದೇ ಒಳ್ಳೆಯದಲ್ಲವೇ ? ಅಲ್ಲಿ ನಾವೆಲ್ಲ ಇದ್ದೇವೆ. ಮುಂದಣ ಕಾರ್ಯಗಳನ್ನು ಬಳ್ಳಂಬೆಟ್ಟಿನಲ್ಲಿಯೇ ಮಾಡಿದರಾಯಿತು. ಭುಜಂಗನಿಗೆ ಮುಂಜಿಯಾಗಿದೆ. ಕಾರ್ಯಗಳನ್ನು ಅವನಿಂದಲೇ ಮಾಡಿಸುತ್ತೇನೆ. ದೊಡ್ಡವನಾದ ಮೇಲೆ ಇಲ್ಲಿಗೇ ಬಂದರಾಯಿತು. ಅದೂ ನಮ್ಮ ಮನೆಯಲ್ಲವೇ ?" ಎಂದ. ಜೊತೆಯಲ್ಲಿಯೇ "ಧರ್ಮಸ್ಥಳದ ಮಾತಲ್ಲವೇ ? ಹೋಗಿ ತಪ್ಪು ಕಾಣಿಕೆ ಇಡಿಸುತ್ತೇನೆ. ನಾನೇ ಖರ್ಚು ಹಾಕಿ ಎಲ್ಲರನ್ನೂ ದೊಡ್ಡಕಡೆಗೆ ಕರೆದುಕೊಂಡು ಹೋಗಿ ಬರುತ್ತೇನೆ" ಎಂದೂ ಹೇಳಿದ.

ಆಗಲೇ ರಾಮಚಂದ್ರ ಪೈ ನೆನಸದ ಒಂದು ಘಟನೆ ನಡೆಯಿತು. ಶಿವಪ್ಪಯ್ಯನ ಹೆಂಡತಿ ಕಾವೇರಮ್ಮನ ಕಿವಿಗೆ ಆ ಮಾತುಗಳು ಬಿದ್ದದ್ದೇ ತಡ, ಒಳಕೋಣೆಯಿಂದ ಆಕೆ ಸರ್‍ರನೆ ಹೊರಗೆ ಬಂದಳು. ಸೊಂಟದ ಮೇಲೆ ಕೈಯಿಟ್ಟು "ಯಾಕೆ ಅಲ್ಲಿಗೆ ಬರಬೇಕು ? ಯಾಕೆ ನನ್ನ ಮಕ್ಕಳು ಬೇರೆಯವರ ಭಿಕ್ಷಾನ್ನಕ್ಕೆ ಬೀಳಬೇಕು ? ಇದು ನಮ್ಮ ಆಸ್ತಿ. ಅವರು ಇಲ್ಲಿ ತೀರಿಕೊಂಡರು. ಇಲ್ಲಿಯೇ ನನ್ನ ಕುಂಕುಮ ಕಳೆದು ತಲೆ ಬೋಳಾದದ್ದು. ಅವರು ತೀರಿಕೊಂಡದ್ದು ಹೇಗೆ ಎಂದು ನನಗೆ ಗೊತ್ತು. ನೀವು ಅದಕ್ಕಾಗಿ ಕಣ್ಣಲ್ಲಿ ನೀರು ಸುರಿಸಬೇಕೆಂದಿಲ್ಲ. ಈ ಮಕ್ಕಳಿಗೆ ಯೋಗ್ಯತೆಯಿದ್ದರೆ ನಾಳೆ ದೊಡ್ಡವರಾದ ಮೇಲೆ ನನಗೆ ನಾಲ್ಕು ಮುಷ್ಟಿ ಅನ್ನ ಹಾಕಿಯಾರು. ಅಲ್ಲಿಯ ತನಕ ಉಪ್ಪೋ ಮೆಣಸೋ ಹಾಕಿ ಅವರ ಹೊಟ್ಟೆ ತುಂಬಿಸುವ ಶಕ್ತಿಯನ್ನು ಆ ಮಂಜುನಾಥ ನನಗೆ ಕೊಟ್ಟಾನು. ಇನ್ನೊಬ್ಬರ ಹಂಗಿನಲ್ಲಿ ಬಿದ್ದು ಸಾಯುವ ಗತಿ ಮುಂಡೆಯಾದ ನನಗೂ ಅನಾಥರೆಂದು ನೀವು ಕರೆಯುವ ನನ್ನ ಮಕ್ಕಳಿಗೂ ಬಾರದೇ ಇರಲೀ" ಎಂದು ಕಿರುಚಿದಳು. ರಾಮಚಂದ್ರ ಪೈ ಬೆಪ್ಪಾಗಿ ಬಿಟ್ಟ. ಗಂಡನನ್ನು ಚಿತೆಗೆ ಕಳುಹಿಸಿದ ಮೇಲೆ ಕಾವೇರಮ್ಮನ ತಲೆಯ ಕೂದಲುಗಳನ್ನು ಕತ್ತರಿಸಿದ್ದರು. ಸ್ನಾನ ಮಾಡಿಸಿ ಕೆಂಪು ಸೀರೆಯುಡಿಸಿದ್ದರು. ಅದೇ ತಾನೇ ತೆಗೆದ ಕಾರಣ ಹಣೆಯ ಮೇಲೆ ಕುಂಕುಮವಿಡುವ ಸ್ಥಳ ಸ್ಪಷ್ಟವಾಗಿ ಕಾಣುತ್ತಿತ್ತು. ಅದೇ ವೇಷದಲ್ಲಿ ಆಕೆ ಎದುರು ನಿಂದು ಗರ್ಜಿಸಿದಾಗ ರಾಮಚಂದ್ರ ಪೈಗೆ ಬಾಯಿಯೇ ಏಳಲಿಲ್ಲ.

ಕಾವೇರಮ್ಮ ಅದು ತನಕ ಹೆಚ್ಚು ಮಾತಾಡಿದ ನೆನಪಿರಲಿಲ್ಲ ರಾಮಚಂದ್ರ ಪೈಗೆ. ಶಿವಪ್ಪಯ್ಯ ಬದುಕಿದ್ದಾಗ ಆಕೆ ಮಾತನಾಡುವ ಅಗತ್ಯವೂ ಇರಲಿಲ್ಲ. ಕುಳ್ಳನೆಯ ಹೆಂಗಸು. ಕೊಂಚ ಉಬ್ಬಾದ ಹಲ್ಲುಗಳ ಸಾಲು. ಶಿವಪ್ಪಯ್ಯನಿಗೆ ಹೇಳಿದ ಹೆಣ್ಣಲ್ಲ ಆಕೆ. ಆದರೆ ಶಿವಪ್ಪಯ್ಯ ಆ ಬಗ್ಗೆ ತಲೆಕೆಡಿಸಿಕೊಂಡವನಲ್ಲ. ಕೈ ಹಿಡಿದು ಮನೆಯ ಹೊಸ್ತಿಲು ತುಳಿದು ಬಂದ ಹೆಣ್ಣನ್ನು ಸಾಕಷ್ಟು ಪ್ರೀತಿಯಿಂದಲೇ ನೋಡಿಕೊಂಡವನು. ಆ ಬಗ್ಗೆ ಕಾವೇರಿಗೂ ತುಂಬ ಅಭಿಮಾನ. ಕುಂಬಳೆಯ ಕೃಷ್ಣ ಭಕ್ತರ ಮಗಳು. ಕೃಷ್ಣ ಭಕ್ತರ ಮಕ್ಕಳಲ್ಲಿ ತುಸು ಬೆಳ್ಳಗಿದ್ದವಳೆಂದರೆ ಅವಳೊಬ್ಬಳೇ. ಅವಳ ತಮ್ಮ ಶೇಷಪ್ಪ ಭಕ್ತ ಕಾಡಿಗೆಯಷ್ಟು ಕಪ್ಪು. ಅಂಥ ಕಾವೇರಮ್ಮ ಅವಲಕ್ಷಣದ ಮೋರೆ ಹೊತ್ತುಕೊಂಡು ಎದುರು ನಿಂತು ಬೊಬ್ಬಿಡುವುದನ್ನು ಕಾಣುವ ಧೈರ್ಯ ರಾಮಚಂದ್ರ ಪೈಗಾಗಲಿಲ್ಲ. ಅಲ್ಲಿಯೇ, ಅವನ ಪಕ್ಕದಲ್ಲಿ ಕುಳಿತಿದ್ದ ಶೇಷಪ್ಪ ಭಕ್ತ "ಕಾವೇರಕ್ಕಾ, ಏನು ಹೇಳುತ್ತಿದ್ದೀಯಾ ?" ಎಂದು ಆಕ್ಷೇಪಣೆಯ ಧ್ವನಿಯಲ್ಲಿ ಹೇಳಿದ.

"ನನಗೆ ತಿಳಿಯುವುದಿಲ್ಲ ಅಂತಂದುಕೊಳ್ಳಬೇಡವೋ ಶೇಷಣ್ಣಾ, ನನ್ನ ಕಣ್ಣೇನೂ ಹೊಟ್ಟಿ ಹೋಗಿಲ್ಲ. ಈಗ ಮುಂಡೆಯಾಗಿದ್ದರೂ ನನಗೂ ಮೂವರು ಗಂಡು ಮಕ್ಕಳಿದ್ದಾರೆ. ಅವರೂ ನಾಳೆ ದೊಡ್ಡವರಾಗುತ್ತಾರೆ. ಆಗ ನಾನು ನೋಡಿಕೊಂಡೇನು. ಈಗ ಆದ ಅನ್ಯಾಯಕ್ಕೆ ನಾಳೆ ಅವರು ನ್ಯಾಯ ದೊರಕಿಸಿಕೊಟ್ಟಾರು. ನಮಗೆ ಬಳ್ಳಂಬೆಟ್ಟಿನ ಹಂಗು ಬೇಡಾ. ಅಲ್ಲಿಯ ನೀರಿನ ಋಣ ಬೇಡಾ. ನನ್ನ ಗಂಡ ಯಾವ ಸ್ಥಳದಲ್ಲಿ ತೀರಿಕೊಂಡು ನನ್ನ ಕುಂಕುಮ ಅಳಿಸಿ ಹೋಯಿತೋ ಅಲ್ಲಿಂದ ನಾನು ಕದಲುವವಳಲ್ಲ. ನನ್ನ ಮಕ್ಕಳೂ ಹೋಗುವವರಲ್ಲ. ನನ್ನ ಗಂಡನ ಬೊಜ್ಜ ಇಲ್ಲಿಯೇ ಆಗಲಿ. ಅದಕ್ಕೆ ಇವರುಗಳು ಯಾರೂ ಬರುವುದು ಬೇಡ. ಮರ್ಯಾದೆ ಇದ್ದವರಾದರೆ ನನ್ನ ಬಾಯಿಯಿಂದ ಕೆಟ್ಟ ಮಾತು ಬರುವ ಮೊದಲು ಈ ಸ್ಥಳ ಬಿಟ್ಟು ಹೋಗಲೀ. ಭುಜಂಗಾ, ಜನ್ನಪ್ಪಾ, ನೀವೂ ಹೇಳುವುದನ್ನು ಕೇಳಿ. ಜನ್ಮ ಕೊಟ್ಟ ತಾಯಿಯನ್ನು ಬಿಟ್ಟು ಇನ್ನೊಬ್ಬರ ಮಾತು ಕೇಳುತ್ತೀರೋ, ಅವರ ಹೇಲು ತಿನ್ನಲು ಅವರ ಹಿಂದೆಯೇ ಹೋಗಿ. ಇಲ್ಲವೋ, ಇಲ್ಲಿಯೇ ಹಾಕಿದ್ದನ್ನು ತಿಂದು ಬಿದ್ದಿರೀ" ಎಂದು ಕಾವೇರಮ್ಮ ಗಟ್ಟಿಯಾಗಿ ಕಿರುಚಿ ಧಡಲ್ಲನೇ ನೆಲಕ್ಕುರುಳಿದಳು.

ಬೆಳ್ಳಂಬೆಳಗಿನ ಕೆಂಪು ಕಿರಣಗಳು. ಆಗ ತಾನೇ ಮಿಂದು ಬಂದ ಗಂಡಸರು. ಪಕ್ಕದಲ್ಲಿ ಕಾಡಿಗೆಯಷ್ಟು ಕಪ್ಪಾದ ಶೇಷಪ್ಪ ಭಕ್ತ, ಅವನು ಗಾಬರಿಯಿಂದ ಹೌಹಾರಿ ನಿಂತ ರೀತಿ, ಎದುರಿಗೆ ಸೊಂಟದಲ್ಲಿ ಕೈ ಹುದುಗಿಸಿ ನಿಂತ, ರಾಕ್ಷಸಿಯಂತೆ ಕಿರುಚಿ ಪ್ರಜ್ಞೆ ತಪ್ಪಿ ಬಿದ್ದ ಕಾವೇರಮ್ಮ, ಮನೆಯೊಳಗೆ ಇದ್ದ ಇತರ ಹೆಂಗಸರು ಬಾಗಿಲಿಗೆ ಬಂದು ಭೀತರಾಗಿ ಅಯ್ಯೋ ಅಯ್ಯೋ ಎಂದು ಹಾಹಾಕರಿಸಿದ್ದು, ಎಲ್ಲ ತಲೆಯೊಳಗೆ ಹೋಗಿ ಮೂರ್ತರೂಪ ತಾಳಬೇಕಾದರೆ ರಾಮಚಂದ್ರ ಪೈಗೆ ಅರೆಘಳಿಗೆಯೇ ಹಿಡಿಯಿತು. ಅವನು ನಿಧಾನವಾಗಿ ಎದ್ದು ನಿಂತ. ಅಷ್ಟರಲ್ಲಿ ಶೇಷಪ್ಪ ಭಕ್ತ ಅವನ ಕೈ ಹಿಡಿದು "ರಾಚ್ಚು

ಭಾವಾಜೀ, ನೀನು ಹಿರಿಯವನು. ಸುಮ್ಮನಿರಬೇಕು. ಗಂಡ ಸತ್ತ ದುಃಖದಲ್ಲಿ ಕಾವೇರಕ್ಕ ಒಂದು ಮಾತು ಜಾಸ್ತಿಯಾಡಿರಬಹುದು. ಆದರೆ ನೀನು ಏನನ್ನೂ ಹೇಳಬಾರದು. ಒಡೆದು ಹೋದ ಕುಟುಂಬ ಮುಂದೆ ಒಂದಾದೀತು. ಈಗ ಆಡಿದ ಮಾತು ಕುಂಬಳೆಯ ವಿಠೋಬನಿಗಿರಲಿ, ಮಂಜೇಶ್ವರದ ಅನಂತೇಶ್ವರನಿಗಿರಲಿ, ಧರ್ಮಸ್ಥಳದ ಮಂಜುನಾಥ ನಿಗಿರಲಿ. ಇನ್ನೊಂದು ಮಾತು ಇಲ್ಲಿ ಈಗ ಹುಟ್ಟಬಾರದು. ಯಾರಲ್ಲಿ ? ಯಾರಿದ್ದಾರೆ ಒಳಗೆ? ಬೋಧ ತಪ್ಪಿ ಬಿದ್ದವಳನ್ನು ಎತ್ತಿಕೊಂಡು ಹೋಗಿ ಉಪಚಾರ ಮಾಡಬಾರದೇ?'' ಎಂದು ದನಿ ಎತ್ತರಿಸುತ್ತಾ ಹೇಳಿದ.

ರಾಮಚಂದ್ರ ಪೈ ಭಾರವಾದ ಮನಸ್ಸಿನಿಂದ ಬಳ್ಳಂಬೆಟ್ಟಿನ ಕಡೆಗೆ ಹೆಜ್ಜೆ ಹಾಕುವಾಗ ಹೊತ್ತೇರಿತ್ತು. ಅಂಗಳದಿಂದ ಕೆಳಗೆ ಗದ್ದೆಗೆ ಇಳಿಯುವಾಗ ಅವನಿಗೆ ತೀರ ಚಿಕ್ಕಂದಿನಲ್ಲಿ ತನ್ನಜ್ಜಿಯನ್ನು ಬಯ್ದ ಘಟನೆ ಜ್ಞಾಪಕಕ್ಕೆ ಬಂತು. ಕುಂಬಳೆಯ ಮನೆಯಲ್ಲಿ ತಾನು ಅದೇ ಆಗ ಮನೆತನದ ಜವಾಬ್ದಾರಿ ಹೊರಲು ಆರಂಭಿಸಿದ್ದ ದಿನಗಳು. ಮದುವೆಯಾಗಿ ಮೊದಲ ಗರ್ಭ ಧರಿಸಿದ್ದಳು ಪಾರ್ವತೀ ಬಾಯಿ. ಆಗ ಅಜ್ಜಿ ತುಳಸೀ ಬಾಯಿಗೆ ತಮ್ಮಲ್ಲಿ ಉಣ್ಣುವ ಒಂದು ಪಾಲನ್ನು ತೌರಿನ ಕಡೆಯ ಸಂಕರ್ಷಣ ಭಟ್ಟರಿಗೆ ಕೊಡುವ ಆಸೆ. ತಾನೇನೋ ಅಂದದ್ದಕ್ಕೆ, ಅಜ್ಜಿ ತನ್ನನ್ನು ಜಾಲಾಡಿಸಿದ್ದಳು. ತಾನು ಆಡುವಾಗ ಆಡಿದ ಮಾತು ಇಷ್ಟು ದೊಡ್ಡ ಹಗರಣ ಮಾಡಬಹುದೆಂಬ ಯೋಚನೆಯನ್ನು ರಾಮಚಂದ್ರ ಪೈ ಮಾಡಿರಲಿಲ್ಲ. ಆಡಿದ ಮೇಲೆ ಏನೋ ಹೇಳಿದೆ, ಅದನ್ನು ಈ ಮುದುಕಿ ಇಷ್ಟು ದೊಡ್ಡದು ಮಾಡಬೇಕೇ ಎಂದು ಸಿಟ್ಟಿನಿಂದ ಹೆಂಡತಿಯ ಊರಾದ ಮಂಜೇಶ್ವರಕ್ಕೆ ಹೋಗಿದ್ದ. ತಾತ ವಿಟ್ಠು ಪೈ ಹೇಳಿದಂತೆ ಈ ಬದುಕಿನಲ್ಲಿ ಮಾಡಿದ ತಪ್ಪಿಗೆ ಇದೇ ಜನ್ಮದಲ್ಲಿ ಋಣ ತೀರಿಸಬೇಕಾಗುತ್ತದೆ - ಎಂದು ನೆನಪಿಗೆ ಬಂದು ಅದಕ್ಕೇ ಈ ರೀತಿ ಆಗುತ್ತಿದೆ ಎಂದುಕೊಂಡ. ಗುಡ್ಡದ ಕಾಲುದಾರಿಯ ಮೇಲೆ ನಡೆಯುತ್ತಿರುವಾಗ ಒಬ್ಬನೇ ತನ್ನಷ್ಟಕ್ಕೆ ದೊಡ್ಡ ಸ್ವರದಲ್ಲಿ "ಯಾವ ದೇವರೂ ಮನುಷ್ಯ ಸುಖವಾಗಿರಬಾರದೆಂದು ನಿರ್ಧರಿಸಿದ್ದಾನೋ ಏನೋ? ಅಥವಾ ಮನುಷ್ಯನೇ ಮೂಲತಃ ಪಾಪಿಯಾಗಿರ ಬಹುದು'' ಎಂದು ಹೇಳಿಕೊಂಡ ರಾಮಚಂದ್ರ ಪೈ. ಅಷ್ಟರಲ್ಲಿಯೇ ಹಿಂದಿನಿಂದ "ಮ್ಹಾಂತಾಽಽ" ಅಂತ ಯಾರೋ ಕೂಗು ಹಾಕಿದ್ದು ಕೇಳಿ ನಿಂತ. ತಿರುಗಿ ನೋಡಿದ.

ಹಿಂದಿನಿಂದ ಕೂಗಿದವನು ಕೊಂಬ್ರಾಜೆ ದೇವು ಪೈಯ ಮಗ ಪೆದ್ದು ರಂಗ ಪೈ. ಮೈ ಕೈ ತುಂಬಿ ಉರುಟುರುಟಾಗಿ ಬೆಳೆದ ಧಡೂತಿ ದೇಹದ ಬಾಲಕ ಏದುಸಿರು ಬಿಡುತ್ತಾ ಓಡಿ ಬರುತ್ತಿದ್ದುದು ನೋಡಿ ರಾಮಚಂದ್ರ ಪೈಗೆ ಮತ್ತೆ ಆಸೆ ಹುಟ್ಟಿತು. ಆದರೆ ಓಡಿ ಬಂದ ರಂಗ ಪೈ ಕೇಳಿದ್ದೇ ಬೇರೆ ! ಹತ್ತಿರ ಬಂದವನು, ಉಸಿರು ಜಗ್ಗಿ ಜಗ್ಗಿ "ಮ್ಹಾಂತಾ ! ಕಾಶಿಗೆ ಹೋದರೆ ನನಗೆ ಊಟ ಹಾಕುತ್ತಾರೆಯೇ ?'' ಎಂದು ಕೇಳಿದ. "ಯಾಕೆ ಮಗೂ ? ಕಾಶಿಯಲ್ಲಿ ದೇವಸ್ಥಾನಕ್ಕೆ ಹೋದವರಿಗೆಲ್ಲ ಊಟ ಹಾಕುತ್ತಾರಾದರೆ ನಿನಗೂ ಹಾಕುತ್ತಾರೆ'' ಎಂದ ರಾಮಚಂದ್ರ ಪೈ. "ಹಾಗಲ್ಲ ಮ್ಹಾಂತಾ, ನನಗೆ ಕೂಡಾ ಕಾಶಿಯಲ್ಲಿ

ಊಟ ಹಾಕಿಯಾರೇ ?'' ಎಂದು ಮತ್ತೆ ಕೇಳಿದ ರಂಗ ಪೈ. ರಾಮಚಂದ್ರ ಪೈಗೆ ಅರ್ಥವಾಗಲಿಲ್ಲ. ''ಯಾಕೆ ಮಗೂ ?'' ಎಂದು ಪ್ರಶ್ನಿಸಿದವನವನು. ಮತ್ತೆ ಮತ್ತೆ ತಡೆದುಕೊಳ್ಳುತ್ತಿರುವ ಉಸಿರನ್ನು ಜಗ್ಗುತ್ತಾ ''ಯಾಕೆಂದರೆ, ಯಾಕೆಂದರೆ.... ನನಗೆ ಮಿಣ್ಣೆ ಇಲ್ಲವಲ್ಲ ? ಮಿಣ್ಣೆ ಇಲ್ಲದವರಿಗೆ ಕಾಶಿಯಲ್ಲಿ ಊಟ ಹಾಕುವುದಿಲ್ಲವಂತೆ. ಹೌದೇ ಮ್ಹಾಂತಾ ? ಭುಜಂಗಣ್ಣ ಹಾಗೆ ಹೇಳುತ್ತಾನೆ ಯಾವಾಗಲೂ'' ಎಂದು ಅಳುವವನಂತೆ ಕೇಳಿದ ರಂಗ ಪೈ !

□

೩೧

ಬಳ್ಳಂಬೆಟ್ಟು ರಾಮಚಂದ್ರ ಪೈಯ ಕೊನೆಯ ಮಗ ಸಿದ್ಧು ಪೈ, ಕಾರ್ಯಾಡು ದಿವಂಗತ ಶಿವಪ್ಪಯ್ಯನ ಮೊದಲ ಮಗ ಭುಜಂಗ ಪೈ ಮತ್ತು ಕೊಂಬ್ರಾಜೆ ದೇವು ಪೈಯ ಮೊದಲ ಮಗ ಪೆದ್ದು ರಂಗ ಪೈ ಮೂವರೂ ಒಂದೇ ವಯಸ್ಸಿನವರಾದರೂ ಮೂವರಲ್ಲಿ ಹಿರಿಯವನು ಸಿದ್ಧು ಪೈಯೇ. ಮೊದಲು ಮದುವೆಯಾದದ್ದೂ ಅವನಿಗೇ. ರಾಮಚಂದ್ರ ಪೈಯ ಮೊದಲ ಮಗ ಅಂತು ಪೈ ಅವನ ಮದುವೆಯಾಗುವ ಪೂರ್ವದಲ್ಲಿ ಮಾಡಿದ ಭಾನಗಡಿ, ಎರಡನೆಯ ಮಗ ತಿಮ್ಮ ಪೈ ಮದುವೆಗಾಗಿ ಮಾಡಿದ ಗಡಿಬಿಡಿ ಇವುಗಳ ಭೀತಿಯಿಂದ ಇನ್ನು ಮುಂದೆ ಈ ಮೂರನೆಯ ಮಗನೂ ಆ ರೀತಿ ತನ್ನನ್ನು ಸಂಧಿಗ್ಧತೆಗೆ ಸಿಕ್ಕಿಸುವುದು ಬೇಡವೆಂದು ರಾಮಚಂದ್ರ ಪೈ ಸಿದ್ಧು ಪೈಗೆ ಬೇಗ ಮದುವೆ ಮಾಡಿ ಮುಗಿಸಿದ್ದ. ಕುಂಬಳೆ ದಾಸಕಿಣಿಯ ಮಗಳು. ಮದುವೆ ಕುಂಬಳೆಯಲ್ಲಿ. ದಾಸಕಿಣಿ ತನ್ನ ಶಕ್ತಿ ಮೀರಿ ಮದುವೆ ಮಾಡಿಕೊಟ್ಟಿದ್ದ. ಬಳ್ಳಂಬೆಟ್ಟಿಗೆ ಬಂದು ದೇವಕಾರ್ಯ. ಸಿದ್ಧು ಪೈಗೆ ಬಳ್ಳಂಬೆಟ್ಟಿನ ಸಾಗುವಳಿ ಇತ್ಯಾದಿಗಳ ಮೇಲೆ ಮನಸ್ಸು ಹೊಂದಿರಲಿಲ್ಲ. ಬಳ್ಳಂಬೆಟ್ಟಿಗಿಂತ ಕುಂಬಳೆ ಪೇಟೆಯ ಆಕರ್ಷಣೆಯೇ ಹೆಚ್ಚು. ಆಗಾಗ ಅಲ್ಲಿಗೆ ಓಡುತ್ತಿದ್ದ. ರಾಮಚಂದ್ರ ಪೈಗೆ ಮಗನ ಬಗ್ಗೆ ಅದೇ ಹೆದರಿಕೆ. ಮದುವೆ ನಡೆದು ಹೆಂಡತಿ ಮನೆಗೆ ಬಂದರೆ ಅವನು ಬಳ್ಳಂಬೆಟ್ಟಿನಲ್ಲಿಯೇ ಉಳಿಯಬಹುದೆಂದು ಊಹಿಸಿ ಬೇಗ ಬೇಗ ಮದುವೆ ಮಾಡಿದ.

ಸಿದ್ಧು ಪೈಗೆ ಮದುವೆಯಾಗುವ ಹೊತ್ತಿನಲ್ಲಿಯೇ ಕಾರ್ಯಾಡು ಶಿವಪ್ಪಯ್ಯನ ಹೆಂಡತಿ ಕಾವೇರಮ್ಮ ತನ್ನ ಮಗ ಭುಜಂಗನಿಗೂ ಮದುವೆ ಮಾಡಿಸಬೇಕೆಂದು ಯೋಚಿಸಿದ್ದಳು. ಆದರೆ ಹೆಣ್ಣು ಹೆಂಗಸಾಗಿ ಕಾಡಿನ ಮಧ್ಯೆ ಒಬ್ಬಳೇ ತನ್ನ ಮಕ್ಕಳೊಡನೆ ಇದ್ದ ಅವಳಿಗೆ ಸಾಗುವಳಿ ರಾಸುಗಳು ಅದು ಇದು ಅಂತ ಬದುಕುವುದು ಸುಲಭದ ಮಾತಾಗಿರಲಿಲ್ಲ. ಗಂಡ ಸತ್ತ ಹೊಸತರಲ್ಲಿ ಅವಳಿಗೆ ಇನ್ನೊಬ್ಬರ ಹಂಗಿನಲ್ಲಿ ಬೀಳುವುದು ಬೇಡ ಅನ್ನಿಸಿತ್ತು. ಹಠ ಹಿಡಿದು ಒಬ್ಬಳೇ ಉಳಿದದ್ದು ಹೌದು. ಆದರೆ ಒಮ್ಮೆ ತೀರಿಕೊಂಡ ತನ್ನ ಗಂಡನ ವ್ಯವಹಾರಗಳನ್ನು ಕೈಗೆತ್ತಿಕೊಂಡ ಮೇಲೆ ಆಕೆ ತನ್ನ ಕಾಲ ಮೇಲೆ ನಿಲ್ಲಲು ಸಾಕಷ್ಟು ಹೆಣಗಾಡಬೇಕಾಯಿತು. ಅದಕ್ಕೆ ಕೈ ಕೊಟ್ಟ ಮಳೆಯೂ ಒಂದು ಕಾರಣವಾದರೆ ಭುಜಂಗನ ಅಲಾಲುಟೋಪಿತನವೂ ಒಂದು ಕಾರಣವಾಗಿತ್ತು.

ಬಳ್ಳಂಬೆಟ್ಟಿನವರ ಮೇಲೆ ದ್ವೇಷವನ್ನು ಮೈಗೂಡಿಸುತ್ತಾ ಬೆಳೆದ ಭುಜಂಗನಿಗೆ ಮೊದ ಮೊದಲು ತಾಯಿಯಿಂದ ಸಾಕಷ್ಟು ಪ್ರೇರಣೆಯೇ ಸಿಕ್ಕಿತೆನ್ನಬೇಕು. ದೊಡ್ಡಪ್ಪ ಬಳ್ಳಂಬೆಟ್ಟು ರಾಮಚಂದ್ರ ಪೈಯೊಡನೆ ತನ್ನ ತಂದೆ ಜಗಳಾಡಿದ್ದನ್ನು ನೋಡಿದ

ಭುಜಂಗನಿಗೆ ಅವರ ಬಗ್ಗೆ ಏನಾದರೂ ತೆಗಳುವ ಮಾತುಗಳನ್ನು ಆಡುತ್ತಾ ಇರುವುದು ಒಂದು ಅಭ್ಯಾಸವೇ ಆಗಿತ್ತು. ಮೊದಲೊಂದೆರಡು ಬಾರಿ, ಅವನ ತಂದೆ ಬದುಕಿದ್ದಾಗ ಬಳ್ಳಂಬೆಟ್ಟಿನಿಂದ ತಡೆಯಲಾಗದೇ ನೋಡಿ ಹೋಗಲು ಬಂದ ರಾಮಚಂದ್ರ ಪೈಯನ್ನು ಅವನು ಕಾರ್ಯಾಡಿನ ಗಡಿಯಲ್ಲಿಯೇ ಪುನಃ ಹಿಂದೆ ಕಳಿಸಿದ್ದಿತ್ತು. ಸಿದ್ದು ಪೈಯ ಮದುವೆಯ ಹೇಳಿಕೆ ಕೊಡಲು ಬಂದವನ ಎದುರೆದುರೇ "ನಾವು ಬರುವುದಿಲ್ಲ, ನಿಮ್ಮ ದೊಡ್ಡಸ್ತಿಕೆ ತೋರಿಸಲು ನೀವು ಹೇಳಿಕೆ ಕೊಡಲು ಬಂದದ್ದಲ್ಲವೇ ? ಇಲ್ಲಿಗೆ ಬಂದು ನಮ್ಮ ಹೊಟ್ಟೆ ಉರಿಯಲಿ ಎಂದಲ್ಲವೇ ? ಇಕಾ, ಹೇಳುತ್ತೇನೆ. ಇದಕ್ಕೇ ಎಂತಲ್ಲ, ಇನ್ನು ಮುಂದೆ ಯಾವುದೇ ಕಾರಣಕ್ಕಾದರೂ ಕಾರ್ಯಾಡಿನ ನೆಲದ ಮೇಲೆ ಕಾಲಿಟ್ಟರೆ ಕೊಡಲಿ ಎತ್ತಿ ಹಾರಿಸಿಬಿಟ್ಟೇನು" ಅಂತ ತನ್ನ ಕೀರಲು ಧ್ವನಿಯಲ್ಲಿ ಕಿರುಚಿದ್ದ. ತಾನು ಹೇಳಿದ್ದನ್ನು ಯಾರಿಗೂ ಗೊತ್ತಾಗದ ಹಾಗೆ ತನ್ನಲ್ಲೇ ಮುಚ್ಚಿಕೊಂಡೂ ಇದ್ದ.

ತನ್ನ ತಂದೆ ಸತ್ತ ಮೇಲೆ ಅವನ ಮನಸ್ಸು ಕಡಿವಾಣವಿಲ್ಲದ ಕುದುರೆಯಂತೆ ಹಾರಿತ್ತು. ತಾಯಿ ಕಾವೇರಮ್ಮ ಸಾಗುವಳಿ ಕರಾವು ಮಕ್ಕಳು ಮರಿ ಅಂತ ದುಡಿತಕ್ಕೆ ಬಿದ್ದಾಗ ಭುಜಂಗ ಪೈ ಬಾಯಿಗೆ ಬಂದ ಹಾಗೆ ಮಾತನಾಡುವುದನ್ನು ಅಭ್ಯಾಸ ಮಾಡಿಕೊಂಡ. "ಬಳ್ಳಂಬೆಟ್ಟು ರಾಚ್ಚು ಮ್ಹಾಂತನಿಗೆ ವಯಸ್ಸಾಗಿ ನಡೆಯಲು ಆಗುತ್ತಾ ಇಲ್ಲವಂತೆ. ಎಲ್ಲೂ ಹೋಗುವುದಿಲ್ಲವಂತೆ. ಈಗ ಕಾರುಭಾರೆಲ್ಲ ಆ ಹೆಣ್ಮರುಳನದೇ ಅಂತೆ" ಎಂದು ಅವನು ಆಗಾಗ ತಾಯಿಯೊಡನೆ ಹೇಳುತ್ತಿದ್ದ. ಆಗ ಕಾವೇರಮ್ಮ "ಅವರಿಗೇನು ? ಬಂಗಾರದಂತಹ ನೆಲ. ಮೂರು ಮೂರು ಬೆಳೆ. ಕೈಗೆ ಬಂದ ಮಗ ಕಾಲಿಗೆ ಬಿದ್ದ ನಾಗಬಿಂಬ" ಎಂದು ನಂಜಾಡುವುದು ಅವನಿಗೆ ನಸೆಕೊಟ್ಟ ನಾಯಿಯಂತೆ ಮಾಡಿತ್ತು. ಈ ರೀತಿ ಮಾತುಗಳಿಂದ ಪ್ರೇರೇಪಿತನಾಗಿ ಅವನು ಆಗೊಮ್ಮೆ ಈಗೊಮ್ಮೆ "ನಮ್ಮ ಅಪ್ಪನನ್ನು ಮಾಟ ಮಾಡಿ ಕೊಲ್ಲಿಸಿದ್ದೂ ಅವರೇ" ಎಂದು ಹೇಳುವುದನ್ನೂ ಕಲಿತು, "ಇಲ್ಲದಿದ್ದರೆ ಹದಿನೈದು ದಿನಗಳ ಕಾಯಿಲೆಯಲ್ಲಿ ಕಬ್ಬಿಣದಂತಿದ್ದ ಅವನು ಹೇಗೆ ಸತ್ತ ? ಸಾಯುವಾಗ ಅವನ ಮೈಯಲ್ಲಿ ಒಂದು ತೊಟ್ಟೂ ರಕ್ತವಿರಲಿಲ್ಲ, ಅದು ಖಂಡಿತ ಮಾಟವೇ" ಎಂದು ಅವನ ಬಾಯಿಯಿಂದ ಬರತೊಡಗಿತು. ಎಂದೋ ಒಮ್ಮೆ ಕೊಂಬ್ರಾಜೆಯಿಂದ ದೇವು ಪೈ ಬಂದಿದ್ದಾಗ "ಹೌದೇ ಮ್ಹಾಂತಾ ? ನಿಮ್ಮ ತಂದೆಯನ್ನೂ ನಮ್ಮ ಅಜ್ಜನನ್ನೂ ಒಂದೇ ಬಾರಿಗೆ ರಾಚ್ಚೂ ಮ್ಹಾಂತಾನ ತಂದೆ ಸಮುದ್ರದಲ್ಲಿ ಕೊರಳಿಗೆ ಕಲ್ಲು ಕಟ್ಟಿ ಮುಳುಗಿಸಿ ಕೊಂದನಂತೆ. ಹೌದೇ ? ಭೀಮನ ಅಮವಾಸ್ಯೆ ದಿನ ?" ಅಂತ ಭುಜಂಗ ಪೈ ಕೇಳಿದ್ದಿತ್ತು. "ಯಾರು ಹೇಳಿದರೋ ನಿನಗೆ ?" ಎಂದು ದೇವು ಪೈ ಗಾಬರಿಯಿಂದ ಕೇಳಿದ್ದಕ್ಕೆ "ಹೀಗೇ ಸುದ್ದಿ ಬಂತು. ಅದಕ್ಕೇ ದೊಡ್ಡಜ್ಜ ಊರು ಬಿಟ್ಟು ಹೋದದ್ದಂತೆ. ಅವರು ಸತ್ತಿದ್ದಾರೋ ಇಲ್ಲವೋ ತಿಳಿಯದೇ ಈಗಲೂ ಶ್ರಾದ್ಧ ಮಾಡುತ್ತಾ ಇಲ್ಲವಂತೆ. ಹೌದೇ ?" ಎಂದು ಕೇಳಿದ್ದ ಭುಜಂಗ ಪೈ. "ತಂದೆ ತಮ್ಮಂದಿರನ್ನು ಸಮುದ್ರಕ್ಕೆ ನೂಕಿ ಮುಳುಗಿಸಿ ಕೊಂದ. ಮಗ ತಮ್ಮಂದಿರಿಗೆ ಮಾಟ ಮಾಡಿಸಿ ಕೊಲ್ಲುತ್ತಿದ್ದಾನೆ. ದೇವು ಮ್ಹಾಂತಾ, ನೀನು

ಆ ಸೂಳೆ ಮಗನನ್ನು ನಂಬಬೇಡ. ನಿನ್ನ ಎಚ್ಚರದಲ್ಲಿ ನೀನಿರಬೇಕು'' ಎಂದು ಲಘುವಾಗಿ ಹೇಳಿದ.

ಒಮ್ಮೆ ತನ್ನ ಮಾತು ಉಳಿದವರು ಕೇಳುತ್ತಾರೆಂದು ಮನಸ್ಸಿಗೆ ಬಂದ ಮೇಲೆ ಭುಜಂಗ ಪೈ ತಾನು ಮಾತಾಡಿದ್ದೆಲ್ಲ ಸತ್ಯವೇ ಎಂದು ತಿಳಿಯತೊಡಗಿದ – ''ನಾನು ಈ ವಿಚಾರವನ್ನು ಸುಮ್ಮನೆ ಬಿಟ್ಟು ಬಿಡುತ್ತೇನೆಂದು ತಿಳಿಯಬೇಡ ಮ್ಹಾಂತಾ. ನಮಗೆ ಮಾಟ ಮಾಡಿದವರನ್ನು ನಾನು ಬಿಡುವವನಲ್ಲ. ಅದು ಅವರಿಗೇ ತಿರುಗಿ ಬೀಳುವ ಹಾಗೆ ಮಾಡದಿದ್ದರೆ ನಾನು ಕಾರ್ಯಾಡು ಶಿವಪ್ಪನ ಮಗ ಭುಜಂಗನೇ ಅಲ್ಲ. ಬೆದರಂಪಳ್ಳದಲ್ಲಿ ನಾರಾಯಣ ಬಲ್ಯಾಯರಂತ ಇದ್ದಾರೆ. ದೇವಿಯ ಆವಾಹನೆ ಮಾಡಿ ತುಂಬ ಸಿದ್ಧಿ ಮಾಡಿಕೊಂಡವರು. ನಾನು ಅವರನ್ನು ಒಮ್ಮೆ ಕಂಡು ಮಾತಾಡಿದ್ದಿದೆ. ಕುಂಬಳೆಯ ಆಲಿಭೂತವೂ ನನಗೆ ಗೊತ್ತು'' ಎಂದಿದ್ದ ಒಮ್ಮೆ. ದೇವು ಪೈ ಅದನ್ನೆಲ್ಲ ಕೇಳಿ ಒಮ್ಮೆ ಕಾರ್ಯಾಡಿಗೆ ಬಂದವನು ಕಾವೇರಮ್ಮನೊಡನೆ ''ನಿನ್ನ ಮಗ ಹಾಗೆಲ್ಲ ಯಾಕೆ ಮಾತಾಡುತ್ತಾನೆ ? ಬ್ರಾಹ್ಮಣನಾಗಿ ಜನಿವಾರ ಹಾಕಿಕೊಂಡವನು ದೆವ್ವ, ಭೂತ, ಪಿಶಾಚಿ, ಮಾಟ, ಮಂತ್ರ ಅಂತೆಲ್ಲ ಮಾತಾಡುತ್ತಾನಲ್ಲ ? ನೀನು ಏನೇ ಹೇಳು. ನನಗೆ ಸರಿ ಅಂತ ಕಾಣುವುದಿಲ್ಲ. ಬಳ್ಳಂಬೆಟ್ಟಿನ ಅಣ್ಣ ಮಾಟ ಮಾಡಿ ಅವನ ತಂದೆಯನ್ನು ಕೊಂದ ಅಂತ ಹೇಳುವುದು ನಿಜವಾಗಿದ್ದರೆ ಆ ಪಾಪ ಮಾಡಿದವರಿಗೆ. ಅದನ್ನು ಹೇಳಿ ಇವನೇಕೆ ಹಾಳಾಗಬೇಕು ? ನನ್ನನ್ನು ಕೇಳುತ್ತೀಯೋ ? ಅವನಿಗೆ ವಯಸ್ಸಾಯಿತು. ಬೇಗ ಒಂದು ಮದುವೆ ಮಾಡಿಬಿಡು. ಮನೆಗೊಬ್ಬಳು ಸೊಸೆಯನ್ನು ತಾ. ನಿನಗೂ ಒಂದಿಷ್ಟು ಪುರುಸತ್ತು ಸಿಕ್ಕೀತು'' ಎಂದು ಖಾರವಾಗಿಯೇ ಹೇಳಿದ.

ಕಾವೇರಮ್ಮನಿಗೆ ಆ ಮಾತು ಗಟ್ಟಿಯಾಗಿ ತಾಗಿತು. ಇತ್ತೀಚೆ ದಿನದಿಂದ ದಿನಕ್ಕೆ ಭುಜಂಗನ ಮಾತು ಹದ್ದು ಮೀರುತ್ತಿದೆ ಎಂದು ಆಕೆಗೂ ಅನ್ನಿಸತೊಡಗಿತ್ತು. ಈಗ ಬೆಳೆದು ನಿಂತಿದ್ದಾನೆ, ಅವನ ಸರೀಕರಿಗೆ ಮದುವೆಯಾಗುತ್ತಿದೆ. ಅವನಿಗೂ ಒಂದು ಮದುವೆ ಮಾಡಿ ಮನೆಯಲ್ಲಿ ಬಂದೋಬಸ್ತು ಮಾಡುವುದು ಒಳ್ಳೆಯದೆಂದು ಅವಳಿಗೆ ಅನ್ನಿಸುತ್ತಿತ್ತು. ಅವಳಿಂದಲೂ ಹೆಚ್ಚು ಹೆಚ್ಚು ದುಡಿಯುವುದಕ್ಕೆ ಶ್ರಮವಾಗುತ್ತಿತ್ತು. ಎಷ್ಟಾದರೂ ಹೆಂಗಸು. ಎಷ್ಟೆಂದು ದುಡಿದಾಳು ? ಕೈಗೆ ಬಂದ ಹುಡುಗ ಬೆದರಂಪಳ್ಳ, ಪೆರ್ಲ, ಕುಂಬಳೆ, ಅಡೂರು, ಕಂಗಿಲ, ಕಾಸರಗೋಡು ಅಂತ ಅಲೆಯುತ್ತಿದ್ದಾನೆ. ಒಂದೊಮ್ಮೆ ಹೇಳದೇ ಕೇಳದೇ ಅಕಾಲದಲ್ಲಿ ಧರ್ಮಸ್ಥಳಕ್ಕೂ ಹೋಗಿ ಬಂದ. ''ಹೋಗಿ ಏನು ಮಾಡಿದೆಯೋ?'' ಎಂದು ಕೇಳಿದ್ದಕ್ಕೆ ''ಏನು ಮಾಡುವುದು ? ದೇವರಿಗೆ ಅಡ್ಡ ಬಿದ್ದೆ. ಪ್ರಸಾದ ತೆಗೆದುಕೊಂಡು ಬಂದೆ'' ಎಂದು ಅವಳ ಕೈಗೆ ಪ್ರಸಾದದ ಪೊಟ್ಟಣ ಕೊಟ್ಟ. ''ಹೆಗ್ಗಡೆಯವರನ್ನು ಕಾಣಲಿಲ್ಲವೋ ?'' ಎಂದದ್ದಕ್ಕೆ ''ಅದೆಲ್ಲ ದೊಡ್ಡವರಿಗೆ ಮಾತ್ರ. ಅವರಿಗೆ ನಾವೆಲ್ಲ ಕಾಣುತ್ತೇವೆಯೇ ?'' ಎಂದು ಕಾವೇರಮ್ಮನ ಬಾಯಿ ಮುಚ್ಚಿಸಿದ. ಇದೆಲ್ಲ ಬೆಳವಣಿಗೆಗಳಿಂದಾಗಿ ಅವಳಿಗೆ ದೇವು ಪೈ ಹೇಳಿದ ಹಾಗೆ ಭುಜಂಗನ ಮದುವೆ

ಮಾಡುವ ಯೋಚನೆ ಹುಟ್ಟಿತು. ಕುಂಬಳೆಯ ದಾಸ ಕಿಣಿಯ ಮೊದಲ ಮಗಳನ್ನು ಸಿದ್ಧು ಪೈಗೆ ತಂದಿದ್ದರು. ಎರಡನೆಯವಳಿಗೆ ಈಗ ಹತ್ತರ ವಯಸ್ಸು. ದಾಸಕಿಣಿಯ ಮಕ್ಕಳು ಮೈ ನೆರೆದುದು ತುಂಬ ತಡವಾಗಿ. ಹಾಗಾಗಿ ಹತ್ತಾದರೂ ಆಕೆ ಮೈ ನೆರೆದಿರಲಿಲ್ಲ. ಮದುವೆಯೂ ಆಗಿರಲಿಲ್ಲ. ದಾಸಕಿಣಿ ಮಗಳ ಮದುವೆಗೆ ಬಹಳ ಪ್ರಯತ್ನಿಸುತ್ತಾ ಇದ್ದಾನೆಂದು ಆಕೆ ಕೇಳಿ ಬಲ್ಲಳು. ಹಾಗಾಗಿ ಹೋಗಿ ನೋಡಿ ಬಂದರೆ ಆಗದೇ ಎಂದು ಅವಳು ಯೋಚನೆ ಮಾಡತೊಡಗಿದಳು.

ದೇವು ಪೈ ಭುಜಂಗನ ಬಗ್ಗೆ ಹೀಗೆಲ್ಲ ಹೇಳಿದ ಮುಂದಣ ಹಪ್ತೆಯಲ್ಲಿಯೇ ಆಕೆ ಕುಂಬಳೆಗೆ ಹೋಗಿ ತನ್ನ ತಂದೆ ಕೃಷ್ಣ ಭಕ್ತರ ಮೂಲಕ ದಾಸಕಿಣಿಯ ಮಗಳ ಜಾತಕವನ್ನೂ ತರಿಸಿಕೊಂಡಳು. ಅಲ್ಲಿಯೇ ಆನ್ನು ಭಟ್ಟರಿಗೆ ಅದನ್ನು ತೋರಿಸಿಯೂ ತೋರಿಸಿದಳು. ಬಾದರಾಯಣ ಭಟ್ಟರು ''ಜಾತಕಗಳಲ್ಲಿ ಯಾವ ಕೊರತೆಯೂ ಇಲ್ಲ. ಮಾಡಬಾರದು ಅಂತ ಏನಿಲ್ಲ'' ಎಂದರು. ಮುಂದಣ ಹಪ್ತೆಯೊಳಗೆ ದಾಸಕಿಣಿ ಕಾರ್ಯಾಡಿಗೆ ಬರಬೇಕೆಂದೂ, ನಿಶ್ಚಯ ತಾಂಬೂಲಕ್ಕೆ ಅಣಿಯಾಗಬೇಕೆಂದೂ ಏರ್ಪಾಡು ಮಾಡಿ ಹಿಂದಕ್ಕೆ ಬಂದಳು. ಆದರೆ ಹೇಳಿದ ದಿನ ದಾಸಕಿಣಿ ಬರಲಿಲ್ಲ. ಅವನ ಬದಲು ಬಂದವನು ಕಾವೇರಮ್ಮನ ತಮ್ಮ ಶೇಷಪ್ಪ ಭಕ್ತ !

ಶೇಷಪ್ಪ ಭಕ್ತ ಬರುವಾಗ ಗಾಬರಿಯಿಂದಲೇ ಬಂದ. ''ಈ ಸಂಬಂಧ ಮಾಡುವುದು ಬೇಡ ಕಾವೇರಕ್ಕಾ'' ಎಂದು ಹೇಳಿದ. ''ಯಾಕೋ ?'' ಎಂದು ಕೇಳಿದ್ದಕ್ಕೆ ''ನಿನ್ನೆಯ ದಿನ ಬಳ್ಳಂಬೆಟ್ಟಿನಿಂದ ರಾಚ್ಚು ಭಾವಾಜಿ ಹೇಳಿ ಕಳುಹಿಸಿದ್ದರು'' ಎಂದ. ಕಾವೇರಮ್ಮನಿಗೂ ತುಂಬ ಗಾಬರಿಯಾಯಿತು. ''ಏನಂತೆ ?'' ಎಂದು ಕೇಳಿದಳು. ''ಅವರ ಮಗ ತಿಮ್ಮ ಪೈ ಸತ್ತ ಮೇಲೆ ರಾಚ್ಚು ಭಾವಾಜಿ ಆನ್ನು ಭಟ್ಟರಿಗೆ ಜಾತಕಗಳನ್ನು ತೋರಿಸಿದ್ದರಂತೆ. ಅವರು ನಿಮ್ಮ ಕುಟುಂಬಕ್ಕೆ ಅಣ್ಣ ತಮ್ಮಂದಿರಿಗೆ ಅಕ್ಕ ತಂಗಿಯರನ್ನು ತರುವುದು ಒಳ್ಳೆಯದಲ್ಲ ಎಂದರಂತೆ. ಅಂತು ಪೈಯ ಹೆಂಡತಿಯೂ ತಿಮ್ಮ ಪೈಯ ಹೆಂಡತಿಯೂ ಅಕ್ಕ ತಂಗಿಯರಲ್ಲವೇ ? ಅದಕ್ಕೇ ಅವನು ಜೀವ ತೆತ್ತದ್ದು. ಇನ್ನು ಮುಂದೆ ಬಳ್ಳಂಬೆಟ್ಟಿನ ಕುಟುಂಬದಲ್ಲಿ ಅಕ್ಕತಂಗಿಯರನ್ನು ಮದುವೆ ಮಾಡಿ ತಂದರೆ ಕೇಡಾಗುತ್ತದೆ ಎಂದರಂತೆ. ದಾಸಕಿಣಿಯ ದೊಡ್ಡ ಮಗಳನ್ನು ಸಿದ್ಧು ಪೈಗೆ ತಂದಿದ್ದಾರಲ್ಲವೇ ? ಈಗ ಅವಳ ತಂಗಿಯನ್ನು ಈ ಕುಟುಂಬದವರಿಗೇ ತರುವುದು ಬೇಡ ಅಂತ ಹೇಳಿದರು'' ಎಂದ. ''ನಮಗೂ ಅವರಿಗೂ ಯಾವ ಸಂಬಂಧವೂ ಇಲ್ಲ'' ಎಂದಳು ಕಾವೇರಮ್ಮ. ''ಈ ವಿಷಯ ಕೇಳಿದ ಮೇಲೆ ದಾಸ ಕಿಣಿಯೂ ಈ ಸಂಬಂಧಕ್ಕೆ ಒಪ್ಪುತ್ತಾ ಇಲ್ಲ. ನಮಗೂ ಆ ಸಂಬಂಧ ಬಿಡುವುದೇ ಒಳ್ಳೆಯದು ಅನ್ನಿಸುತ್ತಿದೆ ಕಾವೇರಕ್ಕಾ'' ಎಂದ ಶೇಷಪ್ಪ ಭಕ್ತ !

ಮದುವೆಯೇನೋ ನಿಂತು ಹೋಯಿತು. ಆದರೆ ಭುಜಂಗ ಪೈಯ ಸಿಟ್ಟು ಬೆಂಕಿಗೆ ತುಪ್ಪ ಸುರಿದಂತೆ ಏರುತ್ತಾ ಹೋಯಿತು. ಅವನಿಗೇನೂ ದಾಸಕಿಣಿಯ ಮಗಳನ್ನೇ ಮದುವೆಯಾಗಬೇಕೆಂಬ ಆಸೆಯಿರಲಿಲ್ಲ. ಆದರೆ ಮದುವೆಗೆ ಅಡ್ಡಗಾಲು ಇಟ್ಟವರು

ಬಳ್ಳಂಬೆಟ್ಟಿನವರು ಎಂಬ ಯೋಚನೆಯೇ ಅವನನ್ನು ನಖಶಿಖಾಂತ ಉರಿಯುವ ಹಾಗೆ ಮಾಡಿತು. ಆ ಕುಟುಂಬದ ಬೇರು ಕೂಡಾ ನಾಶ ಮಾಡಲು ಅವನು ಪಣ ತೊಟ್ಟ. ತಾಯಿಗೆ ತಿಳಿದ ಭುಜಂಗ ಪೈಯ ಚಟುವಟಿಕೆಗಳು ಕೆಲವಾದರೆ ತಿಳಿಯದೇ ಇದ್ದ ಚಟುವಟಿಕೆಗಳು ಹಲವು. ಅವನು ಹೇಳಿದ್ದನ್ನೆಲ್ಲವನ್ನೂ ಅವಳು ಒಪ್ಪುತ್ತಿರಲಿಲ್ಲ ಎಂಬ ಕಾರಣಕ್ಕೋ ಏನೋ ಭುಜಂಗ ಪೈ ಕೆಲವು ವಿಚಾರಗಳನ್ನು ಅವಳ ತನಕ ಒಯ್ಯಲೇ ಇಲ್ಲ. ಕೆಲವನ್ನು ಅವನು ಕೊಂಬ್ರಾಜೆಯ ದೊಡ್ಡಪ್ಪನಿಗೂ ಹೇಳಲಿಲ್ಲ.

ಬೆದರಂಪಳ್ಳದ ನಾರಾಯಣ ಬಲ್ಯಾಯರನ್ನು ಭುಜಂಗ ಪೈ ನೋಡಿದ್ದು ನಿಜ. ಬಲ್ಯಾಯರು ದೇವಿಯ ಪರಮ ಭಕ್ತರು. ಬೆದರಂಪಳ್ಳವೆಂದರೆ ಕಾರ್ಯಾಡಿಗೆ ಪೂರ್ವದ ಕಡೆಯ ಪದವು. ಪದವಿನಲ್ಲಿಯೇ ಬೋಳುಗುಡ್ಡದ ಮೇಲೆ ಇದ್ದ ಒಂದೇ ಒಂದು ಮನೆ ಬಲ್ಯಾಯರದ್ದು. ಗುಡ್ಡದ ಬಳಿಯೇ ಇದ್ದ ಹೊಂಡದಂಥ ತಗ್ಗಿನಲ್ಲಿ ದಟ್ಟನೆಯ ಹುಣಿಸೇ ಮರವೊಂದಿತ್ತು. ತಗ್ಗಿನಾಚೆ ಒಂದು ಕೆರೆ ಇದ್ದುದರಿಂದ ಅದರ ನೀರುಂಡು ಹುಣಿಸೇ ಮರ ಸೊಂಪಾಗಿ ಬೆಳೆದಿತ್ತು. ಹುಣಿಸೇ ಮರದ ಮೇಲೆ ಮೋಹಿನಿ ಇದ್ದಾಳೆಂದು ಒಂದಾನೊಂದು ಕಾಲದಲ್ಲಿ ಸುದ್ದಿ ಹೊರಡಿಸಿದವರೇ ಅವರು. ಹೇಳಿದ್ದು ಕರ್ಣಾಕರ್ಣಿಯಾಗಿ ಜನರು ಬೆದರಂಪಳ್ಳವನ್ನು ತ್ಯಜಿಸಿ ಹತ್ತಿರದ ಮಣಿಯಾರಪಾದೆಗೆ ವಲಸೆ ಹೋದರು. ಆ ಕಡೆ ಬರುವುದನ್ನೇ ಬಿಟ್ಟರು. ದಾರಿ ತಪ್ಪಿ ಆ ಕಡೆಗೆ ಬಂದ ಹಲವು ಜನರು ರಕ್ತ ಕಾರಿ ಸತ್ತದ್ದನ್ನು ನೋಡಿದವರಿಗೆ ಹುಣಿಸೆಯ ಮರದ ಮೇಲೆ ಮೋಹಿನಿ ಇರುವುದು ಖಂಡಿತವಾಗಿ ಬಿಟ್ಟಿತು. ಅದರ ಗುಟ್ಟು ನಾರಾಯಣ ಬಲ್ಯಾಯರಿಗೆ ಮಾತ್ರ ಗೊತ್ತು. ಅವರು ಮಾತ್ರ ಬೆದರಂಪಳ್ಳ ಬಿಟ್ಟು ಹೋಗಲಿಲ್ಲ. ರಾತ್ರಿ ಕೆಲವೊಮ್ಮೆ ಅತ್ತ ಕಡೆ ತೆಂಗಿನ ಮಡಲಿನ ಸೂಟೆಯ ಬೆಳಕು ಕಂಡವರೂ ಇದ್ದರು. ಹಾಗಾಗಿ ಭೀತರಾದ ಜನರು ಬೆದರಂಪಳ್ಳವನ್ನಾಗಲೀ ಆ ಹುಣಿಸೆಯ ಮರವನ್ನಾಗಲೀ ಹಾದು ಹೋಗುವ ಧೈರ್ಯ ಮಾಡಲಿಲ್ಲ. ಹಣೆಯ ತುಂಬ ಅರಿಶಿಣ ಕುಂಕುಮ ಬಳಿದುಕೊಂಡು, ಜುಟ್ಟಿಗೊಂದು ಹೂವು ಸಿಕ್ಕಿಸಿ, ಬೆಳ್ಳನೆಯ ದಟ್ಟಿಯನ್ನು ಗಟ್ಟಿಯಾಗಿ ಸೊಂಟದ ಸುತ್ತ ಸುತ್ತಿಕೊಂಡು ಅಪರೂಪಕ್ಕೆ ಅತ್ತಿತ್ತ ಬರುವ ನಾರಾಯಣ ಬಲ್ಯಾಯರನ್ನು ಕಂಡರೆ ಎಲ್ಲರಿಗೂ ಹೆದರಿಕೆಯೇ.

ಭುಜಂಗ ಪೈ ಅಂತಹ ನಾರಾಯಣ ಬಲ್ಯಾಯರನ್ನು ಒಮ್ಮೆ ಕಂಡದ್ದಿದೆ. ಬೆದರಂಪಳ್ಳದ ಹುಣಿಸೇ ಮರದ ಮೇಲಿನ ಮೋಹಿನಿಯನ್ನು ಅವರು ಕೈವಶ ಮಾಡಿದ್ದಾರೆಂದೂ, ಆ ಮೋಹಿನಿಯ ಪ್ರಭಾವದಿಂದಲೇ ಅವರಿಗೆ ಕಾಳಿಕಾ ದೇವಿಯ ಒಂದು ಮೂರ್ತಿ ಸಿಕ್ಕಿದೆಯೆಂದೂ ಅದಕ್ಕೆ ಯಾರಾದರೂ ಹನ್ನೆರಡು ಅಮವಾಸ್ಯೆಗಳ ಪರ್ಯಂತ ಪೂಜೆ ಮಾಡಿದರೆ ಇಷ್ಟಸಿದ್ಧಿಯಾಗುವುದೆಂದೂ ಭುಜಂಗನಿಗೆ ಯಾರೋ ಹೇಳಿದರು. ಹಾಗಾಗಿ ಅವನು ನೇರ ಹೋಗಿ ಒಂದು ದಿನ ಬಲ್ಯಾಯರ ಎದುರು ಕುಳಿತು ತನ್ನ ಬಗ್ಗೆ ಎಲ್ಲ ಹೇಳಿಕೊಂಡ. ಬಲ್ಯಾಯರು "ಮಾಟ ಮಾಡಿದ್ದರೇ ?" ಎಂದು

ಕೇಳಿದರು. ''ಹೂಂ, ನಮ್ಮಪ್ಪ ರಕ್ತ ಕಾರಿಯೇ ಸತ್ತದ್ದು'' ಎಂದು ಭುಜಂಗ ಪೈ ಹೇಳಲು ಹಿಂಜರಿಯಲಿಲ್ಲ. ಬಲ್ಯಾಯರು ಭುಜಂಗ ಪೈಯ ಆಸ್ತಿಪಾಸ್ತಿ ವಿವರ ಕೇಳಿ ಮನೆಯ ಇತರ ವಿಚಾರಗಳನ್ನೂ ತಿಳಿದು ''ಮಾಟ ಮಾಡಿದರೆ ಸಿಕ್ಕೇ ಸಿಗುತ್ತದೆ ಪೈಗಳೇ. ಆದರೆ ಮೊದಲು ಕಾಲಭೈರವಿಯ ಪೂಜೆಯಾಗಬೇಕು. ಅಮವಾಸ್ಯೆಯ ದಿನ ಇಲ್ಲಿಗೆ ಬನ್ನಿ. ರಾತ್ರಿ ಇಡೀ ಪೂಜೆ ಮಾಡಿದ ಮೇಲೆ ಮುಂದಿನ ಕೆಲಸ. ದೇವಿ ಏನು ಆಜ್ಞೆ ಮಾಡುತ್ತಾಳೋ ಅದನ್ನು ಮಾಡುವುದು'' ಎಂದರು. ಪೂಜೆಗಾಗಿ ಸಾಕಷ್ಟು ಸಾಮಾನು ಸರಂಜಾಮುಗಳ ಅಗತ್ಯವಿದೆ ಎಂದು ಅಕ್ಕಿ ಬೇಳೆ ಧಾನ್ಯ ಅಂತ ದೊಡ್ಡ ಪಟ್ಟಿಯನ್ನೇ ಕೊಟ್ಟರು.

ಭುಜಂಗನಿಗೆ ಪಟ್ಟಿಯನ್ನು ನೋಡಿ ಗಾಬರಿಯಾಗಿಬಿಟ್ಟಿತು. ಅಷ್ಟೆಲ್ಲ ತಂದು ಈ ಬಲ್ಯಾಯರ ಎದುರು ಸುರಿಯಲು ಕಾವೇರಮ್ಮ ಒಪ್ಪಿಗೆ ಕೊಡುತ್ತಾಳೆಂದು ಅವನಿಗೆ ನಂಬಿಕೆ ಇರಲಿಲ್ಲ. ಅಷ್ಟೇ ಏಕೆ, ಕಾವೇರಮ್ಮ ಅಮವಾಸ್ಯೆಯಂದು ಬೆದರಂಪಳ್ಳಕ್ಕೆ ಹೋಗಲು ಬಿಟ್ಟಾಳೆಂಬ ಬಗ್ಗೆಯೂ ಅವನಿಗೆ ಅನುಮಾನವೇ. ಅವಳೊಡನೆ ಆ ವಿಚಾರ ಹೇಳಲು ಹೆದರಿ ಅವನು ಮತ್ತೆ ನಾರಾಯಣ ಬಲ್ಯಾಯರನ್ನು ನೋಡಲೇ ಇಲ್ಲ. ಆದರೆ ಕಾರ್ಯಾಡಿನಲ್ಲಾಗಲೀ ಕೊಂಬ್ರಾಜೆಯಲ್ಲಾಗಲೀ ಯಾರಾದರೂ ಸಿಕ್ಕಿದರೆ ತಾನು ನಾರಾಯಣ ಬಲ್ಯಾಯರನ್ನು ಕಂಡು ಮಾತನಾಡಿದ್ದೇನೆ ಎಂದು ರೆಕ್ಕೆ ಪುಕ್ಕ ಸೇರಿಸುತ್ತಾ ಹೇಳತೊಡಗಿದ. ಅದರಿಂದಾಗಿ ಇತರರು ಹೆದರುವುದನ್ನು ಕಂಡು ಅವನ ಮಾತುಗಳು ಅವನಿಗೇ ತೃಪ್ತಿ ಕೊಡಲಾರಂಭಿಸಿದುವು.

ಅವನೊಮ್ಮೆ ಕುಂಬಳೆಗೆ ಹೋಗಿದ್ದಾಗ ಆಲಿ ಭೂತದ ವಿಚಾರ ತಿಳಿದು ಏನು ಎತ್ತ ಎಂದೆಲ್ಲ ವಿಚಾರಿಸಿದ್ದ. ಆಲಿ ಭೂತ ಪ್ರತೀ ಮಂಗಳವಾರ ಮುಸಲಮಾನನೊಬ್ಬನ ಮೈಮೇಲೆ ಬರುವುದೆಂದೂ ಆಸ್ತಿಪಾಸ್ತಿಗಳಲ್ಲಿದ್ದ ನಿಧಿ ಸಂಪತ್ತನ್ನು ನಿಖರವಾಗಿ ಅದು ಹೇಳುತ್ತದೆಂದೂ ತಿಳಿದು ಭುಜಂಗ ಪೈಗೆ ಕುತೂಹಲ ಮೂಡಿತ್ತು. ಹಾಗಾಗಿ ಅವನೊಂದು ಮಂಗಳವಾರ ಕುಂಬಳೆಗೆ ಹೋದ. ಆ ಮುಸಲಮಾನ ಗೃಹಸ್ಥನ ಮನೆಗೆ ಮುಟ್ಟಿದಾಗ ಸಾಕಷ್ಟು ಜನ ತುಂಬಿದ್ದರು. ಆಲಿ ಭೂತ ಆ ಗೃಹಸ್ಥನ ಮೈಮೇಲೆ ಕೊತಕೊತ ಕುದಿಯುತ್ತಿದ್ದ. ಭುಜಂಗ ಪೈ ಅಂಥಾದ್ದೆಲ್ಲ ಮೊದಲು ಕಂಡವನಲ್ಲ. ಆ ಭೂತದ ಆರ್ಭಟ, ಮೈಯ ಅದುರುವಿಕೆ ಎಲ್ಲ ನೋಡಿ ಅವನಿಗೆ ಗಾಬರಿಯಾಯಿತು. ಆ ಗಾಬರಿಯಲ್ಲಿಯೇ ಯಾವ ಪ್ರಶ್ನೆಯನ್ನೂ ಕೇಳದೇ ಅವನು ಮರಳಿ ಬಂದ. ತನ್ನ ಕೈಯಿಂದ ಏನೂ ಆಗುವುದಿಲ್ಲವೇನೋ ಎಂದು ಕೆಲವು ಕಾಲ ಅವನು ಸುಮ್ಮನೆ ಕುಳಿತೂ ಕುಳಿತ.

ಆ ವರುಷ ಮಳೆಯೇ ಬರಲಿಲ್ಲ. ಗುಡ್ಡಗಳೆಲ್ಲ ಉರಿದು ಕರಕಾಗಿದ್ದುವು. ಗೋಮಾಳವೆಂದು ಬಿಟ್ಟ ಬಯಲಿನಲ್ಲಿ ಒಂದೇ ಒಂದು ಹುಲ್ಲಿನ ಗರಿಯೂ ಹುಟ್ಟಲಿಲ್ಲ. ಕಾಡು ಕೂಡಾ ಒಣಗಿಹೋಯಿತು. ಕಾರ್ಯಾಡಿನ ಮನೆಯ ಬಾವಿಯಲ್ಲಿದ್ದ ನೀರನ್ನೆತ್ತಿದರೆ ಮತ್ತೆ ಒಸರಿದ ನೀರು ತುಂಬಲು ಕಾಯುವುದೂ ಅಗತ್ಯವೆನ್ನಿಸುವ ಪ್ರಸಂಗ ಬಂತು. ಮಳೆ ಇಲ್ಲದ ಕಾರಣ ಭುಜಂಗನಿಗೆ ಮಾಡಲು ಅಂಥ ಕೆಲಸವೇನೂ ಇರಲಿಲ್ಲ.

ಒಳಗೆ ಒಂದಷ್ಟು ಅಕ್ಕಿ ಇದ್ದುದರಿಂದ ಊಟಕ್ಕೆ ಯೋಚಿಸುವ ಅಗತ್ಯವೇನೂ ಇರಲಿಲ್ಲ. ಹಾಗಾಗಿ ಅವನು ತನ್ನ ತಮ್ಮಂದಿರಿಗೋ, ಕೊಂಬ್ರಾಜೆಯ ದೇವು ಪೈಯ ಮಕ್ಕಳಿಗೋ ಮಾಟ ಮಂತ್ರಗಳ ಭೂತ ಪ್ರೇತಗಳ ಬಗ್ಗೆ ಹೇಳುತ್ತಾ ಅವರು ಗಾಬರಿಗೊಳ್ಳುವುದನ್ನು ನೋಡುತ್ತಾ ದಿನ ಕಳೆಯತೊಡಗಿದ. ಭುಜಂಗ ಪೈಯ ಮಾತುಗಳನ್ನು ಅತ್ಯಂತ ಆಸಕ್ತಿಯಿಂದ ಕೇಳುತ್ತಿದ್ದವನೆಂದರೆ ಅವನದೇ ವಯಸ್ಸಿನ ಪೆದ್ದು ರಂಗ ಪೈ. ರಂಗ ಪೈಗೆ ಭುಜಂಗನ ಭೂತ ಪ್ರೇತಗಳ ಕಥೆಗಳೆಂದೇ ಅಲ್ಲ, ಅವನು ಏನು ಹೇಳಿದರೂ ಕೇಳುವ ಆಸಕ್ತಿ. ಭುಜಂಗ ಹೇಳುತ್ತಿದ್ದುದೆಲ್ಲ ಅವನಿಗೆ ಅರ್ಥವಾಗುತ್ತಿತ್ತೆಂದಲ್ಲ. ಆದರೆ ಅವನು ಹೇಳುತ್ತಾ ಇರುವುದು ಮೈ ನಿಮಿರೇಳಿಸುವಂತೆ ಮಾಡುತ್ತಿದ್ದುದರಿಂದ ರಂಗ ಪೈ ಬಿಟ್ಟ ಬಾಯಿ ಕಣ್ಣುಗಳಿಂದ ನೋಡುತ್ತಾ ಕೇಳುತ್ತಿರುವುದಿತ್ತು.

ವಯಸ್ಸಿನಲ್ಲಿ ಭುಜಂಗ ಪೈ ಮತ್ತು ಪೆದ್ದು ರಂಗ ಪೈ ಇವರೊಳಗೆ ಕೆಲವು ತಿಂಗಳ ಅಂತರವಷ್ಟೇ. ಹಾಗೆ ನೋಡಿದರೆ ಭುಜಂಗ ಪೈಯೇ ದೈಹಿಕವಾಗಿ ಹಿರಿಯವನಂತೆ ಕಾಣುತ್ತಿದ್ದ. ಎದುರೆದುರು ನಿಲ್ಲಿಸಿದರೆ ಇಬ್ಬರಿಗೂ ಯಾವ ಸಾಮ್ಯವೂ ಇರಲಿಲ್ಲ. ಭುಜಂಗ ಪೈಯ ಕಪ್ಪು ನರಪೇತಲ ದೇಹದೆದುರು ರಂಗಪೈಯ ಧಡಿಯ ದೇಹದ ಬಿಳಿಯ ಗುಂಡು ಗುಂಡು ಮೈ ಎದ್ದು ಕಾಣುತ್ತಿತ್ತು. ಚೂಪು ಮನಸ್ಸಿನ ಬೆಳವಣಿಗೆಯ ಎದುರು ರಂಗ ಪೈಯದ್ದು ಅಷ್ಟೇ ಪೆದ್ದು ಸ್ವಭಾವ. ಚಿಕ್ಕಂದಿನಲ್ಲಿ ಅವನಿಗೆ ಮಿಣ್ಣಿ ಇಲ್ಲ ಎಂಬ ಭಾವನೆಯನ್ನು ಭುಜಂಗ ಪೈ ಬೆಳೆಸಿದ್ದ. ಹಾಗಾಗಿ ಅವನು ಯಾರನ್ನು ಕಂಡರೂ "ಕಾಶಿಗೆ ಹೋದರೆ ನನಗೆ ಊಟ ಸಿಗುವುದಿಲ್ಲವೇ ?" ಎಂಬ ಪ್ರಶ್ನೆಯನ್ನು ಹಾಕುವುದು ಅಭ್ಯಾಸವಾಗಿತ್ತು. "ಹೌದಯ್ಯ, ಮಿಣ್ಣಿ ಇಲ್ಲದ ನಿನಗೆ ಊಟ ಹಾಕುವುದುಂಟೇ ?" ಎಂದು ಭುಜಂಗ ಪೈ ಲೇವಡಿ ಮಾಡುವುದಿತ್ತು. ಯಾವ ಕಾರಣದಿಂದಲೋ ಏನೋ, ಭುಜಂಗ ಪೈ ಅವನನ್ನು ತನ್ನ ಹದ್ದುಬಸ್ತಿನಲ್ಲಿರಿಸಿ ತನ್ನ ಮಾತನ್ನು ಕೇಳುವಂತೆ ಮಾಡಿ ಬಳಸಿಕೊಳ್ಳುತ್ತಿದ್ದ. ಈಗ ತನಗೊಂದು ಜನ ಬೇಕಿತ್ತು. ಭುಜಂಗ ಪೈ ರಂಗ ಪೈಯನ್ನೇ ಸಾಕಷ್ಟು ಉಪಯೋಗಿಸಿಕೊಂಡ.

"ಮಾಟ ಮಾಡುವವರು ಹುಣಿಸೆ ಅಥವಾ ಕಾಸರಕಾನ ಮರದ ಬಳಿ ಹೋಗಬಾರದೋ ರಂಗಪ್ಪಾ. ನಾರಾಯಣ ಬಲ್ಯಾಯರು ನನ್ನೊಡನೆ ಹೇಳಿದ್ದಾರೆ. ನೋಡುತ್ತಾ ಇರು. ನಾನು ಬಳ್ಳಂಬೆಟ್ಟಿನವರನ್ನೆಲ್ಲ ರಕ್ತ ಕಾರಿಸಿ ಸಾಯಿಸುವುದು ಖಂಡಿತ. ನನ್ನ ಅಪ್ಪನನ್ನು ಕೊಂದ ಈ ಮಂದಿಯನ್ನು ನಾನು ಸುಮ್ಮನೆ ಬಿಡುತ್ತೇನೆಂದು ತಿಳಿದಿಯೇನೋ ? ಹುಣಿಸೇ ಮರದ ಬಳಿ ಹೋದರೂ ಸಾಕು, ನನ್ನ ಮೈ ಮೇಲೆ ಮೋಹಿನಿ ಬರುತ್ತಾಳೆ. ಅದಕ್ಕೇ ನಾನು ಅದರ ಹತ್ತಿರ ಹೋಗುವುದಿಲ್ಲ, ಮಾಟ ಮಾಡಲು ನಾನು ದೀಕ್ಷೆ ತೆಗೆದುಕೊಂಡಿದ್ದೇನೆ. ಪ್ರತೀ ಅಮವಾಸ್ಯೆಗೆ ಪೂಜೆ ಮಾಡಲಿಕ್ಕುಂಟು" ಎಂದು ಭುಜಂಗ ಪೈ ಹೇಳಿದರೆ "ಹೌದೇ ಭುಜಂಗಣ್ಣಾ ? ಅಮವಾಸ್ಯೆಯಂದು ದಿನದಲ್ಲಿಯೇ ರಾತ್ರಿಯಲ್ಲಿಯೇ ?" ಎಂದು ರಂಗ ಪೈ ಕೇಳುವುದಿತ್ತು. "ಪೆದ್ದನಯ್ಯ

ನೀನು. ಇಂಥ ಪೂಜೆಗಳೆಲ್ಲ ರಾತ್ರಿ ಅಲ್ಲವೇ ಮಾಡುವುದು ?'' ಎಂದು ಭುಜಂಗ ಪೈ ನಗುತ್ತಿದ್ದ. ''ಅಯ್ಯೋ ರಾತ್ರಿಯೇ ? ನಿನಗೆ ಹೆದರಿಕೆಯಾಗುವುದಿಲ್ಲವೇ ?'' ಎಂದು ರಂಗ ಪೈ ಹೇಳುತ್ತಿದ್ದ. ''ನನ್ನದು ರಾಕ್ಷಸ ಗಣ ಕಣೋ. ಹಾಗಾಗಿ ನನಗೆ ಹೆದರಿಕೆ ಇಲ್ಲ. ರಾತ್ರಿ ಇರಲಿ, ಹಗಲಿರಲಿ, ಒಬ್ಬನೇ ಎಲ್ಲಿಗೆ ಬೇಕಾದರೂ ಹೋದೇನು. ನೀನೇ ನೋಡಲಿಲ್ಲವೇ ? ಧರ್ಮಸ್ಥಳಕ್ಕೆ ಒಬ್ಬನೇ ಎಲ್ಲೂ ನಿಲ್ಲದೇ ನಡೆದುಕೊಂಡು ಹೋಗಿ ಹಾಗೆಯೇ ನಡೆದು ಬಂದವನು ನಾನು'' ಎನ್ನುತ್ತಿದ್ದ ಭುಜಂಗ ಪೈ. ''ಧರ್ಮ ಸ್ಥಳದಲ್ಲಿ ಊಟ ಮಾಡಲಿಲ್ಲವೇ ನೀನು ?'' ಎಂದು ರಂಗ ಪೈ ಕೇಳಿದಾಗ ''ಮಾಡದೇ ಉಂಟೇ ? ಅಲ್ಲಿ ಹೋದವರಿಗೆಲ್ಲ ಊಟ ಹಾಕುತ್ತಾರೆ. ಊಟ ಮಾಡದೇ ಬರಬಾರದು ಅಂತ ಹೆಗ್ಗಡೆಯವರ ತಾಕೀತು ಇದೆ'' ಎಂದು ಭುಜಂಗ ಪೈ ಹೇಳಿದ್ದ. ''ನನಗೂ ಊಟ ಹಾಕುತ್ತಾರೆಯೇ ಭುಜಂಗಣ್ಣಾ ? ನನಗೆ ಮಿಣ್ಣಿ ಇಲ್ಲವಲ್ಲ ?''

ಇಂಥ ದಿನಗಳಲ್ಲಿಯೇ ಬಳ್ಳಂಬೆಟ್ಟಿನಲ್ಲಿ ಸಿದ್ದು ಪೈಯ ಹೆಂಡತಿ ಬಸುರಿಯಂತೆ ; ಆರು ಮಾಸಗಳಾದುವಂತೆ ಎಂಬ ಸುದ್ದಿ ಕಾರ್ಯಾಡಿಗೆ ಮುಟ್ಟಿತು. ಕಳೆದ ಮಳೆಗಾಲದ ಹೊತ್ತಿಗೆ ಅವಳಿಗೆ ಪ್ರಸ್ತವಾಗಿತ್ತು. ಸುದ್ದಿ ಕೇಳಿ ಕಾವೇರಮ್ಮ ಅಸೂಯೆ ಪಟ್ಟದ್ದು ನಿಜ. ಅವಳ ಮನಸ್ಸಿನಲ್ಲಿ ನಮ್ಮ ಭುಜಂಗನಿಗೂ ಒಂದು ಮದುವೆಯಾಗಿದ್ದರೆ ತನಗೂ ಒಂದು ಮೊಮ್ಮಗುವಾಗುತ್ತಿತ್ತು ಎಂಬ ಸಾಧಾರಣವಾದ ಆಸೆ. ಭುಜಂಗನಿಗೂ ಸಿದ್ದು ಪೈಯಷ್ಟೇ ವಯಸ್ಸು. ಮುಖದ ಮೇಲೆ ಗಡ್ಡ ಮೀಸೆ ಬೆಳೆದಿತ್ತು. ಸ್ವರದಲ್ಲಿ ಗಡುಸುತನ ಬಂದಿತ್ತು. ಇಷ್ಟರಲ್ಲಿ ಒಂದು ಮಗುವಿನ ತಂದೆಯಾಗಬೇಕಿತ್ತು. ಈಗ ಎಲ್ಲೆಲ್ಲೋ ಅಲೆದು ನೀಲಿಗಟ್ಟಿ ಹೋಗಿದ್ದಾನೆ. ತಲೆಯ ತುಂಬ ಏನೇನೋ ತುಂಬಿಸಿಕೊಂಡು ಹಾಳಾಗಿದ್ದಾನೆ. ಅವರು ಇದ್ದಿದ್ದರೆ ಹೀಗೆಲ್ಲ ಆಗುತ್ತಿರಲಿಲ್ಲ, ಎಂದು ಅವಳು ಕಣ್ಣೀರು ತಂದುಕೊಂಡಿದ್ದಳು. ಭುಜಂಗ ಪೈಗೆ ಅದೆಲ್ಲ ತಲೆಗೆ ಹೋಗದು. ಪೆದ್ದ ರಂಗ ಪೈಯೊಡನೆ ''ನೋಡುತ್ತಾ ಇರು. ಸಿದ್ದು ಪೈಯ ಹೆಂಡತಿಯ ಗರ್ಭವನ್ನು ನನ್ನ ಮಾಟದಿಂದಲೇ ಹಾರಿಸಿಬಿಡುತ್ತೇನೆ'' ಎಂದು ಹೇಳಿದ. ''ನಿನಗೆ ಮದುವೆಯಿಲ್ಲವೇ ಭುಜಂಗಣ್ಣಾ ?'' ಎಂದು ಅವನು ಕೇಳಿದ್ದಕ್ಕೆ ''ಅದೆಲ್ಲ ನನಗೆ ಬೇಡ. ನಾನು ಮದುವೆಯಾಗುವುದಿದ್ದರೂ ಬಳ್ಳಂಬೆಟ್ಟಿನ ಸಂತಾನ ಸಂಪೂರ್ಣ ನಾಶವಾದ ಮೇಲೆ. ಅಲ್ಲಿಯ ತನಕ ಬ್ರಹ್ಮಚಾರಿಯಾಗಿಯೇ ಇರುತ್ತೇನೆ. ಒಂದು ವೇಳೆ ಸತ್ತರೂ ಬ್ರಹ್ಮಚಾರಿಭೂತವಾಗಿ ಅವರೆಲ್ಲರ ಪ್ರಾಣ ಹೀರುತ್ತೇನೆ'' ಎಂದ ಭುಜಂಗ ಪೈ. ''ನನಗೂ ಮದುವೆಯಿಲ್ಲವಂತೆ. ನನಗೆ ಯಾರು ಹೆಣ್ಣು ಕೊಡುತ್ತಾರೆ ಅಂತ ಅಪ್ಪಯ್ಯ ಹೇಳುತ್ತಾ ಇದ್ದ'' ಎಂದ ರಂಗ ಪೈ ''ಯಾಕೆಂದರೆ ನನಗೆ ಮಿಣ್ಣಿ ಇಲ್ಲವಲ್ಲ ? ಅದಕ್ಕೆ ಕಾಶಿಗೆ ಹೋದರೂ ನನಗೆ ಊಟ ಸಿಗುವುದಿಲ್ಲ'' ಎಂದು ಹೇಳಿದ.

ಸಿದ್ದು ಪೈಯ ಹೆಂಡತಿ ಬಸುರಾದದ್ದು ನಿಜ. ಬಸಿರಿನ ಮೊದಲ ತಿಂಗಳಿನಲ್ಲಿ ಆಕೆ ವಾಂತಿ ಓಕರಿಕೆಗಳಿಂದ ಕಂಗಾಲೂ ಆಗಿದ್ದಳು. ಆದರೆ ಮೂರನೆಯ ತಿಂಗಳ ಬಳಿಕ ಅವಳ ಬೇನೆಗಳೆಲ್ಲ ಮಾಯವಾಗಿದ್ದುವು. ರಾಮಚಂದ್ರ ಪೈಗೆ ಸಂತೋಷವಾಗಿತ್ತು. ಅವನು ಈಗ

ಹಜಾರ ಬಿಟ್ಟು ಮೇಲೇಳುತ್ತಿರಲಿಲ್ಲ. ಏಳುವುದಕ್ಕೆ ಕೂರುವುದಕ್ಕೆ ಅವನಿಗೆ ಕಷ್ಟವಾಗುತ್ತಿತ್ತು. ಆರೋಗ್ಯವೂ ಶಿಥಿಲವಾಗಿತ್ತು. ವಯಸ್ಸೂ ಆಗಿತ್ತು. ಕೈ ಕಾಲುಗಳ ಮಾಂಸಲ ಭಾಗಗಳು ಜೋಲುತ್ತಿದ್ದುವು. ಅಲ್ಲದೇ ಮನೆಯ, ಸಾಗುವಳಿಯ ಸಂಪೂರ್ಣ ಜವಾಬ್ದಾರಿಯನ್ನು ಅಂತು ಪೈಯೇ ಕೈಗೆ ತೆಗೆದುಕೊಂಡಿದ್ದ. ಅವನಿಗೆ ಸಹಾಯಕನಾಗಿ ಸಿದ್ಧು ಪೈ. ಸಿದ್ಧು ಪೈ ಚಿಕ್ಕಂದಿನಲ್ಲಿ ಇರದ ಕಾರಣ ಅಣ್ಣ ಅಂತು ಪೈ ಎಂದರೆ ತುಂಬ ಹೆದರುತ್ತಿದ್ದ. ಅಲ್ಲದೇ ಬಹಳ ಪ್ರೀತಿಸುತ್ತಲೂ ಇದ್ದ. ಹಾಗಾಗಿ ರಾಮಚಂದ್ರ ಪೈ ಯೋಚಿಸುವ ಅಗತ್ಯವಿರಲಿಲ್ಲ. "ಇನ್ನೇನು, ನಮ್ಮದೆಲ್ಲ ಮುಗಿಯಿತು. ಜೀವ ಇದ್ದಷ್ಟು ದಿನ ಇದೇ ಹಜಾರದಲ್ಲಿ ಕುಳಿತು ಮೊಮ್ಮಕ್ಕಳನ್ನು ಆಡಿಸುತ್ತಾ ಒಂದು ದಿನ ಜೀವ ಬಿಡುವುದು. ಈಗ ನಮ್ಮ ಸಿದ್ಧು ಪೈಯೂ ತಂದೆಯಾಗುವುದರಲ್ಲಿದ್ದಾನೆ" ಎಂದು ಅವನು ಹೇಳುವುದಿತ್ತು. ಮೊದಲ ಬಸುರಾದುದರಿಂದ ಏಳನೆಯ ತಿಂಗಳಿನಲ್ಲಿ ಸೀಮಂತವನ್ನು ಅತ್ಯಂತ ವಿಜೃಂಭಣೆ ಯಿಂದಲೇ ಮಾಡಿದರು. ಕುಂಬಳೆಗೆ, ಅಡೂರು, ಮಾನ್ಯೆಗಳಿಗೆ ಹೇಳಿಕೆ ಕೊಟ್ಟು ಎಲ್ಲರನ್ನೂ ಬರಮಾಡಿದ ರಾಮಚಂದ್ರ ಪೈ ಹಸೆಯ ಮೇಲೆ ಕುಳಿತ ಸಿದ್ಧು ಪೈಯ ಹೆಂಡತಿಗೆ ಬಂಗಾರದ ಬಳೆಗಳನ್ನೋದಿಸಿ "ಗಂಡು ಮಗುವನ್ನು ಹೆತ್ತು ತಾ ಮಗಳೇ" ಎಂದು ಹರಸಿ ತವರು ಮನೆಗೆ ಕಳುಹಿಸಿ ಕೊಟ್ಟ.

ಬಳ್ಳಂಬೆಟ್ಟಿನಲ್ಲಿ ವಿಜೃಂಭಣೆಯಿಂದ ಸಿದ್ಧು ಪೈಯ ಹೆಂಡತಿಯ ಸೀಮಂತ ನಡೆಯುತ್ತಿದ್ದಾಗ ಭುಜಂಗ ಪೈ ಕಾರ್ಯಾಡಿನಲ್ಲಿರಲಿಲ್ಲ. ಮೂರು ದಿನಗಳ ಹಿಂದೆ ಅವನಿಗೆ ಒಂದು ಸುದ್ದಿ ಸಿಕ್ಕಿತ್ತು. ಯಾರೋ ಎಡನೀರು ಭೋಜ ಪಾಟಾಳಿಯಂತೆ, ಅವನಿಗೆ ಕುಟ್ಟಿಚಾತ ಎಂಬ ಬಾಲಭೂತವೊಂದು ಕೈವಶವಾಗಿದೆಯಂತೆ, ಪಾಟಾಳಿ ಮಾಟ ಮಂತ್ರ ತಂತ್ರಗಳನ್ನು ಮಾಡಿಸುವುದರಲ್ಲಿ ನಿಸ್ಸೀಮನಂತೆ ಎಂದು ಹೇಳಿದ್ದು ಕಿವಿಯ ಮೇಲೆ ಬಿದ್ದಿತ್ತು. ಬಾಲಭೂತ ಕುಟ್ಟಿಚಾತನ ಮೂಲಕ ಕುಳಿತಲ್ಲಿಂದಲೇ ಬೇಕಾದದ್ದನ್ನು ಮಾಡಬಹುದೆಂಬ ವಿಚಾರ ಅವನಿಗೆ ತಿಳಿದದ್ದೇ. ಹೇಗಾದರೂ ಮಾಡಿ ಅವನಿಂದ ಬಳ್ಳಂಬೆಟ್ಟಿಗೆ ಮಾಟ ಮಾಡಬೇಕೆಂದು ನಿರ್ಧರಿಸಿದ. ತಾಯಿ ಕಾವೇರಮ್ಮನೊಡನೆ ಹೇಳದೇ ಒಂದು ದಿನ ಒಬ್ಬನೇ ಹೊರಟೂ ಬಿಟ್ಟ. ಅವನು ಎಡನೀರಿಗೆ ಮುಟ್ಟಿದಾಗ ನಡುಮಧ್ಯಾಹ್ನದ ಘಂಟೆ. ಎಡನೀರಿನಲ್ಲಿ ಉಡುಪಿ ಕೃಷ್ಣ ದೇವಸ್ಥಾನದವರ ಒಂದು ಮಠವಿತ್ತು. ಭುಜಂಗ ಪೈ ಮೊದಲು ಹೋಗಿ ಭೋಜ ಪಾಟಾಳಿಯ ಬಗ್ಗೆ ಕೇಳಿದ್ದು ಮಠದಲ್ಲಿಯೇ. ಅವರು ಅದೇ ಆಗ ಗಡ್ಡ ಮೀಸೆ ಮೂಡುತ್ತಿರುವ ಜನಿವಾರ ಹಾಕಿಕೊಂಡ ಈ ಹುಡುಗನನ್ನು ಯಾರು ಎತ್ತ ಏನು ಯಾಕೆ ಎಂದೆಲ್ಲ ಕೇಳಿದರು. ಭುಜಂಗ ತನ್ನ ಬಗ್ಗೆ ಸರಿಯಾಗಿ ಏನನ್ನೂ ಹೇಳಲಿಲ್ಲ. ಮೂಡಾಗ್ಲಿನವನು ಎಂದ. ಪಾಟಾಳಿಯಿಂದ ಒಂದಷ್ಟು ಬಾಕಿ ಬರುವುದಿದೆ, ವಸೂಲಿಗೆಂದು ಬಂದೆ ಎಂದ. ಮಠದವರು ಅವನ ಮಾತು ಕೇಳಿ ನಂಬಿದ ಹಾಗೆ ಕಾಣಲಿಲ್ಲ. ಭುಜಂಗ ಪೈ ಅದನ್ನು ಲೆಕ್ಕಿಸಲೂ ಇಲ್ಲ. ಮಠದಲ್ಲಿ ಊಟ ಮಾಡಿ ಪಾಟಾಳಿಯ ಇರವು ತಿಳಿದೊಡನೆ ಅತ್ತ ಹೋದ.

ಪಾಟಾಳಿಯ ಮನೆ ಮಠದಿಂದ ಹೆಚ್ಚು ದೂರವಿರಲಿಲ್ಲ. ಮನೆ ಚಿಕ್ಕದೇ. ಅಡಿಕೆಯ ಸೋಗೆಯ ಮಾಡು. ತಟ್ಟಿ ಕಟ್ಟಿದ ಗೋಡೆ. ತಗ್ಗಾದ ನೆಲ. ಪದವಿನ ಬಯಲಿನಲ್ಲಿದ್ದ ಒಂದೇ ಒಂದು ಗುಡಿಸಲು ಅದು. ಒಳಗೆ ಕಾಲಿಟ್ಟರೆ ನೇರ ಪೂಜೆ ಮಾಡುವ ಕಡೆಗೇ ಹೋದ ಹಾಗಾಗುತ್ತದೆ ಎಂದು ಭುಜಂಗ ಪೈ "ಓ ಪಾಟಳೀSS" ಎಂದು ಕೂಗು ಹಾಕಿದ. ಪಾಟಾಳಿಯ ಮಗಳೊಬ್ಬಳು ಹೊರಗೆ ಬಂದು "ಅವರು ಪೂಜೆಗೆ ಕುಳಿತಿದ್ದಾರೆ. ಒಳಗೆ ಬನ್ನಿ" ಎಂದಳು. "ಪರವಾಗಿಲ್ಲ. ಇಲ್ಲೇ ಇರುತ್ತೇನೆ" ಎಂದ ಭುಜಂಗ ಪೈ. ಪಾಟಾಳಿಯ ಪೂಜೆ ಮುಗಿಯಲು ತುಂಬ ಹೊತ್ತಾಯಿತು. ಅಷ್ಟು ಹೊತ್ತೂ ಕಾದು ನಿಂತ ಭುಜಂಗ ಪೈಗೆ ಒಮ್ಮೆ ಹಿಂತಿರುಗಿ ಹೋಗಿ ಬಿಡೋಣವೇ ಅನ್ನಿಸಿದರೂ ಹೋಗಲಿಲ್ಲ.

ಭೋಜ ಪಾಟಾಳಿ ಪೂಜೆ ಮುಗಿಸಿ ಹೊರಗೆ ಬರುವಾಗ ಸಂಜೆ ಹತ್ತಿರವಾಗಿತ್ತು. "ಓ, ಸೋಮಿಯವರನ್ನು ಕಾಯಿಸಿದೆ" ಎಂದು ಅವನು ಉಪಚರಿಸಿ ಒಳಗೆ ಕೊಂಡೊಯ್ದು ಹಣ್ಣು ಹಾಲು ಎದುರಿಗಿಟ್ಟ. ಪಾಟಾಳಿ ಮಲೆಯಾಳದ ಕಡೆಯವನು. ಹಣೆಯ ಮೇಲೆ ಬರುವಂತೆ ಜುಟ್ಟು ಇಟ್ಟಿದ್ದ. ಕಪ್ಪನೆಯ ಧಡೂತಿ ಮೈ. ಮಣಕುಗಟ್ಟಿದ ಹಲ್ಲುಗಳು. ಮೊಂಡ ಮೂಗು. ಭರ್ಜರಿ ಮೀಸೆ. ಮುಖದ ಮೇಲೆ ಅಲ್ಲಲ್ಲಿ ಹತ್ತಾರು ಗೀರುಗಳು. ಹೆಂಡ ಕುಡಿದವರಂತೆ ಕೆಂಪಾದ ಕಣ್ಣುಗಳು. ಅಡ್ಡ ಪಂಚೆ. ಅವನಿಗೆ ಬರುವ ಭಾಷೆ ಮಲೆಯಾಳಿ ಮಾತ್ರ. ಭುಜಂಗ ಪೈಗೆ ಅದರ ರೂಢಿ ಇರಲಿಲ್ಲ. ಆದರೂ ಅವನು ಎಲ್ಲವನ್ನೂ ವಿಚಾರಿಸಿದ. ಬಂದ ವ್ಯಕ್ತಿ ಆಸ್ತಿಪಾಸ್ತಿ ಉಳ್ಳವನು ಎಂದುದರಿಂದ ಹೆಚ್ಚು ಆಸ್ಥೆ ತೋರಿಸಿದ. "ಕುಟ್ಟಿಚಾತ ಸಂಪೂರ್ಣ ನನ್ನ ಕೈಯಲ್ಲಿದ್ದಾನೆ ಸೋಮಿ. ನಾನು ಹೇಳಿದ ಹಾಗೆ ಕೇಳುತ್ತಾನೆ" ಎಂದು ಕುಟ್ಟಿಚಾತನ ಗುಣಗಾನ ಮಾಡುತ್ತಾ ಕುಳಿತ. ಭುಜಂಗ ಪೈಗೆ ಅದರಲ್ಲಿ ಅಷ್ಟು ಕುತೂಹಲವಿರಲಿಲ್ಲ. "ಪಾಟಾಳಿ, ನನಗೆ ಆಗದವರ ಮೇಲೆ ಒಂದು ಮಾಟ ಮಾಡಬೇಕು. ಆ ಕವಲು ಸಂಪೂರ್ಣ ನಾಶವಾಗಬೇಕು" ಎಂದ.

ಒಮ್ಮೆ ಆ ರೀತಿ ಹೇಳಿದ ಮೇಲೆ ಭುಜಂಗ ಪೈಯ ತೊಳಲಾಟ ಕಮ್ಮಿಯಾಯಿತು. ಮಾತೂ ಸಲೀಸಾಯಿತು. ಪಾಟಾಳಿ ಯಾರನ್ನು ಯಾಕೆ ಎಂದೆಲ್ಲ ವಿಚಾರಿಸಿದ. ಭುಜಂಗ ಪೈ ಅವನಿಗೆ ಸವಿಸ್ತಾರವಾಗಿ ತನ್ನ ಕಥೆಯನ್ನು ಹೇಳುತ್ತಾ ಕುಳಿತ. ಕೊನೆಗೆ ಪಾಟಾಳಿ "ಪೈ ಸೋಮಿ, ಮಾಟ ಮಾಡುವುದು ಸಾಧ್ಯ. ನನ್ನ ಕೈವಶವಾಗಿರೋ ಈ ಕುಟ್ಟಿ ಚಾತನಿಂದಲೇ ಅವರಿಗೆ ತೊಂದರೆ ಕೊಡಿಸಬಲ್ಲೆ" ಎಂದ. ಭುಜಂಗ ಪೈಗೆ ಅವನು ಹೇಳಿದ ಖರ್ಚು ಹೆಚ್ಚು ಎಂದು ಕಾಣಲಿಲ್ಲ. "ನನ್ನನ್ನು ನೀವು ಒಮ್ಮೆ ಬಳ್ಳಂಬೆಟ್ಟಿಗೆ ಕರೆದುಕೊಂಡು ಹೋಗಬೇಕು ಸೋಮಿ. ಆ ಕಡೆಯೆಲ್ಲ ಕುಟ್ಟಿ ಚಾತನನ್ನು ಅಡ್ಡಾಡಿಸಿಕೊಂಡು ಬರುತ್ತೇನೆ. ಆಮೇಲೆ ಇಲ್ಲಾದರೆ ಇಲ್ಲಿ, ಕಾರ್ಯಾಡಿನಲ್ಲಾದರೆ ಕಾರ್ಯಾಡಿನಲ್ಲಿ ಕುಳಿತುಕೊಂಡೇ ಮಾಟ ಮಾಡಿ ಅವರ ರಕ್ತ ಕಾರಿಸಬಹುದು. ಈಗ ಹೊಟ್ಟೆಯಲ್ಲಿರುವ ಪಿಂಡ ಕೂಡಾ ಹುಟ್ಟದ ಹಾಗೆ ಮಾಡಿಸುತ್ತೇನೆ" ಎಂದ ಪಾಟಾಳಿ. "ನಾಳೆಯೇ ಬಾ. ಆದರೆ ನಮ್ಮ ತಾಯಿಗೇ ಆಗಲೀ, ಉಳಿದವರಿಗೇ ಆಗಲೀ, ಈ ವಿಚಾರ ತಿಳಿಯಬಾರದು" ಎಂದ

ಭುಜಂಗ ಪೈ. ಪಾಟಾಳಿ ''ಉಂಟೇ ಸೋಮಿ ? ಈ ಕೆಲಸಗಳನ್ನೆಲ್ಲ ಊರ ಮಂದಿಗೆ ಹೇಳಿ ಮಾಡುವಂಥದ್ದಲ್ಲ'' ಎಂದ ಪಾಟಾಳಿ.

ಆ ರಾತ್ರಿ ಭುಜಂಗ ಪೈ ಮಠಕ್ಕೇ ಮರಳಿ ಅಡ್ಡಾದ. ರಾತ್ರಿ ಊಟಕ್ಕೂ ಒಲ್ಲೆನೆಂದು ಮುಸುಗಿಕ್ಕಿ ಮಲಗಿದ ಅವನ ಬಗ್ಗೆ ಮಠದವರಿಗೆ ಅನುಮಾನ ಮೂಡಿದರೂ ಯಾರೂ ಅದನ್ನು ಹೆಚ್ಚು ಮನಸ್ಸಿಗೆ ಹಚ್ಚಿಕೊಳ್ಳಲಿಲ್ಲ. ಮರುದಿನ ಬೆಳಗ್ಗೆ ಅವನು ಊರಿಗೆ ಮರಳಿದ. ಅದೇ ನಾಲ್ಕು ದಿನಗಳಿಗೆ ಪಾಟಾಳಿ ಕಾರ್ಯಾಡಿಗೆ ಬಂದು ಗೋಮಾಳದ ಒಂದು ಮೂಲೆಯಲ್ಲಿ ಸಣ್ಣದೊಂದು ಗುಡಾರ ಹಾಕಿ ಕುಳಿತ. ಅವನು ತಂದ ಕುಟ್ಟಿಚಾತನ ಅಂಗೈಯಷ್ಟು ಎತ್ತರದ ಸುಂದರವಾದ ಮೂರ್ತಿ, ಪೂಜೆಯ ಪರಿಕರಗಳು ಎಲ್ಲ ಕಂಡು ಭುಜಂಗ ಪೈಗೆ ಸಂತೋಷವಾಯಿತು. ಒಮ್ಮೆ ಪಾಟಾಳಿಯನ್ನು ಅವನು ಗುಟ್ಟಾಗಿ ಬಳ್ಳಂಬೆಟ್ಟಿಗೆ ಕರೆದೊಯ್ದು ನಾಗನ ಬನ ಗದ್ದೆಗಳು ನಿರಂಜನಿಯ ಹೊಳೆ ಗುತ್ತು ಗುರುವಾರೆ ಕಾಡುಗಳು ಬಳ್ಳಂಬೆಟ್ಟಿನ ಮನೆ ಎಲ್ಲ ತೋರಿಸಿಯೂ ಬಂದ. ನೀರು ಕುಡಿಯುವ ನೆಪ ಮಾಡಿ ಭೋಜ ಪಾಟಾಳಿ ಒಬ್ಬನೇ ಬಳ್ಳಂಬೆಟ್ಟಿನ ಮನೆಗೆ ಹೋಗಿ ಬಂದ. ''ಮಾಟ ಮಾಡಿ ನಿಂಬೆ ಹಣ್ಣು ಕುಂಕುಮ, ತಾಮ್ರದ ತಗಡು ಕೊಡುತ್ತೇನೆ, ಪೈ ಸೋಮಿ. ನೀವು ಅದನ್ನು ಕೊಂಡೊಯ್ದು ಅವರ ಬಾವಿಗೆ ಹಾಕಬೇಕು'' ಎಂದ ಭೋಜ ಪಾಟಾಳಿ.

ವಾರದೊಳಗೆ ಪಾಟಾಳಿ ಕೆಲಸ ಮಾಡಿಕೊಡುತ್ತೇನೆಂದು ಮೊದಲು ಮಾತು ಕೊಟ್ಟಿದ್ದರೂ ಎರಡು ಮಾಸ ತೆಗೆದ. ಈ ಮಧ್ಯೆ ಮೂರು ನಾಲ್ಕು ಸಾರಿ ಎಡನೀರಿಗೆ ಹೋಗಿ ಬಂದ. ಪ್ರತಿಸಾರಿಯೂ ಭುಜಂಗ ಪೈಯಿಂದ ಅಕ್ಕಿ ಕಾಯಿ ಎಂದು ಸಾಕಷ್ಟು ಹೊತ್ತುಕೊಂಡೇ ಹೋದ. ಅವನು ಹೆಚ್ಚು ಹೆಚ್ಚು ದಿನ ತೆಗೆಯುವುದು ಭುಜಂಗ ಪೈಯನ್ನು ದಿಗಿಲುಗೊಳಿಸತೊಡಗಿತು. ಮೇಲಾಗಿ ಕಾವೇರಮ್ಮ ''ಯಾರವನು ? ಯಾಕೆ ಅಲ್ಲಿ ಕುಳಿತಿದ್ದಾನೆ ? ಏನು ಕೆಲಸವಂತೆ ?'' ಎಂದು ಕೇಳತೊಡಗಿದ್ದಳು. ಭುಜಂಗ ಪೈಗೆ ಇವನು ಬೇಕೆಂದೇ ದಿನ ತೆಗೆಯುತ್ತಾನೇನೋ ಎಂಬ ಅನುಮಾನವೂ ಬರತೊಡಗಿತು. ''ಪಾಟಾಳಿ, ಒಂದು ವಾರದೊಳಗೆ ಮಾಟ ಮಾಡಿ ಕೊಡುತ್ತಿ ಅಂತ ಹೇಳಿ ತಿಂಗಳು ಎರಡಾದುವು. ಇನ್ನೆಷ್ಟು ದಿನಗಳು ಬೇಕು ? ಅಲ್ಲಿ ಕುಂಬಳೆಯ ತವರುಮನೆಗೆ ಹೋದ ಸಿದ್ಧು ಪೈಯ ಹೆಂಗಸಿನ ದಿನಗಳು ತುಂಬಿವೆ. ನಿನ್ನ ಬಳಿ ಹೇಳಿದ್ದೆ ಆ ಮಗು ಹುಟ್ಟಬಾರದು ಅಂತ'' ಅಂತ ಗದರಿಕೆಯ ಧ್ವನಿಯಲ್ಲಿ ಹೇಳಿದ. ''ನಾಡಿದ್ದು ಅಮವಾಸ್ಯೆ ಪೈ ಸೋಮಿ. ನಾಡಿದ್ದಿಗೆ ಪೂಜೆ ಮುಗಿಯುತ್ತದೆ. ಪಾಡ್ಯದ ದಿನ ಬೆಳ್ಳಂಬೆಳಗ್ಗೆ ಬಂದು ನೀವು ನಾನು ಕೊಡುವ ವಸ್ತುಗಳನ್ನು ಒಯ್ಯಬಹುದು'' ಎಂದ ಭೋಜ ಪಾಟಾಳಿ. ''ಮತ್ತೆ ಷಷ್ಠಿಯ ದಿನ ಒಂದು ಪೂಜೆ ಮಾಡಲಿಕ್ಕುಂಟು'' ಎಂದೂ ಹೇಳಿದ. ''ಅಷ್ಟರಲ್ಲಿ ಆಕೆ ಹೆತ್ತರೆ ಏನು ಮಾಡುತ್ತಿ ?'' ಎಂದು ಕೇಳಿದ ಭುಜಂಗ ಪೈ. ''ಹೆತ್ತರೂ ಜೀವ ಇರದು'' ಎಂದ ಪಾಟಾಳಿ.

ಭುಜಂಗ ಪೈಗೆ ಪಾಟಾಳಿಯ ಸಹವಾಸ ಸಾಕುಸಾಕಾಗಿತ್ತು. ಅವನು ಕಾರ್ಯಾಡಿನಿಂದ ಒಮ್ಮೆ ತೊಲಗಿದರೆ ಸಾಕಿತ್ತು. "ಷಷ್ಠಿ ಪೂಜೆಯ ಮರುದಿನ ನೀನು ಈ ಜಾಗ ಖಾಲಿ ಮಾಡಬೇಕು" ಎಂದು ಅವನು ಗದರಿದ. "ಆಗಲಿ" ಎಂದು ಪಾಟಾಳಿ ಹೂಂಗುಟ್ಟಿದ. ಭುಜಂಗ ಪೈ ಅಮಾವಾಸ್ಯೆಯನ್ನೇ ಕಾಯುತ್ತಾ ಕುಳಿತ. ಅಮವಾಸ್ಯೆಯ ರಾತ್ರಿ ಅವನಿಗೆ ನಿದ್ರೆ ಬೀಳಲಿಲ್ಲ. ಬೆಳ್ಳಂಬೆಳಗ್ಗೆ ಎದ್ದವನೇ ಪಾಟಾಳಿ ಇರುವ ಕಡೆಗೆ ಓಡಿದ. ಇನ್ನೂ ಸರಿಯಾಗಿ ಬೆಳಕು ಮೂಡಿರಲಿಲ್ಲ. ಪಾಟಾಳಿ ವಾಸವಿದ್ದ ಗುಡಾರದ ಬಳಿಗೆ ಹೋದಾಗ ಪಾಟಾಳಿ ಗಾಢ ನಿದ್ರೆಯಲ್ಲಿದ್ದ ! ಪೂಜೆಯ ಪರಿಕರಗಳೂ ಅಲ್ಲಲ್ಲಿ ಬಿದ್ದಿದ್ದುವು. ಹಚ್ಚಿಟ್ಟ ದೀಪ ನಂದಿ ಹೋಗಿತ್ತು. ಭುಜಂಗ ಪೈಗೆ ಸಿಟ್ಟೇ ಬಂತು. ಆದರೂ ತಡೆದುಕೊಂಡು ಅವನನ್ನು ಅಲ್ಲಾಡಿಸಿ ಎಬ್ಬಿಸಿದ. "ಪೂಜೆ ಬಹಳ ಬೇಗ ಆಯ್ತು ಸೋಮಿ. ನಿಮ್ಮನ್ನೇ ಕಾಯುತ್ತಾ ಇದ್ದವನಿಗೆ ಹಾಗೇ ಒರಗು ಬಂತು. ತಕ್ಕಳ್ಳಿ, ಇದನ್ನು ಬಿಚ್ಚಿ ನೋಡಬಾರದು. ಹೋಗಿ ಬಳ್ಳಂಬೆಟ್ಟಿನವರ ಕುಡಿಯುವ ನೀರಿನ ಬಾವಿಗೆ ಹಾಕಿ ಬನ್ನಿ" ಎಂದು ಬಾಳೆಎಲೆಯಿಂದ ಕಟ್ಟಿದ ಪೊಟ್ಟಣವೊಂದನ್ನು ಕೊಟ್ಟ ಪಾಟಾಳಿ. ಭುಜಂಗ ಪೈ ಅದನ್ನು ಪಡೆದು ಕಣ್ಣಿಗೊತ್ತಿಕೊಂಡ.

ಭುಜಂಗ ಪೈ ಬಳ್ಳಂಬೆಟ್ಟಿಗೆ ಹೋದವನು ರಾತ್ರಿಯಾಗುವ ತನಕ ಕಾದು ಯಾರಿಗೂ ತಿಳಿಯದಂತೆ ಪಾಟಾಳಿ ಕೊಟ್ಟ ಪೊಟ್ಟಣವನ್ನು ಬಾವಿಗೆಸೆದು ಮರಳುವಾಗ ಮಧ್ಯರಾತ್ರಿ ದಾಟಿತ್ತು. ಆದರೆ ಮನೆಯಲ್ಲಿ ಕಾವೇರಮ್ಮನೇ ಅವನನ್ನು ತರಾಟೆಗೆ ತೆಗೆದುಕೊಂಡಳು. "ಎಲ್ಲಿ ಹೋಗಿದ್ದಿ ? ಏನು ನಡೆಸಿದ್ದಿ ? ಆ ಪಾಟಾಳಿಯ ಬಳಿ ನಿನಗೇನು ಕೆಲಸ ? ಯಾಕೆ ಅವನು ಅಲ್ಲಿದ್ದಾನೆ ?" ಎಂದೆಲ್ಲ ಖಾರವಾಗಿ ಕೇಳಿದಳು, ಕಾವೇರಮ್ಮ. ಅವಳಿಂದ ಬಿಡುಗಡೆಗೊಳ್ಳಬೇಕಾದರೆ ಭುಜಂಗ ಪೈಗೆ ಸಾಕು ಸಾಕಾಯಿತು. ಅವನು ಮರುದಿನ ಪಾಟಾಳಿಯನ್ನು ಕಂಡು ತನ್ನ ಕೀರಲು ಧ್ವನಿಯನ್ನೆತ್ತರಿಸಿ "ಷಷ್ಠಿ ಆದ ಮೇಲೆ ನೀನು ಇಲ್ಲಿರಬಾರದು. ಈ ಕಡೆ ಮುಖ ಹಾಕಬಾರದು" ಎಂದು ನಿರ್ಬಂಧ ಹಾಕಿದ. ಪಾಟಾಳಿ "ಆಗಲಿ" ಎಂದ. ಷಷ್ಠಿಯ ದಿನ ಪೂಜೆಗೆಂದು ಒಂದು ಮುಡಿ ಅಕ್ಕಿ ಪಡೆದ ಪಾಟಾಳಿ ಮರುದಿನ ಮಾಯವಾದಾಗ ಭುಜಂಗ ಪೈ ತಾಯಿಗೆ ತಿಳಿಯದೇ ಅವನಿಗೆ ಸಾಕಷ್ಟು ತೆತ್ತಿದ್ದ. ಅವನು ಹೋದ ಎಂದು ನಿಟ್ಟುಸಿರು ಬಿಡುವಾಗಲೇ ಕುಂಬಳೆಯ ಸುದ್ದಿ ಬಂದಿತ್ತು – ಸಿದ್ಧು ಪೈಯ ಹೆಂಡತಿ ಹೆತ್ತು ಗಂಡು ಮಗು, ತಾಯಿ ಮಗು ಇಬ್ಬರೂ ಸೌಖ್ಯ ಎಂದು !

□

೩೨

ಭುಜಂಗ ಪೈಗೆ ಬೆವರಿಳಿದು ಹೋಗುವಂತೆ ನಾಚಿಕೆಯಾಗಿತ್ತು. ಈ ಕುಟ್ಟಿಚಾತ ಕೈಕೊಟ್ಟ ಅಂತಲ್ಲ, ಅದಕ್ಕಿಂತ ಹೆಚ್ಚಾಗಿ ಭೋಜ ಪಾಟಾಳಿ ಮೋಸ ಮಾಡಿದನಲ್ಲ ಎಂದು ! ನಿರಾಸೆಗಿಂತ ಹೆಚ್ಚು ಸಿಟ್ಟು ಬಂತು. ಎದುರಿಗಿದ್ದರೆ ಭೋಜ ಪಾಟಾಳಿಯನ್ನು ಕೊಂದು ಹಾಕುವಷ್ಟು ಸಿಟ್ಟು. ದಿನ ಕಳೆದಂತೆ ಬಳ್ಳಂಬೆಟ್ಟಿನಿಂದ ಯಾವ ಕೆಟ್ಟ ಸುದ್ದಿ ಸಹ ಬರದೇ ಇದ್ದುದು ಅವನನ್ನು ಮತ್ತಷ್ಟು ನೋವಿಗೆ ಗುರಿ ಮಾಡಿತು. ಅಲ್ಲಿ ಕುಂಬಳೆಯಲ್ಲಿ ಮಗುವನ್ನು ಹನ್ನೆರಡನೆಯ ದಿನ ತೊಟ್ಟಿಲಿಗೆ ಹಾಕಿದರೆಂದೂ ನಾಮಕರಣ ಸಮಾರಂಭವೂ ಬಹಳ ವಿಜೃಂಭಣೆಯಿಂದ ನಡೆಯಿತೆಂದೂ ಸುದ್ದಿ. ಭುಜಂಗ ಪೈಗೆ ಹುಚ್ಚು ಹಿಡಿಯುವುದೊಂದು ಬಾಕಿ. ಆ ದಿನ ಕೊಂಬ್ರಾಜೆಯಿಂದ ದೇವು ಪೈ ತನ್ನ ಮಗ ಪೆದ್ದು ರಂಗ ಪೈಯೊಡನೆ ಕಾರ್ಯಾಡಿಗೆ ಬಂದಿದ್ದ. ಬಂದದ್ದು ಬೇರೆ ಕೆಲಸಕ್ಕಾದರೂ ಕಾವೇರಮ್ಮನೊಡನೆ ದೇವು ಪೈ ಬಳ್ಳಂಬೆಟ್ಟಿನ ವಿಚಾರವನ್ನೇ ಆಡುತ್ತಾ ಕುಳಿತ. "ರಾಚ್ಚು ಅಣ್ಣನಿಗೆ ದೇವರು ಕೈ ಹಿಡಿದದ್ದು ಸುಳ್ಳಲ್ಲ. ಇಲ್ಲದಿದ್ದರೆ ನಾಗಬಿಂಬ ದೊರಕಿದ್ದೇ ದೊರಕಿದ್ದು, ಸಂಪತ್ತು ಬೆಳೆಯಲಿಲ್ಲವೇ ? ಮನೆಯೊಳಗೂ ಗಂಡು ಮಕ್ಕಳೇ" ಎಂದದ್ದು ಅಂಗಳದಲ್ಲಿ ಏನೋ ಕೆಲಸ ಮಾಡುತ್ತಿದ್ದ ಭುಜಂಗ ಪೈಗೂ ಕೇಳಿಸಿತ್ತು. "ನಾಮಕರಣ ಬಹಳ ಗಡದ್ದಾಯಿತಂತೆ, ಹೌದೇ ?" ಎಂದು ಕೇಳಿದಳು ಕಾವೇರಮ್ಮ. "ಹೂಂ, ಆಯಿತಂತೆ. ಮಗುವಿಗೆ ಏಳು ಪವನಿನ ಉಡಿದಾರ, ಕೈಗೆ ಬಂಗಾರದ ಬಳೆಗಳು, ಸಿದ್ಧು ಪೈಯ ಹೆಂಡತಿಗೆ ನಾಲ್ಕು ನಾಲ್ಕು ಚಿನ್ನದ ಬಳೆಗಳು ಎಲ್ಲ ಓದಿಸಿದರಂತೆ. ಮಧ್ಯಾಹ್ನದ ಊಟಕ್ಕೆ ಏನಿಲ್ಲೆಂದರೂ ಮುನ್ನೂರು ಜನರಿದ್ದರಂತೆ ಎಂದು ಸುದ್ದಿ" ಎಂದ ದೇವು ಪೈ. "ಸಿದ್ಧು ಪೈಯ ಮಗನಿಗೆ ಏನಂತ ಹೆಸರಿಟ್ಟಿದ್ದಾರಂತೆ ?" ಎಂದು ಬರಿಯ ಕುತೂಹಲದಿಂದ ಕೇಳಿದ ಕಾವೇರಮ್ಮನೊಡನೆ "ವೆಂಕಟೇಶ ಅಂತೆ" ಎಂದು ದೇವು ಪೈ ಹೇಳಿದ್ದು ಭುಜಂಗ ಪೈಯ ಕಿವಿಗೂ ಬಿತ್ತು.

ದೇವು ಪೈ ಕೊಂಬ್ರಾಜೆಗೆ ಹಿಂದಿರುಗುವ ಮುನ್ನ ಹೇಳಿದ ಸುದ್ದಿ ಮಾತ್ರ ಭುಜಂಗ ಪೈಯನ್ನು ತೀರ ಯೋಚನೆಗೆ ಹಾಕಿತ್ತು. ಮೆಟ್ಟಲಿಳಿಯುತ್ತಾ ದೇವು ಪೈ ಕಾವೇರಮ್ಮನೊಡನೆ ಹೇಳಿದ್ದ – "ಹೊಸ ಒಂದು ವಿಚಾರ ಕೇಳಿದ್ದೀಯಾ ? ನಾಗಬಿಂಬದ ಪೂಜೆ ಮಾಡುತ್ತಾ ಇದ್ದರಲ್ಲ, ಗುತ್ತು ಗೋವಿಂದ ಭಟ್ಟರು ? ಅವರಿಗೆ ಪೂಜೆ ಮಾಡುವ ಕೆಲಸವನ್ನು ವಂಶ ಪಾರಂಪರ್ಯ ನಡೆಸುವ ಸಲುವಾಗಿ ಅಣ್ಣಯ್ಯ ಹತ್ತು ಮುಡಿ ಗದ್ದೆಯನ್ನು ಬಿಟ್ಟುಕೊಡುತ್ತಾರಂತೆ" ಎಂದು. ಭುಜಂಗ ಪೈಗೇ ಅಂತೇನು, ಸ್ವತಃ ಕಾವೇರಮ್ಮನಿಗೂ ಆ ಮಾತು ಕೇಳಿ ಅಸೂಯೆ ಕರುಳಲ್ಲಿ ಚುರ್ರೆಂದಿತು. "ಕೊಡದೇ ಏನು ? ಅಂಜನ ಹಾಕಿ

ನಾಗಬಿಂಬ ಹುಡುಕಿ ಕೊಟ್ಟದ್ದೇ ಅವರು. ಹತ್ತು ಮುಡಿಯಲ್ಲ, ಇಪ್ಪತ್ತು ಕೊಟ್ಟರೂ ನಡೆಯುತ್ತದೆ'' ಎಂದು ಆಕೆ ನಂಜಿನ ಮಾತು ಆಡಿದಳು. ''ಎಲ್ಲರೂ ಧರ್ಮಸ್ಥಳಕ್ಕೆ ಹೋಗಿ, ಹೆಗ್ಗಡೆಯವರ ಸಮಕ್ಷಮ ಗೋವಿಂದ ಭಟ್ಟರಿಗೆ ಅರ್ಪಿಸುತ್ತಾರಂತೆ. ದಿನವನ್ನೂ ನಿಶ್ಚಯಿಸಿದ್ದಾರಂತೆ'' ಎಂದು ಹೇಳಿ ದೇವು ಪೈ ಹೋಗಿದ್ದ.

ಭುಜಂಗ ಪೈಗೆ ಈಗ ಬಳ್ಳಂಬೆಟ್ಟಿನ ಸುದ್ದಿ ತೆಗೆದರೂ ಮೈ ಉರಿಯುತ್ತಿತ್ತು. ಅವನು ರಾತ್ರಿಗಳನ್ನು ನಿದ್ರೆಯಿಲ್ಲದೇ ತೆಗೆಯತೊಡಗಿದ. ತಿಂದದ್ದು ಪಚನವಾಗದೇ ಒದ್ದಾಡತೊಡಗಿದ. ಭೋಜ ಪಾಟಾಳಿ ನಿಜಕ್ಕೂ ತನ್ನ ಕೈ ವಶನಾದನೆಂದು ಹೇಳಿದ ಕುಟ್ಟಿಚಾತನ ಮೂಲಕ ಮಾಟ ಮಾಡಿದ್ದೇ ಆಗಿದ್ದಲ್ಲಿ ಇಷ್ಟರಲ್ಲಿ ಅವರೆಲ್ಲ ರಕ್ತ ಕಾರಿ ಸಾಯಬೇಕಿತ್ತು. ಅದು ಬಿಟ್ಟು ಅವರ ಕೀರ್ತಿ ಇನ್ನೂ ಪಸರಿಸುತ್ತಾ ಇದೆಯಲ್ಲದೇ ಈಗ ಅವರ ಹೆಸರಿನಲ್ಲಿ ಗುತ್ತು ಗೋವಿಂದ ಭಟ್ಟರ ಮೂಲಕ ವಂಶಪಾರಂಪರ್ಯ ಪೂಜೆ ನಡೆಯುವಂತಾಗಿದೆ. ಪಾಟಾಳಿ ಹಾಗೂ ಕುಟ್ಟಿಚಾತ ತನ್ನನ್ನು ಸಂಪೂರ್ಣ ಮೋಸ ಮಾಡಿದರು ಎಂದು ಅವನು ಮಿಡುಕಿದ. ನೋಡನೋಡುತ್ತಾ ಹಪ್ತೆ ಕಳೆಯುವಷ್ಟರಲ್ಲಿ ಅವರೆಲ್ಲ ಧರ್ಮಸ್ಥಳಕ್ಕೆ ಹೋಗಿ ಬಂದರೆಂದೂ, ನಡೆಯಲಾಗದೇ ಇದ್ದರೂ ರಾಮಚಂದ್ರ ಪೈ ಎತ್ತಿನ ಗಾಡಿಯಲ್ಲಿ ಹೋಗಿ ಹೆಗ್ಗಡೆಯವರ ಮೂಲಕ ಗೋವಿಂದ ಭಟ್ಟರಿಗೆ ಉಂಬಳಿ ಕೊಟ್ಟರೆಂದೂ ಸುದ್ದಿ ಬಂದದ್ದು ಅವನಲ್ಲಿ ಕಿಚ್ಚೆಬ್ಬಿಸಿತು. ಏನಾದರೂ ಮಾಡಿ ಅವರನ್ನು ಮಣ್ಣು ಮುಕ್ಕಿಸುವ ಬಗ್ಗೆ ಅವನು ಗಾಢವಾಗಿ ಯೋಚಿಸತೊಡಗಿದ. ಇದೆಲ್ಲ ನಡೆದದ್ದು ಆ ನಾಗಬಿಂಬ ಸಿಕ್ಕಿಯೇ ಅಲ್ಲವೇ ? ಅದರ ಪ್ರಭಾವದಿಂದಾಗಿಯೇ ಅಲ್ಲವೇ ಅವರಿಗೆ ಊರ್ಜಿತವಾಗುತ್ತಿರುವುದು ? ಅದನ್ನೇ ಇಲ್ಲವಾಗಿಸಿದರೆ ಹೇಗೆ ? ಆಗ ಅವರು ನೀರಿಲ್ಲದೇ ಸಾಯಲಾರರೇ ?

ಒಮ್ಮೆ ಈ ಯೋಚನೆ ತಲೆಗೆ ಹೊಕ್ಕ ಮೇಲೆ ಭುಜಂಗ ಪೈ ಅದನ್ನೇ ಕುರಿತು ಯೋಚಿಸತೊಡಗಿದ. ಹೇಗಾದರೂ ಮಾಡಿ ಆ ನಾಗಬಿಂಬವನ್ನು ಅಲ್ಲಿಂದೆತ್ತಿ ಬೇರೆಡೆಗೆ ಸಾಗಿಸಬೇಕು. ಅವರ ಆಸ್ತಿಯಲ್ಲಿ ಅವನು ನಿಲ್ಲದಿದ್ದರೆ ಮುಂದೆ ಅದು ಶಾಪಗ್ರಸ್ತ ಭೂಮಿಯಾಗುತ್ತದೆ. ಹೊಳೆ ನೀರು ಬಗ್ಗಡವಾದೀತು. ಕಾಡು ಬೆಂದು ಹೋದೀತು. ಆದರೆ ಬಿಂಬವನ್ನು ಸಾಗಿಸುವುದಾದರೂ ಹೇಗೆ ? ಎಲ್ಲಿಗೆ ? ಭುಜಂಗ ಪೈ ಬಳ್ಳಂಬೆಟ್ಟಿಗೆ ಹೋದಾಗ ನಾಲ್ಕಾರು ಬಾರಿಯಾದರೂ ನಾಗನ ಬನಕ್ಕೆ ಹೋಗಿದ್ದ. ಆ ಬಿಂಬಕ್ಕೆ ಅಡ್ಡ ಬಿದ್ದಿದ್ದ. ಮುರಕಲ್ಲಿನ ಪೀಠದ ಮೇಲೆ ಬರಿದೇ ಕೂರಿಸಿದ ಬಿಂಬ. ಕಪ್ಪು ಶಿಲೆಕಲ್ಲಿನ ಮೂರ್ತಿ. ಅರ್ಧ ಚಂದ್ರಾಕೃತಿಯ ಕೆಳಗೆ ಚೌಕನಾದ ಉದ್ದನೆಯ ಕಲ್ಲು. ಸುಮಾರು ಒಂದು ಹಸ್ತದಷ್ಟು ಎತ್ತರ. ಗೇಣು ಅಗಲ. ನಾಲ್ಕು ಬೆರಳಿನಷ್ಟು ದಪ್ಪ ಕಲ್ಲು. ಎತ್ತಿದರೆ ಸುಮಾರು ಒಂದು ಒಂದೂವರೆ ಮುಡಿಯಷ್ಟು ಭಾರವಿರಬಹುದು. ಎತ್ತಿ ಒಮ್ಮೆ ಹೆಗಲ ಮೇಲಿಟ್ಟರೆ ನೇರ ಗುಡ್ಡ ಹತ್ತಿ ಕಾರ್ಯಾಡಿಗೆ ತಂದು ಹೊಳೆಯ ಕಲ್ಲುಗಳ ಮಧ್ಯೆಯೋ ಕಾಡಿನ ಮರಗಳ ಮಧ್ಯೆಯೋ ಅಡಗಿಸಿಡುವುದು ಸಾಧ್ಯ. ಆದರೆ ಹೇಗೆ ? ಅವನಿಗೆ

ಥಟ್ಟನೆ ನೆನಪು ಬಂದದ್ದು ತನ್ನಿಂದ ಆಗದ ಈ ಕೆಲಸಕ್ಕೆ, ಕೊಂಬ್ರಾಜೆ ದೊಡ್ಡಪ್ಪ ದೇವು ಪೈಯ ಮಗ ಪೆದ್ದು ರಂಗ ಪೈ ಸೂಕ್ತ ಎಂದು !

ಜೀವದಲ್ಲಿ ಠೊಣಪನಾಗಿದ್ದ ರಂಗ ಪೈ ನಾಲ್ಕು ಅಕ್ಕಿಯ ಮುಡಿಗಳನ್ನು ಒಮ್ಮೆಗೇ ಹೊರುವಷ್ಟು ಶಕ್ತಿಶಾಲಿಯಾಗಿದ್ದ. ಕುಳ್ಳ. ತುಂಬಿದ ತೊಡೆಗಳು. ಕಬ್ಬಿಣದ ತುಂಡಿನಂತಹ ತೋಳುಗಳು. ದೊಡ್ಡ ಹೊಟ್ಟೆ ಎಲ್ಲಕ್ಕಿಂತ ಹೆಚ್ಚಾಗಿ ಪೆದ್ದುತನ. ನಿನ್ನೆ ಹೇಳಿದ್ದನ್ನು ಇಂದು ಮರೆಯುತ್ತಿದ್ದ. ಇಂದು ಮಾಡಿದ್ದನ್ನು ನಾಳೆ ಮರೆಯುತ್ತಿದ್ದ. ವಯಸ್ಸು ಇಪ್ಪತ್ತಾದರೂ ಉಣ್ಣುವುದು ಯಾಕೆಂದು ತಿಳಿಯದವನು. ಕಚ್ಚೆಯೊಳಗೆ ನಿಂತಲ್ಲಿಯೇ ಉಚ್ಚೆ ಹೊಯ್ಯುವವನು. ನಕ್ಕರೆ ನಗುತ್ತಾ ಕೂತ. ಅತ್ತರೆ ಗಂಟೆಗಟ್ಟಲೇ ಅತ್ತ. ಮಾತೆತ್ತಿದರೆ "ಕಾಶಿಯಲ್ಲಿ ನನಗೆ ಊಟ ಹಾಕುವುದಿಲ್ಲವೇ ?" ಅಂದಾನು. ಅದರಾಚೆಗೆ ಅವನಿಗೆ ಯೋಚನೆ ಹೋಗುವುದಿಲ್ಲ. ಅವನಾದರೆ ಸಲೀಸಾಗಿ ನಾಗಬಿಂಬವನ್ನು ಎತ್ತಿಯಾನು. ಹೆಗಲ ಮೇಲಿಟ್ಟು ನಡೆಯೋ ಎಂದರೆ "ನಿಲ್ಲು" ಅನ್ನುವ ತನಕ ನಡೆದಾನು. ತಕ್ಷಣ ಮರೆತೂ ಬಿಟ್ಟಾನು ! ರಂಗ ಪೈಗೆ ಪೆದ್ದುತನವನ್ನು, ಧಡಿಯ ಮೈಯನ್ನು ಈ ಕೆಲಸಕ್ಕಾಗಿಯೇ ದೇವರು ಕೊಟ್ಟಿರಬೇಕು ಎಂದು ಕೊಂಡ ಭುಜಂಗ ಪೈ !

ರಂಗ ಪೈಗೆ ಭುಜಂಗ ಪೈ ಒಮ್ಮೆಲೇ ತನ್ನ ಉದ್ದೇಶವನ್ನು ಬಿಚ್ಚಿ ಹೇಳಲಿಲ್ಲ. ಬದಲಾಗಿ ತನ್ನ ಬಗ್ಗೆ ಅವನಿಗೆ ಗೌರವವನ್ನೂ ಭೀತಿಯನ್ನೂ ಹುಟ್ಟಿಸುವ ಒಂದು ಉಪಾಯವನ್ನು ಹುಡುಕಿದ. ಅವನು ಎಲ್ಲಾದರೂ ಉಳಿದವರೊಡನೆ ಈ ಬಗ್ಗೆ ಬಾಯಿ ಬಿಟ್ಟರೆ ಬಣ್ಣಗೇಡಾದೀತೆಂದು ಅವನನ್ನು ಕರೆದುಕೊಂಡು ಗುಟ್ಟಾಗಿ ಭೋಜ ಪಾಟಾಳಿ ವಾಸವಾಗಿದ್ದ ಗುಡಾರದ ಬಳಿಗೆ ಹೋದ. ಭೋಜ ಪಾಟಾಳಿ ಊರು ಬಿಟ್ಟು ಒಂದು ಮಾಸ ದಾಟಿದ್ದರೂ ಅವನು ಪೂಜೆ ಮಾಡಿದ ಕಡೆ ಕುಂಕುಮ, ಅರಿಷಿಣ, ಬಳೆ, ಹೂವು ಎಲ್ಲ ಬಿದ್ದಿದ್ದುವು. ಅವನು ಅಡಿಗೆ ಮಾಡಿಕೊಂಡ ಕಡೆ ಒಂದಿಷ್ಟು ಬೂದಿ. "ಅಲ್ಲಿಗೆ ಮುಟ್ಟಿದ ಕೂಡಲೇ ನನ್ನ ಮೈ ಮೇಲೆ ಕುಟ್ಟಿಚಾತ ಬರುತ್ತಾನೋ ರಂಗಪ್ಪಾ ನೀನು ಹೆದರಬಾರದು. ಸುಮ್ಮನೆ ನಿಂತುಕೋ. ನನ್ನಿಂದ ದೇವರು ಏನು ನಡೆಸಬೇಕೆಂದು ಹೇಳುತ್ತಾನೋ ಅದನ್ನು ಮಾಡುವವನು ನಾನು. ನೀನೂ ಹಾಗೆಯೇ ಮಾಡು. ನಿನಗೆ ಒಳ್ಳೆಯದಾಗುತ್ತದೆ. ಎಲ್ಲರಂತೆ ನಿನಗೂ ಮಿಣ್ಣೆ ಬರುತ್ತದೆ. ಕಾಶಿಗೆ ಹೋದರೆ ನಿನಗೂ ಊಟ ಹಾಕುತ್ತಾರೆ. ಎಲ್ಲರಂತೆ ನಿನಗೂ ಮದುವೆಯಾಗುತ್ತದೆ. ಇಲ್ಲ, ಮಾಡಲಿಲ್ಲವೋ, ನೀನು ರಕ್ತ ಕಾರಿ ಸಾಯುತ್ತಿ" ಎಂದು ಹೇಳಿದ. ರಂಗ ಪೈಗೆ ಗಾಬರಿ, ಆದರೆ ಕುತೂಹಲ. ಜೊತೆಯಲ್ಲಿದ್ದವನು ತನ್ನ ಅಣ್ಣನೇ ತಾನೇ ಎಂದು ನಿಖರ ಮಾಡಿಕೊಂಡು ಅವನು ಹೊರಟ.

ಭುಜಂಗ ಪೈ ಕುಂಬಳೆಗೆ ಹೋಗಿ ಆಲಿಭೂತ ಮೈಮೇಲೆ ಬಂದವನನ್ನು ನೋಡಿದ್ದು ಈಗ ಸಹಾಯ ಮಾಡಿತು. ರಂಗ ಪೈ ಸಂಪೂರ್ಣ ತಾನು ಹೇಳುವುದನ್ನು ಕೇಳುವ ಸ್ಥಿತಿಗೆ ಬಂದಿದ್ದಾನೆ ಎಂಬುದನ್ನು ನಿಶ್ಚಯಿಸಿಕೊಂಡ ಮೇಲೆ ಅಲ್ಲಿಗೆ ಕರೆದುಕೊಂಡು ಹೋದ.

ಪಾಟಾಳಿ ವಾಸವಿದ್ದ ಆ ಸ್ಥಳಕ್ಕೆ ಬರುತ್ತಲೇ ಆಲಿಭೂತದ ಹಾಗೆಯೇ ಮೈ ಅದುರಿಸಲೂ ಆರಂಭಿಸಿದ. ಒಂದೆರಡು ಸಣ್ಣ ಆರ್ಭಟೆಯನ್ನೂ ಕೊಟ್ಟ. ರಂಗ ಪೈ ಗಾಬರಿಯಿಂದ ಬಿಟ್ಟ ಕಣ್ಣುಗಳನ್ನು ಬಿಟ್ಟು ಅವನನ್ನೇ ನೋಡುತ್ತಾ ನಿಂತ – "ಕೊಂಬ್ರಾಜೆ ದೇವು ಪೈಯ ಜ್ಯೇಷ್ಠ ಪುತ್ರ ರಂಗಪ್ಪಾ, ನಾನು ಕುಟ್ಟಿಚಾತ. ಸಾಮಾನ್ಯ ದೇವರಲ್ಲ. ನಾನು ಹೇಳಿದ ಹಾಗ ಕೇಳಿದೆಯೋ, ನಿನಗೆ ಒಳ್ಳೆಯದಾಗುತ್ತದೆ. ಇಲ್ಲವೋ, ನಿನ್ನನ್ನು ರಕ್ತ ಕಾರಿಸಿ ಸಾಯಿಸುತ್ತೇನೆ. ಹೆದರ ಬೇಡ. ನಿನ್ನ ಕೈಯಲ್ಲಿ ಗರುಡ ರೇಖೆ ಇದೆ. ನಿನ್ನಲ್ಲಿ ಶಕ್ತಿ ಇದೆ. ನಿನ್ನಣ್ಣ, ಕಾರ್ಯಾಡು ಶಿವಪ್ಪಯ್ಯನ ಮೊದಲ ಮಗ ಭುಜಂಗ ಸಾಮಾನ್ಯನಲ್ಲ. ನೀವಿಬ್ಬರೂ ಸೇರಿ ಒಂದು ಭಾರೀ ಕಲ್ಲನ್ನು ಎತ್ತಿ ಕಾರ್ಯಾಡಿಗೆ ತರಬೇಕು. ಅದೂ ಹಗಲಿನಲ್ಲಿ ಅಲ್ಲ. ಶುಕ್ಲ ಪಕ್ಷದ ಸಪ್ತಮಿಯ ರಾತ್ರಿಯಂದು ಈ ಕಾರ್ಯ ಆಗಬೇಕು. ನಿನ್ನಣ್ಣ ಭುಜಂಗನ ಕೈಮೇಲೆ ಗರುಡ ರೇಖೆ ಇಲ್ಲ. ಇಲ್ಲದಿದ್ದರೆ ಅವನಿಂದಲೇ ಈ ಕೆಲಸ ಮಾಡಿಸುತ್ತಿದ್ದೆ. ಅವನಿಗೆ ರಾತ್ರಿ ಕಣ್ಣು ಕಾಣುವ ಶಕ್ತಿ ಕೊಡುತ್ತೇನೆ. ಅವನು ನಿನಗೆ ಆ ಕಲ್ಲು ತೋರಿಸುತ್ತಾನೆ. ನೀನು ಅದನ್ನು ಎತ್ತಿ ತರಬೇಕು. ಮಾಡುತ್ತೀಯೋ ಇಲ್ಲವೋ ?" ಎಂದು ತನ್ನ ಕೀರಲು ಸ್ವರದಲ್ಲಿ ಕಿರುಚಿದ ಭುಜಂಗ ಪೈ. ರಂಗ ಪೈ ಭೀತನಾಗಿ ತಲೆಯಲ್ಲಾಡಿಸುತ್ತಾ ನಿಂತ. "ಆದರೆ ಕೊಂಬ್ರಾಜೆ ದೇವು ಪೈಯ ಮೊದಲ ಮಗ ರಂಗಪ್ಪಾ, ಈ ವಿಚಾರವನ್ನು ನೀನು ಬೇರೆ ಯಾರಿಗೂ ಹೇಳಬಾರದು. ಗುಟ್ಟಾಗಿ, ಅದೂ ಮಾರ್ಗಶಿರದ ಶುಕ್ಲಪಕ್ಷದ ಸಪ್ತಮಿಯ ರಾತ್ರಿ ಮಾಡಬೇಕು. ಮಾಡುತ್ತೀಯೋ ಇಲ್ಲವೋ ? ಊಂ, ಇಲ್ಲದಿದ್ದರೆ ನೀನು ರೌರವ ನರಕಕ್ಕೆ ಹೋಗುತ್ತಿ. ಮಾಡಿದರೆ ನಿನಗೆ ಒಳ್ಳೆಯದಾಗುತ್ತದೆ. ನಿನಗೆ ಮದುವೆಯಾಗುತ್ತದೆ. ನೆನಪಿರಲೀಽಽಽ" ಎಂದು 'ಕೀಂ' ಎಂದು ಕಿರುಚಿ ಧಡಲ್ಲನೆ ನೆಲದ ಮೇಲೆ ಬಿದ್ದ ಭುಜಂಗ ಪೈ.

ರಂಗ ಪೈ ಗಾಬರಿಯಿಂದಲೇ ಮಾಡುತ್ತೇನೆ ಎಂದು ಹೇಳಿ ಭುಜಂಗ ಪೈಯ ಆವೇಶದ ಎದುರು ಕಾಲಿಗೆ ಬಿದ್ದಿದ್ದ. ಆವೇಶ ಇಳಿದು ಸ್ಮೃತಿ ತಪ್ಪಿದವನಂತೆ ಬಿದ್ದ ಭುಜಂಗ ಪೈಯನ್ನು ಮುಟ್ಟುವುದಕ್ಕೂ ಅವನಿಗೆ ಭೀತಿಯಾಗಿತ್ತು. ನಿಧಾನವಾಗಿ ಎದ್ದು ಕುಳಿತ ಭುಜಂಗ ಪೈ ಅವನ ಕೈ ನೋಡಿ "ಹೌದಲ್ಲ ರಂಗಪ್ಪಾ, ನಿನ್ನ ಕೈಯ ಮೇಲೆ ಗರುಡ ರೇಖೆ ಇದೆ. ಅದಕ್ಕೇ ಕುಟ್ಟಿಚಾತ ದೇವರು ನಿನ್ನಿಂದಲೇ ಆ ಕೆಲಸ ಮಾಡಿಸುತ್ತಾ ಇದ್ದಾನೆ. ಛೇ, ನಿನ್ನ ಯೋಗ್ಯತೆ ನನಗೆ ಬರಬೇಕಿತ್ತು. ನಾನು ಪಾಪಿ" ಅಂತ ಕಣ್ಣೀರು ಸುರಿಸಿದ. "ಯಾವ ಕಲ್ಲಂತೆ ? ಯಾಕೆ ತರಬೇಕಂತೆ ? ನೀನು ಒಂದೂ ಕೇಳಲಿಲ್ಲವೇ ? ಎಂಥ ಹೆದರು ಪುಕ್ಕನಯ್ಯ ನೀನು ? ಆಗಲಿ ಬಿಡು. ರಾತ್ರಿ ಕಗ್ಗತ್ತಲಲ್ಲೂ ನನಗೆ ಕಣ್ಣು ಕಾಣಿಸುತ್ತಾನಂತೋ ? ಹಾಗಿದ್ದರೆ ನೀನು ಹೆದರಬೇಕಿಲ್ಲ. ಈವತ್ತು ಚತುರ್ದಶಿಯಲ್ಲವೇ ? ಮಾರ್ಗಶಿರ ಶುಕ್ಲಪಕ್ಷ ಸಪ್ತಮಿ ದೂರವೇನಿಲ್ಲ. ನೀನು ಮಾತ್ರ ಇನ್ನು ಮುಂದೆ ನನ್ನ ಜೊತೆ ಬಿಟ್ಟಿರಬಾರದು" ಎಂದು ಅವನನ್ನು ತನ್ನ ಬುಟ್ಟಿಗೆ ಹಾಕಿಕೊಂಡ. ನಾಲ್ಕು ದಿನ ರಂಗ ಪೈ ಭುಜಂಗನ ಜೊತೆಯಲ್ಲಿ ಓಡಾಡಿದ. ಆಗ ತನ್ನೆಲ್ಲ ಬುದ್ಧಿವಂತಿಕೆಯನ್ನು ಉಪಯೋಗಿಸಿ ರಂಗಪೈಯ ಪೆದ್ದುತನವನ್ನು ಚೆನ್ನಾಗಿ ಬಳಸಿಕೊಂಡ ಭುಜಂಗ ಪೈ.

ಮಾರ್ಗಶಿರ ಶುಕ್ಲಪಕ್ಷದ ಸಪ್ತಮಿಯ ದಿನ ಸಂಜೆ ಭುಜಂಗ ಪೈ ರಂಗ ಪೈಯನ್ನು ಕರೆದುಕೊಂಡು ನೇರವಾಗಿ ಬಳ್ಳಂಬೆಟ್ಟಿನ ದಾರಿ ಹಿಡಿದ. ಕಾಡಿನ ದಾರಿಯಲ್ಲಿ ನಡೆಯುತ್ತಾ ನಡೆಯುತ್ತಾ ಅವನು ಬಳ್ಳಂಬೆಟ್ಟಿನ ಪಶ್ಚಿಮ ಭಾಗಕ್ಕೆ ಬಂದು ಮುಟ್ಟಿದಾಗ ಕತ್ತಲು. ಪಶ್ಚಿಮದ ಆಕಾಶದಲ್ಲಿ ಸಪ್ತಮಿಯ ಚಂದ್ರನ ಮಂದ ಬೆಳಕು. ದಾರಿಯಲ್ಲಿ ಯಾರೂ ಸಿಕ್ಕದಿದ್ದುದು ಭುಜಂಗ ಪೈಗೆ ಧೈರ್ಯ ತಂದಿತ್ತು. ಅಣ್ಣು ಪೂಜಾರಿ ವಾಸವಿದ್ದ ಹಳೆಯ ಮುರಿದು ಬಿದ್ದ ಮನೆಯ ಹತ್ತಿರ ಬರುವಾಗ ರಂಗಪೈಗೆ ಮಾತ್ರವಲ್ಲ ಅವನ ಎದೆಯೂ ಧಡಧಡ ಹೊಡೆದುಕೊಳ್ಳಲಾರಂಬಿಸಿತು. ಕಗ್ಗತ್ತಲ ಕಾಡು. ಗುಂಯ್ ಎನ್ನುವ ಜೀರುಂಡೆಗಳ ಗುಂಜಾರವ. ಜೊರೋ ಎಂದು ಹರಿಯುವ ನಿರಂಜನಿಯ ನೀರಿನ ಸದ್ದು. ಸುತ್ತಮುತ್ತ ಕೂಗು ಹಾಕಿದರೂ ಕೇಳದಷ್ಟು ದೂರವಿರುವ ಮನುಷ್ಯ ಸಂಚಾರ. ಅವರು ನಡೆಯುತ್ತಿದ್ದಂತೆ ಮರದ ಮೇಲಿದ್ದ ಹಕ್ಕಿಗಳು ಪಟಪಟ ಶಬ್ದ ಮಾಡುತ್ತಾ ಹಾರುತ್ತಿದ್ದುವು. ಕೆಳಗೆರಡು ಎಳೆಯ ಜೀವಗಳು. "ಭುಜಂಗಣ್ಣಾ ನನಗೆ ಹೆದರಿಕೆಯಾಗುತ್ತಿದೆ. ಏನೂ ಭಯವಿಲ್ಲವೇ ? ಎಲ್ಲಿಗೆ ಕರೆದುಕೊಂಡು ಹೋಗುತ್ತೀ ?" ಸಣ್ಣ ಮಗುವಿನಂತೆ ಭೀತಿಯಿಂದ ಬೆವತು ತನ್ನ ತುಂಬಿದ ಅಂಗೈಯಿಂದ ತೋಳು ಹಿಡಿದು ಕೇಳುವ ರಂಗ ಪೈ. ತೋಳು ಒತ್ತಿದ ಕೈಗಳು ಬೆವತು ನೀರಾಗಿದ್ದುವು. ಮೈ ಒದ್ದೆಯಾಗಿ ಅಂಟುತ್ತಿತ್ತು. ಆ ಮಾಂಸಲ ಕೈಯನ್ನು ಅತ್ತ ನೂಕಿ "ನೀನು ಹಾಗೆಲ್ಲ ಹೆದರಿದರೆ ಆಗುವುದಿಲ್ಲವೋ ರಂಗಪ್ಪಾ. ಕುಟ್ಟಿಚಾತನ ಕೆಲಸ ಇದು. ಅವನೇ ನಿನ್ನಿಂದ ಇದೆಲ್ಲವನ್ನೂ ಮಾಡಿಸುತ್ತಿದ್ದಾನೆ" ಎಂದು ಭುಜಂಗ ಪೈ ಒಂದೆರಡು ಬಾರಿ ಧೈರ್ಯಕೊಟ್ಟಿದ್ದ. "ಆಗುವುದಿಲ್ಲ ಎನ್ನುತ್ತೀಯೋ ? ಬೇಡ, ಬಿಡು. ಮರಳಿ ಹೋಗೋಣ. ನಾಳೆ ನೀನು ರಕ್ತ ಕಾರಿ ಸತ್ತರೆ ನನಗೆ ಗೊತ್ತಿಲ್ಲ" ಎಂದೂ ಹೆದರಿಸಿದ. ತನ್ನನ್ನು ತಾನು ಯಾವುದೋ ಭೀಕರ ವಾತಾವರಣಕ್ಕೆ ಸಿಕ್ಕಿಹಾಕಿಸಿಕೊಂಡ ರಂಗ ಪೈಯ ನಾಲಗೆಯ ದ್ರವವೂ ಆರಿಹೋಗಿತ್ತು.

ಅಣ್ಣು ಪೂಜಾರಿಯ ಮನೆಯ ಅಂಗಳಕ್ಕೆ ಬಂದ ಭುಜಂಗ ಪೈ ನಿಂತ. ರಂಗ ಪೈ ಮತ್ತೊಮ್ಮೆ "ಭುಜಂಗಣ್ಣಾ, ನನ್ನ ಪಕ್ಕದಲ್ಲಿಯೇ ಇದ್ದೀಯಲ್ಲ ?" ಎಂದು ಕೇಳಿ ಇನ್ನೊಮ್ಮೆ ಅವನ ಕೈ ಹಿಡಿದುಕೊಂಡ. "ರಂಗಪ್ಪಾ, ಮುಂದೆ ನಾನು ಬರುವ ಹಾಗಿಲ್ಲ, ದೇವರು ಇನ್ನು ಮುಂದಿನ ಕೆಲಸ ನಿನ್ನದು ಅನ್ನುತ್ತಾ ಇದ್ದಾನೆ. ಇಲ್ಲಿ ಕೆಳಗೆ ಇಳಿ. ಹೊಳೆ ನೀರು ಅಡ್ಡ ಬರುತ್ತದೆ. ನೀರು ಮೊಣಕಾಲಿಗಿಂತ ಹೆಚ್ಚಿಲ್ಲ. ಅದನ್ನು ದಾಟಿ ಹೋಗು. ಮೇಲಕ್ಕೆ ಹತ್ತುವ ದಾರಿ ಸಿಗುತ್ತದೆ. ಮೇಲಕ್ಕೆ ಹತ್ತಿದರೆ ನಾಲ್ಕು ಈಂದು ಮರಗಳ ಆಚೆ ಒಂದು ಸಾಪಾದ ಜಾಗವಿದೆ. ಅದರ ಮಧ್ಯದಲ್ಲಿ ಒಂದು ಕಲ್ಲಿನ ಪೀಠವಿದೆ. ಅದರ ಮೇಲೆ ಕುತ್ತ ನಿಂತ ಶಿಲೆಯಿದೆ. ನಿನ್ನ ಕೈ ಮೇಲೆ ಗರುಡರೇಖೆಯಿದೆಯೋ ರಂಗಪ್ಪಾ. ಅದನ್ನು ನೆನಪಿಟ್ಟುಕೋ. ಗರುಡಾ ಗರುಡಾ ಎಂದು ಬಾಯಿಯಲ್ಲಿ ಹೇಳುತ್ತಾ ಆ ಕಲ್ಲನ್ನೆತ್ತಿ ಹೆಗಲ ಮೇಲಿಟ್ಟುಕೋ. ಆಮೇಲೆ ಹೋದ ದಾರಿಯಲ್ಲೇ ಮರಳಿ ಬರಬೇಕು. ನಾನು ಇಲ್ಲಿಯೇ ಕಾಯುತ್ತಾ ಇರುತ್ತೇನೆ. ನನ್ನನ್ನು ನೀನು ಆ ಕಲ್ಲು ಹೆಗಲ ಮೇಲಿಟ್ಟುಕೊಂಡು ಮುಟ್ಟಬಾರದು. ತಿಳಿಯಿತೋ ? ಪುನಃ ಕಾರ್ಯಾಡಿಗೆ ಮುಟ್ಟುವ ತನಕ ಒಂದೇ ಒಂದು ಶಬ್ದ ನಿನ್ನ

ಬಾಯಿಯಿಂದ ಹೊರಬೀಳಬಾರದು'' ಎಂದು ವಿವರವಾಗಿ ಹೇಳಿದ. ರಂಗ ಪೈ ನಖಶಿಖಾಂತ ಬೆವರಿದ ತನ್ನ ಸ್ಥಿತಿಯಲ್ಲಿ ಅವನಿಗೆ ಇಲ್ಲ ಎಂದು ಹೇಳುವ ಧೈರ್ಯವನ್ನೂ ಕಳೆದುಕೊಂಡಿದ್ದ. ಆದರೂ ''ಬೆಳಕು ಬೇಡವೇ ?'' ಎಂದು ಅಂಜಿ ಅಂಜಿ ಕೇಳಿದ. ''ಹುಚ್ಚಾ, ಚಂದ್ರ ಅದಕ್ಕೇ ಇನ್ನೂ ಮುಳುಗಿಲ್ಲ. ನೀನಿಲ್ಲಿ ಮರಳಿ ಬರುವ ತನಕ ಚಂದ್ರನನ್ನು ಬೇಕಿದ್ದರೆ ಅಲ್ಲಿಯೇ ನಿಲ್ಲುವಂತೆ ಮಾಡುವ ಶಕ್ತಿ ಇದೆ ನನಗೆ. ಇನ್ನು ಹೋಗು'' ಎಂದು ಆಜ್ಞಾಪಿಸಿದ ಭುಜಂಗ ಪೈ.

ರಂಗ ಪೈ ನಿಧಾನವಾಗಿ ಹೆಜ್ಜೆ ಇಟ್ಟ. ಈಗ ಅವನು ಭುಜಂಗ ಪೈಯ ಮಾತು ಮೀರುವ ಸ್ಥಿತಿಯಲ್ಲಿರಲಿಲ್ಲ. ಆ ಶಕ್ತಿ ಅವನಲ್ಲಿ ಎಂದೂ ಇರಲಿಲ್ಲ. ಎಲ್ಲಿಗೆ ತಾನು ಬಂದಿದ್ದೇನೆ, ಎಲ್ಲಿಂದ ತಾನು ಆ ಕಲ್ಲನ್ನೆತ್ತಿ ಒಯ್ಯಬೇಕಾಗಿದೆ ಎಂಬ ಬಗ್ಗೆ ಅವನಿಗೇ ಖಂಡಿತವಿರಲಿಲ್ಲ. ಅವನ ಹೆದರಿಕೆ ಒಂದೇ - ತಾನು ಮರಳಿ ಈ ಜಾಗಕ್ಕೆ ಬಂದಾಗ ಭುಜಂಗಣ್ಣ ಇಲ್ಲದಿದ್ದರೆ ಏನು ಮಾಡುವುದು ಎಂದು. ಅದನ್ನು ಎರಡೆರಡು ಬಾರಿ ಖಚಿತಗೊಳಿಸಿ ಅವನು ಮುಂದುವರಿದ. ಅವನಿಗೆ ಅಳು ಬರುವುದೊಂದು ಬಾಕಿ. ಭುಜಂಗ ಪೈ ಹೇಳಿದ ಹಾಗೆ ಕೆಳಗಿಳಿಯುವ ಜಾಗ ಸಿಕ್ಕಿತು. ತಣ್ಣಗೆ ಕೊರೆಯುವ ಹೊಳೆಯ ನೀರೂ ಕಾಲಿಗೆ ತಗುಲಿತು. ರಂಗ ಪೈ ಮುಂದುವರಿದ. ಮೊಣಕಾಲು ಗಳವರೆಗೆ ನೀರು ಏರಿತು. ಅಣ್ಣ ಹೇಳಿದ ಹಾಗೆಯೇ ಅವನು ನಿಧಾನವಾಗಿ ಕಾಲು ಹಾಕಿದ. ಅವನ ತಲೆಯಲ್ಲಿ ಇದೊಂದು ದೊಡ್ಡ ಸಾಗರ, ತಾನಿದನ್ನು ದಾಟಬೇಕು, ಹಾಗಿದ್ದರೇ ದೇವರು ಸಿಗುತ್ತಾನೆ ಎಂಬ ಭಾವನೆ. ಇದು ಯಾವುದೋ ಬೇರೆ ಲೋಕ. ತನ್ನ ಕೊಂಬ್ರಾಜೆಯಾಗಲೀ, ಭುಜಂಗಣ್ಣನ ಕಾರ್ಯಾಡಾಗಲೀ, ರಾಚ್ಚುಕ ಮ್ಹಾಂತನ ಬಳ್ಳಂಬೆಟ್ಟಾಗಲೀ, ತನ್ನಜ್ಜನ ಕುಂಬಳೆಯಾಗಲೀ ಅಲ್ಲ. ಹೊಳೆ ನೀರು ದಾಟಿದೊಡನೆ ಮೇಲೆ ಹತ್ತುವ ಮಣ್ಣಿನ ದಾರಿ ಸಿಕ್ಕಿತು. ಒದ್ದೆಯಾದ ಪಾದಗಳಿಗೆ ಚೆನ್ನಾಗಿ ಮಣ್ಣು ಮೆತ್ತಿಕೊಂಡು ಕಚಗುಳಿ ಇಟ್ಟಂತಾಯಿತು. ಮೇಲಕ್ಕೆ ಹತ್ತಿ, ಈಂದು ಮರಗಳನ್ನು ದಾಟಿ, ಮುಂದಕ್ಕೆ ಬಂದವನಿಗೆ ಸಪಾದ ಜಾಗ ಸಿಕ್ಕಿತು. ಮಧ್ಯದಲ್ಲಿ ಮುರಕಲ್ಲಿನ ಪೀಠದ ಮೇಲೆ ಪೂರ್ವಕ್ಕೆ ಮುಖ ಮಾಡಿ ಹಿಂದೆ ಬಗ್ಗಿ ನಿಂತ ನಾಗನ ಕಲ್ಲು. ಎದುರಿಗೆ ಚೆಲ್ಲಿದ ಕೇಪುಳದ ಹೂವುಗಳು. ಎಣ್ಣೆಯಿಂದ ಕರಕುಗಟ್ಟಿದ ಹಿತ್ತಾಳೆಯ ಒಂದು ಕೈ ದೀಪ. ಚಂದ್ರನ ಮಬ್ಬು ಬೆಳಕಲ್ಲಿ ಅದೆಲ್ಲ ಸ್ಪಷ್ಟವಾಗಿ ಕಂಡಿತು.

ಭುಜಂಗ ಪೈ ಕೇಪುಳದ ಹೂವಿನ, ಕೈ ದೀಪದ ಬಗ್ಗೆ ಏನೂ ಹೇಳದೇ ಇದ್ದುದು ರಂಗ ಪೈಯನ್ನು ತಬ್ಬಿಬ್ಬುಗೊಳಿಸಿತು. ಆದರೂ ಹೂ ಮತ್ತು ದೀಪಗಳು ಎದುರಿದ್ದರೆ ಆ ಅಂಥ ಕಲ್ಲುಗಳಿಗೆ ಸುತ್ತು ಹಾಕಿ ಸಾಷ್ಟಾಂಗ ವಂದಿಸುವುದನ್ನು ಅವನು ನೋಡಿದ್ದ. ಸುತ್ತು ಬಂದರೆ ತಪ್ಪೇನು ಎಂದು ನಾಲ್ಕಾರು ಸುತ್ತು ಹಾಕಿಯೂ ಹಾಕಿದ. ಕಲ್ಲಿನೆದುರು ಅಡ್ಡ ಬಿದ್ದು ''ಎಲ್ಲ ನೀನೇ ಮಾಡಿಸುತ್ತಾ ಇದ್ದಿ ದೇವರೇ. ಮತ್ತೆ ಸಾಗರ ದಾಟಿ ಹೋದಾಗ ನನಗೆ ಭುಜಂಗಣ್ಣ ಸಿಕ್ಕುವ ಹಾಗೆ ಮಾಡು'' ಎಂದು ಮನಸ್ಸಿನಲ್ಲಿಯೇ ಹೇಳಿ ಎದ್ದ. ಪಶ್ಚಿಮದ

ಚಂದ್ರನ ಬೆಳಕು ಇನ್ನೂ ಹೆಚ್ಚು ಮಬ್ಬಾಗತೊಡಗಿತ್ತು. ಅವನು ತಡವುತ್ತಾ ನಾಗನ ಬಿಂಬದ ಮೇಲೆ ಕೈ ಇಟ್ಟ. ಆಗಲೇ ಅವನ ಕೈ ತಾಗಿ ಹಿತ್ತಾಳೆಯ ದೀಪ ಸದ್ದು ಮಾಡುತ್ತಾ ಪೀಠದಿಂದ ಕೆಳಗೆ ಬಿತ್ತು. ಉರುಟಾದ ಬಟ್ಟಲ ದೀಪ. ಬಿದ್ದದ್ದೇ, ಜೋರಾಗಿ ಸದ್ದು ಮಾಡುತ್ತಾ ಗರ್‍ರೆಂದು ತಿರುಗಿ ದೂರ ಹೋಗಿ ಕುಳಿತಿತು. ರಂಗ ಪೈ ಮತ್ತಷ್ಟು ಗಾಬರಿಗೊಂಡ. ಗಡಿಬಿಡಿಯಿಂದ ಅದನ್ನು ಹುಡುಕಿ ಮತ್ತೆ ಅದರ ಸ್ಥಳದಲ್ಲಿಯೇ ಇಟ್ಟ. ಆ ಮೇಲೆ ಕಲ್ಲಿಗೆ ಕೈ ಹಾಕಿ ಎತ್ತಲು ನೋಡಿದ. ರಂಗ ಪೈ ಆ ಕಲ್ಲನ್ನು ಸುಮ್ಮನೆ ಹಾಗೆಯೇ ಇಟ್ಟಿದ್ದಾರೆಂದು ಭಾವಿಸಿದ್ದ. ಕಲ್ಲಿಗೆ ಬೇರು ಬಂದಿರಬಹುದೆಂದೂ, ಅದು ಅಷ್ಟು ಭಾರವಿರಬಹುದೆಂದೂ ಅವನು ನಿರೀಕ್ಷಿಸಿರಲಿಲ್ಲ. ಅದನ್ನು ಅಲ್ಲಾಡಿಸಿ ಹೊರ ತೆಗೆಯುವುದಕ್ಕೆ ರಂಗ ಪೈಗೆ ಒಂದು ಕ್ಷಣ ಹೆಚ್ಚೇ ಹಿಡಿಯಿತು. ಕೊನೆಗೂ ಅದನ್ನು ಪೀಠದಿಂದ ಕದಲಿಸಿ ಎತ್ತಿ ಹೆಗಲ ಮೇಲೆ ಇಟ್ಟು ಹಿಂದೆ ಮರಳಲು ತಿರುಗಿದ ರಂಗ ಪೈಗೆ ದಾರಿ ಸಂಪೂರ್ಣ ತಪ್ಪಿ ಹೋಯಿತು !

ರಂಗ ಪೈ ಅಣ್ಣ ಹೇಳಿದ್ದನ್ನು ಅಕ್ಷರಶಃ ಪಾಲಿಸಿದ್ದ. ಆದರೆ ಕೇಪುಳದ ಹೂಗಳು, ಬತ್ತಿ ಇಲ್ಲದ ಎಣ್ಣೆಯಿಂದ ಕರಕುಗೊಂಡ ದೀಪ ಎಲ್ಲ ಅವನ ದಾರಿ ತಪ್ಪಿಸಿದ್ದುವು. ಅಲ್ಲದೇ ಪೀಠಕ್ಕೆ ನಾಲ್ಕಾರು ಸುತ್ತು ಬರುವಷ್ಟರಲ್ಲಿ ಅವನಿಗೆ ದಿಕ್ಕುಗಳ ಲೆಕ್ಕವೂ ತಪ್ಪಿ ಹೋಗಿತ್ತು. ಕಲ್ಲನ್ನು ಕದಲಿಸಲು ಅವನು ಪಟ್ಟ ಶ್ರಮವೂ ಅಷ್ಟಿಷ್ಟಲ್ಲ. ಇಷ್ಟೆಲ್ಲ ಆಗುವಾಗ ಸಪ್ತಮಿಯ ಚಂದ್ರ ಮುಳುಗಿ ಗವ್ವೆಂದು ಕತ್ತಲೆ ರಾಚಿತು. ರಂಗ ಪೈ ಹೆಜ್ಜೆ ಹಾಕುತ್ತಾ ಹೋದ. ಅವನ ಲೆಕ್ಕ ಪ್ರಕಾರ ಕಾಲಿಗೆ ಕಚಗುಳಿ ಇಡುವ ಮಣ್ಣಿನ ಪಾವಟಿಗೆಗಳನ್ನು ಇಳಿದು ಮುಂದೆ ಹೋದರೆ ತಣ್ಣಗೆ ಕೊರೆಯುವ ನೀರಿನ ರಾಶಿ ಸಿಕ್ಕಬೇಕಿತ್ತು. ದೇವರ ದಯೆಯಿಂದ ನೀರು ಮೊಣಕಾಲುಗಳಿಗಿಂತ ಮೇಲೇರುವುದಿಲ್ಲ. ಅದರಾಚೆ ಭುಜಂಗಣ್ಣ ಕಾದಿದ್ದಾನೆ. ಆದರೆ ರಂಗಪೈಗೆ ಅವು ಒಂದೂ ಸಿಗಲಿಲ್ಲ. ನಡೆದಂತೆ ಒಡೆದ ನೆಲ, ನೆಲದ ಮೇಲೆ ನಿಗುರಿ ನಿಂತ ಭತ್ತದ ಬುಡಗಳು. ಅವನ ಕಾಲುಗಳಿಗೆ ಗೀರೆದ್ದು ರಕ್ತ ಒಸರತೊಡಗಿತು. ರಂಗ ಪೈ ಇದೇಕೆ ಹೀಗಾಯಿತು ಎಂಬ ಗೊಂದಲದಲ್ಲಿ ಕಂಗಾಲಾದ. ಒಂದು ಹಂತದಲ್ಲಿ ಕಾಲು ಮುಗ್ಗರಿಸಿದಾಗ ಅವನ ಬಾಯಿಯಿಂದ "ಭುಜಂಗಣ್ಣಾ" ಎಂಬ ಕೂಗು ನಾಲಗೆಯ ತುದಿಯವರೆಗೂ ಬಂತು. ಆದರೆ ಥಟ್ಟನೆ ಎಚ್ಚರಾಗಿ ಅವನು ಬಾಯಿಮುಚ್ಚಿಕೊಂಡ. ಕಲ್ಲು ಹೆಗಲ ಮೇಲಿರುವಾಗ ಮಾತಾಡಬಾರದು ಎಂದು ಹೇಳಿದ್ದನಲ್ಲ ? ನಡೆದಷ್ಟು ಅವನ ಗೊಂದಲ ಹೆಚ್ಚಾಯಿತು. ದೇವರೇ, ಬೇಗ ಮೊಣಕಾಲು ಮಟ್ಟ ನೀರಿರುವ ಸಾಗರ ಸಿಕ್ಕಲಿ ಎಂದು ಬೇಡಿಕೊಂಡ ರಂಗ ಪೈ ಈಗ ಗುಡ್ಡದಂತಹ ಪ್ರದೇಶದಲ್ಲಿ ನಡೆಯುತ್ತಿದ್ದ. ಏರುತ್ತಾ ಹೋದವನು ಥಟ್ಟನೆ ಎದುರಿಗೆ ಕಂಡ ದೃಶ್ಯದಿಂದ ಬೆಪ್ಪಾಗಿ ನಿಂತು ಬಿಟ್ಟ.

ಮನೆಯೆಂದರೆ ಮನೆಯಲ್ಲದ ಒಂದು ಹಳೆಯ ಕಟ್ಟಡ. ಸೂರು ಆ್ಹಾ ಎಂದು ಬಾಯಿ ತೆರೆದು ಒಳಗಿನ ಪ್ರತಿಯೊಂದನ್ನೂ ತೆರೆದು ತೋರಿಸುತ್ತಿತ್ತು. ರಂಗ ಪೈ ನಿಂತಲ್ಲಿಂದಲೇ ಬಲಗಡೆಗೆ ಹೊರಳಿ ನೋಡಿದ. ಒಳಗೆ ದೀಪದ ಬೆಳಕು. ಆ ಬೆಳಕಿನಲ್ಲಿ ಬೆಳ್ಳನೆಯ

ಹೆಣ್ಣಿನಾಕೃತಿ. ಕೆದರಿದ ಬಿಳಿಯ ತಲೆಗೂದಲು. ಮೈಮೇಲೆ ಒಂದು ಚೂರೂ ವಸ್ತ್ರವಿರಲಿಲ್ಲ. ಬೆಳಕಿಲ್ಲದ ಕಣ್ಣುಗಳು. ನಿಧಾನವಾಗಿ ನಡೆಯುವಾಗೆಲ್ಲ ಕೈಗಳನ್ನು ಗಾಳಿಯಲ್ಲಿ ಬೀಸುತ್ತಾ ಇದ್ದ ರೀತಿ. ದೀಪದ ಬೆಳಕಿನಲ್ಲಿ ಹಿಂದೆ ಅದರ ವಿಚಿತ್ರವಾದ ನೆರಳು. ಆಕೃತಿಯ ಹಾಲಿನಂತಹ ಬೆಳ್ಪನ್ನು ಕಂಡು ಇದು ಯಾವುದೋ ಮೋಹಿನಿ ಅಂತ ಮನಸ್ಸಿಗೆ ಬಂತು. ಬಂದದ್ದೇ ಕಿಟಾರನೆ ಕಿರುಚಿ ಹೆಗಲ ಮೇಲಿದ್ದ ನಾಗನ ಕಲ್ಲನ್ನು ಅಲ್ಲಿಯೇ ಒಗೆದು ಸತ್ತೆನೋ ಕೆಟ್ಟೆನೋ ಎಂದು ರಂಗ ಪೈ ಒಂದೇ ಸವನೆ ಓಡತೊಡಗಿದ. ಐವತ್ತು ಹೆಜ್ಜೆ ಹಾಕುವಷ್ಟರಲ್ಲಿ ಕಾಲಿಗೆ ಏನೋ ತೊಡರಿದಂತಾಗಿ ಮುಗ್ಗರಿಸಿದ ರಂಗ ಪೈ ಕಣ್ಣು ಮುಚ್ಚಿ ತೆಗೆಯುವಷ್ಟರಲ್ಲಿ ಆಳವಾದ ಕಮರಿಯೊಂದರೊಳಗೆ ಧಡಲ್ಲನೆ ಬಿದ್ದ !

ಅಣ್ಣು ಪೂಜಾರಿಯ ಮನೆಯ ಬಳಿ ರಂಗ ಪೈಯನ್ನು ಕಾಯುತ್ತಾ ಇದ್ದ ಭುಜಂಗ ಪೈಗೆ ಅವನು ಎಷ್ಟು ಹೊತ್ತಾದರೂ ಬಾರದೇ ಇದ್ದುದನ್ನು ಕಂಡು ಗಾಬರಿಯಾಯಿತು. ಒಂದು ಬಾರಿ ಹೋಗಿ ನೋಡಿ ಬರಲೇ ಎಂಬ ಆತಂಕದಿಂದ ಹೊಳೆದಾಟಿ ಈಂದಿನ ಮರಗಳ ನಡುವೆ ನಿಂತು 'ರಂಗಪ್ಪಾ' 'ರಂಗಪ್ಪಾ' ಎಂದು ಪಿಸುಗುಟ್ಟಿದ. ರಂಗ ಪೈಯಿಂದ ಮಾರುತ್ತರ ಬರಲಿಲ್ಲ. ತಿರುಗಿ ಬಂದು ಮೊದಲಿದ್ದ ಸ್ಥಳದಲ್ಲಿಯೇ ಕುಳಿತುಕೊಂಡ. ಕಣ್ಣು ಕುಕ್ಕುವಷ್ಟು ಕತ್ತಲೆ. ಆ ಕತ್ತಲೆಯಲ್ಲಿ ಆಕಾಶದಲ್ಲಿ ನಕ್ಷತ್ರಗಳ ಮಿನುಗುವಿಕೆ. ಇದ್ದಕ್ಕಿದ್ದಂತೆ ದೂರದ ಹೊಳೆಯಲ್ಲಿ ಏನೋ ಬಿದ್ದ ಸದ್ದು. ಈ ಹಿಂದೆ ಎಂದೂ ಭುಜಂಗ ಪೈ ಇಷ್ಟು ಗಾಬರಿಯಾಗಿರಲಿಲ್ಲ. ಹಾಗೆ ಹೇಳಿದರೆ ಹೆದರಿಕೆ ಅನ್ನುವುದು ಅವನಿಗೆ ಗೊತ್ತಿರಲೇ ಇಲ್ಲ. ಅಂಥ ಗಾಬರಿಯಿಂದ ಸುತ್ತ ನೋಡಿದ. ಕತ್ತಲೆಯಲ್ಲಿ ಯಾರೋ ತನ್ನ ಹಿಂದೆ ನಿಂತಿದ್ದಾರೆಂಬ ಗುಮಾನಿ ಹುಟ್ಟಿದ್ದೇ 'ರಂಗಪ್ಪಾ' ಎಂದು ಕೂಗು ಹಾಕಿದ. ಅಣ್ಣು ಪೂಜಾರಿಯ ಹಳೆಯ ಮುರಿದು ಬಿದ್ದ ಮನೆಯಲ್ಲಿ ಮಲಗಿದ್ದ ನರಿಯೋ ಬರ್ಕವೋ ಆ ಕೂಗು ಕೇಳಿ ಕಿಟಕಿಯ ಮೂಲಕ ಸರಕ್ಕನೆ ಹಾರಿ ಅವನ ಮೈ ತಾಗುವಂತೆ ಓಡಿಹೋಯಿತು. ಭುಜಂಗ ಪೈ "ಅಮ್ಮಾ" ಎಂದು ಕಿರುಚುತ್ತಾ ಓಡತೊಡಗಿದ !

★

ಬೆಳಗ್ಗಿನ ಹೊತ್ತು ಎದ್ದವನೇ ನಿರಂಜನಿಯ ಬಳಿಗೆ ಹೋಗಿ ಮುಖಮಾರ್ಜನ ಶೌಚಾದಿ ನಿತ್ಯಕರ್ಮಗಳನ್ನು ಮುಗಿಸಿ, ಅದೇ ನೀರಿನಲ್ಲಿ ಮುಳುಗೆದ್ದು, ನಾಗನ ಬನದ ದಾರಿಯಲ್ಲಿದ್ದ ಕೇಪುಳದ ಪೊದೆಗಳಿಂದ ಕೆಂಪನೆಯ ಹೂವುಗಳನ್ನಾಯ್ದು, ಬನಕ್ಕೆ ಹೋಗಿ ನಾಗಬಿಂಬದ ಎದುರು ಅರ್ಪಿಸಿ ದೀಪ ಹೊತ್ತಿಸಿ ಅಡ್ಡಬಿದ್ದು ಬರುವುದನ್ನು ಅಂತುಪೈ ರೂಢಿ ಮಾಡಿಕೊಂಡಿದ್ದ. ಮೊದಮೊದಲು ಸ್ವತಃ ಅವನ ತಂದೆ ರಾಮಚಂದ್ರ ಪೈಯೇ ಆ ಕಾರ್ಯ ಮಾಡುವುದಿತ್ತು. ಇತ್ತೀಚೆ ಅವನು ಮುದುಕನಾಗಿ, ನಡೆಯುವಂಥ ಶಕ್ತಿ ಇಲ್ಲದೇ ಹಾಸಿಗೆ ಹಿಡಿದ ಮೇಲೆ ಆ ಕೆಲಸ ಮಗ ಅಂತುಪೈಗೆ ವರ್ಗವಾಗಿತ್ತು. ಅಂತು ಪೈ ದೇವರ ಭಕ್ತಿಯಲ್ಲಿ ಹಿಂದೆ ಬಿದ್ದವನಲ್ಲ. ಮಾರ್ಗಶಿರ ಶುದ್ಧ ಶುಕ್ಲಪಕ್ಷದ ಅಷ್ಟಮಿಯ ದಿನ ಬೆಳಗ್ಗೆ

ಎಂದಿನಂತೆ ಮಿಂದು, ಕೇಪುಳದ ಹೂಗಳೊಂದಿಗೆ ಬನಕ್ಕೆ ಹೋಗಿ ನೋಡುತ್ತಾನೆ– ನಾಗಬಿಂಬ ಮಟಾ ಮಾಯ ! ಅಂತು ಪೈ ದಿಗಿಲಿನಿಂದ ಅತ್ತಿತ್ತ ಹುಡುಕಿದ. ಹಿತ್ತಾಳೆಯ ದೀಪದ ಬಟ್ಟಲು ನೆಲದ ಮೇಲೆ ಬೋರಲು ಬಿದ್ದಿತ್ತು. ಹಿಂದಿನ ದಿನ ಅರ್ಪಿಸಿದ್ದ ಕೇಪುಳದ ಹೂಗಳು ಒಣಗಿ ಬಿದ್ದಿದ್ದುವು. ನಾಗಬಿಂಬ ಮಾತ್ರ ಮಾಯ ! ಅದೇ ಗ್ಗಾಬರಿಯಿಂದ ಅಂತು ಪೈ ಒಂದೇ ಓಟದಲ್ಲಿ ಬಳ್ಳಂಬೆಟ್ಟಿನ ಮನೆಗೆ ಓಡಿದ್ದ. ದಣಪೆ ದಾಟುವ ಮೊದಲೇ "ಆನ್ನಾಽಽ"* ಎಂದು ಕೂಗಿ ಹಾಕಿದವನು ಹಜಾರ ಹತ್ತಿ ಬರುವುದಕ್ಕೂ ವ್ಯವಧಾನವಿಲ್ಲದವನಂತೆ "ಆನ್ನಾ, ನಾಗದೇವರು ಮಾಯವಾಗಿದ್ದಾನೆ" ಎಂದು ಸಿಡಿಲು ಬಡಿಯುವಂತಹ ಸುದ್ದಿ ಹೇಳಿದ. ಹಜಾರದಲ್ಲಿ ಬಿಡಿಸಿದ ಹಾಸಿಗೆಯ ಮೇಲೆ ಆದೇ ತಾನೇ ಎದ್ದು ಕೂತ ರಾಮಚಂದ್ರ ಪೈ ಮೊದಲಿಗೆ ಏನೂ ಅರ್ಥವಾಗದೇ "ಏನೋ ಅದು ?" ಎಂದು ಕೇಳಿದ. "ಹೌದು" ಎಂದ ಅಂತು ಪೈ.

ನಡೆಯಲಾಗದೇ ಇದ್ದ ರಾಮಚಂದ್ರ ಪೈ ತಲೆಯ ವಸ್ತ್ರವನ್ನು ಸರಿಯಾಗಿ ಕಟ್ಟಿಕೊಳ್ಳದೇ ದಪದಪ ಹೆಜ್ಜೆ ಹಾಕಿ ಆ ಮುದಿವಯಸ್ಸಿನಲ್ಲೂ ನಾಗನ ಬನಕ್ಕೆ ಓಡಿದ. ಹೋಗುತ್ತಾ ಗುತ್ತು ಗೋವಿಂದ ಭಟ್ಟರ ಮನೆಗೆ ಕೇಳುವಂತೆ "ಓ ಭಟ್ಟರೇ, ತಕ್ಷಣ ಬನಕ್ಕೆ ಬನ್ನಿ" ಎಂದು ಕೂಗು ಹಾಕಿದ. ಇದೇ ನಾಗಬಿಂಬದ ನಿತ್ಯಪೂಜೆಗಾಗಿ ಹತ್ತು ಮುಡಿ ಗದ್ದೆಯನ್ನು ಗೋವಿಂದ ಭಟ್ಟರಿಗೆ ಉಂಬಳಿ ಕೊಟ್ಟಿದ್ದ ರಾಮಚಂದ್ರ ಪೈ. ಬನದ ಎಡಗಡೆಯಲ್ಲಿ ಗುರುವಾರೆ ಗುಡ್ಡದ ಸೆರಗಿಗೆ ತಾಗಿ ಭಟ್ಟರಿಗೆ ಮನೆ ಕಟ್ಟಿಸಿಕೊಟ್ಟಿದ್ದ. ಬನಕ್ಕೂ ಅವರ ಮನೆಗೂ ಮಧ್ಯೆ ಗದ್ದೆಗಳು. ರಾಮಚಂದ್ರ ಪೈ ಗದ್ದೆಯ ಮೂಲಕ ಬನದೆಡೆಗೆ ಓಡುತ್ತಾ ಕೂಗಿ ಹೇಳಿದ್ದು ಕೇಳಿಸುತ್ತಲೇ ಗೋವಿಂದ ಭಟ್ಟರೂ ಓಡಿ ಬಂದರು. ಕ್ಷಣ ಮಾತ್ರದಲ್ಲಿ ಸುದ್ದಿ ಹರಡಿತು. ಬರಿದಾದ ಪೀಠದ ಎದುರು ರಾಮಚಂದ್ರ ಪೈ ತಲೆಗೆ ಕೈ ಹೊತ್ತು ಕುಳಿತಿದ್ದ. ಏನಾಯಿತು ನಾಗಬಿಂಬ ? ಹೇಗೆ ಮಾಯವಾಯಿತು ? ಜನರೆಲ್ಲ ಓಡೋಡಿ ಬಂದು ನೋಡಿದಾಗ ಕಂಡದ್ದು ಅವನ ಪ್ರಶ್ನಾತ್ಮಕ ಜೀವ ಮಾತ್ರ !

ರಾಮಚಂದ್ರ ಪೈ ಮೂರು ದಿನ ನಿದ್ರೆ ಮಾಡಲಿಲ್ಲ. ನಾಗಬಿಂಬ ತನಗೆ ದೊರಕಿದ್ದು ತನ್ನ ಪೂರ್ವಜನ್ಮದ ಪುಣ್ಯದ ಬಲದಿಂದ ಎಂದು ನಂಬಿದ್ದ. ಅದನ್ನು ಹುಡುಕಿ ತೆಗೆಯಲು ಅವನು ಪಟ್ಟ ಶ್ರಮ ಅವನಿಗೆ ಮಾತ್ರ ಗೊತ್ತು. ಈಗ ಅದು ಇದ್ದದ್ದು ಇದ್ದಲ್ಲೇ ಮಾಯವಾಯಿತು ಎಂದರೆ ಏನಿದರ ಅರ್ಥ ? ಕುಂಬಳೆ, ಅಡೂರು, ಮಾನ್ಯ ಮುಂತಾದ ಕಡೆಗಳಿಂದಲೂ ಜನ ಬಂದು ಹೋದರು. ಎಲ್ಲ ಏನಾಗಿರಬಹುದು, ಹೇಗೆ ಮಾಯವಾದ ಎಂದು ಕೇಳುವವರೇ. ರಾಮಚಂದ್ರ ಪೈಯ ಬಾಯಿ ಕಟ್ಟಿ ಹೋಗಿತ್ತು. "ಹೇಗೆ ಮಾಯವಾದ ಎನ್ನುವುದಕ್ಕಿಂತ, ಯಾಕೆ ಮಾಯವಾದ ಎನ್ನುವುದು ಮುಖ್ಯ ಪ್ರಶ್ನೆ. ರಾಮಚಂದ್ರ ಪೈಯ ಜಾತಕ ನೋಡಿದ್ದೇನೆ ನಾನು. ಅವರ ಗ್ರಹಗತಿ ಬದಲಾಗುವ ಸಂಧಿ ಕಾಲ ಇದು. ಆದರೆ ಅನಿಷ್ಟವೇನೂ ಎದುರಿಗಿಲ್ಲ. ಹಾಗಿದ್ದರೂ ನಾಗಪ್ಪನೇಕೆ

---

* ಆನ್ನಾ =ಅಪ್ಪಾ

ಮಾಯವಾದ?'' ಎಂದರು ಬಾದರಾಯಣ ಭಟ್ಟರು. ನಾಗಪ್ಪನ ಪೂಜೆಗಾಗಿ ಉಂಬಳಿ ಪಡೆದು ಬಳ್ಳಂಬೆಟ್ಟಿಗೇ ವಾಸಕ್ಕೆ ಬಂದು ನಿಂತ ಗುತ್ತು ಗೋವಿಂದ ಭಟ್ಟರು ಪಾತಾಳಕ್ಕೇ ಇಳಿದು ಹೋಗಿದ್ದರು. ತಾನು ಬಂದ ಮೂರು ನಾಲ್ಕು ಮಾಸದೊಳಗೇ ಈ ನಾಗಬಿಂಬ ಮಾಯವಾಗಬೇಕೇ ? ತನ್ನಿಂದ ಪೂಜೆ ಮಾಡಿಸಿಕೊಳ್ಳುವ ಮನಸ್ಸಿಲ್ಲವೇ ಅವನಿಗೆ ? ಅವರೇ ನಾಗಬಿಂಬದ ಕಲ್ಪಾದಿ ಹೋಮಗಳನ್ನೂ ಮಾಡಿದವರು. ಕಲ್ಲಿನ ಬಿಂಬದಲ್ಲಿ ಆದಿಶೇಷನ ಆವಾಹನೆ ಮಾಡಿದವರು. ಯಾಕೆ, ಕಲ್ಲು ಕೆತ್ತಿದ ಆಚಾರಿಯನ್ನೂ ಅವರು ಬಲ್ಲರು ! ಹಾಗಿರುವಾಗ ನಾಗಪ್ಪ ಮಾಯವಾದುದಾದರೂ ಹೇಗೆ ? ಏನು ಅಪಚಾರ ನಡೆಯಿತು ? ಅವರೂ ಚಿಂತಿಸುತ್ತಾ ಕುಳಿತರು.

ರಾಮಚಂದ್ರ ಪೈ ಮೂರು ದಿನಗಳಲ್ಲೂ ಬನದ ಸುತ್ತೆಲ್ಲ ಹುಚ್ಚನಂತೆ ಬಿಂಬವನ್ನು ಹುಡುಕಿದ. ನಡುಮನೆ ದೂಮ ಬಂಟನ ಹಿರಿಯ ಮಗ ಚಂದ್ರಪ್ಪ ಬಂಟ ನೀರಿನಲ್ಲಿ ಈಜು ಹೊಡೆಯುವುದರಲ್ಲಿ ಗಟ್ಟಿಗ. ಅವನನ್ನು ಇಳಿಸಿ ನಿರಂಜನಿಯ ಹೊಳೆಯನ್ನು ಜಾಲಾಡಿಸಿದ. "ಮಾಯವಾಗುವುದು ಅವನಿಗೆ ಇಷ್ಟವಾಗಿದ್ದರೆ ನೀವು ಹುಡುಕಿ ಹೊರತಂದರೆ ಅವನು ಸಿಟ್ಟಾಗಲಾರನೇ ಪೈಗಳೇ ? ಹೇಗೆ ಅಂತರ್ಧಾನನಾಗಿದ್ದಾನೋ ಹಾಗೆಯೇ ನಾಳೆ ಪ್ರತ್ಯಕ್ಷನಾಗಲಿಕ್ಕೂ ಸಾಕು'' ಎಂದು ಗೋವಿಂದ ಭಟ್ಟರು ಹೇಳಿ ಸಮಾಧಾನ ಮಾಡಿದರು. ರಾಮಚಂದ್ರ ಪೈ "ಗೋವಿಂದ ಭಟ್ಟರೇ, ನೀವು ಇನ್ನೊಮ್ಮೆ ಅಂಜನ ಹಾಕಿ ನಾಗಬಿಂಬ ಎಲ್ಲಿದೆ, ಏನಾಯಿತು ? ಅಂತ ನೋಡಿದರೆ ಹೇಗೆ ?'' ಎಂದು ಆಸೆಯಿಂದ ಕೇಳಿದ. ಆದರೆ ರಾಮಚಂದ್ರ ಪೈಯ ಮಾತು ಕೇಳಿ ನಿಜವಾಗಿ ಗಾಬರಿಗೊಂಡವರೆಂದರೆ ಗೋವಿಂದ ಭಟ್ಟರು. ಅವರಿಗೆ ಈಗ ನಿಜವಾಗಿಯೂ ನಾಗಬಿಂಬ ಎಲ್ಲಿದೆಯೆಂದು ತಿಳಿದಿರಲಿಲ್ಲ. ಹಾಗಾಗಿ ಅವರು ತಪ್ಪಿಸಿಕೊಳ್ಳುವ ಪ್ರಯತ್ನ ಮಾಡಿದರು. "ನಾನು ಅಂಜನ ಹಾಕಿ ನೋಡುವುದನ್ನು ಬಿಟ್ಟಿದ್ದೇನೆ ಪೈಗಳೇ'' ಎಂದರು. ತಕ್ಷಣ "ಅದು ತಾಂತ್ರಿಕ ವಿದ್ಯೆ. ಆಗಮೋಕ್ತ ರೀತಿಯಲ್ಲಿ ಪೂಜೆ ಮಾಡುವವರು, ಅದನ್ನು ಮಾಡಬಾರದು ಅಂತ ನಿಯಮವಿದೆ. ಅಲ್ಲದೇ ನಿಂತಲ್ಲಿಯೇ ಅಂತರ್ಧಾನನಾದವನನ್ನು ಈ ರೀತಿ ಹುಡುಕಬಾರದು. ಆದರಿಂದ ಒಳ್ಳೆಯದಾದೀತು ಎಂಬ ನಂಬಿಕೆಯಿಲ್ಲ'' ಎಂದೂ ಹೇಳಿದರು. ರಾಮಚಂದ್ರ ಪೈ ತಲೆಗೆ ಕೈ ಹೊತ್ತು ಕೂರುವುದು ಅನಿವಾರ್ಯವಾಯಿತು. ಕೈಗೆ ದೊರಕಿದ ದೇವರನ್ನು ಕಳೆದುಕೊಂಡೆ. ಇನ್ನು ಈ ಜನ್ಮದಲ್ಲಿ ಮತ್ತೆ ನನಗವನು ದೊರೆಯುವುದಿಲ್ಲ ಎಂದು ಅವನು ಕಣ್ಣೀರು ಸುರಿಸಿದ.

ಬಳ್ಳಂಬೆಟ್ಟಿನ ಹಜಾರದಲ್ಲಿ ರಾಮಚಂದ್ರ ಪೈ ಹೀಗೆ ಹತಾಶನಾಗಿ ಅಳುತ್ತಾ ಕುಳಿತಿದ್ದಾಗ ಇನ್ನೊಂದು ಗಂಡಾಂತರವನ್ನೆದುರಿಸಬೇಕಾಯಿತು. ಮನೆಯ ಎದುರಿನ ವಿಶಾಲವಾದ ಗದ್ದೆಯಾಚೆ ಗುತ್ತು ಗುಡ್ಡ. ಗದ್ದೆಗಳಿಗೂ ಗುಡ್ಡಕ್ಕೂ ಮಧ್ಯೆ ಆಳವಾದ ಒಂದು ಕಮರಿ. ಗುಡ್ಡದಿಂದ ಮಳೆಗಾಲದಲ್ಲಿ ಇಳಿದ ನೀರು ನಿರಂಜನಿಗೆ ಹೋಗಿ ಸೇರಲು ಉಂಟಾದ ಕಮರಿ. ಹಜಾರದ ಮೇಲೆ ಕುಳಿತು ಪೂರ್ವ ದಿಕ್ಕಿನ ಆಕಾಶವನ್ನೇ ನೋಡುತ್ತಾ

ಇದ್ದ ರಾಮಚಂದ್ರ ಪೈಗೆ ಕಂಡದ್ದು ಗೃಧ್ರಗಳ ಸಂತೆ. ಆಕಾಶದಲ್ಲಿ ವೃತ್ತಾಕಾರವಾಗಿ ತೇಲುತ್ತಾ ರುಂಯ್ ಎಂದು ನೆಲಕ್ಕೆ ಬಡಿದು ಕೂರುವ ಗಿಡುಗಗಳು. "ಏನಂತ ನೋಡೋ" ಎಂದು ಆಳು ಕಳುಹಿಸಿದಾಗ ತಿಳಿದು ಬಂದದ್ದು ಯಾರದ್ದೋ ಶವ ಎಂದು! ರಾಮಚಂದ್ರ ಪೈಯ ಎದೆ ಜೋರಾಗಿ ಬಡಿದುಕೊಂಡಿತು. ಮನೆಯಲ್ಲಿ ಎಲ್ಲರೂ ಇದ್ದ ಕಾರಣ ಒಂದಷ್ಟು ಸಮಾಧಾನವೆನ್ನಿಸಿತಾದರೂ ತಡೆಯಲಾಗದೇ ಹೋದ. "ಅಂತೂ, ಏನಂತೋ ? ಯಾರದ್ದಂತೋ ?" ಎಂದು ಅವನು ಭೀತನಾಗಿ ಕೇಳಿದ. "ಯಾರದ್ದೆಂದು ತಿಳಿಯುತ್ತಾ ಇಲ್ಲ. ಮೀಸೆ ಗಡ್ಡ ಚೆನ್ನಾಗಿ ಬಂದ ಹುಡುಗ. ಸತ್ತು ಮೂರು ದಿನಗಳಾಗಿರಬೇಕು. ಇಬ್ಬನಿಯ ನೀರಿಗೆ ಸಿಕ್ಕಿ ಶವ ಕೊಳೆತು ಹೋಗಿದೆ. ನರಿನಾಯಿಗಳಿಗೂ ಹದ್ದುಗಳಿಗೂ ಪೈಪೋಟಿ ನಡೆಯುತ್ತಾ ಇದೆ" ಎಂದ ಅಂತು ಪೈ. ಹತ್ತಿರ ಹೋದಂತೆ ಮೂಗು ಮುಚ್ಚಿಕೊಳ್ಳಬೇಕಾದಂಥ ವಾಸನೆ. ಬಳ್ಳಂಬೆಟ್ಟಿನ ಕಮರಿಯಲ್ಲಿ ಯಾರೋ ಸತ್ತು ಬಿದ್ದಿದ್ದಾರೆ ಎಂಬ ಸುದ್ದಿ ಹರಡಿದಂತೆ ಹತ್ತಿಪ್ಪತ್ತು ಜನರು ಓಡಿ ಬಂದರು. ಎಲ್ಲ ಯಾರು ಯಾರು ಎಂದು ಎಲ್ಲರೂ ಕೇಳತೊಡಗಿದರು. "ಅಯ್ಯ! ಇದು ನಮ್ಮ ಕೊಂಬ್ರಾಜೆ ದೇವು ಪೈಗಳ ಹಿರಿ ಮಗ ಅಲ್ವೇ ? ಆ ಪೆದ್ದ ಹುಡುಗ, ಏನವನ ಹೆಸರು ? ಹಾಗೇ ಕಾಣುತ್ತಾನಪ್ಪ" ಎಂದು ಯಾರೋ ಮೆಲ್ಲನೆ ಹೇಳಿದ್ದು ರಾಮಚಂದ್ರ ಪೈಯ ಕಿವಿಯ ಮೇಲೆ ಬಿತ್ತು. "ಛೇ, ಅವನು ಇಲ್ಲಿಗೆ ಯಾಕೆ ಬಂದಾನು ? ಪೆದ್ದ ರಂಗಪೈಯಲ್ಲವೇ ? ಅವನಿಷ್ಟು ದೊಡ್ಡವನಾದನೇ ? ಈ ಕಡೆಗೆ ಬರುವ ಕೆಲಸ ಏನಿದೆ ಅವನಿಗೆ ?" ಎಂದು ರಾಮಚಂದ್ರ ಪೈ ಉದ್ವೇಗದಿಂದ ಹೇಳಿದ. ಆದರೂ ಕೊಂಬ್ರಾಜೆಗೆ ಆಳು ಕಳುಹಿಸಿ ವಿಚಾರಿಸಿದ.

ಕೊಂಬ್ರಾಜೆ ದೇವು ಪೈ ಮೂರು ದಿನದಿಂದ ರಂಗ ಪೈಯ ಮುಖ ನೋಡಿರಲಿಲ್ಲ. ಅವನು ಆಗಾಗ ಕಾರ್ಯಾಡಿಗೆ ಹೋಗಿ ಅಲ್ಲಿ ಉಳಿದುಕೊಳ್ಳುವ ಕ್ರಮವಿತ್ತು. ಹಾಗಾಗಿ ಅವನು ಅದನ್ನು ಮನಸ್ಸಿಗೆ ಹಚ್ಚಿಕೊಂಡಿರಲಿಲ್ಲ. ಆದರೆ ಬಳ್ಳಂಬೆಟ್ಟಿನಿಂದ ಆಳುಗಳು ಬಂದಾಗ ಅವನಿಗೆ ದಿಗಿಲಾಯಿತು. ಬಳ್ಳಂಬೆಟ್ಟಿನ ಆಳುಗಳ ಜೊತೆಯೇ ಕಾರ್ಯಾಡಿಗೆ ಹೋಗಿ ಅಲ್ಲಿ ರಂಗ ಪೈ ಇದ್ದಾನೆಯೇ ಎಂದು ನೋಡಿದ ದೇವು ಪೈ. ಇಲ್ಲವೆಂದು ತಿಳಿದೊಡನೆ ಗಾಬರಿಯಿಂದ ಅವನು ಬಳ್ಳಂಬೆಟ್ಟಿಗೆ ಧಾವಿಸಿದ. ಹಿಂದೆಯೇ ದೇವು ಪೈಯ ರೋಗಿಷ್ಟೆ ಹೆಂಡತಿಯೂ ಉಳಿದ ಮಕ್ಕಳೊಡನೆ ಬಂದಳು. ಕಮರಿಯಿಂದ ಶವವನ್ನೆತ್ತಿ ಮೇಲೆ ತಂದು ರಣಹದ್ದುಗಳನ್ನು ಓಡಿಸಿದ್ದರು. ಅರಿವೆಯ ತುಂಡೊಂದನ್ನು ದೇಹದುದ್ದಕ್ಕೂ ಹಾಸಿದ್ದರು. ಮುಖದ ಮೇಲೆ ಅರಿವೆ ಸರಿಸಿದ್ದೇ ದೇವು ಪೈ ಮಗನ ಮುಖ ನೋಡಿ ಗುರುತು ಹಿಡಿದ. ಆ ಕ್ಷಣದಲ್ಲಿ ಅಲ್ಲಿಯೇ ಇದ್ದ ರಾಮಚಂದ್ರ ಪೈ ಅದನ್ನು ಎದುರಿಸಬೇಕಾದರೆ ತನ್ನೆಲ್ಲ ಶಕ್ತಿಯನ್ನೂ ಹಾಕಬೇಕಾಗಿ ಬಂತು. ಅಳು, ಗಗನಕ್ಕೇರಿದ ರೋದನ. ಎದೆ ಬಡಿದುಕೊಳ್ಳುತ್ತಾ ದುಃಖಿಸುವ ಹೆತ್ತವರು. ಅರ್ಥವಾಗದ ಒಂದೇ ಒಂದು ವಿಚಾರವೆಂದರೆ ಈ ರಂಗ ಪೈ ಇಲ್ಲಿಗೆ ಬಂದು ಹೇಗೆ ಸತ್ತ, ಅಥವಾ ಸತ್ತು ಇಲ್ಲಿಗೆ

ಹೇಗೆ ಬಂದ ಎಂದು ! ಬುದ್ಧಿಮಾಂದ್ಯ ಹುಡುಗ ನಿಜ. ಆದರೆ ಗುಂಡುಗುಂಡಗೆ ಬೆಳೆದ ಮುದ್ದಾದ ಹುಡುಗ. ನೋಡಿದರೆ ದೃಷ್ಟಿ ತಾಗುವಂಥ ಮುಖ. ಬಾಲ್ಯ ಕಳೆದು ಯವ್ವನದ ಹೊಸ್ತಿಲಲ್ಲಿದ್ದವನು. ಬ್ರಹ್ಮಚಾರಿ. ಮಾತೆತ್ತಿದರೆ "ಮ್ಹಾಂತಾ, ಕಾಶಿಗೆ ಹೋದರೆ ನನಗೆ ಊಟ ಹಾಕುವುದಿಲ್ಲವೇ ?" ಎಂದು ಕೇಳುತ್ತಿದ್ದ. ಈಗ ಆ ಮಾತುಗಳು ಎಷ್ಟು ಮುದ್ದಾಗಿ ಕಾಣುತ್ತವೆ. ಯಾಕೆ ಅವನ ಸಾವು, ಅದೂ ಈ ರೀತಿಯ ಸಾವು ?

ರಾಮಚಂದ್ರ ಪೈ ಕಲ್ಲಿನಂತೆ ಕುಳಿತುಬಿಟ್ಟ. ಕಳೆದ ಕೆಲವು ವರ್ಷಗಳಿಂದ ಅವನು ಆ ಹುಡುಗನ ಮುಖ ನೋಡಿರಲಿಲ್ಲ. ಆ ದಿನ ಶಿವಪ್ಪಯ್ಯನ ಸಾವಾದ ದಿನ ಕಾರ್ಯಾಡಿನಿಂದ ಹಿಂತಿರುಗುವಾಗ ಹಿಂದಿನಿಂದ ಓಡಿ ಬಂದು ಮಾತನಾಡಿಸಿದ್ದ. ಆಮೇಲೆ ನೋಡಿಲ್ಲ. ದೇವು ಪೈಯೂ ಬಳ್ಳಂಬೆಟ್ಟಿಗೆ ಬರುವುದನ್ನು ನಿಲ್ಲಿಸಿದ್ದ. ಅವನೇನೂ ಶಿವಪ್ಪಯ್ಯನಂತೆ ಧರ್ಮಸ್ಥಳದ ಆಣೆ ಹಾಕಿ ಸಂಬಂಧ ಕಡಿದು ಹೋದವನಲ್ಲ. ಆದರೂ ದೂರ ಉಳಿದ. ಚಿಕ್ಕಪ್ಪನ ಮಗ ಎಂಬ ಅಂತರವನ್ನು ಉಳಿಸಿಯೇ ಉಳಿಸಿದ. ಅಂಥವನ ಮಗ ಇಲ್ಲಿಗೇಕೆ ಬಂದ ? ಬಂದು ಏಕೆ ಈ ರೀತಿ ಸತ್ತ? ಯಾಕೆ ಹೀಗೆಲ್ಲ ಆಗುತ್ತಿದೆ ? ಬಹುಶಃ ನಾಗಬಿಂಬ ಅಂತರ್ಧಾನವಾದ ಪ್ರತಾಪವೇ ಇದು? ಯಾವ ಪ್ರಶ್ನೆಗೂ ಉತ್ತರ ಸಿಗದೇ ರಾಮಚಂದ್ರ ಪೈ ತೊಳಲಾಡಿದ. ಶವಕ್ಕೆ ಗುತ್ತು ಗುಡ್ಡದ ಸೆರಗಿನಲ್ಲಿಯೇ ಬೆಂಕಿ ಕೊಟ್ಟು ದೇವು ಪೈ ಕೊಂಬ್ರಾಜೆಗೆ ಭಾರವಾದ ಎದೆಯಿಂದ ಹೊರಟಾಗ ಬಳ್ಳಂಬೆಟ್ಟಿಗೆ ಬಾ ಎಂದು ಹೇಳುವ ಬಾಯಿಯೂ ಅವನಿಗೆ ಬರಲಿಲ್ಲ.

ರಂಗ ಪೈಯ ಸಾವನ್ನು ತನ್ನ ಅನುಕೂಲಕ್ಕೆ ತಕ್ಕಂತೆ ತಿರುಗಿಸಿಕೊಂಡವನು ಭುಜಂಗ ಪೈ. ಮೊದಲಿಗೆ ಅವನಿಗೆ ಗಾಬರಿಯಾಯಿತು. ಆದರೆ ಎಲ್ಲರೂ ಸಾವಿನ ನೋವಿನಲ್ಲಿರುವಾಗ ತನ್ನ ಯೋಚನೆಯ ದಿಕ್ಕನ್ನು ಮನಬಂದಂತೆ ಹರಿಯಬಿಟ್ಟಿದ್ದನು. ನಾಗಬಿಂಬ ಅಂತರ್ಧಾನವಾದ ಸುದ್ದಿ ಅವನಿಗೆ ತಿಳಿದದ್ದೂ ಆಗಲೇ. ಆ ವಿಚಾರ ಒಂದು ಕ್ಷಣ ಅವನನ್ನು ಸ್ತಬ್ಧಗೊಳಿಸಿತ್ತು. ಅಂದರೆ ರಂಗ ಪೈ ಅಲ್ಲಿಗೆ ಮುಟ್ಟುವ ಮೊದಲೇ ನಾಗಪ್ಪ ಮಾಯವಾಗಿದ್ದನೇ ? ಅಥವಾ ಮುಟ್ಟಿದ ರಂಗ ಪೈಯನ್ನು ನಾಗಪ್ಪ ಸಿಟ್ಟಿನಿಂದ ಎತ್ತಿ ದೂರಕ್ಕೆ ಎಸೆದು ಕೊಂದನೇ ? ಒಂದೋ ರಂಗ ಪೈ ನಾಗಬಿಂಬವನ್ನೆತ್ತಿಕೊಂಡು ಎಲ್ಲೋ ಒಗೆದುಬಿಟ್ಟಿದ್ದಾನೆ. ಆದರೆ ನಾಗನ ಬಿಂಬವಿದ್ದ ಬನಕ್ಕೂ ರಂಗ ಪೈ ಸತ್ತು ಬಿದ್ದ ಸ್ಥಳಕ್ಕೂ ಗಾವುದ ದೂರವಿದೆ. ಬನದಿಂದ ನೇರ ಪೂರ್ವದಲ್ಲಿ, ಬಳ್ಳಂಬೆಟ್ಟಿನ ಮನೆಯ ಎದುರಾ ಎದುರೇ ! ಭುಜಂಗ ಪೈಗೆ ಒಂದೂ ತಲೆ ಬುಡ ಗೊತ್ತಾಗಲಿಲ್ಲ. ಅವನಿಗೂ ರಂಗ ಪೈಗೂ ತಿಳಿದ ಒಂದು ಗುಟ್ಟು ಗುಟ್ಟಾಗಿಯೇ ಉಳಿದಿದೆ. ಅವನ ವಿಷಭರಿತ ನಾಲಗೆ ಫೂತ್ಕರಿಸಿತು. "ಮಾಡಿದ ಪಾಪ ಹಾಸುವಷ್ಟು ಹೊದೆಯುವಷ್ಟು ತುಂಬಿಕೊಂಡಾಗ ನಾಗಪ್ಪ ಏಕೆ ನಿಂತಾನು ದೇವು ಮ್ಹಾಂತಾ ? ಸತ್ಯದ ದೇವರು ಅವನು. ಅಂತರ್ಧಾನನಾಗದೇ ಏನು ಮಾಡಿಯಾನು ?"

ಕೊಂಬ್ರಾಜೆಯ ಮನೆಯಲ್ಲಿ ಕುಳಿತು ದೇವು ಪೈ ಪಿಳಪಿಳ ಕಣ್ಣು ಬಿಟ್ಟಿದ್ದ. ಅವನಿಗೆ

ಏನು ಮಾಡಬೇಕೆಂದು ತಿಳಿಯಲಿಲ್ಲ. ಮೊದಲಿನಿಂದಲೂ ಅವನಿಗೆ ಮಾತು ಕಮ್ಮಿ. ಅವನಿಗೆ ಸರಿಯಾದ ರೋಗಿಷ್ಟೆ ಹೆಂಡತಿ. ಬಾಯಿಗೆ ಸೆರಗು ತುರುಕಿ ಆಕೆ ಅಳುವುದನ್ನು ತಡೆದು ಕುಳಿತುಕೊಂಡಿದ್ದಳು. ಅಂಗಣದಲ್ಲಿ ನಿಂತ ಭುಜಂಗ ಪೈ ತನ್ನದೇ ಒಂದು ಕಥೆಯನ್ನು ಹೆಣೆಯುವ ಸನ್ನಾಹ ಮಾಡಿದ್ದ – "ಇದು ಖಂಡಿತ ಬಳ್ಳಂಬೆಟ್ಟಿನವರದ್ದೇ ಕೆಲಸ ಮ್ಹಾಂತಾ. ನಾವು ಬದುಕಬಾರದೆಂದು ಅವರು ಹಠ ತೊಟ್ಟಿದ್ದಾರೆ. ಮಾಟ ಮಾಡಿ ನನ್ನ ಅಪ್ಪನನ್ನು ಅವರು ಕೊಂದರು. ಈಗ ನಿನ್ನ ಮಗನ ಮೇಲೆ ಅವರ ಕಣ್ಣು ಬಿತ್ತು" ಎಂದು ದೊಡ್ಡ ಸ್ವರದಲ್ಲಿ ಹೇಳಿದ. ಯಾರೂ ಅವನ ಮಾತಿಗೆ ಉತ್ತರಿಸಲಿಲ್ಲ. ಯಾರೂ ಏನೂ ಹೇಳದಿದ್ದರೂ ತಾನು ಕೈಗೊಂಡ ಸೇಡಿನ ಕಾರ್ಯದಲ್ಲಿ ಅವರೆಲ್ಲ ಇದ್ದಾರೆಂಬ ಹುಚ್ಚು ಭಾವನೆಯೊಂದು ಭುಜಂಗ ಪೈಯನ್ನು ಆವರಿಸಿತ್ತು. ಗಂಡನನ್ನು ಕಳೆದುಕೊಂಡ ತನ್ನ ತಾಯಿ ಬಳ್ಳಂಬೆಟ್ಟಿನವರನ್ನು ಎಂದೂ ಕ್ಷಮಿಸುವವಳಲ್ಲ. ಈಗ ರಂಗ ಪೈ ಸತ್ತುದಕ್ಕೂ ಅವರೇ ಕಾರಣ ಎಂದು ಹೇಳಿದರೆ ದೇವು ಪೈಯೂ ತನ್ನ ಭುಜಬಲಕ್ಕೆ ಒದಗಿಯಾನು ಎಂದು ಯೋಚಿಸುತ್ತಾ ಭುಜಂಗ ಪೈ ಮತ್ತೆ ರಾಗವೆಳೆದ – "ನಾನು ಸುಮ್ಮನೆ ಬಿಡುವವನಲ್ಲ ದೇವು ಮ್ಹಾಂತಾ. ಅವರ ಮೇಲೆ ಸೇಡು ತೀರಿಸಿಯೇ ಬಿಡುತ್ತೇನೆ. ನೀನು ಬೇಕಾದರೆ ಸುಮ್ಮನೆ ಕುಳಿತು ಕೋ. ಹೆಣ್ಣಿನಂತೆ ಅಳುತ್ತಾ ಇರು. ನಾನು ಮಾತ್ರ ಈ ವಿಚಾರ ಬಿಡುವವನಲ್ಲ. ಇಲ್ಲದಿದ್ದರೆ ನನ್ನ ತಮ್ಮ ರಂಗಪ್ಪ ನೀರಿಲ್ಲದ ಕಡೆ ಸತ್ತವನಿಗೆ ಸದ್ಗತಿ ಸಿಕ್ಕಲಿಕ್ಕಿಲ್ಲ."

"ಭುಜಂಗಾಽಽ" ಎಂದು ಚೀರಿದ ದೇವು ಪೈ. "ಬಹಳ ಉದ್ದವಾಯಿತೋ ನಿನ್ನ ನಾಲಿಗೆ. ಬ್ರಾಹ್ಮಣನಾಗಿ ಹುಟ್ಟಿ ಮಾಟ ಮಂತ್ರ ಅಂತ ಬಾಯಿಗೆ ಬಂದ ಹಾಗೆ ಹೇಳುತ್ತೀಯಲ್ಲ, ಶೂದ್ರ ಮುಂಡೆ ಮಗನೆ, ನನಗೆ ತಿಳಿದಿಲ್ಲ ಅಂತ ತಿಳಿದಿಯೇನೋ ರಂಗ ಪೈ ಸತ್ತ ಗುಟ್ಟು ? ಯಾಕೆ ಇನ್ನೊಬ್ಬರ ಮೇಲೆ ಪಾಪ ಹಾಕಿ ನಿನ್ನ ನಾಲಿಗೆಯನ್ನು ಹೊಲಸು ಮಾಡಿಕೊಳ್ಳುತ್ತೀಯೋ ? ಬಳ್ಳಂಬೆಟ್ಟಿನವರ ಯೋಗ್ಯತೆಯ ಒಂದಂಶವಾದರೂ ಇದೆಯೇನೋ ನಿನ್ನಲ್ಲಿ ? ಇದ್ದರೆ ನೀನು ಈ ರೀತಿ ಮಾತಾಡುತ್ತಿರಲಿಲ್ಲ. ಶಿವಪ್ಪಯ್ಯನ ಹೆಂಡತಿಯೇ, ನಿನ್ನ ಮಗನನ್ನು ನೀನು ಅಂಕೆಯಲ್ಲಿಟ್ಟುಕೊಳ್ಳದಿದ್ದರೆ ಇನ್ನವನು ಕೈಗೆ ಸಿಗುವುದಿಲ್ಲ, ಅವನನ್ನು ಈಗಿಂದೀಗ ಕರೆದುಕೊಂಡು ನಿನ್ನ ಮನೆಗೆ ಹೋಗು. ನನ್ನ ಬಾಯಿಯಿಂದ ಕೆಟ್ಟ ಮಾತುಗಳನ್ನಾಡಿಸಬೇಡ. ಮಗ ಸತ್ತ ದುಃಖವಿದೆ ನನ್ನ ಎದೆಯ ತುಂಬ. ಅವನು ನನಗೆ ಹೇಳಿಕೊಡಬೇಕೆಂದಿಲ್ಲ. ಇವನಿಗಿಂತ ದೇವರಂಥ ಆ ಅಣ್ಣನ ಮಾತು ಕೇಳಬಹುದು" ಎಂದು ಕಿರುಚಿದ !

ಭುಜಂಗ ಪೈ ಥಕ್ಕಾಗಿ ನಿಂತು ಬಿಟ್ಟ !

□

೩೩

ಕೊಂಬ್ರಾಜೆ ದೇವು ಪೈ ದಿಕ್ಕಿಲ್ಲದೇ ತೊಳಲಾಡುವ ಬೆಂತರದಂತಾಗಿ ಬಿಟ್ಟಿದ್ದ. ಹಿರಿಮಗನ ದುರಂತಪೂರ್ಣ ಸಾವು ಅವನನ್ನು ತೀರ ಕುಗ್ಗಿಸಿಬಿಟ್ಟಿತು. ಸದಾ ರೋಗಿಷ್ಟೆಯಾದ ಹೆಂಡತಿ ಈಗ ಮಗ ಸತ್ತ ಮೇಲೆ ಹಾಸಿಗೆ ಬಿಟ್ಟೇಳಲಿಲ್ಲ. ಮೊದಲಾದರೆ ತಮ್ಮನಾದ ಕಾರ್ಯಾಡು ಶಿವಪ್ಪಯ್ಯ ತನ್ನ ಜೊತೆಯಲ್ಲಿದ್ದಾನೆ ಎಂಬ ಅರಿವಿನ ಆತ್ಮವಿಶ್ವಾಸವಾದರೂ ಅವನಿಗಿತ್ತು. ದೇವು ಪೈ ಅಂಥ ಧೈರ್ಯಶಾಲಿಯಾಗಲೀ ಶಕ್ತಿಶಾಲಿಯಾಗಲೀ ಆಗಿರಲಿಲ್ಲ. ಈಗ ಸಣ್ಣ ಸಣ್ಣ ಮಕ್ಕಳು. ತಾನೂ ತನ್ನ ಹೆಂಡತಿಯೂ ಸತ್ತರೆ ಅವರನ್ನು ನೋಡಿಕೊಳ್ಳುವ ಮಂದಿ ಯಾರಿದ್ದಾರೆ ಎಂಬ ಭೀತಿಯೊಂದು ಅವನನ್ನು ಅಲ್ಲಾಡಿಸತೊಡಗಿತ್ತು. ಹಿರಿಮಗ ರಂಗ ಪೈ ಬದುಕಿದ್ದಾಗ ಆ ಧೈರ್ಯವಿತ್ತು ಎಂದಲ್ಲ. ಸರಿಯಾಗಿ ಮನಸ್ಸು ಬೆಳೆಯದ ಪೆದ್ದ. ಆದರೆ ನಾಳೆ ಮನೆಯಲ್ಲಿ ಗಂಡಸೊಬ್ಬ ಇದ್ದಾನೆ ಅನ್ನಲಿಕ್ಕಾದರೂ ಅವನು ಉಳಿಯಬೇಕಿತ್ತು. ಸತ್ತ. ತನ್ನ ಸಾವಿನ ಜೊತೆಗೆ ಇದ್ದ ಬಿದ್ದ ಆತ್ಮವಿಶ್ವಾಸವನ್ನೂ ಸೆಳೆದುಕೊಂಡು ಹೋದ. ಅವನ ಸಾವಿಗೆ ಭುಜಂಗ ಬಳ್ಳಂಭಿಟ್ಟಿನವರು ಮಾಡಿದ ಮಾಟ ಕಾರಣ ಎಂದು ಹೇಳಿದ್ದನ್ನು ನಂಬುವುದಕ್ಕೆ ಮಾತ್ರ ದೇವು ಪೈ ಸಿದ್ಧನಾಗಿರಲಿಲ್ಲ. ಮೊದಲಿನಿಂದಲೂ ದೆವ್ವ ಭೂತ ಪ್ರೇತ ಎಂದು ಮಾತನಾಡುವ ಭುಜಂಗನನ್ನು ಅವನು ಗಂಭೀರವಾಗಿ ಪರಿಗಣಿಸಲೇ ಇಲ್ಲ. ಶಿವಪ್ಪಯ್ಯನ ಹೆಂಡತಿ ಕಾವೇರಿ ಅವನನ್ನು ಹದ್ದುಬಸ್ತಿನಲ್ಲಿ ಮೊದಲಿನಿಂದ ಇಟ್ಟಿದ್ದರೆ ಆ ಹುಡುಗ ಹೀಗೆ ಆಗುತ್ತಿರಲಿಲ್ಲ ಎಂದು ಅವನ ನಂಬಿಕೆ. ಆಕೆಯಾದರೂ ಏನು ಮಾಡಿಯಾಳು ಎಂದು ಯೋಚಿಸುತ್ತಾ ಕುಳಿತವನಿಗೆ ರಂಗ ಪೈಯ ಸಾವು ಮಾತ್ರ ವಿಚಿತ್ರವಾಗಿ ಕಂಡಿತ್ತು. ಹೋಗದೇ ಹೋಗಿ ಬಳ್ಳಂಬೆಟ್ಟಿಗೇಕೆ ಹೋದ ಆ ಹುಡುಗ ? ಹೋದವನನ್ನು ಯಾರು ಏನು ಮಾಡಿದರು ? ಯಾಕೆ ಕಮರಿಗೆ ಬಿದ್ದು ಸತ್ತ ? ಕಾಲು ಜಾರಿದನೋ, ಅಥವಾ ಯಾರಾದರೂ ಹೊಡೆದು ಕೊಂದು ಕಮರಿಯಲ್ಲಿ ಎಸೆದರೋ ? ಯಾರಾದರೂ ಕೊಂದರಾದರೆ ಯಾಕೆ ಕೊಲ್ಲುತ್ತಾರೆ ? ಅವನು ಯಾರಿಗೇನು ಮಾಡಿದ ? ದೇವು ಪೈಗೆ ಅರ್ಥವಾಗುತ್ತಿರಲಿಲ್ಲ.

ಹಾಗೆ ನೋಡಿದರೆ ಬಳ್ಳಂಬೆಟ್ಟಿನ ಅಣ್ಣ ರಾಮಚಂದ್ರ ಪೈಯ ತಪ್ಪೇನು ? ತನ್ನ ಹೊಟ್ಟೆಯಲ್ಲಿ ಹುಟ್ಟಿದ ಮಗನನ್ನು ಅವನು ಇದೇ ರೀತಿ ಕಳೆದುಕೊಳ್ಳಲಿಲ್ಲವೇ ? ಅದೂ ಅಂಥ ಉಡಾಫೆ ಹುಡುಗನನ್ನು ? ಆದರೆ ಆ ಸಾವಿನ ಕಾರಣವನ್ನು ಅವನು ಬೇರೊಬ್ಬರ

ಮೇಲೆ ಹೇರಲಿಲ್ಲ. ತಿಮ್ಮ ಪೈಯ ಜ್ಞಾಪಕ ಬಂದು ದೇವು ಪೈಯ ಮೈಮೇಲೆ ಮುಳ್ಳುಗಳೆದ್ದುವು. ಕೊನೆ ಕೊನೆಯ ದಿನಗಳಲ್ಲಿ ಕಣ್ಣರೆಪ್ಪೆಗಳನ್ನು ಒಂದೇ ಸವನೆ ಹೊಡೆದುಕೊಳ್ಳುತ್ತಿದ್ದ. ಸಾವಿಗೆ ಆಗಲೇ ಸಿದ್ಧತೆ ಮಾಡಿಕೊಳ್ಳುತ್ತಿದ್ದನೇ ? ಆ ದಿನ, ದೊಡ್ಡಪ್ಪ ನಾಗಪ್ಪಯ್ಯನ ಶ್ರಾದ್ಧದ ದಿನ ಅಂಗಳದಲ್ಲಿ ಪರಶುರಾಮನಂತೆ ನಿಂತ ಆ ಮೂರ್ತಿ ಈಗಲೂ ಕಣ್ಣಿಗೆ ಕಾಣಿಸುತ್ತಿದೆ. ಸತ್ತನೆಂದು ಅಣ್ಣ ಒಬ್ಬರನ್ನೂ ದೂಷಿಸಲಿಲ್ಲ. ಬದಲಾಗಿ ದೇವರನ್ನೇ ಇನ್ನೂ ಆಳವಾಗಿ ನಂಬಿ ಕುಳಿತ. ಉದ್ದಕ್ಕೂ ವಿಟ್ಠು ಪೈಯ ಸಂತಾನ ಒಡೆದು ಹೋಗಬಾರದು ಎನ್ನುವ ಪ್ರಯತ್ನದಲ್ಲೇ ದುಃಖಿಸುತ್ತಾ ಕುಳಿತ. ಇಲ್ಲದೇ ಇದ್ದರೆ ಕಾರ್ಯಾಡು ಶಿವಪ್ಪಯ್ಯ ಸತ್ತ ಎಂದು ತಿಳಿದೊಡನೆ ಓಡಿ ಬರುತ್ತಿರಲಿಲ್ಲ.

ತನ್ನ ಜೀವನದ ಅಸ್ಥಿರತೆಯಲ್ಲಿ ಅವನನ್ನು ಮೊರೆ ಹೋಗುವುದೇ ಒಳ್ಳೆಯದೆಂದು ದೇವು ಪೈಗೆ ತೀವ್ರವಾಗಿ ಅನ್ನಿಸಿತು. ಆ ಸಲವೂ ಮಳೆ ಕೈ ಕೊಟ್ಟಿತ್ತು. ಖರ್ಚಿಗೆ ಸಾಕಾಗುವಷ್ಟು ಮಾತ್ರ ಫಸಲು ಒಳಗೆ ಬಂದಿತ್ತು. ಆದರೆ ಬರುವ ವರ್ಷವೂ ಹೀಗೆಯೇ ಆದರೆ ಹೊಟ್ಟೆಗೆ ತಣ್ಣೀರಿನ ಬಟ್ಟೆ ಕಟ್ಟಿ ಕೂರಬೇಕಾಗುತ್ತದೆ. ಶರಣಾರ್ಥಿಯಾಗಿಯೇ ಹೋಗುವುದು. ಇಕಾ, ವಿಟ್ಠು ಪೈಯ ರಕ್ತಕ್ಕೇ ಹುಟ್ಟಿದವರು ಇವರೂ ಸಹ. ನೀರಲ್ಲಾದರೂ ಹಾಕು, ಹಾಲಲ್ಲಾದರೂ ಹಾಕು. ಬಳ್ಳಂಬೆಟ್ಟಿನ ಮನೆಗೆ ಸಾವಿರ ಮಂದಿ ಬಂದು ಉಂಡು ಹೋಗುತ್ತಾರೆ. ಈ ಮಕ್ಕಳು ಅನಾಥರೆಂದು ಹೊರಗಿನವರು ಅಂತ ತಿಳಿದು ಉಳಿದವರು ತಿಂದು ಒಗೆದ ಎಂಜಲು ಹಾಕು. ನಿನ್ನವರು ಅಂತ ತಿಳಿದರೆ ತಂಗಳನ್ನ ಹಾಕು ಅಂತ ಹೇಳುವುದು. ಅದು ಬಿಟ್ಟು ಈ ಕರ್ಮಶೂದ್ರನಾದ ಭುಜಂಗನ ಕೈ ಮೇಲೆ ಅವರನ್ನು ಇಡುವುದು ಸರಿಯಲ್ಲ ಅಂತ ಎಣಿಸಿದ ಕೊಂಬ್ರಾಜೆ ದೇವು ಪೈ.

ಕಾರ್ಯಾಡು ಶಿವಪ್ಪಯ್ಯನ ಹೆಂಡತಿ ಕೊಂಬ್ರಾಜೆಗೆ ಬಂದಿದ್ದಾಗ ಅವಳೊಡನೆ ಆ ವಿಚಾರವನ್ನು ಹೇಳಿಯೂ ಹೇಳಿದ – "ವರ್ಷದಿಂದ ವರ್ಷಕ್ಕೆ ಪರಿಸ್ಥಿತಿ ಬಿಗಡಾಯಿಸುತ್ತಾ ಇದೆ. ಕಾಲಿಗೆಳೆದರೆ ತಲೆಗಿಲ್ಲ, ತಲೆಗೆಳೆದರೆ ಕಾಲಿಗಿಲ್ಲ. ಬೆಳೆದ ಮಗನನ್ನು ಕಳೆದುಕೊಂಡೆ. ಇವಳಿಗೆ ಯಾವಾಗ ನೋಡಿದರೂ ಹುಷಾರಿಲ್ಲ. ಈಗಲಂತೂ ಅವಳ ಆರೋಗ್ಯ ಉಲ್ಬಣವಾಗಿದೆ. ನನಗೂ ಹೆಚ್ಚು ಬದುಕುತ್ತೇನೆಂಬ ಆಸೆ ಇಲ್ಲ. ಬಳ್ಳಂಬೆಟ್ಟಿನ ಅಣ್ಣ ನಿಜವಾಗಿ ಹೇಳುವುದಾದರೆ ನಮಗೆ ಏನು ಮಾಡಿದ್ದಾನೆ ? ಒಡೆದ ಮನಸ್ಸನ್ನು ಒಟ್ಟುಗೂಡಿಸಲು ಮತ್ತೆ ಮತ್ತೆ ಅವನು ಬಹಳ ಪ್ರಯತ್ನಿಸಿದ. ಆದರೆ ನಾವೇ ದೂರವಿದ್ದೆವು. ಈಗಲೂ ಹೋಗಿ ಕ್ಷಮಿಸು ಎಂದು ಬೇಡಿಕೊಂಡರೆ ಅವನು ಹೊರದೂಡುತ್ತಾನೆಯೇ ? ಹಾಗೆ ನನಗನ್ನಿಸುವುದಿಲ್ಲ. ಸಾವಿರ ಮಂದಿ ಬಂದು ಅಲ್ಲಿ ಉಣ್ಣುತ್ತಾರೆ. ನಾವು ಹೊರಗಿನವರೇ ಅಂತ ಕೇಳುವುದು. ದೇವರ ಕಣ್ಣಿನಲ್ಲೂ ಇದು ತಪ್ಪು ಅಂತ ನನಗೆ ಅನ್ನಿಸುವುದಿಲ್ಲ. ಹಾಗೇನಾದರೂ ಇದ್ದರೆ ಅವನ ಜೊತೆಯೇ ಹೋಗಿ ಧರ್ಮಸ್ಥಳದ ಮಂಜುನಾಥನ ಎದುರು ಅಡ್ಡಬೀಳುತ್ತೇನೆ. ನಿನಗೂ ಹೇಳುತ್ತೇನೆ – ಈ

ಹಠ ಹಿಡಿಯಬೇಡ. ಇದು ಒಳ್ಳೆಯದಲ್ಲ. ನಿನ್ನ ಮಗ ಭುಜಂಗ ದಾರಿ ತಪ್ಪಿದ್ದಾನೆ ಎಂದು ನಿನಗೆ ಅನ್ನಿಸುವುದಿಲ್ಲವೇ ? ರಾಚ್ಚು ಅಣ್ಣನ ಕಾಲ ಮೇಲೆ ಅವನನ್ನು ಹಾಕಿ ಅವನಿಗೊಂದು ಬದುಕು ಕೊಡು ಅಂತ ಹೇಳು. ಅವನ ಮನಸ್ಸು ದೊಡ್ಡದು. ತಪ್ಪಿದ್ದರೆ ಕ್ಷಮಿಸುತ್ತಾನೆ. ಭುಜಂಗನಿಗೊಂದು ಮದುವೆ ಮಾಡಿಸಿ ಸರಿದಾರಿಗೆ ತರುತ್ತಾನೆ' ಎಂದು.

ಕಾವೇರಮ್ಮ ಹೂಂ ಅನ್ನಲಿಲ್ಲ. ಊಂಹೂಂ ಅಂತಲೂ ಹೇಳಲಿಲ್ಲ. ತನ್ನ ಮನಸ್ಸಿನಲ್ಲಿ ಏನಿದೆ ಅಂತ ತಿಳಿಸದೇ ಕಾರ್ಯಾಡಿಗೆ ಹೋಗಿಬಿಟ್ಟಳು. ಭುಜಂಗ ತನ್ನ ಕೈ ಮೀರಿ ಹೋಗಿದ್ದಾನೆ ಎಂದವಳಿಗೆ ಎಂದೋ ಗೊತ್ತಾಗಿತ್ತು. ಆದರೆ ಮತ್ತೆ ತಾನು ಬಳ್ಳಂಬೆಟ್ಟಿಗೆ ಹೋಗಿ ಕೈ ಚಾಚಿದರೆ ತನ್ನ ತೀರಿಕೊಂಡ ಗಂಡನ ಆತ್ಮ ಎಂದೂ ತನ್ನನ್ನು ಕ್ಷಮಿಸಲಾರದು ಎಂದವಳಿಗೆ ಅನ್ನಿಸುತ್ತಿತ್ತು. ಕಷ್ಟ ಬಂದರೆ ಬರಲಿ. ಈ ಹುಡುಗ ಹಾಳಾದರೆ ಅದು ಅವನ ಜನ್ಮ. ಅವನ ಹಣೆಯಲ್ಲಿ ಹಾಗೆ ಬರೆದಿದ್ದರೆ ತಾನೇನು ಮಾಡಲು ಸಾಧ್ಯ ? ಅವನಿಗೆ ಬುದ್ಧಿ ಇಲ್ಲವೇ ? ಯೋಚನೆ ಮಾಡುವ ಶಕ್ತಿ ಇಲ್ಲವೇ ಎಂದು ಅವಳು ಕೈ ಚೆಲ್ಲಿ ಕುಳಿತಳು. ಗಂಡ ತೀರಿಕೊಂಡ ದಿನದಿಂದ ಆಕೆ ಹಗಲೂ ರಾತ್ರಿಯೂ ದುಡಿದಿದ್ದಳು. ಮನಸ್ಸನ್ನು ಕಲ್ಲಾಗಿಸಿ ಹದಿನೆಂಟು ಮೊಳದ ಸೀರೆಯನ್ನು ಕಚ್ಚೆ ಹಾಕಿ ಉಟ್ಟು ಸಾಗುವಳಿ ಕರಾವು ಮಕ್ಕಳು ಮರಿ ಅಂತ ಮನೆಯ ಒಳಗಿನ ಕೆಲಸ ಹೇಗೋ ಹಾಗೆಯೇ ಹೊರಗಿನ ಕೆಲಸವನ್ನೂ ಗಂಡಿಗೆ ಗಂಡಾಗಿ ಮಾಡಿಕೊಂಡಿದ್ದಳು, ಕಾವೇರಮ್ಮ. ತನ್ನ ಹಿಂದೆ ಈ ಮುಂಡೆ ಈ ರೀತಿ ಗದ್ದೆಗಳಲ್ಲಿ ಅಲೆಯುತ್ತಿದ್ದಾಳೆ ಎಂದು ಜನ ನಗುತ್ತಿದ್ದಾರೆ ಎಂದು ಅವಳಿಗೆ ಅರಿವಿತ್ತು. ಅದು ಅವಳ ಕಾಠಿಣ್ಯವನ್ನು ಇನ್ನೂ ಹೆಚ್ಚೇ ಮಾಡಿತಲ್ಲದೇ ಹಠವನ್ನು ಕುಂಠಿತಗೊಳಿಸಲಿಲ್ಲ. ಆಳುಗಳು ಬಾರದಿದ್ದರೆ ತಾನೇ ಕಚ್ಚೆ ಬಿಗಿದು ಗುಂಡಿ ತೋಡಿದ್ದಳು. ಗುಡ್ಡ ಗುಡ್ಡ ಅಲೆದು ಸೊಪ್ಪು ಕಡಿದು ಮೂಟೆ ಮಾಡಿ ಹಟ್ಟಿಗೆ ಹಾಕಿ ಗದ್ದೆಗೆ ಬೇಕಾದ ಗೊಬ್ಬರ ಮಾಡಿದ್ದಳು. ಎಲ್ಲೆಲ್ಲೋ ಅಲೆದು ತಪ್ಪಿಸಿಕೊಂಡ ಮುದಿ ಎಮ್ಮೆಯನ್ನು ಹಿಡಿದು ತಂದಿದ್ದಳು. ಏತ ಕಟ್ಟಿದ ಕಡೆ ತಾನೇ ನಿಂತು ಜಿಗಿದು ನೀರೆತ್ತಿ ಗದ್ದೆಗಳಿಗೆ ಹಾಯಿಸಿದ್ದಳು. ಅದರಿಂದಾಗಿ ಅಂಗಾಲುಗಳು ಒಡೆದು ಚಿಂದಿಯಾದುವು. ಮೈ ಬಣ್ಣ ಇನ್ನೂ ಕಪ್ಪಾಯಿತು. ಉಬ್ಬಿದ್ದ ಹಲ್ಲು ಮತ್ತೂ ಹೊರಗೆ ಚಾಚಿ ಮುಖದ ಲಕ್ಷಣವೇ ಕಂದಿ ಹೋಯಿತು. ಯಾಕಾಗಿ ? ಪ್ರಾಯಕ್ಕೆ ಬಂದ ಮಗ ಈಗ ಒಂದು ಮಾತೂ ಕೇಳುವುದಿಲ್ಲ. ಹಗಲು ರಾತ್ರಿ ಮನೆಗೆ ಬಾರದೇ ಎಲ್ಲೆಲ್ಲೋ ಅಲೆಯತೊಡಗಿದ್ದ. ಹಿಡಿದು ಕೂರಿಸುವ ವಯಸ್ಸೇ ಅವನದು? ಅವಳನ್ನು ಕಂಗಾಲುಗೊಳಿಸಿದ ಇನ್ನೊಂದು ವಿಷಯವೆಂದರೆ ಯಾಕೋ ಅಟ್ಟ ಹತ್ತಿ ನೋಡಿದಾಗ ಏರಿಸಿಟ್ಟ ಅಕ್ಕಿಯ ಮುಡಿಗಳು ಮಾಯವಾದದ್ದು ! ಇನ್ನು ಮತ್ತೆ ಭಿಕ್ಷೆ ಬೇಡುವ ಸ್ಥಿತಿಗೆ ಇವನು ಇಳಿಸುತ್ತಿದ್ದಾನಲ್ಲ ಎಂದಾಕೆ ತಲೆಗೆ ಕೈ ಹೊತ್ತು ಕುಳಿತಳು !

ಆಗಲೇ ಅವಳಿಗೆ ಕೊಂಬ್ರಾಜೆ ದೇವು ಭಾವ ಬಳ್ಳಂಬೆಟ್ಟಿಗೆ ಹೋಗಿ ಅಣ್ಣನ ಕಾಲು ಹಿಡಿದನೆಂಬ ಸುದ್ದಿ ಸಿಕ್ಕಿತು. ತನ್ನ ಸರ್ವಾಪರಾಧಗಳನ್ನು ಕ್ಷಮಿಸು ಎಂದು ಹೋಗಿ ಕಾಲಿಗೆ

ಬಿದ್ದನಂತೆ. ಹೆಂಡತಿ ಮಕ್ಕಳನ್ನೂ ಒಯ್ದಿದ್ದನಂತೆ. ರಾಮಚಂದ್ರ ಪೈಗೆ ಎದೆಯುಕ್ಕಿ ಬಂತಂತೆ. ಅವನೂ ಕಣ್ಣೀರಿಳಿಸುತ್ತಾ ತಮ್ಮನನ್ನು ಅಪ್ಪಿ ಹಿಡಿದನಂತೆ. ಕಾವೇರಮ್ಮ ಈ ಎಲ್ಲ ವಿಷಯ ಕೇಳಿದಾಗ ಮನೆಯ ಹಜಾರದ ಮೇಲೆ ತೆಪ್ಪನೆ ಕುಳಿತುಕೊಂಡಿದ್ದಳು. ಸುದ್ದಿ ತಂದವನು ನಡುಮನೆ ದೂಮ ಬಂಟನ ಮಗ ಚಂದ್ರಪ್ಪ ಬಂಟ. "ಅವ್ವಾ, ನಿಮ್ಮದು ದೊಡ್ಡ ಮನೆತನ. ಒಡೆದ ಮನಸ್ಸು, ಮನೆ ಒಂದಾದರೆ ದೇವರು ಬೇಡ ಅನ್ನುತ್ತಾನೆಯೇ? ತೀರಿಕೊಂಡವರು ತೀರಿಕೊಂಡರು. ಇದ್ದಿದ್ದರೆ ಅವರೂ ಬೇಡ ಎನ್ನುತ್ತಿರಲಿಲ್ಲ. ಈಗ ನನ್ನ ಜೊತೆಗೆ ಬನ್ನಿ. ನಾಡಿದ್ದು ಎಲ್ಲ ಕೂಡಿ ಧರ್ಮಸ್ಥಳಕ್ಕೆ ಹೋಗುವ ಎಂದಿದ್ದಾರೆ. ಒಳ್ಳೆಯ ಬದುಕಿಗೆ ಬೇಡ ಎನ್ನಬೇಡಿ" ಎಂದು ಬಳ್ಳಂಬೆಟ್ಟಿನವರ ಪರವಾಗಿ ಗೋಗರೆದು ಕೇಳಿದ್ದ. ಕಾವೇರಮ್ಮ ಏನೂ ಹೇಳದೇ ತೆಪ್ಪಗೆ ಕುಳಿತಳು. ಬಂದಿದ್ದ ಬಂಟ ಹೊರಟು ಹೋದ. ಎರಡು ಮೂರು ದಿನಗಳ ಬಳಿಕ ಅವರೆಲ್ಲ ಧರ್ಮಸ್ಥಳಕ್ಕೆ ಹೋಗಿ ಬಂದರಂತೆ ಎಂಬ ವದಂತಿ ಬಂದಾಗ ಮಾತ್ರ ಒಬ್ಬಳೇ ಕುಳಿತು ಅತ್ತು ಎದೆಯನ್ನು ಒಂದಿಷ್ಟು ಹಗುರ ಮಾಡಿಕೊಂಡಳು.

ಸುದ್ದಿ ಕೇಳಿ ಕನಲಿದವನೆಂದರೆ ಭುಜಂಗ ಪೈ. "ಏನು, ಕೊಂಬ್ರಾಜೆಯವರೂ ಹೋಗಿ ಅವರ ಕುಂಡೆ ನೆಕ್ಕುತ್ತಾರಂತೋ ? ಸೆಕ್ಕಲಿ ! ಮಗನ ಮೇಲೆ ಪ್ರೀತಿ ಇದ್ದರಲ್ಲವೇ ಅವರಿಗೆ ? ತಮಗೇ ಹುಟ್ಟಿದ ಮಗನಾಗಿದ್ದರೆ ಹಾಗೆ ಮಾಡುತ್ತಿರಲಿಲ್ಲ. ಈಗ ಹೋಗಿ ಅವರೆದುರು ಹಲ್ಲು ಗಿಂಜುತ್ತಿದ್ದಾರಲ್ಲ, ಯಾವ ಮುಖ ಹಿಡಿದುಕೊಂಡಂತೆ ?" ಎಂದು ಹಾರಾಡಿದ. ಅವನಿಗೀಗ ಎಲ್ಲರೂ ಕೈ ಬಿಟ್ಟಂತನ್ನಿಸುತ್ತಿತ್ತು. ತನ್ನ ಹಂಚಿಕೆಯ ವಿರುದ್ಧ ಎಲ್ಲರೂ ಹೊಂಚಿ ಹಾಕುತ್ತಿದ್ದ ಹಾಗೆ ಕಂಡಿತು. ನಾಳೆ ತನ್ನ ತಾಯಿಯೂ ಅದಕ್ಕೆ ಬಲಿ ಬೀಳುವವಳೇ. ಅಂದರೆ ಬಳ್ಳಂಬೆಟ್ಟಿನವರೇ ಗೆದ್ದ ಹಾಗಾಗುತ್ತದೆ. ತಾನು ಸೋತು ಸುಣ್ಣವಾಗುತ್ತೇನೆ. ಹಾಗಾಗಲು ಬಿಡಬಾರದು. ಅದರ ಮೊದಲೇ ಅವರನ್ನು ಸಂಪೂರ್ಣ ಸುಟ್ಟು ನಾಶಮಾಡಬೇಕು. ಇಡೀ ವಂಶವನ್ನು ನಿರ್ವಂಶಗೊಳಿಸಬೇಕು. ಎಲ್ಲರೂ ಮಲಗಿದ್ದ ಹೊತ್ತು ಮನೆಗೆ ಬೆಂಕಿ ಕೊಟ್ಟು ಭಸ್ಮ ಮಾಡಿಬಿಡಬೇಕು. ಇದಕ್ಕೆ ಬೇರೆ ಯಾರನ್ನೂ ಆಶ್ರಯಿಸುವುದು ಬೇಡ. ತಾನೇ ಆ ಕೆಲಸ ಮಾಡಬೇಕು ಎಂದು ಯೋಚಿಸಿದನವನು. ಯೋಚನೆ ಹೊಕ್ಕದ್ದೇ ಸೂಕ್ತ ದಿನಕ್ಕಾಗಿ ಕಾಯತೊಡಗಿದ.

ಪುಷ್ಯ ಮಾಸದ ಮೊದಲ ದಿನಗಳು. ರಾಮಚಂದ್ರ ಪೈ ಧರ್ಮಸ್ಥಳದಿಂದ ಹಿಂದಿರುಗಿ ಬರುವಾಗ ಒಮ್ಮೆಲೇ ಪೂರ್ವದಲ್ಲಿ ಕಾರ್ಮೋಡಗಳೆದ್ದು ಭೂಮಿಯನ್ನೆಲ್ಲ ಗುಡಿಸಿ ಚೊಕ್ಕಟ ಮಾಡುವಂತೆ ಮಳೆ ಬಿತ್ತು. ಒಂದೇ ಸವನೆ ಗುಡುಗು ಮಿಂಚುಗಳಿಂದ ಕೂಡಿದ ಭೋರೆಂದು ಸುರಿಯುವ ಮಳೆ. ಎಣೆಲು ಬೆಳೆ ಕೊಯ್ದು ಸುಗ್ಗಿ ಬೆಳೆಯ ಸಸಿ ಹಾಕಿದ ಸಮಯ. ಗದ್ದೆಗಳಲ್ಲಿ ಗೇಣುದ್ದ ನೀರು ನಿಂತಿತು. ಯಾವಾಗಲೂ ಚೌತಿ ಕಳೆದೊಡನೆ ನಿರಂಜನಿಗೆ ಒಡ್ಡು ಕಟ್ಟಿ ಗದ್ದೆಗೆ ನೀರು ಬಿಡುವುದು ಅಂತು ಪೈಯ ಕ್ರಮ. ಈ

ಬಾರಿಯೂ ಹೀಗೇ ಮಾಡಿದ್ದ. ಆದರೆ ಮಳೆ ಹೊಡೆದು ನೀರು ಏರಿ ಒಡ್ಡು ಕೊಚ್ಚಿಕೊಂಡು ಹೋಯಿತು. ಧರ್ಮಸ್ಥಳದ ಪ್ರಯಾಣದಿಂದ ಬಳ್ಳಂಬೆಟ್ಟಿಗೆ ಅದೇ ತಾನೇ ಹಿಂತಿರುಗಿ ಬಂದ ರಾಮಚಂದ್ರ ಪೈ "ಇದು ಮಳೆಯಲ್ಲ ದೇವಪ್ಪಾ ಪುಷ್ಪವೃಷ್ಟಿ ದೇವರು ತನ್ನ ಅನುಗ್ರಹವನ್ನು ಹೀಗೆ ಹೇಳುತ್ತಿದ್ದಾನೆ. ಕಾರ್ಯಾಡು ಕೊಂಬ್ರಾಜೆಗಳಲ್ಲೂ ಇದೇ ರೀತಿ ಮಳೆಯಾಗಿರಬಹುದು" ಎಂದು ತನ್ನ ಆಸೆಯನ್ನು ಹೇಳಿದ.

ಮಳೆ ನಿಂತ ಮೂರನೆಯ ದಿನಕ್ಕೆ ಬಂದ ಬಿಸಿಲಿನಲ್ಲಿಯೇ ಭುಜಂಗ ಪೈ ಬಳ್ಳಂಬೆಟ್ಟಿಗೆ ಹೊರಟ. ಅವನು ಬಳ್ಳಂಬೆಟ್ಟಿಗೆ ಮುಟ್ಟಿದಾಗ ಸೂರ್ಯ ಅದೇ ತಾನೇ ಪಶ್ಚಿಮಕ್ಕೆ ವಾಲಿದ್ದ. ಪುಷ್ಯದ ಬಿಸಿಲು. ಕಾಡಿನ ದಾರಿಯಲ್ಲಿ ಅವನು ನಿರಂಜನಿಯ ತಡಿಗೆ ಬಂದು ಮುಟ್ಟಿದಾಗ ಸಂಜೆ ಬಿಸಿಲು ಅರಿಶಿಣವಾಗಿತ್ತು. ಹಿಂದೆ ಮೊಳಕಾಲು ಏರದ ನಿರಂಜನಿ ಈಗ ಮೂರು ದಿನಗಳ ಹಿಂದಿನ ಮಳೆಯಿಂದಾಗಿ ತುಂಬಿ ಹರಿಯುತ್ತಿದ್ದಳು. ಆಳೆತ್ತರವಾದರೂ ಇರಬಹುದಾದ, ಮಣ್ಣು ತುಂಬಿ ಕಂದು ಬಣ್ಣಕ್ಕೆ ತಿರುಗಿದ ನೀರು. ರಭಸದಿಂದ ಹರಿಯುವ ನೀರು. ಆ ನೆರೆ ನೀರಿನಲ್ಲಿ ಈಸಿ ಹೊಳೆದಾಟಿ ಆಚೆಗೆ ಹೋಗುವ ಧೈರ್ಯ ಭುಜಂಗ ಪೈಗೆ ಬರಲಿಲ್ಲ. ಹೊಳೆಯಾಚೆ ನಾಗನ ಬನ. ಅದರಾಚೆ ತುಸು ಎತ್ತರದಲ್ಲಿ ಗೋವಿಂದ ಭಟ್ಟರ ಮನೆ. ತಾನು ಆ ಕಡೆಗೆ ಹೋದರೆ ಅವರ ಕಣ್ಣಿಗೆ ಬೀಳುವ ಸಾಧ್ಯತೆ ಇದೆ ಎಂದು ಭುಜಂಗ ಪೈ ಆ ಯೋಚನೆಯನ್ನು ಬಿಟ್ಟ. ಹೀಗೇ ಪೂರ್ವಕ್ಕೆ ಹೊಳೆಯ ಗುಂಟ ಹೋದಲ್ಲಿ ನಡುಮನೆಯ ಬಳಿ ಹೊಳೆಗೆ ಅಡಿಕೆಯ ಮರಗಳನ್ನು ಅಡ್ಡ ಹಾಕಿ ದಾಟಲು ಸಂಕ ಮಾಡಿದ್ದಾರೆ ಎಂಬುದು ಅವನಿಗೆ ಗೊತ್ತಿತ್ತು. ಆ ನೆನಪಿನಿಂದ ಅವನು ಹೊಳೆಯ ಬಲದಂಡೆಯ ಮೇಲೆ ಪೂರ್ವದ ಕಡೆ ನಡೆದ. ಕಾಡಿನ ಸೆರಗಿನಲ್ಲಿಯೇ ಹಾದು ನಡುಮನೆಯ ಬಳಿ ಸಂಕ ದಾಟಿದ. ಎರಡು ಗದ್ದೆಗಳನ್ನು ದಾಟಿ ಬಂದವನು ನೇರ ರಂಗ ಪೈ ಬಿದ್ದ ಕಮರಿಯ ಬಳಿಗೇ ಬಂದು ಮುಟ್ಟಿದ.

ರಂಗ ಪೈಯ ನೆನಪಾದೊಡನೆ ಭುಜಂಗ ಪೈ ಒಂದಿಷ್ಟು ಗಲಿಬಿಲಿಗೊಂಡ. ಅಲ್ಲಿಂದ ಏನಿಲ್ಲೆಂದರೂ ನಾಗನ ಬನಕ್ಕೆ ಐನೂರು ಗಜಗಳ ಅಂತರವಿತ್ತು. ಬನಕ್ಕೆಂದು ಹೊರಟವನು ಇಷ್ಟು ದೂರ ಬಂದುದಾದರೂ ಹೇಗೆ ಅನ್ನುವುದು ಅವನಿಗೆ ತಿಳಿಯಲಿಲ್ಲ. ಒಂದು ಕ್ಷಣ ಅಲ್ಲಿಯೇ ನಿಂತು ಕಮರಿಯನ್ನು ದೃಷ್ಟಿಸಿ ನೋಡಿದ. ಆಮೇಲೆ ನಿಧಾನವಾಗಿ ಕಣ್ಣ ಮುಂದಿನ ಗುತ್ತು ಗುಡ್ಡ ಏರತೊಡಗಿದ. ಬಲಗಡೆಗೆ ಸುಗ್ಗಿಯ ಸಸಿಗಳು ನಳನಳಿಸುತ್ತಿದ್ದ ಗದ್ದೆಗಳು. ಮೂರು ದಿನಗಳ ಹಿಂದೆ ಬಿದ್ದ ಮಳೆಯಿಂದಾಗಿ ಆ ಸಸಿಗಳು ಸಂತೋಷದಿಂದ ತಲೆ ಎತ್ತಿ ನಿಂತಿದ್ದುವು. ಅವನಿಗೆ ಕಾರ್ಯಾಡು ಕೊಂಬ್ರಾಜೆಗಳ ಹಳದಿ ಮಣ್ಣಿನ ಒಣಗಿದ ಗದ್ದೆಗಳು ನೆನಪಾದುವು. ಅಲ್ಲಿಯ ಗದ್ದೆಗಳಿಗೆ ಹೋಲಿಸಿದರೆ ಈ ನೆಲ ಎಷ್ಟು ಫಲವತ್ತಾಗಿದೆ ! ಅದರಿಂದಾಗಿಯೇ ಬಳ್ಳಂಬೆಟ್ಟಿನವರು ಹೀಗೆ ಹಾರಾಡುತ್ತಿದ್ದಾರೆ ಎಂದುಕೊಳ್ಳುತ್ತಾ ಅವನು ಮುಂದುವರಿದ.

ಇದ್ದಕ್ಕಿದ್ದಂತೆ ಈಗ ತಾನು ಬಳ್ಳಂಬೆಟ್ಟಿನವರ ಕಣ್ಣಿಗೆ ಬಿದ್ದಲ್ಲಿ ಎಲ್ಲವೂ ತಲೆಕೆಳಗಾಗಬಹುದೆಂಬ ಭೀತಿ ಹುಟ್ಟಿ ಅವನು ಥಟ್ಟನೆ ನಿಂತ. ಬಳ್ಳಂಬೆಟ್ಟಿನ ಮನೆಗೆ ಅವನು ಹೋಗದೇ ಹತ್ತು ಹನ್ನೆರಡು ವರ್ಷಗಳಾದರೂ ಆಗಿದ್ದುವು. ಗುತ್ತಿನ ಗುಡ್ಡದ ನೇರ ಪಶ್ಚಿಮದಲ್ಲಿ ಬಳ್ಳಂಬೆಟ್ಟಿನ ಹೊಸ ಮನೆ. ಮಧ್ಯದ ಬಯಲಿನಲ್ಲಿ ವಿಶಾಲವಾದ ಗದ್ದೆಗಳು. ಅದೇ ತಾನೇ ಮೇಲೆದ್ದ ಸಸಿಗಳು. ಅವನು ನಿಂತಲ್ಲಿಂದ ಹೊಸ ಮನೆಯನ್ನು ಯಾರ ಕಣ್ಣಿಗೂ ಬೀಳದೇ ನೋಡಲು ಸಾಧ್ಯ. ಗುಡ್ಡದ ಮೇಲೆ ಒತ್ತಾಗಿ ಬೆಳೆದ ಮರಗಳು. ಬಹಳ ಹಿಂದೆ ಬದುಕಿದ್ದಾಗ ತಿಮ್ಮ ಪೈ ತಂದು ಹಾಕಿದ್ದ ಗೋವೆ ಬೀಜಗಳು ಈಗ ಮರಗಳಾಗಿ ಹರವಾಗಿ ಬೆಳೆದಿದ್ದುವು. ಎರಡಾಳು ಎತ್ತರದ, ಅಗಲವಾಗಿ ಚಾಚಿಕೊಂಡ ಗೆಲ್ಲುಗಳಿರುವ ಮರಗಳು. ಅಂಗೈಯಷ್ಟು ಅಗಲವಾದ ಎಲೆಗಳು. ಭುಜಂಗ ಪೈಗೆ ಅಡಗಿಕೊಳ್ಳಲು ಅನುಕೂಲವಾಯಿತು. ಅವನು ಒಂದು ಮರ ಹತ್ತಿ ಗೆಲ್ಲುಗಳ ಮಧ್ಯೆ ಕಾಲು ಇಳಿಬಿಟ್ಟು ಒರಗಿ ಕುಳಿತುಕೊಂಡ. ಅಂಡಿಗೆ, ಬೆನ್ನಿಗೆ ಮರದ ಗಿಣ್ಣುಗಳು ತಾಗಿ ನೋಯುತ್ತಿದ್ದರೂ ಅವನು ಅದನ್ನು ಲೆಕ್ಕಿಸಲಿಲ್ಲ.

ದೂರದಲ್ಲಿ ಸಾಲಿಗ್ರಾಮದ ಕರಡಿಗೆಯಂಥ ಮನೆ. ಅದರಾಚೆ ಗುರುವಾರೆ ಗುಡ್ಡ. ಗುಡ್ಡಕ್ಕೆ ತಾಗಿಕೊಂಡಂತಿದ್ದ ಆಕಾಶದಲ್ಲಿ ಸೂರ್ಯನ ಬೆಳಕು. ಮುಖಕ್ಕೆ ಬಂದು ಬಡಿಯುವ ಕಿರಣಗಳು. ಆಗಲೇ ಗುರುವಾರೆ ಗುಡ್ಡದ ನೆರಳು ಬಳ್ಳಂಬೆಟ್ಟಿನ ಮನೆಯನ್ನು ಹಾದು ಗದ್ದೆಗಳ ಮಧ್ಯದ ತನಕ ಬಂದು ಮುಟ್ಟಿತ್ತು. ಹೊಸ ಮನೆಯ ಬಲಕ್ಕೆ ತುಸು ಮೇಲ್ಗಡೆ ಹಳೆಯ ಬಳ್ಳಂಬೀಡು. ಬಲ್ಲಾಳರ ಬೀಡಾಗಿ ಒಂದು ಕಾಲದಲ್ಲಿ ಅರಮನೆಯಂತೆ ಕಂಗೊಳಿಸುತ್ತಿದ್ದ ಬೀಡು. ಈಗ ವಾಸವಿಲ್ಲದೇ ಜರಿದು ಬಿದ್ದ ಹಳೆಯ ಕಟ್ಟಡ. ಸೂರೇ ಇಲ್ಲದ ಥರದಲ್ಲಿ ಕಾಣುವ ಮೋಟು ಗೋಡೆಗಳು, ಇನ್ನು ಸೂರ್ಯ ಮುಳುಗಿ ಕತ್ತಲಾಗುತ್ತದೆ. ಬಟ್ಟಲಿನಂತಹ ಬಳ್ಳಂಬೆಟ್ಟಿನಲ್ಲಿ ಬೇಗ ಕತ್ತಲೆಯಾಗುವುದು. ಬಹುಶಃ ಒಂದೆರಡು ಘಳಿಗೆಗಳಲ್ಲಿ ಮನೆಯ ದೀಪದ ಬೆಳಕು ಆರಿ ಹೋಗುತ್ತದೆ. ಅದು ಆರುತ್ತಲೇ ಹೋಗಿ ಹಿಂದಿನಿಂದ ಮನೆಯ ಸೂರಿಗೆ ಬೆಂಕಿ ಹಚ್ಚಬೇಕು. ಅಡಿಕೆಯ ಸೋಗೆಯ ಸೂರು. ಬೆಂಕಿ ಕೊಟ್ಟೊಡನೆ ಭಗಭಗ ಉರಿದೀತು. ತಕ್ಷಣ ಹೋಗಿ ಅಡಗಿಕೊಳ್ಳಲು ಬಳ್ಳಂಬೀಡಿನ ಮೋಟು ಗೋಡೆಗಳಿವೆ. ಇಲ್ಲದಿದ್ದರೆ ಅಲ್ಲಿಯೇ ಹಿಂದಿನ ಗುರುವಾರೆ ಗುಡ್ಡಕ್ಕೆ ಓಡಿ ಇದೇ ರೀತಿ ಯಾವುದಾದರೂ ಗೇರು ಮರ ಹತ್ತಿ ಕೂರಬಹುದು. ಆ ನರಿಮುದುಕ ರಾಮಚಂದ್ರ ಪೈಯಾಗಲೀ, ಅವನ ಮಗ ಅಂತು ಪೈಯಾಗಲೀ ಬಾಯಿ ಬಾಯಿ ಬಡಿದುಕೊಂಡು ಅಳುತ್ತಾರೆ ಎಂಬುದನ್ನು ಊಹಿಸಿಯೇ ಭುಜಂಗ ಪೈ ರೋಮಾಂಚಗೊಂಡ. ತಾನು ಕುಳಿತಲ್ಲಿಂದ ಬಳ್ಳಂಬೆಟ್ಟಿನ ಹೊಸಮನೆಗೆ ಹೋಗುವ ಗದ್ದೆಯ ಹುಣಿಗಳುದ್ದಕ್ಕೂ ಕಣ್ಣು ಹಾಯಿಸಿದ. ಹಜಾರದ ಮೇಲೆ ಯಾರೋ ಕೂತ ಹಾಕಿತ್ತು. ಆಳುಕಾಳುಗಳು ಇನ್ನೂ ಅತ್ತಿತ್ತ ಹೋಗುತ್ತಿದ್ದರು. ಇನ್ನೂ ಕತ್ತಲಾಗುವ ತನಕ ಕಾಯಬೇಕಲ್ಲ ಅಂತ ಅಂಡು ಬದಲಾಯಿಸಿದ ಭುಜಂಗ ಪೈ.

ಮರದ ಮೇಲೆ ಕೂತವನು ಕತ್ತಲೆಯನ್ನು ಕಾಯುತ್ತಾ ಇದ್ದಾಗ ಕಣ್ಣು ಕೂರತೊಡಗಿತು. ಎಚ್ಚರಾದಾಗ ಕಗ್ಗತ್ತಲು. ದೂರದ ಮನೆಯಲ್ಲಿ ಕಂಡೂ ಕಾಣದಂತಹ ದೀಪದ ಬೆಳಕು. ಬಹುಶಃ ಮಂದವಾಗಿ ಬೀಸುತ್ತಿದ್ದ ಗಾಳಿಗೆ ಮರದ ಎಲೆಗಳು ದೀಪವನ್ನು ಮರೆಮಾಡುತ್ತಿರಬೇಕು. ಗಡಬಡಿಸಿ ಅವನು ಮರದಿಂದ ಕೆಳಗೆ ಜಿಗಿದ. ಸರಿದು ಹೋದ ಕಚ್ಚೆಯನ್ನು ಎತ್ತಿ ಉಚ್ಚೆ ಹೊಯ್ದು ಹೊಟ್ಟೆಯ ಭಾರ ಸಡಿಲಿಸಿದ. ಕಚ್ಚೆಯನ್ನು ಬಿಗಿಯಾಗಿ ಕಟ್ಟಿಕೊಂಡು ಇನ್ನೂ ಮೇಲಕ್ಕೇರಿ ಗುಡ್ಡದ ತುದಿಗೆ ಬಂದ. ಅಲ್ಲಿ ಮರಗಳು ವಿರಳವಾಗಿದ್ದುವು. ನಕ್ಷತ್ರಗಳ ಬೆಳಕಿನಲ್ಲಿ ನಡೆಯುವುದೂ ಸುಲಭ. ಕಣ್ಣು ಕುಕ್ಕುವಷ್ಟು ಕತ್ತಲೆಯಾದರೂ ಅವನಿಗದು ಅಭ್ಯಾಸ. ಕಾಲುಗಳಿಂದಲೇ ನೆಲವನ್ನು ಬಳಚುತ್ತಾ ಮುಂದೆ ಹೆಜ್ಜೆ ಹಾಕಿದ. ಒಂದೆರಡು ಕಡೆ ಅವನು ಮುಗ್ಗರಿಸಿಯೂ ಮುಗ್ಗರಿಸಿದ. ಹಿಂದೊಮ್ಮೆ ಇದೇ ರೀತಿ ರಂಗ ಪೈಯೊಡನೆ ನಡೆದ ನೆನಪು ಗವ್ವೆಂದು ಹೊಡೆದು ಬಂತು. ಪೆದ್ದನೆಂದರೆ ಪೆದ್ದ. ರಾತ್ರಿಯ ಹೊತ್ತು ಕುಟ್ಟಿಚಾತ ತನಗೆ ಕಣ್ಣು ಕಾಣಿಸುತ್ತಾನೆ ಎಂದು ಹೇಳಿದ್ದನ್ನು ಪ್ರಶ್ನೆ ಇಲ್ಲದೇ ಒಪ್ಪಿಕೊಂಡ. ಅವನ ಪೆದ್ದುತನವೇ ಅವನ ಜೀವ ತಿಂದಿತು. ಈಗ ನೋಡಿದರೆ ಈ ಕತ್ತಲಲ್ಲೂ ತನಗೆ ಸ್ಪಷ್ಟವಾಗಿ ಕಾಣಿಸುತ್ತಿದೆ. ಗುಡ್ಡ ಹತ್ತಿ ಪಶ್ಚಿಮದ ಕಡೆಯ ದೀಪ ಇದ್ದ ಬೆಳಕಿನತ್ತವೇ ಮುಖ ಮಾಡಿ ಕಾಲು ಸರಿಸುತ್ತಾ ಮುಂದುವರಿದ ಭುಜಂಗ ಪೈ. ಸುಮಾರು ಐನೂರು ಗಜಗಳ ಹಾದಿ ದಾಟಿ ಬೀಡಿದ್ದ ಕಡೆಯ ಮೇಲುಭಾಗಕ್ಕೆ ಬಂದು ಮುಟ್ಟಿದವನೇ ನಿಧಾನವಾಗಿ ಕೆಳಗಿಳಿದ. ಹತ್ತಿರ ಬರುತ್ತಾ ಒಂದು ಕ್ಷಣ ನಿಂತು ಬೀಡಿನ ಒಳಭಾಗವನ್ನು ಪರೀಕ್ಷಿಸುವವನಂತೆ ನೋಡಿದ ಭುಜಂಗ ಪೈಗೆ ಒಮ್ಮೆಲೇ ಕಿಟಾರನೆ ಕಿರುಚುವಂತಾಯಿತು !

★

ಹನ್ನೆರಡು ವರ್ಷಗಳಲ್ಲಿ ಬಲ್ಲಾಳ ಬೀಡಿನ ಸುತ್ತ ಪೊದೆಗಳು ಹುಟ್ಟಿ ಮರಗಳಾಗಿ ಬೆಳೆದಿದ್ದವು. ಬಳ್ಳಿ ಬೆಳೆದು ಕಾನಾಗಿತ್ತು. ಬೀಡಿನ ಸೂರು ಮಳೆಗಾಳಿ ಬಿಸಿಲಿಗೆ ಒಣಗಿ ಕರಕಾಗಿ ಬಾಯಿ ಬಿಟ್ಟಿತ್ತು. ಸೂರಿನ ಮರದ ತೊಲೆಗಳಿಗೆಲ್ಲ ಗೆದ್ದಲು ಹಿಡಿದಿತ್ತು. ಎಷ್ಟೋ ಕಡೆ ಗೋಡೆಗಳೂ ಜರಿದು ಬಿದ್ದು ಹುತ್ತಗಳು ಹುಟ್ಟಿದ್ದವು. ಆ ಎಂದು ಬಾಯಿ ಬಿಟ್ಟಿದ್ದುವು. ಇವುಗಳ ಯಾವ ಪರಿವೆಯೂ ಇಲ್ಲದ ಎರಡು ಹೆಣ್ಣು ಜೀವಗಳು. ಒಬ್ಬಳು ಜಾಹ್ನವಿ, ಇನ್ನೊಬ್ಬಳು ಕಾಳಿ. ಬಾಹ್ಯಜಗತ್ತು ಒಬ್ಬಳಿಗೆ ಒಮ್ಮೆಲೇ ಮುಚ್ಚಿಕೊಂಡಿದ್ದರೆ ಇನ್ನೊಬ್ಬಳಿಗೆ ನಿಧಾನವಾಗಿ ಮುಚ್ಚಿಹೋಗಿತ್ತು.

ಕಾಳಿ ಹೆಸರಿಗೆ ತಕ್ಕಂತೆ ಇದ್ದಿಲಿನ ಮೈ ಬಣ್ಣದ ತುಂಬಿಕೊಂಡ ಹೆಂಗಸಾಗಿ ಬಂದವಳಾದರೂ ವರುಷಗಳು ಕಳೆದಂತೆ ತೀರ ಸೊರಗಿ ಹೋದವಳು. ಜಾಹ್ನವಿ

ಬೆಳ್ಳಗಿನ ಮೈ ಬಣ್ಣದ ತೆಳ್ಳಗಿನ ಹುಡುಗಿಯಾಗಿದ್ದವಳು ಈಗಂತೂ ಬಿಳಿಚಿಹೋಗಿದ್ದಳು. ಆಕೆಯ ತಲೆಯ ಕೂದಲುಗಳೂ ಬೆಳ್ಳಗಾಗಿ, ಬಿಚ್ಚಿಕೊಂಡುಬಿಟ್ಟಿತ್ತು. ಆಷಾಢದ ಕೊನೆಯ ದಿನಗಳಲ್ಲಿ ಕಾಳಿ ವಿಪರೀತ ಜಡ್ಡಾಗಿ ಹಾಸಿಗೆ ಹಿಡಿದಿದ್ದಳು. ವಯಸ್ಸಾದುದರಿಂದ ಕಾಯಿಲೆ ಗುಣವಾಗಿರಲಿಲ್ಲ. ದಿನದಿಂದ ದಿನಕ್ಕೆ ಜ್ವರ ಏರುತ್ತಾ ಹೋಯಿತು. ಹೊರಗಿನ ಕೋಣೆಯಲ್ಲಿ ಹರಿದ ಮಂದರಿಯ ಮೇಲೆ ಅಡ್ಡಾದ ಕಾಳಿ ಜ್ವರದ ತಾಪದಲ್ಲಿ ನರಳತೊಡಗಿದಳು. ಸುತ್ತ ಬೆಳೆದ ಕಾಡು, ಹಳೆಯ ಮುರುಕು ಮನೆ, ಹೆಕ್ಕಳು ಕಳಚಿದ ಗೋಡೆಗಳು, ಮನೆಯೊಳಗೆ ಮಾತಿಲ್ಲದೇ ಹರಿದಾಡುವ ಬಿಳಿಯ ನೆರಳು, ಜೀರುಂಡೆಗಳ ಧ್ವನಿ, ದೂರದಲ್ಲಿ ಹೊಳೆ ನೀರಿನ ಜೊರೋ ಅನ್ನುವ ಸದ್ದು, ಒಂದರ ಹಿಂದೆ ಒಂದರಂತೆ ಬಂದು ಹೋಗುವ ಲೆಕ್ಕಕ್ಕೆ ಸಿಗದ ಹಗಲು ರಾತ್ರಿಗಳು, ಇವುಗಳ ಮಧ್ಯೆ ಕಾಳಿಯ ನರಳಾಟ, ದೂರದಿಂದ ಕೇಳಿದರೆ ಪಿತೃಪಕ್ಷದ ನಾಯಿಗಳ ಊಳಿಗೆ ವ್ಯತ್ಯಾಸ ತಿಳಿಯದ ಸ್ಥಿತಿ. ಆಗಲೂ ಜಾಹ್ನವಿ ಆಕೆಯ ಶುಶ್ರೂಷೆ ಮಾಡಿದವಳಲ್ಲ. ಆಕೆ ಅಲ್ಲಿರುವುದರ ಬಗ್ಗೆ ಗಮನವನ್ನೇ ಕೊಡಲಿಲ್ಲ.

ಆರು ತಿಂಗಳ ಕಾಲ ಕಾಳಿ ಒದ್ದಾಡಿದಳು. ಏಳಲೂ ಕೂಡದ ಸ್ಥಿತಿಯಲ್ಲಿದ್ದರೂ ಬಳ್ಳಂಬೆಟ್ಟಿನ ಮನೆಯಿಂದ ತಂದ ಅಕ್ಕಿಯ ಗಂಜಿ ಮಾಡಿ ಒಡತಿಯ ಎದುರಿಟ್ಟಳು. ಪುಷ್ಯಮಾಸ ಬರುತ್ತಿದ್ದಂತೆಯೇ ಆಕೆಯಿಂದ ಮಂದರಿ ಬಿಟ್ಟು ಏಳುವುದು ಸಾಧ್ಯವಾಗಲೇ ಇಲ್ಲ. ಒಂದು ಸಂಜೆ ಬಂದ ಮಳೆಗೆ ಚಳಿ ಏರುತ್ತಿದ್ದ ಹಾಗೆಯೇ ಅವಳ ಸ್ಮೃತಿ ತಪ್ಪಿತು. ಮೂರು ದಿನಗಳ ತನಕ ಬರಿಯ ಉಸಿರಾಡುತ್ತಿದ್ದ ಕಾಳಿಗೆ ಎಚ್ಚರಾದಾಗ ಸಂಜೆಯ ಹೊತ್ತು. ಕಣ್ಣು ಬಿಟ್ಟು ನೋಡಿದ ಅವಳಿಗೆ ಇದ್ದಕ್ಕಿದ್ದಂತೆ ಪರಿಸರದ ಪ್ರಜ್ಞೆ ಮೂಡಿರಬೇಕು. ಸಂಜೆ ಒಮ್ಮೆಲೆ ಅರಳಿ ಬೆಳಕಾದ ಹಾಗೆ. ಕಣ್ಣು ಕುಕ್ಕುವಷ್ಟು ಬೆಳಕಾದ ಹಾಗೆ. ದೂರದಲ್ಲಿ ಕಾಡಿನ ಗಹ್ವರದಲ್ಲಿ ಗೂಗೆಯ ಸ್ವರ. ನಾಯಿಗಳ ಊಳು. ನಿರಂಜನಿಯ ಜೊರೋ ಅನ್ನುವ ಸದ್ದು. ಸುಂಯ್ ಎನ್ನುತ್ತಾ ಬೀಸುವ ಗಾಳಿ. ಒಮ್ಮೆಲೇ ಆಕೆಗೆ ತನ್ನ ಗಂಡನ ನೆನಪು ಬಂತು. ಅವನು ಯುದ್ಧಕ್ಕೆ ಹೊರಟ ದಿನ ನೆನಪಾಯಿತು. ಆಗಷ್ಟೇ ಅವಳ ಮೂರನೆಯ ಬಸುರು ಇಳಿದು ಹೋಗಿತ್ತು. ಇದೇ ಥರದ ತನ್ನ ಗುಡಿಸಲ ಕೋಣೆಯ ಕತ್ತಲೆಯಲ್ಲಿ ಅವಳು ಮಲಗಿದ್ದಳು. ಬಂದ. ಬಾಗಿಲ ಬಳಿ ನಿಂದ. ಅವಳು ತಲೆ ಎತ್ತಿ ನೋಡಿದ್ದಳು. ಎದೆ ತುಂಬಿ ಬಂದು ಕೊರಳಲ್ಲಿ ಅಳು ಬಿಕ್ಕಿತು. ತುಂಬ ಹೊತ್ತು ಅವನು ಮೌನವಾಗಿಯೇ ನಿಂತಿದ್ದ. ತನ್ನ ವಂಶವನ್ನು ಬೆಳೆಸುವ ಗರ್ಭ ನಿನ್ನ ಹೊಟ್ಟೆಯಲ್ಲಿ ಉಳಿಯುವುದಿಲ್ಲವೇ ಎಂಬ ಆಕ್ಷೇಪಣೆಯ ಭಾವ. ಆ ಮೇಲೆ ಮಾತಿಲ್ಲದೇ ಇಳಿದು ಹೋದ. ಯುದ್ಧಕ್ಕೆ ಹೋಗುತ್ತೇನೆಂದೇನೂ ಹೇಳಲಿಲ್ಲ. ನಾಲ್ಕು ದಿನಗಳ ನಂತರವೇ ಅವನು ಕುಂಬಳೆ ರಾಜರ ಸೈನ್ಯಕ್ಕೆ ಸೇರಿದ್ದು ತಿಳಿಯಿತು. ರಾಜರು ಸೋತು ಮಾಯಿಪ್ಪಾಡಿ ಅರಮನೆಗೆ ಹೋದರು. ಅವನು ಗೆದ್ದ ರಾಜರ ಸೆರೆಯಾಳಾದ. ಆ ಮೇಲೆ ಸೈನ್ಯದೊಡನೆ ಘಟ್ಟದಾಚೆಗೆ

ಹೋದನಂತೆ ಎಂಬ ಸುದ್ದಿ ಬಂದಿತ್ತು. ಸತ್ತನೋ ಬದುಕಿದನೋ ತಿಳಿಯಲಿಲ್ಲ. ಕಟ್ಟು ಮಸ್ತಾದ ಆಳು. ಹಸುರು ಅರಿವೆಯನ್ನು ಸೊಂಟಕ್ಕೆ ವೀರಗಾಸೆ ಹಾಕಿ ಉಡುತ್ತಿದ್ದ. ಸೊಂಟದ ಹಿಂದೆ ಕತ್ತಿ. ಮುಡಿ ಕಟ್ಟಿದ್ದ ತಲೆ. ನಡೆಯುವಾಗ ಕಾಲಿನ ಕೀಲುಗಳು ಕಟ್‌ಕಟ್ ಎನ್ನುವ ಸೌಷ್ಠವ. ಬಿಳಿಯ ಹಲ್ಲುಗಳ ಸಾಲು.

ಅದಾಗಿ ಎಷ್ಟೋ ವರ್ಷಗಳು ಕಳೆದಿವೆ. ಕಾಳಿ ಕಣ್ಣು ಬಿಟ್ಟಾಗ ಬಾಗಿಲಿನ ಆಚೆ ಅವನು ನಿಂತ ಹಾಗೆ ಕಂಡಿತು. ಮೊದಲಿಗೆ ನೆರಳು. ಆಮೇಲೆ ಸ್ಪಷ್ಟ ಆಕಾರ. ಆಕೆಗೆ ಗುರುತು ಸಿಗಲಿಲ್ಲ. ಯಾರು ಎಂದು ನರಳಿದಳು. ದೀಪದ ಬೆಳಕಿನಲ್ಲಿ ಬೆಳ್ಳನೆಯ ಆಕೃತಿಯೊಂದು ಎದುರಿಗೆ ಸರಿಯಿತು. ಹೊರಗಡೆ ಕತ್ತಲಾಗುವಂತೆ ಕಾರ್ಮೋಡಗಳು ಕೂಡಲಾರಂಭಿಸಿದವು. ಆ ಆಕೃತಿ ಗಾಳಿಯಲ್ಲಿ ತೇಲಿದಂತೆ ಅವಳ ಪಕ್ಕದಿಂದ ನಡೆದು ಹೋಯಿತು. ದೀಪದ ಬೆಳಕು ಆಕೃತಿಯ ಮೇಲೆ ಬಿದ್ದು ಉದ್ದನೆಯ ನೆರಳು ಗೋಡೆಯ ಮೇಲೆ ಹರಿದಾಡಿತು. ಜೋರಾಗಿ ಬೀಸುತ್ತಿದ್ದ ಗಾಳಿಗೆ ಆಡುತ್ತಿದ್ದ ದೀಪದ ಬೆಳಕಿಗೆ ನೆರಳಿನ ಅಲುಗಾಟ. ಉದ್ದನೆಯ ಮೂಗಿನ ನೆರಳು. ಬಾಯಿ ತೆರೆದು ತಿನ್ನಲು ಬಂದಂತೆ. ಕೈಗಳೆರಡನ್ನೂ ಚಾಚಿ ಹಿಡಿಯಲು ಬಂದಂತೆ. ಕಾಳಿ ಕಣ್ಣುಗಳನ್ನು ಗಟ್ಟಿಯಾಗಿ ಮುಚ್ಚಿಕೊಂಡಳು. ಥಟ್ಟನೆ ಅವಳಿಗೆ ಹನ್ನೆರಡು ವರುಷಗಳಿಂದ ತಾನು ಜೊತೆ ಕೊಟ್ಟ ಒಡತಿಯ ನೆನಪಾಯಿತು. ಆಕೆ ಬದುಕಿದ ರೀತಿ ನೆನಸಿ ಮೈ ಮೇಲೆ ಮುಳ್ಳುಗಳೆದ್ದುವು. ಕಣ್ಣು ಬಿಟ್ಟಾಗ ತನ್ನ ಮುಖದ ತೀರ ಹತ್ತಿರದಲ್ಲಿ ಬೆಕ್ಕಿನ ಎರಡು ಕಣ್ಣುಗಳು. ಬೆಳ್ಳನೆಯ ಸುಣ್ಣದ ಮುಖ. ಕೆದರಿದ ಬಿಳಿಸರಿಗೆಯ ಕೂದಲ ರಾಶಿ. ಪೂರ್ವದಿಂದ ಬೀಸುತ್ತಿದ್ದ ತಣ್ಣನೆಯ ಗಾಳಿ ಛಟಿಲ್ಲೆಂದು ಸಿಡಿಲು ತಂದಿತು. ಜೊತೆಯಲ್ಲಿಯೇ ಗುಡುಗಿನ ಕರ್ಣಕಠೋರ ಶಬ್ದ. ಕಣ್ಣ ಹತ್ತಿರವಿದ್ದ ಆಕೃತಿಯ ತಣ್ಣನೆಯ ಕೈ ಅವಳ ಮೈ ಸೋಂಕಿದಾಗ ಅಂಗಾಂಗಗಳಲ್ಲಿ ಬರ್ಫದ ತೆರೆಯೊಂದು ಹರಿದಂತಾಗಿ ಆಕೆ ಎದ್ದು ಕುಳಿತುಕೊಳ್ಳುವ ವ್ಯರ್ಥ ಪ್ರಯತ್ನದಲ್ಲಿರುವಾಗಲೇ ಆಯ ತಪ್ಪಿ ಮತ್ತೆ ಮಂದರಿಯ ಮೇಲೆ ಬಿದ್ದಳು. ಉಸಿರು ಮೇಲೆ ಸಿಕ್ಕಿ ಹಾಕಿಕೊಂಡಾಗ ಬಳ್ಳಂಬೆಟ್ಟಿನ ನೆಲದ ಮೇಲೆ ರಪರಪ್ಪೆಂದು ಮಳೆ ಸುರಿಯುತ್ತಿತ್ತು !

ಕತ್ತಲಲ್ಲಿ ನಿಂತು ಭುಜಂಗ ಪೈ ನೋಡಿದ್ದು ಸೂರು ಬಾಯಿ ಬಿಟ್ಟ ಆ ಮನೆಯನ್ನು. ದೀಪದ ಬೆಳಕಿನಲ್ಲಿ ಮೈ ಮೇಲೆ ಅರಿವೆಯ ತುಣುಕೂ ಇಲ್ಲದ ದೇಹವೊಂದು ಒಳಕೋಣೆಯ ಬಳಿ ನಿಂತುಕೊಂಡಿತ್ತು. ಬಿಳಿಚಿದ ದೇಹ, ಬೆಳಕಿಲ್ಲದ ಕಣ್ಣುಗಳು, ಬೆಳ್ಳನೆಯ ತಲೆಗೂದಲು, ಸೊರಗಿ ಕಡ್ಡಿಯಾದ ಮೈ, ಮೂಳೆಗಳು ಹೊರ ಬರುವಂಥ ಭುಜಗಳು, ಒಣಗಿ ಜಿರುಟಾದ ಮೊಲೆಗಳು, ಹಂದರದ ಕಡ್ಡಿಗಳಂಥ ಎದೆಗೂಡು, ಬೆನ್ನಿಗೆ ಸೇರಿದ ಹೊಟ್ಟೆ. ಚರ್ಮ ಕೂಡಾ ತೆಳ್ಳಗಾಗಿ ಒಳಗೆ ರಕ್ತದ ಬದಲು ಸುಣ್ಣದ ನೀರು ತುಂಬಿದಂತೆ. ಭುಜಂಗ ಪೈ ಥರಥರ ನಡುಗಿದ. ಎದೆ ಜೋರಾಗಿ ಹೊಡೆದು ಕೊಂಡಿತು.

ಯಾವುದೋ ಆಕರ್ಷಣೆಗೆ ಸಿಕ್ಕಿದವನಂತೆ ಅವನು ಮುಂದೆ ಹೆಜ್ಜೆ ಹಾಕಿ ಜರಿದು ಬಿದ್ದ ಮೋಟು ಗೋಡೆಯ ಸಂದಿಯ ಮೂಲಕ ಒಳಗೆ ಇಣಿಕಿ ನೋಡಿದ.

ಮೊದಲಿಗೆ ಅವನಿಗೇನೂ ಕಾಣಲಿಲ್ಲ. ಕಾಯುತ್ತಾ ಕುಳಿತಿದ್ದಂತೆಯೇ ಬೆಳ್ಳನೆಯ ಆಕೃತಿ ತೇಲುತ್ತಾ ಬಂತು. ಮೊಣಕಾಲು ಮಡಚಿ ನೆಲದ ಮೇಲೆ ಕೂತಿತು. ಎರಡೂ ಕೈಗಳನ್ನು ನೆಲಕ್ಕೂರಿ ಮುಂದೆ ಬಗ್ಗಿತು. ಭುಜಂಗ ಪೈ ಅಷ್ಟರ ತನಕ ಗಮನಿಸಿರದ ಇನ್ನೊಂದು ಕಪ್ಪು ಅಸ್ಪಷ್ಟ ದೇಹ ನೆಲದ ಮೇಲೆ ಕೈಚಾಚಿ ಬಿದ್ದುಕೊಂಡಿತ್ತು. ಮಂದರಿಯ ಮೇಲೆ ಬಿದ್ದ ದೇಹ. ಕೈಕಾಲುಗಳ ಸ್ಪಷ್ಟರೇಖೆಗಳು. ಮೈ ಮೇಲೆ ಚಿಂದಿಚಿಂದಿಯಾದ ನೀಲಿ ಬಣ್ಣದ ಅರಿವೆಯ ಗುಪ್ಪೆ. ಬಗ್ಗಿದ ಆಕೃತಿ ಹಾಗೆಯೇ ಮತ್ತಷ್ಟು ಬಗ್ಗಿ ನಿಧಾನವಾಗಿ ಮಲಗಿದ್ದ ದೇಹಕ್ಕೆ ಬಾಯಿ ಹಾಕಿತು. ಹಲ್ಲಿನಿಂದ ಕಚಕ್ಕನೆ ಕಚ್ಚಿ ಒಂದಷ್ಟು ಭಾಗ ತೆಗೆದು ಬಾಯಿ ತುಂಬ ತುಂಬಿಸಿಕೊಂಡು ಜಗಿಯತೊಡಗಿತು. ಭುಜಂಗ ಪೈ ರೋಮ ರೋಮ ನಡುಗಿ ಹೋದ. ನೋಡುತ್ತಾ ಇದ್ದಂತೆಯೇ ಅದು ಮತ್ತೊಮ್ಮೆ ಬಗ್ಗಿ ಬಾಯಿ ತುಂಬ ಇನ್ನೊಂದು ತುಂಡನ್ನು ಎತ್ತಿ ತಿನ್ನತೊಡಗಿತು. ಕಾಲುಗಳು ನಿಶ್ಶಕ್ತವಾಗಿ ಭುಜಂಗ ಪೈ ಕುಸಿದು ಕುಳಿತ. ಅವನ ಮೈ ಗಂಗಾಳ ಬೆವತಿತ್ತು. ಕ್ಷಣ ಹೊತ್ತಿನ ಬಳಿಕ ಮತ್ತೊಮ್ಮೆ ಇಣಿಕಿ ನೋಡಿದ ಭುಜಂಗ ಪೈ. ಬಿಳಿಯ ಆಕೃತಿ ಕಾಣಲಿಲ್ಲ. ನೆಲದ ಮೇಲಿದ್ದ ಕಪ್ಪು ದೇಹ ಅಸ್ಪಷ್ಟವಾಗಿ ಕಾಣುತ್ತಿತ್ತು. ಬಲಗಡೆಯ ಮೋಟುಗೋಡೆ ಹಾರಿ ಹೋದರೆ ಬಾಗಿಲು ಸಿಕ್ಕುತ್ತಿತ್ತು. ಅಗಲವಾಗಿ ತೆರೆದ ಬಾಗಿಲು. ಅಥವಾ ಬಾಗಿಲೇ ಇರಲಿಲ್ಲವೋ ಏನೋ ? ಅಲ್ಲಿಂದ ಮಲಗಿದ್ದ ಆ ದೇಹ ದೀಪದ ಬೆಳಕಿಗೆ ಸ್ಪಷ್ಟವಾಗಿ ಕಾಣುವುದು ಸಾಧ್ಯವಿತ್ತು. ಆದುದರಿಂದ ಭುಜಂಗ ಪೈ ಶಬ್ದವಾಗದಂತೆ ಹಾರಿ ಬಾಗಿಲಿನ ಬಳಿ ಬಂದು ನೋಡಿದ.

ಹರಿದ ಕಿವಿ, ಮೂಗು, ಎದೆಯ ಭಾಗಗಳು, ಹೆಪ್ಪುಗಟ್ಟಿದ ರಕ್ತ, ಅಂಗೈಯೇ ಇಲ್ಲದ ಬಾಹುಗಳು, ಕಚ್ಚಿಕಚ್ಚಿ ತಿಂದುಳಿದ ದೇಹ - ನೋಡುತ್ತಾ ಇದ್ದಂತೆಯೇ ತನ್ನ ಭುಜದ ಮೇಲೆ ತಣ್ಣನೆಯ ಕೈಯೊಂದು ಬಿದ್ದಂತಾಗಿ ಹಾವು ಮೆಟ್ಟಿದವನಂತೆ ಸರಕ್ಕನೆ ತಿರುಗಿ ನೋಡಿದ ಭುಜಂಗ ಪೈ ! ಎದುರಿಗೆ ಹೆಣ್ಣೆಂದು ಹೇಳಲಾಗದ ಆ ಬಿಳಿಯ ಆಕೃತಿ. ಭೀಕರವಾದ ಕಣ್ಣುಗಳಲ್ಲಿ ವಿಲಕ್ಷಣ ನೋಟ. ಕೈಯಲ್ಲಿ ಹಿಡಿದ ದೀಪದಿಂದ ಇನ್ನೂ ಘೋರವಾಗಿ ಕಾಣುವ ಮುಖ ! ಭುಜಂಗ ಪೈಯ ನಾಲಗೆಯ ದ್ರವ ಆರಿ ಹೋಯಿತು. ಆ ಎಲುಬು ಕೈಯನ್ನು ಭುಜದಿಂದ ನೂಕಲು ಪ್ರಯತ್ನಿಸಿದ. ಆದರೆ ಅದರ ಹಿಡಿತ ಬಲವಾಗಿತ್ತು ! ಅವನು ಇದ್ದಬಿದ್ದ ಶಕ್ತಿಯನ್ನೆಲ್ಲ ಹಾಕಿ ಆ ಕೈಯನ್ನು ತನ್ನ ಭುಜದಿಂದ ಬಿಡಿಸುವ ಪ್ರಯತ್ನ ಮಾಡಿದ. ಆ ಪ್ರಯತ್ನ ಸಫಲವಾಗಲಿಲ್ಲ. ಅವನು ಥರಥರ ನಡುಗುತ್ತಿದ್ದ. ಕೈಗಳಲ್ಲಿ ಬಲವೇ ಇಲ್ಲದಂತಾಗಿತ್ತು. ಬಿಡಿಸಿಕೊಳ್ಳುವ ಪ್ರಯತ್ನದಲ್ಲಿ ಅದರ ಕೈಯಲ್ಲಿದ್ದ ದೀಪ ಕೆಳಗೆ ಉರುಳಿಬಿತ್ತು. ಬಿದ್ದದ್ದೇ ಪಕ್ಕದ ಹುಲ್ಲಿಗೆ ತಾಗಿತು. ತಾಗಿದ ಬೆಂಕಿ

ಒಮ್ಮೆಲೇ ಉರಿಯುತ್ತಾ ಮನೆಯ ಸೂರಿಗೆ ಹೋಯಿತು. ಬೆಂಕಿಯ ಮಧ್ಯೆಯೂ ಆ ಆಕೃತಿಯ ತಣ್ಣನೆಯ ದೇಹಸ್ಪರ್ಶವಾದದ್ದೇ ಭುಜಂಗ ಪೈ ನಿಶ್ಚೇಷ್ಟಿತನಾದ. ಅದು ಅವನ ಮೈಮೇಲೆ ಹಾರಿ ತನ್ನೆರಡು ಕಾಲುಗಳನ್ನೂ ಅವನ ಸೊಂಟದ ಸುತ್ತ ಹಾಕಿ ಅವನ ತುಂಬಿದ ಕೆನ್ನೆಯನ್ನು ಗಟ್ಟಿಯಾಗಿ ಕಚ್ಚಿಹಿಡಿಯಿತು. ಭುಜಂಗ ಪೈ 'ಅಯ್ಯೋ ಅಮ್ಮಾ' ಎಂದು ಚೀರಿದ. ಸುತ್ತ ಹಿಡಿದಿದ್ದ ಬೆಂಕಿ ಅವನ ಪಂಚೆಗೂ ತಾಗಿ ಭಗಭಗ ಉರಿಯತೊಡಗಿತು. ಆ ಜೀವ ಬೆಂಕಿ ತಾಗಿದ್ದೇ, ಕೆನ್ನೆಯಿಂದ ಬಾಯಿ ತೆಗೆದು ಜೋರಾಗಿ ಘೀಳಿಡತೊಡಗಿತು. ಆದರೂ ಸುತ್ತ ಹಿಡಿದ ಕೈಯ ಕಪಿ ಮುಷ್ಟಿಯನ್ನು ಅವನಿಂದ ಬಿಡಿಸಿಕೊಳ್ಳಲಾಗಲಿಲ್ಲ. ಬೆಂಕಿಯ ಝಳ ಏರುತ್ತಲೇ ಹೋಯಿತು.

ರಾತ್ರಿ ಇದ್ದಕ್ಕಿದ್ದಂತೆ ಬಲ್ಲಾಳ ಬೀಡಿನ ಹಳೆಮನೆಗೆ ಬಿದ್ದ ಬೆಂಕಿಯ ಜ್ವಾಲೆ ಬಳ್ಳಂಬೆಟ್ಟಿನ ಹಜಾರದ ಮೇಲೆ ಜೊಂಪು ಹಿಡಿದು ಕುಳಿತಿದ್ದ ರಾಮಚಂದ್ರ ಪೈಯ ಕಣ್ಣಿಗೆ ಬಿತ್ತು. ಅರೆ, ಬೀಡು ಉರಿಯುತ್ತಿದೆಯಲ್ಲ ಏನಾಯಿತು ಎಂದು ಗಾಬರಿಗೊಂಡ ರಾಮಚಂದ್ರ ಪೈ. ಮನೆಯವರೆಲ್ಲ ಹೊರಗೆ ಬಂದರು. ಅಂಗಳದಲ್ಲಿ ಮಲಗಿದ್ದ ಆಳುಗಳೂ ಎದ್ದು ನಿಂತರು. ಆಗಲೇ ಎಲ್ಲರಿಗೂ ತುಂಬ ದಿನಗಳಿಂದ ಕಾಳಿ ಬರಲೇ ಇಲ್ಲ ಎಂದು ನೆನಪಿಗೆ ಬಂದದ್ದು ! ಜೊತೆಯಲ್ಲೇ ಎದುರಿಗೆ ಉರಿಯುತ್ತಿರುವ ಆ ಬೀಡಿನಲ್ಲಿ ಕಳೆದ ಎಷ್ಟೋ ವರುಷಗಳಿಂದ ತಿಮ್ಮ ಪೈಯ ಹೆಂಡತಿಯಾಗಿ ಬಂದವಳು ಇದ್ದಾಳಲ್ಲ, ಇದ್ದಾಳೆಯೇ, ಎಂದೋ ಸತ್ತು ಹೋಗಿದ್ದಾಳೆಯೇ ಎಂದು ಅನುಮಾನವೂ ಆಯಿತು. ಎಲ್ಲರೂ ನೋಡುತ್ತಾ ನಿಂತಿರುವಾಗಲೇ ಉರಿಯ ಮಧ್ಯದಿಂದ ಕಪ್ಪು ಬೆಂತರವೊಂದು ಕಿವಿಗಡಚಿಕ್ಕುವಂತೆ ಆಕ್ರಂದನ ಮಾಡುತ್ತಾ ಹಾರಿ ಓಡುತ್ತಾ ಬರುತ್ತಿರುವುದು ಕಂಡಿತು. ರಾಮಚಂದ್ರ ಪೈ "ಬೇಡವೋ, ಹೋಗುವುದು ಬೇಡವೋ, ನಾಳೆ ಬೆಳಗ್ಗೆ ಹೋದರೆ ಸಾಕು. ನಿನಗೆ ನನ್ನ ಆಣೆಯಿದೆ" ಎಂದು ಕಿರುಚುತ್ತಿದ್ದರೂ ಅಂತು ಪೈ ಆಳುಗಳೊಂದಿಗೆ ಅಲ್ಲಿಗೆ ಓಡಿದ್ದ. ಹೊರಗೆ ಬಂದ ಬೆಂತರದಂತಹ ಆಕೃತಿಯ ಮೈಮೇಲಿದ್ದ ಅರಿವೆಗಳು ಬೆಂಕಿಗೆ ಪಕಪಕ ಉರಿಯುತ್ತಿದ್ದುದರಿಂದ ಬೆಂಕಿಯ ಉಂಡೆಯೊಂದು ಅವರತ್ತ ಬರುತ್ತಿದ್ದ ಹಾಗೆ ಕಂಡು ಗಾಬರಿಗೊಂಡ ಅಂತು ಪೈ ಥಟ್ಟನೆ ನಿಂತುಕೊಂಡ. ಬಂದ ಜೀವ ಅವನತ್ತಲೇ ಓಡಿ ಬಂದು ಧೊಪ್ಪನೆ ನೆಲಕ್ಕೆ ಉರುಳಿ ಬಿತ್ತು. ಬೆಂಕಿಗೆ ಜುಟ್ಟು ಸುಟ್ಟು ಹೋಗಿತ್ತು. ಮೈ ಮೇಲಿನ ಅರಿವೆಗಳೆಲ್ಲ ಉರಿದು ಕರಿಕಾಗಿ ಮೈಗೆ ಅಂಟಿಕೊಂಡಿದ್ದುವು. ಮುಖದ ಮೇಲಿನ ಗಡ್ಡ, ಮೀಸೆ, ಹುಬ್ಬು ಕೂಡಾ, ಎದೆಯ ರೋಣೆ ಕೂಡಾ ಹೊತ್ತಿ ಮೈ ಇಡೀ ಬೆಂದು ಹೋಗಿದ್ದ ಅದರ ಬಳಿ ಹೋಗಿ ಮೈಮುಟ್ಟುವ ಧೈರ್ಯವೂ ಯಾರಿಗೂ ಬರಲಿಲ್ಲ. ಉರಿಯುತ್ತಿರುವ ಬೀಡಿನ ಬೆಳಕಿಗೆ ಕಂಡದ್ದು ಇಪ್ಪತ್ತು ಇಪ್ಪತ್ತೆರಡು ವರುಷಗಳ ತರುಣನ ಮುಖ. ಗುರುತು ಸಿಕ್ಕದಷ್ಟು ವಿರೂಪಗೊಂಡ, ಭೂತದ ಪೆಟ್ಟು ಬಿದ್ದಂತೆ ಕೆಳದವಡೆ ಒಂದೆಡೆಗೆ ಹೊರಳಿ ಹೋದ ಮುಖ. ಆದರೆ ಜೀವ ಇನ್ನೂ ಹೋಗಿರಲಿಲ್ಲ.

ಕೊನೆಗೆ ಧೈರ್ಯದಿಂದ, ನರಳುತ್ತಿದ್ದ ಆ ದೇಹವನ್ನು ಆಳುಗಳು ಎತ್ತಿ ಬಳ್ಳಂಬೆಟ್ಟಿನ ಅಂಗಳಕ್ಕೆ ತಂದು ಶುಶ್ರೂಷೆ ಮಾಡಲು ಆರಂಭಿಸಿದರು.

★

ಬೆಳಗಾಗುವಾಗ ಬೀಡು ಪೂರ್ತಿ ಉರಿದು ಹೋಗಿತ್ತು. ಅಂಗಣಕ್ಕೆ ತಂದು ಹಾಕಿದ ಜೀವ ಭೂತದರ್ಶನವಾದವರಂತೆ ಭಯಂಕರವಾಗಿ ನಡುಗುತ್ತಿತ್ತು. ಕ್ಷಣಕ್ಕೊಮ್ಮೆ ಆಕ್ರಂದನ. ರಾಮಚಂದ್ರ ಪೈ ಹತ್ತಿರ ಹೋಗಿ ಬಗ್ಗಿ ನೋಡಿದ. ಬಳ್ಳಂಬೆಟ್ಟಿನವರ ಮುಖದ ಚಹರೆ ಕಾಣಿಸಲಿಲ್ಲ. ಅಥವಾ ಕೆಳದವಡೆ ಮುರುಟಿದುದರಿಂದಲೋ ಏನೋ ? ಆದರೂ ರಾಮಚಂದ್ರ ಪೈ "ದೇವರೇ, ಇದು ನನಗೆ ಗೊತ್ತಿದ್ದವನ ಜೀವವಾಗದಿರಲಿ ; ನನಗೆ ಬೇಕಾದವರ ಜೀವವಾಗದಿರಲಿ. ನನ್ನಿಂದ ತಡೆಯಲು ಸಾಧ್ಯವಿಲ್ಲ. ಯಾರೋ ಅಪರಿಚಿತನೇ ಆಗಿದ್ದರೂ ಬದುಕಿ ಉಳಿದರೆ ಧರ್ಮಸ್ಥಳದ ಮಂಜುನಾಥನಿಗೆ ಒಂದು ಉರುಳುಸೇವೆ ಅರ್ಪಿಸುತ್ತೇನೆ" ಎಂದು ಅಂದುಕೊಂಡ. ಹೊತ್ತೇರುತ್ತಿದ್ದಂತೆ ಕೊಂಬ್ರಾಜೆ ದೇವು ಪೈ ಓಡೋಡಿ ಬಂದು ಮುಟ್ಟಿದ. ಅಂಗಣದಲ್ಲಿ ಬಿದ್ದು ನರಳುತ್ತಿದ್ದ ಜೀವ ನೋಡಿ ಅವನ ಎದೆ ಹಾರಿತು. ಅವನು ನಡುಮನೆ ಚಂದ್ರಪ್ಪ ಬಂಟನನ್ನು ಒಂದು ಮೂಲೆಗೆ ಕರೆದೊಯ್ದು "ಇದು ನಮ್ಮ ಶಿವಪ್ಪಯ್ಯನ ಮಗನ ಜೀವ ಬಂಟಾ. ನೀನು ತಕ್ಷಣ ಕಾರ್ಯಾಡಿಗೆ ಓಡುತ್ತಾ ಹೋಗಿ ಶಿವಪ್ಪಯ್ಯನ ಹೆಂಗಸಿಗೆ ವಿಚಾರ ತಿಳಿಸಿ ಕರಕೊಂಡು ಬಾ. ಓಡುತ್ತಲೇ ಹೋಗು" ಎಂದು ಹೇಳಿ ಕಳುಹಿಸಿದ.

ಹೋದ ಆಳು ಸುದ್ದಿ ತಿಳಿಸಿದಾಗ ಕಾವೇರಮ್ಮ ಸಿಡಿಲು ಬಡಿದಂತೆ ಕುಳಿತಳು. ಈ ಹುಡುಗ ಇಂಥದ್ದೇನನ್ನಾದರೂ ಮಾಡುತ್ತಾನೆಂಬ ಅವಳ ಶಂಕೆ ನಿಜವಾಗಿತ್ತು. ಅಥವಾ ಅವನೇ ಹೇಳಿದಂತೆ ಮಾಟವೇ ನಿಜವಾಯಿತೇ ? ಬಳ್ಳಂಬೀಡಿನ ಬೆಂಕಿ ಬಿದ್ದ ಮನೆಯಲ್ಲಿ ಅವನಿಗೇನು ಕೆಲಸ ? ಅಂತು ಪೈ ಮಾಟ ಮಾಡಿ ಆ ಶಕ್ತಿಯಿಂದಲೇ ಅವನನ್ನು, ಹಿಂದೆ ರಂಗಪೈಯನ್ನು ಬಳ್ಳಂಬೆಟ್ಟಿಗೆ ಬರುವಂತೆ ಬರಮಾಡಿದರೇ ? ಒಂದು ವೇಳೆ ಅದು ನಿಜವೇ ಆಗಿದ್ದಲ್ಲಿ ಬಳ್ಳಂಬೆಟ್ಟಿನವರನ್ನು ಎದುರಿಸುವುದು ಒಂಟಿ ಹೆಂಗಸಾದ ತನ್ನಿಂದ ಸಾಧ್ಯವೇ ? "ಜೀವ ಇದೆಯೇ, ಇನ್ನೂ ಉಸಿರಾಡುತ್ತಿದ್ದಾನೆಯೇ ?" ಆಕೆ ತುಂಬಿ ಬಂದ ಕೊರಳಲ್ಲಿ ಕೇಳಿದಳು. "ಜೀವಕ್ಕೆ ಅಪಾಯ ಇದ್ದ ಹಾಗೆ ಅನ್ನಿಸುವುದಿಲ್ಲ, ಅವ್ವಾ, ನೀವು ಮಾತ್ರ ಈಗಿಂದೀಗ ಹೊರಡುತ್ತೀರೋ ಇಲ್ಲವೋ ?" ಚಂದ್ರಪ್ಪ ಬಂಟ ಉತ್ತರಿಸಿದ. ಅವನ ಸ್ವರದಲ್ಲಿ ಕಂಡು ಬಂದ ಬಿರುಕನ್ನು ಗಮನಿಸಿ ಕಾವೇರಮ್ಮ ಒಮ್ಮೆಲೇ ಚೀರುತ್ತಾ ಹೇಳಿದಳು – "ಇಲ್ಲ, ನಾನು ಬರುವವಳಲ್ಲ, ಬರುವುದಿಲ್ಲ, ನನ್ನ ಮಗನನ್ನು ಇಲ್ಲಿಗೇ

ಕರೆದುಕೊಂಡು ಬನ್ನಿ. ಅವನಿಗೇನಾದರೂ ಅಲ್ಲಿ ಆಯಿತೋ, ನಾನೆಂದೂ ಕ್ಷಮಿಸುವವಳಲ್ಲ, ತಿಳಿಯಿತೋ, ಹೋಗಿ'' ಎಂದು !

ಆಕೆ ಹಾಗೆ ಹೇಳುವ ಅಗತ್ಯವೇ ಇರಲಿಲ್ಲವೇನೋ ? ಹೊತ್ತು ಕಳೆದಂತೆ ಭುಜಂಗನ ಪರಿಸ್ಥಿತಿ ಇನ್ನೂ ವಿಪರೀತಕ್ಕೇರಿತು. ಸ್ಮೃತಿ ಇದ್ದ ಹಾಗೆ ಕಾಣುತ್ತಿರಲಿಲ್ಲ. ಮೈ ಕೊತಕೊತ ಕುದಿಯುತ್ತಿತ್ತು. ಆಗಾಗ ಅವನು ತನ್ನ ಕೀರಲು ಧ್ವನಿಯಲ್ಲಿ ಅರಚುತ್ತಿದ್ದುದನ್ನು ಕೇಳಲಾಗದೇ ರಾಮಚಂದ್ರ ಪೈ ಗಾಢವಾಗಿ ಕಿವಿ ಮುಚ್ಚಿಕೊಂಡ. ಕಾರ್ಯಾಡಿಗೆ ಹೋಗಿ ಬಂದ ಚಂದ್ರಪ್ಪ ಬಂಟ ಹೇಳಿದ್ದನ್ನು ಕೇಳಿ ಅವನಿಗೂ ಚೀರುವಂತಾಯಿತು. ''ದೇವರೇ ಏನು ಮಾಡಲಿ? ಇದು ನಾಗನ ಶಾಪವೇ?'' ಎಂದು ಜೋರಾಗಿ ಕೂಗಬೇಕೆನ್ನಿಸಿತು. ಅಲ್ಲಿ ಸುಟ್ಟು ಹೋದ ಮನೆಯಲ್ಲಿ ಎರಡು ಶವಗಳು. ಇಲ್ಲಿ ನರಳುತ್ತಿರುವ ಭುಜಂಗ ಪೈ. ''ಅಂತೂ, ನಡಿ. ಹುಡುಗನನ್ನು ಅಲ್ಲಿಗೆ ಕರೆದುಕೊಂಡೇ ಹೋಗೋಣ. ನಾನೂ ಬರುತ್ತೇನೆ'' ಎಂದು ಎದ್ದು ಜಂತಿಗೆ ಸಿಕ್ಕಿಸಿದ ಅರಿವೆಯೊಂದನ್ನು ತಲೆಯ ಮೇಲೆ ಹಾಕಿದ. ''ಆ ತಾಯಿಯ ಎದುರಾದರೂ ಈ ಹುಡುಗನ ಆಯುಸ್ಸು ದೀರ್ಘವಾಗಲಿ'' ಎಂದು ದೊಡ್ಡ ಸ್ವರದಲ್ಲಿ ಹೇಳಿದ. ಅಂತು ಪೈ ನಿಧಾನವಾಗಿ ಹತ್ತಿರ ಬಂದು ''ಎಲ್ಲ ಮುಗಿಯಿತೂಂತ ಕಾಣುತ್ತದೆ ಆನ್ನಾ. ಭುಜಂಗನ ನರಳಾಟ ನಿಂತು ಹೋಗಿದೆ'' ಎಂದ !

ಬಾಯಿಯೊಳಗೆ ಅಕ್ಕಿ ಕಾಳು ಹಾಕಿ ಹಜಾರದ ಮೇಲೆ ಕಾಯುತ್ತಾ ಕುಳಿತಿದ್ದ ಕಾವೇರಮ್ಮ ಮಕ್ಕಳು ಹಸಿವೆಯಿಂದ ಕೂಗುತ್ತಿದ್ದರೂ ಎದ್ದು ಅಡಿಗೆ ಮಾಡಲಿಲ್ಲ. ಅವಳದ್ದು ಒಂದೇ ಆಸೆ. ಈ ಭುಜಂಗ ಹುಷಾರಾಗಿ ಎದ್ದು ಬರಲಿ. ಮುಂದಣ ವಾರವೇ ಮಂಗಳೂರಿನಿಂದ ಕೊಚ್ಚಿಯ ತನಕ ಅಲೆದಾಡಿ ಯಾವ ಘರಾಣೆಯ ಹೆಣ್ಣಾದರೂ ಆದೀತು, ಒಂದು ಹುಡುಗಿ ನೋಡಿ ಮದುವೆ ಮಾಡಿಸುತ್ತೇನೆ, ದಂಪತಿಗಳನ್ನು ಧರ್ಮಸ್ಥಳಕ್ಕೆ ಕರೆದುಕೊಂಡು ಹೋಗಿ ಹೆಗ್ಗಡೆಯವರಿಂದ ಬುದ್ಧಿ ಹೇಳಿಸುತ್ತೇನೆ. ಆಮೇಲೆ ದೀಕ್ಷೆ ಪಡೆದವಳಂತೆ ವೈರಾಗ್ಯ ಧರಿಸುತ್ತೇನೆ ಎಂದು. ಉಬ್ಬಿದ ಹಲ್ಲಿನ ಮೇಲೆ ಮೇಲ್ತುಟಿಯನ್ನು ಬಲವಂತವಾಗಿ ತಂದು ಅಳುವನ್ನು ಕಚ್ಚಿ ಹಿಡಿದಿದ್ದಳು. ಹೊರಗಡೆ ಪುಷ್ಯ ಮಾಸದ ಝಳವೇರುತ್ತಿತ್ತು. ಒಳಗಡೆ ಅವಳೆದೆ ತ್ರಸ್ತವಾಗಿತ್ತು. ಆಗಲೇ ಅಂತು ಪೈ ದಣಪೆ ದಾಟಿ ''ಪಾಚ್ಚೇऽऽ''* ಎಂದು ಕರೆದ. ಹಿಂದೆ ನಾಲ್ಕು ಜನರು ಹೊತ್ತ ದೇಹ. ತಲೆಯಿಂದ ಕಾಲಿನವರೆಗೆ ಮುಚ್ಚಿದ್ದ ಕಂಬಳಿ. ಹಿಂದೆ ರಾಮಚಂದ್ರ ಪೈ. ಅವರ ಹಿಂದೆ ದೇವು ಪೈ, ಸಿದ್ಧು ಪೈ, ಅಂತು ಪೈಯ ಮಕ್ಕಳು !

ಆಳುಗಳು ಹೊತ್ತ ದೇಹವನ್ನು ಅಂಗಣದಲ್ಲಿ ಇಳಿಸಿದರು. ರಾಮಚಂದ್ರ ಪೈ ಹತ್ತಿರ ಬಂದು ''ದೇವರು ಕೊಟ್ಟದ್ದನ್ನು ಸಹಿಸಬೇಕಾಗಿದೆ ಶಿವಪ್ಪಯ್ಯನ ಹೆಂಡತಿಯೇ'' ಎಂದು ದಿಗಿಲಿನಿಂದ ಹೇಳಿ ಹಜಾರದಲ್ಲಿ ಕುಳಿತ. ಕಾವೇರಮ್ಮನ ಕಣ್ಣಿಂದ ಹನಿರಕ್ತ ಹುಟ್ಟಲಿಲ್ಲ. ಕುಳಿತಲ್ಲಿಂದ ಎದ್ದು ದಾಪುಗಾಲು ಹಾಕಿ ಮಲಗಿಸಿದ ಶವದ ಬಳಿಗೆ ಬಂದಳು. ಬಗ್ಗಿ ನಿಂತು

* ಪಾಚ್ಚೇ =ಚಿಕ್ಕಮ್ಮಾ

ಮುಖದ ಅರಿವೆಯನ್ನು ಸರಿಸಿ ನೋಡಿದಳು. ಸುಟ್ಟು ಕರಕಾದ ಮುಖ. ಹಿಡಿ ದಪ್ಪದ ಜುಟ್ಟಿನ ಜೊಂಪೆ ಈಗ ಮಾಯವಾಗಿತ್ತು. ಭೂತ ಬಡಿದ ಗಲ್ಲ ಒಂದೆಡೆಗೆ ವಾಲಿತ್ತು. ದೇಹದ ಉಳಿದ ಭಾಗವನ್ನು ನೋಡುವ ಅವಕಾಶವಿಲ್ಲದಿದ್ದರೂ ಅದು ಹೇಗಿರಬಹುದೆಂದು ಕಾವೇರಮ್ಮ ಊಹಿಸಲು ಸಾಧ್ಯವಿತ್ತು.

ಒಮ್ಮೆಲೇ ಆಕೆ ಜೋರಾಗಿ ಕೂಗಿಕೊಂಡಳು. ಅಂಗಣದ ನೆಲಕ್ಕೆ ಕೈ ಹಾಕಿ ಗರ್ರೆಂದು ಬಾಚಿ ಹಿಡಿತುಂಬ ಮಣ್ಣು ತೆಗೆದು ಬಳ್ಳಂಬೆಟ್ಟಿದ್ದ ದಿಕ್ಕಿನತ್ತ ಎಸೆಯುತ್ತಾ ಕಿರುಚಿದಳು – ''ನನ್ನ ಮನೆ ಹಾಳಾಗಿ ಹೋಗಿದೆ. ನನ್ನ ಗಂಡನ ಜೀವ ತೆಗೆದಿದ್ದಾರೆ, ನನ್ನ ಮಗನ ಕೊಲೆ ಮಾಡಿದ್ದಾರೆ. ಈ ಮನೆಯನ್ನು ಗುಡಿಸಿದ್ದಾರೆ. ಇಗೊಳ್ಳಿ, ನನ್ನ ಎದೆಯಲ್ಲಿ ಬೆಂಕಿ ಏನಾದರೂ ಇದ್ದರೆ ಈ ನಡು ಹಗಲಿನಲ್ಲಿ ಈ ಮುಂಡೆಯ ಮಾತುಗಳು ಶಾಪವಾಗಲೀ. ಬಳ್ಳಂಬೆಟ್ಟು ನಿರ್ನಾಮವಾಗಲೀ. ಕೌಂಶಗೋತ್ರದ ವಿಟ್ಠ ಪೈಯ ಸಂತಾನ ನಿಶ್ಶೇಷವಾಗಲೀ. ಇದಕ್ಕೆ ಧರ್ಮಸ್ಥಳದ ಮಂಜುನಾಥ, ಅಣ್ಣಪ್ಪ ದೈವ, ಕಾಳರಾಹು ಕಾಳಕಾರ್ಯಿಗಳೇ ಸಾಕ್ಷಿಽಽಽ'' ಕಿರುಚಿದವಳೇ ತನ್ನ ಇಬ್ಬರು ಮಕ್ಕಳನ್ನು ದರದರ ಎಳೆದುಕೊಂಡು ಹೋಗಿ ದಂಡೆಯಿಲ್ಲದ ಬಾವಿಗೆ ನೂಕಿ ತಾನೂ ಧಡಲ್ಲನೆ ಜಿಗಿದಳು !

□

೩೪

'ಆಕ್ಷೀ' ಎಂದು ಚಿಕ್ಕಂದಿನಲ್ಲಿ ಜೋರಾಗಿ ಸದ್ದು ಮಾಡುತ್ತಾ ಸೀನಿದಾಗೆಲ್ಲ ಆಗ ಬದುಕಿದ್ದ ತನ್ನಜ್ಜಿ ತುಳಸೀಬಾಯಿ ನೆಟಿಕೆ ಮುರಿದು "ಆಯುಷ್ಮಾನ್ ಭವ" ಎಂದು ಹರಸುತ್ತಿದ್ದ ನೆನಪು ಬಂದು ಬಳ್ಳಂಬೆಟ್ಟು ರಾಮಚಂದ್ರ ಪೈ ಅದಕ್ಕೇ ಇನ್ನೂ ತನಗೆ ಸಾವು ಬರಲಿಲ್ಲ ಎಂದುಕೊಂಡ. ಬಹುಶಃ ತನ್ನ ಕುಟುಂಬದಲ್ಲಿ ತನ್ನಷ್ಟು ವಯಸ್ಸಾಗಿ ಬದುಕಿದವರು ಒಬ್ಬರೂ ಇದ್ದ ಹಾಗಿಲ್ಲ. ತನ್ನಜ್ಜ ವಿಟ್ಠು ಪೈಯೇ ತಾನು ಕೇಳಿದ, ಕಂಡ ಮಂದಿಯಲ್ಲಿ ಹೆಚ್ಚು ಬದುಕಿದ ಜೀವ. ಅವನಿಗಿಂತ ಹತ್ತು ಸಂವತ್ಸರಗಳಾದರೂ ಹೆಚ್ಚಾಯಿತು ತನಗೆ. ಇನ್ನೂ ಸಾವು ಹತ್ತಿರ ಬರಲಿಲ್ಲ. ತನಗಿಂತ ಕಿರಿಯರೆಲ್ಲ ಸತ್ತರು. ಆದರೆ ನೀನು ಇನ್ನೂ ನೋಡುವುದು ತುಂಬ ಇದೆಯೋ, ಇಷ್ಟರ ತನಕ ನೋಡಿದ್ದು ನನಗೆ ತೃಪ್ತಿ ತಂದಿಲ್ಲ ಎಂದು ದೇವರು ಅಂದುಕೊಂಡ ಹಾಗಿದೆ. ನೂರು ಸಂವತ್ಸರಗಳಾದರೂ ಆಗಿಲ್ಲವೇ ತನಗೆ ? ಇತ್ತೀಚೆಗೆ ಸಂವತ್ಸರಗಳ ಲೆಕ್ಕವೇ ತಪ್ಪಿದೆ. ಬಹಳ ಹಿಂದೆ ತಾತ ನರದ ಭಟ್ಟರು ಕುಂಬಳೆಯ ಮನೆಯ ಚಿಟ್ಟೆಯ ಮೇಲೆ ಒದ್ದೆ ಬಟ್ಟೆಯಲ್ಲಿ ಕುಳ್ಳಿರಿಸಿ ಪ್ರಭವ ವಿಭವ ಎಂದು ಹೇಳುತ್ತಿದ್ದ ನೆನಪಿದೆ. ತಿಥಿಗಳ ನೆನಪಿದೆ. ನಕ್ಷತ್ರಗಳೂ ಗೊತ್ತು. ಒಂದರಿಂದ ನೂರರವರೆಗೆ, ಬೇಕಾದರೆ ಸಾವಿರದವರೆಗೆ ಲಕ್ಷದವರೆಗೆ ತಪ್ಪಿಲ್ಲದೇ ಹೇಳಬಲ್ಲೆ. ತಪ್ಪುವುದು ಈ ಸಂವತ್ಸರಗಳಲ್ಲೇ – ದುರ್ಮತಿ ಅಂತ ಒಂದು ಹೆಸರಿನ ಸಂವತ್ಸರವಿದೆಯೇ ? ಅಥವಾ ದುರ್ಮುಖಿಯೇ ? ಅದು ಸಂವತ್ಸರದ ಹೆಸರೇ, ಅಲ್ಲ ರಾಕ್ಷಸನ ಹೆಸರೇ ? ದುಂದುಭಿ ಅಂತ ಅನ್ನುವುದು ಕೂಡಾ ಸಂವತ್ಸರವೇ ರಾಕ್ಷಸನೇ ? ಯಾಕೆ ಹೀಗಾಗುತ್ತಿದೆ ಅಂತ ರಾಮಚಂದ್ರ ಪೈ ನಿಟ್ಟುಸಿರು ಬಿಟ್ಟ.

ಮೊನ್ನೆ ಮೊನ್ನೆ ಬಂದಿದ್ದ ಅಡೂರು ವಿಟ್ಠಪ್ಪ ಕಾಮ್ತಿ ಹಜಾರದಲ್ಲಿ ಹೊದ್ದುಕೊಂಡು ಮಲಗಿದ್ದ ತನ್ನೊಡನೆ ಕೇಳಿದ್ದ – "ರಾಚ್ಚು ಮಾಂ, ನಿನ್ನ ಕೊನೆಯ ಆಸೆಯೇನು ಹೇಳು?" ಎಂದು. ಕೊನೆಯ ಆಸೆ ? ಅಂದರೆ – ನೀನು ಇನ್ನು ಹೆಚ್ಚು ದಿನ ಬದುಕುವುದಿಲ್ಲ, ಬೇಗ ಯಮನ ಅತಿಥಿಯಾಗುತ್ತಿ, ಅದಕ್ಕೇ ಏನಾದರೂ ಆಸೆಗೀಸೆ ಇದ್ದರೆ ಹೇಳಿಬಿಡು. ಪೂರೈಸುತ್ತೇವೆ. ಆಮೇಲೆ ಅದು ಆಗಲಿಲ್ಲ ಅಂತ ನೀನು ದೆವ್ವವೋ ಬೆಂತರವೋ ಆಗುವುದು ಬೇಡ – ಅನ್ನುವುದು ಅವನ ಇರಾದೆಯೇನು ? ರಾಮಚಂದ್ರ ಪೈಗೆ ಸಿಟ್ಟು ಬಂದಿತ್ತು. ಗೋವೆಗೆ ಹೋಗಿ ಮ್ಹಾಳಶಿಮಾಂಯಿಯ ಪೂಜೆ ಮಾಡಿ ಬರಬೇಕು ಅಂತ ಆಸೆಯಿದೆ, ಕರಕೊಂಡು ಹೋಗ್ತೀ ಏನೋ ಮ್ಹಡ್ಯಾ* ಅಂತ ಕೇಳಿ ಇಕ್ಕಟ್ಟಿನಲ್ಲಿ

* ಮ್ಹಡ್ಯಾ = ಸುಟ್ಟವನೇ, ಹೆಣವೇ

ಸಿಕ್ಕಿಸಬೇಕು ಎಂದು ಆಸೆ ಹುಟ್ಟಿತ್ತು. ಒಂದು ಕ್ಷಣ ಹೆಚ್ಚೇ ತಡೆದು ರಾಮಚಂದ್ರ ಪೈ ಉತ್ತರಿಸಿದ್ದ – "ವಿಟ್ಠಪ್ಪಾ, ಮುದುಕನಿಗೆ ಏನು ಆಸೆಯಿರುತ್ತದೋ ? ನೋಡಬೇಕಾದ್ದನ್ನು ಈ ಜನ್ಮದಲ್ಲಿ ಭರಪೂರ ನೋಡಿದ್ದೇನೆ. ಮುಂದೆ ಜನ್ಮಗಳು ಬೇಡ. ಈಗ ಇರುವುದು ಒಂದೇ ಕೆಲಸಕ್ಕಾಗಿ. ನಾಗ್ಡೊ ಬೇತಾಳನ ದರ್ಶನ ಮಾಡಿ ಒಳಗೆ ಮಲಗಿದ್ದಾನಲ್ಲ ಸಿದ್ಧು ಪೈಯ ಮಗ ವೆಂಕಟೇಶ, ಅವನನ್ನು ಕೈಗೊಪ್ಪಿಸಿ ಕಣ್ಣು ಮುಚ್ಚುವುದು !"

ನಾಗ್ಡೊ ಬೇತಾಳನ ಮಾತು ತೆಗೆಯುತ್ತಲೂ ಹಲವು ಪ್ರಶ್ನೆಗಳು ಒಮ್ಮೆಲೇ ಎದ್ದು ಅವುಗಳನ್ನು ಉತ್ತರಿಸುವುದಕ್ಕೂ ಮೊದಲೇ ರಾಮಚಂದ್ರ ಪೈ ಹೇಳಿದ್ದ – "ವಿಟ್ಠಪ್ಪಾ, ಗೋವಾದ ವೆರಣೆಯಿಂದ ಹೊರಟ ನಲವತ್ತನಾಲ್ಕು ಕುಟುಂಬಗಳಲ್ಲಿ ನಾಲ್ಕು ಕುಟುಂಬಗಳು ಕುಂಬಳೆಯಲ್ಲಿ ಉಳಿದುಕೊಂಡ ಕಥೆ ನಿನಗೆ ಗೊತ್ತಿದೆಯೇನೋ ? ಬಳ್ಳಂಬೆಟ್ಟಿನ ಪೈಗಳು, ಅಡೂರಿನ ಕಮ್ತಿಗಳು, ಮಾನ್ಯೆಯ ಮಲ್ಯರು ಮತ್ತು ಕುಂಬಳೆಯ ಕಿಣಿಯರು. ಇವರು ಒಬ್ಬರನ್ನೊಬ್ಬರು ಕೈ ಬಿಡುವುದಿಲ್ಲ ಎಂದು ಆಣೆ ಭಾಷೆ ಮಾಡಿಕೊಂಡಿದ್ದರಂತೆ. ಆಗಿನ ದಿನಗಳಿಗೆ ನಾನ್ನೂರು ವರುಷಗಳ ತನಕ ಗೋವೆಯ ನೆಲ ಅವರಿಗೆ ಬಹಿಷ್ಕೃತವಾಗಿತ್ತಂತೆ. ಆ ಅವಧಿ ಮುಗಿದ ಬಳಿಕ ಗೋವೆಗೆ ಹೋಗಿ ಮ್ಹಾಳಶಿಮಾಂಯಿಯ ಪೂಜೆ ಮಾಡುವುದಿದ್ದರೆ ಒಟ್ಟಿಗೇ ಹೋಗಬೇಕೆಂದು ತಮ್ಮ ತಮ್ಮ ಮಕ್ಕಳಿಗೆ ಹೇಳುತ್ತಾ ಹೋಗಬೇಕು ಅಂತ ಮಾತಾಗಿತ್ತಂತೆ. ಗೊತ್ತೇನೋ ?" ವಿಟ್ಠಪ್ಪ ಕಮ್ತಿ ತಲೆಯಲ್ಲಾಡಿಸಿದ್ದು ನೋಡಿ ಅನುಮಾನ ಬಂದು ರಾಮಚಂದ್ರ ಪೈಯ ಪ್ರಶ್ನೆಗಳು ಹಿಂದೆ ಸರಿದಿದ್ದುವು. ತಮಾಷೆಗೆ ಅವನು – "ನಾಗ್ಡೊ ಬೇತಾಳನನ್ನು ನೋಡಲೇಬೇಕೆಂದು ಅಷ್ಟು ಆಸೆ ಇದ್ದರೆ ನಾನೇ ಅರಿವೆ ಕಳಚಿ ಎದುರು ನಿಲ್ಲುತ್ತೇನೆ" ಎಂದು ಹೇಳಿ ಕ್ಖಿ ಕ್ಖಿ ಕ್ಖಿ ಎಂದು ನಕ್ಕದ್ದು ನೋಡಿ ಅನುಮಾನ ದೃಢವಾಗಿತ್ತು. ಈ ಯುವಕನಿಗೆ ತನ್ನ ಒಂದು ಮಾತೂ ಅರ್ಥವಾಗುವುದಿಲ್ಲ. ಅವನಿಗೇ ಅಂತೇನು ? ಅವನ ಪೀಳಿಗೆಯವರೇ ಹಾಗೆ ! ಮುದುಕರ ಮಾತನ್ನು ಗಾಳಿಗೆ ಹಾರಿಸಿಬಿಡುತ್ತಾರೆ. ರಾಮಚಂದ್ರ ಪೈಯ ಯೋಚನೆ ಇನ್ನೊಂದು ದಿಕ್ಕಿಗೆ ಹರಿದಿತ್ತು – "ವಿಟ್ಠಪ್ಪಾ, ನಾಗ್ಡೊ ಬೇತಾಳನ ರೂಪ ಹ್ಯಾಗಿತ್ತು ಅಂತ ಕಲ್ಪನೆ ಇದೆಯೇನೋ ನಿನಗೆ ? ದಪ್ಪಾನೆ ದಪ್ಪ ಧಡಿಯನಂತೆ. ಕಪ್ಪನೆಯ ಬಣ್ಣವಂತೆ. ಭುಜದ ತನಕ ಗುಂಗುರು ಕೂದಲಂತೆ. ಕಿವಿಗಳ ಮೇಲೂ ಕಪ್ಪು ಕೂದಲ ಜೊಂಪೆಯಂತೆ. ಎದೆಯ ಮೇಲೂ ರೊಣೆ. ಢಾಳಾದ ವಿಭೂತಿ. ತಾಂಬೂಲ ತಿಂದು ದಪ್ಪಗಾದ ತುಟಿಗಳು. ಈಚಲ ಹೆಂಡ ಕುಡಿದು ಕೆಂಪೇರಿದ ಗಜ್ಜುಗದಂಥ ಕಣ್ಣುಗಳು. ನಡೆಯುವಾಗ ದೂರ ದೂರ ಕಾಲಿಡುತ್ತಾನಂತೆ. ಮೈಮೇಲೆ ಆಂಗವಣೆಗೊಂದು* ವಸ್ತ್ರದ ಚೂರು – ? ಕೇಳಬೇಡ....."

ಹೇಳುತ್ತಾ ಹೋದ ಹಾಗೆ ರಾಮಚಂದ್ರ ಪೈಗೆ ಸುಸ್ತಾಗಿ, ಮಾತು ಗಂಟಲಲ್ಲೇ ಉಳಿದು, ಉಬ್ಬಸದಂತೆ ಜೀವ ಎದೆಗೂಡಿನಿಂದ ಹೊರಗೆ ಜಿಗಿಯುವ ಸಾಹಸ ಮಾಡಿತ್ತು. ಅದರ ಮಧ್ಯೆಯೂ ಈ ವಿಟ್ಠಪ್ಪ ಕಮ್ತಿ ತನ್ನ ಮಾತು ಕೇಳುತ್ತಿರುವ ಬಗ್ಗೆ

---

* ಆಂಗವಣೆ = ಹರಕೆ

ಅನುಮಾನ ಹುಟ್ಟಿ ನಗು ಬಂದಿತ್ತು – ''ಯಾಕೆ ಹೇಳಿದೆ ಎಂದರೆ, ಇದೀಗ ಬಟ್ಟೆ ಬಿಚ್ಚಿ ನೀನೇ ಸ್ವತಃ ಎದುರು ನಿಲ್ಲುವ ಮಾತಾಡಿದೆಯಲ್ಲ? ಆ ನಾಗ್ಡೊ ಬೇತಾಳ ನಿನ್ನ ಹಾಗೆ ಸುಕ್ಡೊ ಸುಬ್ರಾಯನಲ್ಲ, ಲಟ್ಟನೆಯ ಧಾಂಡಿಗ. ನೋಡಿದರೇ ಹೆಣ್ಣು ಮಕ್ಕಳ ತೊಡೆ ಬೆವರು ಬರುವಂಥ ಅಂಗಸೌಷ್ಠವ. ನಾನೇನೂ ಅವನನ್ನು ನೋಡದೇ ಸಾಯುವವನಲ್ಲ. ಅದಕ್ಕೆಂದೇ ಇಷ್ಟು ದೀರ್ಘ ಆಯುಸ್ಸು ಕೊಟ್ಟಿದ್ದಾನೆ ಅವನು'' – ತಟಕ್ಕನೆ ಹೌದಲ್ಲ, ತನ್ನ ಬಾಯಿಯಿಂದ ಬಂದ ಮಾತು ಎಷ್ಟು ಸತ್ಯ ಅನ್ನಿಸಿ ಬೆರಗಾಗಿ ಬಿಟ್ಟಿದ್ದ ರಾಮಚಂದ್ರ ಪೈ !

ತನ್ನ ಜೀವಮಾನದಲ್ಲಿ ಬಳ್ಳಂಬೆಟ್ಟು ರಾಮಚಂದ್ರ ಪೈ ನಾಗ್ಡೊ ಬೇತಾಳನನ್ನು ಒಮ್ಮೆಯೂ ನೋಡಿರಲಿಲ್ಲ. ಆದರೂ ತಾತ ವಿಟ್ಠು ಪೈ ಹೇಳಿದ್ದು ಎಷ್ಟು ನಿಖರವಾಗಿ ನೆನಪಿತ್ತೆಂದರೆ ನಾಗ್ಡೊ ಬೇತಾಳನ ಸ್ಪಷ್ಟರೂಪ ಅವನ ಕಣ್ಣೆದುರು ನಿಂತಿದೆ. ತನ್ನದೇ ಕುಟುಂಬಕ್ಕೆ ಸೇರಿಹೋದ ವ್ಯಕ್ತಿಯಂತೆ. ನಿನ್ನೆಮೊನ್ನೆ ಬೇಡ, ಕಳೆದ ವರುಷವೋ ಅದರ ಹಿಂದಿನ ವರುಷವೋ ಬಂದು ಇದೇ ಹಜಾರದಲ್ಲಿ ಕೂತು ವೀಳ್ಯದೆಲೆ ಮುಕ್ಕಿದಂತೆ. ಅಂಗಳಕ್ಕಿಳಿದು ದಾಪುಗಾಲು ಹಾಕಿ ನಡೆದುಹೋದಂತೆ. ''ಕಷ್ಟಕಾಲದಲ್ಲಿ ನಾಗ್ಡೊ ಬೇತಾಳ ಬಂದೇ ಬರುತ್ತಾನೆ ರಾಚ್ಚೂ, ಬಂದು ಕಾಯುತ್ತಾನೆ. ಅವನ ಬೆತ್ತಲೆ ರೂಪ ನೋಡಿ ಅಂಜಬೇಡ. ಬಂದವನ ಕಾಲಿಗೆ ಬಿಸಿನೀರಿತ್ತು ಒಳಗೆ ಬರಮಾಡು. ಎದುರಿಗೆ ಎಳೆಯ ಪಂಚವಳ್ಳಿ ಎಲೆ, ನೀರಿಗೆ ಹಾಕಿ ಕೊಳೆಸಿದ ಮೃದುವಾದ ಅಡಿಕೆ, ಹದವಾಗಿ ಬೆಳೆದ ಹೊಗೆಸೊಪ್ಪು, ಬೆಣ್ಣೆಯಂಥ ಸುಣ್ಣ, ಹರವಾದ ಕೊಬ್ಬರಿ ಯಾಲಕ್ಕಿ ಎಲ್ಲ ಜೋಡಿಸಿದ ಹರಿವಾಣ ಇಡು. ತಂಬಿಗೆಯ ತುಂಬ ಮರದಿಂದ ಆಗತಾನೇ ಇಳಿಸಿದ ಹೆಂಡ ಕೊಡು. ಅಡುಗೆಗೆ ಪೆಡ್ವೊ, ಮೊತ್ಯಾಳೆ, ವಿಸೋಣು,* ಯಾವುದೂ ಇಲ್ಲದಿದ್ದರೆ 'ಸುಕ್ಕಲೆ' ಸುಂಗಟಾ** ಘಣ್ಣಾ ಉಪ್ಕರಿ ಆದರೂ ಮಾಡಬೇಕು'' ಎಂದಿದ್ದರು ತಾತ.

ಈಗ, ಹಜಾರದಲ್ಲಿ ಕೂತು ಅದೇ ಧ್ಯಾಸದಲ್ಲಿದ್ದ ರಾಮಚಂದ್ರ ಪೈ ಮುಸ್ಸಂಜೆಯಲ್ಲಿ ಮೂರು ಬಾರಿ ಹೊರಗೆ ಅಂಗಳದಲ್ಲಿ ಕಾವಲು ಕೂತಿದ್ದ ನಡುಮನೆ ದೂಮಬಂಟನ ಮಗ ಚಂದ್ರಪ್ಪ ಬಂಟನೊಡನೆ ಕೇಳಿದ್ದ – ''ಯಾರಾದರೂ ಬರುತ್ತಾ ಇರುವುದು ಕಾಣುತ್ತಾ ಇದೆಯೇನೋ ?'' ''ಇಲ್ಲ ಒಡೆಯಾ.'' ಮನೆಯೊಳಗೆ ಅಡುಗೆಗೆಂದು ಕಾಸರಗೋಡಿನಿಂದ ಬಂದ ಸುಂದರಿ ಮಾಂಯಿಯನ್ನು ಕರೆದು ''ಒಳಗೆ ಡಬ್ಬದಲ್ಲಿ 'ಸುಕ್ಕಲೆ' ಇದೆಯಲ್ಲ ಮಾಂಯ್ಯೇ ?'' ಎಂದು ಕೇಳಿದ್ದ. ಆಕೆಗೆ ಮೂವತ್ತರ ವಯಸ್ಸು. ಅನಾಥೆ. ಹಿಂದಿಲ್ಲದ ಮುಂದಿಲ್ಲದ ಅವಳು ಈಗೊಂದು ಸಂವತ್ಸರದ ಹಿಂದೆ ಬಳ್ಳಂಬೆಟ್ಟಿಗೆ ಬಂದು ಅಡುಗೆಯ ಕೆಲಸವನ್ನೂ ಸಿದ್ಧು ಪೈಯ ಮಗ ವೆಂಕಟೇಶನನ್ನು ನೋಡಿಕೊಳ್ಳುವ ಕೆಲಸವನ್ನೂ ವಹಿಸಿಕೊಂಡಿದ್ದಳು. ಆ ಏರ್ಪಾಡು ಮಾಡಿದವನು ಅಡೂರು ವಿಟ್ಠಪ್ಪ

---

* ಪೆಡ್ವೊ, ಮೊತ್ಯಾಳೆ, ವಿಸೋಣು = ಬೇರೆ ಬೇರೆ ಜಾತಿಯ ಮೀನುಗಳು (ತಾರ್ಲೆ, ಬೆಳ್ಳಂಜೆ, ಅಂಜಲ್)

** ಸುಕ್ಕಲೆ ಸುಂಗಟ = ಒಣಗಿದ ಸಿಗಡಿ ಮೀನು

ಕಾಮ್ತಿಯೇ. ಅವಳೊಮ್ಮೆ ಅವನೆದುರು ನಿಂತು "ರಾಚ್ಚು ಮಾಮ್ಮಾ, ನೀವು ಹಿರಿಯರು. ನಾನು ಸಣ್ಣವಳು. ನನ್ನನ್ನು ನೀವು ಮಾಂಯ್ಯೇ ಅನ್ನಬಾರದು. ನನ್ನ ಆಯುಸ್ಸಿಗೆ ಒಳ್ಳೆಯದಲ್ಲ. ಸುಂದರೀ ಅನ್ನಿ" ಅಂತ ಹೇಳಿದ್ದು ಜ್ಞಾಪಕಕ್ಕೆ ಬಂದು, "ಸಿಟ್ಟಾಗ ಬೇಡಮ್ಮ. ಸಾರಸ್ವತರ ಹೆಣ್ಣು ಮಕ್ಕಳನ್ನು ಕಂಡರೆ ಮಾಂಯ್ಯೇ ಅಂತ, ಗಂಡಸರನ್ನು ಕಂಡರೆ ಮಾಮ್ಮಾ ಅಂತ ಸಂಬೋಧಿಸಬೇಕೆಂದು ನಾಗ್ಡೊ ಬೇತಾಳ ಹೇಳಿದ್ದಾನೆ. ಅದೇ ಅಭ್ಯಾಸ ಆಗಿಬಿಟ್ಟಿದೆ ನೋಡು" ಎಂದಿದ್ದ ರಾಮಚಂದ್ರ ಪೈ. ಸುಂದರಿ ಮಾಂಯಿ "ಇದೆ. ನೀವು ಹೇಳಿದ್ದು ಡಬ್ಬದಲ್ಲಿ ಇದೆ. ಬೇಕಿದ್ದರೆ ನಾಳೆ ಅಷ್ಟು ತೆಗೆದು ಫಣ್ಣಾ ಉಪ್ಕರಿ ಮಾಡುತ್ತೇನೆ" ಎಂದಿದ್ದಳು. "ಬೇಡ ಬೇಡ" ರಾಮಚಂದ್ರ ಪೈ ಹೇಳಿದ್ದ. ಚಳಿ ಎಂದು ಮೈ ತುಂಬ ಹೊದ್ದುಕೊಂಡು ಕುಕ್ಕರುಗಾಲಿನಲ್ಲಿ ಕೂತು ಹಲ್ಲಿಲ್ಲದ ಬಾಯಿಯಲ್ಲಿ ತಾಂಬೂಲದ ತಿರುಪೊಂದನ್ನು ಭದ್ರವಾಗಿ ಒತ್ತಿ ಹಿಡಿದು ಕೂತ ರಾಮಚಂದ್ರ ಪೈ ಅದು ಕೆಳಗೆ ಬಿದ್ದೀತೆಂದು ಗಲ್ಲವನ್ನೆತ್ತಿ "ಮಗು ಮಲಗಿತೇ ?" ಎಂದು ಅವಳನ್ನು ಕೇಳಿದ. "ಹೂಂ" ಎಂದು ಹೇಳಿ ಅವಳು ಒಳಗೆ ನಡೆದಿದ್ದಳು.

ಮನೆಯ ಎದುರು ವಿಶಾಲವಾದ ಭತ್ತದ ಗದ್ದೆ. ಅದರಾಚೆ ಮೂಡಣದ ಗುತ್ತು ಗುಡ್ಡ. ಮನೆಯ ಹಿಂದೆ ಗುರುವಾರೆ ಗುಡ್ಡ. ಕಾಡು. ಕಾಡಿನ ತುಂಬ ಗೇರು ಮರಗಳು. ಬಹುಶಃ ಈ ಗೋವೆಯ ಬೀಜಗಳೇ ತನ್ನ ಕುಟುಂಬದ ದುರಂತಕ್ಕೆ ಕಾರಣವಾದುವೇ ಅಂತ ಅನ್ನಿಸಿ ಮೈ ಕಂಪಿಸಿತು ರಾಮಚಂದ್ರ ಪೈಗೆ. ತನ್ನ ಮಗ ತಿಮ್ಮ ಪೈ ತಂದು ಹಾಕಿದ ಬೀಜಗಳು. ರಕ್ತ ಬೀಜಾಸುರನ ಸಂತಾನದಂತೆ ಒಂದು ಸಾವಿನ ವಿರುದ್ಧ ನೂರು ಸಂತಾನಗಳಾಗಿ ಬೆಳೆಯುವ ಬೀಜಗಳು. ಸಿಕ್ಕಿದ ಕಡೆ ಎದ್ದು ಎರಡಾಳು ಎತ್ತರ ಬೆಳೆಯುವ ಮರಗಳು. ಅಂಗೈಯಷ್ಟು ಅಗಲವಾದ ಎಲೆಗಳು. ಮರದ ಕಾಂಡಕ್ಕೆ ಗಾಯವಾದರೆ ಅಲ್ಲಿಯೇ ಹುಟ್ಟುವ ಅಂಟಿನಂತಹ ದ್ರವ. ಬಿಸಿಲಿಗೆ ಒಣಗಿದರೆ ಕಲ್ಲಿನಷ್ಟು ಗಟ್ಟಿ, ಮಳೆಗೆ ನೆಂದರೆ ಬೆಣ್ಣೆಯಷ್ಟು ಮೃದು. ವರುಷಕ್ಕೊಮ್ಮೆ ಹೂವಾಗಿ, ಹೂವು ಕಾಯಾಗಿ, ಹಣ್ಣಾಗಿ ನೇಲುತ್ತವೆ. ಮುಷ್ಟಿಯಷ್ಟು ದೊಡ್ಡ ಹಣ್ಣುಗಳು. ಕೆಲವು ಕೆಂಪು. ಕೆಲವು ಅರಶಿನ. ಕೆಳಗೆ ಶಂಖಾಕಾರದ ಬೀಜ. ಮುಟ್ಟಿದರೆ ಕೈ ಬೆರಳೆಲ್ಲ ಜಿಗುಟಾಗಿ ಕಲೆಗಳುಳಿಯುತ್ತವೆ. ಹಸಿ ಬೀಜದ ತಿರುಳು ತಿನ್ನಲೂ ರುಚಿ. ಸಾರಿಗೆ ಪಾಯಸಕ್ಕೆ ಹಾಕಿದರೂ ರುಚಿ. ಬಲಿತ ಬೀಜಗಳನ್ನು ಸುಟ್ಟರೆ ಊರಿಗೆಲ್ಲ ವಾಸನೆ. ಈಗ ಮರಗಳು ಕಾಡ ತುಂಬ ದಟ್ಟವಾಗಿ ಬೆಳೆದಿದ್ದಾವೆ.

ಆಗಿನಿಂದಲೂ ಗೋವೆಯ ಬೀಜಗಳನ್ನು ಹಣ್ಣುಗಳನ್ನು ಅಂಟು ತುಂಬಿದ ಕಾಂಡಗಳನ್ನು ಅಂಗೈಯಗಲದ ಎಲೆಗಳನ್ನು ಕುರಿತು ಯೋಚಿಸುತ್ತಿದ್ದ ರಾಮಚಂದ್ರ ಪೈ ಮನಸ್ಸಿನ ಪಾತಳಿಯ ಮೇಲೆ ಹುಟ್ಟುತ್ತಿದ್ದ ಅನೇಕ ನೆನಪುಗಳನ್ನು ಹೊರಬರದಂತೆ ಹೆಣಗಾಡುತ್ತಿದ್ದ. ಆದರೂ ಎಲ್ಲವನ್ನೂ ನೂಕಿ ಮೇಲೆದ್ದು ಬಂತು ತಿಮ್ಮ ಪೈಯ ನೆನಪು. ಎಷ್ಟೊಂದು ಜನರಿದ್ದರು ಆಗ ! ಎಷ್ಟೊಂದು ಮಕ್ಕಳು ! ಒಂದು ದೇವ ಶನಿವಾರ, ಒಂದು

ಚವತಿ, ಒಂದು ಅಷ್ಟಮಿ – ಇದೇ ಮನೆಯ ತುಂಬ ಅಡಿಗೆಯ ಕೆಲಸದಲ್ಲಿ ಗುಸಗುಸ ಓಡಾಡುವ ಹೆಂಗಸರು, ಗಜ್ಜುಗವನ್ನೋ ಚೆನ್ನೆಮಣೆಯನ್ನೋ ಆಡುವ ಹೆಣ್ಣುಮಕ್ಕಳು, ನಿರಂಜನಿಯ ನೀರಿನಲ್ಲಿ ಈಜುವ ಗುಡ್ಡಗುಡ್ಡ ಅಲೆಯುವ ಗಂಡುಹುಡುಗರು, ವಯ್ಯಾಪುರಿಯಲ್ಲಿ ಕೂತು ಹರಟುವ, ತಾಂಬೂಲ ಹಾಕುವ ಗಂಡಸರು – ಮನೆ ತುಂಬ ಗಲಗಲ, ಎದೆ ತುಂಬ ಕಿಲಕಿಲ. ತಿಮ್ಮ ಪೈ ಮನೆಯನ್ನು ಭಾಗ ಮಾಡಿದ. ತಾನಾದರೂ ಬದುಕಿದನೇ ? ಸರ್ಪ ಮೆಟ್ಟಿ ಕುಣಿದಾಡುವವನಂತೆ ಬದುಕಿದವನು ಸರ್ಪದಿಂದಲೇ ಕಡಿಸಿಕೊಂಡು ಸತ್ತ. ಅವನ ಹೆಂಡತಿ ಉರಿಯುವ ಮನೆಯಲ್ಲಿ ಬೆಂದು ಕರಿಕಾದಳು. ಇಡೀ ವಂಶ ಮುಳುಗಿತು. ನಾಗಪ್ಪಯ್ಯನ ಶ್ರಾದ್ಧದ ದಿನ ಕಂಡ ಅವನ ಅಭಿಮನ್ಯು ಅವತಾರ ಈಗಲೂ ಕಣ್ಣೆದುರು ನಿಂತಿದೆ. ರಾಮಚಂದ್ರ ಪೈಗೆ ನಿಟ್ಟುಸಿರು ಬಿಡುವುದಲ್ಲದೇ ಬೇರೇನೂ ತಿಳಿಯಲಿಲ್ಲ !

ರಾಮಚಂದ್ರ ಪೈಯ ಕಣ್ಣೆದುರು ತಿಮ್ಮ ಪೈಯ ರೂಪದ ಹಿಂದೆಯೇ ಇನ್ನೊಂದು ಚಿತ್ರ ಮೂಡಿ ಮೈಮೇಲೆ ಮುಳ್ಳುಗಳೆದ್ದುವು. ಕಾವೇರಮ್ಮ ! ಕಾರ್ಯಾಡಿನ ತಮ್ಮ ಶಿವಪ್ಪಯ್ಯನ ಹೆಂಡತಿ ಕಾವೇರಮ್ಮ ! ಎಷ್ಟು ಬಲವಂತವಾಗಿ ನೂಕಿದರೂ ಹೋಗಲೊಲ್ಲದ ನೆನಪು. ಭುಜಂಗನೆಂದಲ್ಲವೇ ಆ ಹುಡುಗನ ಹೆಸರು ? ಅವನ ಶವ ಕಂಡದ್ದೇ, ತಾವೇ ಅವನ ಸಾವಿಗೆ ಕಾರಣವೆಂದು ತಿಳಿದು ರುದ್ರಿಯಂತೆ ಎದ್ದಿದ್ದಳು. ತಲೆಯ ಮೇಲಿನ ಸೆರಗು ಕೆಳಗೆ ಬಿದ್ದಿತ್ತು. ಗೋಮಾಳದ ಮೇಲಿನ ಹುಲ್ಲು ಕತ್ತರಿಸಿದ ಹಾಗೆ ಮುಂಡನ ಮಾಡಿದ ಕೂದಲುಗಳು. ಅಲ್ಲಲ್ಲಿ ಹಣಿಕಿ ಹಾಕಿದ ಬೆಳ್ಳಿಯ ಸರಿಗೆಗಳು. ಕಣ್ಣುಗಳಲ್ಲಿ ಬೆಂಕಿ. ಉಬ್ಬಿದ ಹಲ್ಲನ್ನು ತುಟಿಗಳ ಮೇಲೆ ಒತ್ತಿ ಹಿಡಿದಿದ್ದಳು. ಎಡಗೈಯನ್ನು ಸೊಂಟದಲ್ಲಿ ಹುದುಗಿಸಿ ಬಲಗಾಲನ್ನು ಮುಂದಿಟ್ಟು, ಬಗ್ಗಿ ನೆಲದ ಮೇಲಿನ ಮಣ್ಣನ್ನು ಗರ್ರೆಂದು ಬಾಚಿ, ಹಿಡಿ ಎತ್ತಿ ಬಳ್ಳಂಬೆಟ್ಟಿನ ದಿಕ್ಕಿಗೆ ಬಿಸಾಡುತ್ತಾ 'ಕೀಂ' ಎಂದು ಕಿರುಚಿದ್ದಳು – "ಬಳ್ಳಂಬೆಟ್ಟು ನಿರ್ನಾಮವಾಗಲೀ, ಕೌಂಶಗೋತ್ರದ ವಿಟ್ಠಪೈಯ ಸಂತಾನ ನಿಶ್ಶೇಷವಾಗಲೀೀ, ಇದಕ್ಕೆ ಧರ್ಮಸ್ಥಳದ ಮಂಜುನಾಥ, ಅಣ್ಣಪ್ಪ, ಕಾಳರಾಹು ಕಾಳಕರ್ಾಯಿಗಳೇ ಸಾಕ್ಷಿಽಽಽ" – ರಣಬಿಸಿಲಿನ ಮಧ್ಯಾಹ್ನ, ಊಟ ಮಾಡದೇ ಹಸಿವೆಯಿಂದ ಕುಳಿತ ವಿಧವೆಯ ಎದೆಯ ಪಶ್ಚಾತ್ತಾಪದ ಬೆಂಕಿ ಕೊಟ್ಟ ಶಾಪ ಅದು, ನಿಜವೇ ಆಯಿತು ಎಂದು ರಾಮಚಂದ್ರ ಪೈಯ ನಂಬಿಕೆ. ಶಾಪ ಹಾಕಿದವಳೇ ತನ್ನ ಉಳಿದ ಇಬ್ಬರು ಮಕ್ಕಳನ್ನೂ ಕಾರ್ಯಾಡಿನ ಬಾವಿಗೆ ನೂಕಿ ತಾನೂ ಧಡಲ್ಲನೇ ಹಾರಿದ್ದಳು. ನೀರಿಲ್ಲದ ಆಳವಾದ ಬಾವಿ. ಅಷ್ಟು ಅಗಲವೂ ಇಲ್ಲ. ಕಲ್ಲುಗಳಿಗೆ ಬಡಿಯುತ್ತಾ ಅವಳ ಮೈ ತಳಕ್ಕೆ ಹೋಗಿ ಸೇರಿತ್ತು. ಇಬ್ಬರು ಮಕ್ಕಳು. ಅವು ನೇರ ನೀರಿಗೆ ಬಿದ್ದು ಅಕಸ್ಮಾತ್ ಉಳಿದಿದ್ದರೂ ಅವರ ಮೇಲೆ ಅವಳ ದೇಹ ಬಿದ್ದಾಗ ಅಪ್ಪಚ್ಚಿಯಾಗಿರಬೇಕು. ಅವಳನ್ನು ತಡೆಯಲು ಓಡಿದ್ದ ಅಂತು ಪೈಯ ಕೈಗೆ ಅವಳು ಸಿಕ್ಕಿರಲಿಲ್ಲ. ಬಗ್ಗಿ ನೋಡಿದಾಗ ಕಂಡದ್ದು ಬಾವಿಯ ನೀರೆಲ್ಲ ರಕ್ತದ ಓಕುಳಿ ಚೆಲ್ಲಿದ ದೃಶ್ಯ. ಈಗಲೂ ರಾಮಚಂದ್ರ ಪೈಯ ಕಣ್ಣೆದುರಿನಿಂದ ಆ ದೃಶ್ಯ ಮರೆಯಾಗುವುದಿಲ್ಲ.

ಶಾಪ ನಿಜವಾಯಿತೇ? ರಾಮಚಂದ್ರ ಪೈಗೆ ಹಾಗೆಯೇ ಅನ್ನಿಸುತ್ತದೆ. ಕಳೆದ ಮೂರು ವರುಷಗಳಲ್ಲಿ ಮನೆಯೊಳಗೆ ಸಾವು ಅಂಬೆಗಾಲಿಡುತ್ತಾ ಬಂದುದಲ್ಲ, ಬಂದುದು ದಾಪುಗಾಲು ಹಾಕಿಯೇ. ಒಬ್ಬರ ಹಿಂದೆ ಒಬ್ಬರು. ಒಬ್ಬರಿಗಿಂತ ಒಬ್ಬರು ಪೈಪೋಟಿ ನಡೆಸಿ ಎಂಬಂತೆ ಸತ್ತರು. ಮೊದಲು ಕೊಂಬ್ರಾಜೆ ದೇವು ಪೈಯ ಹೆಂಡತಿ. ಬಹಳ ವರ್ಷಗಳಿಂದ ಜಡ್ಡಾದ ಅವಳು ಸತ್ತಾಗ ಶಾಪದ ನೆನಪಾಗಲಿಲ್ಲ ರಾಮಚಂದ್ರ ಪೈಗೆ. ತನ್ನ ಕೊನೆಯ ಮಗ ಸಿದ್ದು ಪೈ ನೀರಿಗೆ ಬಿದ್ದು ಸತ್ತ. ಕೊಂಬ್ರಾಜೆ ದೇವು ಪೈಯ ಮೂರನೆಯ ಮಗ ಸುಬ್ರಾಯ ಪೈಗೆ ಮೈಯೆಲ್ಲ ಕಜ್ಜಿ. ಹೊಟ್ಟೆಗೆ ಸರಿಯಾಗಿಲ್ಲದೇ ಹಿಡಿದ ವ್ರಣವಿರಬೇಕು. ನರಳಿ ನರಳಿ ಸತ್ತ. ಆಗಲೇ ರಾಮಚಂದ್ರ ಪೈಯ ಹೆಂಡತಿಯೂ ಸತ್ತದ್ದು. ಕಾಯಿಲೆ ಇಲ್ಲ, ಹಾಸಿಗೆ ಹಿಡಿದಿಲ್ಲ. ಒಂದು ದಿನದ ಜ್ವರದಲ್ಲಿ ಪ್ರಾಣಬಿಟ್ಟಳು. ಏನಾಗುತ್ತಿದೆ ಎಂದು ಯೋಚಿಸುವುದಕ್ಕೂ ಸಮಯವಿಲ್ಲದಂತೆ ಸಾವಿನ ಭೇರಿ ಹೊಡೆಯಿತು. ಒಂದು ಬೆಂಕಿಯ ಝಳ ಆರುವ ಮೊದಲು ಮತ್ತೊಂದಕ್ಕೆ ಬೆಂಕಿ. ಇನ್ನೂ ಅದರ ಸ್ಪರ್ಶ ಮೈಮೇಲಿದ್ದ ಹಾಗೆ ಭಾಸ. ಸ್ಮಶಾನವೇ ಮನೆಗೆ ನಡೆದು ಬಂದ ಹಾಗೆ!

ರಾಮಚಂದ್ರ ಪೈಯ ತಮ್ಮನೊಬ್ಬ ಉಪ್ಪಿನಂಗಡಿಯಲ್ಲಿದ್ದ. ಉಪ್ಪಿನಂಗಡಿ ದೇವರಾಯ ಪ್ರಭುಗಳ ಮನೆ ಅಳಿಯ. ಅವರಿಗೆ ಗಂಡು ಮಕ್ಕಳಿರಲಿಲ್ಲ. ಹಾಗಾಗಿ ಸುಕ್ಡೊ ಪೈಯನ್ನು ಮನೆ ಅಳಿಯನನ್ನಾಗಿ ಮಾಡಿಕೊಂಡಿದ್ದರು. ದೇವರಾಯಪ್ರಭು ಮುದುಕರಾಗಿ ತೀರಿಕೊಂಡಾಗ ಅವರ ಆಸ್ತಿಯೆಲ್ಲ ಮೂರನೆಯವನಿಗೆ ಹೋಗುತ್ತದೆಂದು ದಾಯಾದಿಗಳಿಗೆ ಅನುಮಾನವಾಯಿತು. ಹಾಡೇ ಹಗಲು ಬಂದು ಸುಕ್ಡೊ ಪೈಯನ್ನೂ ಅವನ ಹೆಂಡತಿ ಮಕ್ಕಳನ್ನೂ ಕೊಚ್ಚಿ ಕೊಲೆ ಮಾಡಿದರು. ರಾಮಚಂದ್ರ ಪೈ ಹೋಗಿರಲಿಲ್ಲ. ಬಳ್ಳಂಬೆಟ್ಟಿನ ಹಜಾರದಲ್ಲಿ ಕೂತು ಸಾವು ಎಲ್ಲರಿಗಿಂತ ಭೀಕರವಾಗಿ ಬಂದು ತನ್ನನ್ನು ಬಡಿಯಬಾರದೇ ಎಂದು ಅತ್ತ. ಕುಂಬಳೆಯ ನಚ್ಚ ಪೈ, ಕೊಂಬ್ರಾಜೆ ದೇವು ಪೈ. ಕೊನೆಗೆ ಹೆಂಡತಿ. ಮಕ್ಕಳು. ಮದುವೆಯಾಗಿ ಮನೆಯಿಂದ ಹೊರಗೆ ಹೋದ ಹೆಣ್ಣುಮಕ್ಕಳೂ ಸಹ. ನಚ್ಚ ಪೈಗೆ ಆರು ಹೆಣ್ಣುಮಕ್ಕಳಲ್ಲವೇ? ಒಬ್ಬರ ಹಿಂದೆ ಒಬ್ಬರು. ಸ್ಮಶಾನಕ್ಕೆ ಹೋಗಲೂ ಪುರುಸೊತ್ತಾಗದ ಹಾಗೆ. ಮೂರು ವರುಷಗಳಲ್ಲಿ ಮಳೆ ಬಂದಾಗ ಉದುರುವ ಮಾವಿನ ಕಾಯಿಗಳಂತೆ ಉದುರಿ ಹೋದರು. ತಾವು ಬದುಕಿದ್ದ ಪುರಾವೆಯೂ ಇಲ್ಲದ ಹಾಗೆ ನಾಶವಾದರು. ಮೂರು ವರುಷಗಳಲ್ಲಿ ಬಳ್ಳಂಬೆಟ್ಟಿನ ಮನೆಯಲ್ಲಿ ದೇವ ಶನಿವಾರ, ಚವತಿ, ಅಷ್ಟಮಿ ಒಂದೂ ನಡೆಯಲಿಲ್ಲ.

ರಾಮಚಂದ್ರ ಪೈಯ ದುಃಖ ಪರಾಕಾಷ್ಠೆಗೆ ಏರಿದ್ದು ತನ್ನ ಮೊದಲ ಮಗ ಅಂತು ಪೈಯ ಸಾವು. ಶ್ರಾವಣದ ಕೊನೆಯ ದಿನಗಳಲ್ಲಿ ಒಂದು ಬೆಳಗ್ಗೆ ಅವನ ಹೆಣ ಗುರುವಾರೆ ಗುಡ್ಡದ ಮೇಲಿನ ಗೇರುಮರವೊಂದಕ್ಕೆ ತೂಗುತ್ತಿತ್ತು! ಮೂರು ಮಕ್ಕಳೂ ಮೂರು ವಿಧದಲ್ಲಿ ಸತ್ತ ಮೇಲೂ ರಾಮಚಂದ್ರ ಪೈಯ ಜೀವ ಉಳಿದದ್ದು ಆಶ್ಚರ್ಯ. ಅವನಿಗೆ ಬೆಂಕಿ ಕೊಟ್ಟು ಮನೆಗೆ ಬಂದ ರಾಮಚಂದ್ರ ಪೈ ಬಳ್ಳಂಬೆಟ್ಟಿನ ಹಜಾರ ಬಿಟ್ಟು ಏಳಲಿಲ್ಲ.

ಅಂತು ಪೈ ಕೊಲೆಯಾದನೇ, ಅಥವಾ ಆತ್ಮಹತ್ಯೆ ಮಾಡಿಕೊಂಡನೇ ಎಂದೂ ತಿಳಿಯಲಿಲ್ಲ. ಮತ್ತೆ ಸಾವು, ಬೆಂಕಿ, ಸ್ಮಶಾನಯಾತ್ರೆ. ಬಳ್ಳಂಬೆಟ್ಟಿನ ಮನೆಯಲ್ಲಿ ಅಡಿಗೆ ಮಾಡಲಿಕ್ಕೂ ಹೆಂಗಸರು ಉಳಿಯಲಿಲ್ಲ. ಉಳಿದವರು ಕೊಂಬ್ರಾಜೆಯ ದೇವು ಪೈಯ ಎರಡನೆಯ ಮಗ ಮೈನಾಥ, ಸಿದ್ದು ಪೈಯ ಮಗ ವೆಂಕಟೇಶ ಮತ್ತು ತಾನು. ಮೈನಾಥನಿಗೆ ಐದರ ವಯಸ್ಸು, ಸಿದ್ಧನ ವೆಂಕಟೇಶನಿಗೆ ಮೂರು ವರ್ಷ. ಕುಟುಂಬಕ್ಕೆ ಸಂಬಂಧಿಕರಾದ ಅಡೂರು ವಿಟ್ಠಪ್ಪ ಕಮ್ತಿ, ಮಾನ್ಯೆಯ ವಾಸ್ತೇವ ಮಲ್ಯ, ಕುಂಬಳೆ ದಾಸ ಕಿಣಿ, ಶೇಷಪ್ಪ ಭಕ್ತ ಎಲ್ಲ ಕೂಡಿ ಅಡುಗೆಗೆ ವ್ಯವಸ್ಥೆ ಮಾಡಿದರು. ಕಾಸರಗೋಡಿನಿಂದ ಈ ಅನಾಥೆ ಹೆಣ್ಣು ಮಗಳನ್ನು ಕರೆಸಿ ಅಡುಗೆಗೆ ಮಕ್ಕಳ ಚಾಕರಿಗೆ ಎಂದು ನೇಮಿಸಿದರು. ಸ್ಮಶಾನಕ್ಕೆ ಹೋಗಿ ಹೋಗಿ ಬೆಂಕಿ ಕೊಟ್ಟು ತಣ್ಣೀರಲ್ಲಿ ಮಿಂದು ಬಂದ ತನಗೆ ಉಬ್ಬಸ, ಗೂರಲು ರೋಗ. ಕುಟುಂಬ ಬೆಳೆಯುವುದಾದರೆ ಈ ಮಕ್ಕಳಿಂದಲ್ಲವೇ ? ತನ್ನ ಪಾತ್ರ ಏನೂ ಇಲ್ಲ ಎಂದು ಕಾದುಕೊಂಡಿದ್ದಷ್ಟೇ ಬಂತು. ಮೈನಾಥನೂ ಜ್ವರವೆಂದು ಹಾಸಿಗೆ ಹಿಡಿದ. ಹೊಟ್ಟೆ ಒಮ್ಮೆಲೇ ಉಬ್ಬರಿಸಿ ಬಂತು. ನೋಡನೋಡುತ್ತಿದ್ದಂತೆ ಕೈಕಾಲುಗಳನ್ನು ಸೊಟ್ಟ ಮಾಡಿ ಅವ್ವಾ ಎನ್ನುತ್ತಾ ಚೀರಿ ಪ್ರಾಣ ಬಿಟ್ಟ. ರಾಮಚಂದ್ರ ಪೈಯ ಕಣ್ಣುಗಳಲ್ಲಿ ನೀರು ಕೂಡಾ ಉಳಿಯಲಿಲ್ಲ.

"ನಾಗ್ದೊ ಬೇತಾಳ, ನನ್ನನ್ನು ಯಾವಾಗ ಕೊಂಡೊಯ್ಯುತ್ತೀಯೋ?'' ಎಂದು ಮಮ್ಮಲ ಮರುಗುತ್ತಿರುವಾಗಲೇ ಅವನಿಗೆ ವಂಶದ ಮೇಲಿನ ಶಾಪದ ನೆನಪಾಯಿತು. ನೆನಪಾದದ್ದೇ, ಹೊಸತೊಂದು ಬದುಕಿನ ಭರವಸೆ ಮೂಡಿದಂತೆ ರಾಮಚಂದ್ರ ಪೈ ಎದ್ದು ಕುಳಿತ. ಇಪ್ಪತ್ತೆರಡನೆಯ ತಲೆಮಾರಿಗೆ ನಾಗಪ್ಪ ಮತ್ತೆ ಹುಟ್ಟಿ ಬರುತ್ತಾನೆ ಅಂತ ಹೇಳಿದ್ದನಲ್ಲ, ತನ್ನನ್ನು ಹೆತ್ತ ತಾಯಿಗೆ? ಆ ಮಾತು ಈಗ ವರವಲ್ಲವೇ ? ಯಾವ ತಲೆಮಾರು ಅದು? ಈಗ ಎಷ್ಟನೆಯ ತಲೆಮಾರು? ರಾಮಚಂದ್ರ ಪೈ ತಲೆಯನ್ನು ಗಟ್ಟಿಯಾಗಿ ಬಡಿದು ಲೆಕ್ಕ ಹಾಕಿದ. ಊಂಹೂಂ, ಸಿಕ್ಕುತ್ತಿಲ್ಲ. ಆದರೆ ಇಪ್ಪತ್ತೆರಡನೆಯ ತಲೆಮಾರಂತೂ ಅಲ್ಲ. ರಾಮಚಂದ್ರ ಪೈ ಆ ಶಾಪವನ್ನೇ ಆಸರೆಯಾಗಿ ಹಿಡಿದು ಕೂತ. ಮುದಿತನ. ಮೇಲಾಗಿ ಏರಿ ಬರುತ್ತಿರುವ ಗೂರಲು. ತಾನು ಬದುಕಿದರೂ ತಲೆಮಾರು ಮುಂದುವರಿಯುವುದಿಲ್ಲ. ಇನ್ನೊಮ್ಮೆ ಮದುವೆಯಾಗಿ ಮಕ್ಕಳನ್ನು ಈಯುವ ಶಕ್ತಿ ತನ್ನಲ್ಲಿದೆಯೇ ? ಅವನು ಬದುಕಿಯಾನು. ತನ್ನ ಮೊಮ್ಮಗ. ಸಿದ್ಧನ ವೆಂಕಟೇಶ. ಇನ್ನೂ ಮೂರು ವರುಷದ ಹಸುಳೆ. ಯಾವ ಕಾವೇರಮ್ಮನ ಶಾಪವೂ ಅವನಿಗೆ ತಾಟಲಾರದು. ಖಂಡಿತ ಬದುಕುತ್ತಾನೆ. ನಾಳೆ ದೊಡ್ಡವನಾಗಿ ಮದುವೆಯಾಗಿ ಮಕ್ಕಳನ್ನು ಹುಟ್ಟಿಸುತ್ತಾನೆ. ತಾನು ನೋಡಲು ಬದುಕಿ ಉಳಿಯುವುದಿಲ್ಲ, ಬೇಡ. ಆದರೆ ಅವನ ಮೂಲಕ ತಲೆಮಾರು ಮುಂದುವರಿಯಲಿ.

ಶ್ರಾವಣ ಶುದ್ಧ ಕೃಷ್ಣ ಪಕ್ಷದ ಎಂಟನೆಯ ದಿನ. ಅಷ್ಟಮಿಯ ಹಬ್ಬವೆಂದು ಸುಂದರಿ ಮಾಂಯಿ ಅಡಿಗೆ ಮನೆಯಲ್ಲಿ ಆಂಗವಣೆಗೆಂದು ಕೃಷ್ಣನಿಗರ್ಪಿಸಲು ಪಂಚಕಜ್ಜಾಯ

ಮಾಡಿದ್ದಳು. ಮೆವ್ವೆಂದು ಒಬ್ಬನೇ ಕೂತ ಸಿದ್ಧನ ವೆಂಕಟೇಶನ ಮುಖದ ತುಂಬ ಮ್ಲಾನತೆ. ತನ್ನಿಂದ ಆಗುವುದಿಲ್ಲವೆಂದು ಸುಂದರಿ ಮಾಂಯಿ ಅವನನ್ನೇ ಉಪವಾಸ ಕೂಡಿಸಿದ್ದಳು. ಮುಖ ನೋಡಿ ರಾಮಚಂದ್ರ ಪೈಯ ಕರುಳು ಚುರ್ರೆಂದಿತು. ಹತ್ತಿರ ಕರೆದು ಕುಳ್ಳಿರಿಸಿಕೊಂಡ. ಹೇಳಿದರೆ ಇವನಿಗೆ ಹೇಳಬೇಕು. ತಮ್ಮ ವಂಶಜರು ಗೋವೆ ಬಿಟ್ಟು ಇಲ್ಲಿಗೆ ಬಂದು ನೆಲಸಿದ ಕಥೆಯನ್ನು. ನಾಲ್ಕು ನೂರು ವರುಷಗಳ ನಂತರ ಮತ್ತೆ ಹೋಗಿ ಮ್ಹಾಳಶಿಮಾಂಯಿಯ ಕೈಂಕರ್ಯ ಮಾಡಲಿದೆ ಅನ್ನುವುದನ್ನು. ತನ್ನ ತಾತ ತನಗೆ ಹೇಳಿದ ಹಾಗೆ ದೀರ್ಘವಾಗಿ ಹೇಳಬೇಕು. ತನ್ನ ಕಥೆಯನ್ನೂ ಹೇಳಿ ವಂಶದ ಒಂದೇ ಒಂದು ಕುಡಿಯಾಗಿ ಅವನು ಉಳಿದ ಕಥೆಯನ್ನೂ ಸೇರಿಸಬೇಕು. ಮುಂದಣ ತಲೆಮಾರಿಗೆ ನೀನು ಆ ಕಥೆ ಮುಂದುವರಿಸಬೇಕು ಎಂದು ಮುಗಿಸಬೇಕು. ಅವನ ಬೆನ್ನಮೇಲೆ ಕೈಯಾಡಿಸುತ್ತಾ ಗೋವೆಯ ಅರುವತ್ತಾರು ಅಗ್ರಹಾರಗಳಲ್ಲಿ ನಮಗೆ ಹೇಳಿಕೆ ಬಾರದೇ ಯಾವುದೇ ಶುಭಕಾರ್ಯಗಳೂ ನಡೆಯುತ್ತಿರಲಿಲ್ಲ ಎಂದು ಆರಂಭಿಸಿದ ರಾಮಚಂದ್ರ ಪೈ. ಮೂರನೆಯ ವಾಕ್ಯಕ್ಕೆ ಬಂದಾಗ ಸಿದ್ಧನ ವೆಂಕಟೇಶ ಗಾಢವಾದ ನಿದ್ರೆಯಲ್ಲಿ ಗೊರಕೆ ಹೊಡೆಯುತ್ತಿದ್ದ !

ರಾಮಚಂದ್ರ ಪೈಗೆ ಈಗ ನೆನಪು ಬರುವುದು ನಾಗ್ಡೊ ಬೇತಾಳನದ್ದೊಂದೇ. ಕಷ್ಟಕಾಲಕ್ಕೆ ಅವನು ಬಂದೇ ಬರುತ್ತಾನೆಂದು ತಾತ ವಿಟ್ಠು ಪೈ ಹೇಳಿದುದನ್ನು ಆತ ನಂಬಿ ಕೂತಿದ್ದ. ಅಲ್ಲಿಯ ತನಕ ತಾನು ಬದುಕಿದರೆ ಸಾಕು. ಈ ಹುಡುಗನನ್ನು ಅವನ ಕೈಯ ಮೇಲಿಟ್ಟು, ಕೌಂಶ ಗೋತ್ರದ, ಮಹಾಲಸ ದೇವಿಯ ಕುಳಾವಿಯಾದ ಬಳ್ಳಂಬೆಟ್ಟು ರಾಮಚಂದ್ರ ಪೈಯ ಮೊಮ್ಮಗ, ಸಿದ್ಧನ ವೆಂಕಟೇಶನಿವನು, ನಮ್ಮ ಕಥೆಯನ್ನು, ನಮ್ಮ ಮೇಲಿನ ಶಾಪಗಳನ್ನು, ವರಗಳನ್ನು ಎಲ್ಲ ಅವನಿಗೆ ಹೇಳು, ಕೈ ಬೆರಳು ಹಿಡಿದು ನಡೆದಾಡಿಸಿ ದೊಡ್ಡವನನ್ನಾಗಿ ಮಾಡಿ ಅವನ ಮೂಲಕ ವಂಶ ಬೆಳೆಸು ಅಂತ ಹೇಳಿ ಪ್ರಾಣ ಬಿಡಬೇಕು ಎಂದುಕೊಂಡ ರಾಮಚಂದ್ರ ಪೈ.

ಆದರೆ ಅದೇ ದಿನಗಳಲ್ಲಿ ಸಿದ್ಧನ ವೆಂಕಟೇಶನಿಗೂ ಒಂದು ದಿನ ಜ್ವರ ಬಂತು ! ರಾಮಚಂದ್ರ ಪೈ ಕಂಗಾಲಾದ. ಔಷಧಿ ಪಥ್ಯ ಇವುಗಳ ಮೇಲಿನ ವಿಶ್ವಾಸ ಬಿಟ್ಟುಬಿಟ್ಟು, ತುಳಸಿಯ ನೀರನ್ನು ಜ್ವರದಿಂದ ಕುದಿಯುತ್ತಿದ್ದ ಹುಡುಗನ ಬಾಯಿಗೆ ಹಾಕಿ "ಬದುಕಿ ಉಳಿದರೆ ಈ ಸಂತಾನ ಇವನಿಂದ, ನಾಗ್ಡೊ ಬೇತಾಳಾ, ಬಂದು ಬದುಕಿಸು. ನನ್ನ ಆಯುಷ್ಯದ ಶೇಷವೇನಾದರೂ ಉಳಿದಲ್ಲಿ ಈ ಮಗುವಿಗಿರಲಿ, ಇದರ ಸಂತತಿ ಬೆಳೆಯಲಿ, ನನ್ನ ಹೆಸರು ಬೇಡ, ತಾತ ವಿಟ್ಠು ಪೈಯ ಸಂತಾನ ಇದಲ್ಲ, ಇದು ನಿನ್ನದೇ ಅಂತ ಹೆಸರಾಗಲಿ" ಎಂದು ದೊಡ್ಡ ಸ್ವರದಲ್ಲಿ ಕೂಗಿ ಹೇಳಿ ತೊಡೆಯ ಮೇಲೆ ಮಲಗಿಸಿಕೊಂಡ. ಮೂರು ದಿನ ರಾಮಚಂದ್ರ ಪೈ ನೀರು ಕೂಡಾ ಮುಟ್ಟಲಿಲ್ಲ. ಹುಡುಗ ಬದುಕಿದ !

★

ಕಳೆದ ಆರು ಮಾಸಗಳಿಂದ ಹಾಸಿಗೆ ಹಿಡಿದ ರಾಮಚಂದ್ರ ಪೈ, ಉಬ್ಬಸದಿಂದ ದಿನದಿನಕ್ಕೆ ಹದಗೆಡುತ್ತಿದ್ದ ತನ್ನ ಮುದಿ ವಯಸ್ಸು ಮೊಟಕಾಗುವ ಮುನ್ನ ನಾಗ್ಡೊ ಬೇತಾಳ ಬಂದೇ ಬರುತ್ತಾನೆಂಬ ಆಸೆ ಹಿಡಿದಿದ್ದ. ಬರಲಿ ಎಂದು ಆಸೆ. ಬಾರದೇ, ತಾತ ಹೇಳಿದ ಮಾತು ಸುಳ್ಳಾದೀತೇ ಎಂಬ ಆತಂಕ. ಅವನ ಕೊನೆಯ ಆಸೆ ಒಂದೇ. ಆ ನಾಗ್ಡೊ ಬೇತಾಳನ ಮುಖವನ್ನು ನೋಡುವುದು. ಅದಕ್ಕಾಗಿ ಅಂಗಳದಲ್ಲಿ ಕಾವಲು ಮಲಗಿದ್ದ ಚಂದ್ರಪ್ಪ ಬಂಟನೊಡನೆ ರಾಮಚಂದ್ರ ಪೈ ದಿನಕ್ಕೆ ಹತ್ತು ಬಾರಿ ಕೇಳುತ್ತಿದ್ದ – "ಯಾರಾದರೂ ಬರುವುದು ಕಾಣುತ್ತಾ ಇದೆಯೇನೋ ?" ನಾಗ್ಡೊ ಬೇತಾಳನಿಗೆ ಬಹಳ ಪ್ರೀತಿಯೆಂದು ಮೀನಿನ ಸಾರು ಮಾಡಬೇಕೆಂದು ಸುಂದರಿ ಮಾಂಯಿಗೆ ಹೇಳಿಟ್ಟಿದ್ದ. 'ಆಕ್ಷೀ' ಎಂದು ಸೀನಿದಾಗೆಲ್ಲ ಇನ್ನೂ ತನಗೆ ಸಾವು ಬಾರದೇ ಇರುವುದು ಅವನನ್ನು ನೋಡಿಯೇ ಹೋಗಲು ಎಂಬ ನಂಬಿಕೆ. ದಿನಕಳೆದಂತೆ ಏರುತ್ತಿರುವ ವೃದ್ಧಾಪ್ಯ, ಮಂಪರು, ಅಶಕ್ತತೆ.

ಮೂರು ಮೂರು ಬಾರಿ ರಾಮಚಂದ್ರ ಪೈ ಸತ್ತೇ ಹೋದ ಅನ್ನುವಷ್ಟು ಜೋರು ಜಡ್ಡಾಗಿ ಬಿಟ್ಟಾಗ ಅಡೂರಿನಿಂದ ಮಾನ್ಯೆಯಿಂದ ಕುಂಬಳೆಯಿಂದ ಅಂತ ಜನರು ಓಡಿ ಬಂದಿದ್ದರು. ಸ್ಮೃತಿ ತಪ್ಪಿ ಬಿದ್ದ ಕ್ಷೀಣದೇಹದಿಂದ ಉಸಿರೊಂದೇ ಗೊರಗೊರ ಎಂಬ ಸದ್ದು. ಆಗೊಮ್ಮೆ ಈಗೊಮ್ಮೆ ಅರ್ಥವಾಗದ ನುಡಿಗಳು. ಬಂದವರು ಅವನ ಸಾವು ಕಾಯುತ್ತಾ ನಾಲ್ಕಾರು ದಿನ ಉಳಿದಿದ್ದರೂ ಆತ ಸತ್ತಿರಲಿಲ್ಲ. ಒಮ್ಮೆಯಂತೂ ಅವನನ್ನು ಇನ್ನು ಇಲ್ಲಿರಿಸುವುದು ಬೇಡವೆಂದು ಎತ್ತಿ ಕುಂಬಳೆಗೆ ಒಯ್ಯುವ ಸನ್ನಾಹ ಮಾಡಿದಾಗ ಒಮ್ಮೆಲೇ ಎದ್ದು ಕೂತು ಈ ಮನೆ ಬಿಟ್ಟು ಹೊರಗೆ ಬರುವುದಿಲ್ಲ ಎಂದು ಹಠ ಹಿಡಿದಿದ್ದ ರಾಮಚಂದ್ರ ಪೈ ! ಅವನ ಹಠ ಕಂಡು ನಿರ್ವಾಹವಿಲ್ಲದೇ ಅವರೇ ಸಾವಿನ ಕ್ಷಣ ಕಾಯುತ್ತಾ ಬಳ್ಳಂಬೆಟ್ಟಿನ ಮನೆಯ ಹಜಾರದಲ್ಲಿ ಕುಳಿತುಕೊಂಡಿದ್ದರು. ಅಡೂರು ವಿಟ್ಠಪ್ಪ ಕಾಮ್ತಿಯಂತೂ "ಮಾಡಿದ ಪಾಪ ಅವನ ತಲೆಯ ಮೇಲೆ ಕೂತಿದೆ. ಏರುಂಜವ್ವನದಲ್ಲಿ ರಾಮಚಂದ್ರ ಪೈ ಏನೇನು ಮಾಡಿದ್ದ ಗೊತ್ತೇ ? ಅದೆಲ್ಲ ಈಗ ಅವನನ್ನು ಕಿತ್ತು ತಿನ್ನುತ್ತಾ ಇದೆ. ಅದಕ್ಕೇ ಇಷ್ಟು ಬೇಗ ಅವನ ಜೀವ ಹೋಗುವುದಿಲ್ಲ" ಎಂದು ಹೇಳಿದ್ದಿತ್ತು. ಹೇಳಿದ್ದು ಸುಮ್ಮನೆ ಕಾಯುತ್ತಾ ಕುಳಿತಿದ್ದಾಗ ಉಂಟಾದ ನಾಲಿಗೆಯ ತೀಟೆ ತೆಗೆಯುವುದಕ್ಕಾದರೂ ಮಾತು ದೀರ್ಘವಾಗಿಯೇ ಹೋಗಿತ್ತು. ಮಾನ್ಯೆಯ ವಾಸ್ತೇವ ಮಲ್ಯನೊಡನೆ "ನಮ್ಮ ಹಿರಿಯರು ಸಾಧಾರಣ ಗಮ್ಮತ್ತು ಮಾಡಿದ್ದಲ್ಲ ಮ್ಹಾಲ್ಲೊ ಮಾಂ. ಜೀವನವನ್ನು ಕಂಠಪೂರ್ತಿ ಅನುಭವಿಸಿದವರೇ. ಒಬ್ಬೊಬ್ಬರದ್ದು ಒಂದೊಂದು ಕಥೆ. ಇದೇ ರಾಚ್ಚು ಮಾಮ ಮಲಗಿದ ಹೆಣ್ಣು ಮಕ್ಕಳ ಲೆಕ್ಕ ಇಟ್ಟವರು ಯಾರು ?" ಎಂದು ನಗೆಯಾಡಿದ್ದ.

"ಏನು ಹೇಳುತ್ತಾ ಇದ್ದೀಯೋ ವಿಟ್ಠಪ್ಪಾ ? ದೇವರಂಥ ಮನುಷ್ಯ ರಾಚ್ಚು ಮಾಮು. ಅವನ ಕೊನೆಗಾಲದಲ್ಲಿ ಯಾಕೆ ಹೀಗೆಲ್ಲ ಹೇಳುತ್ತಾ ಇದ್ದೀಯೋ ?" ವಾಸ್ತೇವ ಮಲ್ಯ ನಗೆ

ಬರುತ್ತಿದ್ದರೂ ವಿಟ್ಠಪ್ಪ ಕಮ್ತಿಯ ಮಾತಿಗೆ ಆಕ್ಷೇಪಣೆ ಮಾಡಿದ್ದ. "ಇಲ್ಲವೆಂದೆನೇ ನಾನು ? ಆದರೆ ನಮ್ಮಪ್ಪ ಆಗಾಗ ಹೇಳುತ್ತಿದ್ದುದನ್ನು ನಾನು ಕೇಳಿದ್ದೇನೆ. ಇವರ ಮನೆಯಲ್ಲಿ ಒಂದು ವಿಧವೆ ಹೆಣ್ಣಿತ್ತು. ರಾಚ್ಚು ಪೈಯ ತಂದೆಯ ತಂಗಿಯೇ. ತೀರ ಚಿಕ್ಕಂದಿನಿಂದ ರಾಚ್ಚು ಮಾಮನಿಗೂ ಚಂದ್ರಭಾಗಿ ಅತ್ತೆಗೂ ಒಂದೇ ಹಾಸಿಗೆ ಬೇಕಿತ್ತಂತೆ. ಈ ಬಳ್ಳಂಬೆಟ್ಟಿನ ಆಸ್ತಿಯನ್ನು ರಾಚ್ಚು ಮಾಮ ಮಣಿಯಾಣಿಯಿಂದ ಅಷ್ಟು ಕಡಿಮೆ ದರಕ್ಕೆ ಪಡೆದುದು ಹೇಗೆ ಗೊತ್ತಾ ? ಬಂಬ ಮಣಿಯಾಣಿಯ ಸೂಳೆ ದುಗ್ಗಮ್ಮ ಎಂಬಾಕೆಗೆ ರಾಚ್ಚು ಮಾಮನ ತೋಳಗಲದ ತರಡೇ ಬೇಕಿತ್ತು. ಅವಳೇ ಮಣಿಯಾಣಿಯನ್ನು ಪುಸಲಾಯಿಸಿ ಇದನ್ನು ಕೊಡಿಸಿದ್ದು" ಎಂದು ವಿಟ್ಠಪ್ಪ ಕಮ್ತಿ ರಾಗವೆಳೆದಿದ್ದ. ಅಲ್ಲಿಯೇ ಕೂತಿದ್ದ ದಾಸಕಿಣಿ "ಈ ಸಂತಾನವೇ ಹಾಗೆ ಮ್ಹಾಲ್ಲೊ ಮಾಮ್. ರಾಚ್ಚು ಮಾಮನ ಮಗ ಅಂತು ಪೈ ಕಳೆದ ಶ್ರಾವಣದಲ್ಲಿ ಸತ್ತನಲ್ಲ, ಗೇರು ಮರಕ್ಕೆ ನೇಣು ಹಾಕಿ ? ಹೇಗೆ ಅಂತಿ ? ಆತ್ಮಹತ್ಯೆ ಮಾಡಿಕೊಂಡದ್ದಲ್ಲ. ನಾಗಬಿಂಬದ ಪೂಜೆ ಮಾಡಲು ಉಂಬಳಿ ಕೊಟ್ಟು ಕರೆಸಿಕೊಂಡ ಗುತ್ತು ಗೋವಿಂದ ಭಟ್ಟರ ಮಗಳನ್ನು ಕೆಡಿಸಲು ಯತ್ನಿಸಿದ ಕಥೆ ಗುಟ್ಟಾಗಿಯೇ ಉಳಿದಿದೆ. ಮೊದಲೇ ಅವನಿಗೆ ಕಚ್ಚೆ ಸಡಿಲು. ಒಳಗಡೆ ಕೋಮಣ ಕೂಡಾ ಕಟ್ಟಿಕೊಳ್ಳದ ನಾಗ್ಡೊ ಬೇತಾಳ ಅವನು. ಗೋವಿಂದ ಭಟ್ಟರೇನೂ ಸಾಮಾನ್ಯ ಕುಳವಾರು ಅಲ್ಲ. ಮಲಯಾಳದ ಕಡೆ ಎಲ್ಲ ಹೋಗಿ ತಂತ್ರ ಮಂತ್ರಗಳನ್ನೂ ತಿಳಿದು ಬಂದವರು. ಕೆರಳಿದರೆ ಸರ್ಪಕ್ಕಿಂತ ಒಂದು ಮುಷ್ಠಿ ಮೇಲೆಯೇ. ಅಂತು ಪೈಯ ಕೊಲೆ ಮಾಡಿ ಗೇರುಮರಕ್ಕೆ ತೂಗು ಹಾಕಿ ಗೊತ್ತೇ ಇಲ್ಲದವರಂತೆ ಕುಳಿತಿದ್ದಾರೆ" ಎಂದು ಸೇರಿಸಿದ. "ಆ ಪಾಪ ಅವರ ಸಂತಾನವನ್ನು ಬಿಡಲಿಕ್ಕಿಲ್ಲ ಮ್ಹಾಲ್ಲೊ ಮಾಮ್."

ಅಡೂರು ವಿಟ್ಠಪ್ಪ ಕಮ್ತಿ ಮತ್ತೆ ರಾಗವೆಳೆದ – "ಅದಕ್ಕೇ ಈ ನಮ್ಮ ರಾಚ್ಚು ಮಾಮ ನಾಗ್ಡೊ ನಾಗ್ಡೊ ಎಂದು ಕಿರುಚುತ್ತಾ ಇದ್ದಾನೆ. ಎಷ್ಟಾಯಿತು ಮಾಸಗಳು - ಅವನು ಮಂದರಿ ಹಿಡಿದು ? ಏಳೆಂಟಾಗಲಿಲ್ಲವೇ ? ಸ್ಮೃತಿ ಇಲ್ಲ, ಧ್ಯಾಸವಿಲ್ಲ. ಆದರೂ ಸಾಯಲೊಲ್ಲ. ಅವನು ಸಾಯಬೇಕು ಅಂತ ಹೇಳುವುದಲ್ಲ ನಾನು. ಸತ್ತರೆ ಜೀವ ಮುಕ್ತಿಗೊಂಡೀತು ಅಂತ ಹೇಳಬಹುದು" ವಾಸ್ತೇವ ಮಲ್ಯ "ನಾಗ್ಡೊ ಬೇತಾಳನ ನೆನಪು ಮಾಡಿಕೊಳ್ಳುತ್ತಾ ಇದ್ದಾನೆಂದು ಕಾಣುತ್ತಾ ಇದೆಯೋ ವಿಟ್ಠಪ್ಪಾ. ಅವನನ್ನು ನೋಡದೇ ಜೀವ ಹೋಗುವುದಿಲ್ಲವೆಂದು ತಹತಹಿಸುತ್ತಿದೆ. ನೀನು ಸುಮ್ಮನೆ ಏನಾದರೂ ಮಾತನಾಡಿ ನಾಲಗೆ ಹಾಳು ಮಾಡಿಕೊಳ್ಳಬೇಡ" ಎಂದ.

ಅಂಗಳದಲ್ಲಿ ಕುಕ್ಕುರುಗಾಲಿನಲ್ಲಿ ಕುಳಿತು ಎದುರಿದ್ದ ಹರಿವಾಣದಿಂದ ಅಡಕೆಯ ಹೋಳುಗಳನ್ನು ಬಾಯಿಗೆಸೆಯುತ್ತಾ ಅವರು ಮಾತನಾಡುತ್ತಿದ್ದುದು ಹಜಾರದಲ್ಲಿ ಮಲಗಿದ್ದ ರಾಮಚಂದ್ರ ಪೈಯ ಕಿವಿಯ ಮೇಲೆ ಬೀಳುತ್ತಿರಲಿಲ್ಲ. ಬಿದ್ದರೂ ಅರ್ಥವಾಗದ ಸ್ಥಿತಿ ಅವನದ್ದು. ಅವನಿಗೆ ಕಾಣುತ್ತಿರುವುದು, ಮನಸ್ಸು ಯೋಚಿಸುತ್ತಿರುವುದು ಒಂದೇ – ನಾಗ್ಡೊ ಬೇತಾಳ ಎಂದು ಬರುತ್ತಾನೆ ? ಬಂದನೇ ? ಬಾರನೇ ? ಸ್ಮೃತಿ ತಪ್ಪಿದ ಕ್ಷಣಗಳು,

ಎಚ್ಚರಾದ ಹೊತ್ತು, ಯೋಚಿಸುವ ಯೋಚಿಸದೇ ಇರುವ ಪರಿಸ್ಥಿತಿ. ಯಾರು ಏನು ಹೇಳಿದರೂ ಮೆದುಳು ಸ್ವೀಕರಿಸದೇ ಇರುವ ಜೋಮುತನ. ಉಸಿರಾಡಲೂ ಕಷ್ಟವಾದಾಗ ಯಾಕೆ ಬದುಕಲಿ ಎಂಬ ಪ್ರಶ್ನೆ. ನಾಗ್ಡೊ ಬೇತಾಳ ಬರುವ ತನಕ ಬದುಕಬೇಕಲ್ಲ ಅಂತ ತಹತಹ. ಎಲ್ಲೋ ಯಾವಾಗಲೋ ಒಮ್ಮೊಮ್ಮೆ ಕೆಲವು ಮಾತುಗಳು ಕೇಳಿ ಬರುತ್ತಿದ್ದುವು – ಆಳವಾದ ಬಾವಿಯಲ್ಲಿದ್ದವರು ಕೂಗಿ ಹೇಳಿದಂತೆ. ಕೆಲವೊಮ್ಮೆ ತನ್ನನ್ನೇ ಉದ್ದೇಶಿಸಿ ಹೇಳಿದಂತೆ. ಕೆಲವೊಮ್ಮೆ ತಮ್ಮ ತಮ್ಮಲ್ಲೇ ಮಾತನಾಡಿಕೊಳ್ಳುತ್ತಿದ್ದಂತೆ.

"ಆ ಕಾರ್ಯಾಡು ಕೊಂಬ್ರಾಜೆಗಳ ಆಸ್ತಿ ನಿನಗೆ ಬೇಡವೋ ರಾಮಚಂದ್ರ ಪೈ. ಯಾರಾದರೂ ಬ್ರಾಹ್ಮಣರಿಗೆ ದಾನ ಮಾಡು. ನಿನಗೆ ಬಳ್ಳಂಬೆಟ್ಟವೊಂದೇ ಸಾಕು." ರಾಮಚಂದ್ರ ಪೈ 'ಆಗಲಿ' ಎಂದಿದ್ದ. ಯಾಕಾದರೂ ಕೊಂಡೆನೋ ಆ ಭೂಮಿಯ ತುಂಡುಗಳನ್ನು! ಈ ಬಳ್ಳಂಬೆಟ್ಟು ತನಗೆ, ತನ್ನ ಸಂತಾನಕ್ಕೆ ಸಾಲದಿತ್ತೇ ? ಹೋಗಲಿ ಅದು. ಆ ನೆಲದ ಮೇಲೆ ಕಾಲಿಡುವುದಿಲ್ಲ. ವಿಟ್ಠು ಪೈಯ ಸಂತಾನದವರು ಆ ನೆಲಕ್ಕೆ ಮುಂದೆಂದೂ ಹಕ್ಕುದಾರರಾಗುವುದು ಬೇಡ. ರಾಮಚಂದ್ರ ಪೈ ಅದನ್ನು ಬ್ರಾಹ್ಮಣರಿಗೆ ದಾನ ಮಾಡುವ ವಿಧಿಯನ್ನು ಕಲ್ಪಿಸಿಕೊಳ್ಳುತ್ತಾ ಕುಳಿತ. ನಾಗ್ಡೊ ಬೇತಾಳನಿಂದಲೇ ದಾನ ಮಾಡಿಸಿದ ಹಾಗೆ. ಅವನೇ ಎದುರು ನಿಂತು ವಿಧಿವತ್ತಾಗಿ ಧಾರೆ ಎರೆದು ಕೊಟ್ಟ ಹಾಗೆ "ಇನ್ನೇನು ಆಸೆಯಿದೆಯೋ ರಾಮಚಂದ್ರ ಪೈ ?"

ಯಾರಿದು ಕೇಳುತ್ತಿರುವುದು? ಆಸೆಯೇ ? ನೂರಿವೆ. ಮಾಯವಾದ ನಾಗಬಿಂಬದ ಪುನರ್ ಪ್ರತಿಷ್ಠಾಪನೆಯಾಗಬೇಕಲ್ಲ ? ಈ ಭೂಮಿ ಶಾಪಗ್ರಸ್ತವಾಗಿರಬಾರದು. ನಾಗ್ಡೊ ಬೇತಾಳ ಎತ್ತರದ ಸ್ವರದಲ್ಲಿ ಖೊಕ್ ಖೊಕ್ ಎಂದು ನಕ್ಕ. "ರಾಮಚಂದ್ರ ಪೈಽಽಽ" ಎಂದು ಎತ್ತರದ ಸ್ವರದಲ್ಲಿ ಹೇಳಿದ ನಾಗ್ಡೊ ಬೇತಾಳ– "ಪ್ರಕೃತಿಗೆ ಹೆದರಿ ಮನುಷ್ಯ ದೇವರನ್ನು ಕಟ್ಟುತ್ತಾನೆಯೋ ರಾಮಚಂದ್ರ ಪೈ. ಅದೇ ಮನುಷ್ಯ ದೇವರ ಗುಡಿಯನ್ನು ಒಡೆಯುವಾಗ ಮೂರ್ತಿಯ ರಕ್ಷಣೆಗೆ ಹೋಗುತ್ತಾನೆ. ಮೂರ್ತಿಯೇ ಮಾಯವಾದಾಗ ಅದೃಶ್ಯ ರಕ್ಷಕನೊಬ್ಬನ ಹಂಬಲಿಕೆಯಲ್ಲಿ ಕಾಯುತ್ತಾನೆ. ಆದರೆ ಆ ದೇವರು ಈ ಆಟ ಕಂಡು ನಗುತ್ತಾನೋ ರಾಮಚಂದ್ರ ಪೈ."

ಅವನು ಮ್ಲಾನಗೊಂಡ. "ಆ ಬಿಂಬದ ಪೂಜೆ ಮಾಡುವ ಆಸೆ ಯಾಕೋ ನಿನಗೆ ? ಮುಂದೊಂದು ದಿನ ನಿನ್ನ ವಂಶಜರ ಕಣ್ಣಿಗೆ ಕಂಡೇ ಕಾಣುತ್ತಾನೆ ಅವನು" ಎಂದು ಆಶ್ವಾಸನೆಯಿತ್ತ ನಾಗ್ಡೊ ಬೇತಾಳ. "ಬನದ ಪವಿತ್ರ ಸ್ಥಾನವನ್ನು ಶೂನ್ಯವಾಗಿ ಬಿಡುವುದೇ?" ರಾಮಚಂದ್ರ ಪೈ ಅತ್ತು ಕೇಳಿದ. ನಾಲ್ಕು ದಿನ ಹೊರಗಡೆ ಅಂಗಳದಲ್ಲಿ ಮಾತುಕಥೆ ನಡೆಯುತ್ತಿರುವ ಹಾಗೆ ಭಾಸ. "ಆ ಸ್ಥಳದಲ್ಲಿ ಒಂದು ಶಿವಲಿಂಗವನ್ನು ಪ್ರತಿಷ್ಠಾಪಿಸುವ. ಅದಕ್ಕೇ ಪೂಜೆ ನಡೆಯುತ್ತಿರಲಿ. ಶಾಸ್ತನ ಲಿಂಗ." ಯಾರು ಹೇಳುತ್ತಾ ಇದ್ದಾರೆ ? ಎತ್ತರದ ಸ್ವರ ಕೇಳಿದರೆ ನಾಗ್ಡೊ ಬೇತಾಳನದ್ದೇ ಇರಬೇಕು. ಬಂದನೇನು ಅವನು ?

ರಾಮಚಂದ್ರ ಪೈ ಕಣ್ಣು ಬಿಟ್ಟ. ಅರಳಿದ ಸಂಜೆ. ಸೂರ್ಯ ಮುಳುಗಿದ್ದ. ಆದರೆ ಪೂರ್ವದ ಆಕಾಶದಲ್ಲಿ ಹತ್ತಿಯಂತೆ ಬಿಳಿಯ ಮೋಡಗಳಿದ್ದುದರಿಂದ ಅವುಗಳ ಮೇಲೆ ಸೂರ್ಯನ ಬೆಳಕು ಬಿದ್ದು ಪ್ರತಿಫಲನಗೊಂಡು ಬಳ್ಳಂಬೆಟ್ಟಿನ ನೆಲವನ್ನು ಅಪೂರ್ವವಾಗಿ ಬೆಳಗಿತ್ತು. ಆಕಾರಕ್ಕಿಂತ ನೆರಳು ದೀರ್ಘವಾದ ಸಮಯ. ಬಾಗಿಲ ಬಳಿ ಕಂಡ ರೂಪ ನೋಡಿ ಹಜಾರದಲ್ಲಿ ಹಾಸಿಗೆಯ ಮೇಲೆ ಮಲಗಿದ್ದ ರಾಮಚಂದ್ರ ಪೈ ಧಡಕ್ಕನೆ ಎದ್ದು ಕೂತಿದ್ದ! ಅದೇ ಧಡೂತಿ ದೇಹ. ತಲೆಯ ಮೇಲೆ ಕೂದಲ ಜೊಂಪೆ. ಕಿವಿಯ ಮೇಲೂ ಕೂದಲ ಉಂಗುರಗಳು. ಅಗಲವಾದ ಹಣೆ. ಹಣೆಯ ತುಂಬ ವಿಭೂತಿ. ಹೆಂಡ ಕುಡಿದು ಕೆಂಪಾದ ಕಣ್ಣುಗಳು. ಹೊಟ್ಟೆಯ ತನಕ ಬಂದ ಗಾಳಿಗೆ ಹಾರಾಡುವ ಕಪ್ಪು ಗಡ್ಡ. ಎಲೆ ಅಡಿಕೆ ತಿಂದು ಕೆಂಪಗಾದ ತುಟಿಗಳು. ರುದ್ರಾಕ್ಷಿಯ ಮಾಲೆ. ದಪ್ಪ ದಪ್ಪ ಕೈಗಳು. ಒಂದು ಕೈಯಲ್ಲಿ ತಾಳದಂಡ. ದೂರ ದೂರ ಇಟ್ಟು ಬಂದ ಹೆಜ್ಜೆಗಳ ನಡಿಗೆ. ಕಾಲಿಗೆ ಗೆಜ್ಜೆಗಳು. ಬಾಯಿಯಲ್ಲಿ ಕಾಲ ಭೈರವನ ನಾಮಸ್ಮರಣೆ. ಎತ್ತರದ ಸ್ವರದಲ್ಲಿ "ಬರುತ್ತೇನೆ ಅಂತ ಮಾತು ಕೊಟ್ಟಿದ್ದೆ. ಬಂದಿದ್ದೇನೆ" ಎಂದ. ಹಜಾರ ಹತ್ತಿ ಚಿಟ್ಟೆಯ ಮೇಲೆ ಕುಳಿತುಕೊಂಡ. ಅಂಗಾಲುಗಳನ್ನು ನೀವಿಕೊಂಡ. ರಾಮಚಂದ್ರ ಪೈ ತನ್ನ ಕಣ್ಣುಗಳನ್ನೇ ತಾನು ನಂಬಲಿಲ್ಲ. ಏಳೆಂಟು ತಿಂಗಳುಗಳಿಂದ ಬಳಲುತ್ತಿದ್ದ ತನ್ನ ಜೀವ ಅವನನ್ನು ನೋಡುತ್ತಿದ್ದಂತೆಯೇ ಜಡ್ಡೆಲ್ಲ ಮಾಯವಾಗಿ ಲವಲವಿಕೆ ಹುಟ್ಟಿದಂತನ್ನಿಸಿತು. ಅವನಿಗೆ ಸ್ಪಷ್ಟವಾಗಿ ನೆನಪಿತ್ತು – 'ಬಾಗಿಲಿಗೆ ಬಂದವನನ್ನು ಯಾರು ಎಂದು ಕೇಳಬೇಡ. ಬಂದದ್ದು ಎಲ್ಲಿಂದ, ಹೋಗುವುದು ಎಲ್ಲಿಗೆ ಎಂದು ವಿಚಾರಿಸಬೇಡ. ನಡೆದು ನಡೆದು ಆಯಾಸಗೊಂಡ ಕಾಲಿಗೆ ಬಿಸಿನೀರಿತ್ತು ಒಳಗೆ ಕರೆದುಕೋ. ನೀರಿಗೆ ಹಾಕಿ ಕೊಳೆಸಿದ ಅಡಿಕೆ, ಎಳೆಯ ಪಂಚವಳ್ಳಿ ವೀಳ್ಯದೆಲೆ, ಬೆಣ್ಣೆಯಂಥ ಸುಣ್ಣ, ಹದವಾದ ಹೊಗೆಸೊಪ್ಪು ಎಲ್ಲ ತುಂಬಿದ ಹರಿವಾಣ ಇಡು. ಹಸಿ ಮೀನು ಇಲ್ಲದಿದ್ದರೆ ಒಣಗಿದ ಮೀನಿನ ಸಾರಾದರೂ ಆದೀತು. ಈಚಲ ಹೆಂಡ ಎಂದರೆ ನಾಗ್ಡೊ ಬೇತಾಳನಿಗೆ ಪಂಚಪ್ರಾಣ.'

ರಾಮಚಂದ್ರ ಪೈ ಸಂಭ್ರಮಗೊಂಡ. "ಸುಂದರಿ ಮಾಂಯ್ಯೇ, ತಾರ್ಲೆ ಮೀನಿನ ಗಸಿ ಮಾಡು ರಾತ್ರಿಗೆ" ಎಂದು ಕೂಗಿ ಹೇಳಿದ. "ಚಂದ್ರಪ್ಪ ಬಂಟಾ, ಎಲೆ ಅಡಿಕೆ ಸುಣ್ಣ ಹೊಗೆಸೊಪ್ಪು ಎಲ್ಲ ತುಂಬಿಸಿದ ಹರಿವಾಣ ತಾರೋ. ಯಾರನ್ನಾದರೂ ಈಚಲ ಮರಕ್ಕೆ ಹತ್ತಿಸಿ ನೊರೆನೊರೆಯಾದ ಹೆಂಡ ತಾರೋ" ಎಂದು ಹೇಳಿದ. ಅದು ಬರಲು ತಡವಾದಾಗ "ಎಲ್ಲಿ ಹೋದರು ಇವರೆಲ್ಲ" ಎಂದು ಕೂಗಾಡಿದ. ಬಂದವನ ಕಾಲಿಗೆ ಅಡ್ಡಬಿದ್ದು ದೀರ್ಘದಂಡ ನಮಸ್ಕಾರ ಮಾಡಿ ಎದ್ದು ಕೈ ಜೋಡಿಸಿ ನಿಂತ. ಅವನಿಗೆ ಒಂದೇ ಒಂದು ಸಂಶಯ. ಅಂಗವಣೆಗಾದರೂ ಒಂದು ತುಂಡು ವಸ್ತ್ರ ನಗ್ನ ಬೇತಾಳನ ಮೈಮೇಲಿರುವುದಿಲ್ಲ ಅಂದಿದ್ದ ತಾತ. ಆದರೆ ಎದುರಿಗೆ ನಿಂತ ಧಡೂತಿ ದೇಹಕ್ಕೆ ನಡುವಿನಲ್ಲೊಂದು ಕೋಮಣ !

ನಾಗ್ಡೊ ಬೇತಾಳ ಮೃದುವಾಗಿ ನಕ್ಕ – "ನಿನ್ನ ಬದುಕು ಇಲ್ಲಿಗೆ ಮುಗಿಯಿತು

ರಾಮಚಂದ್ರ ಪೈ. ಈ ದೇಹಕ್ಕೆ ಇನ್ನು ಕೆಲಸ ಇಲ್ಲ. ನೀನಿನ್ನು ಇದರಿಂದ ಬಿಡುಗಡೆಯಾಗಬೇಕು. ನಿನ್ನನ್ನು ಇಲ್ಲಿಗೆ ಕರೆಸಿಕೊಂಡ ಕಾರ್ಯ ಆಗಿಹೋಗಿದೆ. ಅನಂತದಲ್ಲಿ ಒಂದಾಗುತ್ತಿ. ನಾಳೆ ಬೆಳಗಿನ ಸೂರ್ಯನನ್ನು ನೀನು ಕಾಣುವುದಿಲ್ಲ'' ಎಂದು ಹೇಳಿದ.

''ಅಯ್ಯೋ, ಇಷ್ಟು ಚಿಕ್ಕ ಮಗುವನ್ನು ಈ ಜಗತ್ತಿನಲ್ಲಿ ಬಿಟ್ಟು ಹೋಗುವುದೇ ? ಅವನಿಗೆ ನಮ್ಮ ಪೂರ್ವಜರ ಕಥೆ ಹೇಳಬೇಡವೇ ?'' ರಾಮಚಂದ್ರ ಪೈ ಗಾಬರಿಯಾಗಿ ಹೇಳಿದ. ''ಯಾರು ? ಯಾರ ಬಗ್ಗೆ ಹೇಳುತ್ತಾ ಇದ್ದಿ ನೀನು ?'' ಕೇಳಿದ ಬೇತಾಳ. ''ಸಿದ್ಧನ ವೆಂಕಟೇಶ. ನೀನು ಅಂದು ಬದುಕಿಸಿದ ವಿಟ್ಠು ಪೈಯ ಸಂತಾನದಲ್ಲಿ ಉಳಿದ ಒಂದೇ ಒಂದು ಚಿಗುರು. ಮೂರು ಮೂರುವರೆ ವರುಷದ ಹಸುಳೆ.'' ರಾಮಚಂದ್ರ ಪೈ ದಡದಡ ಒಳಗೆ ಹೋಗಿ ಮಲಗಿದ್ದ ಮಗುವನ್ನೆತ್ತಿ ತಂದು ನಾಗ್ಡೊ ಬೇತಾಳನ ಕಾಲಿಗೆ ಎರಗಿಸಿದ. ನಾಗ್ಡೊ ಬೇತಾಳ ಸ್ವರವೆತ್ತಿ ದೊಡ್ಡದಾಗಿ ಹರಸಿದ – ''ಆಯುಷ್ಮಾನ್ ಭವ.'' ರಾಮಚಂದ್ರ ಪೈಗೆ ಸುಖವೆನ್ನಿಸಿತು.

ಅರಳಿದ ಸಂಜೆ ಸೋಸಿ ಹೋಗುತ್ತಿತ್ತು. ನಿಧಾನವಾಗಿ ಹರಡಿಕೊಳ್ಳುವ ಕತ್ತಲೆ. ಮೂರು ಕಡೆ ಗುಡ್ಡವಿದ್ದು ಮಧ್ಯದಲ್ಲಿ ಕೆಳಗೆ ಬಟ್ಟಲಿನಂತಹ ಬಳ್ಳಂಬೆಟ್ಟು ಸಮತಟ್ಟಾದ ಗದ್ದೆಯ ಬಯಲುಗಳು. ನಿರಂಜನಿಯ ಜೊರೋ ಎಂದು ಹರಿಯುವ ನೀರಿನ ಸದ್ದು. ಕತ್ತಲಾದರೆ ಆಕಾಶದ ತುಂಬ ನಕ್ಷತ್ರಗಳ ಸಾಲು ಸಾಲು. ಯಾರೋ ಹೊನ್ನೆಣ್ಣೆಯ ದೀಪವನ್ನು ಬೆಳಗಿ ತಂದಿಟ್ಟರು. ನಾಗ್ಡೊ ಬೇತಾಳ ವೀಳೆಯದೆಲೆಗೆ ಕೈಹಾಕಿ ಬಾಯಿತುಂಬ ತಾಂಬೂಲ ಹಾಕಿಕೊಂಡ. ಕ್ಷಣಮಾತ್ರದಲ್ಲಿ ತಟ್ಟೆಯಲ್ಲಿದ್ದ ಎಲೆಗಳೆಲ್ಲ ಖಾಲಿಯಾದುವು. ರಾಮಚಂದ್ರ ಪೈ ಇನ್ನೊಂದೆರಡು ಕವಳಿಗೆ ಎಲೆ ಹಾಕಿದ. ಚಳಿ ಎಂದು ಅಗ್ಗಿಷ್ಟಿಕೆ ಹೊತ್ತಿಸಿ ಎದುರಿಟ್ಟು ಕೈ ಜೋಡಿಸಿ ನಿಂತುಕೊಂಡ. ''ನಿನ್ನ ಕುಟುಂಬದಲ್ಲಿ ಯಾರೂ ನನ್ನ ನೆನಪು ಮಾಡಿಕೊಳ್ಳಲಿಲ್ಲ'' ಬಾಯಿ ತುಂಬ ತುಂಬಿಕೊಂಡ ಪೀಕವನ್ನು ಪಿಚಕ್ಕನೆ ಉಗಿದು ನಾಗ್ಡೊ ಬೇತಾಳ ಆಕ್ಷೇಪಣೆಯ ಸ್ವರದಲ್ಲಿ ನುಡಿದಾಗ ರಾಮಚಂದ್ರ ಪೈಯ ಮೈಮೇಲೆ ಮುಳ್ಳುಗಳೆದ್ದುವು. ಕಮಕ್ ಕಿಮಕ್ ಎಂದು ಅಲ್ಲಾಡುವ ಹೊನ್ನೆಣ್ಣೆಯ ದೀಪ. ಚಳಿಗೆ ಹಾಕಿದ ಅಗ್ಗಿಷ್ಟಿಕೆಯಲ್ಲಿ ಹೊಳೆಯುವ ನಿಗಿನಿಗಿ ಕೆಂಡ. ಸುತ್ತ ಕತ್ತಲು. ಎದುರಿಗೆ ನಾಗ್ಡೊ ಬೇತಾಳನ ಥಳಥಳ ಹೊಳೆಯುವ ಕಪ್ಪು ಮೂರ್ತಿ. ಕಾಲ ಬುಡದಲ್ಲಿ ನಿದ್ರೆ ಹೋದ ಸಿದ್ಧನ ವೆಂಕಟೇಶ. ರಾಮಚಂದ್ರ ಪೈಯ ಕಂಠ ಗದ್ಗದವಾಯಿತು.

''ಗೋವಾದ ವೆರಣೆಯ, ಮಹಾಲಸ ದೇವಿಯ ಕುಳಾವಿಯಾದ, ಕೌಂಶಗೋತ್ರದ ವಿಟ್ಠು ಪೈಯ ಸಂತಾನದ ಮುಖ್ಯ ಕಾಂಡವಾಗಿ ನಾನಿದ್ದೇನೆ. ಒಂದೇ ಒಂದು ಚಿಗುರಾಗಿ ಈ ಸಿದ್ಧನ ವೆಂಕಟೇಶನಿದ್ದಾನೆ. ನಾನು ಸತ್ತರೆ ಈ ಚಿಗುರಿಗಾರು ದಿಕ್ಕು ? ನಮ್ಮ ವಂಶಜರು ಗೋವೆ ಬಿಟ್ಟು ಬಂದ ಆ ಕಥೆಯನ್ನು, ಇಲ್ಲಿ ಬಳ್ಳಂಬೆಟ್ಟಿಗೆ ಸೇರಿಕೊಂಡ ಕಥೆಯನ್ನು ಇವನಿಗೆ ಯಾರು ಹೇಳುತ್ತಾರೆ ? ಕಳೆದ ಎಳೆಂಟು ತಿಂಗಳುಗಳಿಂದ ಒಂದೇ ಸವನೆ ನಿನ್ನ

ದಾರಿ ನೋಡುತ್ತಿದ್ದೇನೆ. ನಿನ್ನ ಕೈಯಲ್ಲಿ ಇವನನ್ನು ಇಟ್ಟು ಪ್ರಾಣ ಬಿಡುತ್ತೇನೆ. ಮುಂದಣ ವಂಶಕ್ಕೆ ನೀನು ಕಾರಣನಾಗು. ಬೇಕಿದ್ದರೆ ಚಿವುಟಿ ಹಾಕು. ಇಲ್ಲವೇ ಇದನ್ನು ಬೆಳೆಸು. ನಾನು ಕೇಳುವುದಿಲ್ಲ'' ಎಂದ ರಾಮಚಂದ್ರ ಪೈ. ನಾಗ್ಡೊ ಬೇತಾಳ ಹೇಳಿದ ''ಆಗಲೇ ಇವನಿಗೆ ಆಯುಷ್ಮಾನ್ ಭವ ಅಂತ ಆಶೀರ್ವಾದ ಮಾಡಿದ್ದೇನೆ. ಕೇಳಿದ್ದೀಯಲ್ಲ? ನಾಗ್ಡೊ ಬೇತಾಳನ ಮಾತು ಹುಸಿಯಾಗುವುದಿಲ್ಲ'' ಎಂದ. ರಾಮಚಂದ್ರ ಪೈಯ ಮನಸ್ಸು ಶಾಂತವಾಯಿತು. ಈಗವನಿಗೆ ಗೂರಲು ಉಬ್ಬಸ ಏನೂ ಇರಲಿಲ್ಲ. ''ಹಾಗಿದ್ದರೆ ಈ ಮಗುವಿನ ಮೂಲಕ ವಂಶ ಮುಂದುವರಿಯುತ್ತದಲ್ಲವೇ ?'' ಎಂದು ಕೇಳಿದನವನು. ''ಹೂಂ'' ತಲೆ ಎತ್ತಿ ಹೇಳಿದ ನಾಗ್ಡೊ ಬೇತಾಳ. ''ಯಾವುದೇ ಕಷ್ಟಕೋಟಲೆಗಳನ್ನು ಅವನಿಗೆ ಅಥವಾ ಅವನ ಮುಂದಣ ಸಂತಾನಕ್ಕೆ ಕೊಡಬೇಡ. ಯಾವುದೇ ಶಾಪ ಅವರ ಮೇಲೆರಗದಿರಲಿ, ಎಂದು ಬೇಡಿಕೊಳ್ಳುತ್ತೇನೆ. ಅವುಗಳು ಏನಿದ್ದರೂ ನನಗೆ ಬಡಿಯಲಿ. ಅಷ್ಟು ಅನುಗ್ರಹ ಮಾಡುತ್ತೀಯಾ ?'' ರಾಮಚಂದ್ರ ಪೈ ಸೆರಗೊಡ್ಡಿ ಕೇಳಿದ.

ಸುಂದರಿ ಮಾಂಯಿ ತಾರ್ಲೆ ಮೀನಿನ ಬೋಂಡ ಮಾಡಿದ್ದಳು. ಬಂಗುಡೆ ಮೀನಿನ ಗಶಿ. ನೋಗುಲಿಯ ಫಣ್ಣಾ ಉಪ್ಕರಿ. ನಡುಮನೆ ದೂಮ ಬಂಟನ ಮಗ ಚಂದ್ರಪ್ಪ ಬಂಟ ಗಡಿಗೆಯ ತುಂಬ ಈಚಲ ಹೆಂಡ ತಂದಿಟ್ಟ. ನಿನ್ನೆ ಮೊನ್ನೆ ಬಂದು ಹೋದ ಸಂಬಂಧಿಕನ ಹಾಗೆ, ಎಷ್ಟೋ ವರುಷಗಳಿಂದ ಪರಿಚಯವಿದ್ದವನ ಹಾಗೆ ನಾಗ್ಡೊ ಬೇತಾಳ ಉಂಡ. ಎದೆಯಾಳದಿಂದ 'ಘುರುಕ್' ಎಂದು ತೇಗು ಹೊರಬರುತ್ತಾ ಇರುವಾಗ ಬಿಸಿನೀರಿನಿಂದ ಕೈತೊಳೆದುಕೊಂಡ. ''ಅಲ್ಲಿ ಅಂಗಳದ ಬದಿಯ ವಯ್ಯಾಪುರಿಯಲ್ಲಿ ಕುಳಿತು ಕೊಳ್ಳೋಣ'' ಎಂದು ದಾಪುಗಾಲಿಡುತ್ತಾ ಹೋಗಿ ಚಕ್ಕಳ ಮಕ್ಕಳ ಹಾಕಿ ಕೂತುಕೊಂಡ. ಇನ್ನೊಮ್ಮೆ ವೀಳೆಯದೆಲೆಗೆ ಕೈ ಹಾಕಿ ಬಾಯಿ ತುಂಬ ತಾಂಬೂಲ ಹಾಕಿಕೊಂಡ. ''ಎಲ್ಲಿದ್ದಾನೆ ಆ ಹುಡುಗ? ಏನವನ ಹೆಸರು? ಸಿದ್ಧನ ವೆಂಕಟೇಶನಲ್ಲವೇ? ಮಲಗಿದನೇನು? ಇಲ್ಲಿಗೇ ಎತ್ತಿಕೊಂಡು ಬಾ. ನನ್ನೆದುರಿನಲ್ಲಿಯೇ ಆ ಹುಡುಗನೂ ಮಲಗಿರಲಿ. ವಿಟ್ಠು ಪೈಯಿಂದ ಎಷ್ಟನೆಯ ತಲೆ ಅವನದ್ದು ? ಐದನೆಯದಲ್ಲವೇ ?'' ಎಂದು ಕೇಳಿದ. ರಾಮಚಂದ್ರ ಪೈ ಹಾಗೆಯೇ ಮಾಡಿದ. ಮಧ್ಯರಾತ್ರಿ ಕಳೆದಿತ್ತು. ಆಕಾಶದಿಂದ ಉಲ್ಕೆಯೊಂದು ರುಂಯ್ಯನೆ ಕೆಳಗಿಳಿದು ಬಂತು. ರಾಮಚಂದ್ರ ಪೈಗೆ ಚಳಿಚಳಿ ಎನ್ನಿಸಿತು. ಅಗ್ಗಿಷ್ಟಿಕೆಯ ಇದ್ದಲನ್ನು ಕೆದಕಿ ಬೆಂಕಿಯನ್ನು ಹೆಚ್ಚಿಸಿದನವನು. ಬೆಂಕಿಯ ತಾಮ್ರದ ಬೆಳಕಿನಲ್ಲಿ ಮತ್ತೊಮ್ಮೆ ನೆಟ್ಟ ದೃಷ್ಟಿಯಿಂದ ನಾಗ್ಡೊ ಬೇತಾಳನನ್ನು ನೋಡಿದನವನು –

''ರಾಮಚಂದ್ರ ಪೈ'' ನಾಗ್ಡೊ ಬೇತಾಳ ಮುಗುಳ್ನಗುತ್ತಾ ಎತ್ತರದ ಸ್ವರದಲ್ಲಿ ಹೇಳಿದ– ''ವಿನಾಶದ ಅಂಚಿನಲ್ಲಿ ಮನುಷ್ಯ ತನ್ನ ಶಕ್ತಿಯನ್ನು ಮೀರಿದ ಒಂದು ಶಕ್ತಿಗೆ ತಲೆಬಾಗುತ್ತಾನೆ. ಆಗ ಆ ಶಕ್ತಿಯ ಸಾಧ್ಯಾಸಾಧ್ಯತೆಯನ್ನು ಅರಿತುಕೊಳ್ಳುತ್ತಾನೆ. ನಿನಗೆ ಗೊತ್ತಿರುವ ಸಂಗತಿ ಒಂದಾದರೆ ಗೊತ್ತಿಲ್ಲದ ಸಂಗತಿಗಳು ನೂರಾರಿರುತ್ತವೆ. ಆದರೆ

ಎಲ್ಲವನ್ನೂ ತಿಳಿದವನು ನಗುತ್ತಾನಲ್ಲವೇ ? ಇಡೀ ಪ್ರಪಂಚವನ್ನು ಸುತ್ತಿದ್ದೇನೆ. ಭೂಮಿ ಚಪ್ಪಟೆಯಾಗಿಲ್ಲ, ಹಾಗೆಂದು ತಿಳಿದು ನಂಬಿದ ಜನರಿದ್ದರು. ಅದು ಗೋಲಾಕಾರವಾಗಿದೆ. ಇಲ್ಲಿಂದ ಹೊರಟರೆ ಇಲ್ಲಿಗೆ ಬಂದು ಮುಟ್ಟುತ್ತೇವೆ. ಬದುಕೂ ಹಾಗೆಯೇ. ಮತ್ತೆ ಮತ್ತೆ ಅಲ್ಲಿಗೇ ಬಂದು ಬಿಡುತ್ತೇವೆ. ಮನುಷ್ಯ ಎಷ್ಟು ಸಣ್ಣವನು ಗೊತ್ತೇ ನಿನಗೆ ? ಆದರೂ ತನ್ನಿಂದಲೇ ಈ ಲೋಕ ಎಂದು ತಿಳಿದಿದ್ದಾನೆ. ತಾನು, ತನ್ನದು, ತನ್ನಿಂದ ಎನ್ನುವುದೆಲ್ಲ ಭ್ರಮೆಯೋ ರಾಮಚಂದ್ರ ಪೈ. ಆ ಆಕಾಶ ನೋಡು. ಅಲ್ಲಿರುವ ನಕ್ಷತ್ರಗಳನ್ನು ನೋಡು. ಸತ್ತವರು ನಕ್ಷತ್ರಗಳಾಗುವುದಿಲ್ಲ, ಹಾಗೆಂದು ತಿಳಿದವರು ನಕ್ಷತ್ರಗಳಾಗುತ್ತಾರೆ.

ನೀನು ಭಯ ಪಡಬೇಡ. ನಿನ್ನ ಈ ಮೊಮ್ಮಗನ ಮೂಲಕ ಮತ್ತೆ ನಿನ್ನ ವಂಶಕ್ಕೆ ಹೆಸರು ಬರುತ್ತದೆ. ಒಂದು ಹತ್ತಾಗಿ, ಹತ್ತು ನೂರಾಗಿ, ನೂರು ಸಾವಿರವಾಗಿ ಕವಲೊಡೆಯುತ್ತದೆ. ಆ ಸಾವಿರ ಮಂದಿ ಗೋವೆಗೆ ಹೋಗಿ ಮ್ಹಾಳಶಿಮಾಂಯಿಯ ಸೇವೆ ಮಾಡುತ್ತಾರೆ. ಆಗ ನಿನ್ನ ವಂಶದ ಮೇಲಿದ್ದ ಶಾಪಗಳೆಲ್ಲ ಹಿಂಗುತ್ತವೆ. ನಿನ್ನ ವಂಶದ ಕುಡಿಯನ್ನು ಇಲ್ಲಿಗೇ ಚಿವುಟಿ ಹಾಕಬಾರದೆಂದು ನಾನು ಬಂದಿದ್ದೇನೆ.'' ರಾಮಚಂದ್ರ ಪೈಯ ಮನಸ್ಸು ನಿರಾಳಗೊಂಡಿತು. ಆತಂಕ ಆಕಾಂಕ್ಷೆಗಳೆಲ್ಲ ಒಂದು ತಹಬಂದಿಗೆ ಬಂದುವು. ಆ ಒಂದು ಆಶ್ವಾಸನೆಯಿಂದ ಅವನ ಉಸಿರು ನೇರವಾಯಿತು. ''ಈಗ ಹೇಳು, ರಾಮಚಂದ್ರ ಪೈ, ನೀನು ಏನು ಹೇಳಬೇಕೆಂದಿದ್ದೀಯೋ ಎಲ್ಲ ಹೇಳಿ ಎದೆಯನ್ನು ಹಗುರ ಮಾಡಿಕೋ.''

ಅವನ ಕಣ್ಣಲ್ಲಿ ನೀರಾಡಿತು. ''ಎಲ್ಲಿಂದ ಆರಂಭಿಸಲಿ ?'' ಎಂದು ಕೇಳಿದನವನು. ನಾಗ್ಡೊ ಬೇತಾಳನ ಮುಖದ ಮೇಲೆ ಎಳೆನಗೆಯೊಂದು ಸುಳಿಯಿತು. ''ಎಲ್ಲಿಂದ ಬೇಕಾದರೂ ಆರಂಭಿಸು. ನನ್ನ ಆಕ್ಷೇಪವಿಲ್ಲ. ಹೇಳುವುದು ಹೇಳುತ್ತಿರುವವನ ನಾಲಿಗೆಯ ತೀಟೆ ತೆಗೆಯಲು ಮಾತ್ರ. ಹೇಳಲಿಲ್ಲ ಎಂದು ಹಳಹಳಿಸುವುದು ಬೇಡ. ಕೇಳುವವನಿಗೆ ಇದೆಲ್ಲ ಮೊದಲೇ ಗೊತ್ತಿದ್ದರೂ ಪರವಾಗಿಲ್ಲ'' ರಾಮಚಂದ್ರ ಪೈ ಯೋಚಿಸಿದ. ಎಲ್ಲಿಂದ ಆರಂಭಿಸಲಿ ? ಅಶ್ವತ್ಥಾಮನಂತೆ ಶಾಪಗಳನ್ನು ತನ್ನ ಬೆನ್ನಿನ ಮೇಲೆ ಹೊತ್ತುಕೊಂಡು ತನ್ನ ತಾತ ವಿಟ್ಠು ಪೈ ಗೋವೆಯ ವೆರಣೆಯಿಂದ ಹೊರಟ ಕ್ಷಣದಿಂದಲೇ, ಕುಂಬಳೆಯಿಂದ ಹೊರಟು ಬಳ್ಳಂಬೀಡಿನಲ್ಲಿ ನೆಲೆನಿಂತ ತನ್ನಿಂದಲೇ, ಭುಜಂಗ ಪೈಯ ಸಾವಿನಿಂದಾಗಿ ಕಾವೇರಮ್ಮ ಕೊಟ್ಟ ಶಾಪದಿಂದಲೇ ? ''ಎಲ್ಲ ತಿಳಿದ ನಿನಗೆ ಏನಂತ ಹೇಳಲಿ ? ಬೇಡುವುದೊಂದೇ, ನಡು ಮಧ್ಯಾಹ್ನದ ಹೊತ್ತು ಖಾಲಿ ಹೊಟ್ಟೆಯ ವಿಧವೆಯೊಬ್ಬಳು ಧರ್ಮಸ್ಥಳದ ದೇವರ ಹೆಸರಿನಲ್ಲಿ ಕೊಟ್ಟ ಶಾಪವೊಂದು ಇವನ ತಲೆಯ ಮೇಲಿದೆ. ಅದನ್ನು ನಿವಾರಿಸುತ್ತೀಯಾ? ಈ ಸಿದ್ಧನ ವೆಂಕಟೇಶನಿಗೊಂದು ಬದುಕು ಕೊಡು. ದೀರ್ಘಾಯಸ್ಸು ಕೊಡು. ಅವನಿಗೊಂದು ಮುಂಜಿ ಮಾಡು. ಮದುವೆ ಮಾಡಿ ಈ ಕುಟುಂಬ ಮುಂದುವರಿಯುವಂತೆ ಮಾಡು. ನಮ್ಮ ಪೂರ್ವಜರು ಗೋವೆ ಬಿಟ್ಟು ಬಂದ ಆ ಗಾಥೆಯ ಅಕ್ಷರಕ್ಷರವನ್ನೂ ಅವನಿಗೆ ಹೇಳು.''

ನಾಗ್ಡೊ ಬೇತಾಳ ಜೋರಾಗಿ ನಕ್ಕ. "ರಾಮಚಂದ್ರ ಪೈ, ಮುಂದಿನ ಸಂತಾನಕ್ಕಾಗುವ ಕಷ್ಟಕೋಟಲೆಗಳ ಬಗ್ಗೆ ನೀನೇಕೆ ಚಿಂತಿಸುತ್ತಿ ? ಅದು ಅವರವರಿಗೆ ಸೇರಿದ ಮಾಯೆ. ಅದು ನಿನ್ನಿಂದಾಗಿ ಹುಟ್ಟುವುದೂ ಅಲ್ಲ, ನಿನ್ನಿಂದಾಗಿ ಹೋಗುವುದೂ ಅಲ್ಲ. ಹುಟ್ಟುವಾಗಲೇ ಮುಂದಿನ ಪ್ರತಿಯೊಂದು ಕ್ಷಣವೂ ಹೀಗೇ ಆಗುತ್ತದೆ ಎಂದು ನಿಶ್ಚಿತವಾದ ಮಾಯೆ ಅದು.

ಹೇಳುತ್ತೇನೆ, ರಾಮಚಂದ್ರ ಪೈ. ನೀನು ಊಹಿಸಲೂ ಸಾಧ್ಯವಿಲ್ಲದಂತಹ ಘಟನೆಗಳು ಈ ಲೋಕದಲ್ಲಿ ನಡೆಯುತ್ತವೆ. ದಿನಗಳು ವಾರಗಳು ತಿಂಗಳುಗಳು ವರ್ಷಗಳು ಎಂದೂ ಇರದಷ್ಟು ವೇಗವಾಗಿ ಓಡುತ್ತವೆ. ಇದೀಗ ಕೆಲವು ದಿನಗಳ ಹಿಂದೆ ಉತ್ತರದ ನಾಡುಗಳಿಂದ ಬಿಳಿ ಮೂತಿಯ ಜನರು ಹಡಗುಗಳಲ್ಲಿ ವ್ಯಾಪಾರ ಮಾಡಲು ಈ ನೆಲದ ಮೇಲೆ ಕಾಲಿಟ್ಟಿದ್ದಾರೆ. ವ್ಯಾಪಾರಕ್ಕೆಂದು ಬಂದ ಮಂದಿ ಇನ್ನೂರು ವರುಷಗಳ ಕಾಲ ಈ ನೆಲವನ್ನಾಳುತ್ತಾರೆ. ಹರಿದು ಹಂಚಾಗಿರುವ ಈ ನೆಲದ ಭೂಮಿಯನ್ನು ಒಂದು ಮಾಡುವಲ್ಲಿ ಅವರು ಸಕ್ರಿಯ ಕಾರಣರಾಗುತ್ತಾರೆ. ಆದರೆ ಆ ಜನರೂ ಈ ನೆಲದ ಮೇಲೆ ಇರಲು ಯೋಗ್ಯರಲ್ಲ. ಅವರು ಹೋದ ಇಪ್ಪತ್ತಾರು ವರುಷಗಳ ಬಳಿಕ ಮ್ಹಾಳಶಿಮಾಂಯಿಯನ್ನು ನೋಡುವ ಸಾಧ್ಯತೆ ನಿನ್ನ ಕುಟುಂಬಕ್ಕೆ ಬರುತ್ತದೆ. ಆ ಹೊತ್ತಿನಿಂದ ಈ ಭೂಮಿ ಎಷ್ಟು ವೇಗವಾಗಿ ಸಾಗುತ್ತದೆಂದರೆ ಕಳೆದ ಐನೂರು ವರುಷಗಳ ವಿದ್ಯಮಾನಗಳೆಲ್ಲ ಐವತ್ತು ವರುಷಗಳಲ್ಲಿ ನಡೆಯುವಂತಾಗುತ್ತದೆ.

ರಾಮಚಂದ್ರ ಪೈ, ಆ ದಿನಗಳಲ್ಲಿ ಜನರು ಕಾಲವನ್ನು ಕರಡಿಗೆಯಲ್ಲಿ ಹಾಕಿ ಬಂಧಿಸುತ್ತಾರೆ. ದೂರಗಳನ್ನು ಕಲ್ಲುಗಳಲ್ಲಿ ಕಟ್ಟಿ ಹಾಕುತ್ತಾರೆ. ಮನೆಮನೆಗಳಲ್ಲಿ ಸಂಗೀತ ಕೇಳುತ್ತದೆ. ತಮ್ಮದಲ್ಲದ ಭಾಷೆಯನ್ನು ಜನರು ಆಡತೊಡಗುತ್ತಾರೆ. ಮಾತುಗಳು ಅರ್ಥ ಕಳೆದುಕೊಳ್ಳುತ್ತವೆ. ಶಾಪಗಳು ತಾಗುವುದಿಲ್ಲ, ಹೆಣ್ಣು ಗಂಡುಗಳ ಅಂತರ ಇರುವುದಿಲ್ಲ. ಗಂಡುಗಳಿಗಿಂತ ಹೆಚ್ಚಾಗಿ ಹೆಣ್ಣುಗಳೇ ವ್ಯವಹಾರ ನಡೆಸುತ್ತವೆ. ನಿನಗೆ ಯಾಕೆ ಚಿಂತೆ.

ಆದರೆ ನೋಡು ರಾಮಚಂದ್ರ ಪೈ, ನಿನ್ನ ಕಣ್ಣೆದುರಿರುವ ಆ ಬೆಟ್ಟಗಳನ್ನು ನೋಡು. ಕತ್ತಲಲ್ಲಿ ಮುಸುಕು ಹಾಕಿಕೊಂಡಿರುವ ಆ ಬೃಹದಾಕಾರಗಳು ನಾಳೆಯ ಬಗ್ಗೆ ನಿನ್ನ ಹಾಗೆ ಚಿಂತಿಸುತ್ತವೆಯೇ? ಅದರಾಚೆ ಬೆಳಕು ಇದೆ. ಆ ಬೆಳಕು ನಿಧಾನವಾಗಿ ಈ ನೆಲದ ಮೇಲೆ ಹರಡುತ್ತದೆ. ಇಲ್ಲಿಯ ಹಸುರಿನ ಮೇಲೆ ಬಿದ್ದು ಆ ಬೆಳಕು ಪ್ರತಿಫಲನಗೊಳ್ಳುತ್ತದೆ. ಇಲ್ಲಿ ಮತ್ತೆ ಸೃಷ್ಟಿಯ ಕೆಲಸ ಆರಂಭವಾಗುತ್ತದೆ. ನೀನು ಅದನ್ನು ನೋಡಲು ಬದುಕಿರುವುದಿಲ್ಲ.

ಆಗಲಿ ರಾಮಚಂದ್ರ ಪೈ, ನಿನ್ನ ಮೊಮ್ಮಗನನ್ನು ಇತ್ತ ಕೊಡು. ನಿನ್ನ ವಂಶದ ಕೊನೆಯ ಕುಡಿಯಾಗಿರುವ ಈ ಮಗುವನ್ನು ಹೆಗಲ ಮೇಲಿಟ್ಟುಕೊಂಡು ಧರ್ಮಸ್ಥಳಕ್ಕೆ ಕೊಂಡೊಯ್ಯುತ್ತೇನೆ. ಅಲ್ಲಿ ಅವನಿಗೊಂದು ಹೊಸ ಜೀವ ಕೊಡಿಸಿ ಈ ಭೂಭಾಗದ ಮೇಲೆ ಮರಳಿ ತರುತ್ತೇನೆ. ಯಾರು ಅವನು ? ಸಿದ್ಧನ ವೆಂಕಟೇಶನಲ್ಲವೇ ? ಅವನಿಗೆ

ದೀರ್ಘಾಯುಷ್ಯ ಕೊಡುತ್ತೇನೆ. ಮುಂಜಿ ಮಾಡಿಸುತ್ತೇನೆ. ಮದುವೆ ಮಾಡಿಸುತ್ತೇನೆ. ಈ ವಂಶದ ಕಥೆಯನ್ನು ವಿವರವಾಗಿ ಹೇಳಿ ಮುಂದಣ ತಲೆಮಾರುಗಳ ಅರಿವಿಗಾಗಿ ಕೊಡುತ್ತೇನೆ. ಈ ಕುಟುಂಬ ಅವನಿಂದಲೇ ಮುಂದುವರಿಯುತ್ತದೆ. ಸಿದ್ಧನ ವೆಂಕಟೇಶನ ವರ್ಗದವರೆಂದೇ ಅವರು ಕವಲೊಡೆಯುತ್ತಾರೆ. ಧರ್ಮಸ್ಥಳದ ಶಾಸನಗಳಲ್ಲಿ ಸಿದ್ಧನ ವೆಂಕಟೇಶನ ವರ್ಗದವರಿಗೇ ಪ್ರತ್ಯೇಕ ಸ್ಥಾನವಿರುತ್ತದೆ.

ನಿನಗೆ ಚಿಂತೆ ಬೇಡ ರಾಮಚಂದ್ರ ಪೈ. ಸಿದ್ಧನ ವೆಂಕಟೇಶನ ವರ್ಗದವರಿಗೆ ಕಷ್ಟಕೋಟಲೆಗಳು ಬರುವುದಿಲ್ಲ. ಬಂದರೂ ಅದನ್ನು ನಿವಾರಿಸಿಕೊಳ್ಳಲು ಅವರಿಗೇ ಸಾಧ್ಯವಾಗುತ್ತದೆ. ನಾನು ಹೊರಟೆ. ಸೂರ್ಯ ಉದಯಿಸುವಾಗ ನಿನ್ನ ಪಾಲಿನ ಸೂರ್ಯ ಅಸ್ತಮಿಸುತ್ತಾನೆ. ಮುಂದಿನವರ ಚಿಂತೆಯಿಲ್ಲದೇ ನೀನು ಈ ದೇಹ ಬಿಟ್ಟು ಹೋಗು. ಮತ್ತೆಂದೂ ಇಲ್ಲಿಯ ಬಗ್ಗೆ ಯೋಚಿಸಬೇಡ. ನಿನಗಾಗಿ ಇನ್ನೊಂದೇ ಲೋಕದ ಬಾಗಿಲು ತೆರೆದಿದೆ. ಆ ಬಾಗಿಲಿನಾಚೆ ನಿನಗೆ ಎಲ್ಲವೂ ಕಾಣುತ್ತದೆ."

ನಾಗ್ಡೊ ಬೇತಾಳ ಎದ್ದು ನಿಂತ. ರಾಮಚಂದ್ರ ಪೈಯ ಪಕ್ಕದಲ್ಲಿ ಮಲಗಿದ್ದ ಸಿದ್ಧನ ವೆಂಕಟೇಶನನ್ನು ಎತ್ತಿಕೊಂಡು ಹೆಗಲ ಮೇಲಿಟ್ಟುಕೊಂಡ. ವಯ್ಯಾಪುರಿಯಿಂದಿಳಿದು ಅಂಗಳಕ್ಕೆ ಬಂದ. ದೂರದೂರ ಕಾಲಿಡುತ್ತಾ ಪೂರ್ವದ ಕಡೆ ನಡೆದುಕೊಂಡು ಹೋಗತೊಡಗಿದ.

♥♥♥

'ಸ್ವಪ್ನ ಸಾರಸ್ವತ'ದ ಬಗ್ಗೆ ಶ್ರೀ. ಎನ್. ಮನು ಚಕ್ರವರ್ತಿಯವರು ನಡೆಸಿದ ಸಂದರ್ಶನದ ಆಯ್ದ ಭಾಗಗಳ ಕನ್ನಡ ಅನುವಾದ :

ಎನ್. ಮನು ಚಕ್ರವರ್ತಿ: ಕಾದಂಬರಿ ಪ್ರಾಕಾರದಲ್ಲಿ ಐತಿಹಾಸಿಕ ಕಥಾನಕದ ದೊಡ್ಡ ಪರಂಪರೆಯೇ ಇದೆ. ಅದು ಭಾರತೀಯ ಸಾಹಿತ್ಯದಲ್ಲೂ ಇದೆ, ಪಾಶ್ಚಾತ್ಯ ಸಾಹಿತ್ಯದಲ್ಲೂ ಇದೆ. ನಿಮ್ಮ ಕೃತಿ 'ಸ್ವಪ್ನ ಸಾರಸ್ವತ'ದಲ್ಲಿಯೂ ನೀವು ಐತಿಹಾಸಿಕ ಸಾಮಗ್ರಿಗಳನ್ನು ತುಂಬ ಬಳಸಿಕೊಂಡಿದ್ದೀರಿ. ಇದನ್ನು ರಚಿಸಲು ರಾಶಿ ರಾಶಿ ಐತಿಹಾಸಿಕ ವಿವರಗಳನ್ನು ನೀವು ಬಳಸಿಕೊಂಡಿರುವುದು ಸ್ಪಷ್ಟವಾಗಿ ಕಾಣುತ್ತದೆ. ಈ ಐತಿಹಾಸಿಕ ಸಾಮಗ್ರಿಗಳನ್ನು ಕಥಾರೂಪಕ್ಕೆ ಬಳಸಿದ ನಿಮ್ಮ ಪ್ರಯತ್ನಗಳ ವಿವರಗಳನ್ನು ಕುರಿತು ತಿಳಿಸುತ್ತೀರಾ? ಹಾಗೆಯೇ ನಿಮ್ಮ ಸೃಜನಶೀಲ ಪ್ರಕ್ರಿಯೆಗಳನ್ನೂ, ಐತಿಹಾಸಿಕ ಸಾಮಗ್ರಿಗಳನ್ನು ನೀವು ಹೇಗೆ ಕಥಾನಕಕ್ಕೆ ಅನುಕೂಲಿಸಿಕೊಂಡಿರಿ, ಹೇಗೆ ಅವುಗಳನ್ನು ನಿಮ್ಮ ಕತೆಗೆ ಹೊಂದಿಸಿ ಒಂದು ಮೊದಲ ದರ್ಜೆಯ ಕೃತಿ ರಚಿಸಲು ಸಾಧ್ಯವಾಯಿತು ಎನ್ನುವುದನ್ನೂ ವಿವರಿಸಿ.

ಗೋಪಾಲಕೃಷ್ಣ ಪೈ : ನಾನು ಇತಿಹಾಸಕಾರನಲ್ಲ. ಐತಿಹಾಸಿಕ ಕಾದಂಬರಿಯನ್ನು ಬರೆಯುವುದು ನನ್ನ ಆಸೆಯೂ ಆಗಿರಲಿಲ್ಲ. ಇತಿಹಾಸದ ಪುಸ್ತಕಗಳನ್ನು ಓದಿದರೆ ನಮಗೆ ರಾಜರಾಣಿಯರ ಕತೆ ಸಿಗುವುದಲ್ಲದೆ ಜನಸಾಮಾನ್ಯನ ಅಥವಾ ಸಮುದಾಯದ ನೋವು ನಲಿವುಗಳು, ಆತಂಕ ಆಕಾಂಕ್ಷೆಗಳು, ನಂಬಿಕೆ, ದ್ರೋಹಗಳು ಸಿಗುವುದಿಲ್ಲ. ನಾನು ಬರೆಯ ಹೊರಟದ್ದು ಒಂದು ಸಮುದಾಯದ ಕತೆ. ಆದರೆ ಆ ಸಮುದಾಯ 450 ವರ್ಷಗಳ ಹಿಂದೆ ಬದುಕಿದ್ದು. ಆಗ ನಾನು ಅಲ್ಲಿಯ ಸಾಮಾಜಿಕ, ರಾಜಕೀಯ, ಧಾರ್ಮಿಕ ಆವರಣದ ಪರಿಚಯ ಮಾಡಿಕೊಳ್ಳಲೇಬೇಕಿತ್ತು. ಅದರಿಂದಾಗಿ ಇತಿಹಾಸದ ಗ್ರಂಥಗಳನ್ನು ಓದುವುದು ಅನಿವಾರ್ಯವಾಯಿತು.

ಆ ಓದೇನೂ ಆಳವಾಗಿ ನಡೆಸಿದ್ದು ಅಂತ ನಾನು ಹೇಳಲಾರೆ. ಯಾವ ವರುಷ, ಏನು ನಡೆಯಿತು, ಹೇಗೆ ನಡೆಯಿತು ಎಂದು ನಾನು ಸೂಕ್ಷ್ಮವಾಗಿ ಅಧ್ಯಯನ ಮಾಡಿಲ್ಲ. ಆದರೆ ಇಂಥ ಒಂದು ಘಟನೆ ನಡೆಯಿತು ಎಂಬ ಸ್ಥೂಲ ವಿಷಯವಷ್ಟೇ ನನಗೆ ಬೇಕಾಗಿದ್ದುದು. ಹಾಗೆ ನನ್ನನ್ನು ಆಕರ್ಷಿಸಿದ ಘಟನೆಗಳನ್ನೆಲ್ಲ ನಾನು ಟಿಪ್ಪಣಿ ಮಾಡುತ್ತಾ ಹೋದೆ. ನಾನು ಚಿತ್ರಿಸಲು ಬಯಸುತ್ತಿದ್ದ ಸಮುದಾಯ ಪಶ್ಚಿಮ ಕರಾವಳಿಯ ಉದ್ದಕ್ಕೂ ಹರಡಿದ ಸಮುದಾಯ. ಆದುದರಿಂದ ಆ ಭಾಗದ ಚರಿತ್ರೆಯನ್ನು ನಾನು ಅಭ್ಯಸಿಸಬೇಕಲ್ಲದೇ ದಿಲ್ಲಿಯ ಬಾದಶಹರ ಆಳ್ವಿಕೆಯನ್ನಲ್ಲವಲ್ಲ? ಪಶ್ಚಿಮ ಕರಾವಳಿಯ ಇತಿಹಾಸ ಗ್ರಂಥಗಳು ನಮಗೆ ಅಷ್ಟಾಗಿ ಸಿಗುವುದಿಲ್ಲ. ಅವುಗಳು ಎಲ್ಲಿವೆ ಅಂತ ನಾನು ಹುಡುಕಬೇಕಿತ್ತು. ನನ್ನ ಕಾದಂಬರಿಯ ಮೊದಲ ಭಾಗ ಗೋವಾದಲ್ಲಿ ನಡೆಯುವುದರಿಂದ ಗೋವೆಯಲ್ಲಿ ಸಿಗುತ್ತದೇನೋ ಎಂದು ಅಲ್ಲಿಗೆ ಹೋದೆ. ಸಾಮಾನ್ಯ ಗ್ರಂಥಾಲಯಗಳಲ್ಲಿ ಹಳೆಯ ಇತಿಹಾಸ ಸಮಗ್ರವಾಗಿ ಸಿಗುವುದಿಲ್ಲ. ಆದರೆ ಪ್ರತೀ ಗ್ರಂಥದಲ್ಲೂ ಆಕರ ಪುಸ್ತಕಗಳನ್ನು ನಮೂದಿಸಿರುತ್ತಾರೆ. ನಾನು ಆ ಆಕರ ಪುಸ್ತಕಗಳನ್ನು ಹುಡುಕುತ್ತಾ ಹೋದೆ. ಓರಿಯೆಂಟಲ್ ಲೈಬ್ರೆರಿಗಳಲ್ಲಿ ಅವು ಇದ್ದುವು. ಆದರೆ ತೀರ ಹಳೆಯದಾಗಿ ಮುಟ್ಟಿದರೆ ಹರಿದು ಹೋಗುವಂತಿದ್ದುವು. ಗ್ರಂಥಪಾಲಕರು ಅವನ್ನು ಮುಟ್ಟಲೂ ಬಿಡುತ್ತಿರಲಿಲ್ಲ. ಅದಕ್ಕಾಗಿ ನಾನು ಅವರ ಗೆಳೆತನ ಸಂಪಾದಿಸಿಯೋ, ಪ್ರತಿಷ್ಠಿತರ ಮೂಲಕ ಹೇಳಿಸಿಯೋ ನೋಡಬೇಕಿತ್ತು. ಗ್ರಂಥಗಳನ್ನೆಲ್ಲಾ ಜತನದಿಂದ ಕಾಯ್ದಿರಿಸಿದ್ದರು. ಹಾಳಾಗದಂತೆ ಕೆಮಿಕಲ್ಸ್ ಹಾಕಿ ಕಾಪಾಡಿಕೊಂಡಿದ್ದರು. ಕೆಲವು ಗ್ರಂಥಾಲಯಗಳಲ್ಲಿ ಮೂಟೆಕಟ್ಟಿ ಒಳಕೋಣೆಯಲ್ಲಿ ಬಿಸಾಡಿದ್ದರು. ನಾನು ಬರೇ ಇತಿಹಾಸ ಪುಸ್ತಕಗಳನ್ನು ಮಾತ್ರ ಓದಿದ್ದಲ್ಲ, ಆ ಕಾಲವನ್ನು ಚಿತ್ರಿಸುವ ಯಾವುದೇ ಗ್ರಂಥಗಳಾದರೂ ನನಗೆ ಸಹಾಯವಾಗುತ್ತದೆಂದು ತಿಳಿದುಕೊಂಡಿದ್ದೆ. ಅದರಿಂದಾಗಿ ನನಗೆ ಸಿಕ್ಕಿದ ಚಿತ್ರಗಳು, ಒಕ್ಕಣೆಗಳು, ಬರಹಗಳು, ಸನ್ನದುಗಳು, ಉಂಬಳಿಪತ್ರಗಳು, ಕೈಪೇತುಗಳು, ಐತಿಹ್ಯಗಳು, ವ್ಯಾಕರಣ ಪುಸ್ತಕಗಳು, ಇವನ್ನು ಕೂಡಾ ಟಿಪ್ಪಣಿ ಮಾಡುತ್ತಾ ಹೋದೆ. 500–600 ಪುಟಗಳ ಒಂದು ಪುಸ್ತಕ ಓದಿದರೆ ನಾನು ಟಿಪ್ಪಣಿ ಮಾಡಲು ಒಂದು ಪಾರಾ ಮಾತ್ರ ಸಿಕ್ಕಿದ ಸಂದರ್ಭಗಳೂ ಇದ್ದುವು. ಅವೆಲ್ಲ ಇಂಗ್ಲೀಷ್ ಪುಸ್ತಕಗಳು. ನನಗೆ ಅವನ್ನು ಬಹಳ ಬೇಗ ಓದಿ

ಮುಗಿಸಲಾಗುತ್ತಿರಲಿಲ್ಲ. ಆದರೂ ಸುಮಾರು 2000 ಪುಟಗಳಷ್ಟು ಟಿಪ್ಪಣಿ ಮಾಡಿಕೊಂಡೆ. ಲೆಕ್ಕಕ್ಕೆ ಸಿಗದಷ್ಟು ಫೋಟೋ ಕ್ಲಿಕ್ಕಿಸಿದೆ. ಎಲ್ಲವನ್ನೂ ನಾನು ಬಳಸಿದೆ ಅನ್ನುವ ಹಾಗೂ ಇಲ್ಲ. ಬರೀ ಗ್ರಂಥಾಲಯಗಳಷ್ಟೇ ಅಲ್ಲ, ಪಾಳುಬಿದ್ದ ಗುಡಿಗಳು, ಕಟ್ಟಡಗಳು, ಎಲ್ಲವೂ ನನಗೆ ಬೇಕಾಗಿದ್ದುವು.

ಒಮ್ಮೆ ಈ ಪೂರ್ವಭಾವೀ ಸಿದ್ಧತೆ ಸಾಕು ಎಂದು ಮನಸ್ಸಿಗೆ ಬಂದಾಗ ನಾನು ಕಾದಂಬರಿ ಬರೆಯಲು ಕೂತೆ. ನಾನು ಬರೆಯುತ್ತಿರುವುದು ಚರಿತ್ರೆಯಲ್ಲ ಅನ್ನುವ ಅರಿವು ನನಗಿತ್ತು. ಆದುದರಿಂದ ಟಿಪ್ಪಣಿ ಪುಸ್ತಕಗಳನ್ನು ಅಗತ್ಯವಿದ್ದರೆ ಮಾತ್ರ ಬಳಸಬೇಕು ಎಂದು ನಿರ್ಧರಿಸಿದೆ. ಸಾಮಾನ್ಯ ಜನರ ನಡೆವಳಿಕೆಗಳು, ರೂಪರೇಷೆ, ಕೂರುವ ನಿಲ್ಲುವ ರೀತಿ ಬದಲಾಗುವುದು ಕಮ್ಮಿ. ಆದರೆ ವೇಷಭೂಷಣ ಇತ್ಯಾದಿ ಬದಲಾಗುತ್ತಲೇ ಹೋಗುತ್ತವೆ. ಅರುವತ್ತು ವರ್ಷಗಳ ಹಿಂದೆ ನನ್ನ ಹಳ್ಳಿಯಲ್ಲಿದ್ದ ವಯಸ್ಸಾದ ನನ್ನ ಸಮುದಾಯದ ಜನರನ್ನು ನೋಡಿದ ನೆನಪು, ಈ ಸಂಗ್ರಹಿಸಿದ ಚಿತ್ರಗಳಲ್ಲಿ ಬರುವ ವ್ಯಕ್ತಿಗಳು ಇವುಗಳ ಮೂಲಕ ನಾನು ಆವರಣವನ್ನು ಸೃಷ್ಟಿಸುತ್ತಾ ಹೋದೆ. ನಾನು ಸಂಗ್ರಹಿಸಿದ ಚಿತ್ರಗಳಲ್ಲಿ ಒಂದು ಸಾಮಾನ್ಯ ಚಿತ್ರವಿತ್ತು. ಚಕ್ಕಳ ಮಕ್ಕಳ ಹಾಕಿ ಕೂತಿದ್ದ. ಅವನ ಪಕ್ಕದಲ್ಲಿ ಮೊಳದೆತ್ತರದ ಒಂದು ಪೀಕದಾನಿ. ಎದುರಿಗೆ ಎಲೆಯಡಿಕೆಯ ಹರಿವಾಣ. ಅವನ ಮುಂಡಾಸಿಗೆ ಒಂದು ಕುಚ್ಚು ಇತ್ತು. ಮೈಮೇಲೆ ಅಂಗಿ ಇರಲಿಲ್ಲ. ನಾನು ವ್ಯಾಪಾರ ಮಾಡುತ್ತಾ ಹಜಾರದಲ್ಲಿ ಕೂತ ನರಸಪ್ಪಯ್ಯನ ಬಗ್ಗೆ ಬರೆಯುವಾಗ ಆ ಚಿತ್ರವೇ ನನ್ನ ತಲೆಯೊಳಗಿತ್ತು.

ನನ್ನ ಕಾದಂಬರಿಯಲ್ಲಿ ತಿಂಮೋಜ ಅಂತ ಒಂದು ಪಾತ್ರ ಬರುತ್ತದೆ. ತಿಂಮೋಜನ ಬಗ್ಗೆ ಇತಿಹಾಸ ಪುಸ್ತಕಗಳಲ್ಲಿ ವಿವರಣೆ ಬರುತ್ತದೆ. ವಿಜಯನಗರದ ರಾಜರ ಬಳಿ ಇದ್ದ ಆತ ಗೆರಸೊಪ್ಪೆಯ ರಾಣಿಯ ಸಂಬಂಧಿ ಎಂಬ ಮಾತು ಓದಿದ್ದೆ. ಅದೇ ರೀತಿ ಆತನೊಬ್ಬ ಕಡಲ್ಗಳ್ಳ ಎಂಬ ವಿಚಾರವೂ ಇತ್ತು. ಅವನ ಈ ಎಲ್ಲ ವ್ಯಕ್ತಿತ್ವವನ್ನೂ ನಾನು ತೆಗೆದುಕೊಂಡೆ. ಆಗ ನಾನು ಚಿತ್ರಿಸಿದ ಅವನ ಚಿತ್ರಣ ಗಮನಿಸಿದರೆ ಅದು ತಿಳಿದೀತು.

ವೆರಣೆಗೆ ಮಿಲಿಟರಿ ಬಂದಾಗ ಜನರ ಆತಂಕ ಹೇಗಿತ್ತು ಎನ್ನುವುದನ್ನು ನಾನು ವಿವರಿಸಬೇಕಿತ್ತು. ನಾನು ಬೆಂಗಳೂರಿಗೆ ಬಂದ ಹೊಸತರಲ್ಲಿ ಕಂಟೋನ್ಮೆಂಟ್ ಪ್ರದೇಶದಲ್ಲಿ ಸ್ವಲ್ಪ ಸಮಯ ವಾಸವಿದ್ದೆ. ಆಗ ಪರೇಡ್

ಗ್ರೌಂಡಿನಲ್ಲಿ ಅವರ ಕವಾಯತು ನೋಡಿದ್ದಷ್ಟೇ ನನ್ನ ನೆನಪು. ಆದರೆ 450 ವರ್ಷಗಳ ಹಿಂದೆ ಸೈನಿಕರು ಪ್ಯಾಂಟು ಹಾಕುತ್ತಿದ್ದರೇ? ಪ್ಯಾಂಟು ಹಾಕದಿದ್ದರೆ ಕುದುರೆ ಏರುವುದು ಹೇಗೆ ಸಾಧ್ಯ? ಇದೂ ನನ್ನನ್ನು ಕಾಡಿದ ಸಂಗತಿ. ಆತಂಕದ ಪ್ರಶ್ನೆ ಬಂದಾಗ ನಮಗೆಲ್ಲಿ ಅದರ ಅನುಭವ? ನನ್ನ ತಲೆಮಾರನ್ನು ಕಾಡಿದ ತೀವ್ರವಾದ ಆತಂಕವೆಂದರೆ 77ರಲ್ಲಿ ತುರ್ತು ಪರಿಸ್ಥಿತಿಯನ್ನು ಘೋಷಿಸಿದಾಗ ಉಂಟಾದ ಅನುಭವ ಮಾತ್ರ. ಆಗ ನನಗೆ 30ರ ವಯಸ್ಸು. ಹೋಟೇಲುಗಳಲ್ಲಿ ಕಾಫಿ ಕುಡಿಯುತ್ತಲೋ, ರಸ್ತೆಬದಿಯಲ್ಲಿ ನಿಂತೋ ಜನ ಪಿಸುಗುಟ್ಟುತ್ತಿರುವುದನ್ನು ನಾನು ನೋಡಿದ್ದೆ. ಸದಾ ಗಜಿಬಿಜಿಯಲ್ಲಿರುವ ನಾನಿದ್ದ ಗಾಂಧಿಬಜಾರ್ ಪ್ರದೇಶ ಒಮ್ಮೆಲೇ ಪಿಸುಗುಡುವ ಮೌನಕ್ಕೆ ತಿರುಗಿತ್ತು. ಆ ಮೌನವೂ ವಿಷಾದಭರಿತವಾಗಿತ್ತು. ಆತಂಕವೆಂದರೆ ನನಗಾದ ಅನುಭವ ಇಷ್ಟೇ. ವೆರಣೆಯ ಜನರ ಆತಂಕ ಚಿತ್ರಿಸಲು ನನಗೆ ಇಷ್ಟೇ ದ್ರವ್ಯ ಒದಗಿದ್ದುದು. ಅದೂ ನೆನಪಿನಲ್ಲಿ ಮಾತ್ರ.

ಹೀಗೆ ಅಧ್ಯಯನದ ಮೂಲಕ ಮತ್ತು ನನ್ನ ಸ್ವಂತದ ಅನುಭವಗಳ ಮೂಲಕ ನಾನು ಅಂದಿನ ಸಮಾಜವನ್ನು ಚಿತ್ರಿಸಲು ಪ್ರಯತ್ನಿಸಿದೆ. ಮೇಲಿನದು ಒಂದೆರಡು ಉದಾಹರಣೆ ಮಾತ್ರ. ಚಿತ್ರಣ ಪೂರ್ತಿಯಾಗಲು ನಾನು ಮಾಡಿಕೊಂಡ ಟಿಪ್ಪಣಿಗಳನ್ನು ಆಗಾಗ ಬಳಸಿಕೊಂಡೆ. ಆಗೆಲ್ಲ ನಾನು ಕಾದಂಬರಿಯನ್ನು ಬರೆಯುತ್ತಿದ್ದೇನೆಯೇ ವಿನಾ ಇತಿಹಾಸವನ್ನಲ್ಲ ಅಂತ ಮತ್ತೆ ಮತ್ತೆ ಜ್ಞಾಪಿಸಿಕೊಳ್ಳುತ್ತಿದ್ದೆ. ನಾನು ಕನ್ನಡದ, ಭಾರತೀಯ ಭಾಷೆಗಳ, ಅಥವಾ ಪಾಶ್ಚಾತ್ಯ ದೇಶಗಳ ಅನೇಕ ಕಾದಂಬರಿಗಳನ್ನು ಓದಿದ್ದರೂ ಸಣ್ಣ ಕತೆಗಳ ಮೇಲೆಯೇ ನನಗೆ ಒಲವು ಹೆಚ್ಚಾಗಲು ಕಾರಣ ಅವುಗಳ ಕುಸುರಿ ಕೆಲಸ, ನುಡಿಗಟ್ಟುಗಳು, ಸೂಕ್ಷ್ಮಸಂವೇದನೆ ಇತ್ಯಾದಿ. ಕಾದಂಬರಿಯಲ್ಲಿ ಕ್ಯಾನ್ವಾಸ್ ದೊಡ್ಡದಾದುದರಿಂದ ಅದು ಫ್ಲ್ಯಾಟ್ ಆಗುತ್ತದೆಂದು ನನ್ನ ಅನಿಸಿಕೆ. ದೊಡ್ಡ ಗಾತ್ರದ ಕಾದಂಬರಿಗಳಲ್ಲಿ ಅದು ಇಲ್ಲ ಎನ್ನುವಂತಿಲ್ಲ. ಮಹತ್ತಾದ ಬರವಣಿಗೆ ಎಂದು ನಾವು ಕರೆಯುವ ಕೃತಿಗಳು ಆಕಾರದಲ್ಲಿ ಸಣ್ಣದೇ ಆಗಿರುತ್ತವೆ. ಉದಾ: ಸಂಸ್ಕಾರ. ನನ್ನ ಕಾದಂಬರಿ ದಟ್ಟವೂ ಆಗಿರಬೇಕು, ಸೂಕ್ಷ್ಮವೂ ಆಗಿರಬೇಕು, ಧ್ವನಿಗಳೂ ಇರಬೇಕು, ಆದರೆ ಓದುಗನನ್ನು ಅಸ್ತವ್ಯಸ್ತವಾಗುವಂತೆ ಮಾಡಬಾರದು ಎಂದು ಪ್ರಯತ್ನಪಟ್ಟೆ. ಮತ್ತೆ ಮತ್ತೆ ತಿದ್ದುವಾಗ ಬೇರೆ ಬೇರೆ ವಿಚಾರಗಳನ್ನು ಮುಖ್ಯವಾಗಿಟ್ಟುಕೊಂಡೆ.

ಮನು : ಸ್ವಪ್ನ ಸಾರಸ್ವತ ಕೊಂಕಣಿ ಸಮಾಜದವರ ಕತೆಯೂ ಆಗಿದೆ. ಆದರೆ ಅದು ಒಂದು ಮಹಾಕಾವ್ಯದ ಆಯಾಮವನ್ನೂ ಹರಹನ್ನೂ ಹೊಂದಿದೆ. ಇದರಲ್ಲಿ ನಿಮ್ಮತನದ ಪಾಲೆಷ್ಟು, ನಿಮ್ಮ ಐಡೆಂಟಿಟಿಯ ಹುಡುಕಾಟವೆಷ್ಟು, ನಿಮ್ಮ ಬೇರಿನ ಹುಡುಕಾಟವೆಷ್ಟು? ಯಾಕೆಂದರೆ ವಲಸೆಯ ಗಾಥೆಯನ್ನು ಅನೇಕ ಲೇಖಕರು ಮಾಡಿದ್ದಾರೆ. ಇದು ಒಂದು ಥರದಲ್ಲಿ ಜನರ ವಲಸೆಯ ಕತೆಯೂ ಹೌದು. ಹಾಗಿರುವಾಗ ನಿಮ್ಮ ಐಡೆಂಟಿಟಿ, ನಿಮ್ಮ ಬೇರು ಇವುಗಳ ಹುಡುಕಾಟದ ಬಗ್ಗೆ ತಿಳಿಸುವಿರಾ? ಅದರಲ್ಲಿ ನಿಮ್ಮ ಭಾವುಕ ಅಗತ್ಯವೆಷ್ಟಿತ್ತು? ಅಥವಾ ನೀವು ಆ ಸಮುದಾಯದ ಇತಿಹಾಸವನ್ನು ವೈಯುಕ್ತಿಕತೆಯಿಂದ ದೂರವಿಟ್ಟೇ ಬರೆದಿರಾ? ನನ್ನ ಪ್ರಕಾರ ಇಲ್ಲಿ ವೈಯುಕ್ತಿಕತೆ ಮತ್ತು ಸಾಮೂಹಿಕತೆ ತಾದಾತ್ಮ್ಯಗೊಂಡಿದೆ. ಹಾಗೂ ಕೃತಿಯ ಉತ್ಕೃಷ್ಟತೆಗೆ ಅದೂ ಕಾರಣವಾಗಿದೆ. ಹಾಗಾಗಿ ಇದು ಆತ್ಮರತವಾಗಿ ಒಂದು ಜೀವನ ಚರಿತ್ರೆಯ ಕಥಾನಕವಾಗದೇ ನಿಮ್ಮ ವ್ಯಕ್ತಿಗತ ಹುಡುಕಾಟವಾಗಿಯೂ ನಿಮ್ಮ ಸಮುದಾಯದ ನೋವಿನ ಹುಡುಕಾಟವಾಗಿಯೂ ಮೂಡಿ ಬಂದಿದೆ. ಇದನ್ನು ಹೇಗೆ ಸಾಧಿಸಿದಿರಿ?

ಪೈ : ನಾನು ಕಾದಂಬರಿಯಲ್ಲಿ ಬರುವ ಸಾರಸ್ವತ ಸಮುದಾಯಕ್ಕೆ ಸೇರಿದ ವ್ಯಕ್ತಿ. ಚಿಕ್ಕಂದಿನಿಂದ ನಮಗೆ ನಮ್ಮ ಪೂರ್ವಜರು ಗೋವೆಯಿಂದ ಪೋರ್ಚುಗೀಸರ ದುರಾಡಳಿತ ತಾಳಲಾರದೇ ಓಡಿ ಬಂದವರು ಎನ್ನುತ್ತಿದ್ದರು. ನನ್ನ ತಲೆಮಾರಿಗೆ ಬಂದಾಗ ಅದು ಬರಿಯ ಕತೆಯಾಗಿ ಬಿಟ್ಟಿತ್ತು. ಅಂದರೆ ಅನುಭವವಾಗಿರಲಿಲ್ಲ. ಪ್ರತಿಯೊಬ್ಬ ಲೇಖಕನೂ ತನ್ನ ಬಾಲ್ಯದ ದಿನಗಳಿಗೆ ಮತ್ತೆ ಮತ್ತೆ ಹೋಗುತ್ತಾನೆಂದು ಹೇಳುವುದಿಲ್ಲವೇ? ನಾನು ಸಣ್ಣವನಿದ್ದಾಗ ನನ್ನ ಮನೆಗೆ ಬರುವ ವ್ಯಕ್ತಿಗಳು, ಸಂಬಂಧಿಕರು ಎಲ್ಲ ಸಾರಸ್ವತರು. ಅವರೆಲ್ಲ ನನಗೆ ನನ್ನ ಪೂರ್ವಜರಂತೆ ಕಾಣುತ್ತಿದ್ದರು. ಅಂದರೆ ಅವರ ವ್ಯಕ್ತಿತ್ವ, ಅವರ ವೇಷಭೂಷಣಗಳು, ಅವರ ಕೂತ ನಿಂತ ರೀತಿ, ಮಾತಿನ ಏರಿಳಿತ, ಇವೆಲ್ಲ ಕೊನೆಯ ಪಕ್ಷ, ಈಗ ನಾನು ಕೂತು ಬರೆಯುವ ಹೊತ್ತಿನಲ್ಲಿ ಪೂರ್ವಜರ ಹಾಗೆಯೇ ಇದ್ದಂತೆ ಅನಿಸುತ್ತದೆ. ನನ್ನ ಕಾದಂಬರಿಗೆ ಅವರೇ ಮಾದರಿಗಳಾಗಿದ್ದರು. ಆ ದಿನಗಳಲ್ಲಿ ಈಗಿನಂತೆ ಅವರು ಪ್ಯಾಂಟು, ಶರಟು ಧರಿಸುತ್ತಿರಲಿಲ್ಲ. 60 ವರ್ಷಗಳ ಹಿಂದಿನ ಹಳ್ಳಿಗಾಡಿನ ಮನೆಯ ವಾತಾವರಣವನ್ನು ನೀವು ಊಹಿಸಿಕೊಳ್ಳಿ.

ಮೊದಲು ನಾನು ಕಾದಂಬರಿ ಬರೆಯ ಹೊರಟಾಗ ಅದು ಇಷ್ಟು ದೊಡ್ಡ

ಹರಹಿನಲ್ಲಿ ಪೂರ್ಣ ಗೊಳ್ಳಬಹುದೆಂದು ಯೋಚಿಸಿರಲಿಲ್ಲ. ನನ್ನಿಂದ ಬರೆಯಲು ಸಾಧ್ಯವಾದೀತು ಎಂಬ ನಂಬಿಕೆಯೂ ಇರಲಿಲ್ಲ. ಮೂಲತಃ ಒಂದು ಕುಟುಂಬ ಗೋವೆಯ ಒಂದು ಹಳ್ಳಿಯಲ್ಲಿ ಸಂತೃಪ್ತಿಯ ಜೀವನ ನಡೆಸುತ್ತಿದ್ದುದು ಹೇಗೆ ಆ ಸ್ಥಳ ಬಿಟ್ಟು ಹೊರಡಬೇಕಾಯಿತು ಎಂದು ಮಾತ್ರ ಬರೆಯಲು ಯೋಜಿಸಿದ್ದೆ. ಆದರೆ 450 ವರ್ಷಗಳ ಹಿಂದಿನ ಇತಿಹಾಸವನ್ನು ಅರಸುತ್ತಾ ಹೋದಂತೆ ಅದರ ಕ್ಯಾನ್ವಾಸ್ ದೊಡ್ಡದಾಗುತ್ತಾ ಹೋಯಿತು. ಸಾಕಷ್ಟು ಟಿಪ್ಪಣಿಗಳಿದ್ದುವು.

ಸಾರಸ್ವತರಲ್ಲಿ ಒಂದು ವಿಶೇಷ ಗುಣ ಇರುವುದು ನಿಮಗೆ ತಿಳಿದಿರಬಹುದು. ಇಬ್ಬರು ಸಾರಸ್ವತರು ಸಿಕ್ಕಿದರೆ ಬೇರೆ ಯಾರಿದ್ದಾರೆ ಅನ್ನುವುದರ ಪರಿವೆಯಿಲ್ಲದೆ ಅವರು ತಮ್ಮ ಮಾತೃ ಭಾಷೆಯಲ್ಲಿಯೇ ಮಾತನಾಡ ತೊಡಗುತ್ತಾರೆ. ಯಾವುದೋ ಪರದೇಶದಲ್ಲಿ ಇಬ್ಬರು ಭಾರತೀಯರು ಎದುರುಬದುರಾದರೆ ಹಿಂದಿಯಲ್ಲಿ ಮಾತನಾಡುತ್ತಾರಲ್ಲ, ಅಥವಾ ಕರ್ನಾಟಕದ ಮಂದಿ ಹೊರಪ್ರದೇಶದಲ್ಲಿ ಭೇಟಿಯಾದಾಗ ಕನ್ನಡದಲ್ಲೇ ಮಾತನಾಡುತ್ತಾರಲ್ಲ, ಹಾಗೆ. ಅಲ್ಲದೇ ಸಾರಸ್ವತರು ಪರಸ್ಪರ ರಕ್ತಸಂಬಂಧಗಳ ಎಳೆಗಳನ್ನೂ ಬಿಚ್ಚುತ್ತಾ ಹೋಗುತ್ತಾರೆ. ಅದರಿಂದಾಗಿ ಒಂದು ಥರದ ಕಾಮ್ರೇಡರಿ ಅವರ ನಡುವೆ ಬೆಳೆಯ ತೊಡಗುತ್ತದೆ. ವೆರಣೆಯಿಂದ 44 ಕುಟುಂಬಗಳು ಒಮ್ಮೆಲೇ ದಕ್ಷಿಣದ ದಾರಿಯಲ್ಲಿ ಹೊರಟರು ಎಂದು ಬರೆದಾಗ ಅವರಿಗೆ ಮುಂದೇನಾಯಿತು ಎಂದು ಬರೆಯುವ ಅನಿವಾರ್ಯತೆಯುಂಟಾಯಿತು. ಮೊದಲ ಭಾಗದಲ್ಲಿ ವೈಯುಕ್ತಿಕ ನೆಲೆಯಲ್ಲಿ ಇದ್ದ ಕತೆ ಎರಡನೇ ಭಾಗದಲ್ಲಿ ಸಮುದಾಯದ ಕತೆಯಾಯಿತು. ಅವರಲ್ಲಿ ಮುಖ್ಯ ಕುಟುಂಬ ಕುಂಬಳೆಯಲ್ಲಿ ನೆಲೆ ನಿಂತಾಗ ಅಲ್ಲಿ ವಿಟ್ಟು ಪೈಯ ಬದುಕಿನ ಹೋರಾಟವೂ ಇತ್ತು. ಹಾಗಾಗಿ ಮತ್ತೆ ವೈಯುಕ್ತಿಕ ನೆಲೆಗೆ ಬಂತು. ಆದರೆ ಅವನೊಂದಿಗೆ ಅವನ ಸಮುದಾಯವೂ ಇತ್ತು. ಅವನ ಮೊಮ್ಮಗ ರಾಮಚಂದ್ರ ಪೈ ಬಳ್ಳಂಬೆಟ್ಟಿಗೆ ಬಂದಾಗ ತೀರ ವೈಯುಕ್ತಿಕ ನೆಲೆಯಲ್ಲಿ ಕತೆ ನಡೆಯಿತು. ಹೀಗಾಗಿ ಕತೆ ವೈಯುಕ್ತಿಕ ಮತ್ತು ಸಮುದಾಯದ ನೆಲೆಗಳಲ್ಲಿ ಲಾಳಿಯಾಡುತ್ತಾ ಇದೆ.

ನೀವು ಮಹಾಕಾವ್ಯದ ಆಯಾಮ ಮತ್ತು ಹರಹು ಎಂಬ ಮಾತು ತೆಗೆದಿರಿ. ಮನುಷ್ಯನ ಹೋರಾಟ ಬರೇ ತಿಂದುಂಡು ಬದುಕುವುದಕ್ಕಲ್ಲ, ಅಲ್ಲವೇ? ಕುಂಬಳೆಗೆ ಮುಟ್ಟುವ ಮೊದಲು ನಾನೊಂದು ಕನ್ನಡ ಜಾನಪದ ಹಾಡನ್ನು ಬಳಸಿದ್ದೇನೆ, ನೋಡಿ. ಅಲ್ಲಿ ತುಳುನಾಡಿನ ಪ್ರಸ್ತಾಪ ಬರುತ್ತದೆ.

ಅದು ಅಲ್ಲಿ ಅವರು ನೆಲೆ ನಿಲ್ಲುವುದನ್ನು ಸೂಚಿಸುತ್ತದೆ ಎಂದು ನನ್ನ ಅನಿಸಿಕೆ. ನಾನು ಕಾದಂಬರಿಯ ಮೊದಲ ಪುಟಗಳಲ್ಲಿಯೇ ನಾಗಶಾಪದ ಕುರಿತು ಹೇಳುತ್ತೇನೆ. ಕೊನೆಗೆ ಆ ಶಾಪವೇ ವರವಾಗಿ ತಿರುಗುವಲ್ಲಿಗೆ ಅಂತ್ಯವಾಗುತ್ತದೆ. ಈ ಮಧ್ಯೆ ಭೋಜ ಪಾಟಾಳಿಯ ಮಾಟಮಂತ್ರ, ಗೋವಿಂದ ಭಟ್ಟರ ಅಂಜನ, ದೇವಸ್ಥಾನ ಕಟ್ಟುವ ಭಕ್ತಿ, ತಿಮ್ಮ ಪೈಯ ಪ್ರೀತಿ, ಅಂತು ಪೈಯ ಕಾಮ, ಭುಜಂಗ ಪೈಯ ದ್ವೇಷ, ವಿಷ್ಣುಮೂರ್ತಿ ದೈವದ ಜಾನಪದ, ಕುಟ್ಟಿಚಾತನ ಐತಿಹ್ಯ, ಎಲ್ಲವೂ ಸೇರಿದ್ದು ಅದನ್ನು ಹೆಣೆದದ್ದು ಒಂದು ಥರದಲ್ಲಿ ಉದ್ದೇಶಪೂರ್ವಕವಾಗಿಯೇ. ಇವೆಲ್ಲ ನಾನು ಕಂಡ, ಕೇಳಿದ, ವಿಷಯಗಳು. ಅದನ್ನು ರಾಮಚಂದ್ರ ಪೈಯ ಮೂಲಕ ಹೇಳುತ್ತಾ ಹೋದೆ. ರಾಮಚಂದ್ರ ಪೈಯ ಹೋರಾಟವಾಗಿ ಅವನ್ನು ಚಿತ್ರಿಸುವ ಪ್ರಯತ್ನ ನನ್ನದು. ವಾಲ್ಮೀಕಿ ಬೇಡನಾಗಿ ರಾಮಾಯಣವನ್ನು ಬರೆಯುವಾಗ ಕಾಡಿನ ಹದಿನಾಲ್ಕು ವರ್ಷಗಳ ರಾಮನ ಜೀವಿತದಲ್ಲಿ ಇಂಥ ಸಂಗತಿಗಳನ್ನು ಸೇರಿಸಬೇಕಿತ್ತೆಂದು ನನಗನ್ನಿಸುತ್ತದೆ. ವ್ಯಾಸರಿಗೂ ಮಹಾಭಾರತ ಬರೆಯುವಾಗ ಕಾಡಿನ 12 ವರ್ಷಗಳನ್ನು ವಿವರಿಸುವಾಗ ಇವೆಲ್ಲ ದ್ರವ್ಯಗಳಾಗಬಹುದಿತ್ತು. ಅವರು ಮೂರು ನಾಲ್ಕು ಘಟನೆಗಳನ್ನು ಬಿಟ್ಟರೆ ಬರೇ ಮುದಿವಯಸ್ಸಿನ ಋಷಿಗಳಿಂದ ಉಪಕಥೆಗಳನ್ನು ಹೇಳಿಸುತ್ತಾ ಹೋದರು. ನಾನು ಅವರಿಗಿಂತ ಮೇಲು ಅಂತ ವಾದಿಸುವ ಅಹಂಕಾರ ತೋರಿಸುವುದಲ್ಲ. ಅವರ ಸೃಜನಶೀಲತೆ ಬಾನೆತ್ತರದ್ದು. ಅವರಿಂದ ಕಲಿತವನು ನಾನು. ಅವರ ಇಬ್ಬರ ಉದ್ದೇಶಗಳೂ ಬೇರೆಯೇ ಆಗಿದ್ದುವು. ಆದರೆ ಲೇಖಕನಾಗಿ ನಮ್ಮ ಸೃಜನಶೀಲತೆಯ ಮನಸ್ಸು ಹೇಗೆ ಕೆಲಸ ಮಾಡುತ್ತದೆ ಎನ್ನುವುದನ್ನು ವಿವರಿಸಲು ನಾನು ಆ ಉದಾಹರಣೆಗಳನ್ನು ಕೊಟ್ಟೆ. ನಾನು ಚಿತ್ರಿಸುವ ಸಮುದಾಯವನ್ನು ವೈಭವೀಕರಿಸುವುದಕ್ಕೆ ನನಗೆ ಮನಸ್ಸಿರಲಿಲ್ಲ. ಅದು ಸಾಮಾನ್ಯರ ಕತೆ. ರಾಜರಾಣಿಯರ ಇತಿಹಾಸವಲ್ಲ. ನಾನು ಇತಿಹಾಸದ ಸಾಮಗ್ರಿಗಳನ್ನು ಎರವಲು ಪಡೆದರೂ ನನಗೆ ಗೊತ್ತಿರುವ ವಿಚಾರಗಳ ಬಗ್ಗೆ ಮಾತ್ರ ನಾನು ಬರೆಯಬಹುದಿತ್ತು. ಈ ಎಲ್ಲ ವಿಚಾರಗಳನ್ನೂ ನಾನು ಒಂದೇ ಕ್ಯಾನ್ವಾಸಿನಲ್ಲಿ ಸೇರಿಸಿದ್ದರಿಂದ ಆ ಆಯಾಮಗಳು ಮತ್ತು ಹರಹುಗಳು ಬಂದುವೆಂದು ನೀವು ಹೇಳುತ್ತೀರೇನೋ!

ಮನು : **ಅಲ್ಲಿ ಇನ್ನೊಂದು ಆಯಾಮದ ಬಗ್ಗೆಯೂ ನೀವು ಹೇಳಬೇಕೆಂದು ಬಯಸುತ್ತೇನೆ. ಇಂಥ ಒಂದು ಚಾರಿತ್ರಿಕ ಹಿನ್ನೆಲೆಯ ಕತೆಯಲ್ಲಿ ಹೊಸ**

ಒಂದು ವಿಚಾರವೂ ತಾನೇ ತಾನಾಗಿ ಮೂಡುವುದರ ಮೇಲೆ ಒತ್ತು ಬೀಳುತ್ತದೆ. ಆದರೆ ಈ ಹೊಸ ಆವಿಷ್ಕಾರವೂ ಸಾಂಕೇತಿಕ ರೂಪಕತೆಯೂ ಅದ್ಭುತವಾಗಿ ಮೇಳೈಸಿದೆ. ಅದು ಸಾಂಕೇತಿಕ, ರೂಪಕಾಲಂಕಾರಗಳ ಕಾದಂಬರಿಯಾಗಿದೆ. ಈ ಏಕೀಕೃತೆಯನ್ನು ಹೇಗೆ ಸಾಧಿಸಿದಿರಿ? ಅವನ್ನೆಲ್ಲ ಒಟ್ಟಾಗಿಸಿದ್ದು ಹೇಗೆ?

ಪೈ : ಸಾಹಿತ್ಯದ ವಿದ್ಯಾರ್ಥಿಯಾಗಿ ನಾನು ಓದಿಕೊಂಡಿದ್ದುದು ವಾಸ್ತವ ಶೈಲಿಯ ಕಾದಂಬರಿಗಳನ್ನೆ. ಕಾಲೇಜಿನಲ್ಲಿ ಕೂಡಾ ನಾನು ಅಭ್ಯಸಿಸಿದ್ದು ಸಾಹಿತ್ಯವನ್ನಲ್ಲ. ಯೂನಿವರ್ಸಿಟಿಯ ಸಾಹಿತ್ಯ ಪಾಠಗಳ, ಪಾರಿಭಾಷಿಕ ನುಡಿಗಟ್ಟುಗಳ ಪರಿಚಯವೇ ನನಗಿಲ್ಲ. ಅದನ್ನು ಪಡೆದುಕೊಳ್ಳಲು ನಾನು ಕೆಲವು ಪ್ರಯತ್ನಗಳನ್ನು ಮಾಡಿದ್ದೆ. ಆದರೆ ಅವೆಲ್ಲವೂ ವಿಫಲಗೊಂಡುವು. ಅದರಿಂದಾಗಿ ಒಂದು ರೀತಿಯ ಕೀಳರಿಮೆ ನನ್ನನ್ನು ಸದಾಕಾಲವೂ ಕಾಡುತ್ತಿದೆ. ನನ್ನ ಸೀಮಿತತೆ ನನಗೆ ಗೊತ್ತು. ಈಗ ತಾನೇ ನಾನು ವ್ಯಾಸ ವಾಲ್ಮೀಕಿಯರ ಬಗ್ಗೆ ಒಂದು ಮಾತು ತೆಗೆದೆ. ಹೇಳಿದ ಮೇಲೆ ಅವರನ್ನು ಉದ್ಧರಿಸಲು– ಅಂದರೆ quote ಮಾಡಲು – ನಾನೆಷ್ಟರವನು ಅಂತ ನನ್ನ ಮನಸ್ಸು ಹಿಂಡಿದಂತಾಗುತ್ತದೆ. ನಾನು ಹೇಳುವುದೇನೆಂದರೆ ಸಾಹಿತ್ಯದ ಬಗ್ಗೆ ನನಗಿದ್ದ ಅದಮ್ಯ ಕುತೂಹಲವೊಂದೇ ನನ್ನ ಬಂಡವಾಳವಾಗಿತ್ತು. ಅಡಿಗರಂಥ ಕವಿಗಳ ಸಂಪರ್ಕಕ್ಕೆ ನಾನು ಬಂದಾಗ ನನ್ನ ಸೀಮಿತತೆ ನನ್ನನ್ನು ಬಹಳವಾಗಿ ಕಾಡುತ್ತಿತ್ತು. ಅವರ ಕವಿತೆಗಳು ನನಗೆ ಅರ್ಥವಾಗುತ್ತಿರಲಿಲ್ಲ. ಆದುದರಿಂದ ನಾನು ವಿಶೇಷವಾಗಿ ಅವರನ್ನು ಅಭ್ಯಸಿಸತೊಡಗಿದೆ. ಶಬ್ದ (words) ಗಳನ್ನು ಪೋಲುಮಾಡಬಾರದು ಎಂದವರು ಚಿಕ್ಕ ಮಕ್ಕಳಿಗೆ ಹೇಳುವಂತೆ ಹೇಳುತ್ತಿದ್ದರು. ಅದೃಷ್ಟ ವಶಾತ್ ಅದೇ ಸಮಯದಲ್ಲಿ ದಿವಾಕರ್ ಅಂಥ ಗೆಳೆಯರ ಮೂಲಕ ನಾನು ಲ್ಯಾಟಿನ್ ಅಮೆರಿಕಾದ ಲೇಖಕರನ್ನು ಓದತೊಡಗಿದ್ದೆ. ಆದರೂ ನಾನು ನನಗಿನ್ನೂ ಮಾಯಾವಾಸ್ತವವಾದದ ಬಗ್ಗೆ ಮನವರಿಕೆಯಾಗಿಲ್ಲ ಎಂದು ಹೇಳುತ್ತಲೇ ಇದ್ದೆ. ನನ್ನ ಒಳಗಿಂದೊಳಗೇ ಈ ತಂತ್ರಗಳನ್ನೆಲ್ಲ ನಮ್ಮ ಪುರಾಣಗಳನ್ನು ರಚಿಸಿದವರು ಮೊದಲೇ ಬಳಸಿದಾರಲ್ಲ ಎಂದು ಅನ್ನಿಸುತ್ತಿತ್ತು. ಉದಾಹರಣೆಗೆ ಹತ್ತು ತಲೆಯ ರಾವಣ. ಹತ್ತು ವಿಷಯಗಳಲ್ಲಿ ಆಳುವ ರಾಜನಿಗೆ ಪರಿಣತಿ ಇರಬೇಕೆಂದು ನಮ್ಮ ರಾಜಕೀಯ ವಿಜ್ಞಾನ ಹೇಳುತ್ತದೆಯಲ್ಲವೇ? ಲೇಖಕನಾಗಿ ವಾಲ್ಮೀಕಿ ತನ್ನ ರಾಜನಿಗೆ ಈ ಗುಣಗಳನ್ನೆಲ್ಲ ಆವಾಹಿಸಿದಾಗ ಹತ್ತು ವಿಷಯಗಳ ಬಗ್ಗೆ ಅವನು

ಯೋಚಿಸುತ್ತಿದ್ದ ಎಂದು ಹೇಳುತ್ತಿದ್ದಾನೆಯೇ ಎಂಬ ಯೋಚನೆ. ಕಬಂಧನೆಂಬ ರಾಕ್ಷಸ. ತಲೆಯೇ ಉಪಯೋಗಿಸದೇ ನಾಶಮಾಡುತ್ತಾ ಹೋಗುವವನು. ಈಗ ನಮ್ಮ ಸಮಾಜದಲ್ಲಿ ಅಂಥವರು ಎಷ್ಟು ಜನರಿಲ್ಲ? ಹೀಗೆ. ನಾನು ಮಾರ್ಕೆಜ್‌ನನ್ನು ಗುಂಟರ್ ಗ್ರಾಸ್‌ನನ್ನು (ಗುಂಟರ್ ಗ್ರಾಸ್ ದಿಲ್ಲಿಗೆ ಬಂದಾಗ ಅವರ ಉಪನ್ಯಾಸ ಕೇಳಲು ನಾನೂ ಹೋಗಿದ್ದೆ) ಓದಿದ ಮೇಲೆ ಮಾಯಾವಾಸ್ತವವಾದದ ಬಗ್ಗೆ ನನ್ನ ತಿಳುವಳಿಕೆ ವಿಸ್ತರಿಸಿತು. ನಾನು ಓದಿದ ಒಂದು ಜಾನಪದ ಗೀತೆಯಲ್ಲಿ ನಾಗ್ಡೊಬೇತಾಳನೆಂಬವನೊಬ್ಬನ ಉಲ್ಲೇಖವಿತ್ತು. ನನ್ನೆದುರು ಆಗ ಒಂದು ಹೊಸಲೋಕವೇ ತೆರೆಯಿತು.

ನಾವು ಸಣ್ಣವರಿರುವಾಗ ಮೈ ಮೇಲೆ ಬಟ್ಟೆಯಿಲ್ಲದೇ ಓಡಾಡುತ್ತಿದ್ದರೆ ನಾಗ್ಡೊಬೇತಾಳನೆಂದು ಲೇವಡಿಮಾಡುತ್ತಿದ್ದರು. ಗೋವೆಗೆ ಹೋದಾಗ ಬೇತಾಳನ ಗುಡಿಯೊಂದನ್ನು ನಾನು ನೋಡಿದ್ದೆ. ಬೇತಾಳನೆಂಬುದು ವಿಟ್ಠಲ ಎಂಬುದರ ಅಪಭ್ರಂಶ ಎಂದು ನಾನು ಕಲಿತ ವ್ಯಾಕರಣ ಹೇಳುತ್ತಿತ್ತು. ಕನ್ನಡದಲ್ಲಿ ಬೆತ್ತಲೆ ಎನ್ನುವ ಶಬ್ದವೂ ಬೇತಾಳ ಎನ್ನುವ ಶಬ್ದಕ್ಕೆ ಹತ್ತಿರವಿತ್ತು. ನನ್ನೂರಿನ ಬ್ಯಾರಿಗಳು ಮಲಯಾಳಿಯಲ್ಲಿ ಮಾತನಾಡುವಾಗ ವೀಳ್ಯದೆಲೆಗೆ 'ಬೆತ್ಲೆ' ಅನ್ನುತ್ತಾರೆ. ಕ್ರಿಶ್ಚಿಯನ್ ಧರ್ಮಗ್ರಂಥಗಳಲ್ಲಿ ಬಾರ್ತೆಲೋಮಿಯ ಎನ್ನುವ ಸಂತನೊಬ್ಬನಿದ್ದಾನೆ. ಇವನ್ನೆಲ್ಲ ಯೋಚಿಸುತ್ತಾ ನನ್ನ ಮನಸ್ಸಿನಲ್ಲಿ ನಾಗ್ಡೊಬೇತಾಳನ ಕಲ್ಪನೆ ಸಾಕಾರಗೊಂಡಿತು. ಈ ಎಲ್ಲ ಅಂಶಗಳನ್ನೂ ನಾನು ಕಾದಂಬರಿಯಲ್ಲಿ ನಾಗ್ಡೊಬೇತಾಳನಿಗೆ ಆವಾಹಿಸಿದೆ.

ಆದರೂ ನನಗೆ ನಾಗ್ಡೊಬೇತಾಳನ ವ್ಯಕ್ತಿತ್ವ ಪೂರ್ಣವಾಯಿತು ಎಂಬ ಬಗ್ಗೆ ತೃಪ್ತಿಯೆನಿಸಲಿಲ್ಲ. ಮಾರ್ಕೆಜ್‌ನ ಮೆಲ್‌ಕ್ವಿಯಾಡೆಸ್‌ನಂತೆ ಅವನೂ ಕಾದಂಬರಿಯಲ್ಲಿ ಬಂದು ಹೋಗುತ್ತಿದ್ದನಾದರೂ ಮೆಲ್‌ಕ್ವಿಯಾಡೆಸ್ ಆಧುನಿಕತೆಯನ್ನು ಆ ಹಳ್ಳಿಗೆ ಪರಿಚಯಿಸುವ ವ್ಯಕ್ತಿ. ಅವನ ವ್ಯಕ್ತಿತ್ವಕ್ಕೆ ಹಲವು ಧ್ವನಿಗಳಿದ್ದಾವೆ. 450 ವರ್ಷ ಹಿಂದಿನ ಕತೆ ಆಯ್ದು ನಾನು ಆಧುನಿಕತೆಯನ್ನು ತರುವುದು ಆಭಾಸ. ಆದುದರಿಂದ ನಾಗ್ಡೊಬೇತಾಳನಿಗೆ ಬೇರೆಯೇ ಆದ ಒಂದು ರೂಪವನ್ನು ನಾನು ಕೊಡಬೇಕಿತ್ತು. ಅಂದರೆ ಅದಕ್ಕೊಂದು ಸಂವಾದೀರೂಪವನ್ನು ನಾನು ತರಬೇಕಿತ್ತು. ಸಾವಿಯರ ಒಂದು ಉತ್ತಮ ರೂಪಕ. ನಾಗ್ಡೊಬೇತಾಳ ಈ ಸಮುದಾಯದ ಮಾನಸಿಕ ಶಕ್ತಿಯಾಗಿ ಬೆಳೆಯುತ್ತಾ ಹೋದ. ಅವನಿಗೆ ಸಂವಾದಿಯಾದ ಸಾವಿಯರ

ವೇಷಭೂಷಣ ಮಾತ್ರವಲ್ಲ ನಡೆಯುವಾಗ, ಮಾತನಾಡುವಾಗ, ಬಣ್ಣದಲ್ಲಿ, ವಿರುದ್ಧವಾಗಿರುವುದನ್ನೂ ಗುರುತಿಸಬಹುದು. ಒಂದು ಸಮುದಾಯಕ್ಕೆ ಅವನು ಕರುಣಾಭರಿತ ಗುರುವಾಗಿಯೂ ಇದ್ದಾನೆ.

ಇಲ್ಲಿ ಇನ್ನೊಂದು ವಿಚಾರವನ್ನೂ ನಾನು ಹೇಳಲು ಇಚ್ಛಿಸುತ್ತೇನೆ. ನಾಗ್ಡೊಬೇತಾಳನಿಗೆ ಸಂವಾದಿಯಾಗಿ ಸಾವಿಯರನನ್ನು ತಂದಾಗ ಉಳಿದ ಪಾತ್ರಗಳಿಗೂ ಸಂವಾದಿಯಾಗಿ ರೂಪಕಗಳನ್ನು ತರಬೇಕೆಂದು ನನಗನ್ನಿಸಿತು. ಅದಕ್ಕಾಗಿ ಧಡ್ಡ- ಮರ್ತುಕಿಣಿ, ಜಾಹ್ನವಿ-ಕಾಳಿ, ಗೋವಿಂದಭಟ್ಟರು-ಭೋಜ ಪಾಟಾಳಿ, ತಿಮ್ಮಪ್ಪೈ-ಅಂತುಪೈ ಹೀಗೆ ವಿರುದ್ಧ ಪಾತ್ರಗಳನ್ನೂ ಮನಸ್ಸಿನ ರೂಹಲ್ಲಿ ಕಡೆಯುತ್ತಾ ಹೋದೆ. ಹೆಂಡತಿ ಸತ್ತ ಮೇಲೆ ಕೊಮಿನೊ ಮನೆಯಲ್ಲಿ ಸ್ವ-ಇಚ್ಛೆಯಿಂದ ಸೆರೆ ಹೋಗುತ್ತಾನಲ್ಲವೇ? ಹಾಗೆಯೇ ಗಂಡ ಸತ್ತ ಮೇಲೆ ಜಾಹ್ನವಿ ಕೂಡಾ.

ಇವನ್ನೆಲ್ಲ ಕಾನ್ಶಿಯಸ್ ಆಗಿ ಮಾಡಿದೆ ಎನ್ನುವ ಹಠ ನನಗಿಲ್ಲ. ಆದರೆ ಸೃಷ್ಟಿ ಕ್ರಿಯೆಯಲ್ಲಿ ತೊಡಗಿದಾಗ ಇವುಗಳೆಲ್ಲ ತಾವೇ ತಾವಾಗಿ ಮೂಡುತ್ತಾ ಹೋದುವು. ಮೂಡಿದಂತೆ ಅವುಗಳಿಂದ ಸ್ಫೂರ್ತನಾಗುತ್ತಲೇ ಹೋದೆ. ಈಗ ಮತ್ತೆ ನೋಡಿದಾಗ ಈ ರೀತಿ ವರ್ತಿಸುವ ಪಾತ್ರಗಳನ್ನು ನಾನು ರೂಪಿಸಿದೆನೋ ಅಲ್ಲ ಆ ಪಾತ್ರಗಳೇ ತಾವಾಗಿ ರೂಪುಗೊಂಡು ನನ್ನಿಂದ ಅವನ್ನು ಬರೆಸಿಕೊಂಡುವೋ ಎಂಬ ವಿಸ್ಮಯ ನನಗುಂಟಾಗುತ್ತದೆ. ಕುವೆಂಪು ಅವರು ಹೇಳಿದ 'ತನ್ನ ಮಹಾಕಾವ್ಯಕೆ ತಾನ್ ಮಹಾಕವಿ ಮಣಿವಂತೆ' ಎಂಬುದರ ಅರ್ಥ ಮತ್ತು ಸತ್ಯದ ದರ್ಶನ ನನಗೆ ಸ್ಫುಟವಾಗುತ್ತದೆ.

ನಿಮ್ಮ ಪ್ರಶ್ನೆಗೆ ನಾನು ಪೂರ್ತಿ ಉತ್ತರಿಸಿದ್ದೇನೆ ಅಂತ ಆತ್ಮವಿಶ್ವಾಸದಿಂದ ಹೇಳಲಾರೆ. ಪ್ರಯತ್ನಿಸಿದ್ದೇನೆ.

ಮನು : ನೀವು ಲ್ಯಾಟಿನ್ ಅಮೆರಿಕನ್ ಲೇಖಕರ ಬಗ್ಗೆ ಹೇಳಿದ್ದು ಕುತೂಹಲಕರವಾಗಿದೆ. ನನ್ನ ಪ್ರಕಾರ ನಿಮ್ಮ ಕೃತಿಯಲ್ಲಿ ಬರುವ ನಾಗ್ಡೊಬೇತಾಳ ಮತ್ತು ಗೇಬ್ರಿಯೆಲ್ ಗಾರ್ಸಿಯಾ ಮಾರ್ಕೆಜ್‌ನ 'ಒಂದು ನೂರು ವರ್ಷಗಳ ಏಕಾಂತ' ಕಾದಂಬರಿಯಲ್ಲಿ ಬರುವ ಮೆಲ್‌ಕ್ವಿಯಾಡೆಸ್‌ಗೂ ತುಂಬ ಸಾಮ್ಯವಿದೆ. ಅಂದರೆ ಮಾಯಾವಾಸ್ತವವಾದ. ಅಲ್ಲದೆ ನೀವು ಸಾವಿಯರ ಎಂಬ ಪಾತ್ರವನ್ನು ತರುತ್ತೀರಿ. ಅವನು ಸೇಂಟ್ ಫ್ರಾನ್ಸಿಸ್ ಕ್ಸೇವಿಯರ್ ಅನ್ನುವುದು ಸ್ಪಷ್ಟವೇ. ವ್ಯಕ್ತಿಯ ಮೂಲಕ ಬರುವ ಮಾಯಾವಾಸ್ತವವಾದಕ್ಕೆ ಸಂವಾದಿಯಾಗಿದೆ ಇದು. ಇದು ಬರೀ

ತಂತ್ರಾಂಶವಲ್ಲ. ಒಂದು ಮಹಾನ್ ತಾತ್ವಿಕತೆಯನ್ನು ಒಳಗೊಂಡದ್ದು. ಪೋರ್ಚುಗೀಸರು ನಡೆಸಿದ ಹಿಂಸೆ, ಕ್ರೌರ್ಯ, ಯಾತನೆಗಳು ಕೃತಿಯಲ್ಲಿ ಬರೇ ಸೇಡು ತೀರಿಸುವಂತೆ ಚಿತ್ರಿತವಾಗಿಲ್ಲ. ನಾನು ಹೇಳಲು ಪ್ರಯತ್ನಿಸುತ್ತಿರುವುದೇನೆಂದರೆ ನಾಗ್ಡೊಬೇತಾಳನಂತಹ ಒಂದು ರೂಪಕದ ಸೃಷ್ಟಿಯ ಹಿಂದೆ ಒಂದು ತಾತ್ವಿಕ ಧೋರಣೆ ಇದೆ. ಆ ತಾತ್ವಿಕತೆ ಐತಿಹಾಸಿಕ ವ್ಯಕ್ತಿಯಾದ ಕ್ಸೇವಿಯರನನ್ನು ತರುವ ಮೂಲಕ ಒಂದು ಸಂವಾದೀರೂಪ ತಾಳಿದೆ. ಅದರಿಂದಾಗಿ ಕೃತಿಗೊಂದು ಮಹಾನ್ ತಾತ್ವಿಕತೆಯ ಕಾಣ್ಕೆ ಬಂದಿದೆ. ಒಂದು ರೂಪಕ ಮತ್ತು ಕ್ಸೇವಿಯರನಂಥ ಐತಿಹಾಸಿಕ ಪಾತ್ರ ಪೋರ್ಚುಗೀಸರ ಹಿಂಸೆ, ಕ್ರೌರ್ಯ ಮತ್ತು ಪಾಶವೀಯತೆಯ ಚರಿತ್ರೆಯ ವಾಸ್ತವತೆಯನ್ನು ಮೀರಿ ನಿಲ್ಲವ ಕಾಣ್ಕೆಯನ್ನು ಪ್ರತಿಫಲಿಸುತ್ತದೆ. ಪೋರ್ಚುಗೀಸರ ನಡುವೆಯೇ ಕ್ರಿಸ್ತ ನಂಥ ಪ್ರೇಮಮೂರ್ತಿ, ಕ್ಷಮಾಮೂರ್ತಿ ಇದ್ದಾನೆ. ಸಿಟ್ಟು ಮತ್ತು ರೋಷವನ್ನು ಮೀರಿ ನಿಲ್ಲುವ ಕಥನವಿದು. ಇಲ್ಲದಿದ್ದರೆ ಇದೊಂದು ದ್ವೇಷ ಭರಿತ ಸಿಟ್ಟಿನ, ರೊಚ್ಚು ತುಂಬಿದ ಆವೇಶದ ಕೃತಿಯಾಗಿ, ಇತಿಹಾಸದ ಬಗ್ಗೆ, ಪೋರ್ಚುಗೀಸರ ಬಗ್ಗೆ, ಕ್ರಿಶ್ಚಿಯನ್ನರ ಬಗ್ಗೆ, ಮತಾಂತರದ ಬಗ್ಗೆ ಕೆಟ್ಟ ನಿಲುವಿನ ಕೃತಿಯಾಗುತ್ತಿತ್ತು. ನೀವು ಇನ್‌ಕ್ವಿಸಿಷನ್ ಬಗ್ಗೆಯೂ ಮಾತಾಡಿದ್ದೀರಿ. ಇನ್‌ಕ್ವಿಸಿಷನ್ ಹಿಂದುಗಳ ವಿರುದ್ಧವಾಗಿರಲಿಲ್ಲ. ಕ್ರಿಶ್ಚಿಯನ್ನರ ವಿರುದ್ಧವೇ ಆಗಿತ್ತು. ಅದು ಕ್ರಿಶ್ಚಿಯನ್ನರಲ್ಲೇ ಶ್ರೇಣೀಕೃತ ವ್ಯವಸ್ಥೆಯನ್ನುಂಟುಮಾಡಿತು. ಕೃತಿಯಲ್ಲಿ ಇದೊಂದು ಮುಖ್ಯವಾದ ಸಂಗತಿ. ಹಾಗಾಗಿ ಕಾದಂಬರಿ ಐತಿಹಾಸಿಕ ಸಾಮಗ್ರಿಗಳನ್ನು ಬಳಸಿಕೊಂಡರೂ, ಇತಿಹಾಸದೊಡನೆ ಅನುಸಂಧಾನ ಮಾಡಿಕೊಂಡರೂ ಇತಿಹಾಸದ ನೈಜತೆಯನ್ನು, ಕ್ರೌರ್ಯವನ್ನು ದಾಟಿ ನಿಲ್ಲುವ ಕಲೆಗಾರಿಕೆಯಾಗಿದೆ. ನಿಮ್ಮ ಪ್ರತಿಕ್ರಿಯೆಯೇನು?

ಪೈ : ಸಾಹಿತ್ಯಿಕ ರೂಪಕವಾಗಿ ಹುಟ್ಟಿಕೊಂಡ ನಾಗ್ಡೊಬೇತಾಳ ಮತ್ತು ಇತಿಹಾಸದಲ್ಲಿ flesh and blood ಆಗಿರುವ ಕ್ಸೇವಿಯರ್ ಇವರ ಯಾವ ಸಮಸ್ಯೆಯೂ ನನಗೆ ಉಂಟಾಗಲಿಲ್ಲ. ನಾನು ಮತ್ತೊಮ್ಮೆ ಹೇಳುತ್ತಿದ್ದೇನೆ, ನಾನು ಚಿತ್ರಿಸುತ್ತಿದ್ದುದು ಸಾಮಾನ್ಯರ ಕತೆ. ಅವರೇನೂ ರಾಜರಾಣಿಯರಾಗಿ ದೇಶದ ರಾಜಕೀಯದಲ್ಲಿ ತೊಡಗಿ ಜನರ ಜೀವನವನ್ನು ರೂಪಿಸುವಂಥವರಲ್ಲ. ಈಗಲೂ ಹಾಗೆಯೇ ಅಲ್ಲವೇ? ಸಾಮಾನ್ಯ ಜನರಿಗೆ ವಿಷ್ಣುವೂ ಆದೀತು, ಶಿವನೂ ಆದೀತು, ಯೇಸುವೂ ಆದೀತು. ಅವರಿಗೆ ವಿಶ್ವಾಸ ನಂಬಿಕೆಗಳು ಮುಖ್ಯ. ನನ್ನ ಕತೆಯಲ್ಲಿ ವಿಟ್ಠುಪೈ ಮಗುವಾಗಿದ್ದಾಗ

ಸತ್ತೇ ಹೋಗುತ್ತಾನೇನೋ ಎಂಬ ಧೈರ್ಯ ಕುಸಿದಾಗ ಅವನ ತಂದೆ ಮಾಳಪ್ಪಯ್ಯ ನೇರ ಎತ್ತಿಕೊಂಡು ಹೋಗಿ ಕ್ಸೇವಿಯರನ ಕಾಲಮೇಲೆ ಇಡುತ್ತಾನಲ್ಲವೇ? ಅದು ಸಾಮಾನ್ಯನೊಬ್ಬನ ಚರ್ಯೆ. ನಾಗ್ಡೊ ಬೇತಾಳನಿಲ್ಲದ ಪರಿಸ್ಥಿತಿಯಲ್ಲಿ ಅವರಿಗಿರುವ ಆಸರೆಯೊಂದೇ–ಕ್ಸೇವಿಯರ. ಅಲ್ವೀರಾ ಅಂತೂ ಅವನಿಗೆ ತಾಯಿ, ಪ್ರೇಯಸಿ, ಅಕ್ಕ, ಮಗಳು, ಎಲ್ಲವೂ ಆಗುತ್ತಾಳೆ. ಧರ್ಮ ಎನ್ನುವುದು ಸಾಮಾನ್ಯರಿಗೆ ಒಂದು. ಉಳಿದದ್ದೆಲ್ಲ 'ಪಾಲಿಟಿಕ್ಸ್' ಎನ್ನುವುದು ನನ್ನ ನಿಲುವು. ಹಾಗಾಗಿ ನನಗೆ ಅವರಿಬ್ಬರನ್ನೂ ಎದುರುಬದುರಾಗಿಸುವುದು ಸಾಧ್ಯವಾಯಿತು.

ಆ ಸಮಯದ ಆಗುಹೋಗುಗಳನ್ನು ಗಮನಿಸಿ. ಕಡಲಾಚೆಯ ಜನರು ಅಲ್ಲಿಗೆ ಬಂದು ನೆಲಸುತ್ತಿದ್ದಾರೆ. ಅವರೆಲ್ಲ ವಿಚಿತ್ರ ವೇಷಭೂಷಣಗಳಿಂದ, ನಡೆವಳಿಕೆಯಿಂದ, ಬಣ್ಣ ಆಕಾರಗಳಿಂದ, ಆಚಾರವಿಚಾರಗಳಿಂದ ಅವರಿಗೆ ವಿಚಿತ್ರವಾಗಿ ಕಾಣುತ್ತಿದ್ದರು. ಆದರೆ ಆ ಸಮುದಾಯದಲ್ಲಿ ಒಂದು ಸಮಷ್ಟಿಯ ಪ್ರಜ್ಞೆ ಇರಲಿಲ್ಲ. ಹಾಗಾಗಿ ನಾನು ನಾಗ್ಡೊಬೇತಾಳನನ್ನು ಅಲ್ಲಿಗೆ ಕರೆದು ತರಲಿಲ್ಲ. ಪೋರ್ಚುಗೀಸರ ದುರಾಡಳಿತ ಆರಂಭವಾದಾಗ ಸಾಮಾನ್ಯ ಪೋರ್ಚುಗೀಸರ ಸ್ಥಿತಿಯೂ ಅದೇ ಆಗಿತ್ತು. ಆದುದರಿಂದಲೇ ಕೊಮಿನೋನ ಹೆಂಡತಿ ಮರಿಯಾ ದೆಫಾರಿಯಾ ಕಾಯಿಲೆ ಬಿದ್ದಾಗ ನಾನು ಕ್ಸೇವಿಯರನನ್ನು ತರಲಿಲ್ಲ. ಮಾಳಪ್ಪಯ್ಯನ ಹೆಂಡತಿಯೇ ಕೊಮಿನೋನ ಮನೆಯ 'ಒಳಗೆ' ಹೋಗಿ ಅವಳ ಶುಷ್ರೂಷೆ ಮಾಡುತ್ತಾಳೆ. ಒಟ್ಟಾರೆ 'ಟಿಟ್ ಫಾರ್ ಟ್ಯಾಟ್' ಅಲ್ಲ, 'ಲವ್ ಫಾರ್ ಲವ್' ಮನುಷ್ಯ ಮನುಷ್ಯನನ್ನು ನೋಡುವ ಕ್ರಮ. 450 ವರ್ಷಗಳ ಹಿಂದೆ ಒಬ್ಬ ಬ್ರಾಹ್ಮಣ ಹೆಂಗಸು ಒಬ್ಬ ಕ್ರಿಶ್ಚಿಯನ್‌ನ ಮನೆಯನ್ನು ಪ್ರವೇಶಿಸುವುದು ಊಹಿಸಲೂ ಸಾಧ್ಯವಿಲ್ಲದ ಮಾತು. ಅಲ್ಲಿ ಮಠದ ಸ್ವಾಮಿಗಳು ಇಲ್ಲ. ಆ ಸಮುದಾಯಕ್ಕೆ ಮಠದ ಸ್ವಾಮಿಗಳು ಬರುವುದು ಮುಂದೆ ಮಂಜೇಶ್ವರದಲ್ಲಿ ಮಾತ್ರ. ನಾನು ಬರೆಯುತ್ತಿದ್ದುದು ಇತಿಹಾಸವಲ್ಲ, ಸಾಹಿತ್ಯ. ಬದುಕಿನ ಧ್ವನಿಗಳು ನನಗೆ ಮುಖ್ಯವಾಗುತ್ತವೆ, ಅಲ್ಲವೇ?

ನೀವು ಇನ್‌ಕ್ವಿಸಿಷನ್‌ನ ಮಾತೆತ್ತಿದಿರಿ. ನಿಜ, ಅದು ಹಿಂದುಗಳ ಮೇಲೆ ಹೇರಿದ್ದಲ್ಲ. ಅದು ಕ್ರಿಶ್ಚಿಯನ್ನರ ನಡುವೆ ನೀವು ಗುರುತಿಸಿದಂತೆ ಶ್ರೇಣೀಕೃತ ವ್ಯವಸ್ಥೆಯನ್ನುಂಟು ಮಾಡಿದ್ದು ಸತ್ಯ. ಅದರಿಂದಾಗಿಯೇ ರಾವುಳು ಕುಡಾವನನ್ನು ಮತ್ತು ಮುಂದೆ ಬುದ್ದುವನ್ನು ಅವರು ಇನ್‌ಕ್ವಿಸಿಷನ್‌ಗೆ ತಳ್ಳಿದ್ದು. ಅವರಿಬ್ಬರೂ ನೋವೀಸ್ ಆಗಿದ್ದರು. ನಾನು ಇನ್‌ಕ್ವಿಸಿಷನ್

ಬಗ್ಗೆ ಒಂದು ಪೂರ್ತಿ ಉಪವಿಭಾಗವನ್ನು ನನ್ನ ಮೊದಲ ಪ್ರತಿಯಲ್ಲಿ ಬರೆದಿದ್ದೆ. ಆದರೆ ಅದು ಇನ್‌ಕ್ವಿಸಿಷನ್‌ನ ರೂಪವನ್ನು ಕುರಿತು ಬರೆದದ್ದು. ಅದು ವರದಿಯಾಗಿತ್ತಲ್ಲದೇ ನನ್ನ ಕಥಾನಕಕ್ಕೆ ಹೊಂದಾಣಿಕೆಯಾಗುತ್ತಿರಲಿಲ್ಲ. ಹಾಗಾಗಿ ಸುಮಾರು ಎಂಟು ಪುಟಗಳ ಆ ಬರಹವನ್ನು ನಾನು ನಿರ್ಮಮತೆಯಿಂದ ತೆಗೆದುಹಾಕಿದೆ.

ನನಗೆ ಇಲ್ಲಿ ಇನ್ನೊಂದು ಮಾತನ್ನೂ ಸೇರಿಸಬೇಕೆಂದು ಅನ್ನಿಸುತ್ತದೆ. ಮನುಷ್ಯ ಪರಿಪೂರ್ಣನಲ್ಲ ಎನ್ನುವ ಬಗ್ಗೆ ನನಗೆ ಸಂಪೂರ್ಣ ಅರಿವಿದೆ. ಆದುದರಿಂದ ರಾಮಚಂದ್ರ ಪೈಯ ಪಾತ್ರ ಬೆಳೆಯುತ್ತಾ ಹೋದಂತೆ, ಮೊದಲೆಲ್ಲೂ ಆ ಬಗ್ಗೆ ಹೇಳದಿದ್ದರೂ, ಅವನ ಕೊನೆಗಾಲದಲ್ಲಿ ಅವನ ಕಾಮುಕ ಸಾಹಸಗಳ ಬಗ್ಗೆ ಕೊನೆಯ ಅಧ್ಯಾಯದಲ್ಲಿ ನಾನು ಬರೆದಿದ್ದೇನೆ. ಯಾಕೆಂದರೆ ಅವನ ವ್ಯಕ್ತಿತ್ವವನ್ನು, ಅಂದರೆ ನನ್ನ ಕಥಾನಾಯಕನ ವ್ಯಕ್ತಿತ್ವವನ್ನು ವೈಭವೀಕರಿಸುವ ಆಸ್ಥೆ ನನಗಿರಲಿಲ್ಲ. ಅದರ ಸೂಚನೆಯನ್ನು ಮಾತ್ರ ಅವನ ಮದುವೆಯ ಸಂದರ್ಭದಲ್ಲಿ ಕೊಟ್ಟೆ. ವ್ಯಾಸರು ಅರ್ಜುನ ತನ್ನ ಕೈಮೀರಿ ವೈಭವೀಕೃತನಾಗುತ್ತಾ ಇದ್ದಾನೆಂದು ಕಂಡಾಗ ಹೋದಲ್ಲೆಲ್ಲ ಹೆಣ್ಣಿನ ಸಹವಾಸ ಮಾಡುವ ಕಚ್ಚೆಹರುಕನಂತೆ ಚಿತ್ರಿಸಿದ್ದಾರಲ್ಲವೇ? ದ್ರೌಪದಿಯಿದ್ದೂ ಉಲೂಪಿ, ಚಿತ್ರಾಂಗದೆ, ಸುಭದ್ರೆಯರ ಸೀರೆ ಬಿಚ್ಚಿಸಿ, ಆ ಮೇಲೆ ಅವನನ್ನು ನಪುಂಸಕನೆಂದು ಹೇಳುವುದು ಅದಕ್ಕಾಗಿ ಎಂದನ್ನಿಸುತ್ತದೆ ನನಗೆ.

ಮನು : ನಿಮ್ಮ ಕೃತಿಯಲ್ಲಿ ಇನ್ನೊಂದು ಕುತೂಹಲಕಾರಿ ಅಂಶವಿದೆ. ಅದನ್ನು ನಾನು ಲೈಂಗಿಕತೆ ಎಂದು ಗುರುತಿಸಬಯಸುತ್ತೇನೆ. ಅದು ಪಾತ್ರ ಪೋಷಣೆಯಲ್ಲಿರಬಹುದು, ಗಂಡು–ಹೆಣ್ಣುಗಳ ಸಂಬಂಧದಲ್ಲಿರಬಹುದು. ಆದರೆ ಅದು ತಾತ್ವಿಕ ನೆಲೆಯಲ್ಲಿರುವ ಸೃಜನಶೀಲ ಪ್ರಕ್ರಿಯೆಯಲ್ಲಿ. ಐತಿಹಾಸಿಕ ಸಾಮಗ್ರಿಗಳನ್ನು ನೀವು ಬಳಸಿಕೊಂಡಂತೆಯೇ ಲೈಂಗಿಕತೆಯನ್ನೂ ಬಳಸಿಕೊಂಡ ಕೃತಿಯ ಸೌಂದರ್ಯ ಮೀಮಾಂಸೆ – ಈಸ್ಥೆಟಿಕ್ಸ್‌ನಲ್ಲಿಯೂ ಕಥಿಸಲ್ಪಟ್ಟಿದೆ. ಅದು ಬರೀ ಕಾಮವಲ್ಲ. ಉದಾಹರಣೆಗೆ ವಿಟ್ಠು ಪೈ ಮತ್ತು ಅಲ್ವೀರಾಳ ಸಂಬಂಧ. ಇನ್ನೊಂದು ಕಡೆ ವಿಟ್ಠುಪೈಯ ಹೆಂಡತಿ ತುಳಸೀಬಾಯಿ ತಾನಾಗಿ ಅವನ ಮೈಮೇಲೇರಿ ಸುಖಕೊಡುವುದು. ಅಂಥ ಲೈಂಗಿಕತೆಯ ಚಿತ್ರಣಗಳು. ನನ್ನ ಪ್ರಕಾರ ಇದು ನಾಗ್ಗೊಬೇತಾಳ ಮತ್ತು ಕ್ರೇವಿಯರನ ಅನುಸಂಧಾನದ ಮೂಲಕ ಚರಿತ್ರೆಯನ್ನು ಬಗೆಯುವುದು ಒಂದು ದೃಷ್ಟಿಯಾದರೆ, ಇಂಥ ಒಂದು ಸುಂದರವಾದ, ಮಧುರವಾದ, ಹೆಣ್ಣುಗಂಡುಗಳ ಉತ್ಕಟ ಸಂಬಂಧ ಒಂದು

ತಾತ್ವಿಕ ಅನುಭೂತಿಯಾಗಿದೆ. ಅದು ಕೂಡಾ ಚರಿತ್ರೆಯ ಕ್ರೌರ್ಯವನ್ನು ಅಮಾನವೀಯತೆಯನ್ನು ಮೀರಿ ನಿಲ್ಲುವ ಕಾಣ್ಕೆಯಾಗಿದೆ. ಆದುದರಿಂದ ಈ ಲೈಂಗಿಕ ಚಿತ್ರಣದೊಡನೆ ಚರಿತ್ರೆಯ ಸಾಮಗ್ರಿಗಳು ಸೇರಿಕೊಂಡ ರೀತಿ ಇನ್ನೊಂದು ತಾತ್ವಿಕ ನೆಲೆಗಟ್ಟನ್ನು ಸಾಧಿಸಿದ್ದು ನಿಮ್ಮ ಕೃತಿ ಇತಿಹಾಸವನ್ನು ನೋಡುವ, ನೋಡಿಯೂ ಅದನ್ನು ದಾಟಿ ನಿಲ್ಲುವುದನ್ನು ಸಾಧಿಸಿದೆ. ಇದನ್ನು ಮನಸ್ಸಿನಲ್ಲಿಟ್ಟುಕೊಂಡು ನಿಮ್ಮ ಸೃಜನಶೀಲತೆಯ ಪ್ರಕ್ರಿಯೆಯ ಬಗ್ಗೆ ಹೇಳುವಿರಾ?

ಪೈ : ನಾನು ಕಾದಂಬರಿಯನ್ನು ಬರೆಯಲು ಹೊರಟಾಗ ಇದು ಮನುಷ್ಯನ ಕತೆಯಾಗಬೇಕೆಂದು ನಿರ್ಧರಿಸಿದ್ದೆ. ಅದರಿಂದಾಗಿ ಒಂದು ಮಗುವಿನ ಹುಟ್ಟುವ ಕ್ರಿಯೆಯಿಂದ ಆರಂಭವಾಗಿ ಒಬ್ಬ ವೃದ್ಧ ಸಾಯುವಲ್ಲಿಗೆ ಕತೆ ಮುಗಿಯುತ್ತದೆ. ಇದರ ಮಧ್ಯೆ ಏಳು ತಲೆಮಾರುಗಳು ಇದ್ದಾವೆ. ಆದುದರಿಂದ ಇದು ಒಂದು ಕುಟುಂಬದ ಕತೆಯೂ ಆಗುತ್ತದೆ, ಸಮುದಾಯದ ಕತೆಯೂ ಆಗುತ್ತದೆ, ಒಂದು ಜನಾಂಗದ ಕತೆಯೂ ಆಗುತ್ತದೆ. ಎಲ್ಲಕ್ಕಿಂತ ಮೇಲೆ ಮನುಷ್ಯನ ಕತೆಯೂ ಆಗುತ್ತದೆ. ಇದನ್ನು ಹೇಳುವಾಗ ಮನುಷ್ಯನ ಎಲ್ಲ ವಯಸ್ಸಿನ ಪ್ರವೃತ್ತಿಗಳನ್ನೂ ನಾನು ಬರೆಯುವ ಉದ್ದೇಶ ಹೊಂದಿದ್ದೆ. ಒಬ್ಬ ಮನುಷ್ಯನ ಜೀವಿತ ಕಾಲದಲ್ಲಿ ಅವನ ಯವ್ವನದ ಚಟುವಟಿಕೆಗಳು ಹೆಚ್ಚು ಅಲ್ಲವೇ? ಅದನ್ನು ಹಿಡಿಯುವ ಪ್ರಯತ್ನ ನನಗೆ ಅನಿವಾರ್ಯವಾಗಿತ್ತು.

ನಾನು ಸಣ್ಣವನಿದ್ದಾಗ ನನ್ನ ತಾಯಿಯೂ ಸೇರಿದಂತೆ ಆಗಿನ ಹೆಣ್ಣುಮಕ್ಕಳು ಬಹಳ ನಮ್ರ ಸ್ವಭಾವದ, ಪುಕ್ಕಲರಾದ, ವ್ಯಕ್ತಿತ್ವವುಳ್ಳವರಾಗಿದ್ದರು. ಈ 50 ವರ್ಷಗಳಲ್ಲಿ ಅವರ ಸ್ವಭಾವ ಹಂತಹಂತವಾಗಿ ಬದಲಾಗಿದೆ. ಈ ಹಂತಗಳಲ್ಲಿ ಅವರು ಗುಟ್ಟಾಗಿ, ಆದರೆ ಪ್ರೇಮಸ್ವಭಾವದ ಗೆಳತಿಯರಾಗಿ ಇರುವ ವ್ಯಕ್ತಿತ್ವದವರಾದರು. ಆ ಮೇಲೆ ಪ್ರತಿಭಟನೆಯನ್ನು ತೆರೆದಿಡುವ ಸ್ವಭಾವಕ್ಕೆ ಬಂದರು. ಈಗ ನೋಡಿ ಅವರು ಎತ್ತರದ ಸ್ವರದಲ್ಲಿ ತಮ್ಮ ಭಾವನೆಗಳನ್ನು ಹೇಳುತ್ತಿದ್ದಾರೆ. ನನ್ನ ನಂತರದ ತಲೆಮಾರಿನವರಂತೂ 'ವಾಟ್ ಈಸ್ ಯುವರ್ ಪ್ರಾಬ್ಲೆಂ?' ಎಂದು ಕೇಳುತ್ತಿದ್ದಾರೆ. ಇದೆಲ್ಲವೂ ನಮ್ಮ ತಲೆಮಾರು ಕಂಡ ಅವಸ್ಥಾಂತರ. ಇದನ್ನು ಚಿತ್ರಿಸಬೇಕೆಂದು ನಾನು ಉದ್ದೇಶಿಸಿದೆ. ನನ್ನ ಕಾದಂಬರಿಯಲ್ಲಿ ಬರುವ ಸ್ತ್ರೀ ಪಾತ್ರಗಳಲ್ಲಿ ಮೊದಲ ಸ್ತ್ರೀಪಾತ್ರ ಅಳುವ ಹೆಣ್ಣಿನದು. ಧಡ್ಡನನ್ನು ಮನೆಯಲ್ಲಿಯೇ ಇರಿಸಬೇಕೆಂದು ಗಂಡನೊಡನೆ ಕೇಳುವಾಗಲೂ ಅಳುತ್ತಲೇ ಬೇಡಿಕೊಳ್ಳುವ ರಾಧಾಬಾಯಿ. ಆ ಮೇಲೆ ವಿಟ್ಠುಪೈ ಮತ್ತು ಅಲ್ವೀರಾಳ ಸಂಬಂಧ ಬರುತ್ತದೆ. ಅದು

ಗುಟ್ಟಾದ, ಏಕಾಂತದ, ಪ್ರೌಢಪ್ರೇಮದ ಸಂಬಂಧ. ಅಲ್ವೀರಾಳನ್ನು ಅದಕ್ಕಾಗೇ ವಿಟ್ಠುಪೈಗಿಂತ ದೊಡ್ಡವಳನ್ನಾಗಿ ಮಾಡಿದೆ. ಮತ್ತೆ ನಮಗೆ ಹೆಣ್ಣಿನ ಸ್ವರ ಕೇಳುವುದು ವಲಸೆಯ ಸಮಯದಲ್ಲಿ ತುಳಸೀಬಾಯಿ ಎದ್ದು ನಿಂತು ಮಾತನಾಡಿದ್ದು. ಆ ಮೇಲೆ ಜಾಹ್ನವಿಯ ಪ್ರತಿಭಟನೆ. ಅದು ಯಾವುದೇ ಶಾಬ್ದಿಕ ಪ್ರತಿಭಟನೆಗಿಂತ ಎತ್ತರದಲ್ಲಿದೆ. ಕೊನೆಯದಾಗಿ ಕಾವೇರಮ್ಮನ ಶಾಪ. ಅದು ಸ್ತ್ರೀವಾದಿತ್ವದ ಸಂಪೂರ್ಣ ಅಸ್ಮಿತೆ.

ಈ ಹಿನ್ನೆಲೆಯಲ್ಲಿ ಲೈಂಗಿಕತೆಯ ವಿವಿಧ ಆಯಾಮಗಳನ್ನು ನೋಡಬೇಕು. ನನ್ನ ಈ ಕತೆಯ ಅತಿ ಮುಖ್ಯ ಪಾತ್ರಗಳು ವಿಟ್ಠುಪೈ ಮತ್ತು ರಾಮಚಂದ್ರ ಪೈ. ವಿಟ್ಠುಪೈ ತೀರ ಚಿಕ್ಕವನಿದ್ದಾಗ ನೋಡಿದ್ದು, ಕೊಮಿನೋ ಮತ್ತು ಮರಿಯಾಳ ಪ್ರೀತಿಯ ಪರಿಯನ್ನು. ಅದನ್ನವನು ತನ್ನ ಮೊಮ್ಮಗನಿಗೆ ಹೇಳುತ್ತಿದ್ದಾನೆನ್ನುವುದನ್ನು ಗಮನಿಸಿ. ಮತ್ತೆ ಮಾಲುಗಣ್ಣಿನ ಕಾವಳೆಯ ಹುಡುಗಿ. ಆ ಮೇಲೆ ಅಲ್ವೀರಾ. ಈ ಮೂರು ಸ್ತರಗಳ ಒಂದು ಹಂತ. 2ನೆಯ ಭಾಗದಲ್ಲಿ ತುಳಸೀಬಾಯಿ ತಾನಾಗಿ ವಿಟ್ಠುಪೈಯ ಹತ್ತಿರ ಬರುವುದು. ಇದು ಸಂತಾನಾಪೇಕ್ಷೆಯ ಲೈಂಗಿಕ ಆಸಕ್ತಿ. ಅದಕ್ಕಾಗೇ ಇದಾದ ಮುಂದಿನ ಅಧ್ಯಾಯದಲ್ಲಿಯೇ ಅವಳು ತಾನು ಬಸುರಿ ಎಂಬ ವಿಚಾರ ಹೇಳುವುದು. ರಾಮಚಂದ್ರ ಪೈ ಮದುವೆಯಾಗುತ್ತಲೇ, ಪ್ರಸ್ತದ ಮೊದಲೇ ಹೆಂಡತಿ ಪಾರ್ವತೀ ಬಾಯಿಯ ಸಂಗ ಬಯಸುವ ಅವಸರದ ಆತುರದ ಸನ್ನಿವೇಶವನ್ನು ನೋಡಿ. ಆಕೆ ಮನೆ ತುಂಬಿಸಿ ಬಂದಾಗ ಅವನು ಹಗಲಿನಲ್ಲಿ ಎಲ್ಲರ ಎದುರೂ ತುಂಬಿದ ಮನೆಯಲ್ಲಿ ತನ್ನ ಲೈಂಗಿಕತೆ ಪ್ರದರ್ಶಿಸುತ್ತಾನೆ. ಅವನ ಇಬ್ಬರು ಮಕ್ಕಳಲ್ಲೂ ಲೈಂಗಿಕಾಂಶ ಜಾಸ್ತಿ. ಒಂದು ಅಂತುಪೈಯದ್ದು. ಅದು ತಡೆಯಿಲ್ಲದ ಲೈಂಗಿಕಾಸಕ್ತಿ. ಇನ್ನೊಂದು ತಿಮ್ಮಪೈಯ ಹಠದ ಲೈಂಗಿಕಾಸಕ್ತಿ. ಅಲ್ಲಿ ಹೆಣ್ಣಿನ ಒಪ್ಪಿಗೆ ಕೇಳುವುದಿಲ್ಲ. ಆದರೆ ಅದರಲ್ಲಿ ಅವನ ಪ್ರೀತಿಯೂ ಇದೆ. ಅದೇ ಆಸಕ್ತಿ ಅವನ ಸರೀಕನಾದ ಭುಜಂಗ ಪೈಯಲ್ಲಿಲ್ಲ. ಆ ಹೆಸರು ಕೂಡಾ ಹಾಗೆಯೇ ಇದೆ. ಅವನಲ್ಲಿರುವುದು ದ್ವೇಷದ ಆಸಕ್ತಿ. ಅಲ್ಲದೇ ಅವನ ತಮ್ಮ ಪೆದ್ದು ರಂಗಪೈಗೆ ಮುಗ್ಧ ಲೈಂಗಿಕತೆ. ಹೀಗೆ ಎಲ್ಲ ಹಂತಗಳಲ್ಲೂ ಎಲ್ಲ ಅವಸ್ಥೆಗಳ ಚಿತ್ರಣಗಳನ್ನು ಚಿತ್ರಿಸುವ ಪ್ರಯತ್ನ ಮಾಡಿದ್ದೇನೆ. ಚರಿತ್ರೆಯ ಸಾಮಗ್ರಿಗಳನ್ನು ಬಳಸುವಾಗ ಯಾವ ಎಚ್ಚರವನ್ನು ನಾನು ತೆಗೆದುಕೊಂಡಿದ್ದೆನೋ ಅದೇ ರೀತಿಯ ಎಚ್ಚರವನ್ನು ಲೈಂಗಿಕ ಚಿತ್ರಣದಲ್ಲೂ ತೆಗೆದುಕೊಂಡಿದ್ದೇನೆ ಎಂಬ ಅನಿಸಿಕೆ ನನ್ನದು. ವಿನಾ ಗಂಡು ಹೆಣ್ಣುಗಳ ಮಧುರ ಸಂಬಂಧವನ್ನು

ಕಾಮದ ವಿವರಣೆಯಲ್ಲಿ ಆಕರ್ಷಕವಾಗಿ ಚಿತ್ರಿಸುವುದರಲ್ಲಿ ನಾನು ಆಸಕ್ತಿ ಹೊಂದಿರಲಿಲ್ಲ. ಅದರಲ್ಲಿ ಸಫಲನಾಗಿದ್ದೇನೋ ಇಲ್ಲವೋ ಎನ್ನುವುದನ್ನು ನೀವೇ ಹೇಳಬೇಕು.

ಮನು : ಇನ್ನೊಂದು ವಿಚಾರದ ಬಗ್ಗೆ ಹೇಳಿ. ಮಾಯಾವಾಸ್ತವವಾದವನ್ನು ಪರಿಚಯಿಸಿದ ಅನೇಕ ಲ್ಯಾಟಿನ್ ಅಮೆರಿಕದ ಮಹಾನ್ ಲೇಖಕರು ಅಲ್ಲಿಯ ಚರಿತ್ರೆಯಲ್ಲಿ ಆಗಿಹೋದ ಶೋಷಣೆ, ಹಿಂಸೆ, ಕ್ರೌರ್ಯಗಳನ್ನು ತಮ್ಮ ಕತೆ ಕಾದಂಬರಿಗಳಲ್ಲಿ ದಾಖಲಿಸಿದ್ದಾರೆ. ಅವೆಲ್ಲ ಚರಿತ್ರೆಯನ್ನು ಮೀರಿ ನಿಲ್ಲುವ ಕೃತಿಗಳಾಗಿವೆ. ಒಕ್ಟೇವಿಯೋ ಪಾಜ಼್ ಎನ್ನುವ ಲೇಖಕರೊಬ್ಬರು ಚರಿತ್ರೆಯ ಈ ವಿನಾಶಕಾರೀ ವಿಚಾರ ಕಾವ್ಯಕ್ಕೆ ಬರಬಾರದು ಎಂದು ಹೇಳುತ್ತಾರೆ. ನಮ್ಮ ಓದು ಹಾಗೆ ಹೇಳಿಕೊಟ್ಟಿದೆ. ನಿಮ್ಮ ಸ್ವಪ್ನ ಸಾರಸ್ವತ ಕಾದಂಬರಿಯೂ ಚರಿತ್ರೆಯ ಹಿಂಸೆ, ರಕ್ತಪಾತ, ಕ್ರೌರ್ಯಗಳನ್ನು ಕುರಿತು ತನ್ನ ಕಥಾನಕದಲ್ಲಿ ವಿವರಿಸುತ್ತ ಹೋಗುತ್ತದೆ. ಆದರೆ ಅದು ಸೇಡು ತೀರಿಸಿಕೊಳ್ಳುವ, ಪಾಪಕೃತ್ಯಗಳತ್ತ ಬೆಟ್ಟು ತೋರಿಸುವ, ಶೋಷಣೆಗೆ ಒಳಗಾಗುವುದನ್ನು ವೈಭವೀಕರಿಸುವ ಅಂತ್ಯಕ್ಕೆ ಬರುವುದಿಲ್ಲ. ಆ ಸಮುದಾಯ ಇಂಥ ಹಿಂಸಾಚಾರಕ್ಕೆ ಬಲಿಯಾಗಿಯೂ ಅದನ್ನು ಬಿಟ್ಟು ಬದುಕಲು ಬೇರೊಂದು ಭೂಭಾಗಕ್ಕೆ ತೆರಳುವುದನ್ನು ಹೇಳುತ್ತದೆ. ಹೀಗೆ ಮೀರಿ ನಿಲ್ಲುವ ಪ್ರಕ್ರಿಯೆಯನ್ನು ಹೇಗೆ ಸಾಧಿಸಿದಿರಿ? ಇಲ್ಲಿ ನನಗೆ ಅಲ್ಬರ್ಟ್ ಕಾಮು ಹೇಳಿದ ಒಂದು ಮಾತು ನೆನಪಿಗೆ ಬರುತ್ತದೆ. ಹತಾಶೆಯ ಅಂತ್ಯವುಳ್ಳ ಕೃತಿಯೇ ಒಂದು ವೈರುಧ್ಧ್ಯ ಎನ್ನುತ್ತಾನವನು. ಸ್ವಪ್ನ ಸಾರಸ್ವತ ಅಂಥ ಹತಾಶೆಯ ಕೃತಿಯಾಗಿ ಅಂತ್ಯಗೊಳ್ಳುವುದಿಲ್ಲ. ಆದುದರಿಂದ ಅಲ್ಲಿಯ ನಂಬಿಕೆಗಳನ್ನು ಮತ್ತು ಕಾಯಕಲ್ಪ ಪಡೆಯುವುದನ್ನು ದಾಖಲಿಸುವ ಕೃತಿಯಾಗಿ ಮುಖ್ಯವಾಗುತ್ತದೆ. ನಿಮ್ಮದೇ ಸೃಜನಶೀಲ ಪ್ರಕ್ರಿಯೆಯ ಹಿನ್ನೆಲೆಯಲ್ಲಿ ಆ ಬಗ್ಗೆ ಹೇಳಿ.

ಪೈ : ನೋಡಿ, ದಕ್ಷಿಣ ಭಾರತದವರಾದ ನಮಗೆ ಉತ್ತರ ಭಾರತೀಯರಷ್ಟು ಯುದ್ಧದ ಅನುಭವವಿಲ್ಲ. ನಮ್ಮದು ಪಂಗಡಗಳ ಒಳಜಗಳ. ಉತ್ತರ ಭಾರತೀಯರು ಇಂದೂ ಯುದ್ಧದ ಭೀತಿಯಲ್ಲೇ ಇದ್ದಾರೆ. ಯುದ್ಧದ ಬೇಗೆ ಎನ್ನುವುದು ನಮ್ಮ ರಕ್ತದಲ್ಲಿಯೇ ಇಲ್ಲ. ಇತಿಹಾಸದ ಪ್ರಕಾರ ದಕ್ಷಿಣ ಭಾರತದ ಈ ಭೂಭಾಗದಲ್ಲಿ ವಿದೇಶೀಯರ ಆಕ್ರಮಣದ ಅನುಭವ, ಅದು ರಾಜಕೀಯವಾಗಿರಬಹುದು, ಧಾರ್ಮಿಕವಾಗಿರಬಹುದು, ಸಾಂಸ್ಕೃತಿಕವಾಗಿರಬಹುದು, ಆ ಅನುಭವವಾಗಿರುವುದು ಬಹುಶಃ ಸಾರಸ್ವತರೆಂಬ ಉಪಜನಾಂಗಕ್ಕೆ ಮಾತ್ರ. ನಾನು ಆ ಸಮುದಾಯಕ್ಕೆ

ಸೇರಿದವನು. ಉಳಿದವರ ರಕ್ತದಲ್ಲಿ ಆ ಬೇಗೆಯ, ಅದರಿಂದಾಗಿ ವಲಸೆ ಹೋಗುವ ನೋವಿನ ಅನುಭವವಿಲ್ಲವೆಂದು ನನಗನ್ನಿಸುತ್ತದೆ.

ವಲಸೆಯಲ್ಲಿ ಎರಡು ವಿಧಗಳಿವೆ. ಒಂಘು ಒಳಗಿನ ಒತ್ತಡ. ಇನ್ನೊಂದು ಹೊರಗಿನ ಒತ್ತಡ. ಒಳಗಿನ ಒತ್ತಡವೆಂದರೆ ಅದು ಹೊಟ್ಟೆಪಾಡಿಗಾಗಿ, ಶಿಕ್ಷಣಕ್ಕಾಗಿ, ಬದುಕು ಬಂರುಸುವ ನೌಕರಿಗಾಗಿ. ಅದು ಅನಾದಿಕಾಲದಿಂದಲೂ ಇದೆ. ಉತ್ತರಧ್ರುವದಿಂದ ನೀರಿನ ಸೆಲೆಯನ್ನು ಕೃಷಿಗಾಗಿ ಅರಸುತ್ತಾ ಬಂದ ಮಂದಿ ಅವರು. ಆ ಪ್ರಕ್ರಿಯೆ ಈಗಲೂ ಇದೆ. ನಾನು ದಕ್ಷಿಣಕನ್ನಡದ, ಈಗ ಕೇರಳದಲ್ಲಿರುವ ಒಂದು ಹಳ್ಳಿಯಿಂದ ಬೆಂಗಳೂರಿಗೆ ಬಂದೆ. ನನ್ನ ಮಕ್ಕಳು ವಿದೇಶದಲ್ಲಿದ್ದಾರೆ. ನನ್ನ ಹಾಗೆಯೇ ನೂರಾರು ಮಂದಿ ಇದ್ದಾರೆ. ಇದೂ ವಲಸೆಯಲ್ಲವೇ? ಆದರೆ ಇದನ್ನು ನಾವೇ ಆರಿಸಿಕೊಂಡದ್ದು. ಅಂದರೆ ಒಳಗಿನ ಒತ್ತಡಗಳು. ಆದರೆ ಹೊರಗಿನ ಒತ್ತಡಗಳು ಬೇರೆಯೇ ಥರ ಇರುತ್ತವೆ. ಧಾರ್ಮಿಕ ಕ್ರೌರ್ಯಗಳು ಸಾರಸ್ವತರ ಮೇಲೆ ಎರಗಿ ರಾತ್ರೋರಾತ್ರೆ ಎಲ್ಲ ಬಿಟ್ಟು ಹೋಗಬೇಕೆಂಬ ಒತ್ತಡ ಬಿದ್ದಾಗ ಅವರಿಗೆ ನೋವು ಉಂಟಾಗುವುದು ಸಹಜ.

ಈಗ, ಈ ಹೊತ್ತಿನಲ್ಲಿ ಕೂತು ಆ ಅನುಭವವಿಲ್ಲದ ನಾನು ಅದನ್ನು ಬರೆಯುತ್ತಿರುವಾಗ ಅದನ್ನು ಊಹಿಸಿಕೊಳ್ಳುವುದು ಮಾತ್ರ ನನ್ನಿಂದ ಸಾಧ್ಯ. ಲ್ಯಾಟಿನ್ ಅಮೆರಿಕದ ಲೇಖಕರಿಗೆ ಆ ಅನುಭವ ರಕ್ತಗತವಾಗಿ ಉಳಿದಿದೆ. ಈಗಲೂ ಅವರು ರಕ್ತಪಾತ, ಕ್ರೌರ್ಯ, ಹಿಂಸೆ, ವಲಸೆ ಹೋಗುವ ಪರಿಸ್ಥಿತಿ ನೇರವಾಗಿ ನೋಡುತ್ತಿದ್ದಾರೆ. ಯಹೂದಿಗಳು, ಟಿಬೇಟಿನಿಂದ ಹೊರಬಿದ್ದ ನಿರಾಶ್ರಿತರು ಇವರೆಲ್ಲ ಸದ್ಯದ ಉದಾಹರಣೆಗಳು. ನಾನು ನೋಡಿದ ನಿರಾಶ್ರಿತರೆಂದರೆ ಕುಶಾಲನಗರದ ಹಾಗೂ ಮುಂಡಗೋಡಿನ ಸಮೀಪವಿರುವ ಟಿಬೇಟಿಯನ್ನರದು. ಅದೂ ವಲಸೆ ಹೊರಡುವ ಪರಿಸ್ಥಿತಿಯಲ್ಲಲ್ಲ. ತಮ್ಮದಲ್ಲದ ಸ್ಥಳದಲ್ಲಿ ನೆಲೆನಿಂತು ತಮ್ಮ ದೇವರುಗಳಿಗಾಗಿ ದೇವಸ್ಥಾನ ಕಟ್ಟಿ, ತಮ್ಮ ಭಾಷೆಯಲ್ಲಿಯೇ ಮಾತನಾಡುತ್ತಾ, ಆದರೆ ಈ ಇಲ್ಲಿಯ ಜನರ ಜೊತೆಗೆ ಸೇರಿಕೊಳ್ಳಲಾಗದ ಅತಂತ್ರ ಸ್ಥಿತಿಯಲ್ಲಿರುವ post migration ಸ್ಥಿತಿಯಲ್ಲಿ. ಆದರೆ ಅವರ ಒಳಗೆ ಹೋಗಿ ಅದನ್ನು ಅನುಭವವಾಗಿಸುವುದು ನನ್ನಿಂದ ಸಾಧ್ಯವಾಗಿಲ್ಲ. ನಾನು ದೆಹಲಿಯಲ್ಲಿದ್ದಾಗ ಒಂದು ಸಿಂಧಿ ಬಡಾವಣೆಯಲ್ಲಿದ್ದೆ. ಅಲ್ಲಿ ತುಂಬ ವಯಸ್ಸಾದ ಮಂದಿ ಬಹಳ ಇದ್ದರು. ಅವರ ಒಂದು ತಲೆಮಾರಿನ ಹಿಂದಿನವರು ಪಾಕಿಸ್ತಾನದಿಂದ ಓಡಿ ಬಂದವರು. ನಾನು ಕಂಡದ್ದೆಂದರೆ

ಈಗ ವಯಸ್ಸಾದ ಈ ಸಾಮಾನ್ಯ ಮಂದಿಗೆ ಪಾಕಿಸ್ತಾನದ ಮುಸ್ಲಿಮರ ಮೇಲೆ ದ್ವೇಷವಿರಲಿಲ್ಲ. ಬದಲಾಗಿ ಒಮ್ಮೆ ಒಬ್ಬ ಅವರ ಮುದುಕ ಈಗಲೂ ತನ್ನ ತಂದೆಯ ಆಸ್ತಿ ಇದ್ದ ಆ ಹಳ್ಳಿಯನ್ನು ನೋಡುವ ಆಸೆಯಿದೆಯೆಂದು ನನ್ನೊಡನೆ ಹೇಳಿದ್ದ. ಅದನ್ನು ಕೇಳಿ ನನಗೆ ಆಶ್ಚರ್ಯವಾಗಿತ್ತು.

ಇದೆಲ್ಲದರಿಂದಾಗಿ ನನಗೆ ಸಾರಸ್ವತರ ವಲಸೆಯ ಪ್ರಕ್ರಿಯೆಯನ್ನು ಊಹಿಸುವುದಷ್ಟೇ ಸಾಧ್ಯವಾಗಿತ್ತು. ಆದರೂ ನನ್ನ ಮನಸ್ಸಿನಲ್ಲಿ ಅದರ ಪೂರ್ತಿ ಚಿತ್ರಣ ಮೂಡುತ್ತಿರಲಿಲ್ಲ. ನನ್ನ ಊಹನೆಯನ್ನು ಎಷ್ಟರ ಮಟ್ಟಿಗೆ ವಿಸ್ತರಿಸಬಹುದು, ಹೇಗೆ ಸಮತೋಲನ ತರಬಹುದು ಎಂಬ ಸವಾಲು ನನ್ನೆದುರಿಗಿತ್ತು. ಇದೂ ಅಲ್ಲದೆ ಆಗಿನ ಪರಿಸರವನ್ನು ಕೂಡಾ ನಾನು ಸೃಷ್ಟಿಸಬೇಕಿತ್ತು. ಈಗಲಾದರೆ ಮಂಗಳೂರಿನಿಂದ ಕಾರವಾರಕ್ಕೆ ಮೂರು ತಾಸಿನಲ್ಲಿ ಪ್ರಯಾಣಿಸಬಹುದು. ಆದರೆ 450 ವರ್ಷಗಳ ಹಿಂದೆ? ಅಲ್ಲದೇ ನಾವು ಈಗ ಕೇಳುವ ಊರುಗಳ ಹೆಸರುಗಳು ಆಗ ಇದ್ದುವೇ? ಗೋವೆಯಾದರೆ ಈಗಲೂ ಕಾಡು ಸಮೃದ್ಧಿಯಾಗಿರುವ ಪ್ರದೇಶ. ಈಗ ಉತ್ತರಕನ್ನಡ ಹಾಗೂ ದಕ್ಷಿಣ ಕನ್ನಡ ಜಿಲ್ಲೆಗಳು ಬಹಳ ಬದಲಾಗಿವೆ. ಅದಕ್ಕಾಗಿಯೇ ನಾನು ಕನ್ನಡ ಪ್ರದೇಶವನ್ನು ಈ ಸಾರಸ್ವತರು ಪ್ರವೇಶಿಸಿದಾಗ 'ಹೆಜ್ಜೆಗೊಂದು ಹೊಳೆ, ಹೊಳೆಯ ಮಧ್ಯೆ ಊರು, ಊರಿಗೊಬ್ಬ ರಾಜ' ಎಂದು ಹೇಳಿದ್ದು. ಊರಿನ ಹೆಸರು ಇಲ್ಲದಾಗ 'ಅಲ್ಲಿ ಮಾರಮ್ಮನ ಮೂರ್ತಿ ಅಂತ ಒಂದು ಉಂಟು ಒಡ್ಯಾ' ಎಂದವರನ್ನು ಕಾಯುವ ಊರಿನವರು ಎಂದು ಕರೆದದ್ದು. ತುಳುವಿನಲ್ಲಿ ಕಾಪು ಎಂದರೆ ಕಾಯುವುದು ಎಂದರ್ಥವಿದೆ.

ನೀವು ಇನ್ನೊಂದು ವಿಚಾರ ಕೂಡಾ ಎತ್ತಿದಿರಿ. ಹತಾಶೆಯು ಅಂತ್ಯವಾಗುವುದಿಲ್ಲ ಎಂದು. ನಿಜ. ನೋಡಿ ಭಾರತೀಯ ಮನಸ್ಸು ಹೇಗಿದೆಯೆಂದರೆ ಆದಷ್ಟೂ ಸುಖಾಂತ್ಯದ ಸಾಹಿತ್ಯವನ್ನೇ ಸೃಷ್ಟಿಸುವ ಕಡೆಗೆ ಒಲವು ತೋರಿಸುವಂಥದ್ದು. ನಮ್ಮ ಜನರು ಎಷ್ಟೇ ಕಷ್ಟಗಳಿದ್ದರೂ ನಾಳೆ ಒಳ್ಳೆಯದಾಗುತ್ತದೆ ಎಂಬ ಆಸೆಯಲ್ಲಿ ಇರುವವರು. ನಮ್ಮ ಪುರಾಣಗಳೂ ಇದನ್ನೇ ನಮಗೆ ಕಲಿಸಿವೆ. ಅಲ್ಲದೇ ನನ್ನ ಕಾಲಕ್ಕಾಗುವಾಗ, ಈಗ ಹೆಚ್ಚಿನ ಎಲ್ಲ ಸಾರಸ್ವತರೂ ಜೀವನದಲ್ಲಿ ಮೇಲಕ್ಕೆ ಬಂದಿದ್ದಾರೆ. ನೀವೇ ಅದನ್ನು ನಿಮ್ಮ ಒಂದು ಲೇಖನದಲ್ಲಿ ಸಾರಸ್ವತ ಮಂದಿ ಎಷ್ಟೇ ದುರಂತಗಳಿದ್ದರೂ ಬದುಕುವ ಛಲದ, ಜೀವನ್ಮುಖಿ ಚೈತನ್ಯವುಳ್ಳ ಮಂದಿ ಎಂದು ಗುರುತಿಸಿದ್ದೀರಲ್ಲ? ಏನೂ ಇಲ್ಲದೇ ಬಂದ ಇವರು ಹೇಗೆ ಈ

ಸ್ಥಿತಿಗೆ ಬಂದರು? ಅದು ಆಶ್ಚರ್ಯದ ಸಂಗತಿ. ಅಂದರೆ ನಾನು ಈ ಕಾದಂಬರಿ ರಚಿಸುವಾಗ ಆ ಪಾತ್ರಗಳ ಜೊತೆ ಎಷ್ಟು ತಾದಾತ್ಮ್ಯಗೊಂಡಿದ್ದೆನೆಂದರೆ ಅವರಿಗೂ ನನ್ನ ತಲೆಮಾರಿನ ಜನರಿಗೂ ನಡುವೆ 400 ವರ್ಷಗಳ ದೀರ್ಘ ಕಾಲಾವಧಿ ಇತ್ತೆನ್ನುವುದನ್ನು ಮರೆತೇ ಬಿಟ್ಟಿದ್ದೆ. ರಾಮಚಂದ್ರ ಪೈಯದ್ದೂ ನನ್ನ ಅಜ್ಜನದ್ದೂ ಒಂದೇ ತಲೆಮಾರು ಎನ್ನುವ ಮನಃ ಸ್ಥಿತಿ ನನ್ನದಾಗಿತ್ತು. ಇರಲಿ.

ಮಾತೃಭಾಷೆಯ ಮೇಲಿನ ಅವರ ಮೋಹ, ಒಬ್ಬರನ್ನೊಬ್ಬರು ಹೊಂದಿಕೊಳ್ಳುವ ಅವರ ಕಾಮ್ರೇಡರಿ ಎಂದೆಲ್ಲ ಹೇಳಿದೆ. ಅದೂ ಅವರ ಉಚ್ಛ್ರಾಯ ಸ್ಥಿತಿಗೆ ಕಾರಣವಾಯಿತೇನೋ! ಅದರ ಜೊತೆ ದೇವರನ್ನು ಆಳವಾಗಿ ನಂಬುವ ಜನರಿವರು. ಒಬ್ಬರನ್ನೊಬ್ಬರು ಏಕವಚನದಲ್ಲಿಯೇ ಮಾತನಾಡಿಸುವ ವ್ಯಾಕರಣ ಇವರದು. ಅಲ್ಲದೇ ಹೋದ ಊರಿನಲ್ಲಿ ಆ ಊರಿನ ಆಚಾರ, ವಿಚಾರ, ನಂಬುಗೆ, ಸಹಾನುಭೂತಿ ಇರುವಂಥವರು. ಇದು ಉಳಿದವರಲ್ಲಿ ಇಲ್ಲ ಎಂದು ನಾನು ಹೇಳುತ್ತಿಲ್ಲ. ಆದರೆ ಇಂಥ ರೀತಿಗಳಿಗಾಗಿ ಅವರು ವಿಶಿಷ್ಟರಾಗಿದ್ದಾರೆಂದು ಹೇಳಲು ಪ್ರಯತ್ನಿಸುತ್ತಿದ್ದೇನೆ. ಅಚ್ಚರಿಯೂ ಪಟ್ಟಿದ್ದೇನೆ. ಅದರಿಂದಾಗಿ ಮಾಟಮಂತ್ರ, ಅಂಜನ, ದೇವಸ್ಥಾನ ಕಟ್ಟಿಸುವುದು, ಸ್ಥಳೀಯ ದೇವರಿಗೆ ಒಪ್ಪಿಸಿಕೊಳ್ಳುವುದು ಇವೆಲ್ಲವನ್ನೂ ನಾನು ಸೇರಿಸುತ್ತಾ ಹೋದೆ. ಹೇಗೂ ನನ್ನ ಕಾದಂಬರಿ ಒಂದು ನಾಗಶಾಪದಿಂದ ಆರಂಭವಾಗುತ್ತದೆ. ಅದೇ ಸರ್ಪ ಕೊನೆಗೆ ತಿಮ್ಮಪೈಯನ್ನು ಕಡಿಯುತ್ತದೆ. ಆ ಸರ್ಪವನ್ನೇ ಭುಜಂಗ ಪೈ ಕದ್ದಾಗ ನನ್ನ ಪಾತ್ರಗಳು ವಿಹ್ವಲಗೊಳ್ಳುತ್ತವೆ. ಅದರ ಪರಿಣಾಮವಾಗಿ, ಅವರಿಗೆ ಮುಂದೆ ಬದುಕಿಲ್ಲ ಎಂಬ ನಂಬಿಕೆಗೆ ತುತ್ತಾಗುತ್ತಾರೆ. ನನ್ನ ಕತೆಯನ್ನು ಅಲ್ಲಿಗೇ ಅಂತ್ಯಮಾಡಲು ಬಯಸಿದೆ. ಆದರೂ ಈ ಸಂತತಿ ಈಗ ಇದೆ. ಅದಕ್ಕಾಗಿ ಒಂದು ಮಗು ಉಳಿಯುತ್ತದೆ. ಅದನ್ನು ಕನಸಿನಲ್ಲೆಂಬಂತೆ ಬರುವ ನಾಗ್ದೊಬೇತಾಳ ಭರವಸೆ ಕೊಟ್ಟು ಎತ್ತಿಕೊಳ್ಳುತ್ತಾನೆಂದು ಮುಗಿಸಿದೆ. ಎಂಥದ್ದೇ ಕಷ್ಟ ಪರಿಸ್ಥಿತಿಯಲ್ಲಿದ್ದರೂ ಮನುಷ್ಯ ಬದುಕಿನ ಭರವಸೆ ಕಳೆದುಕೊಳ್ಳುವುದಿಲ್ಲ ಎಂಬ ಆಳವಾದ ನಂಬಿಕೆ ನನ್ನದು.

ಮನು : ಒಬ್ಬ ಸೃಜನಶೀಲ ಲೇಖಕನಾಗಿ ಚರಿತ್ರೆಯ ಒತ್ತಡವನ್ನು ಒಳಗೊಂಡ ನೀವು, ಐತಿಹಾಸಿಕ ಸಾಮಗ್ರಿಗಳನ್ನು ಬಳಸಿ ಬರೆದ ಅನುಭವದಿಂದ ನಿಮ್ಮ ಸೃಜನಶೀಲತೆ ಹೇಗಿರಬೇಕೆಂದು ನಿಮಗೆ ಅನಿಸುತ್ತದೆ? ನೀವು ಇನ್ನೊಂದು ಕೃತಿ ಬರೆಯುವ ಹವಣಿಕೆಯಲ್ಲಿದ್ದೀರೆಂದು ಕೇಳಿದ ಕಾರಣ ಈ ಪ್ರಶ್ನೆಯನ್ನು

ನಿಮ್ಮ ಮುಂದಿಟ್ಟಿದ್ದೇನೆ. ಚರಿತ್ರೆಯ ಅನುಸಂಧಾನವನ್ನು ನೀವು ನಿಮ್ಮ ಮುಂದಿನ ನಿಮ್ಮ ಬರವಣಿಗೆಯಲ್ಲಿ ಹೇಗೆ ಮಾಡುತ್ತೀರಿ? ನಿಮ್ಮ ಸ್ವಂತಿಕೆಯ ಹುಡುಕಾಟದಲ್ಲಿ ಚರಿತ್ರೆಯ ಪ್ರಕ್ರಿಯೆಯನ್ನು ಹೇಗೆ ದಾಖಲಿಸುತ್ತೀರಿ? ನಿಮ್ಮ ಸ್ವಂತದ್ದಾಗಿರಬಹುದು, ಸಮುದಾಯದ್ದಾಗಿರಬಹುದು, ಅದರ ಮೂಲಕ ನಿಮ್ಮ ಐಡೆಂಟಿಟಿಯ ಹುಡುಕಾಟವನ್ನು ಹೇಗೆ ಮಾಡುತ್ತೀರಿ? ಅಥವಾ ಅದು ಬೇರೆಯೇ ಆಗಿದ್ದು ಈ ಸಮಕಾಲೀನ ಪರಿಸ್ಥಿತಿಗೆ ಸಂಬಂಧಪಟ್ಟದ್ದೇ?

ಪೈ : ನೀವು ಇತಿಹಾಸದ ಒತ್ತಡ ಎಂಬ ನುಡಿಗಟ್ಟನ್ನು ಬಳಸಿದಿರಿ. ಆ ನುಡಿಗಟ್ಟು ನನಗೆ ಇಷ್ಟವಾಯಿತು. ನಿಜ, ಇತಿಹಾಸದ ದುಷ್ಕೃತ್ಯಗಳನ್ನು ನಾವು ಬದಲಾಯಿಸಲು ಸಾಧ್ಯವಿಲ್ಲ. ಅವು ಹಾಗೆಯೇ ಇರುತ್ತವೆ. ಮತ್ತು ಎಂದೆಂದಿಗೂ ಹಾಗೆಯೇ ಇರುತ್ತವೆ. ಆದರೆ ನಾವು ಅದರಿಂದ ಕಲಿಯಬೇಕಾದುದು ಏನು ಎಂಬುದನ್ನು ಸ್ಪಷ್ಟವಾಗಿಸಿ ಕೊಳ್ಳಬೇಕು. ಮತ್ತೆ ಅಂತಹ ದುಷ್ಕೃತ್ಯಗಳಾಗದಂತೆ ಜಾಗ್ರತೆ ವಹಿಸಿಕೊಳ್ಳಬೇಕು. ನಮ್ಮ ಜೀವನ ಸುಖಮಯವಾಗಲು ಆ ದುಷ್ಕೃತ್ಯಗಳು ಮರುಕಳಿಸದ ಹಾಗೆ ಎಚ್ಚರ ವಹಿಸಬೇಕು. ಐತಿಹಾಸಿಕ ಕಥಾನಕಗಳನ್ನು ಬರೆಯುವಾಗ ಅದು ರೊಚ್ಚಿಗೆಬ್ಬಿಸದಂತೆ ನಮ್ಮ ನಿಗಾ ಇರಬೇಕು. ಪ್ರತಿಯೊಬ್ಬನೂ ಒಂದು ಕೃತ್ಯ ಮಾಡುವಾಗ, ಒಂದು ಕ್ರಿಯೆಗೆ ಪ್ರತಿಕ್ರಿಯೆ ಸೂಚಿಸುವಾಗ ಅವನದೇ ಒಂದು ಕಾರಣವಿರುತ್ತದೆ. ಅದನ್ನು ನಮ್ಮ ಯೋಚನೆಗೆ ಸರಿಯಾಗಿ ಹೀಗಿರಬೇಕು ಎಂದು ಹೇಳುವುದು ಸರಿಯಲ್ಲ. ಅವನಿಗೆ ನಮಗಿಂತ ಹೆಚ್ಚಿನ ಕಾರಣಗಳು ಬಲವಾಗಿರಬಹುದು. ಇದು ನನ್ನ ನಿಲುವು.

ಈ ಕಾದಂಬರಿಯನ್ನು ಬರೆಯುವಾಗ ನಾನು ಇತಿಹಾಸದ ಸಾಮಗ್ರಿಗಳನ್ನು ದ್ರವ್ಯವಾಗಿಸಿಕೊಂಡೆ. ಸಾಕಷ್ಟು ದುಡಿಸಿಕೊಂಡೆ ಎಂದು ನನಗೆ ತೃಪ್ತಿಯಿದೆ. ಅದನ್ನು ನನ್ನ ಕನ್ನಡ ಜನರು ಸ್ವೀಕರಿಸಿದ್ದಾರೆ. ಅದು ಬರೇ ಪ್ರಾದೇಶಿಕ ಕಾದಂಬರಿಯಾಗಿದ್ದಲ್ಲಿ, ಒಂದು ಸಮುದಾಯದ ಕತೆಯಾಗಿದ್ದಲ್ಲಿ, ಬರೇ ಚರಿತ್ರೆಯಾಗಿದ್ದಲ್ಲಿ ಅಥವಾ ಏಕದೃಷ್ಟಿಕೋನದ ವಾದವಾಗಿದ್ದಲ್ಲಿ ಜನರು ಅದನ್ನು ಈ ರೀತಿ ಸ್ವಾಗತಿಸುತ್ತಿರಲಿಲ್ಲವೋ ಏನೋ! ಜನರು ಅದರ ಹಿಂದಿನ ಪರಿಶ್ರಮವನ್ನು ಗುರುತಿಸಿದ್ದಾರೆ. ಪ್ರಶಸ್ತಿಗಳನ್ನು ಕೊಟ್ಟಿದ್ದಾರೆ. ಈಗ ಭಾರತ ಸರಕಾರ ಸಾಹಿತ್ಯಕ್ಕಾಗಿ ಕೊಡುವ ಅತ್ಯಂತ ಹಿರಿಯ ಪ್ರಶಸ್ತಿಯೂ ಲಭಿಸಿದೆ. ಅಂದರೆ ಒಂದು ಪ್ರಾದೇಶಿಕ, ಒಂದು ಸಮುದಾಯದ ಕತೆಯಲ್ಲ, ಇದು ಮನುಷ್ಯನ ಕತೆ ಎಂದು ನಾನು ಪ್ರಯತ್ನ ಪಟ್ಟು ಬರೆದುದು ಸಾರ್ಥಕವಾಗಿದೆ ಎಂಬ ವಿನೀತಭಾವ

ನನ್ನದು. ಇನ್ನೊಂದು ಹತ್ತು ವರ್ಷ, ಅದೂ ಹೆಚ್ಚಾಯಿತೇನೋ, ಈ ಕಾದಂಬರಿಯ ಬಗ್ಗೆ ಜನರು ಮಾತನಾಡಬಹುದು. ಆ ಮೇಲೆ ಉಳಿಯುತ್ತದೆಯೇ? ನನ್ನ ನಂತರವೂ ಈ ಕೃತಿ ಉಳಿದರೆ ನಾನು ಧನ್ಯ.

ವಿಶೇಷವಾಗಿ ಕೇಂದ್ರ ಸಾಹಿತ್ಯ ಅಕಾಡೆಮಿಯ ಪ್ರಶಸ್ತಿ ಕುವೆಂಪು, ಡಿವಿಜಿ, ಮಾಸ್ತಿ, ಬೇಂದ್ರೆ, ಕಾರಂತ, ಅಡಿಗ ಮುಂತಾದ ಸಾಹಿತ್ಯ ದಿಗ್ಗಜರಿಗೆ ದೊರಕಿದ ಪ್ರಶಸ್ತಿ. ಆ ಸಾಲಿನಲ್ಲಿ ನನ್ನನ್ನೂ ಕೂರಿಸಿದ್ದಾರೆ. ಅದು ನನ್ನ ಯೋಗ್ಯತೆ ಅನ್ನುವುದಕ್ಕಿಂತ ನನ್ನ ಅದೃಷ್ಟ ಅನ್ನುತ್ತೇನೆ. ಅವರು ತೋರಿಸಿದ ದಾರಿಯಲ್ಲಿ ನಾನು ಅಂಬೆಗಾಲಿಡುತ್ತ ನಡೆಯುವವನು.

ಹೌದು, ನಾನು ಇನ್ನೊಂದು ಕಾದಂಬರಿ ಬರೆಯಬೇಕೆಂದು ಎಲ್ಲ ಸಿದ್ಧತೆಯನ್ನೂ ಮಾಡಿಕೊಂಡಿದ್ದೇನೆ. ಆದರೆ ನೋಡಿ, ಲೇಖಕರು ಯಾವಾಗಲೂ ಹೊಸಹೊಸ ವಿಚಾರಧಾರೆಗಳನ್ನು ಹುಡುಕುತ್ತಾ ಇರುತ್ತಾರೆ. ನನ್ನ ತಲೆಯಲ್ಲಿ ಈ ಶ್ರೇಣೀಕೃತ ವ್ಯವಸ್ಥೆಯ ಸಮಸ್ಯೆ ಸಾಕಷ್ಟು ಬೃಹತ್ತಾಗಿ ಬೆಳೆಯುತ್ತಿದೆ. ಜಾತ್ಯಾತೀತ ರಾಷ್ಟ್ರದವರೆಂದು ನಮ್ಮನ್ನು ನಾವು ಕರೆಯುತ್ತಿದ್ದರೂ, ಸಾಕಷ್ಟು ಸಂಕರಗಳು ನಮ್ಮಲ್ಲಿ ನಡೆಯುತ್ತಿದ್ದರೂ ಜಾತಿಯನ್ನು ನಾವು ನಮ್ಮ ಮನಸ್ಸಿನಿಂದ ಹೊರಗೆ ಇಟ್ಟಿಲ್ಲ. ಅದನ್ನು ಕುರಿತಾಗಿ ಒಂದು ಸಂವಾದವನ್ನು ಕಾದಂಬರಿ ರೂಪದಲ್ಲಿ ಬರೆಯುವ ಇಚ್ಛೆ ನನ್ನದು. ನಾನು ಹಾಗೆ ಪುಂಖಾನುಪುಂಖವಾಗಿ ಬರೆದು ಬಿಸಾಡುವ ಆತುರದವನಲ್ಲ. ಎಷ್ಟು ವರ್ಷ ಆಗುತ್ತದೋ ನಾನು ಹೇಳಲಾರೆ. ಆ ತಾಳ್ಮೆ ನನಗಿದೆ ಎಂದು ಭಾವಿಸಿದ್ದೇನೆ.

('ಇಂಡಿಯನ್ ಲಿಟರೇಚರ್' ಜರ್ನಲ್‌ಗಾಗಿ ಇಂಗ್ಲಿಷ್‌ನಲ್ಲಿ ನಡೆಸಿದ ಸಂದರ್ಶನದ ಆಯ್ದ ಭಾಗಗಳು)

□

ಅಭಿಪ್ರಾಯಗಳು

It's not only a major novel as far as Kannada is concerned, but probably even in the pan-Indian literary secene.

- T. P. Ashoka

'Swapna Saraswatha' is an outcome of decades of loving and arduous research, delving deep into various written and oral repositories. But the author has handled such material with care and steerd clear of ethnic excesses in terms of ritualistic and quotidian details. This is carefully crafted novel with many lyrical passanges....

- H.S. Raghavendra Rao

...ಈ ಕೃತಿ ಕೇವಲ sentimental ಆದ, self pity ತುಂಬಿದ, victim syndrome ನಿಂದ pathetic ಆದ ಸ್ಥಿತಿಯನ್ನು ತನ್ನ ವಸ್ತುವಾಗಿಸಿಕೊಳ್ಳುವುದಿಲ್ಲ. ಇದು ಎಷ್ಟೇ ಕ್ರೌರ್ಯ, ಹಿಂಸೆ, ರಕ್ತಪಾತಗಳ ಬಗ್ಗೆ ಇರುವ ಕೃತಿಯಾದರೂ ಶಕ್ತಿ ಇಲ್ಲದ, 'ಅಯ್ಯೋ ಪಾಪ'ದ ಸ್ಥಿತಿಯಲ್ಲಿರುವ ಸಮುದಾಯದ ದುರಂತ ಕಥೆಯಲ್ಲ.... ಎಷ್ಟೇ ದುರಂತಗಳ ಚಿತ್ರಣಗಳಿದ್ದರೂ ಬದುಕುವ ಛಲದ, ಚೈತನ್ಯದ ಕಥನವೇ ಇದು. ಆದುದರಿಂದಲೇ ಇಲ್ಲಿ pathos/melancholy, ಶಕ್ತಿ, ಸಂಕಲ್ಪ, ವೈರಾಗ್ಯವಿದೆ.... ಇದು A tribute to the will of community..... ಪೈರವರ ಕಾದಂಬರಿ ಇದನ್ನು ಅದ್ಭುತವಾಗಿ ಸಾಧಿಸಿದೆ... ಒಂದು fine literary sensiblity. ಇತಿಹಾಸವನ್ನು ಹೇಗೆ ಬರೆಯಬಹುದು ಎಂಬುದಕ್ಕೆ 'ಸ್ವಪ್ನ ಸಾರಸ್ವತ' ಅತ್ಯುತ್ತಮ ಉದಾಹರಣೆ....

–ಎನ್. ಮನು ಚಕ್ರವರ್ತಿ

'ಸ್ವಪ್ನ ಸಾರಸ್ವತ' ತನ್ನ ಪುಟಗಳಲ್ಲಿ ಉಳಿಯುವ ಅಸಂಖ್ಯಾತ ಪಾತ್ರಗಳನ್ನೂ ಅವು ತಮಗೇ ಸ್ಪಷ್ಟವಾಗಿ ಗೊತ್ತಿರದ ದೀರ್ಘ ಹೋರಾಟದಲ್ಲಿ ತೊಡಗಿರುವುದನ್ನೂ

ಕಣ್ಣಿಗೆ ಕಟ್ಟುವಂತೆ ಚಿತ್ರಿಸುವ ವಿರಾಟ್ ಕಥನ. ಇದರ ವಿವರ ಸಮೃದ್ಧಿ ಹಾಗೂ ಧ್ವನಿ ಶಕ್ತಿ ಸಂಕ್ಷೋಭೆಯ ಕಾಲದ ಸಮುದಾಯವೊಂದನ್ನು ಇಡಿಯಾಗಿ ಕಟ್ಟಿಕೊಡುವಷ್ಟು ಪ್ರಭಾವಶಾಲಿಯಾಗಿದೆ.

–ಎಸ್. ದಿವಾಕರ್

ನೆಲ ಬಿಟ್ಟು ನೆಲೆ ಕಂಡುಕೊಂಡವರ ಕಥೆ. ದಟ್ಟ ಸಾವಿನ ವಾಸನೆಯಲ್ಲೂ ಹುಟ್ಟಿನ ಸಂಭ್ರಮವನ್ನು ಆಚರಿಸಿದವರ ಕಥೆ. ಹುಟ್ಟು ಸಾವುಗಳ ಮಧ್ಯೆಯೂ ಪ್ರೇಮಕ್ಕಾಗಿ ಹಂಬಲಿಸಿದವರ ಕಥೆ. ಕನ್ನಡ ಸಾರಸ್ವತ ಲೋಕಕ್ಕೊಂದು ಹೊಸ ಬೆಳಕಿನ ಕಿಂಡಿ. ತನ್ನ ಪರಿಶ್ರಮದಲ್ಲೂ, ಒಂದು ಜನಾಂಗದ ಮೂಲವನ್ನು ದಾಖಲಿಸುವುದರಲ್ಲಿಯೂ ಪೈಯವರ ಈ ಪ್ರಯತ್ನ ಗಮನಾರ್ಹ. ಇಂಥ ಕೃತಿ ಬಹಳ ಅಪರೂಪ.

– ಅಶೋಕ ಹೆಗಡೆ

ಚರಿತ್ರೆಯ ಆಳವಾದ ಅಧ್ಯಯನ, ಸಮೃದ್ಧ ಕಲ್ಪನೆ, ಇವುಗಳ ಸಮ್ಮಿಶ್ರ ಫಲ, ಒಂದು ಎಪಿಕ್ ಪ್ರಮಾಣದ ರುದ್ರ ಭಯಾನಕ ದುರಂತದಲ್ಲಿ ಪರ್ಯವಸಾನಗೊಳ್ಳುತ್ತಿದ್ದಾಗ ಕೂಡಾ ದೈವದ ಬೆನ್ನು ಹಿಡಿದು ಅಮೂರ್ತ ಭವಿಷ್ಯದೆಡೆಗೆ ಸಾಗಿದ ಇದೊಂದು ಸಾರಸ್ವತ ಮಹಾಭಾರತ; ಒಂದು ಅದ್ಭುತ ಅನುಭವ ಕೊಡುವ ಕೃತಿ

–ಶ್ರೀನಿವಾಸ ವೈದ್ಯ

ಸಮುದಾಯದ ಚೌಕಟ್ಟನ್ನು ದಾಟಿ, ಮನುಷ್ಯ ನಾಗರಿಕತೆಯ ವಿಕಾಸ ಹಾಗೂ ಸಾಂಸ್ಕೃತಿಕ ಅನನ್ಯತೆಯ ಹೋರಾಟದ ಕಥನ. ಸೃಜನ ಶೀಲತೆಯ ಉತ್ತುಂಗದಲ್ಲಿ ಮೂಡಿದ ಕೃತಿ

–ಚ.ಹ. ರಘುನಾಥ

ಗೋವಾದಿಂದ ಅವರೆಲ್ಲ ತೆಂಕಣಕ್ಕೆ ನಡೆಯುತ್ತಾ ಹೋದರು. ಆಗ ದಂಡೆಯುದ್ದಕ್ಕೂ ಹುಗಿದ ಹೆಜ್ಜೆ ಗುರುತುಗಳನ್ನು ಹೆಕ್ಕ ಬೇಕಾದರೆ ಕಡಲ ಅಲೆಗಳನ್ನು ಒಮ್ಮೆ ನಿಲ್ಲಿಸಿ ಹುಡುಕಬೇಕಿತ್ತು. ಈ ಸಾಹಸಕ್ಕೆ ನಿಮ್ಮ ಜೊತೆಗೂಡಿದವ ನಾಗ್ಡೊ ಬೇತಾಳ, ಅವನೋ ಎದೆ ಬೇಯುವ ಕೆಂಡಗಳನ್ನು ನೇವರಿಸಬಲ್ಲ; ಕಾಲವನ್ನೇ ಹರಿದು ಕೌಪೀನ ಮಾಡಬಲ್ಲ; ಅವನ ಮಾಂತ್ರಿಕ ಸ್ವಪ್ನಗಳಿಂದ ಬಂದ ಈ ಸಾರಸ್ವತ ದಾರಿಹೋಕರು ಮಾನವ ಸಮುದಾಯಗಳ ಮಹಾ ಪಯಣದ ಕತೆಯಾಗಿ ಹೋದರು.

–ಮಹಾಲಿಂಗ

ಚರಿತ್ರೆಯನ್ನು ವೈಚಾರಿಕವಾಗಿ ಮಾತ್ರ ಗ್ರಹಿಸದೆ, ಮನುಷ್ಯರ ಕನಸು, ಅನುಭವ, ನೋವು, ವಿಷಾದಗಳ ಮೂಲಕ ಸಂವೇದನಾಶೀಲವಾಗಿ ಗ್ರಹಿಸುವುದೇ ಈ ಕಥಾ ಇತಿಹಾಸದ ಅಗ್ಗಳಿಕೆ.

–ಕೆ. ಸತ್ಯನಾರಾಯಣ

ಭಾರತದ ಇಂದಿನ ಮನೋಸ್ಥಿತಿಯನ್ನು ಪರೋಕ್ಷವಾಗಿ ಪರೀಕ್ಷಿಸಿಕೊಳ್ಳಲು ಅನುಕೂಲವಾಗುವಂತೆ ಪೈಯವರು ಕೃತಿ ರಚಿಸಿದ್ದಾರೆ. ಅಡಿಗರು ಕಾವ್ಯದಲ್ಲಿ ಪ್ರತಿಪಾದಿಸುತ್ತಿದ್ದ 'ಸಾಯವಯ ಶಿಲ್ಪದ ಸಮಗ್ರೀಕರಣ' ವಿನ್ಯಾಸದಲ್ಲಿ ಉಳಿಯುವಂತೆ ಕಾದಂಬರಿಯ ಸೃಜನ ಸೃಷ್ಟಿಯನ್ನು ಅವರು ಕಾಪಾಡಿಕೊಂಡಿದ್ದಾರೆ.

–ಎಸ್.ಆರ್. ವಿಜಯಶಂಕರ

ಒಬ್ಬ ಕಾದಂಬರಿಕಾರನೂ ಮನುಷ್ಯನಾದ್ದರಿಂದ ಆತ ಏನೇ ಓದಿ ಬರೆದರೂ ಅಥವಾ ತನ್ನ ಅನುಭವದ ಮೇಲೆ ಕಾದಂಬರಿ ಬರೆದರೂ ಈ ನೆನಪಿರುವ ಮಹತ್ವದ ಘಟನೆಗಳ ರೋಚಕತೆ ಮತ್ತು ಅವುಗಳನ್ನು ದಾಖಲಿಸುವ ಆಮಿಷದಿಂದ ದೂರವಿರುವುದು ಕೊಂಚ ಕಷ್ಟ. ಆದರೆ ತಮ್ಮ ಚೊಚ್ಚಲ ಕಾದಂಬರಿ 'ಸ್ವಪ್ನ ಸಾರಸ್ವತ'ದಲ್ಲಿ ನಾಲ್ಕು ನೂರಕ್ಕೂ ಹೆಚ್ಚು ವರ್ಷಗಳ ಕಾಲದ ದೈನಿಕವನ್ನು ದೈನಿಕವಾಗಿಯೇ ಚಿತ್ರಿಸಿರುವುದರಲ್ಲಿ ಗೋಪಾಲಕೃಷ್ಣ ಪೈ ಅವರ ಯಶಸ್ಸಿದೆ. ಹಾಗಾಗಿ ಪೋರ್ಚುಗೀಸರಿಂದಾದ ಮುಸ್ಲಿಮರ ನರಮೇಧ, ಅನಂತರವಾದ ಕ್ರೈಸ್ತಮತದ ಮತಾಂತರ, ಅವರ ವಲಸೆ, ಒಳ್ಳಂಬೆಟ್ಟಿನಲ್ಲಿ ರಾಮಚಂದ್ರ ಪೈ ನೆಲೆಸಿದ್ದು ಮತ್ತು ಅವನ ಜೀವನ ಇವೆಲ್ಲ ಇಲ್ಲಿನ ಅಸಂಖ್ಯಾತ ಪಾತ್ರಗಳ ದೈನಿಕ ರೇಖೆಯನ್ನು ಸೇರಿಸುವ ಚುಕ್ಕಿಗಳಾಗಿ ಮಾತ್ರ ಕಾಣುತ್ತವೆ. ರೇಖೆಯೊಂದು ಅನೇಕ ಚುಕ್ಕಿಗಳ ಗಣವೇ ಆದರೂ ರೇಖೆ, ರೇಖೆಯಂತೆ ಕಾಣಲು ಚುಕ್ಕಿಗಳು ಮಸುಕಾಗಲೇ ಬೇಕು. ಇಂಥ ಒಂದು ರೇಖೆಯ ಸೃಷ್ಟಿಯಲ್ಲಿ ಪೈ ಅವರು ಯಶಸ್ವಿಯಾಗಿದ್ದಾರೆ.

– ಗುರುಪ್ರಸಾದ್ ಕಾಗಿನೆಲೆ

....ಜನಾಂಗವೊಂದು ಕಂಡುಂಡ ಗಾಢವಾದ ಬೇನೆ ಬೇಸರ ಹಾಗೂ ಸಾಮೂಹಿಕ ಸಂಕಷ್ಟಗಳಿಗೆ ಕೊಟ್ಟ ಸೃಜನಶೀಲತೆಯ ಸುಂದರ ವಿನ್ಯಾಸ ಮತ್ತು ಆಕೃತಿ ಈ ಕಾದಂಬರಿ. ಪೈ ಅವರ ಆಳವಾದ ಸಂಶೋಧನೆಯ ನಿಖರತೆ ಈ ಕಾದಂಬರಿಗೆ ಎಲ್ಲೂ ಹೊರೆಯಾಗಲಿಲ್ಲ ಎನ್ನುವುದೇ ಈ ಕಾದಂಬರಿಯ ಹೆಗ್ಗಳಿಕೆ.... ನಾವೇ ಸೃಷ್ಟಿಸಿ ಕೊಂಡಿರುವ ದ್ವೀಪಗಳನ್ನು ದಾಟುವುದು ನಮ್ಮ ಮುಂದೆ ಇರುವ ಸವಾಲು. ಈ ಸವಾಲುಗಳನ್ನು ಎದುರಿಸುತ್ತಾ, ಉತ್ತರ ಹುಡುಕುತ್ತಾ ಹೋಗುವಾಗ ಮನುಷ್ಯ

ಪ್ರಜ್ಞೆಯ ಮೇಲೆ ಸಾಹಿತ್ಯ ಬೀರುವ ಪ್ರಭಾವ ಅನನ್ಯ. ಕತೆ, ಕಾವ್ಯ, ಕಾದಂಬರಿ ನಿರ್ಮಿತಿಯಲ್ಲಿ ಸಮಕಾಲೀನ ವಿವೇಕವು ಮಾಡುವ ಕೆಲಸ ಬಹು ಮುಖ್ಯವಾದದ್ದು. ಸಂಕಟ ಮತ್ತು ಸಂಭ್ರಮಗಳ ಸಮಚಿತ್ತ ಬೆಳಕನ್ನು ಅನಾವರಣ ಮಾಡುವುದೇ ಈ ಕಾದಂಬರಿಯಲ್ಲಿರುವ ಶಕ್ತಿ ಮತ್ತು ಆಸಕ್ತಿ.

– ವಿಲಿಯಂ

ಆಧುನಿಕತೆಯನ್ನು ಒಗ್ಗಿಸಿಕೊಳ್ಳುತ್ತಾ ತಮ್ಮ ಧರ್ಮ ಆಚಾರ ವಿಚಾರಗಳನ್ನು ಉಳಿಸಿಕೊಳ್ಳುತ್ತಾ ಸಾಗುವ ಈ ಕಥನವು ವಸಾಹತೀ ಕರಣದ ಚಾರಿತ್ರಿಕ ಘಟ್ಟವನ್ನು ಅದರಿಂದಾದ ಒಳಿತು ಕೆಡುಕನ್ನು ಯಾವುದೇ ಉದ್ವೇಗ ಆವೇಶಕ್ಕೆಡೆ ಇಲ್ಲದಂತೆ ಕಥಿಸಿರುವ ರೀತಿ ಅನನ್ಯವಾಗಿದೆ.

–ಎಚ್. ದಂಡಪ್ಪ

ಯಾತನಾಮಯ ಚರಿತ್ರೆ ಮತ್ತು ವರ್ತಮಾನದ ವಾಸ್ತವಗಳನ್ನು ಅನುಭವದ ನೆಲೆಯಲ್ಲಿ ಆಪ್ತಗೊಳಿಸಿ ಕಟ್ಟಿದ ಚರಿತ್ರೆಯ ಕನ್ನಡಿ. ಈ ಕನ್ನಡಿ ಎರಡು ಗುಣಗಳನ್ನು ಹೊಂದಿರುವಂಥದು. ಒಂದು ಕಡೆ ಅದು ಪ್ರತಿಫಲಕ. ಅಂದರೆ ತನ್ನೆದುರು ಇರುವುದನ್ನು ಇರುವ ಹಾಗೆ ತೋರಿಸುವುದು. ಇನ್ನೊಂದು ಕಡೆ ಅದು ತನ್ನಾಚೆ ಇರುವ ಅಂದರೆ ಎದುರಿಗಿಲ್ಲದ್ದನ್ನು ಪಾರದರ್ಶಕವಾಗಿ ಕಾಣಿಸುವ ಸಾಮರ್ಥ್ಯವುಳ್ಳದ್ದು. ಚರಿತ್ರೆಯ ಚೌಕಟ್ಟನ್ನು ಮೀರಿ ಕಾದಂಬರಿ ನಿಲ್ಲುವುದು.

–ರೋಹಿಣಾಕ್ಷ ಶಿರ್ಲಾಲು

ಚರಿತ್ರೆ, ವಾಸ್ತವಿಕತೆ ಮತ್ತು ಕಲ್ಪನೆಯ ಅಪೂರ್ವ ಮೇಳೈಸುವಿಕೆಯ ಮೂಲಕ ಈ ಕೃತಿಯ ಓದು ನೀಡುವ ಅನುಭವ ಅದ್ಭುತವಾದುದು.

– ಡಾ. ಗೀತಾ ಶೆಣೈ

****